கர்ணன்

கர்ணன்

காலத்தை வென்றவன்

மராத்தி மூலம்:

சிவாஜி சாவந்த்

தமிழாக்கம்:

நாகலட்சுமி சண்முகம்

மஞ்சுள் பப்ளிஷிங் ஹவுஸ்

First published in India by

Manjul Publishing House

Corporate and Editorial Office

• 2 Floor, Usha Preet Complex, 42 Malviya Nagar, Bhopal 462 003 - India

Sales and Marketing Office

• 7/32, Ansari Road, Daryaganj, New Delhi 110 002 - India

Website: www.manjulindia.com

Distribution Centres

Ahmedabad, Bengaluru, Bhopal, Kolkata, Chennai,
Hyderabad, Mumbai, New Delhi, Pune

Tamil translation of *Mrutyunjay* by Shivaji Sawant

Original Marathi edition first published in 1967

This edition first published in 2019

ISBN 978-93-89647-28-0

Translation by Nagalakshmi Shanmugam

Editing and layout by PSV Kumarasamy

Cover design by Priyanka Sachdev
Illustrations by Devidas Peshve

Printed and bound in India by Replika Press Pvt Ltd.

உள்ளடக்கம்

பாகம் ஒன்று

கர்ணன்

“இளவரசன் துரியோதனனாகிய நான், துணிச்சலும் சிறப்பும் வாய்ந்த மாவீரன் கர்ணனை என் அதிகாரத்தின் கீழிருக்கும் அங்க நாட்டு அரசனாகப் பிரகடனம் செய்கிறேன்.” - துரியோதனன்

1

இன்று நான் உங்களிடம் ஒரு விஷயத்தைக் கூற விரும்புகிறேன். என்னுடைய வார்த்தைகளைக் கேட்டு சிலர் அதிர்ச்சியடைந்து, "காலனால் கவர்ந்து செல்லப்பட்ட ஒருவனால் எப்படிப் பேச முடியும்?" என்று யோசிக்கக்கூடும். ஆனால், இறந்தவர்கள்கூடப் பேச வேண்டிய ஒரு காலம் வரத்தான் செய்கிறது. சதையுடனும் எலும்புகளுடனும்கூடியவர்கள் இறந்தவர்கள்போல நடந்து கொள்ளும்போது, இறந்தவர்கள் உயிரோடு வந்து வெளிப்படையாகப் பேச வேண்டிய நிலை ஏற்படுகிறது. மற்றவர்களின் சார்பில் நான் எதுவும் கூறப் போவதில்லை. ஏனெனில், அப்படி எதையேனும் கூறும் அளவுக்கு நான் அவ்வளவு பெரிய தத்துவஞானி அல்லன். விஷயம் என்னவென்றால், இந்த உலகம் எனக்கு ஒரு போர்க்களமாக இருந்தது. அந்தப் போர்க்களத்தில் என்னுடைய பங்கு என்னவாக இருந்தது? ஓர் அம்பறாத்தூணியின் பங்குதான்! பல்வேறு அளவுகளும் பல்வேறு வடிவங்களும் கொண்ட அம்புகளால் நிரப்பப்பட்ட ஒரு 'தனித்துவமான' அம்பறாத்தூணி அது. ஒவ்வோர் அம்பும் தனக்கென்று ஒரு தனித்துவமான செயல்பாட்டைக் கொண்டிருந்தது.

அந்த அம்பறாத்தூணியில் உள்ள பல்வேறுபட்டத் தனித்துவமான அம்புகள் அனைத்தையும் நான் என் விருப்பம்போல சுதந்திரமாக உங்களுக்கு எடுத்துக் காட்டப் போகிறேன். சில அம்புகள் தம்முடைய உக்கிரமான மற்றும் வசீகரமான வடிவங்களால் உங்கள் பார்வையை உடனடியாகக் கவரக்கூடும். சில அம்புகளின் வால் பகுதி மோசமான முறையில் நைந்து போயிருக்கும். உள்ளது உள்ளபடியே இந்த அனைத்து அம்புகளையும் நான் இன்று உங்கள் அனைவரின் முன்னாலும் காட்சிப்படுத்தப் போகிறேன்.

வீரத்தின் பார்வையில் அவை முறையாக சீர்தூக்கிப் பார்க்கப்பட வேண்டும் என்று நான் விரும்புகிறேன். உன்னதமான தாய்மையால் அவை மதிப்பிடப்பட வேண்டும் என்று நான் விரும்புகிறேன். இந்த பூமியில் உள்ள ஒவ்வொரு குருவும் முன்வந்து, இந்த அம்புகள் ஒவ்வொன்றின் முக்கியத்துவத்தையும் எனக்குச் சுட்டிக்காட்ட வேண்டும் என்று நான் விரும்புகிறேன். உயிரைத் தியாகம் செய்யத் தயங்காத நட்பால் அவை ஆராயப்பட வேண்டும் என்று நான் விரும்புகிறேன்.

என் இதயத்தில் எங்கோ ஓர் ஆழத்திலிருந்து ஒரு குரல் தொடர்ந்து என்னை அழைத்துக் கொண்டே இருக்கிறது. ஒரு லேசான தீயை அணைப்பதற்கு பதிலாக அதை மேலும் கொழுந்துவிட்டு எரியச் செய்கின்ற காற்றைப்போல, நான் அக்குரலை அடக்கி ஒடுக்க எவ்வளவு அதிகமாக முயற்சிக்கிறேனோ, அது அவ்வளவு அதிக பயங்கரமாக ஒலிக்கிறது. "கர்ணா, உன் வாழ்க்கைக் கதையை எல்லோரிடமும் கூறு. அவர்கள் புரிந்து கொள்ளும் விதத்தில் அதை வெளிப்படையாக அவர்களிடம் கூறு. உன் வாழ்க்கை சீரழிந்து இருந்ததாக இந்த ஒட்டுமொத்த உலகமும் கூறுகிறது. நீ அவர்களிடம் சென்று, உன் வாழ்க்கை அவ்வாறு சீரழிந்து இருக்கவில்லை என்றும், மாறாக, பொன் ஜரிகையோடுகூடிய ஒரு பகட்டான பட்டாடையாக அது இருந்ததென்றும், சூழ்நிலைகளின் சிக்கல்கள் காரணமாக அது ஓராயிரம் துண்டுகளாகக் கிழிக்கப்பட்டதென்றும் அவர்களிடம் கூறு. யாரெல்லாமல் அந்தக் கிழிந்த துண்டுகளை எதிர்கொண்டனரோ, அவர்கள் அவற்றைத் தங்கள் விருப்பப்படி பயன்படுத்திக் கொண்டனர்.

"காலத்தின் ருத்ர தாண்டவத்தில் கிழிபட்ட உன் ராஜவஸ்திரம், அழகான பெட்டகங்களில் நேர்த்தியாக அடுக்கி வைக்கப்பட்டுள்ள ஆடம்பரமான மற்றும் புத்தம்புதிய துணிக்கற்றைகளைவிட மதிப்பில் எந்த விதத்திலும் குறைந்ததல்ல என்பதைத் தெளிவாகவும் இறுதியாகவும் இன்று இவர்கள் எல்லோருக்கும் காட்டிவிடு. இச்செய்தியை அவர்களுடைய காதுகளில் தெளிவாகப் போட்டுவிடு! ஒரு கணம் வீரர்களின் கதைகளைக் கேட்டுவிட்டு அக்கதைகள்பால் ஈர்க்கப்பட்டு, மறுகணமே அவற்றின்மீது அக்கறையும் ஆர்வமும் இழந்துவிடுகின்ற இந்தப் பைத்தியக்கார உலகிலுள்ள மக்களை உலுக்குவதில் உன்னுடைய கதை வெற்றி பெறுமா? அந்த அளவுக்கு அவர்களை ஆட்கொள்ளும் சக்தி உன் கதைக்கு இருக்கிறதா?

"இவ்வுலகின் யதார்த்தத்தில் உறுதியான நம்பிக்கை கொண்டுள்ளோரும், மரணத்தை ஒரு பொம்மையாகக் கருதுவோரும், இவ்வுலகம் போற்றுகின்ற, சிங்கம் போன்ற இதயம் படைத்தக் கதாநாயகர்களும் இன்று உன்னுடைய கதையைக் கேட்க விரும்புவர். ஆனால், உன்னுடையது வெறுமனே ஒரு கதை மட்டும்தானா? இல்லை, இது ஒரு மாபெரும் உண்மை. உண்மை தன்னைப் பார்ப்பவர்களாலும் தன்னைச் செவிமடுப்பவர்களாலும் ஒருபோதும் பாதிக்கப்படுவதில்லை. உண்மை வெளிப்படும்போதெல்லாம் உள்ளது உள்ளபடியே அது வெளிப்படுகிறது. சூரியனைப்போல அது முளைத்தெழுகிறது."

கதை எதுவாக இருந்தாலும் சரி, அதைச் செவிமடுப்பவர்கள், மதுவிலிருந்து கிடைக்கும் இனிய போதையும் நடனமாடுவோரின் பாதங்கள் ஏற்படுத்துகின்ற சீரான தாள ஜதியும் காதலர்களின் அன்பான அரவணைப்பும் அதில் இருக்க வேண்டும் என்று எதிர்பார்க்கின்றனர். வாழ்க்கை மிகவும் குறுகியது என்பதை அறிந்துள்ள அவர்கள், அதையும் மீறித் தங்களை வெகுதூரம் அழைத்துச் செல்லக்கூடிய ஒரு சாகச அனுபவத்தைப் பெற விரும்புகின்றனர். நான் இப்போது விவரிக்கவிருக்கின்ற என்னுடைய வாழ்க்கைக் கதையில், அப்படிப்பட்ட போதை எதுவும் இல்லை. மனத்திற்குக் குதூகலமூட்டக்கூடிய நடனம் எதுவும் இல்லை. மாறாக, அதில் இருப்பதெல்லாம் போர் மட்டுமே.

குலை நடுங்கச் செய்யும்படியான போர் அது.

முடிந்த அளவு சிறப்பாகச் சண்டையிட வேண்டும் என்பதை மட்டுமே அறிந்துள்ள ஒரு சாதாரண வீரன் நான். நான் என் வாழ்க்கைக் கதையை இங்கு எடுத்துரைத்துக் கொண்டிருப்பதற்கு ஒரே ஒரு காரணம்தான் உள்ளது. என் வாழ்க்கையில் என்ன அர்த்தம் உள்ளது என்பதைக் கண்டறிவதுதான் அது. தன்னுடைய ஒட்டுமொத்தக் கதையையும் உலகிற்கு எடுத்துரைக்கும்வரை எந்தவொரு மனிதனும் தன்னுடைய மனச்சுமை நீங்கப் பெறுவதில்லை, அவனுடைய மனம் லேசாவதில்லை. அதனால்தான் நான் இன்று வெளிப்படையாகப் பேசிக் கொண்டிருக்கிறேன்.

இன்று எனக்கு முன்னால் இருக்கின்ற உண்மையான பிரச்சனை இதுதான்: அர்த்தமுள்ள விதத்திலும் காலவரிசைப்படியும் எப்படி என் கதையை எடுத்துரைப்பது? ஏனெனில், என் வாழ்வின் அனைத்து நிகழ்வுகளும் என் மனத்தில் வரிசையாக அணிவகுத்துச் செல்லுவதற்கு பதிலாக, காட்டுக் குதிரைகள் ஒரு கூட்டமாக ஒரு காட்டின் ஊடாக ஓடிச் சென்று கொண்டிருக்கும்போது, திடீரென்று, காதைப் பிளக்கக்கூடிய சத்தத்துடன் மின்னல்கள் வெட்டினால் அவை எப்படி மிரண்டு தறிகெட்டு நான்கு திசைகளிலும் ஓட்டமெடுக்குமோ, அதேபோலத் தறிகெட்டு ஓடிக் கொண்டிருக்கின்றன. அந்நிகழ்வுகளைக் காலவரிசைப்படி எவ்வாறு நான் ஒழுங்கமைப்பது? ஏனோ தெரியவில்லை, ஆனால் ஒரே ஒரு காட்சி மட்டும் இப்போது என் கண் முன்னே மீண்டும் மீண்டும் தோன்றுகிறது: புனிதமான கங்கைக் கரையின்மீது அமைந்த, மனத்தைக் கொள்ளை கொள்ளக்கூடிய சம்பாநகரி கிராமம்தான் அது! சம்பாநகரி என் வாழ்வின் ஓட்டத்தில் ஓர் அழகான திருப்பமாக அமைந்தது. என்னுடைய இனிய நினைவுகளில் ஒன்று அது.

அச்சிறிய இடத்தையும் அங்கு சுற்றித் திரிந்த பல்வேறு பறவைகளின் கீச்சொலிகளையும் பற்றிய எண்ணங்கள் என் நினைவு வனத்தை நிரப்புகின்றன. என்னுடைய அனுபவங்கள் என் மனத்தில் மான் கூட்டங்களைப்போல உற்சாகமாகத் துள்ளித் திரிகின்றன. நினைவுகள் மயிலிறகுகளைப் போன்றவை என்று சிலர் கூறி நான் கேட்டிருக்கிறேன். வேறு சிலர், வாடிய பிறகும் தம்முடைய நறுமணத்தை விட்டுச் செல்லுகின்ற மகிழம்பூக்களோடு அவற்றை ஒப்பிடுகின்றனர். ஆனால் எனக்கு அவ்வாறு தோன்றவில்லை. நினைவுகள் ஒரு யானையின் பாதச் சுவடுகளைப் போன்றவை என்று நான் கருதுகிறேன். நம்முடைய ஈரமான மனத்தில் அவை ஓர் ஆழமான, அழிக்கப்பட முடியாத தடத்தை விட்டுச் செல்லுகின்றன. என் நினைவுகள் அப்படித்தான் இருந்து வந்துள்ளன. சம்பாநகரி அப்படிப்பட்ட ஓர் ஆழமான நினைவாகும். காலம் என்னுடைய வாழ்க்கையில் விட்டுச் சென்றுள்ள ஒரு தெளிவான, ஒருபோதும் அழியாத முத்திரை அது. என் வாழ்க்கையெனும் புனிதப் பயணத்தில் அமைந்துள்ள, இளைப்பாறுவதற்கு உகந்த அமைதியான இடம் அதுதான். வாழ்க்கையை ஓர் ஆலயமாக சிலர் விவரிக்கின்றனர். ஆனால் என்னுடைய வாழ்க்கை ஒருபோதும் ஓர் ஆலயத்தை ஒத்திருந்ததில்லை என்பதை நான் நன்றாக அறிவேன். ஆனால் வாழ்க்கை ஓர் ஆலயத்தோடு ஒப்பிடப்பட்டாக வேண்டும் என்றால்,

பிறகு சம்பாநகரிதான் அந்த ஆலயத்திலுள்ள, இனிய ஓசையை எழுப்புகின்ற ஆலயமணியாகும்.

புனிதமான கங்கையின் ஒரு மூலையில் அமைந்துள்ள அச்சிறிய கிராமம் எத்தகையது?

2

படர்கொடிகள் மூடிய, பறவைகளும் விலங்குகளும் தாராளமாக உலவித் திரிந்த என்னுடைய சிறிய கிராமமான சம்பாநகரி, இயற்கையன்னையின் மடியில் ஒய்யாரமாக வீற்றிருந்தது. நான் என்னுடைய மகிழ்ச்சியான பிள்ளைப்பருவத்தை அங்கு கழித்தேன். அங்கே சாதகப் பறவைகள், குயில்கள், சகோரப் பறவைகள், வானம்பாடிகள், சாரங்கப் பறவைகள் ஆகியவையும் வேறுபிற கானப் பறவைகளும் தம்முடைய இனிய இசையால் அதிகாலையில் என்னைத் துயிலெழுப்பின. தினமும் காலையில் பசுக்களைக் குளிப்பாட்டி, அவற்றுக்குச் செய்யப்பட வேண்டிய அனைத்துச் சடங்குகளையும் நான் செய்தேன். ஓயாமல் வெயில் காய்ந்த நாட்களில் மதிய வேளைகளில் கடம்ப மரங்களின் அடர்த்தியான நிழலில் நான் ஓய்வெடுத்தேன். அந்தி சாய்ந்த நேரத்தில் நான் வீடு திரும்பியபோது பசுக்களின் கழுத்துக்களை அலங்கரித்த மணிகளின் ஓசை என்னை வரவேற்றது. இரவில் கங்கைக் கரையிலிருந்து வந்த மென்மையான குளிர்காற்றை என் உடலுக்குப் போர்வையாக ஆக்கிக் கொண்டு நான் அமைதியாகத் தூங்கினேன். ஆம், என்னுடைய மகிழ்ச்சியான பிள்ளைப்பருவம் அங்கேதான் கழிந்தது. பிறகு, வில்லிலிருந்து புறப்பட்ட ஓர் அம்பைப்போல அது வேகவேகமாகக் கடந்து சென்றுவிட்டது. அது மீண்டும் ஒருபோதும் திரும்பி வரவே இல்லை.

ஆனால், தொடுவானம்வரை நீண்டு ஓடிய கங்கை நதியை, நான் விரும்பும் நேரத்தில் இப்போதும் என்னால் உடனடியாக நினைவுகூர முடியும். தெளிவான, நீலநிற நீரைக் கொண்ட ஒரு பரந்த சாம்ராஜ்ஜியம் அது! அதன் ஒவ்வொரு துளி நீரும் என்னை நன்றாக அறியும். அதேபோல, அந்த ஒவ்வொரு துளி நீரையும் நானும் நன்றாக அறிவேன். அந்த கங்கையாற்றின் கரையின்மீது இருந்த மென்மையான ஈர மணலில் நான் வெகுளித்தனமாகத் துள்ளித் திரிந்து என்னுடைய காலடித் தடங்களைப் பதித்தேன். அக்கரையில்தான், குறும்புத்தனமான தென்றல், என்னுடைய மேற்துண்டைச் சீண்டி அதனோடு காதல் உறவாடியது. அதனால்தான், சம்பாநகரியின் நினைவுகளோடு கூடவே, ஒரு முனையிலிருந்து மறுமுனைவரை நீண்டு பரவிக் கிடந்த கங்கையன்னையுடனான என்னுடைய பிள்ளைப்பருவ நினைவுகளும் என் கண்முன் மலருகின்றன. அது சரி, பிள்ளைப்பருவம் என்பது என்ன? இதற்கான சரியான விடை யாருக்குத் தெரியும்? பலர் பல விதமான வரையறைகளைக் கொடுத்துள்ளனர்; ஆனால், என்னைப் பொருத்தவரை, பிள்ளைப்பருவம் என்பது ஒரு தேரைப் போன்றது. சுதந்திரமான மற்றும் பிடிவாதக்காரக் கற்பனைக் குதிரைகளால் இழுத்துச் செல்லப்படுகின்ற ஒரு தேர் அது. கங்கையின் அலைகள்

வெகுதூரத்தில் எங்கோ ஓரிடத்தில் நீலவானத்தை உண்மையிலேயே தொட்டுக் கொண்டிருக்கின்றனவா? இது உண்மைதானா என்று கண்டறிவதற்காகக் கற்பனைத் தேர் உடனடியாக ஓட்டமெடுக்கிறது. விண்ணில் சிக்கிக் கிடக்கின்ற மினுமினுக்கும் நட்சத்திரங்கள் ஏன் கீழே விழுந்து நீரில் மூழ்குவதில்லை? இதைக் கண்டுபிடிப்பதற்கும் கற்பனைத் தேர் மீண்டும் முன்னோக்கி ஓடுகிறது.

3

ஷோன் என்ற ஒரு தம்பி எனக்கு இருந்தான். அவனுடைய முழுப் பெயர் சத்ருந்தபன் என்றாலும் எல்லோரும் அவனை ஷோன் என்று அழைத்தனர். எங்களுடையது ஒரு சிறிய உலகம். எனக்கு விருக்ரதன் என்ற இன்னொரு சகோதரனும் இருந்தான். ஆனால் அவன் சிறுவனாக இருந்தபோதே விகட தேசத்திற்குச் சென்றுவிட்டான். அங்கு அவன் என் தாயின் சகோதரியின் வீட்டில் வளர்ந்தான். எனவே, நானும் ஷோனும் மட்டுமே எங்கள் பெற்றோருடன் இருந்தோம். என்னுடைய பிள்ளைப்பருவ உலகம் எங்கள் இருவருடைய நினைவுகளால் நிரம்பியிருந்தது. சம்பாநகரி கிராமத்தின் இனிய சூழலில் தத்தம் கனவுகளோடு வளர்ந்து வந்த இரண்டு சிறுவர்களின் அற்புதமான சின்னஞ்சிறு உலகம் அது. அதில் பாசாங்குகளோ, பொய்மைகளோ, அற்பப் பொறாமைகளோ இருக்கவில்லை. இரண்டு சகோதரர்களுடைய தன்னலமற்ற ஒரு சிறிய உலகம் அது. அதன் நுழைவாயிலில் இரண்டு காவலர்கள் காவல் நின்றனர்: எங்கள் தாயார் ராதையும் எங்கள் தந்தை அதிரதரும்தான் அவர்கள். இன்றுகூட, நான் அவர்களைப் பற்றி நினைக்கும்போது, என் இதயத்தின் மென்மையான தந்திகள் நன்றியாலும் பாசத்தாலும் தாமாகவே இனிமையாக அதிருகின்றன. என் கண்களில் இரண்டு கண்ணீர்த்துளிகள் முளைக்கின்றன. ஆனால் அவை ஒரு கணநேரம் மட்டுமே நீடிக்கின்றன. ஏனெனில், நான் உடனடியாக அவற்றைத் துடைத்துவிடுகிறேன். கண்ணீர் ஒருவருடைய பலவீனத்தை வெளிச்சம் போட்டுக் காட்டிவிடும் என்பதை நான் அறிவேன். துயரம் எனும் நெருப்பை அணைப்பதில் கண்ணீர்த்துளிகள் ஒருபோதும் வெற்றி பெறுவதில்லை. ஆனாலும், அந்த இரண்டு சொட்டுக் கண்ணீரை நான் உணரும்வரை, எனக்கு நிம்மதியுணர்வு ஏற்படுவதில்லை. அந்தக் கண்ணீரைத் தவிர, முக்கியமான அல்லது விலையுயர்ந்த எதையும் என் பெற்றோருக்கு என்னால் ஒருபோதும் தர முடியவில்லை என்பது உண்மைதான். ஆனாலும், அன்பின் அடையாளமாக ஒருவன் தன் பெற்றோருக்குக் கொடுக்கக்கூடிய விலையுயர்ந்த பொருள் வேறு என்ன இருக்கிறது? அப்படிப்பட்டப் பொருட்களைப் பற்றி நான் நினைப்பதில்லை. என் பெற்றோர் என்னிடமிருந்து எதையும் எதிர்பார்க்கவில்லை. அவர்களிடமிருந்து நான் பெற்றதெல்லாம் அன்பு ஒன்றுதான். எனவே, நன்றியும் பாசமும் நிரம்பிய அந்த இரண்டு கண்ணீர்த்துளிகள் என் பெற்றோருக்காக என் கண்களில் துளிர்த்தன.

4

என் தாயார் ஒரு பாசப் பெருங்கடலாகத் திகழ்ந்தார். என்னுடைய பிள்ளைப்பருவத்தில் என்னுடைய கிராம மக்கள் என்னை வசுசேனன் என்று அழைத்தனர். என் தம்பி ஷோன் என்னை 'வசு அண்ணா' என்று அழைத்தான். தினமும் நூற்றுக்கணக்கான முறை என் தாயார் என்னை "வசு! வசு!" என்று வாயார அழைத்துக் கொண்டே இருந்தார். அவர் எனக்கு முலைப்பால் ஊட்டி வளர்த்ததோடு கூடவே, தன்னுடைய அன்பெனும் அமுதத்தையும் தொடர்ந்து எனக்கு ஊட்டிக் கொண்டே இருந்தார். எல்லோரையும் சமமாக நேசிக்க வேண்டும் என்ற ஒரே நோக்கத்தோடு அவர் பிறந்திருந்ததுபோலத் தோன்றியது. சம்பாநகரியில் இருந்த எல்லோரும் அவரை 'ராதா மாதா' என்று அழைத்தனர். அவருடைய வார்த்தை அவர்களுக்கு வேத வாக்காக இருந்தது. ஏனெனில், அவர் மிகுந்த சகிப்புத்தன்மை கொண்டவராகவும் அபரிமிதமாக அன்பு செலுத்துபவராகவும் விளங்கினார். நான் என் உடலோடு ஒட்டிய குண்டலங்களோடு பிறந்தேன். என் தாயார் அதைப் பற்றி எங்கள் கிராமத்து மக்களுடன் எப்போதும் பேசிக் கொண்டே இருந்தார். நான் அவருடைய பார்வையிலிருந்து ஒரு கணம் மறைந்துவிட்டால்கூட அவர் பெரிதும் வருந்துவார். யாராலும் அவரை ஆறுதல்படுத்த முடியாது. அவர் என்னைத் தேடி உடனடியாக எங்கள் அண்டைவீடுகளுக்கு விரைந்து செல்லுவார். அவர் என்னைத் தன் முன்னால் உட்கார வைத்துக் கொண்டு, காரணம் ஏதும் இன்றி மணிக்கணக்கில் என்னுடைய குண்டலங்களைப் பார்த்துக் கொண்டே இருப்பார், அவர் அதில் மெய்மறந்து போய்விடுவார். பிறகு அவர் என்னுடைய தலையைத் தன் கைகளால் அன்பாக வருடிக் கொடுத்தபடி, மெல்லிய குரலில், "வசு, தப்பித் தவறிக்கூட கங்கை நதியின் அருகே ஒருபோதும் போய்விடாதே," என்று என்னிடம் மென்மையாகக் கூறுவார்.

"ஏன்?" என்று நான் கேட்பேன்.

"பெரியவர்கள் சொல்லுவதை நீ அப்படியே கேட்க வேண்டும். நீ ஓரிடத்திற்குப் போகக்கூடாது என்று அவர்கள் சொன்னால், நீ அங்கு போகக்கூடாது, அவ்வளவுதான்."

"அம்மா, நீங்கள் ஒரு கோழை. நான் அங்கே போனால் என்ன நிகழும்?"

"இல்லை, மகனே!" என்று கூறி அவர் என்னைத் தன்னை நோக்கி இழுத்து, தன்னுடைய நீண்ட விரல்களால் என் தலையைக் கோதியபடி, "வசு, நீ என்னை நேசிக்கிறாயா இல்லையா?" என்று கேட்பார்.

"ஆமாம்," என்று கூறி நான் தலையாட்டுவேன்.

நான் தலையாட்டும்போது என் காதுகளில் அசைந்தாடும் குண்டலங்களை அவர் ஆச்சரியத்தோடு பார்ப்பார். "அப்படியானால் நான் சொல்லுவதைக் கேள். கங்கையின் அருகே போகாதே," என்று கூறி அவர் என்னை இறுக்கமாக அணைத்துக் கொள்ளுவார். ஒரு விநோதமான பயம் அவருடைய கண்களில் தெரிந்ததுபோல எனக்குத் தோன்றியது.

“சரி. நான் அங்கே போவதை நீங்கள் விரும்பவில்லை என்றால், நான் அங்கு போக மாட்டேன். இப்போது உங்களுக்குத் திருப்தியா?” என்று கேட்டு நான் அவரை அமைதிப்படுத்துவேன்.

பிறகு அவர் மிகுந்த பாசத்தோடு என்னைத் தழுவிக் கொண்டு, என் தலையிலும் காதுகளிலும் இடையறாது முத்தமழை பொழிவார். என்றென்றும் அவருடைய அந்த அணைப்பிலேயே இருந்துவிட்டால் எவ்வளவு நன்றாக இருக்கும் என்று நான் அப்போது நினைத்துக் கொள்ளுவேன்.

நான் அவருடைய மடிமீது இதமாகச் சுருண்டு படுத்தபடி இவ்வாறு யோசித்தேன்: “அம்மா ஏன் கங்கையைக் கண்டு இவ்வளவு பயப்படுகிறார்கள்? நான் கங்கைத் தாயை மிகவும் நேசிக்கிறேன். அவளுடைய கரையின்மீது உட்கார்ந்து கொண்டு, குதித்தோடும் அவளுடைய எண்ணற்ற அலைகளோடு பேசிக் கொண்டிருக்க என் மனம் ஏங்குகிறது. அதைவிட அதிக இன்பமூட்டக்கூடிய விஷயம் எதையும் நான் அறியேன். ஆனால் அம்மாவுக்கு இவ்விஷயம் தெரிந்துவிட்டால்? அவர் என்னைத் தேடும்போது எப்படியும் ஏதோ ஒரு நேரத்தில் நிச்சயமாக கங்கையின் அருகே வருவார். ஆனாலும், என்னால் அங்கே போகாமல் இருக்க முடியாது. ஆனால், இவ்விஷயம் அம்மாவுக்கு ஒருபோதும் தெரியாதபடி நான் பார்த்துக் கொள்ள வேண்டும்.” இவ்வாறு தீர்மானித்தப் பிறகு, கை நிறைய மகிழம்பூக்களை அள்ளிக் கொண்டு ஷோனுக்கு நான் அவற்றை எடுத்துச் செல்லுவேன். நான் கங்கையின் அருகே போவதை அவன் என் தாயாரிடம் கூறாமல் இருப்பதற்காக நான் அவனுக்குக் கொடுத்தக் கையூட்டு அது.

5

கௌரவர்களின் மன்னரான திருதராஷ்டிரரின் அரண்மனையில் என் தந்தை தலைமைத் தேரோட்டியாக இருந்தார். வெகு தொலைவிலிருந்த, கௌரவர்களின் தலைநகரமான அஸ்தினாபுரத்தில் அவர் தன்னுடைய நேரத்தின் பெரும்பகுதியைக் கழித்தார். அவர் அவ்வப்போது தன்னுடைய பெரிய தேரைச் சம்பாநகரிக்கு ஓட்டி வருவார். அப்போது என்னையும் ஷோனையும் உற்சாகம் தொற்றிக் கொள்ளும்! ஓலைக்கூரை வேய்ந்த எங்கள் வீட்டின் முன்னால் அந்தத் தேர் வந்து நின்ற மறுகணம், ஷோன் அதனுள் தாவி ஏறி, எங்கள் தந்தையின் கைகளிலிருந்து கடிவாளங்களைப் பிடுங்கிக் கொண்டு, “வசு அண்ணா! ஓடி வாருங்கள்! நாம் கங்கைக்குச் சென்று சிப்பிகளைச் சேகரித்து வரலாம்!” என்று உரக்கக் கத்துவான். நான் என்னுடைய சுவையான உணவை அப்படியே விட்டுவிட்டு வேகமாக வெளியே ஓடுவேன்.

ஒருமுறை நானும் அவனும் எங்கள் தந்தையின் தேரில் உட்கார்ந்து, கிராமத்து எல்லைக்கு அப்பாலிருந்த கங்கையை நோக்கிக் காற்றைப்போலப் பறந்தோம். எங்கள் தேரில் பூட்டப்பட்டிருந்த, இளமஞ்சள் நிறக் குதிரைகள் ஐந்தும் தம்முடைய அடர்த்தியான வால்களை நிமிர்த்திக் கொண்டு, காதுகளை விறைப்பாக்கிக் கொண்டு,

வேகமாகப் பாய்ந்தோடின. அவற்றைக் கையாளுவது ஷோனுக்குப் பெரும் தலைவலியாக இருந்தது. அவன் தன்னுடைய கீழுதட்டைக் கடித்தபடி மிகுந்த சிரமத்தோடு அவற்றை ஓட்டினான். வளைவுகளில் அவற்றை லாவகமாக ஓட்டிச் செல்ல முடியாமல் அவன் தடுமாறினான். களைத்துப் போன அவன், வேறு வழியின்றி என்னுடைய உதவியை நாடினான். அக்குதிரைகளின் கடிவாளங்கள் அவனுடைய உள்ளங்கைகளில் உராய்வுத் தழும்புகளை ஏற்படுத்தியிருந்தன. அவனுடைய குரல் தழுதழுத்தது. அப்போது அவன்மீது எனக்குள் பாசம் பொங்கியதை நான் உணர்ந்தேன். நான் அவனுடைய கைகளிலிருந்து அந்தக் கடிவாளங்களை எடுத்துக் கொண்டேன். ஷோன் தன் சாட்டையைத் தலைகீழாகத் திருப்பி, அதைக் கொண்டு அக்குதிரைகளின் பிடரி மயிரைக் கலைத்து விளையாடினான். பிறகு, "ஹா! ஹா!" என்று கத்தியபடி அவன் அந்தச் சாட்டையைக் கொண்டு அவற்றை விரட்டினான். அவை வேகமாக ஓடும்வரை அவன் அவற்றை விரட்டிக் கொண்டே இருந்தான். தன் விருப்பம் நிறைவேறிய திருப்தியில் அவன் தன் கைகளைத் தட்டி ஆர்ப்பரித்தான். அவன் என்னை உற்சாகப்படுத்துவதற்காக அவ்வாறு செய்ததுபோல எனக்குத் தோன்றியது. பிறகு, கண்மூடித் திறப்பதற்குள் நாங்கள் கங்கைக் கரைக்கு வந்து சேர்ந்தோம். மறுகணம், ஷோன் எங்கள் தேரிலிருந்து வேகமாகக் கீழே குதித்து ஒரு மானைப்போலத் துள்ளி ஓடினான். அவனுடைய சிறிய பாதங்கள் கங்கைக் கரையின் ஈர மணல்மீது பதிந்து சுவடுகளை ஏற்படுத்தின. நான் மட்டும் என் கைகளும் கால்களும் மரத்துப் போயிருந்ததுபோல அங்கேயே நின்றபடி, தண்ணீர் இருந்த திசையில் கண்ணிமைக்காமல் பார்த்தேன். என்ன காரணமோ தெரியவில்லை, எனக்கும் அந்த நீருக்கும் இடையே, துண்டிக்கப்பட முடியாத ஓர் உறுதியான பிணைப்பு இருந்ததுபோல எனக்குத் தோன்றியது. அப்போது இரண்டாவதாக ஓர் எண்ணம் என்னுள் குறுக்கிட்டு, "தண்ணீருக்கும் மனிதனுக்கும் என்ன தொடர்பு இருக்க முடியும்? மனிதனுடைய தாகத்தைத் தணிப்பதற்கான ஒரு தற்காலிகமான பொருள் அது, அவ்வளவுதான்!" என்று கூறியது. நான் பிடித்திருந்த கடிவாளங்கள் எப்போது என் கைகளிலிருந்து நழுவின என்பதை நான் அறியவில்லை. அங்கு நிலவிய காட்சியை என்னுடைய சிறிய கண்களால் நான் முழுவதுமாகப் படம்பிடித்தேன். அப்போது திடீரென்று, என் உடல் முழுவதையும் வெறும் கண்கள் மட்டுமே ஆக்கிரமித்திருந்தால் எவ்வளவு அற்புதமாக இருக்கும் என்று நான் யோசித்தேன்.

ஷோனின் கேள்வி என்னை என்னுடைய சிந்தனையிலிருந்து நனவுலகிற்கு இழுத்து வந்தது. பல்வேறு வண்ணச் சிப்பிகள் அவனுக்குக் கிடைத்திருந்ததால் அவன் காற்றில் மிதப்பதுபோல நடந்தான். அவன் தன்னுடைய கேள்விக் கணைகளால் என்னைத் துளைத்தான். "அண்ணா, சிப்பிகள் எப்படி உருவாகின்றன? தண்ணீரிலிருந்துதானே?"

"ஆமாம்."

"அப்படியானால், தண்ணீரில் ஏன் இந்த வண்ணங்களை நம்மால் பார்க்க முடிவதில்லை?"

சில சமயங்களில் நான் அவனுடைய கேள்விகளுக்கு பதிலளிப்பதைச் சிறிது நேரம் தள்ளிப் போட்டேன். ஏனெனில், கூடுதலாக அடுத்தடுத்துப்

பல கேள்விக் கணைகளை அவன் என்மீது ஏவுவான் என்பதை நான் அறிவேன். ஆனால், அவனுடைய கேள்விகளுக்கு எல்லா நேரங்களிலும் என்னிடம் பதிலகள் இருக்கவில்லை என்பதுதான் உண்மையான காரணம்.

எனவே, அவனுடைய கவனத்தைத் திசை திருப்பும் விதமாக, "நாம் வந்து வெகுநேரம் ஆகிவிட்டது. வா போகலாம்," என்று நான் அவனிடம் கூறினேன்.

நாங்கள் வீட்டுக்குப் புறப்பட்டபோது மாலைப்பொழுது ஆகியிருந்தது. கழுகுகள், குயில்கள், புறாக்கள், காடைகள் ஆகியவை கூட்டங்கூட்டமாகத் தம்முடைய கூடுகளுக்குத் திரும்பிக் கொண்டிருந்தன. ஷோன் தன் கழுத்தைத் தேருக்கு வெளியே நீட்டி, வானில் பறந்து கொண்டிருந்த பறவைக் கூட்டங்களைப் பார்த்துவிட்டு, மீண்டும் என்னிடம் கேள்விகள் கேட்கத் தொடங்கினான். ஆனால் அந்நேரத்தில் என் கவனம் அவன்மீது இருக்கவில்லை. சூரிய பகவான் கம்பீரமான மற்றும் உயரமான மேற்கு மலைகளில் கீழிறங்கத் தொடங்கியிருந்தார். நாள் முழுவதும் இடையறாது ஓடியிருந்தும்கூட, தேரில் பூட்டப்பட்டிருந்த போர்க்குதிரைகள் மட்டும் ஒருபோதும் களைப்படையாமல் இருந்தன. பிரம்மாண்டமான அந்த மேற்கு மலைகள் இரண்டும் சூரிய பகவானின் அரண்மனை வாசலில் நின்ற காவலர்களைப்போல எனக்குத் தோன்றின. தகதகத்துக் கொண்டிருந்த அக்கோளத்தை நான் கண்ணிமைக்காமல் பார்த்துக் கொண்டிருந்தது என் இதயத்தில் ஏதோ ஒரு விநோதமான அசௌகரிய உணர்வைத் தோற்றுவித்தது. அதற்கான காரணம் எனக்குத் தெரியவில்லை. பிரகாசமாக ஒளிர்ந்து கொண்டிருந்த அந்த நெருப்புப் பந்து இன்னும் ஒருசில கணங்களில் என் பார்வையிலிருந்து மறைந்துவிடும் என்பதை நான் அறிந்தேன். சூரியன் மறைந்துவிடும் என்ற எண்ணம், விவரிக்கப்பட முடியாத ஓர் உணர்வை என் உடல் நெடுகிலும் பரப்பியது. நான் அந்தச் செந்நிற வட்டை உற்றுப் பார்த்தேன். ஷோன் என்னை உலுக்கி மீண்டும் யதார்த்த உலகிற்குள் அழைத்து வந்து, இரைச்சலிட்டபடி வானின் குறுக்கே வேகமாகப் பறந்து சென்று கொண்டிருந்த கழுகுக் கூட்டம் ஒன்றை எனக்குச் சுட்டிக்காட்டினான். மற்ற எல்லாப் பறவைகளையும்விட அதிக உயரத்தில் பறந்து சென்று கொண்டிருந்த, பெரிய உடல்களைக் கொண்ட அப்பறவைகளை நான் சிறிது நேரம் கண்கொட்டாமல் பார்த்தேன்.

"அண்ணா, அவை எந்தப் பறவைகள்?" என்று ஷோன் என்னிடம் கேட்டான்.

"பறவைகளின் அரசனான கருடன்கள்."

"அண்ணா, கருடன்களைப்போல உங்களால் அவ்வளவு உயரத்தை எட்ட முடியுமா?" என்று அவன் சர்வசாதாரணமாகக் கேட்டான்.

"அசடு! நான் என்ன ஒரு பறவையா? என்னால் எப்படி அவ்வளவு உயரத்தில் பறக்க முடியும்?"

"சரி, அதை விட்டுத்தள்ளுங்கள். ஆனால், வேகமாக ஓடுகின்ற இந்தக் குதிரைகளை உங்களால் எப்படிக் கட்டுப்படுத்த முடிகிறது என்று சொல்லுங்கள்!"

"ஐயோ கடவுளே! சரி, நான் அந்த கருடன்களைப்போல உயரத்தில்

பறப்பேன். உன்னால் பார்க்க முடியாத அளவு உயரத்தில் நான் பறக்கிறேன், போதுமா? இப்போது உனக்குத் திருப்தியா?" அவன் அந்த பதிலில் திருப்தியடைந்ததுபோலக் காணப்பட்டான். அவனுடைய கண்களில் என்னைக் குறித்த ஒரு மரியாதை பளிச்சிட்டது.

நான் மீண்டும் அந்த மேற்குத் தொடுவானத்தைப் பார்த்துவிட்டு, இறுதியில் அவனிடம், "ஷோன், அந்த சூரியக் கோளத்தைப் பார்த்தாயா? அதைப் பற்றி நீ என்ன நினைக்கிறாய்?" என்று கேட்டேன்.

அவன் அக்கோளத்தைப் பார்த்துவிட்டு, எனக்கு ஏற்பட்ட அதே உணர்வுகளை என்னிடம் பகிர்ந்து கொள்ளுவான் என்று நான் நினைத்தேன். ஆனால் அவன் அச்சூரியனை நோக்கித் தன்னுடைய பார்வையைத் திருப்பிய மறுகணம், அதன் பிரகாசமான ஒளி அவனுடைய கண்களைக் கூசச் செய்தது. ஒருசில கணங்களுக்குப் பிறகு அவன் என்னிடம் திரும்பி, என்னுடைய காதுகளைப் பார்த்தபடி, "அண்ணா, சூரியனின் முகத்தோற்றம் உங்களுடைய முகத்தை ஒத்திருக்கிறது," என்று கூறினான்.

நான் என்னுடைய காதுகளைத் தொட்டபோது, என்னுடைய குண்டலங்களை நான் உணர்ந்தேன். நான் அவற்றோடு பிறந்ததாக எல்லோரும் கூறினர்.

"வசு அண்ணா, அம்மா உங்களை எவ்வளவு நேசிக்கிறார் என்று பார்த்தீர்களா! என்னைவிட உங்கள்மீதுதான் அவர் அதிக அன்பு கொண்டுள்ளார். அதனால்தான் அவர் உங்களுக்கு மட்டும் இந்தக் குண்டலங்களை கொடுத்திருக்கிறார். எனக்குக் குண்டலங்கள் இல்லை பார்த்தீர்களா?" என்று ஷோன் குறை கூறத் தொடங்கினான்.

அவன் தன்னுடைய உள்ளார்ந்த உணர்வுகளை என்னிடம் வெளிப்படுத்திய விதம் என்னை ஆழ்ந்த சிந்தனையில் மூழ்கடித்தது. மேற்குத் திசையில் மறைந்து கொண்டிருந்த சூரியனை நான் உற்றுப் பார்த்தேன். சிறுவனான என்னுடைய மனத்தில் ஏராளமான எண்ணங்கள் முளைத்து என்னைக் குழப்பின. நான் ஒரு கையால் கடிவாளங்களைப் பிடித்துக் கொண்டு, ஷோனின் பார்வையைத் தவிர்த்துவிட்டு, மற்றொரு கையால் சூரியனுக்கு விடைகொடுத்தேன். எனக்கு நெருக்கமான ஏதோ ஒன்று என்னிடமிருந்து நழுவி வெகுதூரம் சென்று கொண்டிருந்தது போன்ற ஒரு விநோதமான பரிதவிப்பு என்னுள் தோன்றி என்னைத் திணறடித்தது. என்னையும் அறியாமல் நான் என் கையிலிருந்த சாட்டையால் குதிரைகளின் முதுகின்மீது அடித்தேன். அவை சத்தமாகக் கனைத்துக் கொண்டே புழுதியைக் கிளப்பியபடி காற்றைப்போலப் பறந்தன. எனக்குப் பக்கத்தில் உட்கார்ந்திருந்த ஷோன், மின்னல் வேகத்தில் ஓடிக் கொண்டிருந்த குதிரைகள், நாங்கள் கடந்து சென்ற அசோக மரங்கள், ஈச்ச மரங்கள், இலுப்பை மரங்கள், பாக்கு மரங்கள், சால் மரங்கள், ஏழிலைப் பாலை மரங்கள், அடர்த்தியான இலைகளைக் கொண்ட பிற மரங்கள் போன்ற எவற்றின்மீதும் என் கவனம் இருக்கவில்லை. பின்னோக்கி ஓடிக் கொண்டிருந்த சாலையையும், அதன் வளைவுகளையும், அதன் திருப்பங்களையும் மட்டுமே நான் கவனித்தேன். அப்போது என் மனத்தில் ஓர் எண்ணம் மின்னல்போலப் பளிச்சிட்டது: "பின்னோக்கி இழுத்துச் செல்லப்பட்டுக் கொண்டிருக்கின்ற இந்தச் சாலையைப்போல,

நான் ஒரு பிரகாசமான தளத்திலிருந்து ஒரு பயங்கரமான இருட்டுக்குள் இழுத்துச் செல்லப்பட்டுக் கொண்டிருக்கிறேன்." இரவின் பன்னிரண்டு மணிநேரத்தையும் நான் தனிமையில்தான் கழிக்க வேண்டியிருக்கும்போல எனக்குத் தோன்றியது.

நாங்கள் எங்கள் வீட்டை அடைந்தவுடன், தான் சேகரித்திருந்த வண்ணமயமான சிப்பிகளை ஷோன் எங்கள் தாயாரின் முன்னால் உற்சாகத்தோடு பரப்பினான். அவர் அவனைப் புகழ்ந்துவிட்டு, என்னைப் பார்த்து, "வசு, நீ என்ன கொண்டு வந்திருக்கிறாய்?" என்று கேட்டார். இது என்னுள் பதற்றத்தை ஏற்படுத்தியது. ஏனெனில், அக்கணத்தில் அவரிடம் சொல்லுவதற்கு என்னிடம் எதுவும் இருக்கவில்லை. ஏனெனில், நான் எதையும் கொண்டு வந்திருக்கவில்லை. எனவே, நான் மிகவும் எச்சரிக்கையாக, "அம்மா, நான் ஷோனை பத்திரமாக வீட்டிற்குக் கொண்டுவந்து சேர்த்திருக்கிறேன். இது போதாதா? நான் மட்டும் இல்லாவிட்டால், இரவு முழுவதும் அவன் அந்தக் கரையிலேயே உட்கார்ந்து சிப்பிகளைச் சேகரித்துக் கொண்டிருந்திருப்பான்," என்று கூறினேன்.

ஷோன் குறுக்கிட்டு, "ஓ, அப்படியா! நீங்களா என்னை அழைத்து வந்தீர்கள்? அம்மா, நான்தான் வசு அண்ணனை இங்கே இழுத்து வந்திருக்கிறேன். இல்லாவிட்டால், காலையில் சூரியன் உதயமாவதற்காக அவர் அங்கேயே காத்துக் கொண்டிருந்திருப்பார்," என்று கூறினான். எங்கள் தாயார் என்னை உற்றுப் பார்த்தார். அவர் ஏன் அவ்வாறு உற்றுப் பார்த்தார் என்பதை என்னால் உணர்ந்து கொள்ள முடியவில்லை. நான் அந்த அறையிலிருந்து எழுந்து வெளியே போய்விட்டேன்.

6

பல்வேறு வடிவங்களைக் கொண்ட எண்ணற்ற விற்களை எங்கள் தந்தையார் எங்கள் வீட்டிற்குக் கொண்டு வந்திருந்தார். ஒரு வில்லின்மீது முதன்முறையாக என் பார்வை பட்டபோது, அதன்மீது ஒரு விநோதமான ஈர்ப்பை நான் உணர்ந்தேன். புறாவின் கழுத்தை ஒத்திருந்த அந்த வில்லின் வளைவும், ஒரு விரல் நகத்தின் தொடுதலால் சத்தம் ஏற்படுத்திய நாணும் என்னைப் பெரிதும் கவர்ந்தன. நான் என் தந்தையின் அனுமதியின்றி அந்த வில்லை எடுத்துக் கொண்டேன் என்று கூறுவது பொருத்தமாக இருக்கும். அதை என் கைகளால் சுழற்றியபடியே ஷோனைப் பார்ப்பதற்காக முற்றத்திற்கு ஓடினேன். அங்கே ஷோன் ஏதோ பாடலை முணுமுணுத்துக் கொண்டே, ஒரு குதிரையின் வாலில் இருந்த நீண்ட, பளபளப்பான முடிகளைப் பிடுங்குவதில் மும்முரமாக இருந்தான். நான் அக்குதிரையின் வாலை அந்த வில்லால் லேசாகத் தட்டிவிட்டு, தொடர்ந்து ஓடிக் கொண்டே அவனிடம் அந்த வில்லைக் காட்டி, "ஷோன், நம்முடைய இந்த விளையாட்டுப் பொருளைப் பார். குதிரையின் முடிகளைப் பிடுங்குவதை நிறுத்து. நமக்கு இப்போது ஒரு புதிய விளையாட்டு கிடைத்திருக்கிறது," என்று உற்சாகத்தோடு கூறினேன்.

ஷோன் தன் கையில் இருந்த முடிகளை வீசி எறிந்துவிட்டு,

"காட்டுங்கள்! காட்டுங்கள்!" என்று கத்திக் கொண்டே ஆர்வத்தோடு என்னை நோக்கி ஓடி வந்தான். பிறகு அந்த வில்லை என் கைகளிலிருந்து எடுத்துக் கொண்டு, தன் கண்கள் விரிய, "இது கனமாக இருக்கிறதல்லவா?" என்று கேட்டான்.

"சிறுபிள்ளைத்தனமாகப் பேசாதே! இது கனமாகவா இருக்கிறது? அதை என்னிடம் கொடு. போய் ஓர் அம்பை எடுத்து வா," என்று நான் அவனை விரட்டினேன்.

"அண்ணனுக்கு ஓர் அம்பு வேண்டும்! அண்ணனுக்கு ஓர் அம்பு வேண்டும்!" என்று கத்திக் கொண்டே அவன் உள்ளே ஓடினான்.

அந்த வில்லின்மீது ஒட்டியிருந்த தூசியை நான் என்னுடைய மேற்துண்டால் கவனமாகத் துடைத்தேன். பிறகு அதை என் கையில் தாங்கிக் கொண்டு அதன் எடையை ஊகிக்க முயற்சி செய்தேன். அப்போது ஓர் அம்பைச் சுமந்து கொண்டு ஷோன் அங்கு வந்தான். அவன் அதை என்னிடம் கொடுத்துவிட்டு, முன்னாலிருந்த ஒரு மிகப் பெரிய ஆலமரத்தைச் சுட்டிக்காட்டி, "அண்ணா, அந்த மரத்தின்மீது அம்பு எய்யுங்கள்," என்று கூறினான்.

நான் அந்த அம்பை வேகமாக என் வில்லின்மீது பொருத்தி, நாணை இழுத்து இறுக்கமாக்கினேன். பிறகு என் கைகளை உறுதியாக்கிக் கொண்டு, அந்த மரத்திற்கு நேராக அம்பைக் குறி வைத்து, என்னுடைய இடது கண்ணை மூடிக் கொண்டு அந்த அம்பை விடுவித்தேன். அது ஒரு பருந்தைப்போல நேராகப் பறந்து சென்று துல்லியமாகத் தன்னுடைய இலக்கைத் தாக்கி அந்த ஆலமரத்தின் அடிமரத்தில் குத்திட்டு நின்றது. அந்த அடிமரத்திலிருந்து பால் போன்ற ஒரு திரவம் வடிந்தது. நான் குறி பார்த்து அந்த மரத்தைத் தாக்கியிருந்ததைக் கண்ட ஷோன் மகிழ்ச்சிக் கூத்தாடினான்.

அன்றிலிருந்து, அது எனக்கும் ஷோனுக்கும் ஒரு தினசரி விளையாட்டாக ஆனது. வானத்தில் வட்டமிட்டுக் கொண்டிருந்த ஒரு பருந்தைக் குறி வைத்துத் தாக்குவது, மரக்கிளைகளில் காற்றினால் மெதுவாக அசைந்தாடிய இளம் மாங்காய்களைப் பிளப்பது, ஒரே நேரத்தில் இரண்டு அம்புகளை எய்து இரண்டு வெவ்வேறு பொருட்களைத் தாக்குவது ஆகிய விளையாட்டுக்களையும் இன்னும் பிற விளையாட்டுக்களையும் மணிக்கணக்கில் நாங்கள் விளையாடினோம். இந்த விளையாட்டுக்களில் எங்கள் தந்தை நடுவராக இருந்தார். அவர் கொடுத்தத் தீர்ப்புகளை நாங்கள் தலை வணங்கி ஏற்றுக் கொண்டோம். ஆனால் ஒரே ஒரு யோசனை மட்டும் என் மனத்தில் மேலோங்கியிருந்தது. வில் வித்தையைப் பற்றிய அனைத்து விஷயங்களையும் ஒன்றுவிடாமல் நான் தெரிந்து கொள்ள விரும்பினேன். குறிப்பாக, பார்வைக்குத் தெரியாத ஓர் இலக்கை வெறுமனே அதன் ஒலியை மட்டுமே கொண்டு குறி வைத்துத் தாக்குவதற்கான திறமையை நான் கற்றுக் கொள்ள விரும்பினேன். ஒரே நேரத்தில் எண்ணற்ற அம்புகளை எய்வது எப்படி என்பதையும் நான் கற்றுக் கொள்ள விரும்பினேன்.

7

கனவுகள் உண்மையிலேயே எதை உணர்த்துகின்றன என்பது யாருக்குத் தெரியும்? என்னைப் பொருத்தவரை, அடக்கி ஒடுக்கப்பட்ட ஆசைகளைக் கனவுகளில் நிறைவேற்றிக் கொள்ளுவதுதான் அது. ஏனெனில், அன்றிரவு, நடனமாடும் விற்களைப் பற்றி நான் கனவு கண்டேன். வளைவான வடிவங்களைக் கொண்ட, மலர்களால் அலங்கரிக்கப்பட்ட விற்கள்; வலிமையான, ஆனால் வளைவுத்தன்மை கொண்ட விற்கள் - நான் அவற்றை ஒவ்வொன்றாக என் கைகளில் தாங்கிப் பிடித்தேன். என் பார்வையில் பட்ட ஒவ்வொரு பொருளும் என்னுடைய இலக்காக ஆயிற்று. அவற்றை நான் துல்லியமாகத் தாக்கினேன். எதுவொன்றையும் துல்லியமாகத் தாக்குவதற்கான என்னுடைய திறனைக் கண்டு பெருமகிழ்ச்சி கொண்டு, கைதட்டி என்னை நானே புகழ்ந்தேன். மறுநாள் காலையில் நான் கைதட்டிக் கொண்டே கண்விழித்தேன்.

ஒருநாள் காலையில், தேர்களை உருவாக்கப் பயன்படுத்தப்பட்ட, கடினமான மற்றும் நெடுங்காலம் நீடித்து உழைக்கக்கூடிய கருவேல மரத்தை வெட்டிக் கொண்டுவருவதற்காக ஷோனும் நானும் அருகிலிருந்த ஒரு காட்டிற்குச் சென்றோம். ஷோன் அன்று மிகவும் உற்சாகமாக இருந்தான். வேறு எதுவொன்றையும்விட, காட்டில் சுற்றித் திரிவதற்கான வாய்ப்பு அவனுக்கு அதிக மகிழ்ச்சியளித்தது. பறவைகளின் இனிய ஓசைகள், மரக் கிளைகளின் உரசல்கள், அருவிகளிலிருந்து தெறித்த நீர்த்துளிகள், பெரிய அடிமரங்களைச் சுற்றிலும் படர்ந்து வளர்ந்திருந்த படர்கொடிகளின் உரசல்கள் ஆகியவை ஷோனுக்குப் பரவசமூட்டின. அவற்றைப் பற்றி மணிக்கணக்கில் அவனால் விவரித்துக் கொண்டே போக முடியும். காட்டிற்குள் போவதில் எனக்கு அவ்வளவு ஆர்வம் இருக்கவில்லை. ஏனெனில், சூரியனின் கதிர்களில் ஒன்றுகூட அங்கு ஊடுருவாது. வார்த்தைகளால் விவரிக்க முடியாத ஒருவிதமான பயம் என்னைச் சூழ்ந்து கொள்ளும், விவரிக்கப்பட முடியாத ஒரு மூச்சுத்திணறலுக்கு நான் ஆளாவேன். எனவே, முடிந்த அளவு விரைவாக நான் அக்காட்டிலிருந்து வெளியேறிவிட முயற்சிப்பேன். காட்டைவிட்டு வெளியேறி, திறந்த வெளிக்கு வந்த பிறகுதான் நான் நிம்மதியடைவேன். சூரியனின் தரிசனம் உடனடியாக என்னுடைய சோர்வை நீக்கப் போதுமானதாக இருந்தது.

நாங்கள் வழக்கம்போல அன்றும் கருவேல மரக்கட்டைகளைச் சேகரித்துக் கொண்டு அக்காட்டிலிருந்து புறப்பட்டோம். அங்கிருந்து வேகமாக வெளியேறிவிட வேண்டும் என்ற துடிப்பில் நான் என் நடையின் வேகத்தைக் கூட்டினேன். ஷோன் என்னைப் பின்தொடர்ந்து வந்து கொண்டிருந்தான். ஒரு வெட்டவெளிக்கு அருகே நான் சற்று நின்றேன். சிறிது நேரத்தில் ஷோன் அங்கு வந்து சேர்ந்தான். அவன் தன்னுடைய மரக்கட்டைகளை ஒரு மரத்திற்கு எதிராகத் தாங்கிப் பிடித்துக் கொண்டு, தன் முகத்தின்மீது இருந்த வியர்வையைத் துடைத்தான். முன்னால் இருந்த சதுப்பு நிலத்தில் ஆங்காங்கே கொத்துக் கொத்தாகக் கோரைப் புற்கள் வளர்ந்திருந்தன. வெள்ளைப் பசுக்களும்

கரிய எருமைகளும் அங்கு மேய்ந்து கொண்டிருந்தன. அக்கூட்டத்தின் நடுவே ஆண்மான் ஒன்றும் நின்று கொண்டிருந்தது. அது தன்னுடைய நேர்த்தியான கொம்புகளை உயர்த்திக் கொண்டு நாங்கள் இருந்த திசையை நோக்கிக் கண்ணிமைக்காமல் பார்த்தது. ஷோனுக்கு இது போதாதா? அவன் உடனடியாக என்னைப் பார்த்து, "அண்ணா, அந்த மான் எப்படி இங்கே இந்தக் கூட்டத்திற்கு வந்து சேர்ந்தது?" என்று கேட்டான். இதற்கு என்னால் என்ன பதில் கூற முடியும்? ஆனால் நான் ஏதோ சொல்லியாக வேண்டியிருந்ததால், நான் இவ்வாறு பதிலளித்தேன்: "அது தவறுதலாக அங்கு வந்து சேர்ந்திருக்கும். அல்லது அதனுடைய கூட்டம் அதைக் கைவிட்டுவிட்டுப் போயிருக்கும். ஆனால், அந்தக் கால்நடைகளுக்கு நடுவே அது தனித்துவமாகவும் ஒய்யாரமாகவும் காட்சியளிக்கிறதல்லவா?" நான் ஷோனுக்கு இப்படி பதிலளித்திருந்தபோதிலும், அந்த மான் எதனால் அங்கு தன்னந்தனியாக இருந்தது என்று நான் யோசித்தேன். நான் நெடுநேரம் கடுமையாக யோசித்தும்கூட ஒரு பொருத்தமான விளக்கத்தை என்னால் கண்டுபிடிக்க முடியவில்லை.

அந்த மானைப் பார்த்துக் கொண்டே நாங்கள் தொடர்ந்து முன்னோக்கி நடந்தோம். அந்த மானின் கொம்புகள் என்னை மிகவும் கவர்ந்தன. என்னையும் அறியாமல் என்னுடைய கைகள் என் காதுகளை நோக்கிச் சென்று அவற்றில் தொங்கிக் கொண்டிருந்த குண்டலங்களைத் தொட்டுத் தடவின. "நானும் அந்த மானைப்போலத் தனிச்சிறப்பும் வசீகரமும் வாய்ந்தவனோ?" என்று எனக்கு நானே கேட்டுக் கொண்டேன்.

என்னுடைய குண்டலங்களைப் பற்றி நான் என் தாயாரிடம் பல முறை துருவித் துருவிக் கேட்டு வந்திருந்தேன். ஆனால் ஒரு திருப்திகரமான விளக்கத்தை அவரால் ஒருபோதும் கொடுக்க முடியவில்லை. ஒருமுறை நான் அவரிடம், "அம்மா, ஷோனும் நானும் சகோதரர்கள்தானே? அவனுடைய காதுகளில் மட்டும் ஏன் குண்டலங்கள் இல்லை?" என்று வெளிப்படையாகக் கேட்டேன். இக்கேள்வியால் திக்குமுக்காடிய என் தாயார் ஒருவழியாக சுதாரித்துக் கொண்டு, "இதைப் பற்றி என்னிடம் கேட்காதே. போய் உன் தந்தையிடம் கேள்," என்று கூறினார். அவர் இதைச் சொன்னபோது அவருடைய முகத்தின்மீது கவலை படர்ந்தது.

நான் என் தந்தையை அணுகி அவரிடம் அதே கேள்வியைக் கேட்டேன். அவர் எனக்கு ஒரு விநோதமான பதிலைக் கொடுத்தார். "போய் கங்கைத் தாயிடம் கேள். உன் கேள்விக்கான பதிலை அவள் ஒருத்தியால் மட்டுமே கொடுக்க முடியும்," என்று அவர் கூறினார்.

நான் ஆழ்ந்த சிந்தனையில் மூழ்கிப் போனேன். "கங்கைத் தாயால் எப்படி இதற்கு பதிலளிக்க முடியும்? ஒரு நதியால் பேச முடியுமா? வயதில் பெரியவர்கள் ஏன் இப்படிப் புரியாப் புதிராக நடந்து கொள்ளுகின்றனர்?"

அன்று மாலையில், நான் தன்னந்தனியாக கங்கைக் கரையை நோக்கி நடந்தேன். நான் அக்கரையின்மீது அமர்ந்து கொண்டு, உருண்டோடிக் கொண்டிருந்த ஒவ்வோர் அலையையும் பார்த்து, "ஏன் நான் ஒருவன் மட்டும் உடலோடு ஒட்டிய குண்டலங்களோடு பிறந்திருக்கிறேன்?" என்று கேட்டேன். ஆனால் எந்தவோர் அலையும் பதிலளிக்கவில்லை.

உலகிலுள்ள பெரியவர்கள் அனைவருமே பொய்யர்கள் என்று அன்று எனக்குத் தோன்றியது. இளவயதுக்காரர்களை இருட்டில் தத்தளிக்க விடுவது மட்டுமே அவர்களுடைய இலக்குப்போலும்! இல்லாவிட்டால், வயதில் மூத்த, மதிப்பிற்குரிய கங்கைத் தாய்கூட மௌனம் காப்பாளா?

மறுநாள் மாலையில் நான் வில் வித்தைப் பயிற்சியில் ஈடுபட்டிருந்தபோது, நான் ஷோனிடம் அதே கேள்வியைக் கேட்டேன். "ஷோன், என்னிடம் உண்மையைச் சொல். உனக்கு ஏன் உடலோடு ஒட்டிய குண்டலங்கள் இல்லை?" அவனுடைய பதில் எனக்குத் திகைப்பூட்டியது. "அண்ணா, அதற்கான காரணம் எனக்குத் தெரியாது. ஆனால் நான் ஒன்று மட்டும் சொல்லுவேன்: எனக்கு உங்கள் குண்டலங்கள் மிகவும் பிடித்திருக்கின்றன! இரவில் நீங்கள் தூங்கும்போது, அவை நட்சத்திரங்களைப்போல மின்னுகின்றன. அவற்றிலிருந்து வெளிப்படுகின்ற மென்மையான நீல ஒளி உங்களுடைய இளஞ்சிவப்புக் கன்னங்களை ஒளிரச் செய்கிறது."

நான் வியப்பில் வாய் பிளந்தபடி அவனைப் பார்த்தேன். அவன் பொய்யுரைத்துக் கொண்டிருக்கவில்லை. ஏனெனில், அவன் என்னிடம் பொய் சொல்ல மாட்டான் என்பதை நான் அறிவேன். ஏகப்பட்டக் கேள்விகள் என் மனத்தை ஆக்கிரமித்தன. என் உடலோடு ஒட்டிய, மினுமினுக்கும் குண்டலங்கள் வேறு யாரிடமும் இல்லை! அவை ஏன் எனக்கு மட்டும் வழங்கப்பட்டுள்ளன? நான் யார்? நான் ஷோனின் தோள்களைத் தொட்டு அவனை உலுக்கி, "ஷோன், நான் யார்?" என்று கேட்டேன்.

குலுங்கிக் கொண்டிருந்த என்னுடைய குண்டலங்களை ஆச்சரியத்தோடு பார்த்தபடி, அவன், "வசு அண்ணா, நீங்கள் என்னுடைய மூத்த சகோதரர்!" என்று வெகுளித்தனமாகக் கூறினான்.

நான் அவனுடைய தோள்களை விடுவித்தேன். அவனுடைய பதில் என்னுடைய பிரச்சனையைத் தீர்க்கவில்லை. நான் மேற்குத் தொடுவானத்தை வெறித்துப் பார்த்தேன். பரந்து விரிந்திருந்த வானம் நெடுகிலும் எண்ணற்ற வண்ணங்களைத் தெளித்திருந்த சூரிய பகவான் இப்போது மெல்ல மெல்ல மறைந்து கொண்டிருந்தார். என் மனத்தில் என்னுடைய குண்டலங்களைப் பற்றிய தீராத ஆர்வக் குறுகுறுப்பு ஆழமாகியது.

8

நான் எவ்வளவு கடினமாக முயன்றபோதிலும் அன்றிரவு என்னால் தூங்க முடியவில்லை. ஆவல் என்பது இருப்புக் கொள்ள முடியாமல் தவிக்கின்ற ஒரு குதிரையைப் போன்றது. உங்கள் எண்ணங்களின் கடிவாளங்களை நீங்கள் எவ்வளவுதான் இழுத்துப் பிடித்தாலும், அந்த எண்ணங்கள் தொடர்ந்து முன்னோக்கி ஓடிச் சென்று கொண்டே இருக்கும். நான் அந்தப் பக்கமும் இந்தப் பக்கமுமாகப் புரண்டு புரண்டு படுத்தேன். ஒரு கேள்வி மட்டும் பல விதங்களில் மீண்டும் மீண்டும் என் மனத்தைக் குடைந்தெடுத்தது: "எனக்கு ஏன் அந்தக் குண்டலங்கள் கொடுக்கப்பட்டுள்ளன? அவை ஏன் என்னுடைய காதுகளில்

தொங்கிக் கொண்டிருக்கின்றன? இரவில் அவை மினுமினுப்பதாக ஷோன் என்னிடம் கூறினான். அவை எவ்வாறு மினுமினுக்கின்றன? அவை ஏன் மினுமினுக்கின்றன? ஏன்?" நான் என் படுக்கையிலிருந்து துள்ளியெழுந்தேன். என்னுடைய குண்டலங்கள் உண்மையிலேயே மின்னினவா என்று பார்ப்பதற்காக நான் என் கண்களின் ஓரமாகப் பக்கவாட்டில் பார்க்க முயற்சித்தேன். ஆனால் என் காதுகள் என் பார்வை வீச்சிற்குள் வர மறுத்தன. நான் பொறுமையிழந்தேன். என் சொந்தக் காதுகளை நான் எவ்வாறு பார்ப்பது? இதைப் பற்றி நான் நெடுநேரம் யோசித்துக் கொண்டே இருந்தேன். எல்லாம் குழப்பமூட்டுவதாக இருந்தது. ஷோனை எழுப்பி, என் குண்டலங்கள் உண்மையிலேயே ஒளிர்ந்தனவா இல்லையா என்று அவனிடம் கேட்கலாமா என்று ஒரு கணம் நான் யோசித்தேன். ஆனால் அவன் எங்கள் தாயின் மடிமீது தலை வைத்து அயர்ந்து தூங்கிக் கொண்டிருந்தான். அவனை எழுப்பினால் என் தாயும் எழுந்துவிடுவார். எங்கள் தந்தை அஸ்தினாபுரத்தில் இருந்தார். இப்போது நான் என்னதான் செய்வது? திடீரென்று என் தந்தையின் வார்த்தைகள் என் நினைவுக்கு வந்தன: "கங்கைத் தாய் என்றேனும் ஒரு நாள் உன் கேள்விக்கு பதிலளிப்பாள்." நான் ஓசை படாமல் என் படுக்கையைவிட்டுக் கீழே இறங்கி, பயத்தோடு எங்கள் வீட்டுக் கதவைத் திறந்து, கங்கையை நோக்கி நடக்கலானேன். பிரகாசமான வெண்ணிற நட்சத்திரங்கள் பெருந்திரளாக விண்ணை ஆக்கிரமித்திருந்ததால் ஒட்டுமொத்த வானமும் ஒளிவீசியது. "அண்ணா, உங்கள் குண்டலங்கள் நட்சத்திரங்களைப்போல மின்னுகின்றன," என்று ஷோன் ஒருமுறை கூறியிருந்தான். எனவே, அவை உண்மையிலேயே எப்படி மின்னின, அந்த மினுமினுப்பில் அப்படியென்ன தனிச்சிறப்பு இருந்தது என்று பார்க்கும் விதமாக நான் அவற்றை உற்றுப் பார்த்தேன். ஆனால் அது எனக்குத் திருப்தியளிக்கவில்லை. வாழை மர இலைகள் இடைவிடாது சலசலத்துக் கொண்டே இருந்தன. சம்பாநகரி ஒரு கோவிலின் கருவறையைப்போல மிகவும் அமைதியானது, சலனமற்றது. அவ்வப்போது, அருகிலிருந்த ஒரு லாயத்திலிருந்து குதிரைகளின் கனைப்புச் சத்தம் மட்டும் கேட்கும். மங்கலான நிலவொளியில் எனக்கு முன்னே இருந்த சாலை எனக்குத் தெளிவாகத் தெரியவில்லை. ஆனாலும் நான் வேகவேகமாக நடந்தேன். மெல்லிய தென்றல் காற்று என் உடலை வருடியது. நான் என்னுடைய மேற்துண்டை என்னுடன் எடுத்துவர மறந்திருந்தேன். நெடுநேரத்திற்குப் பிறகு நான் கங்கைக் கரைக்கு வந்து சேர்ந்தேன். பகலில், துள்ளிக் குதித்தோடும் நீரின் ஒரு பிரம்மாண்டமான கொள்கலனாக இருந்த கங்கை நதி, இரவில் மென்மையாக ஓடியது. பகலில், தொடுவானத்தைத் தொட்டதுபோலத் தோன்றிய அந்த பிரம்மாண்டமான கொள்கலன், இரவு சாம்ராஜ்ஜியத்தில் அடங்கி ஒடுங்கி இருந்தது. இப்போது அலைகள் மட்டும் மணலில் இருந்த கூழாங்கற்களைத் தொடர்ந்து உரசிச் சென்று கொண்டிருந்தன. கங்கையின் சீரான தாளம் அந்த இடத்தின் அமைதியை ஆழப்படுத்தியது. நான் அந்த அமைதியெனும் இசையில் மெய்மறந்து நின்றேன். நான் கங்கையிடம் கேள்வி கேட்க வந்திருந்தேன் என்பதே ஒரு கணம் எனக்கு மறந்து போயிற்று. நான் ஏதோ சிந்தித்தபடி கங்கையினுள் அடியெடுத்து வைத்தேன். அந்த அமைதியான நீரில் நட்சத்திரங்கள் தூய்மையாகப் பிரதிபலித்தன.

அவற்றில் இரண்டு நட்சத்திரங்கள் மட்டும் தனித்துவமாக ஒளிர்ந்தன. நீராஞ்சலி செய்வதற்காக நான் கீழே குனிந்து என் இரண்டு கைகளாலும் நீரை அள்ளியபோது, குறிப்பிட்ட அந்த இரண்டு நட்சத்திரங்களும் இன்னும் அதிகப் பிரகாசத்துடன் ஒளிர்ந்தன. நான் என் முகத்தை நீரின் வெகு அருகே கொண்டு சென்று அந்த நட்சத்திரங்களை உற்றுப் பார்த்தேன். அவை உண்மையில் நட்சத்திரங்களே அல்ல; அவை என்னுடைய குண்டலங்கள்! கங்கையின் ஆழமான கண்ணாடியில் அவை மென்மையாக ஒளிவீசின. அலைகள் உருண்டோடியபோது, என்னுடைய குண்டலங்களின் பிரதிபலிப்பு அவற்றோடு சேர்ந்து நீண்டதுபோலத் தோன்றியது. நான் என்னுடைய முகத்தின் பிரதிபலிப்பை உற்றுப் பார்த்தேன். என்னுடைய இரண்டு குண்டலங்களும் அந்த நீரில் நீல நிறத்தில் வட்டமாக ஒளிர்ந்தன. என்னுடைய குண்டலங்கள் இரவில் ஒளிர்ந்தன என்ற ரகசியத்தை நான் கங்கைத் தாயிடமிருந்து அறிந்து கொண்டேன். ஆனால், ஒளிரும் குண்டலங்கள் ஏன் எனக்கு மட்டும் வழங்கப்பட்டிருந்தன? நான் யார்? நான் யார்?

நான் அந்த நீரில் அப்படியே நின்றேன். ஒரு சந்தேகம் தீர்ந்துவிட்டது. ஆனால் இரண்டாவது சந்தேகம் இன்னும் நீடித்தது. "ஒளிரும் குண்டலங்கள் ஏன் எனக்கு மட்டும் வழங்கப்பட்டிருந்தன?" நான் அந்த நீரில் மூன்று மணிநேரம் அசையாமல் நின்றேன். அதிகாலையில் கோவில் மணியோசை கேட்டபோதுதான் என் வீடு என் நினைவுக்கு வந்தது. இருள் இன்னும் முழுமையாக விலகியிருக்கவில்லை என்றாலும், என்னைக் காணாமல் என் தாயார் கவலைப்பட்டுக் கொண்டிருப்பார் என்பதை நினைத்தபோது, நான் விரைவாக வீடு திரும்புவதென்று தீர்மானித்தேன். இருள் சாம்ராஜ்ஜியத்தில் இரண்டறக் கலந்திருந்த கங்கைத் தாய், மீண்டும் அந்தப் பரந்த நீலவானத்துடன் கை கோர்த்துக் கொண்டாள். முதல் மழைத்துளிகள் மண்ணில் பட்டவுடன் பூமித் தாயின் மடியிலிருந்து ஒரு விதை மெல்ல முளைத்து வெளிவருவதைப்போல, கங்கைத் தாயின் கருவறையிலிருந்து தூரத்தில் சூரிய பகவான் வெளிவந்தார். நான் அவரைப் பார்த்தேன். உடனடியாக என் மனம் அமைதியடைந்தது. என்னையும் அறியாமல் நான் என் உள்ளங்கைகளை ஒரு குவளைபோலக் குவித்து நீரை அள்ளினேன். பிறகு நான் என் கண்களை மூடிக் கொண்டு, சூரிய பகவானுக்கு அந்த நீரை மெதுவாக அர்ப்பணம் செய்துவிட்டு வீடு திரும்பினேன்.

இரவில் மங்கலாகத் தெரிந்த பாதை இப்போது தெளிவடைந்து கொண்டிருந்தது. இரவில் ஒரு கோவிலின் கருவறையைப்போல இருந்த சம்பாநகரி, இப்போது அக்கோவிலின் உச்சியில் படபடத்துக் கொண்டிருந்த கொடியைப்போலத் தெரிந்தது. "வசு, நீ எங்கே போயிருந்தாய்?" என்று என் தாயார் கேட்டார். அவர் கவலையாகக் காணப்பட்டார்.

"நான் கங்கைத் தாயின் கரைக்குச் சென்றிருந்தேன். நீங்கள் என்னிடம் ஒருபோதும் சொல்லாத ஒரு விஷயத்தை கங்கைத் தாய் என்னிடம் கூறினாள். என்னுடைய குண்டலங்கள் எவ்வாறு ஒளிர்ந்தன என்பதை அவள் எனக்குக் காட்டினாள்."

என் தாயார் பெரும் அச்சத்துடன் என்னைப் பார்த்தார். சில சமயங்களில் அவர் என்னைப் பார்த்தபோது அவருடைய முகத்தின்மீது

தென்பட்ட அதே விநோதமான பயம் அப்போது தெரிந்தது. அவர் என்னிடம் இன்னும் ஏதோ கேட்க விரும்பினார். ஆனால் அவருடைய கேள்வியைத் தவிர்ப்பதற்காக நான் அங்கிருந்து வேகமாக வெளியே ஓடிவிட்டேன்.

9

எங்கள் வீட்டிற்கு முன்பாக மிகப் பெரிய ஆலமரம் ஒன்று இருந்தது. அதை மரம் என்று கூறுவதற்கு பதிலாக, பறவைகளின் சரணாலயம் என்று கூறுவது பொருத்தமாக இருக்கும். ஏனெனில், பல்வேறு நிறங்களையும் பல்வேறு குரல்களையும் கொண்ட பறவைகள் அங்கு வசித்தன. கோடைக்காலத்தில் அம்மரத்தில் சின்னஞ்சிறிய செந்நிறக் கனிகள் காய்த்துக் குலுங்கியபோது, மரமெனும் வானத்தில் செந்நிற நட்சத்திரங்கள் ஜொலித்துக் கொண்டிருந்ததுபோலத் தோன்றியது. அம்மரத்தில் வசித்தப் பறவைகள் கீச்சொலி எழுப்பித் தம்முடைய மகிழ்ச்சியை ஒன்றோடொன்று பரிமாறிக் கொண்டதுபோல எனக்குத் தோன்றியது. அவற்றின் இனிய இசையை நான் மணிக்கணக்கில் கேட்டு ரசித்தேன். நான் அந்த மரத்தைப்போல இருக்க விரும்பினேன். என்மீது வளரும் கனிகளை உண்டு அனைத்துப் பறவைகளும் பேரின்பம் கொள்ள வேண்டும் என்று நான் விரும்பினேன். மரக்கிளைகளில் இளைப்பாறுவதைத் துச்சமாக மதித்த, பறவைகளின் அரசனான கருடன்கூட என்னைப் பார்க்க வர வேண்டும் என்று நான் விரும்பினேன். பாம்புகளை மட்டுமே உட்கொண்ட கருடன் என்னை அணுகி, அகந்தையோடு, "சீ! சீ! இப்படிப்பட்ட மென்மையான கனிகளைக் கொத்தித் தின்பதற்காக நான் பிறக்கவில்லை!" என்று கூறும். நான் என்னுடைய இலைக் கைகளைக் குவித்து, "பறவைகளின் அரசனே! நீ என்னுடைய கனிகளை உண்ண வேண்டாம். ஆனால் சிறிது நேரம் இங்கே தங்கி இளைப்பாறிவிட்டுச் செல்லலாமே," என்று கெஞ்சுவேன். அது ஒருசில கணங்கள் இளைப்பாறிவிட்டு, ஒரே ஒரு சிறிய கனியைப் பறித்துக் கொண்டு மீண்டும் உயரத்தில் பறந்து சென்றுவிடும். அதனுடைய இந்த சமரச நடத்தையால் குதூகலமடைந்து நான் என்னுடைய இலைக் கைகளை உற்சாகமாகத் தட்டுவேன். மேலாடைபோல என்னைச் சுற்றிலும் படர்ந்திருக்கின்ற கொடிகள் பரவசத்தோடு வானில் படபடக்கும்.

நான் அந்த ஆலமரத்தை உற்றுப் பார்த்தேன். அது ஒரு கதாயுதத்தின் வடிவில் இருந்தது. அதன் மேற்பக்கத்தில் வட்ட வடிவில் அடர்த்தியாகக் கிளைகள் வளர்ந்திருந்தன. கீழே வலிமையான அடிமரம் இருந்தது. திடீரென்று 'விஷ்க்' என்ற ஒரு சத்தம் கேட்டது! சத்தம் வந்தத் திசையில் நான் திரும்பினேன். எங்களுடைய அண்டைவீட்டுக்காரரான பகதத்தர் தன்னுடைய சாட்டையை விளாசிக் கொண்டிருந்தார். ஒரு தேரோட்டியான அவரை நான் ஆச்சரியத்தோடு பார்த்தேன். அவர் அந்தச் சாட்டையைத் தன்னுடைய கழுத்தைச் சுற்றி சுழற்றியபடி என்னைப் பார்த்து, "வசு, என்ன பிரச்சனை? நீ ஏன் இப்படி வெறித்துப் பார்த்துக் கொண்டிருக்கிறாய்?" என்று கேட்டார்.

"ஒன்றுமில்லை. நான் வெறுமனே அந்தப் பறவைகளைப் பார்த்துக் கொண்டிருந்தேன்," என்று நான் பதிலளித்தேன்.

"இந்த ஆலமரத்தில் உள்ள பறவைகளையா? நீ உண்மையிலேயே பறவைகளைப் பார்க்க விரும்பினால், காட்டிற்குச் சென்று அசோக மரத்தைப் பார்க்க வேண்டும். இந்த ஆலமரத்தில் பெரும்பாலும் காக்கைகள் மட்டுமே இருக்கின்றன. அவை மட்டும்தான் அளவுக்கதிகமாகக் கனிந்த அல்லது அழுகிய கனிகளைக் களிப்போடு உண்ணும்," என்று கூறிவிட்டு, கீழே கிடந்த கனிகளை அவர் தன்னுடைய சாட்டையால் விளாசினார்.

"காக்கைகளா?" என்று நான் கேட்டேன்.

"ஆமாம். வானம்பாடிகள், கழுகுகள், குயில்கள் போன்றவை எப்போதாவது இங்கு வரும். அந்த ஓரிரண்டு குயில்கள்கூட, ஒரு பெண் குயிலின் கவர்ச்சியால் ஈர்க்கப்பட்டே இங்கு வரும்," என்று அவர் கூறினார்.

"கவர்ச்சியா?" என்று நான் ஆர்வக் குறுகுறுப்போடு கேட்டேன். அது என்னவென்று நான் தெரிந்து கொள்ள விரும்பினேன்.

"வசு, குயில் ஒன்று இங்குள்ள காக்கையின் கூட்டில் ரகசியமாக முட்டையிடும். அந்த முட்டையின் வடிவமும் நிறமும் துல்லியமாக ஒரு காக்கையின் முட்டையைப்போலவே இருக்கும். வேறொரு பறவையின் முட்டை தன்னுடைய கூட்டியில் இருக்கிறது என்ற சந்தேகம் அந்தக் காக்கைக்கு ஒருபோதும் வருவதில்லை. அது அந்தக் குயிலின் முட்டையையும் சேர்த்து அடைகாக்கும். ஆகவே, எல்லோரையும் தன்னுடைய குரலால் வசீகரிக்கின்ற ஒரு பறவை அந்தக் காக்கையின் கூட்டில் வளர்க்கப்படுகிறது." அவர் இவ்வாறு கூறிவிட்டு மீண்டும் தன்னுடைய சாட்டையைத் தன்னுடைய கழுத்தைச் சுற்றிச் சுழற்றினார்.

ஒரு காக்கையின் கூட்டில் ஒரு குயிலா? நான் இதைப் பற்றி ஆழமாக யோசித்தேன். அது எப்படிச் சாத்தியமாகும்? பகதத்தர் உண்மையைத்தான் கூறிக் கொண்டிருந்தார் என்பதற்கு என்ன ஆதாரம் இருந்தது? ஒருவேளை அவர் உண்மையைக் கூறிக் கொண்டிருந்ததாக வைத்துக் கொண்டாலும், அதனால் என்ன? ஒரு காக்கையின் கூட்டில் ஒரு குயில் வளருவதால் என்ன தீங்கு நேர்ந்துவிடும்? குயில்கள் காக்கைகளின் கூடுகளில் வளர்ந்துவிட்டுப் போகட்டுமே! ஆனால், ஒரு காக்கையின் கூட்டில் வளருவதால் ஒரு குயில் ஒரு காக்கையாக மாறுவதில்லை, இல்லையா? வசந்தகாலம் வரும்போது, அந்தக் குயிலின் இனிய குரல் அந்த உண்மையை வெளிச்சம் போட்டுக் காட்டிவிடும்! நான் ஒரு குயில்! நான் ஒரு குயில்!

10

ஒருநாள், சம்பாநகரியின் அனைத்துக் குழந்தைகளும் ஒரு மேட்டுத் திடலில் விளையாடிக் கொண்டிருந்தனர். அவர்களில் ஒருவன், 'அரசர்களும் அவையோரும்' என்ற விளையாட்டை விளையாடலாம் என்ற ஓர் அருமையான யோசனையை முன்வைத்தான். குழந்தைகள்தாம் உண்மையான படைப்பாளர்களான ரிஷிகள், இல்லையா? அன்று

அவர்கள் ஓர் அரசவையை அங்கு நடத்திக் காட்டினர். வலிமையான மற்றும் பருமனான சிறுவர்கள் தங்களுக்கு ஏற்ற மதிப்பான பதவிகளை எடுத்துக் கொண்டனர். பொருளாளர்கள், மெய்க்காப்பாளர்கள், தளபதிகள், அமைச்சர்கள், ஆலோசகர்கள், மற்றும் பிறராக அச்சிறுவர்கள் பொருத்தமான பாத்திரங்களை ஏற்றுக் கொண்டனர். அவையரசியலின் நுணுக்கங்கள் அனைத்தைப் பற்றியும் அவர்களுக்கு எப்படித் தெரிந்திருந்தது என்பது விநோதமான விஷயம்தான்!

அந்த மேட்டுத் திடலின் நடுவில் ஒரு பெரிய பாறை இருந்தது. அது நிலத்தில் நன்றாகப் பதிந்திருந்தது. அது அந்த அரசவையில் அரியணையாக ஆயிற்று. ஷோன் தளபதியாக நடித்துக் கொண்டிருந்தான். நான் அவனை வீட்டிற்கு அழைத்துச் செல்லுவதற்காக அங்கே சென்றேன். ஏனெனில், சற்று முன்னர்தான் எங்கள் தந்தை அஸ்தினாபுரத்திலிருந்து திரும்பி வந்திருந்தார். அவர் ஒரு மகிழ்ச்சியான செய்தியையும் கொண்டு வந்திருந்தார். அவர் என்னைத் தன்னோடு அஸ்தினாபுரத்திற்கு அழைத்துச் செல்லவிருந்தார் என்பதுதான் அது. "வசு, சிறந்த கல்வியறிவும் ஆயுதக் கலைகளில் திறமையும் கைவரப் பெற்றுள்ள துரோணர் என்ற ஒரு குரு அஸ்தினாபுரத்தில் இருக்கிறார். நீ அவரிடம் போர்ப் பயிற்சி பெற வேண்டும் என்று நான் விரும்புகிறேன்," என்று என் தந்தை கூறினார். நான் உடனடியாக ஷோனைப் பற்றி நினைத்தேன், ஆனால் அவன் அப்போது வீட்டில் இல்லை. நான் அஸ்தினாபுரத்திற்குச் செல்லவிருந்த செய்தியை அவனிடம் நயமாகவும் லாவகமாகவும் தெரிவித்தாக வேண்டும் என்று நான் தீர்மானித்தேன். ஏனெனில், என்னோடு அஸ்தினாபுரத்திற்குத் தன்னையும் அழைத்துச் செல்லும்படி அவன் எங்கள் பெற்றோரைக் கட்டாயப்படுத்தக்கூடும் என்று நான் பயந்தேன். ஷோனை ஒரு விஷயத்தை ஒப்புக் கொள்ளும்படி செய்வது எங்கள் யாருக்கும் ஒருபோதும் சுலபமான காரியமாக இருந்ததில்லை.

நான் அந்த மேட்டுத் திடலை அடைந்தவுடனேயே எல்லாச் சிறுவர்களும் ஷோனைப் பார்த்து, "வசுவைக் கூப்பிடு! வசுவைக் கூப்பிடு!" என்று கத்தத் தொடங்கினர். ஷோன் உற்சாகமாகத் தன்னுடைய கைகளை மேலே உயர்த்தி, "வசு அண்ணா, வேகமாக இங்கே வாருங்கள்!" என்று கத்தினான். நான் அவனிடம் விரைந்தேன். எல்லோரும் என்னைச் சுற்றிலும் வட்டமாக நின்று கொண்டு காட்டுக் கூச்சல் போட்டனர். அவர்கள் என்ன கூறிக் கொண்டிருந்தார்கள் என்று ஒரு கணம் எனக்கு எதுவும் புரியவில்லை. 'ராஜா-வசு-குண்டலங்கள்-தளபதி' போன்ற வார்த்தைகளும் விநோதமான இன்னும் சில வார்த்தைகளும் என் காதுகளைத் தாக்கின. நான் என் இரண்டு கைகளையும் மேலே உயர்த்தி, இறுதியில், "எல்லோரும் வாயை மூடுங்கள்!" என்று அவர்களைவிடச் சத்தமாகக் கத்தினேன். அங்கு நிலவிய அமளி உடனடியாக அடங்கியது.

பிரம்மதத்தன் என்னிடம், "நாங்கள் ஓர் அரசவையை ஏற்பாடு செய்திருக்கிறோம். ஒரு சரியான அரசன் மட்டும் எங்களுக்குக் கிடைக்கவில்லை. உனக்குக் குண்டலங்கள் இருப்பதால் நாங்கள் உன்னை அரசனாக ஆக்கப் போகிறோம்," என்று எல்லோரின் சார்பிலும் கூறினான். எல்லோரும் அதை ஆமோதித்துச் சத்தமாகக்

குரலெழுப்பினர்.

"அது முடியாது. நான் ஷோனை வீட்டிற்கு அழைத்துச் செல்லுவதற்காகத்தான் இங்கு வந்திருக்கிறேன்," என்று கூறி நான் எதிர்ப்புக் காட்டினேன்.

"இல்லை, ஷோனை எங்களால் அனுப்ப முடியாது. அவன்தான் தளபதி. ஒரு மன்னர் ஒரு தளபதியை அழைக்கப் போக மாட்டார். ஏவலர்களாகிய நாங்கள்தான் அத்தகைய வேலைகளைச் செய்ய வேண்டும்," என்று குறும்புக்காரச் சிறுவனான பாகுகேது புத்திசாலித்தனமாகப் பேசினான்.

அமைச்சர் வேடம் ஏற்றிருந்த பிரம்மதத்தன், ஷோனைப் பார்த்து, "நீ தளபதியல்லவா? அப்படியானால், நீ அரசரைப் பெயர் சொல்லி அழைப்பது முறையா? 'வசு, வா இங்கே,' என்றல்லவா நீ கூறினாய். தளபதியே விதிமுறைகளை மீறினால், படையிலுள்ள மற்றவர்களிடமிருந்து நம்மால் என்ன எதிர்பார்க்க முடியும்?" என்று எச்சரித்தான்.

நான் தயங்கினேன், ஆனால் அவர்கள் எல்லோரும் என்னுடைய கையைப் பிடித்து இழுத்துச் சென்று அந்தக் கரும்பாறை அரியணையின்மீது என்னை அமர வைத்தனர். பிறகு, பிரம்மதத்தன் என் முன்னால் மரியாதையாகப் பணிந்து வணங்கிவிட்டு இவ்வாறு கூறினான்: "சம்பாநகரியின் அதிபதி! மன்னர் வசுசேனர்-!"

அவன் தன் வாக்கியத்தை முடிப்பதற்குள் மற்றவர்கள் உற்சாகமாக, "மன்னர் வசுசேனர் வாழ்க!" என்று மகிழ்ச்சியாகக் கோஷமிட்டுவிட்டுக் கீழே உட்கார்ந்தனர். இப்போது அங்கிருந்து தப்பிக்க எனக்கு எந்த வழியும் இல்லாததால், நான் அரச கம்பீரத்துடன், "அமைச்சரே! அவையோரின் முன்னால் அவை நிகழ்ச்சிகளைத் துவக்கி வையுங்கள்," என்று உத்தரவிட்டேன்.

அவை தொடங்கியது. ஆனால் அங்கு எழுந்த உரத்த வெற்றி முழக்கங்கள், அருகிலிருந்த ஒரு புல்வெளியில் பிற விலங்குகளோடு சேர்ந்து மேய்ந்து கொண்டிருந்த ஒரு மிகப் பெரிய காளை மாட்டிற்கு எரிச்சலை உண்டாக்கிவிட்டது. அதன் அடர்த்தியான வால் முறுக்கேறியது. அது தன்னுடைய நாசித் துவாரங்கள் துடிக்க, ஆக்ரோஷமாகப் பெருமூச்சு விட்டுக் கொண்டே, சத்தம் வந்த திசையில் காதுகளை உயர்த்தி, கொம்புகளை முன்னோக்கிச் சாய்த்துக் கொண்டு எங்களை நோக்கி வேகமாக ஓடி வரத் தொடங்கியது. அந்த பயங்கரமான உருவம் எங்களை நோக்கிப் பாய்ந்து வந்து கொண்டிருந்ததைக் கண்ட பிரம்மதத்தன் பீதியடைந்து, தன் கைகளை உயர்த்தி, "தளபதி! மன்னா! ஓடுங்கள்! ஓடுங்கள்! நம் நாட்டில் ஒரு பேரழிவு..." என்று கத்திக் கொண்டே பாதுகாப்புத் தேடி ஓடினான்.

மழை நீர் விரைவில் எல்லாத் திசைகளிலும் பரவுவதைப்போல, கண்ணிமைக்கும் நேரத்திற்குள் சிறுவர்கள் அனைவரும் சிதறி ஓடிவிட்டனர். ஷோன் என் கையைப் பிடித்து இழுத்துக் கொண்டே இருந்தான். நான் எழுந்து அந்தப் பாறையின்மீது நேராக நிமிர்ந்து நின்றேன். பிறகு ஷோனை மேலே இழுத்து எனக்குப் பின்னால் நிற்க வைத்தேன். அந்தக் காளை ஒரு புயலைப்போல எங்களை நோக்கி வேகமாக வந்தது. அதன் கண்களில் கோபக் கனல் தெறித்தது. தன்

வழியில் இருந்த எல்லாவற்றையும் சிதைத்துத் துவம்சம் செய்வதில் அது உறுதியாக இருந்தது. அதன் வாயிலிருந்து எச்சில் வழிந்து கொண்டிருந்தது. சூரிய ஒளி அந்த எச்சில்மீது பட்டபோது அது ஒளிர்ந்தது. அக்காளை எங்கள் பாறைக்கு அருகே வந்தவுடன் சற்று நின்றது. அது தன்னுடைய காற்குளம்புகளைக் கொண்டு நிலத்தைப் பிறாண்டியது. பிறகு அது தன்னுடைய கொம்புகளை முன்னோக்கிச் சாய்த்து ஓர் அம்பின் வேகத்தில் முன்னால் பாய்ந்தது. நான் ஒரு கணம் வானத்தைப் பார்த்தேன். சூரிய பகவான் தன்னுடைய தேரில் பூட்டப்பட்டிருந்த எண்ணற்றக் குதிரைகளை வெறுமனே தன்னுடைய இரண்டு கைகளால் சர்வசாதாரணமாகக் கட்டுப்படுத்திக் கொண்டிருந்தார். நான் சற்றும் யோசிக்காமல் ஷோனை ஒரு பக்கமாகத் தள்ளி விட்டுவிட்டு, மறுகணம் அந்தக் காளையின் கொம்புகளை என் கைகளால் உறுதியாகப் பிடித்துக் கொண்டேன். “அ-ண்-ணா!” என்று ஷோன் அலறிய சத்தம் எங்கோ வெகுதூரத்திலிருந்து வந்ததுபோல மிக லேசாக எனக்குக் கேட்டது. அதன் பிறகு என்ன நிகழ்ந்தது என்பது எனக்குத் தெளிவாக நினைவில்லை. அக்காளை என்னைத் தூக்கி எறிவதற்கு எவ்வளவு அதிகமாக முயற்சி செய்ததோ, நான் என்னுடைய கைகளால் அதன் கொம்புகளை அவ்வளவு அதிக இறுக்கமாகச் சுற்றி வளைத்தேன். அதிவேகத்தில் ஓடிக் கொண்டிருக்கின்ற ஒரு தேரின் சூடான இரும்புச் சக்கரம்போல என் உடல் தகதகத்தது. வசு யார்? அவன் எங்கே இருந்தான்? - இது எதுவும் எனக்குத் தெரியவில்லை.

நான் என் கண்களைத் திறந்தபோது, நான் அதே மேட்டுத் திடலின்மீது கிடந்தேன். ஆனால் என் தலை என் தாயாரின் மடிமீது தஞ்சம் அடைந்திருந்தது. அருகே என் தந்தை நின்று கொண்டிருந்தார். அந்தக் காளைக்கு மூக்கணாங்கயிறு மாட்டப்பட்டிருந்தது. அந்த மூக்கணாங்கயிறு என் தந்தையின் கையில் இருந்தது. சிறிது நேரத்திற்கு முன்பு, சிவந்த கண்களுடன் பாய்ந்து வந்த அக்காளை இப்போது களைத்துப் போய் மூச்சிறைத்தபடி அசையாமல் நின்று கொண்டிருந்தது. அதன் வாயிலிருந்து நுரை வந்து கொண்டிருந்தது. ஷோன் என் தலைமாட்டில் நின்று கொண்டு என்னை உற்றுப் பார்த்துக் கொண்டிருந்தான். நான் என் கண்களைத் திறந்ததை அவன் பார்த்தபோது அவன் என்னைக் கண்டு புன்னகைத்தான். நான் சுற்றுமுற்றும் பார்த்தேன். சிறிது நேரத்திற்கு முன்பு தலைதெறிக்க ஓடியிருந்த பிரம்மதத்தன், வீரபாகு, மற்றும் அவர்களுடைய தோழர்கள் இப்போது மீண்டும் அங்கே ஒன்றுகூடியிருந்தனர். நான் அரசவையை மீண்டும் கூட்டினேன். ஒருசில கணங்களுக்கு முன்பு திடீரென்று ஒரு முரட்டு வலிமை என் உடலுக்குள் நுழைந்திருந்தது போன்ற உணர்வு எனக்கு ஏற்பட்டது. அந்த வலிமை அதே வேகத்தில் மறைந்துவிட்டது. அது எங்கே போனது என்று எனக்குத் தெரியவில்லை. என் ஆற்றல் முழுவதும் வற்றிப் போயிருந்ததுபோல நான் உணர்ந்தேன். ஆனால் என் உடலில் எந்த வலியும் இருக்கவில்லை. நான் வேகவேகமாக எழுந்து உட்கார்ந்தேன். என் உடலில் ஏதேனும் காயம் ஏற்பட்டிருந்ததா என்று நான் ஆய்வு செய்தேன். எங்கும் ஒரு கீறல்கூட ஏற்பட்டிருக்கவில்லை. நான் என் தந்தையின் கைகளிலிருந்து அந்த மூக்கணாங்கயிற்றை எடுத்துக் கொண்டு, மூச்சிறைத்தபடி நின்று கொண்டிருந்த அக்காளையின்

திமில்மீது லேசாகத் தட்டினேன். அது பயத்தில் நடுங்கியது. பிறகு அது தன்னுடைய வாலைத் தன் கால்களுக்கு இடையே இடுக்கிக் கொண்டு பின்வாங்கியது. அக்காளைக்குச் சொந்தக்காரர் அருகில் நின்று கொண்டிருந்தார். நான் அந்த மூக்கணாங்கயிற்றை அவரிடம் கொடுத்தேன். அவர் தன் கண்களை அகல விரித்து என்னை ஆச்சரியத்தோடு பார்த்தபடி தன் காளையைக் கூட்டிக் கொண்டு அங்கிருந்து சென்றுவிட்டார். எங்கள் அரசவை அத்துடன் நிறைவு பெற்றது.

11

என்ன நிகழ்ந்திருந்தது என்பது பற்றிய முழு அறிக்கை அன்று மாலையில் எனக்குக் கிடைத்தது. அக்காளை என்னைத் தூக்கி வீசுவதற்குப் பல்வேறு வழிகளையெல்லாம் முயற்சித்துப் பார்த்துவிட்டு, எந்த முயற்சியும் பலனளிக்காமல் இறுதியில் எவ்வாறு தோற்றுப் போனது என்பது பற்றி ஷோன் எனக்கு விவரித்தான். இரண்டு மணிநேரமாக அக்காளை என்னோடு மல்லுக்கு நின்று, முட்டி மோதிப் பார்த்துவிட்டு, இந்தப் பக்கமும் அந்தப் பக்கமுமாகத் துள்ளிக் குதித்து, நிலத்தைத் தன்னுடைய காற்குளம்புகளால் பிறாண்டி, தன்னுடைய கொம்புகளை அங்குமிங்கும் ஆக்ரோஷமாக அசைத்து என்னைத் தாக்க முயற்சித்து இறுதியில் களைத்துப் போய் அசையாமல் நின்றுவிட்டதாகவும், அதனுடைய வாயில் நுரை தள்ளியதாகவும், பிறகு அது வேகவேகமாகப் பெருமூச்செறிந்ததாகவும் ஷோன் கூறினான். அக்காளையும் நானும் சண்டையிட்டுக் கொண்டிருந்தபோது அவன் எங்கள் வீட்டிற்கு ஓடிச் சென்று என் தந்தையை அழைத்து வந்திருந்தான். அவர் எப்படியோ அக்காளையின் மூக்கில் மூக்கணாங்கயிற்றை மாட்டிவிட்டார். ஆனால், அதன் கொம்புகளை என்னிடமிருந்து விடுவிப்பதற்கு அவர் மிகவும் சிரமப்பட்டிருந்தார். அவர் என்னுடைய உடலைத் தொட்டபோது அது நெருப்பைத் தொட்டதைப்போல இருந்ததாக ஷோன் கூறினான்.

இந்த விவரிப்பைக் கேட்டுவிட்டு நான் ஆழ்ந்த சிந்தனையில் மூழ்கினேன். நான் ஒரு முரட்டு விலங்குடன் இரண்டு மணிநேரமாகப் போராடியிருந்திருக்கிறேன். ஆனால் என் உடலில் ஒரு கீறல்கூட ஏற்பட்டிருக்கவில்லை! ஏன்? தொட்டவுடனேயே கொப்புளங்கள் ஏற்படும் அளவுக்கு என் உடல் எப்படி அவ்வளவு சூடானது?

நான் ஷோனை அழைத்து, “ஷோன், விளையாடும்போது உனக்கு எப்போதாவது காயம் ஏற்பட்டிருக்கிறதா?” என்று ஒருவித ஆர்வக் குறுகுறுப்போடு கேட்டேன்.

“பல சமயங்களில் நான் காயப்பட்டிருக்கிறேன். நான் ஒருமுறை கங்கை நதிக்குள் வேகமாகப் பாய்ந்து மிக ஆழத்திற்குச் சென்றுவிட்டேன். அங்கே ஒரு கரடுமுரடான பாறை இருந்தது. என் தலை நேராக அந்தப் பாறையின்மீது மோதியது. திடீரென்று என் கண்முன்னே நட்சத்திரங்கள் தோன்றின. நான் வெளியே வந்தபோது, நீர் முழுவதும் செந்நிறத்திற்கு மாறியிருந்ததை நான் பார்த்தேன். என் தலை வலித்தது. பிரம்மதத்தன்தான் நீரினுள்ளிருந்து என்னை வெளியே

இழுத்து, ஏதோ ஒரு மருத்துவ மூலிகையின் இலைகளை ஒரு கல்லைக் கொண்டு நசுக்கி, அதிலிருந்த சாற்றினை என் தலைமீது தடவினான். அது என்ன மூலிகை என்று எனக்குத் தெரியாது. இவ்விஷயத்தைப் பற்றி நான் நம் அம்மாவிடம் ஒரு வார்த்தைகூடச் சொன்னதில்லை. ஏனெனில், அவர் மிகவும் வருத்தப்படுவார் என்பதை நான் அறிவேன். நீங்களும் இதை ரகசியமாக வைத்துக் கொள்ளுங்கள். அவரிடம் மூச்சு விட்டுவிடாதீர்கள்!" என்று கூறிவிட்டு, ஷோன் தன் தலையைக் கவிழ்த்து அந்தக் காயத்தின் வடுவை எனக்குக் காட்டினான்.

ஷோனுக்குக் காயம் ஏற்பட்டால் அவனுக்கு ரத்தம் வருகிறது. என் உடல் காயப்படும்போதும் ரத்தம் வர வேண்டுமல்லவா? நான் விருட்டென்று எழுந்து நேராக வீட்டிற்குச் சென்றேன். அங்கே பல விற்களும் அம்புகளும் வரிசையாக அடுக்கி வைக்கப்பட்டிருந்தன. நான் அவற்றிலிருந்து ஓர் அம்பை எடுத்து, அதைச் செங்குத்தாக என் தலைக்கு மேலே உயர்த்திப் பிடித்தேன். அதன் கூரிய முனையை என் பாதத்தை நோக்கிக் குறி வைத்து நேராகப் பிடித்தேன். பிறகு நான் அதை அப்படியே நழுவவிட்டேன். அது என்னுடைய பாதத்தைத் துளைக்கும் என்று நினைத்த நான், பயந்து நடுங்கியபடி என் கண்களை மூடிக் கொண்டேன். பளபளப்பான ஒளி வளையங்கள் என் கண்முன்னே நடனமாடின. நான் நழுவவிட்ட அம்பு என் பாதத்தைத் தாக்கியது, ஆனால் ஒரு புல்லின் நுனி குத்தியிருந்தால் எப்படி இருந்திருக்குமோ அதுபோல நான் உணர்ந்தேன். அந்த அம்பின் முனை என்னுடைய தோலைத் துளைக்கவில்லை. நான் தவறாகக் குறி வைத்திருந்ததாக நினைத்துக் கொண்டு, மீண்டும் மீண்டும் அந்த அம்பை என் பாதத்தை நோக்கி எறிந்தேன். ஒருமுறைகூட அது என் சதையைத் துளைக்கவில்லை. நான் என் பாதத்தை உற்றுப் பார்த்தேன். அதன்மீது ஒரு சிறு கீறல்கூட ஏற்பட்டிருக்கவில்லை! ஆர்வக் குறுகுறுப்பும் சந்தேகமும் என்னை ஆட்கொண்டன. அதைத் தொடர்ந்து, இப்போது என்னுள் ஏகப்பட்டக் கேள்விகள் முளைத்தன. நான் அந்த அம்பை எடுத்து என் தொடையிலும், கையிலும், மார்பிலும், வயிற்றிலும் இன்னும் பல இடங்களிலும் என் முழு வலிமையோடு குத்தினேன். ஆனால் அந்த அம்பால் என் உடலின் எந்தவொரு பகுதியையும் துளைக்க முடியவில்லை. ஏன்? என் தோல் அவ்வளவு உறுதியானதா? மின்னல் வேகத்தில் முளைத்த ஒரு சந்தேகம் என் மனத்தில் பளிச்சிட்டது. என் ஒட்டுமொத்த உடலும், எதனாலும் துளைக்கப்பட முடியாத ஒரு கவசத்தால் ஆகியிருந்தது! அற்புதம்! அதிவேகத்தில் ஓடிக் கொண்டிருக்கின்ற ஒரு தேரிலிருந்து நான் குதித்தாலும் எனக்குக் காயம் எதுவும் ஏற்படாது. எந்தக் கல்லும், எந்தப் பாறையும், எந்த ஆயுதமும் என்னைக் காயப்படுத்தாது. எனக்குக் காயமே ஏற்படாது! அப்படியானால், நான் ஒருபோதும் மரணமடைய மாட்டேன் என்று அர்த்தம். எனக்கு ஒருபோதும் மரணமில்லை! என்னுடைய பொற்தோல் என்றென்றும் ஒளிவீசும். நான் சாவற்றவன். எதுவொன்றாலும் என் தோளைத் துளைக்க முடியாது என்பதால்தான் நான் அந்த முரட்டுக் காளையின் கொம்புகளை இறுக்கமாகப் பிடித்திருந்தபோது எனக்கு ஒரு சிறு கீறல்கூட ஏற்பட்டிருக்கவில்லை. தனிச்சிறப்புடைய இக்கவசம் எனக்குப் பரிசளிக்கப்பட்டிருந்தது. அதேபோல, தனிச்சிறப்புக் கொண்ட,

ஒளிவீசும் குண்டலங்கள் என் காதுகளை அலங்கரித்தன. ஷோன் என் சொந்தத் தம்பி. ஆனால் அவனுக்கு சிறப்புக் குண்டலங்களும் இல்லை, சிறப்புக் கவசமும் இல்லை. அவை எனக்கு மட்டுமே கிடைத்திருந்தன. ஏன் நான் ஒருவன் மட்டும் இவை எல்லாவற்றையும் பெற்றிருக்கிறேன்? நான் யார்? நான் உண்மையிலேயே யார்? சந்தேக ஊதுகுழல் என் மனமெனும் வானத்தில் உரக்க ஒலித்தது. எக்கச்சக்கமான எண்ணங்கள் என் மனத்தில் தோன்றின. நான் மற்றவர்களிடமிருந்து மிகவும் வேறுபட்டவனாக இருந்தேன் என்பதை நான் உணர்ந்தேன். இந்த எண்ணங்கள் எனக்கு வேதனையூட்டின. நான் யாருடைய பாலைக் குடித்து வளர்ந்திருந்தேனோ, யாருடைய ரத்தத்தையும் சதையையும் நான் சுவீகரித்திருந்தேனோ, யார் என்னுடைய சுமையை ஏற்றுக் கொண்டு இடைவிடாது எனக்காகக் கடினமாக உழைத்தாரோ, அந்த ராதா மாதா என்மீது பொழிந்த அன்புக்கு நான் என்றென்றும் நன்றியுடையவனாக இருக்க வேண்டாமா? இரவும் பகலும் இடைவிடாது "வசு அண்ணா! வசு அண்ணா!" என்று என் பெயரை வெகுளித்தனமாகச் சொல்லிக் கொண்டு திரிந்த என் தம்பி - இதெல்லாம் வெறும் பொய்தானா? என் மனம் கலகம் செய்து என்னைக் கடுமையாக எச்சரித்தது: " 'நான் யார்? நான் யார்?' என்று ஒரு பைத்தியக்காரனைப்போலக் கத்தாதே. நீ அதிரதன் மற்றும் ராதையின் மகன். நீ சூத புத்திரன் கர்ணன். நீ ஷோனின் மூத்த சகோதரன் கர்ணன். தேரோட்டிகளின் குடும்பத்தில் பிறந்த ஒரு தேரோட்டி நீ. ஆம், நீ ஒரு தேரோட்டி!"

12

மறுநாள், நாங்கள் அஸ்தினாபுரத்திற்குப் போகவிருந்ததால் வேகமாகத் தயாராகும்படி என் தந்தை என்னிடம் கூறினார். அவருடைய வார்த்தைக்குக் கீழ்ப்படிந்து, பயணத்திற்குத் தேவையான எல்லாவற்றையும் நான் ஓரிடத்தில் எடுத்து வைக்கத் தொடங்கினேன். என் மனம் பல எண்ணங்களால் கொதித்தது. நான் சம்பாநகரியிலிருந்து நிரந்தரமாக வெளியேறவிருந்தேன். புரசு, ஏழிலைப் பாலை, இலுப்பை, சால் போன்ற அதன் விண்ணளாவிய மரங்களிடமிருந்து நான் பிரிந்து செல்லவிருந்தேன். கழுகுகள், குயில்கள், புறாக்கள், காடைகள் மற்றும் பிற பறவைகள் அனைத்திடமிருந்தும் பிரிந்து நான் வெகுதூரம் செல்லவிருந்தேன். பிரம்மதத்தன், வீரமித்திரன், பாகுகேது மற்றும் பிற நண்பர்களிடமிருந்தும் நான் விலகிச் செல்லவிருந்தேன். ஆலமரத்தின் அடர்த்தியான நிழலில் அமைந்திருந்த, பதினான்கு ஆண்டுகளாக என்மீது பாசத்தைப் பொழிந்து வந்திருந்த அழகான வீட்டை விட்டுவிட்டு நான் வெகுதூரம் போகவிருந்தேன். தன்னைவிட மேலாக என்னை நேசித்த, ஓர் இளம் கன்றைப்போல என்னைப் பராமரித்து வளர்த்த, ஒரு மான்குட்டியைப்போல என்னைச் சீராட்டிய என் தாயார் ராதையை நான் பிரிந்து செல்லவிருந்தேன். நான் எவ்வளவு தூரம் போகவிருந்தேனோ, யாருக்குத் தெரியும்! அவரிடமிருந்து நான் பருகிய பாலின் ஈரம்கூட என் உதடுகளில் இன்னும் காய்ந்திருக்கவில்லை. கண்ணீரை மட்டுமே நான் அவருக்கு விட்டுச் செல்லவிருந்தேன்.

“வசு அண்ணா! வசு அண்ணா!” என்ற வார்த்தைகளை வாய் ஓயாமல் எப்போதும் சொல்லிக் கொண்டே இருந்த, எல்லாவற்றையும் கூர்ந்து கவனித்த அப்பாவியான ஷோனிடமிருந்தும் நான் பிரிந்து செல்லவிருந்தேன். எல்லாவற்றையும்விட மேலாக, கங்கைத் தாயின் பரந்த நீரின் மேலே உயர்ந்தெழுந்து, உத்வேகமூட்டிய ஆழமான உணர்வுகளை என்னுள் தூண்டிய சூரிய பகவானை நான் இனி ஒருபோதும் காணப் போவதில்லை என்ற எண்ணம் உண்மையிலேயே என்னை முள்ளாய்க் குத்தியது. நான் அஸ்தினாபுரத்திற்குப் போகவிருந்தேன்! அஸ்தினாபுரம் எப்படி இருக்கும்? அதன் பிரம்மாண்டமான அரண்மனைகளைப் பற்றி நான் கேள்விப்பட்டிருந்தேன். மிகப் பெரிய உடற்பயிற்சிக்கூடங்கள், ஆயுதங்கள் நிரம்பிய மாபெரும் ஆயுதக்கிடங்குகள், வசீகரமான குதிரைகள் அணிவகுத்து நின்ற லாயங்கள், ஏழிலைப் பாலை மரங்களைப்போல விண்ணளாவ உயர்ந்த கோபுரங்களைக் கொண்ட பிரம்மாண்டமான கோவில்கள் ஆகியவையும் அஸ்தினாபுரத்தில் இருந்ததாக நான் கேள்விப்பட்டிருந்தேன். நுழைவாயிலின் மாபெரும் கதவுகளைப் போன்ற பரந்த மார்புகளையும் வலிமையான கைகளையும் தொடைகளையும் கொண்ட எண்ணற்ற வீரர்களும் அங்கு இருந்தனர் என்று கூறப்பட்டது. குருவம்சத்தைச் சேர்ந்த மன்னர்களின் தலைநகரம் அது என்றும் நான் கேள்விப்பட்டிருந்தேன். அந்நகரம் எங்கே அமைந்திருந்தது என்று நான் யோசித்தேன்.

நான் ஆழ்ந்த சிந்தனையில் மூழ்கியிருந்தபோதிலும், நேரத்தை வீணாக்காமல், என் கையில் அகப்பட்ட எல்லாவற்றையும் தேருக்கு அருகே கொண்டு வைப்பதில் நான் மும்முரமானேன். இதற்கிடையே, ஷோன் அங்கு வந்து எனக்கு உதவினான். நானும் என் தந்தையுடன் செல்லவிருந்ததை அவன் இன்னும் அறிந்திருக்கவில்லை. அவன் என்னைப் பார்த்து, “வசு அண்ணா, அப்பா இங்கு வருகின்ற ஒவ்வொரு முறையும் தன்னுடைய தேரையும் கொண்டுவந்தால் மிகவும் அற்புதமாக இருக்கும், இல்லையா? நாம் இருவரும் அத்தேரில் குதூகலமாக எல்லா இடங்களையும் சுற்றி வரலாம்,” என்று உற்சாகமாகக் கூறினான். நான் பதிலேதும் கூறவில்லை. இன்று நான் அவனை விட்டுவிட்டுச் செல்லவிருந்ததை எப்படி நான் அவனுக்கு விளக்குவது? எங்கள் தந்தை தன்னுடைய குதிரைகளைத் தேரில் பூட்டத் தொடங்கினார். ஷோன் ஒவ்வொரு குதிரையாக அவரிடம் அழைத்து வந்தான். நான் வாசலில் நின்று என் தாயின் பாதங்களைத் தொழுது ஆசி பெற்றேன். அவர் என்னைத் தொட்டுத் தூக்கி, நெடுநேரம் என் உச்சி முகர்ந்தார். பிறகு அவர் என்னைத் தன் இதயத்தோடு சேர்த்து இறுக்கமாக அணைத்துக் கொண்டு, வேறு எங்கோ பார்த்தபடி, “வசு, ஒன்றை மட்டும் எப்போதும் நினைவில் வைத்துக் கொள்: கங்கை ஆற்றினுள் ஒருபோதும் அடியெடுத்து வைக்காதே,” என்று கூறினார். அவருடைய கண்களிலிருந்து கண்ணீர் வழிந்தது. அதில் இரண்டு சொட்டுக்கள் என் தலையின்மீது விழுந்தபோது எனக்கு மயிர்க்கூச்செறிந்தது. என்னுடைய ரத்தம் காற்றின் வேகத்தில் பாய்ந்தது. என்னுடைய ஒவ்வொரு துளி ரத்தமும் என் தாயின் கண்ணீரிடம் மிகுந்த அன்போடு இவ்வாறு கூறிக் கொண்டிருந்தது: “அம்மா, நான் உங்கள் சொற்படி நடப்பேன் என்று எவ்வாறு என்னால் உத்தரவாதம் கொடுக்க முடியும்? ஒன்றை மட்டுமே

என்னால் உறுதியாகக் கூற முடியும்: உங்கள் வசுவை மரணமே வந்து அச்சுறுத்தினால்கூட, உண்மையின் பாதையிலிருந்து அவன் ஒருபோதும் தவறிச் செல்ல மாட்டான்."

என் தாயார் ஏதோ நினைவு வந்தவராக வீட்டிற்குள் திரும்பிச் சென்றார். விரைவில், அவர் ஒரு சிறிய வெள்ளிப் பேழையுடன் வெளியே வந்து, அதை என் கையில் வைத்துவிட்டு, வருத்தம் தோய்ந்த ஒரு குரலில், "வசு, நீ எப்போதெல்லாம் என்னை நினைக்கிறாயோ, அப்போது ஞாபகமாக இந்தப் பேழையை எடுத்துப் பார். இந்தப் பேழையில் என்னைப் பார். 'இது என் தாயார்,' என்று கூறி இதைப் பொக்கிஷம்போலப் பாதுகாத்து வா," என்று கூறினார்.

நான் அப்பேழையை என்னுடைய மேலாடைக்குள் இறுக்கமாக வைத்துக் கொண்டேன். நான் மீண்டும் அவரிடம் ஆசி பெற்றேன். நடுங்கிய கைகளுடன் சில துளிகள் தயிரை அவர் என் உள்ளங்கையின்மீது வைத்தார். நான் அதை பயபக்தியோடு வாயில் போட்டு விழுங்கினேன். நான் என் ஆசைதீர எங்கள் வீட்டை நெடுநேரம் பார்த்துவிட்டு, பிறகு சாலையை நோக்கித் திரும்பினேன். தேர் தயாராக இருந்தது. ஷோன் எங்கள் தந்தையிடம் ஏதோ கேட்டுக் கொண்டிருந்தான். தேரில் ஏறி உட்காரும்படி அவர் என்னிடம் கூறினார்.

நான் அதில் உட்கார்ந்த மறுகணம், ஷோன் என் தந்தையிடம், "அண்ணா எங்கே போகிறார்கள்?" என்று கேட்டான். கணநேரம் அதிர்ச்சி தெறித்த அவனுடைய கண்களில் இப்போது கண்ணீர் நிரம்பியது.

என் தந்தை அவனிடம், "வசுவை நான் அஸ்தினாபுரத்திற்கு அழைத்துச் செல்லுகிறேன். நீ வீட்டிற்குள் போ," என்று கூறியபடி, குதிரைகளின் முதுகின்மீது கடிவாளங்களால் கடுமையாக அடித்தார். அக்குதிரைகள் வேகமாக முன்னோக்கி ஓடின. ஷோன் தன் கையை உயர்த்தி, "அண்ணா, நில்லுங்கள்! நில்லுங்கள்!" என்று கத்திக் கொண்டே எங்கள் தேருக்குப் பின்னால் ஓடி வந்தான். எங்கள் தாயார் ஓடி வந்து அவனைப் பிடித்து இழுத்துக் கொண்டார். நான் நிம்மதிப் பெருமூச்செறிந்தேன். எங்கள் தேர் வேகம் பிடித்தது. ஆனால் ஷோனின் சிறிய உருவம் என்னை நோக்கி ஓடி வந்து கொண்டிருந்தது தூரத்தில் எனக்குத் தெரிந்தது. அவன் தன்னுடைய ஆடையை ஒரு கையால் பிடித்துக் கொண்டு, மறுகையைத் தலைக்கு மேலே உயர்த்தியபடி தொடர்ந்து ஓடி வந்து கொண்டிருந்தான். நாங்கள் நகர எல்லையை அடைந்திருந்தோம். ஷோன் தன் ஓட்டத்தைக் கைவிட்டுவிட்டு வீட்டிற்குத் திரும்பிப் போய்விடுவான் என்று நான் நினைத்தேன். ஆனால் அவன் தன் கையை உயர்த்தியபடி தொடர்ந்து ஓடி வந்து கொண்டிருந்தான். தேரை நிறுத்தும்படி நான் எங்கள் தந்தையிடம் கூறினேன். எங்கள் தேரின் வேகம் குறைந்து கொண்டிருந்ததைக் கண்டவுடன் ஷோன் இன்னும் அதிக வேகமாக ஓடலானான். அந்த அப்பாவிச் சிறுவனின் துணிச்சலைக் கண்டு நான் வியந்தேன். அவன் என்னுடன் சேர்ந்து பயணிக்க விரும்பினான். அதனால்தான் அவன் எல்லாவற்றையும் மறந்துவிட்டு இவ்வளவு தூரம் ஓடி வந்திருந்தான். என்னவொரு பிடிவாதம்! இல்லை, அது பிடிவாதமல்ல. என்மீது அவன் கொண்டிருந்த தூய்மையான அன்பு அது. மூச்சிறைத்தபடி அவன்

எங்களை வந்தடைந்தான். அவனுடைய இளம் முகத்திலிருந்து வியர்வை வழிந்தது. அவன் களைத்துப் போயிருந்தபோதிலும், தேருக்குள் தாவிக் குதித்து ஏறினான். அழுது கொண்டும் மூச்சிறைத்துக் கொண்டும் அவன் என்னைப் பார்த்து, “நீங்கள் என்னை விட்டுவிட்டுப் போய்க் கொண்டிருக்கிறீர்கள்! அப்படித்தானே, அண்ணா? நீங்கள் போனால் நானும் உங்களோடு வருவேன். நான் திரும்பிப் போக மாட்டேன்!” என்று அவன் கூறினான். நான் எங்கள் தந்தையை ஏறிட்டுப் பார்த்தேன். அவர் ஒரு கணம் யோசித்துவிட்டு, “சரி, நீயும் எங்களோடு வா,” என்று ஷோனிடம் கூறினார். ஷோன் இதைக் கேட்டுப் பேரானந்தம் கொண்டு என்னைக் கட்டித் தழுவினான். அவனுடைய முகத்தின்மீது இருந்த வியர்வைத் துளிகளை நான் என்னுடைய மேற்துண்டைக் கொண்டு துடைத்தேன். இப்படிப்பட்ட ஓர் அன்பான சகோதரன் வாய்க்கப் பெற்றதற்கு உண்மையில் நான்தான் அதிர்ஷ்டம் செய்திருந்தேன்!

எங்களுக்குப் பரிச்சயமான நகர எல்லையைவிட்டு நாங்கள் வெகுதூரம் வந்திருந்தோம். சுற்றியிருந்த அடர்த்தியான மரங்களுக்குள் சம்பாநகரி மறைந்து போயிற்று. என் பிள்ளைப்பருவமும் மறையத் தொடங்கியிருந்தது. என்னுடைய பிள்ளைப்பருவத்தின் முத்திரையைத் தாங்கியிருந்த பசுமையும் மெல்ல மெல்ல மறையத் தொடங்கியது. வானுயர வளர்ந்திருந்த மரங்களும் இப்போது தென்படவில்லை. சம்பாநகரியின் நாய்க்குடை வடிவக் கூரைவீடுகளும் பிற வீடுகளும் தூரத்தில் வேகமாக மறைந்து கொண்டிருந்தன. இரண்டு நாட்களுக்கு முன்பு சிறுவர்களாகிய நாங்கள் ‘அரசவை’ விளையாட்டு விளையாடியிருந்த மேட்டுத் திடல் இப்போது பார்வையில் பட்டது. அதன் நடுவே இருந்த கரும்பாறை வெயிலில் காய்ந்தபடி தனியாக நின்றது. எந்தக் கற்பாறையின்மீது மன்னன் வசுசேனனாக அரச மரியாதையோடு நான் அரியணை ஏற்றப்பட்டேனோ, அந்தக் கற்பனையான அரியணை மௌனமாக எனக்குப் பிரியாவிடை கொடுத்தது. நான் என் கைகளை உயர்த்திக் குவித்து, மரியாதையோடு அப்பாறையிடமிருந்தும் சம்பாநகரியிடமிருந்தும் ஆசீர்வாதம் வேண்டினேன். பசுமையான பிள்ளைப்பருவத்திலிருந்து என் வாழ்க்கை வேகமாகப் பிரிந்தோடிக் கொண்டிருந்தது. அது சம்பாநகரியிலிருந்து அஸ்தினாபுரத்திற்கு விரைந்து கொண்டிருந்தது.

13

அஸ்தினாபுரம்! குருவம்சத்து மன்னர்களின் செழிப்பான, சக்தி வாய்ந்த தலைநகரம்! துணிச்சல்மிக்க வீரர்களின் நகரம்! பல்வேறுபட்டக் கைவினைக் கலைஞர்களின் நகரம்! என்னுடைய விசாலமான கற்பனையின் நகரம்! நான் என் தந்தையிடமிருந்து மட்டுமே கேள்விப்பட்டிருந்த நகரம்! ஒரு மாதத்திற்குப் பிறகு இப்போது அது மெல்ல மெல்ல என் பார்வைக்கு வந்தது. அரண்மனைகள் மற்றும் கோவில்களின் குவிமாடங்கள் விண்ணின் கருவறையில் நிலைகுத்தி நின்றன. அஸ்தினாபுரத்தைத் தன்னுடைய வனப்பால் வருடியபடி கங்கைத் தாய் அமைதியாக ஓடிக் கொண்டிருந்தாள்.

அவளுடைய கரைகளில் எண்ணற்றப் பறவைகள் இனிமையாகப் பாடிக் கொண்டிருந்தன. இடப்புறமும் வலப்புறமும் சுமார் ஆறு மைல் தூரத்திற்கு உயரமான மாளிகைகளும் பசுக் கொட்டில்களும் குதிரை லாயங்களும் கோவில்களும் உடற்பயிற்சிக்கூடங்களும் வரிசை வரிசையாக நின்றன. தூய உள்ளம் படைத்த கௌரவப் பேரரசரான திருதராஷ்டிரரின் புகழ்பெற்றத் தலைநகருக்குள் எங்கள் தேர் நுழைந்து கொண்டிருந்தது. என் வாழ்க்கைத் தேர் இன்றிலிருந்து இந்தச் சாலையில் மட்டுமே பயணிக்கும். "சம்பாநகரியில் எனக்கு நெருக்கமாக இருந்த கங்கைத் தாய் இங்கும் எனக்கு அந்த நெருக்கத்தைக் கொடுப்பாளா?" என்று எனக்கு நானே கேட்டுக் கொண்டேன். எங்களுடைய தேர் புழுதியைக் கிளப்பிக் கொண்டு அஸ்தினாபுரத்தின் நகர எல்லையை நோக்கி வேகமாகப் பறந்தது. குதிரை லாயக்காரர்கள் தங்கள் குதிரைகளைத் தண்ணீர்த் தொட்டிகளுக்கு அழைத்துச் சென்று கொண்டிருந்தனர். மாட்டிடையர்கள் தங்கள் பசுக்களோடு திரும்பி வந்து கொண்டிருந்தனர். அவற்றின் கழுத்துக்களில் மணிகள் அசைந்தாடிச் சத்தம் ஏற்படுத்திக் கொண்டிருந்தன. பெண்கள் தண்ணீர்க் குடங்களுடன் கங்கையை நோக்கிப் போய்க் கொண்டிருந்தனர். வயல்களில் நாள் முழுவதும் கடினமாக உழைத்துவிட்டு விவசாயிகள் தங்கள் தோள்களில் ஏர்களைச் சுமந்து கொண்டு தங்கள் வீடுகளுக்குக் களைப்போடு திரும்பி வந்து கொண்டிருந்தனர். இக்காட்சிகள் ஒவ்வொன்றையும் என் கண்கள் என் இதயமெனும் ஓவியத் துணியின்மீது விரிவாகப் பதிவு செய்து கொண்டிருந்தன. நகரத்திலிருந்து களைப்போடு விடைபெற்றுக் கொண்டிருந்த சூரிய பகவான் மேற்கு நோக்கிப் புறப்பட்டார். எல்லாத் திசைகளிலும் சிதறிப் பரவிய அவருடைய கதிர்கள், இளஞ்சிவப்பு, செம்மஞ்சள், மற்றும் பிற வசீகரமான சாயல்களால் தொடுவானத்திலிருந்த மேகங்களைக் குளிப்பாட்டின. தன்னுடைய கதிர்களால் இத்தகைய அழகான மாயாஜாலத்தை நிகழ்த்திக் கொண்டிருந்த சூரிய பகவானை நான் மரியாதையோடு பார்த்தேன். தனக்கு மிக முக்கியமான ஒன்றைப் பிரிய நேரிடும்போது ஒரு பெண்ணின் முகத்தின்மீது தோன்றுகின்ற அதே சோகமான பாவத்தை நான் அவருடைய முகத்தின்மீது கண்டதாக நான் நினைத்தேன். அவருக்குப் பக்கத்தில் ஒரே ஒரு கருமுகில் இருந்தது. அதனால்தான் அவருடைய முகத்தின்மீது ஒரு சோகம் படர்ந்திருந்ததாக நான் உணர்ந்தேன்போலும். காதலனின் நீண்ட கைவிரல்கள் தீண்டுவதைப்போல, அஸ்தமனமாகிக் கொண்டிருந்த தன்னுடைய கதிர்களால் அவர் அஸ்தினாபுரத்தின் முகத்தின்மீது வருடியபடி, "நாம் மீண்டும் நாளை சந்திக்கலாம்," என்று கூறிக் கொண்டிருந்ததுபோல இருந்தது அது.

அரண்மனையின் முக்கிய வாயிலுக்குள் எங்கள் தேர் நுழைந்தது. வாயிற்காவலர்கள் மரியாதையோடு பணிந்து வணங்கி என் தந்தையை வரவேற்றனர். நாங்கள் குதிரை லாயங்களுக்கு அருகே எங்கள் தேரை நிறுத்தினோம். வழக்கம்போல ஷோன் முதலில் வெளியே குதித்தான். நான் தேரில் அமர்ந்தபடி அந்த அரண்மனையைப் பார்த்தேன். புதிதாகப் பிறந்த ஒரு குழந்தையைப்போல அது அழகாக இருந்தது. அந்த ஒட்டுமொத்த அரண்மனையும் வெண்ணிறச் சலவைக்கற்களால் கட்டப்பட்டிருந்தது. சம்பாநகரி கிராமம் முழுவதையும்

அடைத்துவிடக்கூடிய அளவுக்கு அந்த அரண்மனையின் சுற்றளவு மிக அதிகமாக இருந்தது. கருநிற மதில்களைக் கொண்ட அந்த வெண்ணிற அரண்மனை, கழுத்துப் பகுதிவரை மலைபோல உப்பு நிரப்பப்பட்ட ஒரு கரிய களிமண் பானையைப்போலக் காட்சியளித்தது. அந்த அரண்மனையில் ஏகப்பட்ட உள்முற்றங்களும் கூடங்களும் இருந்தன. நடுவே வட்ட வடிவ நீச்சல் குளம் ஒன்று இருந்தது. மறைந்து கொண்டிருந்த சூரியனின் எண்ணற்றக் கதிர்கள் அதில் வண்ணமயமாக விளையாடின. பால்வெள்ளை நிறமும் நீண்ட கழுத்துக்களும் கொண்ட அன்னங்களும் பல்வேறு வண்ண மீன்களும் அந்த நீச்சல் குளத்தில் கும்மாளமிட்டுக் கொண்டிருந்தன. வெள்ளைத் தாமரைகளும் நீலத் தாமரைகளும் காற்றில் அங்குமிங்கும் அசைந்தன. நான்கு பக்கங்களிலும் நான்கு சிங்கச் சிலைகள் வெள்ளைக் கற்களில் வடிக்கப்பட்டிருந்தன. முன்னால் எண்ணற்றப் படிக்கட்டுகள் அரண்மனைக்கு இட்டுச் சென்றன. நான் அவற்றை எண்ணினேன். நூற்று ஐந்து படிகள்! நான் ஓரிரு படிகளைத் தவறவிட்டுவிட்டேனோ? நான் மீண்டும் எண்ணினேன். ஒன்று, இரண்டு, நான்கு, ஐந்து, இருபது, ஐம்பது, நூறு, நூற்று ஒன்று, இரண்டு, மூன்று, நான்கு, ஐந்து, நூற்று ஆறு. அட! கடந்த முறை நான் எண்ணியபோது நூற்று ஐந்து படிகள்தானே இருந்தன? இப்போது எப்படி நூற்று ஆறு வந்தது? நான் இது குறித்துக் கவலைப்பட்டேன். பிறகு, "நூற்று ஐந்தோ அல்லது நூற்று ஆறோ! அதனால் எனக்கு என்ன?" என்று என்னை நானே கேட்டுக் கொண்டு, என்னுடைய மேற்துண்டைச் சரி செய்துவிட்டு, அஸ்தினாபுரத்தின் தூய்மையான, ஆடம்பரமான நிலத்தின்மீது நான் கால் வைக்கவிருந்தபோது, திடீரென்று, ஏழு கருப்புக் குதிரைகள் பூட்டப்பட்ட ஒரு தேர் ஒரு புயல்போல முக்கிய நுழைவாயிலின் வழியாக வேகமாக உள்ளே வந்தது. ஒரு காவலாளி உரத்தக் குரலில், "அஸ்தினாபுரத்தின் மன்னர் திருதராஷ்டிரரின் கண்ணின் மணியான இளவரசர் துரியோதனன் வருகிறார்!" என்று அறிவித்தான். பணியாளர்களும் வாயிற்காப்போரும் உடனடியாக எழுந்து நின்றனர். எங்கள் தந்தை அந்தத் தேர் வந்தத் திசையை நோக்கித் திரும்பிப் பணிந்து வணங்கினார்.

துரியோதனன் என் தந்தையைப் பார்த்துப் புன்னகைத்துக் கொண்டே தன்னுடைய தேரிலிருந்து துள்ளிக் கீழே குதித்து, "சிற்றப்பா! சம்பாநகரியிலிருந்து நீங்கள் எப்போது திரும்பி வந்தீர்கள்?" என்று கேட்டான்.

"இப்போதுதான், இளவரசே!" என்று என் தந்தை பணிவாக பதிலளித்தார்.

நான் எங்கள் தேரில் இருந்தபடியே துரியோதனனைப் பார்த்தேன். அவனுக்குப் பதினான்கு அல்லது பதினைந்து வயது இருக்கும் என்று எனக்குத் தோன்றியது. அவன் ஒரு போர்வீரனைப்போல உடையணிந்திருந்தான். அவன் விஷ்ணு பகவானைப்போல ஒளிமயமாகக் காணப்பட்டான். அவனுடைய கையிலிருந்த, மிகப் பெரிய தலையைக் கொண்ட கதாயுதம் அவனை வசீகரமானவனாகத் தோன்றச் செய்தது. அவன் எங்கள் தந்தையை நோக்கி நடந்து வந்தான். அவனுடைய கம்பீரமான நடையில் ஒரு தனித்துவமான அகந்தை தெரிந்தது. மதம் பிடித்த ஒரு யானையைப்போல அவன் நடந்து வந்தான். அடிக்கடி

நழுவிக் கொண்டே இருந்த தன்னுடைய அங்கவஸ்திரத்தை அவன் தன்னுடைய கைகளால் வசீகரமாகச் சரி செய்து கொண்டே இருந்தான். தாமரை மலர்களை ஒத்திருந்த அவனுடைய கண்கள் ஒளிவீசின, அவை தீர்க்கமான பார்வை கொண்டவையாக இருந்தன. அவனுடைய மூக்கு ஒரு குத்துவாளைப்போல நேராகவும் கூர்மையாகவும் இருந்தது. ஏனென்று தெரியவில்லை, அவனைப் பற்றி எனக்குப் பிடிக்காத ஒரு விஷயம் இருந்தது. அவனுடைய தடிமனான, அசிங்கமான புருவங்கள்தாம் அது. தன்னுடைய உடலின் வளைவுகளைக் கொண்டு ஓர் ஒட்டுமொத்த உலகையும் நசுக்கிவிடக்கூடிய ஒரு மலைப்பாம்பைப்போல அவை வளைந்திருந்தன.

அவன் என்னை ஏறிட்டுப் பார்த்துவிட்டு என் தந்தையிடம் திரும்பி, "சிற்றப்பா, யார் அவன்?" என்று கேட்டான்.

"இளவரசே, அவன் என் மகன் கர்ணன்," என்று என் தந்தை பதிலளித்தார்.

"கர்ணன். நல்ல பெயர். ஆனால் அவனை ஏன் இன்று இங்கே அழைத்து வந்திருக்கிறீர்கள்?"

"உங்களுடைய தலைநகரத்தைச் சுற்றிக் காட்டுவதற்காக நான் அவனை அழைத்து வந்திருக்கிறேன்."

"சரி. அவனை நம்முடைய அமைச்சருக்கு அறிமுகப்படுத்தி வையுங்கள். அவர் அவனுக்கு நம்முடைய நகரத்தைச் சுற்றிக் காட்டுவார்."

அவன் இவ்வாறு கூறிவிட்டு, மின்னல் வேகத்தில் அரண்மனைப் படிக்கட்டுகள்மீது ஏறிச் சென்று, கடைசிப் படிக்கு முந்தைய படியை எட்டியபோது, திடீரென்று நின்றுவிட்டுப் பின்னால் திரும்பிப் பார்த்து, கனமழையைப்போல வேகமாகக் கீழே ஓடி வந்து எங்கள் முன்னால் நின்றான். அவன் என்னுடைய காதுகளில் தொங்கிக் கொண்டிருந்த குண்டலங்களைக் கண்கொட்டாமல் பார்த்துவிட்டு, "உன்னுடைய இந்தக் குண்டலங்கள்... நீ இவற்றோடு பிறந்தவனா?" என்று கேட்டான்.

நான் தாமரை போன்ற அவனுடைய கண்களை நேராகப் பார்த்து, "ஆமாம்," என்று கூறினேன்.

"அவை உன்னை வசீகரமாகத் தோன்றச் செய்கின்றன. நீ சிற்றப்பாவின் மகன் என்று யாரும் நம்ப முடியாத அளவுக்கு நீ வசீகரமாகத் தெரிகிறாய். சிற்றப்பா, நான் சொல்லுவது சரிதானே?" என்று கேட்டுவிட்டு, அவன் தன் கையை என் தோள்மீது வைத்துக் கொண்டு வாய்விட்டுச் சிரித்தான். இது என் தந்தைக்குத் திகைப்பூட்டியதாக நான் நினைத்தேன். அவர் ஒரு வார்த்தைகூடப் பேசாமல் அசையாமல் அப்படியே நின்றார்.

வானில் இருந்த அந்தக் கருமுகில் சூரிய பகவானைச் சூழ்ந்துவிட்டதுபோலும். ஏனெனில், அரண்மனையின் தூய வெள்ளைக் கற்கள் திடீரென்று சாம்பல் நிறத்திற்கு மாறியதுபோலத் தெரிந்தன. நான் திக்குமுக்காடினேன். இளவரசன் துரியோதனன் தான் வந்த அதே புயல்வேகத்தில் அரண்மனைக்குள் திரும்பிச் சென்றான். மறைந்து கொண்டிருந்த அவனுடைய உருவத்தைப் பார்த்தபடி நாங்கள் நின்றோம்.

முன்பு மேகங்களால் மூடப்பட்டிருந்த வானம் இப்போது தெளிவடைந்து மேகங்களற்றுக் காட்சியளித்தது. முன்பு மங்கலாகத்

தெரிந்த நட்சத்திரங்கள் இப்போது மீண்டும் பிரகாசமாக மின்னின.

எங்கள் தந்தை தன்னுடைய தேரை அதற்கான இடத்தில் கொண்டு போய் நிறுத்தினார். அரண்மனைப் படிக்கட்டுகளில் ஏறுவது ஷோனுக்கு சிரமமாக இருக்கும் என்பதால், அவர் அவனைத் தன்னுடைய அறைக்குக் கூட்டிச் சென்று அங்கே விட்டுவிட்டு, அவர் மட்டும் திரும்பி வந்தார். நானும் அவரும் திருதராஷ்டிர மன்னருக்கு மரியாதை செலுத்துவதற்காகச் சென்றோம். அப்போது என் மன ஆலயத்தில் சின்னஞ்சிறு நினைவு மணிகள் ஒலித்தன. குருவம்சத்து மன்னர்களின் வீர சாகசங்களைப் பற்றிய கதைகளை என் தந்தை எனக்குக் கூறியிருந்தார். அக்கதைகள் இப்போது என் மனத்தின் அடியாழத்திலிருந்து துள்ளிக் குதித்து மேலே வந்தன. பயம், ஆர்வக் குறுகுறுப்பு, மரியாதை, சந்தேகம், அர்ப்பணிப்பு, மற்றும் விநோதமான பல உணர்வுகள் மேலிட்டு என்னை உணர்ச்சிவசப்படச் செய்தன.

சூரிய வம்சத்தைச் சேர்ந்த புகழ்பெற்ற அஸ்தி மகாராஜா, அருகில் தூய்மையான கங்கையாறு பரந்து விரிந்து ஓடிக் கண்டிருந்ததைக் கண்ட பிறகு இந்த நகரத்தைத் தோற்றுவித்திருந்தார். அவருடைய கொள்ளுப் பேரனான குரு மிக அசாதாரணமான ஒருவராகத் திகழ்ந்ததால் அந்த வம்சம் அவருடைய பெயரில் அழைக்கப்படலானது. அவருக்குப் பிறகு வந்த தலைமுறையினர் கௌரவர்கள் என்று அழைக்கப்பட்டனர். புகழ் பெற்ற அதே குரு மகாராஜாதான் இந்த அரண்மனையைக் கட்ட உத்தரவிட்டார்.

கல்விமானான பேரரசர் மனு, ஓர் அருமையான மானுடப் பிறவியான புரூரவன், இந்திரனைத் தோற்கடித்த நகுஷன், உலகத்தை வெற்றி கொண்ட, பெரும் வலிமை வாய்ந்த யயாதி, வீரதீரம் கொண்ட அவருடைய மகன்களான யது மற்றும் புரு, ஜனமேஜயன், அகம்யாதி, தேவாதிதி, துஷ்யந்தன், பரதன், அஸ்தி, அஜமீடன் ஆகிய புகழ் பெற்ற மன்னர்கள் சூரிய வம்சத்திற்குப் புகழ் சேர்த்தனர். எனவே, இயல்பாக, குரு மகாராஜா இன்னும் அதிகச் சிறப்பாகவும் விழுமியங்களை அடிப்படையாகக் கொண்டும் ஆட்சி செய்வார் என்று எதிர்பார்க்கப்பட்டது. அவருடைய ஆட்சியிலிருந்த மக்கள், அவருடைய மூதாதையர் அனைவரின் ஆட்சியையும்விட அவருடைய ஆட்சி அதிகச் சிறப்பாக இருந்தாகக் கருதினர். பேரரசர் குரு எப்படிப்பட்டவராக இருந்தார்? ஏன் அவர் மட்டும் அத்தகைய புகழோடு திகழ்ந்தார்? அவருடைய வழி வந்தவர்கள் எந்த விதத்தில் குறைந்திருந்தனர்? விதூரதன், அனஷ்வன், பரீட்சித்து, பீமசேனன், பரிஷ்ரவசு ஆகியோர் தங்களுடைய வம்சத்திற்குப் பெருமை சேர்த்தனர். அவர்கள் தங்கள் வம்சமெனும் மலர்மாலையில் இருந்த மலர்கள் என்று கூறலாம். அம்மாலையில் ஒவ்வொரு மலரும் தன்னுடைய சக மலரைவிடச் சிறப்பாக மலர்ந்தது. குருவம்சத்துப் பேரரசர்களில் பரீட்சித்து மன்னர் புகழின் சிகரத்தைத் தொட்டார். பரிஷ்ரவசுவின் மகனான மன்னர் சாந்தனு ஒரு மீனவத் தலைவனின் மகளை மணமுடித்து, குருவம்சப் பேரரசுக்கு ஓர் எடுத்துக்காட்டை நிலைப்படுத்தினார். அவருடைய சகோதரரான மன்னர் தேவாபி, தன்னுடைய செழிப்பான, மிகப் பெரிய சாம்ராஜ்ஜியத்தைத் துறந்தார். ஒரு புல்லைவிட அது அதிக மதிப்பு வாய்ந்தது அல்ல என்பதுபோல அவர் நடந்து கொண்டார்.

குருவம்சத்தினரிடையே அவர் தனித்துவமானவராகத் திகழ்ந்தார்.

இந்த அரண்மனை எத்தனை வெற்றிக் கொண்டாட்டங்களை அனுபவித்திருந்தது என்று யாருக்குத் தெரியும்?

அரண்மனையின் ஒவ்வொரு சிறப்பையும் பார்த்து ரசித்தபடி நாங்கள் தொடர்ந்து உள்ளே நடந்து சென்றோம். நான் என் கண்கள் குளிர அந்த பிரம்மாண்டத்தைக் கண்டு ரசித்தேன். சுற்றிலும் இருந்த மற்ற மாளிகைகளோடு சேர்ந்து இந்த பிரம்மாண்டமான அரண்மனை பிரகாசமாக ஒளிவீசியது. அதிலிருந்த ஒவ்வொரு கற்றூணும் அருமையாகச் செதுக்கப்பட்டிருந்தது. ஒவ்வொரு தூணும் ஒரு பெரிய பாறையிலிருந்து செதுக்கப்பட்டிருந்தது. அரண்மனைச் சுவர்கள்மீது, குருவம்சத்து மூதாதையரின் வாழ்க்கை வரலாறுகள் அழகான ஓவியங்கள் வாயிலாகக் காட்சிப்படுத்தப்பட்டிருந்தன. ஒவ்வோர் அரண்மனையின் நுழைவாயிலிலும், சேவகர்களும் பணிப்பெண்களும் பணிவோடு நின்றனர். அவர்கள் தங்களுடைய பல்வேறு கடமைகளைச் செவ்வனே நிறைவேற்றினர். ஆங்காங்கே, வீரர்களின் அழகான சிலைகள் நிலைப்படுத்தப்பட்டிருந்தன. அவை அனைத்தும் வழுவழுப்பாக இருந்தன. அவர்கள் ஒவ்வொருவரும் பல்வேறு விதமாகச் சண்டையிடுவதுபோல அச்சிலைகள் செதுக்கப்பட்டிருந்தன. மரக்கூண்டுகளில் மயில்கள், குயில்கள், புறாக்கள், செம்போத்துக்கள், மற்றும் பிற பறவைகள் இருந்தன. அவை ஒவ்வொன்றும் விநோதமான சத்தங்களை எழுப்பிக் கொண்டிருந்தன. இவையெல்லாம் குருவம்சத்தின் பெருமையைப் பறை சாற்றிக் கொண்டிருந்தன.

நாங்கள் திருதராஷ்டிர மன்னரின் அரண்மனையை அடைந்தோம். நான் ஆர்வத்தோடு சுற்றுமுற்றும் பார்த்தேன். அழகிய வேலைப்பாடுகளுடன்கூடிய, பொன்னாலான ஓர் அரியணையின்மீது திருதராஷ்டிர மன்னர் அமர்ந்திருந்தார். விலையுயர்ந்த கற்கள் பதிக்கப்பட்ட ஓர் அழகான பொன்மகுடம் அவருடைய தலையை அலங்கரித்திருந்தது. அவர் அணிந்திருந்த ராஜவஸ்திரம் ஒளிவீசியது. அவர் அணிந்திருந்த, மாணிக்கங்கள் மற்றும் முத்துக்களாலான கழுத்தணிகள் அவருடைய கழுத்தைச் சுற்றி ஓர் ஒளிவட்டத்தை உருவாக்கியிருந்தன. பரந்த மார்பைக் கொண்ட அந்த மன்னருடைய அடர்த்தியான, நீளமான வெண்தாடி அவருக்கு மேலும் வசீகரம் கூட்டியது. ஆனால், மூடியிருந்ததுபோலத் தெரிந்த அவருடைய கண்களைச் சுற்றிக் கருவட்டங்கள் இருந்தன. அவருடைய வலப்புறத்தில், அவருக்கு சற்றுக் கீழே, ஓர் எளிய வெள்ளை மரப்பலகையின்மீது ஓர் அமைதியான, ஒளிமயமான நபர் அமர்ந்திருந்தார். அவருடைய அங்கவஸ்திரத்தின் ஒரு முனை அவருடைய இடது தோளின்மீது போர்த்தப்பட்டிருந்தது. அது அவருடைய வலிமையான, வெளிறிய உடலை வெளிப்படுத்தியது. அவருடைய உடல் ஒரு வாழை மரத்தைப்போலக் கட்டுமஸ்தாக இருந்தது. அவருடைய முகம் ஒரு பானையைப்போல உருண்டையாக இருந்தது. அவருடைய கண்கள் கனிவானவையாகவும், அதே நேரத்தில் தீர்க்கமான பார்வை கொண்டவையாகவும் இருந்தன. ஒரு பெரிய திலகம் அவருடைய நெற்றியின்மீது தவழ்ந்தது. திருதராஷ்டிர மன்னரின் இடப்புறத்தில், மாபெரும் வலிமை படைத்த உயரமான நபர் ஒருவர், பொன்னாலான

ஒரு செங்கோலைத் தன் கையில் தாங்கி நின்றார்.

என் தந்தை திருதராஷ்டிர மன்னரை மரியாதையாகப் பணிந்து வணங்கினார். அவ்வாறே செய்யும்படி அவர் எனக்கு சைகை காட்டினார். அவர் கூறியபடியே நானும் பணிந்து வணங்கினேன்.

“மாட்சிமை பொருந்திய மன்னர் பெருமானே! சூதர் குலத்தின் தலைவனும் உங்கள் சேவகனுமான அதிரதனின் சிரம் தாழ்ந்த வணக்கங்களை ஏற்றுக் கொள்ளுங்கள்! இதோ, என் மகன் கர்ணனும் உங்களுக்குத் தன்னுடைய பணிவான வணக்கத்தைத் தெரிவித்துக் கொள்ளுகிறான்,” என்று என் தந்தை கூறினார்.

“வா, அதிரதா! சம்பாநகரியைப் பற்றிய செய்திகளை எனக்குக் கூறு. உன்னுடைய இந்த மகன்தான் கவச குண்டலங்களுடன் பிறந்தவனா? அவனுடைய குண்டலங்களையும், எதுவொன்றாலும் துளைக்கப்பட முடியாத அவனுடைய கவசத்தையும் பற்றி நாங்கள் நிறையவே கேள்விப்பட்டிருக்கிறோம்.”

“ஆமாம், மன்னா. அவன்தான் இவன். கர்ணன்.”

“கர்ணா, என் அருகே வா,” என்று கூறி திருதராஷ்டிரர் நான் இருந்த திசையை நோக்கித் தன் கையை நீட்டினார்.

மன்னரிடம் செல்லும்படி என் தந்தை தன்னுடைய தலையால் சைகை காட்டினார். நான் விரைவாக முன்னோக்கி அடியெடுத்து வைத்தேன். மன்னர் என்னை முன்னால் இழுத்து என் கையைத் தன் கையோடு சேர்த்துப் பிடித்துக் கொண்டார். நான் அவருடைய முகத்தை ஏறிட்டுப் பார்த்தேன். அவருடைய மென்மையான இளஞ்சிவப்புக் கண்களின் ஓரங்கள் ஈரமாக இருந்தன. அவருடைய கண்களைச் சூழ்ந்திருந்த தசைகள் இடைவிடாமல் துடித்தன. அவருடைய கண்களைத் திறக்கும் முயற்சியாக அவை அவ்வாறு துடித்ததுபோலத் தோன்றியது. ஆனால், அவருடைய கண்கள் திறக்கவில்லை. மாறாக, அவருடைய விழியோரங்களில் இருந்த நீர் அவருடைய கன்னங்கள்மீது வழிந்து அவருடைய தாடிக்குள் விழுந்தது. நான் அவருடைய பாதங்களைத் தொட்டேன். நடுங்கிக் கொண்டிருந்த தன்னுடைய கைகளால் அவர் என்னைத் தொட்டுத் தூக்கி, பிறகு தன் கைகளால் என் முகத்தைத் தாங்கிப் பிடித்து, என் குண்டலங்களை முழுமையாகத் தடவிப் பார்த்தார். அவருக்கு அது ஒரு விநோதமான பிரமிப்பைக் கொடுத்தது. அவர் தன் புருவங்களை உயர்த்தி, தன்னுடைய வலப்பக்கமாகத் திரும்பி, “விதுரா, இது உண்மையிலேயே தனிச்சிறப்புக் கொண்டது! இக்குண்டலங்கள் இவனுடைய உடலோடு ஒட்டியிருக்கின்றன! அற்புதம்!” என்று கூறிச் சிலாகித்தார்.

“ஆமாம், மன்னா. இவனுடைய உடல் ஒரு பொற்கவசத்தால் பாதுகாக்கப்பட்டுள்ளது,” என்று கூறிய விதுரர், என் தந்தையிடம் திரும்பி, “அதிரதரே, உங்கள் தோலின் நிறம் கருப்பு, ஆனால் உங்கள் மகனுடைய தோல் எப்படிப் பொன்னிறத்தில் இருக்கிறது?” என்று கேட்டார்.

“குருதேவரே, அவன் அவனுடைய தாயின் நிறத்தைக் கொண்டிருக்கிறான்,” என்று கூறிய என் தந்தை, மன்னரை நோக்கித் தன்னுடைய கைகளைக் குவித்து, “மன்னா, நான் உங்களிடம் ஒரு கோரிக்கையை முன்வைக்க விரும்புகிறேன்,” என்று கூறினார்.

"அதிரதா, உனக்கு என்ன வேண்டும்?"

"இளவரசர்களோடு சேர்த்து என் மகன்களுக்கும் ஆயுதப் பயிற்சி வழங்கப்பட முடியும் என்றால்..."

"ஆகட்டும்! இப்போதே குருதேவர் துரோணரிடம் சென்று உன்னுடைய மகன்களின் பெயர்களை அவருடைய ஆயுதப் பயிற்சிப் பள்ளியில் பதிவு செய்துவிடு. இன்றே அதைச் செய்."

பிறகு, திருதராஷ்டிர மன்னர் தன் இடப்பக்கம் திரும்பி, "விருசவர்மா, அதிரதனுடைய தேவைகளை கவனித்துக் கொள்," என்று கூறினார்.

"உங்கள் கட்டளை என் பாக்கியம், மன்னா!" என்று கூறிய, விருசவர்மன் என்ற அந்த அமைச்சர், மன்னரைப் பணிந்து வணங்கினார். ஆனால் அவருடைய கையிலிருந்த செங்கோல் மட்டும் அசையவே இல்லை.

நாங்களும் மன்னரை வணங்கிவிட்டு அரண்மனையைவிட்டு வெளியே வந்தோம். நான் அங்கிருந்து வெளியேறுவதற்கு முன்பாக விதுரரின் திசையில் பார்த்தேன். அவருடைய பரந்த நெற்றியில் ஒரு மெல்லிய கோடு தோன்றியதை நான் கண்டதுபோல நான் நினைத்தேன். சில சமயங்களில், வெகுதூரத்தில் எங்கோ ஓரிடத்தில் மழை பெய்து கொண்டிருந்தாலும், மேகங்களற்ற ஒரு தெளிவான வானத்தில் மின்னல் பளிச்சிடும். விதுரரின் நெற்றியின்மீது தோன்றிய அந்த மெல்லியக் கோடு அந்த மின்னல் கீற்றைப்போல இருந்ததாக எனக்குத் தோன்றியது.

14

அஸ்தினாபுரத்திலிருந்து நாங்கள் நேராக ஆயுதப் பயிற்சிப் பள்ளியை நோக்கிச் சென்றோம். "மன்னரின் கண்களில் என்ன பிரச்சனை?" என்று நான் என் தந்தையிடம் கேட்டேன்.

"அவருக்குப் பார்வை கிடையாது. அதனால்தான், ராஜமாதாவான காந்தாரி, அனுதாபத்தின் காரணமாகத் தன்னுடைய கண்களையும் ஒரு துணியால் கட்டியிருக்கிறார். தன் கணவனால் பார்க்க முடியாத இந்த உலகத்தைத் தானும் பார்க்கக்கூடாது என்பதற்காக அவர் அவ்வாறு செய்துள்ளார்."

"ராஜமாதா காந்தாரி தேவியா?"

"ஆமாம். இளவரசர் துரியோதனின் தாயார் அவர். துரியோதனனைத் தவிர அவருக்கு இன்னும் தொண்ணூற்று ஒன்பது மகன்கள் இருக்கின்றனர். பயிற்சிப் பள்ளியில் நீ அவர்களைக் காணுவாய். பாண்டு மன்னரின் மகன்களான பாண்டவர்களையும் நீ அங்கே சந்திக்கப் போகிறாய்."

"பாண்டவர்களா?"

"ஆமாம். குருவம்சத்து இளவரசரான பாண்டுதான் இந்த நாட்டின் உண்மையான வாரிசு. ஆனால், பாண்டு மன்னர் அகால மரணம் அடைந்துவிட்டதால் ஆட்சிப் பொறுப்பு திருதராஷ்டிர மன்னரின் வசம் வந்துவிட்டது. பாண்டுவிற்கு ஐந்து மகன்கள் இருக்கின்றனர். குடிமக்கள் அவர்களைப் பாண்டவர்கள் என்று அழைக்கின்றனர்."

"அப்படியானால், திருதராஷ்டிரரின் நூறு மகன்களையும் ஐந்து

பாண்டவர்களையும் சேர்த்து கௌரவப் பேரரசில் நூற்று ஐந்து இளவரசர்கள் இருக்கின்றனர், இல்லையா?" என்று கேட்ட நான், "இந்த இளவரசர்கள் அனைவரும் ஒருவரோடு ஒருவர் எப்படி நடந்து கொள்ளுகின்றனர்?" என்று யோசித்தேன்.

"கூடவே, இரண்டு மன்னர்களும், பிதாமகர் பீஷ்மர் என்ற ஒரு தாத்தாவும் இருக்கின்றனர்," என்று என் தந்தை விளக்கினார்.

"இரண்டு மன்னர்களா?"

"திருதராஷ்டிரர் மற்றும் விதுரர்."

"விதுரர் எப்படி ஒரு மன்னராக ஆனார்? சற்று நேரத்திற்கு முன்புதான் நீங்கள் அவரை குருதேவர் என்று அழைத்தீர்கள்."

"நீ கூறுவது சரிதான். குருதேவர் விதுரர் திருதராஷ்டிர மன்னரின் சகோதரர். ஆனால், அவர் ஒரு ராஜத் துறவியாக ஆகத் தீர்மானித்துள்ளார்."

"துறவி என்றால் என்ன?"

"நாடு, அரண்மனை, இந்த பிரம்மாண்டங்கள் போன்ற எல்லாவற்றையும் துறக்கின்ற ஒருவரைத்தான் துறவி என்று நாம் அழைக்கிறோம். அவர் இவை எதிலும் உரிமை கோருவதில்லை."

"அப்படியானால் அவர் ஏன் இங்கே வசிக்கிறார்?"

"பார்வையற்றத் தன்னுடைய சகோதரரின் நாடு நிலைகுலைந்து போய்விடாதபடி பார்த்துக் கொள்ளுவதற்காக அவர் இங்கே இருக்கிறார். அவருடைய வாயிலிருந்து வருகின்ற ஒவ்வொரு வார்த்தையும் பெரிதும் மதிக்கப்படுகிறது. பாண்டவர்களின் தாயாரான ராஜமாதா குந்தி தேவியாரும் அவ்வாறே மதிக்கப்படுகிறார்."

"ராஜமாதா குந்திதேவி." நான் இன்னொரு கேள்வியைக் கேட்கவிருந்த நேரத்தில், திடீரென்று, 'குக்கூ' என்று கூவிக் கொண்டே, அருகிலிருந்த ஒரு தோப்பிலிருந்து ஒரு குயில் எங்கள் தலைக்கு மேலாக வேகமாகப் பறந்து சென்றது. நான் அதைப் பார்த்தபோது எனக்கு பகதத்தரின் நினைவு வந்தது. ஏழு சுரங்களிலும் முழு வீச்சில் பாடக்கூடிய குயில் ஒரு காக்கைத் தாயால் வளர்க்கப்படுகிறது, ஏனெனில், அக்குயிலின் தாய் ஒரு காக்கையின் கூட்டில் முட்டையிட்டுச் சென்றுவிடுகிறாள் என்று அவர் ஒருமுறை என்னிடம் கூறியிருந்தார். பைத்தியக்கார பகதத்தர்! ஒரு குயில் எங்கே வளர்க்கப்பட்டால் என்ன? சரியான நேரத்தில் அதன் இன்னிசை அந்த கிராமப்புறத்தை நிரப்புவது போதுமானதல்லவா?

ஓர் அழகான விஷ்ணு கோவிலுக்கு நாங்கள் வந்து சேர்ந்தோம். அக்கோவிலின் குவிமாடம் பொன்னால் செய்யப்பட்டிருந்தது. மாலையில் மறைந்து கொண்டிருந்த சூரியனின் வெளிச்சத்தில், நீலவானத்தின் பின்புலத்தில் அது ஜொலித்தது. சூரியனின் கதிர்கள் அதைப் பொன்னாக மாற்றிக் கொண்டிருந்ததுபோலத் தோன்றியது.

என் தந்தை அந்தக் குவிமாடத்தைச் சுட்டிக்காட்டி, "அது மன்னரின் உத்தரவின் பேரில் அமைக்கப்பட்டது," என்று கூறினார்.

நான் என் மனத்திற்குள் இவ்வாறு நினைத்தேன்: "பொன்னாலான குவிமாடத்தை அமைக்க உத்தரவிட்ட மன்னருக்குப் பார்வையில்லை. தன் சொந்த நாட்டின் அற்புதமான அமைப்புகளைக்கூட அவரால் பார்க்க முடியாது. இப்படிப்பட்ட அற்புதங்களுக்கு நடுவே ஒரு மன்னரை அரியணையில் ஏற்றிவிட்டு, கொடூரமாக அவருடைய பார்வையைப்

பறித்துக் கொண்ட விதி உண்மையிலேயே குருட்டுத்தனமானதுதான். நூறு மகன்கள்; எல்லையற்ற, பிரம்மாண்டமான சாம்ராஜ்ஜியம் - இத்தகைய ஒரு மன்னரை 'ஆசீர்வதிக்கப்பட்டவர்' என்று அழைக்க முடியுமா? அல்லது, இவற்றையெல்லாம் பார்ப்பதற்குக் கண்கள் இல்லாததால் அவரை 'மகிழ்ச்சியற்றவர்' என்று அழைக்க வேண்டுமா? பார்வையற்ற இந்தத் தந்தை எப்படித் தன்னுடைய நூறு மகன்களை அடையாளம் கண்டார்? மிக முக்கியமாக, பார்வையற்ற ஒரு மன்னர் எவ்வாறு இத்தகைய செழிப்பான, பரந்த சாம்ராஜ்ஜியத்தை ஆட்சி செய்தார்? சில கேள்விகளுக்கு விடையே இல்லை!

நாங்கள் தொடர்ந்து நடந்து கொண்டிருந்தபோது, என் தந்தை என்னிடம், "வசு, குருதேவரைக் கண்டவுடன் நீ அவருடைய பாதங்களைத் தொட்டு வணங்க வேண்டும். மறந்துவிடாதே," என்று கூறினார்.

"அப்பா, குருதேவர் எப்படி இருப்பார்?" என்று நான் ஆவலோடு கேட்டேன்.

"எனக்கு எப்படித் தெரியும்? நீ அவரைப் பார்க்கத்தானே போகிறாய்!"

நாங்கள் எங்கள் நடையின் வேகத்தைக் கூட்டினோம். சாலைகளில் மக்கள் கூட்டம் அலைமோதியது. பொதுச்சாலைகளில் உயரமான கட்டடங்கள் நின்றன. கோவில் குவிமாடங்களின் நிழற்தோற்றம் வானத்தில் தெரிந்தது. கோவில் மணிகளின் எதிரொலிகள் காற்றை நிறைத்தன. லாயக்காரர்கள் தங்களுடைய குதிரைகளை ஓட்டிக் கொண்டு சென்றனர். பெண்கள் தங்கள் குடங்களுடன் கங்கைக்குச் சென்று கொண்டிருந்தனர். கடைவீதிகள் குடிமக்களால் நிரம்பி வழிந்தன.

நெடுநேரத்திற்குப் பிறகு நாங்கள் ஒரு மிகப் பெரிய இரும்புக் கதவுக்கு முன்னால் வந்து நின்றோம். அதன் இரண்டு பக்கங்களிலும், கருநிறக் கற்களைக் கொண்டு கட்டப்பட்ட எல்லைச் சுவர்கள் நெடுந்தூரம்வரை நீண்டிருந்தன. அந்த இரும்புக் கதவின் வளைவில் காவி நிறத்தில் ஒரு முக்கோணக் கொடி பறந்து கொண்டிருந்தது. வாயிற்காவலர்கள் எங்களை உள்ளே வரவேற்றனர். குருவம்சத்தினரின் ஆயுதப் பயிற்சிப் பள்ளிக்குள் நாங்கள் குனிந்து உள்ளே நுழைந்தோம்.

நான்கு பக்கங்களிலும் பெரிய அறைகள் இருந்தன. நடுவில் நான்கு மைல்கள் சுற்றளவில் ஒரு பெரிய அரங்கம் இருந்தது. அது பல்வேறு பகுதிகளாகப் பிரிக்கப்பட்டிருந்தது. மல்யுத்த வீரர்களுக்கான பகுதி வட்ட வடிவத்தில் இருந்தது. அது முழுவதிலும் செம்மண் தூவப்பட்டிருந்தது. அங்கு இளம் மல்யுத்த வீரர்கள் இரண்டிரண்டு பேராகச் சண்டையிட்டுக் கொண்டிருந்தனர். அப்பகுதியின் நடுவில் வெளிர் நிறத் தோலைக் கொண்ட, தசை செறிந்த ஓர் இளைஞன் கைதட்டி எல்லோரையும் சவாலுக்கு அழைத்துக் கொண்டிருந்தான். யாரும் அவனருகே செல்லத் துணியவில்லை. அவன் தன் கைகளை உயர்த்தியபடி அகங்காரத்துடன் ஆடிக் கொண்டும் துள்ளிக் கொண்டும் அந்த இடத்தைச் சுற்றி வந்தான்.

என் தந்தை அவனைச் சுட்டிக்காட்டி, "கர்ணா, அவன்தான் இளவரசன் பீமன். தன்னோடு சண்டையிடுவதற்கு அவன் எல்லோருக்கும்

சவால்விட்டுக் கொண்டிருக்கிறான்," என்று விளக்கினார்.

இன்னொரு பகுதி, குதிரையேற்றப் பயிற்சிக்காக ஒதுக்கப்பட்டு இருந்தது. குதிரைகளை ஓட்டிச் செல்லுவதற்கு அடுத்தடுத்துப் பாதைக் கோடுகள் போடப்பட்டிருந்தன. குறிப்பிட்ட இடைவெளிகளில் குழிகள் வெட்டப்பட்டிருந்தன. குதிரைகள் அவற்றைத் தாண்டி ஓடுவதற்காக அந்த ஏற்பாடு செய்யப்பட்டிருந்தது. சில குழிகளில் தண்ணீர் நிரப்பப்பட்டு இருந்தது. குதிரைகள் இவற்றையும் தாண்டிச் செல்ல வேண்டும். குறிப்பிட்ட இடைவெளிகளில் குட்டித் தடைச்சுவர்கள் எழுப்பப்பட்டிருந்தன. தங்கள் குதிரைகள் இந்த அனைத்துத் தடைகளையும் தாண்டிச் செல்லுவதற்குப் பல இளைஞர்கள் அவற்றுக்குப் பயிற்சியளித்துக் கொண்டிருந்தனர். கிழக்குப் பகுதியில் வாட்சண்டைப் பயிற்சிக்காக ஒரு மைதானம் அமைக்கப்பட்டிருந்தது. அதன் ஒரு பக்கத்தில் பல கம்பங்கள் நடப்பட்டிருந்தன. அவற்றில் பல்வேறு வகையான கவசங்களும் சிறிய மற்றும் பெரிய கேடயங்களும் தொங்கிக் கொண்டிருந்தன. பல வீரர்கள் ஆக்ரோஷமாக ஒருவரோடு ஒருவர் வாட்சண்டையில் ஈடுபட்டிருந்தனர். வாட்கள் மோதிக் கொண்டபோது ஏற்பட்டச் சத்தம் அந்த அரங்கத்தில் எதிரொலித்தது. மேற்குப் பகுதியில் அதேபோல இன்னொரு மைதானம் இருந்தது. அங்கு இளைஞர்கள் கர்ஜித்தபடி கதாயுதங்களைக் கொண்டு பாசாங்குச் சண்டையிட்டுப் பயிற்சி செய்து கொண்டிருந்தனர். எறிவேல், ஈட்டி, மற்றும் பிற ஆயுதங்களுக்கான பயிற்சிகளுக்கும் அந்த மாபெரும் அரங்கில் தனித்தனியாக இடங்கள் ஒதுக்கப்பட்டிருந்தன. கற்களால் அமைக்கப்பட்டிருந்த அறைகளில் பல்வேறு வகையான ஆயுதங்கள் நிரம்பியிருந்தன. அந்த அரங்கில், நகரும் பொருட்களைத் துல்லியமாகக் குறி வைப்பதற்கான பயிற்சிக்காக மிக உயரமான மற்றும் மிக அகலமான மேடை ஒன்று அமைக்கப்பட்டிருந்தது. எந்தப் பகுதியிலிருந்து பார்த்தாலும் அந்த மேடை அந்த அரங்கத்தின் மத்தியில் இருந்ததுபோலத் தெரியும்படி அமைக்கப்பட்டிருந்தது. அந்த மேடையின் மேலே பல்வேறு அளவுகளையும் பல்வேறு வடிவங்களையும் கொண்ட விற்கள் இருந்தன. அவை மலர்களால் அலங்கரிக்கப்பட்டிருந்தன. அந்த மேடையின் ஒரு பக்கத்தில் அம்புகள் அடங்கிய அம்பறாத்தூணிகள் ஏராளமானவை இருந்தன. முன்பகுதியில், தாக்கப்பட வேண்டிய இலக்குகள் இடம்பெற்றிருந்தன. அந்த மேடையின்மீது, கருநீலத் தோல் கொண்ட ஒரு வீரன் தன்னுடைய உடலின் எடை முழுவதையும் தன்னுடைய வலது பாதத்தின்மீது குவித்தபடி, சண்டையிடும் தோரணையில் அமர்ந்திருந்தான். அவன் தன்னுடைய வில்லின் நாணை இறுக்கமாகத் தன்னுடைய காதுவரை இழுத்திருந்தான். அவன் ஒரு கண்ணை மூடிக் கொண்டு, மறுகண் தன்னுடைய அம்பின் முனையோடு ஒரு நேர்க்கோட்டில் இருக்கும்படி செய்தான். அவனுக்குப் பக்கத்தில், தளர்வான ஆடை அணிந்த, வெள்ளைத் தாடியுடன்கூடிய முதியவர் ஒருவர் நின்று கொண்டிருந்தார். அவர் உயரமாக இருந்தார். அவர் தன்னுடைய தலைமுடியைக் குவித்து உச்சியில் ஒரு கொண்டையாக அதை அள்ளி முடிந்திருந்தார். ஒரு நதியின் மிக ஆழமான பகுதியைப்போல அவர் அசையாமல் நின்றார். கருநீலத் தோலுடன்கூடிய அந்த இளைஞன் தன்னுடைய நாணை

எந்தக் கையால் பிடித்திருந்தானோ, அந்தக் கையை அந்த முதியவர் ஒரு குறிப்பிட்ட விதத்தில் ஒழுங்கு செய்தார். அவர் அவனிடம் எதையோ விளக்கிக் கொண்டிருந்தார். அவருடைய பேச்சை அந்த இளைஞன் உன்னிப்பாகக் காதுகொடுத்துக் கேட்டான்.

என் தந்தை அவனைச் சுட்டிக்காட்டி, “அவன் பாண்டுவின் மகனான இளவரசன் அர்ஜுனன். வில் வித்தையில் கைதேர்ந்தவன் அவன். அவனுக்குப் பயிற்சியளித்துக் கொண்டிருக்கின்றவர்தான் குருதேவர் துரோணர்,” என்று கூறினார்.

“வில் வித்தையில் கைதேர்ந்த அர்ஜுனன்! அவன் யாராக இருந்தால் என்ன? ஒரு வீரனைப் போன்ற தோரணையை இதைவிடச் சிறப்பாக அவனால் வெளிப்படுத்தியிருக்க முடியாதா?” என்ற எண்ணம் திடீரென்று என் மனத்தில் முளைத்தது.

குருதேவர் துரோணர் உண்மையிலேயே ஓர் அசோக மரத்தைப்போல கம்பீரமாகக் காட்சியளித்தார். அவருடைய உயரமான உருவமும் வெள்ளை ஆடையும் சேர்ந்து மிக வசீகரமாகத் தோன்றின.

நாங்கள் அந்த மேடையை நோக்கிச் சென்றோம். அருகிலிருந்த பயிற்சி மைதானங்களை நான் பார்த்துக் கொண்டே வந்தபோது என் ரத்தம் சூடேறிக் கொண்டிருந்ததை நான் உணர்ந்தேன். நான் அந்த மைதானங்களுக்குள் நுழைந்து, எல்லாப் போட்டியாளர்களுடனும் சேர்ந்து கதாயுதப் பயிற்சியிலும் வாட்சண்டைப் பயிற்சியிலும் ஈடுபடத் துடித்தேன். அங்கே நின்ற துடிப்பான குதிரைகளின் வாய்களில் நுரை தள்ளும் அளவுக்கு நான் அவற்றுக்குப் பயிற்சியளிக்க விரும்பினேன். அங்கு நின்ற யானைகளை அவற்றின் துதிக்கைகளைப் பிடித்துச் சுழற்றி, அவை களைத்தவுடன் அவற்றின்மீது ஏறி உட்கார விரும்பினேன். அந்த மேடையின்மீது நின்ற இளைஞனை அவனுடைய கையைப் பிடித்து என் தலைக்கு மேலே தூக்கி, ஒரு தலைசிறந்த வீரனின் தோரணை எப்படி இருக்க வேண்டும் என்பதை நான் அவனுக்கு விளக்கிக் காட்ட விரும்பினேன். மல்யுத்த மைதானத்தில் ஆனந்தக் கூத்தாடிக் கொண்டிருந்த அந்த அகங்கார பீமனுடன் மல்யுத்தம் செய்து அவனைத் தோற்கடித்து அவனுடைய கர்வத்தை ஒடுக்க வேண்டும் என்று நான் விரும்பினேன்.

வில்வித்தைக் களத்தில் இருந்த உயரமான அந்த மேடைக்கு அருகே நாங்கள் வந்து நின்றோம். இளவரசன் அர்ஜுனன் எய்த ஓர் அம்பு, தூரத்தில் இருந்த, மரத்தால் ஆன ஒரு பொருளைத் துல்லியமாகத் துளைத்தது. குருதேவர் துரோணர் அவனுடைய தோளைத் தட்டி, “அர்ஜுனா, பிரமாதம்!” என்று கர்ஜித்துவிட்டு, “ஆனால் உன்னுடைய அம்பு அந்த இலக்கை எவ்வளவு ஆழமாகத் துளைத்துள்ளது என்று பார்த்து வா,” என்று கூறினார். அர்ஜுனன் உடனடியாக அங்கிருந்து புறப்பட்டு அந்த இலக்கை நோக்கி மிடுக்காக நடந்து சென்றான். அவன் அங்கிருந்து சென்றவுடன் என் தந்தை அந்த மேடைக்குப் பக்கத்தில் சென்று, கீழே இருந்தபடி துரோணருக்குத் தன் பணிவான வணக்கத்தைத் தெரிவித்தார். நான் குருதேவர் துரோணரைப் பார்த்தேன். அவர் மேற்கு நோக்கி நின்று கொண்டிருந்தார். மறைந்து கொண்டிருந்த சூரியனின் கதிர்கள் அவருடைய வெண்ணிறத் தாடியின்மீது அழகாக ஒளிர்ந்தன. அவருடைய தாடி அவருடைய வயிறுவரை நீண்டிருந்தது.

காற்றில் ஒருசில முடிக்கற்றைகள் லேசாகப் படபடத்தன. அவருடைய நெற்றியின்மீதும் கைகள்மீதும் வெற்று வயிற்றின்மீதும் விபூதிப் பட்டைகள் இடம்பெற்றிருந்தன. அவருடைய வசீகரமான நெற்றியின்மீது, முதுமை பல சுருக்கக் கோடுகளை வரைந்திருந்தது. அவருடைய மூக்கு நேராகவும் கூர்மையாகவும் இருந்தது. அவருடைய புருவங்கள் முற்றிலும் வெண்மையாக இருந்தன. அமைதி தவழ்ந்த அவருடைய கண்களில் தன்னம்பிக்கை ஒளிர்ந்தது. நான் மரியாதையோடு பணிந்து அவருக்குத் தலை வணங்கினேன். போரில் சண்டையிடுவதற்குத் தேவையான அனைத்துத் திறமைகளையும் குருதேவர் துரோணரிடம் நான் கற்றுத் தேர வேண்டும் என்று என் தந்தை விரும்பினார்.

"இவன் என் மகன் கர்ணன்," என்று என் தந்தை என்னை அவரிடம் அறிமுகப்படுத்தினார்.

குருதேவர் என்னுடைய குண்டலங்களைப் பற்றிக் கேட்கவிருந்ததாக நான் உறுதியாக நம்பினேன். ஆனால் அவர் அவற்றைக் கண்டுகொள்ளவே இல்லை. மாறாக, "அதிரதரே, இவன் உங்கள் மகனா? இவனை எதற்காக இங்கே அழைத்து வந்திருக்கிறீர்கள்?" என்று கேட்டார்.

"இவனை உங்களுடைய பராமரிப்பில் விட்டுச் செல்லுவதற்காகத்தான் நான் இவனை இங்கு அழைத்து வந்திருக்கிறேன்."

"என்னுடைய பராமரிப்பிலா?"

"மற்ற இளவரசர்களோடு சேர்ந்து இவனும் போர்த் திறமைகளில் பயிற்சி பெற்றால்..."

"இளவரசர்களுடனா? அதிரதரே, போர்த் திறமைகள் என்பவை ஒரு சத்திரியனுக்கு மட்டுமே உரிய சிறப்புரிமை. நீங்கள் உங்கள் மகனை இங்கே சேர்த்துவிடலாம், ஆனால் சத்திரிய இளவரசர்களோடு சேர்ந்து அவன் கற்றுக் கொள்ளுவான் என்று நீங்கள் எதிர்பார்க்காதீர்கள்."

இதைக் கேட்டவுடன் என் தந்தையின் முகம் வாடியது. அவரால் என்ன சொல்ல முடியும்? அவர் குழப்பமடைந்திருந்தார். இறுதியில், "உங்கள் விருப்பப்படியே நடக்கட்டும்," என்று அவர் கூறினார்.

நாங்கள் மீண்டும் குருதேவரைப் பணிந்து வணங்கிவிட்டு அங்கிருந்து புறப்பட்டோம். வழியில் இளவரசன் அர்ஜுனனை நாங்கள் எதிர்கொண்டோம். அவன் தன்னுடைய இலக்கிலிருந்து தன்னுடைய அம்பைப் பிடுங்கி எடுத்துக் கொண்டு திரும்பி வந்து கொண்டிருந்தான். நான் அவனை கவனமாக ஆய்வு செய்தேன். அவனுடைய தோல் கருநீல நிறத்தில் இருந்தது. அவனுடைய முகவாய் ஓர் ஈட்டியின் முனைபோலக் கூர்மையாக இருந்தது. ஒளிவீசிய அவனுடைய கண்கள் அவனுடைய நெற்றிப்பொட்டுகளை நோக்கி வளைந்திருந்தன. அவனுடைய மூக்கு நேராகவும் கூர்மையாகவும் இருந்தது. அவனுடைய நெற்றி ஒரு தட்டினைப்போல அகலமாக இருந்தது. அவனுடைய புருவங்கள் அழகாக இருந்தன. உண்மையில், அவனுடைய ஒட்டுமொத்த முகமும் வசீகரமானதாக இருந்தது. ஓர் இனிய மணியோசையைப் போன்ற குரலில் அவன் என் தந்தையிடம், "சிற்றப்பா, நீங்கள் சம்பாநகரியிலிருந்து இன்றுதான் வந்தீர்களா?" என்று கேட்டான்.

"ஆமாம். நான் என் மகன் கர்ணனையும் அழைத்து வந்திருக்கிறேன்," என்று என் தந்தை கூறினார்.

அர்ஜுனன் என்னை மேலோட்டமாகப் பார்த்தான். என்

கண்களைவிட, என்னுடைய குண்டலங்கள் அவனைப் பெரிதும் கவர்ந்திருந்ததுபோலத் தோன்றியது. அவன் என்னிடம் ஏதோ கேட்கவிருந்த நேரத்தில், பாம்பைப் போன்ற ஏதோ ஒன்று நெளிந்தபடி மேலேயிருந்து எங்களுக்கு நடுவே வந்து விழுந்தது. இதனால் அதிர்ச்சியடைந்த நாங்கள் இரண்டு அடிகள் பின்னால் நகர்ந்தோம். அங்கிருந்த எல்லோரும் பயத்துடனும் ஆர்வக் குறுகுறுப்புடனும் அதைப் பார்த்தனர். ஒரு பெரிய, பழுப்பு நிற வல்லூறு தன்னுடைய பெரிய இறக்கைகளை அடித்துக் கொண்டு வானத்தில் வட்டமிட்டுக் கொண்டிருந்தது. அது அவ்வப்போது தன்னுடைய வலிமையான கழுத்தை வளைத்து, நிலத்தின்மீது அசைவின்றிக் கிடந்த ஒரு கருநிறப் பாம்பை உற்றுப் பார்த்தது. அப்பாம்பை அங்கிருந்து தூக்கிச் செல்லுவது அதன் நோக்கமாக இருந்தது. நிலத்தின்மீது வந்து மோதியதால் தற்காலிகமாக அதிர்ச்சியடைந்திருந்த அந்தப் பாம்பு, இப்போது நெளிந்தபடி தன்னுடைய வாயைத் திறந்து தன்னுடைய நச்சுப்பற்களைக் காட்டியது. அது ஒருசில முறை சீறொலி எழுப்பிப் படமெடுத்துவிட்டு, தன்னுடைய உயிருக்கு பயந்து அங்கிருந்து வேகவேகமாக ஊர்ந்து சென்றது. அர்ஜுனன் மின்னல் வேகத்தில் தன்னுடைய் வில்லில் ஓர் அம்பைப் பொருத்தி, வேகமாக ஊர்ந்து சென்று கொண்டிருந்த அப்பாம்பை நோக்கி அதைக் குறி வைத்தான். இதற்கிடையே, “அர்ஜுனா, குறி வைக்காதே!” என்று மேடையிலிருந்து ஒரு குரல் வந்தது. அது ஒரு சக்திவாய்ந்த குரலாக இருந்தது. அந்த உத்தரவைக் கேட்டவுடன், நெருப்பைத் தொட்டவன்போல அர்ஜுனன் உடனடியாகத் தன் வில்லைத் தாழ்த்தினான். அப்பாம்பு ஓர் அம்பின் வேகத்தில் ஊர்ந்து சென்று, அந்த அரங்கிற்கு வெளியே இருந்த மதிற்சுவரில் எங்கோ மறைந்துவிட்டது. அந்த அரங்கின் நடுவே இருந்த மேடையிலிருந்து மீண்டும் அதே குரல் ஒலித்தது: “இளவரசே, ஓர் அற்பப் பாம்பைக் கொல்லுவதற்கு முன்பாக, உனக்குள் இருக்கும் பாம்பைக் கொல். கோபம் ஒரு பயங்கரமான பாம்பு. பலவீனமான ஓர் உயிரினத்திற்கு ஒருபோதும் தீங்கு விளைவிக்காதே.”

எங்கள் எல்லோருடைய பார்வையும் அந்த மேடையை நோக்கித் திரும்பியது. குருதேவர் துரோணர் அங்கு நின்று கொண்டிருந்தார்.

அப்போது ஓர் இளைஞன் அர்ஜுனனை வேகமாக அணுகினான். அவன் உயரமாகவும் அமைதி தவழ்ந்த முகத்தைக் கொண்டவனாகவும் இருந்தான். அவன் அர்ஜுனனின் தோள்மீது தன் கையை வைத்து, ஓர் இனிய குரலில், “நீ சற்றும் சிந்திக்காமல் அந்தப் பாம்பைக் குறி வைக்க என்ன காரணம்?” என்று கேட்டான்.

அர்ஜுனன் மௌனமாக நின்றான். நான் அந்த உயரமான இளைஞனைப் பற்றி என் தந்தையிடம் சைகையில் கேட்டேன். “அவன் இளவரசன் தருமன்,” என்று அவர் என் காதில் கிசுகிசுப்பாகக் கூறினார்.

இப்போது அந்த பிரம்மாண்டமான அரங்கத்திலிருந்த அனைத்து மாணவர்களும் அர்ஜுனனைச் சூழ்ந்து கொண்டு, “என்ன காரணம்? என்ன காரணம்?” என்று கூட்டமாகக் கேட்டனர். நான் அந்தக் களேபரத்தைவிட்டு வெளியே வந்து, அந்த அரங்கத்தை உன்னிப்பாகப் பார்வையிட்டேன். “நாளைக்கு இங்கு என்னுடைய பயிற்சி தொடங்கப் போகிறது,” என்று நான் எனக்குள் கூறிக் கொண்டேன். ஆனால் ஒரே

ஒரு கேள்வி என் மனத்தில் தொடர்ந்து ரீங்காரமிட்டுக் கொண்டிருந்தது: "நான் இளவரசர்களோடு சேர்ந்து பயிற்சி பெறுவதற்கு எது தடையாக இருக்கிறது?" போர்த் திறமைகள் சத்திரியர்களுக்கு மட்டுமே உரியவை என்று சற்று முன்புதான் குருதேவர் விளக்கியிருந்தார். " 'சத்திரியன்' என்றால் என்ன? நான் ஒரு சத்திரியனா இல்லையா? இல்லை என்றால், நான் எவ்வாறு ஒரு சத்திரியனாக ஆவது?" என்று அடுத்துப் பல கேள்விகள் என்னுள் முளைத்தன.

அப்பயிற்சிப் பள்ளியில் என்னுடைய பெயரையும் ஷோனின் பெயரையும் பதிவு செய்துவிட்டு நாங்கள் அந்த பிரம்மாண்டமான இரும்புக் கதவு வழியாக வெளியே வந்தோம். என் தந்தை வழக்கத்திற்கு மாறாக மிகவும் அமைதியாக இருந்தார். "அப்பா, என்னால் ஏன் இளவரசர்களோடு சேர்ந்து பயிற்சி பெற முடியாது?" என்று கேட்டு நான் அந்த அமைதியைக் கலைத்தேன்.

"ஏனெனில், நீ ஒரு சத்திரியன் அல்லன்," என்று அவர் பதிலளித்தார்.

" 'சத்திரியன்' என்றால் என்ன?"

"ஓர் அரசக் குடும்பத்தில் பிறந்த எவரொருவரும் ஒரு சத்திரியனாவார். மகனே, நீ ஒரு தேரோட்டிக்குப் பிறந்திருக்கிறாய்," என்று விளக்கிவிட்டு அவர் என் முதுகின்மீது மென்மையாகத் தட்டினார்.

"பரம்பரை! அரசக் குடும்பத்தினர் நூற்றுக்கணக்கான கைகளுடன் பிறக்கின்றனரா? அவர்களுக்கு ஏன் இவ்வளவு சிறப்பு முக்கியத்துவம் கொடுக்கப்படுகிறது?"

"உனக்குப் புரியாது. நாளையிலிருந்து நீ தினமும் ஒழுங்காக இந்தப் பயிற்சிப் பள்ளிக்கு வருவதை உறுதி செய்து கொள். எவ்வளவு கடினமாக இருந்தாலும், அவர்கள் உனக்குக் கற்றுக் கொடுக்கின்ற எல்லாவற்றையும் எப்படியாவது கற்றுக் கொள்."

என் தந்தையின் பதில் எனக்குத் திருப்தியளிக்கவில்லை. ஒரு பைத்தியக்காரனின் மனத்தைப்போல, என்னுடைய மனம் மன்னர் திருதராஷ்டிரரையும் குருதேவர் துரோணரையும் ஒப்பிட்டுப் பார்க்கத் தொடங்கியது. "என்னுடைய முகத்தைத் தன்னுடைய கைகளால் அன்பாகத் தாங்கிப் பிடித்து, பார்வைத் திறனற்றத் தன்னுடைய கண்களால் என்னுடைய குண்டலங்களைப் 'பார்க்க' முயற்சி செய்த அஸ்தினாபுர மன்னர் திருதராஷ்டிரருக்கும், என்னுடைய அழகான குண்டலங்களை லேசாகப் பார்க்கக்கூட விரும்பாத மதிப்பிற்குரிய குருதேவர் துரோணருக்கும் இடையே என்ன ஒற்றுமை இருந்தது? உண்மையில், குருதேவர் மன்னரிடமிருந்து மிகவும் வேறுபட்டிருந்தார். 'பலவீனமானவர்களைத் தாக்காதே,' என்று அவர் கூறினார். ஒரு பாம்பை ஒரு பலவீனமான உயிரினம் என்று கூறிய இந்த குருதேவர் அறிவார்ந்தவரா அல்லது தகுதியற்றவரா? அப்பாம்பு ஒரு கணத்தில் அர்ஜுனனின் உடலில் விஷத்தைப் பாய்ச்சி அவனைச் சாகடித்துவிடும் என்பது பற்றி எள்ளளவு யோசனைகூட அவருக்கு இருக்கவில்லையா? இளவரசன் அர்ஜுனனுக்கும் எனக்கும் இடையே ஒரு பாம்பு ஊர்ந்து சென்றிருந்தது அபசகுனத்திற்கான ஓர் அறிகுறியல்லவா?" நான் இவ்வாறெல்லாம் நினைத்துவிட்டு, பிறகு, "சீச்சீ! மனித மனம் எவ்வளவு விசித்திரமானது! அர்ஜுனனுக்கும் எனக்கும் இடையே அந்தப் பாம்பு

வந்து விழுந்தது ஒரு தற்செயலான நிகழ்வுதான்," என்று எனக்கு நானே கூறிக் கொண்டேன்.

நானும் என் தந்தையும் அரண்மனைக்குத் திரும்பினோம். ஷோன் எங்களுக்காகக் காத்துக் கொண்டிருந்தான். அமைச்சர் விருசவர்மன் அவனுக்குப் பக்கத்தில் உட்கார்ந்திருந்தார். அந்தி சாய்ந்து கொண்டிருந்தது. நானும் என் தந்தையும் ஷோனும் அமைச்சர் விருசவர்மனும் தெற்கு நோக்கி அமைந்திருந்த ஓர் அறைக்குள் நுழைந்தோம். அது எங்கள் தந்தையின் அறை. அதில் கிழக்கு நோக்கி ஒரு சன்னல் திறந்திருந்தது. நான் அதன் வழியாக என் தலையை வெளியே நீட்டினேன். ஆயுதப் பயிற்சிப் பள்ளியின் கற்சுவர் தூரத்தில் மங்கலாகத் தெரிந்தது. அதைச் சுற்றி கங்கை அமைதியாக ஓடிக் கொண்டிருந்தது. நாள் முழுவதும் விளையாடிய பிறகு களைத்து ஓய்கின்ற ஒரு குழந்தையைப்போல, ஒட்டுமொத்த அஸ்தினாபுரமும் மெல்ல மெல்ல அடங்கிக் கொண்டிருந்தது. ஒரு பணியாளர் ஒரு தீப்பந்தத்துடன் உள்ளே நுழைந்து, எண்ணெய் நிரப்பப்பட்டிருந்த ஒரு பெரிய கல்விளக்கை ஏற்றினார். இப்போது எல்லோருடைய முகங்களும் தெளிவாகத் தெரிந்தன.

அந்த அமைச்சர் என் தந்தையிடம், "சூதர்குலத் தலைவரே, என்ன நிகழ்ந்தது? உங்கள் மகனுக்கு அந்தப் பயிற்சிப் பள்ளியில் இடம் கிடைத்துவிட்டதல்லவா?" என்று கேட்டார்.

"ஆமாம்," என்று சுருக்கமாக பதிலளித்துவிட்டு, என் தந்தை ஆழ்ந்த சிந்தனையில் மூழ்கினார்.

"சரி. உங்களுக்கு ஏதேனும் வேண்டுமென்றால், வெளியே இருக்கின்ற பணியாளனிடம் தெரிவியுங்கள். நான் இப்போது உங்களிடமிருந்து விடைபெற்றுக் கொள்ளுகிறேன்," என்று கூறிவிட்டு அந்த அமைச்சர் அங்கிருந்து சென்றுவிட்டார்.

இரவில் ஒரு பணியாளர் சமையலறையிலிருந்து எங்களுக்கு உணவு கொண்டு வந்தார். நாங்கள் சாப்பிட்டுவிட்டு அரட்டையடிக்கத் தொடங்கினோம். வழக்கம்போல, ஷோனிடம் ஏகப்பட்டக் கேள்விகள் இருந்தன. ஆனால் என் மனம் வேறு எங்கோ இருந்தது. நான் என் படுக்கையின்மீது அமர்ந்து, அந்தக் கல்விளக்கில் எரிந்து கொண்டிருந்த சிறிய சுடரைப் பார்த்தேன். ஒளிர்ந்த எந்தவொரு பொருளும் எப்போதும் என்னை ஈர்த்தன. அது எனக்குப் புரியாத ஒரு புதிராக இருந்தது. பல நினைவுகள் அடுத்தடுத்து ஒவ்வொன்றாக என் கண்முன்னே வந்து நின்றன. அவற்றைக் கொண்டு நான் ஒரு வண்ணமாலையைத் தொடுக்க விரும்பினேன்: ஷோன் தன் கையை உயர்த்தியவாறு அழுது கொண்டே எங்கள் தேருக்குப் பின்னால் ஓடி வந்தது; உறுதியாக இருந்த என் தந்தை, ஷோனின் நிலையைக் கண்டதும் மனம் இளகியது; இளவரசன் துரியோதனன் எங்களைப் புயல்போலக் கடந்து சென்றது. அகங்காரம் தெறித்த அவனுடைய மிடுக்கான நடை. துரியோதனன்தான் நான் பார்த்திருந்த, குருவம்சத்தைச் சேர்ந்த முதல் வீரன். அவன் என்னுடைய குண்டலங்களைப் பற்றி எவ்வளவு வாஞ்சையோடு பேசினான்! அவன் என் தோள்மீது கை வைத்து, ஏற்கனவே பரிச்சயமாகியிருந்த ஒருவனைப்போல என்னை அவ்வளவு நெருக்கத்தோடு பார்த்தான். ஓர் இளவரசன் என்றால் அவன் துரியோதனனைப்போல உறுதியாகவும்

வசீகரமாகவும் இருக்க வேண்டும்; என்னுடைய முகத்தைத் தன்னுடைய கைகளால் தாங்கிப் பிடித்து அதைத் தன்னுடைய விரல்களால் உணர்ந்த அவனுடைய தந்தை திருதராஷ்டிரர்; அரண்மனையின் முன்னால் இருந்த குளத்தில் தவழ்ந்த ஒரு தாமரையைப் போன்ற விதுரர்; சிந்தனையில் தன்னைத் தொலைத்தபடி ஒற்றைக் காலைத் தூக்கி நடனமாடிக் கொண்டே மல்யுத்த வளையத்தைச் சுற்றி வந்த பீமன்; தன்னுடைய வில்லைப் பிடித்துக் கொண்டு ஒரு வில்லாளியின் தோரணையை வெளிப்படுத்திக் கொண்டிருந்த கற்றுக்குட்டி அர்ஜுனன்; பெருங்கடலைப் போன்ற துரோணர். அவருடைய மனத்தின் ஆழத்தை யாராலும் அளவிட முடியாது; ஒரு சிறுவனாக இருந்தபோதிலும் பெரியவர்களுக்குரிய ஞானத்துடன் பேசிய தருமன்.

இளவரசன் துரியோதனன்-அர்ஜுனன், மன்னர் திருதராஷ்டிரர்-குருதேவர் துரோணர், விதுரர்-தருமன் ஆகியோரை என்னையும் அறியாமல் நான் எடைபோட்டுப் பார்க்க முயற்சித்தேன். நான் அந்த ஜோடிகளை ஒருவரோடு ஒருவர் ஒப்பிடவில்லை, மாறாக, நான் அவர்களை மதிப்பிட்டுக் கொண்டிருந்தேன். அவர்கள் ஒவ்வொருவரும் ஒரு வித்தியாசமான ஆளுமையுடன் தனித்துவமாக இருந்தனர். இவ்வுலகில் எத்தனை வகையான மனிதர்கள், எத்தனை வகையான இயல்புகளுடன் இருக்கிறார்கள் என்பது கடவுளுக்கு மட்டுமே வெளிச்சம். அவர்களை யார் அந்த விதத்தில் உருவாக்கினார்கள்? எதற்காக அவர்கள் அவ்வாறு உருவாக்கப்பட்டிருக்கிறார்கள்? எண்ணற்ற வகையான மனிதர்களைப் படைத்த அந்த தேவலோகச் சிற்பி யார்? ஏனெனில், இரண்டு நபர்கள் ஒன்றுபோல இருப்பதில்லை. அவர்கள் அப்படி இருப்பதுபோலத் தோன்றினாலும், அவர்கள் வேறுபட்டவர்கள்தான் என்பது தெரிய வருகிறது. சூடாக விவாதிக்கப்படுகின்ற இத்தகைய கேள்விகளுக்கு இறுதி விடைகள் எதுவும் இல்லை.

அந்தக் கல்விளக்கிலிருந்த எண்ணெய் மெதுவாகத் தீர்ந்து கொண்டிருந்தது. அதன் சுடரின் ஒளியும் மங்கிக் கொண்டிருந்தது. ஷோன் அயர்ந்து தூங்கியிருந்தான். நாள் முழுவதும் பயணம் செய்ததாலும், அஸ்தினாபுரத்தில் நடந்து திரிந்ததாலும் ஏற்பட்டக் களைப்பில் எங்கள் தந்தையும் அயர்ந்து தூங்கிக் கொண்டிருந்தார். நான் ஓசைபடாமல் எழுந்து அந்த விளக்கை ஊதி அணைத்தேன். அதிலிருந்து எழுந்த புகை என்னுடைய நாசித் துவாரங்களுக்குள் நுழைந்தது. நான் என்னுடைய படுக்கையை விரித்தேன். அஸ்தினாபுரத்தில் என்னுடைய முதல் நாள் அது! விருந்தினர்களைப்போலவே நினைவுகளும் தற்பெருமிதம் கொண்டவை, எதைப் பற்றியும் கவலைப்படாதவை, தமக்கு விருப்பமான நேரத்தில் நம்முடைய மனத்தின் கதவைத் தட்டுபவை. திடீரென்று என் தாயார் ராதையின் நினைவு எனக்கு வந்தது. சம்பாநகரியில் எங்கள் வீட்டில் அவர் இப்போது தனியாக இருந்ததை நினைத்து என் மனம் வருந்தியது. நான் வீட்டில் இல்லை என்பதை மறந்துவிட்டு, “வசு! வசு!” என்று அவர் அழைத்துக் கொண்டிருப்பார். ஒரு தாயின் அன்பு எல்லையற்றது. நான் வீட்டிலிருந்து புறப்பட்டபோது அவர் எனக்கு ஒரு நினைவுப் பரிசாக ஒரு வெள்ளிப் பேழையைக் கொடுத்தார். எல்லாவற்றையும் விட்டுவிட்டு அவர் தன்னுடைய அன்பு மகனுக்கு ஏன் இந்தப் பேழையைக் கொடுக்கத்

தீர்மானித்தார்? "நீ என்னைப் பற்றி நினைக்கின்ற ஒவ்வொரு முறையும் இந்தப் பேழையை எடுத்துப் பார். இப்பேழை உன்னுடைய தாயின் இடத்தை எடுத்துக் கொள்ளட்டும்," என்று அவர் கூறியிருந்தார். அவர் எவ்வளவு எளிமையானவர்! உயிரற்ற ஒரு பேழையால் எப்படி ஒரு தாய்க்கான மாற்றாக அமைய முடியும்? அம்மாவுக்கு எப்படி இப்படி ஒரு யோசனை வந்தது? "அம்மா, பால் குறித்த தாகத்தை மோரால் தீர்க்க முடியுமா? ஆனால், என்ன நேர்ந்தாலும், நான் உங்களுடைய விருப்பங்களை எப்போதும் கொண்டாடி மகிழுவேன். என்ன ஆனாலும் சரி, என் உயிர் உள்ளவரை உங்களுடைய நினைவை நான் எப்போதும் என்னுடன் பத்திரமாக வைத்திருப்பேன். அது ஒருபோதும் மங்காமல் பார்த்துக் கொள்ளுவேன்," என்று எனக்குள் கூறிக் கொண்டு, ஒரு துணியால் மூடப்பட்டிருந்த அப்பேழையை நான் மெதுவாகத் திறந்தேன். நான் அதை மரியாதையோடு தூக்கி என் கண்களில் ஒற்றிவிட்டு என் படுக்கைக்குப் பக்கத்தில் வைத்தேன். இவ்வுலகில் மூன்று பேரை நான் ஆழமாக நேசித்தேன் - என் தாயார், என் தந்தையார், மற்றும் ஷோன். அதேபோல, மூன்று விஷயங்கள் என்னை ஆழமாகக் கவர்ந்தன. முதலாவது, தன்னுடைய எண்ணற்ற அலைகளால் பல்வேறு மொழிகளில் என்னுடன் பேசிய கங்கை நதி. இரண்டாவது, தன்னுடைய சக்திமிக்க ஒளியால் எப்போதும் எனக்கு உத்வேகமூட்டிய சூரிய பகவான். மூன்றாவது, என் தாய் எனக்குக் கொடுத்திருந்த இந்த வெள்ளிப் பேழை. இப்பேழை சம்பாநகரியை எனக்கு நினைவுபடுத்தியது. என் மனமெனும் கன்று பூமித்தாயின் மார்பில் முகம் புதைத்தது. நினைவோடை எனும் பால் அதிலிருந்து சுரந்தது. நான் எப்போது தூங்கினேன் என்பதை நான் அறியவில்லை.

15

காலையில் பறவைகளின் பாடலைக் கேட்டு நான் கண்விழித்து, சன்னலைத் திறந்து வெளியே எட்டிப் பார்த்தேன். தொடுவானத்திலிருந்து இருள் மெல்ல மெல்ல விலகிக் கொண்டிருந்தது. பட்டுப் போன்ற மென்மையான ஒரு பனிமூட்டத்தின் ஊடாக கங்கை நதி பாய்ந்து கொண்டிருந்தது. அஸ்தினாபுரம் மெதுவாகக் கண்விழித்துக் கொண்டிருந்தது. காய்ந்திருந்த ஒரு மேற்துண்டை எடுத்துக் கொண்டு நான் அந்த அறையைவிட்டு வெளியே வந்தேன். இந்த நேரத்தில் படித்துறையில் யாரும் இருக்க மாட்டார்கள் என்பதால், என் மனம் குளிரும்வரை நான் கங்கையில் நீராடலாம் என்ற நினைப்புடன் ஆற்றங்கரையை நோக்கி நடக்கலானேன். என்னைச் சுற்றிலும் மெல்லிய பனிமூட்டம் படர்ந்திருந்தது. அதைக் கைவிட பூமிக்கு மனமில்லைபோலத் தோன்றியது. அப்பனிமூட்டத்தில் தெளிவற்றுத் தெரிந்த மாளிகைகளும் சாலைகளும் மனத்தை வசீகரிப்பவையாக இருந்தன. கங்கைக் கரையின்மீது அமைந்திருந்த கோவிலில் ஒரே ஒரு மணி ஒலித்தது. அந்த அதிகாலை நிச்சலனத்தில் அந்த மணியோசை தெள்ளத் தெளிவாகக் கேட்டது. நான் அதன் திசையில் நடந்தேன். "கங்கை ஆற்றினுள் ஒருபோதும் அடியெடுத்து வைக்காதே," என்ற

என் தாயின் எச்சரிக்கை என் நினைவுக்கு வந்தது. நான் உள்ளூரப் புன்னகைத்தேன். அம்மா எப்போதும் கவலைப்படும் வகையைச் சேர்ந்தவர்! நான் ஒரு கைக்குழந்தை என்று அவர் நினைத்தாரா? எனக்கு முழுமையாகப் பதினாறு வயது ஆகியிருந்தது. எனக்கு நீரைப் பற்றி எந்த பயமும் இருக்கவில்லை. நான் சிந்தனையில் மூழ்கியபடி படித்துறையை வந்தடைந்தேன். நான் என்னுடைய மேற்துண்டை அங்கிருந்த படிகள்மீது வைத்தேன். பிறகு என்னுடைய இடுப்புத் துண்டை இறுக்கிக் கட்டிவிட்டு முன்னால் பார்த்தேன். சுமார் பன்னிரண்டு முழ தூரம்வரை எல்லாம் தெளிவாகத் தெரிந்தது. அதற்கு அப்பால் வெள்ளைப் பனிமூட்டத்தைத் தவிர வேறு எதுவும் தெரியவில்லை. நான் அக்காட்சியை மரியாதையோடு வணங்கிவிட்டு ஆற்றுக்குள் குதித்தேன். தண்ணீர் வெதுவெதுப்பாக இருந்தது. சுமார் ஒரு மணிநேரம் நான் சுதந்திரமாக நீச்சலடித்தேன். பிறகு பனிமூட்டம் விலகத் தொடங்கியதால் நான் கரைக்கு நீந்தி வந்து உடை மாற்றிக் கொண்டு, என்னுடைய பழைய இடைத்துண்டைத் தண்ணீரில் நனைத்துக் கசக்கிப் பிழிந்து, அதைப் படிகள்மீது வைத்துவிட்டுத் தொலைதூரத்தில் பார்த்தேன். சூரிய பகவான் மெதுவாக வானில் உயர்ந்து கொண்டிருந்தார். அவருடைய மென்மையான கதிர்கள் கங்கையின் நீரைத் தொட்டுத் தழுவின. நான் கை நிறைய நீரை அள்ளி சூரிய பகவானுக்கு அர்ப்பணம் செய்துவிட்டு அவரை வணங்கினேன். என்னவொரு வசீகரமான தோற்றம் அவருக்கு! அவர் ஒவ்வொரு நாளும் ஒரு புதிய வடிவில் தோன்றினார். எனக்கு அப்படித்தான் தெரிந்தது. ஒவ்வொரு நாளும் ஓர் அற்புதமான வடிவம், ஒவ்வொரு நாளும் ஓர் அற்புதமான பிரகாசம். இன்றைய தெய்விக அழகு மறுநாள் மாறியிருக்கும். மறுநாள் ஒரு புதிய அழகு வடிவெடுக்கும். அவரைப் பார்த்தபோது என்னுள் புதிய நம்பிக்கைகள் கிளர்ந்தெழுந்தன. அவருடைய அந்தப் பிரகாசம் பல்லாயிரக்கணக்கான மைல்கள் தூரத்தில் இருந்தபோதிலும், அந்தப் பிரகாசத்திற்கும் எனக்கும் இடையே எந்த இடைவெளியும் எந்த வித்தியாசமும் இல்லாததுபோல நான் உணர்ந்தேன். என் உடல் லேசானதுபோல எனக்குத் தோன்றியது. என் கைகள் தாமாகக் குவிந்து பிரார்த்தனையில் ஈடுபட்டன. என் கண்கள் தாமாக மூடிக் கொண்டன. என் மனத்தில் நான் அந்தப் பிரகாசத்தின்மீது ஒருமித்த கவனம் செலுத்தினேன். கண்களுக்கு எட்டிய தூரம்வரை நான் அந்தப் பிரகாசத்தைத் தவிர வேறு எதையும் பார்க்கவில்லை. கண்ணைப் பறிக்கும் பிரகாசம் அது. ஆனால் அது இதமளிப்பதாகவும் விரும்பத்தக்கதாகவும் இருந்தது. கண்களைப் பறிக்கும் அந்தப் பிரகாசத்திற்கும் எனக்கும் இடையே ஏதோ நெருங்கிய உறவு இருந்ததாக நான் உணர்ந்தேன். பிரபஞ்சத்தின் இருளைச் சிதறடித்த, பெருங்கடலைப் போன்ற அகன்ற அந்தப் பிரகாசத்தையும் என்னையும், பார்வைக்குப் புலப்படாத ஏதோ இழைகள் இணைத்ததாக நான் உணர்ந்தேன். நான் மெய்மறந்து நின்றேன். அந்த இழைகள்மீது நான் வெகு உயரத்திற்கு அழைத்துச் செல்லப்பட்டேன்.

இன்று அந்தப் பிரகாசம் இன்னும் அதிக வசீகரமானதாக இருந்தது. நான் மன அமைதியோடு என் கைகளைக் குவித்து என் கண்களை மூடினேன். முடிவற்ற அந்த ஒளிப் பெருங்கடலில் நான் ஓர் அலையாக

ஆனேன். தனியான இருத்தல் எதுவும் இல்லாத ஓர் அலை அது. அது தனியாக இருக்க விரும்பவும் இல்லை. முடிவற்ற அந்தப் பெருங்கடலில் இருந்த எண்ணற்ற அலைகளில் ஒன்று அது.

யாரோ என் தோளைத் தொட்டதாக நான் நினைத்தேன். அது ஒரு தொடுதல்தானா என்பது முதலில் எனக்கு உறுதியாகத் தெரியவில்லை. ஆனால் இப்போது யாரோ என் தோளை உலுக்கிக் கொண்டிருந்தனர். நான் என் கண்களை மெல்லத் திறந்து, பின்னால் திரும்பினேன். ஒரு தனித்துவமான அமைதி தவழ்ந்த முகத்தைக் கொண்ட ஒரு முதியவர் அங்கு நின்று என்னைப் பார்த்துக் கொண்டிருந்தார். அவருடைய தாடியும் தலைமுடியும் புருவங்களும் வெண்ணிற மேகங்களைப்போல முழுக்க வெள்ளையாக இருந்தன. அவருடைய நெற்றியின்மீது விபூதிக் கோடுகள் இடம்பெற்றிருந்தன. அவர் தன்னுடைய வலிமையான, கனமான கையை என் தோள்மீதிருந்து அகற்றவில்லை. அவர் யாராக இருக்கும் என்று நான் யோசித்தேன். ஏகப்பட்டக் கேள்விகள் என் மனத்தில் முளைத்தன. இதற்கு முன்பு அவரை நான் எங்கும் பார்த்திருக்கவில்லை.

அவர் மிகுந்த பாசத்தோடு என்னிடம், "மகனே, நீ யார்?" என்று கேட்டார்.

"கர்ணன். சூத புத்திரன் நான்."

"சூதனா? எந்த சூதன்?"

"சம்பாநகரியைச் சேர்ந்த அதிரதரின் மகன்."

"அதிரதனா?"

"ஆமாம், ஐயா. நீங்கள்..." நான் ஒருவித எதிர்பார்ப்புடனும் ஆர்வக் குறுகுறுப்புடனும் கேட்டேன்.

"என் பெயர் பீஷ்மர்." காற்றில் அவருடைய தாடி அசைந்தாடியது.

பீஷ்மர்! பிதாமகர் பீஷ்மர்! கௌரவர்கள் மற்றும் பாண்டவர்களின் பெரும் மரியாதைக்குரிய பீஷ்மர்! கங்கையின் புதல்வர் பீஷ்மர்! குருவம்சம் எனும் கோவிலின் குவிமாடம்! வீர சாம்ராஜ்ஜியத்தின் கொடியான பீஷ்மர்! ஒரு கணம் என் மனம் உணர்ச்சியற்றுப் போனது. கௌரவர்களின் கதாநாயகரும் கடவுளுமான பீஷ்மர் இங்கே கங்கைக் கரைமீது என் முன்னால் நின்று கொண்டிருந்தார்!

ஒரு மாபெரும் ஆலமரத்தின் பக்கத்தில் முளைத்திருக்கின்ற ஒரு புல்லைப்போல நான் அங்கே நின்றேன். என்ன செய்வதென்று தெரியாமல் தவித்த நான், கடைசியில் அவருடைய பாதங்களில் நெடுஞ்சாண்கிடையாக விழுந்தேன். அவர் என்னைத் தொட்டுத் தூக்கி, "நான் உன்னுடைய பிரார்த்தனையில் குறுக்கிட்டுவிட்டேன். இதில் உனக்கு வருத்தம் ஏதுமில்லையே?" என்று இனிமையாகக் கேட்டார்.

"இல்லை," என்று நான் பதிலளித்தேன்.

"மகனே, வேறு வழியின்றிதான் நான் உன்னுடைய தியானத்தைக் கலைக்க வேண்டியதாயிற்று," என்று அவர் கூறினார்.

நான் அவரை ஆச்சரியத்தோடு பார்த்தேன். அவர் ஒரு கணம் அமைதி காத்துவிட்டு, பிறகு, "கடந்த முப்பது ஆண்டுகளாக தினமும் இந்த நேரத்தில் நான் கங்கைக் கரைக்கு வந்துள்ளேன். ஆனால் இந்த அஸ்தினாபுரத்தில் வேறு எவரொருவரும் எனக்கு முன்பாக இங்கு ஒருபோதும் வந்ததில்லை. குறைந்தபட்சம், நான் யாரையும்

பார்த்ததில்லை என்று கூறலாம். நீதான் முதல் நபர்," என்று கூறினார்.

"நானா?" அடுத்து என்ன சொல்ல வேண்டும் என்று எனக்குத் தெரியவில்லை.

"ஆமாம். அதனால்தான் நான் உன்னுடைய தியானத்தில் குறுக்கிட்டேன். நான் நெடுநேரம் காத்திருந்துவிட்டுத்தான் உன் தோளைத் தொட்டேன்," என்று கூறிய அவர், என்னுடைய குண்டலங்களைப் பார்த்துவிட்டு, "இந்தக் குண்டலங்களை அணிந்திருக்கும்போது நீ எவ்வளவு வசீகரமாக இருக்கிறாய், தெரியுமா?" என்று கேட்டார்.

"நான் அவற்றோடு பிறந்தேன்," என்று நான் பதிலளித்தேன்.

"அவற்றை பத்திரமாகப் பார்த்துக் கொள்," என்று கூறிவிட்டு, அவர் அந்தப் படிக்கட்டுகள் வழியாக ஆற்றினுள் இறங்கினார். அவருடைய உயரமான உருவம் மெல்ல மெல்ல மறைந்தது. அவர் அந்த நீரில் கழுத்தளவு மூழ்கி நின்றார். அவருடைய தலைமுடி நீரின் அலைகளோடு சேர்ந்து நீந்தியது. அவருடைய தலை, நீரின்மீது மிதந்து கொண்டிருந்த ஒரு வெண்தாமரையைப்போலக் காட்சியளித்தது. நான் நின்ற இடத்திலிருந்தே அவரைப் பணிந்து வணங்கிவிட்டு, என்னுடைய மேற்துண்டால் என் உடலைப் போர்த்தியபடி அரணமனைக்குத் திரும்பினேன். அன்றைய நாள் பிதாமகர் பீஷ்மரின் தரிசனத்தோடு தொடங்கியது. அவருடைய தரிசனம் எனக்குக் கிடைத்த மிகப் பெரிய ஆசீர்வாதம்.

அந்த விநோதமான சந்திப்பு என்னுள் ஆர்வக் குறுகுறுப்பை உண்டாக்கியது. பிதாமகர் பீஷ்மரைப் பார்க்க வேண்டும் என்று நாள் முழுவதும் நான் ஆவலாக இருந்திருந்தேன். ஆனால் அவரே நேரில் வந்து எனக்கு தரிசனம் கொடுத்திருந்தார்! அதுவும், கங்கைக் கரையின்மீது அந்தப் புனிதமான காலை நேரத்தில் அவர் அங்கு வந்து காட்சியளித்திருந்தார்! அவர் எவ்வளவு இனிமையாக என்னிடம் பேசினார்! அவருடைய முகத்தோற்றம் ஒரு கோவிலின் கருவறையைப்போல எவ்வளவு அமைதியாகவும் தூய்மையாகவும் இருந்தது! ஒரு சாதாரண சூத புத்திரனான என்னிடம் எதையோ ரசிக்கும் அளவுக்கு அவர் எவ்வளவு பணிவு கொண்டிருந்தார்! கௌரவர்களின் மூத்த மன்னரான அவர் என்னுடைய தோள்மீது பாசத்தோடு தன் கையை வைத்து என்னுடைய நலனை விசாரித்தாரே! பணிவு கொண்ட ஓர் உன்னதமான மனிதரான அவர் உண்மையிலேயே எவ்வளவு மகத்தானவர்! பிதாமகர் பீஷ்மரைப் போன்ற அடக்கமான, உயர்ந்த பண்புநலன்களைக் கொண்ட ஒருவர் பிறப்பதற்கு ஒரு குடும்பம் உண்மையிலேயே ஆசீர்வதிக்கப்பட்டிருக்க வேண்டும்! அப்படிப்பட்ட ஓர் அருமையான அரண்மனையில் நான் ஒரு விருந்தினராக இருந்ததற்கு நான் எவ்வளவு அதிர்ஷ்டம் செய்திருக்க வேண்டும்! இனி இந்த மாமனிதரை நான் அடிக்கடி தரிசிக்கலாம்! அவருடைய அமைதியான, இரக்கம் தெறிக்கும் கண்கள் என்னை மீண்டும் பார்க்கும்! நான் மிகவும் நேசித்த மூவரோடு, இப்போது நான்காவதாகப் பிதாமகர் பீஷ்மரும் சேர்ந்து கொண்டார்.

16

நான் அரண்மனையை அடைந்த மறுகணம், உடை மாற்றித் தயாராகும்படி என் தந்தை என்னிடம் கூறினார். நான் ஆயுதப் பயிற்சிப் பள்ளிக்குப் போக வேண்டியிருந்ததால் கண்ணிமைக்கும் நேரத்தில் தயாராகிவிட்டேன். ஷோன் ஏற்கனவே உடை மாற்றிக் கொண்டு நெடுநேரமாக எனக்காகக் காத்துக் கொண்டிருந்தான். என் தாயார் எனக்குக் கொடுத்திருந்த பேழையை நான் பத்திரமாக ஒரு பெரிய மாடக்குழியில் வைத்திருந்தேன். சொர்க்கத்தின் மரம் என்று அழைக்கப்படுகின்ற பாரிஜாத மரத்திலிருந்து நான் பறித்திருந்த நான்கு மலர்களை நான் மரியாதையோடு அப்பேழைக்கு அர்ப்பணித்தேன். பிறகு நான் அதை வணங்கிவிட்டு, “அம்மா, என்னை ஆசீர்வாதம் செய்யுங்கள். உங்கள் மகன் வசு தன் வாழ்வில் ஒரு முக்கியத் திருப்புமுனையை எட்டியுள்ளான். நான் இன்று என்னுடைய ஆயுதப் பயிற்சியைத் துவக்கவிருக்கிறேன்,” என்று கூறினேன்.

“கர்ணா! ஷோன்! வேகமாக வாருங்கள்!” என்று என் தந்தை வெளியேயிருந்து கத்தினார். நான் சன்னலுக்கு வெளியே எட்டிப் பார்த்தேன். சூரிய பகவான் கிழக்குத் தொடுவானத்தை ஒட்டியிருந்த நிலங்களைப் பிரகாசமாக ஒளியூட்டியிருந்தார். கங்கை நீரில் அவருடைய பிரதிபலிப்பை தூரத்திலிருந்து பார்த்தபோது, வானத்தின் சூரிய பகவான், பூமியின் சூரிய பகவான் என்று இரண்டு தனித்துவமான அடையாளங்களை அது அவருக்குக் கொடுத்ததுபோலத் தோன்றியது. நான் ஷோனின் கையைப் பிடித்துக் கொண்டு அந்த அறையைவிட்டு வெளியே வந்தேன்.

என் தந்தையும் ஷோனும் நானும் அந்தப் பயிற்சி அரங்கினுள் நுழைந்தோம். நேற்றைவிட இன்று அதிகமான இளைஞர்கள் அங்கு இருந்தனர். அவர்கள் எல்லோரும் அந்த அரங்கின் நடுவில் இருந்த மேடையைச் சுற்றி அமர்ந்து கொண்டு, அதிகாலைப் பிரார்த்தனைக்கான மந்திரங்களைக் கூறிக் கொண்டிருந்தனர். பிரார்த்தனை நெடுநேரம் தொடர்ந்ததால், திரும்பிச் செல்லும்படி நான் என் தந்தையிடம் கூறினேன்.

“ஒழுங்குடன் நடந்து கொள்,” என்று கூறிவிட்டு அவர் அங்கிருந்து புறப்பட்டுச் சென்றார். நான் அந்த அமைதியான அரங்கைப் பார்வையிட்டேன். விரைவில் அச்சூழல் கிழக்கிலிருந்து புறப்படும் புயல்மேகங்களின் கர்ஜனையைப்போல மாறவிருந்தது. பல்வேறு ஆயுதங்கள் ஒன்றோடொன்று மோதி ஓர் அற்புதமான இரைச்சலை உருவாக்கவிருந்தன. பயிற்சியாளர்களின் ஆக்ரோஷமான போர்க்குரல்கள் அந்த இரைச்சலை மேலும் அதிகப்படுத்தவிருந்தன.

பிரார்த்தனை முடிந்தது. நடுவில் அமர்ந்திருந்த குருதேவர் துரோணர் அமைதியாக எழுந்து நின்று, தன்னுடைய கைகளை உயர்த்தித் தன்னுடைய மாணவர்கள் அனைவரையும் ஆசீர்வதித்தார். அவர் எங்களையும் ஆசீர்வதிப்பார் என்று நான் எதிர்பார்த்தேன். ஆனால் அதற்குள் அர்ஜுனன் குறுக்கிட்டதால், அவர் அவனுடைய தோள்மீது கை போட்டுக் கொண்டு அவனுடன் பேசியபடி அங்கிருந்து போய்விட்டார். எங்கள் பக்கம் திரும்பக்கூட அவருக்கு நேரம்

இருக்கவில்லை. போர்ப் பயிற்சிக்கான அரங்கில் அது என்னுடைய முதல் நாள். ஒரு குருவின் ஆசீர்வாதம் இல்லாமல் எந்தவொரு கல்வியும் வெற்றிகரமானதாக இருக்காது என்று யாரோ என்னிடம் கூறினர். அதனால்தான், கௌரவர்களின் மாபெரும் குருவான அவரை நான் பணிந்து வணங்கினேன். ஆனால் இளவரசன் அர்ஜுனன் திடீரென்று அங்கே முளைத்து என்னுடைய எதிர்பார்ப்பைக் குலைத்துவிட்டான். அவன் அங்கே வருவதற்கு வேறொரு நேரத்தைத் தேர்ந்தெடுத்திருக்கக்கூடாதா? குருதேவர் என்ன அவனுடைய தனிப்பட்டச் சொத்தா? நேற்று குருதேவர் கூறியதன்படி பார்த்தால், சத்திரியர்களால் மட்டுமே ஒரு குருவின் ஆசீர்வாதங்களைப் பெற முடியும் என்பது உண்மைதானா? அப்படியானால், சூத புத்திரனான என்னால் ஒரு குருவின் ஆசீர்வாதத்திற்கு எப்படி ஆசைப்பட முடியும்? ஒருவேளை எனக்கு ஆசீர்வாதம் கிடைத்தாலும், அது என்னை ஒரு சத்திரியனாக மாற்றிவிடாது, இல்லையா? அது சரி, நான் ஏன் ஒரு சத்திரியனாக மாற வேண்டும்? எனக்கு ஆசீர்வாதம் கிடைக்கிறதோ இல்லையோ, அது ஒரு பொருட்டல்ல. நான் என்றென்றும் சூத புத்திரனாகவே இருப்பேன்! தந்தை அதிரதர், தாய் ராதை ஆகியோரின் மகனாகவே நான் இருப்பேன். இந்த குருவின் ஆசீர்வாதம் சத்தியர்களுக்கு மட்டுமே உரியதாக இருந்தது; அவருடைய அறிவும் சத்திரியர்களுக்கு மட்டுமே உரியதாக இருந்தது; அவர் சத்திரியர்களுக்கான ஒரு குருவாக மட்டுமே இருந்தார். அவரால் எப்படி என்னுடைய குருவாக இருக்க முடியும்? என்னுடைய பயிற்சியின் முதல் நாளான இன்று நான் யாரை என்னுடைய குருவாக ஆக்கிக் கொள்ளுவது? அறிவு குறித்த என்னுடைய தேடலில் நான் தொடர்ந்து முன்னேறிச் செல்லுவதற்கு யாருடைய ஆசீர்வாதம் என்னை ஊக்குவிக்கும்? ஒரு சூதனின் மகனுக்கு குருவாக ஆவதற்கு இவ்வுலகில் யாரேனும் தயாராக இருந்தார்களா? இல்லை. அர்ஜுனன் ஏன் இந்நேரத்தில் வர வேண்டும்? குருதேவர் துரோணர் அவன்மீது ஏன் இவ்வளவு பிரியம் கொண்டிருந்தார்? அவர் ஒரு குரு, அவன் ஒரு மாணவன், அவ்வளவுதானே? எனக்கு எரிச்சல் ஏற்பட்டது. நான் என் தலையைக் கவிழ்த்துக் கொண்டு சிந்திக்கத் தொடங்கினேன். நான் ஓர் அரசக் குடும்பத்தில் பிறக்காதது என்னுடைய தவறா? தான் விரும்பும் பிறப்பு எவருக்கேனும் கிடைத்திருக்கிறதா? உயர்ந்த பிறப்பு, தாழ்ந்த பிறப்பு என்று யார் தீர்மானிக்கிறார்கள்? எது ஒரு மனிதனை ஒரு மாமனிதனாக ஆக்குகிறது? அவனுடைய தகுதிதானே? ஆனால் யார் என் பேச்சைக் காது கொடுத்துக் கேட்கப் போகிறார்கள்? என்னுடைய முதல் நாள் வெறுமனே விரயமாகவிருந்ததா? நான் என்னுடைய வில்லையும் அம்புகளையும் எடுத்து நேராகக் குறி வைத்துத் தாக்கும் பயிற்சியைத் துவக்கத் துடித்துக் கொண்டிருந்தேன். ஆனால், சில நாட்கள் ஒருவனை சோதிப்பதற்காகவே உருவாக்கப்படுகின்றனபோலும்! நான் என்ன செய்வது?

வெறுப்பில் நான் ஒரு பைத்தியக்காரனைப்போல அந்தக் கல்மேடையைச் சுற்றிவரத் தொடங்கினேன். ஒருமுறை, நேராக குருதேவர் துரோணரிடம் ஓடிச் சென்று, “தன் மாணவனின் மனத்தை அறிந்திருக்கின்ற ஒருவரால் மட்டுமே ஒரு குருவாக இருக்க முடியும். உங்களுடைய ஆசீர்வாதத்திற்காக, நீரிலிருந்து வெளியே விழுந்து

கிடக்கின்ற ஒரு மீனைப்போல இங்கே ஒரு மாணவன் துடித்துக் கொண்டிருக்கின்றபோது, அது பற்றி உங்களுக்கு எதுவும் தெரியாமல் இருப்பதற்கு என்ன அர்த்தம்? நீங்கள் ஏன் அர்ஜுனனுக்கு இவ்வளவு முக்கியத்துவம் கொடுக்கிறீர்கள்? அவனிடம் அப்படியென்ன தனிச் சிறப்பு இருக்கிறது? என்னைப் பாருங்கள். பளபளப்பான குண்டலங்கள் என்னிடம் இருக்கின்றன. என்னுடைய தோல், கதலி மரம்போல அடர்மஞ்சள் நிறத்திலும், எதுவொன்றாலும் துளைக்கப்பட முடியாததாகவும் இருக்கிறது," என்று கூறவிடலாமா என்றுகூட எனக்குத் தோன்றியது.

மறுகணம், "ஒழுங்குடன் நடந்து கொள்!" என்ற என் தந்தையின் எச்சரிக்கை என் நினைவுக்கு வந்தது. ஆனால் எப்படி ஒழுங்குடன் நடந்து கொள்ளுவது? குருதேவர் துரோணர் என்னைப் பார்க்கக்கூட மறுத்தாரே. நான் என்ன செய்ய வேண்டும்? அழுது கொண்டே வீட்டிற்குத் திரும்பிச் செல்ல வேண்டுமா? பிறகு நான் என்னதான் செய்வது?

வழக்கம்போல, நான் கிழக்கு வானத்தை ஏறிட்டுப் பார்த்தேன். சூரிய பகவான், மிகவும் கொதிக்கின்ற ஓர் இரும்புப் பந்தைப்போல, வானத்தின் நீலக் குவிமாடத்திற்கு நெருப்புப் பற்ற வைத்துக் கொண்டிருந்தார். ஒரு கணத்தில் என்னுடைய ஏமாற்றம் மாயமாய் மறைந்தது. "இந்த அற்புதமான சூரிய பகவானைவிட அதிக சக்தி வாய்ந்த ஒரு குரு இந்த மூவுலகில் யாரேனும் இருக்க முடியுமா? வேறொருவரிடம் நான் ஏன் ஆசீர்வாதம் கேட்டு யாசித்து நிற்க வேண்டும்? இன்றிலிருந்து, சூரிய பகவான் மட்டுமே என்னுடைய ஒரே குருவாக இருக்கப் போகிறார். இன்றிலிருந்து, நான் அவருக்கு முன்னால் மட்டுமே பூசை செய்வேன். இன்றிலிருந்து, அவருடைய கட்டளை மட்டுமே எனக்கு முக்கியம்," என்று எனக்கு நானே கூறிக் கொண்டு, மறுகணம் அந்தக் கல்மேடையின்மீது ஏறி, மலர்களால் அலங்கரிக்கப்பட்ட ஒரு வில்லை அங்கிருந்து எடுத்து, என்னால் இயன்ற அளவு அதை என் தலைக்கு மேலே உயர்த்தி, "உலகின் இருளைப் போக்குகின்ற சூரிய பகவானே! இன்றிலிருந்து நான் உங்களுடைய மாணவன். என்னை ஆசீர்வதியுங்கள். எனக்கு வழி காட்டுங்கள்," என்று வேண்டினேன். பிறகு நான் அந்த வில்லை என் நெற்றியின்மீது ஒற்றிவிட்டு, கீழே குனிந்து சூரிய பகவானை வணங்கினேன். ஷோன் எனக்குத் தெரியாமல் எனக்குப் பின்னால் வந்து நின்று கொண்டிருந்தான். "ஷோன், சூரிய பகவானை வணங்கி அவரிடம் ஆசி கேள்," என்று நான் அவனிடம் கூறினேன். அவன் மரியாதையோடு தன் கைகளைக் குவித்து வணங்கினான். சிறிது நேரத்திற்குப் பிறகு நான் அந்த வில்லை மேடையின்மீது வைத்தேன்.

ஷோனும் நானும் மேடையைவிட்டுக் கீழே இறங்கினோம். என் மனம் அமைதியடைந்திருந்தது. குருதேவர் துரோணரும் இளவரசன் அர்ஜுனனும் அந்த மேடையின் முற்பகுதியை நோக்கி நடந்து வந்து கொண்டிருந்ததை நான் கண்டேன். அர்ஜுனன் என்னைப் பார்த்துப் புன்னகைத்தான். ஆனால் பதிலுக்குப் புன்னகைக்கும் மனநிலையில் நான் இருக்கவில்லை. அவனுடைய புன்னகை போலியானதுபோல எனக்குத் தோன்றியது.

பிதாமகர் பீஷ்மர் என் நினைவுக்கு வந்தார். 'இந்த' அர்ஜுனனின்

தாத்தா அவர்! அவருக்கும் இவனுக்கும் இடையே எந்தவிதமான ஒற்றுமையும் இருக்கவில்லை. அவர்கள் இருவரின் இயல்புகளுக்கும் நடத்தைக்கும் இடையே ஒரு மலையளவு வேறுபாடு இருந்தது. அர்ஜுனன் எங்களைத் தாண்டிச் சென்றபோது, ஷோனைப் பார்த்துவிட்டு, என்னிடம் ஒப்புக்கு, "இவன் யார்?" என்று கேட்டான்.

"இவன் என் தம்பி," என்று நான் பெருமிதத்தோடு கூறினேன்.

"இவனும் இந்தப் பள்ளியில் சேர்ந்திருக்கிறானா?" என்று மதிப்பிற்குரிய குருதேவர் துரோணர் கேட்டார்.

"ஆமாம், ஐயா," என்று நான் பதிலளித்தேன்.

"நீங்கள் இருவரும் அங்கே போய் கிருபரின் குழுவில் சேர்ந்து கொள்ளுங்கள்."

நான் பதிலேதும் கூறவில்லை. அவருக்கு வணக்கம் தெரிவிக்கக்கூட நான் விரும்பவில்லை. நான் அங்கிருந்து புறப்பட்டபோது, பின்னால் திரும்பி அர்ஜுனனைப் பார்த்தேன். அவனுடைய பார்வை என்னுடைய குண்டலங்கள்மீது நிலைத்திருந்தது. அவன் வியப்போடு அவற்றைப் பார்த்தபடி நின்றான்.

நாங்கள் கிருபரின் குழுவை அணுகினோம். கிருபர், துரோணரின் மனைவியினுடைய சகோதரர். அவருடைய கண்காணிப்பின்கீழ் பல இளைஞர்கள் வில்வித்தைப் பயிற்சியில் ஈடுபட்டிருந்தனர். "எங்கு பார்த்தாலும் இளவரசர்கள் கூட்டம் தெரிகிறதே! ஆனால் இவர்களில் யாருக்காவது துரியோதனனின் வசீகரமான ஆளுமை இருக்கிறதா? ஒருவருக்காவது துரியோதனனின் மிடுக்கான நடை இருக்கிறதா? துரியோதனனின் தீர்க்கமான பார்வை இங்கு யாருக்கு இருக்கிறது?" இந்த எண்ணங்கள் என் மனத்திற்குள் ஓடிக் கொண்டிருந்தபோது தூரத்தில் இளவரசன் துரியோதனன் வந்து கொண்டிருந்ததை நான் பார்த்தேன். நான் அவனிடம் சென்றால், அவன் நிச்சயமாக என்னிடம் நலம் விசாரிப்பான் என்பதால் நான் அவனை அணுகினேன். ஆனால் அவன் இளவரசன் துரியோதனன் அல்லன். அவன் துரியோதனனைப்போலவே இருந்தான். ஓர் அன்னப்பறவைக் குஞ்சுக்கும் இன்னோர் அன்னப்பறவைக் குஞ்சுக்கும் இடையேயான வேறுபாட்டை எப்படி நம்மால் கூற முடியாதோ, அதேபோல யார் எந்த இளவரசன் என்று அடையாளம் காண முடியவில்லை. எனவே, இளவரசன் துரியோதனனைப்போலவே தோன்றிய இவன் யாராக இருக்க முடியும் என்று நான் யோசித்தேன். அவன் ஓர் இளவரசன் என்பதை அவனுடைய உடை வெளிப்படுத்தியது. ஆனால் எந்த இளவரசன்? அவன் ஒரு கௌரவனா அல்லது பாண்டவனா? அவன் அப்படியே துரியோதனனின் சாயலில் இருந்ததால் அவன் நிச்சயமாக ஒரு கௌரவனாகத்தான் இருக்க வேண்டும் என்று நான் நினைத்தேன். ஆனால் எந்தக் கௌரவன்? "துச்சாதனா!" என்று கிருபர் அவனை அழைத்தார். அவன் அவரை நோக்கி விரைந்தான். ஆக, இது துச்சாதனன். அவனுடைய உருவமும் துரியோதனனின் உருவமும் கிட்டத்தட்ட ஒரே சாயலில் இருந்தன. இரண்டு இளவரசர்களும் அதே மிடுக்கான நடையைக் கொண்டிருந்தனர், அதே தீர்க்கமான பார்வையைக் கொண்டிருந்தனர். ஒருவேளை, துச்சாதனன் துரியோதனின் சொந்த நிழலாக இருப்பானோ?

17

முதல் பதினைந்து நாட்களுக்கு, அந்த அரங்கத்திலிருந்த ஆயுதங்களுடன் பரிச்சயம் ஏற்படுத்திக் கொள்ளுவதைத் தவிர நான் வேறு எதுவும் செய்யவில்லை. உண்மை என்னவென்றால், எதையும் கற்கும் மனநிலையில் நான் இருக்கவில்லை. முதல் நாளன்றே குருதேவர் துரோணர் என்னை அவமானப்படுத்தும் விதமாக என்னிடம் நடந்து கொண்டது எனக்குப் பெரும் ஏமாற்றத்தை ஏற்படுத்தியிருந்தது. "இந்த இளவரசர்களின் கூட்டத்தில் நான் ஒரு சாதாரண சூத புத்திரனாகத் தொடர்ந்து அவமானத்தை அனுபவிக்க வேண்டுமா அல்லது நான் சம்பாநகரிக்குத் திரும்பிச் சென்றுவிட வேண்டுமா? இவை இரண்டில் எது சிறந்தது? போர்த் திறமை கைவரப் பெறுவதால் எனக்கு என்ன பயன்? நான் சண்டையிடுவதற்கு எந்த மகாயுத்தம் காத்துக் கொண்டிருக்கிறது? அப்படியே இருந்தாலும், அதனால் எனக்கென்ன? ஒரு தேரோட்டியாகப் பணி செய்வதைத் தவிர அங்கு எனக்கு வேறு எந்த இடமும் இருக்கப் போவதில்லை. ஒரு தேரோட்டிக்குக் குதிரைகளைப் பற்றி நன்றாகத் தெரிந்திருக்க வேண்டும். அடக்கப்பட முடியாத குதிரைகளை அடக்கிக் கட்டுப்படுத்துவதற்கு உதவக்கூடிய பல்வேறு உத்திகள் அவனுக்குத் தெரிந்திருக்க வேண்டும். அவற்றையெல்லாம் நான் சம்பாநகரியிலேயே கற்றுக் கொள்ள முடியாதா?" என்று நான் பல சமயங்களில் யோசித்தேன். ஆனால் மறுகணமே நான் இவ்வாறு சிந்தக்கலானேன்: "இல்லை, என் எண்ணம் சரியல்ல. போர்த் திறமை என்பது போர்க்களத்திற்கு மட்டுமே தேவையான ஒன்றல்ல. ஒரு வலிமையான மனிதன் எப்போதும் மேன்மையானவனாகக் கருதப்படுகிறான். இந்த ஆயுதப் பயிற்சி எனக்குள் வலிமையை உருவாக்கும். வில்வித்தையில் உலகிலேயே தலைசிறந்தவன் அர்ஜுனன் ஒருவன் மட்டும் அல்லன் என்பதை நான் அவனுக்குக் காட்டப் போகிறேன். ஆனால், அந்த அப்பாவி எனக்கு எந்த விதத்திலும் தீங்கு இழைத்திருக்கவில்லையே! நான் ஏன் அவன்மீது இவ்வளவு பகையுணர்வு கொண்டிருக்கிறேன்? பொறாமை ஒருவனைக் குருடனாக்கிவிடும். துரோணர் அவன்மீது பிரியம் கொண்டிருப்பது அவனுடைய தவறல்லவே. என்னைப்போல அவன் இன்னோர் இளைஞன், அவ்வளவுதான். எந்த மாணவன்தான் தன் குரு தன்னை நேசிப்பதை விரும்ப மாட்டான்? ஒரு மாணவனின் நிறைகுறைகளை மதிப்பிடாமல் நிச்சயமாக எந்தவொரு குருவும் அவனை இவ்வளவு நேசிக்க மாட்டார். அப்படியானால், குருதேவரே, நீங்கள் நிர்ணயித்திருக்கும் தகுதி என்னிடம் இருப்பதை நான் உங்களிடம் நிரூபிப்பேன். அர்ஜுனன் ஒரு சிறந்த வில்லாளி என்ற ஒரே காரணத்திற்காக நீங்கள் அவனை நேசிக்கிறீர்கள் என்றால், நான் அவனைவிடச் சிறந்த வில்லாளியாக ஆவேன். ஆனால் நான் வில்வித்தையில் கைதேர்ந்தவனாக ஆவதால் என்ன பயன்? நீங்கள் ஒருபோதும் என்னை உங்கள் இதயத்தில் வைத்துக் கொண்டாட மாட்டீர்கள். நீங்கள் ஒருபோதும் அன்பாக என்னுடைய முதுகைத் தடவிக் கொடுக்க மாட்டீர்கள். ஏனெனில், நான் ஒரு சூத புத்திரன். ஆனால் அர்ஜுனன் ஒரு சத்திரியன். ஒரு சத்திரியனாக

இருப்பதில் அப்படியென்ன தனிச் சிறப்பு இருக்கிறது? சாதியின் அடிப்படையில் ஏன் இந்தப் பாரபட்சம்? அதற்கு என்ன தேவை இருக்கிறது?" ஆனால் என்னால் இதை வெளிப்படையாகச் சொல்ல முடியவில்லை. குருவம்சத்து மூதாதையர்கள் தங்களுடைய வீரத்தால் தங்களுடைய எதிரிகளை அழித்துத் தங்கள் குரு சாதியின் புகழையும் குரு சாம்ராஜ்ஜியத்தின் புகழையும் பரப்பியிருந்ததால் நிச்சயமாக அந்த சாதிக்கு ஏதோ ஒரு தனிச் சிறப்பு இருந்தாகத்தான் வேண்டும் என்று நான் நினைத்தேன். என்னுடைய சாதியின் மூதாதையர், தலைமுறை தலைமுறையாக, குதிரைகளைத் தேய்த்துக் குளிப்பாட்டி, அவற்றின் கடிவாளங்களைப் பிடித்து அவற்றை ஓட்டி வந்திருந்தனர். அவர்களை எப்படிச் சத்திரியர்களுடன் ஒப்பிட முடியும்? ஆனால், நான் ஒரு சத்திரியக் குடும்பத்தில் பிறந்திருந்தால் எவ்வளவு அற்புதமாக இருந்திருக்கும்! ஆனால் அது எப்படி நிகழும்? ஆலமரத்துக் காக்கைகள் அரண்மனைப் புறாக்களாக ஆக ஒருபோதும் ஆசைப்படக்கூடாது. மாற்றப்பட முடியாத ஒன்றைப் பற்றிக் கவலைப்படுவதில் எந்தப் பயனும் இல்லை. விஷயங்களைத் தவறாகப் புரிந்து கொண்டு, மற்றவர்கள்மீது பகையுணர்வை வளர்த்துக் கொள்ளுவதிலும் எந்த அர்த்தமும் இல்லை. அர்ஜுனன் தன் குருவுக்கு மிகவும் பிரியமான மாணவனாக இருந்தால், அவனுடைய சகோதரர்கள்தான் அது குறித்துப் பொறாமை கொள்ள வேண்டும். இதில் நான் எங்கே உள்ளே நுழைந்தேன்? எனக்கும் அர்ஜுனனுக்கும் என்ன உறவு? எந்த உறவும் இல்லை. நான் ஒரு சூத புத்திரன். அவன் ஓர் இளவரசன். அவனுடைய வழி என்னுடைய வழியிலிருந்து வேறுபட்டிருந்தது. நாங்கள் இருவரும் வாழ்வின் வெவ்வேறு சாலைகளில் பயணித்துக் கொண்டிருந்தோம். "அர்ஜுனா! யாராலும் வெல்லப்பட முடியாத தலைசிறந்த வில்லாளியாக நீ ஆகிக் கொள்! தேவைப்பட்டால், இந்த சூத புத்திரன் உன்னுடைய தேரை ஓட்ட மகிழ்ச்சியாக ஒப்புக் கொள்ளுவேன்," என்று நான் எனக்குள் கூறிக் கொண்டேன். இனி நான் அர்ஜுனன்மீதோ அல்லது வேறு யார்மீதோ ஒருபோதும் பொறாமை கொள்ளப் போவதில்லை என்று என் மனத்தில் உறுதி பூண்டேன். என்னுடைய வழி அங்கிருந்த மற்ற அனைத்து இளவரசர்களின் வழியிலிருந்து வேறுபட்டிருந்தது. எங்களுடைய பிறப்புகள் அதைத் தீர்மானித்தன. நான் வில்வித்தையைக் கற்றுக் கொள்ள விரும்பியதால் அதைக் கற்றுக் கொள்ளவிருந்தேன். வெறும் ஒலியைச் செவிமடுப்பதன் மூலம் அம்பு தொடுக்கவும், ஒரே நேரத்தில் எண்ணற்ற அம்புகளைப் பத்துத் திசைகளில் விடுவிக்கவும் நான் விரும்பினேன். ஒரு மாணவனுக்கு ஒரு குருதேவர் இருக்க வேண்டும் என்பது முக்கியமல்ல. கற்றுக் கொள்ளுவதற்கான ஆர்வம் அவனுக்கு இருக்க வேண்டியதுதான் இங்கு முக்கியம். நான் என் உடலிலும் மனத்திலும் உறுதியாக இருப்பேன். கற்க வேண்டும் என்பதற்காக மட்டுமே நான் இனி கற்பேன். நான் மேற்கொண்ட அந்த சபதம் மாற்றப்பட முடியாதது.

18

என்னுடைய ஆயுதப் பயிற்சிக்கான அட்டவணை தயாரிக்கப்பட்டிருந்தது. ஒரு மாதத்தில், ஈட்டிகள், அம்புகள், குத்துவாட்கள், வாட்கள், கதாயுதங்கள், சுழல்வட்டுக்கள், மற்றும் பிற ஆயுதங்களைப் பற்றி நான் அறிந்து கொண்டேன். வில்லின்மீது எனக்கு அதிக நாட்டம் இருந்ததால், வில்வித்தையையும் வில் சம்பந்தப்பட்டப் பிற ஆயுதங்களையும் அதிக விரிவாக நான் பயிற்சி செய்தேன். அம்புகளில் பல வகைகள் இருந்தன. 'கர்ணீ' அம்பு கூர்மையான இரண்டு முனைகளைக் கொண்டிருந்தது. அது ஒருவனுடைய வயிற்றைத் துளைத்தால், அது அவனுடைய குடலை உருவி வெளியே இழுத்து வந்துவிடும். 'நாலிகம்' என்ற அம்பின் அகலமான பகுதியில் குறிப்பிட்ட ஒரு கோணத்தில் கூர்மையான இரும்புப் பற்கள் பதிக்கப்பட்டிருக்கும். இந்த அம்பு துளைத்த ஒருவனுடைய உடலிலிருந்து அது வெளியே இழுக்கப்படும்போது, அது அவனுடைய நாளங்களைச் சின்னாபின்னமாகச் சிதைத்துவிடும். 'லிப்தம்' என்ற பயங்கரமான அம்பின் முன்பகுதியில் நச்சுத்தன்மை கொண்ட தாவரக் கொழுப்பு தடவப்பட்டிருக்கும். 'பஸ்திகம்' என்ற அம்பு ஒருவனைத் துளைத்தால், அதன் தலைப் பகுதி அவனுடைய உடலுக்குள் ஆழமாகப் பதிந்து அங்கேயே தங்கிவிடும். அம்பின் கணைக்கோலை மட்டுமே வெளியே எடுக்க முடியும். 'ஸூச்சி' என்ற அம்பின் முனையின் கூம்பு வடிவத்தில் ஓர் ஊசி இருக்கும். ஒரு கண்ணின் மணி போன்ற மிகச் சிறிய பொருட்களைத் துளைப்பதற்கு இந்த அம்பு மிகவும் கச்சிதமானது. 'ஜிஹ்மம்' என்ற அம்பு ஒரு பாம்பைப்போல நெளிந்து செல்லும், ஆனால் அது தன்னுடைய இலக்கைக் கச்சிதமாகத் துளைத்துவிடும். இந்த அம்புகளைத் தவிர இன்னும் பல வகையான அம்புகள் இருந்தன. இந்த அம்புகளைக் கொண்டு ஓர் இலக்கைத் துல்லியமாகத் தாக்குவது எப்படி என்பதைக் கற்றுக் கொள்ள என்னுடைய ஆற்றல் முழுவதையும் அர்ப்பணிக்க நான் தயாராக இருந்தேன். என்னுடைய பயிற்சியின் ஒவ்வொரு கணத்தையும் நான் இதற்காகச் செலவிடத் தீர்மானித்தேன். முன்பு, கங்கைத் தாய், சூரிய பகவான், என்னுடைய தாயார் கொடுத்த அந்த வெள்ளிப் பேழை ஆகிய மூன்று விஷயங்களை நான் விரும்பினேன். பிறகு பிதாமகர் பீஷ்மர் நான்காவதாக அப்பட்டியலில் சேர்ந்தார். ஆனால், நான் ஆயுதப் பயிற்சிப் பள்ளியில் நுழைந்த பிறகு, இன்னுமொரு விஷயம் அப்பட்டியலில் சேர்ந்து கொண்டது. வில்வித்தைதான் அது.

19

எங்கள் தந்தை பல ஆண்டுகளாக திருதராஷ்டிர மன்னருக்கு ஓர் அற்புதமான தேரோட்டியாக இருந்து வந்திருந்தார். ஆனால் இப்போது முதுமை காரணமாக, முன்புபோல அவரால் விழிப்போடும் எச்சரிக்கையோடும் இருக்க முடியவில்லை. அவருக்கு உதவுவதற்காக, தேரோட்டி கவல்கணனின் மகனை அவருக்கு உதவியாளராக மன்னர்

நியமித்திருந்தார். மன்னர் சில சமயங்களில் அந்நபரை அரசவைக்கு வரும்படி உத்தரவு பிறப்பிப்பார். அந்நபரின் பெயர் சஞ்சயன் என்பதை அதிலிருந்து நான் தெரிந்து கொண்டேன். அவர் வயதில் மூத்தவராக இருந்ததால், நான் அவரைச் சிற்றப்பா என்று அழைத்தேன். அவருடைய முகதோற்றத்திலும் விதுரரின் முகத்தோற்றத்திலும் ஓர் ஆழமான அமைதி வெளிப்பட்டது. சஞ்சயன் என்ற பெயர் எனக்கு மிகவும் பிடித்திருந்தது. அதைவிட, அவர் ஒரு தேரோட்டியாக இருந்தது எனக்கு அதிகமாகப் பிடித்திருந்தது. அவரை சந்தித்து அவரோடு பேசுவதற்கான வாய்ப்பை நான் எப்போதும் தேடினேன்.

தேர்கள் நிறுத்தி வைக்கப்பட்டிருந்த முற்றத்தில் என் தந்தையும் அவரும் பல சுவாரசியமான விஷயங்களைப் பற்றி அடிக்கடிப் பேசினர். எது தலைசிறந்த குதிரை வகை, தேரின் அச்சாணியில் தடவுவதற்கு எது சிறந்த எண்ணெய்ப்பசை, சக்கரங்கள் செய்வதற்கு எது மிக வலிமையான மரம், ஒரு தேர் அதிக ஆற்றலோடு இயங்குவதற்கு அதன் சக்கரங்களில் எத்தனைக் குறுக்குக் கம்பிகள் இருக்க வேண்டும், அந்தக் குறுக்குக் கம்பிகள் எவ்வாறு ஒரு தேரின் வேகத்தின்மீது தாக்கம் ஏற்படுத்துகின்றன போன்ற பல விஷயங்களைப் பற்றி அவர்கள் விவாதித்தனர். சஞ்சயன் சிற்றப்பா என்னிடம் எப்போதும், “கர்ணா, நீ ஒரு தேரோட்டியின் மகன். தலைசிறந்த குதிரைகள் ஒருபோதும் நிலத்தின்மீது உட்காருவதில்லை என்பதை நன்றாக நினைவில் வைத்துக் கொள். இரவில் தூங்கும்போதுகூட அவை கீழே உட்காருவதில்லை. அதேபோல, ஒரு தலைசிறந்த தேரோட்டி தன்னுடைய தேரின் இருக்கையைவிட்டு ஒருபோதும் அகலுவதில்லை. தன் உயிருக்கு ஆபத்து ஏற்படும்போதுகூட அவன் அந்த இடத்தைவிட்டு அசைவதில்லை. அவன் ஒருமுறை உட்கார்ந்துவிட்டால், பிறகு அவன் எப்போதும் அங்கேயே உட்கார்ந்திருக்க வேண்டும்,” என்று கூறினார்.

“சிற்றப்பா, நீங்கள் சொல்லுகின்ற விஷயங்கள் எல்லாம் விநோதமாக இருக்கின்றன! ஒரு சிறந்த குதிரை ஒருபோதும் நிலத்தின்மீது உட்காருவதில்லையா?” என்று நான் ஆச்சரியத்துடன் கேட்டேன்.

“ஆமாம். அது மட்டுமல்ல, நின்றபடி தூங்கிக் கொண்டிருக்கின்ற ஒரு குதிரை தன்னுடைய ஒரு குளம்பை உயர்த்தி மூன்று கால்களில் நின்று தூங்க முயற்சித்தால், நெடுந்தூரப் பயணங்களுக்கு அது பயனற்றது என்று நீ உறுதியாக நம்பலாம். அனைத்து விலங்குகளிலும் ஒரு குதிரைதான் மிகவும் அருமையானது என்பதை எப்போதும் நினைவில் வைத்திடு.”

அவர் மேலும் விரிவாக விவரிக்க வேண்டும் என்று விரும்பிய நான், “அருமையானதா?” என்று கேட்டேன். பரத்வாஜப் பறவையின் குரலைப்போல அவருடைய குரல் மிகவும் இனிமையாக இருந்ததால், அவர் பேச்சைக் கேட்க எனக்கு ஒருபோதும் அலுத்ததில்லை.

“அது மிக அருமையானதோடு கூடவே, மிக அறிவார்ந்ததும்கூட. கர்ணா, நீ எப்போதாவது ஓர் அடர்த்தியான காட்டுக்குள் செல்லும்போது திடீரென்று நீ வழி தவறிவிட்டால், உன்னுடைய குதிரைகளின் கடிவாளங்களை உன் கைகளிலிருந்து விடுவித்துவிடு. இந்த அறிவார்ந்த விலங்கு, நீ எந்த இடத்திலிருந்து உன் பயணத்தைத் துவக்கினாயோ அந்த இடத்திற்கு உன்னை அழைத்து வந்துவிடும்.”

சிற்றப்பாவுடனான உரையாடல்களில் இது போன்ற பல வகையான குதிரைக் கதைகள் எனக்குக் கிடைக்கும்.

குதிரைகளின் பல வகைப்பட்ட நடத்தைகள், அவற்றைத் தாக்கக்கூடிய நோய்கள், அவற்றின் ஒய்யார நடைகள் போன்றவற்றைப் பற்றி அவரிடமிருந்து கேட்டபோது நேரம் மிகவும் மகிழ்ச்சியாகக் கழிந்தது. ஒரு தொழில்முறைத் தேரோட்டியினுடைய, தர்மத்தின் அடிப்படையில் அமைந்த கடமைகளையும் பொறுப்புகளையும் சபை விதிமுறைகளையும் பற்றிய தகவல்களை அவர் எனக்கு விரிவாக எடுத்துரைத்தார். குதிரைகளின் குளம்புகளைத் தாக்கிய நோய்களுக்கு எந்த மூலிகைகளைப் பயன்படுத்த வேண்டும் என்பதை பாதிக்கப்பட்டக் குதிரைகளுக்குச் சிகிச்சையளித்ததன் மூலம் அவர் எனக்கு விளக்கபூர்வமாக அறிவுறுத்தினார்.

அவர் அரண்மனைத் தேரோட்டிகளின் தலைவராக இருந்தார். மன்னர் திருதராஷ்டிரர், பிதாமகர் பீஷ்மர், முதன்மை அமைச்சர் விதுரர், ராஜமாதா காந்தாரி, அமைச்சர் விருசவர்மன் ஆகிய அனைவரும் சஞ்சயன் சிற்றப்பாவைப் பெரிதும் மதித்தனர். மேன்மை பொருந்திய அவர்கள் அனைவரும் மெச்சிய சிற்றப்பா, என்னுடன் உரையாடுவதிலும் தேரோட்டுவது தொடர்பான நுண்ணிய விஷயங்களைப் பற்றி எனக்கு அறிவுறுத்துவதிலும் நேரத்தைச் செலவிட்டுக் கொண்டிருந்தார். சில சமயங்களில், மலர்களாலும் மணிகளாலும் அலங்கரிக்கப்பட்டத் தன்னுடைய வசீகரமான தேரில் அவர் ஷோனையும் என்னையும் அழைத்துக் கொண்டு அஸ்தினாபுரத்தைச் சுற்றி வந்தார்.

20

ஒருநாள் ஷோனும் நானும் நகரத்தில் வெறுமனே சுற்றித் திரியப் போனோம். நாங்கள் திரும்பி வரும் வழியில், அரண்மனைக்கு அருகே, ராஜ ரதம் ஒன்று எதிரே வந்து கொண்டிருந்ததை நாங்கள் கவனித்தோம். அதன் நான்கு பக்கங்களிலும் பளபளப்பான அலங்காரச் சீலைகள் தொங்கிக் கொண்டிருந்தன. அத்தேரை இழுத்து வந்து கொண்டிருந்த, வெள்ளை வெளேரென்று இருந்த, சக்தி வாய்ந்த ஐந்து குதிரைகளும் என் மனத்தைக் கொள்ளை கொண்டன. அவற்றில் ஒன்று அவ்வப்போது தன் தலையைப் பின்னால் சாய்த்துச் சிலுப்பியது. அத்தேர் வேகமாக முன்னோக்கி வந்து கொண்டிருந்தது.

திடீரென்று, ஷோன் என் கையை உதறிவிட்டு அத்தேரை நோக்கி வேகமாக ஓடினான். அவன் ஏன் அப்படிப் பைத்தியக்காரத்தனமாக ஓடிக் கொண்டிருந்தான் என்று நான் யோசிப்பதற்குள், அவன் அந்தத் தேரை நெருங்கியிருந்தான். அவன் இப்படி முட்டாள்தனமாக நடந்து கொண்டதைக் கண்டு நான் கோபம் கொண்டேன். நான் அவனை அணுகுவதற்குள் அவன் அத்தேரின் சக்கரங்களுக்கு அடியில் போய்விடுவான்! என்ன செய்வது? பயத்தில் என் மயிர்க்கால்கள் குத்திட்டு நின்றன. அவன் உடனடியாக அத்தேரின் வழியிலிருந்து விலகாவிட்டால் எல்லாம் முடிந்துவிடும். அவன் அதன் சக்கரங்களுக்கு அடியில் நசுக்கப்பட்டுவிடுவான். நான் என்னுடைய ஆற்றல்

முழுவதையும் ஒன்றுதிரட்டி, "ஷோன்! நில்!" என்று கத்தினேன். அவன் வேகமாகக் கீழே குனிந்து, கருப்பு நிறத்தில் இருந்த ஒரு பொருளைக் கையிலெடுத்தான். அத்தேரை ஓட்டி வந்தவர் அவனைப் பார்த்துவிட்டு, திறமையாகத் தன்னுடைய குதிரைகளை இழுத்துப் பிடித்து நிறுத்தினார். அத்தேர் கடகடவென்ற பலத்தச் சத்தத்துடன் மிகவும் சிரமப்பட்டு ஷோனின் அருகே வந்து நின்றது. அதன் குதிரைகளில் ஒன்றின் வாயிலிருந்து வழிந்த சிறிதளவு நுரையிலிருந்து ஒருசில துளிகள் ஷோனின் தலைமீது சொட்டின. ஆனால் அவனுடைய மனம் வேறு எங்கோ இருந்தது. அவன் தன் கையிலிருந்த கருப்பு நிறப் பொருளை மென்மையாக வருடிக் கொண்டிருந்தான். நான் மூச்சிறைக்க அவனருகே வந்து நின்றேன். அவன் தன் கையிலிருந்த பொருளை என்னிடம் காட்டி, வருத்தத்துடன், "அண்ணா! இதைப் பாருங்கள்! தேரின் சக்கரங்களுக்கு அடியில் இது மிதிபடவிருந்தது!" என்று கூறினான். அது ஒரு பூனைக்குட்டி. தன்னுடைய சிறிய கண்களைச் சிமிட்டிக் கொண்டிருந்த அப்பூனைக்குட்டி லேசாக முனகத் தொடங்கியது. ஷோனிடம் என்ன சொல்லுவதென்று எனக்குத் தெரியவில்லை. என்னால் அவன்மீது கோபப்பட முடியவில்லை. நான் வியப்போடு அவனைப் பார்த்தேன். எங்கள் தந்தையும் நானும் எங்கள் தேரில் சம்பாநகரியிலிருந்து வெளியேறிக் கொண்டிருந்தபோது எங்களுக்குப் பின்னால் ஓடி வந்த அதே ஷோன்தானா இவன் என்று நான் வியந்தேன்.

அவன் அந்தப் பூனைக்குட்டியின் முதுகைத் தன்னுடைய கையால் அன்பாகத் தடவினான். ஒட்டுமொத்த சொர்க்கமே தன் கைக்குக் கிடைத்திருந்ததுபோல அவன் பேருவகை கொண்டிருந்தான். தன்னுடைய மேற்துண்டு சாலையின்மீது விழுந்திருந்ததைக்கூட அவன் கவனிக்கவில்லை. தாய்ப் பூனை 'மியாவ்' என்று சத்தமாகக் கத்திக் கொண்டே தன்னுடைய குட்டியைத் தேடி அங்கு வந்து சேர்ந்தது. அது தொடர்ந்து கத்திக் கொண்டே எங்கள் பாதங்களின் அருகே வந்து நின்றது. அந்தப் பூனைக்குட்டியைக் கீழே இறக்கி வைக்கும்படி நான் ஷோனிடம் கூறினேன்.

அவன் அதைக் கீழே இறக்கிவிட்ட மறுகணம் அந்தத் தாய்ப் பூனை தன்னுடைய குட்டியின் பிடரியைக் கவ்விக் கொண்டு அதை எடுத்துச் சென்றுவிட்டது. தன்னுடைய குட்டியைத் தொலைத்தப் பிறகு அது எங்கெல்லாம் அலைந்து திரிந்ததோ யாரறிவார்? ஷோன் மட்டும் அவ்வளவு துணிச்சலாக நடந்து கொண்டிருக்காவிட்டால், அந்தப் பூனைக்குட்டி நிச்சயமாகத் தேர்ச் சக்கரங்களுக்குக் கீழே மிதிபட்டு அந்த ராஜவீதியின் புழுதியில் மடிந்து போயிருக்கும். பிறகு அந்தத் தாய்ப் பூனையின் பரிதாபக் குரலை யார் செவிமடுத்திருப்பார்கள்?

இந்நிகழ்வு என்னுடைய தாயாரான ராதையை எனக்கு நினைவுபடுத்தியது. அவருடைய அன்பான தோற்றம் என் கண்களுக்கு முன்னால் வந்து நின்றது. அவர் எவ்வளவு பிரியத்தோடு என்னைப் பார்த்துக் கொண்டார்! ஒரு தாய் எப்போதும் என்னுடைய தாயைப்போல இருக்க வேண்டும். நான் சம்பாநகரியைப் பற்றிய நினைவில் என்னைத் தொலைத்து நின்றேன். அப்போது அந்தத் தேரோட்டி தன்னுடைய தேரின் இருக்கையிலிருந்து எழுந்து, "வேகமாக வழியைவிட்டு ஒதுங்கு! சீக்கிரம்! ராஜமாதா குந்தி தேவியார் இத்தேரில்

அமர்ந்திருக்கிறார்!" என்று விரட்டினார்.

ராஜமாதா குந்தி தேவி!

நான் ஷோனின் கையைப் பிடித்து இழுத்து அத்தேருக்கு வழிவிட்டேன். அத்தேர் ஒரு பெரும் புழுதியைக் கிளப்பிக் கொண்டு கடகடவென்ற சத்தத்துடன் வேகமாக ஓடியது. அதன் அழகான வெள்ளைக் குதிரைகளை நான் மீண்டும் ஏக்கத்தோடு திரும்பிப் பார்த்தேன். ஒரு விஷயம் என்னைக் குழப்பியது. ஆறு குதிரைகள் பூட்டப்பட்டிருக்க வேண்டிய அந்தத் தேரில் ஐந்து குதிரைகள் மட்டுமே பூட்டப்பட்டிருந்தன. ஏன் ஒரு குதிரை விடுபட்டுப் போனது என்று நான் யோசித்தேன்.

"இந்த அரண்மனையில் குதிரைகளுக்குப் பஞ்சமிருக்கிறதா?" என்று நான் யோசித்தேன். இதற்கிடையே, அந்தத் தேர் மாயமாய் மறைந்துவிட்டது. ஷோனின் மேற்துண்டு அதன் சக்கரங்களுக்கு அடியில் மிதிபட்டிருந்தது. அவன் அதை எடுத்துத் தூசு தட்டித் தன்னுடைய தோள்களைச் சுற்றி அணிந்து கொண்டான். நாங்கள் எங்களுடைய விருந்தினர் அறையை நோக்கிச் சென்றோம். நான் ஷோனின் தோளைச் சுற்றி என் கையைப் போட்டேன். இதற்கு முன்பு நான் அப்படி ஒருபோதும் செய்திருக்கவில்லை.

21

அஸ்தினாபுரத்தில் என்னுடைய நாட்கள் மகிழ்ச்சியாகக் கழிந்தன. துவக்கத்தில் நான் எல்லா நேரமும் சம்பாநகரியை நினைத்து ஏங்கினேன். ஆனால், என்ன காரணமோ தெரியவில்லை, மெல்ல மெல்ல என் வீட்டைப் பற்றிய ஏக்கம்கூட என்னிடமிருந்து விடைபெற்றுக் கொண்டது. ஆனால் என் வசம் இருந்த பேழை மட்டும் என் தாயாரின் அன்பான முகத்தை எப்போதும் என் கண் முன்னே கொண்டுவந்து நிறுத்தியது. ஆனால் அவர் வெகுதூரத்தில் இருந்தார். அவர் எவ்வளவு மதிப்பு வாய்ந்த ஒரு பொக்கிஷம் என்பதை நான் உணர்ந்தேன். தினமும் இரவில் தூங்குவதற்கு முன்பு, எனக்கு நானே இவ்வாறு கூறிக் கொண்டேன்: "அம்மா, அன்பால் பிணைக்கப்பட்ட உயிர்கள் ஒன்றிலிருந்து மற்றொன்று எவ்வளவு தொலைவில் இருந்தாலும், அவை தொடர்ந்து ஒன்றுக்கொன்று நெருக்கமாகவே இருக்கின்றன. நீங்கள் இந்தப் பேழையில் இருக்கிறீர்கள். இல்லையில்லை, நீங்கள் இரண்டு பேழைகளில் இருக்கிறீர்கள். ஒன்று, நீங்கள் கொடுத்த இந்தப் பேழை; மற்றொன்று, என் இதயம்."

நினைவுகள் சூறாவளிப் புயல்களைப் போன்றவை. அவை எங்கிருந்தோ திடீரென்று முளைக்கின்றன, பிறகு அவை தாம் விரும்பும் நேரத்தில் தாம் விரும்பும் இடத்திற்குப் போய்விடுகின்றன. அது மட்டுமல்லாமல், சில சமயங்களில், அவை மனத்தின் அமைதியைக் குலைத்துவிட்டுப் போகின்றன. முன்பு சில சமயங்களில், சம்பாநகரியின் நினைவு வந்து என்னைக் கடுமையாகத் தாக்கியிருக்கின்றன. அப்போதெல்லாம் நான் முற்றிலும் மனம் தளர்ந்து போவேன். எதுவும் என்னை மகிழ்ச்சிப்படுத்தாது. அப்படிப்பட்ட நேரங்களில், நான்

ஷோனை அழைத்துக் கொண்டு அஸ்தினாபுரம் நெடுகிலும் சுற்றித் திரிவேன். அப்போது என் மனச்சோர்வு மறைந்துவிடும். நாங்கள் அடிக்கடி இவ்வாறு வெளியே போய் வந்ததால் அந்நகரம் எங்களுக்கு நன்றாகப் பரிச்சயமாகியிருந்தது. எந்தச் சாலைகள் எங்கே இட்டுச் சென்றன, எந்தக் கோவிலில் எந்தக் கடவுளின் சிலை இருந்தது, ஏரிகள், குதிரை லாயங்கள், தானியக் களஞ்சியங்கள், படைக்கலக் கொட்டில்கள் ஆகியவை எங்கே இருந்தன போன்ற எல்லாவற்றையும் நாங்கள் அறிந்திருந்தோம். பல்வேறு வடிவங்களையும் பல்வேறு நிறங்களையும் கொண்ட பல்வகை மலர்கள் பூத்துக் குலுங்கிய ஒரு தோட்டம்போல அஸ்தினாபுரம் எங்களுக்குத் தோன்றியது. இந்நகரத்தில் எத்தனை வகையான மக்கள் வாழ்ந்தனர் தெரியுமா! பாடகர்கள், நடனக்காரர்கள், போர்வீரர்கள், வணிகர்கள், விவசாயிகள், கலைஞர்கள், பண்டிதர்கள் ஆகியோரோடு, தோல் பொருட்களை உருவாக்கியவர்கள், குயவர்கள், துப்புரவுப் பணியாளர்கள், மற்றும் பிற பணியாளர்கள் அந்நகரில் வாழ்ந்தனர். அந்நகரில் எந்த நேரத்தில் எங்கு சென்றாலும் மக்கள் கூட்டம் நிரம்பி வழிந்தது. உண்மையில், பல சமயங்களில், ஆயுதப் பயிற்சிப் பள்ளிக்குச் செல்லுவதற்கு பதிலாக வெறுமனே வீட்டில் இருந்து கொண்டு, நினைத்த நேரத்தில் நகரைச் சுற்றிப் பார்த்து வரலாம் என்று நான் நினைத்ததுண்டு. ஆனால் அது சாத்தியமில்லை. ஏனெனில், நான் கற்பதற்காக அங்கு வந்திருந்தேனே அன்றி, இன்பத்தில் மிதப்பதற்கு அல்ல.

22

அஸ்தினாபுரத்தில் என்னுடைய அன்றாடக் கடமைகள் நிர்ணயிக்கப்பட்டிருந்தன. நான் தினமும் அதிகாலையில் 'பிரம்ம முகூர்த்தம்' என்ற மங்கலமான நேரத்தில் கண்விழித்தேன், பிறகு நீராடுவதற்காக கங்கைக்குச் சென்றேன். மற்றவர்கள் ஏதேனும் ஆட்சேபனை தெரிவிப்பதைத் தவிர்ப்பதற்காக, நான் ஒருபோதும் படித்துறைக்குப் போகவில்லை. நான் எனக்கென்று வேறோர் இடத்தைத் தேர்ந்தெடுத்திருந்தேன். அமைதியான, தூய்மையான ஒரு மூலை அது. யாரும் குறுக்கிடுவதற்கு எந்த வாய்ப்பும் இல்லாத இடம் அது. எனக்குத் திருப்தி ஏற்படும்வரை நான் அங்கு குளித்தேன். பிறகு நான் இடுப்பளவுத் தண்ணீரில் நின்றேன். அந்தப் பக்கமாகக் கூட்டமாக வரும் சிறிய மீன்கள் என்னுடைய கணுக்கால்களைக் கடிக்க முயற்சிக்கும். ஆனால் அவை தோற்றுவிடும் என்பதை நான் அறிவேன். எதுவொன்றாலும் துளைக்கப்பட முடியாத என்னுடைய தோலால் அவை விரக்தியடைந்து, களைத்துப் போய் அங்கிருந்து நீந்திச் சென்றுவிடும். சில நாட்களுக்குப் பிறகு, அவை என்னிடம் வருவதை முற்றிலுமாக நிறுத்திவிட்டன. அவை என்னுடைய கால்களைப் பற்றி என்ன முடிவுக்கு வந்திருக்கும்? என் கால்கள் இரண்டும் இரண்டு கற்றூண்கள் என்றா?

நான் என் உள்ளங்கைகளைக் குவித்து நீரை அள்ளி, சூரிய பகவானுக்கு அர்ப்பணம் செய்வதற்காகக் காத்திருந்தேன். தூரத்தில் அவர்

தன்னுடைய அழகான செந்நிறத் தலையை உயர்த்தி கங்கையிலிருந்து முளைத்து வெளிவந்தபோது, அந்நீரின் எண்ணற்றச் செவ்வலைகள் தம்முடைய தலைகள்மீது ஒரு பொன்னிற முக்காடு அணிந்து நடனமாடிக் கொண்டிருந்ததைப்போலத் தோன்றியது. எங்கிருந்தோ பறந்து வந்த ஒரு பூநாரை அவ்வப்போது எங்களுக்கு இடையே வந்து வட்டமிட்டது. அது நகர்ந்து சூரிய பகவானுக்கு முன்னால் வந்து நின்றபோதெல்லாம், அவருடைய பிரகாசத்தின் தீவிரத்தை அது சற்றுத் தணித்தது. "இச்சிறு உயிரினம்கூட அதே சக்தியைக் கொண்டிருக்கிறது. தன்னுடைய இருத்தலைக் கொண்டு அது சூரிய பகவானையே மறைக்க முயற்சிக்கிறது," என்று நான் நினைத்தேன். அப்பறவை பறந்து சென்றபோது, சூரிய பகவான் மீண்டும் முழு வீச்சில் ஒளிவீசினார்.

தகதகத்துக் கொண்டிருந்த அவருக்கு நான் அந்த நீரை அர்ப்பணித்துவிட்டு, "உங்கள் மாணவனும் சூத புத்திரனுமான இந்தக் கர்ணன் உங்களுடைய ஆசியைக் கோருகிறேன். குருதேவரே, என்னை ஆசீர்வதியுங்கள்," என்று கூறினேன். பிறகு, கண்ணிமைக்காமல் அவரைப் பார்த்தேன். அவருடைய ஒளிக்கீற்றுகளில் பிரகாசமான எண்ணற்ற மூலக்கூறுகள் ஜொலித்துக் கொண்டிருந்ததை என்னால் காண முடிந்தது. அவை நம்புதற்கரிய வேகங்களில் சுழன்று கொண்டிருந்த மூலக்கூறுகள்; இவ்வுலகின் இருளைப் போக்கிய ஒளியமயான மூலக்கூறுகள்; எப்போதும் வேகமாகச் சுழன்றபடி இவ்வுலகில் எல்லாவற்றுக்கும் ஆற்றல் வழங்கி உயிரூட்டிக் கொண்டிருந்த மூலக்கூறுகள். இந்த மூலக்கூறுகள் ஒரே ஒரு நாள் வரத் தவறினால்கூட என்ன நிகழும்? இந்த அஸ்தினாபுரம், இதன் அரண்மனைகள் மற்றும் கோவில்கள், கர்வத்தோடு நடைபோடும் இந்த வீரர்கள், அர்ஜுனன், பீமன், துரோணர் - இவர்களின் கதி என்னவாகும்? ஆனால், ஆற்றல் பிழம்புகளான இந்த மூலக்கூறுகள் மிகவும் அர்ப்பணிப்புக் கொண்ட பணியாளர்களாயிற்றே! நான் இவ்வாறு நினைத்தேன்: "கர்ணனாகிய என்னால், அந்த அற்புதமான ஆற்றல் துகள்களில் ஒரே ஒரு துகளாகவாவது மாற முடிந்தால், அது எவ்வளவு சிறப்பாக இருக்கும்! அப்படி மாறினால், என்னை நானே எரித்துக் கொண்டு இப்பிரபஞ்சத்தின் இருளை நீக்கிவிடுவேன்!" ஆனால் அது சாத்தியமில்லை.

நான் இப்படிப்பட்ட சிந்தனையில் மூழ்கிப் போனேன். என்னுடைய உடற்கவசம், என்னுடைய குண்டலங்கள் போன்ற எதைப் பற்றியும் எனக்குப் பிரக்ஞை இருக்கவில்லை. நான் என் கண்களை அகல விரித்து, சூரிய பகவானின் ஆற்றலைப் பருகிக் கொண்டிருந்தேன். ஆனால் நான் எவ்வளவு பருகியபோதும் அது எனக்கு மனநிறைவைக் கொடுக்கவில்லை.

பல மணிநேரம் இப்படியே கடந்தது. சூரிய ஒளி என் தலைக்கு மேலாகக் கடந்து சென்று இப்போது என் முதுகின்மீது பட்டது. நான் மன அமைதியோடு என் கண்களை மூடிக் கொண்டேன். என்னுடைய ஒவ்வொரு துளி ரத்தமும் அந்த ஒளியைப்போல அதிர்ந்து கொண்டிருந்ததுபோல நான் உணர்ந்தேன். நெடுநேரத்திற்குப் பிறகு நான் என் கண்களைத் திறந்தேன். ஆற்றங்கரை மணலும் இப்போது சூடாகியிருந்தது. நான் வேகமாக ஆற்றைவிட்டு வெளியேறி, உடை மாற்றிக் கொண்டு, அரண்மனையை நோக்கி விரைந்தேன்.

23

ஒவ்வொரு நாளும் நான் கங்கையில் குளித்துவிட்டு அரண்மனைக்குத் திரும்பி வந்தவுடன், ஆயுதப் பயிற்சிக்கான உடையை அணிந்து கொண்டு, ஷோனை என்னுடன் அழைத்துக் கொண்டு பயிற்சி அரங்கிற்கு நடந்து சென்றேன். பல்வேறு போர்க் கருவிகளைப் பயன்படுத்தப் பயிற்சி செய்வதில் எங்களுடைய நாட்கள் கழிந்தன. சில சமயங்களில், நான் கதாயுதத்தை எடுத்துச் சுழற்றிப் பயிற்சி செய்தேன்; சில சமயங்களில், வாளைச் சுழற்றிப் பயிற்சி செய்தேன்; சில சமயங்களில், ஈட்டியை எறிந்து பயிற்சி செய்தேன். என் கைகளுக்கு அகப்பட்ட ஆயுதங்கள் ஒவ்வொன்றையும் திறமையாகப் பயன்படுத்த நான் கற்றுக் கொள்ளும்வரை நான் ஓயவில்லை. ஒரு வில்லைக் கையாளுவதற்குப் பின்னால் இருந்த அறிவியலைப் புரிந்து கொள்ளுவதற்கு நான் பல மணிநேரத்தைச் செலவிட்டேன். கற்றல் என்பது ஒரு செடியைப் போன்றது. அர்ப்பணிப்பு எனும் உரம் அதற்குப் போடப்பட வேண்டும், ஒருமித்த கவனத்துடன்கூடிய முயற்சி என்ற நீர் அதற்கு ஊற்றப்பட வேண்டும். அப்போதுதான் அது தழைத்து வளரும். அவை இல்லாமல் அச்செடி காய்ந்து வீணாகிவிடும். இடையறாத முயற்சி, அர்ப்பணிப்பு - இவற்றை மட்டுமே மனத்தில் கொண்டு நான் என் ஒட்டுமொத்த நாளையும் கழித்தேன். கற்றுக் கொள்ள மிகவும் சிரமமான ஒன்றிலிருந்து நான் துவக்க விரும்பினேன். அதை நான் கற்றுக் கொள்ளவும் செய்தேன். தினமும் மாலையில் பயிற்சி முடிந்ததும், வீட்டிற்குத் திரும்பிச் செல்ல குருதேவர் துரோணர் எங்கள் எல்லோருக்கும் அனுமதி கொடுத்தபோது, நாங்கள் எங்கள் ஆயுதங்களைக் கீழே வைத்துவிட்டு எங்கள் வீடுகளுக்குத் திரும்பிச் சென்றோம். ஆனால், ஷோனும் நானும் அங்கிருந்து புறப்படுவதற்கு முன்பாக, சிறிது நேரம் அங்கேயே இருக்கும்படி ஷோனிடம் கூறிவிட்டு, நான் நேராக கங்கைக் கரைக்குச் சென்றேன். அஸ்தினாபுரத்தை நோக்கி ஓடிய கங்கை எங்கள் பயிற்சிப் பள்ளிக்குப் பின்பக்கம் வழியாக ஓடியது. நான் அக்கரையின்மீது நின்று மேற்கு நோக்கிப் பார்த்து, அஸ்தினாபுரத்திடமிருந்து விடைபெற்றுக் கொண்டிருந்த சூரிய பகவானைத் தொழுதேன். அவர் தன்னுடைய பொன்னிற விரல்களால் என் உடலை வருடியபடி, "நாம் மீண்டும் நாளை சந்திக்கலாம்," என்று என் காதில் கிசுகிசுத்ததுபோல எனக்குத் தோன்றியது. அன்றைய நாள் முழுவதும் ஆயுதப் பயிற்சிகளில் ஈடுபட்டதால் ஏற்பட்டக் களைப்பு அக்கணத்தில் மாயமாய் மறைந்துவிடும்.

நாள் முழுவதும் கடுமையாக உழைத்ததன் விளைவாக, இரவில் படுத்தவுடன் தூக்கம் வந்துவிடும். ஆனால், சில சமயங்களில், முரண்டு பிடிக்கின்ற ஒரு குழந்தையைப்போல, தூக்கம் என்னிடம் வர மறுத்ததும் உண்டு. அப்போது குருதேவர் துரோணரின் வார்த்தைகளை நான் நினைவுபடுத்திப் பார்ப்பேன்: "இளவரசர்களோடு சேர்ந்து இவனால் எப்படிக் கற்க முடியும்?" அவருடைய எண்ணம் சரிதான், நாங்கள் இளவரசர்கள் அல்லர், இளவரசர்களோடு சேர்ந்து எங்களால் கற்க முடியாது என்று என் மனத்திற்குப் புரிய வைக்க நான் முயற்சி

செய்தேன். ஆனால், இந்த உண்மையை ஏற்க என் மனம் மறுத்தது. நான் இருப்புக் கொள்ளாமல் படுக்கையில் அப்படியும் இப்படியுமாகப் புரண்டேன். என்னுள் எழுந்த எதிர்ப்பு என்னை ஆச்சரியப்படுத்தியது. இளவரசர்களோடு சேர்ந்து பயிற்சி பெற முடியாத எண்ணற்றச் சிறுவர்கள் அந்நகரில் இருந்தனர். அவர்கள் எல்லோருமே ஆயுதப் பயிற்சிப் பள்ளிக்கு வந்தனர். அவர்கள் என்னைப்போலக் குறை கூறினரா? நான் மட்டும் ஏன் இவ்வளவு ஏமாற்றமடைந்தேன்? இதை நினைத்தபோது என் மனம் தளர்ந்தது. நான் எழுந்து வெளியே வந்து, அரண்மனைக்கு முன்னால் இருந்த சிறிய ஏரியின் அருகே உட்கார்ந்தேன். வானத்தின் பிரதிபலிப்பு அந்த ஏரியின் தெளிவான நீரில் மினுமினுத்தது. நிலவு, உணர்ச்சியற்ற நட்சத்திரங்களுடன் களிநடனம் புரிவதை விட்டுவிட்டு, ஏரியில் உற்சாகமாகத் துள்ளிக் கொண்டிருந்த மீன்களோடு விளையாடும் ஆர்வத்தில் வானின் படிக்கட்டுகள் வழியாக அமைதியாகக் கீழே இறங்கி வந்து, அந்த ஏரியின் நீரின்மீது மென்மையாக அமர்ந்து கொண்டது. பயமறியா அந்த மீன்கள், மனத்தை மயக்கும் விதத்தில் அந்த நிலவோடு கண்ணாமூச்சி விளையாடின. அம்மீன்கள் போட்டக் கும்மாளத்தைக் கண்டு ரசித்தபடி நான் அங்கு நெடுநேரம் உட்கார்ந்திருந்தேன். அந்த ஏரியைச் சுற்றி அமைக்கப்பட்டிருந்த பாதுகாப்பு அடைப்பில் இருந்த சிறு இடைவெளிகளில் புறாக்கள் கூட்டங்கூட்டமாக உட்கார்ந்திருந்தன. திடீரென்று ஓரிரு புறாக்கள் கூவின. பிறகு அவை மௌனமாகிவிட்டன. நான் ஏரியில் ஒளிர்ந்த நிலவைப் பார்த்தபடியே படிகள்மீது ஏறி என் அறைக்குச் சென்று, மறுகணம் அயர்ந்து தூங்கிவிட்டேன்.

24

அந்த ஆயுதப் பயிற்சிப் பள்ளி அரண்மனையிலிருந்து சிறிது தூரத்தில் இருந்தது. அதனால், ஒருசில நாட்கள் அப்பள்ளியிலேயே தங்கிவிட ஷோனும் நானும் விரும்பினோம். இதையடுத்து, அரண்மனையுடனான எங்கள் பிணைப்பு துண்டிக்கப்பட்டது. ஆண்டிற்கு ஒரு முறை, இலையுதிர்காலத் திருவிழாவின்போது நாங்கள் அரண்மனைக்குச் சென்றோம். அதுகூட, இளவரசன் துரியோதனன் எங்களை வற்புறுத்தி அழைத்ததால் மட்டுமே நாங்கள் அங்கு சென்றோம். அவனும் அவனுடைய அமைச்சர் விருசவர்மனும் எங்களுக்குக் கணிசமாக உதவினர். துரியோதனனுக்குத் தொண்ணூற்று ஒன்பது சகோதரர்கள் இருந்தனர், ஆனால் அவன் ஒருவன் மட்டுமே என்னிடம் எப்போதும் நலம் விசாரித்தான். எனக்கும் மற்ற யாரிடமும் குறிப்பாக எந்த ஈர்ப்பும் ஏற்படவில்லை. துர்மர்ஷன், துர்முகன் என்று அவர்களுடைய பெயர்களும் விநோதமாக இருந்தன. ஆனால், ஒரு குறிப்பிட்ட இளைஞனை எனக்குப் பிடித்திருந்தது. குருதேவர் துரோணரின் மகன் அசுவத்தாமன்தான் அவன். அவன் எப்போதும் ஆசுவாசமாகவும் தோழமையாகவும் எதற்காகவும் அலட்டிக் கொள்ளாதவனாகவும் இருந்தான். அவன் இளவயதுக்காரனாக இருந்தபோதிலும், தர்மம், ஆன்மா, வீரம், கடமை, அன்பு, மற்றும் பிற உன்னதமான விஷயங்களைப் பற்றி ஒரு நிபுணனைப்போலப் பேசினான். எனக்குக்

கிடைத்த ஓய்வு நேரம் முழுவதையும் அவனோடு கலந்துரையாடுவதில் நான் செலவிட்டேன். நான் கர்ணன் என்பது மட்டுமே அவனுக்குத் தெரிந்திருந்தது. நான் யார், நான் எங்கிருந்து வந்திருந்தேன், எதற்காக நான் அங்கே வந்திருந்தேன் - இந்த விஷயங்களைப் பற்றி அவன் ஒருபோதும் என்னிடம் கேட்டதில்லை. எல்லாவற்றையும்விட மேலாக இந்தக் காரணத்திற்காகத்தான் எனக்கு அவனை மிகவும் பிடித்திருந்தது.

நான் ஒருநாள் அவனிடம் சாதாரணமாக, "அசுவத்தாமன் என்ற உன்னுடைய பெயர் சற்று விநோதமாக இருப்பதுபோல உனக்குத் தோன்றவில்லையா?" என்று கேட்டேன்.

அவன் ஒரு குழந்தையைப்போலக் கலகலவென்று சிரித்துவிட்டு, "ஆமாம். அது விநோதமானது. எனக்கும் அப்படித்தான் தோன்றுகிறது. என்னுடைய பெயரைப் பற்றி மக்கள் என்னிடம் கேட்கும்போது நான் அவர்களிடம் என்ன கூறுகிறேன் என்று உனக்குத் தெரியுமா?" என்று கேட்டான்.

"ம்ம்... 'அசுவம்' என்றால் குதிரை, இல்லையா? நீ ஒரு குதிரையைப்போல வசீகரமாக இருக்கிறாய். அதனால் உனக்கு அப்பெயர் சூட்டப்பட்டிருக்கிறது, சரிதானே?"

"இல்லை. நான் பிறந்தபோது நான் ஒரு குதிரையைப்போலக் கனைத்தேனாம். எனவே, நான் குதிரைக் குரலோன்! அசுவத்தாமன்! இந்த விளக்கம் எனக்குப் பிடிக்கவில்லை என்பது வேறு விஷயம். ஒரு குழந்தையால் எப்படிக் கனைக்க முடியும்? அது எப்படிச் சாத்தியம்? உண்மையைக் கூற வேண்டுமென்றால், எனக்கு என்னுடைய பெயர் பிடித்திருக்கிறது. ஏனெனில், என் தந்தை 'அசு' என்று என்னை அழைக்கிறார். ஆனால் நான் அவரோடு தனியாக இருக்கும்போது மட்டுமே அவர் அப்படி அழைப்பார். மற்றவர்களின் முன்னிலையில் அவர் என்னை அசுவத்தாமன் என்று அழைப்பார்."

'அசு' என்ற பெயர் எனக்கு மிகவும் பிடித்திருந்தது.

அவனுடைய நட்பினால் என் நாட்கள் மகிழ்ச்சியாகக் கழிந்தன. ஒருமுறை அவன் என்னுடைய குண்டலங்களைத் தொட்டுப் பார்த்துவிட்டு, "கர்ணா, உன்னுடைய குண்டலங்கள் நாளுக்குள் நாள் அதிகப் பொன்னிறமாக ஆகிக் கொண்டே வருகின்றன," என்று கூறினான்.

"இந்த நகரத்தில் இப்படிப்பட்ட அருமையான வேலைப்பாடுகளைச் செய்கின்ற பொற்கொல்லர் யார்?" என்று அவன் கேட்டான்.

"என்னுடைய குண்டலங்களை எனக்காகச் செய்து கொடுத்தப் பொற்கொல்லர் யார் என்று எனக்கு எப்படித் தெரியும்? அப்படித் தெரிந்திருந்தால், என்னுடைய நண்பன் அசுவத்தாமனுக்கும் ஒரு ஜோடி பொற்குண்டலங்களைச் செய்து தரும்படி நான் அவரிடம் கேட்டிருப்பேன். அவர் அவ்வளவு நல்ல மனிதர்."

இதைக் கேட்டு அசுவத்தாமன் சிரித்தான். "வேண்டாம் நண்பா, உன்னுடைய குண்டலங்கள் உன்னுடனேயே இருக்கட்டும். என்னைப் போன்ற, ஒரு முனிவரின் மகனை ஓர் ஓலைக் குடிசையில் குண்டலங்களோடு ஒரு திருடன் பார்த்தால், அவன் அந்தக் குண்டலங்களோடு சேர்த்து என்னுடைய காதுகளையும் திருடிக் கொண்டு போய்விடுவான்! பிறகு எனக்குக் குண்டலங்களும்

இருக்காது, காதுகளும் இருக்காது!" எங்களைச் சுற்றி இருந்த எல்லோரையும் மறந்துவிட்டு நாங்கள் இருவரும் உரக்கச் சிரித்தோம். குருதேவர் துரோணரின் மகன் ஓர் அப்பாவி என்றும், பற்றற்றவன் என்றும் நான் நினைத்திருந்தேன். ஆனால் அவனுக்கும் ஷோனுக்கும் இடையே எந்த வேறுபாடும் இருக்கவில்லை. ஆனால், அவனுடைய தந்தைதான் இறுக்கமானவராகவும், அதே நேரத்தில் சாந்தமாகவும் இருந்தார். அவருடைய மனத்தை யாராலும் புரிந்து கொள்ள முடியவில்லை. பொறுப்புச் சுமை ஒரு நபரை இறுக்கமானவராக ஆக்கிவிடுகிறதா? அல்லது, பிறக்கும்போதே சிலர் அப்படிப் பிறக்கின்றனரா? எடுத்துக்காட்டாக, தருமன் எப்போதும் இறுக்கமான முகத்தோடு காணப்பட்டான். தப்பித் தவறிக்கூட அவன் சிரித்து உங்களால் பார்க்க முடியாது! ஆனால், ஆயுதப் பயிற்சி பெற்றுக் கொண்டிருந்த அனைத்து மாணவர்களும் அவனை மதித்தனர். அவனுடைய தம்பி அர்ஜுனன்தான் எல்லாவற்றின் உயிராகவும் ஆன்மாவாகவும் இருந்தான். எங்கு பார்த்தாலும் அதில் அர்ஜுனன் இருந்தான். குருதேவர் துரோணர் அவனை நேசிக்கும் அளவுக்கு அசுவத்தாமனைக்கூட நேசிப்பதில்லை. ஆனால், அர்ஜுனன்மீது அவர் கொண்டிருந்த அளப்பரிய பாசத்திற்குப் பின்னால் எது இருந்தது? உண்மை என்னவென்றால், அந்த ஒட்டுமொத்தப் பயிற்சிப் பள்ளியில் அசுவத்தாமனுக்கு இணையானவர்கள் ஒருவர்கூட இருக்கவில்லை. ஆனாலும் அர்ஜுனனுக்கு மட்டுமே எல்லா மரியாதையும் கிடைத்தது. ஒரு தனிநபருக்கு இவ்வளவு அதிக முக்கியத்துவம் கொடுப்பது சரியா? இவ்வளவு கவனம் அவனுக்குக் கொடுக்கப்பட்டால் அவனுக்குத் தலைக்கனம் ஏறிவிடாதா? துரோணரின் பிரியத்திற்குரியவனாக ஆனதற்கு அவனிடம் அப்படியென்ன தனிச் சிறப்பு இருந்தது? பல சமயங்களில், இது பற்றி நான் அசுவத்தாமனிடம் கேட்க விரும்பியிருந்தேன். ஆனால், நான் தன்னுடைய தந்தையை அவமதித்ததாக அவன் நினைத்துவிடக்கூடும் என்பதால் பெரும் முயற்சி செய்து என்னை நான் கட்டுப்படுத்திக் கொண்டேன். எனவே, அந்த ஒரு கேள்வியை மட்டும் என்னால் ஒருபோதும் அவனிடம் கேட்க முடியாது என்பதை நான் அறிந்தேன். ஆனால், அசுவத்தாமன் என்னுடைய நண்பன். மற்ற எல்லா மாணவர்களையும்விட அவன் என்னிடம்தான் அதிக நெருக்கமாக இருந்தான்.

25

ஒருமுறை, நான் சில நாட்கள் விடுப்பு எடுத்துக் கொண்டு என் தாயாரைப் பார்ப்பதற்காக சம்பாநகரிக்குச் சென்றேன். எட்டு நாட்களுக்குப் பிறகு நான் அங்கிருந்து திரும்பி வந்தபோது, நான் பள்ளியில் இல்லாத நேரத்தில் குருதேவர் எல்லா மாணவர்களுக்கும் தேர்வு நடத்தியிருந்ததை அசுவத்தாமன் மூலமாக நான் தெரிந்து கொண்டேன். அவர் ஓர் அசோக மரத்தின் உயரமான ஒரு கிளையின்மீது, பஞ்சடைக்கப்பட்ட ஒரு பறவையை வைத்தார். அதன் இடது கண்ணைத் தன்னுடைய அம்பால் துல்லியமாகத் துளைப்பவனுக்கு அவருடைய

முழு ஒப்புதலும் கிடைக்கும். அவர் எல்லா மாணவர்களையும் அழைத்து, ஒருவர் பின் ஒருவராக அவர்களை அந்தக் கல்மேடையின்மீது ஏற்றி, ஒவ்வொருவரிடமும் ஒரு வில்லைக் கொடுத்து, ஓர் அம்பை எடுத்து இலக்கைக் குறி வைக்கும்படி அவர்களிடம் கூறினார். ஒரு மாணவன் அந்த மேடையின்மீது ஏறி அந்த வில்லை எடுத்து நாணேற்றிய பிறகு, குருதேவர் அவனிடம், "அம்பை எய்வதற்கு முன்பாக எனக்கு ஒரு விஷயத்தைச் சொல். தூரத்தில் உனக்கு என்ன தெரிகிறது?" என்று கேட்டார்.

ஒவ்வொருவரும் வெவ்வேறு பதில்களைக் கொடுத்தனர். முட்டாள்தனமான பீமன், "தூரத்தில் பசுமையான குன்றுகள் எனக்குத் தெரிகின்றன," என்று பதிலளித்தான். தான் மேகங்களைப் பார்த்ததாக ஒருவனும், மரத்தின் பசுமையான இலைகளைப் பார்த்ததாக இன்னொருவனும், பஞ்சடைக்கப்பட்ட அந்தப் பறவையைப் பார்த்ததாக மூன்றாமவனும் கூறினர்.

குருதேவருக்கு இந்த பதில்கள் எதுவும் திருப்தியளிக்கவில்லை. வில்லைக் கீழே வைத்துவிட்டு மேடையைவிட்டு இறங்கிச் செல்லும்படி அவர் அவர்கள் ஒவ்வொருவரிடமும் கூறினார். கடைசியாக அர்ஜுனன் அந்த மேடைமீது ஏறினான். "அர்ஜுனா, உனக்கு என்ன தெரிகிறது?" என்று குருதேவர் கேட்டார்.

"அந்தப் பறவையின் கண் தெரிகிறது," என்று அர்ஜுனன் பதிலளித்தான்.

இதைக் கேட்டு குருதேவர் பேருவகை கொண்டார். அவர் அர்ஜுனனின் முதுகைத் தட்டிக் கொடுத்துவிட்டு, "அற்புதம்! உன் அம்பைத் தொடுத்து அந்தக் கண்ணைத் தாக்கு!" என்று கூறினார். அர்ஜுனன் தன்னுடைய அம்பை எய்து அப்பறவையின் கண்ணைத் துல்லியமாகத் துளைத்தான். குருதேவர் இன்னொரு முறை அவனுடைய முதுகைத் தட்டிக் கொடுத்தார்.

அசுவத்தாமன் இந்நிகழ்வை எனக்கு விவரித்தான். அதன் விபரங்களை அவன் என்னிடம் நினைவுகூர்ந்தபோது அவனுடைய பெரிய கண்கள் இன்னும் பெரிதாயின. திடீரென்று அவன் என்னிடம், "கர்ணா, நீ இங்கே இருந்திருந்தால் என் தந்தைக்கு நீ என்ன பதிலளித்திருப்பாய்?" என்று கேட்டான்.

நான் சிறிது நேரம் சிந்தித்தேன். நான் அந்த மேடைமீது நின்று அந்தப் பறவையின்மீது என்னுடைய பார்வையை நிலைப்படுத்தியதுபோல நான் கற்பனை செய்தேன். பிறகு நான் அசுவத்தாமனைப் பார்த்து, "நான் அங்கே இருந்திருந்தால், 'எனக்கு எதுவும் தெரியவில்லை,' என்று உன் தந்தையிடம் கூறியிருந்திருப்பேன். ஏனெனில், கர்ணனின் முன்னால் ஓர் இலக்கு இருக்கும்போது, கர்ணன் இனியும் கர்ணனாக இருப்பதில்லை. அவனுடைய ஒட்டுமொத்த உடலும் ஓர் அம்பாக ஆகிவிடும். அதோடு, அவன் அந்த அம்பின் முனையாகவும் அந்த ஒட்டுமொத்த இலக்கின் மையமாகவும் ஆகிவிடுவான். எனவே, 'என் அம்பு உடல் என் முன்னால் ஒரு சின்னஞ்சிறு புள்ளியை மட்டுமே பார்க்கிறது,' என்று நான் கூறியிருந்திருப்பேன்," என்று கூறினேன்.

என் பதிலால் பெருமகிழ்ச்சியடைந்த அசுவத்தாமன் என்னை ஆரத் தழுவிக் கொண்டான். "கர்ணா, நீ எல்லோரையும்விடத்

தலைசிறந்த வில்லாளியாக ஆவாய்!" என்று அவன் கூறினான். நான் என்னை அவனுடைய கைகளிலிருந்து விடுவித்துக் கொண்டேன். எந்த இலக்கைத் தாக்கியதற்காக குருதேவர் அர்ஜுனனை அளவுக்கதிகமாகப் புகழ்ந்தாரோ, அந்த இலக்கை இன்றே நான் தாக்கப் போவதாக நான் என் மனத்தில் உறுதி பூண்டேன். நான் அவ்வாறு செய்தால், இன்று இல்லாவிட்டாலும் என்றேனும் ஒருநாள் குருதேவருக்கு நான் நெருக்கமாகிவிடுவேன் என்றும், அவர் என் முதுகையும் தட்டிக் கொடுப்பார் என்றும் நான் நினைத்தேன்.

அன்று மாலையில் நான் நகரத்திற்குச் சென்று, பஞ்சடைக்கப்பட்ட ஒரு பறவையை வாங்கிக் கொண்டு பள்ளிக்குத் திரும்பினேன். இரவில் எல்லா இடங்களும் அமைதியான பிறகு நான் ஷோனை எழுப்பினேன். நாங்கள் எங்கள் அறையைவிட்டு வெளியே வந்தோம். நான் அப்பறவையை என் கையில் வைத்திருந்தேன். பயிற்சி அரங்கம் மிக அமைதியாக இருந்தது. பகலில் ஆயுதப் பயிற்சிகளால் இரைச்சலாக இருந்த அந்த இடத்தில் இப்போது மயான அமைதி நிலவியது. பல்வேறு இடங்களில் கல்விளக்குகள் எரிந்து கொண்டிருந்தன. இருளடைந்திருந்த அந்த அரங்கத்திற்கு நம்பிக்கையூட்டுவதுபோல அவை எரிந்து கொண்டிருந்தன. நான் ஒரு களிமண் விளக்கை எடுத்துக் கொண்டு வில்லாளிகளின் மேடைமீது ஏறினேன். எனக்கு முன்னால் ஓர் அசோக மரம் இருந்தது. நான் ஷோனிடம் அதைச் சுட்டிக்காட்டி, பஞ்சடைக்கப்பட்டப் பறவையை அவனிடம் கொடுத்து, "இப்பறவையை அந்த மரத்தில் மிக உயரத்தில் கட்டிவிட்டு, உன் கையில் இந்த விளக்கை ஏந்திக் கொண்டு அங்கேயே காத்திரு," என்று கூறினேன்.

அவன் ஆச்சரியத்தோடு, "ஏன்?" என்று கேட்டான்.

"நான் பிறகு விளக்குகிறேன். இப்போது வேகமாகப் போ!"

அவன் அப்பறவையையும் விளக்கையும் எடுத்துக் கொண்டு அந்த மரத்தின் அருகே சென்றான். கண்மூடித் திறப்பதற்குள் ஓர் அணில்போல அவன் அந்த மரத்தின்மீது வேகமாக ஏறினான். சிறிது நேரத்திற்குப் பிறகு, "அண்ணா, இந்தக் கிளையின்மீது ஒரு நூல் கட்டப்பட்டிருக்கிறது. இப்பறவையை இங்கே கட்டிப் போடட்டுமா?" என்று அவன் கேட்டான்.

"உன்னால் எவ்வளவு உயரத்திற்கு ஏற முடியுமோ, அவ்வளவு உயரத்திற்குப் போ," என்று நான் கீழேயிருந்து கத்தினேன்.

அவன் தன்னால் இயன்ற அளவு உயரத்தை எட்டியவுடன், அந்தப் பறவையை ஒரு கிளையின்மீது கட்டிவிட்டு இன்னொரு கிளையின்மீது அமர்ந்து கொண்டான். "அந்தப் பறவையின்மீது வெளிச்சம் படும்படி அந்த விளக்கை உயர்த்திப் பிடி. அதை ஆட்டாதே," என்று நான் கத்தினேன். ஷோன் அந்த விளக்கை உறுதியாகப் பிடித்துக் கொண்டான். நான் வில்லை உயர்த்திக் குறி வைத்தேன். நான் சூரிய பகவானின் மாணவன் என்று அந்த மேடையின்மீது நின்றுதான் நான் பிரகடனம் செய்திருந்தேன். இப்போது என் மனம் என்னிடம் இவ்வாறு கூறியது: "பார்வைக்குப் புலப்பட்டக் கண்ணை மட்டுமே இளவரசன் அர்ஜுனன் தன் அம்பால் துளைத்தான். ஆனால் நீ, உன்னால் பார்க்க முடிகின்ற கண்ணையும், உன்னால் பார்க்க முடியாத கண்ணையும் துளைப்பாய். எப்படி? முதல் அம்பு தாக்கியவுடன் அப்பறவை சுற்றும். அது

சுற்றியதும் அதன் மறுபக்கம் உன் பார்வையில் படுகின்ற அக்கணத்தில் நீ அப்பறவையின் இரண்டாவது கண்ணுக்குள் உன் அம்பை எய்வாய். அதுவும், இந்தக் களிமண் விளக்கின் மங்கலான வெளிச்சத்தில்!"

நான் அந்த மரத்தின் திசையில் பார்த்தேன். அந்த விளக்கு படபடத்ததை வைத்து, காற்று எந்தத் திசையில் எந்த வேகத்தில் வீசிக் கொண்டிருந்தது என்பதை நான் ஊகித்தேன். எனக்கு அருகே இருந்த ஓர் அம்பறாத்தூணியிலிருந்து இரண்டு கூர்மையான அம்புகளை நான் வெளியே எடுத்தேன். அவை இரண்டையும் என் வில்லின்மீது உறுதியாகப் பொருத்தி நாணை இழுத்தேன். நான் இனியும் நானாக இருக்கவில்லை. என் உடல், மனம், பார்வை, சுவாசம், அந்த இரண்டு அம்புகளின் இரண்டு முனைகள், அப்பறவையின் இரண்டு கண்கள் ஆகிய அனைத்தும் ஒன்றாக ஆயின. என் விரல்கள் என் வில்லின் நாணை உறுதியாகப் பிடித்திருந்தன. முதல் அம்பு எய்யப்பட்டு, கண்ணிமைக்கும் நேரத்திற்குள் அடுத்த அம்பும் எய்யப்பட வேண்டியிருந்தது. இரண்டு அம்புகளும் தம்முடைய இலக்கை நோக்கிப் பாய்ந்தன. முதல் அம்பு அப்பறவையைத் தாக்கியதில் அப்பறவை சுழன்றது. இப்போது இரண்டாவது அம்பு அதைத் தாக்கியதில் அப்பறவை 'பொத்'தென்று நிலத்தின்மீது விழுந்தது. நான் என் வில்லை வீசி எறிந்துவிட்டு, நான்கு கால் பாய்ச்சலில் அந்த மேடையிலிருந்து கீழே இறங்கி, அந்த அசோக மரத்தை நோக்கி வேகமாக ஓடினேன். கீழே கிடந்த அப்பறவையை எடுத்து, ஒரு விளக்கு எரிந்து கொண்டிருந்த ஒரு மூலைக்கு அதைக் கொண்டு சென்று, நான் அதை ஆய்வு செய்தேன். அதன் இரண்டு கண்மணிகளிலும் இரண்டு அம்புகள் குத்திட்டு நின்றன. நான் வெற்றி பெற்ற மகிழ்ச்சியில் என் கண்கள் ஒளிர்ந்தன. ஷோன் அந்த மரத்திலிருந்து கீழே இறங்கி வந்தான். தூரத்தில், இரவுக் காவலாளி தன்னுடைய இரும்புத் தடியை நிலத்தின்மீது தட்டிக் கொண்டிருந்த சத்தம் எனக்குக் கேட்டது. அப்போது நள்ளிரவு பன்னிரண்டு மணி. ஷோனும் நானும் எங்கள் அறைக்குத் திரும்பிச் சென்று தூங்கிவிட்டோம்.

அன்றிலிருந்து, சுற்றுமுற்றும் யாரும் இல்லாத நேரத்தில், இரவில் நாங்கள் வெளியே வந்து, குறி பார்த்து அம்பு எய்வதில் மிகச் சிக்கலான விஷயங்களை ரகசியமாகப் பயிற்சி செய்தோம். அமைதியான இரவு நேரத்தில் மனத்தின் ஆற்றல்களை ஒருமுகப்படுத்துவது சுலபமானதாக இருந்தது. எங்களுடைய பயிற்சியில் குறுக்கிடுவதற்கோ அல்லது அதற்கு இடையூறு ஏற்படுத்துவதற்கோ அங்கு யாரும் இருக்கவில்லை.

நாங்கள் இப்படி எத்தனை ஆண்டுகாலம் பயிற்சி செய்திருந்தோம் என்பதை நாங்கள் இருவருமே உணரவில்லை. மல்யுத்தப் பயிற்சியினால் என்னுடைய உடல் கடினமடைந்திருந்தது. அசுவத்தாமன் என்னுடைய கையின் தசைகள்மீது ஓங்கிக் குத்திவிட்டு, "இது சதையா அல்லது இரும்பா?" என்று என்னிடம் கேட்பான்.

26

ஒரு நாள் நான் அசுவத்தாமனோடு அரண்மனைக்குச் சென்றபோது, துரியோதனனின் தாய்வழி மாமாவான சகுனி, அந்த அரண்மனைக்கு

எதிரே இருந்த ஏரியின் அருகே உட்கார்ந்திருந்தார். அவர் ஓர் அன்னப் பறவையை அன்போடு தடவிக் கொடுத்துக் கொண்டிருந்தார். அப்பறவை என்னை வெகுவாகக் கவர்ந்தது. அது தண்ணீரில் நீந்திச் சென்றபோது தன் கழுத்தை அங்குமிங்கும் நளினமாக அசைத்தபடி சென்றது கண்கொள்ளாக் காட்சியாக இருந்தது. அந்த ஏரி தன்னுடைய சாம்ராஜ்ஜியம் என்பதுபோலவும், தான் அந்த சாம்ராஜ்ஜியத்தின் மன்னன் என்பதுபோலவும் அது நடந்து கொண்டது. நாங்கள் சகுனி மாமாவை அணுகினோம். அவர் கிட்டத்தட்ட திருதராஷ்டிர மன்னரைப்போலவே இருந்தார். ஆனால், அவர் பேசியபோதெல்லாம் தன்னுடைய புருவங்களை உயர்த்தும் பழக்கத்தைக் கொண்டிருந்தார். அதனால், அவருடைய பேச்சைக் கேட்டுக் கொண்டிருந்தவர்கள் அவருடைய தடித்தப் புருவங்களை நோக்கித் தாமாக ஈர்க்கப்பட்டனர். அவர் அந்த அன்னப் பறவையைத் தடவியபடியே அசுவத்தாமனைப் பார்த்து, "அசுவத்தாமா, இளவரசர்கள் தங்களுடைய ஆயுதப் பயிற்சியில் எந்த அளவு முன்னேறியுள்ளனர்?" என்று கேட்டார்.

"அர்ஜுனன் வில்வித்தையில் தலைசிறந்து விளங்குகிறான். துரியோதனன் கதாயுதத்தைப் பயன்படுத்துவதில் வல்லவனாக இருக்கிறான். பீமன் மல்யுத்தத்திலும், நகுலன் வாள்வித்தையிலும், துச்சாதனன் குத்துச்சண்டையிலும், சகாதேவன் சக்கரங்களை எறிவதிலும், தருமன் போர் உத்திகளை வகுப்பதிலும் வல்லவர்களாக ஆகியுள்ளனர்," என்று அசுவத்தாமன் பதிலளித்தான்.

"அப்படியானால், விரைவில் அவர்களை ஒருமுறை பரீட்சித்துப் பார்க்க வேண்டிய நேரம் வந்துவிட்டது."

"ஆமாம். என் தந்தையும் அதைத்தான் நினைத்துக் கொண்டிருந்தார்," என்று அசுவத்தாமன் கூறினான்.

அப்போது ஒரு பணியாளர் ஒரு கற்கிண்ணத்தில் பாலுடன் அங்கு வந்தார். அவர் அக்கிண்ணத்தை அந்த ஏரியின் அருகே வைத்தார். சகுனி மாமா அந்த அன்னப் பறவையை அசுவத்தாமனிடம் ஒப்படைத்துவிட்டு, தன் கைகளைக் குவித்து அந்த ஏரியிலிருந்து தண்ணீரை எடுத்து அந்தக் கிண்ணத்தில் ஊற்றினார்.

"மாமா, பாலைச் சிக்கனமாகச் செலவழிக்கிறீர்களா?" என்று அசுவத்தாமன் கேட்டான்.

அவர் தன்னுடைய புருவங்களை உயர்த்தி, "இல்லை. இது ராஜ அன்னம். இந்தக் கிண்ணத்தில் நீ எவ்வளவு தண்ணீர் வேண்டுமானாலும் ஊற்றலாம். ஆனால் இந்த அன்னம் அந்தத் தண்ணீரைப் பருகாது," என்று கூறிவிட்டுத் தன் கைகளைத் தன்னுடைய அங்கவஸ்திரத்தில் துடைத்தார்.

"அது எப்படி?" என்று அசுவத்தாமன் கேட்டான்.

"நீயே பார்." சகுனி மாமா அந்த அன்னத்தை அசுவத்தாமனிடமிருந்து மெதுவாக வாங்கிக் கொண்டு, அக்கிண்ணத்தை அதனருகே வைத்தார். அப்பறவை தன்னுடைய வளைவான கழுத்தை அக்கிண்ணத்திற்குள் நீட்டி, அப்பாலை உறிஞ்சிக் குடித்தது. சிறிது நேரம் கழித்து அது தன் கழுத்தை வெளியே இழுத்து ஒரு முறை லேசாகக் குலுக்கியது. நான்கு துளிகள் பால் வெளியே தெறித்தன. நாங்கள் ஆர்வத்தோடு அக்கிண்ணத்திற்குள் எட்டிப் பார்த்தோம். சகுனி மாமா ஊற்றியிருந்த

தண்ணீர் அதில் அப்படியே இருந்தது. அது தெளிவாக இருந்தது. அவர் அதை மீண்டும் அந்த ஏரிக்குள் ஊற்றிவிட்டுத் தன் புருவங்களை உயர்த்தினார்.

நான் சற்றுமுன் கண்ட காட்சி என்னை வியக்க வைத்தது. கற்பனைக் குதிரைகள் என் மனத் தேரை இழுக்கத் தொடங்கின. மனிதனும் அந்த அன்னத்தைப் போன்றவன்தான், இல்லையா? தனக்கு எது தேவையோ, அதை அவன் எடுத்துக் கொள்ளுகிறான்; மற்றவற்றை அவன் விட்டுவிடுகிறான். நானும் அதைத்தான் செய்திருந்தேன், இல்லையா? இளவரசன் துரியோதனனையும் அசுவத்தாமனையும் தவிர அந்நகரத்தில் நான் வேறு யாரோடு நெருக்கமாகியிருந்தேன்? மற்றவர்களுடன் ஏன் என்னால் நெருக்கத்தை உணர முடியவில்லை? இதற்கு என்ன பதில் இருந்தது? தான் தண்ணீரிலிருந்து பாலைப் பிரித்த விதத்தை அந்த அன்னத்தால் எப்படி விளக்க முடியும்? ஆனால் அது நிச்சயமாக என்னுடைய தவறு அல்ல. இளவரசன் துரியோதனன் பாசத்தோடு என்னிடம் நலம் விசாரித்தான். அதனால்தான் நான் அவனிடம் ஈர்க்கப்பட்டேன். மனித அன்பு நிலத்தைப் போன்றது. முதலில், ஒரே ஒரு விதை விதைக்கப்படுகிறது. பிறகு, அதிலிருந்து எண்ணற்றக் கதிர்கள் முளைக்கின்றன. மனிதனின் விஷயத்திலும் இதுதான் நடக்கிறது. ஒரே ஓர் அன்பான வார்த்தை அவனிடம் பேசப்பட்டுவிட்டால், அவனிடமிருந்து அன்பு தாராளமாகப் பெருக்கெடுத்து ஓடத் தொடங்குகிறது. அதனால்தான் நான் துரியோதனனை நேசித்தேன். அசுவத்தாமன் எளிமையானவன், வெகுளித்தனமானவன். அவனுக்கும் ஷோனுக்கும் இடையே நான் எந்த வேறுபாட்டையும் காணவில்லை. நான் உண்மையிலேயே வேறு யாரையும் அறிந்திருக்கவில்லை. அது சாத்தியப்படவும் இல்லை. ஏனெனில், என்னிடம் அதற்கு நேரம் இருக்கவில்லை.

தன்னுடைய வலிமையால் கர்வம் கொண்டு அலைந்த பீமன், மல்யுத்தக் களத்தில் அசமந்தமாகச் சுற்றித் திரிந்தான். அக்களத்திற்கு வெளியே, சாப்பிடுவதைத் தவிர அவன் வேறு எதுவும் செய்யவில்லை. அவனுடைய குரலும் கடூரமாக இருந்தது. அவனுடைய கண்கள் ஆழமாகவும் உருண்டையாகவும் இருந்தன. அவன் குறட்டைவிட்டபோது, அது இடி இடிப்பதுபோல இருந்தது. தருமனைப் பொருத்தவரை, போர், அரசியல், கடமை, மற்றும் இது போன்ற ஆழமான விவகாரங்களைப் பற்றி மணிக்கணக்கில் அசுவத்தாமனுடன் கலந்து பேசுவது மட்டுமே அவனுடைய ஒரே வேலையாக இருந்தது. நகுலனும் சகாதேவனும் எப்படி இருந்தனர், அவர்கள் என்ன செய்தனர் என்பதுகூட எனக்குத் தெரியவில்லை. இளவரசன் துரியோதனனையும் துச்சாதனனையும் தவிர, மற்ற அனைவரும், எல்லா இடங்களிலும் பரவிக் கிடக்கின்ற தூத்துமக் கொத்தான் என்ற ஒட்டுண்ணி வகைக் களையைப்போலப் பயனற்ற ஒட்டுண்ணிகளாக எனக்குத் தோன்றினர். அவர்களைத் தெரிந்து கொள்ளுவதில் என்ன அர்த்தம் இருந்தது? மனிதன் அந்த ராஜ அன்னத்தைப்போல இருக்க வேண்டும். உனக்கு எது விருப்பமோ, அதை எடுத்துக் கொள்; மற்றவற்றை விட்டுவிடு. இதுதான் என்னுடைய கண்ணோட்டமாக இருந்தது.

அசுவத்தாமனும் நானும் அந்த அரண்மனையிலிருந்து திரும்பினோம்.

வழியில் அவன் ஏதோ நினைவு வந்தவனாக, திடுதிப்பென்று, "கர்ணா, நான் உன்னைப் பற்றி சகுனி மாமாவிடம் எதுவும் கூறவில்லையே," என்று கூறினான்.

"இளவரசர்கள் எப்படி முன்னேறிக் கொண்டிருக்கின்றனர் என்றுதான் அவர் உன்னிடம் கேட்டாரே அன்றி, பள்ளியில் உள்ள அனைத்து மாணவர்களையும் பற்றி அவர் கேட்கவில்லையே."

"ஆனால் உன்னைப் பற்றி ஏராளமாக என்னால் அவரிடம் கூறியிருக்க முடியும்."

"நீ என்ன கூறியிருப்பாய்? இந்தக் குண்டலங்களையும் என்னுடைய கவசத்தையும் பற்றியா? இந்த ஒட்டுமொத்த நகரத்திற்கும் இவற்றைப் பற்றி நன்றாகத் தெரியும்."

"அதுவல்ல. அர்ஜுனன் வில்வித்தையிலும், துரியோதனன் கதாயுதத்திலும், பீமன் மல்யுத்தத்திலும், நகுலன் வாளிலும், துச்சாதனன் குத்துச்சண்டையிலும், சகாதேவன் சக்கரத்திலும், தருமன் போர் உத்தியிலும் வல்லவர்கள் என்றும், ஆனால் கர்ணன் இவை எல்லாவற்றிலும் வல்லவன் என்றும் என்னால் கூறியிருந்திருக்க முடியும்."

அவன் என்னைத் துதி பாடிக் கொண்டிருந்தானா அல்லது உண்மையைக் கூறிக் கொண்டிருந்தானா என்பதைக் கண்டுபிடிப்பது கடினமாக இருந்தது. ஏனெனில், அன்பு ஒருவனுடைய கண்களை மறைத்துவிடும். நான் அசுவத்தாமனின் மிக நெருங்கிய நண்பனாக இருந்தேன். எனவே, அவன் உண்மையைப் பார்க்கவில்லை என்றுதான் எடுத்துக் கொள்ள வேண்டும். எனவே, நான் அவனுக்கு பதிலேதும் கூற விரும்பவில்லை.

27

ஒரு பறவைக் கூட்டத்தைப்போல ஆறு வருடங்கள் பறந்தோடின. அவை எங்கே போயின என்று யாருக்கும் தெரியாது. போர்க் கலையில் கற்றுக் கொள்ள வேறு எதுவும் மிச்சமிருக்கவில்லை. உண்மையில், இரவு நேரங்களில் ஷோனும் நானும் செய்திருந்த பயிற்சிகள், ஒவ்வோர் ஆயுதத்தின் பயனைப் பற்றியும், போர்க் கலையின் ஒவ்வோர் அம்சத்தைப் பற்றியும் பல உள்நோக்குகளை எங்களுக்குக் கொடுத்திருந்தன. அவை எங்கள் இருவருக்கு மட்டுமே தெரிய வந்தன. சாதாரண மல்யுத்தத்தோடு கூடவே, ஒரே நேரத்தில் நான்கு மல்யுத்த வீரர்களைக் கையாளவும் நான் கற்றுக் கொண்டேன். எந்தவொரு பயிற்சியின்போதும் எனக்கு ஒருபோதும் களைப்பு ஏற்பட்டதே இல்லை. அதற்கான காரணம் எனக்குத் தெரியாது. நான் எவ்வளவு அதிகக் கடினமாகப் பயிற்சி செய்தேனோ, என்னுடைய உடல் அவ்வளவு அதிகமாகச் சூடானது. சில சமயங்களில், என்னோடு மல்யுத்தம் செய்தவர்கள், "கர்ணா, நேராக கங்கைக்குச் சென்று சில முழுக்குகள் போட்டு உன் உடலைக் குளிர்வித்துவிட்டு, பிறகு உன்னோடு மல்யுத்தம் செய்ய எங்களைக் கூப்பிடு. உன்னுடையது உடலா அல்லது ஒரு தேரினுடைய கடுஞ்சூடான சக்கரங்களா?" என்று என்னிடம் கேட்கும் அளவுக்கு என் உடல் சூடாகியது.

என்னுடைய முள்-பிடியைக் கண்டு பயந்த அவர்கள், நான் அதைப் பயன்படுத்தத் தயாரான மறுகணம், நிலை குலைந்து விழுந்துவிடுவதுபோலப் பாசாங்கு செய்தனர். இந்தக் குறிப்பிட்ட உத்தியின் தனிச் சிறப்பு என்னவென்றால், அது உங்கள் எதிராளியின் கழுத்தை ஓர் இடுக்கிபோலப் பிடித்து அதைச் செயலற்றதாக ஆக்கிவிடும். உங்கள் உடலின் ஒட்டுமொத்த ஆற்றலும் உங்கள் முஷ்டியில் குவிந்துவிடும். அந்த முஷ்டியின் அழுத்தத்தை மெல்ல மெல்ல அதிகரிப்பதன் மூலம், அது எதிராளியின் மூச்சைத் திணறடித்து அவனைக் கொன்றுவிடும். அதே நேரத்தில், அவனுடைய கைகளும் பாதங்களும் உங்களுடைய உடலைச் சுற்றிப் பிணைந்திருக்கும். தன்னுடைய கழுத்தை அழுத்தியுள்ள பிடியைத் தளர்த்துவதற்கான வலிமை அவனுக்கு இருந்தாலும்கூட, அவனால் அது குறித்து எதுவும் செய்ய முடியாது. இது என்னுடைய சிறப்புத் தற்காப்பு உத்தி. மல்யுத்த விதிமுறைகளின்படி, இந்தக் கொடூரமான உத்தி ஒற்றைக்கு ஒற்றைச் சண்டையில் மட்டுமே அனுமதிக்கப்பட்டது. 'ஒற்றைக்கு ஒற்றை' என்றால் ஒருவர் மட்டுமே கடைசியில் பிழைத்திருப்பார் என்று பொருள். இச்சண்டையில் இரண்டு விளைவுகள் மட்டுமே சாத்தியம்: வெற்றி அல்லது வீர மரணம். ஒரு போட்டியாளன், பயத்தின் காரணமாக, தன்மீது இரக்கம் காட்டும்படி தன் எதிராளியிடம் கெஞ்சினால், அவன் உயிரோடு விட்டுவைக்கப்பட்டான். ஆனால் அதற்குப் பிறகு அவனுடைய வாழ்க்கை ஒரு கைம்பெண்ணின் வாழ்க்கையைப்போல அவலமானதாக ஆகிவிடும். வீரர்கள் அடங்கிய ஒரு நாட்டில், அவன் தூசுக்கு சமமாகப் பார்க்கப்பட்டான். ஒற்றைக்கு ஒற்றைச் சண்டையில் பயன்படக்கூடிய உத்திகள் அனைத்தையும் நான் கற்றுத் தேர்ந்தேன். ஆனால், முள்-பிடியை மட்டுமே நான் பெரிதும் நம்பினேன்.

28

பல இரவுகளும் பகல்களும், இலையுதிர் காலங்களும் இளவேனில் காலங்களும் காலமெனும் காற்றோடு சேர்ந்து பறந்தோடின. நான் தினமும் அதிகாலையில் கண்விழித்து, கங்கையில் புனித நீராடி, என் முதுகு முற்றிலுமாகச் சூடேறும்வரை அதிகாலையிலிருந்து மதியம்வரை சூரிய பகவானைப் பிரார்த்தித்துவிட்டு, பிறகு ஆயுதப் பயிற்சி மையத்தில், ஈட்டி, வாள், பட்டாக்கத்தி, மற்றும் பிற ஆயுதங்களைப் பற்றிய சாஸ்திரங்களைக் கற்றுக் கொண்டு, இரவில் ஷோனுடன் சேர்ந்து கல்விளக்குகளின் மங்கலான வெளிச்சத்தில் குறி பார்த்து அம்பு எய்யும் பயிற்சியை முடித்துவிட்டு, பிறகு அன்றைய நாளின் அனைத்து நிகழ்வுகளையும் நினைவுகூர்ந்தபடியும், சம்பாநகரியின் பழைய நினைவுகளில் மூழ்கியபடியும் கண்ணயர்ந்தேன். இதுதான் என்னுடைய தினசரி வழக்கமாக இருந்தது. ஆறு ஆண்டுகள் இவ்வாறு கழிந்தன. என் மனமெனும் முற்றத்தில் வசு என்ற ஒரு சிறுவன் ஓடி விளையாடிய காலம் மலையேறிவிட்டது. சம்பாநகரியின் இடத்தை அஸ்தினாபுரம் எடுத்துக் கொண்டது. ஆர்வக் குறுகுறுப்பு மற்றும் நிச்சயமின்மையின் இடங்களை ஒழுங்கும் வீரமும் எடுத்துக் கொண்டன. சம்பாநகரியில்

கங்கைக் கரையின் மணல்மீது துள்ளித் திரிந்த சிறிய பாதங்கள் இப்போது அஸ்தினாபுர மண்ணின்மீது இடிபோல இறங்கின. காலம் எனும் மலைப்பாம்பு ஆறு முழு ஆண்டுகளை விழுங்கியிருந்தது! ஆறு ஆண்டுகள்! இந்த ஆறு ஆண்டுகளில் என்ன நிகழ்ந்தது, என்ன நிகழவில்லை ஆகியவற்றைப் பற்றி நான் கூற வேண்டுமென்றால், அது இன்னொரு முழுநீளக் கதையாக ஆகிவிடும். இந்த ஆறு ஆண்டுகளின்போது நான் ஓர் ஆயுதப் பயிற்சிப் பள்ளியில் ஒரு சாதாரண மாணவனாக இருந்தேன், அவ்வளவுதான். ஆனால் யாரும் என்னை ஒரு மாணவன்போல நடத்தவில்லை. நான் துரோணரின் பொதுவான வழிகாட்டுதலின்கீழ் கிருபரின் வகுப்பில் பயின்றேன். அவ்வகுப்பில் அஸ்தினாபுரத்தின் பிற சாதாரண மாணவர்களும் இருந்தனர். எல்லோரிலும் நான்தான் மிகவும் சாதாரணமானவனாக இருந்தேன். அவ்வளவு பெரிய மாணவர் கூட்டத்தில், என்னிடம் பேசுவதற்கு துரோணருக்கோ அல்லது கிருபருக்கோ நேரம் இருக்கவில்லை. உண்மையைக் கூற வேண்டுமென்றால், அவர்கள் என் முதுகின்மீது தட்டிக் கொடுக்க வேண்டும் என்றோ அல்லது என்னிடம் ஏதேனும் கேட்க வேண்டும் என்றோ என் மனத்தில் எந்த விருப்பமும் எழவில்லை. ஓர் ஆயுதத்தைப் பயன்படுத்துவது தொடர்பாக நான் ஏதேனும் சிரமத்தை எதிர்கொண்டபோதெல்லாம், நான் வெறுமனே என் கண்களை மூடிக் கொண்டு, என்னுடைய குருவான சூரிய பகவானை மனத்தில் நினைத்தேன். ஒரு யட்சிணி என் தலைக்கு மேலாக ஏதோ ஒரு மந்திரக் கோலை அசைத்துச் சென்றதுபோலக் கணநேரத்தில் எல்லாம் தெளிவாகிவிடும். நான் மற்ற எல்லோரிடமிருந்தும் விலகிச் சென்றுவிடுவேன். பக்தியில் ஓர் அசாதாரணமான சக்தி அடங்கியுள்ளது. யாரோ ஒருவரைக் குறித்து பக்தி கொண்டிருக்காமல் எந்தவொரு மனிதனாலும் வாழ முடியாது. என்னுடைய மாணவப் பருவத்தில் நான் என் குருவின்மீது பக்தி கொண்டிருந்தேன். பயம் என்றால் என்ன என்பது பற்றிய எள்ளளவு யோசனைகூட எனக்கு இருக்கவில்லை. ஆனால், எப்போதேனும் என்னுள் கோப உணர்வு எழுந்தது. “என்னுடைய இரண்டு குருதேவர்களில் ஏன் ஒருவர்கூட என்னிடம் ஒருபோதும் பேசவில்லை? கர்ணன் அவர்களுக்கு ஒரு கல்லாலான கைப்பாவை மட்டும்தானா?” என்று என்னை நானே கேட்டுக் கொண்டு அவர்கள்மீது கோபம் கொண்டேன். ஒரு பெருங்கடலுக்கு நடுவே இருந்தாலும் நீரைப் பருக முடியாத, தாகத்தில் தவித்த ஒருவனைப்போல நான் உணர்ந்தேன். நான் என்னுடைய உணர்வுகளை வெளிப்படையாகப் பேசுவதென்று தீர்மானித்தால்கூட, நான் பேசுவதற்கு ஷோனைத் தவிர அருகில் எனக்கு வேறு யார் இருந்தார்கள்? எனக்கு மூச்சடைத்ததுபோல நான் உணர்ந்தேன். சிறுவர்களுடைய தவறுகளைப் பெரியவர்கள் சுட்டிக்காட்டினால், அது சரி. ஆனால், அவர்கள் அச்சிறுவர்களை முற்றிலுமாக உதாசீனப்படுத்தினால்? அப்போது என் மனம் திணறியது; நிலத்தைப் பிளந்து கொண்டு வெளியே வருவதற்கு முட்டி மோதுகின்ற ஒரு செடியைப்போல, மனம் அந்தத் திணறலில் இருந்து விடுபடுவதற்கு வேறு ஏதேனும் ஒரு வழியைத் தேடுகிறது. இந்த ஆறு ஆண்டுகளில் எனக்கு என்ன கிடைத்தது? எல்லோரும் என்னை உதாசீனப்படுத்தினர்.

தாங்கிக் கொள்ளப்பட முடியாத அந்தக் கொடூரத்தை நான் பொறுத்துக் கொள்ள வேண்டியிருந்தது. நான் கைவிடப்பட்டிருந்தது போன்ற ஓர் உணர்வு என்னுள் மேலோங்கியது. ஆயுதப் பயிற்சிப் பள்ளியில் கர்ணன் என்ற ஒருவன் இருந்தான் என்பதையே யாரும் அறிந்திருக்கவில்லை. நான் மற்றவர்களைத் துதி பாடும் இயல்பு கொண்டவன் அல்லன். ஷோனும் நானும் அப்பள்ளிக்கு உள்ளேயே எங்களுடைய அழகான உலகம் ஒன்றை உருவாக்கிக் கொண்டோம். துரோணர்மீதும் கிருபர்மீதும் எங்களால் மரியாதையை வளர்த்துக் கொள்ள முடியவில்லை. மாறாக, அவர்கள் முன்னிலையில் நாங்கள் மிக அசௌகரியமாக உணர்ந்தோம். அவர்கள் பெயரளவில்தான் குருமார்களாக இருந்தனர் என்ற உணர்வு எனக்கு ஏற்படத் தொடங்கியது. தன்னுடைய மாணவனின் மனத்தை அறிந்திராத ஒருவரால் எப்படி ஒரு குருவாக இருக்க முடியும்? பாசமெனும் சுவாசத்தால் தன்னுடைய மாணவனின் மனமெனும் மொட்டிற்கு ஊட்டமளிக்காத ஒருவரால் எப்படி ஒரு குருவாக இருக்க முடியும்? குருவின் அன்புக்காக நான் ஏங்கினேன். அதனால்தான், என் முதுகு கதகதப்பாகும்வரை என்னுடைய குருவான சூரிய பகவானின் கை அதை வருடிக் கொடுக்க நான் அனுமதித்தேன். அதுவரை நான் அவருக்கு நீராஞ்சலி செலுத்திக் கொண்டே இருந்தேன். இந்தத் தொடர்ச்சியான வருடல் என்னுடைய முதுகைக் கடினமாக்கியிருந்தது.

ஆயுதப் பயிற்சிப் பள்ளியில் பயின்ற இளவரசர்கள் முற்றிலும் வேறு விதமாக நடத்தப்பட்டனர். அர்ஜுனன்தான் துரோணருக்கும் கிருபருக்கும் மிகவும் பிரியமானவனாக இருந்தான். அதனால்தான் துரியோதனன் மற்றவர்களுடைய கவனத்தைத் தன் பக்கம் ஈர்க்க முயற்சித்தான். ஏன் அர்ஜுனனுக்கு மட்டும் அந்தச் சலுகை கிடைக்க வேண்டும்? ஆனால் அது எப்போதும் பூசலில்தான் முடிந்தது. தன்னுடைய சகோதரன் கேலிக்கு ஆளாக்கப்பட்டதை பீமன் வெறுத்தான். அவனால் தன்னுடைய கடுங்கோபத்தைக் கட்டுப்படுத்திக் கொள்ள முடியவில்லை. அவன் கோபத்தில் தன்னுடைய உதடுகளைக் கடித்தபடி, தன் பார்வையில் பட்ட எவரொருவரையும் தூக்கிப் பந்தாடினான். துரோணர்மீதான பயம் காரணமாக யாரும் இந்தச் சண்டைகளைப் பற்றி அவரிடம் தெரிவிக்கவில்லை.

ஒருமுறை, எல்லோரும் நகரத்திற்கு வெளியே ஒரு காட்டில் ஒரு சிற்றுலா சென்றனர். பீமன் தூங்கிக் கொண்டிருந்தபோது, துரியோதனன் துச்சாதனின் துணையோடு, தடித்தப் படர்கொடிகளை ஒரு கயிறுபோலத் திரித்து, அவற்றால் பீமனின் கைகளையும் பாதங்களையும் இறுக்கமாகக் கட்டி, அவனைத் தூக்கி ஓர் ஏரிக்குள் வீசிவிட்டான். ஆனால் பீமன் எந்தக் காயமும் இன்றித் தப்பிவிட்டான். நீர்க்கடவுளர் அவனை விடுவித்ததாக ஒரு வதந்தி பரவத் தொடங்கியது.

இது எதையும் நான் நம்பவில்லை. ஏனெனில், மேலே விவரிக்கப்பட்ட விதத்தில் பீமன் அந்த ஏரிக்குள் வீசப்பட்டிருந்தால், அவன் உயிர் பிழைப்பதற்கு எந்த வாய்ப்பும் இருந்திருக்க முடியாது. ஏனெனில், முதலில், நீர்க்கடவுளரைப் பற்றி யாரும் கேள்விப்பட்டதில்லை. பெரிய தாடைகளைக் கொண்ட மீன்களும் ஆபத்தான முதலைகளும் மட்டுமே ஏரிகளில் வசித்தன என்பதை நாங்கள் எல்லோரும் அறிந்திருந்தோம். இரண்டாவது, பீமன் அந்த ஏரிக்குள்ளிருந்து வெளியே வந்த

மறுகணமே, தன்னைப் படுகொலை செய்யப் போடப்பட்டத் திட்டம் அவனுக்கு உடனடியாகத் தெரிய வந்திருக்கும். துரியோதனனைத் தவிர இந்த சதித் திட்டத்தை வேறு யாரால் தீட்டியிருக்க முடியும்? எனவே, பீமன் வெளியே வந்த உடனேயே தன்னுடைய கதாயுதத்தைக் கொண்டு துரியோதனனின் கதையை முடித்திருந்திருப்பான். ஏனெனில், கோபத்தைக் கட்டுப்படுத்தக்கூடியவன் அல்லன் பீமன். அவனை யாராலும் சமாதானப்படுத்த முடியாது, யாராலும் அவனுக்கு ஆறுதலளிக்க முடியாது.

இளவரசர்களின் சண்டைகளைத் தீர்த்து வைத்து, அவர்களுடைய சாதனைகளுக்காகக் காட்டுக்கூச்சல் போட்டு அவர்களைப் புகழ்ந்த பிறகு, ஒரு தேரோட்டியின் இரண்டு மகன்கள்மீது கவனம் செலுத்துவதற்கு யாருக்கு நேரம் கிடைக்கும்? ஆறு ஆண்டுகள் இதேபோலக் கழிந்தன. ஒரு பதினாறு வயது பதின்பருவத்தினன் ஓர் இருபத்திரண்டு வயது இளைஞனாக ஆனான். நான் ஒவ்வொரு சவாலையும் போட்டியையும் எதிர்கொள்ள விரும்பினேன்.

இளமை! இடைவிடாமல் துடித்துக் கொண்டிருக்கின்ற ரத்த நாளங்கள்! மனிதனுக்கு இயற்கை கொடுத்துள்ள விலைமதிப்பிடப்பட முடியாத பரிசே அந்த இளமை! வாழ்க்கை எனும் நகரத்தின் ஒரே ராஜவீதி அது! இயற்கை சாம்ராஜ்ஜியத்தின் வசந்தகாலம் அது! மனம் எனும் மயில் தன்னுடைய தோகையை முழுமையாக விரித்தாடும் காலம் அது! பூத்துக் கொண்டிருக்கும் உடலின் வண்ணமயமான முக்காடு அது! கற்பனைத் தோட்டத்தின் வசீகரிக்கும் நறுமணம் அது! இடைவிடாது வேகமாக ஓடிக் கொண்டிருக்கின்ற, உலகைப் படைத்தவனின் தேரில் பூட்டப்பட்ட ஒளிமயமான போர்க்குதிரை அது! ஒரு மனிதன் உச்சகட்டத் தன்னம்பிக்கையோடு பீடுநடை போடுகின்ற ஒரு காலகட்டம் அது! செயலில் இறங்குவதற்கும் சாதனைக்குமான காலம் அது! சக்திக்கும் வேகத்திற்குமான காலம் அது!

பிள்ளைப்பருவத்துடன் தொடர்புடைய எல்லாம் பச்சை நிறம் கொண்டதாக இருக்கிறது. இளமையோடு தொடர்புடைய அனைத்தும் இளஞ்சிவப்பு மற்றும் செம்மஞ்சள் நிறங்களைக் கொண்டதாக இருக்கிறது. இளமையின் பார்வை, தொடுவானத்தையும் தாண்டி ஊடுருவிச் செல்லுகிறது. நகர்ந்து கொண்டும் பிரகாசித்துக் கொண்டும் இருக்கின்ற எதுவொன்றும் அதை சுலபமாக வசீகரிக்கிறது. இளமையின் சீரான தாளம், சாத்தியமில்லாததையும் சாத்தியமாக்கிவிடுகிறது.

என்னுடைய பிள்ளைப்பருவ நினைவுகள் மற்றும் பதின்பருவ நினைவுகளில் சில நகைப்புக்குரியவையாக இருந்ததை நான் காணத் தொடங்கினேன். கங்கையை 'கங்கைத் தாய்' என்று அழைத்தக் கர்ணன்! கங்கைக் கரையிலிருந்து சிப்பிகளைப் பொறுக்கித் தன்னுடைய அங்கவஸ்திரத்தில் சேகரித்தக் கர்ணன்! கருடனைப்போல வானத்தில் வெகு உயரத்தில் பறப்பது பற்றிக் கனவு கண்ட கர்ணன்! தன்னுடைய நண்பர்களின் விருப்பத்திற்கு இணங்கி அரசனாக வேடம் புனைந்து கரும்பாறை அரியணையின்மீது அமர்ந்த கர்ணன்! கங்கை நீரில் தன்னுடைய குண்டலங்களின் ஒளி பிரதிபலித்ததைக் கண்டு ரசித்தக் கர்ணன்! இதெல்லாம் உண்மையான மகிழ்ச்சி என்று என்னை நானே ஏமாற்றியிருந்தேன்! என்னவொரு குருட்டுத்தனமான பக்தி!

எப்படிப்பட்ட சந்தேகங்கள்! என்னவோர் அறியாமை!

காலத்தின் தாக்குதலால் இவை எல்லாமே மங்கலாயின. இளமை எனும் தேரை ஓட்டிய தேரோட்டி, இப்போது, செயல்வேகம், புகழ் குறித்த ஆழ்விருப்பம், பயமின்மை, பெருமிதம், இரக்கத்துடன்கூடிய ஈடுபாடு ஆகிய ஐந்து குதிரைகளைக் கொண்ட வாழ்க்கைத் தேரின் கடிவாளங்களைப் பற்றியிருந்தான்.

இளமை என்றால் செயல்வேகம் என்று பொருள். ஒளியால் எப்போதாவது இருளடைய முடியுமா? செயல்வேகத்துடன்கூடிய ஓர் இளைஞனால் மட்டுமே மற்றவர்களுக்கு உத்வேகமூட்டவும், அவர்கள் தங்களுடைய கண்ணியமான விருப்பங்களைப் பின்தொடர்ந்து செல்ல அவர்களுக்கு ஊக்கமளிக்கவும் முடியும்.

புகழ் குறித்த ஆழ்விருப்பம்தான் இளமையின் ஒரே நிலையான பண்புநலன். நான் பிரபலமாவேன்! எனக்குக் கொடுக்கப்பட்டிருக்கும் சூழ்நிலையை நான் என் விருப்பத்திற்கு வளைப்பேன்! இந்த ஓர் எண்ணம்தான் ஓர் இளைஞன் தன் வாழ்வில் உயருவதற்கு வழி கோலுகிறது.

பயமின்மைதான் இளமை எனும் இசையில் உள்ள மிக உயர்ந்த சுருதியாகும். இந்த சுருதி விலகி, இசை நாராசமாக ஆவதுதான் பயம். கீறல் விழுந்த ஒரு புல்லாங்குழலில் இருந்து வருகின்ற ஒலிகளால் யாரையேனும் மகிழ்விக்க முடியுமா? இவ்வுலகம் உயர்ந்த சுருதிக்காக ஏங்குகிறதே அன்றி, அபஸ்வரத்திற்காக அல்ல.

பெருமிதம்தான் இளமையின் ஆன்மா. கொள்கைகளற்ற ஒருவன் ஒரு மனிதனே அல்லன். அதேபோல, பெருமிதம் இல்லாத ஓர் இளமை இளமையே அல்ல. ஓர் இளைஞன் எப்போதும் தான் பின்பற்றும் கொள்கைகள் குறித்துத் தன்மீது பெருமிதம் கொள்ளுவான். தேவை எழும்போது, அவற்றுக்காக அவன் தன் உயிரைத் தியாகம் செய்யவும் தயாராக இருப்பான்.

இரக்கத்துடன்கூடிய ஈடுபாடுதான் இளமையின் வனப்பு. பலவீனமானவர்களைப் பாதுகாப்பதற்குத் தன்னுடைய வலிமையைப் பயன்படுத்துவதற்கு எப்போதும் தயாராக இருத்தல்! தானும் வாழ்ந்து மற்றவர்களையும் வாழவிடுகின்ற, விலைமதிப்பிடப்பட முடியாத ஓர் அர்ப்பணிப்பு!

இளமை அப்படிப்பட்டது. இது எங்கெல்லாம் இருக்கிறதோ, அங்கே ஓர் இளைஞன் தான் அவமானப்படுத்தப்படும்போது சீறி எழுவதையும், அநியாயத்தைத் தட்டிக் கேட்பதற்கு வீறு கொண்டு எழுவதையும், அனைத்து விதமான சுரண்டல்களையும் களைவதையும், வெற்றியின் உண்மையான முகத்தையும் நீங்கள் பார்ப்பீர்கள். இளமை இருக்கும் இடத்தில் ஒளி இருக்கும். ஒளி இல்லாவிட்டால் இருள் நிறைந்திருக்கும். அது அவமானத்தை அரவணைத்துக் கொள்ளுகின்ற இருள், தோல்வி எனும் விஷத்தை வெற்றி எனும் அமுதம் என்று நினைத்துக் குழப்பமடைகின்ற இருள், அநியாயத்தைப் புகழுகின்ற இருள், தாக்குதலைக் கண்டு பயப்படுகின்ற இருள்.

29

அசுவத்தாமன்மீது நான் கொண்டிருந்த பாசம் இப்போது தீவிர அன்பாக மாறியிருந்தது. ஒட்டுமொத்த அஸ்தினாபுரத்தில் கடைசியாக நான் ஒரு நண்பனைக் கண்டுபிடித்திருந்தேன். நான் அவனை என் உயிரைப்போல நேசித்தேன்.

ஒருமுறை நாங்கள் கங்கைக் கரையின்மீது அமர்ந்து அரட்டையடித்துக் கொண்டிருந்தோம். அப்போது அவன் தற்செயலாக, "கர்ணா, எனக்கு உன்னைப் பிடித்திருப்பதற்குக் காரணம் நீ அன்புள்ளம் கொண்டவன் என்பது அல்ல. மாறாக, நீ வசீகரமான தோற்றத்தைக் கொண்டிருப்பதால்தான் எனக்கு உன்னைப் பிடித்திருக்கிறது," என்று கூறினான்.

"நான் உண்மையிலேயே அவ்வளவு வசீகரமானவனா?"

"ஆமாம். இதைப் பற்றி நிச்சயமாக நீ ஒருபோதும் யோசித்திருக்க மாட்டாய். ஆனால், நீ தினமும் கங்கையில் குளித்துவிட்டு, சூரியன் உச்சத்தில் இருக்கும் நேரத்தில் திரும்பி வரும்போது, இந்நகரின் பெண்கள் அனைவரும் தங்களுடைய சமூக வரைமுறைகளை எல்லாம் மூட்டைக் கட்டி அலமாரியில் வைத்துவிட்டு, உன்னைப் பார்ப்பதற்காக ஏதோ ஒரு சாக்குப்போக்கைக் கண்டுபிடித்துத் தங்கள் வீட்டு சன்னல்களைத் திறந்து, கண்கொட்டாமல் உன்னைப் பார்க்கின்றனர்."

"அசுவத்தாமா, நீ என்ன சொல்லுகிறாய்? ஒருவேளை நீ சொல்லுவது உண்மையாக இருந்தால், கங்கையிலிருந்து திரும்பி வருவதற்கு நாளையிலிருந்து நான் வேறொரு பாதையைக் கண்டுபிடிக்க வேண்டியிருக்கும்."

"கர்ணா, நான் உண்மையைத்தான் கூறுகிறேன். வலிமையான, காளை போன்ற தோள்கள்; செம்பருத்தி மலர்களைப் போன்ற இளஞ்சிவப்பு நிறக் கன்னங்கள்; உன் கன்னங்கள்மீது விழுகின்ற, உன்னுடைய குண்டலங்களின் நீலநிற நிழல்; ஒரு குத்துவாளைப் போன்ற நேரான, கூர்மையான மூக்கு; ஒரு வில்லைப்போல வளைந்திருக்கின்ற அழகான புருவங்கள்; குவளை மலர் போன்ற அடர்நீலக் கண்கள்; ஒரு தாம்பாளத்தைப் போன்ற அகலமான நெற்றி; நீண்ட, பொன்னிறத் தலைமுடி - அது உன் கழுத்தின்மீதும் தோள்கள்மீதும் படர்ந்திருக்கும்போது ஒரு மன்னரின் பொன்மகுடத்தைக்கூட வெட்கித் தலைகுனிய வைத்துவிடும்; ஒரு தேரைப் போன்ற வலிமையான உடற்கட்டு - இத்தகைய தெய்விக குணாம்சங்கள் பொருந்திய நீ வசீகரமானவனாக இருப்பதாக மக்கள் நினைப்பதில் என்ன ஆச்சரியம் இருக்கிறது?"

"அசுவத்தாமா, நான் உன்னிடம் உண்மையைச் சொன்னால் நீ கோபப்பட மாட்டாய் என்று நான் நம்புகிறேன்."

"சொல், கர்ணா."

"இந்த குணாம்சங்களில் எதுவும் ஏன் உன்னுடைய தந்தையைக் கவரவில்லை? இந்த ஆறு ஆண்டுகளில், கர்ணன் யார் என்பது பற்றியோ, அவன் எங்கே இருக்கிறான் என்பது பற்றியோ உன்னுடைய தந்தையும் அவருக்குப் பிரியமான அர்ஜுனனும் என்றேனும் நினைத்துப்

பார்த்திருக்கிறார்களா?"

"கர்ணா, நீ சொல்லுவது சரிதான். ஆனால் இதில் நீ தனியொருவன் அல்லன். நிஷாதர்களின் அரசரான இரணியதனுவின் மகன் ஏகலைவனுக்கும் இதே நிலைமைதான். ஆயுதக் கலையைக் கற்றுக் கொள்ளுவதற்காக அவன் நிஷாத மலையிலிருந்து நூற்றுக்கணக்கான மைல்கள் நடந்து வந்துள்ளான். நீ உன் மனத்தின் சுமைகளை இறக்கி வைப்பதைக் கேட்க உனக்கு நானாவது இருக்கிறேன். ஏகலைவன் என் தந்தையைப் பற்றி என்ன நினைத்துக் கொண்டிருப்பான் என்று யோசித்துப் பார்! என்னால் அதைக் கற்பனைகூடச் செய்ய முடியவில்லை. என் தந்தை ஏன் இவ்வளவு கொடூரமாக நடந்து கொள்ளுகிறார் என்று எனக்குத் தெரியவில்லை. தங்கள் தந்தையரின் மனத்திற்குள் என்ன நிகழ்ந்து கொண்டிருக்கிறது என்பதை அறிந்து கொள்ளுவது எல்லா மகன்களுக்கும் சாத்தியப்படுவதில்லை."

அவனுடைய விளக்கம் எளிமையானதாகவும் உண்மையானதாகவும் இருந்தது. அந்த விளக்கம் என்னைப் பெரிதும் கவர்ந்தது. என் தந்தை அதிரதரின் மனத்தில் என்ன நிகழ்ந்து கொண்டிருந்தது என்பதை நான் எப்படிக் கண்டுபிடிப்பேன்? அசுவத்தாமன் ஏகலைவனைப் பற்றி எனக்கு நினைவுபடுத்தினான். என்னைப்போலவே துன்புற்றுக் கொண்டிருந்த, நான் ஒருபோதும் பார்த்திராத ஏகலைவன் குறித்து என் மனத்தில் ஏதோ விநோதமான மரியாதை பிறந்தது.

30

ஒருநாள் அசுவத்தாமனும் நானும் வாட்பயிற்சி அரங்கின் அருகே நின்று கொண்டிருந்தோம். அந்த அரங்கின் நான்கு பகுதிகளையும் சுற்றி இரும்புக் கம்பிகளால் ஒரு வேலி எழுப்பப்பட்டிருந்தது. யாரோ ஒருவர் அவற்றில் ஒரு கம்பியை வளைத்து அதன் முனை நிலத்தைத் தொடும்படி விட்டுவிட்டுச் சென்றிருந்தனர். அந்த ஒரு கம்பி வளைந்திருந்ததால், அந்த ஒட்டுமொத்த வேலியும் கோணலாகத் தெரிந்தது. நான் என் கையை நுழைத்து அந்தக் கம்பியை நேராக்க முயற்சித்தேன். அசுவத்தாமன் உடனே, "கர்ணா, அதை விட்டுவிடு. எல்லோரும் முயற்சித்துப் பார்த்துவிட்டனர். பீமன் எப்போதோ ஒருமுறை கோபத்தில் அதை அப்படி வளைத்துவிட்டான். அதை மீண்டும் நேராக்க யாராலும் முடியவில்லை. பீமனால் மட்டுமே அதைச் சரி செய்ய முடியும்," என்று கூறினான்.

நான் அவனுடைய கண்களை ஊடுருவிப் பார்த்தபடி, "அதை நான் நேராக்கட்டுமா?" என்று கேட்டேன்.

"அது உன்னால்கூட முடியாது."

"அப்படியா?" என்று கேட்டுவிட்டு நான் என்னுடைய காலணிகளைக் கழற்றி ஓர் ஓரமாக வைத்தேன். பிறகு என்னுடைய அங்கவஸ்திரத்தை எடுத்து என் இடுப்பைச் சுற்றிக் கட்டிக் கொண்டே, "நான் என்னுடைய இடது கையால் இந்தக் கம்பியை நேராக்கி, முன்பு அது எந்த இடத்தில் இருந்ததோ அந்த இடத்திற்கு இதை நான் கொண்டுவரப் போகிறேன். என்னை நன்றாக கவனி!" என்று நான்

கூறினேன்.

நான் அந்தக் கம்பியை நோக்கிச் சென்று, நிமிர்ந்து வானத்தைப் பார்த்தேன். என்னுடைய குருதேவர் அங்கே பிரகாசமாக ஒளிர்ந்து கொண்டிருந்தார். நான் என் ஆற்றல் முழுவதையும் என்னுடைய இடது கையில் குவித்து, என் கண்களை மூடிக் கொண்டு, என் வலிமை முழுவதையும் ஒன்றுதிரட்டி, தரைவரை வளைந்திருந்த அந்தக் கம்பியை உலுக்கினேன். முதல் உலுக்கலில் அது என் இடுப்புவரை நிமிர்ந்தது. நிமிர்ந்திருந்த அந்தப் பகுதிக்குக் கீழே என் தோளை அண்டை கொடுத்து, அதை என் இடது கையால் இறுக்கிப் பிடித்து, மெதுவாக அதை வளைத்து, முன்பு இருந்ததுபோலக் கச்சிதமாக நேராக்கினேன். அசுவத்தாமன் இதைக் கண்டு வியந்து நின்றான். பிறகு அவன் என்னைத் தட்டிக் கொடுப்பதற்காக என் தோள்மீது தன் கையை வைத்தான். ஆனால் மறுகணம், அவன் வெடுக்கென்று அதை இழுத்துக் கொண்டான்.

"அசுவத்தாமா, என்ன பிரச்சனை?" என்று நான் ஆச்சரியத்தோடு கேட்டேன்.

அவன் என்னைத் தீவிரமாக உற்றுப் பார்த்துக் கொண்டே, "உன் உடல் அனல்போலக் கொதிக்கிறது," என்று பதிலளித்தான்.

நேராக்கப்பட்ட அக்கம்பியை பீமன் நிச்சயமாக எப்போதாவது பார்த்திருப்பான். அவன் தினமும் ஏதோ ஒரு கம்பியை வளைப்பதை வழக்கமாகக் கொண்டிருந்தான். நான் தினமும் இரவில் என் இடது கையால் அதை நேராக்குவதை வழக்கமாக்கிக் கொண்டேன்.

31

ஒவ்வோர் ஆண்டின் இறுதியிலும் ஆயுதப் பயிற்சிப் பள்ளியில் ஒரு பிரம்மாண்டமான யாகம் நடத்தப்பட்டது. துரோணர் ஒரு விநோதமான வழக்கத்தை உருவாக்கி நிலைப்படுத்தியிருந்தார். அந்த யாகத்தில் பலி கொடுக்கப்படுவதற்காக, அப்பள்ளியில் பயின்ற ஒவ்வொரு மாணவனும், உயிரோடிருந்த ஒரு விலங்கைக் காட்டிலிருந்து பிடித்துக் கொண்டுவர வேண்டியிருந்தது. இவ்வழக்கத்தைப் பற்றிக் கேள்வி எழுப்பப்பட்டபோது, மாணவர்களிடத்தில் அது தற்சார்பையும் துணிச்சலையும் வளர்த்தெடுக்கும் என்று துரோணர் பதிலளித்தார்.

அப்படிப்பட்ட வருடாந்திர யாகங்களில் ஒன்றில், மறக்கப்பட முடியாத ஒரு சம்பவம் நிகழ்ந்தது. உயிருள்ள ஒரு விலங்கைப் பிடித்துக் கொண்டு வருவதற்காக மாணவர்களாகிய நாங்கள் அனைவரும் காட்டிற்குப் புறப்பட்டோம். நாங்கள் காட்டை அடைந்தவுடன் பல்வேறு திசைகளில் பிரிந்து சென்றோம். நான் கிழக்குத் திசையைத் தேர்ந்தெடுத்தேன். நான் நடந்து சென்று கொண்டிருந்தபோது, ஒரு சாதாரண மான், ஒரு மறிமான், ஒரு காட்டுப் பன்றி, மற்றும் பிற விலங்குகளை முந்தைய ஆண்டுகளில் நான் ஏற்கனவே பலி கொடுத்திருந்தது என் நினைவுக்கு வந்தது. இந்த ஆண்டு, அதிக மூர்க்கமான ஒரு விலங்கை நான் அர்ப்பணிக்க விரும்பினேன். எந்த விலங்கைப் பிடிப்பது? யானை? சீச்சீ! அது அழகற்றது, காட்டைத்

துவம்சம் செய்யக்கூடிய அளவுக்கு, வசீகரமற்றப் பெரிய உருவத்தைக் கொண்டது. அதையா பிடிப்பது? இல்லை, வேண்டாம். குதிரை? அதைப் பிடிக்க முடியும், ஆனால் அதற்குக் குறைந்தபட்சம் இரண்டு நாட்களாவது ஆகும். அதற்குள் யாகம் முடிந்துவிடும். பிறகு எதைப் பிடிப்பது? புள்ளிமான், ஓநாய்? சீச்சீ! தோற்கடிக்கப்பட முடியாத, மிக அதிக வலிமை வாய்ந்த விலங்கு எது? புலி! ஆம், அதுதான் சரியான விலங்கு. இந்த ஆண்டு ஒரு புலியைப் பிடிக்கலாம். ஆனால் அதற்கு நான் அக்காட்டிற்குள் வெகுதூரம் போக வேண்டியிருக்கும். ஆனால் அது ஒரு பிரச்சனையாக இருக்கவில்லை. காட்டிற்குள்ளே சென்று ஒரு புலியைப் பிடித்தே தீருவது என்று நான் என் மனத்தில் உறுதி பூண்டபடி அக்காட்டின் எல்லைக்குள் அடியெடுத்து வைத்தேன்.

நான் பெரிய அடிகள் எடுத்து வைத்து, நான்கு பக்கங்களிலும் உற்றுப் பார்த்தபடி தொடர்ந்து முன்னோக்கி நடந்தேன். அந்த அடர்ந்த காட்டில் நான் நாள் முழுவதும் சுற்றித் திரிந்தேன், பல விலங்குகளைப் பார்த்தேன். ஆனால் ஒரு புலி மட்டும் என் பார்வையில் தென்படவே இல்லை. நான் வெகுதூரம் அலைந்து திரிந்ததில் எனக்குக் கடுமையாக தாகமெடுத்தது. அந்தி சாயவிருந்தது. பறவைகள் தம்முடைய கூடுகளுக்குத் திரும்பிச் சென்று கொண்டிருந்தன. நான் என் முகத்தின்மீது படர்ந்திருந்த வியர்வையைத் துடைத்தபடி பகுதா நதியை வந்தடைந்தேன். நான் அங்கு நின்று சூரிய பகவானை வணங்கிவிட்டு, "இன்று உங்கள் மாணவனின் முயற்சிகள் அனைத்தும் வீணாகிவிட்டன," என்று என் மனத்திற்குள் கூறிக் கொண்டேன்.

நான் அருகிலிருந்த ஒரு கரும்பாறையின்மீது உட்கார்ந்து, அந்த ஆற்று நீரை என் கைகளில் அள்ளினேன். அதை நான் என் வாய்க்கு அருகே கொண்டு செல்லவிருந்த நேரத்தில், மூர்க்கமான, உருவத்தில் பெரிய விலங்கு ஒன்று பின்னாலிருந்து என்மீது பாய்ந்தது. நான் நிலை தடுமாறி அந்த ஆற்றினுள் விழுந்தேன். அதைத் தொடர்ந்து அந்த விலங்கும் அந்த ஆற்றினுள் பாய்ந்தது. நீரில் நுரைகள் உருவாயின. நான் அந்த விலங்கைப் பார்த்தேன். உடலில் கருப்பு மற்றும் வெள்ளைப் புள்ளிகளைக் கொண்ட ஒரு சிறுத்தை! அது தன்னுடைய தாகத்தைத் தணித்துக் கொள்ளுவதற்காக மாலை நேரத்தில் அந்த ஆற்றங்கரைக்கு வந்திருந்தது. அதன் முகம் ஒரு பூசணியைப்போல உருண்டையாக இருந்தது. அதன் கண்கள் குன்றுமணிகளைப்போலச் செக்கச்செவேலென்று இருந்தன.

என் கண்கள் மகிழ்ச்சியில் மின்னின. நான் அந்த ஆற்றுக்குள் இருந்தேன் என்பது பற்றியோ, என் ஆடைகள் முழுவதும் நனைந்திருந்தன என்பது பற்றியோ எனக்குப் பிரக்ஞை இருக்கவில்லை. அச்சிறுத்தை தன்னுடைய காலைத் தூக்கித் தன்னுடைய பாதத்தால் என்னைத் தாக்க வந்தது. நான் அந்தரத்தில் அதன் பாதத்தைப் பிடித்து, ஆற்றுக்குள் இருந்து அதைத் தரதரவென்று வெளியே இழுந்து வந்தேன். கரைக்கு வந்தவுடன் அது மேலும் அதிக ஆக்ரோஷமடைந்தது. அது தன் உடலைக் குலுக்கி என் பிடியிலிருந்து தன்னுடைய பாதத்தை விடுவித்தது. நீரில் குதித்ததால் ஏற்பட்ட அழுத்தமும் நான் காட்டிய எதிர்ப்பும் சேர்ந்து அதன் ஆக்ரோஷத்தை அதிகரித்தன. கோபம் தெறித்த அதன் கண்கள் இப்போது நெருப்பை உமிழ்ந்தன. சில

சமயங்களில், அச்சிறுத்தை அந்தரத்தில் ஐந்தாறு அடிகள் பாய்ந்து, என்னுடைய ரத்தத்தைக் குடிப்பதற்குத் தயாராக இருந்ததுபோல, ரத்தச் சிவப்பு நிறத்தில் இருந்த தன்னுடைய நாக்கைச் சுழற்றிக் கொண்டு, வாயைப் பிளந்தபடி என்மீது குதித்தது. நான் அதை எதிர்த்துப் போராடினேன். சுமார் அரை மணிநேரம் நான் அதனோடு மல்லுக்கு நின்றேன், ஆனால் இறுதியில் என்னால் எதுவும் செய்ய முடியவில்லை. நான் என் உடலை மேலோட்டமாகப் பார்த்தேன். அந்த பயங்கரமான விலங்கு என்மீது நூறு முறையாவது தன்னுடைய நகங்களைக் கொண்டு கீறியிருந்திருக்கும், ஆனால் அதன் நகக்குறிகளோ அல்லது பற்குறிகளோ என் உடலில் எங்கும் காணப்படவில்லை. என் தோல் எதனாலும் துளைக்கப்பட முடியாததாக இருந்தது. பத்துச் சிறுத்தைகள் சேர்ந்து வந்திருந்தால்கூட அவற்றால் என்னைக் கொன்றிருக்க முடியாது. நான் தூங்கிக் கொண்டிருந்தால்கூட அவற்றால் என்னை எதுவும் செய்திருக்க முடியாது. என் உடல் நெடுகிலும் ஒரு மின்னல் பாய்ந்தது. மறுகணம், வேகமாகச் சுழலுகின்ற ஒரு தேர்ச் சக்கரம்போல என் சதை கொதிக்கத் தொடங்கியது. என் உடல் எதுவொன்றாலும் துளைக்கப்பட முடியாதது! இந்த எண்ணம் என் உடலை ஒரு தீப்பொறிபோல ஒளிரச் செய்தது. திடீரென்று, நான் அந்த பயங்கரமான விலங்கின் முகத்தின்மீது ஓங்கிக் குத்தினேன். அது வலி தாளாமல் பின்வாங்கியது. முழு வீச்சில் அதைத் தாக்குவதற்கான அறிகுறி அது. நான் அதன் முகத்தின்மீது அடுத்தடுத்துக் குத்திக் கொண்டே இருந்தேன். நான் என் முஷ்டியை மடக்கி அதன் முதுகிலும் வயிற்றிலும் கழுத்திலும் குத்தினேன். அச்சிறுத்தை இப்போது மேலும் மூர்க்கமடைந்து என்னைத் திருப்பித் தாக்கியது. இந்த ஒற்றைக்கு ஒற்றைச் சண்டை ஒரு மணிநேரம் தொடர்ந்தது. இறுதியில் அச்சிறுத்தை மிகவும் களைத்துப் போயிற்று. என்னுடைய ஒரு துளி ரத்தம்கூட அதன் நாக்கை நனைக்கவில்லை. பயங்கரமாக ஓலமிட்ட அச்சிறுத்தை இப்போது வலியால் முனகத் தொடங்கியது. பயந்து போயிருந்த அது தன்னுடைய வாலைத் தன்னுடைய கால்களுக்கு இடையே பதுக்கியது. நான் அதன் மார்பின்மீது ஏறினேன். எங்களைச் சுற்றிலும் பதினைந்திலிருந்து இருபதடி உயரம்வரை வளர்ந்திருந்த புல், தரையோடு தரையாகச் சிதைந்து கிடந்தது. அருகிலிருந்த ஒரு புதரிலிருந்து காட்டுப் படர்கொடி ஒன்று என் கால்களைச் சுற்றியிருந்ததை நான் உணர்ந்தேன். அதை நான் என்னை நோக்கி இழுத்தேன். பதினைந்து யோஜனை நீளம் கொண்ட அக்கொடி ஒரே பலமான இழுப்பில் வேரோடு பிடுங்கப்பட்டு என் கைக்கு வந்தது. நான் அதைக் கொண்டு அச்சிறுத்தையின் முன்னங்கால்களையும் பின்னங்கால்களையும் கட்டி, அந்த உருவத்தை ஒரு மூட்டைபோலக் கட்டினேன்.

இருள் சூழ்ந்து கொண்டிருந்தது. அப்பெரிய விலங்கை நான் என் தோள்மீது போட்டுக் கொண்டு, நிலவின் மெல்லிய வெளிச்சத்தில் நகரத்தை நோக்கி நடக்கத் தொடங்கினேன். நான் நகரத்தை அடைந்தபோது நள்ளிரவு ஆகியிருந்தது. கடுங்குளிர் என் உடலை மரத்துப் போகச் செய்தது. காட்டில் அந்த ஆற்றிலிருந்து என் அங்கவஸ்திரத்தை மீட்டெடுக்க நான் மறந்திருந்தேன். என் ஆடைகள் புழுதியால் அழுக்காகியிருந்தன. அஸ்தினாபுரம் ஆழ்ந்த உறக்கத்தில் இருந்தது. என் சிறுத்தையின் உறுமல் மட்டுமே கேட்டது. நான்

ஆயுதப் பயிற்சிப் பள்ளியை வந்தடைந்தேன். காட்டின் பல பகுதிகளில் சுற்றித் திரிந்து மற்ற மாணவர்கள் தேடிப் பிடித்துக் கொண்டு வந்திருந்த விலங்குகள் அனைத்தும் மரத்தாலான வேலி போடப்பட்ட ஒரு பெரிய மைதானத்திற்குள் அடைக்கப்பட்டிருந்தன. என் தோளின்மீது கிடந்த சிறுத்தையை நான் அந்த மைதானத்திற்குள் தூக்கி எறிந்தேன். இவ்வளவு நேரமும் அதன் மீசைமயிர் என்னுடைய கழுத்தில் கூச்சம் ஏற்படுத்திக் கொண்டிருந்தது. நான் அச்சிறுத்தையை வீசியதும் எல்லா விலங்குகளும் பயத்தில் அலறின. நான் வேகமாக என்னுடைய அறைக்குச் சென்று உடை மாற்றிக் கொண்டு, உடனே தூங்கிவிட்டேன்.

பொழுது விடிந்தவுடன், நிர்ணயிக்கப்பட்டிருந்த வழக்கப்படி யாகம் தொடங்கியது. இறுதியில், விலங்குகளைப் பலி கொடுப்பதற்கான நேரம் வந்தது. ஒரு மாணவன் அந்த மைதானத்திற்குள் நுழைந்தான். மறுகணம் அவன் அலறியடித்துக் கொண்டு யாக மேடையை நோக்கி வேகவேகமாக ஓடி வந்து, துரோணரிடம், "குருதேவா, பலி கொடுப்பதற்கு யாரோ ஒரு சிறுத்தையைக் கொண்டு வந்திருக்கிறார்கள்," என்று கூறினான்.

இதைக் கேட்டவுடன் குருதேவரின் வெள்ளைப் புருவங்கள் வியப்பில் உயர்ந்தன. "சிறுத்தையா? வாருங்கள், நாம் போய்ப் பார்க்கலாம்," என்று கூறிவிட்டு அவர் அந்த மைதானத்தை நோக்கிச் சென்றார். நாங்கள் எல்லோரும் அவரைப் பின்தொடர்ந்தோம். அவர் அச்சிறுத்தையைப் பார்த்துவிட்டு, யார் அதைக் கொண்டு வந்தார்கள் என்று விசாரித்துவிட்டு, என் முதுகைத் தட்டிக் கொடுப்பார் என்று நான் எதிர்பார்த்துக் கொண்டிருந்தேன். ஆனால் அவர் வெறுமனே தன்னுடைய நெற்றியைச் சுருக்கிவிட்டு, "இச்சிறுத்தையை யார் இங்கே கொண்டு வந்தது? ஒரு யாகம் மன அமைதிக்காக நடத்தப்படுகிறது. யாகத்தில் ஒரு சிறுத்தையைப் பலி கொடுக்க அனுமதியில்லை. உடனடியாக இதை விடுவியுங்கள்," என்று கூறினார்.

ஆனால் அச்சிறுத்தையை விடுவிக்க யாருக்கும் துணிச்சல் இருக்கவில்லை. இறுதியில் பீமன் முன்வந்தான். நான் அச்சிறுத்தையைக் கட்டியிருந்த படர்கொடிகளை அவன் அவிழ்த்தான். அச்சிறுத்தை இன்னும் பயத்தில் உறைந்து போயிருந்தது. அது ஒரே பாய்ச்சலில் அந்த வேலியைத் தாண்டிக் குதித்து, கண்ணிமைக்கும் நேரத்தில் அங்கிருந்து ஓடி மறைந்தது.

என்னுடைய நம்பிக்கைகள் தவிடுபொடியாயின. என் மனம் வேதனையடைந்தது. ஆனால், உண்மை என்னவென்றால், குருதேவர் துரோணரின் அருவருக்கத்தக்க நடத்தை எனக்கு வெளிச்சம் போட்டுக் காட்டிய வாழ்க்கைமுறையை நான் வெறுத்தேன். கொடூரமான கொன்றுண்ணிகள் ஒரு யாகத்தில் ஏன் பலி கொடுக்கப்படக்கூடாது? அப்பாவி ஆடுகளுக்கு பதிலாக, தீங்கு விளைவிக்கின்ற சிறுத்தையைப் போன்ற விலங்குகள்தானே பலி கொடுக்கப்பட வேண்டும்?

32

பல நாட்கள் கடந்தன. நான் அஸ்தினாபுரத்திற்கு வந்த நேரத்திலிருந்து ஒரே ஒருமுறை மட்டுமே நான் சம்பாநகரிக்குச் சென்றிருந்தேன்.

அந்த நேரத்தில், துரோணர் தன்னுடைய மாணவர்களை சோதித்துக் கொண்டிருந்தார். அது நிகழ்ந்து ஆறு ஆண்டுகள் ஓடிவிட்டிருந்தன. சம்பாநகரிக்குப் போக வேண்டும் என்று நான் மிகவும் விரும்பியும்கூட, அந்த ஆறு ஆண்டுகளில் என்னால் ஒருமுறைகூட அங்கே போக முடியவில்லை. ஏனெனில், அஸ்தினாபுரத்திற்கு நான் ஒரு மாணவனாக அல்லவா வந்திருந்தேன்!

என்னுடைய குருதேவர் மிக அற்புதமானவர். குருவுக்கெல்லாம் குரு அவர். சூரிய பகவான்தான் என்னுடைய குருதேவர். நான் அஸ்தினாபுர அரங்கின் கல்மேடைமீது நின்று, சூரிய பகவானை என்னுடைய குருவாக மானசீகமாக நான் வரித்திருந்தேன். பதிலுக்கு அவர் என்னிடம் அன்போடு நடந்து கொண்டார். ஆறு ஆண்டுகளாக, பல மர்மமான ரகசியங்களை அவர் எனக்குக் கற்றுக் கொடுத்திருந்தார். அவர் எந்த மொழியில் எனக்குக் கற்றுக் கொடுத்தார் என்று என்னால் சொல்ல முடியாது, ஆனால் அவர் கற்றுக் கொடுத்த எல்லாவற்றையும் நான் வேகமாகக் கற்றேன். அவர் எனக்குக் கற்றுக் கொடுக்காத விஷயங்கள் எதுவும் இருக்கவில்லை. வில்வித்தையின் மிகக் கடினமான உத்திகள், ஒற்றைக்கு ஒற்றைச் சண்டைகளில் இடம்பெற்ற மிகக் கடினமான கிடுக்கிப்பிடிகள், குதிரைகள், யானைகள், ஒட்டகங்கள் போன்ற விலங்குகளுடைய, கட்டுப்படுத்தப்பட முடியாத இயல்புகளைக் கட்டுப்படுத்தக்கூடிய வழிகள் போன்ற எல்லா விஷயங்களையும் நான் அவரிடமிருந்து கற்றேன். அவர் தன்னுடைய அறிவுரையை எப்போதும் என் காதில் கிசுகிசுத்தார். அவர் மௌன மொழியில் எனக்கு அறிவுறுத்தினார்.

தினமும் காலையில், தன்னுடைய மென்மையான கதிர்களைக் கொண்டு எண்ணற்ற மொட்டுக்களின் இதழ்களை விரித்தபடி, அவர் என்னிடம், "கர்ணா, இக்கதிர்களிடமிருந்து ஒரு விஷயத்தைக் கற்றுக் கொள்: ஒருவர் உன்னிடம் எது கேட்டாலும், திறந்த மனத்துடன் நீ அதை அவருக்குக் கொடுக்க வேண்டும். உன்னிடம் வருகின்ற எவரொருவருடைய வாழ்க்கையையும் ஒரு மலரைப்போல நீ மலரச் செய்ய வேண்டும்."

என்னுடைய குருதேவர் எவ்வளவு மகத்தானவர்! இத்தகைய தெளிவான அறிவுரையை எளிய வழிகளில் தாராளமாகத் தன் மாணவனுக்கு வழங்குகின்ற குரு இவ்வுலகில் வேறு யாரேனும் இருக்கின்றனரா? ஒரு முறையாவது சம்பாநகரிக்குச் சென்று, கங்கையின் தூய்மையான நீரால் என் குருவின் பாதங்களைக் கழுவுவதற்கான நேரம் வந்துவிட்டது. கங்கையை நான் இனியும் கங்கைத் தாய் என்று அழைப்பதில்லை. அதை வெறுமனே கங்கை என்றுதான் நான் அழைக்கிறேன். எப்போதும் ஒரே ஒரு தாய்தான் இருக்கிறார். ஒரு குழந்தையை ஈன்று அதைப் பாதுகாத்து வளர்க்கின்ற ஒருவர் அவர். ஒரு நதி வெறுமனே ஒரு நதிதான். ஒரு நதியால் எப்படி ஒரு தாயாக ஆக முடியும்? ராதைதான் என் தாய். அந்தத் தாயை நான் நெடுங்காலமாக சந்தித்திருக்கவில்லை. அவர் என்னைப் பார்க்கும்போது என்ன நினைப்பார்? "வசு, நீ மனம் தளர்ந்து போயிருப்பதுபோலக் காணப்படுகிறாய். நீ கங்கையில் ஒருபோதும் குளிக்கவில்லைதானே?" என்பதுதான் அவருடைய முதல் வார்த்தைகளாக இருக்கும் என்பதில் எனக்கு சந்தேகமில்லை. ஒருவன் எவ்வளவு பெரியவனாக வளர்ந்தாலும்

சரி, அவனுடைய தாயின் கண்களுக்கு அவன் எப்போதும் ஒரு குழந்தையாகவே இருக்கிறான். உலகில் ஒரு தாய் மட்டுமே நிபந்தனையற்ற அன்பு செலுத்துகிறாள். அவள் எடைபோட்டுப் பார்ப்பதில்லை. தன் மகன் எவ்வாறு நேசிக்கப்பட வேண்டுமோ, அவ்வாறு நேசிப்பதை மட்டுமே அவள் அறிந்திருக்கிறாள்.

நான் ஷோனை அழைத்து, "ஷோன், நாளைக்கு நாம் சம்பாநகரிக்குப் போகிறோம். புறப்படத் தயாராக இரு," என்று கூறினேன். அவனுடைய முகம் உடனே மகிழ்ச்சியால் ஒளிர்ந்தது. நாங்கள் இருவரும் உயரமாகவும் வலிமையாகவும் வளர்ந்திருந்தோம். இப்போது முதன்முறையாக, அன்னை பூமியான சம்பாநகரிக்கு நாங்கள் திரும்பிச் சென்று கொண்டிருந்தோம்! நாங்கள் எங்கள் தாய்வீட்டிற்குத் திரும்பிச் சென்று கொண்டிருந்தோம்!

33

மறுநாள் நாங்கள் அஸ்தினாபுரத்திலிருந்து புறப்பட்டோம். அது ஒரு நெடுந்தூரப் பயணம் என்பதால், அற்புதமான இரண்டு வெள்ளைக் குதிரைகள்மீது நாங்கள் பயணித்தோம். கடந்த சில ஆண்டுகளில் குதிரைச் சவாரியில் நாங்கள் இருவரும் திறமைசாலிகளாக ஆகியிருந்தோம். விலங்குகளில் குதிரைதான் எப்போதும் எனக்கு மிகவும் பிடித்திருந்தது. ஒரு குதிரை ஒருபோதும் உட்காருவதில்லை. அது தன்னுடைய குளம்பை வளைத்துக் கொண்டு, நின்றபடியே தூங்கும். குதிரைகளின் இயல்பை நான் கவனமாக ஆய்வு செய்திருந்தேன். கட்டுக்கடங்காத குதிரையைக்கூடக் கட்டுப்படுத்துவது எப்படி என்பதை நான் கச்சிதமாக அறிந்திருந்தேன். மேலும், பல தலைமுறைகளாக, குதிரைகள்தான் எங்கள் குடும்பத் தொழிலாக இருந்தன. "ஒவ்வொரு மனிதனும் தன்னுடைய தொழிலில் சிறந்து விளங்க வேண்டும்," என்று சஞ்சயன் சிற்றப்பா கூறியிருந்தார். அவருடைய அறிவுரையை எவ்வாறு என்னால் உதாசீனப்படுத்த முடியும்?

ஷோனும் நானும் அஸ்தினாபுர எல்லையைக் கடந்தோம். அது வசந்தகாலம் என்பதால் பலவண்ண மலர்கள் அந்தப் புறநகர்ப் பகுதியை அலங்கரித்தன. சின்னஞ்சிறு மஞ்சள்நிறப் பூக்கள் பூத்துக் குலுங்கிய கொன்றை மரங்கள், வெளிர் சிவப்புநிறப் பூக்களுடன் பிரகாசமாக நின்ற செங்கருங்காலி மரங்கள், நீலநிறப் பூக்களுடன்கூடிய அஞ்சனி மரங்கள் போன்றவை ஒய்யாரமாகக் காட்சியளித்தன. இயற்கையன்னை இந்த மரங்களுக்கு அபரிமிதமான பூக்களைக் கொடுத்து ஆசீர்வதித்திருந்ததைக் கண்டு புரசு மரங்கள் கோபத்தில் கொழுந்துவிட்டு எரிந்து கொண்டிருந்ததுபோலத் தோன்றின. அவற்றின் உடல் நெடுகிலும் ரத்தச் சிவப்பு நிறத்தைக் கொண்ட பூக்கள் மலர்ந்திருந்தன. அவை தனித்துவமான அழகுடன் ஒளிர்ந்தன.

இந்த அனைத்து மலர்களின் இனிய நறுமணம் காற்றில் கலந்து மிதந்து வந்தது. கழுகு, பரத்வாஜம், குயில், புறா மற்றும் பிற பறவைகள் இப்பருவத்தில் கூட்டங்கூட்டமாகக் கூடின. அவை ஒவ்வொன்றும் ஐந்தாம் சுருதியில் இனிமையாகப் பாடின. வசந்தகாலம்! வசந்தம்

என்றால் இயற்கையன்னையின் வண்ணங்களின் சங்கமம் என்று பொருள். வசந்தம் என்றால் ஒன்றோடொன்று கைகோர்த்துக் கொண்டு கபடி விளையாடிக் கொண்டிருக்கின்ற ஏழு சுரங்கள் என்று பொருள். வசந்தம் என்றால் காலநேரத்தில் சிக்கிக் கொண்டுள்ள, இயற்கையன்னையின் லௌகிக ஆடையின் அழகான ஓர் இழை என்று பொருள். வசந்தம் என்றால் குறும்புக்கார மழையின் மென்மையான விரல்கள் பருவக்காற்று எனும் பெண்ணுக்குத் தொடர்ந்து கூச்சம் உண்டாக்கும்போது நாணப்பட்டுச் சிரிக்கின்ற அப்பெண்ணினுடைய பாதத்திலிருந்து கீழே விழுகின்ற ஒரு கொலுசு என்று பொருள். என்ன சொல்லி என்ன பயன்? வசந்தத்தை வேறு எந்த வழியிலும் விவரிக்க முடியாது. வசந்தம் வசந்தம்தான்!

இயற்கையன்னையின் இந்த அழகான காட்சிகளுக்கு இடையே எங்கள் பயணம் தொடர்ந்தது. ஒவ்வோர் இரவிலும் ஏதோ ஒரு நகரத்தின் அருகே நாங்கள் ஓய்வெடுத்தோம். எட்டு நாட்கள் இதேபோலக் கழிந்தன. பல ஆறுகளையும் மலைகளையும் கடந்து, ஒன்பதாம் நாளன்று பிரயாகைக்கு நாங்கள் வந்து சேர்ந்தோம். கங்கை, யமுனை, சரஸ்வதி ஆகிய மூன்று நதிகளும் சங்கமிக்கின்ற இடம் அது. சம்பாநகரி அங்கிருந்து வெறும் இருபத்தைந்து யோஜனை தூரத்தில் இருந்தது.

அந்த மூன்று நதிகளின் சங்கமத்தைக் காணும் ஆர்வத்தோடு இருந்த நாங்கள், அந்நகருக்குள் நுழைந்த உடனேயே அந்த சங்கமத்தை நோக்கி எங்கள் குதிரைகளைத் திருப்பினோம். நாங்கள் அங்கு வந்து சேர்ந்தபோது மாலைப்பொழுது ஆகியிருந்தது. யமுனையின் நீர் மதுராவிலிருந்தும், கங்கையின் நீர் காம்பில்யத்திலிருந்தும், சரஸ்வதியின் நீர் அயோத்தியிலிருந்தும் வேகமாகப் பாய்ந்தோடி வந்து கொண்டிருந்தன. அவை ஒவ்வொன்றும் தெளிவாகவும் தனித்துவமாகவும் தெரிந்தன. கங்கை நீர் தூய வெள்ளை நிறத்தில் இருந்தது. யமுனையின் நீரில் லேசான கருப்பு நிறம் கலந்திருந்தது. சரஸ்வதியின் நீர் செந்நிறச் சாயலுடன் இருந்தது. மூன்று நதிகளும் வெவ்வேறு தன்மைகளைக் கொண்டிருந்தபோதிலும், அவை ஒன்றோடொன்று கைகோர்த்தபடி இங்கிருந்து ஒன்றுகலந்து பாய்ந்து சென்று பெருங்கடலில் கலந்தன. அவை சங்கமமான இப்பகுதி 'திரிவேணி சங்கமம்' என்று அழைக்கப்பட்டது. அந்த இடத்திலிருந்து அவை மூன்றும் சேர்ந்து 'கங்கை' என்ற வசீகரமான பெயரில் அழைக்கப்பட்டன. அந்தத் திரிவேணி சங்கமத்தைப் பார்த்தபோது, ஒரு விநோதமான எண்ணம் என்னுள் எழுந்தது. இயற்கை இந்த மூன்று நதிகளுக்கும் சிறப்பாகக் கற்றுக் கொடுத்திருந்த ஒரு பாடத்தை மனிதனுக்குக் கற்றுக் கொடுக்க மட்டும் எப்படி மறந்தது? மனிதன் ஏன் பல்வேறு சாதிப் பிரிவினைகளையும், உயர்ந்த சாதி, தாழ்ந்த சாதி என்ற பொய்யான யோசனையையும் பின்பற்றுகிறான்? இந்த அனைத்து ஓடைகளும் எந்தப் பெருங்கடலில் ஒன்றுகலக்கும்? பிரிவினைகள் மற்றும் முரண்பாடுகளிலிருந்து பேரழிவைத் தவிர வேறு என்ன விளைவு ஏற்பட முடியும்? மனிதர்கள் ஏன் தங்களுக்கிடையே பரஸ்பரப் புரிதலை வளர்த்துக் கொண்டு, ஒருவரோடு ஒருவர் கைகோர்த்துக் கொண்டு, பல்வேறுபட்ட ஓடைகளை ஒன்றிணைத்து ஒரே ஓட்டத்தை

உருவாக்கக்கூடாது? ஆனால் அது வெறும் பகற்கனவாக மட்டுமே இருக்க முடியும். ஏனெனில், நதிகள் நதிகள்தாம், மனிதர்கள் மனிதர்கள்தாம். இவ்வுலகில், தன்னுடைய தவறுகளால் தனக்குத் தானே குழி பறித்துக் கொள்ளுகின்ற ஒரே விலங்கு மனிதன் மட்டும்தான்.

நான் என் இரண்டு கைகளையும் குவித்து அந்த சங்கமத்திலிருந்து நீரை அள்ளி சூரிய பகவானுக்கு அஞ்சலி செலுத்திவிட்டு, அவருக்கு நன்றி தெரிவித்தேன். பிறகு, "சூரிய பகவானே, இந்த மூன்று நதிகளின் பொறுமையை எனக்குக் கொடு. மற்றவர்களைப் புரிந்து கொள்ளுவதற்கான ஞானத்தையும் எனக்குக் கொடு. தன்னல எண்ணங்கள் எதுவும் என் மனத்தைத் தொடாதபடி பார்த்துக் கொள்," என்று நான் பிரார்த்தனை செய்தேன்.

எங்கள் குதிரைகள் அந்த ஆற்றில் ஆசை தீர நீர் அருந்தின. பிறகு, நாங்கள் அவற்றின் கடிவாளங்களைக் கைகளில் பிடித்துக் கொண்டு நகரத்தை நோக்கி நடக்கத் தொடங்கினோம். சில பெண்களும் அந்த ஆற்றிலிருந்து நீரைச் சுமந்து கொண்டு நகரத்திற்குத் திரும்பிக் கொண்டிருந்தனர். நான் மேற்குத் திசையைப் பார்த்தபடியே நடந்து கொண்டிருந்தேன். திடீரென்று, ஷோனின் குதிரை தன்னுடைய முகத்தைக் கொண்டு அப்பெண்களில் ஒருத்தியின் கழுத்தை உரசியது. இது அப்பெண்ணைத் திடுக்கிடச் செய்தது. அவள் அலறித் துள்ளியதில் அவளுடைய தலையிலிருந்த பானை கீழே விழுந்தது. அது என் பாதத்திற்கு அருகே விழுந்து நொறுங்கி என்னுடைய ஆடையைத் தொப்பலாக நனைத்தது. அப்பெண் பயந்து போயிருந்தாள். அவள் என்னைப் பார்த்தபோது அவளுடைய பயம் மேலும் அதிகரித்தது. அவளுடைய கண்கள் படபடத்தன. அது என்னைக் கவர்ந்தது. அவள் தன்னுடைய விரல்களால் நிலத்தின்மீது கோலம் போட்டபடி தலை கவிழ்ந்து நின்றாள். கீழே விழுந்த பானையிலிருந்து சிதறிய நீர் அவளுடைய ஆடையையும் நனைத்திருந்தது. அவளுடைய ஆடை ஆங்காங்கே அவளுடைய உடலோடு ஒட்டியிருந்தது. அவளுடைய கூந்தலும் நனைந்து அவளுடைய முகத்தோடு ஒட்டியிருந்தது. விலகியிருந்த ஓரிரு முடிகளை அந்தத் திரிவேணி சங்கமத்திலிருந்து வந்த தென்றல் காற்று லேசாக அசைத்தது. அவளுடைய தோல் மஞ்சள் நிறத்தில் இருந்தது. நான் முதன்முதலாக அன்றுதான் ஓர் அழகான பெண்ணைப் பார்த்திருந்தேன். ஒரு புயல் வரும்போது ஒரு பறவை தன்னுடைய கூட்டில் தன் சிறகுகளை ஒன்றுகூட்டிக் குவித்து வைத்துக் கொள்ளுவதைப்போல அவள் தன்னுடைய கைகளைத் தன்னோடு சேர்த்து இறுக்கிக் கட்டிக் கொண்டு அங்கு நின்றாள்.

நான் ஷோனிடம் ஏதோ சொல்லவிருந்த நேரத்தில், அப்பெண்ணின் தோழிகளில் ஒருத்தி முன்னால் வந்து என்னைப் பார்த்துத் தலை வணங்கிவிட்டு, "மன்னா, எங்களை மன்னித்துவிடுங்கள். அவள் எப்போதும் கவனக்குறைவாக நடந்து கொள்ளுகின்றவள். நீங்கள் முற்றிலுமாக நனைந்திருக்கிறீர்கள்," என்று கூறினாள்.

"நான் ஒரு 'மன்னர்' என்று யார் உன்னிடம் சொன்னார்கள்? நான் கர்ணன். என்னுடைய தம்பி ஷோனின் கவனக்குறைவால் உன் தோழியின் பானை உடைந்துவிட்டது. மன்னிப்புக் கேட்க வேண்டியது நான்தான்," என்று நான் கூறினேன்.

“இல்லை... ஆனால் நீங்கள் ஒரு மன்னரைப்போலத் தெரிகிறீர்கள்,” என்று அவள் பதற்றத்தோடு கூறினாள்.

“இல்லை. நான் சூத புத்திரன் கர்ணன். சம்பாநகரியைச் சேர்ந்த தேரோட்டியான அதிரதரின் மூத்த மகன் நான்.”

“சூத புத்திரனா? அப்படியானால், இவளும் சூத கன்னிதான்,” என்று கூறிய அவள், அந்த அழகான பெண்ணின் கையைப் பிடித்து இழுத்தாள்.

நான் ஆச்சரியத்தோடு, “சூத கன்னியா?” என்று கேட்டேன்.

“ஆமாம், இவளுடைய பெயர் விருசாலி. பிரயாகையைச் சேர்ந்த, மிகவும் புகழ்பெற்றத் தேரோட்டியான சத்தியசேனனின் சகோதரி இவள்.”

நான் விருசாலியை லேசாகப் பார்த்தேன். அவள் இன்னும் தன் தலையை நிமிர்த்தியிருக்கவில்லை. ஆயுதப் பயிற்சி பெற்றுக் கொண்டிருந்த, இருபத்து நான்கு வயது நிரம்பிய நாட்டுப்புறத்தானான எனக்கு, பெண்களின் அழகைப் பற்றி என்ன தெரியும் அல்லது அதைப் பற்றி என்னால் என்ன சொல்ல முடியும்? ஆனால் நான் அப்பெண்ணைப் பார்த்தபோது ஒரு விஷயம் எனக்கு உறுதியாகத் தெரிந்தது. உலகைப் படைத்த தேவலோகச் சிற்பியான விசுவகர்மன் தன்னுடைய முதல் இனிய தூக்கத்தில் இருந்தபோது, அவருடைய வாய் வழியாக மென்மையாக வெளிவந்த முதல் சுவாசம் அவளாகத்தான் இருக்க முடியும்.

சூரிய பகவான், கொழுந்துவிட்டு எரிந்து கொண்டிருந்த இளஞ்சிவப்புப் பானை ஒன்றை உடைத்து வானம் நெடுகிலும் அதைக் தெறித்துவிட்டிருந்ததுபோலத் தோன்றினார். அவர் ஏன் இவ்வளவு ஆனந்தமாக இருந்தார்? தாராளமாகத் தெறித்திருந்த அந்த இளஞ்சிவப்புச் சிதறலைப் பார்த்துவிட்டு, நான் ஷோனிடம் திரும்பி, “ஷோன், நேரமாகிவிட்டது. நாம் போகலாம்,” என்று கூறினேன்.

நாங்கள் அங்கிருந்து புறப்படுவதற்கு முன்பு, கீழே உடைந்து கிடந்த பானைத் துண்டுகளில் ஒன்றை நான் எடுத்துக் கொண்டேன். அதற்கான காரணத்தை என்னிடம் கேட்காதீர்கள். ஏனெனில், அது எனக்குத் தெரியாது. அந்தப் பானைத் துண்டை என்னோடு எடுத்துச் செல்ல வேண்டும் என்று எனக்குத் தோன்றியது, அவ்வளவுதான்.

34

மறுநாள் எங்கள் குதிரைகள் சம்பாநகரியின் எல்லைக்குள் நுழைந்தன. அந்த பிரம்மாண்டமான மேட்டுத் திடல் எங்கள் பார்வையில் பட்டது. அதைப் பார்த்தவுடன், பழைய நினைவுகள் என் மனத்திற்குள் வேகவேகமாக ஓடி வரத் தொடங்கின. ஆறு ஆண்டுகளுக்கு முன்பு, அந்த மேட்டுத் திடலில்தான் ஆக்ரோஷமான ஒரு காளையுடன் நான் சண்டையிட்டு மயங்கி விழுந்திருந்தேன். இன்று ஒரு காளை என் முன்னால் வந்தால், வெறுமனே என்னுடைய தசை வலிமையைக் கொண்டு அதை நான் முடக்கிப் போட்டுவிடுவேன் என்று உறுதியாக அறிந்திடும் அளவுக்கு என்னுடைய வலிமையின்மீது நான் அளப்பரிய

நம்பிக்கை கொண்டிருந்தேன்.

நாங்கள் எங்கள் வீட்டின் வாசலில் வந்து நின்றோம். குதிரைகளின் குளம்புச் சத்தத்தைக் கேட்டு எங்கள் தாயார் வெளியே வந்தார். எங்களைப் பார்த்தவுடன், தாமரை போன்ற அவருடைய முகம் மலர்ந்தது. உடனே அவர் மும்முரமடைந்தார். அவர் எங்கள் வீட்டிற்குள் ஓடிச் சென்று, புகைந்து கொண்டிருந்த நெருப்புக் கங்குகளை ஒரு தாம்பாளத்தின்மீது வைத்துக் கொண்டு வந்தார். நான் வாசலில் நின்றபடியே, "நான் இங்கிருந்து புறப்பட்டுச் சென்றபோது நீங்கள் எனக்கு ஒரு வெள்ளிப் பேழையைக் கொடுத்தீர்கள். இப்போது இந்தக் கங்குகள் எதற்காக?" என்று கேட்டேன்.

அவர் ஒரு வார்த்தைகூடப் பேசாமல், காய்ந்த மிளகாய்களை ஒரு கை நிறைய அள்ளி அந்தக் கங்குகளில் போட்டுவிட்டு, அந்தத் தாம்பாளத்தைக் கொண்டு எங்களுக்கு திருஷ்டி சுற்றினார். அந்த மிளகாய்களின் கார்ப்பு நெடி ஷோனின் மூக்கினுள் நுழைந்து அவனுக்கு இருமலை ஏற்படுத்தியது. என் தாயார் அந்தத் தாம்பாளத்தைத் தெருவுக்கு எடுத்துச் சென்று, வெகுதூரத்தில் அதைக் கொட்டிவிட்டு வீடு திரும்பினார். ஆறு ஆண்டுகளுக்குப் பிறகு நான் வீட்டிற்குத் திரும்பி வந்திருந்தேன். நான் வீட்டிற்குள் அடியெடுத்து வைத்தபோது, வாசல் விட்டத்தின்மீது என் தலை முட்டியது.

"கர்ணா, நீ எவ்வளவு உயரமாக வளர்ந்துவிட்டாய்!" என்று கூறி என் தாயார் ஆச்சரியப்பட்டார்.

"கர்ணன் இல்லை, வசு," என்று கூறி நான் அவருடைய பாதங்களைத் தொட்டு வணங்கினேன். அவர் வேகமாக என்னைத் தொட்டுத் தூக்கி, தன் மார்போடு என்னை அணைத்துக் கொண்டு, ஏதோ நினைப்பில் என் குண்டலங்களைத் தடவினார். அவருடைய கண்களில் கண்ணீர் நிரம்பியது. தன்னுடைய முந்தானையால் தன் கண்களைத் துடைத்துவிட்டு, "வசு, நீ கங்கையில் குளிக்கவில்லையல்லவா?" என்று அவர் கேட்டார்.

"நீங்கள் என்ன தெரிந்து கொள்ள விரும்புகிறீர்களோ அதை ஷோனிடம் கேளுங்கள். அவன் எல்லாவற்றையும் உங்களிடம் சொல்லுவான்," என்று கூறிவிட்டு, நான் நெடுஞ்சாண்கிடையாக அவர் முன்னால் விழுந்து வணங்கினேன். என்னுடைய பிரயாகை அவர்தான். என்னுடைய கங்கை, யமுனை, மற்றும் சரஸ்வதியும் அவர்தான். ஓலைக்கூரையுடன்கூடிய எங்கள் குடிசைதான் என்னுடைய கோவில்.

35

நாங்கள் எங்கள் வீட்டில் பதினைந்து நாட்கள் தங்கிய பிறகு அஸ்தினாபுரத்திற்குத் திரும்பினோம். ஆயுதப் பயிற்சிப் பள்ளியில் ஒரு பறவைகூடத் தென்படவில்லை. எல்லா இடத்திலும் மௌனம் நிலவியது, எல்லாமே கைவிடப்பட்டிருந்ததுபோலக் காட்சியளித்தது. ஆயுதங்கள் சத்தமாக உரசிக் கொண்டிருக்க வேண்டிய அந்த இடம் ஏன் இப்படிக் கைவிடப்பட்டதுபோலக் காட்சியளித்தது? தலைநகரத்தில் ஏதேனும் மோசமான சம்பவம் நிகழ்ந்திருக்குமோ? ஓர் ஆமையின்

கழுத்தைப்போல சந்தேகம் மீண்டும் மீண்டும் தலை காட்டியது. நாங்கள் எங்களுடைய குதிரைகளைப் பயிற்சிப் பள்ளியில் ஓரிடத்தில் கட்டிப் போட்டோம். அரண்மனைக்குப் போவதன் மூலமாக மட்டுமே இந்த மர்மத்திற்கான விடையைக் கண்டுபிடிக்க முடியும் என்று எனக்குத் தோன்றியது. அப்போது, முக்கிய வாசல் வழியாக அசுவத்தாமன் உள்ளே நுழைந்து கொண்டிருந்ததை நான் கண்டேன். "அசுவத்தாமா, இந்த இடம் ஏன் இப்படி வெறிச்சோடிக் கிடக்கிறது?" என்று நான் கேட்டேன்.

"எல்லா வீரர்களும் நகரத்திற்கு வெளியே சென்றுள்ளனர்," என்று அவன் பதிலளித்தான்.

"ஏன்?"

"போட்டிக்கான ஓர் அரங்கத்தைக் கட்டுவதற்காக அவர்கள் எல்லோரும் போயிருக்கிறார்கள்."

"போட்டியா? என்ன மாதிரியான போட்டி?"

"வீரர்களுக்கு இடையேயான போட்டி. எல்லா வகையான ஆயுதங்களுடனான போட்டி. நம்முடைய பயிற்சியின் இறுதித் தேர்வு இது. இதில் வெற்றி பெறுகின்றவன் அஸ்தினாபுரத்தின் தலைசிறந்த வீரன் என்று அறிவிக்கப்படுவான். ராஜமாதா அவனுடைய நெற்றியின்மீது குங்குமத் திலகம் இடுவார்கள். அவனை கௌரவப்படுத்தும் விதமாக, குடிமக்கள் அவனை ஒரு யானையின்மீது ஏற்றி நகரம் முழுவதும் அவனை ஊர்வலமாக அழைத்துச் செல்லுவர்."

"இந்தச் சண்டைகள் எப்போது நடைபெறும்?" என்று நான் ஆர்வத்தோடு கேட்டேன்.

"வருகின்ற முழுநிலவு நாளான வசந்த பௌர்ணமியன்று போட்டிகள் நடைபெறும். அமைச்சர் விருசவர்மன் இன்று எல்லா மன்னர்களுக்கும் அழைப்பிதழ்களை அனுப்பி வைத்துள்ளார். இந்தப் பயிற்சிப் பள்ளியின் அரங்கம் மிகச் சிறியதாக இருப்பதால், மாணவர்கள் எல்லோரும் சேர்ந்து நகரத்திற்கு வெளியே ஒரு பிரம்மாண்டமான அரங்கத்தைக் கட்டியெழுப்பிக் கொண்டிருக்கின்றனர். கடந்த பதினைந்து நாட்களாக இடைவிடாமல் இரவு பகலாக அவர்கள் அந்த வேலையில் ஈடுபட்டு வருகின்றனர்."

ஒரு போட்டி! இன்னும் எட்டே எட்டு நாட்களில்! தகுதி மற்றும் தகுதியின்மைக்கான இறுதிச் சோதனை! உண்மையான வலிமையையும் பலவீனத்தையும் மதிப்பிடுவதற்கான ஒரு போட்டி! இருக்கட்டும். எந்தெந்தத் திறமைகளில் யார் யார் வல்லவர்கள் என்பதை இப்போது அஸ்தினாபுரம் அறிந்து கொள்ளும். இப்போது ஒருவழியாக, துரோணரின் செல்ல மாணவனான அர்ஜுனனின் புகழ்ப் பானை அந்த அரங்கில் சுக்குநூறாக உடைந்து போகும். குருதேவர் துரோணர் மட்டுமே இவ்வுலகில் இருக்கின்ற ஒரே நபர் அல்லர். அப்போட்டியின் பாரபட்சமற்ற நீதிபதி, திறமைக்கு அதற்குரிய மரியாதையைக் கொடுப்பார்.

நான் என் மனத்திற்குள் அர்ஜுனனிடம் இவ்வாறு பேசினேன்: "தற்பெருமை பேசுகின்ற அர்ஜுனா! நீ எந்தப் பிரபலத்துவத்தின்மீது நின்று கொண்டிருக்கிறாயோ, அது எவ்வளவு உறுதியற்றது என்பதை விரைவில் நீ பார்க்கப் போகிறாய். நீ துரோணரின் நிழலில்

தழைப்பதால் நீ வளருகிறாய். உன்னுடைய குருவைவிட என்னுடைய குரு அளவிடப்பட முடியாத அளவுக்கு மேன்மையானவர் என்பதை நீ இப்போது பார்ப்பாய்." நான் வெற்றி பெறுவதற்கான சாத்தியக்கூறுகளை என் மனம் ஆராயத் தொடங்கியது. ஆயுதப் பயிற்சிப் பள்ளியில் எனக்கு நிகழ்ந்திருந்த அனைத்து மோசமான நிகழ்வுகளும் என்னை ஆட்டுவித்தன.

இப்படிப்பட்டப் போட்டிகள் தேவைதாம். அந்த எட்டு நாட்களும் எனக்கு எட்டு யுகங்கள்போலத் தோன்றின. ஆறு ஆண்டுகளாக அர்ஜுனன் என்னுடைய முன்னேற்றத்தைத் தடுத்து வந்திருந்தான். என்னுடைய முன்னேற்றத்திற்கு மட்டுமல்லாமல், மற்ற எல்லோருடைய முன்னேற்றத்திற்கும் அவன் ஒரு தடையாக இருந்து வந்திருந்தான். அர்ஜுனனைத் தவிர மற்ற எவருடைய வளர்ச்சியின்மீதும் கவனம் செலுத்துவதற்கு வழக்கம்போல துரோணருக்கு நேரம் இருக்கவில்லை. ஓராண்டு அல்ல, ஈராண்டுகள் அல்ல, மொத்தம் ஆறு ஆண்டுகளாக என்னுடைய சின்னஞ்சிறிய நம்பிக்கை விதைகளை அவர் தன்னுடைய அக்கறையின்மை எனும் நெருப்பில் வாட்டி வதங்கச் செய்திருந்தார். என்னுடைய நிலையில் வேறு யாரேனும் இருந்திருந்தால், அவன் விரக்தியடைந்து அஸ்தினாபுரத்தைவிட்டு வெகுதூரம் போயிருப்பான். நான் மிகவும் சிரமப்பட்டு நெடுங்காலமாக என்னுடைய கோபத்தை அடக்கி வந்திருந்தேன். பிச்சைக்காரர்கள் தங்களுக்குக் கிடைப்பதை வைத்துக் கொண்டுதான் சந்தோஷப்பட முடியுமே அன்றி, தங்களுக்கு வேண்டியதைப் பெற அவர்கள் ஆசைப்படக்கூடாது என்பதுதான் இவ்வுலகின் நியதி என்பதை நான் அறிந்திருந்தேன். ஆனால், கர்ணன் என்ற பெயர் கொண்ட ஒருவன் அஸ்தினாபுரத்தில் இருந்தான், அவன் நன்றாக சுவாசித்துக் கொண்டு உயிரோடு இருந்தான் என்பதை என்னை உதாசீனப்படுத்திய அனைத்து குருமார்களுக்கும் மாணவர்களுக்கும் நான் காட்டப் போகிறேன். அர்ஜுனனை ஒரு வைரம்போலத் தன்னுடைய இதயத்தின் அருகே வைத்துப் பாதுகாத்த குருதேவர் துரோணர், அவன் ஒளிருகின்ற ஒரு சாதாரணத் தீக்கல்தானே அன்றி வேறு எதுவும் இல்லை என்பதை உணருவார்.

நான் ஒரு சாதாரண மாணவன். என்னுடைய முதுகில் தட்டிக் கொடுத்து எனக்குக் கற்றுக் கொடுப்பதற்கும், என்னுடைய திறமைகளையும் சாதனைகளையும் பாராட்டுவதற்கும் எனக்கும் ஒருவருடைய தேவை இருந்தது. ஆனால் அப்படிப்பட்டப் பாராட்டு எதுவும் எனக்குக் கிடைக்கவில்லை. எனக்குக் கிடைத்ததெல்லாம் உச்சகட்ட உதாசீனம் மட்டும்தான். ஆனால் சில சமயங்களில், தீயதிலிருந்து நல்லது முளைப்பதும் நடக்கத்தான் செய்கிறது. நான் உதாசீனப்படுத்தப்பட்டதில் எனக்கு ஒரு நன்மை இருக்கத்தான் செய்தது. அதை மறுக்க முடியாது. குருதேவர் துரோணர் என்மீது அக்கறை காட்டாமல் போனதால், பெரும் சிறப்பு வாய்ந்த ஒரு குருதேவர் எனக்குக் கிடைத்தார். சூரிய பகவானை நான் என்னுடைய குருவாக வரித்துக் கொண்டிருந்தேன். கடந்த ஆறு ஆண்டுகளாக, பகல் பொழுதின் ஒவ்வொரு மணிநேரமும் ஒருமித்த கவனக்குவிப்புடன் நான் அவரையே பார்த்துக் கொண்டிருந்தேன். கடந்த ஆறு ஆண்டுகளாக, அவர் தன்னுடைய பொன்விரல்களால் என்னுடைய முதுகை அன்போடு

வருடிக் கொடுத்திருந்தார். வாழ்க்கையைப் பற்றிய உன்னதமான உண்மைகளை அவர் அமைதியாக எனக்கு அறிவுறுத்தியிருந்தார். வெறுமையாக இருந்த என்னுடைய இதயத்தைத் தன்னுடைய தெய்விக ஒளியால் அவர் நிரப்பியிருந்தார்.

"குருதேவா! நான் இப்போட்டியில் வெற்றி பெற்றால் குருதட்சணையாக நான் உங்களுக்கு எதைக் கொடுக்க வேண்டும்? இப்பிரபஞ்சத்தின் ஒவ்வொரு மூலைமுடுக்கையும் தன்னுடைய பிரம்மாண்டமான பிரகாசத்தால் ஒளியூட்டுகின்ற ஒருவருக்கு என்னால் என்ன கொடுக்க முடியும்? உங்களுக்கு என்னால் கொடுக்க முடிகின்ற, மதிப்பு வாய்ந்த ஒரே தட்சணை என்னுடைய உடல்தான். நான் உங்களுடைய மாணவனாக ஆனபோது அதை நான் உங்கள் வசம் ஒப்படைத்துவிட்டேன். எனவே, நீங்கள் என்னிடம் குருதட்சணையாக எதைக் கேட்கப் போகிறீர்கள்?" என்று நான் அவரோடு மௌனமாகப் பேசினேன்.

நகருக்கு வெளியே இருந்த போட்டியரங்கிற்கு ஷோனும் நானும் அசுவத்தாமனும் சென்றோம். மாணவ வீரர்கள் அந்த அரங்கத்தை அலங்கரிப்பதில் மும்முரமாக இருந்தனர். அனைத்து ஏற்பாடுகளும் கிட்டத்தட்டச் செய்து முடிக்கப்பட்டிருந்தன. என்னவொரு கண்கொள்ளாக் காட்சி அது! அந்த பிரம்மாண்டமான அரங்கம் இரண்டு மைல்கள் சுற்றளவு கொண்ட ஓர் அடைப்பிடமாக இருந்தது. நடுவில் எல்லாப் போட்டிகளுக்கும் தனித்தனி மைதானங்கள் இருந்தன. மொத்தம் பதின்மூன்று மைதானங்கள் இருந்தன. அவை ஒவ்வொன்றிலும் ஆயுதங்கள் பளபளப்பாக மின்னிக் கொண்டிருந்தன. கிழக்கில் இருந்த முக்கிய வாசலின் அருகே கதாயுதம், வாள், குத்துவாள், எறிதட்டு, சக்கரம் ஆகியவற்றுக்கு ஐந்து தனித்தனி மைதானங்கள் இருந்தன. மேற்கு வாசலின் அருகே எறிவேல், திரிசூலம், புசுண்டி, பட்டிசம், பீரங்கி ஆகியவற்றுக்கு ஐந்து மைதானங்கள் இருந்தன. தெற்கு வாசலுக்கு அருகே குதிரைகளையும் யானைகளையும் உள்ளடக்கிய போட்டிகளுக்கு மிகப் பெரிய தடங்கள் அமைக்கப்பட்டிருந்தன. வடக்கு வாசலுக்கு அருகே மல்யுத்தத்திற்கும் ஒற்றைக்கு ஒற்றைச் சண்டைக்கும் ஒரு மைதானம் அமைக்கப்பட்டிருந்தது. மகத நாட்டிலிருந்து கொண்டு வரப்பட்டத் தக்ர எண்ணெயும் சந்தன எண்ணெயும் கலக்கப்பட்டச் செம்மண் அந்த மைதானம் முழுவதும் போடப்பட்டிருந்தது. வில்வித்தைக்காக அமைக்கப்பட்டிருந்த அற்புதமான அடைப்பிடத்தை ஒருவர் அப்பெரிய அரங்கின் எந்தப் பகுதியிலிருந்து பார்த்தாலும், அது எப்போதும் மையத்தில் இருந்ததுபோலத் தோன்றியது. இருபது கை-நீள உயரமும் இருபது கை நீளமும் கொண்ட ஒரு பளிங்கு மேடை வில்லாளிகளுக்காக அமைக்கப்பட்டிருந்தது. அந்தப் பளிங்கு நிஷாத நாட்டிலிருந்து கொண்டு வரப்பட்டது. கௌரவர்களுடைய முக்கோணக் கொடி வானத்திற்கு சவால்விடுவதுபோல அந்த மேடையின் உச்சியில் பறந்து கொண்டிருந்தது. போட்டியின் நடுவர் என்ற முறையில் குருதேவர் துரோணர் அந்த மேடையின்மீது நின்று, தங்கக் கம்பியில் நீலத் தாமரைகள் கோர்க்கப்பட்ட ஒரு பொன்மாலையை வெற்றியாளனின் கழுத்தில் அணிவிப்பார். அவன், அற்புதமாக அலங்கரிக்கப்பட்ட ஒரு யானையின் முதுகின்மீது ஏற்றப்பட்டு நகர மக்களால் ஊர்வலமாக

அழைத்துச் செல்லப்படுவான். ராஜமாதா அவனுடைய நெற்றியின்மீது குங்குமத் திலகமிட்டு, பாசத்தோடு அவனுக்கு ஆரத்தி எடுப்பார். அஸ்தினாபுரத்தின் தலைசிறந்த வீரன் என்ற முறையில் அவன் புகழ் பாடப்படும், ஆரியவர்த்தம் நெடுகிலும் அவன் மதிக்கப்படுவான்.

ஒவ்வோர் அரங்கைச் சுற்றிலும் பார்வையாளர்கள் உட்காருவதற்காக இருக்கைகள் வட்ட வடிவில் போடப்பட்டிருந்தன. கிழக்கு முனையின் அருகே அரசக் குடும்பத்தினர் அமருவதற்காக ஆடம்பரமான இருக்கைகள் உயரத்தில் அமைக்கப்பட்டிருந்தன. அவற்றில், நடுவில் இருந்த இருக்கையில் பிதாமகர் பீஷ்மர் அமருவார். அவருடைய வலது பக்கத்தில் விதுரரும் இடது பக்கத்தில் திருதராஷ்டிர மன்னரும் அமருவர். இந்த இருக்கைகளின் இடது பக்கத்தில் ஒரு பிரம்மாண்டமான காட்சியரங்கம் அமைக்கப்பட்டிருந்தது. அதில் வண்ணமயமான, பளபளப்பான திரைச்சீலைகள் தொங்கவிடப்பட்டிருந்தன. அரசக் குடும்பத்துப் பெண்களுக்காக அந்த இடம் அமைக்கப்பட்டிருந்தது.

மக்கள் தங்களுடைய அன்றாட வேலைகளையெல்லாம் விட்டுவிட்டு, அரங்கத்தைப் பார்ப்பதற்காகக் கூட்டங்கூட்டமாக வந்தனர். அவர்கள் அந்தக் கண்கொள்ளாக் காட்சியைக் கண்டு வியந்து, "குருவம்சத்தின் வரலாற்றிலேயே இப்படிப்பட்ட ஒரு பிரம்மாண்டமான அரங்கம் நிறுவப்பட்டதாக நாம் ஒருபோதும் கேள்விப்பட்டதில்லை அல்லவா? இப்போட்டியில் யார் வெற்றி வாகை சூடப் போகிறார்கள்? பீமனா, அர்ஜுனனா, துரியோதனனா அல்லது துச்சாதனனா?" என்று தங்களுக்கிடையே கேட்டுக் கொண்டனர்.

நாங்கள் அப்போதுதான் சம்பாநகரியிலிருந்து இருநூறு மைல் பயணம் செய்து வந்திருந்ததால், ஓய்வெடுப்பதற்காக நாங்கள் ஆயுதப் பயிற்சிப் பள்ளிக்குத் திரும்பிச் செல்லவிருந்தோம். அப்போது அசுவத்தாமன் என்னிடம், "கர்ணா, மாணவ வீரர்கள் அனைவரும் இந்த அரங்கத்தை அழகுபடுத்துவதற்குத் தங்கள் பங்குக்கு ஏதேனும் செய்துள்ளனர். நீங்கள் இருவரும் என்ன செய்யப் போகிறீர்கள்?" என்று கேட்டான்.

"நாங்கள் என்ன செய்ய வேண்டும் என்று நீயே சொல்," என்று நான் அவனிடம் கூறினேன். அசுவத்தாமன் ஆசிரமத்தைச் சேர்ந்தவன் என்பதால், பல்வேறு நடவடிக்கைகளை ஒழுங்கமைத்துக் கண்காணிப்பதற்கான பொறுப்பு அவனிடம் ஒப்படைக்கப்பட்டிருந்தது. அவன் என்னை அவ்வளவு சுலபமாக விட்டுவிட மாட்டான்.

நாங்கள் என்ன செய்யவிருந்தோம் என்று அவன் கேட்டதற்குக் காரணம் அப்போது நாங்கள் செய்வதற்கு எந்த வேலையும் மிச்சமிருக்கவில்லை என்பதுதான். நாங்கள் பேசிக் கொண்டிருந்தபோது, ஒரு மாணவன் தன்னுடைய கைக்கு அடியில் ஒரு பட்டுத் துணியை இடுக்கிக் கொண்டு முக்கிய வாசல் வழியாக உள்ளே நுழைந்து கொண்டிருந்தான். அசுவத்தாமன் அவனைப் பார்த்து, "யார் அது? உன் கைக்கு அடியில் என்ன வைத்திருக்கிறாய்? அதை இங்கே கொண்டுவா. இந்த இரண்டு பேருக்கும் நாம் ஏதேனும் வேலை கொடுக்கலாம்," என்று கூறினான்.

அசுவத்தாமன் அவனிடமிருந்து அந்தத் துணியைப் பிடுங்கி அதன் இரண்டு முனைகளையும் பிடித்து அதை விரித்தான். கௌரவர்களின்

அரசச் சின்னம் அது. அந்த விலையுயர்ந்த பட்டுத் துணியில் சூரியக் பகவானின் உருவம் பொன்னிழைகளால் தைக்கப்பட்டிருந்தது. என் கண்கள் ஆனந்தத்தால் ஒளிர்ந்தன. அசுவத்தாமன் அந்த அரசுச் சின்னத்தை என் கைகளில் கொடுத்து, "கர்ணா, இப்போட்டியரங்கின் நடுவே உள்ள அந்தப் பளிங்கு மேடையில் இருக்கின்ற மரக் கம்பத்தில் இந்தக் கொடியை ஏற்றிவிட்டு வா," என்று கூறினான்.

நான் மேடையை நோக்கிச் சென்று, கிழக்குத் திசையை நோக்கி இருக்கும்படி அக்கொடியைப் பொருத்தினேன். புகழ்மிக்க அச்சின்னத்தின்மீது ஷோன் ஒரு மலர்மாலையை அணிவித்தான்.

36

போட்டிக்காகக் குறிக்கப்பட்ட வசந்த பௌர்ணமி நாள் வந்தது. அஸ்தினாபுரம் முழுவதும் விருந்தினர்களால் நிரம்பி வழிந்தது. கோதுமையிலிருந்து பதர்கள் பிரிக்கப்படவிருந்த நாள் அது. அதாவது, தகுதியானவர்களிடமிருந்து தகுதியற்றவர்கள் பிரிக்கப்படவிருந்த நாள் அது. அது சோதனை நாள்! அரங்கத்திற்குள் நுழைவதற்கு முன்பாக ஒவ்வொரு போட்டியாளனும் தன் குருவின் ஆசியைப் பெற வேண்டும் என்று எதிர்பார்க்கப்பட்டது. ஆனால் நான் என்ன செய்ய வேண்டும்? அன்று ஏனோ திடீரென்று காலையிலிருந்தே வானத்தில் இருண்ட மேகங்கள் படர்ந்திருந்தன. நான் மிகவும் விரக்தியடைந்தேன். அன்று நான் அதிகாலையில் பிரம்ம முகூர்த்த நேரத்திலேயே எழுந்து, கங்கையின்மீது என்னுடைய விண்ணுலக குருவின் தரிசனத்திற்காக மூச்சுவிடக்கூட மறந்து காத்துக் கொண்டிருந்தேன். ஆனால், அடர்த்தியாகப் பரவியிருந்த அந்தக் கொடூரமான மேகங்கள் எனக்கும் என் குருவுக்கும் இடையே குறுக்கிட்டு நின்றன. என்னுடைய சிறு வயதில் நான் ஷோனிடம் இப்படிக் கூறுவது வழக்கம்: "ஷோன், நான் மட்டும் கருடனாக இருந்திருந்தால், என்னுடைய வலிமையான இறக்கைகளைக் கொண்டு வானத்தில் வெகு உயரத்திற்குப் பறந்து சென்று, ஈவு இரக்கமற்ற அந்த மேகங்களை என்னுடைய கூர்மையான நகங்களால் குத்திக் கிழித்திருப்பேன்." அந்த துவாரத்தின் வழியாக என்னுடைய குருவின் ஒரு கையாவது வெளியே வந்திருக்கும். அதை நான் வணங்கியிருப்பேன். அவர் அந்தக் கையால் என் முதுகை அன்போடு வருடிக் கொடுத்திருப்பார். ஆனால் யதார்த்தம் வேறு விதமாக இருந்தது. சில சமயங்களில், மனிதன் ஒரு பறவையை அல்லது ஒரு விலங்கைவிடவும் அதிக ஆதரவற்ற நிலையில் இருக்கிறான்.

காலையில் வெகுநேரம் கடந்துவிட்டது. ஆனாலும் வானத்தில் எந்த மாற்றமும் தென்படவில்லை. நான் கங்கையில் நின்று கொண்டிருந்தேன். ஷோன் எனக்காகக் கரையின்மீது காத்துக் கொண்டிருந்தான். தப்பித் தவறிக்கூட அவன் என்னைக் கூப்பிட்டுவிடக்கூடாது என்று நான் அவனிடம் சொல்லி வைத்திருந்தேன். நான் நாள் முழுவதும் நீரிலேயே நின்று கொண்டிருந்தால்கூட, அவன் தொடர்ந்து அந்தக் கரையிலேயே நின்று கொண்டிருக்க வேண்டும் என்று நான் அவனிடம் கூறியிருந்தேன். என்னால் அந்த நீரில் நெடுநேரம் நிற்க முடியவில்லை.

ஆனாலும் என் கண்களை மூடிக் கொண்டு நான் நிராதரவாக அங்கே நின்றேன். நான் எவ்வளவு முயற்சித்தும்கூட, பிரகாசமான ஒளி எதுவும் தோன்றவில்லை. ஏன்? இது ஓர் அபசகுனமா? சீச்சீ! சில சமயங்களில் மனம் பேதலித்துவிடுகிறது. விரும்பத்தகாத மற்றும் தீய சாத்தியக்கூறுகளைப் பற்றி அது யோசிக்கத் தொடங்கிவிடுகிறது. நான் இத்தனை நாட்கள் செய்து வந்திருந்ததைப்போலவே, இப்போதும் நான் என் கைகளைக் குவித்து இவ்வாறு அமைதியாகப் பிரார்த்தனை செய்தேன்: "சூரிய பகவானே! எல்லா நாட்களையும் விட்டுவிட்டு இன்று ஏன் நீங்கள் என்மீது இவ்வளவு கோபம் கொண்டிருக்கிறீர்கள்? தயவு செய்து இன்று என்னை ஆசீர்வதியுங்கள். அஸ்தினாபுரத்துக் குடிமக்கள் இன்று என்னைத் தலைசிறந்த வீரனாக கௌரவப்படுத்துவதை நீங்கள் பார்ப்பீர்கள்." நான் அவருக்கு நீராஞ்சலி செய்துவிட்டுத் திரும்பினேன். என்னுடைய இதயத்தில் ஏதோ ஒரு விநோதமான அசௌகரிய உணர்வு மேலோங்கியது. கரையோரத்தில் ஷோன் எனக்காகக் காத்துக் கொண்டிருந்தான். அரங்கத்திற்குப் போவதற்கு அவன் தவித்துக் கொண்டிருந்தான். ஆனால், அவன் என்னைப் பார்த்தக் கணத்தில் அவன் தன் நெற்றியைச் சுருக்கினான். இதைக் கண்டு நான் திகைத்தேன். "ஷோன், என்ன பிரச்சனை? நீ ஏன் இப்படிப் பார்க்கிறாய்?" என்று நான் கேட்டேன். ஆனால் அவன் மௌனமாக இருந்தான். அந்த மௌனத்தை என்னால் பொறுத்துக் கொள்ள முடியவில்லை. நான் அவனுடைய இரண்டு தோள்களையும் இறுக்கமாகப் பிடித்து அவனை உலுக்கி, உரத்தக் குரலில் "ஷோன், நீ ஏன் இப்படி அமைதியாக இருக்கிறாய்?" என்று கத்தினேன். அவன் ஒரு வார்த்தைகூடப் பேசாமல், தன்னுடைய கண்களை அகல விரித்து, அவற்றை உருட்டி என்னுடைய காதுகளைப் பார்த்தான். மறுகணம் அவனுடைய கண்களில் தெரிந்த பிரகாசம் காணாமல் போய்விட்டது. அவன் என்னை இப்படி விநோதமாக வெறித்துப் பார்த்துக் கொண்டிருந்ததை என்னால் தாங்கிக் கொள்ள முடியவில்லை. நான் அவனுடைய முகத்தை என் கைகளில் தாங்கிப் பிடித்து, அவனுடைய கண்களுக்குள் ஊடுருவிப் பார்த்து, மிகுந்த கவலையோடு, "ஷோன், உன் சகோதரனின் இச்சிறிய வேண்டுகோளை நீ புறக்கணிக்கப் போகிறாயா? என்னிடமிருந்துகூட மறைக்கின்ற அளவுக்கு அது அப்படி என்ன உயிரைப் பறிக்கின்ற ரகசியம்? ஷோன், என்னவென்று சொல்," என்று கேட்டேன்.

அவன் மனம் கலங்கினான். அவன் நடுங்கிக் கொண்டிருந்த தன்னுடைய கைகளால் என்னுடைய கைகளை எடுத்துத் தன்னுடைய கன்னங்கள்மீது வைத்து, "அண்ணா, இன்று நீங்கள் அந்த அரங்கத்திற்குப் போகாதீர்கள். உங்கள் குருநாதர் உங்களுக்கு இன்னும் காட்சி தரவில்லை. நாம் திரும்பிப் போய்விடலாம்," என்று கூறினான்.

"உனக்குப் பைத்தியம் பிடித்திருக்கிறதா? என்னுடைய குரு தினமும் எனக்குக் காட்சியளிக்கிறாரா? மழைக்காலத்தில் நான்கு மாதங்கள் அவர் எங்கே சென்று தன்னை ஒளித்துக் கொள்ளுகிறார் என்று யாருக்காவது தெரியுமா?"

"ஆனால் இப்போது மழைக்காலம் இல்லையே. நாம் இப்போது வசந்தகாலத்தில் இருக்கிறோம். அவர் இன்று தன்னுடைய முகத்தைக் காட்டாமல் இருப்பதற்கு எந்தக் காரணமும் இல்லை."

“அதைப் பற்றி எனக்குத் தெரியாது. எனக்கு இன்று என்னுடைய குருவின் ஆசீர்வாதம் கிடைத்துள்ளது. அது மட்டும்தான் எனக்குத் தெரியும். வா,” என்று கூறி நான் அவனுடைய கையைப் பிடித்துக் கொண்டு அவனை முன்னோக்கித் தள்ளினேன்.

“இல்லை, அண்ணா. நீங்கள் அந்த அரங்கத்திற்குப் போக நான் உங்களை அனுமதிக்க மாட்டேன்,” என்று அவன் கூறினான். அவனுடைய குரலில் பயம் தெறித்தது.

“ஏன் அனுமதிக்க மாட்டாய்? அஸ்தினாபுரத்தின் தலைசிறந்த வீரன் இன்று தேர்ந்தெடுக்கப்படுகிறான் என்று உனக்குத் தெரியாதா? இன்று நான் அங்கு கட்டாயம் இருந்தே ஆக வேண்டும்.”

“இல்லை, இன்று நீங்கள் போகக்கூடாது.” அவன் என்னுடைய கைகளை இறுக்கமாகப் பிடித்தான். அவனுடைய பிடி நடுங்கியது.

“ஷோன், சிறுபிள்ளைத்தனமாக நடந்து கொள்ளாதே. காலம் மாறும்போது அதற்கு ஏற்றாற்போல மாறக் கற்றுக் கொள். நீ கர்ணனின் தம்பி என்பது உனக்கு நினைவிருக்கட்டும்.” நான் முதன்முறையாக அன்றுதான் அவனுடைய கையைப் பிடித்து அவனை அவ்வளவு வலிமையாக இழுத்திருந்தேன்.

அவன் என்னுடைய கைகளிலிருந்து தன் முகத்தை விடுவித்துவிட்டு, நான்கு அடிகள் பின்னோக்கி நகர்ந்து, பிறகு தன்னுடைய தலையைக் கவிழ்த்தபடி, “நான் உங்கள் தம்பி. அதை நான் ஒருபோதும் மறுத்ததில்லை. நான் அதை ஒருபோதும் மறுக்கவும் மாட்டேன். அதனால்தான் நீங்கள் இன்று அந்த அரங்கத்திற்குப் போகக்கூடாது என்று என் மனம் என்னிடம் தொடர்ந்து சொல்லிக் கொண்டே இருக்கிறது. ஏனெனில், உங்களுடைய குண்டலங்கள் இன்று தம்முடைய பிரகாசத்தை இழந்துள்ளன. அவற்றைச் சுற்றிக் கருப்பு வட்டங்கள் தெரிகின்றன,” என்று கூறினான்.

அவனுடைய வார்த்தைகள், உருக்கப்பட்டக் கண்ணாடிபோல என் காதுகளுக்குள் நுழைந்து என்னை வருத்தத்தில் ஆழ்த்தின. அவனுடைய சந்தேகம் என் மனத்தை எல்லாப் பக்கங்களிலும் தாக்கியது. “என்னுடைய குண்டலங்கள் ஏன் இன்று கருப்பாயின? வானம் ஏன் இன்று மேகமூட்டத்தோடு இருக்கிறது? இந்த அபசகுனம் எந்தப் பேரழிவுக்கான அறிகுறி? எந்த விஷ விதை இன்று நடப்பட்டுக் கொண்டிருக்கிறது? கர்ணனுக்கு என்ன நிகழப் போகிறது? நான் ஏன் இந்தக் குண்டலங்களோடு பிறந்தேன்? அவை என் வாழ்வில் என்ன பங்கு வகிக்கப் போகின்றன? நான் ஏன் இவ்வளவு பிடிவாதமாக இருக்கிறேன்?” எண்ணற்றக் கேள்விகள் மின்மினிப்பூச்சிகளைப்போல என் கண் முன்னே பளிச்சிட்டன. இறுதியில் என்னுள் இருந்து ஒரு குரல் என்னிடம் பேசி, பொறுமை காக்கும்படி அறிவுறுத்தியது. ஷோன் கூறியது சரி என்று நான் ஒப்புக் கொண்டபோதிலும், அந்த அரங்கத்திற்குச் செல்லுவதில் என்ன தீங்கு இருந்தது என்று நான் யோசித்தேன். நான் மனச்சோர்வுடன், “ஷோன், நான் இன்று போட்டியிட மாட்டேன். ஆனால் ஒரு நிபந்தனையின் பேரில் மட்டுமே அதற்கு நான் ஒப்புக் கொள்ளுகிறேன்: நான் அந்த அரங்கத்திற்கு வெளியே முக்கிய வாசலின் அருகே நிற்பேன். என் குரு எனக்கு தரிசனம் கொடுக்கும்போது மட்டுமே நான் உள்ளே வருவேன். சரியா?”

என்று கேட்டேன்.

ஷோன் இதைக் கேட்டு மகிழ்ந்து தன்னுடைய ஒப்புதலைக் கொடுத்தான். நாங்கள் அந்த அரங்கத்தை நோக்கி ஓடினோம்.

நகரத்தின் அனைத்துச் சாலைகளும் அமைதியாகவும் ஆளரவமற்றும் இருந்தன. அனைத்துக் குழந்தைகளும் பெரியவர்களும் போட்டியரங்கத்திற்குப் போயிருந்தனர். அந்த நேரத்தில் யாரேனும் ஓர் அந்நியன் அந்நகருக்குள் நுழைந்திருந்தால், அது அஸ்தினாபுரம் என்று அவனிடம் கூறப்பட்டால் அவன் நிச்சயமாக நம்பியிருக்க மாட்டான். ஏனெனில், ஒரு நபர்கூட அங்கு இருக்கவில்லை. வானம் மேகமூட்டத்துடன் இருந்ததன் காரணமாக, பலி கொடுக்கப்படுவதற்கு முன்பாக ஒரு கூட்டில் சிறை வைக்கப்பட்டுள்ள ஒரு சேவலைப்போல அஸ்தினாபுரம் காட்சியளித்தது.

நாங்கள் அந்த அரங்கத்தை நெருங்கிக் கொண்டிருந்தபோது, உள்ளேயிருந்து மக்களுடைய கைதட்டல்களும் கூச்சல்களும் கேட்டன. அச்சத்தம் என்னுடைய ரத்தத்தைச் சூடேற்றுவதற்குப் போதுமானதாக இருந்தது, ஆனால் அதனால் எந்தப் பயனும் இருக்கவில்லை. ஷோனுக்கு நான் கொடுத்திருந்த வாக்குறுதியின் காரணமாக நான் அந்த அரங்கத்திற்கு வெளியே நிற்க வேண்டியதாயிற்று. நாங்கள் அந்த அரங்கத்தின் வாசலை நெருங்கினோம். போட்டி தொடங்கி சிறிது நேரம் ஆகியிருந்தது. அவ்வப்போது, ஏதோ ஒரு போட்டியில் யாரோ ஒரு மாணவன் வெற்றி பெற்றதைத் தொடர்ந்து அவனுக்குக் கிடைத்தப் பாராட்டுக்கள் எங்களுக்குக் கேட்டன. சாதித்துக் காட்ட வேண்டும் என்ற என்னுடைய லட்சியம், ஒரு கூண்டில் அடைக்கப்பட்ட ஒரு புலியைப்போல இருப்புக் கொள்ளாமல் தவித்தது. அக்கூண்டை எப்படியாவது உடைத்துக் கொண்டு வெளியே வருவதற்கான ஒரு முயற்சியில் அப்புலி எப்படி அக்கூண்டின் கம்பிகளைத் தன் கூரிய நகங்களால் பிறாண்டுமோ, அதேபோல என் லட்சியமும் என் சதையைப் பிறாண்டியது. கட்டிப் போடப்பட்டுள்ள ஒரு கன்று தன் தாயை அணுக முடியாமல் வேதனையுறுவதைப்போல என் மனம் வலித்தது. நான் கடுமையாக முயற்சித்து என்னைக் கட்டுப்படுத்திக் கொண்டு, ஷோனிடம் திரும்பி, “நீ உள்ளே போ. நான் வெளியே நிற்கிறேன்,” என்று கூறினேன். அவன் அந்த இடத்தைவிட்டு அசையாமல் நின்றான். தான் உள்ளே சென்றவுடன் அவனுக்குத் தெரியாமல் நானும் அரங்கத்திற்குள் நுழைந்துவிடுவேன் என்று அவன் நினைத்தான்போலும். நான் என் கையை அவனுடைய தோள்மீது வைத்து, “ஷோன், என்னை நம்பு. நான் உள்ளே போகப் போவதில்லை. நான் உனக்கு வாக்குக் கொடுக்கிறேன். போ,” என்று கூறினேன். அவன் என்னுடைய குண்டலங்களைப் பார்த்தபடி உள்ளே சென்றுவிட்டான்.

ஒரு தேன்கூட்டுக்குள்ளே இருந்து எண்ணற்றச் செந்தேனீக்கள் வெளிவருவதைப்போல, என் மனத்திலிருந்து எண்ணற்ற எண்ணங்கள் வெளிவந்து அங்குமிங்கும் கூத்தாடின. “என்னுடைய குண்டலங்கள்தாம் என்னுடைய பிரச்சனைக்கான மூல காரணம் என்றால், அவற்றை இப்போதே அறுத்து மண்ணில் வீசி எறிந்துவிட்டு, கிழிந்த காதுகளுடன் நான் அந்த அரங்கத்திற்குள் சென்றால் என்ன?” என்று நான் யோசித்தேன். ஆனால் அது சாத்தியமாக இருக்கவில்லை. ஏனெனில்,

ஒருவன் எவ்வளவுதான் தன் காதுகளை அறுத்தெறிய விரும்பினாலும், அதை அவனால் ஒருபோதும் செய்ய முடியாது. "நான் ஏன் இந்தக் குண்டலங்களோடும் கவசத்தோடும் பிறந்தேன்? எனக்கு ஏன் அவை வழங்கப்பட்டன? அவற்றால் என்ன பயன்? நான் ஏன் இவ்வளவு பிடிவாதமாக இருக்கிறேன்?" என் மனத்தை ஏகப்பட்டக் கேள்விகள் குடைந்தெடுத்தன. அந்த அரங்கத்தில் நிகழ்ந்து கொண்டிருந்த எதையும் என்னால் பார்க்க முடியவில்லை. முக்கிய வாசலுக்கு அருகே நின்று கொண்டிருந்த ஒருசில பார்வையாளர்களுடைய தெளிவற்ற உரையாடல்கள் மட்டுமே அங்கொன்றும் இங்கொன்றுமாக எனக்குக் கேட்டன. பிறகு திடீரென்று ஒரு பெரும் சலசலப்பு எழுந்தது. பால் கொதித்து மேலெழுவதைப்போல என் மனத்தில் ஆர்வம் மேலிட்டு என்னைத் திக்குமுக்காடச் செய்தது. நான் உன்னிப்பாகக் காதுகொடுத்துக் கேட்டேன். அங்கொன்றும் இங்கொன்றுமாக ஒருசில வார்த்தைகள் என் காதுகளை எட்டின.

"பீமன் துச்சாதனனை வீழ்த்தியுள்ளான்! பீமன் அவனைத் தன் தலைக்கு மேலே தூக்கி, நிலத்தின்மீது வீசி எறிந்துவிட்டு அவனுடைய மார்பின்மீது உட்கார்ந்திருக்கிறான். அவன் தன் வலிமை முழுவதையும் ஒன்றுதிரட்டித் தன்னுடைய முஷ்டியால் துச்சாதனனின் மார்பின்மீது ஓங்கிக் குத்திக் கொண்டிருக்கிறான்."

என் தோள்களின் தசைகள் புடைத்தன. என் இதயம் வேகமாகத் துடித்துக் கொண்டிருந்தது எனக்குக் கேட்டது. என் உடலில் வேகமாகப் பாய்ந்து கொண்டிருந்த என்னுடைய ரத்தம் என்னிடம், "கர்ணா, எழுந்து உள்ளே போ. போட்டியில் உன்னுடைய வீரத்தை சோதித்துப் பார். இதுதான் உனக்கான வாய்ப்பு," என்று கூறியது.

நான் என்னுடைய உயிராற்றல் முழுவதையும் என் கண்மணிகளில் ஒன்றுகுவித்து வானத்தை ஏறிட்டுப் பார்த்தேன். இரக்கமற்ற அந்தக் கருமேகங்கள் இன்னும் விலகியிருக்கவில்லை. என்ன செய்வதென்று தெரியாமல் தடுமாறுகின்ற, சிறகுடைந்த ஒரு பறவைபோல, நான் அந்த முக்கிய வாசலின் அருகே தவிப்போடு குறுக்கும் நெடுக்குமாக நடந்தேன். என் மனம் வேதனையில் இப்படி அரற்றியது: "சூரிய பகவானே, தயவு செய்து ஒரே ஒரு முறை எனக்கு தரிசனம் கொடுங்கள். இன்றைய நாள், அஸ்தினாபுரத்தின் ஒவ்வோர் இளைஞனும் தன் உயிரைக் கொடுத்தாவது வெற்றி பெற விரும்புகின்ற ஒரு நாள். இந்த ஒரு முறை என்மீது கருணை காட்டுங்கள். உங்களுடைய நூற்றுக்கணக்கான கண்களால் உங்களுக்குப் பிரியமான இந்த மாணவனின்மீது ஒரே ஒரு முறை பாருங்கள். ஒரே ஒரு முறை பாருங்கள்!"

மீண்டும் உள்ளேயிருந்து கைதட்டல் சத்தம் கேட்டது. என் காதுகள் கூர்மையாயின.

"ஆஹா! ஆஹா! நகுலன் எவ்வளவு விரைவாக நகருகிறான்! அவன் ஒரே நேரத்தில் தன்னுடைய ஒரு பாதத்தை ஒரு குதிரையின்மீதும் இன்னொரு பாதத்தை இன்னொரு குதிரையின்மீதும் வைத்து, அவ்விரு குதிரைகளையும் ஒரே வேகத்தில் ஓட்டிச் சென்று கொண்டிருக்கிறான். அற்புதம்! பாண்டுவின் மகன்களைக் கடவுள் ஆசீர்வதிக்கட்டும்!"

என் மனம் அந்தக் குதிரைகளைவிட அதிக வேகமாக ஓடியது. என் மனமெனும் குளம்புகளிலிருந்து எண்ணங்கள் புழுதிபோல

மேலெழுந்தன. நான் இன்னும் முக்கிய வாசலின் அருகே குறுக்கும் நெடுக்குமாக நடந்து கொண்டிருந்தேன். "என்ன பெரிய வாக்குறுதி!" என்ற எண்ணம் ஒரு கணம் என் மனத்தில் பளிச்சிட்டது. நான் அக்கணமே அந்த அரங்கத்திற்குள் போக விரும்பினேன், ஆனால் இன்னொரு குரல் என்னிடம், "கர்ணா, கொடுத்த வாக்குறுதியைக் காப்பாற்ற வேண்டும். தன் வாக்குறுதியை மீறுகின்ற ஒருவன் ஒரு விலங்கைப் போன்றவன்," என்று தொடர்ந்து என்னிடம் கூறியது. நான் அந்த வாசலிலிருந்து பின்னால் நகர்ந்தேன்.

உள்ளேயிருந்து பாராட்டுக்களும் உற்சாகக் குரல்களும் அதிகச் சத்தமாகக் கேட்டன. அதன் பிறகு, குழப்பமான முழக்கங்கள் கேட்டன.

"ஆஹா! ஆஹா! பீமா! கதாயுதச் சண்டையில் நீ துரியோதனனை எவ்வளவு சுலபமாக வீழ்த்தியுள்ளாய்! உன்னுடைய தாக்குதல்கள் எவ்வளவு பலம் வாய்ந்தவையாக இருக்கின்றன! கண்களுக்கு எப்பேற்பட்ட ஒரு விருந்து இது! வாயுவின் மகனே, கடவுள் உன்னை ஆசீர்வதிக்கட்டும்!"

என் மனம் ஒரு கதாயுத வீரனைப்போல வட்டமிட்டது. நான் கதியற்றவனாக என்னுடைய அங்கவஸ்திரத்தை என் மணிக்கட்டைச் சுற்றி இறுக்கிக் கட்டினேன். என் உடலின் ஒவ்வொரு நுண்ணியத் துளையும் கொதித்துக் கொண்டிருந்ததுபோலத் தோன்றியது. நான் வானத்தை ஏறிட்டுப் பார்த்தேன். மேகங்கள் லேசாக சலசலத்ததுபோலத் தோன்றின, ஆனால் அதற்கு மேல் எதுவும் நிகழவில்லை. ஒரு கணம், கங்கையை நோக்கி வேகமாக ஓடிச் சென்று, உள்ளூரத் தகதகவென எரிந்து கொண்டிருந்த என்னுடைய உடலை கங்கையின் குளிர்ந்த நீருக்குள் முக்கியெடுக்க வேண்டும்போல எனக்குத் தோன்றியது. நான் என் மணிக்கட்டிலிருந்து என் அங்கவஸ்திரத்தை அவிழ்த்து, அதை என் தோள்மீது போட்டுக் கொண்டு கங்கையை நோக்கி நடக்கத் தொடங்கினேன்.

பின்னாலிருந்து, "அண்ணா, நில்லுங்கள்!" என்று ஷோனின் குரல் கேட்டது.

நான் திரும்பிப் பார்த்தபோது, நிற்கும்படி எனக்கு சைகை காட்டியபடி நுழைவு வாசலில் அவன் நின்று கொண்டிருந்தான். நான் மீண்டும் அரங்கத்தை நோக்கி நடந்தேன். நான் நெடுநேரமாக மீண்டும் மீண்டும் வானத்தைப் பார்த்து வந்திருந்ததன் காரணமாக என் கழுத்து மிகவும் சோர்வடைந்திருந்தது.

ஒரு குதிரைப் பந்தயத்தைப்போலவும் அடைமழை பெய்வதுபோலவும் அந்த அரங்கத்திற்குள்ளே இருந்து தொடர்ந்து கைதட்டல்கள் கேட்டுக் கொண்டே இருந்தன.

"அண்ணா, இப்போது அர்ஜுனன் அரங்கத்திற்குள் நுழைந்திருக்கிறான்."

அர்ஜுனா! அர்ஜுனா! அர்ஜுனா! அவனுக்கு ஏன் இவ்வளவு மரியாதை? அவன் எத்தகைய திறமைகளை வெளிப்படுத்த இருந்தான்?

வார்த்தை அம்புகள் எல்லாப் பக்கங்களிலிருந்தும் என் காதுகளைத் துளைத்தன. ஒவ்வொரு கணமும் அந்த அரங்கத்தில் இரைச்சல் அதிகரித்தது. மலர்கள் பொழிவதைப்போல அறிவிப்புகள் தொடர்ந்து ஒலித்தன.

"அங்கே பாருங்கள்! அர்ஜுனன் குதிரையின் முதுகிலிருந்து யானையின் முதுகிற்குத் தாவி, மீண்டும் குதிரையின் முதுகிற்குத் தாவித் தன் திறமையை வெளிப்படுத்திக் கொண்டிருக்கிறான்."

"அர்ஜுனன் தன்னுடைய இரண்டு கைகளிலும் இரண்டு வாள்களுடன் தன்னைவிட மிகவும் வலிமையான ஓர் எதிராளியுடன் சண்டையிட்டுக் கொண்டிருக்கிறான். ஒரே வீச்சில் அவன் தன் எதிராளியின் கையிலுள்ள வாளைத் தூக்கியெறிந்துள்ளான். அவனுடைய எதிராளி தன் தலையைத் தொங்கப் போட்டுக் கொண்டு அரங்கத்தைவிட்டு வேகவேகமாக வெளியேறிக் கொண்டிருக்கிறான். வாள்வீச்சில் அர்ஜுனனுக்கு நிகர் வேறு எவருமில்லை."

"அங்கே பாருங்கள்! அர்ஜுனன் எறிதட்டு மைதானத்தை அடைந்துள்ளான். அவன் ஒரு தாம்பாளத் தட்டைச் சுழற்றுவதுபோல அந்தச் சக்கரத்தை எவ்வளவு நேர்த்தியாகச் சுழற்றிக் கொண்டிருக்கிறான் பாருங்கள்! வேடிக்கைக்காக அவ்வப்போது அதைத் தன் தலைக்கு மேலே தூக்கிப் போட்டுச் சுழற்றி, பிறகு அதை விழ வைத்துத் தன்னுடைய அம்பின் முனையில் அதை அழகாகத் தாங்கிப் பிடிப்பதைக் கண்டுகளியுங்கள்!"

"அவன் இப்போது மல்யுத்த மைதானத்திற்குள் நுழைந்து கொண்டிருக்கிறான். அவனுடைய உடல் எவ்வளவு கட்டுக்கோப்பாக இருக்கிறது! அவனுடைய மார்பு இந்த அரங்கத்தின் பிரம்மாண்டமான கதவைப்போல மிக வசீகரமாக இருக்கிறது. அவனுடைய கைகளும் கால்களும் குமட்டிக்காய்களைப்போல எப்படி அழகாக அசைகின்றன! ஆஹா! அவனுடைய கருநீல நிறம் அந்த மைதானத்தின் செம்மண்ணுக்கு எதிராக எவ்வளவு பிரகாசமாக ஒளிருகிறது! பலே! இப்போது அவன் தன்னுடைய எதிராளியான துர்முகனைத் தரையின்மீது சாய்த்துள்ளான்!"

"இந்த அர்ஜுனன் எவ்வளவு வேகமாக மைதானத்திற்கு மைதானம் தாவிச் சென்று தன்னுடைய பல்வேறு திறமைகளை லாவகமாக வெளிப்படுத்திக் கொண்டிருக்கிறான் பாருங்கள்! அவன் எவற்றிலெல்லாம் வெற்றி பெற்றுள்ளான் என்பதைக் கணக்கு வைத்துக் கொள்ளுவது கடினமாக அல்லவா இருக்கிறது! அவன் இப்போது தன்னுடைய வில் திறமையைக் காட்டுவதற்கு அதற்கான ஆடையை அணிந்து போவதைப் பார்க்கும்போது அவன் சாட்சாத் விஷ்ணு பகவானைப்போலவே காட்சியளிக்கிறான் பாருங்கள்! பாண்டுவின் மகனைக் கடவுள் ஆசீர்வதிப்பாராக! இந்த ஆரியவர்த்தம் முழுவதிலும் தேடினாலும் வில்வித்தையில் அர்ஜுனனுக்கு நிகரான ஒருவனை உங்களால் ஒருபோதும் கண்டுபிடிக்க முடியாது. இன்று அவன்தான் அஸ்தினாபுரத்தின் தலைசிறந்த வீரனாக வெற்றிவாகை சூடப் போகிறான்."

பாராட்டுக்கள்! தொடர்ச்சியான கைதட்டல்கள்! அடைமழையே அவமானப்பட்டு நிற்கும் அளவுக்கு அதன் சத்தத்தைவிட அதிக சத்தமாகக் கேட்டக் கைதட்டல்கள்! உற்சாகக் கூச்சல்கள்! அமளி! அர்ஜுனா! அர்ஜுனா! கொதித்துக் கொண்டிருக்கும் ரத்தம்! வில்லாளன்! மேகமூட்டத்துடன்கூடிய வானம்! பிரகாசமற்ற, இருண்ட குண்டலங்கள்! தலைசிறந்த வீரன்! நீலத் தாமரைகளால் ஆன மாலை!

வெற்றி ஊர்வலம்! ராஜமாதா!

நான் என்னுடைய உள்ளங்கைகளால் என் காதுகளை அழுத்திக் கொண்டு, என் தலையை நிமிர்த்தி ஓர் உரத்தக் குரலில், “ஷோன், என் உடலில் என்னென்னவோ நிகழ்ந்து கொண்டிருக்கிறது. என்னை கங்கைக்குப் போகவிடு. இல்லாவிட்டால் நான் கருகிச் சாம்பலாகிவிடுவேன்!” என்று கத்தினேன். என் உடல் முழுவதும் எரிந்து கொண்டிருந்தது. நான் முற்றிலும் மனம் தளர்ந்து, கொதித்துக் கொண்டிருந்த என்னுடைய தலையை ஷோனின் தோள்மீது சாய்த்தேன். சுட்டெரிக்கும் வியர்வை என் உடல் முழுவதும் வழிந்தோடியது. அது ஷோனின் தோளைச் சுட்டது. வார்த்தைப் பொறிகள் என்னுடைய உடலில் நெருப்பைப் பற்ற வைத்திருந்தன. என்னுள் பெரும் குழப்பம் எழுந்தது. வேதனையோடுகூடிய கண்ணீர் என் கன்னங்கள்மீது வழிந்தது. என் கண்ணீரும் சூடாக இருந்தது.

மீண்டும் அறிவுப்புகள் கேட்டன. “அர்ஜுனன் ஒரே நேரத்தில் பல அம்புகளால் பல இலக்குகளைக் குறி வைத்துத் தாக்கிக் கொண்டிருப்பதைப் பாருங்கள்!”

“அந்தரத்தில் தூக்கிப் போடப்படுகின்ற கனிகளை அவன் தன் அம்புகளால் துளைத்துப் பல துண்டுகளாகக் கூறு போட்டுக் கொண்டிருக்கிறான். பிரமாதம்! ஒரு கனிகூட கூறுபோடப்படாமல் கீழே விழுவதில்லை!”

“அவன் இப்போது வானத்தில் அடுத்தடுத்து அம்புகளை எய்து, மழை பெய்வது போன்ற ஒரு மாயையை உருவாக்கிக் கொண்டிருக்கிறான். குறிப்பிட்ட இடைவெளிகளில் அவன் நாகாஸ்திரங்களை எய்து மின்னல் வெட்டுவது போன்ற ஒரு மாயையை உருவாக்கிக் கொண்டிருக்கிறான்.”

“நம் கண்கள் இன்று பெரும் பாக்கியம் செய்துள்ளன. அர்ஜுனனின் திறன் கொண்ட ஒரு மாவீரன் இந்த அஸ்தினாபுரத்திலும் இந்த ஒட்டுமொத்த ஆரியவர்த்தத்திலும் வேறு எவரும் இல்லை.”

“இதுதான் கடைசிப் போட்டி. வெறும் ஒலியை மட்டுமே கொண்டு அவன் தன்னுடைய இலக்கைத் தாக்கப் போகிறான். அவனுடைய கண்கள் ஒரு துணியால் கட்டப்பட்டுள்ளன. அவன் ஒரு கூர்மையான அம்பை எடுத்து, தன் கண்களை மூடிக் கொண்டு, அந்த அம்பைத் தன்னுடைய உதடுகளுக்கு அருகே கொண்டு வந்து தன் குருவை நினைக்கிறான். அவன் துரோணரைப் போன்ற இன்னொரு குருவை மூவுலகங்களிலும் தேடினால்கூட அவனால் ஒருபோதும் கண்டுபிடிக்க முடியாது.”

“அதிர்ஷ்டம் அர்ஜுனனுக்கு சாதகமாக இருக்கிறது. பாண்டுவின் மகனான அவன் பெரும் திறமைசாலி. என்ன நிகழ்ந்து கொண்டிருக்கிறது என்பதை மற்றவர்கள் புரிந்து கொள்ளுவதற்கு முன்பாகவே, வெறும் ஒலியை மட்டும் துணையாகக் கொண்டு, அவன் ஒரு கூர்மையான அம்பை எடுத்து, தனக்குப் பின்னால் நின்று குரைத்துக் கொண்டிருந்த ஒரு நாயின் வாய்க்குள் நேராக எய்துவிட்டான். இப்படிப்பட்ட ஒரு சிறந்த வில்லாளியை வேறு எங்கும் நம்மால் காண முடியாது. அர்ஜுனன் வாழ்க!”

“அதோ பாருங்கள்! குருதேவர் துரோணர் அந்த நாயின் வாயிலிருந்து அம்பை உருவி எல்லோருக்கும் காட்டிக் கொண்டிருக்கிறார்!”

"நீலத் தாமரைகளால் ஆன வெற்றி மாலையை யாரோ அவரிடம் கொடுக்கிறார்கள்."

நீலத் தாமரை மாலை! தோற்கடிக்கப்படாத வில்லாளன்! மேகமூட்டத்துடன்கூடிய வானம்! ஒரு கணம்! புகழுக்கும் கௌரவத்திற்குமான ஒரு கணம்! நான் என்ன செய்ய வேண்டும்? நான் என்ன செய்ய வேண்டும்?

ஒரு நெருப்பு வட்டத்திற்குள் விழுந்துவிட்ட ஒரு பறவையைப்போல என் மனம் பரிதவித்தது. எரிந்து கொண்டிருந்த என் உடல் இறுதியில் அழுத்தம் தாங்காமல் ஒரு பானையைப்போல உடைந்து நொறுங்கவிருந்ததா?

அமைதியற்றப் பறவைகளைப்போல, என் கண்கள், வானத்தில் நெருக்கமாகச் சூழ்ந்து கொண்டிருந்த மேகங்களைப் பார்த்து இடைவிடாமல் துடித்தன. என்னுள்ளிருந்து ஓர் உட்குரல் இவ்வாறு கூறியது: "ஒரே ஒரு கணம்! கர்ணனின் வாழ்வில் ஒரே ஒரு கணம்! இதுதான் அவனுடைய ஒரே கணம்!" மேகங்கள் ஒன்றுசேர்ந்து அதிவேகத்தில் நகர்ந்து கொண்டிருந்தன. நான் ஷோனின் தோள்களை வேகமாக உலுக்கி, "ஷோன், அங்கே பார்! விண்கடவுளான என்னுடைய குரு என்னைக் காப்பாற்ற வந்துவிட்டார்! ஓர் ஆட்டு மந்தையை விரட்டுவதைப்போல அவர் அந்த அடர்ந்த மேகங்களை விலக்கி வேகமாக அவற்றை விரட்டியடித்துக் கொண்டிருப்பதைப் பார்!" என்று உற்சாகமாகக் கத்தினேன்.

அவன் என்னை இறுக்கி அணைத்துக் கொண்டு, மகிழ்ச்சியோடும் உற்சாகத்தோடும், "அண்ணா! உள்ளே செல்லுங்கள்! வேகமாகச் செல்லுங்கள்! உங்கள் குண்டலங்கள் மீண்டும் ஒளிரத் தொடங்கியுள்ளன. அவை முன்புபோல நீல நிறத்தில் ஒளிராமல், இப்போது செந்நிறத்தில் ஒளிர்ந்து கொண்டிருக்கின்றன," என்று கத்தினான்.

"உண்மையாகவா? ஷோன், என் குண்டலங்கள் மீண்டும் ஒளிர்ந்து கொண்டிருக்கின்றனவா?"

"ஆமாம், அண்ணா. மேலே பாருங்கள், வானத்தில் கூடாரமிட்டிருந்த கருநீல மேகங்களை உங்கள் குரு தன்னுடைய வெப்பத்தால் சுட்டெரித்து அப்புறப்படுத்தியுள்ளார்," என்று கூறி, அவன் உணர்ச்சி மேலிடத் தன்னுடைய இரண்டு கைகளையும் விண்ணை நோக்கி உயர்த்தினான்.

நான் மேலே பார்த்தேன். ஒளிமயமான எண்ணற்ற சூரியக் கதிர்கள் வானத்தில் புன்னகைத்துக் கொண்டிருந்தன. என்னுடைய குரு, ஆயிரம் குதிரைகள் பூட்டப்பட்டத் தன்னுடைய தேரில் அங்கு வந்து என்மீது ஆசீர்வாதங்களைப் பொழிந்து கொண்டிருந்ததுபோல எனக்குத் தோன்றியது.

காலையிலிருந்து, ஒரு கூண்டில் அடைக்கப்பட்ட ஒரு சேவலைப்போலக் காட்சியளித்த அஸ்தினாபுரம், சூரியனின் வரவால் அதிகாலையில் உற்சாகமாகக் கூவுகின்ற ஒரு சேவலைப்போல இப்போது காட்சியளித்தது. மரங்களில் இலைகள் அசையத் தொடங்கின. தூரத்தில் தெரிந்த கங்கை பிரகாசமாக ஒளிர்ந்து கொண்டிருந்தது. பறவைகள் பேருவகையோடு பாடின. தூரத்தில் ஒரு மேகம் நயமாக மிதந்து சென்று கொண்டிருந்தது தெரிந்தது. அதன் நிழலுக்கு அடியில், கௌரவர்களின் பண்டைய அரண்மனை ஒளியிழந்தும் பொலிவற்றும் காணப்பட்டது.

அரங்கினுள் இரைச்சல் சத்தம் கேட்டது. விண்ணைப் பிளக்கின்ற இரைச்சல்.

"பாருங்கள்! அர்ஜுனனை வரவேற்பதற்காக சூரிய பகவானே வானத்தை மூடியிருந்த மேகத்திரையை விலக்கியுள்ளார். அதிர்ஷ்டக்கார அர்ஜுனன்! துரோணர் அந்த அழகான மேடையின் படிகள்மீது ஏறிக் கொண்டிருப்பதைப் பாருங்கள். சூரிய பகவானை சாட்சியாக வைத்து, நீலத் தாமரை மாலையை அவர் அர்ஜுனனின் கழுத்தில் அணிவிப்பார். இளவரசன் அர்ஜுனன் வாழ்க!" அந்த ஒட்டுமொத்த அரங்கமும் வெற்றி முழக்கங்களால் அதிர்ந்தது.

நான் என் அங்கவஸ்திரத்தைக் கழற்றி ஷோனின் தோள்களைச் சுற்றிப் போர்த்தினேன். நான் யார் என்பது எனக்கே உறுதியாகத் தெரியவில்லை. நான் ஷோனின் அண்ணனா? அசுவத்தாமனின் நண்பனா? அல்லது சூத புத்திரனா? நான் இவர்களில் யாரும் இல்லை. மிகப் பிரகாசமான, உருக்கப்பட்ட இரும்பு நான்! மின்னல் ஒளி நான்! இரண்டாவது சூரியன் நான்! ஆயிரம் குதிரைகளைக் கொண்ட இரண்டாவது சூரியன் நான்!

அந்த அரங்கத்தின் வாசலில் ஒரு பிச்சைக்காரனைப்போல நிற்பதற்காக நான் பிறவி எடுத்திருக்கவில்லை. என்னுடைய ஒட்டுமொத்த உடலும் ஒரே ஓர் ஆழ்விருப்பத்தால் கொழுந்துவிட்டு எரிந்தது. எனக்கு சவால்விடத் துணிந்த எவரொருவரையும் எரித்துச் சாம்பலாக்குவதுதான் அது. முன்பு ஒருபோதும் நான் கேட்டிராத ஓர் அற்புதமான செய்தி என் காதுகளுக்குள் நுழைந்தது: "கர்ணா, இப்போதே அந்த அரங்கத்தினுள் போ! தாமதிக்காதே! இது உன்னை சோதிப்பதற்கான நேரம்." நான் வேகவேகமாக உள்ளே நுழைந்தேன். குருதேவர் துரோணர் அந்த வெற்றி மாலையைத் தன் கைகளில் உயர்த்திப் பிடித்திருந்ததை நான் கண்டேன். நான் என் கைகள் இரண்டையும் உயர்த்தி, என் ஆற்றல் முழுவதையும் ஒன்றுதிரட்டி, "நிறுத்துங்கள்!" என்று கத்தினேன்.

ஓர் அம்பு ஓர் இலக்கின் மையத்தைத் துளைப்பதைப்போல, என் கட்டளை அந்த அரங்கத்தைத் துளைத்தது. அதன் உக்கிரம், மின்னல் தன்னுடைய உக்கிரத்தைக் கண்டு வெட்கப்படும் அளவுக்கு இருந்தது. ஆயிரக்கணக்கான கண்கள் அந்த அரங்கத்தின் வாசலை நோக்கித் திரும்பின. துரோணரின் கைகளிலிருந்து அந்த மாலை தவறிக் கீழே விழுந்தது. அந்த அரங்கம் முழுவதும் அமைதியானது. நான் என் உள்ளங்கையால் என் இடது தோளின்மீது ஓங்கித் தட்டினேன். அது அந்த அரங்கம் முழுவதிலும் எதிரொலித்தது.

தகதகவென எரிந்து கொண்டிருந்த என்னுடைய உடலிலிருந்து வெப்ப அலைகள் வெளிவந்தன. சிலர் ஒதுங்கி எனக்கு வழிவிட்டனர். வழி விடாதவர்கள் என்னுடைய உடலின் வெப்பத்தால் சுட்டெரிக்கப்பட்டனர். ஒருசில கணங்களில் நான் அந்தக் கல்மேடையை அடைந்தேன். கிருபர் அதனருகே நின்று கொண்டிருந்தார். ஒரு பெரியவர் என்ற முறையில் நான் அவரை வணங்கினேன். பிறகு, நான்கு நான்கு படிகளாக அடியெடுத்து வைத்து நான் அந்த மேடையின்மீது ஏறினேன். குருதேவர் துரோணர் ஆச்சரியத்தோடு என்னைப் பார்த்துக் கொண்டிருந்தார். ஆறு ஆண்டுகளுக்குப் பிறகு, நான் இவ்விதத்தில் பெருமிதத்தோடு அவருக்கு முன்பாக நேருக்கு நேர்

நின்று கொண்டிருந்தது அதுதான் முதல் முறை. அவருடைய முகத்தில் மகிழ்ச்சி காணாமல் போயிருந்தது. அவருடைய முகம் இறுக்கமாக இருந்தது. அவர் தன் நெற்றியைச் சுருக்கிக் கொண்டு, "யார் நீ?" என்று கேட்டார்.

நான் வானத்தைப் பார்த்துவிட்டு, பிறகு துரோணரிடம் திரும்பி, ஒரு பெரியவர் என்ற முறையில் அவருக்கு வணக்கம் கூறிவிட்டு, "என் பெயர் கர்ணன்," என்று தன்னம்பிக்கையோடு கூறினேன்.

நான் என் கையை உயர்த்தி, அங்கு கூடியிருந்த மக்களைப் பார்த்து, ஓர் உரத்தக் குரலில், "நியாயத்தையும் வீரத்தையும் பெரிதும் மதிக்கின்ற அஸ்தினாபுரக் குடிமக்களே! என் பெயர் கர்ணன். இளவரசன் அர்ஜுனன் இங்கு செய்து காட்டிய அத்தனை சாகசங்களையும் உங்கள் முன்னால் செய்து காட்ட நான் தயாராக இருக்கிறேன். அதற்கு எனக்கு உங்கள் அனுமதி கிடைக்குமா?" என்று கேட்டேன்.

எல்லோரும் எழுந்து நின்று தங்களுடைய மேற்துண்டுகளை ஆட்டியபடி, "அவன் தன் சாகசங்களைச் செய்து காட்டட்டும். இளவரசன் அர்ஜுனன் இந்த சவாலையும் ஏற்றுக் கொள்ளட்டும்," என்று கத்தினர்.

இந்தக் கத்தல்களைக் கேட்டு திருதராஷ்டிர மன்னர் எழுந்து நின்றார். பிறகு அவர் தனக்கு அடுத்து உட்கார்ந்திருந்த பீஷ்மரிடம் திரும்பி ஏதோ கேட்டார். அதையடுத்து, அவர் தன்னுடைய செங்கோலை உயர்த்தியபோது அந்த அரங்கம் உடனடியாக அமைதியானது. திருதராஷ்டிர மன்னரின் குரல் ஒரு மேகம்போல உயர்ந்து ஒலித்தது: "வீரத்தின் இறுதிச் சோதனைக்கான அரங்கம் இது. அஸ்தினாபுரத்தின் எந்தவொரு வீரனும் இங்கு வரவேற்கப்படுகிறான். குருதேவரே, துணிச்சல்மிக்க இந்த வீரனுக்கு ஒரு வாய்ப்புக் கொடுங்கள்."

அவருடைய தீர்மானத்தை எல்லோரும் ஒப்புக் கொண்டனர், அதை எல்லோரும் பாராட்டினர். பால் கொதித்துப் பொங்கி எழுவதைப்போல அந்த அரங்கத்தில் எதிர்பார்ப்பு பொங்கியது. எழுந்து நின்று கைதட்டிக் கொண்டிருந்த பார்வையாளர்கள் அனைவரும் மீண்டும் தங்கள் இருக்கைகள்மீது அமர்ந்தனர். துரோணர், கிருபர், அர்ஜுனன் ஆகியோர் அந்த மேடையைவிட்டுக் கீழே இறங்கி ஒரு பக்கமாக ஒதுங்கி நின்றனர்.

அரசக் குடும்பத்தினர் அமர்ந்திருந்த பகுதியை நோக்கி நான் என் பார்வையைப் படரவிட்டேன். விதுரர், திருதராஷ்டிர மன்னர், பிதாமகர் பீஷ்மர், சகுனி மாமா, அமைச்சர் விருசவர்மன் ஆகியோரும், பிற நாடுகளிலிருந்து வந்திருந்த அரசர்களும் அங்கு அமர்ந்திருந்தனர். அவர்களுடைய பாதங்களுக்கு அருகில் துரியோதனன், துச்சாதனன், துர்முகன், துஷ்கரண், விகர்ணன், பீமன், நகுலன், சகாதேவன், தருமன் ஆகியோர் உட்பட அனைத்து இளவரசர்களும் உட்கார்ந்திருந்தனர். அவர்களுக்கு இடையே அசுவத்தாமனும் உட்கார்ந்திருந்ததை நான் கவனித்தேன். அவர்கள் அனைவரிலும், திருதராஷ்டிர மன்னர், இளவரசன் துரியோதனன், துச்சாதனன், என் நண்பன் அசுவத்தாமன் ஆகிய நான்கு பேர் மட்டுமே புன்னகைத்துக் கொண்டிருந்தனர். அசுவத்தாமன் என்னைப் பார்த்துத் தன் கையை உயர்த்தினான். இதை அவனுடைய பாசத்தின் அறிகுறியாக நான் அமைதியாக

ஏற்றுக் கொண்டேன். இந்த முக்கியமான தருணத்தில் என் மனத்தில் ஓர் எண்ணம் முளைத்தது: "அசுவத்தாமன் குருதேவர் துரோணரின் மகன். ஆனால் தந்தையும் மகனும் எவ்வளவு வேறுபட்டுள்ளனர்! அசுவத்தாமன் இனிய சுவை கொண்ட நீர் பொங்குகின்ற ஓர் ஊற்றாக இருக்கிறான். ஆனால் அவனுடைய தந்தை ஒரு தீவிரமான, உவர்ப்பான, எல்லையற்றப் பெருங்கடல்போல இருக்கிறார். வெளியிலிருந்து எந்த நீரையும் ஏற்றுக் கொள்ள அவர் தயாராக இல்லை."

அரசக் குடும்பத்துப் பெண்களுக்காக ஒதுக்கப்பட்டிருந்த பகுதியை நான் பார்வையிட்டேன். அங்கு ஒரே ஒரு பளபளப்பான பட்டுத் திரைச்சீலையைத் தவிர வேறு எதுவும் என் பார்வையில் படவில்லை.

நான் கீழே மண்டியிட்டு, பிதாமகர் பீஷ்மருக்கும், திருதராஷ்டிர மன்னருக்கும், பளபளப்பான அந்தத் திரைச்சீலைக்கும் என் மரியாதையைத் தெரிவித்தேன்.

ஒருவருடைய சுவாசம் அடுத்தவருக்குக் கேட்கக்கூடிய அளவுக்கு இப்போது அந்த ஒட்டுமொத்த அரங்கமும் அமைதியாகி இருந்தது.

இந்தக் கணத்திற்காகத்தான் கர்ணன் ஆறு ஆண்டுகளுக்கும் மேலாக இரவு பகலாகப் பொறுமையாகக் காத்திருந்து வந்திருந்தான். அவனுடைய பொறுமை தன் எல்லையைத் தொட்டிருந்தது. உதாசீனம் மற்றும் அக்கறையின்மை எனும் கொதிகலனில் அவன் ஆறு ஆண்டுகள் வெந்து துடித்தப் பிறகு முளைத்திருந்த கணம் அது! அவன் ஆறாண்டுகாலம் தீவிரத் துன்பத்தை அனுபவித்தப் பிறகு வந்திருந்த கணம் அது! கடந்தகாலத்தில் நிகழ்த்தப்பட்ட அனைத்து சாகசங்களையும் இன்று அற்பமானதாகத் தோன்றச் செய்யவிருந்த கணம் அது!

இன்று இரண்டு சாத்தியக்கூறுகள் மட்டுமே இருந்தன. ஒன்று, கர்ணன் அந்த நீலத் தாமரைகள் தொடுக்கப்பட்ட வெற்றி மாலையைத் தன்னுடைய கழுத்தில் அணிந்து வீடு திரும்புவான், அல்லது அஸ்தினாபுரத்தின் குடிமக்கள் அவனுடைய உயிரற்ற உடலின்மீது ஏறி மிதித்துத் தங்கள் வீடுகளுக்குத் திரும்புவர். இப்போட்டி வேறு எந்த விதத்திலும் முடியாது. முழு வெற்றி அல்லது மரணம். என்னுடைய குருதேவரின் கண்காணிப்பில் ஆறு ஆண்டுகள் நான் அர்ப்பணிப்போடு படித்ததில் நான் கற்றுக் கொண்ட ஓர் எளிய உண்மை 'வெற்றி பெறு அல்லது மடிந்து போ' என்பதுதான்.

ஓர் ஆசீர்வாதத்தை எதிர்பார்த்து நான் என் கைகளைக் குவித்து வானத்தை ஏறிட்டுப் பார்த்தேன். நான் வானத்தை உற்று நோக்கி, சூரிய ஆற்றலை என் மனம் நிறையும்வரை பருகினேன். அளப்பரிய சக்திவாய்ந்த சூரிய ஒளிக்கீற்று ஒன்று என் ஒட்டுமொத்த உடலுக்குள் ஊடுருவியதுபோல நான் உணர்ந்தேன். கர்ணன் இனியும் கர்ணனாக இருக்கவில்லை. அக்கணத்தில் அவன் உருக்கப்பட்ட ஓர் இரும்புக் கம்பியாகவோ, ஒரு மின்னல் கீற்றாகவோ, ஷோனின் சகோதரனாகவோ, அசுவத்தாமனின் நண்பனாகவோ, எவருடைய மகனாகவோ, அஸ்தினாபுரப் போட்டியில் கலந்து கொண்ட ஒரு வீரனாகவோ, அல்லது அர்ஜுனனையும் குருதேவர் துரோணரையும் தன்னுடைய சாகசங்களால் பிரமிக்க வைக்கத் துடித்துக் கொண்டிருந்த, விரக்தியடைந்த ஒரு மாணவனாகவோ இருக்கவில்லை. தான் எங்கு

இருந்தோம் என்பதுகூட அப்போது அவனுக்குத் தெரியவில்லை. அதைத் தெரிந்து கொள்ளவும் அவன் விரும்பவில்லை. ஏனெனில், ஒளிமயமான அந்த சூரிய பகவானின் பிரகாசமான ஓர் ஒளிக்கற்றையாக அவன் மாறியிருந்தான். தகதகவென எரிந்து கொண்டிருந்த ஓர் ஒளிக்கற்றை! பூமியைத் துளைக்கின்ற ஓர் ஒளிக்கற்றை! அவனை ஆர்வத்தோடு கவனித்துக் கொண்டிருந்த ஆயிரக்கணக்கான மக்கள் இப்போது அவனுடைய கண்களுக்குத் தெரியவில்லை. எந்த ஒலியும் அவனுக்குக் கேட்கவில்லை. எந்தக் கைதட்டல் சத்தமும் அவனுடைய காதுகளை எட்டவில்லை. அவனுடைய உடலின் தீவிர வெப்பம் அவனுக்குக் கலக்கத்தையோ அல்லது குழப்பத்தையோ ஏற்படுத்தவில்லை. எல்லையற்ற, அதிசயகரமான பிரகாசத்தின் ஓர் அங்கமாக இருந்த ஓர் ஒளிக்கற்றையாக அவன் இப்போது மாறியிருந்தான். தனியான இருத்தல் எதுவும் இல்லாத ஓர் ஒளிக்கற்றை! பிரபஞ்சத்தையே திகைக்கச் செய்த ஓர் ஒளிக்கற்றை! இருளின் கருவறையைத் துளைத்த ஓர் ஒளிக்கற்றை! ஒரு தூய்மையான ஒளிக்கற்றை!

நான் அந்த மேடையிலிருந்து கீழே குதித்தேன். என் உடல் லேசாகக்கூடக் குலுங்கவில்லை. கண்ணிமைக்கும் நேரத்தில், குதிரைப் போட்டிக்கான மைதானத்தை நான் எட்டினேன். அங்கு ஏழு வெள்ளைக் குதிரைகள் ஒன்றோடொன்று பிணைக்கப்பட்டிருந்தன. நடுவில் இருந்த குதிரையின் முதுகின்மீது நான் ஏறி நின்று கொண்டு மற்றவற்றை முடுக்கினேன். அவை தம்முடைய முன்னங்கால்களை மிக உயரத்திற்கு உயர்த்தி, சத்தமாகக் கனைத்தன. எந்தவொரு கடிவாளத்தாலும் அவற்றை இப்போது இழுத்துப் பிடிக்க முடியவில்லை. அவை என்னுடைய தாளத்திற்கு ஏற்ப ஆடிக் கொண்டிருந்த ஏழு கைப்பாவைகள்போல இருந்தன. வேகமாக ஓடிக் கொண்டிருந்த அந்த ஏழு குதிரைகளிலிருந்து நான் சுலபமாக ஒரு யானையின்மீது தாவி, அதன் இரண்டு தந்தங்கள்மீதும் என்னுடைய பாதங்களை ஊன்றி நின்றேன். ஓர் அங்குசம் இல்லாமலேயே நான் அந்த மிகப் பெரிய விலங்கை என் விருப்பம்போல ஆட்டுவித்தேன்.

அடுத்து நான் எறிதட்டு மைதானத்திற்குள் நுழைந்தேன். ஒரு தாம்பாளத் தட்டைச் சுழற்றுவதைப்போல நான் அந்த மாபெரும் சக்கரத்தை என்னுடைய கையால் சுழற்றினேன். பிறகு அதை அந்தரத்தில் தூக்கிப் போட்டுச் சுழற்றினேன். அது கீழே விழுந்தபோது, அதை என்னுடைய சுண்டுவிரல்மீது தாங்கிப் பிடித்து, என்னுடைய பாதத்தை நோக்கி எறிந்து, என்னுடைய கால்விரல்களால் அதைச் சுழற்றி வெகுதூரத்தில் எறிந்தேன்.

அடுத்து நான் வாட்சண்டை மைதானத்திற்குள் நுழைந்தேன். அங்கு இரண்டு வீரர்கள் தங்கள் கைகளில் இரண்டு வாள்களை ஏந்தி நின்று கொண்டிருந்ததை நான் கண்டேன். நான் ஒரு வாளை எடுத்து அதைத் திறமையாகப் பயன்படுத்தி, ஒரே வீச்சில் அவ்விருவருடைய கைகளிலிருந்த வாட்களையும் கீழே தட்டிவிட்டேன். தங்களுடைய கைகள் தங்கள் உடல்களிலிருந்து கழன்று வந்துவிட்டிருந்ததுபோல அவர்கள் தங்கள் தோள்களை அழுத்தித் தேய்த்துவிடத் தொடங்கினர். அவர்கள் இன்னும் தங்கள் தோள்களைத் தடவியபடியே அந்த மைதானத்தைவிட்டு வெளியேறினர்.

அடுத்து ஈட்டிப் போட்டிக்கான மைதானத்திற்கு நான் சென்றேன். அங்கு நான் ஒரே நேரத்தில் ஐந்து ஈட்டிகளை ஐந்து வெவ்வேறு பொருட்கள்மீது குறி வைத்து, முன்னால் ஓடிச் சென்று எறிந்தேன். பிறகு, வேகமாகத் திரும்பிப் பின்னால் ஓடி வந்து, இன்னும் ஐந்து ஈட்டிகளை எறிந்து, முந்தைய ஐந்து ஈட்டிகளின் தண்டுகளைத் துளைத்தேன். ஈட்டிகள் ஒரு குவியலாக அப்பொருட்களிலிருந்து நீட்டிக் கொண்டிருந்தன.

இப்போது நான் மல்யுத்த மைதானத்திற்குச் சென்றேன். அரசகுலப் பெண்கள் அமர்ந்திருந்த அடைப்பிடத்திற்கு முன்னால் அந்த மைதானம் அமைந்திருந்தது. அங்கு மூன்று போட்டியாளர்கள் காத்துக் கொண்டிருந்தனர். அவர்கள் மூவரும் மூன்று மண்மேடுகளைப்போல எனக்குத் தெரிந்தனர். நான் என்னுடைய செந்நிற ஆடையைக் கழற்றி ஒரு பக்கத்தில் வீசி எறிந்தேன். அந்த மூன்று மண்மேடுகளில் ஒன்று, ஓர் எலுமிச்சம்பழத்தைவிட அதிக மஞ்சளாகத் தெரிந்த என்னுடைய தோலைப் பார்த்த மறுகணம் தன்னுடைய கைகளை மேலே உயர்த்தித் தோல்வியை ஒப்புக் கொண்டது. ஒருவன் மட்டும் ஒற்றைக்கு ஒற்றைச் சண்டைக்கு என்னை அழைத்தான். ஒற்றைக்கு ஒற்றைச் சண்டை! வெற்றி அல்லது மரணம்! அவன் தன்னுடைய பற்களை நறநறவென்று கடித்துக் கொண்டு என்னை நோக்கி வேகமாக வந்தான், ஆனால் நான் ஒரு மல்யுத்தப் பிடியால் அவனைத் தாக்கி, அவனுடைய கழுத்தை ஆழமாக அழுத்தினேன். பிறகு, நான் அவனுடைய கைகளையும் கால்களையும் விளாசினேன். வலி தாங்காமல், தனக்கு உயிர்ப்பிச்சை தரும்படி மன்னரிடம் அவன் கெஞ்சினான். அரசகுலப் பெண்களை மறைத்திருந்த திரைச்சீலை லேசாக சலசலத்தது. திருதராஷ்டிர மன்னர் தன்னுடைய செங்கோலை உயர்த்தினார். என்னிடம் அடிபட்டுக் கிடந்தவனுக்கு உயிர்ப்பிச்சை வழங்கப்பட்டது.

இறுதியாக, நான் மஞ்சள் நிற ஆடையுடனும் என் தோள்மீது நீலநிற அங்கவஸ்திரத்துடனும் ஒரு வில்லாளனாக அந்த மைய அரங்கிற்குள் நுழைந்தேன். அங்கு அமைக்கப்பட்டிருந்த மேடையின் படிக்கட்டுகள்மீது நான் மெதுவாக ஏறினேன்.

ஒரு முள்ளம்பன்றியின் கூரிய முட்கள் சிதறித் தெறிப்பதுபோல என்னுடைய வில்லிலிருந்து அம்புகள் வேகமாகத் தெறித்து, பாம்புகள் தம்முடைய பொந்துகளுக்குள் நுழைவதைப்போலத் தம்முடைய இலக்குகளைத் துளைத்தன.

நான் ஒரு நாகாஸ்திரத்தை எய்தேன். அது தன் வழியில் இருந்த அனைத்துத் தடைகளையும் தாண்டிச் சென்று தன்னுடைய இலக்கைத் துல்லியமாகத் தாக்கி நின்றது.

நான் எய்த எண்ணற்ற அம்புகள் வானிலிருந்து அடைமழை பெய்தது போன்ற ஒரு மாயையைத் தோற்றுவித்தன. பிறகு நான் தொடுத்தப் பொன்னாலான நாகாஸ்திரங்கள், மற்றக் கரிய அம்புகளுக்கு நடுவே சென்று மின்னல்கள் வெட்டியது போன்ற ஒரு தோற்றத்தை உருவாக்கின.

உயரே தூக்கி வீசப்பட்ட ஒரு முழுக் கனியை நான் துல்லியமாகத் துளைத்தேன். அது எண்ணற்றத் துகள்களாகச் சிதறி நிலத்தின்மீது விழுந்தது.

இறுதியாக, என்னுடைய உச்சகட்ட சாகசத்திற்கான நேரம் வந்தது. ஒலியை மட்டுமே செவிமடுத்து அதன் மூலம் இலக்கைத் தாக்குவது! அது ஒரு மாபெரும் காரியம். அந்த அரங்கத்தில் எல்லா இடங்களிலும் முழு அமைதி நிலவியது. முதலில் என்னுடைய கண்கள் ஒரு துணியால் கட்டப்பட்டன. நான் ஒரு கூர்மையான அம்பை எடுத்து, அதை என் உதடுகள்மீது ஒற்றினேன். அக்கணத்தில் நான் என் குருவைப் பற்றிக்கூட நினைக்க விரும்பவில்லை. நான் யார் என்பதே அப்போது எனக்குத் தெரியாது என்பதுதான் அதற்குக் காரணம். ஓர் ஒளிக்கற்றையின் குரு யார்? அந்த ஒளிக்கற்றை எவ்வாறு ஆசீர்வதிக்கப்படுகிறது?

ஒரு நாய் எனக்குப் பின்னால் கட்டிப் போடப்பட்டது. அந்த நாயைக் குரைக்க வைப்பதற்காக ஒருவன் ஓர் ஈட்டிமுனையைக் கொண்டு அதை லேசாகக் குத்துவதற்குத் தயாராக நின்றான். அவனுக்கும் அந்த ஈட்டிமுனைக்கும் அந்த நாய்க்கும் இடையே எனக்கு எந்த வேறுபாடும் இருக்கவில்லை. ஒலியைக் கொண்டு இலக்கைத் தாக்குவது மட்டுமே என்னுடைய ஒரே நோக்கமாக இருந்தது. எனவே, அந்த நாயின் வாயிலிருந்து வெளிவந்து என்னுடைய செவிப்பறையைத் தொடவிருந்த ஒலியலைகள்மீது நான் என் ஒட்டுமொத்த கவனத்தையும் குவித்தேன்.

என் உடலின் அத்தனை நுண்துகள்களும் காதுகளாக ஆயின. என்னை நானே எச்சரித்துக் கொண்டேன். தற்காலிகமாகக் காதுகளாக மாறியிருந்த என்னுடைய கண்கள் அந்த ஒலியின் மூலத்தைத் தேடின. முதல் ஒலியதிர்வு ஏற்பட்ட உடனேயே நான் என்னுடைய இலக்கைத் தாக்கியாக வேண்டும். அந்த அரங்கில் ஒரு மயான அமைதி நிலவியது. எல்லோரும் மூச்சுவிட மறந்து பார்த்துக் கொண்டிருந்தனர். அப்படிப்பட்ட நிசப்தத்தில், அடுத்தவருடைய இதயத்துடிப்புக்கூட உங்களுக்குக் கேட்கும். ஓர் இனிய ஒலி என் காதுகளை எட்டியது. என் வில்லிலிருந்து ஓர் அம்பு வேகமாகப் புறப்பட்டுச் சென்ற மறுகணம் அந்த நாயின் குரைப்புச் சத்தம் எனக்குக் கேட்டது. எல்லாம் கணநேரத்தில் நிகழ்ந்தது. நான் என் அம்பை ஏற்கனவே எய்திருந்தேன். நான் கவலையோடு என் கண்கட்டை அவிழ்த்துவிட்டுப் பின்னால் திரும்பி அந்த நாயைப் பார்த்தேன். அது இன்னும் குரைத்துக் கொண்டிருந்தது. என்னுடைய அம்பு அதன் வாயைத் தாக்கியிருக்கவில்லை. நான் என் இலக்கைத் தவறவிட்டிருந்தேன். என் வாழ்க்கை தன்னுடைய நோக்கத்தைத் தொலைத்திருந்தது.

என் உடலிலிருந்த ஆற்றல் முழுவதும் வற்றிப் போனது. அது எங்கே போனது என்று யாருக்குத் தெரியும்? என்னுள் துக்கம் பொங்கியது, என் மனம் தளர்ந்தது, நான் முற்றிலும் களைத்துப் போயிருந்தேன். "அர்ஜுனன் வாழ்க! குருதேவர் துரோணரின் புகழ் வாழ்க!" என்ற உரத்த முழக்கம் எல்லாப் பக்கங்களிலிருந்தும் எழுந்தது. ஆயிரக்கணக்கான தொண்டைகளிலிருந்து வந்த அந்தக் கத்தல்கள் என்னைக் கடுமையாகக் கொட்டின.

இது எப்படி நிகழ்ந்தது? இது எப்படிச் சாத்தியம்? நான் எப்படி என் இலக்கைத் தவறவிட்டேன்? என் காதுகளை எட்டிய அந்த இனிய ஒலி என்ன? அந்த நாய் வேறொரு குரலில் குரைத்ததா? என் அம்பு எங்கே சென்று வேறு எதைத் தாக்கியது? மேகமூட்டமாக இருந்த என்னுடைய மனத்தில் இந்தக் கேள்வி மின்னல்கள் முளைத்தன. என்

பாதங்களுக்கு அடியில் நிலச்சரிவு ஏற்பட்டுக் கொண்டிருந்ததுபோல நான் உணர்ந்தேன். நான் எங்கே இருந்தேன்? இந்த பூமியிலா அல்லது சொர்க்கத்திலா? அல்லது நரகத்திலா? இளவரசன் அர்ஜுனனைக் கைதட்டிப் பாராட்டிக் கொண்டிருந்தவர்கள் அனைவரும் நரகத்தில் இருந்த ஆன்மாக்களா? அந்த ஒட்டுமொத்த அரங்கமும் என்னைச் சுற்றி வேகமாகச் சுழன்றதுபோலத் தோன்றியது. மறுகணம் நான் கீழே உட்கார்ந்து, என் தலையை என்னுடைய கால்மூட்டுக்களுக்கு இடையே புதைத்தேன். நீலத் தாமரை மாலை என் பாதங்களுக்குக் கிழே கிடந்தது. புகழ்மிக்க மாலை! அதை நார்நாராகக் கிழித்து எல்லா இடங்களிலும் வீசி எறியும் நோக்கத்துடன் அதை நான் எடுத்தேன். அதற்குள் துரோணரும் அர்ஜுனனும் அந்த மேடையை அடைந்திருந்தனர். நான் சிரமப்பட்டு எழுந்து நின்றேன். துரோணர் என் கைகளிலிருந்து அந்த மாலையைப் பிடுங்கினார். அர்ஜுனனைப் பாராட்டி அவனுக்கு வாழ்த்துக் கூறுவதற்காக பீமனும் தருமனும் மற்றவர்களும் உற்சாகத்தோடும் ஆரவாரத்தோடும் மேடையை நோக்கி ஓடி வந்தனர்.

வீரர்கள் நிரம்பிய ஒரு நாட்டில் கர்ணன் ஒரு பிச்சைக்காரனாக ஆகியிருந்தான். வீரத்திற்கான தளத்தில் அவன் ஒரு கழிசடையாக ஆகியிருந்தான். ஏனெனில், ஒலியைக் கொண்டு தாக்கப்பட வேண்டிய இலக்கை அவனால் தாக்க முடியவில்லை. இந்த ஒட்டுமொத்த உலகத்தையும் நடுங்க வைக்கக்கூடிய, குறியைத் தவறவிடாத துல்லியமான அம்பு அவனிடம் இருக்கவில்லை. அந்த அம்பு எவனிடம் இருக்கிறதோ, அவன் மட்டுமே மதிக்கப்படுகிறான். உலகம் வீரத்தைப் பாராட்டுகிறது, வீரனின் பாதங்களைக் கழுவுகிறது. ஒரு வீரன் மரியாதையோடு வாழ விரும்பினால், ஒலியைக் கொண்டு அவன் தன் இலக்கைத் துளைத்தாக வேண்டும். அந்தத் திறமை எங்கிருந்தாலும், அவன் அதைத் தேடிப் பிடித்துக் கற்றுக் கொள்ள வேண்டும். அப்போதுதான் மரியாதை பின்தொடர்ந்து வரும். இல்லாவிட்டால், அவன் ஓர் ஓரமாக ஒதுக்கப்பட்டுவிடுவான், தனித்து விடப்படுவான். நான் ஒரு மேல்மாடத்திலிருந்து கீழே விழுந்து நிலத்தின்மீது என் தலை மோதியிருந்தாலும் என் தலை உடைந்திருக்காது. திக்குத் தெரியாமல் பரிதவித்த என் மனம் முனகியது. அடுத்து நான் என்ன செய்வது? மேல்மாடியிலிருந்து கீழே குதித்து, என்னுடைய மண்டையோட்டை நானே உடைத்து அதற்கு இறுதிச் சடங்கு செய்துவிடலாமா என்ற எண்ணம் என்னுள் மீண்டும் மீண்டும் எழுந்தது. ஆனால் உண்மை கொடூரமானது. பல சமயங்களில், ஒரு மனிதன் சுலபமாக இறப்பதற்கு அது அவனை அனுமதிப்பதில்லை. எதுவொன்றாலும் துளைக்கப்பட முடியாத ஒரு கவசத்துடன் நான் பிறந்திருந்தேன். பைத்தியக்காரர்களின் இந்த பூமியில் கர்ணனுக்கு யார் அடைக்கலம் கொடுப்பார்கள்? அவனுடைய சகோதரன் ஷோன் மட்டும்தான் அவனுக்கு அடைக்கலம் கொடுப்பான். என் கண்கள் ஷோனைத் தேடி அந்த அரங்கம் நெடுகிலும் வட்டமிட்டன. அவன் தன்னுடைய கண்களைத் தன்னுடைய அங்கவஸ்திரத்தால் துடைத்தபடி முக்கிய வாசலின் அருகே நின்று கொண்டிருந்தான். அவனால் தன் சகோதரனின் மோசமான தோல்வியைக் கண்டு பொறுக்க முடியாததால், அவனுடைய இதயம்

நொறுங்கிக் கொண்டிருந்தது. அவனுக்கு ஆறுதல் தேவைப்பட்டது. நான் அந்த மேடையிலிருந்து படிகள் வழியாக மெதுவாகக் கீழே இறங்கினேன்.

அந்த நீலத் தாமரை மாலையை அர்ஜுனனின் கழுத்தில் அணிவிப்பதற்காக குருதேவர் துரோணர் தன் கைகளை உயர்த்தினார். அப்போது, "அர்ஜுனன் வாழ்க! குருதேவர் துரோணரின் புகழ் வாழ்க!" என்று கோஷமிட்டபடி அங்கிருந்த அனைவரும் பலமாகக் கைதட்டினர். இதற்கிடையே, பிதாமகர் பீஷ்மர், திருதராஷ்டிர மன்னரிடமிருந்து செங்கோலை வாங்கி, அதை விண்ணை நோக்கி உயர்த்தி, ஒரு நடுக்கமான குரலில், "நிறுத்துங்கள்!" என்று உரக்கக் கத்தினார். ஆனால், பெருங்கடலெனத் திரண்டிருந்த மக்கள் போட்டுக் கொண்டிருந்த கூச்சலில் அவருடைய குரல் யாருக்கும் கேட்கவில்லை. குருதேவர் துரோணர் அந்த மலர்மாலையை அர்ஜுனனின் கழுத்தில் அணிவித்தார். கைதட்டல் ஒலி விண்ணைப் பிளந்தது. மேடையில் நின்று கொண்டிருந்த பார்வையாளர்கள் ஒவ்வொருவராகக் கீழே இறங்கி வந்தனர். நான் இன்னும் திகைப்பில் ஆழ்ந்திருந்ததால், நான் உயிரோடு இருந்தேனா அல்லது மடிந்திருந்தேனா என்றுகூட என்னால் உறுதியாகக் கூற முடியவில்லை.

பிதாமகர் பீஷ்மரால் தன்னுடைய நடுக்கத்தைக் கட்டுப்படுத்த முடியவில்லை. கௌரவர்களின் பொற்செங்கோல் அவருடைய கையில் நடுங்கியது. தான் உயர்த்திப் பிடித்திருந்த அச்செங்கோலை ஆட்டி, கூட்டத்தினரின் கவனத்தைத் தன் பக்கம் ஈர்க்க அவர் முயற்சித்துக் கொண்டிருந்தார். இளவரசன் அர்ஜுனன் இதை கவனித்துவிட்டு, வேகமாகத் தன் கையை மேலே உயர்த்தி, அமைதியாக உட்காரும்படி மக்களுக்குச் சமிக்கை காட்டினான். உடனடியாக அந்த அரங்கம் அமைதியடைந்தது. நடுக்கம் தொனித்த, ஆனால் கூர்மையான தன் குரலால் பிதாமகர் பீஷ்மர் அந்த அமைதியைத் துளைத்தார்: "குருதேவர் துரோணர் அவர்களே! அஸ்தினாபுரத்தின் குடிமக்களே! கங்கையின் மைந்தனும் கௌரவர்களில் மூத்தவனுமாகிய பீஷ்மராகிய நான் உங்களிடம் ஒன்றைக் கூற விரும்புகிறேன்: இன்றைய தலைசிறந்த வில்லாளன் அர்ஜுனன் அல்லன்!"

மீண்டும் எல்லோருடைய இதயங்களும் நடுங்கின. அந்த அரங்கத்தில் ஒரு பெரும் குழப்பம் உருவானது. குடிமக்கள் தங்களுக்கிடையே கிசுகிசுப்பான குரலில் பேசிக் கொண்டனர். யாரோ ஒருவன், "பிதாமகரே, அப்படியானால் யார் தலைசிறந்த வில்லாளன் என்று கூறுங்கள்," என்று கத்தினான்.

"கர்ணன்!" பிதாமகரின் கம்பீரமான குரல் அங்கிருந்த ஒவ்வொருவருடைய காதுகளையும் ஓர் அம்புபோலத் துளைத்தது.

ஷோனும் நானும் அப்போதுதான் அந்த அரங்கத்தின் முக்கிய வாசலுக்கு வெளியே வந்திருந்தோம். பிதாமகரின் குரலைக் கேட்டவுடன் நாங்கள் மீண்டும் உள்ளே நுழைந்தோம்.

குருதேவர் துரோணர் உடனடியாக, "அது எப்படி?" என்று பிதாமகரிடம் கேட்டார்.

"குருதேவரே, அர்ஜுனன்மீது நீங்கள் கொண்டுள்ள பிரியம் உங்கள் கண்களைக் குருடாக்கிவிட்டது. அது மட்டுமல்ல, அது

உங்களுடைய காதுகளையும் செவிடாக்கிவிட்டது. மிதமிஞ்சிய பிரியம் ஒரு குறைபாடாகும்."

"பிதாமகர் அவர்களே, என்ன நிகழ்ந்தது என்று சொல்லுங்கள்," என்று எல்லாப் பக்கங்களிலிருந்தும் குரல்கள் வந்தன.

"ஒலியை மட்டுமே கொண்டு ஓர் இலக்கைத் துளைப்பது எப்படி என்பது இந்த அரங்கத்தில் உள்ளவர்களில் நான்கு பேருக்கு மட்டுமே தெரியும். முதலாமவன் கர்ணன், இரண்டாமவர் துரோணர், பிறகு அர்ஜுனன், அடுத்தது நான்." பீஷ்மரின் கை இன்னும் அச்செங்கோலை உயர்த்திப் பிடித்திருந்தது.

இப்போது பார்வையாளர்கள் அனைவருடைய கண்களும் பீஷ்மரை மட்டுமே பார்த்துக் கொண்டிருந்தன. கௌரவ வம்சத்தைச் சேர்ந்த, உண்மையின் மொத்த உருவமான அந்த அன்பான பெரியவர், இன்று தன்னுடைய கூர்மையான வார்த்தைகளால் பார்வையாளர்களை வறுத்தெடுத்தார். அவர் பேசியபோது அவருடைய வெண்தாடி குலுங்கியது.

"இந்த நால்வரில், அர்ஜுனனைப்போலவே கர்ணனும் ஒரு போட்டியாளன். அவனுடைய கண்கள் கட்டப்பட்டிருந்ததால், தான் எய்த அம்பை அவனால் பார்க்க முடியவில்லை. எனவே, மீதமிருப்பவர்கள் நானும் அர்ஜுனனும் துரோணரும் மட்டும்தான். ஆனால் அர்ஜுனனும் துரோணரும், குரைத்துக் கொண்டிருந்த நாயின்மீது தங்கள் கவனத்தைக் குவித்திருந்தனர். வேறு எதுவும் அவர்களுக்குக் கேட்கவில்லை. ஆனால், அந்த நாய் குரைக்கத் தொடங்குவதற்கு முன்பாக, ஓர் இனிய ஒலியை நான் கேட்டேன். மாவீரன் கர்ணன் அந்த ஒலியைத் துல்லியமாகத் துளைத்தான். அதனால்தான், பெரும் விலைமதிப்புக் கொண்ட அந்த நீலத் தாமரை மாலை இன்று கர்ணனின் கழுத்தை அலங்கரிக்க வேண்டும்."

"பிதாமகரே, அது என்ன மாதிரியான ஒலி?" என்ற கேள்விக் கணை எல்லாத் திசைகளிலிருந்தும் பாய்ந்து வந்தது.

பிதாமகரை நான் முதன்முறையாக கங்கைக் கரையில் சந்தித்திருந்த நேரத்தை நான் நினைவுபடுத்திப் பார்த்தேன். அவர் அப்போது என்னிடம், "இந்த அஸ்தினாபுரத்தில் எனக்கு முன்பாக கங்கைக்கு நீராட வந்த முதல் நபர் எனக்குத் தெரிந்து நீ ஒருவன்தான்," என்று கூறியிருந்தார். அது என் மனத்தை நெகிழச் செய்தது. நான் இவ்வாறு நினைத்தேன்: "பிதாமகர் அவர்களே, இந்த ஒட்டுமொத்த அஸ்தினாபுரத்தில், நான் சந்தித்துள்ள அடக்கமான, உண்மையைப் பேசுகின்ற முதல் நபர் நீங்கள்தான். உண்மையின்மீது இவ்வளவு அர்ப்பணிப்புக் கொண்டுள்ள நீங்கள் உண்மையிலேயே ஆசீர்வதிக்கப்பட்டவர்தான்."

பீஷ்மர் பொருத்தமான ஏற்ற இறக்கங்களுடன் ஒரு தீவிரமான குரலில் பின்வருமாறு பேசினார்: "அந்த நாய் குரைப்பதற்கு முன்பாக, எதிரே இருக்கும் அரச மரத்தின்மீது உட்கார்ந்திருந்த ஒரு பறவை தன்னுடைய குஞ்சுக்கு இரை கொடுத்துவிட்டுக் கீச்சிட்டது. அந்தக் கீச்சொலியைக் கேட்டவுடன் கர்ணன் தன்னுடைய அம்பால் துல்லியமாக அப்பறவையைத் தாக்கிவிட்டான். அப்பறவை தன் வாயில் ஒரு கூர்மையான அம்புடன் இன்னும் அந்த மரத்தின்மீதுதான் இருக்கிறது. இங்கிருந்து தெளிவாக அதை என்னால் பார்க்க முடிகிறது.

அர்ஜுனன் தன்னுடைய இலக்கைத் துளைத்ததைவிடக் கர்ணன் தன் இலக்கை அதிகச் சிறப்பாகத் துளைத்திருக்கிறான். எனவே, இன்று கர்ணன்தான் தலைசிறந்த வீரன்." இப்போது பீஷ்மர் தன் விரலால் அந்த மரத்தைச் சுட்டிக்காட்டினார். ஆயிரக்கணக்கான கண்கள் அவருடைய விரலைப் பின்தொடர்ந்தன.

ஆர்வமிக்கக் குருவிக்காரன் ஒருவன் அந்த மரத்தை நோக்கி ஓடினான். அவன் திறமையாக அம்மரத்தின்மீது ஏறி, இரைச்சலாலும் குழப்பத்தாலும் இன்னும் பயந்து போயிருந்த அப்பறவையைக் கீழே கொண்டு வந்து, பிதாமகர் பீஷ்மரின் கைகளில் அதை வைத்தான். அதன் அலகின்மீது பதிந்திருந்த என்னுடைய கூர்மையான அம்பை பீஷ்மர் அகற்றினார். அது மீண்டும் இனிமையாகக் கீச்சிட்டது. நான் அந்தக் கீச்சொலியைக் கேட்டவுடன் அந்த ஒட்டுமொத்த நிகழ்வும் என் நினைவுக்கு வந்தது. பிதாமகர் அப்பறவையை வானில் விடுவித்தார். அது கீச்சிட்டுக் கொண்டு மீண்டும் தன்னுடைய கூட்டிற்குச் சிறகடித்துப் பறந்து சென்றுவிட்டது. எல்லா இடங்களிலிருந்தும் கைதட்டல்கள் எதிரொலித்தன. பரவசமடைந்த ஷோன் என்னைக் கட்டித் தழுவினான். "மாவீரன் கர்ணன் வாழ்க! பிதாமகர் பீஷ்மர் வாழ்க!" என்ற முழக்கம் எல்லாத் திசைகளிலும் ஒலித்தது. அந்த ஒட்டுமொத்த அரங்கமும் கங்கையின் அலைகளைப்போல நடனமாடிக் கொண்டிருந்ததுபோலத் தோன்றியது. எங்கோ ஓரிடத்தில் ஓர் அசோக மரத்துக் கிளையின்மீது அமர்ந்தபடி ஒரு குயில் இனிமையாகப் பாடியது. ஒன்றுக்கொன்று முரண்பட்டப் பல உணர்வுகள் என் மனத்தில் மாறி மாறித் தோன்றின. ஒரு கணம், பிதாமகர் பீஷ்மர் குறித்த மரியாதை என் மனத்தில் மேலோங்கியது. பிறகு திடீரென்று, குருதேவர் துரோணர் அந்த மாலையை அர்ஜுனனின் கழுத்தில் அணிவித்ததை நான் நினைத்துப் பார்த்தபோது அது என்னுள் கோபத்தை உண்டாக்கியது. இன்னொரு கணம், என் கண்களில் கண்ணீர் வழிந்தால் அதைக் கண்டு மனம் பொறுக்காத என் அன்புச் சகோதரன் ஷோன்மீது எனக்குப் பாசம் மேலிட்டது. மறுகணம், வெற்றி மாலையை ஏற்றுக் கொள்ளத் துணிந்த அர்ஜுனன்மீது எனக்குக் கடுங்கோபம் ஏற்பட்டது. மனம் என்ன, அடிக்கடித் தன்னுடைய நிறத்தை மாற்றிக் கொண்டே இருக்கின்ற ஒரு பச்சோந்தியா? அது கடவுளுக்கு மட்டுமே தெரியும்! முரண்பட்ட அத்தகைய உணர்ச்சிகள் ஒரு மனிதனைத் தாக்கும்போது, கோபம் மட்டுமே எல்லாவற்றையும் விஞ்சி நிற்கிறது. கோபம்! அது நெருப்பைப் போன்றது. நம்முடைய எண்ணத்தோடு முரண்படுகின்ற எதுவொன்றும் அதை மேலும் தீவிரப்படுத்துகிறது. அந்தக் கடுந்தீயில் மென்மையான உணர்வுகள் அனைத்தும் கருகிச் சாம்பலாகிவிடுகின்றன. அந்தத் தீ மேலும் கொழுந்துவிட்டு எரியும்போது, அதை அணைப்பது கடினமாகிவிடுகிறது. என் உதடுகள் கோபத்தில் துடித்தன, என்னுடைய குண்டலங்கள் செந்நிறத்தில் ஒளிர்ந்தன. நான்தான் தலைசிறந்த வீரன் என்றால், அர்ஜுனன் எப்படி அந்த நீலத் தாமரை மாலையைத் தன் கழுத்தில் ஏற்றுக் கொண்டான்? நேர்மை மற்றும் நாணயத்தின் மொத்த வடிவமான பிதாமகரைப் போன்ற ஒருவர் இப்படிப்பட்ட ஓர் இடத்தில் இருந்ததில் என்ன அர்த்தம் இருந்தது?

"இன்று நாம் அதிர்ஷ்டம் செய்திருக்கிறோம். இந்த ஒட்டுமொத்த

ஆரியவர்த்தத்தில் கர்ணனைப் போன்ற ஒரு தலைசிறந்த வில்லாளனை யாராலும் காண முடியாது. ஆனால், பாவம், அவனுக்குரிய பங்கு அவனுக்கு ஒருபோதும் கிடைத்ததில்லை!" அரங்கம் நெடுகிலிருந்தும் பறந்து வந்த இத்தகைய வார்த்தைகள் என் காதுகளைத் தாக்கின.

சமுதாயத்தால் எப்படி இப்படி இரட்டை வேடம் போட முடிகிறது? ஒரு சமயம், அது ஒருவனைத் தன் தலையில் தூக்கி வைத்துக் கொண்டாடுகிறது; இன்னொரு சமயம், எதற்கும் பயனற்ற ஒருவனை அது 'ஆஹோ, ஓஹோ' எனப் புகழுகிறது!

"இன்று எங்கள் கண்கள் புண்ணியம் செய்திருக்கின்றன. ஒலியை மட்டுமே கொண்டு ஓர் இலக்கை இப்படித் துல்லியமாகத் தாக்குவதற்கான திறமையை இதுவரை நாங்கள் ஒருபோதும் பார்த்ததுமில்லை, அது பற்றிக் கேள்விப்பட்டதுமில்லை! அதனால் வெற்றி மாலை கர்ணனின் கழுத்திற்கே சொந்தம்."

அவர்களுடைய போலித்தனமான அனுதாபம், என் கோப நெருப்புக்கு மேலும் எரியூட்டிக் கொண்டிருந்த நெய்யைப்போல இருந்தது.

என் நாளங்கள் வழியாக வேகமாகப் பாய்ந்தோடிக் கொண்டிருந்த என் ரத்தம் என்னைப் பார்த்து ஓர் உரத்தக் குரலில், "கர்ணா, உலகத்தின் அனுதாபத்தில் குளிர்காய்வதற்காக நீ பிறவி எடுக்கவில்லை. எழுந்து நில். சந்தேகத்திற்கு இடமற்ற உன்னுடைய வெற்றியை முழுமைப்படுத்து," என்று கத்தியது.

நான் என்னுடைய அங்கவஸ்திரத்தை ஷோணை நோக்கி வீசி எறிந்துவிட்டு, மேடையை நோக்கிச் சென்று கொண்டிருந்த மக்கட்கூட்டத்துடன் கலந்தேன். நான் அந்த மேடைமீது ஏறிய மறுகணம், அவர்கள் எல்லோரும் தங்களுடைய மேற்துண்டுகளை எடுத்து உற்சாகமாக ஆட்டத் தொடங்கினர். அந்த அரங்கம் ஒரு திருவிழா மைதானமாக மாறியிருந்தது. நியாயம் மற்றும் அநியாயம், உண்மை மற்றும் பொய் - இவற்றுக்கெல்லாம் என்ன அர்த்தம் என்பதைக் கண்டறிவதில் யாருக்கும் அக்கறை இருக்கவில்லை. பொறுமை காக்கும்படி அவர்களுக்குச் சமிக்கை செய்யும் விதத்தில் நான் என் கையை உயர்த்தியவுடன், பாசத்தின் காரணமாக, அக்கூட்டத்தினர் அப்படியே தரையின்மீது குத்துக்காலிட்டு அமர்ந்தனர். என்னுடைய வாயிலிருந்து வரவிருந்த வார்த்தைகளைக் கேட்பதற்காக ஆயிரக்கணக்கான காதுகள் குத்திட்டு நின்றன. நான் என் கைகள் இரண்டையும் உயர்த்தி, ஓர் உரத்தக் குரலில், "நீலத் தாமரைகள் தொடுக்கப்பட்ட அந்த வெற்றி மாலை இன்னும் என் கழுத்தை அலங்கரிக்கவில்லை. எனவே, என் வெற்றி முழுமை பெறவில்லை. என் வெற்றி முழுமைப்படுத்தப்பட வேண்டும் என்று யாரேனும் கருதினால், ஒற்றைக்கு ஒற்றைச் சண்டையில் என்னை எதிர்கொள்ளும்படி அர்ஜுனனுக்கு சவால்விட நான் தயாராக இருக்கிறேன். யார் தலைசிறந்த வீரன் என்பதை ஒற்றைக்கு ஒற்றைச் சண்டையால் மட்டுமே தீர்மானிக்க முடியும்," என்று கூறினேன்.

நான் யாரிடமிருந்தும் யாசகத்தை எதிர்பார்த்துக் கொண்டிருக்கவில்லை.

மக்கள் எல்லோரும் எழுந்து நின்று, "சண்டை நடக்கட்டும்! சண்டை நடக்கட்டும்!" என்று உற்சாகமாகக் கத்தத் தொடங்கினர்.

திருதராஷ்டிர மன்னரின் தீர்மானம் என்னவாக இருக்கும் என்ற எண்ணம்தான் அவர்களுடைய மனங்களில் மேலோங்கியிருந்தது. அந்த அரங்கத்தில் அமைதி படர்ந்தது. இதற்கிடையே, கிருபர் தன்னுடைய இருக்கையைவிட்டு எழுந்து, மேடையை நோக்கி விரைந்தார். மேடையின்மீது நின்ற அவர் என்னை நோக்கி ஒரு வெறுப்புப் பார்வையை வீசினார். அவர் முதலில் மன்னருக்குத் தன் வணக்கத்தைத் தெரிவித்துவிட்டு, மக்களைப் பார்த்து இவ்வாறு பேசினார்: "என் பெயர் கிருபர். கர்ணன் பயின்ற வகுப்பின் குருதேவர் நான். மன்னா, கர்ணன் என் மாணவன் என்பது உண்மை. ஆனால், அவனுடைய குடும்பத்தைப் பற்றி எந்த விஷயமும் எனக்குத் தெரியாது. தன்னுடைய பரம்பரையைப் பற்றி அவனும் யாரிடமும் ஒரு வார்த்தைகூடப் பேசியதில்லை. இளவரசன் அர்ஜுனன் ஒரு சத்திரியக் குடும்பத்தில் பிறந்திருக்கிறான். போர்க்கலை மற்றும் தர்மத்தின் விதிகளைப் பொருத்தவரை, ஒரே சாதியைச் சேர்ந்த இருவர் மட்டுமே ஒற்றைக்கு ஒற்றைச் சண்டையில் ஈடுபடலாம். முதலில், கர்ணன் தன்னுடைய அற்புதமான பின்புலத்தை இந்த அஸ்தினாபுரத்துக் குடிமக்களிடம் வெளிப்படுத்த வேண்டும். அதன் பிறகுதான், தான் அவனுடன் ஒற்றைக்கு ஒற்றைச் சண்டையில் ஈடுபட வேண்டுமா வேண்டாமா என்பதை அர்ஜுனன் தீர்மானிப்பான். ஒருவேளை அர்ஜுனன் அச்சண்டைக்கு ஒப்புக் கொண்டால், அது எப்போது நிகழ வேண்டும் என்பதையும் அவன்தான் தீர்மானிப்பான். ஏனெனில், வெற்றி அல்லது மரணம் மட்டுமே எப்போதும் ஓர் ஒற்றைக்கு ஒற்றைச் சண்டையின் முடிவாக இருக்கிறது."

அவருடைய வார்த்தைகள் ஈட்டிமுனைகள்போல என்னைத் துளைத்தெடுத்தன. வீரத்தின் சோதனை நடைபெற்ற அந்த மேடையின்மீது நின்று எந்தக் குடும்பப் பின்புலத்தை என்னால் எடுத்துரைக்க முடியும்? நான் சூத புத்திரன் என்பதைப் புகழ்மிக்க இந்த குருவம்சத்துத் தலைமுறையினரிடம் வெளிப்படுத்துவதற்கான துணிச்சல் எனக்கு இருந்ததா? ஏகப்பட்ட எண்ணங்கள் சேர்ந்து என்னைக் குழப்பின. நான் என் தலையைக் கவிழ்த்தபடி இதைப் பற்றி ஆழமாக யோசித்தேன். சக்தி வாய்ந்த இரண்டு எண்ணங்கள் என்னுடைய கவனத்தைக் கவர ஒன்றோடொன்று போட்டியிட்டன. ஒன்று, "கர்ணா! 'நான் அதிரதன் மற்றும் ராதையின் மகன் கர்ணன். நான் சூத புத்திரன் கர்ணன். நான் ஷோனின் அண்ணன் கர்ணன். நான் ஒரு தேரோட்டி!' என்று நெஞ்சை நிமிர்த்திப் பெருமையோடு அவர்களிடம் சொல்," என்று கத்தியது. இன்னோர் எண்ணம், "கர்ணா! குறுகிய மனம் படைத்தவர்கள் மட்டுமே இங்கே இருக்கின்றனர். உன்னுடைய சாதியைப் பற்றிய உண்மையை அவர்கள் எப்படி ஏற்றுக் கொள்ளுவார்கள்? மாறாக, 'என்ன? சூத புத்திரனா? அப்படியானால் அவனுக்கு இங்கு என்ன வேலை? அவனை இப்போதே குதிரை லாயத்திற்கு விரட்டுங்கள்!' என்று கூறி அவர்கள் உன்னை எள்ளி நகையாடுவார்கள்,' " என்று கூறியது.

என்னுடைய மனச் செடி என்னுடைய எண்ணப் புயலில் சிக்கி அங்குமிங்கும் ஊசலாடியது. என்னால் ஒரு தீர்மானத்திற்கு வர முடியவில்லை. மழையின் தீவிரத்தைத் தாங்க முடியாமல் ஒரு தாமரையின் தலை சாய்வதைப்போல என்னுடைய கழுத்து சோர்ந்து

போனது. யாரோ அந்த மேடையின்மீது ஏறிக் கொண்டிருந்தனர். நான் களைப்போடு என் தலையை நிமிர்த்தி அந்த மேடையைப் பார்த்தேன். இளவரசன் துரியோதனன்தான் அங்கு வந்து கொண்டிருந்தான். அதே அகங்கார நடை. அதே நேரான, கூர்மையான மூக்கு. அதே கூரிய கண்கள். அவன் தன் முஷ்டியை மடக்கி, கோபத்தில் தன்னுடைய கண்களை உருட்டி, அந்த மேடையின்மீது குறுக்கும் நெடுக்குமாக நடந்தபடி ஆக்ரோஷமாகப் பேசத் தொடங்கினான். அவனுடைய வார்த்தைகள் அங்கிருந்தோரை ஒரு சவுக்கடிபோலத் தாக்கின. "குருதேவர் கிருபர் இப்போட்டியைக் கொடூரமாகக் கேலி செய்து கொண்டிருக்கிறார். சத்திரியன்! கர்ணன் ஒரு சத்திரியனைவிட எந்த விதத்தில் குறைந்து போய்விட்டான்? தர்ம சாஸ்திரங்கள் ஒரு சத்திரியனை எவ்வாறு வரையறுக்கின்றன? பலம் பொருந்திய கைகளைக் கொண்ட ஒருவன்; தன்னுடைய சொந்த நாட்டை ஆளுகின்ற ஒருவன்; ஓர் அரசக் குடும்பத்தில் பிறந்த ஒருவன் - இப்படித்தானே அவை ஒரு சத்திரியனை வரையறுக்கின்றன? கர்ணன் தன்னுடைய வீரத் திறமைகளை வெளிப்படுத்தியதன் மூலம், தான் ஒரு சத்திரியன் என்பதைத் தெள்ளத் தெளிவாக எடுத்துரைத்துள்ளான். இது மட்டும் போதாது என்று உங்களில் யாரேனும் நினைத்தால், கர்ணன் ஒரு சத்திரியன்தான் என்பதையும், அந்த ஒற்றைக்கு ஒற்றைச் சண்டை நிகழ்ந்தாக வேண்டும் என்பதையும் துரியோதனனாகிய நான் உங்களுக்கு நிரூபிப்பேன். இளவரசன் துரியோதனனாகிய நான், இக்கணமே இந்த மேடையின்மீது எல்லோர் முன்னிலையிலும், துணிச்சலும் சிறப்பும் வாய்ந்த மாவீரன் கர்ணனை என் அதிகாரத்தின் கீழ் அங்க நாட்டு அரசனாகப் பிரகடனம் செய்கிறேன். இதுவரை கௌரவர்களின் வசம் இருந்த, மகத நாட்டிற்கு அடுத்து இருக்கின்ற அங்க நாடு, இக்கணத்திலிருந்து கர்ணனுக்குச் சொந்தம். கர்ணன் இப்போது அங்க நாட்டு அரசன்!"

அவன் அந்த அரங்கம் நெடுகிலும் தன் பார்வையை ஓடவிட்டு எல்லோருடைய சம்மதத்தையும் பெற்றான். எந்தப் பக்கத்திலிருந்தும் எந்தவொரு முணுமுணுப்பும் எழவில்லை. அவன் தன்னுடைய வளைவான, அடர்த்தியான புருவங்களை மேலும் வளைத்து. தன்னுடைய கைகளைத் தட்டி ஒரு பணியாளனை வரவழைத்தான். மறுகணம், அந்த மேடையில் ஏகப்பட்டப் பணியாளர்கள் வந்து நின்றனர். அவன் அவர்களுக்கு முறையான கட்டளைகளைப் பிறப்பித்தான்: "ஓர் அரியணையைக் கொண்டு வா! அபிஷேகத்திற்கான நீரைக் கொண்டு வா! புரோகிதரை அழைத்து வா!"

சிறிது நேரத்தில், பொன்னாலான ஓர் அரியணை அந்த மேடையின் நடுவே வைக்கப்பட்டது. பிறகு, அபிஷேகத்திற்கான நீரும் ராஜவஸ்திரமும் கொண்டு வரப்பட்டன. அவற்றோடு, ஒரு பொற்கிரீடமும் ஒரு வெள்ளி வாளும் கொண்டுவரப்பட்டன. இரண்டு முதிய பிராமணர்கள் அப்பணியாளர்களுக்குப் பின்னால் வந்தனர். அந்த அரங்கில் கூடியிருந்த அனைவருக்கும் மலர்கள் விநியோகிக்கப்பட்டன. சந்தன எண்ணெய் மற்றும் கஸ்தூரி எண்ணெயின் நறுமணம் வீசத் தொடங்கியது. முரசுகளும் துந்துபிகளும் இசைக்கத் தொடங்கின. அந்த ஒட்டுமொத்த அரங்கமும் ஒரு மங்கலத் திருவிழாவுக்கான ஓர் அரங்கமாக மாற்றப்பட்டது. அங்கே என்ன நிகழ்ந்து கொண்டிருந்தது

என்பதை யாராலும் ஊகிக்க முடியவில்லை.

மக்கள் எல்லோரும், "மதிப்பிற்குரிய மன்னர் மனுவின் காலத்திலிருந்து நம்முடைய திருதராஷ்டிர மன்னரின் இன்றைய காலம்வரை இது போன்ற ஒரு முடிசூட்டு விழா இந்த அஸ்தினாபுரத்தில் நிகழ்ந்ததாக நாம் ஒருபோதும் கேள்விப்பட்டதில்லையே!" என்று தங்களுக்கிடையே கிசுகிசுப்பாகப் பேசிக் கொண்டனர்.

"ஆனால், முடிசூட்டு விழாவுக்குப் பிறகு என்ன நிகழும்? அந்த ஒற்றைக்கு ஒற்றைச் சண்டையின் முடிவு என்னவாக இருக்கும்?"

முடிசூட்டு விழாவுக்கான எல்லா ஏற்பாடுகளும் செய்யப்பட்டப் பிறகு, இளவரசன் துரியோதனன் என்னுடைய கையைப் பிடித்து என்னைக் கூட்டிச் சென்று அந்த அரியணையின்மீது அமர வைத்தான். அந்த முதிய பிராமணர்கள் புனித மந்திரங்களை ஏற்ற இறக்கங்களுடன் இனிமையாக இசைக்கத் தொடங்கினர். சிறிது நேரத்திற்கு முன்பு, கைதட்டல்களும் கூச்சல்களும் காரசாரமான விவாதங்களும் நிலவிய அந்த அரங்கில், இப்போது மந்திரங்களின் எதிரொலி மட்டுமே கேட்டது. ஆரியவர்த்தத்தின் நதிகளான கங்கை, யமுனை, சரஸ்வதி, சிந்து, கோமதி, மற்றும் பல நதிகளின் புனித நீர் என்னுடைய தலைமீது தெளிக்கப்பட்டது. ஒருபுறம், இந்தப் பல்வேறு நதிகளின் நீரால் என் தலை நனைந்தது. மறுபுறம், இளவரசன் துரியோதனன் என்மீது பொழிந்து கொண்டிருந்த தூய அன்பால் என் மனம் நனைந்தது. அவன் எவ்வளவு விரைவாக எனக்கு உதவினான்! அவனுக்கு எவ்வளவு தாராளமான மனம்! அவன் மட்டும் இன்று என்னை மீட்க வந்திருக்காவிட்டால் என்ன நிகழ்ந்திருக்கும்? அந்த எண்ணமே என்னை நடுநடுங்கச் செய்தது. நான் என் வாழ்வில் ஒருசில நபர்களை மட்டுமே நேசித்தேன். நான் அவர்களை கவனமாகத் தேர்ந்தெடுத்திருந்தேன்: என்னுடைய பெற்றோர், என் சகோதரன், பிறகு அசுவத்தாமன், அடுத்துப் பிதாமகர் பீஷ்மர், இப்போது இளவரசன் துரியோதனன். ஆனால், இளவரசன் துரியோதனனின் விஷயம் மற்ற அனைவரிடமிருந்தும் வேறுபட்டிருந்தது. ஏனெனில், அவமானப் படுகுழியில் ஆழமாக விழுந்து கிடந்த என்னை அவன் தன் சொந்தக் கைகளால் தூக்கி உயர்த்தியிருந்தான். அடையாளமற்று இருந்த ஒருவனை, கண்ணிமைக்கும் நேரத்தில் அவன் ஓர் அரசனாக ஆக்கியிருந்தான். அரியணையின்மீது அமர்ந்திருந்த நான், இளவரசன் துரியோதனனுக்காக என் இதயத்தில் என்றென்றும் ஒரு தனிச்சிறப்பான இடத்தை ஒதுக்கப் போவதாகத் தீர்மானித்தேன்.

அவன் என் பொன்னிறத் தலைமுடியின்மீது அந்தப் பொற்கிரீடத்தை வைத்து, ராஜவஸ்திரத்தை என் தோள்களைச் சுற்றிப் போர்த்தினான். பிறகு அந்த வெள்ளி வாளைத் தன் தலைக்கு மேலே உயர்த்தி, அதை ஆட்டிக் கொண்டே, "கர்ணன், அங்க நாட்டு அரசன்-" என்று பிரகடனம் செய்தான். மற்றவர்கள் ஒரே குரலில், "வாழ்க! வாழ்க!" என்று கோஷமிட்டனர்.

இப்படிப்பட்டத் துணிச்சலை வெளிப்படுத்தியதற்காக துரியோதனன் குறித்து என் மனத்தில் நன்றி கலந்த மரியாதை நிரம்பியது. விவரிக்கப்பட முடியாத ஓர் ஆனந்தம் தாமரை மலர்களைப் போன்ற அவனுடைய கண்களில் மின்னியது. நான் அவனை இறுக்கமாக அணைத்துக் கொள்ள விரும்பினேன். துரியோதனன்

எனக்குக் கொடுத்தப் பட்டத்தை அஸ்தினாபுரத்து மக்கள் சத்தமாக முழங்கினர்: “அங்க நாட்டு அரசர்! அங்க நாட்டு அரசர்!” சூத புத்திரன் கர்ணன் ஓர் அரசனாக ஆகியிருந்தான்! ஆறு ஆண்டுகளில் துரோணராலும் கிருபராலும் செய்ய முடியாத ஒன்றை, அவர்களால் தங்கள் வாழ்நாள் முழுவதிலும்கூடச் செய்திருக்க முடியாத ஒன்றை, துரியோதன் இன்று ஒரு கணத்தில் சாதித்திருந்தான். சிறந்த கதாயுத வீரனான துரியோதனன்! இளவரசன் துரியோதனன்! அநியாயத்தை எதிர்த்த துரியோதனன்! வீரத்தை அங்கீகரித்த துரியோதனன்! இல்லையில்லை, என்னுடைய நண்பன் துரியோதனன்! என் உயிரினும் மேலான தோழன் துரியோதனன்! ஆழ்ந்த நன்றியுடன்கூடிய இரண்டு சொட்டுக்கள் கண்ணீர் என் கண்களில் துளிர்த்தன. அவை துரியோதனனிடம், “இளவரசனே, மண்மீது கிடந்த ஒரு தாமரையை எடுத்து இன்று நீ ஒரு கிரீடத்தில் சூட்டியிருக்கிறாய். புழுதியில் கிடந்த ஓர் ஆபரணத்தை எடுத்து அதை நீ அரவணைத்திருக்கிறாய். நான் அவமானப்படுத்தப்பட்டபோது நீ எனக்கு ஆதரவாக நின்றாய். இனி என் வாழ்க்கை எப்போதும் உன்னுடையதுதான்,” என்று கூறியதுபோல இருந்தது.

அந்த அரங்கத்தில் கூடியிருந்த அனைத்து மக்களும் எல்லாப் பக்கங்களிலிருந்தும் என்மீது மலர்களைப் பொழிந்தனர். அவர்களுடைய அன்பால் என் இதயம் நிரம்பியது. நான் இப்போது அந்த ஒற்றைக்கு ஒற்றைச் சண்டையில் பங்கு கொண்டாலும், அதனால் எனக்கு எந்த பாதிப்பும் இருக்காது. ஏனெனில், ஒரு வீர மரணத்தை எதிர்கொள்ளுவதற்கான இந்த வாய்ப்பு எனக்கு வேறு எங்கே கிடைக்கும்? மக்கள் மலர்மாரி பொழிந்த ஒரு வீரனுக்கு மரணம்! எனவே, துரியோதனனுக்காக நான் இன்று இந்த ஒற்றைக்கு ஒற்றைச் சண்டையில் பங்கு கொள்ளுவேன். என்னுடைய ஆறு வருடப் பழியை இன்று நான் தீர்க்கப் போகிறேன். இரவு பகலாக நான் செய்த ஒற்றைக்கு ஒற்றைப் பயிற்சி இன்று உச்சகட்ட சோதனையை எதிர்கொள்ளும். என்னுடைய கைகளின் வலிமை இன்று தீர்மானிக்கப்படும். அர்ஜுனன் இன்று உயிரிழப்பான்.

எனக்கு இன்னோர் ஆசீர்வாதம் தேவைப்பட்டது. என் தாயின் ஆசீர்வாதம்! அவர் மட்டும் இன்று இந்த அரங்கத்தில் இருந்திருந்தால், அவர் நிச்சயமாக என்னை நோக்கி ஓடி வந்து என்னைத் தன் மார்போடு சேர்த்து அணைத்திருந்திருப்பார். அவர் என்னுடைய இளவயதில் எப்படி என்னை முத்தமிட்டாரோ, அதேபோல இப்போது எல்லோர் முன்னிலையிலும் என் தலையின்மீதும் என்னுடைய குண்டலங்கள்மீதும் முத்தமழை பொழிந்திருப்பார். தன் மகன் ஒரு மன்னனாக முடிசூட்டப்படுவதைப் பார்க்கும்போது எந்தத் தாயால்தான் தன்னுடைய மகிழ்ச்சியைக் கட்டுப்படுத்திக் கொள்ள முடியும்? ஆனால் என் தாயார் இன்று அந்த அரங்கில் இல்லை. என் தந்தை மட்டும் அன்று அஸ்தினாபுரத்தில் இருந்தார். ஆனால் இந்தப் பெருங்கூட்டத்தில் அவர் எங்கே இருந்தார் என்று எனக்குத் தெரியவில்லை.

என் கண்கள் அந்த அரங்கை ஆய்வு செய்தன. தூரத்தில், முக்கிய வாசலின் அருகே என் தந்தை நின்று கொண்டிருந்தார்.

அவர் மிகவும் களைத்துக் காணப்பட்டார். ஆறு ஆண்டுகளுக்குள் அவருடைய தலைமுடி மொத்தமாக நரைத்திருந்தது. அவருடைய முதுகு வளைந்திருந்தது. முதுமையின் விளைவால் அவருடைய கழுத்து நடுங்கியது. அவர் தன் கைத்தடியைப் பிடித்தபடி மிகவும் சிரமப்பட்டு அங்கு நின்றார். தன்னுடைய மகனுக்குக் கொடுக்கப்பட்டக் கைதட்டல்களைக் கேட்டு அவர் எத்தகைய உணர்வை அனுபவித்துக் கொண்டிருப்பார்? தன் மகனுக்கு அருகில் போய் நிற்க அவர் எவ்வளவு பரிதவிப்பார்! ஆனால் அவர் என்னை வந்தடைவதற்கு அவருக்கு உதவ யார் இருந்தார்கள்?

நான் என்னோடு நின்ற ஷோனைப் பார்த்தேன். என் கண்களில் இருந்த செய்தியை அவன் உடனடியாக ஊகித்துவிட்டான் என்று நான் நினைக்கிறேன். அவன் அந்த மேடையின் படிகள் வழியாக வேகமாகக் கீழே இறங்கி, கூட்டத்தின் நடுவே காணாமல் போனான். அவன் தன்னுடைய இரண்டு கைகளாலும் கூட்டத்தை விலக்கிக் கொண்டு எங்கள் தந்தையிடம் போய்ச் சேர்ந்தான். அவன் ஒரு கையால் அவருடைய கையைப் பிடித்துக் கொண்டு, மற்றொரு கையால் கூட்டத்தை விலக்கியபடி, நான் இருந்த திசை நோக்கி வந்தான். நான் அரியணையிலிருந்து எழுந்தேன். நான் ஒற்றைக்கு ஒற்றைச் சண்டையில் போட்டியிடவிருந்ததாக நான் அறிவிக்கவிருந்ததாக மக்கள் நினைத்தனர். ஆனால் என் மனம் என் தந்தையை சந்திக்க ஆவலாக இருந்தது. எனக்கு அவருடைய ஆசீர்வாதம் தேவைப்பட்டது.

ஷோன் அவரை விரைவில் மேடைக்கு அழைத்து வந்தான்.

நான் அணிந்திருந்த பொற்கிரீடத்தைப் பார்த்ததும் அவருடைய கழுத்து இன்னும் அதிகமாக நடுங்கத் தொடங்கியது. அவருடைய கைத்தடி தள்ளாடியது. அவருடைய கண்களில் கண்ணீர் நிரம்பியது. நான் குனிந்து, கிரீடம் சூட்டப்பட்டிருந்த என்னுடைய தலையால் அவருடைய பாதங்களைத் தொட்டேன். அவருடைய கண்களிலிருந்து இரண்டு சொட்டுக்கள் கண்ணீர் என் தலைமீது விழுந்தது. அவருடைய ஆசி எனக்குக் கிடைத்துவிட்டது. கங்கை, யமுனை, சரஸ்வதி மற்றும் பிற நதிகளின் புனித நீரால் ஏற்கனவே தூய்மைப்படுத்தப்பட்டிருந்த என்னுடைய தலையில் இப்போது அன்பு கலந்த இந்த இரண்டு சொட்டுக்கள் கண்ணீர் விழுந்தன. இப்போது அங்க நாட்டு அரசனின் முடிசூட்டு விழா உண்மையிலேயே முழுமையடைந்திருந்தது. இந்த இரண்டு சொட்டுக்கள் கண்ணீரைவிட அதிகத் தூய்மையான நீர் வேறு ஏதேனும் இருக்க முடியுமா?

என்னால் என் தந்தை அனுபவித்திருந்த எண்ணற்றக் கஷ்டங்களை நான் நினைத்துப் பார்த்தபோது என் தொண்டை அடைத்தது.

அவர் என்னைத் தொட்டுத் தூக்கி, தழுதழுப்பான ஒரு குரலில், “கர்ணா!” என்று அழைத்தார்.

நான் அதே உணர்ச்சிகரமான குரலில், “தந்தையே!” என்று பதிலளித்தேன்.

அவர் என்னை இறுக்கமாகக் கட்டித் தழுவினார். அவருடைய கைத்தடி அவருடைய கையிலிருந்து நழுவிக் கீழே விழுந்தது. நாங்கள் இருவரும் கட்டியணைத்து நின்றதை அந்த அரங்கம் மூச்சுவிட மறந்து அமைதியாகப் பார்த்தது. ஒரு கணம், மேடையின்மீது

உண்மையில் என்ன நிகழ்ந்து கொண்டிருந்தது என்பது அவர்கள் யாருக்கும் தெரியவில்லைபோலத் தோன்றியது. அவர்கள் ஒற்றைக்கு ஒற்றைச் சண்டையைப் பார்ப்பதற்காகப் பொறுமையாகக் காத்துக் கொண்டிருந்தனர்.

நான் "தந்தையே!" என்று அழைத்து என் தந்தையின் பாதங்களைத் தொட்டு வணங்கியதைக் கிருபர் பார்த்தார். அவர் உடனடியாக முன்னால் வந்து தன் கையை உயர்த்தி, ஓர் உரத்தக் குரலில், "கர்ணன் ஒரு சூதனின் மகன். அவனுக்கும் இளவரசன் அர்ஜுனனுக்கும் இடையே ஒற்றைக்கு ஒற்றைச் சண்டை என்ற கேள்விக்கே இடமில்லை. கர்ணன் திருதராஷ்டிர மன்னரின் தேரோட்டியான அதிரதனின் மகன்," என்று கூறினார்.

இதைக் கேட்டவுடன், இளவரசர்களுக்கு இடையே அமர்ந்திருந்த, பெருத்த உடலைக் கொண்ட பீமன் எழுந்து, தன்னுடைய விரல்களை என்னை நோக்கி ஏளனமாகச் சுழற்றியபடி, "குருதேவர் கிருபர் அவர்களே, நீங்கள் என்ன சொல்லுகிறீர்கள்? இவன் ஒரு சூத புத்திரனா? அப்படியென்றால், வீரர்களுக்கு இடையே அவன் இங்கு என்ன செய்து கொண்டிருக்கிறான்? போய் அவனுடைய குடும்பத் தொழிலை கவனிக்கும்படி அவனிடம் கூறுங்கள். போய் ஒரு சாட்டையைக் கையிலெடுக்கும்படி கூறுங்கள். அவன் உடனடியாக இங்கிருந்து வெளியேற வேண்டும்! லாயங்களில் உள்ள குதிரைகளின் உடல்களைப் பிடித்துவிட்டு, அவன் அவற்றின் சாணத்தை அள்ளட்டும்! கௌரவ வம்சத்தின் இந்தப் புகழ்மிக்க மேடையில் ஏறுவதற்கான உரிமையை எது அவனுக்குக் கொடுத்தது? என்ன துணிச்சல்!" என்று கத்தினான்.

இதைக் கேட்டு எல்லா இளவரசர்களும் என்னை இகழும் விதமாகச் சிரித்தனர். எல்லா இடங்களிலும் சத்தம் அதிகரித்தது. மக்கள் ஒருவருக்கொருவர் கிசுகிசுப்பாக, "சூத புத்திரன்! சூத புத்திரன்!" என்று கூறத் தொடங்கினர். என் மனம் வேதனையடைந்தது. எனக்கு அழ வேண்டும்போலத் தோன்றியது - அரியணையின்மீது அமர்ந்தபடியே!

"சூத புத்திரன்! சூத புத்திரன்!" இந்த வார்த்தைகள் மேன்மேலும் சத்தமாக ஒலித்து, எரியும் முனைகளைக் கொண்ட அம்புகளைப்போல என்னுடைய காதுகளைத் தாக்கின.

உண்மைக்கும் பொய்க்கும் இடையேயான வேறுபாட்டை அறிவதற்கான திறனை அஸ்தினாபுரம் இன்று இழந்துவிட்டிருந்ததா? அநியாயத்திலிருந்து நியாயத்தைப் பிரித்தறிவதற்கான சுடர் அஸ்தினாபுரத்தில் இன்று அணைந்துவிட்டதா? கர்ணனின் நொறுங்கிப் போன இதயத்தின் அழுகுரலைக் கேட்பதற்குப் போதுமான துணிச்சலைக் கொண்ட ஒருவர்கூட அஸ்தினாபுரத்தில் இல்லையா? கர்ணனின் துயரமான மனத்தைப் பார்க்கும் துணிச்சல் யாருக்கும் இல்லையா? மன்னர் மனுவின் அஸ்தினாபுரம், புகழ்பெற்ற மன்னர் நகுஷனின் அஸ்தினாபுரம், எல்லாவற்றையும் வென்ற யயாதியின் அஸ்தினாபுரம், சாந்தனு, துஷ்யந்தன், பரதன் ஆகியோரின் அஸ்தினாபுரம், மக்களுடைய மனங்களில் இன்றும் நீக்கமற நிறைந்துள்ள குருதேவர்களின் அஸ்தினாபுரம் இன்று ஏன் ஒளியிழந்து இருந்தது? அநியாயத்தை எதிர்த்துத் துணிச்சலோடு போராடுவதற்கான தன்னம்பிக்கை அஸ்தினாபுரத்திடம் இன்று எப்படி இல்லாமல் போயிற்று? இந்தக்

கர்ணனனுக்கு அநியாயம் இழைக்கப்பட்டிருந்தது. வீரர்களுக்கான மேடையில் இன்று ஒரு வீரன் அவமானப்படுத்தப்பட்டிருந்தான். பொய்களின் பலிபீடத்தில் உண்மை பலி கொடுக்கப்பட்டுக் கொண்டிருந்தது. ஆனாலும்கூட, தர்மத்தைப் பின்பற்றிய விதுரர், திருதராஷ்டிரர், பிதாமகர் பீஷ்மர் ஆகியோர் கவிழ்ந்த தலைகளுடன் அதை சகித்துக் கொண்டிருந்தனர். அவர்கள் எப்போது பேசுவார்கள்? அவர்கள் என்ன கூறுவார்கள்? அவர்கள் ஏன் மௌனமாக இருந்தனர்? அவர்கள்மீது நான் கொண்டிருந்த மரியாதையை ஒரு கணம் ஒதுக்கி வைத்துவிட்டு, அவர்களிடம் இக்கேள்விகளைக் கேட்க விரும்பும் கட்டாயத்திற்கு நான் தள்ளப்பட்டிருந்தேன். நான் என் மனத்திற்குள் அவர்களிடம் இவ்வாறு கேட்டேன்: “நீங்கள் எல்லோரும் வெறுமனே ஒரு பொற்கிரீடத்தை அணிந்து கொண்டு ஓர் உயரமான இருக்கையில் அமருவதற்காகத்தான் பிறந்தீர்களா? அஸ்தினாபுரத்தின் சாலைகள்மீது, வேகமான மற்றும் பெருமிதம் கொண்ட குதிரைகளால் வேகமாக இழுத்துச் செல்லப்படுகின்ற தேர்களில் வெறுமனே உலா வருவதற்காக மட்டுமே நீங்கள் பிறந்திருக்கிறீர்களா? நீங்கள் எல்லோரும் ஏன் இன்று மௌனமாக இருக்கிறீர்கள்? இந்தக் கர்ணனுக்கு இழைக்கப்பட்டுக் கொண்டிருக்கின்ற அநியாயத்தை எதிர்த்துக் குரல் கொடுக்க உங்களுக்கு ஏன் துணிச்சல் இல்லை? மக்களால் நம்பிக்கையோடு தங்கள் மன்னரை அணுக முடியாவிட்டால், அவர்கள் வேறு யாரிடம் போவார்கள்?” நான் மிகுந்த நம்பிக்கையோடு அரசகுல உறுப்பினர்களைப் பார்த்தேன். ஆனால் அவர்கள் எல்லோரும் மௌனமாக இருந்தனர். மாறாக, அந்த அரங்கின் எல்லாப் பக்கங்களிலிருந்தும், “சூத புத்திரன்! சூத புத்திரன்!” என்ற குரல்கள் ஓங்கி ஒலித்தன. அவர்கள் தங்கள் முஷ்டிகளை மடக்கிக் கொண்டு, தென்மேற்குத் திசையைப் பார்த்து, “சூத புத்திரன்! குதிரைக்காரன்!” என்று ஆக்ரோஷமாகக் கத்தினர்.

என்னவொரு பைத்தியக்கார உலகம்! ஒருசில நிமிடங்களுக்கு முன்பு அது கர்ணனைப் புகழின் உச்சாணிக் கொம்பின்மீது தூக்கி உட்கார வைத்திருந்தது, உரத்தக் குரலில் அவனுடைய புகழைப் பாடிக் கொண்டிருந்தது. இப்போது அது அவனை ஏற்கனவே இழிவுபடுத்தத் தொடங்கியிருந்தது. என் தலை சுற்றியது. நான் என் கிரீடத்தைக் கழற்றி அஸ்தினாபுரத்தின் புழுதியின்மீது வீசியெறிய விரும்பினேன். நான் என்னுடைய குண்டலங்களால் என் காதுகளை அடைத்துக் கொண்டு, என் உள்ளங்கைகளால் என் காதுகளைப் பொத்தினேன். நான் கதியற்றவனாக வானத்தை ஏறிட்டுப் பார்த்தேன். அங்கு என் குருதேவர் நின்று கொண்டிருந்தார். நான்கு திசைகளிலிருந்தும் தாக்குதலுக்கு ஆளாகியிருந்த என்னுடைய மனம், என்னுடைய குருதேவரின் எண்ணற்றக் கதிர்கள் எனும் விரல்களைப் பிடித்துக் கொண்டு, அவற்றை ஆக்ரோஷமாக உலுக்கி, என் மனத்திற்குள், “குருதேவா, நீங்கள் வானத்தில் பிரகாசமாக ஒளிர்ந்து கொண்டிருக்கிறீர்கள். ஆனால், உங்கள் முன்னிலையில் நான் இன்று கொடூரமாக அவமானப்படுத்தப்பட்டுள்ளேன். நான் ஏன் ஒரு தேரோட்டியாகப் படைக்கப்பட்டேன்? நான் ஒரு தேரோட்டியாக இருப்பது என்னுடைய தவறா? தன்னுடைய பிறப்பை யாராலேனும் தேர்ந்தெடுக்க முடிந்துள்ளதா? அஸ்தினாபுரத்தின் குடிமக்கள் இன்று

ஒரு மாணவனை அவனுடைய குருவின் முன்னிலையில் இகழ்ந்து கொண்டிருக்கின்றனர். நான் என்ன செய்வது? அவர்கள் எல்லாப் பக்கங்களிலிருந்தும் என்னைத் தாக்கிக் கொண்டிருக்கின்றனர். நான் எங்கே சென்று ஒளிந்து கொள்ளுவது?" என்று கேட்டேன். பிறகு அவமானத்தால் என் இரண்டு கைகளாலும் என் முகத்தை மூடினேன். நான் மரண வேதனையை அனுபவித்துக் கொண்டிருந்தேன். நான் இருந்த மேடை இரண்டாகப் பிளந்து பூமி என்னை அப்படியே விழுங்கிவிடாதா என்று நான் ஏங்கினேன்.

எங்கோ எழுந்த ஒரு குழப்பச் சத்தம் கேட்டு நான் என் தலையை உயர்த்தினேன். எல்லாப் பணியாளர்களும் அரசகுலப் பெண்கள் அமர்ந்திருந்த அடைப்பிடத்தை நோக்கி விரைந்து கொண்டிருந்தனர். ஒருவன் மேடையை நோக்கி ஓடி வந்து, நீலத் தாமரை மாலையை அணிந்திருந்த அர்ஜுனனிடம், "இளவரசே, ராஜமாதா குந்தி தேவி மயங்கி விழுந்துள்ளார்," என்று கிசுகிசுப்பாகக் கூறினான். அர்ஜுனன் தன்னுடைய மாலையைக் கழற்றி வீசிவிட்டு, மேடையைவிட்டுக் கீழே இறங்கி, அந்த அடைப்பிடத்தை நோக்கி ஓடினான். இவ்வளவு நேரமும் பார்வையாளர்கள், "சூத புத்திரன்! சூத புத்திரன்!" என்று கோஷமிட்டுக் கொண்டிருந்தனர்.

என்னுடைய கிரீடத்தைக் கழற்றி வைத்துவிட்டு என்னுடைய தந்தையை அழைத்துக் கொண்டு அங்கிருந்து வெளியேறும் நோக்கத்துடன் நான் என் கிரீடத்தைத் தொட்டேன். அப்போது என் முதுகின்மீது யாரோ தட்டியதை நான் உணர்ந்தேன். துரியோதனன்தான் என் முதுகைத் தட்டியிருந்தான். அவன் தன்னுடைய இடது கையால் என் முதுகை வருடிக் கொடுத்துக் கொண்டே, தன்னுடைய வலது முஷ்டியை மடக்கி உயர்த்தி, "கர்ணா, நீ அங்க நாட்டு அரசன் என்பதை மறந்துவிடாதே. நீ துரியோதனனின் நண்பன். நீ ஒரு சூதனின் மகன் என்று உன்னை எள்ளி நகையாடுகின்ற ஆணவக்காரர்களின் தலைகளை நான் என் பாதங்களுக்கு அடியில் போட்டு நசுக்கிவிடுவேன். கர்ணா, நீ இனியும் வெறும் கர்ணன் அல்லன். நீ அங்க நாட்டு அரசன் கர்ணன். இளவரசன் துரியோதனனின் நண்பன் கர்ணன்," என்று கூறினான். அவனுடைய தாமரைக் கண்கள் நெருப்பை உமிழ்ந்தன. அவன் அங்கிருந்த எல்லோரையும் பார்த்துச் சத்தமாக மீண்டும் இப்படிக் கூறினான்: "இந்த அரங்கம் கௌரவ வம்சத்தின் புகழ்மிக்க வீரர்களுக்கு ஒதுக்கப்பட்டுள்ளது. எந்த வீரனும் இங்கு இகழப்படுவது பொறுத்துக் கொள்ளப்பட மாட்டாது. இன்றைய நிகழ்ச்சிகள் முடிவடைந்துவிட்டன. குடிமக்கள் அனைவரும் வீடு திரும்பலாம்." பிறகு, அவன் துரோணர் இருந்த திசையைக்கூடத் திரும்பி பார்க்காமல் அன்றைய நிகழ்ச்சிகளை நிறைவு செய்தான்.

குடிமக்கள் அனைவரும் எழுந்து அங்கிருந்து புறப்படத் தயாராயினர். நீலத் தாமரை மாலை அவர்களுடைய பாதங்களுக்கு அடியில் மிதிபட்டுக் கசங்கியது. தோற்கடிக்கப்பட முடியாத அந்த மாலை இப்போது மண்ணில் கிடந்தது!

உணர்ச்சி மேலிட நான் துரியோதனனைக் கட்டித் தழுவினேன். "இன்றிலிருந்து இந்தக் கர்ணன் இளவரசன் துரியோதனனின் நண்பன். அவனுடைய உடல், மனம், வலிமை, ஆயுதங்களைப் பற்றிய அறிவு

ஆகிய அனைத்தும் இளவரசன் துரியோதனனின் சேவைக்காக மட்டுமே இருக்கும்," என்று என் மனத்தில் உறுதி பூண்டுவிட்டு, நான் அவனுடைய கையை எடுத்துக் கனிவாக அழுத்தி, "இளவரசே, அங்க நாட்டு அரசன் கர்ணனாகிய நான் இன்று உனக்கு ஒரு வாக்குக் கொடுக்கிறேன்: இன்று நீ எத்தகைய வலிமையோடு எனக்கு உதவியுள்ளாயோ, அதே வலிமையோடு என் வாழ்நாள் முழுவதும் உனக்கு நான் விசுவாசமாக இருப்பேன். உனக்காக நான் என் உயிரை வேண்டுமானாலும் கொடுப்பேன், ஆனால் என்னுடைய விசுவாசத்திலிருந்து நான் ஒருபோதும் வழுவ மாட்டேன்," என்று கூறினேன்.

இளவரசன் துரியோதனன் என்னுடைய குண்டலங்களை ஒரு கணம் பார்த்தான். குடிமக்கள் எல்லோரும் அங்கிருந்து புறப்பட்டுப் போயிருந்தனர். அந்த அரங்கம் வெறுமையாக இருந்தது. ஷோன், துரியோதனன், நான் மற்றும் என் தந்தை அந்த மேடையைவிட்டுக் கீழே இறங்கினோம். மறைந்து கொண்டிருந்த சூரியனுக்கு என்னுடைய இறுதி வணக்கத்தைத் தெரிவிக்கும் நோக்கத்துடன் நான் மேற்கு நோக்கிப் பார்த்தேன். ஒரு கருமேகம் சூரியனைச் சூழ்ந்திருந்தது. அந்த அந்தி வெளிச்சத்தில், அந்த அரங்கத்தில் இருந்த அத்தனைச் சிறிய மைதானங்களும் விநோதமான வடிவங்களில் தெரிந்தன. குதிரைகளுக்கான பகுதியில் இருந்த குதிரைகள் வெறுமனே அங்குமிங்கும் சுற்றித் திரிந்து கொண்டிருந்தன. கௌரவர்களின் அரசச் சின்னத்தின்மீது ஷோன் வைத்திருந்த மாலை இன்னும் அங்குதான் இருந்தது, ஆனால் அது வாடிப் போயிருந்தது. கௌரவர்களின் கொடி இப்போது அசையாமல் இருந்தது.

37

மற்ற நாட்களைப் போலன்றி, அன்றிரவு என்னால் தூங்க முடியவில்லை. காலையிலிருந்து நிகழ்ந்திருந்த சம்பவங்கள் என் கண்முன்னே தொடர்ந்து நடனம் புரிந்து கொண்டிருந்தன. ஒரே நாளில் எவ்வளவு கொந்தளிப்புகளும் குழப்பங்களும் நிகழ்ந்திருந்தன! நான் ஒரு சூத புத்திரனாக இருந்தது இன்று ஏன் எனக்கு அவ்வளவு வேதனையளிப்பதாக இருந்தது? காலதேவன்கூட ஒரு தேரோட்டிதானே? அவர் தன்னுடைய சவுக்கைக் கொண்டு மனிதக் குதிரைகளை எவ்வளவு வேகமாக ஓட்டுகிறார்! இன்றைய சம்பவங்களை ஒரு சோதிடர் கணித்து என்னிடம் கூறியிருந்தால், நான் நிச்சயமாக அவரை நம்பியிருக்க மாட்டேன். ஆனால் அந்த சம்பவங்கள் உண்மையில் நிகழ்ந்தன. முதலில், மாவீரன் கர்ணனை மக்கள் பாராட்டினர், பிறகு அவன் ஒரு சூத புத்திரன் என்பதற்காக அவர்கள் அவனை ஏளனம் செய்தனர். யாரைத் தேரோட்டி என்று மற்றவர்கள் அழைத்தனரோ, துரியோதனன் அவனை நண்பன் என்று அழைத்தான். துரியோதனன்! அசாதாரணமான துணிச்சல்காரன்! நான் அனுபவித்திருந்த அவமானத்திற்காகப் பழி வாங்குவதைப் பற்றி ஏன் அவன் ஒருவன் மட்டும் யோசித்தான்? அவன் என்னை நேசித்ததாலா அல்லது அவன் அர்ஜுனனை வெறுத்ததாலா? அல்லது, அவன் பீமன்மீது கோபம்

கொண்டிருந்ததாலா? என் மனத்தின் ஓர் இடுக்கிலிருந்து ஒரு சந்தேக எறும்பு வெளிவந்தது. இரவு முழுவதும் இருப்புக் கொள்ளாமல் நான் என் படுக்கையில் புரண்டேன். தூக்கம் வர மறுத்தது. ஓர் உரத்தச் சத்தம் கேட்டு பயத்தால் துள்ளுகின்ற ஒரு கன்றுக்குட்டியைப்போலத் தூக்கம் துள்ளிக் கொண்டிருந்தது. நான் எவ்வளவு அழைத்தும் என் கண்களெனும் கூட்டுக்குள் அது வர மறுத்தது.

ஆயுதப் பயிற்சிப் பள்ளியில் நான் என் அறையைவிட்டு வெளியே வந்தேன். பௌர்ணமி நிலவு பூமியின்மீது தன்னுடைய வெள்ளி நிற ஒளியைப் பொழிந்து கொண்டிருந்தது. தூரத்தில் இருந்த அருந்ததி நட்சத்திரம், அந்த நிலவு பூமியின்மீது காட்டிய தாராளத்தைக் கண்டு வெறுப்போடு தன் கண்களைச் சிமிட்டிக் கொண்டிருந்தது. சந்தேக மேகங்கள் என்னுடைய மனத்திலிருந்து கலைந்து சென்றன. கங்கையின் குளிரலைகள் என்னுடைய தோள்களை வருடி, "வா, என்னுடைய எண்ணற்றப் புதல்விகள் வெள்ளி ஆடையணிந்து நடனமாடிக் கொண்டிருப்பதைப் பார்," என்று என்னை அழைத்ததுபோலத் தோன்றியது.

நான் என்னுடைய அங்கவஸ்திரத்தால் என் உடலைப் போர்த்திக் கொண்டு அந்த ஆயுதப் பயிற்சிப் பள்ளியைவிட்டு வெளியே வந்தேன். அப்பள்ளியின் பின்பக்கத்தில் கங்கை ஓடிக் கொண்டிருந்தது. அருகிலிருந்த ஓர் அசோக மரத்தின் கிளையின்மீது அமர்ந்திருந்த ஏதோ ஒரு பறவை அவ்வப்போது தன்னுடைய சிறகுகளை அடித்துக் கொண்ட சத்தம் எனக்குக் கேட்டது. நான் கங்கைக் கரையை அடைந்தேன். அது மிகவும் அமைதியாக இருந்தது. என்னவொரு கண்கொள்ளாக் காட்சி! குருவம்சத்தின் எத்தனைப் பரம்பரைகளை அந்நதி பார்த்திருந்தது! எத்தனை மாபெரும் மாற்றங்களின் பிரதிபலிப்பை அது தன் மேனியின்மீது தாங்கியிருந்தது! நான் ஒரு திண்டின்மீது அமர்ந்து, கங்கையின் அழகான வெள்ளி நிற வடிவத்தைப் பார்த்து ரசிக்கலானேன். அப்போது தூரத்தில் ஏதோ ஒரு சலசலப்புச் சத்தம் கேட்டது. ஒரு மனித உருவம் கங்கையாற்றை நோக்கிக் குனிந்தது. தண்ணீர் எடுப்பதற்காக இரவு நேரத்தில் யார் வந்திருந்தார்கள் என்று யோசித்தபடி, "யார் அங்கே?" என்று நான் சத்தமாகக் கேட்டேன்.

ஒரு தண்ணீர்ப் பானையைத் தன்னுடைய தோள்மீது சுமந்தபடி அந்த உருவம் என்னை நோக்கி வந்தது. என் ஆர்வம் அதிகரித்தது. ஒரு பெரிய உடலைக் கொண்ட, வலிமையான, உயரமான ஒருவன் என் முன்னால் வந்து நின்றான். அவன் தன் தோள்மீது அந்தப் பானையைச் சுமந்து கொண்டிருந்ததால், அவனுடைய தலை ஒரு பக்கமாகச் சாய்ந்திருந்தது. அவன் தன்னுடைய பானையை இரண்டு கைகளாலும் தாங்கிப் பிடித்துக் கொண்டு, "என் பெயர் சத்தியசேனன்," என்று கூறினான்.

"சத்தியசேனன்!" நான் என்னுடைய நினைவுகளைக் கிளறிப் பார்க்கத் தொடங்கினேன். அப்பெயரை நான் நிச்சயமாக எங்கோ கேட்டிருந்தேன் என்று எனக்குத் தோன்றியது, ஆனால் அதை எங்கே, எப்போது கேட்டேன் என்பது எனக்கு நினைவிருக்கவில்லை. நான் மீண்டும் அவனிடம், "எந்த சத்தியசேனன்?" என்று கேட்டேன்.

"பிரயாகையைச் சேர்ந்த தேரோட்டி சத்தியசேனன் நான்," என்று

அவன் பதிலளித்தான்.

பிரயாகை! கங்கையும் யமுனையும் சங்கமித்த இடம்! என் ஆர்வம் அதிகரித்தது. நான் அவனிடம் இன்னும் ஒருமுறை, “இரவில் இந்த நேரத்தில், அஸ்தினாபுரத்தில், கங்கைக் கரையில் நீ என்ன செய்து கொண்டிருக்கிறாய்?” என்று கேட்டேன்.

“கௌரவ மன்னரான திருதராஷ்டிரரின் புகழை நான் கேள்விப்பட்டிருந்தேன். தேரோட்டுவதில் எனக்கு இருக்கும் திறமை அஸ்தினாபுரத்தில் மதிக்கப்படும் என்ற நம்பிக்கையில் நான் இங்கு வந்தேன். என் சகோதரி விருசாலியும் என் தாயாரும் என்னுடன் வந்திருக்கின்றனர்.”

“விருசாலி!” இந்த வார்த்தை மிக சுலபமாக என் உதடுகளிலிருந்து வெளிவந்தது.

“ஆமாம். நாங்கள் வெளிச்சத்திலேயே இங்கே வந்து சேர்ந்திருப்போம், ஆனால் எங்களுடைய குதிரைகளில் ஒன்று காம்பில்ய நகரத்தில் அடர்ந்த காட்டில் தன்னுடைய காலைச் சுளுக்கிக் கொண்டதால் நாங்கள் மெதுவாகப் பயணிக்க வேண்டியதாயிற்று. நாங்கள் இப்போதுதான் இங்கு வந்து சேர்ந்தோம்.”

“இரவில் இந்த நேரத்தில் நீ இங்கு வந்து தண்ணீர் எடுத்துச் செல்லும் அளவுக்கு அஸ்தினாபுரத்தின் விருந்தோம்பல் தரம் தாழ்ந்துவிட்டதா?”

“இல்லை, அப்படியில்லை. நாங்கள் இங்கு யாருடனும் தங்கியிருக்கவில்லை. இங்கு எனக்கு யாரையும் தெரியாது. நான் என் தாயாரையும் சகோதரியையும் விஷ்ணு பகவானின் கோவில் வளாகத்தில் விட்டுவிட்டு வந்திருக்கிறேன். இந்த நெடுந்தூரப் பயணத்தால் என் தாயாருக்கு தாகம் ஏற்பட்டுள்ளது. எனவே, அவருக்குத் தண்ணீர் எடுத்துச் செல்லுவதற்காக நான் இங்கு வந்தேன். ஐயா, நீங்கள் யார்?”

“நான் எந்த ஐயாவும் இல்லை. என் பெயர் கர்ணன்,” என்று கூறி நான் அவனுடைய தவறான புரிதலைக் களைந்தேன்.

“கர்ணனா? அப்படியானால், நீங்கள் சம்பாநகரியைச் சேர்ந்த தேரோட்டியான அதிரதன் மாமாவின்...” அவன் இவ்வாறு கூறிவிட்டு என்னுடைய குண்டலங்களைப் பார்த்தான்.

“ஆமாம், நான் அவருடைய மகன்,” என்று நான் கூறினேன்.

அவன் மீண்டும் மீண்டும் என்னுடைய குண்டலங்களைப் பார்த்தான். அவனுடைய தோளின்மீது இருந்த பானையால், அவன் என்னுடைய குண்டலங்களைப் பார்ப்பதற்கு சிரமப்பட வேண்டியிருந்தது. நான் அவனிடம், “இப்போது நீ இங்கிருந்து போகலாம். உன்னால் முடிந்தால், நாளைக்கு ஆயுதப் பயிற்சிப் பள்ளியில் என்னை வந்து பார்,” என்று கூறினேன்.

அவன் தன்னுடைய பானையைத் தன் தோள்மீது சரி செய்தபடி அங்கிருந்து புறப்பட்டுச் சென்றான். அவனுடைய பாதங்களுக்கு அடியில் மணல் தெறித்தது. தென்றல் காற்று என்னை வருடிச் சென்றது. என்னுடைய அங்கவஸ்திரம் நழுவி விழுவதைத் தவிர்ப்பதற்காக, அதன் ஒரு முனையை என்னுடைய வலது தோளுக்கு மேலாகப் போட்டு, என் முதுகின் குறுக்கே அதை இழுத்துப் பிடித்தேன். அப்போது ஏதோ ஒன்று என் முதுகை உரசியதுபோல நான் உணர்ந்தேன். அது என்னவாக இருக்கும் என்று யோசித்தபடியே, என்னுடைய

அங்கவஸ்திரத்தை அவிழ்த்து அப்பொருளை ஆய்வு செய்தேன். அது ஒரு துணியில் பொதிந்து வைக்கப்பட்டு முடிச்சுப் போடப்பட்டிருந்தது. நான் அதை ஆர்வத்தோடு திறந்தேன். அது ஓர் உடைந்த பானைத் துண்டு. நான் என் அறையைவிட்டு வெளியே வந்தபோது, அவசரத்தில் ஒரு பழைய அங்கவஸ்திரத்தை எடுத்துப் போர்த்தியிருந்தேன். அந்தப் பானைத் துண்டைத் தூக்கி வீசிவிடலாம் என்று ஒரு கணம் எனக்குத் தோன்றியது, ஆனால் நான் அப்படிச் செய்யவில்லை. அதை வைத்து விளையாடிக் கொண்டே நான் என் அறைக்குத் திரும்பினேன்.

38

மறுநாள், நான் சத்தியசேனனின் வரவை எதிர்பார்த்துக் காத்திருந்தேன், ஆனால் அவன் வரவில்லை. அவன் ஏன் வரவில்லை என்பதைத் தெரிந்து கொள்ளவும், அவனுக்கு எந்தப் பிரச்சனையும் இல்லை என்பதை உறுதி செய்து கொள்ளவும் ஷோனை விஷ்ணு கோவிலுக்கு நான் அனுப்பி வைத்தேன்.

அவன் திரும்பி வந்து கூறிய கதை என் இதயத்தைத் தொட்டது. முந்தைய இரவில் சத்தியசேனன் கங்கைக் கரையிலிருந்து திரும்பிச் சென்ற சிறிது நேரத்திற்குப் பிறகு, அவனுடைய வயதான தாயார், அந்தக் கடினமான பயணத்தின் விளைவாக ரத்த வாந்தி எடுக்கத் தொடங்கினார். அவர் தன்னுடைய மகனையும் மகளையும் விஷ்ணு பகவானிடம் ஒப்படைத்துவிட்டு அந்தக் கோவில் வளாகத்திலேயே காலமாகிவிட்டார்.

சத்தியசேனனுக்கு நிச்சயமாக உதவி தேவைப்பட்டது. இம்முறை அவனைத் தன்னுடன் அழைத்து வரும்படி கூறி ஷோனை மீண்டும் அக்கோவிலுக்கு நான் அனுப்பி வைத்தேன். சத்தியசேனன் இவ்வளவு பெரிய நகரத்தில் தன்னந்தனியாக இருந்தான். முந்தைய இரவில் கங்கைக் கரையில் நாங்கள் இருவரும் சந்தித்துக் கொண்டது தற்செயலான ஒரு நிகழ்வு. ஒரு மனிதன் தன் வாழ்வில் என்ன செய்ய வேண்டும் என்பதைத் தீர்மானிப்பதே அந்தத் தற்செயலான நிகழ்வுகள்தாம். ஆனால், எல்லாம் தன்னால்தான் நிகழ்கிறது, எல்லாவற்றையும் தான்தான் சாதிக்கிறோம் என்று அவன் நினைத்துக் கொள்ளுகிறான்.

பாகம் இரண்டு

குந்தி

"இளவரசி, பொழுது விடிவதற்குள் இப்பேழையை அசுவ நதியில் நாம் மிதக்கவிட வேண்டும். அந்த நதியைப்போலப் பரந்த மனம் படைத்தவர்கள் ஒருவர்கூட இல்லை. அந்த ஆறு மட்டுமே இக்குழந்தையை ஏற்றுக் கொள்ளும்." - குந்தியின் பணிப்பெண் தாத்ரி

1

“மகாராணி, நீங்கள் ஏன் வருத்தமாக இருக்கிறீர்கள்?” என்று என்னுடைய தாதிப் பெண் கேட்டாள். என் வருத்தத்திற்கான காரணத்தை எந்த வார்த்தைகளில் நான் அவளிடம் எடுத்துரைப்பது? என் வாழ்க்கையில் புயல் போன்ற எத்தனைக் கடினமான திருப்பங்கள் நிகழ்ந்துள்ளன! இந்தத் திருப்பங்களின் முக்கியத்துவம் என்ன? மனிதர்கள் இந்தத் திருப்பங்களைத் தேர்ந்தெடுக்கும்படி செய்வது எது? மனிதர்களை இந்த உலகில் யார் ஆட்டுவிக்கிறார்கள்? இந்த அனைத்துச் சூத்திரங்களும் யார் கையில் உள்ளன? மனிதன் என்ன, விதியின் வலையில் சிக்கியுள்ள இன்னுமொரு விலங்கினம் மட்டும்தானா?

பலதரப்பட்டச் செழிப்பால் சூழப்பட்ட அரண்மனையின் நடுவே நான் இன்று நின்று கொண்டிருக்கிறேன். என்னுடைய ஒவ்வொரு விருப்பத்தையும் நிறைவேற்றுவதற்கு சேவகர்களும் பணிப்பெண்களும் எப்போதும் தயார் நிலையில் இருக்கின்றனர். ஒட்டுமொத்த அஸ்தினாபுரமும் என்மீது மரியாதை கொண்டுள்ளது, என் முன்னே தலை வணங்கி, “ராஜமாதா! ராஜமாதா!” என்று முழங்குகிறது. சமயப் பற்றுக் கொண்ட தருமனைப் போன்ற ஒரு மகனும், பீமனைப் போன்ற ஒரு வீரமகனும், மக்களுடைய இதயங்களில் குடி கொண்டுள்ள அர்ஜுனனைப் போன்ற ஒரு மகனும் எனக்கு வாய்த்திருக்கும்போது நான் ஏன் மகிழ்ச்சியற்று இருக்கிறேன்? இதைவிட அதிகமாக இவ்வுலகில் ஒரு பெண்ணால் எதை எதிர்பார்த்துவிட முடியும்? இது போன்ற ஒரு வாழ்க்கை குறித்து யார்தான் பெருமிதம் கொள்ள மாட்டார்கள்? உலகத்தின் பார்வையில் நான் வெற்றிச் சிகரத்தை எட்டியுள்ளேன். மகிழ்ச்சி என்றால் இதுதானே?

ஆனால் அது எப்படி உண்மையாகும்? மகிழ்ச்சி வெறும் புறக்காரணிகளைச் சார்ந்திருப்பது சாத்தியமில்லை. மனம் நிம்மதியாக இருக்கும்போது மட்டுமே வாழ்க்கை மகிழ்ச்சியாக இருக்கிறது. இந்த அற்புதமான அரண்மனையில் நான் ராஜமாதாவாக இருந்தும்கூட என் மனத்தில் மகிழ்ச்சி இல்லை. தவிர்க்கப்பட முடியாத ஒரே ஒரு நிகழ்வு, ஒவ்வோர் இரவும் ஓர் அவலட்சணமான எலியைப்போல என்னுடைய வாழ்க்கையெனும் ஆடையைக் குதறி வந்துள்ளது.

நான் எப்போதெல்லாம் இப்படி இந்தக் கூடத்தில் நின்று

அரண்மனையின் முக்கிய வாசலைக் கண்கொட்டாமல் பார்த்துக் கொண்டிருக்கிறேனோ, அப்போதெல்லாம் என் மனம், ஒரு புயலில் அடித்துச் செல்லப்படுகின்ற ஒரு சருகைப்போல எங்கோ வெகுதூரத்திற்குப் பறந்து சென்று, என்னுடைய வாழ்வின் ஐம்பது ஆண்டுகளைத் தன்னுடன் சுமந்து கொண்டு திரும்பி வந்து என்னுடைய உடலெனும் கூட்டுக்குள் புகுந்து கொள்ளுகிறது. கடந்து சென்றுவிட்ட ஐம்பது ஆண்டுகள்! அந்த ஐம்பது ஆண்டுகளில், நான் நானாக எத்தனை நாட்கள் வாழ்ந்திருக்கிறேன்? ஒரு நாள்கூட அல்ல. ஐம்பது ஆண்டுகள் என்பது மிக நீண்ட காலம், ஆனால் அது என் விஷயத்தில் ஜீவனற்றதாகவும் களையிழந்தும் இருந்து வந்துள்ளது. இந்த ஐம்பது ஆண்டுகளில், நான் நானாக வாழுவதற்கு ஒரு நாளைக்கூடக் காலம் எனக்கு வழங்கவில்லை. இந்த ஐம்பது ஆண்டுகளில், வசீகரமான பெயர்களைக் கொண்ட பலவண்ணக் கயிறுகளை, காலம் என்னுடைய கழுத்தைச் சுற்றி மாட்டிவிட்டு, தனக்கு விருப்பமான திசையில் தனக்கு விருப்பமான விதத்தில் என்னை ஆட்டுவித்து வந்துள்ளது.

மேகமூட்டத்துடன்கூடிய என் மன வானிலிருந்து நினைவு மழை இடையறாது கொட்டிக் கொண்டிருக்கிறது. சில சமயங்களில், அது அடைமழையாகக் கொட்டும்போது, அதன் பலமான தாக்குதலால் நான் சுக்குநூறாக நொறுங்கிவிடுவேனோ என்று நான் பயப்படுகிறேன்.

இந்த ஐம்பது ஆண்டுகளில் எதுதான் நிகழவில்லை! ஆனால், நினைவுகூரத்தக்க மதிப்பு வாய்ந்த எதுவும் நிகழ்ந்திருக்கவில்லை. ஒரு சத்திரியப் பெண் ஆர்வத்தோடு நினைவுகூர விரும்பக்கூடிய எதுவும் என் வாழ்வில் நிகழவில்லை. ஆனால் மனம் விநோதமானது. அதை அடக்கி வைப்பதற்கு நீங்கள் எவ்வளவு அதிகமாக முயற்சி செய்கிறீர்களோ, அது அவ்வளவு அதிக சுதந்திரமானதாக ஆகிறது.

இந்த ஐம்பது ஆண்டுகளில், நான் மூன்று வெவ்வேறு குந்தியாக மூன்று வெவ்வேறு வாழ்க்கையை வாழ்ந்துள்ளேன். அவற்றை ஒன்றோடொன்று ஒப்பிட முடியாது. அவை மூன்றுக்கும் இடையே எந்த ஒற்றுமையும் இல்லை. இந்த மூன்று பெண்களும் முற்றிலும் தனித்துவமானவர்களாக இருந்தனர். சில சமயங்களில், அவர்கள் அந்நியர்களைப்போல ஒருவரையொருவர் கண்கொட்டாமல் பார்த்தபடி, “அடியே, நீ யார்?” என்று ஒருவரையொருவர் கேட்டுக் கொண்டனர்.

தூரத்திலிருந்த கங்கையை இந்தக் கூடத்திலிருந்து என்னால் பார்க்க முடிந்தது. அதன் வளைவுகளைப் பார்க்கும்போது மதுரா நகரம் என் நினைவுக்கு வருகிறது. என்னுடைய குழந்தைப்பருவமும் என் நினைவுக்கு வருகிறது. மதுராவில் யமுனையாற்றின் அருகே என் குழந்தைப்பருவத்தை நான் கழித்தேன். வாயிலிருந்து வெளிவருகின்ற ஒரு வார்த்தையைப்போல, என்னுடைய குழந்தைப்பருவம் மீண்டும் ஒருபோதும் என்னிடம் திரும்பி வரவே இல்லை. ஆனால் அதன் நினைவுகள் இன்றும்கூட என் மனத்தில் ஆழமாகவும் விலாவாரியாகவும் பதிந்துள்ளன.

குழந்தைப்பருவம் என்றால் நறுமணம் மிக்க ஒரு மகிழ்ச்சி வட்டம் என்று பொருள். குழந்தைப்பருவம் என்றால் உயர்ந்த எதிர்பார்ப்புகள் என்று பொருள். குழந்தைப்பருவம் என்றால் படிகம்

போன்ற தூய வெள்ளை நிறம் என்று பொருள். அங்கு முகமூடிகள் எதுவும் அணியப்படுவதில்லை. அங்கு பொறாமைக்கு இடமில்லை. குழந்தைப்பருவம் என்பது வாழ்க்கை எனும் பாலைவனத்தின் வழியாகத் தன் பயணத்தைத் துவக்கவிருக்கின்ற ஒருவருக்கு, இயற்கை முன்கூட்டியே வழங்குகின்ற, குளிர்ந்த நீர் அடங்கிய ஒரு குவளையாகும்.

மதுராவில் நான் கழித்த நாட்களை நான் நினைத்துப் பார்க்கும்போதெல்லாம், "நான் ஏன் பெரியவளாக வளர்ந்தேன்? மன்னர் சத்ருக்கனனின் அந்தப் புனிதமான நகரைவிட்டு நான் ஏன் வெளியேறினேன்?" என்று என்னை நானே கேட்டுக் கொள்ளுகிறேன்.

மதுராவில் என்னுடைய குழந்தைப்பருவத்தில் பிருதை என்ற பெயரில் நான் வளர்ந்தேன். நான் எங்களுடைய அரண்மனைத் தோட்டங்களில் வண்ணத்துப்பூச்சிகளைத் துரத்திச் சென்றேன், யமுனையாற்றில் உற்சாகமாக நீந்திக் களித்தேன், சூரிய பகவானின் வழிபாட்டிற்காக மகிழம்பூக்களை மாலைகளாகத் தொடுத்தேன். அப்பருவத்தில் நான் மென்மையானவளாகவும் வெகுளியாகவும் இருந்தேன். லேசான வருத்தமோ அல்லது துயரமோகூட என்னை அண்டியதில்லை. ஏனெனில், மதுராவின் அரசரும் என்னுடைய தந்தையுமான சூரசேனரின் அன்பான கவனிப்பில் நான் வளர்ந்தேன். தன் பெயருக்கு ஏற்றாற்போல, என் தந்தை வீரமும் வலிமையும் மன உறுதியும் படைத்தவராகத் திகழ்ந்தார். அவர் யாதவ வம்சத்தைச் சேர்ந்தவர். நான் அவரைக் குறித்து என்றென்றும் பெருமிதத்துடன் இருப்பேன். நான் அவரைப் பற்றி நினைக்கின்ற மறுகணம், அவருடைய வசீகரமான உருவம் என் கண்முன்னே தோன்றிவிடும்.

அவர் என்னுடைய எல்லா விருப்பங்களையும் நிறைவேற்றினார். ஒரு முறை நான் அவரிடம், "எனக்கு ஒரு வில் வேண்டும்," என்று ஒரு விநோதமான வேண்டுகோளை முன்வைத்தேன். அவர் வியப்படைந்து, "பிருதை, ஒரு சிறுமிக்கு வில் எதற்கு? சிறுமியர் மலர்களையும் பொன்னாபரணங்களையும் மட்டும்தான் கேட்க வேண்டும்," என்று கூறினார்.

நான் அவருடைய வார்த்தைகளுக்குச் செவி சாய்க்கவில்லை. அவர் சலிப்படைந்து, இறுதியில் எனக்கு ஒரு வில்லைப் பெற்றுக் கொடுத்தார். யாரேனும் வானில் மின்னும் நட்சத்திரங்களைப் பறித்து என்னிடம் கொடுத்துவிட்டு, அதற்குப் பண்டமாற்றாக என்னுடைய வில்லைக் கேட்டிருந்தால், என் வில்லை அவர்களுக்குக் கொடுக்க நான் உறுதியாக மறுத்திருப்பேன். நான் என் வில்லை ஏந்தியபடி ஆடிக் கொண்டே அரண்மனைத் தோட்டத்திற்குள் நுழைந்தேன். என் பார்வையில் பட்ட மரங்களையெல்லாம் நோக்கி நான் அம்புகளை விடுக்கத் தொடங்கினேன். ஒரு மகிழ மரத்தின் உச்சியில் அமர்ந்திருந்த ஒரு பெண்பறவை தொடர்ந்து கீச்சிட்டுக் கொண்டு எனக்கு எரிச்சலூட்டியது. அதனால் ஏற்பட்ட கவனச்சிதறலால், என்னால் நேராக அம்புகளை எய்ய முடியவில்லை. நான் பொறுமையிழந்தேன். அப்போது, "குறி வைத்து நேராகத் தாக்குவது எப்படி என்பது மட்டும் எனக்குத் தெரிந்திருந்தால், நான் ஓர் அம்பை அந்தப் பறவையை நோக்கி எய்து, அதன் அலகைத் துளைத்து அதன் குரலை ஒடுக்கியிருப்பேன்," என்ற ஒரு குரூரமான எண்ணம் என் மனத்தில் முளைத்தது.

2

ஒரு நாள் மாலையில், வழக்கம்போல நான் அரண்மனைத் தோட்டத்தில் விளையாடிக் கொண்டிருந்தேன். சந்திரிகா என்ற ஒரு பணிப்பெண், மாலைநேர வழிபாட்டிற்காக, முழுமையாக மலர்ந்திருந்த மலர்களைப் பறித்துக் கொண்டிருந்தாள். பல்வேறு வண்ணங்களைக் கொண்ட தன்னுடைய சிறகுகளைப் படபடவென அடித்துக் கொண்டு, கிறக்கத்துடன் அங்குமிங்கும் வட்டமிட்டுக் கொண்டிருந்த ஒரு சிறு வண்ணத்துப்பூச்சியை நான் துரத்திச் சென்று கொண்டிருந்தேன்.

அப்போது சந்திரிகா என்னைப் பார்த்து, “இளவரசி, வேகமாக இங்கே வாருங்கள்! இந்த வசீகரமான காட்சியைப் பாருங்கள்!” என்று உற்சாகமாக அழைத்தாள்.

நான் அந்த வண்ணத்துப்பூச்சியின் பின்னால் ஓடுவதை நிறுத்திவிட்டு, சந்திரிகாவை நோக்கி ஓடினேன். அவள் ஓர் அசோக மரத்தின் கீழே நின்றபடி எனக்காக ஆர்வமாகக் காத்துக் கொண்டிருந்தாள். அவள் தன்னுடைய கையில் எதையோ மறைத்து வைத்திருந்தாள். அவள் எதை மறைத்து வைத்திருந்தாள் என்பதைக் கண்டுபிடிக்கும் ஆர்வத்துடன் நான் துள்ளிக் குதித்து ஆடிக் கொண்டே அவளிடம் சென்றேன். நான் அவளருகே சென்றவுடன், அவள் தன் உள்ளங்கையை மெதுவாகத் திறந்தாள். புதிதாகப் பிறந்திருந்த ஒரு வானம்பாடிப் பறவைக்குஞ்சு அதில் இருந்தது. அது தன்னுடைய சின்னஞ்சிறிய அலகை அழகாகத் திறந்து உதவி கேட்டுக் கீச்சிட்டது. இளஞ்சிவப்புத் தோல் மூடிய அதனுடைய சின்னஞ்சிறு கண்கள் பயத்தில் அகலமாக விரிந்தன. அது தன்னுடைய கண்களைச் சிமிட்டிக் கொண்டே இருந்தது. அப்பறவைக்குஞ்சு யாரையோ எதிர்பார்த்துத் தன்னுடைய குட்டிக் கழுத்தை மேல்நோக்கி நிமிர்த்தியது. அது ஒரு பரிதாபகரமான காட்சியாக இருந்தது.

நான் சந்திரிகாவிடம், “இதை நீ எங்கே கண்டெடுத்தாய்? நீ ஒரு கொடுமைக்காரி. தன் குஞ்சைத் தேடி இதன் தாய்ப்பறவை எல்லா இடங்களிலும் சுற்றித் திரிந்துவிட்டுக் களைத்துப் போகும். நீ செய்திருக்கும் இக்காரியம் எனக்குத் துளிகூடப் பிடிக்கவில்லை. இக்கணமே இதை விடுவி!” என்று கூறினேன்.

நான் திட்டியதைக் கேட்டவுடன் திடீரென்று அவளுடைய உற்சாகம் முழுவதும் வடிந்தது. அவள் பீதியடைந்து உண்மையைத் தட்டுத்தடுமாறிக் கூறினாள்: “இளவரசி, நான் இதை அதன் கூட்டிலிருந்து எடுத்து வரவில்லை. இது இந்தப் புல்லின்மீது தனியாகக் கிடந்ததை நான் கண்டேன். ஒருவேளை, இதன் கூடு இந்த அசோக மரத்திலேயே இருக்கக்கூடும்.”

நான் அந்த மரத்தின் அடர்த்தியான இலைகளின் ஊடாகத் தேடினேன், ஆனால் அதில் கூடு எதுவும் இருக்கவில்லை. என்ன செய்வதென்று என்னால் தீர்மானிக்க முடியவில்லை. அச்சிறிய பறவை மீண்டும் மீண்டும் தன் கழுத்தை உயர்த்தியது. திடீரென்று என் தந்தையின் நினைவு எனக்கு வந்தது. மறுகணம் நான் அரண்மனையை நோக்கி ஓடினேன். நான் மூன்று மூன்று படிகளாகத் தாவி ஓடியது எனக்கு நன்றாக நினைவிருக்கிறது. என் தந்தை அப்போதுதான்

போஜ்பூர் நகரத்திலிருந்து திரும்பி வந்திருந்தார். அவர் இன்னும் தன்னுடைய உடையைக்கூட மாற்றியிருக்கவில்லை. அவருக்குப் பக்கத்தில் ஒரு விருந்தினர் நின்று கொண்டிருந்தார். அந்நபர் என்னை உற்றுப் பார்த்துவிட்டு, "குந்தி, நீ கூச்சம் கொள்ளத் தேவையில்லை. நான் ஒன்றும் அந்நியன் அல்லன். உன் தந்தையின் ஒன்றுவிட்ட சகோதரன் நான். என் பெயர் குந்திபோஜன். நான் உன் சிற்றப்பா," என்று தன்னை அறிமுகப்படுத்திக் கொண்டார்.

நான் தன்னிலைக்கு வந்து, முன்னால் சென்று என் தந்தையின் விரல்களைப் பிடித்து அவரை என்னை நோக்கி இழுத்துக் கொண்டு, "அப்பா, என்னோடு தோட்டத்திற்கு வாருங்கள். நான் உங்களிடம் ஒன்றைக் காட்ட வேண்டும்," என்று கூறினேன்.

அது ஏதோ முக்கியம் என்று நினைத்த அவர், என் தோள்மீது கை வைத்துக் கொண்டு தன்னுடைய விருந்தினரைப் பார்த்து, "குந்திபோஜரே, நீங்களும் வாருங்கள். இவள் நமக்கு எதைக் காட்டப் போகிறாள் என்று பார்க்கலாம்," என்று கூறினார்.

நாங்கள் மூவரும் வந்து கொண்டிருந்ததைப் பார்த்த சந்திரிகா அதிர்ச்சியடைந்தாள். அவளுடைய ஒரு கையில் ஒரு மலர்க்கூடை இருந்தது, இன்னொரு கையில் அந்தப் பறவைக்குஞ்சு இருந்தது. எனவே, அவளால் தன்னுடைய மேலாடையை ஒழுங்குபடுத்திக் கொள்ள முடியவில்லை. ஏதோ குற்றவாளிபோல அவள் குழப்பத்தோடு தலை குனிந்து நின்றாள்.

நாங்கள் எல்லோரும் அசோக மரத்தின் அடியில் நின்றோம். நான் சந்திரிகாவின் கையிலிருந்து அப்பறவையை எடுத்துக் கொண்டேன். அச்சிறு உயிரினத்தின் கதகதப்பை இப்போதுகூட என்னால் நினைவுகூர முடிகிறது. அப்பறவையை நான் என் தந்தையிடம் காட்டி, "அப்பா, இதன் கூடு மேலே இருக்கிறது. இது தவறிக் கீழே விழுந்திருக்க வேண்டும் என்று நான் நினைக்கிறேன். இதன் தாய் நிச்சயமாகத் தன் குஞ்சைக் காணாமல் தவித்துக் கொண்டிருக்கும். தயவு செய்து இக்கணமே இதை மீண்டும் இதன் கூட்டில் சேர்த்துவிடுங்கள்," என்று கூறினேன்.

அவர் என்னை ஆர்வக் குறுகுறுப்புடன் பார்த்துவிட்டு, "ஒரு தாய் தன்னுடைய குழந்தையை கவனமாகப் பார்த்துக் கொள்ள வேண்டாமா? எந்தவொரு தாயும் தன்னுடைய குழந்தையைத் தனியாக விட்டுவிட்டு வெகுதூரம் போகக்கூடாது," என்று கூறினார்.

"ஒருவேளை அது இதற்கு இரை தேடிப் போயிருக்கும்," என்று நான் கூறினேன்.

அவர் என்னைப் பார்த்துப் புன்னகைத்துவிட்டு, அருகில் யாரேனும் பணியாளர்கள் இருந்தனரா என்று சுற்றுமுற்றும் பார்த்தார். அந்தத் தோட்டத்தில் அப்போது யாரும் இருக்கவில்லை. மெல்ல மெல்ல இருள் சூழ்ந்து கொண்டிருந்தது. அந்தப் பறவைக்குஞ்சு என்னுடைய கையில் இருப்புக் கொள்ளாமல் கீச்சிட்டது. அது தன்னுடைய தாயின் அரவணைப்பிற்காகத் தவித்ததுபோலத் தெரிந்தது. அதன் தவிப்பை அதற்கு மேல் என்னால் தாங்கிக் கொள்ள முடியவில்லை. நான் தேம்பிக் கொண்டே, "அப்பா, தயவு செய்து வேகமாக ஏதாவது செய்யுங்கள். இது எவ்வளவு பரிதவிப்புடன் இருக்கிறது பாருங்கள்!" என்று கூறினேன். நான் மிகுந்த துயரத்துடன் இருந்ததை உணர்ந்து

கொண்ட அவர், "அதை இங்கே கொண்டுவா. நாளை காலையில் அதை அதன் கூட்டில் சேர்த்துவிடுகிறேன்," என்று கூறினார்.

"காலையிலா? அதுவரை இது தன் தாய் இல்லாமல் எப்படி உயிர் வாழும்? தயவு செய்து இப்போதே அதைச் செய்யுங்கள்."

அவர் என்னருகே வந்து என்னை சமாதானப்படுத்த முயன்றார். "பிருதை, நீ ஏன் இவ்வளவு பிடிவாதமாக இருக்கிறாய்? இங்கே ஒரு பணியாளன்கூட இல்லை. இக்கணமே அதை எப்படி என்னால் அதன் கூட்டில் கொண்டு சேர்க்க முடியும்? இன்றிரவு அது உன்னுடைய மென்மையான மெத்தையில் உன்னுடைய பாதுகாப்பில் பத்திரமாகத் தூங்கட்டும். அதற்கு தானியமும் நீரும் கொடு. நாளை காலையில் அதை அதன் கூட்டில் நிச்சயமாகச் சேர்ப்பித்துவிடுகிறேன், சரியா?" என்று அவர் கேட்டார்.

"அப்பா, நீங்கள் இங்கே இருக்கும்போது நமக்கு ஒரு பணியாளர் எதற்கு? இப்பறவை இப்போதே அதன் கூட்டில் கொண்டுவிடப்படாவிட்டால், நான் அரண்மனைக்குத் திரும்பிச் செல்ல மாட்டேன். நான் இன்று இரவு முழுவதும் இங்கேயே இப்பறவையுடன் உட்கார்ந்திருப்பேன்."

என் தந்தை குந்திபோஜரிடம் திரும்பி, "இப்பெண்ணிடம் எதையும் விளக்க முடியாது. இவள் பிடிவாதக்காரி," என்று கூறினார்.

குந்திபோஜர் என் தந்தையிடம், "சூரசேனரே, நீங்கள் மதுராவின் அரசராக இருக்கலாம், ஆனால் அது இவள்மீது எந்த விதத்திலும் தாக்கம் ஏற்படுத்தாது. இவள் உங்கள் முன்னால் தொடர்ந்து இப்படித்தான் நடந்து கொள்ளுவாள்," என்று கூறிவிட்டு, என்னிடம் திரும்பி, "மகளே, அந்தப் பறவைக்குஞ்சை என்னிடம் கொடு. நான் அதை அதன் தாயிடம் கொண்டு விட்டுவிடுகிறேன். இப்போது உனக்கு மகிழ்ச்சிதானே?" என்று கேட்டார்.

பிறகு அவர் என்னிடமிருந்து அப்பறவைக்குஞ்சை எடுப்பதற்காக முன்னால் வந்தார். என் தந்தையும் முன்னால் வந்து, என் கையிலிருந்து அதை மென்மையாக எடுத்துக் கொண்டு, "குந்திபோஜரே, நீங்கள் என்னுடைய விருந்தினர். நான் இங்கே இருக்கும்போது, நீங்கள் எப்படி ஒரு மரத்தின்மீது ஏறலாம்? உங்களை ஏறவிட்டு நான் வேடிக்கைப் பார்த்துக் கொண்டிருந்தால், அதன் பிறகு இந்த மதுராவின் அரசனாக யாரேனும் என்னை மதிப்பார்களா? பிருதையின் தந்தையாகவாவது அவர்கள் என்னை மதிப்பார்களா?" என்று கேட்டார்.

என் தந்தை தன்னுடைய அங்கவஸ்திரத்தையும் காலணிகளையும் கழற்றிப் புல்லின்மீது வைத்தார். பிறகு அவர் வேகமாக அந்த அசோக மரத்தை நோக்கிச் சென்று, ஓர் அணிலைப்போல அதன்மீது ஏறினார். சிறிது நேரத்திற்குப் பிறகு, "பிருதை, நான் அந்தக் கூட்டைக் கண்டுபிடித்துவிட்டேன்!" என்று மேலேயிருந்தபடி அவர் கத்தினார். பிறகு அவர் அப்பறவைக்குஞ்சை அக்கூட்டில் வைத்துவிட்டுக் கீழே இறங்கலானார். நான் மகிழ்ச்சியாகக் கைதட்டினேன். அன்று என் தந்தையைக் குறித்து நான் மிகவும் பெருமை கொண்டேன். இனி என் தந்தை கூறிய எதையும் நான் ஒருபோதும் மறுக்கப் போவதில்லை என்று அக்கணமே நான் உறுதி பூண்டேன்.

என் தந்தை அம்மரத்திலிருந்து இறங்கிக் கீழே வந்து நின்றார்.

அப்போது ஒரு சந்தேகத் தவளை என் மனத்தில் துள்ளிக் குதித்தது. நான் என் தந்தையின் கையைப் பிடித்து, "அப்பா, நீங்கள் சரியான கூட்டில்தான் அப்பறவையை வைத்தீர்கள் என்று உங்களுக்கு உறுதியாகத் தெரியும்தானே?" என்று கேட்டேன்.

அவர் என் தோள்மீது கை வைத்து, "கிறுக்குக் குட்டி, எனக்கு அவ்வளவுகூடத் தெரியாது என்று நீ நினைத்தாயா? அக்கூட்டில் உன்னுடைய பறவைக்குஞ்சைப்போலவே இன்னும் ஐந்து குஞ்சுகள் இருக்கின்றன," என்று பதிலளித்தார்.

பிறகு அந்தி வெளிச்சத்தில் நாங்கள் எல்லோரும் அரண்மனைக்குத் திரும்பினோம்.

"சூரசேனரே, உங்கள் மகள் மிகவும் இனிமையானவள்," என்று போஜ்பூர் அரசரான குந்திபோஜர் கூறினார்.

அன்றிரவு அப்பறவைக்குஞ்சைப் பற்றிய கனவு எனக்கு மீண்டும் மீண்டும் வந்தது.

3

மறுநாள், என் தந்தையும் அரசர் குந்திபோஜரும் போஜ்பூருக்குத் திரும்பிச் செல்லுவதற்காகத் தேரில் அமர்ந்தனர். நான் என் தந்தையை அணுகி, எனக்கு நீலத் தாமரைகளைக் கொண்டுவரும்படி அவரிடம் கூறினேன். அப்போது அவர், "பிருதை, நீ எங்களோடு வா. நாங்கள் உன்னையும் போஜ்பூருக்கு அழைத்துச் செல்லப் போகிறோம்," என்று கூறினார். நான் ஆச்சரியத்தில் அவரைப் பார்த்தேன். ஏனெனில், என் வாழ்நாளில் மதுராவிற்கு வெளியே நான் ஒருபோதும் அடியெடுத்து வைத்திருக்கவில்லை. ஒரு பயணத்தில் தன்னுடன் வரும்படி என் தந்தை என்னிடம் கேட்டுக் கொண்டது அதுதான் முதல் முறை. போஜ்பூர் எங்கு இருந்தது என்பதோ அல்லது அது எப்படிப்பட்ட நகரம் என்பதோ அப்போது எனக்குத் தெரியாது. எனவே, என் தந்தை கூறியதைக் கேட்டு நான் வாயடைத்து அங்கேயே நின்றேன். அக்கணம்வரை என்னை ஒருபோதும் திட்டியிராத என் தந்தை, இப்போது ஒரு கண்டிப்பான குரலில், "பிருதை, நான் கூறியது உன் காதுகளில் விழவில்லையா? வேகமாக வா," என்று கூறினார்.

நான் தலையைக் கவிழ்த்துக் கொண்டு அத்தேரில் ஏறி உட்கார்ந்தேன். என் தாயிடம் விடைபெற்றுக் கொள்ளக்கூட எனக்கு ஒரு வாய்ப்புக் கொடுக்கப்படவில்லை. நான் அவரிடம் சொல்லிக் கொள்ளுவதற்காக உள்ளே போகவிருந்த நேரத்தில் என் தந்தை என்னைத் தடுத்துவிட்டார். நான் மீண்டும் மதுராவுக்குத் திரும்பி வரும்போது என் தாயார் என்ன கூறுவார்?

நான் என் மனத்திற்குள், "அன்புக்குரிய என் தாயே, என்னை மன்னித்துவிடுங்கள். உங்களை தரிசித்து உங்கள் ஆசியைப் பெறாமல் நான் இந்த அரண்மனையிலிருந்து போய்க் கொண்டிருக்கிறேன். நான் மதுராவுக்கு வெளியே போய்க் கொண்டிருக்கிறேன். நான் யமுனையை விட்டுவிட்டுப் போய்க் கொண்டிருக்கிறேன்," என்று கூறினேன்.

சந்திரிகா எங்கள் தோட்டத்தில் மலர்களுக்கு நீரூற்றிக்

கொண்டிருந்தாள். அவள் என்னைப் பார்த்துக் கையசைத்து எனக்கு விடைகொடுத்தாள். "இளவரசி, நீங்கள் எங்கே போய்க் கொண்டிருக்கிறீர்கள்?" என்று அவள் கேட்க விரும்பினாள். ஆனால், அவள் ஒரு சாதாரணப் பணிப்பெண் என்பதால், தன் அரசரின் முன்னால் வர அவள் துணியவில்லை.

4

பத்து நாட்களுக்குப் பிறகு ஒரு நாள் மாலையில் நாங்கள் போஜ்பூருக்கு வந்து சேர்ந்தோம். அது ஒரு சிறிய நகரமாக இருந்தபோதிலும் மிக அழகாக இருந்தது. எனக்கு அந்த இடம் பிடித்திருந்தது.

போஜ்பூர் அரண்மனையின் முன்னால் அரசகுலப் பெண்கள் எங்களுக்கு ஆரத்தி எடுத்து எங்களை வரவேற்பார்கள் என்று நான் நினைத்திருந்தேன். ஏனெனில், மதுராவில் அதுதான் எங்களுடைய வழக்கமாக இருந்தது. ஆனால் ஒரு சாதாரணப் பணிப்பெண்தான் இங்கு எங்களை வரவேற்றாள். இது எனக்குக் குழப்பமூட்டியது.

நாங்கள் முக்கிய வாசல் வழியாக உள்ளே நுழைந்தோம். அந்த அரண்மனைக்கு முன்னால் இருந்த பெரிய திறந்தவெளியைக் கண்டு நான் பெரிதும் மகிழ்ந்தேன். ஒரு மூலையில் ஒரு சிறிய தோட்டம் இருந்தது. மற்றபடி, அந்த ஒட்டுமொத்தப் பகுதியும் ஒரு திறந்தவெளியாக இருந்தது. போஜ்பூர் அரண்மனை வசீகரமானதாக இருந்தது. அது கிழக்கு நோக்கி அமைந்திருந்தது. படைகளைப் பார்வையிடுவதற்காக அந்தத் திறந்தவெளி அமைக்கப்பட்டிருந்ததாக நான் கேள்விப்பட்டேன்.

கண்மூடித் திறப்பதற்குள் போஜ்பூரில் எட்டு நாட்கள் கழிந்திருந்தன. மதுராவை நான் நினைவுகூர்ந்து கொண்டே இருந்தேன். நான் எப்போதும் என் தாயைப் பற்றி நினைத்துக் கொண்டிருந்தேன். ஒன்பதாம் நாளன்று, மதுராவுக்குத் திரும்பிச் செல்லுவதற்கு என் தந்தையின் தேர் தயாராக இருந்தது. நான் மதுராவைப் பற்றிய நினைவுகளில் மூழ்கியிருந்தேன், ஆனால் நான் மீண்டும் ஒருபோதும் மதுராவுக்குத் திரும்பிச் செல்லவில்லை. நான் அங்கு போக விரும்பினேன், ஆனால் அதற்கு எனக்கு வாய்ப்பு இருக்கவில்லை.

என் தந்தை தன்னுடைய தேரினுள் ஏறுவதற்கு முன்பாக என்னை அழைத்தார். அரசர் குந்திபோஜரும் அப்போது அங்கு இருந்தார். என் தந்தை அவரைச் சுட்டிக்காட்டி, என்னிடம், "பிருதை, இன்றிலிருந்து நீ இங்குதான் தங்கப் போகிறாய். இனி உனக்குத் தாயும் தந்தையும் இவர்தான்," என்று கூறினார்.

அவர் கூறியதன் அர்த்தம் எனக்குப் புரியவில்லை.

தூங்கிக் கொண்டிருக்கும் ஒரு குழந்தையை எடுத்துச் சென்று ஒரு பயங்கரமான காட்டில் தனியாக விட்டுவிட்டு வந்தால் அக்குழந்தை எவ்வாறு உணருமோ, அதே போன்ற உணர்வு என்னுள் எழுந்தது. மதுரா எந்தத் திசையில் இருந்தது என்று போஜ்பூரில் யாரேனும் என்னிடம் கேட்டிருந்தால், அதற்குக்கூட என்னால் பதில் கூறியிருக்க முடியாது. என் நிலைமை இப்படி இருக்கையில், என் தந்தையோ,

"இனி நீ இங்கேதான் இருக்க வேண்டும்," என்று தெளிவாகக் கூறிக் கொண்டிருந்தார்.

அவர் என்னைக் கேலி செய்து கொண்டிருந்தாரா? என் வெள்ளை மனத்தில் உடனடியாக பயமும் சந்தேகமும் நிரம்பின. நான் ஏன் இங்கே தங்க வேண்டும்? என் தந்தைக்கு என்னைப் பிடிக்கவில்லை என்றால், என்னைத் தன்னோடு மதுராவுக்கு அழைத்துச் சென்று, அங்கு தனக்கு விருப்பமான எங்கேனும் என்னை விட்டுவிடலாமே! அதைக் கொண்டு நான் திருப்திப்பட்டுக் கொள்ளுவேன். ஆனால், இப்புதிய நகரத்தில் நான் தனியாக இருப்பது எப்படிச் சாத்தியப்படும்? பெரியவர்கள் சில சமயங்களில் இவ்வளவு கொடூரமாக நடந்து கொள்ளுவரா? எனக்கு ஒரு வில்லைக் கொடுத்த என் தந்தை, என்னைத் தன் பக்கத்தில் இருத்திக் கொண்டு 'பிருதை! பிருதை!' என்று என் பெயரை இனிமையாகச் சொல்லி மகிழ்ந்த என் தந்தை, நான் கேட்டுக் கொண்டதால் ஓர் அணிலைப்போல மரத்தின்மீது ஏறிய என் தந்தை – இப்படிப்பட்டத் தந்தை என்னிடம் பொய் கூறி என்னை ஏமாற்றுவாரா? அல்லது, நான் பிடிவாதக்காரியாக இருந்ததால் எனக்கு ஒரு பாடம் கற்றுக் கொடுப்பதற்கு ஒரு சிறப்பு வழியை அவர் கண்டுபிடித்திருந்தாரா? நான் கண்ணீருடன் அவரிடம், "அப்பா, நான் ஏன் இங்கே தங்க வேண்டும்? என்ன காரணத்திற்காக நான் இங்கே இருக்க வேண்டும்? உங்களுக்கு என்னைப் பிடிக்கவில்லையா? உங்களுக்குப் பிடிக்கவில்லை என்றால், என்னை மதுராவுக்கு அழைத்துச் சென்று, அங்கே உங்களுக்கு விருப்பமான எங்கேயாவது என்னை விட்டுவிடுங்கள். நான் இனி ஒருபோதும் அடம்பிடிக்க மாட்டேன். தவறிக்கூட நான் பிடிவாதம் பிடிக்க மாட்டேன். இது சத்தியம்," என்று கூறினேன்.

அவர் என் தோளை அழுத்தி, "பிருதை, நீ நினைப்பதுபோல எதுவும் இல்லை. நான் உன்னை உண்மையிலேயே நேசிக்கிறேன். ஆனால், குந்திபோஜருக்கு நான் வாக்குறுதி கொடுத்துவிட்டேன்," என்று கூறியபோது அவருடைய குரல் தழுதழுத்தது. அவருடைய குரல் தழுதழுத்து அப்போதுதான் முதன்முறையாக நான் கேட்டேன்.

என் மனத்தை சந்தேகங்களும் பயங்களும் ஒருசேரத் தாக்கின. இனி கேட்பதற்கு வேறு என்ன இருந்தது? வாக்குறுதி? என்ன வாக்குறுதி? யாருக்குக் கொடுக்கப்பட்ட வாக்குறுதி? எதற்காக அந்த வாக்குறுதி? அது போகட்டும், முதலில் ஒரு வாக்குறுதி என்றால் என்ன? குழப்பத்தில் இருந்த நான், என் தந்தையிடம், "என்ன வாக்குறுதி?" என்று கேட்டேன்.

அவர் கனத்தக் குரலில் இவ்வாறு கூறினார்: "பன்னிரண்டு ஆண்டுகளுக்கு முன்பு குந்திபோஜரும் நானும் போஜ்பூருக்குப் பக்கத்தில் வேட்டையாடச் சென்றோம். நிஷாத மலையின் காடுகளில் நாங்கள் அலைந்து திரிந்தோம், ஆனாலும் எந்த விலங்கும் எங்கள் பார்வையில் தென்படவில்லை. நாங்கள் களைத்துப் போய் வீடு திரும்பலானோம். நகரத்திற்கு வெளியே, நாங்களும் எங்களுடைய குதிரைகளும் ஓர் ஆற்றிலிருந்து நீர் அருந்திவிட்டு, அடர்த்தியான இலைகளைக் கொண்ட சால் மரங்களின் கீழே ஓய்வெடுத்தோம். அன்று குந்திபோஜர் மிகவும் மனம் தளர்ந்து காணப்பட்டார். வேட்டையில் எங்களுக்கு எதுவும் கிடைக்காததுதான் அவருக்கு வருத்தத்தை ஏற்படுத்தியிருந்ததாக நான் நினைத்தேன். எனவே, நான் அவரிடம், 'குந்திபோஜரே, நீங்கள் ஏன்

இன்று இவ்வளவு வருத்தமாக இருக்கிறீர்கள்?' என்று கேட்டேன். அவர் சிறிது நேரம் என்னை வெறுமனே பார்த்துக் கொண்டே இருந்தார். நான் அவருடைய கையைப் பிடித்து, 'என்னிடம் எல்லாவற்றையும் சொல்லுங்கள். பகிர்ந்து கொள்ளப்படுகின்ற வருத்தம் குறையும்,' என்று பாசத்தோடு கூறினேன். 'சூரசேனரே, நாம் இன்று வேட்டையாடச் சென்றோம். ஆனால், மனிதன்கூட வேட்டையாடப்படுகின்ற ஒரு விலங்குதானே? விதி நம்மை வேட்டையாடுகிறது, இல்லையா? ஒரு குழந்தை இல்லாத என்னுடைய வாழ்க்கை எனக்கு ஒரு பெரும் சுமையாக ஆகியுள்ளது. ஒரு மகன் இல்லாமல் வெறும் பெருமையும் புகழும் இருப்பது சூரியன் இல்லாத வானத்தைப் போன்றது. நான் என்னுடைய இந்தச் செழிப்பான நாட்டை என் தளபதியிடம் ஒப்படைத்துவிட்டு, இமயமலைக்குப் போய் நிரந்தரமாக அங்கேயே தங்கிவிட விரும்புகிறேன்,' என்று அவர் கூறினார்.

"நான் அவருடைய கையை அழுத்தி, 'இதுதான் விஷயமா? குந்திபோஜரே, யாதவ குலத்தில் பிறந்த, மதுராவின் மன்னன் சூரனேனனாகிய நான், எனக்குப் பிறக்கின்ற முதல் குழந்தையை உங்களுக்குக் கொடுக்கிறேன். நீங்கள் ஒரு சத்திரியர். எனவே, உங்களுடைய நாட்டை விட்டுக்கொடுப்பதைப் பற்றி நீங்கள் ஒருபோதும் சிந்திக்கவே கூடாது,' என்று கூறினேன்.

"அவர் பேருவகை கொண்டு என்னை அரவணைத்துக் கொண்டார். நாங்கள் எங்கள் குதிரைகள்மீது ஏறி மீண்டும் நகரத்திற்குத் திரும்பி வந்தோம். நான் அங்கு ஒருசில நாட்கள் தங்கிவிட்டு மதுராவிற்குத் திரும்பினேன். அதே ஆண்டில் நீ பிறந்தாய். மகளே, குந்திபோஜர் என்னுடைய அதே சகோதரர்தான். அவருக்கு நான் கொடுத்த வாக்குறுதியை நான் காப்பாற்றியாக வேண்டும். எனவே, நீ உன் கடமையைச் செய்ய வேண்டும்."

பாதி மூடிய கண்களுடன் நான் அவர்கள் இருவரையும் பார்த்துக் கொண்டிருந்தேன். காட்டில் அவர்களுக்கிடையே நிகழ்ந்ததாக என் தந்தை கூறிய உரையாடலில் 'வாக்குறுதி' என்ற வார்த்தையை நான் கேட்கவே இல்லை. எனவே, நான் அவரிடம், "அப்பா, 'வாக்குறுதி' என்று கூறுகிறீர்களே, அது என்ன?" என்று கேட்டேன்,

அவர் உடனடியாக என்னிடம் திரும்பி, " 'வாக்குறுதி' என்றால் நீ செய்வதாகக் கூறிய ஒரு விஷயத்தை நீ நிறைவேற்றுவது என்று பொருள். மகளே, நான் உன்னைக் குந்திபோஜருக்குக் கொடுப்பேன் என்று நான் அவரிடம் கூறியிருந்தேன்," என்று கூறினார். அவருடைய கண்களில் கண்ணீர் நிரம்பியது.

எனக்காக ஓர் அசோக மரத்தின்மீது ஏறியிருந்த என் தந்தை இப்போது தன்னுடைய வார்த்தையைக் காப்பாற்ற வேண்டியிருந்ததற்காக அழுது கொண்டிருந்தார். அன்று, அந்த அசோக மரத்தின் அடியில், என் தந்தை என்னிடம் கேட்கும் எதையும் நான் மறுக்கப் போவதில்லை என்று நான் உறுதி பூண்டிருந்தேன். ஆனால் இன்று அவருடைய அழுகைக்கு நான் காரணமாகியிருந்தேன். நான் என்னை ஆசுவாசப்படுத்திக் கொண்டு அவருக்குப் பக்கத்தில் சென்று, "அப்பா, நான் இங்கே தங்க வேண்டும் என்பது உங்கள் விருப்பமாக இருந்தால், நான் அவ்வாறே செய்கிறேன். ஆனால் தயவு செய்து அழாதீர்கள்.

எனக்காக வருத்தப்படாதீர்கள்," என்று கூறினேன். அவர் ஓரடி முன்னால் வந்து என்னைத் தன் மார்போடு சேர்த்து அணைத்துக் கொண்டார். ஓர் அரசமரத்தைப் போன்ற அவருடைய மிகப் பெரிய உருவம் குலுங்கியது. அவர் குந்திபோஜரிடம், "குந்திபோஜரே, நான் என் உயிரினும் மேலாக நேசித்து வந்துள்ள இப்பொக்கிஷத்தை கவனமாகப் பார்த்துக் கொள்ளுங்கள். நான் இவளை இங்கு அழைத்து வந்துள்ளது இவளுடைய தாய்க்குக்கூடத் தெரியாது. அவளுக்குத் தெரிந்திருந்தால், இவள் மதுராவைவிட்டு வெளியே போவதற்கு அவள் ஒருபோதும் அனுமதித்திருக்க மாட்டாள்," என்று கூறினார்.

நான் என் தாயாரை நினைத்தேன். என் இதயத்தில் உணர்ச்சி மேலிட்டது. என் தந்தை தன்னுடைய உறையிலிருந்து தன்னுடைய வாளை உருவினார். அதன் கூர்மையான முனை பளபளத்தது. அவர் தன்னுடைய வலது கைப் பெருவிரலை அந்த வாளின் கூரிய விளிம்பின் ஓரமாக அழுத்தித் தேய்த்தார். அதிலிருந்து ஒரு சொட்டு ரத்தம் வந்தது. அவர் அந்த ரத்தத்தை என் நெற்றியின்மீது திலகமாக இட்டார். அந்தக் கதகதப்பான தொடுதல் இன்னும் என் நினைவில் இருக்கிறது. அவர் தன்னுடைய வாளை மீண்டும் உறையினுள் வைத்துவிட்டு, தன்னுடைய இரண்டு கைகளாலும் என்னுடைய முகத்தைத் தாங்கிப் பிடித்து, "பிருதை, நீ ஒரு சத்திரிய அரசனின் மகள் என்பதை எப்போதும் நினைவில் வைத்திடு. இதை நீ ஒருநாளும் மறக்கப் போவதில்லை என்று எனக்கு வாக்குக் கொடு," என்று கூறினார். பிறகு அவர் குனிந்து என் நெற்றியின்மீது முத்தமிட்டார். அவர் எனக்கு இட்டிருந்த ரத்தத் திலகம் அவருடைய உதடுகள்மீது பட்டது. அவருடைய கண்களிலிருந்து வழிந்த கண்ணீர் அவருடைய தாடிக்குள் விழுந்தது.

அவர் வேகமாகத் திரும்பித் தன்னுடைய தேருக்குள் ஏறினார். அவர் தன் சாட்டையைக் குதிரைகளுக்கு மேலே காற்றில் வேகமாக விளாசினார். குதிரைகள் வேகமெடுத்தன. அவருடைய தேர் நிலத்தில் புழுதியைக் கிளப்பிக் கொண்டு முன்னோக்கிப் பாய்ந்தது. உடனே என் மனம் வருந்தியது. திடீரென்று நான் என் கைகளை உயர்த்தி, "அப்பா! தயவு செய்து நில்லுங்கள்!" என்று கத்தினேன். "மகளே, ஒரு சத்திரியன் ஒருபோதும் திரும்பி வருவதில்லை," என்று கூறி, குந்திபோஜர் என்னைத் தடுத்தார்.

நான் என் தலையைக் கவிழ்த்துக் கொண்டு, "அவர் என்னைத் தன்னோடு அழைத்துச் செல்ல வேண்டும் என்பதற்காக நான் அவரைத் தடுக்க முயற்சிக்கவில்லை. இந்த நினைவுப் பரிசை என் தாயாரிடம் கொடுக்கும்படி அவரிடம் கூறுவதற்காகவே நான் அவரைக் கூப்பிட்டேன். நான் மதுராவிலிருந்து புறப்படுவதற்கு முன்பு என் தாயிடம் விடைபெற்றுக் கொள்ள எனக்கு ஒருபோதும் வாய்ப்புக் கிடைக்கவில்லை," என்று கூறி என் கையிலிருந்த மோதிரத்தை அவரிடம் நீட்டினேன்.

அதைப் பார்த்தவுடன் அவர் மௌனமானார். சிறிது நேரம் கழித்து, "மகளே, அதை என்னிடம் கொடு. அதை உன் தாயிடம் ஒப்படைக்க வேண்டியது என்னுடைய பொறுப்பு. இந்த மோதிரத்தை மட்டுமல்ல, உன்னையும்கூட நான் உன் தாயிடம் கொண்டு சேர்க்கிறேன். மன்னர் சூரசேனர் தன் வாக்கைக் காப்பாற்றியுள்ளார். ஆனால் அவர் இன்று

என்னை சோதித்தும் இருக்கிறார். போஜ்பூரின் அரசன் குந்திபோஜன் ஒரு கல்நெஞ்சக்காரன் அல்லன் என்பதை நான் அவருக்கு நிரூபிப்பேன்," என்று அவர் கூறினார். ஒரு விநோதமான ஆர்வம் அவருடைய கண்களில் ஒளிர்ந்தது. அவர் தன்னுடைய கைகளைத் தட்டினார். உடனே அங்கே ஒரு பணியாளன் வந்து நின்றான். குந்திபோஜர் இன்னொரு தேரில் என்னை உட்கார வைத்து, அதைத் தானே ஓட்டிச் சென்று, என்னை என் தந்தையிடம் ஒப்படைக்க விரும்பினார். அப்போது நான் திடீரென்று என்னுடைய சால்வையை என் தோளிலிருந்து எடுத்து என் தலையைச் சுற்றி முக்காடாக அணிந்து கொண்டு, ஓரடி முன்னால் வந்து, என் இரண்டு கைகளையும் குவித்து அவரைத் தலை வணங்கி, "தந்தையே, உங்களுடைய சுவீகாரப் புதல்வி பிருதையின் வணக்கத்தை ஏற்றுக் கொள்ளுங்கள்," என்று கூறினேன். எது என்னை அவ்வாறு செய்யத் தூண்டியது என்பது இன்றுவரை எனக்குத் தெரியாது.

அவர் வேகமாக என்னைத் தூக்கி நிறுத்தி என்னைப் பார்த்துக் கொண்டே, "சுயகட்டுப்பாட்டுடன்கூடிய உன்னைப் போன்ற ஒரு மகளைப் பெற்றெடுத்துள்ளதற்கு மன்னர் சூரசேனர் உண்மையிலேயே அதிர்ஷ்டம் செய்திருக்கிறார். ஆனால், மகளே, இது உன் வீடு என்ற எண்ணம் உனக்கு ஒருபோதும் வராது. எனக்குக் குழந்தைகள் இல்லாமல் போயிருக்கலாம், ஆனால் ஒரு குழந்தையின் உணர்வை என்னால் புரிந்து கொள்ள முடியும். வானவில்லின் நிறங்களைக் கண்டு பிரமித்து அவற்றைப் போற்றுவதற்கு ஒருவர் ஒரு வானமாக இருக்க வேண்டிய அவசியமில்லை," என்று கூறினார்.

"இல்லை, தந்தையே. இக்கணத்திலிருந்து இதுதான் என்னுடைய பூர்விகம். இதுதான் என்னுடைய மதுரா," என்று நான் துணிச்சலாகக் கூறினேன். என் வழியாக யார் இவ்வளவு தன்னம்பிக்கையோடு பேசியது என்பது கடவுளுக்குத்தான் வெளிச்சம். ஏனெனில், அது வண்ணத்துப்பூச்சியைத் துரத்திக் கொண்டும் வில் மற்றும் அம்புகளைக் கொண்டு விளையாடிக் கொண்டும் இருந்த பிருதை அல்லள் என்பது மட்டும் நிச்சயம்.

"மகளே, கடவுள் உன்னை ஆசீர்வதிக்கட்டும். ஒரு சத்திரியன் மனம் தளரக்கூடும், ஆனால் அவன் ஒருபோதும் தாழ்ந்து போவதில்லை. சூரசேனரின் மகள் அத்தகைய ஒரு சத்திரியப் பெண்ணாக இருக்க வேண்டும். ஆனால் நீ இங்கு தங்க வேண்டாம். ஏனெனில்..."

"ஏன்?"

"ஏனெனில், இந்த அரண்மனையில் ஒரு பெண்கூடக் கிடையாது. இந்த ஒட்டுமொத்த அரண்மனையையும் நிர்வகிக்க வேண்டிய பொறுப்பை நீ ஏற்க வேண்டியிருக்கும். உன்னைப் போன்ற, அனுபவமற்ற ஓர் இளம்பெணால் இவ்வளவு பெரிய சுமையைத் தாங்க முடியாது."

"நான் அந்தச் சுமையைத் தாங்குவேன். இன்றிலிருந்து இந்த அரண்மனை என்னுடைய அரண்மனை, இதிலுள்ளவர்கள் என் மக்கள்."

"ஆனாலும், நான் உன்னைப் பிருதை என்று அழைக்கும்போதெல்லாம் நீ அசௌகரியமாக உணரக்கூடும். உனக்கு எப்போதும் மதுராவின் நினைவு வரும். இவ்வளவு பெரிய அரண்மனையில் நீ எப்போதும் சற்று வருத்தத்தையும் தனிமையையும்

உணருவாய். அதனால்தான், நான் ஒரு முடிவுக்கு வந்துள்ளேன். அதாவது...”

அவர் ஏதோ கூற வந்தார், ஆனால் லாவகமாக அவர் தன்னைக் கட்டுப்படுத்திக் கொண்டார்.

“நீங்கள் என்ன தீர்மானித்திருக்கிறீர்கள்?” என்று நான் ஆர்வக் குறுகுறுப்போடு கேட்டேன்.

“நான் உன்னைப் பிருதை என்று அழைக்காமல்...” அவர் மீண்டும் தன் பேச்சைப் பாதியிலேயே நிறுத்தினார்.

“தந்தையே, பிருதை என்ற பெயருக்கு பதிலாக என்னை நீங்கள் வேறு என்ன பெயரில் அழைக்க விரும்புகிறீர்கள்?”

“குந்தி! என்னுடைய பெயரின் அடிப்படையில் நான் உன்னைக் குந்தி என்று அழைக்க விரும்புகிறேன். ஆனால் அது உனக்குப் பிடிக்காமல் இருக்கலாம். சரி, வா. நாம் உள்ளே போகலாம்.”

நான் சிறிது முன்னால் வந்து அவரை மீண்டும் வணங்கி, “தந்தையே, உங்கள் மகள் குந்தியின் வணக்கத்தை ஏற்றுக் கொள்ளுங்கள்,” என்று கூறினேன்.

இந்த பதிலைச் சிறிதும் எதிர்பார்க்காத அவர் உணர்ச்சிவசப்பட்டார். அவர் என்னைத் தொட்டு நிமிர்த்தி, என் தந்தையைப்போலவே என்னை அணைத்துக் கொண்டு, “குந்தி, நீ வருத்தப்படாதே. நீ இங்கு உன்னுடைய தந்தையை நினைக்க வேண்டிய தேவைகூட இருக்காது. ஆனால் நீ இங்கு தங்கவில்லை என்றால், நம்முடைய அரண்மனைக்கு நிச்சயமாகக் கேடு விளையும். பதினான்கு ஆண்டுகளாக நான் இந்த நாளைத்தான் எதிர்பார்த்து வந்துள்ளேன், இந்த அரண்மனை ஓர் அரசகுலப் பெண்ணை எதிர்பார்த்து வந்துள்ளது,” என்று கூறினார்.

நான் அவரை இறுக்கமாக அணைத்துக் கொண்டு, “நான் இந்த அரண்மனையைவிட்டு வேறு எங்கும் போக மாட்டேன்,” என்று முழு நம்பிக்கையோடும் உறுதியோடும் கூறினேன்.

அவர் என் முதுகின்மீது தட்டிக் கொடுத்தார். பிறகு அவர் என்னை அரண்மனைக்குள் அழைத்துச் சென்றபோது அவருடைய கண்கள் குளமாயின. போஜ்பூர் அரண்மனையின் வாசற்கதவுகள் மட்டுமே இதற்கு சாட்சியாக இருந்தன.

5

சில சமயங்களில், சில நிகழ்வுகள் ஒரு மனிதனை முற்றிலும் மாற்றிவிடக்கூடிய அசாதாரணமான சக்தி படைத்தவையாக இருக்கின்றன. சூதுவாதின்றி சுதந்திரமாகச் சுற்றித் திரிந்த ஒரு சிறுமியாக இருந்த நான், அன்றைய தினம், பொறுப்புமிக்க, மென்மையாகப் பேசுகின்ற ஓர் இளம்பெண்ணாக மாறினேன். குறிப்பிட்ட அந்த நிகழ்வு, என்னையும் அறியாமல் என்னை வளரச் செய்தது, என்னைப் பரிபூரணமாக மாற்றியது. பெரும்பாலான குழந்தைகள் தங்களுடைய குழந்தைப்பருவத்தை அனுபவிக்கின்ற ஒரு வயதில், நான் ஓர் அரண்மனையை நிர்வகிப்பதில் உள்ளடங்கியிருந்த அனைத்துப் பொறுப்புகளையும் நிறைவேற்றிக் கொண்டிருந்தேன். தன்

மகள் எப்படி இருந்தாள் என்று ஒரு முறைகூட என் தந்தை திரும்பிப் பார்க்கவில்லை. போஜ்பூரில், தன்னுடைய வாக்கு எனும் பலிபீடத்தில், அவர் என்னை ஒரு பலியாடுபோலக் கட்டிப் போட்டுவிட்டுப் போய்விட்டார். என்ன இருந்தாலும் நான் 'அவருடைய' மகளல்லவா? எனவே, என்ன நிகழ்ந்தாலும் சரி, இனி நான் மதுராவுக்கு ஒருபோதும் திரும்பிப் போகப் போவதில்லை என்று நான் உறுதி பூண்டேன். நாட்கள் ஒவ்வொன்றாகக் கழிந்தன. மதுராவைப் பற்றி நான் அடிக்கடி நினைத்தேன், ஆனால் ஓர் உறுதியான மனத்துடன் அந்த நினைவுகளை நான் முற்றிலுமாக அழித்தேன். ஏனெனில், நான் இங்கு இனியும் பிருதையாக இருக்கவில்லை. மாறாக, நான் குந்தி என்ற பெண்ணாக மாறியிருந்தேன், புகழ்மிக்க ஓர் அரசரின் புதல்வியாக ஆகியிருந்தேன். போஜ்பூர் அரண்மனையில் இருந்த ஒரே அரசகுலப் பெண் நான் ஒருத்தி மட்டும்தான். அப்படியானால், பிருதை என்று அழைக்கப்பட்ட அச்சிறுமி யார்? குந்தியின் வாழ்வில் இருந்த ஒரு சுதந்திரமான வண்ணத்துப்பூச்சி அவள். குந்தியின் வாழ்வில் வீசிய காற்றின் ஓர் அலை அவள். குந்தியின் வாழ்வில் இருந்த பசுமை அவள். குந்தியின் வாழ்வின் மலர்ப்படுகை அவள். குந்தியின் வாழ்வின் நறுமணம் அவள். குந்தியின் வாழ்வில் இருந்த வெறும் கனவு அவள். ஆம், வெறும் கனவு! சில சமயங்களில், கனவுகள்கூட மனத்திற்குக் களிப்பூட்டுகின்றன. பிருதையின் நினைவுகள் அதேபோல எனக்குக் களிப்பூட்டின. ஏனெனில், அவளுடைய பிடிவாதப் போக்கையும் வெகுளித்தனமான நடத்தையையும் பற்றிய நினைவுகளைத் தவிர என்னை மகிழ்விப்பதற்கு என்னிடம் வேறு எதுவும் இருக்கவில்லை.

6

போஜ்பூரின் குடிமக்கள் என்னை இளவரசி குந்தியாக மதித்தனர். என்னுடைய ஒவ்வொரு தேவையும் நிறைவேற்றப்படுவதை என் தந்தை குந்திபோஜர் உறுதி செய்தார். போஜ்பூரின் பல வழக்கங்களையும் சடங்குகளையும் நான் சுலபமாகப் புரிந்து கொண்டேன். அரண்மனையில் இருந்த வயதான பணிப்பெண் ஒருத்தி, அவற்றுக்கான அர்த்தங்களை எனக்குக் கற்றுக் கொடுத்தாள். அவள் மிகுந்த அர்ப்பணிப்போடு என்னை கவனித்துக் கொண்டாள். நான் ஒரு புதிய வாழ்க்கையை வாழத் தொடங்கியிருந்தேன். என்னுடைய முதுகை அன்பாக வருடிக் கொடுப்பதற்கு அங்கு எனக்கு எந்தத் தாயும் இருக்கவில்லை. ஆனால், நான் எல்லா விஷயங்களையும் மன உறுதியோடும் உற்சாகமாகவும் கற்றுக் கொண்டேன். சில சமயங்களில் என் மனத்தில் மதுராவின் நினைவுகள் பீறிட்டு எழும். ஆனால் நான் அவற்றை வேதனையோடு அடக்கிக் கொண்டேன். நாட்கள் செல்லச் செல்ல, நான் அதிக அனுபவம் கைவரப் பெற்றேன்.

இவ்விதத்தில் இரண்டு ஆண்டுகள் கழிந்தன. அரண்மனை எனக்குப் பழக்கமாகிவிட்டது. போஜ்பூர் இப்போது ஒரு புதிய, சிறப்பான விதத்தில் என்னைக் கவர்ந்தது. சில சமயங்களில், அந்த முதிய பணிப்பெண்ணை என்னோடு அழைத்துக் கொண்டு ஆற்றின் பக்கமாக

நான் சென்றேன். ஒரு நாள் நான் அவளிடம், "இந்த நதி 'அசுவம்' என்று அழைக்கப்படுகிறது. இப்பெயர் சற்று விநோதமாக இருக்கிறதல்லவா? இதற்கு ஏன் ஒரு குதிரையின் பெயர் சூட்டப்பட்டுள்ளது? ஒரு குதிரையைப்போல வேகமாகப் பாய்ந்து செல்லுவதாலா?" என்று கேட்டேன்.

"இல்லை, இளவரசி. காரணம் அதுவல்ல. போஜ்பூரின் குதிரைகள் இந்த ஆற்றின் நீரை மட்டுமே பருகுகின்றன. அவை வேறு எங்கும் நீர் பருகுவதில்லை. அதனால்தான் இதற்கு அசுவ நதி என்று பெயர்."

அவள் அறிவார்ந்தவளாக இருந்தாள். அவளுடைய பெயர் தாத்ரி. அவள் செவிலித்தாயாக வேலை செய்ததால் அவள் அப்பெயரில் அழைக்கப்பட்டாள். சிறிய விஷயங்கள், பெரிய விஷயங்கள் என்று அவளுக்கு எல்லாம் தெரிந்திருந்தது. எந்த மூலிகை எந்த நோயை குணப்படுத்தியது, கிழக்கிலிருந்த நிஷாத நாட்டு அரக்கர்கள் எப்படித் தங்கள் எதிரிகளைத் தாக்கினர் போன்ற பல விஷயங்களை அவள் விபரமாக எனக்கு எடுத்துரைத்தாள்.

நான் ஒரு முறை அவளிடம், "நாம் நிஷாதர்களுக்கு வெகு அருகே இருக்கிறோம். அது நமக்கு ஒரு நிரந்தர அச்சுறுத்தலல்லவா? ஒரு நெருக்கடியான நேரத்தில் அரண்மனைப் பெண்களின் பாதுகாப்பிற்கு இந்த அரண்மனையில் என்ன ஏற்பாடு செய்யப்பட்டுள்ளது?" என்று கேட்டேன்.

அவள் சுற்றுமுற்றும் பார்த்துவிட்டு, ஒரு கிசுகிசுப்பான குரலில், "அதற்கான ஏற்பாடு செய்யப்பட்டுள்ளது. ஆனால் அதைப் பற்றி மன்னருக்கும் எனக்கும் மட்டும்தான் தெரியும்," என்று கூறினாள்.

"என்ன ஏற்பாடு?" என்று நான் ஆர்வத்தோடு கேட்டேன்.

"என்னுடன் வாருங்கள். நான் உங்களுக்குக் காட்டுகிறேன்."

அரண்மனையில் ஒரு குறிப்பிட்ட அறைக்கு அவள் என்னை அழைத்துச் சென்றாள். எங்களைச் சுற்றி அக்கம்பக்கத்தில் யாரும் இல்லை என்பதை அவள் உறுதி செய்து கொண்ட பிறகு, ஒரு மூலையில் இருந்த, கல்லால் ஆன ஒரு கொண்டியை அவள் வலது பக்கமாகத் திருப்பினாள். மூன்று முழங்கை உயரம் கொண்ட ஒரு பெரிய பகுதி அந்த மூலையில் திறந்தது. உள்ளே மங்கலான வெளிச்சம் தெரிந்தது. அது ஒரு சுரங்கப்பாதை.

"இந்தப் பாதை எங்கே இட்டுச் செல்லுகிறது?" என்று நான் ஆச்சரியத்தோடு கேட்டேன்.

"அசுவ நதிக்கு," என்று அவள் பதிலளித்தாள்.

நான் அந்தச் சுரங்கப்பாதைக்குள் எட்டிப் பார்த்தேன். ஒரு வௌவால் கத்திக் கொண்டும் தன் இறக்கைகளைப் படபடவென அடித்துக் கொண்டும் வெளியே தப்பிச் செல்ல முயற்சித்துக் கொண்டிருந்தது. அது அப்பாதையின் சுவர்மீது மூன்று நான்கு முறை மோதியது. பிறகு, மேற்பகுதியில், வெளிச்சம் உள்ளே வருவதற்காக அமைக்கப்பட்டிருந்த துவாரங்களில் ஒன்றின் வழியாக அது வேகமாகப் பறந்து சென்றது. அந்த வௌவால் தன் இறக்கைகளைப் படபடவென அடித்துக் கொண்டதை நான் பார்த்தபோது, என் மனத்தில் ஒரு விநோதமான எண்ணம் தோன்றியது: 'வாழ்க்கைகூட இவ்வுலகமெனும் சுரங்கப்பாதையிலிருந்து தப்பிச் செல்லப் போராடிக் கொண்டிருக்கின்ற

ஒரு பறவையைப் போன்றதுதான்.' நான் உடனடியாக அந்தக் கற்கொண்டியை இடது பக்கமாகத் திருப்பினேன். அச்சுரங்கத்தின் முகப்பு மூடிக் கொண்டது. என் மனம் அமைதியடைந்தது.

7

ஒரு நாள், நானும் தாத்ரியும் என் தந்தையும் உட்கார்ந்து பேசிக் கொண்டிருந்தோம். அப்போது ஒரு தூதுவன் மூச்சிறைத்தபடி வேகவேகமாக உள்ளே வந்து, "மன்னா, நிஷாதப் படை ஒன்று போஜ்பூரைத் தாக்குவதற்காகக் கிழக்கிலிருந்து வந்து கொண்டிருக்கிறது," என்று கூறினான்.

"நீ என்ன சொல்லுகிறாய்? உடனடியாகத் தளபதிகளிடம் விரைந்து சென்று, சங்குகளை முழங்கும்படியும் போர்முரசுகளைக் கொட்டும்படியும் அவர்களிடம் கூறு. சார்மண்வதி ஆற்றின் மறுபக்கத்தில் எதிரி தடுத்து நிறுத்தப்பட வேண்டும். குந்திபோஜன் போஜ்பூரை ஆளும்வரை நம்முடைய ராஜ்ஜியம் சுதந்திரமானதாக இருக்கும். உடனே போ!" என்று கூறிய என் தந்தை, தன் இருக்கையைவிட்டு எழுந்து, ஒரு சிங்கம் போன்ற மிடுக்கான நடையுடன் படைக்கலக் கொட்டிலை நோக்கிச் சென்றார். வீழ்த்தப்பட்டிராத போஜ வம்சத்தின் ரத்தமல்லவா அவருடைய நரம்புகளில் பாய்ந்து கொண்டிருந்தது!

சிறிது நேரத்திற்குப் பிறகு, அவர் ஒரு போர்வீரனுக்குரிய வஸ்திரத்தையும் கவசங்களையும் அணிந்து கொண்டு திரும்பி வந்தார். நகரத்தின் நான்கு திசைகளிலும் முரசுகளும் துந்துபிகளும் முழங்கின, சங்குகள் ஒலித்தன. என் தந்தையின் முகம் ஒளிர்ந்தது. போஜ்பூரின் படை தயார் நிலையில் இருந்தது. வீரர்களின் வெற்றி முழக்கங்கள் நகரின் அனைத்துப் பகுதிகளிலும் கேட்டன. துணிச்சல்மிக்க வீரர்கள் சுதந்திரத்திற்காகப் போர்க்களத்தில் மரணத்திற்குத் தங்களைத் தயார்படுத்தினர்.

போருக்குச் செல்லவிருந்த மன்னருக்குச் செய்யப்பட வேண்டிய சடங்கைச் செய்வதற்காகப் பஞ்சாரத்தியைத் தயார் செய்யும்படி நான் தாத்ரியிடம் கூறினேன். என் தந்தை எங்கள் அரண்மனையைவிட்டு வெளியே அடியெடுத்து வைக்கவிருந்த நேரத்தில் அவள் அந்த ஆரத்தியைக் கொண்டு வந்தாள். நான் அரண்மனை வாசலுக்கு உள்ளே நின்றபடி, "தந்தையே, நில்லுங்கள்! நான் உங்களுக்கு ஆரத்தி எடுக்க வேண்டும்," என்று கூறினேன்.

அவர் திரும்பிப் பார்க்காமல், "மகளே, ஒரு சத்திரியன் முன்னோக்கி அடியெடுத்து வைத்துவிட்டால், அவன் ஒருபோதும் திரும்பிப் பார்ப்பதில்லை. நான் வெற்றியுடன் திரும்பி வரும்போது நீ எனக்கு ஆரத்தி எடுக்கலாம். அதுவரை, நம்முடைய கோவிலில் நம்முடைய குலதெய்வத்திற்கு முன்னால் அந்த ஆரத்தியை வை," என்று கூறினார். கருடன் சின்னம் பொறிக்கப்பட்டக் கொடியை அவர் தன் கையில் எடுத்துக் கொண்டு கம்பீரமாக முன்னோக்கி நடந்து சென்று தன்னுடைய தேரில் ஏறி மின்னல் வேகத்தில் அங்கிருந்து மறைந்தார்.

"மன்னர் குந்திபோஜர் வாழ்க!" என்ற முழக்கம் நாற்புறங்களிலிருந்தும்

ஒலித்தது. போஜ்பூரின் படை நிஷாதப் படையை முறியடிப்பதற்காக வீறுகொண்டு ஓடியது. வெதூரத்தில் ஒரு புழுதி மண்டலம் தோன்றியது. சிறிது நேரத்தில் அப்படை அசுவ நதியில் மாயமாய் மறைந்தது.

8

குழப்பமூட்டும் பல விதமான செய்திகள் எங்களுக்கு வந்தன. இரண்டு படைகளும் சார்மண்வதி நதிக்கு அருகே நேருக்கு நேர் மோதின. சில சமயங்களில் நிஷாதர்களும், சில சமயங்களில் நாங்களும் வெற்றி பெற்றுக் கொண்டிருந்ததுபோலத் தோன்றியது. சூழல் எங்களுக்கு சாதகமாக மாறியபோது, நிஷாதர்கள், அருகிலிருந்த ஓர் அடர்ந்த காட்டிற்குள் ஓடிச் சென்று ஒளிந்து கொண்டனர். ஆனால் இறுதியில், போஜ்பூரின் படையை அவர்களால் தாக்குப்பிடிக்க முடியவில்லை. பத்து நாட்களாக அவர்கள் தங்களால் இயன்ற அளவு சிறப்பாகப் போரிட்டனர், ஆனால் பிறகு, அவர்கள் எங்கிருந்து வந்திருந்தார்களோ, அந்த விந்தியாசலத்திற்குத் திரும்பி ஓடிவிட்டனர்.

போஜ்பூரின் படை வெற்றி பெற்றது.

"நிஷாதர்களை விரட்டியடித்துவிட்டு மன்னர் குந்திபோஜர் தன் அரண்மனைக்குத் திரும்பி வந்து கொண்டிருக்கிறார்," என்ற செய்தியை ஒரு தூதுவன் கொண்டுவந்தான்.

வீரமிக்கத் தன்னுடைய மன்னரை வரவேற்பதற்காக போஜ்பூர் ஆர்வத்தோடு காத்திருந்தது. பெண்கள் தங்களுடைய வீட்டு முற்றங்களை அலங்கரித்தனர். எல்லா வீடுகளின் கதவுகளிலும் பல வண்ண நாடாக்கள் அலங்காரமாகக் கட்டித் தொங்கவிடப்பட்டிருந்தன. எதிரியைத் தோற்கடித்துள்ள ஒரு மன்னரை எந்தக் குடிமக்கள்தான் கௌரவிக்க மாட்டார்கள்? அப்படிப்பட்ட ஒரு மன்னரின் புகழைப் பாட யார்தான் மறுப்பார்கள்? யார்தான் அவர்மீது மலர்களைத் தூவ மாட்டார்கள்?

பதினைந்து நாட்களுக்குப் பிறகு என் தந்தை வெற்றியோடு திரும்பிக் கொண்டிருந்தார். நான் என் கைகளில் பஞ்சாரத்தியுடன் அரண்மனை வாசலில் நின்று கொண்டிருந்தேன்.

நகரத்திற்கு வெளியே முழங்கப்பட்டுக் கொண்டிருந்த முரசுகளின் சத்தம் கேட்டது. குடிமக்கள் வெற்றிக் கோஷமிட்டுக் கொண்டும் மலர்களைத் தூவியும் உற்சாகமாகக் கொண்டாடிக் கொண்டிருந்தனர். எங்களுடைய படை ஒருவழியாக நகரத்தை வந்தடைந்தது. எங்கள் படைக்கு முன்னால் வந்து கொண்டிருந்த ஒரு யானையின்மீது அம்பாரியில் என் தந்தை உட்கார்ந்திருந்தார். மண்டியிட்டு உட்காரும்படி யானைப்பாகன் அந்த யானையிடம் கூறினான். என் தந்தை கீழே இறங்கி வாசலில் வந்து நின்றார். வெற்றி அவருடைய கண்களில் மின்னியது. அவர் கம்பீரமாக நிமிர்ந்து நின்றார்.

நான் அவருக்கு ஆரத்தி எடுத்தேன். அவர் தன்னுடைய முதுகின்மீது இருந்த அம்பறாத்தூணியிலிருந்து ஓர் அம்பை எடுத்து, தன்னுடைய வலது கைப் பெருவிரலை அந்த அம்பின் முனையில் குத்தி என் நெற்றியில் ரத்தத் திலகமிட்டுவிட்டு, "வீரம் மிக்க ஆண்கள்,

வெற்றியால் வருகின்ற மகிழ்ச்சிக்காக வாழ வேண்டும்; வீரம் மிக்கப் பெண்கள் தங்களுடைய மானத்தைக் காக்க உயிர் துறக்கத் தயாராக இருக்க வேண்டும்," என்று கூறினார்.

தேன் போன்ற ஞான வார்த்தைகள் அவை.

நான் உணர்ச்சிவசப்பட்டேன். என்னுடைய தந்தை குறித்து நான் பெருமிதம் கொண்டேன். "வீரம் மிக்கப் பெண்கள் தங்கள் மானத்தைக் காக்க உயிர் துறக்கத் தயாராக இருக்க வேண்டும். வீரம் மிக்க ஆண்கள் வெற்றியால் வருகின்ற மகிழ்ச்சிக்காக வாழ வேண்டும்," என்ற வாசகத்தை நான் எனக்குள் மீண்டும் மீண்டும் கூறிக் கொண்டேன்.

வெற்றிக் களிப்பில் மிதந்து கொண்டிருந்த குடிமக்கள், "மன்னர் குந்திபோஜர் வாழ்க!" என்று முழங்கினர்.

"இளவரசி குந்தி தேவி வாழ்க!"

பெருமிதத்தால் மார்பு விரிய என் தந்தை எங்கள் அரண்மனைக்குள் அடியெடுத்து வைத்தார். திடீரென்று, இடி முழக்கம் போன்ற ஒரு குரல் கணீரென்று ஒலித்தது. அது அந்த அரண்மனையின் உட்புற அறைகளின் ஊடாகத் துளைத்துச் சென்றதோடு, வெளியே இருந்த மதிலையும் நடுநடுங்கச் செய்தது.

"மன்னா, உன் அரண்மனையில் உனக்காகக் காத்துக் கொண்டிருக்கின்ற ஒரு விருந்தினனைப் பார்க்க முடியாத அளவுக்கு வெற்றி உனக்குப் பித்துப் பிடிக்கும்படி செய்துவிட்டதா?"

குடிமக்கள் அனைவருடைய கண்களும் அந்தக் குரல் வந்தத் திசையை நோக்கித் திரும்பின. அந்த ஒட்டுமொத்த அரண்மனையும் பயத்தால் நடுங்கியதுபோலத் தோன்றியது.

நாங்களும் அந்தக் குரலை நோக்கித் திரும்பினோம். ஒரு வெள்ளைத் தாடியும் சடாமுடியும் தரித்த, மெலிந்த உடலும் கருப்புத் தோலும் கொண்ட ஓர் உயரமான முனிவர் அங்கு இருந்தார். தன் கையில் இருந்த தண்டத்தால் தன் விருப்பம்போலப் புரட்டிப் போடப்படக்கூடிய ஒரு புற்கட்டாக இவ்வுலகம் அவருடைய கண்களுக்குத் தோன்றியதுபோலும். அவர் இந்த ஒட்டுமொத்தப் பிரபஞ்சத்தையும் தன்னுடைய புருவங்களின் வளைவில் ஆக்ரோஷமாக முடிந்து வைத்திருந்ததுபோலத் தோன்றியது. அவர் தன்னுடைய பளபளப்பான கமண்டலத்தைக் காற்றில் சுழற்றியபடி நின்று கொண்டிருந்தார். அவருடைய கண்கள் நெருப்பை உமிழ்ந்தன.

குடிமக்கள் தங்களுக்கிடையே முணுமுணுக்கத் தொடங்கினர். என் தந்தை வேகமாக முன்னால் வந்து அந்த முனிவரின் பாதங்களில் நெடுஞ்சாண்கிடையாக விழுந்தார்.

அம்முனிவர் மீண்டும் இடிபோல கர்ஜித்தார். "குந்திபோஜா, இந்தப் போர் முழக்கங்கள் எல்லாம் எதற்காக? ஊதுகொம்புகள் ஏன் முழங்கப்பட்டுக் கொண்டிருக்கின்றன?"

"குருதேவா, என்னை மன்னித்துவிடுங்கள். நான் இப்போதுதான் யுத்தத்திலிருந்து திரும்பி வந்துள்ளேன். உங்கள் வரவைப் பற்றி எனக்கு எந்தச் செய்தியும் வரவில்லை. இல்லாவிட்டால்..." என்று என் தந்தை மன்றாடினார். அவருடைய தலை இன்னும் அந்த முனிவரின் பாதங்களில்தான் இருந்தது. சிறிது நேரத்திற்கு முன்பு, ஓர் அசோக மரத்தைப்போல கம்பீரமாக நின்ற என்னுடைய தந்தை, இப்போது ஒரு புல்லைப்போல நிலத்தின்மீது கிடந்தார். சிறிது நேரத்திற்கு முன்பு,

படமெடுத்து ஆடும் ஒரு பாம்பைப்போலப் பெருமிதத்துடன் நின்ற அவர், இப்போது ஓர் அணிலைப்போல பயந்து போயிருந்தார்.

"குந்திபோஜா, என்னுடைய வரவை உனக்குத் தெரிவிப்பதற்கு நான் என்ன உன்னுடைய சேவகர்களில் ஒருவன் என்று நீ நினைத்தாயா? இவ்வுலகில் தன் விருப்பம்போல எங்கு வேண்டுமானாலும் சுதந்திரமாகத் திரிகின்ற ஒரு முனிவர் நான் என்பது உனக்கு மறந்துவிட்டதா? அல்லது, இந்த ஒட்டுமொத்த உலகமும் உன்னுடைய பாதங்களைத் தொழுகின்ற ஒரு சேவகன் என்று நீ கற்பனை செய்து வைத்திருக்கிறாயா?"

தங்கள் தலைகள்மீது ஓர் இடி விழுந்திருந்ததைப்போல எல்லோரும் உணர்ந்தனர்.

"குருதேவா, என்னை மன்னியுங்கள். நீங்கள் வருவீர்கள் என்று எனக்குத் தெரிந்திருந்தால்..." என்று கூறியபடி என் தந்தை தட்டுத்தடுமாறி எழுந்து நின்றார்.

"வரவேற்பு, மரியாதை, அவமானம் ஆகிய யாவும் உன்னைப் போன்ற அரசர்களுக்குத்தான். எனக்கு அவை எதுவும் தேவையில்லை."

என் தந்தை தன் கைகளைக் குவித்து மிகவும் பணிவோடு, "தயவு செய்து என்னை மன்னித்துவிடுங்கள்," என்று கெஞ்சினார்.

"சரி, வா."

இப்போது எல்லோரும் நிம்மதிப் பெருமூச்செறிந்தனர்.

முன்னால் சென்று அந்த முனிவரை வணங்கும்படி தாத்ரி எனக்கு அறிவுறுத்தினாள். நான் அவள் கூறியபடியே செய்தேன்.

"மன்னா, யார் இவள்?" என்று அந்த முனிவர் என் தந்தையிடம் கேட்டார்.

"என் மகள் குந்தி."

"உன் மகளா? மன்னா, நீ யாரிடம் பேசிக் கொண்டிருக்கிறாய் என்பது உனக்குத் தெரியுமா?" அவர் தன் கண்களை உருட்டிக் கொண்டே கிண்டலாக இக்கேள்வியைக் கேட்டார்.

"குருதேவா, மீண்டும் நீங்கள் என்னை மன்னிக்க வேண்டும். இவள் மன்னர் சூரசேனரின் மகள் பிருதை. இவளை நான் சுவீகாரம் எடுத்து, குந்தி என்று இவளுக்குப் பெயரிட்டிருக்கிறேன்." இன்று என் தந்தைக்கு என்னவாயிற்று? அடைமழையைத் தாங்க முடியாமல் தலை சாய்கின்ற புல்லைப்போல அவர் ஏன் தொடர்ந்து இப்படித் தலையைக் குனிந்து கொண்டும் கைகளைக் கூப்பிக் கொண்டும் இருக்கிறார்?

"மன்னா, விருந்துண்டு களித்திருப்பதற்காக நான் இங்கே வரவில்லை. போஜ்பூரில் உன்னுடைய அரண்மனையில் ஒரு வேள்வி நடத்துவதற்காகவே நான் இங்கு வந்திருக்கிறேன். ஒரு வேள்வி நடத்தும்படி ஓர் உட்குரல் எனக்கு அறிவுறுத்தியுள்ளது."

என் தந்தை மீண்டும் தலை வணங்கி, "உங்களுக்கு சேவை செய்ய இந்த சேவகன் தயாராக இருக்கிறான்," என்று கூறினார்.

"மன்னா, இந்த மாபெரும் வேள்வி ஒரு சாதாரண விஷயமல்ல. இந்த வேள்வியின் வாயிலாக, இந்த பூமியின் பஞ்சபூதங்களையும் நான் என் கட்டுப்பாட்டிற்குள் கொண்டுவரத் திட்டமிட்டுள்ளேன். இந்த வேள்வியின் மூலம், இந்த ஒட்டுமொத்த அண்டத்திற்கும் ஆற்றல் அளிக்கின்ற சக்திகளை நான் என்னுடைய அடிமைகளாக ஆக்குவேன். புரிகிறதா? இந்த வேள்விக்கு ஏதேனும் பாதிப்பு ஏற்பட்டால்..." என்று

கூறி அவர் சுற்றுமுற்றும் பார்த்தார்.

“இல்லை, குருதேவா. எந்தக் குறைவும் இருக்காதபடி நானும் குந்தியும் பார்த்துக் கொள்ளுகிறோம்.”

“குந்திபோஜா, ஒன்றை நன்றாக நினைவில் வைத்துக் கொள். இந்த ஒட்டுமொத்த ஆரியவர்த்தத்தில் இது போன்ற ஒரு வேள்வி நடத்தப்படுவது இதுதான் முதல் முறை. இதற்கு என்னைத் தயார்படுத்தும் விதமாக, இமயமலையில் நான் நாற்பது ஆண்டுகாலம் கடுந்தவம் செய்து ஒரு தெய்விகமான மனசக்தியை அடைந்திருக்கிறேன்.”

“குருதேவா, நான் பாக்கியம் செய்திருக்கிறேன். தயவு செய்து அரண்மனைக்குள் வாருங்கள்.”

“அரண்மனை எதற்கு? மிதமிஞ்சிய ஆடம்பரம் ஆன்மாவின் அழிவுக்கு வழி வகுக்கும். நான் உன் அரண்மனைக்கு எதிரே ஓர் ஓலைக் குடிலில் தங்கிக் கொள்ளப் போகிறேன்.”

“உங்கள் விருப்பப்படியே நடக்கட்டும். குந்தி உங்களுடைய தேவையை கவனித்துக் கொள்ளுவாள்.”

அந்த முனிவர் எங்கள் அரண்மனையின் முக்கிய வாசலுக்குள் அடியெடுத்து வைத்தார். அப்போது அங்கு கூடியிருந்த மக்கள் எல்லோரும், “மாமுனிவர் துர்வாசர் வாழ்க!” என்று கோஷமிட்டனர்.

துர்வாசர் உடனே அவர்களிடம் திரும்பி, “நீங்கள் யாரை வாழ்த்திக் கோஷமிட்டுக் கொண்டாடிக் கொண்டிருக்கிறீர்கள்? வயல்களுக்குப் போய்க் கோஷமிடுங்கள். அங்கு தானியங்களைக் கொத்திக் கொண்டிருக்கின்ற பறவைகளையாவது உங்கள் கோஷங்கள் விரட்டியடிக்கும். மன்னா, இது போன்ற அபத்தங்களை என்னால் பொறுத்துக் கொள்ள முடியாது. எனக்கு முழு அமைதி தேவை,” என்று கூறினார்.

அத்திரி முனிவர் மற்றும் அனுசூயா தேவியின் மகன் அவர். மகாயோகியான தத்தாத்ரேயரின் சகோதரன் அவர். ஆரியவர்த்தத்தின் கோபக்கார முனிவர்கள் அனைவருடைய கோபத்தையும்விட அதிகமான கோபத்தைத் தன்னுடைய கமண்டலத்திற்குள் அடைக்கக்கூடிய முனிவராக துர்வாசர் இருந்தார்.

9

அரண்மனைக்கு எதிரே ஓலைக் குடில் ஒன்று கட்டப்பட்டது. ஓர் ஆடம்பரமான மாளிகையின் முன்னால் ஓர் ஓலைக் குடில் ஒரு விநோதமான காட்சியாக இருந்தது. அரணமனைக்கு வருகை தந்தவர்கள் அக்குடிலை ஆச்சரியத்தோடு பார்த்தனர். அந்த அரண்மனையில் வீரர்களின் அணிவகுப்புச் சத்தத்திற்கு பதிலாக துர்வாச முனிவர் கூறிய மந்திரங்கள் கேட்டன. துர்வாசர் அதிகாலையிலேயே எழுந்து அசுவ நதியில் நீராடிவிட்டு, கிழக்கு நோக்கி தியானத்தில் அமர்ந்து தன்னுடைய மந்திரங்களை இசைக்கத் தொடங்கிவிடுவார். பிறகு, வேள்விக் குண்டத்தில் பல்வேறு வகையான எரிபொருட்களை அவர் போட்டு அதில் தீ மூட்டுவார். அதிலிருந்து கிளம்பிய புகை அந்த அரண்மனையில் இருந்த எல்லோருடைய கண்களிலும் கண்ணீரை

வரவழைத்தது.

துர்வாசரின் நடத்தை மிகக் கடுமையானதாகவும் குழப்பமூட்டுவதாகவும் இருந்தது. பிரபஞ்சத்தைத் தோற்றுவித்திருந்த அந்த மகாசக்தியை அவர் தன்னுடைய கட்டுப்பாட்டுக்குள் கொண்டுவர விரும்பினார். ஐம்பூதங்களையும் அவர் தன்னுடைய அடிமைகளாக ஆக்க விரும்பினார். அவருடைய மனநிலையை எப்படி விவரிப்பதென்று யாரும் அறியவில்லை. ஒரு கணம், பால் கொண்டு வரும்படி அவர் என்னிடம் அடம் பிடித்தபோது அவர் ஒரு சிறுபிள்ளையாக இருந்தார். சில சமயங்களில், அவர் பல நாட்கள் தொடர்ந்து எதுவும் சாப்பிடாமல் இருந்தார். ஒரு கணம், வேள்விக் குண்டத்தில் போடுவதற்கு, அவ்வளவு சுலபமாகக் கிடைக்காத ஏதேனும் மரக்கட்டைகளைக் கொண்டுவரும்படி அவர் ஆர்ப்பாட்டம் செய்வார். மற்ற சமயங்களில், அவர் இடையறாது என்னைப் பார்த்துக் கத்துவார். சில சமயங்களில், தொடர்ந்து இரண்டு நாட்கள் எதுவும் பேசாமல் மௌனமாகவும் அவர் இருந்திருந்தார்.

அப்படிப்பட்ட ஒரு முனிவரை கவனித்துக் கொள்ளுவதற்கான பொறுப்பை என் தந்தை என்னை நம்பி என்னிடம் ஒப்படைத்திருந்தார். கையாளுவதற்கு அவர் எவ்வளவு கடினமானவராக இருந்தாலும், அவர் கோபத்தில் எவ்வளவு கத்தினாலும், நான் அவரை எதிர்த்து எதுவும் கூறக்கூடாது என்று என் தந்தை என்னை எச்சரித்திருந்தார். நான் துர்வாசர்மீது அக்கறையின்றியோ அல்லது அதிருப்தியை வெளிக்காட்டும் விதமாகவோ நடந்து கொள்ளக்கூடாது என்று அவர் எனக்கு அறிவுறுத்தியிருந்தார். சில சமயங்களில் துர்வாசரின் நடத்தையை என்னால் பொறுத்துக் கொள்ள முடியவில்லை. வேறு சமயங்களில், தன்னுடைய பாதங்களைக் கழுவும்படி அவர் எனக்கு உத்தரவிடுவார். அவருக்கு இத்தகைய பல்வேறு வேலைகளை நான் செய்ய வேண்டியிருந்ததால், நாளின் முடிவில் என் உடல் வலித்தது, நான் முற்றிலும் களைத்துப் போனேன். என் மனமும் தளர்ந்தது. ஆனால், என்னுடைய தந்தையை மகிழ்விப்பதற்காக நான் எல்லாவற்றையும் தாங்கிக் கொண்டேன். கழுவப்பட்டப் பாதங்களை நான் மீண்டும் கழுவ வேண்டியிருந்தது. சில சமயங்களில், அந்த ஓலைக் குடிலை எரித்துச் சாம்பலாக்கிவிட்டு, நேராக மதுராவுக்குச் சென்றுவிடலாமா என்றுகூட நான் நினைத்ததுண்டு. நான் இந்தப் பைத்தியக்கார முனிவருக்கு வெகு அருகே வாழ்ந்ததால் எனக்கே பைத்தியம் பிடித்துவிடுமோ என்ற சந்தேகம் எனக்கு ஏற்படத் தொடங்கியது.

ஒரு மாதமல்ல, இரண்டு மாதங்களல்ல – அந்த முனிவரின் நிலையற்ற நடத்தையால் நான் பத்து மாதங்கள் துன்புற்றேன். ஒவ்வோர் இரவும், நான் நள்ளிரவில் எழுந்திருக்க வேண்டியிருந்தது. ஏனெனில், அவருடைய வழிபாட்டிற்குத் தேவையான பொருட்களையெல்லாம் பொழுது விடிவதற்கு முன்பாகவே நான் தயார் செய்து வைக்க வேண்டியிருந்தது. தூக்கமின்மையால் என் கண்கள் சிவந்தன. என்னுடைய நிலைமையைக் கண்ட தாத்ரி, துர்வாசரை சபித்தாள்.

கடைசி சில நாட்களையொட்டி, தன்னுடைய குடிலிலிருந்து வெளியே வருவதைக்கூட துர்வாசர் நிறுத்திவிட்டார். அதற்கு முந்தைய இரண்டு மாதங்களின்போது அவர் ஒரு வார்த்தைகூடப் பேசவில்லை. அவர் பழங்களையும் பாலையும் மட்டுமே உட்கொண்டார்.

தூங்குவதற்கு பதிலாக மந்திரங்களை இசைத்தார். இரவில் அவர் தூங்காமல் இருந்தது என்னை அசௌகரியமாக உணரச் செய்தது. அவர் அந்த மாபெரும் சக்திகளைக் கட்டுப்படுத்திக் கொண்டிருப்பதற்கு பதிலாக, அந்த சக்திகள் அவரைக் கட்டுப்படுத்தினால் என்னவாகும்? இந்த வேள்வியின் மூலம் அவர் என்ன சாதித்துக் கொண்டிருந்தார்? ஐம்பூதங்களை அடிமைப்படுத்துவதன் மூலம் இந்த முனிவர் என்ன செய்வார்? அவற்றின் சக்திக்கு எதிராக மனிதர்களால் பிழைத்திருக்க முடியுமா? இப்படிப்பட்ட எண்ணற்றக் கேள்விகள் தினமும் என் மனத்தைக் குழப்பின. எப்போதேனும் யாரையேனும் சந்திக்கக்கூட எனக்கு வாய்ப்பிருக்கவில்லை. ஏனெனில், அவர் தன்னுடைய குடிலுக்குள்ளிருந்து எப்போது எனக்கு அழைப்பு விடுப்பார் என்பதையோ அல்லது அடுத்து எனக்கு என்ன உத்தரவு பிறப்பிப்பார் என்பதையோ அறிந்து கொள்ள வழியேதும் இருக்கவில்லை.

ஒரு பௌர்ணமி இரவின்போது, இவற்றையெல்லாம் பற்றிக் கவலைப்பட்டுக் கொண்டே நான் தூங்கிவிட்டேன். அதிகாலையில் நான் ஆழ்ந்த உறக்கத்தில் இருந்தபோது, ஓர் உரத்தக் குரல் என்னை எழுப்பியது. துர்வாசர் தன்னுடைய குடிலுக்குள் இருந்தபடி தொண்டை கிழியத் தொடர்ந்து கத்திக் கொண்டிருந்தார். பாலும் பழங்களும் மட்டுமே உட்கொண்டபோதிலும் அவருடைய குரல் மட்டும் இடிச் சத்தத்தைவிட அதிகச் சத்தமாக இருந்தது.

"குந்திபோஜா! குந்திபோஜா!" என்று அவர் மகிழ்ச்சியாகக் கத்திக் கொண்டிருந்தார்.

நான் அவசர அவசரமாக எழுந்து அவருடைய குடிலுக்குள் ஓடினேன். அவர் தன் கண்களைத் திறந்தார். என்னால் அவற்றைப் பார்க்க முடியவில்லை. ஏனெனில், அவை கொழுந்துவிட்டு எரிந்து கொண்டிருந்த இரண்டு நெருப்புப் பந்துகளைப்போலக் காட்சியளித்தன. அவர் என்னைப் பார்த்தவுடன் லேசாகப் புன்னகைத்துவிட்டு, ஒரு கம்பீரமான குரலில், "குந்தி, நீ எனக்கு சேவை செய்ததன் பலனை இன்று நீ பெறப் போகிறாய். இன்றிலிருந்து, இந்த ஒட்டுமொத்த உலகமும், தலைசிறந்த வீரர்களின் தாயாக உன்னைப் பார்க்கும். இங்கே வந்து உட்கார்," என்று கூறினார்.

நான் போய் வேள்விக் குண்டத்திற்குப் பக்கத்தில் அமர்ந்தேன். அவர் என்ன கூறிக் கொண்டிருந்தார் என்பதை என்னால் புரிந்து கொள்ள முடியவில்லை.

அவர் தொடர்ந்து பேசினார். "குந்தி, ஒருவன் ஒரு தேரில் குதிரைகளைப் பூட்டுவதைப்போல, நான் என்னுடைய மந்திரங்களைக் கொண்டு இந்தப் பிரபஞ்சத்தின் ஐம்பூதங்களையும் கட்டிப் போட்டுள்ளேன். என்னுடைய அர்ப்பணிப்புக்கு வெற்றி கிடைத்துவிட்டது. இதோ, இந்தத் தீர்த்தத்தைப் பருகு."

"ஆனால் நான்..." பயம் என் மனத்தை ஆட்கொண்டது.

"குந்தி, நீ யார் முன்னால் அமர்ந்திருக்கிறாய் தெரியுமா?" அவருடைய கண்கள் தீப்பொறிகளை உமிழ்ந்ததுபோல எனக்குத் தோன்றியது. அவர் என்னை எரித்துச் சாம்பலாக்க முயற்சித்துக் கொண்டிருந்தாரோ என்று நான் பயந்தேன்.

அவர் கொடுத்தத் தீர்த்தத்தை நான் அமைதியாகப் பருகினேன்.

நான் அதுவரை கேட்டிராத மந்திரங்களை அவர் கடகடவென்று சொல்லிக் கொண்டே போனார். அம்மந்திரங்கள் என் காதுகளில் நுழைந்து என் மனத்தில் தெளிவாகப் பதிவாயின. ஒரு விநோதமான மகிழ்ச்சியை நான் உணர்ந்தேன். அந்த வார்த்தைகள் அமுதத்தைப்போல இனிமையாக இருந்தன. என்னுடைய உடல் லேசாகியதுபோல நான் உணர்ந்தேன். நானே ஒரு வார்த்தையாக ஆகியிருந்தது போன்ற ஓர் உணர்வை ஒரு கணம் நான் அனுபவித்தேன். என் கண்களுக்கு முன்னால் ஒரு திடமான, வட்ட வடிவ ஒளி தோன்றியது.

துர்வாசர் மந்திரங்களைச் சொல்லி முடித்திருந்தார். பிறகு அவர் ஒரு வெற்றி வீரனைப்போல எழுந்து நின்றார். அவர் என் தலைமீது தன் கையை வைத்து, “குந்தி, இந்த ஒட்டுமொத்த ஆரியவர்த்தத்தில் உன்னைப் போன்ற ஒரு பெண் ஒருபோதும் இருக்கப் போவதில்லை. நீ இந்த மந்திரத்தை உச்சரிக்கும்போது எந்த சக்தியை நீ உன் மனத்தில் நினைக்கிறாயோ, அந்த சக்தி ஒரு கணத்தில் மனித வடிவில் உன் முன்னால் தோன்றி, ஓர் அடிமையைப்போல உன்னுடைய விருப்பத்தை நிறைவேற்றிவிட்டு, தன்னைப்போலவே ஒளிமயமான ஒரு மகனை உன் கருவறையில் உருவாக்கிவிட்டுப் போய்விடும். இது துர்வாசர் உனக்குக் கொடுக்கும் வாக்குறுதி. இதை நன்றாக மனத்தில் வைத்துக் கொள். இப்போது நீ போகலாம்,” என்று கூறினார்.

பிறகு அவர் என்னுடைய பதிலுக்குக் காத்திருக்காமல், என்னுடைய தந்தையை சந்திப்பதற்குக்கூடக் காத்திருக்காமல், தன்னுடைய கமண்டலத்தைத் தூக்கிக் கொண்டு, ஒரு யானையைப்போல கம்பீரமாக அக்குடிலில் இருந்து வெளியேறி அரண்மனை வாசலைக் கடந்து, வடக்குத் திசையை நோக்கி நடக்கலானார்.

அவர் தங்கியிருந்த குடிலுக்குள் இருந்த வேள்விக் குண்டத்திலிருந்த சாம்பலை, வேகமாக வீசிய காற்று எல்லா இடங்களிலும் சிதறடித்தது. அக்காற்று துர்வாசர் அமர்ந்திருந்த புலித்தோலைத் தலைகீழாகப் புரட்டிப் போட்டது.

10

துர்வாச முனிவர் புறப்பட்டுச் சென்றவுடன் அந்த அரண்மனை பழைய அழகான நிலைக்குத் திரும்பியது. தாத்ரி நிம்மதிப் பெருமூச்செறிந்தாள். என் தந்தையின் இதயத்திலிருந்த ஒரு சுமை இறங்கியது. துர்வாசர் அங்கிருந்து புறப்பட்டுச் செல்லுவதற்கு முன்பாக, மற்றவர்களை சபிக்கவும் கடவுளரை வரவழைக்கவும்கூடிய சக்தி வாய்ந்த ஒரு மந்திரத்தை எனக்குக் கொடுத்திருந்தார் என்பது யாருக்கும் தெரியாது.

துர்வாசர் எங்கள் அரண்மனையின் மேலாக வானத்தில் கடந்து சென்ற ஏதோ ஒரு மேகம் என்பதுபோல அரண்மனைப் பணியாளர்கள் அவரை முற்றிலுமாக மறந்துவிட்டனர். ஆனால், “நீ தலைசிறந்த வீரர்களின் தாயாக இருப்பாய்!” என்ற அவருடைய வார்த்தைகள் என்னுடைய காதுகளில் தொடர்ந்து இசைத்தன. அவை என்னுள் ஓர் அசௌகரிய உணர்வை ஏற்படுத்தின. சில

நாட்கள் நான் முற்றிலும் மௌனமாக இருந்தேன். துர்வாசர் கொடுத்திருந்த மந்திரத்தின் வார்த்தைகள் என் காதுகளில் தெளிவாக ஒலித்தன. நான் உடனடியாக அந்த மந்திரத்தை சோதித்துப் பார்க்க விரும்பினேன். மிகவும் சிரமப்பட்டுத்தான் என்னுடைய ஆவலை நான் கட்டுப்படுத்திக் கொள்ள வேண்டியிருந்தது. என் மனத்திற்குள் வீசிக் கொண்டிருந்த சூறாவளியின் காரணமாக, சில சமயங்களில் என்னுடைய தினசரி வேலைகளில் வேடிக்கையான தவறுகளை நான் செய்தேன். எடுத்துக்காட்டாக, பணிப்பெண்களையும் சேவகர்களையும் 'நீங்கள்,' 'உங்கள்' என்று மரியாதையான விதத்தில் நான் அழைத்தேன். அதைக் கேட்டு அவர்கள் என்னை ஆச்சரியத்தோடு பார்த்தனர். பிறகு வேகமாக நான் என்னைத் திருத்திக் கொண்டேன். நாட்கள் இவ்விதத்தில் கழிந்தன. வசந்தகாலம் வந்தது. போஜ்பூர் முழுவதிலும் வண்ணமயமான மலர்கள் பூத்துக் குலுங்கின. அவற்றின் நறுமணம் காற்றை நிறைத்தது.

வசந்தகாலம்! வசந்தகாலம் என்பது பூமியில் தோன்றுகின்ற, மழைக்காலத்தின் கடைசி வானவில்லின் பிரதிபலிப்பு! வசந்தகாலம் என்பது பருவமழையின் விரல்கள் பூமியெனும் குழந்தையின் கன்னங்களில் ஏற்படுத்துகின்ற கன்னக்குழிகள்! ஒருவருடைய இளமைப்பருவத்தில், வசந்தகாலத்தின்மீது இயல்பாகவே அவருக்கு ஓர் ஆழமான ஈர்ப்பு ஏற்படுகிறது. நான் எப்போதும் எங்கள் அரண்மனையின் மதில்மீது ஏறி நின்று, பல்வேறு நிறங்களில் மலர்கள் பூத்துக் குலுங்கி நின்ற காட்சியைக் கண்டுகளித்தேன்.

ஒரு நாள் அதிகாலையில் நான் அரண்மனை மதில்மீது ஓய்வெடுத்துக் கொண்டிருந்தேன். அசுவ நதி பாய்ந்தோடிய ஓசை காற்றில் மிதந்து என்னிடம் வந்தது. போஜ்பூர் மெதுவாகக் கண்விழித்துக் கொண்டிருந்தது. பசுக்களின் கழுத்துக்களில் கட்டப்பட்டிருந்த மணிகள் மென்மையாக ஒலித்தன. பறவைகள் கீச்சிட்டன. சூரிய பகவான் கிழக்குத் தொடுவானத்தின் மேலே மெல்ல மெல்ல உயர்ந்தெழுந்து கொண்டிருந்தார். என் உடலில் ஏதோ ஒரு குறுகுறுப்பு ஏற்பட்டது. அந்த ஒளிப் பிழம்பு, கிழக்கு வானில் மெல்ல மெல்ல உயர்ந்து முழு உயரத்தை எட்டியது. என்னவொரு பிரகாசம்! அவருடைய எண்ணற்றக் கதிர்கள் இந்த பூமியின் ஒவ்வொரு மூலைமுடுக்கிற்கும் வெளிச்சத்தைக் கொண்டுவந்தன. ஒரு விநோதமான எண்ணம் என் மனத்தில் பளிச்சிட்டது. துர்வாச முனிவர் கொடுத்திருந்த மந்திரத்தின் வார்த்தைகள் என் மனத்தில் வட்டமிடத் தொடங்கின. என்னுடைய ஒட்டுமொத்த உடலும் அந்த மந்திரமாகவே மாறியிருந்தது போன்ற உணர்வு எனக்கு ஏற்பட்டது. என்னுடைய சுயகட்டுப்பாடு என்னுடைய ஆர்வக் குறுகுறுப்பிடம் தோற்றுக் கொண்டிருந்தது. இந்த மந்திரம் எதைக் கொண்டு வரும்? நான் சூரிய பகவானைப் பற்றி நினைத்தால் அவர் என்னிடம் வருவாரா? அது எப்படிச் சாத்தியமாகும்? இந்த மந்திரத்தில் உண்மையிலேயே ஏதேனும் சக்தி இருக்கிறதா என்று நான் சோதிக்கப் போகிறேன். ஒருமித்த கவனத்துடன் தியானம் செய்வதைப் பற்றி துர்வாசர் தொடர்ந்து வலியுறுத்திக் கொண்டே இருந்தாரே! இன்று நான் அந்த தியானத்தை சோதித்துப் பார்க்கப் போகிறேன். நான் என் கண்களை மூடினேன். அந்தப் பிரகாசமான சக்தியை நான்

ஒரு கணம் நினைத்தேன். பிறகு, என் கைகளைக் குவித்துக் கொண்டு, அந்த மந்திரத்தை உச்சரிக்கத் தொடங்கினேன். ஒவ்வொரு வார்த்தையும் என்னுடைய உடலை லேசாக்கியது. என்னுடைய பிரக்ஞை தேய்ந்து கொண்டே போனது. அந்த மந்திரத்தின் வார்த்தைகள் என் வாயிலிருந்து ஒரு தனித்துவமான சக்தியுடன் வெளிவந்தன. என்னுடைய உடலின் விழிப்புணர்வும் மறையத் தொடங்கியது. என் மனத்தின்மீதான கட்டுப்பாடும் மறைந்துவிட்டது. அனைத்துப் பொருட்களும் இப்போது என் பார்வையிலிருந்து மறைந்தன. நான் ஓர் ஒளிக்கீற்றாக மாறினேன். அந்த ஒளிக்கீற்று வேறு எதையும் பார்க்கவில்லை. மிகவும் பிரகாசமான, சக்தி வாய்ந்த, ஆண் ஒளி வடிவம் ஒன்று கிழக்கிலிருந்து புறப்பட்டு என்னை நோக்கி வந்து கொண்டிருந்ததை நான் கண்டேன். ஒளிவீசும் தெய்விகக் குண்டலங்கள் அவருடைய காதுகளை அலங்கரித்தன. அவருடைய பொன்னிறத் தலைமுடி பளபளப்பாக ஜொலித்தது. அவருடைய கண்கள் பிரகாசமான ஒளிக்கதிர்களை உமிழ்ந்தன. ஓர் அசாதாரணமான ஒளிவட்டம் அவரைச் சூழ்ந்திருந்தது. அவருடைய மிடுக்கான நடை, நாட்டின் இருளை எரித்து ஒழித்தது. அவர் பத்துத் திசைகளில் தன்னுடைய ஒளியைத் தெறித்தபடி, நான் அமர்ந்திருந்த மதிலை நோக்கி வந்தார். ஒளிமயமான அந்த ஆண் என்னுடைய ஒளிமயமான உடலைத் தொட்டார். என்னுடைய ஒளியும் அவருடைய ஒளியும் ஏதோ ஒரு மர்மமான மொழியில் தமக்கிடையே பேசிக் கொண்டன. ஆனால் என்னுடைய ஒளிக்கு அங்கு எந்த சக்தியும் இருக்கவில்லை. அந்த விண்ணுலக ஆண் என்னுடைய ஒளியைத் துளைத்துவிட்டு மறைந்துவிட்டார். இரண்டு ஒளிகள் அற்புதமாக ஒன்றுகலந்திருந்தன.

சூடேற்றப்பட்டிருந்த என்னுடைய சதையின் ஒவ்வொரு நுண்துளையிலும் ஒரு குறுகுறுப்பு ஏற்பட்டது. மெல்ல மெல்ல நான் நனவுலகத்திற்கு வந்தேன். என்னுடைய பிரக்ஞை திரும்பி வந்தது. ஆனால், சூடாகியிருந்த என்னுடைய உடலின் வெப்பத்தை என்னாலேயே பொறுத்துக் கொள்ள முடியவில்லை. ஒளியலைகள் என் கண்களுக்கு முன்னால் இங்குமங்கும் அசைந்தாடின. என் கால்கள் நடுங்கின. “நான் தொடர்ந்து நின்று கொண்டிருந்தால், நான் இந்த மதிலிலிருந்து கீழே விழுந்துவிடுவேன்,” என்ற எண்ணம் என்னை உடனடியாக உட்காரச் செய்தது. ஒரு கை என் முதுகைத் தொட்டதுபோல நான் உணர்ந்தேன். மறுகணம் அந்தக் கை விலக்கிக் கொள்ளப்பட்டது. நான் பின்னால் திரும்பினேன். தாத்ரி என்னைப் பார்த்துத் திடுக்கிட்டாள். அவளுடைய கண்கள் அகலமாக விரிந்தன. “இளவரசி, உங்கள் உடல் காய்ச்சலால் கொதித்துக் கொண்டிருக்கிறது. வாருங்கள், நான் உங்களுக்கு ஏதேனும் மருந்து தருகிறேன்,” என்று அவள் கூறினாள்.

நான் மதிலைவிட்டுக் கீழே இறங்கினேன். நான் அப்படி இறங்கியபோது, ஏதோ ஓர் உயரமான சொர்க்கத்திலிருந்து பூமிக்கோ அல்லது பூமிக்கு அடியிலிருந்த பாதாளத்திற்கோ நான் இறங்கிக் கொண்டிருந்ததுபோல நான் உணர்ந்தேன்.

11

அன்றிலிருந்து நான் அனுபவித்த உணர்வுகளும் அனுபவங்களும் கற்பனைக்கு எட்டாதவையாக இருந்தன. நான் நடந்து கொண்ட விதம் எனக்கே ஆச்சரியமூட்டியது. யாருடனும் பேசுவதற்கு எனக்கு ஆர்வம் இருக்கவில்லை. என் கண்களுக்கு முன்னால் எப்போதும் வட்ட வடிவ ஒளியலைகள் தெரிந்தன. காரணம் ஏதுமின்றி நான் மீண்டும் மீண்டும் துர்வாச முனிவரின் ஓலைக் குடிலுக்குள் சென்று தன்னந்தனியாக உட்கார்ந்தேன்.

அரண்மனைப் பணியாளர்களுக்கு என்னுடைய நடத்தை விநோதமானதாகத் தோன்றியது. அவர்கள் என்னுடைய கவனத்தைக் கவருவதற்குப் பல்வேறு வழிகளைக் கையாண்டு பார்த்தனர். ஆனால் நான் எப்போதும் ஒரு கற்பனையுலகில் சஞ்சரித்துக் கொண்டிருந்தேன். காரணம் ஏதுமின்றி, வெயிலில் உட்கார வேண்டும் என்று அடிக்கடி எனக்குள் ஒரு தூண்டுதல் எழுந்தது. சூரியன் வானின் உச்சிக்குச் சென்று எனக்குப் பின்னால் சென்றுவிட்டபோதுகூட நான் அப்படியே உட்கார்ந்திருந்தேன். சூரிய ஒளி என்னுடைய முதுகைக் கதகதப்பாக்கும்வரை நான் அந்த இடத்தைவிட்டு அசைய மறுத்தேன். தினமும் அரை நாளுக்கு மேல் இப்படித்தான் கழிந்தது. இரவில், வானில் மின்னிக் கொண்டிருந்த எண்ணற்ற நட்சத்திரங்களை நான் என்னுடைய அறையிலிருந்து பார்த்தேன். அந்த வானத்து மலர்களைப் பறிக்க வேண்டும் என்று எனக்குத் தோன்றியது. அனைத்து விதமான ஒளியும் பளபளப்பான பொருட்களும் என்னைப் பெரிதும் கவர்ந்தன. என்னுடைய உடல் பொன்னிறத்தில் ஒளிர்ந்தது.

நாட்கள் செல்லச் செல்ல, என்னுடைய உடலில் மிகப் பெரிய மாற்றங்கள் நிகழ்ந்து கொண்டிருந்தன. ஒரு நாள், நான் எங்கள் அரண்மனையில் சாதாரணமாக உலவிக் கொண்டிருந்தபோது, பொன்னிறத்தில் இருந்த செண்பக மலர் ஒன்றை ஒரு பணிப்பெண் என்னிடம் கொடுத்தாள். நான் அதை முகர்ந்து கொண்டிருந்தபோது தாத்ரி அங்கு வந்தாள். நான் அவளோடு பேசிக் கொண்டிருந்தபோது, அந்த மலர் என் கையிலிருந்து நழுவிக் கீழே விழுந்தது. நான் அதை எடுப்பதற்காகக் குனிந்தபோது, என் உடல் மிகவும் கனமாக இருந்துபோல நான் உணர்ந்தேன். நான் மிகவும் சிரமப்பட்டு அந்த மலரை எடுத்து, மீண்டும் அதை முகர்ந்தேன்.

தாத்ரி என்னை விநோதமாகப் பார்த்தாள். முதியவளான அவளுடைய நெற்றியின்மீது ஏகப்பட்டச் சுருக்கங்கள் இருந்தன. இப்போது கூடுதலாக ஒரு சுருக்கம் சேர்ந்து கொண்டது. அவள் தன்னுடைய கூர்மையான, அனுபவம் வாய்ந்த கண்களால் என்னுடைய ஒட்டுமொத்த உடலையும் தீவிரமாக ஆய்வு செய்து கொண்டிருந்ததுபோல எனக்குத் தோன்றியது. அவள் தன்னுடைய புருவங்களை நெறித்துக் கொண்டு, “இளவரசி, என் அனுபவம் என்னை ஒருபோதும் ஏமாற்றுவதில்லை. உங்களிடம் நான் ஒன்று கேட்கலாமா?” என்று கேட்டாள்.

“தாத்ரி, என்னிடம் ஏதேனும் கேட்பதற்கு நீ இதுவரை எப்போதாவது

என் அனுமதியைக் கேட்டிருக்கிறாயா?"

"இல்லை. ஆனால், நான் இப்போது கேட்கவிருக்கும் கேள்வி உங்களுக்கு மகிழ்ச்சியளிக்காது. நான் இக்கேள்வியைக் கேட்டவுடன், இந்தக் கிழட்டுப் பணிப்பெண்ணுக்குப் பைத்தியம் பிடித்துவிட்டதாக நீங்கள் கத்துவீர்கள், என்னைச் சவுக்கால் அடித்து விந்திய மலையின் காடுகளுக்கு என்னை நாடு கடத்தும்படி உத்தரவிடுவீர்கள்."

"தாத்ரி, அரண்மனைப் பணியாளர்களில் நீதான் மிகவும் முதியவள், மிகவும் நம்பகமானவள். நான் இதை ஒருபோதும் மறக்கவில்லை. நீ கேட்க விரும்பும் கேள்வியை என்னிடம் தாராளமாகக் கேள்."

அவளுடைய அறிவார்ந்த பார்வை மீண்டும் என் உருவத்தை எடைபோட்டது. அவள் நடுங்கிக் கொண்டே, "இளவரசி, நீங்கள் தாயாகவிருக்கிறீர்களா?" என்று கேட்டாள்.

மறுகணம், "தாத்ரி, நீ யாரிடம் பேசிக் கொண்டிருக்கிறாய் என்பதைத் தெரிந்துதான் பேசுகிறாயா?" என்று நான் அவளைப் பார்த்துக் கத்தினேன். ஒரு பாம்பு என் உடல் நெடுகிலும் ஊர்ந்து சென்று கொண்டிருந்தது போன்ற ஓர் உணர்வை நான் அனுபவித்தேன்.

"இளவரசி, என் தலை முழுவதும் நரைத்துவிட்டது. நான் இந்த அரண்மனையில் மூன்று தலைமுறைகளாக சேவை செய்து வந்திருக்கிறேன். நீங்கள் உங்கள் உருவத்தைக் கண்ணாடியில் ஒரு முறை நன்றாகப் பாருங்கள்," என்று கூறிவிட்டு, அவள் தன் தலையை ஆட்டியபடியே அங்கிருந்து போய்விட்டாள்.

தாய்! இந்த வார்த்தை, இரக்கமற்ற வீரர்களைப்போல என் இதயத்தைத் தாக்கியது. என் தலை கிறுகிறுத்தது. பூமி பிளந்து என்னை அப்படியே விழுங்கிவிடாதா என்று நான் துடித்தேன்.

நான் ஒரு தாயாக ஆகவிருந்தேன். திருமணமாகாத ஒரு தாய். தாய்மைதான் ஒரு பெண்ணுக்குக் கிடைக்கக்கூடிய மிகப் பெரிய பரிசு. ஆனால் இந்தப் பரிசு எனக்கு ஒரு சாபமல்லவா? "நீ தலைசிறந்த வீரர்களின் தாயாக இருப்பாய்," என்ற முனிவர் துர்வாசரின் வார்த்தைகள் என் காதுகளில் ரீங்காரமிட்டன. "ஓம்!" என்ற மந்திர ஒலியும் எனக்குக் கேட்டது. மறுகணம், என் தந்தையின் வார்த்தைகள் என் இதயத்திலிருந்து ஒலித்தன: "வீரம் மிக்க ஆண்கள், வெற்றியால் வருகின்ற மகிழ்ச்சிக்காக வாழ வேண்டும்; வீரம் மிக்கப் பெண்கள் தங்களுடைய மானத்தைக் காக்க உயிர் துறக்கத் தயாராக இருக்க வேண்டும்." மானம்! ஒரு பெண்ணின் விலையுயர்ந்த சொத்து! ஓர் ஆரியவர்த்தப் பெண்ணுக்கு மானம்தான் உயிர்மூச்சு!

தோட்டத்தில் ஒரு பறவைக்குஞ்சு தன் கீச்சுக்குரலில் கத்தத் தொடங்கியது.

என் சொந்தத் தந்தை என்னை மதுராவிலிருந்து அழைத்து வந்து இங்கு விட்டுவிட்டுச் சென்றபோது, "நீ ஒரு சத்திரிய அரசனின் மகள். இதை ஒருபோதும் மறந்துவிடாதே!" என்று கூறினார். அந்த வார்த்தைகள் இப்போது நூறு மடங்காக ஆகி என் கண்களுக்கு முன்னால் சுழன்று சுழன்று நடனமாடின.

'சத்திரியக் கன்னி!' 'மானம்!' 'சத்திரியக் கன்னி!' 'மானம்!' நான் என் உள்ளங்கைகளால் என் காதுகளைப் பொத்திக் கொண்டு, "தாத்ரி!" என்று கத்தினேன்.

தாத்ரி திரும்பி வந்தாள். நான் என் கண்களை மூடிக் கொண்டு, "தாத்ரி, இன்று அந்தி சாய்வதற்குள், இவ்வுலகிலேயே மிகவும் வீரியம் வாய்ந்த விஷத்தை எனக்குக் கொண்டுவா. இது இளவரசி குந்தியின் உத்தரவு!" என்று கூறினேன்.

இந்த நெருக்கடியிலிருந்து தப்பிக்க எனக்கு வேறு வழி இருக்கவில்லை.

"இளவரசி..." தாத்ரியின் குரல் ஒரு வீணையின் தந்தியைப்போல நடுங்கியது.

"போ. இது அரச உத்தரவு," என்று நான் கடுமையாகக் கூறினேன்.

"ஆனால்..."

"தாத்ரி, உத்தரவுகளை நிறைவேற்றுவதுதான் ஒரு பணிப்பெண்ணின் கடமையே அன்றி, அறிவுரை கொடுப்பது அல்ல. போ!"

அவள் தலை கவிழ்ந்தபடி அரண்மனையிலிருந்து வெளியேறினாள்.

12

தாத்ரி அதன் பிறகு என்னுடைய அறைக்கு வரவே இல்லை. தன்னுடைய இளவரசிக்கு விஷத்தைக் கொண்டு வந்து கொடுப்பதற்கான துணிச்சல் அந்த முதிய வயதில் அவளுக்கு இருக்கவில்லை. நான் அவளுக்குப் பல முறை செய்தி அனுப்பினேன். ஆனால், ஏதோ ஒரு வேலையைச் சாக்குப்போக்காகக் கூறி அவள் என்னை வந்து பார்ப்பதைத் தள்ளிப் போட்டாள். நான் அரண்மனையிலிருந்து வெளியே போவதை முற்றிலுமாக நிறுத்திவிட்டேன்.

மரணம் என்ற ஒரே ஒரு விருப்பம் என் மனத்தில் தன்னைத் தானே ஆழமாக நிலைப்படுத்திக் கொண்டது. என்னைச் சித்தரவதை செய்து கொண்டிருந்த வேதனையிலிருந்து என்னை வெளிக் கொணர்ந்து, எனக்கு நிரந்தரமான மன அமைதியைக் கொடுக்கக்கூடியது மரணத்தைத் தவிர வேறு எதுவும் இல்லை என்று நான் நினைத்தேன். மரணம்! மனவேதனைகளுக்கு ஒரு முடிவு கட்டுகின்ற மரணம்! மனிதனை லௌகிகப் பிணைப்புகளிலிருந்து விடுவித்து அவனுக்குப் பரிச்சயமில்லாத வேறொரு தளத்திற்கு அவனை அழைத்துச் செல்லுகின்ற மரணம்! மனம் அழுத்தத்தை அனுபவித்துக் கொண்டும் திணறிக் கொண்டும் இருக்கும்போது, ஒருவனுக்கு மரணத்தைத் தவிர வேறு என்ன போக்கிடம் இருக்கிறது? இளவரசி குந்தியை எல்லோரும் மதித்தனர் என்பது உண்மை. அவளுடைய ஒவ்வொரு வார்த்தையையும் அவர்கள் உள்வாங்கினர். ஆனால், நாளைக்கு, திருமணம் செய்து கொள்ளாமலேயே குழந்தை பெற்றுக் கொண்ட ஒரு தாயாக அவர்கள் குந்தியைப் பார்க்கும்போது, அவர்கள் என்ன நினைப்பார்கள்? அவர்கள் அவள்மீது காரி உமிழுவர், ஒழுக்கம் கெட்டவள் என்று அவள்மீது முத்திரை குத்துவர், அவள்மீது கற்களை வீசியெறிந்து பொது இடங்களில் அவளைத் தரக்குறைவாகப் பேசுவர். மக்கள் எவ்வளவு விநோதமானவர்கள்! தாய்மையின் பெருமையை அவர்கள் வாய் ஓயாமல் பேசுகின்றனர். எல்லா உயிரினங்களும் ஒரு தாயின் கருவறையில் இருந்துதான் பிறப்பெடுக்கின்றன. எனவே, அவர்கள் ஒரு தாயைப் புகழ்ந்து பாடுகின்றனர். ஆனால், சில சமயங்களில், தாய்மையின்மீது

அவர்கள் ஒரு பாவ முத்திரையைக் குத்திவிடுகின்றனர். இதே தாய்மையை அப்போது அவர்கள் சமுதாய நியதி எனும் கொடுவாளைக் கொண்டு குத்திக் கிழித்துவிடுகின்றனர். நான் திருமணமாகாமலேயே ஒரு தாயாக ஆகவிருந்தேன். சமுதாயம் இந்த உண்மையை எவ்வாறு வரவேற்கவிருந்தது? என் மகன் ஒரு மந்திரத்தின் பலன் என்ற உண்மையை சமுதாயம் ஒப்புக் கொள்ளுமா? துர்வாச முனிவர் தானே நேரில் வந்து இந்நகரின் நாற்சந்தியில் நின்று அதை அறிவித்தாலும் யாரும் அவரை நம்ப மாட்டார்கள். துர்வாசர் ஏன் இந்நகரத்திற்கு வந்தார்? என் வாழ்க்கையோடு இத்தகைய பயங்கரமான தந்திர விளையாட்டை விளையாடியதன் மூலம் அவருக்கு என்ன கிடைத்தது? அவருடைய பயங்கரமான நோக்கத்திற்கும் எனக்கும் இடையே என்ன தொடர்பு இருந்தது? ஆனால் இப்படியெல்லாம் புலம்புவது என்னுடைய பிரச்சனையிலிருந்து என்னை விடுவிக்கப் போவதில்லை. வாழ்க்கையின் அனைத்துப் பிரச்சனைகளும் என்றைக்குத்தான் தீர்ந்திருக்கின்றன? குற்றம் இழைத்தவர்கள் செய்த காரியங்களுக்காக அப்பாவி மக்கள் துன்புறுவதில்லையா? நான் அவர்களில் ஒருத்தி இல்லையா? காயப்பட்ட ஒரு பாம்பை எண்ணற்ற மைனாக்கள் தம்முடைய அலகுகளால் கொத்துவதைப்போல, இத்தகைய எண்ணற்றக் கேள்விகள், ஏற்கனவே காயப்பட்டிருந்த என் மனத்தை இடையறாது துளைத்தெடுத்தன. வேறு வழியின்றி, என் மனம், 'மரணம்! மரணம்!' என்று அரற்றியது.

நான் உடனடியாக எழுந்து என் கைகளைத் தட்டினேன். ஒரு பணிப்பெண் விரைந்து உள்ளே வந்தாள். "இப்போதே சென்று ராஜ வைத்தியரை அழைத்து வா," என்று நான் கூறினேன்.

மறுகணம் அவள் அங்கிருந்து சென்றுவிட்டாள். சிறிது நேரத்தில் ராஜ வைத்தியர் என் முன்னால் வந்து நின்றார். அவர் தலை வணங்கி எனக்கு மரியாதை செய்துவிட்டு, "இளவரசி, தங்கள் உத்தரவு என்ன?" என்று கேட்டார்.

"துர்வாச முனிவரின் வேள்வியின் இறுதிக்கட்டப் பூசை நடத்தப்பட வேண்டியுள்ளது. வேள்வித் தீயில் அர்ப்பணம் செய்வதற்கு, உலகிலேயே மிக அதிக நச்சுத்தன்மை கொண்ட விஷம் தேவைப்படுகிறது. அந்த விஷத்தை உடனடியாக இந்தப் பணிப்பெண்ணிடம் கொடுத்து அனுப்புங்கள்," என்று நான் அவரிடம் கூறினேன்.

துர்வாச முனிவரின் பெயரைக் கேட்டவுடன் அந்த வைத்தியர் மௌனமானார். அவர் அதன் பிறகு எந்த விளக்கமும் கேட்கவில்லை. ஏனெனில், எந்த நேரத்தில் வேண்டுமானாலும், சாத்தியமற்ற எதை வேண்டுமானாலும் கேட்கக்கூடிய பழக்கம் கொண்டவர் துர்வாச முனிவர் என்பதை அவர் அறிந்திருந்தார்.

"உங்கள் உத்தரவுப்படி ஆகட்டும்!" என்று கூறிவிட்டு அவர் அங்கிருந்து சென்றார்.

சிறிது நேரத்தில், ஒரு குப்பியில் விஷத்துடன் அந்தப் பணிப்பெண் திரும்பி வந்தாள். நான் நிம்மதியாக சுவாசித்தேன். நான் யாருடைய ஏளனப் பார்வையையும் கண்டனத்தையும் இனி எதிர்கொள்ள வேண்டியிருக்காது. நான் அந்தக் குப்பியை எடுத்து பத்திரமாக ஒரு மூலையில் வைத்தேன். என்னைச் சித்தரவதை செய்து கொண்டிருந்த

வேதனைக்கு அது முடிவு கட்டிவிடும்.

13

அன்றிரவு நிசப்தத்தில் நான் என் படுக்கையைவிட்டு எழுந்து, அந்த மூலையிலிருந்து அந்தக் குப்பியை எடுத்தேன். என் கண்களை மூடிக் கொண்டு, மதுராவில் இருந்த என் தந்தையை நினைத்து அவருக்கு என் வணக்கத்தைத் தெரிவித்துவிட்டு, "தந்தையே, உங்கள் பிருதை ஒரு சத்திரிய அரசனின் மகள். அவள் அதை ஒருபோதும் மறக்க மாட்டாள். நான் இப்போது எடுத்திருக்கும் தீர்மானத்தை நீங்கள் ஒப்புக் கொள்ளுவீர்கள் என்று நான் நம்புகிறேன்," என்று என் மனத்திற்குள் கூறினேன். அடுத்து, என் வளர்ப்புத் தந்தையை நினைத்து அவரையும் வணங்கிவிட்டு, "ஒரு சத்திரியப் பெண் தன்னுடைய மானத்திற்காகத் தன்னுடைய உயிரைத் துறக்கத் தயாராக இருக்க வேண்டும். இந்த உண்மையை நான் இன்று நிரூபிக்கப் போகிறேன். தந்தையே, என்னை ஆசீர்வதித்து எனக்கு வலிமையைக் கொடுங்கள்," என்று நான் என் மனத்திற்குள் வேண்டினேன்.

பிறகு நான் என் கண்களைத் திறந்தேன். அப்போது ஒரு மயான அமைதி நிலவியது. சிறிது நேரத்தில் நானும் இதுபோலவே அமைதியாகிவிடுவேன். கொடூரமான, ஆனால் விரும்பத்தக்க இவ்வுலகை இனி ஒருபோதும் என்னால் பார்க்க முடியாது. இந்த எண்ணம் என்னைத் தடுமாறச் செய்தது. என் இதயம் உணர்ச்சிவசப்பட்டுத் திக்குமுக்காடியது. ஆனால் நான் என்னைக் கட்டுப்படுத்திக் கொண்டேன். பிறகு நான் என் தாயை நினைத்துக் கொண்டு, "அம்மா, உங்கள் பிருதை ஓராயிரம் துன்பங்களை அனுபவிப்பதற்காகப் பிறந்தவள். இன்று அந்தத் துன்பங்கள் அனைத்தும் தீர்ந்துவிடும். என்னை ஆசீர்வதியுங்கள்," என்று அவரோடு என் மனத்திற்குள் பேசிக் கொண்டேன்.

14

நான் அந்த விஷத்தைக் குடித்திருந்தேன், ஆனால் அது எந்தத் தாக்கத்தையும் ஏற்படுத்தவில்லை. ஒருவர் சாக விரும்பும்போது மரணம் வருவதில்லை. ஒரு பெரும் நெருப்பு என் கருவறைக்குள் ஊடுருவும் என்று நான் நினைத்திருந்தேன், ஆனால் என் தொண்டையில் லேசான எரிச்சல் ஏற்பட்டதைத் தவிர, பெரிதாக வேறு எதுவும் நிகழவில்லை. நான் சிறிது நேரம் படுக்கையில் காத்திருந்தேன், ஆனால் அப்போதும் எதுவும் நிகழவில்லை. நான் தீவிர மனச்சோர்வுக்கு ஆளாகியிருந்ததால் என் உடல் சற்றுத் தளர்ந்திருந்தது. நான் திடுக்கிட்டு எழுந்து உட்கார்ந்தேன். பயத்தால் என் உடல் நடுங்கியது. நான் யார்? விஷத்தால் கொல்லப்பட முடியாத ஒருத்தியா?

சந்தேகங்கள் என் மனத்தை ஆக்கிரமித்தன. என் வாழ்க்கை சகிக்கப்பட முடியாததாக ஆகியிருந்தது. மரணம் சாத்தியமற்றதாக

ஆகியிருந்தது. விஷம்கூடப் பயனற்றுப் போனது. நான் யார்?

நான் என் அறையின் கதவைத் திறந்து வெளியே வந்து, பணிப்பெண்களின் குடியிருப்புப் பகுதிக்குச் சென்றேன். எல்லாப் பணிப்பெண்களும் தூங்கிக் கொண்டிருந்தனர். தாத்ரி ஒரு மூலையில் சுருண்டு படுத்துத் தூங்கிக் கொண்டிருந்தாள். நான் அவளை உலுக்கி எழுப்பினேன்.

அவள் என்னைக் கண்டு திடுக்கிட்டாள். நான் அவளுடைய கையைப் பிடித்து என் அறைக்கு இழுத்துச் சென்றேன். எனக்கு அவசரமாக உதவி தேவைப்பட்டது. நடந்த எல்லாவற்றையும் நான் அவளிடம் விபரமாகக் கூறினேன். பிறகு நான் அவளுடைய தோள்களை பலமாக உலுக்கி, "தாத்ரி, நீயே சொல். நான் இப்போது எங்கே போவது? நான் இப்போது என்ன செய்வது? என்னால் இறக்கக்கூட முடியவில்லையே!" என்று அரற்றினேன்.

அவள் தன்னுடைய சொரசொரப்பான கையால் என் முதுகை அன்பாக வருடிக் கொடுத்தபடி, "இளவரசி, தைரியமாக இருங்கள். ஆனால், இப்போது நீங்கள் வெளியே வந்ததைப்போல தயவு செய்து இனிமேல் இந்த அறையைவிட்டு வெளியே வராதீர்கள். உங்களை இந்த நிலையில் யாரும் பார்த்துவிடாதபடி எச்சரிக்கையாக இருந்து கொள்ளுங்கள்," என்று கூறினாள்.

15

அன்றிலிருந்து தாத்ரி என்னுடைய அறையிலேயே தங்கினாள். வேறு யாரும் என்னுடைய அறைக்குள் நுழைய அவள் அனுமதிக்கவில்லை. நாட்கள் உருண்டோடின. என் உடல் பௌர்ணமி நிலவைப்போல அழகாக மலர்ந்திருந்தது. ஆனால் என் மனம் மட்டும் தேய்பிறையைப்போலக் கவலையால் கலங்கிப் போயிருந்தது. ஒவ்வொரு நாளும் எனக்கு ஒரு யுகம்போலத் தோன்றியது.

இலையுதிர்காலம் அப்போதுதான் நிறைவடைந்திருந்தது. ஆனால் ஒரு குறிப்பிட்ட இரவன்று வானம் பெரும் மேகமூட்டத்துடன் காணப்பட்டது. ஒரு பலத்தப் புயற்காற்று கடும் சீற்றத்துடன் எல்லாப் பக்கங்களிலிருந்தும் அரண்மனையைத் தாக்கியது. அதைத் தொடர்ந்து அடைமழை பெய்தது.

நள்ளிரவில் என் வயிற்றில் கடுமையான வலி உண்டானது. வலி தாளாமல் நான் படுக்கையில் புரண்டேன். இறகுகளால் ஆன என்னுடைய தலையணைகள் என்னுடைய கைகளில் அகப்பட்டுத் துவம்சமாயின. எண்ணற்ற ஊசிகள் என் சதையைத் துளைத்தது போன்ற ஒரு வேதனையை நான் அனுபவித்தேன். தாத்ரியின் கண்களில் பயம் வெளிப்படையாகத் தெரிந்தது. வெளியே மின்னல் வெட்டியது, புயல் ஊளையிட்டது. பிரசவ வலியைப் பொறுத்துக் கொள்ள முடியாமல் நான் அழுது கொண்டிருந்தேன்.

சிறிது நேரத்திற்குப் பிறகு ஒரு குழந்தையின் அழுகுரல் எனக்குக் கேட்டது. அறுபது ஆண்டுகளுக்குப் பிறகு அந்த அரண்மனையில் கேட்ட அழுகுரல் அது. ஆனால், வெளியே இடிமுழக்கங்கள்

ஏற்படுத்திய சத்தத்தில் இந்த அழுகைச் சத்தம் அமுங்கிப் போனதால், வெளியே யாருக்கும் அந்த அழுகுரல் கேட்கவில்லை. நான் ஒரு குழந்தைக்குத் தாயாகியிருந்தேன். தாய்மை! ஒரு பெண்ணின் மேன்மையான அணிகலன்! பிரசவ நெருப்பிலிருந்து வெளிவருகின்ற பொன்! இயற்கையின் மிக மங்கலமான பரிசு! அந்தச் சின்னஞ்சிறு குழந்தையை நான் ஆர்வக் குறுகுறுப்புடன் பார்த்தேன். என் மனம் பரவசமடைந்தது. புத்தம்புதிதாகப் பிறந்திருந்த ஒரு சூரியனைப்போலக் காணப்பட்ட அவனுடைய தோற்றம் கண்களுக்கு இனிமையூட்டுவதாக இருந்தது.

என்னைப் பார்த்தவுடன் அவன் தன் அழுகையை நிறுத்தினான். தன்னுடைய உருண்டையான கண்களால் அவன் என்னை நேராகப் பார்த்தான். ஒரு மென்மையான நீல ஒளி வீசிய இரண்டு குண்டலங்கள் அவனுடைய காதுகளில் தொங்கிக் கொண்டிருந்தன. நான் ஆர்வத்தோடு அவற்றைத் தொட்டுப் பார்த்தேன். அவை மிக மென்மையான செம்பருத்தி மொட்டுக்களைப்போல இருந்தன. அவனுடைய மென்மையான, அழகான உடல் பொன்னிறத்தில் இருந்தது. அவனுடைய பொன்னிறத் தலைமுடி சுருட்டையாகவும் அடர்த்தியாகவும் இருந்தது. அது மெல்லிய தென்றலில் அங்குமிங்கும் அசைந்தாடியது. அவனுடைய உருண்டையான முகம் ஒரு பிரகாசமான ஒளிவட்டம்போல மின்னியது. அவன் தன்னுடைய வலது காலின் கட்டைவிரலைத் தன் வாயில் வைத்துச் சூப்பிக் கொண்டிருந்தான். அவன் தன்னுடைய நீலநிறக் கண்களைச் சிமிட்டியபடி என்னையே பார்த்துக் கொண்டிருந்தான். ஒரு லேசான காற்று வீசியபோது, அவன் தன் மழலைக் குரலில் மகிழ்ச்சியாகச் சிரித்தான். அவனுடைய இரண்டு கன்னங்களிலும் இரண்டு அழகான கன்னக்குழிகள் தோன்றின. அவனைப் பார்த்தபோது, நான் ஓர் இளவரசி என்பதையும், ஒரு சத்திரிய அரசரின் மகள் என்பதையும், என் குழந்தை எனக்குத் திருமணம் ஆகாமலேயே பிறந்திருந்தான் என்பதையும் நான் மொத்தமாக மறந்துவிட்டேன். நான் தாத்ரியின் கைகளிலிருந்து அவனை வாங்கி, ஆசையோடு மீண்டும் மீண்டும் அவனை முத்தமிட்டேன். அவன் என் மார்போடு இறுக்கமாக ஒட்டிக் கொண்டான். நான் உண்மையிலேயே ஆசிர்வதிக்கப்பட்டிருந்தேன். என் உடலில் ஒரு சிலிர்ப்பு ஏற்பட்டது. ஒரு கணம், தாய்மைதான் ஒரு பெண்ணின் ஒரே விமோசனம் என்று நான் நினைத்தேன்.

அவனுடைய உடல் என்னுடைய உடலைத் தீண்டியபோது என் மார்பகங்களில் பால் சுரந்தது. நான் அவனை என் மடிமீது வைத்து அவனுக்குப் பாலூட்ட முற்பட்டேன். நான் என் புடவை முந்தானையை அவனைச் சுற்றிப் போர்த்தியபோது, தாத்ரி என் கையைப் பிடித்தாள். அவள் மிகத் தாழ்வான ஒரு குரலில், "இளவரசி, தாமதிக்க நேரமில்லை. வெளியே தொடர்ந்து மின்னல் வெட்டிக் கொண்டிருக்கும்போதே நாம் இந்த அரண்மனையைவிட்டு வெளியேறியாக வேண்டும்," என்று கூறினாள்.

நான் திடுக்கிட்டு, "எங்கே? ஏன்?" என்று கேட்டேன்.

"இவனை நீங்கள் உங்களோடு வைத்துக் கொள்ள முடியாது."

"அதனால்?"

“நீங்கள்...நீங்கள் அவனைக் கைவிட்டாக வேண்டும்.”

“தாத்ரி! நீ என்ன உளறுகிறாய்? ஒரு தாய் தன்னுடைய பச்சிளம் குழந்தையைக் கைவிட வேண்டும் என்று நீ அறிவுறுத்திக் கொண்டிருக்கிறாயா? இவனுடைய முகத்தைப் பார்! இந்த அப்பாவிக் குழந்தை என்ன குற்றம் இழைத்துள்ளது?”

“இளவரசி, எல்லாம் எனக்குத் தெரியும். ஆனால், இந்த நகரத்து மக்கள் இவனை ஏற்றுக் கொள்ள உங்களால் அவர்களை ஒப்புக் கொள்ள வைக்க முடியுமா?”

“இல்லை, தாத்ரி. நான் என் உயிரை வேண்டுமானாலும் கொடுப்பேன், ஆனால் என் குழந்தையை நான் ஒருபோதும் கைவிட மாட்டேன். நான் யாருடைய இளவரசியும் அல்லள், யாருடைய மகளும் அல்லள். நான் இந்தக் குழந்தையின் தாய், அவ்வளவுதான். நான் ஒரு தாய்!”

“இளவரசி, தாய்மை கொடுத்துள்ள மகிழ்ச்சியில் உங்கள் அறிவைத் தொலைத்துவிடாதீர்கள். இந்த உண்மை நாளைக்கு மன்னருக்குத் தெரிய வரும்போது என்ன நிகழும்? அதை என்னால் யோசித்துப் பார்க்கக்கூட முடியவில்லை. ஒருவேளை...ஒருவேளை...”

“ஒருவேளை என்ன?”

“மன்னர் உங்களை இந்த அரண்மனையைவிட்டு வெளியே துரத்தக்கூடும். ஒரு வேசி என்ற முத்திரை உங்கள்மீது குத்தப்படும். எல்லோரும் உங்களைப் பழித்துரைப்பர், உங்களை நார்நாராகக் கிழித்துவிடுவர். மதுராவின் கதவுகள் உங்களுக்கு என்றென்றைக்குமாகப் பூட்டப்பட்டுவிடும்.”

“அப்படியானால் நான் என்ன செய்ய வேண்டும்? தாத்ரி, நான் எங்கே போவேன்?” என்று கேட்டு நான் குழப்பத்தோடு அழுதேன்.

“இளவரசி, பொறுமையாக இருங்கள். இக்குழந்தையைக் கைவிடுவதைத் தவிர உங்களுக்கு வேறு என்ன மாற்று இருக்கிறது? இவனுடைய நலனும் உங்களுடைய நலனும் அதைச் சார்ந்திருக்கின்றன.”

“கைவிடுவதா? எப்படி? நான் ஒரு தாயா அல்லது ஒரு கொலைகாரியா?”

“தயவு செய்து வேகமாகப் புறப்படுங்கள்! இவனுடைய அழுகுரல் யாருடைய காதுகளையாவது எட்டுவதற்கு முன்பாக நாம் இந்த அரண்மனையைவிட்டு வெளியேறியாக வேண்டும்.”

“தாத்ரி, நீ ஒரு கொடுமைக்காரி. தன் மகனின் கழுத்தை நெறித்துக் கொல்லும்படி அவனுடைய தாயிடமே அறிவுறுத்துகிறாயே!” எனக்கு அவள்மீது கடுமையான வெறுப்பு ஏற்பட்டது.

”இளவரசி, நான் ஓர் இளவரசியின் உயிரைக் காப்பாற்றியாக வேண்டும். நீங்கள் என்னுடைய அறிவுரையை இவ்வளவு வெறுக்கிறீர்கள் என்றால், பிறகு இங்கேயே உட்கார்ந்து வருத்தப்பட்டுக் கொண்டிருங்கள். நான் இங்கிருந்து போகிறேன். ஆனால், மன்னர் இக்குழந்தையைப் பார்த்துவிட்டால், பிறகு–” என்று கூறி தாத்ரி அங்கிருந்து போக எத்தனித்தாள்.

தன்னிச்சையான அன்புக்கும் சமூக நடத்தைக்கும் இடையே, உணர்வுக்கும் கடமைக்கும் இடையே, தாய்மையின் அன்புக்கும் முறை தவறிய பிறப்புக்கும் இடையே என் மனம் இருதலைக் கொள்ளி

எறும்புபோலத் தவித்தது. பிரச்சனை தீவிரமானதாக இருந்தது. நான் என்ன செய்ய வேண்டும்? நான் என் குழந்தையைத் தூக்கிக் கொண்டு வெகுதூரத்தில் எங்கேனும் சென்றுவிடலாம் என்று ஒரு கணம் எனக்குத் தோன்றியது. ஆனால் நான் எங்கே போவேன்? யார் எனக்குப் புகலிடம் கொடுப்பார்கள்? இந்த பயங்கரமான உலகில் தன் கையில் ஒரு குழந்தையுடன் ஒரு பெண்ணால் எங்கே உதவி தேடிச் செல்ல முடியும்? ஒருவேளை அவள் வீடுவீடாகச் சென்று யாசித்தாலும், அவளுடைய பாதுகாப்பிற்கு அங்கே என்ன உத்தரவாதம் இருந்தது? அவளால் உண்மையில் எப்படித் தன் குழந்தையைக் கைவிட முடியும்? எந்தக் கைகளைக் கொண்டு அவளால் தன்னுடைய குழந்தையைத் தன்னிடமிருந்து தள்ளிவிட முடியும்? சமுதாயம்! எத்தகைய மக்கள் இந்த சமுதாயத்தில் இருக்கிறார்கள் என்று பாருங்கள்! சமுதாயம் எங்கிருந்து இந்தக் கட்டுப்பாடுகளையெல்லாம் பெறுகிறது? எதை சமூக ஒழுக்கம் என்று ஒரு சமுதாயம் மார்தட்டிக் கொள்ளுகிறது? எது சரி, எது தவறு என்பது குறித்து ஒரு சமூகம் பெரும்பாலும் தான்தோன்றித்தனமாகத்தானே முடிவெடுக்கிறது? இந்தக் கொடூரமான சமுதாய நியதிகளிலிருந்து தப்பிப்பதற்காக, ஆதரவற்ற எத்தனைப் பெண்கள் ஆறுகளிலும் கிணறுகளிலும் குதித்துத் தங்கள் உயிரை மாய்த்துக் கொண்டுள்ளனர் என்பது கடவுளுக்கு மட்டுமே வெளிச்சம். நானும் அதைத்தான் செய்ய வேண்டுமா? இல்லையில்லை. இக்குழந்தை தெய்விக அழகு பொருந்தியவனாக இருக்கிறான். இவன் வாழ வேண்டும். இவன் எப்படியும் காப்பாற்றப்பட்டாக வேண்டும். அதற்கு நான் எந்த விலையையும் கொடுக்கத் தயார். இப்போது நான் என்ன செய்வது? என்ன செய்வது?

நான் தாத்ரியை அழைத்தேன். “தாத்ரி, என்னைத் தனியாக விட்டுவிட்டுப் போகாதே. நீ போய்விட்டால் நான் மயங்கி விழுந்துவிடுவேன்.” நான் மனவேதனையாலும் உடல் வேதனையாலும் துடித்தேன்.

தாத்ரி திரும்பி வந்து என்னுடைய முதுகை வருடிக் கொடுத்து, “இளவரசி, ஒரு சத்திரியப் பெண் மேற்கொள்ளக்கூடிய ஒரே தீர்மானம் இதுதான். அவனை என்னிடம் கொடுங்கள்,” என்று கூறினாள். பிறகு அவளே முன்னால் வந்து என் குழந்தையை என் மடியிலிருந்து எடுத்துக் கொண்டாள். அவன் தன்னுடைய பிஞ்சு விரல்களால் என்னுடைய முந்தானையை இறுக்கமாகப் பிடித்திருந்தான். தாத்ரி சிறிதுகூட இரக்கமின்றி அவனுடைய கையை இழுத்தாள். என் இதயம் அவளைக் குறைகூறும் விதமாகத் துடித்தது. அவள் என் குழந்தையை எடுத்துக் கொண்டு வெளியே போய்விட்டாள்.

விரைவில், ஒரு சிறிய மரப் பேழையை மட்டும் அவள் தன் தோள்மீது சுமந்தபடி என் அறைக்குள் வந்து, அதை என் படுக்கையின்மீது வைத்தாள். என் குழந்தை அவளிடம் இல்லாததைக் கண்டு கலங்கிய நான், “தாத்ரி, குழந்தையை எங்கே வைத்திருக்கிறாய்?” என்று கேட்டேன். அவள் எனக்கு பதில் கூறுவதற்கு பதிலாக, அந்தப் பேழையின் மூடியைத் திறந்தாள். அதில் ஒரு சின்னஞ்சிறு படுக்கையின்மீது என் குழந்தை அயர்ந்து தூங்கிக் கொண்டிருந்தான். அப்படுக்கையில் எல்லாப் பக்கங்களிலும் விலையுயர்ந்த ஆபரணங்களை அவள் வைத்திருந்தாள்.

ஆனால், என் குழந்தையின் நிறம், அந்த அனைத்து அணிகலன்களையும் வெட்கப்படச் செய்யும் அளவுக்கு அவை எல்லாவற்றையும்விட அதிக ஒளிமயமாக இருந்தது. தாத்ரி அப்பேழையின் எல்லா முனைகளையும் மெழுகைக் கொண்டு ஒட்டியிருந்தாள். அதன் மூடியின்மீது ஒரு சிறிய துளை இருந்தது. ஆனால் அவள் ஏன் என் குழந்தையை அந்தப் பேழையில் வைத்திருந்தாள் என்று யோசித்த நான், திகைப்புடன் அவளிடம், "தாத்ரி, நீ ஏன் அவனை இதற்குள் வைத்திருக்கிறாய்? அடுத்து நீ என்ன செய்யத் திட்டமிட்டிருக்கிறாய்?" என்று கேட்டேன்.

"இளவரசி, பொழுது விடிவதற்குள் இப்பேழையை அசுவ நதியில் நாம் மிதக்கவிட வேண்டும். அந்த நதியைப்போலப் பரந்த மனம் படைத்தவர்கள் ஒருவர்கூட இல்லை. அந்த ஆறு மட்டுமே இக்குழந்தையை ஏற்றுக் கொள்ளும்."

"தாத்ரி!!! நான் என்ன ஓர் இளவரசியா அல்லது ஒரு தீய மந்திரவாதினியா? ஒரு மகனை எவ்வாறு நேசிப்பது என்பதைக் கடவுள் உனக்குக் கற்றுக் கொடுக்க மறந்துவிட்டாரா?"

"இளவரசி, என்னுடைய எட்டு மகன்கள் இரவு பகலாக இந்த அரண்மனையில் உங்களுக்காக வேலை செய்து கொண்டிருக்கின்றனர். தயவு செய்து இப்போது மனம் தளராதீர்கள். சீக்கிரமாகப் புறப்படுங்கள்!"

அவளுடைய வார்த்தைகள் என் இதயத்தை அம்புகள்போலத் துளைத்தன. "ஆனால் காலையில் நான் எங்கே இருப்பேன் – அரண்மனையிலா அல்லது குப்பைமேட்டிலா?" பலி கொடுக்கப்படுவதற்காகப் பலி பீடத்தில் கட்டப்பட்டுள்ள ஒரு விலங்கைப்போல என்னுடைய குழப்பமூட்டும் எண்ணங்களோடு நான் பிணைக்கப்பட்டிருந்தேன். நான் என் குழந்தையைத் தூக்கிக் கொண்டு, தாத்ரியை எட்டி உதைத்துவிட்டு, என் கால்கள் என்னைக் கொண்டு சென்ற பாதையில் சென்றுவிட நான் விரும்பினேன். ஆனால், இந்த எல்லாப் பிரச்சனைகளுக்கும் காரணம் உண்மையில் தாத்ரி அல்லவே. அவள் ஒரு சாதாரணப் பெண்ணாக இருந்தும்கூட, தன்னுடைய இளவரசிக்காக அவள் இவ்வளவு விஷயங்களைச் செய்து கொண்டிருந்தாள். இவற்றிலிருந்து அவளுக்கு என்ன திருப்தி கிடைத்துக் கொண்டிருந்தது? இப்பிரச்சனைகளுக்கு அவள் காரணமல்ல என்றால், பிறகு யார் காரணம்? நானா? துர்வாசரா? ஏதுமறியாத என் குழந்தையா? அல்லது மனிதர்களைக் குதிரைகள்போல ஆட்டுவிக்கின்ற காலமா? சூழ்நிலைகளா? சமுதாயமா?

இந்த அனைத்து எண்ணங்களும் சேர்ந்து என்னுடைய தலையைப் பிளந்துவிடும்போல இருந்தது. தாங்கிக் கொள்ளப்பட முடியாத என்னுடைய வாழ்க்கையின்மீது எனக்கு எரிச்சல் ஏற்பட்டது. ஓர் இளவரசியை இன்று ஒரு பயனற்ற, மகிழ்ச்சியற்றப் பெண்ணாக ஆக்கிவிடுவதென்று கடவுள் தீர்மானித்திருந்தாரா? சூழல்கள் ஒரு தாயை ஒரு கொலைகாரியாக மாற்றவிருந்தனவா? என்ன செய்வதென்று தெரியாமல் விழித்த நான், விரக்தியில் என் அறைச் சுவரின்மீது என் தலையை மோதினேன். என் நெற்றியிலிருந்து ரத்தம் வழிந்தது. தாத்ரி என்னைப் பின்னால் இழுத்தாள். பிறகு அவள் தன்னுடைய ஆடையைக் கொண்டு என்னுடைய நெற்றியைத் துடைத்தபடி, "இளவரசி, உங்கள் ரத்தம் இந்தச் சுவர்களுக்கு வண்ணம் தீட்டுவதற்கானது அல்ல. அது

வீரர்களை உற்பத்தி செய்வதற்கானது. இதை இந்த ரத்தத்தின்மீது சத்தியம் செய்து நான் கூறுகிறேன். தயவு செய்து இனி ஒரு வார்த்தைகூடப் பேசாதீர்கள். பொறுமையாக என்னோடு வாருங்கள்," என்று கூறினாள்.

நான் என்னுடைய முந்தானையை என் வாய்க்குள் அடைத்துக் கொண்டு அழத் தொடங்கினேன். தாத்ரி அந்தப் பேழையைத் தூக்கிக் கொண்டு முன்னால் நடந்தாள். அந்த ஒட்டுமொத்த நகரமும் தூங்கிக் கொண்டிருந்தது. புயல் ஓய்ந்திருந்தது.

ரகசியச் சுரங்கப்பாதை இருந்த அறைக்கு தாத்ரி என்னைக் கூட்டி சென்றாள். பிறகு அவள் அந்தக் கற்கொண்டியை வலது பக்கமாகத் திருப்பினாள். அந்தப் பாதைக்கான கதவு திறந்தது. அவள் அதன் படிகள் வழியாகக் கீழே இறங்கினாள். முன்பு ஒரு வௌவால் தன் இறக்கையைப் படபடவென அடித்துக் கொண்டிருந்தது என் நினைவுக்கு வந்தது. என் இதயம் கனத்தது. வாழ்க்கை என்பது ஒரு பயங்கரமான சுரங்கப்பாதை என்று நான் நினைத்தேன். இன்று, அரண்மனைப் பெண்களின் பாதுகாப்பிற்காக அமைக்கப்பட்டிருந்த அந்தச் சுரங்கப்பாதைக்குள் நான் நுழைய வேண்டியிருந்தது. இன்று நான் அதை என்னுடைய சொந்தப் பாதுகாப்பிற்காகத்தான் பயன்படுத்திக் கொண்டிருந்தேன், ஆனால் ஒரு வித்தியாசமான, பயங்கரமான வழியில் நான் அதைப் பயன்படுத்திக் கொண்டிருந்தேன்.

நாங்கள் அந்தச் சுரங்கப்பாதையிலிருந்து வெளியே வந்தபோது, அசுவ நதியை நாங்கள் கண்டோம். சமீப காலமாகப் பெய்திருந்த மழையால் அந்நதி பெருக்கெடுத்து ஓடிக் கொண்டிருந்தது. அது இரைச்சலிட்டுக் கொண்டு முழு வீச்சில் வேகமாகப் பாய்ந்து கொண்டிருந்தது. அதன் நீர் செந்நிறத்தில் இருந்தது. அதைக் கண்டவுடன் என் இதயம் வேகமாகத் துடிக்கத் தொடங்கியது. இந்தக் கொந்தளிப்பான அலைகளின் தயவில் நான் என்னுடைய பச்சிளம் குழந்தையை விட்டுவிட்டுச் செல்ல வேண்டுமா? பசித்தால் அழுவதைத் தவிர வேறு எதுவும் தெரியாத இந்த அப்பாவி சிசுவை, கரைபுரண்டு ஓடிக் கொண்டிருந்த இந்த நதிக்குள் தூக்கி எறிய வேண்டுமா? அந்தப் பேழை மூழ்கிவிட்டால் என்ன செய்வது? இந்த நீரின் கருவறையில் என்னவெல்லாம் இருந்ததோ? பயங்கரமான மீன்கள், பெரும் பசி கொண்ட முதலைகள்...

தாத்ரி முன்னால் சென்று, ஓடிக் கொண்டிருந்த நீரின்மீது அந்தப் பேழையை வைத்தாள். அது வேகமாக வெகுதூரம் மிதந்து சென்றது. என் கருவறையின் ஓலம் என் உதடுகள் வழியாக வெளியே வந்தது: "என் குழந்தை! என் அன்புக் கண்மணி!" நான் இவ்வாறு ஓலமிட்டுக் கொண்டே அந்த நீரினுள் குதிக்க முயன்றேன். ஆனால் தாத்ரி என் கையைப் பிடித்து இழுத்து என்னைக் கரைக்குக் கூட்டி வந்தாள். நான் அவளுடைய பிடியிலிருந்து விடுபடப் போராடினேன், ஆனால் அவள் மிதமிஞ்சிய வலிமை கொண்டிருந்தவள்போலத் தோன்றினாள். அவள் தன்னுடைய சொந்தப் பாதுகாப்பைப் பற்றிக் கவலைப்படாமல், என்மீது ஓர் அட்டைபோல ஒட்டிக் கொண்டு என்னை இறுக்கமாகப் பிடித்தாள். அந்தப் பேழை என் பார்வையிலிருந்து மறைந்துவிட்டது. மிகவும் களைத்துப் போயிருந்த நான், தாத்ரியின் தோள்மீது தலை சாய்த்து அழுதேன். அவள் என் முதுகை வருடிக் கொடுத்தாள். பிறகு

அவள் என்னை அரண்மனைக்கு அழைத்துச் செல்லலானாள்.

அந்த அசுவ ஆற்றின் அருகே ஒரு வெள்ளைப் பசுவும் அதன் கன்றும் தண்ணீர் குடித்துக் கொண்டிருந்தன. நான் அவற்றைப் பார்த்துவிட்டு என் கண்களை மூடிக் கொண்டேன்.

தாய்மையின் அன்பை வெளிப்படுத்திக் கொண்டிருந்த அக்காட்சி என்னுள் வெறுமையுணர்வை ஏற்படுத்தியது.

இன்று ஒரு தாய் தன்னுடைய சூழல்களுக்கு அடிபணிந்து அடங்கிப் போயிருந்தாள். என்னுடைய வாழ்க்கையை என்றென்றைக்குமாக வெறுமையாக ஆக்கவிருந்த ஓர் உண்மையின் பிறப்பு இன்று நிகழ்ந்திருந்தது. இன்றிலிருந்து நான் ஒரு நடைபிணமாக வாழவிருந்தேன்.

நான் என் அறைக்குள் நுழைந்த மறுகணம், ஓடிச் சென்று என் படுக்கையின்மீது விழுந்தேன். பிறகு நான் தாத்ரியிடம் ஒரு சன்னமான குரலில், “நம்முடைய நகரத்தில் வசிக்கின்ற, திறமையான மீன்பிடிப்பாளர்களை அழைத்து, யார் அந்தப் பேழையைக் கண்டுடெடுத்திருக்கிறார்கள் என்று விசாரி. என்னை விட்டுவிட்டு இப்போதே போ. நான் தனிமையில் இருக்க விரும்புகிறேன்,” என்று கூறினேன். பிறகு நான் என் முகத்தைத் தலையணையில் புதைத்தேன். படுக்கை கதகதப்பாக இருந்தும்கூட எனக்கு அது பனியைப்போலக் குளிராக இருந்தது. உண்மை கண்டுபிடிக்கப்பட்டுவிடுமோ என்ற பயத்தில் நான் அமைதியாக அழுதேன்.

16

அன்று முழுவதும் நான் அழுதேன். ஒரு பறவைக்குஞ்சை அதனுடைய கூட்டில் கொண்டு சேர்ப்பதற்குப் பிடிவாதமாக முயற்சித்த, இரக்க குணம் கொண்ட அதே பிருதைதான், இன்று தன்னுடைய சொந்தக் குழந்தையைக் கைவிட்டிருந்தாள். அக்குழந்தை எங்கே போவான்? யார் அவனைக் கண்டெடுப்பார்கள்? அல்லது அவன் அப்படியே மிதந்து சென்று கடலில் சேர்ந்துவிடுவானா? ஒருவேளை உண்மையிலேயே அப்படி நடந்துவிட்டால்...பல சந்தேகங்கள் என் மனத்தைச் சித்தரவதை செய்தன. என் தலையை நிமிர்த்துவதற்கான வலிமையைக்கூட நான் இழந்திருந்தேன். யாரையும் எதிர்கொள்ளுவதற்கான துணிச்சலும் எனக்கு இருக்கவில்லை.

யாரோ என் அறைக்குள் வந்து விளக்குகளை ஏற்றினர். சிறிது நேரத்திற்குப் பிறகு, யாரொ ஒருவர் உள்ளே வந்து என் முதுகை வருடிக் கொடுத்ததை நான் உணர்ந்தேன். அது தாத்ரி என்று நினைத்து, “தாத்ரி, இங்கிருந்து போய்விடு!” என்று நான் கத்தினேன். அவள் என்னைத் தொடுவதைக்கூட நான் விரும்பவில்லை.

“மகளே, நிமிர்ந்து பார்,” என்ற குரல் கேட்டு நான் திடுக்கிட்டேன். என் தந்தைதான் வந்திருந்தார். அவர் என் படுக்கைக்கு அருகே நின்று கொண்டிருந்தார். விளக்கொளியில் அவருடைய உருவம் மங்கலாகத் தெரிந்தது. தாத்ரி என் அறையின் வாசலுக்கு வெளியே இல்லாமல் போனதால், என் தந்தை நேராக உள்ளே வந்துவிட்டிருந்தார். நான் என் கண்களைத் துடைத்துவிட்டு அவரைப் பார்த்தேன். பயத்தால்

என் இதயம் மரத்துப் போயிருந்தது. "அவர் எல்லா விஷயங்களையும் கண்டுபிடித்துவிட்டாரா? தாத்ரியால் ஒரு ரகசியத்தை ஒரு நாள்கூடக் காப்பாற்ற முடியாதா? இப்போது என் தந்தை என்னை எப்படித் திட்டித் தீர்க்கப் போகிறாரோ யாருக்குத் தெரியும்? என் எதிர்காலம் தொடர்ந்து இருட்டாகவே இருந்துவிடுமோ?" என்றெல்லாம் நினைத்து நான் கவலை கொண்டேன்.

அவர் என் முதுகை வருடியபடி, மிக அமைதியாக, "குந்தி, உன் தந்தையிடமிருந்து இன்று உனக்கு ஒரு கடிதம் வந்துள்ளது. அவர் உனக்கு ஒரு சுயம்வரத்திற்குத் திட்டமிட்டுக் கொண்டிருக்கிறார். அவர் அதில் உறுதியாக இருக்கிறார்," என்று கூறினார்.

நான் நிம்மதிப் பெருமூச்செறிந்தேன். நான் பதிலுக்கு ஏதோ சொல்லியாக வேண்டும் என்று நினைத்துக் கொண்டு, "அவருடைய விருப்பம் எதுவோ, உங்களுடைய உத்தரவு எதுவோ, அவற்றின்படி எல்லாம் நடக்கட்டும்," என்று கூறினேன்.

"மதுராவைப் பற்றிய நினைவுகள் உனக்குச் சுமை கூட்டுகின்றன என்பதை நான் அறிவேன். இப்போது உன் மனம் லேசாகும். விரைவில் நீ உன்னுடைய தந்தையையும் தாயையும் சந்திப்பாய். உன் கண்களைத் துடைத்துக் கொள். வருத்தப்படாதே."

அவருக்கு எதுவும் தெரியவில்லை. அவர் என்ன சொல்லிக் கொண்டிருந்தார் என்பதை என்னால் புரிந்து கொள்ள முடியவில்லை.

17

சுயம்வரத்திற்கான ஏற்பாடுகள் தொடங்கின. "உங்கள் உத்தரவுப்படி," என்று நான் என் தந்தையிடம் கூறியிருந்தேன். அதை என்னுடைய சம்மதமாக அவர் அர்த்தப்படுத்திக் கொண்டு, அதற்கு ஏற்றாற்போலத் திட்டமிட்டார். என் மனம் இருப்புக் கொள்ளாமல் தவித்தது. ஒரு மானைத் துரத்திச் செல்லுகின்ற ஒரு வேடனைப்போல, விநோதமான எண்ணங்கள் என்னை விரட்டத் தொடங்கின.

நான் சுயம்வர மாலையைக் கையில் வைத்துக் கொண்டு நிற்கும்போது, என் மகன் இருந்த பேழையின் மேற்துவாரம் வழியாக ஒரு பாம்பு உள்ளே நுழைந்து என் மகனின் கழுத்தைச் சுற்றிக் கொள்ளுமோ? அல்லது, நான் புனிதமான மணமேடையின்மீது நிற்கும்போது, அக்கணத்தில் அந்தப் பேழை அந்த ஆற்றில் மூழ்கிக் கொண்டிருக்குமோ? அல்லது, மங்கல இசை முழங்கப்பட்டு, என் தலையின்மீது அட்சதை தூவப்பட்டுக் கொண்டிருக்கும்போது, அக்கணத்தில் அப்பேழை ஒரு பாறைமீது மோதி, அதன் மூடி திறந்து, கழுகுகளும் பருந்துகளும் பறந்து வந்து என் குழந்தையின் தலையைக் கொத்தி, அந்த ஒளிமயமான விளக்கை ரத்தக்கறை படிந்த சதைப் பிண்டமாக மாற்றிவிடுமோ? நான் மங்கலமான திருமண மந்திரங்களைக் கேட்டுக் கொண்டிருக்கும் நேரத்தில், என் அன்பு மகன் அலைகளின் கொடூரமான மரண கீதத்தைக் கேட்டுக் கொண்டிருப்பானோ? வலையில் மாட்டிக் கொண்ட ஒரு மீனைப்போல என் மனம் பரிதவித்தது. நான் எவ்வளவு அதிகமாக சிந்தித்தேனோ, அவ்வளவு அதிகமாக அது குழப்பமடைந்தது. நான்

என் முகத்தைத் தலையணையில் புதைத்துக் கொண்டு அழுதேன். என் மகனின் இனிமையான வட்ட முகமும், சுருட்டையான பொன்னிறத் தலைமுடியும், அவனுடைய தனித்துவமான குண்டலங்களும் நாள் முழுவதும் என் கண்களுக்கு முன்னால் நடனமாடின. என் மனத்தில் ஏற்பட்டிருந்த கொந்தளிப்பின் காரணமாக என் கண்கள் தாமாக மூடிக் கொண்டன.

18

என் சுயம்வரத்திற்கான அழைப்பிதழ்கள் அண்டை நாடுகளைச் சேர்ந்த அனைத்து அரசர்களுக்கும் அனுப்பி வைக்கப்பட்டிருந்தன. நகரத்தில் இதைப் பற்றித்தான் எல்லோரும் பேசினர். நான் எனக்காக வருந்தினேன். பிருதையாக இருந்த நான் குந்தியாக மாறியிருந்தேன்; குந்தியிலிருந்து ஒரு தாயாக மாறியிருந்தேன்; இப்போது, நான் மீண்டும் ஒரு கன்னியாக ஆகி என்னுடைய சுயம்வரத்திற்குத் தயாராக இருந்தேன். இவ்வுலகில் எந்தப் பெண்ணின் வாழ்விலாவது கடவுள் இப்படி ஈவு இரக்கமின்றி விளையாடியிருந்தாரா? இக்கேள்விக்கு விடையளிக்க யாரும் இருக்கவில்லை. எனக்கு இந்த சுயம்வரத்தில் விருப்பம் இருக்கவில்லை. ஆனால் நான் இதைச் சத்தமாகக் கூறினால், எல்லோரும் என்னைக் கேள்விகள் கேட்டுக் குறுக்கு விசாரணை செய்தே கொன்றுவிடுவார்கள். ஒரு கொட்டிலில் கட்டிப் போடப்பட்டுள்ள ஒரு பசுவின் நிலைமையைவிட, சமுதாய வழக்கங்கள் என்ற கயிற்றால் கட்டிப் போடப்பட்டுள்ள ஒரு பெண்ணின் நிலைமை அப்படி ஒன்றும் மேன்மையானதாக இல்லை. அவளுடைய விருப்பங்களுக்கு எதிராகப் பல விஷயங்கள் நிகழுகின்றன. ஆனால், அவற்றை எதிர்த்துப் பேசுவதற்கான சுதந்திரம் அவளுக்கு ஒருபோதும் இல்லை. அவள் எண்ணற்றத் துயரங்களைப் பொறுமையாகத் தாங்கிக் கொள்ள வேண்டியுள்ளது. துன்புறுவதற்காகவே பிறவி எடுத்துள்ளதுபோல அவள் நடத்தப்படுகிறாள்.

சுயம்வரத்திற்கான நாள் நெருங்கிக் கொண்டிருந்தது. குடிமக்களிடம் உற்சாகம் பொங்கி வழிந்தது. இது அவர்களுடைய இளவரசியின் சுயம்வரம்! அவர்கள் ஓர் ஆடம்பரமான திருமணத்தைக் கண்டுகளிக்கவிருந்தனர். இதுவரையிலும் ஒரு முறைகூட நான் என் குழந்தைக்குப் பாலூட்டியிருக்கவில்லை. நான் இப்போது ஓர் இரட்டை வாழ்க்கையை வாழ வேண்டியிருந்தது. ஒன்று, என்னுடைய உண்மையான, தனிப்பட்ட வாழ்க்கை. மற்றொன்று, ஓர் இளவரசியாகவும், துயரம் மிக்க ஒரு தாயாகவும் ஒரு புறவாழ்க்கை. இவ்விரண்டுக்கும் இடையே என்னுடைய வாழ்க்கை தினமும் அதிகப் பரிதாபகரமானதாக ஆகிக் கொண்டிருந்தது. அரசகுலப் பெண்களுக்குப் பெரிய துயரங்கள் இருக்கின்றன. ஆனாலும், குலப் பெருமையைக் காப்பதற்காக அவர்கள் தங்கள் குடும்பத்தினரின் உத்தரவுகளைப் பின்பற்றுவதைத் தவிர அவர்களுக்கு வேறு வழி இருப்பதில்லை.

19

ஒரு கனவு என்பது நினைவின் வாரிசு என்று கூறலாம். தினமும் இரவில் நான் பல்வேறு வகையான கனவுகளைக் கண்டேன். சில சமயங்களில், ஒரு பறவைக்குஞ்சு பரிதாபமாகக் கீச்சிடும் சத்தம் எனக்குக் கேட்டது. சில சமயங்களில், ஆற்றின் பக்கத்தில் ஒரு பசு கத்திக் கொண்டிருந்ததையும், அதன் ஆரோக்கியமான கன்று தன்னுடைய அடர்த்தியான வாலை நிமிர்த்திக் கொண்டு அதன் பின்னால் விளையாடிக் கொண்டிருந்ததையும் நான் கண்டேன்.

ஒரு முறை நான் ஒரு கொடுங்கனவு கண்டேன். என் குழந்தையின் பேழை, பாறைகள் நிறைந்த ஓர் ஆற்றங்கரையில் ஒதுங்கி, அப்பாறைகளுக்கு இடையே சிக்கியிருந்தது. அப்பேழைக்குள் அவன் பசியால் அழுது கொண்டிருந்தான். ஆனால் அவனை எடுத்துப் பாசத்தோடு அணைத்துக் கொள்ளுவதற்கு அங்கு யாரும் இல்லை. ஆற்றின் அலைகள் அப்பேழையை ஆட்டியபோது, யாரோ தன்னைத் தூக்கி அணைத்துக் கொள்ள வந்திருந்ததாக அவன் நினைத்தான். அவன் பொறுமையின்றித் தன்னுடைய கால்களால் அப்பேழையை உதைத்தான், தன் கைகளை வேகமாக ஆட்டினான். அழுகையால் களைத்துப் போய், பசியால் வாடி, தன்னுடைய சின்னஞ்சிறு கைகளாலும் கால்களாலும் அப்பேழையை முட்டி மோதி, ஒரு பயங்கரமாக விக்கலுக்குப் பிறகு இறுதியில் அவன் முற்றிலும் மௌனமானான்...இல்லையில்லை, அவன் முற்றிலும் மௌனமாகவில்லை. சிறிது நேரத்திற்குப் பிறகு, சாவின் விளிம்பை எட்டியிருந்த அவனுடைய உடல் லேசாக நடுங்கியது. அவனுடைய பொன்னிறக் கால்களின் பிரகாசம் மெல்ல மெல்ல அதிகரித்தது, அவனுடைய கால்கள் பெரிதாகத் தொடங்கின. அவன் அப்பேழையின் மூடியைத் தன்னுடைய பெரிய கால்களால் எட்டி உதைத்துத் திறந்தான். அவனுடைய உருவம் பூதாகரமாக வளர்ந்தது. அவனுடைய முகம் கோபத்தால் துடித்தது. அவனுடைய குண்டலங்கள் கொதித்தன. அவனுடைய நீலநிறக் கண்கள் கோபத்தால் செந்நிறத்திற்கு மாறியிருந்தன. அவன் அசுவ நதியில் குதித்து என்னை நோக்கி வேகமாக ஓடி வந்து கொண்டிருந்ததுபோல எனக்குத் தோன்றியது. அவன் தன் முஷ்டியை மடக்கி, கோபத்துடன் தன்னுடைய உதடுகளைக் கடித்துக் கொண்டு, "ராட்சசியே! தாய்க்கும் மகனுக்கும் இடையேயான புனிதமான பிணைப்பைத் துண்டித்தக் கொடுமைக்காரியே! பட்டாடைக்குப் பின்னால் பயந்து ஒளிந்து கொண்டுள்ள சூனியக்காரியே! நில்!" என்று கூறிக் கொண்டே, தன்னுடைய சக்திவாய்ந்த முஷ்டியை உயர்த்தி என் தலைமீது ஓங்கிக் குத்த வந்தான். "தாத்ரி! சீக்கிரமாக இங்கே வா!" என்று நான் அலறினேன்.

அவள் என் அறைக் கதவுக்கு வெளியே காத்துக் கொண்டிருந்தாள்போலும். என்னுடைய பயங்கரமான அலறலைக் கேட்டு அவள் வேகமாக உள்ளே ஓடி வந்தாள். அவள் என் முகத்தின்மீது படர்ந்திருந்த வியர்வையைத் துடைத்துவிட்டு, பதற்றத்துடன், "இளவரசி, நீங்கள் மிகவும் பயந்து போயிருப்பதுபோலத் தெரிகிறீர்கள். கொடுங்கனவு ஏதேனும் கண்டீர்களா?" என்று கேட்டாள்.

“தாத்ரி, என் குழந்தை...?” என்னால் அக்கேள்வியை முடிக்க முடியவில்லை. இந்தப் பணிப்பெண்ணால் எப்படி என் வேதனையைப் புரிந்து கொள்ள முடியும்?

அவள் என் முதுகை வருடியபடி, “இளவரசி, உங்கள் குழந்தை நலமாகவும் பாதுகாப்பாகவும் இருக்கிறான். நீங்கள் கண்விழிப்பதற்காக நான் காத்துக் கொண்டிருந்தேன்,” என்று அவள் கிசுகிசுப்பான குரலில் கூறினாள்.

நான் வேகவேகமாக எழுந்து, அவளுடைய தோள்களை உலுக்கி, “எங்கே? யார் அவனைக் கண்டுபிடித்தார்கள்?” என்று மகிழ்ச்சியாகக் கத்தினேன்.

என்னுடைய அறைக்கு வெளியே நின்று கொண்டிருந்த ஒரு மீனவனை, உள்ளே வரும்படி அவள் அழைத்தாள். அவன் தலை வணங்கியவாறு உள்ளே நுழைந்தான். நான் அவனிடம் சில கேள்விகளைக் கேட்டேன். “அந்தப் பேழை எங்கே? யார் அதைக் கண்டுபிடித்தது? நீ அந்தக் குழந்தையை வெளியே எடுத்தாயா?”

“இளவரசி, அந்தப் பேழை அசுவ நதி வழியாக மிதந்து சென்று சார்மண்வதி நதியைச் சென்றடைந்து, அங்கிருந்து மிதந்து சென்று, கான்பூருக்கு அருகே யமுனையை அடைந்தது. பிறகு அங்கிருந்து மிதந்து சென்று, பிரயாகையில் கங்கையை அடைந்தது. பிரயாகையிலிருந்து மிதந்து சென்று, காசிக்கு அருகே அங்க நாட்டிலுள்ள சம்பாநகரியை அடைந்தது.”

“யார் அதைக் கண்டுபிடித்தது?”

“அப்பேழையை ஒரு தேரோட்டி அந்த ஆற்றுக்குள்ளிருந்து வெளியே இழுத்தான். அது ஆயிரம் மைல்களுக்கு மேல் மிதந்திருந்தது.”

“தேரோட்டியா?”

“ஆமாம், இளவரசி. அந்தத் தேரோட்டியின் மனைவி அக்குழந்தையைத் தன் மடிமீது கிடத்தினாள். அவனைப் பார்த்த உடனேயே அவளுடைய மார்புகளில் பால் சுரந்தது. அக்குழந்தை இப்போது அவர்களுடைய குடிலில் பாதுகாப்பாக இருக்கிறான். இளவரசி, உங்களுக்கு ஆட்சேபனை இல்லையென்றால், அவன் யாருடைய குழந்தை என்று நான் தெரிந்து கொள்ளலாமா? எந்தக் கல்நெஞ்சக்காரத் தாய் அவனை இப்படி அவனுடைய மரணத்திற்குள் தள்ளிவிட்டாள்?”

“துர்வாச முனிவரின் வேள்வியின் விளைவாகப் பிறந்த குழந்தை அவன்,” என்று கூறிவிட்டு, நான் என்னுடைய முத்து மாலையை அவனிடம் கொடுத்து, “இவ்விஷயம் பற்றி ஒரு வார்த்தைகூட வெளியில் யாருக்கும் தெரியக்கூடாது,” என்று அவனை எச்சரித்தேன்.

“மாமுனிவர் துர்வாசரா?” என்று கேட்டுவிட்டு அவன் அந்த முத்து மாலையை எடுத்துக் கொண்டு பயத்தில் வேகமாக வெளியே ஓடிவிட்டான்.

என் மனம் அமைதியடைந்தது. நான் மகிழ்ச்சியோடு தாத்ரியைக் கட்டியணைத்துக் கொண்டேன். என் கண்களிலிருந்து வழிந்த கண்ணீர் அவளுடைய மார்புக் கச்சையை நனைத்தது. ஓர் இளவரசியின் துயரக் கண்ணீர் அது. கவலை கொண்ட ஒரு தாய் தன்னுடைய மகன் பாதுகாப்பாக இருந்தது குறித்து மகிழ்ச்சியடைந்து வடித்த ஆனந்தக்

கண்ணீர் அது.

அவன் எங்கு இருந்தானோ, ஆனால் அவன் பாதுகாப்பாக இருந்தான்.

20

அன்று சுயம்வரத்திற்கான நாள். நகரம் முழுவதும் விருந்தினர்களால் நிரம்பி வழிந்தது. அரண்மனைக்கு முன்னால் ஒரு பிரம்மாண்டமான அரங்கம் கட்டப்பட்டிருந்தது. என் தந்தை ஒரு குழந்தையைப்போல மகிழ்ச்சியாக அங்குமிங்கும் ஓடிக் கொண்டிருந்தார். அவர் அந்த விழாவுக்குத் தேவையானவற்றை கவனிப்பதில் மும்முரமாக இருந்தார். குடிமக்கள் எங்கள் அரண்மனையை அலங்கரிக்கத் தொடங்கினர். மத்தளம், வீணை, மற்றும் பல்வேறு வகையான இசைக்கருவிகள் இசைக்கப்படலாயின. மகதம், கோசலம், மத்ரம், சேதி, விதேகம், காசி மற்றும் பல நாடுகளின் அரசர்கள் அந்த சுயம்வரத்திற்கு வந்தனர். என்னைத் தாரை வார்த்துக் கொடுப்பதற்காக என் பெற்றோர் மதுராவிலிருந்து வந்தனர். என் சகோதரன் வாசுதேவனும் என் சகோதரி சுருதஸ்ரவையும் உடன் வந்தனர். நான் போஜ்பூருக்கு வந்த பிறகு, என் தந்தை, வாசுதேவனைத் தன் மகனாகத் தத்தெடுத்திருந்தார். என் சகோதரியை நான் அப்போதுதான் முதன்முறையாகப் பார்த்தேன். பல ஆண்டுகளுக்குப் பிறகு அந்த அரண்மனையில் ஒரு சுயம்வரம் நடத்தப்பட்டுக் கொண்டிருந்ததால், அங்கு அளப்பரிய உற்சாகம் நிறைந்திருந்தது.

திருமணம்! ஒரு பெண்ணின் வாழ்வில் ஒரு முக்கியமான திருப்பம். பெண் எனும் நீரோடை ஒன்று, ஆண் எனும் சக்திவாய்ந்த ஒரு பெருங்கடலுடன் கலக்கின்ற ஒரு நிகழ்வு அது. ஒரு பெண்ணினுடைய வாழ்வின் உண்மையான முதல் சடங்கு அது.

சுயம்வரத்திற்கான நேரம் வந்துவிட்டது. அழைக்கப்பட்டிருந்த விருந்தினர்களும் அனைத்துக் குடிமக்களும் அரங்கம் முழுவதிலும் நிரம்பியிருந்தனர். என் தந்தை எழுந்து எல்லோரையும் வரவேற்றார்: "ஆரியவர்த்தத்தின் உன்னதமான அரசப் பெருமக்களே! மதுராவின் அரசரான, யாதவ வம்சத்தைச் சேர்ந்த மன்னர் சூரசேனரின் சொந்த மகளான பிருதை, என்னுடைய சுவீகாரப் புதல்வி குந்தியாக ஆனவள். அவள் இப்போது தன் கையில் திருமண மாலையுடன் இந்த அரங்கிற்குள் நுழைந்து, இங்கு வருகை தந்திருக்கும் புகழ்மிக்க அரசர்களில் தனக்கு விருப்பமானவரைத் தானே தேர்ந்தெடுத்து, அவருடைய கழுத்தில் அந்த மாலையை அணிவிப்பாள். நீங்கள் எல்லோரும் இங்கு வந்திருப்பது குறித்து நான் மகிழ்ச்சியும் பெருமிதமும் கொள்ளுகிறேன். போஜ வம்சத்தின் வழிவந்தவன் என்ற முறையில் நான் உங்கள் எல்லோரையும் வரவேற்கிறேன். இந்த சுயம்வரத்தில் எந்த நிபந்தனைகளும் கிடையாது. என் மகளின்...குந்தியின் விருப்பம் மட்டுமே ஒரே நிபந்தனை."

எல்லோரும் மரியாதையோடு எழுந்து, அவருடைய வரவேற்பை அங்கீகரித்து ஏற்றுக் கொண்டனர். பிறகு அந்த ஒட்டுமொத்த அரங்கமும் அமைதியாகியது. நான் என் கைகளில் மலர்மாலையுடன்

அமைச்சரைப் பின்தொடர்ந்து அந்த அரங்கிற்குள் நுழைந்தேன். அங்கு கூடியிருந்தோருக்கு என்னுடைய வருகை அறிவிக்கப்பட்டது: "யாதவ வம்சத்தில் பிறந்து, மதுராவில் வளர்ந்த இளவரசி குந்திதேவி வருகிறார்!" எல்லா அரசர்களும் சில கணங்கள் எழுந்து நின்றனர். என் தந்தை தன்னுடைய கையை உயர்த்தினார். அவர்கள் எல்லோரும் மீண்டும் அமர்ந்தனர். என் உடலில் ஒரு மின்னல் வெட்டியது போன்ற ஒரு சிலிர்ப்பு உண்டானது. என்னுடைய வாழ்க்கைப் பயணத்திற்கான ஒரு துணையை இன்று நான் தேர்ந்தெடுக்கவிருந்தேன். இன்றைய தேர்ந்தெடுப்பு என் எதிர்காலத்தைத் தீர்மானிக்கும். திடீரென்று என் இதயம் வேகமாகத் துடித்தது. அந்தத் துடிப்பு என் காதுகளுக்குக்கூடக் கேட்டது. நான் என் கைகளில் மாலையுடன் அந்த அமைச்சருக்குப் பின்னால் அந்த அரங்கத்தின் ஊடாக மெதுவாக நடந்தேன். அந்த அமைச்சர் ஒவ்வோர் அரசரையும் பற்றி மிகையாகப் புகழ்ந்து விவரித்தார். ஒவ்வொரு போட்டியாளரையும் நான் என் கடைக்கண்ணால் அளந்தேன். நான் ஒவ்வொருவராக நிராகரித்துக் கொண்டே அடுத்த நபரை நோக்கி நகர்ந்தேன். இறுதியில், மகத நாட்டு மன்னர் தீர்க்கன் ஒருவர் மட்டுமே எஞ்சியிருந்தார். எதிரிகளை நடுநடுங்கச் செய்த அவருடைய புகழை அந்த அமைச்சர் மிக அதிகமாகவே பாடினார். நான் அந்த மன்னரையும் நிராகரித்துவிட்டு அங்கிருந்து நகர்ந்தேன். இப்போது எல்லோரும் கிசுகிசுப்பாகப் பேசிக் கொள்ளத் தொடங்கினர். மாலைச் சூரியனின் பொற்கதிர்கள் அந்த அரங்கத்தினுள் சாய்வாக நுழைந்தன. அந்த அமைச்சர் பயத்துடன் என்னிடம், "இளவரசி, இந்த அரங்கம் இப்போது ஒரு போர்க்களமாக மாறப் போகிறது. நீங்கள் யாரேனும் ஒருவரைத் தேர்ந்தெடுத்திருக்க வேண்டும். நீங்கள் ஏன் யாரையும் தேர்ந்தெடுக்கவில்லை?" என்று கிசுகிசுப்பாகக் கேட்டார்.

என் தந்தை ஏதோ கூறுவதற்காக எழுந்தார். இதற்கிடையே, அந்த அரங்கின் மேற்குப் பகுதியில் ஏதோ சலசலப்பு ஏற்பட்டது. அங்கிருந்த மக்கள் எல்லோரும் ஒரு பக்கமாக ஒதுங்கி வழிவிட்டனர். அவர்களுக்குப் பின்னால், ஆயிரக்கணக்கான குதிரை வீரர்கள் அரண்மனையின் முக்கிய வாசல் வழியாக உள்ளே நுழைந்தனர். "கௌரவ வம்சத்தைச் சேர்ந்த, அஸ்தினாபுர மன்னர் பாண்டு வருகிறார்!" என்று ஒரு குரல் பெரிதாக முழங்கியது. நான் என் கைகளில் இருந்த மாலையை கவனமாகப் பிடித்துக் கொண்டு மேற்கு நோக்கி நடந்தேன். பொன்னிறத் தோலும் கட்டுறுதியான உடலும் கொண்ட, உயரமான நபர் ஒருவர் அந்தத் திருமண அரங்கத்தை நெருங்கிக் கொண்டிருந்தார். மறைந்து கொண்டிருந்த சூரியனின் கதிர்கள் அவருடைய முதுகின்மீது விழுந்தன. அவருடைய முகம் ஒரு கச்சிதமான வட்ட வடிவில் இருந்தது. குந்தியைக் காப்பாற்றுவதற்கு சூரிய பகவான் தானே நேரில் வந்ததுபோல அவர் வந்தார். அவர் அந்த அரங்கத்திற்குள் அடியெடுத்து வைத்தபோது, நான் அவரை நோக்கி முன்னால் அடியெடுத்து வைத்தேன். நான் என் கைகளில் இருந்த மாலையை அவருடைய கழுத்தில் அணிவித்தேன். அங்கிருந்தோர் அனைவரும் கைதட்டி ஆரவாரம் செய்தனர். ஓர் உற்சாகமான குரல், "கௌரவ வம்சத்து மாணிக்கம், மகாராணி குந்தி தேவி–" என்று முழங்கியதைத் தொடர்ந்து, "வாழ்க! வாழ்க!" என்று எல்லோரும் முழங்கினர்.

இளவரசியாக இருந்த நான் இப்போது மகாராணி குந்தி தேவியாக மாறினேன். என் இதயம் மகிழ்ச்சிப் பெருங்கடலில் நீந்தித் திளைத்தது. நான் கௌரவர்களின் மகாராணியாக ஆகியிருந்தேன். கௌரவ வம்சத்தின் கொடி ஆரியவர்த்தம் நெடுகிலும் பட்டொளி வீசிப் பறந்து கொண்டிருந்தது. நானும் மன்னர் பாண்டுவும் ஆசி பெறுவதற்காக என் தந்தையிடம் சென்றோம். பேருவகை அடைந்திருந்த அவர் எங்களை ஆசீர்வதித்துவிட்டு, "கௌரவ வம்சத்தின் உலகளாவிய புகழ் உங்கள் மூலமாக சொர்க்கத்திலுள்ள கடவுளரையும் சென்றடையட்டும்!" என்று எங்களை வாழ்த்தினார். என் வாழ்வில் எல்லா அனுபவங்களுமே நான் எதிர்பார்க்காதவையாக இருந்திருந்தன. என்னுடைய இந்தத் திருமணம் மட்டும்தான் என்னுடைய சொந்தத் தேர்ந்தெடுப்பின் விளைவாக நிகழ்ந்திருந்தது. எனவே, இது மட்டுமே எனக்கு மனநிறைவைக் கொடுக்கும் என்ற நம்பிக்கையில் நான் என் கவலைகள் அனைத்தையும் கைவிட்டேன்.

21

எட்டு நாட்களுக்குப் பிறகு, நானும் மன்னர் பாண்டுவும் தேரில் ஏறி அமர்ந்து அஸ்தினாபுரத்திற்குப் புறப்படத் தயாரானோம். எங்களை வழியனுப்பி வைப்பதற்காக ஒட்டுமொத்த நகரமும் திரண்டு வந்தது. என் தந்தை தன் கண்களில் பொங்கிய கண்ணீரைத் துடைத்தார். நான் வாசுதேவனிடமிருந்தும் ஏனையோரிடமிருந்தும் விடைபெற்றுக் கொண்டேன். நான் என்னுடன் தாத்ரியை மட்டும் அழைத்துச் சென்றேன். என் மனம் பல முரண்பட்ட எண்ணங்களால் துடித்தது. எங்களுடைய தேர் அஸ்தினாபுரத்தை நோக்கித் தன் பயணத்தைத் துவக்கியது. வெகு விரைவில் நாங்கள் நகர எல்லையைக் கடந்து அசுவ நதியை நெருங்கினோம். அந்த ஆற்றைப் பார்த்தவுடனேயே, ஒரே ஒரு தீப்பொறி ஒரு பெரிய நெருப்பை உருவாக்குவதைப்போல, திருமணத்திற்கு முந்தைய என்னுடைய வாழ்க்கை குறித்த நினைவுகள் என் மனத்தில் ஒரு வெள்ளம்போலப் பெருக்கெடுத்து ஓடி வந்தன. அசுவ நதியின் அலைகளில் இரண்டு பொற்குண்டலங்கள் என் கண்களுக்குத் தென்பட்டதுபோலத் தோன்றியது. அங்கு இரண்டு சிறிய கைகளும் தோன்றின. செங்கோல் பிடிக்க வேண்டிய அந்தக் கைகள் இப்போது ஒரு சாட்டையையும் ஒரு கடிவாளத்தையும் தாங்கிப் பிடிக்கும். கடவுள் கொடூரமானவர். அவர் என்னை மதுராவிலிருந்து இங்கே அழைத்து வந்தார். எனக்கு இங்கு எந்தப் பிரச்சனையும் இல்லாததை அவரால் பொறுத்துக் கொள்ள முடியவில்லைபோலும்! அவர் துர்வாசரை இமயத்திலிருந்து போஜ்பூருக்கு அனுப்பி வைத்தார். இப்போது நான் அஸ்தினாபுரத்திற்குச் சென்று கொண்டிருந்தேன். ஆனால் என்னுடைய ஒளிமயமான மகன் சம்பாநகரியில் ஒரு தேரோட்டியின் ஓலைக் குடிலில் இருந்தான். என் மகனை நினைத்து அசுவ நதியை நான் மரியாதையோடு வணங்கினேன்.

இளவரசி குந்தி கௌரவர்களின் மகாராணியாக அஸ்தினாபுரத்திற்குப் போய்க் கொண்டிருந்தாள். ஒரு பெண்ணின்

வாழ்க்கையானது நிரந்தர மாற்றம் என்பதைத் தவிர வேறு என்ன? அவள் ஒரு சமயத்தில் ஒருவருடைய மகளாகவும், இன்னொரு சமயத்தில் ஒருவருடைய மனைவியாகவும், மற்றுமொரு சமயத்தில் ஒரு தாயாகவும், பிறகு ஒருவருடைய மருமகளாகவும் இருக்கிறாள். ஆனால் அவள் ஒருபோதும் அவளாக இருப்பதில்லை. அவள் ஒருபோதும் சுதந்திரமாக இருப்பதில்லை. ஒருவேளை அவள் அப்படி இருந்தாலும், அதை வெளிக்காட்டிக் கொள்ளுவதற்கு அவளுக்கு அனுமதியில்லை.

22

நாங்கள் அஸ்தினாபுரத்தை அடைந்தோம். கௌரவர்களின் பெருமையை ஆரியவர்த்தம் நெடுகிலும் பரப்பிய மகாராணி சகுந்தலை, சுவர்ணம், யசோதரை, தபதி, சுபாங்கி, சம்பிரியை, அமிர்தை, சூயேஷை, சத்யவதி மற்றும் பல மகாராணிகள் வாழ்ந்த நகரம் அது. நான் அந்நகருக்குள் நுழைந்தவுடனேயே வியப்பில் ஆழ்ந்தேன். தங்கள் மகாராணியை வரவேற்பதற்காக கங்கைக் கரையின்மீது ஆயிரக்கணக்கான மக்கள் கூடியிருந்தனர். மகிழ்ச்சியில் திளைத்திருந்த அவர்கள், எங்கள் இருவரையும் வாழ்த்திக் கோஷமிட்டு, எங்கள்மீது மலர்களைத் தூவி, இசைக்கருவிகளை இசைத்து எங்களை வரவேற்றனர். கங்கையின் ஒவ்வோர் அலையும் குருவம்சத்து மருமகளை வரவேற்று ஆனந்தக் கூத்தாடியது. சம்பாநகரியில் இருந்த கங்கை என்னுடைய கைக்குழந்தையைக் கண்போலப் பார்த்துக் கொண்டிருந்தது. எனவே, நான் கங்கைக்குத் தலை வணங்கி என் மரியாதையைத் தெரிவித்தேன்.

அரண்மனையில் எங்களுக்கு ஆடம்பரமான வரவேற்பு அளிக்கப்பட்டது. அரண்மனையின் முக்கிய வாசலில் வைத்து ராஜமாதா எங்களுக்கு ஆரத்தி எடுத்தார். மரியாதைக்குரிய பிதாமகர் பீஷ்மரும் மன்னர் திருதராஷ்டிரரும் ராஜமாதாவுக்கு அருகே நின்றனர். நான் அவர்கள் எல்லோரையும் மரியாதையோடு கைகூப்பி வணங்கினேன். விதுரர் என்னை ஆசீர்வதித்துவிட்டு, “மகளே, இன்று எங்கள் குடும்பம் மன்னர் சூரசேனரோடு ஒன்றிணைந்துள்ளது. எதிர்கால நோக்கில் பார்க்கும்போது இது ஒரு நல்ல விஷயம்தான்,” என்று கூறினார். நான் ஒரு மகாராணியாக அந்த அரண்மனைக்குள் நுழைந்தபோது எனக்கு இருபது வயதுதான் ஆகியிருந்தது. என் உடலும் மனமும் ஓர் இறகைப்போல லேசாகியிருந்தன. என் மனம் முழுவதும் மகிழ்ச்சி குடிகொண்டிருந்தது.

23

அஸ்தினாபுரத்தில் என்னுடைய நாட்கள் மகிழ்ச்சியாகக் கழிந்தன. ஒவ்வொரு நாளும் எப்போது தொடங்கியது, எப்போது முடிந்தது என்பதைக்கூட நான் உணரவில்லை. கடந்தகால வீரர்களையும் அவர்களுடைய படையெடுப்புகளையும் பற்றிய பல்வேறு கதைகளை தாத்ரி தினமும் எனக்குக் கூறினாள். சிறு வயதில்

வண்ணத்துப்பூச்சிகளைத் துரத்திச் சென்ற பிருதையைப் பற்றிய நினைவு என் மனத்திலிருந்து மெல்ல மெல்ல மறைந்தது. என்ன செய்வதென்று தெரியாமல் தவித்துத் தன்னுடைய தலையைச் சுவரின்மீது முட்டிய போஜ்பூர் இளவரசி குந்தியும் என் மனத்திலிருந்து மறைந்துவிட்டாள். மனித வாழ்வில் மறதி என்பது எப்பேற்பட்ட சக்தி வாய்ந்த ஆற்றலாக இருக்கிறது! அன்றாட வாழ்வில் பல சம்பவங்கள் நிகழுகின்றன. அவை எல்லாவற்றையும் ஒன்றாக இணைத்தால், அது ஒருவருக்குப் பைத்தியம் பிடிக்கும்படி செய்துவிடும். அதனால்தான், மறப்பதற்கான திறனை இயற்கை நமக்குக் கொடுத்துள்ளது.

என்னுடைய அனைத்து நினைவுகளும் மெல்ல மெல்ல மறைந்து போகத் தொடங்கின. மகாராணி குந்தியின் புதிய வாழ்க்கையின் மகிழ்ச்சியான நினைவுகளை என் மனம் பதிவு செய்து கொள்ளத் தொடங்கியது. நான் என்னுடைய அதிர்ஷ்டத்தை நினைத்து மனநிறைவு கொண்டேன். எனக்கு எந்தக் குறையும் இருக்கவில்லை. மதிப்பு, செல்வம், புகழ், பதவி ஆகிய எல்லாமே என் காலடியில் இருந்தன. ஒரு வசீகரமான, அன்பான, துணிச்சலான மன்னர் எனக்குக் கணவராக வாய்த்திருந்தார். தினமும் நான் தலை வாரியபோது, கண்ணாடியில் என்னுடைய பிரதிபிம்பத்தைப் பார்த்துவிட்டு, “நீ யார்? மகாராணி குந்தியை நீ ஏன் இப்படிக் கண்கொட்டாமல் பார்த்துக் கொண்டிருக்கிறாய்? நீ தொடர்ந்து இப்படிச் செய்தால், உன்னுடைய கொள்ளிக் கண் அவள்மீது பட்டுவிடும்,” என்று நான் அவளிடம் கேட்டேன். ஆனால் அவள் தொடர்ந்து சிரித்தபடி என்னைப் பார்த்துக் கொண்டிருந்தாள். நான் பொய்யாகக் கோபம் கொண்டு, முகத்தின்மீது பூசுவதற்கான நறுமணத் தூளை எடுத்து அவள்மீது எறிந்தேன். அது அந்தக் கண்ணாடியின்மீது படர்ந்து என்னுடைய பிரதிபிம்பத்தை மறைத்தது. நான் சிறிது நேரம் என் அறையில் அங்குமிங்கும் சுற்றிவிட்டு சன்னலுக்கு அருகே சென்று நின்றேன். அங்கிருந்து பார்த்தபோது கங்கை மிக அழகாக இருந்தது.

ஒரு முறை நான் அந்த சன்னலுக்கு அருகே வெகுநேரம் நின்று கங்கையைப் பார்த்துக் கொண்டிருந்தபோது, எனக்குப் பின்னாலிருந்து இரண்டு கைகள் என்னுடைய கண்களை மூடியதை உணர்ந்து நான் திடுக்கிட்டேன். அந்தக் கைகள் மேலும் இறுகின. அது மன்னர் என்பதை நான் அறிந்தபோது நான் நாணினேன். அவர் என்னைத் தன்னிடம் இழுத்துக் கொண்டு, “குந்தி, ஒரு மனிதன் பிரபலமடையும்போது ஒரு புகழ்மாலை வளரத் தொடங்குகிறது. எனக்கு நீ இருக்கிறாய். ஆனால் ஒரு மன்னனுக்கு எப்போதும் இரண்டு மனைவியர் உள்ளனர். ஒன்று, அவனுடைய மனைவி. இரண்டாவது, அவன் ஆளுகின்ற நிலம். அந்த நிலம் இல்லாவிட்டால், ஒரு மன்னன், பிடரி மயிர் இல்லாத ஒரு சிங்கத்தைப் போன்றவனாக மட்டுமே இருப்பான்,” என்று கூறினார்.

அவர் கூறியதை நான் குனிந்த தலையோடு கேட்டேன். அவருடைய லேசான தொடுதலில் என்னவொரு மாயாஜாலம்! மயில் போன்ற என் உடல் தன் தோகையை விரித்து ஆடியது. அவர் தன் விரல்களால் என் முகவாயை உயர்த்தி, “நம்முடையது ஒரு பண்டைய நாடு. நான் பிற நாடுகள்மீது படையெடுத்து அவற்றை வெற்றி கொள்ளுவதன் மூலம் நம் நாட்டை அதிகப் புகழ்மிக்கதாக ஆக்க விரும்புகிறேன்.

எனவே, நாளைக்கு நான் என்னுடைய திக்விஜயப் பயணத்தைத் துவக்கவிருக்கிறேன்," என்று கூறினார்.

திக்விஜயம்! அர்த்தமற்ற, முடிவற்றப் போர். ஒன்றன்பின் ஒன்றாக, புதிய, அதிக வலிமையான நாடுகளுடனான யுத்தம்! வாழ்க்கையையும் மரணத்தையும் உள்ளடக்கிய ஒரு விளையாட்டு! நான் அவருடைய கைகளை என்னுடைய கைகளால் இறுக்கிப் பிடித்தேன். என்னுடைய பயத்தை அவர் ஊகித்துவிட்டார். அவர் என்னைப் பார்த்து, "குந்தி, பயப்படாதே. என் உடலில் கௌரவ ரத்தம் ஓடுகிறது. தோல்வி என்னவென்று அதற்குத் தெரியாது. நான் விரைவில் வந்துவிடுவேன்," என்று கூறினார். அவருடைய கண்களில் தன்னம்பிக்கை தெறித்தது. அவர் தன்னுடைய வலிமையான கைகளால் என்னை இன்னும் அதிக நெருக்கமாக இழுத்து, என் இதழ்மீது இதழ் பதித்தார். கங்கையின் குளிர்ந்த தென்றல், இரண்டு காதலர்களின் காதல் வேட்கையைத் தணிக்க முயற்சித்துத் தோற்றுப் போனது.

24

அடுத்த நாள், பயமறியா கௌரவப் படை திக்விஜயத்திற்கான திட்டத்தைச் செயல்படுத்தத் தயாரானது. அங்கு கூடியிருந்த வீரர்களை முன்னின்று வழிநடத்துவதற்காக, இரும்புக் கவசத்துடன்கூடிய, ஒரு போர்வீரனுக்குரிய உடையை அணிந்து கொண்டு மன்னர் வெளியே வந்தார். பெரியவர்களும் குருதேவர்களும் அவரை ஆசீர்வதித்தனர். ராஜமாதா அவரை ஆசீர்வதித்துவிட்டு, "பாண்டு, எல்லாம் நல்லவிதமாகப் போய்க் கொண்டிருக்கிறது என்ற செய்தியைத் தூதுவர்கள் மூலம் தினமும் எங்களுக்கு அனுப்ப மறந்துவிடாதே. எச்சரிக்கையாகச் செயல்படு," என்று கூறினார்.

மன்னரின் நெற்றியின்மீது நான் குங்குமத் திலகமிட்டேன். பிறகு, நான் அவருடைய பாதங்களைத் தொட்டு வணங்கி, "நீங்கள் திரும்பி வரும்போது, ஓரிரு மனைவியரைக் கொண்டு வாருங்கள்," என்று கூறினேன்.

நான் அவரை வணங்கிவிட்டு எழுந்தவுடன், "மனைவியா?" என்று அவர் ஆச்சரியத்தோடு கேட்டார்.

"ஆமாம். ஒரு மன்னருக்கு இரண்டு மனைவியர் உண்டு: ஒன்று, அவருடைய மனைவி; இன்னொன்று, அவர் வெற்றி கொண்ட நிலம்."

அவர் அதை ஆமோதித்துத் தலையாட்டிவிட்டு, தன்னுடைய வெள்ளைக் குதிரையின்மீது ஏறி அமர்ந்து தன்னுடைய படையினருக்குச் சமிக்கை காட்டினார். வீரர்கள் உடனே நடக்கத் தொடங்கினர். கௌரவர்களின் முக்கோணக் கொடி ஒரு புறாவின் சிறகுகளைப்போலப் படபடவெனப் பறந்தபடி கிழக்கில் சென்று மறைந்தது. என் இதயத்தில் பெருமிதம் பொங்கியது.

25

ஒவ்வொரு நாளும் ஒரு தூதுவன் செய்தி கொண்டு வந்தான். கௌரவர்கள் ஒவ்வொரு நாடாக வெற்றி கொண்டனர். அதன் விளைவாக, விலையுயர்ந்த கற்கள், முத்துக்கள், தங்கம், வெள்ளி, பசுக்கள், குதிரைகள், மற்றும் பல பொருட்களை அவர்கள் சேகரித்தனர். தசார்ணம், மகதம், மிதிலை, விதேகம், காசி, புண்டரம் மற்றும் பல நாடுகள் கௌரவப் படையிடம் அடிபணிந்தன. கௌரவப் படை அஸ்தினாபுரத்திலிருந்து புறப்பட்டுச் சென்று நான்கு மாதங்கள் கழிந்திருந்தன. நான்கு மாதங்கள் எனக்கு நான்கு ஆண்டுகள்போலத் தோன்றின. போருக்குச் சென்றுள்ள ஒருவனுடைய மனைவியின் மனத்தை ஒரு வீரனின் மனைவியால் மட்டுமே புரிந்து கொள்ள முடியும்.

நான்கு மாதங்களுக்குப் பிறகு, மன்னர் தன்னுடைய லட்சியத்தில் வெற்றி பெற்று வீடு திரும்பிக் கொண்டிருந்தார் என்ற செய்தி வந்தது. ஒட்டுமொத்த அஸ்தினாபுரமும் உற்சாகத்தால் களைகட்டியது. பரத மன்னருக்குப் பிறகு இப்படி உலகை வெற்றிகரமாக யாரும் வென்றதில்லை. என் மனத்தில் பெருமித உணர்வு பெருக்கெடுத்தது. “ஒரு வீரன் என்பவன் படையெடுத்து வெற்றி கொள்ளுவதிலிருந்து கிடைக்கும் மகிழ்ச்சியில் வாழ வேண்டும்,” என்று என் தந்தை குந்திபோஜர் ஒரு முறை கூறியிருந்தார். ஆனால் என் மனமோ, “இந்தப் புகழ் லௌகிகமானது. சில சமயங்களில் ஒரு வீரனின் மனைவியைக்கூட அது மயக்கிவிடுகிறது,” என்று கூறியது. நான் இப்போது, திக்விஜய வீரரான மன்னர் பாண்டுவின் அன்பு மனைவியாக ஆகியிருந்தேன், மகாராணிகளின் மகாராணியாக ஆகியிருந்தேன்.

வெற்றி கொள்ளப்பட்ட நாடுகளிலிருந்து கொண்டுவரப்பட்ட செல்வங்கள் அடங்கிய குதிரை வண்டிகள் அரண்மனைக்கு முன்னால் வந்து நின்றன. வெற்றி பெற்றக் கௌரவப் படை அவற்றுக்குப் பின்னால் வந்தது. இறுதியாக மன்னர் வந்தார். அவர் ஒரு யானையின்மீது ஓர் அம்பாரியில் அமர்ந்திருந்தார். அவருடைய நெஞ்சு பெருமிதத்தால் விரிந்திருந்தது. ஆனால், அவருடைய இடது பக்கத்தில் ஓர் அழகான பெண் உட்கார்ந்திருந்தாள். மன்னரின் பக்கத்தில் உட்காருவதற்கு அவள் எப்படித் துணிந்தாள்? சந்தேகம் எனும் அந்துப்பூச்சி என்னுடைய பெண்மனத்தைக் குடைந்தது.

மன்னரின் யானை அரண்மனையின் முக்கிய நுழைவாயிலை வந்தடைந்தது. எப்போதும்போல நான் முன்னால் வந்தேன், ஆனால் என்னுடைய எண்ணங்கள் அனைத்தும் அந்தப் பெண்ணின்மீதே குவிந்திருந்தன. அவள் அழகாக இருந்தாள். அவள் சிரித்துக் கொண்டிருந்தாள். என்னால் அதற்கு மேலும் பொறுத்துக் கொள்ள முடியவில்லை. இறுதியில் மன்னரே மௌனத்தைக் கலைத்தார்: “குந்தி, நான் திரும்பி வரும்போது ஒரு மனைவியை என்னுடன் அழைத்து வரும்படி நீ என்னிடம் கேட்டுக் கொண்டது உனக்கு நினைவிருக்கிறதா? இது சல்லியனின் சகோதரி மாதுரி. இவள் உன்னைவிட எவ்வளவு அதிக அழகாக இருக்கிறாள் பார்.”

மன்னர் என்னுடைய வார்த்தைகளை எனக்கு எதிராகப் பயன்படுத்தியிருந்தார்! ஓர் ஆண் எப்போது, எப்படி எல்லாவற்றையும் தனக்கு சாதகமாக ஆக்கிக் கொள்ளுகிறான் என்பது எந்தப் பெண்ணுக்கும் தெரியாது. இந்த உத்திதான் இந்த வம்சத்தின் பாரம்பரிய வழக்கமாக இருந்தது.

இந்தப் போர் தொடங்குவதற்கு முன்பாகவே, தன்னுடைய சகோதரி மாதுரியை மன்னர் பாண்டுவுக்கு மணமுடித்துக் கொடுப்பதற்கு மத்ர நாட்டு மன்னர் சல்லியன், பிதாமகர் பீஷ்மரின் சம்மதத்தைப் பெற்றிருந்ததாக அன்றிரவில் படைத்தளபதி என்னிடம் தெரிவித்தார். புகழ்மிக்கக் கௌரவ வம்சத்துடனான இந்த உறவுக்கு மன்னர் பாண்டுவின் சம்மதத்தையும் அவர் கோரியிருந்தார். மாதுரியின் அழகைக் கண்ட மன்னர் இதற்கு ஒப்புக் கொண்டு அவளைத் தன்னோடு அழைத்து வந்துவிட்டார்.

இப்போது அஸ்தினாபுரத்தில் இரண்டு மகாராணிகள் இருந்தனர்: குந்தி மற்றும் மாதுரி.

அன்றிரவு நான் தூங்கப் போவதற்கு முன்பாக இப்படி நினைத்தேன்: அளவுக்கதிகமான மகிழ்ச்சி நல்லதல்ல. ஒரு குழந்தை அழகான தோற்றத்தைக் கொண்டிருந்தால், ஒரு புத்திசாலித் தாய் அவனுடைய கன்னத்தில் ஒரு கருப்புப் பொட்டு வைத்து திருஷ்டியை விரட்டுவாள். மகிழ்ச்சிக்கும் இது பொருந்தும். மகிழ்ச்சிக்கு ஒரு துணைவருடனான பகிருதல் தேவை. வருத்தத்தைத் துரத்துவதற்கு ஒரு கருப்புப் பொட்டு அவசியமாகிறது. மகாராணி மாதுரி இங்கு வந்தது நல்லதுதான். இப்போது நான் நானாக மட்டும் இருப்பதற்கு எனக்குச் சிறிது நேரம் கிடைக்கும். ஒரு மகாராணியின் கடமைகளில் பாதி இப்போது மாதுரியின் பொறுப்பாகிவிடும். அவள் என்னைவிட அதிக வசீகரமாக இருப்பதால், அவள் மன்னரை மகிழ்ச்சியாக வைத்துக் கொள்ளுவாள்.

விட்டுக்கொடுப்பதை உள்ளடக்கியதுதானே வாழ்க்கை?

26

மகாராணி மாதுரி என்னுடைய சக்களத்தியாக ஆனாள், ஆனால் நாங்கள் ஒருவருக்கொருவர் எதிரிகள்போல ஒருபோதும் நடந்து கொள்ளவில்லை. பொறாமை என்பது இரண்டு கூரிய முனைகளைக் கொண்ட ஒரு வாளைப் போன்றது. பொறாமை கொள்ளுகின்றவருக்கும் அது ஆபத்தானது, யார்மீது பொறாமை கொள்ளப்படுகிறதோ அவருக்கும் அது ஆபத்தானது. நாங்கள் ஒருவர்மீது ஒருவர் பாசத்துடன் இருந்தோம். பாசம் என்ற உணர்வு மட்டுமே எப்போதும் ஒருவரை மகிழ்ச்சிப்படுத்துகிறது. நாங்கள் இருவரும் ஒருவரையொருவர் மதித்தோம், தத்தம் சொந்த வாழ்க்கையை வாழ்ந்தோம்.

எனக்குக் கொடுக்கப்பட்ட அதே கனிவான வரவேற்பு மாதுரிக்கும் வழங்கப்பட்டது. எங்கள் இருவருக்கும் இடையே மன்னர் நின்றபோது, அவர் இரண்டு நட்சத்திரங்களுக்கு இடையே மின்னிய நிலவுபோலத் தோன்றினார். என்னுடைய சின்னச்சின்ன மகிழ்ச்சிகளையும் வருத்தங்களையும் பற்றிப் பேசுவதற்கு எனக்கு ஒரு தோழி கிடைத்திருந்தது

குறித்து நான் மகிழ்ச்சி கொண்டேன். ஒருவர் 'போதும்! போதும்!' என்று சொல்லும் அளவுக்கு வாழ்க்கை சில சமயங்களில் நம்மை மிதமிஞ்சிய மகிழ்ச்சியால் குளிப்பாட்டிவிடுகிறது. நான் அந்த நிலையில்தான் இருந்தேன். மன்னர் இல்லாத நேரங்களில் நான் மாதுரியோடு வெட்டியாக அரட்டையடிப்பதில் பல மணிநேரத்தைக் கழித்தேன். அவளோடு உரையாடுவது எனக்குப் பெரும் மகிழ்ச்சியளித்தது. அவளுடைய குரல் ஒரு புல்லாங்குழலின் இனிய ஒலியை ஒத்திருந்தது.

ஒரு முறை, நாங்கள் இருவரும் அரட்டையில் மூழ்கியிருந்தோம். தன்னுடைய சகோதரன் சல்லியனின் அபாரமான நகைச்சுவையுணர்வைப் பற்றி அவள் ஏதோ சொல்லிக் கொண்டிருந்தாள். தன்னை மன்னர் மணந்து கொள்ளுவதற்கு அவரை ஒப்புக் கொள்ள வைக்கத் தன்னுடைய சகோதரன் எவ்வளவு திறமையாகப் பேசினான் என்பதை அவள் நினைவுகூர்ந்து கொண்டிருந்தபோது, அவள் தன் தலையைக் குனிந்து கொண்டு உள்ளூரச் சிரித்தது அவளுடைய முகத்தில் தெரிந்தது. மன்னர் அந்த அறைக்குள் நுழைந்து எங்களுக்குப் பின்னால் நின்று கொண்டிருந்ததை நாங்கள் கவனிக்கவில்லை. அவர் எப்போது வந்தார் என்பதை நாங்கள் அறியவில்லை. அவர் அமைதியாக வந்து எங்கள் தோள்கள்மீது தன்னுடைய கைகளை வைத்து, ஒரு புன்னகையோடு, "ஆக, இரண்டு வாட்கள் ஒரே உறையில் இருப்பது சாத்தியம்தான்போலும்!" என்று கூறினார்.

நாங்கள் இருவரும் எழுந்து கொண்டோம். "ஒரு பெண் என்பவள் ஒரு வாள் என்று யார் சொன்னார்கள்?" என்று நான் மன்னரிடம் கேட்டேன். மாதுரி என் வாதத்தை வழிமொழிந்தாள். "ஓர் ஆண் என்பவன் ஒரு வாளின் உறை என்று யார் சொன்னார்கள்?" என்று அவள் கேட்டாள்.

மன்னர் ஆச்சரியமடைந்து, "அப்படியானால், பெண் என்பவள் யார், ஆண் என்பவன் யார் என்பதை நீங்கள் இருவருமே சொல்லுங்கள்," என்று கூறினார்.

"ஓர் ஆண் என்பவன் ஓர் உடல்..." என்று நான் துவக்கினேன்.

மாதுரி இடைமறித்து, "ஒரு பெண் என்பவள் அவனுடைய நிழல். சில சமயங்களில், ஒளி ஓர் உடலின் இரண்டு பக்கங்களிலிருந்தும் விழும்போது, அந்த உடல் இரண்டு நிழல்களை உருவாக்கும். நாங்கள் இருவரும் உங்களுடைய நிழல்கள்," என்று கூறி என்னுடைய வாக்கியத்தை நிறைவு செய்தாள். அவளுடைய பதிலைக் கேட்டு நான் வாயடைத்து நின்றேன்.

மாதுரியின் பதிலைக் கேட்டு மன்னர் மகிழ்ந்தார். அவர் சிரித்தபடியே எங்கள் இருவரையும் இரண்டு கைகளால் இழுத்துக் கொண்டு, "இன்று நான் அனுபவிக்கின்ற மகிழ்ச்சி நான் அரசனாக முடிசூட்டப்பட்டபோது எனக்குக் கிடைக்கவில்லை, திக்விஜயத்தை வெற்றிகரமாக முடித்தபோதுகூட எனக்குக் கிடைக்கவில்லை. ஒரு மன்னன் பெருமகிழ்ச்சியை அனுபவிக்கும்போது என்ன செய்வான் என்று உங்களுக்குத் தெரியுமா?" என்று கேட்டார்.

"பலவீனமானவர்களுக்கும் ஆதரவற்றவர்களுக்கும் தர்மம் செய்வார்," என்று நான் பதிலளித்தேன்.

"தர்மச்சத்திரங்களையும் புனிதயாத்திரை செல்லுபவர்களுக்கான

தங்குமிடங்களையும் கட்டுவதற்கு அவர் உத்தரவிடுவார்," என்று மாதுரி கூறினாள்.

"இல்லை. ஒரு மன்னன் மகிழ்ச்சியாக இருக்கும்போது ஒரே ஒரு விஷயத்தைத்தான் செய்வான். அவன் வேட்டையாடப் போவான். இன்று நாங்கள் வாரணாவதக் காட்டில் வேட்டையாடப் போகிறோம்," என்று மன்னர் கூறினார்.

வேட்டைக்குச் செல்லுவதற்கான ஏற்பாடுகளைச் செய்யும்படி அவர் ஒரு பணியாளர் மூலம் தளபதிக்குச் செய்தி அனுப்பினார். வேட்டைக்கான ஏற்பாடுகள் தொடங்கின. மன்னர் எங்கள் அறைக் கதவை நோக்கி வேகமாக நடந்து சென்றபோது, கதவின் திரைச்சீலையிலிருந்து பிரிந்திருந்த ஓர் ஒற்றை நூல் அவருடைய கிரீடத்துடன் சிக்கியதால், அவர் தடுமாறிக் கீழே விழுந்துவிட்டார். என் மனத்தில் உடனடியாக பயம் தலை தூக்கியது. நான் வேகமாக ஓடிச் சென்று அவருடைய கிரீடத்தை எடுத்து அவரிடம் கொடுத்துவிட்டு, "மன்னா, இன்று நீங்கள் வேட்டைக்குச் செல்ல வேண்டாம். நீங்கள் இன்றைய வேட்டையை ரத்து செய்துவிட்டு இன்னொரு நாள் போகக்கூடாதா?" என்று கேட்டேன்.

"குந்தி, பெண்கள் இயல்பாகவே பயந்த சுபாவம் கொண்டவர்கள். ஆண்கள் இயல்பாக மனஉறுதி படைத்தவர்கள். நான் இன்று போகத்தான் போகிறேன். நீ வருத்தப்படாதே. நான் ஒன்றும் ஒரு போருக்குச் சென்று கொண்டிருக்கவில்லையே. இது ஒரு சாதாரண வேட்டைதான்," என்று அவர் பதிலளித்தார்.

பிறகு அவர் தன் கிரீடத்தைத் தன்னுடைய தலைமீது அணிந்து கொண்டு மிடுக்காக வெளியேறினார்.

27

இரண்டு நாட்களுக்குப் பிறகு வாரணாவதத்திலிருந்து மன்னர் திரும்பி வந்தார். ஆனால், அவர் எதையும் வேட்டையாடியிருக்கவில்லை. மேலும், எப்போதும் குதூகலமாக இருந்த அவருடைய முகம் இன்று வாடியிருந்தது. அவர் ஏதோ ஆழ்ந்த சிந்தனையில் மூழ்கியிருந்தார். வேட்டையால் மன்னர் மிகவும் களைத்துப் போயிருந்தாரோ என்று நான் நினைத்தேன். எங்களைப் பார்த்ததும் அவர் உற்சாகமடைந்துவிடுவார் என்ற நம்பிக்கையில், நானும் மாதுரியும் புன்னகைத்துக் கொண்டே அவரை அணுகினோம். அவர் எங்கள் பக்கம் திரும்பக்கூட இல்லை. அவர் தன் தலையைக் கவிழ்த்துக் கொண்டு நேராகத் தன்னுடைய அறையை நோக்கி நடந்தார். பிறகு அவர் உள்ளே நுழைந்து கதவை உட்புறமாகப் பூட்டினார். நான்கு நாட்களாக எதுவும் சாப்பிடாமலும் தண்ணீர்கூடக் குடிக்காமலும் அவர் அந்த அறைக்குள்ளேயே அடைபட்டுக் கிடந்தார். நாங்கள் பல முறை தொடர்ந்து கதவைத் தட்டியும்கூட, அவர் அதைத் திறக்கவே இல்லை. எங்கள் மனங்களில் சந்தேகம் முளைத்துத் தேள்போலக் கொட்டியது. இறுதியில், வேறு வழியின்றி நாங்கள் ராஜமாதாவிடம் சென்றோம். விஷயத்தை நாங்கள் அவரிடம் எடுத்துரைத்தபோது அவர் தீவிரமாக சிந்தித்தார். பிறகு,

அவர் எங்களை அழைத்துக் கொண்டு மன்னரின் அறைக்கு வந்து, அதன் கதவைத் தட்டினார். உள்ளேயிருந்து கடுமையான, எரிச்சலான ஒரு குரல் வந்தது: "யார் அது?"

"உன் தாயார் அம்பாலிகை வந்திருக்கிறேன். கதவைத் திற," என்று ராஜமாதா அதிகாரத்துடன் கூறினார்.

மன்னரின் அறைக் கதவு உடனடியாகத் திறந்தது. நான்கு நாட்களில் அவர் மிகவும் மாறியிருந்தார். அவர் தன்னுடைய ராஜவஸ்திரங்களைக் களைந்துவிட்டு ஒரு வெள்ளை ஆடையை அணிந்திருந்தார். அவருடைய தலைமீது கிரீடம் இருக்கவில்லை. அவருடைய சக்திவாய்ந்த, நிமிர்ந்த பார்வை இப்போது நிலம் நோக்கித் தாழ்ந்திருந்தது. எனக்கு முன்னால் நின்று கொண்டிருந்தது உலகத்தை வெற்றி கொண்ட ஒரு பேரரசரா அல்லது ஒரு துறவியா என்று என்னை நானே கேட்டுக் கொண்டேன். ஆனால் அவர் யார் என்பதை என்னால் உறுதியாகக் கூற முடியவில்லை.

ராஜமாதா தன் மகனிடம், "பாண்டு, நீ நான்கு நாட்களாக எதுவும் சாப்பிட்டிருக்கவில்லை என்று நான் கேள்விப்பட்டேன். நீ ஓர் அரசன் என்பதால் உன் விருப்பம்போல எதை வேண்டுமானாலும் எப்போது வேண்டுமானாலும் செய்யலாம் என்று நீ நினைத்துக் கொண்டிருக்கிறாயா? இந்த இரண்டு பெண்களையும் பற்றி நீ யோசித்துப் பார்த்தாயா?" என்று கேட்டார்.

மன்னர் தன் தாயை வணங்கிவிட்டு, "நான் என் விருப்பம்போலச் செயல்படுகின்ற ஒரு மன்னன் என்று நீங்கள் நினைக்கிறீர்களா? எதிர்காலத்தில் என்னுடைய வாழ்க்கைமுறை எப்படிப்பட்டதாக இருக்கப் போகிறதோ, அதற்காக நான் இப்போது பயிற்சி செய்து கொண்டிருக்கிறேன். என்னுடைய இந்த நடத்தை அந்த வாழ்க்கைமுறைக்கு இசைவானது," என்று கூறினார்.

"அது என்ன வாழ்க்கைமுறை?"

"ஒரு துறவியினுடைய வாழ்க்கைமுறை," என்று அவர் தலை குனிந்தபடி கூறினார்.

"பாண்டு, உனக்குப் புத்தி பேதலித்துவிடவில்லையே? குருவம்சத்தின் புகழ்பெற்ற ஒரு வாரிசு நீ. உலகை வெற்றி கொள்ளுகின்ற ஒரு பேரரசன் நீ. ஓர் ஓலைக் குடிலில் வாழுகின்ற ஒரு பிச்சைக்காரன் அல்லன் நீ," என்று ராஜமாதா மன்னரைப் பார்த்துக் கத்தினார். அவருடைய பேச்சு ஒரு மின்னலைப் போன்ற வீரியம் கொண்டதாக இருந்தது.

ஒட்டுமொத்த வானமும் இடிந்து என் தலைமீது விழுந்ததைப்போல நான் உணர்ந்தேன்.

"தாயே, இது என் தலைவிதி. நான் இனியும் குருவம்சத்தின் வாரிசு அல்லன், உலகை வெற்றிக் கொள்ளுகின்ற ஒரு பேரரசன் அல்லன். நான் யாருடைய கணவனும் அல்லன், யாருடைய நண்பனும் அல்லன். தலைவிதியின் கைப்பாவை நான்," என்று கூறிய மன்னர், தன்னுடைய இரண்டு கைகளாலும் தன் முகத்தை மூடிக் கொண்டார். முன்பு பணியாட்களுக்கு உத்தரவுகளைப் பிறப்பித்த உதடுகள் இப்போது தம்மைக் கட்டுப்படுத்திக் கொள்ள முடியாமல் நடுங்கின.

ராஜமாதா கடுமையாகவும் கவலையோடும், "தலைவிதியின்மீது நீ ஏன் இவ்வளவு ஆழ்ந்த பிடிப்புக் கொண்டிருக்கிறாய்? பாண்டு, உன்னுடைய கோழைத்தனத்திற்கான ஒரு சாக்குப்போக்காக அதைப்

பயன்படுத்தாதே. இத்தனைக் காலமும் தலைவிதியைப் பற்றிய நினைப்பு உனக்கு இருந்து வந்திருந்தது என்றால், இந்த இரண்டு அழகான பெண்களை நீ ஏன் திருமணம் செய்து கொண்டாய்? நீ விரும்பும் நேரத்தில் அணிந்து கொள்ளுவதற்கும், பிறகு உனக்குப் பிடிக்காத நேரத்தில் தூக்கி வீசுவதற்கும் உன் மனைவியர் என்ன உன் கால் செருப்புகளா?" என்று கேட்டார்.

"இல்லை. நீக்கள் என் தாயாக இருந்தும்கூட நீங்கள் என்னைச் சரியாகப் புரிந்து கொள்ளவில்லை. என் வாழ்வின் ஆழமான விருப்பங்கள் எனும் சின்னஞ்சிறு விதையை ஒரு கொடூரமான சாபம் எரித்துச் சாம்பலாக்கிவிட்டது."

"சாபமா?"

அந்த வார்த்தை என் காதுகளுக்குள் ஓர் ஈட்டிபோலப் பாய்ந்தது. எனக்கு இருட்டிக் கொண்டு வந்தது. மாதுரி நிலை குலைந்து விழுந்தாள்.

ராஜமாதா மன்னரின் அருகே சென்று அவருடைய தோள்களை உலுக்கி, "பாண்டு, என்ன சாபம் அது? எந்த மாதிரியான சாபம்? யார் இட்ட சாபம் அது?" என்று கேட்டார்.

மன்னர் ஜீவனற்ற ஒரு குரலில், "நான்கு நாட்களுக்கு முன்பு வாரணாவதக் காட்டில் வேட்டையாட நான் சென்றேன், ஆனால் அதற்கு பதிலாக, கொடூரமான தலைவிதி என்னை வேட்டையாடிவிட்டது. தன் துணையோடு புணர்ச்சியில் ஈடுபட்டிருந்த ஒரு மானின்மீது நான் ஓர் அம்பைத் தொடுத்தேன். அந்த அம்பு துளைத்து அந்த மான் கீழே விழுந்துவிட்டது. ஆனால் அதன் அழுகுரல் ஒரு மானின் அழுகுரலைப்போல இருக்கவில்லை. அது ஒரு மனிதனைப்போல முனகியது, வேதனையில் புரண்டது. அதன் உயிர் போய்க் கொண்டிருந்தது. நான் அதை நெருங்கியபோது, அதன் கால்கள் காட்டுத்தனமாகத் துடித்தன. உண்மையில் கிந்தம் முனிவர்தான் ஒரு மானாகத் தன் உருவத்தை மாற்றிக் கொண்டு தன்னுடைய துணையுடன் அந்தக் காட்டில் இன்பமாகத் திரிந்து கொண்டிருந்திருக்கிறார். அவர் தன்னுடைய மான்-உடலில் இருந்தபடியே எனக்கு சாபமிட்டார். 'மன்னா, வேட்டையின்மீதான கண்மூடித்தனமான விருப்பத்தால் நீ இன்று ஒரு காதலியை அவளுடைய காதலனிடமிருந்து பிரித்துவிட்டாய். அதற்காக, கிந்தம் முனிவராகிய நான் உனக்கு சாபமிடுகிறேன். நீ உன் மனைவியோடு புணருவதற்காக அவளைத் தொடும்போது, நான் இப்போது இறப்பதுபோலவே நீயும் வேதனையில் துடிதுடித்துச் சாவாய்,' என்று அவர் கூறினார்."

மன்னர் தன்னுடைய இரண்டு கைகளாலும் தன் முகத்தை மூடிக் கொண்டு ஒரு குழந்தையைப்போல அழுதார். பிறகு அவர் தன் அறைக் கதவை மூடிவிட்டார். ராஜமாதா அழுது கொண்டே மீண்டும் அக்கதவைத் தட்டினார். மாதுரி தன் தலையைத் தன் கால்மூட்டுக்களுக்கு இடையே புதைத்துக் கொண்டு அழுதாள். நான் ஒரு கற்சிலையைப்போல நின்றேன். துயரம், வருத்தம் ஆகிய எல்லாம் சேர்ந்து என்னை உணர்வற்றவளாக ஆக்கின.

28

அன்றிரவு மன்னர் என்னைத் தன்னுடைய அறைக்கு அழைத்தார். சன்னல் வழியாக கங்கையை வெறித்துப் பார்த்தபடி நின்ற அவர், என்னிடம், “குந்தி, நான் இந்த அரண்மனையைத் துறக்கப் போகிறேன். எங்கே அளவுக்கதிகமான செல்வம் இருக்கிறதோ, அங்கே சுயஒழுங்கு வாசம் புரிவதில்லை. தன் உயிரைவிட அதிக மதிப்பு வாய்ந்தது ஒரு மனிதனுக்கு வேறு எதுவும் இல்லை. நான் இந்த அரண்மனையிலேயே தங்கினால், என்னால் சுயஒழுங்கைக் கடைபிடிக்க முடியாது. நான் நாளைக்கே இங்கிருந்து புறப்பட்டு, நாகசதம் என்ற மலைக்குப் போகப் போகிறேன்,” என்று கூறினார்.

“ஆனால், மன்னா...” என் இதயம் அதிர்ச்சியில் குலுங்கியது.

“குந்தி, என்னால் உனக்கு எதுவுமே கொடுக்க முடியவில்லை என்பதை நான் அறிவேன். கடவுள் உன்னை இமாலய மகிழ்ச்சியிலிருந்து கீழே உருட்டி, மனச்சோர்வுக்குள் தள்ளிவிட்டிருக்கிறார். நான் இங்கிருந்து போன பிறகு நீ தொடர்ந்து இங்கேயே இருந்து கொண்டு எனக்காகக் கண்ணீர் வடிப்பதை நான் விரும்பவில்லை. எனவே, நீ உன் பெற்றோரிடம் திரும்பிச் சென்றுவிடு. மாதுரிக்கும் இதை விளக்கு.”

“மன்னா, நான் என்ன சொல்ல வருகிறேன் என்பதைக் கேளுங்கள்...”

“குந்தி, ஒரு பெரிய மரத்தைப் பிடிமானமாகக் கொண்டு வளர்ந்திருக்கின்ற படர்கொடிகளை ஒரே ஒரு மின்னல் தாக்கினால் அவை கருகிச் சாய்ந்துவிடும். எனக்குக் கொடுக்கப்பட்டுள்ள இந்தக் கொடூரமான சாபம் உனக்கும் அந்தப் படர்கொடிகளின் நிலைமையை உருவாக்கிவிட்டது. ஒரு பூனை எப்படி ஓர் எலியின் வாழ்க்கையோடு விளையாடுகிறதோ, அதேபோலத் தலைவிதி மனிதர்களின் வாழ்க்கையோடு விளையாடுகிறது. தயவு செய்து நீ உன் பெற்றோரிடம் திரும்பிப் போய்விடு.”

“மன்னா, நான் சொல்ல வருவதை நீங்கள் காது கொடுத்துக் கேட்க வேண்டும். ஓர் உடலிலிருந்து அதன் நிழலைப் பிரிக்க முடியாது. தன் கணவன் இல்லாமல் ஒரு பெண்ணால் ஒரு கணம்கூட வாழ முடியாது. உங்களோடு காட்டிற்குச் செல்லுவதென்று மாதுரியும் நானும் நேற்றிரவே தீர்மானித்துவிட்டோம்.”

“குந்தி, விதியோடு வீணாக விளையாடாதே. சபலங்களுக்கு மத்தியில் சுயகட்டுப்பாட்டுடன் வாழுவது மிகவும் கடினம்.”

“மன்னா, சபலம் எனும் வலையை விரித்து அதில் மீன் பிடிக்கப் போவதாகக் காலம் தீர்மானித்திருப்பதாக நாம் வைத்துக் கொள்ளுவோம். மதுராவின் மன்னர் சூரசேனனின் மகளாக இருப்பது என்றால் என்ன அர்த்தம் என்பதை அந்தக் காலத்திற்கு நான் காட்டுகிறேன். குந்தியாகிய நான் பின்வரும் உறுதிமொழியை எடுக்கிறேன்: இன்றிலிருந்து நீங்கள் என் கணவன் அல்லர், நீங்கள் என் மகன். உங்களைப் பற்றி வேறு எந்த எண்ணமும் எனக்கு ஏற்படாது. அதே சமயத்தில், ஒரு தாயால் தன் மகனைப் பிரிந்து வாழ முடியாது. நீங்கள் என்னை உங்களோடு அழைத்துச் செல்ல வேண்டும். உங்களை விட்டுவிட்டு நான் இங்கே இருக்க மாட்டேன்.”

“குந்தி, உணர்ச்சிவசப்பட்டுப் பேசாதே.”

“இதைக்கூட எனக்கு நீங்கள் அனுமதிக்காவிட்டால், பிறகு நீங்கள் என்னை கங்கைக்குள் தள்ளிவிட்டுத்தான் இங்கிருந்து போக முடியும்.”

“குந்தி, உன்னுடைய மகத்துவத்திற்கு முன்னால் உண்மையில் அந்த வானம்கூட வெட்கித் தலை குனியும். ஆனால், சபிக்கப்பட்ட என்னுடய கிரீடத்தில் பதிப்பதற்கு உன்னைப் போன்ற விலையுயர்ந்த ஒரு கல்லைக் காலம் ஏன் கொடுத்தது என்பது கடவுளுக்கு மட்டுமே வெளிச்சம்,” என்று கூறி அவர் அழத் தொடங்கினார். அவருடைய உடல் நடுங்கியது.

“மன்னா, அழுவது குருவம்சத்தின் வாரிசுக்கு அழகல்ல. உங்கள் பாதங்களைத் தொட்டால், விதிகூடத் தான் ஆசீர்வதிக்கப்பட்டிருப்பதாகக் கருதும்,” என்று நான் உறுதியாகக் கூறினேன்.

அவருடைய துயரம் சற்றுக் குறைந்ததுபோலத் தோன்றியது.

அந்தக் கொடூரமான சாபம் ஒரு கணத்தில் அந்த அரண்மனையின் பெருமையை நிர்மூலமாக்கிவிட்டது.

நான்கு நாட்கள் ஆழமாக சிந்தித்தப் பிறகே அரண்மனையைத் துறப்பது குறித்த முடிவுக்கு மன்னர் வந்திருந்தார். அது சரியான தீர்மானமா இல்லையா என்று யாரால் சொல்ல முடியும்? ஓர் அரண்மனையின் ஆடம்பரமான சூழலில் எழும் சபலத்தைக் கட்டுப்படுத்திக் கொள்ளக் கஷ்டப்படுவதைவிட ஒரு காட்டில் இருந்துவிடுவது சிறந்தது என்று அவர் மீண்டும் மீண்டும் கூறிக் கொண்டே இருந்தார். செல்வம் ஒரு மனிதனைக் கெடுத்துக் குட்டிச்சுவராக்குகிறது. செல்வம், புகழ், மரியாதை ஆகியவற்றோடு மனிதனால் விளையாட முடியும், ஆனால் வாழ்க்கையோடு அவனால் ஒருபோதும் விளையாட முடியாது.

நாட்டைத் துறந்து ஒரேயடியாகக் காட்டிற்குச் சென்றுவிடுவது இல்லற சுகங்களிலிருந்து விடுபட்டிருப்பதற்குக் கச்சிதமானதாக இருக்கும் என்று அவர் கூறினார். நான் அதனோடு உடன்பட்டேன். ஆடம்பரம் சூழ்ந்திருக்கும்போது எவரொருவரும் எளிதாகச் சறுக்கிவிடக்கூடும். சுயகட்டுப்பாட்டிற்கு ஆழமான சுயவிழிப்புணர்வு மிகவும் தேவை. அது காட்டில் மட்டுமே சாத்தியம். எனவே, நாங்கள் மூவரும் காட்டிற்குச் செல்லத் தீர்மானித்தோம்.

29

நாங்கள் எங்களுடைய ராஜவஸ்திரத்தைக் களைந்துவிட்டு, எங்களுடைய ஆபரணங்களை ராஜமாதாவிடம் ஒப்படைத்தோம். நாங்கள் கானகம் செல்லவிருந்த செய்தி, காற்றைப்போல அந்நகரம் முழுவதும் வேகமாகப் பரவியது. அரண்மனையின் முன்பாக மக்கள் கூட்டங்கூட்டமாகக் கூடினர். நாங்கள் வனவாசம் செல்லவிருந்ததைக் கண்டு பிதாமகர் பீஷ்மரும் மன்னர் திருதராஷ்டிரரும் துயரக் கடலில் மூழ்கினர். அவர்களுடைய கண்களில் கண்ணீர் பெருகியது. மன்னர் பாண்டு தன்னுடைய முடிவை மாற்றிக் கொள்ளும்படி செய்வதற்கு

விதுரர் பல்வேறு வழிகளில் முயற்சி செய்தார். ஆனால், அரண்மனையும் துறவும் ஒருபோதும் ஒன்றோடொன்று சேர்ந்திருப்பது சாத்தியமில்லை என்று மன்னர் பாண்டு மிக உறுதியாகக் கூறிவிட்டார். எனவே, உலகை வெற்றி கொள்ள விரும்பிய மன்னர் இப்போது ஒரு துறவியாக மாறி, காட்டில் தன் வாழ்க்கையைக் கழிக்கத் தயாரானார். கௌரவர்களின் செங்கோலைத் தாங்கிய அவருடைய கைகளில் இப்போது ஒரு கமண்டலமும் ஒரு திருவோடும் இடம்பிடிக்கும். எதிரி நாட்டின்மீது படையெடுத்து எதிரிகளைக் கொன்று அந்நாட்டைச் சூறையாடுவதற்கு உத்தரவிட்ட அவருடைய உதடுகள் இனி அவருடைய முக்திக்காக மறைநூல்களிலிருந்து மந்திரங்களை உச்சரிக்கத் தொடங்கும். விதியால் மட்டுமே ஒரு மனிதனை இவ்வளவு தீவிரமாகத் தாக்கி, அவனை இந்த அளவு பரிபூரணமாக மாற்ற முடியும்.

தூய வெள்ளை நிற ஆடை அணிந்திருந்த மன்னர் பாண்டு, தலை வணங்கி எல்லோரிடம் இருந்தும் விடைபெற்றுக் கொண்டார். அப்போது பீஷ்மர், "பாண்டு, முன்பு என்னுடைய தந்தையான மன்னர் சாந்தனுவின் சகோதரர் தேவாபியும் இதேபோலத் தன்னுடைய ராஜ்ஜியத்தைத் துறந்தார். ஆனால் அவர் தானாக விருப்பப்பட்டு அவ்வாறு செய்தார். ஆனால் நீ ஒரு புலித்தோலின்மீது அமருவதற்காக உன்னுடைய அரியணையைத் துறப்பதற்கான ஒரே காரணம் உன்னுடைய துரதிர்ஷ்டம்தான். காட்டில், தேவாபியின் ஆன்மாவிடமிருந்து நீ துணிச்சலையும் மன அமைதியையும் பெறுவாய். நீ ஏன் உன்னுடைய அரியணையைத் துறக்கிறாய் என்பதை எப்போதும் நினைவில் வைத்திடு. உன்னுடைய உணச்சிகளைக் கட்டுப்படுத்திக் கொள். பீஷ்மர் வாழும்வரை கௌரவர்கள் பாதுகாப்பாக இருப்பர். அதைப் பற்றி நீ கவலைப்பட வேண்டியதில்லை," என்று கூறினார்.

நாங்கள் மூவரும் அரண்மனையைவிட்டு வெளியேறினோம். தாத்ரி மட்டுமே எங்களுடன் வந்தாள். குந்தி மரணம் எய்தும்வரை அவளைப் பாதுகாப்பதற்காகவே கடவுள் தாத்ரியைப் படைத்திருந்தார்போலும். காட்டிற்கு அவள் போக வேண்டாம் என்று யாராலும் அவளை ஒப்புக் கொள்ள வைக்க முடியவில்லை. நாங்கள் நால்வரும் வெற்றுக் கால்களுடன் நடந்து சென்றோம். நான் ஒரு மகாராணியாக அஸ்தினாபுரத்திற்குள் நுழைந்திருந்தேன், இப்போது ஒரு துறவியாக அதைவிட்டு வெளியேறிக் கொண்டிருந்தேன். குடிமக்கள் எங்களைப் பின்தொடர்ந்து நடந்து வந்து, அவ்வப்போது எங்கள் பாதங்களில் விழுந்து வணங்கி, "மன்னா! மகாராணி! எங்களைக் கைவிட்டுவிட்டுப் போகாதீர்கள். அஸ்தினாபுரத்தை அனாதையாக்கிவிட்டுப் போகாதீர்கள்," என்று கூறி அழுதனர். ஆனால் அவர்களுடைய அழுகுரல் எங்களுக்குக் கேட்காததுபோல நாங்கள் பாசாங்கு செய்தோம். நாங்கள் எங்கள் காதுகளையும் மனங்களையும் மூடிக் கொண்டோம். நாங்கள் பின்னால் திரும்பிப் பார்க்கவில்லை. எங்கள் பார்வை முன்னோக்கியே இருந்தது.

நகர எல்லைக்கு வெளியே நாங்கள் கங்கையை அணுகினோம். அந்நதியைப் பார்த்தவுடன் என் இதயம் பொங்கியது, எனக்கு மதுராவின் நினைவு வந்தது. என்னுடைய குழந்தைப்பருவத்துப் பிருதை இப்போது குந்தியைப் பார்த்திருந்தால், அவள் என்ன சொல்லியிருப்பாள்? "குந்தி, ஒரு பைத்தியக்காரியைப்போல வெள்ளை

உடை அணிந்து நீ எங்கே போய்க் கொண்டிருக்கிறாய்? வா, நாம் இருவரும் சேர்ந்து வண்ணத்துப்பூச்சிகளைத் துரத்திச் செல்லலாம்," என்று அவள் கூறியிருப்பாள். நான் ஒரு கணம் அங்கே அப்படியே நின்றுவிட்டேன். ஓரடிகூட முன்னால் எடுத்து வைப்பதற்கான ஆர்வம் எனக்கு இருக்கவில்லை. இந்த கங்கை நதி எத்தனைத் தலைமுறைகள் கௌரவ ஆட்சியைப் பார்த்திருக்கும்! எத்தனை வெற்றிகளைக் கண்டுகளித்திருக்கும்! ஆனால், இன்றைய நிகழ்வு அதன் மனத்தில் ஒரு பாறையின்மீதுள்ள ஒரு கீறல்கோடுபோல நிரந்தரமாக எழுதப்படும். இது போன்ற ஒரு நிகழ்வை இந்த கங்கை தன் வாழ்நாளில் ஒருபோதும் பார்த்திருக்காது. என் துணிச்சல் சற்றுத் தடுமாறியது. நான் என்னுடைய இரண்டு கைகளாலும் என் முகத்தை மூடினேன். என் விரல்கள் தாமாக என்னுடைய முத்துக் குண்டலங்களைத் தொட்டன. அரண்மனையில் வைத்து அவற்றைக் கழற்ற வேண்டும் என்று எனக்குத் தோன்றியிருக்கவில்லை. நான் இப்போது அவற்றைக் கழற்றி கங்கைக்குள் வீசியெறிந்தேன். அதில் சிற்றலைகள் உருவாயின. என் மன ஏரியில் பல நினைவலைகள் உருவாயின. ஓராண்டுக்கு முன்பு, உயிருள்ள இரண்டு குண்டலங்களை அசுவ நதிக்கு நான் இதேபோலக் கொடுத்திருந்தேன். இன்று, ராஜமாதாவின் நினைவுகளின் இறுதி நினைவுச் சின்னங்களாகத் திகழ்ந்த அந்த முத்துக் குண்டலங்களை நான் கங்கைக்குக் கொடுத்தேன். குந்தி இப்போது அகரீதியாகவும் புறரீதியாகவும் சுதந்திரம் பெற்றுவிட்டாள். அவளுடைய பாதங்கள் இப்போது விசுவாசத்துடன் அவளுடைய கணவனின் பாதங்களைப் பின்தொடர்ந்து செல்லும். அவை எங்கும் நிற்காது. ஒரு பெண் எதையும் கைவசப்படுத்துவதற்காகப் பிறப்பதில்லை, மாறாக, அவள் தியாகம் செய்வதற்கென்றே பிறக்கிறாள்.

30

அஸ்தினாபுரத்தின் வடக்கே இருந்த நாகசத மலையை நோக்கி நாங்கள் நடந்தோம். யானைகள் கூட்டங்கூட்டமாக வாழ்ந்த மலை அது. அரண்மனை வசதிகளுக்குப் பழக்கப்பட்டிருந்த எங்களுக்கு, அந்தக் காட்டில் வீசிய காற்று எங்களை ஆக்ரோஷமாகத் தாக்கியதைப்போல இருந்தது. காற்றின் வேகம் தாங்காமல் அந்த யானைகள்கூட அங்குமிங்கும் சிதறி ஓடின. அவை பிளிறிக் கொண்டே புகலிடம் தேடி ஓடின. நாங்கள் எப்படியோ சமாளித்து ஒரு மாதத்தை அந்த மலையில் கழித்தோம். பிறகு, நாங்கள் எங்கே போக விரும்பினோம் என்பது தெரியாமல் நாங்கள் எங்கள் பயணத்தைத் தொடர்ந்தோம். மன்னர் எங்களுக்கு முன்னால் சிறிது தூரத்தில் போய்க் கொண்டிருந்ததைப் பார்த்தபோது மாதுரி சில சமயங்களில் அழுதாள். நான் என்னைக் கட்டுப்படுத்திக் கொண்டு அவளையும் சமாதானப்படுத்த முயன்றேன்.

நாங்கள் இப்போது சைத்ரரத மலையை வந்தடைந்தோம். அங்கு ஒருசில நாட்கள் தங்கிவிட்டு, நாங்கள் கந்தமாதன மலையை நோக்கி நடந்தோம். வழியில் நாங்கள் இமயமலையைக் கடந்தோம். அதன் தரிசனம் எனக்கு ஓரளவு ஆறுதலளித்தது. எல்லாப் பக்கங்களிலும்

வெள்ளை வெளேரென்று பனி படர்ந்திருந்தது. கடவுள் இந்த வண்ணமயமான, நயவஞ்சக உலகத்தைப் பார்த்து, தன்னுடைய வெண்ணிறப் பற்களைக் காட்டி உரத்தக் குரலில் சிரித்ததைப்போல இருந்தது அது. இமயமலையில் வியாச முனிவரை நாங்கள் சந்தித்தோம். அவர் தன்னுடைய கடுந்தவத்தை முடித்துக் கொண்டு அஸ்தினாபுரத்திற்குத் திரும்பிக் கொண்டிருந்தார். அவர் மன்னரைப் பார்த்துவிட்டு, ஆச்சரியத்துடன், “பாண்டு, நீ இங்கே என்ன செய்து கொண்டிருக்கிறாய்?” என்று கேட்டார். நிகழ்ந்திருந்த எல்லாவற்றையும் மன்னர் விரிவாக அவருக்கு விளக்கினார். நான் வியாச முனிவருக்கு வணக்கம் தெரிவித்தேன். அவர் என்னை ஆசீர்வதித்துவிட்டு, “குந்தி, துர்வாசரின் வார்த்தைகள் நிச்சயமாக மெய்யாகும். நீ வீரர்களின் தாயாக ஆவாய்,” என்று கூறினார். இதைக் கேட்டவுடன் மன்னர் ஒரு கற்சிலைபோல அசைவற்று நின்றார். வியாச முனிவர் மன்னரை நோக்கித் திரும்பி, “பாண்டு, குந்தி யாரென்று உனக்குத் தெரியாதா? இதைப் பற்றி இவ்வுலகில் யாருக்கும் தெரியப் போவதில்லை. சரி, நீ இப்போது இங்கிருந்து புறப்படலாம்,” என்று கூறினார். அவர் இவ்வாறு சொல்லிவிட்டு அங்கிருந்து காற்றைப்போல மென்மையாக நடந்து சென்றார்.

வியாசர் கூறிய விஷயத்தைப் பற்றி மன்னர் என்னிடம் மேலும் விளக்கம் கேட்பார் என்று நினைத்து நான் குழப்பத்தில் ஆழ்ந்தேன். ஆனால், தெய்வாதீனமாக அவர் அக்கணத்தில் அது பற்றி எதுவும் கேட்காமல் மௌனமாக இருந்துவிட்டார்.

நாங்கள் இமயத்திலிருந்து புறப்பட்டு கந்தமாதன மலையை நோக்கி நடக்கலானோம். இந்திரத்யும்ன ஏரியின் அருகே ஒருசில நாட்கள் நாங்கள் தங்கினோம். பிறகு ஹம்ஸகூட மலையைக் கடந்து, சதஸ்ருங்க மலைக்கு நாங்கள் வந்து சேர்ந்தோம். அங்கு ஜொலிஜொலிப்பான நீலநிற ஏரிகளையும், பசுமையான அடர்காடுகளையும், பல வகையான கனிகளைத் தாங்கிய மரங்களையும், மான்கூட்டங்களையும், முயல் கூட்டங்களையும் நாங்கள் கண்டோம். இயற்கையன்னையின் பச்சை நிற ஆடையின் நீலநிறக் கரைபோல சதஸ்ருங்கம் இருந்தது.

அந்த மலையில் இருந்த பல ஏரிகளில் ஒன்றின் அருகே நாங்கள் ஓர் ஓலைக் குடிலை அமைத்தோம். நாங்கள் வெகுதூரம் பயணித்து வந்திருந்ததால், அஸ்தினாபுரம் எந்தத் திசையில் இருந்தது என்பது பற்றி எங்களுக்கு எள்ளளவு யோசனைகூட இருக்கவில்லை. அந்த ஒட்டுமொத்தக் காட்டில், எங்களுடைய ஓலைக் குடில் மட்டுமே அங்கு மனிதர்கள் வாழ்ந்ததற்கான ஒரே அறிகுறியாக விளங்கியது. உலகை வெற்றி கொண்ட கௌரவ மன்னர் இப்போது தன்னுடைய அன்பான இரண்டு மனைவியருடன் அந்த ஓலைக் குடிலில் வாழத் தொடங்கினார். நீலவானம் அக்குடிலுக்கு மேலாக ஒரு பாதுகாப்புக் கூரைபோல இருந்தது. வானளாவ உயர்ந்து வளர்ந்திருந்த மரங்கள் அசைந்தாடி அக்குடிலுக்குள் இதமான காற்றை அனுப்பின. அனைத்து வகையான கிழங்குகளையும் கனிகளையும் நாங்கள் உட்கொண்டோம். அக்காட்டின் புற்களைத் தாய்மடிபோல பாவித்து, நாங்கள் அவற்றின்மீது படுத்து உறங்கினோம்.

31

மன்னர் தினமும் காலையில் எழுந்து தன்னுடைய பூசையை முடித்துவிட்டுக் காட்டிற்குள் சென்று, நாள் முழுவதையும் அங்கு செலவிட்டுக் கிழங்குகளையும் காய்களையும் கனிகளையும் சேகரித்துக் கொண்டு, மாலையில் எங்கள் குடிலுக்குத் திரும்பினார். நாங்கள் அந்த ஏரியிலிருந்து தண்ணீர் எடுத்து வந்து அக்குடிலைக் கழுவி சுத்தப்படுத்திவிட்டு, பூசைக்கான ஏற்பாடுகளைச் செய்தோம். நாட்கள் இப்படியே உருண்டோடின. அஸ்தினாபுரத்தைப் பற்றிய நினைவுகள் மங்கின. நாங்கள் அஸ்தினாபுரத்தைவிட்டு வந்து இரண்டு ஆண்டுகள் கழிந்திருந்தன.

மன்னர் இப்போது சற்று மெலிந்திருந்தார். அவருடைய நீளமான தாடி அவரை ஒரு முதியவர்போலத் தோன்றச் செய்தது. அவர் எப்போதும் ஏதோ ஆழமான சிந்தனையில் மூழ்கியிருந்ததைப்போலக் காணப்பட்டார். அவருடைய மனத்தில் என்ன ஓடிக் கொண்டிருந்தது என்பதை ஊகிப்பது கடினமாக இருந்தது. தேவைக்கு அதிகமாக ஒரு வார்த்தைகூட அவர் பேசவில்லை. தப்பித்தவறிக்கூட அவர் புன்னகை புரியவில்லை. ஒரு நாள், அழகான சிறிய மான் ஒன்று அவரிடம் வந்து, அவருடைய பாதங்களைத் தன்னுடைய நாக்கால் நக்கத் தொடங்கியது. அவர் அதை மென்மையாகத் தள்ளிவிடுவார் என்று நான் நினைத்தேன். மாறாக, அவர் அதன் அருகில் குத்துக்காலிட்டு உட்கார்ந்து, அதன் முதுகைத் தன் கையால் அன்பாக வருடிக் கொடுத்தார். பிறகு அவர் அதைத் தன் கைகளில் தூக்கிக் கொண்டு அதன்மீது முத்தமழை பொழிந்தார். பிறகு அவர் ஒரு குழந்தைபோல அழத் தொடங்கினார். தீவிர மனவேதனையால் மன்னருக்கு புத்தி பேதலித்துவிட்டதோ என்ற எண்ணம் என்னுள் எழுந்து என்னை அச்சுறுத்தியது. நான் கவலையோடு அவரிடம், “நீங்கள் என்ன செய்து கொண்டிருக்கிறீர்கள்?” என்று கேட்டேன். அவர் என்னைப் ஏறிட்டுக்கூடப் பார்க்காமல், அந்த மானின் தோல்மீது தன் கன்னத்தை உரசியபடி, “குந்தி, நான் என்ன சொல்லுவது? குழந்தையற்ற ஒரு மனிதனுக்கு இவ்வுலகில் எந்த இடமும் இல்லை என்றால், சொர்க்கத்தில் மட்டும் அவனுக்கு எங்கிருந்து இடம் கிடைக்கும்? இறந்தவுடனேயே எல்லோரும் அவனை மறந்துவிடுவர், இல்லையா? நான் உலகை வெற்றி கொள்ளுகின்ற ஒரு மன்னன் அல்லன், மாறாக, படைத்தவனின் சாம்ராஜ்ஜியத்தில் ஒரு பிச்சைக்காரன்தான் நான். என் மரணத்துடன் என்னுடைய பெயர் மறைந்துவிடும்,” என்று கூறினார்.

“அதுதான் உங்கள் வருத்தத்திற்குக் காரணமா? அப்படியானால், நான் துர்வாச முனிவரின் மந்திரத்தைப் பயன்படுத்தி, உங்கள் பெயர் நிலைத்திருப்பதற்காக உங்களுக்கு ஒரு மகனைப் பெற்றுக் கொடுக்கிறேன். கடவுளரை வரவழைக்கக்கூடிய ஒரு மந்திரத்தை துர்வாச முனிவர் எனக்குக் கொடுத்திருக்கிறார்,” என்று கூறிய நான், துர்வாசர் நடத்திய வேள்வியைப் பற்றி அவரிடம் எடுத்துரைத்தேன்.

“குந்தி, என்னுடைய அவமானத்தைத் துடைக்கும் ஒரே நோக்கத்திற்காகத்தான் கடவுள் உன்னை என் மனைவியாக

ஆக்கினாரா?"

"மன்னா, சிறப்பு வாய்ந்த எந்த மகனுக்காக நீங்கள் ஏங்கிக் கொண்டிருக்கிறீர்களோ, அவனை இந்த ஓலைக் குடிலில் விரைவில் நீங்கள் காணுவீர்கள்."

அதோடு நான் அந்தப் பேச்சை நிறைவு செய்தேன்.

சில நாட்களுக்குப் பிறகு, ஒரு நாள் காலையில், நான் என் உள்ளங்கைகளை ஒரு குவளைபோலக் குவித்து நீரை அள்ளிக் கொண்டு என் கண்களை மூடினேன். துர்வாச முனிவர் கொடுத்த மந்திரத்தின் வார்த்தைகள் என் மனக் குகையில் வட்டமிட்டன. நான் ஒவ்வொரு வார்த்தையையும் உச்சரித்தபோது, என் உடலைப் பற்றிய பிரக்ஞையை நான் படிப்படியாக இழந்தேன். மரணதேவனும் தர்மதேவனுமான எமதர்மனை நான் என் மனத்தில் வணங்கி அழைத்தேன். என் உடல் ஒரு பிரகாசமான பொருள்போல ஆனது. பூமியைக் கிழித்துக் கொண்டு ஓர் ஒளிக்கீற்று வெளிவந்து, அந்தப் பிரகாசத்தைத் துளைத்துவிட்டு உடனடியாக மறைந்துவிட்டது. என் உடலைப் பற்றிய பிரக்ஞை மெல்ல மெல்லத் திரும்பி வந்தது. என் உடல் கட்டுப்படுத்தப்பட முடியாமல் நடுங்கியது. நான் சரிந்து கீழே விழுந்தேன்.

அன்றிலிருந்து, மற்றவர்களுடன் பேசுவதை நான் நிறுத்தினேன். நான் தனிமையை விரும்பினேன். நாளுக்கு நாள் என் மனம் மேன்மேலும் அமைதியடைந்தது. சத்தமான பேச்சு எனக்கு எரிச்சலூட்டியது. மீண்டும் ஒரு தனித்துவமான புதிய வாழ்க்கை எனக்கு உருவாகத் தொடங்கியது. என் உடல் மலர்ந்தது.

சரியான நேரத்தில், ஒரு நாள் அதிகாலையில், என் கருவறையில் ஒரு வலியை நான் உணர்ந்தேன். நான் மீண்டும் தாயானேன். அமைதியான முகம் கொண்ட ஒரு மகனை நான் ஈன்றெடுத்தேன். எல்லோருடைய முகங்களும் மகிழ்ச்சியால் ஒளிர்ந்தன. அவர்கள் அவனுக்கு தருமன் என்று பெயரிட்டனர். அவன் அந்த ஓலைக் குடிலில் வளர்ந்தான். அவன் ஒருபோதும் அழவில்லை, ஒருபோதும் சிரிக்கவும் இல்லை. அவனுடைய தோற்றம் ஓர் ஆற்றுப் படுகையைப்போல எப்போதும் அமைதியாக இருந்தது. அவனுடைய கண்கள் பெரிதாக இருந்தன.

மன்னர் எல்லாவற்றையும் மறந்துவிட்டு தருமனோடு விளையாடுவதற்குத் தன்னை அர்ப்பணித்துக் கொண்டார். நாங்கள் ஏற்கனவே அஸ்தினாபுரத்தை மறந்திருந்தோம். இப்போது நாங்கள் எங்கள் துயரங்களையும் மறந்துவிட்டோம்.

தருமனுக்கு இப்போது ஒரு வயது ஆகியிருந்தது. இரண்டாவது வருடம், வாயு பகவானிடமிருந்து நான் ஒரு மகனைப் பெற்றேன். அவன் அழகாகவும் குண்டாகவும் இருந்தான். நாங்கள் அவனுக்கு பீமன் என்று பெயரிட்டோம். அவன் காற்றப்போல வேகமாக வளர்ந்தான். அவனால் ஒரு நொடிகூட ஓரிடத்தில் நிலையாக உட்கார முடியவில்லை. பீமனுக்குப் பிறகு, இந்திரதேவன் எனக்கு ஒரு மகனைப் பரிசளித்தார். கருநீல நிற உருவத்தைக் கொண்ட அக்குழந்தை எல்லா விதத்திலும் சிறப்பு வாய்ந்தவனாக இருந்தான். அவன் துல்லியமாக நண்பகலில் பிறந்தான். அவனுடைய கருநிறக் கண்கள் தீப்பொறிகளை உமிழ்ந்ததுபோலத் தோன்றின. நாங்கள் அவனுக்கு அர்ஜுனன் என்று பெயரிட்டோம். தருமன், பீமன், அர்ஜுனன் ஆகிய மூன்று

சிறுவர்களின் விளையாட்டுத்தனமான மழலைச் சிரிப்பு அந்த ஓலைக் குடிலில் எதிரொலித்தது. நான் மனநிறைவை உணர்ந்தேன். அம்மூவரின் எதிர்காலத்தைப் பற்றிப் பேசுவதில் தாத்ரியும் மன்னரும் நானும் பல மணிநேரத்தைச் செலவிட்டோம். அவர்கள் என்ன செய்வார்கள், என்னவாக ஆவார்கள் ஆகியவற்றைப் பற்றியெல்லாம் நாங்கள் விவாதித்தோம். தாத்ரி எப்போதும், "பீமன் ஒருபோதும் யாருடைய பேச்சையும் கேட்க மாட்டான். தன்னை எதிர்க்கின்ற எல்லோரையும் அவன் அடித்து நொறுக்குவான். அவனால் ஒரு நொடிகூட அமைதியாக உட்கார முடியாது," என்று கூறிக் கொண்டே இருந்தாள்.

மாதுரி எப்போதும் ஒரு மூலையில் அமைதியாக உட்கார்ந்து கொண்டு எங்களுடைய உரையாடல்களைக் கேட்டுக் கொண்டிருந்தாள். அவள் ஒருபோதும் யாரிடமும் ஒரு வார்த்தைகூடப் பேசவில்லை. அவள் தன் சொந்த உலகத்தில் வாழ்ந்து கொண்டிருந்தாள். அவள் ஏன் தனிமையில் இருந்தாள் என்பதை என்னால் ஊகிக்க முடிந்தது. ஒரு பெண்ணின் வருத்தத்திற்குப் பின்னால் இருக்கும் காரணத்தை இன்னொரு பெண் அறிந்து கொள்ளுவதற்கு நீண்ட நேரம் ஆவதில்லை. அவள் தானும் ஒரு தாயாக ஆக விரும்பினாள். ஒரு முறை, நாங்கள் ஏரிக் கரையருகே உட்கார்ந்திருந்தபோது, நான் அவளிடம், "மாதுரி, உனக்குக் குழந்தைகள் இல்லை என்பதால் நீ வருத்தமாக இருக்கிறாயா?" என்று கேட்டேன். அவள் அதற்கு பதில் கூறுவதற்கு பதிலாக என்னைக் கட்டியணைத்துக் கொண்டு அழத் தொடங்கினாள். நான் அவளுடைய முதுகை வருடிக் கொடுத்தபடி, "மாதுரி, நீயும் கௌரவர்களின் மருமகள். அழாதே. நீயும் மகன்களைப் பெற்றெடுத்து ஒரு தாயாக ஆவாய்," என்று கூறினேன்.

பிறகு நான் அந்த ஏரியிலிருந்து இரண்டு முறை கை நிறைய நீரை அள்ளி, துர்வாச முனிவரை நினைத்தேன். மாதுரி என் முன்னால் அமர்ந்திருந்தாள். நான் என் கையிலிருந்த நீரை அவளுடைய தலையின்மீது ஊற்றிவிட்டு, அந்த மந்திரத்தை உச்சரித்து, அதை என் நினைவிலிருந்து பெயர்த்து அவளுடைய நினைவுக்கு இடம் மாற்றத் தொடங்கினேன். அம்புகள் இல்லாத ஓர் அம்பறாத்தூணியைப் போன்ற ஒரு வெறுமையை என் உடல் உணரத் தொடங்கியது. மந்திர உச்சரிப்பு முடிந்தவுடன், நான் என் கண்களைத் திறந்து, மாதுரியிடம், "அந்த மந்திரத்தின் வார்த்தைகள் இப்போது உனக்கு நினைவிருக்கிறதா?" என்று கேட்டேன். அவள் அதை ஆமோதித்துத் தலையசைத்தாள். நானும் அந்த வார்த்தைகளை நினைவுகூர முயன்றேன், ஆனால் அவை என் நினைவுக்கு வர மறுத்தன. நான் என்னுடைய நினைவுகளை எவ்வளவு கிளறியும், அதனால் எந்தப் பயனும் விளையவில்லை. நான் என்னுடைய கடைசி சக்தியை இன்னொருவருக்குத் தாரைவார்த்திருந்தேன். எனவே, இப்போது நான் ஒரு சாதாரணப் பெண்ணாக ஆனேன். இன்னும் சொல்லப் போனால், ஒரு சாதாரணப் பெண்ணைவிடத் தாழ்ந்தவளாக ஆனேன். என்னுடைய சொத்துக்கள் என்று சொல்லிக் கொள்ளுவதற்கு என்னுடைய மகன்களும் என் கணவரும் மட்டுமே எனக்கு இருந்தனர். நான் வேதனையோடு அந்த ஏரிக் கரையிலிருந்து எழுந்து எங்கள் குடிலை நோக்கி நடந்தேன்.

நகுலன், சகாதேவன் ஆகிய இரண்டு மகன்களை மாதுரி

பெற்றெடுத்தாள். மன்னர், மாதுரி, நான், தாத்ரி, மற்றும் ஐந்து சிறுவர்களையும் சேர்த்து இப்போது அந்த ஓலைக் குடிலில் ஒன்பது பேர் இருந்தோம். நாங்கள் அஸ்தினாபுரத்தைவிட்டு வந்து பத்து ஆண்டுகள் ஓடியிருந்தன. ஒரு மலைக் காற்றைப்போலக் காலம் விரைந்தோடியது.

இந்தப் பத்தாண்டுகளில் அஸ்தினாபுரத்திலும் குரு வம்சத்திற்கும் என்ன நிகழ்ந்திருந்தது என்பது பற்றி எங்களுக்கு எந்த யோசனையும் இருக்கவில்லை. நாங்கள் தங்கியிருந்த மலை யாராலும் எளிதில் அணுக முடியாததாக இருந்தது. நாங்கள் வெளியுலகிலிருந்து முற்றிலுமாகத் துண்டிக்கப்பட்டிருந்தோம். அந்தக் காடு எங்கள் வீடாக ஆகியிருந்தது. அதில் வாழ்ந்த பல்வேறு உயிரினங்கள் எங்களுடைய சக ஜீவராசிகளாக ஆயின. அங்கு சுற்றித் திரிந்த பறவைகளின் பாடல்கள் எங்களுக்குக் களிப்பூட்டின. நாங்கள் அக்காட்டின் உண்மையான குடிமக்களாக ஆகியிருந்தோம்.

32

குழந்தைகள் புடைசூழ இருக்கின்ற ஒரு பெண்ணால் ஒரு வனாந்திரத்தைக்கூட ஒரு சொர்க்கமாக மாற்றிவிட முடியும். நாங்கள் மூன்று பெண்கள் அங்கு இருந்தோம்! குழந்தைகளோடு விளையாடுவதிலும், அவர்களுடைய மழலைப் பேச்சுக்களைக் கேட்டுக் களிப்புறுவதிலும், அவர்களைக் கேலியும் கிண்டலும் செய்து சீண்டி மகிழ்வதிலும் நாங்கள் எங்கள் நேரம் முழுவதையும் செலவிட்டோம். அவர்கள் சிறியவர்களாக இருந்தபோதிலும் அறிவில் சிறந்தவர்களாக இருந்தனர். பீமன் மட்டும் ஒருபோதும் எங்கள் வசப்படவே இல்லை. ஒரு பெரிய யானையின் தும்பிக்கை எப்போதும் அசைந்தாடிக் கொண்டே இருப்பதைப்போல, அவன் எப்போதும் துருதுருவென்று அங்குமிங்கும் ஓடித் திரிந்து கொண்டிருந்தான். கண்ணிமைக்கும் நேரம்கூட அவனால் நிலையாக ஓரிடத்தில் இருக்க முடியவில்லை. அவன் நாளுக்கு நாள் அதிகத் தசைச் செறிவோடும் அதிக வலிமையாகவும் வளர்ந்து கொண்டே போனான்.

காட்டுப் பசுக்களின் பாலும் காட்டுக் கனிகளும் அடங்கிய உணவை நாங்கள் அந்த ஐந்து சகோதரர்களுக்கும் கொடுத்து வளர்த்தோம். அக்காட்டில் வீசிய தென்றல் காற்றின் ஒலி இனிய புல்லாங்குழலிசைபோல அக்குழந்தைகளுக்குக் களிப்பூட்டியது. அவர்களுடைய வசீகரமான சிரிப்பு எங்கள் குடிலுக்குள் பேரானந்தத்தைக் கொண்டுவந்தது. முதுமையடைந்து கொண்டிருந்த தாத்ரியின் இதயத்தில்கூடப் பாசம் பொங்கி வழிந்தது. அவள் அவர்களோடு பல்வேறு விளையாட்டுக்களை விளையாடினாள். மேலே நீலவானமும் கீழே பசுமையும் சூழ, இவ்விதத்தில் அந்த ஐவரும் ஐந்து தேக்கு மரங்களைப்போல வளர்ந்தனர். அழகு, செல்வம், புகழ் ஆகியவற்றைவிட ஒரு தாய் தன்னுடைய குழந்தைகள்மீதுதான் அதிக அன்பு கொண்டிருக்கிறாள். ஒரு குழந்தையின் பட்டுப் போன்ற மெல்லிய இதழ்கள் அவளுடைய மார்பை முட்டிப் பாலருந்தும்போது மட்டுமே அவள் மனநிறைவை அனுபவிக்கிறாள். தாய்மை ஒரு பெண்ணின் முக்தியாக இருக்கிறது.

நான் மீண்டும் மகிழ்ச்சியின் சிகரத்தை எட்டினேன். வாழ்க்கை என்பது ஆனந்தமும் வருத்தமும், ஒளியும் நிழலும் அடங்கிய ஒரு விளையாட்டு அன்றி வேறென்ன? நாங்கள் வாழ்ந்த காடு எங்களுடைய ராஜாங்கமாக ஆனது. அங்கு யாரும் அடக்கி ஒடுக்கப்படவில்லை. நான் அந்த ராஜாங்கத்தின் மகாராணியாக இருந்தேன்.

நாங்கள் குழந்தைகளோடு விளையாடிக் கொண்டிருந்ததைப் பார்த்த மன்னர் தன்னுடைய சொந்தத் துயரங்களை மறந்தார். அவர் அவர்களோடு விளையாடியபோது, தன்னுடைய வாழ்க்கையை வேதனைமிக்கதாக ஆக்கிய சாபத்தைக்கூட அவர் மறந்துவிட்டார். அவர் முன்புபோலச் சிரித்தார், ஒரு திறந்த மனத்துடன் சரளமாகப் பேசினார்.

33

ஆண்டுகள் பல உருண்டோடின. குழந்தைகள் பதின்ம வயதுச் சிறுவர்களாக வளர்ந்தனர். அவர்கள் எந்த பயமும் இன்றிக் காட்டில் சுற்றித் திரிந்தனர். அவர்கள் எப்போதும் சேர்ந்தே வெளியே சென்றனர். சதஸ்ருங்க மலை அவர்களுடைய விளையாட்டுக்களுக்கும் சாகசங்களுக்கும் போதுமானதாக இருக்கவில்லை. பீமன் புலிக் குட்டிகளின் காதுகளைப் பிடித்து அவற்றை இழுத்து வருவான். சூழல்தான் ஒருவருடைய வாழ்க்கையைத் தீர்மானிக்கிறது. எனவே, ஒரு மனிதன் யாருடன் சகவாசம் கொள்ளுகிறானோ, அவர்களைப்போலவே ஆகிறான். குழந்தைகள் மற்றவர்களைப் பார்த்து அப்படியே நடந்து கொள்ளுவதைப் பெரிதும் விரும்புகின்றனர். எங்களுடைய ஐந்து குழந்தைகளும் எங்களிடமிருந்து கற்றனர். அவர்கள் தங்களுடைய அடிப்படை வாழ்க்கைமுறையைத் தங்களைச் சூழ்ந்திருந்த காட்டினிடம் இருந்து அதிகமாகக் கற்றனர். இயற்கையின் சடங்குகளும் சம்பிரதாயங்களும் அவர்களுடைய குழந்தைப்பருவம் நெடுகிலும் அவர்களுக்குப் பலவற்றைக் கற்பித்தன. அவர்கள் இப்போது பத்துக்கும் பன்னிரண்டுக்கும் இடைப்பட்ட வயது கொண்டவர்களாக ஆகியிருந்தனர்.

"உங்கள் வாழ்க்கை தங்குதடையின்றிப் பாய்ந்தோடட்டும். அது தொடர்ந்து ஓடுவதற்கு அனுமதியுங்கள்," என்று அக்காட்டிலிருந்த நீரோடைகள் அந்த ஐவருக்கும் கற்றுக் கொடுத்தன. "எப்போதும் உயர்ந்து நில்லுங்கள், நிமிர்ந்து நடந்து செல்லுங்கள்," என்று அங்கிருந்த வானுயர்ந்த மலைகள் அவர்களுக்கு ஆலோசனை வழங்கின. "உங்கள் மனத்தைத் தூய்மையாக வைத்திடுங்கள்," என்று மேலேயிருந்த நீலவானம் அறிவுறுத்தியது. அக்காட்டில் வாழ்ந்த எண்ணற்ற உயிரினங்களுக்குப் புகலிடம் கொடுத்த மரங்கள், "பிறரிடம் இரக்கம் காட்டுங்கள்," என்று கூறின. "சிறந்ததை அடைய ஆழ்விருப்பம் கொள்ளுங்கள்," என்று வானத்தில் வெகு உயரத்தில் பறந்த பறவைகள் கூறின.

நாங்கள் சலிப்படையும்வரை அந்த ஐந்து சிறுவர்களும் எங்களிடம் ஆயிரக்கணக்கான கேள்விகளைக் கேட்டனர்.

"அம்மா, பூமிக்கு மேலாக யார் அந்த நீலநிறக் குவிமாடத்தை

உருவாக்கினார்கள்? அதன் தூண்கள் எங்கே?" என்று தருமன் கேட்பான்.

"மகனே, தேவர்களைக் காப்பதற்காகப் பாற்கடலைக் கடைந்தபோது வெளிவந்த விஷத்தைப் பருகிய சிவபெருமான்தான் அதைப் படைத்தார். அந்த விஷம் அவருடைய தொண்டையை நீல நிறமாக மாற்றிவிட்டது. அந்த நீலம்தான் அந்த வானம்," என்று நான் பதிலளிப்பேன்.

அர்ஜுனன் என்னிடம், "அம்மா, காற்று வேகமாக வீசும்போது, அது ஏன் 'விஷ்......விஷ்....விஷ் என்று விசிலடிக்கிறது?" என்று கேட்பான்.

அதற்கு நான் அவனுக்கு இவ்வாறு பதிலளிப்பேன்: "அர்ஜுனா, ராமபிரான் ஒரு வலிமையான வில்லாளி. அரக்கர்களைக் கொல்லுவதற்காக அவர் தன்னுடைய வில்லிலிருந்து விடுத்த அம்புகள், யாராலும் தடுத்து நிறுத்தப்பட முடியாத அளவுக்கு மிக வேகமாகப் பாய்ந்தன. அவற்றில் சில அம்புகள் பூமியை இன்னும் சுற்றி வந்து கொண்டிருக்கின்றன. அவற்றின் வால்முனைகளில் உள்ள இறகுகள்தாம் அந்த விசில் சத்தத்தை உண்டாக்குகின்றன." பிறகு அர்ஜுனன் இதைப் பற்றி யோசிக்கத் தொடங்கிவிடுவான்.

பீமன் என்னிடம், "அம்மா, மலைகள் எப்படி உருவாக்கப்பட்டன?" என்று கேட்பான்.

அதற்கு நான், "பீமா, ராமபிரானின் காலத்தில், அனுமான் என்ற மிகவும் சக்திவாய்ந்த ஒரு தளபதி இருந்தார். அவர் வானத்தில் வெகு உயரத்தில் வாழ்ந்தார். ஒரு முறை, அவர் பூமிக்கு வர விரும்பினார். ஆனால், அந்தக் காலட்டத்தில், பூமி கொகொழப்பான ஒரு சதுப்பு நிலமாக இருந்தது. அவர் தன்னுடைய பாதத்தை அந்த சதுப்பு நிலத்தின்மீது வைத்தார். அவருடைய பாதங்கள் பதிந்த இடங்களிலெல்லாம் ஆழமான குழிகள் உருவாயின. இதனால் மற்ற இடங்கள் தடிமனாகி மேலே உயர்ந்தன. மேலே உயர்ந்த இந்தத் தடிமனான பகுதிகளைத்தான் நாம் இப்போது குன்றுகள் என்றும் மலைகள் என்றும் அழைக்கிறோம். அனுமான் அந்த சதுப்பு நிலத்தின் வழியாக நடந்து சென்றபோது, அந்தக் கொழகொழப்புப் பிடிக்காமல் மீண்டும் வானத்திற்குப் பறந்து சென்றுவிட்டார். அந்த சதுப்பு நிலத்தின் ஒரு பெரிய பகுதி அவருடைய பாதத்துடன் ஒட்டிக் கொண்டது. அந்தப் பகுதியைத்தான் இப்போது நாம் நிலவு என்று அழைக்கிறோம்," என்று பதிலளிப்பேன். பீமன் வாய் பிளந்தபடி அதைக் கேட்டுக் கொண்டிருப்பான். பிறகு அவன் தன் கன்னங்களை உப்பிக் கொண்டு, தன்னுடைய தோள்களை உயர்த்திக் கொண்டு, அனுமானைப்போலத் தன்னைப் பெரிதாகக் காட்டிக் கொள்ள முயற்சிப்பான்.

நகுலனும் சகாதேவனும், "அம்மா, மின்னல் ஏன் வானத்தில் பளிச்சிடுகிறது?" என்று கேட்பர்.

"தேவர்களும் அரக்கர்களும் வானத்தில் எப்போதும் சண்டையிட்டுக் கொண்டிருக்கின்றனர். தேவர்களின் கைகளில் உள்ள பளபளப்பான வாட்கள்தான் அந்த மின்னல்வெட்டுக்கள்," என்று நான் பதிலளிப்பேன்.

நகுலன் தன்னுடைய கையை அப்படியும் இப்படியும் வளைத்து சகாதேவனுக்கு எதிராகச் சண்டையிடுவதுபோலப் பாசாங்கு செய்வான்.

அவர்கள் ஐவரும் இது போன்ற பல கேள்விகளை என்னிடம்

கேட்டனர். நான் கூறிய பதில்களை அவர்கள் ஏற்றுக் கொண்டனர். அவர்களைத் திருப்திப்படுத்துவதற்கு அது போதுமானதாக இருந்தது.

34

எங்களுடைய நாட்கள் மகிழ்ச்சியாகக் கழிந்தன. சதஸ்ருங்க மலையைவிட்டுப் போக நாங்கள் விரும்பவில்லை. ஒருவர் ஓரிடத்தில் ஒரு கணிசமான காலம் தங்கியிருந்தால், அந்த இடத்தோடு ஒரு நெருக்கமான உணர்வு அவருக்கு உண்டாகிவிடுகிறது. சதஸ்ருங்க மலை இப்போது எங்களுடைய நிரந்தர வீடாக இருந்தது. என்னுடைய கடைசி மூச்சு அந்த மலையின் காற்றோடு ஒன்றுகலக்கும் என்று நான் எதிர்பார்ப்பது இயல்புதானே? எனக்கு எந்தப் பின்வருத்தமும் இருக்கவில்லை. ஏனெனில், சுமார் பதினெட்டு ஆண்டுகளாக இந்த மலை எங்களை நன்றாகப் பராமரித்துப் பாதுகாத்து வந்திருந்தது. காலதேவனைவிட அதிகமாகக் கணிக்கப்பட முடியாத ஓர் ஆளுமை இவ்வுலகில் வேறு எதுவும் இல்லை. அவன் தன் விருப்பம்போல இந்த பூமியின் நிறத்தை மாற்றுகிறான். அவன் ஒரு நொடிப் பொழுதில் எல்லாவற்றையும் தலைகீழாக மாற்றிவிடுகிறான். இன்பத்தில் திளைத்துக் கொண்டிருக்கும் நகரங்களை ஒரு மலைப்பாம்பைப்போல ஒட்டுமொத்தமாக அவன் விழுங்கிவிடுகிறான். கடற்கரையோரம் ஒரு குழந்தை உருவாக்குகின்ற மணல்வீட்டை ஓர் அலை வந்து அடித்துக் கொண்டு செல்லுவதைப்போல, மனிதன் ஆயிரக்கணக்கான ஆண்டுகளாகக் கஷ்டப்பட்டு உருவாக்கும் கலாச்சாரங்களைக் காலதேவன் ஒரு கணத்தில் அழித்துவிடுகிறான். இந்த உலகம் காலதேவன் என்ற ஒரே ஓர் ஆட்சியாளனால் ஆளப்படுகின்ற ஒரு நிலப்பரப்பே அன்றி வேறு என்ன? இங்கே உண்மையான நட்பையும் கச்சிதமான ஒற்றுமையையும் நாம் எங்கே கண்டுபிடிப்பது? மனித வாழ்க்கையோடு விளையாடுகின்ற அந்த சூதாடி யார்? இந்த மனிதர்களைத் தன்னுடைய கைப்பாவைகளாக ஆட்டுவிக்கின்றவர் யார்? மனித உயிர் இந்த பிரம்மாண்டமான பிரபஞ்சத்தில் எவ்வளவு அற்பமானதாக இருக்கிறது! தன் விரும்பம்போல இயற்கையில் மாற்றங்களை ஏற்படுத்துகின்ற அந்தக் காலதேவனுக்கு மனிதன் ஒரு குமிழிபோலத் தெரிகிறான். இந்தக் குமிழியை உருவாக்குவதால் இந்த உலகத்திற்கு எந்த நன்மையும் இல்லை, அதைக் குத்தி உடைப்பதால் எந்த இழப்பும் இல்லை. உலகம் எப்போதும் உள்ளது உள்ளபடியே இருக்கிறது.

ஆனால், சில சமயங்களில், இந்தக் குமிழியை உடைப்பதால், தவிர்க்கப்பட முடியாத சிற்றலைகள் மனித வாழ்க்கையில் உருவாகின்றன. இந்தச் சிற்றலைகள் சில சமயங்களில் பெரிய நீர்ச்சுழிகளாக ஆகின்றன. அவை தன்னம்பிக்கையை அழித்து, விசுவாசத்தைப் பறித்துவிடுகின்றன. கடவுள் என்ற ஒரு மேன்மையான சக்தியின் இருத்தல் குறித்து அது சந்தேகங்களை எழுப்புகிறது. மனம் குழப்பத்தில் தடுமாறி அலைபாய்கிறது. ஒரு காட்டுத் தீயில் சிக்கிக் கொண்டுள்ள ஒரு பறவைபோல, அது வீணாக வேதனையில் தன் சிறகுகளைப் படபடவென அடித்துத் தவிக்கிறது.

ஒரே ஒரு நிகழ்வு என்னை இந்தப் பரிதாபகரமான நிலைக்குக் கொண்டு வந்துவிட்டது. ஒரு நாள், தண்ணீர் எடுத்து வருவதற்காக மாதுரி ஏரிக்குச் சென்றாள். வழக்கம்போல, ஒருசில கணங்களில் மன்னரும் காட்டிற்குள் சென்றுவிட்டார். சிறிது நேரத்தில், இதயத்தைத் துளைக்கும்படி மாதுரி அலறியதைக் கேட்டுத் திடுக்கிட்ட நான் எங்கள் குடிலைவிட்டு வெளியே ஓடி வந்தேன். அவளுடைய கைகளில் தண்ணீர்ப் பானை இல்லை. அவள் தன் மார்பின்மீது ஓங்கி அடித்துக் கொண்டு, தலையைப் பிய்த்துக் கொண்டு, "அக்கா! அக்கா!" என்று கத்தியபடி ஒரு பைத்தியக்காரியைப்போல என்னை நோக்கித் தட்டுத் தடுமாறி வேகமாக ஓடி வந்தாள். அவளுடைய ஆடை அலங்கோலமாக ஆகியிருந்தது. அந்நேரத்தில் யாரேனும் அவளுக்கு எதிரே வந்திருந்தால், அவள் நிச்சயமாக அவர்மீது மோதி அவரைக் கீழே தள்ளியிருப்பாள். விஷயம் என்னவென்று அறியாமல் நான் திகைத்து நின்றேன். விவரிக்கப்பட முடியாத ஒரு பயம் என் நாடி நரம்புகள் வழியாகப் பாய்ந்தது. மாதுரிக்கு என்ன நிகழ்ந்திருக்கும்? தண்ணீர் கொண்டு வருவதற்காக அவள் சுமந்து சென்ற பானை எங்கே போயிற்று? எங்களுடைய ஐந்து குழந்தைகளும் பத்திரமாக இருந்தார்களா அல்லது...

அவள் என்மீது மொத்தமாக விழுந்து, "அக்கா!" என்று கதறிக் கொண்டே இருந்தாள். நான் அவளுடைய நாடியைத் தொட்டு அவளுடைய முகத்தை உயர்த்தி, "மாதுரி, நீ ஏன் அழுது கொண்டிருக்கிறாய்? உன்னுடைய தண்ணீர்ப் பானை எங்கே?" என்று கேட்டேன்.

"பானை உடைந்துவிட்டது," என்று கூறிய அவள் இப்போது சற்றுத் தெளிவடைந்திருந்ததுபோலக் காணப்பட்டாள். "மாதுரி, நீ ஒரு துணிச்சலான பெண். நீ ஏன் ஒரு சிறு பெண்ணைப்போல அழுது கொண்டிருக்கிறாய்? என்ன நிகழ்ந்தது என்று சொல்," என்று நான் கூறினேன்.

"அக்கா...மன்னர்..." என்று பதிலளித்துவிட்டு, அவள் மீண்டும் என்னை இறுக்கமாகக் கட்டிக் கொண்டாள். அந்த அணைப்பில் ஆழமான வேதனை அடங்கியிருந்தது. அவளுடைய இதயம் பயத்தால் படபடவெனத் துடித்தது.

"மாதுரி, மன்னருக்கு என்ன நிகழ்ந்தது? அவர் எங்கே இருக்கிறார்?" என்று நான் கத்தினேன்.

"ஏரிக்குப் பக்கத்தில்..."

அவளுடைய வார்த்தைகள் என்னைத் திடுக்கிட வைத்தன. நான் அவளை ஓரமாகத் தள்ளி விட்டுவிட்டு ஏரியை நோக்கி ஓடினேன். அவள் என் வேகத்திற்கு ஈடு கொடுத்து எனக்குப் பின்னால் ஓடி வந்தாள். அந்த ஏரிக்குப் பக்கத்தில் நான் கண்ட காட்சி, வாழ்க்கையின்மீதும் இந்த உலகத்தின்மீது எனக்கு இருந்த நம்பிக்கை முழுவதையும் பறித்துவிடப் போதுமானதாக இருந்தது. என் கணவரும் வாழ்க்கைத்துணைவருமான மன்னர் அங்கே நிலத்தின்மீது ஒரு மரக்கட்டையைப்போல ஜீவனற்றுக் கிடந்தார். குருவம்சத்தின் ரத்தம் பாய்ந்த அந்த உடல், சூரிய பகவானைக்கூட வெட்கப்பட வைத்த அந்த உடல், எரிந்து முடிந்துவிட்ட ஒரு விறகுக் கட்டையைப்போல உயிரற்றுக் கிடந்தது. அவர் மயக்கம் போட்டு விழுந்திருந்ததாக நினைத்த நான், அவருக்குப்

பக்கத்தில் மண்டியிட்டு அமர்ந்து, அவரைத் தன்னினைவுக்குக் கொண்டுவருவதற்காக அவருடைய உடலைத் தொட்டபோது என் மயிர்க்கால்கள் குத்திட்டு நின்றன. அவருடைய உடல் பனியைப்போலக் குளிர்ந்திருந்தது. நான் எழுந்து கொண்டு மாதுரியிடம், "இது எப்படி நிகழ்ந்தது?" என்று கேட்டேன்.

அவள் தன் முகத்தைத் திருப்பிக் கொண்டு ஒரு தழுதழுப்பான குரலில் பதிலளித்தாள்: "அக்கா, இது என்னுடைய தவறு அல்ல. நான் என் பானையில் நீரை நிரப்பிக் கொண்டு ஏரியிலிருந்து திரும்பி வந்து கொண்டிருந்தேன். மன்னர் அந்த ஏரியின் ஓரத்தில் நின்று கொண்டிருந்தார். காற்றில் என் முந்தானை படபடத்தது. என்னுடைய தலையின்மீது தண்ணீர்ப் பானை இருந்ததால், என் ஆடையை என்னால் ஒழுங்குபடுத்த முடியவில்லை. அப்போது மன்னர் என்னைப் பார்த்துப் புன்னகைத்தார். பிறகு அவர் தன்னுடைய கோடரியைக் கீழே வீசி எறிந்தார். அவருடைய கண்களில் ஒரு விநோதமான பிரகாசம் தெரிந்தது.

"நான் அவரருகே வந்தபோது, அவர் என்னைத் தன்னை நோக்கி இழுத்து இறுக்கமாக அணைத்தார். என்னுடைய தண்ணீர்ப் பானை கீழே விழுந்து உடைந்து சிதறியது. காம நெருப்பு அவருடைய கண்களில் மின்னியது. அவர் என்னை அணைத்தபடி, 'மாதுரி! மாதுரி!' என்று கூறிக் கொண்டு, தொடர்ந்து என்மீது முத்தங்களைப் பொழிந்தார். நான் அவருடைய அணைப்பிலிருந்து விடுபடக் கடுமையாகப் போராடினேன். பல நாட்களாகப் பசியால் வாடியிருக்கும் ஒருவன் சாப்பாட்டைக் கண்டால் எப்படிப் பாய்வானோ அதுபோல அவர் என்மீது பாய்ந்தார். அவருடைய இறுக்கமான அணைப்பால் எனக்கு மூச்சுத் திணறியது. பிறகு திடீரென்று அவர் தன்னிலைக்குத் திரும்பினார். நான் ஒரு விஷப் பாம்பு என்பதுபோல அவர் என்னை வேகமாகத் தள்ளிவிட்டார். ஆனால், அவருடைய உடல் மாறத் தொடங்கியது. அவருடைய கண்கள் செருகின. அவர் நிலை குலைந்து கீழே விழுந்துவிட்டார். அவர் தன்னுடைய கைகளையும் கால்களையும் காட்டுத்தனமாக ஆட்டியபடி, 'மாதுரி! மாதுரி!' என்று கத்திக் கொண்டு வேதனையில் துடித்தார். நான் பயத்தில் திகைத்து நின்றேன். பிறகு நான் உங்களை நோக்கி ஓடிவரத் தொடங்கினேன்."

நான் மாதுரியின் கன்னத்தில் ஓங்கி அறைந்தேன். அவள் இன்னும் சத்தமாக அழத் தொடங்கினாள். கிந்தம் முனிவர் மன்னருக்கு விடுத்த சாபம் என் நினைவுக்கு வந்து என்னைத் துடிதுடிக்கச் செய்தது: "நீ ஒரு காதலியை அவளுடைய காதலனிடமிருந்து பிரித்துவிட்டாய். அதற்காக, கிந்தம் முனிவராகிய நான் உனக்கு சாபமிடுகிறேன். நீ உன் மனைவியோடு புணருவதற்காக அவளைத் தொடும்போது, நான் இப்போது இறப்பதுபோலவே நீயும் வேதனையில் துடிதுடித்துச் சாவாய்.'

என் வாழ்க்கைத்துணைவர் என்னை விட்டுவிட்டுத் தன்னுடைய இறுதிப் பயணத்தைத் துவக்கியிருந்தார். ஒரே ஒரு கணநேர இச்சை அவருடைய உயிரைப் பறித்துவிட்டது. என்னுடைய நெஞ்சுரத்தின் சக்தியை சோதிப்பதற்கு, அந்த ஒரு கணம் என்னை ஒரு விதவையாக ஆக்கிவிட்டது. இத்தனைக் காலமாக சுயகட்டுப்பாட்டைக் கடைபிடித்து

வாழ்ந்திருந்த அந்த மாமன்னர், இறுதியில் இச்சையெனும் ராஜ்ஜியத்தில் ஒரு பலவீனமான பிச்சைக்காரராக ஆகிவிட்டார். இத்தனைக் காலமாகத் தன்னைக் கட்டுப்படுத்தி வந்திருந்த ஒரு யோகி, ஒரே ஒரு கணத்தில் தன்னுடைய ஆசைக்கு பலியாகிவிட்டார். இச்சை! எந்தவொரு மனிதனும் எந்தவொரு கணத்திலும் தடுமாறி விழுந்துவிடக்கூடிய ஓர் ஆழமான, நயவஞ்சகமான படுகுழி அது! ஒருவனை எந்தவொரு கணத்திலும் தாக்கி அவனுடைய உயிரைப் பறிக்கக்கூடிய மின்னல் அது! தன்னை மட்டுமல்லாமல் மற்றவர்களையும் எரித்துச் சாம்பலாக்குகின்ற நெருப்பு அது!

என் சுயகட்டுப்பாடு என்னைக் கைவிட்டது. "மன்னா!" என்று அலறிக் கொண்டே நான் அவருடைய சடலத்தின்மீது விழுந்து, என் தலையை அவருடைய மார்பின்மீது முட்டி மோதினேன். என் நெற்றியின்மீது இருந்த குங்குமம் அழிந்தது.

35

தகனத்திற்கான ஏற்பாடுகளை தாத்ரி செய்யத் தொடங்கினாள். அவள் ஒரு சிதையை உருவாக்கினாள். உலகை வெற்றி கொண்ட ஒரு மன்னர், ஆளரவமில்லாத ஒரு காட்டில் ஓர் ஏரிக்குப் பக்கத்தில் தனியாக எரிக்கப்படவிருந்தார். என் விதி எனக்கு இன்னும் என்னவெல்லாம் செய்யவிருந்ததோ! முப்பத்திரண்டு வயதில் நான் ஒரு விதவையாகியிருந்தேன். நான் ஒரு சுடரில்லா விளக்காக ஆகியிருந்தேன். என் மனத்தில் ஏகப்பட்ட எண்ணங்கள் ஓடின. "இப்போது என்னுடைய நிலை என்ன? நான் ஒரு யாதவ அரசரின் மரியாதைக்குரிய மகளா? கௌரவர்களின் பெருமைமிக்க மகாராணியா? இந்த வனாந்திரத்தின் காட்டுராணியா? இவ்வுலகத்தை ஒளிரச் செய்யவிருந்த சாகசங்களை மேற்கொள்ளவிருந்த அதிர்ஷ்டக்கார மகன்களின் தாயா? நான் இவை எதுவும் அல்லள். நான் ஒரு சாதாரண விதவை. விதவை என்ற வார்த்தை மிகவும் கொடூரமானது. வாழ்க்கை என்பது என்ன? அடுத்தடுத்து ஒவ்வொரு திருப்பமாக வருவதுதானே? என்னுடைய வாழ்க்கை ஓடை எங்கே போய் முடியப் போகிறது? என்னுடைய எதிர்காலம் எப்படி இருக்கும்? சோதிடர்களிலேயே மிகவும் அறிவார்ந்தவரான பிரம்மதேவனால்கூட என்னுடைய எதிர்காலத்தைக் கணிக்க முடியாது. என்னுடைய துரதிர்ஷ்டத்தைத் தாங்கிக் கொள்ளக்கூடிய நெஞ்சுரத்தை நான் எங்கிருந்து பெறப் போகிறேன்? இக்காட்டில் யார் எனக்கு ஆறுதல் கூறுவார்கள்? ஒட்டுமொத்த வானமும் ஒருவனைச் சுற்றி இடிந்து விழும்போது, புகலிடம் தேடி அவனால் எங்கே போக முடியும்?

"சில காலத்திற்கு முன்பு, ஆதரவற்ற ஒரு குழந்தையை மரணத்தின் மடியில் நான் கிடத்தியதன் காரணமாகத்தான் அதே மரணம் இன்று எனக்கு தண்டனையளித்துக் கொண்டிருந்ததா? முன்னால் ஒரு பயங்கரமான சிதை, பின்னால் ஒரு கொடூரமான காடு – இதுதான் என் வாழ்க்கையா? நான் ஒரு சிறுமியாக இருந்தபோது, என் தந்தையின் கைகளில் ஒரு விளையாட்டுப் பொருளாக இருந்தேன். போஜ்பூரில் துர்வாசரின் விளையாட்டுப் பொருளாக இருந்தேன். இன்று

காலத்தின் கையில் ஒரு விளையாட்டுப் பொருளாக இருந்தேன். காலம் ஆக்ரோஷமாக என்னைக் கடந்து சென்று கொண்டிருந்தது. அதனோடு போட்டியிட முயன்றால், அது என்னுடைய பரிபூரண அழிவுக்குத்தான் வழி வகுக்கும். இப்போது என்னுடைய வாழ்க்கைப் பாதையில் நான் யாருடைய ஆதரவை நாடுவது? என் மனத்தின் ஆதரவையா? ஆனால் எனக்கென்று சொந்தமாக இனியும் எந்த மனமும் இல்லையே! அப்படி ஒன்று இருந்தால்கூட, அது செயலிழந்துவிட்டது. கடந்தகாலம், எதிர்காலம், நிகழ்காலம் ஆகியவற்றை அதனால் வேறுபடுத்திப் பார்க்க முடியவில்லையே!" ஒரு சிறுத்தை ஓர் ஆட்டைக் கொன்று அதை இழுத்துச் செல்லுவதைப்போல, பாதி உயிர் மட்டுமே இருந்த என்னுடைய உடலைக் காலம் தரதரவென்று இழுத்துச் சென்று கொண்டிருந்தது. நான் அமைதியாக இருந்தேன். எனக்கு அழக்கூடத் தோன்றவில்லை. ஏனெனில், இறுகிப் போயிருந்த என் இதயத்திலிருந்து கண்ணீர் வழியவில்லை. அழுகை வெடிக்கும் அளவுக்கு என் எண்ணங்கள் உணர்ச்சி மிகுந்து இருக்கவில்லை.

மன்னரின் உடலைச் சிதையின்மீது வைத்த தாத்ரி, அந்த உடல்மீது கட்டைகளை அடுக்கி வைத்து அச்சிதைக்குத் தீ மூட்டினாள். தன்னுடைய எதிரிகளை பயத்தால் நடுநடுங்கச் செய்த, புகழ்பெற்ற மாவீரரின் சிதைக்கு ஒரு சாதாரணப் பணிப்பெண் கொள்ளி வைத்தாள். பறவைகள் சிறகடித்துக் கொண்டு வானத்தை நோக்கி உயருவதைப்போல அந்த நெருப்பு உயரமாக எரிந்தது. என் உணர்வுகள் மரத்துப் போயின. நான் அந்தச் சிதையில் ஏறும் நோக்கத்துடன் எழுந்தேன். இந்த அர்த்தமற்ற வாழ்க்கையினால் இனி என்ன பயன் என்று யோசித்த நான், உறுதியான மனத்துடன் என் முந்தானையை இழுத்துச் செருகினேன். இதற்கிடையே, மாதுரி அந்த ஏரியில் குளித்துவிட்டு, வெள்ளை உடையணிந்து என்னை நோக்கி வந்து, என்னுடைய பாதங்களைத் தொட்டு வணங்கிவிட்டு, மறுகணம், கொழுந்துவிட்டு எரிந்து கொண்டிருந்த அந்தச் சிதைக்குள் நேராக நுழைந்துவிட்டாள். அவளுடைய வெள்ளை உடை உடனடியாகத் தீப்பற்றி எரிந்தது. ஓர் அம்பு துளைத்த ஒரு பறவையைப்போல என் இதயம் அவளுக்காகத் துடிதுடித்தது. நான்தான் அவளுடைய முகத்தின்மீது ஓங்கி அறைந்திருந்தேன். அவள் தன்னுடைய இச்சைக்கு அடிமையாகியிருந்ததாக நான்தான் நினைத்தேன். ஆனால் அவள் எவ்வளவு விரைவாக ஒரு தீர்மானத்திற்கு வந்துவிட்டிருந்தாள்! அவள் தன் கணவனைக் கைவிடாமல் அவனோடு சேர்ந்து உயிர் நீத்துவிட்டாள். அவளை அவளுடைய அன்புக் கணவனின் அரவணைப்பிலிருந்து எந்தவொரு சாபத்தாலும் பிரிக்க முடியவில்லை. அவளைப் பின்தொடர்ந்து நானும் அந்தச் சிதையில் நுழைய உறுதி பூண்டேன். துல்லியமாக அக்கணத்தில் ஐந்து இளவரசர்களும் குடிலுக்குள் இருந்து வெளியே ஓடி வந்து என்னைப் பற்றிக் கொண்டனர். அவர்கள் என்னை உலுக்கியபடி, "தந்தையார் எங்கே?" என்று என்னிடம் கேட்டனர். நகுலனும் சகாதேவனும் பரிதாபகரமான, தழுதழுப்பான ஒரு குரலில், "எங்கள் சிற்றன்னை எங்கே?" என்று கேட்டனர்.

அவர்களைப் பார்த்தபோது என் ஊமை இதயம் உருகியது. நானும் அச்சிதைக்குள் குதித்திருந்தால் என்ன ஆகியிருக்கும்? தாத்ரி

இந்த ஐவரையும் அழைத்துக் கொண்டு எங்கே போயிருப்பாள்? ஒரு மகனைக் கைவிட்டதே என்னைப் பல நாட்கள் உறங்கவிடாமல் வதைத்தது. அவனைக் கைவிட்டது சரியா தவறா என்று எனக்குத் தெரியாது. ஆனால், என்னைச் சார்ந்திருந்த இந்த ஐந்து குழந்தைகளை நான் கைவிட்டிருந்தால், நிச்சயமாக அது தவறுதான். நான் அவர்களை என்னோடு சேர்த்து அணைத்துக் கொண்டு சத்தமாக அழுதேன். அவர்கள் கோழிக் குஞ்சுகளைப்போல என்னோடு ஒட்டிக் கொண்டனர். தீக்குளிப்பது உட்பட என்னுடைய எல்லாத் திட்டங்களும் தவிடுபொடியாயின.

கொழுந்துவிட்டு எரிந்து கொண்டிருந்த சிதை நெருப்பு மெல்ல மெல்லத் தணிந்து இறுதியில் அமைதியடைந்தது. சாம்பல் தூள் காற்றில் பறந்தது. நேற்றுவரை மகிழ்ச்சியையும் துயரத்தையும் பற்றி என்னோடு பேசிக் கொண்டிருந்த இரண்டு தெய்விக உயிர்கள் இப்போது எங்கே மாயமாய் மறைந்திருந்தன? மரணம் என்பது வாழ்க்கையெனும் ஆற்றில் யாராலும் கடக்க முடியாத ஒரு பெரும் நீர்ச்சுழியாகும். மரணம் என்பது ஒருபோதும் நிற்காமல் ஓடுகின்ற, படைத்தவனின் தேரில் பூட்டப்பட்டுள்ள குதிரையாகும். அக்குதிரை இன்று எத்தனை உயிர்களைத் தன்னுடைய காற்குளம்புகளுக்குக் கீழே போட்டு மிதித்துச் சிதைத்துள்ளதோ யாரறிவார்? காலனின் பார்வை இன்று என்னுடைய சிறிய ஓலைக் குடிசையின்மீது விழுந்திருந்தது. கிந்தம் முனிவரின் சாபம் மற்றும் மாதுரியின் தீர்மானத்தின் வடிவில் காலன் என்னைச் சீரழித்திருந்தான், என்னுடைய நெற்றிக் குங்குமத்தை அழித்திருந்தான். நான் அந்தச் சிதையை நெருங்கி, அதிலிருந்து சிறிது சாம்பலை எடுத்து என் நெற்றியின்மீது பூசினேன். ஒரு துரதிர்ஷ்டக்கார மகாராணியின் துயரக் கண்ணீரும், ஓர் அன்புக் கணவனின் மகிழ்ச்சிக் கண்ணீரும், ஒரு காலத்தில் வெற்றி வீரராகத் திகழ்ந்த அவருடைய ரத்தத் துளிகளும் அதில் ஒன்றுகலந்திருந்தன.

கடவுளரை வரவழைப்பதற்கு துர்வாச முனிவர் கொடுத்திருந்த அந்த மந்திரமும் இப்போது மாதுரியின் உடலோடு சேர்ந்து எரிந்து சாம்பலாகியிருந்தது.

36

நான் எங்கள் ஓலைக் குடிலுக்குத் திரும்பிச் சென்றேன். அது இப்போது எரிச்சலூட்டுவதாக இருந்தது. அதன் ஓலைக் கூரையின் ஒவ்வோர் இலையிலும் மன்னரும் மாதுரியும் இடம்பெற்றிருந்ததுபோல எனக்குத் தோன்றியது. நான் இன்னும் ஒரு கணம் அதிகமாக அங்கு தங்கியிருந்தால் நிச்சயமாக எனக்குப் பைத்தியம் பிடித்திருக்கும். இயல்பாக நான் பொறுமையானவள், நான் ஒரு சத்திரியப் பெண், ஒரு துணிச்சலான தாய், ஆனாலும் நான் ஒரு பெண்தானே? தன்னந்தனியான, பயங்கரமான அந்தக் காட்டில் ஏற்பட்ட இந்தக் கொடூரமான நிகழ்வுகளுக்குப் பிறகு ஒரு பெண்ணால் எப்படி அமைதியாக இருக்க முடியும்? அஸ்தினாபுரத்திற்குத் திரும்பிச் செல்லுவதுதான் என்னுடைய ஒரே வழியாக இருந்தது. எனக்காக அல்ல, ஆனால் என்னுடைய

மகன்களுக்காக நான் அஸ்தினாபுரத்திற்குத் திரும்பிச் செல்லத் தீர்மானித்தேன். அந்த நேரத்தில் நான் ஒரு நிராதரவான தாயாக இருந்தேன். ஒரு தாய்க்கு எந்த கர்வமும் இருப்பதில்லை, வெறும் பாசமும் பரிவும் மட்டுமே இருக்கின்றன. என்னுடைய அப்பாவி மகன்களையும் தாத்ரியையும் வைத்துக் கொண்டு எப்படி என்னால் அந்தக் காட்டில் தங்க முடியும்? எந்த சாபம் அஸ்தினாபுரத்திலிருந்து நான் வெளியேற என்னைத் தூண்டியதோ, அதே சாபம்தான் இப்போது நான் அஸ்தினாபுரத்திற்குத் திரும்பிச் செல்லவும் என்னைத் தூண்டியது. அஸ்தினாபுரத்திலிருந்து நாங்கள் நால்வராகப் புறப்பட்டோம்: மன்னர், நான், மாதுரி மற்றும் தாத்ரி. இப்போது நாங்கள் எழுவராகத் திரும்பிச் செல்லவிருந்தோம். மன்னர் மற்றும் மாதுரியின் இடங்களை எங்களுடைய ஐந்து மகன்களும் எடுத்துக் கொண்டனர். அவர்களை முறையாக வளர்ப்பதற்கு என்னை நான் அர்ப்பணித்தால், அவர்களுடைய எதிர்காலமாவது நன்றாக இருக்கும். இல்லாவிட்டால், கடுமையான யதார்த்தம் எனும் நெருப்பில் அவர்கள் கருகிச் சாம்பலாகிவிடுவர். கண்ணீர் எனக்கு எந்த விதத்திலும் உதவப் போவதில்லை என்பதை நான் அறிந்தேன். கண்ணீர் ஒருபோதும் தலைவிதியை மாற்றுவதில்லை. சூழ்நிலையைத் துணிச்சலாக எதிர்கொள்ளுவதுதான் சிறந்த விஷயமாக இருக்கும். கடுமையான சூழல்களிலும் ஐந்து அழகான தாமரைகளை வளர்த்தெடுப்பதற்கான திறன் என்னிடம் இருந்தது என்பதை, பெண்கள் கையாலாகாதவர்கள் என்று நம்பிய ஒரு சமூகத்திற்கு நான் காட்டியாக வேண்டியிருந்தது. இருபதாண்டுகால இடைவெளிக்குப் பிறகு, நாங்கள் சதஸ்ருங்க மலையைவிட்டுப் புறப்பட்டு அஸ்தினாபுரத்தை நோக்கி நடந்தோம். இந்த இருபது ஆண்டுகளில் அஸ்தினாபுரம் எந்த அளவு மாறியிருக்குமோ!

37

ஒரு மாதத்திற்குப் பிறகு நாங்கள் கங்கைக் கரையை அடைந்தோம். தொலைவில் அஸ்தினாபுரம் தெரிந்தது. நான் கங்கையைப் பார்த்தபோது, முன்பு அதனுள் நான் வீசி எறிந்திருந்த, ராஜமாதா எனக்குக் கொடுத்திருந்த அந்த முத்துக் குண்டலங்களைப் பற்றிய நினைவு எனக்கு வந்தது. அவை கங்கையின் சேற்றுக்குள் ஆழமாக எங்கோ புதைந்து கிடக்கக்கூடும். அசுவ நதியில் நான் கைவிட்ட அந்த இரண்டு பொற்குண்டலங்கள் இப்போது எங்கே இருந்தன? அவை எப்படி இருந்தன? அந்த அப்பாவிச் சிறுவனுக்கு இத்தனை ஆண்டுகளில் என்னவெல்லாம் நிகழ்ந்திருக்கும்? அவன் ஒரு தேரோட்டியின் குடும்பத்தில் வளர்ந்ததால் அவனும் ஒரு தேரோட்டியாக ஆகியிருப்பானோ? அல்லது, அவன் குதிரைகளைப் பராமரித்துக் கொண்டிருக்கக்கூடும். அவன் தன்னுடைய குண்டலங்களைப் பற்றிய விளக்கத்தை எல்லோரிடமும் கேட்டுக் கொண்டிருக்கக்கூடும். என்னுடைய தலைவிதி என் வாழ்க்கையில் இப்படி ஒரு துயரமான திருப்பத்தை ஏற்படுத்தும் என்பது அப்போதே எனக்குத் தெரிந்திருந்தால், நான் அவனைத் தூக்கிக் கொண்டு வேறு எங்கேனும் போயிருப்பேன்.

ஆனால் நான் எந்த நோக்கத்துடன் அவனைக் கைவிட்டேனோ, அந்த நோக்கம் நிறைவேறியிருந்ததா? அஸ்தினாபுரத்தில் ஒரு மகாராணியாக எத்தனை நாட்களை என்னால் கழிக்க முடிந்திருந்தது? நான் அவனைக் கைவிட்டதற்குக் காலம் என்னைக் கடுமையாகப் பழி வாங்கியிருந்தது. ஆனால் இப்போது நான் ஓர் உறுதியான தீர்மானத்திற்கு வந்திருந்தேன். மிக மோசமான சூழ்நிலைகளில்கூட ஒரு பெண்ணால் சிறப்பான விளைவுகளை உருவாக்க முடியும். என்னுடைய ஐந்து மகன்களையும் வளர்ப்பதன்மீது ஒருமித்த கவனம் செலுத்துவதுதான் இப்போது என்னுடைய ஒரே கடமையாக இருந்தது. பொற்குண்டலங்களோடு பிறந்த அந்தச் சிறுவன் அரண்மனைத் தோட்டத்தில் ஓர் அசோக மரத்தின்கீழே விழுந்து கிடந்த ஒரு குருவியைப் போன்றவன். அது யாருடைய தவறும் அல்ல. அதற்கு யார்மீதாவது குறை சொல்லப்பட்டாக வேண்டும் என்றால், விதியின்மீதுதான் பழி போட்டாக வேண்டும்! காலத்தால் மட்டுமே இனி அவனைத் தன்னுடைய சகோதரர்களோடு ஒன்றுசேர்க்க முடியும். பிருதையாலோ, அவளுடைய தந்தையாலோ, அல்லது துர்வாசராலோகூட அது முடியாது.

நாங்கள் அஸ்தினாபுரத்தில் அடியெடுத்து வைத்தோம். நான் ஒரு மகாராணியாக இந்நகரத்திற்கு வந்திருந்தேன், ஒரு துறவியாக அதைவிட்டு வெளியேறியிருந்தேன். இருபது ஆண்டுகளுக்குப் பிறகு இப்போது ஒரு விதவையாக நான் திரும்பி வந்திருந்தேன். ஆனால் என் மனம் நிம்மதியாக இருந்தது. விதியின் தாக்குதல்கள் என்னை உணர்ச்சியற்றவளாக ஆக்கியிருந்தன. துக்கம் கொள்ளுவது துயரத்தைப் போக்குவதற்கான வழி அல்ல என்பதை நான் உணர்ந்திருந்தேன். என்ன நிகழப் போகிறதோ அது நிச்சயமாக நிகழத்தான் போகிறது. எது நிகழ்ந்தாலும் அதில் எப்போதும் ஓர் ஆழமான அர்த்தம் இருக்கும். அதற்கு ஏதோ ஒரு காரணம் நிச்சயமாக இருக்கும். இவ்வுலகில் அர்த்தமில்லாமல் எதுவுமே நிகழுவதில்லை.

நாங்கள் அரண்மனையை வந்தடைந்தோம். ராஜமாதாவின் குறுக்கு விசாரணையை எதிர்கொள்ள நான் என்னைத் தயார்படுத்திக் கொண்டேன். ஆனால், எதிர்பாராத செய்தியுடன் அமைச்சர் என்னை எதிர்கொண்டார். “மன்னர் அகால நேரத்தில் அரண்மனையைவிட்டு வெளியேறிக் காட்டிற்குச் சென்றுவிட்டார் என்ற செய்தியைக் கேட்டு ராஜமாதா அதிர்ச்சியடைந்து அஸ்தினாபுரத்தைவிட்டு ஒரேயடியாகப் போய்விட்டார்,” என்று அவர் கூறினார்.

தயாள குணம் கொண்ட பீஷ்மர் மட்டுமே இப்போது எனக்கான ஒரே ஆதரவாக இருந்தார். அவர் என்னைக் கண்டவுடன், மிகுந்த பாசத்தோடு, “குந்தி, பாண்டுவும் மாதுரியும் எங்கே?” என்று கேட்டார்.

“அவர்கள் என்னுடைய எதிர்காலத்தைப் பற்றிக் கிந்தம் முனிவரிடம் விசாரிக்கச் சென்றுள்ளனர்,” என்று நான் தெளிவாகக் கூறினேன்.

பீஷ்மர் என் தோள்மீது கை வைத்து, ஒரு தீவிரமான குரலில், “உன்னுடைய எதிர்காலத்தைக் கணிப்பதற்கு அவர் யார்? பீஷ்மராகிய என்னால் உன்னுடைய எதிர்காலத்தைப் பற்றிக் கூற முடியும். குந்தி, இன்றிலிருந்து நீதான் கௌரவர்களின் ராஜமாதா. அரண்மனைக்குள் போ,” என்று கூறினார்.

நான் என்னுடைய ஐந்து மகன்களுடனும் தாத்ரியுடனும்

அரண்மனைப் படிக்கட்டுகள்மீது அடியெடுத்து வைத்துவிட்டு, பின்னால் திரும்பி பீஷ்மரைப் பார்த்தேன். அவர் தன்னுடைய அங்கவஸ்திரத்தின் முனையால் தன்னுடைய கண்களைத் துடைத்துக் கொண்டிருந்தார்.

38

இருபது ஆண்டுகளில் அஸ்தினாபுரம் முற்றிலுமாக மாறியிருந்தது. அரசாங்க அதிகாரம் முழுவதும் திருதராஷ்டிரரின் கைகளில் ஒப்படைக்கப்பட்டிருந்தது. நாங்கள் காட்டிற்குச் சென்றவுடனேயே, காந்தாரத்தின் அழகான இளவரசியான காந்தாரி தேவியை அவர் மணமுடித்தார். எங்களுடைய இளைய மைத்துனரான விதுரரும் திருமணம் செய்திருந்தார், ஆனால் அவருக்கு எந்த உண்மையான அதிகாரமும் இருக்கவில்லை. அவர் ஓர் ஆலோசகராக மட்டுமே செயல்பட்டார். அரண்மனையில் வாழ்ந்த முதிய கௌரவர்கள் பலரும் இந்த பூமியைவிட்டு மறைந்திருந்தனர். பீஷ்மர் மட்டும் இமயத்தைப்போல உறுதியாக நின்றார், மனசாட்சிப்படி மக்களுடைய நலனை கவனித்து வந்தார். வியாச முனிவரின் வரம் காந்தாரி தேவிக்கு நூறு மகன்களையும் துச்சலை என்ற ஒரு மகளையும் கொடுத்திருந்தது. துரியாதனன்தான் மூத்த மகன். கௌரவ வம்சம் ஒரு மிகப் பெரிய ஆலமரம்போல வளர்ந்திருந்தது. போர்க்கலையில் இளவரசர்களுக்குப் பயிற்சியளிப்பதற்காக, திறமை வாய்ந்த குருவான துரோணர் அஸ்தினாபுரத்திற்கு வந்திருந்தார். நான் ராஜமாதாவாக அந்த அரண்மனையில் தங்கியிருந்தேன். என் மகன்கள் ஐவரும் மன்னர் பாண்டுவின் மகன்களாக இருந்ததால், மக்கள் அவர்களை நேசித்தனர். மன்னரின் முந்தைய வெற்றிகளும், பீஷ்மர்மீது அவர்கள் கொண்டிருந்த பயமும், அவர்கள் என்னை ராஜமாதாவாக மதிப்பதை உறுதி செய்தன. போர்க்கலையைக் கற்பதற்காக என் மகன்கள் இளவரசர்களுக்கான ஆயுதப் பயிற்சிப் பள்ளியில் சேர்ந்தனர். அவர்களுடைய இயல்பான அறிவும் பக்குவமும் எல்லோரும் அவர்கள்மீது அன்பு கொள்ளும்படி செய்தன. அர்ஜுனன் குருதேவர் துரோணருடைய மிகப் பிரியமான மாணவனாக இருந்தான். "இந்த ஒட்டுமொத்த ஆரியவர்த்தத்தில் அர்ஜுனனுக்கு இணையான ஒரு வில்லாளன் ஒருபோதும் இருக்கப் போவதில்லை," என்று துரோணர் எப்போதும் கூறினார். என் மகன்களும் ஒருவர்மீது ஒருவர் அன்பு செலுத்தினர். அவர்கள் இருவேறு தாய்களுக்குப் பிறந்தவர்கள் என்பதை யாரும் ஒருபோதும் நம்பியிருக்க மாட்டார்கள்.

விதியால் நோகடிக்கப்பட்ட என் மனம் இதைக் கண்டு ஓரளவு ஆசுவாசம் அடைந்தது. நான் அஸ்தினாபுரத்திற்குத் திரும்பி வந்தது என்னுடைய மகன்களின் நலனுக்கு வழி வகுத்தது என்பதை நினைத்து நான் உள்ளூர மகிழ்ந்தேன். நான் இனி ராஜமாதாவாக என் வாழ்க்கையில் மகிழ்ச்சியாக இருக்கலாம். ராஜமாதா என்ற இந்தப் பதவி, காடு எனும் காளவாயில் இருபது ஆண்டுகள் வெந்த பிறகு அதிலிருந்து முளைத்திருந்தது. நான் அது குறித்துப் பெருமிதம் கொண்டேன். ஏன் கூடாது? நான் ஒரு பெண்ணாக இருந்தபோதிலும், சூழல்களின்

எதிர்பாராத விசித்திரமான மாற்றங்கள் அனைத்தையும் நான் துணிச்சலாக எதிர்கொண்டு அவற்றைத் திறம்பட சமாளிக்கவில்லையா? துணிச்சலாக மட்டுமல்லாமல், அமைதியான மனநிலையோடும் அதை நான் செய்திருந்தேன், இல்லையா? பாண்டவ இளவரசர்கள் ஐவரின் எதிர்காலம் குறித்தும் நான் நன்னம்பிக்கையுடன் இருந்தேன். ஆனால், போஜ்பூரில் எனக்குப் பிறந்த முதல் மகனைப் பற்றிய நினைவுகள் அவ்வப்போது என் மனத்தை நிரப்பத்தான் செய்தன. அப்போதெல்லாம் ஓர் ஆழமான அசௌகரிய உணர்வு என்னை ஆட்கொண்டது,

39

நான் அஸ்தினாபுரத்திற்குத் திரும்பி வந்து இரண்டு ஆண்டுகளுக்குப் பிறகு அது நிகழ்ந்தது. நகரின் மையத்திலிருந்த விஷ்ணு கோவிலுக்கு நான் சென்றிருந்தேன். பீஷ்மரின் உத்தரவின் பேரில், எல்லாப் பக்கங்களிலும் திரைச்சீலைகளால் மூடப்பட்ட ஒரு தேர் எனக்காகப் பிரத்யேகமாகத் தயாரிக்கப்பட்டிருந்தது. நான் அந்தத் தேரில் கோவிலுக்குப் போய்க் கொண்டிருந்தேன். ஆறு குதிரைகள் பூட்டப்பட வேண்டியிருந்த அத்தேரில் ஐந்து குதிரைகளை மட்டுமே பூட்டும்படி என் தேரோட்டியிடம் நான் வற்புறுத்தினேன். ஆனால் அவர், "ராஜமாதா, ஒரு குதிரை குறைவாக இருந்தால், பார்ப்பதற்கு அழகாக இருக்காது. மேலும், தேரின் சமநிலையும் அதனால் பாதிக்கப்படும்," என்று கூறினார். "பரவாயில்லை. அந்த வெற்று இடம் எனக்கு ஒருவனை எப்போதும் நினைவுபடுத்தும். ஐந்து குதிரைகளை மட்டுமே பூட்டுங்கள். ஐந்து என்ற எண்தான் உலகத்திற்குப் பிடித்திருக்கிறதே அன்றி, ஆறு அல்ல," என்று நான் பதிலளித்தேன்.

நான் கோவிலில் வழிபட்டுவிட்டு அரண்மனைக்குத் திரும்பி வந்து கொண்டிருந்தேன். எங்கள் தேர் அரண்மனையைக் கிட்டத்தட்ட நெருங்கியிருந்தது. ஆனால் திடுதிப்பென்று என் தேரோட்டி எங்கள் தேரை நிறுத்தினார். அது பலமாகக் குலுங்கி நின்றது. "என்ன நிகழ்ந்தது? தேர் ஏன் நின்றுவிட்டது?" என்று நான் அவரிடம் கேட்டேன். "யாரோ ஒரு சிறுவன் நம் வழியில் குறுக்கே வந்துவிட்டான். நம்முடைய தேரின் சக்கரங்களுக்கு அடியில் மிதிபடவிருந்த ஒரு பூனைக்குட்டியைக் காப்பாற்றுவதற்காக அவன் தன் உயிரையும் பணயம் வைத்து நம் தேருக்குக் குறுக்கே ஓடி வந்துவிட்டான். நான் கடிவாளத்தை இழுத்துப் பிடித்ததால் அவன் அதிர்ஷ்டவசமாகத் தப்பித்துவிட்டான்," என்று அவர் பதிலளித்தார்.

குறுக்கே ஓடி வந்த அச்சிறுவனின் செய்கை எனக்குக் குழப்பமூட்டியது. அவன் தன் உயிரைப் பணயம் வைத்து ஒரு பூனைக்குட்டியைக் காப்பாற்றியிருந்தான்! ஆனால், ஒரு தாயாகிய நான், என் சொந்த மகனை என்னிடமிருந்து தள்ளிவிட்டிருந்தேன். அவன் இப்போது எவ்வளவு பெரியவனாக வளர்ந்திருப்பானோ! அவன் இப்போது என்னிடம் ஓடி வந்தால், நான் அவனை என் மார்போடு சேர்த்து அணைத்துக் கொள்ளுவேன். ஆனால்...

அவன் இருந்த இடத்திற்குச் செல்லுவதற்கு சமூக விதிகள் எனக்குத்

தடையாக இருந்தன. "அவன் அங்கே என்ன செய்து கொண்டிருக்கிறான்? அவன் இப்போது ஓர் இளைஞனாக வளர்ந்திருப்பான். அவன் எங்கே இருக்கிறான்? அவன் தன் தாயென்று யார்மீது அன்பு செலுத்திக் கொண்டிருக்கிறான்?" போன்ற பல கேள்விகள் என் மனத்தை ஆக்கிரமித்தன. அரண்மனைக்குத் திரும்பிச் சென்று என் படுக்கையில் ஓய்வெடுக்க விரும்பிய நான், என் தேரோட்டியிடம், "எந்தக் காரணத்திற்காகவும் தேரை நிறுத்தாதீர்கள். நேராக அரண்மனைக்கு ஓட்டிச் செல்லுங்கள்," என்று உத்தரவிட்டேன்.

அவர் தன் சாட்டையைச் சுழற்றினார். இது, "என் மகனும் இதேபோலத்தான் குதிரைகளை ஓட்டிச் சென்றானோ?" என்ற எண்ணத்தை என்னுள் தோற்றுவித்தது. அந்த எண்ணம் எனக்கு வேதனையூட்டியது. அவன் பெயர் என்ன? அவன் எவ்வளவு உயரமாக வளர்ந்திருப்பான்? அவனுடைய குண்டலங்கள் இப்போது எப்படிக் காட்சியளிக்கின்றன? இந்த எண்ணங்கள் என் மனத்தில் சுழன்றன. எங்கள் தேர் அரண்மனைக்கு வந்து சேர்ந்தது.

40

காலம் எனும் நதி, பகல்கள் மற்றும் இரவுகள் எனும் வளைவுகளைச் சுற்றி வளைந்து நெளிந்து ஓடியது. தருமன், பீமன், அர்ஜுனன், நகுலன் மற்றும் சகாதேவன் நாளுக்கு நாள் மக்களிடையே அதிகப் பிரபலமடைந்தனர். மக்கள் அவர்கள் ஐவரையும் மிகவும் மதித்தனர். என் மனம் மீண்டும் மகிழ்ச்சி ஊஞ்சலில் ஆடியது. மன்னரின் நினைவாக மக்கள் என் மகன்களைப் பாண்டவர்கள் என்று அழைத்தனர்.

என் மகன்களில் ஒருவன்கூட என்னைக்கேட்காமல் எதுவொன்றையும் செய்யவில்லை. நான் பொறுத்துக் கொண்டிருந்த வேதனை இப்போது பலனளித்தது. சில சமயங்களில், என் மகன்களைக் காணும்போது என் கண்களில் ஆனந்தக் கண்ணீர் பெருகுகிறது. இறுதியில் என் மனம் இப்போது அமைதியடைந்திருந்தது. ஒரு குளத்தைக் கடந்து செல்லுகின்ற ஒரு யானையின் பாதங்கள் அக்குளத்தின் அமைதியைக் குலைப்பதைப்போல, சில சமயங்களில் ஓரிரு நிகழ்வுகளைப் பற்றிய நினைவுகள் முளைத்து என்னுடைய மன அமைதியைக் குலைத்தன. பிறகு எல்லா நிகழ்வுகளும் என் மனத்தில் குறுக்கும் நெடுக்குமாக ஓடும். என்னுடைய குழந்தைப்பருவத்தில் தொடங்கி இக்கணம்வரையிலான என்னுடைய ஒட்டுமொத்த வாழ்க்கையும் என் கண்முன் விரியும். பிறகு, என்னுடைய சொந்த நெஞ்சுரம் என்னை வியக்க வைக்கத் தொடங்கும். நான் எங்கிருந்து தொடங்கி, எங்கு வந்தடைந்திருந்தேன்! நான் என் வாழ்வில் ஓரடியைக்கூட என் சொந்த விருப்பப்படி எடுத்து வைத்திருக்கவில்லை. உண்மை என்னவென்றால், ஓர் ஆண் இந்த சமூகத்தோடு கலந்து பழகுகிறான், ஆனால் அடிப்படையில் அவன் எப்போதும் தனியாக இருக்கிறான். ஒவ்வொருவரும் தன்னுடைய சொந்தத் துயரத்தைத் தனியாகத்தான் தாங்கிக் கொள்ள வேண்டியிருக்கிறது. ஒவ்வொருவரும் தன்னுடைய பரம்பரை வழக்கப்படி நடந்து கொள்ள வேண்டியிருக்கிறது. நான் இந்த உண்மையைச்

சிறப்பாகக் கற்றிருந்தேன். ஒரு புலி ஒரு மானைத் துரத்துவதைப்போல, என் நினைவுகள் என்னைத் துரத்தின. அவை அவ்வாறு துரத்தியபோது, நான் என் மனத்தை வேறு நடவடிக்கைகள் பக்கமாகத் திருப்பினேன். அப்போது அந்த நினைவுகள் மறைந்துவிடும். சில சமயங்களில், ஒருவர் தன்னுடைய சொந்த வேதனையைப் பொறுத்துக் கொண்டு இன்னொருவருக்காக வாழுவது இன்றியமையாததாக இருக்கிறது. நான் இப்படித்தான் என்னுடைய நாட்களைக் கழித்தேன்.

என்னுடைய மகன்கள் பாண்டவர்களின் பாத்திரங்களில் அண்டை நாடுகளில் பிரபலமடைந்தனர். மன்னர் திருதராஷ்டிரர் அவர்களைப் பற்றிப் பேசியபோதெல்லாம், அவர்களை மரியாதையாகக் குறிப்பிட்டார். நான் வெறும் ராஜமாதாவாக மட்டுமல்லாமல், ஐந்து வீரமகன்களுக்குத் தாயாகவும் இருந்தேன். காட்டில் நான் இருபது ஆண்டுகளைக் கழித்திருந்தேன் என்ற உண்மைகூட சில சமயங்களில் எனக்கு மறந்து போயிற்று. மகிழ்ச்சியான நாட்கள் எவ்வளவு வேகமாகக் கடந்துவிடுகின்றன! பாண்டவர்களின் போர்ப் பயிற்சி மிக வேகமாக நிகழ்ந்தது. தருமனும் பீமனும் நேற்றுதான் சிறு பிள்ளைகளாக என்னிடம் கேள்விகள் கேட்டதுபோல இருந்தது, ஆனால் அவர்கள் எவ்வளவு வேகமாக இளைஞர்களாக வளர்ந்திருந்தனர், எவ்வளவு இனிமையாகப் பேசினர்! அவர்கள் உடல்ரீதியாக மட்டுமல்லாமல் அறிவுரீதியாகவும் வளர்ந்திருந்தனர்.

பீமனும் அர்ஜுனனும் பிரகாசமான வளர்பிறை நிலவைப்போல வளர்ந்தனர். இரவையும் பகலையும் அவர்கள் ஆயுதப் பயிற்சிப் பள்ளியிலேயே கழித்தனர். பல்வேறு ஆயுதங்களைக் கையாளுவதில் அவர்கள் திறமை பெற்றனர். அனைத்து வகையான ஆயுதங்களையும் பற்றி அவர்கள் மணிக்கணக்கில் கலந்துரையாடினர். அவர்கள் திடகாத்திரமான உடலைக் கொண்டிருந்தனர். அவர்களுடைய கனிவான நடத்தை எல்லோருடைய மனங்களையும் கொள்ளை கொண்டது. அர்ஜுனன் வில் வித்தையில் தலைசிறந்தவனாக ஆனான். தருமன் தர்மம் குறித்த மறைநூல்களில் புலமை பெற்றான். பீமன் ஓர் அசோக மரத்தைப்போலத் தடித்திருந்தான். அவனுடைய பொன்னிறக் கைகளின் தசைகள் ஒரு கதாயுதத்தின் கைப்பிடியைப்போல உறுதியாகவும் கச்சிதமாகவும் இருந்தன. நகுலனும் சகாதேவனும் வாள்வீச்சில் சிறந்து விளங்கினர். என் மகன்களில் ஒருவன்கூட என்னுடைய திருவடி மண்ணை எடுத்துத் தன் நெற்றியின்மீது பூசிக் கொள்ளாமலும் என்னிடம் ஆசி பெறாமலும் எந்தவொரு நடவடிக்கையிலும் ஈடுபடவில்லை.

பீமன் எளிதில் கோபப்படுபவனாக இருந்தான். அவன் எப்போதும் தன்னுடைய கதாயுதத்தைச் சுழற்றிக் கொண்டு அங்குமிங்கும் வளைய வந்து கொண்டிருந்தான். அவனுடைய ஆஜானுபாகுவான உருவத்தையும் அவன் கையிலிருந்த கதாயுதத்தையும் பார்த்த யாரும் ஒரு வார்த்தைகூடப் பேசவில்லை. அவன் எந்நேரத்திலும் கோபப்படக்கூடியவனாக இருந்தான். அவனுடைய கைகள் பலம் பொருந்தியவையாக இருந்ததால், அவன் யாரையும் வார்த்தைகளால் விமர்சிக்கவோ அல்லது ஏளனம் செய்யவோ இல்லை. அவன் வெறுமனே அவர்களைத் தூக்கிப் பந்தாடினான், அவ்வளவுதான். நான் அவனைக் கட்டுப்படுத்தி வைக்க எப்போதும் முயற்சித்தேன். என் முன்னிலையில்

அவன் ஒரு சுண்டெலியைப்போல அமைதியாக இருந்தான். அவனை ஒன்றைச் செய்ய வைக்க யாராலும் முடியவில்லை. அவனுடைய முரட்டு குணத்தை மாற்ற என்னாலும் முடியவில்லை. நான் இல்லாத நேரத்தில் அவன் மற்றவர்களை அடித்து உதைத்துக் கொண்டிருந்தான். துரியோதனனைப்போலவே அவனும் தன் கதாயுதத்தைப் பெரிதும் விரும்பினான். கதாயுதத்தை எப்படிக் கையாள வேண்டும் என்பதை அவர்களுக்குக் கற்றுக் கொடுப்பதற்காக என் மருமகன் பலராமன் மதுராவிலிருந்து வந்தான். நான் மதுராவைவிட்டு வந்த பிறகு, என் தந்தைக்கு வாசுதேவன் என்ற மகன் கிடைத்திருந்தான். பலராமன் வாசுதேவனின் மகன். வாசுதேவனுக்குக் கிருஷ்ணன் என்ற இன்னொரு மகனும் இருந்தான். அவன் மதுராவில் தங்கியிருந்தான்.

பலராமனின் வகுப்பில் சில சமயங்களில் பீமனும் துரியோதனனும் ஒருவரோடு ஒருவர் சண்டையிட்டனர். இது பற்றிய செய்திகள் எல்லா நேரமும் என் காதுகளை எட்டிவிடும். பீமனை அமைதிப்படுத்துவதற்கு நான் என்னாலான எல்லாவற்றையும் செய்தேன், ஆனால் நாளுக்கு நாள் அவனுடைய வலிமை அதிகரித்துக் கொண்டே போனது. அது அவனை அமைதியாக இருக்க விடவில்லை. துரியோதனன் பிடிவாதக்காரனாகவும் கர்வம் கொண்டவனாகவும் இருந்தான். அவனுடைய இளஞ்சிவப்புக் கண்களுக்குப் பின்னால் என்ன ஒளிந்திருந்தது என்பதைக் கூறுவது கடினமாக இருந்தது.

ஒரு நாள், பீமனின் கோபத்தைக் கட்டுப்பாட்டில் வைப்பதற்கு நான் ஒரு சுவாரசியமான உத்தியை வகுத்தேன். அவன் அந்த நேரத்தில் ஒரு மகிழ்ச்சியான மனநிலையில் இருந்தான். ஐவரிலும் தருமன்தான் அமைதியானவனாகவும் அறிவார்ந்தவனாகவும் இருந்தான். அவனுடைய அறிவு பீமனைக் கட்டுப்படுத்தி வைக்கும் என்ற நம்பிக்கையில், நான் பீமனைப் பார்த்து, "பீமா, உனக்குள் கோபம் அதிகரிப்பதை நீ உணரும்போதெல்லாம், தருமனின் வலது கால் கட்டைவிரலைப் பார். அது மேல் நோக்கி வளைந்தால், நீ பேசலாம். இல்லாவிட்டால், நீ மௌனமாக இருந்துவிட வேண்டும். நீ உன் வாயைத் திறக்காதே. இது என் கட்டளை," என்று கூறினேன்.

அவன் அதைத் தீவிரமாக எடுத்துக் கொண்டு இந்நாள்வரை அதைக் கடைபிடித்தான். அவன் பெரியவனாக வளர்ந்த பிறகும்கூட, தருமனின் முன்னால், பல் பிடுங்கப்பட்ட ஒரு பாம்பைப்போல ஆபத்தற்றவனாக நின்றான்.

நான் ஒரு முறை ஒரு விநோதமான கதையைக் கேட்டேன். துரியோதனனும் அவனுடைய சகோதரர்களும் பாண்டவர்களோடு சேர்ந்து காட்டிற்குள் உல்லாசமாகச் சுற்றித் திரியச் சென்றனர். அவர்கள் தங்களோடு உணவை எடுத்துச் சென்றிருந்தனர். நண்பகல்வரை சுற்றியலைந்துவிட்டு, அங்கிருந்த ஓர் ஏரியின் ஓரமாக அமர்ந்து உணவருந்த அவர்கள் முடிவு செய்தனர். துரியோதனன் பீமனின் வாயில் இனிப்புகளை வைத்து அடைத்தான். சாப்பாட்டு விஷயத்தில் மட்டும் பீமன் ஒருபோதும் பாரபட்சமாக நடந்து கொண்டதில்லை. அவன் அப்படித்தான். எனவே, துரியோதனன் தொடர்ந்து பீமனின் வாயில் இனிப்புகளைத் திணித்துக் கொண்டே இருந்தான், பீமன் அவற்றை விழுங்கிக் கொண்டே இருந்தான். சாப்பிட்டு முடித்ததும், எல்லோரும்

நீரருந்திவிட்டு ஒரு மரத்தின் அடியில் படுத்து இளைப்பாறினர். ஆனால் சிறிது தண்ணீர் பருகுவதற்காக பீமன் எழ முயற்சித்தபோது, அவனால் எழ முடியவில்லை. அவன் பொத்தென்று விழுந்துவிட்டான். அவன் தூக்கக் கலக்கத்தில் இருந்ததாக எல்லோரும் நினைத்தனர், ஆனால் அவன் தூங்கவில்லை. அவன் மயக்கமடைந்து இருந்தான். துரியோதனன் அந்த இனிப்புகளில் தூக்க மருந்தைக் கலந்திருந்தான். எல்லோரும் மரத்தடியில் ஓய்வெடுத்துக் கொண்டிருந்ததைப் பார்த்த துரியோதனன் ஓசைபடாமல் பீமனின் அருகில் சென்று, அருகிலிருந்த ஒரு மரத்திலிருந்த தடிமனான படர்கொடிகளைக் கொண்டு அவனுடைய கைகளையும் கால்களையும் கட்டி, அவனை அந்த ஏரிக்குள் தூக்கி வீசிவிட்டான். பீமன் இன்னும் மயக்கத்தில் இருந்தான். ஆனால் நீரின் தொடுதலால் மெல்ல மெல்ல அவனுக்குத் தன்னினைவு வந்தது. இப்போது முழுப் பிரக்ஞையுடன் அவன் அந்த ஏரியிலிருந்து வெளியே வந்தான். கடவுள்தான் பீமனைக் காப்பாற்றியிருந்தார்.

ஒரு சேவகன் ஓடி வந்து இச்செய்தியை என்னிடம் தெரிவித்தான், ஆனால் நான் அவனை நம்பவில்லை. ஏனெனில், என்னுடைய மற்ற நான்கு மகன்களும் ஒரு நொடிகூட பீமனைத் தனியாக விட்டுவிட்டு வேறெங்கும் போக மாட்டார்கள் என்று நான் உறுதியாக நம்பினேன். மேலும், பீமன் தினமும் எண்ணற்ற விதமான உணவை உட்கொண்டதால், அனைத்து வகையான விஷங்களையும் அவனுடைய குடல் சீரணித்துவிடும், அந்த விஷங்களை முறித்துவிடும் என்பதை நான் அறிந்திருந்தேன்.

41

ஒவ்வொன்றாகப் பன்னிரண்டு ஆண்டுகள் கழிந்தன. என் மகன்கள் உயரமாகவும் கட்டுறுதியான உடலோடும் வளர்ந்தனர். அவர்கள் நடந்து சென்றபோது, ஒரு தேரின் ஐந்து குதிரைகளைப்போல அவர்கள் தோற்றமளித்தனர். மக்கள் அவர்களை மரியாதையோடு கை கூப்பி வணங்கினர்.

நான் என்னுடைய வனவாசத்தை முற்றிலுமாக மறந்துவிட்டேன். கடமையுணர்வுள்ள தன்னுடைய மகனைக் குறித்து ஒவ்வொரு தாயும் பெருமிதம் கொள்ளுவாள். எனக்கு அப்படிப்பட்ட ஐந்து மகன்கள் இருந்தனர். நான் பெருமிதம் கொண்டதில் என்ன தவறு இருந்தது? மகிழ்ச்சி என் மகன்களின் வடிவில் ஐந்து மடங்கு தேவாமிர்தத்தைப் பொழிந்து கொண்டிருந்தது. நான் பொறுமையாக சகித்துக் கொண்ட துயரங்களுக்கான இனிய பலனை நான் இப்போது பெற்றுக் கொண்டிருந்தேன். நான் ஐந்து தலைசிறந்த வீரர்களின் தாயாக இருந்தேன், குடிமக்களின் ராஜமாதாவாக இருந்தேன்.

ஒரு நாள், குருதேவர் துரோணர் தன்னுடைய மாணவர்களை அழைத்துக் கொண்டு கங்கையில் நீராடச் சென்றார். என் மகன்களும் அக்குழுவில் இடம்பெற்றிருந்தனர். அவர்கள் எல்லோரும் குளித்துவிட்டு ஆற்றினுள் இருந்து வெளியே வந்தனர். எல்லோரும் குளித்து முடித்துவிட்டிருந்ததை உறுதி செய்து கொண்ட துரோணர், தானும்

வெளியே வந்தார். ஆனால் அவர் ஒரு காலைக் கரைமீது வைத்த மறுகணம், "உதவி! உதவி!" என்று பெருங்குரலெடுத்து அலறினார். நீரில் ஒரு முதலை ஆக்ரோஷமாக அங்குமிங்கும் தன் உடலை ஆட்டி, தன் வாலால் நீரை அடித்துக் கொண்டிருந்தது. அது துரோணரின் காலைக் கவ்வியிருந்தது. இதைக் கண்டு திகைத்த மாணவர்கள் அனைவரும் என்ன செய்வதென்று தெரியாமல் தலைதெறிக்க அங்கிருந்து ஓட்டமெடுத்தனர். துரியோதனன் மட்டும் முன்னால் வந்து துரோணரின் கையை இறுக்கமாகப் பிடித்தான். இதையெல்லாம் பார்த்துக் கொண்டிருந்த அர்ஜுனன் அந்த முதலையைக் குறி வைத்து ஆறேழு அம்புகளை அதன்மீது எய்தான். நீரில் மிதக்கின்ற ஒரு மரக்கட்டையைப்போல அந்த விலங்கு நீருக்குள் இருந்து துள்ளியெழுந்து, பிறகு மிதந்து சென்றுவிட்டது. அதன் ரத்தத்தால் கங்கை சிவந்தது. துரோணர் உயிர் தப்பினார். அவர் அர்ஜுனனின் முதுகைத் தட்டிக் கொடுத்துவிட்டு, "அர்ஜுனா, நீ என் உயிரைக் காப்பாற்றியிருக்கிறாய். இன்று நான் உனக்கு என்னுடைய பிரம்மாஸ்திரத்தைப் பரிசளிக்கப் போகிறேன். எதிர்காலத்தில் அது உனக்குப் பயன்படும்," என்று கூறிவிட்டு, பிரம்மாஸ்திரத்தை அதற்குரிய மந்திரத்தோடு அர்ஜுனனுக்குக் கொடுத்தார். இந்த நிகழ்வுக்குப் பிறகு, என்னுடைய எதிர்பார்ப்புகளை நிறைவேற்றவிருந்த மிக உயர்ந்த நம்பிக்கை நட்சத்திரமாக அர்ஜுனனை நான் பார்த்தேன். சாபத்தால் உயிரிழந்த அவனுடைய தந்தையால் பாதி வரையப்பட்டிருந்த கோட்டை அவன் முழுமை செய்யவிருந்தான் என்று நான் உறுதியாக நம்பினேன்.

குருதேவர் துரோணர் அடிக்கடி அரண்மனைக்கு வந்து சென்றார். அவர் என்னுடைய ஐந்து மகன்களையும் வாயாரப் புகழ்ந்தார். அவர் என்னிடம் எப்போதும் உச்சபட்ச மரியாதையோடு நடந்து கொண்டார். நான் அர்ஜுனனின் தாய் என்று அவர் பெருமையோடு எல்லோரிடமும் கூறி வந்தார். ஒரு முறை அவர் என்னிடம், "ராஜமாதா, உங்கள் மகன்கள் அனைவரும் இப்போது சிறப்பாகப் பயிற்றுவிக்கப்பட்டுள்ளனர். அவர்களுடைய திறமைகளை நாம் இப்போது சோதித்தாக வேண்டியது இன்றியமையாதது. போட்டியைத் தவிர வேறு எந்த விதத்திலும் எந்தவொரு திறமையையும் நிரூபிக்க முடியாது," என்று கூறினார்.

"ஆனால், குருதேவா, போட்டி ஒரு மனிதனைக் குருடாக்கிவிடும் என்று கூறுகிறார்களே? அது உண்மையென்றால், எதற்காக ஒரு போட்டியை நடத்த வேண்டும்?" என்று நான் கேட்டேன்.

"அது அப்படியல்ல. போட்டி என்பது வாழ்வின் ஓர் இன்றியமையாத அம்சம். போட்டி இல்லாவிட்டால், மனிதன் தான் இருக்கும் இடத்திலேயே தேங்கிவிடுவான். அவனுடைய திறமைகள் பலனளிக்காது. நியாயமான போட்டிதான் ஆன்மாவின் தூய்மையான குரல். பல்வேறு போட்டிகளுக்கான ஏற்பாடுகளை நான் விரைவில் மேற்கொள்ளவிருக்கிறேன்."

"விரைவிலா? எப்போது?"

"வசந்தகாலத்தின் பௌர்ணமியன்று."

போட்டிகளுக்காக துரோணர் நிர்ணயித்த நாளைப் பற்றிய செய்தி ஓர் அமைச்சர் மூலமாக எல்லோருக்கும் தெரிவிக்கப்பட்டது. நான் அந்த நாளை ஆவலோடு எதிர்பார்த்துக் காத்திருக்கலானேன்.

ஆயுதங்களைக் கையாளுவதில் என் மகன்கள் எந்த அளவு திறமை பெற்றிருந்தனர் என்பதை நான் பார்க்க விரும்பினேன். அவர்களுடைய அபாரமான சாதனைகளை நான் பார்க்க விரும்பினேன்.

42

வசந்தகாலத்தின் பௌர்ணமி தினம் வந்தது...அது கடந்து சென்றுவிட்டது. அஸ்தினாபுரத்தின் தலைசிறந்த வீரன் தேர்ந்தெடுக்கப்பட்டிருந்தான். பாண்டவர்களின் தாய் என்ற முறையில், போட்டிகளைக் கண்டுகளிப்பதற்காக அரண்மனைப் பெண்கள் அமருவதற்காக அமைக்கப்பட்டிருந்த பகுதியில் முக்கிய இடம் எனக்கு ஒதுக்கப்பட்டிருந்தது. ஆனால், அன்றைய தினத்தின் நிகழ்வுகள், நான் யார் என்ற உண்மையை முழுமையாக எனக்கு உணர்த்தின. காலம் எந்தவொரு தாயையும் என்னைப்போல இவ்வளவு கொடூரமான ஒரு சோதனைக்கு உட்படுத்தியதில்லை, என்னைப்போல எந்தவொரு தாய்க்கும் இவ்வளவு இகழ்ச்சியை ஏற்படுத்தியதில்லை.

அன்று, போட்டிகளின் முடிவில், குருதேவர் துரோணர் நீலத் தாமரை மாலையை அர்ஜுனனின் கழுத்தில் அணிவிக்கவிருந்த நேரத்தில், உயரமான, ஒளிமயமான ஓர் இளைஞன், அரங்கின் முக்கிய வாசல் வழியாக உள்ளே நுழைந்து, தன் இரண்டு புஜங்களையும் ஓங்கித் தட்டிக் கொண்டு, “நில்லுங்கள்!” என்று கத்தினான். அவன் பயமற்றவனாகவும் தீவிரமான முகத்துடனும் காணப்பட்டான். அரங்கின் நடுவில் இருந்த கல்மேடையின்மீது அவன் ஒரு நொடிப் பொழுதில் தாவி ஏறி நின்று, அங்கு கூடியிருந்த அனைவரையும் பார்த்து, “இளவரசன் அர்ஜுனன் இன்று இந்த மேடையின்மீது நிகழ்த்திய சாகசங்கள் அனைத்தையும் என்னாலும் செய்து காட்ட முடியும். அதற்கு உங்கள் அனுமதி கிடைக்குமா?” என்று உரத்தக் குரலில் கேட்டான்.

அவனுக்கு ஒப்புதல் வழங்கும் விதமாக மன்னர் திருதராஷ்டிரர் தன்னுடைய செங்கோலை உயர்த்தினார். அந்த இளைஞன் உடனடியாக அந்த மேடையிலிருந்து கீழே குதித்து, மின்னல் வேகத்தில் ஒவ்வொரு மைதானத்திற்கும் ஓடினான். இறுதியில் அவன் மல்யுத்த மைதானத்திற்கு வந்து நின்றான். அது நான் அமர்ந்திருந்த பகுதிக்கு நேர் எதிரே இருந்தது. அவன் தன் இடுப்பில் ஒரு கச்சையை மட்டுமே அணிந்திருந்தான். நாகசத மலையே நடந்து வந்து கொண்டிருந்ததுபோல அவன் காட்சியளித்தான். தகதகவென ஒளிர்ந்த அவனுடைய வெற்று உடல், சூரிய பகவான் வானில் இருந்தாரா அல்லது பூமிக்குத் தரையிறங்கி வந்துவிட்டாரா என்று யோசிக்கும்படி செய்தது. வானுயரத்திற்கு வளரக்கூடிய ஒரு சால் மரம்போல அவன் உயரமாக இருந்தான். அவனுடைய கன்னங்கள் புரசு மரத்துப் பூக்களைப்போலச் சிவந்திருந்தன. அவனுடைய நீளமான, சுருட்டையான, பொன்னிறத் தலைமுடி ஒரு சிங்கத்தின் பிடரி மயிர்போல அவனுடைய அகன்ற தோள்களின்மீது விழுந்து கிடந்தது. அவன் அவ்வப்போது எங்களுக்கு முதுகு காட்டி நின்றான். அது நன்றாகப் பழுத்த ஒரு மஞ்சள்நிறப் பலாச்சுளையைப்போல வழுவழுப்பாகவும் பெரிதாகவும் இருந்தது. அவன் லேசாக அசைந்தபோது, அவன் உடல்

நெடுகிலும் அவனுடைய தசைகள் குலுங்கின. அவனுடைய முகம் ஒரு கதாயுதத்தின் தலையைப்போல வட்டமாக இருந்தது. அவனுடைய கழுத்து ஒரு சங்கின் வடிவத்தில் இருந்தது. "கர்ணா! கர்ணா!" என்று கூறியபடி பார்வையாளர்கள் அவனை வரவேற்றனர். அந்த மல்யுத்தப் போட்டியில் அவன் தன்னுடைய எதிரியின்மீது மிகக் கடினமான 'கிடுக்கிப் பிடி'யைப் பிரயோகித்தான். அந்த எதிராளி தன் உயிருக்கு பயந்து அந்தப் பிடியிலிருந்து தன்னை விடுவித்துக் கொள்ளுவதற்காகத் தன்னுடைய கைகளையும் கால்களையும் ஆக்ரோஷமாக ஆட்டினான். கர்ணன் எங்களுடைய திசையில் பார்த்தான். திடீரென்று ஒரு மின்னல் என்னைத் தாக்கியதைப்போல நான் உணர்ந்தேன். அவனுடைய இளஞ்சிவப்புக் கன்னங்கள்மீது விழுந்த செவ்வூதா நிழல்கள் எங்கிருந்து வந்தன என்று நான் பார்த்தபோது, அவனுடைய காதுகளில் தொங்கிக் கொண்டிருந்த பொற்குண்டலங்களிலிருந்து அவை வந்ததைக் கண்டு நான் அதிர்ச்சியடைந்தேன்.

அந்த இளைஞன் வேறு யாராகவும் இருக்க முடியாது. சுமார் இருபது ஆண்டுகளுக்கு முன்பு அசுவ நதியில் நான் கைவிட்டிருந்த அதே சூரியப் புத்திரன்தான் அவன். எல்லோரையும் அழிப்பதற்காக அவன் தன் தந்தையின் வடிவில் இங்கு வந்திருந்தானா? என்னவொரு பிரம்மாண்டமான தோற்றம்! அவனுடைய நடை, காட்டுக் குதிரைகளின் பெருமிதமான நடைபோல இருந்தது. என்னுடைய ஐந்து மகன்களையும்விட இவன் அதிக வசீகரமாக இருந்தான். ஏன் இருக்க மாட்டான்? என்ன இருந்தாலும் அவன் சூரியனின் மகனல்லவா? அவனுடைய ஒட்டுமொத்த உடலும் ஒளிவீசியது. கர்ணன்! இந்தப் பெயருக்குப் பின்னால்தான் எத்தனை எத்தனை ரகசியங்கள் ஒளிந்திருந்தன! தாத்ரியையும் என்னையும் தவிர, அந்த அரங்கில் இருந்த யாருக்கும் எதுவும் தெரியாது. கர்ணனுக்குக்கூட எதுவும் தெரியாது. அந்நியர்கள் அவனை ஒரு வீரன் என்று கொண்டாடிக் கொண்டிருந்தனர், ஆனால் அவன் ஒரு சாதாரண வீரன் அல்லன். அவன் வீரர்களுக்கெல்லாம் வீரன். அதுதான் அவனுடைய உண்மையான வம்சாவளி. அவன் என்னுடைய மூத்த மகன், பாண்டவர்களில் மூத்தவன் அவன். இருபது ஆண்டுகளாக வேதனையை அனுபவித்து வந்திருந்த என் தாய்மையுணர்வு, இப்போது புதிதாக மீண்டும் வேதனையுற்றது. இந்த ஒட்டுமொத்தப் பார்வையாளர்களையும் இந்த பூமி விழுங்கினால்கூட அதனால் எனக்கென்ன? என் மகனை ஒரே ஒரு முறை என் நெஞ்சோடு சேர்த்து அணைத்துக் கொள்ள வேண்டும் என்பது மட்டுமே அக்கணத்தில் என்னுடைய ஒரே விருப்பமாக இருந்தது. நான் அவனுடைய பொற்குண்டலங்களை முத்தமிட விரும்பினேன். இந்த இருபது ஆண்டுகளில் ஒரு முறைகூட அவற்றை முத்தமிடுவதற்கான வாய்ப்பு எனக்குக் கிடைத்திருக்கவில்லை. கங்கை, யமுனை, சார்மண்வதி ஆகிய ஆறுகள் சேர்ந்து வளர்த்தெடுத்திருந்த, ஒரு பொற்றாமரைபோல ஒளிவீசிய என் மகனை நான் ஆசை தீர வருடிக் கொடுக்க விரும்பினேன். இருபது ஆண்டுகளாக என் இதயம் அவனுக்காக அழுது வந்திருந்தது. ஒரு முறைகூட நான் அவனுக்குத் தாய்ப்பால் ஊட்டியிருக்கவில்லை. என் மனம் ஒரு கணம்கூட அமைதியாக இருக்கவில்லை. இதற்கு முன்பு ஒருபோதும் நான் அனுபவித்திராத ஒரு விநோதமான

கொந்தளிப்பு என் மனத்தை வதைத்துக் கொண்டிருந்தது. அவனுடைய மென்மையான குழந்தை இதழ்கள் என்னிடம் ஒருபோதும் சுவைத்திராத பால் திடீரென்று இப்போது என் மார்பகங்களை நிரப்பியது. என் மார்பகங்கள் வலித்தன. நான் என் இருக்கையைவிட்டு எழுந்தேன். பாலினால் என் மார்பகங்கள் கனத்துப் போயிருந்தன, என் மேற்கச்சை நனைந்திருந்தது. நான் என்ன செய்வது? ஒரு பளபளப்பான, மெல்லிய திரைச்சீலை மட்டுமே எனக்கும் அவனுக்கும் இடையில் நின்றது. மறுபக்கம் இருந்தது அதன் ஊடாகத் தெளிவாகத் தெரிந்தது, ஆனால் கடப்பதற்கு அது கடினமானதாக இருந்தது. சமுதாய நியதிகளாலும் அரசகுல ரத்தத்தாலும் வடிவமைக்கப்பட்ட ஒரு திரைச்சீலை அது! நான் அதைக் கிழித்துக் கொண்டு வெளியே வந்தால் என்னவாகும்? கர்ணன் என்னைக் கட்டியணைத்துக் கொள்ளுவானா? தன் தாய் குறித்த அன்பு அவனுடைய கண்களைக் கண்ணீரால் நிரப்புமா? நான் அவனுடைய தோள்களை உலுக்கி, "நான் உன் தாய்," என்று கூறினால் என்ன நிகழும்? அவன் என்னை நம்புவானா?

வனவாசத்தினாலும் தன் கணவனின் மரணத்தாலும் ராஜமாதாவுக்குப் பைத்தியம் பிடித்திருந்ததாக அந்த அரங்கத்திலிருந்த யாரேனும் ஒரு கிறுக்கன் கத்தினால் என்ன ஆகும்? அவன் கூறுவது உண்மை என்று எல்லோரும் ஏற்றுக் கொண்டுவிடுவார்கள் அல்லவா? பிறகு நான் யார்? ராஜமாதாவா? ஐந்து வீரர்களின் தாயா? அல்லது, ஒரு கொடூரமான தலைவிதியின் அத்தனை விளாசல்களையும் ஏற்றுக் கொண்டிருந்த, துயரத்தை உள்ளடக்கிய குந்தியா? இல்லை. தான் தொலைத்துவிட்டத் தன்னுடைய மகனோடு ஒன்றுசேர விரும்பிய, நிரந்தரமாகத் துயரத்தையும் சித்தரவதையையும் அனுபவித்துக் கொண்டிருந்த ஒரு தாய் நான். ஆனால் நான் ஆதரவற்றவளாக இருந்தேன். நீருக்கு வெளியே உள்ள ஒரு மீனைப்போல நான் துடித்தேன். என் மகனை நான் கண்டது என் மார்பகங்களில் பாலைச் சுரந்தது. அதைத் தடுக்கும் சக்தியற்றவளாக நான் இருந்தேன். கர்ணனை ஒரு மாபெரும் வீரனாக இவ்வுலகம் பார்க்கக்கூடும், ஆனால் எனக்கு, அவன் இன்னும் புதிதாகப் பிறந்த என்னுடைய கைக்குழந்தைதான். ஒரு கூண்டுப் பறவையைப்போல என் இதயம் தன் சிறகுகளைப் படபடவென அடித்தது. என்ன செய்வதென்று தெரியாமல் நான் என் மார்பகங்களை அழுத்திப் பிடித்தேன், ஆனாலும் பால் சுரப்பது நிற்கவில்லை. இந்தப் பாலைத்தான் இருபது ஆண்டுகளாக நான் அடக்கி வைத்திருந்தேன். அதை இனிமேலும் அடக்கி வைக்க முடியவில்லை. நான் கீழே உட்கார்ந்தேன். தாத்ரி எனக்குத் துணையாக இருந்தாள். அவளுக்குக் கிட்டப்பார்வை இருந்ததால், அந்த அரங்கில் இருந்த என் மகனை அவளால் பார்க்க முடியவில்லை. அந்த அரங்கில் நான் ஒருத்தி மட்டும்தான் கர்ணனின் வாழ்க்கையைப் பற்றிய விபரங்களை அறிந்திருந்தேன். நிகழ்ந்திருந்த அனைத்திற்கும் நான்தான் காரணம். ஒரே ஒரு வார்த்தையின் மூலம் அந்த ஒட்டுமொத்தச் சூழ்நிலையையும் என்னால் மாற்றியிருக்க முடியும். ஆனால் நான் மௌனம் காக்க வேண்டியதாயிற்று. நான் எவ்வளவு முயற்சி செய்தும் என் வாயிலிருந்து ஒரு வார்த்தைகூட வெளிவரவில்லை.

கர்ணனின் வில்வித்தைத் திறமையும் அவனுடைய சாகசங்களும்

எல்லோரையும் வியப்பில் ஆழ்த்தின. அன்றைய நாளின் தலைசிறந்த வீரன் அவன்தான் என்று எல்லோரும் அங்கீகரித்தனர். ஆனால், வெற்றி மாலை அர்ஜுனனுக்குப் போனதால் சூழல் இனிமையற்றதாக ஆகியிருந்தது. கர்ணன் அந்த மேடையின்மீது நின்று, தன் புஜங்களைத் தட்டியபடி அர்ஜுனனை ஒற்றைக்கு ஒற்றைச் சண்டைக்கு அழைத்தான். கர்ணனுடைய வம்சாவளியைப் பற்றி குருதேவர் கிருபர் அவனிடம் கேட்டார். ஆனால் அதே மேடையில் வைத்து, துரியோதனன் கர்ணனுக்கு முடிசூட்டி அவனை ஓர் அரசனாக ஆக்கினான்.

எல்லாம் மின்னல் வேகத்தில் நிகழ்ந்தது.

ஒரு தேரோட்டியாக வளர்க்கப்பட்டிருந்த சூரிய புத்திரன் கணப்பொழுதில் ஓர் அரசனாக ஆனான். என் இதயத்தின் ஒரு மூலை சிறிது நேரம் மகிழ்ச்சியை அனுபவித்தது. எப்படி என்பது பொருட்டல்ல, ஆனால் கர்ணன் ஓர் அரசனாக ஆகியிருந்தான். ஓர் அரசன் எப்போதுமே ஒரு தேரோட்டியைவிட உயர்ந்தவன். ஆனால், கர்ணன் அர்ஜுனனை ஒற்றைக்கு ஒற்றைச் சண்டைக்கு அழைத்திருந்தான். அப்படியானால், வெற்றி அல்லது வீர மரணம்தான். ஒரே தாய்க்குப் பிறந்த இரண்டு சகோதரர்கள், அவ்விஷயம் தெரியாமல் ஒருவரையொருவர் எதிர்த்து நிற்கும்படி ஆகியிருந்தது. அதுவும் தங்கள் சொந்தத் தாயின் முன்னிலையில்! கர்ணனின் வளர்ப்புத் தந்தை அதிரதன் அக்கணத்தில் அங்கு வந்து குறுக்கிட்டது விதியின் விளையாட்டல்லாமல் வேறென்ன? அவர் குறுக்கிடாமல் போயிருந்தால் என்னவெல்லாம் நிகழ்ந்திருக்கும்! அதை என்னால் கற்பனைகூடச் செய்ய முடியவில்லை. அவர்கள் இருவரில் ஒருவர் நிச்சயமாக இறந்திருப்பர். அதற்கு அவர்களுடைய தாயாகிய நான் சாட்சியாக இருந்திருப்பேன். பார்வையாளர்கள் கைதட்டி ஆரவாரம் செய்திருப்பர், வெற்றி பெற்றவனைக் கொண்டாடியிருப்பர். ஆனால் கர்ணன் ஒரு தேரோட்டியின் மகன். அவ்விஷயம் அறிவிக்கப்பட்டவுடன், எல்லோரும் அவனைக் கேலி செய்து சிரிக்கத் தொடங்கினர். "சூத புத்திரன்! சூத புத்திரன்!" என்று கோஷமிட்டு அவர்கள் அவனைச் சிறுமைப்படுத்தினர். அந்த அற்பக் கூட்டம் சூரிய புத்திரனின்மீது உமிழ்ந்தது. அதுவும் அவனுடைய தாயின் முன்னால்! "சூத புத்திரன்! சூத புத்திரன்!" இந்த வார்த்தைகள் என் உடலின் ஒவ்வொரு நுண்துளையையும் ஈட்டிமுனைகளைப்போலத் துளைத்து ஊடுருவின. யாரை அவர்கள் ஒரு சூத புத்திரன் என்று வர்ணித்தனர்? கர்ணனின் கண்களை நேருக்கு நேர் பார்ப்பதற்கான கண்ணியம் அந்த அஸ்தினாபுரத்துக் கழிசடைக் கூட்டத்தினரில் ஒருவனுக்குக்கூட இருக்கவில்லை. அவர்களுடைய கூச்சல்கள் என் தலையை இடிபோலத் தாக்கின. என் கண்கள் இருட்டின. அந்த அரங்கம் என் பார்வையிலிருந்து மறைந்தது. ஒருவரால் எவ்வளவுதான் தாங்கிக் கொள்ள முடியும்? எதற்கும் ஓர் இல்லை இருக்கிறது, இல்லையா? என்னைச் சுற்றிலும் என்ன நிகழ்ந்து கொண்டிருந்தது? பைத்தியக்காரக் கூட்டம் ஒன்று அருவருக்கத்தக்க விதத்தில் நடந்து கொண்டிருந்தது. என்னால் அவர்களைத் தடுத்து நிறுத்த முடியவில்லை. என் உடல் நிலைகுலைந்து விழும் நிலையில் இருந்தது. நான் என் கைகளால் என் காதுகளை இறுக்கமாக மூடிக் கொண்டேன். பிறகு, ஒரு புயலால் வேரோடு பிடுங்கப்பட்ட ஒரு வாழைமரம்போல நான் ஒரு பலத்த

சத்தத்துடன் கீழே விழுந்தேன். இப்போது என் காதுகளுக்கு எதுவும் கேட்கவில்லை. என்னால் எதையும் பார்க்க முடியவில்லை. நான் தன்னினைவு இழந்தேன்.

43

கர்ணா, என் மகனே! உனக்கு என்ன நிகழ்ந்துள்ளது? அதை விவரிக்கக்கூட முடியாதே. நீ யார் என்பது உனக்குத் தெரியாது. மைனாக்கள் ஒரு பாம்பைக் கொத்திக் கொத்தி விழுங்குவதைப்போல, 'கீழ்ச்சாதி! கீழ்ச்சாதி!' என்ற இந்த உலகத்தின் கூச்சல்கள் உன்னை விழுங்கிக் கொண்டிருக்கின்றன. இவ்வுலகம் நெடுகிலும் ஒவ்வொரு கணமும் 'தாழ்குலத்தோன்! தாழ்குலத்தோன்!' என்று நீ இகழப்பட்டுக் கொண்டிருக்கிறாய். மரணத்தைவிட மோசமான வசைகளைப் பொறுத்துக் கொள்ளும் ஒரு கட்டாய நிலையில் உன் வாழ்க்கை இருக்கிறது. உன்னை இந்த வார்த்தைகள் அவமானப்படுத்துகின்றன. ஒரு மின்னலைவிட அதிக பயங்கரமான கேலிப் பேச்சு இது. சக்தியும் துணிச்சலும் வாய்ந்த ஒரு மாவீரன் நீ. ஆனாலும், நீ யார் என்பதை நீ அறியாததால் இன்று இந்தப் பழிப்புரைகளை நீ தாங்கிக் கொள்ள வேண்டியிருக்கிறது. உலகம் உன்மீது ஆக்ரோஷமாகப் பாய்ந்தவுடன், நீ வெளிரிப் போய், மனத்தளவில் நிலை தடுமாறிவிட்டாய். உன்னைத் தரக்குறைவாகப் பேசுவதற்கு அவர்கள் எந்த வாய்ப்பையும் விட்டு வைக்கவில்லை. கர்ணா, வேறு யாரால் இத்தகைய இகழ்ச்சிகளைத் தாங்கிக் கொண்டிருக்க முடியும்? இது உன்னுடைய நெஞ்சுரத்திற்கான அறிகுறியா அல்லது உன்னுடைய அறியாமை அல்லது கையாலாகாத்தனத்திற்கான அறிகுறியா? அது உன்னுடைய நெஞ்சுரத்திற்கான அறிகுறி என்பதை நான் அறிவேன். நீ கையாலாகாதவர்களின் வகையைச் சேர்ந்தவன் என்று யாராலும் கூற முடியாது. அப்படியென்றால், உன்னுடைய அறியாமைதான் அதற்குக் காரணம். முரண்பட்டக் கருத்துக்கள் ஒன்றோடொன்று சண்டையிட்டுக் கொண்டிருக்கின்ற ஒரு போர்க்களமாக உன் மனம் இருக்கிறது. ஏனெனில், நீ உண்மையிலேயே யார் என்று உனக்குத் தெரியவில்லை. அனல் கங்குகளைப் புற்களால் தணித்து அணைக்க முடியாது என்பதை நான் அறிவேன். ஆனால், இந்த அனல் கங்கு, அறியாமை எனும் சாம்பலால் மூடப்பட்டுள்ளது. இந்த அரங்கில் உன்னைச் சுற்றி எல்லாப் பக்கங்களிலும் கோஷங்கள் எழுந்தபோது நீ குழப்பமடைந்துவிட்டாய். நீ உன் கைகளால் உன் காதுகளை மூடிக் கொண்டு, உன் கண்களையும் இறுக்கமாக மூடிக் கொண்டாய். ஏனெனில், நீ ஒளிமயமானவன் என்பதையோ, நீ அந்த ஒளியிலிருந்து பிறந்தவன் என்பதையோ நீ அறியவில்லை. இருபது ஆண்டுகளாக இது பற்றி யாரும் உன்னிடம் ஒரு வார்த்தைகூடச் சொல்லியதில்லை. ஒரு தோட்டத்தில் வளருகின்ற காட்டுத் தாழை மலர்போல நீ இந்த இருபது ஆண்டுகளில் கிடுகிடுவென்று வளர்ந்துவிட்டாய். உலகம் உன்னை நோக்கி எய்த, இதயத்தைத் துளைக்கக்கூடிய வார்த்தை அம்புகளை இன்று நீ தாங்கிக் கொள்ள நேர்ந்தது. உலகம் பைத்தியக்காரத்தனமானது. நீ இன்னுமா

மௌனமாக இருக்கப் போகிறாய்? கர்ணா, நீ ஒரு வழுக்கலான நிலத்தின்மீது நின்று கொண்டிருக்கிறாய், ஆனால் பாவம், அதைப் பற்றிய பிரக்ஞைகூட உனக்கு இல்லை. அப்படியே நீ பிரக்ஞையோடு இருந்தாலும், அது ஒரு தவறான பிரக்ஞையாகும். நீ தொடர்ந்து இதே தவறான பிரக்ஞையோடு இருந்தால், நீ ஒரு சூத புத்திரன் என்று உலகம் தொடர்ந்து உன்னைப் பழித்துரைத்துக் கொண்டே இருக்கும். உன்னுடைய உண்மையான வம்சாவளி என்றென்றைக்குமாக வெளிவராமல் அமிழ்ந்து போய்விடும். ஏனெனில், உள்நோக்கும் முன்னோக்கும் இல்லாதவர்கள் மண்ணோடு மண்ணாகிவிடுவர். அவர்களுடைய புகழ் நிரந்தரமாக நிலைத்திருக்காது. இதையெல்லாம் இன்று யாரால் உனக்கு விளக்க முடியும்? 'நான் யார்? நான் என்ன செய்ய வேண்டும்?' ஆகிய கேள்விகள் உனக்குக் குழப்பமூட்டியிருக்கும், உனக்கு வருத்தத்தை ஏற்படுத்தியிருக்கும் என்பதை நான் அறிவேன். அவற்றுக்கான விடைகளைத் தேடி உன் மனம் அலைக்கழிந்தது. கவலை உன் ஆன்மாவைச் சித்தரவதை செய்திருக்கும். உன் பாதங்களுக்குக் கீழே நிலம் பிளந்து நீ நிலை தடுமாறுவதுபோல நீ உணர்ந்திருக்கக்கூடும். ஏனெனில், நீ உண்மையிலேயே யார் என்பது உனக்குத் தெரியாது. இருபது ஆண்டுகளாக, 'நீ ஒரு சூத புத்திரன்! நீ ஒரு சூத புத்திரன்!' என்ற ஒரே வாசகம்தான் மீண்டும் மீண்டும் உன் காதுகளைத் தாக்கி வந்துள்ளது. ஆனால் நீ ஒரு தேரோட்டியின் மகன் என்பது உண்மையா? இல்லை, மகனே. நீ ஒரு தேரோட்டி அல்லன். நீ நிச்சயமாக ஒரு தேரோட்டி அல்லன்.

கர்ணா, உன்னுடைய பாரம்பரியம் அசாதாரணமானது. உனக்குப் பிறப்பையும், உன்னுடைய உடற்தோற்றத்தையும், உன்னுடைய இயல்பையும் உனக்குக் கொடுப்பதற்காக எத்தனைப் பேர் எவ்வளவு கடுமையான துன்பங்களை அனுபவிக்க வேண்டியிருந்தது, எத்தனை உன்னதமான முயற்சிகளை மேற்கொள்ள வேண்டியிருந்தது என்பதை நீ அறிய மாட்டாய். நீ சூரிய பகவானின் மகன், உலகின் இருளைப் போக்க வந்த ஒளி நீ. ஆனாலும், நீ ஒரு திருடனைப்போலப் பதுங்கிப் பதுங்கிப் போகிறாய், உன் கைகளால் உன் முகத்தை மறைத்துக் கொள்ளுகிறாய். உன் முகம் நீ மறைப்பதற்கான ஒன்றல்ல. அது இவ்வுலகிற்கு ஒளியூட்டுவதற்கானது. ஏனெனில், உன்னுடைய வம்சாவளி அசாதாரணமானது. வானில் பிரகாசமாக ஒளிருகின்ற அந்த ஒளியின் சிதறல்களை நேராகப் பார். நீ யார் என்பதை அப்போது நீ உணருவாய்.

மக்கள் உன்னை இகழ்ந்தபோது, நீ கவலையோடு அஸ்தினாபுரத்தின் திசையில் பார்த்தாய். ஒட்டுமொத்த அஸ்தினாபுரமும் இன்று அமைதியாகவும் கையாலாகாததாகவும் இருக்கிறது. பீஷ்மர், திருதராஷ்டிரர், விதுரர் ஆகிய அனைவரும் கற்றறிந்தவர்கள், தன்னலமற்றவர்கள். ஆனாலும், நீ உண்மையிலேயே யார் என்பதை அவர்களால் உன்னிடம் கூற முடியாது. ஏனெனில், அவர்களுக்கே அது தெரியாதே! அவர்களுடைய மௌனம் அவர்களுடைய அறியாமையைத்தான் பிரதிபலிக்கிறது. உதவியை எதிர்பார்த்து நீ சுற்றுமுற்றும் பார்த்தாய், ஆனால் யாரால் உனக்கு உதவியிருக்க முடியும்? ஒரு பைத்தியக்கார உலகின் விசித்திரமான போக்கைச் சார்ந்திருப்பதன் மூலம் உயிர் பிழைத்திருப்பதில் யாரேனும் வெற்றி

பெற்றுள்ளனரா? ஒவ்வொருவரும் தன்னை அறிந்திருக்க வேண்டும், தன்னுடைய பரம்பரை வேர்களைக் கண்டறிய வேண்டும். நீ இவற்றை அறிந்திராததால்தான் இன்று நீ இப்படி ஓர் இக்கட்டான நிலைமையில் இருக்கிறாய். வாழ்வில் நீ நெடுந்தூரம் வந்திருக்கிறாய். ஆனால் உன்னைப் பற்றிய எதுவும் உனக்குத் தெரியாது. நீ உண்மையிலேயே சூரிய பகவானின் மகன். ஆனாலும் கிறுக்குத்தனமான இந்த மின்மினிப்பூச்சிகள் தம்முடைய வசைகளை உன்மீது தெறிக்கின்றன. உன்னுடைய உள்ளார்ந்த முரண்பாடு உன் மனத்தை நார்நாராகக் கிழித்துள்ளது. நீ எப்போதுதான் உன்னைப் பற்றித் தெரிந்து கொள்ளுவாய்?

நீ தொடர்ந்து இப்படியே இருந்தால் என்ன நிகழப் போகிறது? நீ உண்மையிலேயே தாழ்ந்த சாதியில் பிறந்த ஒரு தேரோட்டியாக நீடிப்பாய், அவ்வளவுதான். அதைத் தவிர வேறு எதுவும் நிகழாது. உன்னை நீயே தரம் தாழ்த்திக் கொள்ளும்போது, நீ உண்மையிலேயே தாழ்ந்த குலத்தில் பிறந்தவன் என்று உன்னுடைய உடலின் ஒவ்வோர் அணுவும் ஏற்றுக் கொள்ளும். அதோடு உன் கதை முடிந்துவிடும். பிறகு நீ எப்போதும் மற்றவர்களின் தேர்களை ஓட்டிக் கொண்டிருப்பாய். நீ எப்போதும் இன்னொருவரின் விளையாட்டுப் பொருளாக இருப்பாய். உன் தனித்துவமும் உன் சுதந்திரமும் பறி போய்விடும். காலம் கடந்து சுயவிழிப்புணர்வு அடைவதால் உனக்கு என்ன நன்மை விளையும்? பிறகு உன்னை மீட்பதற்கு என்னாலும் முடியாது, அந்த பிரம்மதேவனாலும் முடியாது. ஒரு தேர் கிளப்புகின்ற புழுதியின் அந்தஸ்தும் அந்தத் தேரை ஓட்டுகின்றவனுடைய அந்தஸ்தும் ஒன்றுதான். கர்ணா, நீ ஒரு தேரின் புழுதியைவிட மேலானவன் இல்லையா?

இந்த எண்ணங்களும், இவற்றைப் போன்ற பிற அச்சுறுத்தும் எண்ணங்களும் எனக்கு மனச்சோர்வை ஏற்படுத்தின. ஏனெனில், என்ன இருந்தாலும் நான் கர்ணனின் தாயல்லவா? என் உடலின் ஒவ்வொரு நாடி நரம்பும் இதனால் வலித்தது. சிறப்பு வாய்ந்த என்னுடைய மகன்மீது, அவன் ஒரு தேரோட்டியின் மகன் என்று முத்திரை குத்தி எல்லோரும் அவனை எள்ளி நகையாடிக் கொண்டிருந்தனர். தன் மகன் இவ்வாறு பழித்துரைக்கப்படுவதை எந்தத் தாயால்தான் பொறுத்துக் கொள்ள முடியும்? அதுதான் என்னை இன்று வருத்தத்திற்கு உள்ளாக்கியது. “மகாராணி, நீங்கள் ஏன் வருத்தமாக இருக்கிறீர்கள்?” என்று தாத்ரி ஒரு பைத்தியக்காரியைப்போல என்னிடம் மீண்டும் மீண்டும் கேட்டுக் கொண்டே இருந்தாள். என் வருத்தத்திற்கான காரணத்தை எந்த வார்த்தைகளைக் கொண்டு நான் அவளுக்கு விளக்குவது? என் வாழ்க்கையை எண்ணற்றப் புயல்கள் தாக்கியிருந்தன. அவற்றின் நோக்கம்தான் என்ன? எனக்கு எதுவும் புரியவில்லை. என்னுடைய ஐம்பதாண்டுகால வாழ்க்கையில் நான் மூன்று வெவ்வேறு குந்தியாக இருந்திருந்தேன், இல்லையா? குழந்தைப்பருவத்தில் பிருதை, இளமைப் பருவத்தில் குந்தி, இப்போது முதுமையில் விதவையான நான் ராஜமாதாவாக கௌரவிக்கப்பட்டிருந்தேன். முதுமைப்பருவக் குந்தி தன்னுடைய மகனுக்காக வருந்திக் கொண்டிருந்தாள். என்னுடைய இந்த மூன்று வாழ்க்கையுமே வெவ்வேறு நபர்களின் கட்டுப்பாட்டில் இருந்தன. குழந்தைப்பருவத்தில், என் தந்தையின்

வாக்கைக் காப்பாற்றுவதற்காக நான் மதுராவைவிட்டுச் சென்றேன். இளமைப் பருவத்தில், மன்னர்மீதான சாபத்தின் காரணமாக நான் அஸ்தினாபுரத்தைவிட்டு வெளியேறினேன். இப்போது, நான் என் வாழ்க்கையைக் காலனின் பிடியில் ஒப்படைத்திருந்தேன். ஏனெனில், சகோதரர்கள் இருவர் ஒருவரையொருவர் எதிர்த்து நின்றதை நான் இன்று கண்டேன். நேற்று, கர்ணன் யாரென்று தெரியாத அர்ஜுனன் அவனுக்கு எதிராக எழுந்தான். கர்ணன் யாரென்று அறியாத பீமனும், "உன் சாட்டையைக் கையிலெடு, அதுதான் உன் குடும்பத்திற்குப் பொருத்தமானது!" என்று கூறித் தன் சகோதரன்மீது ஒரு கொடிய வார்த்தைக் கணையை வீசியெறிந்தான். இவற்றையெல்லாம்விட அதிகமாக நான் துரியோதனனைக் கண்டு பயந்தேன். அவன் தந்திரமாகவும் துல்லியமாகவும் தன் கண்வலையைக் கர்ணன்மீது வீசியிருந்தான். அவன் எவ்வளவு புத்திசாலித்தனமாகக் கர்ணனை இன்று தன்னுடைய பக்கம் இழுத்துவிட்டான்! துரியோதனனின் பிடியில் கர்ணனுக்கு என்ன நிகழும்? இதுதான் என் மனத்தைப் பெரிதும் தளரச் செய்தது. அப்பாவியான தாத்ரியிடம் நான் இவற்றையெல்லாம் எவ்வாறு விளக்குவது? நான் ஒரு ராஜமாதாவாக இருந்தாலும்கூட, நான் கைவிட்டிருந்த என் மகனுக்காக என்னால் என்ன செய்ய முடியும்? எதுவுமில்லை. ஒரு மனிதன் எவ்வளவுதான் தன்னுடைய சக்தியையும் திறமைகளையும் பற்றித் தம்பட்டம் அடித்தாலும், இறுதியில் காலனின் கொடூரமான கைகளில் அவன் ஓர் அற்ப விளையாட்டுப் பொருளாகத்தானே ஆகிவிடுகிறான்? அஸ்தினாபுரத்தின் மிகப் பெரிய மைதானத்திற்குச் சென்று, "கர்ணன் என் மகன்!" என்று கத்த வேண்டும் என்ற உந்துதல் மீண்டும் மீண்டும் என்னுள் எழுந்தது. ஆனால் அதைச் செய்வதற்கான துணிச்சல் எனக்கு இருக்கவில்லை. அப்படியே நான் அந்தத் துணிச்சலை வரவழைத்தாலும், என்னுடைய மற்ற ஐந்து மகன்களின் நிலைமை என்னவாகும்? அது என்னவாகும் என்று யாரால் சொல்ல முடியும்? அது அவர்கள் இன்னொரு வனவாசம் செல்ல வழி வகுக்கக்கூடும். கர்ணன்மீது நான் அன்பு செலுத்த முடியாதபடி இச்சமூகம் என்னைத் தடுக்கும் ஒரு நிலைக்கும் அது வழி வகுக்கக்கூடும். "கர்ணா! நான் இரண்டு முறை உன்னைக் கைவிட்டுவிட்டேன். முதன்முறையாக, நீ பிறந்தபோது நான் உன்னைத் துறந்தேன். இரண்டாவது முறையாக, இந்த அரங்கில் நான் உன்னைக் கைவிட்டேன். துரதிர்ஷ்டக்கார சூரிய புத்திரனே! நான் என் வாழ்க்கையைக் காலனின் கைகளில் ஒப்படைத்துவிட்டேன். உன்னுடைய வாழ்க்கையை உன் தந்தையின் கைகளில் ஒப்படைத்துவிட்டேன்," என்று நான் என் மனத்திற்குள் புழுங்கினேன்.

பாகம் மூன்று

கர்ணன்

"சந்தியாகாலத்தில் கோதூளி முகூர்த்தத்தில் நான் மணமுடித்தேன்.
வெண்தாமரை மலர்களால் ஆன ஒரு மாலையை விருசாலி
நாணத்துடன் எனக்கு அணிவித்தாள்." - கர்ணன்

1

நான் அங்க நாட்டு அரசனாக ஆகியிருந்தது நான் ஒரு சாதகமான நிலையில் இருந்தது போன்ற உணர்வை எனக்கு ஏற்படுத்தவில்லை. துரியோதனனின் பெருந்தன்மையால் நான் பெற்றிருந்ததுதான் அந்த அரசப் பதவி என்பதை நான் நன்றாக அறிந்திருந்தேன். பலவீனமான, கையாலாகாத ஒருவன்தான் யாசகத்தின் மூலம் வாழ்க்கை நடத்த விரும்புவான். நான் இந்த அரசப் பதவியை யாரிடமிருந்தும் தானமாகப் பெற ஒருபோதும் விரும்பியதில்லை. ஒருவர் அந்தப் பதவியை உண்மையிலேயே கூர்ந்து ஆய்வு செய்தால், உண்மையிலேயே அது என்ன மாதிரியான பதவி என்று கேட்கத் தோன்றும். முதலில், அவர்கள் என்மீது மலர்களைத் தூவினர், பிறகு அபிஷேக நீரை என்மீது தெளித்தனர், கர்ணன் என்று என்னைப் புகழ்ந்தனர், பிறகு சூத புத்திரன் என்று என்னை அவமானப்படுத்தினர். இந்த அரசப் பதவி உண்மையில் பொதுமக்கள் முன்னிலையில் எனக்கு ஏற்பட்ட ஓர் அவமானமே அன்றி வேறு எதுவும் இல்லை. அவமானம்! ஒரு முடிசூட்டு விழாவுடன் தொடர்புடைய அவமானம்! ஒருவன் எவ்வளவு ஏழையாகவும் கையாலாகாதவனாகவும் இருந்தாலும் சரி, தனக்கு ஏற்பட்ட ஓர் அவமானத்தை அவன் ஒருபோதும் மறப்பதில்லை. நான் ஒரு வீரனும்கூட. ஒரு வீரன் மரணத்தை மகிழ்ச்சியாகத் தழுவுவான், ஆனால் தன்னுடைய சுயமரியாதைக்கு ஏற்படக்கூடிய இகழ்ச்சியை அவன் ஒருபோதும் ஏற்றுக் கொள்ளுவதில்லை. அக்கணத்திலேயே என் கால்கள் என்னை வேறு எங்கேனும் கூட்டிச் சென்றுவிடாதா என்று ஏங்கும் அளவுக்கு அன்று நான் அஸ்தினாபுரத்தைக் கடுமையாக வெறுத்தேன். ஒரு மனிதன் தப்பித் தவறிக்கூடத் தன் பிறப்பால் எடை போடப்படாமல் தன்னுடைய தகுதியால் மட்டுமே சீர்தூக்கிப் பார்க்கப்படுகின்ற ஏதேனும் ஓர் இடத்திற்குச் சென்றுவிட நான் விரும்பினேன். அதனால்தான், அன்று மாலையில், சித்திரரதப் பறவைகள் கூட்டமாகப் பறந்து சென்று கொண்டிருந்ததை அஸ்தினாபுரத்தின் அரண்மனை மதிற்சுவரில் நின்று பார்த்துக் கொண்டிருந்த துரியோதனனிடம் சென்று, “இளவரசே, நீ எனக்குக் கொடுத்திருக்கும் இந்த அரசப் பதவியை நீயே வைத்துக் கொள். நான் சம்பாநகரிக்குத் திரும்பிச் செல்ல விரும்புகிறேன். அதற்கு அனுமதி கொடு,” என்று

நான் கூறினேன். அவன் பிடிவாதமாக, ஆனால் பணிவாக, "கர்ணா, உன்னுடைய வலிமையின் அடிப்படையில்தான் பாண்டவர்களை எதிர்க்க நான் துணிந்தேன். நீ இப்போது உன்னுடைய முகத்தைத் திருப்பிக் கொண்டால், நான் நிற்பதற்கு எனக்குக் கால்கள் இருக்காது. கௌரவர்களின் பட்டத்து இளவரசன் பயத்தில் தன் வாலைத் தன் கால்களுக்கு இடையே இடுக்கிக் கொண்டு ஓடிச் செல்லுவதை நீ பார்க்க விரும்புகிறாயா? நீ அஸ்தினாபுரத்தைவிட்டுச் சென்றுவிட்டால், இந்தப் பாண்டவர்கள் என் வாழ்க்கையை நரகமாக்கிவிடுவார்கள்," என்று கூறினான்.

அதனால்தான், நெருக்கடியான ஒரு நேரத்தில் தன் நண்பனுக்கு உதவுகின்றவனே ஓர் உண்மையான நண்பன் என்று நம் மூதாதையர் கூறுகின்றனர். இந்த ஒரு விஷயம்தான், அங்க நாட்டை ஆளும் பொறுப்பை ஏற்றுக் கொள்ள என்னை ஊக்குவித்தது. நான் விருப்பமின்றி, ஆனால் பிடிவாதமாக, ஓர் அரியணைமீது அமர்ந்தேன். 'சூத புத்திரன்! சூத புத்திரன்!' என்று ஆயிரக்கணக்கான வாய்களிலிருந்து வெளிவந்த பரிகாசக் கோஷங்கள் எனும் சுட்டெரிக்கும் இரும்பு மலர்கள் பரப்பப்பட்டிருந்த ஓர் அரியணை அது. நான் ஒரு ராஜாங்கத்தை விரும்பியதால் அந்த அரியணைமீது அமரவில்லை. நான் அனுபவித்திருந்த துயரங்களை நான் மட்டுமே அறிவேன். மக்கள் என்னை அடக்கி ஒடுக்க முயற்சித்திருந்தனர், ஆனால் இன்று அதே மக்கள் ஒரு நாட்டின் அரசனாக என்னை அங்கீகரித்துக் கொண்டிருந்தனர். என் எதிர்காலம் எப்படி இருக்கும் என்று ஊகிக்க முயற்சித்து எத்தனை எத்தனை இரவுகளை நான் தூக்கமின்றி வேதனையில் கழித்திருந்தேன்! ஒரே ஓர் எண்ணம் மட்டும் என்னை எப்போதும் துரத்திக் கொண்டே இருந்தது: "நான் உண்மையிலேயே ஒரு சூத புத்திரன் என்றால், பிறர் என்னை சூத புத்திரன் என்று குறிப்பிடும்போது எனக்கு ஏன் அவ்வளவு கோபம் வருகிறது? சூத புத்திரனாக நான் ஆசீர்வதிக்கப்பட்டிருக்கிறேன் என்று ஏன் என்னால் கருத முடியவில்லை? 'சூத புத்திரன்' என்ற வார்த்தைகள் என் காதுகளில் விழும்போது ஏன் உடனடியாக என் ரத்தம் கொதிக்கிறது? மனித மனம் எப்படிப்பட்டது? முரண்பட்ட, ஆக்ரோஷமான பல எண்ணங்கள் ஏன் என் மனத்தை ஆக்கிரமிக்கின்றன?" ஆனால் இக்கேள்விகளுக்கு என்னிடம் விடைகள் இருக்கவில்லை. அவற்றுக்கான விடைகள் எனக்குக் கிடைக்கப் போவதும் இல்லை.

போட்டி நடைபெற்ற நாளிலிருந்து மக்கள் என்னை அங்க நாட்டு அரசன் என்று அழைக்கத் தொடங்கியிருந்ததை நான் நன்றாக அறிவேன். ஆனால் அது வெறும் மேலோட்டமான அழைப்பு மட்டுமே. என் முதுகிற்குப் பின்னால் அவர்கள் இன்னும் என்னை சூத புத்திரன் என்றுதான் அழைத்துக் கொண்டிருந்தனர். இவ்வுலகில் இந்த அவமானத்தைப் பொறுத்துக் கொள்ளுவதைவிட மரணம் மேலானது. ஆனாலும், 'அங்க நாட்டு அரசன்' என்று அவர்கள் என்னை அழைக்க நான் தொடர்ந்து அனுமதித்தேன். நான் அவமானங்களை விழுங்கிக் கொண்டபோதிலும், ஒரு சுதந்திர கீதத்தைப் பாடினேன். நான் தொடர்ந்து ஒரு தேரோட்டியாகவே இருந்திருந்தால் யார் என்னை மதித்திருப்பார்கள்? நான் அங்க நாட்டு அரசன் என்ற முறையில்,

எல்லோரும் என் முன்னால் தலை வணங்கும்படி செய்தேன். அங்க நாட்டு அரசன் என்ற பதவியை நான் தக்கவைத்துக் கொண்டால் மட்டுமே வாழ்வில் எதையேனும் என்னால் சாதிக்க முடியும். அப்பதவி என்னிடமிருந்து பறிக்கப்பட்டால், புழுதியைத் தவிர வேறு என்ன மீதமிருக்கும்? புழுதியை யார் மதிப்பார்கள்? அவர்கள் அதன்மீது ஏறி மிதித்து மட்டுமே செல்லுவர். எனக்குப் பிடித்திருந்ததோ இல்லையோ, அங்க நாட்டு அரசன் என்ற என்னுடைய பதவியை நான் எனக்கு சாதகமாகப் பயன்படுத்திக் கொள்ள வேண்டியிருந்தது. இந்தப் பதவி எனக்குக் கொடுத்த சுதந்திரத்தால் மட்டுமே இருளிலிருந்து நான் வெளியே வருவதற்கு எனக்கு ஒரு வழியைக் காட்ட முடியும். சுதந்திரம் இல்லாத வாழ்க்கை ஒரு விக்கிரகம் இல்லாத ஒரு கோவிலைப் போன்றது. என் பதவிதான் என்னுடைய சுதந்திரமாக இருந்தது. சுதந்திரம் எந்த வடிவத்தில் வந்தாலும் அது சுதந்திரம்தான். நான் அதை என் உயிர்மூச்சைப்போல என்றென்றும் போற்றிக் கொண்டாடுவேன். ஏனெனில், அங்க நாட்டை நான் ஆண்ட விதத்தில் துரியோதனன் ஒருபோதும் குறுக்கிட மாட்டான் என்பதை நான் நன்றாக அறிவேன். அதனால்தான் நான் சுதந்திரமாக இருந்ததாக நான் கருதினேன். துரியோதனன் என்னுடைய விருப்பங்களை எப்போதும் மதிப்பான், அவன் அவற்றை எப்போதும் நிறைவேற்றுவான் என்று என் மனம் கூறியது.

என் கையில் இருந்த சாட்டை வெறுமனே குதிரைகளுக்கானது மட்டுமல்ல, பீமனைப் போன்ற மனிதர்கள்மீதும் அதை ஆற்றல்மிக்க வகையில் பயன்படுத்த முடியும் என்பதை அகங்காரம் பிடித்த அந்த பீமனுக்கு நான் காட்டுவேன். ஆனால் தற்சமயம் நான் அடக்கி வாசிக்க வேண்டியிருந்தது. அவமான விஷம் அமைதியாக சீரணிக்கப்பட வேண்டியிருந்தது. நான் உள்ளூர எரிந்து கொண்டிருந்தேன், ஆனால் வெளியே அமைதியாக இருந்தேன். அது இப்போதைக்கு அப்படித்தான் இருந்தாக வேண்டியிருந்தது. அங்க நாட்டு அரசன் என்ற பதவியை ஏற்றுக் கொள்ளுவது என் கடமையாக இருந்தது. பருத்த உடலைக் கொண்ட பீமனின் கழுத்தை, நான் என்னுடைய வலிமை முழுவதையும் ஒன்றுதிரட்டி என்னுடைய வில்லைக் கொண்டு இறுக்கி, அவனை உயரத்தில் தூக்கிப் பிடித்து உலுக்கியெடுக்கும் நாள் ஒன்று நிச்சயமாக வரும் என்று நான் முழுமையாக நம்பினேன். அவ்வாறு செய்வதன் மூலம், நான் ஒரு தேரோட்டி என்றாலும்கூட, நான் ஒரு துணிச்சல்மிக்கத் தேரோட்டி என்பதை நான் அவனுக்கு நிரூபிப்பேன். எல்லாவற்றுக்கும் ஒரு நேரம் இருக்கிறது.

2

நான் இப்போதெல்லாம் மிகவும் மகிழ்ச்சியாக இருந்தேன். அதற்கு முற்றிலும் வேறொரு காரணம் இருந்தது. தூதுவர்கள் என்னுடைய திருமண அழைப்பிதழ்களை எல்லோரிடமும் எடுத்துச் சென்றிருந்தனர். திருமணம்! பெண்களும் திருமணமும் இல்லாமல் போயிருந்தால் இந்த உலகம் எப்படி இருந்திருக்கும்? ஓர் ஆணின் வாழ்க்கை சுவையற்றதாக

ஆகிவிடும். ஆறுகள், ஊற்றுக்கள், பறவைகள், விலங்குகள், பல வகையான அழகிய மலர்கள் போன்றவை நிரம்பியிருந்தும்கூட, கடவுளின் படைப்பான இந்த வசீகரமான பூமி ஒரு பாலைவனமாக மாறிவிடும். காதல் தாகம் கொண்ட மனிதன் செய்வதறியாது சுற்றித் திரிந்து, அதிலேயே தொலைந்து போய்விடுவான். இறுதியில், வேறு வழியின்றி, அவன் மரங்களையும் செடிகொடிகளையும் கட்டியணைக்கத் தொடங்குவான். அப்போது தற்கொலையைத் தவிர வேறு எது அவனுடைய ஆன்மாவுக்கு ஆறுதலளிக்கும்? அதனால்தான், பிரம்மன் இந்தப் பிரபஞ்சத்தைப் படைத்தபோது வெளிவிட்ட முதல் மென்மையான மூச்சுதான் பெண் என்று நான் எப்போதுமே கருதி வந்துள்ளேன். ஓர் ஆணின் பரிதவிப்பைத் தணித்து அவனை அமைதிப்படுத்துவதற்கான மாயாஜாலமான சக்தி அந்த சுவாசத்திற்கு இருக்கிறது. ஒரு பெண்ணின் அன்பான கவனிப்பில் இந்த உலகத்தின் கொடூரத்தை மனிதன் மறக்கிறான். மிகக் கடுமையான இகழ்ச்சியையும் அவன் பொறுமையாக உள்வாங்கிக் கொள்ளுகிறான். அவனால் சிறப்பாகச் செயல்படவும் சாதனைகளின் உச்சத்தைத் தொடவும் முடியும். ஓர் ஆணின் வாழ்க்கை எனும் புனிதப் பயணத்தில் தலையாய படலம் திருமணம்தான். அந்தப் படலத்திற்காகத்தான் இளம் மனது எப்போதும் ஏங்குகிறது. அழகெனும் நதி சாதனை எனும் பெருங்கடலில் பரவசத்தோடு சங்கமிக்கின்ற ஒன்றுதான் திருமணம். இரண்டு இளமையான தந்திகள் மீட்டும் இனிமையான இசை அது.

அதனால்தான் என்னால் வேறு எதையும் பார்க்க முடியவில்லை. என்னுடைய அன்புக்குரிய வாழ்க்கைத்துணையாக வரவிருந்தவளை மட்டுமே என்னால் பார்க்க முடிந்தது. எப்படி ஒரு தேனீ தனக்குப் பிடித்தமான ஒரு மலரைச் சுற்றி வட்டமிடுமோ, அதேபோல என் மனம் என் கற்பனையில் இருந்த அவளைச் சுற்றி வட்டமிட்டது. என்னைப் போன்ற ஒரு வீரன் இப்படிப்பட்ட மென்மையான உணர்ச்சிகளைக் கொண்டிருக்கக்கூடாது என்பதை நான் அறிவேன், ஆனால் உண்மை அதுதான். என்ன இருந்தாலும் நான் ஓர் ஆண்மகனல்லவா! ஒரு வீரனின் இதயம் அவனுடைய அம்புகளைப்போல இரும்பால் ஆனது அல்லவே. அவனுடைய உணர்வுகள் இப்போது அவனைக் கட்டுப்படுத்தி வைத்துள்ளன. ஒரு நாண் இல்லாத ஒரு வில்லால் என்ன பயன்? உணர்வுகள் இல்லாத ஓர் ஆணால் என்ன பயன்? எனவே, என் வருங்கால மனைவியின் உருவம் என் மனக்கண் முன்னே நிழலாடியது. அவளைப் பற்றிய எண்ணங்கள் என் மனத்தை மொய்த்தன. அவள் என்னிடம் எப்படி நடந்து கொள்ளுவாள்? என் இயல்பையும் வாழ்க்கையையும் லட்சியங்களையும் அவளால் சரியாகப் புரிந்து கொள்ள முடியுமா? என்னுடைய நடத்தையில் ஏதேனும் குறையை அவள் கண்டால், அதை என்னிடம் சொல்லுவதற்கான துணிச்சல் அவளுக்கு இருக்குமா? மனிதன் ஒருபோதும் கச்சிதமானவனாக இருப்பதில்லை. அவனுடைய இயல்பில் பல குறைகள் அவனுக்கே தெரியாமல் ஒளிந்திருக்கின்றன. குழந்தைப்பருவத்திலிருந்தே அவன் தன்னுடைய சூழல்களிடமிருந்து பல யோசனைகளைப் பெறுகிறான். அவை அவன் வளர உதவுகின்றன. அவை அவ்வப்போது மேலெழுகின்றன. ஒரு கணவனும் மனைவியும் பரஸ்பரம் அடுத்தவருடைய குறைபாடுகளை அறிந்திருக்க வேண்டியது

முக்கியம். திருமண வாழ்க்கை என்பது ஓர் இரண்டு சக்கரத் தேரைப் போன்றது. அதில் கணவன் ஒரு சக்கரம், மனைவி இன்னொரு சக்கரம். அந்தத் தேர் நகர வேண்டும் என்றால், அவ்விருவரும் இணக்கமாக இயங்க வேண்டும். அல்லது அத்தேர் மண்ணுக்குள் ஆழமாகப் புதைந்துவிடும். இந்த யோசனையில் நம்பிக்கை இல்லாமல் திருமணம் செய்கின்றவர்கள் வெறும் சிற்றின்பத்திற்காகவே திருமணம் செய்து கொள்ளுகின்றனர். விலங்குகள் விநோதமான ஆடைகளை அணிந்து கொண்டு சுற்றித் திரிந்தால் எப்படி இருக்குமோ, அதேபோல அவர்கள் பட்டாடைகள் உடுத்திச் சுற்றித் திரிகின்றனர். அவர்களுடைய கலாச்சாரம் வெறும் பகல் வேடம் மட்டுமே. அவர்களுடைய சந்ததியினர் அவர்களைப்போலவே இன்பத்தை நாடுபவர்களாகவும் முட்டாள்களாகவும் இருக்கின்றனர். ஒரு யானையின் பாதத்தின்கீழ் மிதிபடுகின்ற கரையான் புற்றுக்களைப்போல, அவர்களுடைய ஒட்டுமொத்த சந்ததியினரையும் காலம் தன் காலின்கீழ் போட்டு நசுக்கிவிடுகிறது. எறும்புகளின் எண்ணிக்கை எவ்வளவு பெரிதாக இருந்தாலும் அதில் எந்தப் பெருமையும் இல்லை. ஏனெனில், எறும்புகள் அளவில் நுண்ணியவை மற்றும் அற்பமானவைதான். என் வருங்கால மனைவியின் உருவம் என் முன்னே நின்றது. என்னைப் பொருத்தவரை, ஒரு பொறுப்புள்ள கணவனும் கடமையை நிறைவேற்றுகின்ற ஓர் அரசனும் சம அளவு முக்கியமானவர்கள். விருசாலி என்னுடைய வாழ்க்கைத்துணைவியாக ஆகவிருந்தாள். சத்தியசேனன் என்னுடைய மைத்துனனாக ஆகவிருந்தான். ஒரு தேரோட்டிக்கும் ஒரு தேரோட்டியின் மகளுக்கும் இடையே வாழ்நாள் பிணைப்பு ஒன்று நிலைப்படுத்தப்பட இருந்தது. சங்கு போன்ற அவளுடைய தூய வடிவம் என் கண்களுக்கு முன்னால் எப்போதும் நடனமாடிக் கொண்டே இருந்தது. ஒரு வாள் அதன் உறையில் எப்படிப் பாதுகாப்பாக இருக்கிறதோ, அதேபோல விருசாலியின் உதவியோடு என் வாழ்க்கை பாதுகாப்பாக இருக்கும். உறையில் இருக்கின்ற ஒரு வாள் துருப்பிடிப்பதில்லை. அதன் முனை மேலும் கூர்மை பெறுகிறது. என் விஷயத்தில், உமையவளின் மறு அவதாரமாகவே விருசாலி எனக்குத் தோன்றினாள்.

பெண்களின் அழகு எவ்வளவு அசாதாரணமான சக்தி படைத்ததாக இருக்கிறது! கடவுள் ஒரு கச்சிதமான கலைஞன் என்று நாம் எடுத்துக் கொண்டால், பெண்தான் அவனுடைய கச்சிதமான ஓவியம் என்று கூறலாம். அவன் மற்ற எல்லோரையும் வரைந்து முடித்தப் பிறகு, அவள் அவனுடைய அற்புதமான தூரிகையின் இறுதியான மற்றும் உணர்ச்சிமயமான வெளிப்பாடாக ஆகிறாள்.

ஒரு மெல்லிய தென்றல் காற்றினால் மலருகின்ற ஒரு மொட்டைப்போல, 'விருசாலி' என்ற பெயர் மட்டுமே என்னுடைய இனிய நினைவுகளைக் கிளறிவிடப் போதுமானதாக இருக்கிறது. சில சமயங்களில், விதியின்மீது நாம் முழுமையான நம்பிக்கை வைக்க வேண்டும் என்று எனக்குத் தோன்றுகிறது. ஏனெனில், என் நினைவுத் திரையின்மீது பல உணர்ச்சிகரமான நிகழ்வுகள் அடிக்கடி என் கண்களுக்கு முன்னால் பளிச்சிடுகின்றன.

3

போட்டி நாளன்று இரவில் கங்கைக் கரையில் நான் சத்தியசேனனை சந்தித்தேன். மீண்டும் வந்து என்னை சந்திக்கும்படி நான் அவனிடம் கூறியிருந்தேன். ஆனால் மூன்று நாட்களுக்குப் பிறகுதான் அவன் என்னைப் பார்க்க வந்தான். நான் அவனைப் பற்றி துரியோதனனுடன் கலந்து பேசியிருந்தேன். கௌரவப் படையில் சத்தியசேனனுக்கு ஒரு வேலை கொடுக்கப்பட வேண்டும் என்று நான் துரியோதனனிடம் பரிந்துரைத்த மறுகணம், அரசர்களுக்கான தேரோட்டியாக சத்தியசேனனை அவன் நியமித்தான். இதன் மூலம், சத்தியசேனனின் வாழ்வாதாரப் பிரச்சனை தீர்ந்தது. அவன் மிகச் சிறப்பாக வேலை செய்ததன் மூலம், ஒருசில நாட்களிலேயே அவன் துரியோதனின் பிரியத்திற்கு உரியவனாக ஆனான். நான் அங்க நாட்டு அரசனாக முடிசூட்டப்பட்டிருந்ததால், நானும் என் தந்தையும் ஷோனும் ஆயுதப் பயிற்சிப் பள்ளியிலிருந்து வெளியேறி அரண்மனையில் வாழத் தொடங்கினோம். எனக்கென்று சேவகர்களும் பணிப்பெண்களும் நியமிக்கப்பட்டனர். எல்லாவற்றுக்கும் மேலாக, துரியோதனன் என்மீது தனிச்சிறப்பான அன்பு செலுத்தினான். அவனுடைய மற்ற சகோதரர்களும் என்மீது ஆழமான பாசம் கொண்டிருந்தனர்.

நான் அரண்மனையில் வாழ்ந்தபோதிலும், தினமும் காலையில் கங்கைக்குச் செல்லும் பழக்கத்தை நான் தொடர்ந்தேன். நண்பகலில் நான் திரும்பி வந்தேன். காலையில் நான் அரண்மனையைவிட்டுப் புறப்படுவதற்கு முன்பாக இரண்டு குவளைகள் நிறையப் பசும்பாலைக் குடித்தேன். கங்கையில் நின்று சூரிய பகவானுக்குப் பூசை செய்வது என்னுடைய நிரந்தர வழக்கமாக இருந்தது.

ஒரு நாள் அதிகாலையில் நான் கங்கையில் குளித்துவிட்டு, சூரிய பகவானுக்கு அர்ப்பணிப்பதற்காக என் கைகளைக் குவித்து நீரை அள்ளினேன். என்னுடைய வலது பக்கத்தில், சுமார் இருபது அடிகள் தள்ளி இருந்த கரையின் படிக்கட்டுகள், அதிகாலையின் மென்மையான ஒளியில் மங்கலாகத் தெரிந்தன. என் கைகளில் இருந்த நீர் சொட்டுச் சொட்டாக ஆற்றுக்குள் விழுந்தது. நான் மீண்டும் கங்கையுடன் ஐக்கியமானேன். நான் மீண்டும் மீண்டும் நீரை அள்ளி என் குருதேவருக்கு அதை மானசீகமாக அர்ப்பணித்தேன்.

நான் இதை மிகுந்த மரியாதையோடு பல ஆண்டுகளாகச் செய்து வந்துள்ளேன். என் வாழ்வின் இறுதி நாள்வரை நான் இதைச் செய்யத் தீர்மானித்துள்ளேன். அர்ப்பணிப்புதான் வாழ்க்கையெனும் முள் மரத்தில் உள்ள பச்சை இலையாகும். என் குருதேவரிடம் நான் கொண்டிருந்த அர்ப்பணிப்பை நான் என் இதயத்தில் வைத்துக் கொண்டாடினேன். நான் இறக்கும்வரை இந்த அர்ப்பணிப்பு எப்போதும் தொடரும். ஒட்டுமொத்த அஸ்தினாபுரத்திற்கும் இவ்விஷயம் தெரியும். நான் எங்கே இருக்கிறேன் என்று அதிகாலையில் யாரேனும் அஸ்தினாபுரத்துக் குடிமக்களிடம் கேட்டால், "அவர் கங்கைக் கரையில் இருக்கிறார்," என்ற ஒற்றை பதில் மட்டுமே அவர்களிடமிருந்து வரும்.

நான் வழக்கம்போல என் கைகளில் நீரை அள்ளிக்

கொண்டிருந்தேன். கிழக்கு வானம் வெட்கப்படுவதுபோல மெல்ல மெல்ல ஓர் இளஞ்சிவப்பு நிறத்திற்கு மாறிக் கொண்டிருந்தது. சிறிது நேரத்தில், நீல சாம்ராஜ்ஜியத்தின் பொற்சக்கரவர்த்தி, ஆயிரம் கதிர்களைக் குதிரைகளாகக் கொண்ட தன்னுடைய தேரில் வேகமாக வந்து, கிழக்குத் தொடுவானத்தின்மீது நின்றார். பறவைகளும் விலங்குகளும் தம்முடைய இனிமையான அழைப்புகளால் அவரை வரவேற்றன. கங்கையின் மறுகரையின்மீது, மென்மையான எண்ணற்றப் பசும்புற்கள் தம்முடைய கழுத்துக்களை நீட்டி நிமிர்ந்து நின்றன. பச்சைநிறப் பூச்சிகள் தம்முடைய வசதியான புற்படுக்கைகளைவிட்டு இறங்கி அங்குமிங்கும் திரிந்தன. காய்ந்த புற்களின்மீது பனித்துளிகள் வெள்ளிபோல ஒளிர்ந்தன. அழகான கன்றுக்குட்டிகள் தம்முடைய வலிமையான கழுத்துக்களை அங்குமிங்கும் அசைத்தபடி துள்ளிக் குதித்துக் கொண்டு அந்தப் புல்வெளியில் மேய்ந்தன. பறவைகள் தம்முடைய சிறகுகளை அடித்துக் கொண்டு தம்முடைய கூடுகளைவிட்டு வெளியேறி இரை தேடப் புறப்பட்டன. கோவில் குவிமாடங்கள் பொன்போல ஒளிர்ந்தன. கங்கையின் அலைகள் பொன்னாடை அணிந்து களிநடனம் புரிந்தன. அசையும் உயிர்களும் அசையா உயிர்களும் விழித்தெழுந்தன. உலகிற்கு ஒளியூட்டுகின்ற, அழிவற்ற, பிரகாசமான சூரிய ஒளி என்னுடைய குண்டலங்களுக்குக் கதகதப்பூட்டத் தொடங்கியது. சூரிய பகவான் ஒரு புதிரான மொழியில் என்னுடன் பேசினார். நான் என் கண்களைத் திறந்து அவரைக் கண்கொட்டாமல் பார்த்து, அவருடைய ஒளியை முழுமையாக உள்வாங்கினேன். இது ஏன் எனக்கு ஒருபோதும் அலுப்பூட்டவில்லை என்பதை என்னால் புரிந்து கொள்ள முடியவில்லை. சில சமயங்களில், நான் அந்த ஒளியை நாள் முழுவதும் என் கண்களைக் கொண்டு உட்கிரகித்தேன், ஆனாலும் நான் திருப்தியடையவில்லை. எனக்கிருந்த இந்த ஆழமான தாகத்தை என்னாலேயே ஆய்வு செய்ய முடியவில்லை. என் வாழ்நாள் முழுவதும் அது என் வசப்படாமலேயே போகக்கூடும். சூரிய பகவானின் ஒளியை இப்படித் தீவிரமாக உட்கிரகித்ததன் விளைவாக என் கண்மணிகள் விரிவடைந்திருந்தன. “உன்னுடைய நீலநிறக் கண்களில் உள்ள ஒளிமயமான பொன்னிறக் கண்மணியும் வெள்ளிநிறக் கண்மணியும் நீல வானில் உள்ள சூரியனையும் சந்திரனையும்போலை இருக்கின்றன,” என்று அசுவத்தாமன் அடிக்கடி என்னிடம் கூறினான். சூரிய பகவான்மீது நான் கொண்டிருந்த ஆழ்ந்த மரியாதை முன்புபோலவே தொடர்ந்தது. நான் அந்த ஒளிமயமான கோளத்தை ஒருமித்த கவனத்தோடு பார்த்துக் கொண்டிருந்தது பல சமயங்களில் என்னை சமாதி நிலைக்குக் கொண்டு சென்றது. அப்படிப்பட்ட நேரங்களில் நான் என்னுடைய சொந்த உடலைக்கூட மறந்தேன். என் மனம் லேசானதுபோல நான் உணர்ந்தேன். அன்றும்கூட நான் இதே அனுபவத்தைப் பெற்றேன். ஆனால் திடீரென்று, வேதனைமிக்க அலறல் சத்தம் என் காதுகளை அம்புபோலத் துளைத்தது. அது அந்தப் படித்துறையின் திசையிலிருந்து வந்தது. “உதவி! உதவி!” என்ற அலறல் எனக்குக் கேட்டது. நான் உடனடியாக அந்தப் படித்துறையை நோக்கித் திரும்பினேன். அவ்வளவு பெரிய படித்துறையில் எங்கும் யாரும் இருந்ததற்கான அறிகுறி எதுவும் தென்படவில்லை. ஆனால், தண்ணீர்ப் பானை ஒன்று ஆற்றில் தலை

குப்புற மிதந்து சென்று கொண்டிருந்ததை நான் கவனித்தேன். ஒரு வாழைத்தண்டைப் போன்ற மென்மையான கை ஒன்று அந்த நீருக்கு மேலே அசைந்தது. அதில் ஒரு வளையல் மின்னியது. அந்தக் கை அவ்வப்போது நீருக்குள் மறைந்தது. படித்துறையில் நின்றபடி தன் பானையில் தண்ணீர் பிடித்துக் கொண்டிருந்த ஓர் இளம்பெண், சேற்றில் கால் வைத்ததால் வழுக்கி ஆற்றினுள் விழுந்திருந்தாள். இவ்வளவு தூரத்திலிருந்து மிகவும் வசீகரமாகத் தெரிந்த கங்கையின் ஆழமான நீர் அவளை அப்படியே முழுதாக விழுங்கவிருந்தது. பரிதவிப்புடன் அங்குமிங்கும் அசைந்த அந்தக் கை உதவி கேட்டுக் கெஞ்சியதுபோலத் தெரிந்தது.

நான் என் ஆடையை இறுக்கிக் கட்டிக் கொண்டு அந்தப் படித்துறையை நோக்கி ஓடிச் சென்று கங்கையினுள் குதித்தேன். நான் சிறிது தூரம் நீந்திச் சென்று என் கண்களைத் திறந்தேன். சின்னஞ்சிறு மீன்கள் தைரியமாக என்னுடைய குண்டலங்களைக் கடித்தன. ஒரு மனித உருவம் தொலைவில் நீரில் அடித்துச் செல்லப்பட்டுக் கொண்டிருந்ததை நான் கண்டேன். நான் வேகமாக நீந்தி அதனருகே சென்றபோது, அது என்னை இறுக்கமாகப் பிடித்துக் கொண்டது. மனிதன் தன் மரணத்தை எதிர்கொள்ளும்போது எவ்வளவு நிராதரவாக இருக்கிறான்! தன்னுடைய சாதி, கோத்திரம், சமுதாயம், தர்மம், சாதனைகள் போன்ற அனைத்தையும் அவன் மறந்துவிடுகிறான். அவன் தன்னுடைய சொந்தப் பாதுகாப்பைப் பற்றி மட்டுமே நினைக்கிறான். அட, அது ஒரு பெண்! ஆனாலும் அவள் ஓர் அந்நியனை இறுக்கமாகப் பற்றியிருந்தாள். மரணத்தின் விளிம்பில் உள்ள ஒரு நபர், "என்னைக் காப்பாற்றுங்கள்," என்று இரைஞ்சுகின்ற வகையான அரவணைப்பு அது. அந்த அரவணைப்பு என்னுடைய உயிருக்கும் பாதகமாக அமையக்கூடும். எனவே, நான் முதலில் அவளிடமிருந்து விடுபட்டு, பிறகு அவளுடைய தலைமுடியை இறுக்கமாகப் பிடித்துக் கொண்டு, கரையை நோக்கி வேகமாக நீந்தினேன். என் குருபூசை பாதியிலேயே நின்று போயிருந்தது திடீரென்று என் நினைவுக்கு வந்தது. நான் சூரிய பகவானை ஏறிட்டுப் பார்த்து, "குருதேவா, என்னை மன்னித்துவிடுங்கள். சில சமயங்களில் ஒரு வழக்கம் தடைபட்டுவிடுகிறது," என்று மௌனமாகக் கூறினேன். நான் அப்பெண்ணுடன் மெதுவாகவும் சீராகவும் நீந்திக் கரையை அடைந்தேன். பிறகு அவளை ஒரு வழியாக வெளியே இழுத்தேன். அவள் தன்னினைவு இழந்திருந்தாள். ஆனால், நான் அவளுடைய முகத்தைப் பார்த்தபோது அதிர்ச்சியடைந்தேன். என்ன செய்வதென்று தெரியாமல் ஒரு கணம் நான் தடுமாறி நின்றேன். ஏனெனில், அவள் சத்தியசேனனின் சகோதரி விருசாலி. பிரயாகையில் நான் அவளை சந்தித்தது உடனடியாக என் நினைவுக்கு வந்தது. அவளுடைய பானையில் இருந்த நீர் என்னை நனைத்திருந்ததும், அது குறித்து அவள் தர்மசங்கடமாக உணர்ந்ததும், அவள் என்னை வேகமாக ஒரே ஒரு முறை பார்த்துவிட்டுப் பிறகு நிலத்தை நோக்கித் தலை குனிந்து நின்று, தன் பெருவிரலால் நிலத்தில் ஒரு பெரிய துளையை உருவாக்கியதும் என் மனக்கண்ணில் ஓடின. அந்த நிகழ்வின்போது நான் சந்தித்த விருசாலி, மெல்லிய தென்றலின் வருடலால் தன் முகத்தை நாணத்துடன் மெதுவாகத் திரைவிலக்கிய

ஒரு மொட்டுப்போல இருந்தாள். ஆனால் இந்த விருசாலி, ஒரு கிளையின்மீது முழுமையாகப் பூத்துள்ள ஒரு மலர்போல இருந்தாள். பனித்துளிகளால் போர்த்தப்பட்டிருந்த, முழுமையாக மலர்ந்திருந்த ஒரு பாரிஜாதப் பூவைப்போல அவள் காட்சியளித்தாள். அவளுடைய முகம், தூங்கிக் கொண்டிருக்கும் ஒரு கைக்குழந்தையைப்போல உணர்ச்சியற்றும் அமைதியாகவும் இருந்தது. கங்கையின் அடியாழத்திலிருந்து ஒரு தேவதையை நான் காப்பாற்றியிருந்ததுபோல நான் உணர்ந்தேன். எந்தக் கைகளால் சூரிய பகவானுக்கு நான் நீராஞ்சலி செய்தேனோ அதே கைகளில் அவளுடைய அசையா உடலை ஏந்திக் கொண்டு, கிழக்கு வானத்தைப் பார்த்தபடி நான் அசையாமல் நின்றேன். திடீரென்று ஒரு விநோதமான எண்ணம் என்னுள் முளைத்தது. சூரிய உதயம் இக்கணத்தைப்போலவே எப்போதும் வசீகரமாக இருக்கக்கூடாதா? விருசாலி என்னுடைய கைகளில் இதேபோல என்றென்றும் கிடக்க வேண்டும். அவள் ஈரமாகவும் நான் நனைந்தும்! காலம் அப்படியே நின்றுவிட வேண்டும்! எங்களுடைய பிரதிபலிப்புகள் கங்கையில் மினுமினுக்க வேண்டும்! பறவைகள் இதேபோல இனிமையாகப் பாடிக் கொண்டிருக்க வேண்டும்!

ஆனால் நான் வேகமாக அந்த எண்ணத்தைக் கலைத்தேன். நான் சற்று வருத்தம் கொண்டது உண்மைதான். என்ன இருந்தாலும் அவள் ஓர் அந்நியப் பெண். படித்துறைப் படிகளில் ஒன்றின்மீது நான் அவளுடைய உடலை மெதுவாகக் கிடத்தினேன். அவளுடைய உடலிலிருந்து வழிந்த நீர் கங்கைக்குள் ஓடிச் சென்றது. அந்த நீர்த் துளிகள் கங்கையிடம் என்ன கூறிக் கொண்டிருந்தன? அப்பெண் ஒருசில நிமிடங்கள் தன்னினைவின்றி இருந்தாள். அவளுடைய ஈரமான ஆடை அவளுடைய உடலோடு ஒட்டியிருந்தது. அவளுடைய முகம் வட்டமாகவும் பொன்னிறத்திலும் தாமரை மலரைப்போலவும் இருந்தது. அதன்மீது படர்ந்திருந்த நீர்த்துளிகள் சூரிய ஒளியால் மினுமினுத்தன. அவளுடைய உடல் கங்கையின் வெள்ளிநிற அலைபோலத் தோன்றியது.

நான் குளித்த இடத்தில் நான் என்னுடைய அங்கவஸ்திரத்தைக் கரையின்மீது வைத்துவிட்டு வந்திருந்தது என் நினைவுக்கு வந்தது. நான் அதை எடுப்பதற்காக ஓடினேன். நான் அதை எடுத்துக் கொண்டு திரும்பி வந்தபோது, விருசாலி லேசாக சுவாசிக்கத் தொடங்கியிருந்ததை நான் கவனித்தேன். அந்தப் படித்துறையில் அந்நேரத்தில் வேறு யாரும் இருக்கவில்லை. நான் என்னுடைய அங்கவஸ்திரத்தைக் கொண்டு அவளுடைய முகத்தை மென்மையாகத் துடைத்தேன். என் விரல்களின் அசைவைக்கூட அவள் உணராத அளவுக்கு நான் மென்மையாகத் துடைத்தேன். அவள் தன் கழுத்தை லேசாக அசைத்து, தன்னுடைய கண்களை மெதுவாகத் திறந்தாள். தான் எங்கு இருந்தோம் என்பதோ, நான் யார் என்பதோ அவளுக்குத் தெரியவில்லை. பயம் தெறித்தக் கண்களோடு அவள் என்னைப் பார்த்தாள். இரண்டு சொட்டுக்கள் நீர் என்னுடைய குண்டலங்களிலிருந்து வழிந்து என் தோள்களின்மீது விழுந்ததை அவள் கவனித்தாள். தான் எங்கே இருந்தோம் என்பதும், நான் யார் என்பதும் உடனடியாக அவளுக்குத் தெரிந்துவிட்டது. அவள் திடுக்கிட்டு எழுந்து உட்கார்ந்து, தன்னுடைய ஈர ஆடையை அவசர அவசரமாக ஒழுங்குபடுத்திக் கொள்ள முயற்சித்தாள். பிறகு

அவள் தன் தலையைக் குனிந்தபடி கவனமாக எழுந்து, என்னுடைய அங்கவஸ்திரத்தால் தன்னைப் போர்த்திக் கொண்டாள். வேகமாக மிதந்து சென்று கொண்டிருந்த பானையை நான் சுட்டிக்காட்டி, "பிரயாகையில் நீ ஒரு பானையை உடைத்தாய். இப்போது கங்கை உன்னிடமிருந்து ஒரு பானையை நிரந்தரமாகப் பறித்துக் கொண்டுள்ளது. அவள் அதை யாருக்காக உன்னிடமிருந்து பறித்திருக்கிறாள் என்று அவளிடமே கேள்," என்று கூறினேன்.

வெகுதூரத்தில் மிதந்து கொண்டிருந்த பானையைப் பார்த்த அவள், வெட்கத்தோடு திரும்பி, குனிந்த தலையோடு படிக்கட்டுகளில் ஏறி வேகமாக என் பார்வையிலிருந்து மறைந்துவிட்டாள். அவளுடைய ஈரப் பாதங்கள் அந்தப் படிகட்டுகள்மீது ஒரு தடத்தை விட்டுச் சென்றிருந்தன. அங்கு நிலவிய குழப்பத்தில் அவள் என்னுடைய அங்கவஸ்திரத்தைத் தன்னோடு எடுத்துச் சென்றுவிட்டாள். அவளுடைய குழப்பம் எனக்கு ரகசியமாக மகிழ்ச்சியைக் கொடுத்தது. நான் நீண்ட நேரம் அந்தப் பானையையே பார்த்துக் கொண்டிருந்தேன். திடீரென்று, யாரோ அந்தப் படிக்கட்டுகளில் இறங்கி வந்து கொண்டிருந்த சத்தம் எனக்குக் கேட்டது. நான் திரும்பிப் பார்த்தேன். பிதாமகர் பீஷ்மர்தான் அங்கு வந்து கொண்டிருந்தார். அவர் என்னைப் பார்த்துவிட்டு, மிகவும் கனிவாக, "கர்ணா, நீ எப்படி இன்னும் இங்கே இருக்கிறாய்?" என்று கேட்டார்.

நான் மௌனமாக இருந்தேன். என்னுடைய குருபூசை ஒரு காரணத்தால் முழுமை பெறவில்லை என்பதை என்னால் எப்படி அவரிடம் கூற முடியும்?

அன்று, கர்ணன் ஒரே ஓர் ஈரத் துண்டைத் தன்னுடைய தோள்களைச் சுற்றிப் போர்த்திக் கொண்டு கங்கையிலிருந்து திரும்பி வந்து கொண்டிருந்ததைப் பலர் வியப்போடு பார்த்தனர்.

4

அன்று நிகழ்ந்திருந்த விஷயம் துரியோதனனுக்கு எப்படித் தெரிய வந்தது என்பது பற்றி எனக்கு எதுவும் தெரியாது. ஒருவேளை, விருசாலி தன் சகோதரனிடம் கூறியிருந்து, அவன் அதை துரியோதனனிடம் தெரிவித்திருந்திருக்கலாம். ஆனால் அந்த சம்பவம் நடந்த நேரத்திலிருந்து என் மனம் புதுப் பொலிவு பெற்றது. தினமும் நான் கங்கைக்குச் சென்றேன், ஆனால் சூரியனின் பிரகாசமான ஒளியை நான் ஏறிட்டுப் பார்த்தபோது, அதில் விருசாலியின் முகத்தை நான் கண்டேன். சில சமயங்களில் நான் என்னுடைய அங்கவஸ்திரத்தை மறந்து கரையின்மீது விட்டுவிட்டு வெறுங்கையுடன் அரண்மனைக்குத் திரும்பினேன். பிறகு நான் ஷோனை அங்கு அனுப்பி வைத்து அதை எடுத்து வரச் செய்தேன். "அண்ணா, இப்போதெல்லாம் நீங்கள் ஏன் இவ்வளவு மறதியோடு இருக்கிறீர்கள்?" என்று ஷோன் என்னிடம் கேட்டான். நான் அவனுக்கு ஏதேனும் பதில் கூறியாக வேண்டியிருந்ததால், "ஷோன், சில சமயங்களில், மறப்பது குதூகலமூட்டுவதாக இருக்கிறது," என்று நான் மழுப்பலாகக் கூறினேன். இது அவனைக் குழப்பியதால் அவன்

என்னைத் தொடர்ந்து உற்றுப் பார்த்தான். ஏனெனில், சுட்டெரிக்கும் வெயிலில் தினமும் அவன்தான் கங்கைக் கரைக்குச் சென்று அந்த அங்கவஸ்திரத்தை எடுத்து வர வேண்டியிருந்தது. தங்கள் மன்னருக்கு மறதி வந்திருந்ததாக அரண்மனைப் பணியாளர்கள் கிசுகிசுப்பதைத் தவிர்ப்பதற்காகவே நான் அந்த எடுபிடி வேலையை ஷோனுக்குக் கொடுத்திருந்தேன்.

நான் என் தந்தையின் வார்த்தையை ஒருபோதும் மீறியதில்லை. ஏனெனில், அவர் அனுபவித்திருந்த துன்பங்களின் விளைவாகத்தான் நான் அங்க நாட்டு அரசனாக ஆனேன். நான் அங்க நாட்டு அரசனான உடனேயே, என் தந்தையையும் என் தாயையும் நான் என்னோடு அரண்மனைக்கு அழைத்து வந்துவிட்டேன். என் தந்தையின் சின்னஞ்சிறு ஆசையை நான் சோம்பலில்லாமல் நிறைவேற்றினேன். களைத்துப் போயிருந்த அவருடைய பாதங்களுக்கு தினமும் இரவில் நான் சந்தனத்தைக் குழைத்துத் தடவினேன். இதைப் பார்த்த என் தாயார், "வசு, நீ இப்போது ஓர் அரசன். இந்த வேலை இனியும் உன் பதவிக்கு அழகல்ல. ஓர் அருமையான மகாராணியை மணந்து கொண்டு, இந்த வேலையை அவளிடம் விட்டுவிடு," என்று கூறினார். அவருடைய பரிந்துரைக்கு நான் ஒருபோதும் பதிலளித்ததில்லை. மாறாக, நான் சம்பாநகரியைப் பற்றி ஓர் அரட்டையைத் துவக்கி, எங்களுடைய உரையாடலை சாமர்த்தியமாகத் திசை திருப்பினேன்.

ஒரு நாள் என் தந்தை எனக்கு ஒரு பெரிய அதிர்ச்சியைக் கொடுத்தார்.

என் தந்தை ஒரு முக்கியமான விஷயம் தொடர்பாக உடனடியாக என்னைப் பார்க்க விரும்பியதாக ஷோன் என்னிடம் தெரிவித்தான். நான் என் தந்தையின் அறைக்கு விரைந்தேன். துரியோதனன் ஏற்கனவே அங்கு வந்து அமர்ந்திருந்தான். நான் உள்ளே நுழைந்தவுடன், என் தந்தை என்னைப் பார்த்து, "கர்ணா, இப்போதுவரை நான் உன்னிடம் ஒருபோதும் எதையும் கேட்டதில்லை. இன்று நான் உன்னிடம் ஒன்று கேட்டால், அதற்கு நீ சம்மதிப்பாயா?" என்று கேட்டார்.

அவர் கூறியதற்கு என்ன அர்த்தம் என்று எனக்குத் தெளிவாகப் புரியவில்லை. ஆனால் அவருடைய விருப்பத்தை நிறைவேற்றுவது என்னுடைய கடமை என்பதால் நான் உடனடியாக, "தந்தையே, நான் உங்கள் மகன் கர்ணன். ஒரு தந்தை தன் மகனிடம் கோரிக்கை விடுப்பதில்லை, அவர் கட்டளையிட மட்டுமே வேண்டும்," என்று கூறினேன்.

"அப்படியானால், எனக்கு ஒரு மருமகள் வேண்டும். உனக்குத் திருமணம் செய்து வைக்க நான் முடிவு செய்துவிட்டேன். உன்னிடமிருந்து எந்தச் சாக்குப்போக்கும் தேவையில்லை."

"ஆனால்..." என்று நான் எதிர்ப்புக் காட்ட முற்பட்டேன்.

"தயவு செய்து எந்த மறுப்பும் தெரிவிக்காதே. ஒரு தேரோட்டியின் அழகான மகளை நான் உனக்காகத் தேர்ந்தெடுத்திருக்கிறேன்."

"தந்தையே...நான்..."

"நீ எதுவும் சொல்ல வேண்டாம். நான் இன்றே ஒரு புரோகிதரை அவளுடைய பெற்றோரிடம் அனுப்பப் போகிறேன்."

"தயவு செய்து ஒருசில நாட்கள் உங்களால் காத்திருக்க முடியாதா?"

என்று நான் என்னுடைய கடைசிக் கேள்வியைக் கேட்டேன். என்ன காரணமோ தெரியவில்லை, விருசாலியின் முகம் என் கண்களுக்கு முன்னால் நடனமாடத் தொடங்கியது. அவ்வளவு சுலபத்தில் என்னால் அவளை மறக்க முடியவில்லை. ஏனெனில், நான் தினமும் கங்கைக்குச் சென்றதால், அவள் தினமும் என் நினைவுக்கு வந்தாள். அவளுடைய நினைவு எனக்கு வராமல் தடுப்பதற்கு ஒரே ஒரு வழிதான் இருந்தது. நான் கங்கைக்குப் போகாமல் இருப்பதுதான் அது. ஆனால் அதை என்னால் நினைத்துப் பார்க்கக்கூட முடியாது. தேவையானால் அங்க நாட்டு அரசன் என்ற பட்டத்தை நான் துறப்பேன், என்னுடைய கவச குண்டலங்களை நான் கொடுப்பேன், ஆனால் சூரிய பகவானை வழிபடுவதற்கு நான் ஒருநாளும் கங்கைக்குப் போகாமல் இருக்க மாட்டேன்.

"கர்ணா, கூடுதலாக இனி ஒரு நாள்கூட எங்களால் காத்திருக்க முடியாது. ஷோனின் திருமணத்தைப் பற்றியும் நாங்கள் சிந்தித்தாக வேண்டியுள்ளது. எங்களுக்கும் வயதாகிக் கொண்டே போகிறது. இந்தத் திருமணத்தில் உனக்கு விருப்பமில்லை என்றால், அதை வெளிப்படையாகவும் நேரடியாகவும் சொல்லிவிடு," என்று என் தந்தை ஓர் உறுதியான குரலில் கூறினார். செய்வதறியாமல் நான் திகைத்து நின்றேன். ஷோனின் வாழ்க்கையில் நான் ஒரு முட்டுக்கட்டையாக ஆகிக் கொண்டிருந்தேனா? எனக்காகக் கடுமையான துன்பங்களைத் தாங்கிக் கொண்டு என்னை வளர்த்து ஆளாக்கிய என்னுடைய வயதான பெற்றோரின் அன்பான இதயங்களுக்கு நான் வேதனை ஏற்படுத்துவது சரிதானா? ஒரு மனிதன் தன் உணர்வுகளின் அடிப்படையில் வாழுகிறான் என்று கூறப்படுகிறது, ஆனால் சில சமயங்களில், கடமையின் காரணமாக உணர்வுகள் பின்னுக்குத் தள்ளப்பட வேண்டிய நிலை உருவாகிறது. மற்றவர்களுக்காக வாழுகின்ற ஒருவன்தான் ஓர் உண்மையான மனிதன். நான் சூரிய பகவானை என் மனத்தில் நினைத்துக் கொண்டு ஓர் உறுதியான முடிவுக்கு வந்தேன். "தந்தையே, அதுதான் உங்களுடைய விருப்பம் என்றால், அதற்கு இசைவாக நடந்து கொள்ள நான் சம்மதிக்கிறேன்," என்று நான் கூறினேன்.

"சரி," என்று கூறிவிட்டு அவர் என்னை நெருங்கினார். மூப்படைந்திருந்த அவருடைய கண்களில் ஒரு புதுவிதமான உற்சாகம் தெரிந்தது. அவர் தன்னுடைய கையால் என் முதுகை வருடிக் கொடுத்தார். திடீரென்று, விருசாலியின் பொன்னிறக் கை என் நினைவுக்கு வந்தது. அது ஒரு வாழைத்தண்டுபோலக் கச்சிதமாக இருந்தது. எல்லாவற்றையும் மறக்க என் மனத்தை நான் தயார்படுத்த முயன்றேன், ஆனால் அது எனக்குக் கட்டுப்பட மறுத்தது. ஒருவன் தீவிரமாக எதை மறக்க விரும்புகிறானோ, துல்லியமாக அதுதான் அவனுடைய மனத்தில் மீண்டும் மீண்டும் சுழன்று கொண்டே இருக்கிறது. மனிதர்களைத் தீவிரமாக சோதிப்பதற்கு வாழ்க்கை கையாளும் வழி இதுதான்போலும்! ஒருவனுக்கு எது பெரும் மகிழ்ச்சியளிப்பதாகவும் நல்லதாகவும் தோன்றுகிறதோ, அது உண்மையில் அவனுடைய வாழ்வில் நிகழுகிறதா? என்றைக்கு அப்படி நடந்திருக்கிறது? விருசாலி மகிழ்ச்சியூட்டுபவளாகவும் நல்லவளாகவும் எனக்குத் தெரிந்தாள், ஆனால் இப்போது நான் அவளை மறக்க வேண்டியிருந்தது. அவள்

இப்போது என் மனைவியாக ஆவதற்கான எந்த சாத்தியமும் இருக்கவில்லை. "நான் புறப்படுகிறேன்," என்று சொல்லிவிட்டு நான் அங்கிருந்து போவதற்காகத் திரும்பினேன். துரியோதனன் அங்கு உட்கார்ந்திருந்ததை நான் முற்றிலுமாக மறந்திருந்தேன். நான் அந்த அறையிலிருந்து வெளியேறவிருந்ததைக் கண்ட அவன், என் தந்தையிடம், "சிற்றப்பா, யார் அந்தப் பெண்? அவளுடைய பெயர் என்ன? நீங்கள் அதைப் பற்றி ஒரு வார்த்தைகூடக் கூறவில்லையே!" என்று கேட்டான்.

இதைக் கேட்டதும் என் காதுகள் விழிப்படைந்தன. "அப்பெண் அஸ்தினாபுரத்தில் இருக்கிறாள். சத்தியசேனனின் சகோதரி விருசாலிதான் அவள்," என்று என் தந்தை பதிலளித்தார்.

"ஓ! அந்தப் பெண்ணா! கங்கை ஏன் தினமும் வேதனைப்பட வேண்டும் என்று நினைத்துத்தானே நீங்கள் இந்தத் தீர்மானத்திற்கு வந்தீர்கள்?" என்று என் தந்தையிடம் கேட்ட துரியோதனன் உரக்கச் சிரித்தான். என் தந்தையும் அவனோடு சேர்ந்து சிரித்தார். இதைக் கண்டு நான் திடுக்கிட்டேன். ஆக, இதெல்லாம் துரியோதனனின் வேலையா! அவன் எப்பேற்பட்ட புத்திசாலி! என்னை ஒப்புக் கொள்ள வைப்பதற்கு என் தந்தையை அணுகுவதுதான் சரியான விஷயம் என்பதை அவன் அறிந்திருந்தான். அதனால்தான் அவன் அப்படிச் செய்திருந்தான். அவன் என்னுடைய நண்பன் மட்டுமல்ல, அவன் ஷோனைப்போல என்னுடைய சொந்த சகோதரனும்கூட. அவனுடைய அன்பை சந்தேகிப்பதுகூட ஒரு பாவச்செயல்தான். அவன் என்மீது கொண்டிருந்த தூய அன்பினால்தான் அவன் என்னை அங்க நாட்டு அரசனாக ஆக்கியிருந்தான், ஆனால் அவன் தன்னுடைய சுயநலத்திற்காக அப்படிச் செய்திருந்ததாக முதலில் நான் நினைத்தேன். ஆனால் நான் என் தவறை உணர்ந்து கொண்ட அக்கணமே, என் அதிகாரத்தின்கீழ் என்னால் செய்ய முடிந்த எல்லாவற்றையும் இனி நான் துரியோதனனுக்காகச் செய்வேன் என்று நான் உறுதி பூண்டேன். இப்போது ஷோன், துரியோதனன் ஆகிய இரண்டு சகோதரர்கள் எனக்கு இருந்தனர். கௌரவர்களின் பட்டத்து இளவரசனான துரியோதனனை நான் என் உயிரினும் மேலாக நேசிக்கத் தொடங்கினேன். ஏனெனில், என்னைப் போன்ற ஒரு சாதாரணத் தேரோட்டியின் மகனின் மென்மையான உணர்வுகள்மீது அவன் அளப்பரிய அக்கறை காட்டியிருந்தான்.

நான் ஒரு வார்த்தைகூடப் பேசாமல் அந்த அறையைவிட்டு வெளியே வந்தேன். விருசாலி என்னுடைய மனைவியாக ஆகவிருந்தது குறித்து நான் பரவசம் கொண்டேன். அரண்மனைக்கு வெளியே ஷோன் காத்துக் கொண்டிருந்தான். அவன் வேறு பக்கமாகத் திரும்பி நின்று கொண்டிருந்தான். நான் அவனுக்குப் பின்னால் சென்று அவனுடைய முதுகின்மீது பலமாகத் தட்டினேன். இதனால் திடுக்கிட்ட அவன், "விளையாடாதே!" என்று கோபத்தில் கத்தினான். ஆனால், தட்டியது நான் என்று தெரிந்தபோது, அவன் தன் நாக்கைக் கடித்துவிட்டு ஒரு குற்றவாளிபோல என் முன்னால் கைகூப்பித் தலை வணங்கி நின்றான். நான் அவனுடைய கைகளைப் பிடித்துக் கொண்டு, "ஷோன், விளையாட்டெல்லாம் முடிந்துவிட்டது. என்னுடைய அங்கவஸ்திரத்தை எடுத்து வருவதற்கு இனிமேல் நீ அடிக்கடி கங்கைக்குப் போக

வேண்டியிருக்காது," என்று கூறினேன்.

அவன் ஏதோ சிந்தித்தபடி என்னையே பார்த்துக் கொண்டிருந்தான்.

5

நான் பேருவகை கொண்டேன். என்னுடைய திருமண அழைப்பிதழ்கள் அண்டை நாடுகளின் அரசர்கள் அனைவருக்கும் அனுப்பி வைக்கப்பட்டன. என் வாழ்க்கை ஒரு மாபெரும் தேவதாரு மரத்தைப்போலச் செழிப்பாக இருந்தது. நாளுக்கு நாள் அது மேன்மேலும் உயரமாக வளர்ந்து கொண்டே போனது. ஒரு தேரோட்டியாக இருந்த நான் ஓர் அரசனாக ஆனேன். இப்போது ஒரு சரியான வாழ்க்கைத்துணைவியோடு நான் ஒரு மங்கலகரமான திசையை நோக்கிப் போகவிருந்தேன். இது எனக்கு வாய்த்திருந்த ஓர் அதிர்ஷ்டமயமான பயணம், இல்லையா? மகிழ்ச்சி சில சமயங்களில் ஒருவனுக்கு அபரிமிதமாகக் கிட்டுகிறது. ஆனால் அதுவே அளவுக்கு மீறினால், அது மூச்சுத் திணறடிப்பதாக ஆகிறது. அப்போது, "போதும்! இதற்கு மேல் மகிழ்ச்சி வேண்டாம்!" என்று அவனுடைய மனம் எச்சரிக்கிறது.

நான் மேல்மாடத்தில் நின்றபடி இவற்றையெல்லாம் நினைத்தேன். தூரத்துத் தொடுவானம் என் கண்களுக்குத் தெளிவாகத் தெரிந்தது. பரந்த நீலவானம் அங்கே பசுமையான நிலத்தைத் தழுவிக் கொண்டிருந்தது. என் மனம் புளகாங்கிதம் அடைந்திருந்தது. கௌரவர்களின் பண்டைய அரண்மனையின் முன்னால் அமைக்கப்பட்டிருந்த திருமண அரங்கத்தைப் பணிப்பெண்களும் சேவகர்களும் மும்முரமாக அலங்கரித்துக் கொண்டிருந்ததை நான் கண்டபோது, என் இதயம் ஒரு மெல்லிய தென்றல் காற்றைப்போல லேசாகியது. தம்முடைய கழுத்து இறகுகளைத் தம்முடைய அலகுகளால் கிளறியபடி அரண்மனைக் குளத்தில் நீந்திக் கொண்டிருந்த அன்னங்களைப்போல, என் இதயம் என் உடலெனும் ஏரியில் பெருமிதத்தோடு மிதந்து கொண்டிருந்ததுபோலத் தோன்றியது. என்னுடைய எதிர்கால வாழ்க்கை குறித்த மகிழ்ச்சியான கனவுகள் என்னைச் சுற்றிலும் பரவின. இந்த ஒட்டுமொத்த உலகமும் மகிழ்ச்சியாகவும் ஒரு கோவிலைப்போலத் தூய்மையாகவும் இருந்தது.

6

என் திருமணச் சடங்குகள் அனைத்தும் நிறைவடைந்தன. ஒட்டுமொத்த அஸ்தினாபுரமும் என் திருமணத்தைப் பற்றியே பேசியது. எல்லோரும் உற்சாகமாகவும் மகிழ்ச்சியாகவும் இருந்தனர். என்னுடைய திருமணம் இவ்வளவு கோலாகலமாகக் கொண்டாடப்படும் என்று நான் ஒருபோதும் கற்பனை செய்ததுகூட இல்லை. ஒரு பொறுப்புள்ள கணவன் என்ற ரூபத்தில் குடும்பஸ்தன் பாத்திரத்தை நான் ஏற்றிருந்தேன். என்னுடைய வாழ்க்கை நாடகத்தின் இரண்டாவது பகுதி தொடங்கியது. திருமணம் எல்லா விஷயங்களையும் எல்லா நிகழ்வுகளையும்

ரம்மியமானதாக ஆக்குகிறது. வாழ்வெனும் இசையின் வசந்தகீதம் அது. நான் இப்போது அந்த ராகத்தைத்தான் இசைக்கவிருந்தேன். திருமண விழாவின் பல்வேறு நிகழ்வுகளை இப்போதும் என்னால் நினைவுகூர முடிகிறது. வசந்தகாலம் முடிந்துவிட்டாலும்கூட மகிழம்பூக்களின் மணம் நீடிக்கிறதல்லவா!

உயர்ந்த மனிதர்களும் அரசகுலத்தைச் சேர்ந்தவர்களும் என்னுடைய திருமணத்திற்கு வருகை தந்தனர். சத்திரியர்கள்கூட ஒரு தேரோட்டியின் மகனுடைய திருமணத்தில் கலந்து கொண்டது ஓர் அசாதாரணமான நிகழ்வு. துரியோதனன் எல்லோருக்கும் சிறப்பு அழைப்பிதழ்களை அனுப்பியிருந்தான். அவன் என்மீது எல்லையற்றப் பாசம் கொண்டிருந்தான். ஒரு கௌரவ அரசன் ஒரு வாக்குக் கொடுத்துவிட்டால், அதை அவன் எப்போதும் நிறைவேற்றுவான். இது துரியோதனனின் ஒவ்வொரு செயலிலும் வெளிப்பட்டது. என்னுடைய திருமணத்தைக் காணுவதற்குப் பிற நாடுகளிலிருந்து வந்திருந்த அனைவரும் தாங்கள் ஒரு கௌரவ இளவரசனின் திருமணத்தைக் கண்டுகளித்துக் கொண்டிருந்ததுபோல உணர்ந்தனர். நான் உண்மையிலேயே அதிர்ஷ்டம் செய்திருந்தேன். ஷோன் எல்லையற்ற மகிழ்ச்சி கொண்டான். அவன் தன்னுடைய வயதை மறந்துவிட்டு, விழாவுக்கு வந்திருந்த அனைவரையும் வரவேற்று அவர்களை உபசரித்தான், அவர்களை சௌகரியமாக உணரச் செய்வதற்குத் தன்னால் முடிந்த எல்லாவற்றையும் செய்தான்.

எப்போதும் தர்மம், ஆன்மா, கடமை போன்ற ஆழமான விவகாரங்களை மணிக்கணக்கில் பேசிக்கொண்டிருந்த அசுவத்தாமன்கூட என்னுடைய திருமணத்தில் உற்சாகமாகப் பங்கு கொண்டான். அவன் தன்னுடைய தூய கரங்களால் என் கழுத்தில் மாலையை அணிவித்தபடி, "கர்ணா, எச்சரிக்கையாக இருந்து கொள். திருமணத்தில் எவனொருவனுடைய இதயமும் வெற்றி கொள்ளப்பட்டுவிடும்," என்று கூறினான்.

எனக்கு மஞ்சள் பூசிய பெண்களில் சிலர் தங்களுக்கிடையே சிரித்துக் கொண்டே, "மஞ்சளைவிட அதிகப் பொன்னிறத்தில் இருக்கின்ற இந்த மணமகனுக்கு மஞ்சள் எதற்கு?" என்று கேட்டனர். அந்த வார்த்தைகள் மிகத் தெளிவாக எனக்கு நினைவிருக்கின்றன.

சந்தியாகாலத்தில் கோதூளி முகூர்த்தத்தில் நான் மணமுடித்தேன். வெண்தாமரை மலர்களால் ஆன ஒரு மாலையை விருசாலி நாணத்துடன் எனக்கு அணிவித்தாள். ஷெனாய் இசைக்கருவியின் இனிய இசையும் மேளச் சத்தமும் அஸ்தினாபுரம் நெடுகிலும் எதிரொலித்தன. சந்தன நீரும் மற்ற பிற வாசனைத் திரவியங்களும் காற்றை இனிய நறுமணத்தால் நிரப்பின. எனக்குத் தன்னுடைய ஆசீர்வாதங்களைக் கொடுப்பதற்காக சூரிய பகவான் மேற்குத் தொடுவானத்தில் சற்று கூடுதல் நேரம் நீடித்தார். இரவுநேரச் சடங்குகளுக்கு இடையே அவரை ஆசுவாசமாக வழிபடுவதற்கு எனக்கு நேரம் கிடைக்காது என்று நினைத்த நான், திருமண அரங்கில் வைத்தே அவரை வணங்கினேன். நான் இப்போது ஒரு கணவனாக ஆகியிருந்தேன், நான்கு கைகளைக் கொண்ட ஒரு மனிதனாக ஆகியிருந்தேன்.

எனக்குப் பரிசுகள் வெள்ளமென வந்து குவிந்திருந்தன. பெரும்பாலும்

ஆபரணங்கள், பட்டாடைகள், தங்கக் கைப்பிடிகளையும் வெள்ளிக் கைப்பிடிகளையும் கொண்ட வாட்கள், மாணிக்கங்கள், முத்துக்கள், வைடூரியங்கள் போன்றவை பரிசுகளாக வந்திருந்தன. ஆனால் ஒரே ஒரு பரிசு தனித்துவமானதாக இருந்தது. பாண்டவர்கள் ஒரே ஒரு பரிசை மட்டும் அனுப்பியிருந்தனர். அது ராஜமாதா குந்தி தேவியிடமிருந்து வந்திருந்தது. அது ஒரு நீலப் புடவை. அதில் பொன்னிழைகளால் ஆன வேலைப்பாடுகள் செய்யப்பட்டிருந்தன. விலை மதிக்கப்பட முடியாத ஓர் அற்புதமான பரிசு அது. அப்பரிசோடு கூடவே, விரல் பாதுகாப்புக் கவசம் ஒன்றும் இருந்தது.

நானும் விருசாலியும் என் பெற்றோரின் பாதங்களில் விழுந்து வணங்கினோம். "பல்லாண்டு வாழ்க!" என்று அவர்கள் எங்களை வாழ்த்தி ஆசீர்வதித்தனர். எங்கள் இதயங்கள் மகிழ்ச்சியால் நிரம்பின. நான் அவர்களுடைய மகனாகப் பிறந்தது என்னுடைய அதிர்ஷ்டம் என்று நான் கருதினேன். என் தாயார் என்னைத் தொட்டுத் தூக்கி, "கர்ணா, என்றென்றும் மகிழ்ச்சியாக இரு!" என்று வாழ்த்தினார். காய்த்துப் போயிருந்த அவருடைய வயதான கையைப் பிடித்து, நான் அவரிடம், "அம்மா, நான் கர்ணன் அல்லன், வசு. உலகிற்குத்தான் நான் கர்ணன். உங்களுக்கு நான் எப்போதும் வசுவாகத்தான் இருப்பேன்," என்று கூறினேன். என் கண்கள் குளமாயின. அவர் என்னைத் தன் நெஞ்சோடு சேர்த்து அணைத்துக் கொண்டார். ஒரு கணம், நான் என் தாயின் தோள்மீது என் தலையைச் சாய்த்தேன். அப்போது, எதிரே இருந்த அரண்மனை சன்னலுக்குப் பின்னால் ராஜமாதா குந்தி தேவி நின்று கொண்டிருந்ததை நான் தெளிவாகக் கண்டேன். அவர் என்னுடைய திசையில் பார்த்துக் கொண்டிருந்ததுபோலத் தோன்றியது. அவர் தன்னுடைய முந்தானையைக் கொண்டு தன் கண்களைத் துடைத்துக் கொண்டிருந்ததை நான் பார்த்தேன். அல்லது என் கண்கள் ஈரமாக இருந்ததால், அவை சரியாகப் பார்க்கவில்லையோ? ராஜமாதா ஏன் தன்னுடைய முந்தானையால் தன் கண்களைத் துடைக்க வேண்டும்? மறுகணம் அந்த சன்னல் மூடியது. நான் விருசாலியின் கையைப் பிடித்தேன். உலகில் நான் எதிர்கொண்ட நெருக்கடிகளில் அவளுடைய கைதான் இனி என்னுடைய உண்மையான துணையாக இருக்கும்.

போட்டியரங்கத்தில் அர்ஜுனனுக்கு சவால்விட்ட ஒரு சூத புத்திரனின் திருமணம் வெற்றிகரமாக முடிந்திருந்தது. ராஜமாதா குந்தி தேவியார் இதைப் பார்க்க விரும்பவில்லையா? அதனால்தான் அவர் தன்னுடைய அரண்மனை சன்னலை அவ்வளவு வேகமாக மூடினாரா? இந்த சந்தேக எண்ணங்கள் என் மனத்தைக் குடைந்தன.

7

வாழ்க்கையில் பல விஷயங்கள் நிகழுகின்றன. ஒருவன் எவ்வளவு கடினமாக முயற்சித்தாலும், நிகழ்ந்துள்ள எல்லாவற்றையும் அவனால் நினைவில் வைத்துக் கொள்ள முடிவதில்லை. ஆனால் சில நிகழ்வுகள் நம் நினைவில் நீங்கா இடம் பெற்றுவிடுகின்றன. நாம் எவ்வளவு முயற்சித்தாலும், அவற்றை நம்மால் களைய முடிவதில்லை.

தன்னுடைய இரையை விடாமல் கவ்விக் கொண்டிருக்கின்ற ஒரு முதலையைப்போல, அப்படிப்பட்ட நிகழ்வுகளை நம் மனம் கைவிட மறுக்கிறது. அவற்றில் சில நினைவுகள் மகிழ்ச்சியூட்டுபவையாகவும், சில வேதனையூட்டுபவையாகவும் இருக்கின்றன. தங்களுடைய திருமணம் முடிந்து முதலிரவின்போது நிகழ்ந்த தங்களுடைய இனிய சங்கமத்தை எந்தவொரு கணவனாலும் அல்லது மனைவியாலும் மறக்க முடியுமா? நல்ல நினைவுகள் அனைத்தும் மலர்களைப்போல நறுமணம் கொண்டவையாக இருக்கின்றன. அந்த முதலிரவைப் பற்றிய நினைவு மனத்தைக் கிறங்கச் செய்வதாக இருக்கிறது. தயக்கம், மயக்கம், சுயஅர்ப்பணம் ஆகியவற்றின் கலவை அது. இரண்டு மனங்களின் அமைதியான, பிரக்ஞையற்றக் கருத்துப் பரிமாற்றத்தைக் குறிக்கின்ற இரவு அது. அந்த இரவை வார்த்தைகளால் எப்படிச் சித்தரிக்க முடியும்? நேற்றுதான் நிகழ்ந்திருந்ததுபோல எனக்கு அந்த இரவு நன்றாக நினைவிருக்கிறது. அன்று பௌர்ணமி நாள் என்பது அதன் தனிச்சிறப்பு.

கரிய நூக்க மரத்தால் ஆன ஒரு படுக்கையின்மீது விருசாலி நாணத்தோடு அமர்ந்திருந்தாள். பிரம்ம கமலம் என்று அழைக்கப்படுகின்ற, நறுமணம் மிக்க வெண்ணிற மலர்களால் ஆன தோரணங்கள் அப்படுக்கையை அலங்கரித்திருந்தன. நான் படுக்கையறைக்குள் நுழைந்தவுடன், விருசாலி எழுந்து நின்று தன்னுடைய ஆடையை ஒழுங்குபடுத்திவிட்டு சிரம் தாழ்த்தி நின்றாள். என்ன சொல்லுவதென்று எனக்கும் தெரியவில்லை. நான் சன்னலருகே சென்று நின்றேன். அதன் வழியாகப் பௌர்ணமி நிலவு தெளிவாகத் தெரிந்தது. அதன் பால்வெள்ளி ஒளி பூமியை தாராளமாகக் குளிப்பாட்டிக் கொண்டிருந்தது. ஒட்டுமொத்த அஸ்தினாபுரமும் அமைதியாக இருந்தது. கங்கையிலிருந்து மிதந்து வந்த மெல்லிய குளிர்காற்று எங்கள் அறைக்குள் நுழைந்தது. அது என்னிடம், “நீ கங்கையை மறந்துவிட்டாயா? நீங்கள் இருவரும் கட்டித் தழுவியதை முதன்முதலில் பார்த்தது கங்கைதானே?” என்று கேட்டதுபோல இருந்தது. பரந்து விரிந்திருந்த கங்கையை அந்த சன்னலின் ஊடாக நான் கண்கொட்டாமல் பார்த்தேன். தூரத்து நிலவொளியில் அதன் ஓட்டம் ஒரு புறா குட்டிக்கரணம் போடுவதைப்போல இருந்தது. அன்றொரு நாள், கங்கையின் படித்துறையில் இருந்த படிக்கட்டுகள்மீது விருசாலி தன்னினைவின்றிப் படுத்துக் கிடந்தபோது, இப்போது என்னுள் என்ன உணர்வு ஏற்பட்டுக் கொண்டிருந்ததோ, அதே உணர்வை நான் அனுபவித்தேன். நான் சன்னலை மென்மையாக மூடிவிட்டுப் படுக்கையின் அருகே சென்று, “நீ இனியொரு முறை கங்கைக்குள் வழுக்கி விழுந்தால், நான் உன்னைக் காப்பாற்ற வர மாட்டேன். மூழ்கிக் கொண்டிருக்கின்ற இளம்பெண்களையெல்லாம் காப்பாற்றுகின்ற ஒரு மீனவன் அல்லன் நான்,” என்று கூறினேன். என்னுடைய நகைச்சுவையை அவள் மௌனமாக ரசித்ததை என்னால் பார்க்க முடிந்தது. அவள் தன்னைக் கட்டுப்படுத்திக் கொள்ள முயன்றாள், ஆனால் அவளுடைய கன்னங்களில் வசீகரமான இரண்டு குழிகள் உருவாயின. அவள் எதுவும் பேசாமல் அசையாமல் நின்று கொண்டிருந்தாள். அவள் தன்னுடைய முகத்தைத் தன் முந்தானையால் மூடியிருந்தாள். “இந்த அரண்மனையில்

ஏற்கனவே எண்ணற்றச் சிலைகள் இருக்கின்றன. கூடுதலாக நீ ஒரு சிலையாக இருக்க வேண்டிய தேவையில்லை. நீ எவ்வளவு நேரம்தான் இப்படியே உறைந்து நின்று கொண்டிருக்கப் போகிறாய்? இங்கே வந்து உட்கார்," என்று நான் கூறினேன். அவள் தன்னுடைய முகத்திரையை விலக்காமல் படுக்கையின்மீது அமர்ந்தாள். அவள் உட்கார்ந்தபோது, அவளுடைய புடவையில் இருந்த, பொன்னிழைகளால் ஆன மலர்கள் மினுமினுத்ததை நான் பார்த்தேன். இது ராஜமாதா அன்பளிப்பாக வழங்கியிருந்த அதே புடவையா என்று நான் யோசித்தேன். இவள் ஏன் அதைத் தேர்ந்தெடுத்து அணிந்திருந்தாள்? நான் ஆர்வக் குறுகுறுப்புடன் அவளிடம், "விருசாலி, நீ ஏன் இந்தப் புடவையைத் தேர்ந்தெடுத்தாய்? இதில் அப்படி என்ன தனிச்சிறப்பு இருக்கிறது?" என்று கேட்டேன். இக்கேள்வி அவளுடைய மௌனத்தைக் கலைத்தது.

"நீலவானத்தில் பொன்னிறச் சூரியனைப் பார்க்க உங்களுக்கு மிகவும் பிடிக்கும் என்று நான் கேள்விப்பட்டிருந்தேன். இந்த நீலப் புடவையில் பொன்னிற ஜரிகை வேலைப்பாடுகள் உள்ளன. அதனால்தான் நான் இதைத் தேர்ந்தெடுத்தேன்," என்று அவள் மிக மென்மையான குரலில் கூறினாள். பசுவின் கழுத்தில் உள்ள மணிகள் ஏற்படுத்துகின்ற ஓசையைப்போல அக்குரல் இனிமையாக இருந்தது. அவளுடைய இனிய குரலைவிட அவள் கூறிய விஷயம் என்னை அதிகமாகக் கவர்ந்தது.

என்னைப் பற்றிய இன்னும் என்னென்ன தனிப்பட்ட விஷயங்களை அவள் தெரிந்து வைத்திருந்தாள் என்பது கடவுளுக்கே வெளிச்சம்!

நான் அவளுடைய முகவாயை உயர்த்தி அவளிடம் ஏதோ கூறவிருந்த நேரத்தில், திடீரென்று, நேர்த்தியாக மடிக்கப்பட்டிருந்த ஒரு துணியை அவள் எங்கள் படுக்கை விரிப்புக்கு அடியிலிருந்து எடுத்து என்னை நோக்கித் தள்ளினாள். நான் அதை ஆர்வக் குறுகுறுப்புடன் பார்த்தேன். என்னுடைய அங்கவஸ்திரம் அது! அன்றொரு நாள், கங்கைக் கரையில் நாங்கள் சந்தித்துக் கொண்டபோது ஏற்பட்டக் குழப்பத்தில் அவள் அதைத் தன்னோடு எடுத்துச் சென்றிருந்தாள். இத்தனை நாட்களும் அவள் அதை பத்திரமாகப் பாதுகாத்து வைத்திருந்தாள். நான் அதை உதறித் திறந்தேன். அதிலிருந்து ஏதோ கீழே விழுந்தது. நான் ஆச்சரியத்தோடு கீழே குனிந்து அதை எடுத்தேன். விரல் பாதுகாப்புக் கவசம் அது. விருசாலியின் புத்திக்கூர்மை என்னை வியக்க வைத்தது. தன்னுடைய கணவன் ஒரு சிறந்த வில்லாளன் என்பதை அறிந்திருந்த அவள், ராஜமாதா குந்தி தேவியார் பரிசளித்திருந்த அந்த விரல் பாதுகாப்புக் கவசத்தை எனக்காகக் கொண்டு வந்திருந்தாள். நான் அதை என் விரலில் அணிந்தேன். விருசாலி ஏன் மற்ற எல்லாப் பரிசுகளையும் விட்டுவிட்டு ராஜமாதா கொடுத்திருந்த பரிசுகளை மட்டும் தேர்ந்தெடுத்திருந்தாள் என்று நான் யோசித்தேன். நான் எவ்வளவு முயன்றும் எந்த பதிலும் எனக்குத் தோன்றவில்லை. ஒரு மனிதனின் வாழ்வில் நிகழுகின்ற எல்லாவற்றுக்கும் ஒரு விடை ஒருபோதும் இருப்பதில்லை, இல்லையா? எனவே, நான் அவ்விஷயத்தை அப்படியே விட்டுவிட்டேன்.

நான் என்னுடைய அங்கவஸ்திரத்தை விருசாலியின் தோள்களையும் தலையையும் சுற்றிப் போர்த்திவிட்டு, அவளை என்னை நோக்கி இழுத்தேன். "தங்கள் கணவன்மார்களுக்கு எது மகிழ்ச்சியளிக்கும்

என்பதை எல்லா மனைவியரும் தாங்கள் பிறந்ததிலிருந்தே உள்ளுணர்வுரீதியாக அறிந்திருக்கின்றனர்போலும்!" என்று நான் கூறினேன்.

அவள் என் மார்பின்மீது தலை வைத்து, மிக மென்மையான குரலில், "அது இருக்கட்டும், ஆனால் என் கணவர் தன் அன்பு மனைவிக்காக என்ன கொண்டு வந்திருக்கிறார் என்பதை நான் தெரிந்து கொள்ள விரும்புகிறேன்," என்று கூறினாள்.

பட்டுத் துணியால் ஆன ஒரு சுருக்குப்பையை நான் என் இடைக் கச்சைக்குள் இருந்து வெளியே எடுத்து, அதைத் திறந்து, அதிலிருந்த உடைந்த பானைத் துண்டு ஒன்றை நான் அவளிடம் காட்டினேன். பிரயாகையில் அவள் உடைத்திருந்த பானையிலிருந்து சிதறிய துண்டுகளில் ஒன்று அது. "நான் உனக்காகப் பிரயாகையிலிருந்து இந்தத் தங்கத்தைக் கொண்டு வந்திருக்கிறேன்," என்று நான் கூறினேன்.

அவள் அதை என் கைகளிலிருந்து பிடுங்கினாள். பிறகு அவள் வெட்கப்பட்டுக் கொண்டு தன் முகத்தை என் மார்பின்மீது புதைத்தாள். நான் அவளுடைய வட்ட முகத்தை என் கைகளால் தாங்கிப் பிடித்தேன். நாங்கள் இருவரும் ஒருவரையொருவர் இறுக்கமாகக் கட்டியணைத்தோம். அந்த அறையில் எரிந்து கொண்டிருந்த விளக்குகளைப் பார்த்த அவள், "நாம் இங்கு தனியாக இல்லை," என்று என்னிடம் கூறினாள். நான் சிரித்துக் கொண்டே அவளுடைய முகத்தை விடுவிடுத்துவிட்டுப் படுக்கையிலிருந்து எழுந்தேன். பிறகு ஒவ்வொன்றாக எல்லா விளக்குகளையும் ஊதி அணைத்துவிட்டு நான் மீண்டும் படுக்கைக்கு வந்தேன். அவளைக் கட்டியணைத்துக் கொண்டு, "இப்போது யாரும் இங்கு நம்மைக் கண்காணித்துக் கொண்டிருக்கவில்லை," என்று கூறினேன்.

"நீங்கள் எல்லா விளக்குகளையும் அணைக்கவில்லையே," என்று அவள் கூறியதைக் கேட்டு நான் குழப்பமடைந்தேன். அறைக்குள் நுழைந்த நிலவொளியை அவள் குறிப்பிட்டதாக நினைத்த நான், அதைப் பார்த்துவிட்டு, "வானத்தில் வெகுதூரத்தில் தெரிகின்ற நிலவைப் பற்றி நீ கூறுகிறாயா? படைப்பின் துவக்கத்திலிருந்து எத்தனைக் காதல் இரவுகளை அந்த நிலவு பார்த்திருக்குமோ, யாரறிவார்? அந்த நிலவுக்கு அந்த எண்ணிக்கை நினைவிருக்காது," என்று கூறினேன். ஆனால் அந்த நிலவொளி எங்கள் நெருக்கத்தில் குறுக்கிட்டதை நான் சிறிதும் விரும்பவில்லை.

"நான் நிலவைச் சொல்லவில்லை. அந்த நிலவொளியைக்கூட வெட்கப்பட வைக்கக்கூடிய இன்னும் இரண்டு விளக்குகள் இருக்கின்றன. அவற்றின் வெளிச்சம் ஒருபோதும் மங்குவதில்லை. அந்த விளக்குகளை உங்கள் உதடுகளால் ஊதி அணைக்க முடியாது. அப்படிப்பட்ட விளக்குகள் அவை," என்று கூறிய விருசாலி, தன்னுடைய பெரிய கண்களால் என்னை உற்றுப் பார்த்தாள்.

"எந்த விளக்குகள்?" என்று நான் அவளைக் கேட்டேன். அவை எவை என்பதை ஊகிப்பது அவ்வளவு கடினமாக இருக்கவில்லை.

"உங்களுடைய காதுகள்," என்று அவள் சிரித்துக் கொண்டே கூறினாள்.

அவளுடைய கன்னங்களில் மீண்டும் இரண்டு அழகான குழிகள்

தோன்றின.

"விருசாலி, நீ எப்படி இவ்வளவு கெட்டிக்காரியாக ஆனாய்?" என்று கேட்டுக் கொண்டே நான் அவளுடைய முகத்தை என் கைகளில் ஏந்திப் பிடித்தேன். என்னுடைய குண்டலங்களிலிருந்து நீலநிற ஒளி அவளுடைய பொன்னிற முகத்தின்மீது விழுந்து நீலவெள்ளி நிழலை ஏற்படுத்தியது. நான் எவ்வளவு முயன்றும், அவளுடைய தோற்றத்தை வர்ணிக்க ஒரு பொருத்தமான உருவகத்தை என்னால் கண்டுபிடிக்க முடியவில்லை. ஒளிமயமான பௌர்ணமி நிலவு தன்னுடைய தோழியான அருந்ததியோடு சேர்ந்து வானில் மெல்ல மெல்ல உயர்ந்தது. கங்கையின் மென்மையான குளிர்காற்று, பாதி திறந்திருந்த சன்னல் வழியாக மிதந்து வந்தது. என் உடல் சிலிர்த்தது.

8

நான் விருசாலியோடு என்னுடைய நாட்களை மகிழ்ச்சியாகக் கழித்தேன். அவள் ஒரு கச்சிதமான மனைவியாக இருந்தாள். வெறும் மனைவியாக மட்டுமல்லாமல், அவள் ஒரு கச்சிதமான மகளாகவும் சகோதரியாகவும் மருமகளாகவும்கூட இருந்தாள். நான் அஸ்தினாபுரத்தில் ஒரு காலத்தில் ஏளனம் செய்யப்பட்டதைக்கூட நான் முற்றிலுமாக மறக்கும் அளவுக்கு அவளுடைய நடத்தை இருந்தது. வாழ்க்கை உற்சாகமூட்டுவதாகவும் காதல்சுவை மிக்கதாகவும் உணர்வுபூர்வமாகவும் இருக்க முடியும் என்பதை முதன்முறையாக நான் உணர்ந்தேன். இருத்தலின் ஆனந்தத்தைப் பற்றிப் புத்தகங்களில் படிப்பதாலோ அல்லது புராணங்களைப் படிப்பதாலோ நம்மால் ஒருபோதும் அதை அனுபவிக்க முடியாது. அதை ஒருவர் வாழ்ந்து அனுபவிக்க வேண்டும். விருசாலியின் நடத்தையில் ஒரே ஒரு பண்புநலன் மட்டுமே இருந்தது. தூய அன்புணர்வுதான் அது. உண்மையில் அன்புதான் வாழ்வின் மிக உயர்ந்த ஊக்குவிப்பு. தூய அன்புக்குப் பக்கத்தில் வைக்கப்படும்போது, ஏளனம், பழி, பொறாமை ஆகியவை மங்கி மறைந்துவிடுகின்றன.

நான் தினமும் என்னுடைய நாளில் பாதியை கங்கைக் கரையில் கழித்தேன். மீதியை உடற்பயிற்சியிலும், அரசவையிலும், அசுவத்தாமனோடும் துரியோதனனோடும் உரையாடுவதிலும் கழித்தேன். விருசாலியால் இரவுகள் மணம் வீசின. உண்மையில், எனக்கு இரவு என்ற ஒன்று இல்லவே இல்லை. எல்லாமே பகலாகத்தான் இருந்தது. இருபத்து நான்கு மணிநேர வெளிச்சம்! வாழ்க்கை என்மீது அபரிமிதமான பொன்மலர்களைப் பொழிந்து கொண்டிருந்தது. என்னுடைய பெற்றோர், விருசாலி, சத்தியசேனன், அசுவத்தாமன், ஷோன், துரியோதனன் போன்ற, அன்புள்ளம் கொண்ட மனிதர்கள் என்னைச் சூழ்ந்திருந்தனர். அவர்கள் என்னிடம் முழு அர்ப்பணிப்போடு இருந்தனர். ஷோன் இப்போது இளைஞனாக ஆகியிருந்தான். அவன் உயரமாகவும் ஒல்லியாகவும் வசீகரமாகவும் இருந்தான். உடற்பயிற்சியும் ஓர் ஆரோக்கியமான கண்ணோட்டமும் அவனை உறுதியானவனாகவும் வலிமையானவனாகவும் ஆக்கியிருந்தன. இயல்பாக அவனிடம் இருந்த பரிவு எல்லோருக்கும் பிரியமானவனாக அவனை ஆக்கியது.

அவன் உடலளவில் சக்தி வாய்ந்தவனாகவும், அதே சமயத்தில், மென்மையானவனாகவும் இருந்ததாக எல்லோரும் கருதினர். ஆனால் எனக்கு அவன் எப்போதும் ஓர் அப்பாவிச் சிறுவனாகவே இருந்தான். ஏனெனில், அவனுடைய அறிவும், மென்மையாகப் பேசும் குணமும், தோழமையுணர்வும் முன்புபோலவே இப்போதும் அவனிடம் நீடித்தன. அவனுடைய உடல் பெரிதாக வளர்ந்திருந்தது, ஆனால் அவனுடைய மனம் மட்டும் எப்போதும் பனியைப்போலத் தூய்மையாக இருந்தது.

சில சமயங்களில் நான் அவனைப் பார்த்தபோது, அவன்தான் கவச குண்டலங்களைப் பெற்றிருந்ததாக நான் நினைத்தேன். அச்சமயங்களில் அவன் துல்லியமாக என்னைப்போலவே இருந்தான். சில சமயங்களில் அவன் என்னைவிடவும் அதிக வசீகரமாகக் காட்சியளித்தான். அவனுடைய தோலின் நிறம் சற்றுக் கருப்பாக இருந்தது, அவ்வளவுதான். எனக்குக் கிடைத்திருந்தது போன்ற கவச குண்டலங்கள் தன்னிடம் இல்லை என்பதை அவன் அறிந்திருந்தது அவனுள் எத்தகைய உணர்வை ஏற்படுத்தியது? நாங்கள் சிறுவர்களாக இருந்தபோது, அவன் அவற்றை எடுத்துக் கொள்ளுவதற்காக என்னோடு சண்டைகூடப் போட்டிருந்தான். என்னைப் பற்றி இப்போது அவன் எத்தகைய உணர்வுகளைக் கொண்டிருந்தான்? பொறாமையா, பகைமையா, அல்லது வெறுப்பா? அப்படிப்பட்ட உணர்வுகளுக்கான ஒரு லேசான அறிகுறியைக்கூட நான் அவனிடம் ஒருபோதும் கண்டதில்லை. மாறாக, உண்மையான சகோதரப் பாசத்திற்கான நிகரற்ற எடுத்துக்காட்டாக அவன் திகழ்ந்தான். என் ஷோன் அப்படிப்பட்டவன்! துரியோதனனுக்குத் தொண்ணூற்று ஒன்பது சகோதரர்கள் இருந்தனர், அர்ஜுனனுக்கு நான்கு பேர் இருந்தனர், ஆனால் எனக்கு ஒரே ஒருவன்தான் இருந்தான். ஆனால் அவன் என் சகோதரன் அல்லன், அவன் இன்னொரு கர்ணன்! நான் ஓர் அரசனாக ஆனபோது, பலர் என்னிடமிருந்து பணத்தையும் நிலத்தையும் பிற பொருட்களையும் நாவில் தேனொழுகக் கேட்டனர். ஆனால் ஷோன் என்னிடம் என்ன கேட்டான்? அங்க நாட்டில் பாதியையா? செல்வத்தையா? அமைச்சர் பதவியையா? படைத்தளபதி பதவியையா? இல்லை. அவன் என்னைத் தனியாக சந்தித்து, "அண்ணா, நீங்கள் இப்போது உண்மையிலேயே பெரிய ஆளாக ஆகிவிட்டீர்கள். அது குறித்து எனக்கு மிக்க மகிழ்ச்சி. நான் எப்போதும் உங்கள் அருகிலேயே இருக்க விரும்புகிறேன். வெள்ளைக் குதிரை பூட்டப்பட்ட உங்கள் தேரின் தேரோட்டியாக என்னை ஆக்குங்கள். நீங்கள் நிச்சயமாக என்னை உங்களுடைய தேரோட்டியாக ஆக்கப் போவதாக எனக்கு வாக்குக் கொடுங்கள்," என்று கூறினான்.

எவ்வளவு தன்னலமற்ற அன்பு! அவனுடைய இந்தக் கோரிக்கையை நான் கேட்டபோது என் தொண்டை அடைத்தது எனக்கு நினைவிருக்கிறது. நான் அவனுடைய கையைப் பிடித்து என் கைகளுக்குள் அடக்கிக் கொண்டேன். மென்மையான இதயம் படைத்த இப்படிப்பட்ட ஓர் அன்பான சகோதரனைப் பெறுவதற்கு நான் எவ்வளவு அதிர்ஷ்டம் செய்திருக்க வேண்டும்! என்னுடைய குழந்தைப்பருவத்தில், "நான் யார்?" என்ற கேள்வியை எனக்கு நானே அடிக்கடிக் கேட்டுக் கொண்டு, அர்த்தமில்லாமல் நான்

விரக்தியடைந்தேன். நான் ஷோனின் அன்புக்குரிய சகோதரன், இல்லையா? இப்போது அசுவத்தாமன், துரியோதனன் போன்ற அருமையான நண்பர்கள் எனக்கு வாய்த்திருந்தனர். எனக்கு அன்பான பெற்றோரும், என்னைப் புரிந்து நடந்து கொண்ட ஓர் அன்பான மனைவியும் கிடைத்திருந்தனர். அங்க நாட்டின் அரசன் என்ற பதவியும் எனக்குக் கிடைத்திருந்தது. இதைவிட அதிக மகிழ்ச்சியை ஒருவனால் கற்பனை செய்ய முடியுமா? ஆனால், என் இதயத்தில் ஏதோ ஒரு மூலையில் ஓர் அதிருப்தி குடிகொண்டு இருந்தது. என் மனத்தில் ஏதோ ஒரு குறை இருந்தது. என்ன இருந்தாலும், நான் ஒரு சூத புத்திரன்தானே? என்னுடைய சாதியை நினைத்து நான் வருந்தக்கூடாதுதான், ஆனால் நான் வருந்தினேன். ஏன்? அதற்கான காரணம் எனக்குத் தெரியவில்லை. சில சமயங்களில், நான் என் தேரில் ஷோனை அழைத்துக் கொண்டு சம்பாநகரியில் கங்கைக் கரைக்குப் போக வேண்டும் என்ற ஒரு தீவிர உந்துதல் என்னுள் எழுந்தது. சிறு வயதில் நாங்கள் செய்ததைப்போலவே, ஷோன் அக்கரையிலிருந்து சிப்பிகளைச் சேகரிக்க வேண்டும் என்றும், நான் என் தேரில் இருந்தபடியே சூரியனைப் பார்த்துக் கொண்டிருக்க வேண்டும் என்றும் நான் விரும்பினேன். அந்தி சாய்ந்தவுடன் நாங்கள் வீடு திரும்பும்போது, வானில் பறக்கும் கருடன்களைக் கண்டு ஷோன் என்னிடம், "அண்ணா, நீங்கள் அந்த கருடன்களைப்போல வானில் மேன்மேலும் உயரே பறக்கப் போகிறீர்களா?" என்ற அதே கேள்வியைக் கேட்க வேண்டும் என்றும், அதற்கு நான், "ஆமாம். உன்னால் பார்க்க முடியாத உயரத்தில் நான் பறக்கப் போகிறேன்," என்று பதிலளிக்க வேண்டும் என்றும் நான் விரும்பினேன்.

ஆனால் அது சாத்தியமில்லை. அது ஒருபோதும் சாத்தியப்படாது. வாழ்க்கையில் பின்னோக்கிச் செல்லுவதில் எந்த அர்த்தமும் இல்லை.

9

துரியோதனனும் நானும் அரசியல் விவகாரங்களை அடிக்கடி விவாதித்தோம். பாண்டவர்களைப் பற்றிய பேச்சு எழுந்தபோதெல்லாம், அவனுடைய இளஞ்சிவப்புக் கண்கள் விநோதமான வண்ணங்களுக்கு மாறின. எங்களுடைய உரையாடல்களின்போது பெரும்பாலும் சகுனி மாமாவும் உடனிருந்தார். அவர் பல துணிச்சலான திட்டங்களை முன்மொழிவார். அவற்றைச் செயல்படுத்துவதற்கு முன்பாக, அவற்றில் இருந்த ஆபத்துக்களைச் சமாளித்து அவற்றிலிருந்து மீளுவதற்கான வழிகளையும் அவர் சாமர்த்தியமாக விளக்குவார். அவர் எதைப் பரிந்துரைத்தாலும், அதில் ஏதோ ஒரு வஞ்சகமோ அல்லது தந்திரமோ இருந்ததாக எனக்குத் தோன்றியது. எனவே, நான் எப்போதும் அவரை உறுதியாக எதிர்த்தேன். சகுனி மாமா என்னிடம், "கர்ணா, உனக்கு அரசியலைப் பற்றி எதுவும் தெரியாது. நீ எல்லாவற்றையும் உன்னுடைய கண்கள் வழியாகப் பார்க்கிறாய். அது ஒரு பெருந்தவறு. நேர்மையான, உணர்ச்சிவசப்படுகின்ற மனங்களைக் கொண்டவர்களுக்கு அரசியல் ஒருபோதும் சரிப்பட்டு வராது. அதற்கு சூழ்ச்சி இன்றியமையாதது. 'வார்த்தைகள் உணர்வுகளை வெளிப்படுத்துகின்றன,' என்று உலகம்

கூறுகிறது. ஆனால், 'வார்த்தைகள் உணர்வுகளை மறைக்க வேண்டும்,' என்று அரசியல் கூறுகிறது. அரசியலில் பழுத்த அனுபவம் வாய்ந்த ஒருவனுடைய மனம் ஒரு பெருச்சாளியின் வளையைப்போல இருக்க வேண்டும். அந்தத் துளை எங்கே தொடங்குகிறது, எதுவரை நீளுகிறது என்பது யாருக்கும் தெரியாது. அதேபோல, ஒரு தந்திரக்கார அரசியல்வாதியின் மனத்தை யாரும் அறிந்திருக்கக்கூடாது. அரசியல் என்பது கோவில்களில் பொதுமக்கள் முன்னிலையில் விவாதிக்கப்பட வேண்டிய ஒன்றல்ல," என்று கூறினார்.

அவருடைய இந்தக் கண்ணோட்டங்கள் என்னைக் குழப்பின. மனத்தை ஒரு தெய்விகக் கனியாக அசுவத்தாமன் விவரித்தான், ஆனால் அது பெருச்சாளியின் வளை என்று சகுனி மாமா விவரித்துக் கொண்டிருந்தார். எனக்கு எதுவும் புரியவில்லை. வாழ்க்கை என்ற பரிசை இயற்கை ஏன் மனிதனுக்குக் கொடுத்தது? உலகிற்கு ஒளியூட்டுவதற்காக அவன் தன்னைத் தானே எரித்துக் கொள்ளுவதற்காகவா? அல்லது, தன்னுடைய குறுகியகால நன்மைக்காக, தனக்குக் கிடைக்கின்ற ஒவ்வொரு வாய்ப்பையும் பயன்படுத்தி மற்றவர்களைச் சுரண்டுவதற்காகவா? மனிதனால் அமைதியாகவும் அன்போடும் ஒருபோதும் வாழவே முடியாதா? மனிதனின் அடிப்படை இயல்பு என்ன – அன்பா அல்லது கொடூரமா? அது கொடூரமாக இருந்தால்கூட, நிச்சயமாக மனிதனை அதற்குக் குறை சொல்ல முடியாது. இயற்கைதான் அந்தப் பண்புநலனை அவனுக்குக் கொடுத்தது என்று ஒருவர் வாதிடக்கூடும். "ஆன்மா எப்போதும் உடலில் குடியிருக்கிறது," என்று அசுவத்தாமன் எப்போதும் கூறினான். அப்படியானால், கொடூரம், பொறாமை, பழி வாங்குதல் போன்ற பண்புநலன்கள் அனைத்தும் ஆன்மாவின் வெளிப்பாடுகளா? அது உண்மை என்றால், இப்படிப்பட்ட உணர்ச்சிகளால் பீடிக்கப்பட்டுள்ள மனிதர்களை உலகம் ஏன் குறை கூறுகிறது? அல்லது, இவையெல்லாம் வெறும் கற்பனையான அம்சங்களா? அப்படியானால், அன்பு, துறவு, சுயஒழுங்கு ஆகியவை எப்படி ஆன்மாவின் வெளிப்பாடுகளாக இருக்க முடியும்?

மனம்!

இந்த ஒற்றை வார்த்தைக்குள் எவ்வளவு புதிர்கள் அடங்கியுள்ளன! இந்த மனம் என்பது உண்மையில் என்ன? ஒவ்வொரு மனிதனும் மனத்தின் எண்ணற்றக் கயிறுகளால் கட்டிப் போடப்பட்டுள்ள ஒரு யானைதான். அந்த யானை எப்போதும் அங்குமிங்கும் அலைபாய்கிறது, எப்போதும் கவலைப்படுகிறது, ஆனாலும் தான் சுதந்திரமாக இருப்பதாகவும் தான் திறமைசாலி என்றும் அது நினைக்கிறது. ஆக, இந்த மனம் என்பது என்ன? எண்ணற்ற உணர்வுக் கொடுக்குகளைக் கொண்ட ஒரு நண்டுதானே அன்றி அது வேறென்ன? தன்னுடைய நகங்களைக் கொண்டு தன்னைச் சுற்றிலும் உள்ள மண்ணைக் கிளறி, லாவகமாகத் தன்னுடைய உடலை முன்னுக்கு இழுத்துச் செல்லுகின்ற ஒரு நண்டு அது. மனிதனின் உணர்வுகளும் அப்படிப்பட்டவைதானே? அன்பு, பொறாமை, துறவு, பேராசை, பாசம், நிந்தனை, தாய்ப் பாசம், கோபம் ஆகிய யாவும் மனத்தின் கொடுக்குகள் அல்லவா? அவை ஒவ்வொன்றும் தம் சொந்த வழியில் நிலை கொள்ளாமல் தவிக்கின்றன,

ஆனாலும் அவை ஒட்டுமொத்த உடலையும் கவனமாக முன்னோக்கி இழுத்துச் செல்லுகின்றன. அவை அந்த உடலை எங்கே கொண்டு செல்லுகின்றன? அது யாருக்கும் தெரியாது. அசுவத்தாமனால்கூட இந்தப் புதிரைப் புரிந்து கொள்ள முடியாது.

மாமனும் மருமகனும் பேசுவதைக் கேட்டுக் கொண்டு, நான் என்னுடைய பாதங்களை வெறித்துப் பார்த்தபடி அமர்ந்திருப்பேன். துரியோதனன் என்னுடைய மௌனத்தை கவனிக்கத் தவறவில்லை. அவன் என்னை அணுகி, என் தோள்மீது கை வைத்து, "கர்ணா, நீ எரிச்சலில் இருப்பதுபோலத் தெரிகிறாய். ஏனெனில், நீ உன்னுடைய பாதங்களை வெறித்துப் பார்த்துக் கொண்டிருக்கிறாய். நீ ஆழ்ந்த சிந்தனையில் மூழ்கியிருக்கிறாய். நீ இப்படி உன்னுடைய பாதங்களைக் கண்கொட்டாமல் பார்த்துக் கொண்டிருப்பதை நான் பார்க்கும்போது, என்னுடைய உதவியாளனான புரோசனன் விவரித்த ஒரு மகிழ்ச்சியான நிகழ்வு என் நினைவுக்கு வருகிறது," என்று கூறினான்.

"என்ன நிகழ்வு?" என்று நான் ஆச்சரியத்தோடு கேட்டேன்.

"புரோசனன் எனக்காகப் பாண்டவர்களுடன் கலந்து பழகி, அவர்களுடைய நன்மதிப்பிற்கும் நம்பிக்கைக்கும் பாத்திரமாகியிருக்கிறான். அவர்களுடைய அனைத்து நடவடிக்கைகளையும் அவன் எனக்குத் தெரிவித்துவிடுவான். ஒரு முறை, கர்ணனின் பாதங்கள் ராஜமாதா குந்தி தேவியாரின் பாதங்களை ஒத்திருப்பதாக தருமன் தன் சகோதரர்களிடம் அடிக்கடிக் கூறுவதாக அவன் என்னிடம் தெரிவித்தான்."

நான் திடுக்கிட்டு அவனைப் பார்த்து, "நீ என்ன சொல்லுகிறாய்?" என்று கேட்டுவிட்டு, பிறகு என்னுடைய பாதங்களைப் பார்த்தேன். என்னுடைய கால்விரல்கள் அனைத்தும் கிட்டத்தட்ட ஒரே அளவில் இருந்ததைக் கண்டு நான் ஆச்சரியமடைந்தேன். என் பாதங்கள் உண்மையிலேயே ராஜமாதாவின் பாதங்களைப்போல இருந்தனவா என்று நான் யோசித்தேன். இருக்கலாம்! இவ்வுலகில் ஒரே மாதிரியான இரண்டு விஷயங்கள் இருக்க முடியாதா என்ன?

"கர்ணா, சூழ்ச்சிமிக்க தருமனின் தந்திரம் இது. உன்னுடைய பாதங்கள் தன் தாயாரின் பாதங்களை ஒத்திருப்பதாக இன்று அவன் கூறுகிறான். நாளைக்கு, உனக்கும் ராஜமாதாவுக்கும் இடையே ஓர் உறவு இருப்பதாக அவன் கூறுவான். நீ பாண்டவர்களின் சகோதரன் என்றுகூட அவன் கூறக்கூடும். நீ அவனை நம்பாதே."

"துரியோதனா, நான் விரல் சூப்பும் ஒரு குழந்தை என்று நீ நினைத்தாயா? அன்னை ராதை மட்டுமே என்னுடைய தாய். என் உயிரினும் மேலாக நான் அவரை நேசிக்கிறேன். கர்ணன் மூன்று விஷயங்களுக்காகத் தன்னுடைய உயிரைக் கொடுக்கத் தயாராக இருக்கிறான்: ஒன்று, என்னுடைய தாய் ராதை; இரண்டாவது, சூரிய பகவானிடம் நான் கொண்டுள்ள பக்தி; மூன்றாவது, நான் கொடுக்கும் வாக்குறுதி," என்று நான் துரியோதனனுக்கு உத்தரவாதமளித்தேன்.

ஒருவன் யாராக இருந்தாலும் சரி, அவன் தன்னுடைய கண்ணியத்தை எப்போதும் பாதுகாக்க வேண்டும். தாய், வாக்குறுதி, தர்மம் ஆகிய மூன்றும் மனித கண்ணியத்தின் உன்னதமான தூண்கள். ஒருவன் தன் உயிரைக் கொடுத்தாவது இவற்றைக் காக்க வேண்டும்.

10

அசுவத்தாமனுடனான என்னுடைய இனிய நட்பிலிருந்துதான் இவ்விஷயங்களை நான் கற்றேன். அவனுடைய ஒவ்வொரு வார்த்தையும் அமுதம்போல இருந்தது. ஆயுதக் கலையைப் பற்றியும் கண்டிப்பான சமுதாய நியதிகளைப் பற்றியும் மட்டுமே அவனுடைய தந்தை அறிந்திருந்தார். அவருக்கு வேறு எதுவும் தெரியாது. ஆனால், அசுவத்தாமன் அனைத்து நற்பண்புகளின் உறைவிடமாக இருந்தான். என்னைப் பொருத்தவரை, வாழ்க்கைப் பாதையில் பயணித்த மிக அருமையான, பல்வேறு விஷயங்களை அறிந்து வைத்திருந்த, தெளிவான முன்னோக்கைக் கொண்ட பயணி அவன்தான். அவன் துணிச்சலான ஒரு வீரனாகவும், பாசமுள்ள ஒரு நண்பனாகவும், கீழ்ப்படிதல் கொண்ட ஒரு மகனாகவும், இயற்கையின் ஒரு பெரிய ரசிகனாகவும் இருந்தான். அவன் அன்றாட வாழ்வின் சின்னஞ்சிறு அம்சங்களைக்கூட வாழ்க்கையுடன் அழகாகத் தொடர்புபடுத்தினான். அவன் பெரும்பாலும் மௌனமாக இருந்ததைக் கண்டவர்களில் பலர், அவன் எதற்கும் பயனற்றவன், எந்த நோக்கமும் இல்லாதவன் என்று அவனுடைய அந்த மௌனத்தை அர்த்தப்படுத்திக் கொண்டனர். இதை என்னால் ஏற்றுக் கொள்ள முடியவில்லை. அசுவத்தாமனுக்கு எப்படி ஒரு நோக்கம் இல்லாமல் போகும்? அவன் எந்த இலக்கும் இல்லாதவன்போல மற்றவர்களுடைய பார்வைக்குத் தென்பட்டது உண்மைதான், ஆனால் தன்னுடைய பன்முக ஆளுமையில் வாழ்வின் இலக்குகள் அனைத்தையும் அவன் ஓர் எளிய வழியில் உள்வாங்கியிருந்தான் என்று கூறுவதும் சரியாகத்தான் இருந்தது. நான் அவனை அருகிலிருந்து கவனித்து வந்திருந்தேன். நாங்கள் ஒருவரோடு ஒருவர் மணிக்கணக்கில் பேசியிருந்தோம். அவன் முழுமையாக வளருவதற்கான வாய்ப்பை அவனுடைய தந்தையான குருதேவர் துரோணர் அவனுக்கு ஒருபோதும் வழங்கியிருக்கவில்லை என்று சிலர் கூறினர். துரோணர் என்ற மாபெரும் ஆலமரத்தின்கீழ் வளர்ந்த ஒரு சாதாரணமான காளான்தான் அவன் என்று அவர்கள் கூறினர். நியாயமற்ற மற்றும் பாரபட்சமான கண்ணோட்டங்கள் அவை. அஸ்தினாபுரத்தில் ஒருவர்கூட அசுவத்தாமனை உண்மையிலேயே புரிந்திருக்கவில்லை. அவன் தனித்துவமானவனாகவும் சுதந்திரமான ஆளுமையைக் கொண்டவனாகவுமே எனக்குத் தோன்றினான். அசுவத்தாமனைப் போன்ற தனித்துவமான, சுதந்திரமான, பிரமிக்கத்தக்க ஆளுமையைக் கொண்ட வேறு எவரையும் அஸ்தினாபுரத்தில் நான் பார்த்திருக்கவில்லை. சில சமயங்களில் அவன் குருதேவர் துரோணரைக்கூட விஞ்சி நின்றதாக நான் நினைத்தேன். ஓர் இமயமலைச் சிகரத்தைப்போல உயரமாகவும் கங்கையின் பரந்து விரிந்த ஓட்டத்தைப்போலப் பெருந்தன்மை மிக்கவனாகவும் அவன் இருந்தான்.

ஒரு நாள் அதிகாலையில் நான் கங்கையை நோக்கிச் சென்று கொண்டிருந்தபோது, வழியில் அசுவத்தாமனை நான் சந்தித்தேன். அவன் தன் தோளின் குறுக்கே வெண்ணிறத் துண்டு ஒன்றை அணிந்திருந்தான். அவன் அவசர அவசரமாக எங்கோ போய்க் கொண்டிருந்தான். அவனுடைய முகம் அன்றலர்ந்த ஒரு தாமரையைப்போல இருந்தது.

அவன் காலைநேர வேள்விக்குத் தேவையான பொருட்களை எடுத்துச் சென்று கொண்டிருந்தான். அதிகாலை வேள்வியை நடத்துவதற்காக ஆயுதப் பயிற்சிப் பள்ளிக்கு அவன் விரைந்து சென்று கொண்டிருந்தான்போலும். அவனைப் பார்த்தவுடன் நான் என் தேரை நிறுத்தினேன். என்னுடைய முடிசூட்டு விழாவிற்குப் பிறகு கங்கைக்கு நான் என்னுடைய தேரில்தான் சென்றேன். வழக்கமாக ஷோன்தான் என் தேரோட்டியாக இருந்தான், ஆனால் இம்முறை நானே அதை ஓட்டிச் சென்றேன். நான் அசுவத்தாமனிடம், "எவ்வளவு அரிய அதிர்ஷ்டம்! குருவின் மைந்தனே, உன்னுடைய தரிசனம் என்னுடைய நாளை மகிழ்ச்சியால் நிரப்பிவிட்டது. நான் என் கனவில்கூட நினைத்துப் பார்த்திராத ஏதோ ஒரு விருந்தினரை நான் இன்று பார்க்கக்கூடுமோ என்னவோ, யாரறிவார்!" என்று கூறினேன்.

அசுவத்தாமன் சிரித்துவிட்டு, "என்னுடைய தரிசனம் உனக்கு அவ்வளவு மங்கலகரமானதா? அப்படியானால், நான் தினமும் இங்கு வந்து உட்கார்ந்து கொண்டு உன் வரவுக்காகக் காத்திருக்கிறேன்," என்று கூறினான்.

"நீ அவ்வாறு செய்ய மாட்டாய் என்று எனக்குத் தெரியும், ஆனால் உன்னுடைய தரிசனம் நிச்சயமாக மங்கலகரமானதுதான். அதில் எந்த சந்தேகமும் இல்லை. இன்று கங்கைக் கரைக்கு என்னுடன் வருகிறாயா?" என்று நான் கேட்டேன்.

வேள்வித் தீயில் போடுவதற்கான சுள்ளிகள் அடங்கிய கட்டு ஒன்றை அவன் தூக்கிக் கொண்டு, "இல்லை, கர்ணா. வேள்விக்கு நேரமாகிவிட்டது. வேள்விக்கான இப்பொருட்களை நான் உரிய நேரத்தில் கொண்டு சேர்த்தாக வேண்டும்," என்று கூறினான்.

"ஓ, அவ்வளவுதானா? வந்து என் தேரில் ஏறிக் கொள். நாம் இருவரும் முதலில் இந்தக் குச்சிக்களைக் கொண்டு கொடுத்துவிட்டு, பிறகு சேர்ந்தே கங்கைக் கரைக்குப் போகலாம். வா," என்று நான் கூறினேன். அவனால் அதை மறுக்க முடியவில்லை. அவன் என் தேரில் ஏறி உட்கார்ந்தான். நாங்கள் ஆயுதப் பயிற்சிப் பள்ளியை நோக்கிப் புறப்பட்டோம். பறவைகள் இனிமையாகக் கீச்சிடத் தொடங்கியிருந்தன. தேரின் சக்கரங்களைப்போல என் மனத்தில் பல நினைவுகள் சுழன்றன. வேகத்திற்கும் நினைவிற்கும் இடையே ஒரு நெருங்கிய தொடர்பு இருப்பதை நான் அனுபவபூர்வமாக உணர்ந்திருக்கிறேன். இல்லாவிட்டால், வேகமாகச் சென்று கொண்டிருக்கின்ற வாகனங்களில் நாம் பயணித்துக் கொண்டிருக்கும்போது ஏன் ஏகப்பட்ட நினைவுகள் நம் மனத்தில் வந்து குவிகின்றன? என் தந்தை அதிரதரின் நினைவு எனக்கு வந்தது. எனவே, நான் அசுவத்தாமனிடம், "அசுவத்தாமா, ஒரு தந்தைக்கும் ஒரு மகனுக்கும் இடையேயான உறவைப் பற்றி நீ என்ன நினைக்கிறாய்?" என்று கேட்டேன்.

அவன் மிகவும் இயல்பாக, "சூரியனின் பிரதிபலிப்பு ஆற்று நீரில் விழுகிறது. அதேபோல, ஒரு தந்தையின் பிரதிபலிப்பு அவருடைய மகன்மீது விழுகிறது. வாழ்க்கை முடிவற்றது. ஒரு தந்தை தன் மகனில் மறுபிறவி எடுக்கிறார். இதுதான் பிறப்பின் கதை. காலம் தொடங்கிய நாளிலிருந்து இது எந்தவொரு தடையுமின்றித் தொடர்ந்து நிகழ்ந்து கொண்டிருக்கிறது," என்று கூறினான்.

“அது சரி, ஆனால் உன்னுடைய தனிப்பட்ட அனுபவம் என்ன?”

“என்னுடைய அனுபவமா? கர்ணா, என்னுடையது ஒரு தனித்துவமான அனுபவம். ஆனால் அதை நான் என்னுடனேயே வைத்திருக்கிறேன். அதைப் பகிர்ந்து கொள்ளத் தகுதியான யாரையும் இதுவரை நான் சந்தித்ததில்லை. இன்று நான் அதை உன்னிடம் நினைவுகூரப் போகிறேன்.”

“சரி, சொல்.”

ஏதோ ஓர் ஆழமான ரகசியத்தைச் சொல்லுவது போன்ற ஒரு குரலில் அவன் அதைச் சொல்லத் தொடங்கினான். “போர்க்கலைகள் அனைத்தையும் கௌரவர்களுக்கும் பாண்டவர்களுக்கும் என் தந்தை கற்றுக் கொடுத்திருக்கிறார். இது உனக்கு ஏற்கனவே தெரியும். ஆனால், தான் கற்றுக் கொடுக்கும் விஷயங்களை அவர்கள் முழுமையாகக் கற்றுக் கொண்டுவிடக்கூடாது என்பதில் அவர் கவனமாக இருந்து வந்துள்ளார். தலைசிறந்த வில்லாளியான அர்ஜுனனைக்கூட அவர் விட்டுவைக்கவில்லை. எப்படி என்று கேட்கிறாயா? சொல்லுகிறேன் கேள். குறுகிய கழுத்தைக் கொண்ட ஒரு பானையில் கங்கையிலிருந்து நீரை நிரப்பிக் கொண்டு வரும்படி கூறி என் தந்தை அர்ஜுனனை தினமும் கங்கைக்கு அனுப்பி வைப்பதை வழக்கமாகக் கொண்டிருந்தார். எல்லா மாணவர்களும் இந்த வேலையைச் செய்ய வேண்டியிருந்தது. ஆனால், எனக்கு மட்டும், அகன்ற கழுத்தைக் கொண்ட ஒரு பானையை அவர் கொடுத்தார். அதன் விளைவாக, கங்கையிலிருந்து தண்ணீருடன் நான்தான் பயிற்சிப் பள்ளிக்கு முதலில் திரும்பி வந்தேன். பாண்டவர்களும் கௌரவர்களும் வருவதற்கு முன்பாக, சக்தி வாய்ந்த நாராயணாஸ்திரத்தைப் பயன்படுத்துவது எப்படி என்பதை என் தந்தை எனக்குக் கற்றுக் கொடுத்தார்.”

“அப்படியானால், நாராயணாஸ்திரத்தை எப்படிக் கையாள வேண்டும் என்பது உனக்குத் தெரியுமா?”

“ஆமாம். பின்னாளில் அர்ஜுனனும் அதைப் பயன்படுத்தக் கற்றுக் கொண்டான். என் தந்தையின் தந்திரத்தை அவன் தெரிந்து கொண்டு, தனக்கும் அந்த அஸ்திரத்தைப் பயன்படுத்தக் கற்றுக் கொடுக்கும்படி அவன் என் தந்தையை நச்சரித்துக் கொண்டே இருந்தான். எனவே, எங்கள் இருவரையும் தவிர, அதைப் பயன்படுத்துவது எப்படி என்பது வேறு யாருக்கும் தெரியாது.”

“ஆனால் இதற்கும் தந்தை–மகன் உறவுக்கும் என்ன தொடர்பு?” என்று கேட்டு, என்னுடைய முதல் கேள்வியை நான் அவனுக்கு நினைவுபடுத்தினேன்.

“ஒரு தந்தை தன் மகனுக்காக எதை வேண்டுமானாலும் செய்வார் என்பதுதான் அது. தேவை எழுந்தால், அவர் அவனுக்காக ஒரு பொய்கூடச் சொல்லுவார். எனக்கும் அர்ஜுனனுக்கும் மட்டுமே நாராயணாஸ்திரத்தைப் பயன்படுத்தத் தெரியும் என்றாலும், வில்வித்தையில் நீ அடைந்துள்ள மேன்மையான நிலையை எங்களால் அடைய முடியவில்லை. இக்கலையில் நீ நிகரற்றவனாகத் திகழுகிறாய். கர்ணா, வில்வித்தையை நீ எங்கே கற்றுக் கொண்டாய் என்று சொல்,” என்று அவன் என்னிடம் எதிர்க்கேள்வி கேட்டான்.

“நான் என் தந்தையிடமிருந்து கற்றேன். நான் ஒரு தேரோட்டியின்

மகன். எனக்கு வேறு யார் கற்றுக் கொடுப்பார்கள்? தன் மகனுக்காக ஒரு தந்தையால் எல்லாவற்றையும் செய்ய முடியும் என்பது உண்மையல்லவா? எனவே, எனக்குத் தெரிந்திருக்கும் எல்லாவற்றையும் என் தந்தைதான் எனக்குக் கற்றுக் கொடுத்தார் என்று வைத்துக் கொள்ளலாம்."

அசுவத்தாமன் என் தோள்மீது கை வைத்து, "கர்ணா, உன் தந்தை அதிர்ஷ்டக்காரர்," என்று கூறினான்.

இதற்குள் கிழக்கு வெளுத்திருந்தது. சூரிய பகவான் இருளைக் கிழித்து வானத்தில் ஏறியிருந்தார். நானும் அசுவத்தாமனும் பேசிக் கொண்டே ஆயுதப் பயிற்சிப் பள்ளிக்கு வந்து சேர்ந்தோம். வேள்விக்கான பொருட்களை ஒரு முனிவரின் மகனிடம் அவன் ஒப்படைத்தான். பிறகு நாங்கள் இருவரும் கங்கையை நோக்கிப் பயணித்தோம். என் மனத்தை நாராயணாஸ்திரம் ஆக்கிரமித்திருந்தது. சிறிது நேரத்தில் நாங்கள் கங்கைக் கரையை அடைந்தோம். அன்று நான் என்னுடைய தினசரிச் சடங்கைத் துவக்கத் தாமதமாகிவிட்டது. தினமும் சூரிய உதயத்திற்கு முன்பாகவே நான் கங்கையில் இடுப்பளவு நீரில் நின்று கொண்டிருப்பேன். இன்று சூரியன் உதயமாகிய பின்பும் நான் தண்ணீருக்கு வெளியே நின்று கொண்டிருந்தேன். நான் என் தேரிலிருந்து வெளியே துள்ளிக் குதித்தேன். அசுவத்தாமனும் கீழே இறங்கினான். காலைநேரப் பொற்கதிர்கள் எங்களைச் சுற்றி எல்லா இடங்களிலும் புன்னகைத்துக் கொண்டிருந்தன. சூரிய ஒளிக்கதிர்கள் வடிவமற்றவையாக இருந்தது எப்போதும் எனக்கு வருத்தமளித்தது. அவற்றுக்கு ஒரு வடிவம் இருந்திருந்தால், அந்த வடிவத்தை நான் அப்படியே முழுவதுமாக என்னுள் ஐக்கியமாக்கிக் கொண்டிருப்பேன். அந்த ஒளிக்கீற்றுகளுக்கு நறுமணம் இருந்திருந்தால், அவற்றை நான் முகர்ந்து பார்த்திருப்பேன். அவற்றுக்கு மனிதர்களைப்போலக் குரல் இருந்திருந்தால், மணிக்கணக்கில் நான் அவற்றோடு பேசிக் கொண்டிருப்பேன். ஆனாலும் நான் திருப்தியின்றி இருந்திருப்பேன் என்பதை நான் அறிவேன். நான் ஏன் இவ்வாறு உணர்ந்தேன் என்பதை என்னால் விளக்க முடியாது. ஆனால், நான் அப்படி உணர்ந்தேன் என்பது உண்மை.

"கர்ணா, வாழ்க்கை முடிவற்றது என்று சற்று முன்னால் நான் கூறினேன் அல்லவா? நான் கங்கைக் கரைக்கு வரும்போது அந்த உண்மையை நான் ஆழமாக உணருகிறேன்," என்று அசுவத்தாமன் கூறினான்.

"அது எப்படி?" சூரியனின் பொற்கதிர்கள் அசுவத்தாமனின் உதடுகள்மீது விளையாடியதை நான் கவனித்தேன். அக்கதிர்கள் அவனுடைய வசீகரமான கருநிறக் கண்களைப் பிரகாசிக்கச் செய்தன.

"கர்ணா, எதிர்க்கரையில் புற்கள்மீது மினுமினுத்துக் கொண்டிருக்கின்ற பனித்துளிகளைப் பார்," என்று அவன் கூறினான். அவனுடைய கை அந்தத் திசையைச் சுட்டிக்காட்டிக் கொண்டிருந்தது.

"ஆமாம். நேற்றிரவு உமையும் சிவனும் இந்த இடத்திற்கு வந்திருந்திருப்பார்கள். கண்ணாமூச்சி விளையாட்டு விளையாடுவது அவர்களுக்கு மிகவும் பிடிக்கும் என்பது உனக்குத் தெரியுமல்லவா? அதை அவர்கள் விளையாடிக் கொண்டிருந்தபோது, ஒருவேளை உமையின் முத்துமாலை அறுந்து முத்துக்கள் சிதறியிருந்திருக்கலாம்.

பொழுது விடிந்ததும், சிதறியிருந்த முத்துக்களில் தன்னால் எடுத்துக் கொள்ள முடிந்தவற்றை அவசர அவசரமாக எடுத்துக் கொண்டு, தன் கணவனின் கையைப் பிடித்துக் கொண்டு உமை அங்கிருந்து ஓடியிருப்பாள். எஞ்சிய முத்துக்கள் ஒளிர்ந்து கொண்டிருப்பதைத்தான் நீ இப்போது பார்க்கிறாய். இரவில் அவர்கள் இருவரும் குதூகலமாக விளையாடிய ரகசிய விளையாட்டுக்களைப் பற்றி இந்தப் பனித்துளிகள் புன்னகைத்துக் கொண்டே காலைநேரச் சூரியனின் பொற்கதிர்களிடம் கூறுகின்றன." என்னுடைய வானளாவிய கற்பனையை ரசித்தபடியே நான் அசுவத்தாமனைப் பார்த்தேன்.

அவன் அந்தப் பனித்துளைகளைக் கண்கொட்டாமல் பார்த்துக் கொண்டே, அமைதியாக, "இல்லை, கர்ணா. நீ தவறாகப் புரிந்து கொண்டுள்ளாய். சிவனும் பார்வதியும் ஏன் கைலாய மலையை விட்டுவிட்டு இங்கே வர வேண்டும்? கஞ்சா போதையில் திளைக்கின்ற சிவனைப் போன்ற ஒரு கணவனுடன் குடும்பம் நடத்த வேண்டிய பார்வதிக்கு இன்னொரு முத்துமாலை எங்கிருந்து கிடைக்கும் என்று நீ நினைக்கிறாய்?" என்று கூறினான்.

"அப்படியானால் அந்தப் பனித்துளிகள் என்ன என்று நீயே சொல்."

"கர்ணா, இவை மனித இருத்தலுக்கான சிறந்த அடையாளச் சின்னங்கள். இவை மட்டுமல்ல, இயற்கையில் உள்ள எல்லாமே, மனிதன் அவற்றிடமிருந்து ஏதேனும் பாடத்தைக் கற்றுக் கொள்ளுவதற்காக இறைவன் அங்கு வைத்தவையே. ஒரு தூய்மையான மனத்துடனும் ஒரு திறந்த மனத்துடனும் நாம் அவற்றைப் பார்க்க வேண்டும். அப்போதுதான், உலகம் என்பது ஒரு பிரம்மாண்டமான, மிகப் பெரிய பள்ளிக்கூடம் என்பதையும், அங்கு கடவுள் கற்றுக் கொடுக்கிறார் என்பதையும் ஒருவனால் உணர முடியும். அப்போதுதான், படைக்கப்பட்டப் பிரபஞ்சத்தின் உள்ளார்ந்த ரகசியங்களை ஒருவன் உற்சாகமாக ஆய்வு செய்யத் தொடங்குவான்."

"அசுவத்தாமா, நீ ஒரு முறை மனித வாழ்க்கையை ஒரு தேங்காயுடன் ஒப்பிட்டது எனக்கு நினைவிருக்கிறது. இப்போது மனித வாழ்க்கையைப் பனித்துளிகளோடு நீ ஒப்பிடுகிறாய். இதற்கு ஒரு சிறு விளக்கம் அளிக்க முடியுமா?"

"கர்ணா, இந்தப் பனித்துளிகள் எங்கிருந்து வருகின்றன, எங்கே போகின்ற என்று யாருக்குத் தெரியும்? மனிதனின் நிலையும் அதுதான். மனிதன் எங்கிருந்து வருகிறான், அவன் எங்கே போகிறான் என்பது யாருக்கும் தெரியாது. அதற்கான காரணத்தை நான் கூறுகிறேன். இந்தப் பனித்துளிகள் சூரியனிடமிருந்து ஒளியைக் கடன் வாங்கி அந்த ஒளியால் மினுமினுக்கின்றன. அதனால், ஒவ்வொரு பனித்துளியும் ஒரு குட்டிச் சூரியன்போலத் தோன்றுகிறது. தென்றல் வீசும்போது அவை தள்ளாடுகின்றன. அப்போது, தாம் கடன் வாங்கிய ஒளியை அவை வெகுதூரத்தில் சிதறடிக்கின்றன. தம்மைப் பார்க்கின்ற எல்லோருக்கும் அவை பேரானந்தத்தைக் கொடுக்கின்றன. ஆனால், ஒரு பலத்தக் காற்று வீசும்போது, இந்த மகிழ்ச்சியான பனித்துளிகள் எண்ணற்ற நீர்த்துளிகளாக உருமாறி நிலத்தின்மீது விழுந்து மண்ணோடு கலந்துவிடுகின்றன. ஆனால் அவை அப்போது லேசாகக்கூட எதிர்ப்புக்

காட்டுவதுமில்லை, குறை கூறுவதுமில்லை.

"மனிதனின் கதையும் அதுதான். அனைத்து உயிரினங்களும் ஒரே தெய்வத்தின் எண்ணற்ற உருவ வெளிப்பாடுகளே. சில உயிரினங்கள் கடவுள்போலத் தெரியும் அளவுக்கு அவ்வளவு தெய்விகமாக இருக்கின்றன. இந்த அனைத்து உயிரினங்களும் இவ்வுலகில் வாழுகின்றன. இவற்றின் கடுமையான முயற்சிகள் இவ்வுலகிற்கு ஒளியூட்டுகின்றன. மகிழ்ச்சியான கணங்களில் இவை ஆனந்தமாக இருக்கின்றன, மரணம் வரும்போது இவை அமைதியாக அதற்குப் பணிந்துவிடுகின்றன. தலைமுறை தலைமுறையாக இதே கதைதான் தொடருகிறது. புழுதியில் கலந்து அழிந்துவிடுகின்ற பனித்துளிகள் மறுநாள் புல்முனைகளில் மீண்டும் பனித்துளிகளாக உருவெடுக்கின்றன. அதேபோல, மனிதர்களும் அடுத்தடுத்தப் பிறவிகளில் புதிய தோற்றங்களை ஏற்கின்றனர். வாழ்க்கை முடிவற்றது. நான் ஏன் இதை மீண்டும் மீண்டும் சொல்லிக் கொண்டிருக்கிறேன் என்பது இப்போது உனக்குப் புரிந்திருக்கும்."

"அசுவத்தாமா, நீ கூறுவது சரிதான். ஆனால், மனிதர்கள் பனித்துளிகளைப் போன்றவர்கள் என்று நீ கூறுகின்ற இந்த வரையறை சில மனிதர்களுக்குப் பொருந்தாததுபோல எனக்குத் தோன்றுகிறது. மகிழ்ச்சியை அனுபவிப்பதற்கு அவர்களுக்கு ஒரு வாய்ப்புக்கூடக் கிடைப்பதில்லை. அவர்கள் அவ்வளவாக சாதிப்பதுமில்லை. அவர்கள் நடைபிணங்களாக வாழுகின்றனர். அவர்களைப் பற்றி நீ என்ன நினைக்கிறாய்? மனிதர்களைப் பனித்துளிகளுடன் ஒப்பிடுகின்ற நீ, வாழ்க்கையைப் பற்றி அழகான யோசனைகளை வைத்திருக்கிறாய். ஆனால் வாழ்க்கை அவ்வளவு இனிமையானதோ அல்லது அழகானதோ அல்ல. அது எளிமையானதும் அல்ல."

"கர்ணா, நீ எந்த மனிதர்களைப் பற்றிப் பேசுகிறாயோ, அவர்களும் பனித்துளிகள்தாம். ஆனால் அவர்கள் புற்களின் மறுமுனையைப் பிடித்துத் தொங்கிக் கொண்டிருக்கின்றனர் என்பதுதான் ஒரே வித்தியாசம். அவர்களைச் சென்றடைவதற்கு சூரியனின் தெய்விகக் கதிர்களுக்கு எந்தவொரு வாய்ப்பும் கிடைப்பதில்லை. அவர்கள் ஒளி கிடைக்கப் பெறாதவர்களாக இருக்கின்றனர். இந்தப் பனித்துளிகள்தாம் அறியாமை எனும் இருளில் என்றென்றும் நலிவுற்றுக் கிடக்கின்றன. இவ்வுலகில் மரணத்தைவிட அறியாமைதான் அதிகக் கொடூரமானது என்பது முற்றிலும் உண்மை."

"இந்தப் பனித்துளிகள் எப்போது ஒளியைப் பெறும்? இப்படிப்பட்ட மக்களின் வாழ்க்கையில் சூரிய பகவான் எப்போது ஒளிவீசுவார்? இவர்கள் எப்போது சாதனை புரிந்து வெற்றிச் சிகரத்தை எட்டுவர்?"

"மரணத்தின் பிடியில்! அறியாமையில் உழலுகின்றவர்களுக்கு மரணதேவனைவிட அதிக எளிமையான, நியாயமான, உண்மையை நேசிக்கின்ற ஒரு குரு கிடைக்க மாட்டார். அவர்கள் முக்தியடைவதற்கு வேறு எந்த வழியும் இல்லை."

"அப்படியானால், எவ்வளவு விரைவாக முடியுமோ அவ்வளவு விரைவாக அவர்கள் தற்கொலை செய்து கொள்ள வேண்டும் என்று நீ கூறுகிறாயா?"

"நிச்சயமாக இல்லை. நாம் உருவாக்கியிராத ஓர் உயிரை அழிப்பதற்கு நமக்கு எந்த உரிமையும் இல்லை. தற்கொலை என்பது

உணர்ச்சிவசப்பட்டுள்ள ஒரு மனம் ஆன்மாவை வன்புணர்வு செய்வதாகும்."

"அப்படியானால், இந்த ஆண்களால் என்ன பயன்? அவர்கள் தங்கள் மரணம்வரை வெறுமனே வாழ்க்கையை ஓட்டிக் கொண்டிருக்க வேண்டுமா அல்லது நடைபிணங்களாக ஒரு பொய்யான வாழ்க்கையை வாழ வேண்டுமா?"

"இல்லை, பொறுமையான இந்த பூமித்தாயிடமிருந்து அவர்கள் பாடங்களைக் கற்றுக் கொள்ள வேண்டும். அவளைப்போல அவர்கள் தங்கள் சக்தியை அதிகரித்துக் கொள்ள வேண்டும், எண்ணற்றத் தாக்குதல்களைத் துணிச்சலாக ஏற்றுக் கொள்ள வேண்டும். நான் சக்தி என்று கூறுவது உடல்ரீதியான சக்தியையோ அல்லது பொருளாதாரரீதியான சக்தியையோ அல்ல. ஆன்மிக வலிமையைப் பற்றித்தான் நான் பேசுகிறேன். சரியான நேரம் வரும்போது, ஆன்மாவின் அனுபவங்களோடு அவர்கள் இவ்வுலகைவிட்டுப் பிரிந்து சென்றுவிட வேண்டும். காலம் தொடர்ச்சியானது, கூறுபோடப்பட முடியாதது என்பதை யாரும் ஒருபோதும் மறந்துவிடக்கூடாது. யாசித்துப் பெறக்கூடியது அல்ல வாழ்க்கை. அது ஒரு துவக்கமற்றத் துவக்கத்திலிருந்து புறப்பட்டு, முடிவற்ற ஒரு முடிவைச் சென்றடைகின்ற ஒரு முடிவற்றப் பயணமே."

நான் எதுவும் புரியாமல் குழப்பத்தோடு அவனை உற்றுப் பார்த்தேன். அவனிடமிருந்து ஞான ஒளிக்கீற்றுகள் பளிச்சிட்டன. ஆனாலும் அவன் முற்றிலும் அமைதியாக இருந்தான்.

நான் இன்னும் கங்கைக்குள் இறங்கியிருக்கவில்லை என்பதை நான் முற்றிலுமாக மறந்து போயிருந்தேன். நான் அசுவத்தாமனின் தோள்மீது கை வைத்து, "நண்பா, சில சமயங்களில் பல்வேறு முரண்பட்ட யோசனைகளால் நான் குழம்பிப் போகிறேன். ஒரு நேரத்தில் ஒரு தெளிவான யோசனையை மட்டும் கையாளுவதற்கு என்னால் முடிவதில்லை. நான் யார்? இதுகூட எனக்குத் தெளிவாகத் தெரியவில்லை. என் மனத்தில் ஏன் இந்த விநோதமான முரண்பாடு நிகழுகிறது? நான் சமநிலை இழந்திருப்பது போன்ற உணர்வை நான் ஏன் அனுபவிக்கிறேன்? இந்த முரண்பாடு எப்போது தீர்க்கப்படும்? நான் உள்ளும் புறமும் ஒரே மாதிரியான நபராக எப்போது ஆவேன்? நான் ஒரே கர்ணனாக எப்போது ஆவேன்? எல்லோரும் விரும்புகின்ற ஒரு கர்ணனாக, தன் சொந்த மகிமையால் ஒளிவீசித் திகழுகின்ற ஒரு கர்ணனாக, தன்னை ஆழமாக அறிந்திருக்கின்ற ஒரு கர்ணனாக எப்போது ஆவேன்?"

அசுவத்தாமன் தன் கண்களில் பாசம் தெறிக்க, என்னை இடைமறித்து, "கர்ணா, நீ குண்டலங்களோடு பிறந்திருக்கிறாய். எனவே, நீ தனிச்சிறப்பு வாய்ந்த, புகழ்மிக்க, பண்டைய பரம்பரையைச் சேர்ந்தவனாகத்தான் இருக்க வேண்டும். ஆனால், நீ வெறுமனே உன்னுடைய மேன்மையான பின்புலத்தின் புகழைப் பாடிக் கொண்டு திரியக்கூடாது. நிகழ்காலத்தின்மீது நம்பிக்கை வை. உயர்வான பரம்பரையின் கருவறையிலிருந்து முளைத்தெழுகின்ற ஓர் எதிர்காலம் அல்ல உன்னுடைய எதிர்காலம். உன்னதமான பின்புலம் போன்ற முட்டாள்தனமான யோசனைகளால் வழி தவறிப் போய்விடாதே.

உன்னுடைய கடந்தகாலத்தைப் பற்றிய அனுமானங்களால் உன்னுடைய நிகழ்காலத்திற்கு ஊறு விளைவித்துவிடாதே. வாழ்க்கைக்கு எல்லை ஏதும் இல்லை என்று தீர்மானிக்கின்ற ஒருவன் ஒருபோதும் மனம் தளர மாட்டான். அவன் ஒருபோதும் தன்மீது நம்பிக்கையிழக்க மாட்டான். முட்டாள்தனமான முன்னோடிகளை அவன் ஒருபோதும் பின்தொடர மாட்டான். அற்ப இன்பங்களில் மூழ்கித் திளைத்து அவன் தன்னுடைய நேரத்தை விரயம் செய்ய மாட்டான். அவன் அவ்வாறு தன் நேரத்தை வீணாக்கினால், அவன் எவ்வளவு துணிச்சல்மிக்கவனாக இருந்தாலும் சரி, அவனுடைய வம்சாவளி எவ்வளவு உயர்வானதாகவும் சக்தி வாய்ந்ததாகவும் இருந்தாலும் சரி, அவன் தனக்குத் தானே குழி பறித்துக் கொள்ளுவான். அவனுடைய 'புகழ்மிக்க'ப் பரம்பரை முற்றிலுமாக அழிந்து போகும். உலகம் அவனை அறிவிலி என்றும், பைத்தியக்காரன் என்றும் கூறும். அவனுடைய புகழைப் பாட யாரும் இருக்க மாட்டார்கள். ஒருவேளை யாரேனும் அவனுடைய புகழை எழுதினாலும், அதை யாரும் படிக்க மாட்டார்கள். கர்ணா, அதனால்தான், நீ இந்த மாதிரியான உள்ளார்ந்த முரண்பாடுகளில் உன்னைத் தொலைத்திருந்தால் உடனடியாக நீ அதிலிருந்து விடுபட வேண்டும் என்று நான் உன்னிடம் மீண்டும் மீண்டும் கூறுகிறேன். நீ உனக்குள் சென்று உன்னை ஆய்வு செய்து, நீ யார் என்பதை உறுதியாகத் தீர்மானித்துக் கொள். தனியொருவனாக இவ்வுலகத்திற்கு சரியான பாதையைக் காட்ட உன்னால் முடியும் என்பதில் நான் முழு நம்பிக்கை கொண்டுள்ளேன். உன்னுடைய உள்ளார்ந்த முரண்பாடு என்றைக்குக் களையப்படுகிறதோ, அன்று இவ்வுலகம் உன் பாதங்களில் விழுந்து உன்னைத் தொழும். ஏனெனில், நீ உன்னிடத்தில் அத்தகைய மகத்துவத்தைக் கொண்டுள்ளாய்." அசுவத்தாமனின் கண்கள் தீர்க்கமாகவும் அமைதியாகவும் இருந்தன. ஒரு விநோதமான, தனித்துவமான பிரகாசம் அவனுடைய பொன்னிற முகத்திலிருந்து ஒளிவீசியதுபோல இருந்தது. அவனுடைய வார்த்தைகளில் ஓர் ஆழமான, நிலையான உண்மை இருந்ததை நான் உணர்ந்தேன்.

அவனுடைய பாரபட்சமற்ற, தெளிவான அறிவுரை அவன்மீது நான் கொண்டிருந்த மதிப்பை இரட்டிப்பாக்கியது. இவ்வுலகில் முகஸ்துதி செய்பவர்கள் எண்ணற்றோர் உள்ளனர், ஆனால் தவறுகளைச் சுட்டிக்காட்டுகின்றவர்கள் வெகுசிலரே உள்ளனர். சரியான வழியைக் காட்டுகின்றவர்கள் மிக அரிதாகவே உள்ளனர். அசுவத்தாமனின் சில வார்த்தைகள் என் காதுகளில் எதிரொலித்தன: "உன்னுடைய பரம்பரை உயர்வானது! நிகழ்காலத்தில் நம்பிக்கை வை! எதிர்காலத்தைப் பற்றி நினைத்துக் கவலைப்படாதே, ஏனெனில் அது ஒரு பைத்தியக்காரத்தனமான செயல்!"

நான் அவனுடைய கையைப் பிடித்துக் கொண்டு, "அசுவத்தாமா, நான் இக்கணம்வரை யாரிடமும் கூறியிராத ஒரு விஷயத்தை இன்று நான் உன்னிடம் கூறப் போகிறேன். வில்வித்தையைப் பற்றிய எல்லாவற்றையும் எனக்குக் கற்றுக் கொடுத்துள்ள குருதேவர் சூரிய பகவானே அன்றி, வேறு யாரும் அல்லர். அவர் எனக்கு எப்போதும் தெய்விக அறிவுறுத்தல்களைக் கொடுத்தார். என்னால் அவரைக் கச்சிதமாகப் பின்தொடர முடியும். ஆனால் மொழியின் வாயிலாக

என்னால் அவருடன் பேச முடியாது என்பதுதான் ஒரே பிரச்சனை. நான் செய்கின்ற, சாத்தியமற்ற எந்தவொரு காரியத்தையும், அவருடைய அறிவுரையின் உதவியால் மட்டுமே நான் செய்கிறேன்," என்று கூறினேன். பிறகு நான் வானத்தைச் சுட்டிக்காட்டினேன்.

நாங்கள் இருவரும் கைகூப்பி அந்த ஒளிமயமான பொக்கிஷத்தை வணங்கினோம். அசுவத்தாமனின் வேறு சில வார்த்தைகள் இப்போது என் காதுகளில் ரீங்காரமிட்டன: "காலம் தொடர்ச்சியானது, கூறுபோடப்பட முடியாதது! வாழ்க்கை முடிவற்றது!" ஒரே ஒரு கேள்வி என் உதடுகளில் நெடுங்காலமாக இருந்து வந்திருந்தது, ஆனால் அசுவத்தாமனிடம் அதைக் கேட்பதற்கான துணிச்சல் எனக்கு இருந்ததில்லை. ஆனால் அதை இன்று அவனிடம் கேட்டுவிடுவது என்று நான் உறுதி பூண்டேன். அவன் எப்போதும் தன் தலையைச் சுற்றி ஒரு வெள்ளைத் துணியைக் கட்டி, அதைத் தன் முகவாய்க்குக் கீழே முடிச்சுப் போட்டிருந்தான். ஏதேனும் ஒரு காயத்தை மறைத்து அவன் அந்தத் துணியைக் கட்டியிருந்தானா? நான் அப்படித்தான் சந்தேகித்தேன். அன்று நாங்கள் கங்கையில் பிரார்த்தனையை முடித்துவிட்டுத் திரும்பிச் சென்று கொண்டிருந்தபோது, நான் துணிச்சலை வரவழைத்துக் கொண்டு, "அசுவத்தாமா, நீ ஏன் எப்போதும் உன் தலையை ஒரு துணியால் மூடியிருக்கிறாய்? சூரிய ஒளி உனக்கு ஒத்துக் கொள்ளாதா?" என்று அவனிடம் கேட்டேன்.

"இல்லை, அதெல்லாம் ஒன்றுமில்லை. உண்மையில் எனக்கு சூரிய ஒளியும் கங்கையின் நீரும் மிகவும் பிடிக்கும். அதனால்தான் நான் என் தலையை மூடியிருக்கிறேன். அதைப் பற்றிப் பின்னர் ஒரு நாள் சரியான நேரத்தில் நான் உன்னிடம் கூறுவேன். இன்றைக்கு அது முடியாது. நிச்சயமாக நான் அதை உன்னிடம் கூறுவேன். நீ என்மீது சந்தேகம் கொள்ள வேண்டாம்," என்று அவன் பதிலளித்தான்.

11

நாங்கள் கங்கைக் கரையிலிருந்து புறப்பட்டோம். அசுவத்தாமன் நேராக ஆயுதப் பயிற்சிப் பள்ளிக்குச் சென்றுவிட்டான். நான் அரண்மனைக்குத் திரும்பினேன். நான் அரண்மனையை அடைந்தவுடனேயே ஒரு முக்கியமான செய்தியை நான் கேள்விப்பட்டேன். கிருஷ்ணர் தன்னுடைய மாமாவான கம்சனைக் கொன்றுவிட்டார்! கம்சன் மதுராவின் யாதவ அரசனாக இருந்தவன். அவன் ஒரு கொடுங்கோலனாகவும் நியாயமற்றவனாகவும் இருந்தான். கிருஷ்ணரின் ஆறு சகோதரர்கள் பச்சிளம் குழந்தைகளாக இருந்தபோது, கம்சன் அவர்களுடைய தலைகளை ஒரு பெரிய கல்லின்மீது மோதி அவர்களைக் கொன்றிருந்தான். ஒரு தன்னலவாதி, சில கணங்களுக்கு முன்புதான் பிரசவித்துள்ள ஒரு பெண்புலியைப் போன்றவன் என்பது உண்மைதான். அந்தப் பெண்புலி தன்னுடைய சொந்தக் குட்டியைத் தின்றுத் தன்னுடைய கடும்பசியைப் போக்கிக் கொள்ளும். தன்னைத் தானே மிகவும் நேசிக்கின்ற ஒருவனும் துல்லியமாக அதைத்தான் செய்கிறான். அவன் தன்னுடைய விருப்பங்களை நிறைவேற்றிக்

கொள்ளுவதற்காக மற்ற அனைவரையும் பலி கொடுக்கும்போது என்னுடையது–உன்னுடையது என்று அவன் ஒருபோதும் பிரித்துப் பார்ப்பதில்லை. கம்சனும் அப்படிப்பட்ட ஒருவனாகத்தான் இருந்தான். அவனுடைய கொடுஞ்செயல்களை விவரித்துத் தூதுவர்கள் கொண்டு வந்த கதைகளை அரண்மனையில் நாங்கள் தினமும் கேட்டோம். பச்சிளம் குழந்தைகளாக இருந்த தன்னுடைய மருமகன்களின் தலைகளை ஒரு கல்லின்மீது மோதிக் கூழாக்கும் அளவுக்கு அவனுடைய கொடுமைகள் எல்லை மீறிச் சென்றிருந்தன. அவனுடைய கொடூரமான போக்கும் அநியாயமான நடத்தையும் மதுராவின் குடிமக்கள் அனைவரையும் பயங்கரமாக அச்சுறுத்தியிருந்தன. இறுதியில், கிருஷ்ணர் அவனைக் கொல்ல வேண்டியதாயிற்று. அவர் தன் மாமனைத் தன்னுடைய முஷ்டியால் மீண்டும் மீண்டும் தாக்கி அவனை ஒரேயடியாக நிலத்தின்மீது சாய்த்துவிட்டார். அநியாயம் எப்போதுமே அப்படித்தான் முடிவடைகிறது. கீர்த்திமான், சுசேனன், பத்ரசேனன், ஹ்ருஜு, சம்மர்தனன், பத்ரன் ஆகிய தன்னுடைய சகோதரர்களின் மரணத்திற்குக் கிருஷ்ணர் கம்சனைக் கொடூரமாகப் பழி வாங்கிவிட்டார்.

கிருஷ்ணரைப் பற்றிய அனைத்து வகையான கதைகளையும் அனைத்து வகையான மக்களிடமிருந்தும் நான் கேட்டிருந்தேன். அவர் ஒரு மாட்டிடையனின் மகன் என்று சிலர் அவரைக் கேலி செய்தனர். வேறு சிலர், அவர் பால்காரி ராதையின் ‘நண்பன்’ என்று அவரை விவரித்தனர். இன்னும் சிலர், அவர் ஏழை பிராமணன் சுதாமனின் உயிர்த் தோழன் என்று கூறினர். மற்றவர்கள், அவரை வெறுமனே ‘புல்லாங்குழல்காரன்’ என்று அழைத்தனர். நான் அவரை ஒருபோதும் நேரில் பார்த்ததில்லை, ஆனால் அவரை நேரில் சந்திப்பதற்கான தணியாத ஆவல் நிச்சயமாக எனக்கு இருந்தது. பாண்டவர்களின் தாய்வழி மாமா என்ற முறையில், அவர் எப்படியும் அஸ்தினாபுரத்திற்கு வரவிருந்தார். அவரை நான் ஓரிரு முறை சந்தித்து அவரோடு பேசிய பிறகுதான் அவரைப் பற்றிய ஒரு முடிவுக்கு என்னால் வர முடியும். அவர் மற்றவர்களுக்கு எப்படித் தோன்றியிருந்தாலும் சரி, அவர் எப்போதும் யாதவர்களின் நிகரற்ற அரசராகத்தான் எனக்குத் தெரிந்தார். அநியாயத்தைக் கண்டு பொறுக்காத, ஒரு கொடுங்கோலனின் பிடியிலிருந்து தன்னுடைய சமுதாயத்தை விடுவித்த, சமுதாயத்தின் கீழ்மட்டத்தில் இருந்தவர்களோடு மிக சுலபமாகக் கலந்து பழகிய ஒருவராகவே அவரை நான் என் மனத்தில் எண்ணியிருந்தேன். தன்னுடைய சொந்த மாமன் என்றுகூடப் பார்க்காமல் அந்தக் கொடுமைக்காரனைக் கொன்று வெற்றி வாகை சூடியவர் அவர். பேராசை கொள்ளாமல், கம்சனின் தந்தையான உக்கிரசேனனை மதுராவின் அரியணையின்மீது அமரச் செய்தவர் அவர்.

தன்னலமற்ற அப்படிப்பட்ட ஒரு கதாநாயகனை அவருடைய குடிமக்கள் நேசித்ததில் எந்த வியப்பும் இல்லை. உக்கிரசேனன் மதுராவின் அரசராக இருந்தபோதிலும், யதார்த்தத்தில், பிரச்சனைகளுக்கு ஆளாகியிருந்த குடிமக்கள் அரசப் பொறுப்பை கிருஷ்ணரின் கைகளில்தான் ஒப்படைத்திருந்தனர். அவருடைய ஒப்புதல் இல்லாமல் மதுராவில் ஓர் இலைகூட அசையவில்லை.

12

கிருஷ்ணரின் வெற்றி குறித்தச் செய்தியால் அஸ்தினாபுரம் நெடுகிலும் ஓர் உற்சாக அலை பாய்ந்தது. குடிமக்கள் நகரச் சதுக்கங்களில் கூட்டமாகக் கூடி, அவருடைய வெற்றியைப் பற்றி உற்சாகத்தோடும் மகிழ்ச்சியோடும் தங்களுக்கிடையே பேசிக் கொண்டனர். சிலர் தங்களுடைய வீட்டு வாசல்களிலும் நகரின் வளைவுகளிலும் தோரணங்களைக் கட்டித் தொங்கவிட்டனர்.

அன்றிரவு அரசவை கூட வேண்டும் என்று மன்னர் திருதராஷ்டிரர் உத்தரவிட்டிருந்ததாக அமைச்சர் விருசவர்மன் அரண்மனையிலிருந்த அனைத்து மேன்மக்களிடமும் அறிவித்தார். நான் அங்க நாட்டு அரசனாக முடிசூட்டப்பட்டப் பிறகு நடைபெறவிருந்த முதல் அரசவைக் கூட்டம் அது. குந்தி தேவியின் வாயிலாக ஏற்கனவே கௌரவர்களுக்கும் யாதவர்களுக்கும் இடையே இருந்த ஆழமான தொடர்புகளை மேலும் வலிமைப்படுத்துவதற்கு ஒருமித்தத் தீர்மானம் ஒன்று மேற்கொள்ளப்பட வேண்டியிருந்தது. ராஜமாதா குந்தி தேவியார் தன்னுடைய மருமகனான கிருஷ்ணருக்கு ஒரு பரிசுப் பொருளை அனுப்பி வைப்பதன் மூலம் இது சாதிக்கப்படவிருந்தது. இந்த சந்திப்புக்கூட்டம் கிருஷ்ணருக்கு எல்லோரும் தங்களுடைய பாராட்டுக்களைத் தெரிவிப்பதற்கான ஒரு தருணமாகவும் இருக்கும். மதுரா யாதவர்களுடைய செழிப்பான நாடாக இருந்தது. ஆனால், அது அஸ்தினாபுரத்தின் அண்டை நாடாகவும் இருந்தது. சக்தி வாய்ந்த அப்படிப்பட்ட ஒரு நாட்டுடன் கௌரவர்கள் ஒரு வலிமையான, இணக்கமான உறவை நிலைப்படுத்திக் கொள்ள விரும்பினர். அரசியல் கண்ணோட்டத்திலிருந்தும் இது உகந்ததாக இருந்தது.

தலைநகர் நெடுகிலும் முரசுகள் முழங்கின. பத்திரமாகப் பாதுகாக்கப்பட்டு வந்திருந்த, கௌரவர்களின் காவிக் கொடி, இப்போது வெளியே எடுக்கப்பட்டு அரண்மனையின் வெண்ணிறக் கூரையின்மீது ஏற்றப்பட்டது. அது அங்கே பெருமிதத்தோடு பட்டொளி வீசிப் பறந்தது. அது, “உங்கள் புதிய அரசரை நாங்கள் வரவேற்கிறோம்,” என்று மதுராவின் யாதவர்களுக்கு அறிவிப்பதற்காக, அஸ்தினாபுரத்து அரண்மனையிலிருந்து வீசிய காற்றின் வேகத்துடன் சேர்ந்து அதிருவதுபோல உற்சாகமாகப் படபடத்தது.

அரசவைக் கூட்டத்தில் கலந்து கொள்ள அழைப்பு விடுக்கப்பட்டிருந்தவர்களும் நகரின் முக்கியக் குடிமக்களும் அரசவை அரங்கில் கூடினர். அந்த அரங்கம் நிரம்பி வழிந்தது. அதன் மையத்தில், சுமார் பத்துக் கை உயரத்தில் கிழக்கு நோக்கி ஒரு பிரம்மாண்டமான அரியணை வைக்கப்பட்டிருந்தது. அது ஒரு பெரிய யானையைப்போலத் தோன்றியது. இந்தப் பண்டைய அரியணையின்மீது யார் அமரவிருந்தார்கள்? அதில் அமரவிருந்த மகத்தான அந்த முதல் அரசர் யார்? விவஸ்வானுவா அல்லது அவருக்கும் முந்தைய ஒருவரா? இந்த அரியணையின் வரலாற்றை ஒருவர்கூட முழுமையாக அறிந்திருக்கவில்லை. இந்த அரியணைக்கு ஒளியூட்டிய மாபெரும் பேரரசர்கள் அனைவரும் ஏற்கனவே காலத்தின் கருவறைக்குள் திரும்பிச்

சென்றிருந்தனர். ஆனால் அவர்கள் ஒவ்வொருவரும் தங்களுடைய சாதனைகளின் ஆழமான, நிரந்தரமான சுவடு ஒன்றை விட்டுச் சென்றிருந்தனர். அவர்களுடைய தொடர்ச்சியான வீரத்திற்கான ஒரு வாழும் எடுத்துக்காட்டாக அந்த அரியணை நிலை கொண்டிருந்தது. அதன் ஒவ்வொரு கைப்பிடியிலும், வாயைப் பிளந்தபடி இருக்கும் ஒரு சிங்கத்தின் சிலை இருந்தது. அதன் முதுகுப் பகுதி ஆறு கை உயரம் இருந்தது. ஒட்டுமொத்த அரியணையிலும் செம்பருத்தி மலரின் மகரந்தப்பையைப் போன்ற வளைவான படர்கொடிகள் தாராளமாகச் செதுக்கப்பட்டிருந்தன. கௌரவ வம்சத்தின் பெருமைக்கும் அதற்கு முந்தைய சூரிய வம்சத்தின் பெருமைக்குமான பெருமிதம் மிக்க அடையாளச் சின்னமாக அந்த அரியணை திகழ்ந்தது. ஆரியவர்த்தத்தின் ஒவ்வொரு மூலையிலும் ரத்தம் சிந்தியிருந்த ஆயிரக்கணக்கான வீரர்களின் கௌரவத்தை நிலைப்படுத்துவதற்கான ஓர் அடையாளச் சின்னமாக அது விளங்கியது. ஆரியவர்த்தத்தின் அரசர்கள் இந்த அரியணைக்கு முன்னால் மரியாதையோடு தலை வணங்கினர், அரசகுல வீரத்திற்குத் தங்கள் பணிவான வணக்கங்களைத் தெரிவித்தனர். விவஸ்வானு, மனு, புரூரவன், நகுஷன், யயாதி, புரூ, அகம்யாதி, தேவாதிதி, துஷ்யந்தன், பரதன், சுகோத்திரன், அஸ்தன், அஜமிடன், சம்வரன், குரு, அனஷ்வனன், பரிஷ்ரவசு, சாந்தனு போன்ற மகத்தான மாமன்னர்கள் இந்த அரியணையை அலங்கரித்திருந்தனர். அவர்கள் ஒவ்வொருவரும் தங்களுக்கு முந்தைய மாமன்னரை விஞ்சினர். அது அவர்களுடைய ஒரு பிரம்மாண்டமான பாரம்பரியமாக இருந்தது. மாமன்னர் நகுஷன் தேவர்களின் கடவுளான இந்திரனைத் தோற்கடித்துத் தனக்குக் கப்பம் கட்ட வைத்திருந்தார். அந்த அரியணையை எதிர்கொண்ட எவரொருவரும் தானாக அதன் முன்னால் தலை வணங்கினர். அந்த அரியணை சூரிய வம்சத்தின் பெருமைக்கான ஒரு கண்கூடான சான்றாக நின்றது.

அந்த அரங்கத்தில் பிரம்மாண்டம் கோலோச்சியது. ஏன் கோலாச்சாது? பிரம்மாண்டம் என்பது சாதனைக்குப் பின்னால் நடந்து செல்லுகின்ற ஒரு சேவகன்தானே? அந்த அரியணைக்குப் பின்னால் இருந்த சுவரில், கிழக்கு நோக்கி, சூரிய வம்சத்தின் சின்னமான சூரிய பகவானின் உருவம் ஒன்று ஒரு வட்ட வடிவத்தில் பொறிக்கப்பட்டிருந்தது. ஒரு நீல வண்ணக் கல்லின்மீது தங்கத் திரவத்தை ஊற்றி அதைச் செய்திருந்தனர். பத்துத் திசைகளிலும் ஒளிக்கதிர்கள் பாய்வதைப்போல, அந்த வட்டத்தின் எல்லாப் பக்கங்களிலும், அந்த வட்டத்திலிருந்து தங்கக் கீற்றுகள் தோன்றுவதைப்போல அது அமைக்கப்பட்டிருந்தது. இந்தப் பளபளப்பான கலைப் படைப்பைப் பார்க்கின்ற எவரொருவரும், அந்த சூரிய பகவானே வானத்திலிருந்து கீழிறங்கி நேரில் வந்து, அந்த அரியணையைத் தாங்கிப் பிடிப்பதற்காக அந்த நீலக் கல்லின்மீது நின்றாரோ என்று நினைக்கும்படி அந்த வேலைப்பாடு அமைந்திருந்தது. அந்த அரியணையின் இரண்டு பக்கங்களிலும், மகாராணி காந்தாரி தேவி, பிதாமகர் பீஷ்மர், முதன்மைத் தளபதி, அரசப் புரோகிதர், முதன்மை அமைச்சர் ஆகியோருக்கான இருக்கைகள் இடம்பெற்றிருந்தன. அந்த அரியணையின் முன்னால் இரண்டு பக்கங்களிலும் அண்டை நாடுகளிலிருந்து வரவிருந்த அரசர்களுக்கும் அஸ்தினாபுரத்தின் வீரர்கள்

மற்றும் மேன்மக்களுக்குமான இருக்கைகள் போடப்பட்டிருந்தன. அந்த அரங்கின் கற்றூண்களில் மலர்களும் படர்கொடிகளும் பல்வேறு விதமான உருவங்களும் செதுக்கப்பட்டிருந்தன. அந்த அரங்கின் பளிங்குத் தரையின்மீது காந்தாரத்திலிருந்தும் காம்போஜத்திலிருந்தும் வரவழைக்கப்பட்டிருந்த மென்மையான பட்டுக் கம்பளங்கள் விரிக்கப்பட்டிருந்தன. நல்ல காற்றோட்டத்திற்காக அந்த அரங்கின் எல்லாப் பக்கங்களிலும் பெரிய சன்னல்கள் அமைந்திருந்தன. அரசகுலப் பெண்களுக்கென்று தனிப் பகுதிகள் இருந்தன. அவற்றைச் சுற்றிலும் எப்போதும் மெல்லிய திரைச்சீலைகள் தொங்கவிடப்பட்டிருந்தன. ஒருவன் எவ்வளவு சுயமரியாதை கொண்டவனாக இருந்தாலும் சரி, அந்த அரசவையில், மனத்தை வியக்க வைத்த அந்த அற்புதமான அரியணையை எதிர்கொண்டபோது அவன் ஆச்சரியத்தில் வாயடைத்து நிற்கத் தவறியதில்லை.

அந்த ஒட்டுமொத்த அரங்கமும் நிரம்பியிருந்தது. அரண்மனைக் குதிரைகளைப் பராமரித்தவர், பொருளாளர், படைத்தளபதி மற்றும் பிறர் தங்கள் இருக்கைகள்மீது அமர்ந்தனர். நானும் துரியோதனனும் ஷோனும் அந்த அரங்கிற்குள் ஒன்றாக நுழைந்தோம். துரியோதனனின் மற்ற சகோதரர்களும் பாண்டவர்களும் ஏற்கனவே அங்கு கூடியிருந்தனர். துரோணர் தனக்குரிய இருக்கையின்மீது அமர்ந்திருந்தார். அவருக்குப் பின்னால் சகுனி மாமா அமர்ந்திருந்தார். அசுவத்தாமன் இளவரசர்களுடன் இருந்தான். எல்லோரும் தங்களுக்கிடையே கிசுகிசுப்பாகப் பேசிக் கொண்டிருந்தனர். அந்த அரங்கம் முழுவதும் பல்வேறு சத்தங்களால் நிரம்பியிருந்தது. நாங்கள் மூவரும் எங்களுக்குரிய இருக்கைகள்மீது அமர்ந்தோம். மன்னர் திருதராஷ்டிரர், மகாராணி காந்தாரி தேவி, பிதாமகர் பீஷ்மர், குருதேவர் விதுரர் ஆகியோரின் இருக்கைகள் மட்டுமே இன்னும் காலியாக இருந்தன. ஒரு மூலையில் ஏற்றி வைக்கப்பட்டிருந்த நறுமணக் குச்சிகளிலிருந்து வந்த புகை அந்த அரங்கம் முழுவதும் நறுமணத்தைப் பரப்பியது. அசுவத்தாமன் அவ்வப்போது என்னைப் பார்த்து அமைதியாகப் புன்னகைத்தான். அந்த அரங்கில் இரண்டு விஷயங்கள் என் கவனத்தைக் கவர்ந்தன: ஒன்று, அசுவத்தாமனின் மகிழ்ச்சியான, வெகுளித்தனமான முகம்; இரண்டாவது, கௌரவர்களின் சின்னமான சூரிய பகவானின் பொன்னுருவம். நான் அந்த உருவத்தின்மீது என் பார்வையை ஒருமுகப்படுத்தினேன். நான் என் வலது முழங்கையை என் இருக்கையின் கைப்பிடியின்மீது ஊன்றி, என் உள்ளங்கையால் என் முகவாயைத் தாங்கிக் கொண்டு, சூரிய பகவானின் அந்த உருவத்தைக் கண்கொட்டாமல் பார்த்து அதன் பிரம்மாண்டத்தைக் கண்குளிர ரசித்தேன். ஒரு கணம், நான் கங்கைக் கரையின்மீது இருந்தது போன்ற உணர்வை நான் அனுபவித்தேன். அந்த அரங்கில் கிசுகிசுத்துக் கொண்டிருந்த மக்கள் கங்கையின் சலசலப்பான அலைகளைப்போல இருந்தனர். நான் உணர்ச்சி மேலிட அந்த உருவத்தைப் பார்த்தேன். ஓர் இனிமையான கற்பனை என் மனத்தில் குறுக்கும் நெடுக்குமாக ஓடத் தொடங்கியது. சூரிய வம்சத்தின் ஒவ்வொரு மாமன்னரும் அழிவில்லாத அந்த நெருப்புக் கோளத்தின் ஒரு கீற்றுதானே அன்றி வேறென்ன? சூரிய பகவானின் அந்த உருவத்தில் அனைத்து மன்னர்களும் இடம்பெற்றிருந்ததுபோல நான் என்

மனக்கண்ணில் காட்சிப்படுத்தினேன். நான் ஒருபோதும் பார்த்திராத, ஆனால் பரிச்சயமான அந்த மன்னர்களின் உருவங்கள் ஒவ்வொன்றாக அந்த சூரிய பகவானின் உருவத்திலிருந்து முளைத்தெழுந்ததுபோல நான் கற்பனை செய்தேன். அவர்கள் ஒவ்வொருவருடைய உடலும் பொன்னிறத்தில் ஒளிர்ந்தது. அப்படிப்பட்ட ஒரு தெய்விகக் காட்சியை அதற்கு முன்பு ஒருபோதும் நான் பார்த்திருக்கவில்லை. இதற்கிடையே, துரியோதனன் என்னை பலமாக இடித்தான். என் கற்பனை துண்டிக்கப்பட்டது. நான் திடுக்கிட்டு அவனை நோக்கித் திரும்பினேன். அவன் தன் புருவங்களை உயர்த்தி, தனக்கு எதிரே உட்கார்ந்திருந்த தருமனின் பக்கம் தன் கண்களால் சாடை காட்டினான். எனவே, நான் தருமனை நோக்கித் திரும்பினேன். அவன் தன்னை மறந்து என்னுடைய பாதங்களையே கண்கொட்டாமல் பார்த்துக் கொண்டிருந்தான். நான் வேகமாக என்னுடைய பாதங்களை என் இருக்கைக்கு அடியில் மறைத்துக் கொண்டேன். தருமன் திடுக்கிட்டு என்னைப் பார்த்தான். அவனுடைய கம்பீரமான நெற்றியின்மீது ஒரு சிறிய சுருக்கம் தோன்றியது. இதற்கிடையே, ஓர் உரத்தக் குரல் மன்னரின் வருகையை அறிவித்தது: "குருவம்சத்து நாயகர், கௌரவர்களின் மாமன்னர் திருதராஷ்டிரர் வருகிறார்!"

மன்னர் திருதராஷ்டிரர், மகாராணி காந்தாரி தேவி, பிதாமகர் பீஷ்மர், குருதேவர் விதுரர் ஆகியோர் ஒரு சிறப்புக் கதவு வழியாக அந்த அரங்கிற்குள் நுழைந்தனர். எல்லோரும் எழுந்து அவர்களை வரவேற்றனர். நானும் எழுந்தேன். மன்னர் தன் செங்கோலை உயர்த்தியபோது எல்லோரும் தத்தம் இருக்கைகள்மீது அமர்ந்தனர். பிதாமகர் பீஷ்மர் மற்றும் குருதேவர் விதுரரின் இருத்தல் அந்த அரங்கை உடனடியாக அமைதியாக்கியது. அமைச்சர் விருசவர்மன் எழுந்து இவ்வாறு கூறினார்:

"மதிப்பிற்குரிய பிதாமகர் அவர்களே, கௌரவ வம்சத்தின் பத்தரை மாற்றுத் தங்கம் திருதராஷ்டிர மாமன்னர் அவர்களே, மகாராணியார் அவர்களே, மதிப்பிற்குரிய குருதேவர் துரோணர் அவர்களே, குருதேவர் விதுரர் அவர்களே, ராஜமாதா குந்தி தேவியார் அவர்களே, சுபலபாலன் சகுனி மாமா அவர்களே, படைத்தளபதி அவர்களே, அமைச்சர் பெருமக்களே, தலைசிறந்த கௌரவ இளவரசர்களான தருமன் மற்றும் துரியோதனன் அவர்களே, அங்க நாட்டு அரசன் கர்ணன் அவர்களே, குருமைந்தன் அசுவத்தாமன் அவர்களே, இங்கு கூடியுள்ள அனைத்து இளவரசர்கள் மற்றும் குடிமக்களே, இன்று இந்த அரசவை ஏன் கூடியுள்ளது என்பதை நீங்கள் அனைவரும் அறிவீர்கள். யாதவர்களில் தலைசிறந்தவரான கிருஷ்ணர் தன்னுடைய மாமாவும் கொடுங்கோலனுமான கம்சனைக் கொன்று மதுராவில் தன்னுடைய அதிகாரத்தை நிலை நாட்டியுள்ளார். கிருஷ்ணர் நம்முடைய ராஜமாதா குந்தி தேவியாரின் மருமகன். இதையும் நீங்கள் நன்கு அறிவீர்கள். அவருடைய இந்த வெற்றி, கௌரவர்களாகிய நமக்கு ஒரு சிறந்த நண்பரைக் கொடுத்துள்ளது. அவர் உறவுமுறையின் வாயிலாகவும் நம்மோடு பிணைக்கப்பட்டுள்ளார். இது நமக்கு வாய்த்துள்ள பெரும் அதிர்ஷ்டம். இத்தருணத்தில் அவருக்கு நம்முடைய பாராட்டுக்களையும் மகிழ்ச்சியையும் தெரிவிப்பதற்காகவே நாம் இங்கு கூடியிருக்கிறோம்.

யாதவ அரசரான கிருஷ்ணரைப் பற்றி நம்முடைய பிதாமகர் பீஷ்மர் இப்போது ஒருசில வார்த்தைகள் பேசுவார்." பிறகு விருசவர்மன் இரண்டு முறை தலை வணங்கிவிட்டுத் தன்னுடைய இருக்கையின்மீது அமர்ந்தார்.

இப்போது எல்லோருடைய பார்வையும் பீஷ்மரின் பக்கம் திரும்பியது. கங்கைக் கரையின்மீது நான் அவரை முதன்முதலாக சந்தித்ததை நான் நினைவுகூர்ந்தேன். "உன்னுடைய குண்டலங்களை பத்திரமாகப் பார்த்துக் கொள்," என்று அவர் அப்போது என்னிடம் கூறியிருந்தார். அந்த வார்த்தைகளை நினைத்துக் கொண்டு நான் இப்போது என்னுடைய குண்டலங்களைத் தொட்டேன். அந்த அரங்கில் இருந்த வேறு எவருக்கும் இது போன்ற குண்டலங்கள் இருக்கவில்லை. இந்த உண்மை என்னுள் ஒரு வலிமையான தாக்கத்தை ஏற்படுத்தியது. பீஷ்மர் எழுந்து நின்று ஒரு தீவிரமான குரலில் பேசத் தொடங்கினார். ஓர் உயரமான, உறுதியான தேவதாரு மரம் பேசிக் கொண்டிருந்ததுபோல இருந்தது அது. அவர் முதுமை எய்தியிருந்தபோதிலும், அவருடைய உயரமான உருவம் நேராக நிமிர்ந்து நின்றது. லேசாகக்கூட அது எங்கும் கூன் போடவில்லை. ஓர் அம்பு ஒரு கற்பலகையைத் தாக்கினால் எப்படி இருக்குமோ அதேபோல அவருடைய குரல் கணீரென்றும் கூர்மையாகவும் இருந்தது. அங்கு அமைதியாக உட்கார்ந்திருந்த பார்வையாளர்களை அவர் தன்னுடைய ஊடுருவும் கண்களால் பார்த்துவிட்டு இவ்வாறு கூறினார்:

"இந்த அரசவையின் உறுப்பினர் பெருமக்களே, தலைசிறந்த கௌரவ வீரர்களே! யமுனையில் வெள்ளம்போல என் மனத்தில் இன்று பல வகையான எண்ணங்கள் பொங்கிப் பெருகிக் கொண்டிருக்கின்றன. பகவான் ஸ்ரீ கிருஷ்ணரைப் பற்றி நான் சொல்லுவதற்கு என்ன இருக்கிறது? 'பகவான்' என்ற வார்த்தையை நான் பயன்படுத்துவதிலிருந்தே, அவரைப் பற்றி நான் எத்தகைய உணர்வுகளைக் கொண்டுள்ளேன் என்பதை உங்களால் புரிந்து கொள்ள முடியும். ஆனாலும், ஒரு மூத்தக் கௌரவன் என்ற முறையில், இங்கு கூடியிருக்கின்ற இளைய தலைமுறையினரிடம் ஒருசில வார்த்தைகளைக் கூற வேண்டியது என்னுடைய கடமை என்று நான் கருதுகிறேன். அதற்கான காரணம் என்னவென்றால், வாழ்வில் ஒழுங்கின் முக்கியத்துவத்தை சில சமயங்களில் நாம் முற்றிலுமாக மறந்துவிடுகிறோம். எனவே, இயல்பாகவே துணிச்சலும் வீரமும் கொண்டுள்ள உங்கள் மனம் கவரும் விதத்தில் கிருஷ்ணரைப் பற்றி எளிய வார்த்தைகளில் எதையேனும் எடுத்துரைப்பது இன்றியமையாததாக ஆகிறது. நான் கூறவிருப்பதை தயவு செய்து கவனமாகக் காது கொடுத்துக் கேளுங்கள்.

"கிருஷ்ணர் ஆயிரம் இதழ்களையும் நூறு வண்ணங்களையும் கொண்ட ஒரு தாமரை மலர். அவருடைய எந்தவோர் இதழை வேண்டுமானாலும் எடுத்துக் கொள்ளுங்கள். அதன் மென்மையும் மனத்திற்கு ஆறுதலளிக்கும் அதன் நிறமும் உங்களுக்கு ஒரு தெய்விக மகிழ்ச்சியைக் கொடுக்கும். இன்று ஓர் இளவரசனாக இருக்கின்ற கிருஷ்ணர் என் கண்களுக்கு முன்னால் எண்ணற்ற வடிவங்களில் தோன்றுகிறார். நான் அவரைப் பல முறை பார்த்திருக்கிறேன். அவர் தொடர்பான நிகழ்வுகளை மற்றவர்களிடமிருந்து நான்

கேள்விப்பட்டபோதெல்லாம், அந்நிகழ்வுகள் இங்கு என் கண்களுக்கு முன்னால் நடைபெற்றுக் கொண்டிருப்பதுபோல நான் எப்போதும் உணர்ந்து வந்திருக்கிறேன். உண்மையில், இப்போது இந்த அரசவையில் என் முன்னால் இருக்கின்ற உங்களை நான் எவ்வளவு தெளிவாகப் பார்க்கிறேனோ, அந்த நிகழ்வுகள் என் முன்னே அவ்வளவு தெளிவாக நிகழுகின்றன. என் வாழ்வில் சில நிகழ்வுகளை நான் மறந்திருக்கக்கூடும், ஆனால் கிருஷ்ணரின் வாழ்வில் நிகழ்ந்த ஒவ்வொரு நிகழ்வும் எனக்கு இப்போதுவரை துல்லியமாக நினைவிருக்கிறது. கிருஷ்ணர் கம்சனைக் கொன்றுவிட்டார் என்ற உண்மை உங்களுக்கு வேண்டுமானால் பிரமிப்பூட்டலாம், ஆனால் எனக்கு அது வியப்பளிக்கவில்லை. இன்னும் சொல்லப் போனால், கிருஷ்ணருக்கு நாம் இப்படி வரவேற்பளிப்பதில் எந்த அர்த்தமும் இருந்ததாக எனக்குத் தெரியவில்லை. ஆனாலும் உங்களை இங்கே அழைப்பது பொருத்தமாக இருக்கும் என்று நான் நினைத்தேன். அதற்கு ஒரே ஒரு காரணம்தான் உள்ளது. நான் அவரைப் பற்றி உங்களிடம் பேச விரும்புகிறேன் என்பதுதான் அது. இங்கு கூடியுள்ள வீரர்களை நான் எச்சரிக்க விரும்புகிறேன். கிருஷ்ணரை நீங்கள் உங்கள் புத்திசாலித்தனத்தை வைத்து எடைபோடுவது உங்கள் நோக்கமாக இருந்தால், அதில் நீங்கள் தோல்வியடைவீர்கள். அவரை அளப்பதற்கு நீங்கள் வானத்தின் வீச்சைப் பார்க்க வேண்டும். அந்த வானம்கூட அவரோடு ஒப்பிடப்படும்போது மிகமிகச் சிறியதாக இருப்பதைக் காலப்போக்கில் நீங்கள் உணருவீர்கள். நான் உணர்ச்சிவசப்பட்டு ஏதோ உளறிக் கொண்டிருப்பதாக தயவு செய்து நினைத்துவிடாதீர்கள். நான் என் பேச்சைத் துவக்கியபோதே கிருஷ்ணரை மரியாதையோடும் பக்தியோடும் பகவான் என்று நான் குறிப்பிட்டேன்."

பீஷ்மர் இவ்வாறு கூறி அமர்ந்தார். பார்வையாளர்கள் அனைவரும் அவருடைய பேச்சைக் கேட்டு மெய்மறந்து இருந்தனர்.

அடுத்து விதுரர் எழுந்தார். அவர் ஒரு பாரிஜாத மரத்தைப்போல மகிழ்ச்சியாகவும் அமைதியாகவும் காணப்பட்டார். அவர் ஓர் இனிய செய்தியைக் கூறவிருந்தார். ஒரு பெரிய மீன் ஒரு கண்ணாடி ஜாடியில் எவ்வளவு நளினமாக நீந்திக் கொண்டிருக்குமோ, அதேபோல விதுரரின் செய்தி அந்த அரங்கம் நெடுகிலும் உள்ளூர வலம் வந்தது. அவர் இவ்வாறு கூறினார்:

"கிருஷ்ணரைப் பற்றி நீங்கள் ஏராளமான விஷயங்களைக் கேள்விப்பட்டிருக்கிறீர்கள். நான் இன்று தனியாகச் சொல்லுவதற்கு என்ன இருக்கிறது? ஆனாலும், நான் ஒரு விஷயத்தை இங்கு கூற விரும்புகிறேன். இவ்வுலகம் கிருஷ்ணரைப் பற்றி என்ன நினைக்கிறது என்பது பற்றி எனக்குக் கடுகளவு அக்கறைகூட இல்லை. நான் அவருடைய தீவிர பக்தன். ஒரு பக்தன் தன்னுடைய கடவுளைப் பற்றிக் கூற அவனிடம் எதுவும் இருப்பதில்லை. அவன் வெறுமனே தன் இதயக் கோவிலில் தன்னுடைய தெய்வத்தை வழிபட்டுத் திருப்தியடைகிறான். தன்னுடைய உணர்வுகளை வெளிப்படுத்துவதற்கு ஒரு பக்தனுக்கு வார்த்தைகள் மிகவும் அற்பமானவைபோலத் தோன்றுகின்றன." அவர் இந்த வார்த்தைகளோடு மீண்டும் தன் இருக்கையின்மீது அமர்ந்தார்.

இப்போது திருதராஷ்டிரர் எழுந்தார். அவர் மூச்சிரைப்பது போன்ற ஒரு குரலில், "நான் கிருஷ்ணரை ஒருபோதும் பார்த்ததில்லை.

அது எனக்கு இயலாது. ஆனால், அவரைப் பற்றி விதுரர் என்னிடம் ஏராளமாகக் கூறியுள்ளார். நான் அதைக் கேட்டபோது, எனக்குப் பார்வை இல்லாதது குறித்து சில சமயங்களில் நான் வருந்தினேன். ஏதேனும் ஒரு தெய்விக வழியில் எனக்கு மீண்டும் பார்வை கிடைத்தால், மதுராவுக்குச் செல்லுவதுதான் நான் மேற்கொள்ளுகின்ற முதல் காரியமாக இருக்கும்," என்று கூறிவிட்டு அமர்ந்தார். அவர் தன் கண்களில் அரும்பிய நீரைத் தன் அங்கவஸ்திரத்தின் ஓரத்தைக் கொண்டு துடைத்தார்.

அவருக்குப் பிறகு, குருதேவர் துரோணர், சகுனி மாமா, படைத்தளபதி, மற்றும் பிற மதிப்பிற்குரிய பிரமுகர்கள் ஒவ்வொருவராகத் தங்களுடைய கண்ணோட்டங்களை எடுத்துக்கூறினர். எல்லோரும் கிருஷ்ணரைப் பற்றி மிகவும் உயர்வாகப் பேசினர். என்னுடைய ஆர்வக் குறுகுறுப்பு அதிகரித்துக் கொண்டே போனது. இவ்வளவு சிறிய வயதில் இவ்வளவு பெரிய எண்ணிக்கையிலான மக்களின் அன்புக்குரியவராக ஆகியிருந்த கிருஷ்ணரை நேரில் சந்திப்பதற்கு இப்போதே மதுராவுக்குப் போய்விட வேண்டும் என்ற உந்துதல் எனக்குள் எழுந்தது. நான் அவரோடு பேச விரும்பினேன். நான் இப்படிப்பட்ட எண்ணங்களில் மூழ்கியிருந்தபோது, பாண்டவர்களில் மூத்தவனான தருமன் தன்னுடைய மென்மையான குரலில் பேசத் தொடங்கியிருந்ததைக் கேட்டேன். அவன் இவ்வாறு கூறினான்:

"கிருஷ்ணரைப் பற்றி என்ன சொல்லப்பட வேண்டுமோ, அதைப் பிதாமகரும் அமைச்சர்களும் சிற்றப்பா விதுரரும் மன்னரும் மிகத் தெளிவாகக் கூறிவிட்டனர். எனவே, இப்போது நான் என்ன சொல்லுவது? கிருஷ்ணர் எங்களுடைய தாய்வழியில் எங்களுடைய ஒன்றுவிட்ட சகோதரர். நாங்கள் அவருடைய அறிவுரைகளையும் உங்களுடைய அறிவுரைகளையும் விசுவாசத்தோடு பின்பற்றி நடப்போம்."

அவன் உட்கார்ந்தவுடன், இளவரசன் துரியோதனன் எழுந்தான். அவன் தன்னம்பிக்கையோடு இடப்பக்கமும் வலப்பக்கமும் திரும்பிப் பார்த்துவிட்டு இவ்வாறு கூறினான்:

"இந்த அரங்கில் உள்ள எல்லோரும் கிருஷ்ணரை முழுமையாகச் சித்தரித்துள்ளனர். நான் சொல்லுவதற்கு ஒன்றே ஒன்றுதான் இருக்கிறது. ஒரு பொற்கிரீடம், வெள்ளிக் கைப்பிடியைக் கொண்ட ஒரு வாள், சரிகைகளுடன்கூடிய அங்கவஸ்திரம் ஆகியவற்றைக் கௌரவர்களின் சார்பாக மதுராவுக்கு அனுப்பி வைக்க அமைச்சர் உடனடியாக ஏற்பாடு செய்ய வேண்டும். இது இன்றே செய்யப்பட்டாக வேண்டும். இப்போது, ஒருசில வார்த்தைகளைக் கூறும்படி அங்க நாட்டு அரசன் கர்ணனை நான் அழைக்கிறேன்."

அவன் என்னைப் பார்த்துப் புன்னகைத்துவிட்டுத் தன் இருக்கையின்மீது அமர்ந்தான். அவன் என்னிடம் கலந்தாலோசிக்காமல் என்னைப் பேசும்படி கேட்டுக் கொண்டிருந்தான். இப்போது நான் தப்பிக்க வழியேதும் இருக்கவில்லை. என் மனத்தில் தோன்றியதை நான் பேசியாக வேண்டியிருந்தது. கிருஷ்ணரைப் பற்றி எனக்குத் தெரிந்ததெல்லாம் மற்றவர்களிடமிருந்து நான் கேள்விப்பட்டவையே. நான் தனிப்பட்ட முறையில் அவரை ஒருபோதும் பார்த்திருக்கவில்லை. கௌரவர்களின் சின்னமான சூரிய பகவானை நான் ஒரு முறை

ஏறிட்டுப் பார்த்தேன். இலையுதிர்காலத்தில் வானத்தில் திடீரென்று பரிச்சயமற்றப் பறவைகள் கூட்டமாகத் தோன்றுவதைப்போல, என் மனத்தில் திடீரென்று ஏகப்பட்ட எண்ணங்கள் தோன்றின. நான் உரத்தக் குரலில் இவ்வாறு கூறினேன்:

“கிருஷ்ணரை நான் ஒரு முறைகூட நேரில் பார்த்ததில்லை. ஆனால், என் நண்பன் துரியோதனன் கேட்டுக் கொண்டான் என்பதற்காக நான் இப்போது பேசப் போகிறேன். கிருஷ்ணரைப் பற்றிப் பேசுவதற்கு அவரை முழுமையாக அறிந்திருக்க வேண்டும் என்ற அவசியமில்லை. ஒருவர் எந்த நிகழ்வுகளில் சம்பந்தப்பட்டிருக்கிறாரோ, அவற்றிலிருந்து அவரைப் பற்றிய அடிப்படை விஷயங்களை நாம் சுலபமாகத் தெரிந்து கொண்டுவிடலாம். கொடுங்கோலனான கம்சனைக் கிருஷ்ணர் எமலோகத்திற்கு அனுப்பி வைத்துவிட்டதாக நீங்கள் ஏற்கனவே கூறியுள்ளீர்கள். அப்படியானால், அவர்தான் இப்போது ஆரியவர்த்தத்தின் முதன்மையான அரசர் என்று கூறலாம். உண்மைக்கும் பொய்க்கும் இடையேயான போராட்டத்தில், அவர் தன்னுடைய சொந்த உறவினரைத் தன்னுடைய நாட்டின் நலனுக்காகத் தியாகம் செய்துள்ளார். அவர் முழுமையானவர், விசாலமானவர். அவரை நாம் நம்முடைய முன்மாதிரியாக எடுத்துக் கொள்ள வேண்டும். அதனால்தான் நான் ஸ்ரீ கிருஷ்ணரை மதிக்கிறேன்.” நான் என் இருக்கையின்மீது அமர்ந்தவுடன் பலத்தக் கரவொலி அந்த அரங்கை நிறைத்தது.

ஒரு பொற்கிரீடம், ஒரு வாள், அரச வஸ்திரங்கள் ஆகியவை ஒரு தட்டில் வைக்கப்பட்டு அந்த அரங்கிற்குக் கொண்டுவரப்பட்டன. அமைச்சர் அவற்றை மதுராவுக்கு எடுத்துச் செல்ல வேண்டும் என்று எல்லோரும் ஒப்புக் கொண்டனர். பிறகு மக்கள் எல்லோரும் அங்கிருந்து வெளியேறினர். எனக்கு எதிரே உட்கார்ந்திருந்த பாண்டவர்களை நான் ஏறிட்டுப் பார்த்தேன். பீமன் என்னைக் கண்கொட்டாமல் பார்த்துக் கொண்டிருந்தான். அர்ஜுனன் என்னுடைய குண்டலங்களைத் தன் கண்கள் விரியப் பார்த்துக் கொண்டிருந்தான். தருமன் இன்னும் என்னுடைய பாதங்களையே பார்த்துக் கொண்டிருந்தான். சிறிது நேரத்தில், நானும் துரியோதனனும் ஷோனும் மட்டுமே அந்த அரங்கில் இருந்தோம். நாங்கள்தான் கடைசியாக அங்கிருந்து வெளியேறினோம்.

அரசகுலப் பெண்கள் தங்கள் பகுதியிலிருந்து வெளியேறுவதற்கான படிக்கட்டுகள் அந்த அரங்கின் வலப்பக்கத்தில் இருந்தன. அப்பெண்கள் அனைவரும் கீழே இறங்கி வந்து கொண்டிருந்தனர். நாங்கள் அந்த அரங்கைவிட்டு வெளியேறிக் கொண்டிருந்தபோது, ராஜமாதா குந்தி தேவியாரை நாங்கள் பார்த்தோம். அவர் தூய வெள்ளை ஆடை அணிந்திருந்தார். அவர் அந்தப் படிக்கட்டுகளில் மெதுவாக இறங்கி வந்து கொண்டிருந்தார். என்னுடைய பார்வையும் அவருடைய பார்வையும் சந்தித்துக் கொண்டபோது அவர் அப்படியே நின்றுவிட்டார். அவர் என்னுடைய குண்டலங்களைப் பார்த்ததாக நான் நினைத்தேன். கிருஷ்ணரைப் பற்றி நான் கூறிய விஷயங்கள் ஒருவேளை அவருக்குப் பிடித்திருந்திருக்கலாம். என்ன இருந்தாலும் கிருஷ்ணர் அவருடைய சகோதரனின் மகனல்லவா! ஆனால், ராஜமாதா என்னிடம் ஏதோ கூற விரும்பியது போன்ற ஓர் அபிப்பிராயத்தை அவருடைய முகம்

வெளிப்படுத்தியது. நான் கணநேரம் நின்றேன். ஆனால் துரியோதனன் என்னுடைய கையைப் பிடித்து இழுத்து என்னை மென்மையாக முன்னால் தள்ளினான். "கர்ணா, இன்று நீ அருமையாகப் பேசினாய். உன்னுடைய பேச்சை நான் மிகவும் ரசித்தேன். வா, நாம் என்னுடைய அரண்மனைக்குப் போகலாம். ஏதேனும் சாப்பிட்டுவிட்டுப் பிறகு நீ போகலாம்," என்று அவன் கூறினான். நான் அவனோடு சேர்ந்து நடந்தேன். கிருஷ்ணரைப் பற்றிய பல எண்ணங்கள் என் மனத்தில் சுழன்று கொண்டிருந்தன. பாண்டவர்கள் அவருடைய சொந்தக்காரர்களாக இருந்தனர். எனக்கும் அவருக்கும் எந்த உறவும் இல்லை. நான் அவரைப் பார்த்ததுகூட இல்லை என்பது எனக்கு வருத்தமளித்தது.

13

அன்றிரவு, ராஜமாதா குந்தி தேவியைப் பற்றிய ஒரு முக்கியமான விஷயத்தை விருசாலியிடமிருந்து நான் தெரிந்து கொண்டேன். அரசவை நிகழ்வுகளைப் பற்றித் தெரிந்து கொள்ளும் ஆர்வத்தாலும், துரியோதனனின் சகோதரி துச்சலையின் வேண்டுகோளின் பேரிலும், விருசாலி அரசகுலப் பெண்களுக்கான பகுதிக்குச் சென்றிருந்தாள். அவளைப் பார்த்தவுடன், ராஜமாதா ஒரு பணிப்பெண்ணை அனுப்பி, விருசாலிக்கு ஓர் இருக்கையைக் கொண்டுவரச் செய்து, அவளைத் தன் பக்கத்தில் உட்கார வைத்திருந்தார். பிறகு அவர் அவளுடைய முதுகை அன்போடு வருடிக் கொடுத்தார். விருசாலி கைகூப்பி அவரை வணங்கினாள். அரசவைக் கூட்டம் முடியும்வரை, அவள் ராஜமாதாவின் பக்கத்திலேயே அமர்ந்திருந்தாள். விருசாலிக்குப் பக்கத்தில் துச்சலை உட்கார்ந்திருந்தாள். அவள் விருசாலியிடம் தொடர்ந்து கேள்விகள் கேட்டுக் கொண்டே இருந்தாள். ஆனால் ராஜமாதா தன் பக்கத்தில் இருந்ததால், விருசாலி துச்சலையின் கேள்விகளுக்கு மிக மென்மையாக பதிலளித்தாள். மனத்தை நெகிழச் செய்யக்கூடிய ஒரு குறிப்பிட்டக் கேள்வியை துச்சலை கேட்டிருந்தாள். அக்கேள்வியையும், அதற்கு விருசாலி அளித்திருந்த பதிலையும் தெரிந்து கொள்ள நான் மிகவும் ஆவலாக இருந்தேன். ஆனால் விருசாலி அதை என்னிடம் கூற மறுத்தாள். "எனக்கு வெட்கமாக இருக்கிறது," என்று மட்டும் அவள் கூறினாள். நான் எப்படியெல்லாமோ சுற்றி வளைத்து முயற்சித்துப் பார்த்தேன், ஆனால் எதுவும் சரிப்பட்டு வரவில்லை. நான் அவளைப் புகழ்ந்து பேசினேன், அவளிடம் மன்றாடினேன். ஆனாலும் அவள் பிடிவாதமாக இருந்தாள். ஒரு பெண்ணின் இதயத்தில் இருக்கும் ரகசியத்தை வற்புறுத்தலின் மூலம் அவளிடமிருந்து பெறுவது மிகவும் கடினம். பெண்களின் மனம் இவ்வுலகின் பெருங்கடல்களைவிட அதிக ஆழமானது. அவர்களிடமிருந்து ஒரு ரகசியத்தை வெளிக்கொணருவதற்கு ஒரே ஒரு வழிதான் இருக்கிறது. அந்த ரகசியத்தால் நமக்கு எந்தப் பயனும் இல்லை என்ற எண்ணத்தை அவர்களிடம் தோற்றுவிப்பதுதான் அது. மறுகணம், நாம் கேட்கத் துடித்துக் கொண்டிருக்கின்ற அந்த விஷயம் அவர்களிடமிருந்து தானாக வந்துவிடும். சில சமயங்களில், கூடுதல் மசாலா கலந்து வரும்.

நான் அளவுக்கதிகமாக ஆர்வம் கொண்டிருந்தது வெளிப்படையாகத் தெரிந்ததால் விருசாலி அந்தக் கேள்வியை என்னிடம் கூறவில்லை. அவள் இழுத்தடித்தாள். ஒரு பெண்ணின் மனம் சுவாதி நட்சத்திரத்து மழையைப் போன்றது. தேவைப்படும்போது மழை பெய்யாது; தேவை இல்லாதபோது வெளுத்து வாங்கும்.

விருசாலி அக்கேள்வியை விரைவில் என்னிடம் கூறுவாள் என்பதை நான் அறிந்திருந்தேன்.

14

ஒரு மகன் பிறக்கும்போதுதான் திருமணம் முழுமை பெறுகிறது. ஒரு தந்தை தன் மகனின் முகத்தைப் பார்க்கும்போது, தன்னுடைய வாழ்க்கை ஆசீர்வதிக்கப்பட்டிருப்பதாக உணருகிறார். அவர் ஓர் உண்மையான, தனித்துவமான ஆனந்தத்தை அனுபவிக்கிறார்.

கருவுற்றிருந்த என்னுடைய மனைவி, மசக்கையின் காரணமாக, கிடைப்பதற்கு அரிய கனிகள் மற்றும் வேறு பல பொருட்களை உண்ண ஏங்கினாள். அவளுடைய விருப்பங்களை நிறைவேற்றும்போது நான் அவளைக் கேலி செய்தபோது அவள் சங்கடத்தில் நெளிந்தாள். அரண்மனைப் பணிப்பெண்களும் சேவகர்களும் அவளுடைய ஆசைகளை நிறைவேற்றுவதற்குத் தங்களால் முடிந்த எல்லாவற்றையும் செய்தனர். அவள் உண்மையிலேயே அங்க நாட்டின் பேரரசியாக ஆகியிருந்தாள்.

எங்களுக்குப் பிறக்கவிருந்த முதல் மகனுக்கு என்ன பெயர் வைக்கலாம் என்று நான் ஆழமாக யோசித்தேன், ஆனாலும் பொருத்தமான எந்தப் பெயரும் எனக்குத் தோன்றவில்லை. இந்த வேலையை விருசாலியிடமே விட்டுவிடுவதுதான் அறிவார்ந்ததாக இருக்கும் என்றும், அவள் எந்தப் பெயரைத் தேர்ந்தெடுத்தாலும் அதுதான் மிகச் சிறந்ததாக இருக்கும் என்றும் நான் நினைத்தேன்.

ஒரே ஓர் எண்ணம் மட்டும் என்னை ஆட்கொண்டது. என் மகன் கவச குண்டலங்களோடு பிறக்க வேண்டும் என்று நான் விரும்பினேன். அவன் அவற்றோடு எப்படிக் காட்சியளிப்பான்? நான் என் குழந்தைப்பருவத்தில் இருந்ததைப்போலவா?

இறுதியில் விருசாலி ஒரு மகனை ஈன்றெடுத்தாள். ஆனால்... ஆனால் அவனுக்குக் கவச குண்டலங்கள் இருக்கவில்லை. என் மனத்தில் சந்தேக மேகங்கள் சூழ்ந்தன. அவன் புஷ்டியாக இருந்தான், ஆனால் கவச குண்டலங்களற்று இருந்தான். அவனுக்குப் பெயர் சூட்டுவதன்மீது நான் ஆர்வமிழந்தேன். அவன் ஏன் குண்டலங்களின்றிப் பிறந்தான்? இப்புதிர் என் மனத்தை பாதித்தது.

நாங்கள் அவனுக்கு சுதாமன் என்று பெயரிட்டோம். அவனுடைய பெயர்சூட்டு விழாவைக் கொண்டாடுவதற்காக அரண்மனையில் ஒரு மாபெரும் விருந்து கொடுக்கப்பட்டது. எனக்கு ஒரு மகனாவது கவச குண்டலங்களோடு பிறப்பான் என்று என்னை நானே தேற்றிக் கொண்டேன். என்னுடைய முதல் மகன் அவற்றைத் தவறவிட்டுவிட்டான், ஆனால் என்னுடைய இரண்டாவது மகன் அவற்றைத் தவறவிட

மாட்டான் என்று நினைத்து என்னுடைய ஏமாற்றத்திற்கு நானே ஓர் அறிவுபூர்வமான சமாதானத்தைக் கூறிக் கொண்டேன்.

நம்பிக்கைதான் வாழ்வின் மிக வலிமையான சக்தி.

பாகம் நான்கு

துரியோதனன்

"நில்லுங்கள்! நீங்கள் ஒரு சத்திரியன் அல்லர். ஒரு தேரோட்டியின் மனைவியாகவோ அல்லது மருமகளாகவோ ஆவதற்கு என்னால் சம்மதிக்க முடியாது. நான் ஒரு சத்திரியனின் மகளே அன்றி, தாழ்ந்த குலத்தைச் சேர்ந்த ஒரு தேரோட்டியின் மகள் அல்லள்." - திரௌபதி

1

குடிமக்கள் அனைவரும் என்னைக் கண்டு பயந்தனர். யதார்த்தத்தில் இருந்த குறும்புகள், யதார்த்தத்தில் இல்லாத குறும்புகள் ஆகிய அனைத்தின் மொத்த உருவம் நான் என்றும், நான் பெரும் அகங்காரக்காரன் என்றும், உலகை விழுங்கிவிடக்கூடிய பயங்கரமான நெருப்பு என் கண்களில் இருந்தது என்றும் பலர் நினைத்திருந்தனர். அவர்களுடைய உரையாடல்களிலிருந்து இதை நான் புரிந்து கொண்டேன். அவர்களுடைய இந்த அபிப்பிராயம் நியானமானதா அல்லது காரணமற்றதா என்ற விவாதத்திற்குள் நான் போகப் போவதில்லை. உலகம் கூறுவதுபோல நான் உண்மையிலேயே தவறுகள் செய்கின்ற ஒருவனா? ஒருவனைப் பற்றி இவ்வளவு உறுதியாக இத்தகைய கருத்துக்களை யாராலேனும் கூற முடியுமா? இவையெல்லாம் கோழைகளும் பொறுப்பற்றவர்களும் சூழ்ச்சிகரமாக உருவாக்கிய பொய்யான மற்றும் முட்டாள்தனமான அனுமானங்கள் என்று நான் அடித்துக் கூறுவேன். ஏனெனில், இன்று எந்தவொரு காரியம் உன்னதமானது என்று இந்த உலகத்தால் போற்றப்படுகிறதோ, நாளைக்கு அதே விஷயம் கீழ்த்தரமானது என்று அதே உலகம்தான் அதைக் கண்டிக்கவும் செய்கிறது. எடுத்துக்காட்டாக, கொலையை எடுத்துக் கொள்ளுவோம். நாட்டுப் பற்றுக் கொண்ட ஒருவன் ஒரு தேசத் துரோகியைக் கொன்றால், அவனை ஒரு கதாநாயகனாக அவனுடைய தேசம் கௌரவிக்கிறது, அவனை வானளாவப் புகழுகிறது. ஆனால், செல்வத்தின்மீதான பேராசையின் காரணமாக ஒரு கொள்ளைக்காரன் ஒரு வழிப்போக்கனை ஒரு கோடரியால் வெட்டிக் கொலை செய்தால், அவன் ஒரு கொலைகாரன் என்று இந்த உலகம் அவனைப் பழிக்கிறது. செயல் ஒன்றுதான்: ஒரு மனிதன் இன்னொரு மனிதனைக் கொன்றிருக்கிறான். ஆனாலும், முதலாமவன் தேசாபிமானி என்று போற்றப்படுகிறான், இரண்டாமவன் ஒரு குற்றவாளி என்று தூற்றப்படுகிறான். ஒரு கண்ணோட்டத்திலிருந்து பார்க்கப்படும்போது, அச்செயல் உன்னதமானதாக இருக்கிறது; இன்னொரு கண்ணோட்டத்திலிருந்து பார்க்கும்போது அது கண்டனத்திற்கு உரியதாக இருக்கிறது. இரண்டு தீர்ப்புகளுமே சரிதான். அதனால்தான், 'உன்னதமானது,' 'இழிவானது' ஆகிய பாகுபாடுகள்

மனரீதியான புனைவுகள் என்று நான் நம்புகிறேன். கோழைகளும் பலவீனமானவர்களும் தங்களுடைய துணிச்சலின்மையை மறைப்பதற்காக இக்கண்ணோட்டங்களைத் தங்களுக்கு ஏற்றவாறு பயன்படுத்திக் கொள்ளுகின்றனர். இக்கண்ணோட்டங்கள்தாம் சரியானவை என்று இந்தப் பைத்தியக்கார உலகம் ஆயிரக்கணக்கான ஆண்டுகளாகத் தூக்கிப் பிடித்து வந்துள்ளது. என்னைப் பொருத்தவரை, இவ்வுலகில் ஒரே ஒரு யோசனை மட்டுமே நிரந்தரமானது. இவ்வுலகம் ஒரே ஒரு விஷயத்திற்கு மட்டுமே தலை வணங்கியுள்ளது. நடைமுறைவாதம்தான் அந்த ஒரே உன்னதமான விழுமியம். நடைமுறைவாதம் இல்லாவிட்டால், ஒரு மனிதன் வேர்களற்ற ஒரு மரத்தைப் போன்றவனாகிறான், ஒரு கைப்பிடியில்லாத ஒரு வாளைப் போன்றவனாகிறான். ஒரு நடைமுறைவாதியாக இருப்பது என்றால் வெறுமனே உடல்ரீதியாக வலிமையாக இருப்பது என்று அர்த்தமில்லை. மாறாக, அறிவும் சக்தியும் சரி விகிதத்தில் கலந்திருப்பது என்று பொருள். அந்த வகையான நடைமுறைச் செயற்திறனைத்தான் நான் பரிந்துரைக்கிறேன். இந்தத் தத்துவத்தின்படி வாழுகின்ற, உறுதியான மனம் படைத்த ஒருவனால், வானத்தைக் கிழித்து அங்கிருக்கும் நட்சத்திர வைரங்களையும் வைடூரியங்களையும் அள்ளிக் கொண்டு பூமிக்கு வர முடியும். நான் அப்படிப்பட்ட ஒரு தத்துவத்தைத்தான் ஆராதிக்கிறேன். அதனால்தான் நான் கர்வமும் அகங்காரமும் கொண்டவன் என்று உலகம் நினைக்கிறது. ஒட்டுமொத்த அஸ்தினாபுரமும் என் முதுகிற்குப் பின்னால் என்னைக் கேலி செய்கிறது. கோழைகளால் இதைத் தவிர வேறு என்ன செய்ய முடியும்? நான் கர்வமற்றவன் என்று நான் இந்த உலகத்திடம் என் தொண்டை கிழியக் கத்தப் போவதில்லை. ஏனெனில், நான் அப்படிச் செய்தாலும் யாரும் என்னை நம்பப் போவதில்லை.

நிலத்தின்மீது ஊர்ந்து கொண்டிருக்கின்ற பூச்சிகளுக்கு வானத்தில் வெகு உயரத்தில் சுதந்திரமாகப் பறந்து திரிகின்ற கழுகுகளைப் பற்றி என்ன தெரியும்? நான் கர்வம் கொண்டவன் என்றும் தன்னலவாதி என்றும் மக்கள் நினைக்கின்றனர். அவர்கள் அப்படி நினைத்துவிட்டுப் போகட்டும். உலகம் விரும்புகின்ற ஒன்றைத் தான் செய்வதற்கு அந்த உலகம் தன்மீது தாக்கம் ஏற்படுத்த எவனொருவன் அனுமதிக்கிறானோ, அதே உலகம், அவன் ஒரு கோழை என்றும் பலவீனமானவன் என்றும் அவன்மீது முத்திரை குத்திவிடுகிறது. இதை நன்றாக அறிந்தவன் நான். ஒரு மனிதனுக்கான கச்சிதமான நடத்தை எது? அவன் தன்னுடைய இயல்பின்படி நடப்பதா? ஆன்மாவைக் கட்டுப்படுத்தி ஒழுங்குபடுத்துவது பற்றி ஏராளமான வீண் பேச்சுக்கள் நிகழுகின்றன, ஆனால் உண்மை என்னவென்றால், ஒவ்வொருவனும் தன் சொந்த இயல்பிற்கு ஏற்பவே நடந்து கொள்ளுகிறான். அவர்களால் வேறு எப்படி நடந்து கொள்ள முடியும்? ஒரு மானை எப்படிப் பிடிக்க வேண்டும் என்று ஒரு சிங்கம் தன்னுடைய குட்டிகளுக்கு விளக்க வேண்டியிருக்கிறதா? ஒரு சிங்கம் இப்படித் தன்னுடைய குட்டிகளுக்கு அறிவுறுத்தி யாரேனும் பார்த்ததுண்டா? இது மனிதர்களுக்கும் பொருந்தும். ஒரு மனிதன் என்பவன் ஒரு யானையைப்போல இருக்க வேண்டும். உலகத்திற்கு சவால்விட வேண்டிய தேவை எழும்போது, அந்த உலகம் என்றென்றும் நினைவில் வைத்திருக்கின்ற அளவுக்கு

அதை எதிர்த்து நிற்பதற்கான வலிமை அவனுடைய மனத்தில் இருக்க வேண்டும். இதில் என்ன தவறு இருக்கிறது? ஆண்மைத்தன்மை இல்லாத ஒருவனால் எப்படி ஓர் ஆணாக இருக்க முடியும்? சுயகட்டுப்பாடு, நெஞ்சுரம், பெருந்தன்மை, துறவு, அடிபணிதல் போன்றவையும், இன்னும் பிற விழுமியங்களும், கோவில்களின் வழுவழுப்பான தரைகளில் ஆசுவாசமாக உட்கார்ந்து கொண்டு நறுமணக் குச்சிகளிலிருந்து வரும் நறுமணத்தை முகர்ந்து கொண்டிருக்கின்ற வீணர்கள் பேசுகின்ற வெற்று வார்த்தைகளே. இவையெல்லாம் அர்த்தமற்றப் புனைகதைகள். ஏனெனில், வாழ்க்கை அந்த வகையான ஒரு கோவில் அல்ல. என்றென்றும் எரிந்து கொண்டிருக்கின்ற ஒரு வேள்விக் குண்டம் அது. வாழ்க்கைக்கும் மரணத்திற்கும் இடையேயான போராட்டத்தால் ஏற்படுகின்ற இரைச்சலால் அதிருகின்ற ஒரு முடிவற்றப் போர்க்களம் அது. போர்க்களத்தில் ஒரே ஒரு விழுமியம் மட்டுமே இருக்கிறது. நடைமுறைவாதியாகவும் திறமையின் ஊடாகத் துணிச்சலாகவும் இருப்பதுதான் அது. ஒரு குறிக்கோளுடன் செயல்படுகின்ற செயல்வீரர்கள் மட்டுமே இதை ஏற்றுக் கொள்ளுகின்றனர். விஷயங்கள் உள்ளது உள்ளபடியே இருக்கும்படி விட்டுவிட வேண்டும் என்பதில் நம்பிக்கை கொண்டுள்ளவர்கள் இதை ஏற்றுக் கொள்ளுவதில்லை. அவர்கள் வீணான தத்துவங்களைப் பேசிக் கொண்டு பொழுதைக் கழிக்கின்றனர். நான் என் வாழ்நாள் முழுவதும் நடைமுறைவாதத் தத்துவத்தையும் துணிச்சலையும் உறுதியாகக் கடைபிடித்து வந்துள்ளேன். என்ன நிகழ்ந்தாலும் சரி, நான் இக்கொள்கையைத் தொடர்ந்து கடைபிடிப்பேன். குடிமக்கள் இது உன்னதமானது என்று கூறினாலும் சரி, அல்லது கீழ்த்தரமானது என்று கூறினாலும் சரி, அவர்கள் என்னைக் கொடுமைக்காரப் போர்வீரன் என்று அழைத்தாலும் சரி அல்லது தருமனை அழைப்பதைப்போல என்னை உன்னதமான வீரன் என்று அழைத்தாலும் சரி, அதைப் பற்றி எனக்குக் கவலையில்லை. இந்த விபரங்களைப் பற்றியெல்லாம் சிந்திக்க எனக்கு நேரமில்லை. எந்தவோர் இளவரசனும் இதைப் பற்றி சிந்திப்பதற்குத் தன் நேரத்தைச் செலவிடக்கூடாது.

மக்கள் என்னுடைய இளஞ்சிவப்புக் கண்களையும் விமர்சிக்கின்றனர். இதைப் பற்றி எல்லோரும் பேசுகின்றனர். என்னுடைய இளஞ்சிவப்புக் கண்கள் என்றேனும் ஒரு நாள் இவ்வுலகை நிர்மூலமாக்கிவிடும் என்று அவர்கள் நினைக்கின்றனர். யாரேனும் இதை என்னிடம் கூறத் துணிந்திருந்தால், “உனக்கு என்மீது பொறாமை,” என்று நான் அவரிடம் நேரடியாகக் கூறியிருப்பேன்.

இவ்வுலகில் எனக்கு முன்பு இளஞ்சிவப்புக் கண்களுடன் வேறு யாருமே இருந்ததில்லையா? அவர்கள் இந்த உலகத்தை அழித்துவிட்டார்களா? அப்படியானால் நீங்கள் எப்படித் தப்பிப் பிழைத்தீர்கள்? உண்மை என்னவென்றால், இளஞ்சிவப்புக் கண்கள் வசீகரமான தோற்றத்திற்கான அடையாளமாக இருக்கின்றன. என்னுடைய கண்களைப் பற்றி என் முதுகுக்குப் பின்னால் விமர்சித்தவர்களுடைய கண்கள் இளஞ்சிவப்பு நிறத்தில் இருக்கவில்லை. இது பொறாமையன்றி வேறு என்ன?

உலகில் மற்ற எல்லாவற்றையும்விட மூன்று விஷயங்களை

நான் அதிகமாக நேசித்தேன்: முதலாவது, குருவம்சத்தின் பட்டத்து இளவரசன் என்ற என்னுடைய பதவி; இரண்டாவது, என்னுடைய கதாயுதம்; மூன்றாவது, என்னுடைய இளஞ்சிவப்பு நிறக் கண்கள். சில சமயங்களில் இந்த மூன்றில் நான் என் கண்கள் குறித்து அதிகப் பெருமிதம் கொண்டிருந்திருக்கக்கூடும். இதை என்னால் ஒருபோதும் மறுக்க முடியாது. ராஜ வைத்தியர் என்னிடம், "இளவரசே, நீங்கள் உங்கள் கண்களை தானமாகக் கொடுத்தால், மன்னர் திருதராஷ்டிரருக்கு மீண்டும் பார்வை கிடைத்துவிடும்," என்று கூறினால், "ராஜ வைத்தியரே, மன்னர் திருதராஷ்டிரரின் பார்வை என்னுடைய கண்தானத்தைச் சார்ந்திருந்தால், நான் அதற்கு உடனடியாக உடன்படுவேன். ஏனெனில், எனக்கு வேறு எந்த வழியும் இல்லை. ஆனால், நான் என் கண்களைக் கொடுத்த மறுகணம், என்னுடைய மறுகையால் என் தலையை என் உடலிலிருந்து துண்டித்துவிடுவேன். என்னுடைய கண்கள் இல்லாவிட்டால், இந்த துரியோதனன் ஒரு மரக்கட்டைக்குச் சமம். என்னுடைய தனித்துவம் என்னுடைய இளஞ்சிவப்புக் கண்களில்தான் உள்ளது. அதனால்தான் நான் அவற்றைக் குறித்துப் பெருமிதம் கொண்டுள்ளேன்," என்பதுதான் அவருக்கு என்னுடைய பதிலாக இருந்திருக்கும்.

2

நான் பட்டத்து இளவரசனாக இருந்தேன். அஸ்தினாபுரத்தின் புகழும் ஒட்டுமொத்த ஆரியவர்த்தத்தின் புகழும் என் கைகளில் இருந்தன. சூறாவளியைக்கூட வெட்கித் தலை குனிய வைக்கக்கூடிய வேகத்தில் பாய்ந்து செல்லக்கூடிய தேர்கள் எனக்கு சேவை செய்வதற்காக இருந்தன. தேர்களை ஓர் இளவரசன் ஓட்டவில்லை என்றால் வேறு யார் ஓட்டுவார்கள்? வானத்தை முத்தமிடக்கூடிய அளவுக்கு உயரமான, ஆடம்பரமான மாளிகைகள் நான் வாழுவதற்காக இருந்தன. நான் விரும்பியபோதெல்லாம் அருமையான அறுசுவை விருந்தை என்னால் உண்டுகளிக்க முடிந்தது. நான் முற்றிலும் களைத்துப் போனபோதெல்லாம், தேவலோகத்துக் கன்னியரின் அழகை விஞ்சிய அழகு படைத்த நாட்டிய நங்கைகளும் அரசவை அணங்குகளும் பாடகிகளும் என்னை மகிழ்வித்தனர். இதற்கு மேலும் யாரேனும் என்னிடம் எதுவும் கூறத் துணிந்தால், பட்டத்து இளவரசனாகிய எனக்கு அவனை மிதித்துக் கொல்லுவதற்கான அரச அதிகாரம் இருந்தது. ஏனெனில், ஒட்டுமொத்த அஸ்தினாபுரத்தின் தலைவன் நானே. ஒன்றல்ல, இரண்டல்ல, சக்தி வாய்ந்த தொண்ணூற்று ஒன்பது சகோதரர்கள் எனக்கு இருந்தனர். அறிவாற்றலும் திறமைகளும் ஒருங்கே அமையப் பெற்ற சகுனி மாமா என்னுடைய தலைசிறந்த ஆலோசகராக இருந்தார். என்னுடைய ஒவ்வோர் உத்தரவையும் நிறைவேற்றுவதற்கு அமைச்சர் விருசவர்மனில் தொடங்கி, எடுபிடி வேலைக்காரர்கள்வரை ஏராளமானோர் இருந்தனர். என் தந்தைக்குப் பார்வை இல்லாததாலும், பிதாமர் பீஷ்மர் மிகவும் மூப்படைந்திருந்ததாலும், அரசாங்கத்தின் கடிவாளம் என் கைகளில் இருந்தது. சுமார் பதினேழு ஆண்டுகளாக

அஸ்தினாபுரத்தின் ஒட்டுமொத்த நிர்வாகத்தையும் நான்தான் நிர்வகித்து வந்திருந்தேன். கர்ணன் போன்ற என்னுடைய நெருங்கிய நண்பர்கள் சில சமயங்களில் துணிச்சலை வரவழைத்துக் கொண்டு, "துரியோதனா, இந்தப் பதினேழு ஆண்டுகளில் நீ என்ன சாதித்தாய்?" என்று என்னிடம் கேட்டனர். ஒட்டுமொத்தக் கௌரவ சாம்ராஜ்ஜியத்தின் நிர்வாகத்தை எடைபோடுவதற்குப் பதினேழு ஆண்டுகள் மிகமிகக் குறுகிய காலம் என்பதை அவர்கள் மறந்துவிட்டனர். இந்தப் பதினேழு ஆண்டுகளில் கௌரவர்களின் அந்தஸ்தை மேம்படுத்துவதற்கு என்னை நான் அர்ப்பணித்திருந்தேன், ஆனாலும் நான் என் மனம் போன போக்கில் தான்தோன்றித்தனமாக வாழ்ந்து வந்திருந்ததாக மக்கள் குறைகூறினர். அவர்கள் கூறியது சரி என்றே வைத்துக் கொண்டாலும், "நீங்கள் கூறுவதுபோல நான் தான்தோன்றித்தனமாக நடந்து கொண்டுள்ளேன். இதைப் பற்றிக் கூறுவதற்கு உங்களிடம் இன்னும் வேறு ஏதேனும் இருக்கிறதா?" என்று கேட்டு அவர்களோடு உடன்படுவதைத் தவிர என்னால் வேறு என்ன செய்ய முடியும்? நான் ஏன் மற்றவர்களுக்கு பதில் கூற வேண்டும்? இது யாருடைய நாடு? இது என்னுடைய மூதாதையரின் நாடு. அவர்களுடைய வழித்தோன்றல் என்ற முறையில் நான் என் விருப்பம்போல நடந்து கொண்டால், அதில் என்ன தவறு இருக்கிறது? என் எதிர்காலம் எப்படி இருக்கும் என்பதை நினைத்து பயப்படுபவன் நான் அல்லன். எதிர்காலம் எப்படி இருக்கும் என்பதை எதிர்காலம்தான் சொல்லும். அஸ்தினாபுரத்தின் தலையெழுத்து என்னவாக இருக்கும்? ஆரியவர்த்தத்தின் எதிர்காலம் எப்படி இருக்கும்? என்ன நிகழுமோ, அது நிகழ்ந்தே தீரும். ஆனால் என் நடத்தை எப்போதும் ஒரே மாதிரியாகத்தான் இருக்கும். ஏனெனில், நான் கடந்தகாலத்தைப் பற்றித் தீவிரமாக யோசிப்பதில்லை, எதிர்காலம் எனக்குத் தெரியாது. நான் நிகழ்காலத்தின் குழந்தை. நிகழ்காலத்தில், நாளுக்கு நாள் அதிகரித்து என்னை பயமுறுத்திக் கொண்டிருந்த, பாண்டவர்களுடைய கடும் எதிர்ப்பைக்கூட நான் சாமர்த்தியமாக அடக்கி ஒடுக்கிவிட்டேன். சக்தியும் சிறப்பும் அளப்பரிய பலமும் வாய்ந்த, சூரியனைப் போன்ற வசீகரத்தைக் கொண்ட கர்ணன் என்னிடம் முழுமையான அர்ப்பணிப்புக் கொண்டிருந்தான். தான் என்றெனும் எனக்கு விசுவாசமாக இருக்கவிருந்ததாக அவன் எனக்கு வாக்குக் கொடுத்திருந்தான். அவன் வீரத்தில் தலைசிறந்தவனாக இருந்தாலும், உண்மையில் அவன் ஓர் எளிய மனிதன். எல்லோரும் அவனைத் தேரோட்டி என்று அழைத்தனர். ஆனால் ஒரு சாதாரணத் தேரோட்டியால் எப்படி இவ்வளவு வீரமிக்கவனாக இருக்க முடியும்? ஒரு தேரோட்டிக்கு எப்படி ஒளிவீசும் குண்டலங்கள் கிடைக்கும்? அவன் ஓர் உயர்ந்த சாதியைச் சேர்ந்தவன் என்பதில் சந்தேகமில்லை. தான் யார் என்பது ஒருவேளை அவனுக்கேகூடத் தெரியாமல் இருக்கலாம். என் நினைப்பு சரி என்றால், தன்னுடைய பிறப்பைப் பற்றிய உண்மை என்றேனும் ஒருநாள் அவனுக்குத் தெரிய வரும்போது என்ன நிகழும்? அந்த நாள் மட்டும் வந்துவிட்டால் என் நிலைமை என்னவாகும் என்று என்னால் கற்பனை செய்யக்கூட முடியவில்லை.

கர்ணன் என்னைத் தன்னுடைய உயிர்நண்பனாகக் கருதுகிறான். அந்த அப்பாவி இளைஞன் தன் வாழ்க்கையையும் தன் மனத்தையும் தன்

எதிர்காலத்தையும் என்னை நம்பி என்னிடம் ஒப்படைத்திருக்கிறான். நான் தன்னுடைய நண்பன் என்றும், தன்னுடைய நலம் விரும்பி என்றும் அவன் நினைத்திருக்கிறான். பைத்தியக்காரன்! கர்ணா, துரியோதனனின் குணத்தைப் புரிந்து கொள்ளுவதற்கு உனக்கு மிக நீண்ட காலம் ஆகும். ஒருவேளை, உன்னுடைய இறுதி மூச்சுவரைகூட உனக்கு என்னுடைய இயல்பைப் பற்றி எதுவும் தெரியாமல் போகக்கூடும். நான் இன்று உன்னை என் உள்ளங்கைக்குள் அடக்கி வைத்திருக்கிறேன். நான் உன்னை அங்க நாட்டின் அரசனாக நியமித்துள்ளேன். அஸ்தினாபுரத்தின் மூலைகளில் ஒரு சாதாரணத் தேரோட்டியாகத் திரிந்து கொண்டிருந்த உனக்கு, சுதந்திரம் என்றால் என்னவென்பதை நான் காட்டியிருக்கிறேன். உனக்கு நான் ஒரு நாட்டைப் பரிசளித்திருக்கிறேன். நீ உன் வாழ்நாள் முழுக்கக் கடுமையாக முயற்சி செய்தால்கூட அதை உன்னால் ஒருபோதும் கைவசப்படுத்தியிருக்க முடியாது. நான் உன்னை விடுவித்திருக்கிறேன். இன்றிலிருந்து, நீ என்னுடைய விருப்பங்களுக்குக் கட்டுப்பட்டு நடப்பாய். அப்படி நடக்காவிட்டால், உன்னுடைய மனசாட்சி உன்னை எரித்துச் சாம்பலாக்கிவிடும். ஆனால், என் விருப்பத்திற்கு எதிராக நீ ஒருபோதும் எதுவும் செய்ய மாட்டாய் என்ற முழு நம்பிக்கை எனக்கு இருக்கிறது. நீ இன்று எந்த அரசப் பதவியை அனுபவித்துக் கொண்டிருக்கிறாயோ, அதை நான்தான் உனக்குக் கொடுத்துள்ளேன். நான் ஒரு தேரோட்டியை ஓர் அரசனாக ஆக்கியிருக்கிறேன். இது என்னுடைய உன்னதமான சாதனை. இதன் அடிப்படையில், நான் என் விருப்பம்போல உனக்குக் கட்டளையிடுவேன். கர்ணா, துரியோதனனின் மாட்டுக் கொட்டிலில் இருக்கின்ற ஓர் அமைதியான பசு நீ. ஒரு பசுவுக்கு ஒரே ஒரு விஷயம்தான் தெரியும். தன்னுடைய எஜமானுக்குப் பால் கொடுப்பதுதான் அது. ஆதரவற்ற அந்தப் பசு தன்னுடைய கொம்புகளைக் கொண்டு தன்னுடைய எஜமானை அச்சுறுத்துவதில்லை. இதை நான் என் அனுபவத்திலிருந்து நன்றாகத் தெரிந்து கொண்டுள்ளேன். கர்ணா, துரியோதனனுடனான உன்னுடைய நிலை அதுதான். உன்னைக் குறித்து என் மனத்தில் அன்பு ததும்பி வழிந்து கொண்டிருப்பதாகவும், அதனால்தான் நான் உனக்கு ஆதரவாக இருக்கிறேன் என்றும் நீ நினைத்துக் கொண்டிருக்கக்கூடும். ஆனால் அது முழுக்க முழுக்கத் தவறு. பாண்டவர்கள் எனும் முள்ளைப் பிடுங்குவது மட்டுமே என்னுடைய இலக்கு. அந்த இலக்கை அடைவதற்காக நான் உன்னைப் பயன்படுத்திக் கொள்ளப் போகிறேன்.

மன்னர் பாண்டுவின் மகன்கள் அவர்கள் என்று எல்லோரும் கூறுகின்றனர். மன்னர் பாண்டு ஒரு புகழ்மிக்க மன்னர் என்றும், எதிரிகளை ஈவு இரக்கமின்றி அழித்தவர் என்றும், திக்விஜய வீரன் என்றும் கூறப்படுகிறது. இந்தக் உண்மைகளையெல்லாம் ஏற்றுக் கொள்ள நான் தயாராக இருக்கிறேன். அவர்மீது நான் இன்றும் மிகுந்த மதிப்புக் கொண்டிருக்கிறேன். ஆனால், அவர் ஏன் அஸ்தினாபுரத்தைவிட்டுக் காட்டுக்குச் சென்றார் என்பதை அறிந்துள்ள புத்திசாலிகள், இந்தப் பாண்டவர்கள் நிச்சயமாக மன்னர் பாண்டுவின் மகன்களாக இருக்க முடியாது என்பதை நிச்சயமாக ஒப்புக் கொள்ளுவர். மன்னருக்கு இடப்பட்ட சாபம் அவர் குழந்தை பெற்றுக் கொள்ளுவதைச் சாத்தியமற்றதாக ஆக்கியது. அப்படியானால்,

இந்தப் பாண்டவர்கள் எப்படி அவருடைய வாரிசுகளாக இருக்க முடியும்? அவர்கள் மன்னர் பாண்டுவின் குழந்தைகள் அல்லர் என்ற உண்மை ஒரு முறை தெளிவாக்கப்பட்டுவிட்டால், பிறகு அவர்களை எப்படி அவருடைய குழந்தைகளாக என்னால் ஏற்றுக் கொள்ள முடியும்? அதிகபட்சமாக, அவர்கள் தங்களைக் குந்தியின் புதல்வர்கள் என்றோ அல்லது மாதுரியின் புதல்வர்கள் என்றோ அழைத்துக் கொள்ளலாம். விஷயம் இதுவென்றால், பாண்டவர்கள் மதுராவில் கிருஷ்ணரை எதிர்த்துச் சண்டையிடுவதன் மூலம் அந்த நாட்டிற்கான அரச உரிமையைக் கைப்பற்ற நினைப்பதோ அல்லது சல்லியனுக்கு எதிராகச் சண்டையிட்டு மத்ர நாட்டை ஆளுவதற்கான அரச உரிமையைக் கோர நினைப்பதோ மட்டுமே முறையானதாக இருக்கும். தாங்கள் பாண்டுவின் மகன்கள் என்று பொய் கூறிக் கொண்டு அஸ்தினாபுரத்தில் ஏன் அவர்கள் குறுக்கிட முயற்சிக்கின்றனர்? எங்கள் அன்புக்குரிய மன்னர் பாண்டுவுக்கு உண்மையிலேயே என்ன நிகழ்ந்தது என்பது ஒரு மாபெரும் புதிராக இருக்கிறது. அவருடைய மரணத்தைப் பற்றிய விபரங்களை எடுத்துரைக்க இதுவரை யாரும் முன்வரவில்லை. ராஜமாதா குந்தி தேவியாரால்தான் அவர்கள் எல்லோருக்கும் அஸ்தினாபுர அரண்மனையில் புகலிடம் கொடுக்கப்பட்டுள்ளது. இங்கு எல்லா நேரத்திலும் அவர்களுக்குக் கொடுக்கப்படுகின்ற வரவேற்பை நான் இவ்வளவு நாட்களும் மிகுந்த பொறுமையோடு சகித்து வந்துள்ளேன். குருதேவர் துரோணர் கௌரவர்களுக்கு மட்டுமே குரு. அவர் எங்களுடைய விருப்பங்களுக்குத்தான் முன்னுரிமை கொடுத்திருக்க வேண்டும். ஆனால், ஒரு கன்றுக்குட்டி தன்னுடைய தாயை நெருக்கமாகப் பின்தொடர்ந்து செல்லுவதைப்போல, குருதேவர் துரோணரை அர்ஜுனன் எப்போதும் விசுவாசத்தோடு பின்தொடர்ந்து செல்லுவதை நான் கவனித்து வந்துள்ளேன். தருமன் எப்போதும் எல்லோருக்கும் அறிவுரைகளை வாரி வழங்குவதில் மும்முரமாக இருப்பதையும் நான் கவனித்து வந்திருக்கிறேன். காட்டுமிராண்டியான பீமன், நகர எல்லைக்கு வெளியே இருக்கும் ஏரியில் நீச்சலடித்து வரலாம் என்று என்னுடைய சகோதரர்களுக்கு ஆசை காட்டி, அவர்களை அங்கே அழைத்துச் சென்று, நான்கு நான்கு பேராக அவர்களை அந்த ஏரித் தண்ணீருக்குள் முக்கி, அவர்களுக்கு மூச்சுத் திணறும்வரை அவர்களை அவ்வாறு வதைத்ததையும் நான் பார்த்திருக்கிறேன். அப்போதெல்லாம் நான் எத்தகைய உணர்வுகளை அனுபவித்தேன் என்பது பற்றி யாரேனும் சிந்தித்தார்களா?

அந்தப் பாண்டவர்கள் எல்லா விஷயங்களிலும் ஆதிக்கம் செலுத்தி அவற்றில் ஏகபோக உரிமை கொண்டாடி வந்துள்ளதைப் பன்னிரண்டு ஆண்டுகளாக நான் பார்த்து உள்ளூர எரிந்து வந்திருக்கிறேன். நீங்கள் எங்கு திரும்பினாலும், அங்கு நீங்கள் பாண்டவர்களைப் பார்ப்பீர்கள். பாண்டவர்கள் கடவுளரா என்ன? அப்படியே இருந்தாலும், அந்தக் கடவுளருக்கே முழுமையாகப் பாடம் கற்பித்த மன்னர் நகுஷரின் வழித்தோன்றல் நான் என்பதை நான் அவர்களுக்குக் காட்டப் போகிறேன். அவர்கள் இப்போதெல்லாம் வெளிப்படையாகவே அஸ்தினாபுர அரியணைக்கு உரிமை கோரி வருகின்றனர். அது யாருடைய நாடு? கௌரவர்களுடையது! மன்னர் பாண்டு மற்றும்

மன்னர் திருதராஷ்டிரரின் நாடு அது. குந்திக்கும் மாதுரிக்கும் முறை தவறிப் பிறந்த இந்தக் கயவர்கள் இப்போது அந்த நாடு தங்களுடையது என்று செருக்கோடு கூறித் திரிகின்றனர். ஒரு விஷயத்தில் மட்டும் என் மனம் தெளிவாக இருக்கிறது: இந்தப் பாண்டவர்கள் மன்னர் பாண்டுவின் மகன்கள் அல்லர். அவர்கள் குந்தி மற்றும் மாதுரியின் மகன்கள். இதன் அடிப்படையில் அவர்கள் கௌரவர்களின் அரியணைமீது உட்காருவது பற்றிக் கனவு கண்டு கொண்டிருந்தால், அவர்கள் அடிமுட்டாள்கள் என்று நான் கூறுவேன். ஓர் ஓலைக் கூரையிலிருந்து சொட்டுகின்ற தண்ணீர் ஒருபோதும் கங்கையின் புனித நீராக ஆகாது. வாய்க்கால்களுக்கு அருகே வளருகின்ற களைகள் பாரிஜாத மலர்களைப்போல தெய்வத்திற்கு அர்ப்பணிக்கப்படுவதில்லை. சாலைகளில் ஆங்காங்கே கிடக்கின்ற உடைந்த கற்கள் மினுமினுப்பான நட்சத்திரங்கள் அல்ல. ஆலமரங்கள்மீது அமர்ந்து கரைந்து கொண்டிருக்கின்ற காட்டுக் காகங்கள், ஒரு மலையுச்சியின்மீது இளைப்பாறுகின்ற கருடனுக்கு ஒருபோதும் ஈடாக மாட்டா. எது நடக்குமோ, அது நடந்தே தீரும். ஆனால், இந்தத் துணிச்சல்கார துரியோதனன் உயிரோடு இருக்கும்வரை, தீய நோக்கம் கொண்ட அந்த ஐவர் அடங்கிய கும்பல், கௌரவர்களின் அந்தப் புனிதமான அரியணையை நெருங்கக்கூட நான் அனுமதிக்க மாட்டேன்.

அதனால்தான் கர்ணனை நான் எனக்கு மிகவும் நெருக்கமானவனாக ஆக்கிக் கொண்டுள்ளேன். அஸ்தினாபுரத்தில் போட்டிகள் நடைபெற்ற அந்தப் பொன்னான நாளன்று நான் மேற்கொண்ட தீர்மானம் இது.

இந்தக் காரணத்திற்காகத்தான் அவ்வளவு பெரிய கூட்டத்தின் முன்னால் கர்ணனை நான் அங்க நாட்டின் அரசனாக ஆக்கினேன். அவ்வாறு செய்ததன் மூலம், அவன் எனக்கு விசுவாசமாக நடந்து கொள்ளுவதை நான் உறுதி செய்தேன். அர்ஜுனனை விஞ்சக்கூடிய ஒரே வீரன் கர்ணன்தான். அவன் தன்னுடைய எண்ணற்ற நற்பண்புகளின் காரணமாக மேன்மையானவனாகவும் இருக்கிறான். இதை அவன் அன்று அந்த அரங்கத்தில் மிகத் தெளிவாக நிரூபித்திருந்தான். அன்று, பீமன் எழுந்து நின்று கர்ணனின் பரம்பரையைப் பற்றிய பேச்சை எடுத்திருக்காவிட்டால், அர்ஜுனனுக்கு இந்த உலகத்தில் எந்த இடமும் இருந்திருக்காது. ஒற்றைக்கு ஒற்றைச் சண்டையில் கர்ணன் அவனை வீழ்த்தியிருந்திருப்பான். அதனால்தான், சூரியகாந்தி மலரைப் போன்ற பொன்னிற தேகத்தைக் கொண்ட கர்ணன், எதுவொன்றாலும் துளைக்கப்பட முடியாத என்னுடைய பாதுகாப்புக் கேடயமாக ஆகியிருந்தான். சரியான நேரம் வரும்போது, நான் அவனைச் சாதுரியமாக எனக்கு முன்னால் நிறுத்தி வைப்பேன். உண்மையில் அவன் ஒரு வெகுளி. யாரையெல்லாம் அவன் தன்னுடையவர்கள் என்று நினைக்கிறானோ, அவர்களுக்காக அவன் தன் உயிரையும் கொடுப்பான். அவன் இப்போது என்னைத் தன்னுடையவனாகக் கருதுகிறான். "பைத்தியக்காரக் கர்ணா! நான் உன்னை அங்க நாட்டின் அரசனாக ஆக்கியபோது நான் உன் தலையின்மீது அன்போடு அணிவித்தக் கிரீடத்தில் ஒரு பளபளப்பான மாணிக்கம் பதிக்கப்பட்டுள்ளது. அது உண்மையில் ஒரு மாணிக்கம் அல்ல. தகதகத்துக் கொண்டிருக்கும் ஒரு நெருப்புக் கங்கு அது. நீ என்மீது கொண்டுள்ள கண்மூடித்தனமான

நம்பிக்கை அது. அதை அன்போடு நீ உன் தலையின்மீது ஏற்றுக் கொண்டுள்ளாய். நான் அதை என் சொந்தக் கைகளால் அங்கு வைத்துள்ளேன்."

3

கர்ணன் எனக்கு ஆதரவாக என் பக்கம் இருந்தாலும், பாண்டவர்கள்மீது நான் கொண்டிருந்த அவநம்பிக்கையை என்னால் விட்டுத்தள்ள முடியவில்லை. கடந்த முறை, பயிற்சியரங்கத்தில் அர்ஜுனனும் பீமனும் செய்த கொடூரமான செயல்கள் என் தூக்கத்தைப் பறித்திருந்தன.

ஒரு வண்ணான் தன் துணிகளை ஒரு கல்லின்மீது ஓங்கி அடித்துத் துவைப்பதைப்போல, ஒரு குத்துச் சண்டையின்போது அந்த குண்டன் பீமன் என் அன்புத் தம்பி துச்சாதனனைத் தன் தலைக்கு மேலே தூக்கி நிலத்தின்மீது ஓங்கி வீசினான். கதாயுத மைதானத்தில், பெரும் பசி கொண்ட ஒரு சிங்கத்தைப்போல அவன் என்மீது பாய்ந்தான். பாண்டவர்கள் என்ற அந்த முள் முழுமையாகப் பிடுங்கப்பட்டாலொழிய, எந்தவொரு கௌரவனாலும் நிம்மதியாக வாழ முடியாது. இதை சாதிப்பதற்கு நான் எதை வேண்டுமானாலும் செய்யத் தயாராக இருக்கிறேன். இவ்விஷயத்தில் நான் நிச்சயமாக வெற்றி பெறுவேன். ஏனெனில், நான் வெற்றி பெற்றால் மட்டுமே என் மனம் அமைதி பெறும்.

எல்லோருக்கும் வெளிப்படையாகத் தெரிகின்ற ஒரு வழியில் பாண்டவர்களை ஒழிப்பது சாத்தியமாக இருக்கவில்லை. ஏனெனில், அந்த ஐந்து சகோதரர்களும் எங்கு சென்றாலும் ஒன்றாகச் சேர்ந்தே சென்றனர். ஒரே ஒரு நோக்கத்தைக் கொண்ட ஐந்து ஆக்ரோஷமான காளைகளால், சக்தி வாய்ந்த ஒரு சிங்கத்தை சுலபமாகத் தோற்கடித்துவிட முடியும். இங்கு, அனைத்து ஆயுதங்களையும் கையாளுவதில் திறமைசாலிகளாகத் திகழ்ந்த அந்த ஐந்து வீரர்களையும் நான் எதிர்கொள்ள வேண்டியிருந்தது. அதனால்தான், அந்த முள்ளைப் பிடுங்குவதில் சிறிது சூழ்ச்சியைப் பயன்படுத்தலாம் என்று நான் தீர்மானித்தேன். அதை 'சூழ்ச்சி' என்று சொல்லுவதற்கு பதிலாகச் 'சாதுரியம்' என்று கூறலாம்.

சூழ்ச்சி என்பது அரசியலில் 'சாதுரியம்' என்ற இனிய வார்த்தையால்தானே அழைக்கப்படுகிறது! நான் இதைப் பற்றிக் கர்ணனோடு அடிக்கடி விவாதித்திருந்தேன். ஆனால் அவன் ஒரு பிடிவாதமான கண்ணோட்டத்தைக் கொண்டிருந்தான்: "துரியோதனா, நீ விரும்பினால் ஒற்றைக்கு ஒற்றைச் சண்டையில் அந்த ஐந்து சகோதரர்களையும் ஒவ்வொருவராக எதிர்கொள்ள நான் தயாராக இருக்கிறேன். அவர்களை நான் அடித்துத் துவைத்துக் கசக்கிப் பிழிந்துவிடுவேன். ஆனால், நியாயமற்ற வழி எதையும் நான் பயன்படுத்த மாட்டேன்." அவனுடைய இந்த நம்பிக்கைக்குப் பின்னால் உண்மை இருந்தது. இதை நான் நன்றாக அறிந்திருந்தேன். ஆனால், அவனுடைய துணிச்சலான அந்த நம்பிக்கையுடன் என்னால் ஒருபோதும் உடன்பட

முடியவில்லை. நான் அதை ஒருபோதும் ஏற்றுக் கொள்ளவும் மாட்டேன். முதலில், என்னிடம் இருக்கும் எல்லா வழிகளையும் நான் முயற்சித்துப் பார்ப்பேன். இவற்றுக்குப் பிறகும் அந்தக் கீழ்ச்சாதிப் பாண்டவர்கள் தப்பிப் பிழைத்திருந்தால், இறுதியில் நான் கர்ணனை என்னுடைய உச்சகட்ட ஆயுதமாகப் பயன்படுத்துவேன். அவன் நிச்சயமாகத் தலைசிறந்தவன்தான், ஆனால் அவன் பெருந்தன்மையும் அன்பும் கொண்டவனாகவும் இருந்தான். அவன் ஒருமுறை ஒருவரைத் தன் அன்புக்குரியவராக ஆக்கிக் கொண்டுவிட்டால், பிறகு தன் வாழ்நாள் முழுவதும் அவன் அவர்மீது அன்பு செலுத்துவான். தன்னுடைய இந்த வசீகரமான நற்பண்புகளால் அஸ்தினாபுரத்தின் எண்ணற்ற மக்களின் இதயங்களை அவன் கொள்ளை கொண்டிருந்தான். சக்தி வாய்ந்த, வசீகரமான அவனுடைய ஆளுமைதான் எல்லோரையும் பெரிதும் கவர்ந்தது. அவன் உங்கள் முன்னால் நின்றால், பிரகாசமான எண்ணற்ற ஒளிக்கதிர்களின் முன்னால் நீங்கள் நிற்பதுபோல நீங்கள் உணருவீர்கள். அதற்கான காரணம் என்னவென்று எனக்குத் தெரியாது. நீங்கள் அவனுடைய நீலநிறக் கண்களை லேசாகப் பார்த்தால், அந்த அடர்நீல வானம்கூட உங்கள் பார்வைக்கு மங்கலானதாகத் தெரியும். சில சமயங்களில், அவன் காலையில் கங்கையில் குளித்துவிட்டுத் திரும்பி வந்து அரண்மனைப் படிக்கட்டுகள்மீது ஏறி வரும்போது நாங்கள் தற்செயலாக சந்தித்துக் கொள்ளுவதுண்டு. அந்த நேரத்தில் அவனுடைய தோற்றத்தைக் கண்டு நான் மெய்சிலிர்ப்பேன். அக்காட்சியை என் வாழ்நாளில் ஒருபோதும் என்னால் மறக்க முடியாது. புனிதமான கங்கையின் ஒருசில தூய்மையான துளிகள் அவனுடைய ஈரமான பொன்னிறத் தலைமுடியில் ஒட்டிக் கொண்டிருக்கும். ஒரு தோட்டத்தில் மலர்ந்துள்ள சூரியகாந்தி மலர்களின்மீது மின்னும் பனித்துளிகளைப்போல அவை ஒளிரும். லேசாக அசைந்தாடும் குண்டலங்கள், அவனுடைய வசீகரமான நெற்றி, கூர்மையான மூக்கு, புரசு மலர்களைப் போன்ற சிவந்த கன்னங்கள், காதுகள்வரை நீண்ட அவனுடைய பொன்னிறப் புருவங்கள், யானையின் துதிக்கைகளைப் போன்ற புஜங்கள், சமச்சீர்மை கொண்ட கெண்டைக்கால்கள், கங்கையில் உள்ள ஒரு பெரிய ஆமையின் மேலோட்டினை ஒத்த விம்மிய மார்பு, ஓர் அம்பறாத்தூணியைப் போன்ற வலிமையான மற்றும் உருண்டையான கழுத்து, ஒரு காளையின் தோள்களைப் போன்ற திடமான தோள்கள், அவனுடைய ஒட்டுமொத்த உடலுக்கும் ஒரு தேஜஸைக் கொடுத்த, சூரியனைப் போன்ற அசாதாரணமான வட்ட முகம் – இத்தகைய ஒரு வசீகரமான, பிரமிப்பூட்டுகின்ற ஆளுமையைக் கொண்ட எவரையும் ஒட்டுமொத்த அஸ்தினாபுரத்தில் நான் ஒருபோதும் பார்த்ததில்லை. அவன் மிகக் குறைவாகவே பேசினான், ஆனால் அவனுடைய மௌனம் அற்புதமாகப் பேசியது. அவன் தன் வாய் திறந்து பேசிய நேரங்களில், அவனுடைய குரல், இரண்டு கதாயுதங்கள் ஒன்றோடொன்று மோதிக் கொள்ளுவதைப்போல அதிர்ந்தது.

பேச்சுக்கு இடையே அவன் புன்னகைத்தபோதெல்லாம் அவனுடைய இரண்டு பொன்னிறப் பற்கள் ஒளிர்ந்தன. அந்த நேரத்தில் நான் பல விஷயங்களை மறந்துவிடுகிறேன். குருதேவர் துரோணர் என்னைச் சிறிதும் கண்டுகொள்ளாமல் இருப்பதை நான்

மறந்துவிடுகிறேன். பீமனாலும் அர்ஜுனனாலும் எனக்கு ஏற்படுகின்ற அவமானங்களை நான் மறந்துவிடுகிறேன். என்னுடைய இதயத்தில் நான் அனுபவிக்கின்ற தனிமையை மேலும் குத்திக் காயப்படுத்துகின்ற ஆயிரக்கணக்கான அம்புமுனைகளை நான் மறந்துவிடுகிறேன். நான் கௌரவர்களின் பட்டத்து இளவரசன் என்பதை நான் மறந்துவிடுகிறேன். நான் அஸ்தினாபுரத்தின் எதிர்கால மன்னன் என்பதை நான் மறந்துவிடுகிறேன். ஒரே ஓர் எண்ணம் மட்டுமே அப்போது என் தலையில் ரீங்காரமிட்டுக் கொண்டிருக்கிறது: "கர்ணன் உண்மையிலேயே ஒரு சூத புத்திரனா? இவ்வளவு வசீகரமான, மனத்தை மயக்குகின்ற ஒருவன் ஓர் ஏழைத் தேரோட்டியின் குடிசையில் பிறப்பது சாத்தியம்தானா? கர்ணன் உண்மையிலேயே ஒரு தாழ்ந்த குலத்தில் பிறந்தவனா?" இக்கேள்விகளுக்கு என் மனம் உறுதியாக இவ்வாறு பதிலளித்தது: "கர்ணன் ஒரு தேரோட்டியின் மகன் அல்லன். அவன் ஓர் ஆற்றல் களஞ்சியம். ஓர் ஆற்றல் களஞ்சியத்தின் மூலாதாரம் எப்படி ஓர் இருண்ட குகையில் இருக்க முடியும்? பொறுமையும் செயற்துடிப்பும் கொண்ட அவன் நிச்சயமாக ஒரு புகழ்மிக்க மன்னரின் மகனாக இருக்க வேண்டும். அவன் ஒரு சத்திரியனாக இருக்க வேண்டும். அதனால்தான் நான் அவனை எல்லோர் முன்னிலையிலும் அங்க நாட்டின் அரசனாக நியமித்தேன். குதிரைகளின் வால்களை முறுக்கி, அவற்றைச் சவுக்கால் அடித்து வேலை வாங்குகின்ற ஒரு சாதாரணத் தேரோட்டியைத் தேர்ந்தெடுத்து, அங்க நாட்டின் மரியாதைக்குரிய மகுடத்தை அவனிடம் ஒப்படைத்து, கௌரவர்களின் பிரம்மாண்டமான அரசவைக்குள் அவனை ஓர் அரசனாக அழைத்து வரும் அளவுக்கு துரியோதனன் ஒரு முட்டாளா?"

ஒருபோதும் தோற்காத உச்சகட்ட ஆயுதமாகவே கர்ணன் எனக்கு எப்போதும் தோன்றினான். சரியான நேரம் வரும்வரை நான் அவனைப் பயன்படுத்தப் போவதில்லை. கர்ணன்தான் துரியோதனனின் பாதுகாப்பிற்கான உத்தரவாதம். எனவே, கர்ணன் உயிரோடு இருக்கும்வரை துரியோதனனை யாராலும் வெல்ல முடியாது. அதனால்தான், பாண்டவர்களைக் கையாளுவதற்கு, கர்ணனை ஈடுபடுத்தாத ஒரு தனித்துவமான திட்டத்தைச் செயல்படுத்துவதென்று நான் தீர்மானித்திருக்கிறேன். நேற்றிரவு, என்னுடைய மதிப்பிற்குரிய தந்தையான மன்னர் திருதராஷ்டிரரை நான் பலமாக எச்சரித்தேன்.

ஐந்து சகோதரர்கள் அடங்கிய அந்தக் கும்பல் தன்னுடைய சகோதரரின் மகன்கள் என்று என் தந்தை உண்மையிலேயே நம்புகிறார். அவர்கள் மன்னர் பாண்டுவின் மகன்கள் அல்லர், மாறாக, அந்த ஐவரின் சூழ்ச்சியால்தான் அவருடைய மரணம் நிகழ்ந்திருக்கும் என்று நான் என் தந்தைக்குத் தெளிவாக விளக்கியுள்ளேன். என் தந்தை இந்த உண்மைகளை ஏற்றுக் கொள்ளும்படி செய்வதற்கு நான் மிகவும் சிரமப்பட வேண்டியிருந்தது. அவர் ஒரே ஒரு கருத்தில் உறுதியாக இருந்தார்: "துரியோதனா, இந்த நாட்டின்மீதான பேராசையின் காரணமாக ராஜமாதா குந்தி தேவியார் ஒருபோதும் பொய்யுரைக்க மாட்டார். நீ சொல்லுவது உண்மையாக இருந்தால், குந்தி தேவியார் இந்தத் தலைநகரில் அடியெடுத்து வைத்திருக்க மாட்டார்." என் மதிப்பிற்குரிய தந்தை மிகவும் எளிமையானவர். ஒரு நாட்டின்மீதான

பேராசையின் காரணமாக ஆண்கள் ஒரு போரைத் துவக்கும்வரை செல்லுவர், ஒருவரையொருவர் கொல்லுவர், யுத்ததேவியின் பலிபீடத்தில் தங்கள் தலைகளைக்கூடத் தியாகம் செய்வர். ஆனால் பெண்கள் என்ன செய்வார்கள்? ஒரு நாட்டின்மீதான பேராசையால் அந்த நாட்டையே அழிக்கும் அளவுக்குப் போய்விடுவர், அதை எரித்துச் சாம்பலாக்கிவிடுவர். பெண்கள் கடவுளின் விந்தையான படைப்பு என்றும், அவர்கள் மனித கௌரவத்தைத் தூக்கிப் பிடிப்பவர்கள் என்றும், அழகின் உறைவிடம் என்றும், கனிவாகப் பேசுபவர்கள் என்றும், அன்பின் சிகரம் என்றும் எல்லோரும் கூறுகின்றனர். ஆனால் இவையெல்லாம் பொய் என்று நான் நினைக்கிறேன். ஓர் ஆண் சில சமயங்களில் கொடூரமானவனாக இருக்கக்கூடும், ஆனால் அவனுடைய கொடூரத்திற்கு ஓர் எல்லை இருக்கிறது. ஏனெனில், ஒரு குறிப்பிட்ட நபரிடம் மட்டுமே அவன் கொடூரமாக நடந்து கொள்ளுகிறான். ஆனால் ஒரு பெண் தன்னுடைய இதயத்தைக் கல்லாக்கிக் கொள்ளத் தீர்மானித்துவிட்டால், கண்ணியமான நடத்தை தொடர்பான சமுதாய விதிகளில் பலவற்றை அவள் மீறுவாள். இக்கருத்து உண்மையில்லை என்றால், ராஜமாதா குந்தி தேவியார் ஏன் கறை படிந்த நடத்தையோடு அஸ்தினாபுரத்திற்குத் திரும்பி வரத் தீர்மானித்தார்? இந்தக் கண்ணோட்டத்தை ஏற்றுக் கொள்ள என் தந்தை தயாராக இல்லை. பாண்டவர்கள் தன்னுடைய அன்புச் சகோதரரின் மகன்கள் என்றுதான் அவர் தொடர்ந்து நம்பிக் கொண்டிருக்கிறார். அவர்கள் ஒரு மாபெரும் நெருப்பின் ஆபத்தான பொறிகள் என்ற உண்மையைப் பற்றிய விழிப்புணர்வு அவருக்கு இல்லை. ஏனெனில், அவருக்குப் பார்வை இல்லாததால், பீமனும் அர்ஜுனனும் செய்த கொடூரமான செயல்களை அவர் ஒருபோதும் பார்த்ததில்லை. சில சமயங்களில் அறியாமை உண்மையில் ஓர் ஆசீர்வாதமாக அமைகிறது. என்னுடைய தந்தையின் விஷயத்தில் இது உண்மைபோலத் தெரிகிறது, இல்லையா? அவர் தன் விருப்பம்போல என்ன வேண்டுமானாலும் நினைத்துக் கொள்ளட்டும், ஆனால் நான் வெறுமனே வேடிக்கைப் பார்த்துக் கொண்டிருக்கப் போவதில்லை. காலம் யாருடைய சேவகனும் அல்ல. நாளைக்கு இதே பாண்டவர்கள் மிக அதிக சக்தி படைத்தவர்களாக ஆவார்கள். அப்போது, மன்னர் பாண்டுவைப்போலவே துரியோதனனும் உடுத்திய ஆடையுடனும் தோள்மீது ஒரு ஜோல்னா பையுடனும் அவசர அவசரமாகத் தன் சகோதரர்களை அழைத்துக் கொண்டு ஒரேயடியாக வனவாசம் போக வேண்டியிருக்கும். அதனால்தான், என் தந்தை யாரைப் பாண்டுவின் மகன்கள் என்று நினைத்துக் கொண்டிருந்தாரோ, அவர்கள் உண்மையில் அவருடைய மகன்களே அல்லர் என்ற உண்மையை என் தந்தை ஒப்புக் கொள்ளும்படி செய்வதற்கு நான் கடுமையாகப் போராட வேண்டியிருந்தது.

சில சமயங்களில் ஒருவர் தன்னுடைய உறவுமுறையைப் பற்றிய நினைப்பை ஒதுக்கி வைத்துவிட்டு, தன்னுடைய அன்புக்குரியவர்களிடம் இனிமையற்ற ஒரு விதத்தில் பேச வேண்டிய தேவை எழுகிறது. தங்கள் கடமையை மன உறுதியோடு செய்கின்றவர்களுக்கு மட்டுமே வாழ்க்கை வெற்றியைக் கொண்டுவருகிறது.

நேற்றிரவு அமைச்சர் கனகரின் உதவியுடன் என் தந்தையின் மனத்தை

முற்றிலுமாக மாற்றுவதில் நான் வெற்றி பெற்றேன். நேற்றிரவிலிருந்து அமைச்சர் கனகர் என்னுடைய குருவாக ஆகியுள்ளார். மன்னரை நம்ப வைக்கும் விதத்தில் அவர் எவ்வளவு திறமையாக வாதங்களை முன்மொழிந்தார்! அளப்பரிய சக்தியையும் புகழையும் கைவசப்படுத்த விரும்புகின்ற எந்தவோர் அரசனும் கனகநீதியில் வரையறுக்கப்பட்டுள்ள கட்டளைகளை முழுமையாகக் கற்றுணர வேண்டும்.

கனகரின் வார்த்தைகள் முதலில் விநோதமாகத் தோன்றின. ஆனால் பின்னர் அவற்றைப் பற்றி நான் ஆழமாக சிந்தித்தபோது, அவை நடைமுறைச் சாத்தியம் கொண்டவை என்பதையும் மிகவும் சக்தி வாய்ந்தவை என்பதையும் நான் உணர்ந்தேன். உள்நோக்குகளை உள்ளடக்கிய அது போன்ற கட்டளைகளை நான் ஒருபோதும் கேள்விப்பட்டிருக்கவில்லை. அவை எனக்குப் பிடித்திருந்தன. அதனால்தான், மிக அருமையான அரசியல் தத்துவஞானியும் சூழ்ச்சிமிக்க அமைச்சருமான கனகரை நான் என்னுடைய குருவாக ஏற்றுக் கொண்டுள்ளேன். தன்னுடைய அரண்மனைக்கு வரும்படி கனகருக்கு ஒரு தூதுவன் மூலம் மன்னர் செய்தி அனுப்பினார். கனகர் உள்ளே நுழைந்தவுடன், மன்னர் அவரிடம், “மேன்மை பொருந்திய கனகர் அவர்களே, நான் உங்களிடம் ஒரு கேள்வி கேட்பேன். நன்றாக யோசித்து அதற்கு பதிலளியுங்கள். பாண்டவர்கள் பாண்டுவின் மகன்கள் அல்லர் என்று என் மூத்த மகன் துரியோதனன் இப்போதெல்லாம் அடிக்கடி என்னிடம் கூறிக் கொண்டே இருக்கிறான். இதற்கிடையே, பாண்டவர்கள் பல திறமைகளில் வல்லவர்களாகி மேன்மேலும் வலிமையடைந்து வருகின்றனர். துரியோதனன் கூறுவதில் ஏதேனும் உண்மை இருக்கிறதா? உங்களுடைய நேரடியான, தெளிவான அபிப்பிராயத்தை நான் தெரிந்து கொள்ள விரும்புகிறேன்,” என்று கூறினார்.

அமைச்சர் கனகர் மன்னரை வணங்கிவிட்டு, ஒரு தீவிரமான குரலில், “மன்னா, நீங்கள் என்னுடைய நேரடியான, தெளிவான அபிப்பிராயத்தை அறிந்து கொள்ள விரும்புகிறீர்கள், ஆனால் அது உங்களுக்கு மகிழ்ச்சியளிக்காது,” என்று கூறினார்.

“நீங்கள் அப்படிக் கூறுவதற்கு என்ன காரணம்? மன்னன் திருதராஷ்டிரனால் மிகக் கசப்பான உண்மைகளைக்கூட சீரணித்துக் கொள்ள முடியும் என்பதை நீங்கள் உணர்ந்திருக்கவில்லை என்றால், பிறகு...”

“அதில்லை, மன்னா. சரி, நீங்கள் என் அபிப்பிராயத்தைத் தெரிந்து கொள்ள விரும்புவதால், நான் சொல்லுவதை தயவு செய்து காது கொடுத்துக் கேளுங்கள். விசுவாசமுள்ள ஒரு சேவகன் தன்னுடைய எஜமானின் நலனைத்தான் எப்போதும் விரும்புகிறான். நான் விசுவாசமுள்ள ஒரு சேவகன். அதனால்தான் நான் சுற்றி வளைத்துப் பேசாமல் நேராகப் பேசுகிறேன். தயவு செய்து என்னைத் தவறாக எடுத்துக் கொள்ளாதீர்கள்.

“மன்னா, ஒரு மனிதன் தன்னுடைய சொந்தக் காலில் நிற்க வேண்டும். அசைக்க முடியாத வலிமை கொண்டவர்களைக் கண்டு மட்டுமே உலகம் பயப்படுகிறது. அதனால்தான், வலிமையின் அடிப்படையிலேயே எல்லாக் காரியங்களும் மேற்கொள்ளப்பட வேண்டும். உங்கள் நாட்டின்

பலவீனம் யாருக்கும் தெரியாதபடி பார்த்துக் கொள்ளுங்கள். அதுதான் உங்களுடைய முக்கிய நோக்கமாக இருக்க வேண்டும். ஒவ்வோர் எதிரியும் உங்கள் பலவீனத்தைத் தனக்கு சாதகமாகப் பயன்படுத்திக் கொள்ளுவான். உங்கள் எதிரியின் பலவீனத்தைக் கண்டறிந்து, அதை உங்களுக்கு சாதகமாகப் பயன்படுத்திக் கொண்டு, நீங்கள் அவனை முதலில் தாக்குங்கள். இல்லாவிட்டால் நீங்கள் பின்வருத்தம் கொள்ள வேண்டியிருக்கும். ஓர் ஆமையைப்போல உங்கள் கைகால்களை உள்ளே இழுத்துக் கொண்டு, உங்கள் தலையை மட்டும் வெளியே நீட்டி, தற்போதைய நிலவரத்தை அறிந்து கொள்ளுங்கள். தேவையில்லாமல் யாரையும் விமர்சிக்காதீர்கள். உங்களுடைய உண்மையான இயல்பை யாருக்கும் வெளிக்காட்டிக் கொள்ளாதீர்கள். குறிப்பாக, நீங்கள் பணிநியமனம் செய்கின்ற அதிகாரிகளுக்கு உங்களுடைய உண்மையான இயல்பு தெரியவே கூடாது. தேவை எழும்போது உங்கள் கண்களை மூடிக் கொள்ளுங்கள்; இவ்வுலகத்தை அழிப்பதற்கான சக்தியை அவை பெற்றிருக்கும்போது மட்டும் நீங்கள் உங்கள் கண்களைத் திறக்க வேண்டும். காதுகள், கண்கள், வாய் ஆகிய அனைத்தும் உங்கள் கட்டுப்பாட்டில் இருக்கின்றன. எனவே, அளவுக்கதிகமாக அவற்றைப் பயன்படுத்தாதீர்கள். ஒருவருடைய கைகள்கூட அவருடைய புலன்கள் என்பதை நினைவில் கொள்ளுங்கள். தேவைப்படும்போது நம்முடைய காதுகளையும் கண்களையும் வாயையும் மூடிக் கொள்ளுவதற்காகவே இயற்கை நமக்குக் கைகளைக் கொடுத்திருக்கிறது. எதிராளி வலிமையற்றவனாக இருந்தாலும் அவனைக் குறைவாக எடை போட்டுவிடாதீர்கள். ஒரு பனைமரம் மிகவும் குட்டையானதுதான், ஆனால் அது மிகக் குறைவான காலத்தில் வானளாவ வளர்ந்துவிடும். ஒரு ஜாதிக்காய் ஒருபோதும் ஓர் ஆமணக்குச் செடியில் வளருவதில்லை. ஒரு தீப்பொறி மிகச் சிறியதுதான், ஆனால் அதனால் ஒரு பெரும் நெருப்பை உண்டாக்கிவிட முடியும். ஒரு பாம்புக் குட்டியை நீங்கள் உயிரோடு விட்டுவைத்தால், அது வளர்ந்தவுடன், எப்படிக் கொத்த வேண்டும் என்பதை அது மறந்துவிடும் என்று நினைக்காதீர்கள். ஓர் எதிரி எவ்வளவு சிறியவனாகவும் எவ்வளவு பலவீனமானவனாகவும் இருந்தாலும் சரி, இறுதியில் அவன் கடும் சேதத்தை விளைவிப்பான். அந்த எதிரி ஏதோ காரணத்தால் பணிவு கொண்டவனாகத் தன்னைக் காட்டிக் கொண்டால், அவனுடைய முதலைக் கண்ணீரைக் கண்டு ஏமாந்துவிடாதீர்கள். விஷமம் செய்யக்கூடிய சாத்தியமுள்ள உணர்ச்சிகரமான எதிரிகளை உடனடியாக எமலோகத்திற்கு அனுப்பி வைத்துவிடுங்கள்.

"சாமம், தானம், பேதம், தண்டம் ஆகிய நான்கு வழிகளில் எதை வேண்டுமானாலும் பயன்படுத்தி எதிரிகளை ஒழித்துக் கட்டுங்கள். எதிரிகள் காட்டுத் தாழைச் செடியைப்போலக் கடினமானவர்கள், கடுமையானவர்கள். அந்தத் தாவரத்தை நீங்கள் ஓரிடத்திலிருந்து வேரோடு பிடுங்கி ஒரு தரிசு நிலத்தின்மீது வீசி எறிந்தாலும், அது அங்கே எப்படியோ வெற்றிகரமாக வேர்விட்டு மீண்டும் முளைத்துவிடும். அதன் இரண்டு பக்கங்களிலும் உள்ள முட்கள் மீண்டும் கூர்மையடைகின்றன. அதனால்தான், நீங்கள் கோபத்தில் இருக்கும்போதுகூட எப்போதும் புன்னகைக்கவும் இனிமையாகப் பேசவும் வேண்டும். ஆனால், அதே

சமயத்தில், நீங்கள் செய்ய விரும்புவதை நீங்கள் செய்ய வேண்டும். யாரையும் இகழ்ந்து பேசாதீர்கள். ஓர் எதிரியைத் தாக்குவதற்கு முன்பு அவனிடம் இனிமையாகப் பேசுங்கள், அவனைத் தாக்கிய பிறகு இன்னும் அதிக இனிமையாகப் பேசுங்கள். உங்கள் நாட்டில் பிச்சைக்காரர்கள், நாத்திகர்கள், துரோகிகள் ஆகியோரின் எண்ணிக்கையைக் கடுமையாக மட்டுப்படுத்துங்கள். பிச்சைக்காரர்கள் சோம்பேறித்தனத்தை ஊக்குவிக்கின்றனர்; நாத்திகர்கள், பல நூற்றாண்டுகளின் ஊடாக நிலைப்படுத்தப்பட்டு வந்துள்ள சமுதாயப் பாரம்பரியங்களை அழித்து, எல்லோரிடத்திலும் கடவுள்மீது அவநம்பிக்கையை வளர்த்துவிடுகின்றனர்; துரோகிகள் முக்கியமான அரசாங்க ரகசியங்களை எதிரிகளுக்குத் தெரியப்படுத்திக் குழப்பத்தையும் கலகத்தையும் தூண்டிவிடுகின்றனர். நீங்கள் யாரை சந்தேகிக்கக்கூடாதோ, அவர்களைக்கூட நீங்கள் சந்தேகிக்க வேண்டும், அவர்களை சோதிக்க வேண்டும். உங்களுக்கு யார்மீது சந்தேகம் இருக்கிறதோ, அவர்கள் சுதந்திரமாகத் திரிய ஒருபோதும் அனுமதிக்காதீர்கள். ஏனெனில், அவர்கள் புல்வெளிகளில் பதுங்கியிருக்கின்ற விஷப் பாம்புகளைப் போன்றவர்கள். நம்பகத்தன்மை இல்லாத எவரொருவரையும் ஒருபோதும் நம்பக்கூடாது. அதேபோல, நம்பகத்தன்மை உள்ள ஒருவரை முழுமையாக நம்பிவிடவும் கூடாது. ஏனெனில், அப்படிப்பட்ட ஒருவர், சில சமயங்களில், ஓர் ஆழமான பள்ளத்தை மேலோட்டமாக மூடியிருக்கின்ற ஒரு மெல்லிய பனிப்படலத்தைப்போல இருப்பார். தன்மீது தவறுதலாக மிதமிஞ்சிய நம்பிக்கை வைக்கின்ற எவரொருவரையும் அந்தப் பனிப்படலம் எப்படி விழுங்கிவிடுமோ, அதேபோல அந்த நபரும் தன்மீது அளவுக்கதிகமான நம்பிக்கை வைக்கின்ற நபரைப் படுகுழியில் தள்ளிவிடுவார்.

"உங்கள் நாட்டிலும் உங்கள் எதிரியின் நாட்டிலும் உளவாளிகள் இருப்பதை உறுதி செய்து கொள்ளுங்கள். ஓர் அரசர் தன்னுடைய அரசாங்கத்தில் ஓர் உளவுத் துறையை வைத்திருப்பது மட்டும் போதாது. அவர் தானே ஓர் உளவாளியாக ஆகி, தன்னுடைய உளவுத் துறை எப்படிச் செயல்படுகிறது என்பதைக் கண்டறிய வேண்டியது இன்றியமையாதது. பிற நாடுகளில் உள்ள உங்களுடைய உளவாளிகள் நாத்திகர்களாகவும் திருமணம் ஆகாதவர்களாகவும் பொய்யர்களாகவும் இருக்க வேண்டும். ஏனெனில், அத்தகைய உளவாளிகள், கடவுள் தங்களை தண்டிப்பார் என்ற பயத்தாலோ அல்லது தங்கள் குடும்பத்தின்மீதான பாசத்தாலோ ஒருபோதும் தங்கள் நாட்டிற்குத் துரோகம் செய்ய மாட்டார்கள். விசுவாசமும் துணிச்சலும் கொண்ட உளவாளிகளைப் பொதுப் பூங்காக்கள், பிரார்த்தனைக்கூடங்கள், மதுவிடுதிகள், சாலைகள், புனிதத் தலங்கள், மக்கள் சந்திக்கும் இடங்கள், பாலைவனச்சோலைகள், சாலைச் சந்திப்புகள் ஆகிய இடங்களில் நடமாடவிட வேண்டும். ஓர் உளவாளி ஒரு செழிப்பான நாட்டினுடைய நடமாடும் பாதுகாப்பு வேலி என்பதை ஒருபோதும் மறக்காதீர்கள். ஒரு நாடு என்பது அழகான பூக்களைக் கொண்ட, ஆனால் கனிகள் ஏதும் இல்லாத ஒரு மரத்தைப்போல இருக்க வேண்டும். ஒருவேளை கனிகள் இருந்தால், யாரும் அவற்றைப் பறிக்க முடியாதபடி அவற்றைச் சுற்றிலும் அதிக எண்ணிக்கையிலான முட்கள் இருக்க வேண்டும். கனிகள் இன்னும் காய்களாக இருந்தாலும், அவை கனிகள்போலக் காட்சியளிக்க வேண்டும். அப்போதுதான்,

அவற்றைச் சாப்பிடுகின்ற ஒருவனுக்கு சீரணக் கோளாறு ஏற்படும். நான் கூற வருகின்ற அடிப்படை விஷயம் என்னவென்றால், ஒரு நாட்டைப் பற்றிய முழு உண்மை யாருக்கும் தெரிந்திருக்கக்கூடாது. தருமத்தைக் காப்பதற்கான திறன் உங்களுக்கு இருக்கும்போது மட்டுமே தர்மத்தைக் காப்பதைப் பற்றி முழங்குங்கள். ஏனெனில், உண்மை எப்போதும் செல்வத்திடம் அடிமைப்பட்டுக் கிடக்கிறது, தர்மம் அதிகாரத்திடம் அடிமைப்பட்டுக் கிடக்கிறது. ஒரு செல்வந்தன் சொல்லுகின்ற எதுவொன்றும் உண்மை என்று ஏற்றுக் கொள்ளப்படுகிறது. அப்படி ஏற்றுக் கொள்ளப்படாவிட்டால், அதை உண்மை என்று ஏற்றுக் கொள்ள வைப்பதற்கான வழிகளை அவன் அறிந்திருக்கிறான். உடல்ரீதியாக சக்தி வாய்ந்தவர்களாக இருப்பவர்களின் தர்மம்தான் சிறந்தது என்று கருதப்படுகிறது. அப்படிக் கருதப்படாவிட்டால், அதை சாதிப்பதற்கான சக்தி வாய்ந்த வழிகளை அவர்கள் அறிந்திருக்கின்றனர். உண்மையும் தர்மமும் செல்வம் மற்றும் அதிகாரத்தின் வாசல்களில் தம்முடைய கைகளைக் கட்டிக் கொண்டு நிற்கின்றன. ஓர் எதிரியுடன் ஓர் அமைதி ஒப்பந்தம் கையெழுத்தான பிறகு, ஒருவன் தன்னைக் குறித்துப் பெருமிதம் கொண்டு சுயதிருப்தி அடைகிறான் என்றால், ஓர் உயரமான மரத்தின் உச்சியின்மீது தூங்கிக் கொண்டிருக்கின்ற ஒருவனாக அவனைக் கருதுங்கள். அவன் கீழே விழும்போதுதான் அவனுடைய கண்கள் திறக்கின்றன. இல்லையில்லை, அவனுடைய கண்கள் திறப்பதே இல்லை என்று கூறுவது பொருத்தமாக இருக்கும். ஓர் ஒப்பந்தம் என்பது ஒருபோதும் ஒரு முழு வெற்றி அல்ல. மாறாக, அது இருதரப்பினருக்கும் இடையே ஒரு சமரசம் எட்டப்பட்டுள்ளது என்பதற்கான எழுத்துபூர்வமான அங்கீகாரம் மட்டுமே. எனவே, அப்படிப்பட்ட ஒரு சமரசத்திற்கு உடன்பட்டுக் கையெழுத்திடுவதற்கு பதிலாக, ஓர் எதிரி ஒரு துரதிர்ஷ்டமான நிலையில் இருக்கும் ஒரு நேரத்தில் அவனைத் தோற்கடிப்பது சிறந்ததாக இருக்கும். அதாவது, அவனுடைய படை பலவீனமாக இருக்கும்போதோ, அவனுடைய வீரர்களிடையே கொள்ளைநோய்கள் தலைவிரித்து ஆடும்போதோ, அவனுடைய நாட்டில் உணவுப் பற்றாக்குறை ஏற்படும்போதோ, அவனுடைய படைவீரர்கள் முற்றிலும் நம்பிக்கையிழந்து இருக்கும்போதோ, அல்லது சூழல் உங்களுக்கு அனுகூலமாக இருக்கும்போதோ நீங்கள் அவனை வீழ்த்திவிட வேண்டும். ஒருவேளை உங்கள் எதிரியின் நாட்டில் அப்படிப்பட்ட துரதிர்ஷ்டமான சூழ்நிலை எதுவும் நிலவில்லை என்றால், அதை உருவாக்குவதற்குத் தேவையான நடவடிக்கைகளை நீங்கள் மேற்கொள்ள வேண்டும்.

"இந்த வாழ்க்கைக் குறிக்கோள்களை ஓர் அரசர் எப்போதும் தன் மனத்தில் கொண்டு, அவற்றுக்கு ஏற்பச் செயல்பட வேண்டும். ஏதோ காரணத்தால் அவரால் அப்படிச் செயல்பட முடியாமல் போனால், தகுதியும் கடமையுணர்வும் கொண்ட இன்னோர் அரசரிடம் அவர் தன்னுடைய நாட்டை ஒப்படைத்துவிட்டு, தன்னுடைய உடல்மீது சாம்பலைப் பூசிக் கொண்டு, உடனடியாக வனவாசம் போய்விட வேண்டும் என்று தர்மசாஸ்திரம் கூறுகிறது. ஓர் அரசரின் வாழ்க்கை வெறுமனே அறுசுவை உணவை உண்டு மகிழ்வதிலும், விலையுயர்ந்த பட்டாடைகளை அணிந்து உலா வருவதிலும், தலையில் ஒரு

பொற்கிரீடம் அணிந்து ராஜரதத்தில் சுற்றித் திரிவதிலும் மட்டுமே செலவிடப்பட வேண்டிய ஒன்றல்ல. ஓர் அரசரையும் அவருடைய நாட்டையும் பொருத்தவரை, கொளுத்துகின்ற வெயிலில் வியர்வை வழிய வயலில் வேலை செய்து உணவுப் பொருட்களைச் செழிப்பாக உற்பத்தி செய்கின்ற விவசாயிகள் கொத்தடிமைத்தனத்திற்கு உட்படுத்தப்பட வேண்டிய குற்றவாளிகள் அல்லர். தங்கள் நாட்டின் பாதுகாப்பிற்காகவும் அதன் புகழை உயர்த்துவதற்காகவும் துணிச்சலாகத் தங்கள் உயிர்களைப் பணயம் வைக்கின்ற படைவீரர்கள் நிச்சயமாகப் பைத்தியக்காரர்கள் அல்லர். அவர்களுடைய குருதியின் செந்நிறம்தான் அவர்களுடைய நாட்டின் சிறப்பை ஒளிரச் செய்கிறது. அவர்களுடைய சதைதான் தேசமெனும் மரத்திற்கான உரமாக இருக்கிறது. அந்த மரத்தின் கனிகளை அரசரும் குடிமக்களும் சுவைத்துக் களிக்கின்றனர். இப்படிப்பட்ட வியர்வைக்கும் குருதிக்கும் விசுவாசமாக நடந்து கொள்ளாத ஓர் அரசன் எப்படிப்பட்டவனாக இருப்பான், அவனுடைய நாடு எப்படிப்பட்டதாக இருக்கும்? அரசே, நான் ஆழ்ந்து சிந்தித்தப் பிறகு உங்களிடம் இதைக் கூறுகிறேன்: இப்போது நான் உங்களிடம் கூறியுள்ள இவையெல்லாம்தான் அந்தக் கசப்பான உண்மை. உண்மை தன்னுடைய இருத்தலுக்கு யாருடைய அனுமதியையும் எதிர்பார்ப்பதில்லை. அது மாற வேண்டும் என்று ஒருவர் விரும்புவதால் அது மாறுவதும் இல்லை. அரசே, என்னால் மௌனமாக இருக்க முடியவில்லை. அதனால்தான் இதையெல்லாம் நான் இன்று உங்களிடம் கூறிக் கொண்டிருக்கிறேன். பறவைகள் உங்கள் வயலைச் சூறையாடிய பிறகு நீங்கள் வருந்துவதில் எந்த ஞானமும் இல்லை. நீங்கள் கௌரவர்களில் தலைசிறந்தவர். அதனால்தான் நான் என் நாவிற்கு முழு சுதந்திரத்தைக் கொடுத்துள்ளேன். கௌரவர்கள் உண்மையின்மீது கொண்டிருக்கும் அன்பு ஆரியவர்த்தம் நெடுகிலும் போற்றப்படுகிறது. நீங்கள் உங்கள் விருப்பம்போலத் தீர்மானிப்பதற்கான சுதந்திரம் உங்களுக்கு இருக்கிறது. காலம்தான் மனிதர்களின் அனைத்துச் செயல்களையும் பாரபட்சமின்றி சீர்தூக்கிப் பார்க்கின்ற உச்சகட்ட நீதிபதி. நான் இப்போது உங்களுக்குக் கொடுத்துள்ள அறிவுரையில் நீங்கள் உங்களுடைய அனைத்துப் பிரச்சனைகளுக்குமான விடைகளைக் கண்டறிவீர்கள்."

கனகர் தன்னுடைய சிரம் தாழ்த்தி மன்னரை வணங்கிவிட்டு, தன்னுடைய அங்கவஸ்திரத்தைச் சரி செய்துவிட்டு, ஒரு யானையைப் போன்ற ஒரு மிடுக்கான நடையுடன் அந்த அரண்மனையிலிருந்து வெளியேறினார்.

தொலைவில் கங்கையின் அருகே ஓர் உள்ளான் பறவை அலறிய சத்தம் என் காதுகளைத் துளைத்தது. இந்த இடத்தையே ஆட்டம் காணச் செய்யக்கூடிய அளவுக்கு ஒரு சின்னஞ்சிறு பறவையிடமிருந்து எவ்வளவு பெரிய சத்தம் என்று ஒரு கணம் நான் நினைத்தேன்.

கனகரின் பேச்சால் நான் மகிழ்ச்சியடைந்தேன். அவருடைய அறிவுரைப்படி, மிகச் சிறிய எதிரியைக்கூட ஒருவன் உதாசீனப்படுத்தக்கூடாது. நான் அந்த ஞானத்தை ஏற்றுக் கொண்டு, அதனால் உத்வேகம் பெற்று, வாரணாவதக் காட்டில் பாண்டவர்களை எரித்துச் சாம்பலாக்குவதற்கான திட்டத்தை வகுத்தேன். மனித மனம்

ஓர் ஓநாயைப் போன்றது. ஓர் ஓநாய் ஒரு செம்மறியாட்டுக்குட்டியின் கழுத்தை நெறித்துக் கொல்லும்போது அந்த ஆட்டுக்குட்டியின் உணர்வுகளைப் பற்றி அது ஒருபோதும் அக்கறை கொள்ளுவதில்லை. அதன் அடர்த்தியான வால் பெருமிதத்தோடு குத்திட்டு நிற்கிறது. எந்தவொரு செம்மறியாட்டுக்குட்டிக்காவது அப்படிப்பட்ட ஒரு வால் இருந்துள்ளதா? எவனோ ஒருவனைத் தன்னுடைய பாதங்களின்கீழ் போட்டு மிதிக்காமல் யாரும் எங்கும் சென்றடைவதில்லை. தான் சுயகட்டுப்பாடு கொண்டவன் என்றும், தர்மத்தைக் கடைபிடித்து வாழுபவன் என்றும் ஒருவன் எவ்வளவுதான் மார்தட்டிக் கொண்டாலும், இன்னொருவனைத் தன் பாதங்களின்கீழ் போட்டு மிதிக்காமல் அவன் எங்கும் சென்றடைவதில்லை, எதையும் கைவசப்படுத்துவதில்லை.

பாண்டவர்களை உயிரோடு எரிப்பது குறித்த என்னுடைய திட்டத்தை என் நம்பிக்கைக்குரிய உதவியாளனான புரோசனனிடம் நான் விவரித்தேன். அவன் எனக்காகத் தன்னுடைய உயிரைத் தியாகம் செய்யக்கூடத் தயாராக இருந்தான். ஆனால், பாண்டவர்களின் பாவங்களை அக்னிதேவனைத் தவிர வேறு யாரால் சீரணிக்க முடியும்? குருதேவர் துரோணரின் முன்னால் எப்போதும் எதையாவது உளறிக் கொண்டே இருக்கின்ற அர்ஜுனனின் கடுமையான நாக்கு அந்த நெருப்பில் எரிந்து சாம்பலாகும். குடிகார பீமனின் வலிமையான, திடகாத்திரமான புஜங்கள் மரக்கட்டைகளைப்போல எரியும். மகாராணி குந்தியாக ஆக விரும்புகின்ற அந்த விதவைப் பெண், கொழுந்துவிட்டு எரியும் அந்தத் தீயில் சொர்க்கத்தின் மகாராணியாக ஆவாள். வாரணாவதக் காட்டில், நெருப்புப் பற்றி எரியும் அந்த வீட்டில் புரோசனன் தன் வேலையைக் கச்சிதமாகச் செய்து முடித்தப் பிறகுதான் பதினைந்து ஆண்டுகளாக என் இதயத்தில் எரிந்து வந்துள்ள நெருப்பு அணையும். பழியெனும் நெருப்புக்குத்தான் பகையெனும் நெருப்பைத் தணிப்பதற்கான சக்தி இருக்கிறது. அதனால்தான் புரோசனன் தொடர்ந்து என் கண்களுக்கு முன்னால் நடனமாடிக் கொண்டிருந்தான். அவன் என்மீது கொண்டிருந்த நிலையான விசுவாசத்தை அவனுடைய குறுகிய கண்களின் பார்வையில் என்னால் காண முடிந்தது.

4

புரோசனன் என்னை சந்தித்துவிட்டு வாரணாவதத்திற்குப் புறப்பட்டான். முடிந்த அளவு எச்சரிக்கையாக நடந்து கொள்ளும்படி நான் அவனிடம் கூறினேன். அர்ஜுனன் தன் கண்களை மூடிக் கொண்டு வெறும் சுவாச ஒலியைக் கேட்டுவிட்டுத் தன் அம்பைத் தொடுத்துப் புரோசனனைக் கொன்றுவிடுவான் என்பதால் அந்த அரக்கு மாளிகைக்கு நெருப்பு மூட்டும் நேரத்தில் மூச்சை அடக்கிக் கொள்ளும்படி புரோசனனிடம் நான் கூறினேன். தான் இத்திட்டத்தை யாருக்கும் தெரியாமல் ரகசியமாக வைத்துக் கொள்ளுவதாக அவன் ஒரு விளக்கின்மீது தன் உள்ளங்கையை அடித்து சத்தியம் செய்தான். அவன் தன் உயிரைப் பணயம் வைத்து இக்காரியத்தை செய்வதில் ஏன் அவ்வளவு ஆர்வம் காட்டினான் என்று நீங்கள் கேட்கக்கூடும்.

கௌரவர்களின் அமைச்சரவையில் அவனும் ஓர் அமைச்சராக இருந்தான் என்பதாலா? இல்லை. இப்படிப்பட்ட ஒரு காரியத்தை ஒருவன் சுயநல நோக்கத்திற்காக அன்றி வேறு எதற்காகச் செய்யப் போகிறான்? அவன் இக்காரியத்தை வெற்றிகரமாக நிறைவேற்றினால், அவனை முதன்மை அமைச்சராக ஆக்கப் போவதாக நான் அவனுக்கு உறுதியளித்திருந்தேன். விருசவர்மன் ஒரு கிழட்டு ஒட்டகம்போல ஆகியிருந்தான். அவன் தானும் முன்னால் போக மாட்டான், தன்னுடைய நண்பர்களும் உடன் பயணிப்பவர்களும் முன்னால் போகவும் அவன் அனுமதிக்க மாட்டான். அரசியல் என்பது எப்போதும் ஒரு பாலைவனச் சோலையைப்போலத்தானே இருந்து வந்துள்ளது! கிழவர்களை அங்கு கொண்டுவிட்டால் முன்னேற்றத்தைப் பற்றி நீங்கள் முற்றிலுமாக மறந்துவிடலாம். கிழட்டு விருசவர்மனுக்கு விரைவில் ஓய்வு கொடுத்து அவனை வீட்டிற்கு அனுப்புவதற்கான ஏற்பாடுகளை நான் செய்யப் போகிறேன். அவனுடைய தலை எப்போதும் பாண்டவர்களுக்கு முன்னால் குனிந்து கௌரவர்களுக்கு அவமதிப்பை உண்டாக்குகிறது. அவனுடைய பதவி புரோசனனுக்குக் கிடைப்பதை நான் உறுதி செய்வேன். என்னுடைய பதினேழு ஆண்டுகால அனுபவம் ஒரு பாடத்தை மிகச் சிறப்பாக எனக்குக் கற்றுக் கொடுத்துள்ளது: தொடுவானத்திற்கு அப்பால் பார்க்கின்ற, ஆற்றல்மிக்க இளம் ரத்தம் அரசியலில் நமக்குத் தேவை. புரோசனனைப் போன்ற ஆழமான, நெஞ்சுரம் படைத்த ஒரு முதன்மை அமைச்சர் எனக்குத் தேவைப்பட்டான்.

அவன் அஸ்தினாபுரத்திலிருந்து புறப்பட்டபோது நான் மகிழ்ச்சிப் பெருமூச்செறிந்தேன். அரண்மனையைவிட்டு அவன் வெளியேறிக் கொண்டிருந்ததை சன்னல் வழியாக நான் பார்த்தேன். அவன் அரண்மனை வாசலை அடையும்போது, கர்ணன் கங்கையில் தன்னுடைய காலைக் குளியலை முடித்துவிட்டுத் திரும்பி வந்து கொண்டிருப்பான் என்றும், புரோசனன் அவனை எதிர்கொள்ளக்கூடும் என்றும் நான் ஊகித்தேன். அவன் கர்ணனின் தோற்றத்தைக் கண்டு மெய்மறந்து நிற்கும்போது, கர்ணன் அவனிடம் ஏடாகூடமாக ஏதேனும் கேள்விகள் கேட்டால், இவன் எதையெல்லாம் உளறிக் கொட்டுவான் என்று யாருக்குத் தெரியும்? எனவே, கர்ணனிடம் நான் ஏதோ அவசரமாகப் பேச வேண்டியிருந்தது என்று கூறி அவனை உடனே அழைத்து வரும்படி என் சேவகனான பிரபஞ்சனனை நான் கர்ணனிடம் அனுப்பி வைத்தேன். யாரையும் உயிரோடு எரிப்பதற்குக் கர்ணன் ஒருபோதும் ஒப்புக் கொள்ள மாட்டான். இவ்விஷயம் அவனுக்குத் தெரிந்தால், அவன் தன்னுடைய பெட்டிப் படுக்கையை எடுத்துக் கொண்டு, தன்னுடைய பெற்றோரை அழைத்துக் கொண்டு சம்பாநகரிக்குத் திரும்பிச் சென்றுவிடுவான் என்பதை நான் உறுதியாக அறிந்திருந்தேன். அவனுடைய வாழ்க்கை ஒரு கச்சிதமான வில்லாளி எய்யும் ஓர் அம்பைப் போன்றது. அது எப்போதும் ஒரு நேரான பாதையில்தான் செல்லும்.

நான் நினைத்தபடியே கணப் பொழுதில் புரோசனன் கர்ணன் முன்னால் நின்றான். ஆனால், கர்ணனின் கேள்விகளுக்கு பதிலளிக்க வேண்டிய இனிமையற்றச் சூழலை அவன் எதிர்கொள்ளுவதிலிருந்து

பிரபஞ்சனன் சாதுரியமாகப் அவனைக் காப்பாற்றிவிட்டான். தடையற்றக் கடற்காற்றைப்போல, புரோசனன் திரும்பிக்கூடப் பார்க்காமல் அங்கிருந்து போய்விட்டான்.

வாரணாவதத்தில் அவன் ஒரு சிறிய மாளிகையை அமைப்பான். சணல், கரி எண்ணெய், காய்ந்த மரக்கட்டைகள், அரக்கு ஆகியவற்றை உள்ளடக்கிய ஒரு திரவம் அந்த மாளிகையின் சுவர்கள்மீது பூசப்படும். காய்ந்த மூங்கில்களால் ஆன ஒரு கூரையைக் கொண்டதாக அமைக்கப்படவிருந்த அந்த மாளிகை, மனத்தை வசீகரிக்கும் விதத்தில் இருக்கும்படி ஏற்பாடு செய்யப்பட்டிருந்தது. மன்னரின் வேண்டுகோளின் பேரில், கேடுகெட்ட அந்தப் பாண்டவர்களும் அவர்களுடைய பாசக்காரத் தாயும் வாரணாவதத்திற்கு ஒரு சிற்றுலா செல்லுவர். அங்கு புரோசனன் கட்டுகின்ற அந்த அரக்கு மாளிகையில் அவர்கள் அன்றிரவைக் கழிப்பர். நெடுந்தூரம் நடந்து வந்த களைப்பால் அன்றிரவு அவர்கள் ஆறு பேரும் அயர்ந்து தூங்குவர். அது ஒரு நிரந்தரமான தூக்கமாக ஆவதை உறுதி செய்வது புரோசனனின் வேலையாக இருந்தது. நள்ளிரவில் அவர்கள் ஆழ்ந்து உறங்கிக் கொண்டிருக்கும்போது, அவன் அவர்களுடைய மாளிகைக்குத் தீ வைத்துவிடுவான். அந்த அரக்கு மாளிகையின் கதவுகள் அனைத்தும் வெளியே பூட்டப்படும். கொழுந்துவிட்டு எரியும் தீயிலிருந்து அந்தப் பாண்டவர்கள் தப்பிப்பதற்கு எந்த வழியும் இருக்காது. ஆக்ரோஷமாக உயர்ந்து எரியும் அந்தத் தீ அந்த ஆறு பேரையும் தன்னோடு நேராக சொர்க்கத்திற்குக் கொண்டு சென்றுவிடும். தீ வைக்கப்பட்ட ஒரு பொந்துக்குள் சிக்கி வேதனையில் துடிக்கின்ற பாம்புகளைப்போல, அந்தப் பாண்டவர்களும் மூச்சுத் திணறி எரிந்து சாம்பலாவர்.

புரோசனன் என்னிடமிருந்து விடைபெற்றுச் சென்றபோது நான் அவனுக்கு ஒரு சிறப்புக் கட்டளையைப் பிறப்பித்திருந்தேன். அந்த அரக்கு மாளிகை முழுவதுமாக எரிந்து முடிந்த பிறகு, அவன் பீமனின் கருகிய உடலை அந்தச் சாம்பல் குவியல்களிலிருந்து வெளியே இழுத்து வந்து, அவனுடைய வலது கையின் சுண்டுவிரலை வெட்டி அதை என்னிடம் கொண்டு வர வேண்டும். ஒரு காட்டு முள்ளம்பன்றியைப் போன்ற அந்த பீமனின் சடலம் ஆயிரக்கணக்கான சடலங்களுக்கு இடையே கிடந்தாலும் அது தனியாகத் தெரியும். நான் அந்த விரலை ஒரு சிறிய வெள்ளித் தாயத்துக்குள் திணித்து, அதை என் இடது புஜத்தில் அணிந்து கொள்ளுவேன். என் இடது கை என்னுடைய மார்பை உரசும்போதெல்லாம், பீமனின் சடலம் வாரணாவதக் காட்டில் மக்கிக் கொண்டிருப்பதை, காட்டு விலங்குகளைக் கண்டு பயப்படுகின்ற என்னுடைய இதயத்திற்கு அந்தத் தாயத்து நினைவுபடுத்தும்.

பீமா, போட்டியரங்கில் ஈவு இரக்கமின்றி உன்னுடைய கதாயுதத்தை என் முதுகின்மீது சுழற்றியடித்த நீ, வாழ்க்கையும் ஒரு பெரிய கதாயுத அரங்கம் என்பதை உணரவில்லை, இல்லையா? இங்கும் ஒருவன் தினமும் தன்னுடைய கதாயுதத்தைச் சுழற்ற வேண்டியிருக்கிறது, அதுவும் மிக ஆக்ரோஷமாக! இது ஒரு நேர்ப்பாதையில் நிகழுகின்ற ஒரு தேர்ப் பந்தயம் அல்ல. அதை மட்டும் நீ உறுதியாக நம்பலாம்.

நான் ஒரு கொடுமைக்காரன் என்று எல்லோரும் கூறுவர் என்பதை நான் அறிவேன். அவர்களிடம் நான் ஒன்றைக் கேட்க விரும்புகிறேன்.

நூற்றுக்கணக்கான வீரர்களில் குருதேவர் துரோணர் அர்ஜுனன் ஒருவன்மீது மட்டும் அளப்பரிய விருப்பம் கொண்டு அவனை வானுயரத்திற்கு வளர்த்துவிட்டாரே, அது மனரீதியான ஒரு கொடுமை இல்லையா? என்னுடைய சகோதரர்களில் நால்வரை ஏரிக்குள் மூழ்கடித்து மூச்சுத் திணறச் செய்த அந்த பீமனை மென்மையானவன் என்று யாராலேனும் வர்ணிக்க முடியுமா? அன்றொரு நாள், போட்டியிரங்கில், கர்ணன் தாழ்ந்த குலத்தைச் சேர்ந்தவன் என்று கூறி அவனுடைய பிறப்பை இகழ்ந்த கிருபர் கொடூரமானவர் இல்லையா? ஒரு கணம் கர்ணனை அங்க நாட்டு அரசன் என்று உற்சாகமாகப் புகழ்ந்துவிட்டு, மறுகணமே அவன் ஒரு சூத புத்திரன் என்று ஏளனம் செய்த இந்த அஸ்தினாபுரக் குடிமக்கள் கொடூரமானவர்கள் இல்லையா? இக்கேள்விகளுக்கு யாரால் திருப்திகரமான பதில்களைக் கொடுக்க முடியும்? அதனால்தான் நான் ஒரு விஷயத்தை உறுதியாக நம்புகிறேன்: இரக்கம், மன்னிப்பு, சமாதானம் ஆகிய முரசுகளை நீங்கள் உங்கள் விருப்பம்போல எவ்வளவு வேண்டுமானாலும் கொட்டலாம், ஆனால் ஒவ்வொரு மனிதனுக்குள்ளும் ஓர் உள்ளார்ந்த கொடூர உணர்வு இருக்கிறது. கேடுகெட்ட அந்தப் பாண்டவர்களைச் சாம்பலாக்குவதற்கு என்னுடைய இந்தக் கொடூர உணர்வைப் பயன்படுத்துவதற்கு எனக்கு இந்த வாய்ப்புக் கிடைத்திருப்பது என்னுடைய அதிர்ஷ்டம் என்று நான் கருதுகிறேன்.

எதிர்காலத்தில் ஒரு நாள் இந்த உலகம் அழகானதாகவும் கச்சிதமானதாகவும் ஆகும் என்று அசுவத்தாமன் கூறுகிறான். அவனுடைய வார்த்தைகளில் எனக்குக் கடுகளவுகூட நம்பிக்கை இல்லை. உலகம் கச்சிதமானதாக ஆவதை நோக்கிச் சென்று கொண்டிருப்பதாக அவன் சொல்லுவது உண்மையாக இருந்தால், நான் அந்த நோக்கத்திற்கு உதவிக் கொண்டிருக்கிறேன் என்று நான் கூறுவேன். பாண்டவர்கள் பாண்டுவின் மகன்கள் அல்லர். இவ்விஷயம் தெரிந்த பிறகும்கூட அவர்கள் தொடர்ந்து உயிரோடு இருக்க நான் அனுமதித்தால், அது என் பெரியப்பாவின் உன்னதமான பெயருக்கு ஒரு நிரந்தரமான களங்கத்தை ஏற்படுத்திவிடாதா? அதனால்தான், அவர்களை உயிரோடு எரிப்பது என்ற புனிதமான காரியத்தைச் செய்ய என்னுடைய அமைச்சர் புரோசனனை நான் நியமித்தேன்.

இதில் ஏதேனும் தவறு இருந்ததா?

இத்திட்டத்தின்படி, ஒரு நாள், மன்னர் திருதராஷ்டிரர் குந்தியிடம் இனிமையாகப் பேசி, அவளையும் அவளுடைய ஐந்து மகன்களையும் வாரணாவதக் காட்டிற்கு அனுப்பி வைத்தார். மன்னர் பார்வையற்றவர் என்று பழித்துரைத்தவர்கள், மன்னரின் பார்வையின்மையை அவருடைய நாவன்மை ஈடுகட்டியது என்பதை அறிய மாட்டார்கள். அவர் ராஜதந்திரமாகப் பேசி அரசியல் பிரச்சனைகளுக்குத் தீர்வு கண்ட விதத்தை நான் நேரடியாகப் பார்த்திருக்கிறேன். அவர் அதே ராஜதந்திரத்தோடு அந்தப் பாண்டவர்களிடம் நாவில் தேனொழுகப் பேசி, அவர்கள் வாரணாவதத்திற்குப் போய் வருவதுதான் அந்நேரத்தில் அவர்கள் செய்யக்கூடிய சரியான விஷயம் என்று அவர்களை ஒப்புக் கொள்ள வைத்தார்.

தாங்கள் ஒரு சிற்றுலாவுக்குச் செல்லவிருந்ததாக அவர்கள்

நினைத்தனர், ஆனால் அவர்களுக்கு சொர்க்கத்தில் ஒரு பேருலாவுக்கு நான் ஏற்பாடு செய்து கொண்டிருந்ததை அவர்கள் அறிய மாட்டார்கள். சொர்க்கத்திற்குப் போவது பூமிவாசிகளின் உடல்நலத்திற்கு மிகவும் நல்லது என்று முனிவர்களும் மாபெரும் கவிஞர்களும்கூடக் கூறுகிறார்கள், இல்லையா?

அந்த ஐந்து ஆலமரங்களும் சாம்பலாகும்போதுதான், வேதனையில் துடித்துக் கொண்டிருக்கும் என் மனம் அமைதி பெறும். மனம் ஒரு நறுமண மலர் என்று சிலர் கூறுகின்றனர். வேறு சிலர், சலசலத்து ஓடுகின்ற வசீகரமான ஒரு நதியோடு அதை ஒப்பிடுகின்றனர். இன்னும் சிலர், அது ஓர் அமைதியான நீலவானம் என்று வர்ணிக்கின்றனர். மற்றவர்கள், என்றும் ஒளிமயமாகத் திகழுகின்ற இறைவனின் ஜோதி அது என்று நம்புகின்றனர். ஆனால், பழி வாங்குவதற்கான தீவிர விருப்பத்தின் தாக்கத்திற்கு ஆளாகியுள்ள ஒரு மனத்தைப் பற்றி, கற்றறிந்த யாரும் இதுவரை எதுவும் கூறியதில்லை. அத்தகைய மனத்தின் இனிய நறுமணம் ஒருவனை முற்றிலுமாக நினைவிழக்கச் செய்யும் அளவுக்கு சக்தி வாய்ந்ததாக இருக்கிறது. ஏனெனில், அது விஷத்தன்மை கொண்ட ஓர் இனிமையை வெளிவிடுகிறது. பழியுணர்வு கொண்ட ஒரு மனத்தை ஒரு நதி என்றும் வர்ணிக்கலாம். ஆனால் அது ஓர் அமைதியான நதி அல்ல. மாறாக, தன்னுடைய கரைகளை அரித்து, எல்லாவற்றையும் நிரந்தரமாக அடித்துச் சென்றுவிடுகின்ற ஒரு காட்டாற்று வெள்ளம் அது. பழியுணர்வு நிரம்பிய ஒரு மனம் வானத்தைப் போன்றதும்கூட, ஆனால் அது ஓர் அமைதியான நீலவானம் அல்ல; மாறாக, கடுமையான மின்னல் வெட்டுகின்ற, அடர்த்தியான புயல்மேகங்கள் சூழ்ந்த ஓர் இருண்ட வானம் அது. பழியுணர்வு நிரம்பப் பெற்ற ஒரு மனம் ஒரு பிரகாசமான ஒளி என்றும் கூறலாம். ஆனால், அது மென்மையாக ஒளிரும் ஒளி அல்ல; மாறாக, தகதகவென எரிகின்ற ஒரு நெருப்பு அது.

என்னுடைய குழந்தைப்பருவத்திலிருந்தே பாண்டவர்களின் புகழால் என் மனம் புண்பட்டு வந்திருந்தது. எங்களுடைய கதாயுதப் பயிற்சியின்போது, ஒரு விவசாயி தன்னுடைய இளங்காளையை அடித்துத் துன்புறுத்துவதைப்போல பீமன் ஈவு இரக்கமின்றி என்னை அடித்துத் துவைத்தான். என் வாழ்வின் தாமரை இதழ்கள் அனைத்தும் ஒவ்வொரு கணமும் அவனுடைய பாதங்களின்கீழ் மிதிபட்டு நசுங்கின. இறுதியில் தண்டு மட்டுமே மிஞ்சியது. என்ன இருந்தாலும் நான் ஒரு பட்டத்து இளவரசனல்லவா? எனக்கும் ஒரு மனம் இருந்தது. எனக்கும் உணர்வுகள் இருந்தன. ஆனால் அந்தக் காட்டுமிராண்டி பீமன் என்னுடைய சுயமதிப்பைச் சீரழித்து மண்ணோடு மண்ணாக்கியிருந்தான். அங்குமிங்கும் சிதறிக் கிடந்த தன் வாழ்வின் இதழ்களை துரியோதனன் சேகரிக்கலானான். அதன் ஊடாக உருவானவன்தான் இன்று நீங்கள் பார்க்கும் இந்த துரியோதனன். இந்த எளிய உண்மையை யாரும் புரிந்து கொள்ள முயற்சிக்கவில்லை. ஒவ்வொரு மனிதனும் தன் சக மனிதன்பால் கொள்ளுகின்ற மிக அடிப்படையான மனித உணர்வுகள்கூட அந்தப் பாண்டவர்கள் குறித்து என்னிடம் ஒருபோதும் இருந்ததில்லை. நான் ஏன் அவர்கள்மீது இரக்கம் காட்ட வேண்டும்? அந்தக் காட்டுப் பன்றி பீமன், தன்னால் எல்லோரையும் அடித்து நொறுக்கிக் கீழே சாய்க்க முடியும் என்று எப்போதும் மார்தட்டிக் கொண்டு திரிந்தான். அவன்

என்னைப் பல முறை அவ்வாறு நிலத்தின்மீது பலமாகத் தள்ளியிருந்தான். போட்டி நாளன்று, அவன் அகங்காரத்துடன் கர்ணனைப் பார்த்து, "போய் உன் குடும்பத் தொழிலைச் செய். குதிரைகளைச் சாட்டையால் அடி, அவற்றின் உடலைப் பிடித்துவிடு," என்று கொக்கரித்திருந்தான். கர்ணன் யாரென்று அவன் நினைத்தான்? தன் பாதங்களின் கீழே போட்டு மிதிப்பதற்கான புல் என்றா? பீமன் தீய குணம் படைத்த ஒரு யானை. அந்தக் கிறுக்கன் தெரிந்தோ தெரியாமலோ பாண்டவர்களுக்கும் கௌரவர்களுக்கும் இடையேயான பகையைப் பெரிதும் வளர்த்துவிட்டிருந்தான். சரியான நேரம் வரும்போது, ஒரு சின்னஞ்சிறிய எறும்பால்கூட ஒரு யானையை சொர்க்கத்திற்கு அனுப்பி வைத்துவிட முடியும் என்று அவனுக்கு ஒருபோதும் தோன்றியதில்லை. ஒரு சிறிய தீப்பொறியால்கூட ஒரு பெரிய காட்டை அழித்துவிட முடியும். ஓர் ஒற்றைக் கருமேகத்தால் ஒட்டுமொத்தச் சூரியனையும் மறைத்துவிட முடியும். தான் மட்டுமே இவ்வுலகில் உள்ள ஒரே வலிமையான மனிதன் என்று ஒருவன் நினைப்பது ஒரு வீணான சிந்தனை. இதில் எவ்வளவு உண்மை உள்ளது என்பதைத் திமிர் பிடித்த அந்த பீமனுக்கு நான் காட்டுவேன். என்னுடைய உடல் வலிமையை என்னால் அவனிடம் வெளிப்படுத்த முடியாவிட்டாலும்கூட, என்னுடைய செல்வத்தையும் அறிவையும் பயன்படுத்தி நான் அந்த உண்மையை அவனுக்கு நிரூபிப்பேன். அதனால்தான் நான் புரோசனனுக்குத் தெளிவான அறிவுறுத்தல்களைக் கொடுத்து வாரணாவதத்திற்கு அவனை அனுப்பி வைத்தேன். ஆட்சியில் இப்படிப்பட்ட உதவியாளர்களை வைத்துக் கொள்ளுவது மிகவும் இன்றியமையாதது. உதவியாளர்கள் இல்லாத ஓர் அரசாங்கம் ஒரு தலையில்லாத ஓர் உடலைப் போன்றது.

புரோசனன் என்ன செய்தி கொண்டு வருவான் என்ற ஒரு விஷயத்தின்மீதுதான் என் ஒட்டுமொத்த கவனமும் குவிந்திருந்தது. ஒரு காதலி தன் காதலனின் வரவுக்காக எவ்வளவு ஆவலோடு காத்திருப்பாளோ, நான் அதைவிடப் பன்மடங்கு அதிக ஆவலோடு புரோசனனின் வரவை எதிர்பார்த்திருந்தேன். அவன் நிச்சயமாகத் தன் வேலையை வெற்றிகரமாகச் செய்து முடித்திருப்பான். என்னுடைய கைக்கூலிகள் கையாலாகாதவர்கள் அல்லர்.

5

"பிரமாதம், புரோசனா! நீ உன் மன்னருக்குப் பெருமை சேர்த்துள்ளாய்! பீமனின் கருகிப் போன சுண்டுவிரலோடு உன் தூதுவன் என் முன்னால் நின்று கொண்டிருக்கிறான். உன் எஜமானிடம் நீ கொண்டிருக்கும் விசுவாசம் பிரமிப்பூட்டுக்கிறது. இந்தக் கருகிய விரலைப் பார்த்தவுடன் நான் அனுபவித்த மகிழ்ச்சிக்கு எதுவும் ஈடாகாது. கௌரவர்களின் அரசனாக நான் மணிமுடி ஏற்றுக் கொண்ட பிறகு என் உள்ளங்கைகளில் ஊற்றப்படவிருக்கின்ற, ஆரியவர்த்தத்தின் புனித நதிகளிலிருந்து கொண்டுவரப்படும் நீர்கூட என்னுடைய இந்த மகிழ்ச்சிக்கு ஈடாகாது. புரோசனா, எவரொருவரும் தன்னுடைய வலிமையால் சாதிக்க முடியாத ஒன்றை நீ உன்னுடைய

சூழ்ச்சியால் சாதித்திருக்கிறாய். புல்லை எரிப்பதைப்போல, சிங்கத்தைக் கண்டும் அஞ்சாத பீமனை நீ எரித்திருக்கிறாய்," என்று எனக்கு நானே பேசிக் கொண்டேன். புரோசனனிடமிருந்து செய்தி கொண்டுவந்த தூதுவனை நான் பார்த்தபோது, ஒரு காட்சி என் கண்களுக்கு முன்னால் தோன்றியது. அந்தப் பாண்டவர்கள் எவ்வாறு மடிந்தனர்? தண்ணீரில் கொதித்துக் கொண்டிருக்கும் சர்க்கரை வள்ளிக்கிழங்கைப்போலவா? அல்லது, ஒரு வேள்விக் குண்டத்தில் எரிந்து சாம்பலாகின்ற உலர்ந்த குச்சிகளைப்போலவா? சாகும்போது அவர்களுடைய மனங்களில் என்ன ஓடிக் கொண்டிருந்தது? அந்த நேரத்தில் அவர்கள் நிச்சயமாக என்னை நினைத்திருப்பார்கள், என்னை வசை பாடியிருப்பார்கள், எனக்கு சாபமிட்டிருப்பார்கள். 'ராஜமாதா' என்று அழைக்கப்படுகின்ற ஒழுக்கங்கெட்ட அந்தக் குந்தி, தீய குணம் படைத்த அந்த அர்ஜுனனைத் தன்னோடு சேர்த்து அணைத்துக் கொண்டிருப்பாள். அவர்கள் இருவரும் சேர்ந்து எரிந்து சாம்பலாகியிருப்பர். "பேதைப் பெண்ணே! சூரியகுலத்தைச் சேர்ந்த கௌரவர்களின் நாடு இது. கௌரவர்களின் அரியணையின் பக்கம் எந்த விலைமகளும் சுற்றித் திரிய நான் அனுமதிக்க மாட்டேன். நேற்று நீ கௌரவர்களின் ராஜமாதாவாக இருந்தாய். யாராலும் வெல்லப்பட முடியாத, கௌரவர்களின் புகழ்மிக்கச் செங்கோல் உன் முன்னே பணிந்து உன்னை வணங்கியது. உன்னுடைய ஒழுக்கக்கேட்டைப் பற்றி யாருக்கும் தெரியாது. ஆனால் உனக்கு அது தெரிந்திருந்தும், நீ வெட்கமின்றி உன் மகன்களின் முடிசூட்டு விழாவைப் பற்றி மாபெரும் கனவுகளைக் கண்டாய். ஆனால் இன்று, மரணத்தின் காலடியில் உள்ள புழுதியாக ஆகிவிட்டாய். ஆம், நீ வெறும் புழுதிதான்," என்று நான் என் மனத்திற்குள் கூறிக் கொண்டேன். வாரணாவதத்தின் அடர்த்தியான காடு பாண்டவர்களின் சிதையாக மாறியிருந்தது. அஸ்தினாபுரக் குடிமக்கள் குந்தியின் மகன்களைப் பாண்டவச் சிங்கங்கள் என்று அழைத்தனர். மிகவும் சரி! அந்தச் சிங்கங்கள் இப்போது ஒரு காட்டில் நிரந்தர அமைதியைக் கண்டுகொண்டுவிட்டன. அதனால்தான் வாரணாவதம் எனக்கு ஒரு புனிதத் தலமாக ஆகியுள்ளது. பாண்டவர்கள் சாம்பலாகியுள்ளனர், எப்போதும் தகதகவென்று எரிந்து வந்திருந்த என் மனம் இப்போது ஒருவழியாக அமைதியடைந்துள்ளது. ஆனால், இவ்வளவு அற்புதங்களையும் நிகழ்த்திய புரோசனன் மட்டும் இன்னும் திரும்பி வரவில்லை. அவனும் அந்தத் தீயில் கருகி இறந்திருப்பானோ? தன்னுடைய எஜமானுக்குத் தன் விசுவாசத்தை வெளிப்படுத்துவதற்காக அவன் தானாகவே அந்தத் தீயில் குதித்திருப்பான் என்று என் மனம் என்னிடம் சொல்லிக் கொண்டே இருந்தது. பாண்டவர்களுக்கு சொர்க்கத்திற்கான வழியைக் காட்டும் வேளையில், ஒருவேளை அவனும் அவர்களோடு போக வேண்டியபடி ஆகியிருக்கலாம். "புரோசனா, கவலைப்படாமல் போ. உன் மனைவியையும் உன்னுடைய குடும்ப உறுப்பினர்கள் அனைவரையும் பார்த்துக் கொள்ளுவதற்கான பொறுப்பை நான் ஏற்றுக் கொள்ளுகிறேன். உன்னுடைய சாதனையை நினைவுகூரும் விதமாக, வாரணாவதத்தில் துர்கையம்மன் கோவில் ஒன்றைக் கட்ட நான் உத்தரவிடப் போகிறேன். அது ஒரு புனிதத் தலமாகப் பிரகடனப்படுத்தப்படும். நீ விசுவாசத்தின் காரணமாக உன்

உயிரைத் தியாகம் செய்து இந்த அழகான உலகத்தைவிட்டுச் சென்ற நாள் ஒவ்வோர் ஆண்டும் ஒரு பெரிய விழாவாகக் கொண்டாடப்படும். நீ மன அமைதியோடு சொர்க்கத்திற்குப் போ. இனி உன் நினைவாக எல்லோரும் அக்காட்டைப் புரோசன ஆரண்யம் என்று அழைப்பார்கள்," என்று நான் உள்ளூர அவனிடம் கூறினேன்.

6

"புரோசனா, பாண்டவர்கள் வாரணாவதத்திற்குப் போய்ச் சேர்ந்துவிட்டதாக எங்களுக்குச் செய்தி வந்த சிறிது நேரத்திலேயே, நெருப்பில் அவர்கள் இறந்துவிட்டச் செய்தியை நீ அனுப்பிய தூதுவன் கொண்டு வந்தான். உன்னைப் போன்ற விசுவாசமான, திறமையான சேவகர்கள் இருப்பதால்தான் என்னால் தலை நிமிர்ந்து நடக்க முடிகிறது. ஆனால், நீ மட்டும் உயிரோடு திரும்பி வந்திருந்தால் எவ்வளவு சிறப்பாக இருந்திருக்கும்! உன்னுடைய விசுவாசம் உன்னுடைய ஒவ்வொரு செயலிலும் பிரதிபலிக்கிறது. துரியோதனன்மீது நீ கொண்டுள்ள பாசத்தால் ஒரு பலவீனமான பெண்மானுக்கும் அதன் ஐந்து குட்டிகளுக்கும் நீ ஒரு கொடூரமான மரணத்தைக் கொடுத்துவிட்டாய். அதோடு நிற்காமல், இன்னொரு அதிக மகிழ்ச்சியான செய்தியை ஒரு சிறப்புத் தூதுவன் மூலம் நீ எனக்குச் சொல்லியனுப்பினாய். பாஞ்சால நாட்டின் இளவரசி திரௌபதியின் சுயம்வரம் நடைபெறவிருக்கின்ற செய்தியை உன் தூதுவன் கொண்டு வந்தபோது நான் எல்லையில்லா மகிழ்ச்சி அடைந்தேன்," என்று எனக்கு நானே கூறிக் கொண்டேன். இளவரசி திரௌபதி யக்ஞசேனி என்றும் அழைக்கப்படுகிறாள். பாஞ்சால மன்னன் துருபதனின் மகள் அவள். அவள் நறுமணம் கமழும் உடலைக் கொண்டவள் என்று நான் கேள்விப்பட்டிருந்தேன். குழந்தைகள் வேண்டி துருபதன் நடத்திய ஒரு வேள்வியிலிருந்து பிறந்தவள் அவள். நான் அவளை அந்த சுயம்வரப் போட்டியில் வெற்றி கொள்ளுவேன். அதன் மூலம், துருபதனின் மாபெரும் நாட்டுடன் ஒரு ரத்த பந்தத்தைக் கௌரவர்களாகிய நாங்கள் உருவாக்குவோம். திரௌபதி எனும் விலையுயர்ந்த ஆபரணம் அஸ்தினாபுரத்தின் மகுடத்தில் அல்லாமல் வேறு எங்கே பிரகாசமாக ஒளிர முடியும்? புரோசனன் தானே இச்செய்தியைக் கொண்டு வந்திருந்தால், நான் அவனுக்கு என்னுடைய புஷ்பராக அட்டிகையைப் பரிசளித்திருப்பேன்.

கர்ணனைப் போன்ற ஒரு நண்பன், திரௌபதியைப் போன்ற ஒரு மனைவி, துச்சாதனனைப் போன்ற வலிமை கொண்ட தொண்ணூற்று ஒன்பது சகோதரர்கள், துச்சலை போன்ற ஒரு சகோதரி, சகுனி மாமாவைப் போன்ற ஒரு சாதுரியமான அரசியல் ஆலோசகர், புரோசனனைப்போல விசுவாசத்தோடு தங்கள் உயிரைத் தியாகம் செய்யத் தயாராக இருந்த பல்லாயிரக்கணக்கான படைவீரர்கள் – இத்தனைப் பேரின் உதவியோடு கௌரவர்களின் சாம்ராஜ்ஜியம் ஆரியவர்த்தத்தில் இமயத்தைப்போல என்றென்றும் உயர்ந்து நிற்கும். நான் என் வலிமை முழுவதையும் பயன்படுத்தி அது எப்போதும் சிகரத்தில் இருப்பதை உறுதி செய்வேன்.

இதுதான் என்னுடைய இனிய கனவாக இருந்தது. ஒவ்வொரு மனிதனும் ஏதோ ஓர் இனிய கனவைக் கொண்டிருக்கிறான், அதை மெய்யாக்குவதற்குத் தன் வாழ்நாள் முழுவதும் அவன் முயற்சி செய்கிறான். வாழ்வின் அர்த்தமே தொடர்ச்சியான முயற்சிதான். மனம் தளராமலும் இடையறாமலும் தொடர்ந்து முயற்சிப்பதன் மூலம் மட்டுமே ஒருவனால் தன் கனவை நனவாக்க முடியும். அதற்கு வேறு எந்த வழியும் இல்லை. ஒட்டுமொத்த நாடுகள் அப்படிப்பட்ட முயற்சிகளைக் கொண்டுதான் கட்டியெழுப்பப்படுகின்றன.

பாண்டவர்கள் எனும் மிகப் பெரிய பாறை என் வழியிலிருந்து நிரந்தரமாக அகற்றப்பட்டிருந்தது. பாண்டவர்கள் இறந்துவிட்டனர். இனியும் நான் ஏன் அவர்களைப் பற்றி நினைக்க வேண்டும்? நினைவுகள் ஒருவனை முடக்கிப் போட்டுவிடுகின்றன, செயலற்றவனாக ஆக்கிவிடுகின்றன. பாண்டவர்கள் எரிந்து போன நாளிலிருந்து பதின்மூன்றாம் நாளன்று ஒரு பெரிய விருந்து கொடுப்பதென்றும், அவர்களுடைய மரணங்களை நினைவுகூரும் விதத்தில் அரச நாணயம் ஒன்றை அடித்து வெளியிடுவதென்றும் நான் தீர்மானித்தேன். போலியாக அதிகாரபூர்வமான துக்க அனுசரிப்பு ஒன்றை நடத்துவது எனக்குப் பிடிக்காததால், அந்த வேலையை நான் சகுனி மாமாவிடம் ஒப்படைத்துவிட்டேன். குடிமக்கள் அனைவரும் வயிறாரச் சாப்பிட்டு ஏப்பம் விட்டுவிட்டுப் பாண்டவர்களை அத்துடன் மறந்துவிடுவர். ஓர் அரசன் எப்போதும் இப்படித்தான் நடந்து கொள்ள வேண்டும். ஓர் அரசனின் வாழ்க்கை எப்போதும் ஓர் அம்பைப்போல ஒரு நேர்ப்பாதையில் பயணிப்பதில்லை. சில சமயங்களில், அது ஒரு கதாயுதத்தைப்போலச் சுழலுகிறது; சில சமயங்களில், அது ஒரு வாளைப்போலப் பின்னாலிருந்து துளைக்கிறது; சில சமயங்களில், அது ஒரு கவணைப்போலக் கற்களை எறிகிறது.

உண்மை ஓர் அரசனின் நடத்தையைத் தீர்மானிப்பதில்லை; மாறாக, அவன் மேற்கொள்ளுகின்ற ஒரு தீர்மானத்தை உண்மை என்று சமுதாயம் ஏற்றுக் கொள்ளுகிறது.

பாண்டவர்களின் மரணச் செய்தியை சகுனி மாமா கர்ணனிடம் தெரிவித்தார். கர்ணன் அதைக் கேட்டுப் பெருமகிழ்ச்சி கொள்ளுவான் என்று நான் கற்பனை செய்திருந்தேன். ஆனால் சகுனி மாமா கூறிய விஷயம் எனக்குத் திகைப்பூட்டியது. பாண்டவர்கள் மரணமடைந்திருந்தனர் என்ற செய்தியைக் கேட்டவுடன், கர்ணன் தன் கைகளால் தன் தலையைத் தாங்கிப் பிடித்துக் கொண்டு நிலை தடுமாறி உட்கார்ந்துவிட்டான். "யார் அவர்களைக் கொன்றது? இந்த ஐந்து வீரர்களையும் கொல்லக்கூடிய ஒரு துணிச்சலான வீரன் பிறந்திருக்கிறானா? ராஜமாதா குந்தி தேவியார் பாதுகாப்பாக இருக்கிறார்களா?" என்று அவன் ஏகப்பட்டக் கேள்விக் கணைகளை சகுனி மாமாவை நோக்கி எய்தான்.

மாமா மிகவும் அமைதியாக, "அது ஒரு கோர விபத்து. வாரணாவதத்தில் ஒரு காட்டுத் தீயில் சிக்கி அவர்கள் இறந்துவிட்டனர். ராஜமாதா குந்தி தேவியாவது பிழைத்திருப்பார் என்று நாங்கள் எதிர்பார்த்தோம். ஆனால் கடவுளின் விருப்பத்திற்கு எதிராக நம்மால் என்ன செய்ய முடியும்?" என்று பதிலளித்தார்.

இதைக் கேட்டவுடன் கர்ணன் மௌனமாகிவிட்டான். இதனால் விரக்தியடைந்த சகுனி மாமா உடனே அங்கிருந்து புறப்பட்டுவிட்டார். கர்ணன் அவரிடம் ஒரு வார்த்தைகூடப் பேசியிருக்கவில்லை. மாறாக, அவன் தன் அறையிலிருந்த சன்னல் வழியாக கங்கையை வெறுமனே வெறித்துப் பார்த்துக் கொண்டிருந்தான்.

அன்று மாலையில் நான் அவனை சந்திக்க நேரில் சென்றேன். அவன் தன் சகோதரன் ஷோனைத் தவிர வேறு யாரிடமும் எதுவும் சொல்லிக் கொள்ளாமல் தன்னந்தனியாகச் சம்பாநகரிக்குப் புறப்பட்டுச் சென்றுவிட்டிருந்ததாக ஷோனே என்னிடம் தெரிவித்தான்.

அப்படியானால், குறைந்தபட்சம் பதினைந்து நாட்களாவது கர்ணனை என்னால் பார்க்க முடியாது. எப்படி இருந்தாலும் அவன் அஸ்தினாபுரத்திற்குத் திரும்பி வரத்தான் போகிறான். ஒருவேளை அவன் வராமல் இருந்துவிட்டால்? ஒரு சந்தேகம் என் மனத்தைக் குடையத் தொடங்கியது.

7

பாண்டவர்களின் உத்தரக்கிரியை விருந்துக்கு ஏராளமான மக்கள் வந்தனர். நான் என் கைப்பட்ட எல்லோருக்கும் உணவு பரிமாறினேன். அதுதான் அவை நாகரிகம் என்பதால் அது என்னிடமிருந்து எதிர்பார்க்கப்பட்டது. பாண்டவர்கள் இறந்துவிட்டனர் என்ற செய்தி கேட்டு சிலர் மிகுந்த வருத்தம் கொண்டனர். ஒருசிலர் கண்ணீர்விட்டு ஒப்பாரி வைத்தனர். இன்னும் சிலர் துக்கம் தாளாமல் ராஜமாதா குந்தி தேவியின் உருவப் படத்திற்கு முன்பாகத் தரையில் உருண்டு புரண்டு அழுது அரற்றினர். ஒருவர்மீது கண்மூடித்தனமான பற்றுக் கொண்டிருக்கின்ற எண்ணற்றோர் அஸ்தினாபுரத்தில் இருக்கின்றனர். யாரேனும் இறந்துவிட்டால், அவர்கள் உடனே தங்கள் ஒப்பாரியைத் துவக்கிவிடுவர். நான் சில சமயங்களில் இப்படி நினைப்பதுண்டு: 'புனித கங்கையின் துவக்கம் இமயத்துப் பனியில் இல்லை. மாறாக, பலவீனமான மனம் கொண்ட இந்த மக்கள் குடம் குடமாக விடுகின்ற கண்ணீர்தான் அதன் மூலாதாரம்.' நீங்கள் உங்கள் மார்பின்மீது அடித்துக் கொண்டு ஓலமிட்டு அழுவதால், இறந்து போன ஒருவர் திரும்பி வந்துவிடுவாரா? இந்த மக்கள் அனைவரும் பாண்டவர்களை நினைத்து அழுது கொண்டிருந்தனர். பெருந்திரளான மக்கள் பைத்தியக்காரர்களாக இருக்கின்றனர் என்பது முற்றிலும் உண்மை.

சகுனி மாமா உண்மையிலேயே மிகவும் சாமர்த்தியமானவர், சூழ்ச்சி செய்வதில் வல்லவர் என்பதை இந்த நிகழ்வு மீண்டும் எனக்கு வலியுறுத்தியது. நான் அவரை என்னுடைய ஆலோசகராக ஏற்கனவே ஏற்றுக் கொண்டிருந்தேன். ஆனால் இப்போது, என்னுடைய அதிகாரபூர்வமான ஒப்புதலை நான் அவருக்கு வழங்க வேண்டியிருந்தது.

"பாண்டவர்கள் மடிந்துவிட்டனர்," என்று கூறிக் கொண்டே வந்த அவர், ஒப்பாரி வைத்துக் கொண்டிருந்த மக்களைப் பார்த்து, "முறையாகத் தகனம் செய்வதற்குப் பாண்டவர்களுடைய எரிந்து போன உடல்களை எங்களால் மீட்க முடியாமல் போனது நம்

எல்லோருடைய துரதிர்ஷ்டம்தான். நம்முடைய அசுத்தமான கைகள் தங்களுடைய சடலங்களைக்கூடத் தொடுவதை அந்தத் தூய ஆன்மாக்கள் விரும்பவில்லைபோலும்," என்று கூறி, அழுவதுபோலப் பாசாங்கு செய்தார். என் மாமாவின் பாசாங்கு வார்த்தைகள் குடிமக்களின் இதயங்களைத் தொட்டன. அவர் மேலும் தொடர்ந்தார். "இவ்வுலகிலிருந்து பிரிந்து சென்றுவிட்ட அந்த ஆன்மாக்கள் சாந்தியடைவதற்காக இந்த விருந்து கொடுக்கப்பட்டுள்ளது. நீங்கள் இதில் பங்கு கொள்ளாவிட்டால், அந்த ஆன்மாக்கள் ஒருபோதும் சாந்தியடையாது." இப்போது அம்மக்களுக்கு வேறு வழி இருக்கவில்லை. அவர்கள் ஒவ்வொருவரும் வயிறு முட்ட உண்டனர். என் மாமா ஒருபோதும் தவறாத பஸ்திக பாணத்தைப் போன்றவர். அவர் ஒரு நடமாடும் பஸ்திக பாணம், அவ்வளவுதான். நான் அந்த பாணத்தை எதைக் குறி வைத்து எய்தாலும், அது துல்லியமாக அந்த இலக்கைத் தாக்கிவிடும். அந்த பாணத்தின் கூரிய முனை உள்ளேயே தங்கிவிடும்.

அந்த விருந்தில் கௌரவர்கள் அனைவரும் கடைசிப் பந்தியில் அமர்ந்தோம். மாமாவும் எங்களோடு உட்கார்ந்தார். ஆனால் நான் ஒரு கவளத்தை என் வாயில் வைத்த நேரத்தில், நம்புதற்கரிய ஒரு செய்தியுடன் ஒரு தூதுவன் அங்கு ஓடி வந்தான். அவன் மூச்சிறைத்தபடியே, "மன்னர் பெருமானே, பாஞ்சால நாட்டின் தென்பகுதியில், இடிம்பன், பகாசுரன் ஆகிய அரக்கர்களை ஒரு பிராமணனின் மகன் ஒற்றைக்கு ஒற்றைச் சண்டையில் தன்னுடைய வெற்றுக் கைகளால் கொன்றிருக்கிறான்," என்று தெரிவித்தான். திடீரென்று ஒரு சந்தேக மின்னல் என் மனத்தில் பளிச்சிட்டது. ஒருவேளை, பீமன் இன்னும் உயிரோடு இருந்தானா? என் வாயில் இருந்த உணவை என்னால் விழுங்கக்கூட முடியவில்லை. ஆனாலும் நான் என் மனத்தில் முளைத்த சந்தேகத்தை ஒதுக்கித் தள்ளினேன். ஏனெனில், சந்தேகம் என்பது அருகம்புல்லைப் போன்றது. அது ஒருமுறை வேரூன்றிவிட்டால், அது கிடுகிடுவென்று வளர்ந்து ஒரு காடுபோலப் பெருகிவிடும். என் புஜத்தில் கட்டப்பட்டிருந்த தாயத்தை நான் தொட்டுப் பார்த்தேன். அது எனக்கு சிறிது ஆறுதலளித்தது. பீமனின் கருகிய விரல் அதில் இருந்தது. என் மனம் நிம்மதியடைந்தது. நான் வயிறார உண்டுவிட்டு, கடைசியாக, குங்குமப்பூ வாசனையுடன்கூடிய ஒரு பீடாவையும் வாயில் போட்டுக் கொண்டேன்.

8

நான் எவ்வளவுதான் பயமற்றவனாக இருந்தாலும் நானும் ஒரு மனிதன்தானே? எனவே, நான் செய்திருந்த காரியம் சரியானதா அல்லது தவறானதா என்ற சந்தேகம் அவ்வப்போது என் மனத்தில் முளைத்து என்னை வதைத்தது. ஒருவன் தன்னுடைய அறிவின் சக்தியாலோ அல்லது செல்வத்தின் சக்தியாலோ இவ்வுலகத்தை வேண்டுமானால் ஏமாற்றிவிடலாம், ஆனால் அவனால் தன் மனத்தை ஒருபோதும் ஏமாற்ற முடியாது. ஒவ்வொரு தனிமனிதனின் உண்மையான இயல்பின் ஓர் உருவம் அவனுடைய மனக்கண்ணாடியில் எப்போதும் தெளிவாகப் பிரதிபலிக்கிறது. ஒவ்வொரு மனிதனும் தனிமையில் இந்தக் கண்ணாடியில்

தன்னைப் பல வடிவங்களில் பார்க்கிறான். சில சமயங்களில் இந்த வடிவங்கள் வசீகரமாகவும் போற்றத்தக்கவையாகவும் இருக்கின்றன. ஆனால் பல சமயங்களில், சில வடிவங்கள் அந்தக் கண்ணாடியில் தோன்றாமல் இருப்பதே நல்லது என்று ஒருவன் கருதுகிறான். ஒருவன் ஒரு மோசமான காரியத்தைச் செய்வதற்கு முன்பு, தான் முக்கியமானவன் என்ற எண்ணத்திலிருந்தோ, துணிச்சலில் இருந்தோ, அல்லது ஆர்வக் குறுகுறுப்பில் இருந்தோ ஓர் உந்துதல் அவனுக்குள் முளைக்கிறது. இந்த உந்துதல்தான் அச்செயலைச் செய்ய அவனைத் தூண்டுகிறது. பிறகு, அக்காரியத்தை நியாயப்படுத்துவதற்கான ஒரு காரணத்தைத் தேடி, ஓர் அம்பு துளைத்த ஒரு விலங்கைப்போல அவனுடைய மனம் அங்குமிங்கும் ஓடுகிறது. சில அதிர்ஷ்டக்காரர்களுக்கு அந்தக் காரணம் கிடைத்துவிடுகிறது, மற்றவர்கள் அதைத் தங்கள் வாழ்நாள் முழுவதும் தேடிக் கொண்டே இருக்கிறார்கள். அந்தக் காரணத்தை அவர்களால் ஒருபோதும் கண்டுபிடிக்க முடிவதில்லை.

பாண்டவர்களை உயிரோடு எரித்ததன் மூலம் நான் என்ன சாதித்தேன்? கௌரவர்களின் பட்டத்து இளவரசனாகவும் பிதாமகர் பீஷ்மரின் பேரனாகவும் இருந்த நான் செய்யக்கூடிய ஒரு காரியமா அது? இதுவும் இது போன்ற வேறு பல எண்ணங்களும் என் மனத்தை அலைக்கழித்தன. இவ்வுலகைவிட்டு வேறோர் உலகிற்குச் சென்றபோது யாரேனும் தன்னுடைய நாட்டையும் செல்வத்தையும் தன்னோடு எடுத்துச் சென்றுள்ளனரா? இந்தக் கௌரவ வம்சத்தில் எத்தனையோ மன்னர்கள் பிறந்துள்ளனர். அவர்கள் எல்லோரும் போர்களில் சண்டையிட்டனர், தங்களுடைய அசுவமேதக் குதிரைகளை ஆரியவர்த்தத்தின் ஒவ்வொரு மூலை முடுக்கிற்கும் அனுப்பி வைத்தனர், அளப்பரிய செல்வத்தை அனுபவித்தனர். ஆனால், ஒருசில கணங்களுக்கு முன்புவரை ஒரு பொம்மையை வைத்து மகிழ்ச்சியாக விளையாடிக் கொண்டிருக்கும் ஒரு குழந்தை, திடீரென்று அதை அப்படியே போட்டுவிட்டு வேறொரு பொருளின்மீது தன் கவனத்தைத் திருப்புவதைப்போல, அவர்களும் இந்த உலகிற்கு வந்துவிட்டு, பிறகு இங்கிருந்து போய்விட்டார்கள். அவர்கள் எங்கே போனார்கள்? அவர்கள் எங்கிருந்து வந்தார்கள்? இறுதியில் அவர்களுடையது என்று இவ்வுலகில் எது எஞ்சியிருக்கிறது? நினைவுகள் மட்டுமே. நல்ல நினைவுகள் மற்றும் மோசமான நினைவுகள், அற்பமான நினைவுகள் மற்றும் ஆழமான நினைவுகள், உத்வேகமூட்டும் நினைவுகள் மற்றும் தர்மசங்கடப்படுத்தும் நினைவுகள். நாளைக்கு நானும் இவ்வுலகைவிட்டுப் பிரிந்து செல்லும்போது என்னைப் பற்றிய நினைவுகளும் எஞ்சும். அவை எத்தகைய நினைவுகளாக இருக்கும்? ஒருவேளை, நான்தான் பாண்டவர்களை உயிரோடு எரித்தேன் என்ற விஷயம் வெளியே தெரிய வந்தால்? எனக்கு எதுவுமே புரியவில்லை. கோபத்துடன் இருக்கின்ற ஒரு தேள் தன்னுடைய கொடுக்கைத் தன்மீதே பயன்படுத்துவதைப்போல என் மனம் என்னைப் பழித்தது. என் மனம் கொந்தளித்துக் கொண்டிருந்தது. அந்த ஐந்து பாண்டவர்களின் புன்னகை தவழ்ந்த முகங்கள் என் கண்களுக்கு முன்னால் தோன்றிக் கொண்டே இருந்தன. நான் பெரும் மனச்சோர்வுக்கு ஆளானேன். மனம்! மனம் என்ற ஒன்று மனிதர்களுக்கு இல்லாமல் போயிருந்தால் எப்படி இருக்கும்? அவர்கள் மகிழ்ச்சியாக இருந்திருப்பார்கள். ஆனால்

மனம் எப்படி இல்லாமல் போகும்? மனம் இல்லாத ஒரு மனிதன் ஒரு கைப்பிடி இல்லாத ஒரு கதாயுதத்தைப் போன்றவன் அல்லவா? மனம் இல்லாத ஒரு வாழ்க்கை வெறும் பாதி வாழ்க்கைதான் என்று கூறப்படுகிறது. அது பாதி வாழ்க்கையாக இருந்தால் அதனால் என்ன குறைந்துவிடும்? குறைந்தபட்சம், இந்த அலைக்கழிப்புகளும் கொந்தளிப்புகளும் இல்லாமல் போயிருக்குமே. இவையும் இன்னும் பிற முரண்பட்ட எண்ணங்களும் என்னைக் கடுமையாகக் குழப்பின. இப்படிப்பட்ட நேரங்களில் ஒரே ஒருவனால் மட்டுமே என் வாழ்வில் ஒரு நம்பிக்கைக் கீற்றைக் கொண்டு வர முடியும். அசுவத்தாமன்! கர்ணனோடு சேர்ந்து அவன் அடிக்கடி என் அரண்மனைக்கு வந்தான். அவனையும் கர்ணனையும் ஒன்றாகச் சேர்த்துப் பார்ப்பது ஒரு பெரிய ஆற்றின் கரையையும் அதையடுத்து இருக்கின்ற ஒரு கோவிலையும் சேர்த்துப் பார்ப்பதைப் போன்ற ஒரு கண்கொள்ளாக் காட்சியாக இருக்கும். கர்ணன் தன்னுடைய வலிமையான, வசீகரமான பொன்னிற உடலுடன் அந்த நதியாகவும், அசுவத்தாமன் தன்னுடைய அமைதியான, மென்மையான முகத்துடன் அந்தக் கோவிலாகவும் தெரிவர்.

பாண்டவர்களைப் பற்றிய இந்த நினைவுகள் என் மனத்தின் ஆழத்தில் எப்போதும் புதைந்து கிடந்த ஒரு கேள்வியை இப்போது வெளிக்கொண்டு வந்தன. "வாழ்வின் பொருள் என்ன?"

"அசுவத்தாமா, வாழ்க்கை என்றால் என்ன?" என்று நான் அசுவத்தாமனிடம் கேட்டேன்.

அவன் மிகவும் அமைதியாக, "இளவரசே, இக்கேள்விக்குப் பல்வேறு விதங்களில் பதிலளிக்கலாம். ஆனால் உன்னைப் போன்ற ஒரு கௌரவ வீரனுக்கு ஒரு நேரடியான பதில் இருக்கிறது. வாழ்க்கை என்பது ஓர் உறையில் உள்ள ஒரு வாள்," என்று பதிலளித்தான்.

நான் வியப்புற்று, "உறையில் உள்ள வாளா? எப்படி?" என்று கேட்டேன்.

"ஆமாம். ஒரு மனிதனின் உடல் கிட்டத்தட்ட ஒரு வாளுறையைப் போன்றது. அவனுடைய மனம் அந்த உறையில் இருக்கின்ற கூர்மையான வாளைப் போன்றது."

"பிரமாதம், அசுவத்தாமா! வாழ்க்கையைப் பற்றிய ஓர் அற்புதமான விவரிப்பு இது."

"இல்லை. இந்த உருவகத்தில் ஒரு விஷயம் விடுபட்டுப் போயுள்ளது. ஆன்மாதான் வாழ்க்கையெனும் வாளின் கைப்பிடி என்பதையும் சேர்த்துக் கொள்."

"ஆன்மா அந்த வாளின் கைப்பிடியா?"

"ஆமாம். ஆன்மாதான் வாழ்க்கையெனும் வாளின் கைப்பிடி. அந்தக் கைப்பிடிக்கு அந்த வாளுடனும் அந்த உறையுடனும் ஒரு தொடர்பு இருக்கிறது. அதே சமயம், அதற்கு உண்மையான எந்தத் தொடர்பும் இல்லை. ஆனால், ஒரு கைப்பிடி இல்லாமல் இந்த வாளை எப்படிப் பயன்படுத்த முடியும்? அந்தக் கைப்பிடி இல்லாமல் அந்த உறை வசீகரமாக இருக்காது, இல்லையா? அதேபோலத்தான், ஆன்மா இல்லாவிட்டால், உடலும் மனமும் பாதிக்கப்படும். ஆன்மா இல்லாவிட்டால், அந்த உடலுக்கோ அல்லது மனத்திற்கோ எந்த மதிப்பும் இல்லை."

“அசுவத்தாமா, அப்படியானால் ஒரு விஷயத்தைத் தெளிவுபடுத்து. உடல் அழியும்போது ஆன்மாவுக்கு என்ன நிகழுகிறது? உன்னுடைய உருவகத்தின்படி கேட்டால், உறை இல்லாமல் போகும்போது அந்தக் கைப்பிடிக்கு என்ன நேருகிறது?” பாண்டவர்களின் நினைவு என்னை இன்னும் துரத்திக் கொண்டிருந்தது.

“இளவரசே, நீ தவறாகப் புரிந்து கொண்டிருக்கிறாய். உறை அழியும்போது கைப்பிடிக்கு எதுவும் நிகழுவதில்லை. அந்தக் கைப்பிடி எப்போதேனும் அந்த உறைக்குள் இருக்கிறதா? அப்படியே இருந்தாலும், அதன் முனை மட்டுமே உள்ளே இருக்கும். மனத்தின் எல்லையில் ஆன்மாவும் இதுபோலத்தான் செயல்படுகிறது. ஒரு விதத்தில் பார்த்தால், அது உடலுக்குள் இருக்கிறது. இன்னொரு விதத்தில் பார்த்தால், அது உடலுக்கு வெளியே இருக்கிறது. சுருக்கமாகக் கூறினால், அது ஒரு பாம்பைப் போன்றது.”

“ஆன்மா ஒரு பாம்பா? அசுவத்தாமா, இன்று நீ விநோதமான விஷயங்களைக் கூறிக் கொண்டிருக்கிறாய். ஆன்மாவால் எப்படி ஒரு பாம்பாக இருக்க முடியும்?”

“ஒரு பாம்பு தன் தோலை உறித்துவிட்டு இன்னொரு புதிய தோலை வளர்த்துக் கொள்ளுவதைப்போல, ஓர் ஆன்மா ஓர் உடலைவிட்டு வெளியேறி இன்னோர் உடலுக்குள் நுழைகிறது,” என்று அசுவத்தாமன் அமைதியாக பதிலளித்தான். அவனுடைய பெரிய கருநிறக் கண்களில் தன்னம்பிக்கை மிளிர்ந்தது. அவன் தன் கண்களின் ஊடாகப் பேசியதுபோல இருந்தது. “இளவரசே, நீ ஆச்சரியப்படத் தேவையில்லை. நான் உன்னிடம் சொல்லிக் கொண்டிருக்கும் அத்தனையும் உண்மை,” என்று அவன் கூறினான்.

என் ஆர்வம் அதிகரித்தது. எங்களுக்கு இடையேயான இந்த உரையாடலில் என்னுடைய ஏதேனும் ஒரு கேள்வியில் அவன் வசமாக மாட்டிக் கொள்ளுவான் என்று நினைத்தபடி, நான் அவனிடம், “அசுவத்தாமா, ஆன்மாவை ஒரு பாம்புடன் ஒப்பிடுகின்ற நீ ஓர் அற்புதமான சிந்தனையாளன். ஆனால், ஆன்மா ஓர் உடலைவிட்டு வெளியேறி இன்னோர் உடலுக்குள் நுழைகிறது என்ற உன்னுடைய கருத்தின்படி பார்த்தால், மறுபிறவி என்ற ஒன்று இருப்பதாக நீ கூறுகிறாயா?” என்று கேட்டேன்.

“ஆமாம். நீ இங்கே எனக்கு முன்னால் நின்று கொண்டிருப்பது எவ்வளவு உண்மையோ, அதேபோல, மரணத்திற்குப் பிந்தைய வாழ்க்கை என்ற ஒன்று இருப்பதும் அதே அளவு உண்மை. ஏனெனில், மனித உடலில் உள்ள அகவிழிப்புணர்வு நிலை அழிவற்றது.”

அப்படியானால், பீமன் மறுபிறவி எடுத்திருந்தான்! ஒரு பயங்கரமான கவலை என் இதயத்தைக் கவ்வியது. ஒரு கணம் தடுமாறிய நான் பின்னர் சுதாரித்துக் கொண்டு, “இந்த மறுபிறப்பு விவகாரம் எவ்வளவு காலம் தொடரும்? உலகம் இறுதியில் எங்கே போய் முடியும்?” என்று கேட்டேன்.

“நீ கடலலைகளை கவனித்திருக்கிறாயா? அவற்றை எண்ணுவதில் யாரேனும் வெற்றி பெற்றிருக்கிறார்களா? அவை எங்கிருந்து வருகின்றன, எங்கே போகின்ற என்பது யாருக்காவது தெரியுமா? மறுபிறப்பு அந்த அலைகளைப் போன்றது.”

"அது இருக்கட்டும். இந்த உலகத்தின் முடிவு என்னவாக இருக்கும்?"

"நீ 'முடிவு' என்ற வார்த்தையை விட்டுவிடு. காலத்தைப் பொருத்தவரை, அதற்குத் தொடக்கமும் இல்லை, முடிவும் இல்லை. காலம் முடிவற்றது. இதை நம்புகின்றவர்களால் மட்டுமே ஆன்மா நிரந்தரமானது, அழிவில்லாதது என்பதை ஏற்றுக் கொள்ள முடியும். பறவைகள், விலங்குகள், மரங்கள், செடிகொடிகள் ஆகியவற்றின் ஆன்மாவாக இருந்தாலும் சரி, அல்லது மனிதர்களின் ஆன்மாவாக இருந்தாலும் சரி, அது நிரந்தமானது, அழிவில்லாதது."

"ஆன்மா என்பது உடலின் ஒரு நெருக்கமான பகுதி என்றால், மனிதர்கள் ஏன் பாவச் செயல்களில் ஈடுபடுகின்றனர்?"

"இது உண்மையிலேயே ஓர் அற்புதமான கேள்வி. முதலில், பாவம் என்றால் என்ன என்பது தெளிவாக வரையறுக்கப்பட வேண்டும். பாவம் என்பது ஆன்மாவின் ஒரு தாழ்வான, கச்சிதமற்ற வடிவமாகும். ஒருவன் தன் உடலுக்குள் இருக்கும் நிலையான இணக்கத்துடன் தன்னுடைய மனத்தை இசைவித்துக் கொள்ளத் தயாராக இல்லாதபோது, இந்த முரண்பாட்டிலிருந்துதான் நான் சொல்லுகின்ற அந்தத் தாழ்வான, கச்சிதமற்ற வடிவம் முளைக்கிறது. உலகம் அதைப் 'பாவம்' என்று அழைக்கிறது."

"இன்பமும் ஒரு பாவமா?"

"ஒருபோதும் இல்லை. அது பாவமாக இருந்திருந்தால், மனிதன் ஒருபோதும் ஐம்புலன்களைப் பரிசாகப் பெற்றிருக்க மாட்டான். இன்பம் ஒரு பாவமல்ல. ஆனால் மிதமிஞ்சிய அளவில் அதில் திளைத்திருப்பது பாவத்திற்குச் சமம். கலகங்களும் யுத்தங்களும் மிதமிஞ்சிய சிற்றின்ப வேட்கையின் விளைவாக உருவாகின்றன. நோய்களும் ஒவ்வாமைகளும்கூட அப்படிப்பட்ட நாட்டத்தினால்தான் அதிகரிக்கின்றன."

"அப்படியானால், எல்லாவற்றின் அழிவுக்கும் காரணமாக இருக்கின்ற இந்த வேட்கையிலிருந்து உலகம் எப்போது விடுபடும் என்று நாம் எதிர்பார்க்கலாம்?"

"அதைப் பற்றி எதுவும் சொல்ல முடியாது. இவை எல்லாவற்றையும் பற்றி நம்முடைய வாழ்க்கைப் பயணத்தின் மத்தியக் காலகட்டத்தில் நாம் விவாதித்துக் கொண்டிருக்கிறோம். நாம் போக வேண்டிய தூரம் இன்னும் அதிகம் இருக்கிறது. நம்முடைய வசதிக்காகக் காலத்தைக் கட்டிப் போடுவதைப் பற்றி நாம் பேசத் தொடங்கினால், அதற்குக் கோடிக்கணக்கான ஆண்டுகள் தேவைப்படும். மனிதன் ஆன்மாவின் எல்லைக்குள் நுழைகின்ற அந்த நாள்தான் உண்மையிலேயே முதல் மங்கலகரமான நாளாகும். என்னைப் போன்ற எண்ணற்றப் பைத்தியக்காரர்கள் அப்படிப்பட்ட ஒரு நாளை எதிர்பார்த்துத்தான் எங்கள் ஒட்டுமொத்த வாழ்க்கையைக் கழித்துக் கொண்டிருக்கிறோம்."

அசுவத்தாமன் தனக்குப் பக்கத்தில் உட்கார்ந்து கொண்டிருந்த கர்ணனைப் பார்த்து, "நான் சொல்லுவது சரிதானே, கர்ணா?" என்று கேட்டான். கர்ணன் எங்களுடைய நீண்ட உரையாடலை உன்னிப்பாகக் கேட்டபடியே ஏதோ சிந்தனையில் மூழ்கியிருந்தான். அசுவத்தாமன் தன்னிடம் ஒரு கேள்வி கேட்டிருந்ததைக்கூட அவன் உணரவில்லை. அசுவத்தாமன் அவனுடைய தோளைத் தன் உள்ளங்கையால்

அழுத்தியபோதுதான் அவன் நனவுலகிற்குத் திரும்பி வந்தான். அவன் அசுவத்தாமனிடம் திரும்பி, "அசுவத்தாமா, உண்மையைத் தேடிச் சென்று கொண்டிருக்கின்ற ஒரு மாபெரும் தத்துவஞானி நீ," என்று கூறினான்.

"இல்லை, கர்ணா. ஒவ்வொரு மனிதனும் தன்னுடைய சொந்த வழியில் உண்மையைத் தேடிச் சென்று கொண்டிருக்கிறான். நீயும்கூடத்தான்."

கர்ணன் இதற்கு பதிலளிக்காமல் வெறுமனே புன்னகை புரிந்தான். அவனுடைய வசீகரமான புன்னகை அவனுடைய கன்னங்களிலிருந்து தொடங்கி அவனுடைய காதுகள்வரை படர்ந்தது. ஒரு செந்நிறச் செம்பருத்தி மலரின் நடுவே மஞ்சள்நிற மகரந்தத்தைத் தாங்கி நிற்கும் சூல்தண்டு ஒரு மெல்லிய தென்றலில் அசைந்தாடுவதைப்போல அவனுடைய பொற்குண்டலங்கள் தாமாக அசைந்தன.

அசுவத்தாமனும் கர்ணனும் பாலருந்திவிட்டு என்னுடைய அரண்மனையிலிருந்து புறப்பட்டுச் சென்றனர்.

அசுவத்தாமனின் யோசனைகள் என் மனத்தில் இரண்டு எதிரிகளைப்போல மோதிக் கொண்டன. "நீ இங்கே எனக்கு முன்னால் நின்று கொண்டிருப்பது எவ்வளவு உண்மையோ, அதேபோல, மரணத்திற்குப் பிந்தைய வாழ்க்கை என்று ஒன்று இருப்பது அதே அளவு உண்மை." "ஒருவன் தன் உடலுக்குள் இருக்கும் நிலையான இணக்கத்துடன் முரண்படும்போது பாவம் உருவாகிறது." "மரணத்திற்குப் பிந்தைய வாழ்க்கை! பாவம்! பீமன்! ஆன்மா! பாம்பு! சிற்றின்ப வேட்கை!" இந்த வார்த்தைகள் என் தலையில் ஒன்றோடொன்று மோதின. அப்போது இலையுதிர்காலமாக இருந்தபோதிலும் என் உடலில் நெருப்புப் பற்றியிருந்ததுபோல நான் உணர்ந்தேன். எனக்கு மூச்சுத் திணறியது. சிறிது ஆசுவாசம் பெறுவதற்காக நான் வெளியே என் மேல்மாடத்திற்கு வந்தேன். கர்ணனும் அசுவத்தாமனும் அரண்மனைப் படிக்கட்டுகள் வழியாக இறங்கிச் சென்று, நடுப் பகுதியில் இருந்த சிங்கச் சிலையை அடைந்தனர். மேல்மாடத்திலிருந்து அவர்களை என்னால் தெளிவாகப் பார்க்க முடிந்தது. அவர்கள் தங்களுக்கிடையே ஏதோ பேசிக் கொண்டிருந்தனர். இதற்கிடையே, என் சகோதரி துச்சலையின் தேர் அரண்மனை வாசல் வழியாக உள்ளே நுழைந்து அவர்களுக்கு முன்னால் வந்து நின்றது. அவள் தன் தேரிலிருந்து கீழே இறங்கினாள். கர்ணனும் அசுவத்தாமனும் அவளுக்கு வணக்கம் கூறினர். அவள் அசுவத்தாமனிடம் ஏதோ கூறினாள், ஆனால் தன் பேச்சின் இடையிடையே அவள் கர்ணனைப் பார்த்தாள். அவள் அவனிடம் பேசவில்லை. அசுவத்தாமன் அவளிடமிருந்து விடைபெற்றுக் கொண்ட பிறகு, அவனும் கர்ணனும் அங்கிருந்து வெளியேறினர்.

"இந்த மாலைநேரத்தில் அரண்மனைத் தேரில் துச்சலை எங்கே போய் வந்திருக்கக்கூடும்?" என்று நான் யோசித்தேன். அன்று பௌர்ணமி இரவு என்பது என் நினைவுக்கு வந்தது. அதனால் அவள் உமா மகேஸ்வரர் கோவிலுக்குச் சென்று வந்திருப்பாள் என்று எனக்கு நானே கூறிக் கொண்டேன்.

தொலைவில் மேற்குத் தொடுவானத்தில் சூரியன் மறைந்து கொண்டிருந்தான். அவனுடைய நீண்ட, மென்மையான கதிர்கள்

அரண்மனையின் உயரமான கோபுரங்களை வருடிக் கொண்டிருந்தன. பிரகாசமான அந்த ஒளிவட்டத்தை நீண்ட நேரம் நான் அப்படியே பார்த்துக் கொண்டிருந்தபோது, அதே போன்ற ஒரு பிரகாசம் என்னைச் சூழ்ந்து இருந்ததையும், எல்லா நேரத்திலும் அது என்னோடு பேசிக் கொண்டும் நடந்து கொண்டும் இருந்ததையும் நான் உணர்ந்தேன். ஆனால் நான் எவ்வளவு கடுமையாக முயற்சித்தும்கூட, அது யார் என்பதை என்னால் கண்டுபிடிக்க முடியவில்லை. எனவே, நான் அதைப் பற்றி சிந்திப்பதை நிறுத்திவிட்டேன்.

9

அன்றிரவு, அசுவத்தாமனின் தத்துவக் கருத்துக்கள் குறித்து நான் ஆழமாக சிந்தித்தேன். ஆனால் திருப்திகரமான எந்தத் தீர்வையும் என்னால் கண்டுபிடிக்க முடியவில்லை. அவனுடைய தத்துவ முத்துக்கள் உத்வேகமூட்டுபவையாக இருந்தன, ஆனால் நடைமுறைப் பயன் எதுவும் அவற்றுக்கு இருக்கவில்லை. ஆன்மாவின்மீது விரயம் செய்யக்கூடிய அளவுக்கு எனக்கு நேரம் இருக்கவில்லை. அது போகட்டும், இந்தத் தத்துவம் என்பது உண்மையிலேயே என்ன? கேட்பதற்கு வேண்டுமானால் அது நன்றாக இருக்கிறது, ஆனால் அதைச் செயல்படுத்துவது சரிப்பட்டு வராது. இதை மறுநாள் அதிகாலையில் நான் என் படுக்கையைவிட்டு எழுந்தபோது நான் தெளிவாக உணர்ந்தேன். அசுவத்தாமனின் தீவிரமான சிந்தனைகளுக்கு அதிக முக்கியத்துவம் கொடுத்ததன் மூலம், தேவையில்லாமல் என்னை நானே துன்புறுத்திக் கொண்டிருந்தேன். ஒருவன் தன்னுடைய மிதமிஞ்சிய வேட்கை எனும் சங்கிலியிலிருந்து விடுபடும்போதுதான் மங்கலகரமான, அதிர்ஷ்டகரமான நாள் வரும் என்று அவன் கூறினான். சங்கிலி போன்ற விவகாரங்கள் பற்றி எனக்கு அக்கறையில்லை. அவனைப் பொருத்தவரை, காலம் முடிவற்றது. அது முடிவற்றதாக இருந்தாலும் சரி அல்லது முடிவுக்கு வருகின்ற ஒன்றாக இருந்தாலும் சரி, அதனால் எனக்கென்ன? எனக்கு ஒரே ஒரு வகையான காலம் மட்டுமே தெரியும். நிகழ்காலம்தான் அது. இந்திரனின் திறமையான தேரோட்டியான மாதலி எவ்வளவு வேகமாகத் தன்னுடைய தேரை ஓட்டுவானோ, அதே வேகத்துடன் நான் நிகழ்காலம் எனும் சாட்டையை எடுத்து, முடிவில்லாக் காலத்தை விரட்டப் போகிறேன். நான் துரியோதனன், கௌரவர்களின் பட்டத்து இளவரசன். முடிவற்றக் காலத்தின் மகிமையைப் பற்றிப் பிதற்றுகின்ற, ஒரு பலவீனமான பிரமாணப் புத்திரன் அல்லன் நான். நான் அசுவத்தாமன் அல்லன். திரௌபதியின் சுயம்வரத்தில் கலந்து கொள்ளுவதற்காகப் பாஞ்சால நாட்டின் தலைநகரான காம்பில்யத்திற்குப் போக நான் உடனடியாகத் தீர்மானித்தேன். அன்று காலையில்தான் அந்த விழாவுக்கான அழைப்பு துருபத மன்னரிடமிருந்து வந்திருந்தது. நான் கர்ணனை என்னோடு அழைத்துச் செல்ல வேண்டியது இன்றியமையாததாக இருந்தது. ஏதேனும் நெருக்கடி ஏற்பட்டால், அவன் தன் உயிரைக் கொடுத்து என்னைப் பாதுகாப்பான். என் சகோதரர்கள் துச்சாதனனும் துர்மர்ஷனும் நிச்சயமாக என்னுடன் வருவார்கள். வாழ்க்கைத் தேனைப்

பருகுவதற்காகத் தங்கள் உயிரைப் பணயம் வைப்பதற்கு, துணிச்சலான ஆண்கள் எப்போதும் தயாராக இருப்பார்கள். கோழைகள் மட்டுமே வறண்ட தத்துவக் கருத்துக்களைப் பற்றி வெட்டியாக விவாதித்துக் கொண்டிருப்பார்கள். சுயம்வரப் போட்டியில் நான் திரெளபதியை வெற்றி கொண்டு அவளை என்னோடு அஸ்தினாபுரத்திற்கு அழைத்து வர விரும்பினேன். பிதாமகர் பீஷ்மர் காசி நாட்டைச் சேர்ந்த மகாராணி அம்பிகையை வெற்றி கொண்டு அஸ்தினாபுரத்திற்கு அழைத்து வந்தது தனக்காக அல்ல; மாறாக, எங்கள் மதிப்பிற்குரிய தாத்தாவான மன்னர் விசித்திரவீரியனுக்காகவே அவரைக் கொண்டுவந்தார். அதே போன்ற ஒரு சூழ்நிலை எழுந்தால், கர்ணன் திரெளபதியை வென்று எனக்குக் கொடுக்கலாம். குருவம்சத்திற்காகவே பிதாமகர் பிறந்திருந்ததுபோல, கர்ணன் எனக்காக மட்டுமே பிறந்திருந்தான்.

"கர்ணன் எனக்காக எதைச் செய்யத் தயாராக இருக்கிறான்?" என்ற கேள்வியை என்னை நானே கேட்டுக் கொண்டபோதெல்லாம், "அவன் உனக்காக எதைச் செய்யத் தயாராக இல்லை?" என்ற ஓர் எதிர்க்கேள்வி என்னுள் எழுந்தது.

வாழ்க்கை என்பது தவிர்க்கப்பட முடியாத, மீறப்படக் கூடாத ஒரு சமரசம். அங்க நாட்டை நான் அவனுடைய ஆட்சிப் பொறுப்பில் ஒப்படைத்திருந்தேன். விருசாலியை அவன் காதலித்ததை உறுதி செய்து கொண்டு அவளை நான் அவனுக்கு மணமுடித்து வைத்திருந்தேன். அவனுக்கு இதைப் பற்றித் தெரியும். அதனால்தான், அவன் தன் சக்திக்கு உட்பட்ட எல்லாவற்றையும் செய்து எனக்கு உதவுவான் என்று நான் உறுதியாக நம்பினேன்.

10

நான் திரெளபதியின் சுயம்வரத்திற்குப் போவதென்று தீர்மானித்திருந்தேன். அவளைக் கெளரவர்களின் மகாராணியாக ஆக்குவதற்கு நான் பேராவல் கொண்டிருந்தேன். ஆனால், மன்னர் துருபதன் வகுத்திருந்த ஒரு நிபந்தனை என்னைப் பதற்றம் கொள்ளச் செய்தது. அவருடைய விநோதமான நிபந்தனையை நான் உணர்ந்தபோது, என் விருப்பத்தை அடைவதில் நான் தோற்கக்கூடும் என்ற சந்தேகம் என் மனத்தில் முளைவிடத் தொடங்கியது. என்னுடைய பயத்தை நான் கர்ணனிடம் வெளிப்படுத்தினேன். ஏனெனில், அந்த நிபந்தனையை சுலபமாக நிறைவேற்றக்கூடிய வல்லமை படைத்தவர்கள் ஒட்டுமொத்த ஆரியவர்த்தத்தில் இரண்டே இரண்டு பேர்தான் இருந்தனர் என்பதை நான் அறிந்திருந்தேன். ஒருவன் கர்ணன், மற்றொருவன் அர்ஜுனன். அர்ஜுனன் சொர்க்கத்தில் எங்கோ ஒரு தேவ கன்னியின் சுயம்வரத்திற்குத் தயாராகிக் கொண்டிருக்கக்கூடும். எனவே, எஞ்சியிருந்தவன் கர்ணன் மட்டும்தான். அவன் அஸ்தினாபுரத்தில் இருந்தான். அவனை அழைத்து வரும்படி என் உதவியாளன் பிரபஞ்சனனுக்கு நான் கட்டளையிட்டேன்.

கர்ணன் என் அரண்மனைக்குள் நுழைந்தவுடன் கூறிய முதல் வார்த்தைகள், "இளவரசே, இந்த அகால நேரத்தில் எதற்காக நீ என்னைப் பற்றி நினைத்தாய்?" என்பதுதான்.

"சரியான நேரம், அகால நேரம் என்பதெல்லாம் நாமாக நினைத்துக் கொள்ளுவதுதான். நேரம் எல்லோருக்குமே சௌகரியமாகத்தான் இருக்கிறது. ஆனால், ஓர் அசௌகரியமான நேரத்தையும் ஒரு சௌகரியமான நேரமாக ஆக்கிக் கொள்ளுகின்றவன்தான் ஓர் உண்மையான வீரன்," என்று பதிலளித்த நான், திரௌபதியின் சுயம்வர அழைப்பிதழை அவன் கையில் கொடுத்தேன். அவனுடைய வசீகரமான நீலநிறக் கண்கள் அந்த அழைப்பிதழ்மீது நிலை கொண்டன. அவனுடைய வில் போன்ற வளைவான, அழகான, பொன்னிறப் புருவங்கள் உயர்ந்தன. அவனுடைய நெற்றியின்மீது ஒரு மெல்லிய கோடு தோன்றியது. அவன் தன்னுடைய உறுதியான கழுத்தை நிமிர்த்தி, "இது ஒரு சுயம்வர அழைப்பிதழ். நீ ஏதோ சிக்கலான அரசியல் பிரச்சனையைப் பற்றி என்னுடைய கண்ணோட்டத்தைத் தெரிந்து கொள்ளுவதற்காக என்னை அழைத்திருந்ததாக நினைத்துக் கொண்டு நான் இங்கு வந்தேன்," என்று கூறினான்.

"கர்ணா, சுயம்வரத்தைப்போல அதிகச் சிக்கலான அரசியல் பிரச்சனை எதுவுமே இல்லை. இந்த சுயம்வரம் என் ஒருவனுடைய வாழ்க்கையை மட்டுமல்லாமல், கௌரவர்கள் அனைவரின் வாழ்க்கையையும் மாற்ற வல்லது."

"அது எப்படி? அவள் எவ்வளவு அழகானவளாக இருந்தாலும் சரி, அவளைப் பாதுகாப்பவர்கள் எவ்வளவு தலைசிறந்த வீரர்களாக இருந்தாலும் சரி, அவளால் எப்படிக் கௌரவர்கள் அனைவருடைய வாழ்க்கையையும் மாற்ற முடியும்?"

"இல்லை, கர்ணா. அவள் ஒரு சாதாரணப் பெண் அல்லள். மன்னர் துருபதன் செய்த ஒரு வேள்வியிலிருந்து பிறந்த யக்ஞசேனி அவள். செண்பக மலரின் நறுமணம் கமழும் உடலைக் கொண்டவள் அவள். நீ எப்படிக் குண்டலங்களுடன் பிறந்தாயோ, அதேபோல, அனைத்து நறுமணங்களின் நிரந்தரமான மூலாதாரமாகப் பிறந்தவள் அவள்."

"அதனால் என்ன? அவள் எப்படிக் கௌரவர்களின் வாழ்க்கையைப் பெரிய அளவில் மாற்றுவாள்?"

"அவள் என் மனைவியாகவும் கௌரவர்களின் மகாராணியாகவும் இந்தத் தலைநகருக்குள் நுழைந்தால், நம்முடைய சாம்ராஜ்ஜியம் புகழின் உச்சத்தைத் தொட்டுவிடும். நான் இந்த பூமியிலேயே சொர்க்கத்தை அனுபவிப்பேன். திரௌபதியை என்னுடையவளாக ஆக்கிக் கொள்ளுவதுதான் என் வாழ்க்கைக் கனவு."

"உன்னைவிட அதிகத் தகுதி வாய்ந்த ஒருவனை அவள் எங்கே கண்டுபிடிக்கப் போகிறாள்? கௌரவர்களின் மகாராணியாக ஆவதற்கு எந்தப் பெண்தான் விரும்ப மாட்டாள்? சுயம்வரத்திற்குப் போவதில் எந்தத் தீங்கும் இல்லை. ஒரு வீரன் தன்னுடைய லட்சியம் அரைகுறையாக நின்றுவிட ஒருபோதும் அனுமதிப்பதில்லை."

"கர்ணா, இதெல்லாம் எனக்குத் தெரியாது என்று நீ நினைக்கிறாயா? இதில் ஒரே ஒரு பிரச்சனை இருக்கிறது. திரௌபதியின் தந்தை தன் மகளின் சுயம்வரத்திற்கு விதித்துள்ள ஒரு நிபந்தனை உன்னைப் போன்ற திறமையான வில்லாளிகளைக்கூடக் குழப்பமடையச் செய்யும்."

"என்ன நிபந்தனை?"

"கவனமாகக் கேள். திரௌபதியின் குடும்பத்தினர் தங்கள்

தலைநகரான காம்பில்யத்தில் தங்கள் அரண்மனையின் முன்னால் ஓர் அற்புதமான அரங்கத்தைக் கட்டியுள்ளனர். அதன் மையத்தில், கல்லால் ஆன சிறிய குளம் ஒன்று அமைக்கப்பட்டுள்ளது. கங்கையும் இக்ஷுமதியும் சங்கமிக்கின்ற இடத்திலிருந்து கொண்டுவரப்பட்ட நீர் அக்குளத்தில் நிரப்பப்பட்டுள்ளது. மரத்தால் ஆன மீன் ஒன்று அக்குளத்திற்கு நேர் மேலே, அந்த அரங்கத்தின் கூரையின்மீது வட்டமடித்துக் கொண்டிருக்கிறது. அந்த மீனின் பிரதிபிம்பம் அக்குளத்தின் மையத்தில் விழும்படி அது பொருத்தப்பட்டுள்ளது. மிகவும் கனமான சிவதனுசு ஒன்று அக்குளத்தின் அருகே வைக்கப்பட்டுள்ளது. அந்த சுயம்வரத்தில் கலந்து கொண்டு திரௌபதியை மணமுடிக்க வருகின்ற ஒவ்வொரு போட்டியாளனும், அந்த சிவதனுசைத் தூக்கி, அதில் ஓர் அம்பைப் பொருத்தி, நீரில் தெரிகின்ற மீனின் பிரதிபிம்பத்தைப் பார்த்தபடி, மேலே சுழலுகின்ற அந்த மர மீனின் கண்ணைத் துல்லியமாகத் துளைக்க வேண்டும். இதுதான் போட்டி."

"இதில் என்ன சிரமம் இருக்கிறது?"

"உனக்கு எல்லாமே சாத்தியம்தான். ஒரு பறவையைப் பார்க்காமல் வெறுமனே அதன் ஒலியை மட்டும் கேட்டு அதன் அலகைத் தாக்கக்கூடிய திறமை படைத்த அற்புதமான வில்லாளன் நீ. கதாயுதத்தை எப்படிக் கையாள வேண்டும் என்பது எனக்குத் தெரியும், ஆனால் ஒரு வில்லையும் ஓர் அம்பையும் உள்ளடக்கிய இத்தகைய சாகசங்கள் என் திறமைக்கு அப்பாற்பட்டவை."

"அப்படியானால், நீ சுயம்வரத்திற்குப் போகப் போவதில்லையா?"

"நீ என்னுடன் வராவிட்டால் நான் போகப் போவதில்லை."

"நான் உன்னுடன் வருவதற்கும் அல்லது வராததற்கும் இதற்கும் என்ன தொடர்பு?"

"கர்ணா, இந்த ஆரியவர்த்தத்தில் உன்னையும் அர்ஜுனனையும் தவிர, ஓர் அம்பால் அந்த மீனைத் தாக்கக்கூடிய திறமை படைத்தவன் வேறு எவனும் இல்லை என்பதை நான் நிச்சயமாக அறிவேன். அர்ஜுனன் இந்த உலகத்தைவிட்டு நிரந்தரமாகப் போய்விட்டான். எனவே, இப்போது அந்த சாதனையை நிகழ்த்துவதற்கு நீ மட்டுமே இருக்கிறாய்."

"நானா? இளவரசே, நான் சூத புத்திரன் என்பதை நீ மறந்துவிட்டாயா? ஒரு சத்திரியப் பெண் என் கழுத்தில் ஒரு திருமண மாலையை அணிவிக்க முன்வருவாளா? மேலும், விருசாலியைவிட அழகான பெண் வேறு யாரும் உண்டா? எனக்கு அப்படித் தோன்றவில்லை."

"கர்ணா, நீ அந்த சாதனையை நிகழ்த்தி திரௌபதியை வெற்றி கொள்ள வேண்டும். உன்னைக் கணவனாக ஏற்றுக் கொள்ள அவள் மறுத்தால், பிறகு என்ன செய்ய வேண்டும் என்பதை நீ என்னுடைய தீர்மானத்திற்கு விட்டுவிடு. அவளை வெற்றி கொள் – உனக்காக அல்ல, மாறாக, எனக்காக!"

"உனக்காக நான் எதை வேண்டுமானாலும் செய்வேன். உன்னுடைய தாத்தாவான விசித்திரவீரியனுக்குக் காசியின் இளவரசியைப் பிதாமகர் பீஷ்மர் எப்படி வெற்றி கொண்டாரோ, அதேபோல நான் உனக்கு திரௌபதியை வெல்லுவேன்," என்று கூறிய கர்ணன், ஒருசில கணங்கள்

மௌனம் காத்துவிட்டு, "திரௌபதி என்ற அந்தத் தாமரையை நான் உன் பாதங்களில் சமர்ப்பிப்பேன் – ஒரே ஒரு நிபந்தனையின் பேரில்!" என்று கூறினான்.

"என்னவென்று சொல். நீ கேட்பதற்கு முன்பாகவே நான் அதைக் கொடுக்கிறேன்."

"நான் அந்த சுயம்வரப் போட்டியில் கடைசிப் போட்டியாளனாகக் கலந்து கொள்ளுவேன். நான் வெற்றி பெற்றப் பிறகு நீ ஒரு கோரிக்கையை நிறைவேற்ற வேண்டும்."

"என்ன கோரிக்கை?"

"நான் பிறந்து வளர்ந்த கிராமமான சம்பாநகரி, அதிர்ஷ்டவசமாக அங்க நாட்டின் ஒரு பகுதியாக இருக்கிறது. என்னுடைய பிறப்பிடத்தை அங்க நாட்டின் தலைநகரமாக நீ அறிவிக்க வேண்டும். அந்த மாற்றத்தைக் காம்பில்யத்திலேயே நீ அறிவிக்க வேண்டும்."

"அற்புதம், கர்ணா! இந்த ஒட்டுமொத்தக் கௌரவ சாம்ராஜ்ஜியத்தை நீ கேட்டிருந்தால்கூட, நான் மகிழ்ச்சியாக அதற்கு உடன்பட்டிருப்பேன். ஆனால், நீ பிறந்த கிராமத்தை நீ உயர்த்த விரும்புகிறாய். இவ்வளவுதானே? கர்ணா, நீ உண்மையிலேயே தன்னலமற்ற அன்புக்கான ஒரு கச்சிதமான எடுத்துக்காட்டு."

நான் அவனை இறுக்கமாகக் கட்டியணைத்தேன். அவன் மனம் நெகிழ்ந்தான். அவன் என் கையைப் பிடித்து அதை மெதுவாக வருடிக் கொடுத்தான்.

கர்ணன் யார்? அதை என்னால் உறுதியாகக் கூற முடியவில்லை.

"இன்று மாலையில் நாம் அந்த சுயம்வரத்திற்குப் புறப்படலாம். சத்தியசேனன் நம்முடைய தேரை ஓட்டுவான். எனவே, நாம் காம்பில்யத்தை விரைவாக அடைந்துவிடலாம்," என்று நான் அவனிடம் கூறினேன்.

"சரி. எல்லா ஏற்பாடுகளையும் செய்யும்படி நான் சத்தியசேனனிடம் கூறுகிறேன்."

பிறகு அவன் எழுந்து கொண்டு ஒரு சிங்கத்தைப்போல மிடுக்காக அங்கிருந்து வெளியேறினான்.

11

நானும் கர்ணனும் காம்பில்யத்திற்குப் போய்ச் சேர்ந்தோம். என்னுடைய சகோதரர்களில் துச்சாதனன், நிஷங்கி, அக்ரயாயின், துர்விமோசன், விகர்ணன், அயோபாகு, விவித்சு, விகடன், கிராதன், தண்டதரன் ஆகிய பத்துப் பேரயும் நான் உடனழைத்துச் சென்றேன். எந்தவொரு சுயம்வரமும் ஓர் இணக்கமான விதத்தில் நிறைவு பெறுவதில்லை. அதனால்தான், எனக்குத் துணையாக என்னுடைய பத்து சகோதரர்களை நான் என்னோடு கூட்டிச் சென்றேன். கர்ணனைத்தான் முதன்மையாக நான் நம்பியிருந்தேன். நிகரற்ற அந்த வீரன் என்னுடைய விருப்பத்தை நிறைவேற்றுவதற்குத் தன் உயிரையும் தியாகம் செய்யத் தயாராக இருந்தான். அதனால்தான், என்னுடன் வருவதற்கு அவனை ஒப்புக் கொள்ள வைத்தேன். கௌரவர்களின் சார்பில் கர்ணன்தான்

அந்த மீனைத் துளைப்பான். அவன் அதில் வெற்றி பெறுவான் என்று நாங்கள் அனைவரும் உறுதியாக நம்பினோம். அசுவத்தாமனும் சகுனி மாமாவும்கூட எங்களுக்கு ஆதரவாக எங்களோடு வந்திருந்தனர். கர்ணனின் பதினாறு வயது மகன் சுதாமனும் பிடிவாதமாகத் தன் தந்தையுடன் வந்திருந்தான்.

காம்பில்யத்தின் நகர எல்லைக்கு வெளியே கங்கையும் பகுடாவும் சங்கமமான இடத்தில் வைத்து மன்னர் துருபதனும் பாஞ்சாலத்தின் முதன்மை அமைச்சர் வீரபாகுவும் எங்களை விமரிசையாக வரவேற்றனர். துருபதனின் மகன் திருஷ்டத்யும்னன் முன்னால் வந்து துச்சாதனனை இறுக்கமாகக் கட்டியணைத்தான். நான் கர்ணனை அவனுக்குச் சுட்டிக்காட்டி, "இவன் அங்க நாட்டின் அரசன் கர்ணன்," என்று கர்ணனை அறிமுகம் செய்து வைத்தேன். கர்ணன் தன்னுடைய இளஞ்சிவப்பு உள்ளங்கைகளைக் குவித்து அவனுக்கு வணக்கம் கூறினான். கர்ணனின் குண்டலங்களைப் பார்த்த திருஷ்டத்யும்னன் புன்னகைத்துவிட்டு, "கர்ணனைப் பற்றிக் கேள்விப்படாதவர்கள் யாரும் உண்டா? ஒலியை மட்டுமே கேட்டுத் தன் இலக்கைத் துல்லியமாகத் துளைக்கின்ற அவனுடைய திறமையை அஸ்தினாபுரத்தில் நாம் எல்லோரும் பார்த்தோமே! அந்த நிகழ்வை, அந்த நாளை, என் வாழ்நாளில் ஒருபோதும் என்னால் மறக்க முடியாது," என்று கூறினான்.

திருஷ்டத்யும்னனின் பாராட்டுரை மிக இயல்பானதாகவும் உண்மையானதாகவும் இருந்தது. அது எங்களுக்கு மகிழ்ச்சியளித்தது. அவனுடைய வசீகரமான தோற்றம் பிரமிக்க வைப்பதாக இருந்தது. மலர்கள் நிறைந்த ஓர் இலுப்பை மரத்தைப்போல அவன் காட்சியளித்தான். அவனுடைய முகம் அவனுடைய முகவாயின் அருகே குறுகியது. அவன் லேசான இளஞ்சிவப்புச் சாயலுடன் மாநிறத்தில் இருந்தான். திரௌபதியின் முகமும் இதேபோல இருக்கும் என்று ஒரு கணம் நான் அனுமானித்தேன். அச்சமயத்தில் திரௌபதியைத் தவிர வேறு எதைப் பற்றியும் என்னால் சிந்திக்க முடியவில்லை.

நாங்கள் காம்பில்யத்திற்குள் நுழைந்தோம். தங்கள் அன்புக்குரிய இளவரசியின் சுயம்வரத்திற்காக அந்நகரவாசிகள் தங்கள் நகரத்தை பிரம்மாண்டமாக அலங்கரித்திருந்தனர். எங்கு பார்த்தாலும் மலர்த் தோரணங்களும் அலங்காரக் கொடிகளும் காணப்பட்டன. நகரின் முக்கியச் சதுக்கங்கள் வண்ணமயமான காட்டுப்பூக்களால் செய்யப்பட்ட மலர்மாலைகளால் ஒளிர்ந்தன. செயற்கை நீரூற்றுக்கள் எல்லா இடங்களிலும் அமைக்கப்பட்டிருந்தன. வீடுகளின் முற்றங்களில் குங்குமப்பூ கலந்த நீரால் கோலங்கள் போடப்பட்டிருந்தன. முரசுகள், ஊதுகொம்புகள் உட்பட, ஏராளமான இசைக்கருவிகள் நகரம் நெடுகிலும் இசைக்கப்பட்டன. எங்களுடைய வருகையைப் பார்ப்பதற்காக சாலையின் இருபுறங்களிலும் கூடியிருந்த மக்கள் கௌரவ வம்சத்தின் புகழையும் பெருமையையும் போற்றி உற்சாகமாகக் கோஷமிட்டனர். அந்தக் கோலாகலத்திற்கு இணையான எதையும் நான் எங்கும் பார்த்திருக்கவில்லை. பெண்கள் தங்கள் வீட்டு மொட்டைமாடிகளிலும் மேல்மாடங்களிலும் கூடினர். சிலர் எங்கள் திசையில் தங்கள் விரல்களால் சுட்டிக்காட்டினர். என்னுடைய தேரில் நானும் துச்சாதனனும் கர்ணனும் அமர்ந்திருந்தோம். மற்றத் தேர்கள் பின்னால் வந்தன.

நீண்ட நேரத்திற்குப் பிறகுதான், என்ன நிகழ்ந்து கொண்டிருந்தது என்பது எனக்குப் புரிந்தது. கர்ணனின் ஈடு இணையற்ற வசீகரத்தைப் பற்றிய செய்தி, பாஞ்சால நாட்டிற்கு ஏற்கனவே வந்து சேர்ந்திருந்தது. அவனைப் பார்ப்பதற்காகத்தான் பெண்கள் கூட்டங்கூட்டமாகக் கூடியிருந்தனர். ஆனால், பாவம் கர்ணன், அவனுக்கு இதைப் பற்றி எதுவும் தெரியவில்லை. எல்லோருடைய கவனமும் தன்மீதுதான் இருந்தது என்பதை அவன் உணரவில்லை. பொன்னிழைகளால் ஆன அவனுடைய அங்கவஸ்திரம் சூரிய ஒளியில் பளபளத்தது. நான் அவனிடம் இயல்பாக, "கர்ணா, நீ சுயம்வரத்தில் பங்கேற்பதற்கான நேரம் வந்துவிட்டது. எனவே, தேருக்குள் போய் உட்கார்ந்து கொண்டு வில்வித்தையைப் பற்றி சிந்தித்துக் கொண்டிரு," என்று கூறினேன்.

என் அறிவுரை அர்த்தம் வாய்ந்தது என்று நினைத்து அவன் தேருக்குள் சென்று அமர்ந்தான். இது பல பெண்களுக்கு ஏமாற்றமளித்திருக்கும். அவர்களுடைய மடமையைக் கண்டு நான் சிரித்தேன். ஒரு சூத புத்திரனைப் பார்ப்பதற்கு அவர்கள் ஏன் அவ்வளவு ஆர்வமாக இருந்தனர் என்பதை என்னால் புரிந்து கொள்ள முடியவில்லை. அவர்கள் ஏன் என்னையோ அல்லது துச்சாதனனையோ பார்க்க விரும்பவில்லை? நான் நினைத்திருந்தால், தேரிலிருந்து கீழே இறங்கும்படி சத்தியசேனனுக்கு உத்தரவிட்டுவிட்டு, அவனுடைய இடத்தில் கர்ணனை என்னால் உட்கார வைத்திருக்க முடியும். என்ன இருந்தாலும் அவனுடைய குடும்பம் பல தலைமுறைகளாகத் தேரோட்டிகளாகத்தானே இருந்திருந்தது?

நாங்கள் பாஞ்சாலத்தின் அழகான மாளிகையை நெருங்கியபோது அதிகாலை நேரம் ஆகியிருந்தது. பிரம்மாண்டமான சுயம்வர அரங்கம் எங்கள் பார்வைக்கு வந்தது. அந்த அரங்கத்தைச் சுற்றிலும் கற்பனைக்கு எட்டாத அளவில் மக்கள் கூட்டங்கூட்டமாகக் காணப்பட்டனர்.

நான் தேரிலிருந்து கீழே இறங்குவதற்குக் கை கொடுத்தபடி, பாஞ்சாலத்தின் மதிப்பிற்குரிய முதன்மை அமைச்சரான வீரபாகு என்னிடம், "அஸ்தினாபுரத்தின் பட்டத்து இளவரசரே, உள்ளே செல்லுங்கள். இன்று இரண்டாவது முறையாக எங்கள் குடிமக்களின் உற்சாகம் சிகரத்தைத் தொட்டுள்ளது," என்று கூறினார்.

"இத்தகைய ஒரு கோலாகலமான வரவேற்பைப் பெற்ற அந்த முதல் நபர் யார்?" என்று நான் அவரிடம் கேட்டேன்.

"யாதவகுலத் தலைவர் கிருஷ்ணர். அவரும் இன்றுதான் மதுராவிலிருந்து வந்தார்."

இதைக் கேட்டுச் சிறிது கலக்கமடைந்த நான், "கிருஷ்ணரா? அவரும் இந்த சுயம்வரத்தில் பங்கேற்கிறாரா?" என்று கேட்டேன்.

"அதைச் சொல்லுவதற்கான அதிகாரம் எனக்கு இல்லை. ஆனால் அவர் பங்கேற்க மாட்டார் என்பதற்கு எந்த உத்தரவாதமும் இல்லை."

"இந்த சுயம்வரத்திற்கு வேறு யாரெல்லாம் வந்திருக்கிறார்கள்?"

"போஜன், சௌபலன், சகாதேவன், சல்லியன், சிசுபாலன், விராடன், சுகேது, சித்ராயுதன், ஜராசந்தன், சேகிதானன், பகதத்தன் ஆகிய மன்னர்கள் வந்துள்ளனர். கூடவே, பூரிசிரவசு, சுசேனன், திருததன்வான், சோமதத்தன், விருசாகன், பிருகத்பலன், பிருகந்தன், மணிமானன், தண்டதரன், மேகசந்தி, சங்கன், சுசர்மன், சேனாபிந்து,

சத்யத்ருதி, சூரியத்வஜன், ரோசமானன், சுதட்சிணன், ருக்மர்த்தன், சிபி, கிருஷ்ணரின் மகன் பிரத்யும்னன், சாத்தியகி, சிந்து நாட்டின் இளவரசர் ஜயத்ரதன் ஆகியோரும் இன்னும் பல மன்னர்களும் மாமன்னர்களும் வந்துள்ளனர். நாங்கள் எல்லோரும் அஸ்தினாபுரத்தின் இளவரசருக்காகக் காத்துக் கொண்டிருந்தோம்."

அவர் என் கையைப் பிடித்து அந்த அரங்கத்தின் ஒரு பக்கம் வழியாக என்னை அரண்மனைக்குள் அழைத்துச் சென்றார். சுயம்வரம் அன்று மதியம் நடைபெறவிருந்தது. அதுவரை, நானும் கர்ணனும் அசுவத்தாமனும் சகுனி மாமாவும் சாப்பிட்டுவிட்டு ஓய்வெடுக்கத் திட்டமிட்டோம். நாங்கள் வெகுதூரம் பயணித்து வந்திருந்தோம். எங்களுடைய ராஜவஸ்திரங்கள் அழுக்காகியிருந்தன. எங்கள் குதிரைகளும் மிகவும் களைத்திருந்தன.

சுயம்வரத்தின் முடிவு குறித்து எனக்கு எந்த சந்தேகமும் இருக்கவில்லை. ஏனெனில், சுயம்வரத்திற்காக வந்திருந்தவர்களில் ஒருவர்கூட வில்வித்தையில் திறமை பெற்றிருக்கவில்லை. அவர்கள் எல்லோரும் சிறந்த வீரர்கள் என்பது உண்மை, ஆனால் துருபதன் விதித்திருந்த கடினமான நிபந்தனையை அவர்களில் யாராலும் நிச்சயமாக நிறைவேற்ற முடியாது. கர்ணன் மீண்டும் ஒரு முறை அந்தக் கூட்டத்தினரின் கண்களுக்கு விருந்தளிக்கவிருந்தான். இவ்விதத்தில், நட்பிலிருந்து பிறந்த அன்பின் காரணமாக, அந்தக் கருப்பழகி திரௌபதியை அவன் எனக்குப் பரிசளிப்பான். வாழ்க்கை என்பது யாராலும் தப்பிக்க முடியாத ஒரு சமரசம் என்ற உண்மையை நான் கஷ்டப்பட்டு அவனுடைய மனத்தில் ஆழமாகப் பதிய வைத்திருந்தேன்.

யாராலும் நினைத்துப் பார்க்க முடியாத ஏதேனும் நிகழ்ந்தாலொழிய, திரௌபதி இன்று எங்கள் கைகளிலிருந்து தப்பிப்பதற்கான சாத்தியம் ஏதும் இருக்கவில்லை. ஆனாலும், என் மனத்தின் ஒரு மூலையில் ஒரு சந்தேகம் நிழலாடிக் கொண்டிருந்தது. அது ஒரே ஒரு நபரைப் பற்றியது. கிருஷ்ணன்தான் அவன்.

12

ஆனால் இறுதியில், நம்புதற்கரிய அந்த நிகழ்வு நடந்துவிட்டது. என் இதயத்தில் வேதனையைச் சுமந்து கொண்டு அந்த சுயம்வரத்திலிருந்து நான் அஸ்தினாபுரத்திற்குத் திரும்பினேன். வாழ்க்கையே ஒரு விநோதமான, வசீகரமான சுயம்வரம்போல எனக்குத் தோன்றியது. ஒரு சுயம்வரத்தில் ஒவ்வொரு நபரும் பெரும் உற்சாகத்தோடு பங்கேற்கின்றனர். ஆனால் சில சமயங்களில், யாராலும் வெற்றி கொள்ள முடியாத பல கடினமான சூழ்நிலைகளைக் காலம் உருவாக்குகிறது. சிலருக்கு மரணம் ஒன்றே அவற்றிலிருந்து விடுபடுவதற்கான ஒரே வழியாக ஆகும் அளவுக்கு அவர்கள் மிகவும் நிலை குலைந்து போகின்றனர். பலர் பொறுமையாகவும் துணிச்சலோடும் இருக்கின்றனர். ஆனாலும் வாழ்க்கை வீசி எறியும் சவால்களை அவர்களால் எதிர்கொள்ள முடிவதில்லை. நானோ, கர்ணனோ, அல்லது அசுவத்தாமனோகூட இதற்கு விதிவிலக்கு அல்ல.

திரௌபதியின் சுயம்வரத்தைப் பற்றி நினைத்துப் பார்ப்பதுகூட என் மனத்தில் கொந்தளிப்பை ஏற்படுத்தியது, பல்வேறு உணர்வுகளைக் கிளறியது. காலம், தலைவிதி ஆகியவற்றைப் பற்றி யாரும் எனக்குப் பிரசங்கம் செய்வதை நான் ஒருபோதும் விரும்பியதில்லை. வாழ்க்கையில் வேலைக்கு மட்டுமே நான் எப்போதும் முன்னுரிமை கொடுத்து வந்துள்ளேன். ஆனாலும், 'வேலை' வேலை செய்யாமல் போனபோது, அனைத்தையும் ஆட்கொள்ளுகின்ற காலத்தின் முக்கியத்துவத்தை நான் உணர்ந்தேன்.

ஒருவன் தன்னுடைய திறமையைப் பற்றி எவ்வளவு தம்பட்டம் அடித்துக் கொண்டாலும் சரி, தன்னுடைய வேலையை எவ்வளவு கொண்டாடினாலும் சரி, இறுதியில் அவன் அந்த விசாலமான, முடிவற்ற வானத்தை எதிர்கொள்ளும்போது, அவன் முக்கியத்துவம் அற்றவனாகவும் மனநிறைவு இல்லாதவனாகவுமே உணருவான். மனநிறைவின்மைதான் வாழ்வின் அடிப்படை உண்மை. இதை நான் திரௌபதியின் சுயம்வரத்திற்குப் பின்னால் அனுபவரீதியாக உணர்ந்தேன்.

சுயம்வரம் முடிந்துவிட்டது, ஆனால் அவளுடைய மென்மையான, அழகான கை என்னுடைய கையோடு சேரவில்லை. அவளைக் கைப்பிடிப்பதற்காக நான் நீட்டிய கையில், அந்தக் கொடூரமான விதி, யதார்த்தத்தின் அனல் கங்குகளை வைத்துவிட்டது. சுயம்வர நிகழ்வுகளை நான் நினைவுகூரும்போதெல்லாம், நான் பெரும் மனச்சோர்வும் விரக்தியும் அடைகிறேன். வாழ்க்கை ஒரு புதிரான சுரங்கப்பாதை என்று நான் சிந்திக்கத் தொடங்குகிறேன். நான் அந்த சுயம்வரத்திற்குப் போகாமல் இருந்திருந்தால் சிறப்பாக இருந்திருக்கும், இல்லையா? கசப்பான, தாங்கிக் கொள்ளப்பட முடியாத பல உண்மைகள் என் இதயத்திற்குச் சுமையேற்றி என்னை வேதனைக்கு உட்படுத்தாமல் இருந்திருக்கும். பாண்டவர்கள் உயிரோடு இருந்தனர் என்ற பயங்கரமான அதிர்ச்சியை அந்த சுயம்வரம் எனக்குக் கொடுத்திருந்தது. சகித்துக் கொள்ளப்பட முடியாத அந்த உண்மை, ஒரு கொடூரமான அரக்கனைப்போல என் மார்பின்மீது கோரத் தாண்டவம் ஆடியது. அந்தத் தாண்டவத்தில் என் விருப்பங்கள் சிதைந்தன. அந்த சுயம்வரத்தை என் நினைவிலிருந்து விரட்டியடிக்க நான் மிகக் கடுமையாக முயற்சித்தும்கூட, அது தொடர்ந்து என் கண்முன்னே தோன்றி என்னைச் சித்தரவதை செய்தது. அந்த சுயம்வர அரங்கத்தின் கூரையில் கட்டித் தொங்கவிடப்பட்டிருந்த அந்த மீன் என் கண்களுக்கு முன்னால் சுழன்றது.

நாங்கள் பாஞ்சாலத்தின் தலைநகருக்குள் நுழைந்தவுடனேயே, ஓர் ஆடம்பரமான விருந்து எங்களுக்குப் படைக்கப்பட்டது. பிறகு, நாங்கள் அந்தப் பாஞ்சால அரண்மனையில் சிறிது நேரம் தூங்கினோம். கர்ணன்தான் முதலில் கண்விழித்தான். அவன் தன்னுடைய அங்கவஸ்திரத்தைத் தன்னுடைய தோள்களைச் சுற்றிப் போர்த்திக் கொண்டு அரண்மனைக்கு வெளியே போகத் தயாரானான். நான் சிற்றுறக்கத்தில் இருந்தபோதிலும், அவனிடம், "கர்ணா, சுயம்வரத்திற்கான நேரம் நெருங்கிக் கொண்டிருக்கிறது. இந்த நேரத்தில் நீ வெளியே எங்கோ போவது சரியா?" என்று கேட்டேன்.

“நேரம் எல்லோருக்கும் சௌகரியமாக இருக்கிறது. ஆனால், ஓர் அசௌகரியமான நேரத்தை ஒரு சௌகரியமான நேரமாக ஆக்கிக் கொள்ளுகின்றவன்தான் ஓர் உண்மையான வீரன்,” என்று அஸ்தினாபுரத்தில் நான் அவனுக்கு போதித்திருந்த ஞானத்தை இப்போது அவன் என்னிடம் திருப்பிக் கூறிக் கொண்டிருந்தான்.

”சரி. உன் விருப்பம்போல எங்கு வேண்டுமானாலும் போய்க் கொள், ஆனால் சீக்கிரமாகத் திரும்பி வந்துவிடு. ஏனெனில்...”

“ஏனெனில் என்ன?”

“ஏனெனில், இந்நகரத்தில் நீ எங்கே போனாலும் அங்கே ஏராளமான பெண்கள் உன்னைக் கண்கொட்டாமல் பார்த்துக் கொண்டிருப்பர்.”

அவன் மெதுவாகப் புன்னகைத்துக் கொண்டே, “ஆனால் நான் நகரத்திற்குள் போகப் போவதில்லையே,” என்று கூறினான்.

“பிறகு எங்கே போகிறாய்? கங்கைக் கரைக்குத்தானே?” என்று நான் கேட்டேன். அவன் எங்கே இருந்தாலும் சரி, அவனுக்கு ஓர் ஆற்றங்கரையும் ஒரு தெளிவான வானமும் கண்டிப்பாகத் தேவைப்பட்டன.

“இல்லை, நான் இந்த அரண்மனையில் வேறோர் அறைக்குப் போகிறேன்,” என்று அவன் கூறினான்.

“எந்த அறை? திருஷ்டத்யும்னனுடைய அறைக்கா அல்லது முதன்மை அமைச்சரின் அறைக்கா? சுயம்வரத்தைப் பற்றிய சின்னஞ்சிறு தகவல்களைக்கூட நீ தெரிந்து கொள்ள விரும்புகிறாய், அப்படித்தானே?”

“இல்லை, இளவரசே. நான் கிருஷ்ணரை சந்திக்கப் போகிறேன். சிறிது நேரத்திற்கு முன்பு, தன்னை சந்திக்க வரும்படி முதன்மை அமைச்சர் மூலம் அவர் எனக்குச் செய்தி அனுப்பினார்.”

“நீ ஏன் அவ்வளவு தூரம் சென்று அவனை சந்திக்க வேண்டும்? முதன்மை அமைச்சரிடம் தகவல் சொல்லியனுப்பி நாம் அவனை இங்கே வரவழைக்கலாம்,” என்று கர்ணனிடம் கூறிய நான், என் படுக்கையைவிட்டுக் கீழே குதித்து, துச்சாதனனை உலுக்கி அவனுடைய தூக்கத்தைக் கலைத்து, “துச்சாதனா, எழுந்திரு. நீ உடனே சென்று பாஞ்சாலத்தின் முதன்மை அமைச்சரை இங்கே அழைத்து வா,” என்று கூறி அவனை அவசரப்படுத்தினேன்.

கர்ணன் என் கையைப் பிடித்துக் கொண்டு, “வேண்டாம். அவனுடைய தூக்கத்திற்கு இடைஞ்சல் ஏற்படுத்தாதே. நான் கணநேரத்தில் திரும்பி வந்துவிடுவேன். கிருஷ்ணர் இங்கு வருவதை நான் விரும்பவில்லை. நான் நேரில் சென்று அவரைப் பார்த்துவிட்டு வருகிறேன்,” என்று கூறினான்.

அவனுடைய இயல்பு அதுதான். அவன் தன் நலனுக்காக மற்றவர்களை ஒருபோதும் அசௌகரியத்திற்கு ஆளாக்கியதில்லை.

“அப்படியானால் சரி. ஆனால் சீக்கிரம் திரும்பி வந்துவிடு.” அவனை என்னால் தடுக்க முடியவில்லை. அதற்கு என்ன காரணம் என்றும் எனக்குத் தெரியவில்லை. ஆனால், கிருஷ்ணனை இங்கு வரவழைப்பதற்கு பதிலாக அவன் கிருஷ்ணனை சந்திக்கப் போய்க் கொண்டிருந்தது எனக்கு எரிச்சலை உண்டாக்கியது. கிருஷ்ணன்மீது எனக்கு எந்த அன்பும் கிடையாது. ஏனெனில், அர்ஜுனனைப்போலவே அவனும் கருநீல உடலைக் கொண்டிருந்ததால், அவனைப் பார்த்தபோதெல்லாம்

அர்ஜுனனை அவன் எனக்கு நினைவுபடுத்தினான்.

நான் சிறிது நேரம் ஓய்வெடுத்தேன். இதற்கிடையே, கர்ணன் கிருஷ்ணனை சந்தித்துவிட்டுத் திரும்பி வந்திருந்தான். அவனுடைய முகம் மகிழ்ச்சியால் ஒளிர்ந்தது. நகர மக்களின் உற்சாகக் கூச்சல்கள் எங்கள் அறைக்குள் எங்களுக்குக் கேட்டன. நானும் சகுனி மாமாவும் அசுவத்தாமனும் துச்சாதனனும் எங்களுடைய ராஜவஸ்திரத்தை அணிந்து தயாராக இருந்தோம். ஒப்பனை அறையில் கர்ணன் உடை மாற்றிக் கொண்டிருந்தான். சிறிது நேரத்தில், அவன் ஒரு நீலநிற ஆடையும் ஒரு மஞ்சள்நிற அங்கவஸ்திரமும் அணிந்து வெளியே வந்தான். அவனுடைய தோலின் நிறம் அவனுடைய அங்கவஸ்திரத்தைவிட அதிகப் பிரகாசமாக ஒளிவீசியது. அவன் அந்த ஒப்பனையறையிலிருந்து வெளியே வந்தபோது, ஒரு குகைக்குள்ளிருந்து வெளியே வருகின்ற ஒரு சிங்கத்தைப்போல அவன் எனக்குக் காட்சியளித்தான். அவனுடைய முகம் அந்த ஒட்டுமொத்த இடத்தையும் ஒளிரச் செய்ததுபோலத் தோன்றியது. அவன் என்னைப் பார்த்தபோது மென்மையாகப் புன்னகைத்தான். அவனுடைய வலது கன்னத்தில் ஒரு வசீகரமான சின்னஞ்சிறிய குழி தோன்றியது. அப்படிப்பட்ட ஒரு கன்னக்குழியை நான் என் வாழ்வில் ஓரிரு முறை மட்டுமே பார்த்திருந்தேன். அவனுடைய வட்டமான பொன்னிற முகம் ஒரு பிரகாசமான சூரியகாந்தி மலரைப்போலத் தோன்றியது. கர்ணனின் மகன் சுதாமன் அவனுக்குப் பின்னால் நடந்து வந்தான். நாங்கள் எல்லோரும் அவனை எவ்வளவோ தடுத்தும்கூட, அவன் பிடிவாதமாக எங்களோடு இங்கு வந்திருந்தான்.

சிறிது நேரத்தில் ஒரு சேவகன் எங்கள் அறைக்குள் நுழைந்து என்னைப் பணிந்து வணங்கிவிட்டு, "மகாராஜா, முதன்மை அமைச்சர் உங்களுக்குத் தன் வணக்கத்தைச் சொல்லியனுப்பியுள்ளார். சுயம்வர அரங்கத்தில் உங்கள் வரவுக்காக எல்லா அரசர்களும் காத்திருக்கின்றனர்," என்று கூறினான்.

நான், கர்ணன், சகுனி மாமா, அசுவத்தாமன், சுதாமன், துச்சாதனன் ஆகியோரும், என்னுடைய பத்து சகோதரர்களும் அந்த அரண்மனையைவிட்டு வெளியே வந்தோம். வழியில் நான் கர்ணனிடம், "நான் எல்லாவற்றையும் உன் கைகளில் ஒப்படைத்துள்ளேன். இது மிகக் கடினமான ஒரு பொறுப்பு. தயவு செய்து இதை மனத்தில் வைத்துக் கொண்டு செயல்படு," என்று கூறினேன்.

அவன் எதுவும் கூறாமல் வெறுமனே புன்னகைத்தான். அவனுடைய தங்கப் பற்கள் மினுமினுத்தன. அவன் மிடுக்காக நடந்து சென்றபோது அவனுடைய குண்டலங்கள் அவனுடைய நடைக்கு ஏற்றத் தாளத்தில் அசைந்தன.

நாங்கள் திருமண அரங்கத்திற்கு வந்து சேர்ந்தோம். "அஸ்தினாபுர மன்னர் திருதராஷ்டிரரின் பெருமைமிகு மைந்தனும், கௌரவர்களில் தலைசிறந்தவரும், பட்டத்து இளவரசருமான துரியோதனன் வருகிறார்!" என்று ஒரு குரல் கம்பீரமாக அறிவித்தது.

துருபதனின் மகனும் பாஞ்சாலத்தின் பட்டத்து இளவரசனுமான திருஷ்டத்யும்னன் ஒரு புன்னகையோடு எங்களை வரவேற்றுவிட்டு, பாசத்தோடு என் கையைப் பிடித்துக் கொண்டு, எங்கள் அனைவரையும் எங்கள் இருக்கைகளை நோக்கி அழைத்துச் சென்றான். அங்கு கூடியிருந்த

அனைத்து அரசர்களும் வீரர்களும் மரியாதையோடு எழுந்து நின்றனர். பெருமிதத்தால் என் நெஞ்சம் விம்மியது. அவர்கள் எல்லோருமே ஒட்டுமொத்தக் கௌரவ வம்சத்தின் மகத்துவத்திற்கு மரியாதை செய்து கொண்டிருந்தது போன்ற உணர்வை நான் அனுபவித்தேன். நாங்கள் எங்கள் இருக்கைகள்மீது அமர்ந்தோம். அதையடுத்து மற்ற அனைவரும் அமர்ந்தனர். எனக்கு முன்னால் ஒரே ஓர் இருக்கை மட்டும் காலியாக இருந்தது. நான் ஆர்வக் குறுகுறுப்புடன் துச்சாதனனைப் பார்த்து, "முன்னால் இருக்கின்ற அந்த இருக்கை யாருடையது? அது ஏன் இன்னும் காலியாக இருக்கிறது?" என்று கேட்டேன்.

அவன் அந்த இருக்கையைப் பார்த்துவிட்டு, "அந்த இருக்கைக்கு உரிய நபர் வந்து அதன்மீது அமராமல் இந்த சுயம்வர நிகழ்ச்சி தொடங்காது. ஏனெனில், அது கிருஷ்ணருடையது," என்று பதிலளித்தான்.

துல்லியமாக அக்கணத்தில், "யாதவ வம்சத்தில் பிறந்தவரும், வாசுதேவரின் மகனும், மதுராதிபதியுமான கிருஷ்ணர் வருகிறார்!" என்ற ஓர் அறிவிப்பு அந்த அரங்கத்தில் எதிரொலித்தது. கிருஷ்ணன் முக்கிய வாசல் வழியாக அந்த அரங்கத்திற்குள் நுழைந்தான். அவனுடைய மூத்த சகோதரன் பலராமனும், அவனுடைய மகன் பிரத்யும்னனும், ருக்மர்த்தன், உத்தவன், சாத்தியகி ஆகியோரும் வேறு சிலரும் அவனோடு வந்தனர். அந்த அரங்கத்தில் கூடியிருந்த அரசர்கள் மட்டுமல்லாமல், புரோகிதர்களும் அரசகுலப் பெண்களும்கூட எழுந்து நின்று கிருஷ்ணனுக்கு மரியாதை செலுத்தினர். என்னோடு உட்கார்ந்திருந்த கர்ணனும் சகுனி மாமாவும் அசுவத்தாமனும் துச்சாதனனும்கூட எழுந்துவிட்டனர். இந்தக் கிருஷ்ணனுக்கு ஏன் எல்லோரும் இவ்வளவு மரியாதை கொடுத்துக் கொண்டிருந்தனர் என்பதை என்னால் புரிந்து கொள்ள முடியவில்லை. என் காலணிகளுக்குள் எதுவோ விழுந்திருந்ததுபோலவும், அதை எடுப்பதற்காக நான் குனிந்ததுபோலவும் பாசாங்கு செய்தபடி, நான் தொடர்ந்து உட்கார்ந்திருந்தேன். ஆனால் அங்கு நிகழ்ந்து கொண்டிருந்த எல்லாவற்றையும் நான் என் ஓரக்கண்களால் பார்த்தேன். கிருஷ்ணன் தன் கையை உயர்த்தி, உட்காரும்படி எல்லோருக்கும் சைகை காட்டினான். ஆனால் யாரும் உட்காரவில்லை. கடைசியில், அவன் எனக்கு முன்னால் இருந்த இருக்கையின்மீது அமர்ந்தான். ஆனால் மற்றவர்கள் இன்னும் நின்று கொண்டிருந்தனர். அவன் மீண்டும் எழுந்து, புன்னகைத்துக் கொண்டே, "அரசர் பெருமக்களே, தயவு செய்து அமருங்கள். பட்டத்து இளவரசன் திருஷ்டத்யும்னன் தன் சகோதரியான இளவரசி திரௌபதியின் சுயம்வர விழாவை இப்போது துவக்கி வைப்பான்," என்று கூறினான். அவனுடைய கைப்பாவைகளைப்போல எல்லோரும் இப்போது அமர்ந்தனர். கிருஷ்ணன் பின்னால் திரும்பி என்னைப் பார்த்தான். ஆனால் நான் என் முகத்தை வேறு பக்கமாகத் திருப்பிக் கொண்டேன். எனக்கு அவனைப் பார்க்கப் பிடிக்கவில்லை, அவன் எனக்கு அர்ஜுனனை வெகுவாக நினைவுபடுத்தினான். இனம் புரியாத ஏதோ ஒரு வேதனை என் இதயத்தைக் குத்திக் கிளறியது. பீமனின் கதாயுதம் என்னைச் சுற்றிச் சுழன்று கொண்டிருந்ததைப்போல நான் உணர்ந்தேன்.

நான் அந்த அரங்கத்தை என் பார்வையால் அளந்தேன்.

ஆரியவர்த்தத்தின் சிற்றரசர்களும் மன்னர்களும் அங்கு வந்திருந்தனர். ஆக, திரௌபதியின் நறுமணம் அவர்கள் எல்லோரையுமே வசீகரித்து மயக்கியிருந்தது! மகத நாட்டு மன்னன் ஜராசந்தன், மத்ர நாட்டு இளவரசன் சல்லியன், சிந்து நாட்டின் இளவரசன் ஜயத்ரதன், சிசுபாலன் – இவர்கள் எல்லோருமே ஒருவரையொருவர் விஞ்சக்கூடிய வீரர்கள்தாம், ஆனால் அவர்களில் யாருமே கர்ணனைப்போல வசீகரமானவர்களாகவோ அல்லது சிறப்புமிக்கவர்களாகவோ எனக்குத் தோன்றவில்லை. நான் இதைக் கர்ணனிடம் கூறுவதற்காக என் முகத்தை அவனுடைய காதுக்கு அருகே கொண்டு சென்றேன். ஆனால் அவனுடைய பார்வை கிருஷ்ணனின்மீது நிலைத்திருந்தது. அவனுடைய கவனத்தை ஈர்ப்பதற்காக நான் எப்போதும்போல அவனை லேசாக இடித்தேன். அவன் திடுக்கிட்டு என்னைப் பார்த்தான். அவனுடைய வசீகரமான தோற்றத்தைப் பற்றி அவனிடம் கூறுவதற்காக நான் என் வாயைத் திறந்தபோது, துல்லியமாக அக்கணத்தில், பாஞ்சாலத்தின் பட்டத்து இளவரசன் திருஷ்டத்யும்னன் திரௌபதியை அழைத்துக் கொண்டு அந்த சுயம்வர அரங்கிற்குள் நுழைந்தான். உடனடியாக அந்த அரங்கத்தில் அமைதி சூழ்ந்தது. நளினமாகவும் ஒய்யாரமாகவும் நடந்து வந்த திரௌபதியைக் கண்டு எல்லோரும் வாய் பிளந்தனர். வெண்தாமரை மலர்களால் ஆன ஒரு திருமண மாலையை அவள் தன் கைகளில் பிடித்திருந்தாள். அது அவளுடைய பாதங்கள்வரை நீண்டிருந்தது. தான் எடுத்து வைத்த மென்மையான ஒவ்வோர் அடியின் மூலம் அவள் அங்கிருந்தோரின் இதயங்களைக் கொள்ளை கொண்டாள். இறுதியில், அவளும் திருஷ்டத்யும்னனும், அந்த அரங்கத்தின் நடுவே அமைக்கப்பட்டிருந்த ஒரு கல்மேடையை அணுகி அதன்மீது ஏறினர். பலவண்ண மலர்களால் ஆன மாலைகளைத் தன் கழுத்தில் அணிந்திருந்த அவள் ஒளிமயமாகக் காட்சியளித்தாள். அந்த மலர்களின் வாசம் அவளுடைய நறுமணத்திற்கு மேலும் மணம் கூட்டியது. அவளுடைய வருகையால் அந்த பிரம்மாண்டமான அரங்கம் உண்மையிலேயே ஒரு சுயம்வர அரங்கமாக மாறியது. இலையுதிர்காலத்தின் அந்திப்பொழுதைப் போன்ற அமைதியான, வசீகரமான அழகு அவளிடம் குடிகொண்டு இருந்தது.

திருஷ்டத்யும்னன் தன் வலது கையை உயர்த்தி, “இங்கு கூடியிருக்கும் அரசர் பெருமக்களே. என் சகோதரி இளவரசி திரௌபதியின் சுயம்வரத்திற்காக நீங்கள் இங்கே வருகை தந்திருக்கிறீர்கள். பாஞ்சாலத்தின் சார்பில் நான் உங்கள் அனைவரையும் வரவேற்கிறேன். என் சகோதரியின் கணவனாக ஆக ஆசைப்படுகின்ற எந்தவொரு வீரனும் இந்த சுயம்வரத்திற்காக விதிக்கப்பட்டுள்ள நிபந்தனையை நிறைவேற்ற வேண்டும். அதை நிறைவேற்றுகின்ற வீரனின் கழுத்தில் என் சகோதரி அந்தத் திருமண மாலையை அணிவிப்பாள். அதன் மூலம், அவள் அவருடைய மனைவியாக ஆகி, தன் வாழ்நாள் முழுவதும் அவருக்கு சேவை புரிவாள்,” என்று கூறினான்.

பிறகு, அவன் அந்த அரங்கத்தின் மேற்கூரையைச் சுட்டிக்காட்டி, “மேலே பொருத்தப்பட்டிருக்கும் அந்த மீனை நன்றாகப் பாருங்கள். அது சிறிது நேரத்தில் சுழலவிடப்படும். அதன் பிரதிபலிப்பு அதற்கு நேர்க்கீழே உள்ள அந்தக் குளத்தில் தெரியும். அக்குளத்தின் அருகே ஒரு

சிவதனுசு வைக்கப்படும். உங்களில் யார் அந்த சிவதனுசை எடுத்து, அதை நாணேற்றி, அக்குளத்தில் தெரிகின்ற மீனின் பிரதிபலிப்பைப் பார்த்து மேலே சூழன்று கொண்டிருக்கும் மீனின் வலது கண்ணைத் துல்லியமாகத் தாக்குகிறீர்களோ, அவர் இந்தப் பாஞ்சாலத்தின் பெருமதிப்பிற்கு உரியவராக ஆவார். நீங்கள் உங்கள் விருப்பம்போல எத்தனை அம்புகளை வேண்டுமானாலும் தொடுக்கலாம்," என்று கூறினான்.

பிறகு அவன் தன்னுடைய முதன்மை அமைச்சரைப் பார்த்துவிட்டுத் தன் அறிவிப்பை முடித்துக் கொண்டான். முதன்மை அமைச்சரின் சமிக்கையைத் தொடர்ந்து,மேற்கூரையில் இருந்த மீன் சுழலவிடப்பட்டது. அந்தச் சுழல்மீன் அந்த ஆரியவர்த்த வீரர்களின் அதிர்ஷ்டத்தையும் சுழல வைத்தது என்று கூறலாம். ஆஜானுபாகுவான தோற்றம் கொண்ட ஐந்து மல்யுத்த வீரர்கள் பாஞ்சாலத்தின் ஆயுதக்கூடத்திலிருந்து மிகுந்த சிரமத்துடன் ஒரு சிவதனுசைக் கொண்டு வந்தனர். அவர்கள் அதை அந்தக் குளத்திற்கு அருகில் வைத்துவிட்டு, நிம்மதிப் பெருமூச்செறிந்து, தங்கள் நெற்றி வியர்வையைத் துடைத்தனர்.

அங்கு முழு அமைதி நிலவியது. மீன் சுழன்று கொண்டிருந்த சத்தம் மட்டுமே கேட்டது. அதன் பிரதிபலிப்பு அந்தக் குளத்து நீரில் சுழன்றது.

அளவில் பிரம்மாண்டமாகவும் கனத்த எடையுடனும் இருந்த அந்த சிவதனுசு, போட்டியாளர்களின் துணிச்சலை முற்றிலும் உறிஞ்சிவிட்டதுபோலத் தோன்றியது. யாருமே அதைத் தொட முன்வரவில்லை. அவர்கள் சந்தேகத்தோடும் பயத்தோடும் ஒருவரையொருவர் பார்த்துக் கொண்டனர். இறுதியில், பரந்த மார்பையும் திடகாத்திரமான உடலையும் கொண்ட இளவரசன் திருததன்வான் எழுந்தான். அவன் அங்கு கூடியிருந்தவர்களை நோக்கி கர்வத்தோடுகூடிய ஒரு பார்வையை வீசிவிட்டு, தன்னுடைய அங்கவஸ்திரத்தை நேர் செய்துகொண்டு, சிவதனுசைப் பற்றினான். அவன் தன் கண்களை அங்குமிங்கும் உருட்டினான், அவனால் அந்த சிவதனுசை அசைக்கக்கூடிய முடியவில்லை. அந்த கர்வக்கார அரசன் தான் தோல்வியடைந்திருந்து குறித்த விரக்தியில் தலை குனிந்து அந்த அரங்கத்திலிருந்து வெளியேறினான்.

அவனைத் தொடர்ந்து, மேகசந்தி, மணிமானன், தண்டதரன், சுசேனன், பிருகத்பலன், சத்யதிருதன், போஜன் ஆகிய இளவரசர்கள் அடுத்தடுத்து ஒவ்வொருவராக முயற்சி செய்தனர். ஆனால் அவர்களால் அந்த சிவதனுசைத் தூக்கக்கூட முடியவில்லை. இறுதியில், சேதி நாட்டு இளவரசன் சிசுபாலன் எழுந்து வந்தான். அவன் தன் உதடுகளைக் கடித்துக் கொண்டு எப்படியோ அந்த வில்லை வெற்றிகரமாகத் தூக்கிவிட்டான், ஆனால் அதை நாணேற்றிய பிறகு அதை நிலையாகத் தாங்கிப் பிடிக்க முடியாமல் அவன் தடுமாறினான். பிறகு எப்படியோ சமாளித்து ஓர் அம்பை எய்தான். ஆனால் அது அந்த மீனின் தலையைத் தவறவிட்டுவிட்டது. அங்கிருந்த எல்லோருடைய நம்பிக்கையும் தவிடுபொடியாகியது. அடுத்து, பாண்டவர்களின் மாமாவும் 'ராஜமாதா' என்று அழைக்கப்பட்ட மாதுரி தேவியின் சகோதரனுமான இளவரசன் சல்லியனின் முறை வந்தது. அவன் ஏதோ

சமாளித்துத் தாறுமாறாக இரண்டு அம்புகளை எய்தான். அடுத்து, சிந்து நாட்டு இளவரசன் ஜயத்ரதன் வந்தான். அவன் பெரும் முயற்சி செய்து மூன்று அம்புகளை எய்தான், ஆனால் அவை மூன்றுமே தம்முடைய இலக்கைத் தவறவிட்டன. ஆர்வம், பயம், அனுதாபம் மற்றும் பல உணர்வுகள் கலந்து அந்த அரங்கத்தில் கனத்த மௌனம் கோலோச்சும்படி செய்தன. சுயம்வரம் தொடங்கி ஒரு மணிநேரம் கடந்திருந்தது, ஆனால் அந்த மீன் எல்லோரையும் கேலி செய்யும் விதமாகத் தொடர்ந்து சுழன்று கொண்டிருந்தது. நான் கிருஷ்ணனின் பக்கமாக என் பார்வையை ஓடவிட்டேன். அவன் தன் வலது கையால் தன் வலது கன்னத்தைத் தாங்கிப் பிடித்துக் கொண்டு, வலது பக்கமாக லேசாகச் சாய்ந்து உட்கார்ந்திருந்தான். அவன் அமைதியின் மொத்த உருவமாகத் தெரிந்தான். நான் கர்ணனைப் பார்த்தபோது, அவனுடைய கண்கள் கிருஷ்ணனின் வலது பாதத்தின்மீது நிலைத்திருந்ததை நான் கவனித்தேன்.

கர்ணன் இப்போது தன் திறமையை சோதித்துப் பார்க்க வேண்டும் என்று நான் விரும்பினேன். ஒருவேளை அவனும் தோற்றுவிட்டால்? அந்த சந்தேகம் என் மனத்தில் எழத்தான் செய்தது. மற்ற எல்லோரும் முயன்று பார்த்தப் பிறகு கடைசியாகத்தான் கர்ணனை நான் கேட்டுக் கொள்ளவிருந்தேன்.

ஒவ்வோர் இளவரசனாக முன்வந்து தங்களுடைய திறமையை சோதித்து, அச்சோதனையில் தோற்று அங்கிருந்து வெளியேறினர். சில இளவரசர்கள் இரண்டு முறை முயற்சி செய்து பார்த்தனர், ஆனால் அந்த மீனின் சுழற்சி மட்டும் நிற்கவே இல்லை. ஆரியவர்த்தத்தின் அருமையான மன்னர்களையும் இளவரசர்களையும்கூடப் பணிய வைத்திருந்த அந்த சிவதனுசின் சிறப்பைப் பற்றிய கிசுகிசுப்பான பேச்சுக் குரல்கள் அந்த அரங்கத்தில் ரீங்காரமிட்டன. சில இளவரசர்கள் என்னைப் பார்த்துக் கொண்டிருந்தனர், சிலர் கிருஷ்ணனைப் பார்த்துக் கொண்டிருந்தனர். ஆனால் பெரும்பாலானோரின் பார்வை ஓர் எதிர்பார்ப்புடன் கர்ணன்மீது நிலைத்திருந்தது. இதற்கிடையே, ஒற்றைக்கு ஒற்றைச் சண்டையில் வல்லவனாகத் திகழ்ந்த மகத நாட்டு மன்னன் ஜராசந்தன் எழுந்தான். தசைச் செறிவோடு இருந்த அவனுடைய உடற்தோற்றம் ஒரு வலிமையான யானையின் தோற்றத்தை ஒத்திருந்தது. அவன் தன் நெஞ்சை நிமிர்த்திக் கொண்டு அந்த சிவதனுசை நோக்கி நடந்து சென்று, மிக சுலபமாக அதைத் தூக்கி அடுத்தடுத்து நான்கு அம்புகளை வேகமாக எய்தான். ஆனால் அவை அந்த மீனின் வாலைத் தாண்டிச் சென்று, கூரையைத் துளைத்துக் கொண்டு வெளியே பாய்ந்து சென்று மறைந்துவிட்டன. அந்த நான்கில் ஓர் அம்பாவது அந்த மீனின் கண்ணைத் தாக்கியிருக்கும் என்று நினைத்துக் கொண்டு அவன் மேலே ஏறிட்டுப் பார்த்தான். அக்கணத்தில் அவன் நிலை தடுமாறி, அந்தக் குளத்தின் விளிம்பிலிருந்து வழுக்கி பலமாகக் கீழே விழுந்தான். கனமான அந்த சிவதனுசு அவனுடைய மார்பின்மீது விழுந்தது. அவனுடைய ஏமாற்றத்தோடு, பார்வையாளர்களிடமிருந்து வெளிப்பட்டப் பரிகாசச் சிரிப்பும் சேர்ந்து கொண்டது. நான் கிருஷ்ணனைப் பார்த்தேன், ஆனால் அவனும் ஏளனமாகப் புன்னகைத்துக் கொண்டு அமைதியாக உட்கார்ந்திருந்தான். மறுகணம் எல்லாம் மாறியது. அந்த சிவதனுசின்

எடையைத் தாங்க முடியாமல் ஜராசந்தன் மரண வேதனையில் முனகினான். அவன் அந்த சிவதனுசிடமிருந்து தன்னை விடுவித்துக் கொள்ளக் கடுமையாகப் போராடினான். அவனுடைய வாயிலிருந்து ரத்தம் வழிந்து அந்த சிவதனுசைக் குளிப்பாட்டியது. மதிப்பிற்குரிய ஒரு சத்திரியன் இவ்விதத்தில் பணிய வைக்கப்பட்டதை என்னால் தாங்கிக் கொள்ள முடியவில்லை. நான் அப்போட்டியில் கலந்து கொள்ளப் போவதில்லை என்று முன்பு தீர்மானித்திருந்தேன், ஆனால் ஒரு கணத்தில் என்னுடைய தீர்மானத்தை நான் மறந்துவிட்டேன். கிருஷ்ணன் அக்கறையற்று இருந்ததைக் கண்டு ஏமாற்றமடைந்த நான், அவனைக் கோபத்தோடு பார்த்தேன். பிறகு நான் வேகமாக என் இருக்கையைவிட்டு எழுந்தேன். கர்ணன் ஒரு முட்டாளைப்போல இன்னும் கிருஷ்ணனின் வலது பாதத்தையே பார்த்துக் கொண்டிருந்தான். அவன் தன்னை மறந்து உட்கார்ந்திருந்ததைப்போலத் தோன்றியது. கிருஷ்ணனை சந்தித்துவிட்டு வந்ததிலிருந்து அவன் ஏன் இப்படி நடந்து கொண்டிருந்தான் என்பதை என்னால் புரிந்து கொள்ள முடியவில்லை. கிருஷ்ணன் அவனுடைய தன்னம்பிக்கையைச் சின்னாபின்னமாக்கியிருந்தானா? நான் கர்ணனிடமிருந்து எந்த உதவியையும் எதிர்பார்க்காமல், நேராக அந்தக் குளத்தை நோக்கிச் சென்றேன். ஜராசந்தன் வலியில் துடித்தபடி இன்னும் வானத்தையே பார்த்துக் கொண்டிருந்தான். பீமனைப் போன்ற உடலைக் கொண்டிருந்த அந்த இளவரசன், தன் உயிரைக் காப்பாற்றும்படி என்னிடம் கெஞ்சியதைப்போல எனக்குத் தோன்றியது. புகழ்மிக்க அந்த மகத இளவரசன், தன் மார்பை அழுத்திக் கொண்டிருந்த அந்த சிவதனுசை யாரேனும் அகற்ற மாட்டார்களா என்ற பரிதவிப்புடன் துடித்துக் கொண்டிருந்தான். ஒற்றைக்கு ஒற்றைச் சண்டையில் வல்லவனான அந்த மாவீரன் இப்போது மரணத்தோடு ஒற்றைக்கு ஒற்றைச் சண்டையில் ஈடுபட்டிருந்தான். கிருஷ்ணனுக்குப் பக்கத்தில் உட்கார்ந்திருந்த என்னுடைய குருவான பலராமனை நான் மரியாதையோடு பார்த்தேன். அவருடைய பெரிய கண்கள் என்னை ஆசீர்வதிப்பதைப்போலத் தெரிந்தன. இந்த நெருக்கடியான கணத்தில்கூட என் மனம் கிருஷ்ணனை பலராமனோடு ஒப்பிட்டது. நான் பலராமன்மீது மிகுந்த மரியாதை கொண்டிருந்தேன். ஆனால் அவர் அளவுக்கு வலிமை படைத்தக் கிருஷ்ணன்மீது அக்கணத்தில் என் மனத்தில் வெறுப்பு வேரூன்றத் தொடங்கியது.

மறுகணம் நான் ஜராசந்தனை நெருங்கினேன். அவன் இப்போது தன் அசைவை நிறுத்தி ஒரு மரக்கட்டையைப்போலக் கிடந்தான். அவனுடைய ஒவ்வோர் அணுவும் உதவி கேட்டு அழுது கொண்டிருந்ததுபோலத் தோன்றியது. மரணவாசலில் ஒருவன் எவ்வளவு நிராதரவாக இருக்கிறான்! அவன் தன்னுடைய புகழையும் சுயமதிப்பையும் மறந்துவிடுகிறான். உயிர் பிழைப்பது மட்டுமே அவனுடைய ஒரே நோக்கமாக இருக்கிறது. பல நாட்டு மன்னர்களைச் சிறைபிடித்து நரபலி கொடுப்பதற்காக அவர்களைத் தன்னுடைய தலைநகரமான கிரிவிரஜத்தின் பாதாள அறைகளில் அடைத்து வைத்த ஜராசந்தனை இறுதியில் இப்போது சிவதனுசு சிறைபிடித்திருந்தது. நான் கீழே குனிந்து அந்த வில்லை ஒரு கையால் உயர்த்தினேன். மறுகணம் அந்த அரங்கத்தில் பலத்தக் கைதட்டல் எழுந்தது. ஒரு வேடுவனின்

வலையில் சிக்கிய தன் வாலை விடுவித்துக் கொண்டு கர்ஜித்துக் கொண்டே துள்ளியெழுகின்ற ஒரு சிங்கத்தைப்போல, சிவதனுசு உயர்த்தப்பட்டவுடன் ஜராசந்தன் வேகமாகத் துள்ளியெழுந்து தன் கைகளை உயர்த்திக் கொண்டு அலறினான். பிறகு அவன் என்னை இறுக்கமாகக் கட்டியணைத்தான். நான் திரௌபதியின் சுயம்வரத்தில் ஒரு போட்டியாளனாகக் கலந்து கொள்ளுவதற்காகத்தான் அந்த சிவதனுசை நான் உயர்த்தியிருந்ததாக எல்லோரும் நினைத்தனர். சிலர் என்னுடைய பெயரை அறிவித்தனர். இப்போது நான் என் இருக்கைக்குத் திரும்பிச் செல்லுவது சாத்தியமற்றதாக ஆனது. நான் மிக சுலபமாக அந்த வில்லை உயர்த்தியது அங்கிருந்த பலரை பிரமிக்க வைத்தது. கதாயுதப் பயிற்சியின் ஒரு பகுதியாக, முன்பு நான் பீமனோடு தொடர்ந்து ஆறு மணிநேரம் தினமும் கதாயுதச் சண்டையில் ஈடுபட்டேன் என்ற விஷயம் என்னுடைய குரு பலராமனைத் தவிர வேறு யாருக்கும் தெரியாது. அந்தப் பயிற்சி என்னுடைய கைகளின் தசைகளுக்கு நல்ல வலுவூட்டியிருந்தது. அது இப்போது எனக்குப் பலனளித்துக் கொண்டிருந்தது. என்னுடைய புஜங்கள் ஒரு யானையின் கால்களைப்போல பலமாக இருந்தன.

நான் அந்த வில்லை அங்குமிங்கும் அசைத்தபடி அந்த அரங்கத்தைப் பார்வையிட்டுவிட்டு அக்குளத்தை அணுகினேன். நான் அதன் அருகே நின்று திரௌபதியை ஏறிட்டுப் பார்த்தேன். அவள் தன் மூச்சைப் பிடித்துக் கொண்டு என்னையே பார்த்துக் கொண்டிருந்தாள். கௌரவர்களின் பெருமை என்னுள் பொங்கிக் கொண்டிருந்ததை நான் உணர்ந்தேன். நான் இன்று இந்த அழகான தேவதையை என் கைகளில் இறுக்கமாகப் பிடித்துக் கொண்டுதான் அஸ்தினாபுரத்திற்குத் திரும்பப் போகவிருந்ததாக நான் உறுதி பூண்டேன். பிறகு நான் அக்குளத்தின் நீரின்மீது என் கண்களை நிலைப்படுத்தினேன். மேலே சுற்றிக் கொண்டிருந்த மீனின் பிரதிபலிப்பு அதில் தெளிவாகத் தெரிந்தது. எனக்கு முன்பு அப்போட்டியில் கலந்து கொண்டவர்கள் விடுத்திருந்த சில அம்புகள் மேற்கூரையைத் துளைத்து அதில் ஒருசில ஓட்டைகளை உருவாக்கியிருந்தன. அந்த ஓட்டைகளின் ஊடாக ஒருசில சூரியக் கதிர்கள் ஊடுருவி அந்த நீரில் நீந்திக் கொண்டிருந்தன. அதனால் அந்த மீனின் பிரதிபலிப்பு ஒளிர்ந்தது. ஆனால் அதே நேரத்தில், அந்த ஒளியின் காரணமாக அந்த மீனின் கண்ணை என்னால் சரியாகப் பார்க்க முடியவில்லை. இருந்தாலும், நான் அந்த வில்லில் நாணேற்றி, குறி பார்த்து அடுத்தடுத்து ஐந்து அம்புகளை வேகமாக எய்தேன். ஆனால் என்னுடைய அம்புகள் கூடுதலாக ஐந்து ஓட்டைகளை அந்தக் கூரையில் ஏற்படுத்தின, அவ்வளவுதான். இப்போது இன்னும் ஐந்து சூரியக்கதிர்கள் அக்குளத்தில் மிதக்கத் தொடங்கின. எனக்கு உடனடியாகப் பாண்டவர்களின் நினைவு வந்தது. ஐந்து என்ற எண் எப்போதும் எனக்கு வேதனையளித்து வந்திருந்தது. நான் எய்தவற்றில் ஓர் அம்புகூட அந்த மீனை உரசக்கூட இல்லை. அது முன்புபோல அகங்காரத்தோடு சுழன்று கொண்டிருந்தது. அது கௌரவர்களின் அரியணையை ஏளனம் செய்ததுபோல இருந்தது. அந்த வில்லை அங்குமிங்கும் அசைத்ததில் என் கைகள் வலித்தன. நான் விரக்தியோடு அங்கிருந்து நகர்ந்தேன். "பாஞ்சாலத்து அரசன் இந்த மீன் விவகாரத்திற்கு

பதிலாக மிகக் கடினமான கதாயுதப் போட்டி ஒன்றுக்கு ஏற்பாடு செய்திருந்தால் சிறப்பாக இருந்திருக்குமல்லவா? அவன் தன் மகளுக்கு உண்மையிலேயே சுயம்வரம் நடத்த விரும்பினானா அல்லது இந்த மாபெரும் வீரர்களைக் கொடூரமாகச் சிறுமைப்படுத்துவதில் அவன் அதிக ஆர்வமாக இருந்தானா? கைலாய மலையிலிருந்து அந்த சிவனே இறங்கி வந்து இந்த மீனைத் துளைத்தால்தான் உண்டு. வேறு யாராலும் இதை சாதிக்க முடியாது," என்று நான் நினைத்துக் கொண்டேன்.

என்னுடைய தோல்வியைக் கண்டு திரௌபதி நிச்சயமாக உள்ளூர நகைத்துக் கொண்டிருப்பாள்.

நான் தளர்ந்த மனத்துடன் படியிறங்கினேன். என் கையிலிருந்த சிவதனுசின் எடை மேன்மேலும் அதிகரித்துக் கொண்டிருந்ததுபோல நான் உணர்ந்தேன். மற்ற எவரொருவரையும்விட நான்தான் அதை அதிக நேரம் என் கைகளில் ஏந்தியிருந்தேன். பார்வையாளர்கள் என்னைப் பற்றி என்ன நினைத்தனர் என்பதை அறிந்து கொள்ளுவதற்காக நான் அரங்கத்தைச் சுற்றிலும் பார்த்தேன். கிருஷ்ணன் புன்னகைத்தபடி என்னை அமைதியாகப் பார்த்துக் கொண்டிருந்தான். அவனுடைய புன்னகையின் அர்த்தத்தை என்னால் புரிந்து கொள்ள முடியவில்லை. கர்ணன் இன்னும் கிருஷ்ணனின் பாதத்தைவிட்டுத் தன்னுடைய கண்களை அகற்றியிருக்கவில்லை. இன்னும் புன்னகைத்துக் கொண்டிருந்த கிருஷ்ணனிடம் நான் கோபத்தோடு, "எதற்காக இப்படிப் புன்னகைத்துக் கொண்டிருக்கிறாய்? உனக்குத் துணிவிருந்தால், நீ ஏன் இங்கே வந்து இந்த வில்லை உயர்த்தி இந்தப் போட்டியில் வெற்றி பெறக்கூடாது?" என்று கேட்டேன். நான் இவ்வாறு கூறிவிட்டு அந்த வில்லை அவன் முன்னால் தூக்கி வீசினேன். ஆனால் என்னுடைய கைகள் தளர்ந்து போயிருந்ததால் அது வெகுதூரம் போகவில்லை. மாறாக, அது அந்த வழுவழுப்பான தரையில் வழுக்கி என்னை நோக்கித் திரும்பி வந்து என்னுடைய வலது காலைப் பதம் பார்த்தது. ஒரு கடுமையான வலி என் பாதத்திலிருந்து தொடங்கி வேகமாக என் உச்சந்தலைக்கு ஏறியது. தோல்வியால் காயப்பட்டிருந்த என் மனமும், அந்தக் கனமான வில்லைக் கையாண்டதால் களைத்துப் போயிருந்த என் உடலும் அலறின. எனக்கு முன்னால் உட்கார்ந்திருந்த ஜராசந்தனை, உதவி கேட்டு நான் ஏறிட்டுப் பார்த்தேன். ஆனால் அவன் அதை மறுக்கும் விதமாகத் தன் தலையைக் கவிழ்த்துக் கொண்டான். என்னுடைய இக்கட்டான சூழ்நிலையிலும்கூட நான் அவனுக்காக வருந்தினேன். அந்த சிவதனுசு என் காலைத் தாக்கியதால் ஏற்பட்ட வேதனையைவிட, சமாதானப்படுத்தப்பட முடியாத அளவுக்கு வேதனையில் ஆழ்ந்திருந்த அவனைக் கண்டு என் மனம் அதிக வேதனையடைந்தது. "என் பாதம் சிதைந்தாலும் பரவாயில்லை, நான் யாரிடமும் உதவி கேட்க மாட்டேன்," என்று நினைத்துக் கொண்டு நான் என் கண்களை மூடினேன். சிறிது நேரத்திற்கு முன்பு ஜராசந்தனுக்கு உதவுவதற்காக வந்திருந்த நான், இப்போது அதே வில்லிடம் ஒரு பலிகடாவாக ஆகியிருந்தேன். அங்கிருந்த எல்லோரும் இது குறித்து வருத்தம் கொண்டிருந்திருப்பார்கள், ஆனால் எனக்கு உதவ யாரும் முன்வரவில்லை. என் மனம் வேதனையில் நெளிந்தது.

திடீரென்று, அந்த அரங்கத்தில் எல்லோரும் சத்தமாகப் பேசத்

தொடங்கினர். ஒவ்வொரு வார்த்தையாக என் காதுகளை எட்டியது. “கர்ணன்! குண்டலங்கள்! இலக்குத் தவறாதவன்! தலைசிறந்த வில்லாளன்! வில்வித்தை நாயகன்!” நான் என் தலையை உயர்த்திக் கர்ணனின் இருக்கையைப் பார்த்தேன். அவன் எழுந்து நிமிர்ந்து நின்று கொண்டிருந்தான். அவனுடைய குண்டலங்கள் செந்நிறத்தில் ஒளிர்ந்து கொண்டிருந்தன. அவன் நின்று கொண்டிருந்தபோதிலும், அவனுடைய பார்வை மட்டும் இன்னும் கிருஷ்ணனின் வலது பாதத்தின்மீதே நிலைத்திருந்தது. “கர்ணா, கருடனைப்போல வானத்தை நோக்கி உயருகின்ற உன் கண்கள் ஏன் கிருஷ்ணனின் வலது பாதத்தின்மீது நிலைகுத்தி இருக்கின்றன?” என்று அவனைப் பார்த்துக் கத்த வேண்டும்போல இருந்தது. ஆனால் நான் அப்படி எதுவும் செய்வதற்கு முன்பாக, கிருஷ்ணன் தன் வலது கால் கட்டைவிரலை உயர்த்தினான். கர்ணன் மிக வசீகரமான ஒரு புன்னகையை உதிர்த்தபடி என்னை நோக்கி வேகமாக நடந்து வந்தான். அவனுடைய உயரமான, பிரமிப்பூட்டிய உடற்கட்டு, ஒரு பெரிய மரம் என்ன நோக்கி நடந்து வந்து கொண்டிருந்தது போன்ற ஒரு தோற்றத்தை ஏற்படுத்தியது. அவன் ஒவ்வோர் அடி எடுத்து வைத்தபோதும் அவனுடைய குண்டலங்கள் அசைந்தன. தன்னம்பிக்கையுடன்கூடிய அவனுடைய கம்பீரமான நடை, அவன் அந்த வில்லின்மீது தன் கைகளை வைப்பதற்கு முன்பே பார்வையாளர்கள் உற்சாகமாகக் கைதட்டும் அளவுக்கு அவர்களை வெகுவாகக் கவர்ந்தது. என் பாதம் அந்த வில்லுக்கு அடியில் சிக்கிக் கிடந்ததை நான் முற்றிலுமாக மறந்து போனேன். அஸ்தினாபுரத்தின் போட்டியரங்கில் நான் கண்டுபிடித்திருந்த, விலை மதிப்பிடப்பட முடியாத அந்த வைரம் பிரகாசமாக ஒளிவீசியபடி என்னை நோக்கி நடந்து வந்து கொண்டிருந்தது.

எப்பேற்பட்டத் தன்னலவாதியாக நான் இருந்தேன்! திரௌபதியை என்னுடைய மனைவியாக ஆக்கிக் கொள்ளுவதற்கு நான் கர்ணனைப் பயன்படுத்தவிருந்தேன். என்னவொரு கேவலமான செயல் அது! திரௌபதியைப் போன்ற ஒரு பெண் ஒரு பொற்றாமரையைப் போன்ற கர்ணனுக்கு மட்டுமே கச்சிதமான துணையாக இருப்பாள். கர்ணனும் திரௌபதியும் சேர்ந்து சிவனையும் பார்வதியையும்கூட வெட்கம் கொள்ளச் செய்துவிடுவர்! நான் என் மனத்தை மாற்றிக் கொண்டேன். விரைவில் கர்ணன் அந்த மீனைத் துல்லியமாகத் தாக்குவான். திரௌபதி அங்க நாட்டின் மகாராணியாக அறிவிக்கப்படுவாள். சம்பாநகரி அங்க நாட்டின் தலைநகரமாக அறிவிக்கப்படும். அது மட்டுமல்ல, கர்ணன் கௌரவப் படைகளின் தளபதியாக நியமிக்கப்படுவான், அதற்குரிய கௌரவம் அவனுக்கு வழங்கப்படும். அவன் அஸ்தினாபுரத்திற்குத் திரும்பி வந்தவுடன், அவனைப் படைத் தளபதியாக நியமிக்க மன்னரை நான் ஒப்புக் கொள்ள வைத்தாக வேண்டும். பிறகு கர்ணனும் திரௌபதியும் தம்பதியராக அரச மரியாதையோடு அஸ்தினாபுர வீதிகளில் ஒரு யானைமீது ஊர்வலமாக அழைத்து வரப்பட வேண்டும்.

கண்ணிமைக்கும் நேரத்தில் கர்ணன் என் அருகில் வந்து நின்றான். அவன் தன்னுடைய அங்கவஸ்திரத்தின் முனையைத் தன் இடுப்பில் செருகினான். பிறகு அவன் என்னை ஒரே ஒரு முறை மட்டுமே பார்த்தான். அவனுடைய பெரிய, ஒளிவீசும் கண்கள் என்னிடம், “இளவரசே, நீ

வருத்தமாக இருக்கிறாயா? கர்ணன் இங்கு இருக்கும்போது நீ ஏன் ஜராசந்தனை நோக்கிப் பார்க்க வேண்டும்?" என்று கேட்டதுபோலத் தோன்றின.

அவன் சர்வசாதாரணமாக ஒரு கையால் அந்த சிவதனுசை உயர்த்தி, அங்கு என்ன நிகழ்ந்து கொண்டிருந்தது என்பதை யாரும் புரிந்து கொள்ளுவதற்கு முன்பாக, ஒரு சிறுவன் தன்னுடைய ஒரு விளையாட்டுப் பொருளுடன் விளையாடுவதைப்போல அந்த சிவதனுசை மேலே தூக்கிப் போட்டுத் தன்னுடைய மற்றொரு கையால் அதைப் பிடித்தான். என் மனமும் என் பாதமும் இப்போது விடுவிக்கப்பட்டிருந்தன. அந்த அரங்கம் நெடுகிலும் பலத்தக் கரவொலி எழுந்தது. அது, கர்ணனின் நீராஞ்சலியை ஏற்றுக் கொண்ட கங்கையின் அலைகள் இப்போது கைதட்டி அவனைப் பாராட்டிக் கொண்டிருந்ததுபோலத் தோன்றியது.

கர்ணன் மின்னல் வேகத்தில் அந்தக் குளத்தின் விளிம்பிற்கு ஓடிச் சென்று, அங்கு வைக்கப்பட்டிருந்த அம்பறாத்தூணியிலிருந்து ஓர் அம்பை வேகமாக உருவினான். அவன் எந்த அம்பைக் கொண்டு பயிற்சி செய்தானோ, அதே போன்ற அம்பு அது. அவன் அந்த வில்லில் நாணேற்றி, அதை இழுத்துப் பிடித்து, குளத்திற்குள் எட்டிப் பார்த்தான். மேலே வேகமாகச் சுழன்று கொண்டிருந்த அந்த மர மீனின் பிரதிபலிப்பைப் பார்த்த அவனுடைய கண்கள் அதே சுழற்சி வேகத்தில் இணக்கமாக உருண்டன. குனிந்திருந்த அவனுடைய கழுத்தில் சுருக்கங்கள் தோன்றின. அவன் அந்த வில்லையும் அம்பையும் கச்சிதமாகப் பிடித்து நின்றது, ஒரு மானின்மீது பாயவிருக்கும் ஒரு சிங்கத்தை ஒத்திருந்தது. பார்வையாளர்கள் அனைவரின் கண்களும் அந்த அம்பின் முனைமீது நிலைத்திருந்தன. திரௌபதியின் பார்வை அந்த அம்புமுனையிலிருந்து கர்ணனின் பாதங்களை நோக்கிச் சென்றது. எதிர்பார்ப்புடனும் ஆர்வக் குறுகுறுப்புடனும் கர்ணன்மீது தூய மதிப்போடும் எல்லோரும் மூச்சுவிட மறந்து உட்கார்ந்திருந்தனர். அது ஒரு தெய்விகக் கணம்! பாஞ்சாலத்தினர் மற்றும் கௌரவர்களின் எதிர்காலம் இப்போது அந்த மர மீனுக்கு நேரவிருந்த கதியைச் சார்ந்திருந்தது. திரௌபதி கர்ணனின் மனைவியாக ஆகி அவனுடைய வாழ்க்கையை ஒளிமயமானதாக ஆக்குவாள். இல்லையில்லை, கர்ணனுடனான திருமணத்திற்குப் பிறகு திரௌபதியின் வாழ்க்கைதான் ஒளிமயமானதாக ஆகவிருந்தது. குறிப்பிட்ட அந்தக் கணம், என்னுடைய எதிர்காலத்திற்கும், கௌரவர்களின் எதிர்காலத்திற்கும், ஒட்டுமொத்த ஆரியவர்த்தத்தின் எதிர்காலத்திற்கும், சூரிய பகவானின் சீடனான கர்ணனின் எதிர்காலத்திற்கும் மிகவும் இன்றியமையாததாக இருந்தது.

மேலே சுழன்று கொண்டிருந்த மீன், குளத்தில் பிரதிபலித்த அதன் கண்கள், தன் அம்பின் முனை ஆகிய மூன்றின் சங்கமத்தைக் கர்ணன் குறி வைத்து, தன் வில்லின் நாணைத் தன் காதுவரை இழுத்தான். பார்வையாளர்களின் எதிர்பார்ப்பு உச்சத்தைத் தொட்டிருந்தது. அவன் தன் அம்பை விடுவிக்கவிருந்த நேரத்தில், கல்மேடையிலிருந்து வந்த ஒரு கணீர்க்குரல் அந்த அரங்கில் நிலவிய அமைதியைக் குலைத்து எல்லோருடைய செவிகளையும் தாக்கியது.

"நில்லுங்கள்!"

யார் அதைச் சொன்னது என்பது முதலில் யாருக்கும் தெரியவில்லை.

எல்லோரும் அந்தக் கல்மேடையை நோக்கித் தங்கள் கழுத்துக்களைத் திருப்பினர். வெள்ளைத் தாமரை மலர்களால் ஆன திருமண மாலை நடுங்கியது. எல்லோருடைய இதயங்களும் படபடத்தன. திரௌபதிதான் அவ்வாறு கத்தியிருந்தாள். அவள் அந்தத் திருமண மாலையை மேலே உயர்த்திப் பிடித்திருந்தாள். அவளுடைய நாசி சிவந்திருந்தது.

"நில்லுங்கள்! நீங்கள் அந்த அம்பை எய்யக்கூடாது," என்று அவள் மீண்டும் கத்தினாள்.

அந்த அரங்கத்தில் இருந்தோர் வியப்புற்று, தங்களுக்கிடையே கிசுகிசுப்பாகப் பேசிக் கொள்ளத் தொடங்கினர்.

கர்ணன் எழுந்து நின்று தன் கழுத்தைத் திருப்பி திரௌபதியை ஆச்சரியத்தோடு பார்த்து, "ஏன்?" என்று கேட்டான்.

"நீங்கள் ஒரு சத்திரியன் அல்லர். ஒரு தேரோட்டியின் மனைவியாகவோ அல்லது மருமகளாகவோ ஆவதற்கு என்னால் சம்மதிக்க முடியாது. நான் ஒரு சத்திரியனின் மகளே அன்றி, தாழ்ந்த குலத்தைச் சேர்ந்த ஒரு தேரோட்டியின் மகள் அல்லள்."

சிவதனுசின் நாணைப் பிடித்திருந்த கர்ணனின் கை இப்போது கட்டுக்கடங்காமல் நடுங்கத் தொடங்கியது. அந்த நாணும் நடுங்கத் தொடங்கியது. அந்த மீனைக் குறி பார்த்து இருந்த அம்பு நழுவி, தன் போக்கில் ஏதோ ஒரு திசையை நோக்கிப் பாய்ந்தது. அது கிருஷ்ணனின் இருக்கையை நோக்கிச் சென்று, கீழே சரிந்து அவனுடைய வலது பாதத்தைத் துளைத்தது. அக்ரூரனும் பலராமனும் உத்தவனும் கிருஷ்ணனை நோக்கி ஓடிச் சென்றனர். ஆனால் கிருஷ்ணன் எதுவும் கூறாமல், அவரவருடைய இருக்கைகளுக்குத் திரும்பிச் செல்லும்படி அவர்களுக்கு சைகை காட்டினான். பிறகு அவன் தன் காலை அசைக்காமல், கீழே குனிந்து அந்த அம்பைத் தன் பாதத்திலிருந்து பிடுங்கி, தன்னுடைய மஞ்சள் நிற ஆடையால் ரத்தத்தைத் துடைத்தான். அவன் எந்த வலியையும் உணராதவன்போலத் தென்பட்டான்.

அந்த ரத்தத்தைக் கண்டு நான் பெருமகிழ்ச்சி அடைந்தேன்.

"தாழ்ந்த சாதி! சூத புத்திரன்!" நொறுங்கிப் போன தன் இதயத்தில் கொந்தளித்த வெறுப்பிடமிருந்து தன் முகத்தைத் திருப்பிக் கொண்ட கர்ணன், ஆக்ரோஷமாகச் சிரித்தான். அது ஒரு சாதாரணச் சிரிப்பு அல்ல. வேதனையூட்டக்கூடிய ஒரு சிரிப்பு அது. அவனுடைய குண்டலங்கள் ஒரு கணம் வெளிறின, மறுகணம் ரத்தச் சிவப்பு நிறத்திற்கு மாறின. காயப்பட்டிருந்த அவனுடைய கண்ணியத்திற்கான அறிகுறி அது. என்ன செய்வதென்று தீர்மானிக்க முடியாமல், அந்தக் குளத்திற்குப் பக்கத்தில் ஒரு கற்சிலைபோல அவன் நின்றான். மேற்கூரையில் இருந்த துளைகள் வழியாகத் தன்னுடைய கதிர்களை அந்த அரங்கிற்குள் ஊடுருவச் செய்து கொண்டிருந்த அந்தச் சூரியனை அவன் கண்கொட்டாமல் பார்த்துக் கொண்டிருந்தான். மறுகணம், அவன் தன் கையிலிருந்த சிவதனுசை, கம்பளம் விரிக்கப்பட்டிருந்த தரையின்மீது கோபத்தோடு வீசி எறிந்தான். பிறகு, ஆக்ரோஷமான காட்டுத்தீயைப்போல அவன் அந்த அரங்கின் ஊடாக வேகமாக நடந்து தன்னுடைய இருக்கைக்கு வந்து, தன் தலையைக் கவிழ்த்துக் கொண்டு அமர்ந்தான். அவனுடைய பாதங்கள் அந்தக் கம்பளத்தில் எங்கெல்லாம் பட்டிருந்தனவோ, அங்கெல்லாம் அந்தக் கம்பளத்தின் இழைகள் கருகிக்

கருப்பு நிறத்திற்கு மாறியிருந்தன. ஒரு பௌர்ணமி இரவில் பெருங்கடல் எப்படிக் கொந்தளிக்குமோ, அதேபோல, சூறாவளி போன்ற உணர்வுகள் கர்ணனின் இதயத்தைக் கொந்தளிக்கச் செய்தன. ஆனால் அவனுடைய இதயம் எந்த அளவு கொந்தளித்துக் கொண்டிருந்தது என்பதை என்னால்கூட முழுமையாகத் தெரிந்து கொள்ள முடியவில்லை. நான் அவனுக்குப் பக்கத்தில் உட்கார்ந்திருந்ததால், கோபத்தில் சிவந்திருந்த அவனுடைய நாசித் துவாரங்களிலிருந்து வந்த சூடான பெருமூச்சின் வெப்பத்தை என்னால் உணர முடிந்தது. பார்வையாளர்கள் அனைவரும் மௌனமாக இருந்தனர்.

நம்புதற்கரிய இந்த நிகழ்வு எல்லோரையும் அதிர்ச்சிக்கு உள்ளாக்கியிருந்தது. மணப்பெண்ணின் கோலத்தில் இருந்த திரௌபதி, தன் தலையை நிமிர்த்தி இப்படிப்பட்டக் கொடூரமான வார்த்தைகளைப் பேசுவாள் என்று யாரும் எதிர்பார்த்திருக்கவில்லை. சுயம்வர நடத்தையின் விதிமுறைகள் அத்தனையையும் அவள் மீறியிருந்தாள். பேசியவள் திரௌபதியாகவும், பேசப்பட்டவன் கர்ணனாகவும் இருந்ததால், அதில் குறுக்கிட யாரும் துணியவில்லை.

அந்த அரங்கில் ஒரு மயான அமைதி சூழ்ந்தது. திரௌபதி மீண்டும் தன் தலையைக் குனிந்து கொண்டாள். சுயம்வரம் தொடங்கி சுமார் ஒரு மணிநேரத்திற்கு மேல் ஆகியிருந்தது. மாலை வேளை நெருங்கிக் கொண்டிருந்தது. சூரியன் மெல்ல மறைந்து கொண்டிருந்தான். அந்த மர மீன் சுழன்று கொண்டிருந்த சத்தம் மட்டுமே அந்த அரங்கில் கேட்டது. அந்தச் சுழற்சியிலிருந்து என்ன பயங்கரமான இசை வரும் என்பதைக் காலமோ அல்லது அந்த மீனோதான் சொல்லும்!

நான் என் நண்பன் கர்ணன்மீது இரக்கம் கொண்டேன். அவன் தன் வாழ்வின் சோதனையில் உண்மையிலேயே தோற்றிருந்தான். அவனுடைய ஆடை வியர்வையில் முழுவதுமாக நனைந்திருந்தது. பொறுத்துக் கொள்ளப்பட முடியாத அவமானத்தின்கீழ் வேதனையை அனுபவித்துக் கொண்டிருந்த அவனுடைய உடல் ஒரு வேள்வித் தீயைப்போல உள்ளூர எரிந்து கொண்டிருந்தது. ஆனால் அவன் ஒரு வார்த்தைகூடப் பேசவில்லை. அவன் சொல்லுவதற்கு என்ன இருந்தது? நான் எழுந்து நின்று எல்லோரையும் பார்த்து, “கர்ணன் ஒன்றும் தாழ்ந்த குலத்தில் பிறந்தவன் அல்லன். அவன் இகழத்தக்கவன் அல்லன். அவனை இவ்விதத்தில் அவமானப்படுத்தாதீர்கள். அவன் முறையாக முடிசூட்டப்பட்ட அங்க நாட்டு அரசன். அவன் சுதந்திரமானவன். அவன் கவச குண்டலங்களோடு பிறந்தவன். அவன் ஒரு தலைசிறந்த வீரன்!” என்று கத்த விரும்பினேன். நான் அதைச் செய்யவிருந்த நேரத்தில், ஒரு தாடியுடனும் தன் தலையின் உச்சியில் ஒரு கொண்டையுடனும் ஒரு பிராமணன் பொதுமக்களுக்கான பகுதியிலிருந்து எழுந்து, பார்வையாளர்களை விலக்கியபடி முன்னால் வந்து கொண்டிருந்ததை நான் கவனித்தேன்.

போட்டியில் கலந்து கொண்டு அந்த மீனைத் துல்லியமாகத் துளைப்பதற்கு யாரும் முன்வராததை உணர்ந்த மன்னர் துருபதனின் முகத்தின்மீது எரிச்சலுக்கான அறிகுறிகள் தென்பட்டன. அவர் தன் கோபத்தைத் தன்னுடைய கடுமையான வார்த்தைகள் மூலம் வெளிப்படுத்தினார்.

“இந்த ஒட்டுமொத்த ஆரியவர்த்தத்தில் என் மகளை மணந்து கொள்ளத் தகுதியான ஓர் அரசன்கூட இல்லை என்று அர்த்தமா? மரத்தால் ஆன ஒரு சாதாரண மீன் இன்று இந்த ஆரியவர்த்தம் முழுவதையும் வெற்றி கொண்டுவிட்டதாக நான் அனுமானிக்க வேண்டுமா? அப்படியானால், எந்த வேள்வித் தீ என் மகளை எனக்குக் கொடுத்ததோ, அதே வேள்வித் தீயிடம் என் அன்பு மகளை நான் திருப்பிக் கொடுத்துவிட வேண்டுமா? எனக்கு வேறு என்ன வழி இருக்கிறது? இந்த பூமியில் சத்திரியர்களின் புகழ் என்றென்றைக்குமாக மறைந்துவிட்டதா?”

“இல்லை!” நான் சற்று முன்பு பார்த்த அந்த பிராமணனின் உதடுகளிலிருந்து பெருமிதத்தோடு அந்த வார்த்தை வந்தது. காவி உடை அணிந்திருந்த அவன், தன்னுடைய உடல் முழுவதிலும் விபூதி பூசியிருந்தான். எனவே, அவனுடைய தோலின் நிறத்தைக் கண்டுபிடிப்பது சாத்தியமற்றதாக இருந்தது. ஆனால், அம்பு போன்ற அவனுடைய நேரான நடை எனக்கு லேசாகப் பரிச்சயமானதுபோலத் தெரிந்தது. அது அர்ஜுனனின் நடையைப்போல இருந்தது. ஒருவேளை அவன் உண்மையிலேயே அர்ஜுனனாக இருக்கக்கூடுமோ? சந்தேகம் நிரம்பிய என் மனம் நடுங்கியது. இல்லை, அது சாத்தியமில்லை. அர்ஜுனன் இறந்து பல காலம் ஆகிவிட்டது. அவனுடைய ஆவி இந்த அரங்கத்தில் சுற்றிக் கொண்டிருக்க வாய்ப்பில்லை. அப்படியே அது சுற்றிக் கொண்டிருந்தாலும், அந்தப் புனிதமான சிவதனுசைத் தொடுவதற்கு அது ஒருபோதும் துணியாது. ரத்தத்தைக் குடிக்கும் பிசாசுகளுக்கு சிவனைக் கண்டால் பயம் என்பதை நான் நன்றாக அறிவேன்.

கர்ணன் செய்திருந்ததைப்போலவே அந்த பிராமண இளைஞன் அந்த வில்லை ஒற்றைக் கையால் தூக்கினான். சிறிது நேரத்திற்கு முன்பு கர்ணன் அதை அவ்வாறு தூக்கியபோது அவனுக்கு ஏற்பட்டிருந்த அவமானத்தை அங்கிருந்தவர்கள் இப்போது முற்றிலுமாக மறந்திருந்ததுபோலத் தெரிந்தது. இப்புதிய போட்டியாளனை அவர்கள் கைதட்டி வரவேற்றனர். அந்த பிராமண இளைஞன் கிருஷ்ணனின் பக்கம் திரும்பி அவனைப் பார்த்தான். அங்கிருந்த அனைவரையும் வாய்க்கு வந்தபடி திட்ட வேண்டும்போல எனக்குத் தோன்றியது. கிருஷ்ணன் முதலில் எல்லோரையும் உட்காரும்படி பணித்திருந்தான், அதற்கு அந்த இளவரசர்களும் மன்னர்களும் கீழ்ப்படிந்திருந்தனர். கர்ணன் நீண்ட நேரமாகக் கிருஷ்ணனுடைய பாதத்தையே பார்த்துக் கொண்டு மௌனமாக உட்கார்ந்திருந்தான். இப்போது இந்த பிராமண இளைஞனும் கிருஷ்ணனை நோக்கித் திரும்பி அவனைப் பார்த்துக் கொண்டிருந்தான். ஏன்? கிருஷ்ணனைப் பற்றி அவர்கள் என்ன மகத்தான எண்ணங்களைக் கொண்டிருந்தனர்? அவன் என்ன, தேவர்களின் அரசன் இந்திரனா அல்லது உலகைப் படைத்த பிரம்மனா? எரிச்சலடைந்த நான், என்னுடைய இருக்கையை எதிர்ப்பக்கமாகத் திருப்பிப் போட்டு உட்கார்ந்தேன். கிருஷ்ணன், அந்த பிராமண இளைஞன், பார்வையாளர்கள் பகுதியில் உட்கார்ந்திருந்த முட்டாள்கள் ஆகியோர் உட்பட யாரையும் நான் பார்க்க விரும்பவில்லை. நான் என் இருக்கையைத் திருப்பியபோது, எனக்கு எதிர்ப்பக்கத்தில் சிசுபாலன் அமர்ந்திருந்ததை நான் கண்டேன். அவன் என்னை ஆச்சரியத்தோடு

பார்த்தான். இதற்கிடையே, அங்கு ஏதோ பெரும் அமளி ஏற்பட்டிருந்த சத்தம் எனக்குக் கேட்டது. "அங்கே பார். அந்த பிராமணன் தன் வில்லால் அந்த மீனின் கண்ணைத் துளைத்துவிட்டான்! இவ்வளவு நேரம் எல்லோரையும் வாட்டி வதைத்திருந்த அந்த மீன் இப்போது அசையாமல் நிற்கிறது. அந்த பிராமண இளைஞன் வாழ்க! யார் அவன்? அவன் எங்கிருந்து வந்துள்ளான்?"

நான் திரும்பி அவனைப் பார்த்தேன். அந்த அரங்கின் நடுவில் அந்தக் கற்குளத்தின் அருகே நின்று கொண்டிருந்த அவன், காவி உடையணிந்திருந்தான், அவனுடைய நெஞ்சம் பெருமிதத்தால் விம்மியது. அவன் அந்த மர மீனின் கண்ணைத் துல்லியமாகத் துளைத்திருந்தான். அவன் யாராக இருக்க முடியும்? அவன் ஏன் ஒரு வார்த்தைகூடப் பேசவில்லை? என் மனத்திற்குள் ஏராளமான கேள்விகள் எழுந்தன.

இதற்கிடையே, அங்கிருந்த கல்மேடையில் நின்று கொண்டிருந்த திரௌபதி, தலையைக் குனிந்து கொண்டு நாணத்தோடு படியிறங்கி வந்து அந்த பிராமண இளைஞனை நோக்கி நடந்து சென்று, அவனை லேசாக ஏறிட்டுப் பார்த்துவிட்டுத் தன் கைகளில் இருந்த திருமண மாலையை வேகமாக அவனுடைய கழுத்தைச் சுற்றி அணிவித்தாள். துல்லியமாக அக்கணத்தில் சூரிய அஸ்தமனம் நிகழ்ந்தது. மாலைநேரத்து மங்கலான வெளிச்சம் எல்லா இடங்களிலும் பரவியது. சுயம்வரம் நிறைவடைந்துவிட்டது. பார்வையாளர்களும் போட்டியாளர்களும் அங்கிருந்து புறப்படத் தயாராகிக் கொண்டிருந்தனர். ஆனால் அப்போது, எனக்குப் பின்னால் நின்று கொண்டிருந்த சிசுபாலன் தன் கைகளை உயர்த்தி, ஓர் உரத்தக் குரலில், "இந்த சுயம்வரத்தை நாங்கள் ஏற்றுக் கொள்ள மாட்டோம். சத்திரியர்கள் கூடியுள்ள இந்த அரங்கில், வேத மந்திரங்களை உச்சரிக்கின்ற ஒரு பிராமணன் ஒரு சத்திரியப் பெண்ணை மணமுடித்திருப்பது எங்கள் அனைவருக்கும் ஏற்பட்டுள்ள ஒரு பெரும் அவமதிப்பு. என் உயிரே போனாலும் பரவாயில்லை, ஆனால் நான் இதை ஒருபோதும் பொறுத்துக் கொள்ள மாட்டேன். அந்த தாடிக்காரனைத் தடுத்து நிறுத்துங்கள்!" என்று கத்தினான்.

சுயம்வரப் போட்டியில் தோல்வியைத் தழுவியிருந்த மன்னர்களும் இளவரசர்களும் சிசுபாலனின் சூளுரைக்குச் சத்தமாக ஆதரவு தெரிவித்துத் தங்களுடைய ஆயுதங்களைத் தங்கள் கைகளில் எடுத்தனர். நானும் என் கதாயுதத்தை உயர்த்தினேன். கணநேரத்தில் அந்தத் திருமண அரங்கம் ஒரு போர்க்களமாக மாறியது. எல்லோரும் அந்த பிராமண இளைஞனைத் தாக்கத் தொடங்கினர். பதிலுக்கு, அவன் தான் ஏந்தியிருந்த சிவதனுசில் வரிசையாக அம்புகளைத் தொடுத்து எய்யலானான். அக்கூட்டத்தினர் அவனை நோக்கி முன்னேறினர். திடீரென்று, ஒரு சூறாவளி நெருங்கிக் கொண்டிருந்தது போன்ற ஒரு பயங்கரமான சத்தம் எழுந்தது. ஒரு பெரிய மலையைப்போலக் காட்சியளித்த, காவியுடை அணிந்திருந்த இன்னொரு பிராமணன், தன்னுடைய பற்களை நறநறவென்று கடித்துக் கொண்டு அக்கூட்டத்தினர்மீது ஆக்ரோஷமாகப் பாய்ந்தான். அவனைக் கண்டவுடன் என் இதயம் தன்னுடைய துடிப்பைக் கிட்டத்தட்ட நிறுத்தியிருந்தது. அது பீமன்! தினமும் ஆறு மணிநேரம் நான் யாருடன் கதாயுதப் பயிற்சியில் ஈடுபட்டேனோ, அதே பீமன் இப்போது ஒரு தாடியுடன் மாறுவேடத்தில் இருந்தான்.

அவன் எப்படி இங்கே வந்தான்? அவன் எப்படி உயிரோடு இருந்தான்? அப்படியானால், வாரணாவதக் காட்டில் அந்த அரக்கு மாளிகையில் இறந்தவர்கள் யார்? புரோசனன் அந்த அரக்கு மாளிகைக்குத் தீ வைத்து அதைச் சாம்பலாக்கினானா அல்லது பட்டத்து இளவரசனான துரியோதனனின் எதிர்பார்ப்புகளையும் விருப்பங்களையும் எரித்து நிர்மூலமாக்கினானா? நான் வழக்கம்போல என்னுடைய இடது கையை உயர்த்தி, அதில் கட்டப்பட்டிருந்த தாயத்தைத் தொட்டுப் பார்த்தேன். துல்லியமாக அக்கணத்தில், திடீரென்று எங்கிருந்தோ வந்த ஒரு பஸ்திக அம்பு என் புஜத்தைத் துளைத்தது. என் தாயத்து அறுந்து கீழே விழுந்து மற்றவர்களின் பாதங்களின்கீழ் மிதிபட்டுச் சிதைந்தது. நான் என் புஜத்தில் பாய்ந்திருந்த அம்பைப் பிடுங்க முயற்சித்தேன். அது பஸ்திக அம்பு என்பதை நான் உணரவில்லை. அதன் முனை என்னுடைய புஜத்திற்குள்ளேயே தங்கிவிட்டது. அதன் வால்பகுதி மட்டும் உடைந்து என் உள்ளங்கையோடு வந்தது.

அந்த அரங்கில் நான் எதிர்கொண்ட அத்தனை அவமானங்களும் சேர்ந்து என்னை உணர்ச்சிவசப்படுத்தின. அந்த அவமானங்கள் யாவும் என் கற்பனையே என்று என்னை நானே தேற்றிக் கொண்டு, அந்த இரண்டாவது பிராமணன்மீது என் கவனத்தைத் திருப்பினேன். ஆமாம், நிச்சயமாக அவன் பீமன்தான். அவனுடைய கண்கள் நெருப்பை உமிழ்ந்தன. அறுவடை செய்யப்பட்டுள்ள நெற்குவியலில் இருந்து உமியைப் பிரிப்பதற்கு ஒரு விவசாயியின் இளங்காளைகள் எப்படி அக்குவியலைத் தம் கால்களால் மிதித்துச் செல்லுமோ, அதேபோல அவன் தன்னுடைய கதாயுதத்தால் அந்த அரங்கத்தில் இருந்தோரை அடித்துக் கீழே தள்ளி அவர்கள்மீது ஏறிச் சென்று கொண்டிருந்தான். சல்லியன் மட்டுமே தாக்குப்பிடித்து நின்றான். கள்ளுண்ட ஒரு யானையைப்போல, அந்த பிராமணன் தன் வழியில் வந்த எவனொருவனையும் தன்னுடைய பெரிய கதாயுதத்தால் தீவிரமாகக் காயப்படுத்திக் கொண்டிருந்தான். அவனுடைய தாக்குதலுக்கு ஆளானவர்கள் ஒவ்வொருவராகத் தம்முடைய விழிகள் செருக, வேதனையில் அலறியபடி நிலை குலைந்து கீழே சரிந்தனர். பீமனின் பெரிய உருவம், தன்னைத் தானே மேலும் ஆவேசப்படுத்திக் கொள்ளுவதற்காக, ஆக்ரோஷம் கொண்ட ஒரு காளையைப்போல உறுமியது. அவனுடைய உறுமல்கள் ஏற்படுத்திய அதிர்வுகளில் மேலே தொங்கிக் கொண்டிருந்த அந்த மர மீன்கூட நடுங்கியது. சந்தேகமே இல்லை – அவன் நிச்சயமாக பீமன்தான்! ஆனால் அவன் எங்கிருந்து வந்தான்? அவன் எப்படி இங்கே வந்தான்? வானத்திலிருந்து குதித்து வந்தானா அல்லது பாதாளத்தைப் பிளந்து கொண்டு வந்தானா? மரணதேவனான எமதர்மனையும் அவன் தன்னுடைய கதாயுதத்தால் துவம்சம் செய்திருந்தானா? அவனுடைய தாண்டவத்தால் அந்த ஒட்டுமொத்த அரங்கமும் அதிர்ந்தது. அவன் இன்னும் ஒரு மணிநேரம் இதேபோல உறுமிக் கொண்டும் தாண்டவமாடிக் கொண்டும் இருந்தால், சந்தேகத்திற்கிடமின்றி இந்த அரங்கம் இடிந்து விழுந்துவிடும். எனக்குப் பைத்தியம் மட்டும்தான் பிடிக்கவில்லை. மற்ற எல்லாம் எனக்கு அங்கு நிகழ்ந்திருந்தது. பீமன் எப்படி உயிரோடு இருந்தான்? பயம் என் மனத்தைக் கவலைக்குள்ளாக்கியது. ஒரு தேர்ச் சக்கரத்தின்கீழ்

மிதிபட்டப் பாதம் எப்படி உணர்விழந்து போகுமோ, அதேபோல என் மனம் மரத்துப் போனது. பீமன் தன் பார்வையில் பட்ட அனைவரையும் கொல்லும் நோக்கத்தில் இருந்தான். அது உண்மையிலேயே பீமனா, அல்லது பழியுணர்வும் ரத்தவெறியும் கொண்ட அவனுடைய ஆவியா? எது நிஜம், எது கனவு என்று என்னால் பிரித்தறிய முடியவில்லை. வாரணாவதத்தில் நெருப்பில் கருகி இறந்த பிறகு எப்படி அவனால் இந்த மாபெரும் புதிய வடிவத்தை எடுக்க முடிந்தது? புரோசனன் எனக்கு நம்பிக்கைத் துரோகம் செய்திருந்தானா அல்லது என்னுடைய தலைவிதி எனக்கு எதிராகச் செயல்பட்டுக் கொண்டிருந்ததா?

நான் என்னால் முடிந்த அளவு சுதாரித்துக் கொண்டு அந்த நெரிசலிலிருந்து தப்பி வெளியேற முயற்சி செய்தேன். பீமன் என்னைப் பார்த்துக் கோபத்தில் கர்ஜித்துக் கொண்டிருந்தான். ஆனால், சல்லியன், சுதாமன், சிசுபாலன், ஜராசந்தன், சுசேனன், மற்றும் பலர் அவனைச் சூழ்ந்து கொண்டனர். திரௌபதிக்கு எந்த அத்துமீறலும் நடந்துவிடக்கூடாது என்பதற்காக அவளைப் பாதுகாக்கும் பொருட்டு அர்ஜுனன் அவளுக்குப் பக்கத்தில் நின்று கொண்டிருந்தான். மழைக்காலத்தின்போது தொடர்ச்சியாக மழை பெய்வதைப்போல, அர்ஜுனன் தன் கையில் ஏந்தியிருந்த சிவதனுசிலிருந்து தொடர்ச்சியாக அம்புகளை விடுவித்துக் கொண்டிருந்தான். அவன் எய்த எண்ணற்ற அம்புகள் அந்த அரங்கத்தின் மேற்கூரையை ஏற்கனவே நார்நாராகக் கிழித்திருந்தன. மெதுவாகச் சூழ்ந்து கொண்டிருந்த இருளில், குழப்பம் மேலும் அதிகரிப்பதைத் தவிர்க்கும் விதமாக, பணியாளர்கள் பெரிய தீப்பந்தங்களை அங்கு கொண்டு வந்தனர். ஆனால், பீமனையும் அர்ஜுனனையும் மேலும் தாக்குவதற்குப் பலர் அந்த வெளிச்சத்தைத் தங்களுக்கு அனுகூலமாகப் பயன்படுத்திக் கொண்டனர். குழப்பமும் அட்டூழியங்களும் அதிகரித்தன. என் மனம் உணர்விழந்து போயிருந்தது.

நான் மிகவும் சிரமப்பட்டு அந்த அமளியிலிருந்து வெளியே வந்தேன். அனைத்து அரசர்களும் ஆக்ரோஷமாகச் சண்டையிட்டுக் கொண்டிருந்தனர். இருக்கைகள் போடப்பட்டிருந்த பகுதி காலியாக இருந்தது. பாஞ்சாலத்தின் பட்டத்து இளவரசன் திருஷ்டத்யும்னனும் அவனுடைய தந்தை துருபதனும் அமைதி காக்கும்படி எல்லோரிடமும் மன்றாடிக் கொண்டிருந்தனர். அவர்களுடைய வேண்டுகோள்களை தூரத்திலிருந்துகூடக் கேட்க முடிந்தது. தூரத்தில் கர்ணன் தனியாக உட்கார்ந்திருந்ததை நான் கண்டேன். அவன் தன் தலையைக் கவிழ்த்து, அதைத் தன்னுடைய இரண்டு கைகளிலும் தாங்கிப் பிடித்திருந்தான். திரௌபதி எய்திருந்த வார்த்தை அம்புகளால் துளைக்கப்பட்டுப் புண்பட்டுப் போயிருந்த அந்த மாபெரும் வீரன், விரக்தியோடு ஆழ்ந்த சிந்தனையில் மூழ்கியிருந்தான். நான் அவனை நோக்கி ஓடினேன். அவனுடைய வலிமையான முதுகின்மீது கை வைத்து அவனை பலமாக உலுக்கி, ஓர் உரத்தக் குரலில், “கர்ணா, அர்ஜுனன் உயிரோடு இருக்கிறான். சுயம்வரப் போட்டியில் வெற்றி பெற்று அவன் திரௌபதியை மணமுடித்துவிட்டான். யாராலும் அவனை நெருங்க முடியவில்லை. இங்கே ஒரு பெரிய யுத்தமே நடைபெற்றுக் கொண்டிருக்கிறது. என்ன நிகழ்ந்து கொண்டிருக்கிறது என்று எனக்குப் புரியவில்லை,” என்று நான் கூறினேன்.

ஒரு சிறு குச்சி தன் முதுகின்மீது விழுந்தால்கூட ஒரு கர்ஜனையோடு துள்ளிப் பாய்கின்ற ஒரு சிங்கத்தைப்போல, கர்ணன் உடனடியாக எழுந்து நின்று, கோபத்தோடு, "அர்ஜுனன்! அர்ஜுனன்! ஒரு சூத புத்திரன் விரும்பினால் அர்ஜுனனின் கண்களுக்கு முன்னாலேயே ஓர் இளவரசியை அவனால் அபகரித்துச் செல்ல முடியும் என்பதை நான் இன்று அவனுக்குக் காட்டப் போகிறேன்," என்று முழங்கினான்.

அவன் மின்னல் வேகத்தில் திரும்பினான். அவனுடைய முகம் கோபத்தில் சிவந்திருந்தது. அவனுடைய குண்டலங்கள் ஒளிர்ந்தன. அவன் என்னை ஒதுக்கித் தள்ளிவிட்டு, அந்த அரங்கின் நடுவில் இருந்த குளத்தை நோக்கிப் பாய்ந்து சென்றான். அருகில் நின்று கொண்டிருந்த போஜராஜனின் வில்லை அவனிடமிருந்து பிடுங்கிக் கொண்டு, கண்ணிமைக்கும் நேரத்தில் அவன் அர்ஜுனனின் அருகில் சென்று நின்றான். பிறகு அவன் எல்லோரையும் பார்த்து, "வழிவிடுங்கள்!" என்று கத்தினான். அவனுடைய வார்த்தை இடிபோல ஒலித்தது. எல்லோரும் அவனுக்கு வழிவிட்டு ஒதுங்கி நின்றனர். "அர்ஜுனா! நீ ஓர் உண்மையான சத்திரியனாக இருந்தால், அந்த சிவதனுசைப் பயன்படுத்தி, சூத புத்திரனான இந்தக் கர்ணனின் தலையைக் கொய்துவிட்டு இந்தப் பாஞ்சால அழகியை உன்னோடு அழைத்துச் சென்றுவிடு. நீ அப்படிச் செய்யாவிட்டால், ஒரு சத்திரியன் என்று நினைத்துக் கொண்டு எந்த அர்ஜுனனை இவள் தேர்ந்தெடுத்திருக்கிறாளோ, அவன் கர்ணனின் அம்புக்கு பலியாகவிருக்கின்ற ஒரு துரதிர்ஷ்டசாலி என்பதை இக்கணமே நான் இவளுக்குக் காட்டுவேன்," என்று கர்ணன் சீறினான். அர்ஜுனன் சிவதனுசைத் தயார் நிலையில் வைத்தான். அவனுக்கும் கர்ணனுக்கும் இடையே ஒரு மோதல் எக்கணத்திலும் நிகழுவதற்கான அறிகுறி தென்பட்டது. இதை உணர்ந்து கொண்ட திரௌபதி, பயத்தில் அர்ஜுனனை இறுக்கமாகப் பிடித்துக் கொண்டாள்.

அர்ஜுனன் அவளை ஒரு பக்கமாகத் தள்ளி விட்டுவிட்டு, தன்னுடைய வில்லின் நாணை ஏற்றி ஓர் அம்பை எய்தான். கர்ணன் அதை நடுவானில் இரண்டாகப் பிளந்தான். அவர்கள் இருவரும் ஒருவர்மீது ஒருவர் அம்பு மழை பொழியத் தொடங்கினர். தீப்பந்தங்கள் மங்கிக் கொண்டிருந்தன. அந்த மங்கலான ஒளியில்கூட அவர்கள் தொடர்ந்து அம்புகளை எய்து கொண்டிருந்தனர். ஆனால் இருவரின் அம்புகளும் நடுவானில் ஒன்றையொன்று தாக்கின. முடிவு ஏதுமின்றி இந்தச் சண்டை ஒரு மணிநேரமாக நடந்து கொண்டிருந்தது.

பீமனும் சல்லியனும் இன்னும் தங்களுக்கிடையே சண்டையிட்டுக் கொண்டிருந்தனர். அந்த சுயம்வர அரங்கத்தின் ஒட்டுமொத்தத் தோற்றமும் ஒரு போர்க்களம்போல மாறியிருந்தது. நடுவில் இருந்த குளத்தில் ஏராளமான அம்புகள் விழுந்திருந்தன. அதிலிருந்து நீர் வெளியே வழியத் தொடங்கியது. அர்ஜுனனுக்கு திரௌபதி அணிவித்திருந்த மாலை கீழே விழுந்து, கர்ணனின் அம்புகளால் அறுபட்டுக் கிடந்தது. ஆனால் அவர்கள் இருவருக்கும் இடையேயான சண்டை முடிவின்றித் தொடர்ந்தது. இருவரும் ஒருவரோடு ஒருவர் கடுமையாகச் சண்டையிட்டனர். அம்புகள் ஒன்றோடொன்று மோதிக் கொண்டதிலிருந்து, பார்வையைப் பறிக்கக்கூடிய அளவுக்குத் தீப்பொறிகள் உருவாயின.

பிறகு, திடீரென்று அச்சண்டை முடிந்துவிட்டது. கிருஷ்ணன் தன் கைகளைத் தலைக்குக் மேலே உயர்த்தியபடி அவர்கள் இருவருக்கும் இடையே ஓர் அம்புக் குவியலின்மீது நின்றான். ஒரு பயங்கரமான சண்டை நடைபெற்றிருந்தும்கூட, அவன் தன் குரலை உயர்த்தாமல், புன்னகைத்துக் கொண்டே, "கர்ணா, அர்ஜுனா, இருவரும் சற்றுப் பொறுங்கள். உங்களுக்காக அதிகமான அம்புகளைத் தயாரிப்பதற்குப் பாஞ்சாலத்திற்குச் சிறிது நேரத்தைக் கொடுங்கள். ஆயுதக்கூடத்தில் அம்புகள் தீர்ந்துவிட்டன. போர் விதிமுறைகளின்படி, ஒரு முறை பயன்படுத்தப்பட்ட அம்பு மீண்டும் பயன்படுத்தப்படக்கூடாது," என்று கூறினான். பிறகு அவன் மீண்டும் புன்னகைத்துவிட்டு, தன்னுடைய அங்கவஸ்திரத்தைச் சரி செய்து கொண்டு பாஞ்சாலத்தின் அரண்மனையைவிட்டு வெளியேறினான்.

கர்ணனும் அர்ஜுனனும் ஆச்சரியத்தோடு தங்கள் அம்பறாத்தூணிகளைத் தொட்டுப் பார்த்தனர். அவற்றில் ஓர் அம்புகூட எஞ்சவில்லை. அர்ஜுனன் வெறுப்பில் சிவதனுசை வீசி எறிந்தான். திரௌபதியின் மணமாலை அதன்கீழ் நசுங்கியது. கர்ணனும் திரும்பி வந்தான். வியர்வையில் குளித்திருந்த அவனுடைய தோள்மீது நான் கை வைத்தேன். அவனுடைய உடலின் வெப்பம் என் உள்ளங்கையைச் சுட்டது, ஆனால் நான் அதைச் சிறிதும் பொருட்படுத்தவில்லை. அர்ஜுனனை எதிர்ப்பதற்கு எங்களிடம் ஒரு வீரன் இருந்தான். அது எனக்கு மகிழ்ச்சியைக் கொடுத்ததோடு, பொறுமை எனும் விழுமியத்தையும் எனக்குக் கற்றுக் கொடுத்தது. நான் கர்ணனிடம், "கர்ணா, நாம் இனி ஒரு கணம்கூட இந்த நகரத்தில் இருக்கக்கூடாது. உனக்கு நேர்ந்த அவமானம் துரியோதனுக்கு நேர்ந்த அவமானமாகும்," என்று கூறினேன்.

அப்போது அசுவத்தாமன் அங்கு வந்து, "கர்ணா, இந்த பயங்கரமான சண்டையில் ஒரு மோசமான சம்பவம் நிகழ்ந்துள்ளது. உனக்கு உதவுவதற்காக ஓடி வந்த உன் மகன்..." என்று கூறி நிறுத்தினான். அவனுடைய தலை தாழ்ந்தது, அவனுடைய கண்கள் ஈரமாயின.

"சுதாமன் எங்கே? அசுவத்தாமா, நீ ஏன் மௌனமாக இருக்கிறாய்?" என்று கேட்டக் கர்ணன் அசுவத்தாமனை உலுக்கினான். கர்ணனின் தலைமுடியிலிருந்து வியர்வை முத்துக்கள் சிதறி அசுவத்தாமனின் தலைப்பாகையின்மீது விழுந்தது. கரிபோல எரிந்து கொண்டிருந்த அவனுடைய கண்கள், அந்த அரங்கத்தில் அவனுடைய மகனைத் தேடின.

அசுவத்தாமன் ஒரு தழுதழுப்பான குரலில், "உன் மகன் நிரந்தரமாக ஓய்வெடுத்துக் கொண்டிருக்கிறான்," என்று கூறிவிட்டு, ஓர் அம்புக் குவியலின்மீது கிடந்த சுதாமனின் சடலத்தைச் சுட்டிக்காட்டினான்.

கர்ணன் தன் தலையை உயர்த்தி, "மகனே!" என்று அலறிக் கொண்டே தன் மகனின் உயிரற்ற உடலை நோக்கி ஓடிச் சென்று, அவனுடைய கையை எடுத்துத் தன் கைக்குள் பொதிந்து கொண்டான். ஒருசில கணங்களுக்கு முன்பு ஒரு சிங்கத்தைப்போல ஆக்ரோஷமாகச் சண்டயிட்டுக் கொண்டிருந்த கர்ணன், இப்போது துக்கத்தில் அழுதான். அசுவத்தாமன் கர்ணனின் தோள்மீது கை வைத்து, எப்படியோ அவனை அந்த அரங்கத்திலிருந்து வெளியே அழைத்து வந்தான். அவமானம்,

வெற்றி வாய்ப்பு பறிக்கப்பட்டது, இறந்துவிட்ட மகன் குறித்த சோகம் ஆகிய மூன்று வெவ்வேறு சுமைகள் கர்ணனின் மனத்தை அழுத்திக் கொண்டிருந்தன.

எங்கள் சமிக்கையின் பேரில், எங்களுடைய பணியாளர்கள் சுதாமனின் சடலத்தைத் தூக்கினர். கர்ணனின் மகன் அஸ்தினாபுரத்தில் பிறந்திருந்தான், ஆனால் பாஞ்சாலர்களின் திருமண அரங்கில் தன் தந்தைக்கு உதவுவதற்காக விரைந்தபோது அவன் இறந்து போயிருந்தான்.

நாங்கள் காம்பில்யத்தைவிட்டுப் புறப்படுவதற்கு முன்பாக, சுதாமனின் உடலை கங்கைக் கரைக்குப் பக்கத்தில் தகனம் செய்தோம். சுதாமனின் இறுதிச் சடங்கின்போது நிலவிய மயான அமைதியை என் வாழ்நாள் முழுவதும் நான் ஒருபோதும் மறக்க மாட்டேன். கங்கையின் சிற்றலைகள் கர்ணனிடம் நிச்சயமாக இப்படிக் கூறியிருக்கும்: "கர்ணா, உன் மகன் இறந்துவிட்டான். அர்ஜுனனின் மகனைக் கொல்லுவதன் மூலம், ஒரு தந்தையின் துயரம் எப்படிப்பட்டது என்பதை அவனுக்குக் காட்டு." பெரும் பொறுமைசாலியான கர்ணன், ஒரு தீப்பந்தத்தால் தன் மகனின் சிதைக்குத் தீ மூட்டினான். அதிலிருந்து மேலெழுந்த பயங்கரமான சுவாலைகள் வானளாவ உயர்ந்து, கங்கை நீரின்மீது நீண்ட நிழல்களை உருவாக்கின. நாங்கள் சுதாமனை அக்னிதேவனுக்கு அர்ப்பணித்துவிட்டு, கனத்த இதயங்களுடன் காம்பில்யத்தைவிட்டு புறப்பட்டோம்.

13

அன்றிரவே நாங்கள் அஸ்தினாபுரத்திற்கு வந்து சேர்ந்தோம். ஆனால் என் மனம் நிம்மதியிழந்து பரிதவித்துக் கொண்டிருந்தது. நான் எங்கு பார்த்தாலும், என்ன செய்தாலும், பீமன்தான் என் கண்களுக்குத் தெரிந்தான். நான் ஒரு குவளை நிறையப் பாலை எடுத்துக் கொண்டிருந்தாலும் சரி, ஒரு வாசனை மலரைக் கையில் எடுத்துக் கொண்டிருந்தாலும் சரி, அல்லது கௌரவர்களின் புகழ்மிக்கச் செங்கோலைப் பார்த்துக் கொண்டிருந்தாலும் சரி, எல்லா நேரத்திலும் எல்லா இடங்களிலும் பீமன் என் கண்களுக்கு முன்னால் வந்து நின்றான். அவன் தன் பற்களை நறநறவென்று கடித்துக் கொண்டு என்னை நோக்கி வேகமாக ஓடி வந்ததைப்போல எனக்குத் தோன்றியது. பீமனின் நினைவுகள் ஒரு நெருப்பு சுவாலையைப்போல என்னை ஒவ்வொரு கணமும் எரித்தன. நான் பட்டத்து இளவரசன். நான் ஒரு வார்த்தை கூறினால் நூற்றுக்கணக்கான வீரர்கள் தங்கள் வாட்களை உருவிக் கொண்டு பீமன்மீது பாய்வார்கள். துச்சாதனன், பிதாமகர் பீஷ்மர், குருதேவர் துரோணர், கிருபர், அசுவத்தாமன், விருசவர்மன் ஆகியோரும், கௌரவர்களின் மாபெரும் படையும் இறுதிவரை என்னைக் காப்பதற்குத் தயாராக இருந்தனர். ஆனாலும் நான் பயத்தால் ஆட்கொள்ளப்பட்டிருந்தேன். ஒருவன் தன்னுடைய பாதுகாப்பிற்காக இன்னொருவரின் தோள்மீது சாய வேண்டியிருக்கும்போது, தான் பாதுகாப்பாக இருப்பதாக அவனால் ஒருபோதும் உணர முடியாது. முதலில், ஒருவன் தன் சொந்த மனம் பயமின்றி இருப்பதை உறுதி

செய்து கொள்ள வேண்டும். எனவே, எனக்கு நானே, "துரியோதனா, நீ ஒரு சிறந்த வீரன். பீமனைப் பற்றி நினைக்கும்போது நீ ஏன் இப்படி பயந்து நடுங்குகிறாய்? கதாயுதத்தில் வல்லவன் நீ. சரியான நேரத்தில், மற்றவர்களை மறந்துவிட்டு, உன் கதாயுதத்தைச் சுழற்றிக் கொண்டு நேராக பீமனை நோக்கிப் போ. இப்படி உன் துணிச்சலையும் தன்னம்பிக்கையையும் நீயே குலைத்துவிடாதே," என்று அடிக்கடிக் கூறிக் கொண்டேன். என் மனத்தை சமாதானப்படுத்த நான் எவ்வளவு கடினமாக முயற்சி செய்தும்கூட, கோடைக்காலத்தில் ஒரு கொசு என் கண்களுக்கு முன்னால் தொடர்ந்து சுற்றி வருவதைப்போல, பீமனின் உருவம் எப்போதும் எனக்கு முன்னால் நின்று கொண்டிருந்தது. எனக்கு ஆறுதலாக ஒருசில வார்த்தைகளைக் கூறக்கூடிய யாரேனும் ஒருவரைக் கண்டுபிடிக்க என் மனம் பரிதவித்தது. காரணம் என்னவென்று தெரியாமலேயே, என்னுடைய உதவியாளனான பிரபஞ்சனனை நான் கர்ணனிடம் அனுப்பி வைத்தேன். செய்தி கிடைத்தவுடன் கர்ணன் உடனடியாகப் புறப்பட்டு வந்துவிடுவான். பிறகு ஒருசில மணிநேரம் சுலபமாகக் கழிந்துவிடும். கர்ணன் வெறுமனே என்னோடு இருந்ததே வாழ்க்கையைத் தாங்கிக் கொள்ளப்படக்கூடியதாகவும் வாழத்தக்கதாகவும் ஆக்கியது என்ற உண்மையை நான் உணரத் தொடங்கினேன். ஆனால் நான் கர்ணனை ஒருபோதும் அவனுடைய முகத்திற்கு நேராகப் புகழ்ந்ததில்லை. புரோசனனைப்போல அவனும் என் நலனுக்காகவே பிறந்திருந்தான் என்பதை நான் அறிந்திருந்தேன். மேலும், ஓர் அரசன் ஒருபோதும் யாரையும் புகழக்கூடாது. கனகர் எனக்குக் கற்றுக் கொடுத்திருந்த ஒரு பாடம் அது. சில சமயங்களில், அசுவத்தாமன் கர்ணனோடு இங்கு வருவான். அவன் கூறும் பல அற்புதமான விஷயங்களில் என் மனம் மூழ்கிவிடும். ஆனால் அவன் புறப்பட்டுச் சென்றவுடன், அவன் கூறியிருந்த அனைத்தும் வெறும் கற்பனையான தத்துவங்களாக எனக்குத் தோன்றும். திரௌபதியின் சுயம்வரத்திற்குப் பிறகு அவன் கர்ணனோடு ஒரு முறை இங்கு வந்தான். இன்றிலிருந்து பதினைந்து நாட்கள் கழித்து அஸ்தினாபுரத்தில் நடைபெறவிருந்த விளையாட்டுப் போட்டிகளில் ரதப் போட்டியும் சேர்த்துக் கொள்ளப்பட வேண்டும் என்று பரிந்துரைப்பதற்காகக் கர்ணன் வந்திருந்தான். குதிரைகள், தேர்கள், ஆயுதங்கள், சூரிய பகவான்மீதான மரியாதை, வில்வித்தை, மல்யுத்தம் ஆகியவற்றைத் தவிர அவனுக்கு இவ்வுலகில் வேறு எதன்மீதும் ஆர்வம் இருந்ததுபோலத் தெரியவில்லை.

விளையாட்டுப் போட்டிகள் குறித்து அவன் கொடுத்தப் பரிந்துரையை உடனடியாக ஏற்றுக் கொண்ட நான், "கர்ணா, வாழ்க்கையும் ஒரு விளையாட்டுதான்," என்று இனிமையாகக் கூறினேன்.

"அப்படியானால், அதில் வெற்றி பெற நாம் எல்லா முயற்சிகளையும் மேற்கொள்ள வேண்டும்," என்று அவன் அதே தொனியில் பதிலளித்தான்.

அசுவத்தாமன் சர்வசாதாரணமாகக் குறுக்கிட்டு, "அது அவ்வளவு எளிதல்ல," என்று கூறினான்.

"ஏன்?" என்று நான் கேட்டேன்.

"வாழ்க்கையெனும் போட்டி நடைபெறுகின்ற அரங்கத்தின் நீளமும் அகலமும் யாருக்கும் தெரியாது."

அசுவத்தாமன் ஆழ்ந்த அர்த்தம் வாய்ந்த எதையேனும் எப்போதும் கூறினான். இதை நாங்கள் அனைவரும் அறிந்திருந்தோம். எனவே, நான் அவனிடம், "இவ்வுலகில் அப்படிப்பட்ட ஒரு தெய்விக இடம் எங்கே இருக்கிறது?" என்று கேட்டேன்.

"நம்முடைய மனம்தான் அது. ஆயிரக்கணக்கான ஆண்டுகளாக, மனிதன் தன்னுடைய விருப்பங்கள் எனும் ஒளிமயமான தேரில் இந்த அரங்கில் விளையாடி வந்துள்ளான். ஆனால், பாரபட்சமற்ற நீதிமானான காலம், அவனை வெற்றியாளனாக இதுவரை ஒருபோதும் அறிவிக்கவில்லை," என்று கூறிய அசுவத்தாமனின் குரல் ஒரு புல்லாங்குழலின் இசையைவிட அதிக இனிமையாக இருந்தது.

"அப்படியானால் நாம் இந்தப் போட்டியில் பங்கு கொள்ள மறுத்துவிட வேண்டுமா?" என்று நான் கேட்டேன். ஏனெனில், என்னால் அவனோடு உடன்பட முடியவில்லை.

"நிச்சயமாக இல்லை. ஏனெனில், ஒவ்வொரு மனிதனின் வாழ்க்கையும் அவனுடைய கர்மவினையோடு ஆழமாகப் பிணைக்கப்பட்டுள்ளது. பிரபஞ்ச மனத்திலிருந்து முளைத்தெழுகின்ற மங்கலமான செய்திகளையும் அமங்கலமான செய்திகளையும் விசுவாசத்தோடு பின்பற்றுகின்ற, கீழ்ப்படிதலுள்ள ஒரு சேவகன்தான் மனித மனம்."

"மனம்! மனம்! அசுவத்தாமா, நீ குறிப்பிடுகின்ற இந்த மனம் எத்தனை இழைகளைக் கொண்டது?" அவனுடைய வார்த்தைகளின் ஆழமான அர்த்தத்தை என்னால் புரிந்து கொள்ள முடியவில்லை.

"ஓர் அரசனின் தலையை அலங்கரிக்கின்ற ஒளிவீசும் பொற்கிரீடத்தின் கீழே எத்தனை மயிர்கள் இருக்கின்றன? அவற்றின் துல்லியமான எண்ணிக்கையை உன்னால் கூற முடியுமா? மனத்தின் இழைகளும் அதுபோல எண்ணற்றவையாகும். அழகான இழைகளால் ஆன ஒரு துணிதான் வாழ்க்கை என்று சிலர் கூறுகின்றனர். ஆனால் இதுவும் முழுமையாகச் சரியல்ல."

கர்ணன் இடைமறித்து, "நீ கூறுவதற்கு என்ன பொருள்?" என்று கேட்டான்.

"வாழ்க்கை என்பது மனத்தின் எண்ணற்ற இழைகளால் ஆன ஒரு துணி மட்டும் அல்ல; அது இந்தத் துணியின், அவிழ்க்கப்பட முடியாத ஒரு முடிச்சும்கூட. ஒவ்வொருவரும் தன்னுடைய இந்த முடிச்சைத் தன் சொந்த வழியில் அவிழ்க்க வேண்டும். தன்னுடைய அகக் கண்களைத் திறப்பதன் மூலமாக மட்டுமே அவரால் அதைச் செய்ய முடியும்."

"அப்படியென்றால், உண்மை என்று அழைக்கப்படுகின்ற அந்த விஷயத்தைப் பற்றி நீ என்ன நினைக்கிறாய்? இந்த 'உண்மை'தான் நீ விவரித்துள்ள அந்த முடிச்சா?" என்று கேட்டு நான் அவனைக் கேலி செய்தேன்.

"இல்லை. எது நிரந்தரமானதோ அதுதான் உண்மை. இந்தக் கண்ணோட்டத்திலிருந்து பார்க்கும்போது, சூரியனின் எண்ணற்றக் கதிர்கள்தான் உண்மை என்று எனக்குத் தோன்றுகிறது. காலம் தொடங்கிய நாள் முதலாகவே இக்கதிர்கள் இவ்வுலகிற்குப் பரிசளிக்கப்பட்டு வந்துள்ளன. இது அந்த தெய்விக மூலாதாரத்தில் ஏதேனும் மாற்றத்தை ஏற்படுத்தியுள்ளதா? உலகிலுள்ள எல்லாவற்றையும்

தொடுவதுதான் அக்கதிர்களின் தெய்விக தர்மம். அவை அந்த தர்மத்திலிருந்து எப்போதாவது தவறியுள்ளனவா? துரியோதனா, குறையற்ற இதே போன்ற வேறோர் உண்மையை உன்னால் காட்ட முடியுமா?"

அசுவத்தாமன் சில கணங்கள் மௌனம் காத்துவிட்டுத் தொடர்ந்தான். "வாழ்க்கை என்பது சூரியனிடமிருந்து வெளிவருகின்ற ஒரு தெய்விக ஒளியாகும். எவன் இதை உணர்ந்து கொள்ளுகிறானோ, அவன் தன் வாழ்க்கையைப் பிரகாசமானதாக ஆக்கிக் கொள்ளுகிறான். அதனால்தான் கர்ணன் எப்போதும் என்னுடன் இருப்பதை நான் மிகவும் விரும்புகிறேன். ஏனெனில், அவன் எப்போதும் சூரியனின் பக்தனாக இருந்து வந்திருக்கிறான். அவனுடைய மகிழ்ச்சியான முகத்தைப் பார். அது அந்த சூரியனைப்போலவே காட்சியளிக்கிறது, இல்லையா?"

நான் கர்ணனைப் பார்த்துக் கொண்டே, அசுவத்தாமனிடம், "அசுவத்தாமா, நீ சொல்லுகின்ற எல்லாவற்றுடனும் நான் முற்றிலுமாக உடன்படுகிறேன். ஆனால், உன் தந்தை மட்டும் ஏன் இதனோடு உடன்பட மறுக்கிறார்?" என்று கேட்டேன்.

"இளவரசே, வாழ்க்கை என்பது மனத்தின் எண்ணற்ற இழைகளின் ஒரு முடிச்சு என்பதை நான் மீண்டும் உனக்கு நினைவுபடுத்த விரும்புகிறேன். ஒவ்வொரு தனிநபரும் தன்னுடைய முடிச்சைத் தன் சொந்த வழியில் அவிழ்த்தாக வேண்டும். நான் என்னுடைய முடிச்சையும், நீ உன்னுடைய முடிச்சையும், கர்ணன் அவனுடையதையும், என் தந்தை தன்னுடையதையும் அவிழ்க்க வேண்டும். இவ்விஷயத்தில் யாராலும் இன்னொருவருக்கு உதவ முடியாது."

அசுவத்தாமன் மீண்டும் என்னை ஊமையாக்கினான். என்ன இருந்தாலும், அவன் ஓர் அறிவார்ந்த குருவின் மகனல்லவா!

14

அசுவத்தாமன் எடுத்துரைத்திருந்த வாழ்வின் உண்மைகளை என்னுடைய அன்றாட நடவடிக்கைகளில் செயல்படுத்த நான் முயற்சி செய்தேன், ஆனால் அவை முற்றிலும் பொருத்தமற்றவையாக இருந்ததை நான் கண்டேன். வாழ்க்கை என்பது மனத்தின் எண்ணற்ற இழைகளின் ஒரு முடிச்சு என்பதும், ஒவ்வொரு நபரும் தன்னுடைய முடிச்சைத் தன் சொந்த வழியில் அவிழ்த்தாக வேண்டும் என்பதும் அவனுடைய வாதம். ஆனால் இவை எதையும் ஏற்றுக் கொள்ள நான் தயாராக இருக்கவில்லை. முதலாவதாக, மனத்தை எப்படி ஒரு துணியோடு ஒப்பிட முடியும் என்பதை என்னால் புரிந்து கொள்ள முடியவில்லை. எனக்கு அது ஓர் ஆயுதம்போலத்தான் தெரிந்தது. எடுத்துக்காட்டாக, அது ஒரு கதாயுதத்தைப் போன்றது என்று நான் கூறுவேன். எந்த கதாயுதம் தன்னுடைய எல்லைக்குள் ஒருவன் வர அனுமதித்துள்ளது? மனித மனம் அதைப் போன்றதுதான். ஒவ்வொரு மனத்திற்கும் ஒரு வாழ்க்கைத் தளம் இருக்கிறது. ஒவ்வொரு நபரும் அந்தத் தளத்தின் நடுவில் உறுதியாக நின்று, தன்னுடைய எண்ணங்கள் எனும் கதாயுதத்தைத் தன்னைச் சுற்றிலும் ஆக்ரோஷமாகச் சுழற்றுகிறார். தாக்கப்படக்கூடிய

தூரத்தில் இருக்கின்ற எவனொருவனும் அதனால் தாக்கப்படுகிறான். யாரோ ஒருவருடைய மார்பு அடி வாங்குகிறது, இன்னொருவருடைய கதை முற்றிலுமாக முடிந்துவிடுகிறது. ஆனால், விளைவுகளைப் பற்றி யோசிப்பது நல்லதல்ல. ஏனெனில், விளைவுகளைப் பற்றி நாம் நினைக்கத் தொடங்கிவிட்டால், எந்தவொரு காரியத்தையும் நம்மால் செய்து முடிக்க முடியாது.

அசுவத்தாமனின் யோசனைகளை நான் என் மனத்திலிருந்து தூக்கியெறிய முயற்சி செய்தேன், ஆனால் அவை என் மனத்தில் வலம் வந்து என்ன வருத்தத்திற்கு உள்ளாக்கின. நான் தோற்றிருந்தது போன்ற உணர்வை நான் அனுபவித்தேன். இது எனக்கு எரிச்சலை ஏற்படுத்தியது. நான் அக்கணமே இவ்வாறு உறுதி பூண்டேன்: "அசுவத்தாமா, நீ கூறுவதுபோல வாழ்க்கை என்பது மனத்தின் எண்ணற்ற இழைகளின் ஒரு முடிச்சு என்றால், அதை நான் ஏற்றுக் கொள்ளுகிறேன். ஆனால், நான் அந்த முடிச்சை அவிழ்க்கப் போவதில்லை. நான் அதை மேலும் அதிக இறுக்கமானதாக ஆக்கப் போகிறேன். நான் அந்த முடிச்சில் பீமனை இறுக்கி, அவனைக் கொல்லப் போகிறேன்."

வாழ்க்கை முடிச்சில் பீமனை இறுக்கிக் கொல்லுவது பற்றிய எண்ணம் என் மனத்தை அமைதிப்படுத்தியது. பீமன் நான் விரித்த ஒரு வலையிலிருந்து தப்பியிருந்தான். அது ஒரு பொருட்டல்ல. ஏனெனில், அதிக வலிமையான ஒரு வலையை நான் அவனுக்காக உருவாக்கப் போகிறேன். தேவைப்பட்டால், நான் என் வாழ்நாள் முழுவதும் அவனுக்காக அடுத்தடுத்து ஒவ்வொரு வலையாகப் பின்னிக் கொண்டே இருப்பேன். அவனுடைய சுண்டுவிரலை ஒரு வெள்ளித் தாயத்திற்குள் அடைப்பது இனி என் நோக்கமல்ல. நான் அவனுடைய தலையைக் கௌரவர்களின் அரியணைக்கு அடியில் புதைக்கப் போகிறேன். ஏனெனில், பாஞ்சாலத்தில் அர்ஜுனன் திரௌபதியை மணமுடித்ததைத் தொடர்ந்து எழுந்த சண்டையில், பீமன் தன்னுடைய கதாயுதத்தால் என் முதுகின்மீது ஓங்கி அடித்திருந்தான்.

இன்னொரு நிகழ்வு நான் உண்மையிலேயே ஒரு பெரும் அதிர்ஷ்டக்காரன் என்ற உணர்வை எனக்குக் கொடுத்தது. திரௌபதி கர்ணனை அவமானப்படுத்திய விதம்! அவளுடைய அற்பத்தனத்தைக் கடவுள் எல்லோர் முன்னிலையிலும் வெளிப்படுத்தியிருந்தார். நான் இனி அந்த அவமானத்தைப் பற்றிக் கர்ணனுக்குத் தொடர்ந்து நினைவுபடுத்திக் கொண்டே இருப்பேன், அவனுடைய கோபத்திற்கு மேலும் எரியூட்டிக் கொண்டே இருப்பேன். வாய்ப்பு எழும்போது கர்ணன் நிச்சயமாக திரௌபதியைப் பழி வாங்குவான். அவன் இப்போது என்னுடைய வலது கையாக இருக்கிறான், ஆனால் விரைவில் அவன் என் பிடிக்குள் முழுமையாகச் சிக்குண்டு கிடப்பான். கர்ணன்! சூரிய பக்தன் கர்ணன்! கவச குண்டலங்களோடு பிறந்த கர்ணன்! அவன் முற்றிலும் என் பிடிக்குள் அகப்பட்டுக் கிடப்பான்! அவனுடைய வாழ்க்கையை நான் என் விருப்பம்போல வளைப்பேன். அஸ்தினாபுர அரசின் பிடியில் கர்ணன்! துரியோதனனின் இந்த அழகான கனவு நனவாவதை உலகம் பார்க்கும்.

இந்தக் களேபரத்திற்கு இடையே ஒரு குறிப்பிட்ட நிகழ்வை என்னால் ஒருபோதும் மறக்க முடியாது. மிகவும் வேதனைகரமான

நிகழ்வு அது. சுயம்வரத்தைத் தொடர்ந்து ஏற்பட்ட மோதலில், அர்ஜுனன் தன்னுடைய அம்புகளால் கர்ணனின் மகன் சுதாமனை நார்நாராகக் கிழித்திருந்தான். சில அம்புகள் அவனுடைய வசீகரமான முகத்தையும் சின்னாபின்னமாக்கியிருந்தன. மாவீரன் கர்ணனின் அந்த இளம் குருத்து எவ்வளவு சொற்பமான வாழ்க்கையை மட்டுமே பார்த்திருந்தது! சுதாமனின் மரணத்தைக் கருத்தில் கொள்ளும்போது, அர்ஜுனன் ஒரு வீரன் என்று யாரால் துணிச்சலாகக் கூற முடியும்? அர்ஜுனனின் உயிரைப் பறிக்கப் போவதாகக் கர்ணன் இன்று உறுதி பூண்டால், அவன் ஒரு குற்றவாளி என்று யார் அவனைக் குறைகூறத் துணிவர்?

பாகம் ஐந்து

விருசாலி

“பிதாமகர் பீஷ்மர் என் பாட்டியைக் காசியிலிருந்து வலுக்கட்டாயமாகத் தூக்கி வந்தார். இன்று நானும் இந்தக் கலிங்கத்து இளவரசியை என் கைகளின் வலிமையைக் கொண்டு இங்கிருந்து தூக்கிச் செல்லப் போகிறேன். இதற்கு யாரேனும் மறுப்புத் தெரிவித்தால், கௌரவர்களின் வல்லமையை அவர்கள் எதிர்கொள்ள வேண்டியிருக்கும்.” - துரியோதனன்

1

ஒரு பெண்ணின் வாழ்க்கை அவளுடைய கணவனின் பாதங்களில் பக்தியோடு அர்ப்பணிக்கப்படுகின்ற ஒரு தாமரை மலர். அவளுடைய கணவனின் மகிழ்ச்சிதான் அவளுடைய மகிழ்ச்சி. அவள் அக்கினி தேவனை சாட்சியாக வைத்துத் தன் கணவனின் மறுபாதியாக ஆவதற்கு சப்தபதி மந்திரங்களைச் சொல்லி ஒரு புனிதமான உறுதிமொழியை எடுக்கிறாள். என் கணவரை மகிழ்ச்சிப்படுத்துவதற்கு என்னால் முடிந்த எல்லாவற்றையும் இரவு பகலாக நான் செய்தேன். ஏனெனில், என் கணவரின் வேதனைமிக்கப் பின்புலத்தைப் பற்றி ஷோன் என்னிடம் பல முறை கூறியிருந்தான். நான் என்னைப் பெரும் அதிர்ஷ்டசாலியாகக் கருதினேன். ஏனெனில், என் கணவரின் தோற்றம் மற்றப் பெண்கள் என்மீது பொறாமை கொள்ளும் அளவுக்கு மிகவும் வசீகரமாக இருந்தது. அவருடைய வசீகரமான தோற்றத்தைவிட அவருடைய விசாலமான, உன்னதமான மனம்தான் என்னை அதிகமாகக் கவர்ந்தது. மற்றவர்கள்மீது அன்பு செலுத்துவதை மட்டுமே நோக்கமாகக் கொண்டு அவர் பிறவி எடுத்திருந்தார் போலும். தன்னுடைய குறையில்லாத் தோற்றம் குறித்து அவர் எள்ளளவும் கர்வம் கொண்டதில்லை. அவர் தன்னுடைய தெய்விகக் கவச குண்டலங்களைப் பற்றி ஒருபோதும் பேசியதில்லை. என் கணவர் ஒரு சாதனையாளராக இருந்ததோடு மட்டுமல்லாமல், அங்க நாட்டின் அரசராகவும் இருந்தபோதிலும், அவர் தினமும் இரவில் தன் பெற்றோரின் பாதங்களில் பணிவாகவும் இதமாகவும் சந்தனத்தைத் தடவியதைக் கண்டு நான் உண்மையிலேயே பெருமிதம் கொண்டேன். ஒரு திறமையான, வசீகரமான கணவன் வாய்க்கப் பெற்றுள்ள எந்தவொரு பெண்தான் பெருமிதம் கொள்ள மாட்டாள்? என் வாழ்க்கை மகிழ்ச்சிகரமானதாக இருந்தது. உறுதியாக வேரூன்றியுள்ள ஒரு மரத்தைச் சுற்றிப் பாதுகாப்பாக வளருகின்ற ஒரு படர்கொடியைப்போல நான் இருந்தேன். என் மாமனாரும் மாமியாரும் கடவுளைப் போன்று இருந்தனர். நான் அவர்களுடைய மருமகள் என்ற உணர்வே எனக்கு எழவில்லை. அவர்கள் என்னை எப்போதும் தங்களுடைய சொந்த மகளைப்போல நடத்தினர். ஷோனின் நகைச்சுவையுணர்வுக்கு ஓர் எல்லையே கிடையாது. அவன் மற்றவர்களிடம் அதிகம் பேசாதவனாக இருந்தான், ஆனால் என்னிடம்

எப்போதும் மடை திறந்த வெள்ளம்போலப் பேசினான். "அண்ணி! அண்ணி!" என்று அவன் தினமும் என்னை அன்போடு அழைத்தான். நான் அந்த வார்த்தைகளைக் கேட்காமல் ஒரு நாள்கூடக் கழிந்ததில்லை. தலைநகரத்திலும் அரண்மனையிலும் என்ன நிகழ்ந்தாலும், அது பற்றிய தகவல்களை அவன் முதலில் என்னிடம்தான் தெரிவிப்பான்.

அவனுடைய திருமணம் பற்றிய பேச்சை யாருமே எடுத்திருக்காதது எனக்கு ஆச்சரியமளித்தது. நான் என் மாமனாரிடம், "நீங்கள் உங்கள் மூத்த மகனைத்தான் மிகவும் நேசிக்கிறீர்கள் என்பது வெளிப்படையாகத் தெரிகிறது. இல்லாவிட்டால், இந்நேரத்திற்கு நீங்கள் ஷோனுக்குத் திருமணம் செய்து வைத்திருப்பீர்கள்," என்று அடிக்கடிக் கூறுவதுண்டு. அவர் சிரித்துவிட்டு, "அது என் கடமை என்று நான் ஒருபோதும் எண்ணியதில்லை. கர்ணனுக்குத் திருமணம் செய்து வைப்பதுதான் என்னுடைய ஒரே கடமையாக இருந்தது. அதுதான் எனக்கு மனநிறைவையும் மகிழ்ச்சியையும் கொடுத்தது. ஷோனுக்குத் திருமணம் செய்து வைப்பதோ அல்லது அவன் பிரம்மச்சாரியாகவே இருக்கும்படி விட்டுவிடுவதோ இப்போது கர்ணனைப் பொருத்தது," என்று பதிலளிப்பார்.

சில சமயங்களில் ஷோனின் திருமணம் பற்றி என் கணவரிடமும் நான் குறிப்பிட்டேன். அதற்கு அவர், "விருசாலி, சில பெண்கள் பொறாமை குணம் கொண்டவர்கள் என்று நான் கேள்விப்பட்டிருக்கிறேன். ஷோனின் மனைவியைக் கண்டு நீ பொறாமை கொள்ள மாட்டாய் என்பதற்கு என்ன உத்தரவாதம் இருக்கிறது?" என்று கேட்பார். அவர் என்னை எப்போதும் இவ்விதத்தில் கேலி செய்தபோதிலும், அவருடைய அந்த நையாண்டிக்குப் பின்னால் ஒளிந்திருந்த அன்பை நான் அறிவேன். எனவே நான் அமைதியாக இருந்தேன். ஆனால் அவருக்கு நான் இப்படி பதிலளித்தேன்: "ஷோனை நான் என்னுடைய சகோதரனாகப் பார்க்கிறேன். சகோதரனின் மனைவியைக் கண்டு எப்படி ஒருவரால் பொறாமை கொள்ள முடியும்?"

"சாத்தியமில்லாத உறவுகளைப் பற்றிக் கற்பனை செய்யாதே. நான் உன்னிடம் உண்மையைச் சொல்லட்டுமா? உன் கணவன் மற்றவர்கள்மீது அன்பு செலுத்தி அதிலேயே சிக்கிக் கிடப்பதை நீ விரும்பவில்லை. 'ஷோனுக்குத் திருமணம் செய்து வைக்க வேண்டும்,' என்று நீ கூறும்போது, அவனோடு நான் இப்போது செலவிடுகின்ற நேரம் மிச்சமாகும் என்றும், என்னை மொத்தமாக நீயே எடுத்துக் கொள்ளலாம் என்றும் நீ சொல்லாமல் சொல்லுகிறாய், அப்படித்தானே? மனைவிமார்கள் எவ்வளவு தன்னலவாதிகள்!"

அவருடைய இப்பேச்சு எனக்கு எரிச்சலூட்டும். எனவே, நான் சன்னலுக்குப் பக்கத்தில் போய் நின்று கொண்டு கங்கையைப் பார்ப்பேன். பிறகு அவர் எனக்குப் பின்னால் வந்து நின்று என்னுடைய தலையை வருடிக் கொண்டே, "விருசாலி, என்மீது வருத்தம் கொள்ளாதே. எனக்கு எதுவும் புரியவில்லை. ஷோன் என் கண்களுக்கு இன்னும் ஒரு சிறுவனாகத்தான் தெரிகிறான். கங்கையின் மணல்களிலிருந்து சிப்பிகளைச் சேகரித்துக் கொண்டும், என்னைப் பார்த்து, 'அண்ணா, நீங்கள் அந்த கருடனைப்போல வானத்தில் உயரமாகப் பறப்பீர்களா?' என்று கேட்டுக் கொண்டும், அழுது கொண்டே என் தேருக்குப் பின்னால்

ஓடி வந்து கொண்டும், ஒரு தேரின் சக்கரங்களுக்குக் கீழே மிதிபடவிருந்த ஒரு பூனைக்குட்டியைக் காப்பாற்ற அந்தத் தேரை நோக்கி வேகமாக ஓடிக் கொண்டும் இருக்கின்ற ஓர் அன்பான சகோதரனாகத்தான் அவன் எனக்குத் தோன்றுகிறான். அவன் வளர்ந்திருப்பதாக நான் நினைக்கவில்லை. ஆனால், நான் இனியும் தாமதிக்கப் போவதில்லை. அவனுடைய திருமணம் என்னுடையதைவிட அதிக விமரிசையாக நிகழும். அவனைப் பார் – அவன் உண்மையிலேயே உயரமாகவும் வலிமையாகவும் வளர்ந்திருக்கிறான், இல்லையா?" என்று கூறுவார்.

அப்படிப்பட்ட நேரங்களில், அவருடைய பரந்த மார்பின்மீது தலை சாய்த்துக் கொள்ள வேண்டும்போல எனக்குத் தோன்றும். அவருடைய அந்த அற்புதமான உடலில் எவ்வளவு பெருந்தன்மையான மனம் இருக்க வேண்டும்! அவருடைய வாழ்க்கை பல மேடுபள்ளங்களை சந்தித்திருந்தது. ஆனாலும், தன்னுடைய சகோதரனின் குழந்தைப்பருவத்தைப் பற்றிய அன்பான நினைவுகளை அவர் இன்னும் தன் மனத்தில் புத்தம்புதிதாக வைத்திருந்தார். ஷோன் பல நிகழ்வுகளை மறந்திருக்கக்கூடும், ஆனால் என் கணவர் எல்லாவற்றையும் ஜீவனோடு வைத்திருந்தார். என்னை இதயபூர்வமாக நேசித்த, எல்லோர்மீதும் அன்பு செலுத்திய ஓர் ஆண்மகன் எனக்குக் கணவராக வாய்த்திருந்தது என்னுடைய அதிர்ஷ்டம்தான். என்னுடைய முற்பிறவிகளில் நான் செய்திருந்த அனைத்து நல்ல காரியங்களுக்கும் இப்போது வெகுமதி வழங்கப்பட்டிருந்தது. என் கணவரின் குடும்ப உறுப்பினர்கள் அனைவரும் என்மீது பாசத்தைப் பொழிந்தனர். அதோடு, மகாராணி காந்தாரி தேவியும் இளவரசி துச்சலையும் ராஜமாதா குந்தி தேவியும்கூட என்மீது தீவிர அன்பு கொண்டிருந்தனர். நான் ஒரு தேரோட்டியின் மகளாக இருந்தபோதிலும், என் கணவரை மணந்து கொண்டதால் அங்க நாட்டின் அரசியாக ஆகியிருந்தேன். அதனால்தான் இரவு பகலாக நான் அவருடைய மகிழ்ச்சிக்காக என்னை அர்ப்பணித்தேன். மனத்திற்கு வேதனையூட்டக்கூடிய எந்தவொரு விஷயத்தையும் அவர் என்னிடம் ஒருபோதும் பேசியதில்லை. அஸ்தினாபுரத்தின் போட்டி அரங்கத்தில் கிருபரும் இளவரசர் பீமனும் தன்னை அவமானப்படுத்தியதைப் பற்றி அவர் என்னிடம் ஒருபோதும் கூறியதில்லை. எந்தக் காரணத்திற்காகவும் மற்றவர்களுடைய மனத்தைப் புண்படுத்துவதைப் பற்றி அவரால் ஒருபோதும் சிந்திக்கக்கூட முடியாது. என் கணவரின் மனத்தைக் காயப்படுத்திய எந்தவொரு நிகழ்வையும் ஷோன்தான் என்னிடம் கூறினான். அவன் என்னிடம் சகோதரப் பாசத்துடன், "அண்ணி, பிரச்சனை எவ்வளவு தீவிரமானதாக இருந்தாலும் சரி, அதைப் பற்றி அண்ணன் உங்களிடம் எதுவும் சொல்ல மாட்டார். அதனால்தான் நான் உங்களிடம் எல்லாவற்றையும் கூறிவிடுகிறேன். அவர் துன்புறுவதை என்னால் பார்த்துக் கொண்டிருக்க முடியாது. அவரிடம் என்னால் எதுவும் கூற முடியாது. 'வாய் சிறியது, வார்த்தைகள் பெரிது,' என்ற பழமொழி நீங்கள் அறியாததல்ல. எனவே, அண்ணனைப் பார்த்துக் கொள்ள வேண்டியது உங்கள் பொறுப்பு," என்று கூறுவான்.

பாஞ்சாலத்தில் திரௌபதியின் சுயம்வரத்தில் தான் அனுபவித்திருந்த அவமானங்களை என் கணவர் அமைதியாக சீரணித்துக் கொண்டார். அது என்னை வருத்தத்திற்கு ஆளாக்கும்

என்று நினைத்து, அவர் அதைப் பற்றி ஒரு வார்த்தைகூட என்னிடம் மூச்சுவிடவில்லை. ஷோன் மூலமாகத்தான் இறுதியில் அதைப் பற்றி எனக்குத் தெரிய வந்தது. சுயம்வர அரங்கத்தில் நிகழ்ந்திருந்தவற்றைப் பற்றிய அனைத்து விபரங்களையும் நான் கேள்விப்பட்டபோது, இதயமும் மனசாட்சியும் அற்ற அந்த இளவரசி திரௌபதியின்மீது என் வாழ்வில் முதன்முறையாக என்னுள் கோபம் பொங்கி எழுந்தது. பின்னர் நான் அவளுடைய நிலைமையை நினைத்து வருந்தினேன். அமுதம் நிரம்பிய கலயம் கிட்டத்தட்ட அவளுடைய கைக்கெட்டும் தூரத்தில் இருந்தது, ஆனால் தான் உயர்ந்த சாதியைச் சேர்ந்தவள் என்ற கர்வத்தில் அவள் சற்றும் யோசிக்காமல் அந்தக் கலயத்தைத் தன் காலால் எட்டி உதைத்துவிட்டாள். ஒரு கிரீடத்தை அலங்கரிக்கத் தகுதி வாய்ந்த, வாசனைமிக்க ஒரு பொன்மலரை அவள் புழுதியில் தூக்கி வீசியிருந்தாள். எல்லோர் முன்னிலையிலும் அவள் வெளிப்படையாகவும் கொடூரமாகவும் என் கணவரை அவமானப்படுத்தியிருந்தாள். என் மகனின் மரணத்திற்கும் அவள் காரணமாகியிருந்தாள்.

என் கணவர் பாஞ்சாலத்திலிருந்து திரும்பி வந்தபோது, நான் அவருக்கு ஆரத்தி எடுத்து அவரை வரவேற்றுவிட்டு, "நம் மகன் சுதாமன் எங்கே?" என்று கவலையோடு அவரிடம் கேட்டேன். அவர் என் கண்களை ஆழமாக ஊடுருவிப் பார்த்தார். அவருடைய குரல் தழுதழுத்தது. அவருடைய நீலநிறக் கண்களிலிருந்து இரண்டு கண்ணீர்த் துளிகள் வெளிவந்து, அவருடைய இளஞ்சிவப்புக் கன்னங்கள்மீது உருண்டு, என்னுடைய பாதங்கள்மீது விழுந்தன. அவை தீப்பொறிகள்போலச் சுட்டன. என் கணவர் தன் முகத்தை வேறு பக்கமாகத் திருப்பிக் கொண்டு தன்னுடைய கண்களைத் துடைத்தபடி, "விருசாலி, சுதாமன் மாண்டுவிட்டான். அவனைக் கொன்ற கொலைகாரன் அர்ஜுனன் தன் இறுதி சுவாசத்தின் மூலம் அதற்கு நிச்சயம் பதில் சொல்லுவான். சுதாமனின் தந்தையின் வில்லிலிருந்து எய்யப்படுகின்ற ஒரு பாணத்தால் அவனுடைய மரணம் நிகழும்," என்று பதிலளித்துவிட்டு, தன்னுடைய சூளுரையின் ஓர் அடையாளமாக என்னுடைய ஆரத்தித் தட்டிலிருந்து ஒரு மலரை எடுத்துக் கொண்டார். சுதாமனின் மரணத்தைப் பற்றிக் கேள்விப்பட்டவுடன் என் கைகளில் இருந்த ஆரத்தித் தட்டு நழுவிக் கீழே விழுந்தது.

2

ஒரு மனைவி தன்னுடைய பிரச்சனைகளை மறந்துவிட்டு மற்றவர்களுடைய துயரங்களைத் தணிக்க வேண்டும். தன் கணவனின் மனவேதனையைக் குறைப்பது எப்படி என்பதை, புரிந்துணர்வு கொண்ட ஒரு மனைவிக்கு யாரும் கற்றுக் கொடுப்பதில்லை. சுயம்வரம் எனும் ஈட்டி என் கணவரின் மனத்தை எப்படித் துளைத்திருந்தது என்பதை நான் கவனித்து வந்திருந்தேன். அவர் எல்லாவற்றிலும் ஆர்வமிழந்தார். அவர் மணிக்கணக்கில் கவலையிலும் வருத்தத்திலும் மூழ்கியிருந்தார். ஒரு முறை, மதிய உணவுக்குப் பிறகு அவர் ஏதோ சிந்தனையில் ஆழ்ந்திருந்தார். நான் திடீரென்று அவருக்கு முன்னால்

போய் நின்றேன். அவர் என்னைப் பார்த்துச் சத்தமாகச் சிரித்துவிட்டு, "விருசாலி, நீயா!" என்று கூறினார்.

"சிலர் ஒருபோதும் பொய்யுரைப்பதில்லை, ஆனால் அவர்கள் பொய்யாகச் சிரிக்கின்றனர். அதை இன்று நான் தெரிந்து கொண்டேன்," என்று நான் பதிலளித்தேன்.

"யார் பொய்யாகச் சிரிக்கிறார்கள்? உன்னைப் பார்த்து யாராலும் பொய்ச் சிரிப்பு சிரிக்க முடியாது."

"உங்களால் முடியும். நீங்கள்தான் பொய்யாகச் சிரித்துக் கொண்டிருக்கிறீர்கள். நீங்கள்தான் உங்கள் துயரங்களை மூடி மறைத்துக் கொண்டிருக்கிறீர்கள்."

"என்ன துயரங்கள்?"

"சுதாமன்! சுயம்வரம்! உங்கள் மனத்தைக் கடும் வேதனைக்கு உள்ளாக்கிய அந்த அவமான வார்த்தைகள்!"

"விருசாலி, நீ கூறுவது உண்மைதான். ஆனால், யார் உன்னிடம் இதையெல்லாம் சொல்லிக் கொண்டிருக்கிறார்கள்?"

"ஷோன். ஆனால், நான் ஒரு விஷயத்தை உங்களிடமிருந்து தெரிந்து கொள்ள விரும்புகிறேன். உங்களை இவ்வளவு தூரம் வருத்தம் கொள்ளச் செய்கின்ற அளவுக்கு அப்படியென்ன பயங்கரமான விஷயம் நடந்தது?"

"இதைப் புரிந்து கொள்ளுவதற்கு நீ ஓர் ஆணாகப் பிறக்க வேண்டும். குறிப்பாக, ஒரு வீரனாகப் பிறக்க வேண்டும். இல்லையென்றால், ஓர் அவமான முள் உன் மனத்தை எப்போதும் குத்திக் கொண்டே இருப்பது எப்படி இருக்கும் என்பதை நீ ஒருபோதும் அறிய மாட்டாய். விருசாலி, நான் உண்மையிலேயே அவ்வளவு மோசமானவனா, அவ்வளவு தாழ்ந்த குலத்தில் பிறந்தவனா?" அவர் இவ்வாறு கேட்டுவிட்டு சன்னல் வழியாக தூரத்துத் தொடுவானத்தை வெறித்துப் பார்த்தார்.

"இல்லை. நீங்கள் தாழ்ந்தவர் என்று உங்களுக்கு முத்திரை குத்துகின்ற எவரொருவரும் அதற்காக என்றேனும் ஒரு நாள் நிச்சயமாக வருந்தியாக வேண்டும். இதை என் மனம் எப்போதும் என்னிடம் கூறிக் கொண்டிருக்கிறது."

"நான் உன்னிடம் ஒன்று கேட்கலாமா? நீ உண்மையைக் கூறுவதாக எனக்கு வாக்குக் கொடு."

"நான் உங்களிடம் ஒருபோதும் பொய்யுரைத்ததில்லை. நான் ஒருபோதும் அப்படிச் செய்யவும் மாட்டேன். நீங்கள் என்னுடைய கடவுள்."

"உன் கணவன் ஒரு சூத புத்திரனாக இல்லாமல் இருந்திருந்தால் எவ்வளவு சிறப்பாக இருந்திருக்கும் என்ற எண்ணம் உன் மனத்தில் எப்போதேனும் தோன்றியுள்ளதா?"

"ஏன்? அந்த எண்ணம் ஏன் என் மனத்தில் முளைக்க வேண்டும்? உங்களுடைய இந்தக் கேள்வி எனக்குப் பிடிக்கவில்லை. உங்களிடம் எந்தக் குறையும் இல்லை."

"அப்படியானால், 'சூத புத்திரன்' என்ற வார்த்தைகள் என் காதுகளில் விழும்போது எனக்கு ஏன் அவ்வளவு கோபம் வருகிறது?"

"இந்த உலகத்தின் தீய போக்கு உங்களால் தாங்கிக் கொள்ள முடியாததாக இருக்கக்கூடும். அதனால் நீங்கள்

இப்படி வேதனைப்படுகிறீர்கள். ஆனால் மற்றவர்கள் எவ்வளவு கொடூரமானவர்களாக இருக்கிறார்காள் என்பது குறித்து தயவு செய்து வருத்தப்படாதீர்கள். ஏனெனில்…"

"ஏனெனில்?"

"நம் இருவருடைய வாழ்க்கையும்…"

"விருசாலி, என்ன பிரச்சனை? நீ ஏன் உன் பேச்சைத் திடீரென்று நிறுத்திவிட்டாய்? நம் இருவரின் வாழ்க்கைக்கும் என்ன?"

"நம் இருவருடைய வாழ்க்கையும் இனி நம்முடையவை அல்ல. நம்முடைய வாழ்வைப் பகிர்ந்து கொள்ளுவதற்கு மூன்றாவதாக ஓர் உயிர் வந்து கொண்டிருக்கிறது. நீங்கள் விரைவில் மீண்டும் தந்தையாகப் போகிறீர்கள்."

"நீ…நீ என்ன கூறுகிறாய்? நான் மீண்டும் தந்தையாகப் போகிறேனா? விருசாலி, நமக்கு ஒரு மகன் பிறக்கப் போகிறான்! இதை ஏன் நீ என்னிடம் இவ்வளவு தாமதமாகச் சொல்லுகிறாய்?" அவர் இவ்வாறு கேட்டுவிட்டு என் முகத்தைத் தன் கைகளில் தாங்கிக் கொண்டார். நான் எவ்வளவு முயன்றும் என் கண்கள் அவரை ஏறிட்டுப் பார்க்க மறுத்தன. அவர் என்னை மென்மையாக வருடிக் கொடுத்துவிட்டு, மிகவும் கனிவாக, "விருசாலி, தயவு செய்து என்னைப் பார்," என்று கூறினார்.

அவருடைய அமைதியான கண்களையும் அவருடைய குண்டலங்களையும் நான் பார்த்தேன். நான் திரௌபதியை நினைத்தேன். அவள் உண்மையில் எனக்கு ஒரு பெரிய உபகாரம் செய்திருந்தாள். அவள் என் கணவரை இவ்வளவு அருகில் பார்த்திருந்தால், அவர் அஸ்தினாபுரத்திற்குத் திரும்பி வர அவள் ஒருபோதும் அனுமதித்திருக்க மாட்டாள். என் கணவர் என்னைப் பார்த்து, "விருசாலி, நமக்குப் பிறக்கப் போவது மகனா அல்லது மகளா?" என்று கேட்டார்.

"உங்கள் விருப்பம் என்ன?"

"ஒரு மகள். உன் கண்களைப்போலப் பெரிய கண்களுடன்கூடிய ஒரு மகள்."

நான் என்னுடைய முகத்தை அவருடைய கைகளிலிருந்து விடுவித்துக் கொண்டு, "இல்லையில்லை, உங்களுடைய குண்டலங்களைப் போன்ற குண்டலங்களுடன் ஒரு மகன்தான் வேண்டும்," என்று கூறினேன்.

"நீ என்னைக் கண்டுகொள்ளாமல் இருப்பதற்காகவா? ஒரு மகன் பிறந்துவிட்டால் ஒரு மனைவிக்குத் தன் கணவன்மீதான அன்பு குறைந்துவிடும் என்று நான் கேள்விப்பட்டிருக்கிறேன்."

"உங்கள்மீது நான் கொண்டிருக்கும் அன்பை ஒரே ஒரு விஷயத்தால் மட்டுமே பறிக்க முடியும். என் மரணம்தான் அது!"

"விருசாலி, நீ எப்பேற்பட்ட தெய்விகமான பரிசுகளை எனக்கு வழங்கியிருக்கிறாய், தெரியுமா?" என்று அவர் கூறியபோது அவருடைய கண்கள் ஈரமாயின. அவை என்னுடைய இதயப் பெருங்கடலில் நீந்திக் கொண்டிருந்தன.

"ஒரு கடவுளுக்கு தெய்விகமான பரிசுகள் தேவையா?" என்று நான் கேட்டேன். நான் அவரை மகிழ்ச்சிப்படுத்த முயற்சித்து, இறுதியில் நான் அதிக மகிழ்ச்சியடைந்தேன். அவர் திரௌபதியின் சுயம்வரத்திலிருந்து திரும்பி வந்ததிலிருந்து அப்போதுதான் முதன்முறையாக என்னுடன்

இவ்வளவு ஆசுவாசமாகப் பேசியிருந்தார். ஆனால் மறுகணமே அவர் மௌனமானார். அவர் நேராக சன்னலை நோக்கிச் சென்று, அதன் வழியாக வெளியே எங்கோ வெறித்துப் பார்த்தார்.

"என்ன பிரச்சனை?" என்று நான் கவலையோடு கேட்டேன்.

"ஒன்றுமில்லை. நீ இப்போது போகலாம்." அவர் மீண்டும் என்னிடம் எதையோ மறைத்துக் கொண்டிருந்தார்.

"நீங்கள் என்னை எப்போதும் தள்ளியே வைத்திருக்கப் போகிறீர்களா?" என்று நான் கேட்டேன்.

"இல்லை, விருசாலி. ஆனால் சில விஷயங்களை வெளியே கூற முடியாது. அவை புரிந்து கொள்ளப்படத் தகுதி வாய்ந்தவையும் அல்ல. பெரும் வருத்தமளிக்கக்கூடிய விஷயங்கள் அவை."

"ஒரு விஷயம் எவ்வளவு வேதனையூட்டுவதாக இருந்தாலும், அது உங்கள் உதடுகளிலிருந்து வரும்போது அது அமுதத்தைப்போல இனிமையாக ஆகிவிடுகிறது," என்று நான் உறுதியாகக் கூறினேன்.

"இல்லை."

"நீங்கள் என்னிடம் சொல்லித்தான் ஆக வேண்டும் என்று நான் உங்களைக் கட்டாயப்படுத்த மாட்டேன். ஆனால், ஒரு மனைவி என்பவள் தன் கணவனின் மறுபாதி. அது உண்மையல்ல என்று நீங்கள் கூறினால், நான் இங்கிருந்து போய்விடுகிறேன்."

"விஷயம் அதுவல்ல. நான் கூறப் போவதை உன்னால் தாங்கிக் கொள்ள முடியுமா? அப்படியானால் கேட்டுக் கொள். நமக்கு ஒரு மகன் பிறக்கப் போகிறான் என்று நினைத்து நீ மகிழ்ச்சியில் திளைத்திருக்கிறாய். அந்த எண்ணம் ஒரு கணம் என்னுடைய வேதனையைக் குறைத்தது என்பது உண்மைதான். ஆனால், அது என்னுடைய துயரத்தை அதிகரிக்க மட்டுமே செய்துள்ளது என்று இப்போது நான் உணருகிறேன்."

"நீங்கள் ஏன் இப்படியெல்லாம் பேசுகிறீர்கள்? உங்களுக்கு ஒரு மகன் பிறக்கவிருக்கிறான் என்ற மகிழ்ச்சியான செய்தியால் எப்படி உங்கள் துயரத்தை அதிகரிக்க முடியும்?"

"விருசாலி, உன் கருவில் வளரும் குழந்தை இந்த அரண்மனையில் கர்ணனின் மகனாக வளர்க்கப்படுவான். ஆனால் அவன் வளர்ந்து பெரியவனாக ஆகும்போது, அவன் ஒரு சூத புத்திரன் என்று சமுதாயம் அவன்மீது முத்திரை குத்தும். இந்தக் கசப்பான உண்மையை என்னைப்போல அவனால் தாங்கிக் கொள்ள முடியுமா என்று நினைத்துதான் நான் வருந்துகிறேன். கர்ணனின் புகழ் வெறுமையானது. உலக நியதிகளின்படி, ஒரு மனிதனின் வாழ்க்கையும் அவனுடைய எதிர்பார்ப்புகளும் கொள்கைகளும் விருப்பங்களும் புழுதிக்குச் சமம்."

"நம் மகன் ஒரு சூத புத்திரன்தான் எனும்போது, மக்கள் அவனை அவ்வாறு அழைப்பதில் அவமானம் எங்கிருந்து வருகிறது?"

"விருசாலி, தயவு செய்து இங்கிருந்து போய்விடு. நீ கர்ணனோடு இவ்வளவு காலம் வாழ்ந்து வந்திருந்தும்கூட, நீ அவனைப் பற்றிப் புரிந்து கொள்ளவில்லை."

"இல்லை. அது நீங்கள் நினைப்பதுபோல இல்லை. ஆனால், உங்கள் சாதியின்மீது உங்களுக்கு ஏன் பெருமையில்லை? நீங்கள் ஒரு சூத புத்திரன் என்று எல்லோர் முன்னிலையிலும் கூற நீங்கள் ஏன் இவ்வளவு தயங்குகிறீர்கள்? என் மகனும் அவனுடைய மகனின்

மகன்களும்கூட எப்போதும் சூத புத்திரர்களாகவே இருப்பார்கள்."

"இந்த உண்மையை ஏற்றுக் கொள்ளுவதற்கு இருபத்தைந்து ஆண்டுகளாக நான் முயற்சி செய்து வந்திருக்கிறேன், ஆனால் அதில் நான் இன்னும் வெற்றி பெறவில்லை. நான் ஒரு சூத புத்திரன் என்பது குறித்து நான் பெருமிதம் கொள்ள வேண்டும்தான், ஆனால் என்னால் அது முடியவில்லை."

"அப்படியானால்...நானும் ஒரு சூதரின் மகள். நான் உங்கள் மனைவி. இது குறித்து நீங்கள் மகிழ்ச்சியாக இல்லை என்று நான் எடுத்துக் கொள்ள வேண்டுமா?"

"இல்லை, விருசாலி. நீ, ஷோன், என் தாயார், என் தந்தையார், துரியோதனன் ஆகிய எல்லோருமே என்னை நேசிப்பது குறித்து நான் பெருமிதம் கொள்ளுகிறேன். உன்னைப் பற்றி ஏதேனும் கூறுவதற்கு எனக்கு ஒரு வாய்ப்புக் கிடைத்தால், நான்..." அவர் தன் பேச்சைப் பாதியிலேயே நிறுத்திவிட்டுத் தன் முகத்தை வேறு பக்கமாகத் திருப்பிக் கொண்டார்.

"நீங்கள் என்ன கூறுவீர்கள்?"

"அதை நான் இதுவரை உன்னிடம்கூடக் கூறியதில்லை. அது இதுதான்: விருசாலி என்னுடைய மனைவியாக இருந்தால், நான் இந்த ஒரு பிறவியில் மட்டுமல்லாமல் இன்னும் பத்துப் பிறவிகளிலும் ஒரு சூத புத்திரனாக மகிழ்ச்சியாக இருப்பேன்."

அவருடைய வார்த்தைகள் என்னை உணர்ச்சிவசப்பட வைத்தன. அவருடைய ஆழமான உணர்வுகளைப் புரிந்து கொள்ளுவது சாத்தியமற்றதாக இருந்தது. விண்வெளியின் எல்லைகளை யாரால் அளக்க முடியும்? அவருடைய பதிலிலிருந்து நான் அளப்பரிய மனநிறைவைப் பெற்றேன். நான் அவருடைய அறையைவிட்டு வெளியே வந்த பிறகும்கூட ஒரே ஒரு கேள்வி என் மனத்தில் வட்டமிட்டுக் கொண்டே இருந்தது. தன் மகன் ஒரு சூத புத்திரனாகத்தான் பிறப்பான் என்ற யோசனையை அவரால் ஏன் ஏற்றுக் கொள்ள முடியவில்லை?

3

நான் என் கணவரோடு மகிழ்ச்சியாக இருந்தேன். இளவரசர் துரியோதனன்மீது நான் மிகுந்த மதிப்புக் கொண்டிருந்தேன். ஏனெனில், அவருடைய ஆதரவின்கீழ் என்னுடைய வாழ்க்கையெனும் ஆலமரம் பூப்பூத்துக் கனிகளை வழங்கிக் கொண்டிருந்தது. எந்தவொரு தருணத்திலும் அவர் என் கணவரைப் பாசத்தோடு நடத்தினார். தன்னாலான எல்லாவற்றையும் செய்து தன்னுடைய கணவனுக்கு உதவுகின்ற ஒரு நபர்மீது ஒரு பெண்ணுக்கு மதிப்பு ஏற்படுவது இயல்புதானே? இளவரசர் துரியோதனனால்தான் அஸ்தினாபுரத்தில் அங்க நாட்டு அரசியாக நான் வலம் வந்தேன். என்னுடைய மனசாட்சியை ஒரு விஷயம் தொடர்ந்து குத்திக் கொண்டிருந்ததற்கும் அதுவே காரணமாக இருந்தது. என்னுடைய திருமணத்திற்கு முக்கியக் காரணமாக இருந்த இளவரசர் துரியோதனன் இன்னும் திருமணம் செய்து கொள்ளாமல் இருந்தார். திருமணம்தான் வாழ்க்கையை

முழுமையாக்குகிறது. மகிழ்ச்சி என்பது செல்வத்தையும் திறமையையும் புகழையும் மட்டும் சார்ந்ததல்ல. இளவரசர் துரியோதனனின் திருமணத்தைப் பற்றி நான் என் கணவரிடம் பல முறை பேசியிருந்தேன். பாஞ்சால நாட்டின் இளவரசி திரௌபதியின் சுயம்வரத்திற்கு இளவரசர் சென்றிருந்தபோதிலும், அதில் அவருக்கு வெற்றி கிட்டியிருக்கவில்லை. ஆனால் அதற்காக, வாழ்நாள் முழுவதும் ஒரு பிரம்மச்சாரியாகவே இருந்துவிட வேண்டுமா? எனக்குக் கிடைத்த ஒவ்வொரு வாய்ப்பிலும் இக்கருத்தை நான் என் கணவரிடம் வலியுறுத்தினேன். அதற்கு அவர் எப்போதும் ஒரே பதிலையே கூறினார்: "விருசாலி, துரியோதனன் குரு சாம்ராஜ்ஜியத்தின் பட்டத்து இளவரசன். ஒரு பட்டத்து இளவரசன் தன்னுடைய அரசகுலப் பாரம்பரியத்தின்படி நடந்து கொள்ள வேண்டும். அதன்படி, சம அளவு புகழ்மிக்க ஓர் அரசகுலத்தை சேர்ந்த ஓர் இளவரசியை மட்டுமே அவன் திருமணம் செய்து கொள்ள வேண்டும். ஓர் இளவரசனின் முடிசூட்டு விழா எவ்வளவு முக்கியமோ அவனுடைய திருமணமும் அவ்வளவு முக்கியமானது." என் சகோதரன் சத்தியசேனன் கொடுத்தத் தகவல்களின் அடிப்படையில், இளவரசருக்குப் பொருத்தமான பல இளவரசியரை உள்ளடக்கிய ஒரு பட்டியலை நான் தயாரித்தேன். ஆனால் அவர்கள் அனைவரும் நிராகரிக்கப்பட்டனர். இறுதியில் ஒரு நாள், அரசவையிலிருந்து திரும்பிய என் கணவர் நேராக என்னிடம் வந்து, "விருசாலி, இளவரசன் துரியோதனனின் திருமணம் பற்றி நீ எப்போதும் கவலைப்பட்டுக் கொண்டிருந்தாயல்லவா? விரைவில் அவனுக்குத் திருமணம் நடைபெறப் போகிறது," என்று கூறிவிட்டு ஓர் அழைப்பிதழை என்னிடம் கொடுத்தார்.

கலிங்க நாட்டு அரசர் சித்ராங்கதனின் மகள் பானுமதியின் சுயம்வரத்திற்கான அழைப்பிதழ் அது. கலிங்கத்துத் தலைநகரான காசிபுரத்தில் நடைபெறவிருந்த தன்னுடைய மகளின் சுயம்வரத்திற்குப் பிதாமகர் பீஷ்மர் தன்னுடைய ஒட்டுமொத்த அரசக் குடும்பத்துடன் வர வேண்டும் என்று சித்ராங்கதன் அந்த அழைப்பிதழில் வேண்டுகோள் விடுத்திருந்தார்.

"இப்போது எனக்கு ஒரு நல்ல தோழி கிடைப்பார்," என்று கூறிவிட்டு நான் சிரித்தேன்.

"பெண்களாகிய நீங்கள் ஒவ்வொரு விஷயத்திலும் உங்கள் சௌகரியத்தை மட்டுமே பார்க்கிறீர்கள். இது வெறுமனே ஒரு சுயம்வரத்திற்கான அழைப்பிதழ் மட்டும்தான். இளவரசி பானுமதியைக் கைப்பிடிக்க ஏராளமான போட்டியாளர்கள் அங்கு வருவர். பானுமதி துரியோதனனின் மனைவியாக ஆவார் என்று நீ எப்படி உறுதியாகக் கூறுகிறாய்?" அவர் இது குறித்து என்னுடைய அபிப்பிராயத்தைத் தெரிந்து கொள்ள விரும்பினார்.

"நீங்கள் எங்கே இருக்கிறீர்களோ, அங்கே எல்லாம் நல்லவிதமாக அமையும். திரௌபதியின் சுயம்வரத்தில் நீங்கள் முழுதாக ஒரு மணிநேரம் அர்ஜுனனோடு சண்டையிடவில்லையா?"

"விருசாலி, தன்னுடைய கணவன்தான் தலைசிறந்த வீரன் என்று ஒவ்வொரு மனைவியும் நினைக்கிறாள். நீயும் அதற்கு விதிவிலக்கல்ல. உன் கணவனைப் பற்றி அளவுக்கதிகமாகக் கற்பனை செய்வதன் மூலம், அவனை முடக்கிப் போடக்கூடிய வேறு பல முட்டுக்கட்டைகளையும்

பிரச்சனைகளையும் பற்றி நீ மறந்துவிடுகிறாய்."

"என்ன பிரச்சனைகள்?"

"ஒருவேளை, ஒரு பெண் உன் கணவனின் துணிச்சலைக் கண்டு மயங்கி அவன்பால் ஈர்க்கப்பட்டால், அது உனக்கு ஒரு பிரச்சனையாக இருக்காதா?"

"அது ஒரு பிரச்சனையே அல்ல. என் கணவர் யாரை விரும்புகிறார் என்பதுதான் இங்கு கேள்வி. அவருக்கு அப்பெண்ணைப் பிடித்திருந்தால், நான் அவளை என்னுடைய சகோதரியாக ஏற்றுக் கொள்ளுவேன். அது ஒரு பிரச்சனையோ இல்லையோ, நிச்சயமாக அது ஒரு சுவாரசியமான அனுபவமாக இருக்கும்."

"விருசாலி, நன்றாக யோசித்துக் கொள். அது அவ்வளவு சுலபமானதல்ல."

"நான் விருசாலி! அங்க நாட்டு அரசன் கர்ணனின் மனைவி நான்!" என்று நான் உறுதியாக பதிலளித்தேன்.

என் பதில் அவரை மகிழ்ச்சிப்படுத்தியது. அவர் அன்போடு என் கையைப் பிடித்துக் கொண்டு, "நாளைக்கு நான் இளவரசன் துரியோதனனோடு கலிங்கத்திற்குப் போகப் போகிறேன். நீ உன்னை கவனித்துக் கொள். சுதாமன் மீண்டும் உன் கருவில் வளர்ந்து கொண்டிருக்கிறான்," என்று கூறினார்.

என் கை அவருடைய கையுடன் பிணைந்திருந்தது, ஆனால் என் மனம் கலிங்கத்தில் எங்கோ அலைந்து திரிந்து கொண்டிருந்தது. இளவரசி பானுமதி எப்படிப்பட்டவர்? அவருடைய தலைநகரம் காசிபுரம் எப்படிப்பட்டது?

4

மறுநாள், பட்டத்து இளவரசர் துரியோதனனும் மன்னரும் அரச குடும்பத்தைச் சேர்ந்த வேறு பலரும் காசிபுரத்தை நோக்கிப் புறப்பட்டனர். அவர்களுடைய பயணம் வெற்றிகரமாக நிறைவு பெற வேண்டும் என்று நான் பிரார்த்தனை செய்தேன். நான் இதற்காக தினமும் கௌரிசங்கரர் கோவிலுக்குச் சென்று வந்தேன். என்ன காரணமோ தெரியவில்லை, நான் அக்கோவிலுக்குச் சென்றபோதெல்லாம், ராஜமாதா குந்தி தேவி எனக்குப் பரிசளித்திருந்த அந்த நீலநிறப் பட்டுப் புடவையை அணிந்து செல்லவே நான் விரும்பினேன். அவருடைய நினைவாக நான் அதை என் உயிரைப்போல பத்திரமாகப் பாதுகாத்து வைத்திருந்தேன். ராஜமாதா தன் மகன்கள் ஐவருடனும் வாரணாவதக் காட்டுத்தீயில் கருகி இறந்துவிட்டிருந்தார் என்ற செய்தியை இளவரசி துச்சலை என்னிடம் தெரிவித்த நாளன்று, நான் அந்தப் புடவையை வெளியே எடுத்து, என் முகத்தை அதில் புதைத்துக் கொண்டு என்னைக் கட்டுப்படுத்திக் கொள்ள முடியாமல் அழுதேன். நல்ல இதயம் படைத்த, இனிமையாகப் பேசக்கூடிய, அன்பான அந்த ராஜமாதா, தன்னுடைய பாசம் முழுவதையும் அந்தப் புடவையில் கொட்டி என்னிடம் கொடுத்திருந்தார்.

ஆனால் அவருடைய மகன் அர்ஜுனன், விலை மதிப்பிடப்பட

முடியாத என்னுடைய பொக்கிஷத்தை என் வாழ்விலிருந்து பறித்திருந்தான். சுதாமனை என்னால் மறக்க முடியவில்லை. அதேபோல, அர்ஜுனனையும் என்னால் மன்னிக்க முடியவில்லை.

திரௌபதியின் சுயம்வரத்தின்போது, பாண்டவர்கள் உயிரோடு இருந்தனர் என்பது வெளிச்சத்திற்கு வந்தபோது, அச்செய்தியை என்னிடம் கொண்டுவந்த பணிப்பெண்ணை நான் உலுக்கி, ராஜமாதா குந்தி தேவி பாதுகாப்பாக இருந்தாரா என்பதை உடனடியாக எனக்குத் தெரிவிக்கும்படி நான் அவளை விரட்டினேன். காரணம் என்னவென்று தெரியவில்லை, ஆனால் குந்தி தேவி எப்போதும் ஒரு தூய்மையான, உன்னதமான கடவுளாகவே எனக்குத் தோன்றினார்.

பாண்டவர்களுக்கும் என் கணவருக்கும் இடையே கருத்து வேறுபாடுகள் இருந்தன என்பது உண்மை. குறிப்பாக, அர்ஜுனனோடு அவருக்கு எள்ளளவுகூட ஒத்துப் போகவில்லை. நான் எப்போதும், "அர்ஜுனனோடு உங்களுக்கு என்ன பிரச்சனை? கௌரவர்களோடு உங்களுக்கு எந்த உறவுமுறையும் இல்லை, அவர்களுடைய அரியணைக்கும் உங்களுக்கு எந்த உரிமையும் இல்லை," என்று என் கணவருக்கு நினைவுபடுத்தினேன்.

அதற்கு எப்போதும் இதுதான் அவருடைய பதிலாக இருந்தது: "ராகு–கேதுவுக்கும் சந்திரனுக்கும் இடையே என்ன உறவுமுறை இருக்கிறது? இருந்தாலும், ராகு–கேது சந்திரனை மறைப்பதில்லையா? வானத்தில் வெட்டும் ஒரு மின்னல் பூமியைத் தாக்குகிறது, ஆனால் பூமிக்கும் அந்த மின்னலுக்கும் இடையே என்ன உறவுமுறை இருக்கிறது? அதேபோல, என்னுடைய வாழ்க்கையெனும் நதியின் ஓட்டத்தை ஒவ்வோர் அடியிலும் தடுக்கின்ற ஓர் அணையாக அர்ஜுனன் இருக்கிறான். விருசாலி, இதை உன்னால் ஒருபோதும் புரிந்து கொள்ள முடியாது."

பிறகு, ஆயுதப் பயிற்சிப் பள்ளியில் அர்ஜுனனுடனான தன்னுடைய முதல் சந்திப்பைப் பற்றி அவர் என்னிடம் நினைவுகூர்ந்துவிட்டு, "கருநிறப் பாம்பு ஒன்று வானத்தில் மிக உயரத்தில் பறந்து கொண்டிருந்த ஒரு கருடனின் கால்களிலிருந்து நழுவி, எனக்கும் அர்ஜுனனுக்கும் இடையே வந்து விழுந்தது," என்று கூறி முடிப்பார். இதை நான் கேட்கும் ஒவ்வொரு முறையும் பயத்தில் என் உடல் நடுங்கும். என்னுடைய பெண்மனம் இதை ஒரு தீய சகுனமாகப் பார்த்தது. ஆனால் நான் ஒரு மாவீரனின் மனைவி என்பதால் அந்த எண்ணத்தை நான் ஒதுக்கித் தள்ளினேன்.

ராஜமாதா குந்தி தேவியார் பாதுகாப்பாகவும் நலமாகவும் இருந்தது எனக்கு மகிழ்ச்சியளித்தது. என் கணவரும் அவரை மிகவும் மதித்தார். அவர் என்னிடம் எப்போதும், "விருசாலி, என்னுடைய பகைமை அர்ஜுனனோடும் அவனுடைய 'வீர'த்தோடும் மட்டுமே. அவனுடைய தாயாருடனும் சகோதரர்களுடனும் எனக்கு எந்தப் பிரச்சனையும் இல்லை," என்று கூறினார்.

பாண்டவர்கள் தப்பிப் பிழைத்திருந்தனர் என்ற செய்தி ஒட்டுமொத்த அஸ்தினாபுரத்தையும் மகிழ்ச்சிக் கடலில் ஆழ்த்தியது. பாண்டவர்கள் எப்போது திரும்பி வருவார்கள் என்று குடிமக்கள் ஒருவரையொருவர் கேட்டுக் கொண்டிருந்தனர். பாண்டவர்கள் உயிரோடு இருந்தனர் என்ற

செய்தி என் மனத்திற்கும் நிம்மதியளித்தது. எல்லோரும் மகிழ்ச்சியாகவும் செழிப்பாகவும் இருக்க வேண்டும் என்றுதான் ஒவ்வொரு பெண்ணும் விரும்புகிறாள். குறிப்பாக, ஒரு குடும்பப் பெண்ணுக்கு அதைத் தவிர வேறு எந்த விருப்பமும் இருப்பதில்லை. ஆனால்...ஆனால், அர்ஜுனனை என்னால் மன்னிக்க முடியுமா?

5

என் கணவர் கலிங்கத்திற்குச் சென்று மூன்று வாரங்கள் ஆகியிருந்தன. ஒரு மாதத்திற்குப் பிறகு, இளவரசர் துரியோதனனின் நம்பிக்கைக்குரிய உதவியாளனான பிரபஞ்சனன், காசிபுரத்தைப் பற்றிய செய்தியை அஸ்தினாபுரத்திற்குக் கொண்டுவந்தான். அவன் கூறியவற்றைக் கேட்டபோது, என்னுள் பல எண்ணங்களும் உணர்வுகளும் முளைத்தன. அவன் எல்லா விஷயங்களையும் கூறி முடித்தபோது, என் கணவரின் வீரத்தையும் பெருந்தன்மையையும் நட்பையும் குறித்து நான் இன்னும் அதிகப் பெருமிதம் கொண்டேன்.

பல்வேறு நாடுகளைச் சேர்ந்த ஏராளமான இளவரசர்கள் இளவரசி பானுமதியின் சுயம்வரத்திற்காகக் காசிபுரத்தில் கூடியிருந்தனர். அந்நகரம் அஸ்தினாபுரத்திலிருந்து பல நூறு யோஜனை தூரத்தில் இருந்தது. பானுமதியின் பேரழகின் புகழ் எட்டுத் திக்கும் பரவியிருந்ததால், வெகு தொலைவில் இருந்த நாடுகளில் இருந்தெல்லாம் அது அரசர்களைக் கவர்ந்திழுத்திருந்தது. ஜராசந்தன், சிருகாலன், கிரதன், சிசுபாலன், தண்டதரன் ஆகியோரும் வந்திருந்தனர். சுயம்வரத்திற்கு எந்த நிபந்தனைகளும் விதிக்கப்படவில்லை. இளவரசி பானுமதி தன் கைகளில் திருமண மாலையை ஏந்தியபடி அந்த அரங்கத்தில் நடந்து வந்து, தனக்கு விருப்பமான இளவரசனைத் தன்னுடைய கணவனாகத் தேர்ந்தெடுத்து அந்த மணமாலையை அவனுடைய கழுத்தில் அணிவித்துவிட்டு, தன் வாழ்க்கையெனும் மலரை அவனுடைய பாதங்களில் சமர்ப்பிப்பார்.

அழைப்பு விடுக்கப்பட்ட இளவரசர்கள் அந்த அரங்கத்தில் கூடிய உடனேயே, அறிவிக்கப்பட்டபடி இளவரசி பானுமதி தன் கைகளில் மாலையோடு உள்ளே நுழைந்தார்.

வரிசையில் முதலாவதாக இளவரசர் சிசுபாலன் அமர்ந்திருந்தார். இளவரசி அவரை லேசாகப் பார்த்துவிட்டு, அடுத்ததாக அமர்ந்திருந்த சிருகாலனை நோக்கி நகர்ந்தார். அவரையும் இளவரசிக்குப் பிடிக்கவில்லை. பிறகு தண்டதரன். அவருடைய கண்கள் ரத்தச் சிவப்பாக இருந்ததால் இளவரசி அவரையும் நிராகரித்தார். அடுத்து அமர்ந்திருந்த மகத நாட்டு இளவரசர் ஜராசந்தனையும் இளவரசி கடந்து சென்றார். ஐந்தாவது இருக்கையில் இளவரசர் துரியோதனன் அமர்ந்திருந்தார். அவருக்கு பின்னால், மதிப்பிற்குரிய என் கணவர் நின்று கொண்டிருந்தார். துரியோதனனைப் பார்ப்பதற்காக இளவரசி தன் தலையை உயர்த்தியபோது, கணநேரத்தில் அவருடைய பார்வை என் கணவர்மீது விழுந்தது. இளவரசி கண்கொட்டாமல் என் கணவரைப் பார்த்தபடி நின்றார். இதைக் கண்ட இளவரசர் துரியோதனன், தன் இருக்கையிலிருந்து துள்ளியெழுந்து, என்ன நடந்து கொண்டிருந்தது

என்பதை யாரும் ஊகிக்கும் முன்பாகவே, இளவரசியின் மெல்லிய இடையைத் தன் கையால் உறுதியாகச் சுற்றி வளைத்து, அவரைத் தன் தோளின்மீது தூக்கிப் போட்டிக் கொண்டு, அங்கிருந்த எல்லோரையும் பார்த்து ஓர் உரத்தக் குரலில், "பிதாமகர் பீஷ்மர் என் பாட்டியைக் காசியிலிருந்து வலுக்கட்டாயமாகத் தூக்கிச் சென்றார். இன்று நானும் இந்தக் கலிங்கத்து இளவரசியை என் கைகளின் வலிமையைக் கொண்டு இங்கிருந்து தூக்கிச் செல்லப் போகிறேன். இதற்கு யாரேனும் மறுப்புத் தெரிவித்தால், கௌரவர்களின் வல்லமையை அவர்கள் எதிர்கொள்ள வேண்டியிருக்கும்," என்று முழங்கினார்.

அனைத்து இளவரசர்களும் எழுந்தனர். இளவரசர் துரியோதனன் தன்னுடைய கதாயுதத்தைச் சுழற்றியபடி, அந்த அரங்கின் முக்கிய வாசலுக்கு அருகில் நின்று கொண்டிருந்த ஒருசில அரசர்களை ஒதுக்கித் தள்ளிவிட்டு மிகத் திறமையாக அங்கிருந்து வெளியேறினார். என் சகோதரன் சத்தியசேனன் இளவரசரின் தேரை அவருக்கு வசதியாக அந்த அரங்கத்தின் வாசலுக்கு மிக அருகே நிறுத்தியிருந்தான். இளவரசர் துரியோதனன் பானுமதியை லாவகமாகத் தன்னுடைய தேருக்குள் தூக்கிப் போட்டார். சத்தியசேனன் தன்னுடைய குதிரைகளைத் தன்னுடைய சாட்டையால் விளாசினான். கோபமடைந்திருந்த இளவரசர்கள் சிலர் துரியோதனனைத் துரத்திக் கொண்டு வேகமாக வாசலை நோக்கி ஓடி வந்தனர். ஆனால், அங்க நாட்டு அரசர் அவர்களுடைய வழியை மறித்துக் கொண்டு அங்கே நின்றார். "கர்ணா! வழிவிடு! சத்திரியர்கள் அனைவரும் இங்கு பெரும் அவமானத்திற்கு உள்ளாக்கப்பட்டிருக்கிறோம்!" என்று சிசுபாலன் கத்தினார்.

"சிசுபாலா, நீ உண்மையிலேயே ஒரு சத்திரியனாக இருந்தால், ஒரு சூத புத்திரனும் துரியோதனனின் நண்பனுமான இந்தக் கர்ணனுடன் சண்டையிடு. இளவரசன் துரியோதனன், கர்ணன் எனும் உறையில் உள்ள ஒரு வலிமையான கௌரவ வாள் என்பதை மறந்துவிடாதே. நீ அந்த வாளைத் தொடத் துணிந்தால், முதலில் இந்த உறையை நீ அழித்தாக வேண்டும்."

சிசுபாலனோடு சேர்ந்து, கிரதன், சிருகாலன், மற்றும் இன்னும் பத்து இளவரசர்கள் ஒரே நேரத்தில் என் கணவரைத் தாக்கினர். பிரபஞ்சனன் என் கணவருக்குப் பின்னால் நின்று கொண்டு அவருக்கு அம்புகளை வழங்கிக் கொண்டிருந்தான். ஒரு நதியைச் சூழுகின்ற பனிமூட்டம்போல, என் கணவரின் அம்புகள் அந்த இளவரசர்களைச் சூழ்ந்தன. ஒரு பயங்கரமான சண்டை தொடர்ந்தது. தனியொருவராகச் சண்டையிட்டுக் கொண்டிருந்த என் கணவரை நோக்கி சிசுபாலனின் சகாக்கள் அனைவரும் அடுத்தடுத்து வேகமாக அம்புகளை எய்தனர். ஆனால், என் கணவரின் உடலோடு ஒட்டியிருந்த, துளைக்கப்பட முடியாத கவசத்தால், அவர்கள் எய்த அம்புகள் பயனற்றுப் போயின. வாசலை நோக்கி ஓரடிகூட எடுத்து வைக்க முடியாத அளவுக்கு அவர்கள் முற்றிலுமாகக் களைத்துப் போயினர். என் கணவரின் அம்புகள் தண்டதரனையும் சிருகாலனையும் கொன்றிருந்தன. என்ன நிகழ்ந்து கொண்டிருந்தது என்பது ஒரு மணிநேரத்திற்குப் பிறகுதான் சிசுபாலனுக்குப் புரிந்தது. அவர் கோபத்தில் தன்னுடைய வில்லை வீசி எறிந்துவிட்டு, மற்ற எல்லோரையும் பார்த்து, "இவன் கர்ணன்.

எதுவொன்றாலும் துளைக்கப்பட முடியாத கவசத்துடன் பிறந்தவன். இவனுடைய கவசத்தை எந்தவொரு கூர்மையான ஆயுதத்தாலும்கூடத் துளைக்க முடியாது. நண்பர்களே, இளவரசி பானுமதியை நாம் மொத்தமாகத் தொலைத்துவிட்டோம். இப்போது அர்த்தமின்றி உங்கள் உயிர்களையும் இழக்காதீர்கள்," என்று எச்சரித்தார். விஷப் பாம்புகள் கடித்ததுபோல அந்த இளவரசர்கள் அனைவரும் திடுக்கிட்டு அலறினர். பிறகு அவர்கள் அமைதியடைந்தனர். அவர்களுடைய முகங்கள்மீது ஏமாற்றம் வெளிப்படையாகத் தெரிந்தது. ஒரு யானையைப் போன்ற வலிமையான ஜராசந்தன் தன்னுடைய வில்லைத் தூக்கி வீசிவிட்டு, எல்லோரையும் விலக்கிக் கொண்டு முன்னால் வந்து என் கணவரைப் பார்த்து, "சூழ்ச்சிக்காரக் கர்ணா! மகத நாட்டு இளவரசன் ஜராசந்தனான என்னுடன் ஒற்றைக்கு ஒற்றைச் சண்டைக்கு வர நீ தயாரா? தாழ்ந்த குலத்தில் பிறந்த தேரோட்டியே! துரியோதனனின் நிழலில் தழைத்திருக்கின்ற ஒட்டுண்ணியே! உன்னதமான சத்திரியப் பெண்கள் ஆதரவற்றவர்கள் என்றும், அவர்கள் உன்னுடைய தேரில் பூட்டப்படுவதற்கான குதிரைகள் என்றும் நீ நினைத்தாயா? துணிவிருந்தால் என்னோடு சண்டைக்கு வா!" என்று சவால்விட்டார்.

"ஜராசந்தா, என்னுடைய உடலோடு ஒட்டியிருக்கும் இந்தக் கவசத்தை என்னால் கிழித்தெறிய முடிந்தால், இக்கணமே நான் அதைச் செய்துவிட்டு, அந்தக் கவசம் இல்லாவிட்டால்கூட நான் யாராலும் தோற்கடிக்கப்பட முடியாதவன் என்பதை உனக்கு நிரூபித்துக் காட்டுவேன். போதை தலைக்கேறி இருக்கின்ற சத்திரியக் காளையே, திரௌபதியின் சுயம்வரத்தில் சிவதனுசின்கீழ் உன் பாதங்கள் சிக்கிக் கிடந்தது உனக்கு மறந்துவிட்டதா? ஒற்றைக்கு ஒற்றைச் சண்டை என்றால் இருவரில் ஒருவர் சாகும்வரையிலான சண்டை அது என்பதை நினைவில் வைத்துக் கொண்டு பேசு."

"சூத புத்திரனே, நான் சிவனின் மனத்தைக் குளிரச் செய்து, ஒற்றைக்கு ஒற்றைச் சண்டையில் யாராலும் வெல்லப்பட முடியாதவனாக ஆகியுள்ளேன். ஓ! அது உனக்குத் தெரியாதல்லவா? ஒரு மலைப்பாம்பு ஒரு மானை இறுக்குவதைப்போல நான் உன்னை இறுக்கிக் கூழாக்கிவிடுவேன்!" என்று கூறிய இளவரசர் ஜராசந்தன், மீண்டும் கைதட்டி என் கணவரை அந்தச் சண்டைக்கு அழைத்தார். மற்ற இளவரசர்கள் மூச்சைப் பிடித்துக் கொண்டு நின்றனர். என் கணவர் தன்னுடைய அங்கவஸ்திரத்தைப் பிரபஞ்சனனின் தோள்மீது வீசிவிட்டுத் தன்னுடைய ஆடையை இறுக்கிக் கட்டினார். அவருடைய குண்டலங்கள் தகதகத்தன. அவருடைய உடல் ஒரு பெருங்கடலைப்போல விம்மி எழுந்தது.

இதயங்களைப் பிளக்கக்கூடிய ஒரு சண்டை அவர்கள் இருவருக்கும் இடையே தொடங்கியது. சுயம்வர அரங்கம் இப்போது ஒரு சண்டைக்களமாக மாறியது. ஜராசந்தன் தன்னுடைய உதட்டைக் கடித்துக் கொண்டு, பசியோடு இருந்த ஒரு புலியைப்போல என் கணவர்மீது பாய்ந்தார். ஆனால், ஒரு சிறிய படகைத் தூக்கி வீசுகின்ற ஒரு பெருங்கடலைப்போல, என் கணவர் தன் எதிரியை வீசி எறிந்தார். பிறகு அவர் தன் உத்தியை மாற்றிக் கொண்டு ஜராசந்தனைச் சுற்றிவரத் தொடங்கினர். பிறகு ஜராசந்தனைத் தூண்டும் விதமாக அவர் தன்

கைகளை பலமாகத் தட்டத் தொடங்கினார். விரைவில் என் கணவர் தன் எதிரியைத் தன்னுடைய தொடைகளுக்கு இடையே கிடத்தி, ஒரு தூக்குக் கயிற்றைப்போல ஜராசந்தனின் கழுத்தைத் தன் கைகளால் சுற்றி வளைத்து, அவருடைய கழுத்தை இறுக்கத் தொடங்கினார். ஜராசந்தனுக்குத் தொண்டை அடைத்தது, அவருடைய கண்கள் இருட்டத் தொடங்கின. இளவரசர் ஜராசந்தன் ‘மரணப் பிடி’யில் சிக்கியிருந்தார். ஒரு சுயம்வர அரங்கத்தில் ஒரு சத்திரிய இளவரசர் பலி கொடுக்கப்படவிருந்தார். உதவி கேட்டு ஜராசந்தன் தன் கையை உயர்த்தினார். ஆனால் அவருக்கு உதவ யாரும் முன்வரவில்லை. மன்னர் சித்ராங்கதன் பயத்தில் நடுங்கிக் கொண்டிருந்தபோதிலும், தன் மனத்தின் ஒரு மூலையில் அவர் இக்காட்சியை ரகசியமாக ரசித்துக் கொண்டிருந்தார். தன்னுடைய மகள், என் கணவரைப் போன்ற தலைசிறந்த வீரர்களைக் கொண்ட கௌரவ சாம்ராஜ்ஜியத்தின் மகாராணியாக ஆகவிருந்தாள் என்ற எண்ணம்தான் அவரை அவ்வாறு மகிழ்ச்சி கொள்ளச் செய்தது. அவர் வேகமாக முன்னால் ஓடி வந்து என் கணவரின் கால்களைப் பிடித்துக் கொண்டு, “அங்க நாட்டு அரசரே, இளவரசர் ஜராசந்தன் தோற்றுவிட்டார். அவருக்கு உயிர்ப்பிச்சை வழங்குங்கள். மகத நாடு எங்களுடைய அண்டை நாடு. நாங்கள் எதிரிகள் ஆகாமல் இருப்பதுதான் நல்லது,” என்று வேண்டினார்.

என் கணவர் தன்னுடைய மரணப் பிடியை விடுவித்ததன் மூலம் ஜராசந்தனுக்கு வாழ்வளித்தார். இளவரசர் ஜராசந்தன் அவமானத்தில் தன்னுடைய தலையைத் தொங்கப் போட்டுக் கொண்டு அமைதியாக அங்கிருந்து வெளியேறிவிடுவார் என்று எல்லோரும் எதிர்பார்த்துக் கொண்டிருந்தபோது, அவர் அதற்கு நேர்மறாக, என்னுடைய கணவரைக் கட்டித் தழுவி, “அங்க நாட்டு அரசன் கர்ணன் இன்றிலிருந்து மகத நாட்டு இளவரசன் ஜராசந்தனின் வாழ்நாள் நண்பனாக ஆகியுள்ளான். கர்ணா, உன்னுடைய வீரத்திற்கு நான் என் நாட்டின் மாலினி நகரத்தைப் பரிசாக அளிக்கிறேன். ஒற்றைக்கு ஒற்றைச் சண்டையில் எனக்கு இணையான ஒருவனை என் வாழ்நாளில் இப்போதுதான் முதன்முறையாக நான் பார்க்கிறேன்,” என்று கூறினார்.

என் கணவரும் பதிலுக்கு அவரைக் கட்டியணைத்தார். இச்செய்தி காசிபுரம் நெடுகிலும் ஒரு காட்டுத்தீபோலப் பரவியது. என் கணவரைப் பார்ப்பதற்காகக் குடிமக்கள் கூட்டங்கூட்டமாக அந்த அரங்கத்திற்கு வந்தனர். மன்னர் சித்ராங்கதனின் அனுமதியோடு, இளவரசர் துரியோதனனையும் இளவரசி பானுமதியையும் என் கணவர் தேடிக் கண்டுபிடித்தார். குடிமக்கள் தங்கள் இளவரசியை மகாநதி ஆற்றின் கரைக்குக் கொண்டு சென்று, என் கணவரின் வருகைக்காக அங்கு காத்துக் கொண்டிருந்தனர். கலிங்கத்தின் முதன்மை அமைச்சர் எல்லாவற்றையும் அவர்களிடம் விளக்கிவிட்டு, இளவரசரையும் இளவரசியையும் அரண்மனைக்குப் பாதுகாப்பாக அழைத்துச் சென்றார்.

“அஸ்தினாபுரத்தின் மகாராணி வாழ்க!” என்று முழக்கமிட்டபடி, காசிபுரத்து மக்கள் தங்கள் இளவரசி பானுமதிக்கு விடைகொடுத்தனர். இடையிடையே, “அங்க நாட்டு அரசர் கர்ணன் வாழ்க!” என்றும் அவர்கள் கோஷமிட்டனர். பிறகு அவர்கள் என் கணவர்மீது

மலர்களைப் பொழிந்தனர்.

பிரபஞ்சனன் இவை எல்லாவற்றையும் அருகிலிருந்து பார்த்திருந்தான். எனவே, அவற்றைப் பற்றி அவன் என்னிடம் விரிவாக விவரித்தான். இச்செய்திகளை என்னிடம் முதலில் தெரிவிப்பதற்காக அவன் தன் குதிரையை விரட்டிக் கொண்டு எல்லோருக்கும் முன்பாக அஸ்தினாபுரத்திற்கு வந்திருந்தான். "அரசியாரே, அங்க நாட்டு அரசர் இருக்கும்வரை கௌரவ சாம்ராஜ்ஜியம் எப்போதும் தலை நிமிர்ந்து நிற்கும். தயவு செய்து, புதிய மகாராணியை வரவேற்கத் தேவையான ஏற்பாடுகளைச் செய்யுங்கள். அங்க நாட்டு அரசரை வரவேற்பதற்கு விளக்குகளை ஏற்றி ஆரத்திக்கு ஏற்பாடு செய்யுங்கள்," என்று அவன் கூறினான்.

6

சுயம்வரத்திற்குச் சென்றவர்கள் இளவரசி பானுமதியுடன் திரும்பி வந்து கொண்டிருந்தனர், அவர்கள் கங்கைக் கரையை நெருங்கியிருந்தனர் என்ற செய்தி விரைவில் அஸ்தினாபுரம் நெடுகிலும் பரவியது. தம்பதியரை வரவேற்பதற்கு உடனடியாக ஏற்பாடுகள் மேற்கொள்ளப்பட்டன. குடிமக்கள் தங்களுடைய புதிய மகாராணியைப் பார்ப்பதற்கான ஆவலில் தங்கள் கைகளில் மலர்மாலைகளை ஏந்தியபடி அஸ்தினாபுரத்தின் முக்கியச் சாலையின் இருபுறமும் அணிவகுத்து நின்றனர். இளவரசி பானுமதி, நிகரற்ற செல்வச் செழிப்புக் கொண்ட ஒரு சாம்ராஜ்ஜியத்தின் பட்டத்து இளவரசரின் மனைவியாக ஆகியிருந்தார்.

மிகவும் தனித்துவமாக அலங்கரிக்கப்பட்டிருந்த ஓர் அரச யானையின்மீது அம்பாரியில் இளவரசர் துரியோதனன் அமர்ந்திருந்தார். அவருடைய வலப்பக்கத்தில் அங்க நாட்டு அரசரும், இடப்பக்கத்தில் இளவரசி பானுமதியும் அமர்ந்திருந்தனர். அதே இடப்பக்கத்தில் இன்னொரு பெண்ணும் அமர்ந்திருந்தாள். ஒருவேளை அவள் இளவரசியின் நெருங்கிய தோழியாக இருக்கக்கூடும். இல்லாவிட்டால், அவளால் எப்படி அவர்களோடு சேர்ந்து உட்கார்ந்திருக்க முடியும்? அவள் இளவரசியைவிட அதிக அழகாக இருந்தாள்.

அந்தப் பளபளப்பான அரண்மனையின் முக்கிய வாயிலில், ராஜமாதா காந்தாரி தேவி, தம்பதியருக்கு ஆரத்தி எடுத்து அவர்களை வரவேற்றார். பிறகு, அங்க நாட்டு அரசருக்கும் அந்த மற்றொரு பெண்ணுக்கும் அவர் ஆரத்தி எடுத்தார். கண்களைக் கட்டிக் கொண்டு ஆரத்தி எடுப்பது ராஜமாதாவுக்கு எவ்வளவு கடினமாக இருந்திருக்கும் என்று நான் எண்ணிக் கொண்டேன். மணமகனும் மணமகளும் அரண்மனைக்குள் அடியெடுத்து வைப்பதற்கு முன்பாக, பிதாமகர் பீஷ்மரையும், விதுரரையும், சகுனி மாமாவையும், பிற பெரியவர்களையும் மரியாதையோடு பணிந்து வணங்கினர். இளவரசி பானுமதியின் தோழியும் உள்ளே அடியெடுத்து வைத்தார்.

7

புதிய மகாராணியின் வருகையால் அரண்மனையில் வசந்தகாலம் வந்திருந்ததுபோல இருந்தது. இளவரசர் துரியோதனின் வாழ்க்கையில் திருமணத் தோட்டம் பூத்துக் குலுங்கும் என்று நினைத்தபோது நானும் என் கணவரும் பெரும் மகிழ்ச்சி கொண்டோம். திருமணமாகாத ஓர் ஆடவன் விரக்தியில் நெறி பிறழ்ந்து நடந்து கொள்ளக்கூடும், ஆனால் திருமணமான ஒருவனின் விஷயத்தில் அவ்வாறு நிகழுவதில்லை. இளவரசர் துரியோதனனின் அக்கறையற்றச் செயல்களுக்கும் கடுமையான செயல்களுக்கும் ஒரு முற்றுப்புள்ளி வைப்பதற்கு இறுதியில் ஒரு பெண் வந்திருந்தார். அவரைப் பற்றி நாங்கள் போதுமான அளவு கேள்விப்பட்டிருந்தோம். ஒரு மனைவி விரும்பினால், தன் கணவனின் அழிவுபூர்வமான கோபத்தை அமைதியான கடமையுணர்வாக மாற்றிவிட முடியும். இளவரசி பானுமதியின் மனத்தை எந்த விதத்திலும் நோகடிக்காமல் இக்கலையை நான் அவருக்குக் கற்றுக் கொடுக்க விரும்பினேன். உயர்ந்த சாதனைகளைப் படைக்கின்ற ஓர் ஆணின் வாழ்க்கை அவனுடைய மனைவியின் கைகளில்தான் இருக்கிறது. பிரச்சனையான காலகட்டங்களில், சில சமயங்களில் தன் அன்பாலும், சில சமயங்களில் தன் அழகாலும் அவளால் அவனை வழிநடத்த முடியும். அதனால்தான், இளவரசி பானுமதியைப் பற்றி நான் அதிகமாகத் தெரிந்து கொள்ள விரும்பினேன். திருமண ஆர்ப்பாட்டம் எல்லாம் அடங்கிய பிறகு அவரை சந்திப்பதென்று நான் தீர்மானித்தேன்.

அவரை சந்திப்பதற்கு எனக்கு ஒரு வாய்ப்புக் கிடைப்பதற்கு முன்பாக, தன்னை வந்து சந்திக்கும்படி இளவரசர் துரியோதனனிடமிருந்து எனக்கு ஓர் உத்தரவு வந்தது. அதை நான் எதிர்பார்க்கவில்லை, ஆனால் அது என்னை ஆச்சரியப்படுத்தவும் இல்லை. என் கணவரின் சாதனைகளை என்னிடம் நினைவுகூருவதற்காக அவர் என்னை அழைத்திருப்பதற்கான சாத்தியம் அதிகம் இருந்தது. தன் கணவனின் சாதனைகளைப் பற்றி இளவரசரே புகழுவதைக் கேட்க எந்த மனைவிதான் விரும்ப மாட்டாள்?

ராஜமாதா குந்தி தேவியார் எனக்குக் கொடுத்திருந்த நீலநிறப் புடவையை அணிந்து செல்லவும், என்னுடைய பணிப்பெண் மிருணாளையும் என்னுடன் அழைத்துச் செல்லவும் நான் தீர்மானித்தேன். ஆனால், நான் கருவுற்றிருந்ததால், சம்பிரதாயப்படி என் கணவரைத் தவிர வேறு எந்த ஆடவனையும் நான் நேரில் சந்திக்கக்கூடாது என்பது திடீரென்று என் நினைவுக்கு வந்தது. எனவே, எனக்கு உடல்நலம் சரியில்லை என்று இளவரசரிடம் கூறி, அவர் தவறாக எடுத்துக் கொள்ளவில்லை என்றால், அவர் தன்னுடைய வசதிப்படி இங்கு வந்து என்னை சந்திக்க முடியுமா என்று கேட்டு மிருணாள் மூலமாக நான் அவருக்குச் செய்தியனுப்பினேன். இளவரசர் துரியோதனன் அகந்தை கொண்டவர் என்பதால், என்னுடைய வேண்டுகோள் அவருக்குப் பிடிக்காமல் இருக்கக்கூடும் என்பதை நான் அறிந்திருந்தேன். என்ன இருந்தாலும், அவர் கௌரவர்களின் பட்டத்து இளவரசர், அஸ்தினாபுரத்தின் எதிர்கால மன்னர், இல்லையா?

ஆனாலும், மிருணாள் பின்தொடர அவர் என் அரண்மனையை

நோக்கி நடந்து வந்து கொண்டிருந்தார். சன்னல் வழியாக அவரை என்னால் தெளிவாகப் பார்க்க முடிந்தது. எனவே, நான் வேகமாக உள்ளே சென்று, மிகவும் உள்ளே தள்ளியிருந்த ஓர் அறையில் நான் அவருக்காகக் காத்திருந்தேன். அவர் கோபமாக இருக்கக்கூடும் என்று அனுமானித்திருந்த நான், அவரை எதிர்கொள்ளுவதற்கான துணிச்சலை வரவழைக்க முயற்சித்தேன். அவர் என்ன கூறினாலும் சரி, பதிலுக்கு எதுவும் கூறாமல் அவர் கூறியதை மட்டும் கேட்டுக் கொண்டு மௌனமாக இருப்பதென்று நான் தீர்மானித்தேன். ஏனெனில், அவர் என் கணவரின் நண்பர். என் கொழுந்தன் ஷோனுக்கு நான் எந்த அளவு மரியாதை கொடுத்தேனோ, அதே அளவு மரியாதை இளவரசர் துரியோதனன்மீதும் எனக்கு இருந்தது. மேலும், இளவரசர் துரியோதனன் எப்போதும் மிகுந்த மரியாதையோடும் மதிப்போடும் நடத்தப்பட வேண்டும் என்பதை என் கணவர் எனக்கு நன்றாகத் தெளிவுபடுத்தியிருந்தார்.

இளவரசர் துரியோதனன் என் அறைக்குள் வந்து அமர்ந்தார். அவர் எதுவும் சொல்லுவதற்கு முன்பாகவே மிருணாள் அந்த அறையைவிட்டு வெளியேறினாள். நான் அந்த அறையில் எங்கே இருந்தேன் என்பதை அவருக்கு உணர்த்துவதற்காக நான் என்னுடைய தங்க வளையல்களை அசைத்து ஓசை ஏற்படுத்தினேன். அவருக்கும் எனக்கும் இடையே ஒரு மெல்லிய திரைச்சீலை தொங்கவிடப்பட்டிருந்தது. அவர் அந்தத் திரைச்சீலையின் திசையில் பார்த்து, "அங்க நாட்டு அரசியே, நான் இங்கு வந்திருப்பது உங்களுக்கு வியப்பு ஏற்படுத்தியிருக்கும் என்று நினைக்கிறேன்," என்று கூறினார்.

"இல்லை. ஆனால் நான் உங்களை இங்கே வரவழைத்ததற்கு நீங்கள் என்னை மன்னிக்க வேண்டும்...எனக்கு வேறு வழி இருக்கவில்லை..."

"எனக்குத் தெரியும். உங்கள் பணிப்பெண் என்னிடம் கூறினாள். அதனால்தான் நான் இங்கு வந்தேன். என்னுடைய வரவு குறித்து நீங்கள் ஆச்சரியம் கொள்ள வேண்டாம்."

"இல்லை, நான் ஆச்சரியப்படவில்லை. மற்றவர்களுக்கு நீங்கள் கௌரவர்களின் பட்டத்து இளவரசர். ஆனால் எனக்கு நீங்கள் என் கொழுந்தன் ஷோனைப்போல நெருக்கமானவர்."

"அதை நான் அறிவேன். அதனால்தான், இங்கு வருவதில் எனக்கு எந்தத் தயக்கமும் இருக்கவில்லை. மேலும், நான் இங்கு எந்த வேலை நிமித்தமாக வந்திருக்கிறேனோ, அதை நம்பிக்கையோடு வேறு யாரிடமும் என்னால் ஒப்படைக்க முடியாது."

"என்னைப் போன்ற ஒரு சாதாரணப் பெண்ணை நம்பி நீங்கள் ஒப்படைக்க விரும்புகின்ற அவ்வளவு பெரிய வேலை எது?"

"நீங்கள் ஒரு சாதாரணப் பெண் அல்லள். கர்ணனின் மனைவி ஒருபோதும் ஒரு சாதாரணப் பெண்ணாக இருக்க முடியாது."

"நீங்கள் அளவுக்கதிகமாக என்னைப் புகழுகிறீர்கள்."

"இல்லை. இது அளவுக்கதிகமான புகழ்ச்சி அல்ல, இது உண்மை. நீங்கள் ஒரு சாதாரணப் பெண் அல்லள் என்பதை மீண்டும் உங்களுக்குக் காட்டுவதற்கான நேரம் இன்று வந்துள்ளது."

"எந்த அசாதாரணமான விஷயத்தை இன்று நான் செய்ய வேண்டும் என்று நீங்கள் விரும்புகிறீர்கள்?"

“நானும் கர்ணனும் இளவரசி பானுமதியின் சுயம்வரத்திற்குச் சென்றதை நீங்கள் அறிவீர்கள். நான் இளவரசி பானுமதியோடு திரும்பி வந்திருக்கிறேன். ஆனால், அவள் திருமண மாலையை எனக்கு அணிவிப்பதற்கு முன்பாக, அவள் ஒரு விநோதமான நிபந்தனையை விதித்தாள்.”

“அப்படியா?”

“எனக்கு உங்கள்மீது பரிபூரணமான நம்பிக்கை இருந்ததால் நான் அந்த நிபந்தனையை ஏற்றுக் கொண்டேன்.”

“என்மீது நம்பிக்கையா? உங்கள் திருமண வாழ்க்கையில் மகிழ்ச்சி பூத்துக் குலுங்க என்னால் உதவ முடியும் என்றால், அதற்காக என் சக்திக்கு உட்பட்ட எல்லாவற்றையும் செய்ய நான் தயாராக இருக்கிறேன். ஏனெனில், நீங்கள் என் கணவருடைய நெருங்கிய நண்பர். அது என்ன நிபந்தனை?”

“பானுமதியின் விருப்பம்...”

“இளவரசே, தயங்காதீர்கள். நிபந்தனை என்னவென்று சொல்லுங்கள்.”

“அங்க நாட்டு அரசன் தன்னுடைய தோழியை மணந்து கொள்ள வேண்டும் என்று அவள் விரும்புகிறாள்.”

இதைக் கேட்டவுடன் நான் அதிர்ச்சியடைந்து நிலை தடுமாறினேன். ஆனால் நான் ஒரே நொடியில் சுதாரித்துக் கொண்டு, “அங்க நாட்டு அரசர் அதற்கு ஒப்புக் கொண்டாரா?” என்று அவரிடம் கேட்டேன்.

“துரியோதனனுக்காகக் கர்ணன் எதையும் செய்வான். அதை நீங்கள் எப்போதேனும் சந்தேகித்திருக்கிறீர்களா? இந்தத் திருமணத்திற்கு நீங்கள் சம்மதிக்கிறீர்களா இல்லையா என்பதுதான் இப்போதைய கேள்வி.”

“இளவரசே, என்னுடைய சம்மதத்தைப் பெறுவதற்காக என் கணவர் உங்களை இங்கே அனுப்பி வைத்திருப்பதாக நான் எடுத்துக் கொள்ள வேண்டுமா?”

“இல்லையில்லை, கர்ணனுக்கு இதைப் பற்றி எதுவும் தெரியாது. அப்படியானால், இதில் உங்களுக்கு ஒப்புதல் இல்லை என்று நான் எடுத்துக் கொள்ள வேண்டுமா?”

“ஏன் அப்படிக் கேட்கிறீர்கள்?”

“ஏனெனில், நீங்கள் ஏகப்பட்டக் கேள்விகளைக் கேட்கிறீர்கள்.”

“இல்லை, அப்படி ஒன்றும் இல்லை. ஆனால், இதே இக்கட்டான நிலைமை இளவரசி பானுமதியின் வாழ்க்கையில் ஏற்பட்டிருந்தால், அவரும் இத்தனைக் கேள்விகளைக் கேட்டிருப்பார், இல்லையா?”

“இல்லை. அவள் ஒரு கேள்விகூடக் கேட்டிருக்க மாட்டாள். அவள் ஒற்றை வார்த்தையுடன் அந்நபரைத் திருப்பி அனுப்பியிருப்பாள். நீங்கள் பானுமதி அல்லள். அதனால்தான் நான் இங்கே வரத் துணிந்தேன்.”

“உங்களையும் அங்க நாட்டு அரசரையும் மகிழ்ச்சிப்படுத்துவதற்கு என்னால் முடிந்த எல்லாவற்றையும் நான் செய்வேன். உங்கள் திருமணம் என்னுடைய சம்மதத்தைச் சார்ந்திருக்கிறது என்றால், பிறகு நான் அதற்கு ஒப்புக் கொள்ளுகிறேன்.”

இளவரசர் மகிழ்ச்சியாகத் தன் இருக்கையைவிட்டு எழுந்தார். அவர் தன்னுடைய உணர்ச்சிகளைக் கட்டுப்படுத்திக் கொள்ள முடியாமல், என்னிடம், “உங்களைத் தன்னுடைய மனைவியாக ஆக்கிக்

கொள்ளுவதற்குக் கர்ணன் ஏன் அவ்வளவு விஷயங்களைத் தியாகம் செய்யத் தயாராக இருந்தான் என்பதை இப்போது நான் உணருகிறேன்," என்று கூறினார்.

"அந்த அதிர்ஷ்டக்காரப் பெண்ணின் பெயர் என்னவென்று நான் தெரிந்து கொள்ளலாமா?" என்று நான் கேட்டேன்.

"சுப்ரியை."

பிறகு இளவரசர் வேகமாக அங்கிருந்து போய்விட்டார். நான் உற்சாகமாக இருந்ததாகப் போட்டுக் கொண்டிருந்த வேடம் கலைந்தது. சக்களத்தி! இது என்னுடைய மகிழ்ச்சியான திருமண வாழ்க்கையின் திருஷ்டிப் பொட்டா? சுப்ரியை! 'உச்சகட்ட மகிழ்ச்சியைக் கொடுப்பவள்' என்று பொருள். ஆனால், காலப்போக்கில் அவளால் உண்மையிலேயே எல்லோரையும் மகிழ்ச்சிப்படுத்த முடியுமா? பல வகையான சந்தேகங்கள் என் மனத்தைக் குழப்பின. சில சமயங்களில் ஒருவன் தன் தலைவிதியோடு விளையாடுவதைத் தவிர அவனுக்கு வேறு வழி இருப்பதில்லை.

பிரபஞ்சனன் பரிந்துரைத்ததைப்போல, புதிய அரசியை வரவேற்பதற்கான ஏற்பாடுகளை நான் மேற்கொண்டேன். இக்கணம்வரை, இரண்டு குண்டலங்கள்மீதும் எனக்கு மட்டுமே உரிமை இருந்தது. இனி, சுப்ரியை அவற்றில் ஒன்றுக்கு உரிமை கொண்டாடவிருந்தாள். நான் மிகவும் கஷ்டப்பட்டுப் பெற்றிருந்த ஒன்று அவளுடைய மடியில் மிக சுலபமாக விழுந்துவிட்டது. அதனால்தான், பிறக்கும்போதே சிலர் அதிர்ஷ்டக்காரர்களாகப் பிறக்கின்றனர் என்று கூறுகின்றனர்போலும்!

8

அங்க நாட்டு அரசருக்கும் சுப்ரியைக்கும் இடையேயான திருமணம் மிகவும் கோலாகலமாகக் கொண்டாடப்பட்டது. இளவரசர் துரியோதனன் கணித்திருந்தது உண்மையாகியிருந்தது. அவருடைய வேண்டுகோளை அங்க நாட்டு அரசரால் மறுக்க முடியவில்லை. கற்பனையைவிட உண்மை அதிக விநோதமானது. ஆனால், அது உண்மை என்ற ஒரே காரணத்திற்காக அதை ஏற்றுக் கொண்டுதான் ஆக வேண்டியிருக்கிறது. எக்காரணம் கொண்டும் சுப்ரியையின் மனத்தை நான் ஒருபோதும் வேதனைக்கு உள்ளாக்க மாட்டேன் என்று நான் உறுதி பூண்டேன். ஏனெனில், அவளை வேதனைப்படுத்துவது என் கணவருக்கு வருத்தத்தை உண்டாக்குவதற்குச் சமம். ஒரு பெண், முடிந்த அளவு யாரையும் வேதனைக்கு உட்படுத்தாத, நல்லதை மட்டுமே செய்யக்கூடிய ஒரு பாதையைத்தான் தேர்ந்தெடுக்கிறாள். அது அவளுடைய உள்ளார்ந்த பண்புநலன்.

சுப்ரியைக்குத் தனியாக ஒரு மாளிகை வழங்கப்பட்டது. நினைத்தறியாமல் இவ்வளவு விஷயங்கள் நிகழ்ந்திருந்தபோதுகூட, என் கணவர்மீது நான் எப்போதும்போலவே அன்பு செலுத்தினேன். அது எள்ளளவும் குறையவில்லை. கங்கைக் கரையில் என்னை முதன்முதலாக அவர் காப்பாற்றிய நிகழ்வு அவருக்கு எப்படி மறந்து

போகும்? ஆனால் சுப்ரியை என்னைவிடக் கூடுதலாக இரண்டு அடிகள் முன்னால் எடுத்து வைத்திருந்தாள். அவள் என்னுடைய கனவுகள் அனைத்தையும் கணநேரத்தில் தகர்த்திருந்தாள். தன்னுடைய திருமணம் முடிந்த கையோடு அவள் சாமர்த்தியமாக முதலில் என்னை வந்து சந்தித்தாள். அவள் என்னை மரியாதையோடு வணங்கிவிட்டு, “நான் உங்கள் இளைய சகோதரி. நீங்கள் எனக்கு என் வாழ்க்கையைக் கொடுத்திருக்கிறீர்கள். நீங்கள் ஒப்புக் கொண்டிருக்காவிட்டால், அங்க நாட்டு அரசரின் பெயரை உச்சரித்தபடியே நான் இறந்து போயிருப்பேன். அவர்மீது நான் அளவிலாக் காதல் கொண்டிருக்கிறேன். என்ன விலை கொடுக்க வேண்டியிருந்தாலும் சரி, அஸ்தினாபுரத்தின் அந்த இரண்டு குண்டலங்களை நான் அடைந்தே தீருவேன் என்று நான் உறுதி பூண்டிருந்தேன்,” என்று கூறினாள்.

“சுப்ரியை, நீ இங்கு வந்துள்ளது அற்புதமான விஷயம்தான். இப்படிப்பட்டப் புகழ் வாய்ந்த ஒரு கணவரைத் தனியொருத்தியாக கவனித்துக் கொள்ளுவது எனக்கு சிரமமாக ஆகிக் கொண்டிருந்தது. நீ ஒரு விஷயத்தை நன்றாக நினைவில் வைத்துக் கொள்: எக்காரணம் கொண்டும் அவருடைய மனம் வேதனையுறக்கூடாது. பெரிய ஆண்களின் கவலைகளும் பெரியவை என்பதை ஒருபோதும் மறந்துவிடாதே. ஒரு மனைவி தன்னுடைய கணவனின் கவலைகளை வெறும் அன்பாலும் மன உறுதியாலும் மட்டுமே கையாண்டால் போதாது, அதற்கு ஏகப்பட்டப் பொறுமையும் ஒழுங்கும்கூட அவசியம்.”

சுப்ரியை என்னை வந்து சந்தித்தது, சந்தேகத்தால் துவண்டு போயிருந்த என் மனத்தை அமைதிப்படுத்தியது. அவள் ஒரு மானின் கண்களைக் கொண்டிருந்தாள், மென்மையானவளாகவும் வெகுளியாகவும் இருந்தாள். அவள் தன் இனிமையான பெயருக்கு ஏற்றாற்போல நடந்து கொண்டாள்.

9

என் கணவர் சுப்ரியையை மணந்து கொண்ட பிறகு அவரோடு உரையாடுவதற்கு ஓர் அற்புதமான சாக்குப்போக்கு எனக்குக் கிடைத்திருந்தது.

ஒருமுறை நான் அவரிடம், “எப்போதும் பெண்கள் மட்டுமே சுயநலவாதிகளாக இருக்கின்றனர் என்பது உண்மையல்ல. இவ்விஷயத்தில் பெண்களைவிட ஆண்கள் எந்த விதத்திலும் குறைந்தவர்கள் அல்லர்,” என்று நான் கூறினேன். அதைக் கேட்டு ஆச்சரியமடைந்த அவர், “உன் மனத்தில் என்ன சிந்தனை ஓடிக் கொண்டிருக்கிறது?” என்று கேட்டார்.

“நான் கூற வேண்டியிருப்பதை நான் கூறியாக வேண்டிய கட்டாயம் ஏற்பட்டுள்ளது. நீங்கள் மட்டும் இரண்டு முறை திருமணம் செய்து கொண்டுள்ளீர்கள். ஆனால் உங்கள் தம்பி ஷோனுக்குத் திருமண வயது வந்துவிட்டது என்பதைப் பற்றி நீங்கள் எப்போதாவது நினைத்துப் பார்த்திருக்கிறீர்களா? நான் வேறு என்ன சொல்ல வேண்டும் என்று நீங்கள் எதிர்பார்க்கிறீர்கள்?”

“விருசாலி, உன்னுடைய மன அமைதிக்காகவாவது நான் ஷோனுக்கு

விரைவில் திருமணம் செய்து வைக்க வேண்டும் என்று நினைக்கிறேன். இல்லாவிட்டால்...”

“இல்லாவிட்டால் என்ன?”

“இல்லாவிட்டால், நீ என்னைப் பழி வாங்குவதற்காக, ஒரே நேரத்தில் மூன்று பெண்களை அவனுக்கு நீ மணமுடித்து வைத்துவிடுவாய், உன் பொறுப்புகள் எல்லாவற்றிலிருந்தும் நீ விடுபட்டுவிடுவாய்.”

“பழி வாங்குவதா? உங்களையா? உங்களைப் பழி வாங்குவது எனக்கு நானே வேதனை ஏற்படுத்திக் கொள்ளுவதாகாதா?”

இதைக் கேட்டவுடன் அவர் மௌனமானார். ஆனால், தன் சகோதரனின் திருமணத்திற்குத் தான் விரைவில் ஏற்பாடு செய்யாவிட்டால், நான் ஏதேனும் ஒரு வழியில் அவரைக் கேலி செய்து கொண்டே இருப்பேன் என்பதை அவர் உணர்ந்து கொண்டார்.

10

பட்டத்து இளவரசர் துரியோதனனின் திருமணத்திற்குப் பிறகு, அவர் விரைவில் கௌரவ சாம்ராஜ்ஜியத்தின் மன்னராக முடிசூட்டப்படுவார் என்ற பேச்சுதான் எல்லா இடங்களிலும் கேட்டது. அவர் அங்க நாட்டு அரசரைத் தன்னுடைய படைகளின் முதன்மைத் தளபதியாக நியமித்து அவரை கௌரவப்படுத்துவார் என்றும் ஒரு வதந்தி நிலவியது. மன்னர் திருதராஷ்டிரருக்கு மிகவும் வயதாகியிருந்தது. அவர் கௌரவ சாம்ராஜ்ஜியத்தை இத்தனை ஆண்டுகாலமாக சிறப்பாக ஆட்சி செய்து ஒரு மகத்தான சாதனையைப் புரிந்திருந்தார். ஆனாலும், குடிமக்கள் இன்னும் மன்னர் பாண்டுவை அடிக்கடி நினைவுகூர்ந்தனர். “மன்னர் பாண்டு திக்விஜயத்தின் மூலம் கௌரவ சாம்ராஜ்ஜியத்தின் புகழை எல்லா இடங்களுக்கும் பரப்பினார். தாமரை போன்ற அழகான அவருடைய ஐந்து புதல்வர்களும் தங்கள் தாயாருடன் அந்தக் காட்டுத்தீயில் இறந்துவிட்டனர். அவர்கள் இன்னும் உயிரோடுதான் இருக்கின்றனர் என்று சிலர் நம்புகின்றனர். அது உண்மையென்றால், அவர்கள் உடனடியாக அஸ்தினாபுரத்திற்கு அழைத்து வரப்பட வேண்டும்,” என்று மக்கள் பேசிக் கொண்டனர்.

குடிமக்களுடைய இந்தக் கண்ணோட்டம் சில சமயங்களில் ஷோன் மூலமாகவும், மற்ற சமயங்களில் என் சகோதரன் சத்தியசேனன் மூலமாகவும் என் காதுகளை எட்டியது. ஏராளமான மக்கள் பாண்டவர்களை அன்போடும் மரியாதையோடும் நினைவுகூர்ந்தனர். பாண்டவர்களைப் பற்றிய பேச்சு எழுந்தபோதெல்லாம், ராஜமாதா குந்தி தேவியாரின் நினைவு எனக்கு வந்தது. அவரும் அவருடைய மகன்களும் உயிரோடு இல்லை என்ற உண்மையை என்னால் ஒருபோதும் ஏற்றுக் கொள்ள முடியவில்லை. யதார்த்தத்தில், நேற்று உண்மையாக இருந்த ஒரு விஷயம் இன்று உண்மையற்றதாக ஆகிறது. துல்லியமாக அதுதான் இவர்களுடைய விஷயத்திலும் நிகழ்ந்தது. இரண்டு மூன்று ஆண்டுகளாகத் தலைமறைவாக வாழ்ந்து வந்திருந்த பாண்டவர்கள் திடீரென்று திரௌபதியின் சுயம்வரத்தில் தலைகாட்டினர்.

அந்த சுயம்வரத்திற்குப் பிறகு, அவர்கள் உடனடியாக மதுராவுக்கு

விரைந்தனர். கிருஷ்ணர் அவர்களுடைய ஒன்றுவிட்ட சகோதரர். எனவே, பாண்டவர்கள் அனைவரும் மதுராவிலேயே தொடர்ந்து வாழுவர் என்று குடிமக்கள் அனைவரும் அனுமானித்தனர். ஏனெனில், பாண்டவர்களுக்கும் இளவரசர் துரியோதனனுக்கும் ஒருபோதும் ஒத்துவரவில்லை என்பதை அவர்கள் நன்றாக அறிந்திருந்தனர். ஆனால் நான் அந்த ஐந்து சகோதரர்களையும் ஒரே ஒரு முறையாவது அஸ்தினாபுரத்தில் ஒன்றாகப் பார்க்க விரும்பினேன். அவர்களில், இளவரசர் சகாதேவன் என் கணவரைப்போலவே இருந்ததாக எனக்குத் தோன்றினார். அவருக்குக் கவச குண்டலங்களும் பொன்னிறத் தலைமுடியும் மட்டும் இல்லை, அவ்வளவுதான். ஒரே ஒரு முறையாவது நான் அவர்களைப் பார்க்க ஏங்கினேன். என் மகனின் மரணம் குறித்த என் துயரத்தைக் காலம் ஆற்றியிருந்தது.

ஒரு நாள் அந்த ஏக்கம் நிறைவேறியது. அங்க நாட்டு அரசரும் நானும் பல்வேறு நாடுகளைச் சேர்ந்த அழகான பெண்களின் தகுதிகளைப் பற்றி விவாதித்துக் கொண்டிருந்தோம்.

"விருசாலி, குலிந்த நாட்டைப் பற்றி நீ ஏதேனும் கேள்விப்பட்டிருக்கிறாயா?"

"நான் அதிகமாக எதுவும் கேள்விப்பட்டதில்லை."

"இமயமலையின் அடிவாரத்தில் அமைந்துள்ள ஒரு நாடு அது. வருடம் முழுவதும் பசுமை நிறைந்திருக்கின்ற ஒரு சொர்க்கபூமி அது. அங்குள்ள பெண்கள் உண்மையிலேயே தேவலோகக் கன்னியரைப் போன்றவர்கள். ஷோனுக்கு அந்நாட்டில் நான் ஒரு பெண்ணைத் தேடப் போகிறேன்."

அவர் தன் சகோதரன்மீது அளப்பரிய அன்பு கொண்டிருந்தார். நான் அவரிடம் ஏதோ கூற முற்பட்ட நேரத்தில், இளவரசர் துரியோதனனின் சிறப்புத் தூதரான பிரபஞ்சனன் வேகவேகமாக அங்கு வந்து, என் கணவரின் முன்னால் பணிந்து வணங்கிவிட்டு, "அரசே, அரசவையில் அவசரகாலக் கூட்டம் ஒன்று கூட்டப்பட்டுள்ளது. உங்களைக் கையோடு அழைத்து வரும்படி எனக்கு உத்தரவிடப்பட்டுள்ளது," என்று கூறினான்.

"ஏன்? என்ன பிரச்சனை?" என்று கேட்டபடி என் கணவர் தன்னுடைய இருக்கையைவிட்டு எழுந்தார்.

"பாண்டவர்கள் மதுராவிலிருந்து புறப்பட்டு வந்து அஸ்தினாபுரத்தின் எல்லையை அடைந்துள்ளனர். கங்கையின் மறுகரையின்மீது அவர்கள் முகாமிட்டிருப்பதாகச் செய்தி வந்துள்ளது. கௌரவ சாம்ராஜ்ஜியத்தில் தங்களுக்குரிய சரிபாதிப் பங்கை இளவரசர் துரியோதனனிடமிருந்து பெறுவதற்காக அவர்கள் வந்துள்ளதாக வதந்திகள் கூறுகின்றன."

"பிரபஞ்சனா, நீ முன்னால் போ. நான் உடை மாற்றிக் கொண்டு விரைவில் அரசவைக்கு வந்துவிடுவேன் என்று இளவரசர் துரியோதனனிடம் கூறு."

பிறகு என் கணவர் உடை மாற்றச் சென்றார். என் மனத்தில் ஒரு சந்தேகம் முளைத்தது. ஒருவேளை அரசவையில் ஏதேனும் சண்டை ஏற்பட்டால் என்னவாகும்? சாம்ராஜ்ஜியத்தைப் பங்கு பிரிப்பதுதான் பிரச்சனையே. இத்தகைய தகராறுகளில் எண்ணற்ற வீரர்கள் உயிரிழக்கின்றனர். கொடூரம் கட்டவிழ்த்துவிடப்படுகிறது. உலகின் பார்வையில் வேண்டுமானால் செல்வமும் ராஜ்ஜியமும்

புகழும் விரும்பத்தக்கவையாக இருக்கலாம், ஆனால் ஒரு மனைவிக்குத் தன்னுடைய கணவனைவிட அதிக விலை மதிப்புள்ள வேறு எதுவும் இல்லை. அவளுடைய கணவன்தான் அவளுடைய அரியணை.

என் கணவர் உடை மாற்றிக் கொண்டு வந்தவுடன் நான் அவரை அணுகினேன். அவரிடம் ஒரு விஷயத்தைக் கூறியே ஆக வேண்டும் என்று என் மனம் என்னை நச்சரித்தது.

அவர் என்னைப் பார்த்துப் புன்னகைத்துவிட்டுத் தன்னுடைய பொற்கிரீடத்தை அணிந்தபடி "விருசாலி, நான் அரசவைக்குப் போய்விட்டு வருகிறேன்," என்று கூறினார்.

"சற்றுப் பொறுங்கள். நான் இன்றுவரை உங்களிடம் ஒருபோதும் எதுவும் கேட்டதில்லை. ஆனால் இன்று நான் உங்களிடம் ஒன்றைக் கேட்டாக வேண்டும்," என்று நான் கூறினேன்.

"விருசாலி, கேட்பதற்கான நேரமா இது? நான் கௌரவ சாம்ராஜ்ஜியத்தின் ஒரு வீரன். நீ ஒரு வீரனின் மனைவி."

"இல்லை, கேட்பதற்கு இது சரியான நேரம்தான்."

"நான் இப்போது அரசவைக்குச் செல்லுவதிலிருந்து எந்த சக்தியாலும் என்னைத் தடுத்து நிறுத்த முடியாது – நீ உட்பட!"

"நான் உங்களைத் தடுக்கப் போவதில்லை. நீங்கள் அரசவைக் கூட்டத்திற்குப் போகத்தான் வேண்டும். ஆனால், ஒரே ஒரு நிபந்தனையின் பேரில் நீங்கள் போகலாம்."

"என்ன நிபந்தனை?"

"சாம்ராஜ்ஜியத்தைப் பிரிக்கப் போவதாக அவர்கள் தீர்மானித்தால் நீங்கள் அதில் குறுக்கிடக்கூடாது. நான் உங்களிடம் கேட்பதெல்லாம் அது மட்டும்தான்."

"அது எப்படிச் சாத்தியப்படும்? துரியோதனனின் பிரச்சனைகளைத் தீர்ப்பதற்குக் கர்ணன் தன்னை அர்ப்பணித்துக் கொண்டுள்ளான். நீ அங்க நாட்டின் அரசியாக ஆகி, சீரோடும் சிறப்போடும் வலம் வருவதற்கு யார் காரணம் என்பது உனக்குத் தெரியாதா?"

"அது எனக்கு நன்றாகவே தெரியும். ஆனால், என்ன இருந்தாலும், பாண்டவர்கள் மன்னர் பாண்டுவின் புதல்வர்கள்தானே? இதை என் மனம் என்னிடம் வலியுறுத்திக் கொண்டே இருக்கிறது. ராஜமாதா குந்தி தேவியை நீங்கள் பார்த்தால் உங்களுக்கும் அதே உணர்வுதான் ஏற்படும்."

நான் ராஜமாதாவின் பெயரைக் கூறியவுடன் அவருடைய முகம் திடீரென்று தீவிரமடைந்தது. இதை நான் எதிர்பார்க்கவில்லை. அவர் தன்னுடைய தோளிலிருந்து நழுவிக் கொண்டிருந்த தன்னுடைய அங்கவஸ்திரத்தைச் சரி செய்து கொண்டு சிறிது நேரம் அப்படியே நின்றார்.

நான் அந்த மௌனத்தைக் கலைத்தேன். "பாண்டவர்களுக்கும் கௌரவர்களுக்கும் இடையேயான ராஜ்ஜியப் பிரிவினையில் நீங்கள் யார் பக்கமும் சேராதீர்கள். ஏனெனில், அது சுலபமாக நிரந்தரப் பகைமைக்கு வழி வகுத்துவிடும்."

அவர் தன்னுடைய உள்ளங்கைகளால் என்னுடைய முகத்தை இதமாகத் தாங்கிக் கொண்டு, என் கண்களுக்குள் ஊடுருவிப் பார்த்தபடி, "விருசாலி, சிறிது நேரத்திற்கு முன்பு ஷோனின் திருமணத்தைப் பற்றி நீ

பேசிக் கொண்டிருந்தபோது, நீ அவனுடைய மூத்த சகோதரியைப்போல நடந்து கொண்டாய். இப்போது என்னைப் பற்றிப் பேசியபோது, நீ இரண்டு குழந்தைகளின் தாயைப்போலப் பேசுவதாக ஒரு கணம் எனக்குத் தோன்றியது. அதாவது, கர்ணனுடைய குழந்தையின் தாயாகவும் கர்ணனின் தாயாகவும் நீ பேசுகிறாய். ஒரு பெண்ணால் ஓர் ஆணுடன் பல்வேறு பாத்திரங்களை வகிக்க முடியும். அதை இன்று நீ நிரூபித்துள்ளாய். தன் கணவன்மீது அன்பைப் பொழிகின்ற காதல் மனைவியும், தன் மகனின் நலன் குறித்து எப்போதும் எச்சரிக்கையாக இருக்கின்ற அன்புத் தாயும் சில சமயங்களில் ஒரே நேரத்தில் ஒரே உடலில் குடிகொண்டுள்ளனர். என் தாயார் ராதை இங்கு இருந்திருந்தால், நீ இப்போது என்னிடம் என்ன கூறிக் கொண்டிருக்கிறாயோ அதையேதான் அவரும் கூறியிருப்பார்."

"சரி, போய் வாருங்கள். அங்கு பேசப்படுவதைக் காது கொடுத்துக் கேளுங்கள், ஆனால் நீங்கள் எதுவும் பேசாதீர்கள்."

"சரி. நான் ஒரு வார்த்தைகூடப் பேச மாட்டேன் என்று நான் உனக்கு வாக்குக் கொடுக்கிறேன், போதுமா?"

அவர் இவ்வாறு வாக்குக் கொடுத்துவிட்டு உடனே அங்கிருந்து புறப்பட்டுப் போய்விட்டார். முரசுகள் கொட்டப்பட்டச் சத்தம் கேட்டது. அது பாண்டவர்களின் வருகையை அறிவித்தது. ராஜமாதா குந்தி தேவியைப் பார்ப்பதற்காக நான் ஆவலோடு சன்னலருகே நின்றேன்.

சுமார் அரை மணிநேரம் கழித்து, பாண்டவர்களும் குந்தி தேவியும் திரௌபதியும் வேறு சிலர் புடைசூழ அரண்மனை வாசலின் முன்னால் வந்து நின்றனர். விதுரரும் அவர்களோடு இருந்தார். அவர்களை அழைத்து வருவதற்கு ஒரு கட்டை வண்டிகூட அனுப்பி வைக்கப்பட்டிருக்கவில்லை. இதைக் கண்டு என் மனம் வேதனையடைந்தது. அந்த வாசலில் நிகழ்ந்து கொண்டிருந்த எல்லாவற்றையும் என் அறையின் சன்னலருகே நின்று என்னால் தெளிவாகப் பார்க்க முடிந்தது. பிதாமகர் பீஷ்மரும் விதுரரும் பாண்டவர்களைப் பாசத்தோடு கட்டித் தழுவினர். ஆனால் மன்னர் திருதராஷ்டிரரின் அரவணைப்பில் அந்தப் பாசம் வெளிப்படவில்லை. இளவரசர் துரியோதனன் பீமனை வெறித்துப் பார்த்துக் கொண்டிருந்தார். ஆனால் பீமன் தன்னுடைய முதுகின்மீது ஒரு முதிய பெண்மணியைச் சுமந்து கொண்டிருந்ததால், அவர் குனிந்து நின்றார். இளவரசர் அர்ஜுனன் என் கணவரின் கவச குண்டலங்களைக் கண்கொட்டாமல் பார்த்துக் கொண்டிருந்தார். இளவரசர் தருமனின் பார்வை என் கணவரின் பாதங்கள்மீது நிலைத்திருந்தது. ராஜமாதா குந்தி தேவியும் அங்க நாட்டு அரசரும் ஒருவரையொருவர் ஏன் அவ்வளவு தீவிரமாகப் பார்த்துக் கொண்டிருந்தனர்? ஒருவேளை, பாண்டவர்கள் உண்மையிலேயே மன்னர் பாண்டுவின் புதல்வர்கள்தானா என்பதை ராஜமாதாவின் பார்வையிலிருந்து தெரிந்து கொள்ள அங்க நாட்டு அரசர் முயற்சித்துக் கொண்டிருந்தாரோ? அதற்கு ராஜமாதா, "கர்ணா, நாங்கள் கௌரவ சாம்ராஜ்ஜியத்தின் முறையான வாரிசுகள் என்பதை துரியோதனனுக்குப் புரிய வை," என்று தன்னுடைய பார்வையால் உணர்த்திக் கொண்டிருந்தாரோ?

இளவரசர் பீமன் யாரைத் தன்னுடைய தோள்மீது சுமந்து

கொண்டிருந்தார் என்பதை என்னால் கண்டுபிடிக்க முடியவில்லை. நான் எவ்வளவு முயன்றும் எனக்கு எந்த விடையும் கிடைக்கவில்லை. எனவே, அவர் யாரென்று தெரிந்து கொண்டு வரும்படி மிருணாளை நான் அனுப்பி வைத்தேன். அவள் அங்கிருந்த கூட்டத்தை விலக்கிக் கொண்டு முன்னால் சென்று சிலரிடம் விசாரித்துவிட்டு, மூச்சிறைக்க என்னிடம் ஓடி வந்து, "அரசியாரே, அவள் ஒரு பணிப்பெண்," என்று கூறினாள்.

"பணிப்பெண்ணா? இளவரசர் பீமனின் முதுகின்மீதா?"

"ஆமாம். அவள் ராஜமாதா குந்தி தேவியின் பணிப்பெண். அவளுடைய பெயர் தாத்ரி என்று கூறுகிறார்கள்."

"அவளுடைய பெயர் என்ன?"

"தாத்ரி."

காரணம் என்னவென்று தெரியவில்லை, ஆனால் எனக்கு அந்தப் பெயர் பிடிக்கவில்லை.

நான் மீண்டும் அந்த அரண்மனை வாசலை நோக்கிப் பார்த்தேன். ராஜமாதாவும் திரௌபதியும் விதுரருடன் அரண்மனையிலிருந்து வெளியே போய்விட்டனர். ஏனெனில், விதுரர் தன்னுடைய குடும்பத் தொடர்புகள் அனைத்தையும் துறந்துவிட்டார். அவர் அரண்மனையில் வசிக்கவில்லை. குந்தி தேவியார் விதுரரின் ஓலைக் குடிசையில் தங்கவிருந்தார். மற்றவர்கள் அரசவைக் கூட்டத்தில் கலந்து கொள்ளுவதற்காக அரசவைக்குப் போகத் தயாராயினர். பீமனின் முதுகிலிருந்த பெண்மணியைக் கீழே இறக்கும்படி அங்க நாட்டு அரசர் தனக்குப் பக்கத்தில் நின்று கொண்டிருந்த பிரபஞ்சனனிடம் கூறினார். பிறகு எல்லோரும் அரண்மனைப் படிக்கட்டுகள் வழியாக மேலே ஏறிச் சென்றனர். சகுனி மாமா கடைசியாக ஏறிக் கொண்டிருந்தார். யாருக்கும் கேட்காத விதத்தில் இளவரசர் துரியோதனனின் காதில் அவர் எதையோ மென்மையாகக் கிசுகிசுத்தார்.

இளவரசர் அர்ஜுனனின் முதுகை மட்டுமே என்னால் பார்க்க முடிந்தது. என் மகனைக் கொன்றவர் அவர்தான் என்பதை என்னால் நம்ப முடியவில்லை. அவர் அந்த அரண்மனைப் படிக்கட்டுகள்மீது கம்பீரமாக ஏறிச் சென்றார்.

ஒரு சண்டையின் நடுவே தாங்கள் யாரைக் கொன்று கொண்டிருந்தோம் என்பது குறித்து வீரர்களுக்கு ஏதேனும் யோசனை இருக்குமா என்பதை யாரறிவார்? சாதாரணமான நேரங்களில் அவர்கள் எவ்வளவு கட்டுக்கோப்பாகவும் மென்மையாகவும் தோன்றுகின்றனர்! ஆனால் சண்டை என்று வரும்போது அவர்கள் எவ்வளவு கொடூரமானவர்களாக மாறிவிடுகின்றனர்!

11

அந்த அரசவைக் கூட்டத்தில் நிகழ்ந்த அனைத்து விஷயங்களும் எனக்குத் தெரிய வந்தன. அவை எதுவும் எனக்குத் துளிகூடப் பிடிக்கவில்லை. செல்வமும் அதிகாரமும் மனிதர்களை விலங்குகளைவிட மோசமானவர்களாக மாற்றிவிடுகின்றன. சாம்ராஜ்ஜியத்தில்

தன்னுடைய பங்கைக் கோரிய தருமனிடம் சகுனி மாமா நடந்து கொண்ட விதத்தை யாரால் ஏற்றுக் கொள்ள முடியும்? எனக்கு அதைக் கேட்டு வெறுப்பு உண்டானது. ஆனால், இனிமையற்ற விஷயங்களைத் தவிர்ப்பது எல்லா நேரத்திலும் சாத்தியப்படுவதில்லையே! சகுனி மாமா தன்னுடைய சொந்த நாட்டை விட்டுவிட்டு வந்து அஸ்தினாபுரத்தில் வாழ்ந்து கொண்டிருந்தது எனக்குப் பிடிக்கவில்லை. இந்தச் சீரழிவு எல்லாவற்றுக்குமான மூலகாரணம் அவர்தான்.

அந்த அரசவைக் கூட்டத்தில் பாண்டவர்களின் சார்பில் இளவரசர் தருமன் பேசினார். தாங்கள் மன்னர் பாண்டுவின் புதல்வர்கள் என்பதுதான் அவருடைய வாதத்தின் அடிப்படையாக இருந்தது. "எங்கள் தந்தையார் வெற்றி கொண்ட பகுதிகள் அனைத்திற்குமான உரிமைதாரர்கள் நாங்கள். அவை முறைப்படி எங்களிடம் ஒப்படைக்கப்பட வேண்டும்," என்று அவர் கூறினார். வயதிலும் அனுபவத்திலும் மூத்தக் கௌரவ வீரர்கள் அங்கு இருந்தும்கூட, சகுனி மாமா இளவரசர் தருமனின் பேச்சில் குறுக்கிட்டு, மிகவும் சூழ்ச்சிகரமாக, "சாம்ராஜ்ஜியத்தில் தங்கள் பங்கைப் பெறுவதற்குப் பாண்டவர்கள் இவ்வளவு ஆர்வமாக இருக்கின்றனர் என்றால், பரந்து விரிந்த காண்டவக் காட்டை அவர்களுக்கு மகிழ்ச்சியோடு கொடுப்பதற்குக் கௌரவர்கள் தயாராக இருக்கின்றனர். பாண்டவர்கள் சதசிருங்க மலையில் பிறந்தனர். எனவே, காடுகளிலும் மலைகளுக்கு அருகிலும் வாழுவதுதான் அவர்களுக்குப் பொருத்தமாக இருக்கும்," என்று கூறினார்.

சகுனி மாமாவின் இந்த வார்த்தைகளில் அநியாயமும் கொடிய பொய்யும் சூழ்ச்சியும் நிரம்பியிருந்தன. ஆனால், அந்த அவையில் இருந்த அனைத்து வீரர்களும் செய்வதறியாது மௌனமாக இருந்தனர். இன்று தான் அங்கு எதுவும் பேசப் போவதில்லை என்று என் கணவர் எனக்கு வாக்குக் கொடுக்கும்படி செய்தது என்னுடைய பெருந்தவறு. பாண்டவர்கள் நியாயமற்ற முறையில் நடத்தப்பட்டுக் கொண்டிருந்தனர் என்பதை அவர் அறிந்திருந்தார். அது அவருக்குப் பெரும் வருத்தத்தைக் கொடுத்தது. ஆனால் அவர் எனக்குக் கொடுத்திருந்த வாக்கு அவருடைய வாயைக் கட்டிப் போட்டுவிட்டது.

இளவரசர் தருமன் காண்டவக் காட்டை ஏற்றுக் கொண்டார். அரசவைக் கூட்டம் முடிந்து எல்லோரும் அங்கிருந்து கலைந்து சென்றனர்.

அரசவையிலிருந்து திரும்பி வந்த என் கணவர் நேராக என்னிடம் வந்து, "விருசாலி, சகுனி மாமா பாண்டவர்களுக்குக் காண்டவக் காட்டை ஒதுக்கியதற்குப் பின்னால் ஒரே ஒரு நோக்கம்தான் இருக்க முடியும். அங்கிருக்கும் கொடிய விலங்குகளுக்கு அவர்களை இரையாக்குவதுதான் அது! அரசவையில் இன்று நிகழ்ந்த எல்லாமே உன்னதமான கொள்கைகளுக்கு எதிரானவை. எல்லா நாட்களையும் விட்டுவிட்டு இன்று ஏன் நீ என்னை மௌனமாக்கினாய்?" என்று கேட்டார்.

12

பாண்டவர்கள் விதுரரின் குடிசையில் இரண்டு நாட்கள் தங்கியிருந்துவிட்டு, காண்டவக் காட்டிற்குப் புறப்படுவதற்கான ஏற்பாடுகளைச் செய்தனர். அவர்கள் புறப்பட்டுச் செல்லுவதற்கு முன்பாக ராஜமாதா குந்தியை நான் சந்திக்கத் துடித்தேன். அவர்மீது எனக்கு ஏன் அவ்வளவு ஈர்ப்பு ஏற்பட்டிருந்தது என்பதை என்னால் ஒருபோதும் விளக்க முடியாது, ஆனால் அவர் என்னை மிகவும் கவர்ந்திருந்தார் என்பதில் எந்த சந்தேகமும் இல்லை. பலர் நம்முடைய வாழ்விற்குள் வருகின்றனர், ஆனால் நாம் அவர்கள் எல்லோருடனும் எந்தவொரு தனித்துவமான உறவையும் உருவாக்கிக் கொள்ளுவதில்லை. ஆனால், சில சமயங்களில், முதல் சந்திப்பிலேயே ஒரு குறிப்பிட்ட நபர்மீது நமக்கு ஓர் இனம் புரியாத ஈர்ப்பு ஏற்பட்டுவிடுகிறது என்பதை மறுப்பதற்கில்லை. ராஜமாதா குந்தி தேவியின் விஷயத்தில் எனக்கு இதுதான் நிகழ்ந்தது. அவர் நெடுங்காலத்திற்குப் பிறகு அஸ்தினாபுரத்திற்குத் திரும்பி வந்திருந்தார். அவரை சந்தித்துப் பேச வேண்டும் என்ற என்னுடைய ஆவலை அது தீவிரப்படுத்தியது. அந்த சந்திப்பிற்கான அற்புதமான வாய்ப்பையும் அவரே ஏற்படுத்திக் கொடுத்தார். தன்னை வந்து சந்திக்கும்படி ஒரு தூதுவன் மூலமாக அவர் எனக்குச் செய்தி அனுப்பினார். அவர் என்னைப் பெரிதும் நேசித்தார் என்பதைத் துவக்கத்திலிருந்தே நான் அறிந்திருந்தேன். நான் ஒரு வினாடிகூடத் தாமதிக்கவில்லை. நான் என் சகோதரன் சத்தியசேனனை அழைத்தேன். அவன் என்னுடைய தேரில் விதுரரின் குடிசைக்கு என்னை அழைத்துச் சென்றான்.

அக்குடிசையின் வாசலில் விதுரரும் ராஜமாதாவும் ஏதோ மும்முரமாக விவாதித்துக் கொண்டிருந்தனர். ராஜமாதா என்னைக் கண்டவுடன் முன்னால் வந்தார். பாண்டவர்கள் நகரைச் சுற்றிப் பார்க்கச் சென்றிருந்தனர்போலும். நான் தேரிலிருந்து இறங்கியவுடன், மரியாதையோடு ராஜமாதாவின் பாதங்களைத் தொட்டு வணங்கினேன். அவர் என் தோள்களைத் தொட்டு என்னைத் தூக்கி, "மருமகளே, நீ கர்ப்பமாக இருக்கிறாய். இது எனக்குத் தெரியாமல் போய்விட்டதே! இது தெரிந்திருந்தால் உன்னை சந்திக்க நானே நேரில் வந்திருப்பேன்," என்று கூறினார். அவருடைய ஒவ்வொரு வார்த்தையும் அன்பில் தோய்ந்திருந்தது. அந்த அன்பு என் சொந்தத் தாயார் என்மீது பொழிந்த அன்பை எனக்கு நினைவுபடுத்தியது. உண்மையின் உறைவிடமான இந்த மென்மையான பெண்மணிக்கு விதி என்னவொரு கொடூரமான தண்டனையைக் கொடுத்திருந்தது! என்னதான் இருந்தாலும் அவர் அரசகுலப் பெண்ணல்லவா? அவர் பெருந்தன்மையான இதயம் படைத்தவராக இருந்தார். ஒரு தேரோட்டியின் மகளும் ஒரு தேரோட்டி–அரசரின் மனைவியுமான என்னுடைய நலனை விசாரிக்கும் அளவுக்கு ஒரு மகாராணியார் பணிவு கொண்டிருந்தார்!

நான் ராஜமாதாவுடன் சகஜமாகப் பேசினேன். எங்கள் உரையாடலுக்கு இடையே, ஒரு கர்ப்பிணிப் பெண் தன்னை எவ்வாறு கவனித்துக் கொள்ள வேண்டும் என்பதைப் பற்றி அவர் எனக்கு

அன்போடு அறிவுரை வழங்கிக் கொண்டே இருந்தார். நான் அங்கிருந்து புறப்படவிருந்த நேரத்தில், அவர் என்னிடம், "உனக்குப் பிறக்கப் போகும் மகன் அசாதாரணமானவனாக இருப்பான். அவனுக்கு என்ன பெயர் சூட்டத் திட்டமிட்டிருக்கிறாய்?" என்று கேட்டார்.

"அவன் கவச குண்டலங்களோடு பிறந்தால், கவசதாரன் அல்லது குண்டலசேனன் என்று அவனுக்குப் பெயரிடலாம் என்று நான் நினைத்திருக்கிறேன்," என்று நான் பதிலளித்தேன்.

அவர் சிறிது நேரம் யோசித்துவிட்டு, " இல்லையம்மா. அவன் கவச குண்டலங்களோடு பிறக்க மாட்டான். எனவே, அவ்விரண்டு பெயர்களும் பொருத்தமாக இருக்காது. ஆனால் அவன் தன் தந்தையைப்போலவே வசீகரமாக இருப்பான். அவன் உன்னைப்போலவே அதிர்ஷ்டசாலியாக இருக்கட்டும். உன்னுடைய பெயரை அவனுக்குச் சூட்டு. நீ அவனுக்கு விருசசேனன் என்று பெயரிடு," என்று கூறினார்.

"உங்கள் விருப்பம் அதுவென்றால், நான் நிச்சயமாக அவனுக்கு விருசசேனன் என்றே பெயரிடுகிறேன்."

நான் அவரிடமிருந்து விடைபெற்றுக் கொண்டு என்னுடைய தேருக்குள் ஏறினேன். "அவன் கவச குண்டலங்களோடு பிறக்க மாட்டான்," என்ற அவருடைய வார்த்தைகளுக்குப் பின்னால் இருந்த அர்த்தத்தை என்னால் புரிந்து கொள்ள முடியவில்லை. அவர் ஏன் என்னிடம் அப்படிக் கூறினார்? அதைப் பற்றி எனக்கு எள்ளளவு யோசனைகூட இருக்கவில்லை.

13

பாண்டவர்கள் தங்கள் தாயாருடன் காண்டவக் காட்டிற்குப் புறப்பட்டுச் சென்றனர். அங்கு ஓர் ஓலைக் குடிலில் வசிப்பதென்று அவர்கள் தீர்மானித்தனர். புகழ்பெற்ற ஒரு மன்னரின் ஐந்து மகன்கள் ஓர் அடர்ந்த காட்டில் வாழ வேண்டியிருந்தது குறித்த எண்ணம் என் மனத்தை வேதனைக்கு உள்ளாக்கியது. என்ன இருந்தாலும் நான் ஒரு சாதாரணப் பெண்தானே! நிகழ்ந்து கொண்டிருக்கும் எல்லாவற்றையும் மௌனமாக வேடிக்கைப் பார்ப்பதைத் தவிர ஒரு பெண்ணால் வேறு என்ன செய்ய முடியும்? தன்னுடைய குடும்பத்தை கவனித்துக் கொள்ளுவதற்கான அதிகாரம் மட்டுமே அவளுக்கு இருக்கிறது.

ஷோனின் திருமணத்தைப் பற்றி என் கணவரிடம் பல்வேறு வழிகளில் நான் அணுகினேன். ஒரு பௌர்ணமி இரவில், ஷோனுக்கு ஒரு மணப்பெண்ணைத் தேடிக் கண்டுபிடிப்பதற்காக, அவர் அவனையும் அழைத்துக் கொண்டு குலிந்த நாட்டிற்குத் தன்னுடைய படையுடன் புறப்பட்டார். இப்போது ஒருவழியாக என் மனம் நிம்மதியடைந்தது. அவர் எந்தத் திசையில் பயணித்தாலும் அவர் வெற்றி பெறுவார் என்பதில் எனக்கு எந்த சந்தேகமும் இருக்கவில்லை.

ஒரு மாதத்திற்குப் பிறகு அவர் திரும்பி வந்தார். குலிந்த நாட்டைச் சேர்ந்த ஓர் அழகான இளம்பெண் அவரோடு வந்தாள். அவள் எங்கள் அரண்மனைக்குள் நுழைந்தவுடன் நான் அவளுக்கு ஆரத்தி எடுத்தேன். அவள் ஷோனின் மனைவியாக ஆகவிருந்தாள். அவளுடைய தோலின்

நிறம் வானில் மின்னல் பளிச்சிடுவதைப்போல ஒளிமயமானதாக இருந்தது. அவள் பெரிய கண்களையும், ஒரு கூர்மையான மூக்கையும், என் கணவரின் முகத்தைப் போன்ற வட்டமான முகத்தையும் கொண்டிருந்தாள். அவளுடைய பெயர் மேகமாலா.

ஷோன் மற்றும் மேகமாலாவின் திருமணம் எங்கள் அரண்மனைக்கு முன்னால் உருவாக்கப்பட்டிருந்த ஓர் அற்புதமான மண்டபத்தில் நடைபெற்றது. அவர்களுடைய திருமணம் விவரிக்கப்பட முடியாத மகிழ்ச்சியை என்னுள் தோற்றுவித்தது. ஏனெனில், ஒரு மாபெரும் பொறுப்பிலிருந்து இப்போது நான் விடுபட்டிருந்தேன். திருமணம் முடிந்தவுடன் ஷோன் தன் மனைவியுடன் என்னிடம் வந்தபோது, "ஷோன், மேகங்களால் ஆன ஒரு மாலை இன்று உன்னுடைய கழுத்தில் அணிவிக்கப்பட்டுள்ளது. அதை பத்திரமாகப் பார்த்துக் கொள். உங்கள் இருவருடைய மணவாழ்க்கையும் வானவில்லின் வண்ணங்களுடன் ஒளிமயமானதாக அமையட்டும்!" என்று நான் அவர்களை வாழ்த்தினேன்.

ஷோன் புன்னகைத்துக் கொண்டே, "என் அண்ணனைப்போல நானும் இரண்டு முறை திருமணம் செய்து கொள்ளுவேன். நான் என்ன சொல்லுகிறேன் என்பது உங்களுக்குப் புரிந்திருக்கும் என்று நினைக்கிறேன். ஆனால் அண்ணனுக்கும் எனக்கும் இடையே மலையளவு வேறுபாடு உள்ளது," என்று கூறினான்.

14

நானும் சுப்ரியையும் மேகமாலாவும் சேர்ந்து எங்களுடைய மாமனாரையும் மாமியாரையும் கவனித்துக் கொண்டோம். அவர்கள் எங்கள் மூவரையும் பார்த்துவிட்டு, மகிழ்ச்சியாக, "மகள்களே, இனி கடவுள் எங்களைத் தன்னோடு அழைத்துக் கொள்ளுவதுதான் சரியான காரியமாக இருக்கும். அது மட்டுமே எங்கள் விருப்பம். நாங்கள் இவ்வளவு மகிழ்ச்சியை அனுபவித்தப் பிறகு நேராக சொர்க்கத்திற்குப் போனால் எவ்வளவு அற்புதமாக இருக்கும்! கர்ணன் அங்க நாட்டு அரசனாக இருக்கிறான், அவனுக்கு இரண்டு மனைவியர் உள்ளனர். ஷோனும் திருமணமாகி மகிழ்ச்சியாக வாழ்ந்து கொண்டிருக்கிறான். தேரோட்டிகளான எங்களால் இதைவிடப் பெரிய மகிழ்ச்சியை எப்படிக் கற்பனை செய்ய முடியும்?" என்று அடிக்கடிக் கூறினர்.

சுப்ரியை என்னை லேசாகக் கிள்ளிவிட்டு அவர்களிடம், "ஆனால், அத்தை, ஒரு பேரனின் முகத்தைப் பார்க்காதவர்களுக்கு சொர்க்கத்தில் இடமில்லை என்று நாங்கள் கேள்விப்பட்டிருக்கிறோமே!" என்று கூறி என்னைச் சீண்டினாள்.

"அது உண்மைதான், சுப்ரியை. அந்த ஆசை இன்னும் நிறைவேற வேண்டியுள்ளது. விருசாலி விரைவில் அதை நிறைவேற்றிவிடுவாள். இல்லையா, விருசாலி?" என்று எங்கள் அத்தை என்னிடம் கேட்டார். நான் வெட்கத்தில் முகம் சிவந்து, பொய்க் கோபத்துடன் சுப்ரியையைப் பார்த்தேன். அவள் என்னுடைய பார்வையைத் தவிர்த்துவிட்டுக் கலகலவென்று சிரிக்கத் தொடங்கினாள். சுதாமனுக்குப் பிறகு எங்கள்

அரண்மனையில் பல ஆண்டுகளாக எந்தவொரு குழந்தையின் சிரிப்பும் ஒலித்திருக்கவில்லை.

15

நாட்கள் உருண்டோடின. இப்போதெல்லாம் நான் நடமாடுவதற்கு சிரமப்பட்டேன். நான் என் படுக்கையின்மீது படுத்திருந்தபோது, என்னுடைய ஒட்டுமொத்த வாழ்க்கையும் என் கண்களுக்கு முன்னால் பளிச்சிடும். நான் ஒரு சிறுமியாக இருந்தபோதே என் தந்தை இறந்துவிட்டார். என் தாயும் என் அண்ணன் சத்தியசேனனும்தான் என்னை அன்போடு வளர்த்தனர். நான் அஸ்தினாபுரத்தில் கால் வைத்த நாளன்று என் தாயார் காலமானார். அங்க நாட்டு அரசரை நான் முதன்முதலாகப் பிரயாகையில் சந்தித்தேன். ஒரு குதிரையும் ஒரு குடமும் அந்த சந்திப்பிற்குக் காரணமாக இருந்தன. புகழும் வசீகரமும் பணிவும் பாசமும் நிறைந்த அவரை என்னுடைய வாழ்க்கைத்துணைவராக எனக்குக் கொடுத்தற்காக நான் அந்தக் குதிரைக்கு எப்போதுமே நன்றியுடைவளாக இருந்து வந்துள்ளேன். அவரோடு வாழுவது ஒரு வசந்தகால மகிழ்ச்சியை அனுபவிப்பதைப் போன்றதாக இருந்தது. தாய்மை ஒரு பெண்ணின் வாழ்க்கையை முழுமைப்படுத்துகின்ற ஒரு புனிதமான விஷயம். பெண்களுக்கு இயற்கை வழங்கியுள்ள மிக உயர்ந்த பரிசு அது. பெருமையின் பிறப்பு ஓர் ஆணின் கையில் உள்ளது, ஆனால் பிறப்பின் பெருமையை ஒரு பெண் மட்டுமே அறிவாள். தாய்மை ஒரு பெண்ணின் மிக உன்னதமான அர்ப்பணிப்பு, அது அவளுடைய தவம். மற்ற எல்லாமே சுயநல இன்பத்திற்கான தேடலே. ஆனால் தாய்மை என்பது பேரானந்தமாகும். ஏனெனில், படைப்பின் நிகரற்றப் பரவசம் அது. ஆனால் இந்தப் பரவசத்தை அவ்வளவு சுலபமாக அடைந்துவிட முடியாது. ஏனெனில், அதை அனுபவிப்பதற்கு, ஒரு பெண், மரணத்தை ஒத்தப் பிரசவ வலியைப் பொறுத்துக் கொண்டாக வேண்டும். அதனால்தான் ஒரு பெண் தன்னுடைய தனித்துவமான அடையாளம் குறித்து இவ்வளவு தீவிரமான விழிப்புணர்வுடன் இருக்கிறாள்.

ஒரு நாள் எனக்குப் பிரசவ வலி ஏற்பட்டது. ஓராயிரம் அம்புகள் ஈவு இரக்கமின்றி என்னுடைய உடலைத் துளைத்தெடுத்தது போன்ற வேதனை அது. நான் நெஞ்சுரத்தோடு அந்த வலியைத் தாங்கிக் கொண்டேன். பிறக்கவிருந்த என்னுடைய மகனுக்காக நான் அதைப் பொறுத்துக் கொண்டாகத்தான் வேண்டியிருந்தது. உயிர்! பொன்னான அந்த உயிர் எவ்வளவு வேதனைக்கு இடையில் பிறக்கிறது! ஒரு குழந்தையின் முதல் அழுகைக் குரல், அக்குழந்தை தன் தாயின் பிரசவ வலியின் ஆற்றலிலிருந்து தன்னுடைய முதல் சுவாசத்தை உள்ளிழுப்பதை உணர்த்துகிறது. தாய்மை என்பது ஓர் அதிசயம். அது எவ்வளவு வலி மிகுந்ததோ, அதே அளவு பரவசமூட்டுவதாக இருக்கிறது. அது எவ்வளவு பயங்கரமானதோ, அதே அளவு நம்பிக்கையூட்டுவதாகவும் இருக்கிறது.

காட்டு அத்திக் கனியைப் போன்ற இளஞ்சிவப்பு நிறத்தைக் கொண்ட ஒரு மகனை நான் ஈன்றெடுத்தேன். என் உடல் லேசானதுபோல நான்

உணர்ந்தேன். என்னுள் அன்பு பொங்கியது. நான் மிகவும் களைத்துப் போயிருந்தேன், என் ஆற்றல் முழுவதும் வற்றிப் போயிருந்தது. ஆனால், நான் மிகவும் சிரமப்பட்டு எழுந்து உட்கார்ந்து, ஆர்வக் குறுகுறுப்புடன் செவிலியிடமிருந்து என் மகனை வாங்கிக் கொண்டு, அவனை என் நெஞ்சோடு சேர்த்து அணைத்தேன். அவன் அப்படியே அவனுடைய தந்தையைப்போல இருந்தான், ஆனால்...ஆனால் அவனுடைய காதுகளில் குண்டலங்கள் இல்லை. அவனுடைய தோல் துளைக்கப்பட முடியாததா இல்லையா என்பதை அறிந்து கொள்ள எந்த வழியும் இருக்கவில்லை. நான் ஆச்சரியம் கொண்டேன், அதே நேரத்தில் வேதனையும் கொண்டேன். ராஜமாதாவின் கணிப்பு உண்மையாகியிருந்தது.

என் குழந்தையின் அழுகுரலைக் கேட்டு என் கணவரும், ஷோனும், சுப்ரியையும், மேகமாலாவும், சத்தியசேனனும், என்னுடைய மாமியார் மற்றும் மாமனாரும் என் அறைக்குள் நுழைந்தனர். என் கணவர் வேகமாக என் குழந்தையைத் தன் கைகளில் எடுத்துக் கொண்டு, அவனுடைய காதுகளை உற்றுப் பார்த்தார். அவர் அவற்றைத் தடவியபடி, அவற்றில் குண்டலங்கள் இருந்ததற்கான ஏதேனும் அறிகுறி இருந்ததா என்று சோதித்தார். அவர் ஒரு மெல்லிய ஊசியை எடுத்து எங்கள் குழந்தையின் மென்மையான சுண்டுவிரலில் லேசாகக் குத்தினார். அதில் ஒரு சொட்டு ரத்தம் தோன்றியது. அதைக் கண்டவுடன் அவர் ஆழ்ந்த சிந்தனையில் மூழ்கினார். அவருடைய உயரமான உருவம் நடுங்கியது. அவர் எங்கள் குழந்தையைச் செவிலியின் கைகளில் கொடுத்துவிட்டு, ஷோனிடம் சென்று, “ஷோன், நீ என் சொந்தத் தம்பி. உனக்குக் கவச குண்டலங்கள் இல்லை. இவன் என் மகன். இவனுக்கும் கவச குண்டலங்கள் இல்லை. ஏன்? நான் யார்? ஷோன், நான் உண்மையிலேயே யார்?” என்று கேட்டார்.

பிறகு, “சுதாமன் பிறந்தபோதும் அவனுக்குக் கவச குண்டலங்கள் இல்லாததைக் கண்டு நான் வேதனைப்பட்டேன். ஆனால் என்னுடைய அடுத்த மகன் கவச குண்டலங்களோடு பிறப்பான் என்று என்னை நானே சமாதானப்படுத்திக் கொண்டேன். இன்று என்னுடைய நம்பிக்கைகள் சுக்குநூறாக நொறுக்கப்பட்டுள்ளன. எனக்கு எந்தவொரு மகனும் கவச குண்டலங்களோடு பிறக்கப் போவதில்லை,” என்று அவர் ஏமாற்றத்துடன் கூறினார்.

ஷோன் மௌனமாகவும் அசையாமலும் நின்றான். என் கணவர் தன் தாயிடம் திரும்பி, “அம்மா, உங்களுடைய இந்தப் பேரனுக்கும் ஏன் கவச குண்டலங்கள் இல்லை?” என்று கவலையோடு கேட்டார். ஆனால் என் மாமியார் அதற்கு பதில் கூறவில்லை. இறுதியில் அவர் என்னை நோக்கித் திரும்பினார். நான் முற்றிலும் களைத்துப் போயிருந்ததைக்கூட மறந்துவிட்டு என் கையைப் பிடித்து உலுக்கி, ஒருவிதமான பரிதவிப்போடு, “விருசாலி, நான் யார் என்று நீ சொல். ஏன் யாருமே எதுவும் கூறாமல் இருக்கிறீர்கள்?” என்று அவர் கேட்டார்.

நான் மென்மையாக, “நீங்கள் ஏன் இப்படிப் பரிதவிக்கிறீர்கள்? நீங்கள் அன்னை ராதையின் மகன், ஷோனின் அண்ணன், இந்தப் பச்சிளம் குழந்தையின் தந்தை. நீங்கள் அங்க நாட்டின் அரசன்,” என்று பதிலளித்தேன்.

"இல்லை, விருசாலி. நான் யாரென்று எனக்கும் தெரியவில்லை, மற்றவர்களும் என்னிடம் எதுவும் கூறுவதில்லை," என்று கூறிவிட்டு, அவர் அந்த அறையிலிருந்து வேகமாக வெளியேறினார்.

16

என் மகனின் பெயர்சூட்டு விழா நடைபெற்றது. பலர் பல்வேறு பெயர்களைச் சொல்லி அவனை அழைத்தனர். ஆனால் நான் அவனை விருசசேனன் என்று அழைப்பதைத் தேர்ந்தெடுத்தேன். விருசசேனனின் வரவு எனக்கு ஒரு நல்ல பொழுதுபோக்காக அமைந்தது. சில சமயங்களில், நான் கவலைப்படக்கூடிய அளவுக்கு அவன் தன்னுடைய கைகளையும் கால்களையும் வேகமாக உதைத்தான். ஒரு வீடும் குழந்தைகளும்தான் ஒரு பெண்ணின் வாழ்வில் உள்ளடங்கியுள்ளன. அவள் அவற்றில் மகிழ்ச்சியைக் கண்டுகொள்ளுகிறாள். என்னுடைய மூத்த மகன் சுதாமன் திரௌபதியின் சுயம்வரத்தில் வீணாகத் தன் உயிரை இழந்தான். அவனுடைய நினைவு சில சமயங்களில் என் இதயத்தைக் கசக்கிப் பிழிந்தது, ஆனால் அவனை நான் மறக்க வேண்டியிருந்தது. சுப்ரியையும் மேகமாலாவும் விருசசேனன் ஒரு கணம்கூடத் தங்கள் மடிகளைவிட்டு இறங்க அனுமதிக்கவில்லை. அவர்கள் அவனை அன்போடு "விருசு! விருசு!" என்று அழைத்துக் கொண்டும், அவன்மீது முத்தமழை பொழிந்து கொண்டும் இருந்தனர். அச்சமயங்களில், நூற்றுக்கணக்கான மயிலிறகுகளைக் கொண்டு யாரோ என் கைகளையும் கால்களையும் வருடிக் கொடுத்துக் கொண்டிருந்தது போன்ற உணர்வை நான் அனுபவித்தேன். சுதாமன் என் மூலமாக இரண்டாவது பிறவி எடுத்திருந்ததுபோல நான் உணர்ந்தேன்.

வளர்பிறை சமயத்தில் நிலவு மெல்ல மெல்ல வளருவதைப்போல, என் மகன் எல்லோருடைய அன்பிலும் பாசத்திலும் மெல்ல மெல்ல வளர்ந்தான். அவனுடைய வசீகரமான தோற்றம் எல்லோரையும் கவர்ந்தது. அவன் கவச குண்டலங்களோடு பிறந்திருந்தால் எவ்வளவு அற்புதமாக இருந்திருக்கும் என்று நான் பல சமயங்களில் நினைத்தேன்.

இளவரசி பானுமதியும் இளவரசி துச்சலையும் விருசசேனனைப் பார்க்க வந்தனர். இளவரசி பானுமதியை நான் அப்போதுதான் முதன்முறையாகப் பார்த்தேன். அவர் மென்மையானவராகவும் அடக்கமானவராகவும் இருப்பார் என்று நான் நினைத்திருந்தேன், ஆனால் அவர் தற்பெருமை மற்றும் தற்செருக்கிற்கான உச்சகட்ட எடுத்துக்காட்டாக இருந்தார். அவர் என்னைப் பார்த்தவுடன், "நான் இங்கு வந்தது உங்களுக்குப் பிடிக்கவில்லை என்று நான் நினைக்கிறேன்," என்று கூறினார்.

"ஏன் அப்படிக் கூறுகிறீர்கள்?" என்று நான் கேட்டேன்.

"ஏனெனில், நான்தான் உங்களுக்கு ஒரு சக்களத்தியை இங்கு அழைத்து வந்தேன். அதனால்தான் நான் அப்படிக் கேட்டேன்."

"நான் அதை ஒருபோதும் அப்படிப் பார்க்கவில்லை. மாறாக, சுப்ரியை என்னுடைய மகிழ்ச்சியை அதிகப்படுத்தியிருக்கிறாள்."

"இப்போது வேண்டுமானால் அப்படி இருக்கலாம். ஆனால்

அவளுக்கென்று குழந்தைகள் பிறந்தவுடன், உங்கள் இருவருக்கும் இடையேயான உறவு இவ்வளவு இனிமையானதாக இருக்காது.”

“நாங்கள் இருவருமே அங்க நாட்டு அரசரின் மனைவியர். எங்களுடைய சொந்த மகிழ்ச்சியைவிட அங்க நாட்டு அரசரின் விருப்பங்கள்தாம் அதிக முக்கியமானவை.”

“விருசாலி, அங்க நாட்டு அரசரின் விருப்பங்கள் குறித்து எதிர்காலத்திற்கு எந்த அக்கறையும் இல்லை. உண்மையில், கடவுளின் சொந்த விருப்பங்கள் குறித்துக்கூட அதற்கு எந்த அக்கறையும் இல்லை.”

அவருடைய பேச்சு எனக்குக் கடும் எரிச்சலூட்டியது. என்னுடன் சண்டையிடுவதற்கு என்றே அவர் அங்கு வந்திருந்ததுபோல எனக்குத் தோன்றியது. நான் பதிலேதும் கூறாமல் மௌனமாக இருந்தேன். அவர் எந்த நோக்கத்திற்காக அங்கு வந்திருந்தாரோ, அந்த நோக்கத்தை அவர் மறந்திருந்தார். ஏனெனில், அவர் விருசசேனனைப் பார்க்கக்கூட இல்லை. இளவரசி துச்சலை மட்டும் அவனைத் தன்னுடைய கைகளில் தூக்கிக் கொண்டு அவனுடைய காதுகளை மீண்டும் மீண்டும் தடவிப் பார்த்தாள். அவள் அவனுடைய சுருட்டைத் தலைமுடியின்மீது மீண்டும் மீண்டும் முத்தமிட்டாள்.

17

நான் மகிழ்ச்சியின் உச்சத்தில் இருந்தேன், ஆனால் ராஜமாதா குந்தி தேவியின் நினைவு சில சமயங்களில் என்னைத் தொந்தரவு செய்தது. எனவே, அவரைப் பற்றி ஏதேனும் செய்தி கிடைத்தால் தவறாமல் அதை எனக்குத் தெரிவிக்கும்படி என் சகோதரன் சத்தியசேனனிடம் நான் கூறி வைத்தேன். பாண்டவர்களின் சாகசங்கள் குறித்து அவன் கொண்டுவந்த செய்திகள் என்னை வியக்க வைத்தன.

வெறும் ஆறு மாதங்களுக்குள், சக்திமிக்க அந்த வீரர்கள், அந்தக் காண்டவக் காட்டின் அடர்த்தியான மரங்களை வெட்டிச் சாய்த்து அக்காட்டை ஒரு சமதளப் பகுதியாக மாற்றியிருந்தனர். வானளாவ வளர்ந்திருந்த மரங்களை அவர்கள் வேரோடு அறுத்தெறிந்திருந்தனர். கதாயுத வீரரான இளவரசர் பீமன், தினமும் பொழுது விடிந்தவுடன் தன் தோள்மீது ஒரு கோடரியைச் சுமந்து கொண்டு காட்டிற்குள் சென்று, ஒரு குறிப்பிட்ட அளவு இடத்திலிருந்த மரங்களையும் செடிகொடிகளையும் வெட்டிச் சாய்த்துவிட்டு, பிறகு மாலையில் தன் குடிலுக்குத் திரும்பிச் சென்றார். ராஜமாதாவுக்கும் திரௌபதிக்கும் காவலாக அவர்கள் ஐவரில் ஒருவர் அவர்களோடு இருந்தனர். மற்ற நால்வரும் தினமும் காலையில் நான்கு வெவ்வேறு திசைகளில் சென்று வேலை செய்யத் தொடங்கினர். ஆயிரக்கணக்கான ஆண்டுகளாக சூரிய ஒளியைப் பார்த்திராத அந்த நிலத்தின்மீது, அந்த ஐந்து சகோதரர்களின் அயராத உழைப்பால் இப்போது சூரிய ஒளி படர்ந்தது. காண்டவக் காடு இப்போது ஓரளவுக்கு ஒரு சமதளப் பகுதியாக மாற்றப்பட்டிருந்தது.

ஓராண்டுக்குள் அக்காடு ஒரு முழுமையான சமதளப் பகுதியாக ஆகியிருந்தது. அதன் பிறகு, மதுராவிலிருந்து கிருஷ்ணர் அனுப்பி வைத்திருந்த கைவினைஞர்களின் உதவியோடு, பாண்டவர்கள்,

வெட்டப்பட்ட மரங்களைக் கொண்டு ஓர் அற்புதமான மாளிகையைக் கட்டியெழுப்பத் தொடங்கினர். பீமன் பெரிய பாறாங்கற்களைத் தோள்கள்மீது சுமந்து வந்தார். பெருமிதமும் நெஞ்சுரமும் கொண்ட அந்த ஐந்து சகோதரர்களும் தாங்கள் யாரிடமும் ஒருபோதும் யாசிக்கப் போவதில்லை என்று உறுதி பூண்டனர். திறமை வாய்ந்த அந்தக் கைவினைஞர்கள் அயராமல் வேலை செய்து அரண்மனையின் உயரத்தை நாளுக்கு நாள் அதிகரித்தனர். இளவரசர் நகுலன் அக்காட்டில் நடமாடிய குதிரைகளைப் பிடித்து வந்து அவற்றைப் பழக்கப்படுத்தினார். அவர் நூற்றுக்கணக்கான குதிரைகளை இவ்விதத்தில் பழக்கப்படுத்தி, மரவேலி சூழ்ந்த ஒரு பெரிய அடைப்பிடத்திற்குள் அவற்றை அடைத்து வைத்தார். பாண்டவர்களின் இந்தச் சீரான முன்னேற்றம் பற்றிய செய்தி அஸ்தினாபுரத்தில் யாருடைய காதுகளையும் ஒருபோதும் எட்டவில்லை. என்னுடைய வேண்டுகோளின் பெயரில், சத்தியசேனன் எப்போதேனும் காண்டவத்திற்குச் சென்று அப்போதைய செய்தியை என்னிடம் கொண்டுவருவான். இவ்விஷயம் இளவரசர் துரியோதனனின் காதுகளை ஒருபோதும் எட்டக்கூடாது என்று நான் அவனை எச்சரித்திருந்தேன். ஏனெனில், இளவரசரின் பொறாமை காண்டவம்வரைகூட நீளும் என்ற பயம் எனக்கு எப்போதும் இருந்தது.

ராஜமாதா குந்தி தேவியின் ஆசீர்வாதங்களில் குளிர்காய்ந்தபடி பாண்டவர்கள் மகிழ்ச்சியாக இருந்ததுபோல எனக்குத் தோன்றியது.

18

இரவும் பகலும் ஒரு ஜோடி கொண்டைக் குயில்களைப்போல மகிழ்ச்சியாக ஒன்றையொன்று துரத்திச் சென்றன. விருசசேனனுக்கு ஏற்கனவே இரண்டு வயது ஆகியிருந்ததை நான் ஒருபோதும் உணரவில்லை. அவனுடைய குதியாட்டத்திற்கு அரண்மனையில் போதுமான இடம் இருக்கவில்லை. ஒரு நாள், “அப்பா! அப்பா!” என்று கத்திக் கொண்டே அவன் என் கணவரின் மடிமீது ஏறி உட்கார்ந்து கொண்டான். என் கணவர் அவனை வேகமாகத் தூக்கி, பாசத்தோடு நெடுநேரம் அவனை உச்சி முகர்ந்தார். விருசசேனன் அவருடைய வலிமையான புஜத்தின்மீது சொகுசாக உட்கார்ந்து கொண்டு, அவருடைய காதுகளில் லேசாக அசைந்தாடிய குண்டலங்களைத் தன்னுடைய பெரிய, உருண்டையான விழிகளால் கண்கொட்டாமல் பார்த்தான். பிறகு திடீரென்று அவற்றைத் தன்னுடைய கைகளால் பற்றி, “தா! தா! தா!” என்று மழலையில் ஏதோ சொல்லிக் கொண்டே அவற்றைத் தடவினான்.

என் கணவர் என்னைப் பார்த்துவிட்டு, பிறகு அவனிடம், “விருசு, உனக்கு இந்தக் குண்டலங்கள் பிடித்திருக்கின்றனவா? ஆனால் உன்னால் அவற்றைப் பெற முடியாது. தூரத்திலுள்ள பொருட்கள் எப்போதுமே வசீகரமாகத்தான் தெரியும். இவற்றின் காரணமாக நான் எவ்வளவு மனவேதனையை அனுபவித்திருக்கிறேன் என்பதை நான் உன்னிடம் எப்படிச் சொல்லுவேன்!” என்று கூறினார்.

அவர் கூறியதைக் கச்சிதமாகப் புரிந்து கொண்டவன்போல,

விருசசேனன் அவருடைய குண்டலங்களை உடனடியாக விடுவித்துவிட்டு என்னை நோக்கித் தன் கைகளை நீட்டினான். நான் அவனைத் தூக்கிக் கொண்டு என் கணவரிடம், "இவனுக்கு இன்னும் முழுதாக இரண்டு வயதுகூட முடியவில்லை. ஆனாலும் நீங்கள் கூறுகின்ற ஒவ்வொரு வார்த்தையும் இவனுக்கு நன்றாகப் புரிகிறது. இவன் வளர்ந்து பெரியவனாகும்போது என் பேச்சை ஒருபோதும் கேட்கப் போவதில்லை," என்று கூறினேன்.

"அதெப்படி, விருசாலி? இவன் கர்ணனின் மகன். அவனால் ஒருபோதும் தன் தாயை மறக்க முடியாது," என்று என் கணவர் எனக்குக் கனிவாக உத்தரவாதம் கொடுத்தார்.

19

விருசசேனன் தன்னுடைய சிரிப்பின் மூலம் எங்களுடைய ஒட்டுமொத்த அரண்மனையையும் இடித்துத் தள்ளும் தீர்மானத்தோடு பிறந்திருந்ததுபோல எங்களுக்குத் தோன்றியது. அவனுடைய மங்கலகரமான பிறப்பிற்குப் பிறகு எங்கள் அரண்மனையில் ஒரு மழலையர் பட்டாளமே கும்மாளமிடத் தொடங்கியது. விருசசேனன் இரண்டு வயதை நெருங்கிக் கொண்டிருந்தபோது, இளவரசி பானுமதி, லட்சுமணன் என்ற பெயர் கொண்ட ஒரு மகனை ஈன்றார். அவனுடைய பெயர்சூட்டு விழா யாராலும் கற்பனை செய்ய முடியாத அளவுக்கு விமரிசையாகவும் ஆடம்பரமாகவும் கொண்டாடப்பட்டது. அது இயல்பானதுதான். ஏனெனில், கௌரவர்களின் எதிர்கால மன்னன் அவன். மன்னர் திருதராஷ்டிரரின் பேரன் அவன்.

லட்சுமணன் பிறந்து ஒரு மாதத்திற்குப் பிறகு சுப்ரியைக்கு ஒரு மகன் பிறந்தான். அவன் ஓவியத்தைப்போல அழகாக இருந்ததால் நாங்கள் அவனுக்குச் சித்திரசேனன் என்று பெயரிட்டோம். அவன் பிறந்தவுடனேயே, நான் என் கணவரைவிட அதிகப் பதற்றத்துடன் ஓடோடிச் சென்று அவனைப் பார்த்தேன். அவனும் குண்டலங்களோடு பிறக்கவில்லை. அங்க நாட்டு அரசரின் குழந்தைகளில் யாருமே கவச குண்டலங்கள் என்ற அந்த தெய்விகப் பரிசைப் பெற மாட்டார்கள் என்பது வெளிப்படையாகத் தெரிந்தது. இதை உணர்ந்து கொண்ட என் கணவர் வருத்தமடைந்தார். உண்மையிலேயே எது அவரை இவ்வளவு தூரம் வேதனைப்படுத்திக் கொண்டிருந்தது என்பது மெய்யாகவே யாருக்கும் தெரியவில்லை. சில சமயங்களில், அவர் தன்னுடைய பசியைக்கூட உணராமல் கங்கை நதியில் நின்று சூரிய பகவானுக்கு மணிக்கணக்கில் நீராஞ்சலி செய்து கொண்டிருப்பார். நான் அவரை நினைத்து மிகவும் கவலைப்பட்டேன்.

என் கணவர் வசீகரமாகவும் பெரும் செல்வந்தராகவும் ஏராளமான திறமைகள் கைவரப் பெற்றவராகவும் இருந்தார். மொத்தத்தில், அவர் தனித்துவமானவராகத் திகழ்ந்தார். எந்தவொரு பெண்ணும் தன் வாழ்நாள் முழுவதும் அர்ப்பணிப்போடு அவருக்கு சேவை செய்து கிடக்கும்படி செய்ய அவை போதுமானவையாக இருந்தன. ஆனால் யாராலும் அவருடைய மனத்தின் ஆழத்திற்குள் சென்று பார்க்க

முடியவில்லை. நான் அல்லும் பகலும் அவருடனேயே இருந்தபோதிலும், நான் ஒரு சாதாரண மனிதனின் நிழலில் வாழ்ந்து கொண்டிருக்கவில்லை, மாறாக, ஒரு தெய்விக ஒளிவட்டத்திற்குள் வாழ்ந்து கொண்டிருந்தேன் என்ற உணர்வு சில சமயங்களில் என்னுள் எழுந்தது. அதனால்தான் என் கணவரின் முன்னால் எனக்கு அடிக்கடி வாயடைத்துப் போயிற்று. ஒருமுறை, இளவரசி துச்சலை என்னிடம் ஒரு கேள்வி கேட்டாள். ஆனால் அதை நான் என் கணவரிடம் கூறியதில்லை. அந்த ரகசியத்தை என்னிடமிருந்து வெளிக்கொணருவதற்கு அவர் என்னை எவ்வளவோ கேலி செய்து பார்த்தும் நான் பிடிவாதமாக மௌனமாக இருந்துவிட்டேன்.

தர்மசங்கடம் ஏற்படுத்தக்கூடிய ஒரு கேள்வி அது. "நீங்கள் இருவரும் தனிமையில் இருக்கும்போது, துளைக்கப்பட முடியாத அவருடைய கவசம் உனக்குப் பிரச்சனைகரமாக இருக்கிறதா?" என்று துச்சலை என்னிடம் கேட்டிருந்தாள். இக்கேள்வியை என்னால் எப்படி என் கணவரிடம் வெளிப்படையாகக் கூற முடியும்?

20

ஒரு நாள், காண்டவக் காட்டில் பாண்டவர்கள் ஒரு நகரத்தை உருவாக்கியிருந்ததாக ஆச்சரியகரமான செய்தி ஒன்று என் காதுகளை எட்டியது. இச்செய்தி பலரை மகிழ்ச்சி கொள்ளச் செய்தது. அந்நகரம் இந்திரப்பிரஸ்தம் என்று அழைக்கப்பட்டது. பாண்டவர்கள் அதைக் காண்டவத்தின் தலைநகரமாகப் பிரகடனம் செய்திருந்தனர். பாண்டவர்களை நேசித்தவர்களில் பலர் ஏற்கனவே தங்கள் குடும்பங்களோடு அஸ்தினாபுரத்தைவிட்டு வெளியேறி இந்திரப்பிரஸ்தத்தில் குடியேறத் தொடங்கியிருந்தனர். தினமும் இந்திரப்பிரஸ்தத்தின் மக்கட்தொகை அதிகரித்தது. பாடகர்கள், நாட்டியக்காரர்கள், கைவினைஞர்கள், மற்றும் பிற தொழில்வினைஞர்கள் இந்திரப்பிரஸ்தத்தின் புகழுக்கு மேலும் ஒளி கூட்டினர். காட்டு விலங்குகளின் ஓலங்களையும் உறுமல்களையும் தவிர வேறு எந்தச் சத்தமும் கேட்டிராத அந்த வனாந்திரத்தில் இப்போது மனிதர்களுடைய கோலாகலமான கொண்டாட்டச் சத்தங்கள் எதிரொலித்தன. ஆடலும் பாடலும் அச்சூழலுக்கு மெருகூட்டின. பொறுமையும் கடின உழைப்பார்வமும் கொண்ட வீரர்களால் ஒரு காட்டைக்கூட ஓர் அற்புதமான தலைநகரமாக மாற்றிவிட முடியும். இச்செய்தி சிலருக்கு மகிழ்ச்சியையும் மற்றவர்களிடத்தில் பொறாமையையும் ஏற்படுத்தியது.

இந்திரப்பிரஸ்தத்திற்கு இடம்பெயர்ந்து சென்றவர்களுடைய நிலங்களும் உடைமைகளும் பறிமுதல் செய்யப்படும் என்று அஸ்தினாபுரத்தில் அறிவிக்கப்பட்டது. கௌரவ ராஜ்ஜியம், பாண்டவ ராஜ்ஜியம் என்று இரண்டு தனித்தனி ராஜ்ஜியங்கள் தோன்றுவதற்கான சூழல் உருவாகிக் கொண்டிருந்தது என்பது மேன்மேலும் தெளிவாகிக் கொண்டிருந்தது. என்ன நிகழ்ந்திருக்கக்கூடாதோ, அது உண்மையிலேயே நிகழ்ந்து கொண்டிருந்தது. அஸ்தினாபுரத்திலும் இந்திரப்பிரஸ்தத்திலும் பகை மேகங்கள் சூழத் தொடங்கியிருந்தன.

சாம்ராஜ்ஜியத்தில் பாண்டவர்களுக்கு உரிய பங்கை அவர்களிடம் கொடுத்துவிடுவதுதான் சிறந்த நடவடிக்கையாக இருக்கும் என்பதைப் பலர் தெளிவாகவும் உறுதியாகவும் உணர்ந்தனர், ஆனால் அதிகாரம் என்பது மதுவைப் போன்றதல்லவா? அதிகாரம் கைவரப் பெற்றவன் அந்த அதிகார போதையில் திளைத்திருக்கிறான். அதிகாரம் இல்லாதவன் கட்டுப்பாடு இழந்து காட்டுத்தனமாக நடந்து கொள்ளுகிறான். கௌரவர்கள் நிச்சயமாகத் தவறிழைத்திருந்தனர். அவர்கள் செய்தது விரும்பத்தக்க ஒரு செயல் அல்ல. ஆனால், அதே சமயத்தில், சாம்ராஜ்ஜியம் பாண்டவர்களுக்கும் கௌரவர்களுக்கும் இடையே சமமாகப் பிரிக்கப்பட்டிருந்தால் அந்த நூற்று ஐந்து சகோதரர்களும் ஒருவரோடு ஒருவர் இணக்கமாக வாழுவர் என்பதற்கு யாரால் உத்தரவாதம் வழங்க முடியும்? பாண்டவர்களும் கௌரவர்களும் எல்லா விதத்திலும் மாறுபட்டிருந்தனர். பிதாமகர் பீஷ்மர், மன்னர் திருதராஷ்டிரர், விதுரர், ராஜமாதா காந்தாரி தேவி, துரோணர் மற்றும் பலர் அஸ்தினாபுரத்தில் இருந்தும்கூட, தங்களுடைய சொந்த வழித்தோன்றல்களின் மனங்களில் என்ன நிகழ்ந்து கொண்டிருந்தது என்பதை அவர்கள் உணரவில்லை. காரணமே இன்றி அவர்கள் பரஸ்பரம் ஒருவரையொருவர் குறை கூறினர். அரசகுலத்தினர் அர்த்தமற்ற இன்பங்களில் மூழ்கிக் கிடந்த ஒரு கீழ்த்தரமான நகரமாக அஸ்தினாபுரம் மாறியிருந்ததா என்ற ஒரு நியாயமான சந்தேகம் மக்களிடையே வளரத் தொடங்கியது.

ஆனால் இந்திரப்பிரஸ்தம் ஒரு வசந்தகால மலரைப்போல மலர்ந்து கொண்டிருந்தது.

மக்கள் பேசிக் கொண்டபோது இந்திரப்பிரஸ்தத்தைப் 'பாண்டவர்களின் இந்திரப்பிரஸ்தம்' என்றுதான் அழைத்தனரே அன்றி, வெறுமனே 'இந்திரப்பிரஸ்தம்' என்று அழைக்கவில்லை. மக்கள் இருவேறு கூட்டங்களாகப் பிரிந்துவிட்டனர். முன்பு அஸ்தினாபுரத்தில் பெருமிதத்துடன் தோழமையாக வலம் வந்த அந்த நூற்று ஐந்து சகோதரர்களும், இப்போது நூறு சகோதரர்களைக் கொண்ட ஓர் அணியாகவும், ஐவரைக் கொண்ட இன்னோர் அணியாகவும் பிரிந்திருந்தனர். ரத்த சம்பந்தம் கொண்டவர்கள் ஒருபோதும் ஒருவரிடமிருந்து மற்றொருவர் பிரியக்கூடாது. ஏனெனில், அது சீரழிவுக்குத்தான் வழி வகுக்கும்.

கௌரவ சாம்ராஜ்ஜியத்தைக் காப்பாற்றுவதற்கு என் கணவர், பிதாமகர் பீஷ்மர், முதன்மை மந்திரி போன்ற அறிவார்ந்த யாரேனும் பாண்டவர்களுக்கும் கௌரவர்களுக்கும் இடையே ஒரு சமரசத்தை உருவாக்க முன்வந்து அதற்கான முயற்சிகளை மேற்கொள்ள வேண்டிய ஒரு நெருக்கடி நிலை உருவாகியிருந்தது. மனித மனம் என்பது பல விதமான எண்ணங்கள் எனும் களைகளால் திணறிக் கொண்டிருக்கின்ற ஒரு வண்டல் நிலம். சந்தேகம் எனும் பனிமூட்டம் அதைச் சூழ்ந்துள்ளது. ஆனால் பாண்டவர்களுக்கும் கௌரவர்களுக்கும் இடையேயான பிளவைச் சரி செய்வதற்கு யாரும் முயற்சிக்கவில்லை. வைகறை வெளிச்சமெனும் உடையணிந்து நாட்கள் எழுந்தன; இருளெனும் ஆடையுடுத்தி இரவுகள் விடைபெற்றுச் சென்றன. தம்முடைய இதயங்களில் பகையெனும் கனலைச் சுமந்து கொண்டிருக்கின்ற,

ஒரே எல்லைகளைக் கொண்ட இரண்டு ராஜ்ஜியங்களால் ஒருபோதும் மகிழ்ச்சியாக இருக்க முடியாது. கௌரவ வம்சத்துப் பெரியவர்களுக்குக்கூட இந்த உண்மை தெரியாமல் இருந்தது.

என்னுடைய தனிப்பட்ட வாழ்க்கை மகிழ்ச்சியாகப் போய்க் கொண்டிருந்தது. ஆனால், ஓர் இணக்கமற்றச் சூழலில் என்னால் நிம்மதியாக இருக்க முடியவில்லை.

21

மகிழ்ச்சியான நாட்கள் வேகமாகக் கழிந்துவிடுகின்றன. அதை இப்படிக் கூறலாம். மனம் ஆனந்தத்தில் திளைத்திருக்கும்போது, நேரம் பற்றிய உணர்வு அதற்கு இருப்பதில்லை. விருசசேனனும் லட்சுமணனும் சித்திரசேனனும் ஒன்றாகச் சேர்ந்து வளர்ந்தனர். குழந்தைகள் எவ்வளவு பெரியவர்களாக வளர்ந்தாலும், அவர்களுடைய பெற்றோருக்கு அவர்கள் எப்போதும் குழந்தைகளாகத்தான் இருக்கின்றனர். விருசசேனனுக்கு இப்போது ஆறு வயது ஆகியிருந்தது. அவன் எப்போதும் எதையாவது பேசிக் கொண்டு துறுதுறுவென்று சுற்றி வந்தான். அவனுடைய முடிவற்றக் கேள்விகளும் சந்தேகங்களும் பல சமயங்களில் எல்லோருக்கும் எரிச்சலூட்டின. என் கணவருக்கு மட்டுமே அவன் லேசாக பயந்தான். அரசவையும் போர்க்கலையும் வேட்டையும் என் கணவருடைய நேரத்தின் பெரும்பகுதியை எடுத்துக் கொண்டன. எஞ்சிய நேரம் முழுவதையும் என் கணவர் விருசசேனனுடன் செலவிட்டார். அவனிடம் பேசியபோது அவரும் ஒரு குழந்தையாக மாறினார். விருசசேனன், பல சமயங்களில், ஆச்சரியமூட்டும் கேள்விகளைக் கேட்டான்.

ஒரு நாள் அவன் தன் தந்தையிடம், "அப்பா, நீங்கள் ஒரு சுயநலக்காரர்," என்று கூறினான்.

என் கணவர் சிரித்துக் கொண்டே அவனுடைய தலையை வருடிக் கொடுத்தபடி, "விருசு, நீ ஏன் அப்படிக் கூறுகிறாய்? நான் தாராள குணம் படைத்தவன் என்றல்லவா ஒட்டுமொத்த அஸ்தினாபுரமும் கூறுகிறது!" என்று கூறினார்.

"இல்லை. நீங்கள் ஒரு சுயநலக்காரர்தான். இல்லையென்றால், உங்கள் காதுகளில் தொங்கிக் கொண்டிருக்கின்ற இந்த அழகான குண்டலங்களை எனக்கும் நீங்கள் வாங்கிக் கொடுத்திருப்பீர்கள், இல்லையா?"

"குட்டிப் பயலே, இப்படிப்பட்டக் குண்டலங்களைப் பெறுவது அவ்வளவு சுலபமாக இருந்தால், எல்லோருமே அவற்றை வாங்கியிருப்பார்கள், இல்லையா? என்னுடைய குண்டலங்களை என்னால் அறுத்துக் கொடுக்க முடிந்தால், இப்போதே நான் இவற்றை அறுத்து உனக்குக் கொடுத்துவிடுவேன். இவை என் காதுகளில் இருப்பதைவிட உன் காதுகளில் அதிக அழகாக இருக்கும்."

"உங்களுடைய குண்டலங்களை எப்படி நீங்களாகவே அறுப்பீர்கள்? வேறு யாரோ ஒருவர்தானே அதைச் செய்ய வேண்டும்? ஒரே நேரத்தில் எப்படி உங்களால் உங்கள் காதுகளையும் உங்கள் வாளையும் பிடித்துக் கொள்ள முடியும்?"

"அப்படியானால், நீ வந்து அறுத்துப் பார்."

"நான் அறுத்துவிடுவேன், ஆனால் ரத்தம் வழிந்தால் என்ன செய்வது? அம்மா என்னை அடிப்பார்களே!"

"இல்லை. அம்மா இங்கு வருவதற்கு முன்பாக அவற்றை அறுத்து எடுத்துவிடு. ரத்தம் எதுவும் வராது. அப்படியே வந்தாலும் நான் அழ மாட்டேன். நீதான் அவற்றை அறுத்தாய் என்று நான் யாரிடமும் சொல்ல மாட்டேன்."

அவன் தன் தந்தையைப்போலவே உறுதியான மனத்தோடு உடனடியாக ஆயுத அறைக்குச் சென்று ஒரு சிறிய வாளை எடுத்துக் கொண்டு திரும்பி வந்து, என் கணவரின் மடியின்மீது அமர்ந்து, அவருடைய ஒரு காதைத் தன்னுடைய கொழுகொழுப்பான கைகளால் இறுக்கிப் பிடித்தான். பிறகு, ஒருசில நொடிகள் ஏதோ சிந்தித்துவிட்டு, "அப்பா, நான் உங்களைப்போல ஒரு சுயநலக்காரன் அல்லன். நான் ஒரே ஒரு குண்டலத்தை மட்டும் எடுத்துக் கொள்ளப் போகிறேன். இன்னொன்றை நீங்களே வைத்துக் கொள்ளுங்கள்," என்று கூறிவிட்டுத் தன்னுடைய வாளை உயர்த்தினான்.

"சரி, நீ உன் பங்கை எடுத்துக் கொள். சீக்கிரம்!" என்று கூறிய என் கணவர், அடுத்து அவன் என்ன செய்வான் என்று பார்ப்பதற்காக ஆர்வக் குறுகுறுப்புடன் அவனை கவனித்தார்.

அதற்குள் நான் அங்கு வந்து சேர்ந்திருந்தேன்.

விருசசேனன் தன்னுடைய சின்னப் பற்களால் தன் உதடுகளைப் பற்றிக் கொண்டு, கூர்மையான அந்த வாளைக் கொண்டு என் கணவரின் காதை அறுக்கத் தொடங்கினான். ஆனால் ஒரு புல்லால் அறுத்தால் என்ன விளைவு ஏற்படுமோ அதே விளைவுதான் அந்த வாளாலும் ஏற்பட்டது. விருசசேனன் நீண்டநேரம் கடுமையாக முயற்சித்தான். அவனுடைய முயற்சியை நாங்கள் சிரித்துக் கொண்டே கண்டுகளித்தோம். இறுதியில் அவன் களைத்துப் போனான். அவனுடைய நெற்றியின்மீது வியர்வை முத்துக்கள் ஒளிர்ந்தன. இப்போது அவனால் தன் வாளைத் தூக்கக்கூட முடியவில்லை. எனவே அவன் அதை ஓர் ஓரமாக வீசிவிட்டு என் கணவரின் மடியிலிருந்து கீழே குதித்தான்.

"விருசு, என்ன ஆயிற்று?" என்று என் கணவர் கேட்டார்.

நான் சற்றும் எதிர்பாராத ஒரு பதிலை அவன் கூறினான். அவன் எவ்வளவு விஷயமறிந்த ஒரு சிறுவன் என்பதை அப்போதுதான் முதன்முறையாக நான் உணர்ந்தேன். அவன் தன்னுடைய தோல்வியைச் சிறிதும் கண்டுகொள்ளாமல், ஒரு குழந்தைக்கே உரிய இயல்பான வசீகரத்துடன், "அப்பா, ஒன்றும் ஆகவில்லை. எனக்கு உங்களுடைய குண்டலங்கள் வேண்டாம்," என்று கூறினான்.

"ஏன் வேண்டாம்?"

"அவற்றை வைத்துக் கொண்டு நான் என்ன செய்வது? உங்களுக்குப் பெரிய காதுகள் இருக்கின்றன, ஆனால் என்னுடைய காதுகள் மிகவும் சிறியவை. உங்களுடைய பெரிய குண்டலங்கள் என்னுடைய சிறிய காதுகளில் நன்றாக இருக்காதே!"

அவனுடைய விளக்கத்தைக் கேட்டுப் பரவசமடைந்த என் கணவர் அவனைத் தன்னை நோக்கி இழுத்து, குண்டலங்களற்ற அவனுடைய காதுகள்மீது முத்தமழை பொழிந்தார். "உனக்குக் குண்டலங்கள்

இல்லாதது நல்லதுதான். என்னுடைய குண்டலங்கள் எனக்கு என்ன நன்மையைச் செய்யப் போகின்றன என்பது எனக்கே தெரியவில்லை," என்று கூறினார்.

விருசசேனனின் குறும்புச் சேட்டைகளால் மகிழ்ச்சியாகக் கழிந்த எங்களுடைய நாட்கள், ஒரு கவட்டைக் கல் பட்டுச் சிதறியோடுகின்ற பறவைகளைப்போல வேகமாகப் பறந்து சென்றுவிட்டன. சூரிய அஸ்தமனத்திற்குப் பிந்தைய அந்திப் பொழுதின் மங்கலான வெளிச்சத்தைப்போல, சில நிகழ்வுகளைப் பற்றிய நினைவுகள் மட்டுமே என் மனத்தில் நிழலாடின.

22

அசுவத்தாமன் சில சமயங்களில் அங்க நாட்டு அரசரைப் பார்க்க அரண்மனைக்கு வந்தான். அவனும் விருசசேனனும் சேர்ந்து குதூகலமாக விளையாடினர். யாருடைய முன்னிலையிலும் தோல்வியை ஒருபோதும் ஒப்புக் கொள்ளத் தயாராக இல்லாத அசுவத்தாமன் என் மகனின் முன்னால் தன்னுடைய ஆயுதங்களைக் கீழே போட்டான்.

ஒரு நாள் அவன் எங்கள் அரண்மனைக்கு வந்தபோது, ஒரு தட்டு நிறையப் பழங்களை மிருணாள் மூலமாக நான் அவனுடைய அறைக்கு அனுப்பி வைத்தேன். அந்தப் பழக் குவியலின் மேலாக இருந்த ஓர் அத்திப் பழத்தை எடுத்துக் கொண்ட அசுவத்தாமன், அதை கவனமாகத் தோலுறித்து, மிகத் தீவிரமாக அதைப் பார்த்துக் கொண்டிருந்தான். இதை கவனித்த என் கணவர், "அசுவத்தாமா, என்ன விஷயம்?" என்று கேட்டார்.

"இந்த அத்திப் பழத்திற்குள் ஒரு புழு இருக்கிறது. ஆனாலும் வெளியே இது எவ்வளவு அழகாக இருக்கிறது, பார்த்தாயா? மனித வாழ்க்கையும் இதுபோலத்தானே வெளியே அழகாகவும் உள்ளே அழுகிப் போயும் இருக்கிறது?"

"அசுவத்தாமா, அதற்காக இந்த அத்திப் பழத்தை ஏன் நீ குறை கூறுகிறாய்?"

"அது யாருடைய தவறு என்பதைப் பற்றி நாம் விவாதிக்க வேண்டாம். ஆனால் வாழ்க்கை நம் பார்வைக்கு எப்படித் தோன்றுகிறதோ, உண்மையில் அது அப்படி இல்லை என்பது உண்மை. இந்தக் கனியைப் பார். இதன் தோற்றம் எவ்வளவு வசீகரமாக இருக்கிறது என்று பார்."

என் கணவர் அதற்கு பதிலளிக்கவில்லை. ஆனால் நான் விருசசேனனை கவனித்தேன். இவ்வளவு நேரமும் என் கணவரும் அசுவத்தாமனும் பேசிக் கொண்டிருந்ததை கவனித்து வந்திருந்த அவன், மெதுவாகத் தன் இருக்கையைவிட்டு எழுந்து அரண்மனை வாசலுக்குச் சென்று, கதவைத் தாண்டி வெளியே போய்விட்டான். அவன் எங்கே போயிருப்பான் என்று பார்த்து வருவதற்காக மிருணாளை நான் அனுப்பவிருந்த நேரத்தில் அவன் ஒரு முயலைப்போலத் துள்ளிக் குதித்துத் திரும்பி வந்தான். அவன் தன் தந்தைக்கும் அசுவத்தாமனுக்கும் முன்னால் சென்று நின்று கொண்டு, தன்னுடைய உள்ளங்கையை அசுவத்தாமனிடம் திறந்து காட்டி, "சிற்றப்பா, இதிலும் ஒரு புழு

இருக்கிறதா?" என்று கேட்டான். அவனுடைய உள்ளங்கையில் ஒரு சிறிய கல் இருந்ததை நான் கண்டேன்.

அந்த விநோதமான கேள்வி அசுவத்தாமனை ஆழ்ந்த சிந்தனையில் ஆழ்த்தியது. அவன் என் கணவரைப் பார்த்து, "கர்ணா, என்னுடைய கடைசிக் கேள்விக்கு உன்னுடைய மகன் எவ்வளவு எளிமையாகவும் கச்சிதமாகவும் விடையளித்திருக்கிறான், பார்த்தாயா?" என்று கேட்டுவிட்டு, விருசசேனனின் கையிலிருந்து அந்தக் கல்ல எடுத்து அதைத் தீவிரமாக உற்றுப் பார்த்துவிட்டு, "ஜடப் பொருளான இந்தக் கல்லில் புழு எங்கே இருக்கிறது! ஒரு கனியில் மட்டுமே ஒரு புழுவால் தழைக்க முடியும். அப்படியானால், ஓர் உயிரினத்திடம்தான் குறை உள்ளது. ஒரு கனியின் ஜீவரசத்தைப் பருகித்தான் அப்புழு உயிர் வாழுகிறது, தொடர்ந்து வளருகிறது. ஆனால் அந்தக் கனியால் அந்தப் புழுவை வெளியேற்ற முடிவதில்லை. ஒரு மனிதனின் தவறுகளும் அது போன்றவைதான். அவை அவனுடைய குறைகளை ஆதாரமாகக் கொண்டு வாழவும் வளரும் செய்கின்றன.

அசுவத்தாமன் விருசசேனனைப் பாராட்டும் விதமாக அவனுடைய முதுகின்மீது தட்டிக் கொடுத்துவிட்டு, "விருசசேனா, இந்தக் கல்லை அந்த சன்னல் வழியாக வெளியே வீசி எறிந்துவிட்டு இந்த அத்திப் பழத்தை உன் வாய்க்குள் போட்டுக் கொள்," என்று கூறி, அக்கல்லை விருசசேனனின் இடது கையில் வைத்துவிட்டு, பழத்தட்டிலிருந்து ஓர் அத்திப் பழத்தை எடுத்து அவனுடைய வலது கையில் வைத்தான். விருசசேனன் தன் கையிலிருந்த கல்லை சன்னல் வழியாகக் கீழே வீசினான். பிறகு, அவன் அந்த அத்திப் பழத்தைச் சுவைத்துக் கொண்டே அசுவத்தாமனுக்கு இன்னோர் ஆச்சரியத்தைக் கொடுத்தான். "சிற்றப்பா, நீங்கள் அணிந்திருப்பதுபோல நானும் என் தலையைச் சுற்றி ஒரு துணியைக் கட்டிக் கொள்ளப் போகிறேன்," என்று அவன் கூறினான்.

"குட்டிப் பயலே, நீ எதற்காக ஒரு துணியைக் கட்டிக் கொள்ள வேண்டும்? நீ அங்க நாட்டு அரசரின் மகன். நீ ஒரு பொற்கிரீடத்தை அணிய வேண்டுமே அன்றி, ஒரு துணியை அல்ல."

"இல்லை. ஒரு பொற்கிரீடத்தால் என்ன பயன்? அதைக் கொண்டு என்னால் ஒரு கொடியை உருவாக்க முடியாதல்லவா?" என்று அவன் கேட்டான்.

"கொடியா? ஒரு கொடியை உருவாக்குவதற்காகவா இப்படி ஒரு துணியை நீ அணிந்து கொள்ள விரும்புகிறாய்?"

"ஆமாம். ஒரு போர் நடைபெற்றுக் கொண்டிருக்கும்போது தேரில் பட்டொளி வீசிப் பறந்து கொண்டிருக்கின்ற கொடி கீழே விழக்கூடும் என்று பெரியவர்கள் என்னிடம் கூறுகின்றனர். எனவே, அப்படி நேரும்போது இன்னொரு கொடியைத் தயாராக வைத்துக் கொள்ளுவதற்கான சிறந்த வழி இதுதான்."

அவனுடைய பதில் எங்களுக்குச் சிரிப்பூட்டியது. ஆனால் நாங்கள் ஏன் சிரித்துக் கொண்டிருந்தோம் என்பது அந்த அப்பாவிச் சிறுவனுக்குத் தெரியாது!

23

விருசசேனனுக்கு ஏழு வயது ஆனபோது நான் இன்னொரு மகனைப் பெற்றேன். சுப்ரியைக்கும் இன்னொரு மகன் பிறந்தான். என் மகனுக்கு சுசேனன் என்றும், அவளுடைய மகனுக்கு சுசர்மன் என்றும் நாங்கள் பெயரிட்டோம். எங்களுடைய மாமனாரும் மாமியாரும் மகிழ்ச்சியில் திளைத்தனர். அவர்கள் தங்கள் வாழ்வில் எதிர்கொண்டிருந்த தீவிரமான கஷ்டங்கள் அனைத்திற்கும் இப்போது பலன் கிடைத்திருந்தது. ஒரு சிறிய குடும்பம் எனும் செடியை அவர்கள் பேணி வளர்த்து ஒரு பெரிய ஆலமரமாக உருவாக்கியிருந்தனர். அவர்கள் என்னிடம் எப்போதும், "விருசாலி, நீ இந்த வீட்டின் மகாலட்சுமி. அபரிமிதமான மகிழ்ச்சிச் செல்வத்தை நீ உன்னுடன் கொண்டு வந்துள்ளாய். எங்களால் கற்பனை செய்துகூடப் பார்க்க முடியாத விஷயங்கள் எங்கள் கண்களுக்கு முன்னால் நிகழ்ந்து கொண்டிருக்கின்றன," என்று கூறினர்.

நான் அவர்களுடைய கால்களை இதமாகப் பிடித்துவிட்டபடி, "என்னுடைய வரவால் எதுவும் நிகழவில்லை. என்னுடைய கணவருக்காக நீங்கள் அனுபவித்த வேதனைகள்தாம் இப்போது இறுதியில் பலனளித்துக் கொண்டிருக்கின்றன," என்று நான் பதிலளிப்பேன்.

"அவனுக்காக நாங்கள் எந்த சிரமத்தையும் அனுபவிக்கவில்லை. அவன் எங்களுடைய ஓலைக் குடிசையில் பிறப்பதைத் தேர்ந்தெடுத்தது எங்களுடைய அதிர்ஷ்டம். நீ அவனுடைய மனைவியாக அமைந்ததும் எங்களுக்கு வாய்த்த அதிர்ஷ்டம்தான். இவையெல்லாம் எங்களுடைய முந்தைய பிறவிகளில் நாங்கள் செய்த நல்ல காரியங்களுக்கான பலன்கள்."

சுசேனன் தன்னுடைய பாட்டியின் மடிமீது தவழ்ந்தபடி ஏதேதோ மழலைச் சத்தங்களை உண்டாக்கினான். நாங்கள் எங்களுடைய முற்பிறவிகளில் செய்த நல்ல காரியங்களால் விளைந்த பலன்களில் தானும் ஒன்று என்று அவன் எங்களுக்கு நினைவுபடுத்தியதுபோல இருந்தது அது. என் மாமியார் அவனைத் தட்டிக் கொடுத்து, ஏதோ தாலாட்டுப் பாடலை லேசாக முணுமுணுத்தபடி அவனைத் தூங்கச் செய்தார். அந்தத் தாலாட்டைச் சத்தமாகப் பாடும்படி நான் அவரிடம் கெஞ்சினேன். அதற்கு அவர், "வசுசேனன் இவனுடைய வயதாக இருந்தபோது நான் இப்பாடலை அவனுக்காகப் பாடினேன். இப்போது அதன் வார்த்தைகள்கூட எனக்குத் தெளிவாக நினைவில்லை. அதோடு, சம்பாநகரியின் ஓலைக் குடிசையில் நான் பாடிய பாடலை இந்த ஆடம்பரமான அரண்மனையில் எப்படி என்னால் பாட முடியும்? இந்த அரண்மனைக்குப் பொருந்தும் வகையான ஒரு பாடலை நீ பாடினால் என்ன?" என்று கேட்டுவிட்டு, தூங்கிக் கொண்டிருந்த சுசேனனை அவர் என் மடிமீது படுக்க வைத்தார்.

தன் மகனுக்காக அந்தத் தாய் எவ்வளவு துன்பங்களை அனுபவித்திருந்தார்! அதைக் கருத்தில் கொண்டபோது, அவரோடு ஒப்பிடுகையில் நான் எவ்வளவு முக்கியத்துவமற்றவள் என்பதை நான் உணர்ந்தேன்.

24

சுசேனன் பிறந்து ஓராண்டுக்குப் பிறகு, விருசகேது என்ற இன்னொரு மகனை நான் பெற்றேன். அதன் மூலம் நான் மூன்று மகன்களுக்குத் தாயாக இருந்தேன். விருசசேனன், சுசேனன், விருசகேது ஆகிய மூன்று அழகான பொற்றாமரைகளால் என் வாழ்க்கைத் தோட்டம் பூத்துக் குலுங்கியது. என்னோடு போட்டியிடுவதுபோல சுப்ரியையும் இன்னும் இரண்டு அழகான மகன்களைப் பெற்றாள். பிரசேனன், பானுசேனன் என்று நாங்கள் அவர்களை அழைத்தோம். சித்திரசேனன், சுசர்மன், பிரசேனன், பானுசேனன் ஆகிய அவளுடைய நான்கு புதல்வர்களும் அவளைப்போலவே அழகாக இருந்தனர். ஆனால் எனக்கும் சரி, சுப்ரியைக்கும் சரி, ஒரு மகள்கூடப் பிறக்கவில்லை என்பது விநோதமான விஷயம். ஒரே ஒரு மகளாவது எங்களுக்குப் பிறந்திருந்தால் எவ்வளவு கச்சிதமாக இருந்திருக்கும் என்று நான் மீண்டும் மீண்டும் யோசித்தேன். ஷோன் அந்தக் குறையைத் தீர்த்து வைத்தான். நான் விருசகேதுவைப் பெற்ற அதே நேரத்தில், மீனாட்சி என்ற மகளை மேகமாலா பெற்றாள். அக்குழந்தை மீன் போன்ற, அழகான, நீண்ட கண்களைக் கொண்டிருந்ததால், நாங்கள் எல்லோரும் ஒருமனதாக அவளுக்கு மீனாட்சி என்ற பெயரைச் சூட்டினோம். மேகமாலாவைப்போலவே அவளும் அழகாகவும் பொன்னிற உடலைக் கொண்டவளாகவும் இருந்தாள். மீனாட்சி ஒருபோதும் அழவே இல்லை. என் கணவர் தன்னுடைய மகன்களை நேசித்ததைவிட அவளை அதிகமாக நேசித்தார்.

ஒரு முறை, அவர் அவளைத் தன்னுடைய வலிமையான கைகளில் தூக்கிக் கொண்டு என்னைப் பார்த்து, "விருசாலி, நீ உன் அழகைப் பெரிதாக ஆராதிக்கிறாய், இல்லையா? மீனாட்சி வளர்ந்து பெரியவளாகும்போது, துரியோதனனின் மகன் லட்சுமணன் அவளை மணமுடிக்க விரும்புவான். நீ அங்க நாட்டு அரசியாக இருக்கிறாய், ஆனால் அவள் கௌரவர்களின் மகாராணியாக இருப்பாள்," என்று கூறினார்.

"தயவு செய்து அது மட்டும் வேண்டாம்," என்று நான் பதிலளித்தேன்.

"ஏன்?"

"அவள் கௌரவர்களின் மகாராணியாக ஆனால், நீங்கள் அவளுடைய புகழைப் பாட வேண்டியிருக்குமல்லவா?"

"உன் கணவன் யாருக்கும் தலைவணங்கக்கூடாது, குறிப்பாக அவனுடைய உறவினர்களுக்கு முன்னால் தலைவணங்கக்கூடாது என்று நீ விரும்புவதை நீ நேரடியாகவே சொல்லலாமே!"

அவர் யாருடனும் ஒருபோதும் வாதிட்டதில்லை. ஆனால் என்னை வம்புக்கு இழுப்பதும் கேலி செய்வதும் அவருக்கு ஒருபோதும் சலிப்பூட்டியதில்லை. நான் என் தோல்வியை ஒப்புக் கொண்டு மௌனமாக இருப்பேன். மௌனமான ஒருவர் நூறு பேரைத் தோற்கடித்துவிடுவார் என்ற ஒரு பழமொழியை நீங்கள் கேள்விப்பட்டிருக்கக்கூடும்.

என் கணவர் மணிக்கணக்கில் மீனாட்சியுடன் விளையாடினார்.

அவர்கள் இருவரும் அவ்வாறு விளையாடியதை நான் கண்டபோதெல்லாம், என் மனம் கடந்தகாலத்திற்குச் சென்றுவிடும். இருபது ஆண்டுகள் எப்படி, எங்கே மாயமாய் மறைந்து போயிருந்தன என்பதைக் கண்டுபிடிக்க முயன்று நான் தோற்றுப் போவேன்.

அந்த நீண்ட காலகட்டத்தின்போது நான் அஸ்தினாபுரத்தில் இருந்தேனா அல்லது சொர்க்கத்தில் இருந்தேனா? சுதாமனைப் பற்றிய நினைவு மட்டுமே அவ்வப்போது ஒரு புயலைப்போலத் தோன்றி எனக்குத் துயரத்தைக் கொடுத்தது. அவன் உயிரோடு இருந்திருந்தால், இப்போது அவனுக்கு இருபத்தைந்து வயது ஆகியிருக்கும். அவன் தினமும் ஆயுதப் பயிற்சிப் பள்ளிக்குப் புறப்பட்டுச் செல்லுவதற்கு முன்பாக, என்னை மரியாதையோடு பணிந்து வணங்கிவிட்டு, "அம்மா, எல்லோரும் என்னுடைய 'உடும்புப் பிடி'யைக் கண்டு பயப்படுகின்றனர்," என்று என்னிடம் கூறுவான். இத்தகைய தெளிவற்ற நினைவுகளைத் தவிர அவனைப் பற்றிய வேறு எதுவும் எஞ்சவில்லை.

25

கௌரவ அரண்மனையில் பல புதிய முகங்கள் வலம் வந்தன. பிதாமகர் பீஷ்மர் நூறு கௌரவ இளவரசர்களுக்கும் பல்வேறு நாடுகளிலிருந்து ஆளுக்கொரு பெண்ணைத் தேர்ந்தெடுத்து அவர்களுக்கு மணமுடித்து வைத்திருந்தார். ஒரு தேன்கூட்டில் எப்படித் தேனீக்கள் நிரம்பியிருக்குமோ, அதேபோல அப்புதிய இளவரசியரின் வரவால் அந்த அரண்மனை நிரம்பியிருந்தது. கௌரவர்களின் புகழ் இமயமலையின் சிகரங்களுடன் போட்டிப் போட்டது. நூறு இளவரசர்களும் குடும்பஸ்தர்களாக இணக்கமாகச் செயல்பட்டக் காட்சியைக் காண இப்போதுதான் அந்த அரண்மனைக்கு முதன்முதலாக வாய்ப்புக் கிடைத்திருந்தது. ஆனால் இச்சூழல் பாண்டவர்களைத்தான் எனக்கு நினைவுபடுத்தியது. கௌரவர்களுக்கும் பாண்டவர்களுக்கும் இடையே ஒரு முக்கிய வேறுபாடு இருந்தது. அதை என்னால் ஒருபோதும் மறக்க முடியாது. கௌரவர்கள் ஒவ்வொருவருக்கும் ஒரு மனைவி இருந்தாள், ஆனால் பாண்டவர்கள் ஐவருக்கும் ஒரு பொதுவான மனைவி இருந்தாள். கௌரவர்களின் சகோதரியான துச்சலை, சிந்து நாட்டு இளவரசரான ஜயத்ரதனுக்கு மணமுடித்து வைக்கப்பட்டிருந்தாள்.

பிதாமகர் பீஷ்மரின் நடத்தை எனக்குக் குழப்பமூட்டியது. அவர் துணிச்சல்மிக்கவராகவும், வயதில் மூத்தவராகவும், செல்வாக்கு மிக்கவராகவும், மதிப்புக்கும் மரியாதைக்கும் தகுதி வாய்ந்தவராகவும், மற்றவர்கள் பார்த்து பிரமிக்கத்தக்கவராகவும் இருந்தார். ஆனால், பாண்டவர்கள்மீது அவர் அக்கறையற்று இருந்தது கண்கூடாகத் தெரிந்தது. அவர்கள் காண்டவக் காட்டை இந்திரப்பிரஸ்தமாக மாற்றிக் கொண்டிருந்த நேரத்தில் ஒருமுறைகூட அவர் அங்கு சென்று அவர்களைப் பார்க்கவில்லை. அவர்களுக்கு இழைக்கப்பட்டக் கொடுமைகளை அவர் ஒருபோதும் தட்டிக் கேட்கவில்லை. பட்டத்து இளவரசர் துரியோதனனின் தீய நோக்கங்களைத் தடுப்பதற்குத் தனிப்பட்ட முறையில் அவர் ஒருபோதும் முன்வரவில்லை. ராஜமாதா

குந்தி தேவியார் கொடூரமான சூழலை எதிர்கொண்டபோதுகூட பிதாமகர் அவரை ஒருபோதும் ஆதரிக்கவில்லை. இதெல்லாம் ஏன் நிகழ்ந்து கொண்டிருந்தது என்பது பற்றி எனக்கு எந்த யோசனையும் இருக்கவில்லை. பிதாமகர் வெறுமனே ஒரு பாரபட்சமற்றப் பார்வையாளராக இருந்துவிடுவதைத் தேர்ந்தெடுத்தார்.

இந்திரப்பிரஸ்தத்தைத் தலைநகரமாகக் கொண்ட பாண்டவ ராஜ்ஜியம் செழித்துத் தழைத்தோங்கியது. ஓர் இளம் நாற்று எப்படி ஒரு பாறையைக் கீறிக் கொண்டு வெளியே தலைகாட்டுமோ, அதேபோலப் பாண்டவர்களின் ராஜ்ஜியமும், விண்ணைத் தொடும் அளவுக்கு உயரமாக வளருகின்ற ஒரு மரத்தைப்போல தினமும் சிறிது சிறிதாக உயர்ந்து வளர்ந்தது. இந்திரப்பிரஸ்தம் அண்டை நாடுகளைச் சேர்ந்த மல்யுத்த வீரர்களுக்கும், போர் வீரர்களுக்கும், கைவினைஞர்களுக்கும், இசை மற்றும் நடனக் கலைஞர்களுக்கும், விவசாயிகளுக்குமான மையமாக ஆயிற்று. அஸ்தினாபுரம் முன்னோர்களுடைய உழைப்பின் பலனாக உருவான ஒன்று. இந்திரப்பிரஸ்தம் இன்றைய சுயமுயற்சிகளுக்கான ஒரு நடைமுறை எடுத்துக்காட்டாக இருந்தது.

26

நேரம் போவதே தெரியாமல் குழந்தைகள் விளையாடிக் கொண்டிருப்பதைப்போல நாட்களும் மாதங்களும் ஆண்டுகளும் ஒன்றோடொன்று கைகோர்த்து, காலம் எனும் ஆடுகளத்தின் குறுக்கே வேகவேகமாக ஓடின. எல்லாவற்றையும் கணக்கு வைத்துக் கொள்ள எனக்கு நேரம் இருக்கவில்லை. என்னுடைய குழந்தைகளையும் சுப்ரியையின் குழந்தைகளையும் கவனித்துக் கொள்ளுவதிலேயே என் நேரம் முழுவதும் செலவழிந்தது. என் வாழ்வில் ஏகப்பட்ட சந்தோஷங்கள் என்னை நோக்கி ஓடோடி வந்து கொண்டே இருந்ததில், நான் ஒரு தேரோட்டியின் மகள் என்பதே எனக்கு முற்றிலும் மறந்து போயிற்று. அஸ்தினாபுர அரண்மனையில் வாழ்ந்த அத்தனை இளவரசர்களும் என்னை அங்க நாட்டு அரசியாகவே மரியாதையோடு நடத்தினர். ஆனாலும் ஒரே ஓர் எண்ணம் எனக்குக் கவலையளித்தது. என் அண்ணன் சத்தியசேனன் இன்னும் திருமணம் செய்து கொள்ளாமல் இருந்தான். வயதில் அவன் என்னைவிடப் பெரியவன் என்பதால், இதைப் பற்றி அவனிடம் என்னால் பேச முடியவில்லை, இதைப் பற்றி அவனுக்கு முன்னால் விவாதிக்கவும் முடியவில்லை. இவ்விஷயத்தைப் பற்றி நான் என் கணவரிடமும் பேசவில்லை. ஏனெனில், என் சகோதரனுக்காக அவரிடம் எதையும் கேட்க நான் விரும்பவில்லை. ஆனால், என் கணவர் தானாகவே இவ்விஷயத்தைப் பற்றி என்னுடன் பேசுவார் என்று என் மனம் என்னிடம் கூறியது.

துல்லியமாக அதுதான் நடந்தது. ஒரு நாள், அவர் சிறிது அட்சதையை என் கையில் வைத்து, “இந்த அட்சதை யாருக்கு என்று உன்னால் ஊகிக்க முடியுமா?” என்று கேட்டார்.

நான் வேடிக்கையாக, “இரண்டு என்ற எண் உங்களுக்கு அதிர்ஷ்டமானதாக இல்லைபோலும். அதனால் நீங்கள் மூன்றாவதாக

ஒரு மனைவியைக் கொண்டுவர விரும்புகிறீர்கள், இல்லையா?" என்று கேட்டேன்.

"இல்லை. ஏனெனில், நெடுங்காலத்திற்கு முன்பே எனக்கு மூன்றாவது திருமணம் நடந்து முடிந்துவிட்டது," என்று அவர் சர்வசாதாரணமாகக் கூறினார்.

என் இதயம் ஒரு கணம் ஸ்தம்பித்தது. நான் கவலையோடு, "மூன்றாவது திருமணமா? யாருடன்?" என்று கேட்டேன்.

"விருசாலி, நீ என்னுடைய இரண்டாவது மனைவி, சுப்ரியை என்னுடைய மூன்றாவது மனைவி."

நான் படபடப்பான இதயத்துடன், "அப்படியானால், யார் அந்த முதல் அதிர்ஷ்டக்காரி?" என்று கேட்டேன்.

"வில்வித்தை!" என்று கூறிவிட்டு அவர் சத்தமாகச் சிரித்தார். பிறகு, என் உள்ளங்கையில் இருந்த அட்சதையைச் சுட்டிக்காட்டி, "இந்த அட்சதை எனக்கல்ல, உன் சகோதரன் சத்தியசேனனுக்குத்தான். ஷோனின் திருமணத்தைப் பற்றி அல்லும் பகலும் நீ என்னை நச்சரித்துக் கொண்டே இருந்தாய். ஆனால் உன் சகோதரனின் திருமணத்தைப் பற்றி நீ ஒரு வார்த்தைகூட என்னிடம் முச்சுவிடவில்லை. அதற்கு என்ன காரணம்?" என்று அவர் கேட்டார்.

"ஏனெனில், நான் அங்க நாட்டு அரசியாக இருந்தாலும், சுயமரியாதை கொண்ட ஒரு சகோதரனின் தங்கையும்கூட."

அவர் என்னுடைய கையை எடுத்துத் தன் கையில் வைத்துக் கொண்டு, "விருசாலி, சுப்ரியை உன்னைவிட அதிக அழகானவள். ஆனால், சரியான நேரத்தில் சரியான விஷயத்தைச் சொல்லுவது எப்படி என்பது அவளுக்குத் தெரியவில்லை. இக்கலையை நீ எங்கிருந்து கற்றாய்?" என்று கேட்டார்.

"வில்வித்தையை நீங்கள் எங்கிருந்து கற்றீர்கள்?"

"என் குருநாதரிடமிருந்து கற்றேன்."

"அவருடைய பெயர் என்ன?"

"அதை என்னால் வெளிப்படுத்த முடியாது."

"அப்படியானால் என்னுடைய குருவின் பெயரையும் என்னால் வெளிப்படையாகக் கூற முடியாது."

"பார், உன்னுடைய கச்சிதமான பதில்கள் மீண்டும் வரத் தொடங்கிவிட்டன."

நான் என் உள்ளங்கையில் இருந்த அட்சதையைப் பார்த்துவிட்டு மௌனமாக இருந்தேன். ஒவ்வோர் அரிசியிலும் சத்தியசேனனின் உருவம் உள்ளடங்கியிருந்ததுபோல எனக்குத் தெரிந்தது. விசாலமான இதயம் படைத்த என் சகோதரன், எனக்காக இவ்வுலகத்தின் அனைத்துக் கஷ்டங்களையும் தாங்கிக் கொண்டிருந்தான். அவன் தன்னுடைய பெயருக்கு ஏற்றாற்போல எப்போதும் உண்மையைக் கடைபிடித்து வாழ்ந்து வந்திருந்தான்.

எங்களுடைய குடும்பப் புரோகிதர் தேர்ந்தெடுத்த நாளன்று, சத்தியசேனனுக்கும் அஸ்தினாபுரத்தைச் சேர்ந்த ஒரு தேரோட்டியின் மகளுக்கும் இடையே திருமணம் உறுதி செய்யப்பட்டது. அதை நாங்கள் மிகவும் ஆடம்பரமாகக் கொண்டாடினோம். சத்தியசேனன் இளவரசர் துரியோதனனின் தேரோட்டியாக இருந்ததால் பிரம்மாண்டத்திற்கு

எந்தக் குறைச்சலும் இருக்கவில்லை. அவனுடைய மனைவியின் பெயர் புஷ்பவதி.

சத்தியசேனனின் திருமணம் முடிந்து ஒரு மாதத்திற்குள் இளவரசர் துரியோதனனுக்கு ஒரு மகள் பிறந்தாள். அஸ்தினாபுரத்தின் குடிமக்கள் தங்கள் நகரம் நெடுகிலும் அகல்விளக்குகளை வரிசையாக ஏற்றி வைத்து அந்தக் குட்டி இளவரசியை வரவேற்றனர். புரோகிதர் அந்த அழகான குழந்தைக்கு சுதர்சனா என்று பெயரிட்டார்.

அரண்மனையில் இளவரசன் லட்சுமணன், இளவரசி சுதர்சனா, என்னுடைய மகன்கள், சுப்ரியையின் மகன்கள், மீனாட்சி, மற்றும் பிற சிறு குழந்தைகள் மலர்களைப்போல மகிழ்ச்சியாக வளர்ந்தனர். அவர்களுடைய குறும்புச் சேட்டைகளுக்கு அரண்மனையில் இடம் போதுமானதாக இருக்கவில்லை. சொர்க்கத்தில் இருந்த தேவர்கள் அஸ்தினாபுரத்தைக் கண்டு பொறாமை கொள்ளுவரோ என்ற சந்தேகம் அவ்வப்போது என் மனத்தில் முளைத்தது.

27

இந்திரப்பிரஸ்தத்தைப் பற்றிய வதந்திகள் எல்லோருடைய மனங்களிலும் ஆர்வக் குறுகுறுப்பை ஏற்படுத்தின. இந்திரப்பிரஸ்தத்தைத் தலைநகரமாகக் கொண்ட ஒரு தனி நாட்டைப் பாண்டவர்கள் தோற்றுவித்திருந்தனர். அதை இந்திரப்பிரஸ்த நாடு என்று அண்டை நாடுகள் அங்கீகரித்தன. அஸ்தினாபுரத்திற்கு பதிலாக இந்திரப்பிரஸ்தத்தின் புகழே எல்லாத் திசைகளிலும் பரவியிருந்தது.

சாதாரணக் குடிமக்களையும் பிரம்மாண்டமான மாளிகைகளையும் கொண்டு எந்தவொரு நாட்டிலும் ஆட்சி செய்ய முடியாது. ஒரு நாடு செயல்படுவதற்கு செல்வம் தேவை. பாண்டவர்கள் எங்கிருந்து அந்த செல்வத்தைப் பெற்றிருந்தனர் என்பதைத் தெரிந்து கொள்ள அஸ்தினாபுரத்தில் இருந்த ஒவ்வொருவரும் ஆர்வமாக இருந்தனர்.

பீமனும் அர்ஜுனனும் தங்களுடைய திறமைகளை முழுவதுமாகப் பயன்படுத்தி அண்டை நாடுகளைத் தோற்கடித்திருந்தனர். தோற்கடிக்கப்பட்ட அந்த நாடுகள் செலுத்திய வரிகள்தாம் இந்திரப்பிரஸ்தத்தின் செழிப்பிற்கான அடித்தளமாக இருந்தன. பாண்டவர்களின் படையும் விரிவடைந்தது.

ஒரு நாள், திடீரென்று, பாண்டவர்களின் அரசத் தூதன் ஒருவன் அஸ்தினாபுரத்திற்கு வந்தான். ஒரு ராஜசூய வேள்விக்கான அழைப்பிதழ் ஒன்றை அவன் கொண்டு வந்திருந்தான். வசந்தகாலத்தின் பௌர்ணமி நாளன்று பாண்டவர்கள் மிகப் பெரிய அளவில் ஒரு வேள்வியைச் செய்யத் திட்டமிட்டிருந்தனர். அந்தச் சடங்கிற்குப் பிதாமகர் பீஷ்மரின் ஆசீர்வாதத்தை அவர்கள் நாடினர். கௌரவர்களிடம் அந்த அழைப்பிதழ் கொடுக்கப்பட்டப் பிறகு, அவர்கள் அனைவரையும் நேரில் வந்து அழைப்பதற்காக, பாண்டவர்களின் குடும்பப் புரோகிதரான தௌமிய முனிவர் அஸ்தினாபுரத்திற்கு வந்தார்.

இளவரசர் தருமன் ஐந்து பொற்கலயங்களுடன் பல்வேறு நாடுகளுக்குச் சென்று, விதஸ்தா, புருஷ்ணி, கங்கை, யமுனை, சிந்து,

மந்தாகினி, அலக்நந்தா, ஐராவதி, சரயு, சார்மண்வதி மற்றும் பல புனித நதிகளிலிருந்து நீரைச் சேகரித்து எடுத்து வந்தார். இந்த ஆறுகளின் நீர், இந்திரப்பிரஸ்த அரண்மனைக்குப் பக்கத்தில் ஓடிக் கொண்டிருந்த இக்ஷுமதி ஆற்றின் நீருடன் கலக்கப்படும். அதற்குப் பிறகு வேள்வி தொடங்கும். இக்ஷுமதியும் யமுனையும் சங்கமித்த இடத்தில் இந்திரப்பிரஸ்தம் அமைந்திருந்தது.

இந்திரப்பிரஸ்த அரண்மனைக்கு முன்னால், இக்ஷுமதி ஆற்றின் எதிர்க்கரையின்மீது ஒரு பரந்த மைதானத்தில் வேள்வி அரங்கம் அமைக்கப்பட்டிருந்தது. அந்த அரங்கின் நான்கு பக்கங்களிலும் விருந்தினர்கள் தங்குவதற்கான அறைகளும் உணவுச்சாலைகளும் கட்டப்பட்டிருந்தன.

இத்தகைய வதந்திகள்தாம் கணக்குவழக்கின்றி அஸ்தினாபுரத்தை வந்தடைந்தன.

இளவரசர் அர்ஜுனனும் பீஷ்மனும் பல நாடுகளுக்கும் சென்று வேள்விக்கான அழைப்பிதழ்களைக் கொடுத்தனர். வேள்வியைப் பற்றிய பேச்சுதான் எல்லா இடங்களிலும் கேட்டது. என்னுடைய ஆர்வமும் நாளுக்கு நாள் அதிகரித்தது. ஒரே ஒரு முறையாவது அந்தப் புத்தம்புதிய தலைநகரத்தை நேரில் பார்த்து வர நான் ஏங்கினேன். ஆனால் அது சாத்தியமற்றதாக இருந்ததோடு, அது சரியான காரியமாகவும் இருக்கவில்லை.

பாண்டவர்கள் ஒரு மிகப் பெரிய சாம்ராஜ்ஜியத்தை வெற்றிகரமாக உருவாக்கியிருந்தனர். எல்லாத் திசைகளிலிருந்தும் வண்டி வண்டியாகக் கொண்டு வரப்பட்ட அளப்பரிய செல்வத்தால் இந்திரப்பிரஸ்தத்தின் கருவூலம் நிரம்பி வழிந்தது. இச்செய்திகளையெல்லாம் அரண்மனைக்குள் நிலவிய பேச்சுக்களிலிருந்து நான் தெரிந்து கொண்டேன். தங்களுடைய சாம்ராஜ்ஜியத்தை மும்முரமாக விரிவுபடுத்திக் கொண்டிருந்த பாண்டவர்கள், மதுராவையும் அஸ்தினாபுரத்தையும் மட்டுமே விட்டுவைத்தனர்.

இந்திரப்பிரஸ்தத்தில் நிகழ்த்தப்படவிருந்த வேள்வி அங்கு நடைபெறவிருந்த முதல் விழா அல்ல. திரௌபதி தன்னுடைய ஐந்து கணவன்மார்களின் மூலம் ஐந்து மகன்களைப் பெற்றெடுத்திருந்தாள். அக்குழந்தைகள் ஒவ்வொருவருடைய பெயர்சூட்டு விழாவும் கொண்டாடப்பட்டபோது, ராஜமாதா குந்தி தேவியார் எனக்கு ஒரு சிறப்பு அழைப்பிதழை அனுப்பி வைத்தார். ஆனால் நான் அங்கு போவது என் கணவருக்குப் பிடிக்காது என்று நான் கருதியதால், ஏதோ ஒரு சாக்குப்போக்கைக் கூறி அங்கு போவதை நான் தள்ளிப் போட்டேன். ஆனால் அந்த ஒவ்வொரு குழந்தையின் பெயரையும் தெரிந்து கொள்ளுவதற்கான அனைத்து நடவடிக்கைகளையும் நான் மேற்கொண்டேன். இளவரசர் தருமன் மூலம் திரௌபதிக்குப் பிறந்த மகன் பிரதிவிந்தியன் என்றும், பீமனின் மூலம் பிறந்தவன் சுதசோமன் என்றும், அர்ஜுனனுக்குப் பிறந்தவன் சுருதகீர்த்தி என்றும், நகுலனுக்குப் பிறந்தவன் சதானிகன் என்றும், சகாதேவனுக்குப் பிறந்தவன் சுதவர்மன் என்றும் அழைக்கப்பட்டனர். அந்த ஐவருமே மிகவும் வசீகரமாக இருந்ததாக நான் கேள்விப்பட்டேன். ஆனால், அபிமன்யுவைப் பற்றிய விவரிப்புதான் உண்மையிலேயே சுவாரசியமானதாக இருந்தது.

கிருஷ்ணரின் சகோதரியான சுபத்திரைக்கு அர்ஜுனன் மூலம் பிறந்த மகன் அபிமன்யு. அவன் தன் மாமாவைப்போலவே கருநீல நிறத்தவனாகவும் திறமை வாய்ந்தவனாகவும் இருந்தான். பாண்டவர்கள் தங்கள் வசதிக்காகத் தங்கள் மணவாழ்க்கையில் ஒரு நடத்தைமுறையை வகுத்திருந்தனர். இளவரசர் அர்ஜுனன் ஒரு முறை கவனக்குறைவாக அந்த நடத்தைமுறையை மீறியிருந்தார். அதற்காக அவர் பன்னிரண்டு ஆண்டுகள் வனவாசம் மேற்கொள்ள வேண்டும் என்று அவருக்கு தண்டனை வழங்கப்பட்டது. அந்தக் காலகட்டத்தின்போது, ரைவகத மலையில் தங்கியிருந்த அர்ஜுனன், கிருஷ்ணரின் சகோதரியை துவாரகையிலிருந்து கடத்தி வந்துவிட்டார். அவர் தன் வனவாசத்தை முடித்தவுடன், சுபத்திரையையும் அபிமன்யுவையும் அழைத்துக் கொண்டு இந்திரப்பிரஸ்தத்திற்குத் திரும்பி வந்தார். ஒரு விஷயம் என்னைப் பெரிதும் ஆச்சரியப்படுத்தியது. என் பெயர் விருசாலி, அர்ஜுனனின் மனைவியின் பெயர் பாஞ்சாலி. என் சக்களத்தியின் பெயர் சுப்ரியை, பாஞ்சாலியின் சக்களத்தியின் பெயர் சுபத்திரை. இப்பெயர்களுக்கு இடையே ஒரு தனித்துவமான ஒலி ஒற்றுமை இருந்தது.

பாண்டவர்களோடு தொடர்புடைய அனைவரும் அந்த ராஜசூய வேள்விக்காக அயராமல் வேலை செய்தனர். நான் அந்த வேள்வியில் கலந்து கொள்ள வேண்டும் என்று ராஜமாதா குந்தி தேவியார் பிரத்யேகமாகக் கேட்டுக் கொண்டதாக தௌமிய முனிவர் என்னிடம் தெரிவித்தார். இதற்கு என் கணவர் ஒருபோதும் ஒப்புதல் வழங்க மாட்டார் என்பதால் இதைப் பற்றி என் கணவரிடம் ஒரு வார்த்தைகூட நான் சொல்லப் போவதில்லை என்று நான் தீர்மானித்தேன். என்னையும் என் கணவரையும் பொருத்தவரை, சுதாமனைக் கொன்றதன் மூலம் அர்ஜுனன் ஒரு கொடூரமான குற்றத்தைச் செய்திருந்தான்.

தௌமிய முனிவர் என்னுடன் உரையாடிக் கொண்டிருந்தபோது, இடையில் சில முக்கியமான உண்மைகளை என்னிடம் வெளிப்படுத்தினார். காண்டவக் காடு எரிக்கப்பட்டபோது, இளவரசர் அர்ஜுனனுக்கும் அக்னி தேவனுக்கும் இடையே ஒரு கடுமையான சண்டை நிகழ்ந்தது. அச்சண்டையின் விளைவால் மகிழ்ச்சியடைந்த அக்னி தேவன், காண்டீபம் என்ற வில்லையும், ஒருபோதும் வற்றாத இரண்டு அம்பறாத்தூணிகளையும் அர்ஜுனனுக்குப் பரிசளித்திருந்தார். கிருஷ்ணர் சுதர்சனச் சக்கரம் என்ற ஒரு சக்திவாய்ந்த ஆயுதத்தைப் பெற்றார். ஜராசந்தனின் மகத நாட்டிலிருந்து திரும்பியிருந்த இளவரசர் பீமன், அசுர அரசனான விருசபர்வனிடமிருந்து ஒரு தெய்விகமான கதாயுதத்தைப் பெற்றிருந்தார். அர்ஜுனன் தன்னுடைய காண்டீபத்தின் துணையோடுதான் தன்னுடைய திக்விஜயத்தை நிறைவு செய்திருந்தார்.

இந்திரப்பிரஸ்தத்தைப் பற்றிய இச்செய்திகள் என்னுள் உறங்கிக் கிடந்த ஆர்வக் குறுகுறுப்பைத் தூண்டிவிட்டன. மனிதர்கள் வசிப்பதற்கு சாத்தியமற்ற ஒரு காட்டை ஒரு செழிப்பான ராஜ்ஜியமாக எப்படி மாற்ற முடியும் என்பதுதான் எல்லோரையும் பெரும் வியப்பில் ஆழ்த்தியது.

28

இதற்கிடையே, அஸ்தினாபுரத்து ஒற்றன் ஒருவன் மகத நாட்டிலிருந்து கொண்டு வந்த நம்புதற்கரிய செய்தி அரண்மனையில் இருந்த எல்லோரையும் அதிர்ச்சிக்கு உள்ளாக்கியது. அச்செய்தி என் கணவருக்குக் கடும் வருத்தத்தைக் கொடுத்தது. ஒரு சேவகன் இச்செய்தியைக் கொண்டுவந்த நேரத்தில் அவர் விருசசேனனுக்கு ஒற்றைக்கு ஒற்றைச் சண்டயின் 'மரணப் பிடி' உத்தியைக் கற்றுக் கொடுத்துக் கொண்டிருந்தார்.

மகத நாட்டு அரசருடைய கொலை பற்றிய செய்தி அது. என் கணவர் அக்கணமே விருசசேனனை மறந்துவிட்டு அந்த சேவகனை உலுக்கி, "அந்த மாபெரும் வீரன் ஜராசந்தனை யார் கொன்றார்கள்? யார் அந்தக் கொலையைச் செய்தார்கள்?" என்று கேட்டார்.

பயத்தில் நடுநடுங்கிய அந்த சேவகன், "இளவரசர் பீமன்," என்று பதிலளித்தான்.

"தனியொருவனாகவா? அது சாத்தியமே இல்லை!"

"கிருஷ்ணர் உடனிருந்தார்."

அந்த பதில் என் கணவரை மௌனமாக்கியது. அந்த சேவகன் அங்கிருந்து வெளியேறிய பிறகு, என் கணவர் தன்னுடைய கைகளைத் தன்னுடைய முதுகிற்குப் பின்னால் கட்டிக் கொண்டு ஏதோ ஆழ்ந்த சிந்தனையில் மூழ்கியபடி அந்த அறையைச் சுற்றி நடந்து கொண்டே இருந்தார்.

நான் விருசசேனனிடம், "விருசு, உன் தந்தை உனக்குக் கற்றுக் கொடுத்துள்ள எல்லாப் பிடிகளையும் அவருக்குச் செய்து காட்டு," என்று கூறினேன்.

"அப்பா எனக்கு எப்படி ஈடாவார்கள்? நான் போய் சித்திரசேனனையோ அல்லது லட்சுமணனையோ இங்கு அழைத்து வருகிறேன். அவர்களுக்கு நான் அந்த 'மரல பிடி'யைச் செய்து காட்டுகிறேன்," என்று அவன் கூறினான். 'மரணப் பிடி' என்று அவனால் சரியாகச் சொல்ல முடியவில்லை.

என் கணவர் அவனைத் தூக்கி உச்சி முகர்ந்து, "சுட்டிப் பயலே, அது 'மரல பிடி' அல்ல, 'மரணப் பிடி'," என்று கூறி அவனைத் திருத்துவார் என்று நான் நினைத்தேன். ஆனால் அவர் தன் சொந்த சிந்தனையில் ஆழமாக மூழ்கிப் போயிருந்தார். ஜராசந்தனின் மரணத்தைப் பற்றிய ஏதோ ஒரு விஷயம் அவருடைய மனத்தைத் தொந்தரவு செய்தது.

"நீங்கள் என்ன சிந்தித்துக் கொண்டிருக்கிறீர்கள்?" என்று நான் அவரிடம் கேட்டேன்.

அவர் மெதுவாக, "கிருஷ்ணர்," என்று கூறினார்.

"அவரைப் பற்றி சிந்திப்பதற்கு என்ன இருக்கிறது?"

"கிருஷ்ணர்தான் ஜராசந்தனைக் கொன்றிருக்கிறார்."

"செய்தியை நீங்கள் சரியாகக் கேட்கவில்லை என்று நான் நினைக்கிறேன். ஜராசந்தனைக் கிருஷ்ணர் கொல்லவில்லை. கிருஷ்ணர் ஏன் அவரைக் கொல்ல வேண்டும்? அது நிச்சயமாக பீமனின் வேலைதான்."

“கிருஷ்ணருக்கு இதில் நிச்சயமாகப் பங்கு இருக்கிறது. கம்சன் ஜராசந்தனின் மருமகன். கிருஷ்ணர் கம்சனைக் கொன்றுவிட்டார். அதற்குப் பழி வாங்குவதற்காக, ஜராசந்தன் தொடர்ந்து மதுராவின்மீது படையெடுத்து அதைத் தாக்கினார். அதன் விளைவாக, கிருஷ்ணர் மதுராவைவிட்டுத் தப்பியோட வேண்டியதாயிற்று. மேற்கில் இருந்த துவாரகைக்கு அவர் ஓடிவிட்டார். அதனால்தான் ஜராசந்தனைக் கொல்லுவதற்கு அவர் ஏற்பாடு செய்தார். இந்திரப்பிரஸ்தத்தில் நடைபெறவிருக்கின்ற வேள்வி, மதுரா விடுவிக்கப்பட்டதைக் கொண்டாடுவதற்கான ஒரு வேள்வியே. எனக்கு அதற்கான அழைப்பிதழ் அனுப்பப்படவில்லை. ஆனாலும், நான் அங்கு போவதென்று தீர்மானித்துவிட்டேன்.”

ஓர் அழையா விருந்தாளியாக அங்கு போவதற்கு அவர் தீர்மானித்திருந்தது எனக்குக் குழப்பமூட்டியது. ஆனால் நான் எதுவும் கூறவில்லை. அவர் எவ்வளவு பிடிவாதக்காரர் என்பதை நான் நன்றாகவே அறிவேன். அவர் தன் கனவில் ஒருவருக்கு வாக்குக் கொடுத்தால்கூட, அதை நிறைவேற்றுவதற்கு இந்த பூமியையே புரட்டிப் போடத் தயங்க மாட்டார்.

“சூழ்ச்சிகரமாகத் திட்டமிட்டு ஜராசந்தனைக் கொன்ற கிருஷ்ணரை நீங்கள் சந்திக்க ஆவலாக இருக்கிறீர்கள், அப்படித்தானே?”

“விருசாலி, ஒரு மனைவி என்பவள் தன் கணவனின் சரிபாதி. அந்த உண்மையை இன்று நீ நிரூபித்துள்ளாய். ஆமாம், நான் இந்திரப்பிரஸ்தத்திற்குப் போக விரும்புவதற்கான காரணம் அதுதான். அதோடு, ஜராசந்தனுக்கும் பீமனுக்கும் இடையே நடந்த ஒற்றைக்கு ஒற்றைச் சண்டையில் உண்மையிலேயே என்ன நிகழ்ந்தது என்பதை ஜராசந்தனின் படைத்தளபதியும் சேதி நாட்டு அரசனுமான சிசுபாலனிடமிருந்து நான் தெரிந்து கொண்டாக வேண்டும். ஜராசந்தனைக் கொல்லுவதற்கு பீமன் எந்த உத்தியைப் பயன்படுத்தினான் என்பதைத் தெரிந்து கொள்ள நான் ஆர்வமாக இருக்கிறேன்.”

ஒற்றைக்கு ஒற்றைச் சண்டையின்மீது என் கணவருக்கு இருந்த காதலை என்னவென்று சொல்லுவது! “ஓர் ஒற்றைக்கு ஒற்றைச் சண்டைதான் வலிமைக்கான சிறந்த சோதனை,” என்று அவர் எப்போதும் கூறினார்.

29

பௌர்ணமிக்கு முந்தைய நாளன்று கௌரவ வீரர்கள் அனைவரும் இந்திரப்பிரஸ்தத்திற்குப் புறப்பட்டனர். அவர்களைத் தடுப்பதற்கு இளவரசர் துரியோதனன் தன்னால் முடிந்த எல்லாவற்றையும் செய்து பார்த்தார். ஆனால், அப்படிப்பட்டக் குறுக்கீடுகளைத் துவக்கத்திலிருந்தே பிதாமகர் பீஷ்மர் கடுமையாக எதிர்த்தார். அவர் அவர்கள் எல்லோரையும் பார்த்து, “நீங்கள் பெரியவர்களை மதிக்க விரும்பினால், நீங்கள் அந்த வேள்வியில் கலந்து கொள்ள வேண்டும் என்று மூத்தக் கௌரவன் என்ற முறையில் நான் உங்களுக்கு

அறிவுறுத்துகிறேன். ஆனால் நீங்கள் வெறுமனே அங்கு போய் உட்கார்ந்தால் போதாது. நீங்கள் ஒவ்வொருவரும் என்ன செய்ய வேண்டும் என்று நான் கூறுகிறேனோ, துல்லியமாக அதன்படி நீங்கள் நடந்து கொள்ள வேண்டும். இது ஒரு கோரிக்கை அல்ல; இது ஓர் உத்தரவு," என்று கூறினார்.

யாருக்கும் கட்டுப்படாத இளவரசர் துரியோதனனால்கூடப் பிதாமகர் பீஷ்மரை எதிர்த்து எதுவும் கூற முடியவில்லை. ஏனெனில், பிதாமகரின் தன்னலமற்ற நடத்தையையும் வீரத்தையும் பற்றி எல்லோரும் அறிந்திருந்தனர். அந்த வேள்வியில் கலந்து கொள்ளுவது குறித்து சிலருக்கு ஒப்புதல் இல்லாதபோதுகூட, பிதாமகரின் அறிவுறுத்தல்களைப் பின்பற்றாமல் இருப்பது என்ற கேள்விக்கு அங்கு இடமிருக்கவில்லை.

அங்க நாட்டு அரசரும் அவர்களோடு சென்றார். நான் அவருக்கு ஆரத்தி எடுத்து வழியனுப்பி வைத்தபோது, "இந்திரப்பிரஸ்தத்திற்குப் போக வேண்டியவர்களின் பட்டியலில் பிதாமகர் பீஷ்மர் உங்கள் பெயரைக் குறிப்பிடவில்லையே," என்று கூறினேன்.

"ஆனால் நான் அங்கு போக விரும்புகிறேன்."

"அங்கு போவதற்கு யார் உங்களை இவ்வளவு கட்டாயப்படுத்துகிறார்கள்?"

"யாரும் கட்டாயப்படுத்தவில்லை. நான் அங்கு போயாக வேண்டும், அவ்வளவுதான். கிருஷ்ணரும் அங்கு இருப்பார். அவர் மதுராவிலிருந்து அவ்வளவு தூரம் பயணித்து வந்திருப்பார். வேள்வி ஒருபுறம் இருக்கட்டும், ஆனால் நான் கிருஷ்ணரை மீண்டும் பார்க்கத் துடித்துக் கொண்டிருக்கிறேன்."

"அப்படியானால், உங்கள் விருப்பப்படியே நடக்கட்டும்!" என்று கூறி நான் அவருடைய நெற்றியின்மீது குங்குமத் திலகமிட்டேன். அந்தத் திலகம் அவருடைய வசீகரத்திற்கு மேலும் மெருகூட்டியது. அவர் தன் பெற்றோரின் பாதங்களில் விழுந்து வணங்கிவிட்டுத் தன்னுடைய தேரில் ஏறி இந்திரப்பிரஸ்தத்தை நோக்கி விரைந்தார்.

கிருஷ்ணரைப் பார்ப்பதற்கான தன்னுடைய விருப்பத்தை அவர் தெரிவித்திருந்தார். அந்த சந்திப்பிலிருந்து அவருக்கு எத்தகைய உத்வேகம் கிடைக்கவிருந்தது என்பதை யாரறிவார்? என்னுடைய கணவரின் வார்த்தைகள், கிருஷ்ணரை சந்திப்பதற்கான ஆவலை என்னுள்ளும் தூண்டின. என் கணவரின் உத்வேகம் என்னுடைய உத்வேகமும்கூட. அவருடைய மகிழ்ச்சிதான் என்னுடைய மகிழ்ச்சி.

பாகம் ஆறு

கர்ணன்

"ஒரு குருட்டுத் தந்தையின் மகன்களும் குருடர்களாகத்தான் பிறப்பார்கள் என்பது உண்மைதானோ?" - திரௌபதி

1

வளைந்து நெளிந்து சென்ற சாலைகளில் புழுதியைக் கிளப்பிக் கொண்டு, என்னுடைய தேர், அஸ்தினாபுரத்திலிருந்து இந்திரப்பிரஸ்தத்தை நோக்கி விரைந்தது. என் மனம் அதைவிட வேகமாக என்னுடைய கடந்தகாலத்தை நோக்கி ஓடியது. நினைவுகள் அலையலையாக எழுந்தன. இருபது ஆண்டுகள் கடந்திருந்தன. இருபது ஆண்டுகள் என்பது எவரொருவருடைய வாழ்க்கையிலும் ஒரு பெரிய பகுதி. காலம் ஒருவர் ஒரு விஷயத்தை மறந்து போகும்படி செய்துவிடும் என்பது உண்மையல்ல. குறிப்பாக, வேதனைகரமான நினைவுகள் ஒருபோதும் நம் மனத்தைவிட்டு அகலுவதே இல்லை. உண்மையில், காலப்போக்கில், பழைய நினைவுகள் வண்ணமயமாக நம் கண்களுக்கு முன்னால் வந்து நடனமாடத் தொடங்குகின்றன. அவை ஒருவருடைய மனத்தைச் சீரழித்துவிடுகின்றன.

திரௌபதியின் சுயம்வரத்தின்போது அனைத்துப் போட்டியாளர்களின் முன்னிலையில் அவளுடைய கொடூரமான வார்த்தைகள் என் சுயமதிப்பின்மீது ஏற்படுத்தியிருந்த காயம் இன்னும் ஆறாமல் இருந்தது. இகழ்ச்சியால் ஏற்படுகின்ற காயம், நாட்கள் செல்லச் செல்ல, சீழ் பிடித்து மேலும் மோசமடைகிறது. அது அவ்வளவு சுலபமாக ஆறுவதில்லை. ஒருவேளை அது ஆறினாலும்கூட, அந்த இகழ்ச்சியை நமக்கு என்றென்றும் நினைவூட்டும் விதத்தில் ஒரு கொடூரமான வடு தங்கிவிடுகிறது. அந்த சுயம்வரத்தில், கர்ணனின் வாழ்க்கை வெறுமனே அவமானத்திற்கும் வெறுப்பிற்கும் இகழ்ச்சிக்கும் பழிப்பிற்கும் மட்டுமே ஏற்றதே தவிர வேறு எதற்கும் பொருத்தமானதல்ல என்று அந்தப் பெண் வாய்விட்டுக் கூறியிருந்தாள். அவளுடைய மென்மையான நாக்கு, கர்ணனின் ஒட்டுமொத்த உடலை வார்த்தைகளால் எடைபோட்டிருந்தது! ஒரு வீரனுக்கு இதைவிட மோசமான மரணம் வேறு என்ன இருக்க முடியும்? மற்ற எல்லோரும் செல்வம் மற்றும் அதிகாரத்தின் பலத்தால் வாழுகின்றனர், ஆனால் ஒரு வீரனை அவனுடைய உற்சாகம்தான் உயிரோடு வைத்திருக்கிறது. அதனால்தான் அவமதிப்பையும் அவதூறுகளையும் அவனால் ஒருபோதும் மறக்க முடிவதில்லை. குறிப்பாக, ஒரு கீழ்த்தரமான மனத்தைக் கொண்ட ஒரு பெண்ணின் இகழ்ச்சி அவனுடைய மனத்தில் பசுமரத்தாணிபோலப்

பதிந்துவிடுகிறது. அப்படிப்பட்ட ஒரு பெண்ணை அவனால் ஒருபோதும் மன்னிக்க முடியாது. எனவே, பல ஆண்டுகள் கழிந்திருந்தபோதிலும், ஒரு பயங்கரமான அலை எப்படி ஆக்ரோஷமாகக் கரையின்மீது வந்து மோதுமோ, அதேபோல இன்றளவும் திரௌபதியின் நச்சு வார்த்தைகள் என் இதயத்தை அதிக ஆக்ரோஷமாகத் தாக்கின. நான் அந்த வார்த்தை அம்புகளை என் நினைவிலிருந்து அகற்றுவதற்கு மிகக் கடினமாக முயற்சித்தேன். ஆனால், சீராக வெட்டிவிடப்பட்டுள்ள ஒரு தாவரத்திலிருந்து புதிய தளிர்கள் முளைப்பதைப்போல, அவை புதிய வடிவங்களில் மீண்டும் புதிதாக உருவெடுத்தன. அவை என் மனக் கடலைக் கொந்தளிக்கச் செய்தன. திரௌபதியின் சுயம்வரத்தில் நான் என் மகனை இழந்திருந்தேன். அவனுடைய நினைவு என்னுள் மீண்டும் மீண்டும் தோன்றிக் கொண்டே இருந்தது. அறிவார்ந்த ஒருவன், தன்னைச் சூழ்ந்துள்ள மற்ற எல்லோரும் தொடர்ந்து தன்னை ஒரு முட்டாள் என்று கூறுவதைக் கேட்டுவிட்டு, இறுதியில் தானும் அதை நம்பத் தொடங்கி ஒரு முட்டாளைப்போல நடந்து கொள்ளுவான். நான் இப்போது அவனுடைய நிலையில் இருந்தேன். ஒவ்வொரு நிகழ்வின்போதும் நான் 'தாழ்குலத்தோன்' என்று ஏளனம் செய்யப்பட்டேன். துவக்கத்தில் நான் அது குறித்துக் கடும் கோபம் கொண்டேன், ஆனால் ஓர் ஆணவக்காரப் பெண்ணும் அதே கொடூரமான வார்த்தையை என்னை நோக்கி வீசியபோது, நான் உண்மையிலேயே தாழ்ந்த குலத்தைச் சேர்ந்தவன் என்று நான் நினைக்கத் தொடங்கினேன். நான் ஒரு சண்டாளனா, ஈனப் பிறவியா, அல்லது அதைவிடக் கேவலமானவனா? நான் எப்படிப்பட்ட அவமானத்தையும் எதிர்கொள்ளத் தயாராக இருந்தேன், ஆனால் என் மகனின் மரணத்திற்குப் பழி வாங்குவதிலிருந்து எதுவும் என்னைத் தடுக்கப் போவதில்லை என்பதில் நான் மிகவும் உறுதியாக இருந்தேன்.

இந்தக் கடுமையான விமரிசனத்திற்கு இடையேயும் ஒரே ஓர் உண்மை எனக்குப் பேராறுதலைக் கொடுத்தது. என் குடும்ப உறுப்பினர்களின் அன்புதான் அது. ஆனால் அந்த ஆறுதல்கூட முழுமையானதாக இருக்கவில்லை. என் மகன்களில் ஒருவன்கூடக் கவச குண்டலங்களுடன் பிறக்கவில்லை. எனவே, அவர்கள் என்னைவிட மோசமாக இகழப்படுவார்கள். என் சந்ததியினர் தாழ்ந்த குலத்தைச் சேர்ந்தவர்களாகக் கருதப்படுவர். இந்த எண்ணம்தான் என்னைப் பெரிதும் வாட்டி வதைத்தது, எனக்கு நரக வேதனையைக் கொடுத்தது. வானத்தில் ஒளிர்ந்த என்னுடைய குருநாதர் மட்டுமே எனக்கான ஒரே ஆதரவாக இருந்தார். அவரை ஒரு முறை தரிசிப்பது என்னுடைய வலிமையை மீட்டுக் கொடுத்து, என் துயரத்தை விரட்டியடிக்கப் போதுமானதாக இருந்தது.

பாண்டவர்களின் தலைநகரமான இந்திரப்பிரஸ்தத்தை நோக்கி நான் விரைவாகப் போய்க் கொண்டிருந்தேன். கிருஷ்ணரைப் பார்ப்பதற்காக மட்டுமே நான் அங்கு போய்க் கொண்டிருந்தேன். நான் தற்செயலாக வானத்தைப் பார்த்தேன். எனக்குப் பக்கத்தில் உட்கார்ந்திருந்த அசுவத்தாமன் என்னிடம், "நீ ஏன் சூரியனை இவ்வளவு தீவிரமாகப் பார்த்துக் கொண்டிருக்கிறாய்?" என்று கேட்டான்.

"அந்தப் பிரகாசத்தில் ஏதேனும் ஒரு லேசான கருப்புப் புள்ளியாவது இருக்கிறதா என்று பார்த்தேன்."

"இல்லாத ஒன்றை, ஒருபோதும் இருக்க முடியாத ஒன்றை ஏன் நீ எதிர்பார்க்கிறாய்?"

"இவ்வுலகில் சாத்தியமற்ற ஒன்றைச் சாத்தியமாக்க முடியும் என்பதால்தான். நான் அதை ஏற்கனவே அனுபவித்திருக்கிறேன், இல்லையா?"

என்னுடைய பதில் அவனை ஊமையாக்கியது. நாங்கள் இந்திரப்பிரஸ்தத்தின் நகர எல்லைக்குள் நுழைந்தோம். பாண்டவர்களின் முதன்மை அமைச்சர் தங்களுடைய அரண்மனை வாசலின் முன்னால் நின்று எங்களை வரவேற்றார். ராஜசூய வேள்விக்கான அனைத்து ஏற்பாடுகளும் வேள்வி அரங்கத்தில் செய்யப்பட்டிருந்தன. என் கண்கள் கிருஷ்ணரைத் தேடின. கருநீல வண்ணக் கிருஷ்ணர் அந்த நீலவானத்தைப்போலவே மர்மமானவராக இருந்ததாக எனக்குத் தோன்றியது.

இவ்வளவு அடர்த்தியான காண்டவக் காட்டில், வெறும் பன்னிரண்டு ஆண்டுகளில், விண்ணைத் தொடும் அளவுக்கு மிக உயரமாகக் கட்டப்பட்டிருந்த அந்த அற்புதமான தலைநகரத்தை நான் கண்டபோது நான் எல்லையில்லா ஆச்சரியமடைந்தேன். எங்கு பார்த்தாலும் கோவில்களும், மாளிகைகளும், ஆயுதச்சாலைகளும், கொட்டில்களும், பள்ளிகளும், நவரத்தினக் கற்களை விற்பனை செய்த கடைகளும் தென்பட்டன. அவை எல்லாமே விண்ணை முட்டிக் கொண்டிருந்தன. அனைத்துக் கட்டடங்களும் இக்ஷுமதி ஆற்றின் கரைமீதும் யமுனையாற்றின் கரைமீதும் கட்டப்பட்டிருந்தன. இந்த அதிசயம் முழுக்க முழுக்கப் பாண்டவர்களின் வேலையா? இல்லை. கிருஷ்ணர் நிச்சயமாக அவர்களுக்கு உதவியிருக்க வேண்டும். பாண்டவர்கள் கிருஷ்ணரின் ஒப்புதலைப் பெற்றிருந்தனர். கிருஷ்ணரின் துணை இல்லாமல் அவர்களால் எதையும் சாதிக்க முடியாது.

2

நானும் அசுவத்தாமனும் துரியோதனனும் அரண்மனையின் முக்கிய வாசலுக்கு முன்னால் வந்து நின்றோம். துரியோதனன் சஞ்சலமாகக் காணப்பட்டான். இந்திரப்பிரஸ்தத்திற்கு வருவதில் அவனுக்கு உடன்பாடு இருக்கவில்லை, ஆனால் பிதாமகர் பீஷ்மரை அவனால் எதிர்க்க முடியவில்லை. இமயத்தின் ஒட்டுமொத்த பாரத்தையும் தன் நெஞ்சில் சுமந்து கொண்டு, வெறுமனே பிதாமகரின் உத்தரவுக்குக் கட்டுப்பட்டு அவன் அங்கு வந்திருந்தான்.

பாண்டவர்களின் முதன்மை அமைச்சர் எங்கள் முன்னால் நின்றார், ஆனால் அவரோடு உள்ளே நுழைவது முறையல்ல என்று நாங்கள் மூவரும் கருதினோம். நாங்கள் கௌரவ வீரர்களே அன்றி, சாதாரண விருந்தாளிகள் அல்லர். இதற்கிடையே, அரங்கத்திலிருந்து இளவரசன் தருமன் எங்களைப் பார்த்துவிட்டு உடனடியாக வெளியே வந்தான். அவன் அசுவத்தாமனின் கையை அன்போடு பற்றிக் கொண்டு, துரியோதனனைப் பார்த்து, "நீங்கள் இளவரசி பானுமதியை உங்களோடு அழைத்து வரவில்லையா?" என்று கேட்டான். துரியோதனன் பதில்

கூறாமல் மௌனமாக இருந்தான். இறுதியில் தருமன் என் பக்கமாகத் திரும்பி என்னைப் பார்த்தான். என்னைப் பார்த்த உடனேயே அவன் திடுக்கிட்டான். அவனுடைய பார்வை என் பாதங்கள்மீது நிலைத்தது. எல்லோரும் அமைதியாக நின்றனர்.

அசுவத்தாமன் அந்த மௌனத்தைக் கலைக்கும் விதமாக, "வேள்விக்கான எல்லாம் தயாராக இருக்கிறதா?" என்று தருமனிடம் கேட்டான்.

"ஆமாம், அசுவத்தாமா. வேள்வி சாஸ்திரத்தில் வல்லவரான ஒரு முக்கிய நபரின் வருகைக்காக நாங்கள் காத்துக் கொண்டிருக்கிறோம்."

"யார் அவர்?"

தருமன் என் பாதங்களிலிருந்து தன் பார்வையை விலக்காமல், "கிருஷ்ணர்," என்று பதிலளித்தான்.

"அப்படியானால், அவர் வரும்வரை இந்த அற்புதமான அரண்மனையை நீ எங்களுக்குச் சுற்றிக் காட்டினால் என்ன?" என்று கேட்ட அசுவத்தாமன், பயணத்தின்போது சற்றுத் தளர்ந்து போயிருந்த தன்னுடைய தலைக்கட்டைத் தன் முகவாய்க்குக் கீழே இறுக்கிக் கட்டினான்.

"எல்லோரும் வாருங்கள்," என்று கூறிய தருமன், எங்களை உள்ளே அழைத்துச் செல்லும்படி தன்னுடைய முதன்மை அமைச்சருக்கு உத்தரவிட்டான்.

நானும் தருமனும் சந்தித்துக் கொண்டபோதெல்லாம், அவன் என்னுடைய பாதங்களைப் பார்ப்பதை ஒரு வழக்கமாக ஆக்கியிருந்தான். நான் கீழ்நிலையைச் சேர்ந்தவன் என்பதை அவன் அவ்விதத்தில் என்னிடம் கூறினானா? நான் ஒரு சூதனின் மகன் மட்டுமே என்று அவன் எனக்கு நினைவுபடுத்திக் கொண்டிருந்தானா?

நாங்கள் அந்த அரங்கத்தினுள் நுழைந்தோம். பிதாமகர் பீஷ்மரும் விதுரரும் துரோணரும் ஏற்கனவே அங்கு வந்து, வேள்விக்கான ஏற்பாடுகள் சரியாக இருந்தனவா என்று சரிபார்த்துக் கொண்டிருந்தனர்.

பல்வேறு நாடுகளைச் சேர்ந்த முனிவர்களாலும் சாதுக்களாலும் அந்த அரங்கம் நிரம்பியிருந்தது. ஒரு கணம், நாங்கள் ஓர் ஆசிரமத்திற்கு முன்னால் நின்று கொண்டிருந்தது போன்ற உணர்வு எனக்கு ஏற்பட்டது. பல்வேறு நாடுகளிலிருந்து வந்திருந்த அரசர்கள், அரசகுலத்தைச் சேர்ந்தவர்களுக்கான பகுதியில் தங்களுக்காக ஏற்பாடு செய்யப்பட்டிருந்த இருக்கைகளை ஏற்கனவே ஆக்கிரமித்திருந்தனர். கனகத்வஜன், திருததன்வன், ஜயத்ரதன், போஜன், நந்தகன், துருபதன், சேனாபிந்து, கிருதவர்மன், சிசுபாலன் ஆகிய பிரபல அரசர்கள் அவர்களிடையே இருந்தனர். அந்த அரங்கின் கிழக்குப் பகுதியில் ஓர் ஆடம்பரமான வேள்விக் குண்டம் அமைக்கப்பட்டிருந்தது. அதற்குப் பக்கத்தில் ஒரு பலிபீடம் நிறுவப்பட்டிருந்தது. அந்த வேள்விக் குண்டத்தின் நான்கு பக்கங்களிலும் அழகான கோலங்கள் போடப்பட்டிருந்தன. அவற்றைச் சுற்றி, வயதான முனிவர்கள் புலித்தோல்கள்மீது அமர்ந்திருந்தனர். வேள்விக்கான பல வகையான மரக்கட்டைகள் அவர்களுடைய கைக்கெட்டும் தூரத்தில் குவித்து வைக்கப்பட்டிருந்தன. காட்டு அத்திமரம், அரச மரம், ஆலமரம், மாமரம், சண்பக மரம், மற்றும் பிற மரங்களின் கட்டைகள் அவற்றில் இருந்தன. சிறிது நேரத்தில் அவை

அந்தப் புனிதத் தீயினுள் அர்ப்பணிக்கப்படவிருந்தன. தர்ப்பணத்திற்காக நெய்யும் பாலும் பல்வேறு புனித நதிகளின் நீரும் பொற்கலயங்களில் வைக்கப்பட்டிருந்தன. மறைந்து கொண்டிருந்த சூரியனின் ஒளியில் அவை ஒளிர்ந்தன. அந்த வேள்வியின் நாயகனான கிருஷ்ணருக்காக அமைக்கப்பட்டிருந்த பொன் அரியணை கண்களைக் கவருவதாக இருந்தது. அது கிழக்கு மூலையில் வைக்கப்பட்டிருந்தது.

நாங்கள் மூவரும் இவற்றையெல்லாம் பார்த்தபடியே நடந்து சென்று அரண்மனைப் படிக்கட்டுகளை அடைந்தோம். பீமன், அர்ஜுனன், நகுலன், சகாதேவன் ஆகியோரை நாங்கள் அங்கு கண்டோம். அர்ஜுனனைக் கண்டவுடன் என்னுடைய நினைவுகள் கொந்தளிக்கத் தொடங்கின. நெடுங்காலத்திற்கு முன்பு அஸ்தினாபுரத்துப் போட்டியரங்கில் நீலத் தாமரை மாலையையும், இருபது ஆண்டுகளுக்கு முன்பு திரௌபதியின் சுயம்வரத்தில் வெள்ளைத் தாமரை மாலையையும் அவன்தான் பெற்றான். ஏன்? அவன் ஒரு சத்திரியன் என்பதுதான் அதற்குக் காரணம். நான் என் மன வில்லில் நினைவு அம்புகளைத் தொடுக்கத் தொடங்கினேன். அர்ஜுனன் என்னுடைய குண்டலங்களைக் கண்கொட்டாமல் பார்த்துக் கொண்டிருந்தான். ஆனால் அவன் என்னுடன் பேச விரும்பவில்லை என்று எனக்குத் தோன்றியது. ஏன் விரும்ப வேண்டும்? ஒரு சத்திரியன் ஒரு சூத புத்திரனிடம் பேச வேண்டும் என்று எந்த சமூகக் கட்டளையும் இல்லையே. அசுவத்தாமன் தன் குருவின் மைந்தன் என்பதால் அர்ஜுனன் கைகூப்பி அவனுக்கு வணக்கம் தெரிவித்தான். பீமன் துரியோதனையே வெறித்துப் பார்த்துக் கொண்டிருந்தான். தன் பார்வையில் படுவோர் எல்லோரையும் தன் பாதங்களுக்குக் கீழே போட்டு மிதித்துக் கொல்லுவதற்காகவே தான் பிறவி எடுத்திருந்தோம் என்ற நினைப்பில் அவன் வலம் வந்து கொண்டிருந்ததுபோலத் தோன்றியது.

பாண்டவர்கள் ஐவரின் ஐந்து மகன்களும் சற்றுத் தள்ளி நின்று இவை எல்லாவற்றையும் வியப்போடு கவனித்துக் கொண்டிருந்தனர்.

சிரித்துக் கொண்டே அரண்மனைப் படிக்கட்டுகள்மீது கால் வைத்த அசுவத்தாமன், அர்ஜுனனைப் பார்த்து, "அர்ஜுனா, நீ ஏன் கர்ணனின் காதுகளை இப்படி உற்றுப் பார்த்துக் கொண்டிருக்கிறாய்? நீ எப்படி உன்னுடைய கருநீல நிறத்துடன் பிறந்திருக்கிறாயோ, அதேபோல அவன் அந்தக் குண்டலங்களுடன் பிறந்திருக்கிறான், அவ்வளவுதான்," என்று கூறினான். எந்தவொரு சூழ்நிலையிலும் இறுக்கத்தைத் தளர்த்தி அமைதியை உருவாக்குவதற்கு அவன் எப்போதும் தன்னால் முடிந்த அளவு முயற்சி செய்தான்.

நான் அந்த அரண்மனையின் பிரம்மாண்டத்தைக் கண்குளிர ரசிப்பதற்காக என் தலையை லேசாக உயர்த்தியபோது, மேல்மாடத்தின் கைப்பிடிச் சுவரின் அருகே ஒரு பெண்மணியைப் பார்த்தேன். அவருடைய இடது உள்ளங்கை அந்தக் கைப்பிடிச் சுவரைப் பிடித்திருந்தது. அவர் வெள்ளை ஆடை அணிந்திருந்தார். அவர் ஒரு கோவிலில் உள்ள ஒரு தேவியைப்போல அசையாமல் அங்கு நின்றார். அவருடைய வலது கையில் ஒரு மஞ்சள்நிறக் கம்பியை நான் பார்த்தேன், ஆனால் அது தெளிவாகத் தெரியவில்லை. என்னுடைய கண்கள் அவருடைய கண்களை சந்தித்த மறுகணம்,

அந்த தேவி உருவம் தடுமாறியது. அவர் அங்கிருந்து போவதற்காகத் திரும்பியபோது, அவருடைய கையிலிருந்த அப்பொருள் நழுவி என் பாதங்களுக்கு அருகே வந்து விழுந்தது. எல்லோரும் ஆச்சரியத்தோடு என் பாதங்களைப் பார்த்தனர். துரியோதனன் முன்னால் வந்து அப்பொருளை எடுக்க எத்தனித்தான், ஆனால் நான் அவனைத் தடுத்துவிட்டேன். அது ஒரு கைக்குழந்தைக்கான ஒரு தங்க வளையல். அந்த அரண்மனையில் எந்தக் கைக்குழந்தையும் இருக்கவில்லை. இளவரசர்கள் அணியக்கூடிய அத்தகைய ஓர் ஆபரணத்தை யாருக்காக அப்பெண்மணி செய்வித்திருப்பார் என்று யோசித்தபடியே, நான் அதை எடுத்து முதன்மை அமைச்சரிடம் கொடுத்துவிட்டு மீண்டும் மேல்மாடத்தை நோக்கி என் பார்வையைச் செலுத்தினேன். ஆனால் இப்போது அங்கு யாரும் இருக்கவில்லை. வெள்ளைக் கற்களால் ஆன அந்த மேல்மாடம் அஸ்தமனமாகிக் கொண்டிருந்த சூரியனின் ஒளியில் மின்னியது.

நாங்கள் படிக்கட்டுக்கள்மீது ஏறிச் கொண்டிருந்தபோதும் அந்த வளையலைப் பற்றிய நினைப்பை என்னால் கைவிட முடியவில்லை. "மேல்மாடத்தில் நின்ற அப்பெண்மணி யார்?" என்று முதன்மை அமைச்சரிடம் நான் கேட்டேன்.

"அவர் ராஜமாதா குந்தி தேவி. அஸ்தினாபுரத்தைச் சேர்ந்த ஒரு புகழ்மிக்க வீரனின் மகனுக்காக அவர் அதைச் செய்வித்தார். பொற்கொல்லருக்கு அவர் கொடுத்த அறிவுறுத்தல்களை நானும் கேட்டதால் அது எனக்குத் தெரியும். அந்தப் பொற்கொல்லரை நான்தான் மதுராவிலிருந்து அழைத்து வந்திருந்தேன்."

"புகழ்மிக்க அந்த அஸ்தினாபுரத்து வீரன் யாராக இருக்கக்கூடும்?" என்று என்னை நானே கேட்டுக் கொண்டேன், ஆனால் பொருத்தமான யாரையும் என்னால் நினைத்துப் பார்க்க முடியவில்லை. "அது சரி, அது யாராக இருந்தால் எனக்கென்ன?" என்று என்னை நானே சமாதானப்படுத்திக் கொண்டு, அந்த விவகாரத்தை அப்படியே விட்டுவிட்டேன்.

முதன்மை அமைச்சர் இந்திரப்பிரஸ்தத்தின் அரண்மனையை விவரிக்கத் தொடங்கினார். ஒளிமயமான இந்த அரண்மனையோடு ஒப்பிடுகையில், அஸ்தினாபுரத்தின் அரண்மனை மங்கலானதாகவும் முக்கியத்துவமற்றதாகவும் தோன்றியது. எண்ணற்ற அரண்மனைகளையும் அவற்றின் பல அரங்குகளையும் அரசவைகளையும் கட்டியிருந்த கைவினைஞர்களின் கைவண்ணத்தைப் புகழாமல் இருக்க முடியாது. கௌரவர்களின் மூதாதையருடைய வாழ்வில் நிகழ்ந்த முக்கியமான நிகழ்வுகளைச் சித்தரித்த வண்ணமயமான ஓவியங்கள் அங்கிருந்த சுவர்களை அலங்கரித்தன. பாண்டவர்களின் அரசவை, ஓவியக் கலைக்கான உச்சகட்ட எடுத்துக்காட்டாகத் திகழ்ந்தது. அதன் சுவர்கள்மீது பல காட்சிகள் சித்தரிக்கப்பட்டிருந்தன: பிதாமகர் பீஷ்மர் காசி அரசரின் மகள்களைக் கடத்திச் சென்று கொண்டிருந்த காட்சி; மன்னர் சாந்தனு, மீனவத் தலைவனின் மகளான மத்ஸ்யகந்தாவை கங்கைக் கரையில் கண்டு மயங்கி ஆசையோடு பார்த்துக் கொண்டிருந்த காட்சி; மன்னர் தேவாபி தன்னுடைய அரச பதவியைத் துறந்து, தன்னுடைய கையை உயர்த்தித் தன்னுடைய குடிமக்களிடமிருந்து

விடைபெற்றுக் கொண்டு காட்டில் தியானம் செய்வதற்காகப் புறப்பட்டுச் சென்று கொண்டிருந்த காட்சி; மன்னர் பாண்டு ஒரு காட்டில் வேட்டையாடிக் கொண்டிருந்த காட்சி; அவர் வேட்டையாடிய ஒரு மான், ஒரு கோபக்கார முனிவராக உருமாறிய காட்சி; சாபம் பெற்ற அவர் தன் மனைவியர் இருவரோடும் அஸ்தினாபுரத்திலிருந்து புறப்பட்டு, குனிந்த தலையோடு காட்டிற்குச் சென்று கொண்டிருந்த காட்சி; காட்டில் அவர் காவியுடுத்தி இருந்த காட்சி; அவர் தன்னுடைய ஐந்து புதல்வர்களோடு விளையாடிக் கொண்டிருந்த காட்சி. இவற்றையும் இவற்றைப் போன்ற பிற ஓவியங்களையும் பார்ப்பது, ஒருவருடைய மனம் கடந்தகாலத்திற்குள் ஓடிச் செல்லும்படி செய்கிறது. அஸ்தினாபுரத்தின் அரண்மனையோடு ஒப்பிடுகையில், இந்த அரண்மனை, கற்பனை செய்யப்பட முடியாத அளவுக்கு வசீகரமாகவும் நேர்த்தியானதாகவும் இருந்தது. ஆனால் ஒரே ஓர் ஓவியம் இவற்றோடு சேர்ந்து இருந்திருந்தால் நன்றாக இருந்திருக்கும் என்று நான் நினைத்தேன். சூரிய பகவானின் உருவத்தைச் சித்தரித்த ஓவியம்தான் அது. அஸ்தினாபுரத்தின் அரண்மனையில் மன்னரின் அரியணைக்குப் பின்னால் சூரிய பகவானின் பொன்னுருவம் இருந்த அதே இடத்தில், இங்கு இந்திரப்பிரஸ்தத்தின் அரண்மனையில் இருந்த அரியணைக்குப் பின்னால் கிருஷ்ணர் புல்லாங்குழல் ஊதிக் கொண்டிருந்தது போன்ற ஓர் உருவம் செதுக்கப்பட்டிருந்தது. இது கிருஷ்ணர்மீது பாண்டவர்கள் கொண்டிருந்த பக்திக்கான அடையாளமாக இருக்கக்கூடும்.

முதன்மை அரண்மனையில் இருந்த அறைகளைச் சுற்றிப் பார்த்தப் பிறகு, அரசகுலப் பெண்களின் அரண்மனைக்கு நாங்கள் சென்றோம். அங்கிருந்த அறைகளின் நேர்த்தியும் குறை சொல்ல முடியாத அளவுக்கு இருந்தது. வெள்ளைக் கற்தூண்களில் செடிகொடிகள் செதுக்கப்பட்டிருந்தன, பல விதமான நடன அசைவுகளும் செதுக்கப்பட்டிருந்தன. அரசகுலத்தினரின் வாழ்க்கையில் நிகழ்ந்த முக்கியமான நிகழ்வுகள் சுவர்கள்மீது ஓவியங்களாகத் தீட்டப்பட்டிருந்தன. அவற்றையெல்லாம் புரிந்து கொள்ளுவதில் எந்த சிரமமும் இருக்கவில்லை. ஏனெனில், கௌரவ வம்சத்தின் வரலாற்றை என் தந்தை எனக்கு அவ்வப்போது கூறி வந்திருந்தார். ஒவ்வோர் ஓவியமும் உயிரோடு இருந்ததுபோல எனக்குத் தோன்றியது, அவை என்னைப் பெரிதும் கவர்ந்தன. சில காட்சிகள் மிகவும் புராதனமானவை, ஆனால் அவை நேற்றுதான் நிகழ்ந்திருந்ததுபோல இருந்தது.

மன்னர் பூருரவன் தேவலோக மங்கையான ஊர்வசியை நினைத்தபடி ஆசையோடு செடிகொடிகளைக் கட்டித் தழுவிக் கொண்டிருந்த காட்சி; இந்திரனைத் தோற்கடித்துவிட்டு நகுஷன் தன்னுடைய படையினருடன் வீடு திரும்பிக் கொண்டிருந்த காட்சி; தன் அழகான மகள் தேவயானியுடன் நின்று கொண்டிருந்த சுக்கிராச்சாரியாரின் பாதங்களில் விழுந்து வணங்கிய யயாதி, தன்னை மன்னித்துவிடும்படி அவரிடம் கெஞ்சுகின்ற காட்சி; ஒரு சிங்கத்தின் பற்களை எண்ணிக் கொண்டிருந்த தன் மகன் பரதனை சகுந்தலை ஆர்வக் குறுகுறுப்புடன் பார்த்துக் கொண்டிருந்த காட்சி; கௌரவர்களின் புகழைத் தூக்கிப் பிடிப்பதற்கு எப்போதும் தன்னால் முடிந்த எல்லாவற்றையும் செய்ய முயற்சி செய்து கொண்டிருந்த அரசி சத்தியவதி; மற்றும் இன்னும் பல பிரபலங்கள்

தொடர்பான நிகழ்வுகள் அச்சுவர்களின்மீது தீட்டப்பட்டிருந்தன. அவை அமைதியாகத் தம்முடைய வாழ்க்கைக் கதைகளை எங்களிடம் எடுத்து இயம்பிக் கொண்டிருந்ததுபோலத் தோன்றின.

ஆனால், ஒரே ஓர் ஓவியத்தை என்னால் புரிந்து கொள்ள முடியவில்லை. அது பெரும் வருத்தத்தையும் ஒருவிதமான மர்மத்தையும் உள்ளடக்கியதாக இருந்தது. ஆனால் அது என்னிடம் எந்தப் பச்சாதாப உணர்வையும் தோற்றுவிக்கவில்லை. அந்த ஓவியத்தைப் பார்த்தப் பிறகு ஒருவருக்கு என்ன உணர்வு ஏற்பட வேண்டும் என்று எதிர்பார்க்கப்பட்டது என்பதை என்னால் கண்டுபிடிக்க முடியவில்லை. அது உற்சாகத்தையும் ஆர்வக் குறுகுறுப்பையும் தூண்டியது. ஆனால் அதில் வேறு என்ன உணர்வு ஒளிந்திருந்தது? அதைத் தெரிந்து கொள்ளுவது சற்றுக் கடினமாக இருந்தது. அது ஒரு விதத்தில் கவனத்தை ஈர்ப்பதாகவும் பிரமிப்பூட்டுவதாகவும் இருந்தது.

அதில் இடம்பெற்றிருந்த ஒரு காட்சியில், நீலநிறப் பின்புலத்துடன் ஒரு பெரிய ஆறு ஓடிக் கொண்டிருந்ததுபோலச் சித்தரிக்கப்பட்டிருந்தது. முதிய பணிப்பெண் ஒருத்தி அந்த ஆற்றங்கரைமீது நடந்து வந்து, நதியருகே சென்று குனிந்து, நுரைத்து ஓடிக் கொண்டிருக்கின்ற அந்த ஆற்றின்மீது ஒரு மரப் பேழையை மிதக்கவிடுகிறாள். அக்கரையின் அருகே ஓர் இளம்பெண் தன்னுடைய கைகளால் தன் முகத்தை மூடிக் கொண்டு அழுதபடி நிற்கிறாள். அவள் உடுத்தியிருக்கும் ஆடை அவள் ஓர் அரசகுலப் பெண் என்பதைத் தெளிவாகக் காட்டுகிறது. ஒரு மெல்லிய தென்றல் அவளுடைய முந்தானையுடன் விளையாடிக் கொண்டிருக்கிறது. அவளுடைய உடலிலிருந்து ஒருசில நீர்த்துளிகள் சொட்டுகின்றன. ஒரு சமீபத்திய மழைக்கு பிறகு சொட்டுகின்ற நீர்த்துளிகள்போல அவை தெரிகின்றன. ஆனால் அந்த நீர்த்துளிகள் ஏன் வெண்ணிறத்தில் இருந்தன? நான் எவ்வளவு யோசித்தும் அதற்கான விடையை என்னால் கண்டுபிடிக்க முடியவில்லை. மறுகரையின்மீது, இரண்டு மலைச் சிகரங்களுக்கு நடுவே சூரிய பகவான் பிரகாசித்துக் கொண்டிருக்கிறார். அந்தப் பொற்கோளத்தின் மையத்திலிருந்து ஓர் ஒளிக்கீற்று அப்பேழையுடன் வந்து இணைந்து கொள்ளுகிறது. அந்த முதிய பணிப்பெண் அந்த மரப் பேழையை சூரிய பகவானுக்கு அர்ப்பணித்துக் கொண்டிருந்தாள் என்ற யோசனையைச் சித்தரிப்பதுதான் அந்த ஓவியரின் நோக்கமாக இருந்ததா? ஒரு வெள்ளைப் பசு அந்த ஆற்றிலிருந்து தண்ணீர் குடித்துக் கொண்டிருந்தது. அப்போதுதான் பிறந்திருந்த அதனுடைய கன்று அப்பசுவிடமிருந்து பாலருந்துவதற்காகப் பரிதவித்துத் கொண்டிருந்தது. அந்த ஓவியம் என்னை வெகுவாகக் கவர்ந்தது.

நான் அதை நெடுநேரம் ஒருமித்த கவனத்துடன் பார்த்தேன். ஆனால் அக்காட்சியைப் பற்றி யாரும் எந்த நேரத்திலும் என்னிடம் கூறியது போன்ற எந்த நினைவும் எனக்கு இருக்கவில்லை. இறுதியாக, என்னுடைய ஆர்வத்தைக் கட்டுப்படுத்திக் கொள்ள முடியாமல், அருகிலிருந்த முதன்மை அமைச்சரிடம், “அமைச்சரே, இக்காட்சி எதைப் பற்றியது?” என்று நான் கேட்டேன்.

“எனக்கும் இதைப் பற்றி எதுவும் தெரியாது. இத்தகைய ஒரு காட்சியை ஓவியமாகத் தீட்ட வேண்டும் என்று ராஜமாதா குந்தி

தேவி விரும்பினார். எனவே, மதுராவின் தலைசிறந்த ஓவியரை நான் இங்கு வரவழைத்து இதைத் தீட்டச் செய்தேன். அவர் அதைத் தீட்டி முடித்தவுடன், ராஜமாதா அதைப் பார்க்க வந்தார். அதைப் பார்த்தவுடன் அவர் வாயடைத்து நின்றுவிட்டார். தன்னுடைய ஓவியம் அவருக்குப் பிடிக்கவில்லைபோலும் என்று நினைத்த அந்த ஓவியர், அவரிடம், “ராஜமாதா, அந்தப் பேழைக்குள் என்ன இருக்கிறது என்று நீங்கள் எனக்குத் தெரிவித்தால், இந்த ஓவியத்திற்கு என்னால் மேலும் மெருகூட்ட முடியும்,” என்று கோரினார்.

“அதற்கு ராஜமாதா என்ன பதிலளித்தார்?” என்று நான் கேட்டேன். ஏனெனில், துல்லியமாக அந்தக் கேள்விதான் என் மனத்திலும் முளைத்திருந்தது.

“அவர் நிம்மதிப் பெருமூச்செறிந்துவிட்டு, அப்பேழைக்குள் என்ன இருந்தது என்பது துர்வாச முனிவருக்குக் மட்டுமே தெரியும் என்று கூறினார்,” என்று முதன்மை மந்திரி பதிலளித்தார்.

“துர்வாச முனிவரும் இன்று இங்கு வந்திருக்கிறாரா?” என்று நான் கேட்டேன். அந்த ஓவியம் பிரதிபலித்த வருத்தம் என் மனத்தைத் தொட்டது. அந்தப் பேழையில் என்ன இருந்தது என்பதை நான் தெரிந்து கொண்டாக வேண்டியிருந்தது. அதுதான் நான் அக்கேள்வியைக் கேட்க என்னைத் தூண்டியது.

“இல்லை, அவர் இங்கு இல்லை,” என்று முதன்மை அமைச்சர் பதிலளித்தார்.

நாங்கள் அந்த அறையைவிட்டு வெளியே வந்தோம். அப்பேழையைப் பற்றி மேலும் கேட்டறிய வேண்டும் என்ற கட்டுக்கடங்கா ஆவல் எனக்கு இருந்தபோதிலும், இங்கிதம் காரணமாக அதற்கு மேல் நான் அந்த விவகாரத்தைப் பற்றிப் பேசவில்லை.

அந்த ஒட்டுமொத்த அரண்மனை வளாகத்தில் ஒரே ஓர் அறையைத் தவிர மற்ற எல்லா அறைகளையும் நாங்கள் பார்த்துவிட்டோம். அந்த அறையில் இருந்த எல்லாப் பொருட்களுமே மாயைகள் என்று முதன்மை அமைச்சர் தெரிவித்தார்.

அசுவத்தாமன் வேடிக்கையாக, “அப்படிப் பார்த்தால், இந்த ஒட்டுமொத்த உலகமே ஒரு மாயைதான்,” என்று கூறினான்.

குறிப்பிட்ட அந்த அறைக்குள் நாங்கள் நுழைந்தோம். துரியோதனன் தன்னுடைய கதாயுதத்தைச் சுழற்றியபடி எங்களுக்கு முன்னால் நடந்தான். நாங்கள் உள்ளே நுழைந்தபோது, திரௌபதி தன்னுடைய சேடிப் பெண்கள் புடைசூழ மாடிப்படிகள்மீது நின்று கொண்டிருந்ததை நான் கவனித்தேன். எனக்குள் இருந்த சூத புத்திரனை நினைவுத் தேனீக்கள் கொட்டத் தொடங்கின. நான் ஒரு சூத புத்திரனாக இருந்ததற்காக அவள் மீண்டும் என்னை வெறுப்போடு பார்க்கக்கூடுமோ என்று நினைத்தபோது எனக்கு மூச்சுத் திணறியது. ஆனால் அதற்கு நேர்மாறானது நிகழ்ந்தது. என்னுடைய கண்களும் அவளுடைய கண்களும் சந்தித்துக் கொண்டபோது, அவள் வெறுப்பில் தன் பார்வையை அகற்றவில்லை; மாறாக, அவள் ஒருசில நொடிகள் கண்கொட்டாமல் என்னைப் பார்த்துவிட்டு, பிறகு தன் தலையைக் குனிந்து கொண்டாள். அவளுடைய முகம் வெட்கத்தால் சிவந்தது. அவள் தன்னுடைய பணிப்பெண்களில் ஒருத்தியின் காதில் ஏதோ

கிசுகிசுத்தாள். திரௌபதியின் பார்வை விநோதமானதாகவும் பரிச்சயமற்றதாகவும் இருந்ததாக நான் நினைத்தேன். என்னை ஆழமாக நேசித்த விருசாலி சில சமயங்களில் என்னைப் பார்த்தப் பார்வையை அது ஒத்திருந்தது. திரௌபதி தன் பணிப்பெண்ணின் காதில் என்ன கூறியிருக்கக்கூடும் என்று நான் யோசித்தேன். அங்கு என்ன நிகழ்ந்து கொண்டிருந்தது என்பதை என்னால் புரிந்து கொள்ள முடியவில்லை.

துரியோதனனுக்கு அந்த மாடிப்படிகளில் ஆர்வம் இருக்கவில்லை. அவன் அங்கிருந்த மாயைகளைப் பார்த்தபடி தொடர்ந்து நேராக நடந்தான். அந்த அறையின் நடுவில், கண்களைக் கொள்ளை கொள்ளும் அழகு கொண்ட ஒரு வசீகரமான கம்பளம் விரிக்கப்பட்டிருந்தது. துரியோதனனால்கூட அதைக் கண்டு பிரமிக்காமல் இருக்க முடியவில்லை. ஆச்சரியத்தில் அவனுடைய புருவங்கள் உயர்ந்தன. மறுகணம், அவன் அதன்மீது நடந்து செல்லத் தீர்மானித்து, மேலே பார்த்தபடி தன்னுடைய இடது காலை அந்தக் கம்பளத்தின்மீது வைத்தான். அது உண்மையில் ஒரு கம்பளம் அல்ல. அது ஓர் ஏமாற்று வேலை. திரௌபதியின் சேடிப் பெண்கள் பல்வேறு வண்ண மலர்களிலிருந்து மகரந்தத் தூளைச் சேகரித்துக் கொண்டு வந்து, அதைக் கொண்டு உருவாக்கியிருந்த ஒரு வண்ணக் கோலம் அது. அதன் கீழே இருந்த ஒரு சிறிய குளத்தை மறைக்கும்படி அது உருவாக்கப்பட்டிருந்தது. துரியோதனன் அதன்மீது கால் வைத்த மறுகணம், அந்தக் குளத்திற்குள் தலை குப்புற விழுந்தான். அந்தக் கோலம் கலைந்தது. அவனுடைய கிரீடம் அவனுடைய தலையிலிருந்து நழுவி அக்குளத்திற்குள் எங்கோ விழுந்து மறைந்துவிட்டது. அவனுடைய கையில் அவனுடைய கதாயுதம் இருந்ததால், அவனால் நீந்தி வெளியே வர முடியவில்லை. அவனுடைய தலை ஒரு பந்துபோல மூன்று முறை மேலும் கீழும் சென்றது. பிறகு நான் முன்னால் சென்று அவனுடைய கையைப் பிடித்தேன். அவன் சிரித்துக் கொண்டே என் கையைப் பிடித்துக் கொண்டு வெளியே வந்தான். அவன் என்னிடமும் அசுவத்தாமனிடமும் நகைச்சுவையாக ஏதோ கூற முற்பட்டபோது, அந்த மாடிப்படிகள் இருந்த திசையிலிருந்து கலகலவென்ற சிரிப்புச் சித்தம் கேட்டது. திரௌபதி தன் கண்களில் வெறுப்பு மேலிட துரியோதனனைச் சுட்டிக்காட்டி, தன்னுடைய சேடிப் பெண்களிடம், "ஒரு குருட்டுத் தந்தையின் மகன்களும் குருடர்களாகத்தான் பிறப்பார்கள் என்பது உண்மையா?" என்று கேட்டாள். இதைக் கேட்டுவிட்டு அவளுடைய சேடிப் பெண்களும் ஏளனமாகக் கொக்கரிக்கத் தொடங்கினர்.

திரௌபதியின் கேலியையும் அவளுடைய கொடூரமான வார்த்தைகளையும் நான் வெறுத்தேன். அவளுடைய உடல் வேண்டுமானால் நறுமணம் வீசுவதாக இருக்கக்கூடும், ஆனால் அவளுடைய மனம் துர்நாற்றம் வீசுகின்ற ஒரு குப்பை மேட்டைத் தவிர வேறு எதுவும் இல்லை. துரியோதனன்மீது தனக்கு இருந்த வெறுப்பை வெளிப்படுத்துவதற்கு அவனுடைய தந்தைக்கு இருந்த இயல்பான ஒரு குறையை அவள் சுட்டிக்காட்டியிருந்தாள்.

"எந்தவொரு சூழ்நிலையிலும் ஒரு பெண் எந்த அளவுக்குத் தன்னுடைய கருத்துக்களை வெளிப்படுத்தலாம் என்பதற்கு ஓர் எல்லை இருந்தாக வேண்டும். அரசகுலப் பெண்களின் விஷயத்தில் இந்த

எல்லை நிச்சயமாக நிர்ணயிக்கப்பட்டாக வேண்டும். குறைந்தபட்சம், பெரியவர்களைப் பற்றிப் பேசும்போது அவர்கள் தங்களுடைய நாக்குகளை அடக்கக் கற்றுக் கொள்ள வேண்டும்," என்று நான் நினைத்துக் கொண்டேன்.

திரௌபதியின் ஏளனச் சிரிப்பை கண்டு வெறுப்படைந்த துரியோதனன், தன்னுடைய கதாயுதத்தை அக்குளத்திற்குள் ஆக்ரோஷமாக வீசியெறிந்தான். கனல் தெறித்த அவனுடைய பார்வை திரௌபதியின்மீது நிலைத்திருந்தது. அவன் தன் தலையை உயர்த்தி, கடுங்கோபத்துடன், "குருட்டுத் தந்தையருக்குப் பார்வையுள்ள மகன்களும் இருக்கின்றனர். சரியான நேரத்தில் நான் அதை உனக்கு நிரூபிப்பேன்," என்று கத்தினான். அவனுடைய ஆடை தொப்பலாக நனைந்திருந்தது, ஆனால் அவனுடைய கண்கள் நெருப்பை உமிழ்ந்து கொண்டிருந்தன. அது நிச்சயமாக துரியோதனனின் தவறு அல்ல. திரௌபதியின் அகங்காரத்தைப் பார்த்தப் பிறகு, துரியோதன் கோபக்காரன் என்று யாரால் கூறியிருக்க முடியும்?

அசுவத்தாமன் துரியோதனனின் கையைப் பிடித்து அந்த அறையிலிருந்து அவனை இழுத்துக் கொண்டு வெளியே வந்தான். நான் பின்னால் திரும்பி அந்தக் குளத்தைப் பார்த்தேன். அதில் சிற்றலைகள் காணாமல் போயிருந்தன. அந்த வண்ணக் கோலம் மீண்டும் அந்தக் குளத்தைக் கச்சிதமாக மூடியது. ஆனால் அது முன்புபோல அழகாக இருக்கவில்லை. எப்படி இருக்க முடியும்? வண்ணங்கள் ஒன்றோடொன்று கலந்து, ஆங்காங்கே திட்டுத்திட்டாக இருந்தன.

துரியோதனன் என்னைப் பார்த்து ஓர் உறுதியான மனத்துடன், "நான் இனி ஒரு கணம்கூட இங்கே இருக்கப் போவதில்லை! என்னுடைய தேரை வாசலுக்குக் கொண்டு வரும்படி சத்தியசேனனிடம் சொல். நான் இப்போதே அஸ்தினாபுரத்திற்குத் திரும்பிச் செல்லப் போகிறேன்!" என்று கூறினான்.

தன்னுடைய ஆடை முழுவதும் நனைந்திருந்ததை அவன் உணரவில்லை. அசுவத்தாமன் தன் கண்களால் முதன்மை அமைச்சருக்கு ஜாடை காட்டி, ஒரு புதிய ஆடையையும் ஓர் அங்கவஸ்திரத்தையும் கொண்டுவரச் செய்தான். அவன் அந்த ஆடையை துரியோதனனிடம் கொடுத்தபோதுதான், தான் முழுவதுமாக நனைந்திருந்ததை துரியோதனன் உணர்ந்தான். அசுவத்தாமன் அங்கிருந்த காலி அறை ஒன்றைச் சுட்டிக்காட்டி, அங்கு சென்று உடை மாற்றிக் கொள்ளும்படி துரியோதனனுக்குப் பரிந்துரைத்தான். அவனுடைய சமயோசிதமான சிந்தனையை எண்ணி நான் பிரமித்தேன்.

துரியோதனன் உடை மாற்றிவிட்டு வந்தான். ஆனால் அந்த ஆடை அவனுக்கு மிகவும் பெரியதாக இருந்தது. அது பீமனுடையதாக இருந்திருக்க வேண்டும். இந்தத் தற்செயலான நிகழ்வு விநோதமானதாக இருந்தது. துரியோதனனின் கிரீடம் அந்தக் குளத்திற்குள் விழுந்திருந்ததால், நான் என்னுடைய கிரீடத்தைக் கழற்றி அவனிடம் கொடுத்தேன். கிரீடமில்லாத என்னுடைய தலையை அவன் பார்த்துவிட்டு, "நீ என்ன அணிந்து கொள்ளுவாய்?" என்று என்னிடம் கேட்டான்.

"பட்டத்து இளவரசரே, நான் ஒரு சத்திரியன் அல்லன். ஒரு சூத

புத்திரன் ஒரு கிரீடமில்லாமல் நடந்து பழக்கப்பட்டவன்தான்," என்று நான் பதிலளித்தேன்,

அவன் இன்னும் என் தலையைப் பார்த்தபடியே அசுவத்தாமனிடம், "இவனுக்கு உண்மையிலேயே ஒரு கிரீடம் தேவையில்லைதான், சரிதானே?" என்று கேட்டான்.

"அவனுடைய பொன்னிறச் சுருள்முடி எந்தவொரு கிரீடத்தையும் வெட்கித் தலை குனிய வைத்துவிடும்," என்று அசுவத்தாமன் கூறினான்.

நான் அந்தக் கிரீடத்தை துரியோதனனின் தலையின்மீது வைத்தபோது அவனுடைய கோபம் அடங்கியது.

நாங்கள் அஸ்தினாபுரத்திற்குத் திரும்பிச் செல்லும் தீர்மானத்துடன் அந்த அரண்மனையைவிட்டு வெளியே வந்தோம். ஏனெனில், துரியோதனனுக்கு ஏற்பட்ட அவமானம் எனக்கும் ஏற்பட்ட அவமானம்தான். நானும் அவனும் இருவேறு நபர்கள் என்ற யோசனையை என்னால் ஏற்றுக் கொள்ள முடியவில்லை. அவன் எனக்கு ஒரு வாழ்க்கையைக் கொடுத்திருந்தான், என் எதிர்காலம் அவனுடைய கைகளில் இருந்தது. திரௌபதி அவனை அவமானப்படுத்தியதன் மூலம், மற்றவர்களுடைய உணர்வுகளைப் புரிந்து கொள்ள முடியாதவளாக மட்டுமல்லாமல் ஓர் அகங்காரக்காரியாகவும் என் கண்களுக்குத் தெரிந்தாள். ஒவ்வொரு நிகழ்வுக்கும் ஓர் எதிர்வினை இருக்கிறது. என்றேனும் ஒரு நாள் திரௌபதி தன்னுடைய நடத்தைக்கான அபராதத்தைக் கட்டத்தான் போகிறாள் என்று நான் நினைத்துக் கொண்டேன்.

திடீரென்று, மேளங்கள் முழங்கின, ஊதுகொம்புகள் ஒலித்தன, மகிழ்ச்சி ஆரவாரச் சத்தம் கேட்டது. அது என்னவென்று முதன்மை அமைச்சரிடம் நான் விசாரித்தபோது, "வேள்வி தொடங்கவிருக்கிறது. கிருஷ்ணர் துவாரகையிலிருந்து வந்துவிட்டார் என்று நினைக்கிறேன். இந்த மகிழ்ச்சிகரமான வரவேற்பு அவருக்கும் யாதவர்களுக்கும்தான். ராஜசூய வேள்விக்கான நிபந்தனையை எங்கள் ராஜ்ஜியம் நிறைவேற்றியுள்ளது. இந்த வேள்வி செய்யப்படுவதற்கு முன்பாக, கிழக்கு, மேற்கு, வடக்கு மற்றும் தெற்கில் உள்ள அனைத்து ராஜ்ஜியங்களும் வெற்றி கொள்ளப்பட்டாக வேண்டியிருந்தது. இங்கு கூடியுள்ள அனைத்து அரசர்களும் எங்களுடைய படைகளிடம் சரணடைந்த பல்வேறு நாடுகளின் அரசர்களாவர். இப்போது அவர்கள் எல்லோரும் எழுந்து நின்று இந்த வேள்வியின் நாயகனுக்குத் தங்கள் மரியாதையைத் தெரிவிப்பர்," என்று அவர் பதிலளித்தார்.

"எந்தெந்த நாடுகளை உங்கள் படை அடிபணிய வைத்துள்ளது?" என்று நான் கேட்டேன்.

"பல நாடுகள் அப்பட்டியலில் இடம்பெற்றுள்ளன. கோசலம், விதேகம், சேதி..." அப்பட்டியல் நீண்டு கொண்டே போனது. அவர் கூறியதைக் கேட்டுக் கொண்டே நாங்கள் அந்த வேள்வி அரங்கத்திற்கு வந்து சேர்ந்தோம்.

3

நாங்கள் அஸ்தினாபுரத்திற்குத் திரும்பிச் செல்லும் அவசரத்தில் இருந்ததால், அந்த அரங்கத்தைவிட்டு வேகவேகமாக வெளியேறினோம். துரியோதனன் யாரையும் ஏறெடுத்துப் பார்க்கக்கூட இல்லை. அவன் உண்மையில் ஓடிக் கொண்டிருந்ததுபோலத் தெரிந்தான். ஆனால் இளவரசர் ருக்மிணின் கையைப் பிடித்துக் கொண்டு முக்கியக் கதவின் வழியாக உள்ளே நுழைந்து கொண்டிருந்த பிதாமகர் பீஷ்மர் துரியோதனனைப் பார்த்துவிட்டு, அவனைத் தடுத்து நிறுத்தி, "துரியோதனா, நீ இங்கே வேள்வியில் கலந்து கொள்ள வந்திருக்கிறாயா அல்லது வேட்டையாட வந்திருக்கிறாயா? போய் நான் சொல்லுவதுபோலச் செய். இங்கு பலி கொடுக்கப்படுவதற்கு எத்தனை விலங்குகள் கொண்டுவரப்பட்டுள்ளன என்று எண்ணிவிட்டு, அவை ஒழுங்காக கவனித்துக் கொள்ளப்படுவதைத் தனிப்பட்ட முறையில் பார்வையிட்டுவிட்டு வா," என்று அதிகாரத் தோரணையுடன் கூறிவிட்டு, என்னைப் பார்த்து, "கர்ணா, தானம் கொடுக்கப்பட வேண்டிய பரிசுகளை நீ விநியோகம் செய். இனி நீங்கள் உங்கள் வேலைகளை கவனிக்கப் போகலாம்," என்று கூறினார்.

ஏற்கனவே திரௌபதியின் இகழ்ச்சியால் ஏற்பட்ட வேதனையில் உழன்று கொண்டிருந்த, பெருமிதம் கொண்ட துரியோதனனிடம் பிதாமகர் ஒப்படைத்திருந்த அற்பமான வேலை, வெந்த புண்ணில் வேலைப் பாய்ச்சியதுபோல அவனை மேலும் வேதனைப்படுத்தியது. ஒரு காய்ந்த குச்சி உடைக்கப்படும் சத்தம் கேட்டுத் திடுக்கிடுகின்ற ஒரு பெரிய மானைப்போல, பிதாமகர் இட்டப் பணியைக் கேட்டு துரியோதனனின் வளைந்த புருவங்கள் இறுகின. அவனுடைய நெற்றி சுருங்கியது. அவனுடைய இளஞ்சிவப்பு உதடுகள் ஏதோ கடுமையான வேதனையை அனுபவித்துக் கொண்டிருந்ததைப்போல, பிதாமகரைப் பார்த்து, "நீங்கள் பிதாமகர் பீஷ்மர். ஆனால் நான் இந்தக் கௌரவ சாம்ராஜ்ஜியத்தின் மூத்த இளவரசன். இப்படிப்பட்ட அற்பமான வேலையை எனக்குக் கொடுப்பது உங்களுக்கு அழகல்ல," என்று கூறியதைப்போலத் தோன்றின. ஆனால் பிதாமகர் எல்லோருடைய மதிப்பிற்கும் உரியவர், எல்லோரையும்விட மூத்தவர் என்ற உண்மையை அவனால் உதாசீனப்படுத்த முடியவில்லை. என்ன செய்வதென்று தெரியாமல் அவன் என்னை ஒருமுறை பார்த்துவிட்டு, தன்னுடைய தலையைத் தொங்கப் போட்டுக் கொண்டு, விலங்குகள் அடைத்து வைக்கப்பட்டிருந்த இடத்தை நோக்கிச் சென்றான். அவனை உள்ளூர வதைத்துக் கொண்டிருந்த அவனுடைய உளக்கொந்தளிப்பு அவனுடைய விறைப்பான நடையில் துல்லியமாகப் பிரதிபலித்தது. அவன் சமாதானப்படுத்தப்பட வேண்டும் என்று நினைத்துக் கொண்டு நான் அவனைப் பின்தொடர்ந்தேன். ஆனால் அவன் திரும்பிப் பார்க்காமலேயே தன் வலது கையை உயர்த்தி என்னைத் தடுத்து நிறுத்தினான். பிறகு, ஓர் உறுதியான குரலில், "கர்ணா, என்னைப் பின்தொடராதே. இன்றைய நாள் சிலருக்கு ஒரு தனித்துவமான நாளாக இருக்கும். ஆனால் எனக்கு, முற்றிலும் வித்தியாசமானதொரு

காரணத்திற்காக என் வாழ்நாள் முழுவதும் இந்நாள் நினைவிருக்கும். துரியோதனனுக்கு உணர்வுகள் இருக்கின்றன. துரியோதனனும் ஒரு மனிதன்தான். எல்லோரும் அதை மறந்துவிட்டதுபோலத் தெரிகிறது. எனக்கும் உணர்வுகள் இருக்கின்றன என்பதை சரியான நேரத்தில் நான் அவர்களுக்குக் காட்டுவேன்," என்று சூளுரைத்தான்.

பெருமிதம் கொண்ட அவனுடைய சத்திரிய இதயம் அனுபவித்துக் கொண்டிருந்த அவமானத்தையும் வேதனையையும் நான் உணர்ந்தேன், ஆனால் அவனுக்கு ஆறுதலளிக்கக்கூடிய ஒரு வார்த்தையைக்கூட என்னால் கூற முடியவில்லை. என்னால் எப்படி முடியும்? அவனுக்கும் எனக்கும் இடையே என்ன வேறுபாடு இருந்தது? காயப்பட்ட ஒரு மனம்தான் இன்னொரு மனத்தின் வேதனையை அறியும். இதே போன்ற அவமானத்தை நான் என் வாழ்நாள் முழுவதும் அனுபவித்து வரவில்லையா? அக்கறையின்மையும், மற்றவர்கள் தங்களை உயர்ந்தவர்களாகக் காட்டிக் கொள்ளுவதற்காக என்மீது காட்டிய தயவும் என்னை எவ்வளவு காலமாக வருந்தச் செய்திருந்தன! நான் பச்சாதாபத்துடன் துரியோதனனைப் பார்த்தேன். அவனுடைய உருவம் அங்கிருந்து மெல்ல மெல்ல மறைந்து கொண்டிருந்தது. அவனுடைய நடையில் எப்போதும் தெறித்தக் கௌரவகுல அகந்தை இப்போது காணாமல் போயிருந்தது.

பிதாமகர் பீஷ்மர் துரியோதனனைப் புரிந்து கொள்ள முற்றிலுமாகத் தவறியிருந்தார் என்ற உணர்வு எனக்கு ஏற்பட்டது.

வேள்விக்கான அரங்கத்தில் நிலவிய சத்தம் திடீரென்று முற்றிலுமாக அடங்கியது. நான் திரும்பி முக்கிய வாசலைப் பார்த்தேன். ஐந்து குதிரைகள் பூட்டப்பட்ட ஒரு தேரிலிருந்து கிருஷ்ணர் இறங்கிக் கொண்டிருந்தார். அவர் அமைதியாகப் புன்னகைத்துக் கொண்டு கம்பீரமாக நடந்து வந்து அந்த அரங்கத்திற்குள் நுழைந்தார். அவருடைய கருநீல நிற உடல், மாலைச் சூரியனின் மென்மையான ஒளியில் மின்னியது. ருக்மணி தேவி அவருக்குப் பின்னால் நடந்து வந்தார். அவர் ஓர் அருமையான பட்டுச் சேலையை அணிந்திருந்தார். அவருடைய தலை குனிந்திருந்தது. அவர்கள் இருவருக்கும் பின்னால், சாத்தியகி, பலராமன், உக்கிரசேனன், அக்ரூரன், பிரத்யும்னன், சாம்பன், பிரம்மகார்கயன் ஆகியோர் பல்வேறு தேர்களிலிருந்து இறங்கினர். பிதாமகர் பீஷ்மர் முன்னால் விரைந்து சென்று கிருஷ்ணரைக் கனிவாக அரவணைத்தார். அவர்கள் இருவரும் ஒருவரையொருவர் கட்டித் தழுவிக் கொண்டிருந்ததைப் பார்த்தபோது, நீலவானத்தைத் தொட்டுக் கொண்டிருந்த ஓர் இமயத்துப் பனிச்சிகரத்தை நான் நினைத்தேன். திருமணமான பெண்கள் கிருஷ்ணரின் பாதங்களிலும் ருக்மணி தேவியின் பாதங்களிலும் நீருற்றிப் பணிந்தனர். ராஜமாதா குந்தி தேவி கிருஷ்ணரின் பரந்த நெற்றியின்மீது குங்குமத் திலகமிட்டார். அது என் தாய் ராதையை எனக்கு நினைவூட்டியது. நான் எப்போது வீட்டிலிருந்து வெளியே சென்றாலும் அவர் எனக்கு இப்படி ஒரு திலகமிட்டு என்னை ஆசீர்வதிப்பார். வெள்ளை மலர்களால் ஆன ஒரு மாலையை விதுரர் கிருஷ்ணரின் கழுத்தில் அணிவித்தார். கிருஷ்ணர் குனிந்து ராஜாமாதாவின் பாதங்களை மரியாதையோடு தொட்டு வணங்கினார். அந்த அரங்கில் கூடியிருந்த அனைவரும் எழுந்து நின்று

தங்கள் மரியாதையை வெளிப்படுத்தினர். தன்னுடைய பாதங்களைக் கழுவியிருந்த நீரில் உருண்டு கொண்டிருந்த முனிவர்களைக் கிருஷ்ணர் தொட்டுத் தூக்கினார். ஆனால், தொலைவில் அமர்ந்திருந்த ஒரே ஓர் அரசர் மட்டும் துவக்கத்திலிருந்தே உட்கார்ந்திருந்தார். அவர் இப்போதும் எழுந்திருக்கவில்லை. அவர் அவ்வாறு தனியாக உட்கார்ந்திருந்தது என் ஆர்வக் குறுகுறுப்பைத் தூண்டியது. நான் அவரை உற்று கவனித்தபோது, அவர் சிசுபாலன் என்பதை நான் கண்டுகொண்டேன்.

தருமன் முன்னால் வந்து கிருஷ்ணரின் வலது கையைப் பிடித்து, அவருக்காக ஏற்பாடு செய்யப்பட்டிருந்த அற்புதமான அரியணைக்கு அவரை அழைத்துச் சென்றான். அந்த அரியணை பலிபீடத்திற்கு அருகில் இருந்தது. கிருஷ்ணர் தன்னுடைய இடது கையை அர்ஜுனனின் வெற்றுத் தோளின்மீது வைத்தார். அவர்கள் இருவருமே கருநீல நிறம் கொண்டவர்களாக இருந்ததால், பின்னாலிருந்து பார்த்தபோது, யார் அர்ஜுனன், யார் கிருஷ்ணர் என்பதைக் கண்டுபிடிப்பது கடினமாக இருந்தது. ஆனால் நான் ஒரு தனித்துவமான வித்தியாசத்தை கவனித்தேன். கிருஷ்ணரின் நடையில் இறுக்கம் ஏதும் இருக்கவில்லை, அதில் ஒரு மென்மை இருந்தது. ஆனால் அர்ஜுனன் சற்று இறுக்கமாகக் காணப்பட்டான். தசைச் செறிவு கொண்டவர்களுடைய நடை அப்படி இருப்பது இயல்பானதுதான். நான் அங்கிருந்த ஒரு தூணின்மீது சாய்ந்து நின்று, கிருஷ்ணரை ஒரு குறிப்பிட்ட தூரத்திலிருந்து கவனித்துக் கொண்டிருந்தேன். சமூக நியதிகள் அனைத்தையும் மீறி, என்னை விமர்சனத்திற்கு உட்படுத்திக் கொண்டு, அவரைப் பார்ப்பதற்காக இங்கு ஓர் அழையா விருந்தாளியாக நான் வந்திருந்தேன். என் விருப்பம் இப்போது நிறைவேறியிருந்தது. வானின் நிறமும் கிருஷ்ணரின் நிறமும் ஒத்திருந்ததுபோல எனக்குத் தோன்றியது. அவருடைய காதுகள்வரை நீண்ட அவருடைய கண்களில் ஒரு தெய்விகம் வெளிப்பட்டது. வேறு யாருடைய கண்களிலும் நான் அதைக் கண்டதில்லை. அவர் அதிக உயரமற்றவராக இருந்தார், ஆனால் அவருடைய உடற்கட்டு அற்புதமாக இருந்தது. அவருடைய பெரிய கண்கள் அழகான இமைகளுக்குக் கீழே பாதுகாப்பாக இருந்தன.

கிருஷ்ணர் தன்னுடைய அரியணையின்மீது அமர்ந்தார். பிறகு மற்ற எல்லோரும் அமர்ந்தனர். முனிவர்கள் அனைவரும் புலித் தோல்களின்மீது பத்மாசன நிலையில் அமர்ந்தனர். யாருமே என்னை கவனிக்கவில்லை. என்னை கவனிப்பதற்கு அவர்களுக்கு எந்தக் காரணமும் இருக்கவில்லை. கிருஷ்ணர் அந்த அரங்கை நோட்டமிட்டபோது, கணநேரத்திற்கு அவருடைய பார்வையும் என்னுடைய பார்வையும் சந்தித்துக் கொண்டன. காரணமே இன்றி, கங்கையை அடுத்து அமைந்திருந்த சம்பாநகரியின் விசாலமான நிலப்பரப்பு என் நினைவுக்கு வந்தது. மனித மனம் ஆச்சரியமூட்டக்கூடிய ஒரு விஷயம். எந்த நேரத்தில் அது எதை நினைத்துப் பார்க்கும் என்பது யாருக்கும் தெரியாது. கிருஷ்ணர் என்னைப் பார்த்தவுடன் தன்னுடைய அரியணையைவிட்டு எழுந்து, தன்னருகே வரும்படி சைகையால் விதுரரை அழைத்து, அவருடைய காதில் ஏதோ கூறினார். அதைத் தொடர்ந்து, விதுரர் என்னை நோக்கி வரலானார். நான் ஒரு கிரீடம் அணிந்திருக்காதது குறித்து நான் வருந்தினேன். நான் கிரீடமின்றி அங்கு நின்று கொண்டிருந்தது

பொருத்தமாக இருக்காது என்று கூறுவதற்காகத்தான் விதுரர் வந்து கொண்டிருந்ததாக நான் நினைத்தேன். ஆனால் அவர் கூறியதைக் கேட்டு நான் திடுக்கிட்டேன். "அங்க நாட்டு அரசரே, வேள்வி இப்போது தொடங்கவிருக்கிறது. தயவு செய்து உங்கள் இருக்கைக்குச் சென்று அமருங்கள்," என்று அவர் கூறினார்.

"ஏன்? நான் இங்கு நிற்பது முறையில்லையா?" என்று கேட்டுவிட்டு, நான் அவரிடமிருந்து ஒரு பதிலை எதிர்பார்த்துக் காத்திருந்தேன். என் தலையில் ஒரு கிரீடம் இல்லாமல், அங்கு கூடியிருந்த அரசர்களுக்கு நடுவே நான் போய் எப்படி அமருவேன்?

"இது என்னுடைய கோரிக்கை அல்ல. கிருஷ்ணரின் விருப்பம் அது," என்று விதுரர் அமைதியாகக் கூறினார். அதற்கு என்னால் எந்த பதிலும் கூற முடியவில்லை.

நான் வேகமாக அவரைப் பின்தொடர்ந்து சென்று, அவர் சுட்டிக்காட்டிய இருக்கையின்மீது அமர்ந்தேன். அந்த அரங்கில் எதிர்பார்ப்புடன்கூடிய ஓர் அமைதி உருவானது. பின்மதிய நேரம் அது. சில அரசர்கள் மகுடமற்ற என்னுடைய தலையைப் பார்த்துவிட்டுத் தங்களுக்கிடையே ஏதோ கிசுகிசுக்கத் தொடங்கினர். நான் அங்கு இருந்தது அமங்கலமானது என்று அவர்கள் கருதியது வெளிப்படையாகத் தெரிந்தது. ஆனால், தருமன் எழுந்து பலிபீடத்தின் அருகே நின்று பேசத் தொடங்கியவுடன் அந்தக் கிசுகிசுப்புகள் அடங்கின. "கிருஷ்ணர், பிதாமகர் பீஷ்மர், ஆச்சாரியர் விதுரர், மற்றும் குருதேவர் துரோணர் அவர்களே! மதிப்பிற்குரிய முனிவர் பெருமக்களே, இங்கு வருகை தந்திருக்கும் புகழ்மிக்க அரசர்களே! என்னுடைய நான்கு சகோதரர்களின் சார்பில் உங்கள் அனைவரையும் இந்திரப்பிரஸ்தத்திற்கு மகிழ்ச்சியோடு வரவேற்கிறேன். எங்களுடைய ராஜ்ஜியத்தின் அமைதிக்காகவும் செழிப்பிற்காகவும் நாங்கள் இந்த ராஜசூய வேள்வியை நடத்திக் கொண்டிருக்கிறோம். இன்றைய வேள்வியின் நாயகனாக கிருஷ்ணர் இங்கு இருப்பது எங்களுடைய நல்லதிர்ஷ்டமாகும். இந்த மங்கலத் திருநாளில், நான் கிருஷ்ணருக்குப் பாதபூசை செய்து, இந்த வேள்வியைத் துவக்கி வைக்கும்படி அவரிடம் கேட்டுக் கொள்ளவிருக்கிறேன். உங்கள் அனைவரின் ஆசிகளாலும் கிருஷ்ணரின் கருணையினாலும் எங்கள் ராஜ்ஜியம் செழிப்புறும் என்று நாங்கள் நம்புகிறோம். அதோடு, இன்று பௌர்ணமி. இக்ஷுமதி ஆற்றின் கரைமீது நாம் அனைவரும் ஒன்றாக உணவருந்தவிருக்கிறோம்," என்று தருமன் கூறினான்.

பிறகு அவன் தன்னுடைய முதன்மை அமைச்சரை நோக்கித் திரும்பினான். அவர் ஒரு தங்கத் தாம்பாளத்தையும், பல நதிகளின் நீர் அடங்கிய ஒரு பொற்கலசத்தையும் கொண்டு வந்தார். தருமன் அந்தத் தாம்பாளத்தைக் கிருஷ்ணரின் பாதங்களுக்கு அருகே வைத்தான். எப்போதுமே என்னுடைய பாதங்களை உற்று கவனித்த அவன், கிருஷ்ணரின் பாதங்களைத் தூக்கி அந்தத் தாம்பாளத்தின்மீது வைத்து, அந்தப் பொற்கலசத்திலிருந்த நீரை அவற்றின்மீது ஊற்றத் தொடங்கினான். அங்கு கூடியிருந்த அரசர்கள் அனைவரும் அந்தச் சடங்கை அமைதியாகவும் ஆச்சரியமாகவும் பார்த்துக் கொண்டிருந்தனர். அச்சடங்கு முடிந்தவுடன், தருமன் அந்தத் தாம்பாளத்திலிருந்து சிறிது நீரைத் தன் வலது உள்ளங்கையில் எடுத்து அதை பக்தியோடு

பருகினான். பிறகு, தன்னுடைய விலையுயர்ந்த அங்கவஸ்திரத்தால் கிருஷ்ணரின் பாதங்களை அவன் துடைத்தான். கிருஷ்ணரின் வலது கால் கட்டைவிரலை நான் உற்றுப் பார்த்தேன். திரௌபதியின் சுயம்வரத்தில் நான் எய்த அம்பு அவருடைய பாதத்தைத் தவறுதலாகத் தாக்கியிருந்ததில் ஏற்பட்டத் தழும்பு அதன்மீது இருக்கும் என்று நினைத்து நான் அதை ஆவலோடு பார்த்தேன். ஆனால் அதற்கான எந்தச் சுவடும் அங்கு இருக்கவில்லை.

அக்னிஹோத்திரப் புரோகிதர் 'ஓம்' என்ற மந்திரத்தைக் கூறி அந்த வேள்வியைத் துவக்கினார். அவர் ஒரு தட்டு நிறைய அனல் கங்குகளைப் பலிபீடத்தில் வைத்தார். குவித்து வைக்கப்பட்டிருந்த பல்வஜ மரக்கட்டைகளிலிருந்து ஒரு கட்டையை எடுத்துக் கிருஷ்ணர் அந்த அனல் கங்குகள்மீது வைக்கவிருந்த நேரத்தில், சேதி நாட்டு அரசரான சிசுபாலன் திடீரென்று எழுந்து, தன்னுடைய கதாயுதத்தைத் தன் தோள்மீது வைத்துக் கொண்டு, பகைமை தெறித்த ஒரு குரலில், "நிறுத்து!" என்று கத்தினார். தாக்குவதற்குத் தயாராக இருந்த ஆக்ரோஷமான ஒரு காளையைப்போல அவர் காணப்பட்டார். அவருடைய குரல் இடிபோல முழங்கியது.

எல்லாத் தலைகளும் வியப்பில் அவரை நோக்கித் திரும்பின. அனல் தெறித்தத் தன்னுடைய பார்வையை அந்த அரங்கம் நெடுகிலும் ஓடவிட்ட அவர், இறுதியில் தருமனைப் பார்த்து, கோபத்தில் முகம் சிவக்கக் கத்தினார்: "தருமா, நீ கௌரவர்களின் உன்னதமான குடும்பத்தில் பிறந்தவன். தாழ்ந்த குலத்தைச் சேர்ந்த ஓர் இடையனை இந்த வேள்வியின் நாயகனாக ஆக்கியதன் மூலம் ஆரியவர்த்தத்தின் வீரமிக்கச் சத்திரியர்களான எங்கள் அனைவரையும் நீ அவமானப்படுத்த முயற்சித்துக் கொண்டிருக்கிறாயா?" சுசுபாலனின் நெஞ்சு கோபத்தில் புடைத்தது. அவருடைய இதயத்திலிருந்த பொறாமை வேகமாகப் பாய்ந்து வெளியே வந்தது. அவர் ஜராசந்தனின் தலைமைப் படைத்தளபதியாக இருந்தவர். ஒரு சமயத்தில் அவர் ருக்மணியை மணந்து கொள்ளவிருந்தார். எனவே, அவர் கிருஷ்ணர்மீது கோபம் கொண்டதில் வியப்பில்லை.

ஆனால் அவர் கிருஷ்ணரைத் 'தாழ்ந்த குலத்தைச் சேர்ந்த இடையன்' என்று குறிப்பிட்டது எனக்குப் பிடிக்கவில்லை. பீமன் தன்னுடைய கதாயுதத்தையும் அர்ஜுனன் தன்னுடைய வில்லையும் தூக்கிக் கொண்டு கோபத்தோடு எழுந்தனர். கிருஷ்ணர் அந்த மரக்கட்டைகளை நெருப்பில் வைத்துவிட்டு, ஆசுவாசமாக எழுந்து, தங்களைக் கட்டுப்படுத்திக் கொள்ளும்படி பீமனுக்கும் அர்ஜுனனுக்கும் சைகை காட்டினார். அதைத் தொடர்ந்து அவர்கள் இருவரும் தங்கள் இருக்கைகள்மீது அமர்ந்தனர். அந்தக் கொந்தளிப்பான நேரத்தில்கூட ஓர் உண்மை எனக்குத் தெளிவாக நினைவுபடுத்தப்பட்டது: 'கிருஷ்ணர் ஒரு சத்திரியனாகப் பிறந்திருந்தபோதிலும், அவர் ஓர் இடையரின் மகனாகத் தன்னுடைய ஆரம்பகாலத்தைக் கழித்திருந்தார். விதி என்பது தான்தோன்றித்தனமாகவும் மோசமாகவும் நடந்து கொள்ளுகின்ற ஒன்று. ஒரு சிறுவன் ஒரு பொன்னாபரணத்தை எடுத்து நிலத்தின்மீது வீசி எறிந்து அதைத் தன் கால்களுக்குக் கீழே போட்டு மிதிப்பதைப்போல, விதி சில சமயங்களில் ஒரு தலைசிறந்த மனிதனை எடுத்து, அவனைப்

புழுதியின்மீது வீசி எறிந்து, அவனைக் கையாலாகாதவனாக ஆக்குகிறது. அதே நேரத்தில், ஒரு மாபெரும் கோழையை வானுயரத்திற்கு உயர்த்துகிறது.'

யாரும் தன்னைத் தடுக்கப் போவதில்லை என்ற நம்பிக்கையுடன் சிசுபாலன் தன்னுடைய இருக்கையைவிட்டு எழுந்து, தன்னுடைய கதாயுத்ததைச் சுழற்றியபடி, பூமி அதிரும்படியாக பலிபீடத்தை நோக்கிக் கோபத்தோடு நடந்து சென்றார். அவருடைய வாயிலிருந்து வந்த வார்த்தைகள் வெறுப்பை உமிழ்ந்தன: “கிருஷ்ணனைவிட அதிகப் புகழ்மிக்க ஏராளமான வீரர்கள் இந்த அரங்கத்தில் இருக்கின்றனர். பிதாமகர் பீஷ்மர், மன்னர் திருதராஷ்டிரர், பட்டத்து இளவரசர் துரியோதனன், இளவரசன் துச்சாதனன், அரசர் சல்லியன், சிந்து நாட்டு அரசர் ஜயத்ரதன், சுபல நாட்டு இளவரசர் சகுனி, பாஞ்சாலத்து அரசர் துருபதன், மற்றும் பல வீரர்களைப் பற்றி நீ ஏன் நினைக்கவில்லை? கற்றறிந்த சான்றோர்களான பைலர், தௌமியர், துரோணர், கிருபர், விதுரர், அசுவத்தாமன் ஆகியோர் ஏன் உன் நினைவுக்கு வரவில்லை? நீ அவர்கள் எல்லோரையும் மறந்துவிட்டு இந்த இடையனைத் தேர்ந்தெடுத்திருப்பது குறித்து நீ வெட்கப்பட வேண்டும். நீ அவர்கள் எல்லோரையும் அவமதித்திருக்கிறாய். அந்த இடையனின் கருநீல நிறம் உன்னை இவ்வளவு மதிமயக்கியிருக்காவிட்டால், அவனைவிட அதிக வசீகரமான, அற்புதமான ஒரு வீரன் உன்னிடையே இருப்பதை நீ உணர்ந்திருப்பாய். கவச குண்டலங்களுடன் பிறந்து ஒளிமயமாகத் திகழுகின்ற, அங்க நாட்டு அரசனான கர்ணனைப் பற்றித்தான் நான் பேசுகிறேன். அவனைக் காண உனக்குக் கண்கள் இல்லையா?”

சிசுபாலன் இவ்வாறு கூறிவிட்டு நான் இருந்த திசையில் சுட்டிக்காட்டினார். எனக்கு அது துளிகூடப் பிடிக்கவில்லை. எனக்கு எப்படிப் பிடிக்கும்? நான் ஒரு தேரோட்டி அல்லன் என்றும், நான் கவச குண்டலங்களுடன் பிறந்திருந்ததால் நான் ஒரு பேரரசன் என்றும் அங்கிருந்த யாரும் கூறப் போவதில்லை. சிசுபாலன் இப்படி ஏகப்பட்ட அபத்தங்களை அள்ளி வீசிக் கொண்டிருந்தார்.

ஆனால் அவருடைய நாக்கு ஏதோ குழப்பத்தில் உளறிக் கொட்டிக் கொண்டிருந்தது: “தகுதி வாய்ந்த இந்த வீரர்கள் அனைவரையும் விட்டுவிட்டு, பசுக்களின் வால்களை முறுக்கிவிட்டுக் கொண்டு வெறுமனே சுற்றித் திரிகின்ற ஒரு தாழ்ந்த சாதி இடையனை உன் விழாவுக்குத் தலைமை தாங்கத் தேர்ந்தெடுக்க எப்படி உன்னால் முடிந்தது? அது மட்டுமா? நீ இன்னும் ஒரு படி மேலே சென்று, பசுஞ்சாணத்தாலும் கோமியத்தாலும் துர்நாற்றம் வீசிக் கொண்டிருக்கும் அவனுடைய பாதங்களைத் தண்ணீரால் கழுவி அது ஏதோ புனிதத் தீர்த்தம் என்று கருதி அதைக் குடித்திருக்கிறாய். சத்திரியர்கள் அனைவரின் முன்னிலையிலும் அதை நீ செய்திருக்கிறாய்! எங்களுக்கு எப்பேற்பட்ட அவமானத்தை நீ இழைத்திருக்கிறாய்! ஒன்றை எங்களுக்குத் தெளிவுபடுத்து. உன்னுடைய ராஜ்ஜியத்தை ஒரு மாட்டுக் கொட்டிலாக மாற்ற நீ திட்டமிட்டிருக்கிறாயா?” பிதாமகர் பீஷ்மரும் பீமனும் சகாதேவனும் இந்த வசவுகளைப் பொறுக்க முடியாமல் கோபத்தோடு எழுந்தனர். ஆனால் கிருஷ்ணர் மீண்டும் தன் கையை உயர்த்தி, அமைதியாக இருக்கும்படி எல்லோருக்கும் சைகை காட்டினார்.

சிசுபாலன் தன்னுடைய சுயகட்டுப்பாட்டை முற்றிலுமாக இழந்திருந்தார். அவர் இப்போது நேரடியாகக் கிருஷ்ணரை வசைபாடத் தொடங்கினார்: "பால்காரப் பெண்களோடு சேர்ந்து ஆட்டம் போட்டுக் கொண்டு திரிபவனே! தாய்மாமனைக் கொன்ற கொலைபாதகனே! ஜராசந்தனிடம் புறமுதுகு காட்டி ஓடிய கோழையே! ஓர் இடையனான நீ, இடையர்கள் என்ன செய்ய வேண்டுமோ அதை மட்டும் செய்துவிட்டு உன் வேலையைப் பார்த்துக் கொண்டு போனால் என்ன? இங்கிருக்கும் பிராமணர்கள் மற்றும் சத்திரியர்கள் மேற்கொள்ளுகின்ற வேள்விகளுக்காக மதுராவின் பாலைக் குடங்களில் கொண்டு வந்து அவர்களிடம் விற்றுவிட்டு, அதற்கான பணத்தைப் பெற்றுக் கொண்டு, வந்த வழியே திரும்பிச் சென்றுவிடு. அதை விட்டுவிட்டு, இந்தத் தங்க அரியணையில் உட்கார்ந்து கொண்டு, உயர்ந்த சாதியைச் சேர்ந்த சத்திரியர்கள் உன்னுடைய அழுக்கான பாதங்களைக் கழுவுவதை வேடிக்கைப் பார்த்துக் கொண்டு உட்கார உனக்கு அவமானமாக இல்லையா?" சிசுபாலன் கோபத்தில் கொதித்துக் கொண்டிருந்தார்.

அவர் உதிர்த்த ஒவ்வொரு வார்த்தையும் அதைக் கேட்டவர்களிடத்தில் பெரும் பயத்தை உண்டாக்கியது. கிருஷ்ணரின் கழுத்து ஒரு நாகப்பாம்பின் கழுத்தைப்போல மெல்ல மெல்ல இறுக்கமடைந்தது. அவர் தன்னுடைய கைகளைத் தன் இடைமீது வைத்துக் கொண்டு சிசுபாலனைக் கடைசி முறையாக எச்சரித்தார்: "நீ இதுவரை தொண்ணூற்று ஒன்பது முறை என்னை அவமானப்படுத்தியுள்ளாய். அவற்றையெல்லாம் நான் பொறுத்து வந்துள்ளேன். நீ செய்கின்ற நூறு குற்றங்களை நான் மன்னித்துவிடுவேன் என்று நான் உன் தாயாருக்கு வாக்குக் கொடுத்தேன். இப்போது ஒவ்வொரு கணமும் உன்னுடைய மரணம் உன்னை நெருங்கிக் கொண்டே வருவதுபோலத் தெரிகிறது. நான் உன்னை எச்சரிக்கிறேன்! உன்னைக் கட்டுப்படுத்திக் கொள். போர்முனையில் மட்டுமல்லாமல் எல்லா இடங்களிலும் ஒழுங்கைக் கடைபிடிக்க வேண்டியது சத்திரிய தர்மம். நீ என்னுடைய பொறுமையை சோதித்தால், நான் சுதர்சனச் சக்கரத்தைப் பயன்படுத்துவதைத் தவிர வேறு மாற்று எதுவும் என்னிடம் இல்லை."

"உண்மையை உளறிக் கொண்டு திரியும் கோழையே! மாவீரம்தான் சத்திரியர்களின் உண்மையான தர்மம் என்றால், நீ ஓர் உண்மையான சத்திரியன் என்றால், வா! இந்த அரங்கத்தின் மையத்திற்கு வந்து, சேதி அரசனான என்னை ஒற்றைக்கு ஒற்றைச் சண்டையில் எதிர்கொள்!" என்று சவால்விட்ட சிசுபாலன், தன்னுடைய கதாயுதத்தைச் சுழற்றியபடி, தன் பார்வையைக் கிருஷ்ணர்மீது நிலைப்படுத்தி, தன்னுடைய புஜங்களை பலமாகத் தட்டிக் கிருஷ்ணரைச் சண்டைக்கு அழைத்தார். எல்லோரும் மூச்சுவிட மறந்து அப்படியே உட்கார்ந்திருந்தனர்.

"சிசுபாலரே, உங்களுடைய சிறு விளையாட்டு முடிந்துவிட்டது. எதற்கும் ஓர் எல்லை உண்டு," என்று நான் கத்த விரும்பினேன்.

துல்லியமாக அக்கணத்தில் அந்த அரங்கம் நெடுகிலும் நூற்றுக்கணக்கான இசைக் கருவிகள் முழங்கின. அந்த ஒலிகள் எங்கிருந்து வந்து கொண்டிருந்தன என்பதை யாராலும் கண்டுபிடிக்க முடியவில்லை. என் கண்கள் மங்கின. எல்லோருடைய கண்களும் கிருஷ்ணர்மீது நிலைத்திருந்தன. ஒரு நீலக் குளத்தில் ஒரு தாமரை

மலரைப்போல அவர் நின்று கொண்டிருந்தார். அவருடைய கருநீல முகம் திடீரென்று தீவிரமாக மாறியது. ஒரு பிரம்மாண்டமான மாளிகையின் இரண்டு பெரிய கதவுகளைப் போன்ற தன்னுடைய பெரிய கண்களை அவர் மூடினார், கணநேரத்தில் அவருடைய உருவம் பெரிதாக வளரத் தொடங்கியது. திடீரென்று, நீலத் தாமரையைப் போன்ற அவருடைய தோற்றம் ரத்தச் சிவப்பாக மாறியது. மெல்ல மெல்ல, அவருடைய கிரீடத்தின் உச்சியில் இருந்த ஆபரணம் உயர்ந்து அந்த அரங்கத்தின் கூரையைத் தொட்டது. கிருஷ்ணரின் உடல் விரிவடைந்து கொண்டிருந்த அதே அளவுக்கு என்னுடைய உடலும் சூடானதுபோலத் தோன்றியது. என் உடலின் சூடு பொறுக்க முடியாமல் என் இருக்கை உருகிவிடுமோ என்று நான் பயந்தேன். என் உடற்சூடு மேன்மேலும் அதிகரித்துக் கொண்டே போனது. கிருஷ்ணரின் உடல் விரிவடைந்ததற்கு இணையாக என்னுடைய உடலில் ஏன் சூடேறியது என்பதை என்னால் புரிந்து கொள்ள முடியவில்லை. நான் அவருடைய உடலையே கண்கொட்டாமல் பார்த்துக் கொண்டிருந்தேன். இப்போது அவருடைய அந்தப் பெரிய உடலில் நான்கு கைகள் இருந்தன. சற்று நேரத்திற்கு முன்பு வேள்விக்கான மரக்கட்டைகளைப் பிடித்திருந்த அவருடைய கை இப்போது ஒரு கனமான கதாயுதத்தை அனாயாசமாகப் பிடித்திருந்தது, அவருடைய பின்னங்கைகளில் ஒன்றில் ஒரு சக்கரம் வட்டப் பாதையில் சுழன்று கொண்டிருந்தது. அவருடைய பூதாகரமான உடலின் பின்புறம் என் பார்வைக்குத் தென்படவில்லை. அவருக்குப் பின்னாலிருந்து எழுந்த கடுமையான சத்தம் மேகங்களின் உறுமல்களைக்கூட வெட்கப்படச் செய்யும் அளவுக்கு இருந்தது. அச்சத்தம் அந்த நூற்றுக்கணக்கான இசைக்கருவிகளின் சத்தத்தையும் தாண்டி ஒலித்தது. அது அங்கிருந்தோருடைய காதுகளைத் துளைத்து அவர்களுடைய இதயங்களுக்குள் நுழைந்தது. அது எவ்வளவு ஆழமாக நுழைந்திருந்தது என்பது யாருக்கும் தெரியவில்லை.

"சிசுபாலா, நீ நூறு குற்றங்களைச் செய்துவிட்டாய். இப்போது அந்தப் படைப்புக் கடவுளான பிரம்மனால்கூட உன் வாழ்க்கையை நீட்டிக்க முடியாது. முதுகெலும்பற்றப் பிறவி நீ. உன்னுடைய சத்திரிய குலத்து வறட்டு அகங்காரம் உன் கண்களை மறைத்துள்ளது. பெருங்கடலின் அலைகளின் சீற்றத்திற்குக்கூட ஓர் எல்லை உண்டு. உன்னை மீண்டும் எச்சரிக்கிறேன்! ஒரு துணிச்சலான ஆண்மகனைப்போல உன் மரணத்தை எதிர்கொள்ளத் தயாராக இரு. நூறு குற்றங்களைச் செய்துவிட்ட உனக்கு இன்னொரு குற்றத்தைச் செய்ய இனி எந்த வாய்ப்பும் இருக்கப் போவதில்லை," என்று கிருஷ்ணர் முழங்கினார்.

அவர் தன்னுடைய பெரிய கண்களைத் திறந்து, சிசுபாலனை நோக்கித் தன்னுடைய சுதர்சனச் சக்கரத்தை ஏவினார். ஒரு மாபெரும் தேவதாரு மரம் ஒரு புயலில் நடுநடுங்குவதைப்போல சிசுபாலன் இப்போது பயத்தில் நடுங்கினார். ஒருசில கணங்களுக்கு முன்பு, அசைக்கப்பட முடியாத, வீழ்த்தப்பட முடியாத ஒரு மலையைப்போலத் தோன்றிய அவர், இப்போது கிருஷ்ணரின் அந்த பிரம்மாண்டமான உருவத்திற்கு முன்னால் ஒரு களிமண் குவியலைப்போல நிராதரவாக நின்றார். ஒரு கணத்திற்கு முன்பு, சத்திரியர் குலத்திற்கே உரிய மட்டுமீறிய கர்வத்தால் சிவந்திருந்த அவருடைய முகம், இப்போது இரக்கமற்ற மரணம்

தன்னை நெருங்கிக் கொண்டிருந்ததைக் கண்டவுடன் கருப்பு நிறத்திற்கு மாறியது. அந்த வேள்வி அரங்கில் இப்போது அமளி ஏற்பட்டது. தாங்கிக் கொள்ளப்பட முடியாத ஒரு தீவிரப் பிரகாசம் அந்த அரங்கின் நான்கு பக்கங்களிலும் சூழத் தொடங்கியது தெரிந்தது. சுதர்சனச் சக்கரம் சிசுபாலனை நோக்கி வேகமாகச் சுழன்று சென்றது. என் மனத்தை ஆர்வக் குறுகுறுப்பும், ஆச்சரியமும், கவலையும், இரக்கமும் ஒருசேரக் குழப்பின. சிசுபாலன் தன் உயிர்மீதான பயத்தில், அந்த ஒளிமயமான சக்கரத்திடமிருந்து தப்பிப்பதற்காக, அங்கு அமர்ந்திருந்த அரசர்களுடைய இருகைகளுக்குப் பின்னால் பரிதவிப்போடு ஓடி ஒளிய முயன்றார். ஒரு மனிதன் தன் உயிரைக் காப்பாற்றிக் கொள்ள எந்த அளவு விரும்புகிறான் என்பதை அவருடைய நடத்தை வெளிப்படுத்தியது. கிருஷ்ணர் ஒரு கோழை என்று சிறிது நேரத்திற்கு முன்பு துணிச்சலாக முழங்கியிருந்த அவர் இப்போது தன் உயிரைக் காப்பாற்றிக் கொள்ள ஓடிக் கொண்டிருந்தார். அவர் எந்த அரசர்களுக்குப் பின்னால் புகலிடம் தேடி ஓடி ஒளிந்தாரோ, அந்த அரசர்கள், சுதர்சனச் சக்கரத்திலிருந்து வெளிப்பட்ட தீப்பொறிகளிலிருந்து தப்பிப்பதற்காகத் தலைதெறிக்க ஓடிக் கொண்டிருந்தனர். போர்க்களத்தில் புலிகளைப்போல நடந்து கொண்ட அந்த மாவீரர்கள் ஒரு கணம்கூட சுதர்சனச் சக்கரத்தை எதிர்கொள்ளத் துணியவில்லை. அந்த அரங்கிலிருந்த அனைத்து இருக்கைகளும் வேகமாகக் காலியாகிக் கொண்டிருந்தன. முற்றிலும் நிலை குலைந்து போயிருந்த சிசுபாலன், அந்தத் தீப்பொறிகள் தன்னுடைய முகத்தைக் கோரப்படுத்திவிடுமோ என்ற பயத்தால் தன் முகத்தைத் தன் கைகளால் மூடிக் கொண்டு, அடுத்தடுத்து ஓர் இருக்கையிலிருந்து இன்னோர் இருக்கைக்குத் தாவினார். சத்திரியர்களுக்கே உரிய மிடுக்கான நடை அவரிடம் இருந்ததற்கான சுவடு இப்போது காணாமல் போயிருந்தது.

அவர் ஓடியபோது, தன்னுடைய சொந்த கதாயுதம் தடுக்கிக் கீழே விழுந்தார். அதனால், ஒரு மலையுச்சியிலிருந்து கீழே உருண்டோடிச் சென்று நிலத்தின்மீது பலமாக மோதுகின்ற ஒரு பெரிய பாறையைப்போல, அவர் தன் சமநிலையை இழந்து பலத்தச் சத்தத்துடன் கீழே விழுந்தார். அவர் வேகமாக எழுந்து மீண்டும் ஓடத் தொடங்கியபோது, இருக்கைகளுக்கு இடையே தடுமாறி விழுந்தார். சுதர்சனச் சக்கரத்தின் கடுமையான வெப்பம் சிசுபாலனின் கதாயுதத்தை உருக்கியது. அச்சக்கரம் அந்த ஒட்டுமொத்த அரங்கத்தையும் எரித்துச் சாம்பலாக்கிவிடுமோ என்ற பயத்தில் முனிவர்கள் அந்த இடத்திலிருந்து ஓட்டமெடுத்தனர். என்னையும் சிசுபாலனையும் அந்த பயங்கரமான சுதர்சனச் சக்கரத்தையும் தவிர இப்போது அந்த அரங்கில் யாரும் இருக்கவில்லை. அச்சக்கரத்தின் வேகம் கணத்திற்குக் கணம் அதிகரித்தது. என் உடலின் மயிர்க்கால்கள் குத்திட்டு நின்றன. நான் எல்லாவற்றையும் மறந்து, அந்த பயங்கரமான, அசாதாரணமான காட்சியை என் இருக்கையில் இருந்தபடியே ஆச்சரியத்தோடு பார்த்தேன். இதற்கு முன்பு ஒருபோதும் நான் இப்படி வாயடைத்துப் போயிருந்ததில்லை. கிருஷ்ணர்! அந்தப் பெயரில் இருந்த அற்புதமான மர்மம் வியப்பில் என்னைக் கட்டிப் போட்டது.

சிசுபாலன் என்னுடைய இருக்கைக்கு முன்னால் ஓடி வந்தார். எங்களுடைய கண்கள் கணநேரம் சந்தித்தன. மழையில் தொப்பலாக

நனைந்திருந்த ஒரு தாமரையைப்போல அவருடைய செந்நிற முகம் வியர்வையில் குளித்திருந்தது. அவருடைய கண்கள் கருணை வேண்டிக் கெஞ்சின. அவற்றில் பயமும் இதயத்தை உருக்கும் வருத்தமும் நிரம்பியிருந்தன. அவர் ஒரு பெரிய ராஜ்ஜியத்தின் அரசராக இருந்தபோதிலும், இப்போது மரணத்தின் வாசலில் ஒரு சாதாரணப் பிச்சைக்காரனாகத் தெரிந்தார். அந்த அவலமான சூழ்நிலையில்கூட, அவருடைய சத்திரியகுல அகங்காரத்திலிருந்து அவரால் விடுபட முடியவில்லை. அவர் என்னைப் பார்த்தபோது, "கர்ணா, என்னைக் காப்பாற்று!" என்று பயத்தில் கத்தவில்லை. அவர் தன் உயிரைக் காப்பாற்றிக் கொள்ளும் பரிதவிப்பில் இருந்தபோதுகூட, தன்னுடைய சத்திரியப் பிறப்புக்கும் ஒரு தேரோட்டியாகிய என்னுடைய பிறப்புக்கும் இடையே அவர் வேறுபடுத்திப் பார்த்தார்.

சுதர்சனச் சக்கரம் என்னுடைய இருக்கைவரை அவரைத் துரத்தி வந்தது. நான் அமைதியாக உட்கார்ந்திருந்ததைக் கண்டபோது, கர்வம் கொண்ட அவருடைய மனத்தில் கோபம் பொங்கியது. "இந்தச் சக்கரம் ஒரு தேரோட்டியின் மகனைக்கூட அச்சுறுத்தவில்லை என்றால், அதனால் எப்படி எனக்குத் தீங்கு விளைத்துவிட முடியும்?" என்று நினைத்தபடி அவர் பின்னால் திரும்பி அந்தச் சக்கரத்தைத் தன் கையால் தொட்டார், அவருடைய கை உடனடியாகச் சுருங்கியது. அவர் மீண்டும் நம்பிக்கையிழந்து, பயந்து போயுள்ள ஒரு முயலைப்போல எனக்குப் பின்னால் ஓடிப் பதுங்கினார். ஒரு பாம்பு தன்னுடைய பொந்துக்குள் தன் தலையை நுழைப்பதைப்போல, அவர் தன்னுடைய தலையை என் இருக்கைக்கு அடியில் நுழைத்தார். சுதர்சனச் சக்கரம் எனக்கு முன்னால் சத்தமாகச் சுழன்றது. அச்சமயத்தில், நான் யார் என்பதுகூட எனக்கு உறுதியாகத் தெரியவில்லை. தாங்கிக் கொள்ளப்பட முடியாத வெப்பத்தை என் உடல் உணர்ந்தது. ஒளிவீசிக் கொண்டிருந்த அச்சக்கரத்தை நான் கண்கொட்டாமல் பார்த்தேன். அதன் மையத்திலிருந்து வெளிப்பட்ட ஒளிக்கதிர்கள் மாலையில் மறைந்து கொண்டிருந்த சூரியனின் கதிர்களைப்போல எனக்குத் தோன்றின. அது ஒரு சக்கரமே அல்ல. என்னுடைய மாலைநேர நீராஞ்சலியைப் பெற்றுக் கொள்ளுவதற்காக சூரிய பகவானே நேரில் என் முன்னால் வந்து நின்று கொண்டிருந்ததுபோல இருந்தது அது. நான் வேகமாக எழுந்து, அர்ப்பணம் செய்வதுபோல என்னுடைய உள்ளங்கைகள் இரண்டையும் ஒன்றுகுவித்தேன். என் கைகளில் தண்ணீர் இருக்கவில்லை, ஆனால் என் உணர்வுகளை நான் அர்ப்பணித்தேன். அச்சக்கரம் எனக்கு முன்னால் தொடர்ந்து வட்டமிட்டது. நான் என் பார்வையைத் தீவிரமாக அதன்மீது பதித்திருந்தேன். எண்ணற்ற ஒளிக்கதிர்கள் என் பார்வைக்கு முன்னே நடனமாடின.

"கர்ணா, உன் இருக்கையைவிட்டு எழுந்து பலிபீடத்திற்குப் போ," என்ற ஓர் உத்தரவு எனக்குக் கேட்டது. கூரையைத் தொட்டுக் கொண்டிருந்த அந்த உயரமான, பிரம்மாண்டமான உருவத்திடமிருந்து அந்த உத்தரவு வந்தது. நான் என்ன செய்து கொண்டிருந்தேன் என்பதை என்னால் புரிந்து கொள்ள முடியவில்லை. நான் ஒரு மயக்க நிலையில் அந்த பலிபீடத்தை நோக்கி நகர்ந்தேன். நான் அங்கு சென்றடைந்தவுடன், அப்பெரிய உருவம் யாருடைய வடிவத்தில் இருந்தது என்பதைக்

கண்டறிய முயன்றேன். அந்த ஒளிமயமான உருவத்தின் கால்மூட்டுவரை மட்டுமே என்னால் ஏறிட்டுப் பார்க்க முடிந்தது.

நான் என் இருக்கையைவிட்டு எழுந்த மறுகணம் அச்சக்கரம் சிசுபாலனை மீண்டும் துரத்தத் தொடங்கியது. அதன் சுழல் சத்தம் அதிகரித்ததால், நான் பின்னால் திரும்பி சிசுபாலனைப் பார்த்தேன். அந்த அரங்கத்தினுள் தனக்குப் பாதுகாப்பு இல்லை என்பதை உணர்ந்த அவர் தேரில் பூட்டப்படும் ஒரு குதிரையின் வேகத்தில் அந்த அரங்கத்தைவிட்டு விரைந்து சென்று, அரண்மனை மைதானங்களைக் கடந்து வெளியே ஓடினார். அவர் அவ்வப்போது பின்னால் திரும்பி, தனக்கும் அச்சக்கரத்திற்கும் இடையே எவ்வளவு தூர இடைவெளி இருந்தது என்று கணித்தார். சில சமயங்களில் பாறைகளுக்குப் பின்னாலும், சில சமயங்களில் மரங்களுக்குப் பின்னாலும் அவர் ஒளிந்தார். ஆனால் இயற்கையாலும் அவரைக் காப்பாற்ற முடியவில்லை. வாழ்க்கைக்கும் மரணத்திற்கும் இடையேயான அந்த அற்புதமான விளையாட்டைக் கண்ட அனைவருடைய மயிர்க்கால்களும் குத்திட்டு நின்றன. அந்த சுதர்சனச் சக்கரத்தின் ஒவ்வோர் அசைவையும் நூற்றுக்கணக்கான கண்கள் ஆர்வத்தோடு பின்தொடர்ந்தன.

எல்லா நம்பிக்கைகளும் தகர்க்கப்பட்ட நிலையில், சிசுபாலன் வேறு வழியின்றி இக்ஷுமதி ஆற்றுக்குள் குதித்தார். அவர் அந்தச் சக்கரத்திடமிருந்து தப்பிப்பதற்காக அதிக ஆழத்திற்குச் சென்றார். அதற்கு மேல் நீந்துவதற்கு அவரிடம் பலம் இருக்கவில்லை. பாதங்கள், தொடைகள், இடுப்பு, மார்பு என்று அவருடைய உடலை மெல்ல மெல்ல அந்த ஆறு விழுங்கத் தொடங்கியது. அவருடைய கழுத்து மட்டுமே இப்போது வெளியே தெரிந்தது. முற்றிலும் களைத்துப் போயிருந்த அவர் தன் முயற்சியைக் கைவிட்டார். ஒருவேளை அவர் தன்னுடைய இறுதித் தீர்மானத்தை மேற்கொண்டுவிட்டிருந்தார் போலும். அவர் தன் கண்களை மூடிக் கொண்டார். காயப்பட்டத் தன்னுடைய கைகளால் தன் முகத்தை மறைத்துக் கொண்டு, தன்னுடைய மன ஆற்றல் முழுவதையும் ஒன்றுதிரட்டித் தன்னுடைய மரணத்தை எதிர்கொள்ள அவர் தயாரானார். அந்த சுதர்சனச் சக்கரம் வேகமாக அவருடைய தலையை அவருடைய உடலிலிருந்து துண்டித்தது. ஒரு தாமரை அதன் தண்டிலிருந்து அறுக்கப்படுவதைப்போல, அவருடைய தலை அந்த ஆற்றின் நிரில் மிதந்து சென்று மறைந்துவிட்டது. சிசுபாலனின் கதை முடிந்திருந்தது. அச்சக்கரமும் அந்த ஆற்றினுள் மூழ்கியது. சிசுபாலனின் இழித்துரைக்கும் நாக்கையும் துண்டித்துவிட வேண்டும் என்ற நோக்கத்தோடு அது அந்த ஆற்றினுள் போனதைப்போல இருந்தது அது.

இக்ஷுமதியின் அகண்ட நீர்ப்பரப்பு மாலைச் சூரியனின் ஒளியில் மின்னியது. ஆனால் அது வழக்கமாக இருப்பதைப்போலத் தெளிவாக இல்லை. சில சிற்றலைகள் செந்நிறத்தில் இருந்தன. ஆச்சரியம், இரக்கம், குழப்பம், ஆர்வக் குறுகுறுப்பு ஆகியவை ஒன்றாகச் சேர்ந்து என் மனத்தைச் செயலிழக்கச் செய்தன. நான் இக்ஷுமதி நதியைப் பார்த்தபடி அந்த பலிபீடத்தின் அருகே நின்றேன். சிற்றலைகளைத் தவிர வேறு எதையும் நான் பார்க்கவில்லை. என் மனத்தில் கேள்விகள் அலையலையாக எழுந்தன. கிருஷ்ணர் யார்? அந்த பயங்கரமான

சுதர்சனச் சக்கரம் எங்கிருந்து வந்தது? அச்சக்கரத்தால் ஏன் என்னுடைய உடலைத் தாக்க முடியவில்லை? நான் யார்? நான் விரும்பியிருந்தால் சிசுபாலனை இன்று என்னால் காப்பாற்றியிருக்க முடியுமா? கிருஷ்ணரின் உடல் விரிவடைந்தபோது என்னுடைய உடல் ஏன் சூடாகியது? எண்ணற்றக் கேள்விகள் என் மனத்தில் எழுந்தன, ஆனால் அவை ஒன்றுக்குக்கூட எனக்கு விடை கிடைக்கவில்லை.

அந்த தெய்விக உடலுக்கும் என்னுடைய உடலுக்கும் இடையே என்ன வேறுபாடு இருந்தது? அதற்கான விடையைக் கண்டுபிடிப்பதற்காக, பின்னாலிருந்த மேற்கூரையின்மீது நான் என் பார்வையைப் பதித்தேன். அங்கு எதுவும் இருக்கவில்லை. தருமன் கொடுத்திருந்த பொன் அரியணையின்மீது கிருஷ்ணர் உட்கார்ந்திருந்தார். அவர் தன்னுடைய வலது முழங்கையை அந்த அரியணையின் வலது கைப்பிடியின்மீது வைத்து, தன்னுடைய வலது உள்ளங்கையால் தன்னுடைய வலது கன்னத்தைத் தாங்கிப் பிடித்துக் கொண்டு என்னைப் பார்த்துப் புன்னகை பூத்தார். குள்ளமாக இருந்த அவருக்கு அந்த அரியணை மிகப் பெரியதாக இருந்ததுபோலத் தெரிந்தது.

எது உண்மை, எது கற்பனை என்பதை என்னால் பிரித்துப் பார்க்க முடியவில்லை. அரசர்கள், வீரர்கள், முனிவர்கள் ஆகியோர் ஒரு கூட்டமாக உள்ளே நுழைந்து, கிருஷ்ணருக்கு முன்னால் நெடுஞ்சாண்கிடையாக விழுந்தனர். கிருஷ்ணர் அந்த முனிவர்களிடம் மிக அமைதியான குரலில், "சூரியன் மறைந்து கொண்டிருக்கிறான். முகூர்த்த நேரம் தவறிவிடக்கூடாது. ராஜசூய வேள்வியின் முதல் அர்ப்பணிப்பு சூரியன் மறைவதற்கு முன்பாக வேள்வித் தீயில் போடப்பட்டாக வேண்டும்," என்று கூறினார்.

சற்று முன் நிகழ்ந்து முடிந்திருந்த, மயிர்க்கூச்செறியச் செய்திருந்த நிகழ்வுகள் அனைத்தையும் மறந்துவிட்டு, அந்த ஒட்டுமொத்த அரங்கமும் மீண்டும் மும்முரமாக ஏதேதோ நடவடிக்கைகளில் ஈடுபடத் தொடங்கியது. முனிவர்கள் மந்திரங்களைக் கூறத் தொடங்கினர். தருமன் மீண்டும் கிருஷ்ணரின் பாதங்களைக் கழுவினான். கிருஷ்ணர் மெதுவாக எழுந்து சில கட்டைகளை வேள்வித் தீயில் அர்ப்பணித்தார். பிறகு, முனிவர்கள் ஒருவர் பின் ஒருவராகத் தங்களுடைய மந்திரங்களைக் கூறி, நெய் போன்ற எரிபொருளை அந்த வேள்விக் குண்டத்தில் ஊற்றினர். அந்தப் புனித நெருப்பிலிருந்து எழுந்த அடர்த்தியான புகை என் கண்களுக்கு முன்னால் சுழன்றது. இந்தப் புகையோடு கூடவே, குழப்பம், சந்தேகம் ஆகிய புகைகளும் என் கண்களுக்கு முன்னால் சுழன்றன. கிருஷ்ணர் ஏன் தன்னுடைய சுதர்சனச் சக்கரத்தை ஜராசந்தன்மீது ஒருபோதும் ஏவவில்லை? ஜராசந்தனின் தாக்குதல்களைத் தாங்கிக் கொள்ளாமல் அவர் ஏன் துவாரகைக்குப் புறப்பட்டுச் சென்றார்? என்னிடம் தோல்வியுற்றிருந்த ஜராசந்தனால் கிருஷ்ணரை எவ்வாறு தோற்கடிக்க முடிந்தது? இவை எல்லாமே குழப்பமூட்டுபவையாகவும் அபத்தமானவையாகவும் தோன்றின.

புகையால் என் கண்களில் துளிர்த்தக் கண்ணீரை நான் என்னுடைய அங்கவஸ்திரத்தின் ஒரு முனையைக் கொண்டு துடைத்தேன். அப்போது யாரோ என் தோள்மீது கை வைத்ததை நான் உணர்ந்தேன். அசுவத்தாமன்தான் அது.

அவன் இக்ஷுமதி ஆற்றை அமைதியாகப் பார்த்தபடி, என்னிடம், "நீயும் ஏன் இந்த வேள்வித் தீயில் எதையேனும் அர்ப்பணிக்கக்கூடாது?" என்று கேட்டான்.

நான் அவனோடு சென்று ஒருசில கட்டைகளை அந்தத் தீயில் போட்டேன். நாங்கள் அந்த அரங்கத்தைவிட்டு வெளியேறியபோது, ஆழ்ந்த சிந்தனையில் மூழ்கியிருந்த அசுவத்தாமன், என்னிடம் மெதுவாக, "எனக்கு எதுவும் புரியவில்லை," என்று கூறினான்.

"எது புரியவில்லை?"

"நான் கிருஷ்ணரைப் பற்றித்தான் பேசுகிறேன். இன்று அவரால் கொல்லப்பட்ட சிசுபாலன் யார் என்று உனக்குத் தெரியுமா?"

"யார் அவர்?"

"கிருஷ்ணரின் தந்தையின் சகோதரியின் மகன். கிருஷ்ணரின் தந்தை வசுதேவருக்கு ஒரு சகோதரி இருந்தாள். அவள் சேதி நாட்டு இளவரசரான தமகோஷனுக்கு மணமுடித்துக் கொடுக்கப்பட்டாள். அவளுடைய பெயர் சுருதஸ்ரவா. சிசுபாலன் அத்தம்பதியரின் மகன். அவர் கிருஷ்ணரின் அத்தை மகன்."

நான் மௌனமாக இருந்தேன். நான் எதுவும் கூற விரும்பவில்லை. ஒரே ஒரு கேள்வி மட்டும் என் மனத்தில் சுற்றிச் சுற்றி வந்தது: கிருஷ்ணர் யார்?

4

ராஜசூய வேள்வி முடிந்தது. மறக்கப்பட முடியாத ஏராளமான நினைவுகளுடன் நாங்கள் எல்லோரும் அஸ்தினாபுரத்திற்குத் திரும்பிச் செல்லத் தயாரானோம். கிருஷ்ணரைப் பற்றிய குழப்பமான யோசனைகள் என் மனம் முழுக்க நிரம்பியிருந்தன. எங்களுடைய தேர் அஸ்தினாபுரத்தை நோக்கி விரைந்தது. நான் சத்தியசேனனிடமிருந்து கடிவாளத்தை வாங்கிக் கொண்டு, தேரை நான் ஓட்டிச் சென்றேன். என்னுடைய சாட்டைச் சத்தத்தைக் கேட்டு எங்கள் குதிரைகள், காற்றில் தம்முடைய பிடரி மயிர் பறக்க வேகமாக ஓடின.

பாஞ்சால நாட்டில் திரௌபதியின் சுயம்வர நாளன்று நான் நேரில் சென்று கிருஷ்ணரைப் பார்த்திருந்தேன். அவர் என்னை ஒரு புன்னகையோடு வரவேற்றார். நாங்கள் பல்வேறு விஷயங்களைப் பற்றிப் பேசினோம். எங்களுடைய உரையாடலின்போது துரியோதனனின் பெயரை நான் குறிப்பிட்டபோது, அவர் என்னை சாமர்த்தியமாக இடைமறித்து, ஒரு விநோதமான கேள்வியை என்னிடம் கேட்டார். "கர்ணா, சுயமாகத் தீர்மானிக்கும் சக்தி படைத்த, ஆக்ரோஷமான ஒரு சிங்கத்தை ஒரு செம்மறியாட்டுக் கூட்டத்தின் நடுவே வைத்தால் அந்தச் சிங்கத்திற்கு என்ன நிகழும்?" என்று அவர் கேட்டார்.

"வேறு என்ன நிகழும்? அது அந்தச் செம்மறியாட்டுக் கூட்டத்தைக் கடித்துக் குதறிக் கொன்றுவிடும்," என்று நான் பதிலளித்தேன்.

"ஆனால் எப்போதும் அப்படி நிகழுவதில்லை. சில சமயங்களில், தான் ஒரு சிங்கம் என்பதையே மறந்துவிட்டு, அது ஒரு செம்மறியாட்டைப்போல நடந்து கொள்ளத் தொடங்குகிறது."

"அது சாத்தியமில்லை. பிறகு அது ஏன் 'காட்டின் அரசன்' என்று அழைக்கப்படுகிறது?" என்று நான் வாதிட்டேன்.

அவர் புன்னகைத்துவிட்டு, "நாம் இந்த விவாதத்தை விட்டுவிடலாம். நீ இன்று சுயம்வரத்தில் பங்கு கொள்ளாமல் இருப்பது நல்லது. குறைந்தபட்சம், நான் என்னுடைய வலது கால் கட்டைவிரலை உயர்த்திச் சமிக்கை செய்யும்வரை நீ விலகியே இரு," என்று கூறினார்.

எனவே நான் அந்தச் சமிக்கைக்காகக் காத்திருந்தேன். ஆனால் இறுதியில் என்னால் அந்த சுயம்வரத்தில் கலந்து கொள்ள முடியாமல் போய்விட்டது. கிருஷ்ணர் எனக்கு அந்தச் சமிக்கையைக் காட்டியதன் மூலம் எனக்குத் தவறிழைத்திருந்தாரா? அதற்கான விடையைக் கண்டுபிடிக்கத்தான் நான் அவருடைய வலது கால் கட்டைவிரல்மீது ஒரு கூர்மையான அம்பை எய்திருந்தேன். ஆனால் அந்தக் கட்டைவிரலில் காயத்திற்கான ஒரு வடுகூட இருக்கவில்லை. வேள்வியின்போது என்னால் அதைப் பார்க்க முடியவில்லை. இவ்வளவு குறுகிய காலத்தில் எப்படி அந்தக் காயம் ஆறியது? அதுவும், வடு ஏதும் ஏற்படுத்தாமல்?

கிருஷ்ணர் தொடர்பான அனைத்து நிகழ்வுகளும் ஒரு புரியாத புதிராகத்தான் இருந்தன. அப்புதிருக்குள் மூழ்கி முத்தெடுக்க விரும்பியவர்கள் அதன் ஆழத்தில் ஒரேயடியாகச் சிக்கிக் கிடக்கும் அளவுக்கு அது மிகவும் சிக்கலானதாக இருந்தது. வேள்வியின்போது அவர் நடந்து கொண்ட விதம் எல்லோருக்கும் திகைப்பூட்டியது, அவருடைய நோக்கத்தின்மீது எல்லோரும் சந்தேகம் கொள்ளும்படி செய்தது. திடீரென்று அவர் கூரையை முட்டும் அளவுக்கு உயரமாக வளர்ந்தார்; திடீரென்று, தன்னுடைய அத்தையின் மகனை இவ்வுலகத்திலிருந்து விரட்டியடித்தார்; பிறகு தன்னுடைய இயல்பான உயரத்திற்குத் திரும்பி அந்த அரியணைக்குச் சென்று மீண்டும் அதன்மீது அமர்ந்தார். இவை எல்லாமே மிகவும் குழப்பமூட்டுவனவாக இருந்தன. ஒரு தேர்ச்சக்கரம் எப்படித் தன்னுடைய அச்சாணியை மையமாகக் கொண்டு சுழலுமோ, என் மனம் அதேபோலக் கிருஷ்ணரைத் தொடர்ந்து சுற்றி வந்தது. இறுதியில், கிருஷ்ணர் ஓர் அமானுஷ சக்தி என்று என் மனம் முடிவு செய்தது.

தேரில் எனக்குப் பக்கத்தில் உட்கார்ந்திருந்த துரியோதனனிடம், "கிருஷ்ணரைப் பற்றி நீ என்ன நினைக்கிறாய்?" என்று நான் கேட்டேன்.

"கர்ணா, நீ புகழ்மிக்க ஒரு வீரன். ஆனாலும், அந்தத் தீய மந்திரவாதியின் மாயவலையில் நீ விழுந்துவிட்டாய்," என்று கூறிய துரியோதனனின் அடர்த்தியான புருவங்கள் உயர்ந்தன.

என்னை ஏதோ மின்னல் தாக்கியதுபோல, "மந்திரவாதியா?" என்று நான் உரத்தக் குரலில் கேட்டேன்.

"வேறு என்ன? வடிவத்தை மாற்றுவது, பல்வேறு இசைக்கருவிகளின் சத்தங்களை உருவாக்குவது போன்றவற்றையெல்லாம் ஒரு மந்திரவாதியைத் தவிர வேறு யாரால் செய்ய முடியும்?" அந்த அரங்கத்தில் நிகழ்ந்திருந்தது ஒரு சாதரணமான விஷயம் என்பதுபோல துரியோதனன் மிக இயல்பாகப் பேசினான்.

அவனுடைய இந்த எதிர்பாராத பதில் என்னை மேலும் குழப்பியது. என் வாழ்க்கை ஏகப்பட்டக் குழப்பங்களையும் மர்மங்களையும் மட்டுமே உள்ளடக்கிய ஒன்றாக இருக்கவிருந்ததா? எண்ணற்ற

எண்ணங்கள் தோன்றி என்னைக் குழப்பியதில் என் தலையே வெடித்துவிடும்போல இருந்தது. நான் என் இடது கையை உயர்த்தி என் தலையை அழுத்தினேன். என் கை என்னுடைய கிரீடத்தைத் தொட்டவுடன், நான் எல்லையில்லா ஆச்சரியம் அடைந்தேன். என் சொந்தக் கிரீடம் துரியோதனனின் தலையின்மீது இருந்ததை என்னால் தெளிவாகப் பார்க்க முடிந்தது. நான் அவசர அவசரமாக என்னுடைய கிரீடத்தைக் கழற்றி அதைப் பார்த்தேன். கிருஷ்ணர் அந்த அரங்கத்தின் மேற்கூரையளவுக்கு உயர்ந்தபோது அவருடைய தலையின்மீது இருந்த அதே கிரீடத்தின் துல்லியமான நகலாக என்னுடைய கிரீடம் இருந்ததை நான் கண்டேன். அது எப்படி என் தலைமீது வந்தது? அது எப்படிச் சாத்தியமானது? எல்லாமே எனக்கு எக்கச்சக்கமாகக் குழப்பமூட்டியது.

குதிரைகளை நான் இன்னும் ஓங்கி அடித்தேன். காற்றின் வேகத்தில் அவை எங்களை அஸ்தினாபுரத்தில் கொண்டு சேர்த்தன. கிருஷ்ணர்மீதான ஈர்ப்புடன் நான் அஸ்தினாபுரத்திலிருந்து புறப்பட்டுச் சென்றிருந்தேன், ஆனால் இப்போது, அவரைப் பற்றிய முடிவற்றக் கேள்விகளுடன் நான் திரும்பி வந்திருந்தேன். ஓர் அடிப்படைக் கேள்வி என் மனத்தைக் குடைந்தது: கிருஷ்ணரின் சக்கரம் ஏன் என்னை எதுவும் செய்யவில்லை? எதனாலும் துளைக்கப்பட முடியாத என்னுடைய கவசத்தாலா? அதுதான் ஒரே காரணமா? இரண்டாவது கேள்வி: கிருஷ்ணரின் உத்தரவைக் கேட்டவுடன் நான் எப்படிக் கீழ்ப்படிதலுள்ள ஒரு சேவகனைப்போல அந்த பலிபீடத்திற்குச் சென்றேன்? மூன்றாவது கேள்வி: கிருஷ்ணரின் கிரீடம் எப்போது, எப்படி என் தலையின்மீது இடம்பிடித்தது? யார் அதை அங்கே வைத்தார்கள்?

5

ராஜசூய வேள்விக்காக அனைத்து நாடுகளையும் வெற்றி கொள்ள வேண்டும் என்ற நிபந்தனையைப் பாண்டவர்கள் எவ்வாறு நிறைவேற்றியிருந்தனர் என்பதை அவர்களுடைய முதன்மை அமைச்சர் மிகத் தெளிவாக விளக்கியிருந்தார். பாண்டவர்கள் வெற்றி கொண்ட நாடுகளின் நீளமான பட்டியல் என் காதுகளில் எதிரொலித்தது. அவர்கள் பல பகுதிகளாகப் பிரித்துக் கொண்டு, ஒவ்வொரு பகுதியாக வெற்றி கொண்டு, அங்கிருந்து கொள்ளையடிக்கப்பட்ட அளப்பரிய தங்கம், வெள்ளி, நாணயங்கள், வைரம், மாணிக்கம், பவளம், முத்து, ரத்தினம், வைடூரியம், புஷ்பராகம், நீலக்கல் ஆகியவற்றைக் கொண்டுவந்து தங்களுடைய கருவூலத்தை நிரப்பினர். கால்நடைகளையும் அடிமைகளையும்கூட அவர்கள் கொண்டுவந்தனர். செல்வம்தான் எந்தவொரு நாட்டிற்குமான அடித்தளம். செல்வம் இல்லாமல் எந்தவொரு நாடாலும் செயல்பட முடியாது. ஏதோ காரணத்தால் அது செயல்பட்டால்கூட, அதனால் நீண்டகாலம் நிலைத்திருக்க முடியாது. அதனால்தான், நானும் திக்விஜயத்திற்கான ஒரு கொள்கையை வகுக்க வேண்டும் என்று இந்திரப்பிரஸ்தத்தில் வைத்து நான் தீர்மானித்தேன். பாண்டவர்கள் பகுதிவாரியாக உலகை வென்றிருந்தனர், ஆனால் நான் தனியொருவனாக எல்லாத் திசைகளையும் எனக்கு அடிபணிய வைக்க

வேண்டும் என்று நான் உறுதி பூண்டேன்.

நான் எத்தனை அரசர்களைத் தோற்கடிக்க வேண்டியிருக்கும், அவர்கள் எவ்வளவு செழிப்பாக இருந்தனர், திக்விஜயத்தைத் துவக்குவதற்கு உகந்த நேரம் எது ஆகியவற்றைப் பற்றி நான் தீவிரமாகவும் ஆழமாகவும் சிந்தித்தேன்.

நான் கிழக்குப் பகுதியிலிருந்து துவக்க விரும்பினேன். அஸ்தினாபுரத்திற்குக் கிழக்கே சக்திவாய்ந்த இரண்டு நாடுகள் இருந்தன. மன்னர் துருபதனின் பாஞ்சால நாடும், மன்னர் ஜராசந்தனின் மகத நாடும்தான் அவை. மேலும், கோசலம், அயோத்தி, காசி, விதேகம், வத்சம், குந்தலம், புண்டரம், உத்கலம், அங்கம், வங்கம் மற்றும் பிற நாடுகளும் அப்பகுதியில் இருந்தன.

தெற்கில் கிருஷ்ணரின் மதுரா வலிமையானதாக இருந்தது. அது சூரசேனனின் நாடு என்றும் அழைக்கப்பட்டது. மேலும், சால்வம், சேதி, குருசம், தர்சாணம், அவந்தி, நிஷாதம், மேகலம், தெற்குக் கோசலம், வைணிகம், விதர்பம், மகாரதம், ஆனர்தம், மத்சயம், மற்றும் பிற நாடுகள் இருந்தன. ஆனர்தத்திற்கு அருகே மேற்குக் கடற்கரையோரமாக துவாரகை என்ற ஒரு புதிய நாடும் அமைந்திருந்தது.

மேற்கில் இரண்டு வலிமையான நாடுகள் இருந்தன. முதலாவது, அரசர் சல்லியன் ஆண்டு கொண்டிருந்த மத்ரம். இரண்டாவது, பாகுலிகம். அவற்றைத் தவிர, வாததானம், சௌபீரம், சிந்து, பஞ்சநாதம், அம்பஸ்தம், திரிகர்தம், கேகயம், சிபி, காம்போஜம், காந்தாரம் ஆகிய நாடுகள் அமைந்திருந்தன. திக்விஜயத்திற்குப் புறப்படுகின்ற எந்தவோர் அரசனுக்கும் மேற்குத் திசையில் இருந்த நாடுகள்தாம் மிக வலிமையான எதிரி நாடுகளாக இருந்தன.

வடக்கில் குலிந்தம், ராட்சஸம், தங்கணம், க்ஷம், கிராதம் ஆகிய நாடுகள் அமைந்திருந்தன.

நான் இவற்றின்மீது எவ்வளவு வேகமாகப் படையெடுத்துச் சென்றாலும், இவற்றை எனக்கு அடிபணிய வைப்பதற்குக் குறைந்தபட்சம் ஆறு மாதங்களாவது ஆகும்.

நான் ஒரு விஷயத்தைக் கண்டிப்பான ஒழுங்குடன் கடைபிடிக்க வேண்டியிருந்தது. நான் எவ்வளவு அதிக வலிமையானவனாக ஆனாலும், மதுராவின்மீதும் துவாரகையின்மீதும் நான் ஒருபோதும் படையெடுக்கக்கூடாது. என்னுடைய இந்தத் தீர்மானத்தை இவ்வுலகம் எப்படி அர்த்தப்படுத்திக் கொண்டாலும் அதைப் பற்றி நான் கவலைப்படப் போவதில்லை என்று நான் தீர்மானித்தேன்.

6

நாங்கள் அஸ்தினாபுரத்திற்குப் பாதுகாப்பாக வந்து சேர்ந்தோம், ஆனால் துரியோதனனின் மனத்தில் சூறாவளி வீசிக் கொண்டிருந்தது. அவன் அடிக்கடி நடு இரவில் திடீரென்று விழித்துக் கொண்டு, தன் படுக்கைக்கு அருகே இருந்த தன்னுடைய கதாயுதத்தைத் தூக்கித் தன் தோள்மீது வைத்துக் கொண்டு, “நான் இனி ஒரு கணம்கூட இந்திரப்பிரஸ்தத்தில் இருக்கப் போவதில்லை,” என்று

முணுமுணுத்துவிட்டு அரண்மனையைவிட்டு வெளியே ஓட முயற்சித்தான். இளவரசி பானுமதி, கொதித்துக் கொண்டிருந்த அவனுடைய நெற்றியின்மீது குளிர்ந்த நீரைத் தெளித்து, அவனுடைய தோள்களை பலமாக உலுக்கி, அவன் அஸ்தினாபுரத்தில் இருந்தான் என்று அவனுக்கு மீண்டும் மீண்டும் வலியுறுத்தினார். அவன் தன்னிலைக்குத் திரும்பி வந்தவுடன், தன்னுடைய கைகளைத் தன் முதுகிற்குப் பின்னால் கட்டிக் கொண்டு, ஒரு குகையில் உள்ள ஒரு சிங்கத்தைப்போல அந்த அறையில் குறுக்கும் நெடுக்குமாக நடந்தான். சில சமயங்களில், என்னை அழைத்து வரும்படி நள்ளிரவில் பிரபஞ்சனன் மூலம் அவன் எனக்குச் சொல்லியனுப்பினான்.

நான் அவனுக்கு அருகில் வந்தபோது அவனுடைய விரல்கள் மேலும் இறுகின. அவன் அனைத்து வகையான கேள்விகளையும் கேட்டு என்னைச் சித்தரவதை செய்தான்.

"கர்ணா, பாண்டவர்களின் வேள்வியில் பலி கொடுக்கப்படவிருந்த விலங்குகளை எண்ணிவிட்டு நான் இன்னும் உயிரோடு இருக்கிறேன் என்பதே எனக்கு ஆச்சரியமாக இருக்கிறது. மரணத்தைப்போலவே கொடூரமான இச்சம்பவங்களை ஒவ்வொரு கணமும் என் இதயத்தில் தாங்கிக் கொள்ளுவதற்கு பதிலாக, நான் ஏன் அவர்கள் ஐவரையும் ஒரேயடியாகத் தீர்த்துக் கட்டக்கூடாது? ஒன்றை நினைத்துப் பார். மரியாதைக்குரிய என் தந்தை தன்னுடைய பார்வையின்மையால் ஏளனத்திற்கு ஆளானார். அதுவும், அற்பப் பெண் ஒருத்தி அவரை இழிவுபடுத்தியிருந்தாள். அத்தகைய சுடுசொற்களை அள்ளி வீசிய அவளுடைய நாக்கை அறுத்தெறிந்து, நச்சுத்தன்மை கொண்ட அவளுடைய பற்களை என்னால் உடைத்து நொறுக்க முடிந்தால் நான் எவ்வளவு திருப்தியடைவேன் தெரியுமா? அவளுடைய பற்களை என்னால் உடைக்க முடியாவிட்டால், நான் ஏன் ஒரு கௌரவனாக வாழ்ந்து கொண்டிருக்கிறேன்? எந்த நோக்கத்திற்காக நான் வாழ்ந்து கொண்டிருக்கிறேன்? சொல், கர்ணா!"

நான் அவனுடைய தோள்மீது கை வைத்து அவனை சமாதானப்படுத்த முயன்றேன். அது ஓரளவுக்கு உதவியது. ஆனால், அவன் மேலோட்டமாக அமைதியாக இருந்தான். வெளியே எந்த அறிகுறியும் தெரியாதபடி உள்ளூர அவன் ஒரு சூறாவளியை எதிர்த்துப் போராடிக் கொண்டிருந்தான். ஒரு முறை அவன் திடீரென்று என்னுடைய கையைப் பிடித்துக் கொண்டு, வெளியே சிறிது நடந்துவிட்டு வரலாம் என்று என்னிடம் கூறினான். அவனுடைய மனத்தை வேதனைப்படுத்தாமல் இருப்பதற்காக அதற்கு நான் சம்மதித்தேன். அவன் என்னை நேராக அரசவையிலிருந்த அரியணைக்கு அழைத்துச் சென்றான். நான் அக்கணம்வரை அந்த அரியணைக்கு அவ்வளவு அருகில் ஒருபோதும் சென்றிருக்கவில்லை. அந்த அரியணைக்குப் பின்னால், தீப்பந்தங்களின் ஒளியில் மென்மையாக ஒளிர்ந்து கொண்டிருந்த சூரியனின் பொன்னுருவத்தைச் சுட்டிக்காட்டிய துரியோதனன், "கர்ணா, நீ என்மீது உண்மையிலேயே அக்கறையுள்ளவனாக இருந்தால், நீ என்னை ஒருபோதும் கைவிட மாட்டாய் என்று சூரிய வம்சத்தின் இந்தச் சின்னத்தின் முன்னால் எனக்கு வாக்குக் கொடு. கர்ணா, எனக்கென்று யாருமின்றி நான் தன்னந்தனியாக இருப்பதுபோல நான்

உணருகிறேன்," என்று கூறினான்.

"இப்படிப்பட்ட ஒரு வாக்குறுதிக்கான தேவையை இதற்கு முன்பு எப்போதாவது நீ உணர்ந்ததுண்டா?" என்று நான் கேட்டேன்.

"இன்று அத்தகைய உணர்வு எனக்கு ஏற்பட்டுள்ளது. எனக்கு அறிவுரை எதுவும் தேவையில்லை. கசப்பான உண்மைகளையும் நான் கேட்க விரும்பவில்லை. என்னுடனான உன்னுடைய நட்பு என்றென்றும் நிரந்தரமானதாக இருக்கும் என்ற புனிதமான வாக்குறுதி ஒன்றை மட்டுமே உன்னிடமிருந்து நான் விரும்புகிறேன்."

"அதுதான் உனக்கு ஆறுதலளிக்கும் என்றால், நான் அந்த வாக்குறுதியை உனக்குக் கொடுக்கிறேன்," என்று கூறி, நான் அவனுடைய உள்ளங்கையின்மீது என் கையை வைத்தேன். அக்கணத்தில், அருகிலிருந்த ஒரு கற்தூணின்மீது ஏற்றி வைக்கப்பட்டிருந்த ஒரு தீப்பந்தத்திலிருந்து ஒரு நெருப்புப் பொறி உதிர்ந்து என் கையின்மீது விழுந்தது. ஆனால் என்னுடைய கவசம் எனக்கு எந்தக் காயமும் ஏற்படாமல் பார்த்துக் கொண்டது.

7

எனக்கு வாய்ப்புக் கிடைத்தபோதெல்லாம், அவனுடைய வாழ்வில் நிகழ்ந்திருந்த இனிமையற்ற சம்பவங்கள் அனைத்தையும் மறந்துவிடும்படி நான் துரியோதனனுக்கு அறிவுறுத்தினேன். மறப்பதற்கான திறன் ஓர் அரிய பண்புநலன். அதை எல்லோராலும் சுலபமாகக் கைவசப்படுத்த முடிவதில்லை. கடந்தகாலக் கோபங்களையும் வெறுப்பையும் ஏமாற்றங்களையும் அவன் மறந்துவிட வேண்டும் என்று நான் விரும்பினேன். ஆனால் என் சொந்த வாழ்வில் அதை என்னால் செய்ய முடியவில்லை. காயப்பட்டிருக்கும் ஒருவன் தன்னுடைய காயங்களை கவனித்துக் கொண்டே இன்னொருவனுடைய காயத்திற்கு மருந்து போடுவதை என்னுடைய முயற்சிகள் ஒத்திருந்தன. ஆனால் நான் அதைச் செய்தாக வேண்டியிருந்தது. சில சமயங்களில், ஒருவருக்கு அதைத் தவிர வேறு வழி இருப்பதில்லை.

"நான் ஒரு தேரோட்டியின் மனைவியாக இருக்க ஒருபோதும் ஒப்புக் கொள்ள மாட்டேன்." அந்த அழகான, ஆனால் ஆணவக்காரப் பெண், முன்பொரு சமயத்தில் என்னை நோக்கி அள்ளி வீசியிருந்த அந்தக் கொடிய வார்த்தைகள், தாங்கிக் கொள்ளப்பட முடியாத வேதனையை என் இதயத்தில் ஏற்படுத்தியிருந்தன. நான் இப்போது ஒரு குடும்பஸ்தனாக மகிழ்ச்சியாக வாழ்ந்து கொண்டிருந்தேன். இரண்டு அழகான மனைவியரின் கணவனாகவும் ஏழு மகன்களின் தந்தையாகவும் என் வாழ்க்கை இனிமையாகப் போய்க் கொண்டிருந்தது. ஆனாலும், திரௌபதியின் நினைவு, இதயத்தில் அம்பு குத்திக் காயப்பட்டுள்ள ஒரு மானின் அலறலைப்போல மிகத் தீவிரமாக என் இதயத்தைத் துளைத்தது. நினைவுகள்! நினைவு என்பது நறுமணங்கள் நிறைந்த ஒரு பாத்திரம் என்றோ அல்லது ஒரு மயிலிறகு என்றோ நினைக்கின்றவர்கள், ஒரு பெண்ணால் அவமானப்படுத்தப்பட்ட ஒரு வீரனுக்கு நினைவுகள் என்பவை ஒரு பாலைவனத்தின் கொதிக்கும்

மணற்துகள்கள் என்பதை எப்படிப் புரிந்து கொள்ளுவர்? அந்தப் பாலைவனத்திலிருந்து பழியுணர்வு எனும் வெப்ப அலைகள் மட்டுமே எழும். ஒழுங்கு, பெருந்தன்மை, மன்னித்தல் போன்ற மென்மையான விதைகள் அந்த வெப்ப அலைகளில் வாடிக் கருகிவிடும்.

இருபத்தைந்து ஆண்டுகள் கடந்திருந்தன. காலம் எல்லாத் துயரங்களையும் ஆற்றிவிடும் என்று நான் கேள்விப்பட்டிருக்கிறேன். ஆனால் என்னுடைய அனுபவம் வேறு மாதிரியாக இருந்தது. "நான் ஒரு சத்திரியனாகப் பிறந்திருந்தால் என்ன நிகழ்ந்திருக்கும்?" என்ற ஒரே ஓர் எண்ணம்தான் இந்த இருபத்தைந்து ஆண்டுகளாக என் மனத்தை ஆட்கொண்டு வந்திருந்தது. நான் ஒரு சத்திரியனாகப் பிறந்திருந்தால் என் வாழ்க்கை எப்படி மாறியிருந்திருக்கும்? நான் இளவரசன் துரியோதனனைப்போலவோ, சகுனி மாமாவைப்போலவோ அல்லது சிசுபாலனைப்போலவோ ஆகியிருப்பேனா? அவர்கள் எல்லோரும் சத்திரியர்கள். நான் அவர்களைப்போல இருப்பதை நான் விரும்பியிருப்பேனா? இக்கேள்விகளும் இவற்றை ஒத்தப் பிற கேள்விகளும் என்னுள் எழுந்து கொண்டே இருந்தன. ஆனால் இவை எதற்கும் எந்தவொரு திருப்திகரமான பதிலும் இதுவரை எனக்குக் கிடைக்கவில்லை.

என்னுடைய வாழ்க்கையும் துரியோதனனின் வாழ்க்கையும் நாளுக்கு நாளும் நிமிடத்திற்கு நிமிடமும் மேன்மேலும் அதிகமாகப் பின்னிப் பிணைந்து கொண்டிருந்தன. எங்கள் இருவரில் யார் யாருக்கு ஆதரவாக இருப்பார்கள் என்பதுதான் முக்கியக் கேள்வியாக இருந்தது. என்ன ஆனாலும் சரி, துரியோதனனுக்கு உதவுவது என்னுடைய கடமையாக இருந்தது.

அவனை மகிழ்ச்சியாக வைத்திருப்பதற்கு சில பொழுதுபோக்கு நடவடிக்கைகள் தேவையாக இருந்தன. எனவே, வேட்டையாடுதல், தேர்ப் பந்தயங்கள், சூதாட்டம், மற்றும் இவை போன்ற பிற நடவடிக்கைகளில் நாங்கள் ஈடுபட்டோம். சூதாட்டத்தை மட்டும் நான் வெறுத்தேன். ஆனால் சகுனி மாமா சூதாட்டக் கலையில் வல்லவராகத் திகழ்ந்தார். மாமனும் மருமகனும் மணிக்கணக்கில் பகடைகளை உருட்டி விளையாடினர். சலிப்பூட்டும் அந்த விளையாட்டும் அதன் அவலட்சணமான காய்களும் எனக்குப் பிடிக்கவுமில்லை, அதிலிருந்து எனக்கு எந்த மகிழ்ச்சியும் கிடைக்கவுமில்லை.

துரியோதனனின் கோரிக்கையின் பேரில் நான் அவனுக்குப் பின்னால் உட்கார்ந்து, எந்த ஈடுபாடும் இன்றி வெறுமனே அந்த விளையாட்டைப் பார்த்துக் கொண்டிருப்பேன். இரண்டு செங்குத்துப் பட்டைகளையும், இரண்டு கிடைநிலைப் பட்டைகளையும், எண்ணற்றக் கட்டங்களையும் கொண்ட அந்தச் சொக்கட்டான் பலகையைப் பார்த்தபோது, என்னுடைய சொந்த வாழ்க்கையும் சிறிதளவு அதுபோலத்தான் இருந்தது என்பதை நான் உணர்ந்தேன். வாக்குறுதிகள், இகழ்ச்சிகள், அவமானங்கள் ஆகியவற்றை அந்தக் கட்டங்கள் பிரதிநுதப்படுத்தியதாக எனக்குத் தோன்றியது.

ஒரு முறை, துரியோதனனும் சகுனி மாமாவும் சொக்கட்டான் விளையாடிக் கொண்டிருந்தபோது, துரியோதனன் தன்னுடைய பணயங்கள் அனைத்தையும் இழந்துவிட்டிருந்ததை நான் கவனித்தேன்.

அன்று அவனுடைய சோழிகள் அவன் நினைத்தபடி உருளவில்லை. எல்லாமே சகுனி மாமாவுக்கு சாதகமாக வந்தது. துரியோதனன் தன்மீது கோபம் கொண்டு அந்த விளையாட்டுப் பலகையைத் தூக்கி வெளியே வீசிவிட்டான்,

சகுனி மாமா புன்னகைத்துக் கொண்டே, "பைத்தியக்காரா, பலகையை வெளியே வீசி எறியாதே. நீ விரும்பினால், இதே பலகையைக் கொண்டு அந்தப் பாண்டவர்களை உன்னால் தூள்தூளாக்கிவிட முடியும்," என்று கூறினார்.

"அது எப்படிச் சாத்தியப்படும்? இரண்டு முழத் துணியும் ஐந்து மலிவான சோழிகளும் எப்படி அந்த மலை போன்ற பீமனைத் தூள்தூளாக்கும்?"

சகுனி மாமா தன்னுடைய கண்களைக் குறுக்கிக் கொண்டு, தன்னுடய கருந்தாடியைத் தன் இடது கையின் மெல்லிய விரல்களால் நீவிக் கொண்டே சிறிது யோசித்துவிட்டு, "ஒரு சிறிய அங்குசம் எப்படி ஒரு மலை போன்ற யானையின் நடத்தையைக் கட்டுப்படுத்துகிறது? இந்த ஐந்து சோழிகளைக் கொண்டு அந்தப் பாண்டவர்கள் ஐவரையும் நான் அதேபோலக் கட்டுப்படுத்துவேன்," என்று பதிலளித்தார்.

சகுனி மாமாவின் மனத்தைப் புரிந்து கொள்ள முடியாத துரியோதனன், "மாமா, நீங்கள் ஒரு பெரிய அறிவாளி என்று இந்நாள்வரை நான் நினைத்து வந்துள்ளேன். ஆனால் இன்று உங்கள் அறிவின்மீது எனக்கு உண்மையிலேயே சந்தேகம் எழுந்துள்ளது," என்று கூறினான்.

"ஒரு குழப்பமான மனம் எல்லா இடங்களிலும் குழப்பத்தையே காணும். அதுதான் உன்னுடைய பிரச்சனை. சிந்திக்கும் திறனை நீ இழந்துவிட்டாய். திரௌபதி உனக்கு இழைத்த அவமானம் இன்னும் உன்னைச் சித்தரவதை செய்து கொண்டிருப்பதால் நீ உன் தூக்கத்தை இழந்து தவிக்கிறாய். அதனால்தான் நீ இப்படிப் பேசுகிறாய்," என்று சகுனி மாமா கூறினார். அவருடைய ஒவ்வொரு வார்த்தையும் இதயத்தில் ஈட்டிபோலப் பாய்ந்தது.

"மாமா, நான் அப்படியென்ன தவறாகக் கூறிவிட்டேன்? மலையளவு வலிமை படைத்த அந்தப் பாண்டவர்களை இந்தச் சொக்கட்டான் பலகையின் நான்கு துணித்துண்டுகளைக் கொண்டு சுருட்டிவிடலாம் என்று நீங்கள் நினைத்துக் கொண்டிருக்கிறீர்கள். சாத்தியமற்ற ஒரு கனவு அது."

"பாண்டவர்களை மட்டுமல்ல, அவர்களுடைய அன்புக்குரிய திரௌபதியையும் ராஜமாதா குந்தி தேவியையும்கூட இந்த நான்கு துணித்துண்டுகளைக் கொண்டு என்னால் சுருட்டிவிட முடியும். துணிகரமான கனவுகளைக் கண்டு, அவற்றை நனவாக்க முயற்சிக்கின்றவர்கள் மட்டுமே உண்மையான துணிச்சல்காரர்கள்."

"ஆனால் இது எப்படிச் சாத்தியமாகும்? கனவுக்கும் யதார்த்தத்திற்கும் இடையே மலையளவு வேறுபாடு இருக்கிறது. ஒரு துணிச்சல்காரனின் அத்தனைக் கனவுகளும் மெய்யாகும் என்று கூறுகின்ற எதுவும் இல்லை."

"நீ நிச்சயமாக ஓர் இளவரசன்தான். ஆனால் ஓர் அரசனாக இருப்பதற்கு ஒருவனிடம் இருக்க வேண்டிய, மனிதர்களின் உளவியலைப்

பற்றிய உள்நோக்கு உன்னிடம் இல்லை. அப்படி இருந்திருந்தால், ஓர் அறிவாளி எந்த விஷயத்திற்கு அடிமையாகியிருக்கிறானோ, அந்த விஷயத்தைக் கண்டுபிடித்து, அதைக் கொண்டே அவனுடைய வாழ்க்கையை முற்றிலுமாகச் சீரழிப்பது சாத்தியம்தான் என்பதை முதலில் ஒப்புக் கொண்டவன் நீயாகத்தான் இருந்திருப்பாய்."

"அடிமைத்தனமா? நீங்கள் யாரை மனத்தில் வைத்துப் பேசிக் கொண்டிருக்கிறீர்கள்? அவன் எந்த விஷயத்திற்கு அடிமையாகியிருக்கிறான்?"

"இளவரசன் தருமன் ஒரு சூதாட்ட அடிமை."

"அதைப் பற்றி நமக்கு என்ன அக்கறை?"

"ஒரு முறை...ஒரே ஒரு முறை என்னோடு சூதாட உன்னால் அவனை ஒப்புக் கொள்ள வைக்க முடிந்தால்...நீ எந்த அளவு விரக்தியடைந்து சற்று முன் அந்தச் சொக்கட்டான் பலகையைத் தூக்கி வீசி எறிந்தாயோ, அதைவிட அதிகமாக தருமனை என்னால் விரக்தி கொள்ளச் செய்ய முடியும்."

"மாமா, நீங்கள் என்னவெல்லாமோ கூறுகிறீர்கள், ஆனால் எதுவும் எனக்குப் புரியவில்லை. தருமன் அவ்வளவு முட்டாள் அல்லன். அவன் மீண்டும் ஒருபோதும் அஸ்தினாபுரத்தில் அடியெடுத்து வைக்க மாட்டான்."

"அவனாக இங்கு வர மாட்டான் என்பது உண்மைதான். அவனை இங்கு வரவழைப்பதில்தான் சூழ்ச்சி அடங்கியுள்ளது. குழிகளுக்குள் பதுங்கியிருக்கின்ற பாம்புகளை அவ்வளவு சுலபமாக வெளியே வரவழைக்க முடியாது. அந்தக் குழிகளுக்குள் புகைமூட்டம் போட்டுத்தான் அவற்றை வெளியே கொண்டுவர வேண்டும்."

"தருமனை நீங்கள் எப்படி மூட்டம் போட்டு வெளியே கொண்டு வருவதாக இருக்கிறீர்கள்?"

"ஒரு வேள்வியின் புகையைக் கொண்டுதான்! அவன் எந்தவொரு சாதாரணக் காரணத்திற்காகவும் இங்கே வர மாட்டான், ஆனால் தர்மத்திற்காக அவன் நிச்சயமாக வருவான். அவனுடைய பெயர் தருமன் என்பதை நீ மறந்துவிட்டாயா?"

துரியோதனன் தன் புருவங்களை நெறித்துக் கொண்டு, "வேள்வியா?" என்று கேட்டான்.

மாமா தன்னுடைய உள்ளங்கையில் சோழிகளைக் குலுக்கியபடியே, "ஆமாம், வேள்விதான். அது ராஜசூய வேள்வியைவிட அதிக பிரம்மாண்டமான வேள்வியாக இருக்க வேண்டும். அமைச்சர் விருசவர்மனை உடனே இங்கு வரவழைத்து, இன்றே அழைப்பிதழ்களை அனுப்ப உத்தரவிடு," என்று பதிலளித்தார். அவருடைய கையிலிருந்த சோழிகள், இறந்துவிட்ட ஒரு மனிதனின் அச்சுறுத்தும் கண்களைப்போல எனக்குத் தோன்றின. சகுனி மாமா கூறிய விஷயங்களில் கண்ணியத்திற்கான எந்த அறிகுறியும் இருக்கவில்லை. நான் அவர்களுடைய உரையாடலைக் கூர்ந்து கவனித்தேன், ஆனால் மாமாவின் யோசனைகளில் கேவலமான அரசியல் நெடி வீசியதை நான் உணர்ந்தேன். எனவே, நான் அவரை எதிர்த்து, "மாமா, எல்லோரும் உங்களை சுபல நாட்டின் அரசர் என்று அழைக்கின்றனர். போர்க்களத்தில் வாளேந்திச் சண்டையிட்டு எதிரிகளை மண்டியிடச்

செய்கின்ற இந்தக் கையை, சோழிகளை வீசிப் பாண்டவர்களின் கழுத்துக்களை ஒரு கயிற்றால் இறுக்கப் பயன்படுத்தப் போகிறீர்களா? அது உங்கள் தகுதிக்கு ஏற்றக் காரியமாக எனக்குத் தோன்றவில்லை," என்று கூறினேன்.

"கர்ணா, அரசியலைப் பற்றி உனக்கு எதுவும் தெரியாது. ஒருவனுடைய கைகளின் வலிமையைக் கொண்டோ அல்லது பெருந்தன்மையான மனத்தைக் கொண்டோ அரசியல் விளையாட்டு விளையாடப்படுவதில்லை. அதற்கு மூளையைப் பயன்படுத்த வேண்டும். உன்னைப் போன்ற ஓர் எளிய மனிதன் ஒரு கோடரியை வைத்துக் கொண்டு ஒரு பெரிய காட்டைத் தரைமட்டமாக்குவதற்கு ஒரு பைத்தியக்காரனைப்போலத் தன் வாழ்நாள் முழுவதையும் செலவிட்டுக் கொண்டிருப்பான். ஆனால், என்னைப் போன்ற ஒருவன் ஒருசிறு தீப்பொறியைக் கொண்டு அந்தக் காட்டை எரித்துச் சாம்பலாக்கிவிடுவான்," என்று கூறிய மாமா, துரியோதனனைப் பார்த்து, "எட்டுத் திசைகளின் பெயரில் இப்போது எட்டு விழுவதைப் பார்," என்று கூறிவிட்டுத் தன் சோழிகளை வீசினார். அவை அவருடைய கணிப்பின்படியே விழுந்தன. அவர் உற்சாகமாகத் துள்ளிக் குதித்து, "பார்! எட்டு விழுந்துள்ளது!" என்று கத்தினார்.

அவருடைய கடுமையான குரல் என் முதுகெலும்பைச் சில்லிடச் செய்தது. மாமா ஒரு மாபெரும் வீரரா அல்லது ஒரு சாதுரியமான சூதாடியா?

நான் எழுந்து வெளியே போய்விட்டேன். நான் என் வாழ்வில் பல வகையான மனிதர்களைப் பார்த்திருந்தேன், ஆனால் சகுனி மாமா ஒரு தனி ரகமாக இருந்தார். நான் தீவிரமாக யோசித்தபடி விருசாலியின் மாளிகையை நோக்கிச் சென்றேன். நான் உள்ளே நுழைந்தவுடனேயே விருசசேனனும் சுசேனனும் ஓடி வந்து என்னுடைய கால்களைக் கட்டிக் கொண்டனர். கடைக்குட்டியான விருசகேதன் தன் மழலைக் குரலில், "அப்-ப்-பா!" என்று அழைத்துக் கொண்டு என்னை நோக்கித் தள்ளாடி நடந்து வந்தான். அவர்கள் மூவரையும் பார்த்தவுடன் சகுனி மாமாவையும் அரசியலையும் நான் மறந்துவிட்டேன்.

8

வேள்விக்கான அழைப்பிதழை முதன்மை அமைச்சரே என்னிடம் கொண்டுவந்து கொடுத்தார். அவர் என் அரண்மனைக்கு அதற்கு முன்பு ஒருபோதும் வந்ததில்லை. எனவே, அவருடைய வருகை எனக்கு வியப்பூட்டியது. அந்த அழைப்பிதழில், "அங்க நாட்டு அரசரே, மங்கலகரமான கிருஷ்ண சதுர்தசி நாளன்று வேள்வி நடைபெறும்," என்று குறிப்பிடப்பட்டிருந்தது.

"கிருஷ்ண சதுர்தசியா? இளவரசர் துரியோதனன் அமாவாசையைத் தலையில் வைத்துக் கொண்டு அந்த வேள்வியை நடத்தப் போகிறாரா?" என்று நான் அமைச்சரிடம் கேட்டேன்.

"ஆமாம். சகுனி மாமாதான் அந்த நாளைத் தேர்ந்தெடுத்துள்ளார். அதை யாராலும் மாற்ற முடியாது."

"சகுனி மாமாவா? சரி, அந்த வேள்வியின் நாயகன் யார்?"

"அதுவும் சகுதி மாமாதான். எல்லாச் சடங்குகளும் அர்ப்பணிப்போடு ஒழுங்காக மேற்கொள்ளப்படுவதை உறுதி செய்வதற்காக, வேள்வி நாளன்று பிரம்ம முகூர்த்த நேரத்தில் நீங்கள் கங்கைக்குச் சென்று சூரிய பகவானுக்கு நீராஞ்சலி செய்ய வேண்டும் என்று மன்னர் திருதராஷ்டிரர் உங்களைக் கேட்டுக் கொண்டுள்ளார். இதை உங்களிடம் நேரில் சொல்லுவதற்காகவே நான் இங்கு வந்துள்ளேன்," என்று கூறிவிட்டு அவர் அங்கிருந்து புறப்படவிருந்தபோது, அவரைத் தேடிக் கொண்டு ஒரு சேவகன் உள்ளே நுழைந்தான். ஒரு பட்டுத் துணியால் மூடப்பட்ட ஒரு பெரிய தங்கத் தாம்பாளத்தை அவன் ஏந்தியிருந்தான். அவன் பணிந்து வணங்கிவிட்டு, அருகிலிருந்த ஒரு முக்காலியின்மீது அதை வைத்தான்.

விருசவர்மன் தன் புருவங்களை உயர்த்தி, "என்ன இது?" என்று அவனிடம் கேட்டார்.

"இந்திரப்பிரஸ்தத்திலிருந்து ஒரு தூதுவன் இந்தத் தாம்பாளத்தைக் கொண்டு வந்திருக்கிறான். விருந்தினர் மாளிகைக்கு வெளியே அவன் காத்துக் கொண்டிருக்கிறான்."

விருசவர்மன் அந்தப் பட்டுத் துணியை அகற்றினார். அந்தத் தாம்பாளத்தில் ஒரு தங்கக் கிரீடமும் ஒரு தங்கக் கதாயுதமும் இருந்தன.

அவை இரண்டும் துரியோதனனுடையவை. அவற்றைப் பார்த்தவுடன், என் மனத்தில் ஏகப்பட்ட நினைவுகள் முளைத்தன. துரியோதனன் அந்தக் குளத்திற்குள் விழுந்தது! அக்குளத்தை மூடியிருந்த மாயக் கோலம்! "ஒரு குருட்டுத் தந்தையின் மகனும் குருடனாகத்தான் பிறப்பான்"! இவை அனைத்தும் என் கண்களுக்கு முன்னால் தாண்டவமாடின.

"முதன்மை அமைச்சரே, இளவரசர் துரியோதனின் அலமாரியில் உள்ள ஆடைகளில் இருப்பதிலேயே மிகப் பெரிய ஆடையையும் மிகப் பெரிய அங்கவஸ்திரத்தையும் எடுத்து வந்து, அவற்றை இதே தாம்பாளத்தில் வைத்து இந்திரப்பிரஸ்தத்திற்கு அனுப்புங்கள்," என்று நான் விருசவர்மனுக்கு அறிவுறுத்தினேன். அந்தக் காட்டான் பீமனின் ஆடையையும் அங்கவஸ்திரத்தையும் திருப்பி அனுப்புவதற்கு இதைவிடப் பொருத்தமான தாம்பாளம் வேறு என்ன இருக்க முடியும்?

சற்று முன் வந்த சேவகன் அந்தத் தட்டை எடுத்துக் கொண்டு அமைச்சரைப் பின்தொடர்ந்தான். அந்தக் கிரீடத்தைப் பார்த்தவுடன், என் கவுதாரி மனம் தன்னுடைய நினைவுக் கொண்டையைக் கொத்தத் தொடங்கியது.

சிசுபாலன் சிரச்சேதம் செய்யப்பட்ட நாளன்று நான் என்னுடைய கிரீடத்தை துரியோதனனின் தலையின்மீது வைத்திருந்தேன், ஆனால் நான் அஸ்தினாபுரத்திற்குத் திரும்பி வந்தபோது என்னுடைய தலையின்மீதும் ஒரு கிரீடம் இருந்தது. யார் அதை என் தலைமீது வைத்தார்கள்? ஏன்? அந்தக் கிரீடம் ஏன் துல்லியமாகக் கிருஷ்ணரின் கிரீடத்தைப்போலவே இருந்தது? இக்கேள்விகளுக்கான விடைகள் ஒருபோதும் எனக்குக் கிடைக்கவில்லை.

நான் ஆபரண அறைக்குச் சென்று, அங்கு பத்திரமாக வைக்கப்பட்டிருந்த அந்தக் கிரீடத்தை எடுத்தேன். பிறகு, அதன்மீது

இருந்த தூசித் துகள்களை நான் என்னுடைய அங்கவஸ்திரத்தைக் கொண்டு மெதுவாகத் துடைத்தேன். நான் அதன் வேலைப்பாடுகள்மீது என் கையை ஓடவிட்டபோது, இனம் புரியாத ஒரு வேதனை என் உடல் நெடுகிலும் பரவியது. என்னை மரத்துப் போகச் செய்யக்கூடிய அளவுக்கு இந்தக் கிரீடத்தில் அப்படி என்னதான் ரகசியம் இருந்தது? பல விதமான கேள்விகள் என் தலையை ஆக்கிரமித்தன, ஆனால் அவற்றுக்கு எந்த பதிலும் எனக்குத் தோன்றவில்லை. மர்மங்கள் நிறைந்ததுதானே வாழ்க்கை! யாருடைய வாழ்க்கையிலும் மர்மங்களுக்குக் குறைச்சலே இருப்பதில்லை. ஆனால் ஓரிரு மர்மங்கள் நமக்கு உண்மையிலேயே முக்கியமானவையாகத் தோன்றுகின்றன. அவை நம் மனத்தை அலைக்கழிக்கின்றன. எனவே, நாம் அவற்றுக்கான அர்த்தத்தைக் கண்டுபிடிக்கத் துடிக்கிறோம்.

நான் அந்தக் கிரீடத்தை மீண்டும் பத்திரமாக ஓரிடத்தில் வைத்தேன். இம்முறை, பார்வைக்குத் தென்படாத ஓர் இடத்தில் அதை வைத்துவிட்டு, நான் அந்த ஆபரண அறையைவிட்டு வெளியே வந்து அதன் கதவை மூடினேன்.

9

துரியோதனன் அந்த வேள்விக்கான ஏற்பாடுகளைச் செய்யத் தொடங்கினான். வேள்விக்குத் தேவையான பொருட்களைச் சேகரித்து வருவதற்காக அஸ்தினாபுரத்தைச் சேர்ந்த பணியாளர்கள் அண்டை நாடுகளுக்குச் சென்றனர். ஆனால் துரியோதனன் ஏன் துச்சாதனனை மகத நாட்டிற்கு அனுப்பி வைத்திருந்தான் என்பது யாருக்கும் தெரியவில்லை. அரண்மனையில் நிகழ்ந்து கொண்டிருந்த அந்த நிழலான காரியங்களைப் பற்றி எனக்குக்கூட எந்த யோசனையும் இருக்கவில்லை.

பதினைந்து நாட்களில் மகத நாட்டின் தலைநகரான ராஜகிருகத்திலிருந்து துச்சாதனன் திரும்பி வந்தான். அவன் அங்கு சென்றதற்கான காரணத்தை நான் உடனடியாக அவனிடம் கேட்டேன். அதற்கு அவன், "வேள்விக்கான ஏற்பாடுகளுக்காக நான் அங்கே சென்றேன்," என்று நறுக்குத் தெறித்தாற்போலக் கூறிவிட்டு, நான் உண்மையிலேயே தெரிந்து கொள்ள விரும்பிய விஷயத்தைச் சாதுரியமாகத் தவிர்த்தான்.

துரியோதனன் அந்த வேள்வியை நடத்தத் திட்டமிட்டிருந்தது குறித்து நான் உண்மையில் மகிழ்ச்சிதான் அடைந்திருக்க வேண்டும், ஆனால் நான் மகிழ்ச்சியடைவில்லை. அவன் அந்த வேள்வியில் தன்னுடைய அளப்பரிய செல்வத்தைப் பற்றித் தம்பட்டம் அடிப்பதில் மிகவும் உறுதியாக இருந்தான். செல்வம் என்பது வாழ்வில் இன்றியமையாததுதான், ஆனால் ஒருவன் அது குறித்து மார்தட்டிக் கொள்ளக்கூடாது என்பது என் எண்ணம். அந்த வேள்வி நாளன்று சகுனி மாமா சூதாட்டத்திற்கு ஏற்பாடு செய்திருந்தது சரியான காரியமே அல்ல என்று எனக்குத் தோன்றியது.

சகுனி மாமாவின் ஒவ்வொரு திட்டத்திலும் துரியோதனன் பலிகடாவாக ஆகிக் கொண்டிருந்தான். இதைப் பார்த்தபோது எனக்குப்

பிரச்சனை அதிகரித்தது. நான் துரியோதனனின் நிரந்தரமான நண்பனாக இருப்பேன் என்று நான் அவனுக்கு வாக்குக் கொடுத்திருந்தேன். எல்லாம் சிறப்பாகப் போய்க் கொண்டிருக்கும்போது ஒருவனைத் துதி பாடுவதும், கடினமான காலகட்டங்களில் அமைதியாக இருப்பதும் ஓர் உண்மையான நண்பனுக்கு அழகல்ல. துரியோதனன் என் உயிரினும் மேலானவன், அவன் என் நண்பன். அப்படியானால், சகுனி மாமாவின் சூழ்ச்சிகளை அவனுக்கு விளக்க வேண்டியது என்னுடைய கடமையல்லவா? ராஜ்ஜியத்தில் பங்கு கேட்டு வந்த பாண்டவர்களுக்கு, அடர்த்தியான காண்டவ காட்டை அவர்களுடைய பங்காக வழங்கியது மாமாவின் தீர்மானம்தானே? இப்போது இந்த வேள்வி குறித்த யோசனையையும் அவர்தான் துரியோதனனின் தலைக்குள் ஏற்றிவிட்டிருந்தார். துரியோதனன் மிக சுலபமாக அவருடைய தாக்கத்திற்கு ஆளானான். எனவே, அவனை முன்கூட்டியே எச்சரிப்பதற்காக ஒருநாள் நான் அவனுடைய அரண்மனைக்குச் சென்றேன்.

அவன் தனியாக இருப்பான் என்று நான் எதிர்பார்த்திருந்தேன், ஆனால் இளவரசி துச்சலை அவனோடு இருந்தாள். என்னைக் கண்டதும் அவள் எழுந்து நின்றாள். பிறகு ஒருவித சந்தேகத்துடன் அவள் என்னுடைய குண்டலங்களைக் கண்கொட்டாமல் பார்க்கலானாள். இது எனக்குத் துளிகூடப் பிடிக்கவில்லை. என்னுடைய குண்டலங்கள் எனக்கு எரிச்சல் ஏற்படுத்தத் தொடங்கியிருந்தன. அவை நாற்பது ஆண்டுகளாக என்னோடு இருந்து வந்திருந்தன. ஆனால் அதற்கான காரணம் இன்னும் எனக்குத் தெரியவில்லை. அவைதான் என்னை ஒரு காட்சிப் பொருளாக ஆக்கியிருந்தன.

நான் துச்சலைக்கு என்னுடைய முகத்தைக் காட்டப் போவதில்லை என்று உறுதியாகத் தீர்மானித்துக் கொண்டு, ஒரு பெரிய தூணுக்குப் பின்னால் போய் உட்கார்ந்தேன். என்னுடைய இக்கட்டான நிலைமையை கவனித்துவிட்ட துரியோதனன், துச்சலையைப் பார்த்து, "உடனடியாக இங்கு வரும்படி துச்சாதனனிடம் போய்ச் சொல்," என்று கூறினான்.

குனிந்த தலையுடன் அவள் அங்கிருந்து போய்விட்டாள். நான் துரியோதனனைப் பார்த்து, "இளவரசே, வீரத்தின்மீது உனக்கு நம்பிக்கை இருக்கிறதல்லவா?" என்று கேட்டேன்.

"கர்ணா, வீரம்தான் ஒரு சத்திரியனின் வாழ்க்கை. நான் ஒரு சத்திரியன். ஆனால் திடீரென்று ஏன் இந்தக் கேள்வி உன்னிடமிருந்து வருகிறது?"

"அப்படியானால், உன்னுடைய லட்சியங்களை நிறைவேற்றிக் கொள்ளுவதற்கான வழியாக நீ ஏன் வீரத்தைத் தேர்ந்தெடுக்கக்கூடாது?"

என் கேள்விக்குப் பின்னால் இருந்த எண்ணத்தைப் புரிந்து கொண்ட அவன், "எல்லா லட்சியங்களையும் வீரத்தைக் கொண்டு அடைய முடியாது. அரசியலுக்கும் வீரம் தேவைதானே?" என்று கூறினான்.

"எந்த மாதிரியான வீரத்தை அரசியலோடு தொடர்புபடுத்த முடியும்?"

"ஒரு துணிச்சலான மூளை!" என்று கூறிவிட்டு, அவன் தன் உள்ளங்கையில் இருந்த சோழிகளைக் குலுக்கினான்.

“நீ குறிப்பிடுகின்ற இந்த வீரம் ஒரு சத்திரியனுக்கு உகந்தது என்று நீ உண்மையிலேயே நம்புகிறாயா?”

“ஏன் கூடாது? வீரனான ஜயத்ரதனைக் கிருஷ்ணன் தன் கைகளின் வலிமையால் கொன்றதாக நீ நம்புகிறாயா? அரசியல் என்பது நேர்ப்பாதையில் சென்று தன் இலக்கைத் தாக்குகின்ற ஓர் அம்பு அல்ல. சூழ்நிலைக்கு ஏற்ப வளைந்து நெளிந்து செல்லுகின்ற ஒரு நாகாஸ்திரம் அது. நீ இவ்வளவு உயர்வாகப் பேசுகின்ற பாண்டவர்கள் இந்த வீரத்தை எப்போதாவது கடைபிடித்திருக்கிறார்களா?”

“அவர்கள் என்ன செய்தனர்?”

“அவர்கள் என்ன செய்யவில்லை? நாங்கள் சிறுவர்களாக இருந்த காலத்தில், என்னோடும் துச்சாதனனோடும் என்னுடைய மற்ற சகோதரர்களோடும் அவர்கள் நடந்து கொண்ட விதம் ஒருவன் தன் வேலைக்காரனிடம் நடந்து கொள்ளுவதைவிட ஒன்றும் அதிக மேலானதாக இருக்கவில்லை. என் விஷயத்தை விட்டுத்தள்ளு. நாம் உன் விஷயத்திற்கு வரலாம். நீ அவமானப்படுத்தப்பட்டு வந்துள்ள விதத்தை எப்படி உன்னால் மறக்க முடிந்தது? போட்டியரங்கத்தில் பீமன் தன் வார்த்தைச் சாட்டையால் உன்னை அடித்துத் துவைத்தது உனக்கு மறந்துவிட்டதா? திரௌபதியின் நச்சு வார்த்தைகளும் இகழ்ச்சிகளும் உனக்கு நினைவில்லையா? நீ உடலளவில் போதிய வலிமை படைத்தவனாக இருந்தாய், ஆனாலும் அவர்களுடைய காட்டுமிராண்டித்தனமான நடத்தையை நீ ஏன் எதிர்த்து நிற்கவில்லை? வீரம்தான் வாழ்வின் முதன்மையான அங்கம் என்றால், நீ ஏன் மௌனமாக இருந்தாய்? குறைந்தபட்சம், மங்கலகரமான அந்த சுயம்வர அரங்கில் உன்னுடைய மகனைக் கொடூரமாகக் கொன்ற நபரையாவது நீ பழி வாங்க வேண்டாமா?”

“பழி! பழி! உன் தலைக்குள் என்ன மாதிரியான எண்ணங்கள் புகுந்துள்ளன? எனக்கு எதுவும் புரியவில்லை.”

“பழியுணர்வு ஒருபோதும் ஒரு மனிதனின் அடிப்படை உணர்வாக இருப்பதில்லை. அவமானப்பட்ட ஒரு மனம் ஆற்றுகின்ற எதிர்வினைதான் அது. நீ யாருடைய சுயமதிப்பையும் காயப்படுத்தக்கூடாது. ஆனால், காயப்பட்ட சுயமதிப்பானது பழி வாங்கும் நோக்கத்துடன் எதிர்வினையாற்றும்போது, அது குறித்து நீ வருத்தப்படாதே. துரியோதனனின் மனம் இன்று இந்த நிலைக்கு வந்துள்ளதற்கான காரணத்தை இந்த இருபத்தைந்து ஆண்டுகளில் யாரேனும் ஒருவராவது கண்டுபிடிக்க அக்கறை காட்டியிருக்கிறார்களா? சேவகர்களும் வீரர்களும் மொய்க்கின்ற இந்த அரண்மனையில் துரியோதனன் புறக்கணிக்கப்பட்டு வந்துள்ளான். பிதாமகர் பீஷ்மரை நான் என் வாழ்நாள் முழுவதும் மதித்து வந்துள்ளேன். ஆனால் அவர், பாண்டவர்களின் வேள்வியின்போது விலங்குகளைக் கணக்கெடுக்கும்படி என்னைப் பணித்ததன் மூலம் என்னை அந்த விலங்குகளைவிடக் கீழான நிலைக்குத் தாழ்த்திவிட்டார். கர்ணா, இவற்றையெல்லாம் எப்படி என்னால் மறக்க முடியும்? பதில் சொல்!”

“குறைந்தபட்சம் நீ முயற்சி செய்து பார்க்கலாமே? இவ்வளவு கசப்பான நினைவுகளை உன்னுள் அடக்கிக் கொண்டு நீ வாழ விரும்பினால், உனக்கு நிச்சயமாகப் பைத்தியம் பிடித்துவிடும்.”

"கர்ணா, அடுத்தவருக்கு அறிவுரை கொடுப்பது சுலபம், ஆனால் ஓர் எடுத்துக்காட்டாகத் திகழுவது கடினம். உன் இதயத்தை அம்புபோலத் துளைத்து வேதனைப்படுத்திய 'சூத புத்திரன்! சூத புத்திரன்!' என்ற கூச்சலை நீ முற்றிலுமாக மறந்துவிட்டதாக உன்னுடைய கவச குண்டலங்கள்மீது உன்னால் சத்தியம் செய்ய முடியுமா?"

அவனுடைய இக்கேள்வி என் வாயைக் கட்டிப் போட்டது. என் உடற்குகைக்குள் நெடுங்காலமாக உறங்கிக் கிடந்த நினைவுச் சிங்கத்தை அவனுடைய வார்த்தைகள் தட்டி எழுப்பின. துரியோதனனைத் தவிர வேறு யாரும் என்மீது இவ்வளவு அன்பும் பரிவும் காட்டியிருக்கவில்லை. எல்லோருமே ஒவ்வொரு வாய்ப்பையும் தங்களுக்கு சாதகமாகப் பயன்படுத்திக் கொண்டு எல்லாத் திசைகளிலிருந்தும் என்மீது பரிகாசக் கணைகளைத் தொடுத்தனர். நான் ஒரு வீரன், ஒரு தலைசிறந்த வில்லாளன், அங்க நாட்டின் அரசன், கவச குண்டலங்களுடன் பிறந்தவன் என்றெல்லாம் என்னைப் பற்றி நான் கொண்டிருந்த அத்தனை சுயமதிப்பீடுகளும் பொய்யானவையா? எல்லோராலும் இகழப்பட்டு, துரியோதனனால் மட்டுமே ஏற்றுக் கொள்ளப்பட்ட நான் ஒரு சாதாரணத் தேரோட்டி மட்டும்தானா? நான் ஓர் ஓலைக் குடிலில் வளர்ந்ததால் அரசியலைப் பற்றிய நுண்ணிய சூட்சுமங்கள் எனக்குப் பரிச்சயமற்றவையாக இருந்தன. எனவே, அரசியலைப் பற்றி துரியோதனன் கூறியவற்றை நான் ஒப்புக் கொண்டாகத்தான் வேண்டும். அவனுக்கு அறிவுரை வழங்குவதற்கு நான் யார்? என்னைப் போன்ற ஒரு சூத புத்திரன் வேண்டுமானால் வெறுக்கத்தக்க அவமதிப்புகளை மௌனமாக விழுங்கிக் கொள்ளலாம். ஆனால் துரியோதனனைப் போன்ற ஓர் இளவரசன் அவற்றை ஒருபோதும் பொறுத்துக் கொள்ள மாட்டான். ஒரு தேரோட்டியின் மனம் ஒரு குதிரையைப் போன்றது என்பது உண்மைதான் போலும். ஏனெனில், யாராலும் அதன் முதுகைச் சாட்டையால் விளாச முடியும்.

"நான் உன்னிடமிருந்து விடைபெற்றுக் கொள்ளுகிறேன்," என்று கூறிவிட்டு நான் எழுந்தேன். எனக்கு எதுவுமே புரியவில்லை.

"கோபமா? உட்காரு," என்று கூறிய துரியோதனன், என்னுடைய கையைப் பிடித்து இழுத்து என்னைக் கீழே உட்கார வைத்தான். பிறகு அவன் தன் கையிலிருந்த சோழிகளைப் பார்த்துவிட்டு, ஒரு தீவிரமான தொனியில், "நான் கொடூரமானவன் என்றும், நியாயமின்றி நடந்து கொள்ளுபவன் என்றும் எல்லோரும் நினைக்கின்றனர். நீயும் என்னைப் பற்றி அப்படித்தான் நினைக்கிறாயா? சொல், கர்ணா!" என்று கேட்டான்.

"நிச்சயமாக இல்லை. கௌரவ இளவரசர்களில் மூத்தவனும் தலைசிறந்தவனும் நீதான். உனக்கு எது நல்லது, எது கெட்டது என்பதை நீ நன்றாக அறிவாய். ஆனால், சகுனி மாமாவிடமிருந்து எந்தவோர் அறிவுரையையும் நீ ஏற்றுக் கொள்ளுவதற்கு முன்பாக, நீ அதைப் பற்றி ஒரு முறைக்கு இரு முறை ஆழ்ந்து சிந்தித்து ஒரு முடிவுக்கு வர வேண்டும் என்று ஒரு நண்பன் என்ற முறையில் நான் உன்னிடம் நிச்சயமாகக் கூறியாக வேண்டும்."

துரியோதனன் தன் கையிலிருந்த சோழிகளை என்னுடைய உள்ளங்கையில் திணித்துவிட்டு, "உன்னையும் என்னையும்விட இந்தச்

சோழிகள் எவ்வளவு அதிக சக்தி வாய்ந்தவை என்பதை ஒருசில நாட்களில் நீ பார்க்கப் போகிறாய். என் அரசவையில் நான் தக்க வைத்துள்ள சகுனி மாமாவைப் போன்றவர்கள் ஒரு புனித யாத்திரைக்குச் செல்லுகின்ற ஒரு குழுவைச் சேர்ந்தவர்கள் அல்லர். ஒருசில நாட்களில் நீ இந்த உண்மையைத் தெரிந்து கொள்ளுவாய்," என்று கூறினான்.

"நீ என்ன சொன்னாலும் சரி, இந்த சூதாட்டப் போட்டி எனக்குப் பிடிக்கவில்லை," என்று கூறிவிட்டு, என் கையிலிருந்த சோழிகளை அங்கிருந்த நாற்காலியின்மீது நான் வீசினேன். அவை கலகலவென்று சத்தம் போட்டபடி உருண்டு சென்று பிறகு அசையாமல் கிடந்தன. துரியோதனன் ஒருசில கணங்கள் என்னைப் பார்த்தான், பிறகு அந்தச் சோழிகளைப் பார்த்தான். பிறகு அவன் அவற்றை எச்சரிக்கையாகப் பொறுக்கினான். அவனுடைய இளஞ்சிவப்புக் கண்களின் நிறம் மாறின. அவன் கண்கொட்டாமல் என்னைப் பார்த்தபடி, "நீ சூதாட மாட்டாய் என்பதை நான் அறிவேன், ஆனால் எனக்காக ஒரே ஒரு முறை இந்தச் சோழிகளை வீசு. ஏதேனும் ஓர் எண்ணை மனத்தில் நினைத்துவிட்டுப் பிறகு விளையாடு," என்று கூறினான்.

பிறகு அவன் அவற்றை என்னிடம் கொடுத்தான். உணர்ச்சிவசப்படுகின்ற, ஆனால் அதே நேரத்தில் பிடிவாதமான அவனுடைய மனப்போக்கைக் கண்டு எனக்கு அவன்மீது பச்சாதாபம் ஏற்பட்டது. சூதாட்டத்தை நான் வெறுத்தேன் என்பதை அவன் நன்றாக அறிவான், ஆனாலும் நான் அந்தச் சோழிகளை வீச வேண்டும் என்று அவன் விரும்பினான். நான் அவற்றை என் கையில் எடுத்தவுடன், சன்னலை நோக்கி ஓடிச் சென்று அவற்றை வெளியே வீசியெறிய வேண்டும் என்ற உந்துதல் என்னுள் எழுந்தது.

துரியோதனன் என்னுடைய கைகளை உலுக்கிவிட்டு, "ஏன் மௌனமாக இருக்கிறாய்? ஓர் எண்ணைச் சொல்லி அந்தச் சோழிகளை வீசு. நீ எவ்வளவு அதிர்ஷ்டக்காரன் என்பதைக் கண்டுபிடிக்க ஒரு முறை அவற்றை வீசினால் போதும்," என்று கூறினான்.

"அதிர்ஷ்டம்! அதிர்ஷ்டம்! இந்தச் சோழிகள்தாம் அதிர்ஷ்டத்தைக் கொண்டுவரும் என்றால், நான் இப்போது தனியொருவனாக அவற்றை எதிர்த்து நிற்கிறேன். நான் விரும்பும் எண்ணை நான் சத்தம் போட்டுக் கூறப் போகிறேன்," என்று கூறினேன். பிறகு நான், "ஒன்று!" என்று உரக்கக் கத்திவிட்டுச் சோழிகளை வீசினேன். அவை சில நொடிகள் உருண்டுவிட்டு நின்றன. விழுந்தது ஒன்று அல்ல, மாறாக, ஐந்து!

அதைப் பார்த்துவிட்டு துரியோதனன் மகிழ்ந்திருக்க வேண்டும், ஆனால் அவனுடைய முகத்தில் மகிழ்ச்சி தென்படவில்லை. அவன் தன்னையும் மறந்து அந்தச் சோழிகளையே பார்த்துக் கொண்டிருந்தான். அவன் தீவிர யோசனையில் ஆழ்ந்தான். அவனுடைய கூர்மையான மூக்கின் நுனியில் வியர்வைத் துளிகள் அரும்பி மின்னின. அவன் தன்னுடைய இருக்கையைவிட்டு எழுந்து, தன்னுடைய கைகளைத் தன் முதுகிற்குப் பின்னால் கட்டிக் கொண்டு சன்னலை நோக்கி நடந்து சென்று, வெளியே வெகு தூரத்திற்குள் வெறித்துப் பார்த்தான். நான் அவனிடம் பேசுவதற்காக எழுந்தேன், ஆனால் அவன் என்னை நோக்கித் திரும்பி, தன்னுடைய கண்களைக் குறுக்கிக் கொண்டு, சம்பந்தமே இல்லாமல், "கர்ணா, நீயும் ஜராசந்தனும் எப்போதேனும்

ஒற்றைக்கு ஒற்றைச் சண்டையில் ஈடுபட்டீர்களா?" என்று கேட்டான்.

"ஆமாம்," என்று நான் பதிலளித்தேன். ஒருசில நொடிகளுக்கு முன்பாக, சோழிகளின் மூலம் என்னுடைய அதிர்ஷ்டத்தைத் தீர்மானிக்க விரும்பிய ஒருவன் இப்போது எனக்கும் ஜராசந்தனுக்கும் இடையே நடந்த ஒற்றைக்கு ஒற்றைச் சண்டையின்மீது ஆர்வம் கொண்டதற்கான காரணத்தை என்னால் புரிந்து கொள்ள முடியவில்லை. அவனோடு இவ்வளவு காலம் பழகி வந்திருந்தவன் என்ற முறையில், அவன் திடீர்த் திடீரென்று சம்பந்தமில்லாத கேள்விகளைக் கேட்பவன் என்பதை நான் உணர்ந்திருந்தேன்.

"கர்ணா, அந்தச் சண்டையில் நீ ஜராசந்தனுக்கு உயிர்ப்பிச்சை வழங்கினாயா? உன்னுடைய மரணப் பிடியிலிருந்து நீ அவனை விடுவித்தாயா?"

"ஆமாம். கலிங்க நாட்டில் இளவரசி பானுமதியின் சுயம்வரத்தில் நீ இளவரசியைத் தூக்கிக் கொண்டு போய்விட்டாய். நீ அங்கிருந்து போன பிறகு அங்கு என்ன நிகழ்ந்தது என்பது உனக்குத் தெரியாது. தன்னோடு ஒற்றைக்கு ஒற்றைச் சண்டைக்கு வரும்படி ஜராசந்தன் கோபத்தோடு எனக்கு சவால்விட்டான். அச்சண்டையில் நான் அவனை மரணப் பிடிக்கு உட்படுத்தி அவனைக் கீழே சாய்த்து இறுக்கிப் பிடித்திருந்தபோது, தன்னை விட்டுவிடும்படி அவன் என்னிடம் கெஞ்சினான். அவன் பிழைத்துப் போக நான் அனுமதித்தேன்."

"கர்ணா, நான் இன்று உன்னிடம் ஒன்று கேட்டால், எந்தத் தயக்கமும் இன்றி அதை நீ எனக்குக் கொடுப்பாயா?" என்று கேட்டுவிட்டு அவன் தன் கண்களை மேலும் குறுக்கினான்.

"என் உயிர் உட்பட எதை வேண்டுமானாலும் கேள். ஆனால், சூதாடும்படி என்னிடம் கேட்காதே."

"நான் உன்னிடம் கேட்பதெல்லாம் நீ சூதாடக்கூடாது என்பதுதான். அது மட்டுமல்ல, வேள்வி நாளன்று சூதாட்டம் நடைபெற்றுக் கொண்டிருக்கும்போது, நீ அந்த அறைக்கு வரக்கூடாது. ஒருவேளை நீ அங்கு வந்து அதைப் பார்க்கப் போவதாகத் தீர்மானித்தால், அந்த விளையாட்டு முடியும்வரை நீ உன் வாயைத் திறக்கக்கூடாது."

"அவ்வளவுதானா? அதுதான் உனக்கு மகிழ்ச்சியளிக்கும் என்றால், சூதாட்டத்தின்போது நான் முற்றிலும் மௌனமாக இருப்பேன், போதுமா?" என்று கேட்டுவிட்டு நான் எழுந்தேன். துல்லியமாக அக்கணத்தில் துச்சாதனன் அந்த அறைக்குள் நுழைந்தான். நாற்காலியின்மீது கிடந்த சோழிகள் பொற்காசுகள் என்பதுபோல அவற்றை வேகமாக அள்ளிய துச்சாதனன், "உயர்ந்த விலைமதிப்புக் கொண்ட இந்தச் சோழிகளை யார் இப்படி வீசியது? நான் மீண்டும் மகத நாட்டிற்குப் போக வேண்டும் என்று நீங்கள் விரும்புகிறீர்களா?" என்று கேட்டான்.

இந்தச் சோழிகளை வாங்கி வரத்தான் அவன் மகத நாட்டிற்குப் போயிருந்தானா? அவ்வளவு தூரத்திலிருந்து இவை வரவழைக்கப்பட்டிருந்தனவா? அவற்றில் அப்படியென்ன தனிச்சிறப்பு இருந்தது? அவர்கள் இருவருக்கும் அதற்கான விடை தெரிந்திருக்கக்கூடும். ஆனால் நான் அதைத் தெரிந்து கொள்ள விரும்பவில்லை.

10

துரியோதனன் வேள்வி நடத்தத் திட்டமிட்டதில் எந்தத் தவறும் இருக்கவில்லை. தர்மத்தின் அடிப்படையில் அமைந்த ஒரு நடவடிக்கையை யார்தான் ஆதரிக்க மாட்டார்கள்? ஆனால் சகுனி மாமா அந்த வேள்வியின் நாயகனாக அறிவிக்கப்பட்டதுதான் என்னைப் பெரும் வருத்தத்திற்கு உள்ளாக்கியது. கிருஷ்ணரை நான் அதற்கு அழைக்க விரும்பினேன். குருதேவர் விதுரரை மதுராவிற்கு அனுப்பி வைத்திருந்தால், கிருஷ்ணர் நிச்சயமாக அந்த அழைப்பை ஏற்றிருப்பார். சகுனி மாமாவைத் தேர்ந்தெடுத்ததன் மூலம், கௌரவக் கப்பலின் சுக்கானை துரியோதனன் அவரிடம் ஒப்படைத்துவிட்டான். இப்போது அவருடைய தீர்மானங்கள்தாம் அவர்கள் அனைவருடைய போக்கின் திசையையும் தீர்மானிக்கவிருந்தன. என் வாழ்க்கை அந்தக் கப்பலின் பாய்மரத்தைப் போன்றது. அது அக்கப்பலின் மையத்தில் இருக்கும், ஆனால் நிகழ்வுகளின் போக்கின்மீது அதனால் எந்தத் தாக்கத்தையும் ஏற்படுத்த முடியாது. மாறும் சூழலுக்கு ஏற்ப அது அங்குமிங்கும் அசைந்தாடும், அவ்வளவுதான். கப்பலின் விருப்பத்திற்கு ஏற்ப அது தலையாட்டிக் கொண்டிருக்கும். துரியோதனனை என்னால் கைவிட முடியவில்லை. அதே நேரத்தில், அவனுடைய எல்லாத் திட்டங்களையும் என்னால் ஆதரிக்கவும் முடியவில்லை.

பாண்டவர்களின் புகழ் மேன்மேலும் வளர்ந்து கொண்டிருந்தது துரியோதனனை வியப்பில் ஆழ்த்தியதோடு மட்டுமல்லாமல், அவனுக்குக் கவலையையும் கொடுத்தது. அவன் அடிக்கடி அரசவையைக் கூட்டி சந்திப்புக்கூட்டங்களை நிகழ்த்தினான். ஒவ்வொரு கூட்டத்தின்போதும் மன்னர் திருதராஷ்டிரரின் முன்னால் அவன் ஒரே ஒரு கேள்வியைத்தான் முன்வைத்தான்: “பாண்டவர்களின் புகழை மங்கச் செய்வதற்கான சிறந்த வழி எது?” இதே நினைப்புடன், பாண்டவர்களை நிர்மூலமாக்குவதற்கான அருவருப்பான, நகைப்புக்கிடமான கனவில் அவன் மூழ்கித் திளைத்தான்.

ஒரு சமயம், திரௌபதியைத் தன்னுடைய கட்டுப்பாட்டிற்குள் கொண்டு வருவதற்கு அவன் ஒரு திட்டம் தீட்டினான். அவனுடைய ‘அரசியல் தலைமைத்துவம்’ குறித்து நான் உண்மையிலேயே அவன்மீது பரிதாபம் கொண்டேன். திரௌபதியின் மனத்தில் அவளுடைய ஐந்து கணவன்மார்களைப் பற்றி முரண்பட்டக் கருத்துக்களை உருவாக்குவதும், அந்த ஐவரும் திரௌபதியைக் குறித்துப் பொறாமையால் தங்களுக்கிடையே சண்டையிட்டுக் கொண்டு, ஒருவரையொருவர் அடித்துக் கொண்டு சாகும்படி செய்வதும்தான் அவனுடைய நோக்கமாக இருந்தது. அதற்காக அவன் ஒரு திறமையான பணிப்பெண்ணை இந்திரப்பிரஸ்தத்திற்கு அனுப்பி வைத்தான். அவள் சூழ்ச்சிகரமாக அதைச் சாதிக்க வேண்டும் என்று அவன் அவளுக்கு அறிவுறுத்தினான். இறுதியில் நான் அவனுக்கு ஓர் உண்மையை உணர்த்த வேண்டியதாயிற்று. “இளவரசே, தன்னுடைய கணவன்மார்கள் பிச்சைக்காரர்களைப்போல அலைந்து திரிந்த காலத்தில்கூட அவர்களிடம் அர்ப்பணிப்புடன் நடந்து கொண்ட ஒரு

மனைவி, அவர்கள் இப்போது செல்வச் செழிப்போடு இருக்கும்போது அவர்களை எப்படி வஞ்சிப்பாள்?" அரசியல் என்ற பெயரில், கற்பனை செய்யப்பட முடியாத பல வகையான தீய பரிந்துரைகளை சகுனி மாமா துரியோதனனின் காதில் ஓதினார். ஓர் அரசவைக் கூட்டத்தின்போது, மன்னர் திருதராஷ்டிரர், "கர்ணா, பாண்டவர்களைப் பற்றிய உன்னுடைய கண்ணோட்டம் என்ன?" என்று என்னிடம் கேட்டார். சகுனி மாமாவைப்போல நானும் பாண்டவர்களை ஒடுக்குவதற்கான இன்னோர் அற்புதமான திட்டத்தை முன்வைப்பேன் என்று அந்த அரசவையின் பல உறுப்பினர்கள் எதிர்பார்த்தனர். ஆனால் அவர்கள் கர்ணனைச் சரியாகப் புரிந்து கொண்டிருக்கவில்லை. சூழ்ச்சிகரமான அரசியல் எதுவும் கர்ணனின் இயல்பில் இல்லை என்பதைப் பலர் உணர்ந்திருக்காதது என் மனத்தை வேதனைப்படுத்தியது. பாண்டவர்கள் குறித்த விவகாரத்தை ஒட்டுமொத்தமாகத் தீர்ப்பதற்கு அரசவையில் நான் இவ்வாறு பரிந்துரைத்தேன்: "பாண்டவர்களுடனான பகையை மேலும் வளர்த்தெடுப்பது கௌரவர்களின் செழிப்பை அதிகரிக்கப் போவதில்லை. பிதாமகர் பீஷ்மரின் கருத்துடன் நான் முழுமையாக உடன்படுகிறேன். பகைமை ஒருபோதும் வாழ்வின் இலக்காக இருக்க முடியாது. ஆனால், பாண்டவர்களின் செழிப்பு கௌரவர்களுக்கு ஓர் அச்சுறுத்தலாக இருக்கிறது என்பது பெரும்பாலானோரின் பொதுவான கருத்தாக இருந்தால், நாம் பாண்டவர்களின்மீது போர் தொடுக்கலாம். யார் பிழைக்க வேண்டும், யார் இறக்க வேண்டும் என்பதைப் போர்க்களம் தீர்மானிக்கட்டும்." அந்த அரசவையில் இருந்த ஒரு வீரர்கூட என்னுடைய முன்மொழிவை ஏற்றுக் கொள்ளவில்லை. உண்மை என்னவென்றால், பிதாமகர் பீஷ்மரைத் தவிர, அரசவையில் இருந்த வீரர்கள் அனைவரும் பாண்டவர்களைக் கண்டு பயந்தனர். அவர்களிடம் துணிச்சல் இல்லாததால் அவர்கள் இத்தகைய கொடிய திட்டங்களைத் தீட்டினர். அவர்களுடைய பேச்சை நான் கேட்டபோது, அது என் இதயத்தை ஆழமாகக் காயப்படுத்தியது. சில சமயங்களில், நான் ஷோனை அழைத்துக் கொண்டு பாதியிலேயே அரசவையிலிருந்து வெளியேறி, நேராக கங்கைக் கரைக்குச் சென்று அங்கு மௌனமாக அமர்ந்தேன். மீன்களைக் கவ்வுவதற்காகப் பொறுமையாகக் காத்துக் கொண்டு, கண்கொட்டாமல் நீருக்குள் பார்த்துக் கொண்டிருக்கின்ற வெள்ளை நாரைகளை நான் பார்த்தபோது, கௌரவர்கள்கூட ஒரு நாரைக் கூட்டம்தான் என்று எனக்குத் தோன்றியது. அக்கூட்டத்தில் பீஷ்மரைத் தவிர வேறு எந்த கருடனும் இருக்கவில்லை. மற்ற எல்லோருமே நாரைகளாகத்தான் இருந்தனர். இது எனக்கு வருத்தமளித்தது.

என்னைச் சுற்றி நிகழ்ந்து கொண்டிருந்த எல்லாமே எனக்குத் தெள்ளத் தெளிவாகத் தெரிந்தது. ஆனால் அவை எல்லாமே எனக்கு வருத்தத்தைத்தான் கொடுத்தன. நான் மனம்விட்டுப் பேசுவதற்கு அந்தக் கௌரவ அரசவையில் ஒருவர்கூட இருக்கவில்லை. துரியோதனனைத் தவிர வேறு யார் என்னை அங்க நாட்டு அரசனாகக் கருதினார்கள்? நான் துரியோதனன்மீது அளப்பரிய மரியாதை கொண்டிருந்தேன், ஆனால் அதற்காக நான் அவனுடைய எல்லாத் திட்டங்களுடனும் கொள்கைகளுடனும் உடன்பட்டேன் என்று அது அர்த்தமாகாது.

ஆனால், துரியோதனின் செயல்கள் பெரியவையோ அல்லது

சிறியவையோ, அவை ஒவ்வொன்றுக்கும் கர்ணனின் ஒப்புதல் இருந்தது என்று அஸ்தினாபுரத்தின் குடிமக்கள் அனைவரும் நினைத்தனர் என்ற உண்மையை நான் எதிர்கொள்ளவேண்டியிருந்ததுதான் என்னுடைய மிகப் பெரிய துரதிர்ஷ்டம். கர்ணன் ஓர் எளிய குடும்பத்தைச் சேர்ந்தவன் என்ற உண்மையைப் பற்றி அவர்கள் ஒருபோதும் நினைத்துப் பார்க்கவில்லை. கர்ணன் தனிப்பட்ட முறையில் அநீதிக்கு ஆளாகியிருந்தான். அநீதிக்கு ஆளான எவரொருவரும் இன்னொருவருக்கு எதிராக அநீதியை ஓர் ஆயுதமாக ஒருபோதும் பயன்படுத்துவதில்லை. அதனால்தான் துரியோதன் மற்றும் சகுனி மாமாவின் கண்களை என்னால் நேருக்கு நேர் சந்திக்க முடியவில்லை. மறுபுறம், என்னுடைய விழுமியங்களை என்னால் அவர்களிடம் எடுத்துரைக்க முடியவில்லை என்பதை நான் ஒப்புக் கொண்டாக வேண்டும். உண்மையில், அரசவையில் நான் கூறிய எதுவும் புரிந்து கொள்ள அவ்வளவு கடினமானது அல்ல. நான் சுற்றி வளைக்காமல் நேரடியாகப் பேசினேன், நியாயமான முறையில் போர் தொடுக்க வேண்டும் என்று பரிந்துரைத்தேன். அதுதான் வீரர்களுக்கு அழகு, அதுதான் அவர்களுக்குப் பெருமை சேர்க்கும் என்று நான் கூறினேன். ஆனால் இந்த விஷயங்களைக் காது கொடுத்துக் கேட்பதற்கோ அல்லது இவற்றைப் பற்றி ஆழமாக சிந்திப்பதற்கோ துரியோதனனின் மனம் அவ்வளவு ஆரோக்கியமாக இருக்கவில்லை. ஒருவர் உடல்ரீதியாக உங்களுக்கு நெருக்கமானவராக இருந்தால், அவர் மனரீதியாகவும் உங்களோடு நெருக்கமானவராக இருக்க வேண்டும் என்ற அவசியமில்லை. ஒவ்வொரு தனிநபரும் வேறுபட்ட யோசனைகளையும் எண்ணங்களையும் உணர்வுகளையும் கொண்ட ஒரு தனித்துவமான, தனியான, மர்மமான தொகுதியாவார்.

என்னுடைய கண்ணோட்டத்தின்படி, எனக்கு ஒரே ஒரு கடமைதான் இருந்தது. என் கட்டுப்பாட்டிற்கு உட்பட்ட எல்லாவற்றையும் பயன்படுத்தி அந்த வேள்வி வெற்றிகரமாக நடக்க நான் உதவ வேண்டும் என்பதுதான் அது. பிடித்திருக்கிறதோ இல்லையோ, ஒருவர் தன் கடமையைச் செய்துதான் ஆக வேண்டும்.

ஒரே வேள்வி ஒரு குடும்பத்தில் இரண்டு முறை நடத்தப்பட முடியாது என்பதால் எங்களுடைய வேள்வி 'மகாவேள்வி' என்று அழைக்கப்பட்டது.

11

வேள்விக்குத் தேவையான அனைத்துப் பொருட்களும் அரண்மனையில் குவிக்கப்பட்டன. துரியோதனனின் சேவகர்கள் மும்முரமாக வேலை செய்தனர். அரண்மனைக்கு முன்னால் ஒரு மாபெரும் அரங்கம் கட்டப்பட்டது. பிரம்மாண்டத்தில் அது பாண்டவர்களின் அரங்கத்தை விஞ்சி நின்றது. சௌனகர், பிருகு, சியவணர், கண்வர், மற்றும் பல மதிப்பிற்குரிய முனிவர்களுக்கு அழைப்பிதழ்கள் அனுப்பி வைக்கப்பட்டன. அண்டை நாடுகளின் அரசர்களும் அழைக்கப்பட்டிருந்தனர்.

கிருஷ்ண சதுர்தசி நாள் விடிந்தது. விடிந்தது என்று

கூறுவதைவிட இருண்டது என்று கூறுவது பொருத்தமாக இருக்கும். ஏனெனில், காலையிலிருந்தே வானில் அடர்த்தியான கருமேகங்கள் சூழ்ந்திருந்தன. இது எனக்கு மனக்கலக்கத்தை ஏற்படுத்தியது. ஒரு சிறு ஒளிக்கீற்றுகூட எங்கும் தென்படவில்லை. எல்லா இடங்களுமே மூச்சுத் திணறடிப்பவையாக இருந்தன.

துரியோதனனின் வேள்வி வெற்றிகரமாக நிறைவேறுவதற்காக நான் கங்கையில் இடுப்பளவுத் தண்ணீரில் நின்று சூரிய பகவானுக்கு நீராஞ்சலி செய்யப் பணிக்கப்பட்டிருந்தேன். புனிதமான வேள்வித் தீயில் முதல் மரக்கட்டை அர்ப்பணிக்கப்படும்வரை நான் அந்த நீரில் நிற்பதென்று தீர்மானித்திருந்தேன்.

நான் கங்கைக்குச் செல்லுவதற்காக என் மாளிகையைவிட்டு வெளியே வந்தேன். தினமும் காலையில் விஷ்ணு கோவிலின் முன்பாக ஒரு கோலம் போடுவது ஷோனின் மனைவி மேகமாலாவின் வழக்கமாக இருந்தது. ஆனால் அன்று எந்தக் கோலமும் என் பார்வைக்குத் தென்படவில்லை. பிறகு நான் அவளைக் கண்டேன். அவள் ஏதோ பாடலை முணுமுணுத்தபடி ஒரு கோலத்தை வரையத் தொடங்கினாள். என்னுடைய காலடிச் சத்தம் கேட்டபோது அவள் தன் தலையைத் தன் முந்தானையால் மூடியபடி அவசர அவசரமாக எழுந்தாள். அப்போது அவளுடைய கையிலிருந்த ஐந்து–குழித் தட்டு கைதவறிக் கீழே விழுந்தது. அதிலிருந்த வெள்ளைக் கோலப் பொடி, ரத்தச் சிவப்பு நிறத்தில் இருந்த குங்குமப் பொடி, மஞ்சள் பொடி ஆகிய அனைத்தும் ஒன்றுகலந்தன. அந்தத் தட்டு கீழே விழுந்ததை அவள் ஓர் அபசகுனமாகக் கருதினாள். அதனால் அவள் ஒரு கணம் ஸ்தம்பித்து நின்றாள். மறுகணம், அவள் தன்னுடைய கோலத்தைச் சீராக்குவதற்காகத் தன் கையை நீட்டினாள். அவள் படபடப்பாக இருந்ததைக் கண்டு நான் புன்னகைத்துக் கொண்டே, “கோலத்தை அப்படியே விட்டுவிடு. அந்த வெள்ளைப் பின்புலத்தின்மீது அந்தச் செந்நிறக் கீற்றுகளும் மஞ்சள் நிறக் கீற்றுகளும் அழகாக இருக்கின்றன,” என்று கூறினேன். அவள் ஒரு வார்த்தைகூடப் பேசாமல் அந்தக் கோலத்தை அப்படியே விட்டுவிட்டு அங்கிருந்து போய்விட்டாள். நான் அந்த வண்ணமயமான அலங்கோலத்தை நெடுநேரம் அப்படியே பார்த்துக் கொண்டிருந்தேன்.

பிறகு நான் அரண்மனைப் படிக்கட்டுகளில் கீழே இறங்கத் தொடங்கினேன். ஒவ்வொரு மனிதனின் வாழ்க்கையிலும் இப்படிப்பட்டப் படிக்கட்டுகள் இருக்கின்றன. வாழ்வின் நிகழ்வுகள்தாம் அவை. சில சமயங்களில் இயற்கை இந்தப் படிக்கட்டுகளை வரிசையாக வைத்து, கண்ணிமைக்கும் நேரத்தில் ஒருவனை அவனுடைய லட்சியத்தின் உச்சிக்கு அழைத்துச் சென்றுவிடுகிறது. சில சமயங்களில் அதே படிக்கட்டுகள் அவனை அதளபாதாளத்திற்குள் தள்ளிவிடுகின்றன. நான் இப்படி எண்ணிக் கொண்டே அரண்மனையின் பரந்த முற்றத்தை அடைந்தேன்.

அங்கிருந்த குளத்தில் சூரியனின் பிரகாசமான கோளம் தெரியவில்லை. அரங்கத்தின் மேற்கூரையின் வெள்ளைத் துணியின் பிரதிபலிப்பு மட்டுமே அந்த நீரில் தெரிந்தது. அக்குளத்தில் சில அன்னப்பறவைகள் தம்முடைய கழுத்துக்களை உயர்த்தியபடி நீந்திக் கொண்டிருந்தன. தூய வெள்ளை நிறத்தில் இருந்த அப்பறவைகளை

நான் கண்டபோது சகுனி மாமாவின் நினைவு எனக்கு வந்தது. நீர் கலந்த பாலிலிருந்து பாலை மட்டும் பிரித்தெடுப்பதற்கான திறன் அன்னத்திற்கு இருப்பதாகக் கூறப்படுகிறது. அது உண்மை என்பதை சகுனி மாமா எனக்கும் அசுவத்தாமனுக்கும் காட்டியிருந்தார். ஒரு மனிதன்கூட நல்லது–கெட்டது, புனிதமானது–புனிதமற்றது ஆகிய கலவைகளிலிருந்து தனக்கு விருப்பமானதைப் பிரித்தெடுத்துக் கொள்ளுகிறான் என்று எனக்குத் தோன்றியது.

நான் ஆர்வக் குறுகுறுப்போடு அந்த அன்னங்களைக் கடைசியாக ஒரு முறை பார்த்துவிட்டு, தேர்கள் நிறுத்தப்பட்டிருந்த கூடத்தை நோக்கித் திரும்பினேன். விருந்தினர்களுடைய தேர்களை நிறுத்தி வைப்பதற்கான இடத்திற்கு ஏற்பாடு செய்வதற்காக சத்தியசேனன் கௌரவர்களின் தேர்களை நகர்த்திக் கொண்டிருந்தான். அந்த மகாவேள்வியில் கலந்து கொள்ளுவதற்குப் பெரும் எண்ணிக்கையில் விருந்தினர்கள் வரவிருந்ததாக எதிர்பார்க்கப்பட்டது.

என்னைப் பார்த்தவுடன் சத்தியசேனன் என் அருகில் வந்தான். என்னுடைய வழக்கமான வெள்ளைக் குதிரைகள் பூட்டப்பட்டத் தேரைக் கொண்டுவரும்படி நான் அவனிடம் கூறினேன். சிறிது நேரத்தில் அவன் அதை என் முன்னே கொண்டுவந்து நிறுத்தினான். அவன் ஒரு சவுக்கால் அந்தக் குதிரைகளின் முதுகுகள்மீது லேசாகத் தட்டிவிட்டு, என்னைப் பார்த்து, "எங்கே போகிறீர்கள்?" என்று கேட்டான்.

"கங்கைக் கரைக்கு," என்று நான் பதிலளித்தேன். சேவகர்கள் அந்த அரங்கத்தின் அலங்காரங்கள் சரியாக இருந்தனவா என்று சரிபார்த்துக் கொண்டிருந்தனர்.

நியதிப்படி நான் கங்கைக் கரைக்குத் தனியாகத்தான் சென்றிருக்க வேண்டும். சத்தியசேனனை நான் தேவையின்றி என்னுடன் அழைத்துச் சென்று கொண்டிருந்ததை நான் உணர்ந்தேன். ஆனால் திரும்பிப் போகும்படி இப்போது நான் அவனுக்கு உத்தரவிடுவது முறையாக இருக்காது என்பதால் நான் பேசாமல் இருந்துவிட்டேன். சில சமயங்களில் ஒருவன் காரணம் ஏதுமின்றி ஒரு தவறான காரியத்தைச் செய்துவிடுகிறான். சத்தியசேனனை என்னோடு அழைத்துச் சென்றதன் மூலம் நான் அந்த வகையான தவறைச் செய்திருந்தேன்.

அஸ்தினாபுரத்தின் பொதுச்சாலைகள் முழுவதும் மக்கள் கூட்டங்கூட்டமாகக் காணப்பட்டனர், ஆனால் யாரும் தங்களுடைய நடவடிக்கைகளில் உற்சாகமாக ஈடுபட்டிருந்ததுபோலத் தெரியவில்லை. மேகமூட்டத்துடன் இருந்த வானம் ஒருவேளை எனக்கு அத்தகைய உணர்வைக் கொடுத்திருக்கக்கூடும் என்று நான் நினைத்துக் கொண்டேன். மனம் எதை உணருகிறதோ, கண்கள் அதையே பார்க்கின்றன.

எங்களுடைய தேர் அஸ்தினாபுரத்தின் எல்லையை நெருங்கியது. சத்தியசேனன் எங்கள் தேரை நகர வாசலின் வழியாக ஓட்டிச் சென்று கங்கையை நோக்கித் திருப்பினான். அதே நேரத்தில், பழுப்புக் கலந்த சாம்பல் நிறக் குதிரைகள் பூட்டப்பட்டத் தேர் ஒன்று மேற்கிலிருந்து விரைந்து வந்து எங்களுடைய தேரை முந்திச் சென்று நகர வாசலுக்குள் நுழைந்தது. நாங்கள் கண்கொட்டாமல் அதைப் பார்த்தோம். அத்தேரில் விதுரர் அமர்ந்திருந்தார். பாண்டவர்களை அழைத்து வரும்படி துரியோதனன் அவரிடம் கூறியிருந்தான்.

எனவே, அவர் திரௌபதியையும் பாண்டவர்களையும் அழைத்துக் கொண்டு திரும்பி வந்து கொண்டிருந்திருக்க வேண்டும் என்று நான் நினைத்தேன். ஏனெனில், அவர் அந்தத் தேரோட்டிக்குப் பக்கத்தில் உட்கார்ந்திருந்தார். தேரின் உள்ளே நிச்சயமாக ஒரு பெண் இருந்தது தெளிவாகத் தெரிந்தது.

திரௌபதியைப் பற்றிய நினைப்பே என் மனத்தில் இருள் சூழும்படி செய்தது. அவள் தன்னுடைய சுயம்வரத்தில் தன்னுடைய கொடூரமான வார்த்தைகளால் என் இதயத்தை மிகவும் காயப்படுத்தியிருந்தாள். அதன் மூலம் அவள் என் கண்ணியத்தைக் கேள்விக்குரியதாக ஆக்கியிருந்தாள். ஒரு பெண் என்னை இத்தகைய நிலைக்கு ஆளாக்க எப்படி நான் அனுமதித்தேன்! கர்ணன் ஒரு வீரன், ஒரு தலைசிறந்த வில்லாளன் போன்றவையெல்லாம் வெற்றுத் தற்பெருமை என்பது நிரூபணமாகியிருந்தது. கர்ணனை ஒரு தேரோட்டியாக ஆக்கியதன் மூலம் காலம் கர்ணனின் வாழ்க்கையின் கடிவாளத்தைத் தன்னுடைய கட்டுப்பாட்டிற்குள் எடுத்துக் கொண்டுவிட்டது!

சத்தியசேனன் தன்னுடைய குதிரைகளைச் சாட்டையால் அடித்துக் கொண்டிருந்தான், ஆனால் என் மனம் என் சுயமதிப்பைச் சாட்டையால் விளாசிக் கொண்டிருந்தது.

நாங்கள் கங்கைக் கரையை வந்தடைந்தோம். நான் சூரிய பகவானை தரிசித்துவிட்டு உடனடியாக வேள்வி மைதானத்திற்குத் திரும்பிச் செல்ல வேண்டியிருந்தது. எனவே, நான் அணிய வேண்டிய ஆடைகளையும் ஆபரணங்களையும் கங்கைக் கரைக்குக் கொண்டுவரும்படி நேற்றிரவே நான் ஷோனிடம் கூறியிருந்தேன். நான் இந்திரப்பிரஸ்தத்திலிருந்து திரும்பி வந்தபோது என் தலையின்மீது எந்தக் கிரீடம் இருந்ததோ, அதை எடுத்து வரும்படி நான் பிரத்யேகமாக அவனுக்கு அறிவுறுத்தியிருந்தேன். நான் கங்கைக்குள் இறங்கி என்னுடைய வழக்கமான இடத்திற்குச் சென்று, என் கண்களை மூடியபடி அமைதியாக நின்றேன். நான் எவ்வளவு முயற்சி செய்தபோதிலும் சூரிய பகவானின் ஒளிக்கதிர்கள் என் கண்களுக்கு முன்னால் தோன்ற மறுத்தன. எனவே நான் என் கண்களைத் திறந்தேன். போட்டி நாளன்று இருந்ததுபோலவே இன்றும் வானம் அடர்த்தியான மேகமூட்டத்துடன் இருந்தது. இன்றும் எதிர்பாராத சம்பவம் ஏதேனும் நடக்கவிருந்ததா? கங்கையின் எண்ணற்றச் சிற்றலைகளைப்போல என் மனம் அச்சத்தாலும் அவநம்பிக்கையாலும் நிரம்பி வழிந்தது.

நான் கங்கை நீரை என் உள்ளங்கைகளில் அள்ளிக் கொண்டு சூரிய ஒளிக்காக அமைதியாகக் காத்திருந்தேன். ஒரு மணிநேரம் கடந்த பிறகும்கூட எதுவும் நிகழவில்லை. சத்தியசேனன் கரையின் ஓரத்தில் காத்துக் கொண்டிருந்தான். விரக்தியடைந்திருந்த நான் என் மாளிகைக்குத் திரும்பிச் செல்லத் தீர்மானித்தேன். நான் கரையேறி சத்தியசேனனை நோக்கி நடந்தேன். என்னுடைய ஈரமான அங்கவஸ்திரத்தின் விளிம்பிலிருந்து நீர் சொட்டி அந்த மணலில் ஒரு தடத்தை உருவாக்கிக் கொண்டிருந்தது.

“ஷோன் என்னுடைய ஆடைகளை இன்னும் கொண்டுவரவில்லையா?” என்று நான் சத்தியசேனனிடம் கேட்டேன்.

“இல்லை, அரசே. ஆனால் உங்களுடைய...” என்று கூறிவிட்டு அவன் பாதியிலேயே தன் பேச்சை நிறுத்தினான். நான் அவனை

ஏறிட்டுப் பார்த்தேன். அவனுடைய முகத்தின்மீது வருத்தம் தெரிந்தது. அவனுடைய கண்களில் பயம் தெறித்தது.

"சத்தியசேனா, என்ன பிரச்சனை?"

அவன் எதுவும் சொல்லாமல் தன்னுடைய சாட்டைக் கம்பால் மணலைக் கிளறியபடி தலை குனிந்து நின்றான். அவன் என்னிடம் ஏதோ சொல்ல விரும்பினான், ஆனால் ஏதோ ஒன்று அவனைத் தடுத்துக் கொண்டிருந்தது என்பது வெளிப்படையாகத் தெரிந்தது.

நாங்கள் ஷோனுக்காகக் காத்திருந்தோம். சிறிது நேரத்தில், புழுதியைக் கிளப்பிக் கொண்டு அவனுடைய தேர் எங்களருகே வந்து நின்றது. அவன் தன் கையில் ஒரு பெரிய தாம்பாளத்துடன் எங்களை நோக்கி வேகமாக நடந்து வந்தான். சத்தியசேனன் அவனிடமிருந்து அந்தத் தாம்பாளத்தை வாங்கிக் கொண்டான்.

"இப்போது வேள்வியில் முதல் கரண்டி நெய் ஊற்றப்பட்டிருக்கும், இல்லையா?" என்று நான் ஷோனிடம் கேட்டேன். அரண்மனையில் இதுவரை என்னென்ன சடங்குகள் நிறைவேற்றப்பட்டிருந்தன என்பதைத் தெரிந்து கொள்ள நான் மிகவும் ஆவலாக இருந்தேன்.

"வேள்வி அரங்கம் முன்பு எப்படி இருந்ததோ இப்போதும் அப்படியேதான் இருக்கிறது. வேள்விக்கு பதிலாக அரண்மனையில் சூதாட்டம் நடைபெற்றுக் கொண்டிருக்கிறது. வேள்வியில் மங்கலப் பொருட்கள் அர்ப்பணிக்கப்படுவதற்கான முகூர்த்த நேரம் முடிந்து நெடுநேரம் ஆகிவிட்டது," என்று கூறிய ஷோன், என்னுடைய புஜங்களில் சூட்டப்பட வேண்டிய ஆபரணம் ஒன்றை அந்தத் தாம்பாளத்திலிருந்து எடுத்தான்.

நான் ஒரு நீலநிற ஆடையை என்னைச் சுற்றிப் போர்த்தியபடி, "அரசவையில் யாரெல்லாம் இருக்கிறார்கள்?" என்று கேட்டேன்.

"எல்லோரும் இருக்கிறார்கள். நிற்பதற்குக்கூட இடமில்லாத அளவுக்கு அரசவை நிரம்பி வழிகிறது."

நான் என்னுடைய புதிய ஆடையை என் வாயில் கவ்வியபடி, என்னுடைய ஈர ஆடையைக் களைந்துவிட்டு, "யார் சூதாடிக் கொண்டிருக்கிறார்கள்?" என்று கேட்டேன்.

ஷோன் என்னுடைய மணிக்கட்டுகளிலும் கைகளிலும் கழுத்திலும் ஆபரணங்களை அணிவித்துக் கொண்டே மிகுந்த உற்சாகத்துடன், "சகுனி மாமாவும் தருமனும் விளையாடிக் கொண்டிருக்கிறார்கள். இளவரசர் தருமன் ஒவ்வொரு வீச்சிலும் தோற்றுக் கொண்டிருக்கிறார். அவர் எறியும் சோழிகள் எதுவும் அவர் நினைத்தபடி விழவில்லை. முதல் முறை அவர் அவற்றை வீசியபோது பத்து லட்சம் பசுக்களை அவர் பணயம் வைத்தார். இரண்டாவது முறை, இந்திரப்பிரஸ்தத்தின் அரச செல்வம் முழுவதையும் அவர் பணயம் வைத்தார். மூன்றாவது வீச்சுக்கு, தன்னுடைய சேவகர்கள் மற்றும் பணிப்பெண்கள் உட்படத் தன்னுடைய ஒட்டுமொத்த ராஜ்ஜியத்தையும் அவர் பணயம் வைத்துவிட்டார்," என்று கூறினான். என்ன, தருமன் சூதாடிக் கொண்டிருந்தானா? தர்மத்திற்கும் அதர்மத்திற்கும் இடையேயான வேறுபாட்டையும் ஒழுங்கையும் போதித்த மாபெரும் போதனையாளனான தருமனா? மனசாட்சிக்குக் கட்டுப்பட்டு நடந்த தருமனா? ஷோன் கூறியதை என்னால் நம்ப முடியவில்லை.

நான் கங்கையின் ஓட்டத்தைப் பார்த்துக் கொண்டே, "சூதாட்டத்தில் இப்போதுவரை என்ன நிகழ்ந்துள்ளது?" என்று கேட்டேன்.

"தருமன் எல்லாவற்றையும் இழந்துவிட்டார். பீமன் அவருடைய நடத்தைக்குச் சத்தமாக மறுப்புத் தெரிவித்தபடி அவரைத் தடுக்க முயற்சித்துக் கொண்டிருக்கிறார். பீமன் கத்தக் கத்த, சகுனி மாமா தன்னுடைய சோழிகளை வீசிக் கொண்டே இருக்கிறார். ஏனோ தெரியவில்லை, பீமன் கத்தும்போது அந்தச் சோழிகள் விநோதமாக நடுங்குகின்றன. ஆனால் இதை யாரும் கவனித்ததுபோலத் தெரியவில்லை," என்று கூறிய ஷோன், தாம்பாளத்திலிருந்து மஞ்சள்நிற அங்கவஸ்திரத்தை எடுத்து என்னுடைய தோள்களைச் சுற்றி அணிவித்தான். ஆனால் நான் கேட்டிருந்த அந்தக் குறிப்பிட்டக் கிரீடத்தை அவன் கொண்டு வந்திருக்கவில்லை.

"நான் கேட்டக் கிரீடத்தை ஆபரண அறையிலிருந்து நீ ஏன் எடுத்து வரவில்லை?"

"நான் அந்த அறை நெடுகிலும் தேடிப் பார்த்துவிட்டேன், ஆனால் அந்தக் கிரீடம் அங்கு இருப்பதற்கான எந்தச் சுவடும் தெரியவில்லை."

அவன் அதற்கு பதிலாக வேறொரு கிரீடத்தை எடுத்து வந்திருந்தான். அவன் அதை என் தலைமீது வைத்துவிட்டு, என்னை உட்கார வைத்து என்னுடைய பாதங்களில் பொற்காலணிகளை அணிவித்து அவற்றை இறுக்கிக் கட்டினான். பிறகு, "அண்ணா, உடனடியாக என்னோடு அரண்மனைக்கு வாருங்கள். நான் அங்கிருந்து புறப்பட்டுக் கொண்டிருந்த நேரத்தில், இளவரசர் தருமன், தனக்கும் தன்னுடைய நான்கு சகோதரர்களுக்கும் பன்னிரண்டு ஆண்டுகள் வனவாசத்தையும் ஓராண்டு காலம் அஞ்ஞாதவாசத்தையும் பணயமாக வைத்திருந்தார். என்னவொரு பயங்கரமான காரியம் அது! தருமன் அந்தப் பந்தயத்தில் வெற்றி பெற்றால், தான் அவரிடமிருந்து அதுவரை பெற்றிருந்த அனைத்துச் செல்வத்தையும் ராஜ்ஜியத்தையும் தருமனிடம் திருப்பிக் கொடுத்துவிடுவதாக சகுனி மாமா கூறினார். அண்ணா, திக்விஜயத்தின் மூலம் உருவாக்கிய ஒரு ராஜ்ஜியத்தை தருமன் எப்படிப் பணயம் வைக்கத் துணிந்தார்?" என்று கேட்டான்.

"சரி, வா," என்று கூறிக் கொண்டே நான் ஷோனின் கையைப் பிடித்தேன். சகுனி மாமா தான் பிரகடனம் செய்தபடியே, நான்கு துணித்துண்டுகளைக் கொண்டு ஐந்து பாண்டவர்களைச் சூழ்ச்சிகரமாகப் பொறியில் சிக்க வைத்திருந்தார்! சோழிகளை வீசி அந்த வெடிச்சிரிப்புக்கார பீமனின் பற்களை அவர் வெற்றிகரமாக உடைத்திருந்தார். ஆனால் பீமன் கத்தியபோது ஏன் அந்தச் சோழிகள் நடுங்கின? நான் வீசியபோதும் அவை நடுங்கினவே! ஏன்? குழப்பமூட்டிய அதே கேள்வியை என் மனம் ஒரு செக்குமாடுபோலச் சுற்றிச் சுற்றி வந்தது.

ஷோன் தன்னுடைய இடைக்கச்சையிலிருந்து என்னுடைய காதணிகளை எடுத்து என்னுடைய காதுகளில் அணிவிக்கவிருந்தபோது, திடீரென்று அவன் அசையாமல் நின்றுவிட்டான். என் காதுவரை நீண்ட அவனுடைய கை கீழே தாழ்ந்தது. அவனுடைய முகபாவனை அதிவேகமாக மாறியது. சிறிது நேரத்திற்கு முன்பு சத்தியசேனின் முகத்தின்மீது நான் பார்த்திருந்த அதே கலக்கமும் பயமும் இப்போது

ஷோனின் முகத்தின்மீது தென்பட்டன.

"ஷோன், என்ன விஷயம்?" என்று நான் கேட்டேன்.

"அண்ணா..." அவன் அதற்கு மேல் எதுவும் சொல்லவில்லை. அவனுடைய முகம் இருண்டது.

"ஷோன், ஏன் தயங்குகிறாய்? விஷயம் என்னவென்று கூறு."

"அண்ணா, நீங்கள் இன்று அரண்மனைக்குப் போகாதீர்கள்."

"நான் அங்கு போனால், பீமனின் கத்தல்களால் அந்தச் சோழிகள் நடுங்கியதைப்போல என்னுடைய பேச்சாலும் அவை நடுங்கி, கௌரவர்களுக்கு எதிராகச் செயல்பட்டுவிடும் என்று நீ பயப்படுகிறாயா?"

"இல்லை...ஆனால்..." என்று ஷோன் மீண்டும் இழுத்தான்.

நான் அவனுடைய தோள்களை பலமாக உலுக்கி, "ஷோன், என்ன விஷயம் என்று வெளிப்படையாகச் சொல். நான் ஏன் அரண்மனைக்குப் போகக்கூடாது?" என்று கேட்டேன்.

"உங்களுடைய குண்டலங்கள் இன்று மீண்டும் ஒளியிழந்துள்ளன," என்று கூறிவிட்டு அவன் தன்னுடைய தலையைத் தாழ்த்தினான். பிறகு, "அவை தண்டுகள் வெட்டப்பட்டப் பூக்களைப்போலக் காணப்படுகின்றன," என்று அவன் கூறினான்.

அவனுடைய வார்த்தைகள் என்னுடைய காதுகளில் ஈயம்போலப் பாய்ந்தன. நான் சத்தியசேனனை ஏறிட்டுப் பார்த்தேன். அவனும் தலை குனிந்தபடி, மணலில் தன்னுடைய சாட்டையால் கிறுக்கிக் கொண்டிருந்தான். அவனுடைய மனத்தில் இருந்ததை ஷோன் இப்போது என்னிடம் எடுத்துரைத்திருந்தான்.

"ஷோன், என்னுடைய குண்டலங்கள் ஒளியிழந்திருந்தாலும் சரி அல்லது உடைந்திருந்தாலும் சரி, நான் இன்று அரண்மனைக்குப் போகத்தான் போகிறேன்."

"வேண்டாம், அண்ணா. சூதாட்டத்தை நாம் ஒருபோதும் நம்பக்கூடாது," என்று அவன் சற்று உரத்தக் குரலில் மறுப்புத் தெரிவித்தான். அவனுடைய கண்கள் நெருப்பை உமிழ்ந்தன. அவன் என்னுடைய கையை இறுக்கமாகப் பற்றினான். அந்தப் பிடியில் கரிசனம் மேலோங்கியிருந்தது.

ஆனாலும், "ஷோன், எனக்கு அறிவுரை தேவையில்லை," என்று கூறி நான் அவனுடைய கையை உதறினேன்.

பிறகு நான் சத்தியசேனனிடமிருந்து சாட்டையைப் பிடுங்கிக் கொண்டு என்னுடைய தேரை நோக்கி நடந்தபடி, "சத்தியசேனா, ஷோனை அவனுடைய தேரில் வீட்டிற்கு அழைத்துச் செல்," என்று உத்தரவிட்டுவிட்டு, ஷோனைத் திரும்பிப் பார்க்காமலேயே, "ஷோன், நீ கர்ணனின் சகோதரன் என்பதை ஒருபோதும் மறக்காதே," என்று கூறினேன்.

நான் என் தேரில் ஏறி அமர்ந்த உடனேயே என் சாட்டையால் குதிரைகளைக் கடுமையாக விளாசினேன். அவை ஆக்ரோஷமாக ஓடின. கொதித்துக் கொண்டிருந்த மணலிலிருந்து எழுந்த வெப்ப அலைகள் என்னுடைய வெற்றுக் கைகளைச் சுட்டெரித்தன. என் தோல் எதுவொன்றாலும் துளைக்கப்பட முடியாததாக இருந்தாலும்கூட, அது உணர்வற்றதாக இருக்கவில்லை!

12

மேகமூட்டத்துடன்கூடிய வானத்தின் கீழே ராஜவீதி வழியாக என்னுடைய ஜைத்ர ரதம் அஸ்தினாபுர அரண்மனையை நெருங்கியது. என் கைகளில் கடிவாளத்தைப் பார்த்த வாயிற்காவலர்கள் திகைப்பும் ஆச்சரியமும் அடைந்து, எனக்குத் தலை வணங்கக்கூட மறந்து நின்றனர். அவர்கள் பொம்மைகளைப்போல அசையாமல் நின்றனர். நான் என் தேரை அரண்மனை வளாகத்திற்குள் செலுத்தி, அதற்குரிய இடத்தில் கொண்டு போய் நிறுத்திவிட்டு அதிலிருந்து கீழே குதித்தேன். அவிழ்த்துவிடப்பட்ட ஒரு கன்றுக்குட்டிபோல, அரசவைக்குள் நுழைய என் மனம் பரிதவித்தது. நான் வேள்வி அரங்கத்தினுள் நுழைவதற்கு முன்பாக வானத்தை மீண்டும் ஒரு முறை ஏறிட்டுப் பார்த்தேன். அது நாற்திசைகளிலும் பார்வைக்கு எட்டிய தூரம்வரை அடர்த்தியான கருமேகங்களால் மூடப்பட்டிருந்தது.

வேள்வி அரங்கத்தைக் கடந்துதான் அரண்மனைக்குள் போயாக வேண்டியிருந்தது. அந்தப் பரந்த அரங்கம் யாருமின்றி வெறிச்சோடிக் கிடந்தது. புழுக்களைத் தேடி ஓர் அண்டங்காக்கை வீணாக வேள்விக் குண்டத்தைத் தன் அலகால் கிளறிக் கொண்டிருந்தது. அது அவ்வப்போது கரைந்து கொண்டே தன்னுடைய கழுத்தை அப்படியும் இப்படியுமாக வளைத்தது. அரண்மனைப் படிக்கட்டுகளில் நான் நான்கு நான்கு படிகளாக ஏறினேன். என் மனம் என் உடலின் ரத்த ஓட்டத்தைவிட அதிக வேகமாக ஓடத் தொடங்கியது. அதற்கு ஒரே ஒரு குறிக்கோள்தான் இருந்தது: அரசவை, அரசவை, அரசவை!

நான் அரசவை வாசலை அடைந்தேன். சொக்கட்டான் விளையாட்டின் முடிவை எதிர்பார்த்து மூச்சுவிடக்கூட மறந்து காத்திருந்த வெறியர்களால் அந்த அறை நிரம்பி வழிந்தது. அவர்கள் அனைவருடைய கண்களும் சகுனி மாமாவின் உள்ளங்கையின்மீது நிலைத்திருந்தன. துச்சாதனன் மட்டும் சேவகர்களுக்கும் பணிப்பெண்களுக்கும் இடையே ஒரு சாமானியனைப்போல நின்று கொண்டிருந்ததைப் பார்த்து நான் ஆச்சரியம் அடைந்தேன். அவன் எனக்கு முதுகு காட்டி நின்று கொண்டிருந்தான். அவன் ஏன் அவையோருடன் அமர்ந்திருப்பதற்கு பதிலாக அரசவை வாசற்கதவின் அருகே நின்று கொண்டிருந்தான்? எல்லாமே தலைகீழாக இருந்தது.

நான் அவனுடைய முதுகின்மீது கை வைத்து, "துச்சாதனா? நீ ஏன் இன்று இங்கே நின்று கொண்டிருக்கிறாய்?" என்று கேட்டேன். அவன் ஒரு பந்தயக் குதிரையைப்போல வேகமாகத் திரும்பினான்.

"கர்ணா? நீயா? பொறு...ஒரு நிமிடம்...இங்கேயே இரு. சூதாட்டம் முடியும்வரை நீ உள்ளே வராதபடி பார்த்துக் கொள்ளுவதற்காகத்தான் துரியோதனன் காலையிலிருந்து என்னை இங்கே நிறுத்தி வைத்திருக்கிறான்."

"ஏன்? நான் இங்கு இருப்பதால் ஏதேனும் பேரிடர் ஏற்பட்டுவிடுமா?" துச்சாதனன் என்னைத் தடுத்துக் கொண்டிருந்ததை என்னால் பொறுத்துக் கொள்ள முடியவில்லை. இப்படி வெளிப்படையாக என் வழியை மறிக்க இதுவரை எந்தக் கௌரவனும் துணிந்ததில்லை.

“கர்ணா, அதெல்லாம் எனக்குத் தெரியாது. அங்க நாட்டு அரசர் இன்று இந்த அரசவைக்குள் நுழைய என்னால் அனுமதிக்க முடியாது. மாமாவின் கடைசி வீச்சு இது. இதுதான் இப்போது எல்லாவற்றையும் தீர்மானிக்கவிருக்கிறது,” என்று கூறிவிட்டு அவன் தன்னுடைய இரண்டு கைகளையும் பக்கவாட்டில் நீட்டி என்னை மறித்தான். அவனுடைய கைகள் ஒட்டுமொத்த வாசலையும் ஆக்கிரமித்தன. நான் அங்க நாட்டின் அரசன் என்பதை துச்சாதனன் ஏன் மறந்து கொண்டிருந்தான்?

நான் எம்பி நின்று உள்ளே எட்டிப் பார்த்தபடி, “துச்சாதனா, இந்தக் கடைசி வீச்சுக்கு எது பணயம் வைக்கப்பட்டுள்ளது?” என்று கேட்டேன்.

“திரௌபதி!” அவனுடைய கைகள் கிட்டத்தட்ட என்னைச் சுற்றி வளைத்திருந்தன.

திரௌபதி! கர்வம் கொண்ட ஒரு சத்திரியப் பெண்! எவளுடைய பாதங்களில் கர்ணன் தன் வாழ்க்கையைப் பணிவோடு அர்ப்பணித்திருந்தானோ, அதை ஒரு மிதியடிபோலக் கருதி அகங்காரத்தோடு அதன்மீது ஏறி மிதித்துச் சென்றவள்! கடந்தகால நிகழ்வுகள், பாய்ந்தோடிச் செல்லும் ஒரு தேரைப்போல, வேகவேகமாக என் மனக்கண் முன்னே ஓடின.

“துச்சாதனா, வழி விடு!” என்று கூறி நான் வேகமாக அவனுடைய கைகளை மடக்கி விலக்கிவிட்டு அரசவைக்குள் நுழைந்தேன். சூதாட்டம்! சூதாட்டம்! சூதாட்டம் சரியானதாகவோ அல்லது தவறானதாகவோ இருக்கக்கூடும், ஆனால், அவமானப்படுத்தப்பட்டு, கொந்தளித்துப் போயிருந்த என் மனத்திற்கு அது நிம்மதியைக் கொண்டுவரும் என்றால், அதைப் பழித்துரைப்பதற்கு நான் யார்? உலகம் என்னிடம் எப்படி நடந்து கொண்டது? எது சரி, எது தவறு என்று என் விஷயத்தில் அது பிரித்துப் பார்த்ததா? எனவே, நான் வாசலில் நின்றபடியே சகுனி மாமாவைப் பார்த்து, “மாமா, நீங்கள் இன்று இந்த வீச்சில் வெற்றி பெற்றெ ஆக வேண்டும்,” என்று கத்த விரும்பினேன். நான் துச்சாதனனை விலக்கிக் கொண்டு, பார்வையாளர்களின் ஊடாக வேகவேகமாக முன்னே நடந்தேன். துச்சாதனன் தன் கையை உயர்த்தியபடி, “நில்! நில்!” என்று கூறிக் கொண்டே என் பின்னால் ஓடி வந்தான்.

அரசவையின் மேற்குப் பகுதியில், ஒரு மென்மையான மெத்தை விரிக்கப்பட்டிருந்த ஒரு கல்மேடையின்மீது சகுனி மாமாவும் தருமனும் அமர்ந்திருந்தனர். அவர்கள் இருவருக்கும் நடுவே சொக்கட்டான் பலகை இடம்பெற்றிருந்தது. சகுனி மாமா சம்மணம் போட்டு அமர்ந்திருந்தார். அவர் தன் உள்ளங்கையைத் தன் காதின் அருகே கொண்டு சென்று தன்னுடைய சோழிகளைக் குலுக்கினார். அவருக்குப் பின்னால் துர்முகன், துர்ஜயன், நிஷங்கி, கிராதன் ஆகியோரும் மற்றக் கௌரவர்களும் அமர்ந்திருந்தனர். எல்லோருடைய பார்வையும் சகுனி மாமாவின் உள்ளங்கையின்மீது நிலைத்திருந்தது. சகுனி மாமாவின் வலப்பக்கத்தில் அமர்ந்திருந்த துரியோதனன் பீமனையே வெறித்துப் பார்த்துக் கொண்டிருந்தான். பீமனும் அர்ஜுனனும் நகுலனும் சகாதேவனும் தங்கள் தலைகளைக் கவிழ்த்துக் கொண்டு தருமனுக்குப் பின்னால் அமர்ந்திருந்தனர். அவர்கள் எல்லோரும் தங்கள் வாழ்வில் முதன்முறையாக மிகவும் நிராதரவான, பரிதாபகரமான ஒரு நிலையில்

இருந்தனர். தங்களுடைய மூத்த சகோதரனின் அறிவுகெட்டத்தனமான நடத்தையைப் புரிந்து கொள்ள முடியாமல் அவர்கள் பரிதவித்துக் கொண்டிருந்தனர். ஒரு பெருங்கூட்டத்திற்கு முன்னால் தலை கவிழ்ந்து நிற்க நேரிடும்போது ஒரு வீரன் எவ்வளவு தூரம் மரண வேதனையை அனுபவிக்கிறான் என்பதை இன்று அவர்கள் தங்கள் வாழ்வில் முதன்முறையாக நேரடியாக உணர்ந்தனர்.

"சோழிகளே, உருளுங்கள்! ஏழு விழட்டும்!" என்று சகுனி மாமா கத்திவிட்டு, தன்னுடைய உள்ளங்கையில் இருந்தச் சோழிகளைத் தன் காதின் அருகே குலுக்கிவிட்டு, தசைச் செறிவு கொண்ட ஒரு மீனவன் கடலில் துடிப்பாகத் தன் வலையை வீசுவதைப்போல அவற்றைக் கீழே வீசினார்.

சோழிகள் உருண்டபோது, "அண்ணா, இந்த பயங்கரமான விளையாட்டை நிறுத்தப் போகிறீர்களா இல்லையா?" என்று தருமனைப் பார்த்து பீமன் இடிபோல முழங்கினான். பயங்கரமான இடிச் சத்தத்தில் புற்கள் நடுநடுங்குவதைப்போல அச்சோழிகள் நடுங்கின. நான் கூட்டத்தினரை விலக்கிக் கொண்டு முன்னால் வர முயற்சித்துக் கொண்டிருந்தேன். எல்லோருமே எம்பி நின்று அந்தச் சோழிகளையே பார்த்துக் கொண்டிருந்தனர். யார் வென்றது? அங்கு குழுமியிருந்த எல்லோருடைய கண்களிலும் தெறித்த ஆர்வக் குறுகுறுப்பு, அன்றொரு நாள் அஸ்தினாபுரத்தின் போட்டியரங்கில் போட்டியாளர்களின் சாதனைகளைக் கண்டுகளிப்பதற்கு மக்கள் கொண்டிருந்த ஆர்வக் குறுக்குறுப்பையும், காம்பில்யத்தில் வீரர்கள் சிவதனுசைக் கொண்டு மரமீனைத் துளைப்பதைக் காணுவதற்குப் பார்வையாளர்களிடம் காணப்பட்ட ஆர்வக் குறுகுறுப்பையும் விஞ்சுவதாக இருந்தது.

"துரியோதனா, அங்கே பார்! ஏழு விழுந்துள்ளது! ஏழு!" என்று சகுனி மாமா உற்சாகமாகக் கத்தியபடி மகிழ்ச்சியாகத் தன் இருக்கையிலிருந்து துள்ளியெழுந்தார். கௌரவ இளவரசர்கள் அனைவரும் சத்தமாகக் கைதட்டினர். அதைத் தொடர்ந்து, அரசவையின் எல்லாப் பக்கங்களிலும் பலத்தக் கைதட்டல்கள் எழுந்தன. நான் எப்படியோ சிரமப்பட்டு மைய இருக்கையை அடைந்தேன். நான் அந்த அரசவையைச் சுற்றிலும் என் பார்வையை ஓடவிட்டபோது, இவ்வளவு பெரிய கூட்டத்தை அதுவரை நான் அங்கு ஒருபோதும் பார்த்திருக்கவில்லை என்பதை நான் உணர்ந்தேன். மன்னர் திருதராஷ்டிரர் தன்னுடைய அரியணையின்மீது அமர்ந்திருந்தார். மூடியிருந்த அவருடைய கண்களின் இளஞ்சிவப்பு இமைகள் படபடவெனத் துடித்துக் கொண்டிருந்ததுபோலத் தெரிந்தது. சோழிகள் வீசப்படுவதைக் காண அவர் பரிதவித்தாரா? அவருடைய இடப்பக்கத்தில் காந்தாரி தேவி அமர்ந்திருந்தார். அவருடைய கைகள், ஒரு துணியால் கட்டப்பட்டிருந்த அவருடைய கண்களை நோக்கி அடிக்கடி நகர்ந்தன. அரசவையில் நிகழ்ந்து கொண்டிருந்த எதுவும் அவர்கள் இருவருக்கும் தெரியவில்லையோ என்னவோ!

பிதாமகர் பீஷ்மர், குருதேவர் துரோணர், கிருபர், விதுரர், அசுவத்தாமன், முதன்மை அமைச்சர் விருசவர்மன், படைத்தளபதி ஆகியோரை நான் அங்கு பார்த்தேன். வேள்வி சிறப்பாக நடந்தேறுவதைக் காணுவதற்காகப் பத்துத் திசைகளிலிருந்தும் வந்திருந்த சௌனகர், பிருகு, சியவணர், கண்வர், பைலர், யாக்ஞவல்கியர்,

சுசாமர், பாலகில்யர், சஸ்திரபாதர், சாந்தீபனி, சம்பாகர் மற்றும் பிற முக்கியமான முனிவர்களும் அங்கு அமர்ந்திருந்தனர். வேள்விக்கான முகூர்த்த நேரம் முடிந்து பல மணிநேரம் கடந்துவிட்டிருந்தபோதிலும், அவர்கள் யாராலும் அந்த சூதாட்டத்தைத் தடுத்து நிறுத்த முடியவில்லை. ஆக, சகுனி மாமாவின் அரசியல் தூக்குக் கயிற்றில் அவர்கள் எல்லோரும் சிக்கிக் கொள்ளவிருந்தனர்! திறமையாகச் சொக்கட்டான் விளையாடுவதன் மூலம் கௌரவர்களின் வாழ்க்கையை ஒட்டுமொத்தமாக மாற்ற முடியும் என்பதை சகுனி மாமா அந்த முனிவர்கள் அனைவரின் முன்னிலையிலும் நிரூபித்திருந்தார்! சகுனி மாமாவின் நடை காந்தாரத்தின் ஒட்டகத்தினுடைய நடையை ஒத்திருந்தது. அவர் நேராக நடந்து நான் ஒருபோதும் பார்த்ததில்லை. ஆனால், அவர் அந்தச் சோழிகளைத் தன் கையிலெடுத்து, அரசியல் பாலைவனத்தில் தன்னைப் போன்ற ஒட்டகங்களால் மட்டுமே பிழைத்திருக்கவும் தழைக்கவும் முடியும் என்பதை நிரூபித்துக் காட்டியிருந்தார். ஒட்டகங்களைப் போன்றவர்களால் மட்டுமே வழிகாட்ட முடியும் என்று அவர் சொல்லாமல் சொல்லியிருந்தார்!

சகுனி மாமா தன்னுடைய சூதாட்டத் திறன்மீதான கர்வத்துடனும் வெற்றியால் ஏற்பட்டிருந்த போதையுடனும் சூதாட்டப் பலகையை மடித்துக் கொண்டே, “தருமா, உன் ராஜ்ஜியத்திலுள்ள கால்நடைகள், செல்வங்கள், சேவகர்கள், பணிப்பெண்கள் ஆகியோர் உட்பட உன்னுடைய ஒட்டுமொத்த ராஜ்ஜியத்தையும் நீ இழந்திருக்கிறாய். நீயும் உன் நான்கு சகோதரர்களும் பன்னிரண்டு ஆண்டுகள் வனவாசம் போகவும் நீ வழி வகுத்துவிட்டாய். பதின்மூன்றாவது ஆண்டு முழுவதும் நீங்கள் ஐவரும் அஞ்ஞாதவாசம் மேற்கொள்ள வேண்டும். சிறிது நேரத்திற்கு முன்பு, இப்போட்டியில் நீ உன் மனைவியையும் இழந்து, அவளைக் கௌரவர்களின் அடிமையாக ஆக்கியுள்ளாய். தர்மத்தின் ஒட்டுமொத்த உருவம் நீ என்று எல்லோரும் கருதுகின்றனர். தர்மத்தைக் கடைபிடிக்கும் தருமனே! சொக்கட்டான் விளையாட்டில் எப்படி வெற்றி பெற வேண்டும் என்பது பற்றிய தர்மத்தை ஏன் யாரும் உனக்குக் கற்றுக் கொடுக்கவில்லை? சொக்கட்டான் விளையாட்டில் சகுனியை விஞ்சக்கூடிய ஒருவர்கூட இந்த ஒட்டுமொத்த ஆரியவர்த்தத்தில் இல்லை என்பதை இப்போது நீ உணர்ந்து கொண்டாயா? அல்லது, சகுனியின் கைகளின் திறனை சோதிப்பதற்கு, உன்னிடம் எஞ்சியிருக்கின்ற இன்னும் ஒரே ஒரு பொருளை, அதாவது, உன் வயதான தாயாரை, நீ பணயம் வைக்க விரும்புகிறாயா?” என்று கேட்டுவிட்டுத் தன்னுடைய புருவங்களை மீண்டும் மீண்டும் உயர்த்தித் தன்னுடைய கழுத்தைத் திருப்பினார். கட்டுப்படுத்தப்பட முடியாத ஒரு நடுக்கம் என் உடல் முழுவதும் ஊடுருவியது. அது நான் கங்கை நீரில் மூன்று மணிநேரத்திற்கும் அதிகமாக நின்றிருந்ததால் ஏற்பட்ட நடுக்கமா?

தன்னுடைய தாயாருக்கு ஏற்பட்டிருந்த அவமதிப்பைப் பொறுத்துக் கொள்ள முடியாத பீமன், தன்னுடைய கதாயுதத்தைச் சுழற்றியபடி, “சகுனி!” என்று கத்திக் கொண்டே ஒரு சிங்கம்போல அவர்மீது பாய்ந்தான்.

“பீமா, உன் இடத்திற்குத் திரும்பிச் செல்!” தருமன் முதன்முறையாகத் தன் வாயைத் திறந்தான். பீமன் தருமனின் பாதத்தை வெறித்துப்

பார்த்துவிட்டுத் தன் இருக்கைக்குத் திரும்பிச் செல்லத் தயாரானான்.

அப்போது சகுனி மாமா தன்னுடைய சோழிகளைக் குலுக்கிக் கொண்டே, "அடிமைகள் தங்களுடைய எஜமானர்களை மரியாதையின்றி அழைப்பதில்லை. பீமா, நீ கௌரவர்களின் அடிமை. நீ உன் கையில் வைத்திருக்கின்ற கதாயுதம் இனியும் உன்னுடையதல்ல. உன் மனைவி திரௌபதி இப்போது கௌரவர்களின் அடிமை," என்று கூறி பீமனின் வாயை அடைத்தார். பீமன் தன் தலையைக் கவிழ்த்தபடி தன் இருக்கைக்குத் திரும்பிச் சென்றான். கோபத்தில் அவன் தன் உதடுகளைக் கடித்தான். அவற்றிலிருந்து வழிந்த ரத்தம் தரையின்மீது சொட்டியது. அன்றொரு நாள் அஸ்தினாபுரத்தின் போட்டியரங்கில் என்னைப் பார்த்து, "உன்னுடைய சாட்டையை எடுத்துக் கொண்டு உன்னுடைய குலத் தொழிலைப் பார்க்கப் போ!" என்று என்னை ஏளனம் செய்திருந்த இதே பீமன், இன்று விதி கொடுத்திருந்த சாட்டையடியால் கீழே விழுந்து கிடந்தான். கர்வம் கொண்ட அவனுடைய நரம்புகளில் பாய்ந்த ரத்தத்திற்கு என்ன நேர்ந்தது? அவனுடைய மலை போன்ற வீரம் எங்கே போயிற்று?

"திரௌபதி! கௌரவர்களின் அடிமை!" என்று கூறி துரியோதனன் எகத்தாளமாகச் சிரித்தான். அது எனக்குத் துளிகூடப் பிடிக்கவில்லை. இவ்வளவு காலமாக அவனுடைய உடலுக்குள் குமுறிக் கொண்டிருந்த எரிமலை இப்போது வெடித்திருந்தது. அவன் தன் அரியணையின்மீது அமர்ந்தபடி அந்த அரசவை நெடுகிலும் தன்னுடைய பார்வையை ஓடவிட்டுவிட்டு, தன்னுடைய தேரோட்டியும் பணியாளனுமான பிரதிகாமனைப் பார்த்து, "பிரதிகாமா, கௌரவர்களின் அந்த அடிமைப் பெண்ணை உடனே இங்கே அழைத்து வா – அவள் எந்த நிலையில் இருந்தாலும் சரி!" என்று அதிகாரத் தோரணையுடன் உத்தரவிட்டான். அவனுடைய வார்த்தைகள், ஒரு மலையிலிருந்து ஒரு பெரிய பாறை உருண்டு செல்லுவதைப்போல பலமாக ஒலித்தன. பிரதிகாமன் உடனே அரசவையிலிருந்து வெளியேறினான்.

நான் என் இருக்கையில் இருந்தபடியே தருமனைப் பார்த்தேன். எப்போதும் என்னுடைய பாதங்களையே உன்னிப்பாக ஆய்வு செய்து கொண்டிருந்த அவனுடைய கண்கள் இப்போது அவனுடைய சொந்தப் பாதங்கள்மீது நிலைத்திருந்தன. எப்போதும் மற்றவர்களைப் பற்றி ஏளனமாகப் பேசிய பீமனின் நாக்கு இப்போது அவனுடைய வாய்க்குள் அடைபட்டுக் கிடந்தது. யாராலும் தோற்கடிக்கப்பட முடியாத வில்லாளன் தான் என்று தன்னைக் குறித்து கர்வம் கொண்டிருந்த அர்ஜுனன்! அவன் தோற்கடிக்கப்பட முடியாதவன் என்பது உண்மையாகக்கூட இருக்கலாம், ஆனால் மற்றவர்களுடைய திறமைகளை மதிக்கின்ற பெருந்தன்மையை அவன் எப்போதாவது வெளிப்படுத்தியிருந்தானா? அவன் எப்போதாவது மற்றவர்களைப் பாராட்டியிருந்தானா? கர்ணன்மீது எப்போதாவது அவன் பரிவு காட்டியிருந்தானா? தன்மீது புகழ் மழை பொழியப்பட்டபோதெல்லாம், தன்னைப்போலவே வில்வித்தையின்மீது அர்ப்பணிப்புக் கொண்டிருந்த வேறொருவன் இந்த அஸ்தினாபுரத்தில் இருக்கக்கூடும் என்று அவன் எப்போதாவது நினைத்துப் பார்த்திருந்தானா? மாறாக, அவனைவிட அதிகத் திறமை படைத்த, நிஷாத குலத் தலைவனின் மகனான ஏகலைவன்

தன்னுடைய குருதட்சணையாகத் தன்னுடைய கட்டைவிரலைக் கொடுக்க வேண்டும் என்று துரோணர் அவனிடம் கூறியபோது, அர்ஜுனன் அவரைத்தானே ஆதரித்தான்? அவன் இப்படிப்பட்டவனாக இருந்தும்கூட, அஸ்தினாபுரம் ஏன் அவனைத் தன் தலைமீது தூக்கி வைத்துக் கொண்டாடியது? அவன் ஒரு தலைசிறந்த வில்லாளன் என்ற ஒரே காரணத்திற்காகவா? அல்லது அவன் ஒரு தலைசிறந்த இளவரசன் என்பதற்காகவா? அல்லது அவன் ஒரு சத்திரியன் என்பதற்காகவா? புகழ்மிக்க அந்தச் சத்திரிய குணம் இன்று எங்கே போயிற்று?

ஒருவேளை அர்ஜுனன் என்னுடைய இடத்தில் இருந்திருந்தால்? மற்றவர்கள் நம்மை உதாசீனப்படுத்துகின்றனர் என்ற எண்ணத்திலிருந்து முளைக்கின்ற மனவேதனையை அவனால் எந்த அளவு தாங்கிக் கொண்டிருக்க முடியும்? உடல்ரீதியாக ஆரோக்கியமானவனாகவும் திறமையும் அர்ப்பணிப்பும் வாய்ந்தவனாகவும் இருந்தாலும்கூட, வேதனை நிரம்பிய வாழ்க்கையை அவனால் எவ்வளவு நாட்கள் பொறுத்துக் கொண்டிருந்திருக்க முடியும்?

வாழ்க்கை அனுபவங்கள் நம்மால் தாங்கிக் கொள்ளப்பட முடியாதவையாக இருக்கின்றன. இப்பாடத்தைப் பாண்டவ இளவரசர்களுக்குக் கற்றுக் கொடுப்பதற்காகவே விதி இந்த விநோதமான சூதாட்டத்திற்கு ஏற்பாடு செய்திருந்ததுபோலும். அவமானம் ஒருவனுடைய மனத்தை எப்படித் தொடர்ந்து அரித்துக் கொண்டே இருக்கிறது என்பதை அவர்கள் இப்போது நிச்சயமாகக் கற்றுக் கொண்டிருப்பர். அக்கறையின்மையும் உதாசீனமும் ஒரு திறமையான மனத்தின் அமைதியைக் குலைக்கின்ற புயல்களாக மாறுகின்றன. தாங்கிக் கொள்ளப்பட முடியாத ஒரு காலகட்டத்தைப் பாண்டவர்கள் இப்போது அனுபவித்துக் கொண்டிருந்தனர்,

திரௌபதி இப்போது ஒரு சாதாரண அடிமையாக ஆகியிருந்தாள்! நறுமணம் வீசிய உடலைக் கொண்ட ஓர் அடிமை.

ஓர் அடிமைப் பெண் ஒரு சூதக் கன்னியைவிடக் கீழான நிலையில் உள்ளவள். எண்ணங்கள் என் மனத்தில் முரசு கொட்டின. ஓர் அடிமை! தன் கைகளில் சுயம்வர மாலையைத் தாங்கிய ஓர் அடிமை! அவமானத்தால் கூனிக் குறுகிய அவளுடைய முகம் என் கண்களுக்கு முன்னால் நடனமாடியது.

பிரதிகாமன் சிறிது நேரத்தில் சிறகுடைந்த ஒரு பறவையைப்போலத் தள்ளாடித் திரும்பி வந்து, "இளவரசே, பாஞ்சால இளவரசியால் இப்போது இந்த அரசவைக்கு வர முடியாது," என்று கூறினான்.

"அதெப்படி? தன் எஜமானன் கூறுவதை ஓர் அடிமை நிறைவேற்றியாக வேண்டும். அவள் இக்கணமே இங்கு வந்தாக வேண்டும்," என்று கூறிய துரியோதனன், எறிகல்லை எறிகின்ற ஒரு பீரங்கியின் வலிமையோடு தன் இருக்கையிலிருந்து எழுந்தான். வேள்விக் குண்டத்தின் நெருப்பு அவனுடைய கண்களில் எரிந்தது.

பிரதிகாமன் தலை கவிழ்ந்து நின்றபடி, "இல்லை, இளவரசே. பாஞ்சால இளவரசி இப்போது மாதவிடாயில் இருக்கிறார். அவர் இப்போதுதான் குளித்திருக்கிறார். அவருடைய கூந்தல்கூட இன்னும் காயவில்லை," என்று கூறினான்.

"பிரதிகாமா! என்னுடைய உத்தரவுகளை உன்னால் ஒழுங்காகக்

கடைபிடிக்க முடியுமா அல்லது முடியாதா? துச்சாதனா, ஒரு சத்திரியனுக்கும் ஒரு சூதனுக்கும் இடையேயான வேறுபாட்டை இவனுக்குக் காட்டு. திரௌபதி எந்தக் கோலத்தில் இருக்கிறாளோ, அப்படியே அவளை இங்கே இழுத்து வா," என்று துரியோதனன் இடிபோல முழங்கினான்.

ஒரு வில்லிலிருந்து புறப்பட்ட ஓர் அம்புபோல துச்சாதனன் வேகமாக அந்த அரசவையைவிட்டு வெளியேறினான். பிரதிகாமன் ஒரு சூதன் என்று கூறி துரியோதனன் அவனைச் சிறுமைப்படுத்தியது எனக்குப் பிடிக்கவில்லை. தன்னுடைய நண்பன் கர்ணனும் ஒரு சூதன் என்பது உணர்ச்சி வேகத்தில் துரியோதனனுக்கு மறந்துவிட்டதுபோலும். நான் அந்த அரசவையைவிட்டு வெளியேறி, என்னுடைய பெற்றோரை அழைத்துக் கொண்டு என்னுடைய தேரில் சம்பாநகரிக்குத் திரும்பிச் சென்றுவிடலாமா என்ற எண்ணம் ஒரு கணம் என்னுள் தலை தூக்கியது. சூதர்களை இகழாத ஓர் இடத்திற்குச் சென்றுவிட நான் விரும்பினேன்.

"என்னை விடு! என்னை விடு! சண்டாளா, என்னைத் தொடாதே!"

அழுகையுடன்கூடிய வேதனைக் குரல் ஒன்று எல்லோருக்கும் கேட்டது.

உலகை வென்ற கௌரவ மூதாதையர் நுழைந்திருந்த அதே வாசல் வழியாக இப்போது துச்சாதனன் நுழைந்து கொண்டிருந்தான்.

திரௌபதி தன்னுடைய மெல்லிய விரல்களால் அரசவையின் வாசற்கதவை இறுக்கமாகப் பிடித்துக் கொண்டு, தன் மானத்தைக் காக்கப் போராடிக் கொண்டிருந்தாள். ஒரு கை நிறையப் புல்லை வேரோடு பிடுங்குவதைப்போல, துச்சாதனன் அவளை அரசவைக்குள் இழுத்து வரப் போராடினான். ஆனால் திரௌபதி அக்கதவை மிகவும் இறுக்கமாகப் பிடித்திருந்தாள். துச்சாதனனால் அவளுடைய பிடியை விடுவிக்க முடியவில்லை. எனவே, அவன் திடீரென்று அவளுடைய இடையைப் பிடித்தான். இதைக் கண்டவுடன் நான் கடும் அதிர்ச்சியடைந்தேன்.

துச்சாதனின் நடத்தையால் வெகுண்டெழுந்த பீமன், "துச்சாதனா! இங்கு கூடியுள்ள அனைத்து முனிவர்களின் முன்னிலையிலும் திரௌபதியின் தூய்மையான உடலை இன்று நீ எந்தக் கைகளால் பற்றினாயோ, அந்தக் கைகளை நான் உடைத்து வானத்தை நோக்கி வீசுவேன். மமதையால் இந்த அரசவையில் நீ என் மனைவியை அவமானப்படுத்தியிருக்கிறாய். கர்வத்தால் விம்மியுள்ள உன்னுடைய நெஞ்சை நான் கிழித்தெடுத்து, சோமபானத்தைப் பருகுவதைப்போல எல்லோர் முன்னிலையும் நான் உன்னுடைய ரத்தத்தைக் குடிப்பேன்!" என்று ஆக்ரோஷமாக எல்லோர் முன்னிலையிலும் சபதம் செய்தான்.

இதே போன்ற வார்த்தைகளை எனக்குள் இருந்து யாரோ கூறிக் கொண்டிருந்தனர். யார் அது? சூரிய பகவானின் சீடனான கர்ணன்தான் அது. அவன் தன் கையை உயர்த்தி என்னைப் பார்த்து, "கர்ணா, எழுந்திரு. இங்கே அநியாயமும் அக்கிரமும் நிகழ்ந்து கொண்டிருக்கின்றன. போய் அந்த அநியாயத்தைத் தடுத்து நிறுத்து. நீ ஏன் தயங்குகிறாய்? பழி வாங்குவது அற்ப மனத்தைக் கொண்டவனுடைய அசிங்கமான போக்கு. அதைப் புறக்கணித்துவிட்டு எழுந்து போராடு!" என்று கூறினான்.

ஒரு கணத்தில், ஒரு கோபக்கார சூதன் தன்னுடைய சாட்டையைச் சுழற்றிக் கொண்டு தன்னுடைய கடிவாளத்தைப் பிடித்தபடி, சூரிய பகவானின் சீடனின் முன்னால் தோன்றினான். அவன் காரணம் ஏதுமின்றி அந்தச் சாட்டையை சூரிய பகவானின் சீடனை நோக்கி வேகமாக ஆட்டிக் கொண்டே, "உன்னுடைய ஓலைக் குடிசையை நீ இவ்வளவு சீக்கிரமாக மறந்துவிட்டாயா? நீ குதிரைகளைப் பராமரித்தது உனக்கு நினைவில்லையா? சுயம்வரத்தில் திரௌபதி கொடூரமான வார்த்தை அம்புகளால் உன் இதயத்தைக் குத்திக் கிழித்தது உனக்கு மறந்துவிட்டதா? ஓர் அடிமை ஒரு சூதனைவிட மிகவும் தாழ்ந்தவள் என்பதை அவள் இப்போது நன்றாக உணரட்டும்!" என்று இடிபோல முழங்கினான்.

நான் என்ன செய்வதென்று தெரியாமல் குழம்பினேன். நான் யார் என்பதைக்கூடத் தெளிவாகத் தீர்மானிக்க முடியாமல் நான் தடுமாறினேன்.

குற்றுயிரும் குலையுயிருமாக இருக்கின்ற ஒரு மாட்டை இழுத்துச் செல்லுகின்ற, களைப்புற்ற ஒரு சிங்கத்தைப்போல, துச்சாதனன் திரௌபதியை அந்த அரசவைக்குள் இழுத்து வந்தான். ஒரு வலையிலிருந்து விடுபடத் தட்டழிகின்ற ஒரு மீனைப்போல, அவனுடைய பிடியிலிருந்து விடுபட அவள் போராடினாள்.

துச்சாதனனின் கைகள் அவளை மட்டும் சுற்றி வளைத்திருக்கவில்லை; சூரிய பகவானின் சீடனான என்னுடைய குரல்வளையையும் அது நெறித்து என்னைத் திணறடித்துக் கொண்டிருந்தது.

"பிதாமகரே!" திரௌபதியின் ஆக்ரோஷக் குரல் அந்த அரசவையின் மேற்கூரையைக் கிழித்துச் சென்றது.

"துச்சாதனா! இந்த அடிமை நறுமணம் வீசும் உடலைக் கொண்டிருப்பதால், நாம் இவளுக்குச் சிறிது மரியாதை கொடுக்கலாம். இவளை என் பாதங்களில் கிடத்துவதற்கு பதிலாக என்னுடைய தொடையின்மீது உட்கார வை," என்று கூறிய துரியோதனன் ஆக்ரோஷமாகத் தன் தொடையைத் தட்டினான். பிதாமகர் பீஷ்மர் தன் தலையைக் கவிழ்த்துக் கொண்டார்.

மீண்டும் வெகுண்டெழுந்த பீமன், "துரியோதனா! உன்னுடைய பைத்தியக்காரத்தனம் எல்லை மீறிவிட்டது. நேரம் வரும்போது என் கதாயுதத்தைக் கொண்டு உன்னுடைய தொடையை உடைத்துக் கூழாக்குவேன்!" என்று இன்னொரு சபதம் செய்தான். படமெடுத்துள்ள ஒரு பாம்பைப்போல அவன் சீறிக் கொண்டிருந்தான்.

"பீமா, ஓர் அடிமையின் சபதங்களுக்கு எந்த மதிப்பும் இல்லை," என்று துரியோதனன் பரிகசித்தான்.

துரியோதனனுக்கு என்ன நேர்ந்து கொண்டிருந்தது என்பதை என்னால் புரிந்து கொள்ள முடியவில்லை. அவன் ஒரு தீப்பந்தத்தைப்போலத் தொடர்ந்து நெருப்பை உமிழ்ந்து கொண்டிருந்தான்.

எனக்குள் இருந்த சூதனுக்கும் சூரிய பகவானின் சீடனுக்கும் இடையே மீண்டும் ஒரு கடுமையான போராட்டம் தொடங்கியது. இருவரும் இரக்கமின்றி ஒருவரையொருவர் தாக்கிக் கொண்டிருந்தனர். யார் வெற்றி பெறுவார்கள் என்பது யாருக்குத் தெரியும்?

“அநியாயம்! மதிப்பிற்குரிய பெரியவர்கள் மற்றும் குருமார்கள் நிரம்பிய ஓர் அரங்கில் ஒரு பெண்ணுக்கு அநீதி இழைக்கப்பட்டுக் கொண்டிருக்கிறது. ஒரு பெண்ணைக் கேவலப்படுத்துவது என்பது கற்பைக் கேவலப்படுத்துவதாக அர்த்தம். ஒரு பெண்ணின் கௌரவத்தை அழிப்பது என்பது மனிதகுலத்தின் சாரத்தையே அழிப்பதாகும். அதிலிருந்து முளைக்கின்ற முரண்பாடு மனிதகுலத்தின் மென்மையான உணர்வுகள் அனைத்தையும் நிர்மூலமாக்கிவிடும். கர்ணா, சூரிய பக்தனே! வெகுண்டெழு! பகைமை அனைத்தையும் விழுங்குகின்ற வேள்விக் குண்டம் நீ! துரியோதனனின் கைகளைத் தாக்கி, இது அநியாயம் என்றும், அக்கிரமம் என்றும், இழிவானது என்றும் எல்லோர் முன்னிலையிலும் சத்தமாக முழங்கு!” எனக்குள் இருந்த சூரிய பகவானின் சீடன் தேரோட்டியின்மீது பாய்ந்து, தன்னுடைய கூரிய விரல்களை அவனுடைய நெஞ்சுக்குள் பதித்தான். ஆனால் அந்தத் தேரோட்டி அதைக் கண்டு அசரவில்லை. அவனுடைய உடல் யாராலும் துளைக்கப்பட முடியாததாக இருந்தது.

“பழிக்குப் பழி! அவமதிப்பு! இகழ்ச்சி! பரிகாசம்! புறக்கணிப்பு! சூழ்ச்சி! கர்ணா, இப்படிப்பட்டதுதான் உன்னுடைய வாழ்க்கை. ஒரு நடைபிணமாக வாழுவது வாழ்க்கையாகுமா? பல ஆண்டுகளுக்கு முன்பே நீ ஒரு பெண்ணின் வார்த்தை அம்புகளால் தாக்கப்பட்டு இறந்துவிட்டாய். உன்னால் எப்படி இன்று எந்தவொரு பெண்ணையும் காப்பாற்ற முடியும்? நீ உன் இருக்கையிலிருந்து எழுந்திருக்காதே. இங்கு நிகழ்ந்து கொண்டிருக்கும் எல்லாமே நியாயமானதுதான். உனக்கு இழைக்கப்பட்ட அநீதி இப்போது ஆக்ரோஷமாகவும் கொடூரமாகவும் பழி தீர்த்துக் கொண்டிருக்கிறது. கர்ணா, இதை ஏற்றுக் கொள். நீ இந்தப் பக்கம்தான் இருக்க வேண்டும்,” என்று கூறி, என்னுள் இருந்த தேரோட்டி மீண்டும் என்னைத் தன் சாட்டையால் அடிக்கத் தொடங்கினான். சூரிய பகவானின் சீடன், ஒளிந்து கொள்ளுவதற்கு ஓர் இடம் தேடி அங்குமிங்கும் ஓடிக் கொண்டிருந்தான்.

“கர்ணா, ஒரு பெண்ணைப் பழி வாங்குவது ஒரு வீரனுக்கு அழகா? ஒரு பெண்ணின் மானத்தைக் காப்பதில் அல்லவா ஓர் ஆணின் புகழ் அடங்கியுள்ளது? ஒரு கணத்தைக்கூட விரயம் செய்துவிடாதே. இன்று நீ கடைபிடிக்கும் மௌனம் உன்னுடைய நற்பெயருக்கு ஒரு தீராக் களங்கத்தை உருவாக்கிவிடும். எழுந்து ஓடிச் சென்று துச்சானதனின் கைகளைப் பிடித்து முறுக்கு. பாதகமான சூழ்நிலையிலும் உறுதியாக இருக்கின்றவன்தான் உண்மையான ஆண்மகன்,” என்று கூறி சூரிய பகவானின் சீடன் கடைசி முறையாக முயற்சித்தான்.

“முடியாது. பிதாமகர் பீஷ்மர், விதுரர், துரோணர், அசுவத்தாமன், கிருபர், மற்றும் பலர் இந்த அரசவையில் இருக்கின்றனர். பிறகு நீ ஒருவன் மட்டும் ஏன் எதிர்க்க வேண்டும்? இவர்கள் எல்லோரும் மௌனமாக வேடிக்கைப் பார்த்துக் கொண்டிருக்கும்போது நீ மட்டும் ஏன் முன்னால் சென்று நெருப்போடு விளையாட வேண்டும்? ஒருவேளை துரியோதனன் கோபத்துடன் எழுந்து, எல்லோர் முன்னிலையிலும் உன்னிடம், “சூத புத்திரனே, நீ ஏன் இந்த விவகாரத்தில் உன் மூக்கை நுழைக்கிறாய்?” என்று கூறி, பிரதிகாமனை அவமானப்படுத்தியதுபோல உன்னையும் அவமானப்படுத்தினால் என்ன ஆகும்? யாருடைய

மானத்தைக் காக்க நீ இப்படித் துடிக்கிறாயோ, அவள், ஒரு சூத புத்திரனால் காப்பாற்றப்படுவதைத் தான் விரும்பவில்லை என்று முழங்கினால் உன் நிலைமை என்னவாகும்? அந்த ஒரு சொல், நூறு அம்புகளைவிட அதிகமாக உன்னைக் காயப்படுத்திவிடும். எனவே, கர்ணா, நீ அமைதியாக இரு. நீ எதற்கும் பணிந்துவிடாதே." இறுதியில், சூத புத்திரன்தான் வெற்றி பெற்றான். அவன் மகிழ்ச்சியில் திளைத்தவாறு தன்னுடைய சாட்டையை ஓரமாக வீசிவிட்டு, கங்கையில் நீராஞ்சலி செய்து கொண்டிருந்த சூரிய பகவானின் சீடனைத் தாக்கத் தொடங்கினான்.

ஒரு பேரலை ஒரு படகைப் பந்தாடுவதைப்போல துச்சாதனன் திரௌபதியை துரியோதனனை நோக்கித் தள்ளினான். துரியோதனன் அவளைத் தன்னுடைய வெற்றுத் தொடையின்மீது அமர வைக்கக் கடுமையாக முயற்சித்தான்.

"துச்சாதனா, கொஞ்சம் பொறு! ஒரு குருட்டுத் தந்தையின் மகன்கள் குருடர்கள் அல்லர். இன்னும் சொல்லப் போனால், எஞ்சிய உலகத்தால் பார்க்க முடியாதவற்றைப் பார்க்கக்கூடிய அளவுக்கு அவர்கள் அதிகத் தெளிவான பார்வையைக் கொண்டுள்ளனர். இதை இந்த அடிமைக்கு நிரூபித்துக் காட்டு. அவளுடைய ஆடையைக் களைந்து, நிர்வாணமாக அவளை என் மடியின்மீது அமர்த்து." ஓர் இரும்புப் பாளத்தின்மீது ஒரு சுத்தியலால் அடிக்கும்போது தெறிக்கின்ற தீப்பொறிகளைப்போல துரியோதனனின் வாயிலிருந்து வார்த்தைப் பொறிகள் வெளிவந்தன. முனிவர்கள் அனைவரும் தங்களுடைய கைகளால் தங்கள் காதுகளைப் பொத்திக் கொண்டு தங்கள் கண்களை மூடிக் கொண்டனர்.

"துரியோதனா!" என்று ராஜமாதா காந்தாரி தேவி அலறினார்.

"துரியோதனா! கேவலமான பிறவியே!" என்று கத்திய பீமன், கோபத்தில் தன்னுடைய உதடுகளைக் கடித்துக் கொண்டு, தன்னுடைய கதாயுதத்தைச் சுழற்றியபடி ஓர் ஆக்ரோஷமான புலியைப்போல துரியோதனனை நோக்கி வந்தான்.

"பீமா, உன் இருக்கைக்குத் திரும்பிப் போ!" என்று தருமன் தன் தலையை நிமிர்த்தாமல் உத்தரவிட்டான். அவனுடைய பார்வை இன்னும் அவனுடைய பாதங்கள்மீதே நிலைத்திருந்தது.

வேகமாகப் பரவுகின்ற ஒரு காட்டுத் தீயைப்போல துச்சாதனன் திரௌபதியை நோக்கி முன்னேறினான். ஒருவன் தன் வாளின் கைப்பிடியைப் பற்றுவதைப்போல துச்சாதனன் தன்னுடைய இடது கையால் திரௌபதியின் வலது கை மணிக்கட்டை இறுக்கமாகப் பற்றினான். அவள் அவனுடைய பிடியிலிருந்து தன்னை விடுவித்துக் கொள்ளுவதற்காகத் தன் கை கால்களை உதறியபடி போராடினாள். அவள் நிராதரவாக இருந்தாள்! இந்தப் போராட்டத்தில், அவளுடைய தலையில் இருந்த மலர்ச்சரம் அறுந்து, அவளுடைய கருங்கூந்தல் அவிழ்ந்தது. இருண்ட வட்டங்கள் என் பார்வையை மறைத்தன. நான் எங்கே இருந்தேன்? என் கண்களுக்கு முன்னால் என்ன நிகழ்ந்து கொண்டிருந்தது? அவமானம்! காட்டுமிராண்டித்தனம்! அக்கிரமம்! இது மதிப்பிற்குரிய கௌரவர்களின் அரசவையா அல்லது காம வெறி பிடித்தக் களியாட்டக்காரர்களின் கேளிக்கைக்கூடமா? ஐயோ! நான் ஏன் அஸ்தினாபுரத்திற்கு வந்தேன்? நான் தொடர்ந்து சம்பாநகரியில்

ஒரு தேரோட்டியாகவே இருந்திருந்தால், அதனால் ஏதாவது தவறாகப் போயிருக்குமா? நான் எதை நோக்கிப் போய்க் கொண்டிருந்தேன்? இருள், வீழ்ச்சி, கொடூரமான பேரழிவு ஆகியவைதான் எனக்காகக் காத்துக் கொண்டிருந்தனவா? என்னை ஓர் அரசனாக ஆக்கியது யார்? துரியோதனனா? அஸ்தினாபுரத்தின் குடிமக்களா? அல்லது தலைவிதியா? “கர்ணா, உன்னுடைய கிரீடத்தை வீசியெறிந்துவிட்டு உடனே சம்பாநகரிக்குத் திரும்பிச் செல்,” என்று எனக்குள்ளிருந்து ஒரு குரல் எனக்கு அறிவுறுத்தியது. ஆனால், என்னால் என் கிரீடத்தைத் துறக்க முடியவில்லை. ஒருவன் எவ்வளவு தீவிரமாக ஆசைப்பட்டாலும் காலத்தின் ஓட்டத்தை அவனால் திருப்பி வைக்க முடியாது. காலத்திடமிருந்து அவனால் தப்பிக்கவும் முடியாது. அவன் அதை நேருக்கு நேர் எதிர்கொண்டாகத்தான் வேண்டும். வாழ்க்கையை அவன் அதன் போக்கில்தான் வாழ்ந்தாக வேண்டும்.

துச்சாதனன் திரௌபதியின் மேலாடையின் விளிம்பின்மீது தன் கைகளை வைத்தான். சினமூட்டப்பட்ட ஒரு பாம்பைப்போல திரௌபதி அவனுடைய கையை நறுக்கென்று கடித்தாள். துச்சாதனன் வலி தாங்காமல் தன் கையை வெடுக்கென்று உருவினான். அவள் மின்னல் வேகத்தில் அவனிடமிருந்து தப்பி ஓடினாள். அவள் வேதனையில் துடித்துக் கொண்டும், தன் மார்பின்மீது அடித்துக் கொண்டும், ஓலமிட்டபடி அந்த அரசவையைச் சுற்றிச் சுற்றி ஓடினாள்.

கொழுந்துவிட்டு எரியும் ஒரு தீப்பந்தத்தைப்போல திரௌபதி அந்த அரசவையைச் சுற்றி வேகமாக ஓடினாள். துச்சாதனன் அவளைத் துரத்திக் கொண்டு ஓடினான். இறுதியில், முற்றிலுமாகக் களைத்துப் போன திரௌபதி, ஒரு சூறாவளியால் வேரோடு பிடுங்கப்படுகின்ற ஒரு கதலி மரம்போலப் பிதாமகரின் முன்னால் நிலை குலைந்து விழுந்தாள். கடுமையான புயற்காற்று வீசும்போது ஒரு சன்னல் எப்படிப் பேய்த்தனமாகச் சுவரின்மீது மோதுமோ, அதேபோல திரௌபதி இப்போது தனக்கு முன்னால் இருந்த படிக்கட்டுகள்மீது தன் தலையை மீண்டும் மீண்டும் ஆக்ரோஷமாக மோதினாள். அவளுடைய நெற்றியின்மீது இருந்த மங்கலக் குங்குமம் அழிந்து, அந்த இடத்தில் ரத்தம் பீறிட்டது. அவளுடைய ஈரமான கூந்தலிலிருந்து சொட்டிய நீர், அவள் ஒவ்வொரு முறை தன் தலையை அந்தப் படிக்கட்டுகள்மீது மோதியபோதும் ரத்தத்துடன் கலந்து அந்தப் படிகள்மீது ஓடியது.

இதைக் காணப் பொறுக்காமல் நான் என் கண்களை மூடிக் கொண்டேன். ஆனால் கண்களை மூடிக் கொண்டால் உண்மை மறையவா போகிறது? மூடியிருந்த, ஆனால் விழிப்பாக இருந்த என் கண்களில் இரண்டு சொட்டுக்கள் ரத்தமும் இரண்டு சொட்டுக்கள் கண்ணீரும் துளிர்த்தன. ஒருசில கணங்களில் அவை ஒன்றுகலந்து கீழே வழிந்தோடின. விரைவில், கங்கையைவிட அதிக வேகமாகவும் யமுனையைவிட அதிக அளவிலும் இரண்டு ஆறுகள் என் கண்களிலிருந்து புறப்பட்டன. அவற்றின் அலைகள் ஒன்றோடொன்று சேர்ந்து உருண்டோடின. அந்தக் கொடூரமான கலவையில் எண்ணற்ற வீரர்களின் தலைகள் தாமரை மலர்களையும் நாணல்களையும்போல மிதந்தன. நான் பீதியடைந்தேன், ஆனால் என் உடல் செயலிழக்கவில்லை.

“பிதாமகரே!”

திரௌபதியின் கதறல் சத்தம் கேட்டு என் கண்கள் தாமாகவே திறந்தன.

அவளுடைய வார்த்தைகள் எல்லோரையும் வெட்கித் தலை குனிய வைக்கும்படியாக இருந்தன. "பிதாமகரே, நான் மன்னர் பாண்டுவின் மருமகள். நான் உங்கள் சொந்த மகளைப் போன்றவள். எழுந்திருங்கள்! காட்டுமிராண்டித்தனமாக நடந்து கொண்டிருக்கின்ற இந்தச் சண்டாளனின் கைகளைப் பிய்த்தெறியுங்கள். நான் உங்களிடம் கையேந்திப் பிச்சை கேட்கிறேன். கௌரவர்களின் இந்தப் புராதன அரசவையில் என்னுடைய மானம் விலை போக அனுமதித்துவிடாதீர்கள். எழுந்திருங்கள்! தங்களுடைய குலப் பெண்களின் மானத்தைக் காப்பது கௌரவர்களின் பாரம்பரியம் என்பதை இந்தக் குடிகாரனுக்குப் புரிய வையுங்கள்."

ஆனால்...

ஆனால், பீஷ்மரின் தலை, தன்னுடைய தண்டை இழந்த ஒரு தாமரையைப்போலத் தொடர்ந்து கவிழ்ந்தே இருந்தது. போட்டியரங்கில் எனக்கு ஆதரவாக ஒலித்தக் குரல் இப்போது இந்த அரசவையிலும் இடிபோல முழங்கும் என்று நான் நினைத்திருந்தேன். ஆனால் அப்படி எதுவும் நிகழவில்லை.

பிதாமகர் பீஷ்மர்! குரு வம்சத்தின் உச்சகட்ட மத்தியஸ்தர்! மாமுனிவர் வசிஷ்டரின் தலைசிறந்த சீடர்! சுக்கிராச்சாரியார், பிரகஸ்பதி ஆகியோரிடமிருந்து போர்க்கலைகளைக் கற்றுத் தேர்ந்த புகழ்மிக்கச் சத்திரியர்! சியவணர், பார்கவர், மார்கண்டேயன் ஆகியோரிடமிருந்து தர்மசாஸ்திரங்களைக் கற்றுத் தேர்ந்து, தர்மத்தின் அடிப்படையில் அறிவுறுத்திய ஆலோசகர்! மன்னர் சாந்தனுவுக்கும் கங்கைக்கும் பிறந்த உன்னதமான பிறவி! காசி மன்னரையும் உக்கிரயுதனையும் அடிபணிய வைத்த மாவீரர்! ஜமதக்னி முனிவரின் மகனான பரசுராமனைத் தோற்கடித்து, அவரிடமிருந்து வில்வித்தையைக் கற்றுத் தேர்ந்து, தன்னுடைய குருவை விஞ்சுகின்ற ஒருவனே தலைசிறந்த சீடன் என்பதை நிரூபித்துக் காட்டிய தலைசிறந்த வில்லாளர்! மிகுந்த ஒழுங்குடனும் கண்டிப்புடனும் பிரம்மச்சரியத்தைக் கடைபிடித்த குணசீலர்! ஆனால், இத்தனைச் சிறப்புகளுக்கு உரிய அந்தப் பிதாமகர் பீஷ்மர் இப்போது தலை குனிந்து மௌனமாக இருந்தார்.

தன் வாழ்வில் முதன்முறையாக அவர் ஏன் இந்தத் தோல்வியை ஒப்புக் கொண்டார்? சுயமரியாதை கொண்டவர்களிடமிருந்துகூட சுயமரியாதையைப் பறிக்கின்ற அளவுக்கு விதி சூழ்ச்சிகரமான வழிகளைக் கையாண்டிருந்ததா?

பிதாமகர் எதுவும் பேசாமல் இருந்ததைக் கண்ட திரௌபதியால் தன் கண்களை நம்ப முடியவில்லை, அவள் தன் நெஞ்சின்மீது அடித்துக் கொண்டு, "மன்னா!" என்று அலறினாள். அவளுடைய அலறல் சத்தம் அந்த அவையின் கூரையைக் கிழித்துக் கொண்டு வெளியேறி அந்த ஒட்டுமொத்த வானத்தையும் இடித்துச் சாய்த்துவிடும்போல இருந்தது. என் காதுகளில் இடி இடித்தது. "கர்ணா! எழுந்திரு! மணிக்கணக்கில் சூரிய பகவானுக்கு நீராஞ்சலி செய்கின்றவனே, வீறு கொண்டு எழு! இந்த இருண்ட சாம்ராஜ்ஜியத்தை எரித்துப் பொசுக்கு! பழி வாங்குவது நிலையற்ற மனம் படைத்தவர்களுடைய

அற்ப ஆசையே அன்றி வேறெதுவும் இல்லை. புதைமணலில் சிக்கி, செய்வதறியாது பரிதவிக்கின்ற ஒரு யானையைப்போல நீயும் இன்று வெறுமனே கைகளைக் கட்டிக் கொண்டு இருக்கப் போகிறாயா? கர்ணா, நீ தினமும் சூரியனின் ஒளியை மணிக்கணக்கில் அனுபவித்து மகிழ்ந்திருக்கிறாய். இன்றைய ஒவ்வொரு கணமும் உன்னுடைய எதிர்காலத்திற்கும் மற்ற எல்லோருடைய எதிர்காலத்திற்கும் அதைவிட அதிக முக்கியமானது. எழுந்திரு! உன் வாயிலிருந்து வரக்கூடிய ஒற்றை வார்த்தை இந்த ஒட்டுமொத்தச் சூழ்நிலையையும் உன் விருப்பத்திற்கு ஏற்றபடி மாற்றியமைக்கும்!"

"மன்னர் பெருமானே, அறிவு பிறழ்ந்து காட்டுமிராண்டிபோல நடந்து கொண்டிருக்கின்ற உங்கள் கொடிய மகனைத் தடுத்து நிறுத்துங்கள்! ராஜமாதாவே, என்னுடைய மானத்தைக் காப்பாற்றுங்கள்! ஓர் அடிமையாக, கௌரவர்களின் இந்த அரசவையை சுத்தம் செய்யவும், உங்களுடைய துணிகளைத் துவைத்துப் போடவும், உங்களுடைய கூந்தலை அலங்கரிக்கவும் நான் தயாராக இருக்கிறேன்," என்று திரௌபதி மன்றாடினாள். அவள் தன்னுடைய கைகளால் படிகள்மீது ஓங்கி அடித்துக் கொண்டே, "மன்னா! ராஜமாதா!" என்று மீண்டும் ஓலமிடத் தொடங்கினாள். அவள் மீண்டும் மீண்டும் அப்படி ஓங்கி அடித்ததில் அவளுடைய தங்க வளையல்கள் நெளிந்தன. ஆனால்... அரசரிடமிருந்து எந்த நியாயமும் வரவில்லை.

துச்சாதனன் ஒரு கழுகுபோலப் பாய்ந்து வந்து திரௌபதியின் கூந்தலைப் பற்றினான். ஒரு பெரிய நீர்வீழ்ச்சியின் உறுமலை ஒத்தச் சத்தத்திற்கும் கொந்தளிப்பிற்கும் இடையே, அவன் அகங்காரத்தோடு, "அடிமையே, நீ என்னைச் சண்டாளன் என்றும் காட்டுமிராண்டி என்றுமா அழைக்கிறாய்?" என்று கேட்டுவிட்டு அவளுடைய கூந்தலை இன்னும் வேகமாக இழுத்தான். ஒரு மலர்க்கொடியைப் பிடித்து இழுக்கும்போது அதிலுள்ள மலர்கள் குலுங்குவதைப்போல திரௌபதியின் தலை நடுங்கியது. அவளுடைய தலை அவ்வாறு நடுங்கியது என்னுடைய முதுகெலும்பின் ஊடாக ஒரு கடுமையான வலியை உண்டாக்கியது. துச்சாதனன் வெறித்தனமாகச் சிரித்துக் கொண்டே, "ஆண்மையற்ற உன்னுடைய கணவன்மார்களைச் சண்டாளர்கள் என்று கூறு!" என்று கூறிப் பரிகசித்தான்.

இக்காட்சிகள் என்னுள் வெறுப்பை உண்டாக்கின. ஆனால், ஒரே ஒரு கணம் மட்டுமே நான் அவற்றை வெறுத்தேன். ஏனெனில், திரௌபதியின் இதே கழுத்துதான் கடந்தகாலத்தில் கர்வத்தோடு என்னை அவமானப்படுத்தியிருந்தது. அகங்காரம் பிடித்த அதே திரௌபதிதான் இவள்.

"பெண் என்பவள் சிவனின் வசீகரமான வடிவத்தினள்," என்று கூறப்படுகிறது. ஆனால் இதைக் கூறியவர்கள், சரியான நேரத்தில், ஒரு பேரிடருக்கும் ஒரு பயங்கரமான பேரழிவுக்கும் ஒரு பெண் காரணமாக அமையக்கூடும் என்பதை எப்போதாவது கற்பனை செய்து பார்த்திருக்கிறார்களா?

திரௌபதியின் கூந்தல் இன்னமும் துச்சாதனனின் பிடியில்தான் இருந்தது. ஆனாலும் அவள் அங்கிருந்த எல்லோரிடமும் தொடர்ந்து சத்தமாக முறையிட்டுக் கொண்டே இருந்தாள். துச்சாதனன் அவளைப்

பின்தொடர்ந்து போய்க் கொண்டிருந்தான். "குருதேவர் துரோணர் அவர்களே! கிருபர் அவர்களே! குரு மைந்தன் அசுவத்தாமா! மேன்மை பொருந்திய முதன்மை அமைச்சரே! நீங்கள் எல்லோரும் ஏன் மௌனமாக இருக்கிறீர்கள்? ஏன் உங்களில் ஒருவர்கூட எழுந்து நியாயத்தை எடுத்துரைக்காமல் இருக்கிறீர்கள்? யாரேனும் ஒருவராவது எழுந்திருக்கக்கூடாதா?" என்று அவள் அரற்றினாள்.

அவளுடைய ஒவ்வொரு வார்த்தையும் இதயத்தைக் கசக்கிப் பிழிவதாக இருந்தது. ஆனால் நான் சிறிதும் கலங்காமல் இருந்தேன். நான் ஏன் கலக்கமடைய வேண்டும்? என் இதயம் இரும்பைப்போலக் கடினமானதாக ஆகியிருந்தது. எதுவும் ஊடுருவ முடியாதபடி அது என்னுடைய கவசத்தைவிட அதிகக் கடினமானதாக இருந்தது. எவரொருவருடைய வேதனையும் என் இதயத்தை பாதிக்கவில்லை. ஏன் பாதிக்க வேண்டும்? எப்படி பாதிக்க முடியும்?

திரௌபதியின் ஓலம் தொடர்ந்தது. "அஸ்தினாபுரத்தின் மேன்மக்களே! போர்க்களத்தில் மிளிரும் மாவீரர்களே! ஆதரவற்று அபலையாக நிற்கின்ற திரௌபதியாகிய நான், இன்று என் பாதுகாப்பிற்காக உங்களிடம் மடிப்பிச்சை கேட்கிறேன்! எழுந்திருங்கள்! உங்களுடைய இந்த துரதிர்ஷ்டக்கார சகோதரியை இந்தக் கொடிய கைகளிடமிருந்து காப்பாற்றுங்கள்! ஒரு பெண்ணின் வேதனைக் குரலைக் கேட்டும்கூட உங்கள் வீரம் வீறு கொண்டு எழாதா?"

அவள் ஒவ்வொரு நபராகக் கடந்து சென்று, இறுதியில் என்னை நோக்கி வந்து கொண்டிருந்தாள். அவள் பேசியபோது, நடுங்கிக் கொண்டிருந்த அவளுடைய முகத்தில் கண்ணீர் வழிந்து அவளுடைய மேலாடையை நனைத்தது. அவள் என்னுடைய இருக்கையைக் கிட்டத்தட்ட நெருங்கியிருந்தாள். அவள் என்னை நோக்கித் தன் கைகளை நீட்டி, "அங்க நாட்டு அரசரே! ஆதரவும் அதிர்ஷ்டமும் அற்ற இந்த அபலைப் பெண் தன்னுடைய முகத்தை மறைத்துக் கொள்ளுவதற்கு உங்களுடைய கவசத்தில் போதிய இடம் இருக்கிறதா? எதுவொன்றாலும் துளைக்கப்பட முடியாத உங்களுடைய கவசத்தால், இன்று இங்கு கட்டவிழ்த்துவிடப்பட்டுக் கொண்டிருக்கின்ற கொடுமையான அக்கிரமத்தைத் தகர்த்தெறிய முடியாதா? அங்க நாட்டு அரசரே, உங்களால்கூட திரௌபதியின் மானத்தைக் காப்பாற்ற முடியாதா?" என்று கேட்பாள் என்று நான் எதிர்பார்த்தேன்.

அவள் அப்படிக் கேட்டுவிட்டால், என் உயிரே போனாலும் சரி, திரௌபதியின் மானத்தோடு விளையாடிக் கொண்டிருந்த துச்சாதனனின் கொடிய கைகளை என்னுடைய வாளைக் கொண்டு வெட்டிச் சாய்ப்பதென்று நான் தீர்மானித்தேன். மறுகணம், கர்ணன் கௌரவ அரசவையின் உறுப்பினராக இருக்க மாட்டான். துரியோதனனுக்காகத் தன் உயிரையும் கொடுக்கத் தயாராக இருந்த நண்பன், இனி துரியோதனனின் நண்பனாக இருக்க மாட்டான். இனி அவன் யாருக்கும் தலை வணங்கி அவர்களைச் சார்ந்திருக்க மாட்டான், அநியாயத்தைப் பொறுத்துக் கொள்ள மாட்டான். அவன் இனியும் கீழ்ப்படிதல் கொண்ட ஒரு தேரோட்டியாக இருக்க மாட்டான், பழி வாங்கத் துடிக்க மாட்டான். ஒரு நொடியில், தன்னுடைய உதவியை நாடி வருகின்ற ஒரு பெண்ணுக்கு உதவத் தயாராக இருக்கின்ற,

சூரிய பகவானுடைய சீடனாக அவன் ஆகிவிடுவான். கர்ணன் ஓர் உண்மையான ஆண்மகனாக ஆவான்!

சூத புத்திரன் கர்ணன், கௌரவ வீரன் கர்ணன், அவமானப்படுத்தப்பட்டக் கர்ணன், பழி வாங்கத் துடித்தக் கர்ணன் ஆகிய என்னுடைய பல்வேறு பரிமாணங்களை நான் ஒரு மூட்டையாகக் கட்டி என் மனத்தின் ஒரு மூலையில் தூக்கிப் போட்டேன். எந்தவொரு சவாலையும் எதிர்கொள்ளத் தயாராக இருந்த, சூரிய பகவானின் சீடனான கர்ணன் என் முன்னால் வந்து நின்றான். இன்னும் ஒருசில கணங்களில் அந்த பயங்கரமான நாடகம் அரங்கேற்றப்பட இருந்தது. ஒட்டுமொத்தக் கௌரவ அரசவையும் இந்தக் கர்ணனுக்கு எதிராக எழுந்து வந்தால்கூட, எனக்குப் பின்னால் நிற்கவிருந்த திரௌபதியின் தலைமுடியின் ஒரு கீற்றைக்கூட அவர்களால் தொட முடியாது. சக்தியற்று நின்ற ஒரு பெண்ணைக் காப்பாற்றியது குறித்த ஒரு வறட்டுப் பெருமை கர்ணனுக்கு இனி இருக்காது. பாண்டவர்களைவிடத் தான் மேன்மையானவன் என்ற எண்ணம் இனி கர்ணனுக்கு இருக்காது. தன்னுடைய வீரத்தைத் தம்பட்டம் அடிப்பதற்கு அவனுக்கு எந்த ஆசையும் இருக்காது. ஆதரவற்ற ஒரு பெண்ணைக் காப்பாற்றுவது குறித்த வாக்குறுதி மட்டுமே எஞ்சியிருக்கும். "கர்ணா, என்னுடைய மானத்தைக் காப்பாற்றுங்கள்!" என்று கதறி, அஸ்தினாபுரத்தின் எந்தவொரு சாதாரணப் பெண் என் உதவியை நாடி வந்தாலும், எந்த நேரத்திலும் எந்தச் சூழ்நிலையிலும் நான் அவளுக்கு அதே வாக்குறுதியைக் கொடுப்பேன். இப்போது இந்த அரசவையில் அந்நிலையில் திரௌபதி நின்று கொண்டிருந்தாள். என் உயிரைப் பணயம் வைத்தாவது அவளைக் காப்பாற்ற நான் தயாராக இருந்தேன். அவள் ஒரு கையால் துச்சாதனனைத் தள்ளிவிட்டுக் கொண்டு, மற்றொரு கையை உயர்த்தியபடி, வரிசையாக ஒவ்வொருவரிடமும் உதவி கேட்டு அழுதாள். அவளுடைய பாதங்கள்வரை நீண்டிருந்த அவளுடைய கூந்தலை இழுத்துப் பிடித்துக் கொண்டு துச்சாதனன் அவளுக்குப் பின்னால் வந்து கொண்டிருந்தான். அவள் ஒரு பெண்ணாக இருந்தாலும்கூட, ஒற்றைக்கு ஒற்றைச் சண்டையில் திறமை படைத்த வீரனான துச்சாதனனால் அவளைத் தன்னுடைய கட்டுப்பாட்டிற்குள் கொண்டுவர முடியவில்லை. துச்சாதனனின் வீரம் இங்கு கேலிக்குரியதாக ஆகியிருந்தது. கோபத்தில் குமுறிக் கொண்டிருந்த அவன், அவளுடைய கூந்தலைத் தன்னுடைய கழுத்தைச் சுற்றி முறுக்கி, திரௌபதியின் கழுத்தை மீண்டும் மீண்டும் ஆக்ரோஷமாக இழுத்தான். அவளைக் காயப்படுத்துவதற்கு அவன் தன்னால் முடிந்த எல்லாக் கொடுமைகளையும் செய்து கொண்டிருந்தான். அந்த ஒட்டுமொத்த அரசவையில் திரௌபதியைத் தவிர வேறு எதுவும் அவனுடைய கண்களுக்குத் தெரியவில்லைபோலும்.

என் வலப்பக்கத்தில் அமர்ந்திருந்த இளவரசன் பத்மநாபனிடம் அவள் முறையிட்டாள். ஆனால் அவன் தன் தலையைக்கூட நிமிர்த்தவில்லை. மறுகணம் அவள் என் முன்னால் நின்றாள். அவளுடைய கண்களில் கண்ணீர் நிரம்பியிருந்தது. மறக்கப்பட முடியாத இப்படிப்பட்ட நிகழ்வுகளை நான் என் வாழ்வில் அனுபவித்திருந்தேன். அவை என்னுடைய வாழ்க்கையை அசாதாரணமான முறையில்

மாற்றியிருந்தன. இன்றைய இந்த நிகழ்வுதான் எல்லாவற்றையும்விட அதிக முக்கியமானதாகவும் அதிக வசீகரமானதாகவும் இருந்தது. திடீரென்று என்னுடைய குண்டலங்கள் அதிர்ந்தன. திரௌபதி நிராதரவாக என் முன்னால் நின்றது அதற்குக் காரணமல்ல. அவள் என்னிடம் உதவி கேட்ட மறுகணம் என்ன நிகழும் என்பது எனக்கே தெரியவில்லை. நான் என் இருக்கையிலிருந்து துள்ளி அந்த அரசவையின் நடுவே குதிக்கத் தயாராக இருந்தேன்.

திரௌபதி என்னை ஒருசில கணங்கள் வெறுமனே பார்த்தாள். ஒரு சத்திரியப் பெண்ணுக்குரிய பெருமிதம் அவளுடைய கண்களில் காணப்படவில்லை. நான் என் வாளின் கைப்பிடியைப் பிடித்தபடி எழுந்து நின்றேன். "அங்க நாட்டு அரசே!" என்ற வார்த்தைகள் அவளுடைய வாயிலிருந்து வெளிவந்த மறுகணம், ஜராசந்தனைக் கையாண்டதுபோல துச்சாதனனையும் கையாள நான் தயாராக இருந்தேன். நான் என் இருக்கையிலிருந்து எழுந்ததைப் பார்த்தவுடன், பிதாமகர் பீஷ்மர், விருசவர்மன், அசுவத்தாமன், கிருபர், துரோணர் ஆகியோர் ஆச்சரியத்தில் தங்கள் தலைகளை உயர்த்தினர். என் உடலில் ரத்தம் வேகமாகப் பாய்ந்தது. கோடைக்காலத்தில் கங்கைக் கரையின் மணலின்மீது கிடக்கும் ஒரு கல்லை வெயில் எப்படிச் சுட்டெரிக்குமோ, அதேபோல என் உடல் கொதித்தது. சங்கொலி போன்ற ஒரு விநோதமான சத்தம் எனக்குக் கேட்டது. திரௌபதியின் அந்த மூன்று வார்த்தைகளைக் கேட்பதற்காக நான் என் காதுகளைக் கூர்தீட்டிக் காத்திருந்தேன். ஆனால்...ஆனால் அவள் ஒரு வார்த்தைகூடச் சொல்லாமல் வெறுமனே அழுதபடி என்னைக் கடந்து சென்றுவிட்டாள். அவள் ஏன் அப்படிச் செய்தாள் என்பது எனக்குத் தெரியவில்லை. ஓராயிரம் மின்னல்கள் என் தலையைத் தாக்கியிருந்ததுபோல நான் உணர்ந்தேன். அவள் ஏன் என்னைக் கடந்து சென்றாள்? அவளுடைய மனத்தில் என்ன ஓடிக் கொண்டிருந்தது? அவள் அப்போது எத்தகைய உணர்வுகளை அனுபவித்துக் கொண்டிருந்தாள்? ஒரு சூத புத்திரனிடம் உதவி கேட்டுக் கெஞ்சுவது ஒரு சத்திரியப் பெண்ணுக்கு உகந்ததல்ல என்று அவள் நினைத்தாளா? மீண்டும் என்னுடைய மனக் குகைக்குள் ஆயிரக்கணக்கான கேள்விப் பாம்புகள் தம்முடைய தலைகளை உயர்த்திப் படமெடுத்தன, எண்ணக் குதிரைகள் புயல்வேகத்தில் பாய்ந்து சென்றன. அக்குதிரைகளின் குளம்புகளின்கீழ் ஒழுங்கு, மனசாட்சி, பெருந்தன்மை, பச்சாதாபம் மற்றும் பிற உன்னதமான மனிதப் பண்புகள் மிதிபட்டு, ஏற்கனவே சித்தரவதைக்கு ஆளாகி மரணத்தின் விளிம்பை எட்டியிருந்ததுபோல இருந்த என் உடலின்மீது தம்முடைய ரத்தத்தைத் தெளித்தன. நான் என் உள்ளங்கைகளால் என் காதுகளைப் பொத்திக் கொண்டு திரௌபதியைப் பார்த்து, என் கவசத்தைக்கூடத் தகர்த்தெறியக்கூடிய அளவுக்கு மிகச் சத்தமாக, "நான் சூத புத்திரன் அல்லன், நான் அங்க நாட்டின் அரசன்!" என்று கூச்சலிட வேண்டும் என்று துடித்தேன். என் வாளின் கைப்பிடி என் கையில் நடுங்கியது. என்னால் அதற்கு மேல் நிற்க முடியவில்லை. நான் நிலை தடுமாறி என் இருக்கையின்மீது விழுந்தேன். என் மனமும் உடலும் பிரக்ஞையும் மரத்துப் போயின. துளைக்கப்பட முடியாத ஒரு கவசத்தை எனக்குக் கொடுத்திருந்த விதி, துளைக்கப்பட முடியாத ஒரு மனத்தை எனக்குக்

கொடுக்க ஏன் மறந்துவிட்டது?

திரௌபதி தன்னுடைய சுயம்வரத்தில் கொடூரமான வார்த்தைகளால் என் சுயமதிப்பைச் சின்னாபின்னமாக்கியிருந்தாள், ஆனால் இப்போது...வாய் திறந்து ஒரு வார்த்தைகூடச் சொல்லாமல் அவள் அதை மண்ணோடு மண்ணாகக் கலந்துவிட்டிருந்தாள். அவள் என்னை என்னவென்று நினைத்தாள்? ராஜ உடையும் கிரீடமும் அணிந்து அந்த அரசவையில் உட்கார்ந்திருந்த நான் அவளுக்கு ஒரு சாதாரணமான காளை மாடாகத் தெரிந்தேனா? சாதாரண இளவரசர்களிடம் உதவி கேட்பதைவிட அங்க நாட்டு அரசனிடம் கெஞ்சுவது அதிகத் தரக்குறைவானது என்று அவள் நினைத்தாளா? அல்லது, கர்ணனுக்கும் பிரதிகாமனுக்கும் இடையே எந்த வேறுபாடும் இல்லை என்று அவள் எனக்குச் சுட்டிக்காட்ட முயற்சித்துக் கொண்டிருந்தாளா? ஒரு காட்டுத் தீயில் சிக்கிக் கொண்ட ஒரு யானைக் கூட்டம் உரக்கப் பிளிறிக் கொண்டு ஒன்றோடொன்று முட்டி மோதுவதைப்போல எண்ணக் கூட்டங்கள் என் மனத்தில் முட்டி மோதின. என்னுடைய எண்ணங்களும் சந்தேகங்களும் ஒன்றோடொன்று மூர்க்கமாக மோதிக் கொண்டது என் தலையை வெடிக்கச் செய்துவிடுமோ என்ற பயத்தில், நான் என் தலையை என் இரண்டு கைகளுக்கு இடையே தாங்கிப் பிடித்தேன்.

துச்சாதனன் தன் வலிமை முழுவதையும் ஒன்றுதிரட்டி அந்த அடிமைப் பெண்ணின் அலங்கோலமான கூந்தலை இறுக்கமாகப் பிடித்து, அந்த அரங்கின் மையத்திற்கு அவளைத் தரதரவென்று இழுத்துச் சென்றான். அவள் நிச்சயமாக ஓர் அடிமைதான்! அனைத்துக் கௌரவ இளவரசர்களின் அடிமை அவள். சூதாட்ட விளையாட்டு அதைத் தெளிவாக்கியிருந்தது. ஆனால் என்னைப் பொருத்தவரை, அவள் ஓர் அடிமையைவிடக் கீழானவளாகத் தன்னைத் தானே தாழ்த்தியிருந்தாள். வாழ்வின் யதார்த்தங்கள் அதை உறுதி செய்திருந்தன.

அவள் உரத்தக் குரலில் ஒப்பாரி வைத்தபடி தன்னுடைய கணவன்மார்களையும் அரசவையில் இருந்தவர்களையும் குறை கூறிக் கொண்டிருந்தாள். துச்சாதனனின் கைகள் தன்னுடைய மேலாடையின்மீது படுவதைத் தவிர்ப்பதற்காக அவள் குனிந்து தன் உடலைக் குறுக்கி நின்றாள். அவளுடைய வார்த்தைகளைக் கேட்டு எப்படி மற்றவர்களுடைய மனம் உருகியது என்று எனக்குத் தெரியாது, ஆனால் அவை என்மீது எந்தத் தாக்கமும் ஏற்படுத்தவில்லை. ஏனெனில், அந்த வார்த்தைகளைக் கேட்டு நான் மனம் உருகுவதற்கு எனக்கு எந்தக் காரணமும் இருக்கவில்லை. சூதர்களுக்குக் காதுகளும் கிடையாது, உணர்வுகளும் கிடையாது, இல்லையா? அவர்களுக்குக் காதுகளும் உணர்வுகளும் இருந்திருந்தால், அவை நிச்சயமாகக் கல்லால் அடிக்கப்பட்டுப் புழுதியில் வீசப்பட்டிருக்கும். அப்போதுதானே போவோர் வருவோர் எல்லோரும் தங்கள் விருப்பம்போல அவற்றைத் தங்கள் கால்களால் பந்தாடலாம்?

திரௌபதி தன்னை விடுவித்துக் கொள்ளுவதற்கான இறுதி முயற்சியாகத் தன்னுடைய மனத்தில் தோன்றியதையெல்லாம் கொட்டித் தீர்த்தாள். “கௌரவர்களின் இந்தப் பழம்பெரும் அரசவையில், உண்மையை நேசிக்கின்ற, ஒரு சிங்கம் போன்ற இதயம்

படைத்தத் துணிச்சலான வீரன் ஒருவன்கூட இல்லையா? பெரியவர்கள் இல்லாமல் எந்தவோர் அரசவையும் இல்லை. ஆனால், அதர்மத்தைக் கண்டிக்கக்கூடிய தர்மம் அவர்களிடம் இல்லாவிட்டால், அவர்கள் பெரியவர்களே அல்லர். மேலும், உண்மைக்கும் பொய்க்கும் இடையே வேறுபடுத்திப் பார்க்க முடியாத தர்மம் நிச்சயமாக தர்மமே அல்ல. தன்னைத் தானே பணயம் வைத்துத் தோற்றுவிட்ட ஒரு கணவனுக்குத் தன் மனைவியைப் பணயம் வைக்க உரிமை இருக்கிறதா என்பதை யாராலேனும் எனக்கு விளக்க முடியுமா? தர்மராஜன் என்பது என் கணவரின் பட்டம். தன்னை இழந்த பிறகு என்னைப் பணயம் வைப்பதற்கான உரிமையை எந்த தர்மம் தனக்குக் கொடுத்தது என்பதை அவர் இங்கிருக்கும் எல்லோரிடமும் விளக்கட்டும்.

"இங்கு இருக்கும் ஒவ்வொருவரும் பெண்களை உயர்வாக மதிக்கின்றவர்கள், அவர்களுடைய மானத்தைக் காப்பாற்றுவதற்காக ரத்த ஆறுகளை ஓடவிடத் தயாராக இருப்பவர்கள். ஒரு பெண்ணின் மானம் ஒரு சொக்கட்டான் விளையாட்டில் பணயம் வைப்பதற்கான ஒரு பொருள் அல்ல என்பதை நீங்கள் அமர்ந்திருக்கின்ற இருக்கைகளின் உயிரற்ற மரக்கட்டைகள்கூட உங்களுக்கு எடுத்துரைக்கும். ஒரு பெண்ணின் கௌரவம் ஒருவர் தன் விருப்பப்படி வீசி எறிவதற்கான சோழிகள் அல்ல. ஒரு பெண்ணை பலாத்காரம் செய்கின்ற கை ஒரு சமுதாயத்தின் அழிவுக்கும் ஒரு சாம்ராஜ்ஜியத்தின் அழிவுக்கும் காரணமாக அமையும். நீங்கள் ஒவ்வொருவரும் ஒரு தாயின் கருவறையிலிருந்து பிறந்தவர்கள் என்பதை நீங்கள் மறந்துவிட்டீர்களா? தாய்ப்பால் அருந்தாத எவரேனும் இங்கு இருக்கிறீர்களா?"

ஒரு கணம் அந்த அரசவையில் மயான அமைதி நிலவியது. துச்சாதனன்கூடத் தன் முஷ்டியைத் தளர்த்தினான்.

சலனமற்ற ஒரு குளத்தில் இருக்கின்ற ஒரு மீன்கூட்டத்திலிருந்து ஒரே ஒரு மீன் துள்ளிக் கரையின்மீது விழுவதைப்போல, துரியோதனனின் சகோதரன் விகர்ணன் எழுந்து தன் கையை உயர்த்தியபடி, அதிகாரம் தொனித்த ஒரு குரலில் தன்னுடைய அண்ணனான துச்சாதனனைப் பார்த்து இவ்வாறு கூறினான்: "துச்சாதனா, திரௌபதியைத் தொடாதே! தபதி, நளினி, பூமினி, சுதட்சணை, விரஜை, தேவயானி, கங்கை, சத்தியவதி போன்ற அரசியர் அலங்கரித்த அரசவை இது என்பதை நாம் எல்லோரும் நினைவுகூருவது நல்லது. ஓர் அரசகுலப் பெண்ணை இங்கே அவமானப்படுத்துவது என்பது தெய்வத்தின் திருவுருவச் சிலையை ஒரு கோவிலில் வைத்தே நம்முடைய பாதங்களுக்குக் கீழே போட்டு மிதிப்பதைப் போன்றதாகும். தன்னைப் பணயம் வைத்துத் தோற்ற ஒரு கணவனுக்குத் தன்னுடைய மனைவியைப் பணயம் வைக்க எந்த உரிமையும் கிடையாது. அநீதியை அடித்தளமாகக் கொண்டு நிறுவப்படுகின்ற ஓர் அரசாங்க நிர்வாகம் விரைவில் சமுதாயத்தின் கண்களிலும் இந்த உலகத்தின் கண்களிலும் தன் நன்மதிப்பை இழந்துவிடும். இங்கு கூடியிருக்கும் அரசவை உறுப்பினர்களிடம் நான் கேட்கிறேன். நீங்கள் எல்லோரும் முட்டாள்களா? நீங்கள் பார்வையற்றவர்களா? வீரர்களுக்கு உரிய இந்த அரசவையில் உடல்நலம் சரியில்லாத ஒரு பெண்ணுக்கு எதிராக அநீதி இழைக்கப்பட்டுக் கொண்டிருப்பது உங்கள் கண்களுக்குத் தெரியவில்லையா? நீங்கள்

எல்லோரும் ஆயு, நகுஷன், யயாதி, புரூ, அஸ்தி, அஜமீடன், சம்வரணன், குரு, பிரதீபன், சாந்தனு ஆகிய புகழ்மிக்க மன்னர்களின் வழித்தோன்றல்கள் என்ற உண்மை உங்களுக்கு மறந்துவிட்டதா? இந்த அரசவை இதற்கு முன்பு எப்போதாவது இது போன்ற ஓர் இழிவான காட்சியைக் கண்டிருக்கிறதா? திக்விஜயப் பயணம் மேற்கொள்ளுவது குறித்தும் அசுவமேத வேள்வி குறித்தும் ஆழமான தீர்மானங்கள் மேற்கொள்ளப்பட்ட இதே அரசவையில், இன்று ஓர் அபலைப் பெண், அவமானத்தால் கூனிக் குறுகி, தன்னுடைய மானத்தைக் காப்பாற்றும்படி நம்மிடம் உதவி கேட்டு ஓலமிட்டுக் கொண்டிருக்கிறாள். அதுவும், அவள் கௌரவர்களின் மருமகள் வேறு!

"வயதில் நான் சிறியவனாக இருக்கலாம், ஆனால் பெரியவர்கள் என்று சொல்லிக் கொள்ளுகின்றவர்களிடம் நான் நேரடியாக ஒரு கேள்வியைக் கேட்க விரும்புகிறேன்: 'முன்பொரு சமயத்தில் போர்களில் பிரகாசமாக மின்னிய உங்களுடைய வாட்கள் அனைத்தும் இன்று துருப்பிடித்துவிட்டனவா?' பிதாமகர் பீஷ்மர், மன்னர் திருதராஷ்டிரர், குருதேவர் துரோணர், முதன்மை அமைச்சர், குருதேவர் கிருபர், மற்றும் ஞானத்தை போதிக்கும் முனிவர் பெருமக்களே! நீங்கள் எல்லோரும் ஏன் பேயறைந்தாற்போல மௌனமாக இருக்கிறீர்கள்? உங்களை இடி தாக்கிவிட்டதா என்ன? திருமணமான ஒரு பெண்ணின் ஒப்பாரியும் வேதனையை உள்ளடக்கிய அவளுடைய கண்ணீரும் கங்கையில் ஒரு பெருவெள்ளமாக உருமாறி, இங்கிருக்கும் அனைத்து இருக்கைகளையும் அரியணையையும் அடித்துச் சென்றுவிடும் என்று இளவரசன் விகர்ணனாகிய நான் உங்களை எச்சரிக்கிறேன். ஒரு விசுவாசமான மனைவியிடம் தகாத முறையில் நடந்து கொள்ளுவது ஆண்களின் வீரம் செத்துவிட்டதைத்தான் உணர்த்துகிறது." அவன் இவ்வாறு கூறிவிட்டு அந்த அரசவையைத் தன் ஆழமான பார்வையால் அளந்தான்.

அவன் ஒருவன் மட்டுமே அங்கு பேசினான். நான் அவனைக் குறித்துப் பெருமிதம் கொண்டேன். ஆனால் அந்த உணர்வு ஒரு கணம் மட்டுமே நீடித்தது. அவன் உண்மையின் அடிப்படையில் பேசினானா? யாரை அவன் 'விசுவாசமான மனைவி' என்று விவரித்துக் கொண்டிருந்தான்? தபதி, விரஜை, சுதட்சிணை, தேவயானி, மற்றும் பிற புகழ்மிக்க அரசியரை அவன் எடுத்துக்காட்டுகளாக முன்வைத்திருந்தான், ஆனால் இந்த திரௌபதி அவர்களுடைய பாதங்களுக்கு அருகே உட்காரக்கூடத் தகுதி வாய்ந்தவளா? அவள் சமூக நியதிகள் அனைத்தையும் மீறித் தன்னுடைய உடலைத் தன் ஐந்து கணவன்மார்கள் அனுபவிக்க அனுமதித்திருக்கிறாள், இல்லையா? அஸ்தினாபுரத்தின் வரலாற்றில் இதற்கு முன்பு வேறு எந்த அரசியர் ஒன்றுக்கு மேற்பட்டக் கணவன்மார்களுடன் வாழ்ந்திருந்தனர்? அவர்களில் யாரேனும் தங்கள் உறவினர்களின் உடல்ரீதியான குறைபாட்டைப் பரிகசித்திருந்தனரா? அவர்களில் யாரேனும் ஒருபுறம் தங்களுடைய குடும்ப கௌரவத்தைத் தூக்கிப் பிடித்துக் கொண்டு, மறுபுறம் ஒரு வீரனைப் பார்த்து, 'தாழ்பிறவி! தாழ்பிறவி!' என்று இகழ்ந்திருந்தனரா? திரௌபதி ஒரு விசுவாசமான மனைவி என்று கூறுவது சரியல்ல. அவள் கற்பு நெறி பிறழ்ந்தவள், அவள் ஒரு வேசி. ஒரு விஷப்பாம்பு சீறுவதைப்போல என்னுள் இருந்த தேரோட்டி கடுங்கோபத்துடன் எழுந்து விகர்ணனை

நோக்கிச் சீறினான்.

"விகர்ணா, நீ ஒரு முட்டாள். பிதாமகர் பீஷ்மர், மன்னர் திருதராஷ்டிரர், குருதேவர் துரோணர், முதன்மை அமைச்சர் விருசவர்மன் ஆகிய அனைவரும் இந்த அரசவையில் அமர்ந்திருக்கின்றனர். அவர்கள் இதுவரை எந்த மறுப்பும் தெரிவித்திருக்கவில்லை. ஆனாலும், ஒட்டுமொத்த தர்மத்தைக் காக்கும் பொறுப்பு உன்மீது விழுந்துள்ளதாக நினைத்து நீ இப்படிக் கத்திக் கொண்டிருக்கிறாய். 'ஒரு விசுவாசமான மனைவி' என்று கூறி எந்தப் பெண்ணுக்காக நீ பரிந்து பேசுகிறாயோ, அவள் நீ நினைப்பதுபோல விசுவாசமானவள் அல்லள். அவள் தன் ஐந்து கணவன்மார்களோடு சிற்றின்பத்தில் திளைத்துக் கொண்டிருக்கிறாள். அவள் கற்பு நெறி தவறியவள்! அவள் ஒரு வேசி! அவள் ஐந்து பேர்மீது மட்டுமா ஆசை கொண்டிருக்கிறாள்? இல்லையில்லை! நூற்று ஐந்து கணவன்மார்கள்மீது ஆசைப்படுகின்ற வகையைச் சேர்ந்தவள் அவள். தன்னுடைய உடலை ஆடையால் மறைக்கின்ற அளவுக்காவது ஓர் அடிமைப் பெண்ணிடம் வெட்கம் இருக்கிறது. அவளிடம் அடக்கமாவது இருக்கிறது. ஆனால், ஒரு வேசிக்கு இந்தப் பண்புநலன்கள் எதுவும் இல்லை. அவள் அரசவைக்கு ஆடையணிந்து வந்தால் என்ன அல்லது நிர்வாணமாக வந்தால் என்ன? வெட்கம் கெட்ட ஒரு வேசி இழப்பதற்கு இன்னும் என்ன வெட்கம் அவளிடம் மிச்சமிருக்கிறது? விகர்ணா, உனக்குத் தெரியாத விஷயங்களில் உன் மூக்கை நுழைக்காதே. பேசாமல் உட்காரு. துச்சாதனா, திரௌபதி என்ற வாளை அவளுடைய ஆடையெனும் உறையிலிருந்து உருவு! அவள் இவ்வளவு காலமும் ஆண்மையற்ற இந்தப் பாண்டவர்களின் இடைகளில் தொங்கிக் கொண்டிருந்திருக்கிறாள்."

ஒரு மரத்தின் பொந்துகளில் இருந்து கிளிகள் சிறகடித்துக் கொண்டு வெளியே பறந்து செல்லுவதைப்போல இந்த வார்த்தைகள் என் வாயிலிருந்து படபடவென்று வெளியே வந்தன. நான் போதை தலைக்கேறியவனைப்போல ஆசை தீரப் பேசினேன். திரௌபதியை நான் பழி வாங்கினேன்.

பழி வாங்குதல் என்பது ஒரு நடவடிக்கை அல்ல, அது ஓர் எதிர்வினை. பெருமிதம் கொண்ட இரண்டு ஆளுமைகள் ஒன்றோடொன்று மோதும்போது, ஒரு தொடர்ச்சியான எதிர்வினை தொடங்குகிறது. பழி வாங்குதல் என்றும், கொடூரம் என்றும் உலகம் அதை விவரிக்கிறது.

நான் பேசிய வார்த்தைகளைக் கேட்பதற்காகவே காத்திருந்தவன்போலக் காணப்பட்ட துச்சாதனன், ஒரு வாழைப்பழத்தைத் தோலுரிப்பதைப்போல திரௌபதியின் புடவை முந்தானையைப் பிடித்து இழுத்தான். அவள் தன்னுடைய மார்புகளைத் தன் கைகளால் மூடிக் கொண்டு, "அச்சுதா, மிலிந்தா, மாதவா, கேசவா, கோபாலா, கணசியாமா, என்னைக் காப்பாற்று! கிருஷ்ணா, மதுசூதனா! நீ இந்த பூமியாக மாறி இரண்டாகப் பிளந்து, துரதிர்ஷ்டசாலியான இந்த திரௌபதியை அப்படியே விழுங்கிவிடு! நீ ஒரு வேள்விக் குண்டத்தின் நெருப்பாக மாறி, வேள்வியிலிருந்து பிறந்த இந்த திரௌபதியை ஆட்கொண்டுவிடு! அவளுடைய சாம்பலை எடுத்து, இங்கு அமர்ந்திருக்கின்ற பார்வையற்ற, கொடிய

குற்றவாளிகளின் முகங்கள்மீது பூசு! என்னுடைய கண்ணீர் வெள்ளத்தில் இந்தக் காமவெறியர்களின் தலைகளை மூழ்கடித்து அவர்களைக் கொன்றுவிடு! கௌரவ வம்சத்தில் பதுங்கிக் கொண்டிருக்கின்ற இந்த விஷப்பாம்புகளை என்னுடைய உஷ்ணமான சுவாசக்காற்றில் எரித்துப் பொசுக்கிவிடு! கம்சனை அழித்தக் கேசவனே, சிசுபாலனின் கழுத்தை அறுத்தக் கிருஷ்ணனே, கோவர்தன மலையைத் தூக்கிய கோபாலனே, தந்தவக்கிரனை அழித்த துவாரகை நாதனே, நரகாசுரனை வதைத்த நந்தகோபாலனே, என்னைக் காப்பாற்று! மூவுலகங்களையும் ஆட்கொள்ளப் போதுமான இடம் கொண்ட உன் புல்லாங்குழலுக்குள் எனக்கு அடைக்கலம் கொடு! கணவன்மார்களை இழந்து ஆதரவின்றி நிற்கின்ற இந்த திரௌபதிக்கு அடைக்கலம் கொடு. கிருஷ்ணா, தங்களை நாகரீகமான மனிதர்களாக நினைத்துக் கொண்டிருக்கின்ற இந்த ஊமைகள் அனைவரின் தலைகளையும் உன்னுடைய சுதர்சனச் சக்கரத்தால் அறுத்தெறி. யசோதை, தேவகி ஆகிய அன்னையர்மீது நீ மதிப்புக் கொண்டிருக்கிறாயா? தாய்மைக்குத் தலை வணங்குகின்ற நீ கௌரவத்திற்கு மதிப்புக் கொடுப்பவனா? இப்பிரபஞ்சத்தை ஒரு பேரிருளில் மூழ்கடிப்பதுதான் உன் விருப்பம் என்றால், சூரியனை ஊதி அணைத்துவிட்டு, கௌரவர்களுடைய அடிமையான என்னை இருளில் ஒரேயடியாக மூழ்கடித்துக் கொன்றுவிடு. அல்லது, ஒரு சூறாவளிபோல இங்கே ஓடி வந்து என்னைக் காப்பாற்று!"

அவள் இவ்வாறு அரற்றிவிட்டுத் தன் நெஞ்சின்மீது மீண்டும் மீண்டும் ஓங்கி அறைந்தாள்.

நெஞ்சைக் கசக்கிப் பிழிந்த அவளுடைய கூக்குரல்களுக்கு ஏற்ப என்னுடைய குண்டலங்கள் அதிர்ந்தன. கவசத்துடன்கூடிய என்னுடைய உடல் முதன்முறையாக மயிர்க்கூச்செறிந்தது. என் கண்களுக்கு முன்னால் இருளெனும் பெருங்கடல் விரிந்தது. கடுஞ்சீற்றத்துடன் எழுந்த அதன் மலையுயர அலைகள்மீது என் தலை ஒரு நாணல்போல மேலும் கீழும் மிதந்தது. என் கால்கள் குழலாடின. அந்த ஆக்ரோஷமான அலைகளின் தொடர்ச்சியான தாக்குதலைத் தாங்க முடியாமல் என் குண்டலங்கள் அறுந்து மிதந்து சென்று, தூரத்தில் ஒரு சதுப்பு நிலத்தில் போய் ஒதுங்கியதை என்னால் தெளிவாகப் பார்க்க முடிந்தது.

ஒரு சூறாவளியைப்போல இருந்த துச்சாதனனுக்கு திரௌபதியின் புலம்பல்கள் ஒரு கடற்பறவையின் அலறல்களைப்போல இருந்தன, ஆனால் அவை அவனுடைய காதுகளில் விழுந்தனவா என்பது சந்தேகத்திற்குரியதுதான். பொறுமையற்ற ஒரு புயற்காற்று ஒரு வாழைமரத்தை வேரோடு சாய்க்க முயற்சிப்பதைப்போல அவன் திரௌபதியின் முந்தானையை வேகமாக இழுக்கத் தொடங்கினான். அவள் தன்னுடைய கைகளால் தன் முகத்தை மூடிக் கொண்டு, ஒரு பெரும் நீர்ச்சுழிபோலச் சுழன்றாள். இன்னும் இரண்டே இரண்டு சுற்றுத் துணி மட்டுமே அவளுடைய உடலை மூடியிருந்தது. இமயத்தின் மிக உயரமான சிகரத்திலிருந்து கீழே தள்ளப்பட்டிருந்ததைப்போல என் மனம் வேதனையில் மூழ்கியது. யாரோ ஒரு திரிசூலத்தால் என் உடலைக் குத்திக் கொண்டிருந்தனர். திடீரென்று, ஒரு பயங்கரமான எண்ணம் என்னைத் தாக்கியது: அந்த அரசவையின் நடுவில் திரௌபதிக்கு பதிலாக விருசாலி நின்று கொண்டிருந்தாள். ஓர் அடைமழையில் ஓர்

ஓலைக் குடிசை இடிந்து விழுவதைப்போல நான் நிலை குலைந்து என் இருக்கையின்மீது விழுந்தேன். என் கால்கள் தம் வலிமையை முற்றிலுமாக இழந்திருந்தன. ஒருசில நிமிடங்களுக்கு முன்புவரை என்னுள் குமுறிக் கொண்டிருந்த கோபம், பழி வாங்கும் உணர்வு, வெறுப்பு போன்ற தடைகள் முற்றிலுமாக உடைந்தன. நான் என்ன பேசியிருந்தேன்? யாருக்காகப் பேசியிருந்தேன்? யாரிடம் பேசியிருந்தேன்?

என் இதயத்தின் ஒரு மூலையில் மறைந்து கொள்ளுவதற்காக நான் என் கண்களை மூடிக் கொண்டு அங்குமிங்கும் ஓடினேன். ஆனால் விருசாலி என்னைப் பின்தொடர்ந்தாள். ஆம், விருசாலியேதான்! அவள் என்னை வதைத்துக் கொண்டிருந்தாள். நிராதரவாகவும் அலங்கோலமான கூந்தலுடனும் இருந்த அவள், தன்னுடைய இரண்டு கைகளாலும் தன் முகத்தை மூடிக் கொண்டு அழுது கொண்டிருந்தாள். ஆடை களையப்பட்ட விருசாலி, "அங்க நாட்டு அரசே! அங்க நாட்டு அரசே!" என்று அலறிக் கொண்டிருந்தாள். திரௌபதியின் இடத்தில் விருசாலியைப் பார்த்தபோது நான் உடனடியாக என் கண்களைத் திறந்தேன். அப்போதுகூட, அந்த அரசவையின் நடுவில் ஒரு கணம் எனக்கு திரௌபதி தெரிந்தாள், மறுகணம் அங்கு விருசாலி தென்பட்டாள். திரௌபதி! விருசாலி! துகிலுரிக்கப்பட்ட திரௌபதி! துகிலுரிக்கப்பட்ட விருசாலி! அவளுடைய மானம் காக்கப்பட்டாக வேண்டும்!

நான் என்னுடைய அங்கவஸ்திரத்தைக் கையிலெடுத்துக் கொண்டு மீண்டும் என் இருக்கையிலிருந்து எழுந்தேன். இதற்கிடையே, தன்னால் தோற்கடிக்கப்பட்ட ஓர் எதிரியின் எச்சசொச்சங்களைத் துடைத்தெறிவதற்காக வெற்றிக் களிப்புடன் முன்னோக்கி வந்து கொண்டிருக்கின்ற ஒரு படையைப்போல, ஒரு புல்லாங்குழலின் பயங்கரமான ஒலி எங்கிருந்தோ முளைத்து வந்து அந்த அரசவைக்குள் நுழைந்தது. மறுகணம், காதைப் பிளக்கும் அளவுக்குச் சத்தமாகப் பல்வேறு இசைக்கருவிகளின் ஒலிகளும் கேட்டன. இந்திரப்பிரஸ்தத்தில் நிகழ்ந்த ராஜசூய வேள்வி என் நினைவுக்கு வந்தது. இங்கு என்ன நிகழ்ந்து கொண்டிருந்தது என்பதை என்னால் புரிந்து கொள்ள முடியவில்லை. என் மனம் செயலிழந்து போயிருந்தது. அந்த இசைக்கருவிகளின் சத்தம் எல்லோரையும் நடுநடுங்கச் செய்தது. இந்த ஒலிகள் எங்கிருந்து வந்து கொண்டிருந்தன? வானத்திலிருந்தா? அல்லது பாதாளத்திலிருந்தா? அல்லது பத்துத் திசைகளிலிருந்தா? அவை எங்கிருந்து வந்து கொண்டிருந்தன என்பதை யாராலும் சொல்ல முடியவில்லை. சூரிய ஒளி புகுவதற்காக மேற்கூரையின்மீது இடம்பெற்றிருந்த ஓர் ஓட்டையின் வழியாக ஓர் ஒளிக்கீற்று அந்த அரசவைக்குள் ஊடுருவி திரௌபதியின் ஒட்டுமொத்த உடல்மீதும் பரவியது. உடனடியாக சுதர்சனச் சக்கரம் என் நினைவுக்கு வந்தது. கிருஷ்ணரின் கருநீல உருவத்தை என் கண்களுக்கு முன்னால் என்னால் பார்க்க முடிந்தது. இப்போது என்ன நிகழும்? துச்சாதனன் இன்னொரு சிசுபாலனாக ஆவானா? நானும் இன்னொரு சிசுபாலனாக ஆவேனா? அந்த இசைக்கருவிகள் ஏற்படுத்திய கூச்சல் எல்லோருக்கும் நடுக்கத்தை உண்டாக்கியது. ஆனால் துச்சாதனனின் வெறி கூடியது. அவன் எல்லோரையும் உதாசீனப்படுத்திவிட்டு, ஒரு குதிரையின் கடிவாளத்தை இழுப்பதைப்போல திரௌபதியின்

ஆடையை மீண்டும் இழுக்கத் தொடங்கினான். ஒரு நீர்ச்சுழியில் ஒரு நாணல் சுழலுவதைப்போல திரௌபதி தன் ஆடையுடன் சுழன்றாள். அந்த ஒட்டுமொத்த அவையும் அதிர்ச்சியில் பேச்சுமூச்சற்றுப் போனது. திரௌபதி ஏற்கனவே அணிந்திருந்த நீலநிறப் புடவையுடன் இப்போது புதிதாக ஒரு செந்நிறப் புடவை இணைந்தது. தோல்வி பயத்தில் துச்சாதனனின் கண்கள் சிவந்தன. கணத்திற்குக் கணம் அந்த இசைக்கருவிகளின் சத்தம் அதிகரித்தது, ஆனாலும் துச்சாதனன் துணிந்து அந்தச் செந்நிறப் புடவையைப் பற்றினான்.

நான் யார், திரௌபதி யார், இது கௌரவர்களின் அரசவை ஆகிய அனைத்தையும் மறந்தவனாக, நம்புதற்கரிய அக்காட்சியை நான் வாயடைத்துப் பார்த்துக் கொண்டிருந்தேன். என்னுடைய அங்கவஸ்திரத்தைப் பிடித்திருந்த என்னுடைய கை நடுங்கத் தொடங்கியது. நான் இன்று என்ன காரியம் செய்திருந்தேன்? நான் என்னை எங்கே தொலைத்திருந்தேன்? நான் என்னவெல்லாம் கூறியிருந்தேன்?

துச்சாதனன் ஒரு வாளைவிட வேகமாக திரௌபதியின் மேலாடையை இழுக்கத் தொடங்கினான். ஆனால், நீலம், பச்சை, செவ்வூதா, வெள்ளை, சிவப்பு என்று பல நிறங்களில் அடுத்தடுத்து ஒவ்வொரு மேலாடையாகத் தோன்றிக் கொண்டே இருந்தது. இதற்கிடையே, இசைக்கருவிகளின் சத்தம் உச்சத்தை எட்டியது. அதைத் தாங்கிக் கொள்ள முடியாமல் பலர் தங்கள் காதுகளைத் தங்கள் கைகளால் மூடிக் கொண்டனர். துச்சாதனன், மதம் பிடித்த ஒரு யானைப்போலக் கோபம் கொண்டான். இக்காட்சியைக் கண்டு மகிழ்ச்சியில் கைதட்டிக் கொண்டிருந்த விகர்ணனைப் பார்த்தவுடன் அவன் மேலும் கொதிப்படைந்தான். அக்கணத்தில் யாரேனும் துச்சாதனனைத் தடுக்க முயற்சித்திருந்தால் என்ன ஆகியிருக்கும்? யாருடைய பேச்சையும் கேட்கும் மனநிலையில் அவன் இருக்கவில்லை. யாரேனும் அவனிடம் ஏதேனும் கூற முற்பட்டிருந்தால், அவன் அங்கேயே அவர்களையும் துகிலுரித்திருப்பான். துச்சானனின் மனசாட்சியற்ற மனத்தில் கனன்று கொண்டிருந்த நெருப்புக்கு துரியோதனன் மேலும் தூபம் போட்டான். சிறிது நேரத்திற்கு முன்பு என்னுடைய வாயிலிருந்து வெளிவந்திருந்த வெறுக்கத்தக்க வார்த்தைகளால் தூண்டப்பட்டு அவன் ஒரு பெருந்தீயாக மாறியிருந்தான். துரியோதனனாலோ, என்னாலோ, அல்லது கௌரவ வம்சத்தின் எந்தவொரு நபராலோகூட அணைக்கப்பட முடியாத அளவு அது ஒரு காட்டுத்தீயாக மாறியிருந்தது.

அந்த அவையின் நடுவில் மேலாடைகள் குவிந்தன, என் மனத்தில் எண்ணங்கள் குவிந்தன. நான் என்ன காரியம் செய்திருந்தேன்! குழந்தைப்பருவத்திலிருந்து அர்ப்பணிப்போடு நான் என்னிடம் வளர்த்து வந்திருந்த நல்ல பண்புநலன்களைப் பழியுணர்வின் காரணமாக நான் இங்கு காவு கொடுத்திருந்தேன். கர்ணன்! வீரர்கள் அனைவராலும் போற்றப்பட்டவன்! பொறுமையின் மூலம் குழப்பத்தைத் தீர்த்து ஒழுங்கை நிலை நாட்டிய கர்ணன்! பாசத்தால் குடிமக்களின் இதயங்களில் ஆட்சி செய்த கர்ணன்! இப்படிப்பட்டக் கர்ணன், ஒரு கணப் பொழுதில், உணர்ச்சிப் பெருங்கடலில் துரதிர்ஷ்டவசமாகத் தன்னைத் தொலைத்துவிட்டான். சிசுபாலன்–கர்ணன், துச்சாதனன்–கர்ணன்,

கம்சன்–கர்ணன்: இவர்கள் இருவருக்கும் இடையே எந்த வேறுபாடும் இல்லையா? இதை நினைத்தபோது என் கண்களில் கண்ணீர் துளிர்த்தது. என் வாழ்வின் முதல் கண்ணீர் அது. அக்கண்ணீரில் இரக்கமோ, ஆச்சரியமோ, அல்லது ஏக்கமோ இருக்கவில்லை. பின்விளைவுகளைப் பற்றிய பயத்தால் ஏற்படும் பின்வருத்த உணர்வும் அதில் இருக்கவில்லை. மாறாக, அந்த ஆடைக் குவியலில் சூரிய பகவானின் சீடனான கர்ணனைத் தேடியபோது என் மனம் கொண்ட கவலையும் வேதனையும் மட்டுமே அதில் நிரம்பியிருந்தன. அந்த வேதனைதான் சூத புத்திரனான கர்ணனின் கண்களில் கண்ணீரின் வடிவத்தில் வெளிப்பட்டது. சூரிய பகவானின் சீடனுக்காக சூத புத்திரனின் கண்களில் துளிர்த்தக் கண்ணீர் அது. "நான் ஒரு சூத புத்திரனாக இருந்திருக்காவிட்டால், என் வாழ்க்கை எப்படிப்பட்டதாக இருந்திருக்கும்? கிருஷ்ணருடைய வாழ்க்கையைப்போலவா? ஏன் கூடாது? அது முற்றிலும் சாத்தியம்தான்," என்ற எண்ணம் ஒரு கணம் என் மனத்தில் முளைத்தது.

என்னுடைய முதல் கண்ணீர்த் துளிகள் கௌரவ அரசவையில் துளிர்த்து என்னுடைய அங்கவஸ்திரத்தில் தொலைந்து போயின. யாரும் அவற்றை கவனிக்கவில்லை. திரௌபதி என் கண்களுக்கு முன்னால் நின்றாள். வியர்வையில் நனைந்தும் முற்றிலுமாகக் களைத்துப் போயும் இருந்த துச்சாதனன் ஒரு கணம் இளைப்பாறினான். ஒரு நூறு யோஜனை தூரம் பயணம் செய்து வந்துள்ள ஒரு குதிரையைப்போல அவனுக்கு மூச்சிறைத்தது. மேலாடைக் குவியல் அவர்கள் இருவரையும் விஞ்சி உயர்ந்து நின்றது. இவ்வளவு நேரமும் சத்தமாக முழங்கிக் கொண்டிருந்த இசைக்கருவிகளின் ஒலிகள் திடீரென்று நின்றன. பயத்தைத் தோற்றுவிக்கும்படியான புல்லாங்குழல் ஒலி மட்டுமே இப்போது அந்த ஒட்டுமொத்த அவையையும் ஊடுருவியது. திரௌபதியின் உடலை மூடியிருந்த மஞ்சள் நிற ஆடை, பொன்னிழைகளால் ஆன ஓர் ஆடையைப்போலத் தகதகவென ஜொலித்தது. அந்த ஆடையை நான் எங்கோ பார்த்திருந்தது போன்ற உணர்வு எனக்கு ஏற்பட்டது. துச்சாதனன் தன் ஆற்றல் முழுவதையும் ஒன்றுதிரட்டி அந்த மஞ்சள் நிற மேலாடையின்மீது தன் கைகளை வைத்தான். ஒரு வெள்ளைக் குதிரை தன்னுடைய முன்னங்கால்களை விண்ணுயரத் தூக்கி நிற்பதைப்போல, பிதாமகர் பீஷ்மர் தன் கைகளை அகல விரித்தபடி தன் இருக்கையிலிருந்து துள்ளியெழுந்து, மிகவும் கம்பீரமான ஒரு குரலில், "துச்சாதனா, இன்னும் ஓர் அங்குலம் அந்த ஆடையை நீ இழுத்தால், சிசுபாலனைப்போல நீ சாம்பலாகிவிடுவாய். இது கிருஷ்ணரின் மஞ்சள் நிற ஆடை என்பது உனக்கு நினைவிருக்கட்டும்!" என்று முழங்கினார்.

கடுமையாகச் சோர்ந்து போயிருந்த துச்சாதனன் தன் கைகளை விலக்கிக் கொண்டு, தள்ளாடியபடி தன் இருக்கையை நோக்கி நடந்தான். பிறகு அவன் தன் கைகளால் தன் இருக்கையின் கைப்பிடிகளைப் பிடித்துக் கொண்டு தலையைக் கவிழ்த்தான். வியர்வையில் குளித்திருந்த அவனுடைய தலையிலிருந்து இரண்டு வியர்வைத் துளிகள் அவனுடைய இருக்கையின்மீது விழுந்தன. மறுகணம், தன் வலிமை முழுவதையும் இழந்தவனாக அவனும் அதன்மீது பொத்தென்று விழுந்தான். இருக்கையின்மீது வியர்வைத் துளிகள்; அந்த வியர்வைத்

துளிகள்மீது துச்சாதனன்! நான் வெறுப்பில் என் முகத்தைத் திருப்பிக் கொண்டேன். நெடுநேரத்திற்கு முன்பே என்னுடைய அங்கவஸ்திரம் என் கைகளிலிருந்து நழுவியிருந்தது. திரௌபதியின் மஞ்சள் நிற ஆடையோடு ஒப்பிடுகையில் அது நிறமிழந்து காணப்பட்டது. நான் மனம் தளர்ந்து என் இருக்கையின்மீது அமர்ந்தேன்.

திரௌபதி இவ்வளவு நேரம் சுழன்றதில் அவளுடைய தலை கிறுகிறுத்தது. ஒருசில நிமிடங்களில், ஒரு வாழைமரம் வேரோடு சாய்வதைப்போல அவள் நிலை குலைந்து அந்த ஆடைக் குவியலின்மீது விழுந்தாள். பார்வையாளர்களில் சிலர் அவளுடைய பாதங்களைத் தொட்டு வணங்குவதற்காக முன்னே வந்தனர். இதற்கிடையே, அவையில் நிலவிய அமைதியைத் தனக்கு சாதகமாகப் பயன்படுத்திக் கொண்ட பிதாமகர் பீஷ்மர், ஒரு கருடன் ஒரு மலையுச்சியிலிருந்து வேகமாகக் கீழே பறந்து வருவதைப்போலத் தன் இருக்கையிலிருந்து குதித்துக் கீழே இறங்கி வந்து திரௌபதியை நோக்கி விரைந்தார். இதைக் கண்டவுடன் எல்லோரும் ஆணியடித்தாற்போல அப்படியே அசையாமல் நின்றுவிட்டனர். திரௌபதியின் அருகே சென்ற பீஷ்மர், அவையோரைப் பார்த்து ஒரு கண்டிப்பான குரலில், “அவையின் உறுப்பினர் பெருமக்களே! சொக்கட்டான் விளையாட்டு நிறைவடைந்துவிட்டது. நீங்கள் இங்கிருந்து கலைந்து செல்லலாம். ஆனால் ஒரு விஷயத்தை நினைவில் வைத்துக் கொள்ளுங்கள்: இப்போது நிகழ்வுகளுடனான சூதாட்டம் தொடங்கியுள்ளது,” என்று கூறினார். தலை குனிந்தவாறு ஒவ்வொருவராக அங்கிருந்து வெளியேறினர்.

இளவரசர்களும் தத்தம் மாளிகைகளுக்குத் திரும்பிச் செல்லத் தொடங்கினர். மஞ்சள் நிற ஆடை திரௌபதியின் உடல்மீது கிடந்தது. ஆனால் என் கைகளிலிருந்து நழுவியிருந்த என்னுடைய அங்கவஸ்திரம் இப்போது விகர்ணனின் பாதங்களுக்கு அடியில் மிதிபட்டுக் கிடந்தது. இதைக் கண்டு நான் உணர்ச்சியற்றுப் போனேன். என்னுடைய அங்கவஸ்திரத்தை மிதித்துக் கொண்டும் பிதாமகரைக் கண்டுகொள்ளாமலும் விகர்ணன் திரௌபதியின் அருகே சென்று அவளுடைய பாதங்களைத் தொட்டுத் தன் கண்களில் ஒற்றிக் கொண்டான். விகர்ணன் மட்டுமே அவ்வாறு செய்தான்.

அவர்கள் எல்லோரும் அந்த அவையைவிட்டு வெளியேறியவுடன், பிதாமகர் பீஷ்மர் தன் இடையில் தொங்கிக் கொண்டிருந்த வாளை அதன் உறையிலிருந்து உருவினார். நான் ஒரு கற்சிலையைப்போல என் இருக்கையின்மீது அமர்ந்திருந்தேன். ஆச்சரியம், குழப்பம், மர்மம், கொடுங்குற்றம், வீழ்ச்சி, மடமை, கொடூரம், மனசாட்சிக்கு விரோதமான நடத்தை போன்றவற்றை உள்ளடக்கிய ஒரு கலவையாக இன்றைய நாள் அமைந்திருந்தது. ஆனால், பீஷ்மரின் கையிலிருந்த கூரிய வாளைக் கண்டபோது, அடுத்து என்ன தாக்குதல் நிகழவிருந்ததோ என்ற பயத்தில் என் உடல் நடுங்கியது. அவருடைய மனத்தில் என்ன ஓடிக் கொண்டிருந்தது? சற்று நேரத்திற்கு முன்பு நிகழ்ந்த கூத்து எனக்கு அதிர்ச்சியளிக்கவில்லை, ஆனால் இந்தப் பனையுயர முதியவரின் கையிலிருந்த பளபளப்பான வாள் என்னை அதிர்ச்சிக்குள்ளாக்கியது. அவர் என்ன திட்டமிட்டுக் கொண்டிருந்தார்? இன்னும் என்னவெல்லாம் அரங்கேறவிருந்தன?

அவர் தன்னுடைய வலது காலை மடக்கி அந்த ஆடைக் குவியலின் அருகே மண்டியிட்டு அமர்ந்தார். பிறகு, அவர் திரௌபதியின் முதுகின்மீது தன் கையை மென்மையாக வைத்து, "திரௌபதி," என்று அழைத்தார். அந்த ஆடைக் குவியல் லேசாக அசைந்தது, ஆனால் அவள் உணர்விழந்து கிடந்தாள். பீஷ்மர் அந்த மஞ்சள் நிற ஆடையின் ஒரு முனையைத் தன் கையால் உயர்த்திப் பிடித்து, அதனோடு இணைந்திருந்த நீலநிற மேலாடையைத் தன் வாளால் கிழித்தார். எந்த மஞ்சள் நிற ஆடையின்மீது கை வைக்க வேண்டாம் என்று அவர் துச்சாதனனை எச்சரித்திருந்தாரோ, அதே ஆடையைத்தான் அவர் அவ்வளவு சுலபமாகக் கிழித்திருந்தார். அவரால் எப்படி அதைச் செய்ய முடிந்தது?

பிதாமகர் எழுந்து அங்கிருந்த பணிப்பெண்களுக்குச் சமிக்கை கொடுத்தார். அவர்கள் முன்னால் வந்து, நினைவிழந்திருந்த திரௌபதியைத் தூக்கினர். பாண்டவர்கள் தங்கள் தலைகளைத் தொங்கப் போட்டுக் கொண்டு நின்றனர். பிதாமகர் தன்னுடைய ஒரு கையை அர்ஜுனனின் முதுகின்மீதும் இன்னொரு கையை பீமனின் முதுகின்மீதும் வைத்து அவர்களை லேசாகத் தட்டிக் கொடுத்தார். அவர் தலையசைத்தவுடன் பாண்டவர்கள் ஐவரும் அவரோடு அங்கிருந்து புறப்பட்டனர். அவருடைய கைகள் இன்னும் அர்ஜுனனின் முதுகின்மீதும் பீமனின் முதுகின்மீதும் இருந்தன.

என் இருக்கையைவிட்டு எழுந்திருக்க எனக்கு மனமிருக்கவில்லை. யாரோ அந்த ஆடைக் குவியலைக் கற்களால் ஆன ஒரு பிரமிடாக மாற்றி அதை என் மார்பின்மீது வைத்திருந்ததுபோல நான் உணர்ந்தேன். எனக்கு உண்மையிலேயே மூச்சுத் திணறியது. நான் எவ்வளவு நேரம் அதே நிலையில் உட்கார்ந்திருந்தேன் என்பது எனக்கு நினைவில்லை. மாலைச் சூரியனின் மங்கலான ஒளியில் அந்த அரங்கின் வெற்று இருக்கைகள் ஒளிர்ந்தபோது நான் வேகவேகமாக எழுந்தேன். பணியாளர்கள் தீப்பந்தங்களை ஏற்றி வைக்க மறந்திருந்தனர். ஆனாலும், என்னைச் சூழ்ந்திருந்த இருளை விரட்டியடிக்க எந்த வெளிச்சமும் போதுமானதாக இருக்கவில்லை.

சிறிது நேரம், நான் ஏதோ ஆழ்ந்த உறக்கத்திலிருந்து கண்விழித்திருந்ததுபோல உணர்ந்தேன். பிறகு, நான் விரக்தியோடும் எச்சரிக்கையாகவும் அந்த அவையின் வாசலை நோக்கி நடந்தேன். அங்கு குவிந்து கிடந்த பல வண்ண ஆடைகளைக் கண்டபோது, என் வாழ்க்கையும் அவற்றைப்போல இருந்ததாக நான் உணர்ந்தேன், ஆனால் அந்தப் பிரகாசமான மஞ்சள் நிற ஆடையை ஒத்த ஒரு துணிகூட என் வாழ்க்கையில் இருக்கவில்லை.

நான் அரசவை வாசலை அடைந்தவுடன் பின்னால் திரும்பிப் பார்த்தேன். புகழ்மிக்கப் பல நிகழ்வுகள் நடந்தேறியிருந்த அந்த பிரம்மாண்டமான அரசவையில் இன்று நிகழ்ந்திருந்த சம்பவங்களின் எந்தச் சுவடுகள் எஞ்சியிருந்தன என்று நான் ஆய்வு செய்தேன். அந்த இருண்ட அறையில் மன்னரின் பொன் அரியணை ஒளியிழந்து காணப்பட்டது. தொலைவில் யாரோ ஒருவன் உயிரற்றவன்போலத் தன் இருக்கையில் சுருண்டு உட்கார்ந்திருந்ததை நான் கண்டேன். அவன் தன் கால் மூட்டுகளுக்கு இடையே தன் தலையை வைத்துக் கொண்டு

உட்கார்ந்திருந்தான். அந்த இருக்கை இருந்த இடத்தை வைத்துப் பார்த்தபோது அது துச்சாதனன் என்பது எனக்குத் தெரிந்தது. வேறு யார் அங்கே இருக்கப் போகிறார்கள்? அவனுக்கும் அந்த ஆடைக் குவியலுக்கும் இடையே எந்த வித்தியாசமும் இல்லாததுபோல அவன் அசையாமல் உட்கார்ந்திருந்தான். நான் பெருமூச்செறிந்துவிட்டு அங்கிருந்து வெளியேறினேன். கங்கைக்குச் சென்று என்னுடைய வழக்கமான நீராஞ்சலியை மேற்கொள்ள அன்று எனக்கு ஆர்வம் இருக்கவில்லை. ஒட்டுமொத்த மேற்கு வானமும் கருமேகங்களால் மூடப்பட்டிருந்தது.

என் கால்கள் ஏதோ கனமான சங்கிலிகளால் கட்டப்பட்டு இருந்ததுபோல நான் உணர்ந்தேன். நான் அரண்மனைப் படிக்கட்டுகள் வழியாக இறங்கி முன்முற்றத்திற்கு வந்தேன். மையத்திலிருந்த விஷ்ணு கோவிலில் இருந்த கல்விளக்குகளில் மேகமாலா எண்ணெய் ஊற்றி அவ்விளக்குகளை ஏற்றிக் கொண்டிருந்தாள். அவளுடைய முகம் அந்த விளக்கொளியில் ஒளிர்ந்தது. அன்று காலையில் அவள் தவறுதலாகக் கோலத் தட்டைக் கீழே போட்டதை நான் நினைத்துப் பார்த்தேன். நான் வேகமாக நடந்து சென்று அக்கோவிலின் முன்னால் போய் நின்றேன். என்னைக் கண்டவுடன் மேகமாலா பின்னால் நகர்ந்தாள். நான் ஒரு கல்விளக்கை எடுத்து, சிதைந்திருந்த கோலத்தை ஆய்வு செய்தேன். வெள்ளை மாவும் மஞ்சள் பொடியும் கலைந்து நிறம் மங்கிப் போயிருந்தன. குங்குமக் கோடுகள் மட்டும் அப்படியே இருந்தன. நான் ஆழ்ந்து யோசித்தபடி என் விரல்களை அந்தக் குங்குமக் கோடுகளில் ஓடவிட்டேன். அது ஏதோ இனம் புரியாத ஓர் உணர்வை என்னுள் தோற்றுவித்தது. நான் அந்தக் கல்விளக்கை மேகமாலாவிடம் கொடுத்துவிட்டு என் மாளிகையை நோக்கி நடந்தேன்.

ஷோன் திடீரென்று என் எதிரே தோன்றினான். நான் அவனை இறுக்கமாகக் கட்டியணைத்து, குழந்தைப்பருவத்தில் நான் அவனிடம் பல முறை கேட்டிருந்ததைப்போலவே இப்போதும், "ஷோன், நான் யார்?" என்று கேட்க விரும்பினேன். ஆனால் அன்று காலையில் கங்கைக் கரையில் அவனுடைய அன்பான கையை நான் உதறித் தள்ளியதை நான் நினைத்துப் பார்த்தேன். எனவே, நான் அவனிடம் எதுவும் பேசாமல் என் மாளிகையை நோக்கித் திரும்பினேன். ஆனால் அவன் என்னை அணுகி, "அண்ணா, கொஞ்சம் நில்லுங்கள்," என்று கூறினான். என்ன இருந்தாலும் அவன் என் சொந்தத் தம்பியல்லவா? வயதில் நான் அவனுக்கு மூத்தவனாக இருந்தபோதிலும், அவனுடைய அறிவுரையை நான் அமைதியாகக் கேட்க வேண்டியிருந்தது. எனவே, நான் அவன் கூறியதைக் கேட்கக் காத்திருந்தேன்.

"அண்ணா, இன்று காலையில் நீங்கள் கங்கையில் நீராஞ்சலி செய்ய வேண்டும் என்று எல்லோரும் உங்களைக் கேட்டுக் கொண்டதற்கான காரணத்தை நீங்கள் கண்டுபிடித்தீர்களா இல்லையா?"

"ஷோன், அதை நான் கண்டுபிடித்திருந்தாலும்கூட அது எந்த விதத்திலும் உதவப் போவதில்லை."

"ஆனால், மக்கள் உங்களைப் பற்றி என்ன நினைக்கின்றனர் என்பதை நீங்கள் தெரிந்து கொண்டாக வேண்டும். குறிப்பாக, யாருக்காக நீங்கள் உங்கள் வாழ்வின் கொள்கைகளைப் பணயம் வைக்கத் தயாராக

இருக்கிறீர்களோ, அவர்கள் உங்களைப் பற்றி என்ன அபிப்பிராயத்தைக் கொண்டிருக்கின்றனர் என்பதை நீங்கள் நிச்சயமாகத் தெரிந்து கொள்ள வேண்டும்."

"சரி, நீயே சொல். இன்று காலையில் நான் கங்கைக்குப் போவதற்கு ஏன் கட்டாயப்படுத்தப்பட்டேன்?"

"சூதாட்டத்தில் இன்று பயன்படுத்தப்பட்டச் சோழிகள் ஜராசந்தனின் எலும்புகளிலிருந்து தயாரிக்கப்பட்டவை. பீமன் கொன்ற அதே ஜராசந்தன்! நீங்கள் உயிர்ப்பிச்சை வழங்கிய அதே ஜராசந்தன்!"

நான் ஷோனின் தோள்களை பலமாக உலுக்கி, "ஷோன், நீ என்ன சொல்லுகிறாய்? ஜராசந்தனின் எலும்புகளை எடுத்து வருவதற்காகவா துச்சாதனன் மகத நாட்டிற்குச் சென்றான்?" என்று கேட்டேன்.

"ஆமாம். உங்களுடைய குரலைக் கேட்கும்போது அந்தச் சோழிகள் நடுங்குகின்றன. அதனால்தான், சூதாட்டம் முடியும்வரை நீங்கள் அரசவைக்குள் வராதபடி பார்த்துக் கொள்ளுவதற்காக அவர்கள் சாதுரியமாகச் சூழ்ச்சி செய்திருந்தனர். உங்கள் முன்னிலையிலும் பீமனின் முன்னிலையிலும் அந்தச் சோழிகள் நடுங்குகின்றன."

"இதையெல்லாம் நீ எப்படிக் கண்டுபிடித்தாய்?"

"சத்தியசேனனிடமிருந்துதான் நான் தெரிந்து கொண்டேன். துரியோதனன் உங்களை கங்கைக் கரைக்கு அனுப்பி வைப்பார் என்பதை சத்தியசேனன் துவக்கத்திலிருந்தே அறிவார்."

அன்றைய நாள் முழுவதும் மர்மங்களுக்குப் பஞ்சமே இருக்கவில்லை.

"சரி, நீ போய் ஓய்வெடுத்துக் கொள். ஆனால், இன்று காலையில் நான் உன்னிடம் முரட்டுத்தனமாக நடந்து கொண்டதற்காக நீ என்னைத் தவறாக எடுத்துக் கொள்ளாதே. இந்த ஒட்டுமொத்த உலகமும் எனக்கு எதிராகத் திரும்பினாலும் அதைப் பற்றி நான் கவலைப்பட மாட்டேன். ஆனால் நீ என் சகோதரன். நம் இருவரின் உடலிலும் ஒரே ரத்தம்தான் ஓடுகிறது. அதை ஒருபோதும் மறந்துவிடாதே."

"அண்ணா, உங்கள் பாதங்களில் நான் மரணத்தை எதிர்கொள்ள வேண்டியிருந்தாலும்கூட, குழந்தைப்பருவத்தில் கங்கைக் கரையில் நான் எவ்வளவு மகிழ்ச்சியாகச் சிப்பிகளைச் சேகரித்தேனோ, அதே அளவு மகிழ்ச்சியோடு அந்த மரணத்தையும் நான் ஏற்றுக் கொள்ளுவேன்," என்று கூறிய அவன், முன்னால் வந்து என் பாதங்களைத் தொட்டு வணங்கிவிட்டு மெதுவாக அங்கிருந்து நகர்ந்தான்.

படுக்கையறையின் வாசலில் விருசாலி அமர்ந்து கொண்டிருந்ததை நான் பார்த்தபோது, என் வாழ்வில் முதன்முறையாக நான் என்னைக் குறித்து அவமானம் கொண்டேன். அன்று அரசவையில் நிகழ்ந்திருந்த இனிமையற்ற நிகழ்வுகளைப் பற்றி அவள் என்னைக் கேள்விகளால் துளைத்தெடுத்துவிடுவாள். நான் அவளிடம் என்ன சொல்லுவது? தன்னுடைய கணவன் இன்று நடந்து கொண்ட விதத்தைப் பற்றி அவள் என்ன நினைத்துக் கொண்டிருப்பாள்?

நான் அவளை கவனித்திராததுபோல உள்ளே நுழைந்து நேராக சன்னலருகே சென்று, இருள் சூழ்ந்த கங்கையை வெறித்துப் பார்த்தேன்.

விருசாலி வழக்கம்போல என் பக்கத்தில் வந்து நின்று கொண்டு, ஓர் ஆச்சரியமான குரலில், "உங்களுடைய அங்கவஸ்திரம் எங்கே? அதை யாருக்கேனும் கொடுத்துவிட்டீர்களா?" என்று கேட்டாள்.

"ஆமாம், நான் கொடுக்கத்தான் விரும்பினேன், ஆனால் என்னால் முடியவில்லை. இது போன்ற ஓர் அற்பமான விஷயத்தைப் பற்றி நீ ஏன் என்னிடம் கேள்வி கேட்டுக் கொண்டிருக்கிறாய்?"

"அற்பமான விஷயமா? இல்லையில்லை. நினைவுகளை உள்ளடக்கிய அங்கவஸ்திரம் அது. நான் ஒரு பைத்தியக்காரியைப்போல கங்கையிலிருந்து அதை எடுத்து வந்தேன். அது நம் இருவருக்குமே பிரியமானது. அதை எங்கே விட்டுவிட்டு வந்தீர்கள்?"

"அது போய்விட்டது. அந்த அங்கவஸ்திரத்தைவிட அதிக விலைமதிப்புக் கொண்ட வேறு பல வஸ்திரங்கள் இவ்வுலகில் இருக்கின்றன என்பதை எனக்குக் காட்டிவிட்டு அது எங்கோ போய்விட்டது."

"அப்படியானால், அது போனது நல்லதுதான். ஒரு மனைவிக்கு அவளுடைய கணவன்தான் மிகச் சிறந்த வஸ்திரம்," என்று கூறி அவள் அன்போடு தன் கன்னத்தை என் முதுகின்மீது உரசினாள்.

அப்படியானால், அரசவையில் அன்று நிகழ்ந்திருந்தவற்றைப் பற்றி அவளுக்கு எதுவும் தெரியவில்லை. இதை உணர்ந்து நான் நிம்மதிப் பெருமூச்செறிந்தேன்.

அவள் என்னைப் பார்த்து, "நான் இப்போது கூறவிருக்கும் செய்தியைக் கேட்டு நீங்கள் ஆச்சரியப்படுவீர்கள்," என்று கூறினாள். அவளுடைய வார்த்தைகள் என் காதுகளில் விழுந்தன, ஆனால் என் மனத்தில் அந்த அரசவையில் மலைபோலக் குவிந்த பல வண்ண ஆடைகள் சுழன்று கொண்டிருந்தன.

நான் விருசாலியிடமிருந்து விலகி இன்னொரு சன்னலுக்கு அருகே சென்று நின்று கொண்டு, "என்ன செய்தி?" என்று கேட்டேன்.

"திரௌபதி உங்களைப் பரிகாசம் செய்ததை நீங்கள் அடிக்கடிக் கூறிக் கொண்டே இருப்பீர்களல்லவா? ஆனால்..."

"விருசாலி, இதைப் பற்றி இதற்கு மேல் நான் எதுவும் கேட்க விரும்பவில்லை. ஆற்றில் நீந்திக் கொண்டிருப்பவர்களை ஆற்றங்கரையின்மீது நின்று கொண்டு பார்வையாளர்கள் எடைபோடுவதைப்போல, நான் செய்ததை யாரும் எடைபோடுவதற்கு நான் அனுமதிக்க மாட்டேன்."

அவள் என்னை இடைமறித்து, "ஆனால், நான் சொல்லுவதை தயவு செய்து முழுமையாகக் கேளுங்கள். திரௌபதி தன் இதயபூர்வமாக உங்களை ஒருபோதும் பரிகசித்ததில்லை," என்று கூறினாள்.

"நீ எப்படி அவ்வளவு உறுதியாகக் கூறுகிறாய்?"

"நான் ஒரு விஷயத்தை இன்று தெரிந்து கொண்டேன்."

"என்ன விஷயம்?"

"இன்று மதியம் நாங்கள் எல்லோரும் உட்கார்ந்து அரட்டையடித்துக் கொண்டிருந்தோம். திரௌபதி அப்போது தன் குளியலை முடித்துவிட்டு அங்கு வந்தாள். நான் உங்கள் மனைவி என்பதால் அவள் என்னிடம் மிகுந்த மரியாதையோடு நடந்து கொண்டாள். அவள் விருசசேனனின் காதுகளைத் தொட்டுத் தடவிவிட்டு, என்னைப் பார்த்து, "உங்கள் மகனின் காதுகளில் ஏன் குண்டலங்கள் இல்லை?" என்று அடக்கத்தோடு கேட்டாள். நான் அவளுக்கு என்ன பதில் சொல்லுவது? அக்கேள்வி மேலும் தொடருவதைத் தவிர்ப்பதற்காக, "அது அவனுடைய

தந்தைக்கு மட்டுமே தெரியும்," என்று நான் கூறினேன். ஆனால் நான் உங்களைப் பற்றிக் குறிப்பிட்டவுடன் அவள் தன் தலையைக் கவிழ்த்துக் கொண்டாள்.

"விருசாலி, அவள் ஏன் அப்படிச் செய்தாள் என்று நீ நினைக்கிறாய்? அதை உன்னால் ஒருபோதும் புரிந்து கொள்ள முடியாது," என்று கூறிவிட்டு, நான் மீண்டும் வெளியே வெறித்துப் பார்த்தேன்.

"அவள் என்னிடம் உங்களைப் பற்றிக் கேலி செய்வாள் என்று நான் நினைத்தேன். அதனால்தான், அவள் தன் தலையை அலங்கரிப்பதற்காகக் கண்ணாடியை நோக்கித் திரும்பியபோது, உண்மையைத் தெரிந்து கொள்ளுவதற்காக நான் அவளுடைய பணிப்பெண்ணான இரண்மயியை அழைத்தேன். இரண்மயி என்னிடம் கூறிய விஷயங்களைக் கொண்டுதான் நான் இவ்வளவு நேரமும் உங்களிடம் பேசிக் கொண்டிருந்தேன். திரௌபதியைப் பற்றி நீங்கள் உங்கள் மனத்தில் கொண்டுள்ள சந்தேகங்களைக் களைவதற்காகவே நான் உங்களிடம் இவ்வளவையும் கூறினேன். நீங்கள் எங்கே இருக்கிறீர்கள் என்று பார்த்து வருவதற்காக மிருணாளை நான் அனுப்பி வைத்தேன், ஆனால் நீங்கள் அரசவையில் இருந்ததாக அவள் தெரிவித்தாள்."

"இரண்மயி உன்னிடம் என்ன விநோதமான கதையைக் கூறினாள்?"

"இந்திரப்பிரஸ்தத்தில் நடைபெற்ற ராஜசூய வேள்வியில் கலந்து கொள்ளுவதற்காக நீங்களும் மற்றவர்களுடன் சென்றீர்கள். அப்போது, மாடிப்படிகளில் நின்று கொண்டிருந்த திரௌபதி, மாயாஜால அறையில் இருந்த குளத்தில் குண்டலங்களுடன்கூடிய உங்கள் முகத்தின் பிரதிபலிப்பைப் பார்த்துவிட்டு, இரண்மயியிடம் ஏதோ கூறினாள்."

"விருசாலி, அவள் என்ன கூறினாள்? அன்றும் எனக்கு எல்லாம் புதிராக இருந்தது, இன்றும் அப்படித்தான் இருக்கிறது."

"திரௌபதி தன் பணிப்பெண்ணிடம், 'அந்தக் கவச குண்டலங்களின் சொந்தக்காரருக்கு மனைவியாகும் பாக்கியம் எனக்குக் கிடைத்திருந்தால், என் வாழ்க்கைப் பூந்தோட்டத்தில் என்னென்ன வசந்தமெல்லாம் மலர்ந்திருக்குமோ! அங்க நாட்டு அரசர் கர்ணன் என் கணவராக ஆகியிருந்தால், நான் என் வாழ்க்கையை என்னுடைய ஐந்து கணவன்மார்களுடன் பகிர்ந்து கொள்ள வேண்டியிருந்திருக்காது, ஒவ்வோர் ஆண்டும் ஒவ்வொரு கணவனுடனும் இரண்டிரண்டு மாதங்கள் வாழும் நிலைமை எனக்கு ஏற்பட்டிருக்காது,' என்று கூறியிருந்தாள்," என்று கூறிவிட்டு, விருசாலி தன்னுடைய தலையை என் முதுகின்மீது சாய்த்தாள். நான் அவளை நோக்கித் திரும்பிப் பெருமூச்செறிந்துவிட்டு, "திரௌபதி!" என்று கூறி என் கைகளைக் குவித்து விருசாலியின் முகத்தை நிமிர்த்தினேன். நான் உள்ளூர வேதனையில் துடித்துக் கொண்டிருந்தேன்.

விருசாலி இடைமறித்து, "நான் திரௌபதி அல்லள்! நான் உங்களுடைய விருசாலி!" என்று கூறிவிட்டுத் தன்னுடைய கைகளை என் கைகளின்மீது வைத்து, "எப்போதும் கவலைப்பட்டுக் கொண்டிருக்கும் உங்கள் மனம் இனிமேலாவது திரௌபதியைப் பற்றித் தவறாகப் புரிந்து கொள்ளாமல் இருக்கும்," என்று கூறினாள். பிறகு, அங்கிருந்த விளக்கின் மங்கலான ஒளியில் அவள் என் கண்களை ஊடுருவிப் பார்த்தாள். அவள் அங்கு எதையோ தேடியதைப்போல எனக்குத் தோன்றியது.

பல விதமான எண்ணங்கள் தோன்றி என் மனத்தை அலைக்கழித்தன. அதிகாலையிலிருந்தே உண்மைக்கும் பொய்க்கும் இடையே என் மனம் ஊசலாடி வந்திருந்தது. ஏதோ ஓர் அமானுச சக்தி என்னை உண்மையிடமிருந்து திசை திருப்பிப் பொய்யை நோக்கி வீசி எறிந்திருந்தது. இப்போது உண்மையை நாடி என்ன பயன்? திரௌபதி எத்தகைய உணர்வுகளைக் கொண்டிருந்தாள் என்பதை இப்போது அறிந்து என்ன பயன்?

“விருசாலி!” என்று முணுமுணுத்துக் கொண்டே நான் அவளைக் கட்டித் தழுவினேன்.

“நீங்கள் எவ்வளவு உன்னதமானவர்! திரௌபதிக்கு என்மீது பொறாமையாக இருக்கும் என்று நான் நினைக்கிறேன்.”

“நான் உன்னதமானவனா? முன்பொரு காலத்தில் நான் அப்படிப்பட்டவனாக இருந்தேன், ஆனால் இப்போது அது உண்மையல்ல.”

“எனக்கு நீங்கள் எப்போதுமே உன்னதமானவர்தான்,” என்று கூறி அவள் தன்னை என்னுடைய அரவணைப்பிலிருந்து விடுவித்துக் கொண்டு, படுக்கையறையைவிட்டு நளினமாக வெளியேறினாள். நான் சாப்பிடுவதற்காக அவள் ஏதேனும் கொண்டுவரவிருந்தாள் என்று நினைத்துக் கொண்டு, “விருசாலி, எனக்கு எதுவும் வேண்டாம். எனக்குப் பசியில்லை,” என்று கூறினேன்.

அவள் அங்கிருந்து போன மறுகணம், நான் வேகமாகக் கதவை மூடிவிட்டுப் படுக்கையின்மீது விழுந்தேன். என் உடலின் உற்சாகமும் மனத்தின் உற்சாகமும் முற்றிலுமாகக் காணாமல் போயிருந்தன. முடிவற்ற ஒரு தொடுவானத்தை நோக்கி அலைகளின் குறுக்கே கடற்பறவைகள் சிறகடித்துச் செல்லுவதைப்போல, என் மனம் சுறுசுறுப்பாக என்னுடைய எதிர்காலத்தைத் தேடிப் பாய்ந்து சென்று, அதன் எல்லையைக் கண்டுபிடிக்க முடியாமல் மீண்டும் தன்னுடைய உடற்கூட்டிற்குத் திரும்பி வந்து, பரிதவிப்போடும் வேதனையோடும், “என்னை மன்னித்துவிடு திரௌபதி! என்னை மன்னித்துவிடு!” என்று அழுது புலம்பியது.

ஒரு மென்மையான படுக்கையின்மீது படுத்திருக்கும்போது இத்தகைய எண்ணங்கள் ஒருவனுக்கு அதிக சங்கடத்தை ஏற்படுத்துகின்றன. எனவே, நான் என் படுக்கையிலிருந்து கீழே இறங்கி, பனிபோலக் குளிர்ந்திருந்த தரையின்மீது மண்டியிட்டு அமர்ந்து, என் தலையைப் படுக்கையின்மீது சாய்த்தேன். ஆனால் ஒரு கணத்தில் அன்றைய ஒட்டுமொத்த நாளும் சூரியனின் ஒளிக்கீற்றுகளைப்போலப் பளிச்சென்று என் கண்களுக்கு முன்னால் ஒளிர்ந்தது. ஒருவன் தன்னுடைய உடலின் கண்களை வேண்டுமானால் மூடிக் கொள்ளலாம், ஆனால் அவனால் தன் மனத்தின் கண்களை எப்படி மூட முடியும்? அன்றைய பல்வேறு நிகழ்வுகள் என் மனக்கண்களுக்கு முன்னால் சிறகடித்தன. “கருமேகங்கள் சூழ்ந்த வானம்! அலங்கோலமான கோலம்! ஒளியிழந்த குண்டலங்கள்! வேள்விக் குண்டத்தின்மீது உட்கார்ந்திருந்த ஒரு காகம்! திரௌபதியின் கலைந்த கூந்தல், கண்ணீர் மற்றும் ரத்தத் துளிகள்! கண்ணீர் ஆறு! ரத்த ஆறு! நடுங்கிய சோழிகள்! மதம் பிடித்த ஒரு யானைபோல வளைய வந்த துச்சாதனன்! மனசாட்சியை இழந்து,

பாதை தவறிய கர்ணன்! அரசவை நெடுகிலும் கோலோச்சிய அழுகையும் வேதனையும் அநியாயமும்! பாதங்களின்கீழ் மிதிபட்ட அங்கவஸ்திரம்! கலைந்து போன கோலம்! எஞ்சிய குங்குமம்! என் பாதங்கள்மீது ஷோனின் தலை! என் முதுகின்மீது தலை சாய்த்த விருசாலி! தலா இரண்டு மாதங்கள் என்ற கணக்கில் ஒவ்வோர் ஆண்டையும் ஐந்து கணவன்மார்களுடன் பகிர்ந்து கொண்ட திரௌபதி! திரௌபதி! திரௌபதி!"

நான் நிராதவராக என் தலையை நிமிர்த்தினேன். என்னுடைய படுக்கையறையின் அனைத்துப் பக்கங்களிலும் கல்விளக்குகள் எரிந்து கொண்டிருந்தன. பசியால் வாடி வதங்கிப் போயிருக்கும் ஒருவனுக்கு ஊசிப் போன உணவைக் கொடுத்தால் அவனுக்கு நிச்சயமாகப் பைத்தியம் பிடித்துவிடும்தானே? நான் என் மனத்தின் வேதனையிருளைப் போக்குவதற்காக ஒரு கல்விளக்கை உற்றுப் பார்த்தேன். அந்தப் பிரகாசமான ஒளியில் திரௌபதி தெரிந்தாள். அவள் மிகவும் மென்மையாக என்னுடன் பேசிக் கொண்டிருந்தாள்: "அங்க நாட்டு அரசரே, நான் இன்று அரசவையில் உங்களிடம் உதவி கேட்காதது உங்கள் மனத்தைக் காயப்படுத்தியிருக்கும். திரௌபதி மீண்டும் உங்களை அவமானப்படுத்திவிட்டாள் என்ற எண்ணம் உங்களை நிலை குலைய வைத்திருக்கும். ஆனால், நான் எந்த முகத்தோடு உங்களிடம் உதவி கேட்பேன்? உங்களிடம் உதவி கோருவதற்கு எனக்கு என்ன உரிமை இருந்தது? என் உடலின் இயற்கையான நறுமணத்தின்மீது கர்வம் கொண்டிருந்த நான், உங்களுடைய கவச குண்டலங்களைப் பரிகசித்தேனல்லவா? என்னுடைய நறுமண உடல் எவ்வளவு மதிப்பு வாய்ந்ததோ, உங்களுடைய கவச குண்டலங்களும் அதே அளவு மதிப்பு வாய்ந்தவை என்பதை நெடுங்காலம் கழித்தே நான் உணர்ந்தேன். அந்த விழிப்புணர்வு எனக்கு ஏற்பட்டபோது, எனக்கு வேறு எந்த வழியும் இருக்கவில்லை. நான் உங்களை அவமானப்படுத்தினேன். இன்றளவும் அந்த வேதனையை என் மனத்தில் சுமந்து கொண்டிருக்கின்ற நான், இன்று அரசவையில் உங்களிடம் உதவி கேட்டு, நீங்கள் உங்கள் முகத்தை வேறு பக்கமாகத் திருப்பியிருந்தால், பிறகு என்ன நிகழ்ந்திருக்கும்? அந்த அவமானத்தைத் தாங்கிக் கொண்டு எப்படி என்னால் உயிர் வாழ முடியும்? உங்களை நான் அணுகாததற்கான காரணம் இதுதான். உங்களை எள்ளி நகையாடுவதோ அல்லது இகழுவதோ என்னுடைய நோக்கமல்ல, ஆனால் நான் கற்பு நெறி தவறியவள் என்றும், நான் ஒரு வேசி என்றும், ஐந்து கணவன்மார்களோடு உல்லாசமாகச் சிற்றின்பத்தில் திளைத்தவள் என்றும் நீங்கள் என்மீது முத்திரை குத்திவிட்டீர்கள். ஒருவன் தன் தாயின் விருப்பத்திற்குக் கீழ்ப்படிந்து தன்னுடைய மனைவியைத் தன் சகோதரர்களுக்கும் பொதுவானவளாக ஆக்க ஒப்புக் கொள்ளும்போது, அந்த மனைவியை எப்படி வேசி என்று நீங்கள் முத்திரை குத்துவீர்கள்? அவள் தன் மூத்தக் கணவனுக்குக் கீழ்ப்படிந்ததைத் தவிர வேறு என்ன செய்துவிட்டாள்? இப்போது சொல்லுங்கள்: நான் கற்பிழந்தவளா? நான் ஒரு வேசியா? சிற்றின்பத்தில் திளைத்தவளா? உங்களுக்குள் ஆழமாகச் சென்று பார்த்துவிட்டுப் பிறகு என் கேள்விக்கு பதில் சொல்லுங்கள்."

அந்தக் கல்விளக்கின் ஒளி மேன்மேலும் பிரகாசமடைந்து என்

கண்களைக் கூசச் செய்தது. நான் என் கைகளால் என் கண்களை மறைத்துக் கொண்டு, “இல்லை, திரௌபதி. நீ கற்பிழந்தவள் அல்லள். நீ விருசாலியைப்போல ஒரு விசுவாசமான, கற்புள்ள மனைவிதான்,” என்று கத்தினேன்.

வெளியே காரிருள் பரவியிருந்தது. ஆனாலும், நான் எழுந்து என் அறையைவிட்டு வெளியே வந்து, என் மாளிகையின் வாசலைக் கடந்து சென்று, படிக்கட்டுகள் வழியாகக் கீழே இறங்கி அரண்மனையின் முக்கிய வாசலுக்கு வந்தேன். காவலாளிகளை எழுப்பாமல் நான் வாசற்கதவைத் திறந்து, கங்கையை நோக்கி நடந்தேன். ஒட்டுமொத்த அஸ்தினாபுரத்தையும் இருள் ஆட்கொண்டிருந்ததுபோலத் தோன்றியது. கங்கைக்குப் போவதற்கான பாதை எனக்கு நன்கு பரிச்சயமானதாக இருந்ததால், அந்த இருட்டிலும் என்னால் சுலபமாகப் போக முடிந்தது.

நான் கங்கைக் கரைமீது என்னுடைய வழக்கமாக இடத்தில் அமர்ந்தேன். அவ்வப்போது பறவைகளின் கீச்சொலிகள் கேட்டன. நீலவானம் எனும் பாரிஜாத மரத்தில் குவியல் குவியலாக நட்சத்திரப் பூக்கள் பூத்திருந்தன, அவற்றில் சில குவியல்கள் கங்கை நீரில் பிரதிபலித்தன. நான் நீண்டநேரம் அப்படியே அமர்ந்திருந்தும்கூட, என்னுடைய உள்ளார்ந்த குழப்பம் எப்போது தீரும் என்பதற்கான விடை எனக்குக் கிடைக்கவே இல்லை. கங்கையின் அலைகளால் ஒருபோதும் என் குழப்பத்திற்கு ஒரு தீர்வைக் கொடுக்க முடியாது. இந்த உணர்தலுடனும் தளர்ந்த மனத்துடனும் நான் அரண்மனைக்குத் திரும்பிச் சென்றேன். நான் எப்போது தூங்கினேன் என்பது எனக்குத் தெரியாது. உறக்கம்தான் மிகவும் அன்பான தாய். அவள் எல்லோருடைய துன்பங்களுக்கும் சிறிது நேரம் ஆறுதல் வழங்குகிறாள். சிறிது நேரம் மட்டுமானாலும், அவள் கச்சிதமாகவும் நிச்சயமாகவும் ஆறுதல் வழங்குகிறாள்.

13

யாரோ என் அறைக் கதவை பலமாகத் தட்டிய சத்தம் கேட்டு நான் திடுக்கிட்டுக் கண்விழித்தேன். காலைச் சூரியனின் கதிர்கள் சன்னல் வழியாக உள்ளே பாய்ந்து வந்து கொண்டிருந்தன. நான் இதற்கு முன்பு இதுபோல இவ்வளவு நேரம் தூங்கியதாக எனக்கு நினைவில்லை. நேற்றைய நிகழ்வுகள் என்னுடைய நாளின் வழக்கத்தையும் மாற்றியிருந்தனவா? இந்த சந்தேகத்துடன் நான் என் படுக்கையைவிட்டு இறங்கி, சன்னல் வழியாக வானத்தைப் பார்த்தேன். சூரிய பகவான் வெகு உயரத்தில் இருந்தார். என் அறைக் கதவு மீண்டும் தட்டப்பட்டது. அது விருசாலியோ, சுப்ரியையோ, அல்லது மேகமாலாவோ அல்ல என்பதை நான் அறிவேன். சத்தியசேனனும் ஷோனும் ஒருபோதும் என்னுடைய படுக்கையறைக்கு வர மாட்டார்கள். அப்படியானால், என் தாயார்தான் கதவைத் தட்டிக் கொண்டிருக்க வேண்டும் என்று நினைத்தபடி நான் கதவைத் திறந்தேன். ஆனால், வெளியே அசுவத்தாமன் நின்று கொண்டிருந்ததைக் கண்டபோது நான் சிரித்துவிட்டு, “நீ இன்று வருவாய் என்று எனக்குத் தெரியும்.

அதனால்தான் நான் இவ்வளவு தாமதமாக எழுந்தேன். இல்லாவிட்டால் இந்நேரத்திற்கு நான் கங்கையில் இருந்திருப்பேன்," என்று கூறினேன்.

"எப்போது நீ எல்லாம் தெரிந்தவனாக ஆனாய்? இந்தச் சிறுபிள்ளைத்தனமான பேச்செல்லாம் என்னிடம் வேண்டாம். நீ நள்ளிரவு தாண்டி அரண்மனைக்குத் திரும்பி வந்ததாக அண்ணியார் என்னிடம் கூறினார்கள். நீ உன்னுடைய வருத்தத்தை மறைத்துக் கொள்ளலாம், அதில் தவறில்லை. ஆனால், அதை ஒழுங்காகச் செய்யக் கற்றுக் கொள்."

"அசுவத்தாமா, நீ குருதேவரின் மகன். எனவே, நீ விரும்பும் நேரத்தில் விரும்பும் இடத்திற்குள் நுழைந்து, நீ விரும்பும் தகவல்களை உன்னால் பெற்றுக் கொள்ள முடியும். ஆனால் நீ இன்று இவ்வளவு சீக்கிரமாக வந்ததற்கான காரணத்தையாவது கூறு. இதற்கு முன்பு ஒருபோதும் நீ இவ்வளவு சீக்கிரமாக இங்கு வந்ததில்லையே?"

"ஏனெனில், நான் கட்டாயமாக இங்கு வர வேண்டியதாயிற்று."

"ஏன்? என்ன பிரச்சனை?" என்று கேட்டுவிட்டு நான் அவனுக்கு ஓர் இருக்கையைக் காட்டினேன்.

"இன்று சூரிய உதயத்திற்கு முன்பாகவே பாண்டவர்கள் காம்யகக் காட்டிற்குப் போய்விட்டனர். அவர்கள் திரௌபதியையும் தங்களோடு அழைத்துச் சென்றுள்ளனர்."

அவனுடைய வார்த்தைகள் புதிதாக என் இதயத்தில் இன்னொரு வேதனை அலையை உருவாக்கின. நான் வருத்தத்தோடு, "நேற்று அரசவையில் அவ்வளவு விஷயங்கள் நிகழ்ந்த பிறகும்கூட, அவர்கள் வனவாசம் போயே ஆக வேண்டும் என்று சகுனி மாமா வலியுறுத்தினார், இல்லையா?" என்று கேட்டேன்.

"இல்லை. தன்னுடைய வாக்கைக் காப்பாற்றுவதற்காக தருமனே அந்தத் தீர்மானத்தை மேற்கொண்டான். விருசவர்மன், விதுரர், பிதாமகர், சஞ்சயன் ஆகியோர் தருமனைத் தடுக்கத் தங்களால் இயன்ற அளவு முயற்சி செய்தனர், ஆனால் அவன் யாருடைய பேச்சையும் கேட்கவில்லை. 'எங்களுடைய இந்திரப்பிரஸ்த ராஜ்ஜியம் இனி உன்னுடையது,' என்று அவன் துரியோதனனிடம் கூறிவிட்டு, தன்னுடைய ராஜ வஸ்திரத்தைக் களைந்து மன்னர் திருதராஷ்டிரரின் பாதங்களில் அதை சமர்ப்பித்தான்."

"அசுவத்தாமா, நாம் என்ன காரியம் செய்து கொண்டிருக்கிறோம்? எனக்கு ஒன்றுமே புரியவில்லை."

"காரணங்களை உன்னால் புரிந்து கொள்ள முடிந்தால் வாழ்க்கையில் வேறு என்ன எஞ்சியிருக்கும்? எல்லாம் நன்மையில் முடியும் என்று நாம் எப்போதும் நம்பிக் கொண்டிருப்பதால்தான் உலகம் தன் வேலையை ஒழுங்காக கவனித்துக் கொண்டிருக்கிறது. தருமன் போய்விட்டான். அது அப்படித்தான் அமைய வேண்டும். ஏனெனில், அவனுடைய இயல்பு அது."

"இதற்கு என்ன அர்த்தம்?"

"உண்மை மற்றும் ஒழுங்கின்மீதான பிரியம்."

"ஒழுங்கா? அசுவத்தாமா, எந்த வகையான ஒழுங்கு இது? மிகவும் சிரமப்பட்டுக் கட்டியெழுப்பிய ஒரு ராஜ்ஜியத்தைத் தூக்கி வீசிவிட்டு, மூட்டை முடிச்சுகளுடன் போய்விடுவதற்குப் பெயர் ஒழுங்கா?"

"ஆமாம். தருமனால் மட்டுமே அப்படிச் செய்ய முடியும். அவனுடைய தீவிர ஒழுங்கிற்கான இன்னோர் எடுத்துக்காட்டை நீ காண விரும்பினால், அரசவைக்குச் சென்று, அவனுடைய இருக்கைக்கு முன்னால் உள்ள காலடி மனையைப் பார். இரும்பால் ஆன மனை அது."

"அந்தக் காலடி மனையில் அப்படி என்ன சிறப்பு இருக்கிறது?"

"அதில் ஒரு பள்ளம் இருக்கிறது. பீமனைத் தடுத்து நிறுத்துவதற்காக அவன் தன் வலது கால் கட்டைவிரலை அந்த மனையின்மீது அழுத்தமாக அழுத்தியபோது ஏற்பட்ட ஓர் ஆழமான பள்ளம் அது."

"தருமனின் கட்டைவிரல் ஏற்படுத்திய பள்ளமா?"

"ஆமாம். உள்ளதை உள்ளபடியே ஏற்றுக் கொள்ளுகின்ற தன்மை தருமனுடையது. எனவே, அவனுடைய கட்டைவிரலைப் பார்த்தப் பிறகுதான் எந்தவொரு விஷயமும் தீர்மானிக்கப்பட வேண்டும் என்று ராஜமாதா குந்தி தேவியார் தன்னுடைய மற்ற நான்கு மகன்களுக்கும் அறிவுறுத்தியுள்ளார். தருமனின் கட்டைவிரல் உயர்ந்தால் மட்டுமே அந்த நான்கு சகோதரர்களும் எதிரிகளை எதிர்க்கலாம்."

"நேற்று அவன் தன்னுடைய விரலை உயர்த்தாததற்கான காரணம் என்னவென்று நீ நினைக்கிறாய்?" இந்த மர்மம் என்னுள் பரிதவிப்பை உண்டாக்கியது.

"அவன் அப்படிச் செய்திருந்தால், அவன் தன் சொந்தக் கணிப்பில் தரம் தாழ்ந்து போயிருப்பான். பிறகு என்ன நிகழ்ந்திருக்கும் என்பதை யாராலும் கூற முடியாது. அதோடு, அவன் தன் தாயின் நம்பிக்கையையும் இழந்திருப்பான்."

"நீ என்ன சொல்ல வருகிறாய்? அந்த நான்கு சகோதரர்களும் எல்லோரையும் தீர்த்துக் கட்டியிருப்பார்கள் என்று நீ நினைக்கிறாயா?"

"இல்லை. ஆனால், பீமன் நிச்சயமாக துச்சாதனனைக் கொன்றிருப்பான். ஏனெனில், அவன் கோபத்தில் தன் இருக்கையின் இரும்புக் கைப்பிடியை உருத்தெரியாதபடி வளைத்துள்ளான். அரசவைக்குச் சென்று நீயே அதை நேரில் பார்த்து வா."

"அசுவத்தாமா, நேற்று இவ்வளவு பயங்கரமான விஷயங்கள் நிகழ்ந்திருக்கும் நிலையில், நீ என்னை வெறுக்கிறாயா?"

"நிச்சயமாக இல்லை. ஆனால், ஒரு விஷயம் என் மனத்தை உண்மையிலேயே வேதனைப்படுத்தியது."

"என்ன விஷயம்? திரௌபதி ஒரு வேசி என்று நான் கூறியதா?"

"இல்லை. நீ அப்படிக் கூறியிருக்காவிட்டால், திரௌபதி எவ்வளவு தனித்துவமான ஒரு பெண்மணி என்பது இந்த அஸ்தினாபுரத்து மக்களுக்குக் எப்படித் தெரிய வந்திருக்கும்? விகர்ணனின் மூதாதையரான தேவயானி, தபதி, கிரிஜா, சுதட்சிணை, மற்றும் பிற பேரரசியரின் பெயர்களைவிட திரௌபதியின் பெயர் இன்று இந்நகரத்தில் அதிகப் புகழ்மிக்கதாக ஆகியுள்ளது. நான் திரௌபதிக்காக வருந்தவில்லை. நான் உனக்காகத்தான் வருந்துகிறேன்."

"எனக்காகவா? உன் உயிரினும் மேலான ஒரு நண்பன் தன் நாக்கைக் கட்டுப்படுத்திக் கொள்ளத் தவறிவிட்டதற்காக வருந்துகிறாயா?"

"காரணம் அதுவல்ல. உன் விஷயத்தில் அஸ்தினாபுரத்தின் குடிமக்கள் தங்கள் நாக்கைக் கட்டுப்படுத்திக் கொள்ளத் தவறிவிட்டதற்காகத்தான்

நான் வேதனைப்படுகிறேன். இந்த சூழ்ச்சிகரமான சூதாட்டத்தில் நீ சம்பந்தப்பட்டுள்ளதாக இந்நகரின் குடிமக்களில் பாதிக்கும் அதிகமானோர் உறுதியாக நம்புவது உன்னுடைய துரதிர்ஷ்டம்தான். இன்னும் சொல்லப் போனால், இதன் சூத்திரதாரியே நீதான் என்று அவர்கள் கருதுகின்றனர்."

"இதெல்லாம் பொய்! அசுவத்தாமா, உண்மையில் இதெல்லாம் என்னுடைய தவறுதான். ஜராசந்தனுடனான ஒற்றைக்கு ஒற்றைச் சண்டையில் நான் அவனை உயிரோடு விட்டிருந்திருக்கக்கூடாது. நான் அவனைக் கொன்றிருந்தால் இந்தச் சூழ்நிலைகளெல்லாம் ஒருபோதும் முளைத்திருக்காது. இந்தச் சோழிகளும் தயாரிக்கப்பட்டிருக்காது, சூதாட்டமும் நிகழ்ந்திருக்காது."

"அது சாத்தியமில்லை. இனிமேலும் நீ அப்படித்தான் நடந்து கொள்ளுவாய். ஏனெனில், உன்னுடைய எதிரிகளை மன்னிப்பதற்காகவே நீ பிறந்திருக்கிறாய். அது உன்னுடைய மகத்துவம். இத்தனை ஆண்டுகளாக நீ வேறு எதைச் செய்து வந்திருக்கிறாய்?"

"பாண்டவர்களுடைய வனவாசம் பற்றிய உன் பேச்சு பொருத்தமற்றது. அரசவையில் தோன்றிய அந்த தெய்விகமான மஞ்சள் நிற ஆடை அந்த சூதாட்ட நிகழ்வை முடிவுக்குக் கொண்டுவந்தது. பாண்டவர்கள் அதை உணர்ந்திருக்க வேண்டுமல்லவா?"

"ஆமாம், அவர்கள் அதை உணர்ந்திருக்க வேண்டும். ஆனால் அவர்கள் உணரத் தவறிவிட்டனர். அவர்கள் என்ன நினைக்கின்றனர், எப்படி சிந்திக்கின்றனர் என்பதைப் புரிந்து கொள்ளுவது கடினமாக இருக்கிறது. ஏனெனில், இந்திரப்பிரஸ்தத்திற்குச் சென்று தங்கள் தாயாரை சந்திக்காமலேயே அவர்கள் வனவாசம் போய்விட்டனர். சுபத்திரையையும் அபிமன்யுவையும் அழைத்துக் கொண்டு துவாரகையில் கிருஷ்ணனோடு போய் தங்கும்படி அர்ஜுனன் தன் தாயாருக்கு அவசரச் செய்தி அனுப்பியுள்ளான். தன்னுடைய ஐந்து மகன்களையும் பாஞ்சாலத்தில் வைத்துப் பாதுகாக்கும்படி திரௌபதி தன் சகோதரன் திருஷ்டத்யும்னனுக்குத் தகவல் அனுப்பியிருக்கிறாள். சிறிது நேரத்திற்கு முன்புவரை பாண்டவக் குடும்பத்தில் எல்லோரும் ஒன்றாக இருந்தனர். ஆனால் இப்போது ஆளுக்கொரு திசையாகச் சிதறிப் போயுள்ளனர்."

"அசுவத்தாமா, நான் உன்னிடம் ஒரு முக்கியமான கேள்வியைக் கேட்கலாமா? இதை நான் வேறு எவரிடமும் ஒருபோதும் கேட்க மாட்டேன்."

நான் என்ன கேட்கக்கூடும் என்று அவன் யோசித்தது தெரிந்தது. ஏனெனில், "கேளு," என்று கூறிய அவனுடைய நெற்றியில் சுருக்கக்கோடுகள் தோன்றின.

"நான் காற்றைப்போல வேகமாக என்னுடைய தேரைச் செலுத்திப் பாண்டவர்களிடம் சென்று, இதயபூர்வமாக திரௌபதியிடம் மன்னிப்புக் கேட்டால், பாண்டவர்கள் திரும்பி வர ஒப்புக் கொள்ளுவார்களா?"

"அது சாத்தியமே இல்லை. வீரர்களின் தீர்மானங்கள் ஒரு வில்லிலிருந்து புறப்பட்டுச் சென்றுவிட்ட அம்புகளைப் போன்றவை. உன்னை விடு; பிதாமகர் பீஷ்மர் அவர்களுடைய பாதங்களில் விழுந்து கேட்டுக் கொண்டால்கூட அவர்கள் திரும்பி வர மாட்டார்கள். வரும்

முன் காப்பது நல்லது என்ற கூற்றை நீ கேள்விப்பட்டதில்லையா? பாண்டவர்களைக் கையாளும்போது யாரேனும் முன்யோசனையுடன் நடந்து கொண்டார்களா? பிதாமகர், மன்னர், விதுரர் ஆகிய யாருமே சிந்தித்துச் செயல்படவில்லையே! என் சொந்தத் தந்தைகூட அதில் தவறிவிட்டாரே. பறவைகள் நான்கு திசைகளிலும் பறந்து சென்றுவிட்டன, அவை தம்முடைய கூட்டிற்குத் திரும்பி வரப் போவதில்லை என்று தீர்மானித்துவிட்டன."

"அப்படியானால் இப்போது என்ன செய்வது?" கூட்டைப் புறக்கணித்தப் பறவைகள் என்று அவன் கூறிய உருவகம் எனக்குள் கலக்கத்தை ஏற்படுத்தியது.

"எதுவும் செய்வதற்கில்லை. உண்மை நிலவரத்தை நேருக்கு நேர் எதிர்கொண்டாக வேண்டும், அவ்வளவுதான்," என்று கூறிவிட்டு, அவன் தன்னுடைய முகவாயை உயர்த்தித் தன்னுடைய தலைத் துணியை இறுக்கிக் கட்டினான்.

"நீ ஏன் இந்தத் துணியை எப்போதும் உன் தலையைச் சுற்றிக் கட்டியிருக்கிறாய்?" என்று நான் அவனிடம் கேட்க விரும்பினேன், ஆனால் அது இங்கிதமான செயல் அல்ல என்று கருதி நான் எதுவும் கேட்காமல் இருந்துவிட்டேன்.

"கர்ணா, இன்னொரு விநோதமான விஷயத்தை நான் எதிர்கொண்டேன்."

"என்ன?"

"பாண்டவர்கள் இந்திரப்பிரஸ்தத்தின் அரசர்கள். ஆனாலும், கௌரவர்களின் தலைநகரமான அஸ்தினாபுரத்தின் குடிமக்களில் பலர் பாண்டவர்களோடு வனவாசம் போய்விட்டனர். தத்தம் வீடுகளுக்குத் திரும்பிச் செல்லும்படி நகர எல்லையில் வைத்து தருமன் அவர்களிடம் கெஞ்சி, அவர்களை வலுக்கட்டாயமாகத் திருப்பி அனுப்பி வைத்தான் என்பது தனிச் செய்தி. தௌமிய முனிவர் மட்டும் அந்த ஆறு பேருக்குத் துணையாகப் போயிருக்கிறார்."

"புறப்பட்டுச் செல்லுவதற்கு முன்பாக தருமன் உன்னிடம் ஏதேனும் கூறினானா?"

"அவன் ஒரு வார்த்தைகூடப் பேசவில்லை. நான்தான் அவனுடைய பாதங்களைப் பார்த்துவிட்டு, அவனிடம்..."

"அவனிடம் என்ன கூறினாய்?"

"நான் அவனிடம், 'தருமா, உன்னுடைய பாதங்களைப் பார்க்கும்போது எனக்குக் கர்ணனின் நினைவு வருகிறது. கர்ணனின் கவசம் உன் பாதங்களில் இருந்திருந்தால், காட்டின் முட்களையும் முட்செடிகளையும் நீ சமாளிக்க வேண்டியிருந்திருக்காது' என்று கூறினேன்," என்று சொல்லிவிட்டு, அசுவத்தாமன் என்னுடைய பாதங்களைக் கண்கொட்டாமல் பார்த்தான்.

பாதங்களை முட்களிடமிருந்தும் முட்செடிகளிடமிருந்தும் பாதுகாப்பதற்கு என்னுடைய கவசத்தைப் பற்றி யோசிக்க அசுவத்தாமனால் மட்டுமே முடியும். நான் என்னுடைய பாதங்களைப் பார்த்தேன். அவை ஓர் அம்புமுனைபோலக் கூம்பு வடிவில் இருந்தன. இது எனக்கு எப்போதுமே ஒரு புதிராக இருந்து வந்திருந்தது.

விருசாலி தன்னுடைய ஒரு கையில் ஒரு சிறிய தாம்பாளத்துடனும்

இன்னொரு கையில் பசும்பால் அடங்கிய ஒரு குவளையுடனும் உள்ளே வந்தாள். அந்தத் தாம்பாளத்தில் மெல்லியதாக எரிந்து கொண்டிருந்த ஒரு விளக்கு, சில பூக்கள், குங்குமம், அட்சதை, மற்றும் சில பொருட்கள் இருந்தன. காலையில் முதன்முதலாக குருவின் மகனைப் பார்ப்பது ஒரு மங்கலமான விஷயம் என்று அவள் கருதினாள்.

விருசாலி அசுவத்தாமனுக்கு ஆரத்தி எடுத்துவிட்டு, அவனுடைய நெற்றியின்மீது குங்குமத் திலகம் இட்டுவிட்டு, நான்கு அட்சதை மணிகளை அவனுடைய தலைமீது தூவினாள். பிறகு, பக்தியோடு குனிந்து இரண்டு செண்பக மலர்களை அவனுடைய பாதங்களில் சமர்ப்பித்தாள். அசுவத்தாமன் வேகமாகக் குனிந்து அந்த மலர்களை எடுத்துக் கொண்டான். விருசாலி தன்னுடைய புடவை முந்தானையைத் தன் வலது கையில் பிடித்துக் கொண்டு அவனுடைய பாதங்களில் விழுந்து வணங்க முற்பட்டபோது, அசுவத்தாமன் பிரக்ஞையோடு தன்னுடைய பாதங்களை விலக்கிக் கொண்டான்.

"அண்ணியாரே, நான் நீண்டகாலம் வாழ வேண்டும் என்று நீங்கள் விரும்பவில்லையா? வயதில் நான் உங்களைவிடச் சிறியவன்," என்று அசுவத்தாமன் கூறினான்.

"வயதில் வேண்டுமானால் நீ சிறியவனாக இருக்கலாம், ஆனால் நீ எங்கள் குருதேவரின் மகன். நீ ஓர் இளம் முனிவர். அதனால்தான் நான் உன்னை வணங்கினேன்." விருசாலியின் கருத்தை நான் ஆதரித்தேன்.

ஆனால் அசுவத்தாமன் அதே அளவு பிடிவாதத்தோடு, "நீங்கள் என்ன சொன்னாலும் சரி, என்னால் இதை ஏற்றுக் கொள்ள முடியாது," என்று கூறி விருசாலியைத் தடுத்தான்.

"நீ என் மரியாதையை ஏற்றுக் கொள்ளாவிட்டால் பரவாயில்லை. இந்தப் பாலையாவது ஏற்றுக் கொள்ளுவாயா?" அவன் அதை மறுக்க மாட்டான் என்பதை நான் நன்றாக அறிந்திருந்தேன். அவனுடைய இயல்பு எனக்கு நன்றாகத் தெரியும்.

அவன் பாலருந்தி முடித்தவுடன், "அசுவத்தாமா, நான் இப்போது என் தாயாரைப் பார்க்கப் போகிறேன். நீ சிறிது நேரம் இருந்துவிட்டுப் போ," என்று கூறி நான் கதவை நோக்கித் திரும்பினேன்.

"நானும் போயாக வேண்டும். இன்று அமாவாசை. இன்று மகாமிருத்யுஞ்சய வேள்வி நடைபெறவுள்ளது. நான் அதில் கலந்து கொண்டாக வேண்டும்," என்று கூறி அவனும் எழுந்தான்.

நாங்கள் இருவரும் அங்கிருந்து ஒன்றாகப் புறப்பட்டுச் சென்றோம்.

14

பாண்டவர்கள் வனவாசம் போய்விட்டிருந்தனர் என்பதை என்னால் நம்பவே முடியவில்லை. ஆனால், உண்மை எப்போதும் உண்மைபோலத் தோன்றுகின்றவற்றிலிருந்து வேறுபட்டுத்தான் இருக்கும். பாண்டவர்கள் உண்மையில் போய்விட்டிருந்தனர். அவர்கள் தங்களுடன் எந்தப் பொருளையும் எடுத்துச் செல்லவில்லை, பணியாளர்கள் எவரையும் உடனழைத்துச் செல்லவில்லை. அவர்கள் தங்களுடைய ராஜ வஸ்திரத்தைக்கூட உதறிவிட்டுப் போயிருந்தனர்.

அசுவத்தாமன் கூறியபடி பார்த்தால், அவர்கள் நடந்தே சென்றிருந்தனர்.

சில நிகழ்வுகள் மாற்றப்பட முடியாதவை என்பதை வாழ்க்கை எனக்குக் கற்றுக் கொடுத்திருந்தது. அதே நேரத்தில், சில பின்விளைவுகளைத் தவிர்க்க முடியும் என்பதும் உண்மைதான். ஆனால் ஒருவர் அதற்கு ஓர் உறுதியான முயற்சி எடுக்க வேண்டும். அஸ்தினாபுரத்தில் போட்டி நடந்த நாளன்று யாரேனும் ஒருவர் முன்னால் வந்து, அர்ஜுனனின் கழுத்தில் அந்த வெற்றி மாலை அணிவிக்கப்படுவதைத் தடுத்திருக்க முடியும். திரௌபதியின் சுயம்வரத்தில் எனக்கு நேர்ந்த அவமானத்தை யாரேனும் ஒருவரால் தடுத்திருக்க முடியும். அஸ்தினாபுரத்தின் அரசவையில் திரௌபதிக்கு இழைக்கப்பட்ட அநீதியை யாரேனும் ஒருவரால் தடுத்திருக்க முடியும். பாண்டவர்களின் வனவாசத்தைக்கூடத் தடுத்திருக்க முடியும். ஆனால் ஒருவர்கூட முன்வரவில்லை. இவை எல்லாம் ஏதோ ஒரு பிரத்யேகமான இடத்திற்கு இட்டுச் சென்ற ஒரு பிரத்யேகமான பாதை வழியாகச் சென்று கொண்டிருந்ததுபோல நிகழ்ந்தன. அந்தப் பாதையிலிருந்து இப்போது விலகுவதற்கான சாத்தியம் இருக்கவில்லை. அசுவத்தாமன் கூறியதைப்போல, வரவிருந்த அனைத்தையும் துணிச்சலாக எதிர்கொள்ளுவதுதான் இதிலிருந்து விடுபடுவதற்கான ஒரே வழியாக இருந்தது. எனவே, நான் என் மனத்தைத் தேற்றிக் கொள்ள முயற்சித்தேன். துரியோதனனின் பாசம் என் கண்களைக் கட்டிப் போட்டிருந்தது. இந்த உலகமே ஒரு முடிவுக்கு வந்தாலும்கூட அவன் ஒருவன் மட்டும் என் பக்கத்தில் எனக்கு ஆதரவாக இருப்பான் என்பதை நான் நன்றாக அறிந்திருந்தேன். அதேபோல, நான் யாரை வேண்டுமானாலும் கைவிடக்கூடும், ஆனால் அவனை விட்டுவிட்டுச் செல்லுவதைப் பற்றி என்னால் நினைத்துப் பார்க்கக்கூட முடியாது. காலம் கடப்பதற்குள் துரியோதனன் தன்னுடைய சிந்தனையையும் இயல்பையும் நடத்தையையும் மாற்றிக் கொள்ளுவான் என்று நான் எப்போதும் நம்பினேன். ஒருவேளை அவன் தன்னை மாற்றிக் கொள்ளாவிட்டால்...

ஆனால் இயல்பு என்பது ஒரு தேர்க் குதிரையைப் போன்றது அல்ல. நீங்கள் விரும்பும்படி அதை மாற்ற முடியாது.

நான் உணர்ச்சியற்றுப் போயிருந்தேன். நான் எனக்கென்று கற்பனை செய்து வைத்திருந்த எதிர்காலம் எனக்குப் பைத்தியம் பிடிக்கச் செய்துவிடுமோ என்று நான் பயந்தேன். சில சமயங்களில், எங்கேனும் போய் என் தலையை முட்டி அதைச் சுக்குநூறாக உடைத்துவிடலாமா என்றுகூட எனக்குத் தோன்றியது. முதன்முறையாக, அவநம்பிக்கை என்னைக் கடுமையாகத் தாக்கியது. இவ்வாறு திணறிக் கொண்டிருக்கின்ற ஒரு மனத்திற்கு நாட்டியக்காரிகளாலும் சோமபானத்தாலும் மட்டுமே அமைதியைக் கொண்டுவர முடியும். கர்ணனுக்கு அந்த ஒரே ஒரு வழி மட்டுமே இருந்ததுபோலத் தெரிந்தது. கர்ணன் முன்பொரு சமயத்தில் ஒரு ராஜ அன்னத்தையும் கருடனையும்போலத் தன்னுடைய வாழ்க்கையைக் கழித்திருந்தான், ஆனால் இன்று அவன் போதையெனும் கருங்குழிக்குள் ஒரு காகத்தைப்போலத் தன்னுடைய தலையை மறைத்துக் கொண்டாக வேண்டிய நிலைக்குத் தள்ளப்பட்டிருந்தான். சூரியனின் ஒளியைத் தன் கண்களால் பருகிய கர்ணன், இப்போது அக்கண்களை மூடிக் கொண்டு சோமரசத்தில் திளைக்கவிருந்தான். தன் மனத்தில் இருந்த

நெருப்பை அணைப்பதற்காக, தன் வயிற்றில் மதுவெனும் நெருப்பை அவன் ஏற்றியாக வேண்டியிருந்தது. திறந்த கண்களுடன் இருட்டைத் தெளிவாகப் பார்ப்பதற்கு பதிலாக, தன் மனத்தின் இருளில் அவன் தன்னைத் தொலைக்கவிருந்தான். அந்த இருளில், யாரும் அவனை ஒரு சூத புத்திரன் என்று அழைக்க மாட்டார்கள். "நீ ஒரு தாழ்பிறவி! நீ சூத புத்திரன்!" போன்ற வார்த்தை அம்புகளை அவனை நோக்கி யாரும் எய்ய மாட்டார்கள்.

எனவே, நான் ஒரு பணிப்பெண்ணை அனுப்பி வைத்துப் பிரபஞ்சனனை வரவழைத்தேன். அவன் துரியோதனனின் நம்பிக்கைக்கு உரியவனாக இருந்ததால் அவனை என்னால் தாராளமாக நம்ப முடிந்தது.

சிறிது நேரத்தில் அவன் அங்கு வந்து சேர்ந்தான். அவனுடைய நெற்றியின்மீது ஒரு மெல்லிய ஆச்சரியக் கோடு தென்பட்டது. ஏனெனில், நான் அவனை என் மாளிகைக்கு வரவழைத்திருந்தது அதுதான் முதல் முறை.

நான் அவனுக்கு முதுகு காட்டி அமர்ந்தபடியே, "பிரபஞ்சனா, நீ உடனடியாக எனக்குக் கொஞ்சம் சோமபானம் கொண்டு வா," என்று கட்டளையிட்டேன். அவன் என்னைக் கேள்வி கேட்கும் விதமாகத் தன் தடிமனான புருவங்களை உயர்த்துவதை நான் பார்க்க விரும்பவில்லை.

அவன் என் கட்டளையை நிறைவேற்றப் போய்விட்டிருந்ததாக நினைத்துக் கொண்டு திரும்பிய நான், அவன் தன் தலையைக் கவிழ்த்துக் கொண்டு இன்னும் அங்கேயே நின்று கொண்டிருந்ததைக் கண்டு கடுங்கோபம் கொண்டேன்.

"பிரபஞ்சனா! நான் கூறியது உன் காதுகளில் விழவில்லையா?" என்று நான் அவனைப் பார்த்துக் கத்தினேன்.

"அரசே...நீங்களுமா..." என்று இழுத்த அவன் இன்னும் தலையைக் குனிந்தபடி அதே இடத்தில் நின்றான்.

"பிரபஞ்சனா, எனக்குத் தேவை சோமபானமே அன்றி உன்னுடைய அறிவுரை அல்ல. ஒரு பணியாளன் தன் எஜமானனின் கட்டளைகளை நிறைவேற்ற வேண்டும் என்பது உனக்கு மறந்துவிட்டதா?"

கனமான சங்கிலிகள் கட்டப்பட்ட ஒரு யானையைப்போல அவன் குனிந்த தலையுடன் அங்கிருந்து சென்றான்.

சிறிது நேரத்திற்குப் பிறகு ஒரு பணிப்பெண் சிறிது சோமபானத்தை சுமந்து கொண்டு உள்ளே நுழைந்தாள். அறையின் நடுவே இருந்த ஒரு மேசையின்மீது அவள் அதை வைத்துவிட்டுத் தன் முந்தானையால் தன் முகத்தை மூடிக் கொண்டு அங்கு நின்றாள். பிரபஞ்சனனின் இந்த முறைகெட்ட நடத்தை என்னை அவமானப்படுத்தியதாக நான் கருதினேன். நான் என்ன செய்ய வேண்டும் என்பதைப் பற்றித் தாழ்ந்த குலத்தைச் சேர்ந்த ஒரு பணியாளனும் எனக்கு அறிவுறுத்தவிருந்தானா?

நான் அப்பணிப்பெண்ணைப் பார்த்து, "நீ போய் அவனை உள்ளே அனுப்பி வை!" என்று கத்தினேன்.

பிரபஞ்சனன் செய்வதறியாமல் பரிதவிப்போடு உள்ளே வந்தான்.

"பிரபஞ்சனா! இந்தக் குவளையில் சோமரசத்தை நிரப்பு. பிரபஞ்சனன் என்றால் பேரழிவு என்று அர்த்தம். ஆனால் இப்போது என் மனம் அதைவிட அதிக ஆக்ரோஷமாகக் கொந்தளித்துக்

கொண்டிருக்கிறது. நீ ஒருவன் மட்டுமே இந்தக் குவளையை நிரப்புவதற்குத் தகுதியானவன்."

அவன் குனிந்த தலையோடு ஒரு குவளையில் சோமபானத்தை ஊற்றி என்னிடம் கொண்டு வந்தான். நான் அதை உறுதியாகப் பிடித்தேன். விளிம்புவரை ததும்பி நின்ற அந்த சோமபானத்தை நான் ஊடுருவிப் பார்த்தபோது, அதில் என் தாயார் ராதையின் முகத்தையும், விருசாலி, ஷோன், சுப்ரியை, சத்தியசேனன், மேகமாலா, புஷ்பவதி, அசுவத்தாமன், திரௌபதி ஆகியோரின் முகங்களையும் நான் கண்டேன். ஆனால் கணநேரம் தென்பட்ட அவர்களுடைய முகங்களைக் கண்டு நான் தடுமாறவில்லை. நான் என் தீர்மானத்தில் உறுதியாக இருந்தேன். தடுமாறுவதற்குக்கூட மனசாட்சி வேண்டுமல்லவா?

நான் அக்குவளையை என் உதடுகளின் அருகே கொண்டு சென்றபோது, அந்த மதுவின் வாசனை என் நாசித் துவாரங்களை உணர்ச்சியற்றுப் போகச் செய்தது. ஒரு கணம், சூரியனின் பொன்வட்டம் அக்குவளையில் பிரதிபலித்ததை நான் பார்த்ததாக நான் நினைத்தேன். ஆனாலும் நான் அக்குவளையை என் உதடுகள்மீது வைத்து என் கண்களை மூடினேன்.

"அங்க நாட்டு அரசே!" என்று என்னை அழைத்தபடி யாரோ உள்ளே நுழைந்த சத்தம் எனக்குக் கேட்டது.

அக்குரல் எனக்கு வெகு அருகில் ஒலித்ததைக் கேட்டு நான் திடுக்கிட்டேன். என் கைகளில் இருந்த குவளை நழுவித் தரைமீது விழுந்து, அதிலிருந்த சோமபானம் கீழே கொட்டியது.

"யார் அது?" என்று கேட்டுக் கொண்டே நான் திரும்பினேன்.

"நான்தான்." அது சஞ்சயன் சிற்றப்பாவின் குரல். ஜாதிக் குதிரைகளைப் பற்றி அவர் ஒருமுறை என்னிடம் கூறியிருந்ததை நான் நினைத்துப் பார்த்தேன்: "ஒரு ஜாதிக் குதிரை ஒருபோதும் நிலத்தின்மீது உட்காருவதில்லை."

நான் ஆச்சரியத்தோடு, "சிற்றப்பா! நீங்களா?" என்று கேட்டேன். வேறு என்ன சொல்லுவதென்று எனக்குத் தெரியவில்லை. பிரபஞ்சனன் இந்த வாய்ப்பை சாமர்த்தியமாகப் பயன்படுத்திக் கொண்டு, கண்ணாடிக்கு அருகே இருந்த ஒரு வாசனைத் திரவியக் குப்பியை எடுத்துக் கவிழ்த்து, அந்த வாசனையைக் கொண்டு சோமபானத்தின் வலிமையான வாசனையைப் போக்கினான். சோமபானத்தின் வாசனை மாயாஜாலமாக மறைந்துவிட்டது. இப்போது அந்த வாசனைத் திரவியத்தின் வாசனை மட்டுமே நிலவியது. சிற்றப்பாவின் வார்த்தைகள் மீண்டும் என் காதுகளில் ஒலித்தன: "ஒரு ஜாதிக் குதிரை ஒருபோதும் நிலத்தின்மீது உட்காருவதில்லை."

"ஏன்? என்னை இங்கு பார்த்தது உனக்கு வியப்பாக இருக்கிறதா? மற்றவர்களுக்கு வேண்டுமானால் கர்ணன் அங்க நாட்டின் அரசனாக இருக்கலாம், ஆனால் எனக்கு அவன் அதிரதனின் மகன் கர்ணன்தான். அல்லது அதை நீ மறந்துவிட்டாயா?" என்று கேட்டுவிட்டு அவர் ஓர் இருக்கையின்மீது அமர்ந்து கொண்டு என் கண்களை ஆழமாக ஊடுருவிப் பார்த்தார்.

நான் மரியாதையோடு குனிந்து அவருடைய பாதங்களைத் தொட்டு வணங்கிவிட்டு, "அதை நான் ஒருநாளும் மறக்க மாட்டேன்,"

என்று கூறினேன்.

"என்னுடைய வருகையைக் கண்டு ஆச்சரியப்படுகின்ற நீ, அஸ்தினாபுரத்திற்கு ஒரு குறிப்பிடத்தக்க நபர் வந்திருப்பதைக் கேட்டால் இன்னும் அதிகமாக ஆச்சரியப்படுவாய். அவரிடம் நீ மிகவும் கவனமாக நடந்து கொள்ள வேண்டும் என்று உன்னை எச்சரிக்கவே நான் இங்கு வந்திருக்கிறேன்."

நான் ஆர்வக் குறுகுறுப்புடன், "யாரவர்?" என்று கேட்டேன். ஒருவேளை, பாண்டவர்கள் கானகம் சென்றிருந்ததைக் கேள்விப்பட்டு துவாரகையிலிருந்து கிருஷ்ணர் வந்திருந்தாரோ?

"துர்வாச முனிவர்," என்று சஞ்சயன் சிற்றப்பா அமைதியாகக் கூறினார்.

எனக்கு அது வியப்பளிக்கவில்லை. நான் ஏன் வியப்படைய வேண்டும்?

அஸ்தினாபுரத்தில் இதற்கு முன்பு ஏகப்பட்ட முனிவர்கள் வந்து நான் பார்த்ததில்லையா? துர்வாசர் அவர்களில் ஒருவர்தானே?

"கர்ணா, துர்வாசர் இங்கு யாருடைய வீட்டில் தங்குகிறாரோ, அந்த வீட்டில் உள்ளவர்களுக்கு அது அழிவைக் கொண்டுவரும் அல்லது விடிவுகாலத்தைக் கொண்டுவரும். எனவே, அவரிடமிருந்து ஒதுங்கியிருப்பது நல்லது. அதனால்தான் நான் உன்னை எச்சரிக்க வந்திருக்கிறேன்."

"சிற்றப்பா, உண்மையைச் சொல்ல வேண்டுமென்றால், இப்போதெல்லாம் யாரையும் சந்திக்க எனக்குப் பிடிக்கவில்லை. பிறகு துர்வாசரைப் பற்றிய கேள்வி இங்கு எப்படி எழுகிறது? ஆனால், உங்களுடைய ஒரு கூற்று உண்மையா இல்லையா என்பதை நான் நிச்சயமாக சோதித்தாக வேண்டும்."

அவர் தன்னுடைய வசீகரமான நெற்றியை உயர்த்தியபடி, "என்ன கூற்று?" என்று கேட்டார்.

"ஒரு காலை மடக்கிக் கொண்டு தூங்குகின்ற ஒரு குதிரை நெடுந்தூரப் பயணத்திற்குப் பயனற்றது என்பது உண்மையா?"

"ஆமாம். ஆனால், அஸ்தினாபுரத்தின் லாயங்களில் அப்படிப்பட்டக் குதிரை எதுவும் கிடையாது. ஒருவேளை அப்படி ஒன்று இருந்தால், அதைப் பற்றி எனக்குத் தெரியாது."

நான் தற்செயலாக என்னுடைய பாதங்களைப் பார்த்தேன். அவற்றின் விரல்கள் ஏன் கூம்பு வடிவில் இருந்தன என்பதற்கான விடையை நான் இன்னும் கண்டுபிடித்திருக்கவில்லை.

15

அரசவையில் நிகழ்ந்த அந்த ஒரு சம்பவம் உண்மையின்மீதும் லட்சியவாதத்தின்மீதும் நான் நம்பிக்கை இழக்கும்படி செய்துவிட்டது. திரௌபதி என்னைக் குறித்துக் கொண்டிருந்த உணர்வுகளைப் பற்றி விருசாலி என்னிடம் கூறியிருந்தது அந்த நம்பிக்கையை மேலும் குன்றச் செய்தது. சந்தேகம், குழப்பம், மன வேதனை என்று காரணம் எதுவாக இருந்தாலும் சரி, திரௌபதியை அவமானப்படுத்தியதன் மூலம் நான்

என்னுடைய அற்பத்தனத்தின் உச்சத்தைத் தொட்டிருந்தேன். என்னுடைய முதல் அறநெறிப் பிறழ்வு அது. இப்போது பின்விளைவுகளை யாராலும் தடுக்க முடியாது. அதாவது, பாண்டவர்களுடன் ஒரு நிரந்தரப் பகை உருவாகியிருந்தது. அசுவத்தாமன் கூறியிருந்தது உண்மைதான். பறவைகள் தம்முடைய கூட்டிலிருந்து வெளியேறி நான்கு திசைகளிலும் பறந்து சென்றுவிட்டிருந்தன. அவற்றின் சிறகுகள் அவற்றை எங்கே அழைத்துச் செல்லுகின்றனவோ, அவை அங்கே செல்லும்.

ஆனால் இதற்கான பழியை என் தலைமீது சுமத்த ஒருவர் எவ்வளவு சத்தம் போட்டு முயற்சித்தாலும் சரி, ஒரு விஷயத்தில் என் மனசாட்சி மிகவும் தெளிவாக இருந்தது. பாண்டவர்களுக்கும் கௌரவர்களுக்கும் இடையே உருவாகியிருந்த பகைக்கு நான் ஒருவன் மட்டுமே பொறுப்பாளி அல்லன். நான் என்னை நியாயப்படுத்திக் கொள்ள விரும்பவில்லை. ஏனெனில், உண்மைக்கு எந்த நியாயப்படுத்துதலும் தேவையில்லை. ஆனால் எது உண்மை?

குழந்தைப்பருவத்திலிருந்தே, கௌரவர்கள்–பாண்டவர்கள் மற்றும் என்னுடைய உணர்வுகளைப் புரிந்து கொள்ள குருதேவர் துரோணர் தவறியிருக்கவில்லையா? அவர் அதற்குப் பொறுப்பாளி இல்லையா? சுயஅபிமானம் கொண்ட அர்ஜுனன்மீது தவறு இல்லையா? பீமனைப் பற்றி என்ன சொல்லுவது? யாராலேனும் அவனுடைய நாக்கைக் கட்டுப்படுத்த முடிந்ததா? அவனுக்கும் இதில் பங்கில்லையா? பீஷ்மர் விஷயம் எப்படி? அவர் ஒரு வலிமையான ஆளுமையைக் கொண்டவராக இருந்தபோதிலும், அவர் உண்மையில் ஒருபோதும் நியாயமாக நடந்து கொள்ளவில்லை. இந்தப் பகைமைக்கு அவர் ஒரு பொறுப்பாளி இல்லையா? ஒரு பாதுகாப்பான தூரத்தில் நின்று கொண்டு வேத ஞானத்தையும் வாழ்வின் அர்த்தத்தையும் இனிமையாக போதித்த விதுரரை நம்மால் எப்படி நிரபராதி என்று ஒதுக்கித் தள்ள முடியும்? அரசியலின் பெயரில் ஒரு கேவலமான சூதாட்டத்தை விளையாடிய சகுனி மாமாவுக்கு இதில் பங்கில்லை என்று யாரால் கூற முடியும்? தருமனை ஏன் விட்டுவைக்க வேண்டும்? உச்சகட்ட ஞானம் கைவரப் பெற்றக் கிருஷ்ணரின் கண்காணிப்பின்கீழ், தர்மம், உண்மை, நற்பண்புகள், ஒழுங்கு மற்றும் பிற சிறப்பான குணங்கள் அனைத்திற்குமான மொத்த உருவம் தான் ஒருவனே என்று நம்பிய தருமன்; புனிதமானவன் என்றும் உன்னதமானவன் என்றும் முனிவர்களாலும் துறவிகளாலும் எப்போதும் வானளாவப் புகழப்பட்ட தருமன்; சொக்கட்டான் விளையாட்டில் தோற்றுப் போன தருமன் – அவன் சூதுவாது அறியாதவனா? மரபு வழுவாமல் வளர்க்கப்பட்ட திரௌபதி, தன்னுடைய சுயம்வரத்தில் தகாத வார்த்தைகளால் என்னைச் சுட்டெரித்து அவமானப்படுத்துவதற்குக் காரணமாக இருந்த சமூக மரபுகள்மீது தவறே இல்லையா? பார்வையற்ற மன்னர் திருதராஷ்டிரரும் ராஜமாதா காந்தாரி தேவியும் மரபுக் கட்டுப்பாடுகளிலிருந்து விடுபட்டிருந்தனரா? ராஜமாதா குந்தி தேவியார் இவர்கள் எல்லோரிடமிருந்தும் வேறுபட்டவர் என்று எப்படிக் கூற முடியும்? தன்னுடைய மகன்களுக்கு முறையாக வழிகாட்ட அவர் தவறியிருக்கவில்லையா? இன்னும் எத்தனை எத்தனைக் காரணங்கள் இந்த பயங்கரமான உண்மைக்குப் பின்னால் இருந்தன என்று யாரால்

கூற முடியும்?

ஆனால் எல்லோரும் கர்ணன் ஒருவனை மட்டும் சுட்டிக்காட்டினர். அவன் ஒருவன் மட்டுமே எல்லோருடைய கண்களுக்கும் தெரிந்தான். என்மீது தவறில்லை என்று நான் கூறவில்லை. ஆனால், என்னுடைய தவறான நடத்தைக்குப் பின்னால் ஒரு காரணம் இருந்தது. என்னுடைய நடவடிக்கைகள் அனைத்தும் உணர்ச்சிவசப்பட்டு நான் ஆற்றிய எதிர்வினைகளே. இத்தகைய ஒரு நியாயமான காரணத்தை இந்த அஸ்தினாபுரத்தில் வேறு யாரேலும் கொடுக்க முடியுமா? அப்படிப்பட்ட ஒருவர்கூட இல்லை. கௌரவர்களுக்கும் பாண்டவர்களுக்கும் இடையேயான சச்சரவுக்கு நான்தான் முழுமுதல் காரணம் என்று கொதிப்படைந்து என்மீது பழி சுமத்துகின்றவர்களைப் பார்த்து, "நான் அப்பாவி! நான் எந்தத் தவறும் செய்யவில்லை!" என்றுகூட நான் கூற விரும்பவில்லை. இந்த விவகாரத்தில் யாருமே ஒட்டுமொத்தமாகக் குற்றமற்றவர்கள் அல்லர் என்பதை நான் அறிந்திருந்தேன்.

கௌரவர்களுக்கும் பாண்டவர்களுக்கும் இனியும் பரஸ்பரம் அடுத்தவர் நலன்மீது அக்கறை இருக்கவில்லை. கௌரவ அரசவையில் நிகழ்ந்த அந்த ஒரு சம்பவம், ஜராசந்தனுக்கும் கிருஷ்ணருக்கும் இடையே நிலவிய வெறுப்பைவிட அதிக வெறுப்பைக் கௌரவர்களுக்கும் பாண்டவர்களுக்கும் இடையே உருவாக்கியிருந்தது. அதில் என் பங்கு என்ன? நான் அதைப் பற்றி எவ்வளவு அதிகமாக சிந்தித்தேனோ, இளவரசன் துரியோதனன் முழங்கியிருந்ததைப்போல, நான் 'நூற்றியோராவது கௌரவன்' என்ற உணர்வு எனக்குள் அவ்வளவு அதிகமாக எழுந்தது. மரணம் உட்பட, வாழ்வின் பயங்கரமான எந்தவோர் உண்மையிடமிருந்தும் விலகி ஓடாமல் இருப்பது என்னுடைய கடமையாக இருந்தது. அரசவையில் திரௌபதி கேவலமாக நடத்தப்பட்ட விதத்தினால் ஏற்பட்டப் பின்விளைவுகளை நான் ஒருவன் மட்டும் தன்னந்தனியாகத் தாங்கிக் கொள்ள வேண்டியிருந்தது. நான் என் மனத்தை அதற்காகத் தயார்படுத்திக் கொண்டிருந்தேன். பீஷ்மர், விதுரர், துரோணர், அசுவத்தாமன், விருசவர்மன் போன்ற யாரையும் எடுத்துக்காட்டுகளாக என்னால் வரித்துக் கொள்ள முடியாது. இளவரசன் துரியோதனனைக்கூட என்னால் இங்கு கருத்தில் கொள்ள முடியாது. ஆழ்மன நிலையில், நான் ஒரே ஒரு நபரை மட்டுமே முன்மாதிரியாகக் கண்டேன்: சகுனி மாமா! வெகுதூரம் முன்னோக்கிப் பார்க்கின்ற அவரைப் போன்றவர்கள்தாம் அரசியல் எனும் அடர்ந்த காட்டில் தேவைப்படுகின்றனர். சகுனி மாமாவின் நடவடிக்கைகள் சூழ்ச்சிகரமாகவும் கொடூரமாகவும் இருந்ததாக முதலில் நான் நினைத்தேன். உடலாலும் மனத்தாலும் கொண்டாடப்பட வேண்டிய சில வாழ்க்கைக் கொள்கைகள் இருக்கின்றன என்ற எண்ணம் கொண்டிருந்த நான், சகுனி மாமாவின் ஒவ்வோர் அரசியல் நடவடிக்கையையும் எதிர்த்தேன். ஆனால், தன்னுடைய சொந்த நன்மைக்காகத் தன்னுடைய அறிவைப் பயன்படுத்துகின்ற ஒருவனால் மட்டுமே இந்த உலகத்தின் கடிவாளத்தைத் தாங்கிப் பிடிக்க முடியும் என்று நீண்டகால அனுபவத்திற்குப் பிறகு நான் நம்பத் தொடங்கியிருந்தேன். சகுனி மாமாவின் பயங்கரமான திட்டங்களைவிட அதிக மோசமான திட்டங்களை வகுக்கக்கூடிய திறன் படைத்தவன் நான் என்பதை நான்

அவருக்கு நிரூபிக்க விரும்பினேன். இக்கணம்வரை, சகுனி மாமாவின் மகுடிக்கு துரியோதனன் ஆடிக் கொண்டிருந்தான். ஆனால் இனி, அவன் என்னுடைய மகுடிக்கு ஆடுவான்.

நல்ல பண்புநலன்களையும் கொள்கைகளையும் தன் வாழ்நாள் முழுவதும் கடைபிடித்தும் கொண்டாடியும் வந்திருந்த கர்ணனை விதி தன் பாதங்களுக்குக் கீழே போட்டு நசுக்கி, அரசவையில் குவிந்திருந்த துணிகளால் அவனுடைய உடலை இறுக்கமாகச் சுற்றியிருந்தது. வீழ்ச்சி ஒரு முறை வந்தாலும் சரி, அல்லது நூறு முறை வந்தாலும் சரி, அது வீழ்ச்சியே.

16

துர்வாச முனிவர் அஸ்தினாபுரத்திற்கு வந்திருந்தார். அவர் கோபத்திற்குப் பெயர் போனவர் என்பதாலும், ஏறுக்கு மாறாக நடந்து கொள்ளும் வழக்கம் கொண்டவர் என்பதாலும் யாரும் அவரை நெருங்கத் துணியவில்லை. ஆனால் துரியோதனன் மிகுந்த அர்ப்பணிப்போடு தனிப்பட்ட முறையில் அவருக்கு சேவை செய்தான். அவன் தன் பெற்றோருக்குக்கூட இவ்வளவு அர்ப்பணிப்போடு சேவை செய்ததில்லை. நானும் துர்வாசரை சந்திக்க விரும்பினேன். இந்திரப்பிரஸ்தத்தின் அரண்மனைச் சுவரின்மீது வரையப்பட்டிருந்த அந்தக் குறிப்பிட்ட ஓவியத்தின் முக்கியத்துவத்தை நான் தெரிந்து கொள்ள விரும்பினேன். ஆனால் நானாக அவரை அணுக விரும்பவில்லை. உண்மையில், துரியோதனனைத் தவிர வேறு யாரையும் சந்திப்பதில் எனக்கு அவ்வளவு ஆர்வம் இருக்கவில்லை.

ஒரு நாள் அதற்கான ஒரு வாய்ப்பு எனக்குக் கிடைத்தது. துரியோதனனே அதை அமைத்துக் கொடுத்தான். அவன் தன்னுடைய அர்ப்பணிப்பின் மூலம், எரிமலை போன்ற துர்வாசரை ஒரு மென்மையான சுடராக மாற்றுவதில் வெற்றி கண்டிருந்தான். எளிதில் கோபம் அடையும் இயல்பு கொண்ட துர்வாசர், துரியோதனன்மீது பாசத்தைப் பொழிந்தார். துரியோதனனின் மாயாஜாலம் இவ்வளவு குறுகிய காலத்திற்குள் துர்வாசரைப் பரிபூரணமாக மாற்றியிருந்தது பெரும் வியப்புக்குரிய ஒரு விஷயம்தான். ஒரு நாள், துரியோதனனின் வேண்டுகோளின் பெயரில், கங்கைக் கரையின்மீது அமைந்திருந்த, துர்வாசருடைய ஓலைக் குடிலுக்கு நான் அவனுடன் சென்றேன். நான் என்னைப் பற்றி ஒரு வார்த்தைகூடச் சொல்லப் போவதில்லை என்று நான் உறுதி பூண்டிருந்தேன்.

நாங்கள் கங்கைக் கரையை அடைந்தபோது, துர்வாச முனிவர் ஒரு புலித்தோலின்மீது பத்மாசன நிலையில் அமர்ந்து தியானம் செய்து கொண்டிருந்ததை நாங்கள் கண்டோம். எலும்பும் தோலுமாகவும் ஒரு குச்சிபோலவும் இருந்த அவரைக் கண்டு மக்கள் எப்படி பிரமித்தனர் என்பதை என்னால் புரிந்து கொள்ள முடியவில்லை. சிறிது நேரத்திற்கு பிறகு அவர் தன்னுடைய கண்களைத் திறந்தார். துரியோதனன் ஆர்வத்தோடு முன்னால் வந்து தன்னுடைய தலையை அவருடைய பாதங்கள்மீது வைத்துப் பணிந்தான். ஓ! துரியோதனன்கூட ஒருவருக்கு

முன்னால் தலை வணங்கினானா? ஆச்சரியகரமான இந்த உண்மை என் கண்முன்னே அரங்கேறியதை முதன்முறையாக நான் பார்த்தேன்.

துரியோதனன்தான் அவருடைய பாதங்களை வணங்கினான், ஆனால் அவருடைய பார்வை ஏனோ என்மீதே நிலைத்திருந்தது. அவருடைய கண்களைப் பார்த்தபோதுதான், அவருடைய உருவத்தில் இருந்த சக்தியை என்னால் உணர்ந்து கொள்ள முடிந்தது. சூரிய ஒளியில் புஷ்பராகக் கற்கள் எப்படி ஒளிருமோ, அவர் அவ்வாறு ஒளிர்ந்தார்.

"கர்ணன்!" ஒரு வில்லின் நாண் இழுபட்டச் சத்தத்தைப்போல இந்த ஒற்றை வார்த்தை அவருடைய வாயிலிருந்து வெளிவந்தது.

துரியோதனன் எழுந்து மரியாதையோடு, "ஆமாம், இவன் கர்ணன்தான். என்னுடைய நெருங்கிய நண்பன். அங்க நாட்டின் அரசன்," என்று பதிலளித்தான்.

"உன் நண்பனா? அங்க நாட்டு அரசனா? இளவரசே, இவன் யாருடைய நண்பனும் அல்லன். இவன் அங்க நாட்டு அரசனும் அல்லன். இவன் வெறும் கர்ணன், அவ்வளவுதான். இந்த ஒட்டுமொத்த உலகமும் இவனைக் கர்ணன் என்றுதான் அறியும். காலம் உள்ளவரை இவன் அப்படித்தான் அறியப்படுவான்." அவர் சுருக்கமாகவும் தெளிவின்றியும் கூறிய அவ்வார்த்தைகளுக்கு அதிக ஆழமான அர்த்தம் இருந்ததுபோலத் தோன்றியது. ஒரு கோபக்கார மனிதரிடமிருந்து அது எதிர்பார்க்கப்படக்கூடிய ஒன்றுதான். நான் அவரைப் பணிந்து வணங்க வேண்டும் என்று ஒரு கணம் எனக்குத் தோன்றியது, ஆனால் ஏடாகூடமாக நடந்து கொண்ட ஒரு நபருக்கு முன்னால் நெடுஞ்சாண்கிடையாக விழுந்து வணங்கும் வகையைச் சேர்ந்தவன் அல்லவே கர்ணன்! நான் இவ்வாறு சிந்தித்தபடி தொடர்ந்து நின்றேன்.

அவருக்குத் தேவையான பொருட்களை ஒரு பட்டியலிட்டு அரண்மனைக்கு அனுப்பி வைக்கும்படி துரியோதனன் அவரிடம் கேட்டுக் கொண்டான். பிறகு நாங்கள் இருவரும் அந்தக் குடிலிலிருந்து வெளியே வந்தபோது, அவன் ஏதோ ஆழ்ந்த சிந்தனையில் மூழ்கியிருந்தான். என்னைப் பற்றியும் அவனுடனான என்னுடைய நட்பைப் பற்றியும் துர்வாசர் கூறியிருந்தது அவனுக்குக் குழப்பத்தை விளைவித்திருந்தது. நான் அவனுடைய தோள்மீது கை வைத்து, "நம்முடைய நட்பைப் பற்றித் தீர்ப்பு எழுதுவதற்கு, திருநீரு பூசிய இந்தச் சாமியார் யார்? உன்னுடைய நட்பு ஒரு பிச்சைக்காரனின் திருவோட்டில் உள்ள நீரைப்போல அற்பமானது என்று நீ நினைக்கிறாயா? தேவை எழுந்தால், என்னுடைய கவச குண்டலங்களைக்கூட உனக்காகத் தியாகம் செய்ய நான் தயாராக இருக்கிறேன். சூரிய பகவானை சாட்சியாக வைத்து நிரந்தர நட்புக்கான வாக்குறுதியை நான் உனக்குக் கொடுத்திருக்கிறேன். அதை நான் எப்போதும் காப்பாற்றுவேன்," என்று கூறினேன்.

"இல்லை, கர்ணா. உன்னுடைய வாக்குறுதியின்மீது எனக்கு எள்ளளவுகூட சந்தேகம் இல்லை. நான் அதைப் பற்றி ஒருபோதும் நினைக்கக்கூட இல்லை. ஆனால், திரௌபதி துகிலுரியப்பட்டது குறித்தக் கோபம் அடங்காதவர்களாக, பதின்மூன்று ஆண்டுகள் கழித்து எப்படியும் பாண்டவர்கள் திரும்பி வருவர், இல்லையா?"

"அவர்கள் திரும்பி வரட்டும். இன்னொரு சூதாட்டத்திற்கு அழைப்பு விடுத்து தருமனை நீ மீண்டும் சிக்க வைத்துவிடலாமே."

“நான் ஒரு திட்டம் வைத்திருக்கிறேன். அதற்கு உன் ஒப்புதல் கிடைக்கும் என்று எனக்குத் தெரிந்தால் நான் அதை உன்னிடம் விளக்குகிறேன்.”

“என்ன திட்டம்?”

“துர்வாசருடைய கடுங்கோபம் பாண்டவர்களின் தலையின்மீது விழ வேண்டும் என்று நான் விரும்புகிறேன். காரணமின்றி ஒருவருக்கு சேவை செய்வதற்கு நானொன்றும் ஒரு முட்டாள் அல்லன்.”

“துர்வாசரால் பாண்டவர்களுக்கு என்ன செய்துவிட முடியும்? ஒற்றுமையாக இருக்கின்ற, மலை போன்ற உறுதியான ஐந்து வீரர்களை ஒரு காய்ந்த குச்சியைக் கொண்டு உன்னால் வேரறுத்துவிட முடியும் என்று நீ நினைக்கிறாயா? நீ என்ன சொல்ல வருகிறாய் என்று எனக்குப் புரியவில்லை. இது பைத்தியக்காரத்தனமான யோசனையாக எனக்குத் தோன்றுகிறது.”

“இல்லை, இது பைத்தியக்காரத்தனமான யோசனை அல்ல. துர்வாசர் தன்னுடைய ஆயிரத்து அறுநூறு சீடர்களை அழைத்துக் கொண்டு, துவைதக் காட்டில் அமைந்துள்ள பாண்டவர்களின் குடிலுக்குப் போவார். அவர்கள் அனைவரும் அங்கு தங்கியிருக்கும்போது பாண்டவர்கள் அவர்களுக்கு விருந்தோம்பியாக வேண்டும். அந்த அத்துவானக் காட்டில் அத்தனைப் பேருக்கு உணவளிக்கத் தேவையான மளிகைப் பொருட்களுக்குப் பாண்டவர்கள் எங்கே போவார்கள்? எனவே, இந்தக் கோபக்கார முனிவர் அவர்கள்மீது சினம் கொண்டு அவர்களைச் சபித்துவிடுவார். இதைப் பற்றி நீ என்ன நினைக்கிறாய்?”

“துரியோதனா, நீ உன் விருப்பம்போல என்ன வேண்டுமாலும் சொல். ஆனால், பாண்டவர்களை அழிப்பதுதான் உன் இலக்கு என்றால், அதற்கான கச்சிதமான நேரம் இதுதான் என்று நான் கருதுகிறேன். பாண்டவர்கள் புகழ் இப்போது அதளபாதாளத்தில் இருக்கிறது. அவர்கள் எதிர்பாராத நேரத்தில் வேகமாக அவர்கள்மீது நாம் ஒரு தாக்குதல் நடத்தினால், அவர்கள் என்றென்றைக்குமாக அழிக்கப்பட்டுவிடுவர்.”

“கடைசி வழி அதுதான். சரி, வா. துர்வாசர் இன்று மிகுந்த மகிழ்ச்சியாகக் காணப்படுகிறார். நாம் விரும்புவதை இன்று அவரிடமிருந்து நம்மால் பெற முடியும்,” என்று கூறிவிட்டு அவன் என் கையைப் பிடித்தான். நாங்கள் மீண்டும் துர்வாசருடைய குடிலை நோக்கித் திரும்பினோம்.

நாங்கள் உள்ளே நுழைந்தவுடன், துரியோதனன் துர்வாசரின் முன்னால் சென்று நின்று, இருகரம் கூப்பி அவருக்குத் தலை வணங்கினான்.

அவர் தன் புருவங்களை உயர்த்தி, “என்ன விஷயம்? நீ ஏன் மீண்டும் இங்கு வந்திருக்கிறாய்? உனக்கு என்ன வேண்டும்?” என்று கேட்டார்.

“மாமுனிவரே, ஒரு விண்ணப்பம்...”

“விண்ணப்பமா? எதற்காக? ஏதேனும் ஒரு வரம் கேள்!”

“என் சேவை உங்களுக்கு மகிழ்ச்சியளித்திருந்தால், நான் உங்களிடம் ஒன்றே ஒன்றைக் கேட்டுக் கொள்ள விரும்புகிறேன். நீங்கள் விரும்பும்வரை நீங்கள் இங்கே தங்கிக் கொள்ளலாம். அதன் பிறகு

நீங்கள் இமயமலைக்குத் திரும்பிச் செல்லுவதற்கு முன்பாக, உங்கள் சீடர்களுடன் துவைதக் காட்டிற்குச் சென்று பாண்டவர்களுடன் ஒரு வாரம் தங்க வேண்டும் என்று நான் விரும்புகிறேன்."

"இவ்வளவுதானா? ஏன் ஒரு வாரம், சந்திர மாதத்தில் பதினைந்து நாட்கள் என்னால் அங்கு தங்க முடியும்."

இதைக் கேட்டு துரியோதனன் சிரித்துவிட்டு, மீண்டும் அவரை வணங்கி அங்கிருந்து புறப்படத் தயாரானான். நான் ஒதுங்கி அவனுக்கு வழிவிட்டேன். இதனால் நான் துர்வாசரின் பார்வையின் முன்னால் வர வேண்டியதாயிற்று.

"கர்ணா, சொல். உனக்கு என்ன வேண்டும்?" என்று கேட்டுவிட்டு அவர் மீண்டும் தன்னுடைய புருவங்களை உயர்த்தினார்.

"எனக்கு எதுவும் வேண்டாம்," என்று நான் மென்மையாகக் கூறிவிட்டு துரியோதனைப் பின்தொடர்ந்து வெளியே செல்லத் திரும்பினேன். அக்குடிலின் வாசல் வளைவு மிகவும் தாழ்வாக இருந்ததால் நான் குனிந்தேன். அப்போது எனக்குப் பின்னாலிருந்து, "கர்ணா!" என்று ஓர் உரத்தச் சத்தம் கேட்டது. குடிலுக்குள் போகும்படி துரியோதனன் எனக்கு சைகை காட்டினான். நான் உள்ளே போக விரும்பவில்லை, ஆனால் துரியோதனன்மீதான மரியாதை காரணமாக நான் அவனுடைய விருப்பப்படி செய்தேன்.

"கர்ணா, நான் சொல்லப் போவதை கவனமாகக் கேட்டுக் கொள். கடந்த சில நாட்களாக சூரிய பகவானுக்கு நீராஞ்சலி செய்வதை நீ புறக்கணித்துக் கொண்டிருக்கிறாய். நான் உன்னை எச்சரிக்கிறேன். தினமும் இரவில் ஒரு பாத்திரத்தில் நீரை நிரப்பி, அனைத்து வகையான தாமரை மலர்களையும் அதில் போட்டு, ஒவ்வொரு நாள் காலையிலும் அந்த நீரில் சிறிதளவு தங்க பஸ்பத்தைத் தூவி அதைக் குடித்து வா. இதை நீ தவறாமல் செய்தாக வேண்டும்."

நான் வியப்புடன் அந்தக் குடிலைவிட்டு வெளியே வந்தேன். நான் என்னுடைய நீராஞ்சலியைப் புறக்கணித்துக் கொண்டிருந்த விஷயம் இந்த முனிவருக்கு எப்படித் தெரிந்தது? இன்னும் சொல்லப் போனால், நான் நீராஞ்சலி செய்தேன் என்பதே இவருக்கு எப்படித் தெரிந்திருந்தது? இந்த மர்மங்கள் எத்தனைக் காலம் என்னைச் சூழ்ந்திருக்கவிருந்தன? அவற்றுக்கு நான் ஒருவன்தான் கிடைத்தேனா? இந்த அஸ்தினாபுரத்தில் அவற்றுக்கு வேறு எந்த வீரனும் கிடைக்கவில்லையா? தங்க பஸ்ப நீரைப் பற்றி அறிவுறுத்துவதற்கு அந்த தாடிக்கார முனிவர் ஏன் எல்லோரையும் விட்டுவிட்டு என்னைத் தேர்ந்தெடுத்தார்? அவர் ஏன் துரியோதனனைத் தேர்ந்தெடுக்கவில்லை?

17

அஸ்தினாபுரத்தில் இரண்டு மாதங்கள் தங்கிய பிறகு, துர்வாச முனிவர் அங்கிருந்து புறப்பட்டுச் சென்றார். அந்த இரண்டு மாதங்களில் அவர் இரண்டு நபர்களுடன் மட்டுமே மனம்விட்டுப் பேசினார். ஒருவன் துரியோதனன், மற்றொருவன் அசுவத்தாமன். அந்த விநோதமான முனிவருடைய குடிலுக்கு அதன் பிறகு நான் ஒருபோதும்

போகவில்லை. ஆனால் அவருடைய அறிவுரையை ஏற்றுக் கொண்டு, தினமும் காலையில் சூரிய உதயத்திற்கு முன்பாக அந்தத் தங்க பஸ்ப நீரை நான் பருகினேன். நான் தற்காலிகமாக நிறுத்தி வைத்திருந்த நீராஞ்சலியையும் நான் மீண்டும் தொடர்ந்தேன்.

துரியோதனனின் உத்தரவின் பேரில், துர்வாசருக்குத் தெரியாமல் பிரபஞ்சனன் துவைதக் காட்டிற்கு அவரைப் பின்தொடர்ந்து சென்றான். அவர் தன்னுடைய சீடர்கள் அனைவரையும் அழைத்துக் கொண்டு பாண்டவர்களின் குடிலை நெருங்கினார். பாண்டவர்களால் இத்தனைப் பேருக்கும் உணவளிக்க முடியாமல் போவதைக் கண்டு கடுஞ்சினம் கொண்டு, சடாமுடியுடன்கூடிய அந்த முனிவர் அவர்களைச் சபித்துவிடுவார் என்று துரியோதனன் எதிர்பார்த்தான். பிரபஞ்சனன் அங்கு நடந்த விஷயங்களைக் கூர்ந்து கவனித்து, ஒரு குதிரையின் மூலம் தனக்கு வேகமாக அறிக்கை அனுப்ப வேண்டும் என்பது துரியோதனனின் கட்டளை. ஆனால் அவனுடைய இந்தத் திட்டத்தில் எனக்கு ஆர்வம் இருக்கவில்லை.

பாண்டவர்கள்! இந்த வார்த்தை என் தலையில் ரீங்காரமிட்டது. பாண்டவர்கள் உயிரோடு இருந்த ஒரே காரணத்தால் துரியோதனன் தன்னுடைய பொறுமையை இழந்து கொண்டிருந்ததையும் அவனுடைய பரிதாபகரமான நிலைமையையும் கண்டு நான் வேதனையுற்றேன். அவனை மெல்ல மெல்ல இறுக்கி அவனைத் திணறடித்துக் கொண்டிருந்த இந்தத் தூக்குக் கயிற்றிலிருந்து நான் அவனை விடுவித்தாக வேண்டியிருந்தது. துரியோதனனும் கர்ணனும் ஒரே நாணயத்தின் இரண்டு பக்கங்களாக ஆகியிருந்தனர். நான் என் மனத்தில் ஒரே ஒரு குறிக்கோளுடன் துரியோதனனிடம் வந்திருந்தேன்: ஒன்று, கர்ணன் உயிரோடு இருக்க வேண்டும்; அல்லது பாண்டவர்கள் உயிரோடு இருக்க வேண்டும்.

ஒரு மாதத்திற்குப் பிறகு பிரபஞ்சனன் அஸ்தினாபுரத்திற்குத் திரும்பினான். அவன் துர்வாசரையும் அவருடைய சீடர்களையும் பின்தொடர்ந்து சென்று, நிகழ்ந்த அனைத்தையும் கவனித்திருந்தான். ஆரியவர்த்தத்தின் பல்வேறு ஆசிரமங்களின் ஊடாகத் தன்னுடைய சீடர்களுடன் பயணித்த துர்வாசர், பதினைந்து நாட்களில் பாண்டவர்களின் குடிலுக்கு வந்து சேர்ந்தார். அவர் ஒவ்வொரு நாளும் பல்வேறு வகையான பதார்த்தங்களைக் கேட்டுப் பாண்டவர்களுக்குத் தொல்லை கொடுக்க முயற்சித்தார். ஆனால், ஓர் அதிசயத் தாம்பாளம் அவருடைய முயற்சிகளைத் தவிடுபொடி ஆக்கியது. அனைத்து வகையான பதார்த்தங்களையும் தானே தயாரித்த ஒரு தாம்பாளம் திரௌபதியிடம் இருந்தது. எல்லோருடைய பசியைப் போக்கிய பிறகும்கூட அத்தாம்பாளம் எப்போதும் உணவால் நிரம்பியிருந்தது. அத்தாம்பாளத்தை சூரிய பகவான் திரௌபதிக்குக் கொடுத்திருந்ததாகக் கூறி, பிரபஞ்சனன் தன்னுடைய அறிக்கையை நிறைவு செய்திருந்தான். துர்வாசர் இமயமலைக்குப் புறப்பட்டுச் செல்லுவதற்கு முன்பாக அந்த மர்மத் தாம்பாளத்தை வணங்கிவிட்டு, பாண்டவர்களுக்கு சாபமிடுவதற்கு பதிலாக அவர்களுக்கு ஒரு வரத்தை வழங்கி அவர்களை ஆசீர்வதித்தார். இதன் மூலம் அவர் துரியோதனனின் மனத்தைக் குளிர வைக்கத் தவறியிருந்தார்.

துரியோதனன் தன்னுடைய கைகளைத் தன் முதுகுக்குப் பின்னால் கட்டிக் கொண்டு, கூண்டில் அடைக்கப்பட்ட ஒரு புலியைப்போலத் தன் அறையில் குறுக்கும் நெடுக்குமாக நடந்தபடி பிரபஞ்சனனின் அறிக்கையைக் கேட்டுக் கொண்டிருந்தான். அவன் தன் புருவங்களை உயர்த்தி, தனக்கு மிகவும் விசுவாசமான சேவகனான பிரபஞ்சனனைப் பார்த்து, "முட்டாள்! உன்னுடைய அரசனுக்கு முன்னால் இப்படிப்பட்ட இனிமையற்ற வார்த்தைகளைக் கூற நீ எப்படித் துணிந்தாய்? புரோசனனைப்போல நீயும் ஒரு காட்டுத்தீயில் இறந்திருக்க வேண்டும்," என்று கத்தினான்.

பிரபஞ்சனன் இதைக் கேட்டு நடுநடுங்கினான், ஆனால் உண்மையில் அவன்மீது எந்தத் தவறும் இருக்கவில்லை. அவன் வெறுமனே துரியோதனனின் கட்டளைகளுக்குக் கட்டுப்பட்டு நடந்திருந்தான், அவ்வளவுதான்.

"இங்கிருந்து போ," என்று நான் அவனுக்கு உத்தரவிட்டேன். அவன் வருத்தத்துடன் தலை குனிந்து அங்கிருந்து வெளியேறினான்.

குழப்பத்திலும் கவலையிலும் மூழ்கித் தவித்துக் கொண்டிருந்த துரியோதனை நான் கண்கொட்டாமல் பார்த்தேன். "இளவரசே, பாண்டவர்களால் உன்னை இந்த அளவுக்கு வேதனைப்படுத்த முடியுமா? அப்படியானால், நீ ஏன் உடனே அரசவையைக் கூட்டிப் பாண்டவர்கள்மீது ஒரு தாக்குதலுக்கு ஏற்பாடு செய்யக்கூடாது? யாரும் உன்னை ஆதரிக்காவிட்டால்கூட, நீ என்னை எப்போதும் நம்பலாம். இத்திட்டம் வேலை செய்யும் என்று நீ நினைக்கிறாயா?"

"அங்க நாட்டு அரசே, இந்த ஒட்டுமொத்த அஸ்தினாபுரத்தில் பாண்டவர்களை எதிர்கொள்ளக்கூடிய ஒரே ஒரு வீரன்தான் இருக்கிறான். ஒரு மலையைப் போன்ற உறுதியும் ஒரு சிங்கத்தின் நெஞ்சுரத்தையும் கொண்ட அந்த வீரன் கர்ணன்தான்!"

"அப்படியானால், பஞ்சு போன்ற ஆழமற்ற, சாத்தியமில்லாத விஷயங்களை நீ ஏன் கற்பனை செய்கிறாய்?"

"அதற்கான காரணத்தை உன்னால் ஒருபோதும் புரிந்து கொள்ள முடியாது. ஆனால், நீ பரிந்துரைப்பதுபோல, கௌரவ அரசவையைக் கூட்டி, வீரர்களுடைய அபிப்பிராயங்களைத் தெரிந்து கொள்ளுவதால் எந்தக் கெடுதலும் வந்துவிடாது."

என்னுடைய யோசனை செயல்படுத்தப்பட்டது அதுதான் முதல் முறை. நான் துரியோதனனிடமிருந்து விடைபெற்றுக் கொண்டு வந்த பிறகும்கூட ஒரு விஷயம் தொடர்ந்து எனக்கு வியப்பூட்டியது. சூரிய பகவான் ஓர் அதிசயத் தாம்பாளத்தை திரௌபதிக்கு வெகுமதியாகக் கொடுக்கும் அளவுக்கு அவள் அப்படியென்ன தெய்விக அர்ப்பணிப்பை அவருக்குக் கொடுத்திருந்தாள்? அந்த ரகசியம் எனக்குத் தெரிந்தால், நானும் அவளுடைய அடியொற்றி நடப்பேன், ஆனால் அந்தத் தாம்பாளத்திற்காக அல்ல. தனிச்சிறப்பு வாய்ந்த ஆயுதங்களைப் பெறுவதற்காகக்கூட அல்ல. மாறாக, எனக்கு வழிகாட்டிக் கொண்டிருந்த குருவுக்கு அதிக நெருக்கமானவனாக ஆகி, என்னுடைய வாழ்க்கையை அதிக ஒளிமயமானதாக ஆக்கிக் கொள்ளுவதற்குத்தான்.

18

திட்டமிட்டபடியே துரியோதனன் அரசவையைக் கூட்டினான். அந்த சந்திப்புக் கூட்டத்தில் உறுப்பினர்கள் ஒவ்வொருவரும் கவனமாகக் கண்காணிக்கப்படவிருந்தனர். பாண்டவர்களுடனான இந்த முடிவற்றக் கண்ணாமூச்சி விளையாட்டு இன்னும் எவ்வளவு காலம் தொடரவிருந்தது என்பதைத் தீர்மானிப்பதுதான் அக்கூட்டத்தின் நோக்கமாக இருந்தது.

அரசவை நிரம்பியவுடன், அக்கூட்டத்திற்கான நோக்கத்தை முதன்மை அமைச்சர் அறிவித்தார். பிறகு துரியோதனன் எழுந்து தன் முஷ்டியை மடக்கி, "என்ன நிகழ்ந்தாலும் சரி, கௌரவர்களின் அரியணையில் பாண்டவர்களால் தங்கள் சுண்டுவிரலைக்கூட வைக்க முடியாது. கௌரவர்களின் இந்தப் புராதனமான, புனிதமான அரியணையை சாட்சியாக வைத்து, இன்று நான் ஒரு முக்கியமான ரகசியத்தை வெளிப்படுத்தப் போகிறேன். பிதாமகர் பீஷ்மர், மன்னர் திருதராஷ்டிரர், ராஜமாதா காந்தாரி தேவி, சிற்றப்பா விதுரர், குருதேவர் துரோணர், அசுவத்தாமன், அங்க நாட்டு அரசன் கர்ணன், துணிச்சல்மிக்கவனான ஷோன், சகுனி மாமா, அரசியல் கலையில் கைதேர்ந்த கனகர் மற்றும் பிறருடைய முன்னிலையில் நான் இதைக் கூறுகிறேன். பாண்டவர்கள் மன்னர் பாண்டுவுக்கு முறையாகப் பிறந்த மகன்கள் அல்லர். திக்விஜயம் செய்து புகழ்பெற்ற மன்னர் பாண்டு, பயத்தில் அஸ்தினாபுரத்தைவிட்டுப் புறப்பட்டுக் காட்டுக்குச் சென்றதற்குக் காரணமான அந்த பயங்கரமான சாபத்தைப் பற்றி நான் உங்களுக்குக் கூறுகிறேன். அவர் தன் மனைவியின்மீது மோகம் கொண்டு சிற்றின்பத்தில் ஈடுபட்டால், அவர் தன்னைப்போலவே துடிதுடித்துச் சாவார் என்று ஒரு முனிவர் அவருக்கு சாபம் இட்டிருந்தார். அப்படியானால், ராஜமாதா குந்தி தேவியால் எப்படி மகன்களைப் பெற்றெடுக்க முடிந்தது? இந்தப் பொய்யை ஏற்றுக் கொள்ள இந்த அரசவையில் யாரேனும் தயாராக இருக்கிறீர்களா? பாண்டவர்கள் குந்தியாலும் மாதுரியாலும் ஈன்றெடுக்கப்பட்டவர்கள்தாம், ஆனால் அவர்கள் முறை தவறிப் பிறந்தவர்கள். அவர்கள் அஸ்தினாபுரத்தின் அரியணைக்கு உரிமை கோருகிறார்கள். ஆனால் அவர்கள் அப்படிக் கேட்பதை நீங்கள் ஏற்றுக் கொள்ளத் தயாராக இருக்கிறீர்களா? பாண்டவர்கள் சூதாட்டத்தில் தோற்றபோது அவர்களுக்காக வருந்திய அனைவருக்கும் நான் ஒரு விஷயத்தை நினைவுபடுத்த விரும்புகிறேன். காண்டவக் காட்டில் இந்திரப்பிரஸ்த ராஜ்ஜியத்தைத் தோற்றுவிப்பதற்கு அவர்களுக்கு எந்த உரிமையும் இல்லை. நம்முடைய அரண்மனையில் வாயிற்காவலர்களாக வேலை செய்ய அவர்களை அனுமதிப்பதுகூட கௌரவர்களுக்கு அவமானகரமானதாக இருக்கும். வீரர்கள் ரத்தம் சிந்தி நிலைப்படுத்தியுள்ள இந்த அரியணையின் புகழுக்கு அது களங்கத்தை உண்டாக்கிவிடும். பாண்டவர்கள் திறமை வாய்ந்தவர்கள் என்ற ஒரே காரணத்திற்காக நான் அவர்களுக்குத் தலை வணங்கி, இந்த ராஜ்ஜியத்தில் பாதியையோ அல்லது இந்திரப்பிரஸ்த ராஜ்ஜியத்தையோ நான் அவர்களுக்குத் தாரை வார்க்க வேண்டுமா? இந்த ஒட்டுமொத்த

வானத்தின் சுமையையும் தாங்கிக் கொள்ளக்கூடிய வலிமை படைத்த, கர்ணன் போன்ற ஒரு வீரன் நம் பக்கம் இருக்கும்வரை, பாண்டவர்களைக் கண்டு பயப்படுவதற்குக் கௌரவர்களுக்கு வேறு என்ன காரணம் இருக்க முடியும்? இன்னும் சொல்லப் போனால், அவர்கள் பாண்டவர்கள் என்றே அழைக்கப்படக்கூடாது. ஏனெனில், அவர்களை அவ்வாறு அழைப்பதன் மூலம், மன்னர் பாண்டுவின் நினைவுக்கு நாம் களங்கம் கற்பித்துக் கொண்டிருக்கிறோம். குந்தியின் மகன்களைக் கௌந்தேயர்கள் என்றும், மாதுரியின் மகன்களை மாத்ரேயர்கள் என்றும் நான் அழைப்பேன். காலம் கடப்பதற்குள் பாண்டவர்கள் அழிக்கப்படுவதை உறுதி செய்வதற்காகவே நான் இந்த அரசவையைக் கூட்டியுள்ளேன். கௌரவ வீரர்களே! கௌந்தேயர்கள் எந்த வளவசதிகளும் இல்லாமல் இருக்கின்ற இந்த நேரத்தில் அவர்களைப் பூண்டோடு அழிப்பதற்கான நடவடிக்கைகளை நாம் மேற்கொள்ள வேண்டாமா? நாம் என்ன செய்ய வேண்டும் என்பதை நீங்கள் எல்லோரும் நன்றாக அறிவீர்கள்," என்று கூறினான்.

துரியோதனனின் வார்த்தைகளைக் கேட்டு அனைத்து உறுப்பினர்களும் எழுந்து நின்றனர். சிலர் தங்கள் கைகளை உயர்த்தி, "இளவரசே, துவைதத்திற்கு இட்டுச் செல்லுகின்ற வழியை இக்கணமே எங்களுக்குக் காட்டுங்கள்! கௌந்தேயர்கள் ஒழித்துக்கட்டப்பட வேண்டும். மன்னர் பாண்டுவின் பெயருக்குக் களங்கம் ஏற்படுத்துகின்ற எவனொருவனும் அஸ்தினாபுரத்தில் உயிரோடு இருக்கக்கூடாது," என்று முழங்கினர். அவர்களுடைய வெறித்தனமான முழக்கங்கள் அந்த அவையில் எதிரொலித்தன. துரியோதனனின் அறிவுரை எல்லோராலும் ஒருமனதாக ஏற்றுக் கொள்ளப்பட்டிருந்தது. இளவரசன் துரியோதனன் இத்தனைப் பேரின் ஆதரவைப் பெற்றதும் அதுதான் முதன்முறை.

"பொறுங்கள்!" என்று ஒரு குரல் இடிபோல முழங்கியது. பிதாமகர் பீஷ்மர் மன்னரின் கையிலிருந்து செங்கோலைப் பிடுங்கினார். முன்பு ஒரு முறை, போட்டியரங்கத்தில் என் சார்பில் பேசியபோது அவர் அந்தச் செங்கோலை மன்னரின் கையிலிருந்து எடுத்திருந்தார். அதே அளவு ஆற்றலும் ஒளியும் அவருடைய வயதான உடலிலிருந்து வெளிப்பட்டன. அவர் ஓர் அதிர்ச்சிகரமான விஷயத்தை வெளிப்படுத்தவிருந்தார் என்பதில் எந்த சந்தேகமும் இருக்கவில்லை. பாண்டவர்கள்மீது அளவுக்கதிகமான பாசம் கொண்டிருந்த அந்த முதியவர் எல்லாவற்றையும் பாழாக்கவிருந்தார். தன் கையில் செங்கோலுடன் அவர் தன்னுடைய கூரிய வார்த்தை அம்புகளை எய்யலானார்.

"கௌரவ வீரர்களே! கடந்த அரை மணிநேரமாக இந்த அரங்கில் துரியோதனன் முன்வைத்து வந்துள்ள குற்றச்சாட்டுகளை, இந்த அரசவை நிறுவப்பட்ட நாளிலிருந்து இன்றுவரை ஒரு சேவகனோ அல்லது பணிப்பெண்ணோகூட முன்வைத்ததில்லை. ராஜமாதா குந்தி தேவி குற்றமற்றவர். விகர்ணன் இந்த அவையில் பட்டியலிட்ட அரசியரில் தலைசிறந்தவர் குந்தி. அது மட்டுமல்ல, 'கௌரவர்களிலேயே தலையாய வீரர் யார்?' என்று யாரேனும் இன்று என்னிடம் கேட்டால், 'குந்தி!' என்று நான் பெருமிதத்தோடு பதிலளிப்பேன். ஏனெனில், அவர் ஒரு பெண்ணாக இருந்தாலும், தன்னுடைய வேதனைகள் அனைத்தையும் இமயத்தின் அளவுக்குப் பொறுமையோடு தாங்கி வந்துள்ளார். அந்தப்

பொறுமையை உங்கள் யாரிலும் என்னால் காண முடியவில்லை. எனவே, குரு வம்சத்தைப் பற்றிய ரகசியத்தை நான் இன்று வெளிப்படுத்த வேண்டிய கட்டாயத்திற்கு ஆளாக்கப்பட்டிருக்கிறேன். நெடுங்காலமாக நான் கட்டிக் காத்து வந்துள்ள ஒரு ரகசியம் அது. அந்த ரகசியத்தை வெளிப்படுத்துவதன் மூலம், உங்கள் அனைவரிடமும் பொங்கி வழிகின்ற உற்சாகத்தின்மீது நீரூற்றி அதை நீர்த்துப் போகச் செய்ய வேண்டியிருப்பது குறித்து நான் வருந்துகிறேன். எந்த ராஜ்ஜியத்தைக் காக்க வேண்டும் என்று துரியோதனன் உங்களைத் தூண்டிவிட்டுக் கொண்டிருக்கிறானோ, அது யாருடைய ராஜ்ஜியம்? அதன் உண்மையான வாரிசு யார்? திருதராஷ்டிரரின் நூறு புதல்வர்களா? அல்லது பாண்டுவின் ஐந்து மகன்களா? யாருக்கு ராஜ்ஜியம் கிட்ட வேண்டும்? இந்த அரியணைமீது அமருவதற்கான உரிமை யாருக்கு இருக்கிறது? யார் இந்தச் செங்கோலைத் தாங்கிப் பிடிக்க வேண்டும்? கௌரவ வீரர்களே! உங்கள் வீரதீரச் செயல்கள் மூலம் ஆரியவர்த்தத்தை நடுநடுங்கச் செய்கின்ற சாதனையாளர்களே! உங்களுடைய முன்னோர்கள் கட்டிக் காத்து வந்துள்ள இந்த அரியணையை அலங்கரிக்கும் உரிமை ஒரே ஒரு நபருக்குத்தான் இருக்கிறது. அவர் யார் என்பதை நீங்கள் அறிந்தால் நீங்கள் அதிர்ச்சியடைவீர்கள்," என்று கூறிவிட்டு, தன்னுடைய நரைத்தத் தலையைத் திருப்பி அந்த அரசவை முழுவதையும் பார்வையிட்டார்.

உறுப்பினர்கள் அனைவரையும் ஆர்வக் குறுகுறுப்பு பற்றிக் கொண்டது. அவர் யாருடைய பெயரைச் சொல்லவிருந்தார்? கௌரவர்களா அல்லது பாண்டவர்களா?

"அந்நபர் ஒரு கௌரவனும் அல்லன், ஒரு பாண்டவனும் அல்லன்," என்று பிதாமகர் பீஷ்மர் பீடிகை போட்டார்.

எல்லோரும் மூச்சுவிட மறந்து உட்கார்ந்திருந்தனர். நான் நிமிர்ந்து உட்கார்ந்து கொண்டு விழிப்போடு காத்திருந்தேன். பீஷ்மரின் வாயிலிருந்து வரவிருந்த விஷயம் உண்மை என்று எப்படி நம்புவது? அவர் உண்மையின் உறைவிடமாக இருந்ததாலா?

அங்கு நிலவிய மௌனத்தைக் கலைக்கும் விதமாக, யாரோ ஒருவர் துணிச்சலோடு, "அப்படியானால், குரு வம்சத்தின் முறையான வாரிசு யார்?" என்று கேட்டார்.

பிதாமகர் தன் கையிலிருந்த செங்கோலை உறுதியாகப் பிடித்துக் கொண்டு, "நான்தான்!" என்று முழங்கினார். இமயத்தின் ஓர் உயரமான மலையைப்போல அவர் காட்சியளித்தார். அவருடைய ஒவ்வொரு வார்த்தையும் அங்கிருந்தோரின் தலைகள்மீது இடிபோல இறங்கியது. "உங்கள் முன்னால் நிற்கின்ற பீஷ்மராகிய நான்தான் குரு வம்சத்தின் கடைசி சந்ததி. இந்தக் குழப்பமான சூழ்நிலைக்கு ஒரு விடிவுகாலம் பிறக்கும் என்ற நம்பிக்கையோடு நான் காத்துக் கொண்டிருக்கிறேன். கௌரவர்களும் பாண்டவர்களும் குரு வம்சத்தின் பரம்பரையில் வந்தவர்கள் அல்லர். அப்படியானால், தலைமுறை தலைமுறையாகத் தொடரும் பகையைப்போல, அவர்கள் ஏன் ஒருவருக்கொருவர் இப்படிச் சண்டையிட்டுக் கொண்டிருக்கின்றனர்? அதற்கான காரணத்தைக் கண்டுபிடிக்கும் முயற்சியில் நான் மனவேதனையை அனுபவிக்கிறேன். அதனால்தான், கௌரவர்களின் உண்மையான வம்சாவளியைத் தெளிவுபடுத்துவதற்காக, நான் என் தலையின்மீது

பாறாங்கற்களைத் தாங்கி இங்கு நின்று கொண்டிருக்கிறேன். நான் சொல்லுவதை கவனமாகக் கேளுங்கள். திருதராஷ்டிரர், பாண்டு, விதுரர் ஆகிய மூவரும் சகோதரர்கள். பராசரரின் மகனான வியாசர்தான் இவர்களுடைய தந்தை. ஆனால் அவர்கள் மூவரும் வெவ்வேறு தாய்மார்களுக்குப் பிறந்தவர்கள். திருதராஷ்டிரரின் நூறு மகன்களும் வியாசரின் வழித்தோன்றல்கள். இளவரசன் துரியோதனனும் வியாசரின் பரம்பரையில் வந்தவன்தான். பாண்டவர்கள் பாண்டுவின் மகன்கள் அல்லர். இது உண்மை. ஆனால், அவர்கள் முறை தவறிப் பிறந்தவர்கள் அல்லர் என்பதும் அதே அளவு உண்மை. துர்வாச முனிவர் கொடுத்திருந்த சக்தி வாய்ந்த மந்திரத்தைப் பயன்படுத்தியதன் விளைவாகக் குந்தியும் மாதுரியும் பெற்றெடுத்தக் குழந்தைகள் முறை தவறிப் பிறந்தவர்கள் என்று கூறுவதற்கான துணிச்சல் யாருக்கு இருக்கிறது? இதைவிட பயங்கரமான உண்மை ஒன்று உள்ளது. நீங்கள் நினைப்பதுபோலப் பாண்டவர்கள் ஐவரல்ல. ஆறாவதாக ஒரு பாண்டவன் இருக்கிறான். ஆனால் உலகம் அவனை ஒருபோதும் பார்த்ததில்லை. ஏனெனில், அவன் தான் பிறந்ததிலிருந்தே துரதிர்ஷ்டத்தின் பிடியில் சிக்கி உழன்று வந்துள்ளதை நான் பார்த்து வந்திருக்கிறேன். இது குறித்து ஒவ்வொரு நொடியும் என் மனம் வேதனையில் துடிக்கிறது.

"அதனால்தான், கடைசி முறையாக நான் மீண்டும் வலியுறுத்த விரும்புகிறேன். கௌரவர்களாகிய உங்களில் கடைசிக் கௌரவனாக நான் இதைக் கூறுகிறேன். பாண்டுவின் படையெடுப்புகளின் மூலம் விரிவடைந்து, திருதராஷ்டிரரின் நிர்வாகத்தின் கீழ் செழித்துத் தழைத்து வந்துள்ள இந்த ராஜ்ஜியம், கௌரவர்களுக்கும் பாண்டவர்களுக்கும் இடையே சமமாகப் பிரிக்கப்பட வேண்டும். கௌரவர்களின் தலைவனும் தலைசிறந்த கதாயுத வீரனுமான துரியோதனன், தனக்கு கதாயுதப் பயிற்சியளித்தத் தன்னுடைய குருநாதரை முன்மாதிரியாகக் கொண்டு நடக்க வேண்டும். அவனுடைய குருவான பலராமன் தன் சகோதரர் கிருஷ்ணரின் அறிவுரையைக் கேட்காமல் ஒரு குச்சியைக்கூட உடைக்க மாட்டார். கிருஷ்ணருக்கும் பலராமனுக்கும் இடையேயான உறவைக் கௌரவர்களும் பாண்டவர்களும் தங்கள் கண்களை அகலமாகத் திறந்து பார்க்க வேண்டும். துரியோதனனால் மிகவும் உயர்வாகப் பாராட்டப்பட்டுள்ள கர்ணனும் தன் கடமையை கண்ணியமாக நிறைவேற்ற வேண்டும். இறுதியாக நான் ஒன்றைச் சொல்லிக் கொள்ள விரும்புகிறேன். ராஜமாதா குந்தி தேவி தூய்மையானவர், அவருடைய ஐந்து மகன்கள் புகழ்மிக்க வீரர்கள் என்பதை இந்த அவையின் உறுப்பினர்கள் எல்லோரும் நன்றாக நினைவில் வைத்துக் கொள்ள வேண்டும்." பீஷ்மர் இவ்வாறு கூறிவிட்டு அமர்ந்தார்.

அதற்குப் பிறகு அவையில் நடைபெற்ற நிகழ்ச்சிகள்மீது யாரும் ஆர்வம் காட்டவில்லை. கடைசியாக விதுரரும் முதன்மை அமைச்சரும் மன்னரும் பேசினர், ஆனால் அவர்களுடைய பேச்சை உன்னிப்பாகக் காது கொடுத்துக் கேட்கும் மனநிலையில் யாரும் இருக்கவில்லை. அவர்கள் மூவரும் பேசி முடித்தப் பிறகு ராஜமாதா காந்தாரி தேவி எழுந்தார். இதைக் கண்டு எல்லோரும் ஆச்சரியத்தின் உச்சிக்கே சென்றுவிட்டனர். "துரியோதனா, உன் முட்டாள்தனமான போக்கைக் கைவிட்டுவிட்டு, அறிவுபூர்வமாக சிந்தித்துச் செயல்படு. காலம்

கடப்பதற்குள் பாண்டவர்களைக் காட்டிலிருந்து வரவழைத்துவிடு," என்று கூறிவிட்டு அவர் அமர்ந்தார்.

அவை கலைந்து எல்லோரும் ஒவ்வொருவராக வெளியேறினர். என் மனம் ஒரே ஒரு விஷயத்தைச் சுற்றிச் சுற்றி வந்தது. பிதாமகர் பீஷ்மர் குறிப்பிட்ட அந்த ஆறாவது பாண்டவன் யார்? ஒருவேளை, பாண்டவர்களுக்கும் கௌரவர்களுக்கும் இடையே சமரசம் ஏற்படுவது சாத்தியமற்றுப் போனால், அவன் திடீரென்று முளைத்துத் தன் சகோதரர்களுக்கு உதவுவானா? அவனும் மற்றப் பாண்டவர்களைப்போலவே மந்திர சக்தியிலிருந்து பிறந்தவனா? அவன் ஓர் அசாதாரணமான நபரா? அவனோடு சண்டையிடுவதற்கு எனக்கு ஒரு வாய்ப்புக் கிடைத்தால், எங்கள் இருவரில் நான்தான் பலவீனமானவனாக இருப்பேனா? அவன் எப்படி ஒரு துரதிர்ஷ்டசாலியாகப் பிறந்தான்? மற்றப் பாண்டவர்கள் அதிர்ஷ்டசாலிகள் என்று யாரேனும் கூறுவரா? என் மனம் ஒரு காய்ந்த சருகைப்போல இக்கேள்விகளைச் சுற்றி வட்டமிட்டது. பாண்டவர்கள், கௌரவர்கள் ஆகிய எவருடைய உடலிலும் குரு வசம்த்தின் ரத்தம் ஓடவில்லை. பிதாமகர் பீஷ்மர்தான் கடைசிக் கௌரவர் என்றால், அது யாருடைய அரியணை? இக்கேள்வி இன்னும் அதிகச் சிக்கலானதாக ஆகியிருந்தது. யார் இந்தச் சிக்கலை அவிழ்ப்பார்கள்? என் மனமுற்றத்தில் சந்தேகக் குதிரைகள் விரைந்தன. எந்தக் குதிரையை நிறுத்துவது என்பதை அறிவது சாத்தியமின்றிப் போனது. நான் குனிந்த தலையுடனும் சோர்ந்த நடையுடனும் அந்த வெள்ளை அரண்மனையின் முற்றத்தின் பின்பக்கமாகச் சென்றேன். என் அங்கவஸ்திரத்தின் ஒரு முனை என் தோளிலிருந்து நழுவிக் கீழே விழுந்து எனக்குப் பின்னால் தரையை உரசிக் கொண்டே வந்தது. அதன் மறுமுனையை நான் என்னுடைய மணிக்கட்டைச் சுற்றி இறுக்கிக் கட்டியிருந்தேன். எனக்கு எதுவுமே புரியவில்லை. ஒருவருடைய வருத்தங்கள் ஏன் இன்னொருவரிடத்தில் இரக்கத்துடன்கூடிய வேதனையை ஏற்படுத்துகின்றன? எத்தகைய உலகம் இது?

யாரோ என்னுடைய அங்கவஸ்திரத்தை இழுத்ததுபோல நான் உணர்ந்தேன். அது எதிலாவது பட்டுச் சிக்கியிருக்கும் என்று நினைத்துக் கொண்டே திரும்பிய நான், அசுவத்தாமன் அந்த முனையைப் பிடித்தபடி நின்று கொண்டிருந்ததைக் கண்டேன். அவன் என்னைப் பார்த்தவுடன் புன்னகைத்தான். அவனுடைய நடத்தை எனக்கு ஆச்சரியமளித்தது. ஒருசில நிமிடங்களுக்கு முன்பு அந்த அரசவையில் நிகழ்ந்திருந்த சம்பவங்கள் ஏன் அவனுடைய மனத்தில் எந்த பாதிப்பையும் ஏற்படுத்தவில்லை?

அவன் எப்போதும்போலப் பாசத்துடன், "நீ இப்போது எதைப் பற்றிய சிந்தனையில் தொலைந்து போயிருக்கிறாய்?" என்று என்னிடம் கேட்டுக் கொண்டே, என்னுடைய அங்கவஸ்திரத்தை எடுத்து முன்னால் வந்து என் தோளின்மீது போட்டான்.

நான் அசடு வழிந்து, "சிந்தனையா? என்ன சிந்தனை?" என்று கேட்டேன். இந்த பதில் அவனைத் திருப்திப்படுத்தாது என்பதை நான் அறிந்திருந்தேன்.

"வா, நாம் சிறிது நேரம் நகரைச் சுற்றி நடந்துவிட்டு வரலாம். நீ தீவிரமாக சிந்தித்துக் கொண்டிருக்கிறாய்," என்று அவன் கூறினான்.

“இல்லை. எனக்கு இப்போது வெளியே போக மனமில்லை. உன்னுடன் நடப்பதற்கு யாரேனும் உனக்குத் தேவை என்றால் ஷோனை அழைத்துச் செல்.” நான் எங்கேயும் போக விரும்பவில்லை.

“ஷோன் வேறு, கர்ணன் வேறு. நான் கர்ணனைத்தான் என்னுடன் அழைத்துச் செல்ல விரும்புகிறேன். வா,” என்று கூறிவிட்டு, அவன் என் கையைப் பிடித்துக் கொண்டு அரண்மனையின் முக்கிய வாசலை நோக்கி நடந்தான். எனக்கு வேறு வழி இல்லாததால் நான் அவனைப் பின்தொடர்ந்தேன். ஏனெனில், அவன் என்னைத் தவிர வேறு யாரிடமும் ஒருபோதும் இப்படிக் கேட்டிருக்க மாட்டான்.

நாங்கள் முக்கிய வாசலைவிட்டு வெளியே வந்தவுடன், அதற்கு மேல் என்னால் என்னைக் கட்டுப்படுத்திக் கொள்ள முடியவில்லை. எனவே, நான் அவனிடம், “பிதாமகர் இன்று ஓர் ஆறாவது பாண்டவனைப் பற்றிக் கூறினாரல்லவா? அவன் யாரென்று உனக்குத் தெரியுமா? இவ்விஷயம் குறித்து நீ என்ன நினைக்கிறாய்?” என்று கேட்டேன்.

“எனக்கு எப்படித் தெரியும்? ஆறு பாண்டவர்கள் இருக்கிறார்கள் என்பதை நம்புவதே கடினமாக இருக்கிறது. ஆனால் பிதாமகர் பீஷ்மர் அவ்வாறு கூறியுள்ளதால், அது நிச்சயமாக உண்மையாகத்தான் இருக்க வேண்டும். ஆனால் அந்த ஆறாவது பாண்டவன் யாராக இருந்தால் நமக்கென்ன? ஆனாலும், அவன் எப்படி இருப்பான் என்பதை யாராலும் கற்பனை செய்ய முடியும்.” நாங்கள் நகர எல்லையைவிட்டு வெளியே வந்திருந்தோம்.

“அவன் எத்தகைய தோற்றம் கொண்டவனாக இருப்பான்?” என்று நான் கேட்டேன்.

அசுவத்தாமன் நெடுநேரம் யோசித்துவிட்டு, “அவன் நிச்சயமாகப் பாண்டவர்களில் ஒருவனைப்போல இருக்க மாட்டான்,” என்று கூறினான்.

“பிறகு அவன் யாரைப்போல இருப்பான்? அவன் பாண்டவர்களிடமிருந்து எந்த விதத்தில் வேறுபட்டிருப்பான்?”

“ஒவ்வொரு விதத்திலும் அவன் வேறுபட்டிருப்பான். அவன் அவர்கள் ஐவரையும்விட அதிக வசீகரமாக இருப்பான். அவன் கடைக்குட்டி மகனாக இருக்கக்கூடும். அவன் எந்த விதத்தில் வளர்க்கப்பட்டு வந்துள்ளானோ, அந்த விதத்தில் இருப்பான். பாரம்பரியத்திற்கு உட்பட்டதுதானே வாழ்க்கை? ஒரு மலரில் ஒளிந்துள்ள ஒரு புழுகூட தெய்வத்தின் திருவுருவச் சிலையின் பாதங்களில் அர்ப்பணிக்கப்படுவதற்குக் காரணம் அதன் சகவாசம் நல்லதாக இருப்பதுதான்.”

“சிலரோடு நமக்கு ஒத்துப் போவதே இல்லை. சிலரை உடனடியாக நமக்குப் பிடித்துவிடுகிறது. எதன் அடிப்படையிலும் அமையாத இந்த விருப்பத்திற்கும் விருப்பமின்மைக்கும் என்ன காரணம்?” என்று நான் அசுவத்தாமனிடம் கேட்டேன்.

“ஒரு நபரைக் குறித்த நம்முடைய மனப்போக்கு நம்முடைய குழந்தைப்பருவத்திலிருந்தே உருவாகிறது. சில சமயங்களில் சூழல்கள் அதைச் சிறிதளவு மாற்றுகின்றன. ஆனால் குழந்தைப்பருவத்தில் ஒருவரைக் குறித்து நம்மிடம் உருவாகின்ற அவமதிப்பு, ஒரு கல்லின்மீது நம் பாதம் மோதும்போது உறைகின்ற ரத்தத்தை போன்றது.

ரத்தம் அடார்த்தியாகக் கட்டிவிடுகிறது. அது இளமையில் அதிக வலிமையடைந்து, முதுமையில் உறுதியானதாக ஆகிவிடுகிறது. கர்ணா, சிறந்த ஆரோக்கியத்துடன் இருப்பவர்கள்கூட இந்த ரத்தக்கட்டினால் ஏற்படுகின்ற நிரந்தர வலியால் கெந்திக் கெந்தி நடந்து கொண்டிருப்பதை நான் என் சொந்தக் கண்களால் பார்த்து வந்திருக்கிறேன். அதனால்தான், ஒருவருடைய வாழ்க்கையில் குழந்தைப்பருவம் மிக முக்கியமான ஒரு காலகட்டம் என்று நான் கருதுகிறேன்."

"புதிதாகப் பிறக்கின்ற ஒரு குழந்தையின் மனம் ஒரு தங்கத் தாம்பாளத்தைப்போலத் தூய்மையானது என்று கூறுகிறாய், இல்லையா? உலகின் சிக்கல்களைப் பற்றி அதற்கு எதுவும் தெரியாது, ஆனால் புறச் சூழல் அக்குழந்தையின் மனத்தைத் தன்னுடைய அமங்கலமான கைகளால் தொடுகின்ற கணத்தில், அது தன்னுடைய கைரேகைகளை அக்குழந்தையின்மீது ஆழமாகவும் தெளிவாகவும் விட்டுச் செல்லுகிறது. நீ இதைத்தானே கூற வருகிறாய்?"

"கைரேகைகள் வெறுமனே தனித்து நிற்பதில்லை, ஆனால் அவை அந்தப் பொன்னிறப் பின்புலத்திற்கு எதிராக சூரியனைப்போலப் பிரகாசமாக ஒளிருகின்றன. இதுவரை புலப்பட்டிராத குறைகள் வெளிச்சத்திற்கு வருகின்றன. ஏனெனில், புதிதாகப் பிறந்துள்ள ஒரு குழந்தையின் மனம், துவைத்துக் காயப் போடப்பட்டுள்ள ஒரு ஈரமான துணியைப் போன்றது. அதில் எந்தவொரு சுருக்கமும் இருப்பதில்லை. ஆனால், பெரியவனாக வளர்ந்துவிட்ட ஒருவனுடைய மனம் காய்ந்து போய்ச் சுருக்கங்களுடன் இருக்கின்ற ஒரு துணியைப் போன்றது. பணிவு, நல்லெண்ணம் ஆகிய ஈரப்பதம் அதிலிருந்து ஆவியாகிவிடுகிறது. அதன் காய்ந்த இழைகள் அதிக உறுதியாகவும் கடினமாகவும் ஆகின்றன. பலப்பல இழைகள்! பலப்பலச் சுருக்கங்கள்! பகைமை, இகழ்ச்சி, தன்னலம், பொறாமை, ஆசை, கர்வம், வஞ்சகம், கொடூரம், கோபம், திகைப்பு, அறியாமை, அகங்காரம், பற்று, தற்புகழ்ச்சி, பிள்ளைப் பாசம், இரக்கம், மென்மை, அன்பு, காமம், பரிதவிப்பு, ஆழ்விருப்பம், சீற்றம், மனவேதனை, மோகம், பொறுமையின்மை, ஏமாற்றம், தோல்வி போன்ற எண்ணற்றச் சுருக்கங்கள் அத்துணியில் உறுதியாக நிலைத்துவிடுகின்றன. இவை ஒவ்வொரு நபருடைய வாழ்வின் ஒரு பகுதியாக இருக்கின்றன."

சில சமயங்களில் அசுவத்தாமன் இது போன்ற பல ஆழமான உள்நோக்குகளை எடுத்துரைக்கும்போது, அவனுடைய பேச்சைக் கேட்டுக் கொண்டே இருக்கலாம்போல எனக்குத் தோன்றும்.

"இதிலிருந்து விடுபட எந்த வழியும் இல்லையா? இந்தச் சுருக்கங்கள்தாம் வாழ்க்கையா?"

அவன் எந்த பதிலைக் கொடுத்தாலும் அது நிலையான அர்த்தமும் தூய்மையும் நிரம்பியதாக இருக்கும் என்று நான் உறுதியாக நம்பினேன்.

"நிச்சயமாக ஒரு வழி இருக்கிறது. நீ எப்போதேனும் ஒரு மீனவனுடைய வலையைப் பார்த்திருக்கிறாயா? அது மிக இறுக்கமாகப் பின்னப்பட்டிருக்கும். ஆனால் அப்படிப்பட்ட ஒரு வலையில் ஒரு மீன் இறந்து நீ பார்த்திருக்கிறாயா? அது அந்த வலையில் சிக்கியிருந்தாலும், அது சுதந்திரமாக நீந்திக் கொண்டுதான் இருக்கும். அப்படிப்பட்ட ஒரு மீன் உன்னிலும் என்னிலும் ஒவ்வோர் உயிரினத்திலும் இருக்கிறது. அது இந்த உடலெனும் வலையில் ஒருபோதும் சிக்காது."

"என்ன மீன்?"

"ஆன்மா! ஒளிர்வுதான் அதன் அடிப்படை இயல்பு. ஒளிர்வு என்பது ஒருவருடைய உடலைக் குறித்த விழிப்புணர்வு என்று பொருள்படும். பற்று எனும் வலையில் ஒருபோதும் சிக்கிக் கொள்ளாத விழிப்புணர்வு அது. அது என்ன விழிப்புணர்வு? அதன் இயல்பைத் தெரிந்து கொள்ளுவதற்கான ஓர் ஆழமான விருப்பம் உனக்கு இருக்க வேண்டும். அந்த விருப்பத்தை வளர்த்துக் கொள்ளுவதற்கு, வாழ்க்கையின்மீது அசைக்க முடியாத நம்பிக்கை உனக்கு இருக்க வேண்டியது இன்றியமையாதது."

"வாழ்க்கையின்மீது நம்பிக்கை கொள்ளுவதற்கு ஒருவன் ஏற்கனவே கடுமையாகப் போராடிக் கொண்டிருக்கும்போது, கடுமையான யதார்த்தங்கள் அவனைச் சூழ்ந்து கொள்ளும்படி நேரிடும்போது, அவனுடைய நம்பிக்கை தடுமாறுகிறது. தன்னையும் அறியாமல் அவன் வாழ்வின்மீது நம்பிக்கை இழந்துவிடுகிறான். அப்படியானால் அதற்கு அவனைக் குறைகூற முடியுமா? சூழல்களைத்தானே குறைகூற வேண்டும்?"

"இல்லை, கர்ணா. அது அப்படியல்ல. நம்பிக்கையின் அர்த்தத்தை நீ புரிந்து கொள்ளவில்லை. மரணத்தை எதிர்கொண்டிருக்கும்போதுகூடக் கடுகளவும் குன்ற மறுக்கின்ற நம்பிக்கைதான் உண்மையான நம்பிக்கை. உண்மையான நம்பிக்கையுடன் இருக்கின்ற ஒருவன் அதை ஒருபோதும் இழப்பதில்லை. அவன் தன்னுடைய சூழல்களையும் குறை கூறுவதில்லை. நம்பிக்கை இல்லாத ஒருவன் நறுமணம் மிக்கத் தாழம்பூவின் பயனற்ற சூலகத்தைப் போன்றவன். அது அந்த மலரின் மையத்தில் இருந்தாலும், அது வாசனையற்றதாக இருக்கும். அப்படிப்பட்ட ஒருவன் நூறு வயதுவரை வாழ்ந்தாலும், அவனுடைய வாழ்க்கை வீணானதாகவே இருக்கும்."

அசுவத்தாமனின் கண்கள் ஒளிர்ந்தன. அவனுடைய முகம் ஒரு தெய்விக ஆற்றலால் பிரகாசமடைந்தது.

"நம்பிக்கை! ஒருவன் யாரை நம்புவது? அசுவத்தாமா, உண்மையில் இந்த நம்பிக்கை என்பது என்ன?" என்று நான் அவனைத் துளைத்தேன். அவனிடமிருந்து ஆழமான உள்நோக்குகளைப் பெறுவதற்கான வழி அது என்பதை நான் கண்டறிந்திருந்தேன்.

"முட்கள் நிரம்பிய ஒரு வாழ்க்கையின் பசுமைதான் நம்பிக்கை. ஒருவனுக்குத் தன்மீது நம்பிக்கை இருக்க வேண்டும். தன்னுடைய தெய்விக இயல்பில் நம்பிக்கை இல்லாதவன் தனக்கோ அல்லது மற்றவர்களுக்கோ எந்த விதத்திலும் பயனுள்ளவனாக இருக்க மாட்டான்."

"கௌரவ ராஜ்ஜியம் கௌரவர்களுக்குச் சொந்தமானதே அன்றிப் பாண்டவர்களுக்கு அல்ல என்ற யோசனையின்மீது ஆழமான நம்பிக்கை கொண்டிருந்ததால்தானே துரியோதனன் அந்த ராஜ்ஜியத்தைப் பாண்டவர்களுடன் பங்கு போட்டுக் கொள்ள மறுத்தான்?"

"நிச்சயமாக இல்லை. ஒருவன் தன்மீது நம்பிக்கை கொள்ளுதல் என்பது வேறு, சுயநலத்தோடு இருப்பது என்பது வேறு. இந்தத் தவறைத்தான் எல்லோரும் செய்கின்றனர்."

"சரி, அது சுயநலம் என்றே வைத்துக் கொள்ளலாம். ஆனால், அது எப்படித் தவறாகும்? இயற்கை அனைத்து மனிதர்களையும்

சுயநலவாதிகளாகத்தானே படைத்திருக்கிறது?"

"ஆமாம். சுயநல நோக்கத்தோடு நடந்து கொள்ளுகின்றவர்கள் தவறு செய்யாமல் இருப்பது சாத்தியம்தான், ஆனால் சுயநலத்திற்கு ஓர் எல்லை இருக்க வேண்டும். ஒருவனுடைய நாக்கை எடுத்துக் கொள். இவ்வுலகில் உள்ள அனைத்துச் சுவைகளையும் ஒருவன் தன் ஆசை தீர ருசித்து அனுபவிக்க விரும்புகிறான் என்று வைத்துக் கொள்ளுவோம். அவன் மிகுந்த அர்ப்பணிப்போடு தன்னுடைய இந்த விருப்பத்தை நிறைவேற்ற எவ்வளவு முயற்சித்தாலும், அவன் அந்த இலக்கை அடைவது சாத்தியம் என்று நீ நினைக்கிறாயா? சுயநல விருப்பங்கள் அனைத்தும் இந்த வகையைச் சேர்ந்தவைதான். இவ்வுலகில் உள்ள எல்லாவற்றையும் ஒரு நபரால் தன் இரண்டு கைகளிலும் அடக்க முடியாது. ஏனெனில், ஒவ்வொருவனுக்கும் ஓர் எல்லை வகுக்கப்பட்டுள்ளது. ஓர் அரண்மனைச் சுவருக்குப் பக்கத்தில் வளருகின்ற ஒரு புல்லுக்கு அந்த அரண்மனையைப் பற்றி எந்த அளவு தெரிந்திருக்குமோ, மனிதனுக்கு இந்த உலகத்தைப் பற்றி அந்த அளவுதான் தெரியும். ஒரு சிறிய விளாம்பழத்தின் அளவே உள்ள மனித அறிவால் இந்த ஒட்டுமொத்தப் பிரபஞ்சத்தையும் ஒருபோதும் புரிந்து கொள்ள முடியாது."

"அப்படியானால், எதுதான் வாழ்க்கை? வெறும் பேரிடர்தான் வாழ்க்கையா?" நான் உரையாடலின் போக்கை சற்று மாற்றினேன்.

"இல்லை. வாழ்க்கை என்பது இருத்தல், மரணம் ஆகிய பிராந்தியங்களின் ஊடாக நிரந்தரமாக ஓடிக் கொண்டிருக்கின்ற, முக்திக்காகப் போராடுகின்ற, கடவுள் எனும் பெருங்கடலுடன் இணைய ஏங்குகின்ற ஒரு நதியாகும்."

"முக்தியா? முக்தி என்பது வலியில்லாத மரணமா? முக்தியைப் பற்றி நீ அப்படியா நினைக்கிறாய்?"

"இல்லை. முக்தி என்பது தொடர்ச்சியான ஒளிர்வாகும். உருவமும் சிந்தனையும் அற்ற ஒரு யதார்த்தம் அது. இந்த ஒளிர்வுதான் ஆன்மாவின் ஒரே வெளிப்பாடு. நீ உன் கண்களைத் திறந்து கவனமாகப் பார்த்தால், இயற்கையில் உள்ள ஒவ்வோர் உயிரினமும் இந்த ஒளிர்வுக்காக ஏங்கிக் கொண்டிருப்பதை நீ காணுவாய். இந்த உண்மை உனக்கு அதிர்ச்சியளிக்கும். பூச்சிகள் ஏன் ஒரு நெருப்புச் சுடரைக் கண்டவுடன் வலிய அதன்மீது போய் விழுகின்றன? மரங்கள், படர்கொடிகள், புற்கள் போன்றவை ஏன் ஒளியின் திசை நோக்கி ஆர்வத்தோடு தம்முடைய தலைகளை நிமிர்த்துகின்றன? ஒளிதான் இப்பிரபஞ்சத்தின் ஒரே நிலையான உண்மை என்பதை உணராமல் யாராலும் தொடர்ந்து நிலைத்திருக்க முடியாது."

"அப்படியானால், மனிதனால் ஏன் இந்த ஒளிர்வை சுலபமாகக் கைவசப்படுத்த முடிவதில்லை? ஒளிதான் உலகின் நிலையான உண்மை என்றால், அதை அடைவது ஏன் கடினமானதாக இருக்கிறது?"

"உச்சகட்டப் பிரகாசம்தான் வாழ்வின் இலக்கு. அதை அடைவதற்கு அனுபவம் இன்றியமையாதது. அந்த அனுபவம் பல்வேறு வகைப்பட்டதாக இருக்க வேண்டும். பல்வேறு அனுபவங்களைப் பெற்றப் பிறகும்கூட, நான் அடைந்துள்ள பிரகாசம் நான் எதிர்பார்த்தப் பிரகாசம் அல்ல என்பதை நான் காணக்கூடும். இதை உணர்ந்த

பிறகுதான், தன்னுடைய உள்ளார்ந்த ஆன்மாவை நோக்கித் தான் திரும்ப வேண்டும் என்பதை ஒருவன் உணருகிறான். அவன் அதைச் செய்வதற்குப் பரிதவிக்கிறான். அந்தப் பரிதவிப்பில், தான் பயணிப்பதற்கு இறுதியில் ஆன்மிகம் என்ற ஒரே ஒரு பாதைதான் இருக்கிறது என்பதை அவன் உணர்ந்து கொண்டாக வேண்டும்."

"இல்லை, அசுவத்தாமா. எதிர்காலத்தை லேசாக தரிசிப்பதற்கு நான் காலத்தின் பல படலங்களை ஊடுருவிப் பார்த்துள்ளேன். ஆனால், எந்த நாள் நிச்சயமாக வரும் என்று நீ கூறுகிறாயோ, அந்த நாள் வரும் என்று நானோ அல்லது வேறு யாரோ நம்புவது சந்தேகம்தான். இதயத்தில் வெறுமனே எதிர்பார்ப்புகளையும் கனவுகளையும் சுமந்து கொண்டு திரிவதில் என்ன அர்த்தம் இருக்கிறது?"

"நீ இன்னும் குழப்பத்தில் இருக்கிறாய், ஆனால் அது உன்னுடைய தவறு அல்ல. மனிதனின் மனம் மிகவும் சிக்கலான ஒரு விஷயம் என்பதுதான் உண்மை. அது ஒரு தேரின் சக்கரத்தைப் போன்றது. அச்சக்கரத்திற்குப் பல கம்பிகள் இருக்கின்றன, ஆனால் உண்மையிலேயே கூர்ந்து கவனிக்கின்றவர்கள், இந்தக் கம்பிகள் அனைத்தையும் ஒன்றாகத் தாங்கிப் பிடிக்கின்ற அச்சாணியை மட்டுமே காணுவர். உன்னைப் பொருத்தவரை, எதிர்காலத்தை லேசாக தரிசிப்பதற்காக நீ காலத்தின் பல படலங்களை ஊடுருவிச் சென்றுள்ளாய். ஆனால், நீ குறிப்பிடுகின்ற இந்த எண்ணற்றப் படலங்கள் காலத்திற்கு உண்மையிலேயே இருக்கின்றனவா, அல்லது நம்முடைய வசதிக்காகக் காலத்தை நாட்களாகவும் மாதங்களாகவும் பருவங்களாகவும் ஆண்டுகளாகவும் நாம் கூறு போட்டு வைத்திருக்கிறோமா என்பதுதான் உண்மையான கேள்வி. மனிதன் ஒரு தவறான, மிக மோசமான விஷயத்தை உருவாக்கப் போகிறான் என்று எனக்குத் தோன்றுகிறது. இதைப் பற்றி நீ சற்று ஆழமாக சிந்தித்துப் பார். காலம் என்பது கடந்துவிட்ட ஒன்றா அல்லது இனி வரவிருக்கின்ற ஒன்றா? காலம் என்பது பிரிக்கப்படாத தனிப்பெரும் உண்மை. அது தொடர்ச்சியானது. இந்த உணர்தல் மட்டுமே மனிதனுடைய பயங்களைப் போக்க வல்லது." அசுவத்தாமனின் தெய்விக ஞானம் தடையின்றிப் பெருக்கெடுத்து ஓடியது. நாங்கள் இருவரும் பேசிக் கொண்டே அரை யோஜனை தூரம் நடந்து வந்திருந்தோம் என்பதை நாங்கள் உணரவே இல்லை. ஏனெனில், நாங்கள் எங்கள் உரையாடலில் மூழ்கிப் போயிருந்தோம். நகர எல்லைக்கு வெளியே விஷ்ணு கோவில் இருந்தது. நாங்கள் அக்கோவிலுக்கு வெகு அருகில் இருந்ததால், அங்கு சென்று வழிபட்டுவிட்டு வரலாம் என்று நினைத்து நாங்கள் அக்கோவிலுக்குள் நுழைந்தோம். அப்போது இருள் சூழத் தொடங்கியிருந்தது. ஒருசில சாரங்கப் பறவைகள் ஒலியெழுப்பிக் கொண்டே இளஞ்சிவப்புத் தொடுவானத்தின் குறுக்கே பறந்து சென்றன.

கோவிலின் கர்ப்பக்கிரகத்திற்கு அருகே இருந்த மணியை அசுவத்தாமன் அடித்ததால் ஏற்பட்ட அதிர்வு என் காதுகளில் இனிமையாக எதிரொலித்தது. நாங்கள் வழிபாட்டை முடித்துக் கொண்டு அக்கோவிலைவிட்டு வெளியே வந்தவுடன், அசுவத்தாமன் தன்னுடைய விரலை உயர்த்திக் கோவிலின் குவிமாடத்தைச் சுட்டிக்காட்டி, "அதைப் பார்த்தாயா?" என்று என்னிடம் கேட்டான்.

"ஆமாம். அஸ்தமித்துக் கொண்டிருக்கும் சூரியனின் ஒளியில்

அந்தப் பொற்கலசம் மின்னிக் கொண்டிருக்கிறது. அது மனத்தை வசீகரிப்பதாக இருக்கிறது."

"நான் குவிமாடத்தின்மீது இடம்பெற்றுள்ள பொற்கலசத்தைப் பற்றிப் பேசவில்லை. அதற்குக் கீழே இருக்கின்ற கற்சுவரில் உள்ள ஒரு கீறல் உன் கண்களுக்குத் தெரிகிறதா? அரச மரத்தின் ஒரு தளிர் அதில் தெரிவதை உன்னால் பார்க்க முடிகிறதா?"

"அதற்கு என்ன இப்போது?"

"அது பயனற்றது என்று நீ நினைக்கக்கூடும், ஆனால் எனக்கு அது முக்கியமானதாகத் தோன்றுகிறது. அது தன்னுடைய செவ்விலைகளை அசைத்து, 'நான் இந்தக் கல்லின் தலைமீது நிற்க வேண்டியிருந்தாலும்கூட நான் வாழுவேன். தேவைப்பட்டால், கடுமையான காற்றைக்கூட நான் எதிர்கொண்டு போராடுவேன்,' என்று முழங்குகிறது. இயற்கையில் ஒரு தளிர்கூடக் கல்லுக்கு அடிபணியாது. ஆனால், மனிதர்கள்..."

அசுவத்தாமன் தன் பேச்சைப் பாதியிலேயே நிறுத்திவிட்டான். நாங்கள் மீண்டும் நகரத்தை நோக்கித் திரும்பினோம். வழியில்தான் ஆயுதப் பயிற்சிப் பள்ளி இருந்தது. அசுவத்தாமனின் ஓலைக் குடிசை அந்த மையத்தில்தான் அமைந்திருந்தது. அவன் என்னுடைய கையைப் பாசத்தோடு வருடிக் கொடுத்துவிட்டு, "கர்ணா, நான் உன்னிடம் கூறிய எல்லாவற்றையும் மறந்துவிடு. பிரபஞ்சத்தின் மாபெரும் உண்மைகள் அனைத்தையும் அறிந்தவன் அல்லன் நான். அதேபோல, வாழ்வின் ஆழமான ரகசியங்களைப் பற்றி சிந்திப்பதற்கென்றே பிறவி எடுத்துள்ளவன் அல்லன் நீ. மாறாக, நீ சாதனைகளைப் படைப்பதற்காகவே வாழ்க்கை உனக்கு வாய்த்துள்ளது. ஏனெனில், இதுவரை நீ பயணித்து வந்துள்ள பாதை, புகழ்மிக்க வீரர்களின் பராக்கிரமச் செயல்களால் நிரம்பியுள்ளது," என்று கூறிவிட்டு என் கையை விடுவித்தான். பிறகு அவன் ஒரு சிறு கதவின் வழியாக அப்பள்ளிக்குள் நுழைந்து உள்ளே போய்விட்டான். அவனுடைய சொற்பொழிவு என் சிந்தனையைத் தூண்டுவதாக இருந்தது. அவன் அவ்வப்போது வாழ்வின் பல்வேறு அம்சங்களை எனக்குத் தெளிவுபடுத்தினான். அவன் என்னிடமிருந்து விடைபெற்றுச் செல்லுவதற்கு முன்பாக, "நீ சாதனைகளைப் படைப்பதற்காகவே வாழ்க்கை உனக்கு வாய்த்துள்ளது," என்று கூறியிருந்தான்.

சாதனைகளைப் படைப்பதற்காகத்தான் எல்லோருக்கும் வாழ்க்கை வாய்த்துள்ளது, ஆனால் ஒவ்வொரு மனிதனும் ஒரு தனிச்சிறப்பான, தனித்துவமான நோக்கத்தைக் கண்டுபிடிக்கிறான்.

நான் அரண்மனைக்குத் திரும்பினேன். நான் அரண்மனைக்குள் நுழைந்தபோது, குதிரை லாயத்தின் அருகே என் தந்தை நின்று கொண்டிருந்ததை நான் பார்த்தேன். குதிரைகளுக்கு எப்படி உணவளிக்க வேண்டும் என்பது பற்றிக் குதிரைப் பராமரிப்பாளர்களுக்கு அவர் அறிவுறுத்திக் கொண்டிருந்தார். அவர் முதுமை எய்தியிருந்ததால் அவருடைய உடல் நலிவுற்றுக் காணப்பட்டது. அவருடைய முதுகு வளைந்திருந்தது, ஆனால் அவருடைய மனம் மட்டும் எப்போதும்போலப் புத்துணர்ச்சியுடன் இருந்தது. "நீங்கள் உங்கள் வேலையிலிருந்து ஓய்வு பெற வேண்டும்," என்று நான் அவரிடம் அடிக்கடிக் கூறினேன். ஆனால், "வசு, உடல் களைப்புறுகிறது, ஆனால் மனம் களைப்புறுவதில்லையே. ஒருவன் எதையேனும் செய்து கொண்டே இருக்க வேண்டும்," என்ற

ஒரே பதில்தான் அவரிடமிருந்து வந்தது.

இப்படிப்பட்டக் கருத்துக்கள் என் வாழ்க்கைக்குச் செறிவூட்டி வந்திருந்தன. அவர் பட்டக் கஷ்டங்களால் என்னுடைய ஓலைக் குடிசை வாழ்க்கை ஒரு மாளிகை வாழ்க்கையாக மாறியிருந்தது. எனக்குத் தெரிந்தவரை, தன் தலையின்மீது ஒரு பொன் மகுடம் சூட்டப்பட்ட ஒரே சூத புத்திரன் இந்த ஒட்டுமொத்த ஆரியவர்த்தத்தில் நான் ஒருவன்தான். இதற்கான முழுப் பெருமையும் என் பெற்றோரையே சேரும். செல்வம், புகழ், மகிழ்ச்சியான குடும்ப வாழ்க்கை, ஒரு மகனைப் பெற்றக் களிப்பு ஆகிய அனைத்தும் எனக்கு வாய்த்திருந்தன. ஆனால், என் பெற்றோரிடமிருந்து எனக்குக் கிடைத்தப் பாதுகாப்பான பாசம்தான் எனக்குக் கிடைத்த மாபெரும் மகிழ்ச்சி என்றால் அது மிகையாகாது. அரண்மனையில் எல்லோரும் என் தாயாரை 'ராஜமாதா' என்று அழைத்தனர். விருசாலி இதைக் கேட்டபோதெல்லாம், என்னிடம், "உங்களால்தான் உங்கள் தாயாரை எல்லோரும் ராஜமாதா என்று அழைக்கின்றனர்," என்று அன்போடு கூறினாள். ஆனால், என் தாயாரால்தான் எல்லோரும் என்னைக் கர்ணன் என்றும், அங்க நாட்டு அரசன் என்றும் அழைத்தனர் என்பதை என் மனைவி எப்படி அறிவாள்?

எனவே, நான் நேராகக் குதிரை லாயத்திற்குச் சென்றேன். நான் குனிந்த தலையுடன், என் தந்தையிடம் மிக மென்மையாக, "அப்பா, நீங்கள் ஏன் இவ்வளவு சிரமப்பட்டு இங்கே வந்திருக்கிறீர்கள்? இங்கிருக்கும் பராமரிப்பாளர்கள் தங்கள் வேலையைப் போதுமான அளவு சிறப்பாகச் செய்கின்றனர். அவர்களைக் கண்காணிப்பதற்கு சஞ்சயன் சிற்றப்பா இருக்கிறாரல்லவா?" என்று கேட்டேன்.

கிடுகிடுவென்று ஆடிய தன்னுடைய கழுத்தை அவர் நிலைப்படுத்தியபடி, "வசு, வாழ்நாள் பழக்கத்தைக் கைவிடுவது அவ்வளவு சுலபம் இல்லையே. வில்வித்தையை நீ கைவிடுவாயா? அரண்மனையில் வெறுமனே ஓய்ந்திருப்பது எனக்குச் சரிப்பட்டு வராது. நான் குதிரைகளுக்கு இடையே பிறந்தவன், அவற்றோடு வளர்ந்தவன். அவற்றின் சத்தம் என் காதுகளுக்கு இசை விருந்து படைக்கின்றன. இங்கிருக்கும் பல வகைக் குதிரைகளைப் பார். அவற்றை வெறுமனே பார்த்துக் கொண்டிருப்பதே என் மனத்திற்கு எவ்வளவு அமைதியைக் கொடுக்கிறது, தெரியுமா?" என்று சிலாகித்தார்.

"ஆனால், இப்போது அந்தி சாய்ந்துவிட்டது. நாம் நம்முடைய மாளிகைக்குத் திரும்பிச் செல்லலாம். நானும் அங்குதான் போகிறேன்."

"சரி, போகலாம்," என்று கூறி அவர் என் கையைப் பிடித்துக் கொண்டார். நான் அவரைக் கைத்தாங்கலாக அழைத்துச் சென்றேன். என்னால் முடிந்த அளவு அவரை நன்றாக கவனித்துக் கொள்ளுவது மூத்த மகன் என்ற முறையில் என்னுடைய கடமை என்று நான் கருதினேன். அவர் என் தோளை அழுத்திப் பிடித்தபடி அரண்மனைப் படிகள்மீது மெதுவாக ஏறினார். நான் அஸ்தினாபுரத்திற்கு வந்த முதல் நாளன்று இதேபோலத்தான் நான் அவருடைய கையைப் பிடித்துக் கொண்டு இப்படிகள்மீது ஏறினேன். இப்போது அவருடைய கை என் தோளின்மீது இருந்தது.

19

நான் என் தந்தையை அவருடைய அறையில் கொண்டுவிட்டேன். சுசேனன், விருசகேது, சுசர்மன், மீனாட்சி ஆகியோர் என் தாயாரைச் சுற்றி அமர்ந்து கொண்டு கதை கேட்டுக் கொண்டிருந்தனர். என்னைப் பார்த்தவுடன் அவர்கள் எல்லோரும் கைதட்டத் தொடங்கினர். கடைக்குட்டியான விருசகேது என்னை நோக்கி வேகமாக ஓடி வந்து என்னுடைய கால்களைக் கட்டிக் கொண்டான். அவர்கள் எல்லோரும் சுறுசுறுப்பாகவும் புத்திசாலிகளாகவும் இருந்தனர். அவர்கள் வயது குறைவானவர்களாக இருந்தாலும், ஓரளவுக்கு வளர்ந்தவர்கள்போலக் காணப்பட்டனர். ஏனெனில், அவர்களுடைய உடல்வாகு அப்படி இருந்தது. அவர்கள் வலிமையானவர்களாகவும் இருந்தனர். அவர்கள் என்னிடம் மரியாதையோடு நடந்து கொண்டனர். சில சமயங்களில் அவர்கள் என்னைக் கண்டு பயப்படவும் செய்தனர். அதே நேரத்தில், அவர்கள் என்மீது சம அளவு அன்பும் கொண்டிருந்தனர்.

நான் விருசகேதுவின் தலையை வருடியபடி, "நீ எப்போது மற்றவர்களைப்போலப் பெரியவனாக வளரப் போகிறாய்?" என்று கேட்டேன்.

"நான் எப்போதும் குட்டிப் பையனாகவே இருப்பேன்," என்று அவன் தன்னுடைய மழலைக் குரலில் பதிலளித்தான்.

"குறும்புக்காரா, ஏன் உனக்கு வளரப் பிடிக்கவில்லை?"

"ஏனென்றால், பெரிய பிள்ளைகள் பாட்டியின் பாதங்களில் விழுந்து வணங்க வேண்டும், ஆனால் என்னால் அவருடைய மடிமீது உட்கார முடிகிறதே!" நான் அவனைத் தூக்கிப் பாசத்தோடு உச்சி முகர்ந்தேன். அந்தச் சேட்டைக்காரன் எப்போதும்போல என்னுடைய குண்டலங்களைப் பிடித்து ஆட்டினான். நான் அவனைக் கீழே இறக்கி விட்டுவிட்டு, என் தாயாரிடமிருந்து விடைபெற்றுக் கொண்டு அங்கிருந்து வெளியேறினேன். அவர் தன்னுடைய பேரக்குழந்தைகளோடு விளையாடிக் கொண்டிருந்ததைக் கண்டு நான் பெரிதும் மகிழ்ந்தேன்.

நான் என் மாளிகைக்குத் திரும்பினேன். விருசாலி சமையல் செய்து கொண்டிருந்தாள். மிருணாள் என்னுடைய வரவை அவளுக்குத் தெரிவிக்கச் சென்றாள். சமைப்பதற்கு எங்கள் மாளிகையில் அவ்வளவு பணிப்பெண்கள் இருக்கவில்லை, ஆனால் எனக்குப் பிடித்தமான பதார்த்தங்களை விருசாலி தனிப்பட்ட முறையில் மேற்பார்வையிட்டாள். நான் வந்திருந்த செய்தியைத் தெரிந்து கொண்டவுடன் அவள் வேகவேகமாக என் அறைக்கு வந்தாள். நான் என்னுடைய கிரீடத்தைக் கழற்றி என் கைகளில் தாங்கிக் கொண்டிருந்தேன். அவள் முன்னால் வந்து என் கைகளிலிருந்து அதை எடுத்துக் கொண்டு, "அரசவையில் இன்று மிக அதிகமான வேலை இருந்ததா?" என்று கேட்டாள்.

"இல்லை, விருசாலி. நானும் அசுவத்தாமனும் நகர எல்லைக்கு வெளியே சிறிது நேரம் உலவச் சென்றோம்." நான் அசுவத்தாமனின் பெயரைக் குறிப்பிட்டவுடன் அவள் கேள்வி கேட்பதை நிறுத்திவிட்டு, என்னுடைய கிரீடத்தை ஓர் இருக்கையின்மீது கவனமாக வைத்தாள்.

அப்போது மிருணாள் அங்கு வந்து, எல்லோருக்கும் உணவு

பரிமாறப்பட்டிருந்ததாக எங்களிடம் அறிவித்துவிட்டு, என்னுடைய தந்தையை அழைத்து வருவதற்காகப் போனாள். அவள் அவரை மெதுவாக உணவறைக்கு அழைத்து வந்தாள். அவர்களுக்குப் பின்னால் விருசசேனன், பிரசேனன், பானுசேனன், சுசர்மன், சுசேனன், சித்திரசேனன் ஆகியோர் வந்தனர். கடந்த பதினான்கு ஆண்டுகளாக இதுதான் எங்கள் குடும்ப வழக்கமாக இருந்து வந்திருந்தது. முதலில் ஆண்கள் எல்லோரும் ஒன்றாகச் சேர்ந்து அமர்ந்து உணவு உட்கொண்டனர். எங்கள் தந்தை சாப்பிடத் தொடங்கிய பிறகே மற்றவர்கள் சாப்பிட்டனர். நாங்கள் எல்லோரும் சாப்பிட்டு முடித்தப் பிறகு பெண்கள் அனைவரும் சாப்பிட்டனர். எங்கள் தாயார் சாப்பிடத் தொடங்கிய பிறகுதான் மற்றவர்கள் சாப்பிடத் தொடங்கினர்.

விருசாலி தினமும் புதுப்புதுப் பதார்த்தங்கள் இருக்கும்படி பார்த்துக் கொண்டாள். அவளுடைய சமையல் பாணியை எல்லோரும் புகழ்ந்தனர். பசும்பாலில் செய்யப்பட்டப் பல இனிப்பு வகைகளும் எங்கள் சாப்பாட்டில் தினமும் இடம்பெற்றன.

சத்தியசேனன் அங்கு இல்லாததைக் கண்ட நான், “சத்தியசேனன் எங்கே?” என்று கேட்டேன்.

அவனுடைய மனைவி புஷ்பவதி தன்னுடைய சிரம் தாழ்த்தி, “மத்ர நாட்டின் தலைநகரான ஷாகாலுக்கு அவர் போயிருக்கிறார். கௌரவர்களிடமிருந்து ஒரு சிறப்புச் செய்தியை அவர் அங்கே கொண்டு சென்றுள்ளார்,” என்று பதிலளித்தாள். மத்ர நாட்டு அரசரான சல்லியனை சந்தித்துவிட்டுத் திரும்பி வருவதற்கு அவனுக்குக் குறைந்தபட்சம் எட்டு நாட்களாவது ஆகும். அந்த எட்டு நாட்களும் வழக்கம்போல அவனுக்கும் சாப்பாடு பரிமாறப்படும். பிறகு அந்த உணவு பசுக்களுக்குக் கொடுக்கப்படும்.

ஆனால் என்னால் அன்று என் உணவின்மீது கவனம் செலுத்த முடியவில்லை. மற்றவர்கள் அந்தச் சுவையான பதார்த்தங்களை சுறுசுறுப்பாகச் சாப்பிட்டுக் கொண்டிருந்தனர். நான் எப்போதும்போல இல்லாமல், இன்று என் உணவை ரசித்துச் சாப்பிட்டுக் கொண்டிருக்கவில்லை என்பதை ஷோன் மட்டும் கவனித்தான். எனவே, அவன் விருசாலியைப் பார்த்து, “அண்ணி, தனக்கு ஒரு மகன் பிறந்த பிறகு ஒரு மனைவிக்குத் தன் கணவன்மீதான அன்பு குறைந்துவிடுகிறது என்று இங்கு எல்லோரும் கூறுகின்றனர். அதில் உண்மை இல்லாமல் இல்லை என்று எனக்குத் தோன்றுகிறது. ஏனெனில், அது உண்மையில்லை என்றால், அண்ணன் ஏன் இன்று ஒழுங்காகச் சாப்பிடாமல் இருக்கிறார் என்பதை நீங்கள் ஊகித்திருப்பீர்கள்,” என்று கூறினான்.

“இல்லை, ஷோன். இதில் விருசாலியின் தவறு எதுவும் இல்லை,” என்று நான் அவனைக் கடிந்து கொண்டேன்.

இப்போது என் தந்தையும் அதில் சேர்ந்து கொண்டு, “வசு, உனக்குப் பிடித்தமான பதார்த்தத்தைக்கூட நீ இன்று சாப்பிடாமல் இருக்கிறாயே. என்ன விஷயம்?” என்று கேட்டார்.

“தந்தையே, என் மனம் ஒரு முக்கியமான பிரச்சனையைப் பற்றிய சிந்தனையில் ஆழமாக மூழ்கியுள்ளது. அது என்னவென்று தெரிந்தால் நீங்கள் வியப்படைவீர்கள்.”

"என்ன பிரச்சனை அது?"

"ஆறாவது பாண்டவன் குறித்தப் பிரச்சனைதான். பாண்டவர்கள் ஐவரல்ல, மாறாக, ஆறாவதாக ஒருவன் இருக்கிறான் என்பது உங்களுக்குத் தெரியுமா?" என்று கேட்டுவிட்டு நான் அவரை ஏறிட்டுப் பார்த்தேன். அவருடைய நெற்றி சுருங்கியது. அவர் தன் வாயிலிருந்த உணவை விழுங்கிவிட்டு, பேசுவதற்காகத் தன் வாயைத் திறந்தார். ஆனால் வார்த்தைகள் எதுவும் வெளிவரவில்லை. அவருடைய கண்கள் ஈரமாயின. விருசாலி உடனே அவருக்குச் சிறிது தண்ணீர் கொடுத்தாள். அவர் அதில் ஒரு மடக்குக் குடித்துவிட்டுத் தன் தொண்டையைச் செருமினார்.

அவர் ஒரு நடுக்கமான குரலில், "வசு, இவ்விஷயத்தை யார் உன்னிடம் கூறினார்கள்?" என்று கேட்டார்.

"இன்று அரசவையில் எல்லோர் முன்னிலையிலும் பிதாமகர் பீஷ்மர்தான் இதை அறிவித்தார்."

"பிதாமகரா? அப்படியானால் அது உண்மையாகத்தான் இருக்க வேண்டும். ஆறாவதாக ஒரு பாண்டவன் நிச்சயமாக இருக்கிறான்."

"அது மட்டுமல்ல, கௌரவர்கள் மற்றும் பாண்டவர்களின் உடல்களில் ஓடுவது குரு வம்சத்தின் ரத்தம் அல்ல என்றும் அவர் கூறினார். அவருடைய வார்த்தைகளை வைத்துப் பார்க்கும்போது, ஒரு சண்டைதான் அந்த அரியணையின் தலைவிதியைத் தீர்மானிக்கப் போவதுபோலத் தெரிகிறது."

"பிதாமகர் என்ன சொன்னாலும் அது உண்மையாகத்தான் இருக்கும். நான் முதன்முறையாக இன்று இன்னோர் உண்மையைக் கூறப் போகிறேன். ஏனெனில், அன்று போட்டியரங்கத்தில் எல்லோரும் உன்னை அவமானப்படுத்தியபோது நான் மௌனமாக இருந்துவிட்டேன்," என்று கூறி அவர் சிறிது நேரம் மௌனமாக இருந்தார்.

"வசு, நீ ஒரு சூத புத்திரன் என்று முத்திரை குத்தி எல்லோரும் உன்னை இகழ்ந்தனர், ஆனால் நீ அவர்களைத் துணிச்சலாக எதிர்கொண்டாய். இன்று அரண்மனையில் விதுரர் எவ்வளவு உயர்வாக மதிக்கப்படுகிறார் பார்! அவருடைய வார்த்தைகள் எப்போதும் செவிமடுக்கப்படுகின்றன, மதிக்கப்படுகின்றன."

அவர் கூறிய மூன்று வாக்கியங்களும் ஒன்றோடொன்று சிறிதும் தொடர்பில்லாதவையாக இருந்தன. "ஆமாம், தந்தையே. ஆனால் அவருடைய உடலிலும் குரு வம்சத்தின் ரத்தம் ஓடவில்லை. பிதாமகர் பீஷ்மர் அதையும் தெளிவாகக் கூறிவிட்டார். அதோடு, 'நான் மட்டுமே கௌரவர்களின் கடைசி சந்ததி,' என்றும் அவர் கூறினார்."

"இல்லை, வசு. கற்றறிந்த விதுரர் ஒரு பணிப்பெண்ணின் மகன் என்பது உண்மை, ஆனால் பிதாமகர் பீஷ்மர்தான் கௌரவ சாம்ராஜ்ஜியத்தின் கடைசி சந்ததி என்பது முழு உண்மை அல்ல. அஸ்தினாபுரத்திலேயே இன்னொரு கௌரவன் இருக்கிறான். அவனுடைய உடலிலும் குரு வம்சத்தின் ரத்தம் ஓடுகிறது. ஆனால் தலைமுறை தலைமுறையாக நிலவி வந்துள்ள பாரம்பரியமான சமூகக் கட்டுப்பாடுகளின் காரணமாக, அவன் ஒரு சாதாரண மனிதனாக வாழ்ந்து கொண்டிருக்கிறான்."

நான் ஆச்சரியத்தில் என் புருவங்களை உயர்த்தி, “யார் அந்தக் கடைசிக் கௌரவன்?” என்று கேட்டேன்.

அவர் இன்னும் சிறிது நீர் அருந்திவிட்டு, “நான்தான்!” என்று கூறினார்.

“நீங்களா?”

“ஆமாம். என் தந்தை சத்கர்மன், திக்விஜயம் செய்து புகழ் பெற்றக் கௌரவப் பேரரசரான யயாதியின் வழித்தோன்றல்களில் ஒருவர். ஆனால் அவருடைய தாய்வழியில் அவர் ஒரு தேரோட்டி. ஒரு பணிப்பெண்ணின் மகனான விதுரர் இந்த சாம்ராஜ்ஜியத்தில் முக்கிய ஆலோசகர் என்ற பதவி கைவரப் பெற்றார். ஆனால், யயாதியின் வழித்தோன்றலான அதிரதன், குதிரைக் கொட்டில்களைப் பராமரிப்பவனாக ஆனான். வசு, இதுதான் உண்மை. நீ அங்க நாட்டின் அரசன். எனக்கு அது போதும். நான் ஆசீர்வதிக்கப்பட்டவனாக உணருகிறேன்,” என்று கூறிவிட்டு அவர் இன்னொரு மடக்கு நீர் பருகினார். அவர் தன்னுடைய பரம்பரையைப் பற்றிய ரகசியத்தை முதன்முறையாக என்னிடம் வெளிப்படுத்தியிருந்தார்.

நான் என் உணவைப் பாதியிலேயே விட்டுவிட்டு எழுந்தேன். நாங்கள் மன்னர் யயாதியின் சந்ததியினர் என்ற எண்ணம் என் மனத்திற்கு ஒரு விநோதமான நிறைவைக் கொடுத்தது, ஆனால் எனக்குப் பேரானந்தம் எதுவும் ஏற்படவில்லை. ஆச்சரியமூட்டும் செய்திகளைக் கேட்டு ஆனந்தக் கூத்தாடத் தொடங்கும் அளவுக்கு நான் ஒன்றும் இப்போது வெகுளி அல்லன்.

நான் என் கைகளைக் கழுவிவிட்டு என் அறைக்குச் சென்று என் படுக்கையின்மீது இளைப்பாறினேன். என் மனம் அசுவத்தாமனின் வார்த்தைகளை நினைத்துப் பார்த்தது. ஒரு கற்சுவரில் இருந்த ஒரு கீறலிலிருந்து மகிழ்ச்சியாகத் துளிர்த்திருந்த ஓர் அரச மரத் தளிரைப் பார்த்துவிட்டு அவன், “அந்தத் தளிர் அந்தக் கல்லின் தலையைத் தன் பாதங்களால் மிதித்துவிட்டு, ‘நான் வாழ்ந்தாக வேண்டும். காற்றின் போக்கிற்கு ஏற்ப நான் அசைந்தாட வேண்டும்,’ என்று கூறுவதுபோல இருக்கிறதல்லவா?” என்று கூறியிருந்தான்.

அந்த அரச மரத்தை என்னுடைய முன்மாதிரியாக வரித்துக் கொள்ளுவதென்று நான் உறுதி பூண்டேன். சூழல்கள் குறித்துப் புலம்புவதில் எந்த அர்த்தமும் இல்லை.

20

வாழ்க்கையின் அர்த்தம் பற்றி அசுவத்தாமன் கூறிய ஆழமான விஷயங்கள் குறித்து அன்று இரவு முழுவதும் நான் சிந்தித்தேன். கேட்பதற்கு அவை இனிமையானவையாக இருந்தன, ஆனால் அந்த ஞானத்தை நடைமுறையில் செயல்படுத்துவதில் இவ்வுலகில் எத்தனைப் பேர் வெற்றி பெறுகின்றனர்? ஒவ்வொருவருக்கும் இவ்வுலகில் மற்ற அனைவரிடமிருந்தும் உதவி தேவைப்படுகிறது, ஆனால் உதவுவதற்கு இந்த உலகம் தயாராக இல்லை. என் வாழ்க்கை முழுவதும் இதுதான் என்னுடைய அனுபவமாக இருந்து வந்திருந்தது. பாண்டவர்கள்

காட்டில் இருந்தனர், ஆனால் அவர்கள் புனிதப் பயணமாக அதை மேற்கொண்டிருக்கவில்லை. பதின்மூன்று ஆண்டுகளுக்குப் பிறகு அவர்கள் நிச்சயமாகத் திரும்பி வருவர். காயப்பட்ட ஐந்து பாம்புகள் அவர்கள். பதின்மூன்று ஆண்டுகளைக் காட்டில் கழித்துவிட்டு, ஏதோ ஒரு சமயத்தில் அவர்கள் திடீரென்று முளைத்து வந்து துரியோதனனின் பாதங்களையும் கர்ணனின் பாதங்களையும் நிச்சயமாகக் கொத்துவர். அவர்கள் காட்டிற்குப் போய்விட்டனர் என்ற நினைப்பில் நான் எந்த நடவடிக்கையும் எடுக்காமல் இருந்தால், அது ஒரு மாபெரும் தவறாக ஆகிவிடும். ஒருவர் தன் வாழ்வில் பகை எதுவும் உருவாகாமல் பார்த்துக் கொள்ளுவது நல்லது. ஆனால் ஒருவேளை அது உருவாகிவிட்டால், அதை முளையிலேயே கிள்ளி எறிந்துவிடுவது இன்றியமையாதது. ஒன்று, கர்ணன் உயிரோடு இருக்க வேண்டும் அல்லது பாண்டவர்கள் உயிரோடு இருக்க வேண்டும். பாண்டவர்கள் எனும் கத்தி துரியோதனனின் தலைக்கு மேலே நிரந்தரமாகத் தொங்கிக் கொண்டிருந்ததை நான் விரும்பவில்லை. சாம்ராஜ்ஜியத்தில் பாதியைப் பாண்டவர்களுக்குக் கொடுக்க வேண்டும் என்பதில் பிதாமகர் பீஷ்மர் பிடிவாதமாக இருந்தார். ஆனால் நான் அத்தீர்மானத்துடன் முற்றிலும் முரண்பட்டேன். ராஜ்ஜியம் கூறுபோடப்படக்கூடாது. ஒன்று, அது பாண்டவ ராஜ்ஜியமாக இருக்க வேண்டும், அல்லது கௌரவ ராஜ்ஜியமாக இருக்க வேண்டும். இது குறித்துப் பேசுவதற்கு நேரம் இருந்தபோது பிதாமகர் மௌனமாக இருந்துவிட்டார். ஆனால் இப்போது, கயிறு பாண்டவர்களின் கழுத்துக்களை நெருக்கிக் கொண்டிருந்தது தெரிந்தவுடன் அவர் வருத்தமடைந்தார். அவர்கள்மீது அவர் கொண்டிருந்த கண்மூடித்தமான அன்பால் இறுதியில் அவர் பேச வேண்டியதாயிற்று. தன் பேச்சின் மூலம், அந்த அரசவையில் இருந்த அனைத்து உறுப்பினர்களின் உற்சாகத்தையும் அவர் முற்றிலுமாக அழித்திருந்தார். ஆனால் கர்ணன் அவருடைய வார்த்தைகளில் சிக்கத் தயாராக இல்லை. எனக்கு எந்த வீரனின் உதவியும் தேவையில்லை. பாண்டவர்களைத் தனியொருவனாக என்னால் கையாள முடியும். அந்த ஐவரும் எந்த அளவு திறமை படைத்தவர்கள் என்பதை நான் நேரடியாகக் கண்டுபிடித்துக் கொள்ளுவேன். என்னுடைய தீர்மானத்தை துரியோதனனிடம் தெரிவிப்பதற்கு நான் ஒரு வாய்ப்பைத் தேடிக் கொண்டிருந்தேன். ஆனால் அரண்மனையில் அவனைத் தனியாக சந்திப்பது சாத்தியமற்றதாக இருந்தது. சகுனி மாமா, துச்சாதனன், பிரபஞ்சனன், விருசவர்மன், இளவரசி பானுமதி, இளவரசி துச்சலை, அல்லது வேறு யாரோ ஒருவர் எப்போதும் அவனைச் சூழ்ந்து இருந்தனர். நான் செய்ய விரும்பிய காரியத்தை அவனிடம் சொல்லுவதற்குத் தனியாக அவனை என்னால் சந்திக்க முடியவில்லை.

அவனை அப்படித் தனியாகப் பிடிப்பதற்கு ஒரே ஒரு வழிதான் இருந்தது. வேட்டையாடச் செல்லுவதுதான் அது. எனவே, வாரணாவதக் காட்டில் ஒரு வேட்டைக்கு நான் ஏற்பாடு செய்திருந்ததாக ஷோன் வாயிலாக நான் அவனுக்கு ஒரு செய்தி அனுப்பினேன். துரியோதனனுக்கு அந்த யோசனை மிகவும் பிடித்திருந்தது.

நாங்கள் ஒருசில நாட்களில் வேட்டைக்குச் செல்லத் தீர்மானித்தோம். இந்திரப்பிரஸ்தத்தின் எல்லையில் அமைந்திருந்த

அக்காட்டைச் சென்றடைவதற்கு நாங்கள் கங்கை நதியையும் இக்ஷுமதி நதியையும் முதலில் கடக்க வேண்டியிருந்தது. வேட்டைக்குச் சென்ற எவரொருவரும் தான் வேட்டையாடிய ஏதேனும் ஒரு விலங்குடன்தான் திரும்பி வர வேண்டும் என்பது பாரம்பரியமாக இருந்தது. இந்த நிபந்தனையை நிறைவேற்றுவதற்காக, சில சமயங்களில், வேட்டைக்குச் சென்ற ஒருவர் ஒரு மாதம்வரைகூடக் காட்டில் தங்க வேண்டியிருந்தது.

21

நாங்கள் வேட்டையாடுவதற்காக மட்டுமே அங்கே போகவில்லை. நான் துரியோதனனுடன் தனிமையில் பேச விரும்பினேன். திறமையான குதிரை வீரர்கள் சுமார் ஐம்பது பேர் எங்களுடன் வந்தனர். நான் ஷோனின் பெயரை இந்த வேட்டையில் சேர்த்துக் கொள்ளவில்லை.

வெயில் கொளுத்திய அந்த மதிய வேளையில் எங்களுடைய வெண்ணிறக் குதிரைகள் தம்முடைய கழுத்துக்களை நீட்டி நகரின் ஊடாக வேகமாகப் பாய்ந்து சென்றன. கடும் வெப்பம் நிலவிய வைகாசி மாதத்தில், குடிமக்கள் எல்லோரும் தங்கள் வீடுகளின் கதவுகளைப் பாதி திறந்து வைத்துக் கொண்டு உள்ளே இளைப்பாறிக் கொண்டிருந்தனர். அதனால்தான் முக்கியச் சாலைகளில்கூட ஒருவரையும் காண முடியவில்லை. நாங்கள் எங்கே போய்க் கொண்டிருந்தோம், எதற்காகப் போய்க் கொண்டிருந்தோம் என்பதை எங்களுடைய முதன்மைத் தளபதியைத் தவிர யாரும் அறியவில்லை. எங்களுடன் வந்து கொண்டிருந்த குதிரை வீரர்களுக்குக்கூட முழு விபரமும் தெரிவிக்கப்பட்டிருக்கவில்லை. எங்களுக்கு முன்னால் சென்று கொண்டிருந்த ஒரே ஒரு குதிரை வீரன் எங்களுக்கு வழிகாட்டினான். மற்ற அனைவரும் எங்களுக்குப் பின்னால் ஆங்காங்கே சிறிது இடைவெளிவிட்டு வந்தனர்.

பருவமழை பெய்தபோது பெருக்கெடுத்து ஓடிய கங்கையில், இந்தக் கடுமையான கோடையின் காரணமாக இப்போது சிறிதளவு நீரே ஓடிக் கொண்டிருந்தது. நாங்கள் அதன் குறுக்காக ஒருவர்பின் ஒருவராக எங்கள் குதிரைகளை ஓட்டிச் சென்றோம். பிறகு நாங்கள் இக்ஷுமதி ஆற்றையும் கடந்தோம். அடர்த்தியான வாரணாவதக் காடு இந்த இடத்திலிருந்து தொடங்கியது. இந்திரப்பிரஸ்தம் மற்றும் அஸ்தினாபுரத்தின் எல்லைகள் இங்குதான் சந்தித்துக் கொண்டன.

நாங்கள் அக்காட்டை அடைந்தவுடன், திட்டப்படி எங்களுடைய குதிரை வீரர்கள் தங்களுடைய எறிவேல்களையும் முரசுகளையும் ஏந்திக் கொண்டு நான்கு திசைகளில் பிரிந்து சென்றனர். நானும் துரியோதனனும் மான்களைக் குறி வைப்பதற்காக, வண்டல் மண் நிரம்பிய ஒரு தாழ்வான பகுதியில் இருந்த ஒரு மணல்மேட்டைத் தேர்ந்தெடுத்து அதன்மீது உட்கார்ந்து கொண்டோம். சமதளமான, பசுமையான புல்வெளி ஒன்று எங்களுக்கு முன்னால் இருந்தது. நாங்கள் திட்டமிட்டிருந்தபடி, மணிகள் கட்டப்பட்ட நான்கு அம்புகளை நான் நான்கு திசைகளில் எய்து அந்தக் குதிரை வீரர்களுக்குச் சமிக்கை கொடுத்தேன். மறுகணம் அவர்கள் தங்களுடைய முரசுகளைக் கொட்டிச்

சத்தம் ஏற்படுத்தியும் உரக்கக் கூச்சலிட்டும், காட்டில் அமைதியாகத் திரிந்து கொண்டிருந்த விலங்குகளைக் கலவரப்படுத்தித் தலை தெறிக்க ஓட வைத்தனர். பல்வேறு வகையான பறவைகள் சத்தமாகக் கீச்சிட்டுக் கொண்டே கூட்டங்கூட்டமாகப் பறந்தன. நானும் துரியோதனனும் குறி பார்த்துக் கொண்டு மான்களை வேட்டையாடத் தயாராக இருந்தோம். அப்போது திடீரென்று, எங்கிருந்தோ வந்த யானைக் கூட்டம் ஒன்று பிளிறிக் கொண்டே அப்புல்வெளியின் குறுக்காக ஓடியது.

துரியோதனன் ஒரு மிகப் பெரிய யானையைக் குறி வைத்தான். பொறுத்திருக்கும்படி நான் அவனுக்கு சைகை காட்டினேன். ஒரு யானையைக் கொல்லுவதில் எந்த அர்த்தமும் இருக்கவில்லை. ஏனெனில், அதன் உடலை அரண்மனைக்கு எடுத்துச் செல்லத் தேவையான நபர்கள் அப்போது எங்கள் வசம் இருக்கவில்லை. அந்த யானைகள் தம்முடைய தும்பிக்கைகளை அசைத்துக் கொண்டே, ஒரு மலைப் பகுதியில் வளைந்து நெளிந்து ஓடுகின்ற ஒரு நதியைப்போல, அப்புல்வெளியின் குறுக்கே ஓடி மறைந்தன.

சிறிது நேரத்திற்குப் பிறகு, மரங்கள் அடர்ந்த ஒரு பகுதியிலிருந்து சுமார் ஐம்பது மான்கள் துள்ளிக் குதித்து அப்புல்வெளியின் அருகே வந்தன. நாங்கள் அவற்றின் முக்கிய உறுப்புகளைக் குறி வைத்தோம். என்னுடைய வில்லிலிருந்தும் துரியோதனனின் வில்லிலிருந்தும் அம்புகள் வேகமாகப் பாய்ந்து சென்றன. மரத்தில் பழுத்துத் தொங்குகின்ற அத்திப் பழங்கள் ஒரு பலமான காற்று வீசும்போது உதிர்ந்து கீழே விழுவதைப்போல, எங்களுடைய அம்புகளால் துளைக்கப்பட்டுப் பல மான்கள் நிலை குலைந்து கீழே விழுந்தன. மீதி மான்கள், அடிபட்டுக் கீழே விழுந்துவிட்டத் தம்முடைய சகாக்களைத் திரும்பிக்கூடப் பார்க்காமல் அங்கிருந்து வேகமாக ஓடிச் சென்றுவிட்டன. வேட்டை முடிந்துவிட்டது. நாங்கள் நிம்மதிப் பெருமூச்செறிந்தோம்.

துரியோதனன் என்னைப் பார்த்து, "நீ எத்தனை அம்புகளை எய்தாய்?" என்று கேட்டான்.

"ஆறு அம்புகள். நீ?" என்று நான் கேட்டுவிட்டு, அந்தப் பரந்த புல்வெளியைப் பார்த்தேன்.

"ஐந்து," என்று அவன் பதிலளித்தான்.

நான் எழுந்து கொண்டே, "அப்படியென்றால், பதினோரு மான்கள் அங்கு விழுந்து கிடக்க வேண்டும். அல்லது, தலா இரண்டு அம்புகளுடன் ஐந்து மான்களும், ஒற்றை அம்புடன் ஒரு மானும் இருக்க வேண்டும்," என்று கூறினேன்.

"சரி, நாம் போய்ப் பார்க்கலாம்," என்று கூறிக் கொண்டே அவன் எழுந்திருக்க முயன்றான். ஆனால் திடீரென்று, "கர்ணா!" என்று அலறிக் கொண்டே, தகர்க்கப்பட்ட ஒரு மலையைப்போல அவன் அந்த நிலத்தின்மீது விழுந்தான். அவனுடைய அலறல் என் இதயத்தைக் கசக்கிப் பிழிவதாக இருந்தது. ஒருசில நொடிகளுக்கு முன்பு வேட்டையைப் பற்றி உற்சாகமாகப் பேசிக் கொண்டிருந்த அந்த கதாயுத வீரன் இப்படி அலறும் அளவுக்கு அவனுக்கு என்ன நேர்ந்திருக்க முடியும் என்று நினைத்துக் கொண்டே, நான் கவலையோடு அவனுக்கு அருகே குனிந்து அவனுடைய கைக்கு அடியில் என் கையைக் கொடுத்து அவனைத் தூக்க முயன்றேன். ஆனால் நான்

அங்கு கண்ட காட்சி என்னை அதிர்ச்சிக்குள்ளாக்கியது. பெரிய மலைப்பாம்பு ஒன்று துரியோதனனின் இடது காலை அவனுடைய மூட்டுவரை விழுங்கியிருந்தது. அவன் தன் கால்களில் தோலால் ஆன காலணிகளை அணிந்திருந்ததால், அப்பாம்பு தன்னுடைய காலைக் கவ்வியதை அவன் உணரவில்லை. தன்னுடைய இரை தன்னிடமிருந்து தப்பிவிடக்கூடாது என்பதற்காக, அந்த மலைப்பாம்பு தன்னுடைய வாலைச் சுழற்றி துரியோதனனின் உடலை முழுவதுமாகச் சுற்றியது. ஒரு முயற்குட்டியைக் கவ்வுவதைப்போல அது அஸ்தினாபுரத்தின் எதிர்கால மன்னனைக் கவ்விப் பிடித்திருந்தது. துரியோதனனின் கிரீடம் அப்புல்வெளியில் புழுதியில் விழுந்து கிடந்தது. அவன் தன்னை விடுவித்துக் கொள்ளப் போராடினான். ஆனால் அவனுடைய ஒவ்வொரு முயற்சிக்கும் அப்பாம்பு அவன்மீதான தன்னுடைய பிடியை மேலும் இறுக்கியது. அந்த மலைப்பாம்பும் துரியோதனனும் சேர்ந்து நிலத்தின்மீது கடுமையாக உருண்டு புரண்டனர். தான் ஒரு கொடூரமான மரணத்தை எதிர்கொண்டிருந்தோம் என்ற பயத்தில் துரியோதனன் மீண்டும், "கர்ணா! கர்ணா!" என்று அலறிக் கொண்டே, தன்னுடைய கையிலிருந்த அம்பால் அந்த மலைப்பாம்பின் குண்டலினியில் மீண்டும் மீண்டும் குத்தினான். இவ்வாறு குத்தும்போது அது தன் காலைப் பதம் பார்க்கக்கூடும் என்றுகூட அவனுக்குத் தோன்றவில்லை. சில சமயங்களில் அந்த மலைப்பாம்பையும் சில சமயங்களில் அவனையும் நான் பார்த்தேன். துரியோதனன் தன்னை விடுவித்துக் கொள்ள முடியாமல் தவித்தான். அப்பாம்பும் அவனும் உருண்டு புரண்ட அந்த இடத்திலிருந்த புற்கள் அனைத்தும் நசுங்கி அந்த இடமே தரைமட்டமாகியது. அந்த அற்புதமான கதாயுத வீரன் என் கண்களுக்கு முன்னால் மரக்கட்டைகள் அடங்கிய ஒரு பொதியைப்போல அப்பாம்பின் பிடியில் கட்டுண்டு கிடந்தான். இறுதியில், அவன் முற்றிலுமாக நம்பிக்கையிழந்து, "கர்ணா!" என்று கடைசியாக ஒரு முறை கத்தினான். அச்சத்தம் வானத்தைக் கிழித்துக் கொண்டு போனதுபோல இருந்தது. பிறகு அவன் தன்னினைவிழந்தான்.

இனியும் என்னால் ஒரு பார்வையாளனாக இருக்க முடியவில்லை, ஆனால் என்னால் என்ன செய்ய முடியும்? அக்கணத்தில் எந்த யோசனையும் எனக்கு வரவில்லை. நான் அந்தப் பெரிய பாம்பை வெறித்துப் பார்த்தபடி அதிர்ச்சியில் உறைந்து நின்றேன். நான் துரியோதனனைக் குறித்துப் பெரிதும் வருந்தினேன், அவனுடைய பரிதாபகரமான நிலைமையைக் கண்டு என் மனம் பதைத்தது. ஆனால் ஒருசில அம்புகளைத் தவிர என்னிடம் வேறு எந்த ஆயுதமும் இருக்கவில்லை. அப்படியே இருந்தாலும், அதனால் என்ன பயன் விளைந்துவிடும்? அந்த மலைப்பாம்பின் பிடியில் சிக்கிக் கிடந்த துரியோதனனைக் காயப்படுத்தாமல் ஓர் ஆயுதத்தைப் பயன்படுத்துவதற்கான சாத்தியம் இருக்கவில்லை. துரியோதனனை விட்டுவிட்டு அந்தக் கொடிய பாம்பின்மீது மட்டும் அம்பு எய்வதற்கு எந்த வழியும் இருக்கவில்லை. அவனைக் காப்பாற்றுவதற்கு என் மனத்தில் எந்த வழியும் தோன்றவில்லை. அருகிலிருந்த ஒரு கற்பாறையின்மீது அமர்ந்து நான் சிந்திக்கலானேன். அந்திப் பொழுது வேகமாக வந்து கொண்டிருந்தது. எனவே, ஒவ்வொரு கணமும் முக்கியமானதாக

இருந்தது. நான் வெற்றிச் சிகரத்தை அடைய எனக்கு உதவியிருந்த என்னுடைய நண்பனின் உயிர் ஊசலாடிக் கொண்டிருந்தது. நான் மேற்கு வானத்தை ஏறிட்டுப் பார்த்து, சூரியன் மறைவதற்கு எவ்வளவு நேரம் ஆகும் என்று உத்தேசமாகக் கணக்கிட்டேன். சூரிய பகவான் தன்னுடைய பிரகாசமான கதிர்களை பூமியின்மீது பரப்பியபடி இரண்டு உயரமான மலைகளுக்கு நடுவே ஒளிமயமாக நின்று கொண்டிருந்தார். திடீரென்று என் உடல் நெடுகிலும் ஒரு விநோதமான குறுகுறுப்பு ஊடுருவியது. விவரிக்கப்பட முடியாத, இதற்கு முன்பு நான் ஒருபோதும் அனுபவித்திராத ஓர் அனுபவமாக அது இருந்தது.

நான் யோசிப்பதை விட்டுவிட்டு, எழுந்து நின்று என்னுடைய வில்லைத் தூக்கி வீசிவிட்டு, முன்னால் சென்று அப்பாம்பையும் துரியோதனனையும் சேர்த்துத் தூக்கி என் முதுகின் குறுக்கே போட்டேன். அந்த வழுவழுப்பான விலங்கின்மீது என் கை பட்டபோது அது மரணத்தைத் தொடுவதைப்போல இருந்தது. மரணம் எத்தனை வழிகளில் உயிரைத் துரத்துகிறது! மாலைநேர வெளிச்சத்தில் என் முதுகின்மீது அந்தச் சுமையுடன் நான் தட்டுத்தடுமாறிக் கீழே இறங்கலானேன். என் மனத்தில் ஏகப்பட்ட எண்ணங்கள் சூறாவளிபோலச் சுழன்று கொண்டிருந்தன. துரியோதனன் பிழைக்காவிட்டால் என்ன நிகழும்? பிறகு எனக்கோ அல்லது அஸ்தினாபுரத்திற்கோ என்ன மிச்சமிருக்கும்? எனக்கு ஒரே குழப்பமாக இருந்தது. நான் தொடர்ந்து நடந்து கொண்டே இருந்தேன். தொலைவில், இறந்து கிடந்த மான்களைக் குதிரை வீரர்கள் தூக்கிப் போட்டுக் கொண்டிருந்ததை நான் கண்டேன். நான் எப்படியேனும் அவர்களிடம் போய்ச் சேர்ந்தாக வேண்டியிருந்தது. இந்த ஒற்றைச் சிந்தனையுடன் நான் வேகமாக நடக்கத் தொடங்கினேன். என்னுடைய ஒட்டுமொத்த வாழ்க்கையும் இதே போன்ற விநோதமான, கடினமான சோதனைகளை உள்ளடக்கிய ஒரு கதையாக இருந்து வந்திருந்தது. இன்றைய நிகழ்வு குறிப்பாக என் ரத்தத்தை உறைய வைப்பதாக இருந்தது.

நான் கொன்ற ஒரு விலங்கை நான் என் தோளின்மீது சுமந்து வந்து கொண்டிருந்ததாக நினைத்த அந்த வீரர்கள், கைதட்டி உற்சாகமாகக் கத்தினர். ஆனால் நான் அவர்களை நெருங்கியபோது அவர்களுடைய கண்கள் அகலமாக விரிந்தன. அவர்கள் கற்சிலைகளைப்போல அசையாமல் நின்று என்னை வெறித்துப் பார்த்தனர். அவர்களில் பாதிப் பேர் நிச்சயமாக என்னை ஒரு முட்டாளாக நினைத்திருப்பர். ஆனால், "துரியோதனனின் உயிரை எப்படிக் காப்பாற்றுவது?" என்ற யோசனைதான் என் மனத்தில் ஓடிக் கொண்டிருந்தது.

நான் அவர்களுக்கு அருகே சென்று மண்டியிட்டு அமர்ந்து, அந்த மலைப்பாம்பைக் கீழே கிடத்தினேன். என் நெற்றியின் வியர்வையை என் அங்கவஸ்திரத்தால் துடைத்துவிட்டு, நான் அந்தப் பாம்பைப் பார்த்தேன். இப்போது துரியோதனனின் தலை மட்டுமே தெரிந்தது. அவன் முற்றிலுமாகத் தன்னினைவு இழந்திருந்தான். அவன் ஒரு மரக்கட்டையைப்போல அசையாமல் இருந்தான். அப்பாம்பு ஒவ்வொரு கணமும் அவனை மேலும் இறுக்கிக் கொண்டிருந்தது. நான் அந்த வீரர்களைப் பார்த்துக் கத்தினேன். "எல்லோரும் ஏன் கோழைகளைப்போல இப்படி வேடிக்கைப்

பார்த்துக் கொண்டிருக்கிறீர்கள்? அஸ்தினாபுரத்தின் இளவரசனை ஒரு மலைப்பாம்பு விழுங்கிவிட்டது என்ற செய்தி அரண்மனையில் உள்ளோருக்குத் தெரிய வரும்போது, அவர்கள் உங்கள்மீது காரி உமிழுவர், உங்கள் தலைகளை மொட்டையடித்து உங்களைக் கழுதைகள்மீது உட்கார வைத்து நகரம் நெடுகிலும் ஊர்வலமாக இழுத்துச் செல்லுவர். இப்போது இந்தக் கொடூரமான பாம்பிடமிருந்து இளவரசரை விடுவியுங்கள்."

என் உத்தரவைக் கேட்டு அனைவரும் பத்துப் பத்துப் பேராக முன்வந்து, அப்பாம்பின் ஒவ்வொரு சுருளையும் பிரிக்க முயன்றனர். ஆனால் அது தன்னுடைய வாயிலிருந்து துரியோதனனின் காலை விடுவிக்க மறுத்தது. அது தன்னைத் தொட்டவர்களையும் தன்னுடைய வாலால் விளாசித் தள்ளியது. ஆனால் அந்த வீரர்கள் தங்களால் முடிந்தவரை அப்பாம்பைக் கையாண்டு அதைப் பல இடங்களில் அழுத்திப் பிடித்தனர். நான் என்னுடைய அங்கவஸ்திரத்தை என் இடுப்பைச் சுற்றி இறுக்கமாகக் கட்டிக் கொண்டு முன்னால் வந்தேன்.

அப்பாம்பு தன்னுடைய கண்களை மூடிக் கொண்டு என்னை எதிர்கொள்ளத் தயாரானது. நான் என்னுடைய விரல்களை அதன் வாயினுள் ஓங்கித் திணித்து, அதன் மேற்தாடையையும் கீழ்த்தாடையையும் பிளந்தேன். என் கைகளின் தசைகள் வீங்கின. வலி பொறுக்காமல் நான் என் உதடுகளை அழுத்திக் கடித்ததில் அவற்றிலிருந்து ரத்தம் கசிந்து என் அங்கவஸ்திரத்தின்மீது விழுந்தது.

"அரிஷ்டசேனா! இளவரசரின் காலை வெளியே எடு!" என்று நான் ஒரு வீரனுக்குக் கட்டளையிட்டேன். அவன் வேகமாக முன்னால் ஓடி வந்து, அப்பாம்பின் வாயிலிருந்து துரியோதனனின் காலை வெளியே இழுத்து, தன்னினைவு இழந்திருந்த அவனுடைய உடலைத் தூக்கிக் கொண்டு சிறிது தூரம் தள்ளிப் போய் நிலத்தின்மீது கிடத்தினான்.

நான் அவனிடம், "அங்கு கிடக்கும் மான்களில் ஒன்றை எடுத்து வந்து இந்தப் பாம்பின் வாய்க்குள் திணி!" என்று உத்தரவிட்டேன். நான் அப்பாம்பின் வாயை நெடுநேரம் விரித்துப் பிடித்திருந்ததில் என் கைகள் தளர்ந்து கொண்டிருந்தன.

அரிஷ்டசேனன் ஒரு மானை இழுத்து வந்து, அதன் இரண்டு கால்களையும் சேர்த்து அந்தப் பாம்பின் வாய்க்குள் திணித்தான். பிறகு நான் என் பிடியைத் தளர்த்தினேன். அந்த மலைப்பாம்பு தன் வாயை இறுக்கமாக மூடிக் கொண்டது. என் நெற்றி வியர்வையில் குளித்திருந்தது. என் நாசித் துவாரங்கள் துடித்துக் கொண்டிருந்தன. நான் அப்பாம்பின் தாடைகளிலிருந்து என் கைகளை விலக்கிக் கொண்டு, என் நெற்றி வியர்வையைத் துடைத்தேன். எல்லாம் கணநேரத்தில் நிகழ்ந்திருந்தது. துரியோதனன் உணர்வின்றி அந்த நிலத்தின்மீது கிடந்த காட்சி எனக்கு அதிர்ச்சியளித்தது. யார் இளவரசன்? எந்த மாதிரியான இளவரசன்? எல்லாமே வெறும் கற்பனைதான். எல்லாம் கானல்நீர்தான். அஸ்தினாபுரத்தின் எதிர்கால மன்னன் இங்கே ஒரு புல்வெளியின்மீது ஒரு மரக்கட்டைபோலக் கிடந்தான், அதுவும் தன்னந்தனியாக! ஒரு சாதாரண மலைப்பாம்பு ஒரு பேரரசனின் எதிரியாக ஆகியிருந்தது.

நான் வேகமாக அவனுக்கு அருகே சென்று, பாம்பின் வாயில் சிக்கிய அவனுடைய காலை என் கைகளால் மிக மென்மையாகத்

தடவினேன். அந்தக் கொடூரமான விலங்கு தன்னுடைய நச்சுப்பற்கள் உடைந்து போக அனுமதிப்பதற்கு பதிலாக, பயந்து போய், அவற்றைத் தன்னுடைய வாயிலிருந்து ஒட்டுமொத்தமாக விடுவித்திருந்தது. அப்பற்கள் துரியோதனனின் காலுக்குள் பதிந்திருந்தன. நான் அவற்றைப் பிடுங்கி வெளியே எடுத்தேன். தங்கள் இளவரசரை வதைத்திருந்த அப்பாம்பின்மீது அங்கிருந்த வீரர்கள் அனைவரும் கோபத்தோடு கற்களை வீசி அதைச் சித்தரவதை செய்வதில் மும்முரமாக ஈடுபட்டிருந்தனர். நான் என் கையை உயர்த்தி, "நிறுத்துங்கள்!" என்று கத்தினேன். அவர்கள் ஆச்சரியமடைந்து தங்கள் கைகளிலிருந்த கற்களைக் கீழே போட்டனர். பிறகு, தங்கள் இளவரசரைப் பற்றிய நினைவு வந்தவர்களாக, அவர்கள் அந்தப் பாம்பை விட்டுவிட்டு துரியோதனனை நோக்கி விரைந்து வந்தனர்.

உணர்விழந்து கிடந்த அந்த மலைப்பாம்பை நான் பார்த்தேன். ஓர் அடிப்படைப் பாடத்தை அது எனக்குக் கற்றுக் கொடுத்திருந்தது. நச்சுப்பற்களாக இருந்தாலும் அவற்றை எந்த இடத்தில் பதிக்கிறோம் என்பதைப் பார்த்துப் பதிக்க வேண்டும்; இல்லையென்றால், அவற்றை மொத்தமாக இழக்க நேரிடும் என்பதுதான் அது.

துரியோதனனை ஒரு குதிரையின்மீது படுக்க வைக்கும்படி நான் அந்த வீரர்களுக்கு சைகை காட்டினேன். அவர்கள் அவனை கவனமாகத் தூக்கி ஒரு பெரிய குதிரையின்மீது குப்புறப் படுக்க வைத்தனர். பிறகுதான் நான் ஆசுவாசமடைந்தேன்.

"அரிஷ்டசேனா, எத்தனை மான்கள் வேட்டையாடப்பட்டன?" என்று நான் கேட்டேன். இன்றைய வேட்டை மறக்கப்பட முடியாததாக இருந்தது. என்னுடைய குறி துல்லியமாக இல்லாமல் இருந்திருப்பது சாத்தியம்தான்.

அரிஷ்டசேனன் குனிந்த தலையுடன், "அரசே, ஆறு மான்கள்," என்று பதிலளித்தான்.

"ஒவ்வொரு மானின்மீதும் எத்தனை அம்புகள் பாய்ந்திருந்தன?"

"ஒவ்வொன்றிலும் ஓர் அம்பு இருந்தது," என்று கூறிவிட்டு அவன் மீண்டும் தலையைக் கவிழ்த்துக் கொண்டான். இன்று ஒரு பயங்கரமான சம்பவம் நிகழ்ந்திருந்தும்கூட என்னால் புன்னகைக்காமல் இருக்க முடியவில்லை. நான் ஏன் புன்னகைத்தேன் என்பது அந்த வீரர்களில் எவனுக்கும் புரியவில்லை. அவர்களுக்கு அது எப்படித் தெரியும்? துரியோதனன் பிரக்ஞையோடு இருந்திருந்தால், அவனுக்கு மட்டுமே அது புரிந்திருக்கும்.

ஒரு மானை அந்த மலைப்பாம்புக்கு இரையாக விட்டுவிட்டு, நாங்கள் ஐந்து மான்களுடன் அஸ்தினாபுரத்திற்குப் புறப்பட்டோம். நான் எந்தக் காரணத்திற்காக துரியோதனனை அரண்மனையிலிருந்து வெளியே அழைத்து வந்திருந்தேனோ, அது தற்காலிகமாகத் தள்ளிப் போடப்பட வேண்டியதாயிற்று. எதிர்பாராமல் நிகழ்ந்திருந்த சம்பவங்களினால் துரியோதனனிடம் என்னால் பேசக்கூட முடியவில்லை.

அந்த அடர்ந்த காட்டில் ஒரு நீரோடையின் அருகே நாங்கள் சிறிது நேரம் இளைப்பாறினோம். அந்த ஓடையிலிருந்து சிறிது நீரை அள்ளி நான் துரியோதனனின் முகத்தின்மீது தெளித்தவுடன் அவன் தன்னிலைக்கு வந்தான். அவன் தன் கண்களை அகலமாக விரித்து, "நாம்

எங்கே இருக்கிறோம்?" என்று கேட்டான். அவனுடைய நெற்றியின்மீது பல சுருக்கங்கள் தோன்றின.

"நாம் வாரணாவதக் காட்டில் இருக்கிறோம். நாம் இங்கு மான்களை வேட்டையாடுவதற்காக வந்தோம். வேட்டை முடிந்துவிட்டது," என்று அந்த வேட்டையைப் பற்றி மட்டுமே நான் அவனுக்கு நினைவுபடுத்தினேன்.

"மான் வேட்டை! எத்தனை மான்களை நாம் கொன்றோம்?"

நான் புன்னகைத்துக் கொண்டே, "ஐந்து," என்று பதிலளித்தேன்.

நாங்கள் ஒரு மானை விட்டுவிட்டு வர வேண்டியிருந்ததைப் பற்றி நான் துரியோதனனிடம் கூற விரும்பவில்லை.

"ஐந்து மான்களா? ஒவ்வொன்றிலும் எத்தனை அம்புகள் இருந்தன?"

"ஒவ்வொன்றிலும் ஓர் அம்பு," என்று நான் உண்மையைக் கூறினேன்.

"ஒன்று! அருமை!"

சிறிது நேரத்திற்கு முன்பு நிகழ்ந்திருந்த அந்த பயங்கரமான சம்பவத்தைக் கணநேரத்தில் அவன் மறந்துவிட்டான். அவன் உண்மையிலேயே மறந்துவிட்டானா என்று எனக்குத் தெரியாது, ஆனால் எனக்கு அப்படித்தான் தோன்றியது. ஏனெனில், அவன் அந்த விவகாரத்தைப் பற்றிய பேச்சை எடுக்கவே இல்லை. தான் ஐந்து அம்புகளைக் கொண்டு ஐந்து மான்களை வேட்டையாடியிருந்தோம் என்ற மகிழ்ச்சியான நம்பிக்கையோடு அவன் அந்த பலவீனமான நிலையில்கூட எழுந்து அக்குதிரையின்மீது உட்கார்ந்தான். நாங்கள் அக்காட்டைக் கடந்திருந்தோம். இப்போது பிரகாசமான நிலவொளியில் நாங்கள் பயணித்துக் கொண்டிருந்தோம். நள்ளிரவையொட்டி நாங்கள் கங்கையையும் இக்ஷுமதியையும் கடந்து அஸ்தினாபுரத்திற்குள் நுழைந்தோம்.

நான் நகர எல்லைக்குள் நுழைந்தவுடன் வீரர்களை நோக்கித் திரும்பி, "காட்டில் நிகழ்ந்த சம்பவம் எதுவும் அரண்மனையில் உள்ளோரின் காதுகளை எட்டக்கூடாது, புரிகிறதா? இப்போது நீங்கள் போகலாம்!" என்று ஒரு கண்டிப்பான குரலில் அவர்களை எச்சரித்தேன்.

22

மறுநாள் அதிகாலையிலேயே முதன்மை அமைச்சர் விருசவர்மன் என் முன்னால் வந்து நின்று, "மன்னர் திருதராஷ்டிரர் உங்களைப் பார்க்க விரும்புகிறார்," என்று கூறினார்.

"இச்செய்தியைத் தெரிவிப்பதற்குக் கௌரவர்களின் முதன்மை அமைச்சராகிய நீங்கள் நேரில் வர வேண்டுமா? பணியாளர்கள் எல்லோரும் நன்றாக உண்டு களித்து நேரத்தைப் போக்கிக் கொண்டிருக்கிறார்களா?" என்று நான் அவரிடம் கேட்டேன்.

"இல்லை. உங்களைப் பாராட்டிவிட்டு, உங்களுக்கு நன்றி தெரிவிப்பதற்காகவே நான் இங்கு வந்தேன். நேற்று இளவரசர் துரியோதனனின் உயிரை நீங்கள் காப்பாற்றினீர்கள். உங்களுடைய வீரம் போற்றுதற்குரியது!" என்று அவர் கூறினார்.

"அமைச்சரே, இதை யார் உங்களிடம் கூறினார்கள்?" நான் சற்றுக்

கடுமையாகவே இக்கேள்வியைக் கேட்டேன்.

"இளவரசரே இதை என்னிடம் கூறினார்," என்று அவர் ஒரு மென்மையான குரலில் பதிலளித்தார்.

நான் தேவையின்றி அவரிடம் கடுமையாகப் பேசிவிட்டதை நான் உணர்ந்ததால், "சரி. நான் துரியோதனனைப் பார்க்கப் போகிறேன். நீங்கள் தயவு செய்து சிறிது பாலருந்திவிட்டுச் செல்லுங்கள்," என்று அவரிடம் மென்மையாகக் கூறினேன். மிருணாள் ஒரு வெள்ளிக் குவளை நிறையப் பாலையும் சில பழங்களையும் ஒரு தங்கத் தட்டில் வைத்துக் கொண்டுவந்து விருசவர்மனுக்கு முன்னால் வைத்தாள். நான் உடை மாற்றுவதற்காக என்னுடைய ஒப்பனை அறைக்குச் சென்றேன். இந்த அதிகாலை நேரத்தில் மன்னர் என்னைப் பார்க்க விரும்பியதற்கான காரணத்தை என்னால் புரிந்து கொள்ள முடியவில்லை.

நான் உடை மாற்றியவுடன் விருசவர்மனைப் பின்தொடர்ந்தேன். இளவரசி துச்சலையின் மாளிகை வழியில்தான் இருந்தது. அவள் அதிகாலையிலேயே குளித்துவிட்டு, மேல்மாடத்தில் நின்று தன்னுடைய ஈரக் கூந்தலைக் காய வைத்துக் கொண்டிருந்தாள். அவளுக்குத் தலைவாரிக் கொண்டிருந்த அவளுடைய பணிப்பெண் எங்களுடைய வரவை அவளிடம் தெரிவித்துவிட்டாள்போலும். ஏனெனில், அவர்கள் இருவரும் உடனே தங்கள் மாளிகைக்குள் போய்விட்டனர். வசந்தகாலத் திருவிழாவில் கலந்து கொள்ளுவதற்காக இளவரசி துச்சலை தன் கணவனின் வீட்டிலிருந்து சமீபத்தில்தான் அஸ்தினாபுரத்திற்கு வந்திருந்தாள்.

நான் துச்சலையின் மாளிகை வாசலைக் கடந்தபோது, என் பாதங்கள் ஏதோ ஒரு பொருள்மீது பட்டன. அவசரத்தில் அந்தப் பணிப்பெண் தன்னுடைய சீப்பை அங்கேயே விட்டுவிட்டுப் போயிருந்தாள். நான் அதை எடுத்தேன். அதன் பற்கள் நேர்த்தியாக இருந்தன. அவை எவ்வளவு கூர்மையாக இருந்தன என்று பார்ப்பதற்காக நான் என் விரல்களை அவற்றின்மீது ஓடவிட்டேன். பிறகு, நான் அந்த மேல்மாடத்தின் விளிம்பில் அந்தச் சீப்பை வைத்துவிட்டு, எனக்கு முன்னால் போய்க் கொண்டிருந்த முதன்மை அமைச்சரை வேகமாகப் பின்தொடர்ந்தேன்.

நாங்கள் மன்னரின் அரண்மனைக்குள் நுழைந்தவுடன் விருசவர்மன் தன் தொண்டையைச் செருமினார். மன்னர் அந்தச் சமிக்கையை உணர்ந்து கொண்டு, பார்வையற்றத் தன்னுடைய கண்களை உருட்டி, "யார் அது? முதன்மை அமைச்சரா? என்ன நிகழ்ந்தது?" என்று கேட்டார்.

"மன்னா, அங்க நாட்டு அரசர் கர்ணன் வந்திருக்கிறார். நான் போய், இளவரசர் துரியோதனனின் காலில் களிம்பைத் தேய்ப்பதற்காக அரச வைத்தியரை அழைத்து வரப் போகிறேன்," என்று தெரிவித்தார்.

"சரி, நீ போகலாம்."

விருசவர்மன் அங்கிருந்து போய்விட்டார். ஒரு கணம் அந்த அறையில் கனத்த மௌனம் நிலவியது.

"அங்க நாட்டு அரசனே, நீ உட்காரலாம்," என்று கூறிவிட்டு மன்னர் ஓர் இருக்கையைச் சுட்டிக்காட்டினார்.

"மன்னா, என் பணிவான வணக்கத்தை ஏற்றுக் கொள்ளுங்கள்,"

என்று கூறி, நான் சிரம் தாழ்த்தி அவரை வணங்கிவிட்டு அந்த இருக்கையின்மீது அமர்ந்தேன். நான் முதன்முறையாக அஸ்தினாபுரத்திற்கு வந்தபோது, இதே மன்னர் என்னைத் தன்னருகே அன்போடு அழைத்து, என்னுடைய குண்டலங்களைத் தடவிப் பார்த்தார். புகழ்மிக்கக் கௌரவ வீரர்கள் நிரம்பியிருந்த அரசவையில், என்னையும் வில்வித்தையில் எனக்கு இருந்த திறமையையும் அவர் உயர்வாகப் புகழ்ந்தார். போட்டியிரங்கில் அவர் தன்னுடைய செங்கோலை உயர்த்தி, போட்டியில் நான் கலந்து கொள்ளுவதற்கு என்னை அனுமதித்தார். விருசாலியுடனான என்னுடைய திருமணத்தின்போது அரசுக் கருவூலத்திலிருந்து அவர் ஏகப்பட்ட செல்வத்தை தாராளமாக எனக்குக் கொடுத்தார். முக்கியத்துவமற்ற என்னைப் போன்ற ஒருவன்மீது தூய்மையான அன்பைப் பொழிந்த மன்னர் அவர்.

"மன்னா, நீங்கள் என்னை எதற்காகப் பார்க்க விரும்பினீர்கள்?" என்று நான் மென்மையாகக் கேட்டேன்.

"அங்க நாட்டு அரசனே..."

நான் இடைமறித்து, "இல்லை, மன்னா. நான் அங்க நாட்டு அரசன் அல்லன். உங்களுக்கு நான் கர்ணன்தான்," என்று கூறினேன்.

"கர்ணா, ஒப்புயர்வற்ற உன்னுடைய நற்பண்புகளின் காரணமாக எனக்கு ஒரு லேசான நம்பிக்கைக் கீற்று தென்படுகிறது. உன்னுடைய பணிவடக்கம், வீரம், பொறுமை ஆகிய அனைத்தும் உன்னுடைய குண்டலங்களைப்போல அசாதாரணமானவை. நேற்றைய வேட்டையில் நீ செய்திருந்த அசாதாரணமான உதவி..."

"என்ன உதவி, மன்னா? துரியோதனனுக்கும் ஷோனுக்கும் இடையே நான் எந்த வித்தியாசத்தையும் பார்ப்பதில்லை."

"துரியோதனுடனான உன்னுடைய உறவு தழைத்தோங்கட்டும்! நேற்றைய வேட்டையில் நீ அவனுக்கு வழங்கிய அதே உதவியை அவனுடைய வாழ்நாள் முழுவதும் நீ அவனுக்குக் கொடு. உன்னுடைய உதவியில்தான் என்னுடைய நம்பிக்கை அடங்கியுள்ளது. இல்லாவிட்டால்..."

"இல்லாவிட்டால் என்ன, மன்னா?"

"பாண்டவர்கள் தங்கள் வனவாசம் முடிந்து திரும்பி வந்த பிறகு துரியோதனனை உயிரோடு விட்டுவைக்க மாட்டார்கள். அதனால்தான் என் மனம் பயத்தால் நடுங்குகிறது. அவர்களுக்குப் பாதி ராஜ்ஜியத்தைக் கொடுத்துவிடலாமா என்று நான் யோசித்துக் கொண்டிருக்கிறேன். அப்படிக் கொடுத்துவிட்டால், என் மனம் நிம்மதியடையும்."

"பாண்டவர்கள்! பாண்டவர்கள்! துரியோதனனைக் கொல்லப் போவதாக அவர்கள் ஒரு சபதம் மேற்கொண்டிருக்கிறார்கள் என்பதற்காக, அவர்கள் வெல்லப்பட முடியாதவர்கள் என்று மற்றவர்களைப்போலவே நீங்களும் நினைக்கிறீர்களா? சரியான நேரத்தில் நான் அவர்களிடம் நேரடியாக, 'துரியோதனன் கர்ணனின் உறுதியான உறையிலுள்ள கூரிய வாள்,' என்று கூறுவேன். பாதி ராஜ்ஜியம் அவர்களுக்குக் கொடுக்கப்பட வேண்டும் என்று ஒரு சமயத்தில் நானும் நினைத்தேன். ஆனால், கௌரவர்களுக்கும் பாண்டவர்களுக்கும் சொந்தமில்லாத ஒரு ராஜ்ஜியத்தின் செங்கோல் யாருடைய கையில் தவழும் என்பதை இனி ஒரு யுத்தத்தால் மட்டுமே தீர்மானிக்க முடியும். இந்த ராஜ்ஜியம்

யாருடையது என்பதை யுத்தக்களம்தான் இப்போது தீர்மானிக்கும்."

"இல்லை, கர்ணா. பாண்டவர்களின் இந்தக் கடுமையான பகைமையை துரியோதனனால் தனியாகக் கையாள முடியாது. நீ எப்போதும் அவனுக்குப் பக்கத்தில் அவனுக்குத் துணையாக இருந்து, உன் உடலாலும் உள்ளத்தாலும் செல்வத்தாலும் அவனுக்கு உதவி செய்வாயா?"

"மன்னா, நெடுங்காலத்திற்கு முன்பே துரியோதனனுக்கு நான் வாக்குக் கொடுத்துவிட்டேன். இன்று உங்கள் திருப்திக்காக நான் அதை மீண்டும் கூறுகிறேன்: பாண்டவர்களின் வலிமை அதிகரிப்பதற்கு ஒரு வாய்ப்புக் கிடைப்பதற்கு முன்பாகவே அந்த துவைதக் காட்டில் வைத்து நான் அவர்களை அழிப்பேன்."

"கர்ணா, இப்படிப்பட்டத் துணிச்சலான தீர்மானங்களை உன்னிடமிருந்து நான் கேட்கும்போது, நீ அதிரதனின் மகன் என்பதை என்னால் நம்ப முடியவில்லை. ராதை உன்னுடைய தாய் என்பதையும் என்னால் நம்ப முடியவில்லை."

"இல்லை, மன்னா. நான் அவர்களுடைய மகன்தான். நான் அது குறித்துப் பெருமைப்படுகிறேன். ஏனெனில், நீங்கள் நினைப்பது போலன்றி, என் தந்தை அதிரதர் ஒரு தேரோட்டி அல்லர். மன்னர் யயாதியின் ஒரு நேரடி வழித்தோன்றல் அவர்."

"கர்ணா, நீ என்ன சொல்லுகிறாய்? உன் தந்தை அதிரதர் மன்னர் யயாதியின் ஒரு வழித்தோன்றலா?" என்று கேட்டுவிட்டு அவர் சிறிது நேரம் மௌனமாக இருந்தார். பிறகு ஒரு தீவிரமான குரலில், "அப்படியானால், பிதாமகர் பீஷ்மருக்குப் பிறகு நீதான் ஒரே கௌரவன். கர்ணா, நீ கூறுவது உண்மை என்றால், நான் உன்னுடைய கூற்றை எப்போதும் மதிப்பேன்," என்று கூறிவிட்டு அவர் தன் இருக்கையிலிருந்து எழுந்தார்.

"ஆம், மன்னா. நான் உண்மையைத்தான் கூறிக் கொண்டிருக்கிறேன். அதனால்தான், பாண்டவர்களுடனான சமரசம் என்ற கேள்விக்கே இங்கு இடமில்லை. இப்போது நான் இங்கிருந்து போக உங்கள் அனுமதியை வேண்டுகிறேன். நான் என்னுடைய காலைநேர சம்பிரதாயங்களை முடித்தாக வேண்டியுள்ளது," என்று கூறிவிட்டு நான் எழுந்து அவரை வணங்கினேன்."

அவர் தன் கையை உயர்த்தி, "நீ போகலாம்," என்று கூறினார்.

நான் அரண்மனையைவிட்டு வெளியே வந்து, துச்சலையின் மாளிகை இருந்த திசையில் பார்த்தேன். நான் வைத்தச் சீப்பு அங்கிருந்து காணாமல் போயிருந்தது.

துவைதக் காட்டில் பாண்டவர்களை எப்படிச் சண்டைக்குத் தூண்டலாம் என்று யோசித்தபடி நான் என்னுடைய மாளிகைக்குத் திரும்பினேன். வேட்டையின்போது அழுக்காகியிருந்த என்னுடைய ஆடைகளை சுப்ரியை ஒரு பணிப்பெண்ணிடம் கொடுத்து அவற்றைத் துவைக்கும்படி கூறிக் கொண்டிருந்தாள். பிறகு அவள் ஓர் அங்கவஸ்திரத்தை எடுத்து என்னிடம் காட்டி, "இந்த அங்கவஸ்திரத்தில் ரத்தக் கறைகள் இருக்கின்றன. இறந்து போன மானை நீங்களே சுமந்து வந்தீர்களா?" என்று கேட்டு என்னைக் கேலி செய்தாள்.

"இல்லை, இது மானின் ரத்தமல்ல."

"பிறகு யாருடையது?"

"இதற்கு நான் கட்டாயம் பதில் கூற வேண்டுமா?"

"நீங்கள் அதை என்னிடம் கூறத் தேவையில்லை. இது அந்த மலைப்பாம்பின் ரத்தம் என்று எனக்குத் தெரியும்."

"உனக்கு யார் அதைச் சொன்னார்கள்?" ஒரு பெண்ணால் ரகசியங்களைக் காப்பாற்ற முடியாது என்ற கூற்றை நான் கேள்விப்பட்டிருந்தேன், ஆனால் ஒரு பெண்ணால் எவ்வளவு சுலபமாக இன்னொருவரிடமிருந்து ரகசியங்களை வெளிக்கொணர முடிந்தது என்பதை முதன்முறையாக நான் நேரடியாக அனுபவித்தேன்.

"இளவரசி பானுமதிதான் என்னிடம் கூறினார்," என்று அவள் சிரித்துக் கொண்டே பதிலளித்தாள். அனைத்துப் பெண்களும் மற்றப் பெண்களின் வசியத்திற்கு ஆளாகியுள்ளனர் என்பது உண்மைதான் போலும். அந்த மலைப்பாம்பின் கதை துரியோதனனிடமிருந்து பானுமதியிடமும், பானுமதியிடமிருந்து சுப்ரியையிடமும் பயணித்து வந்திருந்தது. ஒரே நாளில் அந்த ஒட்டுமொத்த அரண்மனைக்கும் அவ்விஷயம் தெரிந்திருந்தது. நான் இமயத்தையே புரட்டிப் போட்டுவிட்டதைப்போல இனி பலர் என்னை அளவுக்கதிகமாகப் புகழுவர்! இனி எல்லா இடங்களிலும் எல்லா நேரங்களிலும் நான் அதைச் செவிமடுத்தாக வேண்டும்! அந்த நினைப்பே எனக்கு வெறுப்பூட்டியது.

சுப்ரியை கொடுத்த ஆடைகளை எடுத்துக் கொண்டு அந்தப் பணிப்பெண் அங்கிருந்து புறப்பட்டுச் சென்றாள். நான் சுப்ரியையின் பெரிய கண்களைப் பார்த்துக் கொண்டே அவளை அணுகி, "சுப்ரியை, நீ முன்பு ஒரு சமயத்தில் இளவரசி பானுமதிக்கு நெருக்கமானவளாக இருந்ததால் அவர் உன்னிடம் இவ்விஷயத்தைக் கூறியுள்ளார். ஆனால் இப்போது நீ என் மனைவியே அன்றி, அவருடைய தோழி அல்லள். நான் உன்னிடம் சொல்லுவதுபோல நீ நடந்து கொள்ள வேண்டும்," என்று கூறினேன்.

"இதற்கு என்ன அர்த்தம்? நான் இதுவரை உங்கள் விருப்பப்படி நடக்கவில்லை என்று நீங்கள் கூறுகிறீர்களா?"

"இல்லை. ஆனால், இளவரசி பானுமதி உன்னிடம் கூறியதை வேறு யாரிடமும் நீ கூறிவிடாதே. புரிகிறதா? என் குண்டலங்கள்மீது சத்தியம் செய்! இந்த விவகாரத்தைப் பற்றிய ஒரு வார்த்தைகூட விருசாலியின் காதுகளை எட்டக்கூடாது."

"உங்கள் உத்தரவை நான் ஏற்றுக் கொள்ளுகிறேன்," என்று கூறிவிட்டு அவள் என்னுடைய குண்டலங்களை வருடினாள்.

அப்போது, "பெரியப்பா!" என்று அழைத்துக் கொண்டே மீனாட்சி தன் தாயார் மேகமாலாவின் கையைப் பிடித்து இழுத்துக் கொண்டு அங்கு ஓடி வந்தாள். அவள் எங்களுடைய அந்தரங்கத்தில் குறுக்கிட்டதாக நினைத்த மேகமாலா அவளைப் பார்த்து முறைத்துவிட்டு, அவளை வெளியே இழுத்துச் செல்லுவதற்காகத் திரும்பினாள். மேகமாலா ஷோனுக்கு மிகப் பொருத்தமான மனைவியாக இருந்தாள். தன்னால் யாருக்கும் எந்த அசௌகரியமும் ஏற்பட்டுவிடக்கூடாது என்பதில் அவள் உறுதியாக இருந்தாள். அவளைத் தடுப்பதற்காக, "மீனு!" என்று கூறி நான் மீனாட்சியை அழைத்தேன்.

என் குரல் கேட்டு மேகமாலாவும் மீனாட்சியும் திரும்பினர். மீனாட்சி "பெரியப்பா!" என்று கத்திக் கொண்டே என்னை நோக்கி ஓடி வந்தாள். அவளுக்கு எட்டு வயது ஆகியிருந்தது. அவள் ஒரு நீரூற்றைப்போலத் தூய்மையான உள்ளம் கொண்டவளாக இருந்தாள். அவள் தன்னுடைய சிறிய கைகளால் என் விரல்களைப் பிடித்துக் கொண்டு, "பெரியப்பா, கிராமத்தில் உள்ள கோவிலுக்கு நீங்களும் எங்களுடன் வருகிறீர்களா?" என்று கேட்டாள்.

"கோவிலுக்கா? நான் தினமும் இந்த நேரத்தில் கங்கையில் நின்று பிரார்த்தனை செய்வது வழக்கம் என்பது உனக்குத் தெரியும்தானே?" என்று கேட்டேன். அவள் ஏன் கோவிலுக்குப் போவதில் அவ்வளவு மும்முரமாக இருந்தாள் என்பதை என்னால் புரிந்து கொள்ள முடியாததால், விளக்கம் வேண்டி நான் சுப்ரியையைப் பார்த்தேன்.

அவள், "நாங்கள் இருவருமே கோவிலுக்குப் போகிறோம்," என்று கூறிவிட்டு மீனாட்சியின் கையைப் பிடித்துக் கொண்டு மேகமாலாவைப் பார்த்தாள்.

நான் மீனாட்சியின் கையை விடுவித்துக் கொண்டே, "நீங்கள் எதற்காகக் கோவிலுக்குப் போகிறீர்கள்?" என்று கேட்டேன்.

"உங்கள் சகோதரனின் நலனுக்காக மேகமாலா விரதம் இருந்து வந்திருக்கிறாள். அது இன்று நிறைவு பெறுவதால், உமையவளின் கோவிலில் அதற்காக ஒரு சிறப்புப் பிரார்த்தனையை அவள் செய்யவிருக்கிறாள். என் மைத்துனர் ஷோன் உண்மையிலேயே கொடுத்து வைத்தவர்," என்று கூறிச் சிரித்துவிட்டு அவள் மேகமாலாவை ஏறிட்டுப் பார்த்தாள்.

"அற்புதம்! மேகமாலா, நீ உன் கணவனுக்கு எவ்வளவு சிறப்பாகப் பணிவிடை புரிகிறாய்! ஷோன் உண்மையிலேயே அதிர்ஷ்டம் செய்தவன்தான். என்னைப் பார் – எனக்கு இரண்டு மனைவியர் இருக்கின்றனர், ஆனாலும்..." என்று நான் வேடிக்கையாகக் கூறினேன். அது சுப்ரியையின் வாயை அடைக்கும் என்று நான் எதிர்பார்த்தேன்.

ஆனால் அவளோ, "ஓர் உண்மையான கடவுளுக்காக யாரால் விரதமிருக்க முடியும்?" என்று கேட்டு என்னுடைய வாயை அடைத்தாள்.

பெண்கள் கண்மூடித்தனமான விசுவாசம் கொண்டவர்கள் என்று கூறப்படுகிறது. இது முற்றிலும் தவறு. அவர்கள் மிதமிஞ்சிய நடைமுறை அறிவு கொண்டவர்கள். பரமேஸ்வரன் குறித்தத் தேடலில் அசுவத்தாமன் போன்றவர்கள் உருவமில்லாத ஒன்றின் பின்னால் ஓடுகின்றனர். ஆனால், சுப்ரியையைப் போன்ற யதார்த்தவாதிகள் தங்களுடைய கணவன்மார்களிடத்தில் எல்லையற்ற தெய்விகத்தைக் காணுகின்றனர். கடவுள் குறித்து ஒவ்வொரு தனிநபரும் ஒரு வித்தியாசமான கண்ணோட்டத்தைக் கொண்டிருக்கின்றனர். அசுவத்தாமன் இக்கருத்தை என்னிடம் அடிக்கடி வலியுறுத்தி வந்திருந்தான், அதை நான் ஏற்றுக் கொண்டும் இருந்தேன். ஆனால் சுப்ரியையின் கண்ணோட்டத்தைக் கேட்டப் பிறகு, நான் அதன் முழு உண்மையையும் உணர்ந்தேன். கடவுளைப் பற்றி ஓர் ஆண் கொண்டிருக்கும் கண்ணோட்டத்திற்கும் ஒரு பெண் கொண்டிருக்கும் கண்ணோட்டத்திற்கும் இடையே மலையளவு வேறுபாடு இருக்கிறது. எந்தவொரு சூழ்நிலையிலும், தனக்கு வேறு வழி இல்லை என்பதை

ஓர் ஆண் உணரும்போது, பரந்து விரிந்துள்ள வெற்று வானத்தை அவன் ஏறிட்டுப் பார்த்து அதனிடம் ஆறுதல் தேடுகிறான். ஆனால், அதே சூழ்நிலையில், ஒரு பெண் தன்னுடைய தலையைத் தாழ்த்தி, திடமான, பசுமையான நிலத்தைப் பார்க்கிறாள். இதுதான் அடிப்படை வித்தியாசம். ஆண்கள் எப்போதுமே உருவமில்லாத ஒன்றை நோக்கி ஈர்க்கப்படுகின்றனர், ஆனால் பெண்கள் எப்போதும் திடமான ஒன்றை நோக்கி ஈர்க்கப்படுகின்றனர். வானம்தான் எப்போதும் ஆண்களின் இலக்காக இருக்கிறது, பூமி பெண்களின் இலக்காக இருக்கிறது.

சுப்ரியை ஒரு புதிய பட்டுப் புடவையை அணிந்திருந்தாள். அவளும் மேகமாலாவும் உமையவள் கோவிலுக்குப் புறப்பட்டனர். அவர்கள் இருவரும் என்னுடைய பாதங்களைத் தொட்டு வணங்கினர். குட்டிப் பெண்ணான மீனாட்சி அவர்களுக்குப் பக்கத்தில் நின்றாள். மேகமாலா அவளைக் கடிந்து கொண்டு, என்னுடைய பாதங்களைத் தொட்டு வணங்கும்படி அவளுக்கு உத்தரவிட்டாள். நான் மீனாட்சியின் கைகளைப் பிடித்துத் தூக்கி, அவளை உச்சி முகர்ந்தேன். "வாழ்க்கை இந்த மீனாட்சியைப்போல எளிமையானதாகவும் தூய்மையானதாகவும் இருந்தால் எவ்வளவு நன்றாக இருக்கும்!" என்று நான் நினைத்துக் கொண்டேன்.

அவர்கள் மூவரும் அங்கிருந்து வெளியேறினர். சூரியக் கதிர்களுக்காக ஏங்கிய என் முதுகு, என்னை என் மாளிகையில் நிம்மதியாக இருக்கவிடாமல் தொந்தரவு செய்தது. எனவே, நானும் உடை மாற்றிக் கொண்டு கங்கையை நோக்கிப் பயணித்தேன்.

23

வேட்டையின்போது துரியோதனனிடம் என்னால் கூற முடியாமல் போன விஷயத்தை இப்போது நான் அவனிடம் வெளிப்படுத்தும் கட்டாயத்திற்கு ஆளாகியிருந்தேன். பாண்டவர்கள் மன்னர் திருதராஷ்டிரரின் மனத்தில் ஒரு முள்ளாக இருந்து வதைத்துக் கொண்டிருந்தனர். என் மனம் குழப்பத்தில் அங்குமிங்கும் சுற்றித் திரிந்தது. என் வாழ்க்கையெனும் வானத்தில் கருமேகங்கள் சூழும்படி செய்த அந்த அவமானத்திற்குப் பாண்டவர்கள் மட்டுமே பொறுப்பு. அசுவத்தாமன் கூறியிருந்தது உண்மைதான். குழந்தைப்பருவத்தில் சுமூகமாக ஓடிக் கொண்டிருந்த ரத்தம் இப்போது கெட்டியாகக் கட்டிவிட்டது. என்னுடைய நேரான நடைகூட இவ்வுலகிற்கு எப்படிக் கோணலாகத் தெரிந்தது? அப்படியானால், கோணலாக நடப்பதுதான் இப்போது நான் செய்யக்கூடிய சரியான காரியமா? பாண்டவர்கள் குறித்து என் மனத்தில் எந்த உணர்வும் எழவில்லை. எது எப்படியோ, வைக்க வேண்டிய இடத்தில் அவர்களை வைப்பதற்கான நேரம் வந்துவிட்டிருந்தது. இதைச் செய்வதற்கு சகுனி மாமா வகுத்திருந்த தெளிவான திட்டங்கள் இப்போது எனக்குப் பிடித்திருந்தன. பாண்டவர்கள் துரியோதனனின் தலைக்கு மேலே ஒரு வாளை நிரந்தரமாகத் தொங்கவிட்டிருக்கும்போது, அவன் இந்த ராஜ்ஜியத்தை ஆளுவது சாத்தியப்படாது. தன் வாழ்நாள் முழுவதும்

புனித வேள்விகளுக்குத் தன்னை அர்ப்பணித்துக் கொள்ளுவதற்கு துரியோதனன் ஒன்றும் ஒரு முனிவரல்ல.

நான் கங்கையில் என்னுடைய பிரார்த்தனையை முடித்துவிட்டுத் திரும்பி வந்தவுடன் நேராக துரியோதனனின் மாளிகைக்குச் சென்று, நான் அவனுடன் சில முக்கியமான விஷயங்களைப் பற்றிக் கலந்துரையாட வேண்டியிருந்ததாகப் பிரபஞ்சனன் மூலம் அவனுக்குத் தகவல் அனுப்பினேன். அரச வைத்தியர் அப்போது அவனுடைய காலுக்குக் கட்டுப் போட்டுக் கொண்டிருந்தார். என்னுடைய செய்தியைக் கேள்விப்பட்டவுடன், துரியோதனன் பாதிக் கட்டுடன் அவசர அவசரமாகவும் ஒரு கழுகைப்போல வேகமாகவும் வெளியே வந்தான். அவனுடைய வேகமான நடையைக் கண்டு நான் பிரமித்தேன். அவன் உறுதியான மனம் படைத்தவனாக இருந்தபோதிலும், அவனுடைய தீர்மானங்கள் எல்லா நேரத்திலும் சரியானவையாக இருக்கவில்லை. ஆனாலும், கௌரவர்கள் மற்றும் பாண்டவர்களுக்கிடையே அவன் ஒருவனுக்கு மட்டும்தான் இவ்வளவு மன உறுதி இருந்தது. என்னைப் பொருத்தவரை, இளவரசன் என்ற பட்டத்திற்கு இரண்டே இரண்டு நபர்கள் மட்டுமே தகுதி வாய்ந்தவர்களாக இருந்தனர். ஒருவன் துரியோதனன், மற்றொரு நபர் கிருஷ்ணர்.

"அங்க நாட்டு அரசனே, எப்படி இருக்கிறாய்?" என்று கேட்டபடி துரியோதனன் என்னை வரவேற்றுவிட்டு, தன்னுடைய கதாயுதத்தை ஒரு கற்குதிரைக்குப் பக்கத்தில் சாய்த்து வைத்தான். பிறகு, வைகாசி மாதத்தின் கடுமையான வெப்பத்தால் தன்னுடைய நெற்றியின்மீது முளைத்திருந்த வியர்வை முத்துக்களை அவன் தன்னுடைய அங்கவஸ்திரத்தால் துடைத்தான்.

"துரியோதனா..." நான் ஏதோ கூறுவதற்காக என் வாயைத் திறந்தேன். ஆனால் வழக்கம்போலப் பிரபஞ்சனன் அங்கு ஒரு கற்சிலைபோல நின்று கொண்டிருந்ததைக் கண்டவுடன் நான் என் வாயை மூடிக் கொண்டேன். நான் கூறவிருந்த விஷயங்கள் துரியோதனனைத் தவிர வேறு யாருடைய காதுகளிலும் விழுவதை நான் விரும்பவில்லை.

"பிரபஞ்சனா!" இடிபோல ஒலித்த துரியோதனனின் குரலைக் கேட்டவுடன் பிரபஞ்சனன் அங்கிருந்து மாயமாய் மறைந்தான். நாங்கள் இருவரும் இப்போது தனியாக இருந்தோம்.

"துரியோதனா, நீ பாண்டவர்களைக் கண்டு பயப்படுவதாகப் பிதாமகர் பீஷ்மர் கூறுகிறாரே! அது உண்மையா?" என்று நான் கேட்டேன்.

"கர்ணா, பீஷ்மர் பாண்டவர்கள்மீது எவ்வளவு அன்பும் பாசமும் கொண்டுள்ளார் என்பது உனக்குத் தெரியாதா? இந்த ஓரவஞ்சனை அவரிடம் நெடுங்காலமாக இருந்து வந்துள்ளது. ஒரு சோழிக்குக் கொடுக்கும் மதிப்பைக்கூட நான் அவருடைய வார்த்தைகளுக்குக் கொடுப்பதில்லை. அஸ்தினாபுரத்தின் ராஜ்ஜியம் இன்று இந்த மோசமான நிலையில் இருப்பதற்கு அவருடைய கண்ணோட்டங்கள்தாம் காரணம். வல்லவனுக்கே இந்த ராஜ்ஜியம் என்ற நிலைக்கு அதைக் கொண்டுவந்திருப்பவர் அவர்தான்."

"ஆனால் இந்த ராஜ்ஜியத்தைக் கைவசப்படுத்துவதற்கு மற்றக் கௌரவ வீரர்கள் உனக்கு ஆதரவு வழங்குவதற்காக நீ முடிவின்றிக்

காத்திருக்கப் போகிறாயா?"

"இல்லை. ஆனால் நான் இதைப் பற்றித் தீவிரமாக சிந்தித்து வந்துள்ளேன். வேறு எந்த வழியும் இருப்பதுபோல எனக்குத் தெரியவில்லை. மேரு மலையைப் போன்ற அந்த பீமனைக் கட்டுவதற்குப் போதுமான ஒரு கயிற்றை நான் எங்கே கண்டுபிடிப்பது?"

"நீ ஏன் அதைப் பற்றிக் கவலைப்படுகிறாய்? நான் நாளைக்கே துவைதக் காட்டில் பாண்டவர்கள்மீது தாக்குதல் நடத்தத் தீர்மானித்திருக்கிறேன். நீ அதில் என்னோடு சேர்ந்து கொள்ள விரும்பவில்லை என்றால், என்னுடைய வீரர்களுக்குத் துணையாக உன்னுடைய வீரர்களையாவது என்னோடு அனுப்பி வை. பீமனை மட்டுமல்ல, இந்தக் கர்ணன் அந்த ஐந்து பாண்டவர்களையும் அழிக்கப் போகிறான். இதை நம்புவது உனக்குக் கடினமாக இருந்தால், பிறகு..."

"கர்ணா, உன்மீது நான் அளப்பரிய நம்பிக்கை கொண்டிருக்கிறேன். துரியோதனனும் கர்ணனும் ஓர் அரச நாணயத்தின் இரண்டு பக்கங்கள் என்று நான் எல்லா இடங்களிலும் முழங்குவதை நீ கேட்டதில்லையா? நாம் அத்தகையவர்கள் என்பது உண்மையும்கூட, இல்லையா? உன்னுடைய திட்டம் எனக்கும் பிடித்திருக்கிறது, ஆனால் பாண்டவர்கள் நம்மோடு சண்டையிட வர மாட்டார்கள்."

"ஏன் வர மாட்டார்கள்? அவர்களுக்கு உண்மையிலேயே வீரம் இருந்தால், அவர்கள் ஒரு சவாலை மறுக்க மாட்டார்கள்."

"விஷயம் அதுவல்ல. நம்முடைய படைகளின் நடமாட்டத்தைப் பற்றி அவர்கள் கேள்விப்பட்ட மறுகணம், அவர்கள் துவைதக் காட்டிலிருந்து வெளியேறி வேறு ஏதேனும் ஒரு காட்டிற்குப் போய்விடுவர். அவர்கள் நம்மோடு சண்டையிடும்படி செய்வதற்கு ஒரே ஒரு வழிதான் இருக்கிறது."

"என்ன வழி? ஒற்றைக்கு ஒற்றைச் சண்டையா?"

"இல்லை, கர்ணா. உன்னோடு ஒற்றைக்கு ஒற்றைச் சண்டையில் ஈடுபட அவர்கள் ஒருபோதும் உடன்பட மாட்டார்கள். வறுமை ஒருவனைத் தாக்கும்போது அவன் கடும் எரிச்சலுக்கு உள்ளாவான். அந்த நேரத்தில், வேறொருவன் செல்வச் செழிப்போடு வலம் வருவதை அவன் காண நேர்ந்தால், கோபத்தில் அவனுக்குப் பைத்தியமே பிடித்துவிடும்."

"நீ என்ன சொல்ல வருகிறாய்? அவர்களுக்குக் கோபம் உண்டாக்குவதற்கு, விலங்குகள் நிறைந்த அந்த அடர்ந்த காட்டில் நீ உன்னுடைய செல்வத்தைக் காட்சிப்படுத்தப் போகிறாயா?"

"ஆமாம், அது ஒரு கண்கொள்ளாக் காட்சியாக இருக்கும். ஆனால் நான் காட்சிப்படுத்தப் போவது செல்வத்தை அல்ல, மாறாக, பொன்னாபரணங்களால் அலங்கரிக்கப்பட்ட அழகான பணிப்பெண்களை! அக்காட்டில் உள்ள ஏரியில் என்னுடைய சகோதரர்கள் பாண்டவர்களின் முன்னிலையில் அப்பெண்களுடன் ஜலக்கிரீடையில் ஈடுபடுவர். அப்போது திரௌபதி கோபம் கொண்டு, பீமனிடம், 'நேற்றுவரை எனக்கு சேவகம் செய்து வந்த அந்தப் பணிப்பெண்கள் இப்போது தங்களை இப்படி அலங்கரித்துக் கொண்டு ஜலக்கிரீடை செய்து கொண்டிருக்கின்றனர். நீங்கள் என்னை இந்தக் கோலத்தில் பார்ப்பதற்கு பதிலாக, என்னை இந்த ஓலைக் குடிசைக்குள்

அடைத்துவிட்டு, அதைத் தீயிட்டுக் கொளுத்திவிடுங்கள்,' என்று கத்துவாள். இத்தகைய பேச்சால் தூண்டப்படக்கூடிய ஒரே நபர் பீமன்தான். அந்த முட்டாள் அக்கணத்தில் அறிவிழந்து தன்னுடைய கோபத்தை அந்தப் பணிப்பெண்கள்மீது கட்டவிழ்த்துவிடுவான்."

"துரியோதனா, நீ கூறுவது சரிதான். பீமன் நிச்சயமாக ஓடி வருவான். அப்போது, அந்த ஏரியைச் சுற்றிலும் உள்ள நிலத்தை நான் அவனுடைய ரத்தத்தால் நனைப்பேன். பிறகு நான் சத்தியசேனனின் கையிலிருந்து சாட்டையைப் பிடுங்கி பீமனின் முதுகை ஆசைதீர விளாசிவிட்டு, அவனைப் பார்த்து, 'இன்று நான் உண்மையிலேயே இந்தச் சாட்டையைக் கையிலெடுத்து, காட்டுக் குதிரையான உன்னுடைய முதுகைப் பதம் பார்த்துள்ளேன்,' என்று கூறுவேன்."

"கர்ணா, இக்காரியம் உனக்கு மிகவும் சுலபமானது. அதனால்தான் நான் உன்னை மட்டும் இந்தப் பயணத்தில் என்னுடன் அழைத்துச் செல்லவிருக்கிறேன். இந்தப் பயணம் பற்றி இந்த அரண்மனையில் வேறு யாருக்கும் தெரியாது. எதிர்பாராத ஏதேனும் நிகழ்ந்தால் அதைச் சமாளிப்பதற்கு, ஆயுதங்கள் தாங்கிய வீரர்கள் நம்மோடு வருவர். சிலர் நடந்து வருவர், சிலர் குதிரைகள்மீது வருவர். இதுதான் நாம் செய்யக்கூடிய சரியான காரியம். நம்மோடு வரவிருக்கின்ற பணிப்பெண்கள் அனைவரும் இந்திரப்பிரஸ்தத்திலிருந்து வரவழைக்கப்படுவார்கள். அப்போதுதானே திரௌபதியின் கோபத்தைத் தூண்ட முடியும்?"

"இளவரசே, நீ சகுனி மாமாவின் அறிவுறுத்தல்களை மட்டுமே பின்பற்றியதாக நான் நம்பத் தொடங்கியிருந்தேன். ஆனால், நீ சுயமாக சிந்திக்கிறாய் என்பதை இன்று நான் அறிந்து கொண்டேன். உன்னுடைய யோசனைகள் அனைத்தும் அசலானவையாகவும் அறிவார்ந்தவையாகவும் இருக்கின்றன."

"வாழ்க்கை என்பது திட்டங்களையும் எதிர்த்திட்டங்களையும் உள்ளடக்கிய ஓர் ஆடுகளம். சகுனி மாமா சூழ்ச்சி செய்து தருமனை அவனுடைய ராஜ்ஜியத்திலிருந்து விரட்டிவிட்டதாக ஒட்டுமொத்த அஸ்தினாபுரமும் உறுதியாக நம்புகிறது. ஆனால், தருமன் தோற்கும் நோக்கத்துடன் சூதாட அமரவில்லை என்பதைப் பற்றி யாராவது யோசிக்கிறார்களா? ஒருவேளை நாம் தோற்றிருந்தால்? பாண்டவர்கள் தொடர்ந்து நம்மை மதிப்பார்களா?"

"இல்லை, இளவரசே! ஆனால் அந்த சூதாட்ட நிகழ்வை இனிமேல் நாம் நினைவுகூர வேண்டாம்! அந்தச் சொக்கட்டான் விளையாட்டைப் பற்றி இனி ஒருபோதும் நாம் விவாதிக்க வேண்டாம்!"

திடீரென்று என் இதயத்தில் ஒரு பயங்கரமான வேதனையை நான் உணர்ந்தேன். ஏதோ என்னை உறுத்திக் கொண்டும் வருத்திக் கொண்டும் இருந்தது. வெளிச்சத்திலிருந்து நான் மேன்மேலும் விலகிச் சென்று கொண்டே இருந்ததுபோல எனக்குத் தோன்றியது. திரௌபதி! அந்த வார்த்தை ஒரு கூர்மையான அம்பைப்போல என்னை ஆழமாகத் துளைத்தது. போதும்! இனி நான் அந்தப் பெயரைக் கூறப் போவதில்லை! அந்த ஆடைக் குவியலைப் பற்றி நான் இனி ஒருபோதும் நினைத்துப் பார்க்கப் போவதில்லை!

துரியோதனன் அங்கிருந்து எழுந்து தன்னுடைய பாதத்தைப் பார்த்துக் கொண்டே, "கர்ணா, நான் இப்போது போயாக வேண்டும்.

வைத்தியர் எனக்காகக் காத்துக் கொண்டிருப்பார்," என்று கூறினான்.

அவன் அங்கிருந்து புறப்பட்டுச் சென்றதை நான் பார்த்தபோது, போட்டியரங்கில் போட்டிகள் நடைபெற்ற நாள் என் நினைவுக்கு வந்தது. துரியோதனனிடம் அன்று இருந்த கோபமும் பொறாமையும் இன்னமும் அவனுடைய உடலின் ஒவ்வொரு நுண்துளையிலும் கொழுந்துவிட்டு எரிந்து கொண்டிருந்தன. ஆண்டுகள் உருண்டோடுகின்றன. மனிதன் செல்வத்திலும் திருமணத்திலும் சமுதாயத்திலும் இன்னும் பல விஷயங்களிலும் பாதுகாப்பைத் தேடுகிறான். ஆனால் அவனுடைய இயல்பு மட்டும் மாறாமல் அப்படியே இருக்கிறது. சில விஷயங்கள் மாறுகின்றன, ஆனால் அவனுடைய அடிப்படை நடத்தை ஒருபோதும் மாறுவதில்லை.

துரியோதனன் போன பிறகு, என் மனம் அவனுடைய கதாயுதத்தைப்போலச் சுழலத் தொடங்கியது. நான் செய்து கொண்டிருந்த எல்லாம் சரிதானா? பாண்டவர்களைக் கொல்லும் நோக்கத்துடன் இந்த ரகசியப் பயணத்தை நான் மேற்கொள்ளுவது சரியான செயல்தானா? என்னை நானே மெல்ல மெல்லத் தரம் தாழ்த்திக் கொண்டு நான் சீரழிவை நோக்கிப் போய்க் கொண்டிருந்தேனா?

ஒருவேளை நான் அப்படிப் போய்க் கொண்டிருந்தாலும், அதில் என்ன தவறு இருந்தது? உன்னதமானவர் என்று கூறப்படுகின்ற கிருஷ்ணர்கூட பீமனைக் கொண்டு சூழ்ச்சிகரமாக ஜராசந்தனை அழிக்கவில்லையா? பாண்டவர்களுக்கும் கர்ணனுக்கும் இடையேயான போட்டி இனி எவ்வளவு காலம்தான் முடிவு தெரியாமல் இருக்கும்? எங்கோ ஓர் எல்லை இருந்துதானே ஆக வேண்டும்? எதுவும் செய்யாமல் வெறுமனே விஷயங்களை வேடிக்கைப் பார்த்துக் கொண்டு காலத்தை ஓட்டுவதற்கு நான் ஒன்றும் பிதாமகர் பீஷ்மரோ அல்லது முதன்மை ஆலோசகரான விதுரரோ அல்லன். துவைதக் காடுதான் எனக்காகத் திறந்திருந்த ஒரே வழி என்பதால்தான் நான் அதைத் தேர்ந்தெடுத்திருந்தேன்.

24

சிறப்பாகத் தங்களை அலங்கரித்துக் கொண்டிருந்த நூற்றுக்கணக்கான பணிப்பெண்கள் பிரபஞ்சனனோடு துவைதக் காட்டை நோக்கிப் போய்க் கொண்டிருந்தனர். அத்தனைப் பேரழகிகளை அழைத்துக் கொண்டு அவன் எங்கே போய்க் கொண்டிருந்தான் என்று பலர் ஆர்வக் குறுகுறுப்புடன் அவனிடம் கேட்டனர். ஆனால் அவன் மேலோட்டமாகவும் அவர்களுடைய கவனத்தைத் திசை திருப்பும் விதமாகவும் பதிலளித்தான். ஆனால், தன்னுடைய அன்றாடக் காலைநேரச் சடங்குகளை முடித்துவிட்டுத் திரும்பி வந்து கொண்டிருந்த பிதாமகர் பீஷ்மரை அரண்மனையின் முக்கிய வாசலில் அவன் எதிர்கொண்டான். அவன் அவரிடம் உண்மையைக் கூற வேண்டியதாயிற்று, ஆனால் அவன் அதைத் திறமையாகச் செய்தான்.

"பிதாமகர் அவர்களே, இவர்கள் எல்லோரும் ஜலக்கிரீடைக்காக துவைதக் காட்டிற்குப் போய்க் கொண்டிருக்கிறார்கள். கோடைக்கால

வெப்பம் தாங்கிக் கொள்ளப்பட முடியாததாக இருக்கிறது. இந்தப் பயணத்திற்கான உத்தரவு இளவரசர் துரியோதனனிடமிருந்து வந்துள்ளது."

"ஆனால், ஏன் துவைதக் காட்டிற்குப் போகிறீர்கள்? விரைவில் என்னை சந்திக்கும்படி இளவரசன் துரியோதனனிடம் கூறு," என்று அவர் உத்தரவிட்டார். அவருக்கு வயதாகிக் கொண்டிருந்தாலும், அதிகாரம் இன்னும் அவரிடம்தான் இருந்தது.

துரியோதனன் அவருக்கு முன்னால் வந்து நின்றபோது, பிதாமகர் தன்னுடைய புருவங்களை உயர்த்தி, "துரியோதனா, இந்த அழகான பணிப்பெண்கள் எல்லோரும் எங்கே போய்க் கொண்டிருக்கின்றனர்?" என்று கேட்டார்.

"ஜலக்கிரீடைக்காக துவைதக் காட்டிற்குப் போய்க் கொண்டிருக்கிறார்கள்."

"ஆனால், நீ ஏன் காண்டவத்தையும் வாரணாவதத்தையும் விட்டுவிட்டு, குறிப்பாக துவைதக் காட்டைத் தேர்ந்தெடுத்திருக்கிறாய்?"

"அதற்கு சிறப்புக் காரணம் எதுவுமில்லை. மற்ற இரண்டு காடுகளிலும் ஏற்கனவே ஜலக்கிரீடைகள் நிகழ்ந்துள்ளன. துவைதக் காடு இயற்கை எழில் கொஞ்சும் ஒரு ரம்மியமான இடம் என்று புகழப்படுகிறது. அதனால் இம்முறை நாங்கள் அதைத் தேர்ந்தெடுத்தோம்."

"பாண்டவர்கள் அந்தக் காட்டில் வாழ்ந்து கொண்டிருக்கின்றனர் என்பதை மறந்துவிடாதே. அவர்களிடம் சென்று ஏதேனும் பிரச்சனையை உருவாக்கிவிடாதே. ஒருவேளை நீ அப்படி ஏதாவது செய்தால், பீமன் அந்தத் தண்ணீருக்குள்ளேயே உன் கதையை முடித்துவிடுவான். எனவே, எச்சரிக்கையாகப் போய் வா."

துரியோதனன் தன்னுடைய தோள்களைக் குலுக்கிவிட்டு, முற்றிலுமாக நசுக்கப்பட்டுக் கொல்லப்பட்ட ஒரு பாம்பைப்போலப் பிதாமகரின் அறையிலிருந்து வெளியே வந்தான். ஓர் ஏரியின் மேற்பரப்பின்மீது படர்ந்திருக்கின்ற ஒரு தாமரையின் வேர்களைப்போல துரியோதனனின் முகத்தின்மீது ஏகப்பட்டச் சுருக்கங்கள் தெரிந்தன. அவன் ஏதோ ஆழமான சிந்தனையில் மூழ்கியிருந்தான்.

அவன் வருத்தமாக இருந்ததை கவனித்த நான், "ஏன் கவலையாக இருக்கிறாய்? அங்கு என்ன நிகழ்ந்தது?" என்று கேட்டேன்.

"பிதாமகர் தன்னுடைய கடைசிக் காலத்தில் தர்மம், தியானம், தான தர்மம், பூசைகள், பிரார்த்தனை போன்றவற்றைக் கைவிட்டுவிட்டு, எல்லா நேரமும் ஏன் பாண்டவர்களைப் பற்றியே சிந்திக்கிறார் என்பதை என்னால் புரிந்து கொள்ள முடியவில்லை. பீமன் என்னை என்னவெல்லாம் செய்வான் என்று கூறி அவர் என்னை அச்சுறுத்த முயன்றார். பாண்டவர்களுக்கு அருகே நான் போகக்கூடாது என்று அவர் உத்தவிட்டுள்ளார்."

"அவர் எப்போதும் பாண்டவர்களுக்கு சாதகமாகவே செயல்பட்டு வந்துள்ளார். அவர் இனியும் அப்படித்தான் இருப்பார். நீ உண்மையிலேயே ஓர் இளவரசன்தானா? எதையேனும் செய்வதற்கு உனக்கு ஏதேனும் அதிகாரம் இருக்கிறதா இல்லையா?"

"கர்ணா, துரியோதனன் தீர்மானித்துவிட்டால் அது நிச்சயமாக நிறைவேற்றப்படும். அவனுடைய பாதையில் மரணம் உலவிக்

கொண்டிருந்தால்கூட, அது குறித்து அவனுக்குக் கவலையில்லை," என்று பதிலளித்த அவன், அரிஷ்டசேனனைப் பார்த்து, "அரண்மனையில் உள்ள ரகசியப் பாதை வழியாக துவைதக் காட்டிற்குப் புறப்படும்படி குதிரை வீரர்களிடம் போய்க் கூறு," என்று உத்தரவிட்டான். அரிஷ்டசேனன் தலை வணங்கிவிட்டுக் குதிரைக் கொட்டிலை நோக்கி ஓடினான்.

மறுகணம், சுமார் ஐநூறு குதிரை வீரர்கள் அரண்மனையின் ரகசியப் பாதை வழியாக துவைதக் காட்டிற்குப் புறப்பட்டனர். நாங்கள் மேல்மாடத்திலிருந்து இதைப் பார்த்துக் கொண்டிருந்தோம். நூற்றுக்கணக்கான குதிரைக் குளம்புகள் கிளப்பிய புழுதி மேகம் ஒன்று கங்கைக் கரையோரமாகத் தோன்றி விரைவில் மறைந்துவிட்டது. பிறகு நாங்கள் அரண்மனைப் படிக்கட்டுகள் வழியாகக் கீழே இறங்கி வந்தோம்.

நான் எனக்கு மிகவும் பிடித்தமான வாயுஜித் என்ற குதிரையின்மீது ஏறிக் கொண்டேன். துரியோதனன் தனக்குப் பிடித்தமான குதிரையின்மீது ஏறினான். நாங்கள் அரண்மனை வாசலைக் கடந்தவுடன் காற்றின் வேகத்தில் அவற்றைச் செலுத்தத் தீர்மானித்தோம்.

வாயுஜித் தன்னுடைய கழுத்தை ஓர் அன்னம்போல அழகாக வளைத்து சூரியனின் முதல் கதிர்களை வரவேற்றது. தன் எஜமான் தன்னுடைய பயணத்தைத் துவக்குவதற்காக அது காத்துக் கொண்டிருந்ததுபோலத் தெரிந்தது. ஓர் அழகான பெண்ணின் நீண்ட கூந்தலைக்கூட வெட்கப்பட வைக்கும் அளவுக்கு மிகவும் அழகாக இருந்த அதனுடைய வெண்ணிறப் பிடரி மயிர், அதன் ஓட்டத்திற்கு ஏற்ப வசீகரமாக அசைந்தாடியது. அரண்மனையில் இருந்த அனைத்துக் குதிரைகளிலும் இந்தக் குதிரைதான் மிக அருமையானதாக இருந்தது. அது எப்போதும் விழிப்புடன் இருந்தது. சகுனி மாமா தானே இதைக் காந்தாரத்திலிருந்து கொண்டு வந்திருந்தார். நான் அக்குதிரையை எனக்காகத் தேர்ந்தெடுத்துக் கொண்டேன். நான் பல தருணங்களில் அதன்மீது பயணித்திருந்தேன். அது என் வாழ்வின் பல நினைவுகளுடன் தொடர்பு கொண்டிருந்தது. மனிதர்களைவிட விலங்குகள் அதிக நம்பகமானவை, அதிக விசுவாசமானவை என்பது மீண்டும் மீண்டும் நிரூபிக்கப்பட்டு வந்திருந்தது.

நான் எங்கே போய்க் கொண்டிருந்தேன் என்று யோசித்தவாறு என்னுடைய மாளிகையின் மேல்மாடியில் நின்று கொண்டிருந்த சுப்ரியையிடம் நான் என் கண்களால் மௌனமாக விடைபெற்றுக் கொண்டேன். என் குதிரை அரண்மனை வாசற்கதவைக் கடக்கவிருந்த நேரத்தில், அதன் முன்னங்கால்களின் குளம்புகள் பிசகின. வாயுஜித் பலத்தச் சத்தத்துடன் கீழே விழுந்ததில், அதன் மார்பு நிலத்தின்மீது வேகமாக மோதியது. இதற்கு முன்பு ஒருபோதும் இப்படி நிகழ்ந்திருக்கவில்லை. நான் ஒரு கையால் கடிவாளத்தைப் பிடித்துக் கொண்டு, இன்னொரு கையால் என் கிரீடத்தை என் தலைமீது நிலைப்படுத்தினேன். இது ஓர் அபசகுனமாக இருக்குமோ என்று என் மனம் யோசித்தது. ஆனால் நான் அதை உதாசீனப்படுத்தினேன். சிறிது நேரத்தில் வாயுஜித் மீண்டும் எழுந்து நின்றது. அதன் உடல் ஒருசில கணங்கள் நடுங்கியது. அது தன் வாலை அங்குமிங்கும் ஆட்டிவிட்டுக் கனைத்தது. எனக்கு முன்னால் போய்விட்டிருந்த துரியோதனனுடன்

போய்ச் சேர்ந்து கொள்ளுவதற்காக வாயுஜித்தின் வயிற்றை நான் என் கால்களால் மெல்லத் தேய்த்தேன். வாயுஜித் என்றால் காற்றை வெற்றி கொண்டவன் என்று பொருள். அது தன் பெயருக்கு ஏற்பக் காற்றைக் கிழித்துக் கொண்டு வேகமாகப் பாய்ந்தோடியது.

25

துவைதக் காட்டின் அடர்த்தியான பசுமை எங்கள் பார்வைக்கு வந்தது. தொலைவிலிருந்து பார்த்தபோது சலனமற்று இருந்ததுபோலத் தோன்றிய அப்பெரிய காட்டின் மையத்தில் கொடூரமான எண்ணற்ற விலங்குகள் வசித்தன. நாங்கள் எங்கள் குதிரைகள்மீதிருந்து கீழே இறங்கி, அவற்றின் கடிவாளங்களைப் பிடித்துக் கொண்டு நடக்கத் தொடங்கினோம். அந்த நீண்ட பயணமும் கோடை வெப்பத்தின் தாக்கமும் சேர்ந்து எல்லோருடைய ஆடைகளையும் வியர்வையில் நனைத்திருந்தன. ஒரு நீரோடைக்கு அருகே இருந்த ஒரு பெரிய மரத்தின் கீழே அமர்ந்து நாங்கள் சிறிது நேரம் இளைப்பாறினோம். துரியோதனன் தன்னுடைய குதிரையை அந்த மரத்துடன் கட்டிப் போட்டுக் கொண்டே, "கர்ணா, இந்த ஐநூறு வீரர்கள் போதும் என்று நீ நினைக்கிறாயா?" என்று கேட்டான்.

நான் அந்த நீரோடைக்குள் இறங்கி, குளிர்ந்த நீரை என் முகத்தின்மீது தெளித்துவிட்டு, "இளவரசே, நாம் இங்கு ஒரு யுத்தம் நடத்த வரவில்லை. இன்று அந்த ஐவரோடும் தனித்தனியாக ஒற்றைக்கு ஒற்றைச் சண்டை மட்டும்தான் நடைபெறப் போகிறது," என்று பதிலளித்தேன். பிரபஞ்சனன் அந்த நீரோடையின் ஆழமற்றப் பகுதி வழியாக எதிர்க்கரையிலிருந்து தன்னுடைய குதிரையை ஓட்டி வந்து எங்களை அணுகினான். அவன் தன் குதிரையை விரட்டிய வேகத்தையும் அவனுடைய நெற்றியின்மீது படர்ந்திருந்த சுருக்கங்களையும் வைத்துப் பார்த்தபோது, அவன் எதைக் குறித்தோ மிகவும் பயந்து போயிருந்தான் என்று தோன்றியது. அவன் எங்களுக்கு அருகில் வந்து தன்னுடைய குதிரையை நிறுத்திவிட்டு, அதிலிருந்து கீழே இறங்காமலேயே, பயத்தில் இவ்வாறு கூறினான்: "இளவரசே, காட்டின் ஏரியில் காந்தர்வகுலப் பெண்கள் ஏற்கனவே நீராடிக் கொண்டிருந்தனர். ஏரிக்கரையின்மீது அவர்களில் சிலருக்கும் நம்முடைய பணிப்பெண்களுக்கும் இடையே ஒரு கடுமையான சண்டை நிகழ்ந்து கொண்டிருக்கிறது. இருதரப்பினருமே தோல்வியை ஒப்புக் கொள்ள மறுக்கின்றனர்."

"பிரபஞ்சனா, முன்னால் சென்று எங்களுக்கு வழியைக் காட்டு. நாங்கள் உன்னைப் பின்தொடருகிறோம்," என்று துரியோதனன் உத்தரவிட்டான்.

எங்கள் குதிரைகள் அந்த நீரோடையின் ஊடாக நடந்து சென்று, துவைதக் காட்டை நோக்கி வேகமாகப் பாய்ந்தன. வழி நெடுகிலும் தாழ்வாகத் தொங்கிக் கொண்டிருந்த கிளைகள் எங்களுடைய வெற்று புஜங்களைப் பதம் பார்த்தன. நாங்கள் பல பயங்கரமான பாதைகள் வழியாகப் பயணித்து, இறுதியில், அக்காட்டின் நடுவே இருந்த ஏரியை அடைந்தோம். நாங்கள் அங்கு கண்ட காட்சி எங்கள்

இருவரையும் அதிர்ச்சிக்கு உள்ளாக்கியது. காந்தர்வப் பெண்களும் எங்களுடைய பணிப்பெண்களும் அந்த ஏரியின் அருகே வரிசையாக நின்று கொண்டிருந்தனர். அவர்கள் அனைவரும் பயத்தில் உறைந்து நின்றனர். ஏரிக்கு அருகே இருந்த திறந்தவெளியில் எங்களுடைய குதிரை வீரர்கள் ஆயிரக்கணக்கான காந்தர்வ வீரர்களுடன் ஒரு பயங்கரமான சண்டையில் ஈடுபட்டிருந்தனர். எண்ணிக்கையிலும் பலத்திலும் தாங்கள் குறைவாக இருந்தோம் என்ற நினைவு எங்கள் வீரர்களுக்கு இருந்ததுபோலத் தெரியவில்லை. அவர்கள் வெற்றி பெறுவதற்கு எந்த வாய்ப்பும் இருக்கவில்லை என்பது கண்கூடாகத் தெரிந்தது. அந்த காந்தவர்ப் படையின் நடுவே, உயரமான, வசீகரமான ஒருவன் தன்னுடைய வாளை உயர்த்திப் பிடித்து நின்று கொண்டு, உரக்கச் சத்தமிட்டுத் தன்னுடைய வீரர்களை உற்சாகப்படுத்திக் கொண்டிருந்தான்.

அவனைக் கண்டவுடன், "சித்திரசேனன்!" என்று துரியோதனன் முணுமுணுத்தான். காந்தர்வர்களின் தலைவன் அவன். துவைதக் காட்டில் மட்டுமல்லாமல் அண்டைப் பகுதிகள் அனைத்திலும் அவனுடைய புகழ் பரவியிருந்தது. அக்காட்டில் வாழ்ந்த அரக்கர்களில் ஒருவன்கூட அவனை நெருங்கத் துணியவில்லை. எங்களுடைய பணிப்பெண்கள் அவனுடைய மனைவியருக்குக் கோபம் ஏற்படுத்தி அவர்களைத் தூண்டியிருந்தனர். அதுதான் இவ்வளவு பெரிய பிரச்சனையாக உருவெடுத்திருந்தது.

ஒவ்வொரு நொடியும், வீரத்தோடு எதிர்த்துப் போராடிக் கொண்டிருந்த எங்கள் படையினரைக் காந்தவர்ப் படையினர் நெருக்கிக் கொண்டே வந்தனர்.

நான் என் வாளைக் கொண்டு காந்தவர்ப் படையினருடன் சண்டையிட்டுக் கொண்டே, எனக்கு இடப்பக்கத்தில் இருந்த துரியோதனனிடம், "துரியோதனா, அந்த வியூகத்தைத் தகர்த்தெறி!" என்று சத்தமாகக் கூறினேன். விஷயங்களைப் பற்றி சிந்தித்து ஒரு முடிவெடுப்பதற்குப் போதிய நேரம் அங்கு இருக்கவில்லை.

நான் காந்தர்வ வீரர்களை வேகமாக வெட்டிச் சாய்த்து அவர்களுடைய வியூகத்தை ஊடுருவி, எங்களுடைய வீரர்களை அவர்களிடமிருந்து விடுவித்தேன். ஆனால், கண்ணிமைக்கும் நேரத்தில் காந்தர்வர்கள் மீண்டும் ஒரு வியூகத்தை அமைத்தனர். திடீரென்று, இப்போது நான் சித்திரசேனனுக்கு முன்னால் நேருக்கு நேர் நின்று கொண்டிருந்தேன். அவன் தொடர்ந்து போர்க்குரல் எழுப்பித் தன்னுடைய படையினரை உற்சாகப்படுத்தித் தூண்டிவிட்டுக் கொண்டிருந்தான். அவனுடைய முகம் கோபத்தில் சிவந்து ஒரு தீப்பிழம்புபோலக் காணப்பட்டது.

"கர்ணா, உன்னுடைய வீரர்களை அழைத்துக் கொண்டு ஓடிப் போய்விடு. இல்லாவிட்டால், இங்கே சாவதற்குத் தயாராக இரு!" என்று அவன் தன் கழுத்து நரம்புகள் தெறிக்கக் கத்தினான்.

அவனுடைய அகங்காரப் போக்கால் கொதித்தெழுந்த நான், "சித்திரசேனா, நான் கர்ணன். ஒரு பலமான காற்று மலைகளை அசைப்பதில்லை. சாவதற்கு நீ தயாராகிக் கொள்!" என்று எச்சரித்தேன்.

அவன் என்னை ஆக்ரோஷமாகத் தாக்கத் தொடங்கினான்.

நாங்கள் இருவரும் மோதத் தொடங்கியவுடன், ஒருவரோடு ஒருவர் சண்டையிட்டுக் கொண்டிருந்த இரண்டு படையினரும் தனித்தனியே ஒதுங்கினர். சிறிது நேரம் என்னுடைய வாளும் சித்திரசேனனின் வாளும் ஒன்றோடொன்று மோதின. இடப்பக்கமும் வலப்பக்கமும் தீப்பொறிகள் பறந்தன. சித்திரசேனனின் வாள் அடிக்கடி என் உடலை உரசியபோதிலும், அவனுடைய ரத்த தாகத்தைத் தணிப்பதற்கு என் உடலிலிருந்து ஒரு சொட்டு ரத்தம்கூடக் கசியவில்லை. எங்கள் பாதங்களுக்குக் கீழே மிதிபட்டப் புற்கள் முற்றிலுமாக நசுங்கின. திடீரென்று, சித்திரசேனன் என்னுடனான சண்டையை நிறுத்திவிட்டு, ஓர் ஓரமாக நின்று எங்களுடைய சண்டையை வேடிக்கைப் பார்த்துக் கொண்டிருந்த தன்னுடைய வீரர்களிடம், "எந்த ஆயுதத்தாலும் துளைக்கப்பட முடியாத கவசத்தைக் கொண்ட இந்த வீரன் அஸ்தினாபுரத்தைச் சேர்ந்த கர்ணன். வாட்சண்டையிலோ, ஒற்றைக்கு ஒற்றைச் சண்டையிலோ அல்லது கதாயுதச் சண்டையிலோ இவனைக் கொல்ல முடியாது. எனவே, இவனைச் சுற்றி வளைத்து உயிரோடு பிடியுங்கள்," என்று உத்தரவிட்டான்.

தொடர்ந்து அங்கு இருப்பதில் எந்த அர்த்தமும் இருக்கவில்லை என்பதால், சித்திரசேனனின் ஆட்கள் என்னைச் சூழ்ந்து கொள்ளுவதற்கு முன்பாக, நான் என்னுடைய குதிரையின்மீது ஏறிக் கொண்டே, எங்களுடைய வீரர்களைப் பார்த்து, "பணிப்பெண்களை அழைத்துக் கொண்டு உடனே அஸ்தினாபுரத்திற்குத் திரும்பிச் செல்லுங்கள்!" என்று அவர்களுக்குக் கட்டளையிட்டேன். அவர்கள் ஆளுக்கொரு பணிப்பெண்ணைத் தூக்கித் தங்கள் குதிரைகள்மீது ஏற்றிக் கொண்டு எனக்குப் பின்னால் விரைந்து வந்தனர். ஆயிரக்கணக்கான காந்தர்வ வீரர்கள் தங்களுடைய கடைசிச் சுற்று ஆயுதங்களை எங்கள்மீது விடுவித்தனர். அவர்களுடைய துல்லியமான குறி எங்கள் வீரர்களில் பலரைக் கீழே சாய்த்தது. மீண்டும், தாழ்வாகத் தொங்கிக் கொண்டிருந்த மரக்கிளைகள் எங்களைச் சிராய்த்தும் எங்கள்மீது வேகமாக மோதியும் எங்களைத் தாக்கிக் காயப்படுத்தின. எங்கள் குதிரைகள் புழுதியைக் கிளப்பிக் கொண்டு வேகமாக ஓடிக் கொண்டிருந்தன, ஆனால் என் மனத்தில் ஏகப்பட்டக் குழப்பம் தாண்டவமாடியது. நாங்கள் போர்க்களத்தில் தோற்றுவிட்டுப் புறமுதுகு காட்டி ஓடிச் சென்று கொண்டிருந்தோமா அல்லது பாதுகாப்புத் தேடி நாங்கள் ஒரு திட்டத்தோடு பின்வாங்கிக் கொண்டிருந்தோமா? இவ்விரண்டில் எது உண்மை என்று என்னால் கூற முடியவில்லை. நான் எந்த நம்பிக்கையுடனும் எதிர்பார்ப்புடனும் இங்கு வந்திருந்தேன்? இப்போது எதை எடுத்துக் கொண்டு நான் திரும்பிப் போய்க் கொண்டிருந்தேன்? நான் அஸ்தினாபுரத்திலிருந்து புறப்பட்டபோது என் குதிரை தடுமாறி விழுந்தது என்னுடைய தோல்வி மற்றும் வீழ்ச்சியின் துவக்கத்திற்கான முதல் அறிகுறியா? என்ன அது? தோல்வியா? புறமுதுகு காட்டி ஓட்டமா? உத்தி சார்ந்த பின்வாங்குதலா? போதிய அளவு வீரர்கள் இல்லாதபோது திரும்பிச் செல்லுவது சரிதானே? ஒருவேளை சித்திரசேனன் என்னைச் சிறைபிடித்திருந்தால் என்ன ஆகியிருக்கும்? நான் சிறைபிடிக்கப்பட்டிருந்தால், என் மகன் சுதாமனைக் கொன்றதற்கு அர்ஜுனனை யார் பழி வாங்கியிருப்பார்கள்? யார் என்னுடைய எதிரி

– அர்ஜுனனா அல்லது சித்திரசேனனா? அது குறித்து நான் தீவிரமாக யோசித்தேன். அர்ஜுனனின் குரல்வளையை அறுப்பதற்கு நான் உயிரோடு இருக்க வேண்டியது இன்றியமையாததாக இருந்தது. துவைதக் காட்டிற்கான இந்த ரகசியப் பயணம், என்னுடைய கண்களுக்கு, கேடு விளைவித்த ஒரு முயற்சியாகத் தெரியத் தொடங்கியது. வாழ்க்கைக் குதிரையானது புகழெனும் படிக்கட்டில் தடுமாறிக் கொண்டிருந்தது. தோல்வி! என்னுடைய முதல் தோல்வி! சூழல்களின் விளைவு! காரணம் எதுவாக இருந்தாலும், பின்வாங்குவது என்பது தோல்வியை ஒப்புக் கொள்ளுவது என்றுதான் அர்த்தமாகும். எல்லாமே ஒரே குழப்பமாக இருந்தது. யதார்த்தம் தெளிவாக இருந்தாலும், அதை ஏற்றுக் கொள்ள என் மனம் தயாராக இருக்கவில்லை. துரியோதனன் என்ன நினைப்பான்? அவன் என்னை எப்படி வரவேற்பான்? துரியோதனன்! அவனைப் பற்றி நான் நினைத்த மறுகணம், நான் என் குதிரையின் கடிவாளத்தைப் பிடித்து இழுத்து என் குதிரையை நிறுத்தினேன். முன்பு நாங்கள் இளைப்பாறிக் கொண்டிருந்த நீரோடையின் அருகே இப்போது நாங்கள் வந்து சேர்ந்திருந்தோம். நான் எனக்குப் பின்னால் திரும்பிப் பார்த்தேன். தப்பியோடி வந்து கொண்டிருந்த எங்களுடைய வீரர்களுக்கு இடையே துரியோதனனை என்னால் காண முடியவில்லை. ஒரு பயங்கரமான பயம் என் மனத்தின் ஊடாக வேகமாக ஊடுருவியது. காந்தர்வ வீரர்களிடம் துரியோதனன் தனியாகச் சிக்கிக் கொண்டானா? அவன் காயமுற்றிருந்தானா? அஸ்தினாபுரத்தில் என்னால் எப்படித் தலைகாட்ட முடியும்?

“அரிஷ்டசேனா, இளவரசர் துரியோதனனை நாம் அங்கேயே விட்டுவிட்டு வந்திருக்கிறோம். எல்லோரும் அந்த ஏரிக்குத் திரும்பிச் செல்ல வேண்டும் என்று வீரர்களிடம் கூறு,” என்று நான் கூறினேன்.

“அரசே, காந்தர்வ வீரர்கள் எண்ணற்றோர் அங்கு இருக்கின்றனர். நாம் அஸ்தினாபுரத்திற்குச் சென்று, அதிக எண்ணிக்கையில் வீரர்களை அழைத்துக் கொண்டு திரும்பி வர வேண்டும். இல்லாவிட்டால்–”

“இல்லாவிட்டால் என்னவாகும்?”

“இச்செய்தியை அஸ்தினாபுரத்தில் சொல்லக்கூட நம்மில் ஒருவரும் உயிரோடு இருக்க மாட்டோம்.”

அவன் கூறியது சரிதான். ஆனால், என்ன செய்யப்பட வேண்டும் என்று என்னால் தீர்மானிக்க முடியவில்லை. நாங்கள் துவைதக் காட்டிற்குத் திரும்பிச் சென்றால், எங்களில் யாரும் அஸ்தினாபுரத்திற்கு உயிரோடு திரும்பிச் செல்லுவதற்கான சாத்தியக்கூறு அரிதாகவே இருந்தது. மாறாக, நாங்கள் அஸ்தினாபுரத்திற்குச் செல்லலாம் என்றால், அது வெகு தூரத்தில் இருந்தது. என்ன செய்வதென்று தெரியாமல் நான் அந்த நீரோடையின் அருகே இருந்த மரத்தின்கீழ் ஒரு கருங்கல்லின்மீது உட்கார்ந்தேன். அரிஷ்டசேனனை அஸ்தினாபுரத்திற்கு அனுப்பி வைத்து அதிகமான வீரர்களையும் ஆயுதங்களையும் வரவழைத்தாலொழிய, நாங்கள் செய்வதற்கு வேறு எதுவும் இருக்கவில்லை. நாங்கள் அரிஷ்டசேனனோடு அஸ்தினாபுரத்திற்குச் சென்று எல்லோருடைய நகைப்புக்கும் ஆளாவதிலும் எந்த அர்த்தமும் இருக்கவில்லை. எனவே, அஸ்தினாபுரத்திற்கு விரையும்படி நான் அரிஷ்டசேனனுக்குக் கட்டளையிட்டேன். நான் துவைதக் காட்டிலும் இல்லை,

அஸ்தினாபுரத்திலும் இல்லை. மாறாக, நான் திரிசங்கு சொர்க்கத்தில் ஊசலாடிக் கொண்டிருந்தேன். ஒவ்வொரு நொடியும் முக்கியமானதாக இருந்தது. என் மனம் என்னென்னவோ யோசித்தது. நான் என்னுடைய கைகளால் என் தலையை அழுத்திப் பிடித்துக் கொண்டு உட்கார்ந்தேன். நிராதரவான நிலைமை! ஒரு கொடிய பூனை ஒரு மனிதனை ஒரு சுண்டெலியாக ஆக்கிவிடுவது போன்ற ஒரு நிராதரவான நிலைமை! அப்பூனை அவனைச் சாகவும் விடாது, வாழவும் விடாது. இன்று எந்த முன்னறிவிப்பும் இன்றி அது சித்திரசேனனின் உருவத்தில் என் முன்னால் வந்து நின்றது.

அரிஷ்டசேனன் போய்ச் சிறிது நேரம் ஆகியிருந்தது. பார்வைக்கு எட்டிய தூரம்வரை துரியோதனன் எங்கும் தென்படவில்லை. அவனுக்காகக் காத்துக் கொண்டிருப்பதில் இப்போது எந்த அர்த்தமும் இருக்கவில்லை என்பதால், நான் எழுந்து வாயுஜித்தின் கடிவாளத்தைக் கையிலெடுத்தேன். நான் தனியாக துவைதக் காட்டிற்குள் நுழைவதென்று தீர்மானித்தேன். தெரிந்தே மரணத்தின் வாசலுக்கு என்னுடைய வீரர்களை என்னுடன் அழைத்துச் செல்ல நான் விரும்பவில்லை. காந்தர்வர்களின் கைகளால் துரியோதனனுக்கு நேரவிருந்த மரணத்தை அவனுக்கு பதிலாக நான் ஏற்றுக் கொள்ளவும் நான் தயாராக இருந்தேன். நான் திரும்பிக்கூடப் பார்க்காமல் என் குதிரையின்மீது ஏறி, துவைதத்திற்குள் நுழையத் தயாரானேன். என் மனம் இப்போது நிதானமாகவும் உறுதியாகவும் இருந்தது. என் மனத்தில் இருந்த தடுமாற்றம் காணாமல் போயிருந்தது. செடிகொடிகள் அடர்ந்து வளர்ந்திருந்த ஒரு பகுதிக்குள் நான் நுழையவிருந்த நேரத்தில் துரியோதனன் அங்கிருந்து வெளிப்பட்டான். அவனுடைய கைகள் இரண்டும் ஒரு தடிமனான படர்கொடியைக் கொண்டு கட்டப்பட்டிருந்தன. அவன் தலை குனிந்து நின்று நான் முதன்முறையாக அப்போதுதான் பார்த்தேன். கற்பனைக் கதைகளைவிட யதார்த்தம் அதிக பயங்கரமாக இருக்கின்ற சில தருணங்கள் இருக்கத்தான் செய்கின்றன. துரியோதனனின் ஆடை ஆங்காங்கே கிழிந்து அலங்கோலமாக இருந்தது. பிடரி மயிர் மழிக்கப்பட்ட ஒரு சிங்கத்தைப்போல அவன் பரட்டைத் தலையுடன் தள்ளாடி நடந்து வந்தான்.

அவன் பாதுகாப்பாக இருந்ததைக் கண்டவுடன் நான் மகிழ்ச்சியோடு என் குதிரையைவிட்டுக் கீழே இறங்கி, "இளவரசே!" என்று அழைத்தபடி அவனைப் பாசத்தோடு அரவணைத்தேன். ஆனால் அவன் தன் தலையை நிமிர்த்தவில்லை. அவனுடைய கைகளைப் பிணைத்திருந்த கொடிகளை நான் வேகமாக அறுத்தெறிந்துவிட்டு, அவனை ஆறுதல்படுத்தும் விதமாக, "உன்னைத் தேடிக் கண்டுபிடித்து உன்னை விடுவித்து அழைத்து வருவதற்காகவே நான் இக்காட்டிற்குள் திரும்பி வந்து கொண்டிருந்தேன்," என்று கூறினேன். ஆனாலும், தாமரை போன்ற அவனுடைய முகம் மலர மறுத்தது. மழையில் நனைந்துள்ள ஒரு மரக்கிளையைப்போலத் தொங்கிக் கொண்டிருந்த அவனுடைய தலை நிமிரவில்லை. அவன் என் முன்னால் ஒரு கற்சிலைபோல அசையாமல் மௌனமாக நின்றான். துரியோதனன்! மாபெரும் கதாயுத வீரனான அவன், இப்போது தன் தண்டு ஒடிக்கப்பட்ட ஒரு தாமரையைப்போல நின்றான். என்னுடைய நட்பை அவன் சந்தேகிக்கத்

தொடங்கியிருந்தானோ? நான் அவனை விட்டுவிட்டுத் தப்பியோடிச் சென்றுவிட்டிருந்ததாக அவன் நினைத்தானோ?

"கர்ணா, நான் அஸ்தினாபுரத்திற்குத் திரும்பிப் போகப் போவதில்லை. இந்த மரத்தின்கீழ் நான் என் உயிரை மாய்த்துக் கொள்ளப் போகிறேன்," என்று அவன் கூறினான்.

"ஏன், என்ன நிகழ்ந்தது? ஓர் அரசனின் உயிர் என்பது நீ விரும்பும் நேரத்தில் மரண ஆற்றில் மிதக்கவிடப்படுவதற்கான ஒரு படகு அல்ல. உன்னுடைய ராஜ தர்மத்தை நீ மறந்துவிட்டாயா?"

"எது ராஜ தர்மம்? யார் அரசன்? கண்ணியத்தோடு வாழ முடியாத ஒருவன் எத்தகைய அரசன்?"

"துரியோதனா, என்ன பிரச்சனை? நீ தனியாகச் சிக்கிக் கொண்டதைத் தனக்கு சாதகமாகப் பயன்படுத்திக் கொண்டு சித்திரசேனன் உன்னை அவமானப்படுத்தியிருந்தால், நான் அவனை–"

துரியோதனன் இடைமறித்து, "இல்லை, கர்ணா. சித்திரசேனன் என் தலையைக் கொய்து தன்னுடைய பாதங்களுக்குக் கீழே போட்டு மிதித்து நசுக்கியிருந்தால்கூட, சண்டையில் அந்த கௌரவமான மரணத்தை நான் மகிழ்ச்சியாக ஏற்றுக் கொண்டிருப்பேன். ஆனால், என் எதிரியிடம் உயிர்ப்பிச்சை கேட்டு, அதைப் பெற்று நான் இந்த இழிவான நிலையில் இங்கே நின்று கொண்டிருக்கிறேன். ஒரு துணிச்சலான வீரனுக்குத் தன்னுடைய சொந்த மரணத்தைவிடத் தன்னுடைய வீரத்தின் மரணம்தான் அதிகக் கொடூரமானது. நான் ஓர் இளவரசன் அல்லன், ஒரு கதாயுத வீரனும் அல்லன். கண்ணியத்தோடு வாழுகின்ற ஒரு சாதாரண வீரன்கூட அல்லன் நான். நீ இப்போது என் கைகளிலிருந்து வெட்டியெறிந்த கொடிகளில் உள்ள இலைகளின் மதிப்புக்கூட இப்போது என் வாழ்க்கைக்கு இல்லை," என்று புலம்பினான்.

"நீ ஏன் இப்படி அரற்றிக் கொண்டிருக்கிறாய்? யார் உன் உயிரை மீட்டுக் கொடுத்தார்கள்? நீ அதை எப்படி ஏற்றுக் கொண்டாய்?"

"நீ அங்கிருந்து புறப்பட்டுச் சென்றவுடன் நான் தனியொருவனாக நின்றேன். ஆயிரக்கணக்கான காந்தர்வ வீரர்கள் என்னைச் சூழ்ந்து நின்றனர். அவர்கள் அனைவரும் ஒரே நேரத்தில் என்னைத் தாக்கினர். அவர்கள் என்னுடைய ஆயுதங்களை என்னிடமிருந்து பறித்துக் கொண்டு, என் கைகளைக் கட்டி என்னைச் சிறைபிடித்தனர். அவர்களில் பெரும்பாலானோர் வெற்றிக் கூப்பாடு போட்டுக் கொண்டே அந்த ஏரிப் பகுதியிலிருந்து போய்விட்டனர். சித்திரசேனனும் நானூறு வீரர்களும் ஏதோ ஓர் இடத்திற்கு என்னை இழுத்துச் சென்று கொண்டிருந்தனர். அப்போது..."

"என்ன நிகழ்ந்தது?"

"அப்போது திடீரென்று அர்ஜுனன் அங்கு வந்து நின்றான். அவன் ஒரு கணம்கூட யோசிக்காமல் தன்னுடைய காண்டீபத்தை ஏந்திப் பிடித்து, சரமாரியாக அம்புகளை எய்து, அந்த ஒட்டுமொத்த ஏரியின் மேற்பரப்பையும் தன் அம்புகளால் நிறைத்தான். இதைக் கண்டு பயந்து போன சித்திரசேனன் தன்னுடைய வீரர்களுடன் அங்கிருந்து ஓட்டமெடுத்தான். என் கைகள் கட்டப்பட்டிருந்தன. இல்லாவிட்டால், நான் சித்திரசேனனைத் தடுத்து அர்ஜுனனையும்

தாக்கியிருப்பேன். சித்திரசேனன் தப்பியோடிய பிறகு அர்ஜுனன் என் முன்னால் வந்து நின்று, 'உன்னை விடுவிக்க வேண்டும் என்று தருமன் உத்தரவிட்டுள்ளான். இந்த துவைதக் காட்டில் நீ மீண்டும் அடியெடுத்து வைக்காமல் இருந்து கொள்,' என்று கூறினான். தன்னுடைய இந்தப் பொய்யான வெற்றி கொடுத்தக் களிப்பில், இந்த ஒட்டுமொத்த துவைதக் காடும் தன்னுடைய தந்தையின் சொத்து என்பதுபோல அவன் இதை அகங்காரத்தோடு கூறினான். பார்க்க அவலட்சணமாக இருந்த ஒரு சிறுவனும் அவனோடு வந்திருந்தான். அச்சிறுவன் ஓர் அரக்கனின் மகன்போலத் தெரிந்தான். அவன்தான் என்னை இங்கே கொண்டுவந்து விட்டுவிட்டுப் போனான். என்னை அவமானப்படுத்துவதற்காக அர்ஜுனன் என் கைக்கட்டை அவிழ்க்காமல் போய்விட்டான். கர்ணா, இப்போது சொல், அஸ்தினாபுரத்தில் இனி எப்படி என்னால் தலை காட்ட முடியும்? பறவைகளின் அரசனான கருடன் தன்னுடைய ஒடிந்த சிறகுடன் ஓர் உயரமான மலையுச்சிக்குப் பறந்து செல்ல எப்படி ஆசைப்படலாம்? நான் இங்கிருந்து அசையப் போவதில்லை. நீ புறப்படு." அவனுடைய மன வேதனை அவனுடைய வார்த்தைகளாக வெளிப்பட்டது. இப்படிப்பட்ட ஒரு மோசமான நிலைமையை இதற்கு முன்பு ஒருபோதும் அவன் எதிர்கொண்டிருக்கவில்லை. நெடுநேரம் கட்டப்பட்டுக் கிடந்ததால் அவனுடைய மணிக்கட்டுகள் கருப்பாக ஆகியிருந்தன. அர்ஜுனனின் வார்த்தைகளால் அவனுடைய மனமும் இருளடைந்து போயிருந்தது. துரியோதனன் தன்னுடைய எதிரி வழங்கிய உயிர்ப்பிச்சையை ஏற்றுக் கொண்டபோது எத்தகைய கொடூரமான உணர்வுகள் அவனுடைய மனத்தை வதைத்திருக்கும், அவன் தன் மனத்தில் எத்தகைய சித்தரவதையை அனுபவித்திருப்பான் என்பதை துரியோதனனைப் போன்ற ஒரு பேரரசனின் மனத்தைக் கொண்ட ஒருவனால் மட்டுமே புரிந்து கொள்ள முடியும். என்ன வார்த்தையைச் சொல்லி துரியோதனனுக்கு ஆறுதல் வழங்குவது என்று தெரியாமல் நான் தவித்தேன்.

"இளவரசே, நீ கண்டிப்பாக அஸ்தினாபுரத்திற்குத் திரும்பியாக வேண்டும். அளப்பரிய ஒளியாற்றலை வழங்குகின்ற அந்த சூரிய பகவான்கூட அவ்வப்போது கிரகணங்களை ஏற்றுக் கொள்ள வேண்டியுள்ளது. பெருங்கடல்களிலிருந்து அகங்காரத்தோடு உருவாகின்ற மேகங்கள், அதே பெருங்கடலின்மீது இரக்கம் காட்டி மழையைப் பொழிவதை நீ பார்த்ததில்லையா? யார் யாருக்கு உயிர்ப்பிச்சை வழங்குகிறார்கள்? ஜராசந்தன் பதினேழு முறை தாக்குதல் நடத்தியதால் மதுராவைவிட்டு வெளியேறி துவாரகைக்கு ஓடிச் சென்ற கிருஷ்ணர் ஒரு கோழை என்று இந்த உலகம் கருதுகிறதா? ஜமதக்னியின் மகனான பரசுராமரை ஒரு யுத்தத்தில் பிதாமகர் பீஷ்மர் தோற்கடித்துவிட்டதால் பரசுராமர் ஒரு வீழ்த்தப்பட்ட வீரன் என்று இவ்வுலகம் கூறுகிறதா? தோல்வியிலிருந்து தன்னைப் பாதுகாத்துக் கொள்ள முடியாத, மன்னர் நகுஷனால் தன்னுடைய பல்லக்கில் பூட்டப்பட்ட, தேவர்களின் தலைவனான இந்திரனைப் பற்றி நீ கேள்விப்பட்டதில்லையா? சத்திரியர்கள் ஓரிடத்தில் உட்கார்ந்து கொண்டு மடிவதில்லை. வாழ்க்கையெனும் போர்க்களத்தில் தங்கள் உயிரெனும் ஆற்றலைத் தியாகம் செய்வதற்காகப் பிறந்தவர்கள் அவர்கள். இதோ உன் குதிரையின்

கடிவாளம்," என்று கூறிவிட்டு அரிஷ்டசேனன் கொண்டு வந்த ஒரு குதிரையின் கடிவாளத்தை நான் துரியோதனனிடம் கொடுத்தேன்.

சிறிது நேரத்தில் துரியோதனன் ஆசுவாசமடைந்து இயல்பு நிலைக்குத் திரும்பினான்.

"கர்ணா, நகர மக்கள் அனைவரும் உன்னை 'சூத புத்திரன்' என்று அழைக்கின்றனர். ஆனால் உன்னுடைய வார்த்தைகள் முற்றிலும் வித்தியாசமான ஓர் அபிப்பிராயத்தைத் தோற்றுவிக்கின்றன. நான் இங்கு ஓர் அற்பப் பூச்சியைப்போல சாகப் போவதில்லை. வா, நாம் போகலாம்," என்று கூறிவிட்டு, அவன் தன் குதிரையின்மீது தாவி ஏறினான். நான் நிம்மதிப் பெருமூச்செறிந்துவிட்டு வாயுஜித்தின்மீது ஏறி அமர்ந்தேன். நாங்கள் அஸ்தினாபுரத்தை நோக்கிப் பயணிக்கத் தொடங்கினோம். என் மனம் நிம்மதியடைந்திருந்தது. காந்தவர்களுடனான சண்டையில் நாங்கள் எதிர்கொண்ட தோல்வியால் ஏற்பட்ட விரக்தியோ, அவர்களிடமிருந்து பின்வாங்கியதால் ஏற்பட்ட வேதனையோ, நாங்கள் உண்மையில் புத்திசாலித்தனமாகத்தான் பின்வாங்கியிருந்தோம் என்ற ஒரு போலியான ஆறுதலோ இனியும் என்னை வதைக்கவில்லை. அந்த உணர்வுகளை நான் ஒதுக்கித் தள்ளினேன். நாங்கள் முதன்முறையாக வேட்டையாடிவிட்டுத் திரும்பி வந்தபோது நான் எவ்வளவு அமைதியாக இருந்தேனோ, இப்போதும் அவ்வளவு அமைதியாக இருந்தேன். இன்னும் சொல்லப் போனால், துவைதக் காட்டிற்கு நாங்கள் மேற்கொண்ட சாகசப் பயணம் ஒருவழியாக முடிவுக்கு வந்திருந்ததால், கற்பனை செய்யப்பட முடியாத ஒரு விநோதமான பாதுகாப்புணர்வு என்னை ஆட்கொண்டது.

நாங்கள் அஸ்தினாபுரத்தை அடைந்தவுடன் ஒருசில பணிப்பெண்கள், "அங்க நாட்டு அரசர் யுத்தத்திலிருந்து தப்பி ஓடிவிட்டார்!" என்று நிச்சயமாகக் கூறுவர். ஆனால் நான் அதைப் பற்றிக் கவலைப்படவில்லை. இப்பயணம் வாழ்வின் எண்ணற்ற சோதனைகளில் ஒன்று என்று கருதப்பட வேண்டும் என்று என் மனம் கூறியது. ஆனால் அது மறக்கப்பட முடியாத ஒரு சோதனையாக, முன்னறிவிப்பு ஏதுமின்றித் திடீரென்று ஏற்பட்ட ஓர் எதிர்பாராத சோதனையாக அமைந்துவிட்டது.

26

"அரசே, அரசவையில் நடைபெறவுள்ள ஒரு சந்திப்புக்கூட்டத்தில் நீங்கள் கலந்து கொள்ள வேண்டும் என்று பிதாமகர் பீஷ்மர் விரும்புகிறார்," என்ற செய்தியுடன் விதுரரின் சேவகன் ஒருவன் என் முன்னால் வந்து தலை வணங்கி நின்றான். அவனுடைய கையில் இருந்த, மரப்பட்டையால் ஆன மடலில் அச்செய்தி குறித்து ஏதோ எழுதப்பட்டிருந்தது. அவன் அதை என்னிடம் நீட்டினான். நாங்கள் துவைதக் காட்டிலிருந்து திரும்பி வந்து ஒரு நாள்கூட ஆகியிருக்கவில்லை. அதற்குள் ஒரு சந்திப்புக்கூட்டத்திற்கு வரும்படி பீஷ்மரே செய்தி அனுப்பியிருந்தார். அது செய்தியல்ல, மாறாக, ஓர் உத்தரவு. ஆனால் அந்த சந்திப்பு எதைப் பற்றியது என்ற விபரம் அந்த மடலில்

இடம்பெறவில்லை. ஒரு கணம் என்னுள் கோபம் கொப்பளித்தது. நான் அந்த மடலைக் கிழித்துவிடும் எண்ணத்துடன் அதை ஒரு கோணத்தில் தூக்கிப் பிடித்தேன். அப்போதுதான், கௌரவர்களின் அரசச் சின்னமான சூரியன் அதில் இடம்பெற்றிருந்ததை நான் கவனித்தேன். அது ஒரு பட்டுத் துணியின்மீது பொன்னிழைகளால் உருவாக்கப்பட்டிருந்தது. ஒருவர் எவ்வளவு முக்கியமானவராக இருந்தாலும் சரி, அந்த அரச முத்திரைக்கு முன்பாக அவர் தலை வணங்கித்தான் ஆக வேண்டும். எனவே, நான் என் மனத்தை மாற்றிக் கொண்டேன்.

அந்த சேவகன் அந்தக் காகிதச்சுருளை ஒரு தங்கத் தட்டில் வைத்துக் கொண்டு வந்திருந்தான். அதில் ஒரு சிறிய மரத்துண்டும் இருந்தது. அதன்மீது ஒரு மெழுகு உருண்டை வைக்கப்பட்டிருந்தது. நான் அந்த மெழுகை எடுத்து, என்னுடைய ஆட்காட்டி விரலில் அணிந்திருந்த கணையாழியை அதன்மீது பதித்தேன். பீஷ்மரின் செய்தி எனக்குக் கிடைத்திருந்தது என்பதை உணர்த்துவதற்கான சம்பிரதாயம் அது. நான் அந்த மெழுகை அந்த மரத்துண்டின்மீது வைத்துவிட்டு, “நீ போகலாம்,” என்று அந்த சேவகனைப் பணித்தேன். அவன் மீண்டும் தலை வணங்கிவிட்டு அங்கிருந்து புறப்பட்டுச் சென்றான்.

பிதாமகர் பீஷ்மர் கூட்டியிருந்த முதல் அரசவைக் கூட்டம் அது! அவர் எனக்குப் பிரத்யேகமாகச் செய்தி அனுப்பியிருந்தார். அவருடைய மனத்தில் என்ன ஓடிக் கொண்டிருந்தது? நான் உடை மாற்றிக் கொண்டு தயாரானபோது என் மனம் பல்வேறு திசைகளில் ஓடிக் கொண்டிருந்தது. இந்த நேரத்தில் இக்கூட்டத்தை நடத்துவதற்கு அப்படியென்ன காரணம் இருக்க முடியும் என்று யோசித்து யோசித்து நான் களைத்துப் போனேன்.

வழக்கம்போல, நான் என் தாயாரின் பாதங்களைத் தொட்டு வணங்கிவிட்டு அரசவைக்குச் சென்றேன். நான் துரியோதனனுடன் நுழைந்தபோது அந்த அவை நிரம்பியிருந்தது. கௌரவ வீரர்கள் அனைவரும் அங்கு கூடியிருந்தனர், ஆனால் அந்த சந்திப்பிற்கான காரணம் யாருக்கும் தெரிந்திருந்ததுபோலத் தோன்றவில்லை. அரசவை நிரம்பியவுடன், சம்பிரதாயப்படி அமைச்சர் விருசவர்மன் எழுந்து நின்று அக்கூட்டத்தைத் துவக்கி வைத்தார். “இன்று பிதாமகர் பீஷ்மர் இக்கூட்டத்தைக் கூட்டியுள்ளார். எக்கணமும் நிகழக்கூடிய சாத்தியமுள்ள ஒரு நெருக்கடி குறித்துக் கௌரவ வீரர்களுக்கு அவர் சில முக்கியமான எச்சரிக்கைகளைக் கொடுக்க விரும்புகிறார். அவருடைய ஒவ்வொரு வார்த்தையும் கவனமாகச் செவிமடுக்கப்பட வேண்டும். இங்குள்ள வீரர்கள் அனைவரும் அவருடைய பேச்சுக்குக் கீழ்ப்படிந்து நடக்க வேண்டும். ஏனெனில், யாரையும் சிறுமைப்படுத்துவது அவருடைய நோக்கமல்ல. பிதாமகர் பீஷ்மரின் மாபெரும் சாதனைகளைப் பற்றியோ அல்லது கௌரவ சாம்ராஜ்ஜியத்திற்கு அவர் செய்துள்ள ஈடு இணையற்றத் தியாகங்களைப் பற்றியோ புகழுவதற்கான நேரமல்ல இது. ஆனால், அறநெறி வழுவாத அவருடைய பண்பின் விளைவாகத்தான் நம்முடைய சாம்ராஜ்ஜியம் தழைத்தோங்கி வளர்ந்துள்ளது என்பதை நாம் மறந்துவிடக்கூடாது. இந்த அவையில் வயதில் மிகவும் மூத்தவர் அவர்தான். பெரியவர்களின் அனுபவபூர்வமான அறிவுரைக்குப் பிணி தீர்க்கும் வல்லமை உண்டு. மனத்தின் தீய தூண்டுதல்களை

வேரறுக்கும் சக்தி அதற்கு உண்டு. பகைமை என்பது அப்படிப்பட்ட ஒரு நோய். பகைமையின் காரணமாகக் கடவுளர் ஒருவரோடொருவர் சண்டையிட்டுக் கொண்டதன் விளைவாக அவர்களுடைய மாபெரும் சாம்ராஜ்ஜியங்கள்கூட நிலை குலைந்து மண்ணோடு மண்ணாக ஆகியுள்ளதாகக் கூறப்படுகிறது. பரஸ்பரச் சண்டை என்பது ஒருவர் தன்னுடைய சொந்த நாக்கைக் கடித்துக் கொள்ளுவதைப் போன்றது. அறிவும் தெளிவாகப் பார்க்கும் திறனும் கொண்டவர்கள் வேகமாகவும் சாதுரியமாகவும் தங்களுடைய நாக்கை விடுவித்துவிடுகின்றனர். அன்பும் ஒழுங்கும்தாம் தேவை. ஏனெனில், பகைமை சூழ்ச்சிக்குத்தான் வழி வகுக்கும்; சூழ்ச்சி சினத்திற்கு வழி வகுக்கும்; சினம் போருக்கு வழி வகுக்கும். நம்முடைய பிரச்சனைகளுக்குப் போர் ஒரு தீர்வல்ல. மாறாக, அது புதிய, அதிகச் சிக்கலான பிரச்சனைகள் முளைக்க வித்திடும். அதனால்தான், அன்பும் ஒழுங்கும் மட்டுமே உண்மையான ஒரே தர்மமாக இருக்கின்றன. இன்று நாம் நம்முடைய கண்களைத் திறந்து, அன்பையும் ஒழுங்கையும் கடைபிடிக்கக் கற்றுக் கொள்ள வேண்டும். நாம் அப்படிச் செய்யத் தவறினால், பகை எனும் நெருப்பு எல்லாப் பக்கங்களிலும் கொழுந்துவிட்டு எரிந்து எல்லோரையும் முழுமையாக ஆட்கொண்டுவிடும். அதனால்தான், பிதாமகரின் ஆழமான அறிவுரையை இன்று நாம் எல்லோரும் அமைதியாகவும் கவனமாகவும் கேட்க வேண்டியது முக்கியமாக இருக்கிறது." காய்ந்து போன தன்னுடைய உதடுகளைத் தன் நாக்கால் ஈரப்படுத்திவிட்டு விருசவர்மன் அமர்ந்தார். அவருடைய ஒவ்வொரு வார்த்தையும் ஒரு வலிமையான கருத்தை வலியுறுத்தின. ஆன்மாவைத் தொடுகின்ற இப்படிப்பட்ட ஒரு சொற்பொழிவை இதற்கு முன்பு ஒருபோதும் அவர் கொடுத்திருக்கவில்லை.

ஒரு கணம் அங்கு ஆச்சரியத்துடன்கூடிய அமைதி நிலவியது. பிதாமகர் என்ன சொல்லவிருந்தார் என்பதை அனைவராலும் ஊகிக்க முடிந்தது.

பிதாமகர் எழுந்து நின்றார். வழக்கத்திற்கு மாறாக, கௌரவர்களின் செங்கோல் இன்று துவக்கத்திலிருந்தே அவருடைய கையில் இருந்தது. அவருடைய உடலில் எந்தத் தள்ளாட்டமும் தென்படவில்லை. இமயத்தின் மிக உயர்ந்த சிகரத்தைப்போல அவர் நிமிர்ந்து உறுதியாக நின்றார். விரைவில், அச்சிகரத்திலிருந்து வார்த்தை நதிகள் வேகமாகப் பாய்ந்தோடி வந்து அங்கு கூடியிருந்த வீரர்கள்மீது ஓடின.

"வீரர்களே! இந்த அரசவையில் என் வாழ்வில் முதன்முறையாக நான் கூட்டியுள்ள கூட்டம் இது. இதுதான் கடைசிக் கூட்டமாகவும் இருக்கும் என்று நான் நினைக்கிறேன். நான் இப்போது உங்கள் முன் கௌரவ இனத்தின் ஒரு வீரனாகவோ, அல்லது பிதாமகராகவோ, அல்லது பரசுராமரின் சீடனான பீஷ்மராகவோ நிற்கவில்லை. இந்த ராஜ்ஜியத்தின் ஒரு சாதாரணக் குடிமகனாகவோகூட நான் இங்கு நிற்கவில்லை. மாறாக, ஒரு கண்ணில் வெற்றியினால் ஏற்படும் ஆனந்தக் கண்ணீருடனும் இன்னொரு கண்ணில் தோல்வியால் ஏற்படும் வேதனைக் கண்ணீருடனும், உங்களைப்போலவே நானும் வாழ்க்கையெனும் போர்க்களத்தில் ஒரு சாதாரண மனிதனாக இங்கு வந்திருக்கிறேன். ஆனால், உங்களைப் போலன்றி, என்னுடைய இந்த

நீண்ட வாழ்க்கையில் நான் ஏகப்பட்ட யுத்தங்களையும் சண்டைகளையும் பார்த்திருக்கிறேன். முடிவற்ற வாழ்க்கைப் பயணத்தில், என்னுடைய வயதை ஒத்தப் பலர் மறைந்துவிட்டனர். நான் எஞ்சியிருப்பது ஒரே ஒரு காரணத்திற்காகத்தான். மனிதனின் மனத்தை இயற்கை எவ்வளவு அற்புதமானதாகவும் எவ்வளவு சிக்கலானதாகவும் வடிவமைத்திருக்கிறது என்பதை உங்களுக்குப் புரியும் ஒரு மொழியில் எடுத்துரைப்பதுதான் அது. அந்த நாள் இன்று வந்துள்ளது.

"தன்னலம் ஒருவனை எப்போதும் மிகக் கொடியவனாக ஆக்குகிறது என்பதை நன்றாக மனத்தில் இருத்திக் கொள்ளுங்கள். பசியால் துன்புற்றுக் கொண்டிருக்கும் ஒரு சிங்கம் தன்னுடைய பசியைப் போக்கிக் கொள்ளுவதற்காக எந்தவோர் உயிரினத்தையும் தாக்கும். ஆனால் அது தன்னுடைய சக சிங்கங்களில் ஒன்றைக்கூடக் கொல்லாது. ஆனால், தன்னலத்தால் தூண்டப்படுகின்ற ஒரு மனிதன், ஆயிரக்கணக்கான சக மனிதர்களை மரணத்தின் வாசலுக்கு அனுப்பச் சிறிதுகூடத் தயங்க மாட்டான். சிங்கம் ஒரு கொடிய விலங்கு என்று கூறுவதற்கு மனிதனுக்கு எந்த உரிமையும் இல்லை. ஏனெனில், கடவுளின் படைப்பில் அவன்தான் மிகவும் கொடூரமான விலங்காக இருக்கிறான். ஆனாலும் மனிதன் பண்பட்டவன் என்று சான்றோர் கருதுகின்றனர். மனிதன் மேன்மையானவன்தான் – ஆனால் எப்போது? தன்னுடைய நலனை விடுத்து, மற்றவர்களுக்காகத் தன் ரத்தத்தைத் தியாகம் செய்யும்போதுதான் அவன் மேன்மையானவனாக ஆகிறான். இல்லாவிட்டால், தர்மத்தையும் அதிர்ஷ்டத்தையும் அரசியலையும் மற்றவற்றையும் பற்றி அவன் எவ்வளவுதான் முழங்கினாலும், இரண்டு சோழிகள் பெருமானமுள்ளவனாகக்கூட அவனைக் கருத முடியாது.

"மனிதன் பயங்கரமான தன்னலத்தில் சிக்கி, கடின உழைப்பையும் முயற்சியையும் கைவிட்டுவிட்டு வஞ்சகத்தை சுவீகரிக்கிறான். இவ்வுலகிலுள்ள அனைத்து மனிதர்களும் தங்களுடைய தீய நோக்கங்களை அடைவதற்காக, கடின உழைப்பைக் கைவிட்டுவிட்டுத் தன்னலத்தை மட்டுமே ஒரே அறிவார்ந்த கொள்கையாகத் தூக்கிப் பிடித்து வாழ்ந்து கொண்டிருக்கின்ற ஒரு காட்சியைக் கற்பனை செய்யுங்கள். அங்கே நீங்கள் என்ன பார்க்கிறீர்கள்? நரகம்! இந்த அழகான பூமி மனிதனால் நாசப்படுத்தப்பட்டு ஒரு நரகமாக ஆகியுள்ளதை நீங்கள் பார்க்கிறீர்கள். அப்படிப்பட்டத் தன்னலத்தைச் சரியான நேரத்தில் கண்டித்தாக வேண்டும். அதனால்தான் நான் இந்த அவையை இப்போது கூட்டியிருக்கிறேன்.

"ஒரு ராஜ்ஜியத்தின் குடிமக்களுடைய எதிர்காலம் அதனுடைய அரசனைச் சார்ந்துள்ளது. ஆனால் நான் முன்பு கூறிய வகையான தன்னலம் இன்று நம்முடைய ராஜ்ஜியத்தின் அடிப்படை இயல்பாக ஆகியுள்ளது உங்களுடைய, என்னுடைய, மற்றும் எல்லோருடைய துரதிர்ஷ்டம் என்றால் அது மிகையல்ல. யார் யாரைக் குறை சொல்லுவது? எல்லோருமே பாதை தவறிப் போய்விட்டோம். இதற்கான முதன்மைக் காரணம் உங்கள் மன்னர் திருதராஷ்டிரர்தான். அவர் இழைத்திருப்பது மன்னிக்கப்பட முடியாத ஒரு தவறு. தன்னுடைய அன்புச் சகோதரர் பாண்டு இவ்வுலகை வெற்றி கொண்டதன் மூலம் இந்த ராஜ்ஜியத்தைப் புகழின் உச்சிக்குக் கொண்டு சேர்த்தார் என்பதை

முற்றிலுமாக மறந்து போயுள்ள மன்னர், தன்னுடைய மகன்களைத் தடுப்பதற்கு ஒரு வார்த்தையைக்கூடப் பயன்படுத்தவில்லை. அதிகாரத்தின்மீதான பேராசை ஒருவனைக் குருடனாக்கிவிடுகிறது என்று நான் கேள்விப்பட்டுள்ளேன். ஆனால் இந்தக் குருட்டு மன்னர், இதற்கு நேரெதிரான உண்மையின் மொத்த உருவமாகத் திகழுகிறார். துரதிர்ஷ்டவசமாக, இந்தக் குருட்டு மன்னர், அதிகாரத்தின்மீதான மோகத்தால் தன் முன்னோக்குப் பார்வையை வளர்த்துக் கொண்டுள்ளார். பின்னாலிருந்து தன் மகனைத் தூண்டுகின்ற இவர், அவன் மன்னனாக முடிசூட்டப்படுவது குறித்துக் கனவு கண்டு கொண்டிருக்கிறார். அவருடைய மன உறுதியைப் பாராட்டத்தான் வேண்டும்!

"முதியவர்களின் வார்த்தைகளுக்குப் பிணி தீர்க்கும் குணம் இருப்பதாக முதன்மை அமைச்சர் விருசவர்மன் கூறினார். ஆனால், அந்த மருந்து எவ்வளவு சிறப்பானதாக இருந்தாலும், ஒரு நோயாளி அதை முறையாகவும் ஒழுங்காகவும் உட்கொள்ளாவிட்டால் அதனால் எந்தப் பயனும் இல்லை. நான் நேரடியாகவே உங்களிடம் கேட்கிறேன் – திருதராஷ்டிரர் தன்னுடைய அகக்கண்ணைத் திறப்பாரா மாட்டாரா? அவருடைய மகன் துரியோதனன் தன்னுடைய அரச தர்மத்தைப் பின்பற்றுவானா மாட்டானா? உண்மைக்கும் பொய்க்கும் இடையேயான வேறுபாட்டை இங்கு கூடியுள்ள நீங்கள் அனைவரும் நிதானமாகவும் அமைதியான மனத்துடனும் சிந்திப்பீர்களா?

"பெருமைப்படத்தக்க எத்தனைக் காட்சிகள் இந்த அரசவையில் அரங்கேறியுள்ளன என்பது உங்களில் யாருக்காவது நினைவிருக்கிறதா? மாமன்னர் அஸ்தியினுடைய அஸ்தினாபுரம் நூற்றுக்கணக்கான ஆண்டுகளாக ஆரியவர்த்தத்தின் தலைசிறந்த தலைநகரமாக இருந்து வந்துள்ளது. இந்த அரியணையை வலிமையும் உன்னதமான இதயமும் கொண்ட பலர் அலங்கரித்துள்ளனர். தபதியின் மகன் குரு, சுபாங்கியின் புதல்வர் விதூரதன், சம்பிரியையின் புதல்வர் அனஷ்னன், அமிருதையின் புதல்வர் பரீட்சித்து, சுவேசையின் புதல்வர் பீமசேனன், சுகுமாரியின் புதல்வர் பிரதீபன், மதிப்பிற்குரிய என் பாட்டியின் புதல்வர் சாந்தனு ஆகியோர் அமர்ந்து கோலோச்சிய அரியணை இது. அவர்களுடைய புகழைப் பாண்டுவின் படையெடுப்புகள் மலையளவு உயர்த்தின. ஆனால் இன்று! தற்போதைய ஒவ்வொரு நிகழ்வும் நாம் அவமானத்தில் நம் தலைகளைத் தொங்கப் போடும்படி செய்கிறது. இதே அரசவையில் திரௌபதிக்கு இழைக்கப்பட்டக் கொடுமை நினைவிருக்கிறதா? எந்த வகையான ஆண்மையின் வெளிப்பாடு அது? ஒரே ஒரு முறை சோழிகளை வீசி, பாண்டவர்கள் நிறுவிய ஒரு ராஜ்ஜியத்தை அவர்களிடமிருந்து அபகரித்து, அவர்களை வெளியே துரத்தி, வீடுவீடாகச் சென்று யாசிக்கும் நிலைக்கு அவர்களை ஆளாக்கியது நியாயமானதுதான் என்று எந்த ராஜ தர்மம் கூறுகிறது? இவ்வளவு நடந்து முடிந்த பிறகும்கூட துரியோதனன் மனநிறைவு கொள்ள மறுக்கிறான். திருதராஷ்டிரர் இதற்கு எதிராக ஏதேனும் ஒரு வார்த்தையாவது கூறியிருக்கிறாரா? இல்லை. அதனால்தான், வேதனையும் விரக்தியும் தாளாமல் நான் இதையெல்லாம் கூற வேண்டியிருக்கிறது.

“திருதராஷ்டிரரின் வீரப் புதல்வர்களான துரியோதனன், துச்சாதனன், விகர்ணன், சித்திரசேனன், துசஹனன், ஜயன், சத்தியவிரதன், துர்மர்சணன், புருமித்திரன், விவம்சதி ஆகியோரிடமும், சகுனி, அசுவத்தாமன், ஜயத்ரதன், மற்றும் பிற அற்புதமான வீரர்களிடமும் நான் ஒன்று கேட்க விரும்புகிறேன். நம்முடைய இத்தகைய நடத்தைக்கு நாம் ஓர் எல்லையை வரையப் போகிறோமா இல்லையா?

“துரியோதனா, நீ ஒரு கதாயுத வீரனாகப் புகழைக் கைவசப்படுத்துவது நல்லது. இல்லாவிட்டால், நீ பகைமையின் மொத்த உருவம் என்று மக்கள் உன்மீது முத்திரை குத்திவிடுவர். பாண்டவர்களைப் பற்றிய அனைத்து எண்ணங்களையும் உன் மனத்திலிருந்து களைந்துவிடு. ஏனெனில், நேற்றுதான் நீ துவைதக் காட்டிலிருந்து அதிர்ஷ்டவசமாக உயிர் பிழைத்து வந்திருக்கிறாய். நீ உயிரோடு இருப்பது அர்ஜுனன் குறுக்கிட்டதால்தானே அன்றி, கர்ணனின் உதவியால் அல்ல. நீ எந்தத் திட்டங்களோடு துவைதக் காட்டிற்குச் சென்றாயோ, அவை அனைத்தையும் காந்தர்வர்களின் தலைவன் சித்திரசேனன் தவிடுபொடி ஆக்கியுள்ளான். கர்ணன் யுத்தக்களத்திலிருந்து தப்பி ஓடி வந்துள்ளான். நீ தவறாகக் கர்ணன்மீது கண்மூடித்தனமான நம்பிக்கை வைத்திருக்கிறாய். பொலிவற்ற இந்தக் கர்ணன் இதுவரை ஏதேனும் பிரம்மாண்டமான படையெடுப்புகளை நிகழ்த்தி வெற்றி வாகை சூடியிருக்கிறானா? அர்ஜுனன் யாராலும் வெல்லப்பட முடியாத ஒரு தலைசிறந்த வில்லாளி. ஒரு வேடுவனின் உருவத்தில் வந்த அந்த சிவபெருமானையே பணிய வைத்தவன் அவன். காண்டவக் காட்டில் பாண்டவர்கள் இந்திரப்பிரஸ்தத்தை நிறுவிக் கொண்டிருந்த நேரத்தில் கடுங்கோபம் கொண்ட வருணனைத் தோற்கடித்து, அவனிடமிருந்து காண்டீப வில்லையும், அழிக்கப்பட முடியாத அம்புகள் நிரம்பிய ஓர் அம்பறாத்தூணியையும் பெற்றவன் அவன். திரௌபதியின் சுயம்வரத்தில் அந்த மரமீனைத் துளைத்து வெற்றி வாகை சூடியவன் அவன். நேற்று, அவன் தன் சொந்த உயிரைப் பணயம் வைத்து, காந்தர்வர்களின் பிடியிலிருந்து உன்னை விடுவித்து, உனக்கு ஒரு புதிய வாழ்க்கையைக் கொடுத்திருக்கிறான். அர்ஜுனனைத் தோற்கடிப்பது அவ்வளவு சுலபமான காரியம் அல்ல. எந்தக் கர்ணனைக் குறித்து நீ இவ்வளவு பெருமைப்படுகிறாயோ, அந்தக் கர்ணன் அர்ஜுனனுக்கு ஈடானவன் அல்லன். அதனால்தான், சற்று முன் நான் பட்டியலிட்ட வீரர்களின் பெயர்களில் கர்ணனின் பெயரை நான் குறிப்பிடவில்லை.

“இளவரசே, நல்ல எண்ணங்களோ அல்லது தீய எண்ணங்களோ, அவை எல்லாமே மனத்திலிருந்துதான் முளைக்கின்றன. இந்த ஒட்டுமொத்த உலகத்தையும் குறைந்தபட்சம் ஒரு முறையாவது சுலபமாக வென்றுவிடலாம், ஆனால் மனத்தை வெற்றி கொள்ளுவது மிகவும் கடினம். எனவே, நீ ஓர் உண்மையான வீரனாக இருந்தால், முதலில் அர்ஜுனன்மீதான பகையிலிருந்து விடுபடு. ராஜ்ஜியத்தின்மீதான பேராசை அனைத்தையும் விரட்டியடி. இந்த ராஜ்ஜியம் கட்டுக்கோப்பாக நிலைத்திருக்க வேண்டும் என்று நீங்கள் எல்லோரும் விரும்பினால், பாண்டவர்களும் கௌரவர்களும் ஒருவரோடு ஒருவர் ஒத்துழைக்க வேண்டியது இன்றியமையாதது. இன்னும் காலம் கடந்துவிடவில்லை.

துரியோதனா, உன்னுடைய தளபதியை துவைதக் காட்டிற்கு அனுப்பி வைத்து, பாண்டவர்கள் அங்கிருந்து திரும்பி வருவதற்கு எப்படியாவது அவர்களை சம்மதிக்க வைப்பதற்கான வழியைத் தேடு.

"நீ அதைச் செய்யாவிட்டால், இந்த ராஜ்ஜியத்தின் செங்கோலைக் கைவசப்படுத்துவதற்கான பேராசையால் தூண்டப்பட்டு, பாண்டவர்களை நிர்மூலமாக்குவதற்கு நீ அடுத்தடுத்து ஒவ்வொன்றாக உருவாக்கிக் கொண்டிருக்கின்ற கொடூரமான திட்டங்கள் நிச்சயமாகக் கடுமையான பின்விளைவுகளை உருவாக்கும். அவை அனைத்தும் இன்று இங்கு நூற்றுக்கணக்கில் கூடியிருக்கின்ற, சிங்கம் போன்ற வலிமையான இதயம் படைத்த வீரர்கள்மீதுதான் விழும். வீரர்களின் வாழ்க்கையானது பசுக்களையும் வீடுகளையும் செல்வத்தையும் இந்த பூமியையும்விடப் பன்மடங்கு அதிக மதிப்பு வாய்ந்தது. ஏனெனில், ஒரு ராஜ்ஜியத்தின் செழிப்பிற்குக் காரணமே வீரர்கள்தாம்.

"துரியோதனா, இந்த வீரர்கள் அனைவரையும் நீ மரணத்தின் எல்லைக்கு அழைத்துச் சென்று கொண்டிருக்கிறாய். பீமனுக்கு நஞ்சைக் கொடுக்கும் யோசனை உன்னுடையதுதான். குந்தியையும் அவளுடைய ஐந்து மகன்களையும் வாரணாவதக் காட்டில் அரக்கு மாளிகையில் வைத்து உயிரோடு எரிப்பதற்கான கொடூரமான திட்டத்தை வகுத்ததும் நீதான். ராஜ்ஜியத்தில் பாதியைக் கேட்டப் பாண்டவர்களுக்குப் பொதுமக்கள் முன்னிலையில் காண்டவக் காடு தாராளமாகத் தாரை வார்க்கப்பட்டதும் உன்னுடைய யோசனைப்படிதான் நடந்தது. சூதாட்டத்தில் சகுனி கடைசி முறையாகச் சோழிகளை வீசி வெற்றி பெற்றபோது நீதான் முதலில் கைதட்டி ஆர்ப்பரித்தாய். களங்கமற்ற திரௌபதிக்கு உன்னுடைய வெற்றுத் தொடையைக் காட்டிய கதாயுத வீரன் நீதான். நாம் எல்லோரும் அவளுடைய பாதங்களைத் தொழ வேண்டும். ஆதரவில்லாதவர்களுக்கு தானம் கொடுக்கும் நேரத்தில் எந்த நாக்கு இறைவனுக்குரிய மந்திரங்களை உச்சரிக்க வேண்டுமோ, அதே நாக்கைக் கொண்டு குந்தியின் பரிதாபகரமான நிலைமையை எள்ளி நகையாடியவனும் நீதான். நேற்று, இந்த சாதாரணத் தேரோட்டியான கர்ணனின் கையைப் பிடித்துக் கொண்டு, இந்திரப்பிரஸ்தத்தின் பணிப்பெண்களின் உதவியுடன் பாண்டவர்களுக்குக் கோபம் ஏற்படுத்தத் தீர்மானித்தவனும் நீதான். வீரமற்ற அந்த ஜலக்கிரீடைக்குப் பிறகு, கைகள் கட்டப்பட்டு, நிராதரவாகத் திரும்பி வந்தவனும் நீதான்.

"துரியோதனா! கர்ணா! நூற்றுக்கணக்கான வீரர்களையும் கௌரவர்களின் எதிர்காலப் புகழையும் சேர்த்துப் பணயம் வைத்து நீங்கள் தொடர்ந்து சூதாடும் அளவுக்கு இந்தச் செங்கோல் உங்களுக்கு போதையேற்றி, உங்கள் கண்களைக் குருடாக்கியுள்ளது என்றால், அந்த வீரர்களின் உயிரோடு ஒப்பிடுகையில் இந்தச் செங்கோல் எவ்வளவு அற்பமானது என்பதை உங்களுக்குக் காட்டுவதற்காக, சாந்தனுவின் மகன் பீஷ்மராகிய நானே உங்கள் எல்லோர் முன்னிலையிலும் இதைத் தூக்கி எறிந்துவிட்டு என்னுடைய கருத்து எவ்வளவு உண்மை என்பதை நிரூபிப்பேன்."

அவர் இவ்வாறு கூறிவிட்டுத் தன் கையை உயர்த்தி, பொன்னாலான அச்செங்கோலை அந்த அரங்கின் நடுவே வீசி எறிந்தார். அது கடகடவென்று உருண்டு சென்று, துரியோதனனின் பாதங்களுக்கு

அருகே போய் நின்றது. மின்னல் தாக்கியதுபோல அவனும் மற்றவர்களும் தங்கள் இருக்கைகளிலிருந்து துள்ளி எழுந்தனர். நான் ஒருவன் மட்டும் தளர்ந்த மனத்துடன் உட்கார்ந்திருந்தேன். அந்தச் செங்கோலை வீசி எறிந்திருந்த அந்த முதியவர் நடுங்கிக் கொண்டே நின்று கொண்டிருந்தார். சுருக்கம் விழுந்திருந்த அவருடைய நெற்றியின்மீது வியர்வை முத்துக்கள் ஒளிர்ந்தன.

இன்று இந்த அரசவையில் நான் கண்ட இக்காட்சி என்னைக் கலங்கடித்த அளவுக்கு, அன்றொரு நாள் அஸ்தினாபுரத்தின் போட்டியரங்கில் நிகழ்ந்த போட்டிகளோ, காம்பில்யத்தில் மரமீன் துளைக்கப்பட்டதோ, இந்திரப்பிரஸ்தத்தில் சிசுபாலன் கொல்லப்பட்டதோ, அல்லது இதே அரசவையில் திரௌபதியின் துகில் உரியப்பட்டதோ என்னை பாதித்திருக்கவில்லை. ஆனால் இன்றைய நிகழ்வு என்னைத் தலைகீழாகப் புரட்டிப் போட்டது.

உருண்டு வந்த அந்தச் செங்கோலைப் பார்த்தபோது என் மனத்தில் ஏகப்பட்ட எண்ணங்கள் குறுக்கும் நெடுக்குமாக ஓடின. நான் எழுந்து வேகமாக முன்னால் சென்று அச்செங்கோலை எடுத்து உயர்த்திப் பிடித்தேன். அங்கு கூடியிருந்த அனைவருடைய கண்களிலும் பல்வேறு உணர்வுகள் வெளிப்பட்டன. நான் அடுத்து என்ன செய்யவிருந்தேன், என்னுடைய அடுத்த நடவடிக்கை என்னவாக இருக்கும் என்று அவை என்னிடம் மௌனமாகக் கேட்டன.

"எல்லோரும் அமருங்கள்!" என்று நான் உரத்தக் குரலில் கூறினேன். பெருங்கடல் அலை ஒன்று உள்வாங்குவதைப்போல அவர்கள் எல்லோரும் மீண்டும் அமர்ந்தனர். என் உடலில் ரத்தம் வேகமாகப் பாய்ந்தது. என்னுடைய கண்களின் ஓரங்கள் ஒரு வேள்வித் தீயைப்போலச் சிவந்திருந்தன. என் காதுகளெனும் போர்க்களத்தில் யாரோ ஒருவன் ஒரு போர்ச்சங்கை ஒலித்துக் கொண்டிருந்தான்; யாரோ சத்தமாக, "கர்ணன் அர்ஜுனனுக்கு ஈடானவன் அல்லன்! அவன் பொலிவற்றவன், வீழ்த்தப்பட்டவன், சண்டையிலிருந்து தப்பி ஓடி வந்தவன்! கர்ணன் ஏதேனும் பிரம்மாண்டமான படையெடுப்புகளை நிகழ்த்தி வெற்றி வாகை சூடியிருக்கிறானா? அர்ஜுனன் ஒருவனே யாராலும் தோற்கடிக்கப்பட முடியாத தலைசிறந்த வில்லாளி!" என்று கூறிக் கொண்டிருந்தனர்.

நான் என்னுடைய ஒரு கையை என் காதின்மீது வைத்துக் கொண்டு, இன்னொரு கையால் அச்செங்கோலை ஆட்டிக் கொண்டு, என் வலிமை முழுவதையும் ஒன்றுதிரட்டி ஓர் உரத்தக் குரலில் கத்தினேன்: "நான் பொலிவற்றவன் அல்லன். நான் சண்டையிலிருந்து தப்பித்து ஓடி வரவில்லை. 'கர்ணன் அர்ஜுனனுக்கு ஈடானவன் அல்லன்' என்று முழங்குகின்ற பிதாமகருக்கு, உண்மையில் அர்ஜுனன்தான் கர்ணனுக்கு ஈடானவன் அல்லன் என்பதை நான் நிரூபிப்பேன். ஒருவன் எத்தனைப் போர்களில் வென்றுள்ளான் என்பதுதான் வீரத்திற்கான ஒரே சோதனை என்றால், ஒரு சூத புத்திரனான நான், இந்தச் செங்கோல் இந்த ஆரியவர்த்தம் முழுவதையும் ஆட்சி செய்வதை உறுதி செய்வேன். ஆனால், அங்க நாட்டு அரசனாகவோ, இளவரசன் துரியோதனனின் நண்பனாகவோ, அல்லது இங்கு கூடியுள்ள கௌரவ வீரர்களில் ஒருவனாகவோ நான் அதைச் செய்யப் போவதில்லை.

முதன்மை அமைச்சர் எந்தெந்த ராஜ்ஜியங்களையும் அரசர்களையும் பட்டியலிடுகிறாரோ, அவர்கள் எல்லோரையும் நான் இந்தப் புனிதமான செங்கோலின் முன்னால் தலை வணங்க வைப்பேன். பருவமழை பெய்து முடிந்ததும், நான் இந்தச் செங்கோலை எடுத்துக் கொண்டு அஸ்தினாபுரத்தைவிட்டுப் புறப்பட்டு இவ்வுலகின்மீது படையெடுத்துச் சென்று, இதுவரை யாரும் கண்டிராத ஒரு மிகப் பெரிய வெற்றியுடன் திரும்பி வருவேன். என்னுடைய இந்த லட்சியத்தை என்னால் நிறைவேற்ற முடியாமல் போனால், யுத்தக்களத்தில் நான் என் உயிரைத் தியாகம் செய்வேன். ஆனால், ஒரு விஷயத்தை நான் தெளிவுபடுத்த விரும்புகிறேன். வெற்றி போதையில் நான் கிருஷ்ணரின் மதுராவின்மீதும் துவாரகையின்மீதும் ஒருபோதும் தாக்குதல் நடத்த மாட்டேன் என்று உங்கள் எல்லோர் முன்னிலையும் நான் உறுதி கூறுகிறேன். தோல்வி குறித்த பயத்தாலோ அல்லது மரணம் குறித்த பயத்தாலோ நான் இதை அறிவிக்கவில்லை, ஆனால் என்னுடைய தீர்மானம் குறித்து உங்களுக்கு விளக்கமளிப்பதற்கு எந்தக் காரணமும் இருப்பதாக எனக்குத் தோன்றவில்லை. இந்த விதிவிலக்கு கிருஷ்ணருக்கு மட்டுமே பொருந்தும். எதிர்காலத்தில் இனி எவரொருவரும் கர்ணனையும் அர்ஜுனனையும் ஒருபோதும் ஒப்பிட்டுப் பார்க்கக்கூடாது. பலப்பல ஆண்டுகளுக்கு முன்பு போட்டியரங்கில் நான் விடுத்த சவால் இன்னும் காலாவதியாகவில்லை. கிருஷ்ணர் இல்லாவிட்டால், அர்ஜுனன் ஓர் உடைந்த வாள் போன்றவன். அதேபோல, துரியோதனனுக்கு எதிராகப் பிதாமகர் பீஷ்மர் முன்வைத்தக் குற்றச்சாட்டுகளும் பாரபட்சமானவை. விளையாட்டு என்ற பெயரில், குழந்தைப்பருவத்தில் துரியோதனனின் சகோதரர்களை பீமன் வேண்டுமென்றே ஏரித் தண்ணீருக்குள் மூழ்கடித்து அவர்களைக் கிட்டத்தட்டக் கொன்றதைப் பிதாமகர் எப்படிக் கண்டுகொள்ளாமல் இருந்தார்? போட்டியரங்கில் பீமன் என்னுடைய குலத்தின் பெயரால் என்னை அவமானப்படுத்தியது அவருக்கு மறந்துவிட்டதா? இந்திரப்பிரஸ்தத்தில் நடந்த ராஜசூய வேள்வியின்போது விலங்குகளை எண்ணும்படி இளவரசன் துரியோதனனுக்கு அவர் உத்தரவிட்டபோது பிதாமகரின் நியாய உணர்வுக்கு என்ன நேர்ந்தது? ‘குருட்டுத் தந்தைக்குக் குருட்டு மகன்கள்தானே பிறப்பார்கள்!’ என்று திரௌபதி பரிகாசம் செய்தது அவருக்கு நினைவிருக்கிறதா? நேற்று அர்ஜுனன் தானாக துரியோதனனைக் காப்பாற்றவில்லை. அவன் தருமனின் கட்டளையை அப்படியே பின்பற்றினான், அவ்வளவுதான். பகலுக்கும் இரவுக்கும் இடையே எப்படி சமரசம் ஏற்பட வாய்ப்பில்லையோ, அதேபோலப் பாண்டவர்களுக்கும் கௌரவர்களுக்கும் இடையேயும் சமரசம் ஏற்படுவதற்கான சாத்தியக்கூறு எதுவும் இல்லை என்றே எனக்குத் தோன்றுகிறது.

“இந்தச் செங்கோல் ஓர் அற்பமான விஷயம் என்று பிதாமகர் கூறுகிறார். ஆனால் இது தேவலோக ராஜ்ஜியத்தைவிட அதிக மேன்மையானது என்று நான் கருதுகிறேன். இச்செங்கோலை நிலை நாட்டுவதற்காகப் பிதாமகர் தானே பரசுராமனோடு சண்டையிட்டாரல்லவா? அவருக்கு இந்த உண்மை மறந்து போயிருக்கலாம், ஆனால் நான் அதை மறக்கவில்லை.

“காடுகளில் பல வகையான புற்கள் அபரிமிதமாகவும்

அடர்த்தியாகவும் வளருகின்றன, ஆனால் அருகம்புல் மட்டுமே தெய்வத்திற்கு அர்ப்பணிக்கப்படுகிறது. இவ்வுலகில் பல்வேறு மலைகள் இருக்கின்றன, ஆனால் இமயம் மட்டுமே இமயமாக இருக்கிறது. பெண்கள் பலர் இருக்கின்றனர், ஆனால் ஒருவன் தன் தாயின் பாதங்களை மட்டுமே தொட்டு வணங்குகிறான். அஸ்தினாபுரத்தில் பல வீரர்கள் இருக்கின்றனர், ஆனால் பிதாமகர் பீஷ்மர் ஒருவருக்குத்தான் இந்தச் செங்கோலைத் தூக்கியெறியும் துணிச்சல் இருக்கிறது. வானத்தில் கொழுந்துவிட்டு எரியும் பல பொருட்கள் இருக்கின்றன, ஆனால் சூரிய பகவான் ஒரே ஒருவர் மட்டுமே இருக்கிறார். அதனால்தான் நான் முன்னால் வந்து இந்தச் செங்கோலை உயர்த்திப் பிடித்து, திக்விஜயம் பற்றிய என்னுடைய சவாலை உங்களிடம் அறிவித்திருக்கிறேன். இச்செங்கோல் மீண்டும் நிலத்தின்மீது விழ நான் ஒருபோதும் அனுமதிக்க மாட்டேன். ஆனால் ஒருவேளை அப்படிப்பட்ட ஒரு சூழ்நிலை ஏற்பட்டால், வாளோடு வாள் மோதும், கதாயுதங்கள் தீப்பொறிகளைக் கக்கும், அம்புமழை பொழியும், சக்கரங்கள் பறந்து சென்று ஒட்டுமொத்தப் பகுதியையும் தரைமட்டமாக்கும், ரத்த ஆறுகள் ஓடும், ஆனால் இந்தச் செங்கோல் மட்டும் அவை அனைத்தின் மேலாக உயரத்தில் இருக்கும். ஏனெனில், இது கௌரவர்களின் செங்கோல், அஸ்தினாபுரத்தின் செங்கோல், நம்முடைய பாரம்பரியத்தின் செங்கோல். அதனால்தான் நான் இதை என் கையில் தாங்கியிருக்கிறேன். பிதாமகர் விரக்தியில் இதைத் தூக்கி வீசினார், ஆனால் அவருடைய ஆசீர்வாதத்துடன், பருவமழை முடிந்தவுடன் நான் இதை வானுயரத்திற்கு உயர்த்துவேன்." என் உடல் கட்டுக்கடங்காமல் நடுங்கியது. நான் இதுவரை என்ன கூறினேன், அதை நான் எப்படிக் கூறினேன், நான் எவ்வளவு நேரம் பேசினேன் என்பது பற்றி எனக்கு எந்த யோசனையும் இருக்கவில்லை. என் உடல் தகதகவென எரிந்து கொண்டிருந்ததுபோல நான் உணர்ந்தேன்.

"அங்க நாட்டு அரசர் வாழ்க!"

"வெற்றி அங்க நாட்டு அரசருக்கே!"

ஒட்டுமொத்த அவையும் இவ்வாறு முழங்கியது. என்னுள் பல்வேறு உணர்வுகளை நான் அனுபவித்தேன். என் கைகள் நடுங்கின.

"அமைதியாக இருங்கள்!" என்று கூறிவிட்டு, செங்கோலைத் தாங்கிப் பிடித்திருந்த என் கையை யாரோ தொட்டார்கள். அது துரியோதனன். அமைதியாக இருக்கும்படி அவன் தன்னுடைய மற்றொரு கையால் எல்லோருக்கும் சைகை காட்டினான். அரசவை அமைதியானவுடன், அவன் ஒருசில வார்த்தைகளில் ஒரு முக்கியமான விஷயத்தைக் கூறினான்.

"என் நண்பன் கர்ணன் திக்விஜயத்திற்குச் செல்லும்போது, அனைத்து வளவசதிகளுடனும்கூடிய நான்கு படைகளை அவனுடன் நான் அனுப்பி வைப்பேன். அவை அவனுடைய கட்டுப்பாட்டில் இயங்கும். இந்தப் படைகள் 87,480 தேர்களையும், 87,480 யானைகளையும், 2,06,440 குதிரை வீரர்களையும், 4,37,400 காலாட்படையினரையும் உள்ளடக்கியிருக்கும். பருவமழைக்குப் பிறகு, கௌரவர்களின் புகழ், பெருங்கடலைப்போலப் பொங்கும். பிதாமகர் எப்படி முதன்முறையாக இன்று இந்த அவையைக் கூட்டினாரோ, அதேபோல நான் முதன்முறையாக இன்று இந்த அவை கலைந்து

செல்ல உத்தரவிடுகிறேன். நீங்கள் எல்லோரும் இங்கிருந்து போகலாம்." பிறகு அவன் என் கையிலிருந்த செங்கோலை மரியாதையோடு எடுத்துக் கொண்டான். இக்கணத்திலிருந்து அது அவனுடைய கையில் இருக்கும்.

பாகம் ஏழு

ஷோன்

“உன்னுடைய உறையிலிருந்து உன்னுடைய வாளை உருவி, அதனுடைய கூர்மையான விளிம்பால் உன் தோளின் ஓரமாக அறுக்கத் தொடங்கு. உன் கவசத்தின் ஒரு சிறு பகுதி உன் கையில் வந்துவிடும். அதைப் பிடித்துக் கொண்டு, எஞ்சிய கவசத்தை அப்படியே இழுத்து உரித்துவிடு.” - தேவேந்திரன்

1

தலைநகரத்தின் மதில்கள், சிறுகோபுரங்கள், குவிமாடங்கள், தூபிகள் ஆகியவை பேய்மழையினால் ஏற்பட்ட வெள்ளத்தில் மூழ்கின. பருவமழையின் காரணமாக, ஆயுதப் பயிற்சிப் பள்ளியின் திறந்தவெளியில் எந்தப் பயிற்சியும் நடைபெறவில்லை. அன்றாட வாழ்க்கை பாதிக்கப்பட்டது. விவசாயிகள் புரசு மரத்தின் இலைகளால் ஆன அகலமான தொப்பிகளை அணிந்து தினமும் காலையிலும் மாலையிலும் வயல்களுக்குச் சென்று விதைகளை விதைத்தனர், நிலங்களை உழுதனர். கடும் மழை பெய்த ஆனி மற்றும் ஆடி மாதங்கள் கடந்தன. சமவெளிகளில் இருந்த வண்டல் மண், பொங்கியோடிய கங்கை நீருடன் கலந்தது. கங்கையிலிருந்து தெறித்த நீர், இரு கரைகள்மீதும் வளர்ந்திருந்த பசுமையான நெற்பயிர்கள்மீது சிதறி அவற்றைக் கழுவித் தூய்மையாக்கியது. தான் திக்விஜயப் பயணம் மேற்கொள்ளவிருந்ததாக என் சகோதரர் சபதம் செய்திருந்ததை நான் கேள்விப்பட்டபோது என் இதயத்தில் மகிழ்ச்சி பொங்கியது. ஒட்டுமொத்த அரண்மனையிலும் அப்பயணத்தைப் பற்றிய பேச்சு மட்டுமே எல்லா இடங்களிலும் கேட்டது. கங்கையின் நீர்மட்டத்தின் அளவு குறைவதற்காக எல்லோரும் காத்துக் கொண்டிருந்தனர். அது நாளுக்கு நாள் குறைந்து கொண்டிருந்ததை என் சகோதரர் தன் அறையின் சன்னலோரமாக நின்று தினமும் கவனித்தார். இரும்புத் தொழிற்சாலைகளில் நூற்றுக்கணக்கான கொல்லர்கள் இரவு பகலாக வேலை செய்து, வாட்கள், வாளுறைகள், அம்புகள், கோடரிகள், ஈட்டிகள், மற்றும் பல ஆயுதங்களை உற்பத்தி செய்தனர். மழைக்காலத்தில் பரவக்கூடிய நோய்த்தொற்றுகள் குதிரைக் குளம்புகளைத் தாக்குவதைத் தடுப்பதற்கான களிம்புகளைக் குதிரைப் பராமரிப்பாளர்கள் அனைத்துக் குதிரைகளின் குளம்புகள்மீதும் பூசினர். கப்பல் தச்சர்கள் மஞ்சாடிமரத்தைக் கொண்டு நூற்றுக்கணக்கான படகுகளை உருவாக்கினர். என் சகோதரரின் போர்க் குதிரையான வாயுஜித்தைப் பராமரிக்கும் பொறுப்பு என் வசம் ஒப்படைக்கப்பட்டிருந்தது.

ஆவணி மற்றும் புரட்டாசி மாதங்களும் கடந்தன. மழையின் தீவிரம் கணிசமாகக் குறைந்தது. நுரை பொங்கக் கரைபுரண்டு ஓடிய தன்னுடைய நீரை கங்கை நதி அன்போடு பெருங்கடலுக்குப் பரிசளித்தது.

வயல்களில் விதைகள் முளைவிட்டன. மரங்களின் இலைகளிலிருந்து நீர் சொட்டுவது நின்றது. சீட்டியடித்துக் கொண்டு வீசிய காற்று தூரத்தில் சென்று மறைந்தது. ஒட்டுமொத்த நிலமும் பச்சைப் பசேலென்று காணப்பட்டது. கார்த்திகை மாதம் முடிந்து, பறவைகள் மீண்டும் வானில் சிறகடித்துப் பறக்கத் தொடங்கின. சூரியக் கதிர்கள் ஐந்து மாதங்கள் மறைவாக இருந்த பிறகு அரண்மனையின்மீது மீண்டும் ஒளிர்ந்தன. மழைக்காலம் முடிந்துவிட்டது. புறாக்களும் செம்போத்துப் பறவைகளும் வயல்களுக்கு அருகே மீண்டும் வட்டமிடலாயின.

நானும் அண்ணனும் ஆற்றின் நீர்மட்டத்தைப் பார்வையிடச் சென்றோம். படகுகளில் ஆற்றைக் கடப்பது இப்போது சாத்தியமாக இருந்தது. கொட்டில்களில் இருந்த குதிரைகள், இருப்புக் கொள்ள முடியாதவையாக, சத்தமாகக் கனைத்துக் கொண்டும் தம்முடைய குளம்புகளால் நிலத்தைப் பிறாண்டிக் கொண்டும் இருந்தன. திக்விஜயத்திற்கான முகூர்த்த வேளை வந்தது. அரசவை சோதிடர்கள் திக்விஜயப் பயணத்தைத் துவக்குவதற்கான துல்லியமான நேரத்தைக் கணித்தனர். மார்கழி மாதத்தின் வளர்பிறையின் ஐந்தாம் நாளான சுக்ல பஞ்சமி தினம் அதற்காகத் தேர்ந்தெடுக்கப்பட்டது.

அதற்கு முந்தைய நாளே தயாராக இருக்கும்படி வீரர்களுக்கும் பொதி சுமப்பவர்களுக்கும் பணியாளர்களுக்கும் உத்தரவிடப்பட்டது. என் மனம் ஆர்வக் குறுகுறுப்பால் ஆட்கொள்ளப்பட்டிருந்தது. என் சகோதரர் திக்விஜயப் பயணத்தை மேற்கொள்ளவிருந்தார். சிறு வயதில் நாங்கள் எல்லோருமாகச் சேர்ந்து அவரை ஒரு கற்பாறையின்மீது அமர வைத்து அவருக்கு முடி சூட்டினோம், ஆனால் இன்று அவர் உண்மையிலேயே அங்க நாட்டிற்குப் பெருமை தேடித் தந்திருந்தார். இப்போது, திக்விஜயத்தின் மூலம் அவர் மக்களின் அன்பான இதயங்களில் அரியணை ஏறவிருந்தார். அங்க நாட்டு அரசன்! கர்ணன்! இல்லையில்லை, அவர் எனக்கு எப்போதுமே வசு அண்ணன்தான். அவர் எல்லா அரசர்களையும் அடக்கி ஒடுக்கித் தன் முன் மண்டியிட வைப்பார். இப்பயணத்தில் நான் அவருடைய தேரோட்டியாகச் செயல்படவிருந்தேன். நூறு கௌரவ இளவரசர்கள், சகுனி மாமா, அசுவத்தாமன், ஜயத்ரதன், கௌரவர்களின் முதன்மைத் தளபதி ஆகியோரில் யாருடைய உதவியையும் அவர் நாடவில்லை. மாறாக, அவர் தனியாக இப்பயணத்தை மேற்கொள்ளவிருந்தார். என்னை மட்டும் அவர் சேர்த்துக் கொண்டார். எனக்கும் அவருக்கும் இடையேயான உறவு காலங்காலமாகத் தொடர்ந்த ஒன்று. அவர் கவச குண்டலங்களைப் பெற்றிருந்தார், அவருடைய உடல் பொன்போல ஒளிர்ந்தது, அவருடைய கன்னங்கள் செந்நிறச் செம்பருத்தி மலர்களைப்போல இருந்தன, அவருடைய கண்கள் அடர்நீல நிறத்தில் இருந்தன, அவர் வசீகரமான வெண்ணிறப் பற்களைக் கொண்டிருந்தார். நான் கருப்புத் தோல் கொண்டவனாக இருந்தபோதிலும், தவறிக்கூட அது குறித்து நான் ஒருபோதும் பின்வருத்தம் கொள்ளவில்லை. மாறாக, சிறு வயதில் அவர் எனக்குக் கொடுத்திருந்த உத்தரவாதத்தை நான் ஒருபோதும் மறக்கவில்லை.

நாங்கள் சிறுவர்களாக இருந்தபோது, அவர் என்னிடம், “பறவைகளின் அரசனான கருடனைப்போல நான் மிக உயரத்தில்

பறப்பேன். உன்னால் பார்க்க முடியாத அளவு உயரத்தில் நான் பறப்பேன்" என்று கூறியிருந்தார்.

திக்விஜயப் பயணம் அவர் மேற்கொள்ளவிருந்த மிக உயர்ந்த சாகசப் பயணமாக இருக்கவிருந்தது. ஏனெனில், அவருடைய இயல்பு எனக்கு இப்போது நன்றாகப் பரிச்சயமாகியிருந்தது. அவர் தன்னுடைய தன்னம்பிக்கையை நடைமுறையில் செயல்படுத்துவதற்கு ஒரு வெகுமதி தேவைப்பட்டது, அவ்வளவுதான். பிதாமகர் பீஷ்மர் அதை அரசவையில் அவருக்கு வழங்கியிருந்தார். என் சகோதரரின் திக்விஜயத்திற்குக் குறுக்கே யாராலும் வர முடியாது. என்ன நிகழ்ந்தாலும் சரி, அவர் தன்னுடைய உறுதி மாறாமல், ஆரியவர்த்தம் முழுவதிலும் கௌரவர்களின் செங்கோல் ஆதிக்கம் செலுத்தும்படி செய்வதில் வெற்றி பெற்றப் பிறகுதான் அவர் அஸ்தினாபுரத்திற்குத் திரும்புவார். திக்விஜயப் பயணத்திற்கு முந்தைய நாள் மிக மெதுவாகக் கழிந்தது. அது ஒரு முழு யுகம் கழிந்ததுபோல இருந்தது. நெடுநாட்களுக்குப் பிறகு ஒரு தாய் தன் மகனை சந்திக்கவும் ஒரு மனைவி தன் கணவனை சந்திக்கவும் எவ்வளவு பதற்றமாக இருப்பார்களோ, ஒரு போருக்கு முந்தைய நாள் மாலையில் வீரர்கள் அதைவிட அதிகப் பதற்றமாக இருப்பார்கள்.

2

வரலாற்றில் பொன்னெழுத்துக்களால் பொறிக்கப்பட வேண்டிய அந்த சுக்ல பஞ்சமி நாள் வந்தது. நாங்கள் எங்கள் பயணத்தைத் துவக்கவிருந்த நேரத்தில் செம்போத்துப் பறவைகள் பறந்து சென்றதைக் கண்ட மக்கள் அந்த நல்ல சகுனம் குறித்து மகிழ்ந்தனர். குதிரைப் படையினர், யானைப் படையினர், காலாட்படையினர், தேரோட்டிகள் ஆகியோர் அரண்மனைக்கு வெளியே கூடினர். அவர்கள் விரைவில் ஒவ்வொரு ராஜ்ஜியமாக அணிவகுத்துச் செல்லவிருந்தனர். அங்க நாட்டு அரசர் கௌரவர்களின் அஸ்தினாபுரத்திலிருந்து திக்விஜயத்திற்குப் புறப்படவிருந்தார். சம்பாநகரியில் கங்கைக் கரையிலிருந்து சிப்பிகளைச் சேகரித்து, அவை தங்களுடைய செல்வம் என்று தங்கள் தாயாரிடம் பெருமையோடு காட்டிய கர்ணனும் ஷோனும், விரைவில், வண்டிகள் நிறைய வைரங்கள், மாணிக்கங்கள், முத்துக்கள், வைடூரியங்கள், பவளங்கள் ஆகியவற்றை அவருடைய பாதங்களில் சமர்ப்பிக்கவிருந்தனர். ஆனாலும் எங்கள் தாயார் என் அண்ணனிடம், "வசு, இந்த திக்விஜயத்தின்போது நீ தயவு செய்து கங்கையில் இறங்கிவிடாதே," என்று அக்கறையோடு கூறினார். நாங்கள் மிகவும் எளியவர்கள். ஏழ்மையிலும் செழிப்பிலும் நாங்கள் ஒருவரையொருவர் ஒன்றுபோலவே நேசித்தோம்.

அதிகாலையிலிருந்தே ஊதப்பட்டுக் கொண்டிருந்த ஊதுகொம்புகளின் மென்மையான ஒலி அஸ்தினாபுர அரண்மனையின் ஒவ்வொரு பகுதியிலும் கேட்டது. மழைக்காலத்தில் ஒரு பேழையில் பத்திரமாக வைக்கப்பட்டிருந்த, பட்டுத் துணியால் ஆன, கௌரவர்களின் முக்கோணக் கொடி இன்று மலர்மாலைகளால் அலங்கரிக்கப்பட்டு, விதுரரால் அரண்மனையின் உச்சியில் ஏற்றிக் கட்டப்பட்டது. நகுஷரின்

ஆட்சிக் காலத்திலிருந்து பெரிதும் பாதுகாக்கப்பட்டு வந்திருந்த கொடி அது. கிழக்கு வானத்தில் ஒளி வெள்ளம் சூழ்ந்தது. கௌரவக் கொடி தென்றல் காற்றில் பட்டொளி வீசிப் பறந்தது. அது அங்கு கூடியிருந்த அனைத்து வீரர்களையும் பார்த்து, "எச்சரிக்கை! கவச குண்டலதாரியும் அஸ்தினாபுர வீரனுமான கர்ணன் இப்போது தன்னுடைய திக்விஜயப் பயணத்தைத் துவக்கவிருக்கிறான். சரணாகதி அல்லது போர்க்களத்தில் மரணம் – இவை இரண்டைத் தவிர உங்களுக்கு வேறு எந்த எதிர்காலமும் இல்லை. எச்சரிக்கை!" என்று கூறியதுபோலத் தோன்றியது.

வசு அண்ணன் அதிகாலையிலேயே எழுந்து தன்னுடைய படைகளைப் பார்வையிட்டார். ஆற்றைக் கடப்பது குறித்துக் குதிரை வீரர்களுக்கும் யானை வீரர்களுக்கும் அவர் சிறப்பு அறிவுறுத்தல்களைக் கொடுத்தார். மாமிசத்தை அதிக அளவிலும் சோற்றைக் குறைவான அளவிலும் சமைக்கும்படி சமையற்காரர்களிடம் அவர் கூறினார். வீரர்கள் எப்போதும் விழிப்போடு இருப்பதை உறுதி செய்வதற்கு, ஒவ்வொரு வேளையும் உணவுக்குப் பிறகு அவர்களுக்குச் சரியான அளவு மது கொடுக்கப்படுவதில் மிகுந்த கவனம் செலுத்தப்பட வேண்டும் என்று அவர் வலியுறுத்தினார்.

அவரைக் கண்டபோது அனைவருடைய புஜங்களும் தாமாகவே துடித்தன. அவர் நடந்து வந்தபோது சில வீரர்கள் முன்னால் வந்து அவருடைய பாதங்களை மரியாதையோடு தொட்டு வணங்கினர். அவருடைய லேசான தொடுதலும், அவரிடமிருந்து வந்த ஒரு வார்த்தையும், அவருடைய அருகாமையும்கூட அவர்களை உணர்ச்சிவசப்படச் செய்தன. ஒரு தளபதியின் வசீகரமான ஆளுமை அவருடைய ஒட்டுமொத்தப் படையினரையும் ஊக்குவித்து உத்வேகப்படுத்தப் போதுமானதாக இருக்கிறது.

வசு அண்ணன் தன்னுடைய படைகளை மேற்பார்வையிட்டப் பிறகு, தனியாக கங்கைக்கு சென்று சூரிய பகவானைத் தொழுதுவிட்டு அரண்மனைக்குத் திரும்பி வந்தார். அவருடைய ஒட்டுமொத்த முகமும் முழுமையாக மலர்ந்துள்ள ஒரு சூரியகாந்தி மலரைப்போலப் பொன்னிறத்தில் ஒளிர்ந்தது. பாரம்பரியத்தின்படி, புரோகிதர் சில குறிப்பிட்ட மந்திரங்களை உச்சரித்து, புனித நீரை வசு அண்ணனின் தலைமீது தெளித்து, அவரை முதன்மைத் தளபதியாக சங்கற்பம் செய்தார். பிரத்யேகமாகத் தயாரிக்கப்பட்ட இரும்புத் தலைக்கவசம் ஒன்றை அசுவத்தாமன் அவருடைய தலையின்மீது வைத்தார். படை வீரர்கள் பல்வேறு மலர்களை அவர்மீது தூவினர். ஒட்டுமொத்த உடலையும் மூடிய ஓர் இரும்புக் கவசத்தையும் அவர் அணிந்து கொண்டார். பிறகு அவர் அரண்மனையில் இருந்த ஒவ்வொரு மாளிகைக்கும் சென்று, பெரியவர்கள் அனைவரிடமும் ஆசி பெற்றார். பிதாமகர் பீஷ்மர், மன்னர் திருதராஷ்டிரர், ராஜமாதா காந்தாரி தேவி, விதுரர், துரோணர் ஆகியோர் அவரை ஆசீர்வதித்தனர். அவர் எல்லோர் முன்பாகவும் தலை வணங்கி அவர்களிடமிருந்து விடைபெற்றுக் கொண்டு, இறுதியில் எங்களுடைய பெற்றோரின் முன்னால் வந்து நின்றார். என் அண்ணி விருசாலி, அகல்விளக்குகளை ஏற்றி எங்களுக்கு ஆரத்தி எடுத்துவிட்டு, நடுங்கிய கைகளுடன் எங்கள் நெற்றிகளின்மீது குங்குமத் திலகமிட்டார். பிறகு அவர் எங்கள் தலைகள்மீது அட்சதைகளைத் தூவியபோது

அவருடைய கண்கள் பனித்தன. அவர் தன்னுடைய இடது கையால் தன் முந்தானையைக் கொண்டு தன் கண்ணீரைத் துடைத்தபடி, மென்மையான குரலில் என்னிடம், "ஒவ்வொரு வாரமும் எனக்கு உன்னிடமிருந்து தகவல் வந்தாக வேண்டும். நீ என் மைத்துனன். இதை நீ செய்துதான் ஆக வேண்டும்," என்று கூறினார்.

வசு அண்ணன் அவரிடம் மிக மென்மையாகவும், அதே சமயத்தில் ஒரு தீவிரமான தொனியிலும், "விருசாலி, சுப்ரியையைப் பார்த்துக் கொள். நம்முடைய மகன்கள் ஆயுதப் பயிற்சிப் பள்ளிக்கு ஒழுங்காகப் போகும்படி பார்த்துக் கொள்," என்று கூறினார். பிறகு அவர் என் அண்ணியைச் சிறிது நேரம் பார்த்துவிட்டு, இந்தப் பிரிவையும் வருத்தத்தையும் தாங்கிக் கொள்ளும்படி அவருக்கு மௌனமாக அறிவுறுத்தினார்.

நானும் அண்ணனும் எங்கள் பெற்றோரின் பாதங்களில் விழுந்து வணங்கினோம். என் தாயார் என் அண்ணனைத் தன் பக்கம் இழுத்து, "வசு, உன் உடலிலிருந்து அந்த இரும்புக் கவசத்தை ஒருபோதும் அகற்றாதே. சத்ருந்தபனை ஒருபோதும் தனியாக விடாதே," என்று கூறினார். அவர் என்னை ஒருபோதும் ஷோன் என்று அழைத்ததே இல்லை.

"தாயே, உங்களுடைய அருளெனும் கவசமும் துளைக்கப்பட முடியாத ஒரு கவசமும் என்னிடம் இருக்கும்போது நான் எதைப் பற்றி பயப்பட வேண்டும்? எங்களை ஆசீர்வதியுங்கள்," என்று அண்ணன் பணிவோடு கூறினார். எங்கள் தாயார் எங்களை உச்சி முகர்ந்தார். விருசசேனன், பிரசேனன், பானுசேனன், சித்திரசேனன், சுசேனன், மற்றும் விருசகேதுவின் தலைகளை அண்ணன் தன் விரல்களால் மென்மையாக வருடிக் கொடுத்தார். பிறகு அவர் என் மகளை உயரமாகத் தூக்கிப் பிடித்து, "மீனு, என்னுடைய தேரை ஒழுங்காக ஓட்டும்படி உன் தந்தையிடம் சொல். நாங்கள் திரும்பி வரும்போது ஒரு வசீகரமான கணவனை உனக்குக் கொண்டு வருவோம்," என்று கூறினார்.

அவள் அவருடைய குண்டலங்களை அசைத்தபடி, "பெரியப்பா, கணவன் என்றால் என்ன?" என்று கேட்டாள். இதைக் கேட்டு நாங்கள் எல்லோரும் சிரித்தோம்.

நாங்கள் எங்களுடைய கண்ணீரைக் கட்டுப்படுத்திக் கொண்டு எங்கள் குடும்பத்தினரிடமிருந்து விடைபெற்றோம்.

"நான் இப்போது போயாக வேண்டும்," என்று நான் என் கண்களால் மேகமாலாவிடம் கூறினேன். தான் தன்னுடைய கண்ணீரைத் துடைப்பதை வேறு யாரும் பார்த்துவிடக்கூடாது என்று அவள் நினைத்ததால், அவள் கதவுக்குப் பின்னால் சென்று நின்று கொண்டாள். நாங்கள் எங்கள் படையினரை நோக்கித் திரும்பினோம். இனி எங்கள் பார்வை முன்னோக்கித்தான் இருந்தாக வேண்டும். குடும்பப் பாசம் எனும் கயிறு வீரத்தின் கழுத்தை நெறிக்க எப்போதும் முயற்சிக்கும். என்றேனும் ஒரு நாள் ஒருவர் அதிலிருந்து விடுபட்டுத்தான் ஆக வேண்டும். நான் துல்லியமாக அதைத்தான் செய்ய வேண்டும் என்பதை அரண்மனையின் உச்சியில் பறந்து கொண்டிருந்த கௌரவக் கொடி என்னிடம் கூறியதுபோல எனக்குத் தோன்றியது. பொன்னிழைகளால்

ஆன ஒரு துணியால் அலங்கரிக்கப்பட்ட ஒரு சேணம் வாயுஜித்தின்மீது பொருத்தப்பட்டது. அண்ணன் அக்குதிரையின்மீது லாவகமாக ஏறி அமர்ந்தார். அணிவகுத்து நின்ற படையினருக்கு முன்னால் நின்று கொண்டிருந்த இளவரசர் துரியோதனனும் அசுவத்தாமனும் மட்டுமே எங்களோடு கங்கைக் கரைவரை வரவிருந்தனர். அவர்களும் தங்கள் குதிரைகள்மீது ஏறிக் கொண்டனர். கௌரவர்களின் போர்க்கொடியை என் கையில் கொடுத்த அண்ணன், படையினர் அனைவரையும் ஒரு முறை பார்த்தார். எல்லாம் ஒழுங்காக இருந்ததை உறுதி செய்து கொண்ட அவர், தன் கையிலிருந்த செங்கோலை உயர்த்திப் பிடித்துக் கொண்டு, வீரர்களைப் பார்த்து, "பாஞ்சால நாடு!" என்று கம்பீரமாக முழங்கினார்.

கிழக்குத் தொடுவானத்தில் தெரிந்த சூரிய பகவானைப்போலவே அவர் எனக்குத் தோன்றினார். அவர் தன்னுடைய தொடைகளை வாயுஜித்தின் வயிற்றைச் சுற்றி இறுக்கமாகப் பிணைத்துக் கொண்டு, தன்னுடைய பாதங்களை அவற்றுக்கான வளையங்களுக்குள் பொருத்தினார். மறுகணம், அவருடைய குதிரை தன் வாலை ஆட்டிக் கொண்டு முன்னோக்கித் துள்ளல் நடை போடத் தொடங்கியது. அதே நேரத்தில், சங்குகள், பெரிய முரசுகள், ஊதுகொம்புகள் ஆகியவை ஒருசேர முழங்கத் தொடங்கின.

நான்கு அக்ஷௌஹிணிப் படைகள் எழுப்பிய வெற்றிக் கோஷங்கள் அஸ்தினாபுர அரண்மனையின் மதில்களை உலுக்கின.

"அங்க நாட்டு அரசர் வாழ்க!"

"வெற்றி நமதே!"

கௌரவர்களின் செங்கோல் சூரிய ஒளியில் பளபளத்தது. அகலமாகத் திறந்திருந்த அரண்மனை வாசற்கதவின் வழியாக வாயுஜித் வெளியே வந்தது. துல்லியமாக அக்கணத்தில் வெள்ளை நிறப் பசு ஒன்று அண்ணனுக்கு எதிரே வந்தது. அவர் தன் குதிரையின் கடிவாளத்தைப் பிடித்து இழுத்து அதை நிறுத்திவிட்டுக் கீழே குதித்து, அந்தப் பசுவின் அருகில் சென்று அதன் குளம்புகளைத் தொட்டு வணங்கினார். பிறகு, அவர் தன் மணிக்கட்டில் அணிந்திருந்த பிரம்ம கமல மாலையை வெடுக்கென்று பிடுங்கி அப்பசுவின் பாதங்களுக்கு அருகே மரியாதையோடு வைத்தார். பிறகு அவர் தன் கையிலிருந்த செங்கோலை அப்பசுவின் நெற்றியின்மீது ஒரு கணம் வைத்தார். இதைப் பார்த்த வீரர்கள் மீண்டும் உற்சாகமாகக் கோஷமிட்டனர்.

"முதன்மைத் தளபதி கர்ண மாமன்னர் வாழ்க!"

"வெற்றி நமதே!"

பெருமிதத்தால் என் நெஞ்சு விம்மியது. இத்தகைய கண்கொள்ளாக் காட்சியை முன்பு ஒருபோதும் நான் கண்டிருக்கவில்லை. நாங்கள் சூத புத்திரர்களாக இருந்தபோதிலும், இன்று வீரமிக்கச் சத்திரியப் படை ஒன்றைப் பெருமையோடு வழிநடத்திச் சென்று கொண்டிருந்தோம். அந்த வீரர்கள் அனைவரும் உற்சாகமாகக் கோஷமிட்டு அதற்குத் தங்கள் ஒப்புதலைத் தெரிவித்துக் கொண்டிருந்தனர். நாங்கள் எல்லோரும் விரைவில் கங்கைக் கரைக்கு வந்து சேர்ந்தோம். முன்னதாகவே அங்கு அனுப்பி வைக்கப்பட்டிருந்த படகோட்டிகள் யானைகளின் முதுகுகளிலிருந்து நூற்றுக்கணக்கான படகுகளை மெதுவாகக் கீழே

இறக்கினர். அவர்கள் அவற்றை வேகமாக ஆற்றின் அருகே கொண்டு சென்று தங்கள் துடுப்புகளோடு அங்கு நின்றனர். ஆர்வத்தோடு இருந்த காலாட்படையினர் அனைவரும் வேகமாக மறுகரைக்கு அழைத்துச் செல்லப்பட்டனர். குதிரைகளும் யானைகளும் நீந்தி அந்த ஆற்றைக் கடந்தன. விரைவில், ஒட்டுமொத்தப் படையும் மறுகரைக்கு அழைத்துச் செல்லப்பட்டிருந்தது. நாங்கள் நான்கு பேர் மட்டுமே இக்கரையில் இருந்தோம். அண்ணன் தன் குதிரையிலிருந்து கீழே இறங்கி இளரவசர் துரியோதனனை இறுக்கமாகக் கட்டியணைத்தார். பிறகு அவர் அசுவத்தாமனைக் கட்டித் தழுவி, "அசுவத்தாமா, முன்பு நீ கூறியிருந்தது முற்றிலும் உண்மை. மனித வாழ்க்கை உண்மையிலேயே ஒரு பனித்துளியைப் போன்றதுதான். இவ்வுலகின்மீது தன்னுடைய பெருமையெனும் ஒளிக்கதிர்களைப் பாய்ச்சுவதற்கு ஒவ்வொருவனும் தன் வாழ்நாள் முழுவதும் தன்னுடைய சக்திக்கு உட்பட்ட எல்லாவற்றையும் செய்கிறான். உன்னுடைய வாழ்த்துக்களுடனும் ஆசியுடனும் நான் இந்த திக்விஜயத்தை வெற்றிகரமாக நிறைவேற்றிவிட்டு, திக்விஜயன் கர்ணனாகத் திரும்பி வருவேன்," என்று கூறினார்.

"கர்ணா, நீ வெற்றி பெறுவாய் என்று நான் உறுதியாக நம்புகிறேன். என் ஆசிகள் உன்னுடன் எப்போதும் இருக்கும்!" என்று கூறி, அசுவத்தாமன் தன் கைகளை உயர்த்தி அண்ணனை ஆசீர்வதித்தார். அவர் தன் தலையைச் சுற்றி அணிந்திருந்த துணியின் முனைகள் காற்றில் படபடத்தன. அவருடைய கண்களில் கண்ணீர் துளிர்த்தது.

"நான் உங்களிடமிருந்து விடைபெற்றுக் கொள்ளுகிறேன்."

நீந்தி வருவதற்காக வாயுஜித்தை விட்டுவிட்டு, நானும் அண்ணனும் ஒரு படகிற்குள் ஏறி, கரையின்மீது நின்று கொண்டிருந்த இளவரசர் துரியோதனனையும் அசுவத்தாமனையும் நோக்கிக் கையசைத்தோம். அவர்கள் அமைதியாக நின்று பதிலுக்குக் கையசைத்தனர். கங்கையும் எங்களுக்கு விடைகொடுப்பதைப்போலத் தன்னுடைய அலைகளால் எங்கள் படகை ஆட்டியது. நாங்கள் அஸ்தினாபுரத்தைவிட்டு வெகுதூரம் வந்திருந்தோம். அரண்மனையின் உச்சியில் கௌரவக் கொடி கம்பீரமாகப் பறந்து கொண்டிருந்தது.

3

நாங்கள் கங்கையைக் கடந்து மறுகரையை அடைந்திருந்தோம். திக்விஜயம் குறித்த உற்சாகம் எங்களைத் தொற்றிக் கொண்டது. எங்கள் திட்டப்படி, முதலில், கிழக்கில் இருந்த பத்ரவதி என்ற நகரத்திற்கு நாங்கள் செல்லவிருந்தோம். அது இருபது யோஜனை தூரத்தில் இருந்தது. அரசன் சுவேதபர்ணன் அதை ஆண்டு கொண்டிருந்தான். எங்களுடைய நோக்கத்தைப் பற்றி அவனுடைய ஒற்றர்கள் முன்கூட்டியே அவனை எச்சரித்திருந்தனர். ரத்தச் சிதறலைத் தவிர்ப்பதற்காக, எங்களை வரவேற்கும் விதமாக மாவிலைத் தோரணங்கள் கட்டப்பட்ட அலங்கார வளைவுகள் அமைக்கப்பட அவன் உத்தரவிட்டான். பிறகு, தன்னுடைய அமைச்சருடன் தானே நேரில் வந்து அவன் எங்களை வரவேற்றான். ஒரு தங்கத் தாம்பாளத்தில் வைரங்கள், மாணிக்கங்கள்,

மற்றும் பிற விலையுயர்ந்த கற்களை வைத்து அவன் எங்களுக்குக் கொடுத்தான். மொத்தத்தில் அவன் எங்களிடம் சரணடைந்திருந்தான். எங்களுடைய திக்விஜயம் மங்கலகரமாகத் தொடங்கியிருந்தது. நாங்கள் அந்தத் தாம்பாளத்தையும் அதில் இருந்தவற்றையும் எங்களுடைய வண்டிகளில் பாதுகாப்பாக வைத்துவிட்டு, தொடர்ந்து கிழக்குத் திசையில் பயணித்தோம். பாஞ்சாலத்தில் அடியெடுத்து வைப்பதற்கு நாங்கள் மீண்டும் கங்கையைக் கடக்க வேண்டியிருந்தது. இந்த ஒட்டுமொத்தப் பயணத்தில், ஆறுகளைக் கடப்பதுதான் மிகவும் கடினமானதாக இருந்தது. அதனால்தான், மிக வலிமையான ஒரு கடற்படைப் பிரிவுக்கு நாங்கள் ஏற்பாடு செய்திருந்தோம். திறமை வாய்ந்த நீச்சல் வீரர்களும், உயரமான மற்றும் கட்டுறுதி வாய்ந்த மீனவர்களும் அதில் இடம்பெற்றிருந்தனர். இவர்கள் போரில் ஈடுபட மாட்டார்கள். உண்மையில், போர் நடக்கும்போது இவர்கள் தங்கள் கூடாரங்களில் ஓய்வெடுத்துக் கொண்டிருப்பார்கள். பல்வேறு பகுதிகளை ஆய்வு செய்து, எந்த ஆறுகள் ஆழம் குறைந்தவை, எளிதில் கடக்கத்தக்கவை, அவை எங்கே இருந்தன ஆகியவற்றைக் கண்டுபிடிப்பதும், படகுகளை எப்போதும் பழுது நீக்கித் தயார் நிலையில் வைத்திருப்பதும்தான் இவர்களுடைய பொறுப்பு.

இன்னொரு பிரிவில் சமையற்காரர்கள் மட்டும் இடம்பெற்றிருந்தனர். இவர்களும் வெட்டியான்களும் போரில் பங்கு கொள்ளவில்லை. எங்களுடைய படை ஒரு நடமாடும் நகரம்போல இருந்தது. ஏனெனில், அதில் அனைத்து வகையான மனிதர்களும் இடம்பெற்றிருந்தனர். எல்லோருமே தங்கள் முதன்மைத் தளபதியின் திறன்மீது முழு நம்பிக்கை வைத்திருந்தனர். ஒட்டுமொத்தப் படையும் ஒழுங்கிற்கும் அர்ப்பணிப்பிற்குமான ஒரு தலைசிறந்த முன்மாதிரியாகத் திகழ்ந்தது.

நாங்கள் காற்றின் வேகத்தில் பாஞ்சாலத்திற்கு நடைபோட்டோம். திரௌபதியின் தந்தையான துருபதன்தான் அதன் அரசராக இருந்தார். அவருடைய மகனான இளவரசன் திருஷ்டத்யும்னன் எங்களுடைய மேலாதிக்கத்தை ஒருபோதும் ஏற்றுக் கொள்ள மாட்டான். போர்க்களத்தில்தான் அவனைப் பணிய வைக்க வேண்டியிருக்கும். ஏழு நாட்கள் நடந்த பிறகு, பாஞ்சாலத்தின் புறநகர்ப் பகுதியில் நாங்கள் வரிசையாகக் கூடாரங்களை அமைத்தோம். எங்கு பார்த்தாலும் இதயத்தைக் கொள்ளை கொள்ளும் அழகு கொண்டதாக இயற்கை அங்கு அமைந்திருந்தது. பல வகையான மலர்ச்செடிகளும் மலர்கள் பூத்துக் குலுங்கிய மரங்களும் எங்கள் வீரர்களைக் கிறங்கடித்தன. நாங்கள் எவ்வளவு தூரம் நடந்து வந்தாலும், யாரும் களைப்புற்றதுபோலத் தெரியவில்லை. அதிகக் குளிரோ அல்லது அதிக வெப்பமோ இல்லாத சீரான வானிலை எங்களுக்கு ஊக்கமளித்து, வெற்றி குறித்த எங்கள் கனவுகளை மேலும் தூண்டியது. நாங்கள் அஸ்தினாபுரத்தைவிட்டு வந்து பத்து நாட்களுக்குப் பிறகு மீண்டும் கங்கைக் கரைமீது நின்று கொண்டிருந்தோம். கௌரவ ராஜ்ஜியத்தின் செங்கோலை என் அண்ணன் என்னிடம் கொடுத்துவிட்டுத் தன் குதிரையிலிருந்து கீழே இறங்கி, மணல்மீது மண்டியிட்டு அமர்ந்து, பரந்து விரிந்து ஓடிக் கொண்டிருந்த கங்கையை மரியாதையுடன் வணங்கினார்.

“ஷோன், கங்கை ஒரு நதியல்ல, அவள் ஒரு தாய். இதை

ஒவ்வொரு நாளும் நான் உணருகிறேன். அதற்கான காரணம் எனக்குத் தெரியவில்லை. சம்பாநகரியில் நம்முடைய குழந்தைப்பருவத்தில் நீ சிப்பிகளை மும்முரமாகச் சேகரித்துக் கொண்டிருந்தபோது, நான் கங்கையின் அலைகளை நெடுநேரம் கண்கொட்டாமல் பார்த்துக் கொண்டிருந்தது உனக்கு நினைவிருக்கிறதா?" என்று கேட்டு அவர் பழைய சம்பவங்களை நினைவுகூர்ந்தார்.

"ஆமாம். ஒருமுறை இரவு முழுவதும் நீங்கள் கங்கைக் கரைமீது நின்று கொண்டிருந்தது உங்களுக்கு நினைவிருக்கிறதா? மறுநாள் காலையில் நீங்கள் வீடு திரும்பியபோது, நம் தாயார் அதைப் பற்றி உங்களிடம் மீண்டும் மீண்டும் கேட்டார். அண்ணா, உண்மையைச் சொல்லுங்கள். கங்கையின்மீது நீங்கள் ஏன் இவ்வளவு ஈர்ப்புக் கொண்டுள்ளீர்கள்?"

"அன்னப்பறவைகள் ஏரிகளை நோக்கி ஈர்க்கப்படுகின்றன, கருடன்கள் மலை உச்சிகளை நோக்கிக் கவரப்படுகின்றன, மின்னல்கள் வானத்தை நோக்கி ஈர்க்கப்படுகின்றன. இவற்றுக்கெல்லாம் என்ன காரணம்? அது என்னவென்று யாருக்குத் தெரியும்? யாருக்கும் தெரியாது. ஷோன், கங்கையின்மீது எனக்கு ஏன் இவ்வளவு ஈர்ப்பு உண்டாகிறது என்பதை என்னால் ஒருபோதும் விளக்க முடியாது," என்று கூறிவிட்டு, அவர் தன் கையில் கட்டியிருந்த வெள்ளித் தாயத்தைத் திறந்து என் முன்னால் வைத்துவிட்டு, "நாம் சம்பாநகரியைவிட்டுப் புறப்பட்ட நேரத்தில் நம் தாயார் இதை எனக்குக் கொடுத்தார். ஏன்? இச்சிறிய தாயத்தை அவர் ஏன் எனக்கு மட்டும் கொடுத்தார்? அதற்கான காரணம் உனக்குத் தெரியுமா?" என்று கேட்டார். பிறகு அவர் அந்தத் தாயத்தை கங்கை நீரில் கழுவிவிட்டு என் பதிலைத் தெரிந்து கொள்ளுவதற்காகத் திரும்பியபோது, அந்தத் தாயத்து அவருடைய கையிலிருந்து தவறி ஆற்றுக்குள் விழுந்தது. ஆனால் அதன் அடிப்பக்கம் பெரியதாக இருந்ததால், அது அந்த நீரின்மீது மிதந்தது.

நான் அதைச் சுட்டிக்காட்டியபடி, "அண்ணா, கவனமாக இருங்கள். இல்லாவிட்டால், நீங்கள் இத்தனை நாட்களாகப் போற்றிப் பாதுகாத்து வந்துள்ள இந்தப் பரிசு வேறொருவருடைய கையில் தஞ்சம் புகுந்துவிடும்," என்று கூறினேன். அவர் ஆற்றினுள் குதித்து அதை எடுத்து வந்தார். நான் அதை அவருடைய கையில் மீண்டும் கட்டிவிட்டேன்.

"ஷோன், இந்த ஆற்றின் கரைகளுடன் தொடர்பு கொண்ட ஏகப்பட்ட நினைவுகள் என்னுள் இருக்கின்றன. அவை அனைத்தும் விரிவாக எனக்கு நினைவிருக்கின்றன. இந்த ஆற்றின் மறுகரையில் என் மூத்த மகன் சுதாமன் நிரந்தரமாகத் தூங்கிக் கொண்டிருக்கிறான்."

சுதாமனின் பெயரைக் கேட்டவுடன் என் மனமும் தளர்ந்தது. அண்ணன் கூறியதுபோல கங்கை ஒரு தாய்தான். எனவே, சுதாமனுக்கு நிரந்தர அடைக்கலம் கொடுத்திருந்த கங்கைத் தாய்க்கு நானும் என்னுடைய ஆழமான மரியாதையைத் தெரிவித்தேன். பிறகு நாங்கள் இருவரும் அங்கிருந்து புறப்பட்டுச் சென்றோம்.

இப்போது நாங்கள் எங்கள் படையுடன் சக்தி வாய்ந்த பாஞ்சால நாட்டிற்குள் நுழைந்திருந்தோம்.

4

பாஞ்சாலத்தின் தலைநகரான காம்பில்யம் எங்களுக்கு முன்னால் தெளிவாகத் தெரிந்தது. சிறிது நேரத்தில் ஒரு பயங்கரமான போர் நிகழவிருந்தது. இந்த நகரத்தில்தான் திரௌபதியின் சுயம்வரம் நிகழ்ந்தது, இந்த நகரத்தில்தான் சுதாமன் கொல்லப்பட்டான். நிகழ்ந்திருக்கக்கூடாத பல விஷயங்கள் இந்நகரத்தில் நிகழ்ந்தன.

அரசர் துருபதனிடம் அனுப்பி வைக்கப்பட்டத் தூதுவனிடம் திருஷ்டத்யும்னன் மிக மோசமான மறுப்புரை ஒன்றை வழங்கி எங்கள் எல்லோரையும் கோபத்தின் உச்சிக்கு அழைத்துச் சென்றிருந்தான். அவன் எங்கள் தூதுவனிடம், "அக்னி தேவனின் மகனான இந்த திருஷ்டத்யும்னன் உங்கள் முதன்மைத் தளபதியின் 'வெல்லப்பட முடியாத' கவசத்தைத் தீக்கு இரையாக்க எப்போதும் தயாராக இருப்பதாக அவரிடம் போய்ச் சொல்," என்று கூறியிருந்தான். இதைக் கேட்டவுடன் எங்கள் வீரர்கள் அனைவரின் ரத்தமும் கொதித்தது.

"காம்பில்யம்!" என்று கூறி, அந்நகரின் திசையில் சுட்டிக்காட்டி, அந்நகரின்மீது உடனடியாகத் தாக்குதல் நடத்தும்படி அண்ணன் எங்கள் படைக்கு உத்தரவிட்டார். நகரின் வெளியே ஒரு பரந்த போர்க்களத்தில் பாஞ்சாலத்தின் படையும் எங்களுடைய படையும் மோதின. திருஷ்டத்யும்னன் தன் சகாக்களான யுதாமன்யு, சுரதன், சத்ருஞ்சயன் ஆகியோருடன் பாஞ்சாலப் படையின் முன்வரிசையில் நின்றான்.

கடுங்கோபத்தில் இருந்த அண்ணன் திருஷ்டத்யும்னன்மீது அம்பு மழை பொழிந்தார். அவர் அவனைப் பார்த்து, "நெருப்பால் ஆட்கொள்ளப்படுவதற்கு உரியதல்ல என் கவசம். மாறாக, மற்றவர்களை நிர்மூலமாக்குவதற்கானது!" என்று கர்ஜித்தார். அவர்கள் இருவருக்கும் இடையே ஒரு கடுமையான சண்டை நடந்தது. அம்புகளை எய்து களைத்து போன திருஷ்டத்யும்னன், தன் வாளை உருவிக் கொண்டு கோபத்தோடு அண்ணனை நோக்கி விரைந்து வந்தான். ஆனால், அப்போது சூரியன் அஸ்தமனமாகத் தொடங்கிவிட்டதால், அன்றைய சண்டை நிறுத்தப்பட வேண்டியதாயிற்று. இதனால் எங்கள் வீரர்கள் அனைவரும் தங்கள் கூடாரங்களுக்குத் திரும்பிச் சென்றனர்.

இரண்டாம் நாள் நாங்கள் யுதாமன்யுவை எதிர்கொண்டோம். சிறிது நேரத்திலேயே அண்ணன் அவனை அடிபணிய வைத்துவிட்டார். அடுத்து, அவர் மீண்டும் திருஷ்டத்யும்னனுடன் ஒரு நெருக்கமான சண்டையில் ஈடுபட்டார். சூரியன் வானில் உச்சத்திற்கு ஏறியபோது திருஷ்டத்யும்னன் தடுமாறத் தொடங்கினான். இறுதியில் அவன் அடிபணிந்தான். இரண்டு படைகளையும் சேர்ந்த குதிரை வீரர்கள், யானை வீரர்கள், காலாட்படை வீரர்கள் ஆகியோர் ஒருவரோடு ஒருவர் கடுமையாகச் சண்டையிட்டுக் கொண்டிருந்தனர். சுரதன் என் முன்னால் நின்று கொண்டிருந்தான். அண்ணன் திருஷ்டத்யும்னனை நிராயுதபாணியாக்கினார். அவன் அவமானத்தில் தலை குனிந்து நின்றான் – ஒரு சூத புத்திரனின் முன்னால்! தலைவனற்றக் காம்பில்யப் படையினர் நான்கு திசைகளிலும் தப்பி ஓடினர். பாஞ்சல நாடு

வீழ்ந்திருந்தது. அரசன் துருபதனை அரிஷ்டசேனன் அண்ணனின் முன்னால் கொண்டு வந்து நிறுத்தினான். அவருடைய கைகள் கட்டப்பட்டிருந்தன. எங்கள் படையினர் விண்ணைப் பிளக்கும்படி வெற்றிக் கோஷங்களிட்டனர்.

அண்ணன் ஒரு கடுமையான குரலில், "அரசன் துருபதனின் கைகளில் உள்ள கட்டுக்களை அவிழ்த்துவிடு!" என்று அரிஷ்டசேனனுக்கு உத்தரவிட்டார்.

அரசர் துருபதன் ஆச்சரியத்தோடு ஏறிட்டுப் பார்த்துவிட்டு, "அங்க நாட்டு அரசரே, உங்கள் திட்டம் என்ன?" என்று கேட்டார்.

அண்ணன் அவருடைய பொற்கிரீடத்தின்மீது தன்னுடைய பார்வையை நிலைப்படுத்தி, "கப்பம்!" என்று பதிலளித்தார்.

"என்ன வேண்டும்? பசுக்களா, தங்கமா, நவரத்தினக் கற்களா, அல்லது அடிமைகளா?" என்று துருபதன் கேட்டார்.

"அரசே, அத்தகைய செல்வங்கள் கௌரவர்களின் கருவூலங்களில் ஏற்கனவே நிரம்பி வழிந்து கொண்டிருக்கின்றன. எனக்கு வேறொரு வகையான கப்பம் தேவை," என்று கூறி அண்ணன் தன் புருவங்களை உயர்த்தினார்.

அந்த முதியவரின் நெற்றியின்மீது தோன்றிய ஆச்சரிய ரேகைகள் மேலும் ஆழமாயின. அவருடைய கண்களில் பயம் தெறித்தது. "உங்களுக்கு வேறு என்ன வேண்டும்?" என்று அவர் கேட்டார்.

"என் மகனின் சமாதி! காம்பில்யத்தில் கங்கைக் கரையின்மீது என் மகன் சுதாமனுக்கு ஒரு சமாதி கட்டப்படுவதற்கு நீங்கள் தனிப்பட்ட முறையில் உத்தரவிட வேண்டும். இதற்கு நீங்கள் உடன்படுகிறீர்களா? அச்சமாதி இன்று இரவுக்குள் கட்டி முடிக்கப்பட வேண்டும்." அவருடைய உறுதியான குரல் எங்கள் கூடாரங்களை அதிர வைத்தது.

வயது முதிர்ந்த அந்த அரசர், பழைய நினைவுகளை அசை போட்டுப் பார்த்தார்போலும். ஏனெனில், அவருடைய அமைதியான முகத்தில் இப்போது களைப்பும் தளர்ச்சியும் தென்பட்டன. அவர் அண்ணனின் திட்டத்திற்கு சம்மதித்தார். பாண்டவர்களின் மாமனார் கௌரவர்களின் செங்கோலுக்கு அடிபணிந்தார். இரவோடு இரவாக கங்கைக் கரையின்மீது சுதாமனுக்கு ஒரு சமாதி கட்டப்பட்டது. நாங்கள் காம்பில்யத்திலிருந்து புறப்படுவதற்கான ஏற்பாடுகளைச் செய்தோம். மறுநாள், பாஞ்சாலத்தின் அமைச்சர், விலையுயர்ந்த பல்வேறு பொருட்கள் அடங்கிய எண்ணற்றத் தாம்பாளங்களுடன் எங்கள் முன்னால் வந்து நின்றார். அவற்றைப் பார்த்தபோது நான் ஆச்சரியமடைந்தேன். ஏனெனில், அண்ணன் அவர்களிடமிருந்து வேறு எதையும் கேட்டிருக்கவில்லை. ஆனாலும் அரசர் துருபதன் அவற்றை அனுப்பி வைத்திருந்தார். கர்ணனின் உண்மையான வல்லமையை இறுதியில் அவர் புரிந்து கொண்டிருந்தார்.

5

சுதாமன் இறந்து பதினைந்து ஆண்டுகளுக்குப் பிறகு பாஞ்சாலத்தில் அவனுக்காகக் கட்டப்பட்ட வெண்ணிறச் சமாதியில்

மலர்களை அர்ப்பணித்துவிட்டு நாங்கள் காம்பில்யத்தைவிட்டுப் புறப்பட்டோம். பாஞ்சாலம் அஸ்தினாபுரத்திற்கு அடிபணிந்துவிட்டச் செய்தியை எங்கள் தூதுவன் அஸ்தினாபுரத்திற்குக் கொண்டு சென்றான். கூடவே, சுதாமனின் சமாதி பற்றிய முழு விபரங்களையும் விருசாலி அண்ணியிடம் விவரிக்கும்படி நான் தனிப்பட்ட முறையில் அவனுக்கு உத்தரவிட்டேன். தன் மகன் குறித்த இச்செய்தி, அவனை நினைத்து இன்றும் துயரம் கொண்டிருந்த அந்தத் தாய்க்கு ஓரளவு ஆறுதலளிக்கும் என்று நான் நம்பினேன்.

எங்கள் படை இப்போது கிழக்கிலிருந்த கோசலத்தை நோக்கிச் சென்றது. பாஞ்சாலத்தில் கிடைத்த வெற்றியின் காரணமாக எங்கள் வீரர்களின் தன்னம்பிக்கை இரட்டிப்பாகியிருந்தது. ஒரு வில்லிலிருந்து புறப்பட்ட அம்புகளைப்போல அவர்கள் விரைந்தனர். நாங்கள் அஸ்தினாபுரத்தைவிட்டு வந்து பதினைந்து நாட்கள் ஆகியிருந்தன. வெள்ளப் பெருக்கெடுத்து ஓடும் ஓர் ஆற்றினைப்போல எங்கள் வீரர்கள் வெற்றியால் விளைந்த உற்சாக வெள்ளத்தில் நீந்தினர். நாங்கள் காலகூடப் பகுதியின் எல்லையை நெருங்கியிருந்தோம். இப்போது நாங்கள் மிகக் கடினமான ஒரு பிரச்சனையை எதிர்கொண்டோம். அடர்த்தியான, ஊடுருவப்பட முடியாத நைமிஷக் காடுதான் அது! எங்களுடைய பெரிய படை எப்படி அக்காட்டைக் கடக்கும் என்று நாங்கள் யோசித்தோம். ஆனாலும், அதைக் கடக்காமல் கோசல நாட்டிற்குள் நுழைய முடியாது. இப்போதைக்குக் கோசலத்தை விட்டுவிட்டு, காசி நாட்டை எங்களுடைய அடுத்த இலக்காக ஆக்கிக் கொள்ளலாமா என்று நாங்கள் சிந்தித்தோம். கங்கைக் கரையின் ஓரமாகப் பதினைந்து நாட்களுக்கு மேல் குதிரைப் பயணம் மேற்கொண்டால் மட்டுமே காசியைச் சென்றடைய முடியும். நாங்கள் இந்தத் திட்டத்தின்படி தொடர்ந்தால், காலகூடம், கோசலம், கிராதம் ஆகிய மூன்றும் எங்களுடைய திக்விஜயத் திட்டத்திலிருந்து விடுபட்டுப் போகும். அதனால்தான், நைமிஷக் காடு கொடுத்த சவாலை ஏற்றுக் கொண்டு நாங்கள் கோசலத்தை எங்களுடைய அடுத்த இலக்காகத் தேர்ந்தெடுத்திருந்தோம்.

மார்கழி மாதத்தின் தேய்பிறைக் காலம் தொடங்கியிருந்தது. நிலவொளி இல்லாததால் இரவில் நடப்பது சாத்தியமற்றுப் போயிருந்தது. எங்களால் முடிந்த இடங்களிலெல்லாம் நாங்கள் கூடாரமிட்டோம். தேய்பிறையின் நான்காம் நாளன்று நாங்கள் கோமதி ஆற்றைக் கடந்தோம். பிறகு மூன்று நாட்கள் கஷ்டப்பட்டு நடந்து வந்து, ஏழாம் நாள் அதிகாலையில் நாங்கள் நைமிஷக் காட்டிற்கு முன்னால் வந்து நின்றோம். அப்போது கடுங்குளிர் நிலவியது. பார்வைக்கு எட்டிய தூரம்வரை பனி சூழ்ந்த மரங்கள் உள்ளடங்கியிருந்த அக்காட்டைக் கண்டவுடன் நாங்கள் அனைவரும் வாயடைத்து நின்றோம். மிகப் பெரிய மலை ஒன்று தன்னுடைய கைகளையும் கால்களையும் அகலமாக விரித்து நின்று கொண்டிருந்ததைப்போல இருந்தது அது. அக்காட்டின் மேற்பரப்பு சமதளமாக இருந்தபோதிலும், அதன் ஊடாக நடந்து செல்லுவது முற்றிலும் சாத்தியமற்றதாக இருந்தது.

பொழுது விடிந்தது. ஒரு கவண்கல் பட்டுக் கூட்டமாக வானத்தை நோக்கிச் சிறகடித்துப் பறக்கின்ற பறவைகளைப்போல, சூரியனின்

கதிர்கள் மேகமூட்டங்களைக் கலைத்தன. பனி விலகியபோது, பசுமையான அக்காடு இன்னும் அதிக பயங்கரமானதாகத் தோன்றியது. திடீரென்று கழுகுகள், குயில்கள், இருவாச்சிகள், ஆனைச்சாத்தன்கள் மற்றும் பல பறவைகளின் அழைப்புகள் எங்களுக்குக் கேட்டன. இடையிடையே கேட்ட வனவிலங்குகளின் உறுமல்கள் அச்சுறுத்துவனவாக இருந்தன.

இயற்கை என்ற மிகப் பெரிய சவாலை இப்போது நாங்கள் எதிர்கொண்டிருந்தோம்.

நாங்கள் இப்போது என்ன செய்வது? இந்த அடர்ந்த காட்டை எவ்வாறு கடப்பது? அதற்கான ஒரு வழியைக் கண்டுபிடிப்பதற்காகப் படைத் தலைவர்கள் அனைவரும் என்னுடைய கூடாரத்தில் ஒன்றுகூடினர். எல்லோரும் போர்க்கலையில் திறமை பெற்றவர்களாக இருந்தபோதிலும், அக்கணத்தில் யாருக்கும் எந்த யோசனையும் தோன்றவில்லை. அரிஷ்டசேனன், சங்கமித்திரன், இரணியவர்மன், வியாக்ரசர்மன், வீரதத்தன் ஆகியோருக்கும் எதுவும் தோன்றவில்லை. இவ்வளவு பெரிய படையுடன் எங்களால் பின்னோக்கிப் போக முடியாது. நாங்கள் கவலையோடு அங்கு அமர்ந்திருந்தோம். அப்போது அண்ணன் தன்னுடைய காலைநேரப் பிரார்த்தனையை முடித்துவிட்டுப் புன்னகைத்துக் கொண்டே உள்ளே வந்தார். நாங்கள் எல்லோரும் எழுந்து மரியாதையோடு அவரைப் பணிந்தோம்.

அவர் தன்னுடைய புருவங்களை உயர்த்தி, "ஷோன், என்ன பிரச்சனை? நீங்கள் எல்லோரும் ஏன் இவ்வளவு அமைதியாக இருக்கிறீர்கள்?" என்று கேட்டார்.

"இந்தக் காட்டை நாம் எவ்வாறு கடப்பது? நாம் வேறு வழியாகத்தான் நம்முடைய படையை வழிநடத்திச் சென்றாக வேண்டும்," என்று கூறி, எங்களுடைய இக்கட்டான நிலைமையை நான் அவருக்கு எடுத்துரைத்தேன்.

அவர் தன் வலது முஷ்டியைக் கொண்டு தன் இடது உள்ளங்கையின்மீது ஓங்கிக் குத்திக் கொண்டே, "நைமிஷக் காடு!" என்று கூறி, தன்னுடைய பாதங்களை உற்றுப் பார்த்தபடி ஆழ்ந்த யோசனையில் மூழ்கினார். சிறிது நேரம் கழித்து அவர் தன் தலையை நிமிர்த்தி, "இரணியவர்மா, மிக வலிமையான ஒரு குதிரையின்மீது ஏறி இக்காட்டிற்குள் வெகுதூரம் போய், அங்கே ஏதேனும் ஒரு முனிவரின் ஆசிரமமோ அல்லது ஏதேனும் ஒரு நதியோ இருக்கிறதா என்று பார்த்துவிட்டு வா. உடனடியாகப் புறப்படு!" என்று உத்தரவிட்டார்.

"உத்தரவு, அரசே!" என்று கூறிவிட்டு அவன் தன் வாளை உருவிக் கொண்டு அங்கிருந்து வெளியேறினான். ஒருசில நிமிடங்களில், காட்டை நோக்கிப் போய்க் கொண்டிருந்த ஒரு குதிரையின் குளம்பொலிச் சத்தம் எங்களுக்குக் கேட்டது.

நாங்கள் எல்லோரும் ஆச்சரியத்தோடு எங்கள் முதன்மைத் தளபதியைப் பார்த்தோம். ஒரு முனிவரின் தவ வலிமையைக் கொண்டு அவர் அந்த ஒட்டுமொத்தக் காட்டையும் எரித்துச் சாம்பலாக்கத் திட்டமிட்டிருந்தாரா?

"ஷோன், நம்முடைய வீரர்களுக்கு மது விநியோகம் செய்யும் பொறுப்பு யாருடையது?" என்று அவர் என்னிடம் கேட்டார். அது ஒரு பொருத்தமற்றக் கேள்வியாக எனக்குத் தோன்றியது.

நான் என் ஆச்சரியத்தை அடக்கிக் கொண்டு, "சோமபர்ணன்," என்று பதிலளித்தேன்.

"இங்கு வரும்படி அவனுக்குச் சொல்லியனுப்பு."

நான் ஒரு வீரனை அவனிடம் அனுப்பி வைத்தேன். கண்ணிமைக்கும் நேரத்தில் சோமபர்ணன் எங்களுக்கு முன்னால் வந்து நின்றான்.

அவன் வந்தவுடன், அண்ணன் அவனுக்குப் பக்கத்தில் சென்று நின்று கொண்டு, "சோமபர்ணா, சோமபானத்தின் வீரியத்தைக் கூட்டுவதற்கு அதில் கூடுதலாக என்ன கலக்கப்பட வேண்டும்?" என்று கேட்டார்.

"கிறக்கத்தைக் கொடுக்கக்கூடிய இலுப்பைப் பூக்கள், அரசே."

"இப்போதே காட்டிற்குச் சென்று, அங்கிருக்கும் அனைத்து இலுப்பைப் பூக்களையும் சோமவல்லிக் கொடிகளையும் கொண்டுவரும்படி உன்னுடைய பணியாளர்களிடம் போய்க் கூறு."

"ஆகட்டும், அரசே!" என்று கூறிவிட்டு சோமபர்ணன் அங்கிருந்து வெளியேறினான்.

அவனுடைய பணியாளர்கள் காட்டை நோக்கிப் போய்க் கொண்டிருந்ததை நாங்கள் எங்கள் கூடாரத்திலிருந்து பார்த்தோம்.

என் சகோதரன் கொடுத்த, ஒன்றுக்கொன்று தொடர்பில்லாத கட்டளைகளை என்னால் புரிந்து கொள்ள முடியவில்லை. நாங்கள் அஸ்தினாபுரத்தைவிட்டு வந்தது உலகத்தை வெற்றி கொள்ளுவதற்காகவா அல்லது மது அருந்துவதற்காகவா? இதற்கு மேலும் என்னால் அமைதியாக இருக்க முடியவில்லை. எனவே, நான் அவரிடம், "அண்ணா, நீங்கள் என்ன செய்து கொண்டிருக்கிறீர்கள்? உங்கள் திட்டம் என்ன?" என்று கேட்டேன்.

"ஷோன், நம்முடைய படையில் 87,000 யானைகள் இருக்கின்றன. அவற்றில் 40,000 யானைகளுக்கு அதிக அளவு சோமபானம் கொடுக்கப்படுவதற்கு சோமபர்ணன் ஏற்பாடு செய்வான். அந்த யானைகள் அதைக் குடித்து அவற்றுக்கு போதை ஏறிய பிறகு, நம்முடைய வீரர்கள் ஈட்டிகளைக் கொண்டு அவற்றின் பின்பகுதியைக் குத்திக் கொண்டே இக்காட்டிற்குள் அவற்றை இட்டுச் செல்லுவார்கள். அவை வலி தாளாமல் கோபம் கொண்டு இக்காட்டைத் துவம்சம் செய்யும். இதனால் உயரமான, பெரிய மரங்கள் வேரறுக்கப்பட்டு அவை நம்முடைய யானைகளின் பாதங்களுக்கு அடியில் நசுங்கும். தொடர்ந்து முன்னோக்கிப் போகும் ஆர்வத்தில், அவை அந்த மரங்களைத் தம்முடைய துதிக்கைகளால் இருபுறமும் தூக்கி வீசி நாம் நடந்து செல்லுவதற்கான ஒரு பாதையைத் தாமாகவே உருவாக்கும். அவற்றை உற்சாகப்படுத்துவதற்கு, அந்த 40,000 யானைகளில் பாதி யானைகள் பெண் யானைகளாக இருக்கும்," என்று அவர் சர்வசாதாரணமாகக் கூறிவிட்டு, தன்னுடைய கைகளைத் தன் மார்பின் குறுக்கே கட்டிக் கொண்டு எங்களுடைய படைத் தலைவர்களைப் பார்த்தார். அவருடைய வட்ட முகம் ஒரு தலைவருக்குரிய தன்னம்பிக்கையுடன் ஒளிர்ந்தது. அவருடைய அடர்நீலக் கண்கள் ஒளிவீசின.

"நீங்கள் ஏன் இரணியவர்மனை முதலில் அனுப்பி வைத்தீர்கள்? ஒரு முனிவரின் ஆசிரமத்திற்கும் ஒரு நதிக்கும் இடையே என்ன தொடர்பு இருக்கிறது?"

“யானைகளின் வரவால் எந்தவொரு முனிவரின் ஆசிரமமும் சேதமாகிவிடாமல் பாதுகாக்கவே நான் அந்த ஏற்பாட்டைச் செய்தேன். இல்லாவிட்டால், அந்த முனிவரின் சாபத்தை நாம் நம் தலைமீது சுமக்க வேண்டியிருக்கும்.”

இந்த விளக்கத்தைக் கேட்டு நாங்கள் எல்லோரும் ஊமையானோம்.

அவருடைய திட்டத்தால் கவரப்பட்ட நான், அவருடைய அருமையான தலைமைத்துவம் குறித்தப் பெருமிதத்துடன், “நதி ஏதேனும் இருக்கிறதா என்று பார்த்துவிட்டு வரும்படி நீங்கள் கூறியதற்கு என்ன காரணம்?” என்று கேட்டேன்.

“போதை தலைக்கேறியிருக்கும் இந்த யானைகள் அந்த நதியில் ஆசை தீரக் குளிக்கும். அப்போது அவற்றின் போதை தெளியும். பிறகு நாம் மாற்றுப் பாதையைத் தேட வேண்டிய அவசியமின்றி, இதே காட்டின் ஊடாக நடந்து நம்முடைய பயணத்தைத் தொடரலாம்.” அவருடைய வலிமைக்கும் திறனுக்குமான பல எடுத்துக்காட்டுகளை நாங்கள் பார்த்திருந்தோம், ஆனால் சமயோசிதமாக யோசிக்கும் திறன் ஒரு தளபதிக்கு எந்த அளவு தேவை என்பதை இப்போதுதான் முதன்முறையாக நாங்கள் உணர்ந்தோம். இவ்வாறு துணிச்சலாகத் தீர்மானம் மேற்கொள்ளும் திறனை வேறு எவரிடத்திலும் நான் ஒருபோதும் கண்டதில்லை.

பெரும்பாலான சமயங்களில், வீரர்கள் எதிர்கொள்ளுகின்ற எண்ணற்றப் பிரச்சனைகள் ஓர் அறிவார்ந்த, சாதுரியமான முதன்மைத் தளபதியின் சமயோசிதமான தீர்மானத்தால் களையப்பட்டுவிடுகின்றன.

சிறிது நேரத்தில் இரணியவர்மன் நைமிஷக் காட்டிலிருந்து திரும்பி வந்தான். அவன் அணிந்திருந்த ஆடைகள் கிழிந்து கந்தலாக இருந்தன. அவனுடைய மார்பு ஏறி இறங்கிக் கொண்டிருந்தது.

“அரசே, அக்காட்டில் எந்த ஆசிரமமும் இல்லை. ஆனால் வெகுதூரத்தில் ஒரு பெரிய நதி ஓடிக் இருக்கிறது. அது சரயு நதியாக இருக்கக்கூடும்,” என்று அவன் கூறினான். அவனுக்கு மேல்மூச்சு கீழ்மூச்சு வாங்கியது. தன்னுடைய ஆடைகள் கிழிந்திருந்தது பற்றிய பிரக்ஞைகூட அவனுக்கு இருந்ததுபோலத் தெரியவில்லை.

அண்ணனின் முகத்தின்மீது ஒரு புன்னகை அரும்பியது. அவருடைய கண்கள் பிரகாசமடைந்தன.

“நமக்கு வேண்டியது அதுதான். ஆசிரமம் ஏதும் இல்லை, ஆனால் ஒரு நதி நிச்சயமாக இருக்கிறது.” அவர் இவ்வாறு கூறிவிட்டுத் தன்னுடைய விரலிலிருந்து ஒரு நீலக்கல் மோதிரத்தைக் கழற்றி, அதை மகிழ்ச்சியாக இரணியவர்மனை நோக்கி வீசினார்.

நாங்கள் அக்காட்டின் ஊடாக ஒரு பாதையை உருவாக்கும் மன உறுதியோடு எங்கள் கூடாரத்திலிருந்து வெளியே வந்தோம்.

6

ஆண் யானைகளும் பெண் யானைகளுமாக சுமார் நாற்பதாயிரம் யானைகள் காட்டிற்குள் அனுப்பி வைக்கப்படத் தயார்படுத்தப்படலாயின. அவற்றின் முதுகுகள்மீது இருந்த

அம்பாரிகளும் படகுகளும் கீழே இறக்கப்பட்டன. அவற்றுக்கு அணிவிக்கப்பட்டிருந்த பட்டுத் துணிகளையும் யானைப் பாகன்கள் அவிழ்த்தனர். சோமபானத்தில் இலுப்பைப் பூக்களை ஊற வைக்கும் வேலையில் சோமபர்ணன் மும்முரமாக இருந்தான். படையின் அணிவகுப்பு முற்றிலுமாக மாற்றப்பட்டது. பாரம் எதுவும் ஏற்றப்படாத யானைகள் முன்னால் நிறுத்தப்பட்டன.

தம்முடைய துதிக்கைகளை அங்குமிங்கும் ஆட்டிக் கொண்டு நின்ற அந்த நாற்பதாயிரம் யானைகளை நான் சுட்டிக்காட்டி, "குதிரை வீரர்களை அவற்றுக்குப் பின்னால் நிறுத்தினால் என்ன?" என்று அண்ணனிடம் கேட்டேன்.

"இல்லை. பொதி சுமக்கின்ற வீரர்கள் மட்டுமே அந்த யானைகளுக்குப் பின்னால் வர வேண்டும். அவர்களுக்குப் பின்னால் குதிரை வீரர்கள் வர வேண்டும்."

"ஏன்? இதற்கு என்ன காரணம்?" அவருடைய திட்டம் பாதுகாப்பானதாக எனக்குத் தோன்றாததால் நான் அவரிடம் அப்படிக் கேட்டேன்.

"முன்னால் உள்ள யானைகள் அக்காட்டிலுள்ள மரங்களையும் செடிகொடிகளையும் எவ்வளவு துவம்சம் செய்தாலும், முட்களுடன்கூடிய சில படர்கொடிகளும் செடிகளும் அவற்றுக்கு ஒரு பிரச்சனையாகத்தான் இருக்கும். பொதி சுமப்பவர்களில் சிலர் அந்த முட்கள் கிழித்துக் காயமுறுவர். அவர்களுக்குப் பின்னால் வருகின்ற குதிரை வீரர்கள் அவர்களைத் தூக்கித் தங்களுடைய குதிரைகள்மீது ஏற்றிக் கொள்ளுவர். இவ்விதத்தில், நாம் எந்தவொரு வீரனையும் அக்காட்டில் விட்டுவிட்டு வராமல் பார்த்துக் கொள்ளலாம்," என்று அவர் விளக்கினார். ஒவ்வொரு வீரனின்மீது அவர் கொண்டிருந்த அசாதாரணமான அக்கறையைக் கண்டு நான் உணர்ச்சிவசப்பட்டேன்.

அவருடைய அறிவுறுத்தல்களின்படி, வழக்கத்திற்கு முரணான இந்த அணிவகுப்பை நாங்கள் செயல்படுத்தினோம். பாரம் ஏதும் ஏற்றப்படாத யானைகள் முன்வரிசையிலும், ஈட்டிப் பிரிவினர் அவற்றுக்குப் பின்னாலும், அவர்களுக்குப் பின்னால் பொதி சுமப்பவர்களும். காலாட்படையினரும், குதிரைப் படையினரும், கடைசியாக மற்ற யானைகளும் அணிவகுக்கப்பட்டன.

ஒட்டுமொத்தப் படையும் ஒழுங்காக நிறுத்தி வைக்கப்பட்டப் பிறகு, முன்னால் நின்ற யானைகளுக்குப் பெரும் அளவில் இலுப்பைப் பூக்களுடன்கூடிய சோமபானம் கொடுக்கப்பட்டது. அவை உற்சாகமாகத் தம்முடைய துதிக்கைகளை அப்படியும் இப்படியுமாக ஆட்டின. அவற்றின் உரத்தப் பிளிறல் சத்தம் அக்காட்டின் பறவைகளுடைய சத்தங்களையும் எங்கள் படையினரின் சத்தங்களையும் மழுங்கடித்தது. சோமபானம் விரைவில் வேலை செய்யத் தொடங்கியது. ஈட்டிகளை ஏந்தியிருந்த வீரர்கள் அவற்றைக் கொண்டு அந்த யானைகளின் பின்பகுதியில் குத்தத் தொடங்கினர். இதனால் வெகுண்ட அந்த யானைகள் அக்காட்டுக்குள் வேகமாக ஓடத் தொடங்கின.

அவை தம்முடைய வழியிலிருந்த பல்வேறு வகைப்பட்ட மரங்களை ஒடித்துக் கீழே சாய்த்தன, பலவற்றை வேரோடு பிடுங்கி வேறு பக்கமாக வீசின. இவ்வளவு பெரிய யானைக் கூட்டம் தம்மை நோக்கி வந்து

கொண்டிருந்ததைக் கண்ட பறவைகள் அஞ்சி நடுங்கித் தம்முடைய கூடுகளைவிட்டு வெளியேறி வெகுதூரம் பறந்து சென்றன. எப்போதும் அடர்த்தியான மரங்கள் சூழ்ந்திருந்ததால் சூரியனின் ஒளி கிடைக்காமல் தவித்த நிலத்திற்கு இப்போது முதன்முறையாக சூரியனின் தரிசனம் கிடைத்தது. சிறிது நேரத்திற்கு முன்புவரை எங்களுக்கு ஒரு சவாலாக இருந்திருந்த அக்காடு, இப்போது எங்களுக்காக ஒரு புதிய பாதையைத் திறந்துவிட்டது. நான் என்னுடைய மகிழ்ச்சியைக் கட்டுப்படுத்திக் கொள்ள முடியாமல், என் கையை உயர்த்தி, "முதன்மைத் தளபதி கர்ணன்..." என்று கத்தினேன்.

"வாழ்க! வாழ்க!" என்று எல்லாப் பக்கங்களிலிருந்தும் எங்களுடைய வீரர்கள் கோஷமிட்டனர். பல்லாயிரக்கணக்கான வீரர்கள் எழுப்பிய இக்கோஷங்கள் யானைகளின் பிளிறல் சத்தத்தைக்கூட மழுங்கடித்துவிட்டன. சில மணிநேரத்திற்குப் பிறகு நைமிஷக் காட்டை நாங்கள் வெற்றிகரமாகக் கடந்திருந்தோம்.

நாங்கள் இப்போது சரயு நதியின் முன்னால் வந்து நின்றோம். நைமிஷக் காட்டை வெற்றி கொண்ட யானைகள் இப்போது காட்டுக் கூச்சல் போட்டுக் கொண்டு சரயு நதிக்குள் இறங்கின. அவை குதூகலமாகச் சேற்றை வாரி இறைத்து ஆட்டம் போட்டதில் அந்த நதியின் நீர் முற்றிலுமாகக் கலங்கியது. இரண்டு நாட்கள் அவற்றை அங்கு விளையாட விட்டுவிட்டுப் பிறகு நாங்கள் எங்கள் பயணத்தைத் துவக்கத் தீர்மானித்தோம். அந்த யானைகளை அந்நதியில் பார்த்தபோது எனக்கு அஸ்தினாபுரத்தின் நினைவு வந்தது.

நாங்கள் இப்போது காலகூட நாட்டின் எல்லையில் இருந்தோம். அங்கு வெற்றி கொள்ளுவதற்கு எதுவும் இருக்கவில்லை. மிகக் குறைவான மக்கட்தொகையைக் கொண்ட அப்பகுதியிலிருந்து சூறையாடுவதற்கு எதுவும் இருந்ததுபோலத் தெரியவில்லை. ஆனாலும், எங்களுடைய படை தங்கள் நாட்டிற்குள் நுழைந்திருந்தது என்ற செய்தியைக் கேள்விப்பட்டவுடன், கனிகள் மற்றும் இனிய மதுரசத்துடன் அவர்கள் எங்கள் படையினரை வரவேற்க வந்தனர்.

அடுத்து நாங்கள் கோசலத்தின் தலைநகரமான அயோத்திக்குச் செல்லவிருந்தோம். கோசல நாட்டினர் நிச்சயமாக எதிர்ப்புக் காட்டுவர். மார்கழி மாதம் முடியவிருந்தது. நாங்கள் அஸ்தினாபுரத்தைவிட்டு வந்து ஒரு மாதம் ஆகியிருந்தது. நாங்கள் நைமிஷக் காட்டின் ஊடாக ஒரு பாதையை உருவாக்கியிருந்த செய்தியைச் சுமந்து கொண்டு எங்கள் தூதுவன் ஒருவன் அஸ்தினாபுரத்திற்கு விரைந்தான்.

7

சரயு நதிக் கரையின்மீது நாங்கள் எங்கள் படையைப் பழைய நிலையில் அணிவகுத்தோம். இரண்டு நாட்கள் ஓய்விற்குப் பிறகு, எங்களுடைய படையெடுப்பதைத் தொடர எங்கள் வீரர்கள் ஆர்வத்தோடு இருந்தனர். போர் முரசுகளும் சங்குகளும் ஊதுகொம்புகளும் முழங்கப்பட்டதில் சரயுவின்மீது சிற்றலைகள் உருவாயின. வீரர்கள் அனைவரும் எங்கள் முதன்மைத் தளபதியை வாழ்த்திக் கோஷமிட்டனர். அயோத்தி

நகரம் சரயு நதிக்கரையின்மீது அமைந்திருந்ததாக எங்கள் ஒற்றர்கள் எங்களிடம் தெரிவித்திருந்ததால், நாங்கள் அதைச் சுற்றி எங்கள் வியூகத்தை அமைத்திருந்தோம். போர்க்கொடிகள் பறக்கவிடப்பட்டன, கௌரவர்களின் செங்கோல் சூரிய ஒளியில் பிரகாசமாக ஒளிர்ந்தது.

இரண்டு நாட்கள் நடந்த பிறகு, அயோத்தி எங்கள் பார்வைக்கு எட்டும் தூரத்தில் வந்தது. தசரத மன்னனின் மகனான ராமனின் வழித்தோன்றல்களில் ஒருவரான சிக்ரன் என்பவர் அயோத்தியின் அரசராக இருந்தார். அவருடைய மகன் மருவும் ஒரு சிறந்த வீரனாக எல்லோராலும் கொண்டாடப்பட்டான். அயோத்தியை நோக்கிப் பாய்ந்தோடிய சரயு நதியின் நீர் எங்கள் யானைகளின் ஆட்டத்தால் கலங்கலாக ஆகியிருந்ததைக் கண்டு அயோத்தியின் வீரர்கள் எச்சரிக்கையடைந்தனர். நகரத்தைச் சுற்றிலும் அமைக்கப்பட்டிருந்த அகழியை விளிம்புவரை நிரப்ப அவர்கள் உத்தரவிட்டனர். ஆனால், கங்கை, யமுனை, கோமதி போன்ற மிகப் பெரிய நதிகளைக் கடந்து வந்திருந்த எங்கள் படையை இச்சிறு உத்தி மலைக்க வைக்கப் போதுமானதாக இருக்கவில்லை.

ஒருமித்த ஆற்றலோடு முழக்கமிட்டுக் கொண்டே எங்கள் படையினர் அந்த அகழியை உடைத்து அயோத்திக்குள் நுழைந்தனர். அரசர் சிக்ரனும் அவருடைய மகன் மருவும் சண்டைக்குத் தயாராக நின்றனர். அவர்கள் தங்கள் வாட்களை உயர்த்திப் பிடித்து, “ஸ்ரீ ராமனுக்கு வெற்றி!” என்று உரத்தக் குரலில் முழங்கினர்.

அவர்களுடைய வீரர்களும் அதேபோல முழங்கினர். எங்கள் படையினரின் வாட்களும் அவர்களுடைய வாட்களும் ஒன்றோடொன்று மோதின. கௌரவப் படையின் அம்புகள் ரகுவம்சத்தின் அம்புகளோடு மோதின. அரசர் சிக்ரன் எங்கள் முதன்மைத் தளபதியை எதிர்கொண்டு நின்றார், நான் அவருடைய மகன் மருவுக்கு முன்னால் நின்றேன். அங்கு ஒரு கடுமையான மோதல் நிகழ்ந்தது. அந்த அகழியை அம்புகள் மொத்தமாக மூடின. எங்கள் யானைகள் இன்னும் சிறிதளவு போதையில் இருந்தன. கோசலர்களின் காலாட்படை வீரர்களை அவை தம்முடைய பாதங்களின் கீழே நசுக்கியபடி, மூடப்பட்டிருந்த அரண்மனைக் கதவுகளை நோக்கி வேகமாக ஓடிச் சென்று, அக்கதவுகளை முட்டி மோதி உடைத்தெறிந்து அரண்மனைக்குள் நுழைந்தன. கோசல அரண்மனையின்மீது பறந்து கொண்டிருந்த அவர்களுடைய கொடியை யாரோ வெற்றிகரமாக இறக்கினர். இஷ்வாகு, திலீபன், ரகு, அஜன், தசரதன், ராமன், குசன், அதிதி, நிஷாதன், நளன், நபன், புண்டரீகன், சேமதன்வன், தேவானீகன், பாரியாத்திரன், சகஸ்ராஸ்வன், பலன், ஸ்தலன், வஜ்ரநாபன், ககண், வித்ருதி, இரணியநாபன், புஷ்யன், துருவசந்தி, சுதர்சனன், அக்னிவர்ணன் போன்றோர் தங்கள் ரத்தத்தைத் தியாகம் செய்து பாதுகாத்தக் கொடி அது. எங்கள் முதன்மைத் தளபதியின் சரமாரியான அம்புகளால் தாக்கப்பட்ட அரசர் சிக்ரன் படுகாயமடைந்து தன்னுடைய தேருக்குள் விழுந்தார். மருவை எங்கள் வீரர்கள் சிறைபிடித்திருந்தனர். கோசல ராஜ்ஜியம் ஒருசில மணிநேரத்தில் எங்களிடம் தோற்றுப் போய் எங்கள் வசமானது. அந்த அகழியில் ரத்தம் ஓடியது. ராமசந்திரனின் பரந்த அயோத்தி நகரம் இப்போது எங்களுடையதாக ஆகியது.

அண்ணன் தன் குதிரையிலிருந்து கீழே இறங்கி அரண்மனை வாசலில் சிறிது நேரம் மௌனமாக நின்றார். அவருடைய முகம், வெற்றி வாகை சூடிய ஒரு தளபதியின் முகத்தை ஒத்திருக்கவில்லை.

நான் ஆர்வக் குறுகுறுப்புடன், "அண்ணா, ஏன் இங்கேயே நின்றுவிட்டீர்கள்?" என்று அவரிடம் கேட்டேன்.

"ஷோன், பாண்டவர்கள் சூதாட்டத்தின் விளைவால் வனவாசம் சென்றனர். பல நூற்றாண்டுகளுக்கு முன்பு, கொடுத்த வாக்கைக் காப்பாற்றுவதற்குப் பிரசித்தி பெற்ற ஓர் அரசன் தன்னுடைய இந்த அரண்மனையைவிட்டு வெளியேறி, இந்த அற்புதமான கதவுகளைக் கடந்து வனவாசம் சென்றான். அவன் தன் தந்தையின்மீது கொண்டிருந்த அர்ப்பணிப்பு எல்லோருடைய இதயங்களையும் நெகிழச் செய்வதாக இருந்தது. தன் தந்தையான தசரதனின் வாக்கைக் காப்பாற்றுவதற்காக, அரசன் ராமசந்திரன் தன் சகோதரன் லட்சுமணனுடனும் தன் மனைவி சீதையுடனும் ஒரு புன்முறுவலோடு பதினான்கு ஆண்டுகாலம் கானகம் சென்றான். அதே அயோத்திதான் இது. அதே பிரம்மாண்டமான கதவுகள்தான் இவை." ஒரு தெய்வீக ஆளுமையைப் பற்றிய நினைப்பு, சற்று முன்பு நிகழ்ந்திருந்த பயங்கரமான படுகொலைகளை நாங்கள் தற்காலிகமாக மறக்கும்படி செய்தது.

நாங்கள் அரண்மனைக்குள் நுழைந்தவுடன், ராமன் அமர்ந்து ஆட்சி செய்த அரியணையின் முன்னால் அண்ணன் மண்டியிட்டு அதற்கு மரியாதை செய்தார். அவருடைய இச்செயல் என்னை மேலும் குழப்பியது. தான் வீழ்த்திய ஓர் அரசனின் அரியணையின் முன்பாக அவர் மண்டியிட்டிருந்தார். ஆனாலும், வழக்கம்போல, அவர் செய்தது எல்லாம் சரியே என்று நான் ஏற்றுக் கொண்டேன். என் அண்ணன் அந்த அரியணையின் முன்னால் மண்டியிட்டதோடு நிற்காமல், படிக்கட்டுகள்மீது ஏறிச் சென்று, அரண்மனையின் உச்சியில் இருந்த கொடிக் கம்பத்தில் கோசலக் கொடியை மீண்டும் உயர்த்திப் பறக்கவிட்டார். பிறகு அவர் அக்கொடியின் கயிற்றைப் பிடித்தபடி, "ஸ்ரீ ராமனுக்கு வெற்றி!" என்று முழங்கினார்.

இதைக் கண்டு வியப்புற்ற எங்கள் படையினரும் கோசலப் படையினரும், "ஸ்ரீ ராமனுக்கு வெற்றி!" என்று ஒருசேரக் கோஷமிட்டனர். சரயு நதி ஆனந்தத்தால் பொங்கிப் பெருகி ஓடியதுபோலத் தோன்றியது. அரசர் சிக்ரனின் கண்களில் கண்ணீர் நிரம்பியது. அக்கண்ணீருக்கு என்ன காரணம்? தோல்வியா? வருத்தமா? தன்னுடைய மூதாதையரைப் பற்றிய நினைவா? அல்லது, அக்கண்ணீர், ஈடு இணையற்ற ஒரு மாவீரனின் தரிசனம் கிடைக்கப் பெற்றதால் ஏற்பட்ட நன்றிப் பெருக்கின் காரணமாக அவருடைய சத்திரிய ஆன்மாவிலிருந்து வழிந்தோடிய கண்ணீரா? அவருடைய கண்ணீருக்கான காரணம் யாருக்கும் புரியவில்லை.

அண்ணன் கீழே இறங்கி வந்தவுடன் அரசர் சிக்ரன் அவரை அணுகி, அவரை இறுக்கமாகக் கட்டித் தழுவினார். நான் மருவை விடுவித்தேன். அவனும் என்னைக் கட்டித் தழுவினான். நாங்கள் அந்நகரில் விருந்தினர்களாகத் தங்கினோம். வெற்றி பெற்ற சாகச உணர்வு எங்களுக்கு எழவில்லை. வெற்றி அல்லது தோல்வி குறித்த எண்ணங்கள் எங்களைத் தொடவில்லை. உண்மை என்னவென்றால்,

இவ்வுலகில் யாரும் வெல்லுவதுமில்லை, யாரும் தோற்பதுமில்லை.

மூன்றாம் நாளன்று, ஸ்ரீ ராமனின் பாதுகைகளை பரதன் எந்த அரியணையின்மீது வைத்து அவருடைய சார்பில் ஆட்சி செய்தானோ, அந்த அரியணையின்மீது சில நறுமண மலர்களை வைத்து அதை வணங்கிவிட்டு நாங்கள் அயோத்தியிலிருந்து புறப்பட்டோம். புரட்டாசி மாதம் தொடங்கியிருந்தது. வயல்களில் நெற்கதிர்கள் நெடிதுயர்ந்து வளர்ந்து, காற்றில் அசைந்தாடிக் கொண்டிருந்தன. எங்கள் படை மீண்டும் தன் பயணத்தைத் துவக்கியது. இம்முறை அது கிராத நாட்டை நோக்கி நடைபோட்டது.

8

குஷிநகரம், சிராவஸ்தி, கபிலவஸ்து ஆகிய கோசல நாட்டு நகரங்களைத் தாண்டி வந்து, நாங்கள் ஐராவதி ஆற்றைக் கடந்து, இமயத்தை நோக்கிப் போய்க் கொண்டிருந்தோம். கிராத நாட்டிலுள்ள காஷ்ட மண்டபம் என்றும் நகரைத் தாக்க நாங்கள் திட்டமிட்டிருந்தோம். அதற்கு நாங்கள் கண்டகி ஆற்றைக் கடக்க வேண்டியிருந்தது. அடுத்தடுத்து எங்களுக்குக் கிடைத்த அற்புதமான வெற்றிகளின் விளைவாக, வானம்பாடிப் பறவைக் கூட்டம் ஒன்றைப்போல எங்கள் வீரர்கள் மகிழ்ச்சியில் திளைத்தனர். அவர்களுடைய வாட்கள் அதிகக் கூர்மையடைந்திருந்ததுபோலத் தெரிந்தன.

நாங்கள் கண்டகி ஆற்றின் கரையை அடைந்தோம். கிராதத்திற்குச் செல்லுவதற்கான வழி அது. சக்தி வாய்ந்த ஏழு அரசர்கள் அந்நாட்டை ஆண்டு கொண்டிருந்தனர். எங்கள் வீரர்கள் இப்போது கடுமையான குளிருக்கும் கடுமையான வெயிலுக்கும் பழக்கப்பட்டிருந்தனர். நதிகளை வேகமாகக் கடப்பதில் எங்கள் கடற்படையினர் இப்போது திறமைசாலிகளாக ஆகியிருந்தனர். ஒவ்வோர் இடத்திலும் உள்ளூர் மக்கள் என்ன சாப்பிட்டார்களோ, அதையே நாங்கள் எங்கள் வீரர்களுக்கும் வழங்கினோம். கிராத நாட்டில் நிலவிய கடுங்குளிரை சமாளிப்பதற்கு நாங்கள் அவர்களுக்கு அதிக அளவு மதுபானம் கொடுக்க வேண்டியிருந்தது. இவையெல்லாம் சோமபர்ணனின் பொறுப்பில் விடப்பட்டிருந்தது.

எங்களுடைய திக்விஜய முயற்சியைப் பற்றிக் கிராத நாட்டினர் கேள்விப்பட்டிராததால், அவர்களை அடிபணிய வைப்பதில் எங்களுக்கு அவ்வளவு சிரமம் இருக்கவில்லை. நாங்கள் வெகு விரைவில் காஷ்ட மண்டபத்தைச் சென்றடைந்தோம். எங்களுடைய மிகப் பெரிய படையைக் கண்டு பயந்த கிராத அரசர் நிபந்தனையின்றிச் சரணடைந்தார்.

காஷ்ட மண்டபத்திலிருந்து ஐந்து யோஜனை தொலைவில் இமயமலை இருந்தது. இமயத்திலிருந்து வந்த கடுமையான குளிர்காற்றை நாங்கள் நேரடியாக அனுபவித்தபோதிலும், எந்த இடத்திலிருந்தும் இமயம் எங்கள் பார்வைக்குத் தென்படவில்லை. நாங்கள் எவ்வளவு விரும்பியபோதிலும், அதைப் பார்ப்பது சாத்தியமற்றிருந்தது. ஏனெனில், விதேக நாட்டு மக்கள் எங்களுடைய வரவைப் பற்றி அறிந்து

கொள்ளுவதற்கு முன்பாக நாங்கள் அந்நாட்டை முற்றுகையிட்டு வெற்றி கொள்ளத் திட்டமிட்டோம்.

9

நாங்கள் காஷ்ட மண்டபத்தைவிட்டுப் புறப்பட்ட உடனேயே, விதேக நாட்டுப் படையை எதிர்கொள்ள எங்கள் வீரர்கள் தயாராயினர். அதன் தலைநகரமான மிதிலை, நிமி வம்சத்தைச் சேர்ந்த மன்னரான மிதியின் பெயரில் அழைக்கப்பட்டது. அவருடைய காலத்திற்கு முன்பு அந்நகரம் வைஜயந்தம் என்று அழைக்கப்பட்டது. நிமி வம்சத்தின் வழியில் வந்த ஒவ்வோர் அரசரும் ஜனகர் என்று அழைக்கப்பட்டார். அவர்களில் ஒருவரான அரசர் சீரத்வஜன்தான் ராமனின் மனைவியான சீதையின் தந்தையாவார். நிமியில் தொடங்கி திருதிவரை சுமார் நூறு அரசர்கள் வரிசையாக மிதிலையை ஆண்டனர். தற்போதைய அரசர் பகுலாஷ்வரையும் அவருடைய மகனான கிருதியையும் நாங்கள் போரில் எதிர்கொள்ள வேண்டியிருந்தது. கிருதி ஒரு தலைசிறந்த மகாரதியாகத் திகழ்ந்தான்.

காஷ்ட மண்டபத்திற்கும் மிதிலைக்கும் இடைப்பட்ட தூரத்தில் ஒரு நதிகூட இருக்கவில்லை. அந்த ஒட்டுமொத்த நிலப்பரப்பும் பீடபூமியாக இருந்தது. தொடுவானம்வரை பசுமையான சமவெளிகள் பரந்து விரிந்திருந்தன. எங்களுடைய யானைகள் அவற்றைச் சின்னாபின்னமாக்கின. ஒருசில நாட்களுக்குப் பிறகு, சீதையின் நகரமான மிதிலைக்கு நாங்கள் போய்ச் சேர்ந்தோம். இந்நகரத்தைச் சுற்றி எந்த அகழியும் இருக்கவில்லை. ஏனெனில், அதற்குத் தண்ணீர் வழங்குவதற்கு அங்கு எந்த ஆறும் இல்லை. மாறாக, அந்நகரைச் சுற்றிலும் கருங்கற்களால் ஆன வலிமையான கோட்டைச் சுவர்கள் எழுப்பப்பட்டிருந்தன. கோட்டை மதில்களில் இருந்த கொத்தளங்களில் இருந்து விதேக வீரர்கள் சிறிய பாறைகளையும் நெருப்புப் பந்துகளையும் பெரிய எறிகல் இயந்திரங்களைக் கொண்டு எறியத் தொடங்கினர். பகுலாஷ்வரும் கிருதியும் மிடுக்காக ஆடையணிந்து அரண்மனையின் முக்கிய வாசலில் தங்கள் தேர்களில் ஒய்யாரமாக நின்றனர். அவர்கள் குறிப்பாகத் தேர்ந்தெடுத்திருந்த சில வீரர்களும் அவர்களோடு நின்றனர். அந்த முக்கிய வாசலின் கதவு மிகப் பெரிய தாழ்ப்பாள்களைக் கொண்டு உட்புறமாக பலமாகத் தாழிடப்பட்டிருந்தது. தந்தையும் மகனும் ஒரே நேரத்தில் என் அண்ணனின்மீது பாய்ந்தனர். நாங்கள் அக்கோட்டையைச் சூழ்ந்து கொண்டு, கொத்தளங்களிலிருந்து எங்கள்மீது பாறைகளை எறிந்து கொண்டிருந்த வீரர்கள்மீது சரமாரியாக அம்புகளை எய்தோம். பழுத்த அத்திப் பழங்கள் மரங்களிலிருந்து உதிர்ந்து கீழே விழுவதைப்போல அந்த வீரர்கள் ஒருவர்பின் ஒருவராகக் கீழே விழுந்தனர். எங்கள் படையினர் போர்முரசுகளைக் கொட்டத் தொடங்கினர். அரண்மனை வாசலில் எங்கள் முதன்மைத் தளபதி விதேக அரசரையும் அவருடைய மகனையும் தனியொருவராகத் தாக்கிக் கொண்டிருந்தார். மேலேயிருந்து எறியப்பட்ட ஏகப்பட்டப் பாறைகள் எங்கள் படைக்குக் கடும் சேதம் விளைவித்தன. எண்ணற்றோர்

மரணமடைந்தனர். இதுவரை நாங்கள் ஈடுபட்டிருந்த சண்டைகளில், மிதிலையில் நடைபெற்ற இந்தச் சண்டையில்தான் நாங்கள் மிக அதிக அளவு சேதத்தை எதிர்கொள்ள நேரிட்டது.

இதற்கிடையே, அண்ணன் கிருதியை நிராயுதபாணியாக ஆக்கி, அவனுடைய கழுத்தைத் தன்னுடைய வில்லால் கொக்கிப்பிடி போட்டு, அவனைத் தன்னை நோக்கி இழுத்தார். அவர் இழுத்த இழுப்பில் அவன் தன் தேரிலிருந்து கீழே விழுந்து தன்னினைவிழந்தான். தன் மகன் இறந்துவிட்டதாக நினைத்துவிட்ட அரசர் பகுலாஷ்வர் பதற்றமடைந்து தன்னுடைய வில்லைத் தூக்கி வீசிவிட்டுத் தன் மகனுக்குப் பக்கத்தில் வந்து உணர்ச்சியற்று நின்றார். இரணியவர்மன் கிருதியையும் அவனுடைய தேரையும் அங்கிருந்து அகற்றினான். எங்களுடைய யானைகள் மிதிலைக் கோட்டையின் மதிற்சுவர்களைத் தகர்த்தெறிந்தன. எங்கள் வீரர்கள், "முதன்மைத் தளபதி கர்ண மாமன்னர் வாழ்க!" என்று கோஷமிட்டுக் கொண்டே அரண்மனையின் முக்கிய வாசலை நோக்கி ஓடினர்.

மிதிலையை எங்களுடைய படையினர் வெற்றி கொண்டுவிட்டச் செய்தியை எங்கள் தூதுவன் அஸ்தினாபுரத்திற்குக் கொண்டு சென்றான். புரட்டாசி மாதத்தின் வளர்பிறைக் காலம் முடியவிருந்த நேரம் அது.

சீதை பிறந்த நிலத்தைச் சென்று பார்த்துவிட்டு, பிறகு மிதிலையிலிருந்து அளப்பரிய செல்வங்களை எடுத்துக் கொண்டு நாங்கள் மிதிலையைவிட்டுப் புறப்பட்டோம். விதேக நாட்டிலிருந்த புகழ்மிக்க இன்னொரு நகரம் குசும்புரம். அது இரணியவதி நதிக்கரையின்மீது அமைந்திருந்தது. எங்களுடைய வெற்றி ஊர்வலம் அந்நகரத்தின் வழியாகச் சென்றது. ஒருநாள் இரவில், நிலா வெளிச்சத்தில், நானும் அண்ணனும் அந்த ஆற்றங்கரை மேட்டின்மீது உட்கார்ந்திருந்தோம். எங்கள் கண்களுக்கு முன்னால், அந்த ஆற்றின் சிற்றலைகள் நிலவின் வெளிச்சத்தோடு கண்ணாமூச்சி விளையாடிக் கொண்டிருந்தன. அக்கரையின்மீது கடம்ப மரங்கள் வளர்ந்து நின்றன. அங்கு வீசிய தென்றல் காற்றில் அண்ணனின் குண்டலங்கள் அசைந்தாடின. நிலவொளியில் அவை மினுமினுத்தன.

நான் இரணியவதியைப் பார்த்தபடி, "அண்ணா, நாம் அஸ்தினாபுரத்தைவிட்டு வந்து ஒன்றரை மாதங்கள் ஆகிவிட்டன. இத்தனை நாட்களில் ஒரு முறைகூட உங்களுக்கு அஸ்தினாபுரத்தின் நினைவு வரவில்லையா?" என்று கேட்டேன்.

"நீ எப்படி அப்படி நினைத்துவிட்டாய்? நானும் மனிதன்தானே?"

"அப்படியில்லை. ஆனால், நிர்வாகம், சாப்பாடு, ஆயுதங்கள் என்று நீங்கள் எப்போதும் ஏதோ ஒன்றில் மூழ்கியிருக்கிறீர்கள். அதனால்தான் நான் அப்படிக் கேட்டேன்."

"இந்த விவகாரங்களில் நான் மூழ்கியிருப்பது உண்மைதான். ஆனால், அஸ்தினாபுரத்தின் நினைவு எனக்கும் அடிக்கடி வரத்தான் செய்கிறது. அங்குள்ளோரை எனக்கும் தேடுகிறது. ஆனால், நான் போர்க்களத்தில் இருக்கும்போது எனக்கு வேறு எதுவும் ஒரு பொருட்டல்ல."

"இங்கிருந்து அஸ்தினாபுரத்திற்குப் போகவிருக்கின்ற நம்முடைய தூதுவன் வழியாக நீங்கள் இளவரசர் துரியோதனனுக்கு ஒரு கடிதம் அனுப்ப வேண்டும் என்பது என்னுடைய விருப்பம். உங்கள் கடிதத்தைக்

கண்டு அவர் பெருமகிழ்ச்சி கொள்ளுவார்."

"இல்லை. நான் அவனுக்குக் கடிதம் எதுவும் அனுப்பப் போவதில்லை. நான் திடீரென்று ஒரு நாள் நேரில் சென்று அவனை மகிழ்ச்சி வெள்ளத்தில் ஆழ்த்த விரும்புகிறேன். என்னை அங்க நாட்டு அரசனாக ஆக்கி அவன் என்னை கௌரவப்படுத்தியுள்ளான். இந்த திக்விஜயத்தின் மூலம் நான் சேகரிக்கும் அளவற்ற செல்வங்களை அவனுடைய பாதங்களில் சமர்ப்பிப்பதன் மூலம் நான் பத்து மடங்கு அதிகமாக அவனை கௌரவப்படுத்தப் போகிறேன்," என்று கூறிவிட்டு அவர் எழுந்தார்.

"நம்முடைய இந்த திக்விஜயம் நல்லபடியாக அமைவதற்காக, விருசாலி அண்ணி, அஸ்தினாபுரத்தில் கோவில் கர்ப்பக்கிரகத்தில் தினமும் விளக்கேற்றி வைத்துவிட்டு நம்முடைய தூதனுக்காக ஆர்வத்தோடு காத்துக் கொண்டிருப்பார்," என்று கூறிக் கொண்டே நானும் எழுந்தேன். பிறகு நாங்கள் இருவரும் எங்கள் கூடாரத்தை நோக்கி நடந்தோம்.

"இதுதான் உன் விருப்பம் என்றால், என்னுடைய தூதுவன் தினமும் என்னிடமிருந்து ஒரு கடிதத்தை அஸ்தினாபுரத்திற்குக் கொண்டு செல்லுவான். இப்போது உனக்குத் திருப்தியா?"

"ஆனால், சிறிது நேரத்திற்கு முன்னால் நீங்கள்..."

"அக்கடிதங்கள் அரண்மனையில் உள்ள எவருக்கும் அல்ல," என்று அவர் மென்மையாகக் கூறியபடி நடந்தார்.

"பிறகு அவை யாருக்கு? அசுவத்தாமனுக்கா?" அசுவத்தாமனுக்கும் அண்ணனுக்கும் இடையேயான ஆழமான நட்பை நான் நினைவுகூர்ந்தேன். அண்ணன் வேறு யாருக்கும் கடிதம் எழுதுவதைப் பற்றி என்னால் கற்பனை செய்ய முடியவில்லை.

"இல்லை. போர்க்களத்தில் உயிர் நீத்த வீரர்களின் பெற்றோருக்கு நான் அக்கடிதங்களை அனுப்பவிருக்கிறேன். நம்முடைய தூதுவன் அஸ்தினாபுர அரண்மனையில் யாரையும் சந்திக்கக்கூடாது," என்று கூறிவிட்டு அவர் தன்னுடைய அங்கவஸ்திரத்தைச் சரி செய்தார். நான் எப்போதும் அவருக்கு அருகிலேயே இருந்தபோதிலும், அவருடைய மனத்தில் என்ன இருந்தது என்பது எனக்குத் தெரியவில்லை என்பதுதான் உண்மை.

10

குசும்புரத்திலிருந்து புறப்பட்டு நாங்கள் விதேக நாட்டின் எல்லையைக் கடந்தோம். கௌசிகி கச்சம் எனும் நாடு எங்களுக்கு முன்னால் பரந்து விரிந்திருந்தது. அதன் தலைநகரமான விக்கிரமசீலம் கங்கைக் கரையின்மீது அமைந்திருந்தது.

நாங்கள் ஜஹ்னு முனிவரின் ஆசிரமத்தின் வழியாகச் சென்று, கௌசிகி ஆற்றைக் கடந்து விக்கிரமசீலத்திற்குள் நுழைந்தோம். அங்கு போர் என்ற கேள்வியே எழவில்லை. ஏனெனில், அதன் அரசர் தானாகவே முன்வந்து எங்களிடம் சரணடைந்தார்.

எங்கள் படை தொடர்ந்து வெற்றிகளைக் குவித்தபடி முன்னேறியது.

நாங்கள் ஆரியவர்த்தத்தின் எல்லையைச் சென்றடைவோமா என்ற சந்தேகம் எங்களுக்கு எழுந்தது. ஏனெனில், கிழக்கில் நாங்கள் ஏற்கனவே வெகுதூரம் உள்ளே வந்திருந்தோம். கௌசிகியின் எல்லையில் அமைந்த புண்டரவர்த்தனம் என்ற நகரைக்கூட நாங்கள் கடந்து வந்துவிட்டோம்.

தேவதாரு, நூக்கம், அசோகம், சால் மற்றும் பிற மரங்கள் நெடுஞ்சாலையின் இருபுறங்களிலும் அணிவகுத்து நின்றன. நீளமான வால்களைக் கொண்ட வெண்ணிறப் பறவைகள் எல்லா இடங்களிலும் காணப்பட்டன. இப்போது காமரூப நாடு எங்களுக்கு முன்னால் இருந்தது. நாங்கள் கரதோயா நதியைக் கடந்து அங்கே கூடாரமிட்டோம். ஏனெனில், விரைவில், பிரம்மபுத்திரா நதியை நாங்கள் கடக்க வேண்டியிருந்தது. நாங்கள் கடக்க வேண்டியிருந்த மிகப் பெரிய நதி அதுதான்.

இந்நதியைக் கடப்பதற்கு யானைகள்கூடச் சண்டித்தனம் செய்தன. குதிரைகளைப் பற்றிக் கேட்கவே வேண்டாம். நாங்கள் அவற்றைக் கரதோயா நதிக் கரையிலேயே விட்டுவிட்டு, தேர்ந்தெடுக்கப்பட்ட வீரர்களை உள்ளடக்கிய ஒரு சிறிய படையுடன் மிகுந்த சிரமத்தோடு பிரம்மபுத்திரா நதியைப் படகுகளில் கடந்து, காமரூப நாட்டிற்குள் நுழைந்தோம். அதன் ஒரே மாபெரும் நகரமான பிராக்ஜோதிசபுரத்தை அரசர் பகதத்தன் ஆண்டு வந்தார்.

நாங்கள் பிரம்மபுத்திரா நதியைக் கடப்பதில் ஏகப்பட்டப் பிரச்சனைகளை எதிர்கொண்டதால், இந்திரனையே எதிர்க்க வேண்டிய நிலை ஏற்பட்டாலும்கூடக் காமரூபத்தை வெற்றி கொண்டே ஆக வேண்டும் என்பதில் நாங்கள் தீவிரமாக இருந்தோம். அதனால் பகதத்தனைக் கண்டு யாரும் பயப்படவில்லை. இரண்டு நாட்களுக்குள் நாங்கள் பிராக்ஜோதிசபுரத்தைச் சுற்றி வளைத்தோம். பகதத்தன் அற்புதமாகச் சண்டையிட்டார், ஆனால் அவரால் எங்களைத் தாக்குப்பிடிக்க முடியவில்லை. நாங்கள் அவரை அடிபணிய வைத்துவிட்டு அங்கிருந்து புறப்பட்டோம். கிழக்கில் நாங்கள் எங்கள் எல்லையைத் தொட்டிருந்தோம்.

பிறகு நாங்கள் மீண்டும் பிரம்மபுத்திரா நதியைக் கடந்து வந்து எங்களுடைய யானைப் படை மற்றும் குதிரைப் படையோடு இணைந்தோம். இப்போது நாங்கள் தெற்கு நோக்கிப் பயணிக்கவிருந்தோம்.

நாங்கள் மீண்டும் கரதோயா நதியையும் கங்கை நதியையும் கடக்க வேண்டியிருந்தது. எங்களுடைய திக்விஜயப் பயணத்தில் இரண்டாவது முறையாக நாங்கள் கங்கையை சந்திக்கவிருந்தோம். ஆனால் இந்த இடத்தில் ஓடிய கங்கை பரந்து விரிந்து ஒரு பெருங்கடலைப்போல இருக்கும். ஏனெனில், நாங்கள் வங்க நாட்டை முற்றுகையிடவிருந்தோம்.

நாங்கள் கங்கையைக் கடந்து வங்க நாட்டிற்குள் நுழைந்தோம். கங்கையின் மறுகரையில் நாங்கள் காளிகா நகரத்தைக் கடந்தோம். காளியம்மனுக்கு அர்ப்பணிக்கப்பட்ட நகரம் அது. சமுத்திரசேனன், சந்திரசேனன் ஆகிய இரண்டு சகோதரர்கள் இந்தத் தலைநகரத்திலிருந்து ஆண்டனர். அது அண்டைய நாடுகளிலிருந்து ஒதுங்கி இருந்ததால், அது குறைவான மக்கட்தொகையைக் கொண்டதாக இருந்தது. போர்த் திறமைகளில் அது பின்தங்கியிருந்தது. ஆனாலும் அதன் வீரர்கள் எங்களைக் கடுமையாக எதிர்த்து நின்றனர். சமுத்திரசேனனும்

சந்திரசேனனும் வீரத்தோடு சண்டையிட்டனர், ஆனால் பெருங்கடலைப் போன்ற எங்கள் படையினரை அவர்களால் வெகுநேரம் தாக்குப்பிடிக்க முடியவில்லை. சந்திரசேனன் போர்க்களத்தில் மரணம் எய்தினான். சமுத்திரசேனன் தன்னினைவிழந்தான். இதைத் தொடர்ந்து, அவனுடைய படையினர் தங்களுடைய ஆயுதங்களைக் கீழே போட்டுவிட்டு எங்களிடம் சரணடைந்தனர். வங்க நாடு எங்கள் வசமாயிற்று. நாங்கள் எங்கள் வீடுகளைவிட்டு வந்து இரண்டு மாதங்கள் ஆகியிருந்தன. இப்போதுதான் முதன்முறையாகக் கிழக்குப் பெருங்கடலை நாங்கள் பார்த்தோம். அதன் அலைகளின் ருத்ரதாண்டவத்தைப் பார்த்தபோது, எங்களுடைய வெற்றிகள் எவ்வளவு முக்கியத்துவமற்றவை என்பதை நாங்கள் உணர்ந்தோம். மனிதன் எவ்வளவு சாதனைகளை நிகழ்த்தினாலும் சரி, இயற்கையின் முன்னால் அவன் அற்பமானவனாகவே இருக்கிறான்.

காளிகா நகரத்தில் ஒரு நாள் தங்க வேண்டும் என்று அண்ணன் பெரிதும் விரும்பியதால், அப்பெருங்கடலின் விநோதமான இசையைக் கேட்கும் விதத்தில் அக்கடலின் அருகே நாங்கள் கூடாரமிட்டோம்.

மறுநாள் அதிகாலையில் நான் கண்விழித்தபோது, அண்ணன் அவருடைய கூடாரத்தில் இல்லாததை நான் கண்டேன். அவர் வீரர்களுக்கிடையே இருக்கக்கூடும் என்று நினைத்துக் கொண்டு எல்லோரிடமும் அவரைப் பற்றி விசாரித்தேன். ஆனால் அவரை எங்கேயும் காணவில்லை. என் மனம் கலக்கமடையத் தொடங்கியது. நாங்கள் பல அரசர்களின் பகையைச் சம்பாதித்திருந்தோம். அவர்களில் யாரேனும் துரோகம் செய்திருப்பரோ என்று நான் எண்ணினேன். நேரம் செல்லச் செல்ல நான் அதிக அசௌகரியமாக உணரத் தொடங்கினேன். அவர் மற்றவர்களுக்கு வேண்டுமானால் தளபதியாக இருக்கலாம், ஆனால் எனக்கு அவர் ஓர் அன்பான சகோதரன். நான் அவரைத் தேடி நான்கு திசைகளிலும் ஆட்களை அனுப்பி வைத்தேன். எங்கள் வீரர்களுக்கு இதைப் பற்றி எதுவும் தெரியாது. அவர்கள் எல்லோரும் தாங்கள் மேற்கொண்டு பயணிப்பதற்கான ஏற்பாடுகளைச் செய்வதில் மும்முரமாக இருந்தனர்.

அண்ணனைத் தேடி நான் அனுப்பியவர்களில் கீர்த்திவஜன் சிறிது நேரத்தில் திரும்பி வந்தான். அவனுடைய முகத்தின்மீது புன்னகை தவழ்ந்ததைக் கண்டவுடன், அவன் கூறவிருந்த மகிழ்ச்சியான செய்தியைக் கேட்க நான் என் காதுகளைக் கூர்தீட்டினேன்.

"அரசர் பாதுகாப்பாகவும் நலமாகவும் இருக்கிறார். அவர் இப்பெருங்கடலில் இடுப்பளவுத் தண்ணீரில் நின்று கொண்டு சூரிய பகவானுக்கு நீராஞ்சலி செய்து கொண்டிருக்கிறார். அவருடைய ஆழ்ந்த தியானத்தைக் கலைக்காமல் நான் உடனடியாகத் திரும்பி வந்துவிட்டேன்."

இதைக் கேட்டப் பிறகு நான் நிம்மதிப் பெருமூச்செறிந்தேன்.

11

அடுத்து நாங்கள் தாமிரலிப்தம் என்ற நாட்டை நோக்கிப் படையெடுத்தோம். அதன் தலைநகரமும் தாமிரலிப்தம்தான். அதை

ஆண்ட அரசரின் பெயரும் தாமிரலிப்தன். தாமிரலிப்தம், மல்லம் ஆகிய இரண்டு சிறிய ராஜ்ஜியங்களின் மொத்த நிலப்பரப்பு அஸ்தினாபுரத்தின் நிலப்பரப்பைவிடக் குறைவாக இருந்தது. எனவே, அங்கு எதிர்ப்பு என்ற பேச்சே எழவில்லை. எங்களை எதிர்ப்பதற்கான வலிமை கொண்டிருந்த ஒரே நாடு மகதம்தான்.

வங்கம் எங்கள் வசமாகிவிட்டிருந்த செய்தியைக் கேட்டு நடுங்கிய அரசர் தாமிரலிப்தன், எங்களோடு சமாதானம் செய்து கொள்ளும் நோக்கத்துடன், எங்களை வரவேற்க நகர வாசலில் காத்துக் கொண்டிருந்தார். அவர்கள் எங்களுக்குச் செலுத்திய கப்பத்தில் முத்துக்களே அதிகம் இருந்தன. அவருடைய நாடு கிழக்குப் பெருங்கடலையொட்டி இருந்ததால், அது முத்துக்களுக்குப் பெயர் பெற்றதாக இருந்தது. அதன் குடிமக்களில் பெரும்பாலானோர் முத்து வணிகர்களாக இருந்தனர். அவர்கள் ஆரியவர்த்தம் முழுவதற்கும் முத்துக்களை விநியோகம் செய்தனர்.

நாங்கள் தாமிரலிப்தத்தைவிட்டுப் புறப்பட்டு ஒட்டர நாட்டை நோக்கிச் செல்ல வேண்டுமா அல்லது மிகச் சிறிய நாடான மல்லத்தை முற்றுகையிட வேண்டுமா என்று நாங்கள் யோசித்தோம். ஏனெனில், தாமிரலிப்தத்திற்கும் ஒட்டரத்திற்கும் இடையே, கடக்கப்பட முடியாத ஒரு மாபெரும் மலைத்தொடர் இருந்தது. எனவே, மல்லத்தை நோக்கிச் செல்லுவதைத் தவிர எங்களுக்கு வேறு எந்த மாற்றும் இருக்கவில்லை. நாங்கள் மல்லத்திற்குச் செல்ல மிகவும் ஆர்வமாக இருந்தோம். ஏனெனில், இளவரசர் துரியோதனன் என் அண்ணனுக்குப் பரிசளித்த அங்க நாடு மல்லத்திற்கு அப்பால் இருந்தது. அங்க நாட்டின் தலைநகரை அண்ணன் சம்பாநகரிக்கு மாற்றியிருந்தார். நாங்கள் எங்கள் குழந்தைப்பருவத்தைக் கழித்தச் சம்பாநகரியை நாங்கள் இப்போது மீண்டும் தரிசிக்கவிருந்தோம்.

மல்ல மலைகளைக் கடந்து நாங்கள் மல்ல நாட்டின் எல்லையை அடைந்தோம். அண்ணன் அஸ்தினாபுரத்தில் தங்கிவிட்டதால், அங்க நாட்டின் நிர்வாகத்தை அவர் ஓர் ஆளுநரிடம் ஒப்படைத்திருந்தார். அங்க நாட்டு அரசர் நிச்சயமாக அங்கு நான்கு நாட்களாவது தங்குவார் என்பதை அறிந்திருந்த எங்கள் வீரர்கள் அங்க நாட்டின் எல்லையை அடைவதற்குக் கடுமையாக முயற்சித்தனர். ஏனெனில், அந்த நான்கு நாட்களும் அவர்களுக்கு நல்ல ஓய்வு கிடைக்கும். அங்க நாட்டு ஆளுநர் நேரில் வந்து எங்களை வரவேற்று, எங்களை அங்க நாட்டிற்கு அழைத்துச் சென்றார்.

ஆயிரக்கணக்கான குடிமக்கள் அதன் எல்லையில் ஒன்றுகூடி, மலர்களைத் தூவித் தங்கள் அரசரை அன்போடு வரவேற்றனர். பெண்கள் தண்ணீர்க் குடங்களுடன் வந்தனர். தங்கள் அரசரைக் கண்டு உற்சாகமடைந்த குடிமக்கள் அனைவரும், "அங்க நாட்டு அரசர், மாமன்னர் கர்ணன் வாழ்க!" என்று கோஷமிட்டனர்.

குழந்தைப்பருவத்தில் நாங்கள் ஒரு கற்பாறையை அரியணையாக பாவித்து அதன்மீது அவரை அமர வைத்து அரசராக அவருக்கு முடிசூட்டினோம் என்று நான் ஏற்கனவே கூறினேனல்லவா? அது இப்போது உண்மையாகியிருந்தது. நாங்கள் அஸ்தினாபுரத்தைவிட்டு வந்ததிலிருந்து இக்கணம்வரை யாரும் எங்களுக்குக் குங்குமத் திலகம்

இடவில்லை. இப்போது எங்களை கௌரவப்படுத்தும் விதமாக மக்கள் எங்களுக்கு ஆரத்தி எடுத்தனர், எங்கள்மீது மலர்களைத் தூவினர். இசை விருந்தோடும் வெற்றி முழக்கங்களோடும் கௌரவப் படை அங்க நாட்டிற்குள் நுழைந்தது. மகிழ்ச்சியில் என் தலை கிறுகிறுத்தது. பரவசத்தை அனுபவிப்பதற்கு ஒரு தனி வலிமை வேண்டும்போலும். அண்ணன் வழக்கம்போல அமைதியாகத் தன்னுடைய தேரில் உட்கார்ந்திருந்தார். தன் குடிமக்கள் தன்மீது வெளிப்படுத்திய தூய்மையான பாசத்தை அவர் இருகரம் கூப்பி அங்கீகரித்தார். அவருடைய வட்ட முகம் சூரியனைப்போல ஒளிர்ந்தது. உலகிற்கு ஆசி வழங்குகின்ற சூரிய பகவான், எங்கள் தேரின்மீது தன் ஒளியைப் பாய்ச்சி, அந்தக் கண்கொள்ளாக் காட்சியை மேலேயிருந்து கண்டுகளித்தபடி, "கர்ணா, நீ வாழ்க!" என்று அண்ணனை ஆசீர்வதித்ததுபோல எனக்குத் தோன்றியது.

நாங்கள் மாலையில் சம்பாநகரிக்கு வந்து சேர்ந்தோம். முப்பது ஆண்டுகளுக்குப் பிறகு முதன்முறையாக இப்போது நாங்கள் அங்கு வந்திருந்தோம். இந்த நகரத்தில்தான் நாங்கள் ஓர் ஓலைக் குடிசையில் வாழ்ந்தோம். அதில்தான் நாங்கள் சிரிப்போடும் விளையாட்டுக்களோடும் வளர்ந்தோம். கற்றுக் கொள்ளப்பட வேண்டியவற்றை நாங்கள் அங்குதான் கற்றோம். இந்த ஊரில்தான் குழந்தைப்பருவத்தில் பல இனிய அனுபவங்கள் எங்களுக்குக் கிடைத்தன.

கர்ணனும் ஷோனும் சிப்பிகளைச் சேகரிப்பதற்காக கங்கைக் கரைக்குத் தங்கள் தேரில் சென்றபோது, கூட்டங்கூட்டமாகப் பறந்து சென்ற பறவைகளைக் கண்டுகளித்தது; அவர்கள் இருவரும் மரங்களையும் படர்கொடிகளையும் இலக்குகளாகப் பயன்படுத்தி வில்வித்தையைப் பயிற்சி செய்தது; தேர்களை உருவாக்குவதற்காகக் காட்டில் அதற்கான மரத்தை வெட்டி வந்தது; கர்ணன் ஒரு காளை மாட்டை அடக்கியது; கர்ணன் தன் தம்பி ஷோனைப் பார்த்துக் கொண்டே தன்னுடைய தேரில் அஸ்தினாபுரத்திற்குப் பயணித்தது; ஷோன் தன் கைகளை உயர்த்தியபடி அந்தத் தேருக்குப் பின்னால் ஓடியது... இந்நிகழ்வுகள் அனைத்திற்கும் சம்பாநகரியின் மரங்களும் பறவைகளும் விலங்குகளும் சாட்சிகளாக இருந்தன. ஆனால் இன்று...

அங்க நாட்டு அரசரான கர்ணனும் அவருடைய வலது கையான ஷோனும் மகிழ்ச்சியான உணர்வுகளுடன் அதே நகருக்குள் நுழைந்து கொண்டிருந்தனர். மக்கள் பாசத்தோடு மலர்தூவி அவர்களை வரவேற்றுக் கொண்டிருந்தனர். வாழ்க்கை கணிக்கப்பட முடியாதது என்பது எவ்வளவு உண்மை! சிறிய விதைகளிலிருந்து பெரிய ஆலமரங்கள் முளைக்கின்றன! சில துளிகள் நீரிலிருந்து கங்கை, யமுனை போன்ற மிகப் பெரிய ஆறுகள் உருவாகின்றன! நிகழ்ந்து கொண்டிருந்த அனைத்தும் கனவா அல்லது நிஜமா என்று தெரியாமல் நான் குழம்பினேன்.

எங்கள் மனங்களின் ஒரு மூலையில் எங்கள் குழந்தைப்பருவ நினைவுகளையும், இன்னொரு மூலையில் திக்விஜயத்தைப் பற்றிய நினைவுகளையும் சுமந்தபடி நாங்கள் எங்கள் தேரில் சம்பாநகரியின் வீதியில் பயணித்துக் கொண்டிருந்தோம்.

இந்த முப்பது ஆண்டுகளில் அந்நகரம் முற்றிலுமாக மாறியிருந்தது.

அது அங்க நாட்டின் தலைநகரமாக அறிவிக்கப்பட்டதிலிருந்து அழகான பெரிய வீடுகள் அங்கு உருவாகியிருந்தன. என் அண்ணனின் கண்கள் எதையோ தேடிக் கொண்டிருந்தன. மக்களுடைய வரவேற்பை அங்கீகரிக்கும் விதத்தில் அவருடைய கைகள் இரண்டும் ஒன்றுகுவிந்திருந்தபோதிலும், அவருடைய கண்கள் மட்டும் யாரையோ தேடிக் கொண்டிருந்தன. இசைக் கருவிகளின் ஒலிகள் அந்நகரை மலரச் செய்திருந்தன. அண்ணனின் பெயர் வெற்றி முழக்கங்களில் தொடர்ந்து குறிப்பிடப்பட்டுக் கொண்டே இருந்தது.

திடீரென்று அவர் தன் கையை உயர்த்தி, தேரை நிறுத்தும்படி என்னிடம் கூறினார். நான் கடிவாளத்தை இழுத்துப் பிடித்துத் தேரை நிறுத்தினேன். அவர் அதிலிருந்து கீழே இறங்கி, விரைவில் கூட்டத்தோடு கலந்தார். நான் அவரைப் பின்தொடர்ந்தேன். அவர் பல பெரிய கட்டடங்களைக் கடந்து சென்று, பின்னால் அமைந்திருந்த வெற்று மைதானத்தை அடைந்தார். அங்குதான் சிறுவயதில் நாங்கள் 'அரசவை' விளையாட்டை விளையாடியிருந்தோம். நாங்கள் பயன்படுத்திய கற்பாறை அரியணை அங்கே ஒரு மூலையில் சரிந்து கிடந்தது. அதைச் சுற்றிக் களைகள் வளர்ந்திருந்தன. அப்பாறை முழுவதும் பாசி படிந்திருந்தது.

அண்ணன் தன் கையிலிருந்த செங்கோலை என்னிடம் கொடுத்துவிட்டு, "ஷோன், அங்கே பார். என்னுடைய முதல் அரியணை!" என்று கூறியபடி அதை நோக்கி ஓடிச் சென்று, அதை நிமிர்த்தி நேராக்கினார். பிறகு, என் கையிலிருந்த செங்கோலை வாங்கி அந்தப் பாறையின்மீது வைத்தார். அவருடைய மனத்தில் என்ன ஓடிக் கொண்டிருந்தது என்பதைப் புரிந்து கொள்ளுவது கடினமாக இருந்தது.

சிறிது நேரத்திற்குப் பிறகு அவர் அந்தச் செங்கோலை எடுத்துக் கொண்டு, அந்த 'அரியணை'யைச் சிறிது நேரம் பார்த்தபடி நின்றார். பிறகு நாங்கள் திரும்பிச் சென்று எங்கள் தேரில் ஏறி, கூட்டத்தினரிடையே எப்படியோ பயணித்து, ஓலைக் குடிசைகள் அடங்கிய ஒரு பகுதிக்கு வந்தோம். அங்குதான் நாங்கள் எங்கள் குழந்தைப்பருவத்தைக் கழித்திருந்தோம். அண்ணனின் உத்தரவின் பேரில் ஆளுநர் அவற்றை நன்றாகப் பராமரித்திருந்தார். அவற்றில் ஆளுநரின் தேரோட்டிகள் வசித்தனர். அந்தத் தேரோட்டிகள் அனைவரும் தங்களுடைய அரசரைக் காணுவதற்காகப் பெருமிதத்தோடு தங்கள் குடிசைகளுக்கு முன்னால் நின்று கொண்டிருந்தனர். நாங்கள் வாழ்ந்த குடிசையின் முன்னால் இப்போது ஒரு முதிய தேரோட்டி நின்று கொண்டிருந்தார். நான் என் மனத்தில் அந்தக் குடிசைக்கு மரியாதை செலுத்திவிட்டு, கங்கைக் கரையை நோக்கி எங்கள் குதிரைகளைத் திருப்புவதற்காகச் சாட்டையைக் கையிலெடுத்தேன்.

ஆனால் அண்ணன் என் கையைப் பிடித்து மறித்தார்.

"ஷோன், கீழே இறங்கு!" என்று கூறிவிட்டு, அவர் முதலில் கீழே குதித்தார். அவர் யாரையும் ஏறிட்டுப் பார்க்காமல் நேராக அந்தக் குடிசையை நோக்கிச் சென்றார். அவரைக் கண்டதும் அந்த முதியவர் அவசர அவசரமாகத் தன்னுடைய குடிசைக்குள் சென்றார். அண்ணன் அவரைப் பின்தொடர்ந்து உள்ளே சென்றபோது, அதன் வாசலின் உயரம் குறைவாக இருந்ததால், விட்டத்தில் அவருடைய தலை

இடித்தது. பிறகு அவர் குனிந்து உள்ளே சென்றார். நான் அவரைப் பின்தொடர்ந்து சென்றேன்.

ஆளுநர் அப்போதுதான் முதன்முறையாக அந்தக் குடிசைப் பகுதிக்கு வந்திருந்தார். அங்க நாட்டு அரசரும் கௌரவப் படையின் முதன்மைத் தளபதியுமான கர்ணன், அந்த முதியவரின் குடிசையில் தரையின்மீது விரிக்கப்பட்டிருந்த ஒரு பாயின்மீது அமர்ந்திருந்ததைக் கண்டபோது, என்ன சொல்லுவதென்று ஆளுநருக்குத் தெரியவில்லை.

"அரசே, நாம் அரண்மனைக்குப் போகலாம்," என்று அவர் கூறினார்.

"இல்லை. மூன்று அல்லது நான்கு நாட்களுக்கு நான் இக்குடிசையில் தங்க விரும்புகிறேன். இந்தத் தேரோட்டி சாப்பிடுகின்ற அதே உணவை நானும் சாப்பிடப் போகிறேன். நான் தினமும் கங்கைக்குச் சென்று சூரிய பகவானைப் பிரார்த்திக்க விரும்புகிறேன். நீங்கள் என்னைப் பார்க்க இங்கு வர வேண்டாம். என்னுடன் வந்துள்ள வீரர்கள் ஒழுங்காக கவனித்துக் கொள்ளப்படுவதை மட்டும் உறுதி செய்யுங்கள். இப்போது நீங்கள் போகலாம்," என்று கூறிவிட்டு, அண்ணன் அக்குடிசையின் மேற்கூரையை ஏறிட்டுப் பார்த்தார்.

"உங்கள் உத்தரவுப்படியே ஆகட்டும்," என்று கூறிவிட்டு ஆளுநர் அவரைப் பணிந்து வணங்கி அங்கிருந்து வெளியேறினார்.

நான் அவமானத்தில் தலை குனிந்து நின்றேன். நான் எந்தக் குடிசையிலிருந்து விலகி இருந்தேனோ, அண்ணன் அதை மனதார சுவீகரித்திருந்தார்.

"ஷோன், இங்கே வந்து இந்தப் பாயின்மீது உட்காரு," என்று அவர் என்னை அழைத்தார். நான் போய் அவருக்குப் பக்கத்தில் உட்கார்ந்தேன். இப்போது அங்க நாட்டு ஆளுநர் மீண்டும் உள்ளே வந்து, அந்த முதிய தேரோட்டியைப் பார்த்து, "நீ வெளியே போ. மன்னர் ஓய்வெடுக்கட்டும்," என்று அதட்டினார்.

"இல்லை. அவர் இங்குதான் இருப்பார். நீங்கள் போகலாம்," என்று அண்ணன் உறுதியான குரலில் உத்தரவிட்டார்.

நான் தரையைப் பார்த்தபடி சிந்தனையில் மூழ்கினேன். என் குழந்தைப்பருவத்தில் தொடங்கி இக்கணம்வரையிலான என்னுடைய வாழ்க்கை என் கண்முன்னே விரிந்தது. நான் என் வாழ்வில் ஒரே ஒரு நல்ல விஷயத்தைச் செய்திருந்தேன்: விசாலமான இதயம் கொண்ட, ஒப்புயர்வற்ற வீரரான என்னுடைய அண்ணனின் தேரோட்டியாக ஆக நான் சம்மதித்திருந்தேன்!

12

சம்பாநகரியில் எங்களுடைய நான்கு நாட்களும் மிக வேகமாகக் கழிந்தன. நாங்கள் அந்தக் குடிசையிலிருந்து புறப்படுவதற்கு முன்பு, அண்ணன் தன் கழுத்திலிருந்த முத்து மாலையைக் கழற்றி அந்த முதிய தேரோட்டியின் கைகளில் வைத்துவிட்டு, "இக்குடிசையில் எப்போதும் ஆட்கள் நிரம்பியிருந்து இதை மகிழ்ச்சிகரமான இடமாக ஆக்கும்படி பார்த்துக் கொள்ளுங்கள். தூர தேசங்களில் உள்ள உங்கள் உறவினர்களை

இங்கு வரவழைத்து அவர்களை உபசரியுங்கள்," என்று அவரிடம் கூறினார். பிறகு, நாங்கள் வெளியே வந்தபோது, ஆளுநர் கொடுத்த அன்பளிப்பை மறுத்துவிட்டு, திக்விஜயத்தில் நாங்கள் கைவசப்படுத்திய செல்வங்களிலிருந்து ஏராளமான வைரங்களையும் மாணிக்கங்களையும் அண்ணன் அவருக்குக் கொடுத்துவிட்டு, அவற்றைக் கொண்டு சம்பாநகரியின் புகழுக்கு மேலும் புகழ் சேர்க்கும்படி அவருக்கு அறிவுறுத்தினார்.

நாங்கள் சம்பாநகரியை அடுத்து எப்போது பார்ப்போம் என்பதை யாரறிவார்! நாங்கள் கண்ணீருடன் அந்நகரத்திலிருந்து புறப்பட்டோம்.

அடுத்து, மகத நாட்டை நோக்கி எங்கள் பயணம் தொடங்கியது. இந்த ஒட்டுமொத்த ஆரியவர்த்தத்தில், படைபலத்தையும் வெற்றியையும் பொருத்தவரை, கௌரவர்களுக்கு அடுத்து மகத நாட்டினர்தான் உச்சத்தில் இருந்தனர். ஜராசந்தனின் தலைமையின்கீழ், மதுராவை அவர்கள் பதினேழு முறை தாக்கியிருந்தனர். மகத நாட்டின் மேலாதிக்கத்தை அண்டை நாட்டினர் எல்லோரும் வெளிப்படையாக அங்கீகரித்தனர். ஜராசந்தன் போஜ நாட்டு அரசர்களைப் பணிய வைத்து, நூற்றுக்கணக்கான கைதிகளை நர வேள்வியில் பலி கொடுத்திருந்தார். மகதர்களின் படை ஆயுத பலத்திலும் ஆள் பலத்திலும் மிகவும் வலிமை வாய்ந்ததாக இருந்தது. திறமை வாய்ந்த தலைசிறந்த வீரர்கள் ஏராளமானோர் அவர்களுடைய படையில் இருந்தனர். அவர்களிடம் ஐந்து அக்ஷௌகிணிகள் இருந்தன. அப்படியானால், நாங்கள் அவர்களுடன் சண்டையிடும்போது பத்து லட்சம் வீரர்களை நாங்கள் எதிர்கொள்ளுவோம். மகதர்கள் புருவம்சத்தினர். கிரிவிரஜம் அவர்களுடைய தலைநகரமாக இருந்தது. அரசர் வசு அந்நகரை கங்கை நதிக்கரையின்மீது தோற்றுவித்திருந்தார். அவருக்குப் பிறகு அவருடைய மகன் பிருகத்ரதன் அரியணை ஏறினார். பிருகத்ரதனின் சக்திவாய்ந்த மகனான ஜராசந்தன்தான் அண்டை நாடுகளை வெற்றி கொண்டதன் மூலம் மகத நாட்டின் எல்லைகளையும் அதிகாரத்தையும் விரிவுபடுத்தினார். ஜராசந்தன் பீமனால் கொல்லப்பட்டார். அவருக்குப் பிறகு அவருடைய மகன் சகாதேவன் மகத அரசனாக ஆனான். எங்களுடைய படை அவனுடைய படையுடன் மோதுவதற்குத் தயாராக இருந்தது. நாங்கள் சம்பாநகரியைவிட்டுப் புறப்பட்ட நேரத்தில், சம்பாநகரியின் சிறந்த வீரர்களில் பலரை நாங்கள் எங்களோடு அழைத்து வந்திருந்தோம். இப்போது எங்கள் படையில் சுமார் பத்து லட்சம் பேர் இருந்தனர். எங்களிடம் அடிபணிந்த அரசர்கள் எங்களுக்குப் பரிசளித்த வீரர்களும் அவர்களில் அடங்குவர். இப்போது மகத நாட்டுப் படையும் எங்கள் படையும் சம அளவு வலிமை கொண்டவையாக இருந்தன. நாங்கள் வெகுதூரம் நடந்து சென்று, துர்வாச முனிவரின் ஆசிரமத்தைக் கடந்து, இறுதியில் கிரிவிரஜ நகரின் எல்லையை அடைந்தோம். நாங்கள் அங்கு போய்ச் சேர்ந்த உடனேயே மகதப் படையின் சூழ்ச்சியை நாங்கள் அனுபவிக்க நேர்ந்தது. அந்நகரைச் சுற்றிலும் இருந்த அகழியில் அவர்கள் தண்ணீருக்கு பதிலாக விறகுகளை நிரப்பி, அவற்றுக்கு நெருப்பு மூட்டியிருந்தனர். கிரிவிரஜத்தின் கோட்டை மதில்கள் அந்த நெருப்பொளியில் அற்புதமாகக் காட்சியளித்தன. அந்த நெருப்பு அணையும்வரை காத்திருப்பதைத் தவிர எங்களால் வேறு எதுவும்

செய்ய முடியவில்லை. அந்நெருப்பு அணைந்து வெறும் கங்குகளாக ஆவதற்கு இரண்டு முழு நாட்கள் ஆயின. பிறகு அந்தக் கங்குகள் சாம்பலாக ஆவதற்கு இன்னும் இரண்டு நாட்கள் ஆயின. நாங்கள் அதுவரை அங்கு கூடாரமிட்டுக் காத்திருந்தோம். பிறகு, ஐந்தாம் நாளன்று காலையில் நாங்கள் கண்விழித்தபோது, மகதர்கள் அந்த அகழியில் புதிதாக விறகுகளை நிரப்பி மீண்டும் அவற்றுக்கு நெருப்பு வைத்திருந்ததை நாங்கள் கண்டோம். "இது எத்தனை நாட்களுக்குத் தொடரும்? நம்மால் மகதர்களை வீழ்த்த முடியுமா?" என்று எங்கள் வீரர்கள் தங்களுக்கிடையே கிசுகிசுப்பாகப் பேசிக் கொள்ளத் தொடங்கினர்.

எட்டு நாட்களாக நாங்கள் அந்த அகழிக்கு அப்பால் முகாமிட்டிருந்ததைத் தொடர்ந்து, எங்கள் வீரர்கள் இருப்புக் கொள்ள முடியாமல் தவிக்கலாயினர். நாங்கள் விரைவில் ஏதேனும் செய்தாக வேண்டியிருந்தது. ஒன்பதாம் நாளன்று காலையில், கொழுந்துவிட்டு எரிந்து கொண்டிருந்த அந்த நெருப்பிலிருந்து தெறித்தத் தீப்பொறிகள் எங்கள் வீரர்களுடைய கண்களை பாதித்தன. அகழியின் மறுபக்கத்திலிருந்து மகத வீரர்கள் எங்களுடைய ஏமாற்றத்தை மகிழ்ச்சியாகக் கண்டுகளித்தனர். என்ன செய்வதென்று தெரியாமல் நாங்கள் திகைத்து நின்றோம்.

வேறு வழியின்றி, எல்லாத் தளபதிகளையும் படைத் தலைவர்களையும் அழைத்து நான் ஓர் அவசரகாலக் கூட்டத்தைக் கூட்டினேன். அண்ணன் மட்டும் தன்னுடைய கூடாரத்தில் ஏதோ ஆழ்ந்த சிந்தனையில் மூழ்கியிருந்தார். யாரும் அவரை நெருங்கத் துணியவில்லை. எனவே, அவர் இல்லாமலேயே எங்கள் கூட்டம் நடைபெற வேண்டியிருந்தது. எங்கள் தலைவிதி இப்போது அந்தரத்தில் ஊசலாடிக் கொண்டிருந்தது. நாங்கள் மகதத்தைத் தாக்க வேண்டுமா அல்லது அங்கிருந்து பின்வாங்க வேண்டுமா என்ற தீர்மானத்தை நாங்கள் எடுக்க வேண்டியிருந்தது.

தளபதிகளும் படைத் தலைவர்களும் கூடியவுடன் நான் நேராக விஷயத்திற்கு வந்தேன். "கொழுந்துவிட்டு எரிந்து கொண்டிருக்கும் அகழி தொடர்பான பிரச்சனையை நாம் எவ்வாறு கையாளுவது?" என்று நான் அவர்களிடம் கேட்டேன். அவர்கள் பல்வேறு பரிந்துரைகளை முன்வைத்தனர். யானைகளின் உதவியுடன் கங்கையிலிருந்து தண்ணீரை எடுத்து வந்து அந்த அகழியை நிரப்பலாம் என்று ஒருவர் கூறினார். எங்களுடைய வீரர்களின் பாதங்களை ஈரத்துணியால் சுற்றலாம் என்று இன்னொருவர் பரிந்துரைத்தார். மூன்றாமவர், "நாம் ஏன் இந்த நாட்டை ஒதுக்கித் தள்ளிவிட்டு அடுத்த இலக்கை நோக்கிப் போகக்கூடாது?" என்று கேட்டார். அவர்கள் குழப்பத்திலும் அதிர்ச்சியிலும் இருந்ததால் அவர்களால் அதற்கு மேல் சிந்திக்க முடியவில்லை.

நான்காவதாக ஒருவர் ஒரு யோசனையை முன்வைத்தார்: "என்ன செய்வதென்று தெரியாமல் கைகளைப் பிசைந்து கொண்டு உட்கார்ந்திருப்பதைவிட, அந்த அகழிக்குள் குதிக்கும்படி சில நூறு வீரர்களுக்கு உத்தரவிடலாம். அவர்கள் இறந்து போவார்கள், ஆனால் மற்றவர்கள் அவர்கள்மீது ஏறிச் சென்று மறுபக்கத்தை அடைந்துவிடுவார்கள்."

இந்த யோசனை சிலருக்கு வசீகரமானதாகத் தோன்றியது. இந்த யோசனை செயல்படுத்தப்பட்டால், எங்களுடைய வீரர்களில் நானூறு அல்லது ஐநூறு பேர் இறப்பார்கள், ஆனால் அந்த அகழியின் மறுபக்கத்தைச் சென்றடைபவர்கள், இறந்து போன வீரர்களின் தியாகம் வீணாகாதபடி பார்த்துக் கொள்ளுவர். அவர்கள் மகத வீரர்களை அழித்தொழிப்பர்.

இறுதியில், தங்கள் உயிரைத் தியாகம் செய்யத் தயாராக இருந்த வீரர்களை ஒரு பட்டியலிடும்படி எங்கள் படைத் தலைவர்களுக்கும் தளபதிகளுக்கும் உத்தரவிட்டுவிட்டு நான் அந்த சந்திப்புக்கூட்டத்தை நிறைவு செய்தேன். பல நூறு வீரர்கள் அந்தத் தியாகத்திற்குத் தயாராக இருந்தனர். அவர்களில் யாரையெல்லாம் தேர்ந்தெடுக்க வேண்டும் என்பது என்னுடைய பொறுப்பில் விடப்பட்டது. பெரிய உடல்களைக் கொண்ட வீரர்களை நான் தேர்ந்தெடுத்தேன். இப்படிப்பட்ட ஒரு தர்மசங்கடமான தீர்மானத்தை வேறு யாரேனும் வேறு எந்தவொரு போரிலும் நிச்சயமாக மேற்கொண்டிருக்க வேண்டியிருந்திருக்காது என்று நான் உறுதியாக நம்பினேன். நான் அந்த சில நூறு வீரர்களைத் தேர்ந்தெடுத்தேன். என்னுடைய தீர்மானம் குறித்து நான் மனநிறைவு கொண்டேன். பிறகு நான் அண்ணனின் கூடாரத்திற்குச் சென்றேன்.

அவர் தன்னுடைய கிரீடத்தைக் கழற்றி வைத்துவிட்டுத் தன்னுடைய பொன்னிறத் தலைமுடியை அவிழ்த்துவிட்டிருந்தார். அது அவருடைய முகத்தைச் சுற்றி சுதந்திரமாகப் படர்ந்தது. அவர் தன் கண்களை மூடிக் கொண்டு, தன் முகவாயைத் தன் உள்ளங்கையால் தாங்கிப் பிடித்தபடி உட்கார்ந்து கொண்டு, ஆழ்ந்த சிந்தனையில் மூழ்கியிருந்தார்.

"அண்ணா, நாம் இனி எதற்கும் கவலைப்பட வேண்டியதில்லை. இந்த அகழியைத் தாண்டிச் செல்லுவதற்கு நான் ஒரு திட்டத்தை வகுத்திருக்கிறேன்," என்று கூறிவிட்டு நான் அவருக்குப் பக்கத்தில் உட்கார்ந்து என் திட்டத்தை அவருக்கு விளக்கினேன்.

"இல்லை, ஷோன்! இதற்கு நான் ஒருபோதும் சம்மதிக்க மாட்டேன்," என்று கூறிவிட்டு அவர் தன் இருக்கையைவிட்டு எழுந்து அக்கூடாரத்தினுள் குறுக்கும் நெடுக்குமாக நடக்கலானார்.

ஒரு கணம் அங்கு ஒரு கனத்த மௌனம் நிலவியது. அவருடைய மறுப்புக்கு எதிராகப் பேச எனக்குத் துணிச்சல் இருக்கவில்லை. அவருடைய உத்தரவுதான் இறுதி முடிவு.

"மகதர்களுடைய சாதுரியமான திட்டத்தை எதிர்ப்பதற்கு நான் எந்தவொரு கௌரவ வீரனையும் தியாகம் செய்யத் தயாராக இல்லை. ஒரு கௌரவ வீரன் இறக்க வேண்டியிருந்தால், அவன் போர்க்களத்தில் சண்டையிட்டுத்தான் மடிவான்," என்று அவர் உறுதியாகக் கூறினார்.

"ஆனால் நாம் அந்த அகழியை எவ்வாறு கடப்பது?" என்று நான் கேட்டேன்.

இப்போது அவர் மீண்டும் மௌனமானார். அவர் சிறிது நேரம் தன் கண்களை மூடி ஏதோ சிந்தித்துவிட்டு, பிறகு தன் கண்களைத் திறந்து ஒரு புன்னகையுடன், "அதற்கு ஒரு வழி இருக்கிறது," என்று பதிலளித்தார்.

நான் அவசரமாக, "என்ன வழி?" என்று கேட்டேன்.

"ஷோன், நம்முடைய கடற்படைப் பிரிவில் உள்ள நூறு படகுகளில்

பாதிப் படகுகளை அக்கக்காகப் பிரிக்கும்படி உத்தரவிடு. படகுகளிலிருந்து பிரிக்கப்பட்ட எல்லாப் பலகைகளும் தனியாக வைக்கப்பட வேண்டும். நெருப்புக் கங்குகளை மூடுவதற்கு நாம் அவற்றைப் பயன்படுத்தப் போகிறோம். பிறகு நம்முடைய வீரர்கள் அந்தப் பலகைகள்மீது நடந்து சென்று அகழியின் மறுபக்கத்தை அடைவர். இவ்விதத்தில் நம்முடைய ஒரு வீரன்கூட இறக்க வேண்டியதில்லை," என்று கூறிவிட்டு அவர் தன்னுடைய கிரீடத்தை எடுத்துத் தன் தலையின்மீது வைத்தார். அவருடைய நீலநிறக் கண்கள் ஒளிர்ந்தன. அவருடைய குண்டலங்கள் வசீகரமாக அசைந்தாடின.

நான் அவருடைய பாதங்களைத் தொட்டு வணங்கிவிட்டு அவருடைய கூடாரத்தைவிட்டு வெளியே வந்து, தேர்ந்தெடுக்கப்பட்டத் தற்கொலைப் படையினரை அணுகி, "நீங்கள் அந்த நெருப்புக் கங்குகள்மீது உங்கள் உயிர்களைத் தியாகம் செய்ய வேண்டியதில்லை. அகழியைக் கடப்பதற்கான வழியை நம்முடைய கடற்படையினர் பார்த்துக் கொள்ளுவர். இப்போது நீங்கள் போய் நம்முடைய படகுகளை அக்கக்காகப் பிரித்து, அவற்றின் மரப்பலகைகளைத் தனியாகக் குவித்து வையுங்கள்," என்று அவர்களிடம் கூறினேன். எந்தப் படகுகளில் நாங்கள் பல ஆறுகளைக் கடந்திருந்தோமோ, அவை இப்போது பிரிக்கப்பட்டுக் கொண்டிருந்தன. குவிந்து கொண்டிருந்த பலகைகளைக் கண்டபோது படைத் தலைவர்களின் கண்கள் ஆச்சரியத்தில் அகலமாக விரிந்தன. இத்தகைய ஓர் எளிய உத்தி ஏன் தங்களில் யாருக்கும் தோன்றியிருக்கவில்லை என்று அவர்கள் யோசித்தனர்.

எங்கள் முதன்மைத் தளபதி அப்பலகைகளைத் தானே எங்கள் வீரர்களிடம் எடுத்துக் கொடுத்தார். அவற்றைப் பெற்றுக் கொண்ட வீரர்கள், "அங்க நாட்டு அரசர் வாழ்க!" என்று கோஷமிட்டனர்.

எங்களுடைய ஒட்டுமொத்தப் படையும் அகழியைக் கடந்து வந்து கொண்டிருந்ததைத் தங்கள் கோட்டையின் மதில்கள்மீது இருந்து பார்த்துக் கொண்டிருந்த மகத வீரர்கள் எங்களை எதிர்கொள்ளத் தயாராயினர். அவர்கள் எங்கள்மீது அம்பு மழை பொழியத் தொடங்கினர். யானைகள், குதிரைகள் உட்பட எங்களுடைய ஒட்டுமொத்தப் படையும் இப்போது அந்த அகழியின் மறுபக்கத்தை அடைந்திருந்தது. மகதர்களின் அசாதாரணமான போர்த் திறமைகள் எங்களுக்குத் திகைப்பூட்டின. புரசு மர இலைகளில் செவ்வெறும்புகளை வைத்துக் கட்டி, அவற்றை அம்புகளுடன் பிணைத்து, அவர்கள் எங்கள் யானைகளை நோக்கி அந்த அம்புகளை எய்தனர். அந்த எறும்புகள் அனைத்தும் சேர்ந்து அந்த யானைகளின் காதுகளைக் கடித்தபோது, பயங்கரமான நைமிஷக் காட்டை வெற்றிகரமாகக் கடந்து வந்திருந்த அந்த யானைகள் இப்போது நிலை குலைந்து விழுந்து இறந்து போயின. எப்பேற்பட்ட ஒரு தந்திரம்!

"ஷோன், யானைகளின் காதுகளைத் துணிகளால் அடைக்கச் சொல்!" என்று அண்ணன் கத்தினார். யானைப் பாகன்கள் தங்களுடைய மேற்துண்டுகளைக் கிழித்துச் சுருட்டி அவற்றைத் தம்முடைய யானைகளின் காதுகளில் திணித்தனர். இப்போது எங்கள் படை தொடர்ந்து முன்னேறியது.

மகதர்கள் தங்களுடைய கொத்தளங்களிலிருந்து எங்களை நோக்கிக்

கற்களை வீசத் தொடங்கினர். நெருப்புப் பந்துகளுடன்கூடிய அம்புகளும் எங்களை நோக்கி விரைந்து வந்தன. அண்ணன் சிறிதளவும் பயமின்றி ஒரு யானைப் படையை வழிநடத்திச் சென்று அரண்மனையின் முக்கிய வாசலை அடைந்தார். அரிஷ்டசேனன், வியாக்ரவர்மன், இரணியவர்மன் ஆகியோர் அந்த அரண்மனையைச் சுற்றி வளைத்தனர். வெற்றி எங்கள் கைக்கெட்டும் தூரத்தில் இருந்தது. வெற்றி!

நாங்கள் முக்கிய வாசலை அடைந்திருந்தபோதிலும், அதன் பிரம்மாண்டமான, தகர்க்கப்பட முடியாத கதவுகளைக் கண்டு நாங்கள் மனம் தளர்ந்தோம். அக்கதவுகளின் முன்பக்கத்தில் இரும்பால் ஆன பெரிய கூர்முனைகள் பொருத்தப்பட்டிருந்தன. கோபம் கொண்ட ஒரு யானை அக்கதவை நோக்கி வேகமாக ஓடி வந்து அதன்மீது மோதும்போது அந்தக் கூர்முனைகள் அதன் தும்பிக்கையைத் துளைத்துச் சிதைத்துவிடும். அதைப் பார்க்கும்போது, அதன் சக யானைகள் பயந்து பின்வாங்கும். காயப்பட்ட யானையை அந்தக் கூர்முனைகளிலிருந்து விடுவிக்க வீரர்கள் கடுமையாகப் போராட வேண்டியிருக்கும். நாங்கள் அடுத்தடுத்து ஒவ்வொரு பிரச்சனையாக எதிர்கொள்ள வேண்டியிருந்தது. இப்போது இந்தக் கதவுகள் எங்களுக்கு ஒரு பெரிய பிரச்சனையாக ஆகியிருந்தன.

என் அண்ணன் ஒருசில கணங்கள் தன்னுடைய சண்டையை நிறுத்திவிட்டு, ஒரு யானையைத் தட்டிக் கொடுத்தபடி ஏதோ சிந்தித்தார். பிறகு, தன்னுடைய இரும்புக் கவசத்தைக் கழற்றி அந்தக் கதவுகளிலிருந்த கூர்முனைகள்மீது மாட்டினார். அவரைத் தொடர்ந்து, அனைத்து வீரர்களும் தங்களுடைய கவசங்களைக் கழற்றி அக்கூர்முனைகள்மீது தொங்கவிட்டனர். இப்போது எல்லாக் கூர்முனைகளும் கவசங்களால் மூடப்பட்டிருந்தன. பிறகு, எங்கள் வீரர்கள் பத்து யானைகளின் பின்புறத்தை ஈட்டிகளால் குத்தினர். அவை கோபம் கொண்டு முன்னோக்கிப் பாய்ந்து அந்த பிரம்மாண்டமான கதவுகள்மீது மோதின. தகர்க்கப்பட முடியாத அக்கதவுகள் உடைந்து கீழே விழுந்தன. லட்சக்கணக்கான கௌரவ வீரர்கள் வெற்றிக் கோஷங்கள் இட்டபடி உள்ளே நுழைந்தனர்.

அதைத் தொடர்ந்து ஒரு கொடூரமான சண்டை நிகழ்ந்தது. ஜராசந்தனின் மகன் சகாதேவன் பல்வேறு விதமான ஆயுதங்களைக் கொண்டு அண்ணனைத் தாக்கினான். சில மணிநேரச் சண்டைக்குப் பிறகு அவன் களைத்து விழுந்தான். நான் மகத நாட்டின் தளபதியை எதிர்கொண்டேன். அன்று மாலைக்குள் பெரும்பாலான மகத வீரர்கள் கொல்லப்பட்டிருந்தனர். போர்க்களம் நெடுகிலும் சடலங்கள் குவிந்து கிடந்தன. அம்புகள், சூலாயுதங்கள், வாட்கள் போன்றவை உடைந்து ஆங்காங்கே சிதறிக் கிடந்தன.

நிராயுதபாணியாக இருந்த சகாதேவனின் கைகளைக் கட்டி, வியாக்ரதத்தன் அவனை அங்க நாட்டு அரசரின் முன்னால் கொண்டுவந்து நிறுத்தினான். சகாதேவனும் அவனுடைய அமைச்சரும் இப்போது கௌரவர்களின் முதன்மைத் தளபதியை எதிர்கொண்டனர். சகாதேவனனின் தளபதி கொல்லப்பட்டிருந்தார். மகதர்கள் இதுவரை இது போன்றதோர் அவமானகரமான தோல்வியை சந்தித்திருக்கவில்லை. அவர்களுடைய கொடி இறக்கப்பட்டது.

“சகாதேவா, நீ எங்களுக்கு என்ன தரப் போகிறாய்?” என்று அண்ணன் கேட்டார்.

“நீங்கள் விரும்புவதைத் தருகிறோம்,” என்று சகாதேவனின் அமைச்சர் புத்திசாலித்தனமாக பதிலளித்தார்.

“வைரங்கள், முத்துக்கள், தங்கம், பவளம், நெல், பசுக்கள் போன்றவை கட்டாயமாக நீ கொடுக்க வேண்டியவை. ஆனால் இவற்றை நீ எந்த விதத்தில் கொடுக்க வேண்டும் தெரியுமா?” என்று அண்ணன் கேட்டார்.

சகாதேவன் பலவீனமாக, “அரசே, நீங்கள் விரும்பும் விதத்தில் நான் அவற்றைத் தருகிறேன்,” என்று பதிலளித்தான். அவனுடைய தலை கவிழ்ந்திருந்தது.

“நாங்கள் இந்த அகழியைக் கடந்து வருவதற்கு எங்களுடைய படகுகளை உடைத்துப் பிரிக்க வேண்டியதாயிற்று. எனவே, அதே எண்ணிக்கையிலான படகுகளை நீ உருவாக்க வேண்டும். அவற்றில் அந்த வைரங்கள், தங்கம், பவளம் போன்ற அனைத்தையும் நீ நிரப்ப வேண்டும். பிறகு, என் துணைத் தளபதியிடம் நீ அவற்றை ஒப்படைக்க வேண்டும்,” என்று அண்ணன் கூறினார். துணைத் தளபதி என்று அவர் குறிப்பிட்டபோது, அவர் என்னைச் சுட்டிக்காட்டினார். சகாதேவன் அதற்கு இசைவு தெரிவித்துத் தலையசைத்தவுடன் அவனுடைய கட்டுக்கள் அவிழ்க்கப்பட்டன. துணிச்சல்மிக்க வீரர்களுக்குப் பெயர் பெற்ற மகதம் எங்களுக்கு அடிபணிந்திருந்தது. இப்போது மாசி மாதம் தொடங்கியிருந்தது. நாங்கள் அஸ்தினாபுரத்தைவிட்டு வந்து இரண்டு மாதங்கள் ஆகியிருந்தன. அங்க நாட்டிலிருந்து நாங்கள் அழைத்து வந்திருந்த வீரர்கள் சம்பாநகரிக்குத் திரும்பிச் செல்ல வேண்டும் என்று நாங்கள் அவர்களுக்கு உத்தரவிட்டோம். மகதம் அடிபணிந்துவிட்ட மகிழ்ச்சியான செய்தியை எங்களுடைய ரகசியத் தூதர்கள் அஸ்தினாபுரத்திற்குக் கொண்டு சென்றனர்.

அன்றைய இரவே, எங்களுடைய தச்சர்களும் மகத நாட்டின் தச்சர்களும் சேர்ந்து எங்களுக்குத் தேவையான படகுகளை உருவாக்கத் தொடங்கினர். இந்த வேலையினால் ஏற்பட்டச் சத்தத்தின் விளைவாகத் தூங்க முடியாமல் தவித்த வீரர்கள், தீப்பந்தங்களின் வெளிச்சத்தில் நடனப் பெண்மணிகளின் நடனங்களைக் கண்டுகளித்தபடி மகிழ்ச்சியாகத் தங்கள் பொழுதைக் கழித்தனர்.

13

ஜராசந்தன் முன்பு தான் சிறைபிடித்த அரசர்களை அடைத்து வைத்தப் பாதாளச் சிறைகளை நாங்கள் பார்த்து வந்தோம். பிறகு, சகாதேவன் செலுத்திய கப்பத்தை எங்களுடைய கப்பல்களில் நிரப்பிக் கொண்டு கிரிவிரஜத்தைவிட்டு நாங்கள் புறப்பட்டோம். நிரஞ்சனா நதிக்கரையின் ஓரமாக அமைந்திருந்த கீகடம், மந்தம், கிழக்கு தர்சாணம், உத்கலம், மற்றும் பல நாடுகளை எங்களுக்கு அடிபணிய வைத்துவிட்டு, ரிக்ஷ மலைத்தொடர் வழியாக நாங்கள் மீண்டும் கிழக்குப் பெருங்கடலை நோக்கிப் பயணித்தோம். மாசி மாதத்தின் வளர்பிறைக் காலம் முடிவடைந்திருந்தது.

நாங்கள் வைதரணி நதியைக் கடந்து புண்டர நாட்டிற்குள் அடியெடுத்து வைத்தோம். ஆரியவர்த்தத்தின் இயற்கை எழிலை ரசித்தபடி நாங்கள் தொடர்ந்து பயணித்தோம். எத்தனை வகையான பறவைகள், செடிகொடிகள், மரங்கள், ஆறுகள், ஏரிகள், மலர்கள், கனிகள், குன்றுகள்! இவற்றையெல்லாம் முழுவதுமாகக் கண்டுகளிக்க நமக்கு ஆயுள் போதாது. நாங்கள் மனிதர்களுடைய ராஜ்ஜியங்களை ஒவ்வொன்றாக வெற்றி கொண்ட அதே நேரத்தில், இயற்கையின் ராஜ்ஜியத்திற்கு உரிய மரியாதையைச் செலுத்த நாங்கள் தவறவில்லை.

நாங்கள் புண்டர நாட்டிற்குள் நுழைந்தவுடன், அதன் அரசரான புண்டரக வாசுதேவன் சில வீரர்களுடன் எங்களை எதிர்த்தார். இரணியவர்மன் அவரைத் தோற்கடித்தான். உண்மையில், நாங்கள் ஆயுதங்களைக் கையிலெடுக்க வேண்டிய அவசியமே இருக்கவில்லை.

அடுத்து, இளவரசர் துரியோதனனின் மாமனாரான அரசர் சித்ராங்கதனின் நாடான கலிங்கம் எங்களுடைய அடுத்த இலக்காக இருந்தது. ஆனால் அந்நாட்டின்மீது எப்படிப் போர் தொடுப்பது? அது துரியோதனனுடைய உணர்வுகளைக் காயப்படுத்தக்கூடும் என்று நான் நினைத்தேன். எனவே, நான் எங்கள் முதன்மைத் தளபதியிடம், "கலிங்க நாடு இளவரசி பானுமதியுடையது. அது என் அண்ணி சுப்ரியையுடையதும்கூட. இந்நாட்டை நாம் நம்முடைய பட்டியலிலிருந்து நீக்க முடியாதா?" என்று கேட்டேன்.

"முடியாது. துவாரகையையும் மதுராவையும் தவிர நான் எந்தவொரு நாட்டையும் விட்டுவைக்கப் போவதில்லை. இந்தச் செங்கோல் அனைத்துக் கௌரவர்களுக்கும் உரியது. இதன் முக்கியத்துவம் எவரொருவருடைய தனிப்பட்ட உணர்வுகளுக்கும் அப்பாற்பட்டது. கலிங்கத்தை யார் ஆண்டு கொண்டிருக்கிறார்கள் – பானுமந்தனா அல்லது அவனுடைய தந்தையா?"

"இளவரசி பானுமதியின் சகோதரன் பானுமந்தன்."

"சரணடையும்படி அவனுக்குச் செய்தி அனுப்பு. அவன் மறுத்தால்..."

"பிறகு?"

"மகத நாட்டின் சகாதேவனுக்கு நேர்ந்த கதிதான் அவனுக்கும் நேரும். இதை எழுத்துபூர்வமாக அவனுக்குத் தெரிவிக்க ஏற்பாடு செய்."

கலிங்கத்தின் தலைநகரமான ராஜபுரத்திற்கு இச்செய்தியை எடுத்துக் கொண்டு எங்கள் தூதுவன் விரைந்தான். ராஜபுரம் என் அண்ணி சுப்ரியையின் ஊர் என்பதால் அது என் அண்ணனுக்குப் பிரியமானதாக இருந்திருக்க வேண்டும், ஆனால் ஒரு முதன்மைத் தளபதியின் கண்ணோட்டத்தைத் தவிர வேறு எந்தக் கண்ணோட்டத்திலும் பார்க்க அவர் விரும்பவில்லை. எங்கள் தூதுவன் பானுமந்தனிடமிருந்து என்ன செய்தி கொண்டு வருவானோ என்று நினைத்தபடி நாங்கள் காத்திருந்தோம்.

14

கலிங்கத்து அரசனான பானுமந்தன் எங்களிடம் சரணடைய

ஒப்புக் கொண்டிருந்த செய்தியுடன் எங்கள் தூதுவன் திரும்பி வந்தான். ராஜபுரத்தை அலங்கரிக்க பானுமந்தன் உத்தரவிட்டிருந்தான். அதோடு, மகாநதி ஆற்றின் கரையில் அவன் எங்களை வரவேற்கவிருந்ததாகவும் அவன் தகவல் அனுப்பினான். நல்ல வேளையாக அவன் இந்த அறிவார்ந்த முடிவை எடுத்திருந்தான்.

நாங்கள் உற்சாகத்தோடும் மகிழ்ச்சியோடும் ராஜபுரத்திற்குள் நுழைந்தோம். இந்த நகரத்திலிருந்துதான் இளவரசர் துரியோதனன் இளவரசி பானுமதியை வலுக்கட்டாயமாகத் தூக்கி வந்திருந்தார். இதே நகரத்தில்தான் ஓர் ஒற்றைக்கு ஒற்றைச் சண்டையில் ஜராசந்தனுக்கு அண்ணன் உயிர்ப்பிச்சை வழங்கியிருந்தார். அரசன் பானுமந்தன் ஒரு புன்னகையோடு எங்களை அணுகி, எங்கள் முதன்மைத் தளபதியின் கையைப் பிடித்துத் தன்னுடைய தேருக்கு அழைத்துச் சென்றான். ஒரு கௌரவ வீரன் என்ற முறையிலோ, துரியோதனனின் நண்பன் என்ற முறையிலோ, அல்லது சுப்ரியையின் கணவன் என்ற முறையிலோ அண்ணனுக்கு இந்த மரியாதை வழங்கப்படவில்லை. மாறாக, மாவீரன் கர்ணன் என்ற முறையிலேயே அவர் இவ்வாறு கௌரவிக்கப்பட்டார். எங்களுடைய திக்விஜயம் பாதிக்கு மேல் நிறைவடைந்திருந்தது. நாங்கள் வெற்றிக் களிப்பில் மிதந்தோம்.

நாங்கள் ராஜபுரத்திற்குள் நுழைந்தவுடன், அண்ணன், சுப்ரியை அண்ணியின் வயதான பெற்றோரிடம் சென்று அவர்களுக்கு மரியாதை செலுத்தினார். பானுமந்தனின் வற்புறுத்தலின் பேரில் நாங்கள் ஒரு நாளை ராஜபுரத்தில் செலவிடத் தீர்மானித்தோம். அன்று மாலையில், தூதுவர் தலைவன் என்னிடம் வந்து ஒரு கடிதத்தைக் கொடுத்தான். அஸ்தினாபுரத்திலிருந்து அசுவத்தாமன் கொடுத்தனுப்பியிருந்த கடிதம் அது. பட்டுத் துணியில் பொதியப்பட்டிருந்த அக்கடிதத்தை நான் பெற்றுக் கொண்டு, தூதுவர் தலைவனிடம் அஸ்தினாபுரத்தைப் பற்றி விசாரித்தேன். அஸ்தினாபுரத்திலிருந்து எங்களுக்கு ஏராளமான செய்திகள் வந்திருந்தன, ஆனால் அதுதான் முதல் கடிதம். நான் அதை எடுத்துச் சென்று அண்ணனிடம் கொடுத்தேன்.

அவர் அதைத் திறக்காமல், "இது எங்கிருந்து வந்துள்ளது?" என்று கேட்டார்.

"அஸ்தினாபுரத்திலிருந்து அசுவத்தாமன் கொடுத்தனுப்பி இருக்கிறார்."

"அவன் என்ன சொல்லியிருக்கிறான் என்று படி," என்று கூறிவிட்டு அக்கடிதத்தை அதன் பட்டுத் துணியுடன் என்னிடம் கொடுத்தார்.

நான் அத்துணியை அகற்றிவிட்டு அக்கடிதத்தை ஆர்வத்தோடு படித்தேன்.

"நண்பா:

உன்னுடைய வானளாவிய வெற்றிகளைப் பற்றிய தகவல்கள் ஒவ்வொரு வாரமும் விபரமாக எங்களை வந்தடைகின்றன. அரண்மனையில் உள்ளோர் அனைவரும் அது குறித்து பிரமித்து நிற்கிறோம். இந்த திக்விஜயத்தின் மூலம் நீ புகழின் உச்சத்தை அடைந்துவிட்டதாக எல்லோரும் பேசிக் கொள்ளுகின்றனர். திக்விஜய வீரனான உனக்கு ஓர் இளம் ரிஷியால் என்ன எழுத முடியும்? உலகை வெற்றி கொண்ட கர்ணனுக்கு எழுதப்பட்டுள்ள ஒரு கடிதமாக இதை நீ

படிக்காதே. மாறாக, ஒரு நண்பனுக்கு எழுதப்பட்டுள்ள ஒன்றாக இதைக் கருது. இக்கடிதம் கிடைத்திருப்பது குறித்து நீ மகிழ்ச்சி கொள்ளுவாய் என்று நான் முழுமையாக நம்புகிறேன். உன்னை நான் நன்றாக அறிவேன். உன் நண்பனிடமிருந்து வந்துள்ள இக்கடிதத்தில் ஏதேனும் குறைகள் இருப்பதை நீ கண்டால், அவற்றை நீ கண்டுகொள்ளாமல் விட்டுவிடுவாய் என்றும் நான் நம்புகிறேன்.

பாஞ்சலம், கோசலம், விதேகம், கௌசிகி, கச்சம், காமரூபம், வங்கம், மகதம், மற்றும் பிற நாடுகளை வெற்றி கொண்டு, நீ ஒரு குதிரையைப்போல வேகமாக முன்னோக்கி நடைபோட்டுக் கொண்டிருக்கிறாய். நீ ஒவ்வொரு நாட்டிலும் எவ்வளவு நாட்கள் தங்குகிறாயோ, அங்கு அந்தக் குறுகிய காலகட்டத்தில் அவர்கள் உன்னுடைய அதிகாரத்திற்குக் கட்டுப்பட்டு நடப்பார்கள். ஆனால் நீ அங்கிருந்து வெளியேறுகின்ற மறுகணம், அவர்கள் தங்களுடைய பழைய வாழ்க்கைமுறைக்குத் திரும்பிச் செல்லுவதற்கான திட்டங்களை உருவாக்குவர். ஒவ்வொருவரும் தன் கலாச்சாரத்தைத் தன் உயிரினும் மேலாக மதிக்கின்றனர் என்பதை நினைவில் கொள். அது அப்படித்தான் இருந்தாக வேண்டும். ஏனெனில், ஓர் ஆரோக்கியமான வாழ்க்கைக்கான அறிகுறி அது. ஒரு சாதாரணக் காகம்கூடத் தன்னுடைய அடையாளத்தைத் தொலைத்துவிட்டு வாழ விரும்புவதில்லை. அதனால்தான், அன்பால் பெறப்படுகின்ற வெற்றிதான் ஒரே உண்மையான வெற்றியாக இருக்கிறது. உன்னுடைய நடத்தை ஏற்கனவே மக்களின் இதயங்களை வெற்றி கொண்டிருக்கும் என்பதை நான் உறுதியாக அறிவேன். செல்வம், நிலம், புகழ், அந்தஸ்து ஆகிய எல்லாம் வலிமையான சுவர்கள். ஆனால், இறுதியில், சர்வ வல்லமை வாய்ந்த மாமன்னனான மரணதேவனிடமிருந்து அவற்றால் ஒருவனை ஒருபோதும் காப்பாற்ற முடிவதில்லை. ஒரே ஒரு சுவர் மட்டுமே அந்தத் தாக்குதலைத் தாக்குப் பிடிக்கிறது. மனிதநேயம்தான் அது.

இச்சிறிய கடிதத்தில் நான் ஏற்கனவே தத்துவங்களை உதிர்க்கத் தொடங்கிவிட்டதாக நீ நினைக்கக்கூடும். ஆனால் நான் என்ன செய்வது? அது என் இயல்பு. இக்கடிதம் உனக்கு சலிப்பூட்டக்கூடும். எனவே நான் என்னுடைய போதனையை இத்துடன் நிறுத்திவிடுகிறேன்.

நீ உன் படையுடன் ஒவ்வொரு நாடாகப் பயணிக்கும்போது, இந்த மாபெரும் பூமியின் இயற்கை எழிலை நீ கவனித்திருப்பாய். இயற்கையை ரசிக்கின்ற உன்னுடைய மனத்தின் அப்பகுதி அப்போது குதூகலமடையும். ஒரு நதியின் சிற்றலைகளைக் காணும்போது கிடைக்கின்ற ஆனந்தம்; ஓர் ஏரியில் நெருக்கமாக மலர்ந்துள்ள பல்வேறு வண்ணத் தாமரை மலர்கள்மீது வட்டமிடும் தேனீக்களின் ரீங்காரச் சத்தத்தைக் கேட்கும்போது வருகின்ற ஆனந்தம்; இயற்கையைப் பார்த்து மகிழ்ச்சியாகக் கூவியபடி தன்னுடைய கழுத்தை அங்குமிங்கும் அசைத்துக் கொண்டு துள்ளல் நடை போடுகின்ற ஒரு மயிலைக் காணுவதிலிருந்து வருகின்ற ஆனந்தம்; நீலவானத்தின் ஜரிகைபோலத் தோன்றுகின்ற வண்ணமயமான வானவில்லைக் காணுவதிலிருந்து வருகின்ற ஆனந்தம்; என்னைப் பொருத்தவரை, இந்த அனைத்து ஆனந்தங்களும் பத்து திக்விஜயங்களிலிருந்து கிடைக்கின்ற ஆனந்தத்தைவிட அதிக சுகமானவை. இந்தக் கண்ணோட்டத்திலிருந்து பார்க்கும்போது, உன்னுடைய திக்விஜயம் இருமடங்கு வெற்றிகரமானது.

சரி, இப்போதைக்கு இது போதும்!

நான் அஸ்தினாபுரத்தின் விவகாரங்களுக்கு வருகிறேன்.

நகர எல்லைக்கு வெளியே இருக்கின்ற விஷ்ணு கோவிலுக்கு நான் தினமும் சென்று வழிபடுவது வழக்கம். முன்பு நான் உனக்குச் சுட்டிகாட்டிய அரச மரத் தளிர் உனக்கு நினைவிருக்கிறதா? கடந்த இரண்டு மாதங்களில் அது எவ்வளவு அற்புதமாக வளர்ந்துள்ளது தெரியுமா? நீ இங்கு வந்து நேரில் அதைப் பார்க்கும்போது அதை நீ வாயாரப் புகழுவாய். அத்தளிர் எனக்கு எப்போதும் உன்னை நினைவுபடுத்துகிறது.

நாங்கள் எல்லோரும் உன்னுடைய வரவுக்காக ஆவலோடு காத்திருக்கிறோம். 'நாங்கள்' என்பதில் விருசாலி அண்ணியும் உன் குடும்பத்தின் மற்ற உறுப்பினர்களும் அடக்கம். ஷோனை நான் விசாரித்ததாகக் கூறு. நீ திக்விஜயத்திற்குப் புறப்பட்டுச் சென்ற மறுநாள், ராஜமாதா குந்தி தேவி துவாரகையிலிருந்து இங்கு வந்தார். அவர் விதுரரின் ஓலைக் குடிலில் தங்கியிருக்கிறார். விதுரர்தான் அவரை இங்கே வரவழைத்திருக்க வேண்டும் என்பது என் எண்ணம். ராஜமாதாவை நான் சில சமயங்களில் பார்ப்பதுண்டு. நான் சொல்ல வந்த முக்கியமான விஷயத்தை நான் உனக்குச் சொல்லிவிடுகிறேன். நான் ஒரு முறை விதுரரின் குடிலுக்குத் தற்செயலாகச் செல்ல நேர்ந்தது. அங்கு நான் ராஜமாதாவின் பாதங்களைத் தொட்டு வணங்கி அவருக்கு மரியாதை செலுத்தினேன். அவருடைய பாதங்கள் எனக்கு உன்னை நினைவுபடுத்தின. ஏனெனில், அவருடைய பாதங்களும் உன்னுடைய பாதங்களைப்போலவே இருக்கின்றன.

சரி, நான் இத்துடன் இக்கடிதத்தை முடித்துக் கொள்ளுகிறேன். ஏனெனில், நான் எழுத விரும்புகின்ற எல்லாவற்றையும் எழுதுவதற்கு இதில் இடமில்லை.

பாசத்துடன்,

அசுவத்தாமன்

முதலில் 'உண்மையுள்ள அசுவத்தாமன்' என்றுதான் அவர் தன் கடிதத்தை முடித்திருந்தார். பிறகு அதை அடித்துவிட்டு, 'பாசமுள்ள அசுவத்தாமன்' என்று அவர் மாற்றி எழுதியிருந்தார். அக்கடிதம் எனக்கு அசாதாரணமான இன்பத்தைக் கொடுத்தது. ஆனால் அதே கடிதம் அண்ணனை ஆழ்ந்த யோசனையில் ஆழ்த்தியது.

"நாம் இதற்கு என்ன பதிலளிப்பது?" என்று நான் கேட்டேன்.

"இதற்கு எந்த பதிலும் அனுப்ப வேண்டியதில்லை," என்று அவர் அந்த விவகாரத்திற்கு முற்றுப்புள்ளி வைத்தார்.

15

கலிங்கத்தில் பார்க்கப்பட வேண்டிய மதிப்புவாய்ந்த இடங்களை ஒரு பட்டியலிட்டுக் கொண்டிருந்தபோது, மகேந்திர மலையைப் பற்றி பானுமந்தனின் அமைச்சர் குறிப்பிட்டார். ஒரு மலையை நாங்கள் பார்க்க வேண்டும் என்று அவர் கூறியது எனக்கு விநோதமாக இருந்தது. ஒரு குறிப்பிட்ட தூரத்திலிருந்து பார்க்கத்தக்க மலைகள் சில

இருக்கின்றன. ஆனால் மலையேறுவது எவ்வளவு கடினம் என்பதை நாங்கள் அனுபவபூர்வமாக உணர்ந்திருந்தோம். எனவே நான் அந்த அமைச்சரிடம், "உங்களுடைய இந்த மகேந்திர மலை இமயத்தோடு ஒப்பிடுகையில் எப்படிப்பட்டது?" என்று கேட்டேன்.

"அற்புதமானது. இமயத்தின் சிகரங்கள் சூரிய ஒளியில் பிரகாசமாக ஒளிருவதைப்போல, மகேந்திர மலையில் ஒரு கோடரி ஒளிருகிறது."

"கோடரியா? என்ன மாதிரியான கோடரி?"

"ஒரு போர்க் கோடரி. ஜமதக்னியின் மகனான பரசுராமர் மகேந்திர மலையில் ஓர் ஆசிரமத்தை உருவாக்கி அங்கு தங்கியிருக்கிறார். தன்னுடைய வருண விரதத்தை நிறைவு செய்வதற்காக அவர் ஒவ்வொரு பௌர்ணமியன்றும் ஒவ்வோர் அமாவாசையன்றும் மகேந்திர மலையிலிருந்து மெதுவாகக் கீழே இறங்கி வந்து, கிழக்குப் பெருங்கடலில் தண்ணீர் தன் மார்பளவுக்கு வரும்வரை உள்நோக்கி நீந்திச் சென்று, அங்கு நின்றபடி சூரிய பகவானுக்கு அஞ்சலி செலுத்துவது அவருடைய வழக்கம். அந்நாட்களில் அவரை தரிசிப்பதற்காகக் கடற்கரையின்மீது மக்கள் கூட்டம் அலைமோதும். தன்னுடைய அடர்கருப்புத் தாடியில் தண்ணீர்த் துளிகளுடன் அவர் அங்கு நிற்பது ஒரு கண்கொள்ளாக் காட்சியாக இருக்கும்."

"பரசுராமர்!" நாங்கள் மகேந்திர மலைக்குச் சென்று வந்தால் என்ன என்ற எண்ணம் திடீரென்று என் மனத்தில் முளைத்தது. ஆனால் எங்களுடைய படையை விட்டுவிட்டு நாங்கள் மட்டும் எப்படிப் போவது? அண்ணனிடமிருந்து இக்கேள்வி வரும் என்று நான் எதிர்பார்த்தேன். நாங்கள் ராஜபுரத்தைவிட்டுப் புறப்பட்டு மகேந்திர மலையைச் சுற்றி வந்தோம். அம்மலையின் நீலச் சிகரங்கள் எங்கள் பார்வையிலிருந்து மறைந்திருந்தன.

நாங்கள் நெடுந்தூரம் நடந்து வந்து விதர்ப நாட்டின் எல்லைப் பகுதிக்கு வந்து சேர்ந்தோம். கிருஷ்ணரின் மனைவி ருக்மணியின் நாடு அது. அஸ்தினாபுரத்தின் கிழக்கில் அமைந்திருந்த அனைத்து நாடுகளும் அடிபணிய வைக்கப்பட்டிருந்தன. இப்போது நாங்கள் தெற்குப் பகுதியின்மீது எங்கள் கவனத்தைத் திருப்பினோம். மாசி மாதம் முடிந்து பங்குனி வந்திருந்தது. விதர்ப நாட்டு அரசன் ருக்மி, கிருஷ்ணரின் நலம் விரும்பியாக இருந்தான். நாங்கள் அவனோடு ஒரு சமாதான உடன்படிக்கை செய்து கொள்ள வேண்டும் என்று அண்ணன் மிகவும் விரும்பினார். அது தொடர்பாக, விதர்ப நாட்டின் தலைநகரான குந்தினபுரத்திற்கு நாங்கள் ஒரு தூதுவனை அனுப்பி வைத்தோம். ஆனால் சமாதானத்திற்கான கோரிக்கையை ருக்மி நிராகரித்தான். எங்கள் படை வீணா மற்றும் பத்ராநதி ஆறுகளைக் கடந்து விதர்ப நாட்டின் எல்லைக்குள் நுழைந்தது.

பயோஷ்ணி நதிக்கரையின்மீது அமைந்திருந்த குந்தினபுரத்தை முற்றுகையிடுவதற்கு, நாங்கள் சாலைகள் வழியாகக் காற்றின் வேகத்தில் எங்கள் தாக்குதலைத் துவக்கினோம். ஆனால், ருக்மியின் பிரம்மாண்டமான படை, போசக்கதா நகரில் எங்களை மறித்தது. இதை நாங்கள் எதிர்பார்க்கவில்லை. ருக்மி ஏன் தன்னுடைய தலைநகரத்தை விட்டுவிட்டு, நடுவழியில் எங்களைத் தடுத்து நிறுத்தத் தீர்மானித்திருந்தான் என்று நாங்கள் யோசித்தோம். நாங்கள் கண்டுபிடித்தக் காரணங்கள்

எங்களுக்குத் திகைப்பும் அதிர்ச்சியும் ஊட்டின.

பிடிவாதக்காரனான ருக்மி முன்பொரு சமயத்தில் தன்னுடைய தந்தை பீஷ்மகனை எதிர்த்து, தன்னுடைய சகோதரி ருக்மியை சிசுபாலனுக்குத்தான் மணமுடித்துக் கொடுக்க வேண்டுமே அன்றி, மாட்டிடையனான கிருஷ்ணருக்கு மணமுடித்துக் கொடுக்கக்கூடாது என்று முழங்கினான். கிருஷ்ணர் குந்தினபுரத்திலிருந்து ருக்மணியை அபகரித்துச் சென்ற நேரத்தில், ருக்மி அந்நகரத்திலிருந்து வெளியேறி, ருக்மணியைக் கிருஷ்ணரிடமிருந்து விடுவித்து சிசுபாலனிடம் அவளை ஒப்படைக்கப் போவதாக ஓர் உறுதிமொழி எடுத்தான். ஒருவேளை தான் அதில் தோற்றுப் போனால், குந்தினபுரத்திற்குள் தான் மீண்டும் ஒருபோதும் அடியெடுத்து வைக்கப் போவதில்லை என்று அவன் அறிவித்தான். கிருஷ்ணர் ருக்மணியை அபகரித்துக் கொண்டு தன்னுடைய தேரில் விரைந்து கொண்டிருந்தபோது, ருக்மி அவருடைய தேரை மறித்து அவரோடு பயங்கரமாகச் சண்டையிட்டான். ஆனால் கிருஷ்ணர் அவனை வீழ்த்தி, அவனுடைய தலையைக் கொய்வதற்காகத் தன்னுடைய வாளை உயர்த்தினார். ஆனால் ருக்மணி அவரிடம் மன்றாடித் தன் சகோதரனின் உயிரைக் காப்பாற்றினாள். அது நடந்து பல ஆண்டுகள் ஆகியிருந்தபோதிலும், ருக்மி தன் தலைநகரத்திற்குத் திரும்பிச் செல்லவே இல்லை. அவன் போசக்கதா நகரில் தனியாக வாழ்ந்தான். இப்போது அவனுடைய உத்திகளை சமாளிப்பதைத் தவிர எங்களுக்கு வேறு எந்த வழியும் இருக்கவில்லை.

கிருஷ்ணருடன் சண்டையிட்டிருந்த ருக்மி எங்களுக்கு அடிபணிவான் என்று நினைத்துக்கூடப் பார்க்க முடியாது. உண்மையில், ருக்மரதன், ருக்மபாகு, ருக்மகேசன், ருக்மமாலி ஆகிய அவனுடைய நான்கு சகோதரர்கள் பெரும் படைகளுடன் குந்தினபுரத்திலிருந்து வந்து, போசக்கதாவில் அவனோடு சேர்ந்து கொண்டனர். அதனால்தான் அவன் எங்களுடன் சண்டையிட ஆர்வமாக இருந்தான், எங்களுடைய தாக்குதலுக்குத் தயாராக இருக்கும்படி தன்னுடைய படையினரை ஊக்குவித்துக் கொண்டிருந்தான்.

மகதப் படை எங்களை எதிர்கொண்டிருந்த விதத்தில் எங்களை எதிர்ப்பதற்கான திறன் வேறு யாருக்கும் இல்லை என்று நாங்கள் அனுமானித்திருந்தோம். ஆனால், அந்த அனுமானம் தவறு என்று நிரூபிக்க ருக்மி தயாராக இருந்தான். மகதப் படையினரைப்போலப் படிப்படியாகச் சண்டையிடுவதற்கு பதிலாக, ருக்மி நேரடியாக எங்களைப் போர்க்களத்தில் எதிர்கொண்டான். எனவே, மகதர்களைவிட அவன் அதிக ஆபத்தானவனாகத் தோன்றினான். போசக்கதாவுக்குப் பக்கத்தில் இருந்த ஒரு பரந்த போர்க்களத்தில் அவனுடைய படையினரும் எங்களுடைய படையினரும் கைச்சண்டையில் ஈடுபட்டனர். இப்படிப்பட்ட ஒரு மிகப் பெரிய சண்டையை விதர்ப நாடு இதற்கு முன்பு ஒருபோதும் பார்த்திருக்கவில்லை.

அண்ணன் போர்க்குரல் எழுப்பியபடி ருக்மியோடு சண்டையிட்டார். இரண்டு படையினரும் ஒருவர்மீது ஒருவர் அம்பு மழை பொழிந்தனர். அவை ஒன்றோடொன்று மோதியதில் தீப்பொறிகள் பறந்தன. முதல் நாள் முழுவதும் அம்புகளை எய்வதில் கழிந்தது. யார் வெற்றி பெறுவார்கள் என்பது உறுதியாகத் தெரியவில்லை.

இரண்டாம் நாளன்று, ருக்மி தன்னுடைய கதாயுதத்துடன் வந்து, தன்னுடைய வீரர்களை முன்னோக்கி உந்தித் தள்ளினான். அவர்கள் கௌரவப் படையினருடன் மோதினர். அங்க நாட்டு அரசரும் தன்னுடைய கதாயுதத்தைத் தூக்கிக் கொண்டு தன்னுடைய தேரிலிருந்து கீழே குதித்து ருக்மியை எதிர்கொண்டார். போர்க்களத்தில் முழங்கப்பட்டச் சங்கொலிகள் காதுகளைச் செவிடாக்குபவையாக இருந்தன. அவற்றோடு போர்முரசுகளும் சேர்ந்து கொண்டன. எங்கள் தாயாரின் அறிவுறுத்தலின்படி, போர்க்களத்தில் நான் அண்ணனுக்கு அருகில் இருப்பதற்கு என்னாலான எல்லா முயற்சிகளையும் மேற்கொண்டேன். போர்க்களத்தில் இவ்வளவு திறமையாகச் சண்டையிட்ட இந்த மாவீரன்தான் வீட்டில் மீனாட்சியைத் தூக்கித் தன் தோள்மீது போட்டுக் கொண்டு அவளோடு விளையாடிய வசு அண்ணன் என்பதைப் பார்க்க எனக்கு வியப்பாக இருந்தது. நான் என் குதிரைகள்மீது என்னுடைய சாட்டையை எவ்வளவு சுலபமாகவும் நேர்த்தியாகவும் பயன்படுத்தினேனோ, என் அண்ணன் தன் கதாயுதத்தை அதேபோல சுலபமாகவும் நேர்த்தியாகவும் சுழற்றினார். அவர் ருக்மியை விரக்தி கொள்ளச் செய்வதற்காக, அவ்வப்போது, அவன் தாக்குவதற்காக வேகமாக வந்தபோது மேலே உயரமாக எம்பி அவனுடைய வழியைவிட்டு விலகினார். இருவரும் தங்கள் கண்களில் கோபக் கனல் தெறிக்க ஒருவரையொருவர் முறைத்துப் பார்த்ததை நான் கண்டபோது, மதம் பிடித்த இரண்டு யானைகள் ஒன்றோடொன்று சண்டையிட்டுக் கொண்டிருந்ததுபோல எனக்குத் தோன்றியது. அவர்கள் சிறிது நேரம்கூட ஓயாமல் தொடர்ந்து சண்டையிட்டுக் கொண்டே இருந்தனர். அவ்வளவு கடுமையான ஒரு போரில்கூட, கதாயுதச் சண்டையின் விதிமுறைகளை அவர்கள் இருவரும் முறையாகப் பின்பற்றிச் சண்டையிட்டனர். சில சமயங்களில் ஒருவருடைய கையிலிருந்து கதாயுதம் தவறிக் கீழே விழுந்தபோது, அவர் அதை மீண்டும் எடுக்கும்வரை, அவருடைய எதிராளி வெறுமனே அங்கு சுற்றி வந்தார். கீழே விழுந்த கதாயுதத்தை முதலாமவர் எடுத்தப் பிறகு சண்டை மீண்டும் தொடர்ந்தது. ருக்மியின் புஜங்களின் தசைகளும் அண்ணனுடைய புஜங்களின் தசைகளும் புடைத்தன, அவர்களுடைய நெற்றிகள்மீது வியர்வை ஓடைகள் ஓடின. இரண்டாம் நாள் சண்டை முடிவுற்றது. அப்போதும் யாருக்கு வெற்றி கிடைக்கும் என்பது உறுதியாகத் தெரியவில்லை.

மூன்றாம் நாள் வாட்சண்டை நடைபெற்றது. நான்காம் நாள் ஈட்டிகளைக் கொண்டு சண்டை நிகழ்ந்தது. ஆனால் ருக்மியும் மசியவில்லை, அண்ணனும் விட்டுக்கொடுக்கத் தயாராக இருக்கவில்லை. இந்த நான்கு நாட்களின்போதும் இரண்டு படைகளிலும் ஆயிரக்கணக்கானோர் உயிரிழந்தனர். ஆனாலும் வெற்றி குறித்து எந்தத் தெளிவும் ஏற்படவில்லை.

ஐந்தாம் நாளன்று இரண்டு படையினரும் ஒருவரையொருவர் எதிர்கொண்டனர். அங்க நாட்டு அரசர் தன் கையை உயர்த்தி, முரசுச் சத்தத்தையும் பிற போர் முழக்கங்களையும் நிறுத்தும்படி வீரர்களுக்கு உத்தரவிட்டார். இசைக்கருவிகளின் சத்தம் அடங்கியவுடன் விதர்ப வீரர்களும் அமைதியாயினர்.

“ருக்மி, விதர்ப நாட்டை வெற்றி கொள்ளாமல் நான் இங்கிருந்து போகப் போவதில்லை. இருதரப்பு வீரர்களின் படுகொலையை நீ தடுக்க விரும்பினால், கீழே இறங்கி வந்து என்னோடு நேரடியாக ஒற்றைக்கு ஒற்றைச் சண்டையில் ஈடுபடு,” என்று கூறிவிட்டு, அண்ணன் தன் தேரிலிருந்து கீழே குதித்தார். எங்கள் வீரர்கள் அனைவரும் உற்சாகமாகக் கைதட்டினர்.

“கர்ணா, விதர்ப நாட்டை உன்னால் வெற்றி கொள்ள முடியாது. உன் விருப்பம்போல என்னுடன் சண்டையிட வா. நான் தயார்.” ருக்மியின் வீரர்கள் இப்போது கைதட்டி ஆரவாரம் செய்தனர்.

ஒருசில நிமிடங்களில், ஒற்றைக்கு ஒற்றைச் சண்டைக்கான மைதானம் அங்கு ஏற்பாடு செய்யப்பட்டது. அந்த மைதானம் முழுவதிலும் செம்மண் பரப்பட்டது. இருதரப்பு வீரர்களும் அந்த மைதானத்தைச் சூழ்ந்திருக்க, ருக்மியும் அண்ணனும் கடுமையாக மோதினர். விதர்ப நாட்டின் தலைநகரம் ஒருசில யோஜனை தொலைவில் இருந்தது, ஆனால் இவர்கள் இருவருடைய சண்டையினால் ஏற்பட்டத் தாக்கத்தில் அந்தத் தலைநகரத்தின் அடித்தளம் அதிர்ந்தது. இரண்டு மலைப்பாம்புகள் ஒன்றோடொன்று பிணைந்திருப்பதைப்போல அவர்கள் இருவரும் சண்டையிட்டனர். முதல் சுற்றுச் சண்டை முடிவடைந்தது. சூரியன் வானின் மேலே உயரத் தொடங்கியது. அவர்கள் இருவருடைய வியர்வையைப் போக்குவதற்காக அவர்களுடைய உடல்கள்மீது சாம்பல் பூசப்பட்டுக் கொண்டே இருந்தன. சாம்பல் பூசப்பட்ட அவர்களுடைய உடல்கள் பயங்கரமாகக் காட்சியளித்தன. இரண்டாம் சுற்றுச் சண்டை முடிவடைந்தது. ருக்மி என் அண்ணனின் உடலைத் தொடுவதைத் தவிர்க்கத் தொடங்கினான். அவனுடைய முகத்தின்மீது தென்பட்ட உணர்ச்சிகளைப் பார்த்தபோது, அண்ணனைத் தொட்டது அவனுக்கு நெருப்பைத் தொட்டதைப்போல இருந்திருக்க வேண்டும் என்று தோன்றியது. திடீரென்று, அண்ணன் அவனை மரணப் பிடியில் பிணைத்துத் தன் தொடைகளுக்குக் கீழே சாய்த்து அழுத்திப் பிடித்தார். அண்ணனின் புஜங்கள் ருக்மியின் கழுத்தை நெரிக்கலாயின. ருக்மி தன்னுடைய கைகளையும் கால்களையும் உதறியபடி உயிருக்குப் போராடினான். அவன் மெல்ல மெல்ல மடிந்து கொண்டிருந்தான்.

“ருக்மி! சரணடைந்துவிடு!” என்று அண்ணன் கத்தினார். ருக்மி தன்னுடைய வலது கையின் பெருவிரலை உயர்த்தித் தன்னுடைய தோல்வியை உணர்த்தினான். அண்ணன் தன் மரணப் பிடியைத் தளர்த்தினார். ருக்மி உயிர் பிழைத்தான்.

“அங்க நாட்டு அரசர் கர்ணன் வாழ்க!” என்று எங்கள் வீரர்கள் முழங்கினர். பிறகு அவர்கள் மான்களைப்போலக் கூட்டமாகக் குந்தினபுரத்தை நோக்கி விரைந்தனர்.

தோற்கடிக்கப்பட்ட ருக்மி தன்னுடைய தலையைத் தொங்கப் போட்டுக் கொண்டு அங்கிருந்து போய்விடுவான் என்று நாங்கள் எதிர்பார்த்தோம், ஆனால் அவன் அங்க நாட்டு அரசரின் கையைப் பிடித்து உயர்த்தி, “அங்க நாட்டு அரசனான கர்ணனுக்கு இணையான வீரன் இந்த ஆரியவர்த்தத்தில் யாரும் இல்லை. விதர்ப அரசன் ருக்மியான நான் அவரை வரவேற்கிறேன்,” என்று உரத்தக் குரலில் கூறிவிட்டு, அண்ணனை நோக்கித் திரும்பி அவரை ஆரத் தழுவினான்.

ஒப்பிடப்பட முடியாத அக்காட்சியைக் கண்ட நான் மகிழ்ச்சியோடு, “விதர்ப நாட்டு அரசர் ருக்மி...” என்று எடுத்துக் கொடுத்தபோது, “வாழ்க! வாழ்க!” என்று இருதரப்புப் படையினரும் முழங்கினர்.

அசுவத்தாமனின் கடிதத்தில் இடம்பெற்றிருந்த சில கருத்துக்கள் என் மனத்தில் இன்னும் நிழலாடிக் கொண்டிருந்தன. “தன் சொந்தக் கலாச்சாரத்தை ஒவ்வொருவரும் தன் உயிரினும் மேலாக மதிக்கின்றனர். அது அப்படித்தான் இருந்தாக வேண்டும். ஏனெனில், வாழ்க்கைக்கான அறிகுறி அது! அன்பால் மட்டுமே அனைத்தையும் வெற்றி கொள்ள முடியும்! உன்னுடைய திக்விஜயம் இருமடங்கு வெற்றிகரமாக அமைந்துள்ளது!”

16

நாங்கள் ருக்மியை அழைத்துக் கொண்டு குந்தினபுரத்திற்குள் நுழைந்தோம். முப்பத்தைந்து ஆண்டுகளுக்குப் பிறகு முதன்முறையாகத் தன் மகன் திரும்பி வந்திருந்ததைப் பார்த்தது, தன்னுடைய படையின் தோல்வியைப் பற்றித் தெரிந்து கொண்டபோது அரசர் பீஷ்மகனுக்கு ஏற்பட்ட மனவேதனையை ஈடு கட்டியது. அங்க நாட்டு அரசர் விதர்ப நாட்டின் பண்டைய அரண்மனையின் படிக்கட்டுகள்மீது ஏறியபோது, மிதிலையில் செய்திருந்ததைப்போலவே அவர் ஒரு குறிப்பிட்டப் படியின்மீது சிறிது நேரம் நின்றார். அதே அமைதி இப்போதும் அவருடைய முகத்தின்மீது படர்ந்திருந்தது.

“நீங்கள் ஏன் இங்கே நிற்கிறீர்கள்?” என்று நான் கேட்டேன்.

“ஷோன், கிருஷ்ணர் ருக்மணியை வலுக்கட்டாயமாகத் தூக்கிச் சென்றுவிட்டதாகத்தான் பொதுவாக நம்பப்படுகிறது, ஆனால் அது சரியல்ல. ருக்மணியைக் காப்பாற்றுவதற்காகவே அவர் அவ்வாறு செய்தார். ருக்மணி ஒருவேளை சிசுபாலனுக்கு மணமுடித்துக் கொடுக்கப்பட்டிருந்தால், அதனால் என்ன நிகழ்ந்திருக்கும்? அவள் தன் பெற்றோரின் வீட்டைவிட்டுச் சென்ற அதே நாளன்று பயோஷ்ணி ஆற்றுக்குள் குதித்துத் தன் உயிரை மாய்த்துக் கொண்டிருப்பாள். அந்தத் துணிச்சலான பெண் இங்கிருந்து கிருஷ்ணருடன் புறப்பட்டுச் சென்றபோது, அவளுடைய கண்ணீர்த் துளிகள் இதே படியின்மீதுதான் விழுந்திருக்க வேண்டும். தான் கிருஷ்ணரோடு போகவிருந்தது குறித்த ஆனந்தமும், அவ்வாறு செய்வதன் மூலம் தான் தன் சகோதரனின் மனத்தைக் காயப்படுத்த நேரிட்டது குறித்த வருத்தமும் கலந்த கண்ணீர் அது. அவர் ஒருசில கணங்கள் அந்தப் படியைப் பார்த்தபடி ஏதோ சிந்தித்தார்.

பிறகு நாங்கள் தொடர்ந்து ஏறினோம். அரசர் பீஷ்மகன் அனைவருக்கும் சுவையான இறைச்சி விருந்து படைத்தார். பங்குனி மாதப் பௌர்ணமி நாளான அன்று மாலையில் நாங்கள் குந்தினபுரத்தைவிட்டுப் புறப்பட்டு, புலிந்தர்களின் நாட்டை நோக்கிச் சென்றோம். ருக்மி தன் நாட்டின் எல்லைவரை வந்து எங்களை வழியனுப்பி வைத்தான்.

நாங்கள் தாபி நதியைக் கடந்து வந்து விந்திய மலைத்தொடரை

அடைந்தோம். அங்கிருந்து ஒரு பாதை தெற்கு நோக்கிச் சென்றது. தெற்கில் மிகவும் உள்ளே தள்ளிச் சென்றால், அஷ்மகம், கோபம், மல்லம் ஆகிய மூன்று நாடுகளை உள்ளடக்கிய மகாரட்டம் என்ற ஒரு பகுதி இருந்தது. ஆனால் எங்கள் யானைகளால் நடந்து செல்ல முடியாத அளவுக்கு அந்தத் தெற்குப் பாதை மிகவும் குறுகலாக இருந்தது. மேலும், அதன் நடுப் பகுதியில் அடர்த்தியான தண்டகக் காடு இருந்தது. அப்படிப்பட்ட ஒரு காட்டை நாங்கள் எங்கள் திக்விஜயப் பயணத்தில் ஒருபோதும் எதிர்கொண்டிருக்கவில்லை. இக்காரணங்களால், நாங்கள் அந்த மூன்று நாடுகளையும் விட்டுவிட்டு வடக்கு நோக்கித் திரும்பினோம். நாங்கள் குறி வைத்திருந்த புலிந்த நாடு அத்திசையில்தான் இருந்தது. உண்மையில், மகாரட்டம் ஆரியவர்த்தத்தின் ஒரு பகுதியாகவே கருதப்படவில்லை.

நாங்கள் தெற்குப் பாதையை விட்டுவிட்டு, விந்திய மலைத் தொடரைச் சுற்றிச் சென்று நர்மதை ஆற்றைக் கடந்தோம். மாபெரும் நிஷாத மலை எங்களுக்கு முன்னால் நின்று கொண்டிருந்தது. தன் கட்டைவிரலைத் தன் குருவான துரோணருக்குக் காணிக்கையாகக் கொடுத்துப் பெரும் புகழ் பெற்ற அருமையான மாணவனான ஏகலைவன் அந்த மலையில்தான் வசித்தான். அவனுடைய தந்தையான அரசர் இரணியதேனுதான் நிஷாதத்தை ஆண்டார். ஏகலைவன் பயமற்ற ஒரு சிங்கத்தைப்போல அந்த மலையில் சுற்றித் திரிந்தான். அவன் தன் கட்டைவிரலை இழந்திருந்தபோதிலும், தன்னுடைய இரண்டு நடுவிரல்களையும் பயன்படுத்தி நாணேற்றி அம்பு எய்து விலங்குகளை வேட்டையாடினான், எதிரிகளைப் பணிய வைத்தான். அந்த மலையில் நடைபெற்ற அனைத்து விஷயங்களையும் பற்றி எங்களுடைய ஒற்றர்கள் தினமும் எங்களுக்குத் தகவல் கொடுத்துக் கொண்டே இருந்தனர். ஏகலைவனைப் பார்க்க நாங்கள் ஆவலாக இருந்தோம், ஆனால் அதற்கான ஒரு வாய்ப்புக்கூட எங்களுக்குக் கிடைக்கவில்லை.

நிஷாதம், சுக்திமதி ஆகிய இரண்டு மலைகளுக்கு நடுவே ஒரு பள்ளத்தாக்கு இருந்தது. நாங்கள் அப்பள்ளத்தாக்கின் ஊடாக நடந்து சென்று புலிந்தத்தை அடையத் திட்டமிட்டிருந்தோம். நாங்கள் நிஷாத மலைப் பகுதியில் இருந்ததைப் புலிந்த நாட்டு அதிகாரிகள் அறிந்திருந்தனரா என்று தெரிந்து கொள்ளுவதற்காக நாங்கள் ஒற்றர்களை அங்கு அனுப்பி வைத்தோம். ஆனால் அந்நாட்டினர் எங்களைப் பற்றிக் கவலைப்படாமல் அமைதியாக இருந்ததாக எங்களுக்குத் தகவல் வந்தது. விந்தியம், நிஷாதம், சுக்திமதி ஆகியவற்றைக் கடப்பது குறித்து நாங்கள் சிந்திகக்கூட மாட்டோம் என்று அவர்கள் மெத்தனமாக இருந்தனர். ஆனால் ஒரு கரையான் புற்றுக்குள் இருந்து எறும்புகள் கூட்டங்கூட்டமாக வெளியே வருவதைப்போல எங்களுடைய லட்சக்கணக்கான வீரர்கள் அந்தப் பள்ளத்தாக்கின் ஊடாக வேகமாக வந்து கொண்டிருந்ததை அவர்கள் கண்டபோது, புலிந்தத்தை ஆண்ட சுகுமாரன், சுமித்திரன் ஆகிய இரண்டு சகோதரர்களும் எங்களுடன் சண்டையிடத் தங்களைத் தயார்படுத்திக் கொண்டனர். நாங்கள் மீண்டும் ஒரு போருக்குத் தயாரானோம். போர் ஒன்றே எங்களுடைய வாழ்க்கையாக ஆகிப் போனது. எங்களை எதிர்க்கத் துணிந்த எவரொருவருடனும் சண்டையிடுவதற்காகவே

நாங்கள் நடைபோட்டுக் கொண்டிருந்தோம். புலிந்தம் ஒரே நாளில் வீழ்ந்தது. தங்களைத் தற்காத்துக் கொள்ளத் தங்களை ஒழுங்கமைத்துக் கொள்ளுவதற்குக்கூட அவர்களுக்கு நேரம் இருக்கவில்லை. சுகுமாரனும் சுமித்திரனும் தன்னினைவிழந்து போர்க்களத்தில் விழுந்து கிடந்தனர். எங்களுடைய வைத்தியர்கள் அவர்களைக் கண்விழிக்கச் செய்தனர். உண்மையைக் கூறினால், எங்களுக்கு யார்மீதும் எந்தப் பகையும் இருக்கவில்லை. தான் தோற்கடிக்கப்பட முடியாதவன் என்ற மமதை கொண்டவர்களுடைய அகங்காரத்தைத்தான் நாங்கள் அடக்கியொடுக்க முற்பட்டோம். எங்களுடைய முதன்மைத் தளபதியின் உத்தரவு அது. நிராயுதபாணியாக நின்ற எதிரிகள், தன்னினைவிழந்து கிடந்த எதிரிகள், சரணடைந்துவிட்ட எதிரிகள், சேவகர்கள், பெண்கள் ஆகியோருக்கு எதிராகத் தன்னுடைய ஆயுதங்களைப் பயன்படுத்திய எந்தவொரு வீரனுக்கும் ஒரே ஒரு தண்டனைதான் விதிக்கப்பட்டது. எந்த ஆயுதத்தால் அவன் அவர்களைக் கொன்றானோ, அதே ஆயுதத்தின் மூலம் எல்லோர் முன்னிலையிலும் அவன் தன்னைத் தானே அழித்துக் கொள்ள வேண்டும். ஆனால் அப்படிப்பட்ட ஒரு சூழ்நிலை எங்கள் படையில் யாருக்கும் ஏற்படவில்லை. இதற்கான பெருமை எங்கள் முதன்மைத் தளபதியையே சேரும். ஏனெனில், அவர் தானே ஒரு சிறந்த முன்மாதிரியாகத் திகழ்ந்தார். எல்லோராலும் அதைத் தெளிவாகப் பார்க்க முடிந்தது.

புலிந்தர்கள் கப்பமாகக் கொடுத்த விலையுயர்ந்த பொருட்களைப் பெற்றுக் கொண்டு, சிசுபாலனின் தலைநகரமான சுக்திமதி என்ற நகருக்கு நாங்கள் புறப்பட்டோம். காலமெனும் தோட்டத்தின் காவலனான காலதேவன், சம்மணமிட்டு உட்கார்ந்து கொண்டு, பகல் என்ற வெள்ளை மலரையும் இரவு என்ற கருப்பு மலரையும் தொடர்ந்து தொடுத்துக் கொண்டிருந்தான். கடந்த நான்கு மாதங்களில், அப்படிப்பட்ட எத்தனை மலர்களை அவன் தொடுத்திருந்தான் என்பதைக் கணக்கு வைத்துக் கொள்ளுவதை நாங்கள் கைவிட்டிருந்தோம்.

17

தசார்ண நதியின் படுகையில் இருந்த நறுமணமிக்கப் புல்லின்மீது நடந்து சென்று, சேதி நாட்டின் தலைநகரமான சுக்திமதியை நாங்கள் அடைந்தோம். கிருஷ்ணரின் பரம எதிரியான சிசுபாலனின் மகனான திருஷ்டகேதுதான் சேதி நாட்டின் அரசனாக இருந்தான். சிசுபாலன் ஏற்கனவே இந்திரப்பிரஸ்தத்தில் கொல்லப்பட்டிருந்தார்.

திருஷ்டகேது தன்னுடைய சகோதரியான கரேணுமதியை நகுலனுக்கு மணமுடித்துக் கொடுத்திருந்தான். அதன் விளைவாக, பாண்டவர்களுடனான அவனுடைய உறவு ஆழமடைந்திருந்தது. அவன் நிச்சயமாக எங்களை எதிர்ப்பான் என்று நாங்கள் நினைத்தோம். ஆனால், அடுத்தடுத்து வெற்றிகளைக் குவித்து வந்து கொண்டிருந்த கௌரவப் படை, எவரொருவரும் தன்னை வீழ்த்த அனுமதிக்காது என்பது மட்டும் உறுதியாகத் தெரிந்தது.

சுக்திமதியைப் பாதுகாப்பதற்காக, திருஷ்டகேது தன்னுடைய

மூன்று சகோதரர்களான சுகேது, கர்கர்சனன், சரபன் ஆகியோருடன் சேர்ந்து நான்கு வெவ்வேறு திசைகளிலிருந்து எங்களை எதிர்த்தான்.

வேத்ரவதி நதியின் அருகே ஆயுதங்கள் மீண்டும் ஒன்றோடொன்று கடுமையாக மோதின. அந்த ஆற்றங்கரை முழுவதும் அம்புகளால் நிரம்பி வழிந்தது. திருஷ்டகேது சக்திவாய்ந்த ஒரு வீரன். அவன் நம்புதற்கரிய வேகத்தில் அங்குமிங்கும் ஓடித் தன்னுடைய வீரர்களுக்கு உத்வேகமூட்டியது, அவன் ஒரே நேரத்தில் எங்களுடைய எல்லா வீரர்களின் முன்னாலும் தோன்றியது போன்ற ஒரு பிரமையை ஏற்படுத்தியது. நான்கு திருஷ்டகேதுக்கள் எங்களோடு சண்டையிட்டுக் கொண்டிருந்ததாக எங்கள் வீரர்கள் நினைக்கத் தொடங்கினர். அவன் தன்னுடைய தந்தையின் வீரத்தையும் வெறியையும் சுவீகரித்திருந்தான். ஆனாலும் ஒவ்வோர் அடியிலும் அவன் அங்க நாட்டு அரசரிடம் தோற்றான். அரை நாள்வரை சேதி வீரர்கள் உறுதியான மனத்துடன் போரிட்டனர், ஆனால் அண்ணன் எய்த ஓர் அம்பு திருஷ்டகேதுவைத் தாக்கியவுடன், அவர்களுடைய தன்னம்பிக்கை அவர்களிடமிருந்து ஓட்டமெடுத்தது. ஒரு வெள்ளப் பெருக்கு ஏற்படும்போது வேத்ரவதி ஆறு எப்படி வேகமாகக் கீழ்நோக்கிப் பாய்ந்து ஓடுமோ, அதேபோல அவர்களும் அப்போர்க்களத்திலிருந்து வேகமாகத் தப்பியோடினர். ஆனால், திருஷ்டகேது, அம்பு தன்னைத் தாக்கிய பகுதியைத் தன் கையால் தாங்கிப் பிடித்தபடி, உறுதியாக இருக்கும்படி தப்பிச் சென்று கொண்டிருந்த தன்னுடைய வீரர்களைப் பார்த்துத் தொடர்ந்து கத்திக் கொண்டே இருந்தான். இறுதியில் சேதி நாடு எங்கள் வசமாகியது. எங்கள் படை சுக்திமதிக்குள் அடியெடுத்து வைத்தது.

வடக்கில் மதுரா நகரம் அமைந்திருந்தது. எங்களுடைய வெற்றி குறித்த சமீபத்தியச் செய்திகளுடன் எங்கள் தூதுவன் அஸ்தினாபுரத்திற்கு விரைந்தான். அஸ்தினாபுரத்திற்குச் செல்லும் வழியில் மதுராவுக்குச் சென்று, கிருஷ்ணரால் அரியணையில் அமர்த்தப்பட்டிருந்த அரசன் உக்கிரசேனனுக்கு எங்கள் சார்பில் பட்டாடைகளையும் பொற்காசுகளையும் அன்பளிப்பாக வழங்கிவிட்டுப் பயணத்தைத் தொடரும்படி நாங்கள் அவனுக்கு உத்தரவிட்டிருந்தோம். மதுரா நகரம் தாக்கப்படக்கூடாது என்பது அண்ணன் எடுத்திருந்த தனிப்பட்ட முடிவு. எனவே, இந்தச் சிறப்பு அன்பளிப்பு அந்நாட்டு அரசருக்கு அனுப்பி வைக்கப்பட்டது.

நாங்கள் சேதி நாட்டிலிருந்து புறப்பட்டு போஜ நாட்டை நோக்கிச் சென்றோம். அசுவநதிக் கரையின்மீது அமைந்திருந்த போஜபூரைத் தலைநகரமாகக் கொண்டு அரசர் குந்திபோஜரும் அவருடைய மகன் புருஜித்தும் அந்நாட்டை ஆண்டு கொண்டிருந்தனர். பங்குனி நிறைவடைந்து வசந்தகாலம் வரவிருந்தது. நாங்கள் பல ஆறுகளைக் கடந்து, போஜபூருக்கு அருகே இருந்த சார்மண்வதி ஆற்றின் கரையை அடைந்தோம். சார்மண்வதி! அது நிஷாத மலைகளின் குறுக்கே ஓடி, தூரத்தில் யமுனையில் சென்று கலந்து, பிறகு அங்கிருந்து பாய்ந்தோடிச் சென்று கங்கையில் கலந்தது.

சர்மண்வதியும் அசுவநதியும் சங்கமித்த இடத்தில் நாங்கள் நின்று கொண்டிருந்தோம். அந்த இடம் எங்கள் மனங்களைக் கொள்ளை கொண்டது. அசுவநதி! நாங்கள் இந்த திக்விஜயப் பயணத்தின்போது

பல ஆறுகளைக் கடந்து வந்திருந்தோம். அவற்றின் பெயர்கள்கூட எனக்கு நினைவில்லை. ஆனால் அசுவநதியின் பெயர் எப்போதும் என் நினைவில் இருக்கும். குதிரையின் பெயர் கொண்ட நதியல்லவா அது! நான் ஒரு தேரோட்டியாக இருந்ததால் அந்நதி என்னைக் கவர்ந்ததுபோலும்! என் அண்ணன் ஏதோ யோசித்துக் கொண்டிருந்தார். நான் அவருடைய சிந்தனையை இடைமறித்து, "அண்ணா, அசுவநதி என்ற பெயர் உங்களுக்கு எதையேனும் நினைவுபடுத்துகிறதா?" என்று கேட்டேன்.

"அசுவநதி ஒரு குதிரையைப்போல வேகமாக ஓடுவதால் அதற்கு இப்பெயர் மிகவும் பொருத்தமானதுதான். இந்நதியின் தண்ணீரைப் பருகி உயிர் வாழுகின்ற அதிர்ஷ்டசாலிகளும் இந்தக் குதிரைகளைப்போலத் தங்கள் வாழ்நாள் முழுவதும் வேகமாகச் செயல்படுவர் என்று தோன்றுகிறது," என்று கூறிவிட்டு அவர் அந்நதியை நோக்கித் தன் பார்வையைச் செலுத்தினார். இதற்கிடையே, இடையர்குலப் பெண் ஒருத்தி ஒரு பசுவுக்குத் தண்ணீர் காட்டுவதற்காக அதை அங்கு அழைத்து வந்தாள். அப்பசுவின் கன்று தன் தாயின் மடியைக் கவ்வியபடி அதனோடு அங்கு வந்தது. மறுகணம் அப்பசு வேகமாக அந்த ஆற்றினுள் இறங்கியது. அதன் கன்று மட்டும் கரையின்மீது நின்றபடி தன் தாய் திரும்பி வருவதற்காகப் பரிதவிப்புடன் காத்து நின்றது. வேகமாக ஓடிக் கொண்டிருந்த அந்த நதியில் ஒரு மரக்கட்டை மிதந்து சென்றது. கரையின்மீது நின்ற அந்தப் பெண்ணின் முந்தானை அங்கு வீசிய மெல்லிய காற்றில் படபடத்தது. தூய வெள்ளைப் பசு! அமைதியான கன்றுக்குட்டி! சலசலத்தபடி ஓடிய நதி! இந்த எளிய, அழகான காட்சி என் மனத்தைப் பெரிதும் கவர்ந்தது. நான் எதுவும் பேச முடியாமல் அக்காட்சியில் மெய்மறந்து நின்றேன்.

அப்போது திடீரென்று, அண்ணன் தன் குதிரையிலிருந்து கீழே குதித்து அந்த ஆற்றை நோக்கி ஓடிச் சென்று அதனுள் இறங்கினார். சில நிமிடங்களில் அவர் அந்தப் பசுவின் கழுத்தில் கட்டப்பட்டிருந்த கயிற்றைப் பிடித்து இழுத்து, அப்பசுவைக் கரைக்குக் கொண்டு வந்தார். கரையின்மீது நின்று கொண்டிருந்த அதனுடைய கன்றின் பரிதவிப்பைக் காணப் பொறுக்காமல் அவர் அவ்வாறு செய்தாரா? அவர் அப்பசுவை வெற்றிகரமாகக் கரைக்குக் கொண்டு வந்து சேர்த்தபோதிலும், ஒரு போர்வீரனுக்குரிய உடையில் அவர் நின்றதைக் கண்டு பயந்து போன அந்தக் கன்றுக்குட்டி அங்கிருந்து வெகுதூரம் ஓடிச் சென்றுவிட்டது. தண்ணீரில் மிதந்து கொண்டிருந்த அந்த மரக்கட்டையும் இப்போது தூரத்தில் சென்று மறைந்தது. ஒரு கையில் செங்கோலுடனும், மறுகையில் அப்பசுவின் கழுத்துக் கயிற்றுடனும் அண்ணன் அந்த மரக்கட்டையைப் பார்த்தபடி நின்றார்.

நான் அவருடைய தோள்மீது கை வைத்து, "அண்ணா, விட்டுத் தள்ளுங்கள். நீங்கள் அந்தக் கன்றுக்கு உதவக் கடினமாக முயன்றீர்கள், ஆனால் அது ஓடிவிட்டது. அது அதன் தலைவிதி," என்று கூறினேன்.

அவர் கோபம் கொண்டு, "தலைவிதியா? உலகை வெற்றி கொள்ளும் திறன் படைத்த ஒரு படையுடன் பல வெற்றிகளைக் குவித்துக் கொண்டிருக்கின்ற நீயா தலைவிதியின் புகழைப் பாடுகிறாய்?" என்று இடிபோல முழங்கினார்.

"இது தலைவிதி அல்லாமல் வேறென்ன?" என்று கேட்டுவிட்டு நான் என் தலையைத் தொங்கப் போட்டபடி நின்றேன். நான் அப்படியென்ன தவறாகக் கூறிவிட்டேன் என்று நான் யோசித்தேன்.

"ஷோன், மனிதன் அடிக்கடிக் குறிப்பிடுகின்ற இந்தத் தலைவிதிதான் அவனுடைய மிகப் பெரிய தவறு. தலைவிதியைத் தன்னுடைய கூட்டாளியாக ஆக்கிக் கொண்டு, உண்மையிலிருந்து அவன் விலகி ஓட விரும்புகிறான். சற்றுமுன் ஆற்றில் மிதந்து சென்ற அந்த மரக்கட்டையைப் போன்றதுதான் மனித வாழ்க்கையும். உயரமாக எழுந்து வரும் அலைகளை எதிர்கொள்ளுவதுதான் உண்மையான வாழ்க்கை," என்று அவர் கூறினார். அவருடைய கையிலிருந்த கயிறு நழுவிக் கீழே விழுந்தது. அப்பசு அங்கிருந்து மெல்ல நடந்து சென்றது.

18

குந்திபோஜரையும் புருஜித்தையும் அடிபணிய வைப்பதற்கான திட்டத்துடன் நாங்கள் சார்மண்வதி ஆற்றைக் கடந்தோம். அடுத்து, நாங்கள் அசுவநதியின் கரையோரமாகப் பயணித்து போஜ்பூரின் அருகே வந்து சேர்ந்தோம். போஜ்பூர் எங்கள் பார்வைக்கு எட்டும் தூரத்தில் இருந்தது. ராஜமாதா குந்தி தேவியார் தன்னுடைய குழந்தைப்பருவத்தை இந்நகரில் கழித்திருந்ததாக விதுரர் கூறி நாங்கள் அடிக்கடிக் கேட்டிருந்தோம்.

குந்தி தேவியார் கிருஷ்ணரின் அத்தை என்பதால், விதர்ப நாட்டு அரசரான பீஷ்மகன் முன்கூட்டியே ஒரு தூதுவனை போஜ நாட்டிற்கு அனுப்பி வைத்து, ஒரு சமாதான உடன்படிக்கைக்கு ஏற்பாடு செய்யும்படி குந்திபோஜருக்கும் புருஜித்துக்கும் அவர் புத்திசாலித்தனமாக அறிவுறுத்தியிருந்தார். அந்தஸ்தில் போஜ நாடு மகதத்திற்கு இணையானதாக இருந்ததால், அவர்கள் நிச்சயமாக எங்களோடு நேருக்கு நேர் மோதுவார்கள் என்று நாங்கள் நினைத்தோம். ஒரு பெரிய படையும் கிருஷ்ணரின் ஆதரவும் கொண்ட போஜ்பூரைத் தாக்குவதற்கு நாங்கள் என்ன விலை கொடுக்க வேண்டியிருக்கும் என்பதை நாங்கள் நன்றாக அறிந்திருந்தோம். ஆனால், அந்த விலையைக் கொடுக்கும் தீர்மானமான முடிவுடன் நாங்கள் சார்மண்வதி நதியைக் கடந்து வந்துவிட்டிருந்தோம். ஆனால், போஜ்பூரில் நாங்கள் கண்ட காட்சி எங்கள் எதிர்பார்ப்புக்கு முற்றிலும் முரண்பட்டதாக இருந்தது. மனித வாழ்க்கை, திக்விஜயப் பயணம், இவ்வுலகம் ஆகிய மூன்றும் கணிக்கப்பட முடியாத அதிர்ச்சிகளையே எப்போதும் கொண்டுவருகின்றன.

குந்திபோஜரும் புருஜித்தும் பாரிஜாத மலர்களால் ஆன மாலைகளை எங்களுக்கு அணிவித்தனர். அம்மலர்களின் நறுமணத்தை எங்களோடு சுமந்தபடி நாங்கள் போஜ்பூருக்குள் நுழைந்தோம். போஜ்பூர்! அசுவநதிக் கரையின்மீது அமைக்கப்பட்டிருந்த அதுபோன்ற ஒரு வசீகரமான நகரத்தை இந்த திக்விஜயத்தில் இதுவரை நாங்கள் கண்டிருக்கவில்லை. அங்கிருந்த பெரிய வீடுகளும் கட்டடங்களும் அவர்களுடைய கட்டடக் கலைத் திறனுக்குச் சான்று பகர்ந்தன. சாலைகள் குறிப்பிடத்தக்க அளவு அகலமாக இருந்தன. சாலைகளின் இருபுறமும் அசோக

மரங்களும் மாமரங்களும் அணிவகுத்து நின்று நிழல் தந்தன. குயில்கள் முழு வீச்சில் பாடித் திரிந்து வானத்தை ஆட்சி செய்து கொண்டு, தம்முடைய இசையால் அதை நனைத்துக் கொண்டிருந்தன.

இயற்கையை வெகுவாக நேசித்த எங்கள் தளபதி, ஒரு குயிலின் இசையைக் கேட்டுவிட்டு, “ஷோன், இக்குயில்கள் பாடுவதைக் கேட்பதோடு நிறுத்திக் கொள், ஆனால் இவற்றைக் கண்டு மயங்கிவிடாதே. என்ன இருந்தாலும் இவை ஒரு பெண் காகத்தால் வளர்க்கப்படுகின்றன,” என்று கூறினார்.

“அதனால் என்ன? இந்தக் குயில்கள்தாம் அந்தக் காக்கையின் கூட்டிற்கு மதிப்புக் கூட்டுவதாக நான் நினைக்கிறேன்.”

நாங்கள் ராஜவீதி வழியாகச் சென்றபோது, ஈடு இணையற்ற வசீகரம் கொண்ட அங்க நாட்டு அரசரைப் பார்ப்பதற்காக முதியவர்களும் குழந்தைகளும் ஆண்களும் பெண்களும் தங்கள் வீட்டு மேல்மாடங்களில் திரண்டனர். மற்றவர்களின் வணக்கத்தையும் பாசத்தையும் எப்போதும் பணிவோடு ஏற்றுக் கொண்ட என் அண்ணன், இப்போதும் தன்னுடைய வில்லைத் தன் தோள்மீதிருந்து எடுத்து மேலே உயர்த்திப் பிடித்து, அம்மக்களுடைய பாசத்தை அங்கீகரித்தார். தூரத்தில் தெரிந்த அசுவநதியின் வளைவு ஒன்று சூரிய ஒளியில் மின்னியது. மாவிலைத் தோரணங்களும் தாமரை மலர்களும் அந்நகரத்தை அலங்கரித்திருந்தன. மக்கள் வாயுஜித்தின்மீது மகிழம்பூக்களைத் தூவினர்.

நாங்கள் போஜ்பூர் அரண்மனைக்கு வந்து சேர்ந்தோம். அந்த அரண்மனை புராதனமானதாக இருந்தபோதிலும், மிக உறுதியாகக் கட்டப்பட்டிருந்தது. நாங்கள் அங்கு வந்தபோது மாலைநேரம் ஆகியிருந்தது. மேற்கில் மறைந்து கொண்டிருந்த சூரியனின் ஒளிக்கதிர்கள் அந்த அரண்மனையின் கோபுரங்களைத் தழுவின. அரண்மனையின் முக்கிய வாசலுக்குள் அடியெடுத்து வைக்கவிருந்த அண்ணன், கணநேரம் அங்கேயே நின்றார். அவர் அங்கிருந்தபடியே சூரிய பகவானை வணங்கினார். மாலையில் சூரிய பகவானை தரிசித்து அவருக்கு அஞ்சலி செய்கின்ற தன்னுடைய வழக்கத்திலிருந்து அவர் ஒருபோதும் பிறழ்ந்ததில்லை.

இரவில் எல்லோரும் சாப்பிட்டு முடித்தவுடன், அண்ணன் குந்திபோஜருடனும் புருஜித்துடனும் கலந்துரையாடினார். சிறிது நேரம் கழித்து எல்லோரும் தூங்கப் போனோம். நெடுநாட்களுக்குப் பிறகு நாங்கள் வசதியான படுக்கைகள்மீது படுத்துத் தூங்கவிருந்தோம். ஆனால், நித்திரா தேவிக்கு என்மீது என்ன கோபமோ தெரியவில்லை. அவள் என் பக்கம் எட்டிப் பார்க்கக்கூட மறுத்துவிட்டாள். இரவு முழுவதும் யாரோ ஒரு பணிப்பெண்ணின் கைக்குழந்தை அழுது கொண்டே இருந்த சத்தம் எனக்குக் கேட்டது. அக்குழந்தையின் அழுகையை நிறுத்த அவள் எவ்வளவோ முயற்சித்தும் அது பலனளிக்கவில்லை. அதோடு, அரண்மனையின் சன்னல்கள் சற்று பலமான காற்று வீசியதால் வேகமாக அடித்துக் கொண்டதால் ஏற்பட்டச் சத்தமும் என்னைத் தூங்கவிடவில்லை. எங்கள் படுக்கையறையில் எரிந்து கொண்டிருந்த கல்விளக்குகளும் காற்று வேகமாக வீசியதால் விட்டுவிட்டு எரிந்தன.

ஆனால் அண்ணன் மட்டும் நிம்மதியாகத் தூங்கினார்.

மறுநாள் காலையில் நாங்கள் அந்நகரத்தைவிட்டுப் புறப்படுவதற்கு

முன்பாக, அரசர் குந்திபோஜரே எங்களுக்குத் தன்னுடைய அரண்மனையைச் சுற்றிக் காட்டினார். அங்கு ஒரு சுவரின்மீது குந்திபோஜரின் ஒரு பெரிய ஓவியம் இடம்பெற்றிருந்தது. அதில் ஒரு முதிய பணிப்பெண் அவருடைய பாதங்கள்மீது தண்ணீர் ஊற்றிக் கொண்டிருந்தாள். குந்திபோஜருடைய அத்தகைய ஓவியம் ஒன்றே ஒன்றுதான் இருந்தது. அந்தப் பணிப்பெண்ணை நான் எங்கோ பார்த்திருந்தேன் என்று நான் உறுதியாக நம்பினேன், ஆனால் எங்கே என்பது என் நினைவுக்கு வரவில்லை.

அண்ணன் தன் புருவங்களை நெறித்தபடி, "யார் அந்த முதிய பெண்மணி?" என்று புருஜித்திடம் கேட்டார்.

"அவள் ஒரு விசுவாசமான பணிப்பெண். அவளுடைய பெயர் தாத்ரி. பாண்டவர்களின் தாயான குந்தி தேவி இங்கு வளர்ந்து வந்த காலகட்டத்தில் தாத்ரி இங்கு வாழ்ந்தாள். குந்தி தேவி இந்த அரண்மனையைவிட்டுப் போனபோது தாத்ரியும் அவளோடு போய்விட்டாள். அவளைப் பற்றிய கதைகளை இங்குள்ள முதிய பணியாளர்களிடமிருந்து நாங்கள் அவ்வப்போது கேள்விப்படுவதுண்டு," என்று புருஜித் பதிலளித்தான்.

அந்த அறையின் ஒரு மூலையில் இருந்த ஒரு கொண்டியை அவன் இழுத்தபோது, அச்சுவரில் ஆளுயரப் பகுதி ஒன்று திறந்தது. அதற்குள் ஒரு சுரங்கப் பாதை தெரிந்தது.

அண்ணன் அதனுள் உற்றுப் பார்த்துவிட்டு, "இந்தச் சுரங்கப் பாதை எங்கே இட்டுச் செல்லுகிறது?" என்று கேட்டார். ஒரு சிறிய வௌவால் தன் சிறகுகளை அடித்துக் கொண்டு வெளியே வந்து எங்களைத் தாக்கிவிட்டு, அந்த அறையின் சன்னல் வழியாக வேகமாக வெளியே பறந்து போயிற்று. அது அண்ணனின் கிரீடத்தை உரசிவிட்டுச் சென்றதால் கிரீடம் லேசாகச் சாய்ந்தது.

"இச்சுரங்கப் பாதை நேராக அசுவநதிக்கு இட்டுச் செல்லுகிறது," என்று புருஜித் தெரிவித்தான். அண்ணனின் வசீகரமான ஆளுமை அவனை வெகுவாகக் கவர்ந்திருந்ததுபோலத் தெரிந்தது. ஏனெனில், எங்களுடைய எல்லாக் கேள்விகளுக்கும் அவன் தனிப்பட்ட முறையில் பதிலளித்தான்.

"இந்த நதி ஏன் அசுவநதி என்று அழைக்கப்படுகிறது?"

"ஏனெனில், இங்குள்ள குதிரைகள் இந்த நதியைத் தவிர வேறு எந்த நதியிலும் தண்ணீர் பருகுவதில்லை," என்று தந்தையும் மகனும் ஒரே குரலில் பதிலளித்தனர்.

நாங்கள் அரண்மனை முழுவதையும் சுற்றிப் பார்த்தப் பிறகு, முன்னாலிருந்த பரந்த முற்றத்திற்கு வந்தோம். படர்கொடிகளால் ஆன பல பூம்பந்தல்களால் அது நிறைந்திருந்தது. நாங்கள் அங்கிருந்து முக்கிய வாசலுக்கு வந்தபோது, அண்ணனின் கால் தவறுதலாக ஒரு கல்லின்மீது இடித்துவிட்டது. அவருடைய தோல், துளைக்கப்பட முடியாத கவசத்துடன்கூடியதாக இருந்ததால், அதிர்ஷ்டவசமாக அவருக்குக் காயம் எதுவும் ஏற்படவில்லை. அவருடைய பொன்னிறத் தலைமுடி அவருடைய கழுத்து நெடுகிலும் படர்ந்திருந்தது. அவர் தன் புருவங்களை உயர்த்திக் குந்திபோஜரை ஏறிட்டுப் பார்த்தார்.

"இந்தக் கற்கள் இப்படித் திறந்த வெளியில் கிடக்கும்படி ஏன்

விட்டு வைத்திருக்கிறீர்கள்?" என்று அண்ணன் கேட்டார்.

"வேண்டுமென்றேதான் நாங்கள் இக்கற்களை இங்கு விட்டு வைத்துள்ளோம். குந்தி இங்கு இருந்தபோது, ஒரு முறை துர்வாச முனிவர் இங்கே வந்து ஒரு பெரிய வேள்வியை நடத்தினார். அப்போது வேள்விக் குண்டத்தை உருவாக்குவதற்குப் பயன்படுத்தப்பட்டக் கற்கள் இவை. இங்கு அந்த முனிவருக்கு ஓர் ஓலைக் குடிலையும் நாங்கள் கட்டிக் கொடுத்தோம். அந்த வேள்வி நல்லவிதமாக நடந்தேறியது. அதிலிருந்து ஏதேனும் நல்லது விளைந்திருக்கும் என்று நான் நம்புகிறேன்," என்று குந்திபோஜர் கூறினார். அங்கிருந்த பூம்பந்தல்களிலிருந்து வீசிய மெல்லிய காற்றில் அவருடைய வெண்தாடி மென்மையாக அசைந்தது.

"துர்வாசர்! ஷோன், எனக்கு மறந்தே போய்விட்டது! தங்கபஸ்பத்தைத் தாமரை நீரில் போட்டு தினமும் குடிக்கும்படி துர்வாசர் என்னிடம் கூறியிருந்தார். இந்த திக்விஜயத்தின்போது நான் அதைப் பருக முற்றிலுமாக மறந்துவிட்டேன். நாம் அடுத்துத் தங்கவிருக்கின்ற இடத்தில் எனக்கு அதைப் பற்றி நினைவுபடுத்து," என்று அண்ணன் என்னிடம் கூறினார்.

அது சித்திரை மாதம். நாங்கள் குந்திபோஜரிடமிருந்தும் புருஜித்திடமிருந்தும் விடைபெற்றுக் கொண்டு, அழகாக அலங்கரிக்கப்பட்டிருந்த அவர்களுடைய தலைநகரத்திலிருந்து புறப்பட்டோம். அடுத்து நாங்கள் சௌராஷ்டிர நாட்டின்மீது தாக்குதல் நடத்தவிருந்தோம். அதைத் தொடர்ந்து, அவந்தி நாட்டின்மீது படையெடுத்து, விந்தன், அனுவிந்தன் ஆகிய அதன் இரண்டு அரசர்களையும் நாங்கள் அடிபணிய வைக்கத் திட்டமிட்டிருந்தோம்.

ஒருசில நாட்களில், நிஷாத மலைத்தொடரின் அடிவாரத்தில் சார்மண்வதி நதிமூலத்தின் அருகே அமைந்திருந்த அவந்தி எங்கள் பார்வைக்கு வந்தது. ராஜதி தேவியின் மகன்களும் கிருஷ்ணரின் ஒன்றுவிட்ட சகோதரர்களுமான விந்தனும் அனுவிந்தனும் மூன்று நாட்கள் எங்களோடு கடுமையாகச் சண்டையிட்டப் பிறகு எங்களிடம் சரணடைந்தனர். அவந்தி நாடு எங்கள் வசமாகியது.

19

அவந்திக்குப் பிறகு, நாங்கள் மாஹி நதியைக் கடந்து மாளவ நாட்டிற்குள் நுழைந்தோம். வசந்தகாலத்துக் குளிர்ச்சியில் மரங்கள் பூத்துக் குலுங்கின. மேற்குப் பெருங்கடலிலிருந்து வீசிய கடுங்குளிரான காற்று எங்கள் வீரர்களுக்குப் பிரச்சனையாக இருந்தது. மாளவர்களைத் தோற்கடித்தப் பிறகு, நாங்கள் ஸ்தம்பதீர்த்தத்தைக் கடந்து சபர்மதி ஆற்றின் கரையை அடைந்தோம். அந்நதி மாளவ நாட்டின் எல்லையை உணர்த்தியது. அதையொட்டி, ஆனர்த்தம், சௌராஷ்டிரம் ஆகிய இரண்டு குட்டி நாடுகள் அமைந்திருந்தன.

ஆனர்த்த நாட்டில், மேற்குக் கடற்கரையின்மீது கிருஷ்ணரின் துவாரகை அமைந்திருந்தது. துவாரகையைத் தாக்கும் திட்டம் எங்களுக்கு இல்லாததால், ஆனர்த்தத்திற்குள் நாங்கள் நுழைய வேண்டிய தேவை எழவில்லை. சபர்மதி ஆற்றங்கரையின்மீது நாங்கள் முகாமிட்டப்

பிறகு, எங்கள் படையின் உத்தியைப் பற்றி நாங்கள் கலந்து பேசினோம். சௌராஷ்டிரத்தின்மீது தாக்குதல் நடத்துவதற்கு முன்பாக, துவாரகைக்கு ஒரு தூதனை அனுப்பி வைத்து, அதன் அரசரான கிருஷ்ணர் அங்கு இருந்தாரா இல்லையா என்பதைத் தெரிந்து கொண்டு வருவதற்கு ஏற்பாடு செய்ய வேண்டும் என்று எங்கள் முதன்மைத் தளபதி பரிந்துரைத்தார். வைரங்கள், தங்கம், பொன்னாடைகள் மற்றும் பல விலையுயர்ந்த பொருட்களைத் தாம்பாளங்களில் வைத்து, அவற்றைக் கிருஷ்ணருக்கு அனுப்பி வைக்க வேண்டும் என்றும் அவர் விரும்பினார். அது அவருடைய பரிந்துரை அல்லது விருப்பம் என்பதைவிட, அவருடைய கட்டளை என்று கூறுவதுதான் பொருத்தமாக இருக்கும். அவருடைய கட்டளையை நிறைவேற்றுவதற்காக ஐந்து தூதுவர்கள் துவாரகைக்குத் தங்களுடைய பயணத்தைத் துவக்கினர். அங்க நாட்டு அரசர் ஏன் துவாரகையின் அரசருக்கு அந்தப் பரிசுப் பொருட்களை அனுப்பினார் என்பது எங்கள் யாருக்கும் தெரியவில்லை. அக்காரணம் எங்களுக்கு ஒருபோதும் தெரியப் போவதும் இல்லை.

எங்கள் தூதுவர்கள் கொண்டுவரவிருந்த செய்திக்காக நாங்கள் சபர்மதி முகாமில் ஆர்வமாகக் காத்திருந்தோம். எங்களுக்கும் சௌராஷ்டிரத்திற்கும் இடையே ஒரு பாலைவனம் இருந்ததால், எங்களுடைய குதிரைப் படையினர் தங்களுடைய குதிரைகளை சபர்மதி ஆற்றில் குளிப்பாட்டி, தாங்களும் அதில் குளிப்பதில் மும்முரமாக இருந்தனர். இப்பகுதியில் யானைகளுக்கான தேவை இருக்காது. ஏனெனில், பாலைவன மணல் அவற்றின் கண்களுக்குள் போனால், அது அவற்றுக்குப் பெரும் பிரச்சனையாக ஆகிவிடும். எனவே, யானைகளை இங்கேயே விட்டுவிட்டு, வெறுமனே காலாட்படையினருடன் பயணிக்க நாங்கள் தீர்மானித்தோம். நாங்கள் சௌராஷ்டிரத்திலிருந்து திரும்பி வந்த பிறகு, இந்த யானைகளை அழைத்துக் கொண்டு எங்களுடைய பயணத்தைத் தொடரலாம் என்பது எங்கள் திட்டமாக இருந்தது. மேலும், ரைவதக மலையில் சிங்கங்கள் அதிக எண்ணிக்கையில் இருந்தன. எங்களுடைய யானைகளை இங்கேயே பாதுகாப்பாக விட்டுவிட்டுச் செல்ல நாங்கள் திட்டமிட்டதற்கு அதுவும் ஒரு காரணமாக இருந்தது.

நான்கு நாட்களுக்குப் பிறகு, கிருஷ்ணர் துவாரகையில் இல்லை என்ற செய்தியுடன் எங்கள் தூதுவர்கள் துவாரகையிலிருந்து திரும்பி வந்தனர். பாண்டவர்களை சந்திப்பதற்காக அவர் தன்னுடைய சகோதரரான பலராமனுடன் துவைதக் காட்டிற்குச் சென்றிருந்தார். நாங்கள் கொடுத்தனுப்பிய பரிசுப் பொருட்களைக் கிருஷ்ணரின் புரோகிதரான பிரம்மகார்கயர் பெற்றுக் கொண்டார். கிருஷ்ணரின் மனைவியரான ருக்மணி, சத்தியபாமா, மித்திரவிந்தை, காளிந்தி, லட்சுமணை, பத்திரை, சத்தியா ஆகியோர் துவாரகையில் இருந்தனர். அவருடைய மகன்களான பிரத்யும்னன், சாருதேசனன், சுதேசனன், பானு, பௌமரிகன், சித்திரகு, வேகவதன், அசுவசேனன், பிரஹரணன், ஜயன், ஆயு, அனிலன், உன்னாதன், ஹர்ஷன், ஓஜன், பிரகோசன், மகாசக்தி, சுபாகு, பத்ரன், சாந்தி ஆகியோர் எங்களுடைய பரிசுகளைப் பெற்றுக் கொள்ளுவதற்காக உடனடியாக ஓர் அரசவைக் கூட்டத்தைக் கூட்டினர். கிருஷ்ணரின் ஒன்றுவிட்ட சகோதரனான உத்தவன் அந்தக் கூட்டத்தில் அங்க நாட்டு அரசரை வானளாவப் புகழ்ந்தான்.

நாங்கள் ஆனர்த்தத்தைவிட்டுப் புறப்பட்டு சௌராஷ்டிரத்தைத் தாக்கத் தயாரானோம். நாங்கள் பிரபாசப் பகுதியை வெற்றி கொண்டு, ரைவதக மலையைச் சுற்றி வந்து, கிரிநகரத்தை முற்றுகையிட்டோம். அதன் அரசன் சுரதன் எங்களுடைய வெற்றியை அங்கீகரித்து ஏற்றுக் கொண்டான்.

எங்களுடைய திக்விஜய மாலையில் நாங்கள் ஏற்கனவே பல வெற்றி மலர்களைக் கோர்த்திருந்தோம். பாதிக்கு மேற்பட்ட நாடுகளை நாங்கள் அடிபணிய வைத்திருந்தோம். இப்போது சௌராஷ்டிரத்தில் பிரவாளர்கள் கொடுத்தப் பரிசுகளை ஏற்றுக் கொண்டு நாங்கள் சபர்மதி ஆற்றைங்கரையையொட்டி முன்னோக்கி நடந்தோம். நாங்கள் சபர்மதி ஆற்றங்கரையின்மீது விட்டுவிட்டு வந்திருந்த யானைகள் சௌவீர நாட்டில் எங்களுடன் சேர்ந்து கொண்டன. பிறகு நாங்கள் எங்களுடைய அடுத்தக் கட்டத் தாக்குதலைத் துவக்கினோம்.

நாங்கள் சித்தபுர நகரத்திலிருந்து புறப்பட்டு, பாரியாத்ர மலையின் தாழ்வான பகுதியில் அமைந்திருந்த வசிஷ்ட முனிவரின் ஆசிரமத்திற்கு வந்து சேர்ந்தோம். பாரியாத்ர மலையில் ஏராளமான குகைகள் இருந்ததாக நாங்கள் கேள்விப்பட்டிருந்தோம். இந்த மலைத்தொடர் வடக்கிலிருந்து தெற்குவரை பல யோஜனை தூரம் நீண்டிருந்தது. இந்த மலைத்தொடரைச் சுற்றிலும் அமைந்திருந்த பாலைவனம் சௌராஷ்டிரத்தில் மற்ற எல்லாவற்றையும் விஞ்சி நின்றது. அந்த மலைத்தொடர் மிக நீளமானதாக இருந்தபோதிலும், மலைகள் பசுமையற்று இருந்தன. மற்ற மலைத்தொடர்களில் காணப்பட்ட அடர்த்தியான செடிகொடிகள் மற்றும் மரங்கள் இங்கு இருக்கவில்லை. வேப்பிலை, வாதுமைக் கொட்டை, மற்றும் அவற்றையொத்த மரங்களும் முட்புதர்களும் மட்டுமே அங்கு இருந்தன. இப்பகுதி பாலைவனம் என்றே அழைக்கப்பட்டது. நீர்ப் பற்றாக்குறையின் காரணமாக ஒரு கிராமத்திற்கும் இன்னொரு கிராமத்திற்கும் இடையே சுமார் ஐம்பது யோஜனை தூர இடைவெளி உருவாகியிருந்தது. எனவே, இங்கு போர் குறித்தக் கேள்வியே எழவில்லை. அருகில்தான் ஜயத்ரதனின் சிந்து நாடு இருந்தது. கௌரவப் படையின் அளவையும் வலிமையையும் உணர்ந்து கொண்ட அவர், முன்கூட்டியே எங்களுக்குரிய கப்பத்தை அனுப்பி வைத்தார்.

சிறிது தூரத்தில் விராடர்களின் மத்சய நாடு அமைந்திருந்தது. அரசர் விராடன் அதனை ஆண்டார். அவருடைய மகன் உத்தரன் போர்த் திறமைகள் அற்றவனாக இருந்தான். எனவே, நாட்டின் நிர்வாகத்தையும் பாதுகாப்பையும் கவனித்துக் கொள்ளும் பொறுப்பு முழுவதும் அந்த முதிய அரசரின் தலையில் விழுந்தது. நாங்கள் சிந்து நாட்டின் சிபி நகரத்திலிருந்து புறப்பட்டு, விராட நாட்டைத் தாக்குவதற்காக மீண்டும் பாலைவனத்தைக் கடந்தோம்.

பாரியாத்ர மலைத்தொடரின் பள்ளத்தாக்கில் அமைந்திருந்த புஷ்கரம், உபப்லாவ்யம், மற்றும் பல சிறுநகரங்களை விட்டுவிட்டு, அந்த மலைத்தொடரைச் சுற்றிலும் இருந்த பாலைவனத்தையும் விட்டுவிட்டு, பரந்து விரிந்த புல்வெளிக்கு நாங்கள் வந்தோம். விராட நாட்டில் புல்வெளிகள் அபரிமிதமாகவும் செழிப்பாகவும் இருந்ததால், அந்நாட்டின் பசுக்கள் எண்ணிக்கையிலும் தரத்திலும் ஆரியவர்த்தத்தின்

மற்ற அனைத்து நாடுகளையும் விஞ்சி நின்றன. எங்கு பார்த்தாலும் பசுக்கள் கூட்டங்கூட்டமாகப் புல்வெளிகளில் மேய்ந்து கொண்டிருந்தன.

நாங்கள் விராட நாட்டின் எல்லைப் பகுதிக்கு வந்தோம். விராடத்தின் தலைநகரான விராடநகரம் ஐந்து யோஜனை தூரத்தில் இருந்தது. நாங்கள் அந்நாட்டை வெற்றி கொண்டுவிடுவோம் என்பதில் எங்களுக்கு முழு நம்பிக்கை இருந்தபோதிலும், விராடர்கள் செழிப்பானவர்கள் என்பதையும் வலிமையானவர்கள் என்பதையும் நாங்கள் அறிந்திருந்தோம். நாங்கள் இப்போது அஸ்தினாபுரத்திற்கு வெகு அருகில் இருந்தோம். இங்கிருந்து யமுனையைக் கடந்துவிட்டால், நாங்கள் மீண்டும் கௌரவ ராஜ்ஜியத்தை அடைந்துவிடுவோம். எங்களுக்கு உதவி தேவைப்பட்டால், அது அருகிலிருந்த அஸ்தினாபுரத்திலிருந்து எங்களுக்கு சுலபமாகக் கிடைத்துவிடும். விராடர்களை வெல்லுவது ஒரு சுலபமான காரியமாக இருக்கும்போலத் தோன்றியது.

விராடநகரின் மையத்திலிருந்த ஒரு பகுதியில் எங்கள் படையினரும் அவர்களுடைய படையினரும் கைச்சண்டையில் ஈடுபட்டனர். அவர்களுடைய நிலம் சமதளமாக இருந்ததால், எங்கள் யானைகள் அவர்களுடைய படையினரிடையே புகுந்து கடும் சேதத்தை விளைவித்தன. விராடர்களின் தளபதியான கீசகன், பதிலுக்கு எங்களைத் தாக்குவதற்குத் தன்னுடைய யானைப் படையைக் கட்டவிழ்த்துவிட்டான். ஆனால் எங்களுடைய படையின் பலம் அவர்களுடையதைவிட மிகவும் அதிகமாக இருந்ததால், அவனுடைய முயற்சிகள் தகர்க்கப்பட்டன. எங்கள் யானைகளின் பாதங்களில் மிதிபட்டு நூற்றுக்கணக்கான விராட வீரர்கள் மடிந்தனர். இந்தக் களேபரத்தைக் கண்டு பயந்த பசுக்கள், தம்முடைய புல்வெளிகளை விட்டுவிட்டுத் தலை தெறிக்க ஓடின. எங்கள் முதன்மைத் தளபதி, வழக்கமாக எல்லா மன்னர்களிடமும் நடந்து கொண்டதைப்போல, அரசர் விராடனையும் நிராயுதபாணியாக ஆக்கி, தன்னுடைய வில்லை அவருடைய கழுத்தில் போட்டு அவரைத் தன்னை நோக்கி இழுத்து, “அரசே, இந்தப் பசுக்களை வைத்துக் கொண்டு நீங்கள் என்ன செய்யப் போகிறீர்கள்? உங்களால் எவ்வளவு முடியுமோ அவ்வளவு பசுக்களை இன்றே அஸ்தினாபுரத்திற்கு அனுப்பிவிடுங்கள்,” என்று கூறினார். அடிபணிய வைக்கப்பட்டிருந்த அரசர் விராடன் அதற்கு ஒப்புதல் தெரிவித்துத் தலையசைத்தார். கௌரவப் படையின் வெற்றிகரமான கொடியின் முன்பாக விராட அரசர் சிரம் தாழ்த்தினார். இப்போது அஸ்தினாபுரத்தின் தென்பகுதியைச் சேர்ந்த நாடுகள் அனைத்தையும் நாங்கள் வெற்றி கொண்டிருந்தோம். இனி நாங்கள் மேற்குப் பகுதியின்மீது கவனம் செலுத்த வேண்டியிருந்தது. சித்திரை மாதம் முடிவடையவிருந்தது. இமயமலையின் பனிகள் உருகி ஓடிவந்து ஆறுகளில் பெருவெள்ளங்களைக் கட்டவிழ்த்துவிடுவதற்கு முன்பாக, குலிந்தம், திரிகர்த்தம், பாகுலிகம், மத்ரம், கேகயம், காம்போஜம் ஆகிய நாடுகளை அடிபணிய வைப்பது எங்கள் திட்டமாக இருந்தது. கப்பத்தின் மூலம் எங்களுக்குக் கிடைத்துக் கொண்டிருந்த கூடுதல் வீரர்களால் எங்கள் படையின் வீரர்களுடைய எண்ணிக்கை நாளுக்கு நாள் அதிகரித்துக் கொண்டே போனது.

நாங்கள் விராடநகரிலிருந்து புறப்படுவதற்கு முன்பு அரண்மனை

வாசலின் முன்னால் நாங்கள் வந்து நின்றோம். அங்க நாட்டு அரசருக்குப் பின்னால் நான் என் குதிரையின்மீது அமர்ந்திருந்தேன். எனக்குப் பின்னால் யானைப் படைகள் இருந்தன. அங்க நாட்டு அரசர் முதலில் உள்ளே நுழையட்டும் என்று நான் ஒரு கணம் காத்திருந்தேன். அப்போது, தன்னுடைய துதிக்கையை இடைவிடாது ஆட்டிக் கொண்டே இருந்த ஒரு யானை என்னுடைய தலைக்கவசத்தைத் தவறுதலாகத் தட்டிவிட்டது. அது கீழே விழுந்து உருண்டு சென்று ஓரிடத்தில் நின்றது. அது உருண்டு சென்ற சத்தம் கேட்டுப் பின்னால் திரும்பிய கர்ண மாமன்னர், "ஷோன், என்ன பிரச்சனை?" என்று என்னிடம் கேட்டார்.

"என் தலைக்கவசம் கீழே விழுந்துவிட்டது," என்று நான் பதிலளித்துவிட்டு, என் குதிரையிலிருந்து கீழே இறங்கி, அதை எடுப்பதற்காகக் குனிந்தேன்.

"இது ஓர் அபசகுனமா?" என்று அவர் கேட்டுக் கொண்டிருந்தபோது, அதே யானை, நான் அந்தத் தலைக்கவசத்தை எடுப்பதற்கு முன்பாக அதைத் தன் காலால் மிதித்து உடைத்துவிட்டது.

20

விராடநகரைவிட்டுப் புறப்பட்ட நாங்கள், எங்களால் முடிந்த அளவு வேகமாக முன்னோக்கி நடைபோட்டோம். எங்கள் படை குருச்சேத்திரத்தின் வழியாகச் சென்று, திருஷத்வதி ஆற்றைக் கடந்து, குலிந்த நாட்டின் தலைநகரமான சந்தனாவதியைச் சுற்றி வளைத்தது. அரசர் குலிந்தர் முதுமையடைந்திருந்தார். அவருடைய வளர்ப்பு மகனான சந்திரஹாசன் தன்னுடைய படையைப் பார்வையிடுவதற்காக ஒரு தேரில் வந்தான். அரசர் குலிந்தர் ஒரு காட்டில் தற்செயலாக சந்திரஹாசனை எதிர்கொண்டிருந்தார். தன் தந்தைக்குத் தான் பட்டிருந்த கடனைத் தீர்ப்பதற்கு சந்திரஹாசன் இந்த வாய்ப்பைப் பயன்படுத்திக் கொண்டான்.

எங்களுக்கும் குலிந்தப் படையினருக்கும் இடையேயான போர் சரஸ்வதி ஆற்றின் கரையின்மீது நடைபெற்றது. குதிரையின்மீது அமர்ந்து சண்டையிடுவதில் சந்திரஹாசன் பெரும் திறமைசாலியாக இருந்தான். அவன் மின்னல் வேகத்தில் தன்னுடைய படையினரிடையே தோன்றி, தன்னுடைய இடிபோன்ற முழக்கங்களின் மூலம் அவர்களுக்குத் தன்னம்பிக்கையூட்டினான். அத்தகைய ஒரு மாவீரன்மீது இரணியவர்மன் எய்த ஓர் அம்பு, அவனுடைய குதிரையின் கழுத்தைத் துளைத்தது. இதனால் அக்குதிரை நிலை தடுமாறியதில், அவனும் தன் குதிரையோடு சேர்ந்து சரஸ்வதி ஆற்றினுள் தலை குப்புற விழுந்தான். தன்னுடைய இளம் தலைவரைக் காண முடியாததால் குலிந்தப் படையினர் குழப்பமடைந்து அங்கிருந்து ஓடிவிட்டனர்.

நாங்கள் இதுவரை அடிபணிய வைத்திருந்த நாடுகளில், தன்னுடைய தலைவன் காயப்பட்டப் பிறகு தொடர்ந்து சண்டையிடுவதற்கான அர்ப்பணிப்புக் கொண்ட ஒரு படையைக்கூட நாங்கள் எதிர்கொள்ளவில்லை. அத்தகைய துரதிர்ஷ்டமான ஒரு

நிலை எங்களுடைய சொந்தப் படைக்கு ஏற்பட்டுவிடாததை உறுதி செய்வதற்கு, அங்க நாட்டு அரசர் சில சமயங்களில் தன்னுடைய குதிரையைவிட்டு இறங்கி என்னிடம் வந்து, தான் காயப்பட்டிருந்ததாக எங்கள் வீரர்களிடம் அறிவிக்கும்படி கூறுவார். பிறகு அவர் யாருக்கும் தெரியாமல் போர்க்களத்திலிருந்து வெளியேறி, ஒரு குறிப்பிட்ட இடத்தில் நின்று கொண்டு தன்னுடைய படையைக் கண்காணிப்பார். யாரெல்லாம் அங்கிருந்து பின்வாங்க முயற்சித்தனரோ அவர்களுக்குக் கடும் தண்டனை காத்துக் கொண்டிருந்தது. அன்றைய தினம் எங்களுடைய ஒட்டுமொத்தப் படைக்கும் சமைத்துப் போடும்படி அவர்களுக்கு உத்தரவிடப்படும். அதன் விளைவாக, கடைசி மூச்சு உள்ளவரை சண்டையிடுவதற்கு எங்கள் வீரர்கள் பழக்கப்பட்டிருந்தனர். நாங்கள் அனைவரும் கண்டிப்பான ஒழுங்குடன் செயல்பட்டுக் கொண்டிருந்ததில், என் மனைவி மேகமாலா குலிந்த நாட்டிலிருந்து வந்தவள் என்பதுகூட எனக்கு மறந்துவிட்டது.

சந்தனாவதியை வீழ்த்திய பிறகு, பாகுலிகம் மற்றும் திரிகர்த்தத்தை வெற்றி கொண்டுவிட்டு, சதத்ரு ஆற்றின் அருகே நாங்கள் வந்து சேர்ந்தோம். ரோத்தகம், கேகயம், யது ஆகிய சிறிய நாடுகளும் எங்கள் திக்விஜயத்திற்கான பட்டியலில் இடம்பெற்றிருந்தன. அரசன் சல்லியனின் மத்ர நாடு மட்டுமே எங்களுக்கு ஒரு பெரும் சவாலாக இருந்தது. இந்த நாடுகள் அனைத்தும் சேர்ந்து பஞ்சநதம் என்று அழைக்கப்பட்டன. அது ஒரு பொருத்தமான பெயர்தான். ஏனெனில், சதத்ரு, புருஷ்ணி, சந்திரபாகம், விதஸ்தம், சிந்து ஆகிய ஐந்து நதிகள் இமயத்திலிருந்து தோன்றி, இந்த நாடுகளின் வழியாகப் பாய்ந்தோடி, இறுதியில் மேற்குப் பெருங்கடலுடன் கலந்து, இந்நாடுகளைச் செழுமையானவையாகவும், வளம் மிக்கவையாகவும், சக்தி வாய்ந்தவையாகவும் ஆக்கின. மத்ர நாட்டு அரசரான சல்லியனை நாங்கள் எங்களுடைய முக்கிய இலக்காக ஆக்கியிருந்தோம். ஏனெனில், அவர் தோற்றுவிட்டால், மற்றச் சிறு நாடுகள் தாமாகவே எங்களிடம் சரணடைந்துவிடும் என்று நாங்கள் உறுதியாக நம்பினோம். அரசர் சல்லியன், பாண்டவச் சகோதரர்களான சகாதேவன் மற்றும் நகுலனின் தாய்வழி மாமா ஆவார். நாங்கள் சதத்ரு ஆற்றைக் கடந்து, மத்ர நாட்டின் தலைநகரான சாகலநகரத்தை வந்தடைந்தோம்.

சாகலநகரம், சந்திரபாகா நதியும் விதஸ்த நதியும் சங்கமித்த ஒரு வசீகரமான இடத்தில் அமைந்திருந்தது. சல்லியனுடனான போர் தவிர்க்கப்பட முடியாததாக இருந்தது. கௌரவப் படை தன்னுடைய நாட்டைத் தாக்க வந்து கொண்டிருந்த செய்தியை அவர் கேள்விப்பட்ட உடனேயே, அவர் தன் மகன்களான ருக்மாங்கனையும் ருக்மர்த்தனையும் அழைத்துக் கொண்டு தன்னுடைய தலைநகரத்தைவிட்டுப் புறப்பட்டு, நாங்கள் புருஷ்ணி நதியைக் கடந்து வர முடியாதபடி செய்வதற்காகத் தன்னுடைய படையை அங்கே அணிவகுத்தார். நாங்கள் இதுவரை எதிர்கொண்டிருந்த எதிரிகளில் சல்லியன் ஓர் அசாதாரணமான வஞ்சகனாக இருந்தார்.

அவரை எதிர்கொள்ளுவதற்கு, ஆயுதங்கள் தாங்கிய வீரர்கள் அடங்கிய நூற்றுக்கணக்கான படகுகளை நாங்கள் அனுப்பி வைத்தோம். அவர்கள் பாதி ஆற்றைக்கூடக் கடந்திராத நிலையில், திடீரென்று

எண்ணற்ற மரக்கட்டைகள் அவர்களை நோக்கி மிதந்து வந்து அவர்களைத் தாக்கின. இதனால் எங்கள் படகுகளின் அணிவகுப்பு நிலை குலைந்தது, ஏராளமான படகுகள் கவிழ்ந்து புருஷ்ணி நதியில் மரக்கட்டைகளைப்போல அடித்துச் செல்லப்பட்டன. இதற்கிடையே, தங்களுடைய படகுகளை இழந்து தடுமாறிக் கொண்டிருந்த எங்களுடைய வீரர்கள்மீது சல்லியனின் வில்லாளிகள் அம்பு மழை பொழியத் தொடங்கினர். வெகுசில படகுகளைத் தவிர மற்ற அனைத்துப் படகுகளும் முற்றிலுமாக அழிக்கப்பட்டிருந்தன. சல்லியனின் திட்டம் வெற்றிகரமாக நிறைவேறியது.

படகுகள் தோற்றுப் போன இடத்தில் எங்களுடைய யானைகள் வெற்றி பெறும் என்ற நம்பிக்கையில், நாங்கள் ஐநூறு யானைகளைப் புருஷ்ணி நதியில் இறக்கினோம். எங்கள் திட்டத்தை முறியடித்து எங்களை அழிப்பதற்கு சல்லியன் இன்னொரு திட்டத்தைத் தயாராக வைத்திருந்தார். சாதாரண மரக்கட்டைகளுக்கு பதிலாக இப்போது கூர்முனைகள் பொருத்தப்பட்ட மரக்கட்டைகளை அவருடைய படையினர் அந்த ஆற்றில் மிதக்கவிட்டனர். வேகமாக மிதந்து வந்த அக்கட்டைகள் எங்கள் யானைகள்மீது மோதியபோது, அந்தக் கூர்முனைகள் அந்த யானைகளின் உடல்களைக் குத்தித் துளைத்தன. காயப்பட்ட யானைகள் திசை மாறிச் சென்று, அந்த ஆற்றில் அடித்துச் செல்லப்பட்டன. அந்த யானைகளின் ரத்தத்தால் அந்த ஆறு செந்நிறமாக மாறியது. இறுதியில் அந்த யானைகள் எங்கே போய்ச் சேர்ந்தன என்பதை அந்த ஆறு மட்டுமே அறியும். அங்க நாட்டு அரசர் தூக்கிப் பிடித்திருந்த செங்கோலை மேலேயிருந்து சல்லியன் பார்த்தார்.

புருஷ்ணி ஆற்றைக் கடப்பதற்கு மூன்று நாட்களாக நாங்கள் கடுமையாக முயற்சி செய்தும்கூட எங்களால் அதில் வெற்றி பெற முடியவில்லை. விரக்தி எங்களுடைய நம்பிக்கையைத் தளர்த்தத் தொடங்கியது. தினமும் நூற்றுக்கணக்கான வீரர்கள் வீணாக உயிரிழந்து கொண்டிருந்தனர். இதற்கு விரைவில் ஒரு தீர்வு கண்டுபிடிக்கப்பட்டாக வேண்டியிருந்தது.

நான்காம் நாளன்று, வெண்ணிற ஆடை அணிந்த ஓர் உருவம் ஒரு படகில் மறுகரையிலிருந்து எங்களை நோக்கி வந்து கொண்டிருந்ததை நாங்கள் பார்த்தோம். தாங்கள் அடக்கி வைத்திருந்த கோபத்திற்கு ஒரு வடிகாலாக, எங்கள் வீரர்கள் தங்களுடைய ஆயுதங்களைத் தயார் நிலையில் வைத்தனர்.

"பொறுங்கள்!" என்று எங்கள் முதன்மைத் தளபதியிடமிருந்து வந்த உத்தரவைக் கேட்டு எங்கள் வீரர்கள் திகைத்தனர். ஆனால், எதிர்க்கரையிலிருந்து வந்த படகு எங்கள் கரையை நெருங்கியபோது, தங்கள் தளபதி ஏன் தங்களைத் தடுத்தார் என்பதை அவர்கள் உணர்ந்தனர். ஏனெனில், அப்படகில் சல்லியனின் தூதுவன் ஒருவன் வந்தான்.

அவன் தன் படகிலிருந்து கீழே இறங்கி வந்து எங்களுடைய முதன்மைத் தளபதியை அணுகினான். அவன் அவருக்கு வணக்கம்கூடக் கூறவில்லை. அவர்தான் எங்கள் முதன்மைத் தளபதி என்பதை அவருடைய குண்டலங்களைப் பார்த்து அவன் நிச்சயமாக உணர்ந்திருப்பான். ஆனாலும் அவன் அவருக்குரிய மரியாதையைச்

செலுத்தவில்லை.

"மத்ர நாட்டின் அரசர் சல்லியன் அனுப்பியுள்ள ஒரு செய்தி இது!" என்று கூறிக் கொண்டே, ஒரு பட்டுத் துணியில் சுருட்டப்பட்டிருந்த ஒரு மடலை அங்க நாட்டு அரசரிடம் அவன் கொடுத்தான். அவர் அதை என்னிடம் கொடுத்து, "இதில் எழுதப்பட்டிருப்பதைப் படி," என்று கூறினார்.

நான் அந்தப் பட்டுத் துணியை அவசர அவசரமாக அகற்றிவிட்டு அந்த மடலைப் படித்தேன்: "போர் தர்மம் என்பது தங்களுக்கு மட்டுமே உரியது, அது சூத புத்திரர்களுக்கு உரியது அல்ல என்பதை அறிவார்ந்த சத்திரியர்கள் நன்றாக அறிவர். எனவே, நீ எந்த வழியாக இங்கே வந்தாயோ, அதே வழியாக இங்கிருந்து திரும்பிப் போய்விடு."

கோபத்தில் என் மூக்குத் துடித்தது. அங்க நாட்டு அரசர் நேரடியாக அவமானப்படுத்தப்பட்டிருந்தார். பல்வேறு அரசர்களைத் தன்னுடைய வீரத்தால் அடிபணிய வைத்திருந்த மாவீரனான என்னுடைய சகோதரனுக்கு நிகழ்ந்திருந்த அவமானம் அது. சல்லியன் போன்ற ஓர் அற்ப நபர் அவரை அவமானப்படுத்தியிருந்தார்!

நான் அந்த மடலைக் கிழித்தெறியவிருந்த நேரத்தில், என் அண்ணன் என்னிடம், "ஷோன், பொறு! அதை என்னிடம் கொடு," என்று கூறி என்னிடமிருந்து அதைப் பெற்றுக் கொண்டார். அவர் அந்தப் பட்டுத் துணியை மட்டும் சல்லியனின் தூதுவனிடம் கொடுத்துவிட்டு, புருஷ்ணி நதியை நோக்கித் தன் சுட்டுவிரலை நீட்டி, திரும்பிப் போகும்படி அந்தத் தூதுவனுக்கு மௌனமாக உத்தரவிட்டார். அவன் தான் வந்த அதே படகில் திரும்பிச் சென்றான். என் அண்ணன் அந்த மடலைத் தன்னுடைய இடைக்கச்சையில் பத்திரமாகச் செருகி வைத்தார்.

பிறகு அவர் எங்களைப் பார்த்து, "நீங்கள் எல்லோரும் இப்போது போகலாம். உங்களுக்கான உத்தரவுகளை நான் நாளைக்கு வழங்குவேன்," என்று கூறினார்.

நாங்கள் எல்லோரும் சல்லியன்மீதான கோபத்தை மறைத்துக் கொண்டு, எங்கள் தளபதி கூறியபடி நடந்து கொண்டோம். போர்க்களத்தில் இடிபோல முழங்கிய அவர், அன்றைய நாள் முழுவதையும் புருஷ்ணி நதியில் நின்று அஞ்சலி செய்வதில் செலவிட்டார். எங்களுடைய திக்விஜய முயற்சி முடிந்துவிட்டதாக எண்ணிய எங்கள் வீரர்கள், இனி நிகழவிருந்ததை எதிர்கொள்ளத் தயாராக இருந்தனர். அன்று இரவு முழுவதும் எங்கள் தளபதி அந்த ஆற்றில் நின்று அடுத்தடுத்துப் பல்வேறு அஞ்சலிகளைச் செய்து கொண்டே இருந்தார். நாங்கள் எல்லோரும் எங்கள் படுக்கைகளில் புரண்டு கொண்டிருந்தோம்.

ஐந்தாம் நாள் விடிந்தது. அவர் இன்னமும் புருஷ்ணி ஆற்றினுள் நின்று அஞ்சலி செலுத்திக் கொண்டிருந்ததைக் கண்ட நாங்கள் அனைவரும் ஆச்சரியமடைந்தோம். அவர் சூரிய பகவானுக்கு அஞ்சலி செய்து கொண்டிருந்தாரா அல்லது தான் தன்னுடைய படையினருக்கு இப்போது என்ன உத்தரவு கொடுக்க வேண்டும் என்பதைப் பற்றி சிந்தித்துக் கொண்டிருந்தாரா என்பதை ஊகிப்பது கடினமாக இருந்தது.

அவர் அந்த ஆற்றினுள்ளிருந்து வெளியே வந்து, ஓர் உறுதியான குரலில், "துணிச்சல்மிக்க வீரர்களே, மதுராவின் தலைநகரமான

சாகலநகரத்தைத் தாக்கிக் கைப்பற்றுவதற்கான நேரம் வந்துவிட்டது," என்று கூறினார்.

"எப்படி?" என்று நான் வியப்புடன் கேட்டேன். எங்களுடைய படைத் தலைவர்களின் முகங்கள்மீதும் ஆச்சரியமும் சந்தேகமும் வெளிப்படையாகத் தெரிந்தன.

"ஷோன், நீ இந்தச் செங்கோலை உயர்த்திப் பிடித்தபடி நம்முடைய படையினரை நிர்வகிக்க வேண்டும். மறுகரையில் இருக்கும் சல்லியன், நான்தான் செங்கோலுடன் வளைய வந்து கொண்டிருப்பதாக நினைப்பான். அக்ஷௌகிணிகளுடன் நான் இந்த சதத்ரு ஆற்றை மீண்டும் கடந்து சென்று, அதன் கரையோரமாகப் பயணித்து, குலுதா மற்றும் திருஹ்யூ நாடுகளின் வழியாக அதன் மூலத்தைச் சென்றடைவேன். பிறகு, புருஷ்ணி மற்றும் சந்திரபாகா நதிகளின் மூலத்தில் அவற்றைக் கடந்து, நான் ரோத்தக நாட்டிற்குள் நுழைவேன். அங்கிருந்து நடுவழியில் சாகலநகரம் அமைந்துள்ளது. ஒரு பக்கத்திலிருந்து உன்னுடைய படையும் இன்னொரு பக்கத்திலிருந்து என்னுடைய படையும் சேர்ந்து தாக்கும்போது, சல்லியன் நடுவில் மாட்டிக் கொள்ளுவான்."

"ஆனால் இதற்கு ஒரு முழு வாரம் தேவைப்படுமே. அதுவரை நாங்கள் என்ன செய்வது?"

"நீ நூறு நூறு யானைகளாகப் புருஷ்ணி நதிக்குள் அனுப்பி வைத்து, சல்லியனைத் தொடர்ந்து வெறுப்பேற்ற வேண்டும். மறுகரையில் அவன் மெதுவாகப் பின்வாங்கிக் கொண்டிருப்பதை நீ காணும்போது, நான் சாகலநகரத்தைச் சூழ்ந்திருக்கிறேன் என்பதை நீ புரிந்து கொள்ளுவாய்."

"ஆனால்...ஆனால், உங்களுடைய இந்த உத்தி, எதிர்பாராத நேரத்தில் எதிரியின்மீது தொடுக்கப்படும் ஒரு தாக்குதலாகப் பார்க்கப்படுமே!"

"இல்லை. நான் சாகலநகரத்தின் எல்லையை அடைந்தவுடன் சல்லியனிடம் ஒரு தூதுவனை அனுப்பி வைத்து, அவன் தன்னுடைய தலைநகரத்தைக் காப்பாற்றிக் கொள்ள விரும்பினால் அவன் உடனடியாகப் புருஷ்ணியிலிருந்து தன்னுடைய படைகளை விலக்கிக் கொள்ள வேண்டும் என்று நான் எச்சரிப்பேன். அவன் புருஷ்ணியிலிருந்து பின்வாங்காவிட்டால், அவனுடைய தலைநகரத்தில் சண்டை என்ற கேள்வியே எழாது. ஏனெனில், சாகலநகரத்தைத் தற்காத்துக் கொள்ளக்கூடிய அளவுக்கு அங்கு போதிய வீரர்கள் இல்லை. எல்லோரும் இங்கே குவிந்திருக்கின்றனர். எப்படிப் பார்த்தாலும், நான் அவனுடைய அரண்மனைக்குச் சென்று, அதன் உச்சயில் பறந்து கொண்டிருக்கும் அவனுடைய கொடியை இறக்கிவிட்டு நம்முடைய கௌரவக் கொடியை ஏற்றிய பிறகுதான் நான் திரும்பி வருவேன்."

"உங்கள் உத்தரவுப்படியே நடக்கிறேன்!" என்று கூறிவிட்டு நான் அவருடைய கையிலிருந்த செங்கோலை வாங்கிக் கொண்டு, வாயுஜித்தின்மீது ஏறி அச்செங்கோலை உயர்த்திப் பிடித்தபடி, கரையின்மீது நின்று கொண்டிருந்த கௌரவப் படையினரின் முன்னால் மேலும் கீழும் செல்லத் தொடங்கினேன். உண்மையைக் கூறினால், நான் வாயுஜித்தின்மீது ஏறி அமர்ந்த பிறகும்கூட என் மனத்தில் லேசான சஞ்சலம் நிலவியது.

பின்னாலிருந்த படையினரில் சிலர் மெதுவாக அங்கிருந்து

நகரத் தொடங்கினர். அவர்கள் இன்னும் ஓர் உண்மையான போரில் ஈடுபட்டிருக்கவில்லை. எனவே, அவர்கள் சண்டையிடுவதற்கு திடகாத்திரமாக இருந்தார்கள். அண்ணனின் தலைமையின்கீழ் அவர்கள் மிகுந்த உற்சாகத்தை வெளிப்படுத்தினர். அண்ணன் அவர்களோடு சதத்ரு நதியைக் கடந்து, பஞ்சநத ஆறுகளின் மூலத்தை நோக்கிப் பயணித்தார். நான் செங்கோலுடன் இங்குமங்கும் நகர்ந்து கொண்டிருந்ததை மறுகரையில் தன்னுடைய தேரிலிருந்து பார்த்துக் கொண்டிருந்த சல்லியன் சற்றுப் பதற்றமடைந்தார். அண்ணன் சொன்னபடியே, வாயுஜித்மீது அமர்ந்து செங்கோலை அசைத்துக் கொண்டிருந்தது கர்ணன்தான் என்று அவர் தவறாக நினைத்து அதனால் பரிதவித்துக் கொண்டிருந்தார். நான் தினமும் நூறு யானைகளை ஆற்றுக்குள் அனுப்பினேன். சல்லியன் அவற்றைக் கொன்று கொண்டே இருந்தார். தான் வெற்றி பெற்றுக் கொண்டிருந்ததாக நினைத்து அவர் தன் படையினரிடையே உற்சாகமாக வலம் வந்து கொண்டிருந்தார்.

ஐந்து நாட்களுக்குப் பிறகு அவருடைய படையினரிடையே ஒரு விநோதமான குழப்பம் ஏற்பட்டதை இக்கரையிலிருந்து நாங்கள் கவனித்தோம். சிறிது நேரத்திற்குள்ளாகவே, மறுகரையிலிருந்த அனைத்து வீரர்களும் அங்கிருந்து போய்விட்டனர். இப்போது அந்த ஒட்டுமொத்தக் கரையும் வெறிச்சோடி இருந்தது. அங்க நாட்டு அரசர் ஒரு சுழல்காற்றைப்போல வேகமாகச் சென்று சாகலநகரத்தைச் சுற்றி வளைத்திருந்தார். அது எங்களுக்கு உறுதியாகத் தெரிந்தது.

சல்லியன் பின்வாங்கிச் சென்றுவிட்டதைக் கண்டு பரவசமடைந்த நாங்கள், எங்களுடைய நூற்றுக்கணக்கான படகுகளைப் புருஷ்ணி ஆற்றுக்குள் இறக்கி, “அங்க நாட்டு அரசர் கர்ணன் வாழ்க! முதன்மைத் தளபதி கர்ணன் வாழ்க!” என்று வெற்றிக் கோஷமிட்டபடியே மறுகரையை நோக்கிப் பயணிக்கத் தொடங்கினோம்.

எங்களுடைய நூற்றுக்கணக்கான யானைகளை அடித்துச் சென்ற அந்த ஆறுகூட இந்த வெற்றி முழக்கங்கள் ஏற்படுத்திய அதிர்வுகளால் நடுங்கியது.

21

சாகலநகரத்திற்கு வெளியே இருந்த ஒரு பரந்த மைதானத்தில் நாங்கள் சல்லியனின் படையுடன் கைச்சண்டையில் ஈடுபட்டோம். சல்லியனின் படையை நாங்கள் பந்தாடினோம். இறுதியில், நானே அவரை நிராயுதபாணியாக்கி, அவரைச் சிறைபிடித்து, எங்களுடைய முதன்மைத் தளபதியின் முன்னால் கொண்டு வந்து நிறுத்தினேன். சல்லியன் தோல்வியில் தலை கவிழ்ந்து நின்றார். ஆனால் அவரைச் சிறைபிடிப்பதற்கு நாங்கள் ஒரு மிகப் பெரிய விலையைக் கொடுக்க வேண்டியதாயிற்று. நாங்கள் வியாக்ரதத்தனையும் இரணியவர்மனையும் இழந்திருந்தோம்.

“அவனை விடுவியுங்கள்!” என்று அண்ணன் உத்தரவிட்டார். நாங்கள் சல்லியனின் கைக்கட்டுகளை அவிழ்த்தோம்.

“சல்லியா, சசக நாடு, யவன நாடு, பர்பர நாடு போன்ற

காட்டுமிராண்டித்தனமான நாடுகளால் சூழப்பட்டுள்ள மத்ர நாட்டின் அரசன் நீ. எனவே, உன்னிடமிருந்து கண்ணியமான நடத்தையை நாங்கள் ஒருபோதும் எதிர்பார்க்கவில்லை. அதை நாங்கள் ஒருபோதும் எதிர்பார்க்கவும் மாட்டோம். ஆனால், ஒரு விஷயத்தை நீ நன்றாக நினைவில் வைத்துக் கொள்ளுவது நல்லது. குன்றுகளின் அடிவாரத்தில் சலசலக்கின்ற உன்னைப் போன்ற சிற்றோடைகளின் தண்ணீரைக் கொண்டு வானளாவிய மலைச்சிகரங்களுக்கு ஒருபோதும் அபிஷேகம் செய்யப்படுவதில்லை," என்று கூறிய எங்கள் தளபதியின் நீலநிறக் கண்கள் நெருப்பை உமிழ்ந்ததுபோலக் காணப்பட்டன. அவருடைய கன்னங்கள் செந்நிறக் கள்ளிச்செடி மொட்டுக்களைப்போலக் காட்சியளித்தன. வியர்த்துக் கொண்டிருந்த அவருடைய நெற்றியின்மீது நரம்புகள் தெறித்தன. அவருடைய மூக்கின் நுனி ரத்தச்சிவப்பு நிறத்தில் இருந்தது.

"ஷோன், புருஷ்ணி நதியில் நாம் எத்தனைப் படகுகளையும் யானைகளையும் இழந்துள்ளோம்?" என்று அண்ணன் என்னிடம் கேட்டார்.

"சுமார் எழுநூறு இருக்கும்," என்று நான் பதிலளித்தேன்.

"சல்லியன் நமக்கு எழுநூறு படகுகளையும் எழுநூறு யானைகளையும் கொடுக்கும்படி பார்த்துக் கொள்," என்று கூறிவிட்டு, சல்லியன் தனக்கு அனுப்பியிருந்த மடலைத் தன் இடைக்கச்சையிலிருந்து எடுத்து என்னிடம் கொடுத்துவிட்டு, சல்லியனின் கழுத்தில் தன்னுடைய வில்லை மாட்டி அவரைத் தன்னை நோக்கி வேகமாக இழுத்தார். பிறகு அவர் என்னைப் பார்த்து, "அகங்காரம் பிடித்த, நாகரீகமற்ற இந்தச் சத்திரிய அரசன் 'சூத புத்திரர்களும் அறிவார்ந்தவர்கள்தாம், போர்க்கலையில் வல்லவர்கள்தாம். சில சமயங்களில், தங்களைச் சத்திரியர்கள் என்று கூறிக் கொள்ளுகின்றவர்களைவிட அவர்கள் போர்க்கலையில் அதிக அறிவும் திறனும் படைத்தவர்களாக இருக்கின்றனர்,' என்று இந்த மடலின் பின்னால் தன் கைப்பட ஐந்து முறை எழும்படி செய்," என்று உத்தரவிட்டார்.

22

சல்லியனின் தோல்வி குறித்தச் செய்தி தானாகவே பஞ்சநதம் நெடுகிலும் பரவியது. இதனால், பர்பரம், யவனம், சசகம் ஆகிய அண்டை நாடுகள் சுலபமாக எங்கள் கட்டுப்பாட்டின்கீழ் வந்துவிட்டன. அவர்களிடமிருந்து கப்பத்தையும், சல்லியனிடமிருந்து போர் இழப்பீடுகளையும் பெற்றுக் கொண்ட பிறகே நாங்கள் பஞ்சநதத்தைவிட்டுப் புறப்பட்டோம். மேற்குப் பகுதியில் நாங்கள் வெல்ல விரும்பிய நாடுகள் அனைத்தையும் இப்போது நாங்கள் வென்றிருந்தோம்.

வைகாசி மாதம் தொடங்கியது. நாங்கள் அஸ்தினாபுரத்தைவிட்டு வந்து ஐந்து மாதங்கள் ஆகியிருந்தன. மகிழ்ச்சியான நாட்களும் யுத்த நாட்களும் எவ்வளவு வேகமாகக் கடந்து சென்றுவிடுகின்றன! குறைந்தபட்சம், எங்கள் வீரர்கள் இதைப் பற்றி நினைக்கவில்லை.

இப்போது நாங்கள் வெற்றி கொள்ள வேண்டிய ஒரே பகுதி வடக்குதான். அங்கு வெறும் ஐந்து நாடுகள் மட்டுமே இருந்தன. வைகாசி மாதத்திற்குள் அவை அனைத்தையும் அடிபணிய வைக்க நாங்கள் திட்டமிட்டிருந்தோம். ஏனெனில், அதன் பிறகு பருவமழை தொடங்கிவிடும். வைகாசிக்குள் எங்கள் திக்விஜயத்தை முழுமை செய்துவிட்டு அஸ்தினாபுரத்திற்குத் திரும்பிச் செல்லுவது எங்களுடைய திட்டமாக இருந்தது.

எங்களுடைய அடுத்த இலக்கான காஷ்மீரத்திற்கு நாங்கள் மிக வேகமாகப் பயணித்தோம். காஷ்மீரம்! இயற்கை எழிலைப் பொருத்தவரை, ஒட்டுமொத்த ஆரியவர்த்தத்தில் காஷ்மீரத்திற்கு இணையேதும் இருக்கவில்லை. காஷ்மீரத்தில்தான் இமயமலைச் சிகரங்களை நாங்கள் முதன்முதலாகக் கண்டோம். பனி சூழ்ந்த மலைச்சரிவுகளில் எங்கள் முதன்மைத் தளபதியின் வெற்றிக் குரல் விரைவில் எதிரொலிக்கவிருந்தது. ஆரியவர்த்தத்தின் நெற்றியின்மீது இருந்த மங்கலத் திலகம்தான் காஷ்மீரம் என்று மக்கள் கற்பனை செய்தனர். இளமைத் துடிப்பும் வனப்பும் கொண்ட இயற்கையன்னையின் மறு உருவமாக அவர்கள் காஷ்மீரத்தைப் பார்த்தனர். அஸ்தினாபுரத்தின் அரசவையில், காஷ்மீரம் இந்த பூமியிலுள்ள சொர்க்கம் என்று பண்டிதர்களும் கவிஞர்களும் அதைப் பெரிதும் போற்றியதை நான் கேட்டிருந்தேன். ஆனால், நான் நேரில் அந்த இடத்தைப் பார்த்தபோது, முற்றிலும் வித்தியாசமான ஓர் அபிப்பிராயம் எனக்கு ஏற்பட்டது. சொர்க்கம் என்றால் வானத்தின் நீல நிறம்தான் நமக்குத் தோன்றும். ஆனால், காஷ்மீரம் பல்வேறு வண்ணங்களில் ஜொலித்துக் கொண்டிருந்தது. சொர்க்கத்தில் உள்ள கடவுளர் தங்களுடைய அரண்மனைகளின் சன்னல்களைத் திறந்து கீழே பார்த்தால், அவர்கள் நிச்சயமாக உடனடியாக சொர்க்கத்தைத் துறந்துவிட்டுக் கீழே வந்துவிடுவார்கள். மனத்தைக் கொள்ளை கொள்ளுகின்ற தெய்விக அழகு நிறைந்ததாகக் காஷ்மீரம் அமைந்திருந்தது.

வசந்தகாலத்தின் உச்சத்தில் நாங்கள் அந்நாட்டிற்குள் அடியெடுத்து வைத்தோம். ஒருவன் எவ்வளவு கல்நெஞ்சக்காரனாக இருந்தாலும் சரி, வசந்தகாலத்தில் காஷ்மீரத்தின் வசீகரமான இயற்கையழகு அவனுடைய மனத்தை உருக்கிவிடும் என்று உறுதி. அசுவத்தாமன் இப்போது இங்கு எங்களுடன் இருந்திருந்தால், அவன் தன்னுடைய தலையைச் சுற்றிக் கட்டியிருந்த துணியை உடனே கழற்றி வீசி எறிந்துவிட்டு, ஒரு பசுமையான, பரந்த புல்வெளியின்மீது படுத்துக் கொண்டு, அப்பகுதியில் பூத்துக் குலுங்கும் மலர்களால் உத்வேகம் பெற்றப் பறவைகள் பாடும் பாடல்களை ரசித்துக் கேட்பான். காஷ்மீரத்தின் மலைச்சரிவுகளிலும் பள்ளத்தாக்குகளிலும் சுற்றித் திரிந்து, அங்கு மலர்ந்திருக்கும் எண்ணற்ற மலர்களைக் கூர்ந்து கவனித்துவிட்டு, அங்க நாட்டு அரசரைப் பார்த்து, "கர்ணா, மலர்களால் நிரம்பி வழிகின்ற இந்த நாட்டை நீ எந்த ஆயுதத்தைக் கொண்டு வெற்றி கொள்ளப் போகிறாய்? இந்தப் பள்ளத்தாக்குகளின் ஆழங்களை எவ்வாறு நீ கண்டுபிடிக்கப் போகிறாய்? இந்த மலைகள்மீது நீ எப்படி ஏறப் போகிறாய்? இல்லை, கர்ணா. மனிதனால் எதை வேண்டுமானாலும் வெற்றி கொள்ள முடியும், ஆனால் இயற்கையின் அளப்பரிய செல்வத்தை அவனால்

ஒருபோதும் வெற்றி கொள்ள முடியாது," என்று அவன் நிச்சயமாகக் கூறியிருந்திருப்பான். இயற்கையின்மீதான ஓர் உள்ளார்ந்த அன்புடன் அவன் பிறந்திருந்தான். இயற்கை குறித்தத் தன்னுடைய உற்சாகத்தை அவன் அண்ணனிடமும் வெற்றிகரமாகத் தெரியப்படுத்தியிருந்தான். காஷ்மீரத்தின் இயற்கை எழில் பாதிக்கப்படுவதைத் தான் பார்க்க விரும்பாததால்தான், யானைப் படையை அண்ணன் எங்களுடன் இங்கு அழைத்து வரவில்லையோ? எங்கள் காலாட்படையினர் மட்டுமே தலைநகரான சூரியநகரத்தை நோக்கிச் சென்று கொண்டிருந்தனர்.

வழியில் நாங்கள் எண்ணற்ற ஏரிகளைப் பார்த்தோம். நீலம், மஞ்சள், வெள்ளை, சிவப்பு, மற்றும் பல நிறங்களைக் கொண்ட பல்வேறு வகையான தாமரைகள் அந்த ஏரிகளை முழுவதுமாகப் போர்த்தியிருந்தன. தேனீக்கள் கூட்டங்கூட்டமாக அம்மலர்கள்மீது வட்டமிட்டு, அவற்றிலிருந்த தேனைப் பருகிவிட்டு, அந்த ஏரிகளில் நீந்திக் கொண்டிருந்த அன்னப்பறவைகளை வட்டமிட்டன. அந்த ஏரிகளின் மேற்பரப்பில் தாமரை இலைகள் மிதந்து அவற்றுக்கு அழகு கூட்டின. ஏரிகள், மலர்கள், பறவைகள், படர்கொடிகள், வண்டல் நிலங்கள் ஆகியவற்றை உள்ளடக்கிய ஓர் அற்புதமான இடமாகக் காஷ்மீரம் இருந்தது.

சூரியநகரத்தை வென்ற பிறகு, இமயத்தை தரிசிப்பதற்காக நாங்கள் முன்னோக்கிச் சென்றோம். வழியில் நாங்கள் பல்வேறு பறவைகளைப் பார்த்தோம். அவை, "நீங்கள் இமயத்தை நோக்கிப் போய்க் கொண்டிருக்கிறீர்கள். எனவே, பணிவோடு செல்லுங்கள்," என்று எங்களுக்கு நினைவுபடுத்தின. நாங்கள் பூந்தோட்டங்களையும் வாழைத் தோப்புகளையும் கடந்து சென்றோம். சிறிது நேரத்திற்குப் பிறகு இமயத்தின் மலைச்சரிவுகள் எங்கள் பார்வையில் பட்டன. இமயம்! இப்பிரபஞ்சத்தைப் படைத்தக் கடவுள் தன்னுடைய உறையிலிருந்து தன்னுடைய கூர்மையான வாளை உருவிக் கொண்டு ஒரு மாபெரும் மலைச்சிகரத்தின் வடிவில் எங்கள் முன்னால் நின்று கொண்டிருந்ததுபோல இருந்தது அது. உருகிக் கொண்டிருந்த பனி அந்த மலைச்சரிவுகள் வழியாகக் கீழ்நோக்கி விரைந்தது. பளபளத்துக் கொண்டிருந்த அச்சிகரங்கள்மீது யாருடைய கொள்ளிக் கண்ணும் படுவதைத் தவிர்க்கும் விதமாக, தூய வெண்ணிற மேகங்கள் அந்த மலையுச்சிகளைச் சூழ்ந்திருந்ததுபோலத் தெரிந்தது. தொலைவில் இருந்த மிக உயரமான கைலாய மலையிலிருந்து சிவன் தன்னைப் பார்த்துக் கொண்டிருந்ததைக் கண்டு உமையவள் வெட்கம் கொண்டு முகிலாடை அணிந்து அடக்க ஒடுக்கமாக இருந்தாள்.

அந்த மலைச்சிகரம் வெவ்வேறு கோணங்களில் வெவ்வேறு வடிவங்களில் தோன்றியது. சில சமயங்களில், நரைத்தத் தலையுடன்கூடிய ஒரு முனிவர் தியானம் செய்து கொண்டிருந்ததுபோலவும், சில சமயங்களில், ஒரு செங்குத்தான கொடிக் கம்பம்போலவும், சில சமயங்களில், நிலத்திலிருந்து மேலெழுந்து வானத்தைத் தொட முயற்சித்துக் கொண்டிருந்த ஒரு சக்திவாய்ந்த கைபோலவும் அது தோன்றியது.

அங்க நாட்டு அரசர் அச்சிகரத்தின் முன்னால் மண்டியிட்டுப் பணிந்து தன்னுடைய பக்தியை வெளிப்படுத்தினார். அவர்

தன் கண்களை மூடி, தன் கைகளைக் குவித்து, தனக்குள் ஏதோ முணுமுணுத்தபடி சிறிது நேரம் அப்படியே அமர்ந்திருந்தார். அவருடைய முகத்தின்மீது அமைதி தவழ்ந்தது. அவருடைய குண்டலங்கள், உருகிக் கொண்டிருந்த பனியில் பிரதிபலித்தன. சிறிது நேரத்திற்குப் பிறகு அவர் எழுந்தார்.

அடுத்து நாங்கள் தராதரர்களின் நாட்டை வெற்றி கொண்டுவிட்டு, இமயத்திலிருந்து கீழிறங்கி வந்து எங்கள் பயணத்தைத் தொடர்ந்தோம். நாங்கள் பின்னால் விட்டுவிட்டு வந்திருந்த யானைப் படை, தங்கண நாட்டில் எங்களோடு வந்து சேர்ந்து கொள்ள வேண்டும் என்று அப்படையின் தலைவருக்கு அண்ணன் உத்தரவிட்டார். இமயத்தின் பிரம்மாண்டமான பல்வேறு பரிமாணங்கள் எங்களை வசீகரித்தன. பல யோஜனை தூரம் பரந்து விரிந்த நிலப்பரப்பு! பால்வெள்ளை மேகங்கள்! நாங்கள் அங்கிருந்த ஆற்றைக் கடந்து தங்கண நாட்டுக்குள் நுழைந்தபோது, கடுங்குளிர் எங்களைத் தாக்கியதை நாங்கள் உணர்ந்தோம். அங்கு நிலவிய குளிரை சமாளித்துக் கொண்டு வாழ்ந்து கொண்டிருந்த தங்கணர்களின் நெஞ்சுரத்தை நினைத்து நாங்கள் வியந்தோம். தங்கணர்கள் படைபலத்தில் மிகவும் பலவீனமானவர்களாக இருந்ததால், அவர்கள் எங்களை வரவேற்று எங்களுக்குக் கப்பம் கட்ட முன்வந்தனர். பிறகு, அவர்கள் எங்களுக்கு ஒரு நல்ல விருந்தளித்தனர்.

நாங்கள் தங்கணத்தைவிட்டுப் புறப்பட்டு இமவான் நாட்டை நோக்கிச் செல்லத் தொடங்கியபோது, எங்களுக்குள் ஏராளமான உணர்வுகள் தோன்றி எங்களைத் திக்குமுக்காடச் செய்தன. கங்கையின் மூலத்தை தரிசிப்பதற்கு இங்கு எங்களுக்கு ஒரு வாய்ப்பு இருந்தது. உலகிற்கு அருள் பாலிக்கின்ற புனித நதியான கங்கோத்ரி அங்கிருந்துதான் தொடங்கியது.

நாங்கள் சில குறிப்பிட்டப் படையினருடன் இமவான் நாட்டிற்குள் நுழைந்தோம். மற்ற எல்லோரும் அஸ்தினாபுரத்திற்குத் திரும்பிச் சென்று, நகர எல்லைக்கு வெளியே கூடாரமிட்டு, நாங்கள் வரும்வரை அங்கேயே தங்கியிருக்க வேண்டும் என்று நாங்கள் அவர்களுக்கு உத்தரவிட்டோம். இமவான் நாட்டில் சிறிய மற்றும் பெரிய புனிதத் தலங்கள் பல இருந்தன. அப்பகுதியில், ஒருங்கிணைக்கப்பட்ட ஒரே ராஜ்ஜியத்தை நிறுவுவதற்கு எந்த வழியும் இருக்கவில்லை. நாங்கள் மட்டுமல்ல, ஆரியவத்தத்தின் அனைத்து அரசர்களும் ஒன்றுசேர்ந்து தாக்கினால்கூட அப்பகுதியை அவர்களால் ஒரே ராஜ்ஜியமாக ஒருங்கிணைத்திருக்க முடியாது.

எங்களுடைய திக்விஜயப் பயணம் முடிந்துவிட்டிருந்தது. நாங்கள் அஸ்தினாபுரத்திற்குத் திரும்பிச் செல்லுவதற்கான திட்டத்தை நாங்கள் வகுக்கத் தொடங்கினோம்.

நாங்கள் கேதாரத்தைக் கடந்து, யமுனையின் மூலமான யமுனோத்ரியை வந்தடைந்தோம். யமுனை இமயத்தின் உச்சியிலிருந்து தொடர்ந்து பாய்ந்தோடுகின்ற வசந்தகாலமாகும். அது இமயத்தின் வெண்ணிற மடிமீது தவழ்ந்த ஒரு விளையாட்டுத்தனமான சிறுமிபோலத் தோன்றியது. என் அண்ணன் தன்னுடைய போர்க்கவசங்களையும் ஆடையையும் களைந்துவிட்டு வெறும் வெள்ளை அங்கவஸ்திரம் ஒன்றைத் தன் உடலைச் சுற்றி அணிந்து கொண்டு யமுனைக்குள் இறங்கி நீராஞ்சலி செய்யலானார். திக்விஜயத்தின்போது அவர் போரிட்ட

சமயங்களில் அவர் எண்ணற்ற ஆயுதங்களைப் பயன்படுத்தியதன் விளைவாக அவருடைய புஜங்கள் புடைத்திருந்தன.

யமுனையின் தூய்மையான நீர், அவருடைய தூய்மையான கைகளிலிருந்து வழிந்து மீண்டும் அந்த யமுனைக்குள் விழுந்தது. அவருடைய கண்கள் மூடியிருந்தன. எது அதிகமாக மின்னியது – அந்த வெண்ணிற இமயமா அல்லது அவருடைய கவசமா என்று என்னால் உறுதியாகக் கூற முடியவில்லை. அவர் ஒரு தளபதியா அல்லது முற்றும் துறந்த துறவியா என்று என்னை நானே கேட்டுக் கொண்டேன்.

நாங்கள் யமுனோத்ரிக்கு அருகே ஒரு நாள் கூடாரமிட்டுவிட்டு, மறுநாள் கங்கோத்ரியை நோக்கி நடக்கத் தொடங்கினோம். அங்கு மனிதர்கள் இருந்ததற்கான அறிகுறி எதுவும் தென்படவில்லை. கீழ்நோக்கி ஓடிக் கொண்டிருந்த ஆறுகளின் சத்தம் மட்டுமே கேட்டது. இமயத்தை யாரால் வெல்ல முடியும்? அங்கு உங்களால் ஒரு புனித யாத்திரை மட்டுமே மேற்கொள்ள முடியும்.

கங்கோத்ரியில் ‘பகீரதப் பாறை’ இருக்கும் இடத்திற்கு நாங்கள் வந்து சேர்ந்தோம். வெற்றி வாகை சூடியிருந்த எங்கள் முதன்மைத் தளபதி கங்கையில் குளித்துவிட்டு, சிறிது நேரம் அந்தப் பாறையின்மீது படுத்தார். பிறகு அவர் மீண்டும் கங்கைக்குள் இறங்கினார். அவருடைய பொன்னிற முதுகு சூரிய ஒளிக்கதிகள் பட்டு சூடாகத் தொடங்கியது. அவர் தன் கழுத்தை உயர்த்தி வானத்துச் சூரியனின் திசையில் கண்கொட்டாமல் பார்த்தார். அப்பகுதி முழுவதும் அமைதியாக இருந்தது. மக்களைக் கைப்பாவைகள்போல ஆட்டி வைக்கின்ற காலச்சக்கரம் அப்படியே நின்றுவிடாதா என்று ஒரு கணம் நான் ஏங்கினேன். என் அண்ணன் நிரந்தரமாக அப்படியே நின்று கொண்டிருக்க வேண்டும் என்று நான் விரும்பினேன். சூரிய ஒளி அவருடைய நெற்றியின்மீது எப்போதும் ஒளிரட்டும் என்று நான் மனதார வேண்டினேன். அவருடைய கால்களைச் சுற்றி நடனமிட்டபடி ஓடிக் கொண்டிருந்த கங்கை, “கர்ணனுக்கு வெற்றி!” என்று எப்போதும் இனிமையாக முணுமுணுக்கட்டும்! இந்த மனித இமயம் அந்த இமயமலைக்கு முன்னால் என்றென்றும் இருகரம் கூப்பி நிற்கட்டும்! காலச்சக்கரத்தின் சுழற்சி நின்று போகட்டும்!

நாங்கள் கங்கோத்ரியில் மூன்று நாட்கள் முகாமிட்டப் பிறகு பத்ரியை நோக்கிப் புறப்பட்டோம். வழி நெடுகிலும் எண்ணற்ற சிவலிங்கங்கள் காணப்பட்டன. நாங்கள் அவற்றுக்கு மலரஞ்சலி செலுத்தியபடி, ஹரித்துவார் வழியாகச் சோணிதபுரத்திற்கு வந்து சேர்ந்தோம். சரயு நதியின் மூலம் அமைந்திருந்த ஹரித்துவார்தான் எங்களுடைய திக்விஜயத்தில் நாங்கள் கைப்பற்றிய கடைசி நகரமாகும். இதன் மூலம், வடக்குப் பகுதியில் எங்களுடைய திக்விஜயம் நிறைவடைந்தது. இப்போது நாங்கள் அஸ்தினாபுரத்திற்குத் திரும்பிச் செல்லுவதற்கான ஏற்பாடுகளைச் செய்தோம். நாங்கள் சரயு நதிக்கு மரியாதை செய்துவிட்டு அஸ்தினாபுரத்தை நோக்கிப் பயணிக்கத் தொடங்கினோம்.

வைகாசி மாதம் முடிவடையவிருந்தது. நாங்கள் வீட்டைவிட்டு வந்து ஆறு மாதங்கள் கழிந்திருந்தன. அந்த ஆறு மாதங்களில் அஸ்தினாபுரத்தில் என்ன நிகழ்ந்திருந்தது என்பது பற்றி எங்களுக்கு

எந்த யோசனையும் இருக்கவில்லை. என் மனம் அந்நகரத்தின்பால் ஈர்க்கப்பட்டது. இத்தனை நாட்களாக நான் என் மனத்தில் அடக்கி வைத்திருந்த, என்னுடைய குடும்பத்தைப் பற்றிய நினைவுகள் இப்போது மேலெழும்பத் தொடங்கின. அந்நினைவுகள் என் மனத்தைச் சூழ்ந்து கொண்டு காட்டுத்தனமாக நடனமாடத் தொடங்கின.

23

நாங்கள் ஹரித்துவாரிலிருந்து கங்கையைக் கடந்து அஸ்தினாபுரத்தின் நகர எல்லைக்கு வந்து சேர்ந்தோம். ஆறு மாத இடைவெளிக்குப் பிறகு அந்நகரைக் கண்டதும் பல்வேறு உணர்வுகள் எங்களுக்குள் ஊற்றெடுத்தன. ஒழுங்குடன்கூடிய எங்கள் படை எங்களுக்காகக் காத்துக் கொண்டிருந்தது. காலாட்படையினர் முன்னணியிலும், அவர்களுக்குப் பின்னால் குதிரைப் படையினரும், கடைசியாக யானைப் படையினரும் அணிவகுத்து நின்றனர். வெற்றி வாகை சூடியிருந்த எங்கள் படை கோலாகலமாக அஸ்தினாபுரத்தின் ஊடாக ஊர்வலமாகச் செல்லவிருந்தது. இதற்கிடையே, எங்களுடைய யானைகளின் தும்பிக்கைகள், நெற்றிகள், காதுகள் மற்றும் பிற பாகங்கள்மீது வண்ண வடிவங்களைத் தீட்டுவதற்கு ஓவியக் கலைஞர்கள் வரவழைக்கப்பட்டிருந்தனர். யானைகளின் முதுகுகள்மீது அழகான அம்பாரிகள் வைக்கப்பட்டன. யானைப் பாகன்கள் தங்களுடைய போர் உடையைக் களைந்துவிட்டு அரசவை உடையை அணிந்து கொண்டனர். அவர்களுடைய அங்குசங்கள்மீது அலங்காரமாகப் பொன்-தாள் சுற்றப்பட்டது. சரிகையுடன்கூடிய பட்டுத் துணிகள் போர்த்தப்பட்டச் சேணங்கள் எங்கள் குதிரைகளின் முதுகுகள்மீது வைக்கப்பட்டன. தோலால் ஆன கடிவாளங்களை ஓரமாக வைத்துவிட்டு, பட்டு இழைகளைக் கொண்டு அடர்த்தியாகப் பின்னப்பட்ட வசீகரமான கடிவாளங்கள் எங்கள் வீரர்களுக்கு வழங்கப்பட்டன. அனைத்து யானைகள் மற்றும் குதிரைகளின் கழுத்துக்களில் மலர்மாலைகள் அணிவிக்கப்பட்டன. அவற்றின் நெற்றிகளின்மீது இடப்பட்டக் குங்குமத் திலகம் பார்வையாளர்களின் கவனத்தை உடனடியாகக் கவர்ந்தது. வீரர்கள் தங்களுடைய கவசங்களைக் கழற்றிவிட்டு, கொண்டாட்டத்திற்கான அலங்கார ஆடைகளை அணிந்து கொண்டனர். அவர்கள் தங்களுடைய வாட்களையும் குத்துவாட்களையும் திரிசூலங்களையும் தங்கள் கைகளில் ஏந்தியிருந்தனர். அவற்றின் கூர்முனைகள் சூரியனின் கதிர்களைப்போலப் பிரகாசித்து, "அஸ்தினாபுரத்தின் குடிமக்களே, திக்விஜயத்தை வெற்றிகரமாக முடித்துவிட்டு வந்துள்ள உங்கள் முதன்மைத் தளபதியை வரவேற்று வாழ்த்துங்கள்!" என்று முழங்கியதைப்போலத் தோன்றின.

இந்த ஒட்டுமொத்த திக்விஜயப் பயணத்தில் எங்களுக்கு மிகவும் பயனுள்ளதாக இருந்த ஓர் ஆயுதம் எது என்று கேட்டால், அது அம்புதான். அதனால்தான், படைத் தலைவர்கள் அனைவரும் சேர்ந்து எங்களுடைய படையின் அணிவகுப்பு ஓர் அம்பின் வடிவில் இருக்கும்படி அதை ஒழுங்கமைத்திருந்தனர். இப்போது அதன் முனை

அஸ்தினாபுரத்திற்குள் நுழையவிருந்தது.

நகர எல்லையில் எங்களை வரவேற்க மூன்று பேர் மட்டுமே காத்திருந்தனர் – இளவரசர் துரியோதனன், அசுவத்தாமன் மற்றும் சத்தியசேனன்.

இளவரசர் துரியோதனன் தான் ஒரு பட்டத்து இளவரசன் என்பதை மறந்து, தன் கையை உயர்த்தியபடி ஒரு புன்னகையோடு அங்க நாட்டு அரசரை நோக்கி வேகமாக நடந்து வந்து, அவரை இறுக்கமாகக் கட்டியணைத்தார். அண்ணனின் கழுத்தில் அணிவிப்பதற்குத் தன் கையில் ஒரு மலர்மாலை இருந்தது என்பதுகூட அவருக்கு நினைவிருக்கவில்லை. பிறகு அது பற்றிய நினைவு வந்தவராக, அந்த மாலையை அண்ணனின் கழுத்தில் அணிவித்துவிட்டு, பிரம்மக் கமல மலர்களால் ஆன ஒரு சிறிய வளையத்தை அவருடைய மணிக்கட்டில் அணிவித்துவிட்டு, ஒரு தழுதழுப்பான குரலில், "அங்க நாட்டு அரசனே, என் கனவு இன்று நிறைவேறியுள்ளது. பாண்டவர்கள் முன்பு ஒவ்வொருவராக திக்விஜயம் மேற்கொண்டனர். ஆனால் இப்போது, தனியொருவனாக திக்விஜயம் மேற்கொள்ளக்கூடிய திறன் படைத்த இன்னொரு வீரன் ஆரியவர்த்தத்தில் இருக்கிறான், அவன் பெயர் கர்ணன், அவன் துரியோதனனின் நெருங்கிய நண்பன் என்ற உண்மை ஒருவழியாக அந்தப் பாண்டவர்களுக்கு உறைத்திருக்கும்," என்று கூறினார். கங்கையிலிருந்து வந்த மெல்லிய தென்றல் காற்றில் அவருடைய அங்கவஸ்திரம் படபடத்தது.

அண்ணன் ஒரு வார்த்தைகூடப் பேசாமல் புன்னகைத்தார். அசுவத்தாமனின் தலையில் வழக்கமான வெள்ளைத் துணி இல்லாததை கவனித்த அவர், ஆச்சரியத்தில் புருவங்களை உயர்த்தி, அசுவத்தாமனைக் கட்டித் தழுவி, "நீ ஏன் இன்று உன் தலையில் வெள்ளைத் துணிக்கு பதிலாக இளஞ்சிவப்பு நிறத் துணியைக் கட்டியிருக்கிறாய்?" என்று கேட்டார்.

"திக்விஜய வீரனை வரவேற்பதற்குத் துறவறத்திற்குரிய வெள்ளைத் துணியை அணிந்து என்னால் எப்படி வர முடியும்? அதனால்தான், வெற்றிக்கும் சாதனைக்கும் அடையாளமான இளஞ்சிவப்பு நிறத்தை நான் தேர்ந்தெடுத்தேன். வெள்ளையைத் தவிர வேறொரு நிறத் துணியை நான் என் தலைமீது கட்டியது இதுதான் முதல் முறை. ஏன், உனக்கு இந்த நிறம் பிடிக்கவில்லையா?"

"அதெல்லாம் ஒன்றுமில்லை. இந்த நிறம் எனக்குப் பிடித்திருக்கிறது."

சத்தியசேனன் முன்னால் அடியெடுத்து வைத்து அண்ணனின் பாதங்களைத் தொட்டு வணங்கினார்.

"சத்தியசேனா, வீட்டில் எல்லோரும் நலமாக இருக்கிறார்களா?" என்று அண்ணன் கேட்டார். தன்னுடைய குடும்பத்தினரைப் பற்றி அவர் அப்போதுதான் முதன்முறையாக விசாரித்தார்.

"அரசே, எல்லோரும் நலமாக இருக்கின்றனர்," என்று சத்தியசேனன் பணிவாக பதிலளித்தார்.

அண்ணன் இளவரசர் துரியோதனனின் கையைப் பிடித்துக் கொண்டு மெதுவாக எங்கள் முன்னால் நடக்கலானர். அவர் தன்னுடைய இன்னொரு கையில் கௌரவர்களின் செங்கோலைப் பிடித்திருந்தார். அனைத்து அரசர்களையும் மண்ணைக் கவ்வச் .செய்த

பண்டைய செங்கோல் அது. கௌரவர்களின் கண்ணியத்திற்கும் தன்மானத்திற்குமான அடையாளச் சின்னம் அது. அச்செங்கோல் சூரியனின் முதல் கதிர்கள் பட்டு மின்னியது.

ராஜ ஊர்வலத்திற்கான அனைத்து ஏற்பாடுகளும் கங்கைக் கரையின்மீது செய்யப்பட்டிருந்தன. மழைக்காலத்தின் வரவை எதிர்பார்த்து, கடம்ப மரங்களின் அடர்த்தியான இலைகளில் ஒளிந்து கொண்டிருந்த சாதகப்பறவைகள் வானத்தை நோக்கிக் கடுமையாகவும் சத்தமாகவும் குரலெழுப்பின. மழைக்காலம் விரைவில் வரவிருந்தது. காலங்களில் மழைக்காலம்தான் மிகுந்த பெருந்தன்மையும் தாராள குணமும் கொண்டது என்று நான் எப்போதுமே கருதி வந்தேன். ஏனெனில், நீர் சார்ந்த செல்வங்களை அது அபரிமிதமாக வழங்கியது.

அண்ணனுடைய தேரை நிறுத்துவதற்காக நிலத்தின்மீது மங்கலகரமான ஒரு சுவஸ்திகா சின்னம் மிகத் துல்லியமாக வரையப்பட்டிருந்தது. அம்பு வடிவில் நின்று கொண்டிருந்த எங்கள் படையின் நேர் முன்னால் அச்சின்னம் இடம்பெற்றிருந்தது. சுவஸ்திகா சின்னத்தின் நான்கு கரங்களும் சந்தித்த மையப் புள்ளியின்மீது அண்ணன் வந்து நின்றார். ஒட்டுமொத்தப் படையும் அவருக்குப் பின்னால் நின்றது.

அரசத் தேரோட்டியான பிரதிகாமன், மிக அருமையாக அலங்கரிக்கப்பட்டிருந்த ஒரு தேரை அங்கு ஓட்டி வந்தான். அது ஆறு குதிரைகளால் இழுக்கப்பட வேண்டிய ஒன்றாக இருந்தபோதிலும், அதில் ஐந்து குதிரைகள் மட்டுமே பூட்டப்பட்டிருந்தன. அவை அனைத்தும் வெண்ணிறத்தில் இருந்தன. ஆனால், அந்த ஆறாவது குதிரை இருந்திருக்க வேண்டிய வெற்று இடம்தான் எல்லோருடைய கவனத்தையும் கவர்ந்தது.

அண்ணன் பிரதிகாமனை ஏறிட்டுப் பார்த்து, "பிரதிகாமா, என்ன பிரச்சனை? ஏன் ஐந்து குதிரைகள் மட்டுமே பூட்டப்பட்டுள்ளன?" என்று கேட்டார்.

"இதுதான் இந்தத் தேருக்கான பாரம்பரியம். ராஜமாதா குந்தி தேவி தன்னுடைய தன்னிப்பட்டத் தேவைகளுக்கு இந்தத் தேரைத்தான் பயன்படுத்தினார். அப்போதிலிருந்து, இதில் ஐந்து குதிரைகள் மட்டுமே பூட்டப்படுகின்றன. அதனால்தான் நானும் ஐந்தை மட்டுமே பூட்டிக் கொண்டு வந்திருக்கிறேன்," என்று பிரதிகாமன் நடுக்கத்தோடு பதிலளித்தான். தன்மீது தவறில்லை என்பதை அண்ணனுக்கு அவன் உணர்த்த விரும்பினான்.

"இங்கு கொண்டு வருவதற்கு வேறு எந்தத் தேரும் உனக்குக் கிடைக்கவில்லையா?"

அப்போது இளவரசர் துரியோதனன் குறுக்கிட்டு, "கர்ணா, காரணம் அதுவல்ல. பல தேர்கள் இருக்கின்றன, ஆனால் இந்தத் தேரை ஓட்டி வரும்படி நான்தான் பிரதிகாமனிடம் கூறினேன். குடிமக்கள் எல்லோரும் உன்னைப் பார்க்க வேண்டும் என்று நான் விரும்புகிறேன். அதனால், எந்தத் தேராக இருந்தாலும், அதன் விதானம் அகற்றப்பட்டாக வேண்டும். அது ராஜமாதாவின் தேராக இருந்தால் என்ன பிரச்சனை வந்துவிடப் போகிறது?" என்று கூறிவிட்டுச் சிரித்தார்.

"அருமை! நான் சாமர்த்தியமாக என்னுடைய வீரர்களின்

உயிர்களைக் காப்பாற்றியுள்ளேன். நீ கௌரவர்களின் தேர் ஒன்றைக் காப்பாற்றுவதற்காகப் பாண்டவர்களுடைய தேர்களில் ஒன்றை சாமர்த்தியமாகப் பயன்படுத்தியிருக்கிறாய். ஆனால், ஐந்து குதிரைகள் பூட்டப்பட்ட ஒரு தேர், பார்ப்பதற்கு அழகாக இல்லை என்பதை எப்படி நீ கவனிக்கத் தவறினாய்? நான் என்னுடைய குதிரையான வாயுஜித்தை இதில் பூட்டி அந்தக் குறையைத் தீர்க்கப் போகிறேன்," என்று கூறிவிட்டு, அண்ணன் அந்த சுவஸ்திகாவின் மையத்திலிருந்து வெளியே வந்து, வாயுஜித்தின் கடிவாளத்தை என் கையிலிருந்து வாங்கிக் கொண்டு, அதைத் தன்னுடைய தேருக்கு அழைத்துச் சென்று, அதிலிருந்த வெற்று இடத்தில் அவர் அதைப் பூட்டினார். ஆரியவர்த்தத்தை அதிவேகத்தில் சுற்றி வந்த வாயுஜித், மற்ற ஐந்து குதிரைகளையும்விட அதிக உயரமாகத் தெரிந்தது. பல்வேறு நாடுகளிலிருந்து வெற்றி கொள்ளப்பட்டப் பல்வேறு ஆபரணங்களால் அலங்கரிக்கப்பட்டும், சரிகை வேலைப்பாடுகளுடன்கூடிய ஒரு பட்டுத் துணி போர்த்தப்பட்ட ஒரு சேணத்துடனும், பல வண்ண இறகுகளைக் கொண்டு உருவாக்கப்பட்ட ஒரு தலைப்பட்டி அணிந்தும் நின்ற வாயுஜித்மீது இப்போது எல்லோருடைய பார்வையும் திரும்பியது.

அண்ணனின் தேர் அந்த சுவஸ்திகாவின்மீது வந்து நின்றது. நான் முன்பு எப்போதும் செய்திருந்ததைப்போலவே, என் அண்ணனின் தேரோட்டியாகச் செயல்படுவதற்காக அத்தேரின் படிகள்மீது ஏறத் தொடங்கினேன். ஆனால் அவர் என்னைத் தடுத்துவிட்டு, "ஷோன், நீ இனி ஒரு தேரோட்டி அல்ல. இந்த வெற்றிப் படையின் துணைத் தளபதி நீ. நீ என்னுடன் வந்து நின்று, கௌரவர்களின் அரசக் கொடியை ஏந்தி நில். சத்தியசேனன் நம்முடைய தேரை ஓட்டுவான்," என்று கூறினார்.

நான் கீழே இறங்கி வந்து, தேரின் பின்பக்கத்திற்குச் சென்று மேலே ஏறி, அரசக் கொடியை ஏந்தி நின்றேன். நான் அண்ணனின் வலது பக்கத்தில் நின்று கொண்டேன், இளவரசர் துரியோதனன் அண்ணனுக்கு இடது பக்கத்தில் நின்றார். அவருக்கு இடது பக்கத்தில் அசுவத்தாமன் நின்றார். அண்ணன் கைகுவித்து நடுவில் நின்றார். அவர் தன்னுடைய போர் உடையைக் கழற்ற மறுத்துவிட்டார். அவருடைய உடலின் பல பகுதிகளிலும் அழுக்கு திட்டுத்திட்டாக இருந்தது. எங்கள் நால்வரில் அவர் தனியாகத் தெரிந்தார். அதற்கு இரண்டு காரணங்கள் இருந்தன. ஒன்று, அவர் எங்களைவிட அதிக உயரமாக இருந்தார். இரண்டாவது, அவர் தன் கையில் செங்கோலைத் தாங்கிப் பிடித்திருந்தார்.

அருகில் நின்று கொண்டிருந்த வீரர்கள் எங்கள் தேரின்மீது பல்வேறு மலர்களைத் தூவினர். அவர்கள் மேல்நோக்கி வீசிய குங்குமத்தால் வானம் சிவந்தது. "திக்விஜய வீரர், அங்க நாட்டு அரசர் கர்ணன் வாழ்க!" என்று யாரோ முழங்கினர். அதைத் தொடர்ந்து, "வாழ்க! வாழ்க!" என்று மற்றவர்கள் கோஷமிட்டனர்.

பல நூற்றுக்கணக்கான வீரர்களின் வெற்றி முழக்கங்கள் விண்ணைத் தொட்டன. அவர்களுடைய முழக்கங்களின் சத்தத்தால் வானம் அதிர்ந்தது. மரங்களின் இலைகளும் நிலத்தின்மீது வளர்ந்திருந்த புல்லும்கூட நடுங்கின. முரசுகள், சங்குகள், தந்தி வீணைகள், மத்தளங்கள், ஊதுகொம்புகள் மற்றும் பிற இசைக்கருவிகள் முழங்கி, தம்முடைய

பங்குக்குச் சத்தத்தை ஏற்படுத்தின. வீரர்களின் வெற்றி முழக்கங்களுக்கும் இசைக்கருவிகளுக்கும் இடையே ஒரு கடுமையான போட்டி நடைபெற்றுக் கொண்டிருந்ததுபோலத் தோன்றியது. சத்தியசேனன் தன்னுடைய சாட்டையை அந்தரத்தில் சுழற்றியவுடன், எங்கள் தேரின் குதிரைகள் வேகமாக முன்னே சென்றன. எங்களுக்குப் பின்னால் இருந்த வீரர்கள் எங்களைப் பின்தொடர்ந்தனர். ராஜ ஊர்வலம் தொடங்கியிருந்தது. என் இதயம் பெருமிதத்தாலும், மகிழ்ச்சியாலும், பாசத்தாலும், வீரத்தாலும், இன்னும் பல உணர்வுகளாலும் நிரம்பியது. நானும் அண்ணனும் நெடுங்காலத்திற்கு முன்பு எங்கள் வீட்டிற்கு வெளியே முதன்முதலாக அடியெடுத்து வைத்திருந்த நகரம் இதுதான். சிறுவர்களாக இங்கு வந்த எங்கள் மனங்களில் அப்போது சந்தேகம் மேலோங்கியிருந்தது. அதே நகரத்தில் இன்று ஒவ்வொரு சாலையிலும், ஒவ்வொரு சந்திப்பிலும், ஒவ்வொரு மேல்மாடத்திலும் எண்ணற்ற மக்கள் என் அண்ணனுக்கு ஆரத்தி எடுக்கவிருந்தனர். நான் அவருக்குப் பக்கத்தில் நின்று அக்காட்சிகளைக் கண்குளிரக் கண்டு ரசிப்பேன். வாழ்க்கை இக்கணமே முடிவடைந்துவிட வேண்டும் என்று ஒரு கணநேரச் சிந்தனை என்னுள் எழுந்தது. எது மிக அருமையான மரணம்? ஒருவன் தன்னுடைய இலக்குகளின் உச்சத்தை எட்டியுள்ளபோது வருகின்ற மரணம்தான் மிக அருமையான மரணமாக இருக்க முடியும். நான் இதை நினைத்தபோது என் கண்களில் கண்ணீர் பெருகியது. இங்கு நிகழ்ந்து கொண்டிருந்த அனைத்தும் அண்ணனை எவ்வளவு பாதித்திருந்தன என்று பார்ப்பதற்காக நான் அவருடைய முகத்தை ஏறிட்டுப் பார்த்தேன். அவருடய முகம் ஓர் ஆற்றுப்படுகையைப்போல அமைதியாகவும் சலனமற்றும் இருந்தது. கர்வத்திற்கான எந்தச் சாயலும் அதில் தென்படவில்லை. எண்ணற்ற மக்கள் தன்னைப் போற்றிப் பாராட்டிக் கொண்டிருந்தது குறித்த மகிழ்ச்சிக்கான சாயலும் அதில் காணப்படவில்லை. கௌரவர்களின் அரசவையில் இருந்த சூரிய பகவானின் பொற்சிலையைப்போல அவருடைய முகம் பிரகாசமாக இருந்தது.

எங்களுடைய அம்பு வடிவ அணிவகுப்பு மெதுவாக முன்னோக்கி நகர்ந்தது. ஆறு மாதங்களுக்குப் பிறகு, அஸ்தினாபுரம் தன்னை அலங்கரித்துக் கொண்டு, புகழ்மிக்கத் தளபதிகளாக மாறியிருந்த இரண்டு சூத புத்திரர்களை வரவேற்கக் காத்து நின்றது. எல்லாத் திசைகளிலும் வாழ்த்தொலிகள் முழங்கின. ஒவ்வொரு மூலை முடுக்கிலும் ஒரு துடிப்பான ஆற்றல் நிரம்பியதுபோலத் தோன்றியது. இந்நகரம் நிறுவப்பட்ட நாளிலிருந்து இது போன்ற ஒரு மங்கலகரமான நாளை யாரும் ஒருபோதும் பார்த்திருக்க வாய்ப்பில்லை. ஆயிரக்கணக்கான சத்திரியர்கள் பாசத்துடன்கூடிய, உண்மையான பாராட்டுக்களை சூத புத்திரர்கள்மீது இதுபோலப் பொழிவது எந்த நாட்டில் நடக்கும்? இந்த எண்ணம் என் கண்களில் ஆனந்தக் கண்ணீரை வரவழைத்தது. ஒரு வாழ்நாள் முயற்சிகளுக்குக் கிடைத்திருந்த வெற்றி அக்கண்ணீரில் பிரதிபலித்தது. நான் அதைத் துடைக்க விரும்பவில்லை. காலம் முடியும்வரை அது தொடர வேண்டும் என்று நான் விரும்பினேன்.

அஸ்தினாபுரம் என் கண்ணீரின் ஊடாக மங்கலாகவும் தெளிவின்றியும் தெரிந்தது. மரங்களும் வீடுகளும் கோட்டைகளும்

கோவில்களும் தூசு படிந்திருந்ததுபோலத் தெரிந்தன. ஆனால், ஓர் ஓலைக்குடிசையைப் பார்த்தப் பிறகுதான் நான் என் அங்கவஸ்திரத்தால் என் கண்ணீரைத் துடைத்தேன். நான் சம்பாநகரியில் இருந்தபோது, ஓலைக் குடிசையின் பெருமைகளைப் பற்றி அண்ணன் என்னிடம் கூறியிருந்தார். அதனால்தான் நான் அந்த ஓலைக் குடிசையைக் கண்கொட்டாமல் பார்த்தேன். அது விதுரருடையது. அதன் வாசலில், வெண்ணிற ஆடை அணிந்த ஒரு குள்ளமான பெண்மணி ஒரு சிலைபோல நின்று கொண்டிருந்தார். அவர் யார் என்று இவ்வளவு தூரத்திலிருந்து என்னால் அடையாளம் காண முடியவில்லை. புகழ் பெற்ற ஒரு சூத புத்திரன் ஒரு முதன்மைத் தளபதியாக ஒரு ராஜ ஊர்வலத்தில் வந்து கொண்டிருந்ததைப் பார்ப்பதற்காக அவர் குதிகாலில் நின்று கொண்டிருந்தார். எங்கள் தேர் விதுரரின் குடிசைக்கு முன்னால் வந்தபோது அப்பெண்மணியை என்னால் தெளிவாகப் பார்க்க முடிந்தது. நான் அவரை ஆச்சரியத்தோடு பார்த்தேன். ஏனெனில், அவரைப்போல வாசற்கதவுக்கு முன்னால் வந்து நிற்பதற்கான துணிச்சல் அந்நகரத்தில் வேறு எந்தவொரு பெண்ணுக்கும் இருந்திருக்காது. அங்கு நின்றவர் ராஜமாதா குந்தி தேவியார். ஆசிரமக் கன்னிப் பெண் ஒருத்தி ஒரு பானை நிறையத் தண்ணீரைச் சுமந்து கொண்டு அந்தக் குடிசைக்குள் இருந்து வெளியே வந்தாள். ராஜமாதா அவளைத் தடுத்து நிறுத்தி, அவளிடம் ஒரு கலயத்தைக் கொடுத்துவிட்டு, அவளிடம் ஏதோ கூறியதை நான் கண்டேன்.

அப்பெண் எங்களை நோக்கி வந்து, எங்கள் குதிரைகளின் குளம்புகள்மீது தன் பானையிலிருந்த தண்ணீரை ஊற்றிவிட்டு, சத்தியசேனைப் பார்த்து, "முதன்மைத் தளபதி தயவு செய்து கீழே இறங்கி வருவாரா? நான் அவருடைய நெற்றியின்மீது குங்குமத் திலகம் இட விரும்புகிறேன்," என்று கூறினாள்.

"முடியாது," என்று சத்தியசேனன் கூறினார். அப்படிப் பேசும்படி இளவரசர் துரியோதனன் அவருக்கு உத்தரவிட்டிருக்க வேண்டும் என்று நான் நினைத்தேன்.

"சத்தியசேனா, கடிவாளத்தை இழுத்துப் பிடி. நான் கீழே இறங்கப் போகிறேன்," என்று அண்ணனின் குரல் மென்மையாக, ஆனால் உறுதியாக ஒலித்தது.

தேர் நின்றவுடன் அண்ணன் அதிலிருந்து கீழே குதித்தார். அந்த ஆசிரமக் கன்னி அவருடைய வசீகரமான நெற்றியின்மீது ஒரு திலகமிட்டாள். ராஜ ஊர்வலத்திற்கான அனைத்து ஏற்பாடுகளும் செய்யப்பட்டிருந்தும்கூட, யாரும் எங்கள் முதன்மைத் தளபதியின் நெற்றியின்மீது மங்கலகரமான குங்குமத் திலகம் இட்டிருக்கவில்லை என்பதை நான் உணரவே இல்லை. அந்தக் கன்னிப் பெண் அந்தக் குறையைத் தீர்த்து வைத்தாள். அங்க நாட்டு அரசர் தன்னுடைய சுண்டுவிரலில் இருந்த புஷ்பராக மோதிரத்தைக் கழற்றி அப்பெண்ணின் குங்குமக் கிண்ணத்தில் வைத்தார். பிறகு அவர் மீண்டும் தன் தேரில் ஏறிக் கொண்டார். ஊர்வலம் மீண்டும் முன்னோக்கிச் செல்லத் தொடங்கியது. சூரியன் வானில் உயரத் தொடங்கியிருந்தது.

தங்களுடைய அதிகாரத்தை ஆரியவர்த்தம் நெடுகிலும் நிலை நாட்டிவிட்டு வந்து கொண்டிருந்த கர்ணனை வரவேற்பதற்கான

அனைத்து ஏற்பாடுகளையும் கௌரவர்கள் செய்து கொண்டிருந்தனர். ஒட்டுமொத்த நகரத்திலும் அலங்கார வளைவுகள் வைக்கப்பட்டிருந்தன, வீட்டு வாசல்களில் மாவிலைத் தோரணங்கள் தொங்கவிடப்பட்டிருந்தன. திருமணமான பெண்கள் தங்களுடைய முற்றங்களில் கோலமிட்டனர், கஸ்தூரியும் குங்குமப்பூவும் கலந்த தண்ணீரைச் சாலைகளில் தெளித்தனர். மலர்களால் அலங்கரிக்கப்பட்டக் கொடிகள் உயரத்தில் பறக்கவிடப்பட்டன. குடிமக்கள் ஒவ்வொரு மேல்மாடத்திலிருந்தும் மலர்களைத் தூவினர். சாலைகளின் இருபுறமும் மக்கள் நட்சத்திரக் குவியல்களைப்போலத் திரண்டு நின்றனர். தண்ணீர்க் குடங்களில் நீர் கொண்டு வரப்பட்டு வாயுஜித்தின் குளம்புகள்மீது ஊற்றப்பட்டபோது எங்கள் நெஞ்சமும் நன்றிப் பெருக்கால் நிரம்பி வழிந்தது. "முதன்மைத் தளபதி கர்ணன் வாழ்க! அங்க நாட்டு அரசர் வாழ்க!" என்ற கோஷம் விண்ணைப் பிளந்தது.

என் உடல் என் அங்கவஸ்திரத்தின் பட்டு இழைகளைப்போல லேசாக ஆனதுபோல நான் உணர்ந்தேன். எங்கள் படை அங்குலம் அங்குலமாக முன்னேறியது. சத்தியசேனனின் ஒட்டுமொத்த உடலும் குங்குமத்தால் போர்த்தப்பட்டிருந்தது. எங்கள் தேரில் பூட்டப்பட்டிருந்த வெள்ளைக் குதிரைகள் அனைத்தும் இப்போது செந்நிறத்திற்கு மாறியிருந்தன. இப்படிப்பட்ட ஒரு நாளை இதற்கு முன்பு எங்கள் வாழ்வில் நாங்கள் ஒருபோதும் எதிர்கொண்டிருக்கவில்லை. இப்படிப்பட்ட ஒரு நாள் எதிர்காலத்திலும் வராமல் போகக்கூடும். இவ்வளவு அபரிமிதமான பாசத்தையும் விண்ணளாவிய உற்சாகத்தையும் கண்டு நாங்கள் ஆச்சரியத்தில் திக்குமுக்காடினோம்.

நாங்கள் அஸ்தினாபுரத்தின் அரண்மனை வாசலின் முன்னால் வந்து நின்றோம். அரண்மனையின் உச்சியில் கௌரவர்களின் முக்கோணக் காவிக் கொடி பெருமிதத்துடன் பறந்து கொண்டிருந்தது. முதன்மை ஆலோசகரான விதுரர் அக்கொடியை ஏற்றியிருந்தார். இந்த அரண்மனையில் நிகழாதது ஏதேனும் உண்டா? இந்த அற்புதமான கலைப் படைப்பு கண்டிராத ஏதேனும் உண்டா? சூத புத்திரன் என்று என் அண்ணன் அவமானப்படுத்தப்பட்டார். வில்வித்தை குருவான துரோணர் வில்வித்தை பயில வந்த தன் மாணவனை உதாசீனப்படுத்தினார். அரசகுலப் பெண்களை மணந்து கொள்ளத் தகுதி வாய்ந்த ஒரு வீரன், ஒரு சூத கன்னியைத்தான் மணக்க நேரிட்டது. தன் தோள்களைச் சுற்றி ஓர் அங்கவஸ்திரத்தைப் போர்த்திக் கொண்டு தினமும் கங்கைக்குச் சென்று பிரார்த்தனை செய்த ஒரு பக்தன் அவர். இந்த எல்லாக் காட்சிகளையும் இந்த அரண்மனையின் கற்கள் பார்த்திருந்தன. ஆனால் இன்று அவை பார்த்துக் கொண்டிருந்தது மிகவும் தனித்துவமானது. திக்விஜயத்தை வெற்றிகரமாக நிறைவேற்றிவிட்டுத் திரும்பியிருந்த மாவீரன் கர்ணனை அவை பார்த்துக் கொண்டிருந்தன.

பிதாமகர் பீஷ்மர் முக்கிய வாசலில் நின்று கொண்டிருந்தார். ஊர்வலம் அங்கு வந்து நின்றது. முரசுச் சத்தம் நின்றது. பிதாமகரைப் பார்த்தவுடன் கௌரவர்களின் செங்கோலை அரசவையில் அவர் கீழே வீசி எறிந்த காட்சி என் நினைவுக்கு வந்தது.

பெரிய மனம் படைத்த அந்தக் கௌரவர், கடந்தகாலத்தை

மறந்துவிட்டு, அங்க நாட்டு அரசரை வரவேற்பதற்காக அங்கே வந்து நின்று கொண்டிருந்தார். இன்னும் சொல்லப் போனால், ஒரு தலைசிறந்த வில்லாளி இன்னொரு மாபெரும் வில்லாளியை வரவேற்பதற்காக அங்கே காத்து நின்றார்.

அங்க நாட்டு அரசர் தன் தேரிலிருந்து கீழே இறங்கி, பிதாமகரின் முன்னால் வந்து நின்று, தன் கையிலிருந்த செங்கோலை அவரிடம் நீட்டினார். குடிமக்கள் தனக்குக் கொடுத்திருந்த கோலாகலமான வரவேற்பால் உணர்ச்சிவசப்பட்டிருந்த அவருடைய இதயம், பிதாமகரின் முகத்தைப் பார்த்தவுடன் அப்படியே உருகியது. அவருடைய நீலநிறக் கண்களில் கண்ணீர் துளிர்த்தது. அவர் பிதாமகரின் பாதங்களைத் தொட்டு வணங்கிவிட்டு, "பிதாமகரே, என்னை ஆசீர்வதியுங்கள்," என்று வேண்டினார்.

"கர்ணா, வெற்றி உனதாகட்டும்! நீ என்றென்றும் வெற்றியுடன் திகழுவாயாக!" என்று பிதாமகர் அண்ணனை ஆசீர்வதித்துவிட்டு, அவருடைய தோள்களைத் தொட்டு அவரைத் தூக்கினார். வயதான பிதாமகரின் கையிலிருந்த செங்கோல் நடுங்கியது. ஆறு மாதங்களுக்குப் பிறகு நாங்கள் அந்த அரண்மனை வாசலுக்குள் மீண்டும் அடியெடுத்து வைத்தோம்.

அரண்மனைப் படிக்கட்டுகளுக்கு அருகே எங்கள் பெற்றோரும் விருசாலி அண்ணியும் மற்றவர்களும் காத்திருந்தனர். நாங்கள் உள்ளே வருவதற்கு முன்பாகவே அவர்கள் தங்களுடைய அன்பான கண்களால் எங்களை ஆரத் தழுவியிருந்தனர். நாங்கள் இப்போது அவர்களுக்கு முன்னால் போய் நின்றோம். என்ன பேசுவதென்று தெரியாமல் எல்லோரும் வாயடைத்து நின்றனர். அங்கு ஓர் ஆழ்ந்த மௌனம் நிலவியது. ஆனால் அந்த அமைதியில் எல்லா விஷயங்களும் பரிமாறிக் கொள்ளப்பட்டன. என்ன இருந்தாலும் நாங்கள் அனைவரும் ரத்த சம்பந்தம் கொண்டவர்களல்லவா! வார்த்தைகளுக்கான தேவை அங்கு இருக்கவில்லை. ஏனெனில், மௌனத்தின் வாயிலாகவே எல்லாம் பரிமாறிக் கொள்ளப்பட்டன, எல்லாம் புரிந்து கொள்ளப்பட்டன.

விருசாலி அண்ணி எனக்கும் அண்ணனுக்கும் ஆரத்தி எடுத்தபோது அவருடைய கை மிகவும் நடுங்கியதில், ஆரத்தித் தட்டில் இருந்த விளக்குகள் குலுங்கின. அண்ணன் தன்னைக் கட்டுப்படுத்திக் கொள்ள எவ்வளவோ முயன்றபோதிலும், அவருடைய கண்களிலிருந்து இரண்டு கண்ணீர்த் துளிகள் அந்த விளக்குகள்மீது விழுந்து அவற்றை அணைத்துவிட்டன. நாங்கள் எங்கள் தந்தைக்கு மரியாதை செலுத்தினோம். அவருடைய கைத்தடி நடுங்கியது. அவரால் வாய் திறந்து எங்களை ஆசீர்வதிக்கக்கூட முடியவில்லை. அவர் மிகுந்த சிரமத்துடன் என் தலையைக் கோதினார். நாங்கள் எங்கள் தாயின் பாதங்களைத் தொட்டு வணங்கினோம். அவருடைய கண்களிலிருந்து வழிந்த கண்ணீர் எங்கள் தலைகள்மீது விழுந்தன. நாங்கள் மகிழ்ச்சியடைந்தோம். எங்களுடைய திக்விஜயம் இப்போது நிறைவடைந்திருந்தது.

எங்கள் தாயார் ஒரு தழுதழுப்பான குரலில், "கர்ணா! ஷோன்!" என்று கூறி எங்கள் இருவரையும் கட்டியணைத்தார்.

"அம்மா, எங்களை வசு என்றும், சத்ருந்தபன் என்றும் கூப்பிடுங்கள்,"

என்று எங்களுடைய உண்மையான பெயர்களை நான் அவருக்கு நினைவுபடுத்தினேன்.

அப்போது மதிய நேரம். சூரியன் எங்கள் தலைக்கு நேர் மேலே இருந்தது. வெயிலின் விளைவாக வியர்வையில் குளித்திருந்த இளவரசர் துரியோதனன் எங்களை அணுகினார். அவர் அண்ணனின் கையைப் பிடித்துக் கொண்டு படிகள்மீது ஏறத் தொடங்கினார். திக்விஜயத்தைப் பற்றி அவர் அண்ணனிடம் விசாரித்தார். அவர்கள் இன்னும் ஒரே ஒரு படியைக் கடக்க வேண்டியிருந்தது, ஆனால் நூற்று ஐந்தாவது படியில் அவர் அப்படியே நின்றார்.

“கர்ணா, உன்னுடைய திக்விஜயம் குறித்து நான் அளவு கடந்த உற்சாகம் அடைந்திருப்பதால், அதைக் கொண்டாடுவதற்காக நாளை இரவு நான் ஒரு விருந்துக்கு ஏற்பாடு செய்திருக்கிறேன். நீயும் ஷோனும் அசுவத்தாமனும் வர வேண்டும். நாம் மற்ற எல்லோருடனும் சேர்ந்து விருந்துண்ணலாம். உனக்குப் பிடித்தமான உணவு கண்டிப்பாக இடம்பெற்றிருக்கும்.”

இளவரசர் துரியோதனன் ஒரு கணம் நிதானித்துவிட்டு, பிறகு, “நாம் விரைவில் ராஜசூய வேள்வி நடத்த வேண்டும் என்பது என் விருப்பம். அதைப் பற்றி நீ என்ன நினைக்கிறாய்?” என்று கேட்டார்.

“தாராளமாக நடத்தலாம். ஆனால் எனக்கு என்ன உணவு பிடிக்கும் என்று உனக்கு எப்படித் தெரியும்?”

“இது உனக்கு ஆச்சரியமளிக்கிறது, இல்லையா? கர்ணா, சல்லியனுடனான சண்டைக்குப் பிறகு அன்றைய இரவு நீ விரக்தியோடு புருஷ்ணி ஆற்றில் நின்று எத்தனை முறை அஞ்சலி செலுத்தினாய் என்பதைக்கூட என்னால் சொல்ல முடியும். என்னுடைய தூதுவர்களும் ஒற்றர்களும் இந்த ஆரியவர்த்தம் நெடுகிலும் சுற்றித் திரிந்து கொண்டிருக்கின்றனர். கர்ணா, நான் இன்னும் ஒரு விஷயம் சொல்லட்டுமா? இன்று நீ அந்தச் செங்கோலைப் பிதாமகரின் கையில் கொடுத்ததற்கு பதிலாக என்னுடைய கையில் கொடுத்திருக்க வேண்டும். அதுதான் பொருத்தமாக இருந்திருக்கும்.”

“இளவரசே, அது உன்னுடைய கைகளில் இருப்பதாக அனுமானித்துக் கொள். இப்போது ஏதேனும் ஆபத்தான சூழ்நிலை ஏற்பட்டால், உன் சார்பில் பிதாமகர் ஆயுதங்களைக் கையிலெடுப்பார். இதை உறுதி செய்வதற்காகத்தான் வேண்டுமென்றே அந்தச் செங்கோலை நான் அவரிடம் ஒப்படைத்தேன். கர்ணன், துரியோதனன், பிதாமகர் பீஷ்மர் ஆகிய நம் மூவருடைய பிணைப்பும் இனி ஒருபோதும் தகர்க்கப்பட முடியாது.”

இளவரசர் துரியோதனன் கடைசிப் படியின்மீது கால் வைத்தார். எப்போதுமே ஆழமான தத்துவங்களைப் பேசிய அசுவத்தாமன் ஏதோ தீவிரச் சிந்தனையில் மூழ்கியிருந்தார். சூரிய பகவானின் உருவத்தைப் பார்ப்பதற்காக நாங்கள் அரசவைக்குச் சென்றோம். வெளியே வைகாசி வெயில் கொளுத்தியது.

24

மறுநாள், விருந்திற்கான ஏற்பாடுகள் தொடங்கின. இளவரசர் துரியோதனன், துச்சாதனன், சகுனி மாமா, ஜயத்ரதன், மற்றக் கௌரவ இளவரசர்கள், மற்றும் பலர் அந்த விருந்தில் கலந்து கொண்டனர். அசுவத்தாமன் தன்னுடைய ஆசிரமத்தில் தானே சமைத்து உண்ணுவதை வழக்கமாகக் கொண்டிருந்ததால், அவன் அந்த விருந்திற்கு வரவில்லை.

அண்ணன் தனக்குப் பிடித்தமான பதார்த்தங்களை உண்டார். எல்லோரும் அவரவருக்குப் பிடித்தமானவற்றை உட்கொண்டனர். வெற்றிலைப் பாக்குப் பரிமாறப்பட்டதற்கு முன்பாக, தேனிலிருந்து தயாரிக்கப்பட்ட மதுவைப் பிரபஞ்சனன் கொண்டுவந்தான். அவன் ஒவ்வொரு விருந்தினரின் கையிலும் ஒரு கோப்பையைக் கொடுத்து, அவற்றில் மதுவை ஊற்றினான். அவை தீரத் தீர, அவன் மீண்டும் மீண்டும் அவற்றில் மதுவை நிரப்பிக் கொண்டே இருந்தான். இளவரசர் துரியோதனன் தன்னுடைய இருக்கையிலிருந்து எழுந்து தன்னுடைய கோப்பையை உயர்த்திப் பிடித்து இவ்வாறு கூறினார்: "அங்க நாட்டு அரசனும் என் நண்பனுமான கர்ணன் தன்னுடைய திக்விஜயத்தின் மூலம் ஒப்புயர்வற்ற ஒரு பொலிவை இந்தக் கௌரவ ராஜ்ஜியத்திற்குக் கொண்டு வந்துள்ளான். பிதாமகர் பீஷ்மர், குருதேவர் துரோணர், கிருபர், மன்னர் பாண்டு ஆகிய அனைவரும் சேர்ந்து கொண்டுவர முடியாத ஒரு பொலிவைக் கர்ணன் கொண்டு வந்திருக்கிறான். அவனுடைய புகழ் தொடர்ந்து அதிகரிக்க வேண்டும் என்பதே என் விருப்பம். இந்த திக்விஜயத்தின் வெற்றியை நாம் எல்லோரும் இந்த மதுவை அருந்திக் கொண்டாடலாம். திக்விஜய வீரன், அங்க நாட்டு அரசன் கர்ணன்–"

"வாழ்க! வாழ்க!"

இளவரசர் துரியோதனன் இவ்வாறு கூறிவிட்டுத் தன் கோப்பையிலிருந்த மதுவை ஒரே மடக்கில் குடித்து முடித்தார்.

அங்கு இருந்தோர் அனைவரும் தங்களுடைய கோப்பைகளைக் காலி செய்தனர். பிரபஞ்சனன் வேகமாக அவற்றை மீண்டும் நிரப்பினான். அவர்களுடைய உற்சாகத்திற்கு ஊறு விளைவித்துவிடக்கூடாது என்பதற்காக நாங்கள் இருவரும் எங்கள் கண்களை மூடிக் கொண்டு எங்களுடைய மதுவைக் கடகடவென்று குடித்து முடித்தோம். நான் என் கண்களைத் திறந்து பார்த்தபோது, அண்ணனின் கோப்பையைப் பிரபஞ்சனன் மீண்டும் நிரப்பியிருந்ததை நான் கண்டேன். நாங்கள் ஒவ்வொரு யுத்தத்திற்கு முன்பாகவும் எங்களுடைய உற்சாகத்தை அதிகரிப்பதற்காக வீரியம் கொண்ட மதுவைச் சிறிதளவு குடித்தோம். ஆனால் இந்த மது அசாதாரணமான வீரியம் கொண்டதாக இருந்தது. எனவே, நான் அண்ணனிடம், "இது சோமபானம் அல்ல. எனவே, இதை அதிகமாகக் குடிக்காதீர்கள்," என்று கூறினேன். அவர் தன் கோப்பையில் இருந்த மதுவைத் தன்னுடைய இருக்கைக்குக் கீழே கொட்டினார். பிரபஞ்சனன் அங்கு வந்து மீண்டும் அதை நிரப்பினான். என்ன செய்வதென்று தெரியாமல் அண்ணன் தர்மசங்கடமாக உணர்ந்தார். விருந்தினர்கள் அங்கு விருந்துண்ண வந்திருந்தார்களா

அல்லது குடித்துக் களித்திருக்க வந்திருந்தார்களா என்பது எனக்குப் புரியவில்லை. நூறு கௌரவ இளவரசர்களும் சகுனி மாமாவும் ஜயத்ரதனும் மதுவைத் தண்ணீரைப்போல தாராளமாகக் குடித்தனர். வெகு விரைவில், அந்த விருந்தின் இயல்பு முற்றிலுமாக மாறியது.

சகுனி மாமா எழுந்து, தன் உள்ளங்கையில் சோழிகளைக் குலுக்குவதைப்போலத் தன் கையைத் தன் காதுக்கு அருகே கொண்டு சென்று குலுக்கியபடியே அண்ணனை அணுகி, "கர்ணா, நான் இந்தச் சோழிகளை வீசி உன்னைப்போல ஐம்பது திக்விஜயங்களைச் செய்து முடிப்பேன். என்ன எண் விழும் என்று சொல்லு பார்க்கலாம். ஐந்தா? சரி, இதோ ஐந்து," என்று குழறியபடியே கூறினார்.

அவருடைய கையில் சோழிகள் எதுவும் இருக்கவில்லை, ஆனால் அவற்றை வீசுவதைப்போல அவர் பாசாங்கு செய்தார். "ஐந்து!" என்று கூறிய அவர் தள்ளாடினார். இல்லாத சோழிகளைக் கீழேயிருந்து அவர் எடுக்க முயன்றபோது, அவர் நிலை குலைந்து கீழே விழுந்தார்.

நான் அவருக்காக வருந்தினேன்.

தான் ஒரு பெண்ணைத் துகிலுரித்துக் கொண்டிருந்ததாக நினைத்து, துச்சாதனன் ஒரு தூணைச் சுற்றிச் சுற்றி வந்து, "அடிமைப் பெண்! அடிமைப் பெண்!" என்று உளறிவிட்டு உரக்கச் சிரித்தான்.

கணநேரத்தில் எல்லா இளவரசர்களுமே உளறத் தொடங்கினர். நாங்கள் சிறிதளவு மட்டுமே குடித்திருந்தபோதிலும் எங்கள் தலைகளும் கிறுகிறுத்தன. ஓர் இளவரசன் தன்னுடைய கைகளையும் கால்களையும் உதைத்தபடி ஒரு குழந்தையைப்போல அழுது கொண்டிருந்தான். இன்னொருவன் தரையின்மீது உருண்டு புரண்டு கொண்டிருந்தான். எங்களுடைய திக்விஜயப் பயணத்தின்போது யாரேனும் ஓர் இளவரசன் இப்படிச் செய்திருந்தால், இந்த அளவுக்கு அது என்னை வருத்தமுறச் செய்திருக்காது, என் மனத்தைக் காயப்படுத்தியிருக்காது.

இறுதியாக, இளவரசர் துரியோதனன் எழுந்து அண்ணனைப் பார்த்து, "அங்க நாட்டு அரசனே! உன்னுடைய திக்விஜயம் பயனற்றது. வேடுவனின் வடிவில் இருந்த சிவனை வெற்றி கொண்ட அர்ஜுனன் இன்னும் உயிரோடு இருக்கிறான். நீ தினமும் கங்கையில் நீராஞ்சலி செய்வதால் என்ன பயன்? அர்ஜுனன்! அர்ஜுனன்!" என்று அரற்றினார். பலத்தக் காற்றில் தள்ளாடுகின்ற ஒரு மூங்கிலைப்போல அவர் தன்னிலை மறந்து தள்ளாடினார். அவருடைய வாயிலிருந்து வெளிவந்த வார்த்தைகள் விநோதமாக ஒலித்தன.

"துரியோதனா!" என்று என் அண்ணன் கத்தியதில் பிரபஞ்சனனின் கைகளிலிருந்த மதுப் பாத்திரம் அவனுடைய பிடியிலிருந்து நழுவிக் கீழே விழுந்தது. சல்லியன் அனுப்பிய மடலின் பின்னால் அவனையே எழுத வைத்தபோது என் அண்ணனின் கண்களில் தெறித்த நியாயமான கோபத்தைவிட இப்போது அவர் கொண்டிருந்த கோபம் பல மடங்கு அதிகத் தீவிரமானதாக இருந்தது. அவருடைய மூக்கின் நுனி சிவந்தது. அவருடைய அம்புகளைவிட அவருடைய வார்த்தைகள் அதிக வேகம் கொண்டவையாக இருந்தன. அவருடைய கையிலிருந்த மதுக் குவளை பயங்கரமாக நடுங்கியது. அவர் தன் இருக்கையிலிருந்து வேகமாக எழுந்து நின்று, போதையில் திளைத்திருந்த கௌரவ இளவரசர்களைப் பார்த்து இவ்வாறு இடிபோல முழங்கினார்: "குடிகாரர்களே!

தொடர்ந்து குடித்துக் கொண்டே இருங்கள்! சத்தியர்களாகிய உங்களை இந்த மதுவால் முட்டாள்களாக ஆக்க முடியும் என்றால், அது ஒரு வெட்கக்கேடான விஷயம். மதுப் பிரியர்களாகிய நீங்களும் வெட்கம் கெட்டவர்கள். வல்லமை வாய்ந்த பாண்டவர்களைப் போன்ற எதிரிகள் இன்னும் உயிரோடு இருக்கின்றனர் என்பதை நீங்கள் மறந்து போகும்படி செய்கின்ற இந்த மது கேடுகெட்டது. நான் அர்ஜுனனைக் கொல்லும்வரை இனி ஒரு சொட்டு மதுவைக்கூட நான் தீண்டப் போவதில்லை, மாமிச உணவையும் நான் உண்ணப் போவதில்லை. அங்க நாட்டு அரசன் கர்ணனாகிய என்னுடைய சூளுரை இது. அது மட்டுமல்ல, அர்ஜுனனின் ரத்தத்தைக் கொண்டுதான் நான் என் பாதங்களைக் கழுவப் போகிறேன். எனவே, அந்த நாள் வரும்வரை நான் என் பாதங்களைக் கழுவப் போவதில்லை. துரியோதனா, அர்ஜுனன் தோற்கடிக்கப்பட முடியாதவன் என்று நீ கூறுகிறாய். என்னுடைய திக்விஜயம் உனக்குத் திருப்திகரமானதாக இல்லை என்றால், நான் செய்யும் சூரிய வழிபாடு போதுமானதல்ல என்று நீ கருதினால், நான் போதிய அளவு புண்ணியம் செய்திருக்கவில்லை என்று உனக்குத் தோன்றுகிறது என்றால், தானம் செய்வதன் மூலம் என்னுடைய அந்தக் குறையை நான் நிவர்த்தி செய்வேன். அர்ஜுனனை நினைத்து பயப்படுகின்ற நீ ஒரு விஷயத்தை நன்றாக நினைவில் வைத்துக் கொள். நான் நிச்சயமாக அர்ஜுனனைக் கொல்லுவேன்." அண்ணன் ஒருசில நொடிகள் அமைதியாக இருந்துவிட்டு மீண்டும் கர்ஜித்தார்: "இன்றிலிருந்து, யாசகம் கேட்டு என் வாசலுக்கு வருகின்ற எவரொருவரும் இனி வெறுங்கையுடன் திரும்பிச் செல்ல மாட்டார்கள். என் உடலில் சுவாசம் இருக்கும்வரை அவர்கள் வெற்றுக் கையுடன் திரும்ப நான் ஒருபோதும் அனுமதிக்க மாட்டேன்." அவர் தன் கையிலிருந்த மதுக் குவளையை வீசி எறிந்துவிட்டுக் கோபத்தோடு அங்கிருந்து வெளியேறினார்.

அவருடைய அந்த ஆக்ரோஷமான சூளுரையைக் கேட்டவுடன், திக்விஜயம் வெற்றிகரமாக அமைந்தது குறித்து நான் கொண்டிருந்த மகிழ்ச்சி நீர்த்துப் போயிற்று. இனி என்னவெல்லாம் நடக்கவிருந்ததோ என்ற நினைப்புடன் அவரைப் பின்தொடர்ந்து நானும் அங்கிருந்து வெளியேறினேன். மரங்களையே ஆட்டம் காணச் செய்த ஒரு பெரும் புயலுக்குப் பிறகு கனிகள் எப்படித் தரையின்மீது சிதறிக் கிடக்குமோ, அதேபோல, அந்த விருந்து நடைபெற்ற அரங்கம் நெடுகிலும் அந்த நூறு கௌரவ இளவரசர்களும் தன்னிலை மறந்து விழுந்து கிடந்தனர். அவர்களுடைய உளறல்கள் முற்றிலுமாக அடங்கியிருந்தன.

25

வைகாசி முடிந்து ஆனி வந்தது. கூடவே மழையும் வந்தது. நகரின் மதில்கள், கோட்டைகள், மற்றும் பல இடங்களில் மழை கொட்டியது. தன்னை நாடி வந்த எவரொருவருக்கும் தான் தானம் செய்யவிருந்ததாக அண்ணன் மேற்கொண்டிருந்த சூளுரை பற்றிய செய்தி அஸ்தினாபுரம் நெடுகிலும் பரவியது. அதிகாலையிலிருந்தே

அவருடைய மாளிகை வாசலில் யாசகர்கள் கூடினர். ஒருவர், தன் வீட்டிற்குள் மழை பெய்யாதபடி பார்த்துக் கொள்ளத் தேவையான பொருட்களை வேண்டி நின்றார். இன்னொருவர், தண்ணீரினால் பரவிய ஒரு கொடிய நோயில் இறந்து போன தன்னுடைய குதிரைக்கு பதிலாகத் தனக்கு இன்னொரு குதிரை வேண்டும் என்று கேட்டு நின்றார். இன்னொருவர் செல்வத்தைப் பெற்றுச் செல்ல விரும்பி வந்திருந்தார். நான்காமவருக்கு தானியங்கள் வேண்டியிருந்தது. ஐந்தாமவருக்குப் பசுக்கள் தேவைப்பட்டன. இப்படிப் பலரும் பல்வேறு கோரிக்கைகளுடன் அண்ணனின் உதவியை நாடி வந்திருந்தனர். அண்ணன் தினமும் தன்னுடைய காலைநேர வழிபாடுகளை முடித்துவிட்டு, இம்மக்களுடைய கோரிக்கைகளை நிறைவேற்றிவிட்டு, அதன் பிறகு சாப்பிட அமர்ந்தார். அவருடைய மாளிகைக்கு அவ்வளவு பெரிய கூட்டம் வந்தது அங்கு ஒரு சந்தைச் சூழலை ஏற்படுத்தியது. திக்விஜயத்தின் மூலம் பல்வேறு நாடுகளிலிருந்து கொண்டு வரப்பட்ட செல்வத்தில் பெரும்பகுதி இளவரசர் துரியோதனனின் வசம் ஒப்படைக்கப்பட்டு இருந்தபோதிலும், இன்னும் ஏகப்பட்ட வண்டிகள் நிறையச் செல்வம் மீதமிருந்தது. ஆரியவர்த்தத்தில் இருந்த அத்தனை யாசகர்களும் அங்கு வந்தால்கூட, அவர்களுக்குக் கொடுத்தது போக இன்னும் ஏராளமான செல்வம் எஞ்சியிருக்கும். அந்த செல்வத்தை தானமாக வழங்கியதன் மூலம் அண்ணன் மக்களின் மனங்களையும் இதயங்களையும் கொள்ளை கொண்டார். "தான வீரன் கர்ணன்!" என்று அவர் புகழப்பட்டார். உதவி தேவைப்பட்டவர்கள், பலவீனமானவர்கள், உடற்குறைபாடு கொண்டவர்கள், சுரண்டப்பட்டவர்கள், துன்பப்பட்டுக் கொண்டிருந்தவர்கள், பிராமணர்கள், அநாதைகள், நோயுற்றவர்கள், மற்றும் நலிந்தவர்களுக்கான ஒரே புகலிடமாக அவர் ஆனார்.

தான வீரன் கர்ணன்!

அண்ணன் தினமும் தன்னுடைய மாளிகை வாசலில் இருந்த ஒரு பெரிய கல்மேடையின்மீது நின்று கொண்டார். அவர் கேட்டப் பொருட்களை நான் ஒவ்வொன்றாக எடுத்து அவரிடம் கொடுத்தபோது, அவர் நடந்து கொண்ட விதத்தைக் கண்டு நான் பிரமித்தேன். அவர் தன்னிடம் உதவி கேட்டு வந்த ஒவ்வொருவரையும் ஒரு புன்னகையுடன் வரவேற்றார். அவர் தன்னுடைய படை வீரர்களிடம் ஒருபோதும் வெளிப்படுத்தியிராத புன்னகை அது. அவர் ஒவ்வொரு நாடாகப் படையெடுத்துச் சென்று, கஷ்டப்பட்டு சேகரித்திருந்த செல்வம் இப்போது பெருந்தன்மையோடும் ஓர் இனிமையான புன்னகையோடும் ஆயிரக்கணக்கான மக்களுக்கு விநியோகிக்கப்பட்டுக் கொண்டிருந்தது.

திக்விஜயத்தின்போது அசுவத்தாமன் என் அண்ணனுக்கு எழுதி அனுப்பியிருந்த மடலில், "பத்து திக்விஜயங்களிலிருந்து கிடைக்கின்ற ஆனந்தத்தைவிட இயற்கையின் அழகை அனுபவிப்பதிலிருந்து கிடைக்கின்ற பேரானந்தம் அதிக இனிமையானது," என்று அசுவத்தாமன் குறிப்பிட்டிருந்ததை நான் நினைவுபடுத்திப் பார்த்தேன். சரிகை வேலைப்பாடுகளுடன்கூடிய ஓர் ஆடையை ஒரு முதிய பெண்மணியிடம் கொடுத்துக் கொண்டிருந்த என் அண்ணன், தனக்குப் பக்கத்தில் நின்று கொண்டிருந்த அசுவத்தாமனிடம் திரும்பி, "எது மிகப் பெரிய பேரானந்தம் – பத்து திக்விஜயங்களிலிருந்து

கிடைக்கின்ற பேரானந்தமா, இயற்கையின் அழகை ரசிப்பதிலிருந்து கிடைக்கின்ற பேரானந்தமா, அல்லது இந்தப் பெண்மணியைப் போன்ற நிராதரவான, துயர நிலையில் உள்ள, ஏழை எளியோரின் கண்களில் உள்ள கண்ணீரைத் துடைப்பதிலிருந்து கிடைக்கின்ற பேரானந்தமா?" என்று கேட்டார்.

அசுவத்தாமனிடம் அதற்கு எந்த பதிலும் இருக்கவில்லை. அவர் வெறுமனே ஒரு புன்னகையை மட்டும் உதிர்த்தார்.

அப்போது திடீரென்று வானம் திறந்து மழை பொழியத் தொடங்கியது. "துயரத்தில் உள்ள ஒரு மனிதனுக்கு உதவுவதிலிருந்து கிடைக்கின்ற பேரானந்தம்தான் மாபெரும் பேரானந்தம்," என்று அந்த மேகங்கள் பிரகடனம் செய்தனபோலும்!

மழை பலமாகப் பெய்ததால் கூட்டத்தினரிடையே ஒரு பெரும் சலசலப்பு ஏற்பட்டது. அண்ணன் தனக்குக் குடை பிடித்துக் கொண்டிருந்தவனை அங்கிருந்து போகச் சொல்லிவிட்டு, மழையில் நனைந்தபடியே பொருட்களை மக்களுக்கு தானம் செய்யத் தொடங்கினார். இடையறாது பெய்த மழையும், இடைவெளி இல்லாமல் கொடுத்துக் கொண்டே இருந்த என் அண்ணனும் ஒருவரோடு ஒருவர் போட்டியிட்டுக் கொண்டிருந்ததுபோல எனக்குத் தோன்றியது.

தங்கம், முத்துக்கள், வைரங்கள், மற்றும் பிற விலையுயர்ந்த கற்களும் பரிசாக வழங்கப்பட்டன. முதன்மை ஆலோசகரான விதுரரும் பிதாமகர் பீஷ்மரும் இந்தக் காட்சியைத் தங்களுடைய மாளிகையின் மேல்மாடத்திலிருந்து பார்த்துக் கொண்டிருந்தனர். அவர்கள் இருவரும் தன்னை கவனித்துக் கொண்டிருந்ததை அண்ணன் அறியவில்லை. அவர் கொடுத்தப் பரிசுகளை மக்கள் பத்திரமாகப் பெற்றுக் கொள்ளுவதை உறுதி செய்வதற்காக, அவர்கள் தங்களுடைய ஆடைகளை நன்றாக விரித்து அப்பரிசுகளைப் பெற்றுக் கொள்ள அசுவத்தாமன் அவர்கள் ஒவ்வொருவருக்கும் உதவினார். நாங்கள் தொப்பலாக நனைந்து கொண்டிருந்ததை எங்கள் மூவரில் ஒருவர்கூட உணரவில்லை.

"தான வீரன் கர்ண மாமன்னர் வாழ்க!" என்று கோஷமிட்டபடி மக்கள் அங்கிருந்து வெளியேறினர். இரண்டு பேர் மட்டும் மீதமிருந்தனர். வயதானவர்கள்போலக் காணப்பட்ட அவர்கள் மழையில் நடுங்கிக் கொண்டிருந்தனர். அவர்கள் இருவருடைய முதுகுகளும் கூன் விழுந்திருந்தன. அவர்களில் ஒருவர் கருநீல நிறத்தில் இருந்தார். கிருஷ்ணரையும் அர்ஜுனனையும் தவிர அந்நிறத்தைக் கொண்ட வேறு யாரையும் நான் பார்த்திருந்ததாக எனக்கு நினைவில்லை. அவர் தானம் பெற்றுச் செல்ல வந்திருந்ததால், அவரிடம் அதைப் பற்றி என்னால் எதுவும் கேட்க முடியவில்லை. இரண்டாவது நபர் ஒரு வட்ட வடிவ முகத்தைக் கொண்டிருந்தார். அவர் அங்க நாட்டு அரசரின் பாதங்களையே உற்றுப் பார்த்துக் கொண்டிருந்தார்.

அந்த நீலநிற முதியவர் தன்னுடைய கைத்தடியை அசைத்தபடி, "தான வீரனே கர்ணா! நான் உன்னிடம் யாசகம் கேட்டு வந்திருக்கிறேன்," என்று கூறினார்.

"பெரியவரே, உங்களுக்கு என்ன வேண்டும்? செல்வமா, தானியங்களா, நிலமா, பசுக்களா, அல்லது வீடா?"

"சிறந்த உடல்நலத்துடன் இருக்கின்ற ஒருவனுக்குத்தான்

இவையெல்லாம் பயன்படும். நான் இந்த மழையில் முற்றிலுமாக நனைந்து, குளிரில் நடுங்கிக் கொண்டிருக்கிறேன். இந்தக் குளிர் என்னைக் கொன்றுவிடும் போலிருக்கிறது. எனக்குக் கொஞ்சம் விறகுக் கட்டைகள் வேண்டும்," என்று அந்த முதியவர் கூறினார். அவருடைய பற்கள் வெடவெடத்துக் கொண்டிருந்தன.

"விறகுக் கட்டைகளா?" என்று ஆச்சரியப்பட்ட அங்க நாட்டு அரசர் முதலில் அசுவத்தாமனை ஏறிட்டுப் பார்த்தார், பிறகு என்னைப் பார்த்தார். அந்த முதியவரின் கைத்தடி நடுங்கிக் கொண்டிருந்தது. நீர்த்துளிகள் அவருடைய வெண்ணிறத் தாடியிலிருந்து சொட்டிக் கொண்டிருந்தன. அவருடைய கோரிக்கை நிறைவேற்றப்படாவிட்டால், அவர் நிச்சயமாக நிலை குலைந்து விழுந்து இறந்துவிடுவார்போலத் தோன்றியது.

அங்க நாட்டு அரசர் மிகுந்த கவலையோடு, "ஷோன், இந்த நேரத்தில் நாம் விறகுக் கட்டைகளை எங்கே போய்த் தேடுவது? அடைமழை பெய்து கொண்டிருக்கும் இந்த மாதத்தில், காய்ந்த விறகுக் கட்டைகளை நாம் எங்கே கண்டுபிடிப்பது?" என்று என்னிடம் கேட்டார். திக்விஜயத்தின்போது எழுந்த பல பிரச்சனைகளைத் தீர்ப்பதற்கு அவர் கண்டுபிடித்த வியத்தகு யோசனைகளை நான் மறந்திருக்கவில்லை. எனவே, இப்போது அவருக்கு அறிவுறுத்துவதற்கு நான் யார்? அந்த முதியவரின் கோரிக்கையை நிறைவேற்றுவதற்கான ஒரு வழி கண்டுபிடிக்கப்படும் என்றால், அது நிச்சயமாக அண்ணனிடமிருந்துதான் வரும்.

"ஷோன், சிறிது நேரம் காத்திருக்கும்படி அந்த முதியவரிடம் கூறு. அவருக்குத் தேவையானது நிச்சயமாக அவருக்குக் கிடைக்கும்," என்று கூறிவிட்டு, அவர் தன் கையிலிருந்த முத்துக்களை ஒரு தாம்பாளத்தில் கொட்டிவிட்டு எங்கள் மாளிகைக்குள் ஓடினார்.

சிறிது நேரத்தில், மாளிகைக்கு உள்ளேயிருந்து 'தட்!தட்!' என்ற பலத்தச் சத்தம் கேட்டது. அச்சத்தம் அந்த மாளிகை நெடுகிலும் எதிரொலித்தது.

விரைவில், மரக்கட்டைகள் அடங்கிய ஒரு பொதியை அவர் தன் முதுகின்மீது சுமந்து கொண்டு திரும்பி வந்தார். வாயுஜித்தின்மீது அமர்ந்து தன் கையில் வாளேந்தி ஒரு முதன்மைத் தளபதியாகப் போர்க்களத்தில் போரிட்ட அந்தக் கர்ணனும், நிஷாதப் பழங்குடியினன் ஒருவன் பொதி சுமந்தபடி ஒரு மலைச்சரிவின் வழியாக இறங்கி வருவதைப்போல இப்போது தன் முதுகின்மீது ஒரு கட்டு விறகுகளைச் சுமந்து கொண்டு படிகள் வழியாகக் கீழே இறங்கி வந்த தாராளமான கொடையாளியான இந்தக் கர்ணனும் ஒரே நபர்தான் என்பதை நான் மட்டுமே அறிவேன். அவர் எங்கள் மாளிகையின் மேற்கூரையிலிருந்து இரண்டு சந்தன உத்திரக்கட்டைகளை உருவி, அவற்றைத் தன் கோடரியைக் கொண்டு துண்டு துண்டாக வெட்டி விறகுகளாக ஆகி, அவற்றை வாயுஜித்தின் கடிவாள வாரைக் கொண்டு கட்டி, தன் முதுகின்மீது போட்டுக் கொண்டு வெளியே வந்திருந்தார். என் மனத்தில் பல்வேறு உணர்வுகள் எழுந்தன. நான் அவருடைய சொந்த சகோதரன் என்று கூறிக் கொள்ளுவதற்கான தகுதி உண்மையில் எனக்கு இல்லை என்று ஒரு கணம் எனக்குத் தோன்றியது.

அண்ணன் தன் சுமையைக் கீழே இறக்கி, அந்தப் பெரியவரின் பாதங்களுக்கு அருகே அதை வைத்துவிட்டு, அவரை மரியாதையோடு கைகூப்பி வணங்கி, "பெரியவரே, இதோ நீங்கள் கேட்ட விறகுக் கட்டைகள். உங்களை இவ்வளவு நேரம் காக்க வைத்ததற்கு என்னை மன்னியுங்கள்," என்று கூறினார்.

"தான வீரன் கர்ணனே, நீ செழிப்பாக வாழ்வாயாக!" என்று கூறி அந்தப் பெரியவர் தன் கைகளை உயர்த்தி அண்ணனை ஆசீர்வதித்தார்.

பிறகு அவர் அந்த விறகுப் பொதியைத் தூக்கிக் கொண்டிருந்தபோது பிதாமகரையும் விதுரரையும் பார்த்துப் புன்னகைத்தார். அதற்கான காரணத்தை என்னால் ஊகிக்க முடியவில்லை. அந்தப் பெரியவரோடு வந்திருந்தவர் மீண்டும் அண்ணனின் பாதங்களைப் பார்த்தார். அவர்கள் இருவரும் அந்த விறகு மூட்டையுடன் அரண்மனையின் முக்கிய வாசலை அடைந்தவுடன், கருநீல நிறத்தைக் கொண்ட அப்பெரியவர் திடீரென்று நேராக நிமிர்ந்து நின்றார். இதைப் பார்த்தவுடன், கிருஷ்ணர்தான் மாறுவேடம் அணிந்து வந்திருந்தாரோ என்றும், அவருடன் வந்திருந்த மற்றொரு நபர் இளவரசர் தருமனாக இருப்பாரோ என்றும் நான் யோசித்தேன்.

அன்று தானத்திற்கு ஒதுக்கப்பட்டிருந்த நேரம் முடிவடைந்தது. மழையும் நின்றுவிட்டிருந்தது. ஆனால் என் மனத்தில் பல எண்ணங்களும் உணர்வுகளும் அலைமோதின. நான் அண்ணனின் தேரோட்டியாக இருக்க ஒப்புக் கொண்டதன் மூலம் நான் ஒரு பெரிய தவறைச் செய்திருந்தேன். ஏனெனில், நான் அவருடைய தேரோட்டியாக இருந்த காரணத்தால், அவரை என்னால் கவனித்துக் கொள்ள முடியாமல் போய்விட்டது. அவரை ஒழுங்காக கவனித்துக் கொள்ளும் வாய்ப்பு எனக்கு வழங்கப்பட்டிருந்தால், இவ்வளவு நேரம் கால் கடுக்க நின்று தானம் வழங்கியதால் களைத்துப் போயிருந்த அவருடைய பாதங்களுக்கு நான் சந்தன எண்ணெயைத் தடவிவிட்டிருப்பேன். நான் அவருடைய தம்பி என்ற முறையில் இதைச் செய்ய முயற்சித்திருந்தால், அண்ணன் ஒருபோதும் அதற்கு சம்மதித்திருக்க மாட்டார்.

26

வேகமாக ஓடிக் கொண்டிருக்கின்ற ஒரு தேர்ச் சக்கரத்தின் கம்பிகளைப்போல ஆண்டுகள் வேகமாக உருண்டோடின. 'திக்விஜய வீரன் கர்ணன்' என்ற பெயர் மறைந்து, 'தான வீரன் கர்ணன்' என்ற அடைமொழி நகரின் எல்லா இடங்களிலும் பிரபலமடைந்தது. அதன் விளைவாக, தான வீரன் கர்ணனின் அனைத்து மகன்களையும் அஸ்தினாபுரத்து மக்கள் சிறப்பு மரியாதையோடும் பாசத்தோடும் நடத்தினர். அண்ணனின் மகன்கள் அனைவரும் பெரியவர்களாக வளர்ந்துவிட்டிருந்தனர். அவர்கள் இமயத்தின் வலிமையான சிகரங்களைப்போல உறுதியானவர்களாக ஆகியிருந்தனர். தங்களுடைய தந்தையைப்போலவே அவர்களும் தற்காப்புக் கலைகளில் வல்லவர்களாகத் திகழ்ந்தனர். மூத்தவனான விருசசேனன் மல்யுத்தத்தில் சிறந்து விளங்கினான். விருசாலி அண்ணியின் மூன்று மைந்தர்களான

விருசசேனனும் சுசேனனும் விருசகேதுவும் தங்கள் பெற்றோரின் அனைத்து நல்ல பண்புநலன்களும் ஒருங்கே அமையப் பெற்றிருந்தனர். சுப்ரியை அண்ணியின் புதல்வர்களான சித்திரசேனனும் சுசர்மனும் பிரசேனனும் பானுசேனனும் அடிப்படைக் கலைகளைக் கற்றுத் தேர்ந்தனர். தினமும் ஆயுதப் பயிற்சிப் பள்ளிக்குச் செல்லுவதற்கு முன்பாக அவர்கள் ஏழு பேரும் அண்ணனின் பாதங்களைத் தொட்டு வணங்கி அவரிடம் ஆசி பெறுவதற்காக, அவர் தானம் செய்துவிட்டு வரும்வரை அவருக்காகக் காத்திருப்பர். அவருக்குரிய மரியாதையைச் செய்துவிட்டுத்தான் அவர்கள் அங்கிருந்து புறப்பட்டுச் சென்றனர். அவர்களைப் பார்த்தபோதெல்லாம், அண்ணனின் வாழ்க்கை இப்படி முழுமையடைந்திருந்தது குறித்து நான் மகிழ்ச்சியடைந்தேன். நான் அசுவத்தாமனைப்போல வாழ்க்கையை ஆழமாகப் படித்திருக்கவில்லை. அண்ணனைப்போல வாழ்வின் இன்பங்களையும் துன்பங்களையும் நான் சுவைத்திருக்கவில்லை. அறுவடைக்குத் தயாராக இருக்கின்ற ஒரு வயலின் ஓரத்தில் முளைத்திருக்கின்ற புல்லைப்போலவே என் வாழ்க்கை இருந்து வந்திருந்தது. தொலைவிலிருந்து பார்க்கும்போது, அந்த அறுவடைப் பயிர்களுக்கும் அந்தப் புல்லுக்கும் இடையே எந்த வேறுபாடும் தெரியாது. அங்க நாட்டு அரசருடனான என்னுடைய ரத்த சம்பந்தத்தை எடுத்துவிட்டுப் பார்த்தால், நான் சொந்தமாக என்ன சாதித்திருந்தேன்? அண்ணனுடைய புகழால் நானும் பிரபலமாகியிருந்தேன். அதனால்தான், என் வாழ்க்கை வெற்றிகரமானதாக இருந்தும்கூட, அது வெற்றி எதையும் உள்ளடக்கியிராத ஒரு கதைபோல எனக்கு எப்போதும் தோன்றியது.

எங்கள் தாயார் ராதைக்கு நாங்கள் மகன்களாகப் பிறந்ததற்கு நாங்கள் உண்மையிலேயே அதிர்ஷ்டம் செய்திருந்தோம். எங்களுடைய முற்பிறவிகளில் நாங்கள் செய்திருந்த நல்ல காரியங்கள்தாம் அதற்குக் காரணம் என்பது முற்றிலும் உண்மை. நானும் அண்ணனும் எங்கள் வாழ்நாள் முழுவதும் திறந்த மனத்துடனும் பரஸ்பர நம்பிக்கையுடனும் வாழ்ந்து வந்திருந்தோம். பிரயாகையில், உடைந்து போன ஒரு மண்பானையின் ஒரு துண்டு, விருசாலி அண்ணியின் வாழ்க்கையை அண்ணனின் வாழ்க்கையோடு இணைத்திருந்தது. பின்னாளில், அது அவர்களுடைய வாழ்க்கைக் குடங்களை அன்பால் நிரப்பியது. இப்போது அக்குடங்கள் ததும்பி வழிந்து கொண்டிருந்தன.

சமூகப் பாரபட்சங்களின் காரணமாக குருதேவர் துரோணரால் நிராகரிக்கப்பட்டிருந்த தலைசிறந்த வில்லாளியான கர்ணன், அதே குருவின் மகனான அசுவத்தாமனால் தன்னுடைய நெருங்கிய நண்பனாக ஏற்றுக் கொள்ளப்பட்டிருந்தார். பிதாமகர் பீஷ்மர் ஒரு முறை அண்ணனை உதாசீனப்படுத்தியிருந்தார். ஆனால் சில மாதங்களுக்குப் பிறகு, 'திக்விஜய வீரன்' என்று கர்ணனை அவர் வரவேற்றிருந்தார். இந்த முரண்பட்ட நிகழ்வுகளைப் பார்த்தபோது, வாழ்க்கை என்பது வெற்றியையும் வெற்றியின்மையையும் உள்ளடக்கிய ஒரு மாபெரும் நாடகம் என்ற எண்ணம் எனக்கு ஏற்பட்டது.

என்னுடைய எண்ணத்தை நான் அண்ணனிடம் தெரிவித்தபோது, அவர், "ஷோன், வெற்றியையும் வெற்றியின்மையையும் உள்ளடக்கிய அந்த மாபெரும் நாடகம் வாழ்க்கை அல்ல; பிறப்புதான் அந்த மாபெரும் நாடகம். ஏனெனில், வாழ்வின் வெற்றியோ அல்லது வெற்றியின்மையோ

நம்முடைய செயல்களைச் சார்ந்தது," என்று கூறினார்.

அவருடைய ஒவ்வோர் எண்ணமும் ஒவ்வொரு யோசனையும் கச்சிதமானதாக இருந்ததால், விவாதத்திற்கான வாய்ப்பே அங்கு இருக்கவில்லை. எனவேதான், அவர் அடிக்கடி என்னுடைய ஒப்புதலைக் கேட்டதற்கான காரணத்தை என்னால் புரிந்து கொள்ள முடியவில்லை.

அவர் ஒரு முறை என்னிடம் நேரடியாக, "ஷோன், நான் தானம் செய்கிறேன் என்பது உண்மை. எல்லோரும் என்னை 'தான வீரன் கர்ணன்' என்று அழைக்கின்றனர். ஆனால், என்னுடைய தானம்கூட மட்டுப்படுத்தப்பட்டிருப்பதை உன்னால் காண முடிகிறதா? அஸ்தினாபுரமும் அதன் நான்கு அண்டைய நாடுகளும் மட்டுமே என்னுடைய தானத்தினால் பயனடைகின்றன. நாம் நம்முடைய திக்விஜயத்திற்காக ஆரியவர்த்தம் நெடுகிலும் பயணித்தோம். ஆனால், தானத்தைப் பொருத்தவரை நாம் அப்படி நடந்து கொண்டோமா? நம்முடைய தானத்தின் எல்லையை விரிவுபடுத்துவதற்கு ஏதேனும் ஒரு வழியை உன்னால் சொல்ல முடியுமா?" என்று கேட்டார்.

"அதுதான் உங்கள் விருப்பம் என்றால், அதற்கு ஒரே ஒரு வழிதான் இருக்கிறது. உங்கள் மகன்கள் ஏழு பேருக்கும் தொலைதூர நாடுகளில் உள்ள தேரோட்டிகளின் குடும்பங்களைச் சேர்ந்த இளம்பெண்களுடன் திருமணம் செய்து வையுங்கள். அப்போது எல்லா நாடுகளிலிருந்தும் மக்கள் உங்களிடம் உதவி கேட்டு இங்கு வருவர். இங்கு வர முடியாதவர்களுக்கு, நம்முடைய புதிய உறவினர்கள் மூலமாக தானியங்களையும் செல்வத்தையும் ஆடைகளையும் இன்னும் பிறவற்றையும் அனுப்பி வைக்கலாம்." அவருடைய மகன்கள் அனைவருக்கும் விரைவில் திருமணம் செய்து பார்க்க நான் விரும்பினேன். ஏனெனில், அவர்கள் அதற்குரிய வயதை எட்டியிருந்தனர், அதற்கான எல்லாத் தகுதிகளையும் பெற்றிருந்தனர்.

"உன் யோசனை சரியானதுதான். நீயும் சத்தியசேனனும் சென்று மணப்பெண்களைத் தேர்ந்தெடுத்து வாருங்கள். குறிப்பாக, அவந்தி, காமரூபம், காம்போஜம், காஷ்மீரம் போன்ற தூரத்து நாடுகளில் பெண் தேடுங்கள். சத்தியசேனன் மேற்குப் பகுதிக்கும் வடக்குப் பகுதிக்கும் செல்லட்டும். நீ கிழக்கு மற்றும் தெற்குப் பகுதிகளுக்குச் செல். ஒரு விஷயத்தை நினைவில் வைத்துக் கொள். என்னுடைய மகன்களைவிட அதிக வசீகரமும் தகுதியும் படைத்த ஓர் இளைஞனை மீனாட்சிக்குக் கணவனாகத் தேர்ந்தெடுத்து வா. அவளும் இப்போது திருமண வயதை அடைந்துவிட்டாள்."

"தகுதியும் வசீகரமும் ஒருங்கே அமையப் பெற்ற அப்படிப்பட்ட ஒருவனை நாம் எங்கே கண்டுபிடிப்பது?"

"அதில் என்ன பிரச்சனை? உன்னால் முடியவில்லை என்றால் நானே அவனைக் கண்டுபிடிக்கிறேன். இதை ஒரு சாக்காக வைத்து நான் மதுராவுக்குப் போய்வருகிறேன். அங்கு நானே ஒரு மணமகனைத் தேடிக் கண்டுபிடிக்கிறேன்."

இங்ஙனம், என் மகளுக்கு ஒரு கணவனைக் கண்டுபிடிப்பதற்கான பொறுப்பை அவர் தானாக ஏற்றுக் கொண்டார்.

27

சத்தியசேனனும் நானும் பொருத்தமான மணப்பெண்களைத் தேடி ஒவ்வொரு நாடாகச் சென்றோம். மீனாட்சிக்கு மதுராவில் ஒரு கணவனை அண்ணன் தேர்ந்தெடுத்தார். திருமண அழைப்பிதழ்கள் அனைத்து நாடுகளுக்கும் அனுப்பி வைக்கப்பட்டன. “உங்களால் இயன்ற அளவு ஏழை எளியவர்களைத் திருமணத்திற்கு உங்களுடன் அழைத்து வாருங்கள்,” என்று எங்களுடைய புதிய சம்பந்திகள் ஒவ்வொருவரிடமும் நாங்கள் கேட்டுக் கொண்டோம். அரச சோதிடர்களும் புரோகிதர்களும் கணித்துக் கொடுத்த மங்கல நாள் வந்தது.

விருசாலி அண்ணியும் சுப்ரியை அண்ணியும் அஸ்தினாபுரம் நெடுகிலும் சென்று எல்லோருக்கும் அட்சதையை வழங்கி, அவர்களை முறையாக அழைத்தனர். நகருக்கு வெளியே இருந்த விதுரரின் குடிசைக்கும் அவர்கள் சென்றனர்.

அதிகாலையிலிருந்தே முரசுச் சத்தம் அஸ்தினாபுரத்தை நிரப்பத் தொடங்கியது. பொதுமக்கள் தங்களுடைய தான வீரன் கர்ணனின் மகன்களுடைய திருமணங்களைக் கொண்டாடுவதற்காகத் தங்கள் வீடுகளை அலங்கரித்தனர். “இது சூத புத்திரர்களின் திருமணம்,” என்று சொல்ல எந்த அரசரும் துணியவில்லை. எங்கள் மாளிகையே ஒரு மணப்பெண் கோலம் தரித்திருந்தது. என் பெற்றோர் தங்கள் களைப்பையும் மறந்து, பிரம்மாண்டமாக அமைக்கப்பட்டிருந்த திருமணப் பந்தல்களைச் சுற்றிலும் அடுக்கி வைக்கப்பட்டிருந்த மங்கலக் கலசங்களின்மீது தேங்காய்களை வைப்பதில் மும்முரமாக இருந்தனர். வாழ்க்கையே ஒரு மகிழ்ச்சியான குழப்பம்தான். நாங்கள் எல்லோரும் மகிழ்ச்சியில் திளைத்திருந்தோம். திக்விஜயத்தின்போது நாங்கள் அடிபணிய வைத்த அரசர்கள் அனைவரும் அஸ்தினாபுரத்திற்கு வந்திருந்தனர். ஏதேனும் காரணத்திற்காக வர முடியாமல் போனவர்கள், தங்களுடைய முதன்மை அமைச்சர்களையோ, முதன்மை ஆலோசகர்களையோ, அல்லது படைத் தளபதிகளையோ தங்களுடைய பிரதிநிதிகளாக அனுப்பி வைத்திருந்தனர். அவர்கள் எல்லோரும் மணமக்களைச் சூழ்ந்திருப்பதற்கு பதிலாக, அங்க நாட்டு அரசர் வெளியே நின்று பிராமணர்களுக்கும் முனிவர்களுக்கும் துறவிகளுக்கும் ஆதரவற்றோருக்கும் ஏழைகளுக்கும் தானம் வழங்கிக் கொண்டிருந்ததைக் காணுவதற்காக அங்கே கூடினர்.

விதர்ப நாட்டு அரசனான ருக்மி அந்த மொத்த நிகழ்வையும் பார்த்துவிட்டு, “மன்னர் திருதராஷ்டிரருக்கு பதிலாக நான் இந்த அஸ்தினாபுரத்தின் மன்னனாக இருந்திருந்தால், நான் இத்தலைநகரத்தின் பெயரைக் கர்ணபுரம் என்று மாற்றியிருப்பேன்,” என்று கூறினான்.

அண்ணனுடைய மகன்களின் திருமணங்களும் என் மகளின் திருமணமும் இனிதே நடந்து முடிந்தன. பல்வேறு நாடுகளிலிருந்து தானம் பெற வந்திருந்தவர்கள், “கர்ண மாமன்னர் வாழ்க!” என்று கூறி அவரை வாழ்த்திவிட்டு அங்கிருந்து புறப்பட்டுச் சென்றனர். அங்கு அலங்காரமாக ஒழுங்கமைக்கப்பட்டிருந்த விளக்குகளைப் பார்த்தபோது, சொர்க்கம் மேலே வானத்தில் இருந்ததா அல்லது கீழே

பூமியில் இருந்ததா என்று நான் வியந்தேன்.

அண்ணன் தன்னுடைய மருமகள்களை ஆசீர்வதித்தபோது அவர்களுக்குக் கூறிய அறிவுரை என் காதுகளில் எதிரொலித்தது: "நீங்கள் ஒரு மாளிகைக்குள் நுழைந்துள்ளபோதிலும், நீங்கள் சூதக் கன்னியர் என்பதை ஒருபோதும் மறந்துவிடாதீர்கள்." அந்த வார்த்தைகளை நான் நினைவுகூர்ந்தபோது, நான் இவ்வுலகத்தை மறந்தேன். திடீரென்று என் மனத்தின் ஒரு மூலையில் பாண்டவர்களைப் பற்றிய நினைவு முளைத்தது. அவர்கள் வனவாசம் சென்று பத்து ஆண்டுகள் ஆகியிருந்தன. ஏதோ ஒரு காட்டில், ஏதோ ஓர் ஓலைக் குடிசையில், இரவின் இருளை மட்டுமே தங்களுடைய போர்வையாகக் கொண்டு அவர்கள் தூங்கிக் கொண்டிருப்பார்கள் என்ற நினைப்பு என்னுள் ஓர் அசௌகரியமான உணர்வைத் தூண்டியது.

மீனாட்சி தன் கணவன் வீட்டுக்குப் புறப்பட்டுச் சென்றதைப் பார்த்தபோது என்னுள் எழுந்த துயரத்தை, அண்ணனின் ஏழு மருமகள்கள் எங்கள் மாளிகையில் வளைய வந்ததைப் பார்த்து நான் தணித்துக் கொண்டேன். தானம் கொடுப்பதற்கான பொருட்கள் வைக்கப்பட்டிருந்த அறைகள் இப்போது காலியாகியிருந்தன. அவற்றில் இப்போது திருமணப் பரிசுகள் குவிந்திருந்தன. அண்ணனின் 'தான வேள்வி' கங்கையின் ஓட்டத்தைப்போல வழக்கம்போலத் தொடர்ந்தது. அவரிடம் உதவி கேட்டு வந்த யாரும் வெறும் கையோடு திரும்பிப் போகவில்லை. எதிர்காலத்திலும் அவர்கள் அப்படிப் போக மாட்டார்கள்.

மீனாட்சி எங்களிடமிருந்து விடைபெற்றுக் கொண்ட நேரத்தில், தன் மதிப்பிற்குரிய பெரியப்பாவுக்கு ஒரு செய்தியை என்னிடம் விட்டுச் சென்றிருந்தாள். திருமணக் களேபரத்தில் நான் அதை அவரிடம் தெரிவிக்க மறந்திருந்தேன். "பெரியப்பா, உங்களுடைய பேரக்குழந்தைகள் உங்கள் குண்டலங்களோடு விளையாடுவதைப் பார்க்க நான் விரைவில் திரும்பி வருவேன்," என்பதுதான் அச்செய்தி. அண்ணன் இதைக் கேட்டவுடன் பூரித்துப் போவதைப் பார்ப்பதற்காக, நான் அவருடைய அறைக்குச் சென்று, அவர் வெளியே வருவதற்காகக் காத்திருந்தேன். ஆனால், பொழுது விடிந்த பிறகும்கூட அவருடைய அறைக் கதவு மூடியே இருந்தது. குறைந்தபட்சம் எட்டு தடவையாவது நான் அவருடைய கதவைத் தட்டியிருந்தேன், ஆனால் அவர் பதிலேதும் கூறவில்லை. இதற்கு முன்பு இதுபோல ஒருபோதும் நிகழ்ந்திருக்கவில்லை என்பதால் நான் மிகுந்த கவலை கொண்டேன்.

நான் பதற்றத்தோடு, "அண்ணா, கதவைத் திறங்கள்!" என்று உரத்தக் குரலில் கூறினேன்.

"யாரது? ஷோனா?" என்று கேட்டுக் கொண்டே அவர் தன் அறைக் கதவைத் திறந்தார். அவருடைய பொன்னிறத் தலைமுடி அலங்கோலமாகக் கலைந்திருந்தது. வழக்கமாக அமைதி தவழ்ந்த அவருடைய முகத்தின்மீது இப்போது கவலையும் குழப்பமும் படர்ந்திருந்தன. அவர் தன் கைகளை தன் முதுகிற்குப் பின்னால் கட்டிக் கொண்டு தன் அறையில் மேலும் கீழும் நடக்கலானார்.

நான் என்னைக் கட்டுப்படுத்திக் கொள்ள முடியாமல், "அண்ணா, என்ன விஷயம்? நீங்கள் ஏதோ பலமான சிந்தனையில்

மூழ்கியிருப்பதுபோலத் தெரிகிறதே," என்று கேட்டேன்.

"ஷோன், எனக்கு எதுவுமே புரியவில்லை."

"நீங்கள் எதைப் பற்றிப் பேசுகிறீர்கள்?"

"நேற்றிரவு நான் ஒரு விநோதமான கனவு கண்டேன்."

"எப்படிப்பட்டக் கனவு? கனவுகள் நிஜமானவை அல்ல என்பது உங்களுக்குத் தெரியும்தானே?"

"இல்லை, ஷோன். இந்தக் கனவு மெய்யாகப் போகிறது என்று ஏதோ ஒன்று என்னிடம் சொல்லுகிறது. இந்தக் கனவில் நான் சூரிய பகவானுடன் உண்மையாக உரையாடினேன்."

"நீங்கள் எதைப் பற்றிப் பேசினீர்கள்?"

"நாளைக்கு இந்திரன் தானே என்னிடம் யாசகம் கேட்டு என் வாசலுக்கு வருவார் என்று அவர் கூறினார். இந்திரன் என்னிடம் செல்வத்தையோ, ஆடைகளையோ, பசுக்களையோ அல்லது இவை போன்ற வேறு எதையோ கேட்கப் போவதில்லை. மாறாக..."

"அவர் வேறு என்ன கேட்கப் போகிறார்?"

"என்னுடைய கவச குண்டலங்கள்! அதுவும் அர்ஜுனனுக்காக!" என்று கூறிவிட்டு, அவர் இன்னும் வேகமாகக் குறுக்கும் நெடுக்கும் நடந்தார்.

நான் மிகவும் உணர்ச்சிவசப்பட்டு, "இல்லை, அண்ணா. காரணம் எதுவாக இருந்தாலும் சரி, இந்தக் கோரிக்கையை மட்டும் நீங்கள் ஒப்புக் கொள்ளக்கூடாது. அதற்குப் பெயர் தானம் அல்ல, அது அடிமைத்தனம்," என்று கூறினேன். என் உடல் கட்டுக்கடங்காமல் நடுங்கியது.

"சூரிய பகவானும் இதே அறிவுரையைத்தான் எனக்குக் கொடுத்தார். நான் என் கவச குண்டலங்களை தானமாகக் கொடுத்துவிட்டால், அது என் அழிவுக்கு வழி வகுத்துவிடும் என்று அவர் மீண்டும் மீண்டும் என்னிடம் கண்டிப்புடன் கூறினார்."

"அதற்கு நீங்கள் என்ன பதிலளித்தீர்கள்?"

"ஷோன், என் பதில் உனக்குப் பிடிக்கப் போவதில்லை. அதை உன்னால் ஏற்றுக் கொள்ள முடியாது."

"சொல்லுங்கள், அண்ணா. அது என்னவென்று இக்கணமே எனக்குத் தெரியாவிட்டால் நான் செத்துவிடுவேன்."

"நான் சூரிய பகவானுக்கு மரியாதை செலுத்திவிட்டு, 'இந்திரன் தானே ஒரு யாசகராக என் வாசலில் வந்து நின்றால், கேள்வி எதுவும் கேட்காமல் நான் என் கவச குண்டலங்களை அவருக்குக் கொடுத்து அவரை கௌரவப்படுத்துவேன்,' என்று அவரிடம் கூறினேன்." அவர் கூறிய வார்த்தைகளைக் கேட்டது என் காதுகளில் ஈயத்தைக் காய்ச்சி ஊற்றியதைப்போல இருந்தது.

"ஏன்? நீங்கள் ஏன் இவ்வளவு பயங்கரமான வழியில் உங்கள் வாழ்க்கையோடு விளையாட விரும்புகிறீர்கள்?"

"ஷோன், இது இப்போது உனக்குப் புரியாது. இந்த தானம் வெறும் புகழுக்காக மட்டுமே செய்யப்படவிருக்கின்ற ஒன்று."

"புகழ்! புகழ்! இதுவரை உங்களுக்குக் கிடைத்துள்ள புகழ் உங்களுக்குப் போதாதா? வாழ்வின் இறுதியில் இந்தப் புகழால் என்ன பயன்? சொல்லுங்கள், நீங்கள் எந்த வகையான புகழை அடையத்

துடிக்கிறீர்கள்?"

" 'விருதாசுரனை வதம் செய்த, சொர்க்கத்தின் அதிபதியான தேவேந்திரனுக்கே வரம் கொடுத்தக் கர்ணன்!' என்ற புகழை நான் அடைய விரும்புகிறேன். இதை எனக்கு நானே கொடுத்துக் கொள்ள விரும்புகிறேன். ஷோன், நாளைக்கு சொர்க்கம் இந்தப் புராதன பூமிக்குத் தரையிரங்கி வந்து யாசிக்கப் போகிறது. இந்தப் புகழுக்காக நான் என் கவச குண்டலங்களையும் தாண்டி எதை வேண்டுமானாலும் கொடுக்கத் தயாராக இருக்கிறேன். நான் அதற்காக என் உயிரைக்கூடத் துறப்பேன்! வாழ்க்கையையும் மரணத்தையும் பற்றி வீரர்கள் மிகவும் வேறுபட்டக் கண்ணோட்டங்களைக் கொண்டிருக்கின்றனர். புகழ் இல்லாத ஒரு மனிதன் ஒரு நடைபிணம் போன்றவன். புகழ் இருப்பவர்களுக்கு மட்டுமே சொர்க்கத்தின் கதவுகள் திறக்கின்றன. நற்பெயர் என்பது ஓர் இரண்டாவது தாய் போன்றது. ஒருவன் சம்பாதிக்கும் நற்பெயர் அவனைப் பற்றிய நினைவு மக்களுக்கு எப்போதும் இருப்பதை உறுதி செய்யும், அவனைச் சிரஞ்சீவியாக ஆக்கும், அவனுக்கு ஒரு புதிய பிறவியைக் கொடுக்கும். புகழ் இல்லாத ஒருவன் நிச்சயமாக ஒரு நடைபிணம்தான். உணவு, உறக்கம், செல்வம், அன்பு மற்றும் பிறவற்றைத் தேடி இரவு பகலாக ஓடிக் கொண்டிருப்பது வாழ்வின் அர்த்தம் ஆகாது. புகழைக் கொண்டு மட்டுமே வாழ்க்கை அளவிடப்படுகிறது. பெருங்கடல்களில் ஏராளமான திமிங்கலங்கள் இருக்கின்றன. அவை பல நூறு ஆண்டுகள் உயிர் வாழுகின்றன. அவை நிலைபேறு கொண்டவை என்று யாரேனும் கூறுகிறார்களா? வெறுமனே உயிர் பிழைத்திருப்பது உண்மையிலேயே வாழுவது ஆகாது. வாழ்க்கை எப்படியெல்லாம் இருக்க முடியும் என்பதைப் புகழ் ஒன்றால் மட்டுமே எடுத்துக்கூற முடியும். தினமும் ஆயிரக்கணக்கான உயிர்கள் இந்த பூமியில் பிறக்கின்றன, ஆயிரக்கணக்கான உயிர்கள் மடிகின்றன. அவர்களுக்காக ஒரு சொட்டுக் கண்ணீர் விடுவதற்கு யாருக்கேனும் நேரம் இருக்கிறதா? யாருடைய மரணம் இதயத்தைக் கசக்கிப் பிழிகின்ற ஒரு வெறுமையை ஏற்படுத்தி, அவர் விட்டுச் சென்றுள்ள நபர்களின் மனங்களை நொறுக்குகிறதோ, அவர்தான் உண்மையிலேயே புகழ் பெற்றவராவார். அப்படிப்பட்டவர்கள்தாம் உண்மையிலேயே வாழ்ந்தவர்கள், அவர்கள்தாம் உண்மையிலேயே மடிந்தவர்கள். அதனால்தான், எனக்கு என் உயிர் வேண்டுமா அல்லது புகழ் வேண்டுமா என்று சூரிய தேவன் என்னிடம் கேட்டபோது, நான் 'புகழ்,' என்று அவருக்கு பதிலளித்தேன். என்னுடைய நற்பெயருக்குக் களங்கம் ஏற்பட்டப் பிறகு என் வாழ்க்கை நீடிப்பதை என்னால் ஏற்றுக் கொள்ள முடியாது."

"அப்படியானால், உங்களுக்கு அழியாப் புகழைக் கொண்டு வரப் போகின்ற இந்த தானத்தைக் கொடுப்பதற்கான இந்த வாய்ப்புக் குறித்து நீங்கள் ஏன் இவ்வளவு வருத்தமாக இருக்கிறீர்கள்? அண்ணா, வாழுவதற்கான விருப்பம்தான் மனித உள்ளுணர்வுகள் அனைத்திலும் மிக அடிப்படையானது என்ற உண்மையை மறுக்காதீர்கள். வாழும்போது ஒருவனுக்குப் புகழ் கிடைத்தால், அப்போது சுயமதிப்பு எனும் ஆழமான மனநிறைவும் அவனுக்குக் கிடைத்துவிடுகிறது. ஆனால், இறந்த பிறகு கிடைக்கின்ற புகழால் என்ன பயன்? தன்மீது

போடப்படுகின்ற மலர்மாலைகளின் நறுமணத்தை ஒரு சடலத்தால் ரசிக்க முடியாது. ஒரு போலியான புகழைத் துரத்திச் செல்லுவதை விட்டுவிட்டு, இவ்வுலகில் தொடர்ந்து வாழுவதுதான் உண்மையான சாதனை. அதுதான் உண்மையான வாழ்க்கை. இந்திரனை உங்கள் வாசலுக்கு அனுப்பி வைக்கவிருப்பவன் எதற்காக அதைச் செய்கிறான் என்று நினைக்கிறீர்கள்? அவனும் வாழ விரும்புகிறான்! தொடர்ந்து உயிர் வாழுவதுதான் அனைத்து உயிரினங்களின் மிக ஆழமான உள்ளுணர்வாகும். அதனால்தான் இன்று நீங்கள் இவ்வளவு விரக்தியடைந்து இருக்கிறீர்கள். நீங்கள் வாழ விரும்புகிறீர்கள். உங்களுக்குக் கவச குண்டலங்கள் இருப்பதால் போர்க்களத்தில் உங்களை யாராலும் கொல்ல முடியாது என்பதை நீங்கள் அறிவீர்கள். அர்ஜுனனைப் போன்ற ஒரு தலைசிறந்த வில்லாளியால்கூட உங்களைத் தோற்கடிக்க முடியாது. அண்ணா, உங்களை நீங்களே நேர்மையாக ஆய்வு செய்யுங்கள். தயவு செய்து உங்களுடைய கவச குண்டலங்களை தானம் கொடுக்காதீர்கள். நீங்கள் அர்ஜுனனைக் கொல்லப் போவதாக சூளுரைத்திருப்பதையாவது நினைவுபடுத்திப் பார்க்க முயற்சி செய்யுங்கள்."

"ஷோன், போதும் நிறுத்து! நாம் இருவரும் சேர்ந்து வாழ்ந்து கொண்டிருந்தபோது நீ ஒருபோதும் கூறியிராத பல விஷயங்களை இப்போது நீ பேசியுள்ளாய். ஓர் ஏரியின் தண்ணீருக்கு அந்த ஏரியில் பூத்துத் தவழுகின்ற தாமரை மலர்களின் மகரந்தத்தின் நறுமணம் தெரியாது. வெகு தொலைவில் உள்ள தேனீக்கள்தாம் அதை அறியும். இது உனக்கும் பொருந்தும். என் வாழ்க்கைமுறையையும் என் நடத்தையையும் நீகூடப் புரிந்து கொண்டிராதது எனக்கு ஆச்சரியமளிக்கிறது. நீ இத்தனைக் காலமும் என்னுடனேயே வளர்ந்து வந்திருக்கிறாய். ஆனாலும் நீ இன்று இப்படிப் பேசியிருக்கிறாய். நான் என் உயிர்மீது பயம் கொண்டிருப்பதாகவும், அதனால்தான் நான் இன்று வருத்தம் கொண்டிருப்பதாகவும், அதனால்தான் நான் குழப்பத்தில் இருப்பதாகவும் நீ நினைக்கிறாயா? ஷோன், நீ நினைப்பது சரிதான். எனக்கு பயமாக இருக்கிறது, நான் வருத்தமாக இருக்கிறேன், நான் குழப்பத்தில் இருக்கிறேன். இவை எல்லாமே உண்மை. ஆனால், நான் பயப்படுவது என்னுடைய உயிரைக் குறித்து அல்ல..."

அவர் இந்தப் புதிரான விவகாரத்தை மேலும் அதிகப் புதிரானதாக ஆக்கிக் கொண்டிருந்தார்.

"ஷோன், இந்திரன் இங்கு வந்து கேட்கும்போது, என் உடலின் எந்தப் பகுதியிலிருந்து நான் என் கவசத்தை அறுத்துக் கொடுப்பது, அதை எப்படி அறுத்துக் கொடுப்பது என்பது தெரியாமல்தான் நான் குழம்பிப் போயிருக்கிறேன். துளைக்கப்பட முடியாத என்னுடைய கவசத்தை எந்த ஆயுதத்தைக் கொண்டு நான் அறுப்பது? நான் இதுவரை கட்டியெழுப்பி வந்துள்ள என்னுடைய புகழெனும் தூண், என்னுடைய இந்தக் கவச குண்டலங்களின் காரணமாகத் தகர்க்கப்படப் போகிறதா? இதுதான் என் பயத்திற்குக் காரணம். இது குறித்துதான் நேற்று இரவு முழுவதும் நான் கவலைப்பட்டுக் கொண்டிருந்தேன். இப்போதும் எனக்கு எந்த வழியும் தெரியவில்லை. ஷோன், நீ சொல். நான் என்னுடைய உடலின் எந்தப் பகுதியிலிருந்து என்னுடைய கவசத்தை அறுப்பது? அதை நான்

எதைக் கொண்டு அறுப்பது?” அவர் இவ்வாறு கேட்டுவிட்டு மீண்டும் தன் கைகளைத் தன் முதுகிற்குப் பின்னால் கட்டிக் கொண்டு மேலும் கீழும் வேகமாக நடக்கலானார்.

நான் தலை கவிழ்ந்து நின்றேன். அவருடைய தெளிவான எண்ணங்களோடு ஒப்பிடுகையில் என்னுடையவை சலிப்பூட்டுபவையாகவும் அற்பமானவையாகவும் தோன்றின. நாங்கள் இருவரும் நீண்ட நேரம் மௌனமாக இருந்தோம். இறுதியில், அவர் என்னை விட்டுவிட்டு, தன்னுடைய அங்கவஸ்திரம் ஒன்றை எடுத்துக் கொண்டு கங்கைக்குச் செல்லத் தயாரானார்.

அவர் என்னிடம் கூறிய விஷயத்தை நான் விருசாலி அண்ணியிடமும் மற்றவர்களிடமும் தெரிவித்துவிட்டு, மாளிகை மாளிகையாகச் சென்று எல்லோருக்கும் அதைத் தெரியப்படுத்தினேன். அண்ணனின் மனம் எவ்வளவு உறுதியானது என்பதை அவர்கள் அனைவரும் அறிந்திருந்தனர். அவர் தன்னுடைய கவச குண்டலங்களை தானம் கொடுக்க மேற்கொண்ட முடிவிலிருந்து அவரைப் பின்வாங்கச் செய்வதற்கான சக்தி எங்கள் யாருக்கும் இருக்கவில்லை.

28

அவர் தன்னுடைய தினசரிப் பிரார்த்தனையையும் நீராஞ்சலியையும் முடித்துவிட்டு, மாளிகை வாசலில் இருந்த கல்மேடையின் அருகே வந்தார். அதன்மீது நின்றபடிதான் அவர் தானம் செய்தார். அவரிடம் தானம் பெற வந்திருந்தவர்களின் வரிசை வெகுதூரம் நீண்டிருந்தது. இந்திரன் அந்த வரிசையில் எங்கேனும் நின்று கொண்டிருந்தாரா என்று நான் தேடினேன், ஆனால் அவரை என்னால் கண்டுபிடிக்க முடியவில்லை. நான் நிம்மதிப் பெருமூச்செறிந்தேன். என் அண்ணன் கேட்டவற்றை ஒவ்வொன்றாக நான் அவரிடம் எடுத்துக் கொடுத்துக் கொண்டே இருந்தேன். தங்கம், ஆடைகள், முத்துக்கள், தானியங்கள், எண்ணெய் மற்றும் பிற பொருட்கள் அனைவருக்கும் தாராளமாக வழங்கப்பட்டன. எங்கள் பெற்றோரும், விருசாலி அண்ணியும், அண்ணனின் ஏழு மகன்களும் கவலையோடு மேல்மாடத்தில் நின்று கொண்டிருந்தனர். தானம் பெற வந்திருந்தவர்கள் அனைவரும் தங்களுக்கு வேண்டியவற்றைப் பெற்றுக் கொண்டு அங்கிருந்து போய்விட்டதைக் கண்டவுடன் அவர்கள் எல்லோரும் நிம்மதியடைந்து உள்ளே போய்விட்டனர். “அது வெறும் கனவுதான்!” என்று நான் முணுமுணுத்துவிட்டு, நிலத்தின்மீது விழுந்து கிடந்த நான்கு முத்துக்களை எடுத்துத் தாம்பாளத்தில் வைத்தேன். இதற்கிடையே, எலும்பும் தோலுமாக இருந்த ஒரு பிராமணர் முக்கிய வாசல் வழியாக உள்ளே வந்து ஒரு கணம் அங்கேயே நின்றார். என் மனம் கவலையால் படபடத்தது.

“யாரது?” என்று அங்க நாட்டு அரசர் கேட்டார்.

“நான் ஓர் ஏழை பிராமணன். உங்களிடம் யாசகம் கேட்டு வந்திருக்கிறேன்.”

“வேகமாக இங்கே வாருங்கள். தானத்திற்கான நேரம் கிட்டத்தட்ட

முடிந்துவிட்டது. தயவு செய்து வேகமாக வாருங்கள்."

அந்த பிராமணர் தன் கைகளை இடுப்பின்மீது வைத்துக் கொண்டு, கூன் போட்டு நடந்தபடி மேடையருகே வந்தார். அவர் பொக்கை வாயுடன் தன் கண்களைச் சிமிட்டியபடி நின்றார்.

"சொல்லுங்கள், நான் உங்களுக்கு என்ன தரட்டும்? செல்வமா, பசுக்களா, சொத்துக்களா, வீடா, தானியங்களா, அல்லது ஆடைகளா? மலர்களா, கனிகளா, அல்லது தேனா? பணிப்பெண்களா அல்லது சேவகர்களா? புனித நூல்களை எழுதுவதற்கு மரப்பட்டைகளால் ஆன காகிதங்களா? என்ன வேண்டும்? எனக்குக் கட்டளையிடுங்கள்."

"கர்ணா, நீ ஒரு தான வீரன். உன்னுடைய புகழைப் பற்றிக் கேள்விப்பட்டு நான் வெகு தொலைவிலிருந்து வந்திருக்கிறேன். எனக்கு செல்வத்தின்மீது விருப்பமில்லை. பணத்தின் பின்னால் ஓடுகின்றவன் நானல்லன். பசுக்களும் எனக்குத் தேவையில்லை. நான் ஒரு மாட்டிடையன் அல்லன். எனக்கு எந்தச் சொத்தும் தேவையில்லை. ஏனெனில், நான் ஓர் அரசன் அல்லன். என்னைப் பொருத்தவரை, நான் எங்கே இருக்கிறேனோ அதுதான் என்னுடைய வீடு. எனவே, எனக்கு வீடு எதுவும் தேவையில்லை. குதிரைகள், தானியங்கள், கனிகள், மலர்கள் போன்ற எதுவும் எனக்குத் தேவையில்லை. புனித நூல்களை எழுதுகின்ற ஒரு முனிவரல்லன் நான். எனக்கு உன்னுடைய காகிதங்களும் தேவையில்லை."

"பிறகு உங்களுக்கு என்ன வேண்டும்? நான் உங்கள் சேவகனாக ஆக வேண்டும் என்று நீ விரும்புகிறீர்களா? உங்களுடைய கட்டளையை நிறைவேற்றுவதற்கு நான் என்ன செய்ய வேண்டும் என்று நீங்கள் விரும்புகிறீர்கள்? நீங்கள் தயங்க வேண்டியதில்லை, வெறுமனே கட்டளையிட்டால் போதும். ஒரு மேகம் வேண்டுமானால் தண்ணீரின்றி ஒரு பெருங்கடலிலிருந்து புறப்பட்டுச் செல்லக்கூடும். ஆனால் கர்ணனின் வாசலிலிருந்து யாரும் வெறுங்கையோடு திரும்பிச் செல்லுவதில்லை."

"இது உன்னுடைய போலிப் பெருமிதம். நான் உன்னுடைய புகழுக்குக் களங்கம் ஏற்படுத்த விரும்பவில்லை. எனவே, நான் இங்கிருந்து போய்விடுகிறேன். ஏனெனில், எனக்கு விருப்பமானதை உன்னால் ஒருபோதும் தர முடியாது என்பதை நான் அறிவேன்," என்று கூறிவிட்டு அந்த பிராமணர் அரண்மனையின் முக்கிய வாசலை நோக்கித் திரும்பினார். அங்க நாட்டு அரசர் மேடையிலிருந்து கீழே இறங்கி வந்து, அந்த பிராமணரை நோக்கி வேகமாக ஓடிச் சென்று, அவருடைய பாதங்களைத் தொட்டு வணங்கினார்.

"தயவு செய்து இவ்விதத்தில் என் புகழ்மீது கறை ஏற்படுத்தாதீர்கள். நீங்கள் விரும்பினால், நான் என் தலையைக்கூட வெட்டி உங்கள் பாதங்களில் வைக்கத் தயாராக இருக்கிறேன். ஆனால் நீங்கள் வெறுங்கையுடன் இங்கிருந்து திரும்பிச் செல்ல நான் அனுமதிக்க மாட்டேன். சொல்லுங்கள், உங்களுக்கு என்ன வேண்டும்?"

"கர்ணா, நீ தான வீரன் என்று போற்றப்படுகிறாய். நீ உன்னுடைய இந்த நற்பெயர் குறித்து உண்மையிலேயே இவ்வளவு மகிழ்ச்சி கொண்டிருந்தால், உன்னுடைய கவச குண்டலங்களை எனக்குப் பரிசாகக் கொடு," என்று கேட்டுவிட்டு, அந்த பிராமணர் தன்

உள்ளங்கைகள் இரண்டையும் விரித்தார்.

தன்மீது நெருப்புப் பற்றியதுபோல அண்ணன் திடுக்கிட்டார். அவருடைய நீலநிறக் கண்களில் கண்ணீர் நிரம்பியது. அவருடைய உதடுகள் துடித்தன.

"தேவர்களின் அதிபதியே! ஒரு சாதாரணத் தேரோட்டியின் ஒரு சாதாரண மகனான இந்தக் கர்ணனின் வீட்டு வாசலில் நீங்களா? ஓர் ஏழை பிராமணனின் வேடத்திலா? நான் எங்கே இருக்கிறேன்? இது பூமியா அல்லது சொர்க்கமா? சொர்க்கத்தின் அமுதத்தைச் சுவைத்துக் கொண்டும் தேவலோகக் கன்னியரோடு ஆடிக் கொண்டும் களித்திருக்கும் தேவேந்திரன் ஒரு சூத புத்திரனின் வீட்டு வாசலில் தன் கைகளை ஏந்தி நிற்பது என் கனவா அல்லது நனவா? ஷோன், இன்று நாம் நம்முடைய திக்விஜயத்தை உண்மையிலேயே நிறைவு செய்துள்ளோம். இவ்வுலகில் நான்கு திசைகள் உள்ளன. அவற்றுக்கு மேலே ஐந்தாவதாக ஒரு திசை இருக்கிறது. இன்று அதையும் நாம் வென்றுள்ளோம். தேவர்களின் அரசர் அங்க நாட்டு அரசரிடம் யாசகம் கேட்டு வந்திருக்கிறார். தேவேந்திரனே, வாருங்கள். என்னுடைய கவச குண்டலங்களை வெட்டியெடுத்துச் செல்லுங்கள். ஆனால் என்னை உள்ளடக்கக்கூடிய ஒரு பெரிய பையைக் கொண்டு வந்து என்னை மொத்தமாக எடுத்துச் சென்றுவிடுங்கள். ஏனெனில், என் உடல் எதுவொன்றாலும் துளைக்கப்பட முடியாத ஒன்று. எந்த ஆயுதத்தாலும் அதை அறுக்க முடியாது. எனவே, நான் மூச்சடக்கி உங்களுடைய பையில் உட்கார்ந்து கொள்ளுகிறேன். நான் இறந்தவுடன் என்னை உங்களோடு சொர்க்கத்திற்கு எடுத்துச் சென்று, உங்கள் ராஜ்ஜியத்தின் எல்லையில் என் உடலைக் கிடத்திக் காய வையுங்கள். குளிராகியுள்ள என் ரத்தம் ஆவியாகிவிடும். பிறகு இந்தப் பொற்கவசத்தை நீங்கள் உங்கள் விருப்பம்போல மொத்தமாக எடுத்துக் கொள்ளலாம்."

அண்ணன் சிறிது நேரம் மௌனமாக இருந்துவிட்டு மீண்டும் பேசினார். "ஆனால் நீங்கள் இதையெல்லாம் எதற்காகக் கேட்கிறீர்கள்? உங்கள் சொர்க்கத்தின் கருவூலத்தில் தங்கம் குறைவாக இருக்கிறதா? அல்லது, உங்கள் அரியணையில் உள்ள பொற்சிங்கம் பழையதாகிவிட்டதா? அதற்கு பதிலாக இந்தத் தங்கம் வேண்டுமா? அல்லது, உங்களுடைய வஜ்ராயுதத்திற்கு இணையான ஒரு கவசம் இந்த பூமியில் இருப்பது குறித்தப் பொறாமையால் அதை வாங்கிச் செல்ல வந்திருக்கிறீர்களா? தேவர்களின் அரசனே, உங்களுடைய சொர்க்கத்தின் வாசலில் மிதியடியாகப் பயன்படுத்துவதற்கு உங்களுக்கு என்னுடைய கவசம் நிச்சயமாகத் தேவையில்லை. நீங்கள் ஏன் மௌனமாக இருக்கிறீர்கள்? இரண்டாவது முறையாக நீங்கள் இந்த பூமிக்கு வந்திருக்கிறீர்கள். மன்னர் நகுஷனின் ஆட்சியின்போது முதன்முதலாக நீங்கள் இங்கே வந்தீர்கள். மகா இந்திரனே, நீங்கள் ஏன் வாயடைத்து நிற்கிறீர்கள்? நான் என்னுடைய கவச குண்டலங்களை அறுப்பதற்கான வழியையாவது எனக்குச் சொல்லுங்கள். ஏனெனில், என்னைப் போன்ற ஒரு சூத புத்திரனுக்கு சொர்க்கத்தில் ஓர் இடம் இருக்குமா என்று நான் சந்தேகிக்கிறேன். உங்களுக்கு என்னுடைய கவச குண்டலங்கள் மட்டுமே தேவை என்பது என் அனுமானம். அது சரிதானே? ஆனால், அவை நான் பிறந்ததிலிருந்து என்னோடு இருந்து

வந்துள்ளன. அவற்றை எப்படிப் பிரித்தெடுப்பது என்பதை அறியாமல் நான் தடுமாறிக் கொண்டிருக்கிறேன். நான் உங்கள் முன் வெட்கித் தலை குனிந்து நிற்கிறேன். ஏனெனில், என்னுடைய நன்மதிப்பு இப்போது ஒரு நெருக்கடிக்கு உள்ளாகியிருக்கிறது."

"இல்லை, கர்ணா, உன்னுடைய புகழுக்கு ஒருபோதும் களங்கம் ஏற்படாது. உன்னுடைய உறையிலிருந்து உன்னுடைய வாளை உருவி, அதனுடைய கூர்மையான விளிம்பால், தாமரை போன்ற மென்மையான உன் வாயின் ஓரமாக அறுக்கத் தொடங்கு. உன் கவசத்தின் ஒரு சிறு பகுதி உன் கையில் வந்துவிடும். அதைப் பிடித்துக் கொண்டு, எஞ்சிய கவசத்தை அப்படியே இழுத்து உரித்துவிடு. கர்ணா, உன் ஒருவனால் மட்டுமே ஐந்து திசைகளையும் வெற்றி கொள்ள முடியும்."

"தேவேந்திரா, இந்த உதவிக்கு நான் எவ்வாறு உங்களுக்குக் கைமாறு செய்யப் போகிறேன்? இது எனக்கு ஒருபோதும் தோன்றவே இல்லை. நீங்கள் அசாதாரணமானவர்," என்று கூறிய என் அண்ணனின் கண்கள் ஒரு விநோதமான மகிழ்ச்சியால் மின்னின.

அவர் வேகமாக நடந்து வந்து அந்தக் கல்மேடையின்மீது ஏறி நின்றார். பிறகு அவர் தன் உறையிலிருந்து தன்னுடைய வாளை விருட்டென்று உருவினார். அந்தச் சத்தம் கேட்டு என் முதுகு சில்லிட்டது. நான் அந்த வாளை மீண்டும் அதன் உறைக்குள் தள்ளிவிட்டு, "அண்ணா, வேண்டாம். உங்களுடைய குண்டலங்கள் இன்று மீண்டும் ஒளியிழந்து காணப்படுகின்றன," என்று கூறினேன்.

"ஷோன், இன்றிலிருந்து இவை நிரந்தரமாக ஒளியிழந்துதான் இருக்கப் போகின்றன. ஆனால் இன்று எனக்கு அது குறித்து எந்த பயமும் இல்லை. அவற்றோடு ஒப்பிடுகையில் இன்று அந்த சொர்க்கமே முற்றிலுமாக ஒளியிழந்துவிடும். என் வழியைவிட்டு விலகு," என்று கூறி என்னை ஒரு பக்கமாகத் தள்ளிவிட்ட அவர், மீண்டும் தன் வாளை உருவினார். அதைக் கண்டதும் நான் என் தலையை அவருடைய பாதங்கள்மீது முட்டி மோதி அலறினேன். "அண்ணா, எனக்கும் இன்று ஓர் உதவி செய்யுங்கள். உங்கள் கவசத்தை அறுக்காதீர்கள்," என்று நான் அவரிடம் மன்றாடினேன். என் தலை கிறுகிறுத்தது.

ஆனால் அவர் இதையெல்லாம் கண்டுகொள்ளவில்லை. சகுனி மாமா சூதாடியபோதுகூட அண்ணன் இப்போது நடந்து கொண்டிருந்ததைப்போல அதன்மீது மிதமிஞ்சிய பற்றுக் கொண்டிருக்கவில்லை. அண்ணன் இப்போது மதிமயங்கி இருந்ததைப்போல அன்று அந்த விருந்தில் மூக்கு முட்டக் குடித்திருந்த இளவரசர் துரியோதனன்கூட இப்படித் தன்னிலை மறந்து கிடக்கவில்லை.

அண்ணன் தன் கண்களை மூடிக் கொண்டு, சூரிய பகவானுக்குரிய மந்திரங்களை உச்சரித்துக் கொண்டே, தன்னுடைய வாளின் கூரிய விளிம்பைத் தன் வாயின் குறுக்கே வைத்துத் தன் தோலைக் கிழித்தார். ஒருசில துளிகள் ரத்தம் இந்திரனின் இடைக் கச்சையின்மீது தெறித்தன.

"அண்ணாஆஆஆ!" என்று நான் வேதனையில் அலறினேன். குழந்தைப்பருவத்தில் நான் அவருடைய தேருக்குப் பின்னால் கத்திக் கொண்டே ஓடியபோதுகூட நான் இவ்வளவு வேதனையை அனுபவித்திருக்கவில்லை. அச்சமயத்தில் அவர் என்னுடைய

வேதனைக் குரலைச் செவிமடுத்தார், ஆனால் இப்போது அவர் அதைக் கண்டுகொள்ளவில்லை. ஒரு மரத்தின் பட்டையை உரிப்பதைப்போல அவர் தன்னுடைய உடற்கவசத்தை உரித்தார். புதிதாக வெட்டப்பட்ட ஓர் அத்திப்பழத்தின் உள்ளே இருக்கின்ற செந்நிறச் சதையைப்போல, அவருடைய உடலின் சதை அணுவணுவாக வெளிப்படுத்தப்பபட்டது. கங்கை நீரால் குளிப்பாட்டப்பட்ட ஒரு மேட்டைப்போல அவருடைய உடல் சூடான ரத்தத்தால் குளிப்பாட்டப்பட்டிருந்தது.

எண்ணற்ற அம்புகள் என் உடலைத் துளைத்திருந்ததுபோல நான் உணர்ந்தேன். அவர் நின்று கொண்டிருந்த கல்மேடை என் கண்களுக்கு முன்னால் சுழன்றது. எனக்கு மயக்கம் வந்தது. நான் என் தலையை என் கால்மூட்டுக்களுக்கு இடையே மறைத்துக் கொண்டு உட்கார்ந்துவிட்டேன். இப்போது எல்லோருமே உட்காருவதற்கான நேரம் வந்திருந்தது.

அங்க நாட்டு அரசர் இப்போது புன்னகைத்துக் கொண்டே தன்னுடைய கவசத்தை இந்திரனிடம் கொடுத்தார். மறுகணம், அவர் தன் குண்டலங்களையும் அறுத்து, அவற்றை அந்தக் கவசத்தின் மேலே வைத்தார். அவர் மென்மையாகப் புன்னகைத்துக் கொண்டிருந்தார். அப்படி என்ன பெரிய மகிழ்ச்சியை அவர் அப்போது உணர்ந்து கொண்டிருக்க முடியும்? அவர் எங்களுடைய நம்பிக்கைகள் மற்றும் விருப்பங்கள்மீது நெருப்புக் கங்குகளைத் தூக்கி வீசிவிட்டு, இந்திரனின் பாதங்களில் மலர்களைத் தூவியிருந்தார். இதிலிருந்து அவர் என்ன மனநிறைவை அடைந்திருந்தார்? இதற்கான விடைக்காக நான் என் தலையை உயர்த்தி அவருடைய முகத்தைப் பார்த்தேன். மரணம்கூட இவ்வளவு பயங்கரமானதாக இருந்திருக்க முடியாது. அவர் தன்னுடைய ஒட்டுமொத்தக் கவசத்தையும் குண்டலங்களையும் அறுத்திருந்ததால், ரத்தத்தில் தோய்ந்திருந்த அவருடைய சதை முழுவதும் வெளியே தெரிந்தது. அவர் முற்றிலுமாக உருக்குலைந்து போயிருந்தார். இதைப் பார்த்தவுடன் நான் அதிர்ச்சியில் உறைந்து நின்றேன். நெருப்பில் பாதி எரிந்துள்ள் ஒரு மரம்போல நான் அந்த மேடையின்மீது நின்றேன். நான் தள்ளாடியபடி எழுந்தேன். நான் உயிரோடு இருந்தேனா அல்லது செத்திருந்தேனா? எனக்கு உறுதியாகத் தெரியவில்லை. தலைசிறந்த வில்லாளனாகவும், திக்விஜய வீரனாகவும், தான வீரனாகவும் இருந்த கர்ணன் இப்போது ஒன்றுமில்லாதவராக ஆகியிருந்தார். கோரமான தோற்றத்தைக் கொண்ட, உருவமற்ற ஒன்றாக அவர் காணப்பட்டார். அவர் என்னைப் பார்த்தவுடன் வழக்கம்போலப் புன்னகைத்தார். ஆனால் அந்தப் புன்னகை எப்போதும்போல இருக்கவில்லை. ரத்தம் வழிந்து கொண்டிருந்த அவருடைய வாயும் அவருடைய பற்களும் கோரமாகத் தெரிந்தன. கவசத்தோடு சேர்த்து அவருடைய பொன்னிறத் தலைமுடியும் மழிக்கப்பட்டிருந்தது. அவருடைய தலை இப்போது ஒரு தண்டாயுதத்தின் தலைப் பகுதியைப்போல இருந்தது. அவருடைய காதுகளில் இரண்டு ரத்தப் பந்துகள் இருந்தன.

அவரை அந்தக் கோலத்தில் பார்த்த எங்கள் தாயார், "வசு–சு–சு!!!" என்று அலறியபடி மயங்கி விழுந்து, படிகளில் உருண்டு, தரையின்மீது பலமாக மோதினார். அண்ணன் அந்த பயங்கரமான நிலையில்கூட எங்கள் தாயாருக்கு உதவ விரைந்தார். ஆனால் தன்னுடைய சூடான

ரத்தம் தன் தாயின்மீது பட்டு அவருடைய உடல்மீது கொப்பளங்களை ஏற்படுத்திக் கொண்டிருந்ததைக் கண்டதும் அவர் விலகினார். ரத்தத்தில் குளித்திருந்த அப்படிப்பட்ட உடலில் ஓர் உன்னதமான மனம் இருப்பது சாத்தியம்தான் என்ற உண்மையைக் கண்டு சிரிப்பதா, அல்லது இப்படிப்பட்டக் கொடூரமான விஷயங்களை நிகழ்த்திய தலைவிதியை நினைத்து அழுவதா என்று தெரியாமல் நான் குழம்பி நின்றேன். அண்ணனின் கவச குண்டலங்களை ஏந்தியிருந்த இந்திரனின் கைகளும் சூடு தாங்காமல் எரிந்தன, ஆனால் அவருடைய மனம் அமைதியடைந்திருந்தது. தன் மகன் அர்ஜுனனின் பாதுகாப்பை அவர் உறுதி செய்திருந்ததாலா அல்லது ஈடு இணையற்ற தான வீரனின் தரிசனம் அவருக்குக் கிடைத்திருந்ததாலா? இது ஒருபோதும் தெரிய வராது. மாளிகையின் படிக்கட்டுகள் வழியாக இறங்கி வந்த விருசாலி அண்ணியாலும் சுப்ரியை அண்ணியாலும்கூட அண்ணனின் சூடான உடலைத் தொட முடியவில்லை. அவர்கள் தூரத்திலிருந்தே கதறி அழுது ஓலமிட்டனர். அந்த ஒட்டுமொத்த அரண்மனையில் இருந்த அனைத்து மேல்மாடங்களிலும் கூடிய மக்கள் அனைவரும், தங்களுடைய வசீகரமான தான வீரன் இப்போது உருக்குலைந்து அலங்கோலமாக ஆகியிருந்ததைக் கண்டு கதறி அழுதனர். ஆனால் அண்ணன் மட்டும் இன்னும் அந்த மேடையின்மீது அசையாமல் நின்றார்.

பிறகு அவர் அந்த மேடையைவிட்டுக் கீழே இறங்கி வந்து, தேவேந்திரனை நோக்கி மெதுவாக நடந்து சென்று, அவருடைய பாதங்களைத் தொட்டுவிட்டு, "தேவர்களின் அரசனே, மற்றவர்களுக்கு வேதனையைக் கொடுத்து நான் வாழ விரும்பவில்லை. இங்கிருக்கும் எல்லோருடைய இதயங்களும் எனக்காக அழுது கொண்டிருக்கின்றன. உங்களுக்கு சாத்தியமென்றால், என்னுடைய வசீகரமான தோற்றத்தை மீட்டுக் கொடுங்கள். இல்லாவிட்டால், இந்த வாளைக் கொண்டு என் கதையை முடித்துவிடுங்கள். இப்போது என் தலையைக் கொய்வதில் எந்தப் பிரச்சனையும் இருக்காது," என்று கூறிவிட்டுத் தன் வாளை இந்திரனின் பாதங்களுக்கு முன்னால் வைத்துவிட்டுத் தன் தலையைக் கவிழ்த்தார்.

"எழுந்திரு! கர்ணா, நீ மிகவும் தனித்துவமானவன். நான் உன்னைக் குறித்து மகிழ்ச்சி கொள்ளுகிறேன். ஒருபோதும் தோற்காத ஓர் ஆயுதத்தை நான் உனக்குத் தருகிறேன். வைஜயந்தி அஸ்திரம்தான் அது," என்று கூறிவிட்டு, இந்திரன் அண்ணனைத் தூக்கி நிற்க வைத்து, அவருடைய உடல் முழுவதையும் வருடினார். அண்ணனின் தோற்றம் மெல்ல மெல்லச் சீரடைந்தது. அவருடைய உடலை நனைத்திருந்த ரத்தம் இப்போது பனிப்படலம்போல ஆவியாகியது. அவருடைய கவசம் காணாமல் போயிருந்தது, ஆனால் அதனிடத்தில் ஒழுங்கான தோல் தோன்றியது.

ஒரு பிராமணரின் உருவம் தரித்து வந்திருந்த இந்திரன், "கர்ணா, நீ என்றென்றும் தழைத்தோங்கி வாழ்வாயாக!" என்று வாழ்த்திவிட்டு, அண்ணனுடைய கவச குண்டலங்களை எடுத்துக் கொண்டு அந்த அரண்மனையைவிட்டு வெளியேறினார்.

அண்ணன் தன் கவசத்தை தானம் கொடுத்திருந்தார் என்ற உண்மையை மறந்துவிட்டு, பலர் அவரைக் கட்டியணைப்பதற்காக

முன்னால் வந்தனர். “கர்ணன் நூறாண்டு காலம் வாழ்க!” என்று யாரோ முழங்கினர். எனக்கு அந்த முழக்கம் கேட்கவில்லை. காய்ந்து போன ரத்தத் துளிகளை நான் வெறித்துப் பார்த்துக் கொண்டிருந்தேன். அரண்மனை மேல்மாடங்களிலிருந்து மலர் மழை பொழிந்தது. அம்மலர்கள் சொர்க்கத்திலிருந்து விழுந்தனவா அல்லது வேறு எங்கிருந்தேனும் விழுந்தனவா என்று பார்க்க யாருக்கும் நேரம் இருக்கவில்லை. மக்கள் அண்ணனை அன்போடு சூழ்ந்து கொண்டனர். அண்ணன் இப்போது எத்தகைய உணர்வுகளை அனுபவித்துக் கொண்டிருந்தார் என்பதை என்னால் கண்டுபிடிக்க முடியவில்லை. அவர் முன்னால் வந்து எங்கள் தாயாரை வணங்கினார்.

“வசு–சு–சு!” என்று அழைத்த எங்கள் தாயாரின் குரல் தழுதழுத்தது.

“வசு அல்ல; வைகர்த்தன், அம்மா,” என்று அவர் மென்மையாகக் கூறினார்.

எங்கள் தாயார் மிகுந்த அன்போடு அண்ணனின் காதுகளை வருடினார். அண்ணன் அவரைக் கைத்தாங்கலாக உள்ளே அழைத்துச் சென்றார். அவர் தன்னுடைய மகன்களையும் மருமகள்களையும் என்னையும் மற்றவர்களையும் கண்டுகொள்ளவே இல்லை. எல்லோரும் எங்கள் தாயார்மீதும் அண்ணன்மீதும் மலர்களைப் பொழிந்தனர். ஆனால் சூரிய பகவான் அண்ணனை அந்தக் கோலத்தில் பார்க்க விரும்பவில்லைபோலும். அவர் அன்று வழக்கத்தைவிட முன்னதாகவே மேற்கில் மறைந்திருந்தார். எல்லாப் பக்கங்களிலும் காரிருள் சூழத் தொடங்கியது.

அண்ணன் தன்னுடைய கவச குண்டலங்களை தானம் கொடுத்ததன் மூலம் என்ன சாதித்திருந்தார்? ஏதேனும் ஒரு மாவீரனை நிர்மூலமாக்கக்கூடிய வைஜயந்தி அஸ்திரத்தை இந்திரனிடமிருந்து அவர் பெற்றிருந்தார். கூடவே, உலகளாவிய, நிரந்தரமான புகழையும் அவர் பெற்றிருந்தார்.

பாகம் எட்டு

கர்ணன்

"எந்த பிரம்மாஸ்திரத்திற்காக நீ என்னிடம் பொய் கூறினாயோ, அதே பிரம்மாஸ்திரம், போரில் உனக்குத் தேவையான நேரத்தில் உனக்குக் கைகொடுக்காது. அக்கணத்தில் பிரம்மாஸ்திரத்தின் ரகசியம் உனக்கு மறந்து போகும்." - பரசுராமர்

1

"நீ என்னுடைய அனைத்து நம்பிக்கைகளையும் ஆசைகளையும் மொத்தமாக அழித்துவிட்டாய். நீ எதற்காக உன்னுடைய கவச குண்டலங்களை தானம் கொடுத்தாய்? தான வீரன் என்ற புகழை நீ மூவுலகிலும் அடைந்துள்ளாய். ஆனால், அங்க நாட்டு அரசனே, ஒரு விஷயத்தை நினைவில் வைத்துக் கொள். நீ செய்துள்ள இக்காரியத்தால் மற்ற அரசர்கள் இப்போது உன்னைவிட அதிக சக்தி படைத்தவர்களாக ஆகியுள்ளனர். கவச குண்டலங்கள் இல்லாத கர்ணன் விஷப் பற்கள் பிடுங்கப்பட்ட ஒரு பாம்பைப் போன்றவன், பிடரி மயிர் இல்லாத ஒரு சிங்கத்தைப் போன்றவன், சிகரங்கள் இல்லாத இமயத்தைப் போன்றவன். போர்க்களத்தில் நீ அர்ஜுனனை எப்படி எதிர்கொள்ளப் போகிறாய்?"

அறுபட்ட என்னுடைய காதுகளைக் கண்டவுடன் இளவரசன் துரியோதனன் மனமுடைந்து போனான். காயப்பட்ட ஒரு புலியைப்போல அவன் எனக்கு முன்னால் குறுக்கும் நெடுக்கும் நடந்தான்.

"என்னுடைய வலிமை என் கவச குண்டலங்களில்தான் இருக்கிறது என்ற எண்ணம் எப்படி உனக்கு ஏற்பட்டது? இளவரசே, கவச குண்டலங்கள் இல்லாமலேயே அர்ஜுனனை என்னால் அழித்துவிட முடியும்," என்று நான் கூறினேன். என்னால் முடிந்த ஒவ்வொரு வழியிலும் நான் அவனை சமாதானப்படுத்த முயன்றேன், ஆனால் என் மனத்திற்குள்ளும் ஒரு கடுமையான குரல் என்னுடைய நிராதரவான நிலையை மீண்டும் மீண்டும் எனக்கு வலியுறுத்திக் கொண்டிருந்தது. வலிமை இழந்த ஒரு வீரன்! தந்தங்கள் இல்லாத ஒரு யானை! என்னுடைய கவச குண்டலங்கள்தாம் என்னுடைய முக்கிய வலிமையாக இருந்தன. புகழின் உச்சத்தை அடைவதற்காக நான் அவற்றைத் துறந்திருந்தேன்.

"உன்னுடைய கவச குண்டலங்களை பத்திரமாகப் பார்த்துக் கொள்!" என்று நெடுங்காலத்திற்கு முன்பு எனக்கு அறிவுறுத்திய பிதாமகர் பீஷ்மருக்கு நான் என்ன பதில் சொல்லுவது? நான் எந்தப் பின்விளைவையும் பற்றிக் கவலைப்படவில்லை. உண்மையைக் கூற வேண்டுமென்றால், நான் செய்த செயல் குறித்து நான் பெருமைப்படுகிறேன். இதை வார்த்தைகளைக் கொண்டு அறிவுபூர்வமாக துரியோதனனுக்கு எடுத்துரைப்பது சாத்தியமற்று இருந்தது. ஒரு

மொழி எவ்வளவு அருமையானதாக இருந்தாலும், ஒருவனுடைய மனத்தில் உள்ள அனைத்தையும் அதனால் ஒருபோதும் வெளிப்படுத்த முடிவதில்லை. துரியோதனன் கோபத்துடனும் குழப்பத்துடனும் தன்னுடைய அறைக்குள் வட்டமிட்டுக் கொண்டிருந்தான்.

அவன் தன் புருவங்களை உயர்த்தி, சற்று வேகத்துடன், “கர்ணா, நீ மீண்டும் சர்வ வல்லமை பொருந்தியவனாக ஆவதற்கு ஒரே ஒரு வழிதான் இப்போது எஞ்சியிருக்கிறது,” என்று கூறினான்.

“என்ன வழி?” என்று நான் ஆச்சரியத்தோடு கேட்டேன்.

“நீ பிரம்மாஸ்திரத்தைக் கைவசப்படுத்த வேண்டும்.”

“இளவரசே, அந்த ஆயுதம் யாரிடம் இருக்கிறது என்று சொல். அதற்காக நான் விண்ணையும் பாதாளத்தையும்கூடத் தலைகீழாகப் புரட்டிப் போடுவேன்.”

“கர்ணா, நம் எல்லோருக்காகவும் நீ அந்த பிரம்மாஸ்திரத்தைக் கைவசப்படுத்தி வர வேண்டும் என்று நான் விரும்புகிறேன். அதை நீ பெற்றாலும் சரி அல்லது நான் பெற்றாலும் சரி, இரண்டும் ஒன்றுதான். ஆனால், அப்படிப்பட்ட ஓர் ஆயுதத்தைப் பெற்றிருக்கத் தகுதி வாய்ந்த ஒரே வில்லாளன் நீதான் என்று நான் உறுதியாக நம்புகிறேன். ஒரு சக்திவாய்ந்த யானைதான் வலிமையான, பால்வெள்ளைத் தந்தங்களைப் பெற்றிருக்கத் தகுதியானது.”

“பிரம்மாஸ்திரம் என்னிடம் கண்டிப்பாக இருந்தாக வேண்டும் என்று நீ கருதுவதால், எந்த விலை கொடுத்தாவது நான் அதைக் கைவசப்படுத்துகிறேன். இதில் நீ எனக்கு எப்படி உதவத் திட்டமிட்டிருக்கிறாய் என்பதை மட்டும் எனக்குச் சொல்.”

“நீ குருதேவர் துரோணரை அணுக வேண்டும். அஸ்தினாபுரத்தில் உள்ளோரில் அவர் ஒருவருக்கு மட்டுமே பிரம்மாஸ்திரத்தின் ரகசியம் தெரியும். அந்த அஸ்திரத்தை எப்படிப் பயன்படுத்த வேண்டும் என்பதைப் பரசுராமர் தானே துரோணருக்குக் கற்றுக் கொடுத்தார். எனவே, துரோணர்தான் உன்னுடைய ஒரே போக்கிடம்.”

“இளவரசே, நீ என்ன சொல்லுகிறாய்? என்னுடைய நிராதரவான நிலையால், லட்சக்கணக்கான மக்களின் முன்னால் என்னை மிகக் கேவலமாக அவமானப்படுத்திய ஒருவரை நான் இப்போது அணுகியாக வேண்டுமா? இக்கணம்வரை கர்ணனிடம் பாசத்தோடு ஒரு வார்த்தைகூடப் பேசியிராத ஒருவருக்கு முன்னால் நான் தலை குனிந்து நிற்க வேண்டுமா? இந்திரனையே ஒரு யாசகனாக என் வாசலுக்கு வரவழைத்த நான், துரோணரின் வீட்டு வாசலில் யாசகம் கேட்டு நிற்க வேண்டுமா? நீ என்ன சொல்லிக் கொண்டிருக்கிறாய் என்பதை நீ உணருகிறாயா?”

“ஆமாம், கர்ணா. வாழ்க்கை என்பது காலம் எனும் குயவனின் சக்கரத்தைப் போன்றது. காலம் ஒரு குயவனைப்போல மாறுவேடமணிந்து, சக்கரத்தைத் தன் விருப்பம்போலச் சுழற்றுகிறது. இங்கு எவருடைய தனிப்பட்ட விருப்பு வெறுப்புகளுக்கும் எந்த இடமும் இல்லை. அதனால்தான், காலமெனும் குயவன் தனக்கு விருப்பமான வடிவங்களில் பானைகளை உருவாக்குகிறான். சில சமயங்களில், ஒருவன் தன் வாழ்வில் தனக்கு ஏற்பட்ட அவமானங்களை மறந்துவிட்டுத் தன்னுடைய கடமையைச் செய்தாக வேண்டும். நீ இன்று மறுத்தால்...”

“மறுத்தால்?”

“அது துரியோதனனின் வாழ்க்கையில் ஒரு தோல்வியாகக் கருதப்படும். நான் உன்னோடு கலந்து ஆலோசிக்காமல் உன் சார்பில் சகுனி மாமாவுக்கு வாக்குக் கொடுத்துள்ளேன்.”

“நீ அவருக்கு என்ன வாக்குறுதி கொடுத்திருக்கிறாய்?”

“கர்ணன் எனக்காக குருதேவர் துரோணரிடமிருந்து பிரம்மாஸ்திரத்தின் ரகசியத்தைக் கற்றுக் கொள்ளுவான். அவன் கற்காவிட்டால் நான் கற்பேன். ஆனால், கர்ணனுக்கும் துரியோதனனுக்கும் இடையேயான நட்பு முறிந்த பிறகே அது நடக்கும்.”

“இளவரசே, நீ இப்படித்தான் என்னை சோதிப்பாயா? உன்னுடைய பாசத்திற்காக இந்த மூவுலகங்களையும் நிராகரிக்க நான் தயாராக இருக்கிறேன். ஆனால், துரோணரின் வாசலில் ஒரு பிச்சைக்காரனாக என்னால் எப்படி நிற்க முடியும்? கர்ணன் மரணத்தைத் தழுவத் தயாராக இருக்கிறான், ஆனால் தன்னுடைய சுயமரியாதையையும் சுதந்திரத்தையும் அவன் ஒருபோதும் விட்டுக்கொடுக்க மாட்டான். நீ என்னை எப்பேற்பட்ட இக்கட்டான சூழ்நிலையில் கொண்டு வந்து நிறுத்தியிருக்கிறாய் தெரியுமா? என்ன செய்வதென்று எனக்குத் தெரியவில்லை.”

“துரோணரிடம் போவது குறித்த யோசனை உன்னை இவ்வளவு தூரம் தொந்தரவு செய்கிறது என்றால், நான் உன்னை வற்புறுத்த மாட்டேன். ஆனால், கர்ணா, ஒன்றை நன்றாக நினைவில் வைத்துக் கொள். துரியோதனன் ஓர் அற்புதமான நண்பன், ஆனால் அவனால் ஒரு மோசமான எதிரியாகவும் இருக்க முடியும். இன்றிலிருந்து, அங்க நாட்டு அரசன் இந்த ஆரியவர்த்தத்தின் பிற மதிப்புவாய்ந்த அரசர்களில் ஒருவனாக மட்டுமே இருப்பான். அவன் இனி துரியோதனனின் நண்பனாக இருக்க மாட்டான். நான் உன்னைப் பிறகு சந்திக்கிறேன்.”

“இளவரசே, பொறு! நான் துரோணரிடம் போகத் தயார். எந்தவொரு சூழ்நிலையிலும் நான் எனக்காக எதைச் செய்திருக்க மாட்டேனோ, அதை உனக்காகச் செய்கிறேன். என்மீது எள்ளளவுகூட அக்கறை காட்டாத அந்த துரோணரின் வாசலுக்கு நான் ஒரு மாணவனாகப் போகிறேன். ஆனால் உனக்காக மட்டுமே நான் இதைச் செய்கிறேன் என்பதை மறந்துவிடாதே. நம்முடைய அரச சோதிடர்களை அழைத்து, இந்தப் பயணத்திற்கான ஒரு முகூர்த்த நாளைக் குறிக்கச் சொல். பிரம்மாஸ்திரத்தைக் கைவசப்படுத்துவதற்கு ஒரு முறையான முகூர்த்த நேரம் தேர்ந்தெடுக்கப்பட்டாக வேண்டும்.”

“பிரமாதம், கர்ணா!” என்று கூறி, துரியோதனன் என் கையைப் பிடித்து மகிழ்ச்சியோடு அதை அழுத்தினான். அந்தப் பிடி, அவன் என்மீது கொண்டிருந்த பாசத்தின் தீவிரத்தை வெளிப்படுத்தியது. அவனுடைய கண்களில் மகிழ்ச்சி மின்னியது. அவன் கண்கொட்டாமல் தொடர்ந்து என்னைப் பார்த்துக் கொண்டிருந்தான். அவனுடைய கண்களில் அப்படிப்பட்ட நன்றியுணர்வை அதற்கு முன்பு ஒருபோதும் நான் பார்த்திருக்கவில்லை.

ஆனால், என் மனத்தின் அடியாழத்தில் ‘பிரம்மாஸ்திரம்! பிரமாஸ்திரம்!’ என்ற வார்த்தைகள் தலைகீழாக ஆட்டம் போட்டுக் கொண்டிருந்தன. பிரம்மாஸ்திரம் மனிதகுலத்தை நிர்மூலமாக்குகின்ற

ஒரு கொடூரமான ஆயுதம் என்று அசுவத்தாமனிடமிருந்து நான் கேள்விப்பட்டிருந்தேன். என் மனத்தில் பல முரண்பட்ட எண்ணங்கள் தோன்றி என்னை அலைக்கழித்தன. இந்த பிரம்மாஸ்திரம் ஏன் உருவாக்கப்பட்டது? மனித வாழ்க்கையை அழிக்கும் சக்தி படைத்ததாக இருந்ததோடு மட்டுமல்லாமல், ஒட்டுமொத்த இருத்தலையும் இந்த பூமியிலிருந்து துடைத்தெறியக்கூடிய திறன் படைத்ததாகவும் இருந்தது அது. இந்த அற்புதமான பூமியைப் படைப்பதற்குப் பல ஆயிரக்கணக்கான ஆண்டுகள் ஆகியிருக்கும், ஆனால் இந்த ஆயுதம் அந்தப் படைப்பை ஒரு கணத்தில் அழித்துவிடும். இயற்கையானது பிற உயிரினங்களைவிட மேம்பட்ட அறிவை மனிதனுக்குக் கொடுத்திருந்தது. ஆனால், அது அவ்வாறு செய்திருந்தது அவன் மகிழ்ச்சியாக வாழுவதற்கு அவனுக்கு உதவுவதற்காகவா அல்லது அவன் தன்னைத் தானே அழித்துக் கொள்ளுவதற்காகவா? அழிவுபூர்வமான அத்தகைய ஓர் ஆயுதத்தை ஒருவன் கைவசப்படுத்த முயற்சிப்பது சரியா? இக்கேள்வி என்னிடம் கேட்கப்பட்டால், 'இல்லை' என்று நான் நேரடியாக பதில் கூறியிருப்பேன். ஏனெனில், அடிப்படையில் நான் அமைதியை விரும்புகின்றவன். ஒருவன் தானும் கண்ணியத்தோடு வாழ்ந்து, பிறரும் கண்ணியமாக வாழ அவர்களை அனுமதிக்க வேண்டும் என்பதுதான் என்னுடைய எளிய தத்துவம். நேரம் வரும்போது நான் என் மரணத்தை ஏற்றுக் கொள்ளத் தயாராக இருக்கிறேன். ஆனால், அடுத்தவர்களைக் காவு கொடுத்து நான் வசதியாக வாழுவதற்கு என்னால் உடன்பட முடியாது. ஒருவருக்கொருவர் இணக்கத்துடன் சேர்ந்து வாழ வேண்டும் என்பது என்னுடைய கொள்கை. ஆனால்...

ஆனால், நான் எதை விரும்பினேன், எதை விரும்பவில்லை என்பது குறித்தக் கேள்வியே அங்கு எழவில்லை. அந்த பிரம்மாஸ்திரம் என்னுடைய நிரந்தர எதிரியான அர்ஜுனனின் கைகளில் இருந்தது. அதை நானும் கைவசப்படுத்தாவிட்டால், என் எதிரியை என்னால் எப்படி வீழ்த்த முடியும்? உருவமற்ற உண்மையின்மீது மட்டுமே நின்று கொண்டு வாழ்வின் அனைத்துப் பிரச்சனைகளையும் நம்மால் தீர்க்க முடியாது. சில சமயங்களில், நடைமுறை யதார்த்தம் எனும் கடுமையான கல்லின்மீது நாம் நிற்க வேண்டியது அவசியமாகிறது. எனக்கு இப்போது ஒரே ஒரு வழிதான் இருந்தது. நான் அந்த பிரம்மாஸ்திரத்தைக் கைப்பற்றியாக வேண்டும். எனக்குப் பிடித்திருந்தாலும் சரி, இல்லாவிட்டாலும் சரி, அந்த அஸ்திரத்தைப் பெற வேண்டிய கட்டாயச் சூழலுக்குள் நான் தள்ளப்பட்டிருந்தேன். காலம் எனும் குயவனின் விருப்பம் அது. ஒரு கொடிய புலி ஒரு மானை வேட்டையாடி அதைக் கவ்விக் கொண்டு ஓடுவதைப்போல, காலம் மனிதகுலத்தின் கனவுகளை அழித்து அவற்றைத் தூக்கிக் கொண்டு ஓடிவிடுகிறது. இந்த பிரம்மாஸ்திரத்தை அடைவதன் மூலம் என்ன சாதிக்கப்பட இருந்தது? உயிர்களை நிர்மூலமாக்குகின்ற இத்தகைய ஆயுதங்களை உருவாக்குவதற்குப் பின்னால் உள்ள உண்மையான நோக்கம் என்ன? இக்கேள்விகளுக்கு விடையளிப்பவர்கள் யாரேனும் இருக்கிறார்களா? நாம் எல்லோரும் காலத்தின் பலிகடாக்கள். இந்த பிரம்மாஸ்திரத்திலிருந்து யார் பயனடைவார்கள்? எல்லோரும் அழிந்து போகும்போது, மகிழ்ச்சியாக இருப்பதற்கு இந்த பூமியில் யார்

எஞ்சியிருப்பார்கள்? அமைதியைத் தேடிச் செல்ல யார் இருப்பார்கள்?

என் மனம் ஒரு பெரும் குழப்பத்தில் இருந்தது. துரியோதனனின் விருப்பத்திற்கு இணங்கியதன் மூலம் நான் ஒரு மாபெரும் தவறைச் செய்திருந்தேனா? இக்கேள்வியை எனக்கு நானே ஆயிரக்கணக்கான முறை கேட்டேன், ஆனால் திருப்திகரமான எந்த பதிலும் எனக்குக் கிடைக்கவில்லை. நான் அசுவத்தாமனைப் பார்க்க விரும்பினேன். அவனுடன் இவ்விஷயம் குறித்துப் பேசுவது இன்றியமையாததாக இருந்தது. அமுதம் போன்ற அவனுடைய வார்த்தைகளைக் கேட்டபோதெல்லாம், ஒரு தீர்வைக் கண்டுபிடித்திருந்தது போன்ற ஓர் உணர்வு என்னை ஆட்கொண்டது. விவரிக்கப்பட முடியாத ஓர் உணர்வு அது. என் மனத்தில் எப்படிப்பட்டக் குழப்பம் இருந்தாலும், அவன் கூறிய எளிமையான, அறிவார்த்த உண்மைகள் எனக்கு ஆறுதலளித்து உத்வேகமூட்டின. ஒருவன் தன் உணர்வுகளால் கட்டுப்படுத்தப்படுகிறான் என்று கூறப்படுவது சரியாக இருக்கலாம், ஆனால் அவன் வெறுமனே அந்த உணர்வுகளின் அடிப்படையில் மட்டுமே வாழுவதில்லை. அறிவார்ந்த உண்மைகள் ஒரு பாதையைக் காட்டுகின்றன. சரியான நேரத்தில் அவன் அப்பாதையை ஏற்றுக் கொள்ள வேண்டும். பிரம்மாஸ்திரத்தைக் கைவசப்படுத்துவதற்கான என்னுடைய தீர்மானம் அந்த அறிவார்ந்த உண்மையை நான் ஏற்றுக் கொண்டதன் ஒரு பகுதிதானே? அது நடைமுறை சௌகரியமா அல்லது அறிவார்ந்த உண்மையா? எனக்கு அது தெளிவாகத் தெரியவில்லை. நான் என் கிரீடத்தையும் ராஜ வஸ்திரத்தையும் கழற்றிவிட்டு, ஒரு சாதாரண உடையை அணிந்து கொண்டு, என் தோளின் குறுக்கே ஓர் அங்கவஸ்திரத்தைப் போட்டுக் கொண்டு, அசுவத்தாமனை சந்திப்பதற்காக ஆயுதப் பயிற்சிப் பள்ளியை நோக்கி நடக்கத் தொடங்கினேன். நான் ஓர் அரசனுக்குரிய உடையை அணியாமல், வெளியே போவதற்கு ஒரு தேரையும் வரவழைக்காமல் இப்படி நடந்து சென்று கொண்டிருந்ததைப் பார்த்தப் பணிப்பெண்களும் சேவகர்களும் ஆச்சரியத்தில் அப்படியே நின்றனர்.

நான் ஆழ்ந்த சிந்தனையில் மூழ்கியபடி நடந்து சென்றதால், நான் எப்போது ஆயுதப் பயிற்சிப் பள்ளிக்கு வந்து சேர்ந்தேன் என்பது பற்றிய பிரக்ஞையே எனக்கு இருக்கவில்லை. அழகாக அமைக்கப்பட்டிருந்த மைதானங்களில் ஒருசில ஓலைக் குடிசைகள் இருந்தன. குருதேவர் துரோணர், அசுவத்தாமன், மற்றும் சில மாணவர்கள் அக்குடிசைகளில் வாழ்ந்தனர். நான் எப்போதாவது அசுவத்தாமனின் குடிசைக்குப் போவது வழக்கம். ஆனால், ஏதேனும் ஒரு குறிப்பிட்ட விஷயத்தைப் பற்றி அவனிடம் கலந்து பேச வேண்டியிருந்தபோது மட்டுமே நான் அங்கு சென்றேன். அவன் எப்போதும் ஒரு புன்னகையுடன் என்னை வரவேற்றான். அவனுடைய இயல்பின் காரணமாக, அவனைச் சுற்றி எப்போதும் மகிழ்ச்சி நிலவியது. அசுவத்தாமனின் குடிசைக்குப் பக்கத்துக் குடிசையில் துரோணர் தனியாக வாழ்ந்தார்.

நான் வழக்கம்போல அசுவத்தாமனின் குடிசையின் முன்னால் போய் நின்றேன். அவனைக் கண்டவுடன், ஒரு வலிமையான காற்றினால் கலைந்தோடுகின்ற மேகங்களைப்போல, பிரம்மாஸ்திரத்தைப் பற்றிய என்னுடைய இழிவான எண்ணங்கள் பறந்தோடின. எப்போதும்

வாழ்க்கை, முக்தி, ஆன்மா போன்ற சிக்கலான விவகாரங்களைப் பற்றிச் சொற்பொழிவாற்றிய அசுவத்தாமன், வானத்தைப் போன்ற வசீகரத்தையும் பிரம்மாண்டத்தையும் கொண்டவனாகவே எனக்குத் தோன்றினான். அவன் இப்போது, பிறந்து ஒரு வாரம் மட்டுமே ஆகியிருந்த ஒரு கன்றுக்குட்டியுடன் கொஞ்சிக் கொஞ்சிப் பேசிக் கொண்டிருந்ததை நான் கண்டேன். அவன் அதில் முற்றிலுமாக மெய்மறந்திருந்ததாக எனக்குத் தோன்றினான். அவன் அக்கன்றுக்குட்டியின் அடர்த்தியான வாலைப் பிடித்து, அதைக் கொண்டு தன் முகத்தை வருடினான். அவன் என்னைப் பார்த்தவுடன் அந்தக் கன்றுக்குட்டியிடம் திரும்பி, "காளையின் மைந்தனே, இங்கு வந்திருப்பவன் யார் தெரியுமா? அஸ்தினாபுரத்தின் தலைசிறந்த வில்லாளன் இவன்! தான் கொடுத்த வாக்கைக் காப்பாற்றுவதற்காக, தேவர்களின் அரசனான இந்திரனுக்கே தன்னுடைய கவச குண்டலங்களை தானம் செய்த தான வீரன்! சூரிய பகவானுக்கு மிகப் பிரியமான மாணவன்! தன் மாளிகை வாசலுக்கு வருகின்ற ஒவ்வொரு விருந்தினரையும் வரவேற்பவன்! எனவே, இங்கு வந்திருக்கின்ற அவனை நீயும் வரவேற்பதுதான் முறை. ஆனால், அவனை வெறுங்கையோடு வரவேற்பது சரியல்ல. நீ அருந்தும் பாலில் பாதியை நீ அவனுக்குக் கொடுத்தாக வேண்டும். இதற்கு நீ தயாரா?" என்று அதன் காதுக்குள் வேடிக்கையாகக் கூறினான்.

அக்கன்றுக்குட்டி தன்னுடைய பெரிய கண்களை என்மீது நிலைப்படுத்தியது. அதன் காதுகள் குத்திட்டன. அதன் அழகான வால் மேல்நோக்கி நிமிர்ந்தது. பிறகு அது 'ம்ம்ம்மா!' என்று கத்தியது. அசுவத்தாமனின் ஒவ்வொரு வார்த்தையையும் அது பின்பற்றியிருந்ததுபோல நடந்து கொண்டது. அசுவத்தாமன் அதன் குரலைக் கேட்டுப் பெரிதும் மகிழ்ந்து அதனுடைய நெற்றியைச் செல்லமாக வருடினான். இக்காட்சி எனக்கு மிகவும் சுவாரசியமாக இருந்தது. நான் ஓர் இளம் முனிவராக இருந்திருந்தால், என் வாழ்க்கையும் அசுவத்தாமனின் வாழ்க்கையைப்போல இருந்திருக்கும் என்ற எண்ணம் என்னுள் தோன்றி மறைந்தது.

நானும் அவனும் அவனுடைய குடிசைக்குள் ஒரு மான்தோலின்மீது உட்கார்ந்து கொண்டு பல்வேறு விஷயங்களைப் பற்றிப் பேசினோம். பிறகு நான் தற்செயலாக பிரம்மாஸ்திரத்தைப் பற்றிக் குறிப்பிட்டேன். உடனே அவனுடைய முகம் தீவிரமடைந்தது. "கர்ணா, வாழ்க்கை என்பது ஒரு கருப்பு–வெள்ளைத் துணி அல்ல. அதில் சாம்பல் நிறத்தின் பல்வேறு சாயல்களும் இருக்கின்றன," என்று அவன் கூறினான். அவன் கூறியதன் முழு அர்த்தத்தையும் முக்கியத்துவத்தையும் என்னால் புரிந்து கொள்ள முடியவில்லை, ஆனாலும் நான் என் ஆர்வக் குறுகுறுப்பைக் கட்டுப்படுத்திக் கொண்டேன். அவன் எனக்குச் சிறிது பால் கொண்டு வந்தான். நான் அதைப் பருகிய பிறகு அவனிடமிருந்து விடைபெற்றுக் கொண்டேன். வெளியே பால்நிலவின் வெளிச்சம் பரவியிருந்தது. நான் என் மாளிகைக்குத் திரும்பிச் சென்று கொண்டிருந்தபோது, வாழ்க்கை என்பது வெள்ளை மற்றும் கருப்புக் கோடுகளைக் கொண்ட ஒரு துணியாக இருக்க முடியாது, சில சமயங்களில் அதில் சாம்பல் நிறமும் விழும் என்பதை நான் உணர்ந்தேன். ஆனால் அந்தத் துணியின் கரைப் பகுதி நிச்சயமாக வண்ணமயமானதாக இருந்தாக வேண்டும் என்று

எனக்குத் தோன்றியது. ஏனெனில், அந்த இதமான நிலவு வெளிச்சத்தில், அசையும் பொருட்கள் மற்றும் அசையாப் பொருட்கள் அனைத்துமே பளபளப்பாகத் தெரிந்தன. பூமி ஒரு சிறுவனைப்போல நிலா வெளிச்சம் எனும் பெருங்கடலில் வேகமாக முங்கி முங்கி எழுந்தது.

நான் அந்தக் குளிரான வெளிச்சத்தில் நனைந்தபடியே மெல்ல நடந்தேன். அரண்மனை வாசலில் நின்ற காவலாளிக்கு என்னை அடையாளம் காண முடியவில்லை. எனவே, அவன் என்னைத் தடுத்து நிறுத்தி, "யார் நீ?" என்று கேட்டான்.

நான் என் தலையை நிமிர்த்தி அவனைப் பார்த்தேன். என் காதுகளைப் பார்த்தவுடன் என்னை அடையாளம் கண்டுகொண்ட அவன், உடனே என் பாதங்களில் விழுந்து, "அரசே, என்னை மன்னித்துவிடுங்கள். இந்த ஆடையில் உங்களை எனக்கு அடையாளம் தெரியவில்லை," என்று தாழ்மையுடன் மன்னிப்புக் கேட்டான்.

நான் அவனுக்கு பதிலேதும் கூறாமல் அவனுடைய கைகளைப் பிடித்துத் தூக்கி நிறுத்தி, கீழே கிடந்த அவனுடைய ஈட்டியை எடுத்து அவனிடம் கொடுத்துவிட்டு, அவனுடைய முதுகின்மீது தட்டிக் கொடுத்துவிட்டு அரண்மனை வாசலுக்குள் நுழைந்தேன். வாழ்க்கை என்பது வெள்ளை மற்றும் கருப்புக் கோடுகளைக் கொண்ட ஒரு துணி அல்ல, சில சமயங்களில் அதில் சாம்பல் நிறமும் விழும், அத்துணி ஒரு வண்ணமயமான கரைப் பகுதியைக் கொண்டது, இந்தப் பைத்தியக்காரக் காவலாளியைப்போல சில இழைகள் அவ்வப்போது அந்தத் துணியிலிருந்து பிரிந்து வெளியே தொங்குகின்றன என்பதை நான் மீண்டும் உணர்ந்தேன்.

துரியோதனன் அரச சோதிடர்களிடம் கலந்தாலோசித்து, பிரம்மாஸ்திரத்தைக் கற்றுக் கொள்ளுவதற்கு நான் துரோணரை அணுகுவதற்கான முகூர்த்த நாளைக் குறித்திருந்ததாக மறுநாள் காலையில் ஷோனிடமிருந்து நான் தெரிந்து கொண்டேன். அதிர்ஷ்டவசமாக அது ஒரு ஞாயிற்றுக்கிழமையன்று வந்தது. அந்திவேளையில் நான் அவரிடம் போக வேண்டும் என்று என்னிடம் கூறப்பட்டது. ஆயுதப் பயிற்சிப் பள்ளியில் குருதேவர் துரோணரோடு நான் பல நாட்களைக் கழிக்க வேண்டியிருக்கும். அந்த நேரத்தில் அங்க நாட்டு நிர்வாகத்தைத் தானே கவனித்துக் கொள்ள துரியோதனன் ஏற்பாடு செய்திருந்தான். எங்களுடைய இத்திட்டம் பற்றி ஷோனையும் துரியோதனனையும் தவிர வேறு யாருக்கும் தெரியாது.

2

குறிப்பிட்ட அந்த ஞாயிற்றுக்கிழமை வந்தது. நான் அதிகாலையிலிருந்தே கங்கையில் நின்றேன். காலையிலிருந்து மதியம்வரை நான் கிழக்கு நோக்கி நின்றேன். பிறகு நான் மேற்கு நோக்கித் திரும்பினேன். சூரியன் மேற்கில் மறைந்தபோது நான் என் கண்களை மூடினேன். மூடியிருந்த என் கண்களுக்கு முன்னால் சூரிய ஒளி ஒரு பெருங்கடலைப்போலப் பரந்து விரிந்திருந்தது. எல்லாப் பக்கங்களும் பிரகாசமாக இருந்தன. என்னைச் சுற்றி எல்லா இடங்களிலும் முழு

அமைதி நிலவியது. எல்லையற்ற இந்த பூமியில் இரண்டே இரண்டு விஷயங்கள் மட்டுமே உண்மை என்பதுபோல எனக்குத் தோன்றியது. முதலாவது, காலம் தொடங்கிய நாள் முதலாகவே சூரிய பகவான் இந்த பூமியின் அனைத்து உயிர்கள்மீதும் தன்னுடைய ஒளியைப் பரப்பிக் கொண்டிருந்தார். இரண்டாவது, பூமியின் ஒவ்வோர் அணுவும் சூரிய ஒளியில் தகதகவென மின்னியது. நம்முடைய பண்டைய பூமி பல்வேறு வண்ண ஆடைகள் அணிந்து ஜொலித்தது. சூரிய பகவானுக்கும் பூமிக்கும் இடையே எனக்கு என்ன இடம் இருந்தது? நான் அவை இரண்டையும் இணைத்த ஓர் ஒளிக்கீற்றா அல்லது பூமியின்மீது இருந்த ஒரு சாதாரணத் தூசித் துகளா? இந்த எண்ணங்கள் என் மனத்தில் சுழன்று, வாழ்க்கைக்கு ஓர் அர்த்தத்தைக் கண்டுபிடிக்க முயற்சித்தன.

என் முன்னால் நிலவிய பிரகாசம் மெல்ல மெல்ல மங்கிக் கொண்டிருந்ததை உணர்ந்த நான் என் கண்களைத் திறந்தேன். மேற்குத் தொடுவானத்தில், தொலைதூரத்தில் இருந்த மலைகளுக்குப் பின்னால், ஒரு கோடரியின் வரி உருவம் எனக்குத் தெரிந்தது. கரையின் ஒரு மூலையில் ஈர மணலில் துரியோதனன் எனக்காகக் காத்து நின்றான். அவன் எப்போது அங்கே வந்தான், எவ்வளவு நேரம் அங்கே நின்றிருந்தான் என்பது கடவுளுக்கு மட்டுமே வெளிச்சம். அவனுடைய கையில் ஒரு தாம்பாளம் நிறையக் கனிகளும் ஒரு பெரிய கலயம் நிறையப் பாலும் இருந்தன. அவனைக் கண்டவுடன் என்னுள் நட்புணர்வு பொங்கியது. தன் கையில் ஒரு தாம்பாளம் நிறையக் கனிகளுடன் எனக்காகக் காத்து நின்று கொண்டிருந்தது அஸ்தினாபுரத்தின் பட்டத்து இளவரசன் என்றால் யாரேனும் நம்புவார்களா? அவன் ஆர்வம் மிகுந்தவனாகக் காணப்பட்டான். பிரம்மாஸ்திரத்தைக் கைவசப்படுத்துவதற்கான எங்கள் திட்டம் ரகசியமாக இருப்பதை உறுதி செய்வதற்காக துரியோதனன் ஒரு சேவகனைக்கூடத் தன்னுடன் அழைத்து வரவில்லை. அவனுடைய தூய்மையான பாசத்திற்கு சாட்சியாக அங்கே யார் இருந்தார்கள்? கங்கை மட்டுமே!

நான் கங்கைக்குள்ளிருந்து வெளியே வந்தபோது, என்னுடைய மாற்று உடையைக் காற்று எங்கோ அடித்துச் சென்றிருந்ததை நான் கவனித்தேன். துரியோதனன் தான் ஏந்தியிருந்த தாம்பாளத்தை என் கைகளில் வைத்துவிட்டு, “கர்ணா, இந்தக் கனிகளைச் சாப்பிட்டுவிட்டுப் பாலைக் குடி. காலையிலிருந்து நீ எதுவுமே சாப்பிட்டிருக்கவில்லை,” என்று கூறினான்.

நான் அத்தாம்பாளத்தை அவனிடமிருந்து பெற்றுக் கொண்டேன். ஒரு நண்பனாக அவன் ஓர் உறுதியான ஆலமரம்போல எனக்குத் தோன்றினான். ஒரு கௌரவ வீரன், சாதாரணமான ஒரு சூத புத்திரனுக்காக கங்கைக் கரையின்மீது ஒரு தாம்பாளத்துடன் மணிக்கணக்கில் காத்து நின்றிருந்தான். துரியோதனனைச் சிறுமைப்படுத்தியவர்கள் முட்டாள்கள். துரியோதனன் ஒரு நெருங்கிய நண்பன், ஒரு கதாநாயகன் என்பதுதான் உண்மை. நான் சில கனிகளை மட்டும் சாப்பிட்டுவிட்டு அந்தப் பாலைக் குடித்தேன். இதற்கிடையே, தூரத்தில் கிடந்த என்னுடைய உலர்ந்த ஆடையை துரியோதனன் எடுத்து வந்தான். உடனே எனக்கு ஷோனின் நினைவு வந்தது.

நான் என்னுடைய ஈர உடையைக் களைந்துவிட்டு, உலர்ந்த

உடையை அணிந்து கொண்டேன். துரியோதனன் என்னுடைய அங்கவஸ்திரத்தை என் தோளின் குறுக்கே அணிவித்தான். அதற்கு மேல் என்னால் என்னைக் கட்டுப்படுத்திக் கொள்ள முடியவில்லை. "இளவரசே, நீ திரும்பிப் போவதற்கான நேரம் வந்துவிட்டது. நான் நிச்சயமாக பிரம்மாஸ்திரத்தைப் பெற்று வருவேன். என்னை நம்பு. கர்ணனின் வாக்குறுதி இது," என்று நான் கூறினேன்.

நான் அவனை ஒரே ஒரு முறை ஏறிட்டுப் பார்த்தேன். அவனுடைய அடர்த்தியான புருவங்கள் வேகமாக மேலும் கீழும் நகர்ந்தன. மறைந்து கொண்டிருந்த சூரியனின் ஒரே ஓர் ஒளிக்கீற்று அவனுடைய முகத்தின் குறுக்கே விழுந்து அவனுடைய ரத்தச் சிவப்பு நிறத்தை ஒளிரச் செய்தது. அவன் என்னுடைய தோள்களை உறுதியாகப் பிடித்து உலுக்கிவிட்டு, எதுவும் பேசாமல் அங்கிருந்து புறப்பட்டுச் சென்றான். அவனுடைய துடிப்பான கண்கள் என்னைப் பார்த்து, "போய் வா. உனக்கு என்னுடைய மனமார்ந்த வாழ்த்துக்கள்," என்று என்னிடம் தெளிவாகக் கூறின. தூரத்தில் துரியோதனன் போய்க் கொண்டிருந்தது தெரிந்தது. அவன் நடந்தபோது அவனுடைய குதிகால்கள் கங்கைக் கரையின் மணலுக்குள் ஆழமாகப் பதிந்தன.

அவனுடைய உயரமான, பெரிய உருவம், அவன் அரண்மனையை நோக்கி அடியெடுத்து வைத்தபோது பார்வையிலிருந்து மெல்ல மெல்ல மறைந்தது. அவனுடைய தனித்துவமான பாதங்களின் சுவடுகளை அந்த ஈர மணலின்மீது என்னால் தெளிவாகப் பார்க்க முடிந்தது. "துரியோதனா, கர்ணன் எந்தக் காரியத்தைக் கையிலெடுக்கிறானோ, அதை அவன் எப்போதும் நிறைவேற்றி முடிப்பான். அது குறித்து நீ பயமோ அல்லது கவலையோ கொள்ளத் தேவையில்லை," என்று நான் என் மனத்திற்குள் கூறிக் கொண்டேன். நான் ஓர் அமைதியான, ஆனால் சிந்தனையில் ஆழ்ந்திருந்த ஒரு மனத்துடன் துரோணரின் குடிசையை நோக்கி நடந்தேன். பறவைகள் தம்முடைய கூடுகளுக்குத் திரும்பிக் கொண்டிருந்தன. நான்கு திசைகளிலும் அந்தி சாய்ந்திருந்தது. நான் தொடர்ந்து நடந்தேன். சாலையில் பல திருப்பங்கள் இருந்தன, வாழ்க்கையும் பல திருப்பங்களை உள்ளடக்கிய ஒரு சாலைதானே என்று என்னை நானே கேட்டுக் கொண்டேன். இன்றைய சிறப்புத் திருப்பம் என் வாழ்வில் ஓர் அசாதாரணமான முக்கியத்துவம் பெற்றிருந்தது. துரியோதனனுக்காக துரோணரிடம் ஒரு மாணவனாகப் போக நான் தீர்மானித்திருந்தேன். ஒருவர் தன் வாழ்வின் எந்தத் திருப்பத்தில் யாரை சந்திப்பார் என்பதை யாராலும் கணிக்க முடியாது என்பது முற்றிலும் உண்மை. அது மட்டுமல்ல, அந்த சந்திப்பிலிருந்து என்ன முளைக்கும் என்பதைக் கண்டுபிடிப்பது அதைவிட அதிகக் கடினமானது. இந்திரன் என்னை சந்தித்து என்னுடைய கவச குண்டலங்களை யாசகமாகக் கேட்பார் என்று நான்கு நாட்களுக்கு முன்பு யார் நினைத்திருப்பார்கள்? ஆனால் துல்லியமாக அதுதான் நிகழ்ந்தது. நான் துரோணரின் குடிசைக்கு வருவதற்கான துவக்கப் புள்ளியும் அதுதான்.

நான் சிந்தனையில் மூழ்கியபடி அவருடைய குடிசையின் முன்னால் வந்து நின்றேன். அந்திப் பொழுதின் அமைதி எல்லா இடங்களிலும் ஊடுருவியது. வெட்டுக்கிளிகள் அந்த ஆயுதப் பயிற்சிப் பள்ளியின் மேற்கூரைகள்மீது சத்தம் ஏற்படுத்திக் கொண்டிருந்தன.

பின்தங்கிவிட்டிருந்த ஒருசில பறவைகள் அவசர அவசரமாகத் தம்முடைய கூடுகளுக்குத் திரும்பிச் சென்று கொண்டிருந்தன. துரோணரின் குடிசைக்குள் முழு அமைதி நிலவியது. அக்குடிசையின் ஒரு மூலையில் ஒரு நெருப்புக் குழி இருந்தது. அதிலிருந்து தெறித்தத் தீப்பொறிகள் அக்குடிசையின் மெல்லிய சுவர்களின் ஊடாகத் தெரிந்தன. நான் சிறிது நேரம் வெளியே காத்திருந்தேன். பல ஆண்டுகளுக்கு முன்பு அஸ்தினாபுரத்தில் இதே மையத்தில் போட்டிகள் நிகழ்ந்த நாளை நான் நினைத்துப் பார்த்தேன். அன்று நான் சந்தித்த அவமானம் என் மனத்தின் ஏதோ ஒரு மூலையில் இன்னும் கனன்று கொண்டிருந்தது. அது இப்போது நொடிக்கு நொடி மெல்ல மெல்ல மேலெழுந்து வந்து கொண்டிருந்தது. ஒருவன் தன்னுடைய மகிழ்ச்சியான கணங்களையும் அமைதியான கணங்களையும் மறக்கக்கூடும், ஆனால் தன்னுடைய வருத்தங்களை, குறிப்பாக, தன்னுடைய அவமானங்களை, அவன் எவ்வளவுதான் கடுமையாக முயற்சி செய்தாலும் அவனால் ஒருபோதும் மறக்க முடியாது. அவமானப்படுத்தப்பட்ட ஒரு மனம் தினமும் சித்தரவதையை அனுபவிக்கிறது. அஸ்தினாபுரத்தின் குடிமக்கள் அனைவருக்கும் முன்னால் என்னை வேண்டுமென்றே இகழ்ந்து பேசிய அதே துரோணரிடம்தான் நான் இன்று வந்திருந்தேனா? என்னுடைய பெருமிதத்தை விழுங்கிக் கொண்டு, பொய்யாக எப்படி என்னால் புன்னகைக்க முடியும்? வாழ்க்கை என்பது எதிலும் அக்கறையற்ற ஒரு சிறுவனே அன்றி வேறு என்ன? ஒரு சிறுவன் தான் விரும்பும்போது தன்னுடைய பொம்மையை வைத்து விளையாடிவிட்டு, தனக்குப் பிடிக்காதபோது அதைத் தூக்கி வீசுவதைப்போல, வாழ்க்கையும் ஒரு நபரோடு இப்படித்தான் விளையாடுகிறது. அது தன் விருப்பம்போல அவனைத் தூக்கி எறிகிறது. இவ்வுலகில் எவனுடைய வாழ்க்கையாவது அவனுடைய சொந்தக் கட்டுப்பாட்டில் இருக்கிறதா? அது சாத்தியமே இல்லை. மனிதன் பிறரைச் சார்ந்து வாழுகின்றவன். ஆனால், அவன் யாரைச் சார்ந்திருக்கிறான் என்பதை யாராலும் உறுதியாகக் கூற முடியாது. அவனை ஒரு கைப்பாவைபோல யார் ஆட்டுவித்துக் கொண்டிருக்கிறார்கள் என்பதை யாரறிவார்? மனிதர்கள் ஏன் தொடர்ந்து ஆட்டுவிக்கப்பட்டுக் கொண்டிருக்கிறார்கள் என்பதும் யாராலும் தெரிந்து கொள்ளப்பட முடியாத ஒன்று. அப்படியானால், வாழ்க்கை என்று கூறப்படுவது இதுதானா? அப்படித்தான் இருக்க வேண்டும். இல்லாவிட்டால், வாழுவதற்கான ஆசை மனிதனை ஏன் இப்படி ஆட்டிப் படைக்கிறது? உயிர்மீதான ஆசையால் ஆட்கொள்ளப்பட்டுத்தான் நானும் துரோணரின் குடிசைக்கு வந்திருந்தேனா? இல்லையில்லை, நான் எனக்காக வரவில்லை. என்னுடைய நெருங்கிய நண்பனின் விருப்பத்தை நிறைவேற்றுவதற்காகவே நான் இங்கு வந்திருந்தேன். தனக்காக மட்டுமே வாழுகின்ற ஒருவன் நிச்சயமாக ஒரு விநோதமான நபராகத்தான் இருக்க வேண்டும். இன்னொருவருக்கு மகிழ்ச்சியைக் கொடுப்பதற்காக நான் என்னுடைய பெருமிதத்தை மகிழ்ச்சியாகத் தியாகம் செய்யவிருந்தேன். அவமானங்களை மூட்டை கட்டி ஒரு மூலையில் வைக்க வேண்டிய சில தருணங்கள் வரத்தான் செய்கின்றன. அது சாத்தியமில்லை என்றால், தற்காலிகமாக அவற்றை விழுங்கிக் கொண்டாக வேண்டும்.

நான் என் மனத்தை திடப்படுத்திக் கொண்டு, துரோணரின் குடிசைக் கதவை என்னுடைய இடது கையால் திறந்து உள்ளே அடியெடுத்து வைத்தேன். நான் அந்தக் குடிசைக்குள் அப்போதுதான் முதன்முறையாக நுழைந்திருந்தேன்.

குருதேவர் துரோணர் தன் கண்களை மூடிக் கொண்டு ஒரு புலித்தோலின்மீது பத்மாசன நிலையில் அமைதியாக அமர்ந்திருந்தார். என்னுடைய காலடி ஓசையையும் கதவு திறந்த சத்தத்தையும் கேட்டு அவர் தன் கண்களை மெதுவாகத் திறந்தார். நான் வேகமாக முன்னால் சென்று அவரை வணங்கினேன். எது எப்படியானாலும், அவர் என்னுடைய குருவாக ஆகவிருந்தாரல்லவா!

அவர் தன் தலையை நிமிர்த்தி, "யாரது?" என்று கேட்டார். ஏனெனில், தரையின்மீது இருந்த அகல்விளக்கின் ஒளி மங்கலாக இருந்ததால் என் முகத்தை அவரால் சரியாகப் பார்க்க முடியவில்லை.

நான் என் கைகளைக் குவித்து, சிரம் தாழ்த்தி அவரை வணங்கி, "நான் கர்ணன் வந்திருக்கிறேன்," என்று கூறினேன். வாழ்க்கை என்னை இப்படி ஒரு நிராதரவான சூழலில் கொண்டு வந்து நிறுத்தியிருந்ததை நினைத்து நான் உள்ளூரக் கடுந்துயரத்தை அனுபவித்துக் கொண்டிருந்தேன்.

"கர்ணனா? இந்த நேரத்தில் நீ இங்கே என்ன செய்து கொண்டிருக்கிறாய்?"

"பிரம்மாஸ்திரத்தின் ரகசியத்தைக் கற்று கொள்ள நான் ஆர்வமாக இருக்கிறேன். அதற்காக நான் உங்களுடைய மாணவனாக ஆக விரும்புகிறேன்."

"பிரம்மாஸ்திரமா? அந்த ரகசியம் சத்தியர்களுக்கு மட்டுமே உரியது என்பது உனக்குத் தெரியாதா?" அவருக்கு முன்பாக இருந்த அந்த நெருப்புக் குழியிலிருந்து தெறித்தத் தீப்பொறிகள் வெடித்தன.

"நான் இப்போது ஒரு சத்திரியன். நான் அங்க நாட்டு அரசனாக முடிசூட்டப்பட்டவன். நான் ஒரு திக்விஜயத்தையும் வெற்றிகரமாக நிறைவேற்றியுள்ளேன். குருவே, நான் என்னுடைய கவச குண்டலங்களை இந்திரனுக்கு தானமாகக் கொடுத்திருக்கிறேன்."

"நீ ஒரு சத்திரியன் அல்லன். நீ அங்க நாட்டு அரசனாக இருப்பதால் நீ உன்னை ஒரு சத்திரியன் என்று அழைத்துக் கொள்ளுவதற்கான உரிமையை எது உனக்குக் கொடுத்தது? புலித்தோல் போர்த்தி வளைய வருகின்ற ஒரு கழுதை ஒருபோதும் ஒரு புலியாக ஆவதில்லை."

"என்னை ஒரு சத்திரியனாக இந்த நகர மக்கள் அனைவரும் ஏற்றுக் கொண்டுள்ளனர். நான் வெற்றிகரமாக திக்விஜயத்தை நிறைவேற்றியிருப்பதால் அவர்கள் எனக்கு முன்னால் சிரம் தாழ்த்தி என்னை வணங்குகின்றனர். அவர்கள் என்னை ஒரு தான வீரன் என்று போற்றி என்னை மதிக்கின்றனர்."

"அவர்களுக்கு உன்மீது எந்த உயர்வான அபிப்பிராயமும் இல்லை. அவர்கள் துரியோதனனின் அதிகாரத்தை மட்டுமே மதிக்கின்றனர். நீ துரியோதனனின் கண்களுக்கு வேண்டுமானால் ஒரு சத்திரியனாக இருக்கலாம், ஆனால் உலகின் கண்களில், நீ ஒரு தாழ்பிறவி, ஒரு சூத புத்திரன், முக்கியத்துவமற்றவன். ஒரு கிராமத்தில் பசியோடு அலைந்து திரிந்து கொண்டிருக்கின்ற ஒரு நாய், காட்டின் அரசனான சிங்கத்துக்கு இணையாக இருக்க ஒருபோதும் முயற்சி செய்யக்கூடாது. நீ இங்கிருந்து

போகலாம்."

அவருடைய ஒவ்வொரு வார்த்தையும் என்னை ஒரு ஈட்டிபோலத் தாக்கியது. ஒரு முட்கம்பால் அடிக்கப்பட்டது போன்ற ஒரு வேதனையில் நான் துடித்தேன். யார் சிங்கம், யார் நாய்? இதற்கான சோதனை எது? வெறும் குலம்! உயர்குலத்தைத் தூக்கிப் பிடிக்கின்ற இவரைப் போன்றவர்கள் எத்தனைப் பேரைத் தங்கள் பாதங்களுக்குக் கீழே போட்டு மிதிக்கப் போகின்றனர்? என் ரத்தம் கொதித்தது, என் நரம்புகள் புடைத்தன. ஆனால் நான் என்னைக் கட்டுப்படுத்திக் கொண்டு, "நான் ஒரு சூத புத்திரன்தான். அது என் தவறா? தான் எந்தக் குடும்பத்தில் பிறக்க வேண்டும் என்பதை எவராலேனும் தீர்மானிக்க முடியுமா? பிரம்மாஸ்திரத்தின் ரகசியத்தைக் கற்றுக் கொள்ளுவதற்காக நான் எப்போதும் உங்கள் பாதங்களில் விழுந்து கிடக்கத் தயாராக இருக்கிறேன். உங்களுடைய கட்டளை எதுவானாலும், அதை நிறைவேற்றவும் நான் தயாராக இருக்கிறேன். ஒரு சீடன் எப்படி சேவை செய்ய வேண்டுமோ, அதுபோல நான் உங்களுக்கு சேவை செய்கிறேன்," என்று கெஞ்சினேன்.

"நீ ஒரு சூத புத்திரன். பிரம்மாஸ்திரத்தை உனக்குக் கொடுப்பது என்பது ஒரு குரங்கின் கைகளில் ஒரு தீப்பந்தத்தைக் கொடுப்பதற்கு ஒப்பானது," என்று கூறிவிட்டு அவர் மீண்டும் தன் கண்களை மூடிக் கொண்டார்.

அவர் அகங்காரத்தோடு கூறிய அந்தக் கொடூரமான வார்த்தைகள் என் இதயத்தைப் பிளந்தன. யாரேனும் ஒரு வாளால் என் தலையைக் கொய்திருந்தால்கூட இப்படிப்பட்டச் சித்தரவதையையும் இவ்வளவு வேதனையையும் நான் உணர்ந்திருக்க மாட்டேன். பொறுமை ஓர் உன்னதமான பண்புநலன் என்பது உண்மைதான், ஆனால் கையாலாகாத மௌனம் உன்னதமற்ற ஒரு பண்புநலன்தானே? என் நெற்றி நரம்புகள் விம்மின. என் கண்கள் நெருப்பை உமிழ்ந்தன. நான் என் ஆற்றல் முழுவதையும் ஒன்றுதிரட்டி, துரோணரைப் பார்த்துக் காட்டுத்தனமாகக் கத்தினேன்: "குருவே, நீங்கள் இதையெல்லாம் யாரிடம் கூறிக் கொண்டிருக்கிறீர்கள்? நான் ஒரு சூத புத்திரன். இதைத்தான் நீங்கள் மீண்டும் மீண்டும் பிரகடனம் செய்ய விரும்புகிறீர்களா? அப்படியானால், நானும் இன்றிலிருந்து இவ்வுலகத்திடம், 'நான் ஒரு சூத புத்திரன். பிறப்பு என்பது தலைவிதியினால் நிகழும் ஒரு தற்செயலான நிகழ்வு. ஆனால் முயற்சி மட்டும் என் கைகளில்தான் இருக்கிறது,' என்று முழங்கப் போகிறேன். எனக்கு உங்களுடைய பிரம்மாஸ்திரம் தேவையில்லை. ஒருவேளை அது எனக்குத் தேவைப்பட்டால், உங்கள் உதவி இல்லாமலேயே, ஒரு சூத புத்திரனாக நானே அதைக் கைவசப்படுத்திக் கொள்ளுவேன்."

நான் இவ்வாறு கூறிவிட்டு, அக்குடிசையின் கதவைக் கோபத்தோடு காலால் எட்டி உதைத்துத் திறந்து, இதயம் முழுக்க வேதனையுடன் வெளியே வந்தேன். அசுவத்தாமன் அங்கு நின்று கொண்டிருந்தான். அவன் எவ்வளவு நேரமாக அங்கு நின்று கொண்டிருந்தான் என்று எனக்குத் தெரியாது. அவன் எங்களுடைய காரசாரமான விவாதத்தை நிச்சயமாகக் கேட்டிருக்க வேண்டும். அவன் தன் கைகள் இரண்டையும் அகலமாக விரித்து என்னைத் தடுக்க முயன்றான். நான் அவற்றை

ஒதுக்கித் தள்ளினேன். நான் அப்போது யாருடைய அறிவார்ந்த விளக்கங்களையும் கேட்கும் மனநிலையில் இருக்கவில்லை.

"கர்ணா, நில்! கர்ணா, கொஞ்சம் பொறு!" என்று அவன் கத்தினான். அவனுடைய குரலில் வேதனை மேலோங்கியிருந்தது. அவமானம்! அவமானம்! அவமானம்! என் மனம் கொந்தளித்துக் கொண்டிருந்தது. அவமானங்களை மட்டுமே எதிர்கொள்ளத் தகுதியானதுதான் என் வாழ்க்கையா? 'கர்ணா, நீ ஒரு சூத புத்திரன் என்று உன்மீது முத்திரை குத்துவதன் மூலம் இந்த உலகம் உன்னுடைய வாழ்க்கையையே அழிக்கப் போகிறதா? இந்த அவமானத்தைத் தாங்கிக் கொள்ளுவதற்காகவே நீ பிறவி எடுத்திருக்கிறாயா?' என்று எனக்குள்ளிருந்து ஒரு குரல் ஒலித்தது. நான் உண்மையிலேயே ஒரு சூத புத்திரன்தான் என்றால், 'நீ ஒரு சூத புத்திரன்!" என்ற இந்த வார்த்தைகள் ஏன் என் இதயத்தை அம்புகள்போலத் துளைக்கின்றன? நான் முன்பு ஒரு முறை அவமானத்தைப் பொறுத்துக் கொண்டிருந்தேன். உலகம் அதை எப்படி மதிப்பிட்டது? தான் விரும்பும் நேரத்தில் தனக்கு விருப்பமான விதத்தில் என்மீது எந்த முத்திரையையும் தான் குத்தலாம் என்ற அபிப்பிராயத்தை அது கொண்டிருந்ததா? உலகம் என்னைப் பற்றி உண்மையில் என்னதான் நினைத்துக் கொண்டிருந்தது? அவன் ஒரு தாழ்பிறவி. அவன் வெறுக்கத்தக்கவன். சுயமதிப்பு என்பது கடுகளவும் அவனுக்குக் கிடையாது. அவன் தனக்கென்று சொந்தமாக எந்த நிலைப்பாடும் இல்லாதவன். எல்லோரும் இப்படித்தான் என்னைப் பற்றி நினைத்துக் கொண்டிருந்தனரா? என் மனத்தில் இத்தகைய எண்ணற்றக் கேள்விகள் முளைத்துக் குறுக்கும் நெடுக்கும் ஓடின. என் ரத்தம் கொதித்தது. வார்த்தை அம்புகளை என் இதயத்தில் சுமந்து கொண்டு நான் என் மாளிகையை நோக்கி விரைந்தேன். எல்லா இடங்களிலும் இருள் சூழ்ந்திருந்தது. அனைத்து நம்பிக்கைகளையும் எதிர்பார்ப்புகளையும் நிர்மூலமாக்கிய இருள் அது. என் இதயத்தில் அவமானங்கள் நிரம்பியிருந்தன. எனக்கு மூச்சுத் திணறியது. இருட்டில் சுற்றித் திரிந்து கொண்டிருந்த வெட்டுக்கிளிகள்கூட என்னைப் பார்த்து, "நீ ஒரு சூத புத்திரன்! நீ ஒரு சூத புத்திரன்!" என்று கத்திக் கொண்டிருந்தன. உலகம் இன்று உண்மையிலேயே தலைகீழாக மாறியிருந்ததா? எல்லோருமே கர்ணனைப் பரிகசிக்க முடிவு செய்திருந்தனரா? அவமானம் எப்போதுதான் முடிவடையும்? அது தாங்கிக் கொள்ளப்படும்போது அது முடிவுக்கு வருகிறது. ஏதோ காரணத்திற்காக ஒருமுறை அவமானத்தைத் தாங்கிக் கொள்ளுகின்றவன் தான் நடைபிணமாக வாழுவதற்கான அடித்தளத்தைத் தானே அமைத்துக் கொள்ளுகிறான். அவன் எவ்வளவு சிகரங்களை எட்டினாலும் சரி, உலகின் பார்வையில் அவன் ஒரு பூஜ்ஜியமாகவே இருக்கிறான். உலகம் அவனை அக்கறையின்றியும் செருக்கோடும் பார்க்கிறது. ஐயோ! இப்போது நான் எங்கே போவது? நான் என்ன செய்வது? இதயத்தைக் கசக்கிப் பிழிந்த இந்த வேதனைச் சுமையை நான் யாரிடம் இறக்கி வைப்பது? அவமானம்! அவமானம்! அவமானம்! ஒவ்வோர் அடியிலும் அவமானம்! அதை இக்கணம்வரை நான் எப்படித் தாங்கிக் கொண்டேன்? நான் உண்மையிலேயே உயிரோடுதான் இருந்தேனா அல்லது ஒரு பேயாக மாறியிருந்தேனா? என்னைச் சிறுமைப்படுத்திய வார்த்தைகளும் எண்ணங்களும் என்

மனத்தை எல்லாத் திசைகளிலிருந்தும் வதைத்துக் கொண்டிருந்தன. என் மனம் துயருற்றுக் கொண்டிருந்தது. என் தலை உணர்ச்சியற்றுப் போயிருந்தது. இந்த இக்கட்டிலிருந்து விடுபடுவதற்கு எனக்கு எந்த வழியும் தெரியவில்லை. எனக்கு முன்னால் எதையும் என்னால் பார்க்க முடியவில்லை. பின்னால் பார்க்கவும் நான் விரும்பவில்லை. தீப்பற்றி எரியும் ஆடைகளுடன் கண்மண் தெரியாமல் ஓடுகின்ற ஒருவனைப்போல நான் இருந்தேன்.

என் மனம் தீப்பற்றி எரிந்து கொண்டிருந்தது. என்னுடைய பிறப்பு என்னை ஆதரவற்றவனாக ஆக்கிக் கொண்டிருந்தது. நான் ஒரு சூத புத்திரன்! நான் ஏன் ஒரு சூத புத்திரனாகப் பிறந்தேன்? நான் பிறக்காமலேயே இருந்திருந்தால் நன்றாக இருந்திருக்குமே! இழித்துரைகளால் இருளடைந்திருந்த வாழ்க்கை ஒரு வாழ்க்கையா? இவ்வுலகைப் படைத்தவர் சோழிகளை வீசியிருக்காவிட்டால், வாழ்க்கையும் வரலாறும் வெறுமையாகவே இருந்திருக்குமல்லவா? நான் ஏன் ஒரு தேரோட்டியின் வீட்டில் பிறக்கும்படி நேர்ந்தது? சரி, நான் எப்படியோ அங்கு பிறந்துவிட்டேன். ஆனால், குதிரைகள் தொடர்பான விஷயங்கள்மீது ஆர்வம் கொள்ளுவதற்கு பதிலாக நான் ஏன் ஆயுதங்கள்பால் ஈர்க்கப்பட்டேன்? நான் ஏன் அங்க நாட்டு அரசனாக ஆக்கப்பட்டேன்? மற்ற ஊர்களையெல்லாம் விட்டுவிட்டு நான் ஏன் அஸ்தினாபுரத்திற்கு வந்தேன்? இது வீரர்களுக்கான ஒரு நகரமா? இது நியாயத்தைப் போற்றுகின்ற, நியாயத்தை வழங்குகின்ற ஒரு நகரமா? துரோணரைப் போன்ற ஒரு முதிய காளையிடமிருந்து இப்போது என்னால் எதை எதிர்பார்க்க முடியும்? காலத்தால் சித்தரவதைக்கு ஆளாகியிருந்த ஒருவனுடைய வலுவிழந்துவிட்ட மனத்தால் இவ்வுலகிற்கு எந்த ஞானத்தைக் கொடுக்க முடியும்? கொழுந்துவிட்டு எரிந்து கொண்டிருந்த இக்கேள்விகள் கொதித்துக் கொண்டிருந்த என்னுடைய மனத்திலிருந்து முளைத்தன. நான் என் பாதங்களுக்குக் கீழே இருந்த கூழாங்கற்களை நொறுக்கிவிட்டு என் மாளிகையை நோக்கித் தொடர்ந்து நடந்தேன். நான் ஒரு திக்விஜய வீரன் அல்லன். நான் ஒரு சாதாரண வீரன்கூட அல்லன். நான் ஒரு சூத புத்திரன், அவ்வளவுதான். ஒரு தேரின் சக்கரங்களுக்குக் கீழே இருந்த புழுதி நான்.

வாழ்க்கையை ஒரு தெய்விகக் கனியுடன் இனிமையாக ஒப்பிட்டிருந்த அசுவத்தாமன் இப்போது ஒரு முட்டாள்போல எனக்குத் தோன்றினான். வாழ்க்கையால் எப்படி ஒரு தெய்விகக் கனியாக இருக்க முடியும்? மேலும், நான் எப்போதும் அவனிடம் கூறியதைப்போல, வாழ்க்கை ஒரு போர்க்களமும் அல்ல. ஏனெனில், ஒரு போர்க்களத்தில் தகுதி மட்டுமே உயர்வாக மதிக்கப்பட்டது. பைத்தியக்கார அசுவத்தாமன்! வாழ்க்கை நிச்சயமாக ஒரு பனித்துளியைப் போன்றது அல்ல. மாறாக, யார் வேண்டுமானாலும் எப்போது வேண்டுமானாலும் பற்ற வைக்கக்கூடிய ஒரு காட்டுத் தீ அது. அது யாரோ ஒருவரை எரித்துச் சாம்பலாக்குகிறது, பிறகு அது தானாகவே அணைந்துவிடுகிறது. அந்தக் காட்டுத் தீதான் இப்போது என்னை எரித்துக் கொண்டிருக்கிறது. என் உடலில் இப்போது கவச குண்டலங்கள் இல்லை என்பதால், என் உடல் சாம்பலாகிவிடும் என்று அர்த்தமாகுமா? இல்லை, அது

அப்படி இருக்க முடியாது. மற்றவர்கள் என்னைச் சாம்பலாக்க நான் அனுமதிக்க மாட்டேன். அவர்கள் என்னை நிர்மூலமாக்க நான் அனுமதிக்க மாட்டேன். நான் எப்படியும் அந்த பிரம்மாஸ்திரத்தைக் கைப்பற்றியே தீருவேன்.

கொந்தளித்துப் போயுள்ள குருவிகள் கோபத்தோடு ஒரு பாம்பைத் தம்முடைய அலகுகளால் கொத்தியெடுப்பதைப்போல, பல எண்ணங்களும் உணர்வுகளும் ஒரு சூறாவளிபோல என்னைத் தாக்கின. நான் அஸ்தினாபுர அரண்மனையின் வாசலை அடைந்தபோது நான் கொதித்துப் போயிருந்தேன். துரியோதனன் எனக்காக அங்கே காத்துக் கொண்டிருந்தான். அவனைப் பார்த்தவுடன் நான் உணர்ச்சியற்றுப் போனேன். நான் அவனிடம் என்ன சொல்லுவது? அவன் என்னைத் தடுத்து நிறுத்தி, "கர்ணா, என்ன நிகழ்ந்தது? நீ ஏன் இவ்வளவு சீக்கிரமாகத் திரும்பி வந்துவிட்டாய்?" என்று பொறுமையின்றிக் கேட்டான்.

"இளவரசே, ஓர் ஆரியக் கைம்பெண் தன்னுடைய கைம்மையைப் பற்றி ஒருபோதும் பேசுவதில்லை. ஒரு வீரன் தனக்கு நேர்ந்த அவமானத்தைத் தானே தன் வாயால் ஒருபோதும் கூறுவதில்லை. தயவு செய்து என்னைப் போக விடு," என்று கூறி நான் அவனுடைய கையைத் தட்டிவிட்டேன். இன்று யாரைக் குறித்தும் எனக்கு எந்த உணர்வும் இருக்கவில்லை. ஒரு நீர்ச்சுழலின் மையத்தில் இருக்கின்ற ஒரு குச்சியைப்போல, என் மனம் ஒரே ஒரு விஷயத்தைச் சுற்றிச் சுற்றி வந்து கொண்டிருந்தது. சூத புத்திரன்! அவமானம்!

துரியோதனன் தன் புருவங்களை நெறித்து, என் கையை இறுக்கமாகப் பிடித்து உலுக்கியபடி, "அவமானமா? கர்ணா, உன்னைப் போன்ற ஒரு திக்விஜய வீரனை யார் அவமானப்படுத்தினார்கள்? அவர்கள் ஏன் உன்னை அவமானப்படுத்தினார்கள்?" என்று கேட்டான்.

"கௌரவர்களின் மதிப்பிற்குரிய குருதேவர் துரோணர்தான்! அவர் ஏன் என்னை அவமானப்படுத்தினார், எப்படி அவமானப்படுத்தினார் என்று என்னிடம் கேட்காதே. வாழ்வின் உண்மைகளால் நான் திக்குமுக்காடிக் கொண்டிருக்கிறேன். தயவு செய்து சிறிது நேரம் என்னைத் தனியாக இருக்க விடு," என்று கூறிவிட்டு நான் அவனுடைய கையிலிருந்து என்னுடைய கையை விடுவித்தேன்.

அவன் மீண்டும் என் கையைப் பிடித்துக் கொண்டு, "உன்னுடைய வேதனையை என்னால் உணர முடிகிறது. ஆனால் இப்படி உள்ளூர நொந்து கொண்டிருப்பதால் என்ன பயன்? எந்த பிரம்மாஸ்திரத்திற்காக துரோணர் உன்னை அவமானப்படுத்தியுள்ளாரோ, அதே பிரம்மாஸ்திரத்தைக் கைவசப்படுத்துவதன் மூலம் நீ அவரைப் பழி வாங்க வேண்டும். அது நிகழும்போதுதான் கர்ணன் கர்ணனாக இருப்பான் என்பதை நினைவில் கொள்," என்று கூறினான்.

"நான் நிச்சயமாக பிரம்மாஸ்திரத்தைக் கைவசப்படுத்துவேன். நான் அதற்காக, மகேந்திர மலையில் வாழும் பரசுராமரிடம் தனிப்பட்ட முறையில் போகப் போகிறேன். ஆனால் தயவு செய்து இப்போது என்னைத் தடுக்காதே. என் மனம் அனுபவித்துக் கொண்டிருக்கும் துயரத்தை விவரிக்க என்னிடம் வார்த்தைகள் இல்லை. தயவு செய்து என்னைப் போக விடு," என்று கூறி நான் என் கையை அவனுடைய

கையிலிருந்து வெடுக்கென்று உருவிக் கொண்டு, என் மாளிகையின் படிக்கட்டுகளை நோக்கி வேகமாக ஓடினேன். நான் அதே வேகத்துடன் படிக்கட்டுகள்மீது ஏறியபோது என் அங்கவஸ்திரம் என் தோளிலிருந்து நழுவிக் கீழே விழுந்தது. அதை எடுக்கக்கூட எனக்குப் பிடிக்கவில்லை. தகதகத்துக் கொண்டிருந்த என்னுடைய பாதங்கள் குளிரான அந்தப் படிக்கட்டுகள்மீது பட்டபோது, அக்குளிர்ச்சி தற்காலிகமாக அவற்றுக்கு இதமளித்தது. ஆனால், கொழுந்துவிட்டு எரிந்து கொண்டிருந்த என் மனத்தை எப்படி அமைதிப்படுத்துவது? யார் அதற்கு ஆறுதல் கூறுவார்கள்?

நான் என் அறைக்குள் சென்று கதவைத் தாழிட்டேன். நான் முற்றிலும் தனிமையில் இருக்க விரும்பினேன். தனிமை மட்டுமே என்னை அமைதிப்படுத்தும். ஆனால் அது உண்மையிலேயே எனக்கு மன அமைதியைக் கொண்டுவருமா? யதார்த்தத்தில், அவமானப்படுத்தப்பட்ட ஒரு மனத்தின் ஆரோக்கியம் தனிமையால் முழுவதுமாகத் தகர்க்கப்படுகிறது. ஒவ்வொரு நொடியும், கொந்தளித்துப் போயிருந்த என்னுடைய மனத்தை அர்த்தமற்ற எண்ணங்கள் மீண்டும் மீண்டும் தாக்கின. என் மனம் கடைசியில் ஒரே ஒரு முடிவுக்கு வந்தது. பிரம்மாஸ்திரம்! மகேந்திர மலை! பரசுராமர்! பிரம்மாஸ்திரத்தை வெற்றிகரமாகக் கைவசப்படுத்திய கர்ணன்! ஒரு சூத புத்திரனாக இருந்தாலும், ஒரு வெற்றிகரமான சூத புத்திரன் கர்ணன்! பரசுராமரின் சீடன் கர்ணன்!

3

மறுநாள், நான் ஷோனிடம் மட்டும் தகவல் சொல்லிவிட்டு, வாயுஜித்தின்மீது ஏறி அஸ்தினாபுரத்திலிருந்து புறப்பட்டேன். வழி நெடுகிலும் என் மனம் பரசுராமரைச் சுற்றியே வட்டமிட்டது. அவர் எப்படிப்பட்டவர்? அவரைப் பற்றி மற்றவர்கள் என்னிடம் கூறியிருந்தவற்றை வைத்துப் பார்த்தபோது, அவர் அச்சம் தரவல்ல ஒரு பயங்கரமான நபராகத் தோன்றினார். அவர் சத்திரியர்களை வெறுப்பவர், எளிதில் கோபம் கொள்ளுபவர், பிடிவாதக்காரர் போன்றவைதான் அவரைப் பற்றிய பொதுவான விவரிப்புகளாக இருந்தன. தன்னுடைய தாய்வழி மாமன் ஒரு கொடுங்கோலனாக இருந்ததால் கிருஷ்ணர் அவனைக் கொன்றிருந்தார். ஆனால், பரசுராமரோ, தன் தந்தை கட்டளையிட்டார் என்ற ஒரே காரணத்திற்காகத் தன் சொந்தத் தாயையே கொன்றிருந்தார். பிதாமர் பீஷ்மருக்கு வில்வித்தையைக் கற்றுக் கொடுத்த குரு அவர். ஹைஹய நாட்டு அரசனான கார்த்தவீரியனின் நூறு மகன்களைக் கொல்லுவதற்காக இருபத்தோரு முறை ஹைஹய அரசர்களை அவர் சுலபமாகத் தோற்கடித்தார். இறுதியில், அவர் தான் வெற்றி கொண்ட ஹைஹய நாட்டைத் தன் குருவான காசியப முனிவரின் பாதங்களில் சமர்ப்பித்துவிட்டு, மகேந்திர மலைக்குச் சென்று ஓர் ஆசிரமம் அமைத்து அங்கேயே தங்கிவிட்டார். எவருடைய பெயரைக் கேட்டவுடன் எல்லோரும் நடுங்கினரோ, சக்தி வாய்ந்த அந்த முனிவரிடம் நான் போய்க் கொண்டிருந்தேன். அவருடைய உருவத்

தோற்றத்தை நான் கற்பனை செய்ய முயன்றேன், ஆனால் தெளிவான உருவம் எதுவும் எனக்குத் தோன்றவில்லை. நான் மகேந்திர மலை இருந்த திசையில் பயணித்தேன்.

நான் இப்போது பயணித்துக் கொண்டிருந்த சாலைகள் திக்விஜயப் பயணத்தினால் எனக்கு ஏற்கனவே பரிச்சயமாகியிருந்ததால், துணைக்கு என்னுடன் யாரையும் நான் அழைத்து வரவில்லை. பாஞ்சாலம், காசி, கிழக்கு தசார்ணம், மற்றும் பிற நாடுகளின் ஊடாக நான் பயணித்தேன். அவற்றின் தலைநகரங்களில் எதுவொன்றிலும் நான் தங்க விரும்பவில்லை. வழியில் இருந்த கோவில்களில் தங்கிக் கொண்டு, முடிந்த அளவு விரைவாக மகேந்திர மலையைச் சென்றடைய நான் தீர்மானித்திருந்தேன். மகேந்திர மலை கலிங்க நாட்டில் இருந்தது என் பிரச்சனையைச் சிறிது சிக்கலாக்கியது. ஏனெனில், அரசன் பானுமந்தன் உட்பட, அதன் குடிமக்கள் அனைவரும் என்னை நன்றாக அறிவர் என்பதால் அவர்கள் என்னை அடையாளம் கண்டுகொள்ளக்கூடும். எனவே, இரவில் அந்நாட்டிற்குள் நுழைய நான் தீர்மானித்தேன். என் நம்பிக்கைக்குரிய ஒருவரிடம் வாயுஜித்தை ஒப்படைக்காமல் மகேந்திர மலையில் ஏறுவது எனக்கு சாத்தியமற்றதாக இருந்தது.

நான் என் பயணத்தை இவ்விதத்தில் திட்டமிட்டுக் கொண்டு பாஞ்சாலத்திற்குப் போய்ச் சேர்ந்தேன். காம்பில்ய நகரில் கங்கைக் கரையின்மீது அமைந்திருந்த சுதாமனின் சமாதிக்கு நான் போய் வர விரும்பினேன், ஆனால் யாரேனும் அங்கு என்னை அடையாளம் கண்டுவிட்டால் என்ன செய்வது? அச்செய்தி அரசர் துருபதனின் காதுகளை எட்டிவிடும். பிறகு என்னுடைய பயணம் தடைபடும். அவர் நிச்சயமாக என்னை வரவேற்று உபசரிப்பார். ஆனால் அதை ஏற்றுக் கொள்ள எனக்கு நேரமிருக்கவில்லை. நான் சீக்கிரம் மகேந்திர மலையை அடைந்தாக வேண்டியிருந்தது. பிரம்மாஸ்திரத்தை எப்படியாவது கைவசப்படுத்தியாக வேண்டும் என்பதில் நான் உறுதியாக இருந்தேன். எனவே, யாரும் பார்க்காத வண்ணம் நான் பாஞ்சாலத்திற்குள் நுழைந்து அங்கிருந்து வெளியேறத் திட்டமிட்டேன். ஆனாலும் சிலர் என்னை ஆர்வக் குறுகுறுப்புடன் பார்த்ததை நான் கவனித்தேன். ஆனால் என் காதுகளில் குண்டலங்கள் இல்லாததை அவர்கள் கண்டபோது, அவர்கள் அங்கிருந்து போய்விட்டனர். என்னுடைய ராஜ வஸ்திரம் மக்களுடைய கவனத்தை ஈர்க்கும் என்று நான் எதிர்பார்த்ததால், நான் அவற்றை ஒரு துறவியிடம் கொடுத்துவிட்டு, அவருடைய ஆடையை வாங்கி அணிந்து கொண்டேன். தன்னுடைய காவியுடையை என்னிடம் கொடுத்த அவர், “என்னுடைய இந்த ஆடையின்மீது எனக்கு இன்னும் பற்று இருந்ததா என்பதை நான் கண்டுபிடிப்பதற்காகக் கடவுள் உன்னை இங்கே அனுப்பி வைத்திருக்கிறார். இதை எடுத்துக் கொள். உன்னுடைய ராஜ வஸ்திரத்தை கங்கைக்கு அர்ப்பணித்துவிடு. போ!” என்று என்னிடம் கூறினார். அவர் தன்னுடைய யாசகப் பையைத் தன்னுடைய இடையைச் சுற்றி அணிந்து கொண்டு தன் ஆடையை எனக்குக் கொடுத்திருந்தார். நான் அந்தக் காவியுடையை அணிந்து கொண்டபோது, அவருடைய தன்னலமற்றப் பெருந்தன்மையைப் பற்றிய எண்ணங்கள் என் மனத்தில் முளைத்தன. நான் காம்பில்யத்தைவிட்டுப் புறப்படுவதற்கு முன்பு என்னுடைய ராஜ வஸ்திரத்தை கங்கையில்

அர்ப்பணித்து அவருடைய கோரிக்கையை நிறைவேற்றினேன். என் மனத்தில் எந்தவிதமான பயமோ அல்லது கொந்தளிப்போ இருக்கவில்லை. நான் ஒரு காவியுடையை அணிந்திருந்தேன். எனக்கு மேலே நீலவானம் இருந்தது. எனக்கு முன்னால், மகேந்திர மலைக்குச் செல்லுவதற்கான பாதை இருந்தது.

நான் காம்பில்யத்திலிருந்து புறப்பட்டுக் காசிக்குச் செல்லுவதற்கான பாதையில் அடியெடுத்து வைத்தேன். நான் இப்போது ஒரு தளபதியாகப் பயணித்துக் கொண்டிருக்கவில்லை. காலாட்படை, குதிரைப் படை, யானைப் படை ஆகிய எதுவும் என்கீழ் இருக்கவில்லை. என் கவச குண்டலங்கள்கூட என்னிடம் இருக்கவில்லை. ஒரு காவி உடையும் ஓர் அமைதியான மனமும் மட்டுமே என்னிடம் இருந்தன.

காசி நாட்டிலுள்ள பிரயாகைக்கு நான் வந்து சேர்ந்தேன். விருசாலியின் ஊர் அது. ஆனால் நான் அந்த ஊருக்குள் நுழையவில்லை. கங்கை, யமுனை, சரயு ஆகிய நதிகள் சங்கமித்த இடத்திற்கு நான் வாயுஜித்தை வழிநடத்திச் சென்றேன். வாயுஜித் அங்கு நீர் பருகித் தன்னுடைய தாகத்தைத் தணித்துக் கொண்டவுடன் நான் அதன்மீது ஏறி அங்கிருந்து திரும்பினேன். வழியில், விருசாலியை நான் முதன்முதலாக சந்தித்த இடத்தில் வாயுஜித் தானாகவே நின்றுவிட்டது. அங்கு விருசாலியோ, ஷோனோ, அல்லது அந்த உடைந்த பானைத் துண்டோ இருக்கவில்லை. நான் அவளை முதன்முறையாகப் பார்த்தபோது எனக்கு ஏற்பட்ட விநோதமான அசௌகரிய உணர்வும் மறைந்துவிட்டிருந்தது. எல்லாம் அமைதியாகவும் சலனமின்றியும் இருந்தது.

என்னுடைய நினைவுகளை நான் பூட்டி வைக்க முயற்சித்தேன், ஆனால் அது சாத்தியப்படவில்லை. அந்த நினைவுகளோடு போராடியபடி, நான் காசியிலிருந்து புறப்பட்டுக் கிழக்கு தசார்ணத்தின் வழியாகக் கலிங்கத்தின் எல்லையை அடைந்தேன். சுப்ரியையின் தாய்நாடு அது. அதற்காகவாவது அது என்னை ஈர்த்திருக்க வேண்டும், ஆனால் அது என்னை ஈர்க்கவில்லை. நான் அந்நாட்டிற்குள் நுழையாமல், பக்கத்துச் சாலை வழியாகச் சென்று மகேந்திர மலையின் கீழ்ப்பகுதியை அடைந்தேன். அதன் நீலச் சிகரங்களைக் கண்டபோது என் இதயம் பரவசமடைந்தது. என் மனத்தில் முன்பு சலசலத்துக் கொண்டிருந்த எண்ணங்கள் அனைத்தும் இப்போது அடங்கின. அஸ்தினாபுரத்தின் போட்டியரங்கம், சுயம்வரம், சூதாட்டம், திக்விஜயம், தானம், கவச குண்டலங்கள் ஆகிய அனைத்தையும் நான் இப்போது மறந்தாக வேண்டியிருந்தது. நான் ஒரு மாணவனாகப் பரசுராமரின் ஆசிரமத்திற்குப் போக வேண்டியிருந்ததால் அவ்விஷயங்கள் அனைத்தையும் மறக்க நான் தீர்மானித்தேன். இந்த நோக்கத்துடன் நான் மகேந்திர மலைமீது ஏறத் தீர்மானித்தேன்.

அப்போது ஓர் உழவன் தன் தோள்மீது ஒரு கலப்பையைச் சுமந்து கொண்டு என்னை நோக்கி வந்து கொண்டிருந்ததை நான் பார்த்தேன். வாயுஜித்தின் பிரச்சனை இப்போது தீர்க்கப்பட்டுவிடும் என்று நினைத்து நான் மகிழ்ந்தேன். மகேந்திர மலையடிவாரத்தில் நிலத்தை உழுது கடினமாக உழைத்துப் பிழைத்த அந்த உழவன் வாயுஜித்தைப் பார்த்துக் கொள்ளப் பொருத்தமானவனாக இருப்பான் என்று எனக்குத் தோன்றியது. அருகிலிருந்த மேய்ச்சல் நிலத்தில் வாயுஜித்தை

மேயவிட்டுவிட்டு, அதன்மீது ஒரு கண் வைத்துக் கொண்டே அவனால் தன் வயலில் வேலை செய்ய முடியும் என்று நான் நினைத்தேன்.

எனவே, நான் அவனைத் தடுத்து நிறுத்தி, "நண்பனே, நான் திரும்பி வரும்வரை என் குதிரையை உன்னால் பார்த்துக் கொள்ள முடியுமா?" என்று கேட்டேன்.

அவன் என்னுடைய காவியுடையையும் அறுபட்டக் காதுகளையும் பார்த்துக் கொண்டே, "நீங்கள் யார்?" என்று கேட்டான்.

"என் பெயர் வைகர்த்தன். என்னுடைய அறுபட்டக் காதுகளைக் கொண்டு பின்னர் என்னை உன்னால் சுலபமாக அடையாளம் கண்டுகொள்ள முடியும்."

"நீங்கள் ஒரு துறவியா? உங்கள் குதிரையை என்னிடம் கொடுங்கள். நான் அதைப் பார்த்துக் கொள்ளுகிறேன்," என்று கூறிவிட்டு அவன் வாயுஜித்தின் கடிவாளங்களை எடுத்துக் கொண்டான். விசுவாசமான அந்த விலங்கின் முதுகின்மீது நான் இரண்டு முறை தட்டிக் கொடுத்தேன். அதன் பிடரி மயிரை நான் வருடிக் கொடுத்தபோது என் மனத்தில் ஒரு வேதனையை நான் உணர்ந்தேன்.

"போ. நான் திரும்பி வரும்வரை மகிழ்ச்சியாக இரு," என்று கூறிவிட்டு நான் வாயுஜித்திடமிருந்து விடைபெற்றுக் கொண்டேன்.

நான் மகேந்திர மலையின் செங்குத்தான பாதைமீது ஏறத் தொடங்கியபோது, மறைந்து கொண்டிருந்த சூரியனின் நீளமான கதிர்கள் அம்மலையைத் தொட்டன. பல்வேறு வகையான பறவைகள் தம்முடைய கூடுகளுக்குத் திரும்பிச் செல்லும் ஆர்வத்தில், சத்தமாகக் கீச்சிட்டுக் கொண்டே பல்வேறு வகையான மரங்களின் ஊடாகச் சிறகடித்துப் பறந்து சென்றன. மாட்டிடையர்கள் தங்களுடைய பசுக்களை மலைச்சரிவுகளில் இருந்த புல்வெளிகளில் நாள் முழுவதும் மேயவிட்டுவிட்டு, அவற்றை மீண்டும் தம்முடைய கொட்டில்களுக்கு வழிநடத்திச் சென்று கொண்டிருந்தனர். அவர்கள் அப்பசுக்களின் கழுத்துக்களில் கட்டப்பட்டிருந்த மணிகள் ஏற்படுத்திய ஓசைக்கு இணக்கமாகப் புல்லாங்குழல் இசைத்தபடி நடந்து சென்றனர். நாளின் முடிவில் அனைத்து உயிரினங்களும் ஓய்வுக்காக ஏங்கிக் கொண்டிருந்தன.

"துறவியே, நில்!" என்று ஒரு குரல் எனக்குப் பின்னாலிருந்து ஒலித்தது. நான் அதைக் கேட்டு உடனே நின்றுவிட்டேன். என்னைப்போலவே காவியுடை அணிந்திருந்த ஓர் உருவம் மெதுவாக என்னை நோக்கி வந்து கொண்டிருந்ததை நான் கண்டேன்.

அந்த உருவம் என் அருகில் வந்து, "நீ எங்கே போய்க் கொண்டிருக்கிறாய்?" என்று கேட்டது. அவன் அந்த ஆசிரமத்தின் ஒரு மாணவனாக இருக்க வேண்டும் என்று நான் நினைத்துக் கொண்டேன். அவன் என்னைவிட மூத்தவனாகத் தெரிந்தான்.

அவன் தன்னை அறிமுகப்படுத்திக் கொள்ளாமல் என்னிடம் கேள்வி கேட்டது குறித்த ஆச்சரியத்துடன், "நான் பரசுராமரின் ஆசிரமத்திற்குப் போய்க் கொண்டிருக்கிறேன்," என்று நான் பதிலளித்தேன்.

"நானும் அங்கேதான் போய்க் கொண்டிருக்கிறேன். நான் அவருடைய மாணவன். என் பெயர் அகிருதவரணன். வா, நாம் சேர்ந்தே போகலாம்," என்று கூறிய அவனுடைய பார்வை என் காதுகள்மீது நிலைத்திருந்தது.

நாங்கள் இருவரும் மலையேறத் தொடங்கினோம்.

"நீ எதற்காக எங்கள் ஆசிரமத்திற்கு வந்திருக்கிறாய்? பரசுராமரைப் பார்ப்பதற்காகவா?" என்று அவன் கேட்டான்.

"இல்லை, அவரைப் பார்ப்பதற்காக மட்டும் நான் வரவில்லை. நான் அவரின்கீழ் கற்க விரும்புகிறேன். நான் அவருடைய மாணவனாக ஆக விரும்புகிறேன்."

"மாணவனா? நீ ஒரு பிராமணன், இல்லையா? ஏனெனில், பிராமணன் அல்லாத ஒருவனைத் தன்னுடைய மாணவனாக அவர் ஒருபோதும் ஏற்றுக் கொள்ளுவதில்லை. அது அவருடைய கொள்கை. ஆனால்...நீ அவரிடமிருந்து என்ன கற்றுக் கொள்ள விரும்புகிறாய்?"

"பிரம்மாஸ்திரம்," என்று நான் பதிலளித்தேன். ஆனால், எனக்கு இங்கு ஏமாற்றம் ஏற்படக்கூடுமோ என்று நான் யோசிக்கத் தொடங்கினேன். ஏனெனில், நான் ஒரு பிராமணரின் மகன் அல்லவே.

"பிரம்மாஸ்திரம்! அப்படியானால், நீ நிச்சயமாக ஒரு பிராமணரின் மகன்தான். நான் இக்கேள்வியை உன்னிடம் கேட்டிருக்கவே கூடாது. அது போகட்டும், ஆனால் உன்னுடைய காதுகளின் மடல்கள் ஏன் வெட்டப்பட்டுள்ளன?" என்று அவன் மீண்டும் கேட்டான்.

நான் அவனை அப்படியே விட்டுவிட்டுக் கீழே இறங்கிப் போய், வாயுஜித்தின்மீது ஏறி நேராக அஸ்தினாபுரத்திற்குத் திரும்பிப் போய்விட வேண்டும் என்று ஒரு கணம் எனக்குத் தோன்றியது. ஆனால், பிரம்மாஸ்திரத்தைப் பெறாமல் அஸ்தினாபுரத்திற்குத் திரும்பிச் செல்லுவதைப் பற்றி என்னால் நினைத்துப் பார்க்கக்கூட முடியவில்லை.

"சொர்க்கத்தின் பிரம்மாண்டமான வாசலை அடைப்பதற்காக என்னுடைய காதுகளை ஒரு துறவிக்கு நான் தானம் கொடுத்துள்ளேன்," என்று நான் கூறினேன். அவனுக்கு ஏதோ ஒரு பதிலைக் கூறியாக வேண்டியிருந்ததால் நான் அப்படிக் கூறினேன்.

அவன் ஆச்சரியமடைந்து, "நீ சொல்லுவதன் பொருள் எனக்குப் புரியவில்லை," என்று கூறினான்.

"உனக்கு அது புரியாது," என்று நான் கூறினேன். அதற்கு மேல் அவனை என்னால் திருப்திப்படுத்த முடியவில்லை. ஆனால், நான் எந்த பிராமணக் குடும்பத்தில் பிறந்தவன் என்று பரசுராமர் என்னிடம் கேட்டால் நான் என்ன சொல்லுவது? அதற்கான விடையை நான் தேடினேன். ஆனால் எனக்கு எதுவும் தோன்றவில்லை. சூழல்களின் காரணமாக முன்பொரு சமயம் அஸ்தினாபுர அரசவையில் நான் ஓர் அபலைப் பெண்ணிடம் தரக்குறைவாகப் பேசும் கட்டாயத்திற்கு ஆளானேன். ஆனால் இப்போது, நான் பொய்யுரைக்கும் பாவத்தையும் செய்வதற்குச் சூழல்கள் என்னைக் கட்டாயப்படுத்திக் கொண்டிருந்தன. நான் பரசுராமரின் முன்னால் நின்று ஒரு பொய்யைக் கூற வேண்டுமா அல்லது நான் வந்த வழியே வெறுங்கையுடன் திரும்பிப் போய்விட வேண்டுமா? மீண்டும் நான் ஓர் இக்கட்டான சூழ்நிலையில் சிக்கியிருந்தேன். இப்பிரச்சனை மிகவும் சிக்கலானதாக இருந்தது.

பரசுராமரிடம் நான் பொய்யுரைத்தால், இந்திரனுக்கு நான் என்னுடைய கவச குண்டலங்களை தானம் செய்ததிலிருந்து எனக்குக் கிடைத்த நற்பெயரை அது ஒன்றுமில்லாததாக ஆக்கிவிடும். நான் தொடர்ந்து ஒரு சூத புத்திரனாகவே இருப்பேன். நான் என்ன செய்ய

வேண்டும்? திரும்பிப் போய்விட வேண்டுமா? ஆமாம், அதுதான் சரி.

நான் மலையேறுவதை நிறுத்திவிட்டு, "நான் திரும்பிப் போய்விடப் போகிறேன்," என்று கூறியதைக் கேட்டு அகிருதவரணன் வியப்புற்றான்.

"ஏன்? உனக்கு பயமாக இருக்கிறதா? பரசுராமரின் ஆசிரமத்திற்குள் நீ நுழைய விரும்பினால் ஒரு சிங்கத்தின் துணிச்சல் உனக்கு இருக்க வேண்டும். பிருகு வம்சத்தைச் சேர்ந்த ஓர் இளம் துறவியின் முகத்தைக் கொண்ட நீ சாதாரணமாக அவருடைய ஆசிரமத்திற்குள் நுழைந்துவிடலாம் என்று நினைத்தாயா?" அவனால் இதை பயமின்றிக் கூற முடிந்தது. ஏனெனில், அவன் அந்த ஆசிரமத்தில் தங்கிப் பயின்று கொண்டிருந்தான்.

பிருகு வம்சம்! சிங்கத்தின் துணிச்சல்! இல்லையில்லை, நான் பிரம்மாஸ்திரம் இல்லாமல் திரும்பிப் போக மாட்டேன். ஒரு சூத புத்திரனுக்குக்கூடப் பரசுராமரின் சூளுரையை முறிப்பதற்கான வலிமை இருந்தது என்பதை உலகம் பார்க்க வேண்டும். மழுப்பலாகப் பேசும் கர்ணனை, எளிதில் கோபம் கொண்ட பரசுராமரால் என்ன செய்துவிட முடியும்? அவர் அவனை எரித்துச் சாம்பலாக்கிவிடுவாரா? ஆனால், ஒரு சூத புத்திரன் பிரம்மாஸ்திரத்தின்மீது ஆழ்விருப்பம் கொண்டு, பரசுராமரின் உறுதிமொழியை முறிப்பதில் வெற்றி பெற்றான் என்று அந்தச் சாம்பல் முழங்குமா? நான் ஆசிரமத்திற்குப் போகக்கூடாது என்று என் மனத்தின் ஒரு பகுதி எனக்கு அறிவுறுத்தியது, ஆனால் நான் தொடர்ந்து அந்த மலையின்மீது ஏறினேன். என்னுடைய பரம்பரையைப் பற்றிப் பரசுராமர் என்னிடம் கேட்டால், நான் வெறுமனே, "பிருகு," என்று பதிலளிப்பேன். அவர் என் பெயரைக் கேட்டால், "பார்கவன்," என்று கூற நான் தீர்மானித்தேன்.

நிலா வெளிச்சத்தில் மகேந்திர மலை அற்புதமானதாக இருந்தது. ஆனால், கடும்பசி கொண்ட கொடிய விலங்குகளின் உறுமல்களும் கர்ஜனைகளும் அந்த நிலா வெளிச்சத்தைக்கூட நடுங்கச் செய்தன.

நானும் அகிருதவரணனும் அவனுடைய ஓலைக் குடிசையின் வாசலுக்கு முன்னால் வந்து நின்றோம். அப்போது இரவு நெடுநேரம் ஆகியிருந்தது. அந்த ஆசிரமத்தில் பல்வேறு பெரிய குடிசைகளும் சிறிய குடிசைகளும் இருந்தன. பாதுகாப்பிற்காக அந்த ஆசிரமத்தைச் சுற்றிலும் முட்செடிகளும் முட்புதர்களும் அடர்த்தியாக வளர்க்கப்பட்டிருந்தன. அந்த ஆசிரமத்தின் மையத்தில் ஒரு பிரம்மாண்டமான வேள்விக் குண்டம் இருந்தது. நான் பல வேள்விக் குண்டங்களைப் பார்த்திருந்தேன், ஆனால் இது போன்ற அழகான ஒன்றை நான் ஒருபோதும் பார்த்ததில்லை. அங்கே ஒரு மூலையில் ஒரு நீளமான மாட்டுக் கொட்டில் இருந்தது. அதிலிருந்த பசுக்கள் மகேந்திர மலையின் சரிவுகளில் நாள் முழுவதும் மேய்ந்துவிட்டு இப்போது நிம்மதியாக அசை போட்டுக் கொண்டிருந்தன. அப்பசுக்களின் கழுத்துப் பட்டிகளில் இருந்த மணிகள் எழுப்பிய சத்தம் அந்த ஆசிரமத்தில் நிலவிய அமைதியை அவ்வப்போது கலைத்தது. அங்கிருந்த அத்தனைக் குடிசைகளும், பல யானைகள் தம்முடைய கால்களை அடியில் மடித்து உட்கார்ந்து ஓய்வெடுத்துக் கொண்டிருந்ததைப்போலக் காணப்பட்டன. அங்கு ஒரு விளக்கு இருந்ததற்கான எந்த அறிகுறியும் தென்படவில்லை. ஏனெனில், அந்த ஆசிரமத்தின் அனைத்து மாணவர்களும் அயர்ந்து

தூங்கிக் கொண்டிருந்தனர். கடவுள் நிலவுக் குடுவையிலிருந்து வெள்ளி ரசத்தைப் புவிமங்கையின் கைகளில் ஊற்றிக் கொண்டிருந்தார். அந்த ஆசிரமத்தைச் சூழ்ந்திருந்த முட்செடிகளிலும் முட்புதர்களிலும் வெட்டுக்கிளிகள் தொடர்ந்து சத்தம் எழுப்பிக் கொண்டிருந்தன.

ஏதோ ஒரு குடிசையில் இருந்த ஒரு நெருப்புக் குழியிலிருந்து தீப்பொறிகள் தெறித்துக் கொண்டிருந்தது தெளிவாகத் தெரிந்தது. அங்கு யாரோ ஒருவர் மிக மெதுவான குரலில் மந்திரங்களைக் கூறி கொண்டிருந்த சத்தம் கேட்டது. அது நள்ளிரவாக இருந்தபோதிலும், யாரோ விழித்திருந்து ஆழ்ந்து தியானம் செய்து கொண்டிருந்தார்கள்.

நான் அகிருதவரணனைத் தொடர்ந்து அவனுடைய குடிசைக்குள் நுழைந்து கொண்டே, "அந்தக் குடிசையில் யார் இருக்கிறார்கள்?" என்று கேட்டேன்.

"அது பரசுராமருடைய குடிசை. நாளைக்குப் பௌர்ணமி. தன்னுடைய வருண விரதத்தை நிறைவேற்றுவதற்காக, ஒவ்வொரு பௌர்ணமிக்கும் ஒவ்வோர் அமாவாசைக்கும் முந்தைய இரவில் காயத்திரி மந்திரத்தை அவர் இப்படித் தொடர்ந்து கூறியாக வேண்டும். அதன் பிறகு, அவர் இந்த மகேந்திர மலையைவிட்டுக் கீழே இறங்கிக் கலிங்க நாட்டிற்குள் நுழைவார். கிழக்குப் பெருங்கடலின் நுரை பொங்கும் நீரில் இடுப்பளவு உயரத்திற்கு உள்ளே சென்று, நாள் முழுவதும் அவர் அதில் நின்று கொண்டு சூரிய பகவானுக்கு அஞ்சலி செய்வார். கலிங்கத்து மக்கள் அக்காட்சியைக் காணுவதற்காக ஒவ்வொரு பௌர்ணமியன்றும் ஒவ்வோர் அமாவாசையன்றும் கடற்கரையின்மீது கூடுவர். நான் அவரோடு பல முறை அக்கடற்கரைக்குப் போயிருக்கிறேன். உனக்கும் அவரோடு அங்கு போவதற்கு வாய்ப்புக் கிடைக்கும்," என்று கூறிய அகிருதவரணன், தர்பைப் புல்லால் ஆன இரண்டு பாய்களைத் தரையின்மீது விரித்து, இரண்டு விரிப்புகளை அவற்றின்மீது விரித்தான்.

சத்தியசேனன், ஷோன், அசுவத்தாமன், துரியோதனன், மற்றும் பலர் என்னுடைய வாழ்க்கையில் நுழைந்திருந்தனர். இப்போது அகிருதவரணனும் அப்பட்டியலில் சேர்ந்து கொண்டான். நாங்கள் சாப்பிட்டு முடித்தப் பிறகு நான் ஒரு பாயின்மீது உட்கார்ந்தபோது ஓர் எண்ணம் என் மனத்தில் துள்ளிக் குதித்தது. கலிங்க நாட்டிற்குத் தன்னுடன் வரும்படி நாளையே பரசுராமர் என்னிடம் கேட்டால் நான் அவரிடம் என்ன சொல்லுவது? கலிங்க நாட்டு மக்கள் அனைவரும் என்னை நன்றாக அறிந்திருந்தனர். என்னால் எப்படி அவரோடு கலிங்கத்திற்குப் போக முடியும்? நான் இதைப் பற்றிக் கவலைப்பட்டுக் கொண்டே தூங்கிவிட்டேன். பரசுராமரின் ஆசிரமத்தில் அந்த முதல் இரவில் நான் தூங்கியதைப்போல நான் என் அரண்மனையில் ஒருபோதும் தூங்கியிருக்கவில்லை.

4

பொழுது விடிந்தது. மாணவர்களின் இனிய பிரார்த்தனைக் குரல் கேட்டு நான் கண்விழித்தேன். நான் காலைக்கடன்களை முடித்துவிட்டு, பரசுராமரின் குடிசைக்கு முன்னால் மற்ற மாணவர்களுடன் சேர்ந்து

நின்றேன். சூரிய பகவான் முளைத்தெழுந்தார். அப்போது, அடர்த்தியான பிடரி மயிருடன்கூடிய ஒரு சிங்கம் தன்னுடைய குகைக்குள் இருந்து வெளியே வருவதைப்போல, அடர்த்தியான தாடியுடன்கூடிய பரசுராமர் தன்னுடைய குடிசைக்குள் இருந்து வெளியே வந்தார். அவர் தன் தோள்மீது வைத்திருந்த கோடரியின் கூர்மையான வெட்டுப் பகுதி சூரிய ஒளியில் பளிச்சிட்டது. தானங்களின்போதும் திக்விஜயத்தின்போதும் நான் பல முனிவர்களை சந்தித்திருந்தேன். பாண்டவர்கள் நடத்திய ராஜசூய வேள்வியில், தௌமியர், தனஞ்சயர், சாந்திபனி, கண்வர், பிரம்மகார்கயர் போன்ற புகழ்பெற்ற முனிவர்களை நான் பார்த்திருந்தேன். எளிதில் கோபம் கொள்ளும் தன்மை கொண்ட துர்வாச முனிவரையும் நான் சந்தித்திருந்தேன். ஆனால், அடர்கருப்பு நிறத்தில் அடர்த்தியான தாடியைக் கொண்ட, ஒரு கோடரியை ஏந்திய முனிவரை அன்றுதான் நான் முதன்முறையாகப் பார்த்தேன். சடாமுடியுடனும் தாடியுடனும்கூடிய சிவபெருமான் தன்னுடைய கைலாய மலையைத் துறந்துவிட்டு இந்த ஓலைக் குடிசைக்குள்ளிருந்து வெளிவந்ததுபோல எனக்குத் தோன்றியது. அவர் தன்னுடைய தலையிலிருந்து தன்னுடைய பிறைநிலவை எடுத்துத் தன்னுடைய திரிசூலத்தில் பொருத்தி, ஒருவர் தன் கோடரியைத் தன் தோள்மீது வைத்துக் கொள்ளுவதைப்போல, அந்தப் பிறைநிலவுடன்கூடிய திரிசூலத்தைத் தன்னுடைய பரந்த தோளின்மீது தொங்கவிட்டிருந்ததுபோல எனக்குத் தோன்றியது. பரசுராமரின் கண்கள் இப்பிரபஞ்சத்தையே ஆட்கொள்ளக்கூடிய அளவுக்கு ஒளிவீசின. அவை கிருஷ்ணரின் கண்களைப்போலவே இருந்தன.

அவர் மெதுவாக அடியெடுத்து வைத்துக் கிழக்குப் பெருங்கடலை நோக்கி நடந்தார். அவருடைய மாணவர்கள் அவருடைய பாதங்கள்மீது மலர்களைத் தூவி அவருக்கு மரியாதை செய்தனர். பிறகு அவர்கள் அவர் முன்னால் நெடுஞ்சாண்கிடையாக விழுந்து வணங்கினர். அந்த வரிசையில் நான்தான் கடைசி நபராக இருந்தேன்.

நான் அவருடைய பாதங்களைத் தொட்டு வணங்கினேன். அக்கணத்தில் எனக்குள் ஒரு சக்தியை நான் உணர்ந்தேன்.

"யார் நீ?" அவருடைய குரல், ஒரு கதாயுதம் இன்னொரு கதாயுதத்துடன் மோதியதுபோல கம்பீரமாக ஒலித்தது.

"நான்...நான் பிருகு வம்சத்தைச் சேர்ந்தவன். என் பெயர் பார்கவன்." ஒரு தேர்ச் சக்கரத்தின்கீழ் நசுங்கியதால் ரத்தத்தில் குளித்திருக்கும் ஒரு கையைப்போல என் மனசாட்சியின்மீது கறை படிந்தது. நான் அவமானமாக உணர்ந்தேன். உண்மையை மட்டுமே நேசித்த ஒரு கர்ணன் என் மனத்தின் எங்கோ ஒரு மூலையில் துன்பத்திலும் குழப்பத்திலும் இருந்தான்.

"எதற்காக நீ இங்கே வந்திருக்கிறாய்?" என்று அவர் என்னிடம் கேட்டார்.

"பிரம்மாஸ்திரத்தின் ரகசியத்தைக் கற்றுக் கொள்ளுவதற்காக நான் இங்கு வந்திருக்கிறேன்."

மிக நீண்ட நேரம் அவர் என்னை ஆச்சரியத்தோடு பார்த்தார். பிறகு அவர் தன்னுடைய புருவங்களை நெறித்தார். அவர் தொடர்ந்து என்னை உற்றுப் பார்த்தபடி, ஒருசில கணங்கள் கழித்து, "நீ ஆசிரம

ஒழுங்கைக் கண்டிப்புடன் கடைபிடிக்கக் கற்றுக் கொள்ள வேண்டும். அது உன்னால் முடியுமா?" என்று கேட்டார்.

"குருவே, நான் உங்கள் விருப்பம்போல நடந்து கொள்ளுகிறேன்."

"சரி, நீ இப்போது உன்னுடைய அழுக்குத் துணிகளைத் துவைத்துவிட்டுத் தயாராக இரு. நான் திரும்பி வந்தவுடன், சுபமுகூர்த்த நேரத்தில் பிரம்மாஸ்திரத்தின் ஆதி மந்திரங்களை நான் உனக்குக் கற்றுக் கொடுக்கிறேன்."

திடகாத்திரமான, கட்டுக்கோப்பான உடலைக் கொண்ட அவர் மிடுக்காக அந்த ஆசிரமத்திற்கு வெளியே அடியெடுத்து வைத்தார். சூரிய ஒளியில் மின்னிய அவருடைய கோடரி மெதுவாகப் பார்வையிலிருந்து மறைந்தது. அகிருதவரணன் அவரோடு சென்றான். அவனுடைய முதுகைப் பார்த்தபோது, என் வாழ்வில் முதன்முறையாக, தோல்வியையும் இழப்பையும் பற்றிய ஒரு கவலை என் மனத்திற்குள் நுழைந்தது. ஏதோ பயங்கரமான தவறு செய்யப்பட்டிருந்தது. என் வாழ்க்கை ஒரு நாகாஸ்திரத்தைப்போலக் கோணல்மாணலாகப் போய்க் கொண்டிருந்தது போன்ற ஓர் உணர்வு எனக்கு ஏற்பட்டது.

5

நாட்கள் ஒவ்வொன்றாக உருண்டோடின. அரண்மனையில் வீரர்களுடைய வாழ்க்கைமுறைக்குப் பழக்கப்படுவதைவிட ஆசிரமத்தில் மாணவர்களுடைய வாழ்க்கைமுறைக்கு நான் விரைவாகப் பழக்கப்பட்டுவிட்டேன். யாருடைய நினைவும் இங்கு இனியும் என்னைத் தொந்தரவு செய்து என்னுடைய கவனத்தைச் சிதறடிக்கவில்லை. பிரம்மாஸ்திரத்தின் மகாமந்திரத்தில் பாதிக்கு மேல் நான் ஏற்கனவே மனப்பாடம் செய்திருந்தேன். ஒருவேளை இதன் விளைவாக என் மனம் ஆசுவாசம் அடைந்திருக்கக்கூடும். நான் அரண்மனைக்குத் திரும்பிச் செல்ல வேண்டும் என்ற நினைப்பே எனக்கு வரவில்லை. சமயரீதியான முக்திக்காகக் கடுமையாகப் பயிற்சி செய்து கொண்டிருந்த, ஆசிரமத்திலிருந்த என்னுடைய சக மாணவர்களுடன் என் நேரம் மகிழ்ச்சியாகக் கழிந்தது. அகிருதவரணனின் நட்பு அசுவத்தாமனை எப்போதும் எனக்கு நினைவுபடுத்தியது. அகிருதவரணன் வாழ்வின் அனைத்து அம்சங்களையும் விடாமுயற்சியுடனும் அக்கறையுடனும் கற்றிருந்தான். அவனுடைய பேச்சைக் கேட்டுக் கொண்டிருந்தபோதெல்லாம், நேரம் போனது பற்றிய உணர்வை நான் முற்றிலுமாக இழந்தேன்.

ஒவ்வொரு மாதத்தின் முடிவிலும், குருதேவருடனான கேள்வி–பதில் கூட்டத்திற்காக ஒரு நாள் ஒதுக்கப்பட்டது. ஒருவன் தன் வாழ்க்கைப் பாதையில் பயணம் செய்து கொண்டிருக்கும்போது, தான் எதிர்கொள்ளுகின்ற அனைத்துப் பிரச்சனைகளையும் தனியொருவனாகத் தீர்ப்பது என்பது எப்போதும் சாத்தியப்படுவதில்லை. எனவே, அவ்விஷயங்களைப் பற்றி அன்று விவாதிக்கப்பட்டது. வாழ்வின் பல சிக்கல்களும் அன்று அலசப்பட்டன.

உண்மையில், நான் அதுவரை கற்றிருந்த ஏராளமான விஷயங்கள்

அந்தக் கேள்வி–பதில் கூட்டத்தின்போது எனக்குத் தெளிவாகப் புரிந்தன. அப்படிப்பட்ட ஒரு கூட்டத்தில், நான் பரசுராமரிடம், "குருவே, இருப்பதிலேயே பேரானந்தம் எது?" என்று கேட்டேன்.

"அதைப் பற்றி நீ என்ன நினைக்கிறாய் என்பதை முதலில் சொல்," என்று அவர் என்னிடம் எதிர்க்கேள்வி கேட்டார்.

"தானம் கொடுத்தல்!" கவச குண்டலங்களை தானமாகக் கொடுத்திருந்த நானே அங்கு அதற்கான எடுத்துக்காட்டாக இருந்தேன்.

"இல்லை. தானம் கொடுப்பதில்கூட ஓர் அகங்காரம் மறைந்திருக்கிறது. 'நான் தானம் கொடுத்தேன்,' என்ற கர்வம் அதில் ஒட்டியிருக்கிறது. எனவே, எது சிறந்தது என்பதைத் துவக்கத்திலிருந்தே மனத்தில் இருத்திக் கொள்ளுவது முக்கியம். பார்கவா, உலகின் மிக உயரமான மலை எது?"

"இமயம், குருவே."

"இல்லை. மனத்தின் மலைகள்தாம் உலகிலேயே மிக உயரமானவை. மனத்தின் வீச்சுடன் ஒப்பிடுகையில் இமயம் மிகவும் சிறியது. அதனால்தான், மனம் மிக உறுதியாக இருக்க வேண்டும். ஒரு வலிமையான உடலில் மட்டுமே ஓர் உறுதியான மனத்தை நிலைப்படுத்த முடியும். வலிமையானவர்களால் மட்டுமே பேரானந்தத்தை அனுபவிக்க முடியும். பலவீனமானவர்கள் வசம் ஆனந்தமோ, மனநிறைவோ அல்லது சுதந்திரமோ இருப்பதில்லை. அதனால்தான், ஆயுதப் பயிற்சிக்கான வசதிகளை என் ஆசிரமத்தில் நான் அமைத்திருக்கிறேன். ஆயுதங்களைப் பற்றிய அறிவு மனிதகுலத்தை அழிப்பதற்காக இங்கு வழங்கப்படுவதில்லை. மாறாக, மனித முன்னேற்றத்திற்கான பாதையின் குறுக்கே வைக்கப்பட்டுள்ள கொடூரமான தடைகளை எதிர்த்துச் சண்டையிடுவதற்காக அந்த அறிவை நான் இங்கே கற்றுக் கொடுக்கிறேன். அதே காரணத்திற்காகத்தான் பிரம்மாஸ்திரத்தின் ரகசியத்தை நான் உனக்குக் கற்றுக் கொடுத்துக் கொண்டிருக்கிறேன்."

"குருவே, மனித இருத்தலின் நோக்கம் என்ன? வெறுமனே கோடிக்கணக்கான ஆண்டுகள் வாழ்ந்து கொண்டிருப்பதா? நிச்சயமாக அப்படி இருக்க முடியாது. வாழ்வின் மிக உன்னதமான, உச்சகட்ட ஆனந்தம் எது என்பதை நான் அறிந்து கொள்ள விரும்புகிறேன். நீங்கள் விவரிக்கின்ற ஆனந்தம்தான் மனத்தின் உச்சகட்ட ஆனந்தமா?"

"இல்லை. அதைவிட மிக உயர்ந்த ஆனந்தம் ஒன்று உள்ளது. அது உச்சகட்ட ஆனந்தம் மட்டுமல்ல, அது முடிவற்றதும்கூட. நம் மனத்தின் ஆழத்தில் குடிகொண்டுள்ள ஆன்மாவின் ஆனந்தம்தான் அது. நாம் யார்? நாம் ஏன் இந்த பூமிக்கு வந்திருக்கிறோம்? நாம் எங்கே போய்க் கொண்டிருக்கிறோம்? ஒரே நேரத்தில், நகர்ந்து கொண்டும் நகராமலும் இருக்கின்ற இப்பிரபஞ்சம் எந்த இழையைக் கொண்டு நெய்யப்பட்டுள்ளது? இந்த ஆசிரமத்தில் உள்ள கன்றுக்குட்டிகள் ஏன் இப்படித் துள்ளித் திரிந்து கொண்டிருக்கின்றன? ஒரு நாள் மட்டுமே உயிர் வாழ்ந்தால்கூட, மலர்கள் ஏன் அப்படியும் இப்படியும் அசைந்தாடிப் படர்கொடிகள்மீது புன்னகைக்கின்றன? மேகங்கள் ஏன் எதிரொலிக்கின்றன? காற்று ஏன் வீசுகிறது? மழை எப்படிப் பொழிகிறது? பிரபஞ்சத்தின் ஒவ்வொரு துகளிலும் சைதன்யம் எப்படி ஊடுருவியுள்ளது? அனைத்திற்கும் உயிரூட்டுகின்ற ஜீவரசம்

எந்த ஆற்றலிலிருந்து வருகிறது? இதைத் தெரிந்து கொள்ளுவதற்கும் இதைப் பார்ப்பதற்கும் நம் உடலுக்குள் ஓர் அற்புதமான அகக்கண் உறங்கிக் கொண்டிருக்கிறது. அதுதான் ஆன்மா. நாம் மன உறுதியோடு இக்கண்ணைத் திறந்து இவ்வுலகத்தைப் பார்க்கும்போது, அனைத்துப் பிரச்சனைகளும் மாயமாய் மறைகின்றன, இந்த ஒட்டுமொத்தப் பிரபஞ்சமும் ஓர் ஒற்றை அம்சமாக ஆகிவிடுறது. இதனால், ஒரு பயங்கரமான பேரழிவு ஏற்படுவதற்கான சாத்தியம் இருக்கிறது என்பது நமக்குத் தெரிய வரும்போதுகூட, அவ்விஷயத்தால் நம்மைத் துயரம் கொள்ளச் செய்ய முடிவதில்லை. இந்த ஒட்டுமொத்தப் பிரபஞ்ச அமைப்பைப் பார்ப்பதிலிருந்து கிடைக்கின்ற மாயையான மகிழ்ச்சி உட்பட எதுவுமே நீடிப்பதில்லை. சூரிய ஒளியைப் போன்ற பிரகாசமான ஒளி மட்டுமே நீடிக்கிறது. அதனால்தான், ஆன்மாவின் ஆனந்தமே உச்சகட்ட ஆனந்தமாக இருக்கிறது," என்று கூறிவிட்டு அவர் தன்னுடைய பெரிய கண்களை முழுமையாக மூடிக் கொண்டார். அவர் அந்த பிரம்மாண்டமான ஒளிக்குள் நுழைவதற்கான தீவிர ஆர்வத்தில் அவ்வாறு செய்ததுபோலத் தோன்றியது. அவர் தன் கண்களை மூடிக் கொண்டால், கேள்வி நேரம் முடிந்துவிட்டது என்று பொருள் என்பதை நான் அறிந்திருந்தேன்.

அங்கிருந்த மாணவர்கள் அனைவரும் தங்களுடைய கைகளைக் கூப்பிப் பிரார்த்தனை செய்தனர். அவர்களுடைய பிரார்த்தனையின் ஆழமான எதிரொலிகள் அந்த ஆசிரமத்தின் எல்லைகளுக்கு அப்பால் பரவி, மகேந்திர மலையின் சரிவுகளின்மீது அதிர்ந்தன.

6

ஒரு முழு ஆண்டு எப்படி ஓடிப் போனது என்றே எனக்குத் தெரியவில்லை. பரசுராமரின் ஆசிரமத்தில் நான் வாழ்ந்து வந்தது என்மீது ஓர் ஆழமான தாக்கத்தை ஏற்படுத்தியது. அதன் விளைவாக, "நான் ஒரு தளபதி," "நான் ஒரு தான வீரன்," போன்ற அகங்கார எண்ணங்கள் அனைத்தும் என் மனத்திலிருந்து காணாமல் போயிருந்தன. மின்னுவதெல்லாம் பொன்னல்ல என்பதை நான் உணர்ந்தேன். புகழ் மட்டுமே வாழ்வின் ஒரே இலக்கு அல்ல, தூண்டப்பட்ட அகவிழிப்புநிலையும் தேவை என்பதை இப்போது நான் உணர்ந்தேன்.

விரைவில் நான் குருதேவரின் மனம் கவர்ந்த மாணவனாக ஆகியிருந்தேன். இது குறித்து மற்ற மாணவர்கள் என்மீது பொறாமை கொண்டிருந்ததாக நான் கேள்விப்பட்டேன். முற்பிறவிகளில் நான் செய்திருந்த நற்செயல்களின் விளைவாக, அந்த ஆசிரமத்தில் பரசுராமரின் ஒழுங்கின்கீழ் ஒவ்வொரு நாளையும் நான் செலவிட்டது ஒரு பரவசமான அனுபவமாக இருந்தது. கலிங்க நாட்டிற்குப் போய்வரும்படி குருதேவர் மீண்டும் மீண்டும் என்னிடம் கூறிக் கொண்டே இருந்தார், ஆனால் நான் ஏதோ ஒரு சாக்குப்போக்கைச் சொல்லி அங்கு போவதைத் தள்ளிப் போட்டுக் கொண்டே இருந்தேன். நான் இவ்வாறு செய்தது எனக்கு வேதனையளித்தது. என்னுடைய பிறப்பைப் பற்றி நான் என் குருதேவரிடம் கூறியிருந்த பொய்யும்

என்னை வருத்தியது. சில சமயங்களில், நான் பொய்யுரைத்ததன் விளைவாக, அங்கிருந்த அத்தனை ஓலைக் குடிசைகளும் ஒன்றாகச் சேர்ந்து என்னை நோக்கி விரைந்து வந்து என்னைக் குத்திக் கிழிக்க முயற்சித்தது போன்ற உணர்வை நான் அனுபவித்தேன். அப்போது நான் கடுமையான மனச்சோர்வுக்கு ஆளானேன். நான் ஒரு மூலையில் தள்ளப்பட்டுக் கொண்டிருந்ததுபோல உணர்ந்தேன். அப்படிப்பட்ட நேரங்களில், மன அமைதியைத் தேடி நான் என் வில்லையும் அம்புகளையும் எடுத்துக் கொண்டு மகேந்திர மலையின் சரிவுகளில் மான் வேட்டைக்குச் சென்றேன். நான் கொன்ற மானைப் 'பீல்' பழங்குடியினத்தைச் சேர்ந்த ஒருவனிடம் கொடுத்துவிட்டு, என் நெற்றி வியர்வையைத் துடைத்துவிட்டு, மீண்டும் மலையேறி ஆசிரமத்திற்குத் திரும்பிச் சென்றேன். நான் என் விருப்பம்போல நாள் முழுவதும் சுற்றித் திரிந்ததன் விளைவாக, நான் ஆசுவாசத்தையும் மகிழ்ச்சியையும் அனுபவித்தேன். இதனால், புதுப்பிக்கப்பட்ட உற்சாகத்துடன் ஆசிரம வழக்கங்களுக்குத் திரும்புவது எளிதாக இருந்தது.

ஒரு நாள் நான் மிகவும் மனம் தளர்ந்து போயிருந்தேன். எனவே, வழக்கம்போல நான் என் வில்லையும் அம்புகளையும் எடுத்துக் கொண்டு வேட்டைக்குப் புறப்பட்டுச் சென்றேன். மதிய வேளை முடிந்திருந்தது. தொலைவில், மகேந்திர மலையின் ஒரு பகுதியில், காய்ந்த கிளைகள் ஒன்றோடொன்று உரசிக் கொண்டதில் திடீரென்று ஒரு காட்டுத் தீ உருவாகிக் கொழுந்துவிட்டு எரிந்து கொண்டிருந்தது. அங்கு ஒரு பெரிய புகை மண்டலம் உருவாகியிருந்ததை நான் இருந்த இடத்திலிருந்து என்னால் பார்க்க முடிந்தது. வெப்பம் தணிந்தவுடன் பறவைகள் அமைதியாயின. அன்று நான் பல மணிநேரம் சுற்றித் திரிந்தும், ஒரு விலங்குகூட என் பார்வையில் தென்படவில்லை. அது என் மனச்சோர்வை அதிகரித்தது. களைப்பும் ஏமாற்றமும் கொண்ட நான், ஆசிரமத்திற்குத் திரும்பிச் செல்லத் தீர்மானித்து மீண்டும் மலையேறத் தொடங்கினேன்.

அப்போது, ஏதோ ஒரு விலங்கு தன்னுடைய குகைக்குள் இருந்து வெளியே வந்து கொண்டிருந்த சத்தம் எனக்குக் கேட்டது. மலைப் பாதையின் ஒரு பக்கத்தில் இருந்த அடர்த்தியான புதர்கள் அதன் அசைவுகளால் சரசரத்தன. ஒலியைக் கேட்டு அம்பு எய்வதற்கான வாய்ப்பு வெகு காலத்திற்குப் பிறகு இப்போது எனக்குக் கிடைத்திருந்தது. நான் என் வில்லை உயர்த்தி, குறி தவறாத ஓர் அம்பை அதில் தொடுத்து, நாணை என் காதுக்குப் பக்கத்தில் இழுத்து, அந்த ஒலி வந்த திசையை நோக்கி அந்த அம்பை எய்தேன். என் கட்டைவிரல் பட்டவுடன் என் காது மடல்கள் நடுங்கின. நான் எய்த அம்பு அந்தப் புதர்களின் ஊடாகப் பாய்ந்து, நேராகச் சென்று தன் இலக்கைத் துளைத்தது.

மறுகணம், "ம்ம்ம்மா..." என்ற ஒரு கதறல் சத்தம் கேட்டது.

அது ஒரு பசுவின் மரண ஓலம். அதைக் கேட்டவுடன் என் முதுகெலும்பு சில்லிட்டது, என் மயிர்க்கால்கள் குத்திட்டு நின்றன. என்னுடைய வில் என் பிடியிலிருந்து நழுவி நிலத்தின்மீது விழுந்தது. என் உடல் முழுவதும் நடுங்கியது. என்னைச் சுற்றிலும் இருந்த மரங்களும் படர்கொடிகளும் என்னைச் சுற்றி வளைத்துக் கொண்டிருந்ததுபோல நான் உணர்ந்தேன். இது எப்படி நிகழ்ந்தது?

தொலைவிலிருந்து ஒரு குரல், "சு–ப–தை!" என்று சத்தமாக அழைத்தது. அத்திசையில் இருந்த புதர்கள் அசைந்தன. அவருடைய அழைப்புச் சத்தம் நொடிக்கு நொடி அதிகரித்துக் கொண்டிருந்தது.

நான் அப்பசுவை நோக்கி முன்னால் ஓடிச் சென்று புதர்களை விலக்கினேன். அங்கு நான் பார்த்தக் காட்சி என் இதயத் துடிப்பை ஒரு கணம் நிறுத்தியது. வெள்ளைப் பசு ஒன்று நிலத்தின்மீது விழுந்து கிடந்தது. நான் எய்திருந்த அம்பு அதன் நெற்றியைத் தாக்கி அதனுள் ஆழமாக ஊடுருவியிருந்தது. அதனால் அப்பசு வேதனையில் அலறியபடி துடித்துக் கொண்டிருந்தது. படர்கொடிகளில் சிக்கியிருந்த தன்னுடைய கொம்புகளை விடுவிப்பதற்காக அது முயற்சித்துக் கொண்டிருந்ததைத்தான் ஒரு விலங்கு தன்னுடைய குகைக்குள் இருந்து வெளியே வந்து கொண்டிருந்ததாகத் தவறுதலாக நினைத்து நான் அந்தப் பசுவின்மீது அம்பை எய்திருந்தேன். அந்தப் புதர்கள் அலங்கோலமாக இருந்தன. நான் அவற்றைத் தாண்டிக் குதித்து அப்பசுவின் நெற்றியிலிருந்து அந்த அம்பைப் பிடுங்க முயற்சித்தேன். ஆனால் அது மிக ஆழமாகத் துளைத்திருந்ததால், என்னுடைய இழுப்பு அப்பசுவிற்கு மேலும் அதிகச் சித்தரவதையாக ஆனது. அதன் உரத்தக் கதறல்கள் என் இதயத்தைத் துளைத்தன. என் செவிப்பறைகள் கிழிந்துவிடுமோ என்று ஒரு கணம் நான் பயந்தேன். அப்பசுவின் நாக்கு வெளியே தொங்கிக் கொண்டிருந்தது. அதற்கு மூச்சு வாங்கியது. மரணத்தோடு அது போராடிக் கொண்டிருந்தது. நான் அதன் பக்கத்தில் மண்டியிட்டு அமர்ந்தேன். பயத்தில் நான் கல்லாகிப் போயிருந்தேன். ஒட்டுமொத்தப் பிரபஞ்சமும் சுழன்று கொண்டிருந்ததா? அகங்காரக்காரர்களின் தலைகளை அறுத்தெறிவதற்காக வடிவமைக்கப்பட்டிருந்த ஓர் அம்பு இப்போது ஒரு பசுவின் தலையைத் துளைத்திருந்தது.

"சு–ப–தை! சு–ப–தை!" அந்த அழைப்புகள் இப்போது எனக்கு மிக அருகே கேட்டன. ஒருசில நொடிகளில், முதிய பிராமணர் ஒருவர் என் முன்னே வந்து நின்றார். தன் பசுவின் நெற்றியினுள் அம்பு பாய்ந்திருந்ததைக் கண்டதும் அவர் அலறினார். போர்க்களத்தில் வீரர்கள் மற்றும் போர் முரசுகளின் கத்தல்களுக்கும் கூச்சல்களுக்கும் நான் பழக்கப்பட்டிருந்தபோதிலும், இப்போது என் மனம் நடுநடுங்கியது. நான் என் கண்களை இறுக்கமாக மூடிக் கொண்டேன்.

"சுபதை, எந்தச் சண்டாளன் உன்னை இந்த நிலைக்கு ஆளாக்கினான்?" என்று புலம்பியவாறு அவர் அந்த அம்பை வெளியே இழுக்க முயன்றார், ஆனால் அது வெளிவர மறுத்தது. அவர் அதை இழுத்தபோது அப்பசு அலறியது. அதன் அலறல்கள் விண்ணைப் பிளக்கும் அளவுக்கு இருந்தன. அது தன் கால்களை உதைத்துக் கண்களை உருட்டியது. அதன் வாயிலிருந்து நுரை வழிந்தது. அந்த முதியவர் அதன் தலையை வருடிக் கொடுத்தபடி, "நான் இனி என் குடும்பத்தை எப்படிக் காப்பாற்றுவேன்? உன் பாலைக் குடித்துப் பசியாறிய நான் வாழுவதற்கு இனி எனக்கு என்ன காரணம் இருக்கிறது?" என்று கூறித் தேம்பினார். மனத்தைக் கசக்கிப் பிழிந்த அத்தகைய ஒரு வேதனையை நான் ஒருபோதும் பார்த்திருக்கவில்லை. இதெல்லாம் என்னுடைய வேட்டையின் விளைவு என்பதை நினைத்தபோது என் நெஞ்சம் பதைத்தது. ஒலியைக் கொண்டு இலக்கைக் குறி வைத்துத்

தாக்குவதற்கான திறன் அஸ்தினாபுரத்தின் போட்டியரங்கில் என்னைப் புகழின் உச்சிக்குக் கொண்டு சென்றது. ஆனால் இன்று அதே திறன் என்னை நரகப் படுகுழிக்குள் தள்ளியது. திக்விஜய வீரன் என்றும், தான வீரன் என்றும், பரசுராமரின் மனங்கவர்ந்த மாணவன் என்றும் பெயர் பெற்றிருந்த கர்ணனாகிய நான், இன்று ஒரு பசுவைக் கொன்ற கொலையாளியாக ஆகியிருந்தேன். தவிர்க்கப்பட முடியாத சூழல்களால் இன்று நான் ஒரு பாவியாக ஆகியிருந்தேன்.

அப்பசு இறுதியாக ஒரு முறை முனகிவிட்டு இறந்து போயிற்று. வெள்ளைத் தாமரை மலர் போன்ற அதன் தலை சரிந்தது. நுரையுடன்கூடிய அதன் நாக்குப் பிறழ்ந்தது. உயிரற்ற அதன் கருவிழிகள் சகுனி மாமாவின் சோழிகளைவிட அதிக பயங்கரமானவையாக எனக்குத் தோன்றின. மிக விரைவில், காட்டு ஈக்களும் பிற பூச்சிகளும் அங்கு சூழ்ந்து கொண்டு அப்பசுவின் சடலத்தை உண்டு களிக்கலாயின. நான் அவமானத்திலும் வேதனையிலும் என் முகத்தை என் கைகளில் மறைத்துக் கொண்டேன்.

அந்த முதியவர் என் தோள்மீது கை வைத்து, "துறவியே, உனக்கு என்னால் என்ன தர முடியும்? இன்று நானே எல்லாவற்றையும் இழந்து நிற்கிறேனே!" என்று கூறினார். நான்தான் அவருடைய பசுவைக் கொன்றவன், ஆனால் நான் காவியுடை அணிந்திருந்ததால், அவ்விஷயம் அவருக்குத் தெரியவில்லை. நான் குனிந்து அவருடைய பாதங்களைத் தொட்டு வணங்கிவிட்டு, "பெரியவரே, என்னை மன்னித்துவிடுங்கள். உங்களுடைய சுபதை என்னுடைய அம்பால் தாக்கப்பட்டுத்தான் இறந்து போனது. நான் இங்கு வேட்டையாடிக் கொண்டிருந்தபோது, உங்கள் பசுவை ஒரு காட்டு விலங்கு என்று தவறாக நினைத்து, அதன்மீது அம்பு எய்து நான் தவறுதலாக அதைக் கொன்றுவிட்டேன். தயவு செய்து என்னை மன்னித்துவிடுங்கள். நான் உங்களுக்கு ஐந்து பசுக்களைத் தருகிறேன்," என்று மன்றாடினேன்.

என் வாழ்வில் முதன்முறையாக நான் இன்னொருவரிடம் எதையோ கேட்டிருந்தேன். நான் ஒரு பிச்சைக்காரனாக ஆகியிருந்தேன். முதன்முறையாக நான் நிராதரவாக விடப்பட்டிருந்ததாக உணர்ந்தேன்.

"இங்கிருந்து போய்விடு," என்று கூறி அந்த முதியவர் என்னைத் தள்ளிவிட்டார். ஒரு கணத்திற்கு முன்பு, தன்னுடைய பசுவின் மரணம் குறித்து ஒரு குழந்தையைப்போலத் தேம்பிக் கொண்டிருந்த அவர், திடீரென்று ஒரு வேள்வி நெருப்பாக மாறினார். அவருடைய கண்கள் கோபத்தில் சிவந்தன. அவருடைய உதடுகள் துடித்தன. "நீ உன்னை ஒரு துறவி என்று கூறிக் கொள்ளுகிறாய், ஆனாலும் நீ வேட்டையாடுகிறாய். உன்னுடைய காவியுடையை நெருப்பில் போட்டு எரித்துவிடு. ஒரு பசுவைக் கொலை செய்ததை ஈடுகட்டுவதற்கு ஐந்து பசுக்களைத் தர முயற்சிக்கின்ற நீ, உன்னுடைய உண்மையான தாய் இறந்த பிறகு வேறு ஐந்து பெண்களை உன்னுடைய தாயாக ஏற்றுக் கொள்ளுவாயா? என்னுடைய பிரம்ம சக்தி உன்னுடைய தவ வலிமையைவிட அதிகக் கடுமையானது என்பதை இன்று நான் உனக்குக் காட்டுவேன்."

"வேண்டாம், வேண்டாம்! நான் ஒரு துறவியல்ல, நான் ஒரு வீரன். பரசுராமரின் மாணவன் நான்," என்று கூறி நான் மீண்டும் அவருடைய பாதங்களைப் பற்றினேன்.

“என்னிடமிருந்து தூரப் போய்விடு. உன்னுடைய தொடுதல் பசுக் கொலையைப்போல பயங்கரமானது. ஓர் அப்பாவிப் பசுவை அம்பு எய்து கொன்ற ஒரு கொடியவனான நீ, உன்னை ஒரு வீரன் என்று அழைக்கிறாய். எதிர்காலத்தில் நீ ஓர் உண்மையான போரில் ஈடுபட்டிருக்கும்போது, என் பசுவின் தலையில் சிக்கிக் கொண்டுள்ள இந்த அம்பைப்போல, உன்னுடைய தேரின் சக்கரம் பூமிக்குள் ஆழமாகச் சிக்கிக் கொள்ளும். நீ எவ்வளவு கடினமாக முயன்றாலும் உன்னால் அதை ஒருபோதும் வெளியே எடுக்க முடியாது. இப்போது இங்கிருந்து போய்விடு!” என்று எனக்கு சாபமிட்டுவிட்டு, தன் பசுவின் சடலத்தை அங்கேயே விட்டுவிட்டு அவர் கோபத்தோடு அங்கிருந்து வேகமாகப் போய்விட்டார். அவர் என்னைத் தன் இலக்காக ஆக்கியிருந்தார். நான் அவருடைய பலிகடாவாக ஆனேன்.

அவருடைய சாபம் என் உணர்ச்சிகளை மரத்துப் போகச் செய்தது, என்னைச் செவிடாக்கியது. என்னுடைய காவியுடைக்கு பதிலாக, என்னை எல்லாப் பக்கங்களிலிருந்தும் நெருப்பு சூழ்ந்து கொண்டிருந்ததைப்போல நான் உணர்ந்தேன். வாழ்க்கை என்னைச் சுற்றிலும் பிரச்சனைகளைப் பின்னிக் கொண்டிருந்ததுபோலத் தோன்றியது. நான் எங்கே போய்க் கொண்டிருந்தேன்?

நான் என்னுடைய உடலெனும் பாரத்தை ஆசிரமத்திற்கு இழுத்துச் சென்று கொண்டிருந்தபோது, சாபத்தால் பீடிக்கப்பட்ட என் மனத்தில் அவநம்பிக்கை சூழ்ந்தது. அந்த சாபம் என்னை ஓர் ஆழமான புதைமணலுக்குள் தள்ளி அமிழ்த்தியது. இறந்து போன அந்தப் பசுவைப்போல என் மனம் அலைமோதியது, அமைதியான வேதனையில் அலறியது.

நான் வேட்டையாடிய மானை நான் வழக்கமாக எந்தப் பழங்குடியினனிடம் கொடுத்தேனோ, அவனை அழைத்து, அந்தப் பசுவைப் புதைத்துவிடும்படி அவனிடம் கூறிவிட்டு, என்னுடைய அமங்கலமான வில்லை அவனிடம் கொடுத்து, “இன்றிலிருந்து நான் வேட்டையாடப் போவதில்லை,” என்று கூறினேன்.

நான் மகேந்திர மலையில் ஏறியபோது, என்னுடைய கெண்டைக்கால் தசை முதன்முறையாக இறுக்கமடைந்ததை நான் உணர்ந்தேன். நான் ஆசிரமத்திற்குள் நுழைந்தபோது, அங்கிருந்த பசுக்களின் கழுத்துக்களை அலங்கரித்த மணிகள் ஏற்படுத்திய சத்தம் எனக்கு முன்புபோல இனிமையானதாகத் தோன்றவில்லை. உண்மையில், ஒரு தகனத்தின்போது இசைக்கப்படுகின்ற பயங்கரமான இசைபோல அது எனக்குக் கேட்டது. நான் எதுவும் சாப்பிடாமல், என்னுடைய பிரார்த்தனையைக்கூடக் கூறாமல், கீழே தர்பைப் புல் பாயின்மீது படுத்தேன். எனக்குத் தூங்கவும் பிடிக்கவில்லை. மரணத்தைக்கூட அவமானம் கொள்ளச் செய்யக்கூடிய ஒரு மனச்சோர்வு என்னை ஆட்கொண்டது. ஆசிரமத்தைச் சுற்றிலும் இருந்த வெட்டுக்கிளிகள் தொடர்ந்து சத்தம் போட்டுக் கொண்டே இருந்தன.

7

நான் என்னுடைய கவச குண்டலங்களை அறுத்துக் கொடுத்தபோது அது எனக்கு ஏற்படுத்திய கடும் வேதனையைவிட, அந்த நிகழ்வு என்னுள் அதிக வேதனையை உண்டாக்கியது. என்னுடைய வேதனையை அந்த ஆசிரமத்தில் யாரிடமும் என்னால் வெளிப்படுத்த முடியவில்லை, அதைப் பற்றிப் பேசவும் முடியவில்லை. சில துயரங்களை அமைதியாகத் தாங்கிக் கொள்ளுவது சிறந்ததாக இருக்கும் என்று நான் கருதினேன்.

நான் அந்த மனநிலையில் இருந்தபோது அகிருதவரணன் எனக்குப் பேருதவியாக இருந்தான். மிகக் குறுகிய ஒரு காலத்தில் எங்கள் இருவருக்கும் இடையே ஓர் ஆழமான நட்பு வளர்ந்திருந்தது. நான் எதைச் செய்தாலும், அவன் அதன்மீது மிகுந்த அக்கறை காட்டினான். அவன் எனக்குப் பல புதிய பரிந்துரைகளைக் கொடுத்தான். அவற்றைக் கேட்டபோது, அந்தப் பசுக்கொலை பற்றிய கசப்பான நினைவுகூட எனக்கு மறந்து போனது.

இரவெனும் கருப்புக் குதிரையையும் பகலெனும் வெள்ளைக் குதிரையையும் தன் தேரில் பூட்டிக் கொண்டு, காலம் எண்ணற்ற நிகழ்வுகள் எனும் அரங்கத்தில் வேகமாகப் பாய்ந்து சென்றது. ஒருவன் எங்கு வாழ்ந்தாலும் சரி, தன்னைச் சுற்றிலும் உள்ள வாழ்க்கையின்மீது அவன் ஓர் ஈர்ப்பை வளர்த்துக் கொள்ளுகிறான். அவனுக்கு அதன்மீது ஒரு நெருக்க உணர்வு உண்டாகிறது. மகேந்திர மலையிடம் அத்தகைய நெருக்கத்தைத்தான் நான் உணர்ந்தேன். விறகுகளைத் தேடி நான் அதன் சரிவுகளில் அலைந்து திரிந்த நேரத்தில், திறந்த வெளிகளில் இருந்த புற்களின்மீது பனித்துளிகளை நான் பார்த்தபோது, வாழ்க்கை என்பது நிலையற்ற ஒரு பனித்துளியே அன்றி வேறெதுவும் இல்லை என்று அசுவத்தாமன் கூறியது என் நினைவுக்கு வந்தது. வாழ்க்கையைப் பற்றி அவன் கூறிய வேறு பல விஷயங்களையும் நான் நினைவுகூர்ந்தேன். ஒருமுறை, "கர்ணா, நீ யார் என்பதைக் கண்டுபிடிக்க உன் ஆன்மாவைத் தேடு. நீ அகவயமாக உறுதியாக இரு," என்று அவன் கூறினான். விருசாலியைப்போல, அவனுடைய வார்த்தைகளும் மறக்கப்பட முடியாதவையாக இருந்தன. மகேந்திர மலையில் இருந்த ஒவ்வொரு வாழைமரமும் விருசாலியை எனக்கு நினைவுபடுத்தின. நறுமணம் மிகுந்த கேதகி மலரின் நேரான தண்டை நான் பார்த்தபோது, நேர்மையும் அன்பும் கொண்ட ஷோன் என் கண்களுக்கு முன்னால் வந்து நின்றான். நான் ஒரு மாபெரும் ஆலமரத்தைப் பார்த்தபோதெல்லாம், பிதாமகர் பீஷ்மரோடு அதை நான் ஒப்பிட்டேன். அமைதியாக ஓடிய மகாநதி ஆறு என் பெற்றோரை எனக்கு நினைவுபடுத்தியது. ஆனால் அந்த ஆற்றின் நீர் வேகமெடுத்துப் பாய்ந்தோடியபோது, அதில் நான் துரியோதனனைக் கண்டேன். முட்செடிகளும் முட்புதர்களும் நிறைந்த ஒரு நிலப்பரப்பு குருதேவர் துரோணரைப் பற்றிய நினைவை என்னுள் கிளறியது. பசுமையான வயல்வெளிகளில் படர்ந்திருந்த பாசி சகுனி மாமாவின் உருவத்தைக் கண்முன்னே கொண்டு வந்தது. நினைவுகள் ஒருவருடைய சொந்த நிழல்களைப் போன்றவை. அவை ஒருவருடைய மனத்தை எப்போதும் பின்தொடருகின்றன. பரசுராமர் எனக்கு

எப்போதும் கிருஷ்ணரை நினைவுபடுத்தினார். அப்போது, சிசுபாலன் சிரச்சேதம் செய்யப்பட்ட நிகழ்வு என் கண்முன்னே நிழலாடும். அந்த நிகழ்வுக்குப் பிறகு நான் கிருஷ்ணரை ஒருபோதும் சந்தித்திருக்கவில்லை. இப்போது, அவரை சந்திக்கும் ஆர்வம்கூட எனக்கு இருக்கவில்லை.

ஆசிரமத்தில் என்னுடைய நாட்கள் வேகமாக உருண்டோடின. தினமும் இரவில் நான் தூங்குவதற்கு முன்பாக, களைத்துப் போயிருந்த என் மனம், என்னுடைய குழந்தைப்பருவத்தில் தொடங்கி இக்கணம்வரையிலான நிகழ்வுகளை நினைத்துப் பார்த்தது. ஆனால் யாரேனும் தங்கள் தலைவிதியைத் தெரிந்து கொள்ள முயற்சித்துள்ளனரா? தன்னுடைய தலைவிதியில் உண்மையிலேயே என்ன ஒளிந்து கொண்டிருந்தது என்பதை ஒருவரால் தெரிந்து கொள்ள முடிந்தால், வாழ்வின் முரண்பாடுகளும் சண்டைகளும் குழப்பங்களும் நெடுங்காலத்திற்கு முன்பே தீர்ந்திருக்கும், இல்லையா? அது அப்படி இருக்க வாய்ப்பில்லை. ஒவ்வொரு தனிநபரும் நம்பிக்கையை அடிப்படையாகக் கொண்டே வாழுகிறான். நான் பிரம்மாஸ்திரத்தைக் கைவசப்படுத்துவேன் என்ற நம்பிக்கையில்தான் நானும் வாழ்ந்தேன். நான் அஸ்தினாபுரத்தைவிட்டு வந்து இரண்டு ஆண்டுகள் ஆகியிருந்தன. பிரம்மாஸ்திரத்தைக் கைவசப்படுத்துவதற்கான மந்திரங்கள் கிட்டத்தட்ட முடிவடைந்திருந்தன. சூரியனின் ஆற்றலைவிட அதிகமான சக்தியை இந்த அஸ்திரம் கொடுத்தது. பிரம்மாஸ்திரம்தான் உச்சகட்ட ஆயுதம்.

நோய்களையும் மரணத்தையும் விளைவிக்கக்கூடிய வல்லமை வாய்ந்த அந்த அசாதாரணமான பிரம்மாஸ்திரத்தை ஒரு பௌர்ணமி இரவின்போது பரசுராமர் எனக்கு வழங்கியிருந்தார். என் கையில் புனிதத் தீர்த்தத்தை ஊற்றிய அவர், அதைப் பருகும்படி என்னிடம் கூறிவிட்டு, மிகத் தீவிரமான ஒரு குரலில், "பார்கவா, இதுதான் பிரம்மாஸ்திரத்தின் ரகசியம். ஒரு பலவீனமான அல்லது நிராயுதபாணியாக நிற்கின்ற எதிரியின்மீது இதை ஒருபோதும் ஏவாதே. நீ அப்படிச் செய்தால், அது உன்னை நோக்கித் திரும்பி வந்து உன்னைத் தாக்கும். பலவீனமானவர்களைப் பாதுகாப்பதுதான் வலிமையாக இருப்பதன் நோக்கம்," என்று அறிவுறுத்தினார்.

"குருவே, நான் உங்கள் சொற்படி நடந்து கொள்ளுகிறேன்," என்று கூறிய நான், குனிந்து அவருடைய பாதங்கள்மீது தலை வைத்து வணங்கினேன். என் பெற்றோரைத் தவிர வேறொருவரின் பாதங்கள்மீது நான் தலை வைத்து வணங்கியது அதுதான் முதல் முறை. நான் பெரிதும் ஆசீர்வதிக்கப்பட்டவனாக உணர்ந்தேன். நன்றியுடன்கூடிய கண்ணீர் என் கண்களிலிருந்து முளைத்து அவருடைய பாதங்களை நனைத்தது.

"என் வருண விரதம் இன்று நிறைவு பெறுகிறது. அதை நிறைவு செய்வதற்கு நான் கிழக்குப் பெருங்கடலில் நாள் முழுவதும் நிற்பேன். இரவு முழுவதும் காயத்திரி மந்திரத்தைக் கூறியதால் என் கண்கள் கனத்துப் போயுள்ளன. கடந்த நான்கு நாட்களாக நான் உண்ணாவிரதம் இருந்திருக்கிறேன். கலிங்க நாட்டிற்கு நீ என்னுடன் வர வேண்டும் என்று நான் விரும்புகிறேன். நான் சற்றுக் களைத்துப் போயிருக்கிறேன்," என்று கூறிவிட்டு, அவர் தன் புலித்தோல் ஆசனத்தின்மீதிருந்து எழுந்தார்.

இப்போது அந்த உச்சகட்டக் கேள்வி என் முன்னால் தோன்றியது.

நான் என் மனத்தை உறுதிப்படுத்திக் கொண்டு சம்மதம் தெரிவித்துத் தலையாட்டினேன். நான் தடுமாறவில்லை. நான் மகேந்திர மலையைவிட்டுப் புறப்பட்டுச் செல்லவிருந்த நேரத்தில் அவருக்கு எதையும் மறுக்க நான் விரும்பவில்லை. மாணவர்கள் அனைவரும் உற்சாகமாக எங்களை வழியனுப்பி வைத்தனர். நான் அகிருதவரணனை நோக்கிக் கையசைத்து அவனிடம் விடைபெற்றபோது என் கை நடுங்கியது.

நாங்கள் ஆசிரம எல்லையைக் கடந்தபோது பொழுது அப்போதுதான் விடிந்திருந்தது. கவச குண்டலம் இல்லாத என் உடலின்மீது பட்ட வெயிலின் தீவிரத்தை என்னால் உணர முடிந்தது. ஆனால் நான் என் குருவுடன் மலைச்சரிவுகள் வழியாகக் கீழே இறங்கியபோது, நான் தீவிர யோசனையில் ஆழ்ந்தேன். நான் பிரம்மாஸ்திரத்தை வெற்றிகரமாகக் கைவசப்படுத்தியிருந்தது என் சாதனை குறித்து என்னைப் பெருமிதம் கொள்ளச் செய்தது.

“பார்கவா, நான் இதுவரை உன்னிடம் கேட்டிராத ஒரு விஷயத்தை இன்று உன்னிடம் கேட்க வேண்டும்போலத் தோன்றுகிறது.”

“கேளுங்கள், குருவே. என்னால் முடிந்த அளவு சிறப்பாக நான் அதற்கு பதிலளிக்கிறேன்,” என்று நான் பணிவோடு கூறினேன்.

“உன் காது மடல்கள் ஏன் வெட்டப்பட்டுள்ளன?” அவர் தன்னுடைய கோடரியைக் கொண்டு என் தலையின்மீது ஓங்கி அடித்ததைப்போல நான் உணர்ந்தேன்.

“ஒரு முதிய பிராமணருக்கு என்னுடைய குண்டலங்கள் தேவைப்பட்டன. என்னுடைய காது மடல்களை அறுக்காமல் அவற்றை என்னால் அவருக்குக் கொடுக்க முடியவில்லை. எனவே, நான் அவற்றை வெட்டிவிட்டேன்,” என்று நான் அவரிடம் உண்மையைக் கூறினேன்.

“அற்புதம்! உன்னுடைய நடத்தை உன்னுடைய பிருகு வம்சத்திற்கு ஏற்றாற்போல அமைந்துள்ளது. பிரம்மாஸ்திரத்தின் ரகசியம் உன் கைகளில் பாதுகாப்பாக இருக்கிறது என்ற உத்தரவாதம் எனக்குக் கிடைத்துவிட்டது.” அவருடைய கோடரியின் முன்பகுதி சூரிய ஒளியில் மின்னியது. என் தொண்டை வறண்டது. என்னிடமிருந்து அந்தக் கவச குண்டலங்களைப் பெற்றுச் சென்ற அந்த பிராமணரின் பெயர் என்னவென்று அவர் கேட்டால் நான் என்ன செய்வது என்று யோசித்து நான் குழம்பினேன். ஆனால் அவர் என்னிடம் அது பற்றி எதுவும் கேட்கவில்லை.

நாங்கள் தொடர்ந்து சிறிது நேரம் நடந்த பிறகு, ஒரு பெரிய ஆலமரத்தை வந்தடைந்தோம். நாங்கள் இவ்வளவு நேரம் மலைச்சரிவுகள் வழியாக நடந்து வந்திருந்தது எங்களை வியர்வையால் குளிப்பாட்டியிருந்தது. அந்த ஆலமரத்தின் அடர்த்தியான நிழல் என்னைப் பெரிதும் ஈர்த்தது.

“பார்கவா, நீ மிகவும் அமைதியாக இருக்கிறாய். நாம் சிறிது நேரம் இந்த ஆலமர நிழலில் இளைப்பாறிவிட்டுப் பிறகு நம் பயணத்தைத் தொடரலாம்,” என்று குருதேவர் அறிவுறுத்தினார். அவர் நான்கு நாட்கள் விரதம் இருந்திருந்ததால் மிகவும் பலவீனமடைந்திருந்தார். அவருடைய குரல் மிகவும் சன்னமாக ஒலித்தது. உண்ணாவிரதம், அதிகாலைத் துயிலெழுச்சி, மலைப் பயணம் ஆகிய எல்லாமாகச்

சேர்ந்து அவருக்குப் பெரும் களைப்பை ஏற்படுத்தியிருந்தன. அவருடைய வருண விரதத்தின் கடைசி நாள் அது. குருதேவர் தன் கண்களை மூடிக் கொண்டு, “பார்கவா, நான் தலை வைத்துப் படுப்பதற்கு ஒரு கல்லை எடுத்து வா,” என்று கூறினார்.

நான் இடப்பக்கமும் வலப்பக்கமும் பார்த்தேன், ஆனால் அவர் தலை வைத்துப் படுப்பதற்கு ஏற்ற ஒரு கல் எனக்குத் தென்படவில்லை. பிரம்மாஸ்திரத்தின் ரகசியத்தை எனக்குக் கற்றுக் கொடுத்திருந்த இந்த மாபெரும் துறவியின் இச்சிறிய விருப்பத்தைக்கூட என்னால் நிறைவேற்ற முடியாதது குறித்து நான் வருந்தினேன்.

மறுகணம் நான் சம்மணமிட்டுக் கீழே அமர்ந்து, அவருடைய தலையைத் தூக்கி என் தொடையின்மீது வைத்தேன். என்னுடைய காவியுடை தன்மீது பட்டதை உணர்ந்து தன் கண்களைத் திறந்த அவர், என்னை வாஞ்சையோடு பார்த்து, “பார்கவா, இதையே நான் உன்னுடைய குருதட்சணையாக ஏற்றுக் கொள்ளுகிறேன். ஆனால் என் தூக்கத்திற்கு இடையூறு ஏற்படுத்திவிடாதே,” என்று கூறினார்.

ஓர் அற்புதமான வீரரும், தெய்விகத் துறவியும், ஜமதக்னியின் மகனுமான பரசுராமர், ஒரு சூத புத்திரனான கர்ணனின் மடிமீது தலை வைத்து நிம்மதியாகத் தூங்கினார். என் மனத்தில் ஏகப்பட்ட எண்ணங்கள் முளைத்து என் கவனத்தைக் கவர ஒன்றோடொன்று போட்டியிட்டன. பலர் என்மீது மலர் மாரி பொழிந்திருந்தனர், ஒரு வெற்றியாளன் என்று என்னைப் புகழ்ந்திருந்தனர், ஆனால் இது போன்ற ஒரு மங்கலமான நாளை நான் என் வாழ்வில் ஒருபோதும் அனுபவித்திருக்கவில்லை. சர்வ வல்லமை வாய்ந்த சத்திரியர்களைக்கூட அச்சுறுத்தக்கூடிய சக்தி படைத்த மாபெரும் குரு என் மடிமீது இளைப்பாறிக் கொண்டிருந்தார்.

அவருடைய தலை ஒளிர்ந்தது, அவருடைய சுவாசம் சீராக இருந்தது, ஆனால் என் எண்ணச் சக்கரம் மட்டும் காற்றின் வேகத்தில் சுழன்று கொண்டிருந்தது. அன்றைய நாள் என் வாழ்க்கை முழுமையடைந்த ஒரு நாளாகும். நான் நன்றி கூறுவதற்கான நாள் அது.

ஒரு மணிநேரம் கடந்தது. மர இலைகளின் ஊடாக, சில ஒளிக்கதிர்கள் நுழைந்து அவருடைய தாடியின்மீது பட்டன. அவருடைய தூக்கம் கெடவிருந்ததை உணர்ந்து கொண்ட நான், என் கைகள் இரண்டையும் குவித்து அவருடைய முகத்திற்கு மேலே ஒரு குடைபோலப் பிடித்துக் கொண்டு, வெயில் அவருடைய முகத்தின்மீது படாதபடி பார்த்துக் கொண்டேன். குருதேவரின் சுவாசம் இப்போது மீண்டும் சீராகியது.

வெயில் என் கைகளைச் சுட்டெரித்தது. என் வாழ்க்கைப் பாதை எப்படியாவது இங்கேயே முடிவடைந்துவிட வேண்டும் என்றும், அநியாயத்தையும் அட்டூழியங்களையும் செய்தவர்களை அழித்த இந்த மாவீரர் என் மடிமீது தொடர்ந்து என்றென்றும் அமைதியாகத் தூங்க வேண்டும் என்றும் நான் விரும்பினேன்.

அவருடைய கோடரி அவருக்குப் பக்கத்தில் இருந்தது. நான் அதன் வெட்டுப் பகுதியை உற்றுப் பார்த்தேன். அதன்மீது ஒரு கருவண்டு உட்கார்ந்திருந்தது. அச்சிறிய பூச்சியை நான் சுவாரசியமாக கவனித்தேன். அது அந்த வெட்டுப் பகுதியைச் சுற்றி ஓரிரு முறை

வட்டமிட்டது. அதைக் கண்டபோது, மனித வாழ்க்கையும் அந்தப் பூச்சியின் வாழ்க்கையைப் போன்றதுதான் என்று எனக்குத் தோன்றியது. வாழ்க்கை எனும் கூர்மையான வெட்டுப் பகுதியைச் சுற்றி நாம் பூச்சிகளைப்போல அலைந்து திரிகிறோம்.

திடீரென்று அந்த வண்டு அந்தக் கோடரியிலிருந்து வழுக்கிக் கொண்டு என்னுடைய தொடையை நோக்கி வரத் தொடங்கியது. என் குரு அந்தத் தொடையின்மீதுதான் தலை வைத்துப் படுத்திருந்தார். நான் அந்த வண்டைத் தட்டிவிட வேண்டும் என்று நினைத்தேன், ஆனால் நான் அப்படிச் செய்யும்போது என் உடல் லேசாகக் குலுங்கும், என் குருவின் முகத்தின்மீது வெயில் பட்டு அவருடைய தூக்கம் கலையும். தன்னுடைய தூக்கத்திற்கு இடையூறு ஏற்படாதபடி நான் பார்த்துக் கொள்ள வேண்டும் என்று அவர் என்னிடம் கூறியிருந்ததால், என்ன நேர்ந்தாலும் தாங்கிக் கொள்ளும் மன உறுதியுடன் நான் ஒரு பாறைபோல அசையாமல் உட்கார்ந்தேன்.

அந்த வண்டு மெதுவாக என்னுடைய தொடைக்கு அடியில் நுழைந்தது. பிறகு அது என்னுடைய காவியுடையைக் கொறித்து, தன்னுடைய கூர்மையான பற்களை என்னுடைய தொடைக்குள் பதித்தது. தாங்கிக் கொள்ளப்பட முடியாத ஒரு வலி என் தொடையிலிருந்து தொடங்கி என் தலைவரை வேகமாகப் பாய்ந்தது. என் கவசம் என்னிடம் இருந்திருந்தால் எவ்வளவு நன்றாக இருந்திருக்கும் என்று நான் நினைத்தேன், ஆனால் நான் உடனே அந்த எண்ணத்தை ஒதுக்கித் தள்ளினேன். நான் இனிமேலான என்னுடைய வாழ்க்கையை வெறும் கர்ணனாகத் துணிச்சலோடு கழிக்க வேண்டியிருக்கும். எனவே, அது நிகழ்ந்திருந்தால், இது நிகழ்ந்திருந்தால் என்றெல்லாம் நினைத்து நான் அழப் போவதில்லை என்று நான் தீர்மானித்தேன். அந்தக் கருவண்டு என்னுடைய தொடை முழுவதையும் கடிக்கத் தொடங்கியது. என்னுடைய ஆடை ரத்தத்தால் நனைந்தது. நான் என்னுடைய கவச குண்டலங்களை அறுத்துக் கொடுத்தபோதுகூட நான் இவ்வளவு கொடூரமான வேதனையை அனுபவிக்கவில்லை. ஆனாலும் இப்போது நான் என் கண்களை இறுக்கமாக மூடிக் கொண்டு, பற்களைக் கடித்துக் கொண்டு உட்கார்ந்திருந்தேன். ஏனெனில், அந்த வேதனையைப் பொறுத்துக் கொள்ளுவதுதான் என்னுடைய குருதட்சணையை நிறைவேற்றுவதற்கான ஒரே வழியாக இருந்தது. பெரிய வெட்டுக்கிளி ஒன்று ஒரு கிளையின் இலைகள் அனைத்தையும் தின்றுவிடுவதைப்போல, அந்தக் கருவண்டு என்னுடைய தொடையை அணுவணுவாகக் கடித்துத் தின்று கொண்டிருந்தது. வாரணாவதக் காட்டின் கொடிய புலிகளால்கூடப் பருக முடியாத என் ரத்தத்தை, வெறுக்கத்தக்க இந்த வண்டு மகிழ்ச்சியாகப் பருகிக் கொண்டிருந்தது. என்னுடைய மன உறுதியும் என்னுடைய உடல் வேதனையும் ஒன்றோடொன்று மல்லுக்கு நின்றதை என் வாழ்வில் முதன்முறையாக அப்போதுதான் நான் அனுபவித்தேன். அது ஒரு முக்கியமான சோதனைக் கணமாக இருந்தது. மனவலிமை, நெஞ்சுரம், பொறுமை ஆகியவற்றுக்கான கணமாக அது இருந்தது. அந்தக் கருவண்டு என்னுடைய ரத்தத்தைக் குடித்துக் கொண்டே என் உடலில் மேலும் முன்னேறிச் சென்றது.

தாங்கிக் கொள்ளப்பட முடியாத அந்த வேதனை என்

ரத்தத்தைத் தண்ணீராக மாற்றி, வியர்வையின் வடிவில் என் தலையை நனைத்ததுபோல எனக்குத் தோன்றியது. என் தலையைத் துடைப்பதற்கு என் கையைக்கூட என்னால் நீட்ட முடியவில்லை. வியர்வையும் ரத்தமும்! பரசுராமருக்கு நான் வழங்குவதற்கு இதைவிட அதிக மதிப்பு வாய்ந்த காணிக்கை என்ன இருந்துவிட முடியும்? இக்கேள்வியை அவரிடம் கேட்கும் விதமாக, சிறிதளவு ரத்தம் அவருடைய கோடரியின் வெட்டுப் பகுதியின் முனையை நோக்கி ஓடிச் சென்று அந்த ஒட்டுமொத்தப் பகுதியிலும் படர்ந்தது. இதற்கிடையே அந்தக் கருவண்டு என்னுடைய தொடையை நார்நாராகக் கிழித்திருந்தது. அது என் தொடைக்குள் இருந்து வெளியே வந்து, பரசுராமரின் தாடி நெடுகிலும் ஊர்ந்து சென்றது. அவருடைய தூக்கம் தடைபட்டுவிடுமே என்று நான் நினைத்தபோது என் உதடுகள் நடுங்கின. அந்த வண்டு அவருடைய உடலைத் தாக்கவிருந்ததா? ஓர் அற்பப் பூச்சியால் இரண்டு மனித உயிர்களை வெற்றுக் கூடுகளாக ஆக்க முடியுமா? நான் வானத்தை ஏறிட்டுப் பார்த்து, அந்த வண்டு குருதேவரின் உடலைத் தொடக்கூடாது என்று எல்லாம் வல்ல சூரிய பகவானிடம் நான் பிரார்த்தனை செய்தேன். என் தொடையின் கதகதப்பான ரத்தம் பட்டு என் குருதேவர் திடுக்கிட்டுக் கண்விழித்து எழுந்து உட்கார்ந்தார்.

பிறகு, அவர் தன் தாடியிலிருந்த அந்தக் கருவண்டைத் தட்டிவிட்டார். என் மனத்தில் நிகழ்ந்து கொண்டிருந்த கொந்தளிப்பை விவரிப்பதற்கு என்னிடம் வார்த்தைகள் இருக்கவில்லை. குருதேவர் என்னிடம், “பார்கவா, உலகம் பல மாணவர்களைப் பார்த்திருக்கிறது, இன்னும் பல மாணவர்களைப் பார்க்கும். ஆனால் உன்னுடைய குருதட்சணை தனிச்சிறப்பு வாய்ந்தது,” என்று கூறுவாரோ என்று நான் நினைத்தேன். ஆனால், அவர் அப்படி எதுவும் கூறவில்லை.

அங்கு நிலவிய சூழ்நிலையை அவர் உடனடியாகப் புரிந்து கொண்டிருந்ததுபோல எனக்குத் தெரிந்தது. ரத்தம் படர்ந்திருந்த தன்னுடைய கோடரியைக் கையிலெடுத்த அவர், தன்னுடைய நெற்றியை இறுக்கமாகக் குறுக்கியதில், அவருடைய புருவங்கள் சடாமுடியுடன்கூடிய அவருடைய தலையைத் தொடும் அளவுக்குச் சென்றன. அவர் என்னிடம் கோபமாக, “எவ்வளவு நெஞ்சுரம்! எவ்வளவு சுயகட்டுப்பாடு! பார்கவா, நீ எந்தக் குடும்பத்தைச் சேர்ந்தவன்?” என்று கேட்டார்.

நான் என் தொடையை அந்த ரத்தக் குளத்திலிருந்து உயர்த்தியபடி, “பிருகு வம்சம்,” என்று பதிலளித்தேன். என் தொடையைவிட என் மனம் அதிகமாக ரத்தத்தில் குளித்திருந்தது.

“பொய்யனே! நீ ஒரு பிராமணன் அல்லன். ஒரு பிராமணனால் இவ்வளவு வலியைப் பொறுத்துக் கொள்ள முடியாது. நீ எந்தச் சத்திரியக் குடும்பத்தைச் சேர்ந்தவன்? சொல்! உண்மையைச் சொல்!”

“நான்...நான் ஒரு சத்திரியன் அல்லன். என் பெயர் கர்ணன். நான் ஒரு சூத புத்திரன்.” என் தொடை குதறப்பட்டுக் கொண்டிருந்தபோது என்னிடம் இல்லாத ஓர் உறுதியுடன் நான் பேசினேன். என்ன நிகழவிருந்ததோ, அது கண்டிப்பாக நிகழத்தான் இருந்தது. அந்தக் கோடரி என் தலைமீது விழும். என் ஆன்மா தன் உடற்கூட்டுக்குள் இருந்து விடுபட்டுப் பறந்து போய்விடும். பரசுராமரின் கோடரி

என்னுடைய முக்திக்கான அதிர்ஷ்டகரமான வழியாக அமையும்.

"கர்ணன்! அஸ்தினாபுரத்தின் அதே கர்ணனா? கவச குண்டலங்களுடன் பிறந்த கர்ணனா? இந்திரனுக்குத் தன்னுடைய கவச குண்டலங்களை தானம் கொடுத்தக் கர்ணனா?"

"ஆமாம். ஆனால் இப்போது என்னிடம் கவச குண்டலங்கள் இல்லை. அதனால்தான் அந்தக் கருவண்டால் என் தொடையைத் துளையிட முடிந்தது."

"கர்ணா, தானச் சக்கரவர்த்தி என்று பெரிதும் மதிக்கப்படுகின்ற நீ, பரசுராமரின் ஆசிரமத்திற்கு வர எவ்வாறு துணிந்தாய்? என்னிடம் பொய்யுரைப்பதற்கான துணிச்சல் உனக்கு எங்கிருந்து வந்தது? வாயைத் திறந்து பேசு. இல்லாவிட்டால், இக்கணமே நான் உன்னைப் பொசுக்கிச் சாம்பலாக்கி, கிழக்குப் பெருங்கடலின் நுரை பொங்கும் அலைகள்மீது அதைத் தூவிவிடுவேன்." அவருடைய கண்கள் ரத்தச் சிவப்பு நிறத்தில் காணப்பட்டன. அவருடைய கோபம் கொழுந்துவிட்டு எரிந்தது.

"குருவே, மரணத்தை எதிர்கொள்ளும்போதுகூடக் கர்ணன் கவலைப்படுவதில்லை. பிரம்மாஸ்திரத்தின் ரகசியத்தைக் கற்றுக் கொள்ளுவதற்காக நான் குருதேவர் துரோணரிடம் சென்றேன். ஆனால் நான் ஒரு சத்திரியன் அல்லன் என்பதால் அவர் எனக்கு அதைக் கற்றுக் கொடுக்க மறுத்துவிட்டார். நான் உங்களை நாடி வந்தபோது, நீங்கள் ஒரு பிராமணருக்கு மட்டுமே பிரம்மாஸ்திரத்தைக் கற்றுக் கொடுப்பீர்கள் என்பதை நான் அறிந்து கொண்டேன். அப்படியானால், ஒரு சூத புத்திரன் எங்கே போவான்? எது உண்மை, எது பொய்? உயர்சாதியினரின் வீடுகளில் மட்டுமே வைக்கப்படுகின்ற ஒரு செல்லப் பிராணியா அது? எந்த விதத்தில் நான் ஒரு பொய்யன் என்று நீங்களே கூறுங்கள். பிரம்மாஸ்திரத்தைப் பெறும் தகுதி எனக்கு ஏன் இல்லை என்று கூறுங்கள்."

"கர்ணா, என் முன்னால் நிற்பது நீ என்பதால் மட்டுமே நான் என்னுடைய நியாயமான கோபத்தைக் கட்டுப்படுத்திக் கொண்டிருக்கிறேன். ஆனால் ஒரு பொய் எப்போதும் ஒரு பொய்தான் என்பதை நினைவில் வைத்திடு. பிரம்மாஸ்திரத்தைக் கைவசப்படுத்துவதற்காக என்னிடம் பொய்யுரைத்த நீ ஒரு முட்டாள். எந்த பிரம்மாஸ்திரத்திற்காக நீ என்னிடம் பொய் கூறினாயோ, அதே பிரம்மாஸ்திரம், போரில் உனக்குத் தேவையான நேரத்தில் உனக்குக் கைகொடுக்காது. அக்கணத்தில் பிரம்மாஸ்திரத்தின் ரகசியம் உனக்கு மறந்து போகும். போ! உடனே இங்கிருந்து போய்விடு! மகேந்திர மலைக்கு அருகேகூட நீ இருக்கக்கூடாது. பரசுராமனின் கடுஞ்சினத்தின் வீச்சிற்கு அப்பால் ஓடிப் போய்விடு! போ!"

கீழே தெரிந்த பள்ளத்தாக்கைச் சுட்டிக்காட்டி அவர் எனக்குக் கட்டளையிட்டார். அவர் தன்னுடைய கோடரியில் படிந்திருந்த ரத்தக் கறையைத் துடைக்க முயன்றார், ஆனால் அது போக மறுத்தது.

ரத்தம் வழிந்த தொடையுடனும் வேதனை அடைந்திருந்த மனத்துடனும், காயப்பட்ட ஒரு புலியைப்போல நான் மகேந்திர மலையிலிருந்து கீழே இறங்கினேன். எவ்வளவு உயர்ந்த எதிர்பார்ப்புகளுடனும் நம்பிக்கையுடனும் அஸ்தினாபுரத்திலிருந்து நான் புறப்பட்டு வந்திருந்தேன்! ஆனால் இப்போது நான் எதை

அடைந்திருந்தேன்! வாழ்க்கை ஒருவருடைய திட்டப்படி நிகழுவதில்லை. அது ஒரு கருவண்டின் வடிவத்தில் கர்ணனின் புகழைக் குழி தோண்டிப் புதைத்திருக்கவில்லையா? என் தொடையிலிருந்து வழிந்து கொண்டிருந்த ரத்தத்தையும் என்னுடைய கந்தல் உடையையும் பற்றிய பிரக்ஞை எனக்கு இருக்கவில்லை. இவ்வளவு தொலைவிருந்து பார்த்தபோது மகேந்திர மலையின் நீலச் சிகரம் மனத்தை வசீகரிப்பதாக இருந்தது. ஆனால் இப்போது எனக்கு எந்த ஏமாற்ற உணர்வும் இருக்கவில்லை. எண்ணக் குதிரைகள் என் மனக்களத்தின் குறுக்கே வேகமாக ஓடின. நான் எப்போது அந்த மலையிலிருந்து கீழே இறங்கியிருந்தேன் என்பது பற்றிய பிரக்ஞையும் எனக்கு இருக்கவில்லை. நான் என் குதிரையை எந்த உழவனின் பொறுப்பில் விட்டுச் சென்றிருந்தேனோ, அவனிடமிருந்து அதைப் பெற்றுக் கொள்ளுவதற்காக நான் அவனை அணுகியபோது, அவன் என்னுடைய காது மடல்களை உற்றுப் பார்த்தான். குதறப்பட்டிருந்த என்னுடைய தொடையை நான் அவனுக்குச் சுட்டிக்காட்டி, "இக்குதிரைக்குச் சொந்தக்காரன் நான்தான் என்பதை உறுதி செய்து கொள்ள உனக்கு வேறு ஏதேனும் அடையாளம் தேவைப்பட்டால், இதையும் வைத்துக் கொள். ஆனால் என் குதிரையை என்னிடம் திருப்பிக் கொடுத்துவிடு," என்று கூறினேன்.

"துறவியே, கொஞ்சம் பொறு! உன்னுடைய காயத்தின்மீது நான் ஏதேனும் பச்சிலை மருந்து தடவட்டுமா?" என்று அவன் கேட்டான். அந்த எளிய உழவன் உண்மையான அக்கறையோடு என்னிடம் கேட்டபோதிலும், அவனுடைய வார்த்தைகள் என் மனத்தில் பதியவில்லை. நான் வாயுஜித்தின்மீது ஏறி அமர்ந்து அஸ்தினாபுரத்தை நோக்கி அதை வேகமாகச் செலுத்தியபோது அதன் குளம்புகள் கிளப்பிய புழுதி என்னுடைய தொடையின்மீது ஒரு படலம்போலப் படர்ந்தது.

8

பரசுராமர் இட்ட சாபத்தைப் பற்றிய நினைவுடனும் நொறுங்கிப் போன ஓர் இதயத்துடனும் நான் அஸ்தினாபுரத்திற்குள் நுழைந்தேன். பிரச்சனைகளையும் பாதகமான சூழ்நிலைகளையும் கொண்டுதான் ஒரு தனிநபரின் நடத்தை சோதிக்கப்படுகிறது. இந்த நிலையில்கூட, என்னால் அர்ஜுனனைத் தோற்கடிக்க முடியும் என்று நான் உறுதியாக நம்பினேன். ஒருவன் தன்னுடைய பிரச்சனைகளை நினைத்துப் புலம்புவதால் என்ன பயன்? மிகவும் பாதகமான சூழ்நிலைகளில்கூட வீரர்கள் ஒருபோதும் மனம் தளருவதில்லை. அவர்கள் நேராக நிமிர்ந்து நின்று, பிரச்சனைகளை நேருக்கு நேர் எதிர்கொள்ளுகின்றனர்.

நான் அரண்மனை வாசலுக்குள் நுழைந்து வாயுஜித்தின் கடிவாளத்தைப் பிடித்து இழுத்து அதை நிறுத்தியபோது, சத்தியசேனன் என்னை விநோதமாகப் பார்த்தான். நகரிலிருந்த யாருக்கும் என்னுடைய காவியுடையில் என்னை அடையாளம் தெரியவில்லை. நான் இரண்டு ஆண்டுகளுக்குப் பிறகு அஸ்தினாபுரத்திற்குத் திரும்பியிருந்தேன். நான் அங்கிருந்து புறப்பட்டுச் சென்றபோது ராஜ வஸ்திரம் அணிந்து சென்றேன், ஆனால் இப்போது ஒரு துறவிக்குரிய ஆடையணிந்து

திரும்பி வந்திருந்தேன்.

"சத்தியசேனா, இளவரசர் துரியோதனன் அஸ்தினாபுரத்தில்தான் இருக்கிறாரா? அப்படியானால், நான் இங்கு திரும்பி வந்திருக்கும் செய்தியை அவரிடம் போய்க் கூறு," என்று கூறியபடி நான் படிக்கட்டுகள்மீது ஏறினேன். அரண்மனையின் படிக்கட்டுகள் என்னுடைய ரத்தத்தின் ஸ்பரிசத்தை முதன்முதலாக உணர்ந்தன.

நான் இப்போது எல்லாவற்றையும் மறந்தாக வேண்டியிருந்தது. எப்போதும் கடந்தகாலத்தைத் திரும்பிப் பார்க்கின்றவர்களுக்கு எதிர்கால வாழ்க்கை மிக ஆழமான ஒரு படுகுழியாகவே இருக்கும். கடந்தகால நிகழ்வு எதுவும் என் இதயத்தில் ஆழமாகப் பதிவதை நான் விரும்பவில்லை. கடந்தகாலத்தில் நான் யாராக இருந்தேன், எப்படிப்பட்டவனாக இருந்தேன் என்பதைப் பற்றி சிந்திக்கவும் நான் விரும்பவில்லை. நான் இப்போது என்னவாக இருக்கிறேன்? எதிர்காலத்தில் நான் எப்படிப்பட்டவனாக இருப்பேன்? இதைத் தீர்மானிப்பதற்கான நேரம் வந்துவிட்டிருந்தது.

நான் என்னுடைய காவியுடையைக் களைந்துவிட்டு ராஜ வஸ்திரத்தை அணிந்து கொண்டேன். விருசாலி என்னுடைய தொடையின்மீது மூலிகை மருந்தைத் தடவி, தன்னுடைய புடவை முந்தானையைக் கிழித்து, அந்தத் துணியால் என் காயத்திற்குக் கட்டுப் போட்டாள். எனக்கு அந்தக் காயம் எப்படி ஏற்பட்டது என்று அவள் அப்போது என்னிடம் கேட்கவில்லை. அவள் ஓர் அறிவார்ந்த மனைவியாக இருந்தாள். பயணக் களைப்புடன் இருக்கும் கணவனைக் கேள்விகளால் துளைத்தெடுப்பதற்கு பதிலாக வெறுமனே அவனைக் கண்டு ரசித்து மகிழுகின்ற மனைவி மனநிறைவுடன் இருப்பாள் என்பதை அனுபவம் அவளுக்குக் கற்றுக் கொடுத்திருந்தது. அவள் மிகவும் பக்குவமடைந்திருந்தாள். அவள் எப்போதுமே என்னுடைய காயங்களுக்கு இப்படிக் கட்டுப் போட்டு வந்திருந்தாள். நான் அவளுடைய கையைப் பிடித்துக் கொண்டு இந்த உலகத்தின் நான்கு மூலைகளுக்கும் போய் வந்திருந்தேன். எதிர்காலத்தில் வருவதற்கு சாத்தியமிருந்த துயரங்களை அவளுடைய அன்பில் நான் மூழ்கடித்திருந்தேன்.

விருசாலி என்னுடைய காயங்களைப் பற்றிக் கேட்பதற்கு முன்பாக நான் அவளிடம், "அம்மாவும் அப்பாவும், ஷோனும், நம் மகன்களும், மருமகள்களும் நலமாக இருக்கிறார்களா?" என்று விசாரித்தேன்.

"அவர்கள் எல்லோரும் நலமாக இருக்கிறார்கள். உங்களுடைய நலனைப் பற்றித்தான் அவர்கள் எப்போதும் நினைத்துக் கொண்டிருந்தனர். விருசசேனன், சுசேனன், சுசர்மன் ஆகியோரை உங்களால் அடையாளம் காணவே முடியாது. இந்த இரண்டு ஆண்டுகளில் அவர்கள் மிக உயரமாக வளர்ந்துள்ளனர். விருசகேது அப்படியே உங்களைப்போலவே இருக்கிறான். அவன் தினமும் கங்கைக்குச் சென்று உங்களைப்போலவே நீராஞ்சலி செய்கிறான்," என்று கூறிக் கொண்டே அவள் என்னிடம் ஒரு கோப்பை நிறையப் பாலைக் கொடுத்தாள்.

"விருசாலி, ஒரு தாய் வளர்க்கும் விதத்தில்தான் அவளுடைய மகனின் வாழ்க்கை செதுக்கப்படுகிறது. இந்தப் பாலில் சர்க்கரையைச்

சேர்த்தால் அது அமுதமாகிறது; சர்க்கரைக்கு பதிலாக உப்பைச் சேர்த்தால் அது வீணாகிவிடுகிறது. உன்னிடமிருந்து அளப்பரிய அன்பைப் பெற்று வளர்ந்துள்ள நம்முடைய மகன்கள் வீரர்களாகவும் வெற்றியாளர்களாகவும் இல்லாமல் போனால், அது நிச்சயமாக வியப்புக்குரியதாக இருக்கும்." நான் இவ்வாறு கூறிவிட்டு அந்தப் பாலைப் பருகினேன். இதற்கிடையே, சத்தியசேனனிடமிருந்து செய்தி கேள்விப்பட்டு, துரியோதனன், நழுவிக் கொண்டிருந்த தன்னுடைய அங்கவஸ்திரத்தைச் சரி செய்தபடியே என் மாளிக்கைக்கு விரைந்து வந்தான்.

"வணக்கம், அண்ணியாரே !" என்று அவன் விருசாலியைப் பார்த்துக் கூறினான். அவள் அதை ஆமோதித்துவிட்டு அங்கிருந்து அகன்றாள்.

"அங்க நாட்டு அரசனே, பிரம்மாஸ்திரம் எங்கே?" என்பதுதான் அவன் என்னிடம் கேட்ட முதல் கேள்வியாக இருந்தது.

"இளவரசே, பிரம்மாஸ்திரம் இல்லாமல் நான் திரும்பி வந்திருப்பேனா?" நான் இதைக் கூறியபோது என் மனத்தின் ஏதோ ஒரு மூலையில் ஒரு வேதனை முளைத்தது.

"கர்ணா, வெற்றி உனதாகட்டும்! பாண்டவர்களின் கர்வம் விரைவில் அடங்கும். அவர்களுடைய வனவாசம் இன்றோடு நிறைவடைகிறது. நாளையிலிருந்து அவர்கள் ஓராண்டு காலம் அஞ்ஞாதவாசம் மேற்கொள்ள வேண்டும்."

"அப்படியானால், இன்றிலிருந்தே நாம் நம்முடைய ஒற்றர்களை அவர்கள் பின்னால் அனுப்பலாம். அவர்கள் எங்கேனும் தென்பட்டால், இன்னொரு பன்னிரண்டு ஆண்டுகால வனவாசத்திற்கு அவர்கள் உடன்பட வேண்டியிருக்கும்." அர்ஜுனனைக் காப்பாற்றுவதற்காக இந்திரனை என்னிடம் அனுப்பி என்னுடைய கவச குண்டலங்களைப் பறித்தது பாண்டவர்கள் செய்த சூழ்ச்சி. வாழ்க்கை வெறும் தத்துவஞானத்தின் அடிப்படையில் நிகழுவதில்லை, ஒருவன் செயலில் இறங்கியாக வேண்டும்.

"கர்ணா, திறமை வாய்ந்த நம்முடைய ஒற்றர்களை நான் ஏற்கனவே ஒவ்வொரு நாட்டிற்கும், ஒவ்வொரு காட்டிற்கும், தனித்து இருக்கின்ற ஒவ்வொரு பகுதிக்கும், புனிதத் தலங்களுக்கும் அனுப்பி வைத்துள்ளேன். அவர்கள் குகைகளில் வலை வீசித் தேடுவார்கள். பாண்டவர்களைக் கண்டுபிடிப்பதில் நான் மிகவும் முனைப்பாக இருக்கிறேன், ஆனால் எங்களுடைய குடும்ப உறுப்பினர்களே அவர்களை ஒளித்து வைத்துள்ளனர் என்பதை நினைவில் கொள். பிதாமகர், விதுரர், துரோணர் ஆகியோரைப் பாண்டவர்களுடைய விஷயத்தில் நம்மால் நம்ப முடியாது. இங்கு நடந்து கொண்டிருக்கின்ற அனைத்து விஷயங்களையும் பற்றிய தகவல்கள் நிச்சயமாக தினமும் பாண்டவர்களுக்குத் தெரிவிக்கப்பட்டுக் கொண்டிருக்கின்றன."

"இளவரசே, மிஞ்சிப் போனால் என்ன நடந்துவிடும்? பாண்டவர்கள் கண்டுபிடிக்கப்படுவார்கள், அவர்கள் நம்மீது போர் தொடுப்பார்கள். ஆனால் அவர்களை எதிர்கொள்ளுவதற்கான திறனும் வழிகளும் என்னிடம் இருக்கின்றன. இப்போது யாராலும் உன்னை அழிக்க முடியாது."

"கர்ணா, நான் உன்னை முற்றிலுமாகச் சார்ந்திருக்கிறேன் என்பதை

நீ அறிவாய். போர் என்ற ஒன்று வந்தால், நீதான் கௌரவப் படைகளின் முதன்மைத் தளபதியாக இருப்பாய்."

"சரி, நீ அதன் அடிப்படையில் செயல்படு. நான் உனக்குக் கொடுத்துள்ள வாக்கின்படி நடந்து கொள்ளுகிறேன். நான் அர்ஜுனனைக் கொல்லும்வரை நான் என் பாதங்களைக் கழுவப் போவதில்லை."

"நான் இப்போது இங்கிருந்து போகிறேன். நீ ஓய்வெடுத்துக் கொள்," என்று கூறிவிட்டு எழுந்த துரியோதனன், ஒரு யானையைப்போல கம்பீரமாக நடந்து என் மாளிகையிலிருந்து வெளியேறினான். என்னை அங்க நாட்டு அரசனாக ஆக்கியதன் மூலம் என் வாழ்க்கையைப் பரிபூரணமாக மாற்றியிருந்த மாவீரன் அவன்.

ஓராண்டுகால அஞ்ஞாதவாசம்! சன்னல் வழியாக கங்கையைப் பார்த்தபடி நான் சிந்திக்கலானேன். ஆறு நாரைகள் அடங்கிய ஒரு பறவைக் கூட்டம் கங்கை நீரிலிருந்து மேலெழும்பி, கிழக்குத் திசை நோக்கி வேகமாகப் பறந்து சென்றன. ஆனால் அவற்றில் ஒரு நாரை பின்தங்கிவிட்டது. அது தன்னுடைய சிறகுகளைப் படபடவென அடித்துக் கொண்டு, அரண்மனையை நோக்கித் தன்னுடைய அலகைத் திருப்பி, மேற்கு நோக்கிப் பறக்கத் தொடங்கியது. அப்பறவைக்கும் மீதி ஐந்து பறவைகளுக்கும் இடையேயான இடைவெளி அதிகரித்துக் கொண்டே போனது. நான் என் சன்னலை மூடினேன்.

ஓராண்டுகால அஞ்ஞாதவாசம்! ஒவ்வொருவருடைய வாழ்க்கையும் ஒரு வகையான அஞ்ஞாதவாசம்தான். எவ்வளவு முடியுமோ அவ்வளவு தூரம் துயரத்திலிருந்து விலகி இருப்பதற்கான ஒரு முயற்சி அது. ஆனால் அதன் எல்லாப் பக்கங்களிலும் துயரம்தான் சூழ்ந்துள்ளது. என் வாழ்க்கையும் அப்படிப்பட்டதுதான். என்னுடைய எழுபத்தைந்து ஆண்டுகால வாழ்க்கையில், எத்தனையோ முக்கியமான நிகழ்வுகளும் உணர்ச்சிக் கொந்தளிப்புகளும் நிகழ்ந்திருந்தன. நான் எத்தனையோ மேடுபள்ளங்களை எதிர்கொண்டிருந்தேன். ஆனால் அவை ஒன்றுக்கொன்று தொடர்பற்றவையாகத் தோன்றின. எதிர்காலத்தில் ஏதேனும் ஒரு தொடர்பு உண்டாகவிருந்ததா என்பது கடவுளுக்கு மட்டுமே வெளிச்சம்.

9

மாதங்கள் ஒவ்வொன்றாகக் கழிந்தன, ஆனால் பாண்டவர்களைப் பற்றிய எந்தச் செய்தியையும் ஒற்றர்களால் பெற முடியவில்லை. துரியோதனன் எப்போதும் பீமனைப் பற்றியே நினைத்துக் கொண்டிருந்ததால் அவனுடைய உடல்நலம் குன்றியது. காம்போஜம், காஷ்மீரம், காந்தாரம், பஞ்சநதம், சிந்து, குலிந்தம், தங்கணம், விதேகம், பாஞ்சாலம், கோசலம், கிராதம், காமரூபம், வங்கம், மகதம், சேதி, தசார்ணம், கலிங்கம், விதர்பம், அவந்தி, துவாரகை, சௌராஷ்டிரம், ஆனர்த்தம், மதுரா, விராடம் ஆகிய நாடுகளுக்குள் ஏற்கனவே ஊடுருவியிருந்த தன்னுடைய ஒற்றர்களுக்கு உதவுவதற்காக துரியோதனன் புதிதாகப் பல தூதுவர்களை அங்கெல்லாம் அனுப்பினான். அவர்கள்

அனைவரும் பல்வேறு விதங்களில் மாறுவேடம் தரித்து, மன உறுதியோடு பாண்டவர்களைத் தேடினர். ஒவ்வொரு வாரமும் அவர்களிடமிருந்து அரண்மனைக்கு வந்த செய்தி ஊக்கமிழக்கச் செய்வதாக இருந்தது. எனவே, துரியோதனனின் உடல்நலம் மேலும் மோசமடைந்தது. சந்தேக மேகங்கள் அடர்த்தியாகச் சூழ்ந்தன.

துவாரகையில் சில ஒற்றர்கள் கிருஷ்ணரின் அரண்மனையில் சேவகர்களாக வேலையில் சேர்ந்தனர். அவர்களுடைய ரகசிய அறிக்கைகளின் அடிப்படையில், துரியோதனன் ஒரு முறை காந்தாரத்திற்குக்கூடச் சென்று வந்தான். கிருஷ்ணர் வேண்டுமென்றே தன்னைத் தவறாக வழிநடத்தக்கூடும் என்ற எண்ணம்கூட அவனுக்குத் தோன்றியிருக்கவில்லை.

ஒரு முறை, பாண்டவர்கள் விராட நாட்டில் விராடநகரிலேயே மறைவாக வாழ்ந்து கொண்டிருந்ததாக துவாரகையில் இருந்த ஒற்றர்கள் செய்தி அனுப்பியிருந்தனர். துரியோதனன் உடனடியாக அவர்களைத் தேடி அங்கு புறப்படத் தயாரானான். விராட நாட்டின் எல்லை அஸ்தினாபுரத்தை ஒட்டி அமைந்திருந்தது. அங்கு புகலிடம் தேடிச் செல்லும் அளவுக்குப் பாண்டவர்கள் கவனக்குறைவாக இருக்க மாட்டார்கள். விராட நாடு யமுனையின் மறுகரையின்மீது அமைந்திருந்தது. எனவே, பாண்டவர்கள் நிச்சயமாக அந்த ஆபத்தான செயலில் இறங்கத் துணிய மாட்டார்கள். இமயத்தில், யாரும் எளிதில் அணுக முடியாத ஒரு குளிரான குகையில் அவர்கள் ஒளிந்து கொண்டிருந்ததாக நான் ஊகித்தேன். எனவே, இமயத்தின் பள்ளத்தாக்குகள், மலைச்சரிவுகள், குகைகள் ஆகியவற்றிலும், நைமிஷம், தர்மம், வாரணாவதம் ஆகிய காடுகளிலும் தீவிரமான தேடுதல் வேட்டை நடைபெற்றது. சோமம், பாரியாத்திரம், விந்தியம், நிஷாதம், கோவர்த்தனம், சுக்திமதி, மேகலம், ரிக்ஷம், மல்லம், கந்தமாதனம் ஆகிய மலைத்தொடர்கள் நெடுகிலும் பாண்டவர்களைத் தேடி ஒற்றர்கள் களைத்துப் போயினர். பாண்டவர்கள் ஏதேனும் ஒரு முனிவரின் ஆசிரமத்தில் சீடர்கள்போல மாறுவேடம் தரித்து ஒளிந்து கொண்டிருக்கக்கூடுமோ என்ற சந்தேகத்தின் பேரில், கௌதமர், ஜானு, துர்வாசர், வால்மீகி, வசிஷ்டர், கஷ்யபர், பிருகு, சியவணர், ஹரிதர், ரிஷ்யசிருங்கர் ஆகிய முனிவர்களின் ஆசிரமங்களிலும் தேடல் நடைபெற்றது. ஆனால் பாண்டவர்களின் அறிகுறி எங்கும் தென்படவில்லை. ஆனால், அர்ஜுனனைக் காப்பதற்காக என்னிடமிருந்து என்னுடைய கவச குண்டலங்களை யாசகம் பெற்றுச் சென்ற தேவேந்திரன் பாண்டவர்களை சொர்க்கத்தில் மறைத்து வைத்திருந்தாரோ என்ற ஒரு சந்தேகம் என்னைத் தொந்தரவு செய்தது.

பிரபஞ்சனன் அஸ்தினாபுரத்திலேயே தங்கியிருந்து விதுரரின் குடிசையைத் தீவிரமாகக் கண்காணித்தான். பாண்டவர்கள் தங்களுடைய தாயாரைப் பார்ப்பதற்காக நிச்சயமாக அங்கு வருவர் அல்லது அவருக்கு ஏதேனும் செய்தியாவது அனுப்பி வைப்பர் என்பதால் விதுரரின் குடிசை கண்காணிக்கப்பட்டது. ஆனால் அப்படி எதுவும் நிகழவில்லை. எனவே, பாண்டவர்கள் இறந்திருக்கக்கூடும் என்ற எண்ணம் வலுவடைந்தது. அவர்களுடைய அஞ்ஞாதவாசம் முடிவடைவதற்கு இன்னும் இரண்டு நாட்கள் மட்டுமே இருந்த

நிலையில், மிக மோசமான ஒரு செய்தி விராட நாட்டிலிருந்த ஒற்றர்களிடமிருந்து அஸ்தினாபுரத்திற்கு வந்தது. விராட நாட்டுப் படைத் தளபதியான கீசகனை யாரோ ஒருவன் எந்த ஆயுதமும் இன்றித் தன்னுடைய வெற்றுக் கைகளால் அடித்துக் கொன்றிருந்தான் என்று அச்செய்தி கூறியது. நம்புதற்கரிய இத்தகவலை நான் கேட்ட மறுகணம், என்னுடைய திக்விஜயப் பயணத்தின்போது விராட நாட்டில் என்னை எதிர்த்துச் சண்டையிட்ட, மிகப் பெரிய உருவத்தைக் கொண்ட கீசகனின் உருவம் என் நினைவுக்கு வந்தது. அப்படிப்பட்ட ஒருவனை வெற்றுக் கைகளால் கொல்லுவதற்கான வலிமை பீமனுக்கு மட்டுமே இருந்தது. எனவே, பீமன் விராடநகரில் ஒளிந்து கொண்டிருந்தான் என்பது வெளிப்படையாகத் தெரிந்தது. அர்ஜுனனும் அங்கேதான் இருக்க வேண்டும். எனவே, நான் கோபத்தோடு யோசிக்கத் தொடங்கினேன்.

விரைவில் துரியோதனன் ஓர் அவசரக் கூட்டத்தைக் கூட்டினான். அசுவத்தாமன் உட்பட, அரசவையில் கூடியிருந்த அனைவரும் கௌரவர்களின் ஆதரவு மற்றும் பாதுகாப்பின்கீழ் வாழ்ந்து கொண்டிருந்தனர் என்பதை அவன் அவர்களுக்கு நினைவுபடுத்தினான். பிறகு, விராட நாட்டின் கோசாலைகளிலிருந்து ஆயிரக்கணக்கான பசுக்களைக் களவாடும் நோக்கத்துடன் விராடநகரின்மீது ஒரு தாக்குதல் நடத்தப்பட வேண்டும் என்று ஒருமனதாகத் தீர்மானிக்கப்பட்டது. பசுக்களைக் காப்பாற்றுவதற்காகப் பாண்டவர்கள் தங்கள் மறைவிடத்திலிருந்து வெளியே வருவர் என்றும், இதன் விளைவாக, தாங்கள் கொடுத்த வாக்கை மீறியதற்கு தண்டனையாக அவர்கள் இரண்டாவது முறையாக வனவாசம் செல்ல வேண்டியிருக்கும் என்றும் துரியோதனன் கணக்குப் போட்டான்.

திடீரென்று போர் ஊதுகொம்புகள் முழங்கின. திறமை வாய்ந்த கௌரவப் படை வீரர்கள் அஸ்தினாபுரத்தின் பிரம்மாண்டமான மாளிகையின் முன்னால் கூடினர். என்னுடைய திக்விஜய முயற்சியில் பங்கெடுத்திருந்த வீரர்கள் இப்போது பசுக்களைத் திருடச் சென்று கொண்டிருந்தனர். எனக்கு அது ஓர் அசௌகரியமான உணர்வை ஏற்படுத்தியது. என் மனத்தின் ஏதோ ஒரு மூலையில் மீண்டும் சந்தேக மேகங்கள் கூடின. என் வாழ்க்கைப் படகு எந்த இலக்குமின்றி அங்குமிங்கும் அசைந்தாடியபடி மிதந்து கொண்டிருந்தது. நாங்கள் எங்கே போய்க் கொண்டிருந்தோம் என்பது எனக்கும் துரியோதனனுக்கும் தவிர வேறு யாருக்கும் தெரிந்திருக்கவில்லை.

முதன்மைத் தளபதி துரியோதனன் விராடநகரம் இருந்த திசையைத் தன் வீரர்களுக்குச் சுட்டிக்காட்டி, "விராடநகரம்!" என்று முழங்கினான். ஆயிரக்கணக்கான குதிரைகள் தயார் நிலையில் இருந்தன. போர்ச் சங்குகள் முழங்கின.

"இளவரசர் துரியோதனன் வாழ்க!" என்ற முழக்கம் விண்ணைப் பிளந்தது. அச்சத்தம் எவ்வளவு உயரத்தை எட்டியது என்பதைப் பார்ப்பதற்காக நான் என் தலையை நிமிர்த்தினேன். அப்போது, அரண்மனை மேல்மாடத்தில் பிதாமகர் பீஷ்மர் தன் கன்னத்தின்மீது கை வைத்துக் கொண்டு வானத்தை வெறித்துப் பார்த்துக் கொண்டிருந்ததை நான் கவனித்தேன். அவர் ஏதோ ஆழ்ந்த சிந்தனையில் மூழ்கியிருந்தார். அவருக்கு மிகவும் வயதாகியிருந்தது. தன்னுடைய வார்த்தைக்குக்

கௌரவ அரசவையில் இரண்டு சோழிகள் மதிப்புக்கூட இருக்கவில்லை என்பதை அவர் உணர்ந்திருந்தார்.

அசுவத்தாமன், சகுனி மாமா, துச்சாதனன், ஷோன், நான் ஆகிய அனைவரும் ஒருவர் பின் ஒருவராக அணிவகுப்பில் எங்களுக்குரிய இடங்களில் சென்று நின்று கொண்டோம். பிறகு எங்கள் படை விராடநகரை நோக்கிப் புறப்பட்டது. துரியோதனன் தன்னுடைய வாளை உயர்த்திப் பிடித்தபடி முன்னின்று எங்களை வழிநடத்தினான். இப்போது பிதாமகரின் தலைமைத்துவத்தை ஏற்க யாரும் தயாராக இருக்கவில்லை. துரியோதனன் ஒருவன் மட்டுமே இப்போது அதற்குத் தகுதி வாய்ந்தவனாக இருந்தான்.

விராடர்கள் எதிர்பார்க்காத நேரத்தில் நாங்கள் அவர்களுடைய நகரத்தைத் தாக்கினோம். தாங்கள் தாக்கப்படுவோம் என்று அவர்கள் தங்கள் கனவிலும் நினைத்திருக்கவில்லை. அவர்கள் தங்களுடைய தினசரி வேலைகளில் மும்முரமாக ஈடுபட்டிருந்தனர். துச்சாதனனின் குதிரைப் படையினர் ஓர் அம்பின் வேகத்தில் மாட்டுக் கொட்டில்களுக்குள் புகுந்தனர். ஆயிரக்கணக்கான பசுக்களின் கழுத்துக் கயிறுகள் அறுக்கப்பட்டன. குதிரைகளின் குளம்புச் சத்தங்கள் கேட்டு ஆயிரக்கணக்கான பசுக்கள் ஒன்றோடொன்று முட்டி மோதி, அந்த அடைப்பிடத்தின் சுவர்களைத் தகர்த்து, துச்சாதனனின் படையினர் விரட்டிய திசையில் ஓடின. வெள்ளை, கருப்பு, பழுப்பு, சிவப்பு போன்ற பல நிறங்களில் இருந்த, பெரிய பால்மடிகளைக் கொண்டிருந்த பசுக்களைச் சுற்றி வளைத்து, துச்சாதனனின் படையினர் அஸ்தினாபுரத்தை நோக்கி அவற்றை விரட்டிச் சென்றனர். அவை தம் வழியிலிருந்த எல்லாவற்றையும் மிதித்துச் சிதைத்தபடி ஓடின.

தங்களுடைய பசுக்கள் தங்கள் கண்களுக்கு முன்னால் களவாடப்பட்டுக் கொண்டிருந்ததைக் கண்ட விராடநகரத்தின் குடிமக்கள் தங்கள் படையைத் திரட்டினர். சங்குகள், முரசுகள், ஊதுகொம்புகள் ஆகியவை முழங்கப்பட்டச் சத்தம் பயங்கரமாக எதிரொலித்தது. விராடர்கள் எங்களைத் துரத்தி வந்து கொண்டிருந்ததை எங்களால் பார்க்க முடிந்தது.

ஒரு பெரிய வன்னி மரத்தைக் கடந்து, நாங்கள் யமுனை நதிக் கரைக்கு வந்து சேர்ந்தோம். அஸ்தினாபுரத்தையும் விராட நாட்டையும் பிரித்த எல்லை அது. யமுனையின் மறுகரையின்மீது அஸ்தினாபுரம் அமைந்திருந்தது. இவ்விரண்டுக்கும் குறுக்கே ஒரே ஒரு நதி மட்டுமே இருந்தது.

திடீரென்று வானத்தில் மேகங்கள் சூழ்ந்து மழை பொழிவதைப்போல, எங்களுக்குப் பின்னாலிருந்து ஆயிரக்கணக்கான அம்புகள் எங்கள்மீது வந்து விழுந்தன. அந்த அம்புகள் யமுனைக் கரையின்மீது ஒரு தடை அரணை ஏற்படுத்தின. ஓடிச் சென்று கொண்டிருந்த பசுக்கள் அந்த அரணைக் கண்டு தயங்கி, பின்னால் திரும்பி, விராடநகரை நோக்கி ஓடத் தொடங்கின. அவற்றைத் தடுப்பதற்காக எங்கள் வீரர்கள் அவற்றுக்குப் பின்னால் விரைந்தனர். ஆனால் அங்கே விராடப் படை நின்று கொண்டிருந்தது. அப்படைக்கு முன்னால் ஒரு தேர் நின்றது. கருநீல நிற நிறம் கொண்ட ஒருவன் அத்தேரைச் செலுத்திக் கொண்டிருந்தான். அவன் தேரோட்டியா அல்லது படைத்

தளபதியா என்பதை எங்களால் கண்டுபிடிக்க முடியவில்லை. அவன் தொடர்ந்து அம்புகளை எய்து கொண்டே இருந்தான். நான் அவனை உற்றுப் பார்த்தேன். ஆம், அவன் அர்ஜுனனேதான். பதின்மூன்று ஆண்டு இடைவெளிக்குப் பிறகு என் எதிரி இப்போது என் முன்னால் நின்று கொண்டிருந்தான்.

அர்ஜுனன்! என் வாழ்வின் ஓட்டத்திற்கு மீண்டும் மீண்டும் தடை ஏற்படுத்திக் கொண்டிருந்தவன்! என் இளவயது மகன் சுதாமனைக் கொன்ற கயவன்! நீலத் தாமரை மலர்களால் ஆன மலர்மாலையைத் தன் கழுத்தில் அணிந்திருந்ததால் கர்வம் தலைக்கேறியிருந்தவன்!

“அர்ஜுனா, நில்!”

நான் என் வில்லை உயர்த்திப் பிடித்தபடி அவனை நோக்கி ஓடினேன். என்னுடைய இடப்பக்கத்தில் ஷோனும், என்னுடைய வலப்பக்கத்தில் அசுவத்தாமனும் என்னுடன் ஓடி வந்தனர். நாங்கள் மூவரும் தொடர்ந்து முன்னேறிக் கொண்டிருந்தோம். எங்களுடைய அம்புகளும் எதிரிலிருந்து வந்த அம்புகளும் ஒன்றோடொன்று மோதின. பகல் நேரத்தில் தீப்பொறிகள் பறந்தன. வெட்டவெளியில் மாட்டிக் கொண்ட பசுக்கள் பீதியடைந்து, புகலிடம் தேடி அருகிலிருந்த காட்டிக்குள் ஓடின. எங்கள் சண்டை மட்டும் தொடர்ந்தது. அதற்கு ஒரு முடிவு ஏற்படுவதுபோலத் தெரியவில்லை. சூரிய பகவான் இன்னும் உச்சியில் இருந்தார்.

திடீரென்று ஒரு நறுமணம் அங்கு பரவியது. அதை சுவாசித்த வீரர்கள் அனைவரும் தன்னினைவிழந்து கீழே விழுந்தனர். அர்ஜுனன் எய்திருந்த சம்மோஹாஸ்திரத்தின் விளைவு அது. இனிய நறுமணம் கொண்ட ஒரு வாயுவை விடுவிக்கக்கூடிய அஸ்திரம் அது. அந்த வாயுவை சுவாசிப்பவர்கள் தன்னினைவு இழந்துவிடுவர். இலுப்பைப் பூக்களைக் கசக்கி, அவற்றிலிருந்து தயாரிக்கப்பட்ட ஒரு வாயு அது. இந்த வாயுவை முறியடிப்பதற்கான சிறந்த ஆயுதம் எது என்பதை நான் நினைவுகூர முயன்றேன். ஆனால் என் தலை கிறுகிறுத்தது. என் வில் என் கையிலிருந்து நழுவியது. நான் தன்னினைவு இழந்து கீழே விழுந்தேன்.

நான் மயக்கம் தெளிந்து கண்விழித்தபோது நான் பார்த்த முதல் நபர் அசுவத்தாமன்தான். அவன் என் முகத்தின்மீது தண்ணீர் தெளித்துக் கொண்டிருந்தான், நான் எழுந்து நின்று என்னைச் சுற்றிலும் பார்த்தேன். ஒரு தரிசு நிலத்தின்மீது பாறைகள் சிதறிக் கிடப்பதைப்போல, அந்த யமுனைக் கரையின்மீது நூற்றுக்கணக்கான கௌரவ வீரர்கள் தன்னினைவு இழந்து கிடந்தனர். அவர்களுடைய பலவண்ண மேலாடைகள் அகற்றப்பட்டிருந்தன. என்னுடைய நீலநிற மேலாடையும் அகற்றப்பட்டிருந்தது. புதைமணலில் சிக்கிக் கொண்ட ஒரு யானையைப்போல, துரியோதனன் விராட நாட்டின் சதுப்பு நில எல்லையில் முகம் குப்புற விழுந்து கிடந்தான். அசுவத்தாமன் தன்னுடைய தலைக்கவசத்தில் தண்ணீரைச் சுமந்து வந்து, வீரர்களின் முகங்கள்மீது அதைத் தெளித்து அவர்களை மயக்கத்திலிருந்து மீட்பதற்குத் தன்னால் முடிந்த அளவு சிறப்பாக முயற்சி செய்து கொண்டிருந்தான். என் இதயம் சுக்குநூறாக நொறுங்கியது. அது மிகுந்த அவமானம் கொண்டது, தன்னைத் தானே குறை கூறியது. அசுவத்தாமன் என்

மயக்கத்தைத் தெளிவித்திருக்காவிட்டால் என்ன ஆகியிருக்கும்? நான் அந்த நிலத்தின்மீது உணர்விழந்து கிடந்திருப்பதே சாலச் சிறந்ததாக இருந்திருக்கும். அவமானகரமான நிலையில் இருப்பதைவிடத் தன்னினைவு இழந்த நிலையில் இருப்பது எவ்வளவோ மேல் என்று எனக்குத் தோன்றியது. ஒருவன் உணர்விழந்து கிடக்கும்போது, மனசாட்சி தன்னைக் குத்திக் கிழிப்பதை அவன் உணருவதில்லை.

திடீரென்று, அசுவத்தாமன் தன் கையிலிருந்த தலைக்கவசத்தைத் தூக்கி வீசிவிட்டு, "கர்ணா! ஓடு!" என்று உரத்தக் குரலில் கத்தினான். வால் அறுபட்ட ஒரு புலி வேதனை தாளாமல் ஓலமிட்டதைப்போல அது ஒலித்தது.

என்ன நிகழ்ந்தது? யாரோ என் தொண்டையில் ஒரு வாளைச் செருகிக் கொண்டிருந்தது போன்ற ஓர் உணர்வு எனக்கு ஏற்பட்டது. அசுவத்தாமன் ஏன் இப்படிக் கத்தினான்? ஆன்மாவின் அழிவின்மையைப் பற்றிய நுண்ணிய உண்மையை எனக்கு அவ்வப்போது எடுத்தியம்பிய அசுவத்தாமன் இப்படிக் கத்துவதற்கு என்ன காரணம்? உடல் நிலைபேறு உடையது அல்ல என்பதை வலியுறுத்திய அந்த ஞானி ஏன் இப்படிக் கொந்தளித்துப் போயிருந்தான்?

நினைவிழந்து கிடந்த வீரர்களைத் தாண்டிக் குதித்து நான் அசுவத்தாமனை அணுகினேன். அங்கே என் முன்னால் நான் கண்ட காட்சி என் ரத்தத்தை அப்படியே உறைய வைத்தது. விஷ வாயுவை சுவாசிக்காமலேயே நான் மயங்கியதுபோல நான் உணர்ந்தேன். ஒட்டுமொத்த பூமியும் ஓர் அம்பு முனைபோலச் சுருங்கியிருந்ததுபோல எனக்குத் தோன்றியது. அர்ஜுனன் என் அன்புத் தம்பியின் தலையைக் கொய்து அதைப் புழுதியில் வீசி எறிந்திருந்தான். 'வசு அண்ணா! வசு அண்ணா!' என்று என்னை வாயார அழைத்த என் சகோதரன், என் வாழ்வின் இன்பதுன்பங்களில் எனக்குத் துணையாக இருந்த என் சகோதரன், இப்போது தலை வேறு உடல் வேறாக நிலத்தின்மீது விழுந்து கிடந்தான். தன்னுடைய அண்ணனிடமிருந்து சூழ்ச்சிகரமாக அபகரிக்கப்பட்டிருந்த கவச குண்டலங்களை மீட்டெடுப்பதற்காக அவன் நிச்சயமாக சொர்க்கத்தின் கதவுகளைத் தட்டிக் கொண்டிருப்பான்.

யார் இப்போது வசு அண்ணனின் தேரை ஓட்டுவார்கள்? யார் இப்போது தன் கைகளை உயர்த்தியபடி, "வசு அண்ணா! என்னை விட்டுவிட்டு நீங்கள் எங்கே போகிறீர்கள்?" என்று கத்திக் கொண்டு என் தேருக்குப் பின்னால் ஓடி வருவார்கள்? "அண்ணி! அண்ணி!" என்று உற்சாகமாக அழைத்துக் கொண்டு யார் இப்போது விருசாலியை ஒரு சிறுவன்போலச் சுற்றிச் சுற்றி வரப் போகிறார்கள்? கங்கைக் கரையின்மீது நான் மறந்து விட்டுவிட்டு வந்திருந்த என்னுடைய அங்கவஸ்திரத்தை எடுப்பதற்கு யார் இப்போது இந்தக் கொளுத்தும் வெயிலில் போவார்கள்? தானம் கொடுக்கப்பட வேண்டிய பொருட்களை இனி யார் அன்போடு என்னிடம் எடுத்துத் தரப் போகிறார்கள்? யார் இப்போது என் பாதங்களில் முட்டி மோதி, "தயவு செய்து கவச குண்டலங்களை மட்டும் தானம் கொடுத்துவிடாதீர்கள்!" என்று மன்றாடுவார்கள்? யார் இப்போது ராதா மாதாவின் மடியில் முகம் புதைத்து அழுவார்கள்? ஒழுங்காகச் சாப்பிடும்படி யார் இனி என்னைக் கட்டாயப்படுத்தப் போகிறார்கள்? "அண்ணா, உங்கள்

குண்டலங்கள் இப்போது ஒளியிழந்துள்ளன," என்பதைப் போன்ற எச்சரிக்கைகளை யார் இனி எனக்கு வழங்கப் போகிறார்கள்? ஒருசில கணங்கள்வரை தன் குதிரையின்மீது அமர்ந்து தன்னுடைய வாளைச் சுழற்றிக் கொண்டிருந்த என் ஷோன், இப்போது குதிரைக் குளம்புகளின் தடம் பதிந்த புழுதியில் உயிரற்றுக் கிடந்தான். அப்போது பகல் நேரமாக இருந்தபோதிலும், என்னை இருள் சூழ்ந்தது. நான் கண்ட காட்சியை என்னால் நம்ப முடியவில்லை. என் வாய் வறண்டு போயிற்று. என் தலை உணர்விழந்தது.

"அசுவத்தாமா, ஷோன் போய்விட்டான்!" என்று கதறியபடி, நான் அசுவத்தாமனின் தோள்மீது என் தலையைச் சாய்த்து, என்னைக் கட்டுப்படுத்திக் கொள்ள முடியாமல் அழுதேன். என் வாழ்க்கைத் தேரின் சக்கரங்களில் ஒன்று இப்போது தகர்க்கப்பட்டிருந்தது. நான் இனி என் வாழ்க்கையை ஏதோ ஓட்டியாக வேண்டும். ஏனெனில், இனி நான் செய்வதற்கு எதுவும் இருக்கவில்லை.

"ஷோன், 'அண்ணா, கருடனைப்போல நீங்கள் வானத்தில் வெகு உயரத்தில் பறப்பீர்களா?' என்று கேட்ட நீ இன்று எங்கே போய்விட்டாய்? எங்களால் இனி ஒருபோதும் பார்க்க முடியாத உயரத்திற்குப் போய்விட்டாயா?"

"கர்ணா, அமைதியாக இரு," என்று கூறிவிட்டு, அசுவத்தாமன் தன் கண்களைத் துடைத்துக் கொண்டு என்னை சமாதானப்படுத்த முயன்று அம்முயற்சியில் தோற்றுப் போனான்.

நாங்கள் திக்விஜயத்திற்காக இங்கு வந்தபோதுதான் ஷோனின் தலைக் கவசம் முதன்முறையாகக் கீழே விழுந்து, ஒரு யானையின் பாதங்களுக்குக் கீழே மிதிபட்டது. அந்த நினைவு என்னுடைய இதயத்தை மேலும் கசக்கிப் பிழிந்தது. நான் கீழே குனிந்து அவனுடைய தலையைக் கையிலெடுத்தேன். என் கண்களிலிருந்து கண்ணீர் பெருக்கெடுத்தது. நான் உணர்ச்சிவசப்பட்டு, அவனுடைய நெற்றியை முகர்ந்துவிட்டு, துயரம் மேலிட, "ஷோன், தயவு செய்து ஒரு முறை...ஒரே ஒரு முறை மட்டும் என்னை 'வசு அண்ணா,' என்று கூப்பிடு. நான் அந்த சொர்க்கத்தின் கதவைத் தகர்த்தெறிந்துவிட்டு மீண்டும் உன்னை இங்கே அழைத்து வந்துவிடுகிறேன்," என்று அரற்றினேன். ஆனால் அவன் ஒரு வார்த்தைகூடப் பேசவில்லை. அவன் இனி பேசப் போவதும் இல்லை. அவனிடம் ஒரு சிறு துளி உயிராற்றல் இருந்திருந்தால்கூட, அவன் என்னிடம், "அண்ணா, வாயுஜித்தின் குளம்புகளுக்குத் தொடர்ந்து களிம்பு பூசுங்கள். உங்களுடைய தெய்விகக் கிரீடம் ஆபரணப் பெட்டகத்தில் பத்திரமாக இருக்கிறது. நம் அம்மாவைப் பார்த்துக் கொள்ளுங்கள். அண்ணி விருசாலிக்கு என்னுடைய மரியாதை கலந்த வணக்கத்தைத் தெரிவியுங்கள். சிறு வயதில் கங்கைக் கரையின்மீது நான் சேகரித்தக் கிளிஞ்சல்களை மீனாட்சியின் மகனிடம் கொடுத்துவிடுங்கள். இன்னொரு விஷயம்...வேறு யாரையும் உங்களுடைய தேரோட்டியாக நியமிக்காதீர்கள். நான் திரும்பி வந்து உங்களுக்கு சேவை செய்வேன். வசு அண்ணா, நான் போகிறேன்," என்று கூறியிருந்திருப்பான்.

ஆனால் அப்படி எதுவும் நிகழவில்லை. அப்படி இனி நிகழப் போவதும் இல்லை. நாங்கள் இருவரும் எங்கள் வாழ்நாள் நெடுகிலும் ஒருவருக்கொருவர் மிகவும் நெருக்கமாக இருந்து வந்திருந்தோம்,

எங்களுடைய இன்பதுன்பங்களைப் பரஸ்பரம் அடுத்தவரிடம் பகிர்ந்து கொண்டோம். ஆனால் இந்த இறுதிக் கணத்தில் எங்களால் சந்தித்துக் கொள்ளக்கூட முடியாமல் போய்விட்டது. என் விருசாலிக்கு இன்னொரு கொழுந்தனை நான் எங்கேயிருந்து கொண்டு வருவேன்? நான் எந்த வஸ்திரத்தைக் கொண்டு எங்கள் தாயாரின் கண்ணீரைத் துடைப்பேன்? மேகமாலாவின் நெற்றியிலிருக்கும் குங்குமத்தை அழிப்பதற்கான துணிச்சலை நான் எங்கிருந்து பெறுவேன்? திக்விஜயத்தின் வெற்றிக் கொடியை நான் இனி யாருடைய கைகளில் கொடுப்பேன்? என் வாழ்வின் மேடுபள்ளங்களைப் பற்றி இனி நான் யாருடன் விவாதிப்பேன்? "ஷோன், இளைஞர்கள் முதியவர்களுக்கு அறிவுரை வழங்குவதில்லை," என்று இனி யாரிடம் நான் கோபித்துக் கொள்ளுவேன்? ஷோனை நினைத்து என் இதயம் அழுதது. நான் இப்போது முற்றிலும் தனிமையாக இருந்தேன். வாழ்க்கை ஒரு மாயைப் பெருங்கடலாக இருந்தது. அனைத்துமே அர்த்தமற்ற மற்றும் முடிவற்றச் சச்சரவுகளாகவும் குழப்பங்களாகவும் மனக்கசப்புகளாகவும் இருந்தன. வானத்தைப்போலப் பரந்த, ஆழமான ஒரு வெற்றிடம் என் வயிற்றுக்குள் உருவானது. என் வாழ்வின் பஞ்சப்பிராணங்களும் என் உடலிலிருந்து என் கண்களின் வாயிலாகக் கண்ணீரின் வடிவில் பெருக்கெடுத்துப் பாய்ந்தோடின. நான் என் கவச குண்டலங்களை அறுத்துக் கொடுத்தபோதோ, மகேந்திர மலையில் என்னுடைய தொடை குதறப்பட்டபோதோகூட என் உடல் அவ்வளவு ரத்தத்தை இழந்திருக்கவில்லை.

பாதி மூடிய நிலையில் இருந்த அவனுடைய கண்களை நான் என் ஆட்காட்டி விரலால் முழுதாக மூடினேன். என்னை இந்த அசுத்தமான, அமங்கலமான, உதவ முடியாத நிலையில் அவன் பார்க்கக்கூடாது என்பதுதான் என் ஒரே விருப்பமாக இருந்தது. பார்ப்பதற்கு அழகாக இருப்பதுபோலத் தோன்றுகின்ற, ஆனால் உண்மையிலேயே மிகக் கொடூரமான இந்த உலகத்தை அவன் இனி ஒருபோதும் பார்க்கக்கூடாது என்பதற்காக நான் அவனுடைய கண்களை மூடினேன்.

"ஷோன், பயப்படாமல் போ. இந்த உலகம் கர்ணனை உதாசீனப்படுத்தியுள்ளது. இன்று உன் விஷயத்திலும் அது அதையேதான் செய்துள்ளது. பயமின்றிப் போ, சகோதரா!" என்று நான் என் மனத்திற்குள் கூறிவிட்டு, அவனுடைய தலையையும் உடலையும் தூக்கினேன். அவனுடைய முகத்தை மூடுவதற்கு என்னிடம் எந்தத் துணியும் இருக்கவில்லை. விலையுயர்ந்த பட்டாடைகளை நான் மற்றவர்களுக்கு தானம் கொடுத்து வந்திருந்தேன், ஆனால் என் சொந்தத் தம்பியின் உடலை வைக்க என்னிடம் எதுவும் இருக்கவில்லை. இது என் மனத்தைக் கடுந்துயரத்தில் ஆழ்த்தி, என்னை நிராதரவாக உணரச் செய்தது.

தன்னுடைய தலையைச் சுற்றித் தான் அணிந்திருந்த துணியைத் தான் ஒருபோதும் அவிழ்க்கப் போவதில்லை என்று சூளுரைத்திருந்த அசுவத்தாமன், இப்போது அதை அவிழ்த்து அதைக் கொண்டு ஷோனின் முகத்தை மூடினான். நான் அவனுடைய கைகளைப் பிடித்துக் கொண்டேன். வாயுஜித்தின் சேணத்தில் போர்த்தப்பட்டிருந்த துணியிலிருந்து சிறிதளவைக் கிழித்து, அதைக் கொண்டு ஷோனின்

உடலை நான் மூடினேன். அவனுடைய தலை கொய்யப்பட்டபோது அவன் தன் கையில் இறுக்கமாகப் பிடித்திருந்த வாள் இப்போதும் அங்கேயே இருந்தது. நான் கீழே குனிந்து, மிகவும் சிரமப்பட்டு அதை வெளியே உருவினேன். பிறகு நான் எழுந்து நின்று அந்த வாளை உயர்த்திப் பிடித்து, "ஷோன், இந்த உலகில் அர்ஜுனன் வாழுவான் அல்லது கர்ணன் வாழுவான். எங்கள் இருவரில் ஒருவர் மட்டுமே உயிரோடு இருப்போம்!" என்று இடிபோல முழங்கினேன். அர்ஜுனனைப் பற்றிய நினைப்பே என் உடல் நெடுகிலும் நஞ்சு பாய்ந்தது போன்ற உணர்வை ஏற்படுத்தியது. என் ஒட்டுமொத்த உடலும் கடுந்துயரத்தால் நடுங்கியது. என்னுடைய நரம்புகள் அனைத்தும் வெடித்துவிடுமோ என்று நான் கலங்கும் அளவுக்கு என்னுள் கோபமும் வருத்தமும் பொங்கின.

நான் ஒரு சூளுரை மேற்கொண்டிருந்தேன், ஆனால் அதனால் என்ன பயன்? அர்ஜுனனைக் கொல்லுவது ஷோனை மீண்டும் உயிர்ப்பிக்காது. ஷோன் இவ்வுலகில் இல்லை என்பது வருத்தத்திற்குரிய உண்மை, ஆனால் அதுதான் ஒரே உண்மை. நான் என் கையிலிருந்த வாளைக் கீழே எறிந்துவிட்டு, ஷோனை மூடியிருந்த துணியின்மீது விழுந்து அழுதேன். நான் இப்போது அங்க நாட்டு அரசனும் அல்லன், திக்விஜய வீரனும் அல்லன், தான வீரன் கர்ணனும் அல்லன். நான் இப்போது வெறும் கர்ணன்கூட அல்லன். கொடூரமாகக் கொல்லப்பட்டிருந்த ஓர் அன்புச் சகோதரனை நினைத்துப் புலம்பிக் கொண்டிருந்த, நொறுங்கிப் போன இதயத்துடன்கூடிய ஒரு சாதாரண மனிதனாக நான் இருந்தேன்!

10

யமுனை நதிக் கரையின்மீது ஷோனின் இறுதிச் சடங்கைச் செய்து முடித்தப் பிறகு என் இதயம் உணர்ச்சியற்றுப் போனது. ஒருவனுடைய சொந்த உயிரினும் மேலான ஓர் உறவு ஏன் பாதியிலேயே அவனுடைய வாழ்க்கையிலிருந்து என்றென்றைக்குமாகக் காணாமல் போய்விடுகிறது? வாழ்க்கை என்பது உண்மையிலேயே எதைப் பற்றியது? ஒருசில மணிநேரம் விளையாடப்படுகின்ற ஒரு விளையாட்டா? எனக்கு எல்லாமே குழப்பமாக இருந்தது. என்ன செய்வதென்று எனக்குத் தெரியவில்லை. ஷோனின் மரணம் வாழ்க்கையைப் பற்றி நான் கொண்டிருந்த மாயையைத் தெளிவித்திருந்த நிலையில், அதைப் பற்றி நினைத்தபடியே நான் அஸ்தினாபுரத்திற்குத் திரும்பினேன். ஒரே ஓர் உணர்ச்சிதான் என்னுள் மேலோங்கியிருந்தது. அர்ஜுனனைப் பழி வாங்குவதுதான் அது! என் சொந்தத் தம்பியைக் கொன்ற அந்த சக்தி வாய்ந்த எதிரியை நான் பழி வாங்குவேன்!

ஷோனின் மரணச் செய்தியை யாரோ அஸ்தினாபுரத்திற்குக் கொண்டு சென்றிருந்தனர். என் தாயார், விருசாலி, மேகமாலா ஆகியோருடைய கதறல்களையும் புலம்பல்களையும் கண்டு என் மனம் பொறுக்கவில்லை. "எதிரிகளை அச்சம் கொள்ளச் செய்யும் என் மகன் எங்கே?" என்ற என் அன்னையின் கேள்விக்கும், "அண்ணா, என் அன்புக் கணவர் எங்கே?" என்ற மேகமாலாவின் கேள்விக்கும் என்னால் பதில்

கூற முடியவில்லை. விருசாலி தன் மார்பின்மீது அடித்துக் கொண்டு ஷோனை நினைத்து அழுது கொண்டிருந்ததைக் கண்டு என் இதயம் நொறுங்கியது.

பதினைந்து நாட்கள் கழிந்தும்கூட, ஷோன் தங்களிடையே இல்லை என்ற உண்மையை யாராலும் நம்ப முடியவில்லை. அது கார்த்திகை மாதம் என்பதால் அரண்மனையின் பளிங்குத் தரை கடுங்குளிரில் உறைந்திருந்தது. ஷோனின் மரணம் எங்கள் இதயங்களை உறைய வைத்திருந்தது. ஆனால் நாங்கள் ஏதோ ஒரு நேரத்தில் அந்தத் துயரத்தை மறக்க வேண்டியிருந்தது. ஆனால், கதகதப்பான கண்ணீர் பட்டதும் உருகுகின்ற பனி அல்லவே இதயம். அது எவ்வளவு அதிகமாகத் துயரத்தில் மூழ்குகிறதோ, அத்துயரம் அவ்வளவு அதிகமாக அதிகரிக்கிறது. மறப்பது மட்டுமே துயரத்திலிருந்து விடுபடுவதற்கான ஒரே வழியாக இருக்கிறது. மறத்தல் என்பது மனிதனுக்கு இயற்கை வழங்கியுள்ள ஓர் உன்னதமான பரிசு. அந்தப் பரிசு இல்லாமல் போயிருந்தால், மனிதன் பல்வேறு நினைவுச் சுமைகளைத் தாங்கிக் கொள்ள முடியாமல் ஒரு காட்டுமிராண்டியாக ஆகியிருப்பான்.

நான் என்னை ஆசுவாசப்படுத்திக் கொள்ள முயன்றேன். நான் வாழ்ந்தாக வேண்டியிருந்தது. ஷோனின் கழுத்தைக் கொய்த அர்ஜுனனின் கழுத்தை நான் என்னுடைய அம்பால் துளைத்தாக வேண்டியிருந்தது. தீர்மானம் எடுக்க முடியாததாலும் குழப்பத்தாலும் நான் தடுமாறிக் கொண்டிருந்ததால் என் வாழ்க்கை வீணாகிக் கொண்டிருந்தது. பழி வாங்குவது மட்டுமே இப்போது என் வாழ்வின் ஒரே இலக்காக இருந்தது. நான் அர்ஜுனனைக் கண்டுபிடித்து, எப்படியும் அவனைப் பழி வாங்கியாக வேண்டும்.

இதற்காக, படையைத் தயார் நிலையில் வைக்குமாறு துரியோதனனுக்கு அறிவுறுத்துவதற்காக நான் அவனுடைய மாளிகைக்குச் சென்றேன். "இளவரசே, நான் விரும்பும் நேரத்தில் நீ எனக்கு நம்முடைய படையைத் தயார் நிலையில் வைத்திருக்க வேண்டும். அதற்கான காரணத்தை என்னிடம் கேட்காதே," என்று நான் கூறினேன்.

"கர்ணா, என் படையின் திறன்களைப் பற்றி நான் மட்டுமல்லாமல், இந்த ஒட்டுமொத்த ஆரியவர்த்தமும் நன்றாக அறியும். இருந்தாலும் எனக்குக் கவலையாக இருக்கிறது," என்று கூறி அவன் தன் புருவங்களை நெறித்தான்.

"உன் கவலைக்கு என்ன காரணம்?"

"ஒரு தூதுவன் மூலம் அரசர் துருதபதன் இன்று எனக்கு ஒரு செய்தி அனுப்பியுள்ளார். பாண்டவர்களுக்குப் பாதி ராஜ்ஜியத்தைக் கொடுத்துவிட்டால், பிறகு கௌரவர்களும் பாண்டவர்களும் சமாதானமாகப் போய்விடலாம் என்று அவர் முன்மொழிந்துள்ளார். நான் அதை ஏற்றுக் கொள்ளலாம் என்று நினைக்கிறேன்."

"இல்லை. பாண்டவர்களோடு எந்த சமாதானமும் கூடாது. நீ சண்டையிட மறுத்தால், நான் பாண்டவர்களைத் தனியாக எதிர்த்துச் சண்டையிடுவேன். ஆனால் நான் ஒருபோதும் அவர்களுடன் சமரசம் செய்து கொள்ள மாட்டேன்." துரியோதனனின் திடீர் மனமாற்றத்திற்கான காரணத்தை என்னால் புரிந்து கொள்ள

முடியவில்லை. ஒருவேளை, விராடநகரில் ஏற்பட்டத் தோல்வி அவனை நம்பிக்கையிழக்கச் செய்திருக்கக்கூடும்.

"இல்லை, கர்ணா. பாண்டவர்களுடன் சமரசம் செய்து கொள்ளுவதற்கு ஒரு புதிய முன்மொழிவுடன் கிருஷ்ணன் வருவான். பாண்டவர்கள் விராடநகரத்தைவிட்டு வெளியேறி, இப்போது உபப்லாவ்யத்தில் வாழ்ந்து கொண்டிருக்கின்றனர். கிருஷ்ணனும் அங்கு வந்திருக்கிறான். பாண்டவர்கள் ஒவ்வொரு நாளும் அதிக வலிமையடைந்து கொண்டிருக்கின்றனர்."

"இளவரசே, நான் என் வாழ்நாள் முழுவதும் உன்னுடைய பேச்சைக் கேட்டு அதன்படி நடந்து வந்திருக்கிறேன். இப்போது நீ என்னுடைய பேச்சுக்குச் செவிசாய்க்க வேண்டிய நேரம் வந்துள்ளது. நான் பாண்டவர்களுடன் சண்டையிட எப்போதும் தயாராக இருக்கிறேன். அவர்கள்மீது போர் தொடு."

"கர்ணா, பாண்டவர்களுக்கு எதையும் கொடுக்க எனக்கும் எந்த விருப்பமும் இல்லை. ஆனால், விராடநகரில் அர்ஜுனன் தனியொருவனாக நம்மைத் தோற்கடித்த விதத்தைக் கண்ட பிறகு, பாண்டவர்கள் ஐவரையும் நாம் எப்படி எதிர்கொள்ளப் போகிறோம் என்பது குறித்து என் மனத்தில் சந்தேகம் வேர்விடத் தொடங்கியுள்ளது."

"என்னுடைய திக்விஜயத்தின்போது நான் அடிபணிய வைத்த அத்தனை அரசர்களும் நம் பக்கம் இருப்பர். இன்றே அவர்களுக்குச் செய்தி அனுப்பு. பிறகு ஐந்து பாண்டவர்கள் என்ன, ஐம்பது பாண்டவர்கள்கூட நமக்கு ஈடாக மாட்டார்கள் – அவர்கள் நியாயமாகச் சண்டையிடும் பட்சத்தில்!"

"சரி, அப்படிப்பட்ட உதவி நமக்குக் கிடைக்கும் என்பதற்கான உத்தரவாதம் நமக்கு இருந்தால், பாண்டவர்கள்மீது போர் தொடுப்பதில் எனக்கு எந்த ஆட்சேபனையும் இல்லை. நான் அவர்கள் அனைவருக்கும் கடிதங்கள் எழுதுகிறேன்...ஆனால் அவை உன்னுடைய பெயரில் போகும். அவர்கள் ஒப்புக் கொண்ட பிறகுதான், கிருஷ்ணனுடைய சமாதான முன்மொழிவை நான் நிராகரிப்பேன்."

"தூதுவர்களை அனுப்பி வை. கடிதங்கள் என் பெயரில் போக நான் சம்மதிக்கிறேன்." ஒரே ஒரு விஷயம்தான் என்னைத் தொந்தரவு செய்தது. அது கிருஷ்ணர் தொடர்பானது.

11

துரியோதனன் பல்வேறு நாடுகளுக்கு அனுப்பி வைத்தத் தூதுவர்கள், அவந்தி, சேதி, மகதம், சம்சப்தகம், சிந்து மற்றும் பிற நாடுகளின் அரசர்கள் தங்கள் படைகளைக் கொடுத்து எங்களுக்கு உதவத் தயாராக இருந்தனர் என்ற செய்தியுடன் திரும்பி வந்தனர்.

உபப்லாவ்யத்திலிருந்து கிருஷ்ணர் சமாதானத் தூது கொண்டு வருவார் என்று எல்லோரும் எதிர்பார்த்தனர். அவருடைய புரோகிதரான முனிவர் பிரம்மகார்கயர் இது தொடர்பாக ஏற்கனவே அஸ்தினாபுரத்திற்கு வந்து பீஷ்மரையும் விதுரரையும் சந்தித்துவிட்டுப் போயிருந்தார். அவர்கள் மூவரும் என்ன பேசிக் கொண்டனர் என்பது

பற்றி யாருக்கும் எந்த யோசனையும் இருக்கவில்லை. ஆனால், கார்த்திகை மாதம் பௌர்ணமி நாளன்று, பாண்டவர்களுக்குப் பாதி நாடு வேண்டும் என்று கேட்டுக் கிருஷ்ணர் அஸ்தினாபுரத்திற்கு வரவிருந்தார் என்பது மட்டும் உறுதியாயிற்று. ஆனால் அக்கோரிக்கையை முற்றிலுமாக நிராகரிப்பதென்று கௌரவர்கள் தீர்மானித்திருந்தனர். ஷோன் கொல்லப்பட்டது என்னை மட்டுமல்லாமல் கௌரவர்கள் அனைவரையும் கொதிப்படையச் செய்திருந்தது. நான் கோபத்தின் உச்சத்தில் இருந்தேன். பாண்டவர்களுடனான போர் குறித்தத் தீர்மானம் மட்டும் உறுதியாக இருந்தது. அர்ஜுனனை அழிப்பது என்ற தீர்மானத்தில் எந்த மாற்றமும் இருக்கவில்லை என்றபோதிலும், மற்றவர்களைப்போலவே கிருஷ்ணர்மீது நானும் மதிப்புக் கொண்டிருந்தேன்.

காலைநேரப் பனியை விலக்கிவிட்டுக் கார்த்திகை மாதத்தின் பௌர்ணமி நாள் வந்தது. கிருஷ்ணரை நேசித்தவர்கள் தங்கள் வீட்டு வாசல்களில் மாவிலைகள் மற்றும் அசோக மர இலைகளால் ஆன தோரணங்களைக் கட்டித் தொங்கவிட்டுத் தங்கள் வீடுகளை அலங்கரித்தனர். பிறகு, நறுமண நீரை அவர்கள் தங்கள் முற்றங்களில் தெளித்து, தங்கள் வீடுகளில் பல இடங்களில் அழகாகக் கோலமிட்டனர். கொடிகளும் வளைவு விதானங்களும் மலர்களால் அலங்கரிக்கப்பட்டன. கிருஷ்ணர்மீது மிதமிஞ்சிய பக்தி கொண்டிருந்த ஒருவன், சிசுபாலன் கொல்லப்பட்டதைச் சித்தரித்துத் தங்கள் வீட்டு முற்றத்தில் ஒரு கோலமிடும்படி தன் மனைவியைப் பணித்திருந்தான். கங்கை நீருடன்கூடிய சிறு பொற்கலசங்கள் ஒவ்வொரு வீட்டின் வாசலிலும் வைக்கப்பட்டிருந்தன. திருமணமான பெண்கள் குளித்து முடித்துத் தங்கள் வீடுகளில் விளக்கேற்றினர். மரியாதைக்குரிய ஆலோசகரான விதுரர் கௌரவர்களின் சிறப்புக் கொடியை அரண்மனையின் உச்சியில் இருந்த கொடிக்கம்பத்தில் ஏற்றிப் பறக்கவிட்டார். அஸ்தினாபுரத்துக் குடிமக்கள் அன்றுதான் முதன்முறையாகக் கிருஷ்ணரைப் பார்க்கவிருந்தனர். பாண்டவர்களின் சார்பில் அவர் ஒரு சமாதானத் தூதுவராக வரவிருந்ததால், அவர்மீது எனக்கு எந்த அவமதிப்பு எண்ணமும் இருக்கவில்லை. பாண்டவர்கள்மீதுதான் நான் பகைமை கொண்டிருந்தேன். ஏனெனில், அவர்கள் எல்லோரும் என்னை ஏதோ ஒரு விதத்தில் சிறுமைப்படுத்தியிருந்தனர். அர்ஜுனன் என் மகனையும் என் தம்பியையும் கொன்றிருந்தான். ஒரு சூத புத்திரன் ஒரு சத்திரியன்மீது கொண்டிருந்த பகைமை அது. அதற்கும் கிருஷ்ணருக்கும் எந்தத் தொடர்பும் இருக்கவில்லை. ஒவ்வொரு பொருளிலும் ஷோனும் சுதாமனும் என் கண்களுக்குத் தெரிந்தனர். அதனால்தான், அர்ஜுனனுடைய பெயர் குறிப்பிடப்பட்டபோதெல்லாம் அது என் மனத்தில் வெறுப்பைத் தூண்டியது.

கிருஷ்ணர் உபப்லாவ்ய நகரத்திலிருந்து புறப்பட்டு வந்து, கங்கைக் கரையின்மீது அமைந்த விருகஸ்தலம் என்ற ஒரு சிறு நகரின் அருகே கூடாரமிட்டுத் தங்கினார். குடிமக்கள் அந்த இடம்வரை சாலைகளை மலர்களால் அலங்கரித்திருந்தனர். காலைநேரத்தின் இளஞ்சூரியன் தன்னுடைய விரல்களால் அஸ்தினாபுரத்தை வருடியபடி மேலெழுந்து வந்தது. அந்நகரத்தின் எல்லையில் எழுந்த உற்சாகக் குரல்களின்

சத்தம் அஸ்தினாபுர அரண்மனையை எட்டி, கிருஷ்ணரின் வருகையை அறிவித்தது. நான் அசுவத்தாமனுடன் சென்று அவரை வரவேற்றேன். விருகஸ்தலத்தைவிட்டுப் புறப்பட்டு அஸ்தினாபுரத்திற்குள் அடியெடுத்து வைக்க அவர் தயாராகிக் கொண்டிருந்தார்.

அழகாகப் பொன்னலங்காரம் செய்யப்பட்டிருந்த ஒரு தேரில் யுயுதானர், பிரம்மகார்கயர், கிருஷ்ணர் ஆகிய மூவர் அமர்ந்திருந்தனர். ஏழு தூய வெள்ளைக் குதிரைகள் அத்தேரில் பூட்டப்பட்டிருந்தன. தேரோட்டி தாருகன் அத்தேரை ஓட்டிச் செல்லத் தயாராக உட்கார்ந்திருந்தான். கிருஷ்ணரின் கருநீல நிறம், பல ஆண்டுகளுக்கு முன்பு இந்திரப்பிரஸ்தத்தில் நான் பார்த்திருந்த அதே விதத்தில் இப்போதும் பிரகாசமாக ஒளிர்ந்தது. அவரைக் கண்டவுடன் என் கவசத்தைப் பற்றிய நினைவு எனக்கு வந்தது. இப்போது என்னிடம் கவசம் இல்லாதது எனக்கு உளச்சோர்வை உண்டாக்கியது. யாதவர்களின் தலைவரான கிருஷ்ணர் என்னைப் பார்த்தவுடன் புன்னகைத்தார். ஒரு யானையின் தந்தத்தைப்போல வெண்மையாக இருந்த அவருடைய பற்கள் சூரியனின் பொன்னொளிக் கதிர்கள் பட்டு ஒளிர்ந்தன. நான் அவருடைய தலையின்மீது இருந்த கிரீடத்தை உற்றுப் பார்த்தேன். அதில் செய்யப்பட்டிருந்த வேலைப்பாடுகள், என்னுடைய ஆபரண அறையில் நான் பத்திரமாகப் பாதுகாத்துக் கொண்டிருந்த அந்த சிறப்புக் கிரீடத்தில் செய்யப்பட்டிருந்த வேலைப்பாடுகளை அப்படியே ஒத்திருந்ததைக் கண்டு நான் வியந்தேன்.

நான் என்னுடைய அங்கவஸ்திரத்தைச் சரி செய்துவிட்டு, என் இரண்டு கைகளையும் குவித்து, "யாதவ அரசரே, வணக்கம்," என்று மரியாதையோடு கூறினேன். அர்ஜுனன் எனக்கு இழைத்திருந்த அநியாயங்களை அவர் ஏன் உணரவில்லை? "கர்ணா, நீ நீடூழி வாழ்க!" என்று அவர் என்னை மென்மையாக வாழ்த்தினார்.

கிருஷ்ணரின் தேர் அஸ்தினாபுரத்திற்குள் நுழைந்தபோது, பிதாமகர் பீஷ்மர், விதுரர், விருசவர்மன், துரோணர், மற்றும் பலர் அதைச் சூழ்ந்து கொண்டனர். இசைக் கருவிகள் ஒலிக்கத் தொடங்கின. அந்த ஒலி ஏற்படுத்திய அதிர்வுகளில், அந்த முக்கியச் சாலை நெடுகிலும் இருபக்கங்களிலும் வரிசையாக அணிவகுத்து நின்ற மரங்களின் இலைகள் குலுங்கின.

குடிமக்கள் பக்தி மேலிட, நறுமண மலர்களையும் குங்குமத்தையும் அவர்மீது தூவினர். அவர் தன் கைகளைக் கூப்பி, புன்னகைத்துக் கொண்டே அவர்களுடைய பாசமான வரவேற்பை ஏற்றுக் கொண்டார். தாருகனின் ஆடை முழுவதையும் மலர்களும் குங்குமமும் மூடியிருந்தன. தேரில் பூட்டப்பட்டிருந்த குதிரைகளின் கண்களில் குங்குமத் தூள் பட்டதால், அவற்றால் ஒழுங்காகப் பார்க்க முடியவில்லை. எனவே, தேரைச் செலுத்துவதற்குத் தாருகன் மிகவும் சிரமப்பட்டான். மேலும், நூற்றுக்கணக்கான மக்கள் அக்குதிரைகளுக்கு முன்னால் நெடுஞ்சாண்கிடையாக விழுந்து கிருஷ்ணரை வணங்கினர். இதனால், ஒரு மணிநேரம் கழிந்தும்கூட, கிருஷ்ணரின் தேரால் அதிக தூரம் பயணிக்க முடியவில்லை. திருமணமான பெண்கள் குடங்களில் தண்ணீர் கொண்டு வந்து அக்குதிரைகளின் குளம்புகள்மீது ஊற்றியபோது, அவர்கள் கஷ்டப்பட்டுப் போட்டிருந்த கோலங்கள் அழிந்தன.

இப்போது சூரிய பகவான் வானில் வெகு உயரத்திற்குச் சென்றிருந்தார்.

"ஸ்ரீ கிருஷ்ணர், யாதவர்களின் அரசர்..."

ஷோனின் மரணத்தை மறந்துவிட்ட மக்கள், உற்சாகமாக, "வாழ்க! வாழ்க!" என்று கோஷமிட்டனர்.

கிருஷ்ணருக்கு வழங்கப்பட்டுக் கொண்டிருந்த வரவேற்பு உருவாக்கிய அதிர்வுகளைப்போல இதுவரை வேறு எந்த வரவேற்பும் உருவாக்கியதில்லை. அவர்மீது தூவப்பட்டக் குங்குமம் அந்த வெள்ளைக் குதிரைகளைச் செங்குதிரைகளாக மாற்றியிருந்தது. கிருஷ்ணரின் மஞ்சள் நிற ஆடையும் இப்போது முழுமையாகச் செந்நிறத்திற்கு மாறியிருந்தது. முக்கியச் சாலை நெடுகிலும் மலர்கள் குவிந்திருந்தன. நான் அந்த அரச ஊர்வலத்தில் வாயுஜித்தின்மீது அமர்ந்து சென்று கொண்டிருந்தபோது, ஒரு கணம், நான் சொர்க்கத்தில் இருந்ததுபோல உணர்ந்தேன். ஆனால், அந்தக் கோலாகலமான வரவேற்பில் துரியோதனன் மட்டும் எங்கும் தென்படவில்லை.

நண்பகல் வெயில் எல்லோருடைய கண்களையும் கூசச் செய்தது. மலர்களும் குங்குமமும் மூடிய அந்தத் தேர் அஸ்தினாபுர அரண்மனையின் முக்கிய நுழைவாசலுக்கு முன்னால் வந்து நின்றது. கிருஷ்ணர் தன் உடலைக் குலுக்கி, தன்மீது படர்ந்திருந்த குங்குமத்தைத் தட்டிவிட்டுவிட்டு, தன்னுடைய அங்கவஸ்திரத்தைச் சரி செய்து கொண்டு, மிகவும் கம்பீரமாகத் தன் தேரிலிருந்து கீழே இறங்கினார். விருசாலியும் பிற பெண்களும் சேர்ந்து அவருக்கு ஆரத்தி எடுத்தனர். நடுங்கிய கைகளோடு விருசாலி அவருடைய நெற்றியின்மீது குங்குமத் திலகமிட்டாள். அவள் தன் வாழ்வில் முதன்முறையாக அப்போதுதான் கிருஷ்ணரைப் பார்த்திருந்தாள்.

கிருஷ்ணர் தன் தலையை நிமிர்த்தி, அரண்மனையின் உச்சியில் பறந்து கொண்டிருந்த முக்கோணக் கொடியைப் பார்த்துவிட்டு, முக்கிய வாசலுக்குள் அடியெடுத்து வைத்தார். "இன்று இந்த அரண்மனை ஆசீர்வதிக்கப்பட்டுள்ளது," என்று யாரோ கூறினார்கள்.

கிருஷ்ணரை வரவேற்பதற்கு அங்கே நின்று கொண்டிருந்த மன்னர் திருதராஷ்டிரரின் கண்கள் பனித்திருந்தன. கிருஷ்ணர் அவரிடம், "மன்னா, நான் நேராக அரசவைக்குப் போக விரும்புகிறேன். நாம் எல்லோரும் அங்கே போகலாம்," என்று கூறினார்.

"யாதவ அரசரே, உங்கள் விருப்பப்படியே நடக்கட்டும்," என்று கூறிய மன்னர், அரசவை இருந்த திசை நோக்கித் திரும்பினார்.

கிருஷ்ணர் கௌரவ வீரர்கள் புடைசூழ அரசவையை நோக்கிச் சென்றார். அவர் அரண்மனைப் படிக்கட்டுகள்மீது ஏறியபோது, நூற்று ஐந்தாவது படியில் அவர் ஒரு கணம் நின்றார். ஏறுவதற்கு இன்னும் ஒரே ஒரு படி இருந்தது. அவர் என்னுடைய துண்டிக்கப்பட்டக் காது மடல்களைப் பார்த்துப் புன்னகைத்துவிட்டுக் கடைசிப் படியின்மீது தன் பாதத்தை வைத்தார். எனக்கு மட்டும் சக்தி இருந்திருந்தால், நான் அந்தப் படிக்கட்டுகள் அனைத்தையும் இடித்து நொறுக்கி, அதைக் கொண்டு ஷோனுக்கு ஒரு நினைவு மண்டபம் கட்டியிருந்திருப்பேன்.

அரசவைக்குள் நுழைந்தவுடன் முதல் வேலையாக, கிருஷ்ணர் கௌரவ அரியணையின் முன்னால் சென்று நின்று கொண்டு, தன் தலை தாழ்த்தி அதை வணங்கினார். பிறகு, அவர் கௌரவர்களின்

சூரியச் சின்னத்தை ஏறிட்டுப் பார்த்துவிட்டு, முதன்மை அமைச்சர் விருசவர்மன் சுட்டிக்காட்டிய இருக்கைக்குச் சென்று அதன்மீது ஒய்யாரமாக அமர்ந்தார். அரச முறைப்படி எல்லோரும் அமர்ந்தனர். மன்னர் திருதராஷ்டிரரும் ராஜமாதா காந்தாரி தேவியும் அரியணையின்மீது அமர்ந்தனர். அது ஒரு முக்கியமான அரசவைக் கூட்டமாக இருந்தது. அதுவே கடைசிக் கூட்டமாக இருப்பதற்கு அதிக வாய்ப்புகள் இருந்தன. கிருஷ்ணரைப் பார்ப்பதற்காகப் பல வீரர்கள் அங்கு வந்தனர், நான் என் இருக்கையின்மீது அமர்ந்து கொண்டு என்னுடைய பாதங்கள்மீது என் பார்வையை நிலைப்படுத்தினேன். அவை ஏன் அப்படிக் கூம்புபோல இருந்தன என்பதற்கு இந்நாள்வரை எனக்கு எந்த விளக்கமும் கிடைக்கவில்லை.

அரசவை கூட்டப்பட்டிருந்ததற்கான காரணத்தை முதன்மை அமைச்சர் விருசவர்மன் அறிவித்துவிட்டு, கௌரவர்களின் சார்பில் கிருஷ்ணரை மரியாதையோடு வரவேற்றார். "இப்போது, யாதவர்களின் அரசரான கிருஷ்ணர் இங்கு தான் வந்திருப்பதற்கான காரணத்தை விளக்குவார். அவர் கூறவிருக்கும் விஷயத்தைக் கௌரவர்கள் தீவிரமாகக் கருத்தில் கொள்ளுவர் என்று நான் நம்புகிறேன். இது ஒரு முக்கியமான தருணம்."

கிருஷ்ணர் தன் அங்கவஸ்திரத்தைச் சரி செய்தபடி எழுந்தார். அப்போது, அவருடைய அங்கவஸ்திரத்தின் மடிப்புகளில் இருந்த குங்குமத் தூள் அவருடைய பாதங்கள்மீது விழுந்தது. அவர் ஒரு கணீர்க் குரலில் பேசினார். அவருடைய மெல்லிய உதடுகள் துடித்தன. அவருடைய கூரிய கண்கள் அவையோரைப் பார்வையிட்டன.

"கர்ணன், பிதாமகர் பீஷ்மர், மன்னர் திருதராஷ்டிரர், துரோணர், கிருபர், விதுரர், அசுவத்தாமன், சகுனி, ஜயத்ரதன், துச்சாதனன், துரியோதனன், மற்றும் இங்கு கூடியிருக்கும் கௌரவ வீரர்கள் அனைவருக்கும் என் வணக்கம். நான் யாதவர்களின் அரசனாகவோ, பாண்டவர்களின் ஒன்றுவிட்ட சகோதரனாகவோ, அல்லது கிருஷ்ணனாகவோகூட இங்கு வரவில்லை. நான் நியாயத்தில் நம்பிக்கை கொண்டுள்ள ஒருவன். இந்தப் பண்டைய அரியணைக்கு முன்னால் நியாயம் கேட்கவே நான் வந்திருக்கிறேன். ஏனெனில், இது எப்போதும் நியாயத் தீர்ப்பு வழங்குகின்ற அரியணை என்ற பெயர் இந்த ஆரியவர்த்தம் நெடுகிலும் நிலவுகிறது. நான் இங்கு ஒரு சமாதானத் தூதுவனாக வரவில்லை. நான் ஓர் உண்மையை எடுத்துரைக்கவே வந்துள்ளேன். அது உங்களை மின்னல்போலத் தாக்கக்கூடும். நீங்கள் பாண்டவர்களின் பொறுமையை மிகவும் சோதித்துவிட்டீர்கள். அவர்கள் இப்போது தங்கள் பொறுமையின் எல்லையைத் தொட்டுவிட்டனர். பாண்டவர்களையும் ராஜமாதா குந்தி தேவியையும் அரக்கு மாளிகையில் வைத்து உயிரோடு எரித்துக் கொல்லுவதற்கான கருவியைப் போர்க்கலை பற்றிய எந்தக் கையேட்டில் நீங்கள் கற்றீர்கள்? இளவரசன் துரியோதனன் இதற்கு விடையளிப்பானா? தந்தையற்ற, புகலிடமற்றப் பாண்டவர்களுக்குக் காண்டவக் காட்டை சகுனி மாமா வழங்கினார். முட்புதர்களும் மரங்களும் பயங்கரமான வனவிலங்குகளும் நிரம்பிய ஒரு காட்டை ஒரு நாடு என்று கூறி அதை தாராளமாகப் பாண்டவர்களுக்குக் கொடுத்த அவர், தன்னுடைய சொந்த நாடான காந்தாரத்தின்

தலைநகரை விட்டுவிட்டு தண்டகக் காட்டிற்குப் போய் ஒரு புதிய நகரத்தைக் கட்டியெழுப்பத் தயாரா? ஒரு சூதாட்ட விளையாட்டில் நான் என்னுடைய துவாரகையைப் பணயம் வைக்கிறேன் என்று வைத்துக் கொள்ளுவோம். அவர் தன்னுடைய காந்தார நாட்டைப் பணயம் வைத்துத் தன் சோழிகளை வீசத் தயாராக இருக்கிறாரா? அவர் தன் மனைவியைப் பணயம் வைத்துத் தோற்றுவிடுவதாக வைத்துக் கொள்ளுவோம். நான் அவளைத் தரதரவென்று இழுத்து வந்து இந்த அரசவையில் உள்ள அத்தனைப் பேருக்கு முன்னால் நிறுத்த அவர் என்னை அனுமதிப்பாரா? வெற்றுக் கால்களுடன் பதின்மூன்று கொடிய ஆண்டுகள் ஒரு காட்டில் மறைவாக வாழ அவர் தயாரா? கௌரவ வீரர்கள் அனைவரும் இங்கிருந்து விரைந்து சென்று விராடநகரில் உள்ள பசுக்களைத் திருடப் போனதுபோல, மதுராவையும் துவாரகையையும் சேர்ந்த யாதவ வீரர்கள் பாண்டவர்களோடு சேர்ந்து இரவோடு இரவாக அஸ்தினாபுரத்திற்குள் நுழைந்தால் அதை நீங்கள் பொறுத்துக் கொள்ளுவீர்களா? அதுவும், முன்கூட்டியே எச்சரிக்காமல் அவ்வாறு செய்தால் அதை உங்களால் ஏற்றுக் கொள்ள முடியுமா? உங்கள் ஒவ்வொருவரிடத்திலும் சிறிதளவு மனசாட்சி இருக்கிறது, அதை சாட்சியாக வைத்து நான் உங்களிடம் ஒன்று கேட்கிறேன்: பாண்டவர்களுக்கு நீங்கள் எந்த வகையான நியாயத் தீர்ப்பை வழங்கியிருக்கிறீர்கள்? எது நியாயம்? நியாயம் என்ற வார்த்தைக்கான அர்த்தமாவது உங்களுக்குத் தெரியுமா?

"ஆனாலும், நீங்களும் பாண்டவர்களும் ஒன்று என்றுதான் நான் கருதுகிறேன். எனவே, கடந்தகாலத்தின் கொடூரச் செயல்கள் பற்றிய நினைவுகள் அனைத்தையும் எரித்துச் சாம்பலாக்கிவிட்டு, நான் இதைக் கேட்கிறேன்: 'மன்னர் திருதராஷ்டிரர் அவர்களே, பாண்டவர்களுக்கு உரிமையுள்ள பாதி நாட்டை அவர்களிடம் திருப்பிக் கொடுத்துவிட்டு, நம்முடைய ஒட்டுமொத்த எதிர்காலத்தையும் விழுங்கப் போவதாக அச்சுறுத்திக் கொண்டிருக்கின்ற பெருந்தீயை அணைத்துவிடுங்கள். இந்த நியாயத்தை வழங்க நீங்கள் தயாராக இருக்கிறீர்களா?' "

அவருடைய வார்த்தைகள் சவுக்கடிகள்போல விழுந்தன. அந்த அரசவையில் ஒரு மயான அமைதி நிலவியது. மன்னர் எழுந்து பதிலளிக்கவில்லை. அங்கு யாரும் அசையக்கூட இல்லை.

"இங்கு கூடியிருப்போரில் யாரேனும் சொல்லுங்கள் – உங்கள் இறுதி முடிவு என்ன?" அவர் அந்த அவையில் இருந்த ஒவ்வொருவரிடமும் அக்கேள்வியைக் கேட்டார். கணத்திற்குக் கணம் அவருடைய குரலின் கடுமை அதிகரித்தது.

துரியோதனன் தன் இருக்கையிலிருந்து வேகமாக எழுந்து, தன்னுடைய புருவங்களை நெறித்து, தன் குட்டையான, குண்டான விரல்களை ஆக்ரோஷமாக ஆட்டியபடி, "நான் சொல்லுகிறேன். உன்னுடைய அருமையான சொற்பொழிவைக் கேட்டு வாயடைத்துப் போயுள்ள அனைத்துக் கௌரவ வீரர்களின் இறுதித் தீர்மானத்தை எளிய வார்த்தைகளில் நான் உனக்குச் சொல்லுகிறேன். பாண்டவர்களுக்கு இந்த நாட்டில் பாதி ஒருபோதும் கிடைக்கப் போவதில்லை," என்று கூறினான்.

"ஏன்?"

"ஏனெனில், அவர்களுக்கும் இந்த நாட்டிற்கும் எந்தத் தொடர்பும் இல்லை. அவர்கள் மன்னர் பாண்டுவின் மகன்களாக இருந்தால்கூட அவர்களுக்கு இந்நாட்டில் பாதியைப் பெறுவதற்கான உரிமை இல்லை. நாட்டை இன்று இரண்டாகப் பிரித்தால், நாளைக்கு அது நூறு சிறு துண்டுகளாக உடையும். அதன் பிறகு ஆயிரம் துண்டுகளாக அது உடையும். பாண்டவர்கள் என்ன நினைத்துக் கொண்டிருக்கின்றனர்? இந்த நாட்டு பத்து ஆசிரமவாசிகள் தங்களுக்கிடையே பிரித்துக் கொள்ளுவதற்கான ஒரு கனி என்றா?"

"நீ இந்த நாட்டில் பாதியைக் கொடுக்க விரும்பவில்லை என்றால், அதனால் ஒன்றுமில்லை. ஆனால், காண்டவக் காட்டில் பாண்டவர்கள் நிறுவிச் செழிப்புறச் செய்த இந்திரப்பிரஸ்தத்தையாவது நீ அவர்களுக்குத் திருப்பிக் கொடுப்பாயா? பாரபட்சமான நடத்தையால் உண்மையையும் நியாயத்தையும் அவமானப்படுத்தாதே."

"முடியாது. பாண்டவர்கள் சூதாட்டத்தில் இழந்த நாடு அது. அதை அவர்களால் ஒருபோதும் திரும்பப் பெற முடியாது." துரியோதனன் தன் கையில் ஒரு கதாயுதத்தைச் சுழற்றிக் கொண்டிருந்ததுபோலப் பேசினான். ஒரு பேரழிவிற்கு அழைப்பு விடுப்பதுபோல அவனுக்கு வலப்புறமும் இடப்புறமும் தீப்பொறிகள் பறந்தன.

"இவ்வளவு பெரிய அஸ்தினாபுர சாம்ராஜ்ஜியத்தில் ஐந்து சகோதரர்களும் தங்கிக் கொள்ளுவதற்கு ஆளுக்கொரு கிராமம் என்ற கணக்கில் ஐந்து கிராமங்களையாவது நீ கொடுக்கத் தயாரா?" என்று கூறிக் கொண்டே கிருஷ்ணர் தன்னுடைய கையை உயர்த்தி ஐந்து விரல்களை துரியோதனனிடம் காட்டினார். அதைக் கண்டதும் அந்த அவையில் இருந்த கௌரவ வீரர்கள் அனைவருடைய மனங்களும் இளகின. அவர்கள் ஒருவருக்கொருவர் கிசுகிசுப்பாக ஏதோ பேசிக் கொண்டனர். ஆனால் எல்லாவற்றுக்கும் ஒரு முற்றுப்புள்ளி வைக்கும் விதமாக, துரியோதனன் கிருஷ்ணரைப் பார்த்து இவ்வாறு கூறினான்: "முடியாது! முடியாது! முடியாது! அது ஒருக்காலும் முடியாது. ஐந்து கிராமங்கள் என்ன, பாண்டவர்களுக்கு ஊசிமுனை அளவு தூசிகூடக் கிடைக்காது. அதையும் அவர்கள் சண்டையிட்டுத்தான் பெற முயற்சிக்க வேண்டும். உன் பாதங்களில் படும் தூசியைக்கூடப் பாண்டவர்கள் அனுபவிக்கக்கூடாது. அதை உறுதி செய்வதற்காக, உன் பாதங்களை உதறி அவற்றிலுள்ள தூசியை அகற்றுவதற்கு நான் ஏற்பாடு செய்திருப்பேன். ஆனால், நயவஞ்சகக் கிருஷ்ணனே, எல்லோராலும் தவறுதலாக பகவான் என்று அழைக்கப்படுகின்ற எத்தனே, உன் பாதங்களைத் தொட்டு என் சேவகர்களின் கைகள் மாசுபடுவதை நான் விரும்பவில்லை. போ! உன்னுடைய சமாதான உடன்படிக்கையை உன்னுடைய மஞ்சள் நிற ஆடையில் சுருட்டி எடுத்துக் கொண்டு இங்கிருந்து ஓடிப் போய்விடு. இல்லாவிட்டால்..."

"துரியோதனா!" கிருஷ்ணரின் உதடுகள் துடித்தன. அவருடைய கண்கள் செந்நிறத்திற்கு மாறின. சிறிது நேரத்திற்கு முன்பு தாங்கள் அவருக்குக் கொடுத்திருந்த கோலாகலமான வரவேற்பை மறந்துவிட்டு அவையினர் அனைவரும் இப்போது அவரைப் பார்த்துச் சிரித்துக் கொண்டிருந்தனர். பலர் ஏதோ இடியால் தாக்கப்பட்டவர்கள்போலத் தங்கள் இருக்கைகளில் இருந்து எழுந்தனர். என் காதுகள் மரத்துப்

போயின, என் கண்கள் மூடிக் கொண்டன. துரியோதனன் என் காதுகளுக்கு அருகே வந்து ஒரு கிசுகிசுப்பான குரலில், "கர்ணா, நம்முடைய அனைத்துப் பிரச்சனைகளுக்கும் மூலகாரணமான இந்தப் பால்காரனை நான் இன்றே கொன்றுவிடுவேன். மதுராவின் சிறை ஒன்றில் பிறந்த இவன், கௌரவச் சிறை ஒன்றில் கிடந்து அழுகுவதுதான் பொருத்தமானதாக இருக்கும். நாம் இன்று அவனுக்குக் கொடுத்த வரவேற்பை அவன் அந்தச் சிறையில் இருந்தபடி தினம் தினம் தன் ஆசை தீர நினைத்துப் பார்க்கட்டும்," என்று கூறினான். அவனுடைய வார்த்தைகளைக் கேட்டு நான் அதிர்ச்சியடைந்தேன். அவை நச்சுப் பாம்புகளைப்போல என் தலையைத் துளைத்தன. நான் முதன்முறையாக அவனை வெளிப்படையாக எதிர்த்து, "துரியோதனா, உனக்கு புத்தி பேதலித்துவிட்டதா? நீ யாரைக் கொல்லத் திட்டமிட்டுக் கொண்டிருக்கிறாய் என்பதை நீ உணர்ந்துதான் இப்படிப் பேசுகிறாயா?" என்று நான் கேட்டேன்.

கிருஷ்ணர் இடைமறித்து, "கர்ணா, துரியோதனனால் முடிந்தால், தன்னுடைய நாட்டிலுள்ள ஆயுதங்களில் எதை வேண்டுமானாலும் எடுத்து வந்து என்னைக் கொல்லும்படி அவனிடம் சொல்," என்று கூறிவிட்டுத் தன்னுடைய பெரிய கண்களை மூடிக் கொண்டார். ஒரு கணம் நான் அதிர்ச்சியில் சிலையானேன். கிருஷ்ணருடைய உடலின் ஒவ்வொரு பகுதியும் பாலைப்போலக் கொதித்துக் கொண்டிருந்ததுபோல நான் உணர்ந்தேன். திடீரென்று, அவருடைய உடல் பெரிதாக வளர்ந்து, அவருடைய கிரீடத்தில் இருந்த மயிலிறகு அந்த அரசவையின் மேற்கூரையைத் தொட்டது. அந்த உடல் முழுவதும் ஒரு தெய்விக ஒளி வீசியது. ஒரு சூறாவளியைவிட அதிக சக்தி வாய்ந்ததாக இருந்த அந்த ஒளி, அவருடைய உச்சந்தலையிலிருந்து உள்ளங்கால்வரை ஒரு காட்டுத்தனமான வேகத்தில் சுழன்றது. அந்த ஒளியின் தீவிரம் அந்த அவையிலிருந்த கடினமான கற்தூண்கள் அனைத்தையும் உருக்கிவிடுமோ என்று நான் பயந்தேன். அங்கிருந்த கௌரவ வீரர்கள், முனிவர்கள், துறவிகள், சேவகர்கள், பணிப்பெண்கள் ஆகிய அனைவரும் அந்த விசுவரூபத்தைக் கண்டு பயந்து நடுங்கினர். என் கவசத்தை இழந்திருந்த நானும் அந்தச் சூட்டின் தீவிரத்தை உணர்ந்தேன். அந்தப் பெரிய உருவத்திடமிருந்து வெளிவந்த வார்த்தைகள்கூட நெருப்புப்போல இருந்தன. அவை அந்த மேற்கூரையையே சுட்டெரித்தன.

நான் தன்னிலைக்குத் திரும்பியபோது, கிருஷ்ணரின் வார்த்தைகள் என் காதுகளில் விழுந்தன. "போர்! போர் யாருடைய பிரச்சனையையும் தீர்ப்பதில்லை. மனிதக் கொடூரத்தை வேரறுப்பதற்கான ஒரு கடுமையான வழியாகவே போர் வடிவமைக்கப்பட்டுள்ளது. போர்கள் மனித நலனுக்கு எந்த விதத்திலும் பங்களிப்பதில்லை. ஏனெனில், அது மனித வாழ்க்கையின் உச்சகட்ட இலக்கு அல்ல. ஞானோதயம்தான் மனித வாழ்வின் உச்சகட்ட இலக்கு. அறிவு, அறிவியல், ஆன்மா ஆகியவற்றின் மூலம் பெறப்பட வேண்டிய ஞானோதயம் அது. அதை நீ போரின் மூலமாகத் தேடினால், ஒரு பயங்கரமான பேரழிவைத் துவக்க நான் தயாராக இருக்கிறேன். நான் உங்கள் அனைவருடைய உடல்களிலும் உள்ள உயிராற்றலை உறிஞ்சி, அதை இந்த மண்ணோடு மண்ணாகக் கலந்துவிடுவேன். இந்தப் பேரழிவு, உங்களுடைய

கர்வத்தையும், முறைகேடான உங்கள் நடத்தையையும், வஞ்சகத்தையும், கொடூரத்தையும், பழி வாங்கும் குணத்தையும், இன்னும் பிற மோசமான பண்புநலன்களையும் பற்றிய கதையைத் தலைமுறை தலைமுறையாக இந்த ஒட்டுமொத்த உலகிற்கும் பிரகடனம் செய்து கொண்டே இருக்கும். எனவே, நான் உங்கள் அனைவரையும் எச்சரிக்க விரும்புகிறேன். நான் இப்போரில் தனிப்பட்ட முறையில் எந்த ஆயுதத்தையும் கொண்டு சண்டையிடப் போவதில்லை. ஆனால், அகங்காரமும் அதிகார போதையும் தலைக்கேறிய உங்கள் அத்தனைப் பேரின் உடல்களையும் நான் நசுக்கி இந்த மண்ணோடு மண்ணாகக் கலந்துவிடுவேன். இது உறுதி!" பிறகு கிருஷ்ணரின் உருவம் பழைய நிலைக்கு வந்தது. அவர் தன் இருக்கையின்மீது அமர்ந்தார்.

அவர் கூறியதைக் கேட்டுவிட்டு எல்லோரும் மௌனமாயினர். பார்வையற்ற மன்னர் மட்டும், அங்கு நிகழ்ந்து கொண்டிருந்த எதையும் பார்க்க முடியாததால், தன் அரியணையைவிட்டு எழுந்து, அச்சம் தோய்ந்த ஒரு குரலில், "யாதவ அரசரே, இன்றிரவு நீங்கள் எங்களோடு இந்த அரண்மனையில் உணவருந்த வேண்டும்," என்று கேட்டுக் கொண்டார். அதைக் கேட்டவுடன், அழுவதா அல்லது சிரிப்பதா என்று தெரியாமல் அவையோர் அனைவரும் வாயடைத்து நின்றனர்.

"மன்னா, நான் இன்றிரவு அஸ்தினாபுரத்தில்தான் உணவருந்தத் திட்டமிட்டுள்ளேன். ஆனால், நியாயத்தை எள்ளி நகையாடுகின்ற உங்கள் அரண்மனையில் அல்லாமல், விதுரரின் குடிசையில் ராஜமாதா குந்தியின் கைகளால் நான் உணவருந்தப் போகிறேன்," என்று கூறிவிட்டு, அவர் தன் இருக்கையைவிட்டு எழுந்து, அவர் எந்த கம்பீரத்தோடு உள்ளே நுழைந்தாரோ அதே கம்பீரத்துடன் அங்கிருந்து வெளியேறினார். பிதாமகர் பீஷ்மர், துரோணர், கிருபர், அசுவத்தாமன் ஆகியோர் அரண்மனை வாசல்வரை அவரோடு சென்று அவருக்கு விடைகொடுத்து அனுப்பச் சென்றனர். அவர்கள் எல்லோரும் பயமும் கவலையும் கொண்டிருந்தது வெளிப்படையாகத் தெரிந்தது.

யார் இந்தக் கிருஷ்ணர்? ஒரு மாட்டிடையனா? ஒரு வீரனா? யாதவர்களின் அரசனா? பாண்டவர்களின் ஒன்றுவிட்ட சகோதரனா? அல்லது, துரியோதனன் நினைத்ததைப்போல ஒரு மாந்திரீகனா? எண்ணற்றக் கேள்விகள் என் மனத்தைச் சூழ்ந்தன.

கிருஷ்ணர் நிச்சயமாக அசாதாரணமானவர்தான், அவர் ஒரு தெய்விகச் சுடர் என்று எனக்கு நானே கூறிக் கொண்டு, என் மனத்திலிருந்த சந்தேகங்களைக் களைந்தேன்.

நானும் என் இருக்கையைவிட்டு எழுந்து கிருஷ்ணருக்கு விடைகொடுப்பதற்காக மற்றவர்களோடு முக்கிய வாசல்வரை சென்றேன். கிருஷ்ணர் அந்த வாசலை அடைந்தவுடன் சற்று நின்றார். பிறகு அவர் திரும்பித் தன் கைகளைக் குவித்து எல்லோருக்கும் வணக்கம் கூறினார். நானும் என் கைகளைக் குவித்தேன். நிகழக்கூடாத ஒன்று நிகழ்ந்திருந்தது. பிறகு திடீரென்று, நான் எதிர்பாராத இன்னொரு விஷயம் நிகழ்ந்தது.

தன் தேரின் அருகே சென்ற கிருஷ்ணர் தன் வலது கையை அசைத்து, "கர்ணா, வா," என்று கூறி என்னை அழைத்தார். நான் அவருக்கு அருகில் சென்றபோது அவர் என் கையைப் பிடித்துக்

கொண்டார். அந்த தெய்விகத் தொடுதல், விவரிக்கப்பட முடியாத ஒரு சிலிர்ப்பை என் உடலில் உண்டாக்கியது. அவர் ஏன் என் ஒருவனை மட்டும் அழைத்தார்? அரசவையில் அவர் தன்னுடைய பேச்சைத் துவக்கியபோதுகூட, ஏன் என்னுடைய பெயரை முதலில் குறிப்பிட்டார்? இக்கேள்விகளுக்கான பதில் எதுவும் எனக்குத் தெரியவில்லை. அவை என் புரிதலுக்கு அப்பாற்பட்டவையாக இருந்தன.

பிறகு, தேரின் பின்பக்கத்தில் யுயூதனர் மற்றும் பிரம்மகார்கயரோடு சேர்ந்து அமர்ந்து கொள்ளும்படி தாருகனிடம் கூறிய அவர், முன்பக்கத்தில் ஏறி உட்கார்ந்து கொண்டு, என் கையைப் பிடித்துத் தூக்கி என்னைத் தனக்குப் பக்கத்தில் அமர்த்திக் கொண்டார். அவர் என் கையைப் பிடித்தபடியே தன்னுடைய மறுகையால் தன்னுடைய குதிரைகளின் கடிவாளங்களைப் பிடித்து உலுக்கினார். பிறகு அவர் ஒரு முறைகூடத் திரும்பிப் பார்க்காமல் தன் தேரை முன்னோக்கிச் செலுத்தினார். என் மனத்தில் ஏகப்பட்டக் குழப்பமான எண்ணங்கள் ஓடின. கிருஷ்ணர் ஏன் எல்லோரையும் விட்டுவிட்டு என்னுடைய கையை மட்டும் பிடித்துக் கொண்டு, தன் தேரில் என்னைத் தன் பக்கத்தில் அமர்த்தினார்? தேரின் வேகத்திற்கு இணையான வேகத்தில் என் எண்ணங்களும் என் மனத்தில் ஓடின. ஒரு மாமரத்தின் கனமான கிளையின்மீது அமர்ந்து மகிழ்ச்சியாகப் பாடிக் கொண்டிருந்த ஒரு குயில் எங்கள் தேரின் மேலே பறந்து சென்று மேற்குத் தொடுவானத்தில் மறைந்து போயிற்று. நான் அக்குயில் மறைந்ததைப் பார்த்துக் கொண்டிருந்தபோது, அஸ்தமனமாகிக் கொண்டிருந்த சூரியனை நான் கண்டேன். கங்கையில் என்னுடைய மாலைநேரப் பிரார்த்தனையை நான் தவறவிட்டிருந்தேன். எங்கள் தேர் நகர எல்லையை நோக்கி விரைந்தது. அது எங்கேனும் திரும்பியபோதெல்லாம், கிருஷ்ணரின் கருநீல உடல் என்மீது அழுத்தியது. என்னுடைய கை அவருடைய மென்மையான கைக்குள் இருந்தது. அவருடைய மஞ்சள் நிற ஆடை, காற்றில் படபடத்து என் தொடையை வருடியது.

எங்கள் தேர் ஒரு பெரிய ஆலமரத்தை நெருங்கியபோது கிருஷ்ணர் தன் குதிரைகளின் கடிவாளங்களை இழுத்து அவற்றின் வேகத்தைக் குறைத்தார். விதுரரின் குடிசை வெகு அருகில் தெரிந்தது. நாங்கள் திட்டமிட்டிருந்த நேரத்திற்குள்ளாகவே நகர எல்லையை அடைந்திருந்தோம். எங்களுக்கு முன்னால், அஸ்தமித்துக் கொண்டிருந்த சூரியனின் ஒளியில் கங்கை ஜொலிப்புடன் ஓடிக் கொண்டிருந்தது. கருடன்கள் கூட்டம் ஒன்று வானின் குறுக்கே வெகு உயரத்தில் பறந்து சென்றது. அவை மைநாக மலையில் இருந்த தம்முடைய கூடுகளுக்குத் திரும்பிச் சென்று கொண்டிருந்தன. எனக்கு அப்போது ஷோனின் நினைவு வந்தது. “அண்ணா, நீங்கள் அந்த கருடனைப்போல வானில் வெகு உயரத்தில் பறப்பீர்களா?” என்று சிறு வயதில் அவன் என்னிடம் ஒரு முறை கேட்டிருந்தான். அவன் இப்போது இந்த பூமியிலேயே இல்லை. அவனைப் பற்றிய, இதயத்தை வாட்டக்கூடிய நினைவுகள் மட்டுமே என்னிடம் எஞ்சியிருந்தன. கிருஷ்ணர் தன் குதிரைகளின் கடிவாளங்களை இழுத்துப் பிடித்துத் தேரை நிறுத்தினார். என் எண்ணங்களும் நின்றன. நாங்கள் நகர எல்லையைக் கடந்திருந்தோம்.

”கர்ணா, வா,” என்று கூறி, ஓர் ஆலமரத்தின் நிழலைக் கிருஷ்ணர்

எனக்குச் சுட்டிக்காட்டினார். பிறகு அவர் என்னுடைய கையைப் பிடித்து அங்கு என்னை அழைத்துச் சென்றார். அவர் தன்னுடைய ஆடையின்மீது இருந்த தூசியைத் தட்டிவிட்டுவிட்டு, அங்கிருந்த ஒரு கரும்பாறையின்மீது அமர்ந்தார். அப்பாறையின்மீது நான் உட்காருவதற்குப் போதிய இடம் இருந்தும்கூட, நான் அவருடைய பாதங்களின் அருகே கீழே அமர்ந்தேன்.

கலிங்க நாட்டில் மகேந்திர மலையில் இதே போன்ற ஓர் ஆலமரத்தின் கீழ்தான் நான் சம்மணமிட்டு அமர்ந்து கொண்டு பரசுராமரின் தலையை என் மடிமீது வைத்திருந்தேன். அந்த சம்பவத்தை இப்போது நான் விலாவாரியாக நினைவுகூர்ந்தேன். இன்று என் கை கிருஷ்ணரின் கையோடு இணைந்திருந்தது. என் தலைக்கு மேலே அதே ஆலமரம் இருந்தது. கிருஷ்ணரின் கருநீல நிறம் சூரியனின் சாய்வான கதிர்கள் பட்டு ஒளிர்ந்தது. அவர் அணிந்திருந்த, விலையுயர்ந்த கற்கள் பதிக்கப்பட்டிருந்த கழுத்தணிகள் அவருடைய மார்புவரை நீண்டிருந்தன. அவை அவருடைய சுவாசத்திற்கு ஏற்ப ஏறி இறங்கின. அவருடைய தலையின்மீது ஒய்யாரமாகக் கொலுவீற்றிருந்த பொற்கிரீடம் சூரிய ஒளி பட்டு ஒளிர்ந்தது.

"கர்ணா, மற்ற எல்லோரையும் விட்டுவிட்டு நான் உன்னை மட்டும் நகரத்திற்கு வெளியே இவ்வளவு தூரம் அழைத்து வந்துள்ளதற்கு ஒரு காரணம் இருக்கிறது. நான் ஓர் ஆழமான உண்மையை உன்னிடம் கூறப் போகிறேன். அந்த உண்மை உன்னைப் பெரும் துயரத்திற்கு ஆளாக்கக்கூடும். அஸ்தமனமாகிக் கொண்டிருக்கும் அந்த சூரியனைப் பார்த்தபடி, நான் சொல்லப் போவதை கவனமாகக் கேள்." தொலைவில் இரண்டு குன்றுகளுக்கு நடுவில் சூரிய பகவான் மூழ்கிக் கொண்டிருந்தார். கிருஷ்ணரின் குரல் அவருடைய புல்லாங்குழலின் ஒலியைப்போலவே இனிமையாக இருந்தது.

நான் அவருடைய கூரிய மூக்கைப் பார்த்தபடி, "சொல்லுங்கள். இந்த பூமி தன்னுடைய சுற்றுப்பாதையைவிட்டுத் தடம் புரண்டால்கூட இனி எதுவும் என்னை வருத்தம் கொள்ளச் செய்யாது," என்று நான் கூறினேன்.

"கர்ணா, நீ ஒரு சூத புத்திரன் அல்லன். நீ ராதை மற்றும் அதிரதரின் மகன் அல்லன்," என்று கூறிய கிருஷ்ணர் என் கண்களை ஊடுருவிப் பார்த்து என் மனத்தில் கடும் குழப்பத்தை ஏற்படுத்தினார். நான் உடனடியாக எழுந்து நின்று, கோபத்தோடு, "நீங்கள் என்ன உளறுகிறீர்கள்? நான் ஒரு சூத புத்திரன் இல்லையா? நான் என் தாயார் ராதையின் மகன் இல்லையா? இல்லை! யாதவ அரசரே, நீங்கள் பொய் சொல்லுகிறீர்கள். நீங்கள் உங்கள் நாவினால் என்னைக் கொல்லுவதைவிட உங்களுடைய சக்கரத்தால் என்னைக் கொன்றிருக்கலாம்," என்று கத்தினேன்.

"நான் சொல்லுவது முற்றிலும் உண்மை. நீ பிறப்பால் ஒரு சத்திரியன். நீ ஒரு தெய்விகப் பிறவி. ராஜமாதா குந்தி தேவியாருக்கு முதலாவதாகப் பிறந்த மகன் நீ. உன்னுடைய பிறப்பைப் பற்றிய உண்மையை உன்னிடம் கூறுவதன் மூலம் நான் எந்தத் தவறும் செய்து கொண்டிருக்கவில்லை. சாட்சாத் அந்த சூரிய பகவானின் புகழ்மிக்க மகன் நீ!" என்று கூறி அவர் மேற்குத் தொடுவானத்தைச் சுட்டிக்காட்டினார். அவர் கூறிக்

கொண்டிருந்ததைக் கேட்கக் கேட்க, என் உடல் நெடுகிலும் ரத்தம் அதிவேகத்தில் பாய்ந்தோடியது. மகிழ்ச்சி, பெருமிதம், தன்னம்பிக்கை ஆகிய அனைத்து உணர்வுகளையும் அப்போது நான் ஒருசேர அனுபவித்தேன். மகிழ்ச்சியில் என் இதயமே வெடித்துவிடும்போல இருந்தது. என் கண்களிலிருந்து கண்ணீர் பெருகி வழிந்தது.

"நான் சூரிய புத்திரன்! நான் சூரிய புத்திரன்!" என்று கத்திக் கொண்டு ஆனந்தக் கூத்தாட வேண்டும் என்ற உந்துதல் என்னுள் எழுந்தது. இத்தனை ஆண்டுகளாக ஒரு சூத புத்திரன் என்று பொது இடங்களில் என்னை இழிவாகப் பேசி வந்திருந்த அத்தனைப் பேருக்கும் முன்னால், "நான் சூரிய புத்திரன்!" என்று கத்த வேண்டும் என்ற துடிப்பு என்னுள் எழுந்தது. "நான் சூரிய புத்திரன்! தூய்மையான ஆற்றல் நான்! நான் மதிப்பற்றவன் அல்லன்! நான் வெறுக்கத்தக்கவன் அல்லன்!"

"கர்ணா, நீ ராதேயன் அல்ல, நீ கௌந்தேயன். எனவே, நீ பாண்டவர்களின் மூத்த சகோதரன்," என்று கூறிவிட்டுக் கிருஷ்ணர் அந்தப் பாறையைவிட்டு எழுந்து, தன் கையை என் தோள்மீது வைத்தார். அவருடைய வார்த்தைகளைப் போலன்றி, அவருடைய தொடுதல் மிகவும் இதமாக இருந்தது.

"கிருஷ்ணா, எது உண்மை, எது பொய் என்பதை என்னால் புரிந்து கொள்ள முடியவில்லை. நான் குந்தியின் மகன் என்றால், நான் ஏன் அவரிடமிருந்து பிரிக்கப்பட்டேன்? நான் ஒரு பாண்டவன் என்றால், நான் ஏன் பாண்டவர்களிடமிருந்து பிரிந்து இருக்கிறேன்? நான் சூரிய பகவானின் மகன் என்றால், நான் ஏன் இருளெனும் சாம்ராஜ்ஜியத்தில் உழன்று கொண்டிருக்கிறேன்?"

"அது ஒரு பெரிய கதை. அக்கதை, கல் நெஞ்சம் படைத்தவர்களைக்கூட உருக்கக்கூடியது. அது சமூக நியதிகளின் கொடூரத்தைப் பற்றியது. அது ஒரு தாயின் மௌனமான துயரத்தைப் பற்றியது.

"குந்தி ஒரு கன்னியாக இருந்தபோது, துர்வாச முனிவர் தனக்குக் கொடுத்த ஒரு தெய்விக மந்திரத்தை சூரிய பகவானின்மீது அவர் பயன்படுத்தியதன் விளைவாகப் பிறந்தவன் நீ. குந்தி அப்போது போஜ்பூர் நாட்டில் இருந்தார். திருமணமாகாத ஓர் இளவரசி ஒரு குழந்தையைப் பெற்றெடுப்பது சமூகத்தின் பார்வையில் ஒரு மிகப் பெரிய அவமானமாகும். குந்தி தன்னுடைய அந்தஸ்தை இழக்க நேரிடும், உன்னுடன் அவரால் எங்கும் வாழ முடியாது. உலகம் அதை அனுமதித்திருக்காது. அவராலேயே பிழைத்திருக்க முடியாமல் போயிருக்கும் எனும்போது, உன்னை அவரால் எப்படிக் காப்பாற்ற முடியும்? எனவே, அவர் தன் இதயத்தைக் கல்லாக்கிக் கொண்டு, நீ பிறந்த அன்றே உன்னை ஒரு பேழையில் வைத்து அசுவ நதியில் உன்னை மிதக்க விட்டுவிட்டார். நீ அந்த நதியில் மிதந்து சென்று, சார்மண்வதி நதிக்குப் போய்ச் சேர்ந்து, பிறகு அங்கிருந்து யமுனைக்குச் சென்று, இறுதியில் கங்கைக்கு வந்து சேர்ந்தாய். அங்குதான் அதிரதர் உன்னைக் கண்டெடுத்தார். அன்றிலிருந்து இந்நாள்வரை நீ ஒரு தேரோட்டியாக வளர்ந்தாய். உன்னுடைய தெய்விகப் பின்புலம் பற்றி உனக்கு எதுவும் தெரியாததால், நீ துரதிர்ஷ்டச் சக்கரத்தில் சிக்கிக் கொண்டாய்.

கர்ணா, நீ ஒரு தேரோட்டி அல்லன். நியாயமற்ற துரியோதனின் பக்கம் நீ சேராதே.

"இவ்வுலகில் உன்னைப்போல மூன்று தாய்மார்களையும் மூன்று தந்தையரையும் பெற்றுள்ளவர் வேறு எவரும் இல்லை. சூரிய பகவான், மன்னர் பாண்டு, அதிரதர் ஆகியோர் மூலமாக, ஒரு தந்தையிடமிருந்து கிடைக்க வேண்டிய பாதுகாப்பு உனக்குக் கிடைத்திருக்கிறது. குந்தி தேவி, ராதை, கங்கை ஆகிய மூவரும் உன்மீது தாய்ப் பாசத்தைப் பொழிகின்றனர். கர்ணா, இன்றைய நாள் உன் வாழ்வில் ஒரு திருப்புமுனையாகும். உன் குடும்பம்தான் மிகவும் உயர்ந்தது. உன் வம்சம் தெய்விகமானது. பாண்டவர்கள் உன்னுடைய சொந்த சகோதரர்கள். நீதான் மூத்தப் பாண்டவன். நீ குந்தியின் மூத்த மகன்."

கிருஷ்ணரின் ஒவ்வொரு வார்த்தையும் என் மனக் கடற்கரையின்மீது ஒரு மிகப் பெரிய உணர்ச்சி அலைபோல வந்து மோதியது. கிருஷ்ணர் விசுவரூபம் எடுத்தபோது அவருடைய கையில் சுழன்ற சுதர்சனச் சக்கரம்போல, நான் சம்பாநகரியிலிருந்து முதன்முதலாக அஸ்தினாபுரத்திற்கு வந்த நாளில் தொடங்கி, இன்றைய நாள்வரையிலான என்னுடைய ஒட்டுமொத்த வாழ்க்கையும் என் கண்களுக்கு முன்னால் சுழன்றது. நான் சூரிய பகவானின் மைந்தனாக இருந்தும்கூட, அவமானம், உதாசீனம், நிராகரிப்பு, அவமதிப்பு ஆகியவற்றைத் தவிர என் நீண்ட வாழ்வில் நான் வேறு எதையும் அனுபவித்திருக்கவில்லையே, ஏன்? வாழ்க்கை என்பது உண்மையிலேயே எதைப் பற்றியது? ஒருவர் செய்த தவறுக்கு இன்னொருவர் ஒரு கொடூரமான தண்டனையை அனுபவிப்பதற்குப் பெயர்தான் வாழ்க்கையா? நான் சூரிய பகவானின் சொந்த மைந்தனாக இருந்தபோதிலும், நான் எவ்வளவு சித்தரவதைகளைத் தாங்கிக் கொள்ள வேண்டியிருந்தது!

நான் ஒரு சூத புத்திரனா? இல்லை, நான் சூரிய புத்திரன்! நான் ராதையின் மகனா? இல்லை, நான் குந்தியின் மகன். நான் நூற்றியோராவது கௌரவனா? இல்லை, நான் முதல் பாண்டவன். நான் யார், நான் எங்கிருந்து வந்தேன், நான் எங்கே போய்க் கொண்டிருந்தேன் ஆகியவற்றை என்னாலேயே புரிந்து கொள்ள முடியவில்லை. கிருஷ்ணர் கூறிக் கொண்டிருந்தார் என்பதால் நான் அதை உண்மை என்று ஏற்றுக் கொண்டாக வேண்டியிருந்தது. இல்லாவிட்டால்...

"கர்ணா, உனக்கே தெரியாமல் நீ எப்போதும் கௌரவர்களுக்கு ஆதரவாகச் செயல்பட்டு வந்துள்ளதன் மூலம் உன் வாழ்க்கை விரயமாக நீ அனுமதித்துள்ளாய். காரணமே இல்லாமல் உன் வாழ்க்கை வீணாகியிருக்கிறது. நீ எப்போதும் பாண்டவர்களை எதிர்த்து வந்துள்ளாய். நீ உன் சொந்த சகோதரர்களை வெறுத்தாய். இப்போது உனக்கு உண்மை தெரிந்துள்ள நிலையில், நீ இன்னும் பழைய மாதிரியே நடந்து கொள்ளப் போகிறாயா? வளர்ச்சியும் செழிப்பும் மட்டுமே வாழ்வின் இலக்குகள் என்பதை நினைவில் கொள். இன்றுவரை நீ சங்கிலிகளால் பிணைக்கப்பட்டுக் கிடந்துள்ளாய். நீ அசாதாரணமான புகழ் அடைந்துள்ளாய், ஆனால் உன் மனம் மட்டும் அப்படியே தேங்கிக் கிடக்கிறது. உன் தாய்வழியில் உன்னுடைய ஒன்றுவிட்ட சகோதரனான நான் உன்னை அழைக்கிறேன். என்னோடு வா. உன் தாய்வீட்டிற்குத்

திரும்பி வந்துவிடு. உன் சொந்த ரத்தமான பாண்டவர்களிடம் திரும்பி வந்துவிடு.” அவர் இவ்வாறு கூறியபோது அவர் உபப்லாவ்யத்தைச் சுட்டிக்காட்டினார்.

நான் அவர் கூறியவற்றையெல்லாம் கேட்டுக் கொண்டிருந்தபோது, கொடூரமான கால தேவன் ஏன் என் வாழ்க்கை எனும் மாமரத்தை முட்களும் பாறைகளும் நிறைந்த ஒரு நிலத்தில் வேரூன்றினான் என்பதை என்னால் புரிந்து கொள்ள முடியவில்லை. ஒரு நெருக்கடியான நேரத்தில் நான் கௌரவர்களுக்கு நம்பிக்கைத் துரோகம் இழைக்க வேண்டுமா? என்னை அங்க நாட்டின் அரசனாக ஆக்கி, தனியொருவனாக என் வாழ்க்கையை ஒரு சாதாரண நிலையிலிருந்து மீட்டு, எட்டப்பட முடியாத உயரத்திற்கு அதைக் கொண்டு சென்ற துரியோதனனின் முதுகில் நான் குத்த வேண்டுமா? தன் சொந்த மகனின் இன்பதுன்பங்களைவிட என்னுடைய இன்பதுன்பங்களுக்கு அதிக முக்கியத்துவம் கொடுத்த என் தாய் ராதையை விட்டுவிட்டு நான் குந்தி தேவியிடம் ஓடி வந்து அவரைக் கட்டியணைத்துக் கொள்ள வேண்டுமா? இல்லை, நான் குந்தியின் மகன் அல்லன், நான் ராதையின் மகன். நான் சூரிய புத்திரன் அல்லன், நான் ஒரு சூத புத்திரன். விதி என் வாழ்க்கையின் திசையை எனக்குக் காட்டியுள்ளது.

“கர்ணா, அளவுக்கதிகமாக யோசிக்காதே. என் தேரில் வந்து ஏறிக் கொள். நாம் இப்போதே உபப்லாவ்யத்திற்குப் போகலாம். தர்ம சாஸ்திரங்களின்படி, நீ முறை தவறிப் பிறந்தவன். வேதங்களைக் கற்றறிந்துள்ள பிராமணர்களுடன் தொடர்பு கொண்டதன் மூலம் நீ தர்மத்தைப் பற்றிக் கற்றுத் தேர்ந்துள்ளாய். பிரம்மச்சரியம், நீராஞ்சலி, சுயகட்டுப்பாடு, தானம் செய்தல், மற்றும் பிற வழிகள் மூலம் நீ சாதனையின் உச்சத்தை எட்டியுள்ளாய். ஒவ்வொரு பாண்டவனும் ஒரு குறிப்பிட்டத் துறையில் தனிச்சிறப்புடன் திகழுகிறான். ஆனால் நீ எல்லாத் துறைகளிலும் வல்லவனாக இருக்கிறாய். ‘மூத்தப் பாண்டவன்’ என்ற பட்டம்தான் உனக்கு உண்மையிலேயே மதிப்புக் கூட்டக்கூடிய பட்டமாகும். கர்ணா, சரியான பாதையைத் தேர்ந்தெடுப்பதற்குக் காலம் கடந்துவிடவில்லை. நான் சொல்லுவதைக் கேள்.

“உன் தாயார் குந்தியிடம் திரும்பிச் செல். அவர் தன் வாழ்நாள் முழுவதும் துயரத்தை அனுபவித்து வந்துள்ளார். உன்மீது ஆழமான பாசம் கொண்டுள்ள உன் சகோதரர்களிடம் திரும்பிச் செல். ஏனெனில், அவர்கள் உன்னுடைய சகோதரர்கள். பாண்டவர்கள் உன்னை இந்த ஒட்டுமொத்த நாட்டின் அரசனாக நியமிப்பார்கள். தருமன் பணிவோடு உனக்கு வெண்சாமரம் வீசுவான். நீ ஒரு தேருக்குள் ஏறிய பிறகுதான் அவன் அதில் ஏறுவான் – உன் சேவகனாக. சக்தி வாய்ந்த பீமன் உன் தலைக்கு மேலே வெண்கொற்றக் குடையைத் தாங்கிப் பிடிப்பான். நீ தெரியாமலேயே உன்னுடைய எதிரிபோல நடத்தி வந்துள்ள, உன் சொந்த சகோதரனும் சிறந்த வில்லாளியுமான அர்ஜுனன் உன்னுடைய தேரோட்டியாக இருப்பான். நகுலன், சகாதேவன், திரௌபதியின் ஐந்து மகன்கள், திருஷ்டத்யும்னன் ஆகிய அனைவரும் எந்தக் கேள்வியும் கேட்காமல், நீ இடும் கட்டளைகளை அப்படியே பின்பற்றுவார்கள். அவர்கள் வெறுமனே உன்னுடைய சொல்லுக்குக் கீழ்ப்படிந்து நடப்பார்கள்.

“அது மட்டுமல்ல, விருஷ்ணி மற்றும் அந்தகக் குலங்களின் வீரர்களோடு சேர்ந்து நானும் உன்னைப் பின்பற்றுவேன். உத்தவன், பலராமன், சாத்தியகி, உக்கிரசேனன் உட்பட எல்லோரும் பாண்டவ அரசனான உன் முன்னால் மரியாதையோடு தலை வணங்குவர். என் மகன்களான பிரத்யும்னன், சாருதேஷ்ணன், சித்திரகு, பானுசேனன் ஆகியோர் உனக்கு சேவை செய்வதைத் தங்களுடைய பெரும் பாக்கியமாகக் கருதுவர். மாவீரன் அபிமன்யு உன் பாதங்களைத் தொட்டு வணங்காமல் தன் தேரில் ஏற மாட்டான். நறுமணம் வீசும் உடலைக் கொண்ட திரௌபதி உன்னைத் தன் கணவனாக ஏற்றுக் கொண்டு, உன் பாதங்களுக்கு சந்தனம் பூசிவிடுவாள். உன்னைப் பெற்றெடுத்த உன் தாய் எழுபது ஆண்டுகளாகத் துன்புற்று வந்திருக்கிறாள். உன் கண்களிலிருந்து இரண்டு சொட்டுக்கள் கண்ணீர் அவளுடைய முதிய பாதங்கள்மீது விழுந்து, நன்றியுணர்வு அவளை ஆட்கொள்ளும்போதுதான் அவளுடைய இதயம் ஆறுதலடையும். அரசன் வசுசேனன் என்று உன்னுடைய புகழ் இந்த ஆரியவர்த்தம் நெடுகிலும் மட்டுமல்லாமல் மூவுலகங்களிலும் எதிரொலிக்கும். நீ பேரசர்களுள் தலைசிறந்த பேரரசன் என்று ஆரியத் தலைமுறைகள் ஒவ்வொன்றும் தினமும் காலையில் உன் புகழ் பாடும்.

“அல்லது, நீ நியாயமற்றக் கௌரவர்களுக்குத் தோள் கொடுத்து, தன்னலத்தின் காரணமாக ஒட்டுமொத்த ஆரியவர்த்தத்தையும் பாதாளத்திற்குள் தள்ளியவன் என்றும், பொய்யான நம்பிக்கைகளை இதயபூர்வமாக சுவீகரித்துக் கொண்டு, தன்னை அழித்துக் கொண்டதோடு மட்டுமல்லாமல் மற்றவர்களின் அழிவுக்கும் காரணமாக அமைந்தவன் என்றும், சூரிய புத்திரனாக இருந்தும்கூடத் தன்னை இருளில் மூழ்கடித்துக் கொண்டவன் என்றும் இனிவரும் ஆண்டுகளில் ஆரியர்கள் உன்னை வசைபாடுவர். எனவே, என்னுடன் வந்து தேரில் ஏறிக் கொள்.”

அவர் என்னைத் தன்னுடைய தேரை நோக்கி இழுத்தார். நான் எந்தத் தயக்கமும் இன்றி என்னுடைய பாதங்களை உறுதியாக நிலத்திற்குள் பதித்து அசையாமல் நின்றேன். “இல்லை, கிருஷ்ணா. மக்கள் யாரை எப்படி நினைப்பார்கள் என்பது எனக்கு இனி முக்கியமல்ல. ஆனால், இன்று நிகழ்ந்தவற்றை நான் ஒருபோதும் மறக்க மாட்டேன். நான் சூரிய புத்திரன் என்ற உண்மை என் கைகளை நடுங்கச் செய்கிறது. இந்த உண்மையை நான் தெரிந்து கொண்டது என்னுடைய பேரதிர்ஷ்டம். வேறு எதுவும் எனக்குத் தேவையில்லை. சூரிய புத்திரன் மற்றும் குந்தியின் மூத்த மகன் என்ற முறையில் நான் அந்த தெய்விகக் குடும்பத்தின் கொள்கைகளைப் பின்பற்றி நடக்க வேண்டுமா அல்லது தவறான பாதையைத் தேர்ந்தெடுத்து நடைபோட வேண்டுமா? நான் என்ன செய்ய வேண்டும் என்று நீங்களே சொல்லுங்கள். சூரியனின் ஒளிக்கதிர்களில் ஏதேனும் ஒன்றாவது தன்னுடைய பாதையை மாற்றிக் கொள்ளுகிறதா? அது ஒரு முறை எந்தப் பாதையைத் தேர்ந்தெடுக்கிறதோ, அதையே அது என்றென்றும் பின்தொடருகிறது. நாடு, செல்வம், புகழ், பாசப் பிணைப்புகள் ஆகியவற்றால் சூரிய ஒளியைத் திசை திருப்ப முடியாது. நீங்கள் எனக்கு இந்த நாட்டைக் கொடுத்தால், அதை நான் துரியோதனனின் பாதங்களில் சமர்ப்பணம் செய்வேன். பாண்டவர்கள்

என்னைப் பின்பற்றினால், அவர்களை துரியோதனனின் அரசவையில் சேவகர்களாக நான் நியமிப்பேன். கர்ணனுடைய வாழ்க்கையும் பாண்டவர்களுடைய வாழ்க்கையும் இந்தப் பிறவியில் வேண்டுமானால் ஒன்றிணையக்கூடும், ஆனால் கர்ணன் மற்றும் துரியோதனின் வாழ்க்கை முந்தைய பல பிறவிகளிலிருந்து ஒன்றிணைந்து வந்துள்ளது. இடையர்கள் உங்களுடைய பாதங்களில் சமர்ப்பிக்கும் மலர்கள் அனைத்தும் ஒரே கிளையில் இருந்து பறிக்கப்பட்டவையா? துரியோதனனின் தூய்மையான பாசத்தைப் பெற்று வந்துள்ளவன் என்ற முறையில், நான் இத்தனை ஆண்டுகளாக ராஜ வாழ்க்கையை அனுபவித்து வந்திருக்கிறேன். அப்படிப்பட்ட துரியோதனனுக்கு நம்பிக்கைத் துரோகம் இழைத்து, அவனைப் படுகுழிக்குள் தள்ளி விட்டுவிட்டு, தன்னலம் மற்றும் அன்பின் காரணமாகப் பாண்டவர்களின் பக்கம் நான் சேர்ந்து கொள்ள வேண்டும் என்று நீங்கள் எதிர்பார்க்கிறீர்களா? சூரிய புத்திரனுக்கு இது ஒளி கூட்டுமா? விருசாலி ஒரு தேரோட்டியின் மகளாக இருந்தாலும்கூட, என்மீது அளப்பரிய அன்பும் கரிசனமும் கொண்ட ஓர் அருமையான வாழ்க்கைத்துணையாக இருந்து வந்திருக்கிறாள். திரௌபதி அவளுக்கு ஒருபோதும் ஈடாக மாட்டாள். திரௌபதியின் அழகுக்காக நான் விருசாலியைக் கைவிட வேண்டும் என்று நீங்கள் எதிர்பார்க்கிறீர்களா? நான் அப்படிச் செய்தால், அது குந்தியின் மகனுடைய கௌரவத்திற்கு அழகு கூட்டுமா? 'வசு, வசு,' என்று அன்போடு அழைத்து, என்னை உச்சி முகர்ந்து, இத்தனை ஆண்டுகளாகப் பாசத்தோடு என்னை வளர்த்து வந்துள்ள என் தாய் ராதையை ஒதுக்கித் தள்ளிவிட்டு, வெறுமனே என்னைப் பெற்றெடுத்துவிட்டு, என் தொப்புள் கொடி அறுக்கப்படுவதற்கு முன்பாகவே அசுவ நதியில் என்னை அம்போவென்று மிதக்கவிட்ட ராஜமாதா குந்தி தேவியாரை நான் ஆரத் தழுவிக் கொள்ள வேண்டுமா? இல்லை, கிருஷ்ணா. அது சாத்தியமில்லை. நான் மரணத்தை மகிழ்ச்சியாக ஏற்றுக் கொள்ளுவேன், ஆனால் நான் இப்படிக் கொடூரமாக அழிக்கப்படுவதை என்னால் ஒருபோதும் ஏற்றுக் கொள்ள முடியாது.

"கிருஷ்ணா, அரண்மனையில் இன்று நிகழ்ந்துள்ள விநோதமான சந்திப்புதான் எனக்கு உண்மையிலேயே ஆச்சரியமளிக்கிறது. நீங்கள் ஒரு சத்திரியனாகப் பிறந்து, துரதிர்ஷ்டவசமாக கோகுலத்தில் ஒரு மாட்டுக் கொட்டிலில் வளர்க்கப்பட்டீர்கள். அன்னை யசோதை உங்களை வளர்த்து ஆளாக்கினார். நான் ஒரு தெய்விகமான வழியில் பிறந்து, துரதிர்ஷ்டவசமாக சம்பாநகரியில் ஒரு குதிரை லாயத்தில் வளர்க்கப்பட்டேன். என் தாயார் ராதை என்னை வளர்த்து ஆளாக்கினார். கடமையின் காரணமாக நீங்கள் உங்கள் தாய்மாமனான கம்சனோடு சண்டையிட்டீர்கள். அதே கடமையின் காரணமாக, நான் என் சொந்த சகோதரர்களுடன் சண்டையிட்டாக வேண்டும். ஆனால்...ஆனால்..."

"ஆனால் என்ன, கர்ணா? வெளிப்படையாகச் சொல்," என்று கூறி அவர் என் கண்களை ஆழமாக ஊடுருவிப் பார்த்தார்.

"கிருஷ்ணா, நீங்கள் அன்னை யசோதையை விட்டுவிட்டு வந்துவிட்டீர்கள், ஆனால் என்னால் என் தாய் ராதையை ஒருபோதும் விட்டுவிட்டு வர முடியாது. கோகுலத்தின் இடையர்களை நீங்கள்

மறந்துவிட்டீர்கள், ஆனால் சம்பாநகரியின் தேரோட்டிகளை நான் ஒருபோதும் மறக்க மாட்டேன். ஆரியவர்த்தத்தை ஒரு மாபெரும் போருக்கு இட்டுச் சென்ற ஒரு கர்ணனை, தன்னுடைய தனிப்பட்டப் பகைக்காக மற்றவர்களை அழித்த ஒரு கர்ணனை, சூரிய புத்திரனாக இருந்தும்கூட இருளெனும் சாம்ராஜ்ஜியத்தில் மூழ்கிக் கிடந்த ஒரு கர்ணனை, ஆரியவர்த்தத்தின் கோடானுகோடி மக்கள், தலைமுறை தலைமுறையாக நினைத்துக் கொண்டிருக்கப் போவதில்லை. அப்படியே அவர்கள் நினைவில் வைத்திருந்தாலும், அவர்கள் உங்களைத்தான் வெறுப்போடு நினைவுகூருவர். எனக்கு நீங்கள் எந்த வகையான நியாயத்தை வழங்கியிருக்கிறீர்கள்? பாண்டவர்கள் பன்னிரண்டு ஆண்டுகால வனவாசமும் ஓராண்டுகால அஞ்ஞாதவாசமும் மேற்கொள்ளக் காரணமாக அமைந்த அந்த சூதாட்டத்தில் அவர்கள் கலந்து கொண்டது குறித்து நீங்கள் வருந்துகிறீர்கள் என்பதை நீங்கள் மறுக்கவில்லை. ஆனால், அதே நேரத்தில், நான் எந்தவொரு சூதாட்டப் போட்டியிலும் பங்கு கொள்ளாமலேயே கொடூரமான, வெறுக்கத்தக்க ஏராளமான துயரங்களை யாரும் அறியாத விதத்தில் உள்ளூர அனுபவிக்க வேண்டிய நிலைக்கு நான் தள்ளப்பட்டிருந்தது குறித்து, நியாயத்தை விரும்புகின்ற உங்கள் இதயத்தில் ஏதேனும் இரக்கவுணர்வு எழுகிறதா? அப்படி என்மீது உங்களுக்கு இரக்கமோ அல்லது பரிதாபமோ இருந்திருந்தால், கட்சி மாறிப் பாண்டவர்களுடன் வந்து சேர்ந்து கொள்ளும்படி நீங்கள் என்னிடம் ஒருபோதும் கேட்டிருக்க மாட்டீர்கள். கிருஷ்ணா, நீங்கள் இன்று இங்கே ஓர் அரசியல் தூதுவராக வந்துள்ளபோதிலும், நீங்கள் என்னுடைய உணர்ச்சிகளைக் கிளறிக் கொண்டிருக்கிறீர்கள். இது வேதனைகரமானதுதான், ஆனால் இதுதான் உண்மை. நான் உங்களிடம் இதை வெளிப்படையாகக் கூறியுள்ளேன். எனவே, விசாலமான இதயம் படைத்த நீங்கள், என்னை இதயபூர்வமாக மன்னிப்பீர்கள் என்று நான் நம்புகிறேன். நீங்கள் வல்லமை வாய்ந்தவர், தெய்விகமானவர். என் இதயத்தின் ஆழத்தில் உங்களுக்கென்று அன்பும் மதிப்பும் குடிகொண்டுள்ளன. அவற்றை வார்த்தைகளால் விவரிக்க முடியாது. அதனால்தான், நீங்கள் துவக்கி வைத்துக் கொண்டிருக்கின்ற தெய்விகமான இந்த மாபெரும் 'வேள்வி'யில் என் உடலை நான் பயமின்றியும் மகிழ்ச்சியோடும் காணிக்கையாக்கப் போகிறேன். இந்த வேள்வி, இதுவரை நடந்திராத, இனி ஒருபோதும் நடக்கவிராத ஒரு வேள்வியாக இருக்கும். கிருஷ்ணா, பாண்டவர்களும் கர்ணனும் ஒன்றுசேருவதற்கான நேரம் கடந்து வெகுகாலம் ஆகிவிட்டது.

"கிருஷ்ணா, நீங்கள் போய் வாருங்கள். இந்த மாபெரும் வேள்வியின் முதன்மைப் புரோகிதர் நீங்கள் என்பதை நான் அறிவேன். அதேபோல, குரங்குக் கொடி தாங்கிய அர்ஜுனன்தான் இந்த வேள்வியை நடத்தப் போகின்றவன் என்பதையும், இதில் பங்கு கொள்ளவிருக்கின்ற வீரர்களின் வீரம்தான் இந்த வேள்வியில் ஊற்றப்படவிருக்கின்ற நெய் என்பதையும், பிரம்மாஸ்திரம், இந்திராஸ்திரம், வருணாஸ்திரம், அக்னியாஸ்திரம் சிவாஸ்திரம் ஆகிய பாணங்கள்தாம் இந்த வேள்வியில் ஓதப்படவிருக்கின்ற மந்திரங்கள் என்பதையும், அர்ஜுனனின் காண்டீபமும் அழிக்கப்பட முடியாத அதன் அம்புகளும்தாம் நெய்க்கரண்டி என்பதையும் நான்

அறிவேன். அபிமன்யு எந்த முழக்கங்களால் தன்னுடைய வீரர்களுக்கு உத்வேகமூட்டுகின்றானோ, சிங்கம் போன்ற அந்த கர்ஜனைகள்தாம் இந்த வேள்வியின் சாமகானங்கள்; விண்ணைப் பிளக்கும் அளவுக்குக் கூச்சலிடும் பீமன்தான் உத்காதா புரோகிதன்; தர்மத்தைப் பின்பற்றி ஒழுகும் தருமன்தான் பிரம்மன்; நகுலன், சகாதேவன், சாமித்திரன், உங்களுடைய யாதவ குலத்தைச் சேர்ந்த சாத்தியகி ஆகியோர் சக புரோகிதர்கள்; போர்முரசுகளின் சத்தங்களும், விண்ணைப் பிளக்கும் சங்கொலிகளும், வீரர்களின் உற்சாகக் கோஷங்களும்தாம் இந்த வேள்வியில் ஒலிக்கப்படவிருக்கும் புனித சுலோகங்கள்; கொடிக்கம்பங்களும் தேர்களின் அச்சாணிகளும் யானைகளின் அம்பாரிகளும்தாம் வேள்வியின் பலிபீடங்கள்; கதாயுதங்கள், வாட்கள், அம்புகள், திரிசூலங்கள், எறிவேல்கள், கேடயங்கள் ஆகியவைதாம் புனிதமான தர்ப்பைப் புல். இளவரசன் துரியோதனன் தன்னுடைய கௌரவப் படையைத் தன்னுடைய மனைவிபோலக் கருதி வந்திருக்கிறான். அவன் அவளோடு இந்த மகாவேள்வியில் அடியெடுத்து வைத்துள்ளான்...

“நான் இந்த வேள்வியில் என் உடலை ஒரு புன்னகையோடு அர்ப்பணிக்கப் போகிறேன். இந்த வேள்வி ஒப்பற்றதாக இருக்கப் போகிறது. கிருஷ்ணா, நான் உங்களுடைய கோரிக்கையைக்கூட மறுக்க வேண்டிய நிலைக்கு என் வாழ்க்கைப் பாதை என்னை இங்கே கொண்டுவந்து நிறுத்தியுள்ளது. அதனால்தான், உங்களுடைய ஒன்றுவிட்ட சகோதரனான என்னுடைய இதயம் மெல்ல மெல்லச் சுக்குநூறாக நொறுங்கிக் கொண்டிருக்கிறது. யாதவர்களின் அரசரே, உங்களால் முடிந்தால் இந்த துரதிர்ஷ்டக்காரக் கர்ணனை மன்னியுங்கள். பாண்டவர்களின் வாழ்க்கைப் பாதையும் என்னுடைய வாழ்க்கைப் பாதையும் முற்றிலும் தனித்தனியானவை. அவை இப்போது ஒன்றையொன்று அழிக்கப் போகின்றன. பாண்டவர்களுக்கும் கர்ணனுக்கும் பொதுவான ராஜமாதா குந்தியால்கூட இப்போது அவர்களை ஒன்றிணைக்க முடியாது.

“கிருஷ்ணா, கனிகளில் சாறு நிறைந்துள்ளது; கனிகளுக்குள் விதைகளும் இருக்கின்றன. அந்த விதைகளுக்கு ஊட்டமளிப்பதற்காக அந்தச் சாறு தன்னைத் தானே அழித்துக் கொள்ளுகிறது. நான் அந்தச் சாற்றினைப் போன்றவன். என்னை நான் மனமுவந்து பலி கொடுப்பதிலிருந்துதான் பாண்டவர்களின் விதைகள் முளைவிட்டு மலரும் என்பது விதிபோலும்.

“கிருஷ்ணா, நான் பாண்டவர்களுடன் இணைவதற்கான காலம் போய்விட்டது. இப்போது, கர்ணனா அல்லது பாண்டவர்களா என்பதைத் தீர்மானிப்பதற்கான நேரம் வந்துள்ளது. இந்த எதிர்காலம் தவிர்க்கப்பட முடியாதது. மரணம் என்ற கொடிய, இரக்கமற்ற, அச்சுறுத்துகின்ற திரைச்சீலைக்கு அப்பால் நான் சென்று வெகுகாலம் ஆகிவிட்டது. ஒரு சூத புத்திரன், அங்க நாட்டு அரசன், தான வீரன், திக்விஜயன், திறமையான வில்லாளி கர்ணன் போன்ற எந்தப் பாத்திரங்களையும் ஏற்று நான் சண்டையிடப் போவதில்லை. இருளைத் துளைக்கின்ற ஒரு பிரகாசமான சூரிய ஒளிக்கதிரைப்போல நான் சண்டையிடுவேன். என் தந்தை சூரிய பகவான், என் தாயார் குந்தி

தேவி, என் ஒன்றுவிட்ட சகோதரர் கிருஷ்ணர், என் சகோதரர்களான பாண்டவர்கள் ஆகிய இந்த உறவுகளுக்கு ஏற்ப நான் மாவீரன் கர்ணனாகச் சண்டையிடுவேன்.

"கிருஷ்ணா, இந்திரனுக்குத் தன்னுடைய கவச குண்டலங்களை தானம் செய்த கர்ணன், இப்போரில் வீரர்களின் கைகளையும் கால்களையும் கவசங்களையும் தன் அம்புகளால் துளைப்பான். தன் வாழ்நாள் முழுவதும் சூரிய பகவானுக்கு நீராஞ்சலி செய்து வந்துள்ள கர்ணன், இப்போது போர்க்களத்தில் வீரர்களைக் கொல்லுவான். தன் வாழ்நாள் முழுவதும் தன் தாயார் ராதையின் பாதங்களைக் கழுவிய கர்ணன் இப்போது இந்தப் புனிதமான ஆரியவர்த்த பூமியை வீரர்களின் ரத்தத்தால் கழுவுவான். ஒருபோதும் கௌரவப்படுத்தப்படாத கர்ணன், போர்க்களத்தில் மற்ற அனைவரையும் கௌரவிப்பான். யாதவர்களின் தலைவரே, அமைதியான ஒரு மனத்துடன் இந்த மாபெரும் வேள்விக்குத் தேவையான ஏற்பாடுகளைச் செய்யுங்கள். இன்னும் ஒரே ஒரு கோரிக்கையை நான் முன்வைக்க விரும்புகிறேன். நான்தான் பாண்டவர்களின் மூத்த சகோதரன் என்ற உண்மையை அவர்களிடம் ஒருபோதும் வெளிப்படுத்தாதீர்கள். ஏனெனில், அந்த உண்மை தெரிந்தால் அவர்கள் என்னோடு சண்டையிட மறுத்துவிடுவர். கர்ணன் எனும் ரத்தினக் கல்லைப் பாண்டவர்களின் மகுடத்தில் ஒருபோதும் பொருத்த முடியாது. இதை உங்களுடைய இனிய குரலில் அவர்களுக்கு விளக்குங்கள். கிருஷ்ணா, இந்த சூத புத்திரனின் இந்தக் கடைசி வணக்கத்தைப் பெருந்தன்மையோடு ஏற்றுக் கொள்ளுங்கள். இந்தக் கடைசி வணக்கத்தைத் தவிர உங்களுக்குக் கொடுப்பதற்கு என்னிடம் வேறு எதுவும் மிச்சமில்லை."

நான் கீழே குனிந்து அவருடைய பாதங்களைத் தொட்டு வணங்கினேன். என் கண்களிலிருந்து இரண்டு கண்ணீர்த் துளிகள் அவருடைய தூய்மையான பாதங்கள்மீது விழுந்து, பிறகு அங்கிருந்து உருண்டோடிச் சென்று மண்ணோடு கலந்தன.

"ராதேயனே கர்ணா, வெற்றி உனதாகட்டும்!" என்று வாழ்த்திவிட்டு, அவர் என் தோள்களைத் தொட்டு என்னைத் தூக்கி என்னைத் தன் மார்பின்மீது சாய்த்துக் கட்டியணைத்தார். நன்றியுணர்வுடன்கூடிய கண்ணீர் என்னுடைய கண்களிலிருந்து வழிந்து அவருடைய அழகான கருநீல முதுகை நனைத்தது. அவருடைய கண்ணீர் என் தலையை நனைத்தபோது, என் வாழ்வின் நோக்கத்தை நான் முழுமையாக அடைந்துவிட்டிருந்ததாக நான் உணர்ந்தேன். இத்தகைய நல்லதிர்ஷ்டமும் பெருமையும் இனி ஒருபோதும் எனக்கு வாய்க்காது என்பதையும் நான் உணர்ந்தேன்.

அவர் என்னை மென்மையாக விடுவித்துவிட்டு, மேற்கு வானத்தை ஒருசில கணங்கள் ஏறிட்டுப் பார்த்துவிட்டு, மெதுவாகத் தன் தேரில் ஏறித் தன்னுடைய குதிரைகளின் கடிவாளங்களைத் தன் கைகளில் ஏந்தி கம்பீரமாக நின்றார். அவர் தன் மறுகையால் சாட்டையை உயர்த்தினார். அதுதான் அவருடனான என்னுடைய கடைசி சந்திப்பாக இருக்கும் என்பதை நான் அறிந்தேன். எனவே, என் இதயத்தை அழுத்திக் கொண்டிருந்த கடைசி வருத்தத்தை நான் அவரிடம் முன்வைக்க விரும்பினேன். நான் எல்லாவற்றிலிருந்தும் விடுபட விரும்பினேன்.

"கிருஷ்ணா, நில்லுங்கள்!" என்று அழைத்த என்னை அவர் ஆச்சரியத்தோடு பார்த்தார். அவருடைய சாட்டைக் கை அந்தரத்தில் இருந்தது. நான் அவரை நோக்கி ஓடிச் சென்று, அவருடைய தேரின்மீது கை வைத்து, மிக மென்மையாக, "நான் இதுவரை உங்களிடம் எதுவும் கேட்டதில்லை. இன்று நான் உங்கள் முன்னால் ஒரு கோரிக்கையை வைக்க விரும்புகிறேன். அந்த ஒரு விஷயத்தை எனக்காகச் செய்வீர்களா? அதை உங்கள் ஒருவரால் மட்டுமெ செய்ய முடியும்," என்று கூறினேன்.

அவர் தன் புருவங்களை உயர்த்தி, "ராதேயனே, உனக்கு என்ன வேண்டுமென்று சொல்," என்று கேட்டார்.

"கிருஷ்ணா, கர்ணனின் இதய வீணையில் ஒரே ஒரு தந்தி அறுந்து கிடக்கிறது. பெரிய கண்களையும் நறுமண உடலையும் கொண்ட திரௌபதியின் இகழ்ச்சியால் அது எப்போதும் வேதனையை எதிரொலித்து வந்துள்ளது. ஐந்து கணவன்மார்களைக் கொண்டிருந்தும் அர்ப்பணிப்பின் சிகரத்தை எட்டியுள்ள அவளால் முடிந்தால் இந்தக் கர்ணனை மன்னிக்கும்படி அவளிடம் கூறுங்கள்."

கிருஷ்ணர் தன் குதிரைகளின் கடிவாளங்களை உயர்த்தி, விதுரரின் குடிசையை நோக்கித் தன்னுடைய தேரைத் திருப்பித் தன் குதிரைகளை விரட்டினார். தொலைவில், அத்தேரின் சக்கரங்கள் கிளப்பிய புழுதியை என்னால் தெளிவாகப் பார்க்க முடிந்தது. சிறிது நேரத்தில் அப்புழுதி அடங்கியது, ஆனால் என் மனத்தில் சுழன்ற எண்ணங்களை என்னால் அமைதிப்படுத்த முடியவில்லை. ராஜமாதா தங்கியிருந்த குடிசை இருந்த திசைக்கு எதிர்த் திசையில் திரும்பி, நான் அஸ்தினாபுர அரண்மனையை நோக்கி நடந்தேன். குந்தி என்னை வெறுமனே பெற்றெடுத்திருந்தார், அவ்வளவுதான். ஆனால், என் அன்னை ராதைதான் என்னை வளர்த்து ஆளாக்கி, உண்மையிலேயே ஒரு மனிதனாக உருவாக்கியிருந்தார்.

12

கிருஷ்ணர் என்னுடைய வாழ்க்கைக் கோப்பையைத் தன் காலால் எட்டி உதைத்து, அதிலிருந்த இனிய பால் முழுவதையும் என் எதிர்காலக் கனவுகள்மீது கொட்டிவிட்டு அங்கிருந்து போய்விட்டிருந்தார். அவருடைய புனிதப் பாதம் அக்கோப்பையைத் தொட்டிருந்தது மட்டுமே நான் பெற்ற ஒரே ஆறுதல். என் பிறப்பைப் பற்றிய உண்மையை எனக்கு எடுத்துரைத்தவர் அவரே.

கோவர்த்தன மலையடிவாரத்தில் மேய்ந்து கொண்டிருக்கின்ற தங்களுடைய பசுக்களை ஓட்டிச் செல்லுகின்ற இடையர்களுடன் அவர் எவ்வாறு ஒய்யாரமாக நடைபோட்டுச் செல்லுவாரோ, அதேபோல அவர் என் வாழ்வின் ரகசியத்தை வெளிப்படுத்திவிட்டு இப்போது ஒய்யாரமாகத் தன்னுடைய தேரில் ஏறிப் போய்விட்டார். ஆனால் நான் முற்றிலும் குழப்பமடைந்திருந்தேன். என் மனம் வேதனையடைந்திருந்தது. அவர் ஓர் அரசியல் தூதுவராக வந்திருந்தார். அவர் விரித்த வலையில் விழுந்துவிடக்கூடாது என்று நினைத்து நான் அவருடைய அறிவுரையை ஏற்றுக் கொள்ள மறுத்துவிட்டேன். ஆனால், என்ன இருந்தாலும் நானும் மனிதன்தானே? இப்படிப்பட்ட மாபெரும் வஞ்சகம் எப்படி என்

மனத்தின் அமைதியைக் குலைக்காமல் இருக்கும்? பசுக்களுக்கு இடையே, தொலைந்து போன ஒரு காட்டுப் புலியாக நான் வளர்க்கப்பட்டு வந்திருந்தது என்னுடைய தவறா? நான் சூரிய பகவானின் மகனாக இருந்தும்கூட, லட்சக்கணக்கான மக்களின் ஏளனத்திற்கு தினம் தினம் நான் ஆளாகி வந்திருந்தேன், அவர்களுக்கு முன்னால் அவமானத்தில் தலை குனிந்து நின்றிருந்தேன். மனம் ஒரு தீப்பந்தம்போல எரிய, நான் என் வாழ்நாள் முழுவதும் கால் போன போக்கில் ஓடித் திரிந்திருந்தேன். இமயத்தில் பிறக்கும் கங்கையின் இன்சுவை நீர், பெருங்கடலைச் சென்றடைந்தவுடன் உவர்ப்பாக மாறுவதுபோலத்தானே என் வாழ்க்கை இருந்து வந்திருந்தது? இப்போது இமயத்தின் பிரம்மாண்டத்தைப் பற்றி நினைப்பதால் யாருக்கு என்ன பயன்? "நான் தெய்விகமாகப் பிறந்தவன்; ஓர் அருமையான பின்புலத்தைக் கொண்டவன்; என் மூதாதையர் அனைவரும் புகழ் பெற்றவர்கள், பெரிதும் மதிக்கப்பட்டவர்கள்," என்றெல்லாம் இப்போது நான் நினைப்பதால் எனக்கு என்ன நன்மை விளைந்துவிடும்? இவையெல்லாம் உண்மையாக இருக்கக்கூடும் என்றாலும், நான் அஸ்தினாபுரத்தின் முக்கியச் சாலையில் நின்று கொண்டு, "நான் ஒரு சத்திரியன்; நான் ஒரு தாழ்பிறவி அல்லன்; நான் வெறுக்கத்தக்கவன் அல்லன்," என்று தொண்டை கிழியக் கத்தினாலும் யார் என்னை நம்புவார்கள்? என் வாழ்வில் ஏற்பட்டிருந்த இந்த வன்மமான திருப்பத்திற்கு யார் பொறுப்பு? நான் என் மனத்திலிருந்த சுமையை ஒளிவுமறைவின்றி இறக்கி வைப்பதற்கு எனக்கென்று யார் இருந்தார்கள்? நான் யாருக்காகச் சண்டையிட்டுக் கொண்டிருந்தேன்? ஒரு பொய்யைக் கட்டிக் கொண்டு, எதிர்காலத்தைக் கேலிக்குரியதாக ஆக்கிக் கொண்டு எவ்வளவு தூரம் என்னால் போக முடியும்? பழையது அனைத்தும் உடைந்து சிதறிப் போயிருந்தது, புதியது எட்டாக் கனியாக இருந்தது. மரணத்தைத் தவிர நான் அனுபவிப்பதற்கு இப்போது எனக்கு வேறு என்ன மீதமிருந்தது?

மலையளவுப் பிரச்சனைகளை ஒரு சிங்கத்தைப் போன்ற துணிச்சலுடன் எதிர்கொண்டு நான் நிலையாக நிற்க வேண்டியிருந்த ஒரு நேரத்தில்தான் ஒன்றுக்கொன்று முரண்பட்ட எண்ணங்களால் நான் அலைக்கழிக்கப்பட்டுச் சின்னாபின்னமாக்கப்பட்டுக் கொண்டிருந்தேன். கொந்தளித்துக் கொண்டிருந்த என் மனத்தை அமைதிப்படுத்துவதற்கு எனக்கு எந்த வழியும் இருக்கவில்லை. திரௌபதி என்னை அவமதித்தது, பாண்டவர்கள் என்மீது கொண்டிருந்த பகைமை, அர்ஜுனனைக் கொல்லுவதாக நான் மேற்கொண்டிருந்த சூளுரை போன்ற பழைய, வீணான எண்ணங்களே எல்லாப் பக்கங்களிலிருந்தும் என்னைத் தாக்கிக் கொண்டிருந்தன. என் மனம் அந்தப் பழைய விஷயங்களையே சுற்றி வந்தது. நான் என்ன செய்வது? நான் எங்கே போவது?

நான் மேற்குத் தொடுவானத்தில் தெரிந்த குன்றைப் பார்த்தபடி, "கோடானுகோடி ஆண்டுகளாக இப்பிரபஞ்சத்தைத் தன் ஒளியால் நிரப்பி வந்துள்ள என் தந்தையான சூரிய பகவன் எனக்கு ஆறுதலையும் உளவுரத்தையும் வழங்குவார்," என்று நினைத்துக் கொண்டேன். அஸ்தினாபுரத்தை ஆட்கொண்ட அவருடைய கதகதப்பான ஒளிக்கதிர்கள் என்னிடம் தெளிவாகப் பேசின: "கர்ணா, நம்பிக்கை இழக்காதே. புழுதியின்மீது கிடந்தால்கூட ஒரு வைரம்

தன்னுடைய ஒளியை இழந்து இருளைப் பிரதிபலிக்குமா? உன் உடலில் உறைந்திருக்கின்ற என்னுடைய ஒளி என்றேனும் ஒரு நாள் இந்த உலகத்தை நிரப்பும். நீ எல்லோருடைய தலைவனாகவும் கர்வத்தோடு தலை நிமிர்ந்து நடப்பாய். கிருஷ்ணர்கூட உன் முன்னால் பணிவார். ஒரே ஒரு விஷயத்தை மட்டும் நன்றாக நினைவில் வைத்துக் கொள்: உன்னுடைய சந்தேகங்களையும் குழப்பங்களையும் தூக்கி எறிந்துவிட்டு, உன்னுடைய இருமுகப் போக்கைக் கைவிட்டுவிட்டு, உன் மனத்தை ஒருமுகப்படுத்து. உனக்கு ஒரே ஒரு வழிதான் இருக்கிறது. ஒரு கௌரவ வீரனாகச் சண்டையிடுவதுதான் அது."

நான் அரண்மனையை அடைந்த நேரத்தில் என் மனம் அமைதியடைந்திருந்தது. நான் சூரிய பகவானின் மைந்தன். இந்த உண்மை என்னை மயிர்க்கூச்செறியச் செய்தது. நான் ஒவ்வோர் அடியாக எடுத்து வைத்து நடந்தபோது, என் வாழ்வின் அடிப்படை நிகழ்வுகளுக்கான பொருள் எனக்குத் தெளிவாகியது. எடுத்துக்கட்டாக, என் உடல் ஏன் பல சமயங்களில் சூடாகியது, நீராஞ்சலியின்பால் நான் ஏன் ஈர்க்கப்பட்டேன், நான் ஏன் கவச குண்டலங்களுடன் பிறந்தேன், என்னுடைய ஒட்டுமொத்த உடலும் ஏன் பொன்னிறத்தில் இருந்தது போன்றவற்றுக்கான காரணங்களைக் கிருஷ்ணரிடமிருந்து நான் தெரிந்து கொண்டேன். தருமன் ஏன் எப்போதும் என்னுடைய பாதங்களை உற்றுப் பார்த்தான்? இந்திரப்பிரஸ்தத்தின் மாளிகைச் சுவரின்மீது வரையப்பட்டிருந்த ஓவியத்தில் சித்தரிக்கப்பட்டிருந்தது யார்? என் திருமணத்திற்கு ராஜமாதா குந்தி தேவியார் ஏன் அன்பளிப்புகளை அனுப்பி வைத்தார்? இந்நிகழ்வுகளின் ஆழமான பொருள் இப்போது புலப்படத் தொடங்கியது. ஆனாலும்கூட, வாழ்க்கை என்மீது நடத்தியிருந்த கபட நாடகத்தின் வீச்சைக் கண்டு நான் கலங்கவில்லை. என் மனத்தின் கொந்தளிப்பு முற்றிலுமாக அடங்கியிருந்தது. நான் சூரிய புத்திரன் என்பதை இப்போது நான் அறிந்திருந்ததால், மரணத்தைக்கூட என் பாதங்களுக்குக் கீழே போட்டு மிதித்துவிட என்னால் முடியும் என்ற நம்பிக்கை என்னுள் மலர்ந்தது. என் மனத்தில் இப்போது எந்தக் குழப்பமும் இருக்கவில்லை, எந்த சந்தேகமும் இருக்கவில்லை, என்ன செய்வது என்ற பரிதவிப்பும் இருக்கவில்லை. ஒரே தெளிவான பாதை, ஒரே தெளிவான திசை என் கண்களுக்குத் தெரிந்தது. நிகழவிருந்த மாபெரும் போரில் பங்கு கொள்ளுவதுதான் அது.

நான் அரண்மனைக்குள் நுழைந்தவுடன், வழக்கம்போல, "ஷோன்!" என்று அழைத்தேன். அவன் அங்கே இல்லை. அவன் அங்கு இருந்திருந்தால், நான் அவனிடம், "ஷோன், என்னுடைய கவச குண்டலங்கள் நம் இருவருக்கும் குறுக்கே வந்ததால், நெடுங்காலத்திற்கு முன்பே நான் அவற்றைக் கொடுத்துவிட்டேன். இப்போது நான் என் குடும்ப உறவுகளையும் முறித்துக் கொண்டு உண்மையிலேயே ஒரு சூத புத்திரனாக ஆகியுள்ளேன். நான் ஒரு சூத புத்திரன், நான் சூரிய புத்திரன், நான் ஒரு கௌரவன், ஆனால்...ஆனால் நான் ஒரு பாண்டவன் அல்லன். நான் கர்ணன், ஆனால் குந்தியின் மகன் அல்லன்," என்று விளக்கியிருப்பேன்.

நான் ஷோனை அழைத்தக் குரல் கேட்டு விருசாலி வேகமாக என் அறைக்குள் வந்து, "உங்களுக்கு என்ன வேண்டும்?" என்று அன்போடு

கேட்டாள்.

"ஒன்றுமில்லை," என்று நான் பதிலளித்தேன். எனக்கு இனி யாரிடமிருந்தும் எதுவும் தேவைப்படவில்லை. என் இதயம் நன்றியுணர்வால் நிரம்பி வழிந்தது. நான் மனநிறைவோடு இருந்தேன். நான் ஆசீர்வதிக்கப்பட்டிருந்ததுபோல உணர்ந்தேன். நான் அந்த அனைத்து உணர்ச்சிகளிலும் நனைந்து தூய்மையடைந்து கொண்டிருந்ததுபோல உணர்ந்தேன். இதில் ஒரே ஒரு பிரச்சனை இருந்தது. கிருஷ்ணருக்கும் எனக்கும் இடையே நிகழ்ந்த உரையாடலைப் பற்றி என் அன்னை ராதையிடமோ, விருசாலியிடமோ, சுப்ரியையிடமோ, அல்லது என் மகன்களிடமோ என்னால் கூற முடியாது. நம் அன்புக்குரியவர்களிடம்கூட நம்மால் பகிர்ந்து கொள்ள முடியாத வகையிலான சில அசாதாரணமான கணங்கள் வாழ்வில் வருகின்றன.

"விருசாலி, நான் இன்று என் மனம் நிறையும் அளவுக்கு இனிப்புகளை உட்கொள்ளப் போகிறேன். இன்று மட்டும் நீ செய்த இனிப்புகள் எனக்கு வேண்டாம். மாறாக, என் தாயார் தயாரிக்கும் இனிப்புகளை நான் சாப்பிட விரும்புகிறேன்," என்று நான் கூறியதைக் கேட்ட விருசாலி ஆச்சரியமடைந்து, "ஏன்? இன்று எது உங்களை இந்த அளவு மகிழ்ச்சிப்படுத்தியுள்ளது?" என்று கேட்டாள்.

"விருசாலி, நம் மகன் சுதாமன் திடீரென்று இப்போது உயிரோடு உன் முன்னால் வந்து நின்றால் நீ மகிழ்ச்சியடைய மாட்டாயா? அந்த வகையான மகிழ்ச்சியைத்தான் நான் இப்போது உணருகிறேன். அதற்கான காரணம் என்னவென்று என்னிடம் கேட்காதே. அதை என்னால் சொல்ல முடியாது. இளவரசி துச்சலை என்னைப் பற்றிய ஒரு கேள்வியை உன்னிடம் கேட்டபோது அவளிடம் அது பற்றி உன்னால் விளக்க முடியாமல் போனது உனக்கு நினைவிருக்கிறதா?" என்று கேட்டுவிட்டு நான் சன்னல் வழியாக வானத்து நிலவைப் பார்த்தேன். நிலவொளியில் கங்கை ஒளிர்ந்தாள். அந்த நிலவு எத்தனை ஆண்டுகாலமாக இப்படித் தொடர்ந்து ஒளிர்ந்து வந்திருந்தது, அது இன்னும் எத்தனை ஆண்டுகாலம் தொடர்ந்து ஒளிரும் என்று நான் யோசித்தேன், ஆனால் அதற்கு எந்த பதிலும் எனக்குத் தோன்றவில்லை.

விருசாலி என் தாயாரிடம் சொல்லி இனிப்புகளைத் தயாரிக்கச் சென்றாள். அதற்கு முன்பு, அவள் அங்கிருந்த அகல்விளக்குகளில் எண்ணெய் ஊற்றி விளக்கேற்றினாள். இதுபோலத்தானே அவள் என் வாழ்க்கையில் காதல் விளக்குகளை ஏற்றியிருந்தாள்? நான் அவளைக் கட்டியணைத்துக் கொண்டு, நான் சூரிய புத்திரன் என்று அவளிடம் கூறியிருந்தால், இனிமையான, எளிமையான இப்பெண்ணின் இதயம் தாழ்வு மனப்பான்மையால் நொறுங்கிப் போயிருக்காதா? அவள் ஒரு சூத புத்திரனை நேசித்தாளே அன்றி, சூரிய புத்திரனை அல்ல. சில சமயங்களில், ஒரு நெருக்கடியான சூழ்நிலையில், மௌனமாக இருப்பதே சிறந்ததாக இருக்கிறது.

நான் என் மனம் குளிர இனிப்புகளை உண்டுவிட்டு, சுப்ரியை கொடுத்த வெற்றிலைத் தாம்பூலத்தையும் என் வாயில் போட்டுக் கொண்டபோது, என் மனமும் உடலும் ஆசுவாசமாக இருந்தன, லேசாகியிருந்தன. என் வாழ்க்கையைச் சூழ்ந்திருந்த மர்மம் இன்று திரைவிலக்கப்பட்டிருந்தது. பல இனிய நினைவுகளின் சாட்சியாக

இருந்த என்னுடைய அங்கவஸ்திரம் ஒன்றை விருசாலி வைத்திருந்தாள். நான் அதை அவளிடமிருந்து கேட்டுப் பெற்று, அதை என் உடலைச் சுற்றிப் போர்த்திக் கொண்டு, நிலவொளியில் சிறிது நேரம் நடந்துவிட்டு வருவதற்காக அரண்மனைக்கு வெளியே அடியெடுத்து வைத்தேன். இரவுக் காவலாளி ஒருவன் ஓர் இரும்புத் தட்டின்மீது தன் மரத் தடியைக் கொண்டு அடித்து இரவின் முதல் காவலை அறிவித்த மணியோசை, தொலைவில் ஆயுதப் பயிற்சிப் பள்ளி இருந்த திசையிலிருந்து வந்தது என் செவிகளில் விழுந்தது. பரந்து விரிந்திருந்த அஸ்தினாபுரம் நிலவொளியில் இளைப்பாறிக் கொண்டிருந்தது. யானை லாயங்களில், ஒரு யானை தன்னுடைய தந்தங்களைக் கொண்டு மரத்தூண்களை முட்டிக் கொண்டிருந்தது. குதிரைகள் அவ்வப்போது கனைத்தன. தம்முடைய கழுத்துக்கள்மீது ஊர்ந்த பூச்சிகளால் எரிச்சலடைந்த பசுக்கள் தம்முடைய தலைகளை உலுக்கியதில், அவற்றின் கழுத்துக்களில் கட்டப்பட்டிருந்த மணிகள் குலுங்கி ஓசை ஏற்படுத்தின. இவற்றைத் தவிர வேறு எந்தச் சத்தமும் கேட்கவில்லை.

நெடுங்காலத்திற்கு முன்பு, ராஜமாதா குந்தி தேவியின் தேர்ச் சக்கரத்திற்கு அடியில் ஓடிச் சென்ற ஒரு பூனைக்குட்டியைக் காப்பாற்றுவதற்கு எந்த இடத்தில் ஷோன் அத்தேரின் குறுக்கே ஓடினானோ, அந்த இடத்தை நான் வந்தடைந்தேன். இன்று அந்த ஷோனும் இல்லை, அந்தப் பூனைக்குட்டியும் இல்லை. துரியோதனன் அந்தத் தேரைக்கூட அழித்திருந்தான். அந்நிகழ்வில் இடம்பெற்றிருந்தவர்களில் ராஜாமாதா குந்தியும் நானும் மட்டுமே இன்று எஞ்சியிருந்தோம். ராஜமாதா இப்போது விதுரரின் குடிசைக்கு வெளியே உட்கார்ந்து கொண்டு கிருஷ்ணரிடம் தன்னுடைய இன்பதுன்பங்களைப் பற்றிப் பேசிக் கொண்டிருக்கக்கூடும். இடையர்களோடு வாழ்ந்திருந்த கிருஷ்ணர், அரிசிச் சோற்றைப் பெரிதும் விரும்பினார். தனக்கு அரிசிச் சோறு சமைத்துக் கொடுக்கும்படி அவர் தன் அத்தையான குந்தியிடம் கேட்டிருப்பார். விதுரரும் அதை அவருக்கு மகிழ்ச்சியாகப் பரிமாறியிருப்பார். இக்காட்சிகள் அனைத்தும் என் கண்களுக்கு முன்னால் விலாவாரியாகத் தோன்றின. ஆனால், இவற்றைப் பற்றிக் கேட்டிருக்க வேண்டிய ஷோன் இப்போது உயிருடன் இல்லை. அவன் இல்லாதது என்னைப் பெரிதும் வாட்டியது. சில சமயங்களில் அவனுடைய நினைவால் என் உடல்நலம்கூட பாதிக்கப்பட்டது.

நான் முக்கியச் சாலையை நோக்கி நடந்தேன். அச்சாலையின் இருபுறங்களிலும் வளர்ந்திருந்த அசோக மரங்கள், மாமரங்கள், சால் மரங்கள், அரச மரங்கள் மற்றும் பிற மரங்கள் நிலவொளியைத் தடுத்தன. இதனால், அவற்றுக்குக் கீழே இருந்த நிலம் நிலவைப் பார்க்க அதிக ஆர்வம் கொண்டது. இலைகளின் ஊடாக ஊடுருவிய சில நிலவொளிக் கீற்றுகள் நிலத்தின்மீது ஒரு விநோதமான தோற்றத்தை உருவாக்கின. நான் திக்விஜயப் பயணத்தை முடித்துவிட்டுத் திரும்பி வந்தபோது மக்கள் என்மீது அன்பைப் பொழிந்து என்னை வரவேற்றதை அது எனக்கு நினைவுபடுத்தியது. ஆனால் அந்த நினைவு இப்போது எனக்கு மகிழ்ச்சியளிக்கவில்லை, இனி ஒருபோதும் அது எனக்கு மகிழ்ச்சியளிக்கப் போவதும் இல்லை. புகழ், சாதனை போன்ற அனைத்தும் நீர்க்குமிழிகளைப்போல எனக்குத் தோன்றின. அவை

இப்போது என்னுள் எந்த உற்சாகத்தையும் தூண்டவில்லை. நான் ஆயுதப் பயிற்சிப் பள்ளியை அடைந்தேன். நான் வெளியே நின்று பார்த்தபோது, பலப்பல ஆண்டுகளுக்கு முன்பு எந்த மேடையின்மீது நின்று சூரிய பகவானை என்னுடைய குருவாக நான் மானசீகமாக வரித்திருந்தேனோ அந்த மேடை எனக்குத் தெளிவாகத் தெரிந்தது. அந்த மேடைக்கு அருகேதான் எனக்கும் அர்ஜுனனுக்கும் இடையேயான மனக்கசப்பு தொடங்கியிருந்தது. அந்த மேடைக்கு அருகே நின்றுதான், ஓர் இரவில், பஞ்சடைக்கப்பட்ட ஒரு கிளி பொம்மையை மரத்தில் தொங்கவிட்டு அதன் கண்ணை நான் என் அம்பால் துளைத்திருந்தேன். இவை அனைத்தும் என் நினைவில் ஆழமாகப் பதிந்திருந்தன.

நான் நகர எல்லையைக் கடந்து, போட்டிகள் நடைபெறுவதற்காக துரோணரின் உத்தரவின் பேரில் உருவாக்கப்பட்டிருந்த பிரம்மாண்டமான விளையாட்டு அரங்கத்தை அடைந்து அங்கு சிறிது நேரம் நின்றேன். அங்கு நடைபெற்றப் போட்டிகளைப் பற்றிய பல கசப்பான நினைவுகள் என் மனத்தில் தோன்றின: நான் பரிதவிப்போடு அந்த அரங்கத்திற்கு வெளியே ஷோனுடன் காத்திருந்தது; பார்வையாளர்களின் கைதட்டல் சத்தம்; ஷோனின் அச்சுறுத்தும் வார்த்தைகள்; நீலத் தாமரை மலர்களால் ஆன மாலை பார்வையாளர்களின் பாதங்களுக்குக் கீழே மிதிபட்டது; சூத புத்திரன்மீது எறியப்பட்ட அவச்சொற்கள் வானில் எதிரொலித்தது. எல்லாம் தெள்ளத் தெளிவாக என் முன்னே தோன்றின. ஆனால் இனியும் என்மீது தாக்கம் ஏற்படுத்துவதற்கான சக்தி அவற்றுக்கு இருக்கவில்லை. என் மனமுற்றத்தில் அத்தகைய நிகழ்வுக் கோலங்களை ஏற்றுக் கொள்ளுவதற்கான இடம் இருக்கவில்லை. ஏனெனில், விரைவில் நிகழவிருந்த பயங்கரமான போரைப் பற்றிய நினைவுகளால் அது இப்போது நிரம்பியிருந்தது.

நள்ளிரவில் நான் கங்கைக் கரைக்கு வந்து சேர்ந்தேன். வானில் நிலவு என் தலைக்கு நேர் மேலே இருந்தது. நான் ஒரு பெரிய கற்பலகையின்மீது அமர்ந்தேன். பிறகு, என் அன்னை ராதை எனக்குக் கொடுத்திருந்த வெள்ளித் தாயத்தை என் கையிலிருந்து கழற்றி, அதை மெதுவாக நான் அந்த நீரில் மிதக்கவிட்டேன். அது வெகுதூரம் மிதந்து சென்று, பிறகு பார்வையிலிருந்து மறைந்துவிட்டது. அது கங்கையைப் பார்த்து, "உன்னுடைய அலைகளின் எண்ணிக்கை என் எஜமானனின் வாழ்வில் நான் பார்த்துள்ள குறிப்பிடத்தக்க நிகழ்வுகளின் எண்ணிக்கையைவிட அதிகமா?" என்று கேட்க விரும்பியதுபோலத் தோன்றியது.

நான் என் கையை உயர்த்தி அந்தத் தாயத்திற்கு விடைகொடுத்துவிட்டு அரண்மனைக்குத் திரும்பினேன். சூரிய வம்சத்து அரசர்களின் புராதன அறையில் நான் அமைதியான மனத்துடன் உறங்கச் சென்றேன்.

13

யானைகளின் பிளிறல் சத்தத்தோடு பொழுது புலர்ந்தது. நான் சன்னலுக்கு வெளியே பார்த்தபோது, பல்வேறு நாடுகளின் பெரும் படைகள் எங்கள் நாட்டின் நான்கு பக்கங்களிலும் கூடாரமிட்டிருந்ததை நான் கண்டேன். துரியோதனனின் ஏற்பாடுகளைக் கண்டு நான்

மலைத்தேன். பாண்டவர்களைத் தேடிக் கொண்டிருந்த தன்னுடைய தூதர்களுக்கு அவன் அவசரச் செய்திகளை அனுப்பி வைத்திருந்தான். அவர்கள் திறமையாகப் பேசி, துரியோதனனுக்கு ஆதரவு தருவதற்கு மற்ற நாடுகளை ஒப்புக் கொள்ள வைத்திருந்தனர்.

மகதம், மத்ரம், சேதி, அவந்தி, குலிந்தம், சிந்து, கலிங்கம் மற்றும் பிற நாடுகளின் கொடிகள் அஸ்தினாபுரத்தைச் சூழ்ந்தன. அவற்றுக்கிடையே துவாரகையின் கொடி எங்கும் தென்படவில்லை. யாதவர்களின் முக்கியத்துவம் குறித்து துரியோதனனுக்கு எந்த யோசனையும் இருந்ததுபோலத் தெரியவில்லை. அந்த முக்கியத்துவத்தை அவன் அறிந்து கொள்ளும்படி செய்வதற்கு அவனை துவாரகைக்கு அனுப்பி வைக்கும் நோக்கத்துடன், நான் என் உடையைக்கூட மாற்றிக் கொள்ளாமல் அவனுடைய மாளிகைக்கு விரைந்தேன்.

விருசவர்மன், பிதாமகர் பீஷ்மர், சஞ்சயன் சிற்றப்பா, துச்சாதனன், சகுனி மாமா, ஜயத்ரதன் ஆகிய அனைவரும் தங்களுடைய வேலைகளில் மும்முரமாக ஈடுபட்டிருந்தனர். அவர்கள் எல்லோரும் குரு வம்சத்தினரின் ஆதரவில் வாழ்ந்து கொண்டிருந்தனர் என்ற உண்மையை துரியோதனன் திறமையாக அவர்கள் மனத்தில் ஆழமாகப் பதிய வைத்திருந்தான். அந்த மாவீரர்கள் அனைவரும் தங்களுடைய பல்வேறு படைப்பிரிவுகளை கவனித்துக் கொண்டிருந்தனர். அவர்கள் யாரிடமும் எந்த பயமும் தென்படவில்லை.

படையினர் அனைவருக்கும் உணவு வழங்குவது தொடர்பாக துரியோதனன் துச்சாதனனோடு பேசிக் கொண்டிருந்தான். நான் அவர்களை இடைமறித்து, "துரியோதனா, இந்த மாபெரும் போருக்கு நீ தயாராகிக் கொண்டிருக்கின்ற இந்நேரத்தில் நீ எப்படி யாதவர்களை மறந்தாய்?" என்று கேட்டேன்.

துரியோதனன் விறைப்பாக நிமிர்ந்து நின்று, "கர்ணா, நான் எக்காரணம் கொண்டும் கிருஷ்ணனைப் பார்க்கப் போக மாட்டேன்," என்று உறுதியாகக் கூறினான்.

"இது இனியும் உன் விருப்பத்தைப் பொருத்த விஷயம் அல்ல. அஸ்தினாபுரத்தைச் சுற்றிலும் கூடாரமிட்டுள்ள அந்த மாபெரும் படைகள் அனைத்தையும் பற்றியது இது. நீ துவாரகைக்குப் போகத்தான் வேண்டும். ஆனால், நீ துரியோதனனாகப் போகாமல், இப்போரை நடத்துகின்ற ஒருவனாகப் போக வேண்டும்."

"கர்ணா, இது..."

"இது, அது என்று எந்தக் கதையையும் என்னிடம் கூறாதே. நீ சொல்லுகின்ற ஒரு வார்த்தையைக்கூட இனி நான் காது கொடுத்துக் கேட்கப் போவதில்லை. நான் இந்தப் போரில் பங்கேற்க வேண்டும் என்று நீ விரும்பினால், நீ துவாரகைக்குச் சென்று, உனக்கு ஆதரவாகச் சண்டையிடும்படி நீ கிருஷ்ணரிடம் கேட்டுக் கொண்டாக வேண்டும். நீ கிருஷ்ணரைத்தான் இங்கு கொண்டுவர வேண்டும். ஏழு அக்ஷௌகிணிகள் வலிமை படைத்த அவருடைய படை நமக்குத் தேவையில்லை. தயவு செய்து இதை மறந்துவிடாதே."

"கர்ணா, கிருஷ்ணனை நம் பக்கம் இழுத்துவிடலாம் என்று இன்னும் நீ நம்புகிறாயா?"

"ஆமாம், ஆனால் நீ அவரிடம் மன்னிப்புக் கேட்க வேண்டும்,

அவருக்கு முன்னால் உன்னை நீயே சிறுமைப்படுத்திக் கொள்ள வேண்டும். அப்போதுதான் அவரை உன்னால் நம் பக்கம் இழுக்க முடியும்." கிருஷ்ணரின் பெருந்தன்மையின்மீது நான் அளப்பரிய நம்பிக்கை கொண்டிருந்தேன்.

"அது சாத்தியமே இல்லை. அவன் நிச்சயமாக வர மாட்டான். நீ வீணாக நம்பிக்கையை வளர்த்துக் கொள்ளாதே. நான் என் தலையை அவனுடைய பாதங்கள்மீது வைத்துப் பணிந்தால்கூட அவன் வர மாட்டான். மேலும், ஒருவனுடைய பாதங்கள்மீது என் தலையை வைக்கின்ற வகையைச் சேர்ந்தவன் அல்லன் நான்."

"அப்படியானால்...அப்படியானால், குறைந்தபட்சம் அவர் எந்தப் பக்கமும் சேராமல் நடுநிலையாக இருப்பதற்கு அவரை ஒப்புக் கொள்ளச் செய். அவர் துவாரகையைவிட்டு வெளியே போகக்கூடாது என்று அவரிடம் கேட்டுக் கொள். அது ஒன்றுதான் நமக்கு இருக்கின்ற ஒரே வழி."

"நீ என்ன சொன்னாலும், நான் உன் அறிவுரையின்படி நடந்து கொள்ளுகிறேன். உன் விருப்பப்படி நான் துவாரகைக்குப் போகிறேன். நம்முடன் இணைந்து கொள்ளும்படி கிருஷ்ணனை ஒப்புக் கொள்ள வைக்க என்னால் முடிந்த அளவு முயற்சிக்கிறேன். நீயும் பிதாமகரும் அசுவத்தாமனும் மற்றவர்களும் இங்கேயே இருந்து போர்க்களத்தைத் தயார்படுத்துங்கள். நீ பிதாமகருடன் கலந்து ஆலோசித்து, சண்டைக்கான விதிமுறைகளை வரையறுத்துவிடு. ஆயுதங்கள், கவசங்கள், தேர்கள், கொடிகள், ஊதுகொம்புகள், போர்முரசுகள் ஆகியவற்றைத் தயார் நிலையில் வைத்திடு. இங்கு கூடியிருக்கும் வீரர்கள் அனைவருக்கும் தினமும் பணமும் உணவும் சோமபானமும் கொடுக்கத் தவறிவிடாதே."

துவாரகைக்குச் செல்லுவதற்குத் தேவையான ஏற்பாடுகளைச் செய்யும்படி அவன் தன் தேரோட்டியான பிரதிகாமனுக்கு உத்தரவிட்டான். நான் நிம்மதிப் பெருமூச்செறிந்தேன். கிருஷ்ணர் நடுநிலையில் இருக்க அவனால் அவரை ஒப்புக் கொள்ள வைக்க முடிந்தால் அது போதுமானதாக இருக்கும். கிருஷ்ணர் பாண்டவர்களை ஆதரிப்பதால்தான் அவர்கள் துணிச்சல்மிக்க வீரர்களாக ஆகியிருந்தனர்.இல்லாவிட்டால், அவர்கள் ஒரு செழிப்பான நாட்டில் பிசைக்காரர்கள்போலத்தான் இருந்திருப்பார்கள்.

14

அஸ்தினாபுரத்தில் போருக்கான ஏற்பாடுகள் மும்முரமாக நிகழ்ந்து கொண்டிருந்தன. துரியோதனன் துவாரகைக்குச் சென்றிருந்ததால், ஆயுதங்கள், போர்க்களம், யானைப் படை, குதிரைப் படை, மற்றும் பலவற்றைத் தயார்படுத்துவதற்கான பொறுப்பு என்மீது விழுந்தது. முன்பு ஷோன் எப்போதும் என்னுடன் இருந்து இவற்றையெல்லாம் கவனமாகவும் பொறுப்பாகவும் பார்த்துக் கொண்டான், ஆனால் இப்போது அவன் உயிரோடு இல்லை. துரியோதனனின் வேண்டுகோளின் பேரில், ஷோனின் மறைவால் உருவாகியிருந்த வெற்றிடத்தை அசுவத்தாமன் நிரப்பினான். அவன் இப்போது ஒரு

துறவியாகவோ அல்லது ஒரு தத்துவவியலாளராகவோ என்னுடன் வரவில்லை, மாறாக, ஒரு வீரனாக அவன் எனக்கு உதவினான்.

ஏற்கனவே அஸ்தினாபுரத்திற்கு வந்து முகாமிட்டிருந்த படையினரை கவனித்துக் கொள்ளும் பொறுப்பு துச்சாதனனிடம் ஒப்படைக்கப்பட்டு இருந்தது. கௌரவர்களோடு சேர்ந்து கொள்ள மற்ற அரசர்களை ஒப்புக் கொள்ள வைக்க அவர்களுக்குத் திறமையாகக் கடிதம் எழுதும் வேலையில் சகுனி மாமா மும்முரமாக ஈடுபட்டிருந்தார். வெள்ளப் பெருக்கு ஏற்பட்டிருக்கும் நேரத்தில் நீரோடைகள் எப்படிக் காற்றின் வேகத்தில் பாய்ந்து சென்று பெருங்கடலுக்குள் சங்கமிக்குமோ, அதேபோல, அண்டை நாடுகளின் அரசர்கள் அனைவரும் தங்களுடைய குதிரைப் படைகளுடனும் யானைப் படைகளுடனும் தேர்ப் படைகளுடனும் காலாட்படைகளுடனும் அஸ்தினாபுரத்தில் ஒன்றுகூடினர். கங்கையின் விசாலமான கரையின்மீது எண்ணற்றப் போர் முகாம்கள் முளைத்தன.

இரும்புக் கொல்லர்கள் இரவு பகலாக வேலை செய்து எண்ணற்ற எறிவேல்களையும் வாட்களையும் திரிசூலங்களையும் அம்புகளையும் தயாரித்தனர். குதிரைப் பராமரிப்பாளர்கள் போர்க் குதிரைகளுக்குச் சேணங்களையும் கடிவாளங்களையும் பூட்டுவதில் மும்முரமாக ஈடுபட்டனர். சமையற்காரர்கள் தூங்கக்கூட நேரமின்றி அண்டாக்கள் நிறைய உணவுப் பதார்த்தங்களை சமைத்துக் கொண்டிருந்தனர். சேதமடைந்த தேர்களைப் பழுது பார்ப்பதில் வல்லவர்கள் அதற்குரிய கருவிகளுடன் தேனீக்கள்போல அங்கு மொய்த்தனர். சோமரசம் தயாரிப்பதற்குத் தேவையான சோமவல்லி இலைகள் ஒரு பெரிய அறை நெடுகிலும் பல குவியல்களாகக் குவித்து வைக்கப்பட்டிருந்தன. தொலைவிலிருந்து பார்த்தபோது அந்த அறையின் சுவர்கள்கூடத் தெரியவில்லை. கூடாரங்கள் அமைப்பதற்குத் தேவையான துணிகளை நாட்கணக்கில் நெய்து கொண்டிருந்த நெசவாளர்களின் பார்வை மங்கியது. பாதுகாப்பாக வைக்கப்பட்டிருந்த, கௌரவர்களின் முக்கோணக் கொடி இப்போது வெளியே கொண்டு வரப்பட்டு, அதன் ஓரங்கள் விலையுயர்ந்த நீலநிறப் பட்டு நூலால் அலங்கரிக்கப்பட்டன, அக்கொடியின் நடுவில் பொன்னிழைகளைக் கொண்டு சூரியச் சின்னம் தைக்கப்பட்டது. பிறகு அக்கொடியை விதுரர் தானே நேரில் சென்று பிதாமகர் பீஷ்மரிடம் கொடுத்தார்.

"இப்போர் நாம் நினைக்கும் விதத்தில் நடைபெறப் போவதில்லை," என்று கூறிய விதுரர், யாருடைய கோரிக்கைக்கும் செவி சாய்க்காமல், போர் தொடங்குவதற்கு முன்பாகவே இமயத்திற்குச் சென்று அங்கேயே தங்கிவிடுவார் என்றும், அவர் அங்கு போவதற்கு முன்பாக ராஜமாதா குந்தி தேவியை உபப்லாவ்யத்திற்குப் பாதுகாப்பாக அழைத்துச் செல்லுவார் என்றும் ஒரு பேச்சு அனைத்து முகாம்களிலும் தாராளமாக உலா வந்தது. எல்லோரும் அதை உறுதியாக நம்பினர். இவ்விஷயம் பிரபஞ்சனன் மூலம் எனக்குத் தெரிய வந்தது. ஆயுதங்கள் கூர் தீட்டப்பட்டச் சத்தமும் குதிரைக் குளம்புகள் தயாரிக்கப்பட்டச் சத்தமும் எல்லா இடங்களிலும் கேட்டன. போருக்கான தயாரிப்பு நடவடிக்கைகள் முழு வீச்சில் நடைபெற்றுக் கொண்டிருந்தன.

அஸ்தினாபுரத்தில் கூடியிருந்த வீரர்களின் எண்ணிக்கை ஆரியவர்த்தத்தில் எந்தவொரு புனிதத் தலத்திலும் கூடிய பக்தர்களின்

எண்ணிக்கையைவிட மிக அதிகமாக இருந்தது. ஒவ்வொரு வீரனும் வீரமரணம் அடைந்து சொர்க்கத்திற்குப் போகத் தயாராக இருந்தான். ஒன்றின்மேல் ஒன்றாகக் குவிக்கப்பட்ட ஆயுதங்கள் சொர்க்கலோகத்திற்கு மகிழ்ச்சியாக இட்டுச் செல்லுகின்ற தெய்விகப் படிக்கட்டுகளாக ஆகும். நிகழவிருந்த பேரழிவு இந்தத் தியாகத்தை ஒவ்வொருவரிடமிருந்தும் எதிர்பார்த்தது. அந்த எதிர்பார்ப்பை நிறைவேற்றுவதை நோக்கமாகக் கொண்டு ஆயிரக்கணக்கான வீரர்கள் தன்னம்பிக்கையோடு நகர வீதிகள் நெடுகிலும் சுற்றித் திரிந்து கொண்டிருந்ததை என் மாளிகையின் மேல்மாடத்திலிருந்து தினமும் நான் பார்த்தேன். தினமும் புதிது புதிதாக யானைப் படைகளும் குதிரைப் படைகளும் அஸ்தினாபுரத்திற்கு வந்து சேர்ந்ததால், வழக்கமாகத் தூய வெண்பனிபோல ஓடிக் கொண்டிருந்த கங்கையின் நீர், இப்போது மண் கலந்து பழுப்பு நிறத்திற்கு மாறியிருந்தது. போருக்காக ஆயுதக் கிடங்குகளில் ஆயிரக்கணக்கான ஆயுதங்கள் தயாராக வைக்கப்பட்டன. போர்க்களத்தின் எல்லையை உணர்த்திய அடையாள அறிகுறிகள் ஆங்காங்கே நிலைப்படுத்தப்பட்டன. பல்வேறு நாடுகளிலிருந்து கொண்டுவரப்பட்ட, பல்வேறு வடிவங்களிலும் பல்வேறு அளவுகளிலும் இருந்த சங்குகள், மரத்தால் ஆன மேடைகள்மீது அழகாகக் காட்சிப்படுத்தப்பட்டிருந்தன. நகரின் பல்வேறு பகுதிகளில் எல்லோருடைய வீடுகளிலும் படுக்கையறைகளில் கல் விளக்குகள் எரிந்தன. இதற்கு முன்பு ஒருபோதும் இப்படி நிகழ்ந்திருக்கவில்லை. புகழ்பெற்ற அஸ்தி மாமன்னரால் தோற்றுவிக்கப்பட்டிருந்த இந்த நகரத்தில் இப்போது ஒரு தீவிர நெருக்கடி நிலை உருவாகியிருந்தது. மார்கழி மாதத்தின் அடர்பனி அரண்மனைச் சுவர்களைச் சுற்றிலும் சூழ்ந்தது.

மகாயுத்தம்! என் வாழ்வின் மூன்றாவது மகாயுத்தம் அது. திரௌபதியின் சுயம்வரத்தின்போது காம்பில்யத்தில் அனைத்து அரசர்களும் சண்டையிட்டபோது முதலாவது போர் நிகழ்ந்தது. துரியோதனன் இளவரசி பானுமதியைத் தூக்கி வந்தபோது இரண்டாவது போர் நிகழ்ந்தது. நான் அவனுக்காகச் சண்டையிட வேண்டியதாயிற்று. இந்த இரண்டு போர்களிலும் பல அரசர்கள் பங்கு கொண்டனர். இப்போது மூன்றாவது போர் நிகழ்விருந்தது. முதல் இரண்டு போர்களும் எங்களுடைய தாய்நாட்டிற்கு வெளியே வேறு நாடுகளில் நிகழ்ந்தன. அப்போர்களின் விளைவுகள் கௌரவர்களை பாதிக்கவில்லை. ஆனால், இந்த மூன்றாவது மகாயுத்தம் ஓர் அந்நிய நாட்டில் நிகழவிருக்கவில்லை, மாறாக, அது எங்களுடைய சொந்த அஸ்தினாபுரத்தில் குருச்சேத்திரத்தில் நடைபெறவிருந்தது. இப்போது எல்லா அரசர்களும் தங்களுடைய கருத்து வேறுபாடுகளைத் தீர்த்துக் கொண்டு ஒற்றுமையாக நிற்பது அறிவார்ந்த செயலாக இருக்குமல்லவா? என்னுடைய சிந்தனைகள் அனைத்தும் ஒரே ஒரு முடிவுக்குத்தான் இட்டுச் சென்றன. இப்போது எந்தத் தடுமாற்றமும் இல்லை. நான் சூழ்நிலையின் யதார்த்தத்தை ஏற்றுக் கொண்டிருந்த நிலையில், போருக்கான அழைப்பைப் பின்தொடர நான் தயாராக இருந்தேன். நான் மற்றவர்களிடம் தன்னம்பிக்கையை ஊக்குவித்துக் கொண்டிருந்தேன். கௌரவ சாம்ராஜ்ஜியம் நிலத்தின்மீது உறுதியாக நிலை கொண்டிருப்பதை உறுதி செய்வதுதான் இப்போது முன்னுரிமையாக இருந்தது. அப்போதுதான், கர்ணன், துரியோதனன்,

அசுவத்தாமன், திருதராஷ்டிரர், பீஷ்மர் ஆகியோருடைய கூடுகள் பாதுகாப்பாக இருக்கும். முதலில் நாடு பாதுகாக்கப்பட வேண்டும், பிறகு குடிமக்கள்மீது அக்கறை செலுத்தப்பட வேண்டும். கௌரவர்களாகிய நாங்கள் ஆயிரக்கணக்கில் ஒன்றிணைந்து, ஒருவரோடு ஒருவர் கைகோர்த்து ஒரே நோக்கத்துடன் சண்டையிட்டால், இமயத்தை மட்டுமல்லாமல், அதற்கு அப்பாலுள்ள பகுதிகளைக்கூட எளிதாக எங்களுடைய கட்டுப்பாட்டின்கீழ் கொண்டுவந்துவிட முடியும் என்று நான் உறுதியாக நம்பினேன்.

பிதாமகர் பீஷ்மர் தன்னுடைய தூதுவர்கள் மூலம் பாண்டவர்களுடன் கலந்து ஆலோசித்துவிட்டுப் போருக்கான விதிமுறைகளை நிர்ணயித்தார். அசுவத்தாமனும் துச்சாதனனும் தங்களுடைய கருத்து வேறுபாடுகளைத் தற்காலிகமாக ஒதுக்கி வைத்துவிட்டு, அங்கு கூடியிருந்த ஆயிரக்கணக்கான வீரர்களுக்குப் போரின் விதிமுறைகளை விளக்கினர்.

"ஓர் ஆயுதம் கீழே விழுந்துவிட்டால், அதை மீண்டும் எடுத்துப் பயன்படுத்தாதீர்கள். நிராயுதபாணிகள், தேர்களை இழந்தவர்கள், இறந்துவிட்டவர்கள், சரணடைந்தவர்கள் ஆகியோரை ஒருபோதும் தாக்காதீர்கள். வெட்டியான்கள், சமையற்காரர்கள், சோமரசம் தயாரிப்பவர்கள் ஆகியோரை ஒருபோதும் கொல்லாதீர்கள். காலாட்படை வீரர்கள் எதிரிகளின் காலாட்படை வீரர்களுடன் மட்டுமே போர் புரிய வேண்டும். அதேபோல, குதிரைப் படையினர் எதிரிகளின் குதிரைப் படையினரோடும், யானைப் படையினர் எதிரிகளின் யானைப் படையினரோடும், வாள்வீரர்கள் எதிரிகளின் வாள்வீரர்களோடும், கதாயுத வீரர்கள் எதிரிகளின் கதாயுத வீரர்களோடும், ரதவீரர்கள் எதிரிகளின் ரதவீரர்களோடும் மட்டுமே சண்டையிட வேண்டும். ஒவ்வொரு வீரனும் போரில் இப்படித்தான் நடந்து கொள்ள வேண்டும். சூரியன் அஸ்தமனமாகும்போது நீங்கள் எல்லோரும் உங்களுடைய ஆயுதங்களைக் கீழே போட்டுவிட வேண்டும். இதை ஒருபோதும் மறக்காதீர்கள்." இந்த அறிவுரையும் இதே போன்ற பிற அறிவுரைகளும் படையினருக்கு வழங்கப்பட்டன. எந்தத் தவறும் நிகழாமல் இருப்பதை உறுதி செய்வதற்காக வீரர்கள் இந்த விதிமுறைகளை ஒத்திகை பார்க்கப் பணிக்கப்பட்டனர். மார்கழி மாதத்தின் கடுங்குளிரில்கூட அஸ்தினாபுரம் கதகதப்பாக இருந்தது.

பாண்டவர்களின் பிரதிநிதியாகச் செயல்பட்ட, திரௌபதியின் சகோதரன் திருஷ்டத்யும்னன், போர்க்களத்தைப் பார்வையிடுவதற்காக அஸ்தினாபுரத்திற்கு வந்தான். பீஷ்மரும் அங்கு சென்றார்.

யானைகள், குதிரைகள், காலாட்படை வீரர்கள், தேர்கள் ஆகிய அனைத்தும் போர்க்களத்தில் எங்கெங்கே நிறுத்தி வைக்கப்பட வேண்டும் என்பதைத் தீர்மானித்த திருஷ்டத்யும்னன், அஸ்தினாபுரத்தில் ஒரு கணம்கூடத் தங்காமல், விதுரரின் குடிசையில் ராஜமாதா குந்தி தேவியை சந்தித்துவிட்டு நேராக உபப்லாவ்யத்திற்குச் சென்றுவிட்டான். போர்க்களம் தெற்கு நோக்கிச் சரிந்திருந்ததைக் கண்ட சத்தியசேனன் கவலை கொண்டான். இது எவ்வளவு தூரம் உண்மை என்பதைத் தெரிந்து கொள்ளுவதற்காகப் போர்க்களத்திற்கு நான் நேரில் சென்றேன். சத்தியசேனன் சரியாகத்தான் பார்த்திருந்தான். சாய்வாக இருந்த

தெற்குப் பகுதியை எவ்வளவு நிரப்பியபோதிலும், அதை ஒருபோதும் சமதளமாக ஆக்க முடியவில்லை. ஏனெனில், அது ஒரு மிகப் பெரிய களமாக இருந்தது.

போர்க்களத்தை சமதளப்படுத்துவது பற்றிய கேள்வியை ஒதுக்கிவிட்டுப் பார்த்தபோது, என் சொந்த வாழ்க்கை எப்படிச் சீராக்கப்பட இருந்தது என்ற கேள்வி என்னுள் முளைத்தது.

மார்கழி மாதத்தின் ஐந்தாம் நாள் கழிந்தது. கடுங்குளிர் இப்போது சற்றுக் குறைந்திருந்தது. நான் என் மேல்மாடத்தில் நின்று கொண்டிருந்தபோது, தூரத்தில், துவாரகையிலிருந்து திரும்பி வந்து கொண்டிருந்த துரியோதனனின் தேர் தென்பட்டது. துரியோதனனுக்குப் பின்னால், ஏழு அக்ஷௌகிணிகளின் பலம் பொருந்திய மாபெரும் யாதவப் படை வந்து கொண்டிருந்தது. ஆனால் கிருஷ்ணர் அதில் இடம்பெற்றிருந்ததற்கான எந்த அறிகுறியும் தென்படவில்லை. கிருஷ்ணர் நடுநிலை வகிக்க ஒப்புக் கொண்டுவிட்டாரா? துரியோதனன் அதை சாதித்திருந்தானா? அதற்குரிய சாமர்த்தியமும் அறிவும் அவனுக்கு இருந்தன என்று நினைத்துக் கொண்டே, அவனை வரவேற்பதற்காக நான் கீழே இறங்கிச் சென்றேன். ஆனால் அவன் முற்றிலும் தோற்றுப் போய் துவாரகையிலிருந்து திரும்பி வந்திருந்தான். கிருஷ்ணர் அவனுடைய அரசியல் சாதுரியத்தைத் தகர்த்துவிட்டிருந்தார். அவன் அவனிடம், "ஆயுதம் எதுவும் இல்லாத நான் ஒரு புறம்; மறுபுறம், ஆயுதங்கள் ஏந்திய, ஏழு அக்ஷௌகிணி பலம் பொருந்திய யாதவைப் படை. இவ்விரண்டில் உனக்கு விருப்பமானதைத் தேர்ந்தெடுத்துக் கொள்," என்று கூறியிருந்தார். என்னுடைய அறிவுரையை உதாசீனப்படுத்திவிட்டு, துரியோதனன் யாதவப் படையைத் தேர்ந்தெடுத்திருந்தான்.

"உன்னிடம் ஆயுதம் இருக்கிறதோ இல்லையோ, எனக்கு நீ மட்டுமே வேண்டும். ஆனால் நீ என்னுடன் வர விரும்பவில்லை என்றால், தயவு செய்து துவாரகையிலேயே இருந்துவிடு. எனக்கு உன்னுடைய படை வேண்டாம்." இப்படி எதையும் துரியோதனன் கிருஷ்ணரிடம் கூறவில்லை. மாறாக, பதினைந்து லட்சம் யாதவ வீரர்களைத் தன்னுடன் அஸ்தினாபுரத்திற்கு அழைத்து வந்திருந்தது குறித்த வெற்றிக் களிப்பில் அவன் என்னை நோக்கி ஓடி வந்தான். "கர்ணா, ஆயுதங்கள் இல்லாத கிருஷ்ணனுக்கும் அர்ஜுனனின் தேரில் உள்ள கொடிக்கம்பத்திற்கும் இடையே என்ன வித்தியாசம் இருக்கிறது? கிருஷ்ணன் அர்ஜுனனின் தேரோட்டியாக இருக்கப் போகிறான், அவ்வளவுதான். ஆயுதம் ஏந்திப் போரிடுவதற்கு பதிலாக, அவன் தன் கைகளில் கடிவாளங்களையும் சாட்டையையும் தாங்கியிருப்பான். நம்மிடையே தேரோட்டிகளுக்குப் பஞ்சமா என்ன? இந்தப் பதினைந்து லட்சம் யாதவ வீரர்களை நம் பக்கம் கொண்டுவந்துள்ளதன் மூலம் கௌரவப் படையை நான் மிக வலிமையானதாக ஆக்கியிருக்கிறேன். இனி நம்மை யாராலும் வெல்ல முடியாது. நீ என்ன நினைக்கிறாய்?"

"இளவரசே, போரில் பயன்படுத்தப்படக்கூடிய மிகவும் சக்தி வாய்ந்த ஆயுதம் அறிவுதான் என்பது உங்களுக்குத் தெரியாதா? அர்ஜுனனின் தேரோட்டியாகச் செயல்படவிருக்கின்ற கிருஷ்ணரின் கைகளில் கடிவாளங்களும் சாட்டையும்தான் இருக்கும் என்பது உண்மைதான், ஆனால் அவர் தன் வாயை வைத்துக் கொண்டு மௌனமாக இருக்க

மாட்டார் என்பதை நீ உணரவில்லையா? அவர் அர்ஜுனனின் தேரை ஓட்டும்போது மௌனமாக இருப்பதற்காகவாவது நீ அவரை ஒப்புக் கொள்ள வைத்திருக்கலாம், இல்லையா?" என்று நான் அவனிடம் கேட்க விரும்பினேன். ஆனால், அரசியல் சாதுரியத்திற்குப் பெயர் பெற்ற அவனிடம் என்னால் அதைக் கூற முடியாததால் நான் மௌனமாக இருந்துவிட்டேன். துரியோதனன் தன்னுடைய அரசியல் வாழ்க்கையில் தவறுகளை ஒப்புக் கொண்டதில்லை, தவறுகளைத் திருத்திக் கொண்டதும் இல்லை, மற்றவர்களை நம்பியதும் இல்லை. ஒரு சிலந்தி வலையில் சிக்கிக் கொண்ட ஒரு ஈயைப்போல, துரியோதனன் தன் பிரச்சனைகளிலிருந்து விடுபட எவ்வளவு அதிகமாகப் போராடினானோ, அவ்வளவு அதிகமாக அவன் அப்பிரச்சனைகளுக்குள் சிக்கிக் கொண்டான். இதை என்னால் தெளிவாகப் பார்க்க முடிந்தது. அவனும் அவன் தேர்ந்தெடுத்திருந்த அரசியல் பாதையும் நகைப்புக்குரியவையாகத் தோன்றின. நான் ஏதேனும் நம்பிக்கைக் கீற்று தென்படாதா என்று பரிதவித்தேன். ஆனால், தன் சொந்த அகங்காரத்தில் சிக்கிக் கிடந்த துரியோதனன் யாரையும் நம்பத் தயாராக இருக்கவில்லை. மாறாக, "நான் மட்டுமே திறன் படைத்தவன், யாராலும் என்னை எதிர்த்து நின்று தாக்குப்பிடிக்க முடியாது. அஸ்தினாபுர சாம்ராஜ்ஜியத்தை நிர்வகிக்கத் தேவையான அறிவு எனக்கு மட்டுமே இருக்கிறது," என்று அவன் சிந்தித்தான். என்னுடைய அறிவுரைகளையும் பரிந்துரைகளையும்கூட, தன் அருமை நண்பன் பாசத்தோடு தனக்குக் கொடுத்த அறிவுரைகள் மற்றும் பரிந்துரைகள் என்று அவன் ஏற்றுக் கொள்ள மாட்டான்.

கிருஷ்ணரை விட்டுவிட்டு அவன் யாதவப் படையோடு வந்திருந்தான்.

இப்போது துரியோதனனின் வசம் பதினோரு அக்ஷௌகிணிகள் இருந்தன. முதன்மைத் தளபதியையும் அவருக்குக் கீழே மற்றத் தளபதிகளையும் நியமிப்பதற்கான நேரம் வந்தது. ஒன்றன்பின் ஒன்றாக, கௌரவப் படைகள் போர்க்களத்தை நோக்கி அணிவகுத்துச் சென்றன. குருச்சேத்திரத்தின் தெற்குப் பகுதியில் படைகள் கூடாரமிட்டன. தலைநகரமான அஸ்தினாபுரம் வெறிச்சோடியும் தனித்தும் இருந்தது. பெண்கள் தங்கள் கணவன்மார்களுக்கு விடைகொடுத்து அனுப்பிவிட்டு, தங்களுடைய வீட்டு வாசல்களில் தண்ணீரைத் தெளித்து, தங்கள் தெய்வங்களின் திருவுருவச் சிலைகளுக்கு ஆரத்திக் காட்டிவிட்டு, விளக்குகளை ஏற்றி வைத்தனர். என்னுடைய படைகளை கவனித்துக் கொள்ளுவதற்காக நானும் அஸ்தினாபுரத்தைவிட்டு வெளியேறினேன்.

அஸ்தினாபுரத்திற்கு பதிலாகக் குருச்சேத்திரத்தில் இப்போது பல நடவடிக்கைகள் மும்முரமாக நிகழ்ந்து கொண்டிருந்தன. தேனீக்கள் தம்முடைய இறக்கைகளை ஒன்றோடொன்று உரசியபடி தம்முடைய தேன்கூட்டில் கூட்டமாகத் தொங்கிக் கொண்டிருப்பதைப்போல, லட்சக்கணக்கான வீரர்கள் குருச்சேத்திரப் போர்க்களத்தின் மேற்குப் பகுதியில் குழுமினர்.

ஆபரணங்களால் தங்களுடைய உடல்களை அலங்கரித்திருந்த அங்கன், அங்காரகன், அலப்தன், அம்பாஷ்டகன், அலாயுதன், அலம்புசன் ஆகிய அரக்கர்குலத் தலைவர்கள் யானைப் படையின் ஆயிரக்கணக்கான யானைகளை அவற்றுக்குரிய இடங்களுக்கு ஓட்டிச்

செல்லுவதில் மும்முரமாக இருந்தனர்.

அனஷ்வசன், அனுசால்வன், அபராஜிதன், அசலன், அரிஷ்டசேனன், விந்தன், அனுவிந்தன், அங்கதன், அச்சுதாயு, அசுவகேது, ஆஷாடன், ஆர்ஜவன், இந்திரவர்மன், ஈசுவரன், உக்கிரதீர்த்தன், உக்கிரமன்யு, உலூகன் மற்றும் பிற குதிரை வல்லுனர்கள் குதிரை வீரர்களுக்கு அறிவுறுத்தல்களையும் ஆலோசனைகளையும் வழங்கிய பிறகு குதிரைப் படையை அணிவகுத்து நிறுத்துவதில் மும்முரமாக ஈடுபட்டனர்.

சேமதூர்த்தி, சேமசர்மன், பகதத்தன், கிருதவர்மன், பிருகதபலன், பாகுலிகன், நீலத்வஜன், சிரவாசசன், தீர்க்கப்பிரஜன், நியுதாயு, பவுண்டரகன், தீர்க்காயு போன்ற புகழ்மிக்க அரசர்கள் தங்கள் தேர்கள் நிற்க வேண்டிய இடங்களைத் தங்களுடைய தேரோட்டிகளுக்குச் சுட்டிக்காட்டிக் கொண்டிருந்தனர்.

குருதேவர் துரோணர், கிருபர், சல்லியன், சகுனி மாமா, ஜயத்ரதன், அசுவத்தாமன், துரியோதனன், துச்சாதனன் ஆகியோர் இருபத்து நான்கு லட்சம் வீரர்கள் அடங்கிய படையின் அசைவுகளைக் கண்காணித்துக் கொண்டிருந்தனர்.

மகதம், மத்ரம், பாகுலிகம், காந்தாரம், அவந்தி, நிஷாதம், சிந்து, கலிங்கம், சேதி மற்றும் பிற நாடுகளின் பல வண்ணக் கொடிகள் வானில் படபடத்தன. குருச்சேத்திரத்தைச் சுற்றி ஓடிக் கொண்டிருந்த சரஸ்வதி ஆற்றின் நீரும், மந்தமான வேகத்தில் ஓடிக் கொண்டிருந்த திருஷத்வதி ஆற்றின் நீரும் பகல் நேரத்தில்கூட மிகவும் குளிர்ந்திருந்தன.

படைவீரர்கள் தங்குவதற்கான கூடாரங்கள் ஒரு சீரான ஒழுங்குடன் நிர்மாணிக்கப்பட்டிருந்தன. நான் இவற்றையெல்லாம் பார்வையிட்டப் பிறகு அஸ்தினாபுரத்திற்குத் திரும்பிச் சென்றேன்.

மார்கழி மாதத்தின் தேய்பிறைக் காலகட்டத்தின் இரண்டாம் நாள் போரின் துவக்க நாளாகத் தேர்ந்தெடுக்கப்பட்டது.

15

போருக்கான நாளைக் கிருஷ்ணர் குறித்தவுடன் முதன்மைத் தளபதியைத் தேர்ந்தெடுப்பது குறித்த விவாதங்கள் தொடங்கின. துரியோதனன் என்னுடைய பெயரை எல்லோரிடமும் பரிந்துரைத்துக் கொண்டிருந்தான். அசுவத்தாமன், சகுனி மாமா, ஜயத்ரதன், துச்சாதனன் ஆகியோர் அவனை ஆதரித்தனர். ஆனால் வயதில் மிகவும் மூத்தவரான பிதாமகர் பீஷ்மர்தான் அப்பதவியை ஏற்றுக் கொள்ளுவார் என்று நான் நினைத்தேன். ஆனால் நான் அப்பதவியை வகிக்க வேண்டும் என்பதுதான் எல்லோருடைய விருப்பமும் என்றால், அதை ஏற்றுக் கொள்ளுவதைத் தவிர எனக்கு வேறு வழி இருக்காது. எனவே, என் தந்தைக்கு நீராஞ்சலி செய்துவிட்டு அவருடைய ஆசியைப் பெறுவது என்னுடைய கடமையாக இருந்தது. போருக்கு முன்பாக இத்தகைய நீராஞ்சலிகள் மேற்கொள்ளப்பட்டன. நெருக்கடியான இத்தகைய ஒரு சூழலில், தந்தை-மகன் என்ற உறவில் ஈடுபடுவது சரியாக இருக்காது. இப்படிப்பட்ட ஒரு நேரத்தில், கவனக்குவிப்பு, ஒற்றுமை, முழுமையான அர்ப்பணிப்பு போன்றவற்றைத் தவிர வேறு எந்த உணர்ச்சிகளுக்கும்

இடம் கொடுக்கப்படக்கூடாது.

ஒருநாள் அதிகாலையில் இத்தகைய எண்ணங்கள் என் மனத்தை ஆட்கொண்டன. என்னைச் சுற்றி எல்லா இடங்களிலும் மயான அமைதி நிலவியது. அருகிலிருந்த விஷ்ணு கோவிலில் யாரோ ஒரு பக்தர் கோவில் மணியை ஒலிப்பித்துக் கொண்டிருந்தார். அந்த ஒலியின் மென்மையான அதிர்வுகள், கங்கையில் நின்று நீராஞ்சலி செய்து கொண்டிருந்த என்னுடைய காதுகளை எட்டின. என்னுடைய ஒவ்வொரு துளி அஞ்சலியும் கங்கையிடம், “கர்ணன் தன் வாழ்வில் எத்தனை நீராஞ்சலிகளைச் செய்திருக்கிறான் என்று உனக்குத் தெரியுமா?” என்று கேட்டதுபோல எனக்குத் தோன்றியது.

அக்கேள்விக்கான விடையை என் தந்தையிடம் கேட்பதைப்போல கங்கை தன்னுடைய எண்ணற்ற அலைக் கண்களுடன்கூடிய தன்னுடைய முகத்தை சூரிய பகவானை நோக்கித் திருப்பினாள். அவர்கள் இருவருக்கும் இடையே நிகழ்ந்த மௌன உரையாடலை என்னால் உணர்ந்து கொள்ள முடிந்தது. என் கேள்விக்கு அவர்கள் இருவராலும் பதிலளிக்க முடியவில்லை. எனவே, நானே பேச வேண்டியதாயிற்று. “கங்கைத் தாயே, உன்னுடைய நீரில் எத்தனைச் சிற்றலைகள் இருக்கின்றனவோ அத்தனை முறை நான் நீராஞ்சலி செய்திருக்கிறேன். சூரிய பகவானே, உங்களிடம் எத்தனை ஒளிக்கதிர்கள் இருக்கின்றனவோ அத்தனை நீராஞ்சலிகளை நான் செய்திருக்கிறேன். இன்று நான் இன்னுமொரு நீராஞ்சலியைச் செய்து கொண்டிருக்கிறேன். இதையும் தயவு செய்து ஏற்றுக் கொள்ளுங்கள். ஒரு தாய் தன் மகனை எப்போதேனும் ஒரு சுமையாகக் கருதுவாளா? ஒரு தோட்டம் தன்னுடைய மலர்களைக் கண்டு பின்வருத்தம் கொள்ளுமா? வானம் தன்னுடைய நட்சத்திரங்களையும் ஒரு மாமரம் தன்னுடைய மலர்களையும் வெறுக்குமா? அப்படியானால், பக்தியோடும் அன்போடும் நான் வழங்குகின்ற நீராஞ்சலியை நீங்கள் எப்படி ஒரு சுமையாகக் கருதுவீர்கள்? என் தந்தையும் தாயும் நீங்கள்தானே? கங்கைத் தாயே, நீ என்னை மீண்டும் மீண்டும் தூய்மைப்படுத்தி வந்திருக்கிறாய். சூரிய பகவானே, எனக்குப் பிரச்சனைகள் எழுந்தபோதெல்லாம் நீங்கள் முன்கூட்டியே என்னை எச்சரித்து வந்திருக்கிறீர்கள். நான் உங்கள் புதல்வன். துரியோதனன், சகுனி மாமா, அசுவத்தாமன், பிதாமகர் பீஷ்மர், விதுரர், மன்னர் திருதராஷ்டிரர் ஆகிய யாரிடமும் ஒரு வார்த்தைகூடப் பேச எனக்கு எந்த விருப்பமும் இல்லை. அவர்கள் எல்லோரும் என் வாழ்க்கைப் பயணத்தில் என்னுடன் சிறிது தூரம் பயணித்து வந்துள்ள சக பயணியர் மட்டுமே. ஆனால், மேன்மை பொருந்திய உங்களுக்காக மட்டுமே நான் என்னுடைய கடினமான பயணத்தை மேற்கொண்டு வந்துள்ளேன். என்னிடம் பேசுங்கள், எதையேனும் சொல்லுங்கள். நான் ஏதேனும் பெருந்தவறு செய்திருக்கிறேனா? நான் என்னுடைய கடமைகளில் எதிலேனும் தவறியிருக்கிறேனா? நான் கௌரவர்களுடன் சேர்ந்து கொண்டது என்னுடைய தன்னல நோக்கத்தினாலா? நான் ஒரு கௌரவனாக இல்லாவிட்டாலும் கௌரவர்களுக்காக ஏராளமானவற்றைச் செய்தேன். நான் உங்கள் மைந்தனாக இருந்தபோதிலும், நீங்கள் எனக்காக ஏதேனும் செய்தீர்களா? கவச குண்டலங்களை இழந்த கர்ணன் ஒளியிழந்துவிட்டான் என்று இந்த

ஒட்டுமொத்த அஸ்தினாபுரமும் கூறுகிறது. இருண்ட மேகங்கள் சூழ்ந்தால், அதற்காக இருள் இவ்வுலகின் அதிபதியாக ஆகிவிட்டதாக அர்த்தமாகிவிடாது என்பதை நான் எவ்வாறு அவர்களுக்குப் புரிய வைப்பேன்? 'கர்ணன் ஒரு துரதிர்ஷ்டசாலி, ஆதரவற்றவன்,' என்று கூறுவதற்கான உரிமை யாருக்கேனும் இருக்கிறதா? இறுதியில், தலைவிதியையும் திறனையும் புகழையும் ஒருவர் எவ்வாறு அளவிடுவது? செல்வத்தின் அடிப்படையிலா? நாட்டின் அடிப்படையிலா? சாதனையின் அடிப்படையிலா? அல்லது, ஒரு நூறு ஆண்டுகள் இயந்திரத்தனமாக வாழப்படுகின்ற ஒரு நீண்ட வாழ்க்கையின் அடிப்படையிலா? இல்லை. நான் இவற்றில் எதையும் தேர்ந்தெடுக்கவில்லை. கங்கைத் தாயே, என்னுடைய வாழ்க்கை உன்னுடைய எண்ணற்றச் சிற்றலைகளைப் போன்றது. சூரிய பகவானே, இவ்வுலகிற்கு அகவிழிப்புநிலை எனும் பரிசைக் கொண்டு வருகின்ற உங்களுடைய ஆயிரக்கணக்கான ஒளிக்கதிர்களைப் போன்றது என்னுடைய வாழ்க்கை. சில சமயங்களில், மழை பெய்யும்போது, அம்பு போன்ற கூர்மையான உங்களுடைய கதிர்கள் ஏழு நிறங்களைக் கொண்ட ஒரு வானவில்லாக மாறுகின்றன. நெடுங்காலத்திற்கு முன்பு அஸ்தினாபுரத்தில் போட்டிகள் நடைபெற்ற அந்த நாள், திரௌபதியின் சுயம்வரம், விருசாலியுடனான என்னுடைய திருமணம், எனக்குப் பரிசாகக் கிடைத்தக் கவச குண்டலங்கள், கிருஷ்ணரின் பரிந்துரையை நான் மறுத்தது போன்ற நிகழ்வுகள் என் வாழ்வின் பல்வேறு உணர்ச்சிகளை வெளிப்படுத்துகின்ற ஒரு வானவில்லாக ஆகியிருக்கவில்லையா?

"நிகழவிருக்கின்ற போரில், உங்களுடைய பெயருக்கும் என்னுடைய பரம்பரைக்கும் புகழைத் தேடிக் கொடுக்கும் விதத்தில் நான் சண்டையிடுவதற்கான வலிமையை எனக்குத் தாருங்கள். ஆழமான அர்ப்பணிப்போடு நான் வழங்குகின்ற நீராஞ்சலிகளை ஏற்றுக் கொள்ளுங்கள்."

நான் நூற்றுக்கணக்கான முறை அஞ்சலி செய்தேன். என்னைச் சுற்றி என்ன நடந்து கொண்டிருந்தது என்ற பிரக்ஞையே எனக்கு இருக்கவில்லை. என் மனம் மெல்ல மெல்ல இமயத்தைப்போல உறுதியடைந்தது.

அப்போது நண்பகல் ஆகியிருந்தது. சூரிய பகவான் என் தலைக்கு நேர் மேலே இருந்தார். கங்கைக் கரையின் மணற்துகள்கள் கொதித்தன. அவற்றின் மேலாக வீசிய வெப்பக் காற்றை என்னுடைய வெற்றுக் கைகளால் என்னால் உணர முடிந்தது. என்னில் ஒரு பாதி, கங்கையின் குளிர்ந்த நீரை உணர்ந்தது. மறுபாதி, காற்று சுமந்து வந்த கடுமையான வெப்பத்தை உணர்ந்தது. கங்கையின் குளிர்ந்த நீரையொட்டி அதன் கரைமீது சூடான மணல் இருப்பதைப்போல, வாழ்வில் மகிழ்ச்சியும் வருத்தமும் ஒன்றையடுத்து மற்றொன்று இருப்பது உண்மைதானே? நான் கங்கைக்கு வந்து வெகுநேரம் ஆகியிருந்தது. கௌரவப் படையின் முதன்மைத் தளபதி யார் என்பதைத் தீர்மானிப்பதற்கான சந்திப்புக்கூட்டம் நடைபெறவிருந்தது. நான் இல்லாமல் அக்கூட்டம் தொடங்காது என்பதால் நான் வேகமாகக் கரையேறினேன்.

வழக்கம்போல நான் அங்கிருந்த கடம்ப மரத்தின் ஒரு கிளையில் தொங்க விட்டுவிட்டு வந்திருந்த என்னுடைய அங்கவஸ்திரத்தை

எடுப்பதற்காக நான் அந்த மரத்தை நோக்கி நடந்தேன். என் பாதங்கள் அந்தச் சூடான மணல்மீது பட்டவுடன் எரிந்தன. நான்தான் முதன்மைத் தளபதியாக இருக்க வேண்டும் என்று துரியோதனன் வலியுறுத்தினால் என்ன நிகழும்? பிதாமகரின் மேன்மையை ஒட்டுமொத்தக் கௌரவப் படைக்கும் எடுத்துரைத்து, அதை அவர்கள் ஒப்புக் கொள்ளும்படி செய்வது சாத்தியமற்றதாக இருந்தது. இந்நிலையில், முதன்மைத் தளபதியாகப் பொறுப்பேற்கும்படி பிதாமகரை ஒப்புக் கொள்ள வைப்பதுதான் சரியான காரியமாக இருக்கும் என்று துரியோதனனை ஒப்புக் கொள்ள வைப்பது எப்படிச் சாத்தியப்படும்? என்ன இருந்தாலும், பிதாமகர்தானே எல்லோரையும்விட வயதில் மிகவும் மூத்தவர்? அவர் பலப்பல ஆண்டுகளாகக் கௌரவர்களின் தலைவராக இருந்து வந்திருந்தார். எனவே, முதன்மைத் தளபதி பதவிக்கு மிகப் பொருத்தமானவர் அவர்தான் என்று நான் உறுதியாக நம்பினேன். அவருடைய தலைமைத்துவத்தின்கீழ் சண்டையிட நான் தயாராக இருந்தேன். இந்த எண்ணங்களை என் மனத்தில் அசை போட்டபடி நான் நிலம் பார்த்து நடந்து வந்து கடம்ப மரத்தை அடைந்தேன். என் அங்கவஸ்திரம் இன்னும் அந்தக் கிளையின்மீதுதான் தொங்கிக் கொண்டிருந்ததா அல்லது காற்று அதை எங்கேனும் அடித்துச் சென்றிருந்ததா என்று பார்ப்பதற்காக லேசாக நிமிர்ந்தேன்.

நான் கண்டது ஒரு கனவா அல்லது நனவா? இந்த சந்தேகம் என் மனமெனும் பாலைவனத்தில் நினைவுகள் எனும் மணற்துகள்களைச் சுழற்றியடிக்கப் போதுமானதாக இருந்தது. நான் யார்? நான் இன்னும் நீருக்குள்தான் நின்று கொண்டிருந்தேனா அல்லது கரையின்மீது நின்று கொண்டிருந்தேனா? நான் கர்ணனா அல்லது வேறொருவனா? எல்லாமே குழப்பமூட்டுவதாக இருந்தது. என் இதயத்தை உலுக்கிய பல நிகழ்வுகளை நான் என் வாழ்வில் அனுபவித்திருந்தேன். நான் பொறுமையாகவும், நெஞ்சுரத்தோடும், உண்மை ஒன்றை மட்டுமே என்னுடைய ஒரே சாட்சியாக வைத்தும் அவற்றை எதிர்கொண்டிருந்தேன். ஆனால் இப்போது என் முன்னால் நான் கண்ட காட்சி என்னை வேதனைப் படுகுழிக்குள் தள்ளியது.

ராஜமாதா குந்தி தேவி அந்தக் கடம்ப மரத்தின்கீழ் அந்த வேகாத வெயிலில் நின்று கொண்டிருந்தார். தன்னுடைய முகத்தையும் உடலையும் வெயிலிலிருந்து பாதுகாப்பதற்காக அவர் என்னுடைய அங்கவஸ்திரத்தின் நிழலில் நிற்க முயற்சித்துக் கொண்டிருந்தார்.

அவரைக் கண்டதும் என் வாழ்க்கைத் தேரின் சக்கரங்கள் கிறுகிறுவென்று சுழலத் தொடங்கின. எத்தனையெத்தனை நிகழ்வுகள்! அசுவ நதிக்கரை! மரப் பேழை அந்த ஆற்றில் மிதந்து சென்றது! பெற்றோரால் கைவிடப்பட்டு ஒரு தேரோட்டிக் குடும்பத்தின் ஓலைக் குடிசையில் வளர்க்கப்பட்டது! 'சூத புத்திரன்! சூத புத்திரன்!' என்று என் இளமைப்பருவம் நெடுகிலும் எல்லோராலும் இகழப்பட்டது! துயரமும் தனிமையும் நிறைந்த இளமைப்பருவம்! கொடூரமான நிகழ்வுகள் என் ஒட்டுமொத்த வாழ்க்கையையும் சின்னாபின்னமாக்கியிருந்தன. நான் அனுபவித்த அவமானங்கள்! என் சொந்த கண்ணியத்தைப் பற்றிய பிரக்ஞைகூட என்னிடமிருந்து காணாமல் போனது.

ஒரு கல்லிலிருந்து ஓர் அழகான சிலையை உருவாக்குவதற்கு

பதிலாக, எல்லோருடைய பாதங்களின் கீழும் மிதிபடும் விதத்தில் அவலட்சணமான படிக்கட்டுகளை உருவாக்கிய பெண்மணி அவர்! என்னுடைய வாழ்க்கையெனும் ராஜவஸ்திரத்தை நார்நாராகக் கிழித்து, சமுதாயத்தை மகிழ்ச்சிப்படுத்துவதற்காக அந்தத் துண்டுத் துணிகளை இரண்டு ஆறுகளுக்கு நடுவே இருந்த, முட்செடிகளும் புதர்களும் அடங்கிய ஒரு நிலத்தின்மீது காயப்போட்டிருந்த பெண்மணி அவர். என்னுடைய வாழ்க்கைத் தாமரையை மண்ணாக மாற்றுவதற்கு அசுவ நதியின் கலங்கலான நீரில் அதைத் தூக்கி வீசியவரும் அவரே! ஒரு பொற்கிரீடத்தில் பொருத்தப்படத் தகுதி வாய்ந்த ஒரு ரத்தினக்கல்லை எடுத்து, உடைந்து போன ஒரு காமதகக் கல்லுடன் கோர்த்து அதை ஒரு தேரோட்டியின் கழுத்தைச் சுற்றி அணிவித்தவர் அவர். அவர் ஏன் இப்போது என் முன்னால் நின்று கொண்டிருந்தார்? அன்னை ஓர் ஆலயம் என்றும், முக்திக்கான இடம் என்றும் பலராலும் பலவாறு போற்றப்படுகின்ற தாய்மை என் விஷயத்தில் எந்த வடிவிலும் வெளிப்பட்டிருக்கவில்லை. எனக்கு முன்னால் நின்று கொண்டிருந்த அப்பெண்மணிக்கும், பிறந்த உடனேயே தன்னுடைய குட்டியைக் கபளீகரம் செய்துவிடுகின்ற ஒரு பெண் சிங்கத்திற்கும் இடையே என்ன வேறுபாடு இருந்தது?

கொதித்துக் கொண்டிருந்த மணல்மீது நான் நின்று கொண்டிருந்ததால் என் பாதங்கள் எரிந்தன. அப்பெண் அங்கு வந்து நின்றது என் இதயத்தை நெருப்பால் சுட்டது. “கர்ணா, நீ ஒரு சூத புத்திரன்!” என்று இந்த ஒட்டுமொத்தப் பிரபஞ்சமும் என்னைப் பார்த்துக் கத்திக் கொண்டே சுழன்று கொண்டிருந்ததுபோலத் தோன்றியது. அப்பெண்மணியும் அதோடு சேர்ந்து கத்திக் கொண்டிருந்ததுபோல எனக்குத் தோன்றியது. நான் என் தலையை என் கைகளால் தாங்கிப் பிடித்து என் கண்களை மூடிக் கொண்டேன். சூரியக் கோளம் என் தலைமீது விழுந்து அப்படியே என்னை உருக்கிவிடாதா என்று நான் ஏங்கினேன். அது எப்பேற்பட்ட ஓர் ஆசீர்வாதமாக இருக்கும்! அப்போதுகூட இப்பெண்மணி என் உருகிய உடலைக் கண்டுகொள்ளாமல், சற்றும் யோசிக்காமல் அங்கிருந்து திரும்பிச் சென்றுவிடுவார். அவர் அவ்வாறு செய்தால் அது உண்மையிலேயே எனக்கு வருத்தத்தை ஏற்படுத்துமா? இந்த சந்தேகம் என்னைக் கடுமையாக வதைத்ததோடு, என்னைக் கவலைக்கும் உள்ளாக்கியது. நான் என் கண்களைத் திறந்து, “போய்விடுங்கள்! என்னை விட்டுவிடுங்கள்!” என்று கத்த வேண்டும்போல எனக்குத் தோன்றியது. அவர் தொடர்ந்து என் அங்கவஸ்திரத்தின் நிழலின்கீழ் நின்று கொண்டிருந்தார். இதுதான் எங்களுடைய முதல் சந்திப்பு. நான் பட்ட அவமானங்களுக்கு அவரை நான் திட்டுவதற்கு எனக்குக் கிடைத்திருந்த ஒரே வாய்ப்பு அது. அந்த வாய்ப்பு எனக்குக் கிடைத்திருந்தது என்னுடைய அதிர்ஷ்டம்தான்.

நான் அந்தச் சூடான மணல்மீது மண்டியிட்டு அமர்ந்து, இருகரம் கூப்பி, “ராஜமாதா அவர்களே, சூத புத்திரன் ராதேயனின் வணக்கத்தை ஏற்றுக் கொள்ளுங்கள்,” என்று கூறினேன்.

“கர்ணா! எழுந்திரு...எழுந்திருங்கள்!” என்று கூறி அவர் தன் கைகளை என் தோள்கள்மீது வைத்து என்னைத் தூக்கிவிட முயன்றார்.

“ராஜமாதா, என்னை நீங்கள் இவ்வளவு மரியாதையோடு அழைக்கத்

தேவையில்லை. மன்னர் திருதராஷ்டிரரின் தேரோட்டியான அதிரதரின் மகன் நான். நான் அதிர்ஷ்டம் கெட்டவன். நான் அதிர்ஷ்டக்காரனாக இருந்திருந்தால், நான் உங்களுடைய தேரோட்டியாக இருந்து உங்களுக்கு சேவை செய்திருப்பேன்."

"கர்ணா, தயவு செய்து என்னை ஒரு மகாராணிபோல நடத்தாதே. ஒட்டுமொத்த உண்மையைக் கிருஷ்ணன் உன்னிடம் கூறியுள்ளான். தயவு செய்து, என் இதயத்தைக் காயப்படுத்தும்படி இப்போது எதையும் சொல்லிவிடாதே. மகனே, நான் யார் என்பதை நீ அறிவாய். நீ யார் என்பதை நான் நன்றாக அறிவேன். என் கண்களில் ததும்பி நிற்கும் கண்ணீரையாவது உன்னால் பார்க்க முடிகிறதா? அல்லது, அது உன் கண்களுக்குத் தெரியவில்லையா?" என்று கேட்டுவிட்டு, வேதனை தோய்ந்த தன் முகத்தை அவர் தன் கைகளால் மூடிக் கொண்டு தேம்பினார்.

"கண்ணீர்! இதயத்தில் கொழுந்துவிட்டு எரிந்து கொண்டிருக்கும் நெருப்பைக் கண்ணீர் அணைப்பதில்லை. நீங்கள் ஏன் அழுகிறீர்கள்? நீங்கள் உங்கள் தலையை உடைத்துக் கொண்டு ரத்தம் வழிய வந்து என் முன்னால் நின்றாலும், என்னால் அந்த ரத்தத்தை அடையாளம் காண முடியாது. என் வாழ்க்கையானது வெப்பம் மிகுந்த ஒரு பாலைவனம். ஆனால் உங்கள் வாழ்க்கை, குளிர்ச்சியான கங்கையைப் போன்றது. இவ்விரண்டாலும் ஒருபோதும் ஒன்றுசேர முடியாது. நீங்கள் ராஜமாதா குந்தி தேவியார், பாண்டவர்களுடைய அதிர்ஷ்டக்காரத் தாயார். ஆனால் நான் யார்?"

"கர்ணா, உன்னைப் பெற்றத் தாயை 'ராஜமாதா' என்று அழைப்பதன் மூலம் இந்த முதிய வயதில் அவளுடைய இதயத்தில் ஒரு நெருப்புக் கங்கைத் தூக்கி வீசாதே. மகனே, வந்து என்னைக் கட்டித் தழுவிக் கொள்," என்று கூறி, நடுங்கிக் கொண்டிருந்த தன்னுடைய கைகளை என்னை நோக்கி நீட்டினார். அவருடைய ஈரமான கண்களுக்கு மேலாக அவருடைய இமைகள் துடித்தன.

" 'தாய்!' இதயமற்ற ஒரு பெண் தான் 'தாய்' என்று அழைக்கப்பட வேண்டும் என்று விரும்புகிறார். உங்கள் இதயம் ஒரு பாறாங்கல்லாகும். அதன்மீது ஒரு நெருப்புக் கங்கு வைக்கப்பட்டால், அது குளிர்ந்து சாம்பலாகிவிடும். நீங்கள் வெட்கமின்றி இங்கு வந்து, உங்களைத் 'தாய்' என்று அழைக்கும்படி என்னிடம் கேட்பதற்கான உரிமையை எது உங்களுக்குக் கொடுத்தது? எல்லா நாட்களையும் விட்டுவிட்டு இன்று மட்டும் எப்படி உங்களுக்குள் இந்தத் தாய்ப்பாசம் தலைதூக்கியுள்ளது? இதயமற்றவரே, உங்களுக்கும் எனக்கும் ஏதோ தொடர்பு இருப்பதுபோலப் பாசாங்கு செய்து கொண்டு இங்கு வந்துள்ள உங்களுக்கு, அசுவ நதியும் சார்மண்வதியும் கங்கையும்தான் என்னுடைய தாய் என்பது தெரியாதா? தன்னுடைய ஓலைக் குடிசையில் எனக்குப் புகலிடம் கொடுத்த அன்னை ராதை என் தாய். தன்னுடைய மடிமீது என்னைக் கிடத்தி எனக்கு மன அமைதியும் ஆறுதலும் வழங்கவிருக்கின்ற இந்தப் புனித பூமியான ஆரியவர்த்தம் என் தாய். கறை படிந்த உங்கள் உதடுகளால் 'தாய்' என்ற வார்த்தையைச் சொல்லி, அந்தப் புனிதமான வார்த்தைக்குக் களங்கம் ஏற்படுத்திவிடாதீர்கள். நீங்கள் இங்கிருந்து போகலாம். புகழ்மிக்க உங்கள் ஐந்து மகன்களுடன் உங்கள் வாழ்க்கையைக் குதூகலமாக

அனுபவியுங்கள். போய் விதுரரின் குடிசையில் உண்ணாவிரதம் இருந்து, பூசைகள் செய்து புண்ணியத்தை சம்பாதித்துக் கொள்ளுங்கள். கிருஷ்ணருக்கு அரிசிச் சோறு பரிமாறி, அவரிடம் கெஞ்சுங்கள். அதிரதனின் மகனுக்குப் பைத்தியம் பிடித்துள்ளது என்றும், பீமன் தன்னுடைய கதாயுதத்தைக் கொண்டு கர்ணனின் தலையைப் பதம் பார்ப்பதுதான் பொருத்தமாக இருக்கும் என்றும் கிருஷ்ணரிடம் கூறுங்கள். தயவு செய்து இங்கிருந்து போய்விடுங்கள். எந்தக் குழந்தையை அவனுடைய தொப்புள் கொடி அறுக்கப்படுவதற்கு முன்பாகவே நீங்கள் கைவிட்டீர்களோ, அவன் இன்று உங்களுடைய மகன்களை அழிக்க வந்திருக்கிறான். உங்கள் மகன்கள் அழிக்கப்படுவதைக் கண்டு மௌனமாகக் கண்ணீர் வடியுங்கள். நான் என் வாழ்நாள் முழுவதும் அழுது வந்துள்ளேன், நீங்கள் ஒருசில கணங்களாவது அழுது பாருங்கள். கர்ணன் உங்கள் மகன் அல்லன், நீங்கள் அவனுடைய தாய் அல்லர். பிறந்து சில மணிநேரம்கூட ஆகியிராத ஒரு பச்சிளம் குழந்தைக்கு நீங்கள் கொடுத்த தண்டனையை ஓர் எதிரிகூட ஒருபோதும் கொடுக்க மாட்டான். நீங்கள் செய்த காரியம் மன்னிக்கப்பட முடியாதது."

"கர்ணா, நீ கௌரவர்களோடு நீண்டகாலம் வாழ்ந்து வந்துள்ளதால், துரியோதனனையும் துச்சாதனனையும்போலப் பேசக் கற்றுக் கொண்டிருக்கிறாய். உன்னுடைய துயரங்களைத் தாங்கிக் கொள்ளுவதற்கான சக்தி படைத்த ஒரு வலிமையான இதயத்தை விதி உனக்குக் கொடுத்துள்ளது என்பதை நீ மறந்து கொண்டிருக்கிறாய். ஆனால் நான்? நான் அனுபவித்துக் கொண்டிருக்கின்ற துயரங்கள் மரணத்தைவிட அதிகக் கொடூரமானவை. விதி என்னுடைய குழந்தைப்பருவத்திலிருந்தே என் வாழ்க்கையோடு விளையாடி வந்துள்ளது. அது தன் விருப்பத்திற்கு என் வாழ்க்கையை அலைக்கழித்து வந்துள்ளது. நான் உன்னைக் கைவிட்டது ஒரு தாய் தன் மகனை நிராகரித்தது என்று அர்த்தமாகாது. எண்ணற்றப் பெண்கள் தங்களுக்கு மகன்கள் பிறக்க வேண்டும் என்று ஏங்கிக் கொண்டிருக்கின்றனர். அப்படி இருக்கும்போது, காரணமே இல்லாமல் ஒரு தாய் தன் மகனை ஒதுக்கித் தள்ளுவாளா? ஆனால், உன் பிறப்பு ஒரு விநோதமான சூழலில் நிகழ்ந்தது. நீயும் நானும் இந்த உலகத்தில் மதிப்போடு வாழுவதற்கு எனக்கு அந்த ஒரே ஒரு வழிதான் இருந்தது. மகனே, இந்த எழுபது ஆண்டுகளாக உன்னிடமிருந்து பிரிந்து ஒரு தாயாக நான் அனுபவித்து வந்துள்ள கடுந்துயரத்தைப் பற்றி என்னுடைய மற்ற ஐந்து மகன்களுக்கும் எதுவும் தெரியாது. கிருஷ்ணன், விதுரர், மற்றும் பிதாமகர் பீஷ்மருக்குக்கூட அது பற்றி எதுவும் தெரியாது. இன்று, நீ என் வேதனையைப் புரிந்து கொள்ளத் தயாராக இல்லை. நான் உன்னிடமிருந்து பிரிந்தது, நான் விதவையானது, என் மகன்கள் வனவாசம் போனது, நீ அவமானப்படுத்தப்பட்டது, திரௌபதி அனுபவித்தக் கொடுமைகள், இன்று சகோதரர்களுக்கு இடையே ஏற்பட்டுள்ள பகை – இவை எல்லாவற்றையும் பார்த்துக் கொண்டு ஒரு பெண்ணால் எப்படி நிம்மதியாக இருக்க முடியும்? அவளுக்குப் பைத்தியம் பிடித்துவிடாதா?

"கர்ணா, இந்த ஒட்டுமொத்தப் பிரபஞ்சத்திற்கு ஒளியூட்டி, இருளின் ஊடாக ஒரு பாதையைக் காட்டுகின்ற உன்னுடைய அற்புதமான

தந்தை எப்போதேனும் எனக்கு ஒரு பாதையைக் காட்டியிருக்கிறாரா? அவர் உன் வாழ்க்கையை எப்போதேனும் ஒளிரச் செய்திருக்கிறாரா? இல்லை, கர்ணா. சாதாரண மக்களுடைய துயரங்களும் சாதாரணமானவைதான். அதேபோல, அசாதாரணமானவர்களுடைய துயரங்கள் அசாதாரணமானவை. நீ எல்லாவற்றையும் மௌனமாகத் தாங்கிக் கொள்ளுவது நல்லது. நீ ஏற்கனவே அதைச் செய்து வந்துள்ளாய். இப்போது அவை எல்லாவற்றுக்கும் ஒரு முற்றுப்புள்ளி வைத்துவிடு. நீ வந்து என் மகன்களோடு சேர்ந்து கொள். உனக்கு முடிசூட்டிப் பார்ப்பதுதான் என் கனவு. அது மெய்யாகட்டும். இக்கனவு நனவாவதைப் பார்ப்பதற்காகத்தான் கடந்த எழுபது ஆண்டுகளாக நான் என் கண்களில் கண்ணீரையும் இதயத்தில் ஏக்கத்தையும் தாங்கி வந்திருக்கிறேன். மகனே, கெடுநோக்குக் கொண்ட துரியோதனன் அவ்வப்போது உனக்கு முகஸ்துதி செய்து, என் மகன்களுக்கு எதிராக, உன் சொந்த சகோதரர்களுக்கு எதிராக உன் இதயத்தில் வெறுப்புத் தீயை வளர்த்து வந்திருக்கிறான். உன்னைக் காணும்போது உன்னுடைய தம்பிகளின் கண்களிலிருந்து வழியவிருக்கும் ஆனந்தக் கண்ணீரால் அந்தத் தீயை அணைத்துவிடு. என் அறிவுறுத்தலின் பேரில் திரௌபதியைத் தங்களுடைய பொது மனைவியாக ஏற்றுக் கொண்ட அவர்கள், என் பேச்சுக்கு செவி சாய்த்து, தங்கள் தலைகளை உன் பாதங்களில் வைத்து உன்னிடம் மன்னிப்புக் கேட்பர். எந்தச் சாட்டையை பீமன் உன்மீது பிரயோகித்தானோ, அதே சாட்டையை அவன் உன்னிடம் கொடுத்து, நீ கொடுக்கும் அடிகளை வாங்கிக் கொள்ளுவதற்காக உன் முன்னால் குனிந்து தன் முதுகைக் காட்டி நிற்பான். அவன் இறக்கக்கூடும், ஆனால் அவனிடமிருந்து வேதனைக் குரல் எழாது. உன்னுடைய முடிசூட்டு விழாவின்போது, அர்ஜுனன் தன் அன்பை உனக்கு வெளிப்படுத்துவதற்காகத் தன்னுடைய காண்டீபத்தையும் ஒருபோதும் வற்றாத அம்பறாத் தூணியையும் எடுத்து தன் சொந்தக் கைகளால் வேள்வித் தீயினுள் வீசி எறிவான். அழகான வடிவத்துடன்கூடிய உன் பாதங்களைப் பற்றி என்னிடம் எப்போதும் பேசுகின்ற தருமன், இந்த நாட்டின் அனைத்து நதிகளிலிருந்தும் சேகரித்து வரப்படும் புனித நீரால் உன் பாதங்களைக் கழுவுவான். மற்றவர்களை கவனித்துக் கொள்ளுவதில் தன் வாழ்நாள் முழுவதையும் செலவிட்டு வந்துள்ள, பணிவடக்கம் நிறைந்த என் மருமகள் திரௌபதி, தன்னுடைய எஞ்சிய வாழ்க்கையை உனக்கு சேவை செய்வதில் கழிப்பாள். அவள் உன் ஒருவனுக்கு மட்டுமே சேவை செய்வாள்! பிறகு, என் ஆளுமையின் இருண்ட குகைக்குள் போராடிக் கொண்டிருக்கின்ற என் உள்ளார்ந்த ஆன்மா, தன் உடலெனும் ஆடையைக் களைந்துவிட்டு, மகிழ்ச்சியாக சொர்க்கத்தின் வாசலில் போய் நிற்கும். எனவே, கர்ணா, தயவு செய்து நீ வந்து உன் சகோதரர்களோடு சேர்ந்து கொள்." அவர் இவ்வாறு கூறிவிட்டு என் தோள்களைக் கடுமையாக உலுக்கினார்.

"நீங்கள் எல்லோரும் எப்பேற்பட்டப் பாசாங்குக்காரர்கள் தெரியுமா? உங்களுடைய வீரமகன் அர்ஜுனன், இந்திரனை மாறுவேடத்தில் அனுப்பி வைத்து என்னுடைய கவச குண்டலங்களை என்னிடமிருந்து திருடினான். அதோடு, அவன் என்னுடைய மகன் சுதாமனையும் என் தம்பி ஷோனையும் கொன்றான். உங்கள் மருமகள் என்னை

'சூத புத்திரன்!' என்று அழைத்து என்னை அவமானப்படுத்தினாள். பசிக்கும்போது பெருங்குரலில் ஊளையிடுவதைத் தவிர வேறு எதற்கும் பயனற்ற பீமன் நான் ஒரு சாதாரணத் தேரோட்டி என்று கூறி என்னை அவமானப்படுத்தினான். நீங்கள் ஓர் அப்பாவிக் குழந்தையை அசுவ நதியில் கைகழுவினீர்கள். என்னை ஒரு சகோதரனாகவும் கணவனாகவும் மகனாகவும் ஏற்றுக் கொள்ள நீங்கள் எல்லோரும் ஒப்புக் கொண்டாலும்கூட, நீங்கள் மோசடிப் பேர்வழிகள்தானே அன்றி வேறு எதுவும் இல்லை. நான் உங்களோடு சேர்ந்து கொள்ளுவதன் மூலம் நீங்கள் நல்லவர்கள் என்று நான் நிரூபிக்க வேண்டும் என்று நீங்கள் எதிர்பார்க்கிறீர்களா? அது ஒருக்காலும் நடக்காது! ஒரு பாசாங்குக்காரனையும் ஒரு மோசடிப் பேர்வழியையும்விட, வஞ்சகமும் சூழ்ச்சியும் நிரம்பிய ஒரு கொடியவன் எவ்வளவோ மேல். செல்வம், ராஜ்ஜியம், அன்பின் வெளிப்பாடு ஆகியவற்றால் ஒரு மனிதனுடைய கண்ணோட்டங்களை மாற்ற முடியும் என்று நீங்கள் நினைத்தால், திக்விஜயத்தின்போது நான் வெற்றி கொண்ட அனைத்தையும் நான் உங்கள் பாதங்களில் சமர்ப்பிப்பேன். என்மீது அன்பு கொண்டிருப்பதுபோல என் முன்னால் நடிக்காதீர்கள். முன்பொரு காலத்தில் சாட்டையையும் செங்கோலையும் தாங்கிய என் கைகள் உங்களை வணங்கியும் உள்ளன. அது உங்களுடைய அதிர்ஷ்டம் என்று கருதிக் கொண்டு, இப்போது இந்த இடத்தைவிட்டுப் போய்விடுங்கள்."

"உன்மீது அன்பு கொண்டிருப்பதுபோல நான் பாசாங்கு செய்கிறேனா? கர்ணா, ஆறு குதிரைகள் பூட்டப்படுவதற்காகத் தயாரிக்கப்பட்ட என்னுடைய தேரில் ஐந்து குதிரைகள் மட்டுமே பூட்டப்பட்டதை நீ பார்த்ததில்லையா? உன்னுடைய திருமணப் பரிசுகளாக நான் அனுப்பி வைத்தப் பட்டுப் புடவையையும் உன் விரல்களைப் பாதுகாப்பதற்கான குமிழ்களையும் நீ மறந்துவிட்டாயா? நீ திக்விஜயத்தை வெற்றிகரமாக நிறைவு செய்துவிட்டு அஸ்தினாபுரத்திற்குத் திரும்பி வந்தபோது, ஒரு முனிவரின் மகள் உன் நெற்றியின்மீது குங்குமத் திலகம் இட்டாளே, அதுவும் உனக்கு நினைவில்லையா? நீ ராஜசூய வேள்வியில் கலந்து கொள்ளுவதற்காக இந்திரப்பிரஸ்தத்திற்கு வந்தபோது, மேல்மாடியில் நின்று கொண்டிருந்த என்னுடைய கையிலிருந்து கீழே விழுந்து உன் பாதங்களுக்கு அருகே உருண்டோடி வந்த அந்த வளையல் உன் மகன் விருசசேனனுக்கு நான் கொடுத்தது என்பது உனக்குத் தெரியாதா? இந்திரப்பிரஸ்தத்தின் அரண்மனைச் சுவரின்மீது வரையப்பட்டிருந்த ஓவியத்தில் அழுது கொண்டிருந்த அந்தப் பெண் நான்தான். அதை அந்தச் சுவர் இன்றுகூடச் சொல்லும். அல்லது, அந்தச் சுவர்மீதும் உனக்கு நம்பிக்கை இல்லையா? அஸ்தினாபுரத்தின் போட்டியரங்கத்தில் உன்னுடைய வீரதீரச் சாதனைகளை நான் கண்டேன். ஆனால் என்னால் உன்னை அங்கீகரிக்க முடியவில்லை. என் முந்தானை ஒரு சாட்டையைப்போல இறுக்கமடைந்தது, என் மார்புக் கச்சை நனைந்தது. இவற்றையெல்லாம் உன்னால் கேட்க முடிகிறது, ஆனாலும் உண்மையை எதிர்கொள்ள நீ மறுக்கிறாய். கர்ணா, நான் அஸ்தினாபுரத்தின் ஒவ்வொரு மூலைமுடுக்கிலும் நின்று, 'நான்தான் கர்ணனின் தாய்! நான்தான் கர்ணனின் தாய்!' என்று கத்தினால்தான் நான் உன் தாய் என்பதை நீ நம்புவாயா? சொல், கர்ணா! ஏனெனில்,

அதுதான் உன் விருப்பம் என்றால், நான் அதைச் செய்யத் தயாராக இருக்கிறேன்.”

“நீங்கள் என்ன செய்ய விரும்புகிறீர்கள் என்பதைப் பற்றி எனக்கு என்ன அக்கறை? உண்மையை ஏற்றுக் கொள்ள இந்த உலகம் தயாராக இல்லை. இப்போது அந்த உண்மையை நீங்கள் அங்கீகரிக்க வேண்டியதும் இல்லை. நான் பிறந்த உடனேயே என்னைக் கைவிட்டதன் மூலம் நீங்கள் என்னைப் பாதி கொன்றுவிட்டீர்கள். இன்று, உங்களுடைய வார்த்தைகளால் என்னை முழுவதுமாகக் கொன்றுவிட்டீர்கள். என்னை சந்திக்க வருவதற்கு இந்த எழுபது ஆண்டுகளில் இன்றைய நாள்தான் உங்களுக்குக் கிடைத்த ஒரே முகூர்த்த நாளா? இங்கு என்னுடைய இடத்தில் இப்போது பீமன் நின்று கொண்டிருந்தால், அவன் ஒரு கணம்கூட யோசிக்காமல் தன் கதாயுதத்தால் உங்கள் தலையைப் பிளந்து, உங்கள் பாதங்களுக்குக் கீழே உள்ள நிலத்தை உங்கள் ரத்தத்தால் நனைத்திருப்பான், இல்லையா? ஒருவேளை தருமன் என் இடத்தில் இருந்திருந்தால், அவன் தன்னுடைய ராஜவஸ்திரத்தைக் களைந்துவிட்டுக் காவி உடை தரித்து, உங்கள் எல்லோரையும் விட்டுவிட்டு ஒரு துறவியாக இமயத்திற்குப் போயிருப்பான், இல்லையா? உங்கள் பாசத்திற்குரிய மகன் அர்ஜுனன் என் இடத்தில் இருந்திருந்தால், தன் காண்டீபத்தால் உங்கள் கழுத்தை நெறித்து உங்களைக் கொன்றிருப்பான், இல்லையா? ஆனால்.... ஆனால் நான் உங்களுக்கு என் மரியாதையைத் தெரிவித்துள்ளேன். உங்களுக்கும் எனக்கும் இடையேயான உறவைப் பற்றிய விபரங்களைக் கிருஷ்ணர் என்னிடம் கூறியதால்தான் நான் உங்களை மதித்துள்ளேன். ஆனால் நீங்கள் எனக்கு என்ன கொடுத்திருக்கிறீர்கள்? ஓர் எதிரிகூட இப்படிப்பட்டக் கொடூரமான வேதனையை ஏற்படுத்தியிருக்க மாட்டான், இவ்வளவு வஞ்சகமாக நடந்து கொண்டிருக்க மாட்டான். ராஜமாதா, தயவு செய்து இங்கிருந்து போய்விடுங்கள். வெறுமனே ஒரு குழந்தையைப் பெற்றெடுப்பதால் ஒரு பெண் ஒரு தாயாக ஆவதில்லை. எந்தக் குழந்தையையும் பெற்றெடுக்காமலேயே, சரியான பராமரிப்பின் மூலம், ஒரு பிடி களிமண்ணைக்கூட ஒரு பெண்ணால் ஒரு தெய்வச் சிலையாக வடிக்க முடியும். ஓர் அரசகுலப் பெண்ணால் செய்ய முடியாத ஒரு காரியத்தை, தாழ்ந்த குலத்தைச் சேர்ந்த ஒரு பெண்மணியான அன்னை ராதை கச்சிதமாகச் செய்திருக்கிறார். அரசகுலப் பெண்மணியே, உங்கள் அரண்மனைக்குத் திரும்பிச் செல்லுங்கள் அல்லது விதுரரின் குடிசைக்குத் திரும்பிச் செல்லுங்கள். நீங்கள் ஒரு குழப்பமான தாய். இனிமேலும் நீங்கள் குழப்பத்திலேயே இருப்பீர்கள். ராமனின் அன்னையான கோசலை அவரைப் பிரிந்து துயருற்ற விதத்தை உங்களால் ஒருபோதும் புரிந்து கொள்ள முடியாது. தாய்மை எனும் உன்னதமான வரப்பிரசாதம் உங்களுக்குக் கிடைத்திருந்தும்கூட, அதை ஒரு வாழ்நாள் சாபமாக நீங்கள் மாற்றியிருக்கிறீர்கள். நீங்கள் ஒரு யாசகராக இங்கு வரவில்லை என்றால், உடனடியாக இங்கிருந்து வெகுதூரம் போய்விடுங்கள். இந்தப் புனிதமான கங்கைக் கரையின்மீது நிற்பதற்கு உங்களுக்கு எந்த உரிமையும் இல்லை.”

“நான் வெறுங்கையோடு திரும்பிப் போவதற்காக இங்கு வரவில்லை. நான் உன்னை என்னுடன் அழைத்துச் செல்லவே

வந்திருக்கிறேன். ராமனுக்காகத் தன்னுடைய வாழ்க்கையைத் தியாகம் செய்யத் தயாராக இருந்த கோசலை தன்னுடைய அரண்மனையிலேயே தங்கிவிட்டாள். அவளுடைய மகன்களில் ஒருவன்கூட ராவணனின் பக்கம் சாயவில்லை. நான் ஒரு குடிசையில் தங்கியிருக்கிறேன். ஏன்? நான் ராஜமாதாவாக வலம் வருவதற்காகவா? இல்லை, மகனே. உன்னுடைய தூய்மையான வாழ்க்கையை இருட்டடித்துள்ள கறையைத் துடைத்து சுத்தப்படுத்துவதற்கான வாய்ப்புக்காக நான் காத்துக் கொண்டிருக்கிறேன். அதுதான் இத்தனை ஆண்டுகளாக என்னை உயிரோடு வைத்து வந்துள்ளது. என் தாயன்புக்கான சான்று உனக்குத் தேவை என்றால், உனக்கு அதை நிரூபிப்பதற்காக இந்த கங்கையை சாட்சியாக வைத்து நான் என் உயிரைத் துறக்கத் தயாராக இருக்கிறேன். ஆனால் நீ இந்தப் போரில் தயவு செய்து துரியோதனனுக்கு ஆதரவாகச் சண்டையிடாதே. உன்னுடைய வீரமெனும் நெருப்பினால் உன் சொந்த சகோதரர்களை ஆட்கொண்டுவிடாதே," என்று கூறிவிட்டு, கங்கையில் தன்னுடைய உயிரை மாய்த்துக் கொள்ளுவதற்காக அவர் அதன் திசையில் விரைந்தார்.

நான் ஒரு கொடிக்கம்பத்தைப்போல உறுதியாக இருந்தபோதிலும், இப்போது என் உடல் நடுங்கியது. நீராஞ்சலிகள் மூலம் வலிமையடைந்திருந்த என் மனம்கூட இப்போது ஐயம் கொண்டது.

"நில்லுங்கள்!" என்று நான் அவரைப் பார்த்து உரத்தக் குரலில் கூறினேன். கடிவாளங்கள் இழுக்கப்பட்டவுடன் ஒரு தேர் நின்றுவிடுவதைப்போல ராஜமாதா அப்படியே நின்றார். நான் அவருக்கு அருகில் சென்று, மிக மென்மையாக, "உங்களுக்கு என்ன வேண்டும் என்று சொல்லுங்கள். துரியோதனனுக்கு நம்பிக்கைத் துரோகம் இழைக்காமல் என்னால் உங்களுக்கு என்ன செய்ய முடியும் என்று சொல்லுங்கள்," என்று கேட்டேன்.

"என் மகன்கள் ஐவரும் பாதுகாப்பாக இருப்பார்கள் என்பதற்கு நீ உத்தரவாதம் தர வேண்டும். அவர்கள் உன்னுடைய சகோதரர்கள். எனவே, அவர்களைக் கொல்லாதே. நான் உன் தாய், ஆனாலும் நான் உன்னிடம் மடிப்பிச்சை கேட்டு வந்திருக்கிறேன். நீ இந்திரனுக்கு உன்னுடைய கவச குண்டலங்களை தானமாகக் கொடுத்துள்ளாய், ஏழைகளுக்கும் துன்புற்றுக் கொண்டிருக்கின்றவர்களுக்கும் பணத்தையும் உணவையும் உடைகளையும் கொடுத்து உதவியுள்ளாய். எனக்கு இந்த ஐந்து உயிர்களையாவது கொடு," என்று கூறிவிட்டு, அவர் தன் கைகளால் தன் முகத்தை மூடிக் கொண்டு அழுதார். என் இதயம் சுக்குநூறாக நொறுங்கிக் கொண்டிருந்ததுபோல எனக்குத் தோன்றியது. எனக்கு உயிர் கொடுத்திருந்தவர் இப்போது என் முன்னால் கையேந்தி நின்று கொண்டிருந்தார்.

"சரி, நான் உங்களுக்கு ஓர் உத்தரவாதம் தருகிறேன். அர்ஜுனனைத் தவிர வேறு எந்தப் பாண்டவனையும் நான் கொல்ல மாட்டேன். நீங்கள் இப்போது போகலாம். இப்போரில் அர்ஜுனன் மடிந்தால், என்னோடு சேர்த்து உங்களுக்கு ஐந்து மகன்கள் இருப்பர். நான் மடிந்தால், உங்களுடைய ஐந்து மகன்களும் உயிரோடு இருப்பர். இது நான் உங்களுக்குக் கொடுத்துள்ள ஒரு வரம் என்பதை நினைவில் கொள்ளுங்கள். இதைப் பற்றி நீங்கள் யாரிடமும் எதுவும் கூறக்கூடாது.

இது ஓர் உத்தரவாதம், ஒரு சத்தியம். நம்முடைய இந்தப் பரந்த உலகில், யாரால் யாருக்கு என்ன பரிசு கொடுக்க முடியும் என்பதுகூட விசித்திரமான ஒரு விஷயமாக இருக்கிறது.

"இங்கிருந்து சென்றுவிடுங்கள். உங்கள் மகன்கள் இந்த நாட்டையும் செல்வத்தையும் அதிகாரத்தையும் புகழையும் கைவசப்படுத்த விரும்புகின்றனர். அவர்கள் இவற்றையெல்லாம் என்றென்றும் மகிழ்ச்சியாக அனுபவிப்பார்கள் என்று நினைக்கின்ற நீங்கள், அவர்கள் சாகாவரம் பெற்றவர்கள் என்பதுபோல நடந்து கொள்ளுகிறீர்கள். ஆனால் ஒரு விஷயத்தை நினைவில் வைத்துக் கொள்ளுங்கள். கர்ணன் எதை விரும்புகிறான் என்பது உங்களுக்குத் தெரியாது. அது அஸ்தினாபுரத்தில் உள்ள யாருக்குமே தெரியாது. நான் சொல்லுவதை கவனமாகக் கேட்டுக் கொள்ளுங்கள்: கௌரவ வம்சத்தின் கோடிக்கணக்கான வழித்தோன்றல்கள் இணக்கமாக வாழுகின்ற, ஓர் ஒற்றுமையான, ஒப்புயர்வற்ற சாம்ராஜ்ஜியம் உருவாக வேண்டும் என்பதே என் விருப்பம். பாண்டவர்களின் பாதுகாப்பிற்கான உத்தரவாதத்தைக் கொடுப்பது அவர்களுடைய மூத்த சகோதரன் என்ற முறையில் என்னுடைய கடமையாகும். இந்தக் கடைசிக் கடமையை நான் எந்தத் தயக்கமும் இல்லாமல் செய்துள்ளேன். பாண்டவர்கள் உயிரோடு இருப்பதற்கு என்னுடைய மரணம் அடித்தளக் கல்லாக அமைய வேண்டியது இன்றியமையாதது என்றால், அந்த அடித்தளக் கல்லாக அமைய நான் மகிழ்ச்சியாக ஒப்புக் கொள்ளுகிறேன். என்னுடைய வெற்றி தனுசு உங்களுடைய நான்கு மகன்கள்மீது அம்புகளை எய்து அவர்களைக் கொல்லாது. உங்களுடைய மகன்களில் யார் மேன்மையானவன் என்பதைக் காலம்தான் வெளிப்படுத்தும்."

"மகனே, கடவுள் உன்னை ஆசீர்வதிக்கட்டும். என் மகன்களில் நீதான் மேன்மையானவன். ஏனெனில், என்னுடைய துயரங்களைவிட அதிகக் கொடூரமான துயரங்களை நீ உன் வாழ்நாள் முழுவதும் அமைதியாகத் தாங்கி வந்திருக்கிறாய். வா, உன்னுடைய துயரங்களை என்னிடம் கொடுத்துவிடு. என் கைகளுக்குள் வா. கர்ணா, ஒரே ஒரு முறை என்னை 'அம்மா' என்று கூப்பிடுவாயா? அந்த வார்த்தைக்காக என் காதுகள் ஏங்கிக் கொண்டிருக்கின்றன. ஒரே ஒரு முறை 'அம்மா' என்று கூறி என்னை அரவணைத்துக் கொள், கர்ணா."

அவர் உணர்ச்சிவசப்பட்டுக் குலுங்கி அழுதார். ஆனால், இவ்வுலகில் எந்தவொரு காட்சிக்கும் என் இதயத்தை உருகச் செய்வதற்கான சக்தி இருக்கவில்லை. நாளைக்கு நான் கௌரவப் படைகளின் முதன்மைத் தளபதியாக நியமிக்கப்படவிருந்தேன். அப்படி இருக்கும்போது, இன்று எப்படிப் பாண்டவர்களின் தாயை என்னால் அரவணைக்க முடியும்?

"முடியாது. என் அன்னையான ராதைக்கு மட்டுமே அந்த உரிமை உள்ளது. நீங்கள் போகலாம்," என்று கூறிவிட்டு, நான் அந்தக் கடம்ப மரத்திலிருந்து என்னுடைய அங்கவஸ்திரத்தை எடுத்து என் தோள்மீது போட்டுக் கொண்டு, விதுரரின் குடிசை இருந்த திசை நோக்கி என் ஆட்காட்டி விரலால் சுட்டிக்காட்டினேன். கங்கைக் கரையின் மணற்துகள்களிலிருந்து எழுந்த வெப்ப அலைகள் ராஜமாதாவின் நரைமுடியை அலங்கோலமாகத் தோன்றச் செய்தன.

அவர் தன்னுடைய கண்ணீரைக் கட்டுப்படுத்திக் கொள்ள

முடியாமல் அங்கிருந்து திரும்பி நடக்கத் தொடங்கினார். அப்போது அந்த மணல்மீது அவருடைய காலடித் தடங்கள் பதிந்தன. அவற்றைப் பார்த்தபோது உடனடியாக எனக்கு ஷோனின் நினைவு வந்தது. இதே கங்கைக் கரையின்மீது அவனுடைய காலடித் தடங்களை நான் எத்தனை முறை பார்த்திருந்தேன்! அவன் இப்போது உயிருடன் இல்லாவிட்டாலும், அவனுடைய நினைவுகள் என்னை வாட்டி வதைத்தன. அந்தத் தேரோட்டி மகனுடன் எனக்கு என்ன ரத்த சம்பந்தம் இருந்தது? ஆனாலும் அவன் என் வாழ்நாள் நெடுகிலும் என்மீது நிலையான அன்பைப் பொழிந்து வந்திருக்கவில்லையா? அவன் மறைந்துவிட்டான், ஆனாலும் அவனுடைய நினைவின் நறுமணம் இன்னும் என் இதயத்தில் நீக்கமற நிறைந்துள்ளது. அவன் ஒரு தேரோட்டியாக இருந்தபோதிலும், ஒரு சத்திரியன்மீது தன்னலமற்ற அன்பைப் பொழிந்திருந்தான். ஆனால் நான், ஒன்பது மாதங்கள் என்னைத் தன் வயிற்றில் சுமந்திருந்த என் சொந்தத் தாயை அலட்சியப்படுத்திக் கொண்டிருந்தேன். எழுபது ஆண்டுகள் தன் மகனைவிட்டுப் பிரிந்திருந்து துயரத்தை அனுபவித்து வந்திருந்த என் தாயை நான் நிராகரித்துக் கொண்டிருந்தேன். என் வாழ்க்கை எப்படி இருந்தாலும் சரி, அவரால்தானே எனக்கு இந்த வாழ்க்கை வாய்த்திருந்தது? நான் கௌரவர்களின் முதன்மைத் தளபதியாக நியமிக்கப்படுவதைத் தொடர்ந்து எனக்குக் கிடைக்கவிருந்த புகழில் குளிர் காய்ந்தபடி நான் என் எஞ்சிய வாழ்க்கையைக் கழிக்கவிருந்தேனா? அவர் தனக்காகப் பெரிதாக எதையும் என்னிடம் கேட்டிருக்கவில்லை. தன்னை ஒரே ஒரு முறை 'அம்மா' என்று அழைக்கும்படி மட்டும்தான் அவர் என்னிடம் கேட்டிருந்தார். என் வாழ்நாள் முழுவதும் என்னுடைய கடமைகளை ஒழுங்காகச் செய்து வந்திருந்த நான், இன்று ஒரு மகனுக்குரிய கடமையைச் செய்ய முடியாமல் போனதை வைத்துப் பார்க்கும்போது, நான் எதை நோக்கிப் போய்க் கொண்டிருந்தேன் என்ற கேள்வி எழத்தானே செய்கிறது? எதிர்காலத்தில் எப்போதேனும் அவர் என்னை மீண்டும் சந்திப்பார் என்பதற்கு என்ன உத்தரவாதம் இருந்தது? எல்லோராலும் மதிக்கப்பட்ட ஒரு ராஜமாதா, என்னுடைய அங்கவஸ்திரத்தின் நிழலில், ஆதரவற்ற ஒரு பறவையைப்போல நெடுநேரம் காத்துக் கொண்டிருந்தார் என்ற எளிய உண்மையை என்னால் ஏன் புரிந்து கொள்ள முடியவில்லை? புகழும் அதிகாரமும் கொடுக்கும் போதை மதுவின் போதையைவிட அதிக வலிமையானது என்பது உண்மையல்லவா? ஒருவன் ஒரு தளபதியாகவோ, ஒரு மாவீரனாகவோ, அல்லது ஒரு தான வீரனாகவோ இருந்து என்ன பயன்? தன் சொந்தத் தாயை அலட்சியப்படுத்துகின்ற ஒருவன் தனக்கு சொர்க்கத்தில் ஓர் இடம் இருக்கிறது என்று எப்படி எதிர்பார்க்கலாம்? தாயை வணங்குவதுதானே உண்மையான சொர்க்கம்? அதுதானே உண்மையான முக்தி?

நான் என் கையை உயர்த்தி, "அம்மா, நில்லுங்கள்!" என்று கத்தினேன். காட்டில் தொலைந்து போன தன்னுடைய கன்றின் குரல் கேட்டு அதன் தாய்ப்பசு எப்படித் தன் வாலை நிமிர்த்திக் கொண்டு அக்குரல் வந்த திசையில் கண்மண் தெரியாமல் ஓடுமோ, அதேபோல, ராஜமாதா தன் வயதையும் தான் இருந்த இடத்தையும் மறந்து

என்னுடைய அழைப்புக் குரல் கேட்டு என்னை நோக்கி ஓடி வந்தார். கொதித்துக் கொண்டிருந்த ஆற்றங்கரை மணல் என் காலைச் சுட்டுப் பொசுக்கியதால் ஏற்பட்ட வேதனையோடு ஒப்பிடுகையில், என்னைப் பிரிந்திருந்தது குறித்து அவர் மிக அதிக வேதனையை அனுபவித்துக் கொண்டிருந்தது இப்போது கண்கூடாகத் தெரிந்தது. நான் அவருடைய பாதங்களில் விழுந்து, "அம்மா, உங்கள் கர்ணனை மன்னித்துவிடுங்கள். உங்களால்தான் உங்களுடைய மகன்கள் பெரும்புகழ் அடைந்துள்ளனர். அவர்களுடைய மகிழ்ச்சிக்கும் பிரபலத்துவத்திற்கும் புகழுக்கும் பெருமிதத்திற்கும் அந்தஸ்திற்கும் நீங்கள்தான் காரணம். அவர்கள் இவற்றுக்காக உங்களை எப்போதும் மதித்துப் போற்றி வந்துள்ளனர். அம்மா, உங்கள் மூத்த மகன் இன்று முதன்முறையாக, ஒரு மகன் என்ற முறையில் உங்களை வணங்குகிறேன். இதுவே கடைசி முறையாகவும் இருக்கக்கூடும்," என்று கூறினேன். என் கண்களிலிருந்து வழிந்த கண்ணீர் அவருடைய பாதங்கள்மீது படிந்திருந்த மணற்துகள்களைக் கழுவியது. அவருடைய கண்களிலிருந்து வழிந்த கண்ணீர் என் தலைமீது விழுந்தது.

அவர் என் தலையை வருடிக் கொடுத்துவிட்டு என்னைத் தொட்டுத் தூக்கினார். கண்ணீர் நிரம்பிய கண்களுடன் அவர் ஒரு தழுதழுப்பான குரலில், "கர்ணா, நீ மிக உயரமாக வளர்ந்திருக்கிறாய். நீ என்னைவிட அதிக உயரமாக இருக்கிறாய்," என்று கூறினார். இமயத்தின் மிக உயரமான சிகரத்தைவிட அதிக பிரம்மாண்டமானதாக இருந்த அவருடைய இதயத்தில் பொங்கி வழிந்த அன்பு குறித்து நான் நன்றியுணர்வு கொண்டேன், நான் ஆசீர்வதிக்கப்பட்டிருந்ததுபோல உணர்ந்தேன். நன்றியுடன்கூடிய என் கண்ணீர் அவருடைய தலைமீது விழுந்தது. அது, "அம்மா, நீங்கள் என்னைக் கைவிட்டது குறித்து இந்த உலகம் என்ன சொன்னாலும் சரி, உங்கள் தலைமுடியைப்போல உங்கள் வாழ்க்கையும் வெண்மையானது தூய்மையானது," என்று கூறியதுபோலத் தோன்றியது.

ஒரு கணம் அவர் தன்னுடைய தலையை என் மார்பின்மீது சாய்த்தார். என் இதயம் 'அம்மா! அம்மா!' என்று துடிக்கும் என்று அவர் எதிர்பார்த்தாரா?

அவர் தன் முந்தானையில் இருந்த ஒரு முடிச்சை அவிழ்த்து, அதிலிருந்து ஒரு மோதிரத்தை எடுத்து, "இதை நான் நெடுங்காலமாக பத்திரமாகப் பாதுகாத்து வந்திருக்கிறேன். இது உன் நினைவாக நான் வைத்திருக்கின்ற ஒரு பொருள்," என்று கூறினார். நான் திக்விஜயத்தை வெற்றிகரமாக முடித்துவிட்டு அஸ்தினாபுரத்திற்குத் திரும்பி வந்தபோது எனக்குத் திலகமிட்ட ஓர் ஆசிரமப் பெண்ணுக்கு நான் கொடுத்திருந்த என்னுடைய மோதிரம் அது. என் தாயார் இப்போது அந்த மோதிரத்தை என் சுண்டுவிரலில் மாட்டினார். அந்த மோதிரத்தின் நடுவில் இருந்த நீலக்கல் ஒளிர்ந்தது.

"நான் இப்போது போயாக வேண்டும்," என்று கூறி நான் அவருடைய பாதங்களை மீண்டும் ஒருமுறை தொட்டு வணங்கினேன். பிறகு அவர் விதுரரின் குடிசையை நோக்கி நடக்கலானார்.

16

"தான வீரன், திக்விஜய வீரன், அங்க நாட்டு அரசர் கர்ண மாமன்னர்!" என்று கூறி என் வருகை அறிவிக்கப்பட்டவுடன், கூடாரத்திற்குள் அமர்ந்திருந்த நீலத்வஜன், ஜலசந்தன், பகதத்தன், சகாதேவன், சமிதிஞ்சயன், மகௌஜன், ஹேமகம்பனன், சாயம்மனி, விபாடன், ருசிபர்வன், வீரதனவான், வசுமித்திரன், ஜயவர்மன், ஜயத்ரதன், பிரதாபன், சுதஞ்சயன், தரதன், சுனாமன், மற்றும் பிற தளபதிகள் எழுந்து என்னைப் பாசத்தோடு வரவேற்றனர். முதன்மைத் தளபதி தேர்ந்தெடுக்கப்பட வேண்டும் என்று அசுவத்தாமன் முன்மொழிந்தான். அதையடுத்து சந்திப்புக்கூட்டம் தொடங்கியது.

உடனே துரியோதனன் எழுந்து என்னுடைய பெயரை முன்மொழிந்தான். அதை ஏற்றுக் கொள்ளும் விதமாகப் பல கைகள் உற்சாகமாக உயர்ந்தன. பரசுராமரைத் தோற்கடித்தப் பிதாமகர் பீஷ்மர் தங்களுக்கிடையே இருந்ததை அவர்கள் மறந்துவிட்டிருந்ததுபோலத் தெரிந்தது. எனவே நான் என் இருக்கையைவிட்டு எழுந்தேன். என் பெயர் முன்மொழியப்பட்டதை ஏற்றுக் கொள்ளவே நான் எழுந்ததாக எல்லோரும் நினைத்தனர்.

"பிதாமகர் பீஷ்மர் இந்த கௌரவப் படையின் முதன்மைத் தளபதியாக ஆக வேண்டும் என்பது என் விருப்பம். பரசுராமரைக்கூட வீழ்த்துவதற்கான திறன் படைத்தவர் அவர்," என்று கூறி நான் எல்லோருடைய அனுமானங்களுக்கும் ஒரு முற்றுப்புள்ளி வைத்தேன். உடனே எல்லோரும் பீஷ்மரைத் தங்கள் தலைவராக ஒருமனதாக ஏற்றுக் கொண்டு அவரை வாழ்த்திக் கோஷமிட்டனர். துரியோதனன் ஒருவன் மட்டும் அமைதியாக இருந்தான். ஏனெனில், நான் முதன்மைத் தளபதியாக ஆக வேண்டும் என்ற அவனுடைய விருப்பத்தை நான் நிறைவேற்றத் தவறியிருந்தேன். ஆனால், அங்கு கூடியிருந்த வீரர்களுக்கு முன்னால் அவன் வேறு வழியின்றி மௌனம் காக்க வேண்டியதாயிற்று.

பிதாமகர் பீஷ்மர் எழுந்து நின்று, முதன்மைத் தளபதி பொறுப்பைத் தான் ஏற்றுக் கொள்ளுவதாக அறிவித்தார். அரசப் புரோகிதர் வெள்ளை மலர்களால் ஆன ஒரு சின்னஞ்சிறிய மாலையைப் பிதாமகரின் மணிக்கட்டில் கட்டிவிட்டு, அவரை முதன்மைத் தளபதியாக சங்கல்பம் செய்தார். அதைத் தொடர்ந்து, முதன்மைத் தளபதியான பீஷ்மர், போர் உத்திகளை அங்கிருந்த அனைவருக்கும் விளக்கத் தொடங்கினார்.

"போரில் பின்பற்றப்பட வேண்டிய நடத்தையில் அத்துமீறல்கள் நிகழ்ந்தால், அது அப்போரின் போக்கைத் தவறான திசையில் திருப்பி விட்டுவிடும். நீங்கள் அனைவரும் அனுபவம் வாய்ந்த வீரர்களே அன்றி, தொழில்முறைக் கொலைகாரர்கள் அல்லர். உங்களுடைய நிலையான ஆதரவால் எனக்குக் கிடைத்துள்ள வலிமையின் அடிப்படையில் நான் உங்களிடம் ஒன்றைக் கூறிக் கொள்ள விரும்புகிறேன். இப்போரில் கிருஷ்ணர் ஆயுதம் ஏந்திச் சண்டையிடும்படி செய்ய வேண்டியது என் பொறுப்பு. அதில் நான் வெற்றி பெறுவேன் என்று நான் உங்களுக்கு உறுதியளிக்கிறேன். நான் ஒவ்வொரு படைப்பிரிவுக்கும் நியமிக்கின்ற தலைவர்கள் என் அனுமதி இல்லாமல் போரில் தங்கள் இடத்தைவிட்டு

வேறு இடங்களுக்கு மாறிச் செல்லக்கூடாது. முழு கீழ்ப்படிதல்தான் வெற்றியின் அடித்தளம்.

"மத்ர நாட்டு அரசர் சல்லியனின் மேற்பார்வையின்கீழ் பிரதிகாமன் தேரோட்டிகளின் தலைவனாக இருந்து செயல்பட வேண்டும். நம்மிடம் மொத்தம் 2,40,000 தேர்கள் இருக்கின்றன என்பதை அவன் கவனிக்க வேண்டும். தேரோட்டிகள் பற்றாக்குறை ஏற்படாமல் இருப்பதை உறுதி செய்ய வேண்டியது சல்லியன் மற்றும் பிரதிகாமனின் பொறுப்பு.

"துச்சாதனன் யானைப் படைக்குத் தலைமையேற்க வேண்டும். அலாயுதன், அலம்புசன், அங்காரகன் ஆகிய அரக்கர்குலத் தலைவர்கள் அவனுக்கு உதவியாக இருப்பர். நம்மிடம் எத்தனைத் தேர்கள் இருக்கின்றனவோ அத்தனை யானைகளும் இருக்கின்றன. யானைகளின் முதுகுகள்மீது அம்பாரிகளைக் கட்டும் பணி இன்றிலிருந்து தொடங்க வேண்டும்.

"குதிரைப் படைக்கு சகுனி தலைமை தாங்குவார். சஞ்சயன், சேமதூர்த்தி, சிரவாசசன், அசுவத்தாமன் ஆகியோர் அவருக்கு உதவுவர். நம்மிடம் மொத்தம் 7,21,000 குதிரைகள் இருக்கின்றன. சகுனி மற்றும் அவருடைய உதவியாளர்களின் ஆணை இல்லாமல், இவற்றில் ஒரு குதிரைகூட நகரக்கூடாது.

"துரியோதனன் காலாட்படையை வழிநடத்துவான். ஜயத்ரதன், சமுத்திரசேனன், இந்திரவர்மன் ஆகியோர் அவனுக்கு உதவுவர். நம்முடைய காலாட்படையில் 12,03,000 வீரர்கள் உள்ளனர். இவர்கள் நம்முடைய யானைப் படைக்கு முன்னால் ஒருபோதும் வந்துவிடாதபடி பார்த்துக் கொள்ள வேண்டியது காலாட்படைத் தலைவர்களின் பொறுப்பு.

"தேர்கள், யானைகள், குதிரைகள், காலாட்படை வீரர்கள் ஆகிய நான்கு பிரிவுகளை உள்ளடக்கிய நம்முடைய படையின் மொத்த எண்ணிக்கை 24,05,700 ஆகும். மிக மோசமான சூழ்நிலைகளில்கூட, இப்பிரிவுகளில் உள்ளவர்கள் தவறுதலாக ஒருவரோடு ஒருவர் கலந்து போர்க்களத்தில் குழப்பத்தை ஏற்படுத்திவிடாமல் இருப்பதை உறுதி செய்ய வேண்டிய மிக முக்கியமான பொறுப்பு நம்முடைய தளபதிகளுடையது.

"பட்டி, சேனாமுகம், குல்மா, கனம், வாகினி, பிரிதனா, சம்மு, அனிகினி ஆகிய பிரிவுகளை உள்ளடக்கிய அக்ஷௌகிணிகள் ஒவ்வொன்றும் தளபதிகளின் கட்டளைகளை ஒழுங்குடன் பின்பற்றி வெற்றிக்கு இட்டுச் செல்ல வேண்டும். இந்த மகாயுத்தத்தில் நம்முடைய தேர்ப்படைதான் அதிக முக்கியத்துவம் வாய்ந்தது. எனவே, தேர்ப்படையின் மகாரதிகள், அதிரதிகள், அர்தரதிகள், மற்றும் சாதாரண சாரதிகளை இப்போது நான் நியமிக்கப் போகிறேன். துரோணரையும் கிருபரையும் நான் மகாரதிகளாக நியமிக்கிறேன். ஒட்டுமொத்தத் தேர்ப்படையும் இவர்களுடைய கட்டுப்பாட்டின்கீழ் இயங்கும்.

"அசுவத்தாமன், ஜயத்ரதன், சகுனி, துரியோதனன், துச்சாதனன், விகர்ணன், சல்லியன், சித்திரசேனன், விவிசந்தி, துச்சகன், ஜயன், சத்தியவிரதன், புருமித்திரன் ஆகியோரும் மகாரதிகளாக நியமிக்கப்படுகின்றனர். அவர்கள் தாங்கள் விரும்பும் நேரத்தில் தங்கள் தேர்களை முன்னின்று வழிநடத்தலாம்.

“சேமதூர்த்தி, லட்சுமணன், விந்தன், அனுவிந்தன், அபராஜிதன், உலூகன், சகாதேவன், பகதத்தன் ஆகியோரை அதிரதிகளாக நான் நியமிக்கிறேன். இவர்கள் மகாரதிகளைப் பின்தொடர்ந்து, பின்னாலிருந்து அவர்களுக்கு ஆதரவளிக்க வேண்டும்.

“குகரன், கரகாட்சன், அம்பஷ்டகன், ஆர்ஜவன், கிரதன், கவாட்சன், கர்ணன் ஆகியோரை அர்தரதிகளாக நான் நியமிக்கிறேன். கர்ணனை நான் ஓர் அர்தரதியாக நியமித்திருப்பது குறித்து நீங்கள் அனைவரும் ஆச்சரியம் கொள்ளக்கூடும். ஆனால், கவச குண்டலங்களை இழந்து, ஒரு சாபத்தையும் சுமந்து நிற்கின்ற கர்ணன், இன்று ஓர் அர்தரதியைவிட அதிகத் திறன் வாய்ந்தவன் அல்லன்.”

பாரபட்சப் போக்கு இல்லாத, நியாயமான, உண்மையை நேசிக்கின்ற, கௌரவர்களில் மூத்தவரான அந்தப் பெரியவர் என்னை ஒரு சாதாரண அர்தரதியாக அறிவித்திருந்தார். முதன்மைத் தளபதி பொறுப்பை ஏற்றுக் கொண்ட உடனேயே அந்த முதியவர் என்னை ஒரு சாதாரணத் தேரோட்டிபோல நடத்தத் தொடங்கினார். அவருக்கு புத்தி பேதலித்துவிட்டதா என்ன? அஸ்தினாபுரத்தின் எல்லைக்கு அப்பால் என்ன நிகழ்ந்து கொண்டிருந்தது என்பது பற்றி அவருக்கு எள்ளளவு யோசனைகூட இருக்கவில்லை. அந்தப் பிதாமகர் ஏதோ குடிபோதையில் இருந்தவர்போல, ஒரு திக்விஜய வீரனை ஒரு சாதாரண அர்தரதியாக அறிவிப்பதற்குத் துணிந்திருந்தார். என்னைத் தங்களுடைய தலைவனாக ஒருமனதாக ஏற்றுக் கொண்டிருந்த நூற்றுக்கணக்கான மாவீரர்களுக்கு முன்னால் நான் இப்படிச் சிறுமைப்படுத்தப்பட்டதை நான் கண்டபோது, பீஷ்மரின் தலைமுடி முதுமையின் காரணமாக நரைத்திருந்ததா அல்லது அவர் அதிக நேரம் வெயிலில் நின்றதால் நரைத்திருந்ததா என்று நான் யோசிக்கத் தொடங்கினேன். நடுங்கிய அவருடைய உடலைப்போலவே அவருடைய மனமும் முதுமையடைந்திருந்ததா? யாராலும் தோற்கடிக்கப்பட முடியாத ஒரு தலைசிறந்த வில்லாளி நான் என்று முன்பொரு காலத்தில் அஸ்தினாபுரத்தின் போட்டியரங்கில் முழங்கியிருந்த அந்த நியாயவான்தானா இவர்? சற்று முன்தான் அவருடைய பெயரை முதன்மைத் தளபதி பதவிக்கு நான் பரிந்துரைத்திருந்தேன். அவரும் அதை உற்சாகமாக ஏற்றுக் கொண்டிருந்தார். அந்த கர்வத்தால் இப்போது அவர் என்னை இப்படிச் சிறுமைப்படுத்தியிருந்தாரா? அல்லது, ஏற்கனவே எனக்கு இழைக்கப்பட்டிருந்த அவமானங்கள் போதாதென்று இப்போது போருக்கு முன்பாகக் கடைசியாக ஒரு முறை மீண்டும் என்னை அவமானப்படுத்தி அதளபாதாளத்திற்குள் தள்ள விரும்பினாரா? இவ்வுலகில் இவரிடம் மட்டும் இன்னும் உண்மை குடிகொண்டிருந்ததாக நான் நம்பி வந்திருந்தேன். என்னுடைய நம்பிக்கை தவறு என்று அவர் நிரூபிக்க முயற்சித்துக் கொண்டிருந்தாரா? எண்ணற்றோர் என்னை இகழ்ந்திருந்தபோதிலும், இதுவரை எந்த முதியவரும் என்னை ஒருபோதும் எள்ளி நகையாடியதில்லை. அந்தக் குறையைக் களைவதற்கு இப்போது இவர் இத்தனை வீரர்கள் முன்னால் என்னை இப்படிச் சிறுமைப்படுத்த முயற்சித்துக் கொண்டிருந்தாரா? கங்கையின் மைந்தனும், பரசுராமரின் சீடரும், கிருஷ்ணரின் பக்தருமான பிதாமகர் பீஷ்மர், திக்விஜயத்தை வெற்றிகரமாக நிறைவு செய்த, முதன்மைத்

தளபதியாக இருக்கத் தகுதி வாய்ந்த ஒரு வீரனான என்னை ஒரு சாதாரண அர்தரதியாக நியமித்திருந்தார். என்ன கொடுமை! உலகில் உண்மைக்கு இனி இடமில்லை என்பதை நான் உணர்ந்தேன். என் காது மடல்கள் நெருப்பில் எரிந்து கொண்டிருந்தது போன்ற உணர்வை நான் அனுபவித்தேன். என் தொண்டை நரம்புகள் புடைத்தன. என் கண்கள் எரிந்தன. நான் யார் என்பதை வஞ்சகமும் சூழ்ச்சியும் நிறைந்த இந்த முதியவருக்கு இன்று நான் காட்டியாக வேண்டும். கங்கையில் நின்று சூரிய பகவானுக்கு நீராஞ்சலி செய்த ஒரு பக்தரான அவர், அந்த சூரிய பகவானின் மைந்தனை அடையாளம் காணத் தவறியிருந்தார். அவருக்கு இன்று அந்த உண்மையை நான் உணர்த்தப் போகிறேன். மரியாதையும் பாசமும் என் கடமைக்குக் குறுக்கே வந்தால், நான் அவற்றை ஒதுக்கித் தள்ளத் தயாராக இருந்தேன். ஒரு மரப் பொந்துக்குள் முடங்கிக் கிடக்கின்ற ஒரு வௌவாலுக்கும், ஓர் அதிகார பீடத்தின்மீது பசைபோல ஒட்டிக் கொண்டுள்ள, கர்வம் மிகுந்த ஒரு முதியவருக்கும் இடையே எந்த வேறுபாடும் இல்லை. அந்த வௌவாலும் குருடாகிறது, அந்த முதியவரும் குருடராகிறார். அவர்களுடைய அறியாமையும் அகங்காரமும் உலகின் யதார்த்தத்தை அவர்களால் காண முடியாதபடி செய்துவிடுகின்றன. அவர்களுடைய கண்களுக்கு முன்னால் இருந்த திரையை விலக்குவதற்கான நேரம் வந்திருந்தது. நான் என் இருக்கையைவிட்டு வேகமாக எழுந்தேன்.

“பிதாமகரே, அர்தரதி என்ன, நான் ஒரு சாதாரண சாரதிகூட அல்லன். நான் ஒரு சாரதியின் மகன், அவ்வளவுதான். ஆனால் நான் கூறப் போவதை நன்றாக நினைவில் வைத்துக் கொள்ளுங்கள். ஒரு சாதாரணத் தேரோட்டியின் மகனான நான் சுயமரியாதை கொண்டவன். அகங்காரத்துடன்கூடிய உங்கள் தலைமைத்துவத்தின் கீழே சேவை செய்ய எனக்கு விருப்பமில்லை. இங்கு குழுமியிருக்கும் புகழ்மிக்க வீரர்களின் முன்னிலையில் நான் இதைக் கூறுகிறேன். அர்ஜுனனின் கொடிய அம்புகள் இந்த மகாரதி பீஷ்மரைத் தாக்கிக் கீழே தள்ளும்வரை, கர்ணனாகிய நான் என் கையில் எந்தவோர் ஆயுதத்தையும் எடுக்கப் போவதில்லை. பிதாமகரே, உங்களுடைய தலைமைத்துவத்தை வைத்துக் கொண்டு போர்க்களத்தில் ஒரே ஒரு பாண்டவனையாவது உங்களால் கொல்ல முடிகிறதா என்று பாருங்கள். கர்ணனின் வீரமும் திறமையும் அப்போதுதான் உங்களுக்குப் புரியும். பாண்டவர்களுக்குத் தலையாட்டுவதிலும் அவர்களை முகஸ்துதி செய்வதிலும் நீங்கள் உங்கள் வாழ்க்கை முழுவதையும் செலவிட்டு வந்திருக்கிறீர்கள். உங்கள் வீரத்தால் இன்று எந்தப் பயனும் விளையப் போவதில்லை.

“கௌரவத் தலைவர்களே, என்னை மன்னித்துவிடுங்கள். நான் இங்கிருந்து போகப் போகிறேன். இன்று எல்லாம் தலைகீழாக ஆகியிருப்பதுதான் பிரச்சனையே. சற்று யோசித்துப் பாருங்கள் – இமயத்தின் சிகரங்களிலிருந்து இன்று எரிமலைகள் வெடித்துக் கொண்டிருக்கின்றன! கௌரவர்களின் கழுத்தைச் சூழ்ந்துள்ள மலர்மாலை இன்று அவர்களுடைய கழுத்து நரம்பைக் கடிக்கின்ற ஒரு பாம்பாக மாறியுள்ளது. எனவே, நான் உங்கள் அனைவரையும் எச்சரிக்கிறேன். கர்வம் பிடித்த, சூழ்ச்சி நிறைந்த இந்த முதியவர் வீழ்ந்த பிறகுதான்

நான் சண்டைக்கு வருவேன். அவர் வீழ்ந்த பிறகு நீங்கள் எனக்குச் சொல்லியனுப்புங்கள். நான் உங்களுக்கு சேவை செய்யத் தயாராக இருக்கிறேன். வாக்குக் கொடுப்பது என்றால் என்ன அர்த்தம் என்பதை நான் அறிவேன். நான் என் வாக்கைக் காப்பாற்றுவேன். இப்போது நான் இங்கிருந்து போக நீங்கள் அனுமதிக்க வேண்டும். உலகமே சீரழிந்தாலும் இந்த முதன்மைத் தளபதியின் கீழ் நான் ஒருபோதும் சண்டையிட மாட்டேன். நான் பயத்தினால் போர்க்களத்திலிருந்து ஓடிப் போவதாகக் குற்றம் சாட்ட யாரும் துணியாதீர்கள். ஏனெனில், நான் போர்க்களத்தில் என் கூடாரத்தில்தான் இருக்கப் போகிறேன். நான் என் கூடாரத்தை விட்டுவிட்டு அஸ்தினாபுரத்தில் புகலிடம் தேடி ஓடிப் போய்விட மாட்டேன்."

என் வார்த்தைகள் யார்மீது எந்த வகையான தாக்கம் ஏற்படுத்தியிருந்தன என்பதைக்கூடப் பார்க்காமல் நான் உடனடியாக அந்தக் கூடாரத்திலிருந்து வெளியேறினேன். ஒரு பெருங்கடலின் கொந்தளிப்பான அலைகளால் தொடர்ந்து பந்தாடப்பட்டு இறுதியில் அமைதியாகக் கரையின்மீது ஒதுங்குகின்ற ஒரு மரக்கட்டையைப்போல, என் மனமும் இப்போது உணர்வும் சிந்தனையும் இழந்து என் உடலுக்குள் அசைவற்று இருந்தது.

போர்க்களத்தின் விளிம்பில் நின்று வீரர்களின் சாதனைகளைப் பற்றிய செய்திகளைக் கேட்பதைத் தவிர நான் செய்வதற்கு அங்கு வேறு எதுவும் இருக்கவில்லை.

ஒருவேளை பிதாமகர் பீஷ்மர் இப்போரில் மடியவில்லை என்றால்? என்னை ஓர் ஆழமான படுகுழிக்குள் தள்ள அந்த ஓர் எண்ணமே போதுமானதாக இருந்தது.

17

அந்தப் பரந்த போர்க்களத்தை என்னுடைய கூடாரத்திலிருந்து என்னால் தெளிவாகப் பார்க்க முடிந்தது. சத்தியசேனனும் என்னுடன் இருந்தான். துரியோதனனையும் அசுவத்தாமனையும் தவிர வேறு யாரையும் அவன் என் கூடாரத்திற்குள் நுழையவிடக்கூடாது என்று நான் அவனிடம் திட்டவட்டமாகக் கூறியிருந்தேன். கௌரவப் படை தொடர்பான முக்கியமான விஷயங்களைப் பற்றி அவன் தினமும் எனக்குத் தகவல் தெரிவித்தான். விதர்ப நாட்டு அரசனான ருக்மிணின் வீரர்களைத் தன்னுடைய படையில் சேர்த்துக் கொண்டு தன்னுடைய படையை வலிமைப்படுத்துவதற்கு துரியோதனன் மறுத்திருந்தான். ஏனெனில், வாய்ப்புக் கிடைத்தால் ருக்மிண் பாண்டவர்களோடு சேர்ந்து கொள்ளுவான் என்று துரியோதனன் சந்தேகித்தான். ஆனால், நகுலன் மற்றும் சகாதேவனின் தாய்வழி மாமாவும் மத்ர நாட்டு அரசருமான சல்லியனின் உதவியை அவன் ஏற்றுக் கொண்டிருந்தான். அதோடு, தேர்ப்படைப் பிரிவுகள் சிலவற்றை சல்லியனின் தலைமைத்துவத்தின் கீழ் கொண்டு வந்ததன் மூலம், பிதாமகர் பீஷ்மர், கௌரவப் படையின் சுக்கானைப் பாண்டவர்களின் உறவினர்களுடைய கைகளில் கொடுத்திருந்தார்.

ருக்மிண், பூரிதேஜஸ், பூமிபாலன் ஆகிய அரசர்கள் நடுநிலையானவர்கள் என்று கௌரவர்களும் பாண்டவர்களும் கருதினர். படைகளிடையே அம்மூன்று அரசர்களுடைய கொடிகளும் எங்கும் காணப்படவில்லை. கிழக்கில், குருச்சேத்திரத்தைச் சுற்றிலும் பாண்டவர்கள் பல கூடாரங்களை அமைத்தனர். மத்சயம், பாஞ்சாலம், ராட்சசம் மற்றும் பிற நாடுகளின் கொடிகள் அங்கு பறக்கவிடப்பட்டிருந்தன. எண்ணிக்கையில் அவர்கள் மிகக் குறைவாக இருந்தனர். அவர்களுடைய ஒட்டுமொத்தப் படையின் வலிமை 15,00,000 மட்டுமே. அவர்களுடைய படை ஒரு கௌரவத் தாக்குதலை சமாளிக்க வாய்ப்பே இல்லை என்று சத்தியசேனன் உறுதியாக நம்பினான். பாண்டவர்கள் அர்ஜுனனைத் தங்கள் முதன்மைத் தளபதியாகத் தேர்ந்தெடுத்திருந்தனர் என்ற செய்தி கௌரவ வீரர்களிடையே பரவத் தொடங்கியது.

அர்ஜுனனுடைய பிரம்மாண்டமான நந்திகோசத் தேர் தூரத்தில் எனக்குத் தெளிவாகத் தெரிந்தது. அதன்மீது ஒரு குரங்குக் கொடி பறந்து கொண்டிருந்தது. ஆனால் யானைச் சின்னத்தையும் செங்கோல் உருவம் பொறிக்கப்பட்டக் கொடியையும் தாங்கிய என்னுடைய ஜைத்ர ரதம் தேர்ப்படைப் பிரிவில் தனியாக நின்று கொண்டிருந்தது. அதன் சக்கரங்கள் அகற்றப்பட வேண்டும் என்று பிதாமகர் உத்தரவிட்டிருந்தார். ஏன்? இந்த முதிய வயதில் அவர் ஏன் இவ்வளவு தரம் தாழ்ந்து போனார்? அர்ஜுனன்மீதான அன்பினாலா? நான் என் கூடாரத்தினுள் அமர்ந்து அதன் வெண்ணிறக் கூரையைப் பார்த்தபடி எனக்குள் இக்கேள்விகளைக் கேட்டுக் கொண்டிருந்தேன். ஆனால் எந்தக் கேள்விக்கும் விடை வரவில்லை. எரிந்து கொண்டிருக்கும் ஒரு தீப்பந்தத்தைப்போல என் மனமும் எரிந்து, இரவு நெடுகிலும் என்னைத் தூங்கவிடாமல் செய்தது. என் தாய் ராதை, என் தந்தை அதிரதர், விருசாலி, சுப்ரியை, சத்தியசேனன், மேகமாலா, என் ஏழு மகன்கள், மீனாட்சி ஆகியோரை மட்டுமே என் சொந்தங்கள் என்று என்னால் கூறிக் கொள்ள முடிந்தது. ஆனால், நான் ஒரு வாக்குக் கொடுத்திருந்ததால், அவர்களைப் பார்க்க நான் நகரத்திற்குச் செல்லுவதை அது தடுத்தது.

என்னுடைய மகன்களில் விருசசேனன், சித்திரசேனன், சுசேனன், பிரசேனன், சுசர்மன், பானுசேனன் ஆகிய ஆறு பேர், ஒரு போர்வீரனுக்குரிய உடையை அணிந்து என் முன்னால் வந்து நின்றனர். அவர்கள் எதுவும் பேசவில்லை. அதற்கான காரணத்தை நான் அவர்களிடம் கேட்டபோது, மூத்தவனான விருசசேனன் என்னைப் பார்த்து, "மன்னா, நீங்கள் ஆயுதங்களைத் தொடப் போவதில்லை என்றால், நாங்களும் இப்போரில் பங்கு கொள்ளப் போவதில்லை," என்று கூறினான். அது என் மனத்தை உண்மையிலேயே வேதனைக்குள்ளாக்கியது. தங்கள் தந்தைக்கு ஆதரவாக இருப்பதற்கு அவர்கள் தீர்மானித்திருந்தனர், ஆனால் அதன் மூலம் அவர்கள் தங்கள் நாட்டிற்கு நம்பிக்கைத் துரோகம் இழைத்துக் கொண்டிருந்தனர்.

"என் அன்பு மகன்களே! நீங்கள் என்னுடைய குழந்தைகள் என்றாலும், நீங்கள் கௌரவ வீரர்களும்கூட. உங்களுடைய முதன்மைத் தளபதி உங்களுக்கு என்ன கட்டளையிடுகிறாரோ, எந்தக் கேள்வியும் கேட்காமல் அதை நிறைவேற்றுங்கள். உங்கள் தாய், உங்கள் பாட்டி,

மற்றும் உங்கள் தந்தையின் ஆசீர்வாதங்களுடன் உங்கள் முதன்மைத் தளபதியைப் பின்தொடர்ந்து செல்லுங்கள். இது உங்கள் தந்தை உங்களுக்கு இடும் கட்டளை," என்று நான் கூறினேன்.

"உங்கள் விருப்பப்படியே செய்கிறோம், தந்தையே!" என்று கூறி அவர்கள் என்னைப் பணிந்து வணங்கிவிட்டு அங்கிருந்து வெளியேறினர். விருசகேது அவர்களுடன் வரவில்லை.

"விருசகேது ஏன் வரவில்லை?" என்று என்னிடம் நானே சற்று உரத்தக் குரலில் கேட்டேன்.

தன்னிடம்தான் நான் அக்கேள்வியைக் கேட்டதாக நினைத்த சத்தியசேனன், "நீங்கள் அஸ்தினாபுரத்திற்குப் போக மறுத்துவிட்டதால் அவன் உங்கள்மீது வருத்தமாக இருக்கிறான்," என்று கூறினான்.

"சத்தியசேனா, அந்தக் குறும்புக்கார இளைஞனை ஏதேனும் சாக்குப்போக்கைச் சொல்லி இங்கு அழைத்து வா. அவனுக்கு நான் எல்லாவற்றையும் விளக்கியாக வேண்டும்."

18

குருச்சேத்திரத்தின் போர் முகாம்களில் நிறுவப்பட்டிருந்த கூடாரங்கள் நிலவொளியில் குளித்துக் கொண்டிருந்தது ஒரு கண்கொள்ளாக் காட்சியாக இருந்தது. என் வாழ்க்கைக் கூடாரத்தில் தங்கள் அன்பெனும் நிலவொளியைப் பொழிந்திருந்த என் சொந்தபந்தங்கள் அனைவரும் அஸ்தினாபுரத்தில் என் மாளிகையில் இருந்தனர். நான் இங்கு இந்தக் குருச்சேத்திரத்தின் விளிம்பில் என் படுக்கையின்மீது படுத்துக் கொண்டு, வர மறுத்தத் தூக்கத்தை வலுக்கட்டாயமாக வரவழைக்கக் கடுமையாகப் போராடிக் கொண்டிருந்தேன்.

அறுபது ஆண்டுகளுக்கு முன்பு நான் ஷோனுடன் அஸ்தினாபுரத்திற்கு வந்தபோது, எனக்கு இவ்வாறு நிகழும் என்று யாரேனும் கூறியிருந்தால் அதை நான் ஒருபோதும் நம்பியிருக்க மாட்டேன். இத்தனை ஆண்டுகளில் எண்ணற்ற விஷயங்கள் என் வாழ்வில் நிகழ்ந்திருந்தன. அவை எனக்கு நன்றாக நினைவிருந்தன. நான் மறக்க விரும்பிய விஷயங்களைக்கூட என்னால் மறக்க முடியவில்லை. குருச்சேத்திரத்தில் என்னைச் சுற்றிலும் முளைத்திருந்த எண்ணற்றக் கூடாரங்களைப்போலவும், வானில் நிலவுடன் சேர்ந்து மின்னிக் கொண்டிருந்த எண்ணற்ற நட்சத்திரங்களைப்போலவும், அருகே ஓடிக் கொண்டிருந்த திருஷத்வதி ஆற்றின் எண்ணற்றச் சிற்றலைகளைப்போலவும் என் நினைவுகள் பரந்து விரிந்திருந்தன. தூக்கம் மட்டும் வர மறுத்தது. எனவே, நான் படுக்கையைவிட்டு எழுந்து போர்க்களத்திற்குச் சென்றேன். போர்க்களத்தின்மீது வரையப்பட்டிருந்த வெள்ளைக் கோடுகளைப் பார்த்தபோது, சகுனி மாமாவின் சூதாட்டப் பலகை என் நினைவுக்கு வந்தது. நாளைக்கு எண்ணற்ற உயிர்கள் இங்கு பணயம் வைக்கப்பட்டுப் போரெனும் சூதாட்டம் நிகழும். மரண தேவன் வீசுகின்ற சோழிகளை இங்கிருப்பவர்கள் அனைவரும் ஏற்றுக் கொண்டாக வேண்டியிருக்கும் – எந்தக் கேள்வியும் கேட்காமல்!

விதி ஒவ்வோர் இடத்தையும் எவ்வளவு தூய்மையானதாகவும் புனிதமானதாகவும் ஆக்குகிறது! மன்னர் குரு இதே களத்தில் எத்தனையெத்தனை வேள்விகளை நடத்தியிருந்தார்! நாளையிலிருந்து இக்களத்தில் மனித உயிர்கள் பலி கொடுக்கப்படும். நான் கீழே குனிந்து ஒரு பிடி மண்ணை எடுத்து அதை என் நெற்றியின்மீது ஒற்றினேன். பூமி! துரியோதனனின் அரசியல் ஆட்டம், அசுவத்தாமனின் ஆழமான தத்துவ அறிவு, சகுனி மாமாவின் வஞ்சகம், துச்சாதனனின் தீய எண்ணங்கள், பிதாமகரின் 'நடுநிலை', துரோணரின் குழப்பமான சமூக நியதிகள், மன்னர் திருதராஷ்டிரரின் பார்வையற்றக் கண்களுக்குப் பின்னால் இருந்த தன்னலத்துடன்கூடிய முன்னோக்குப் பார்வை, விதுரரின் பெருமையற்றத் துறவு, என் ஒட்டுமொத்த வாழ்க்கையின் மாயைகள், என்னைக் குறித்துப் பாண்டவர்கள் கொண்டிருந்த அறியாமை, அன்னை குந்தி தேவியின் துயரங்கள், காந்தாரி தேவி மனமுவந்து ஏற்றுக் கொண்ட கண்கட்டு, கல்லைக்கூடக் கரைக்கக்கூடிய திறன் படைத்த, அன்னை ராதையின் ஆழமான அன்பு, ஷோனின் தன்னலமற்ற அன்பு, விருசாலியின் இதயத்திலும் சுப்ரியையின் இதயத்திலும் நிறைந்திருந்த, பெண்களுக்கே உரிய இரக்கம், என் மகன்களின் கீழ்ப்படிதல் குணம், கௌரவப் படையிலும் பாண்டவப் படையிலும் இருந்த வீரர்கள் தங்கள் நாட்டின்மீதும் நண்பர்கள்மீதும் உண்மையின்மீதும் கொண்டிருந்த நிலையான விசுவாசம், கிருஷ்ணரிடமிருந்து வெளிப்பட்ட ஈடு இணையற்றச் சத்திரிய ஆற்றல் ஆகிய அனைத்தும் இந்த நிலத்திலிருந்துதானே முளைத்து வளர்ந்தன?

நான் அள்ளிய மண்ணை மிகுந்த பக்தியோடு என் அங்கவஸ்திரத்தின் ஒரு முனையில் நான் முடிந்து வைத்தேன். போர்க்களத்தின்மீது நிலவொளியில் பிரகாசமாக ஒளிர்ந்த வெள்ளைக் கோடுகள் நாளைக்கு அழிக்கப்பட்டுவிடும். இந்தக் குருச்சேத்திரக் களத்தில், மழையைத் தவிர வேறு எதுவொன்றாலும் நனைக்கப்பட முடியாத அனைத்தும் ரத்தத்திலும் வியர்வையிலும் கண்ணீரிலும் முழுவதுமாக நனைந்திருக்கும். இவை மூன்றும் ஆறுபோலப் பாய்ந்தோடும், உடல்கள் ஐம்பூதங்களாகச் சிதறும், மரணமற்ற ஆன்மாக்கள் என்றென்றும் நிலைத்திருக்கின்ற தெய்விக ஒளியுடன் ஐக்கியமாகும். இப்போரின் எதிரொலிகள் இந்த ஆரியவர்த்தத்தின் வரலாறு நெடுகிலும் தலைமுறை தலைமுறையாக ஊடுருவும். நாற்பது லட்சம் வீரர்களுடைய எண்பது லட்சம் கைகள் செய்த சாதனைகளைக் கோடிக்கணக்கான வரலாற்றியலாளர்களால்கூடப் பதிவு செய்ய முடியாது. அதேபோல, கோடிக்கணக்கான பாடகர்களால்கூட இப்போரின் பெருமைகளைப் பாடி முடிக்க முடியாது. சரஸ்வதி ஆறு தன்னுடைய தெளிவான, தூய்மையான நீருடன் தொடர்ந்து பாய்ந்தோடிக் கொண்டிருக்கும். இப்போர்க்களத்தின் அமைதியான, வசீகரமான மண் சூரிய ஒளியில் நிரந்தரமாக ஒளிர்ந்து கொண்டிருக்கும்.

நான் என் கைகளைக் குவித்து, "ஆரியவர்த்தத்தின் புண்ணிய பூமியே, என் வணக்கத்தை ஏற்றுக் கொள்!" என்று கூறி அப்போர்க்களத்தைப் பணிந்து வணங்கினேன்.

பிறகு நான் என் கூடாரத்திற்குள் நுழைந்து என் படுக்கையின்மீது விழுந்த மறுகணம் ஓர் ஆழ்ந்த தூக்கம் என்னை ஆட்கொண்டது.

19

கிருஷ்ணர் தேர்ந்தெடுத்தக் கிருஷ்ண திருதியை நாள் காலைச் சூரியனின் பொற்கதிர்களில் ஒளிவீசியவாறு விடிந்தது.

நான் என் கூடாரத்தைவிட்டு வெளியே வந்து சுற்றிலும் பார்வையிட்டேன். ஒரு கரையான் புற்றுக்குள்ளிருந்து எறும்புகள் கூட்டங்கூட்டமாக வெளியே வருவதைப்போல, கவசங்களை அணிந்த வீரர்கள் தங்களுடைய பல்வேறு ஆயுதங்களை எடுத்துக் கொண்டு தங்களுடைய கூடாரங்களுக்குள்ளிருந்து வேகவேகமாக வெளியே வந்தனர். நந்தகன், நிகும்பன், துருமசேனன், பிரபங்கரன், ருசிபர்வான், லலித்தியன், வசுசந்திரன், சேனாஜிதன், சுதனு, பூரிசிரவசு, ஜயராதன், ருக்மர்த்தன், சித்தார்த்தன், பானுதத்தன், கோவாசனன், சால்வன், ஜயத்சேனன், தமனன், சதசந்திரன், சக்ரதேவன், திருதாயுதன், விபு, வஜ்ரஹஸ்தன், சோமதத்தன், சம்யமனன், மற்றும் பலர் தத்தம் படைப்பிரிவுகளை ஒழுங்கமைக்கத் தொடங்கினர்.

இரண்டு லட்சத்து நாற்பதாயிரம் வீரர்களை உள்ளடக்கிய தேர்ப்படை, உருளும் தேர்க் கடலைப்போலக் காட்சியளித்தது. சாரதிகள், அதிரதிகள், மகாரதிகள் ஆகியோர் அதில் ஒன்றுகூடியிருந்தனர். கூடாரங்கள் அனைத்தும் இப்போது வெறிச்சோடிக் கிடந்தன. சாம்பல், வெள்ளை, கருப்பு, பழுப்பு என்று பல்வேறு நிறங்களில் ஏழு லட்சம் குதிரைகள் அணிவகுத்து நின்றன. அவற்றின் கடிவாளங்கள் உயர்த்திப் பிடிக்கப்பட்டிருந்தன. அவற்றின் வால்கள் புடைத்திருந்தன, காதுகள் குத்திட்டு நின்றன. இரண்டு லட்சத்து ஐம்பதாயிரம் யானைகள் தம்முடைய பெரிய காதுகளை விசிறிபோல அசைத்தவாறு ஒரு மாபெரும் கருங்கடலைப்போலக் காட்சியளித்தன. அவற்றின் தும்பிக்கைகள் அன்னப்பறவைகளின் கழுத்துக்களைப்போல அழகாக வளைந்திருந்தன. பன்னிரண்டு லட்சம் காலாட்படையினரில் பாதிப் பேருக்கு மேல் மும்முரமாக மதுவைக் குடித்துக் கொண்டிருந்தனர். பட்டிகள், சேனாமுகங்கள், குல்மாக்கள், கனங்கள், வாகினிகள், பிரிதனாக்கள், சம்முக்கள், அனிகினிகள் ஆகியவை தமக்குரிய இடங்களில் முறையாக நின்றன. அம்பு முனைகள், எறிவேல்கள், திரிசூலங்கள், வாட்கள், ஈட்டிகள் மற்றும் பிற ஆயுதங்கள் சூரிய ஒளி பட்டுப் பிரகாசித்தன. பிதாமகர் பீஷ்மர், குருதேவர் துரோணர், கிருபர், அசுவத்தாமன், ஜயத்ரதன், சகுனி மாமா, துரியோதனன், துச்சாதனன், பகதத்தன், விகர்ணன், கிருதவர்மன், சோமதத்தன், சகாதேவன், கேதுமதன், விந்தன், அனுவிந்தன் ஆகியோர் தங்களுடைய தலைக் கவசங்களையும் மார்புக் கவசங்களையும் அணிந்து கொண்டு நான்கு வகைப் படைகளுக்கிடையே சென்று, முன்கூட்டியே தீர்மானிக்கப்பட்டிருந்த விதத்தில் அவர்களை ஒழுங்கமைத்தனர்.

இத்தனை ஆண்டுகாலமாக நான் எந்த நாளை ஆவலோடு எதிர்பார்த்துக் காத்திருந்திருந்தேனோ, அந்த நாள் வந்திருந்தது. ஆனால் நான் என்னுடைய கூடாரத்தின் வாசலில் நின்று கொண்டு வாழ்வின் தாண்டவ நடனத்தை வெறுமனே வேடிக்கைப் பார்த்துக் கொண்டிருப்பதைத் தவிர என்னால் வேறு என்ன செய்ய முடியும்?

துரியோதனனும் அசுவத்தாமனும் என்னைக் கட்டியணைத்து, “கர்ணா, நாங்கள் புறப்பட்டாக வேண்டும்,” என்று கூறிவிட்டு, பல்வேறு ஆயுதங்கள் ஏற்றப்பட்டிருந்த தங்களுடைய அற்புதமான தேர்களுக்குள் ஏறினர். என்னுடைய ஆறு மகன்களும் என் பாதங்களில் பணிந்து வணங்கினர்.

நான் அவர்களிடம், “உங்கள் அன்னையர், உங்கள் பாட்டி, தாத்தா, சத்தியசேனன், மேகமாலா ஆகிய எல்லோரையும் வணங்கி அவர்களிடம் ஆசி பெற்றிருப்பீர்கள் என்று நான் நம்புகிறேன். உங்கள் சிற்றப்பா ஷோனின் சமாதியில் நறுமண மலர்களை வைத்து அஞ்சலி செலுத்திவிட்டீர்கள், இல்லையா? உங்கள் மனைவியரின் நெற்றிகள்மீது ரத்தத் திலகம் இட்டிருப்பீர்கள் என்றும் நான் நம்புகிறேன்,” என்று கூறினேன்.

“தந்தையே, நாங்கள் அவர்கள் எல்லோரிடமும் ஆசி பெற்றுவிட்டோம். இப்போது நீங்கள் எங்களை ஆசீர்வதித்து எங்களுக்கு விடைகொடுத்து அனுப்புங்கள்,” என்று கூறிய விருசசேனன், கீழே மண்டியிட்டுத் தலை வணங்கியபடி, தன்னுடைய வாளை உருவி, அதைத் தன்னுடைய இரண்டு கைகளிலும் ஏந்தி நின்றான்.

“என் வீர மைந்தர்களே, போய் வாருங்கள். எல்லோரும் ஒருமித்த மனத்தோடு சண்டையிடுங்கள்,” என்று கூறி, நான் என் கைகளை அகலமாக விரித்து, அவர்கள் ஆறு பேரையும் சேர்த்துக் கட்டியணைத்தேன். என் தந்தையிடமிருந்து எனக்குக் கிடைத்திராத பாசத்தையும் கவனிப்பையும் என் மகன்களுக்கு நான் அள்ளிக் கொடுக்க விரும்பினேன். நான் அவர்களைத் தட்டிக் கொடுத்துவிட்டு, “போய் வாருங்கள். போர்க்களத்தில் கர்ணன் இல்லை என்ற குறை எந்த வீரனுக்கும் ஏற்படாதபடி பார்த்துக் கொள்ளுங்கள். முதலில், திருஷத்வதி ஆற்றில் நின்று சூரிய பகவானுக்கு ஐந்து முறை நீராஞ்சலி செய்துவிட்டு, பிறகு களத்திற்குள் அடியெடுத்து வையுங்கள். இப்போது இங்கிருந்து புறப்படுங்கள்,” என்று கூறினேன்.

அவர்கள் ஓர் அமைதியான மனத்துடன் அங்கிருந்து வெளியேறினர். போர்முரசுகள், ஊதுகொம்புகள், துந்துபிகள், மத்தளங்கள், மற்றும் பல இசைக் கருவிகள் இசைக்கப்படலாயின. அவற்றின் பலத்தச் சத்தங்கள், தம்முடைய கூடுகளில் அரைத் தூக்கத்தில் இருந்த பறவைகளைத் திடுக்கிடச் செய்தன. அவை அவசர அவசரமாகத் தம்முடைய கூடுகளைவிட்டு வெளியேறி, மிகச் சத்தமாகக் கீச்சிட்டபடி மைநாக மலையை நோக்கிப் பறக்கத் தொடங்கின. இதயத்தைத் துளைக்கும் விதத்தில் யானைகள் சத்தமாகப் பிளிறின, குதிரைகள் ஆக்ரோஷமாகக் கனைத்தன, காலாட்படை வீரர்கள் மன்னர் திருதராஷ்டிரரின் பெயரைச் சொல்லி அவரைப் போற்றிக் கோஷமிட்டனர். இந்த எல்லாச் சத்தங்களும் சேர்ந்து திருஷத்வதி ஆற்றை மேலும் கொந்தளிக்கச் செய்தன. ஒரு பெரிய திறந்தவெளியில் பாரிஜாத மலர்கள் படர்ந்து கிடப்பதைப்போல, வீரர்கள் அந்தப் போர்க்களத்தில் கூடியிருந்தனர்.

பிதாமகர் பீஷ்மர், ஓர் உயரமான கொடிக்கம்பத்தில் பறந்து கொண்டிருந்த கௌரவக் கொடியைக் கீழே இறக்கி, அதைத் தன்னுடைய தேரின்மீது பொருத்தினார். அது நீலவானத்தைப் பின்புலமாகக் கொண்டு ஒய்யாரமாகப் படபடத்தது. அழகாக வளைந்திருந்த ஒரு

சங்கை அவர் தன் இரண்டு கைகளாலும் நேர்த்தியாகப் பிடித்துக் கொண்டு, தன் கழுத்து நரம்புகள் புடைக்க அச்சங்கைச் சத்தமாக ஊதினார். அதன் ஒலி அப்போர்க்களத்தின் ஊடாக மிதந்து சென்று, அனைத்து வீரர்களின் வலிமையான கைகளுக்கும் உரமூட்டியது.

பிறகு அவர் அந்தச் சங்கைக் கீழே வைத்துவிட்டு, தன்னுடைய வில்லை எடுத்து அதை இரண்டு கைகளாலும் உயர்த்திப் பிடித்து, "முன்னால் செல்லுங்கள்!" என்று தன் படையினருக்குக் கட்டளையிட்டார். இருபத்தைந்து லட்சம் வீரர்களை உள்ளடக்கிய கௌரவப் படை, வெள்ளைக் கோடுகள் சுட்டிக்காட்டிய பாதையில் குருச்சேத்திரத்தின் போர்க்களத்தை நோக்கி நடைபோட்டது. அக்காட்சி, மழைக்காலம் வருவதற்கு முன்பு இடியுடன்கூடிய மேகங்கள் வானம் முழுவதையும் மூடுவதுபோல இருந்தது. என்னை என்னால் கட்டுப்படுத்திக் கொள்ள முடியாமல் சிறிது நேரம் என் கண்களை மூடிக் கொண்டேன். என்னைத் தங்கள் உயிரினும் மேலாக நேசித்த வீரர்கள், முன்னின்று நடத்துவதற்கு நான் இல்லாமல் போருக்குச் சென்று கொண்டிருந்தனர். இந்த வீரர்களுக்காகத்தான் நான் என்னுடைய சகோதரர்களையும் என்னுடைய தாயையும் துறந்துவிட்டு, கடமையுணர்வின் காரணமாகக் கௌரவர்களின் பக்கம் சேர்ந்தேன். எனவே, நான்தான் அந்த வீரர்களை வழிநடத்திச் செல்ல வேண்டும். மாறாக, நான் ஒரு பாதுகாப்பான தூரத்தில் நின்று கொண்டு அவர்களுடைய சாகசங்களையும் சாதனைகளையும் கவனித்துக் கொண்டிருந்தேன். என் வாழ்க்கை முழுவதும் என்னைப் பின்தொடர்ந்து கொண்டிருந்த கொடிய விதி, என்னை இந்த நிராதரவான நிலையில் கொண்டுவந்து விட்டிருந்தது.

இந்த நெருக்கடியான நேரத்தில் அவர்களால் நானின்றிச் செயல்பட முடிந்தது. ஆனால் இந்த வீரர்களுடைய செங்கோலின் அதிகாரத்தை இந்த ஆரியவர்த்தம் நெடுகிலும் நிலைநாட்ட நான் என் உயிரையே பணயம் வைத்திருந்தேன். ஒருவன் எவ்வளவு திறமைசாலியாக இருந்தாலும் சரி, அவன் எவ்வளவு பெரிய தியாகசீலனாக இருந்தாலும் சரி, அவன் எவ்வளவு கடினமாக உழைத்தாலும் சரி, சமுதாயம் அவனை ஏதோ ஒரு சமயத்தில் தூக்கியெறிந்துவிடுகிறது. சமுதாயம் எனும் கங்கை என்றென்றும் ஓடிக் கொண்டே இருக்கிறது. அதனுள் இருக்கும் நீர்த்துளிகள் மாறிக் கொண்டே இருக்கின்றன. இன்றைய துளிகள் நாளைக்குக் மறைந்துவிடுகின்றன; புதிய துளிகள் அவற்றின் இடங்களை எடுத்துக் கொள்ளுகின்றன. ஆனால் கங்கை மட்டும் தொடர்ந்து ஓடிக் கொண்டே இருக்கிறது. விலை மதிக்கப்பட முடியாத ஒரு பொக்கிஷம் நான் என்று என்னை நான் ஏன் கருத வேண்டும்? எந்தவொரு தனிமனிதனும் தன்னைப் பற்றி அளவுக்கதிகமாக உயர்வாக நினைக்கக்கூடாது என்ற படிப்பினையை மாபெரும் கௌரவப் படை எனக்குக் கற்றுக் கொடுத்துக் கொண்டிருந்தது. போர் புரியத் துடித்துக் கொண்டிருந்த துணிச்சல்கார வீரர்களை சலனமற்ற ஒரு மனத்துடன் நான் பார்த்துக் கொண்டிருந்தபோது, நான் என்னையும், என் இன்பதுன்பங்களையும், என் வாழ்க்கைக் கனவுகளையும், என் சொந்தபந்தங்களையும் மறந்துவிட்டேன். குருச்சேத்திரத்தின் போர்க்களத்தைச் சுற்றிலும் வாழ்க்கை மற்றும் மரணத்தின் தெளிவான கோடுகள் எவ்வளவு சுலபமாக ஒன்றுகூடியிருந்தன! அக்களத்தில்

இருந்த லட்சக்கணக்கான வீரர்களை யாரேனும் பார்த்தால், வானத்து நட்சத்திரங்கள் அத்தனையும் குருச்சேத்திரன்மீது விழுந்திருந்ததாக நினைத்துவிடுவர். மிக அடர்த்தியான மலைத்தொடர்களைப்போலப் பெருந்திரளாகக் கூடியிருந்த தேர்ப்படை வீரர்களை அஸ்தினாபுரத்தின் அரண்மனைகூடப் பார்த்திருக்கவில்லை. குருச்சேத்திரப் போரில் கௌரவர்களுக்கு ஆதரவாகச் சண்டையிட வந்திருந்த நாடுகளில் ஒருசிலவற்றைத் தவிர, மற்ற அனைத்து நாடுகளின் கொடிகளும் அப்போர்க்களத்தில் பட்டொளி வீசிப் பறந்து கொண்டிருந்ததை நான் கண்டேன். பாகுலிகம், சிந்து, குலிந்தம், மத்ரம், காம்போஜம், காந்தாரம், மத்சயம், அவந்தி, தரதம், ஆனர்த்தம், தசார்ணம், சேதி, துவாரகை, காசி, பாஞ்சாலம், மகதம், விதேகம், கோசலம், அங்கம், கலிங்கம், வங்கம் ஆகியவற்றின் கொடிகள் கம்பீரமாகப் பறந்து கொண்டிருந்தன. எப்பேற்பட்ட ஒரு மங்கலமான, நினைவில் கொள்ளத்தக்க நாளாக அது விடிந்திருந்தது!

திடீரென்று கிருஷ்ணர் தன் பஞ்சசன்யச் சங்கை எடுத்து ஊதியபோது என் சிந்தனை தடைபட்டது. அச்சத்தம் விண்ணைப் பிளக்கக்கூடியதாக இருந்தது. அர்ஜுனனின் நந்திகோசத் தேர் தன்னுடைய குரங்குக் கொடியுடன் முன்னோக்கி வந்து கொண்டிருந்தது. அவனுடைய தேரோட்டியான கிருஷ்ணர் பெரிதாகப் புன்னகைத்தபடி அத்தேரை ஓட்டி வந்து கொண்டிருந்தார். அதற்குப் பின்னால், மொத்தமாக ஒரு லட்சத்து ஐம்பதாயிரம் வீரர்களையும் யானைகளையும் குதிரைகளையும் தேர்களையும் உள்ளடக்கிய ஒரு பெரிய படை உற்சாகமாக வந்தது. அவர்கள் எல்லோரும் பாண்டு மன்னரைப் போற்றிக் கோஷமிட்டனர். அமிதௌஜஸ், விக்ராந்தன், துருபதன், குந்திபோஜர், வார்தசேமி, தண்டதரன், பிருகதசத்திரன், திருஷ்டத்யும்னன், சாத்தியகி, அபிமன்யு, காசிராஜன், சத்ரஞ்சயன், சேகிதானன், விராடன், யுதாமன்யு, சியேனஜித், யுயுதானன் ஆகிய மகாரதிகளும், பப்ரு, அதீனன், பிரதிவிந்தியன், புருஜித், சிரேணிமானன், இராவானன், சதானீகன் ஆகிய அதிரதிகளும், சிம்மசந்திரன், சுசத்திரன், சைவியன், ரோசமானன், ரதசேனன், யுகந்தரன், மணிமானன், மஹௌஜஸ், மித்ரவர்மன், பிரகாதேவன், தபனன், சுபார்சவன், ஜனமேஜயன், சுதாமன், சுதேஜஸ், சித்திரகேது, உக்கிரசேனன் உட்பட ஏராளமான அரசர்களும் பாண்டவர்களுடைய படையில் இடம்பெற்றிருந்தனர். தருமன், பீமன், நகுலன், சகாதேவன், சாத்தியகி, யுயூதனன், திருஷ்டத்யும்னன் ஆகியோர் முன்வரிசையில் இருந்தனர். அவர்கள் ஒரு சுதர்சனச் சக்கரத்தின் வடிவில் அணிவகுத்து முன்னோக்கி நகர்ந்து வந்தனர். பிதாமகர் பீஷ்மர் தன்னுடைய சங்கை எடுத்து முழங்கிவிட்டுத் தன் கையை உயர்த்தி, செங்கோல் வடிவில் அணிவகுத்து முன்னோக்கி நகரும்படி தன் படையினருக்குக் கட்டளையிட்டார். பாண்டவர்கள் ஐவரும் தத்தம் சங்குகளை எடுத்து ஊதினர். இத்தனைச் சங்குகளும் சேர்ந்து ஏற்படுத்திய பயங்கரமான சத்தத்தைக் கேட்டு பயந்த குதிரைகள் பலமாகக் கனைத்தன, யானைகள் அலறின. எண்ணற்ற அம்புமுனைகளும் ஈட்டிகளும் வாட்களும் எறிவேல்களும் சூரிய ஒளியில் தகதகத்தன. தேர்ச் சக்கரங்கள் கடகடவென உருண்டன. பல்வேறு நாடுகளின்

கொடிகள் காற்றில் படபடத்தன. போர்க்களத்திலிருந்து மேலெழுந்த புழுதி வானம்வரை உயர்ந்து அந்த ஒட்டுமொத்த நீலவானத்தையும் இருட்டாக்கியது. போர்க்களத்திற்கு அருகிலிருந்த புற்களும் களைகளும் மரங்களின் இலைகளும் வெடவெடத்துத் தலை சாய்ந்தன. இரண்டு படைகளையும் சேர்ந்த நாற்பது லட்சம் வீரர்கள் ஒருவரையொருவர் எதிர்த்து நின்று, தங்களுக்குள் அடங்கிக் கிடந்த உணர்ச்சிகளை அம்பு மழையின் வடிவில் விடுவித்தனர். அக்காட்சி இரண்டு பெருங்கடல்கள் ஒன்றோடொன்று பலமாக மோதிக் கொண்டதுபோல இருந்தது.

நான் என் கூடாரத்தின் வாசலில் நின்று இவற்றையெல்லாம் வெறுமனே வேடிக்கைப் பார்த்துக் கொண்டிருந்தது எனக்கு விரக்தியளித்தது. நான் என் வாழ்நாள் முழுவதும் கௌரவர்களின் தலைவர்களில் ஒருவனாக இருந்து வந்திருந்தேன். அப்படிப்பட்ட என்னால் ஒரு கற்சிலைபோல எப்படி அங்கே வெறுமனே நின்று கொண்டிருக்க முடியும்? ஒரு தேரோட்டியின் மகனாக நான் வாழ்ந்த இறுக்கமான வாழ்க்கையைக்கூட என்னால் தாங்கிக் கொள்ள முடிந்தது; ஆனால், என் கண்களுக்கு முன்னால் நிகழ்ந்து கொண்டிருந்த இந்த மாபெரும் போரில் நான் வெறுமனே ஒரு பார்வையாளனாக இருக்க வேண்டிய நிலை ஏற்பட்டிருந்ததை என்னால் தாங்கிக் கொள்ள முடியவில்லை. இரும்பு போன்ற என் உடல் கொழுந்துவிட்டு எரிந்ததுபோல நான் உணர்ந்தேன். என் ரத்த ஓட்டத்தின் வேகம் அதிகரித்தது. இதற்கு மேலும் என்னால் அங்கு நிற்க முடியவில்லை. எனவே, நான் வேகமாக என் கூடாரத்திற்குள் சென்று என் படுக்கையின்மீது உட்கார்ந்து என் தலையை என் கைகளால் தாங்கிப் பிடித்தேன். ஆனாலும் என் தலை வலித்தது. பல்வேறு எண்ணங்கள் என் தலையை ஒருசேரத் தாக்கின. சுதாமன்! ஷோனின் துண்டிக்கப்பட்டத் தலை! நான் கொடுத்த வாக்கைக் காப்பாற்றுதல்! அர்ஜுனனின் உயிர்! ஒருவேளை, பிதாமகர் பீஷ்மர் அர்ஜுனனைக் கொன்றுவிட்டால் என் சூளுரை என்னவாகும்? நான் சபதத்தை நிறைவேற்ற முடியாதவனாக ஆகிவிடுவேனா? என் மனத்தில் வேதனை மேலிட நான் என் பாதங்களைப் பார்த்தேன். பல நாட்களாக நான் அவற்றைக் கழுவியிருக்கவில்லை. அதனால் அவை அழுக்குப் படிந்திருந்தன. அக்காட்சி எனக்கு வருத்தமளித்தது. வெளியே, வீரர்களின் இரைச்சல் சத்தம் என் கூடாரத்தின்மீது இடிபோல இறங்கியது. என் காதுகள் செவிடாகிவிடும்போல இருந்தது. மனசாட்சியைவிடக் காட்டுத்தனமான உற்சாகம் சிறந்தது! சகித்துக் கொள்ளப்பட முடியாத இந்த வாழ்க்கையை வாழுவதைவிட, மூர்ச்சையடைந்து எதிரியிடம் பிடிபடுவது சிறந்தது!

நான் என் வலிமை முழுவதையும் ஒன்றுதிரட்டி, "சத்தியசேனா!" என்று கத்தினேன்.

சத்தியசேனன் மின்னல் வேகத்தில் என் கூடாரத்திற்குள் நுழைந்து, "மன்னா, தங்கள் உத்தரவு என்னவோ?" என்று கேட்டான்.

"எனக்கு ஒரு கோப்பை நிறைய சோமபானம் கொண்டு வா."

"மன்னா, சோமரசம் இருந்த பீப்பாய்கள் அனைத்தும் காலியாக இருக்கின்றன. இரண்டு சொட்டுக்கள்கூட மிச்சமில்லை," என்று கூறிவிட்டு அவன் வழக்கம்போல அமைதியாக நின்றான்.

நான் ஏதோ சொல்லுவதற்காக என் வாயைத் திறந்தபோது,

திடீரென்று வெளியே எல்லாக் கூச்சல்களும் அடங்கி ஒரு மயான அமைதி சூழ்ந்தது. அது அச்சுறுத்துவதாக இருந்தது.

நான் சோமபானத்தை மறந்துவிட்டு, “சத்தியசேனா, என்ன நிகழ்ந்துள்ளது? நீ போர்க்களத்திற்குச் சென்று, பாண்டவர்கள் சரணடைந்துவிட்டார்களா என்று பார்த்து வா,” என்று கூறினேன்.

சத்தியசேனன் வேகமாக அங்கிருந்து வெளியேறித் தன் குதிரையின்மீது ஏறிப் போர்க்களத்தை நோக்கி விரைந்தான். என் மனத்தில் சந்தேகம் சூழ்ந்தது. திடீரென்று ஏன் சண்டை நின்றுவிட்டது? புதிதாக அப்படியென்ன நிகழ்ந்து கொண்டிருந்தது?

இரண்டு மணிநேரம் ஆகியும்கூட சத்தியசேனன் திரும்பி வரவில்லை. நானே நேரில் சென்று என்ன நேர்ந்திருந்தது என்பதைப் பார்த்து வரலாமா என்று நான் நினைத்தேன். ஆனால் பிதாமகர் வீழ்ந்தால்தான் நான் போர்க்களத்திற்குள் அடியெடுத்து வைப்பேன் என்று நான் சூளுரைத்திருந்தேன். இச்சூளுரை என் முன்னால் தாண்டவமாடியது. இந்த இருதலைக் கொள்ளி எறும்பு நிலையால் என் மனத்தில் எழுந்த வேதனையை என்னால் பொறுத்துக் கொள்ள முடியவில்லை.

நெடுநேரம் கழித்து இறுதியில் வெளியே குதிரைச் சத்தம் கேட்டது. நான் என் சாளரத்தின் வழியாகப் பார்த்தபோது, சத்தியசேனன் வந்து கொண்டிருந்ததை நான் கண்டேன். நான் ஓடிச் சென்று அவனுடைய குதிரையின் கடிவாளத்தைப் பிடித்து இழுத்தேன்.

“சத்தியசேனா, என்ன நிகழ்ந்து கொண்டிருக்கிறது? போர்முரசுகள் கொட்டுவது ஏன் நின்றுவிட்டது? போர்த் திட்டங்கள் என்னவாயின? யார் சரணடைந்திருக்கிறார்கள்?” என்று நான் அடுத்தடுத்துப் பல கேள்விகளைக் கேட்டேன்.

“அரசே, விசேஷமாக ஒன்றுமில்லை. தன்னுடைய குருதேவர், மாமாக்கள், சிற்றப்பாக்கள், ஒன்றுவிட்ட சகோதரர்கள், பிதாமகர் பீஷ்மர், மற்றும் தன்னுடைய நண்பர்கள் தன் முன்னால் நின்று கொண்டிருந்ததைப் பார்த்தவுடன், அர்ஜுனன் தன் கையிலிருந்த காண்டீபத்தைக் கீழே போட்டுவிட்டுத் தன் தேரிலிருந்து கீழே இறங்கி, கிருஷ்ணரைப் பார்த்து, ‘ஒருவன் தன் சொந்தபந்தங்களுக்கு எதிராகப் போர் புரிவதைவிட ஏதேனும் ஒரு கோவிலின் முன்னால் அமர்ந்து யாசித்துப் பிழைப்பது சிறப்பாக இருக்குமல்லவா?’ என்று கேட்டான். கிருஷ்ணர் அவனுக்கு ஏதோ குறிப்பிடத்தக்க அறிவுரையைக் கொடுத்திருக்க வேண்டும் என்று நான் நினைக்கிறேன். ஏனெனில், அவன் மீண்டும் தன் தேரில் ஏறிக் கொண்டான். பிறகு, அவன் பிதாமகர் பீஷ்மரையும் குருதேவர் துரோணரையும் வணங்கி அவர்களுக்கு மரியாதை செலுத்திவிட்டுத் தன் காண்டீபத்தை மீண்டும் தன் கையில் எடுத்துக் கொண்டான்,” என்று கூறி அவன் தன் நெற்றி வியர்வையைத் துடைத்தான்.

இப்போது மீண்டும் போர்முரசுகள் கொட்டப்பட்டச் சத்தமும் சங்குகள் முழங்கப்பட்டச் சத்தமும் கேட்டன. அழகான குருச்சேத்திர பூமி, ஒரு கணத்தில் அம்புகளால் நிறைந்தது. வானத்தின் நீலநிறம் மெய்தானா என்று பார்ப்பதற்காகப் புழுதி மேகங்கள் வானம்வரை உயர்ந்தன. கோஷங்கள், இரைச்சல்கள், போர்முரசுச் சத்தம்,

தேர்ச் சக்கரங்கள் உருண்ட சத்தம் ஆகியவை இப்பிரபஞ்சத்தைப் படைத்தவனையே கண்விழிக்க வைத்தனவோ என்று நான் நினைத்தேன்.

நான் என் கூடாரத்திற்குள் நுழைந்தபடியே, "சத்தியசேனா, நீ போய்ச் சண்டையில் கலந்து கொள்," என்று கூறினேன். நான் தனியாக இருக்க வேண்டுமே என்ற நினைப்பில் அவன் அங்கிருந்து போகத் தயங்கினான். என்மீது அவன் தனி அன்பு கொண்டிருந்தான்.

"சத்தியசேனா, இது என் உத்தரவு!" என்று கூறி நான் போர்க்களத்தைச் சுட்டிக்காட்டினேன். உடனே அவன் தன் குதிரையின்மீது ஏறி அங்கிருந்து வேகமாகப் போய்விட்டான். நான் இப்போது தன்னந்தனியாக இருந்தேன். என்னைச் சுற்றி எல்லா இடங்களிலும் அமைதியான கூடாரங்கள் நிலை கொண்டிருந்தன. என்னுடைய கூடாரத்திற்கு வெளியே நின்ற என்னுடைய ஜைத்ர ரதமும், என்னுடைய திக்விஜயப் பயணம் நெடுகிலும் எனக்குத் துணையாக இருந்திருந்த என் குதிரை வாயுஜித்தும், பொன் வேலைப்பாடுகளுடன்கூடிய என்னுடைய விஜய வில்லும் மட்டும் என்னுடன் இருந்தன. அவற்றைத் தவிர வேறு யாரால் எனக்குத் துணையிருக்க முடியும்?

நான் இப்படிக் கூடாரத்திற்குள்ளேயே முடங்கிக் கிடந்தது எனக்குக் கடினமாக இருந்தது. கங்கையும் மிகத் தொலைவில் இருந்தது. பிதாமகர் பீஷ்மர் வீழும்வரை, அருகில் ஓடிக் கொண்டிருந்த திருஷத்வதி ஆறு மட்டுமே எனக்குத் துணையாக இருந்தது. நான் அங்கு சென்று பிரார்த்தனையும் நீராஞ்சலியும் தியானமும் செய்தேன்.

என் கால்கள் தாமாகவே திருஷத்வதியை நோக்கித் திரும்பின. போர்முரசுகளின் சத்தம் குறைந்து கொண்டே போனது. என் மனம் அமைதியடைந்தது. நான் அந்த ஆற்றினுள் இறங்கி, காயத்திரி மந்திரத்தைக் கூறியபடி நீராஞ்சலி செய்தேன். ஒரு தூய, வெள்ளை ஒளி எல்லா இடங்களிலும் பரவியது. என் முதுகு கதகதப்பாக உணர்ந்தது. பால் மெல்ல மெல்லத் தயிராக ஆவதைப்போல, கணத்திற்குக் கணம் என் மனம் உறுதியடைந்தது, பாதுகாப்பாக உணர்ந்தது.

20

ஒன்பது நாட்கள் கடந்தன. ஒவ்வொரு நாளும் போர்க்களத்தில் நடந்தவற்றை அன்றைய மாலைப் பொழுதின்போது சத்தியசேனன் என்னிடம் விலாவாரியாக எடுத்துரைத்தான். அவன் தன்னுடைய பழுப்பு நிறக் குதிரையை தினமும் நான்கு படைப்பிரிவுகளின் ஊடாகச் செலுத்தி, ஒவ்வொரு மாலையிலும் அன்றைய நிகழ்வுகளை என் கூடாரத்தில் என்னிடம் நினைவுகூர்ந்தான். அக்காட்சிகளை நான் கற்பனை செய்து பார்த்தபோது என் ஒட்டுமொத்த உடலும் எரிந்தது.

துரோணர், கிருபர், ஜயத்ரதன், அசுவத்தாமன், சல்லியன், சகுனி மாமா, ஜராசந்தனின் வீரமகன் சகாதேவன், கிருதவர்மன், பிருகதபலன், பாகுலிகன், பகதத்தன், பூரிசிரவசு, சேமதூர்த்தி, துரியோதனன், துச்சாதனன், பிதாமகர் பீஷ்மர் ஆகியோரின் மகாரதிகள் அந்த பிரம்மாண்டமான போரில் சண்டையிட்டுக் கொண்டிருந்தபோதிலும், மத்சயம், விராடம் ஆகிய நாடுகளின் படைகளுக்கு பலத்தச் சேதம்

ஏற்படுத்தியதைத் தவிர வேறு எந்த விதத்திலும் பாண்டவர்களுக்கு அவர்களால் சேதம் ஏற்படுத்த முடியவில்லை.

தன் சொந்த குருவான பரசுராமரையே தோற்கடித்தப் பிதாமகர், கௌரவப் படையின் முதன்மைத் தளபதியாகப் பாண்டவர்களுக்கு முன்னால் எப்படி சக்தியற்றுப் போனார்? அவருடைய முதுமை அதற்குக் காரணமா அல்லது கிருஷ்ணர் மிகத் திறமையான தேரோட்டியாக இருந்தது அதற்குக் காரணமா? இல்லை, இவை இரண்டுமே காரணமல்ல. அன்புச் சங்கிலிகளை உடைக்க முடியாததுதான் உண்மையான காரணம். சாதாரணமான மக்களைக் கட்டிப் போடுகின்ற பாசச் சங்கிலிகளைப் பிதாமகரால்கூடத் தகர்க்க முடியவில்லை. ஒரு போர்க்களத்தில் ஒரு சத்திரிய வீரராகச் செயல்பட்டுக் கொண்டிருந்தபோதுகூட அவருக்கு அது சாத்தியப்படவில்லை. ஆனால் பாசச் சங்கிலிகளை உடைத்தெறிவதில் கிருஷ்ணர் வெற்றி கண்டிருந்தார். சரியான நேரத்தில் அன்பு ஓர் ஆழமான, உத்வேகமூட்டுகின்ற ஆற்றலாக இருக்கிறது. ஆனால் இன்று, பிதாமகர் பீஷ்மரைப் போன்ற ஓர் அசாதாரணமான வீரரைக்கூட அது வலுவிழக்கச் செய்திருந்தது. அவரைப் பற்றி இத்தகைய செய்திகள்தாம் தினமும் உலா வந்தன. அவருடைய மனம் பாண்டவர்களின் பக்கம் இருந்தது, ஆனால் உடல் கௌரவர்களுக்காக சேவை செய்து கொண்டிருந்தது. அவர் ஓர் இரண்டுங்கெட்டான் நிலையில் சண்டையிட்டுக் கொண்டிருந்தார். அவர் தன்னைக் கிருஷ்ணரின் சீடர் என்று சொல்லிக் கொண்டபோதிலும், தன்னுடைய சொந்த மாமனையே கொன்ற கிருஷ்ணரை எடுத்துக்காட்டாகக் கருத மறந்திருந்தார். அவருடைய குருவான பரசுராமர்கூடத் தன் தந்தையின் கட்டளையின் பேரில் தன்னுடைய தாயார் ரேணுகா தேவியைக் கொன்றிருந்ததையும் அவர் மறந்திருந்தார். அவர் தன் வாழ்நாள் முழுவதும் கௌரவர்களுக்கு எதிராகவே சதி செய்து வந்திருந்தார். இப்போதும், சக்தி வாய்ந்த பீமனுக்கும் அர்ஜுனனுக்கும் எதிராக லட்சக்கணக்கான கௌரவ வீரர்களை நிறுத்தி அவர்கள் எல்லோரையும் ஒட்டுமொத்தமாகக் காவு கொடுக்க அவர் சதி செய்து கொண்டிருந்தார். இத்தனைக் காலமும் இந்த எண்ணம்தான் அவருடைய மனத்தில் இருந்து வந்திருந்தது என்றால், அவர் எல்லாவற்றையும் விட்டுவிட்டு விதுரரைப்போல இமயத்திற்குப் போயிருக்க வேண்டியதுதானே? அவர் ஏன் அவ்வாறு செய்யவில்லை? அன்பு இப்போது அவருடைய பலவீனமாக ஆகியிருந்தது. அவர் ஏன் வீணாகத் தன்னுடைய நற்பெயருக்கும் மாசு மருவற்ற நடத்தைக்கும் களங்கம் ஏற்படுத்திக் கொண்டிருந்தார் என்பதை என்னால் புரிந்து கொள்ள முடியவில்லை. ஒரு கௌரவன் என்ற முறையில் அவர் ஈடு இணையற்றத் திறன் படைத்தவராக இருந்தார், தன் வாழ்நாள் நெடுகிலும் உன்னதமான பாதையில் தன்னை நிலைப்படுத்தியிருந்தார், பிரம்மச்சரியத்தை மிகுந்த ஒழுங்குடன் கடைபிடித்து வந்திருந்தார். ஆனால் ஒரு முதன்மைத் தளபதி என்ற முறையில் அவருடைய நடத்தை உண்மையிலேயே கேள்விக்குரியதாக ஆகியிருந்தது. அவர் கௌரவர்களுக்கு ஆதரவாகப் போரிட்டுக் கொண்டிருந்ததுபோலப் பாசாங்கு செய்து கொண்டு உண்மையில் அவர்களை அழித்துக் கொண்டிருந்ததற்கு பதிலாக, வெளிப்படையாகப் பாண்டவர்களின்

பக்கம் நின்று சண்டையிட்டிருந்தால், நான் அவரை ஒரு மாபெரும் வீரராக மதித்து அவருடைய பாதங்களைத் தொட்டு வணங்கியிருப்பேன். போர் பற்றிய பேச்சு எழுந்தபோதெல்லாம், அவர் ஒரு நடுநிலைப் பாத்திரத்தைத் தேர்ந்தெடுத்து, கடைசிவரை அதே பாத்திரத்தில் நடித்து முடித்தார்.

அவரிடம் இருந்த நியாய உணர்வை நான் பல முக்கியமான தருணங்களில் உணர்ந்திருந்தேன். நான் இளைஞனாக இருந்தபோது அஸ்தினாபுரத்தில் நடைபெற்றப் போட்டிகளின்போது அவர் நியாயமாக நடந்து கொண்ட விதத்திற்காக நான் அவர்மீது ஆழமான மதிப்புக் கொண்டேன். அதனால்தான், அவர் இப்போது நடந்து கொண்டிருந்த விதத்திற்கான காரணம் புரியாமல் நான் தடுமாறிக் கொண்டிருந்தேன். சத்தியசேனன் விரிவாக விவரித்திருந்த நிகழ்வுகள் என்னை அசௌகரியமாக உணரச் செய்தன. இரவின் காரிருளில் தூங்க முடியாமல் என் கண்கள் என் கூடாரத்தின் கூரையை வெறித்துப் பார்த்துக் கொண்டிருந்தன. போர்க்களத்தின் அன்றாட நிகழ்வுகள் என் கண்கள்மீது படிந்திருந்தன.

முதல் நாள் நடைபெற்ற உற்சாகமான சண்டையில், கீர்த்திவர்மன் சாத்தியகியுடன் மோதிக் கொண்டிருந்ததையும், சல்லியன் விராடனின் மகன் உத்தரனைக் கொன்றதையும், இராவானுக்கும் சுருதாயுவுக்கும் இடையே நடைபெற்றக் கடுமையான மோதலையும், விந்தனும் அனுவிந்தனும் குந்திபோஜரைச் சுற்றி வளைத்ததையும், ஜயத்ரதன் துருபதனைத் தாக்கிக் கொண்டிருந்ததையும், அபிமன்யு பிருகதபாலனைக் காயப்படுத்தியதையும், அசுவத்தாமன் சிகண்டியைத் தாக்கிக் கொண்டிருந்ததையும் என்னால் தெளிவாகப் பார்க்க முடிந்தது. ஆனால் அன்றிரவு என் மனம் ஒரே வீரனைச் சுற்றி வட்டமிட்டது. பாஞ்சாலத்தின் அரசன் சுவேதன்! முதல் நாளன்றே அவன் சற்றும் கலங்காமல் பாண்டவர்கள் அணியில் துணிச்சலாகப் போரிட்டு, ஆயிரக்கணக்கான சைந்தவர்களையும் காந்தார வீரர்களையும் கலிங்க வீரர்களையும் குலிந்தர்களையும் கொன்று குவித்து பீஷ்மரை விரக்தி கொள்ளச் செய்திருந்தான். அவனை எதிர்கொண்ட வீரர்கள் பயந்து நடுங்கி, உதவி கேட்டு அலறிக் கொண்டே ஓடிச் சென்று பீஷ்மரின் தேருக்குப் பின்னால் புகலிடம் தேடினர். பீஷ்மர் உடனடியாக சுவேதனை எதிர்கொண்டு அவனுடைய தலையைத் துண்டித்தார். சுவேதனின் உன்னதமான மரணத்தோடு முதல் நாள் சண்டை நிறைவுற்றது.

இரண்டாம் நாளன்று, பீஷ்மர் தன்னுடைய படையை சாரங்கப் பறவையின் வடிவில் ஒழுங்கமைத்தார். அதைக் கையாளுவதற்கு, திருஷ்டத்யும்னன் தன்னுடைய படையைச் செங்கிளுவைப் பறவையின் வடிவில் ஒழுங்கமைத்தான். அவன் தன் படையின் முன்னால் நின்று கொண்டு, கோபத்தில் சிவந்திருந்த தன் கண்களை இடமிருந்து வலமாக உருட்டி, முன்பொரு முறை தன் தந்தை துருபதனைத் தோற்கடித்திருந்த துரோணரைத் தேடினான். வானில் சூரியன் உதயமான மறுகணம், அவன் ஒரு சிங்கத்தைப்போல உறுமிக் கொண்டு அசுவத்தாமன்மீது பாய்ந்தான். சல்லியன் சங்கனோடு மல்லுக்கு நின்றான். பிதாமகர் பீஷ்மர் தன்னுடைய அம்புகளால் பாஞ்சாலப் படையைச் சுற்றி வளைத்தார், அபிமன்யு லட்சுமணனைத் தாக்கினான். எல்லா இடங்களிலும் புழுதி

மேகங்கள் எழுந்தன. யாரையும் அடையாளம் காண முடியவில்லை. இரண்டாம் நாள் நெடுகிலும் சாத்தியகியின் கை மேலோங்கியிருந்தது. அவன் பிதாமகர் பீஷ்மரின் தேரைக் கீழே தள்ளிவிட்டுத் தன்னுடைய பெருமையை வெளிச்சம் போட்டுக் காட்டினான். அன்றைய சண்டையில் இறந்தவர்களுடைய சடலங்கள் இமயமலையின் உயரத்திற்குக் குவிந்து கிடந்தன. பல்வேறு வகையான அம்புகளும் ஆங்காங்கே மலைபோலக் குவிந்து கிடந்தன.

மூன்றாம் நாளன்று, பிதாமகர் பீஷ்மர் தன்னுடைய படையை கருடனின் வடிவில் ஒழுங்கமைத்தார். அர்ஜுனன் தன்னுடைய படையைப் பாதி நிலவின் வடிவில் ஒழுங்கமைத்தான். அதில் பீமனை அவன் வலது பக்கமாக நிறுத்தி வைத்தான். அர்ஜுனனின் வீரர்களுடைய வாட்களும் கௌரவ வீரர்களின் வாட்களும் ஒன்றோடொன்று மிகக் கடுமையாக மோதின. நண்பகலுக்குள் எண்ணற்றக் கௌரவ வீரர்கள் மாண்டிருந்தனர். கோசலம், கேகயம், காந்தாரம், சம்சப்தகம், திரிகர்த்தம் ஆகிய நாடுகளின் படைகளைச் சேர்ந்த நூற்றுக்கணக்கான குதிரைப்படை வீரர்களும் தேர்ப்படை வீரர்களும் காலாட்படை வீரர்களும் கடுமையாகப் போரிட்டும்கூட, அர்ஜுனன் மற்றும் பீமனின் படையினரின் தாக்குதலை அவர்களால் சமாளிக்க முடியவில்லை. அவர்கள் அலறியடித்துக் கொண்டு, உதவி கேட்டு துரியோதனனை நோக்கி ஓடினர். பிதாமகர் கௌரவர்கள்மீது அக்கறையின்றிப் போரிட்டுக் கொண்டிருந்ததாக வெளிப்படையாக அவரை விமர்சித்த துரியோதனன் அவரைக் கண்டித்தான். இதனால் ஆத்திரமடைந்த பீஷ்மர், பாண்டவப் படையினருடன் ஆக்ரோஷமாகச் சண்டையிட்டு அவர்களுக்குக் கடும் சேதத்தை விளைவித்தார். தான் இப்போரில் ஆயுதம் ஏந்திச் சண்டையிடப் போவதில்லை என்று சூளுரைத்திருந்த கிருஷ்ணர், பீஷ்மர் ஏற்படுத்திக் கொண்டிருந்த சேதத்தைக் கண்டவுடன் அர்ஜுனனின் தேரிலிருந்து கீழே குதித்து, அருகில் கிடந்த ஒரு தேர்ச் சக்கரத்தைத் தன் தலைக்கு மேலே தூக்கிப் பிடித்தபடி பீஷ்மரை நோக்கி வேகமாக நடந்தார். அவர் பத்தடிகள்கூட எடுத்து வைத்திருக்காத நிலையில், அர்ஜுனன் தன் தேரிலிருந்து கீழே குதித்து, ஓடிச் சென்று கிருஷ்ணரைத் தடுத்து நிறுத்தினான். கிருஷ்ணர் தன் சபதத்தை மீறியதோடு அந்த மூன்றாம் நாள் சண்டை முடிவுக்கு வந்தது. நான் நேராக பீஷ்மரிடம் சென்று, பாண்டவர்களுடைய படையைத் தொடர்ந்து வதைக்கும்படி அவரிடம் கூற வேண்டும் என்ற உந்துதல் என்னுள் எழுந்தது. ஆனால் அது சாத்தியப்படவில்லை. ஓர் அர்தரதியால் எப்படி ஒரு மகாரதியின் கூடாரத்திற்குள் நுழைய முடியும்? அவனால் எப்படி ஒரு முதன்மைத் தளபதியின் கூடாரத்திற்குள் நுழைய முடியும்?

நான்காம் நாளிலிருந்து இருள் ஆழமாயிற்று. எங்கள் படை மெல்ல மெல்லத் தேய்பிறைபோல ஆனது. நான்காம் நாள் போரில் பீமனும் கடோத்கஜனும் மிளிர்ந்தனர். பீமன் கோபம் கொண்டு ஒரு சிங்கத்தைப்போல கர்ஜித்தபடி தன் பெரிய உடலைத் தூக்கிக் கொண்டு எதிரிகளைத் துவம்சம் செய்தபோது யானைகள்கூட பயந்து நடுங்கின. விருஷபர்வன் தனக்குப் பரிசளித்த கதாயுதத்தைத் தூக்கிக் கொண்டு பீமன் எங்களுடைய யானைப் படையினரைக் கதிகலங்கச் செய்தான்.

எங்கள் யானைகளை எங்களுக்கு எதிராகவே அவன் திருப்பிவிட்டான். பருவமழைக் காலத்தில் பெய்கின்ற பேய்மழைபோல, அவன் திருஷத்வதி ஆற்றின் இரண்டு கரைகளிலும் கௌரவ வீரர்களைக் கொன்று குவித்தான். "இவன் பீமன் அல்லன், இவன் எமதர்மன்!" என்று கத்திக் கொண்டே கௌரவ வீரர்கள் தங்கள் உயிருக்கு பயந்து நான்கு திசைகளிலும் சிதறி ஓடினர். கடோத்கஜன் பெரிய மரங்களை வேரோடு பிடுங்கிச் சாய்த்து அவர்களுடைய ஓட்டத்திற்குத் தடை ஏற்படுத்தினான். இன்னொரு கதாயுத வீரனால் மட்டுமே பீமனை எதிர்த்துச் சண்டையிட முடியும் என்று நினைத்த வீரர்கள் துரியோதனனின் பக்கம் திரும்பினர். மதம் பிடித்த இரண்டு யானைகள் ஒன்றோடொன்று மோதிக் கொள்ளுவதைப்போல பீமனும் துரியோதனனும் ஒருவரோடு ஒருவர் சண்டையிட்டனர். அவர்களுடைய கதாயுதங்கள் உரசியதிலிருந்து தீப்பொறிகள் பறந்தன. வீரர்கள் யுத்தத்தை மறந்துவிட்டு அவர்கள் இருவரையும் வேடிக்கைப் பார்க்கலாயினர். திடீரென்று துரியோதனன் பீமனின் நெற்றியின்மீது பலமாகத் தாக்கியதைத் தொடர்ந்து, ஓர் இமாலயச் சிகரம் அடியோடு பெயர்வதைப்போல பீமன் கீழே விழுந்தபோது அந்த ஒட்டுமொத்த பூமியும் அதிர்ந்தது. கௌரவ வீரர்கள் துரியோதனனை வாழ்த்தி வெற்றிக் கோஷமிட்டனர். ஆனால், கீழே விழுந்து கிடந்த பீமன் கணநேரத்தில் எழுந்து நின்று, சுக்கிரதேவன், கேதுமான், சத்தியன், சத்தியதேவன், சேனாபதி, பானுமான், ஜலசந்தன், உக்கிரன், வீரபாகு, சுலோசனன் ஆகியோர் உட்பட, துரியோதனனின் நண்பர்கள் மற்றும் சகோதரர்கள் பலரைக் கொன்றான். பசியோடு இருக்கும் ஒரு புலியைப்போல, நெருப்புப்போலத் தகதகத்தக் கண்களை உருட்டிக் கொண்டு, அவன் ஒரு சூறாவளியைப்போலக் கௌரவப் படைகளை ஊடுருவி, தன் முன்னால் எதிர்ப்பட்ட எல்லோரையும் தன் கதாயுதத்தால் தாக்கிக் கீழே தள்ளினான். மாவீரர்கள் பலரை அவன் துவம்சம் செய்துவிட்டு, பீப்பாய்க் கணக்கில் சோமபானத்தைப் பருகிக் கொண்டு, "ஏய் துச்சாதனா, நீ எங்கே இருக்கிறாய்?" என்று கத்திக் கொண்டு காட்டுத்தனமாக ஆடினான்.

ஐந்தாம் நாளன்று எங்கள் படைகள் மகர வடிவில் ஒழுங்கமைக்கப்பட்டன. பாண்டவர்கள் அர்ஜுனனின் கட்டளையின் பேரில் தங்கள் படைகளைப் பருந்து வடிவத்தில் ஒழுங்கமைத்தனர். குருச்சேத்திரப் போர்க்களம் நெடுகிலும் அங்குசங்களும் சேணங்களும் வாட்களும் உடைந்து போன தேர்ச் சக்கரங்களும் ஆங்காங்கே மலைபோலக் குவிந்து கிடந்தன. கைகள், கால்கள், தலைகள், உடல்கள் ஆகியவையும் அப்போர்க்களம் நெடுகிலும் சிதறிக் கிடந்தன. பிணைந்தின்னிப் பறவைகள் பலவும் அங்கு வந்திறங்கின. பூரிசிரவசுதான் அன்றைய நாளின் கதாநாயகனாகத் திகழ்ந்தான். சாத்தியகியின் பத்து மகன்களையும் எமலோகத்திற்கு அனுப்பிய அவன், இப்போது சாத்தியகியின்மீது தன் கவனத்தைத் திருப்பினான். அபிமன்யுவுக்கும் லட்சுமணனுக்கும் இடையே நடைபெற்ற மோதலில் இருவரின் கைகளும் ஓங்கியிருந்தன.

ஆறாம் நாளன்று பீஷ்மர் உண்மையிலேயே பதற்றமடைந்தார். சாரங்கப் பறவையின் வடிவில் ஒழுங்கமைக்கப்பட்டிருந்த கௌரவப் படையும் மகர வடிவில் ஒழுங்கமைக்கப்பட்டிருந்த பாண்டவப்

படையும் ஒன்றையொன்று எதிர்கொண்டபோது, பிதாமகர் பீஷ்மரின் கண்களுக்கு முன்னால் பீமன் தன் தேரிலிருந்து கீழிறங்கி, துரோணர், அசுவத்தாமன், சல்லியன் ஆகியோருடைய தேர்களை ஒவ்வொன்றாகத் தலைகுப்புறப் புரட்டிப் போட்டு, அவற்றைத் தன் தலைக்கு மேலாகத் தூக்கி வெகுதொலைவில் வீசியெறிந்தான். பீமனின் ஆர்ப்பாட்டம் அவனுக்கு எதிராகவே அமையக்கூடும் என்று பயந்த திருஷ்டத்யும்னன், ஆர்ப்பாட்டத்தை நிறுத்திவிட்டு அவனுடைய சொந்தத் தேருக்குத் திரும்பிச் செல்லும்படி பீமனுக்குக் கட்டளையிட்டான். இதற்கிடையே, பீமன் துரியோதனனைத் தாக்கி அவனைத் தன்னினைவு இழக்கச் செய்திருந்தான். திருஷ்டத்யும்னன், பீமன், மற்றும் அர்ஜுனனின் பயங்கரமான தாக்குதல்களை எதிர்கொள்ள முடியாமல் கௌரவர்கள் சிதறி ஓடியதில், தன்னினைவிழந்து கிடந்த துரியோதனனை அங்கிருந்து பாதுகாப்பாக வெளியே கொண்டுவருவதற்கான வழி தெரியாமல் அசுவத்தாமன் தடுமாறினான்.

போரின் முடிவு எப்படி இருக்குமோ என்ற கேள்வியை விட்டுத்தள்ளுங்கள், கௌரவப் படையை மறுஒழுங்கமைப்பு செய்வதற்கான எளிய திறன்கூடப் பிதாமகர் பீஷ்மருக்கு இல்லாமல் போகும் என்று யாரால் ஊகித்திருக்க முடியும்? எதுவுமே கௌரவர்களுக்கு சாதகமாக நிகழ்ந்து கொண்டிருக்கவில்லை. எதுவும் நிகழுவதற்கான சாத்தியமும் தென்படவில்லை. ஏழாம் நாளும் கடந்தது. நாங்கள் விரைவில் தோல்வியைத் தழுவவிருந்தோம் என்ற உண்மை என் மனத்தில் மட்டுமல்லாமல், எங்கள் வீரர்கள் அனைவருடைய மனங்களிலும் ஒருவிதப் பரிதவிப்பை ஏற்படுத்தியிருந்தது. இருபத்தைந்து லட்சம் பலம் பொருந்திய ஒரு பெரிய படையும், நூற்று எண்பது வயது நிரம்பிய ஒரு முதன்மைத் தளபதியும் எங்களிடம் இருந்தும்கூட, கௌரவர்களால் ஓரங்குலம்கூட முன்னேறிச் செல்ல முடியவில்லை. ஏன்? எட்டாம் நாளன்று இரவில், சகுனி மாமாவும் துரியோதனனும் கவலையோடும் தளர்ந்த மனத்தோடும் என் கூடாரத்திற்கு வந்தனர்.

"கர்ணா, உன் ஆயுதங்களைக் கையிலெடு. கிருஷ்ணன்கூடத் தன்னுடைய சபதத்தை மீறியுள்ளான். வா, நான் உன்னை நம்முடைய படையின் முதன்மைத் தளபதியாக நியமிக்கிறேன். பிதாமகர் பீஷ்மரை உன்னுடைய அதிகாரத்தின் கீழ் செயல்படுகின்ற ஓர் அர்தரதியாக நான் ஆக்குகிறேன். உடனே புறப்படு," என்று துரியோதனன் கூறினான். அவனுடைய ஒவ்வொரு வார்த்தையும் அவன் உள்ளூர அனுபவித்துக் கொண்டிருந்த உளக்கொதிப்பையும் பரிதவிப்பையும் துல்லியமாகப் பிரதிபலித்தன. மரணத்தை எதிர்கொண்டிருக்கும்போது மனிதன் தேர்ந்தெடுப்பதற்கு இரண்டு விஷயங்கள் மட்டுமே உள்ளன. ஒன்று, மிகக் கொடூரமான செயல்களில் இறங்குவது. இரண்டாவது, தன் நிலைப்பாட்டை அளவுக்கதிகமாக விட்டுக்கொடுப்பது. துரியோதனன் இந்த இரண்டாவது பாதையைத் தேர்ந்தெடுத்தான். தனக்கு விருப்பமான நேரத்தில் ஒரு தேரில் பூட்டப்படக்கூடிய ஒரு குதிரை நான் என்று அவன் நினைத்தானா?

"துரியோதனா, எல்லோரும் தங்கள் வாக்குறுதிகளை மீறுவர், இந்த பூமியே பிளக்கக்கூடும், ஆனால் கர்ணன் ஒருநாளும் வாக்குப் பிறழ மாட்டான். நான் நம்முடைய படையின் முதன்மைத் தளபதி

பொறுப்பை ஏற்று நம்முடைய வீரர்களை வழிநடத்த வேண்டும் என்று நீ உண்மையிலேயே விரும்பினால், நேராகப் பிதாமகர் பீஷ்மரிடம் சென்று, ஆயுதங்களைத் தூக்கி வீசிவிட்டுப் போரிலிருந்து விலகிக் கொள்ளும்படி அவரிடம் சொல்," என்று நான் கூறினேன்.

பல லட்சம் கௌரவ வீரர்கள் தங்கள் உயிர்களைத் தியாகம் செய்திருந்தனர். பிதாமகரின் சூதாட்டம் இன்னும் தொடர்ந்து கொண்டிருந்தது. அவரால் தன்னுடைய பாசப் பிணைப்பிலிருந்தும் மாயையிலிருந்தும் விடுபட முடியவில்லை.

துரியோதனன் என்னுடைய கூடாரத்திலிருந்து வெளியேறிய பிறகு நேராகப் பிதாமகர் பீஷ்மரின் கூடாரத்திற்குச் சென்றான். அவர்கள் இருவரும் என்ன பேசிக் கொண்டனர் என்பதை என்னால் கண்டுபிடிக்க முடியவில்லை. ஆனால், முதன்மைத் தளபதி பதவியிலிருந்து விலகும்படி அவன் பீஷ்மரிடம் நேரடியாகவே கேட்டிருந்திருக்க வேண்டும் என்று எனக்குத் தோன்றியது. ஏனெனில், போரின் ஒன்பதாம் நாளன்று, அவர் சர்வதோபத்ர சக்கரத்தின் வடிவில் தன் படைகளை ஒழுங்கமைத்துப் பாண்டவர்களின் படையினரைக் கதிகலங்கச் செய்தார். அவர் மகாரதி சதானீகனைக் கொன்றதன் மூலம், கௌரவ வீரர்களின் நம்பிக்கையை அவர் மீண்டும் தூண்டிவிட்டார். நிலைமை இனி மேம்படும் என்று கௌரவர்கள் அனைவருமே நினைத்தனர். அன்றிரவு, கௌரவர்களின் கூடாரங்கள் நிலவொளியில் ஆசுவாசமாக இருந்தன. போர்க்களத்தில் உயிரிழந்த எண்ணற்ற வீரர்களுடைய ரத்தம் திருஷத்வதியில் கலந்திருந்ததால், அது இப்போது செந்நிறத்திற்கு மாறியிருந்தது. விதி எல்லோருடைய தலைகளுக்கும் மேலாக வட்டமிட்டுக் கொண்டிருந்தது. இதுவரை எல்லாம் ஓரளவுக்கு நல்லவிதமாகவே நடந்திருந்தது.

பதினோராம் நாள் விடிந்தது. அன்று கிருஷ்ண ஏகாதசி நாள். முந்தைய நாட்களைப் போலன்றி, இப்போது குளிர் அதிகரித்துக் கொண்டிருந்தது. போர்க்களம் நெடுகிலும் பனி சூழ்ந்திருந்தது. வானம் மேகமூட்டத்துடன் இருந்தது. சூரிய உதயத்துடன் போர்முரசுகள் மற்றும் பிற இசைக் கருவிகளின் சத்தங்களைக் கேட்பது இப்போது எனக்குப் பழக்கமாகியிருந்தது. திருஷத்வதி நதிக்கரைகளை ஒரு பயங்கரமான அமைதி சூழ்ந்திருந்தது. ஒரு விநோதமான அசௌகரிய உணர்வை நானும் அனுபவித்தேன். ஏனெனில், துரியோதனன் சொல்லிக் கொண்டிருந்தவற்றைக் கேட்டு நான் திகைத்தேன். அவற்றை என்னால் நம்ப முடியவில்லை.

"நேற்றிரவு தருமன் பீஷ்மரின் கூடாரத்திற்குச் சென்றான். அவர்கள் முக்கியமாக சிகண்டியைப் பற்றிக் கலந்து பேசினர்," என்று துரியோதனன் கூறியது எனக்கு அதிர்ச்சி ஏற்படுத்தியது. எங்களுடைய முதன்மைத் தளபதியான பீஷ்மர் ஏன் தருமனைத் தனியாக சந்திக்க வேண்டும்? முழுதாக ஒரு மணிநேரம் ஏன் அவர் அவனோடு பேசினார்? தான் என்ன பேசினோம் என்பதை அவர் ஏன் வேறு யாரிடமும் சொல்லவில்லை? அவர் என்ன சூழ்ச்சித் திட்டங்களைத் தீட்டினார்? அவருக்கும் சிகண்டிக்கும் இடையே என்ன தொடர்பு? எல்லாமே குழப்பமூட்டுவதாக இருந்தது.

"துரியோதனா, நான் என் பொறுமையின் எல்லையைத் தொட்டுவிட்டேன். பிதாமகர் பீஷ்மரால் இன்று ஓரே ஒரு

பாண்டவனையாவது வீழ்த்த முடியவில்லை என்றால், தான் தோற்றுவிட்டதாக அவர் ஒப்புக் கொண்டாக வேண்டும். பிறகு நான் ஆயுதங்கள் ஏந்திப் போர்க்களத்திற்குள் அடியெடுத்து வைப்பேன். இன்று இது நிகழவில்லை என்றால், நீ எனக்குச் சூட்டிய மகுடத்தைக் கழற்றி உன்னுடைய பாதங்களில் சமர்ப்பணம் செய்துவிட்டு, நான் சம்பாநகரியை நோக்கி என் நடையைக் கட்டப் போகிறேன். பத்து நாட்களாக இவ்வளவு தூரத்திலிருந்து போர்முரசுகள் மற்றும் ஆயுதங்களின் சத்தங்களைக் கேட்டுக் கேட்டு எனக்கு அலுத்துவிட்டது. போரிடுவதற்கான ஆர்வத்துடிப்புடன் இருந்த என் குதிரை வாயுஜித்கூட இப்போது பயனற்றுப் போய்க் கொண்டிருக்கிறது. என் தேர் முழுவதும் தூசடைந்து கொண்டிருக்கிறது. என் புகழும் மங்கிக் கொண்டிருக்கிறது. ஒன்று, பிதாமகர் பீஷ்மர் அந்தப் பாண்டவர்களையும் அவர்களுடைய படையினரையும் துவம்சம் செய்ய வேண்டும் அல்லது என்னுடைய கழுத்தை வெட்டிச் சாய்க்க வேண்டும். இதை நீயே அவரிடம் போய்க் கூறு." என்னுடைய ஏமாற்றத்தை அதற்கு மேல் என்னால் மறைத்து வைக்க முடியவில்லை. துரியோதனன் கோபத்துடன் அங்கிருந்து புறப்பட்டுப் போர்க்களத்தை நோக்கிச் சென்றான். அவன் போனவுடன் நான் என் கூடாரத்தைவிட்டு வெளியே வந்து, வாயுஜித்தையும் என்னுடைய மற்ற நான்கு குதிரைகளையும் என்னுடைய தேரில் பூட்டினேன். தன் வாழ்நாள் முழுவதும் என்னுடைய இன்பதுன்பங்களில் பங்கு கொண்ட என் அருமைத் தம்பி ஷோனின் சமாதியில் ஒரு மலர்வளையத்தை வைத்துவிட்டு வர நான் விரும்பினேன். நான் குருச்சேத்திரத்திலிருந்து புறப்பட்டு, விராட நாட்டின் எல்லையில் அமைந்திருந்த அவனுடைய சமாதியை நோக்கி விரைந்தேன். பொழுது சாய்வதற்குள் நான் மீண்டும் குருச்சேத்திரத்திற்கு வந்தாக வேண்டியிருந்தது. வாயுஜித் தன்னுடைய வலப்பக்கத்தில் இரண்டு குதிரைகளுடனும் இடப்பக்கத்தில் இரண்டு குதிரைகளுடனும் யமுனையை நோக்கிப் பாய்ந்தது. ஷோனின் சமாதி என் பார்வைக்கு வந்தவுடன், அதன்மீதிருந்த கற்கள் தம்முடைய கைகளை உயர்த்தி என்னைப் பார்த்து, "வசு அண்ணா, வாருங்கள். கொடூரமான, நியாயமற்ற இந்த உலகம் உங்களை ஒருபோதும் புரிந்து கொள்ளவே இல்லை. அது இனி ஒருபோதும் உங்களைப் புரிந்து கொள்ளப் போவதும் இல்லை. நீங்கள் என்னவெல்லாம் சொல்ல விரும்புகிறீர்களோ, அவற்றை என்னிடம் சொல்லுங்கள். சூரிய புத்திரனே, நான் மட்டும் உயிரோடு இருந்திருந்தால், நான் மகிழ்ச்சியாக மீண்டும் உங்கள் தேரோட்டியாக சேவை செய்திருப்பேன். உங்களுடைய இரும்புக் கவசத்தை நான் உங்களுக்கு அணிவித்திருப்பேன். ஆனால், இதற்கு நேரெதிரானது அல்லவா இப்போது நிகழ்ந்து கொண்டிருக்கிறது! நீங்கள் என்மீது மலர்களை வைக்க வந்திருக்கிறீர்கள்! நீங்கள் ஏன் இந்த மலர்வளையத்தைக் கொண்டு வந்தீர்கள்? வயதில் பெரியவர்கள் தங்களைவிடச் சிறியவர்களுக்கு மலர்களை வைத்து அஞ்சலி செலுத்துவதில்லை," என்று கூறியதுபோல எனக்குத் தோன்றியது.

ஆனால் அக்கற்கள் என்னைப்போலவே அமைதியாக இருந்தன. ஆனால் என்னால் அவற்றோடு ஓர் அர்த்தம் வாய்ந்த உரையாடலில் ஈடுபட முடிந்தது.

யமுனையின் தூய்மையான நீரில் நான் என் முகத்தையும்

கைகளையும் கழுவிவிட்டு, அந்த மலர்வளையத்தை ஷோனின் சமாதியின்மீது வைத்தேன். உடனடியாக ஓர் இதமான அமைதி என்னை ஆட்கொண்டது. நான் யமுனையின்மீது என் பார்வையை ஓடவிட்டபோது, அசுவத்தாமன் தற்செயலாகக் கூறிய ஒரு விஷயம் என் நினைவுக்கு வந்தது: “பிறப்பு, இறப்பு ஆகியவற்றை உள்ளடக்கிய ஒரு படுகையின்மீது ஓடுகின்ற ஒரு நதிதான் வாழ்க்கை.”

நான் ஷோனின் சமாதியின் முன்னால் மண்டியிட்டு அவனுக்கு அஞ்சலி செலுத்திவிட்டு, “ஷோன், நான் இப்போது இங்கிருந்து போயாக வேண்டும்,” என்று கூறினேன். மாலைச் சூரியனின் வெப்பம் தன் முதுகை வருட, வாயுஜித் இப்போது குருச்சேத்திரத்தை நோக்கி விரைந்தது. இப்போது என் கவலையெல்லாம் மறைந்தது. என் பாதையின் குறுக்கே எதுவும் இருக்கவில்லை. ஷோனின் சமாதிக்கு வந்து சென்றதில் அன்றைய நாள் முழுவதும் கழிந்தது. என் கூடாரத்திற்கு முன்னால் என் தேர் வந்து நின்ற அக்கணத்தில், அன்றைய நாளின் சண்டை முடிந்துவிட்டதை அறிவிக்கும் விதமாக ஊதுகொம்புகள் முழக்கத் தொடங்கின. எல்லாம் சலனமின்றி இருந்ததுபோலத் தோன்றியது. வழக்கத்திற்கு மாறாக, வீரர்கள் யாரும் அன்று தாங்கள் நிகழ்த்திய சாகசங்களைப் பற்றி உற்சாகமாகப் பேசியபடி தங்களுடைய கூடாரங்களுக்குச் செல்லவில்லை. அப்படி ஒரு வீரன்கூட என் பார்வையில் படவில்லை. அச்சுறுத்தும்படியான ஒரு பயங்கரமான மௌனம் நிலவியதற்கான காரணத்தை என்னால் புரிந்து கொள்ள முடியவில்லை. சண்டை முடிந்துவிட்டபோதிலும் வீரர்கள் யாரும் ஏன் தங்கள் கூடாரங்களுக்குத் திரும்பிச் செல்லவில்லை என்று என்னை நானே கேட்டுக் கொண்டேன். என்ன நிகழ்ந்திருந்தது? நான் வாயுஜித்தைத் தேரிலிருந்து அவிழ்த்துக் கொண்டே பல விதமாக யோசித்தேன். ஒரு விதமான பயமும் அவநம்பிக்கையும் என் மனத்தில் குடியேறின.

உள்ளான் பறவை ஒன்று அலறியபடி திருஷத்வதி ஆற்றின் கரையின் குறுக்கே வானில் பறந்து சென்றது. அதன் அலறல் விநோதமாக இருந்தது. அந்தி சாய்ந்து கொண்டிருந்தது. விரைவில், கௌரவர்கள் மற்றும் பாண்டவர்களின் முகாம்களில் இருந்த அனைத்துக் கூடாரங்களையும் இருள் சூழ்ந்தது. தீப்பந்தங்களால்கூட இருளைக் குறைக்க முடியவில்லை.

சூரியன் அஸ்தமனமாகி ஒரு மணிநேரம் ஆகியிருந்தும்கூட சத்தியசேனன் என் கூடாரத்திற்குத் திரும்பி வந்திருக்கவில்லை. இன்றைய போரில் அவன் உயிரிழந்திருந்தானா? என் கூடாரத்தின் வாசற்திரை அடிக்கடி மேலும் கீழும் தூக்கப்பட்டும் இறக்கப்பட்டும் வந்திருந்ததால் இற்றுப் போயிருந்தது. குருச்சேத்திரத்தைச் சூழ்ந்திருந்த அடர்த்தியான இருட்டின் ஊடாக உற்றுப் பார்க்க முயற்சித்து என் கண்கள் களைத்துப் போயின. என்ன நிகழ்ந்து கொண்டிருந்தது? இன்றைய சண்டையில் என்ன நேர்ந்திருந்தது? வாசலில் கேட்டக் குளம்பொலி என் சிந்தனையைக் கலைத்தது. ஆனால், வழக்கமாக சீராக நடந்து வந்த, சத்தியசேனனுடைய குதிரை, அன்று தாறுமாறாக நடந்து வந்திருந்ததை அதன் குளம்பொலிச் சத்தத்திலிருந்து என்னால் உணர்ந்து கொள்ள முடிந்தது.

சத்தியசேனன் தன் குதிரையின்மீதிருந்து வேகமாகக் கீழே குதித்து,

மூச்சிறைக்க என் கூடாரத்திற்குள் நுழைந்து, "அரசே, பிதாமகர் பீஷ்மர் வீழ்ந்துவிட்டார்," என்று தெரிவித்தான்.

ஒட்டுமொத்த இமயமலையே வெடித்துச் சிதறியிருந்ததுபோல உணர்ந்த நான், சத்தியசேனனின் தோள்களை பலமாக உலுக்கி, "நம்புதற்கரிய இக்காரியத்தைச் செய்தது யார்?" என்று உரத்தக் குரலில் கேட்டேன்.

"அர்ஜுனன். அவன் சிகண்டியைத் தனக்கு முன்னால் நிறுத்தியிருந்தான். பிதாமகர் பீஷ்மர் இப்போது கடுமையான வலியால் துன்புற்றுக் கொண்டிருக்கிறார். எல்லோரும் அவரை சந்தித்து அவருக்குத் தங்களுடைய வணக்கத்தைத் தெரிவித்துவிட்டுப் போய்விட்டனர். ஆனால் அவருடைய கண்கள் மட்டும் வேறு யாருக்காகவோ காத்துக் கொண்டிருப்பதுபோலத் தோன்றுகிறது. இன்னொரு விஷயம்..." சத்தியசேனனால் தொடர்ந்து பேச முடியவில்லை. அவன் நிலை தடுமாறினான்.

"சத்தியசேனா, அது என்ன விஷயம்? சொல்,"

"நம்முடைய பானுசேனன் இறந்துவிட்டான். நீங்கள் வந்து அவனுடைய சிதைக்குத் தீ மூட்டுவதற்காக எல்லோரும் அவனுடைய சடலத்தை வைத்துக் கொண்டு காத்துக் கொண்டிருக்கின்றனர்," என்று கூறிவிட்டு, சத்தியசேனன் தன் முகத்தை வேறு பக்கமாகத் திருப்பிக் கொண்டு, தன் அங்கவஸ்திரத்தின் முனையைக் கொண்டு தன் கண்களைத் துடைத்தான்.

"பானுசேனன் இறந்துவிட்டானா?" என்று கேட்டுவிட்டு ஒரு கணம் மௌனம் காத்த நான், "சத்தியசேனா, நீ சென்று அவனுடைய சிதைக்குத் தீ மூட்டு. நான் இச்சடங்கை உங்கள் எல்லோரிடமும் விட்டுவிடுகிறேன். நீங்கள் யாரும் எனக்காகக் காத்திருக்க வேண்டாம்," என்று கூறினேன்.

பிறகு நான் வாயுஜித்தின்மீது ஏறி, போர்க்களத்தை நோக்கி அதைச் செலுத்தினேன். என் மனத்தில் ஏகப்பட்ட எண்ணங்கள் சூறாவளியாகச் சுழன்றன. எல்லா இடங்களும் இருட்டாக இருந்தன. பிதாமகர் பீஷ்மர் வீழ்ந்திருந்தார். கௌரவர்களின் செங்கோல் வீழ்ந்துவிட்டது. எனக்கும் அவருக்கும் இடையே பல கருத்து வேறுபாடுகள் இருந்தன. அவர் என்னை ஒரு தேரோட்டியைவிட மேலாக ஒருபோதும் கருதியதும் இல்லை, நடத்தியதும் இல்லை. அவருடைய பார்வையில் நான் வெறுமனே ஓர் அர்தரதியாகவே தெரிந்தேன். அப்படியானால், எனக்கு ஏன் அவர்மீது பாசம் ஏற்பட்டது? என்னை நானே ஏமாற்றிக் கொண்டிருந்தேனா? இல்லை. படுகாயமடைந்து மரணப் படுக்கையில் இருந்த ஒரு முதிய வீரரைப் போய்ப் பார்ப்பதற்குத் தடையாக என் அகங்காரம் ஏன் தலைதூக்கியது? அவமானம் அல்லது புகழ் பற்றிய கேள்வி இங்கு எவ்வாறு எழுந்தது? இங்கு எப்படிக் கருத்து வேறுபாடு இருக்க முடியும்? அந்த முதியவர் எந்த நேரத்திலும் இவ்வுலகைவிட்டுப் போகும் நிலையில் இருந்தார். நான் அவரிடம் ரகசியமாகக் குற்றம் கண்டுபிடித்துக் கொண்டே இருக்க வேண்டுமா? மற்றவர்கள் அவ்வாறு நடந்து கொள்ளக்கூடும், ஆனால் கர்ணன் அவ்வாறு செய்ய மாட்டான். நான் பிதாமகர் பீஷ்மரை சந்தித்தாக வேண்டும். ஒரு மகனின் ஈமச்சடங்கு தாராளமாகக் காத்திருக்கலாம்.

வாயுஜித் என் மனத்தில் இருந்ததை அறிந்து கொண்டதுபோல, ஏராளமான வீரர்கள் கூடி நின்ற ஒரு கூடாரத்திற்கு முன்னால் சென்று நின்றது. கொழுந்துவிட்டு எரிந்து கொண்டிருந்த தீப்பந்தங்கள் இருட்டை விலக்குவதற்கு பதிலாக அதைத் தீவிரப்படுத்தின. தங்களுடைய முதன்மைத் தளபதியைப் பார்ப்பதற்காக வந்திருந்த வீரர்களின் முகங்கள் வருத்தம் தோய்ந்திருந்தன. அரண்மனையில் ஆடம்பரமான படுக்கைகள்மீது படுத்து உறங்கிய ஒரு மாவீரர் இப்போது ஒரு முட்படுக்கையின்மீது படுத்துக் கிடந்தார். ஒருசில சருகுகள் அவருடைய வெள்ளைத் தாடிக்குள் சிக்கியிருந்தன. அவருடைய தலையில் இப்போது எந்தக் கிரீடமும் இருக்கவில்லை. அவருடைய உடலைத் துளைத்திருந்த பஸ்திகாஸ்திரங்கள் அகற்றப்பட்டிருக்கவில்லை, அவருடைய கண்களைச் சுற்றிலும் கருவளையங்கள் உருவாகியிருந்தன. சம்பாகன் என்ற ஒரு பிராமணர் பீஷ்மரின் தலையைத் தன் மடிமீது வைத்து அதை வருடிக் கொடுத்தார். பீஷ்மர் சம்பாகன்மீது முழுமையான நம்பிக்கை கொண்டிருந்தார்.

"புஜபலம் கொண்ட பீஷ்மர்!" உணர்ச்சிவசப்பட்டிருந்த நான், 'பிதாமகர் பீஷ்மர்' என்று சொல்லுவதற்கு பதிலாக வெறுமனே 'பீஷ்மர்' என்று சொல்லிவிட்டேன். அதை நான் உணர்ந்தபோது அந்த வார்த்தை ஏற்கனவே அவருடைய காதுகளை எட்டியிருந்தது. இப்போது என்னால் அதைத் திரும்ப எடுத்துக் கொள்ள முடியவில்லை.

சுருக்கங்களுடன்கூடிய இமைகளுக்குப் பின்னால் ஒளிந்து கொண்டிருந்த, ஊடுருவும் பார்வை கொண்ட அவருடைய கண்கள் பாதித் திறந்தன. அவருடைய உதடுகள் நடுங்கின. புரியாத பல சத்தங்கள் அவருடைய உதடுகளிலிருந்து வெளிவந்தன. திடீரென்று, காயப்பட்டு மரணத்தின் விளிம்பில் நின்று கொண்டிருந்த அந்த உடலிலிருந்து மீண்டும் அந்த கம்பீரமான, ஆழமான குரல் வெளிவந்தது. அதில் ஆழமான பாசமும் உணர்ச்சியும் மிகுந்திருந்தன.

"யாரது? கர்ணனா? வா, கர்ணா. என் அருகில் வா," என்று கூறிவிட்டு, அவர் தன் கைகளை ஆட்டி அங்கிருந்த வீரர்களையும் சேவகர்களையும் விலகும்படிப் பணித்தார். எல்லோரும் அங்கிருந்து வெளியேறினர். இப்போது தீப்பந்தங்கள் மட்டுமே துணையிருந்தன. பிதாமகர் பீஷ்மரின் தலையைத் தன் மடிமீது தாங்கியிருந்த சம்பாகன்கூட அங்கிருந்து வெளியேறினார்.

"ஆம், கர்ணன்தான் வந்திருக்கிறேன். சூத புத்திரன் கர்ணன்! என்னால் எப்படி உங்கள் பக்கத்தில் வர முடியும்? நான் ஏன் வர வேண்டும்?" என் அகங்காரம் தாண்டவமாடிக் கொண்டிருந்தது.

"கர்ணா, யார் தேரோட்டி? யார் சத்திரியன்? எல்லாமே தவறு, எல்லாமே பொய். என் அருகே வா. கர்ணா, வீழ்ந்து கிடக்கின்ற ஒரு தளபதிக்குக் கீழ்ப்படிகின்ற ஒரு வீரனைப்போல எனக்குக் கீழ்ப்படிந்து எனக்கு நெருக்கமாக வா."

நான் அவரை நெருங்கினேன். அவர் உயரமான இமயத்தைப்போல இருந்தார்; நான் அவருக்குப் பக்கத்தில் விந்திய மலைத்தொடரைப்போல இருந்தேன். அவருடைய குரல் மிக இனிமையாக இருந்தது. அவ்வளவு பாசத்தை அதற்கு முன்பு ஒருபோதும் நான் அனுபவித்திருக்கவில்லை. அவர் தன் வாழ்க்கை முழுவதும் உண்மைக்கு விசுவாசமாக நடந்து

கொண்டிருந்தார். இப்போது அவர் அதே போன்ற பாசத்துடன் தன் கையை நீட்டி என்னைத் தன் கைகளுக்குள் இழுத்துக் கொண்டார். என் உடல் முழுவதும் மயிர்க்கூச்செறிந்தது. என் வாழ்வில் என்னால் மறக்க முடியாத, மூன்றாவது தெய்விகத் தொடுதல் அது.

"கர்ணா, நீ ஒரு சூத புத்திரன் அல்லன். ராஜமாதா குந்தி தேவியின் மூத்த மகன் நீ," என்று கூறிவிட்டு அவர் மௌனம் காத்தார். அந்த உண்மையை நான் முதன்முறையாகக் கேட்டுக் கொண்டிருந்ததாக அவர் நினைத்திருந்தார். ராஜமாதாவுக்கும் எனக்கும் இடையேயான உறவு இப்போது எனக்கு எந்த விதத்திலும் அர்த்தம் வாய்ந்ததாக இருக்கவில்லை. நான் சூத புத்திரனும் அல்லன், குந்தி புத்திரனும் அல்லன், சூரிய புத்திரன்கூட அல்லன். எனக்கு நிகழவிருந்த எதையும் மன உறுதியோடு எதிர்கொள்ளத் தயாராக இருந்த ஒரு சாதாரணமான உயிரினம் நான், அவ்வளவுதான். நான் அவ்வாறுதான் நம்பினேன்.

"கர்ணா, என்ன விஷயம்? இச்செய்தி எந்த விதத்திலும் உன்மீது தாக்கம் ஏற்படுத்தவில்லையா?" என்று கேட்ட அவருக்கு மூச்சிறைத்தது. அவருடைய நெஞ்சோடு சேர்த்து, அதன்மீது உட்பொதிந்திருந்த அம்புகளும் மேலும் கீழும் ஏறி இறங்கின.

"இல்லை, அச்செய்தி என்மீது எந்தத் தாக்கமும் ஏற்படுத்தவில்லை. எனக்கு இந்த உண்மை ஏற்கனவே தெரியும்."

"அப்படியானால், நான் அடிக்கடி உன்னை அவமதித்தது குறித்தும், உன்னைக் கடுமையாக அவமானப்படுத்தியது குறித்தும் உன் மனத்தில் என்னைக் குறித்துக் கோபமும் காழ்ப்புணர்வு நிரம்பியிருக்கும், இல்லையா? ஆனால், கர்ணா, நீ நினைப்பது உண்மையல்ல. உன்னைச் சிறுமைப்படுத்துவது ஒருபோதும் என்னுடைய நோக்கமாக இருக்கவில்லை. நீ போர்க்களத்திற்குள் நுழைந்து உன்னுடைய சொந்த சகோதரர்களைக் கொல்லுவதைத் தவிர்ப்பதற்காகவே நான் உன்னை ஓர் அர்தரதியாக நியமித்தேன். உன் பிறப்பைப் பற்றிய உண்மை உனக்குத் தெரியாது என்று நான் நினைத்திருந்தேன். ஒரு முதியவனின் மனம் ஓர் அடைகல்லைப் போன்றது. அவனுடைய தலை, உருக்கப்பட்ட இரும்பையும் சம்மட்டி அடியையும் ஏற்றுக் கொள்ளும். இரும்பின்மீது விழும் சம்மட்டி அடிகள் மட்டுமே உலகின் காதுகளுக்குக் கேட்கின்றன. அந்த அடைகல் சற்றும் அசையாமல், எந்த விதத்திலும் பாதிக்கப்படாமல் கிடக்கும். அந்த அடைகல் அதற்காகத்தான் படைக்கப்பட்டுள்ளது. நீ என்னை சந்திக்க வந்தது நல்லதற்குத்தான். என்னைப் பற்றி நீ கொண்டிருக்கும் தவறான அபிப்பிராயங்களைக் களைந்துவிடு. நீ ஓர் அர்தரதி அல்லன்; மகாரதிகள் அனைவரிலும் நீயே தலைசிறந்தவன்," என்று கூறிவிட்டு அவர் சற்று நிதானித்தார். அவர் மரண வேதனையை அனுபவித்துக் கொண்டிருந்தார். மூச்சிறைத்தபடியே அவர் தன் கண்களைத் திறந்தார்.

நான் உணர்ச்சிவசப்பட்டு, "பிதாமகரே!" என்று அழைத்தேன். என் குரல் தழுதழுத்தது, என் தொண்டை அடைத்தது.

"கர்ணா, துரியோதனன் காசி நாட்டிலிருந்து பானுமதியை அபகரித்து வந்தபோது, அவன்மீது பாய்ந்த பல்வேறு நாட்டு அரசர்களைத் தனியொருவனாக நீ வீழ்த்தியதை யாரால் மறக்க முடியும்? மகத நாட்டினர் மட்டுமல்ல, நீ ஜராசந்தனை மண்ணைக்

கவ்வ வைத்த விதத்தைக் கண்டு நானும் அதிசயித்தேன். உன்னுடைய திக்விஜயத்தின் வெற்றி முரசுகள் ஏற்படுத்திய சத்தம் இன்னும் என் காதுகளில் ரீங்காரமிட்டுக் கொண்டிருக்கிறது. வலிமையிலும் ஆயுதங்களைப் பயன்படுத்துவதிலும் நீ அர்ஜுனனைவிடச் சிறந்தவன். குந்தி புத்திரனே, கடந்த எழுபது ஆண்டுகளாக உன்னுடைய நடத்தையை வழிநடத்தி வந்துள்ள தத்துவம் தருமன்கூட உன்னைத் தலைவணங்கும்படி செய்யக்கூடியது என்பது நிச்சயம். உன்னுடைய உறுதியான பிடி பீமனைக்கூட நசுக்கிவிடும். மகனே, உண்மையில் நீ கிருஷ்ணரைப்போலப் புகழ்மிக்கவன். நீ உன்னுடைய சகோதரர்களுடன் இணைந்து கொள். உன் தாய் குந்தி தேவியின் பாதங்களைத் தொட்டு வணங்கு. அவள் தன் வாழ்க்கையில் துயரங்களையும் வேதனைகளையும் தவிர வேறு எதையும் அனுபவித்ததில்லை. ஒரு ராஜமாதா என்ற முறையில்கூட அவள் அனுபவித்ததெல்லாம் ஒரு துறவியின் கடுமையான வாழ்க்கையைத்தான். அவளுடைய கண்கள் எப்போதும் உன்னைத் தேடியே அலைந்தன. அவளுடைய இதயம் எப்போதும் உன்னைக் குறித்து மௌனமாகத் துயரத்தை அனுபவித்தது. என்னுடைய மரணம் இந்தப் பகைமைக்கும் அழிவுக்கும் ஒரு முடிவு கட்டுவதற்கான துவக்கமாக அமையட்டும். நீ போய்விட்டால், துரியோதனன் நாண் அறுந்த ஒரு வில்லாக, ஆதரவற்றவனாக ஆகிவிடுவான். இன்னும் லட்சக்கணக்கான உயிர்களைக் காவு வாங்கவிருக்கின்ற இந்தப் போர் அப்போது ஒரு முடிவுக்கு வந்துவிடும். பாண்டவர்களுடன் போய்ச் சேர்ந்து கொள்." அவருடைய கண்களின் ஓரங்களில் கண்ணீர் ததும்பி நின்றது. என் முதுகின்மீது இருந்த அவருடைய கை நடுங்கியது. அவருடைய நெஞ்சின்மீது குத்திட்டு நின்ற அம்புகள் நடுங்கின. நான் என்னுடைய கடமையைச் செய்வதிலிருந்து என்னைத் தடுக்க முயன்ற மாயை மீண்டும் என்னை ஆட்கொள்ள முனைந்தது. நான் ஓர் உறுதியான நிலைப்பாட்டை எடுப்பதற்கான நேரம் வந்துவிட்டிருந்தது.

"பிதாமகரே, நீங்கள் எவ்வளவு உணர்ச்சிகரமாகப் பேசினீர்களோ, அதேபோல சில நாட்களுக்கு முன்பு கிருஷ்ணர் என்னிடம் இதே விஷயத்தைப் பற்றி இதே அளவு உணர்ச்சிகரமாகப் பேசினார். அவருடைய சாதுரியமான அரசியல் சூழ்ச்சி அது. ராஜமாதா குந்தி தேவியும் தன்னுடைய மகன்கள் என்னைக் கண்டு பயப்பட வேண்டிய தேவை இல்லாதபடி பார்த்துக் கொள்ளுவதற்காக என்னிடம் இதே கோரிக்கையை முன்வைத்து என்னைக் கவர முயன்றார். ஆனால் நீங்கள் இதே விஷயத்தை ஒரு நல்ல நோக்கத்துடனும் நேர்மையாகவும் எடுத்து இயம்பியிருக்கிறீர்கள். நீங்கள் உங்கள் மரணப் படுக்கையின்மீது படுத்துக் கிடக்கும்போது என்னிடம் இதைக் கூறிக் கொண்டிருக்கிறீர்கள் என்ற உண்மை, நீங்கள் என்னை எந்த அளவு நேசிக்கிறீர்கள் என்பதைக் காட்டுகிறது. ஆனால், நான் என் பாதையைத் தொலைத்துவிட்டேன். இப்போது நான் இதே பாதையில் தொடருவதைத் தவிர எனக்கு வேறு வழி இல்லை. பாண்டவர்களுக்குக் கிருஷ்ணர் எப்படியோ, அதேபோலக் கௌரவர்களின் ரட்சகனாக நான் இருப்பேன். நான் என் செல்வத்தையும், என் உடலையும், என்னுடைய விசுவாசமான பரிவாரங்களையும், என் புகழையும் துரியோதனனுக்கு சேவை செய்வதற்காக அர்ப்பணித்துள்ளேன். காற்று எப்படி நெருப்பை அலைக்கழிக்கிறதோ,

அதேபோல நான் பாண்டவர்களை அலைக்கழிப்பேன் – அர்ஜுனன் உட்பட! நீங்கள் தயவு செய்து என்னை மன்னிக்க வேண்டும். தயவு செய்து இந்த மாபெரும் மாயைக்குள் நீங்கள் என்னைச் சிக்க வைத்துவிடாதீர்கள். நீங்கள் எனக்கு ஏதேனும் கொடுக்க விரும்பினால், உங்களுடைய ஆசீர்வாதங்களை எனக்குத் தாருங்கள்."

"கர்ணா, நீ நீடூழி வாழ வேண்டும். குந்தியின் மூத்த மகனாக இருப்பதற்கான தகுதி உன் ஒருவனுக்கு மட்டுமே உள்ளது. பகையுணர்வைக் கைவிட்டுவிட்டு, கௌரவர்களின் முதன்மைத் தளபதியாக உன்னுடைய வில்லைக் கையிலெடு. ஓர் உண்மையான சத்திரியனைப்போலக் கௌரவப் படையை வழிநடத்து. என் ஆசீர்வாதங்கள் உன்னுடன் எப்போதும் இருக்கும்." அவருடைய கண்களிலிருந்து வழிந்த கண்ணீர் அவருடைய அம்புப் படுக்கையை நனைத்தது. அவருடைய அம்புகள் என்னைத் துளைத்ததுபோல எனக்குத் தோன்றியது.

நான் எழுந்து அவருடைய பாதங்களைத் தொட்டு வணங்கிவிட்டு அவரைப் பிரதட்சணமாகச் சுற்றி வந்தபோது, அதுவரை உறுதியாக இருந்த என்னுடைய மனம் திடீரென்று உடைந்தது. தன் வாழ்நாள் முழுவதும் உண்மையை மட்டுமே பேசி வந்திருந்த, பிரம்மச்சரியத்தைத் தீவிரமாகக் கடைபிடித்து வந்திருந்த பிதாமகர் பீஷ்மரைக்கூட மரணத்தால் அடிபணிய வைக்க முடியும் என்றால், இவ்வுலகில் எதுவுமே நிரந்தரமல்ல. சிறு வயதில் அர்ஜுனன் யாருடைய மடிமீது ஏறி விளையாடியிருந்தானோ, அந்த முதியவரை ஒரு மரக்கட்டையாக ஆக்கி இந்த முட்படுக்கையின்மீது படுக்க வைக்க அவன் எப்படித் துணிந்தான்?

என்னுடைய கண்ணீர்த் துளிகள் அவருடைய புனிதமான பாதங்கள்மீது முத்துக்கள்போல விழுந்தன. அவர் தன் கையை உயர்த்தி என்னை ஆசீர்வதித்தார். "கர்ணா, வெற்றி உன்னுடையதாகட்டும்!" தன் வாழ்நாள் முழுவதும் சூரிய பகவானுக்கு நீராஞ்சலி செய்து வந்திருந்த அந்த முதன்மைத் தளபதி, முதுமையிலும் தன் மனத்தை நிலையாக வைத்திருந்த அந்தப் பெரியவர், மறுநாள் காலையில் சூரியன் உதயமாகும்வரை மரணம்கூடத் தன்னை நெருங்கிவிடாதபடி பார்த்துக் கொள்ளுவதற்கான சக்தி படைத்தவராக இருந்தார். அவருடைய இறுதி தியானத்தில் எதுவும் குறுக்கிடக்கூடாது என்று நினைத்தபடி நான் அங்கிருந்து வெளியேறி என்னுடைய கூடாரத்திற்குத் திரும்பிச் சென்றேன். எல்லா இடங்களிலும் தீப்பந்தங்கள் பிரகாசமாக எரிந்து கொண்டிருந்தன. அந்தக் காரிருளில் வெட்டுக்கிளிகள் உரக்கச் சத்தமிட்டன.

நான் என் தாயார் ராதையிடம் ஆசி பெற்றிருக்கவில்லை. என் தந்தையின் பாதங்களைத் தொட்டு வணங்குவதற்கான வாய்ப்பும் எனக்குக் கிடைத்திருக்கவில்லை. நான் விருசாலியையும் சந்தித்திருக்கவில்லை. சுப்ரியையைப் பற்றிய எந்தச் செய்தியும் எனக்கு வந்திருக்கவில்லை. விருசகேது மட்டுமே அரண்மனையில் இருந்தான். அவன் என்ன நினைத்துக் கொண்டிருப்பான் என்பதை என்னால் கற்பனைகூடச் செய்ய முடியவில்லை. முதன்மைத் தளபதியைத் தேர்ந்தெடுப்பதற்குக் கூட்டப்பட்ட சந்திப்புக்கூட்டத்திற்குப் பிறகு நிகழ்ந்த பல சம்பவங்கள்,

அஸ்தினாபுரத்திற்குள் அடியெடுத்து வைப்பதிலிருந்து என்னைத் தடுத்தன. இப்போது நான் அவர்கள் எல்லோரையும் எவ்வாறு சந்திப்பது? ஏனெனில், நான் நாளைய தினமே போரில் கலந்து கொள்ளவிருந்தேன்.

21

பானுசேனனின் இறுதிச் சடங்கைச் செய்து முடிக்கச் சென்றிருந்த சத்தியசேனன் இன்னும் திரும்பி வந்திருக்கவில்லை. என் மகனின் இறுதிச் சடங்கை நான் செய்யாமல் போனது குறித்து என் மகனின் ஆன்மா என்னிடம் கோபம் கொள்ளாது என்று நான் உறுதியாக நம்பினேன். தன்னைக் கொன்றவன் தன்னுடைய சொந்தச் சிற்றப்பாவான பீமன்தான் என்பதை அந்த வீரன் அறியவில்லை. பானுசேனனைப் பற்றிய உண்மை தெரிந்திருக்காவிட்டாலும்கூட, பீமன் அவனுடைய சாவுக்குக் காரணமாகிவிட்டான். என் சகோதரர்கள் குறித்து என் இதயத்தில் இருந்த கொஞ்சநஞ்ச அன்பும் எரிந்து சாம்பலாகிவிட்டது. என் உடலும் மனமும் இப்போது உணர்ச்சியற்றுப் போயின. பிதாமகர் பீஷ்மரின் சிதைக்கப்பட்ட உருவம் அவ்வப்போது என் நினைவுக்கு வந்தது. அவருடைய கடைசி வார்த்தைகள் என் கண்களுக்கு முன்னால் நடனமாடின: "பகைமை உணர்வைக் கைவிட்டுவிட்டுச் சண்டையிடு, உன்னுடைய அகங்காரத்தைக் கைவிட்டுவிட்டு நம்முடைய படையை வழிநடத்து." நான் என் கண்களை மூடிக் கொண்டு ஒரு மென்மையான இருக்கையின்மீது அமர்ந்தேன். அந்த மென்மைகூட என்னை முள்ளாய்த் தைத்தது.

காற்றைப்போல மெதுவாக உள்ளே நுழைந்திருந்த சத்தியசேனன், "அரசே, உங்களைப் பார்க்க யார் வந்திருக்கிறார்கள் என்று பாருங்கள்!" என்று உற்சாகமாகக் கூறினான். அவன் எப்போது உள்ளே வந்தான் என்பதைக்கூட நான் அறியவில்லை.

"போ, சத்தியசேனா. மரணத்தைத் தவிர வேறு யாராலும் இப்போது கர்ணனை சந்திக்க வர முடியாது. போர்க்களத்தில் அர்ஜுனனை சந்திப்பதைத் தவிர இப்போது நான் வேறு யாரையும் சந்திக்க விரும்பவில்லை," என்று கூறி நான் வேதனை மேலிட என் விரலை உயர்த்தி வாசலைச் சுட்டிக்காட்டி, வெளியே போகும்படி சத்தியசேனனுக்குச் சமிக்கை செய்தேன்.

"இல்லை, அரசே. உங்களை சந்திக்க யார் காத்துக் கொண்டிருக்கிறார்கள் என்பதை நீங்கள் பார்த்தால், மரணத்திற்குக்கூடத் தற்காலிகமாக நீங்கள் அனுமதி மறுத்துவிடுவீர்கள். வெளியே விருசாலி நின்று கொண்டிருக்கிறாள்."

சத்தியசேனன் ஒரு சகோதரனாகத் தன்னுடைய கடமையைச் செய்து கொண்டிருந்தானா, அல்லது ஒரு கணவனுக்கும் அவனுடைய மனைவிக்கும் இடையே ஒரு சந்திப்புக்கு ஏற்பாடு செய்து கொண்டிருந்தானா, அல்லது போருக்கு முந்தைய நாளன்று தன்னுடைய முதன்மைத் தளபதியின் மனத்தை அறிந்து வைத்திருந்த ஒரு கடமை தவறாத வீரனாக இருக்க முயற்சி செய்து கொண்டிருந்தானா? என்னைச்

சுற்றி இருந்தவர்கள் அனைவரும் ஏன் காரணமே இல்லாமல் இவ்வளவு அன்பையும் பாசத்தையும் என்மீது பொழிந்து கொண்டிருந்தனர்? நான் உண்மையிலேயே அதற்குத் தகுதி வாய்ந்தவன்தானா?

"சத்தியசேனா, விருசாலியை ஏன் இவ்வளவு நேரம் வெளியே காக்க வைத்துக் கொண்டிருக்கிறாய்?" என்று நான் சத்தியசேனனைக் கடிந்து கொண்டேன்.

"போருக்கு முந்தைய நாள் இரவில் வீரர்களின் மனைவியர் அவர்களுடைய கூடாரத்திற்குள் நுழைவது முறையல்ல என்பதால், தான் இந்தக் கூடாரத்திற்குள் வருவது முறையல்ல என்று அவள் கூறுகிறாள். முதன்மைத் தளபதியின் மனைவி அவருடைய கூடாரத்திற்குள் இருப்பதை மற்ற வீரர்கள் பார்த்தால் என்ன நினைப்பர்கள் என்று அவள் கேட்கிறாள். இதற்குத் தன் கணவரால் எவ்வாறு விளக்கமளிக்க முடியும் என்பதை அவள் தெரிந்து கொள்ள விரும்புகிறாள். அதனால்தான், அவள் வெளியே நிற்க விரும்புகிறாள். அரசே, அவள் உங்களை ஒரு முறையாவது பார்க்க வேண்டும் என்று ஏங்கிக் கொண்டிருக்கிறாள். நீங்கள் அவளை சந்திக்க வேண்டும் என்பதுதான் என் விருப்பமும்கூட. அதனால்தான், இந்த மையிருட்டிலும் அவளை நான் அஸ்தினாபுரத்திலிருந்து இங்கே அழைத்து வந்திருக்கிறேன். என்ன இருந்தாலும் நான் அவளுடைய சகோதரன் அல்லவா?" அவனுடைய முகம் வெளிறத் தொடங்கியதுபோலத் தெரிந்தது. அவனுடைய ஒவ்வொரு வார்த்தையும் ஒரு பிரார்த்தனையைப்போல ஒலித்தது.

"சரி, நாம் வெளியே போகலாம்," என்று கூறி நான் அவனைப் பின்தொடர்ந்தேன். தீப்பந்தங்களின் மங்கலான வெளிச்சத்தில் என் மனைவி அங்கே நின்று கொண்டிருந்தாள். பானுசேனனின் மரணச் செய்தியை சத்தியசேனன் அவளிடம் இன்னும் கூறியிருக்கவில்லை என்று நான் அனுமானித்தேன். ஏனெனில், அவள் சற்றும் உறுதி குலையாமல் நின்று கொண்டிருந்தாள். என் வாழ்க்கைத்துணைவி போர்க்களத்திலும் எனக்குத் துணையாக என்னோடு சேர்ந்து சண்டையிட வந்திருந்தாளா?

"விருசாலி, உள்ளே வா," என்று நான் அவளை அழைத்தேன்.

"அரசே..." என்று கூறி அவள் தயங்கினாள்.

"வா, விருசாலி. நீ உள்ளே வருவது இங்கு எந்தக் கௌரவ வீரனையும் வருத்தமுறச் செய்யாது. நான் இந்நாள்வரை என் இதயத்தில் போற்றி வந்துள்ள உன்னதமான கொள்கைகள்மீது இந்தச் சமூகத்திற்கு எந்த அக்கறையும் கிடையாது. நீ இப்போது எந்த உன்னதமான கொள்கையை நிலை நிறுத்த முயற்சித்துக் கொண்டிருக்கிறாய்? ஏன் தயங்குகிறாய்? வா, உள்ளே." அவள் தன்னுடைய முக்காட்டைச் சரி செய்து கொண்டு என் கூடாரத்திற்குள் அடியெடுத்து வைத்தாள்.

"விருசாலி, நீ தனியாகவா வந்திருக்கிறாய்? உன்னுடன் வேறு யாரும் வரவில்லையா?" அவளிடம் வேறு என்ன கேட்பதென்று எனக்குத் தெரியவில்லை.

"அம்மாவும் அப்பாவும் மிகவும் பலவீனமாக இருப்பதால் அவர்களால் இங்கு வர முடியாது. விருசகேது பானுசேனனின் மரணம் குறித்து துக்கம் அனுசரித்துக் கொண்டிருக்கிறான். எனவே, என்னுடைய அறிவுறுத்தலின் பேரில், அவனுக்கு ஆறுதலளிப்பதற்காக சுப்ரியை அவனோடு இருக்கிறாள்."

“அப்படியானால், பானுசேனன் இறந்துவிட்ட விஷயம் உனக்குத் தெரியுமா? யார் உன்னிடம் சொன்னார்கள்?”

பானுசேனனின் மரணத்திற்குப் பிறகும் அவளால் எப்படி இவ்வளவு அமைதியாக இருக்க முடிந்தது? என்ன இருந்தாலும் அவள் கர்ணனின் மனைவியல்லவா?

“என் அண்ணன் சத்தியசேனன்தான் என்னிடம் கூறினார். நீங்கள் நம்முடைய மகனின் இறுதிச் சடங்கிற்குக்கூடப் போகவில்லை என்பதை எல்லோரும் அறிவர்.”

அவள் இவ்வாறு கூறிவிட்டுத் தன் தலையைத் தாழ்த்தினாள். துக்கம் அவளை அழுத்தியது. அவள் தன் முந்தானையின் முனையைக் கொண்டு தன் கண்ணீரைத் துடைத்தாள்.

“விருசாலி...” அதற்கு மேல் என்ன சொல்லுவதென்று எனக்குத் தெரியவில்லை.

“அரசே, தாழ்ந்த குலத்தைச் சேர்ந்த ஒரு தேரோட்டியின் மகளைத் திருமணம் செய்ததன் விளைவாக உங்கள் வாழ்க்கை வீணாகியுள்ளது எனக்குப் புரிகிறது. ஆனால் உங்கள் தாயாரையும் தந்தையையும் எப்படி உங்களால் மறக்க முடிந்தது? அவர்களை ஒருமுறை பார்க்க வேண்டும் என்றுகூட ஏன் உங்களுக்கு ஒருபோதும் தோன்றவில்லை? நீங்கள் ஏன் அஸ்தினாபுரத்திற்கு வரவில்லை?”

“யார்...நான் ஒரு தேரோட்டி அல்லன் என்பதை யார் உனக்குத் தெரிவித்தார்கள்?”

“ராஜமாதா குந்தி தேவியார். எவரொருவரும் கங்கைக் கரையில் வைத்து நீங்கள் செய்து கொடுத்த சத்தியத்தை ஏற்றுக் கொண்டு அப்படியே திரும்பிப் போயிருப்பார்கள். ஆனால், ராஜமாதா என்னை சந்திப்பதற்காக என்னைத் தேடி வந்தார். ஏனெனில்...”

“ஏனெனில்...”

“ஏனெனில், அவர் இன்னும் உங்களுக்காக ஏங்கிக் கொண்டிருக்கிறார். அதனால்தான் அவர் என்னைப் பார்க்க வந்தார். ஏனெனில், ஒரு மனைவி என்ற முறையில் அவ்விஷயத்தைப் பற்றி நானும் உங்களுடன் கலந்து பேசியாக வேண்டும். அரசே, அவர் உங்கள்மீது எல்லையற்ற அன்பு கொண்டிருக்கிறார். எங்களுக்காக இல்லாவிட்டாலும் அவருக்காக நீங்கள் இந்தப் போரை நிறுத்தியாகத்தான் வேண்டும்.”

“விருசாலி, உன்னை நான் திருமணம் செய்து கொண்டது வீண் என்று நீயும் நினைக்கிறாயா? இல்லவே இல்லை. நான் உனக்காகத்தான் கிருஷ்ணரின் யோசனையை நிராகரித்தேன். உனக்காகத்தான் ராஜமாதாவை நான் திருப்பி அனுப்பினேன். உனக்காகத்தான் பிதாமகரின் கடைசி ஆசையை நான் நிறைவேற்றவில்லை. நான் ஒரு தேரோட்டியாக இருந்தேன். இன்றும் நான் ஒரு தேரோட்டிதான், ஆனால் கட்டாயத்தின் பேரில் அல்ல. மாறாக, அன்புக்குரிய ராதை மற்றும் மதிப்பிற்குரிய அதிரதரின் மகன் நான் என்று நான் பெருமையோடு முழங்குவேன். நீ நாளை காலைவரை காத்திருந்தால், நான் உன் முன்னிலையில் சூரிய பகவானிடம்...”

“என்ன கூறுவீர்கள்?”

“விருசாலியைப் போன்ற ஒரு மனைவி எனக்குக் கிடைப்பாள் என்றால், இந்த ஒரு பிறவியில் மட்டுமல்லாமல் நூற்றுக்கணக்கான

பிறவிகளில் நான் ஒரு தேரோட்டியின் மகனாக, ஒரு சூத புத்திரனாகப் பிறக்க விரும்புகிறேன் என்று நான் அவரிடம் கூறுவேன். ஆனால், போரைப் பற்றிய பேச்சை மட்டும் எடுக்காதே. போரை இப்போது நிறுத்த முடியாது."

"அரசே, ராஜமாதா என்னை சந்தித்துவிட்டுப் போனதிலிருந்து, கடந்த பதினைந்து நாட்களாக, என் இதயத்தில் நம்பிக்கையைச் சுமந்து கொண்டு, உடைந்து போன பானைத் துண்டின் முன்னால் நின்று நான் என் கண்ணீரை மலர்கள்போல அர்ப்பணித்து வந்துள்ளேன். நீங்கள் எங்களுக்குச் சொந்தமானவர். தயவு செய்து எங்களை விட்டுவிட்டுப் போய்விடாதீர்கள்." தாமரை போன்ற அவளுடைய முகம் கண்ணீரால் நனைந்தது. அவள் என்னை நோக்கி முன்னால் வந்து, கீழே குனிந்து என்னுடைய பாதங்களைத் தொட்டு வணங்கினாள். என் இதயத்தில் அன்பும் பெருமிதமும் பொங்கின.

"விருசாலி, எழுந்திரு. மன்னர் சாந்தனு தன்னுடைய மனைவி சத்தியவதியைக் கைவிட்டார் என்று இந்த நகரத்தில் யாரேனும் கூறி நீ கேட்டிருக்கிறாயா? மன்னர் யயாதி சர்மிஷ்டையைக் கைவிட்டதாக யாரேனும் உன்னிடம் கூறியிருக்கிறார்களா? நான் அதே நகரத்தில் அதே அரண்மனையில் வளர்ந்து வந்துள்ளேன். ஒரு கணவனும் ஒரு மனைவியும் ஈருடல் ஓருயிர் ஆவர். அவர்கள் முந்தைய பிறவிகளிலிருந்து ஒன்றிணைந்தவர்கள். சமுதாயத்தாலோ, அரசியலாலோ, அல்லது தர்மத்தாலோ அவர்களை ஒருபோதும் பிரிக்க முடியாது. போலிக் கௌரவத்தால் அந்தத் தூய்மையான பிணைப்பை அறுத்தெறிய முடியாது. நீ கவலைப்படாதே. நீ அஸ்தினாபுரத்திற்குத் திரும்பிச் சென்று, அந்தப் பானைத் துண்டில் பாதியை சுப்ரியைக்குக் கொடு. நீதான் மூத்தவள். நீ அறிவார்ந்தவள். எழுந்திரு." நடுங்கிய கைகளோடு நான் அவளைத் தொட்டுத் தூக்கினேன். ஒரு படர்கொடி ஒரு மரத்தைச் சுற்றிக் கொள்ளுவதைப்போல அவள் என்னை இறுக்கமாக அணைத்துக் கொண்டாள். நான் அவளுடைய அடர்த்தியான, அலை போன்ற கூந்தலை வருடிக் கொடுத்தபடி, "விருசாலி, நான் உயிரோடு திரும்பி வந்தால் கங்கைக் கரைமீது நாம் சந்திக்கலாம். இல்லாவிட்டால், சொர்க்கத்தில் உள்ள கங்கையின் கரைமீது நாம் சந்திக்கலாம்," என்று என் மனத்திற்குள் கூறிக் கொண்டேன்.

"நான் இங்கிருந்து புறப்பட்டுச் செல்ல அனுமதி தாருங்கள்," என்று கூறிய அவள், ராஜமாதா குந்தி தேவியார் எங்களுடைய திருமணப் பரிசாக எனக்குக் கொடுத்திருந்த விரல் காக்கும் குமிழை என்னுடைய வலது கைக் கட்டைவிரலில் அணிவித்தாள். அவள் ஒரு நீலநிறப் பட்டுப் புடவையை அணிந்திருந்தாள். அதுவும் ராஜமாதா கொடுத்திருந்த பரிசுதான்.

"விருசாலி, நீ புறப்படு. நாளை காலையில் சூரியன் உதயமாவதற்குள் நான் நம் மாளிகைக்கு வந்து என் தாயாரைப் பார்த்து ஆசி பெறுகிறேன். இதை அவரிடம் தெரிவித்துவிடு," என்று நான் கூறினேன். விருசாலி தன்னுடைய புடவை முந்தானையைச் சரி செய்துவிட்டு என்னுடைய கூடாரத்திலிருந்து வெளியேறினாள். வெளியே நின்று கொண்டிருந்த சத்தியசேனனின் கண்கள் மகிழ்ச்சியால் ஒளிர்ந்ததை அவன் தன் கையில் ஏந்தியிருந்த தீப்பந்தத்தின் வெளிச்சத்தில் என்னால் தெளிவாகப்

பார்க்க முடிந்தது. அவன் ஒரு கையில் அந்தத் தீப்பந்தத்தை ஏந்தியபடி தன்னுடைய தேரில் ஏறினான். விருசாலி அதில் ஏறி அமர்ந்தவுடன், அவன் தன் சாட்டையைக் கையிலெடுத்துச் சுழற்றினான். திடீரென்று எனக்குப் பொறி தட்டியது. ஒரு கணவன் என்ற முறையில் நான் செய்ய வேண்டிய ஒரு முக்கியமான சம்பிரதாயத்தைச் செய்ய நான் மறந்துவிட்டிருந்தேன்.

“சத்தியசேனா, நில். விருசாலிக்குக் கொடுக்கப்பட வேண்டிய ஒன்றைக் கொடுக்க நான் முற்றிலும் மறந்துவிட்டேன்,” என்று நான் என் கூடாரத்தின் வாசலில் நின்றபடி கத்தினேன். பிறகு, ஒரு கூர்மையான நாகாஸ்திரத்தை ஒரு கையில் ஏந்திக் கொண்டு விருசாலியை நோக்கி நான் ஓடினேன். அவர்கள் இருவரும் திகைப்போடு என்னைப் பார்த்தனர்.

“விருசாலி, திருமணமான ஒரு பெண்ணுக்குரிய மங்கலச் சின்னம்...”

நான் என்னுடைய அம்பின் கூர்மையான முனையைக் கொண்டு என்னுடைய இடது கையின் கட்டைவிரலில் குத்தி, அதிலிருந்து வெளிவந்த ரத்தத்தை என்னுடைய வலது கைக் கட்டைவிரலால் விருசாலியின் நெற்றியின்மீது ஒரு திலகமாக இட்டேன். அந்த ரத்தத் திலகத்துடன் அவள் அழகாகத் தோன்றினாள். கர்ணன் தன்னுடைய கவச குண்டலங்களை இந்திரனுக்கு தானம் கொடுத்ததன் மூலம் ஒரு பெரிய தவறு செய்துவிட்டான் என்று கூறுபவர்கள் உண்டு. ஆனால், எதுவொன்றாலும் துளைக்கப்பட முடியாத அந்தக் கவசம் மட்டும் இன்னும் என்னிடம் இருந்திருந்தால், விருசாலிக்கு இந்த மங்கலத் திலகத்தை இடும் பாக்கியம் எனக்கு ஒருபோதும் கிடைத்திருக்காது என்பது அவர்களுக்கு எப்படிப் புரியும்?

சத்தியசேனன் தன் குதிரைகளின் கடிவாளங்களைப் பிடித்து உலுக்கினான். அக்குதிரைகள் முன்னோக்கி வேகமாக ஓடத் தொடங்கின. சத்தியசேனனின் கையிலிருந்த தீப்பந்தம் மினுமினுத்தது. தொலைவில் ஒரு வளைவில் அது மறையும்வரை நான் அதையே பார்த்துக் கொண்டிருந்தேன்.

22

நான் தேர்ந்தெடுப்பதற்கு என் முன்னால் இரண்டு விஷயங்கள் மட்டுமே இருந்தன. ஒன்று, புகழை சம்பாதிப்பதற்காகப் பாரம்பரிய முறைப்படி சண்டையிடுவது. அல்லது, கௌரவர்களுக்காக, கௌரவர்களின் நாட்டிற்காகச் சண்டையிடுவது.

யார் என்னை ஏமாற்றியிருந்தார்கள் என்பது குறித்து ஒரு திட்டவட்டமான முடிவுக்கு என்னால் வர முடியவில்லை. துரியோதனன் இத்தனை ஆண்டுகாலமாக எனக்குச் செய்திருந்தவற்றை நான் யாரிடமேனும் கூறினால், அவர்கள் நிச்சயமாக என்னை நம்ப மாட்டார்கள். நாளையச் சண்டையானது சகுனி மாமா, துச்சாதனன், மன்னர் திருதராஷ்டிரர் ஆகிய யாருடையதும் அல்ல. அது எனக்கு மட்டுமே உரியது. என் கையில் அகப்படும் ஆயுதங்களைக் கொண்டு நான் சண்டையிட்டாக வேண்டும். அது என்னுடைய வளர்ப்புக்கும்

கௌரவர்களுக்கும் கௌரவ பூமிக்கும் கௌரவத்தையும் பெருமையையும் கொண்டு வரும்.

இந்தக் கௌரவ பூமிக்காக எத்தனையெத்தனைத் தியாகங்கள் செய்யப்பட்டிருந்தன என்பதை யார் அறிவார்! அஸ்தினாபுரத்தின் அரியணையைக் காப்பதற்கான இந்த மாபெரும் வேள்வியில் எத்தனை ஆண்களும் பெண்களும் சிறுவர்களும் சிறுமியரும் தங்களுடைய உயிர்களை மகிழ்ச்சியாகப் பலி கொடுத்திருந்தனரோ! அவர்கள் அனைவருடைய தியாகங்களுக்கும் ஓர் அர்த்தத்தைக் கொடுக்கும் விதத்தில் மறுநாள் நான் சண்டையிட வேண்டியிருந்தது. என் இதயத்தில் பொங்கிய உணர்ச்சிகளைச் சரியான நேரத்தில் நான் என்னுள் அடக்கிக் கொண்டேன். நான் அப்படிச் செய்திருக்காவிட்டால் என்ன நிகழ்ந்திருக்கும் என்பது எனக்கே தெரியாது.

ஒரு காட்டில் தன் பாதையைத் தவறவிட்ட ஒரு வழிப்போக்கனைப்போல நான் என் வாழ்நாள் முழுவதும் குழப்பத்தில் இருந்து வந்திருந்தேன். இப்போது நான் அந்தக் குழப்பத்திற்கு ஒரு முற்றுப்புள்ளி வைக்க வேண்டியது இன்றியமையாததாக இருந்தது.

அமைதியான, சலமனற்ற ஒரு மனத்துடனும் தெளிவான ஒரு குறிக்கோளுடனும் அன்றிரவு நான் ஆழ்ந்து உறங்கினேன்.

பாகம் ஒன்பது

கிருஷ்ணர்

"அர்ஜுனா, இது சஞ்சலப்படுவதற்கான நேரமல்ல!" - கிருஷ்ணர்

1

போர் ஒருபோதும் இறுதித் தீர்வாக அமையாது என்பதை நான் அறிவேன். எந்தவொரு போரும் சச்சரவுகளையும் பிரச்சனைகளையும் தீர்ப்பதில்லை. உண்மையில், ஒரு போரில் நிகழ்த்தப்படுகின்ற படுகொலைகள், மனிதகுலம் தன்னுடைய மனிதநேயத்தை முற்றிலுமாக இழந்துவிடக்கூடுமோ என்ற ஒரு பெரும் அச்சுறுத்தலை உருவாக்குகின்றன. போர்களின் விளைவாக ஒட்டுமொத்தச் சமுதாயமும் நிலை குலைந்து தரைமட்டமாகும். ஒரு நாட்டின் கலாச்சார அடித்தளங்கள் அழிக்கப்படும். தலைமுறை தலைமுறையாக மனிதகுலம் போற்றி வந்துள்ள வசீகரமான கனவுகள் சுக்குநூறாக நொறுங்கிவிடும் ஆபத்தும் இருக்கிறது. வாழ்வின் மைய நோக்கத்தை நாடி நாம் செல்லும்போது, குழப்பங்களும் சந்தேகங்களும் நம்முடைய மனங்களை ஆட்கொள்ளக்கூடும். ஆனாலும், பாண்டவர்களுக்கும் கௌரவர்களுக்கும் இடையேயான இந்த மாபெரும் யுத்தத்தை நான் தூண்டியிருந்தேன். லட்சக்கணக்கான வீரர்களின் உயிர்களைப் பலி வாங்கக்கூடிய ஒரு மாபெரும் வேள்வியை நான் துவக்கியிருந்தேன். ஒவ்வொரு நபருக்குள்ளும் உறங்கிக் கொண்டிருக்கின்ற கொடிய விஷத்தைக் கட்டவிழ்த்துவிடக்கூடிய ஒரு பிரம்மாண்டமான விளையாட்டை நான் துவக்கியிருந்தேன். பிரபஞ்சத்திற்கு ஆற்றலளிக்கின்ற துகள்களுக்கு இடையே ஒரு மோதலை நான் தூண்டியிருந்தேன். ஏன்? நான் ஒரு கல்நெஞ்சக்காரக் கொலைகாரனா? உலகில் இருந்த அனைத்து உயிரினங்களின் அழிவை நான் விரும்பினேனா? கொடூரமும் அவமரியாதையும் வன்முறையும் தன்னலமும் ஒட்டுமொத்த ஆரியவர்த்தத்தையும் ஆட்கொள்ளும்படி செய்வது என் விருப்பமா? நிச்சயமாக இல்லை.

நான்தான் போர்த் தீயை மூட்டினேன். தன்னுடைய உறவினர்கள்மீதான பாசத்தால் தன் காண்டீபத்தைத் தூக்கி வீசிவிட்டுத் தேரிலிருந்து இறங்கிய அர்ஜுனனை நான்தான் சமாதானப்படுத்தி மீண்டும் சண்டையிட ஒப்புக் கொள்ள வைத்துவிட்டு அவனுடைய நந்திகோசத் தேரில் ஏறி அமர்ந்து அதன் கடிவாளங்களைக் கையிலெடுத்தேன். இந்தப் போரில் நான் ஆயுதம் தாங்கிச் சண்டையிட மாட்டேன் என்று நான் மேற்கொண்ட சபதத்தை, போர் தொடங்கி மூன்றாம் நாளன்றே நான் மீறினேன். ஆனால்

அதைப் பற்றி நான் கவலைப்படவில்லை. நான் ஏன் இதையெல்லாம் செய்தேன்? என் நோக்கம் என்ன? மாசற்ற நடத்தை கொண்ட திரௌபதியை அவமானப்படுத்தியதற்காக துரியோதனனையும் துச்சாதனனையும் தண்டிப்பதற்காகவா? சகுனியின் அரசியல் சூழ்ச்சிகளை ஒட்டுமொத்தமாக வேரறுப்பதற்காகவா? பீஷ்மர் மற்றும் துரோணரின் இனிமையான, ஆனால் எதற்கும் பயனற்ற நடுநிலைமைப் போக்கை வெளிச்சம் போட்டுக் காட்டுவதற்காகவா? திருதராஷ்டிரரின் பார்வையற்றக் கண்களில் உண்மையெனும் களிம்பைப் பூசுவதற்காகவா? தவறாக வழிநடத்தப்பட்டதால் வாழ்க்கைப் பயணத்தில் தன்னைத் தொலைத்து நிரந்தரக் குழப்பத்தில் ஆழ்ந்திருந்த கர்ணனுக்கு சொர்க்கத்தின் பாதையைக் காட்டுவதற்காகவா? நிச்சயமாக இல்லை. இவற்றையெல்லாம் சாதிப்பதற்கு எனக்குப் போரின் உதவி தேவையில்லை. நான் சில சிறப்பு முயற்சிகளை மேற்கொண்டிருந்தால் சிறப்பான விளைவுகள் எனக்குக் கிடைத்திருக்கும். இரண்டு தனி நாடுகளை உருவாக்குவதும் என்னுடைய நோக்கமாக இருக்கவில்லை.

நான் எதிர்கொண்டிருந்த பிரச்சனை மிக எளியது. அது மனிதகுலத்தைப் பற்றியது, உச்சகட்ட மற்றும் நிரந்தர உண்மையைப் பற்றியது, அழிவற்ற ஆன்மாக்களைப் பற்றியது, ஒட்டுமொத்தப் படைப்பைப் பற்றியது.

அழிவற்ற, ஒளிமயமான அகவிழிப்புநிலைதான் வாழ்வின் உச்சகட்ட உண்மை, அதுதான் நிலையான உண்மை. அரண்மனை இன்பங்களில் மூழ்கிக் கிடக்கின்ற ஒருவரால் அதை ஒருபோதும் அனுபவிக்க முடியாது. தூய்மையற்றப் பற்றுக்களைக் கொண்டிருக்கின்ற ஒருவரால் அகவிழிப்புநிலையை ஒருபோதும் அனுபவிக்க முடியாது. நாம் அந்த அனுபவத்தைப் பெற விரும்பினால், இரவைத் தொடர்ந்து பகல் வருவதைப்போல மரணத்தைத் தொடர்ந்து ஜனனம் வருகிறது என்ற உண்மையை நம்முடைய ஒவ்வொரு நாடி நரம்பும் ஆழமாகவும் தெளிவாகவும் உணர்ந்தாக வேண்டும். இதயம், மனம், உடல் ஆகிய அனைத்தும் ஆன்மாவைப் பற்றிய விழிப்புணர்வைப் பெற வேண்டும். அப்போது, எது உண்மை என்பதை மற்றவர்கள் நமக்குக் கூற வேண்டிய தேவையும், நிரூபிக்க வேண்டிய தேவையும் இருக்காது. மாறாக, உண்மை எல்லோரிடத்திலிருந்தும் தானாகவே வெளிப்படும். ஒரு திருவோட்டை ஏந்திக் கொண்டு வீதிவீதியாகச் சென்று யாசிப்பதன் மூலம் முக்தியும் ஞானோதயமும் பெறப்படுவதில்லை. இன்னொருவர் சாப்பிடுவதைப் பார்ப்பதன் மூலம் உங்கள் பசியை உங்களால் போக்கிக் கொள்ள முடியாது. இன்னொருவர் நீரருந்துவதைப் பார்த்து உங்கள் தாகத்தை உங்களால் தணித்துக் கொள்ள முடியாது. அதேபோல, இன்னொருவர் கூறுகின்ற அறிவுரை உங்களுக்கு முக்தியளிக்காது. எங்கெல்லாம் உயிர் இருக்கிறதோ, அங்கெல்லாம் ஆன்மா இருக்கிறது. அது அங்கு தன் முக்திக்காகப் போராடுகிறது. இதை வெளியிலிருந்து உங்களால் பார்க்க முடியாது, ஆனால் எல்லா நேரத்திலும் அந்தப் போராட்டம் நிகழ்ந்து கொண்டிருக்கிறது. சுயவெளிப்பாடுதான் வாழ்வின் பொருளாகும்.

அனைத்து வெளிப்பாடுகளும் நிர்மூலமாவதற்கான சாத்தியக்கூற்றினை மனிதகுலம் எப்போதேனும் எதிர்கொள்ளுகிறது. மறைநூல்களில் கூறப்பட்டுள்ளவற்றையும் நல்லொழுக்கம் தொடர்பான

அறிவுரைகளையும் அடிப்படையான சமூக நியதிகளையும் மீறி, எப்போதும் உலக இன்பங்களில் அது தன்னை மூழ்கடித்துக் கொள்ளும்போது இவ்வாறு நிகழுகிறது. இவ்வுலகைத் தாண்டி வேறொரு தளத்தில் இன்னொரு நுண்ணிய அனுபவம் இருக்கிறது என்பதைப் பார்ப்பதற்கு மனிதகுலத்திற்கு நேரமில்லாமல் போகும்போது அது நிகழுகிறது. பிறகு, போரைத் தவிர வேறு எதுவும் பலனளிப்பதில்லை. அந்த ஒரே காரணத்திற்காகத்தான் நான் இந்தப் போரைத் தூண்டினேன்.

2

பத்து நாட்கள் கடந்திருந்தன. போர்க்களத்தில் லட்சக்கணக்கானோர் தொடர்ந்து கொன்று குவிக்கப்பட்டுக் கொண்டிருந்தனர். போர் ஆரவாரம் குலை நடுங்கச் செய்வதாக இருந்தது. இவற்றையெல்லாம், என் மனங்கவர்ந்த சீடனான அர்ஜுனனின் நந்திகோசத் தேரில் அமர்ந்து, அதில் பூட்டப்பட்டிருந்த தூய வெள்ளைக் குதிரைகளின் கடிவாளங்களைப் பிடித்து அவற்றைப் படையினரிடையே ஓட்டிச் சென்றபடி நான் பார்த்தேன். பாண்டவர்களுக்கு உதவுவதற்காக நான் அவர்களுடைய தேரோட்டியாக ஆகியிருந்தேன். குருச்சேத்திரத்தில் நிகழ்ந்து கொண்டிருந்த படுகொலைகளை நான் கவனித்தபோது, பாண்டவர்கள் வெற்றி பெறவிருந்தனர் என்று நான் உறுதியாக நம்பினேன். ஏனெனில், அர்ஜுனன் உட்படப் பாண்டவர்கள் அனைவருக்கும் மரணதேவனைப்போலக் காட்சியளித்த, ஈடு இணையற்ற ஒரு மாவீரனான கர்ணன், பீஷ்மர் வீழும்வரை தான் போரில் ஈடுபடப் போவதில்லை என்று சூளுரைத்திருந்தான். கௌரவப் படையில் கர்ணனுக்கு இணையான ஒரு தலைவன் இருக்கவில்லை. எனவே, நான் நல்லெண்ணத்துடன் அஸ்தினாபுரத்திற்குச் சென்று, அவனுடைய தெய்விகப் பிறப்பைப் பற்றி அவனிடம் விளக்கியபோது, பாண்டவர்களின் பக்கம் அவனை இழுப்பதற்கு நான் என்னாலான எல்லாவற்றையும் செய்து பார்த்தேன். ஆனால், சுதர்சனச் சக்கரத்தை சுலபமாகப் பயன்படுத்த முடிகின்ற என்னால்கூட, கர்ணனுடைய மன உறுதியை சற்றும் குலைக்க முடியவில்லை. நான் அஸ்தினாபுரத்திலிருந்து திரும்பிச் சென்று கொண்டிருந்தபோது நான் அவனிடம் உண்மையைக் கூறியிருந்தது அவனுடைய மன உறுதியில் சிறிதளவு தாக்கத்தையேனும் ஏற்படுத்துமா என்று நான் யோசித்தேன். ஆனால், அது சாத்தியமற்றதாக இருந்தது. அதே கர்ணன்தான் பீஷ்மர் வீழும்வரை தான் போர்க்களத்திற்குள் அடியெடுத்து வைக்கப் போவதில்லை என்று சபதம் செய்திருந்தான். இந்திரன் தன் மகன் அர்ஜுனனைப் பாதுகாப்பதற்காகத் தந்திரமாகக் கர்ணனின் கவச குண்டலங்களை அவனிடமிருந்து பறித்திருந்தான். "போரில் ஒரு நெருக்கடியான நேரத்தில் பிரம்மாஸ்திரம் உனக்குப் பலனளிக்காது," என்று பரசுராமர் கர்ணனுக்கு ஒரு கடுமையான சாபமிட்டிருந்தார். மகேந்திர மலையில் கர்ணனின் பாணத்தால் கொல்லப்பட்ட ஒரு பசுவுக்கு சொந்தக்காரனான ஒரு பிராமணன், "இதேபோல உன்னுடைய தேர்ச் சக்கரம் இந்த பூமிக்குள் புதைந்து போகும்," என்று சபித்திருந்தான். குந்தி தேவியின் மகன்களில்

நால்வரைத் தான் எந்த விதத்திலும் காயப்படுத்தப் போவதில்லை என்று கர்ணன் குந்திக்கு வாக்குக் கொடுத்திருந்தான். அவன் சூரிய புத்திரனாக இருந்தபோதிலும், முதல் பாண்டவனான கர்ணன் இந்தப் போரில் வகித்தப் பாத்திரமும் நான் இப்போரில் வகித்தப் பாத்திரமும் ஒன்றாக இருந்தது. நாங்கள் இருவருமே தேரோட்டிகளாக இருந்தோம்!

ஆனால் இது முழு உண்மையா?

போரின் பதினோராவது நாள் விடிந்தது. கௌரவர்களின் முக்கோணக் கொடியைப் பறக்கவிட்டபடி, குருதேவர் துரோணர், போர்க்களத்தில் என்னைக் கடுகடுப்புடன் எதிர்கொண்டார். துரோணர்! அவர் அனைத்து ஆயுதங்களையும் கையாளுவதில் வல்லவர், போர்க் கலையில் தலைசிறந்தவர். பீஷ்மர் பத்தாம் நாளன்று வீழ்ந்ததைப் பார்த்தக் கௌரவ வீரர்கள் மனம் தளர்ந்தனர். ஆனால், துரோணர் புதிய முதன்மைத் தளபதியாக நியமிக்கப்பட்டதை அவர்கள் பார்த்தபோது, அவர்கள் மீண்டும் உற்சாகமாக ஒன்றுதிரண்டு போர்க் கூச்சல் எழுப்பினர். அவர்களுடைய கூச்சல் ஒட்டுமொத்தக் குருச்சேத்திரத்தையும் அதிர வைப்பதாக இருந்தது.

துரோணரின் தலைமைத்துவத்தின்கீழ், ஒரு பெரிய தேர்ப்படையின் தலைவனாகக் கர்ணன் இன்றுதான் முதன்முறையாகப் போர்க்களத்திற்குள் நுழைந்தான். பொன் வேலைப்பாடுகளுடன்கூடிய தன்னுடைய ஜைத்ர ரதத்தில் அவன் நிமிர்ந்து நின்ற விதம், இமயத்தில் நெடிதுயர்ந்து நிற்கும் கைலாய மலையை நினைவுபடுத்தியது. அவனுடைய காவிநிறப் போர்க்கொடி அவனுடைய தேரின் உச்சத்தில் பறந்து கொண்டிருந்தது. அது படபடத்த வேகத்தில் அதன் பொற்கம்பமும் சேர்ந்து ஆடியது. கவசம் போர்த்தப்பட்ட உடலோடு இருந்த கர்ணன் சாம்பல் மூடிய அனல் கங்குகளைப்போலத் தகதகத்தான். அவன் தன்னுடைய கவச குண்டலங்களை இழந்திருந்தபோதிலும், ஒரு சாபத்திற்கு ஆளாகியிருந்தபோதிலும், அவன் நெருப்பைப்போலத் தகதகத்தான். கனல் தெறிக்கும் ஒரு தீப்பொறி எவ்வளவு சிறியதாக இருந்தாலும், அது கனல் தெறிக்கும் ஒரு தீப்பொறிதானே? புத்துணர்ச்சியோடும் ஆற்றலோடும் தெம்போடும் களமிறங்கியிருந்த கர்ணனுக்கு எதிராக அர்ஜுனனைக் கொண்டு நிறுத்துவது முட்டாள்தனமான செயலாக இருக்கும் என்பதை நான் அறிந்திருந்தேன். நேற்றிரவு எங்கள் கூடாரத்தில் நடைபெற்ற சந்திப்புக்கூட்டத்தில் தருமன் என்னிடம் ஒரே ஒரு கேள்வியைத்தான் மீண்டும் மீண்டும் கேட்டான். "அந்தத் தேரோட்டியின் மகன் ராதேயனை என்ன செய்வது?" என்பதுதான் அக்கேள்வி. தன் வாழ்நாள் முழுவதும் சொல்லொணா வேதனையைத் தாங்கி வந்திருந்த கர்ணன், ஒவ்வொரு கணமும் அவமானத்திற்கு ஆளாகி வந்திருந்த கர்ணன், போர்க்களத்தில் அர்ஜுனனை எதிர்கொள்ள நேர்ந்தால், ஒரு சூறாவளிக் காற்று எப்படி ஒருசில கணங்களில் ஓர் ஓலைக் குடிசையை சுலபமாகத் தரைமட்டமாக்கிவிடுமோ, அவ்வளவு சுலபமாக அவன் அர்ஜுனனைத் தூள்தூளாக்கிவிடுவான் என்றும், மலை போன்ற உருவம் கொண்ட பீமன் ஒருவனால் மட்டுமே கர்ணனை எதிர்கொள்ள முடியும் என்றும் நான் தருமனுக்கு விளக்கினேன். எனவே, கர்ணனுக்கு எதிராக பீமனை நிறுத்துவதென்று நாங்கள் ஒருமனதாகத் தீர்மானித்தோம். கர்ணன்

எவ்வளவு கடுஞ்சீற்றத்துடன் இருந்தாலும் சரி, குந்தி தேவிக்குத் தான் கொடுத்த வாக்கை அவன் ஒருபோதும் மறக்க மாட்டான். அவன் நிச்சயமாக பீமனைக் கொல்ல மாட்டான். அர்ஜுனனைத் தவிர அவன் வேறு யாரையும் உயிர் போகும் அளவுக்குத் தாக்க மாட்டான். துணிச்சல்மிக்க அந்த மாவீரன் இப்போது விஷப்பல் பிடுங்கப்பட்ட ஒரு பாம்பையும், நகங்களற்ற ஒரு சிங்கத்தையும்போல ஆகியிருந்தான்.

பீஷ்மர் முதன்மைத் தளபதியாகச் செயல்பட்ட நேரத்தில், தேர்ச் சண்டை, பாறை போன்ற பெரிய கற்களை எறிதல், மற்றும் பிற சண்டைகள் மிக ஆக்ரோஷமாக நிகழ்ந்தன. அவற்றில் ஈடுபட்டப் பாண்டவ வீரர்களில் ஐந்து லட்சம் பேர் உயிரிழந்தனர். பீமன், சுவேதன், சாத்தியகி, அர்ஜுனன், திருஷ்டத்யும்னன், யுயுதானன் ஆகியோர் பத்து லட்சம் கௌரவ வீரர்களை எமலோகத்திற்கு அனுப்பி வைத்தனர். ஆனாலும், எண்ணிக்கையில் கௌரவப் படை பாண்டவப் படையை விஞ்சியிருந்தது. கர்ணனையும் துரோணரையும் தலைவர்களாகக் கொண்ட அப்பெரும் படையில் பதினைந்து லட்சம் வீரர்கள் இருந்தனர், எங்களிடம் வெறும் பத்து லட்சம் வீரர்களே இருந்தனர்.

பொழுது விடிந்தது. கர்ணன் தன்னுடைய கனமான, பிரம்மாண்டமான, பொன்னாலான, பலத்த வேலைப்பாடுகளுடன்கூடிய, தோளுயர விஜயதனுசைத் தன் தேரில் வைத்தான். பிறகு அவன் அதை மேலே உயர்த்தி, தன் படையினருக்கு முன்னால் அதை அசைத்தான். குதிரைகளின் கடிவாளங்கள் போன்ற தடிமனான நரம்புகள் தெறிக்க அவன் தன்னுடைய பெரிய, வெண்ணிறச் சங்கான இரணியகர்பாவைக் கையிலெடுத்து அதற்குள் சத்தமாக ஊதினான். அதன் அதிர்வுகள் விண்ணைப் பிளக்கக்கூடிய வகையில் இருந்தன, அவை மற்ற அனைத்தையும் விஞ்சின. ஆயிரம் கதிர்களைக் கொண்ட தன்னுடைய தந்தையான சூரிய பகவானைப் பார்த்துக் கர்ணன் இவ்வாறு அறிவித்ததைப்போல அது இருந்தது: "அம்பு போன்ற கூர்மையான உங்கள் ஒளிக்கதிர்கள் இருளை நிர்மூலமாக்குவதைப்போல, சக்திவாய்ந்த என்னுடைய பல்வேறு அம்புகள் இன்று அர்ஜுனனை அழித்தொழிக்கும்! என்னுடைய போர்க்கொடியில் உள்ள யானைச் சின்னம், அவனுடைய போர்க்கொடியில் உள்ள குரங்குச் சின்னத்தைச் சின்னாபின்னமாக்கும்!" கர்ணன் மீண்டும் தன்னுடைய சங்கை எடுத்து ஊதியபோது அவனுடைய வீரர்கள் உற்சாகமடைந்து வீறு கொண்டு எழுந்தனர். அவன் தன்னுடைய பிரம்மாண்டமான தேர்ப் படையை முன்னோக்கிச் செலுத்தினான். அவனுடைய வெளிர்நீலக் கண்கள் இப்போது கோபத்தில் அடர்நீல நிறத்திற்கு மாறின. துரோணர்தான் முதன்மைத் தளபதி என்பதை மறந்துவிட்டு, மகாரதிகள் அனைவரும் கர்ணனுக்குப் பின்னாலிருந்து, "வெற்றி! வெற்றி! வெற்றி!" என்று கோஷமிட்டனர். அக்கினி வளையங்கள் சூழ்ந்த நிஷாத மலையைப்போலக் காட்சியளித்த அந்த மூத்தப் பாண்டவனைப் பார்த்தபோது, சூரிய பகவானே வேறொரு வடிவமெடுத்து வெள்ளைக் குதிரைகள் பூட்டப்பட்டத் தேரில் எங்களுக்கிடையே தோன்றியிருந்தாரோ என்று எங்களுடைய வீரர்கள் மட்டுமல்லாமல் நான்கூட யோசித்தேன். பௌர்ணமி இரவில் பெருங்கடல்கள் எப்படிச் சீறுமோ, அதேபோலக் கர்ணன் தன் வில்லை உயர்த்திச் சீறினான். பிறகு, ஒரு முதலை எப்படி எளிதாக ஆற்று நீரைக்

கிழித்துக் கொண்டு வேகமாக நீந்திச் செல்லுமோ, அதேபோல அவன் மின்னல் வேகத்தில் பாண்டவப் படையினுள் புகுந்தான். கோபத்தில் சிவந்திருந்த அவனுடைய கண்கள் அர்ஜுனனின் போர்க்கொடியைத் தேடின. ஆனால் ஒவ்வொரு முறையும் பீமன் அர்ஜுனனுக்கு முன்னால் வந்து நின்று அவனைப் பாதுகாத்தான். நான் அர்ஜுனனின் தேரை லாவகமாகச் செலுத்தி, கர்ணனிடமிருந்து விலகிச் சென்று துரோணரின் முன்னால் கொண்டு நிறுத்தினேன்.

கர்ணனும் பீமனும் இப்போது ஒருவரையொருவர் எதிர்கொண்டு நின்றனர். திக்விஜயப் பயணம் மேற்கொண்டு ஒட்டுமொத்த ஆரியவர்த்தத்தையும் தனக்கு அடிபணிய வைத்தவன் கர்ணன். மலை போன்ற உடல்களைக் கொண்ட ஜராசந்தன், பகாசுரன், இடிம்பன் போன்ற எதிரிகளைக் கொன்றவன் பீமன். இப்போது அவர்கள் இருவரும் ஒருவரையொருவர் தங்கள் பார்வையால் எடை போட்டனர். பிறகு, மதம் பிடித்த இரண்டு யானைகளைப்போல அவர்கள் மோதினர். ரத்தத்தை உறைய வைக்கவிருந்த கடுமையான சண்டை இப்போது தொடங்கியது. அம்புகள் ஒன்றோடொன்று மோதின. விரைவில் ஒட்டுமொத்த வானத்தையும் அம்புகள் சூழ்ந்தன. கர்ணனின் வில்லிலிருந்து சீறிப் பாய்ந்த அம்புகள் பீமனின் வீரர்களைத் துவம்சம் செய்தன. கூடவே, பாண்டவர்களின் பக்கம் போரிட்ட நேச நாடுகளான விராடம், மத்சயம், பாஞ்சாலம் ஆகியவற்றின் வீரர்களில் எண்ணற்றோரும் கர்ணனின் அம்புகளுக்கு பலியாயினர். நண்பகல் சூரியன் பாலைவன மணற்துகள்களைச் சுட்டெரிப்பதைப்போலக் கர்ணனுடைய அம்புகள் பாண்டவப் படையினரை ஆட்கொண்டன. கர்ணன் எய்த சரமாரியான அம்புகளால் துன்பத்திற்கு ஆளான பீமன், கர்ணனை எதிர்த்துத் தாக்குவதற்காக, பீப்பாய்ப் பீப்பாயாக மதுவைக் குடித்துத் தனக்குத் தானே வெறியேற்றலானான். பிறகு தன்னுடைய கண்களை உருட்டிக் கொண்டு, கோபத்துடன் தன் வில்லை எடுத்து அடுத்தடுத்து அம்புகளை எய்து, கர்ணனுடைய வில்லின் நாணை எட்டு முறை அறுத்தான். ஐந்து முறை அவன் கர்ணனை அவனுடைய தேரிலிருந்து கீழே தள்ளினான். அடுத்து, கர்ணனின் தேரோட்டியான சத்தியசேனனை அவன் தாக்கி, அவனையும் கீழே தள்ளினான். கர்ணன் தன்னுடைய அம்பை வீசி எறிந்துவிட்டு, நடுங்கிக் கொண்டிருந்த சத்தியசேனனின் தலையை வருடிக் கொடுத்து, "சத்தியசேனா! சத்தியசேனா!" என்று அழைத்தபடி அவனை மீட்டெடுக்க முயற்சித்தான். ஆனால், சத்தியசேனன் செயலிழந்தான். ஆனாலும் கர்ணன் தன் தாயார் குந்திக்குக் கொடுத்த வாக்கை மனத்தில் இருத்தியபடி தொடர்ந்து போரிட்டான். இதனால் அவன் பீமனைத் தாக்காமல், அவனுடைய தாக்குதலிலிருந்து தன்னைத் தற்காத்துக் கொள்ளும் விதமாக மட்டுமே சண்டையிட்டான். ஆனால் மதுவின் தாக்கத்தால் ஒரு கடுமையான சூறாவளியைப்போல பீமன் மாறியபோது கர்ணனால் தன்னைக் கட்டுப்படுத்திக் கொள்ள முடியவில்லை. அவனுடைய நீலநிறக் கண்கள் இப்போது கோபத்தில் செந்நிறத்திற்கு மாறின. அவன் மீண்டும் தன் தேரில் ஏறி, தன் முன்னால் வந்த எவரொருவரையும் தாக்கி வீழ்த்திக் கொண்டே பீமன்மீது சரமாரியாக அம்புகளை எய்தான். ஒருசில கணங்களில் பீமன் தன் தேரிலிருந்து கீழே சரிந்தான். அவன் விழுந்த

வேகத்தில் அந்த ஒட்டுமொத்தப் போர்க்களமும் அதிர்ந்தது. பீமனின் உடல் முழுவதிலும் கூர்மையான அம்புகள் குத்திட்டு நின்றன. அவன் தன்னினைவு இழந்தான்.

கர்ணனின் கண்களில் வெற்றிக் களிப்பு வெளிப்படையாகத் தெரிந்தது. அவன் தன் தேரிலிருந்து கீழே குதித்து பீமனை நோக்கி வேகமாக ஓடினான். அவனைத் தடுத்து நிறுத்தும் சக்தி அங்கு யாருக்கும் இருக்கவில்லை.

பீமனுக்கு விரைவில் சுயநினைவு திரும்பியது. அவன் தன்னுடைய ரத்தச் சிவப்புக் கண்களைச் சிமிட்டியபடி எழுந்து உட்கார முயற்சித்தான். கர்ணன் தன்னுடைய வில்லின் நாணை ஒரு தூக்குக் கயிறுபோல பீமனின் கழுத்தைச் சுற்றி மாட்டி அதை இறுக்கினான். முன்பொரு நேரத்தில் அஸ்தினாபுரத்தின் போட்டியரங்கில் பீமன் எந்தக் கர்ணனை 'சூத புத்திரன்' என்று இகழ்ந்திருந்தானோ, அதே கர்ணன் இப்போது அவனை எள்ளி நகையாடினான்: "கர்வம் கொண்ட அற்பனே! நான் இப்போது உன்னுடைய முதுகை என் சாட்டையால் விளாசட்டுமா? உனக்கு உன் உயிர்மீது ஆசையிருந்தால் உடனே இங்கிருந்து ஓடிப் போய்விடு! என் பார்வையில் படாமல் ஓடிவிடு! ஏராளமான பதார்த்தங்கள் சமைத்து வைக்கப்பட்டிருக்கின்ற ஒரு சமையலறைக்குப் போய் மூக்கு முட்டச் சாப்பிடு. நீ இருக்க வேண்டிய இடம் அதுதான். இனியொரு முறை இந்தக் கர்ணனை எதிர்கொள்ளத் துணியாதே! போ! ஓடு!"

அவமானத்தால் தலை கவிழ்ந்த பீமன், விசாலமான இதயம் படைத்தக் கர்ணன் அளித்த உயிர்ப் பிச்சையை ஏற்றுக் கொண்டு அங்கிருந்து வெளியேறினான். பீமனின் கர்வத்திற்கு விழுந்திருந்த பலமான முதல் அடி அது.

அன்று துரியோதனனின் சகோதரர்களான துர்முகன், துர்ஜயன், விகர்ணன் ஆகியோரை பீமன் கொன்றிருந்தான். அவர்களுடைய சடலங்களைப் போர்க்களத்திலிருந்து எடுத்துச் செல்லுவதற்குக் கௌரவ வீரர்கள் மிகவும் சிரமப்பட வேண்டியிருந்தது. பீமன் விகர்ணனைக் கொல்லவிருந்த நேரத்தில், திரௌபதி துகிலுரியப்பட்டக் காட்சி பீமனின் கண்களுக்கு முன்னே நிழலாடியது. அவன் தன் தேரிலிருந்து இறங்கி, தன் கிரீடத்தைக் கழற்றித் தன் கையில் வைத்துக் கொண்டு, விகர்ணனின் சடலத்திற்கு அஞ்சலி செலுத்தினான். கர்ணனுடைய அசாதாரணமான திறமைகளையும் சாதனைகளையும் கண்டு கலக்கம் கொண்ட தருமன், போரை முடிவுக்குக் கொண்டு வருவதற்கான பேச்சுவார்த்தைகளைத் துவக்கத் தயாராக இருந்தான். பீமனின் அகங்காரம் அடங்கியதோடு அன்றைய நாளின் சண்டை முடிவுற்றது. அன்றிரவு தருமனால் தூங்க முடியவில்லை. பன்னிரண்டாம் நாளன்று, உத்திகளை வகுப்பதில் கைதேர்ந்தவரான துரோணர், தன்னுடைய படையைச் சங்கு வடிவில் ஒழுங்கமைத்து, துவக்கத்திலிருந்தே தன்னுடைய வீரர்களை உற்சாகமாக முன்னின்று வழிநடத்தினார். சேகிதானன், திருதசேனன், புருஜிதன், யுகந்தரன், துவஜகேது, வீரகேது, விருகன், சங்கன், மணிமானன், சுசித்திரன், அன்சுமன், அரசர் துருபதன் ஆகியோரை துரோணர் எமலோகத்திற்கு அனுப்பினார். அவர் அர்ஜுனன்மீது மிகுந்த அன்பு கொண்டிருந்ததால், அவனோடு அவர் அரைகுறை மனத்துடன்தான்

சண்டையிட்டார். அவருடைய உற்சாகம் பிரமிக்கத்தக்கதாக இருந்தது. என்னதான் இருந்தாலும் அன்பு ஒரு பலவீனமான உணர்வுதான்.

அசலன், உக்கிரமன்யு, தீர்காயு, வஷ்டன், சௌஸ்ருதி, மற்றும் பல பிரபலமான மகாரதிகளை அர்ஜுனன் வெற்றிகரமாக அவர்களுடைய தேர்களிலிருந்து கீழே தள்ளினான். சாத்தியகி அசுவத்தாமனையும் துச்சாதனனையும் சகுனியையும் எதிர்கொண்டான். இரண்டு பெரிய பாறைகள் ஒன்றோடொன்று மோதும்போது அவற்றுக்கு இடையே ஊர்ந்து கொண்டிருக்கின்ற எண்ணற்ற எறும்புக் கூட்டங்களும் பிற பூச்சிகளும் நசுங்குவதைப்போல, பாண்டவப் படையையும் கௌரவப் படையையும் சேர்ந்த எண்ணற்ற வீரர்கள் போர்க்களத்தில் உயிர் நீத்தனர். யானைகள் மற்றும் குதிரைகளிடம் மிதிபட்டும் தேர்ச் சக்கரங்களுக்கு அடியில் சிக்கியும் வேதனையில் அலறியபடி எண்ணற்றோர் உயிரிழந்தனர். யானைகளின் அறுபட்டத் தும்பிக்கைகளும் மனிதக் கைகளும் கால்களும் மகுடங்களுடன்கூடிய தலைகளும் அப்போர்க்களத்தில் குவியல் குவியலாகக் கிடந்தன.

கோபத்தில் கொந்தளித்துக் கொண்டிருக்கும் ஒரு சிங்கம் தன் எதிரியைத் தேடிக் காட்டில் திரிவதைப்போல, கர்ணன் அர்ஜுனனைத் தேடி அப்போர்க்களம் நெடுகிலும் சுற்றித் திரிந்தான். ஆனால் அர்ஜுனனின் தேரின் கடிவாளங்கள் என் கையில் இருந்தன. கர்ணனுடைய போர்க்கொடியின்மீது எப்போதும் ஒரு கண் வைத்திருந்த நான், கர்ணன் இருந்த திசைக்கு எதிர்த்திசையில் சாமர்த்தியமாக எங்கள் தேரைத் திருப்பி அவனிடமிருந்து விலகிச் சென்றேன். பீமனின் உயிரைக் கர்ணன் விட்டுகொடுத்த விதத்தைக் கண்ட எவரொருவராலும் கர்ணனின் போர்த்திறமையை சுலபமாகப் பார்த்திருக்க முடியும். அர்ஜுனனைத் தன்னால் கண்டுபிடிக்க முடியாததால் விரக்தியடைந்த அவன், தன்னுடைய கடுங்கோபத்தை தருமன்மீதும் நகுலன்மீதும் சகாதேவன்மீதும் கட்டவிழ்த்துவிட்டான். அவன் மீண்டும் மீண்டும் அவர்கள் மூவரையும் அவர்களுடைய தேர்களிலிருந்து கீழே தள்ளி, தன்னுடைய வில்லால் அவர்களுடைய குரல்வளையை இறுக்கி, தன் கண்களில் கோபம் கொப்பளிக்க, "என் மகன் சுதாமனையும் என் தம்பி ஷோனையும் கொன்ற அந்தக் கொடிய விஷப் பாம்பான அர்ஜுனன் எங்கே? சொல்! சொல்!" என்று கத்தினான். ஆனால் தங்கள் தேர்களை இழந்து அவமானத்தில் கூனிக் குறுகிக் கிடந்த அந்தப் பாண்டவர்கள் மூவரும், ஒரு வார்த்தைகூடப் பேசாமல் அங்கிருந்து சென்றனர். ராஜமாதா குந்தி தேவிக்குத் தான் கொடுத்திருந்த வாக்கிற்குக் கட்டுப்பட்டு அவர்களைக் கொல்லாமல் விட்ட சூரிய புத்திரன் கர்ணன், தன் கோபத்தைத் திசை திருப்பி, பாஞ்சாலம், விராடம், மத்சயம், ராட்சசம் மற்றும் பல நாடுகளின் படைகளைத் துவம்சம் செய்தான். அவன் அவர்களுடைய கழுத்துக்களைத் தன் அம்புகளால் கொய்தபடி அப்போர்க்களத்தின் ஊடாக மின்னல் வேகத்தில் ஊடுருவினான். ஒரு சமயம், அவன் தருமனை நினைவிழக்கச் செய்து, அவனுடைய தேரை வெகுதூரம் தூக்கி வீசினான். பாண்டவ வீரர்கள் தருமனை அங்கிருந்து தூக்கிச் சென்று அவனை மீட்டனர். இத்தனை ஆண்டுகளாக அவன் தன்னுள் அடக்கி வைத்திருந்த கோபம் முழுவதையும் அன்று அந்தப் போர்க்களத்தில் தன் எதிரிகள் அத்தனைப் பேர்மீதும் அவன்

கட்டவிழ்த்துவிட்டான். அவன் ஒரு நடமாடும் அழிவாற்றலைப்போலச் சுற்றி வந்தான். யாராலும் அவனை எதிர்த்துச் சமாளிக்க முடியவில்லை. பன்னிரண்டாம் நாள் இவ்விதமாகக் கழிந்தது. அப்போர்க்களம் முழுவதும் சடலங்களால் நிரம்பி வழிந்ததால், சண்டையிடுவதற்கு தினமும் வேறொரு இடம் தேர்ந்தெடுக்கப்பட வேண்டியிருந்தது.

இத்தனை நாட்களுக்குப் பிறகும் ஐந்து பாண்டவர்களில் ஒருவன்கூட இறந்திருக்காததைக் கண்ட துரியோதனன், அன்றிரவு தன்னுடைய இங்கிதத்தையும் மரபையும் கைவிட்டுவிட்டு, முதன்மைத் தளபதியான துரோணரைப் பற்றித் தரக்குறைவாகப் பேசி அவரைச் சிறுமைப்படுத்தினான். "பன்னிரண்டு நாட்கள் கடந்துவிட்டன. நம்முடைய வீரர்களில் பன்னிரண்டு லட்சம் பேர் மாண்டுள்ளனர், ஆனால் ஒரு பாண்டவன்கூட மடியவில்லை! பீமன் என்னுடைய சகோதரர்களில் இருபத்து நான்கு பேரைக் கொன்றுள்ளான், ஆனால் ஒரு பாண்டவன்கூடச் சாகவில்லை! இது ஒரு போரா அல்லது பாண்டவப் படைக்கு அளிக்கப்படும் ஒரு மாபெரும் விருந்தா? குருதேவர் துரோணர் அவர்களே, என்ன காரணத்திற்காகவோ உங்களுடைய அம்பால் பாண்டவர்களைக் கொல்ல முடியவில்லை என்றால், கௌரவர்களின் போர்க்கொடியை உங்கள் தேரிலிருந்து கழற்றி நாளைக்குக் கர்ணனின் தேரில் கட்டிவிடுங்கள்." துரியோதனனுடைய ஒவ்வொரு வார்த்தையும் துரோணரின் இதயத்தைக் குத்திக் கிழித்தது. போர்க்கலையையும் ஆயுதங்களைத் திறமையாகப் பயன்படுத்தும் முறையையும் பாண்டவர்களுக்கும் கௌரவர்களுக்கும் கற்றுக் கொடுத்தவர் அவர்தான். ஆனால் அவர்களில் ஒருவன்கூட அவருடைய உணர்வுகள்மீது அக்கறை காட்டவில்லை. தன் கட்டைவிரலை அறுத்து குருதட்சணையாகக் கொடுத்த, நிஷாத மலையைச் சேர்ந்த பழங்குடியினனான ஏகலைவன் மட்டுமே துரோணரின் ஒரே உண்மையான சீடன் என்பதைக் காலம் இப்போது நிரூபித்திருந்தது. அர்ப்பணிப்பும் தியாகமும் சமூக நியதிகளைவிட எப்போதும் மேன்மையானவையாக இருக்கின்றன.

துரோணர் ஒரு முடிவுக்கு வந்தவராக, ஓர் உறுதியான மனத்துடன் தன் இருக்கையிலிருந்து எழுந்தார். அவர் எழுந்த வேகத்தில் அவருடைய வெண்ணிறத் தாடி குலுங்கியது.

"என் திறன்மீது சந்தேகம் கொண்டுள்ள துரியோதனனுக்கு நான் இப்போது ஒரு வாக்குக் கொடுக்கிறேன்: நாளைக்கு நான் அமைக்கவிருக்கும் சக்ரவியூகத்தில் சிக்கி ஒரு பாண்டவனாவது இறக்காமல் சூரியன் அஸ்தமிக்காது," என்று கூறிவிட்டு அவர் அந்தக் கூடாரத்திலிருந்து வேகமாக வெளியேறினார்.

3

துரியோதனன் நடத்திய கூட்டத்தில் துல்லியமாக என்ன நிகழ்ந்தது என்பதை எங்கள் ஒற்றன் எங்களிடம் தெரிவித்தான். சக்ரவியூகம்! அர்ஜுனனும் மற்றவர்களும் அதைக் கேட்டுக் கவலை கொண்டனர். ஏனெனில், மிக நுட்பமான வியூகம் அது. அந்த

வியூகத்தைக் கையாளுவதற்கு நாளைக்கு யார் முதன்மைத் தளபதியாக நியமிக்கப்பட வேண்டும்? சக்ரவியூகத்தை ஊடுருவிச் செல்லுவதற்கான திறன் பாண்டவர்கள் ஐவரில் யாருக்கு இருந்தது? கலக்கமடைந்திருந்த அவர்கள் கூறியவற்றை நான் மௌனமாகச் செவிமடுத்தேன். பீமன் முதன்மைத் தளபதியாக நியமிக்கப்பட வேண்டும் என்று எல்லோரும் கூறினர். பீமன் ஒரு திறமையான வீரன்தான், ஆனால் சக்ரவியூகத்தை ஊடுருவும் வகையைச் சேர்ந்தவன் அல்லன் அவன். சுபத்திரையின் மகனான அபிமன்யுவை எங்கள் கூடாரத்திற்கு அழைத்து வரும்படி நான் ஒரு சேவகனைப் பணித்தேன். அபிமன்யு எங்கள் கூடாரத்திற்குள் நுழைந்த மறுகணம், "அபி!" என்று நான் அவனை அழைத்தேன். நான் அவனை 'அபிமன்யு' என்று அழைக்காமல், பாசத்தோடு 'அபி' என்று அழைத்ததிலிருந்து, ஏதோ சிறப்பான ஒரு செய்தியைச் சொல்லவே நான் அவனை அங்கு வரவழைத்திருந்தேன் என்பதை அவன் உடனடியாக உணர்ந்து கொண்டான். அவன் அழகாகப் புன்னகைத்தபடி என்னை நோக்கி வந்து, வழக்கம்போல என்னைப் பணிந்து வணங்கிவிட்டு, "சொல்லுங்கள், மாமா. என்ன விஷயம்?" என்று கேட்டான்.

அவனுடைய பணிவும் பக்குவமான நடத்தையும் என்னை வியக்க வைத்தன. அவனுடைய உடலில் யாதவர்களின் ரத்தமும் பாண்டவர்களின் ரத்தமும் ஓடியது என்பதற்கான உறுதியான அறிகுறிகள் அவை. பதினாறு வயதே நிரம்பிய ஓர் இளைஞன் அவன். அவனுக்குத் திருமணமாகி ஓராண்டுதான் ஆகியிருந்தது. அவனுடைய வயதையும் அவனுடைய குணாம்சங்களையும் கருத்தில் கொண்டபோது என் மனம் குழப்பமடைந்தது. இவனையா நாளைய யுத்தத்தில் நாங்கள் பணயம் வைக்கவிருந்தோம்? அவனிடம் என்ன சொல்லுவதென்று தெரியாமல் நான் தடுமாறினேன்.

நாங்கள் எல்லோரும் அமைதியாக இருந்ததைப் பார்த்துவிட்டு, "ஏன் எல்லோரும் மௌனமாக இருக்கிறீர்கள்? என்ன பிரச்சனை?" என்று அபிமன்யு கேட்டான்.

"யாராலும் ஊடுருவ முடியாத சக்ரவியூகத்தை குருதேவர் துரோணர் நாளைக்கு அமைக்கவிருக்கிறார். அதை ஊடுருவுவதற்கு..."

என்னால் அவனிடம் வெளிப்படையாகப் பேச முடியவில்லை. கருத்தரித்திருந்த அவனுடைய மனைவி உத்தரையின் இனிய முகம் என் கண்களுக்கு முன்னால் நிழலாடிக் கொண்டே இருந்தது.

"சக்ரவியூகத்தை ஊடுருவுவதற்கான பொறுப்பு என்னுடையது என்றால், அதை நான் ஒரு கௌரவமாகக் கருதுவேன். உங்கள் எல்லோருடைய ஆசீர்வாதத்துடன் நான் அதை மகிழ்ச்சியாக ஏற்றுக் கொள்ளுகிறேன்," என்று கூறி அவன் எல்லோரையும் வணங்கிவிட்டு அங்கிருந்து வெளியேறினான். அவனுடைய நடை, யமுனையில் நீராடிவிட்டுக் கரையேறுகின்ற ஒரு குதிரையின் ஒய்யாரமான நடையை ஒத்திருந்தது. அவன் வெளியேறிய பிறகு எல்லோரும் வருத்தத்தில் மூழ்கினர், எல்லோருக்கும் தொண்டை அடைத்தது. போர்க்களத்தில் அபிமன்யுதான் வயதில் மிகவும் இளையவனாக இருப்பான் என்ற உண்மை எல்லோரையும் கவலை கொள்ளச் செய்தது.

பதின்மூன்றாம் நாள் விடிந்தது. சூரியன் உதயமான மறுகணம், துரோணர் தன் கூடாரத்திலிருந்து வெளியே வந்து, சக்ரவியூக

முறையில் நிற்கும்படி தன்னுடைய படையினருக்குக் கட்டளையிட்டார். தன்னுடைய குகையின் வாசலில் நிற்கின்ற ஒரு சிங்கத்தைப்போல அவர் தன் படையினரின் முன்னால் தலைமை தாங்கி நின்றார்.

இன்னோர் அர்ஜுனன்போலவே தோன்றிய அபிமன்யு தன்னுடைய சங்கை எடுத்துச் சத்தமாக ஊதி, தான் தலைமை ஏற்றிருந்ததை அறிவித்தான். பாண்டவப் படை அணிவகுத்துப் போர்க்களத்திற்குள் நுழைந்தது. அபிமன்யுவைப் பாதுகாக்கும் பொறுப்பு பீமன், நகுலன், சகாதேவன் மற்றும் தருமனிடம் ஒப்படைக்கப்பட்டிருந்தது.

அபிமன்யுவின் படையினர் துரோணரின் சக்ரவியூகத்தை மெல்ல மெல்ல, ஆனால் சீராக ஊடுருவிச் சென்றனர். துரோணர், சகுனி, துச்சாதனன், கிருதவர்மன், கிருபர், அசுவத்தாமன், துரியோதனன் மற்றும் பலரை அவன் தாக்கிக் காயப்படுதிவிட்டு, கௌரவப் படையைக் கதிகலங்கச் செய்தான். பீமன் அவனுக்குப் பின்னால் நெருக்கமாகச் சென்றான். ஆனால் அவனுக்கும் அபிமன்யுவுக்கும் இடையேயான இடைவெளி அதிகரித்துக் கொண்டே போயிற்று. உற்சாகத்தோடும் தன் சொந்தப் பாதுகாப்பைப் பற்றிய கவலையின்றியும் அபிமன்யு தொடர்ந்து முன்னேறிச் சென்றான். அவன் ஒருமுறைகூடப் பின்னால் திரும்பிப் பார்க்கவில்லை. ஓர் அம்பின் வேகத்தில் சக்ரவியூகத்தை முற்றிலுமாக ஊடுருவி அதன் மையப் பகுதிக்குப் போய்ச் சேருவதுதான் அவனுடைய ஒரே இலக்காக இருந்தது. அவன் ஆயிரக்கணக்கான தேர்ப் படையினரையும் யானைப் படையினரையும் குதிரைப் படையினரையும் காலாட்படையினரையும் கொன்றுவிட்டு, ஏழு வளையப் பாதுகாப்பு அரணைத் தனியொருவனாகத் தகர்த்து, எட்டாவது அரணின் மையத்தில் போய் நின்றான். சத்ருஞ்சயன், தட்சகன், சத்தியசிரவசு, சந்திரகேது, ஜயத்சேனன் மற்றும் பலரை அவன் தனியொருவனாக எதிர்த்து நின்று, அவர்களை அவர்களுடைய தேர்களிலிருந்து கீழே தள்ளினான். மாலைப் பொழுது நெருங்கிக் கொண்டிருந்தது. ஆனால், பின்வாங்குவதற்கான எந்த அறிகுறியும் அபிமன்யுவிடம் தெரியாததால் சண்டை வலுத்தது. கடந்த பன்னிரண்டு நாட்களில் இவ்வளவு பயங்கரமான சண்டை ஒருபோதும் நிகழ்ந்திருக்கவில்லை. துரோணர், கிருபர், கிருதவர்மன், அசுவத்தாமன், பிருதபலன், கர்ணன் ஆகிய ஆறு மகாரதிகள் ஒன்றுசேர்ந்து அபிமன்யுவின்மீது தாக்குதல் நடத்தி, அவனைச் சக்ரவியூகத்தின் நடுவில் தனிமைப்படுத்தினர். ஆமாம், கர்ணனும் அவர்களுக்கிடையே இருந்தான். அர்ஜுனன் குறித்து நெடுங்காலமாக அவன் தன்னுள் துடிப்போடு வைத்திருந்த வெறுப்பும் கடுஞ்சினமும் அவனை எவ்வளவு தூரம் வேண்டுமானாலும் கொண்டு செல்லக்கூடும். ஆனால் அபிமன்யு சரணடைய மறுத்தான். இறுதியில், துரியோதனனின் மகன் லட்சுமணனுக்கும் அர்ஜுனனின் மகன் அபிமன்யுவுக்கும் இடையே ஒரு கடுமையான கதாயுதச் சண்டை நிகழ்ந்தது. இருவருமே ஒருவரையொருவர் தொடர்ந்து பலமாகத் தாக்கியதில், சிறிது நேரத்தில் இருவரும் தன்னினைவு இழந்து கீழே விழுந்தனர். ஆனால் விரைவில் லட்சுமணனுக்குத் தன்னினைவு திரும்பியது. அவன் ஒரு கணம்கூட யோசிக்காமல் தன்னுடைய கதாயுதத்தால் அபிமன்யுவின் தலையின்மீது ஓங்கி அடித்து அதைக் கூழாக்கினான். அபிமன்யு இறப்பதற்கு முன்பு, வருத்தம் தோய்ந்த ஒரு

குரலில், "பீமா சிற்றப்பா! பீமா சிற்றப்பா!" என்று கூக்குரலிட்டான். அவனுடைய அழைப்பைக் கேட்டபோது, கல்நெஞ்சம் படைத்த வீரர்கள் பலருடைய இதயங்கள்கூட உருகின. ஜயத்ரதன் மட்டும் இறுமாப்புடன் முன்னால் வந்து, அபிமன்யு உண்மையிலேயே இறந்துவிட்டானா இல்லையா என்று பார்ப்பதற்காக, குப்புறக் கிடந்த அபிமன்யுவின் சடலத்தைத் தன் காலால் எட்டி உதைத்தான். லட்சுமணனின் அடியால் முற்றிலுமாகச் சிதைந்து கூழாகிப் போயிருந்த அபிமன்யுவின் தலை மண்ணோடு கலந்து கிடந்தது; அவனுடைய உடல் மட்டுமே திரும்பியது.

ஜயத்ரதனின் காட்டுமிராண்டித்தனமான நடத்தையைப் பற்றி அர்ஜுனன் கேள்விப்பட்டபோது, அவன் தன் பெரிய கண்களை உருட்டி, தன்னுடைய காண்டீபத்தை உயர்த்தி, "நாளைக்கு சூரியன் அஸ்தமனமாவதற்குள், என் அன்புக்குரிய மகனின் உடலைத் தன் காலால் எட்டி உதைக்கத் துணிந்த அந்த ஜயத்ரதனை நான் எமலோகத்திற்கு அனுப்புவேன். நான் அவ்வாறு செய்யத் தவறினால், நான் தீக்குளித்து சொர்க்கத்தை அடைந்து அங்கு என் மகனை உச்சி முகருவேன்," என்று சூளுரைத்தான்.

அர்ஜுனன் அழுதபடியே தன் மகன் அபிமன்யுவைச் சுற்றி வந்து அவனுக்கு அஞ்சலி செலுத்தினான். போரின் பதின்மூன்றாம் நாள் இவ்வாறு நிறைவுற்றது. அந்தப் பதின்மூன்று நாட்களில் குருச்சேத்திரத்தின் பதின்மூன்று பகுதிகள் கொடூரமான போர்க்களங்களாக ஆகியிருந்தன. அந்த ஒட்டுமொத்தக் களமும் ஓர் எலும்புக் கிடங்காக ஆகியிருந்தது.

அன்றிரவு நான் யாரையும் என் கூடாரத்திற்குள் அனுமதிக்கவில்லை. மாறாக, நான் ஒரு சோதிடரை வரவழைத்தேன். குனிந்த தலை நிமிராமல் அவர் மணிக்கணக்கில் பலவற்றைக் கணக்கிட்டுவிட்டு, இறுதியில் நள்ளிரவில் தன் தலையை நிமிர்த்தினார். பிறகு, அவர் தன்னுடைய தலைப்பாகையைச் சரி செய்துவிட்டு, "யாதவ அரசே! நாளை மதியம் முழுமையான சூரியக் கிரகணம் வருகிறது," என்று கூறினார். நான் என்னுடைய முத்துமாலையைக் கழற்றி அவரிடம் வீசிவிட்டு, அஸ்தினாபுரத்திற்குத் திரும்பிச் செல்லும்படி அவருக்கு அறிவுறுத்தினேன். அவர் உடனடியாக அந்தக் காரிருளில் மாயமாய் மறைந்தார்.

போரின் பதினான்காம் நாள் விடிந்தது. மதியம்வரை அர்ஜுனனின் தேரை நான் கௌரவப் படையினரிடையே தொடர்ந்து ஓட்டிச் சென்றபோதிலும், ஜயத்ரதனை என்னால் கண்டுபிடிக்க முடியவில்லை. அவன் குருச்சேத்திரத்திற்குள் அடியெடுத்து வைக்கக்கூடக் கௌரவர்கள் அவனை அனுமதித்திருக்கவில்லை. அவன் ஒரு கூடாரத்திற்குள் பதுங்கியிருந்தான். திறமையான, ஆயிரக்கணக்கான வீரர்கள் அந்தக் கூடாரத்தைச் சுற்றிக் காவல் இருந்தனர். ஜயத்ரதன்மீது கை வைக்க முடியாததால் ஆத்திரமடைந்திருந்த அர்ஜுனன், நியதாயு, மித்திரதேவன், தண்டதரன், மற்றும் எண்ணற்றக் கௌரவ வீரர்களைத் தாக்கிச் சாய்த்தான். பிறகு "ஜயத்ரதன் எங்கே? ஜயத்ரதன் எங்கே?" என்று கத்திக் கொண்டே போர்க்களம் நெடுகிலும் மின்னல் வேகத்தில் தன் அம்புகளை விடுவித்தான். போரில் மும்முரமாக இருந்த வீரர்கள், மதிய

நேரத்தில் ஏன் வானம் இவ்வளவு இருண்டிருந்தது என்று திகைத்தனர்.

விரைவில் முழுமையான சூரியக் கிரகணம் ஏற்பட்டது. எல்லா இடங்களிலும் அடர்த்தியான இருள் சூழ்ந்தது. பறவைகள் கத்திக் கொண்டே கூட்டங்கூட்டமாகத் தம்முடைய கூடுகளை நோக்கி வேகமாகப் பறந்து கொண்டிருந்தன. குருச்சேத்திரத்தைச் சுற்றிலும் நூற்றுக்கணக்கான தீப்பந்தங்கள் திடீரென்று முளைத்தன. அன்றைய நாள் முடிந்துவிட்டிருந்ததாகவும் சூரியன் அஸ்தமனமாகியிருந்ததாகவும் எல்லோரும் நினைத்தனர்.

அர்ஜுனன் தன் சபதத்தை நிறைவேற்றத் தவறியிருந்தான். பாண்டவர்களும் கௌரவர்களும் தெளிவாகப் பார்க்கக்கூடிய விதத்தில் போர்க்களத்தின் நடுவே ஒரு மேட்டின்மீது அவனுக்காக ஒரு பிரம்மாண்டமான சிதை உருவாக்கப்பட்டது. அவமானம் மேலிட, கண்ணீர் மல்க அவன் எனக்கும், தருமனுக்கும், பீமனுக்கும், தன் முதிய தாயாருக்கும் தன் இறுதி வணக்கத்தைத் தெரிவித்தான். பிறகு, அவன் தன் காண்டீபத்தையும் அம்பறாத்தூணியையும் தன் கைகளில் ஏந்திக் கொண்டு அந்த மேட்டின்மீது ஏறி, அவமானத்தில் தலை குனிந்து நின்றபடி, தன்னுடைய இரண்டு கைகளையும் கூப்பி, தன் கண்களை மூடி, மெதுவாக காயத்திரி மந்திரத்தைக் கூறலானான். அவன் அதைச் சொல்லி முடித்துவிட்டுச் சிதைக்குள் நுழைந்து தன் உயிரைத் துறக்கத் தயாரானான். ஒரு சேவகன், நடுங்கும் கைகளோடு ஒரு தீப்பந்தத்தைக் கொண்டு அந்தச் சிதையை மூட்டினான். என் கண்கள் ஜயத்ரதனைத் தீவிரமாகத் தேடின. திடீரென்று, அவன் தன் தலையைச் சுற்றி ஒரு முக்காடு அணிந்து கொண்டு துரியோதனனுக்குப் பின்னால் மறைந்து நின்று கொண்டிருந்ததை நான் கண்டேன். அர்ஜுனன் தீக்குளிப்பதைத் தன் கொடூரமான கண்களால் கண்டுகளிக்க அவன் வந்திருந்தான்.

அப்போது திடீரென்று கிரகணம் விலகியது. சூரியனின் ஒளிக்கதிர்கள் எல்லா இடங்களிலும் படர்ந்தன. குருச்சேத்திரம் இப்போது மீண்டும் ஒளிமயமாக ஆனது. தீப்பந்தங்களைக் கண்டு நகைத்தபடி சூரிய பகவான் மேற்குத் தொடுவானத்தின் உச்சத்தில் நின்று கொண்டிருந்தார். பறவைகள் மீண்டும் தம்முடைய கூடுகளைவிட்டு வெளியே பறந்து சென்றன.

“அர்ஜுனா, அங்கே பார், சூரியன் – அங்கே பார், ஜயத்ரதன்!” என்று கூறி, முதலில் சூரியனையும் பிறகு ஜயத்ரதனையும் அர்ஜுனனுக்கு நான் சுட்டிக்காட்டினேன். வெறும் ஒலியைக் கொண்டே தன்னுடைய இலக்கைத் துல்லியமாகத் தாக்குவதில் திறமை படைத்த அர்ஜுனன், கணநேரத்தில் ஒரு நாகாஸ்திரத்தைத் தன் காண்டீபத்தில் தொடுத்து, ஜயத்ரதன் இருந்த திசையில் அதை எய்தான். அந்த அஸ்திரம் மற்ற யாரையும் தாக்காமல் நேராக ஜயத்ரதனை நோக்கிப் பாய்ந்து சென்று அவனுடைய கழுத்தைப் பதம் பார்த்தது. என்ன நிகழ்ந்தது, எப்படி நிகழ்ந்தது என்பது அர்ஜுனனுக்குக்கூடப் புரியவில்லை.

பதினான்காம் நாள் இவ்வாறு முடிவுற்றது. கிரகணத்தின் தந்திரத்தால், அர்ஜுனனுக்காகத் தயாரிக்கப்பட்டிருந்த சிதையில் இப்போது ஜயத்ரதன் படுத்துக் கிடந்தான். போரின் போக்கு இனி எப்படி இருக்கும் என்பதை யாராலும் கணிக்க முடியவில்லை.

ஜயத்ரதனின் மரணத்தால் ஆவேசமடைந்திருந்த துரியோதனன், தன்

கூடாரத்தில் ஓர் அவசரகாலக் கூட்டத்தைக் கூட்டினான். நான்கு படைப் பிரிவுகளின் தலைவர்களும் அதில் கலந்து கொண்டனர். எதிர்பாராமல் நிகழ்ந்த சம்பவங்களால் அவர்கள் மனம் தளர்ந்து போயிருந்தனர். அவநம்பிக்கையும் மாயையும் கௌரவ முகாமைத் தாக்கியிருந்தது இதுதான் முதன்முறை. பாண்டவர்களைப் பொருத்தவரை, எல்லாம் நான் விரும்பிய விதத்தில் நிகழ்ந்து கொண்டிருந்தது.

தன் சகோதரி துச்சலையின் கணவனான ஜயத்ரதனுடைய மரணத்தால் வருத்தத்தில் ஆழ்ந்திருந்த துரியோதனனுக்கு ஆறுதலளிப்பதற்காக, கர்ணன் அவனிடம், "இந்திரனுக்காகக் கார்த்திகேயன் பெற்றுக் கொடுத்த வெற்றியை நான் உனக்காகப் பெற்றுக் கொடுப்பேன். இந்திரன் எனக்குக் கொடுத்துள்ள பயங்கரமான வைஜயந்தி அஸ்திரத்தைத் தொடுத்து, அர்ஜுனனுக்கும் பாண்டவர்களுக்கும் நான் ஒரேயடியாக முடிவு கட்டுகிறேன்," என்று கூறினான்.

கர்ணனுடைய இந்த எதிர்பார்ப்பு நகைப்புக்கிடமானது என்று கருதிய கிருபர், கோபத்துடன் தன் இருக்கையைவிட்டு வேகமாக எழுந்து, "சூத புத்திரனே, விண்ணுயர வாக்குறுதிகளை அள்ளி வழங்குவதில் நீ உன் வாழ்நாள் முழுவதையும் கழித்து வந்துள்ளாய். அவற்றில் ஒன்றையேனும் நீ நிறைவேற்றியிருக்கிறாயா? நீ எப்போதும் போர்க்களங்களிலிருந்து ஓடிப் போயுள்ளாய். காந்தர்வத் தலைவனான சித்திரசேனனுடனான சண்டை உனக்கு நினைவிருக்கிறதா? விராட நாட்டின் பசுக்களைத் திருடி வருவதற்காக நிகழ்த்தப்பட்டச் சண்டையில் நீ என்ன செய்தாய்? பீமனுடனான ஒற்றைக்கு ஒற்றைத் தேர்ச் சண்டை உனக்கு மறந்துவிட்டதா? உயிருக்கு பயந்து ஓடிப் போகும் கலைதான் உன்னுடைய தருமம். மாறுவேடத்தில் இருந்த சிவனைக்கூட அடக்கிய அர்ஜுனனை வீழ்த்துவதற்கான சக்தி யாருக்கும் இல்லை. கிருஷ்ணர் எப்போதும் அவனுக்குப் பக்கத்திலேயே இருக்கிறார்," என்று முழங்கினார்.

அவர் பேசி முடிப்பதற்குள்ளாகவே கர்ணன் தன்னுடைய வாளை உருவிக் கொண்டு அவரை நோக்கி விரைந்தான். "எப்போதும் என்னை அவமானப்படுத்துவதையே முழுநேரத் தொழிலாகக் கொண்ட பிராமணரே, இன்று நான் உம்முடைய கொடிய நாக்கை அறுத்தெறிவேன்!" என்று கத்திக் கொண்டே அவன் தன் வாளைக் கிருபரின் கழுத்தின்மீது வைத்தான். துரியோதனன் அவர்களுக்கு இடையே புகுந்து கர்ணனை சமாதானப்படுத்தினான். ஆனால் இந்நிகழ்வு ஒரு கசப்பான உண்மையை அடிக்கோடிட்டுக் காட்டியது. தன்னுடைய தாய்வழி மாமாவான கிருபருக்கு ஏற்பட்டிருந்த இந்த அவமானத்தை அசுவத்தாமனால் எப்படிப் பொறுத்துக் கொள்ள முடிந்தது? அசுவத்தாமன் தன் வாளை உருவினான் – தன் உயிர் நண்பனான கர்ணனுக்கு எதிராக! "கர்ணா, என் மாமாவையே அவமானப்படுத்தத் துணிந்துவிட்டாயா? அர்ஜுனனின் கழுத்தைக் கொய்வதற்கு முன்னால் உன்னுடைய கழுத்தைத்தான் முதலில் அறுக்க வேண்டும்!" என்று கத்திக் கொண்டே அவன் கர்ணன்மீது பாய்ந்தான். தங்கள் வாழ்நாள் முழுவதும் நெருங்கிய நண்பர்களாக இருந்து வந்திருந்த, வாழ்க்கைத் தத்துவங்களைப் பற்றி விவாதித்து வந்திருந்த கர்ணனும்

அசுவத்தாமனும் இப்படி எதிரிகளாக மாறியதை அங்கிருந்த யாராலும் நம்ப முடியவில்லை. சில சமயங்களில் உண்மையானது கற்பனையைவிட அதிக நம்புதற்கரியதாக இருப்பதில் வியப்பில்லை. ஆனால் துரியோதனன் சாமர்த்தியமாக அசுவத்தாமனை சமாதானப்படுத்தினான். ஆனாலும், சாது மிரண்டால் காடு கொள்ளாதல்லவா?

"நான் இனி ஒருபோதும் இந்த சூத புத்திரனின் முகத்தில் விழிக்கப் போவதில்லை!" என்று உறுதியாகக் கூறிய அசுவத்தாமன் அக்கூடாரத்திலிருந்து வேகமாக வெளியேறினான். கர்ணனைத் தன் உயிரைவிட மேலாக நேசித்த அசுவத்தாமன்கூடத் தன்னையும் அறியாமல் கர்ணனை 'சூத புத்திரன்' என்று அழைத்திருந்தது கர்ணனுக்கு சொல்லொணா வேதனையை ஏற்படுத்தியது. வலி தாளாமல் கர்ணன் தலை குனிந்தான்.

ஜயத்ரதனின் மரணம் துரோணரையும் கிருபரையும் கர்ணனையும் அசுவத்தாமனையும் ஆவேசப்படுத்தியது. இதனால், வழக்கத்திற்குப் புறம்பாக அன்றைய யுத்தம் இரவிலும் தொடர்ந்தது. நூற்றுக்கணக்கான தீப்பந்தங்கள் வழிகாட்ட, சிபிராஜன்மீது துரோணர் ஒரு பயங்கரமான தாக்குதலைக் கட்டவிழ்த்துவிட்டார். சோமதத்தன் சாத்தியகியின்மீது பாய்ந்தான். கொடூரமான ஒரு போர் தொடர்ந்தது. இரவில் ஒரு மலைச்சரிவில் ஒரு காட்டுத்தீயினால் மூங்கில்கள் கூட்டங்கூட்டமாக உடைந்து நொறுங்குவதைப்போல ஆயுதங்கள் ஒன்றோடொன்று மோதின. சிபி, பாகுலிகன் ஆகியோரை அழித்துவிட்டு, பாண்டவப் படையின் பிற தலைவர்களைக் கொல்லுவதன்மீது துரோணர் தன் ஆற்றல் முழுவதையும் ஒன்றுகுவித்தார். கர்ணனைப் பாண்டவர்கள் ஐவரும் சூழ்ந்து கொண்டபோதிலும், அவன் தன்னுடைய அம்புகளால் அவர்களைச் சுற்றி வளைத்தான். அவன் தருமனைக் கடுமையாகத் தாக்கினான். கர்ணனை எதிர்கொள்ள முடியாமல் தடுமாறிய தருமன், அங்கிருந்து பின்வாங்கி குருதேவர் துரோணரை எதிர்த்துச் சண்டையிடச் சென்றான். நகுலன் சகுனியோடு சண்டையிட்டுக் கொண்டிருந்தான். இதனால், இப்போது கர்ணனும் அர்ஜுனனும் முதன்முறையாக ஒருவரையொருவர் நேருக்கு நேர் எதிர்கொண்டனர். ஆனால், இரவு நேரத்தில் சண்டையிடுவதில் கைதேர்ந்தவனாக இருந்த கர்ணன் மீண்டும் மீண்டும் அர்ஜுனனை அடக்கினான். கர்ணன் இப்போது தன் விருப்பம்போலப் பாண்டவப் படையை ஊடுருவி அதன் பல தலைவர்களை வீழ்த்தினான். கேகய வீரர்கள், பாஞ்சால வீரர்கள், மற்றும் பிற மகாரதிகள் கர்ணனின் தாக்குதலைத் தாக்குப்பிடிக்க முடியாமல் நிலை குலைந்து விழுந்தனர். உயிருக்கு பயந்து தப்பியோடிய நூற்றுக்கணக்கான பாண்டவ வீரர்களைக் கர்ணன் விரட்டிச் சென்று தாக்கினான். கடுஞ்சீற்றத்துடன்கூடிய ஒரு சிங்கம் மான் கூட்டங்களின் நடுவே புகுந்து அவற்றைத் துவம்சம் செய்வதைப்போல, நம்புதற்கரிய சக்தி வாய்ந்த கர்ணன் தன்னுடைய குதிரையில் அந்தப் போர்க்களம் நெடுகிலும் மின்னல் வேகத்தில் சுற்றி வந்து எண்ணற்றோரை வீழ்த்தினான். ஒரு கடுமையான சூறாவளி ஒரு பெருங்கடலைச் சுழற்றியெடுப்பதைப்போலக் கர்ணன் தன்னுடைய எதிரிகளைச் சுழற்றியடித்தான். தன்னுடைய தந்தையான சூரிய பகவான் இப்போது வானில் தென்படவில்லை என்பதை அவன்

அறிந்திருந்தபோதிலும், குருச்சேத்திரப் போர்க்களத்தைச் சுட்டெரிக்க வேண்டியது அவருடைய மகனான தன்னுடைய பொறுப்பு என்று அவன் கருதினான்போலும். சாத்தியகி, திருஷ்டத்யும்னன், பீமன், தருமன், நகுலன், சகாதேவன், அர்ஜுனன் ஆகிய யாராலும் கர்ணனின் வேகத்திற்கு ஈடு கொடுத்துச் சண்டையிட முடியவில்லை, அவனுடைய தாக்குதலை அவர்களால் சமாளிக்க முடியவில்லை. இதனால் பயந்து போன தருமன், துணிச்சல்மிக்க ஒவ்வொரு வீரனிடமும் சென்று, "ராதேயன் இன்று நம்முடைய சில வீரர்களையாவது விட்டுவைப்பானா அல்லது திருஷத்வதி ஆற்றைப்போல இங்கே ஒரு ரத்த ஆற்றை ஓடவிடப் போகிறானா?" என்று கேட்டான். கர்ணன் எப்படியாவது தடுத்து நிறுத்தப்படவில்லை என்றால், மறுநாள் காலையில் பாண்டவப் படையில் யாரும் உயிரோடு இருக்க மாட்டார்கள் என்று அவன் புலம்பினான். நிலைமை மிகவும் ஆபத்தானதாக இருந்தது. ஏதேனும் செய்யப்பட வேண்டியிருந்தது. பாண்டவர்களுக்கு இது ஒரு வாழ்வா–சாவா பிரச்சனையாக ஆகியிருந்தது.

அவர்களைக் காப்பாற்றக்கூடியவன் ஒரே ஒருவன்தான் இருந்தான். அற்புதங்களை நிகழ்த்துவதில் கைதேர்ந்த, போரில் மாயாஜாலங்களை நிகழ்த்தும் வல்லமை வாய்ந்த கடோத்கஜன்தான் அவன். பீமனுக்கும் இடிம்பைக்கும் பிறந்த மகன் அவன். தன்னுடைய திறமைகளைக் காட்டுவதற்கு அவனுக்கு இதுவரை எந்தவொரு தருணமும் வாய்த்திருக்கவில்லை. பாண்டவர்களின் ஆசியோடு, உச்சஸ்தாயியில் சீட்டியடித்துக்கொண்டே கௌரவப் படையினரை அவன் பந்தாடினான். அவன் காட்டுத்தனமாகக் கத்திக் கொண்டே பெரிய பாறைகளையும், வேரோடு பிடுங்கப்பட்டப் பெரிய மரங்களையும், சக்கரங்களையும், ஈட்டிகளையும், குலிந்தர்கள், சைந்தவர்கள், காந்தாரர்கள், மத்ரர்கள், அவந்தியர், மற்றும் பிற கௌரவப் படையினர்மீது எறிந்தான். பகாசுரனின் சகோதரனான அலாயுதனுடன் ஒரு மணிநேரம் அவன் ஒற்றைக்கு ஒற்றைச் சண்டையில் ஈடுபட்டான். அந்தக் கோரச் சண்டையின்போது சில பாண்டவ வீரர்கள் தெரியாத்தனமாக அவர்களுக்குக் குறுக்கே வந்ததில் தற்செயலாக கடோத்கஜனின் தாக்குதலுக்கு ஆளாகி உயிரிழந்தனர். இறுதியில், நள்ளிரவில் அவன் அலாயுதனைக் கொன்றான். அலாயுதன் ரத்த வெள்ளத்தில் மிதந்தான். இதைக் கண்டு பீதியடைந்த கௌரவப் படையினர், "கர்ண மாமன்னரே! காப்பாற்றுங்கள்!" என்று அலறிக் கொண்டே கர்ணனிடம் ஓடினர். கடோத்கஜனைத் தடுத்து நிறுத்துவதற்காகக் கர்ணன் அவனுக்கு முன்னால் வந்து நின்று அவனை மறித்தான். அவர்கள் இருவரும் ஒருவரோடு ஒருவர் கடுமையாக மோதினர். இருதரப்பு வீரர்களும் தங்களுக்கு இடையேயான சண்டையை நிறுத்திவிட்டு, சூரிய புத்திரனின் மகனுக்கும் பீமனின் மகனுக்கும் இடையேயான ஆக்ரோஷமான மோதலை வேடிக்கைப் பார்த்தனர். கடோத்கஜன் தன்னுடைய மாயசக்தியைப் பயன்படுத்தி, ஒரு கணம் வானத்திலும் மறுகணம் பூமியிலுமாக மாறி மாறித் தோன்றி, இரண்டு மணிநேரம் கர்ணனை வாட்டி வதைத்தான், பெரிய பாறைகளையும் தேர்ச் சக்கரங்களையும் யானைகளின் சடலங்களையும் கனமான கதாயுதங்களையும் கர்ணன்மீது வீசினான். ஆனாலும், கர்ணன் தன்னுடைய உடல்மீது விழுந்த

அடிகளையும் தனக்கு ஏற்பட்ட பயங்கரமான காயங்களையும் தாங்கிக் கொண்டு உறுதியாக நின்றான். பதிலுக்கு அவன் தன்னுடைய தெய்விக ஆயுதங்களைக் கடோத்கஜன்மீது பயன்படுத்தினான். சூரிய பகவானைப் புகழ்ந்து மந்திரங்களைக் கூறியபடி அவன் அப்போர்க்களத்தைச் சுற்றி வந்து கடோத்கஜன்மீது தொடர்ச்சியாக அம்புகளை எய்து கொண்டே இருந்தான். கடோத்கஜனின் தாக்குதலுக்கு ஆயிரக்கணக்கான கௌரவ வீரர்கள் பலியாயினர். இதனால் ஆத்திரமடைந்த கர்ணன், கடோத்கஜனின் தேரோட்டியான விரூபாட்சன்மீது ஓர் அம்பு எய்து அவனைக் கொன்று சாய்த்தான். கடோத்கஜன் கட்டவிழ்த்துவிட்டிருந்த அழிவால் கவலை கொண்டிருந்த துரியோதனன் கர்ணனின் தேருக்கு அருகே வந்து, தன் கைகளை உயர்த்தி, “கர்ணா, இந்திரன் உனக்குப் பரிசளித்த வைஜயந்தி அஸ்திரத்தைக் கடோத்கஜன்மீது எய்துவிடு. இல்லாவிட்டால், நாளைய சூரிய உதயத்தைப் பார்ப்பதற்குக் கௌரவ வீரர்களில் யாரும் உயிரோடு இருக்க மாட்டார்கள். அங்க நாட்டு அரசனே, வைஜயந்தி அஸ்திரத்தை அவன்மீது எய்துவிடு!” என்று கத்தினான்.

“இல்லை, துரியோதனா. வைஜயந்தி அஸ்திரத்தை அர்ஜுனனுக்காக நான் வைத்திருக்கிறேன். அது ஒன்றால் மட்டுமே என் வாழ்நாள் முழுவதும் நான் பொறுத்துக் கொண்டு வந்துள்ள அவமானத்தைப் போக்க முடியும்,” என்று துரியோதனனின் செவிப்பறைகள் வெடித்துவிடக்கூடிய அளவுக்குக் கர்ணன் கத்தினான்.

கடோத்கஜனின் தாக்குதலைக் கண்டு பீதியடைந்த ஆயிரக்கணக்கான கௌரவ வீரர்கள் கர்ணனின் முன்னால் மண்டியிட்டு, “தான வீரரே, தயவு செய்து வைஜயந்தி அஸ்திரத்தை அவன்மீது எய்து எங்களைக் காப்பாற்றுங்கள். அவனைக் கொன்று எங்கள் உயிர்களைக் காப்பாற்றுங்கள்!” என்று கதறினர்.

தான வீரன்! கர்ணனை அவனுடைய வாழ்நாள் முழுவதும் மயக்கி வந்திருந்த இரண்டு வார்த்தைகள்! அந்த இரண்டு வார்த்தைகளைக் கேட்டவுடன் அவனுடைய உன்னதமான ஆன்மா உருகியது. அவன் ஒருசில கணங்கள் தன் கண்களை மூடி தியானம் செய்துவிட்டு, பிறகு தன்னுடைய அம்பறாத்தூணியிலிருந்து வைஜயந்தி அஸ்திரத்தை எடுத்துத் தன் வில்லில் பூட்டி, கடோத்கஜனைக் குறி பார்த்து அதை எய்தான். இப்போது கர்ணனின் வாழ்க்கை உண்மையிலேயே அம்புகளற்ற ஒரு வெற்று அம்பறாத்தூணியாக ஆகியிருந்தது.

மலை போன்ற உருவத்தைக் கொண்ட கடோத்கஜன் மரண ஓலமிட்டபடி கீழே விழுந்தான். அவன் விழுந்ததில் ஒட்டுமொத்த பூமியும் அதிர்ந்தது. ஓர் அசோக மரம் வேரோடு சாய்ந்து கீழே விழும்போது, அதற்கு அடியில் எண்ணற்றப் பூச்சிகளும் எறும்புகளும் நசுங்கிச் சாவதைப்போல, அவனுடைய பெரிய உருவம் எண்ணற்றக் கௌரவ வீரர்களை நசுக்கிக் கொன்றது.

இரவுநேரப் போர் அத்துடன் முடிந்தது.

கர்ணனை ஆதரவற்றவனாக ஆக்குவதற்காக அனுப்பப்பட்டக் கடோத்கஜனின் வாழ்க்கையும் முடிந்துவிட்டது. எங்கோ வெகுதூரத்தில் ஒரு சேவல் கூவி, பொழுது விடிந்துவிட்டதை அறிவித்தது. போரின் பதினைந்தாவது நாள் அது. வளர்பிறையின் முதல் நாள் அது.

4

குருதேவர் துரோணர் தன்னுடைய படையைத் தாமரை வடிவத்தில் ஒழுங்கமைத்து, அதன் முன்னால் தன்னை நிலைப்படுத்திக் கொண்டார். இருதரப்பு வீரர்களும் முந்தைய நாள் இரவு முழுவதும் போரிட்டிருந்தும்கூட, தங்களுடைய களைப்பைப் பொருட்படுத்தாமல், ஓய்வு எதுவும் எடுத்துக் கொள்ளாமல், மீண்டும் சண்டைக்குத் தயாராயினர். ஆங்காங்கே இருந்த அகல்விளக்குகளில் எண்ணெய் தீர்ந்து, அவற்றின் திரிகளிலிருந்து புகை வெளிவந்து கொண்டிருந்தது. அன்று அர்ஜுனனின் தலைமையின்கீழ் போரிட வந்திருந்த பாண்டவ வீரர்கள் கௌரவ வீரர்களுடன் மோதினர். குருச்சேத்திரத்தில் இருதரப்புப் படையினரின் எண்ணிக்கைகளும் கணிசமாகக் குறைந்தன. குருச்சேத்திரப் போர்க்களத்திலிருந்து வழிந்தோடிய ரத்த ஆறு, சரஸ்வதி மற்றும் திருஷத்வதி ஆறுகளில் கலந்ததில் அவ்விரு ஆறுகளும் பொங்கின. தினமும் ரத்தமும் சதையும் கலந்த மண் மெல்ல மெல்ல அப்போர்க்களத்தின் தெற்கிலிருந்த சரிவின் வழியாக வழிந்தது. எரிந்து கொண்டிருந்த சிதைகளின் பிரதிபலிப்பு, திருஷத்வதி ஆற்றின், ரத்தம் கலந்த நீரில் தெரிந்தது. அது பார்க்கவே குலை நடுங்கச் செய்வதாக இருந்தது. போர்க்களத்தின்மீது இப்போது பாண்டவர்களுக்கும் கௌரவர்களுக்கும் எந்தக் கட்டுப்பாடும் இருக்கவில்லை. கொடூரமான, கோரமான மரணம்தான் இப்போது அங்கு கோலோச்சிக் கொண்டிருந்தது. மரணதேவன் தான் ஆட்கொள்ள விரும்பியவர்களைத் தன் விருப்பம்போலத் தேர்ந்தெடுத்தான்.

அன்று நண்பகல்வரை துரோணர் முழு வலிமையோடு சண்டையிட்டார். அப்போது யாரோ திடீரென்று, "அசுவத்தாமன் இறந்துவிட்டான்! அசுவத்தாமன் இறந்துவிட்டான்!" என்று கத்தியது துரோணரின் காதுகளில் விழுந்தது. உண்மையில், அசுவத்தாமன் என்ற பெயர் கொண்ட ஒரு யானை கொல்லப்பட்டிருந்தது. அது மாளவ நாட்டு அரசன் இந்திரவர்மனின் யானையாகும்.

உண்மை என்னவென்பதைக் கண்டுபிடிப்பதற்காக, துரோணர் தன்னுடைய தேரைப் போர்க்களத்தின் குறுக்கே செலுத்தி, வாய்மை தவறாத தருமனின் அருகே வந்து, "தருமா, 'அசுவத்தாமன் இறந்துவிட்டான்!' என்று எல்லோரும் கத்திக் கொண்டிருக்கின்றனர். என் அன்பு மகன் அசுவத்தாமன் உண்மையிலேயே இறந்துவிட்டானா? தயவு செய்து உண்மையைச் சொல்! நீ சொல்லவிருக்கின்ற வார்த்தை நீ எனக்கு வழங்கும் குருதட்சணையாக இருக்கட்டும். எனக்கு உன் வார்த்தையின்மீது முழு நம்பிக்கை இருக்கிறது," என்று கெஞ்சினார்.

"குருவே, அசுவத்தாமன் இறந்துவிட்டான் என்பது உண்மை. ஆனால், இறந்திருப்பது அசுவத்தாமன் என்ற யானையா அல்லது மாவீரன் அசுவத்தாமனா என்பது எனக்குத் தெரியாது," என்று தருமன் கூறினான். அவன் முதன்முறையாக அன்று பொய்யுரைத்தான். முதல் வாக்கியத்தை உறுதியாகவும் தெளிவாகவும் கூறிய அவன், இரண்டாவது வாக்கியத்தைத் தனக்குள் முணுமுணுத்தான்.

இதைக் கேட்டவுடன் துரோணர் தன்னுடைய வில்லை வீசி

எறிந்துவிட்டு, தன்னுடைய தேரிலேயே பத்மாசன நிலையில் அமர்ந்து, தியானம் செய்தபடியே தன் மகனின் மரணம் குறித்து துக்கம் அனுசரித்தார். அந்தத் தொண்ணூறு வயது முதியவரை விசுவாசம் ஏமாற்றிவிட்டது. அவர் தன் கண்களை மூடிக் கொண்டு, தன் உடலெனும் இருண்ட குகைக்குள் நுழைந்து, தன் மனக்கண்ணைத் திறந்து தன் ஆன்மாவின் ஒளியைத் தேடினார். இதற்கிடையே, திருஷ்டத்யும்னன் தன் தேரிலிருந்து வேகமாகக் கீழே குதித்து, தன்னுடைய வாளை உருவிக் கொண்டு துரோணரை நோக்கி விரைந்தான். "நிறுத்து! நிறுத்து!" என்று கத்தியபடி பாண்டவர்கள் ஐவரும் அவனுக்குப் பின்னால் ஓடி வந்தனர். ஆனால் என்ன நிகழ்ந்து கொண்டிருந்தது என்பதை அவர்கள் ஊகிப்பதற்கு முன்பாகவே, அவன் துரோணரின் வெண்ணிறத் தலைமுடியை இறுக்கமாகப் பற்றி, ஒரே வெட்டில் அவருடைய கழுத்தைச் சீவி அவருடைய தலையைத் துண்டித்தான். பிறகு அவன் அத்தலையை இருதரப்புப் படையினருக்கும் நடுவே வீசி எறிந்தான். அங்கிருந்த அனைவரும் அந்தக் கோரக் காட்சியைக் காணப் பொறுக்காமல் தங்களுடைய கண்களை மூடிக் கொண்டனர். அறுபது ஆண்டுகளாகத் தன்னுடைய மாணவர்களுக்கு வேதங்களைக் கற்றுக் கொடுத்து வந்திருந்த அந்த குருதேவர், இப்போது தலை வேறு, உடல் வேறாக நிலத்தின்மீது விழுந்து கிடந்தார். அனைவருடைய மனங்களையும் அன்பால் ஆட்கொண்டிருந்த அந்த மாபெரும் குருதேவர் இப்போது புழுதியில் உருண்டார். கிடைத்த ஒவ்வொரு வாய்ப்பிலும் கர்ணனை அவமானப்படுத்தி வந்திருந்த துரோணரைக் கண்டு, இரக்கமற்ற மரணம் இப்போது எள்ளி நகையாடியது.

"துரோணர் இறந்துவிட்டார்!" என்ற கூச்சல் தொலைவில் இருந்த படையினரிடையே எதிரொலித்தது. உடனடியாக எல்லா இடங்களிலும் சண்டை நின்றது. பாண்டவப் படையின் வீரர்களும் கௌரவப் படையின் வீரர்களும் துரோணரின் மரணம் குறித்து துக்கம் அனுசரிப்பதற்காக அவருடைய தேரைச் சூழ்ந்தனர். தன்னைக் கட்டுப்படுத்திக் கொள்ள முடியாமல் அழுது கொண்டிருந்த அசுவத்தாமன், தன்னுடைய தந்தையின் துண்டிக்கப்பட்டத் தலையை அவருடைய உடலோடு இணைத்தான். வில்வித்தை மற்றும் அதற்குப் பின்னால் இருந்த அறிவியலின் மொத்த உருவமாகத் திகழ்ந்த அந்த முதியவர் இப்போது நிரந்தர அமைதியை அடைந்திருந்தார்.

தன் வாழ்நாள் முழுவதும் துரோணரால் அவமானப்படுத்தப்பட்டு வந்திருந்த கர்ணன்கூட அழுதான். அவருடைய பாதங்களைத் தொட்டு வணங்குவதற்காக அவன் குனிந்தபோது, அவனுடைய கண்களிலிருந்து வழிந்த கண்ணீர், இவ்வுலகைவிட்டுப் பிரிந்து போயிருந்த துரோணரின் ஆன்மாவிடம், "குருவே, என் வாழ்க்கை முழுவதும் நீங்கள் என்னை ஒருபோதும் புரிந்து கொள்ளவே இல்லை," என்று கூறியதைப்போல இருந்தது.

அவன் எல்லாவற்றையும் மறந்துவிட்டு, ஒரு வார்த்தைகூடப் பேசாமல், இதயபூர்வமான அன்புடனும் ஆழ்ந்த பாசத்துடனும் அசுவத்தாமனின் தோள்மீது கை வைத்தான்.

தன்னுடைய தந்தைக்கு ஏற்பட்டிருந்த கோரமான முடிவைக் கண்டு வெகுண்டெழுந்த அசுவத்தாமன் நாராயண அஸ்திரத்தை

எய்தான். அது ஆயிரக்கணக்கான பாண்டவ வீரர்களைக் கொன்றது. இறுதியில் நான் குறுக்கிட்டு அந்த அஸ்திரத்தை அமைதிப்படுத்த வேண்டியதாயிற்று.

குருச்சேத்திரத்தின் ஒவ்வொரு கூடாரத்திலும் மாலை இருள் சூழத் தொடங்கியது. துரோணரின் சிதை கொழுந்துவிட்டு எரிந்து கொண்டிருந்ததைப் பார்த்த துரியோதனன், அசுவத்தாமன் இப்போது எவ்வளவு ஆழமான துயரத்தில் இருப்பான் என்பதையும், அவனை இப்போது கட்டுப்படுத்தி வைக்க வேண்டியது எவ்வளவு முக்கியம் என்பதையும்கூட மறந்துவிட்டுக் கோபத்தில் குமுறிக் கொண்டிருந்தான். அவன் தன்னுடைய கூடாரத்தின் வாசற்திரையைத் தன் காலால் எட்டி உதைத்து விலக்கி, நழுவிக் கொண்டிருந்த தன்னுடைய அங்கவஸ்திரத்தைச் சரி செய்து கொண்டே வேகமாக வெளியேறி, நேராக அசுவத்தாமனின் கூடாரத்திற்குச் சென்றான். அவனிடம் என்ன சொல்லுவது, அதை எப்படிச் சொல்லுவது என்பதைப் பற்றி அவனுக்கு எந்த யோசனையும் இருக்கவில்லை. ஒரு காட்டுத்தீயைப் பற்ற வைத்துவிட்டு, தானும் அதிலேயே ஆட்கொள்ளப்படுகின்ற ஒருவனைப்போல அவன் இருந்தான். அவன் மௌனமாக நின்று கொண்டிருந்ததைப் பார்த்த அசுவத்தாமன், தன் தலையை நிமிர்த்தாமலேயே, ஆவேசத்துடன், "பட்டத்து இளவரசரே, என் தந்தையின் காட்டுமிராண்டித்தனமான மரணத்திற்கு நான் பாண்டவர்களை அதேபோலக் காட்டுமிராண்டித்தனமாகப் பழி வாங்குவேன். நாளைய போருக்கு, சூரிய புத்திரனும் திக்விஜய வீரனுமான கர்ணனை முதன்மைத் தளபதியாக நியமனம் செய்!" என்று முழங்கினான்.

தன் நண்பன் கர்ணன்மீது அவன் கொண்டிருந்த அன்பு எப்படி வற்றிப் போகும்?

துரியோதனன் அசுவத்தாமனின் கூடாரத்தைவிட்டு வெளியே வந்து நேராகக் கர்ணனின் கூடாரத்திற்குச் சென்றான். நள்ளிரவுவரை அவன் அங்கேயே இருந்தான். நகங்கள் பிடுங்கப்பட்ட ஒரு சிங்கத்தைப்போல அவன் அக்கூடாரத்தினுள் குறுக்கும் நெடுக்கும் நடந்து கொண்டே, "கர்ணா, நம்முடைய எல்லையற்றப் படைக்குப் பிதாமகர் பீஷ்மரையும் குருதேவர் துரோணரையும் முதன்மைத் தளபதிகளாக நியமிக்க எனக்கு ஒருபோதும் விருப்பம் இருக்கவில்லை. முன்பொரு சமயம் உன்னுடைய தலைமைத்துவத்தின்கீழ் திக்விஜயம் செய்துவிட்டு வெற்றி வாகை சூடி வந்த நம்முடைய கௌரவப் படை, நாளைக்கும் உன்னுடைய தலைமையில் குருச்சேத்திரப் போரில் வெற்றி பெறும் என்று நான் உறுதியாக நம்புகிறேன். நீ உன் வாழ்நாள் முழுவதும் புனித கங்கையின் கோடிக்கணக்கான நீர்த்துளிகளைக் கொண்டு சூரிய பகவானுக்கு பக்தியோடும் அர்ப்பணிப்போடும் அஞ்சலி செய்து வந்திருக்கிறாய். அந்த நீர்த்துளிகள் நாளைக்கு சூரிய ஒளியில் பிரகாசமாக ஒளிரும். ஆயிரக்கணக்கான பாண்டவ வீரர்கள் நாளைக்கு உன் பாதங்களில் செத்து விழுவதன் மூலம் சொர்க்கத்தைக் காணுவார்கள். உன்னுடைய ஜைத்ர ரதத்தைக் கண்டவுடன் அர்ஜுனனின் கருநீல உடல் கருப்பு நிறத்திற்கு மாறும். என்னுடைய சகோதரர்களை இரக்கமின்றிக் கொன்ற பீமனின் பெயரைக் கேட்டாலே என் ரத்தம் கொதிக்கிறது. கொடூரமான அந்த

பீமனின் உடல் உன்னுடைய பயங்கரமான அம்புகளால் துளைக்கப்பட்டு ரத்த வெள்ளத்தில் மிதக்கும். எப்போதும் தன் தலையைக் கவிழ்த்துக் கொண்டு உன்னுடைய பாதங்களையே உற்றுப் பார்க்கின்ற தருமன், நாளைக்கு முதன்மைத் தளபதியாக உன்னுடைய சாதனைகளைப் பார்க்கும்போது, நாளையிலிருந்து என்றென்றைக்குமாக உன் பாதங்களில் விழுந்து கிடப்பான். நகுலனும் சகாதேவனும் உன்னுடைய குதிரையான வாயுஜித்தைப் பார்க்கும்போது, தாங்கள் மரணதேவனை எதிர்கொண்டிருக்கிறோம் என்பதை அவர்கள் உணருவர். ஒரு மூலையில் நின்று கொண்டு மற்றவர்களுடைய சச்சரவுகளைத் தீர்க்கின்ற அந்தப் பால்காரக் கிருஷ்ணன், அர்ஜுனனின் தேரைக் கைவிட்டுவிட்டு ஒரு பிச்சைக்காரனைப்போல உன்னிடம் ஓடோடி வந்து, தனக்கு உயிர்ப் பிச்சை அளிக்கும்படி உன்னிடம் கெஞ்சி நிற்பான்! கர்ணா, நாளைக்கு நீ நம்முடைய படைக்குத் தலைமை ஏற்பாய்! நண்பனே, நாளைக்கு நீதான் நம்முடைய முதன்மைத் தளபதி!" என்று கூறினான்.

ஆனால் கர்ணன் தன் கூடாரத்தின் சன்னல் வழியாக வெளியே வெறித்துப் பார்த்தபடி மௌனமாக அமர்ந்திருந்தான். திருஷத்வதி ஆற்றங்கரையின்மீது எரிந்து கொண்டிருந்த துரோணரின் சிதையைத் தன் கூடாரத்தில் இருந்தபடியே அவனால் பார்க்க முடிந்தது. துரியோதனனின் வார்த்தைகளில் ஒன்றுகூட அவனுடைய காதுக்குள் நுழைந்திருக்கவில்லை. சிறிது நேரத்திற்குப் பிறகு அவன் துரியோதனனைப் பார்த்து, "இளவரசே, உனக்கு வெற்றியைப் பெற்றுக் கொடுப்பதற்கு நான் என் உயிரையும் தியாகம் செய்வேன். நண்பா, ஒரு தேரோட்டியாக இருந்த என்னை ஒரு நாட்டின் அரசனாக ஆக்கியவன் நீ! உன்னிடமிருந்து அளப்பரிய பாசத்தைப் பெற்று வந்துள்ள இந்த உடல், போர்க்களத்தில் தொடர்ந்து உனக்கு முழுமையாகச் சேவை செய்யும். நீ போய் நன்றாகத் தூங்கு," என்று கூறினான். தூக்கப் போர்வையைப் போர்த்திக் கொண்டு இரவு நழுவிச் சென்றது. எல்லா இடங்களிலும் தீப்பந்தங்கள் வெறுப்பை உமிழ்ந்தபடி எரிந்து கொண்டிருந்ததுபோலத் தோன்றின.

5

பாரிஜாத மலர்களின் நறுமணத்தைக் குருச்சேத்திரம் நெடுகிலும் பரப்பியபடி பதினாறாவது நாள் விடிந்தது. வளர்பிறையின் இரண்டாம் நாள் அது.

அசுரர்களைக் கொல்லுவதற்கு தேவர்கள் கந்தனைத் தங்கள் தலைவராக நியமித்ததைப்போல, துரியோதனன் தன்னுடைய ஒட்டுமொத்தக் கௌரவப் படைக்கு முன்னால் கர்ணனை அதன் முதன்மைத் தளபதியாக நியமித்தான். முதலாம் நாள் போர் நடைபெற்ற இடம் வடக்கே ஆறு மைல்கள் தள்ளி இருந்தது. சண்டை நடைபெற்ற இடங்கள் தினமும் மாறிக் கொண்டே இருந்தன. அவை மேலும் மேலும் தெற்கு நோக்கிச் சென்றன.

கர்ணன் ஒரு பட்டுத் துணியால் போர்த்தப்பட்டிருந்த ஓர் இருக்கையின்மீது அமர்ந்திருந்தான். நறுமணம் வீசும் வெண்ணிறச்

சம்பங்கி மலர்களால் ஆன ஒரு சிறிய மாலையை துரியோதனன் கர்ணனின் வலது மணிக்கட்டில் இறுக்கமாகக் கட்டினான். பிறகு அவன் தன் கூர்மையான வாளை உருவி, அதை வானத்தை நோக்கி உயர்த்தி, "கௌரவர்களின் முதன்மைத் தளபதி – திக்விஜய வீரன், அங்க நாட்டு அரசன் கர்ணன்!" என்று சத்தமாக முழங்கினான்.

கௌரவ வீரர்கள் அக்கணத்தில் பீஷ்மரையும் துரோணரையும் முற்றிலுமாக மறந்துவிட்டு, "வாழ்க! வாழ்க! வாழ்க!" என்று உற்சாகமாகக் கூச்சலிட்டுக் கொண்டே, எல்லாப் பக்கங்களிலிருந்தும் கர்ணன்மீது மலர்களைத் தூவினர். தங்கள் தலைவனின் ஒளிமயமான முகத்தை ஒரு முறை தரிசிப்பதற்காக பிராமணர்களும் சத்திரியர்களும் வைசியர்களும் சூத்திரர்களும் கர்ணனைச் சூழ்ந்தனர். புரோகிதர்களும் அரண்மனைப் பாடகர்களும் நறுமண எண்ணெயைக் கர்ணனின் தலையின்மீது ஊற்றினர். பிறகு முகூர்த்த நேரம் வந்தவுடன், ஒரு தங்கத் தாம்பாளத்தின்மீது வைக்கப்பட்டிருந்த, முதன்மைத் தளபதிக்கு உரிய மணிமகுடத்தை துரியோதனன் தன் கையிலெடுத்தான். அவன் அதைக் கர்ணனின் தலையின்மீது சூட்டவிருந்த நேரத்தில், தனக்குக் கிடைத்திருந்த கௌரவம் குறித்துக் கர்ணன் மகிழ்ச்சி கொண்டபோதிலும், துரியோதனன் அணிவிக்கவிருந்த மகுடத்தைத் தன் கையால் சைகை காட்டி மறுத்துவிட்டு, தனக்குப் பக்கத்தில் நின்று கொண்டிருந்த தன் மகன் விருசசேனனைப் பாசத்துடன் பார்த்தான். விருசசேனன் ஒரு தங்கத் தாம்பாளத்தைத் தன் தந்தையின் முன்னால் நீட்டினான். கர்ணன் அந்தத் தாம்பாளத்தை மூடியிருந்த பட்டுத் துணியை விலக்கிவிட்டு, துரியோதனன் தன்னைத் தடுப்பதற்குள், அதிலிருந்த பொற்கிரீடத்தை எடுத்துத் தானே தன் தலையின்மீது சூட்டிக் கொண்டான்.

அந்தப் பொற்கிரீடம் என்னுடைய கிரீடத்தின் துல்லியமான நகலாக இருந்தது!

கிழக்குத் தொடுவானத்தில் ஆயிரம் கதிர்களைக் கொண்ட தன்னுடைய தேரைச் செலுத்திக் கொண்டிருந்த சூரிய பகவான் ஒருசில கணங்கள் அப்படியே நின்றார். பல்வேறு வகையான பறவைகள் தம்முடைய கூடுகளிலிருந்து வெளிவந்து வானில் வட்டமிட்டன. அவை கர்ணனை வாழ்த்தியதைப்போல எனக்குத் தோன்றியது. புற்களின் முனைகளில் பனித்துளிகள் முத்துக்களைப்போலப் பிரகாசித்தன. அவை தென்றல் காற்றில் புற்களிலிருந்து கீழே விழுந்து குருச்சேத்திர மண்ணோடு ஒன்றுகலந்தன. உயிருள்ள பொருட்களையும் உயிரற்றப் பொருட்களையும் உள்ளடக்கிய இப்பிரபஞ்சம் ஒரு புதிய, ஆனந்தமான சைதன்ய நிலையில் களிநடனம் புரிந்ததுபோலத் தோன்றியது.

முதன்மைத் தளபதி கர்ணன் ஓர் உயரமான மேட்டின்மீது ஏறி நின்று, தன்னுடைய படையை ஒழுங்கமைப்பதற்கு ஒரு தகுந்த இடத்தைத் தேடினான். கௌரவப் படை அன்று ஒரு முதலையின் வடிவத்தில் அணிவகுத்து நின்றது.

சகுனியும் உலூகனும் அந்த முதலையின் கண்களுக்குரிய இடங்களில் நின்றனர். ஆவேசமாக இருந்த அசுவத்தாமன் அதன் தலையாக நின்றான். முன்பக்க இடது காலாகக் கிருதவர்மனும், வலது காலாக கௌதமனும் நின்றனர். பின்னங்கால்களாக மத்ர நாட்டு அரசன் சல்லியன் நின்றான். துரியோதனன் அந்த முதலையின்

வயிறாக இருந்தான். ஆயிரக்கணக்கான கௌரவ வீரர்கள் அவனைச் சூழ்ந்து நின்றனர். கர்ணன் அந்த முதலையின் வாயாக இருந்து துரியோதனனுக்குப் பாதுகாப்பாக நின்றான். சூரிய ஒளியில் தகதகத்துக் கொண்டிருந்த, கர்ணனின் தங்க வில், "நான் இன்று வெறுமனே அம்புகளை மட்டும் எய்யப் போவதில்லை, மாறாக, கொதிக்கின்ற சூரிய ஒளிக்கற்றைகளை நான் எய்யப் போகிறேன்!" என்று பாண்டவர்களை எச்சரித்ததைப்போலத் தோன்றியது. அவனுடைய தேரில் பூட்டப்பட்டிருந்த வெள்ளைக் குதிரைகள், காதுகள் குத்திட்டு நிற்க, வாய் இறுக்கமாக மூடியிருக்க, சாட்டைச் சத்தத்தை எதிர்பார்த்து நின்றன. அவை பொறுமையிழந்து தம்முடைய பாதங்களுக்குக் கீழே இருந்த நிலத்தைத் தம்முடைய குளம்புகளால் நோண்டிக் கொண்டிருந்தன. மற்ற எல்லாத் தேர்களையும்விட மிக உயரமாக இருந்த கர்ணனின் தேரின் உச்சியில், செங்கோல் சின்னம் தாங்கிய அவனுடைய காவிக் கொடி பறந்து கொண்டிருந்தது. கொடிக் கம்பத்தில் கட்டப்பட்டிருந்த சின்னஞ்சிறிய தங்க மணிகள் குலுங்கி இனிமையாக ஒலித்தன. அவனுடைய தேரின் பின்பக்கத்தில் ஈட்டிகள், எறிவேல்கள், எறிவட்டுக்கள், கதாயுதங்கள், வாட்கள், சூலாயுதங்கள், கோடரிகள் ஆகியவை குவித்து வைக்கப்பட்டிருந்தன. பல்வேறு வகைப்பட்ட அம்புகள் ஆயிரக்கணக்கில் அதில் இருந்தன. அவற்றை வைப்பதற்கு ஒரு நூறு அம்பறாத்தூணிகள் இருந்தாலும்கூடப் போதாது. கர்ணனின் ஒட்டுமொத்தத் தேரும் புலித்தோலால் மூடப்பட்டிருந்தது.

கர்ணன் தன்னுடைய விஜய வில்லை உயர்த்திப் பிடித்து அசைத்தபோது, துரியோதனன் ஒரு சிறப்புச் சங்கை எடுத்து ஊதி, போர் தொடங்கியதை அறிவித்தான். அவனுடைய நரம்புகள் புடைத்தன. கர்ணன் தன்னுடைய சங்கான இரணியகர்பாவை எடுத்து ஊதியபோது ஏற்பட்ட அதிர்வில், போர்க்களத்தில் கிடந்த சடலங்களைக் கொத்தித் தின்று கொண்டிருந்த பருந்துகளும் பிணந்தின்னிக் கழுகுகளும் பயந்து அலறியபடி விண்ணை நோக்கிப் பறந்தன. அது ஒரு சங்கொலிபோலவே இருக்கவில்லை. மாறாக, குந்தியின் மூத்த மகன், இத்தனை ஆண்டுகளாகத் தனக்கு இழைக்கப்பட்டு வந்திருந்த அவமானத்திற்கு ஒரு முடிவு கட்டும் நோக்கத்துடன் தன்னுடைய கோபத்தைக் கட்டவிழ்த்துவிட்டுக் கொண்டிருந்ததுபோலத் தோன்றியது.

அவன் தன் கையை உயர்த்தி, விண்ணைப் பிளக்கக்கூடிய ஓர் உரத்தக் குரலில், "வீரர்களே, முன்னேறிச் செல்லுங்கள்!" என்று கட்டளையிட்டான். கௌரவர்களின் முதலை வடிவ அணிவகுப்பு இப்போது சற்று விரிந்து, தன் வழியில் எதிர்ப்பட்டப் பாண்டவர்களைக் கபளீகரம் செய்யும் ஆர்வத்துடன் முன்னோக்கிச் சென்றது.

அர்ஜுனனின் தலைமையின்கீழ் பாண்டவப் படை அரை நிலவு வடிவில் அணிவகுத்துச் சென்றது. அர்ஜுனனின் தேரின் கடிவாளங்கள் என் கைகளில் இருந்தன. அவனுடைய வலப்புறத்தில் திருஷ்டத்யும்னன் அவனுக்குப் பாதுகாப்பாக வந்தான். இடப்புறத்தில், பீமன் ஒரு யானையின்மீது அமர்ந்து, ஒரு யானைப் படையை வழிநடத்திச் சென்றான். அர்ஜுனனுக்குப் பின்னால் தருமன் வந்து கொண்டிருந்தான். கர்ணன் தன் எதிரே இருந்ததைக் கண்ட அவன் பயந்து நடுங்கினான். அர்ஜுனன் தன் தேவதத்தச் சங்கை எடுத்து

முழங்கிவிட்டு வேகமாக முன்னோக்கிச் சென்றான். நான் அவனுடைய தேர்க்குதிரைகளைச் சாட்டையால் அடித்தபோது, தான் யாருக்கு எதிராகச் சண்டையிட்டுக் கொண்டிருந்தோமோ அவனுக்கும் தனக்கும் இடையே இருந்த உறவைப் பற்றி அர்ஜுனனுக்கு எந்த யோசனையும் இருக்கவில்லை என்பதையும், ஆனால் கர்ணன் அந்த உறவைப் பற்றி நன்றாக அறிந்திருந்தான் என்பதையும் நான் நினைத்துப் பார்த்தேன். இதனால்தான் அந்த யுத்தம் இப்போது கேலிக்குரியதாக ஆகியிருந்தது.

கர்ணன் ஒரு சிங்கம்போல உறுமியபடி தன்னுடைய தேரில் தங்களை நோக்கி வந்து கொண்டிருந்ததைக் கண்ட பாண்டவ வீரர்கள் அனைவரும் திகைத்து நின்றனர். அவன் ஒரு மலைச் சிகரத்திலிருந்து ஒளிர்ந்து கொண்டிருந்த சுட்டெரிக்கும் சூரியனா, அல்லது பொன்முலாம் பூசப்பட்ட ஒரு தேரிலிருந்து தன்னுடைய கதிர்களைப் பாய்ச்சிக் கொண்டிருந்த சூரிய பகவானா என்று அவர்கள் யோசித்தனர். சூரிய ஒளியில் குளித்திருக்கின்ற ஒரு பொற்கலசம்போலக் கர்ணனின் முகம் ஒளிர்ந்தது. அவனுடைய முகம் இதுவரை ஒருபோதும் அதுபோல ஒளிர்ந்ததில்லை. அவன் ஒரு காளையின் தோள்களைக் கொண்டிருந்தான், ஆனால் ஒரு காட்டுப் புயலின் ஆற்றலுடன் அவன் தாக்கினான். சீறிப் பொங்கும் ஓர் எரிமலையைப்போல அவன் தன் வழியில் வந்த அனைவரையும் எரித்துச் சாம்பலாக்கினான். அவனுடைய நீலநிறக் கண்கள் அப்போர்க்களம் நெடுகிலும் குரங்குக் கொடியைத் தேடின. ஆனால் நான் இன்று மிகவும் புத்திசாலித்தனமாகத் திட்டம் வகுத்திருந்தேன். நான் அந்தக் குரங்குக் கொடியை அர்ஜுனனின் தேரில் வழக்கத்திற்கு மாறான விதத்தில் கட்டியிருந்தேன். அக்கொடியிலிருந்த குரங்குச் சின்னம் ஒரே ஒரு பக்கத்தில் மட்டும் தெரியும்படியும், அப்பக்கம் பாண்டவர்களைப் பார்த்தபடி இருக்கும்படியும் நான் அக்கொடியைக் கட்டியிருந்தேன். பாண்டவப் படையும் கௌரவப் படையும் கடுமையாக மோதின.

குரங்குக் கொடியைக் காண முடியாமல் திகைத்தக் கர்ணன் தன்னுடைய தேரை எங்களுடைய யானைப் படையினரை நோக்கி வளைத்தான். அவன் விஷ அம்புகளைத் தொடர்ந்து எய்தபடி, முதல் தாக்குதலிலேயே எங்கள் யானைகளின் பாதங்களை வெற்றிகரமாகத் துளைத்தான். விஷம் கலந்த ரத்தம் அவற்றின் உடல்களில் ஓடிக் கொண்டிருந்ததால், அவை மதம் பிடித்து எல்லாப் பக்கங்களிலும் தலைதெறிக்க ஓடின. அவை தம்முடைய வழியில் நின்ற ஆயிரக்கணக்கான பாண்டவ வீரர்களை மிதித்துக் கொன்றன.

இதனால் ஆத்திரமடைந்த பீமன், கர்ணன் எங்களுடைய யானைகளை அழிப்பதைத் தடுத்து நிறுத்துவதற்காகக் கர்ணனை நோக்கி ஓடினான். ஆனால் அசுவத்தாமன் பீமனுக்கு முன்னால் வந்து நின்று அவனுடைய வழியை மறித்தான். அவர்கள் இருவரும் ஆக்ரோஷமான இரண்டு புலிகளைப்போல ஒருவரோடு ஒருவர் சண்டையிட்டனர். சாத்தியகி விந்தனோடும் அனுவிந்தனோடும் சண்டையிட்டான். திருஷ்டத்யும்னன் கிருபரை வீழ்த்தினான். சுருதிகீர்த்தி மத்ர நாட்டு அரசனான சல்லியனைத் தாக்கினான். சகாதேவனும் துச்சாதனனும் ஒருவர்மீது ஒருவர் அம்பு எய்தனர். துரியோதனன் தன்னுடைய இடத்தைவிட்டு விலகிச் சென்று தருமனின் முன்னால் தன் தேரைக்

கொண்டு நிறுத்தினான். அர்ஜுனன் தருமனைக் காக்கத் தயாரானதைத் தொடர்ந்து, நான் துரியோதனனின் வழியை மறித்தேன். சூரியன் வானில் உச்சத்திற்கு ஏறியபோது, புழுதியும் வானுயரத்திற்கு எழுந்து அந்த ஒட்டுமொத்த வானத்தையும் மறைத்தது. பல்வேறு விதமான ஆயுதங்கள் ஒன்றோடொன்று மோதியதால் ஏற்பட்டப் பேரிரைச்சலில் யானைகளின் பிளிறல் சத்தம் அடங்கியது. அர்ஜுனனை எங்கும் காண முடியாமல் ஆத்திரமடைந்த கர்ணன், பாஞ்சால நாட்டு வீரர்களையும் மத்சய நாட்டு வீரர்களையும் தன்னுடைய தேரின்கீழே தள்ளி அவர்கள்மீது தன் தேரை ஏற்றி அவர்களைக் கொன்றான். சூரியன் உயரே எழ எழ, அவனுடைய தேரின் வேகமும் அதிகரித்தது. சில சமயங்களில் ஈட்டிகள், சில சமயங்களில் எறிவேல்கள், சில சமயங்களில் கதாயுதம் என்று, கர்ணன் இடைவிடாமல் அடுத்தடுத்து ஒவ்வோர் ஆயுதமாக எடுத்துத் தன் எதிரிகள்மீது வீசினான்.

நண்பகல் வந்தது. திறமை வாய்ந்த வீரனான சேமதூர்த்தியை பீமன் அவனுடைய தேரிலிருந்து கீழே தள்ளினான். சம்சப்தகப் படைகள் அர்ஜுனனைத் துரத்தி வந்தபோதிலும், தண்டன், தண்டதரன் ஆகிய இரண்டு அரசர்களையும் அவன் கொன்றான். இதைக் கண்டு ஆத்திரமடைந்த அசுவத்தாமன் எதையும் யோசிக்காமல் அர்ஜுனன்மீது பாய்ந்தான்.

இதற்கிடையே, பாஞ்சாலப் படையையும் மத்சயப் படையையும் கர்ணன் துவம்சம் செய்து கொண்டிருந்தான். அவன் நிகழ்த்திக் கொண்டிருந்த கோரத் தாக்குதலைத் தடுப்பதற்காக, நான் என்னுடைய பஞ்சசன்யச் சங்கிற்குள் பலமாக ஊதி நகுலனை மீண்டும் மீண்டும் அழைத்தேன். "நகுலா! நகுலா! உன்னுடைய தேரைக் கர்ணனை நோக்கித் திருப்பு," என்று நான் கத்தினேன். அங்கு நிலவிய குழப்பத்திலும் இரைச்சலிலும், நான் கூறிய வார்த்தைகள் நகுலனைச் சென்றடைவதற்கு அரை மணிநேரத்திற்கு மேல் ஆயிற்று. பிறகுதான் அவன் மத்சயர்களுக்கு உதவுவதற்குத் தன்னுடன் இன்னொரு படையை அழைத்து வந்தான். பிறகு ஒரு கணம்கூடத் தாமதிக்காமல் அவன் நேராகக் கர்ணன்மீது பாய்ந்தான்.

ஆனால் கர்ணன் ஒன்றும் ஒரு மெல்லிய நீர்வீழ்ச்சியல்லவே? அவன் ஒரு பயங்கரமான மின்னல் போன்றவனாக இருந்தான். நகுலனின் அம்புகள் அனைத்தையும் அவன் முறியடித்தான். அவன் நகுலனை அவனுடைய தேரிலிருந்து மீண்டும் மீண்டும் கீழே தள்ளினான். இறுதியில், நிராயுதபாணியாக நின்ற நகுலனைக் கர்ணன் தன்னுடைய தேரால் நெருக்கி, கோபம் பொங்க, "போ! இங்கு வந்து என்னோடு சண்டையிடும்படி உன் சகோதரன் அர்ஜுனனிடம் போய்க் கூறு. நான் உனக்கு உயிர்ப் பிச்சை வழங்குகிறேன். என் தூதுவனாகப் போ!" என்று கத்தினான்.

நகுலன் அவமானத்தில் தன் தலையைத் தொங்கப் போட்டுக் கொண்டு அங்கிருந்து வேகமாக வெளியேறினான். ஆனால், அவனுடைய தாயான மாதுரி தன் கணவனின் சிதையில் தீக்குளிப்பதற்கு முன்பாக, அவனை பத்திரமாகப் பார்த்துக் கொள்ளும் பொறுப்பைக் குந்தியிடம் ஒப்படைத்திருந்ததால், தன் தாயான குந்தி, மாதுரிக்குக் கொடுத்திருந்த வாக்குறுதியைக் காப்பாற்றுவதற்காகவே கர்ணன்

அவனைக் கொல்லாமல் விட்டான் என்பது நகுலனுக்குத் தெரியாது. பிரபஞ்ச நெருப்பு எல்லோரையும் ஆட்கொள்ளுவதற்கான நேரம் வந்துவிட்டிருந்தபோதிலும், ராஜமாதா குந்தி தேவியாருக்குத் தான் கொடுத்திருந்த வாக்கைக் காப்பாற்றும் விதமாகக் கர்ணன் நடந்து கொண்டான். அன்று மாலையில், தருமனின் மகனான பிரதிவிந்தியன் சித்திரராஜனின் கழுத்தைச் சீவினான்.

நான் அர்ஜுனனின் நந்திகோசத் தேரை முதன்முதலாகக் கர்ணனின் ஜைத்ரத் தேருக்கு முன்னால் கொண்டு நிறுத்தினேன். அர்ஜுனனும் கர்ணனும் கொதித்தெழுந்தனர். அவர்களுடைய முகங்கள் நெருப்புப் பந்துகள்போல ஒளிர்ந்தன. அவர்களுடைய காட்டுக்கூச்சலைக் கேட்டு அருகிலிருந்த யானைகள்கூட பயந்து அங்கிருந்து ஓட்டமெடுத்தன. அவர்கள் இருவரும் ஒருவரையொருவர் குறி பார்த்துத் தொடர்ந்து கனமான அம்புகளை எய்தனர். ஒருசில கணங்களில், வானில் மழை மேகங்கள் சூழ்ந்ததுபோல ஒட்டுமொத்த வானமும் அவர்களுடைய அம்புகளால் சூழப்பட்டு இருண்டது. அச்சண்டை ஒரு மணிநேரம் நீடித்தது. அம்புகள் அவர்கள் இருவருடைய மார்புக் கவசங்களைத் தாக்கியபோது பயங்கரமான தீப்பொறிகள் பறந்தன. அவை பல நட்சத்திரங்களைப்போல விண்ணை ஒளிர்வித்தன. அந்தத் தீப்பொறிகளால் சுட்டெரிக்கப்பட்ட, கர்ணனின் தேரோட்டியான சத்தியசேனன், அர்ஜுனனின் அம்புகளால் தாக்கப்பட்டு இறந்து கீழே விழுந்தான். அர்ஜுனனும் கர்ணனும் எய்த அம்புகளால் சூழப்பட்டு இருண்ட வானத்தை இரவின் வருகை மேலும் இருட்டாக்கியது.

6

ஒட்டுமொத்தக் குருச்சேத்திரமும் காரிருளில் மூழ்கியது. இதில் ஒரே ஒரு விதிவிலக்கு, திருஷத்வதி ஆற்றங்கரையின்மீது எரிந்து கொண்டிருந்த சத்தியசேனனின் சிதை மட்டுமே.

சத்தியசேனன் கர்ணனின் தேரோட்டி மட்டுமல்ல; அவன் கர்ணனின் மனைவியினுடைய சகோதரன் மட்டுமல்ல; கௌரவர்களின் நலனுக்காகத் தன்னை முழுவதுமாக அர்ப்பணித்துக் கொண்ட ஒரு நபர் மட்டுமல்ல; ஓர் அரசன் என்ற முறையில் கர்ணனுடைய வாழ்க்கையில் எப்போதெல்லாம் குழப்பமான சச்சரவுகள் முளைத்தனவோ, அப்போதெல்லாம் எச்சரிக்கை ஒலியெழுப்பிய ஒரு முரசாக அவன் விளங்கினான். அவன் ஓர் உண்மையான நலம் விரும்பியாக இருந்தான். எனவே, கர்ணன் திருஷத்வதி ஆற்றங்கரையின்மீது அமர்ந்து, சத்தியசேனனின் சிதையை வெறித்துப் பார்த்தபடி அவனைப் பற்றிய நினைவுகளை அசைபோட்டான்.

தன்னுடைய கவச குண்டலங்களை தானம் கொடுத்திருந்த கர்ணன், மரணத்தைப் போன்ற பயங்கரமான சாபங்களைத் தன் தலைமீது சுமந்து கொண்டிருந்தான். அவன் ஒளிமயமானவனாக விளங்கியபோதிலும், மிக எளியதொரு வாழ்க்கையை வாழ்ந்து வந்திருந்தான். இறுதியில் அவன் இப்போது இந்த இடத்திற்கு வந்து சேர்ந்திருந்தான். அவன் தன்னிடம் இருந்த கடைசி அதிசய அஸ்திரமான வைஜயந்தியைக்

கடோத்கஜன்மீது எய்திருந்ததால், இப்போது முற்றிலும் நிராதரவாக நின்றான். அவன் முற்றிலும் தனிமையில் இருந்தான்.

ஆனால் இந்தத் தனிமையில்கூட, அவனுடைய முழுமையான அர்ப்பணிப்பிலிருந்தும் சூரிய பகவானுக்கு அவன் தொடர்ந்து செய்து வந்திருந்த நீராஞ்சலியிலிருந்தும் அவனுக்குள் உருவாகியிருந்த, யாராலும் வெல்லப்பட முடியாத அளப்பரிய உற்சாகமும் ஆற்றலும்தாம் அவன் இத்தனைப் பிரச்சனைகளையும் நெருக்கடிகளையும் திறமையாகக் கையாளுவதற்கான துணிச்சலை அவனுக்கு வழங்கி வந்திருந்தன. அவனுடைய ஆற்றல்தான் அவனுடைய ஒட்டுமொத்த வாழ்க்கையாக இருந்தது. அந்த ஆற்றல்தான் அவன் தன் வாழ்க்கையின் ஊடாகப் பயணிக்க அவனுக்கு உதவி வந்திருந்தது. தான் ஒரு பிரம்மாண்டமான பிரகாசத்தின் ஒரு பகுதி என்பதையும், தன்னுள் இருந்த தெய்விகமான ஏதோ ஒன்று தனக்கு ரகசியமாக உத்வேகமளித்து வந்தது என்பதையும் கர்ணன் அறிந்திருந்தான். இந்தப் பிரகாசத்தின் இயல்பைப் புரிந்து கொள்ளுவது கடினமானதாக இருந்தது. அவனுடைய வாழ்க்கையில் இரண்டு தெளிவான அம்சங்கள் இருந்தன. முதலாவது, சூரிய பகவானுக்கும் தனக்கும் இடையேயான தொடர்பில் அவன் கொண்டிருந்த, விளக்கப்பட முடியாத நம்பிக்கையிலிருந்து அவனுடைய உன்னதமான ஆன்மா வலிமை பெற்றுக் கொண்டிருந்தது. இரண்டாவது, அவனுடைய மனமும் உடலும் சமூக வாழ்க்கையின் அன்றாடக் கடமைகளுடன் பிணைக்கப்பட்டிருந்தன. சில சமயங்களில் இவ்விரண்டும் கற்பனை செய்யப்பட முடியாத ஒரு விதத்தில் சங்கமித்தன. இந்த முரண்பாடுதான், குழப்பங்களும் சச்சரவுகளும் நிரம்பிய அவனுடைய வாழ்க்கையைப் புதிரானதாகவும் திகைப்பூட்டுவதாகவும் ஆக்கியது.

அவனுடைய தேரோட்டியான சத்தியசேனன் இப்போது அவனை விட்டுப் பிரிந்து, முடிவில்லா ஒரு பயணத்தைத் துவக்கியிருந்தான். போரில் ஒரு மகாரதி சிறப்பாகச் செயல்படுவதற்கு அவனுடைய தேரோட்டியின் திறமை ஒரு முக்கியக் காரணமாக இருக்கிறது என்பதைக் கர்ணன் நன்றாகவே அறிந்திருந்தான். சத்தியசேனன் இறந்துவிட்டதால், முன்பு பாண்டவப் படையினரிடையே ஒய்யாரமாகவும் லாவகமாகவும் சுதந்திரமாகவும் புகுந்து சென்ற ஜைத்ர ரதம், இப்போது குருச்சேத்திரப் போர்க்களத்தில் ரத்தம் கலந்து கொழகொழவென்று இருந்த மண்ணில் சிக்கிக் கொள்ளுவதற்கான சாத்தியக்கூறு அதிகமாக இருந்தது.

அவன் ஒரு வெறுமையான மனத்துடனும் இமைக்காத கண்களுடனும் சத்தியசேனனின் சிதையைப் பார்த்தபடி திருஷத்வதி ஆற்றங்கரைமீது தன்னந்தனியாக நின்றான். அவனுடைய மனச்சோர்வு அவனைத் திணறடித்துக் கொண்டிருந்ததா? அவனுடைய உடலும் மனமும் மரத்துப் போயிருந்தனவா? அல்லது அவன் தன்னுடைய புலன்களைக் கடந்து, உலகின் தொடுவான எல்லைகளைத் தகர்த்து அவற்றுக்கு அப்பால் போய்விட்டிருந்தானா?

அவன் ஒரு மாவீரன் என்பதையும், அவன் ஒரு மாபெரும் தியாகி என்பதையும், அவன் தன் குடிமக்களை நேசித்தான் என்பதையும் நான் உறுதியாக அறிந்திருந்தேன். ஆனால், சூரிய பகவானிடம் அவன் கொண்டிருந்த அர்ப்பணிப்பும், தன்னுடைய தியானத்தின் வலிமையின்

மூலம் அவன் கைவசப்படுத்தியிருந்த தூய்மையும்தாம் அவனுடைய மிக அசாதாரணமான பண்புநலன்களாக இருந்தன. ஆனால், எல்லோரும் கூடியிருந்த கௌரவ அரசவையில் அவன் திரௌபதியை இழிவுபடுத்தி, மாசற்ற அவளுடைய கற்பின்மீது களங்கம் கற்பித்திருந்த விதம் அவனுடைய பெருமையின்மீது ஒரு நிரந்தரமான கறையை ஏற்படுத்தியிருந்தது. கர்ணனைப் பரிதாபப்படத்தக்க ஒரு ஜீவனாக ஆக்கியது துரியோதனன்தான் என்று அனைவரும் கருதினர், ஆனால் அவன்மீது பரிதாபம் ஏற்பட வழி வகுத்தது திரௌபதிதான் என்பதை ஒருவரும் அறிந்திருக்கவில்லை. மனிதகுலம் அவமதிக்கப்படுவதை ஒரு முறை மன்னிக்கலாம், ஆனால் ஒரு பெண் இகழப்படுவதை ஒருபோதும் மன்னிக்க முடியாது. ஏனெனில், அப்பெண்ணின் கருவறையிலிருந்துதான் மனிதகுலமே பிறக்கிறது. எந்தவொரு சமுதாயத்தில், எந்தவொரு நாட்டில் பெண்கள்மீது அத்துமீறல் நிகழுகிறதோ, எங்கே அவர்கள் அவமானப்படுத்தப்படுகின்றனரோ, அச்சமுதாயமும் அந்நாடும் தமக்குத் தாமே குழி பறித்துக் கொண்டு அதில் மடிந்து மண்ணோடு மண்ணாகிவிடுகின்றன.

பாண்டவப் படை கர்ணனின் வீரத்தைக் கண்டு பயந்தது என்பதையும் நான் அறிந்திருந்தேன். ராஜமாதா குந்தி தேவியாரை கௌரவப்படுத்தியதன் மூலம், தான் திரௌபதிக்கு ஏற்படுத்தியிருந்த அவமானத்திற்குக் கர்ணன் சிறிதளவு பிராயசித்தம் தேடியிருந்தான். குந்தியுடனான தன்னுடைய உறவை அவன் பாண்டவர்களிடம் வெளிப்படுத்தியிருந்தால் பாண்டவர்கள் கௌரவர்களோடு சண்டையிட்டிருக்க மாட்டார்கள். திரௌபதிக்குக் கௌரவ அரசவையில் நிகழ்ந்த அவலத்திற்குக் கௌரவர்களைப் பழி வாங்குவதற்குக்கூட அவர்கள் கௌரவர்களோடு சண்டையிட்டிருக்க மாட்டார்கள்.

பிறந்து சில மணிநேரமே ஆகியிருந்த ஒரு குழந்தையை அசுவ நதியில் மிதக்கவிட்ட ஒரு தாயின் நற்பெயரைக் காப்பாற்றிய ஒருவன் உண்டு என்றால், அது கர்ணன்தான்.

மாசற்ற திரௌபதியின் பெயருக்குத் தான் களங்கம் ஏற்படுத்தியது மன்னிக்கப்பட முடியாதது என்பதை உணர்ந்த கர்ணனை, அவனுடைய மனசாட்சி அவனுடைய வாழ்நாள் முழுவதும் குத்திக் கிழித்தது. "திரௌபதியால் முடிந்தால் என்னை மன்னித்துவிடும்படி அவளிடம் கூறுங்கள்," என்ற ஒரு பணிவான செய்தியை அவளிடம் தெரிவிக்கும்படி முன்பொரு சமயம் அவன் என்னிடம் கூறியிருந்தான்.

திரௌபதிக்குத் தன்மீது வலிமையான ஈர்ப்பு இருந்ததை விருசாலியின் மூலம் தெரிந்து கொண்டிருந்தும்கூட, கர்ணன் கௌரவர்களுக்கு ஆதரவாகச் சண்டையிடத் தீர்மானித்திருந்தான். பாண்டவர்களைக் கொல்லாமல் விடுவதற்குத் தான் கொடுக்க வேண்டிய விலையைக் கொடுக்க அவன் மேற்கொண்ட தீர்மானம் திரௌபதியின்மீது அவன் கொண்டிருந்த ஆழமான மதிப்பை வெளிப்படுத்துவதற்கான ஒரு மறைமுகமான வழியல்லவா?

அதனால்தான், எல்லாவற்றையும் கருத்தில் கொண்டு, கர்ணனின் வீரம் பாண்டவர்களுக்கு ஒரு பயங்கரமான ஆபத்து என்ற முடிவுக்கு நான் வந்திருந்தேன்.

கர்ணன் தன் மனத்தைத் தேற்றிக் கொண்டு ஒரு முடிவோடு எழுந்தான். இருள் மூடியிருந்த கிழக்கு வானத்தை அவன் ஒருசில கணங்கள் பார்த்தான். அவன் ஆழ்ந்து பெருமூச்செறிந்துவிட்டு, உறங்குவதற்காகத் தன் கூடாரத்தை நோக்கி நடந்தான். அப்போது திடீரென்று, நெஞ்சைப் பிளக்கின்ற ஓர் ஒப்பாரி திருஷத்வதி ஆற்றைச் சூழ்ந்திருந்த இருளைத் துளைத்துச் சென்றது. "அ–ண்–ணா!" அந்த அலறலைக் கேட்டு சத்தியசேனனின் சிதைகூட நடுங்கியது. சத்தியசேனனின் சகோதரியும் கர்ணனின் மனைவியுமான விருசாலியின் குரல் அது.

அசுவத்தாமன் ஒரு குதிரைவீரனை அஸ்தினாபுரத்திற்கு அனுப்பி வைத்து, சத்தியசேனனின் மரணச் செய்தியை விருசாலியிடம் தெரிவிக்கச் செய்திருந்தான். அச்செய்தியைக் கேட்டவுடன், ஒரு தேரோட்டிக் குடும்பத்தைச் சேர்ந்த அவள், யாரிடமும் எதுவும் சொல்லிக் கொள்ளாமல், தன்னுடைய சகோதரனைக் கடைசியாக ஒரு முறை பார்ப்பதற்காக எல்லாவற்றையும் அப்படியே போட்டுவிட்டுத் தானே ஒரு தேரை ஓட்டிக் கொண்டு, காற்றின் வேகத்தில் இங்கு வந்து சேர்ந்திருந்தாள்.

அவள் சத்தியசேனனின் சிதையை நோக்கி வேகமாக ஓடினாள். கர்ணன் அவளைப் பார்க்கவில்லை, ஆனால் அவளுடைய அலறலைக் கேட்டு அது விருசாலி என்பதை அவன் உணர்ந்து கொண்டான். அமைதியடைந்திருந்த அவனுடைய மனம் இப்போது மீண்டும் சஞ்சலமடைந்தது. "சூத புத்திரன்! சூத புத்திரன்!" என்ற ஒரே ஓர் எண்ணம் மட்டுமே அவனுடைய மனத்தில் மீண்டும் மீண்டும் சுழன்றது.

விருசாலியைக் கண்டவுடன் கர்ணனின் மௌனமும் சிந்தனையும் உடனடியாகக் கலைந்தன. தன்னை மறந்து சத்தியசேனனின் சிதையை நோக்கி ஓடிச் சென்று கொண்டிருந்த தன் மனைவியைக் கர்ணன் இழுத்துப் பிடித்துத் தன்னோடு சேர்த்து அணைத்துக் கொண்டான். அந்த சங்கமத்தில் என்னென்ன உணர்ச்சிகள் அடங்கியிருந்தனவோ, யாரறிவார்?

"அரசே! அரசே!" என்று கூறி, விருசாலி தன்னுடைய முகத்தைக் கர்ணனின் மார்பின்மீது மீண்டும் மீண்டும் மோதினாள். பாசப் பிணைப்புகளைக் கொண்ட ஓர் எளிய பெண் அவள். மற்றவர்கள்மீது இரக்கம் கொண்டு அவர்களுக்காகப் பல தியாகங்களைச் செய்தவள் அவள்.

அவள் சிறிது நேரத்தில் தன்னுடைய அழுகையை நிறுத்திவிட்டுக் கர்ணனின் மார்பின்மீது தன் தலையைச் சாய்த்தாள். ஆனால் அவன் ஒரு வார்த்தைகூடப் பேசவில்லை. விருசாலியின் பெரிய கண்களிலிருந்து தாரைதாரையாக வழிந்து கொண்டிருந்த கண்ணீர், ஏதோ சிந்தனையில் தன்னைத் தொலைத்திருந்த அவனுடைய அமைதியான மனத்தில் புதிதாக ஒரு நெருப்பை உருவாக்க மீண்டும் மீண்டும் முயற்சித்தது.

அவனும் அவளும் ஒருவரோடொருவர் பின்னிப் பிணைந்திருந்தனர். அந்த அரவணைப்பு விருசாலிக்குச் சிறிது ஆறுதலளித்தது. கர்ணன் அவளை விடுவிக்காமலேயே, "விருசாலி, நாளைக்கு அர்ஜுனன் இந்தக் குருச்சேத்திர மண்ணில் சாய்வான், அல்லது...அல்லது உன் கணவன் சூரிய பகவானைச் சென்றடைவதற்கான உன்னதமான பாதையில்

பயணிப்பான்," என்று கூறினான்.

எது குறித்தும் ஒருபோதும் குறைகூறாமல், தன் வாழ்நாள் முழுவதும் தனக்கு ஒரு நல்ல துணைவியாக இருந்து வந்திருந்த தன் அன்பு மனைவியை அவன் தன்னுடைய ஜைத்ர ரதத்திற்குள் ஏற்றி, தானே அவளை அஸ்தினாபுர அரண்மனைக்கு அழைத்துச் சென்றான்.

7

அவன் அவளைத் தங்களுடைய மாளிகையில் விட்டுவிட்டு அரண்மனை வாசலை நோக்கி நடந்து சென்றபோது, முற்றத்தில் அரைகுறைத் தூக்கத்தில் இருந்த அன்னப்பறவைகளை அவன் கவனித்தான். தீப்பந்தங்களின் மென்மையான ஒளியில் மின்னிக் கொண்டிருந்த அரண்மனைக் குளத்தில் சலசலப்பை ஏற்படுத்தி, அதில் தெரிந்த அந்த அன்னப்பறவைகளின் பிரதிபலிப்புகளைக் கலைப்பதற்கான ஆர்வம் அவனுள் எழுந்தது. உடனே அவன் தன்னுடைய பெரிய நீலக்கல் மோதிரத்தைத் தன் விரலிலிருந்து கழற்றி, அதை அந்தக் குளத்தினுள் வீசி எறிந்தான். அக்குளத்தில் தெரிந்த பிரதிபலிப்புகள் கலங்கின. தூங்கிக் கொண்டிருந்த அன்னப்பறவைகள் அந்தத் திடீர் சலசலப்புச் சத்தம் கேட்டுக் கண்விழித்துத் தம்முடைய சிறகுகளைப் படபடவென அடித்தன. குளத்தில் சிற்றலைகள் உருவாயின. அவை மேலும் மேலும் பெரிய வட்டங்களாக விரிவடைந்து கொண்டிருந்ததைக் கண்டு கர்ணன் தனக்குள் சிரித்துக் கொண்டான்.

பிறகு அவன் அரண்மனையின் முக்கிய வாசலை நோக்கி வேகமாக நடந்தான். அங்கு சென்றடவுடன் அவன் ஒரு கணம் நிதானித்து, தன்னுடைய மாளிகையை ஏறிட்டுப் பார்த்தான். அங்கு விருசாலி தன்னுடைய கடைக்குட்டி மகன் விருசகேதுவுடன் ஒரு சன்னலுக்குப் பக்கத்தில் நின்று கொண்டிருந்தாள். கர்ணனின் மகன்களில் விருசகேது ஒருவன் மட்டுமே குருச்சேத்திரத்தின் ரத்தக்களறியில் சிக்காமல் அஸ்தினாபுரத்தில் பாதுகாப்பாக இருந்தான். கர்ணன் அவர்களை நோக்கித் தன் கையை உயர்த்த முயன்றான், ஆனால் ஏதோ யோசித்தவனாக அவன் அவ்வாறு செய்யாமல் வாசலிலிருந்து வெளியே அடியெடுத்து வைத்தான். அவன் தன் குடும்பப் பிணைப்புகளைத் துண்டித்துவிட்டு அங்கிருந்து வெளியேறிக் கொண்டிருந்ததுபோல இருந்தது அது.

அவன் குருச்சேத்திரத்திலிருந்த தன்னுடைய கூடாரத்திற்கு வந்து சேர்ந்தபோது நள்ளிரவு கடந்திருந்தது. அவனுடைய கூடாரத்தின் வாசலில் துரியோதனன் அவனுக்காகக் கவலையோடு காத்துக் கொண்டிருந்தான்.

முதன்மைத் தளபதியான கர்ணன் தன்னைக் கைவிட்டுவிட்டுச் சம்பாநகரிக்கு ஒரேயடியாகத் திரும்பிச் சென்றுவிட்டிருந்தானோ என்று நினைத்து வருத்தத்தில் இருந்த துரியோதனன் கர்ணனைக் கண்டதும் மகிழ்ச்சியடைந்தான். அவனுடைய முகம் மலர்ந்தது. அவன் வேகமாக ஓடிச் சென்று, வாயுஜித்தின் கடிவாளத்தை உறுதியாகப் பிடித்துக் கர்ணனின் தேரை நிறுத்தினான். வாயுஜித்திற்கு மூச்சிறைத்தது, அதன்

வாயிலிருந்து நுரைகள் வெளிவந்தன.

கர்ணன் தன் தேரிலிருந்து இறங்கக்கூட அவனுக்கு நேரம் கொடுக்காமல், துரியோதனன் அவனிடம் சென்று, "கர்ணா, உன்னுடைய சத்தியசேனன் இப்போது நம்மிடையே இல்லை. நாளைக்கு யார் உன்னுடைய தேரை ஓட்டுவார்கள்?" என்று கேட்டான். அங்கு நிலவிய மங்கலான தீப்பந்த ஒளியில்கூட, துரியோதனனின் நாசி துடித்தது தெளிவாகத் தெரிந்தது.

"இளவரசே, திறமையான மற்றும் நம்பகமான ஒரு தேரோட்டியை எனக்குக் கொடு. எதிர்ப்பே இல்லாத காற்றைப்போல என் தேர் இப்போர்க்களம் நெடுகிலும் சீறிப் பாய்ந்து செல்லுவதை அப்போது நீ பார்ப்பாய்," என்று கர்ணன் பதிலளித்தான்.

துரியோதனன் தன் நெற்றியைச் சுருக்கியபடி, "திறமையான, நம்பகமான தேரோட்டியா?" என்று தனக்குத் தானே கேட்டுக் கொண்டு, தன்னுடைய வலது முஷ்டியால் இடது உள்ளங்கையில் இரண்டு முறை குத்திவிட்டுக் கடுமையாக யோசித்தான். அவனுடைய புருவங்கள்மீது லேசாக வியர்வை அரும்பியது. அவனுடைய வளைவான புருவங்கள் மேலும் வளைந்தன. தீப்பந்தங்களின் செம்மஞ்சள் நிற ஒளியில் அவனுடைய செந்நிற முகம் அதிக ஆக்ரோஷமாக ஒளிர்ந்தது. அது கெடுநோக்குக் கொண்ட ஒன்றைப்போலத் தோன்றியது. கூர்ந்து கவனிக்கும் திறன் படைத்த எவரொருவரும் அவன் பெரும் கவலைக்கு ஆளாகியிருந்ததை அவனுடைய முகத்தோற்றத்திலிருந்து எளிதாகக் கண்டுபிடித்துவிடுவர்.

கர்ணனின் தேரோட்டியாக இருப்பதற்கு யார் தகுதியானவர் என்பதைக் கண்டுபிடிப்பதுதான் துரியோதனனுக்கு இப்போதைய மிகப் பெரிய தலைவலியாக இருந்தது. இப்படிப்பட்ட ஒரு நெருக்கடிக்குத் தன்னை இட்டு வந்திருந்த தன்னுடைய கொடூரமான வாழ்க்கைப் பாதையைக்கூட அவன் மறக்கும் அளவுக்கு அவனுள் இப்போது இக்கவலை மேலோங்கியிருந்தது. கர்ணனும் துரியோதனனும் கௌரவ அரண்மனையில் இரண்டு கற்சிலைகளைப்போல சிறிது நேரம் மௌனமாக உட்கார்ந்திருந்தனர்.

"கர்ணா, உனக்கு ஆட்சேபனை இல்லையென்றால் ஒரே ஒரு வீரரை மட்டுமே என்னால் பரிந்துரைக்க முடியும். உன்னுடைய தேரின் கடிவாளங்களைத் தொடுவதற்கான தகுதி படைத்தவர் அவர் ஒருவர்தான்," என்று துரியோதனன் கூறினான்.

"யார்?" என்று கேட்டுவிட்டுக் கர்ணன் தன்னுடைய கிரீடத்தையும் கனமான போர்க்கவசத்தையும் கழற்றி ஒரு பெரிய தாம்பாளத்தின்மீது வைத்தான். அவனுடைய அடர்த்தியான சுருட்டைத் தலைமுடி, சுதந்திரமாகப் பறந்து திரியும் இலையுதிர்காலப் பறவைகள்போல அவன் தோள்களின்மீது புரண்டன. அவனுடைய போர்க்கவசம் அவனுடைய வசீகரமான கழுத்தின்மீது ஏற்படுத்தியிருந்த தடம் தெளிவாகத் தெரிந்தது.

"மத்ர நாட்டு அரசர் சல்லியன்," என்று கூறிவிட்டு துரியோதனன் கர்ணனின் தோள்மீது தன் வலது கையை வைத்தான்.

"சல்லியனா? துரியோதனா, அவர் பாண்டவர்களுடைய சொந்தக்காரர் என்பதை நீ மறந்துவிட்டாயா? ராஜமாதா மாதுரி

தேவியின் சொந்த சகோதரர் அவர். எனவே, பாண்டவர்களின் தாய்வழி மாமா அவர். இந்த மாபெரும் போர் ஒரு சூதாட்டத்தில்தான் தொடங்கியது. இப்போது இந்த நெருக்கடியான நேரத்தில் தயவு செய்து மீண்டும் சூதாடாதே!" என்று கூறிவிட்டுக் கர்ணன் ஏதோ தீவிர யோசனையில் ஆழ்ந்தான்.

"கர்ணா, இந்தப் போர் தொடங்குவதற்கு முன்பாகவே அரசர் சல்லியனுக்கு நான் காட்டிய மரியாதை மற்ற அரசர்களுக்கு நான் கொடுத்த மரியாதையிலிருந்து வேறுபட்டிருந்தது. பாண்டவர்களோடு சேர்ந்து அவர்கள் தரப்பில் சண்டையிடும் நோக்கத்துடன்தான் அவர் தன்னுடைய மத்ர நாட்டைவிட்டு வந்தார் என்பது உண்மை. ஆனால் நான் அவரை வழிமறித்து, அவரை கௌரவிக்கும் விதமாக வழி நெடுகிலும் வரவேற்பு வளைவுகளை நிறுவி, தூதுவர்கள் மூலம் விலையுயர்ந்த பரிசுப் பொருட்களை அவருக்கு அனுப்பி வைத்து, நமக்கு ஆதரவாகப் போரிட அவரை வெற்றிகரமாக நம் பக்கம் இழுத்து வந்திருக்கிறேன். இப்போரில் தான் கௌரவர்களுக்கு உதவப் போவதாக அவர் சபதம் செய்திருக்கிறார். கடந்த பதினாறு நாட்களாக அவர் நம்முடன் சேர்ந்து மன உறுதியோடும் அர்ப்பணிப்போடும் சண்டையிட்டு வந்திருக்கிறார். நம்முடைய வீரர்கள் பீமனின் கடுமையான தாக்குதலுக்கு உட்பட்டு மடிந்தபோது, அவர் மீண்டும் மீண்டும் தன்னுடைய படையினரை நமக்குக் கொடுத்து நம்முடைய படைக்கு வலிமை கூட்டியுள்ளார். சல்லியன் தான் கொடுத்துள்ள வாக்கிலிருந்து இப்போது நிச்சயமாகப் பின்வாங்க மாட்டார். நீ என்னை நம்பு. சத்திரியர்கள் ஒருபோதும் பின்வருத்தம் கொள்ளுவதுமில்லை, பின்வாங்குவதும் இல்லை. நேரம் வரும்போது, சொர்க்கத்தை அடைவதற்கு மரணத்தைத் தழுவக்கூட அவர்கள் தயாராக இருப்பர். உனக்கு இது நன்றாகவே தெரியும். சாதாரண மனிதர்கள்தாம் குடும்பப் பிணைப்புகளில் சிக்கிக் கிடைப்பர், ஆனால் அரசர்கள் வேறு விதமான பிணைப்புகளைக் கொண்டுள்ளனர். கொடுத்த வாக்கைக் காப்பாற்றுதல், முழுமையான அர்ப்பணிப்புடன் செயல்படுதல், போர்க்களத்தில் வீரத்துடன் போரிடுதல் ஆகியவற்றுடன்தான் அவர்கள் தங்களைப் பிணைத்துக் கொண்டுள்ளனர்," என்று கூறிவிட்டுக் கர்ணனின் பதிலுக்குக்கூடக் காத்திருக்காமல் அவன் தன் கைகளைத் தட்டினான். மறுகணம் பிரபஞ்சனன் உள்ளே வந்தான்.

"பிரபஞ்சனா, மத்ர நாட்டு அரசர் சல்லியனை மரியாதையோடு இங்கு அழைத்து வா," என்று துரியோதனன் அவனிடம் கூறினான்.

சில நிமிடங்களில் சல்லியன் அங்கு வந்து அவர்கள் முன்னால் நின்றார். அங்கு துரியோதனன் மட்டுமே இருப்பான் என்று அவர் எதிர்பார்த்திருந்தார். மிஞ்சிப் போனால், அசுவத்தாமனும் சகுனியும் உடனிருப்பர் என்று அவர் நினைத்திருந்தார். ஆனால், அவர் கர்ணனைப் பார்த்த மறுகணம் அவருடைய நெற்றி சுருங்கியது. கர்ணன் தனக்கு எந்த விதத்தில் சொந்தம் என்பது பற்றி அவருக்கு எந்த யோசனையும் இருக்கவில்லை. அது ஒரு புறம் இருந்தாலும், கர்ணனின் திக்விஜயப் பயணத்தின்போது அவனிடம் தான் பட்ட அவமானத்தை அவர் மறந்திருக்கவில்லை. அவர் கர்ணனை நோக்கி ஓர் ஏளனப் பார்வையை வீசிவிட்டுத் தன்னுடைய அங்கவஸ்திரத்தை

உதறி மீண்டும் தன் தோளின்மீது போட்டுக் கொண்டார். ஆனால், அவருடைய சத்திரிய கர்வத்தைக் கண்டு சூரிய புத்திரனான கர்ணன் கோபம் கொள்ளவில்லை. அவன் சல்லியனை வெறுக்கவும் இல்லை. அவன் மனம் தளரவும் இல்லை. மாறாக, அவன் எந்த உணர்ச்சியையும் வெளிக்காட்டாமல் மௌனமாக இருந்தான்.

துரியோதனன் சல்லியனைப் பார்த்து, "மரியாதைக்குரிய மன்னரே, இந்த அகால நேரத்தில் உங்களை இங்கு வரச் சொல்லி நான் உங்களைத் தொந்தரவு செய்திருக்கிறேன். ஆனால், மிக அவசரமான, மிக முக்கியமான ஒரு விவகாரத்தைப் பற்றி நாம் பேச வேண்டியுள்ளது," என்று கூறினான்.

சல்லியன் கர்ணனுக்கு முதுகு காட்டி நின்று துரியோதனனை நேருக்கு நேர் பார்த்து, "இளவரசே, என்ன விஷயம்?" என்று கேட்டார்.

"நாளைய தினம் உங்கள் கைகளில்தான் இருக்கிறது!" என்று கூறிவிட்டு துரியோதனன் சல்லியன்மீது தன் பார்வையை நிலைப்படுத்தினான்.

துரியோதனன் கூறியதன் அர்த்தத்தைப் புரிந்து கொள்ள முடியாத சல்லியன் தன் நெற்றியைச் சுருக்கிக் கொண்டு, "என் கைகளிலா? எப்படி?" என்று கேட்டார்.

"அரசே, நாளைக்கு..." என்று தயங்கிய துரியோதனன், பிறகு உறுதியாக, "நாளைக்கு நீங்கள்தான் நம்முடைய முதன்மைத் தளபதியின் தேரோட்டியாக இருக்க வேண்டும்," என்று கூறிவிட்டு சல்லியனின் தோள்மீது கை வைத்து, அவருடைய பதிலை எதிர்பார்த்து அவருடைய கண்களை ஊடுருவிப் பார்த்தான்.

அதிர்ச்சியடைந்த சல்லியன், "இளவரசே!" என்று உரக்கக் கத்திவிட்டு மறுகணம் மௌனமானார். பிறகு அவர் கர்ணனை ஓர் ஆவேசப் பார்வை பார்த்துவிட்டு, துரியோதனனை நோக்கித் திரும்பி, ஒரு தேரோட்டி தன்னுடைய குதிரையின் வாலில் ஆங்காங்கே வெளியே துருத்திக் கொண்டிருக்கும் ஒருசில முடிகளை வேகமாகப் பிடுங்குவதைப்போல வேகவேகமாக வார்த்தைகளை அள்ளி வீசினார்: "இந்த சூத புத்திரன் என்னைப் பழி வாங்குவதற்காக வகுத்திருக்கின்ற கேவலமான, அற்பத்தனமான திட்டம் இதுதானா? பாண்டவர்களை அவனால் ஒன்றும் செய்ய முடியாததால் என்னை அவமானப்படுத்துவதற்கு அவன் உன்னைப் பயன்படுத்தியிருக்கிறான்! இளவரசே, ஓர் உயர்ந்த குலத்தைச் சேர்ந்த சத்திரியனை ஒரு சூத புத்திரனின் தேரோட்டியாக இருக்கும்படி நீங்கள் என்னைக் கேட்கிறீர்கள். நம்முடைய தேர்களை ஓட்ட வேண்டிய ஒருவனுக்கு நான் தேரோட்டியாக இருக்க வேண்டும் என்று நீங்கள் எதிர்பார்க்கிறீர்களா? நான் ஒருவன் இங்கு இன்னும் உயிரோடு இருக்கும்போது, கௌரவப் படையின் முதன்மைத் தளபதி பொறுப்பை இந்த சூத புத்திரனிடம் ஒப்படைத்ததன் மூலம் நீங்கள் ஒரு மிகப் பெரிய தவறு செய்திருக்கிறீர்கள்!"

கர்ணன் சற்றும் உணர்ச்சிவசப்படவில்லை. திரைச்சீலையுடன்கூடிய சன்னல் வழியாக, வெளியே தெரிந்த இருட்டை உற்றுப் பார்த்தபடி அவன் தொடர்ந்து அமைதியாகவே இருந்தான்.

"மத்ர நாட்டு அரசர் அவர்களே, நீங்கள் எந்தக் கௌரவர்களுக்காகச் சண்டையிட இங்கே வந்திருக்கிறீர்களோ, அதே கௌரவர்கள்தாம்

அஸ்தினாபுரத்து மக்கள் அனைவரின் முன்னிலையிலும் கர்ணனை முழு மரியாதையோடு அங்க நாட்டின் அரசனாக நியமித்து, அவனுக்கு ஒரு சத்திரியனின் அந்தஸ்தைக் கொடுத்துள்ளனர். அதே கௌரவர்கள்தாம் அவனை இப்படையின் முதன்மைத் தளபதியாகவும் நியமித்துள்ளனர். கௌரவர்களுக்கு ஆதரவாக இங்கு வந்திருக்கின்ற அரசர்கள் அனைவருமே கர்ணனின் வெற்றிகரமான திக்விஜயத்தின் காரணமாகவே இங்கு வந்துள்ளனர் என்பதை நீங்கள் மறந்துவிடக்கூடாது. எனக்கு மட்டும் வாய்ப்பும் அதிகாரமும் இருந்திருந்தால், முதல் நாளன்றே கர்ணனை முதன்மைத் தளபதியாக நான் நியமித்திருந்திருப்பேன். ஒரு தேரோட்டியின் திறமைகள் எனக்கு இருந்திருந்தால், கர்ணனுக்கு நானே தேரோட்டியாக ஆகியிருப்பேன். எனவே, நான் இவ்விஷயத்தை ஒட்டுமொத்தமாக உங்களிடம் விட்டுவிடுகிறேன். மூத்தக் கௌரவ இளவரசன் என்ற முறையில் நான் உங்களிடம் இந்தப் பணிவான கோரிக்கையை முன்வைக்கிறேன். ஏனெனில், பல்லாயிரக்கணக்கான கௌரவ வீரர்களின் உயிர்கள் உங்களுக்கு இருக்கும் தேரோட்டும் திறமையைச் சார்ந்துள்ளன. இனி உங்கள் விருப்பம்," என்று துரியோதனன் கூறினான்.

தன்னுடைய நிலைமையை நினைத்து வருந்திய அரசர் சல்லியன் சிந்தனையில் மூழ்கினார். அவர் கர்ணனின் குறுகிய பாதங்களைப் பார்த்தார். உடனே அவருடைய கண்கள் அகலமாக விரிந்தன. அவருடைய நெற்றி சுருங்கியது. அவர் ஆழமாக யோசித்துப் பார்த்துவிட்டு, "கௌரவ இளவரசே, நான் தயார்!" என்று கூறிவிட்டு மறுகணம் அக்கூடாரத்திலிருந்து வெளியேறினார். ஆனால் இப்போது அவர் கர்வத்தோடு தன்னுடைய அங்கவஸ்திரத்தை எடுத்து உதறவில்லை!

சல்லியன் போன மறுகணம் துரியோதனன் வேகமாகக் கர்ணனிடம் சென்று, அவனுடைய வலிமையான கைகளைப் பற்றிக் கொண்டான்.

"அங்க நாட்டு அரசனே, பிதாமகர் பீஷ்மரால் சாதிக்க முடியாததை, குருதேவர் துரோணர் சாதிக்கத் தவறியதை, நாளைக்கு நீ சாதிக்கப் போகிறாய். அஸ்தினாபுரத்தின் போட்டியரங்கில் எல்லோராலும் ஏளனம் செய்யப்பட்டு மனமுடைந்து நின்ற அந்த வில்லாளன் கர்ணனை உனக்கு நினைவிருக்கிறதா? காம்பில்யத்தின் சுயம்வர மண்டபத்தில் அவமானத்தில் தலை குனிந்து நின்ற அந்தக் கர்ண மாவீரன் உனக்கு நினைவிருக்கிறானா? கங்கைக் கரையின்மீது எரிந்து கொண்டிருந்த சுதாமனின் சிதைத் தீ உனக்கு நினைவிருக்கிறதா? ஷோனின் கவசத்துடன்கூடிய தலை உனக்கு நினைவிருக்கிறதா? எல்லாமே உனக்கு நினைவிருக்கிறது, இல்லையா? பிதாமகர் பீஷ்மர், துரோணர், ஷோன், சத்தியசேனன் ஆகியோருடைய வேதனைகரமான முடிவுகளை நினைத்துப் பார், கர்ணா. அர்ஜுனனின் வில் உடைந்து, அதனுடைய நாணே அர்ஜுனனின் கருநீலக் கழுத்தைச் சுற்றி இறுக்கி அவனைக் கொல்லுவதை உறுதி செய். அர்ஜுனன் மூச்சுத் திணறி இறந்து கீழே விழுந்துவிட்டதுகூட அவனுடைய தேரோட்டிக்குத் தெரியக்கூடாது. என்ன சொல்லுகிறாய், கர்ணா?" என்று கேட்டுவிட்டு துரியோதனன் கர்ணனின் கையை உலுக்கினான். துரியோதனனின் இளஞ்சிவப்பு நிறக் கண்கள் கர்ணனின் பரந்த நெற்றியை மேய்ந்த

விதம், அவன் தன்னுடைய சொந்த எதிர்காலத்தைக் கணித்துக் கொண்டிருந்ததைப்போல இருந்தது.

"துரியோதனா, உனக்கு வெற்றி கிட்டுவதற்கு நான் என்னால் இயன்ற அளவு சிறப்பாகச் செயல்படுவேன். அண்டை நகரங்களைச் சேர்ந்த யாசகர்களுக்கு நாளை தாராளமாக தானம் வழங்கப்படும் என்று அறிவிப்பதற்கு ஏற்பாடு செய்," என்று கர்ணன் கூறினான். அவனுடைய வார்த்தைகள் துரியோதனனுக்கு உத்தரவாதம் அளிப்பவையாக இருந்தன.

துரியோதனன் மகிழ்ச்சியாகத் தன் அங்கவஸ்திரத்தைச் சரி செய்து கொண்டு, கர்ணனின் புஜத்தை ஓங்கித் தட்டிவிட்டுக் கூடாரத்திற்குள் இருந்து வெளியே வந்தான். அருகிலிருந்த ஒரு தீப்பந்தத்தைக் கையிலெடுத்துக் கொண்டு பிரபஞ்சனன் வழிகாட்டி முன்னே நடந்தான். இரண்டு உருவங்களும் துரியோதனனின் கூடாரத்திற்குள் நுழைந்து மறைந்து போயின. நாளைய தினம் நிகழவிருந்தவற்றை ஏற்கனவே உணர்ந்து கொண்டதுபோல, திருஷத்வதி ஆற்றின் மேலாக வீசிக் கொண்டிருந்த காற்று தன்னுடைய கைகளை மென்மையாகத் தட்டித் தாலாட்டுப் பாடி, குருச்சேத்திரம் எனும் குழந்தையை அந்த ஆற்றின் மடியில் உறங்க வைக்க முயற்சித்துக் கொண்டிருந்தது. ஆனால் குருச்சேத்திரத்திற்குத் தூக்கம் வரவில்லை. அது இனி ஒருபோதும் வரப் போவதும் இல்லை.

இத்தகவல்கள் அனைத்தையும் என் ஒற்றன் என்னிடம் தெரிவித்தான். அவன் அதை விவரித்தபோது யாரோ சிரித்துவிட்டு, "நாம் நகுலனையும் சகாதேவனையும் அரசர் சல்லியனின் கூடாரத்திற்கு அனுப்பி வைத்து, நம்முடைய குடும்பத் தொடர்புகளை அவருக்கு நினைவுபடுத்தி அவரை நம் பக்கம் இழுக்க வேண்டும். அது சரிப்பட்டு வராவிட்டால், கர்ணனுக்குத் தேரோட்டும்போது அவனுடைய பிறப்பை இகழும் விதமாகக் கடுமையான வார்த்தைகளால் கர்ணனை அவர் தொடர்ந்து அவமானப்படுத்தி, அவனுடைய கவனத்தைச் சிதறடித்து, அவனுடைய அர்ப்பணிப்பையும் குலைக்க வேண்டும் என்று சல்லியனுக்கு நாம் அறிவுறுத்த வேண்டும்," என்று கூறியது என் காதுகளில் விழுந்தது. என்னவோர் அபத்தமான பரிந்துரை!

கேட்கப்படாமலேயே இந்த அறிவுரையைக் கொடுத்தவனுக்கு ஒரு விஷயம் தெரிந்திருக்கவில்லை: சல்லியனைப் போன்ற ஒரு மாவீரர் இத்தகைய ஒரு கேவலமான நடத்தை மூலம் தன்னை ஒருபோதும் தரம் தாழ்த்திக் கொள்ள மாட்டார், தன்னுடைய சத்திரியகுலத்திற்கு மரியாதைக் குறைவை ஏற்படுத்துவதைப் பற்றி அவரால் ஒருபோதும் நினைத்துப் பார்க்கக்கூட முடியாது. குடும்பப் பாசம் என்ற மாயக்கட்டின்கீழ்கூட அவர் ஒருபோதும் அப்படி நடந்து கொள்ள மாட்டார். அது அவருடைய நோக்கமாக இருந்திருந்தால், போரில் முன்னதாகவே அவர் கௌரவர்களுக்கு நம்பிக்கைத் துரோகம் இழைத்திருந்திருப்பார். கௌரவர்களின் கொள்கைகளில் அவருக்கு உடன்பாடு இருந்திருக்காவிட்டால், தன் படையுடன் மீண்டும் தன்னுடைய நாட்டிற்கு அவரால் சுலபமாகத் திரும்பிப் போயிருக்க முடியும்.

இப்போரில், ஒருமுறை மன்னிக்கப்படக்கூடிய கொடூரம் மீண்டும்

நிகழ்த்தப்பட்ட சம்பவம் நிகழ்ந்திருந்தது, ஆனால் நம்பிக்கைத் துரோகம் இழைக்கப்பட்டு இதுவரை யாரும் பார்த்திருக்கவில்லை.

எது எப்படியோ, சல்லியன் என்ன செய்தாலும், கர்ணனின் உறுதி அசைக்கப்பட முடியாததாக இருந்தது. போர்க்களத்தில் கர்ணன் தன்னுடைய திறமையைக் காட்டவிருந்தான், எண்ணற்றோரைக் கொன்று குவிப்பதில் தனக்கு இருந்த மேதமையை நிரூபிக்கவிருந்தான். அவனை ஈன்றெடுத்தத் தாயான குந்தி, அவனுக்கும் மற்றப் பாண்டவர்களுக்கும் இடையேயான ரத்தத் தொடர்பைப் பற்றிய ரகசியத்தை அவனிடம் வெளிப்படுத்தியபோதிலும் அவனை அவனுடைய நோக்கத்திலிருந்து அவரால் திசை திருப்ப முடியவில்லையே! நான் அவனுக்குப் பல வாக்குறுதிகளை வழங்கி, அவன் பாண்டவர்களுடன் வந்து சேர்ந்து கொள்ள வேண்டும் என்று அவனை எவ்வளவோ கேட்டுக் கொண்டும்கூட, கௌரவர்களிடம் அவன் கொண்டிருந்த விசுவாசத்திலிருந்து அவன் இம்மியளவுகூடப் பிசகவில்லையே! அவன் எவ்வளவு மன உறுதியோடு தன்னுடைய கவச குண்டலங்களை தானம் கொடுத்தானோ, அதே உறுதியோடு, பிதாமகர் பீஷ்மர் தன் மரணப் படுக்கையில் இருந்தபோது அவனுக்கு வழங்கிய அறிவுரையைக்கூட அவன் ஏற்றுக் கொள்ள மறுத்துவிட்டானே! அப்படிப்பட்டக் கர்ணன், தான் சூரிய பகவானின் மைந்தன் என்பதை அறிந்திருந்த கர்ணன், எப்படி சல்லியனைப் போன்ற ஒருவர் தன்னுடைய பிரகாசத்தின்மீது கறை ஏற்படுத்த அனுமதிப்பான்?

சல்லியனும் சரி, கர்ணனும் சரி, நம்பிக்கைத் துரோகம் என்ற கேவலமான செயலை அவர்கள் ஒருபோதும் செய்ய மாட்டார்கள். போய் அமைதியாகத் தூங்கும்படி நான் எல்லோருக்கும் அறிவுறுத்தினேன். அமாவாசை இரவு முடிந்துவிட்டபோதிலும் அதிக இருட்டான நாட்கள் இனி வரவிருந்தன என்பதை நான் அறிந்திருந்தேன்.

போரின் பதினேழாம் நாள் விடிந்தது. வளர்பிறையின் மூன்றாம் நாள் அது. இரண்டு படைகளின் வலிமையும் பாதியாகக் குறைந்திருந்தது. வீரர்களின் கூடாரங்களில் பல காலியாக இருந்தன. குதிரை லாயங்கள் குதிரைகளற்று இருந்தன.

கௌரவர்களின் முதன்மைத் தளபதியான கர்ணன் ஒரு பெரிய மேட்டின்மீது ஏறி நின்று போர்க்களத்தைப் பார்வையிட்டான். கடந்த பதினாறு நாட்களாக அவன் அந்த மேட்டின்மீது நின்றபடிதான் அனைத்து நிகழ்வுகளையும் கவனித்து வந்திருந்தான். அன்று தானம் கொடுக்கப்படும் என்று முரசு கொட்டி அறிவிக்கப்பட்டிருந்ததால் அந்த மேட்டைச் சுற்றி யாசகர்கள் திரண்டனர். அங்கு ஏகப்பட்டத் தாம்பாளங்கள் வைக்கப்பட்டிருந்தன. அவை பல்வேறு வடிவங்களிலும் பல்வேறு அளவுகளிலும் இருந்தன. அவற்றில் வைரங்கள், முத்துக்கள், மாணிக்கங்கள், வைடூரியங்கள், மற்றும் பல விலையுயர்ந்த கற்கள் குவித்து வைக்கப்பட்டிருந்தன. தன்னுடைய திக்விஜயப் பயணத்தின்போது தான் கைவசப்படுத்தியிருந்த செல்வங்களில் மீதமிருந்த எல்லாவற்றையும் அன்று தாராளமாக தானம் கொடுக்கக் கர்ணன் தீர்மானித்திருந்தான். என்னுடைய கிரீடத்தைப் போன்ற ஒரு கிரீடத்தை அவன் தன் தலைமீது அணிந்திருந்தான். இரண்டு சிறிய சம்பங்கி மலர்ச்சரங்கள் அவனுடைய மணிக்கட்டுகளை அலங்கரித்திருந்தன.

அரசப் புரோகிதர் தேர்ந்தெடுத்திருந்த முகூர்த்த நேரம் வந்தவுடன், கர்ணன் தன்னுடைய செங்கரங்களால் வைரங்களையும் மாணிக்கங்களையும் அள்ளினான். யாசகர்களில் ஒவ்வொருவருக்கும் அவன் அவற்றிலிருந்து ஒவ்வொரு கைப்பிடி எடுத்துக் கொடுத்தான். பிறகு இருகரம் கூப்பித் தலை குனிந்து அவர்களை மரியாதையோடு வணங்கினான். ஜராசந்தனுக்கு முன்னாலும், சல்லியன், சிக்கிரன், ருக்மர்த்தனன் போன்ற புகழ்மிக்க அரசர்களுக்கு முன்னாலும், வீரமிக்கப் பாண்டவர்களுக்கு முன்னாலும், பரசுராமருக்கு முன்னாலும், ஓரிரு முறையைத் தவிர எனக்கு முன்னாலும்கூடத் தலை வணங்கியிராத கர்ணன், இந்த எளிய யாசகர்களுக்கு முன்னால் உண்மையான அடக்கத்துடன் தலை வணங்கினான். ஏன்? அவனுடைய மனத்தில் என்ன ஓடிக் கொண்டிருந்தது? அது என்னவென்று எனக்குத் தெரியும் என்று எனக்குத் தோன்றியது. ஏனெனில், ஒரு யாசகனின் தன்னிச்சையான வாழ்த்துக்கள், எதிர்பார்க்கப்படுகின்ற ஆசீர்வாதங்களைவிட எப்போதும் மேன்மையானவையாக இருக்கின்றன. கர்ணன் ஒரு சாதாரண வீரனாக சாதாரண மக்களின் ஆசீர்வாதங்களைப் பெற விரும்பினான்.

அவன் தானம் கொடுத்து முடிக்கவிருந்தான். ஆனாலும், சூரியன் தலைகாட்டவில்லை. நீலவானம் முழுவதிலும் இருண்ட மேகங்கள் பரவியிருந்தன. குருச்சேத்திரத்தைச் சுற்றிலும் இருந்த மரங்களில் வாழ்ந்த பறவைகள்கூட இன்று தம்முடைய இனிய குரலால் எதுவும் பாடாமல் மௌனமாக இருந்தன. சூரிய உதயத்தின்போது வழக்கமாக மகிழ்ச்சியாகத் தலைதூக்கிய தாவரங்களும் படர்கொடிகளும் இன்று தம்முடைய தலைகளைத் தொங்கப் போட்டிருந்தன. அவை தூக்கக் கலக்கத்திலும் காய்ந்து போயும் இருந்ததுபோலக் காட்சியளித்தன. வானிலை மந்தமாகவும் விரக்தியளிப்பதாகவும் இருந்ததால் அவற்றின்மீது பனித்துளிகள் எதுவும் இருக்கவில்லை, அவை மினுமினுக்கவும் இல்லை.

8

அமீனம் என்று அழைக்கப்பட்ட ஓர் உயரமான குன்றின் அடிவாரத்தில்தான் இன்றைய போர் நிகழவிருந்தது. மேற்கிலிருந்து பாண்டவப் படையும் கிழக்கிலிருந்து கௌரவப் படையும் அந்த இடத்தை நோக்கி அணிவகுத்து வந்தன. மத்ரம், மகதம், மத்சயம், மதுரா, மாளவம், வத்சம், வங்கம், விதேகம், விதர்பம், குலிந்தம், கிராதம், காசி, கோசலம், காம்போஜம், காமரூபம், நிஷாதம், ஆபீரம், காந்தாரம் உட்பட, ஆரியவர்த்தத்தின் அனைத்து நாடுகளையும் சேர்ந்த வீரர்கள் குருச்சேத்திரத்தின் நான்கு பக்கங்களிலும் கூடியிருந்தனர். போரின் விளைவைக் காண அவர்கள் ஆர்வமாக இருந்தனர். ஒருமித்த கவனத்துடனும் அர்ப்பணிப்புடனும் போரிட அவர்கள் அனைவரும் தயாராக இருந்தனர். சாகலம், கிரிவிரஜம், விராடநகரம், அவந்தி, பிரயாகை, குசுமபுரம், குந்தினபுரம், சந்தனாவதி, காஷ்டமண்டபம், வாரணாசி, அயோத்தி, சம்பாவதி, மகிஷ்மதி, புஷ்கராவதி ஆகிய தலைநகரங்களின் பல்வேறு வண்ணக் கொடிகள் அப்போர்க்களத்தை கௌரவப்படுத்தின. அக்கொடிகள் பல்வேறு வடிவங்களில் இருந்தன.

இன்று கௌரவப் படையினர் ஒரு வட்ட வடிவ அணிவகுப்பைத் தேர்ந்தெடுத்திருந்தனர். அது சூரியனின் வடிவத்தை ஒத்திருந்தது. அந்த அணிவகுப்பின் சுற்றளவு, முதன்மைத் தளபதி கர்ணனின் ஜைத்ர ரதத்திற்குப் பின்னால் பல யோஜனை தூரம் நீண்டு விரிந்திருந்தது. கர்ணன் தன்னுடைய தேரைச் சுற்றி வந்து வணங்கிவிட்டுத் தன் கண்களை மூடிக் கொண்டு சூரியனைப் போற்றி சுலோகங்களைக் கூறினான்.

அர்ஜுனனின் நந்திகோசத் தேருக்குப் பின்னால் பாண்டவப் படையினர் மரண தேவனான எமனின் வாகனமான எருமையின் வடிவில் அணிவகுத்து நின்றனர். அந்த அணிவகுப்பின் பின்பகுதி அந்த மலையடிவாரத்தின் எல்லைவரை நீண்டிருந்தது.

ஜைத்ர ரதத்தின் பின்பக்கத்தில் ஈட்டிகள், எறிவேல்கள், கேடயங்கள், கதாயுதங்கள், தெய்விக அஸ்திரங்கள், வாட்கள், சக்கரங்கள் உட்படப் பல வகையான ஆயுதங்கள் ஏற்றப்பட்டிருந்தன. தேரின் உச்சியில் போர்க்கொடி ஏற்றப்பட்டிருந்தது. கர்ணன் தன் தேரின் படிக்கட்டின்மீது தன்னுடைய வலது காலை வைத்து ஏறி உள்ளே சென்றான். அவன் ஏறியவுடன், அந்த பாரத்தில் அத்தேரின் மணிகள் அசைந்தாடி ஓசை எழுப்பின, அத்தேரில் தொங்கவிடப்பட்டிருந்த மலர்மாலைகள் அசைந்தன, போர்க்கொடி லேசாகக் குலுங்கியது. பிறகு எல்லா அசைவுகளும் அடங்கின. முதன்மைத் தளபதி கர்ணன் தன்னுடைய தேரில் ஏறியவுடன், அவனுடைய தேரோட்டியான சல்லியன் வேகமாக வந்து தேரின் முன்பக்கத்தில் ஏறி, அதில் பூட்டப்பட்டிருந்த உயரமான குதிரைகளின் கடிவாளங்களைத் தன் கைகளில் எடுத்தார். பார்ப்பதற்கு அக்கடிவாளங்கள் யானைத் தந்தங்களைப்போல இருந்தன. அக்குதிரைகளில் ஒன்று மிக உயரமாக இருந்தது. புலித்தோலால் மூடப்பட்ட ஒரு சாட்டையை சல்லியன் தன் கையிலெடுத்தார்.

சல்லியன் ஒரு தேரோட்டியாக ஆகியிருந்ததை நினைத்து நான் எனக்குள் சிரித்துக் கொண்டேன். காலம் சல்லியனை மிகக் கொடூரமாகப் பழி வாங்கியிருந்தது என்றுதான் சொல்ல வேண்டும்!

பாண்டவப் படைகளின் முன்னால் நின்று கொண்டிருந்த அர்ஜுனனைப் பார்த்து, தேரில் ஏறும்படி நான் அவனிடம் கூறினேன், ஆனால் அவன் அசையாமல் நின்றான். நான் அவனுடைய தேரின் கடிவாளங்களையும் சாட்டையையும் என் கைகளில் எடுக்கும்வரை அவன் ஏற மாட்டான் என்பதை நான் அறிந்திருந்தேன். எனவே, நான் புன்னகைத்துக் கொண்டே, வேண்டுமென்றே என்னுடைய இடது காலைத் தூக்கி வைத்துத் தேரில் ஏறினேன். பிறகு நான் என் சாட்டையை எடுத்து வலிமையாகச் சுழற்றினேன்.

நான் என்னுடைய பஞ்சசன்யத்தை எடுத்து முழங்கிப் போர்க்குரல் கொடுத்தவுடன், அர்ஜுனன் தன் தேருக்குள் ஏறி, தன்னுடைய தேவதத்தச் சங்கை எடுத்து என் சங்கொலிக்கு இணக்கமாக ஊதினான்.

எங்களுடைய படையினர் இன்றுதான் முதன்முறையாக எங்கள் இருவரின் பெயர்களையும் சொல்லி வெற்றி முழக்கம் செய்தனர். இந்த வெற்றி முழக்கங்கள் பாண்டவப் படை நெடுகிலும் எதிரொலித்தது. ஒட்டுமொத்தக் குருச்சேத்திரத்திலும் இருதரப்பினரின் போர் முழக்கங்களும் வெற்றி முழக்கங்களும் எதிரொலித்தன.

வானம் இன்னும் மேகமூட்டமாகவே இருந்தது. சூரிய ஒளியில் ஒரு சூரியகாந்தி மலர் ஒளிருவதைப்போல பாண்டவப் படையினரின் போர் முழக்கங்களைக் கேட்டுக் கௌரவப் படையின் முதன்மைத் தளபதி கர்ணனின் முகம் ஒளிர்ந்ததுபோலத் தோன்றியது. அவன் இப்போது வெறும் கர்ணனோ, ராதையின் மகனோ, அல்லது குந்தியின் மகனோ அல்லன். அவன் தன்னுடைய கவச குண்டலங்களைத் துறந்திருந்ததைப்போலத் தன்னுடைய குடும்பப் பிணைப்புகளையும் துறந்திருந்தான். அவன் இப்போது வெறும் சூரிய புத்திரனாகவும் கௌரவப் படையின் முதன்மைத் தளபதியாகவும் இருந்தான், அவ்வளவுதான். இன்னும் மங்கலாக இருந்த கிழக்குத் தொடுவானத்தை அவன் ஒரு கணம் ஏறிட்டுப் பார்த்தான்.

கர்ணன் தன்னுடைய இரணியகர்பா சங்கை எடுத்து இரண்டு கைகளிலும் அதை உறுதியாகப் பிடித்துக் கொண்டு, பரந்து விரிந்திருந்த பாண்டவப் படையை ஒரு முறை பார்வையிட்டான். மறுகணம், அவனுடைய கழுத்து நரம்புகள் புடைத்தன. அவன் மூச்சை ஆழமாக உள்ளிழுத்துத் தன்னுடைய சங்கை ஊதினான். அது தெய்விகமாக ஒலித்தது. அவன் முழங்கிய விதத்தில் அங்கு கூடியிருந்த வீரர்கள் அனைவரிடத்திலும் உற்சாக வெள்ளம் பெருக்கெடுத்தது. அந்தக் குறிப்பிட்ட முழக்கம் எனக்குக்கூடப் பரிச்சயமற்றதாக இருந்தது. அவனுடைய முழக்கங்கள் அங்கு ஒலித்துக் கொண்டிருந்த மற்ற இசைக்கருவிகள் ஏற்படுத்திய சத்தங்களின் ஊடாகப் பாண்டவ முகாமிலிருந்த என் காதுகளை எட்டியது. அவை உண்மையில் ஒலிகளே அல்ல; ஜொலித்துக் கொண்டிருந்த ஒளிக்கற்றைகள் அவை.

கர்ணன் தன்னுடைய வலது கையில் இருந்த விஜய வில்லை மீண்டும் மீண்டும் உயர்த்திப் பிடித்து, “வீரர்களே, முன்னேறிச் செல்லுங்கள்! பாண்டவர்களைத் தாக்குங்கள்!” என்று கட்டளையிட்டபடி, ஓர் அமாவாசை இரவில் கொந்தளிக்கின்ற ஒரு பெருங்கடலைப்போலவும், தன்னைச் சுற்றிலும் இருக்கின்ற எல்லாவற்றையும் விழுங்குகின்ற ஓர் எரிமலையைப்போலவும் ஆவேசத்துடன் முன்னோக்கிச் சென்றான். வானில் மறைந்திருந்த சூரியனின் கடமையை நிறைவேற்றும் பொருட்டு, சூரிய புத்திரன் என்ற முறையில் கர்ணன் அந்தக் குருச்சேத்திரப் போர்க்களத்தைத் தகதகவென கொதிக்கச் செய்வதில் மும்முரமாக ஈடுபட்டிருந்ததுபோலத் தோன்றியது.

கர்ணன் சூரிய புத்திரன் என்ற உண்மை என்னைத் தவிர வேறு யாருக்கும் தெரிந்திருக்கவில்லை. பாண்டவர்களுக்கும் கௌரவர்களுக்கும் இவ்விஷயம் தெரியாது. கௌரவர்கள் அவனை அங்க நாட்டு அரசனாகக் கொண்டாடினர். பாண்டவர்கள் அவனை ராதேயன் என்று விவரித்து, அவனுடைய போர்த்திறன் பற்றித் தாங்கள் பயப்படுவதற்கு ஏதுமில்லை என்று கூறி, குழப்பத்தில் இருந்த தங்கள் மனங்களை சமாதானப்படுத்த முயற்சித்தனர். ஆனால் யாருமே கர்ணனை சூரிய புத்திரன் என்று அழைக்கவில்லை. ஆனாலும், தன்னுடைய அடையாளத்தைப் பற்றிய முழு விழிப்புணர்வைப் பெற்றிருந்த, ஒப்பற்ற மாவீரனும் தான வீரனும் சூரிய புத்திரனுமான கர்ணன், தொடர்ந்து முன்னேறினான்.

அவனுக்குத் துணையாக அவனுடைய மகன்கள் விருசசேனனும் சித்திரசேனனும் அவனைப் பின்தொடர்ந்தனர். கூடவே, அசுவத்தாமன்,

சகுனி, துச்சாதனன், கிருபர், துரியோதனன், கிருதவர்மன், மற்றும் பிற கௌரவர்கள் அவனுடைய வேகத்திற்கு ஈடு கொடுத்து அவனைப் பின்தொடர்ந்தனர்.

நான் நந்திகோசத்திலிருந்து கீழே இறங்கி என்னுடைய கூடாரத்திற்குச் சென்று, தேர்ச் சக்கரங்களின் அச்சில் ஊற்றப்பட வேண்டிய எண்ணெயை எடுத்து வந்தேன். நந்திகோசத்தைப் பாதுகாப்பதற்காக நியமிக்கப்பட்டிருந்த வீரர்கள் வேகமாக முன்னால் ஓடினர். அவர்களிடையே பீமன், சாத்தியகி, உத்தமௌஜன், திருஷ்டத்யும்னன், நகுலன், சகாதேவன், யுயுதனன் ஆகியோர் இருந்தனர். புழுதி மேகங்கள் வானைச் சூழ்ந்தன. போர்முரசுகள், வெற்றிக் கோஷங்கள், யானைகளின் பிளிறல்கள், குதிரைகளின் கனைப்புகள், தேர்ச் சக்கரங்களின் கடகடச் சத்தங்கள் ஆகிய அனைத்தும் சேர்ந்து உண்டாக்கிய பேரிரைச்சல் அமீன மலையில் பட்டு எதிரொலித்தது. இரண்டு கருடப் பறவைக் கூட்டங்கள் எதிரெதிர்த் திசைகளிலிருந்து வந்து, சிறகுகளைப் படபடவென அடித்துக் கொண்டு சத்தமாகக் கத்திக் கொண்டே ஒன்றோடொன்று மோதிக் கொள்ளுவதைப்போல, பாண்டவப் படையினரும் கௌரவப் படையினரும் ஒருவர்மீது ஒருவர் அம்பு மழை பொழிந்து நேருக்கு நேர் மோதினர். போர் தொடங்கியது.

வேகமாகச் சென்று கொண்டிருந்த தேர்களிலிருந்து தூக்கி வீசப்பட்டக் காலியான மதுக் குடுவைகள் குருச்சேத்திரப் போர்க்களத்தில் உருண்டோடின. அவை பல தேர்களின் சக்கரங்களுக்கு அடியில் உருண்டு சென்றதால் அத்தேர்கள் தம்முடைய கட்டுப்பாட்டை இழந்தன. அவற்றுக்குப் பின்னால் வந்த குதிரை வீரர்கள் தடுமாறி அவற்றின்மீது விழுந்ததில் அவை சுக்குநூறாக நொறுங்கின. அன்னம் போன்ற வெண்மையான ஐந்து குதிரைகள் பூட்டப்பட்டிருந்த கர்ணனின் தேரை சல்லியன் திறமையாக ஓட்டிச் சென்றார். கர்ணன் பாண்டவர்களுடைய அனைத்துப் படைப் பிரிவினரிடையேயும் ஊடுருவிச் சென்றபடி தன்னுடைய வீரர்களுக்கு உரத்தக் குரலில் கட்டளைகளைப் பிறப்பித்துக் கொண்டிருந்தான். அவனுடைய கம்பீரமான குரலைக் கேட்டவுடன், தங்கள் குதிரைகளிலிருந்தும் தேர்களிலிருந்தும் பாண்டவர்களால் கீழே தள்ளப்பட்டிருந்த கௌரவ வீரர்கள் உத்வேகமடைந்து, வீறு கொண்டு எழுந்து மீண்டும் சண்டையிடத் தொடங்கினர். அவர்கள் தங்கள் கைகளுக்கு அகப்பட்டக் குதிரைகளிலும் தேர்களிலும் ஏறிப் பாஞ்சால வீரர்களோடு கடுமையாகச் சண்டையிட்டனர். ஒரு பெருங்கடலில் சங்கமமாவதற்கு அதை நோக்கிப் பாய்ந்தோடுகின்ற ஒரு மாபெரும் நதியைப்போலக் கர்ணன் தொடர்ந்து வேகமாக முன்னேறினான். மது கொடுத்து போதை ஏற்றப்பட்டிருந்த யானைகள் அவன் பின்னால் சென்றன. கர்ணன் தன் மகன்கள் புடைசூழ முன்னேறிக் கொண்டிருந்தான். சித்திரசேனன் அவனுக்கு வலப்பக்கத்திலும், பிரசேனன் அவனுக்கு இடப்பக்கத்திலும், விருசசேனன் அவனுக்குப் பின்னாலும் இருந்தபடி அவனுக்கு ஒரு பாதுகாப்பு அரணை உருவாக்கியிருந்தனர்.

சூரியனே தன்னுடைய கதிர்கள் பட்டாளத்துடன் ஒரு தாக்குதலை மேற்கொண்டிருந்ததைப்போலத் தோன்றியது.

கர்ணன் முன்னேறி வந்து கொண்டிருந்ததைப் பார்த்த நான்

அர்ஜுனனின் தேரைப் பாதி வழியிலேயே நிறுத்தினேன். எங்களை நோக்கி வேகமாக வந்து கொண்டிருந்த அஸ்தினாபுரப் படை எங்களை நெருங்குவதைத் தாமதப்படுத்துவதற்காக நான் அவ்வாறு செய்தேன். கர்ணனின் கண்கள் என்னைக் குறி பார்த்து வந்து கொண்டிருந்ததை நான் கண்டேன். அர்ஜுனனைத் தாக்குவது ஒன்றுதான் இப்போது அவனுடைய ஒரே இலக்காக இருந்தது. அவனுடைய பரிதவிப்பும் அவனுடைய நடத்தையும் அதைத் தெளிவாக வெளிப்படுத்தின.

அவன் எங்களை நெருங்கியபோது, எங்களுடைய இடது பக்கப் பாதுகாப்பு அரணாக வந்த திருஷ்டத்யும்னன், தன்னுடைய பாஞ்சாலப் படையை அழைத்துக் கொண்டு எங்களுக்கு முன்னால் வந்தான். இந்த உத்தியை முந்தைய நாள் இரவில் நான் அவனுக்குப் பரிந்துரைத்திருந்தேன். கர்ணனின் ஆக்ரோஷமான தாக்குதலின் விளைவுகளை முதலில் பாஞ்சாலப் படை எதிர்கொள்ளட்டும் என்பதற்காக நான் அந்த ஏற்பாட்டைச் செய்தேன். திடீரென்று பாஞ்சலப் படை தன்னை எதிர்கொண்டிருந்ததைக் கண்ட கர்ணன், காயப்பட்ட, மதம் பிடித்த ஒரு யானையைப்போல எதிரிப் படையினரிடையே ஊடுருவினான். அவன் தன் விஜய வில்லை எடுத்துப் பாஞ்சாலத்தின் யானைகள்மீதும் யானைப் படையினர்மீதும் சரமாரியாக விஷ அம்புகளை எய்தான். விஷ அம்புகளால் தாக்கப்பட்ட யானைகள் ஆக்ரோஷமடைந்து அங்குமிங்கும் சிதறி ஓடின. அவற்றின் காட்டுத்தனமாகப் பிளிறல் சத்தம் காதுகளைச் செவிடாக்குவதாக இருந்தது. எனவே, பாஞ்சலப் படையினரிடைய என்ன நிகழ்ந்து கொண்டிருந்தது என்பதை யாராலும் ஊகிக்க முடியவில்லை. வானம் அதிகப் புழுதிமயமானதாக ஆகியது.

பாஞ்சால நாட்டில் திரௌபதியின் சுயம்வரத்தின்போது எல்லோர் முன்னிலையிலும் தான் அவமானப்படுத்தப்பட்டபோது தன்னைக் கண்டு எள்ளி நகையாடிய பாஞ்சால வீரர்களுக்கு, சூரிய புத்திரன் கர்ணன், இப்போது மரணத்தின் ஒட்டுமொத்த வடிவமாகத் தெரிந்தான். அவர்கள் தங்கள் உயிருக்கு பயந்து அலறினர். வேள்வித் தீ ஒன்று எப்படி மரக்கட்டைகளை எரித்துச் சாம்பலாக்குகிறதோ, அதேபோல அவனுடைய நெருப்புமுனையுடன்கூடிய அம்புகள் பாஞ்சாலப் படையை ஆட்கொண்டன. ஒரு மலையடிவாரத்தில் ஒரு புதரில் உருவான நெருப்பு எப்படிக் காட்டை நோக்கி வேகமாகப் பரவுமோ, அதேபோல, அச்சம் என்றால் என்னவென்று அறியாத கர்ணன் பாஞ்சால வீரர்களை ஒவ்வொருவராகச் சுட்டெரித்தபடி தொடர்ந்து முன்னால் வந்து கொண்டிருந்தான்.

தன்னுடைய மனத்தைத் தொந்தரவு செய்து கொண்டிருந்த அனைத்துக் குழப்பங்களையும் அவன் முற்றிலுமாகக் களைந்திருந்தான். இப்போது ஒரே ஓர் எண்ணம் மட்டுமே அவனை ஆட்கொண்டிருந்தது. போர்! கடுமையான பசியோடும் ஆவேசத்தோடும் அலைந்து திரிந்து கொண்டிருக்கின்ற ஒரு சிங்கம், ஒரு புல்வெளியில் மேய்ந்து கொண்டிருக்கின்ற காட்டுக் குதிரைகள்மீது எப்படிப் பாயுமோ, அதேபோலக் கர்ணன் பாஞ்சாலப் படையினர்மீது பாய்ந்தான்.

அவன் தன் அம்புகளை எய்த வேகம் நம்புதற்கரியதாக இருந்தது. அவன் எப்போது தன் அம்பறாத்தூணியிலிருந்து தன் அம்புகளை எடுத்தான், எப்போது அவற்றைத் தொடுத்து எய்தான் என்பதைச்

சொல்ல முடியவில்லை. எல்லாம் கண்ணிமைக்கும் நேரத்திற்குள் நிகழ்ந்தது. அரை மணிநேரத்திற்குள் அவன் பாஞ்சாலப் படையைத் துவம்சம் செய்திருந்தான். அவர்கள் அவனுடைய தாக்குதலை சமாளிக்க முடியாமல் சிதறியோடத் தொடங்கினர். பாஞ்சாலப் படையின் தலைவனான திருஷ்டத்யும்னன் இப்போது பின்வாங்கத் தொடங்கினான்.

ஒட்டுமொத்தப் பாஞ்சாலப் படையும் நிர்மூலமாவதைத் தடுப்பதற்காக சேதி நாட்டு அரசனும் சாத்தியகியும் ஏனைய பாண்டவப் படையினரும் அவர்களுக்கு உதவ விரைந்தனர். ஆனால் கர்ணன் அவர்களைக் கண்டு அசரவில்லை. அவன் சேதி நாட்டு யானைப் படையினரைத் தாக்கிய விதத்தில், தங்களுடைய எதிரி யார், தங்களுடைய நண்பன் யார் என்று பிரித்தறிய முடியாமல் அவர்கள் குழப்பமடைந்தனர். முதல் அரை மணிநேரத்திலேயே, புகழ்மிக்கப் பாஞ்சால வீரர்களான பானுதேவன், சித்திரசேனன், சேனாபிந்து, தபனன், சூரசேனன் ஆகியோரின் தலைகளைக் கர்ணன் துண்டித்தான். ஆயிரக்கணக்கான சேதி வீரர்கள் கர்ணனின் உயரமான தேரின் சக்கரங்களில் சிக்கி நசுங்கினர். "கொல்லுங்கள்! கொல்லுங்கள்!" என்று தன்னுடைய வீரர்களிடம் கத்தியபடியே அவன் பாண்டவப் படையினரைக் கதிகலங்கச் செய்தான்.

நான் அர்ஜுனனின் தேரைப் பாஞ்சாலப் படையின் பின்பகுதியிலிருந்து கிளப்பி, தற்கொலைப் படையினரான சம்சப்தகர்களின் முன்னால் கொண்டு நிறுத்தினேன். அர்ஜுனனின் அம்புகள் என் தலைக்கு மேலாகப் பாய்ந்து சென்று அவர்களைத் துரத்தின. அவர்கள் புகலிடம் தேடித் தலைதெறிக்க ஓடினர். ஆனால் அர்ஜுனனின் வீரர்கள் அவர்களைத் துரத்திச் சென்று அவர்களை அர்ஜுனனின் இலக்குகளாக ஆக்கினர்.

9

கர்ணன் எங்களுடைய முன்னணி வீரர்களைத் துவம்சம் செய்துவிட்டு, பாண்டவப் படைக்குள் ஆழமாக ஊடுருவி தருமனோடு மோதினான். தர்மத்தை நேசித்த தருமனின் தேரை அவன் கண்ட மறுகணம், தன்னுடைய முதல் அம்பிலேயே அவனுடைய தேர்க்கொடியை வீழ்த்தினான். கர்ணனின் தாக்குதலிலிருந்து தப்பிப்பதற்காக தருமனின் தேர் திறமையாக அப்படியும் இப்படியும் வளைந்து சென்று கர்ணனின் பாதையிலிருந்து விலகிச் செல்ல முயற்சித்தது. ஆனால் கர்ணன் ஒவ்வொரு திசையிலும் தருமனை மறித்தான். அவன் தருமனின் உடலைத் தவிர்த்துவிட்டு, அவனுடைய தேரின் தூண்களையும் அவனுடைய அம்பறாத்தூணியையும் குறி வைத்துத் தாக்கினான். தருமன் தன் வில்லை ஏந்தித் தயார் நிலையில் இருந்தபோதிலும், அவனால் நகரக்கூட முடியவில்லை. கர்ணன் இடைவிடாமல் தருமனைச் செயலிழக்கச் செய்தபடி, அவனுடைய தேரோட்டியான இந்திரசேனனை அவனுடைய தேரிலிருந்து வேகமாகக் கீழே தள்ளினான். கீழே விழுந்த வேகத்தில் இந்திரசேனன்

மரணமடைந்தான்.

தருமனுக்கு உதவுவதற்காக திருஷ்டத்யும்னன், சாத்தியகி, திரௌபதியின் ஐந்து மகன்கள், சிகண்டி, பீமன், நகுலன், சகாதேவன் ஆகிய அனைவரும் விரைந்து வந்து அவனைச் சுற்றி ஒரு வளையம்போல நின்றனர். ஆனால், கண்ணிமைக்கும் நேரத்தில் கர்ணன் அந்த வளையத்தைத் திறமையாகத் துளைத்துச் சென்றதில், மீண்டும் ஒன்றுசேர்ந்து அவனைத் தாக்குவதற்கு அவர்களுக்கு ஒரு வாய்ப்புக்கூடக் கிடைக்கவில்லை.

முதல் மூன்று மணிநேரச் சண்டைக்குப் பிறகு வானம் தெளிவடையத் தொடங்கியது. குருச்சேத்திரப் போர்க்களத்தின்மீது சூரிய பகவானின் கடைக்கண் பார்வை விழுந்தது. கர்ணன் தன் கைகளில் சூரிய வெப்பத்தை உணர்ந்தபோது, அம்பு எய்வதை ஒரு கணம் நிறுத்தினான். சூரியனின் ஒளியை அவன் தன் கண்களால் பருகினான். கர்ணன் அம்பு எய்யாமல் வெறுமனே நின்று கொண்டிருந்ததை கவனித்த அவனுடைய தேரோட்டியான சல்லியன், "சூத புத்திரனே! சூத புத்திரனே!" என்று அழைத்து அவனை எச்சரித்தான். கர்ணன் உண்மையிலேயே யார் என்பதை சல்லியன் அறிந்திருக்கவில்லை. அப்படியே அது அவனுக்குத் தெரிய வந்திருந்தாலும் அவன் அதை நிச்சயமாக நம்பியிருக்க மாட்டான்.

சூரிய பகவானின் தரிசனம் கர்ணனுடைய உடலை மட்டுமல்லாமல் அவனுடைய மனத்தையும் பரவசப்படுத்தியது. போர்க்களம் இப்போது அவனுக்கு ஒரு புல்லைப்போல அற்பமான ஒன்றாகத் தோன்றியது. அவன் ஒரு சிங்கத்தைப்போல கர்ஜித்துக் கொண்டே சேதிப் படையினரிடையேயும் பாஞ்சாலப் படையினரிடையேயும் புகுந்து அவர்களைத் தாறுமாறாக வதைத்தான்.

கர்ணன் போரில் மும்முரமாக மூழ்கியிருந்ததை கவனித்த பீமன், இந்தத் தருணத்தைப் பயன்படுத்திக் கொண்டு, மத்ரம், காந்தாரம், சைந்தவம் மற்றும் பிற கௌரவ நேச நாடுகளைச் சேர்ந்த ஆயிரக்கணக்கான வீரர்களை வேட்டையாடினான். தன்னுடைய மகனான கடோத்கஜனைக் கர்ணன் கொன்றிருந்தது குறித்து வேதனையில் இருந்த அவன், கர்ணனின் மகனைத் தன்னுடைய வலிமையான கைகளால் கொல்லும் நோக்கத்துடன் அப்போர்க்களம் நெடுகிலும் நோட்டமிட்டு அவனைத் தேடினான். அந்த வாய்ப்பு விரைவில் அவனுக்குக் கிடைத்தது.

போரினால் ஏற்பட்டிருந்த களேபரத்தில் வழி தவறி, தன் தந்தையான கர்ணனிடமிருந்து நிமிடத்திற்கு நிமிடம் தள்ளிச் சென்று கொண்டே இருந்த பிரசேனன், துரதிர்ஷ்டவசமாக பீமனின் வீச்சு எல்லைக்குள் வந்து சேர்ந்தான். பீமனுக்கு முன்னால் அவன் வந்து நின்றதைப் பார்த்தபோது, ஒரு மலைக்கு முன்னால் ஒரு மடுவைப்போல அவன் தோன்றினான். ஆனாலும் பிரசேனன் உறுதியாக நின்று பீமனை எதிர்கொண்டான். அவன் பீமனுடன் சுமார் அரை மணிநேரம் சண்டையிட்டான், இறுதியில், பீமன் எய்த ஓர் அம்பு தாக்கி அவன் மடிந்து கீழே விழுந்தான்.

"பிரசேனன் இறந்துவிட்டான்! பிரசேனன் இறந்துவிட்டான்! பீமன் அவனைக் கொன்றுவிட்டான்!" என்ற செய்தி விரைவில் கர்ணனின்

காதுகளை எட்டியது.

அவன் சேதிப் படையினரையும் பாஞ்சாலப் படையினரையும் பின்னுக்குத் தள்ளியபடி, பீமனின் போர்க்கொடியைத் தேடிக் கொண்டே, தன் மகன் இறந்து கிடந்த இடத்திற்கு வந்து சேர்ந்தான். தன்னுடைய மகனின் சடலத்தைக் கண்டவுடன் அவனுடைய கையிலிருந்த வில் நடுங்கியது. மறுகணம், அது அவனுடைய கையிலிருந்து நழுவிக் கீழே விழுந்தது.

"பிரசேனா! பிரசேனா!" என்று கத்திக் கொண்டே அவன் தன் தேரிலிருந்து கீழே குதித்துத் தன் மகனின் சடலத்தை நோக்கி விரைந்து வந்தான். குப்புறக் கிடந்த பிரசேனனின் உடலைத் தன்னை நோக்கித் திருப்பி, புழுதி படிந்திருந்த அவனுடைய முகத்தைக் கர்ணன் தன்னுடைய இரண்டு கைகளாலும் தாங்கிப் பிடித்தான். அவன் வடித்தக் கண்ணீர் குருச்சேத்திர நிலத்தின்மீது விழுந்து அதனோடு ஒன்றுகலந்தது.

கர்ணன் எழுந்து நின்று வானத்தைச் சிறிது நேரம் வெறித்துப் பார்த்தான். சடலங்களை அகற்றுபவர்கள் வந்து பிரசேனனின் உயிரற்ற உடலை எடுத்துச் சென்றனர். கர்ணன் வாழ்வின் கசப்பான யதார்த்தத்தை எதிர்கொள்ளத் திரும்பினான். ஒரு புலி வேகமாக ஓடிச் சென்று ஒரு யானையின் கழுத்தின்மீது தாவுவதைப்போல அவன் வேகமாக ஓடிச் சென்று தன் தேரில் ஏறினான். தேர்ச் சக்கரங்கள் கடகடவென்று உருண்டபடியே முன்னோக்கிச் சென்றன. போர்க்களத்தின்மீது இருந்த பெரிய மற்றும் சிறிய குழிகள்மீது தேர்ச் சக்கரங்கள் உருண்டு சென்றதால், கர்ணனுடைய தேரின் இடது சக்கரத்தில் பிணைக்கப்பட்டிருந்த இரும்புச் சங்கிலிகள் தளர்ந்தன. ஆனால் அதன்மீது கவனம் செலுத்துவதற்குக் கர்ணனுக்கு நேரம் இருக்கவில்லை. கோபக் கனல் தெறித்த அவனுடைய கண்கள் பீமனைத் தேடின. அரசர் சல்லியன் தன்னுடைய குதிரைகளை மீண்டும் மீண்டும் தன் சாட்டையால் விளாசினார்.

குருச்சேத்திரப் போர்க்களத்தின் இடது மூலையில் கர்ணனின் மூத்த மகன் விருசசேனனுக்கும் நகுலனுக்கும் இடையே ஒரு பயங்கரமான சண்டை நடைபெற்றுக் கொண்டிருந்தது. நகுலனால் விருசசேனனைத் தோற்கடிக்க முடியவில்லை. விருசசேனன் எந்தவித பயமும் இல்லாமல் தன்னுடைய திறமைகளை வெளிப்படுத்தி, தனக்குக் கிடைத்திருந்த இந்த வாய்ப்பைப் பயன்படுத்தி நகுலனைத் திணறடித்துக் கொண்டிருந்தான். "நான் கர்ணனின் மகன் விருசசேனன்!" என்று பெருமிதத்தோடு கூறி நகுலனை ஏளனம் செய்தபடி, அவன் ஒருசில மணிநேரம் நகுலன்மீது சரமாரியாக அம்பு மழை பொழிந்தான். நகுலன் கர்ணனிடமிருந்து எப்படித் தப்பி ஓடியிருந்தானோ, அதேபோல இப்போது விருசசேனனிடமிருந்து பின்வாங்கி ஓடுவதைத் தவிர அவனுக்கு வேறு வழி இருக்கவில்லை. தனக்கு உதவ யாரேனும் வர மாட்டார்களா என்ற பரிதவிப்போடு அவன் சுற்றுமுற்றும் பார்த்தான். ஆனால் அர்ஜுனனும் மற்ற மூன்று பாண்டவர்களும் எங்கே சண்டையிட்டுக் கொண்டிருந்தனர் என்பது அவனுக்குத் தெரியவில்லை. உதவி வேண்டி அவன் தன் சங்கை எடுத்து ஊதிப் பரிதாபகரமான அழைப்புகளை விடுத்தான். அவனுடைய சங்கொலி கேட்டவுடன் சாத்தியகி அவனிடம் விரைந்தான். பாண்டவப் படையில் பாண்டவர்களுக்கு அடுத்த

அதிகார நிலையில் சாத்தியகி இருந்தான்.

சாத்தியகிக்கும் விருசசேனனும் இடையே ஒரு கோரமான சண்டை நடைபெற்றது. வெகு விரைவில், முனையில் விஷம் தடவப்பட்ட ஓர் அம்பை எய்து சாத்தியகி விருசசேனனைத் தன்னினைவு இழக்கச் செய்தான். மிகவும் களைத்துப் போயிருந்த விருசசேனன், ஒரு குன்றிலிருந்து ஒரு பாறை கீழே உருண்டு விழுவதைப்போலத் தன்னுடைய தேரில் சரிந்து விழுந்தான். துச்சாதனன் வேகமாக அவனைப் போர்க்களத்திலிருந்து அகற்றினான். விருசசேனன்மீதான அன்பாலோ அல்லது பாசத்தாலோ அவன் அதைச் செய்யவில்லை, மாறாக, முடிந்தவரை பீமனிடமிருந்து அவன் மிகவும் தள்ளி இருக்க விரும்பினான்.

அடுத்து, மீண்டும் ஒன்றுகூடியிருந்த சேதி நாட்டு யானைப் படையினர்மீது கர்ணன் சீறிப் பாய்ந்தான். தப்பிப் பிழைத்த ஒருசில யானைகள் தம்முடைய தும்பிக்கைகளை உயர்த்திச் சத்தமாகப் பிளிறியபடி, புகலிடம் தேடிப் போர்க்களத்தின் குறுக்கே தலைதெறிக்க ஓடின. திருஷ்டத்யும்னன், சாத்தியகி, உத்தமௌஜன், தருமன் ஆகிய பாண்டவ வீரர்களால் கர்ணனின் பயங்கரமான தாக்குதலை சமாளிக்க முடியவில்லை. தடுக்கப்படவும் தோற்கடிக்கப்படவும் முடியாத ஒரு பேராற்றலாகக் கர்ணன் உருவாகியிருந்தான்.

வாசாத்திப் படையினரையும் சைந்தவப் படையினரையும் நிஷாதப் படையினரையும் தன்னுடைய கதாயுதத்தால் அடித்துக் கொன்ற பீமன், அப்போர்க்களத்தின் குறுக்கே கிறுக்குத்தனமாக ஆடிக் கொண்டே, "துச்சாதனன் எங்கே? எங்கே அந்தக் கயவன்?" என்று கர்ணனைப் பார்த்துக் கத்தி அவனுக்கு சவால்விட்டான்.

சுசர்மனின் தலைமையின்கீழ் சண்டையிட்டுக் கொண்டிருந்த சம்சப்தகர்களின் தற்கொலைப் படையை நிர்மூலமாக்கிய பிறகு, நான் எங்களுடைய தேரைக் கௌரவப் படையின் ஊடாக ஓட்டிச் சென்றேன்.

போர்க்கூச்சல்கள் அமீன மலையின் அடிவாரத்தில் எதிரொலித்தன. மூன்றே மூன்று மாவீரர்கள் மட்டுமே அப்போர்க்களத்தில் இன்னும் சுதந்திரமாகச் சுற்றித் திரிந்து கொண்டிருந்தனர். அவர்களை எதிர்த்துச் சண்டையிட அனுப்பி வைக்கப்பட்ட அனைத்துப் படைகளும் பின்வாங்கத் தொடங்கின.

அப்போர்க்களம் நெடுகிலும் வீரர்கள் இறந்து கிடந்தனர். வசந்தகாலத்தில் கனிகள் நிரம்பிய மரங்களில் பறவை கூடி, அக்கனிகளுக்காக ஒன்றோடொன்று ஆவேசமாகச் சண்டையிட்டுக் கொள்ளுவதைப்போல, பாண்டவ வீரர்களும் கௌரவ வீரர்களும் ஒருவரையொருவர் கண்மூடித்தனமாகத் தாக்கினர். யார் யாரோடு சண்டையிட்டுக் கொண்டிருந்தார்கள், அவர்கள் எங்கே சண்டையிட்டுக் கொண்டிருந்தார்கள் என்பது உயரமான தேர்களின்மீது நின்று கொண்டிருந்த கர்ணனுக்கும் பாண்டவர்கள் ஐவருக்கும் தவிர வேறு யாருக்கும் தெரிந்திருக்கவில்லை.

10

கர்ணனிடம் தான் எதிர்கொண்ட தோல்விக்கு அவனைப் பழி வாங்கும் எண்ணத்துடன் தருமன் மீண்டும் கர்ணன் முன்னால் சென்று நின்றான். இப்போது நிஷாதப் படை அவனுக்குத் துணையாக இருந்தது. ஆனால், தன் மகனின் மரணத்தால் உள்ளூரக் குமுறிக் கொண்டிருந்த அந்த மாவீரன் கர்ணன், தருமனின் பாதுகாப்பு அரணில் முக்கியமானவர்களாக இருந்த தண்டதரனையும் சந்திரதேவனையும் கொன்றான். தனக்குப் போதிய வல்லமை இல்லை என்ற உண்மை குறித்து எரிச்சல் கொண்டிருந்த தருமன், கர்ணனின் தேரோடு ஆவேசமாக மோதினான். போரின் இந்தப் பதினேழு நாட்களில் ஒரு முறைகூட தருமன் இவ்வளவு கோபத்துடன் சண்டையிட்டிருக்கவில்லை.

"சூத புத்திரனே! சூத புத்திரனே!" என்று கத்தியபடியே அவன் கர்ணனின் தேர்மீது தொடர்ந்து அம்புகளை எய்தான்.

பதிலுக்கு, "ஒன்றுக்கும் உதவாத சத்திரியனே!" என்று கர்ணன் கத்தினான். பிறகு அவனும் தருமனை நோக்கிச் சரமாரியாக அம்புகளை எய்தான். சாத்தியகியும் யுயுத்ஸுவும் தருமனுக்கு உதவுவதற்காக விரைந்து வந்தனர். ஆனால், கௌரவப் படையின் முதன்மைத் தளபதியான கர்ணனின் தாக்குதலை சமாளிக்க முயன்று அவர்கள் இருவருமே அதில் தோல்வியைத் தழுவினர்.

இனிமேலும் அவனைத் தங்களால் எதிர்கொள்ள முடியாது என்பதை உணர்ந்து கொண்ட தருமனும் சாத்தியகியும் யுயுத்ஸுவும் ஒரே தேருக்குள் ஏறி அங்கிருந்து தப்பியோடினர். தருமன் பின்வாங்கிச் சென்றபடியே கர்ணனை நோக்கி ஓர் அம்பை எய்தான். அது கர்ணனின் காதின் அருகே ஒரு மென்மையான இடத்தைத் துளைத்தது. அம்மூவரில் ஒருவர்கூடப் பின்னால் திரும்பி, கர்ணன் தன்னினைவு இழந்து விழுந்துவிட்டானா இல்லையா என்று பார்க்கவில்லை. ஆனால் கர்ணன் தன்னினைவு இழந்து கீழே விழுந்துவிட்டான்.

கர்ணனின் காதருகே துளைத்திருந்த அம்பை சல்லியன் வெளியே உருவியெடுத்தான். பிறகு, தங்கள் தேரில் ஒரு தோல் குடுவையில் இருந்த நீரில் சிறிதை எடுத்து அவன் கர்ணனின் முகத்தின்மீது தெளித்தான். ஒருசில கணங்களில் கர்ணனுக்குத் தன்னினைவு வந்தது. அவனுடைய முகத்தின்மீது தென்பட்ட ஆவேசகம் கடுகளவுகூடக் குறைந்திருக்கவில்லை. அது குறைவதற்கான சாத்தியமும் தெரியவில்லை.

கர்ணனிடமிருந்து தப்பி அப்போர்க்களத்தைவிட்டே ஓடிவிட்ட தருமன், தன்னுடைய கூடாரத்திற்குச் சென்று அங்கே மௌனமாக உட்கார்ந்தான். தருமன் காயப்பட்டிருந்தானோ என்ற கவலையில் அர்ஜுனனால் தன்னுடைய இலக்குகளை ஒழுங்காகக் குறி பார்க்க முடியவில்லை. தருமன் நலமாக இருந்தான் என்பது அவனுக்கு உறுதியாகத் தெரிந்தாலொழிய அவனுடைய மனம் அமைதியடையாது என்பதை நான் அறிந்தேன். நான் எங்கள் தேரின் வேகத்தைக் குறைத்து, அதை அப்போர்க்களத்திலிருந்து வெளியே ஓட்டிச் சென்று, தருமனின் கூடாரத்திற்கு முன்னால் கொண்டு நிறுத்தினேன். தேர்ச் சக்கரங்கள் உருண்ட சத்தம் கேட்டு தருமன் வெளியே வந்தான். பாண்டவப்

படைக்குப் பெரும் அழிவை ஏற்படுத்திக் கொண்டிருந்த கர்ணனைத் தான் கொன்றுவிட்ட செய்தியைத் தன்னிடம் தெரிவிப்பதற்காகத் தன் அன்புச் சகோதரன் அர்ஜுனன் வந்திருந்ததாக அவன் நினைத்தான்.

அர்ஜுனன் தன் தலையைத் தொங்க போட்டுக் கொண்டு, போர்க்களத்தில் கர்ணனைத் தான் இன்னும் எதிர்கொள்ளவே இல்லை என்று கூறியதைக் கேட்டவுடன், ஒருபோதும் நிதானம் தவறாத தருமன் கடுங்கோபம் கொண்டான்.

அவன் தன் கண்களில் அனல் தெறிக்க, "உன் கையில் இருக்கும் காண்டீபத்தைக் குருச்சேத்திரத்தின் சூரியக் குண்டத்தில் தூக்கி வீசு!" என்று கூறியதைக் கேட்ட மறுகணம், தன் வாழ்நாள் முழுவதும் அவனை ஒரு தந்தையைப்போல மதித்து வந்திருந்த அர்ஜுனன், தன் காண்டீபத்தை உயர்த்திப் பிடித்தபடி தருமன்மீது பாய்ந்தான்.

ஒரு மனிதனின் சுயகட்டுப்பாட்டிற்கான கச்சிதமான சோதனைகளாக சில தருணங்கள் அமைந்துவிடுகின்றன. அப்படிப்பட்ட ஒரு தருணம்தான் இப்போது தருமனுக்கும் அர்ஜுனனுக்கும் வாய்த்திருந்தது.

நான் அவர்கள் இருவருக்கும் இடையே குறுக்கிட்டு அவர்களை சமாதானப்படுத்தினேன். "கர்ணனைக் கொல்லாமல் நான் என் கூடாரத்தின் பக்கம் திரும்பக்கூட மாட்டேன்," என்று ஆவேசத்தோடு சபதம் செய்த அர்ஜுனன் மீண்டும் தன் தேரில் ஏறினான். நான் எனக்குள் புன்னகைத்துக் கொண்டேன் – வழக்கம்போல!

கர்ணனும் சாத்தியகியும் இப்போது ஒருவரோடு ஒருவர் கடுமையாகச் சண்டையிட்டுக் கொண்டிருந்தனர். அனுபவம் வாய்ந்த சாத்தியகியும் ஒருபோதும் தோற்றிராத கர்ணனும் வலிமையான காற்றினால் உந்தித் தள்ளப்பட்ட அடர்த்தியான இரண்டு கருமேகங்களைப்போல ஒருவரோடு ஒருவர் மோதினர். கடந்த பதினாறு நாட்களில் சாத்தியகி யாராலும் தோற்கடிக்கப்படாமல் இருந்தான். பாண்டவர்களுடைய மிக உறுதியான பாதுகாப்பு அரணாக அவன் திகழ்ந்தான். யாராலும் அவனுடைய படையை ஊடுருவிச் செல்ல முடியவில்லை. ஆனால் இன்று, பீஷ்மரும் துரோணரும்கூட வீழ்த்தத் தவறிய சாத்தியகியைக் கர்ணன் அடிபணிய வைத்துவிட்டான்.

நகுலனும் சகாதேவனும் திருஷ்டத்யும்னனும் துரியோனனைச் சுற்றி வளைத்தனர். ஆனால், அகங்காரக்கார துரியோதனன் தன் கண்களை உருட்டிக் கொண்டு அவர்கள் மூவருடனும் கடுமையாகச் சண்டையிட்டான். கௌரவர்களின் அரசவையில் தன்னுடைய சகோதரி திரௌபதிக்கு இழைக்கப்பட்ட அவமானத்திற்கும் அவள் அனுபவித்த வேதனைக்கும் பழி வாங்கும் தீர்மானத்துடன் திருஷ்டத்யும்னன் இரண்டு வாட்களை உயர்த்திப் பிடித்துக் கொண்டு துரியோதனனை நோக்கி விரைந்தான். அவன் கணநேரத்தில் மேலே எம்பிக் குதித்து, துரியோதனனின் தேரோட்டியான பிரதிகாமனின் கழுத்தைச் சீவினான். பிறகு துரியோதனனைக் குறி பார்த்தபடி அவன் துரியோதனனுடைய தேரைச் சுற்றி வந்தான். துல்லியமாக அக்கணத்தில், இந்த உலக மகா அழிவுக்குக் காரணமான, அகங்காரம் பிடித்த துரியோதனன், உதவி கேட்டுத் தன் சங்கை எடுத்து முழங்கிக் கர்ணனுக்குச் சமிக்கை அனுப்பினான். ஏனெனில், கர்ணன் ஒருவனால் மட்டுமே

தன்னைக் காப்பாற்ற முடியும் என்பதை அவன் அறிந்திருந்தான். தன் உயிருள்ளவரை துரியோதனனைப் பாதுகாப்பதாகக் கர்ணன் அவனுக்கு வாக்குக் கொடுத்திருந்ததால், சாத்தியகியை விட்டுவிட்டு, அவன் உடனடியாகத் தன் நண்பன் துரியோதனனை நோக்கி விரைந்தான். அவன் துரியோதனனை நெருங்குவதைத் தடுப்பதற்காக வியாக்கிரகேது, சுசர்மன், சித்திரன், உக்கிராயுதன், ஜயன், சுக்லன், ரோசமானன், சிம்மசேனன் ஆகிய ரத வீரர்கள் அங்கு வந்தனர். ஆனால் கர்ணன் அவர்கள் எட்டுப் பேரையும் எமலோகத்திற்கு அனுப்பினான்.

துரியோதனனைச் சுற்றிலும் நிகழ்ந்து கொண்டிருந்த கோரச் சண்டையில், ஜிஷ்னு, ஜிஷ்னுகர்மன், தேவாபி, தண்டன் ஆகிய மாவீரர்களை துரியோதனன் அவர்களுடைய தேர்களிலிருந்து கீழே தள்ளினான். கர்ணன் அடுத்து எப்போது தாக்குவான், எங்கே தாக்குவான் என்பது தெரியாமல் பாண்டவ வீரர்கள் தடுமாறினர். கர்ணனின் வில்லிலிருந்து அம்புகள் அடுத்தடுத்துப் பாய்ந்து கொண்டே இருந்தன. வேகம், வலிமை, தாக்கம், திசை ஆகியவை அவன் சொல்லுக்குக் கட்டுப்பட்டு நடந்தன, அவை அவனுடைய அடிமைகளாக ஆகியிருந்தன. அவன் ஒரு பாலைவனப் புயலைப்போல துரியோதனனை நோக்கி வேகமாகச் சென்றான். தன்னுடைய உடலில் ஏற்பட்டிருந்த எண்ணற்றக் காயங்களிலிருந்து வழிந்து கொண்டிருந்த ரத்தத்தைக்கூடப் பொருட்படுத்தாமல் அவன் முன்னேறிச் சென்றான். அவனுடைய காதுகளில் துளிர்த்த வியர்வைத் துளிகள் அவனுடைய உடலின் ரத்தத்தோடு கலந்து கீழே விழுந்து மண்ணோடு கலந்தன. கர்ணனின் நெற்றி முழுவதுமாக வியர்வையில் குளித்திருந்தபோதிலும், அவன் தன் எதிரிகள்மீது அம்பு மழை பொழிந்த வண்ணம் இருந்தான். ஆனாலும், எல்லோரிலும் அவன்தான் தலைசிறந்த சத்திரியன் என்பதை ஒப்புக் கொள்ள சல்லியன் மறுத்தார். “சூத புத்திரனே! சூத புத்திரனே!” என்று அழைத்தபடியே, எந்தத் திசையில் தான் செல்ல வேண்டும் என்று சல்லியன் அவனிடம் அடிக்கடிக் கேட்டுக் கொண்டே இருந்தார். சூரியன் வானில் மேலே உயர உயர, கர்ணனின் புஜங்களும் அதிக வேகமாகச் செயல்பட்டன.

சூரியன் இப்போது வானில் உச்சத்தை அடைந்திருந்தது. சாய்வாக விழுந்த, வீரர்களுடைய நிழல்கள், இப்போது செங்குத்தாக விழுந்தன. காயப்பட்ட வீரர்கள் சூரியனின் தீவிர வெப்பத்தைத் தாக்குப்பிடிக்க முடியாமல் பாதி நொறுக்கப்பட்டத் தேர்களுக்கு அடியில் தஞ்சமடைந்தனர். குதிரைகளின் அறுபட்ட வால்களும், யானைகளின் துண்டிக்கப்பட்டத் தும்பிக்கைகளும், வீரர்களின் துண்டிக்கப்பட்டக் கைகளும் கால்களும் மலைபோலக் குவிந்தன. கர்ணன் பாண்டவப் படையைப் பெருமளவு நிர்மூலமாக்கியிருந்தான்.

இதற்கிடையே, விருசசேனன் தன்னினைவுக்கு வந்திருந்தான். துச்சாதனன் அவனை அழைத்துக் கொண்டு, குழம்பிப் போயிருந்த கௌரவப் படையின் ஊடே புகுந்து சென்றான். ஆனால், அவன் எந்த இடத்திற்குப் போயிருக்கக்கூடாதோ, துல்லியமாக அந்த இடத்திற்குப் போய்ச் சேர்ந்திருந்தான். அவன் சென்றடைந்திருந்த இடத்தில் துரியோதனன், கர்ணன், சகுனி ஆகியோருக்கும், பீமன், நகுலன், சகாதேவன், திருஷ்டத்யும்னன் ஆகியோருக்கும் இடையே ஒரு பலத்தச்

சண்டை நடைபெற்றுக் கொண்டிருந்தது.

பீமன் தன்னுடைய நெஞ்சு விம்மத் தன் தேரில் ஏறி, துச்சாதனனின் முன்னால் சென்று நின்று கொண்டு விண்ணைப் பிளக்கும் அளவுக்கு உரத்தக் குரலில் கத்தினான். இந்தக் கத்தலைக் கேட்டு அனைத்து வீரர்களும் பயத்தில் உறைந்து அப்படியே நின்றுவிட்டனர். என்ன நிகழ்ந்து கொண்டிருந்தது என்பது தெரியாமல் அவர்கள் திகைத்தனர். பீமனின் குதிரைகள்கூட அந்த பயங்கரமான சத்தத்தைக் கேட்டு மண்டியிட்டுக் கீழே உட்கார்ந்துவிட்டன. அவனுடைய தேரோட்டியான விசோகன் தன் தேரிலிருந்து கீழே இறங்கி அவற்றை இதமாக வருடினான். சிறிது நேரத்தில் அவன் அவற்றை எப்படியோ எழுந்து நிற்க வைத்தான். பீமன் இடைவிடாமல் மது அருந்தி வந்திருந்ததால், அவனுடைய கண்கள் செந்நிறத்தில் இருந்தன. அவன் துச்சாதனனைக் கண்டபோது அவனுடைய ரத்தவோட்டம் அதிகரித்து, அவனுடைய கண்கள் மேலும் பயங்கரமாகச் சிவந்தன. அவனுடைய அடர்த்தியான மீசை இறுக்கமடைந்தது. அவனுடைய நாசி துடித்தது. அவனுடைய முகத்தின்மீது வியர்வைத் துளிகள் அரும்பின. அவன் துச்சாதனனைக் கண்டு, “கேடுகெட்டவனே, நில்!” என்று கத்தினான்.

கர்ணன், சகுனி, கிருபர், அசுவத்தாமன் ஆகியோருடைய தேர்களில் பல்வேறு வகையான ஆயுதங்கள் இருந்ததையும், தான் அவற்றுக்கு ஒரு சுலபமான இலக்காக இருந்ததையும், கோபத்தில் கொதித்துப் போயிருந்த பீமன் கவனிக்கத் தவறிவிட்டான். அவன் விசோகனை ஓரமாகத் தள்ளிவிட்டு, தன்னுடைய குதிரைகளின் கடிவாளங்களைத் தன் கைகளில் எடுத்தான்.

கோபத்தில் அவன் கண்மண் தெரியாமல் தன் தேரை ஓட்டிச் சென்றபோது, நூற்றுக்கணக்கான கௌரவ வீரர்களும் பாண்டவ வீரர்களும் அதனடியில் சிக்கி நசுங்கிப் போயினர். அவன் மிக விரைவில் துச்சாதனனை அடைந்தான். பழி வாங்குவதன்மீது மட்டுமே அவனுடைய மனம் குறியாக இருந்ததால் துச்சாதனனைக் கண்டு அவன் ஆவேசமாகச் சிரித்தான். அவனுடைய சிரிப்பில் இருந்த கொடூரம் துச்சாதனனின் கைகளும் கால்களும் மரத்துப் போகும்படி செய்தது. ஒரு மலையின் மேலிருந்து கீழே கடகடவென்று உருண்டு வருகின்ற பாறைகளின் பாதையிலிருந்து விலகிக் கொள்ளுவதுதான் நல்லது என்று நினைத்த துச்சாதனன், ஒரு பருந்து தன்னுடைய கூட்டில் சுருண்டு உட்கார்ந்து கொள்ளுவதைப்போலத் தன்னுடைய தேரில் தன்னுடைய உடலை வளைத்துக் கொண்டு உட்கார்ந்துவிட்டான். திரௌபதியைத் துகிலுரித்தப் பிறகு ஒரு காட்டுக் குதிரையைப்போலக் கனைத்த அதே துச்சாதனன் இப்போது ஒரு காட்டுப் பூனையைப்போலப் பதுங்கிக் கிடந்தான். பீமனைத் தடுக்கும் துணிச்சல் அங்கிருந்த கௌரவ வீரர்களில் யாருக்கும் இருக்கவில்லை. இதனால் பீமன் ஒரு காளையைப்போல துச்சாதனன்மீது பாய்ந்தான். அவனுடைய ஒட்டுமொத்த உருவமும் இப்போது ஒரு பயங்கரமான சூறாவளியைப்போல இருந்தது. “துச்சாதனா! இழிபிறவியே!” என்று கத்திக் கொண்டே அவன் தன்னுடைய தேரை வேகமாக ஓட்டிச் சென்று துச்சாதனனின் தேர்மீது மோதினான்.

துச்சாதனன் தன்னுடைய தேரின் உறுதியான கொடிக்கம்பத்தை

இறுக்கமாகப் பிடித்துக் கொண்டான். தேரிலிருந்து கீழே இறங்க அவன் துணியவில்லை. ஆனால் பீமன் அவனை இழுத்து வெளியே தள்ளினான்.

துச்சாதனன் அன்றொரு நாள் அரசகுலப் பெண்களுக்கு இடையே உட்கார்ந்திருந்த திரௌபதியைத் தரதரவென்று இழுத்துச் சென்றிருந்தான். இப்போது, கௌரவ வீரர்களுக்கு நடுவேயிருந்து பீமன் அவனை அவனுடைய தேரிலிருந்து வெளியே இழுத்துக் கீழே தள்ளினான். துச்சாதனனின் தேரிலிருந்து உருண்டு கீழே விழுந்திருந்த கதாயுதத்தை பீமன் தன் காலால் எட்டி உதைத்து துச்சாதனனின் உடல்மீது தூக்கிப் போட்டான். அதிர்ச்சியில் உறைந்து போயிருந்த துச்சாதனன் எப்படியோ அந்தத் தாக்குதலை சமாளித்தான்.

மயிர்க்கூச்செறிய வைத்த கதாயுதச் சண்டை ஒன்று அவர்கள் இருவருக்கும் இடையே தொடங்கியது. இரண்டு கதாயுதங்களிலிருந்தும் தீப்பொறிகள் பறந்தன. அவர்களுடைய கண்களில் கோபக் கனல் வீசியது. உடலின்மீது எங்கே அடித்தால் உயிர் போகுமோ அந்த இடத்தைத் தேடி இருவரும் ஒருவரையொருவர் உற்றுப் பார்த்தபடி, கவனமாக அடியெடுத்து வைத்து, வாய்ப்புக் கிடைத்தபோதெல்லாம் ஒருவரையொருவர் தாக்கினர். துச்சாதனன் முதலில் தாக்கினான். ஆனால், கதாயுதம் சுழற்றப்பட்டச் சத்தம் கேட்டவுடன் காற்றின் அதிர்வுகளைவிட அதிக வேகமாக நகரக்கூடியவன் பீமன் என்பதை அவன் அறிந்திருக்கவில்லை.

அரை மணிநேரம் அவர்கள் கடுமையாகச் சண்டையிட்டனர். அந்தக் குருச்சேத்திரக் களத்தில் லட்சக்கணக்கான வீரர்கள் சண்டையிட்டுக் கொண்டிருந்ததை அவர்கள் முற்றிலுமாக மறந்துவிட்டிருந்ததைப்போலத் தோன்றியது.

இறுதியில், பீமன் தன் கதாயுதத்தால் துச்சாதனை ஓங்கி அடித்துக் கீழே சாய்த்தான். ஆஜானுபாகுவான உடலைக் கொண்ட, ஒழுங்கங்கெட்ட துச்சாதனன் நிலை குலைந்து கீழே விழுந்தான். பீமன் தன்னுடைய ஆயுதத்தைக் கீழே போட்டுவிட்டு, காட்டுக் கூச்சல் போட்டபடி அவனை நோக்கி ஓடிச் சென்றான். துச்சாதனன் எந்தக் கையில் தன்னுடைய கதாயுதத்தைப் பிடித்திருந்தானோ, அந்தக் கையை பீமன் தன் இரண்டு கைகளாலும் இறுக்கிப் பிடித்தான். பிறகு, ஒரு யானையின் பாதத்தைப் போன்ற தன்னுடைய கனமான வலது பாதத்தை அவன் துச்சாதனனின் வலது புஜத்தின்மீது வைத்து அழுத்தினான். அச்சமயத்தில், மகாபலியின்மீது தன் பாதத்தைத் தூக்கி வைத்த வாமனனைப்போல பீமன் காட்சியளித்தான். துச்சாதனனின் கையிலிருந்த கதாயுதம் நழுவிக் கீழே விழுந்தது.

பீமன் துச்சாதனனின் கையைத் தோள்பட்டையில் திருகி வளைத்தான். "திரௌபதியின் தூய்மையான உடலைத் தொடத் துணிந்த இந்தப் பாவக் கையை இக்கணமே நான் வானில் வீசி எறியப் போகிறேன்!" என்று கத்தியபடி அவன் துச்சாதனனின் கையைப் பிடுங்கி வெகுதூரத்தில் வீசி எறிந்தான். அங்கு நின்ற அனைத்து வீரர்களும் அதிர்ச்சியில் சிலையாயினர்.

தன்னுடைய கட்டுப்பாட்டை இழந்திருந்த பீமனின் கோபம் தணிவதற்கு அது போதுமானதாக இருக்கவில்லை. அவன் துச்சாதனனின்

கையிலிருந்து நழுவியிருந்த கதாயுதத்தை எடுத்துத் தன் தலைக்கு மேலே உயர்த்தி, அதை வேகமாகக் கீழே கொண்டு வந்து துச்சாதனனின் மார்பின்மீது ஓங்கி அடித்தான். மதம் பிடித்த ஒரு யானையின் பாதத்தின்கீழ் மிதிபட்டுச் சிதைகின்ற ஒரு கரையான் புற்றைப்போல, துச்சாதனனின் மார்பு சிதைந்து கூழாகியது. அவனுடைய உடலிலிருந்து ரத்தம் பீறிட்டு வெளியே பாய்ந்தது. சுற்றி நின்ற அனைவரும் அலறினர்.

பீமன் தன் கையிலிருந்த கதாயுதத்தை வீசி எறிந்துவிட்டு நிலத்தின்மீது மண்டியிட்டு அமர்ந்தான். பிறகு, துரியோதனன், சகுனி, கிருபர், அசுவத்தாமன், கர்ணன் ஆகியோர் உட்பட, அருகிலும் தொலைவிலும் இருந்த அனைத்துக் கௌரவ வீரர்களையும் பார்த்து, "இந்தக் காட்டு அரசன் இந்தக் காட்டு விலங்கின் ரத்தத்தைக் குடிப்பதைத் தடுத்து நிறுத்தும் துணிச்சல் எவனுக்கேனும் இருக்கிறதா?" என்று வெறித்தனமாகக் கத்தினான். அவனுடைய கண்களிலிருந்து தீப்பொறி பறந்ததுபோலத் தெரிந்தது.

கடுமையான தாகத்துடன் இருக்கின்ற ஒரு சிங்கம் அருகிலுள்ள ஒரு நீரோடையினுள் தன் முகத்தைப் புதைப்பதைப்போல, பீமன் தன்னுடைய வட்ட முகத்தை துச்சாதனனின் மார்பிலிருந்து வழிந்து கொண்டிருந்த ரத்தத்தினுள் புதைத்து, அவனுடைய உடலை முன்னும் பின்னும் உலுக்கியபடி, ஒரு பீப்பாயிலிருந்து மதுவருந்தைப்போல வாய் நிறைய ரத்தத்தைக் குடித்தான். அதைப் பார்த்துக் கொண்டிருந்த அனைவருடைய கழுத்து மயிர்க்கால்களும் குத்திட்டு நின்றன.

அவர்கள் தங்களுடைய கண்களைத் தங்கள் கைகளால் மூடிக் கொண்டனர். பலர் மயங்கிச் சாய்ந்தனர். நந்திகோசத் தேரின் கடிவாளங்களைப் பற்றியிருந்த என்னுடைய கைகள் தொடர்ந்து நிலையாக இருந்தன.

துச்சாதனனின் ரத்தத்தைப் பருகியதால் ஏற்பட்ட போதை பீமனின் தலைக்கு ஏறியது. அது மது போதையைவிட அதிக சக்தி வாய்ந்ததாக இருந்தது. அவன் ரத்தம் தோய்ந்த தன்னுடைய கைகளை வேகமாக ஆட்டியபடி, "திரௌபதி! திரௌபதி!" என்று கத்திக் கொண்டே தன்னுடைய கூடாரத்தை நோக்கி ஓடினான். அன்று காலையில் அவன் ஆளனுப்பி திரௌபதியைத் தன்னுடைய கூடாரத்திற்கு வரவழைத்திருந்தான். துச்சாதனன் தன்னைத் துகிலுரித்து அவமானப்படுத்திய நாளிலிருந்து திரௌபதி தன்னுடைய நீண்ட, அடர்த்தியான கருங்கூந்தலை ஒருபோதும் அள்ளி முடியாமல் இருந்திருந்தாள். துச்சாதனனின் ரத்தத்தைத் தானே அவளுடைய கூந்தல்மீது தேய்த்து, பிறகு தானே அக்கூந்தலை அள்ளி முடியவிருந்ததாக ஒரு கொடூரமான சபதத்தை பீமன் அப்போது மேற்கொண்டிருந்தான். அதை இப்போது அவன் நிறைவேற்றினான். அவன் துச்சாதனனின் ரத்தத்தை திரௌபதியின் கூந்தல்மீது தடவி, அவளுடைய தலைமுடியைத் தானே வாரினான். பீமன் போர்க்களத்திலிருந்து வெளியேறியவுடன், அருகே நின்று கொண்டிருந்த வீரர்கள் அனைவரும் நிம்மதிப் பெருமூச்செறிந்தனர்.

11

போர்க்களத்தில் இனி என்ன நிகழும், அது எப்போது நிகழும் என்பதையெல்லாம் கணிப்பது இப்போது சாத்தியமற்றதாக ஆகியிருந்தது. பயம், கொடூரம், துணிச்சல் ஆகிய உள்ளார்ந்த உணர்ச்சிகள் எப்போது வெடித்துக் கிளம்பும் என்பதைக் கணிப்பதும் சாத்தியமற்றதாக ஆகியிருந்தது. போர் எனும் வேள்விக் குண்டம் இப்போது அனைத்தையும் கபளீகரம் செய்த ஒரு பெரும் அழிவாற்றலாக மாறியிருந்தது.

பீமன், கர்ணன், அர்ஜுனன் ஆகிய மூன்று வீரர்களும் லட்சக்கணக்கான வீரர்களை எமலோகத்திற்கு அனுப்பினர். இவர்களில் யாரேனும் லேசாகத் தங்கள் பார்வையில் பட்டால்கூட வீரர்கள் தலைதெறிக்க ஓடி ஒளிந்தனர்.

போர்க்களம் இப்போது ரத்தமும் சதையும் கலந்த ஒரு கொழகொழப்பான சேற்று நிலமாக உருமாறியிருந்தது. அந்தக் கொழகொழப்பான சேறு, சரிவாக இருந்த தெற்குப் பகுதியை நோக்கி வழிந்தோடியது. குதிரைகளும் யானைகளும் அதன் ஊடாக நடந்து செல்ல மிகவும் சிரமப்பட்டன. தேர்ச் சக்கரங்களும் அந்த நிலத்தில் சிக்கின. திறமையான தேரோட்டிகள்கூட அந்தத் திசையில் தங்கள் தேர்களை ஓட்டிச் செல்லத் தயாராக இருக்கவில்லை.

வலப்பக்கத்தில், நகுலனுக்கும் கர்ணனின் மகன் விருசசேனனுக்கும் இடையேயான சண்டை அதன் உச்சத்தை எட்டியிருந்தது. இருவருமே தோல்வியை ஒப்புக் கொள்ள விரும்பவில்லை.

திரௌபதியின் தலைமுடியை அலங்கரித்தப் பிறகு, கர்ணனுடன் சண்டையிடுவதற்காக பீமன் போர்க்களத்திற்குத் திரும்பி வந்தான்.

அவர்கள் ஒருவரையொருவர் பார்த்துக் கொண்ட மறுகணம், ஒரு பெண்யானைக்காகச் சண்டையிடுகின்ற இரண்டு ஆண்யானைகளைப்போல அவர்கள் மோதினர். இருவருமே ஒப்பிடப்பட முடியாத திறமை வாய்ந்தவர்களாகவும் போர்க்கலைகளில் வல்லவர்களாகவும் பயமற்றவர்களாகவும் பயங்கரமானவர்களாகவும் இருந்தனர். கர்ணனின் பொன்னிற உடல் சூரியக் கதிர்களைப்போல ஒளிர்ந்தது. பீமனின் ரத்தச் சிவப்புநிற உடல், முழுதாக மலர்ந்துள்ள ஒரு புரசு மலரைப்போல ஒளிர்ந்தது. கர்ணனும் பீமனும் எதிரெதிர்த் திசைகளிலிருந்து வந்து ஒருவர்மீது ஒருவர் பாய்ந்தனர். தன் மகன் கடோத்கஜனைக் கொன்றிருந்த கர்ணனை பீமன் பழி வாங்கத் துடித்துக் கொண்டிருந்தான். அஸ்தினாபுரத்தின் போட்டியரங்கில் பீமன் தன்னைச் சிறுமைப்படுத்தியது குறித்தும் தன் மகன் பிரசேனனை அவன் கொன்றிருந்தது குறித்தும் அவனைப் பழி வாங்கக் கர்ணன் காத்துக் கொண்டிருந்தான்.

நடுவானில் எறிகற்கள் மோதிக் கொள்ளுவதைப்போல அவர்கள் ஒருவரையொருவர் தாக்கினர். ஈட்டிகள், எறிவேல்கள், சக்கரங்கள், கதாயுதங்கள், வாட்கள் என்று தங்கள் கைகளில் அகப்பட்டவற்றையெல்லாம் கொண்டு அவர்கள் சண்டையிட்டனர். உடலில் எந்த இடங்களில் அடித்தால் உயிர் போகுமோ, அந்த

இடங்களைக் குறி வைத்துத் தாக்க அவர்கள் முயற்சித்தனர். உயிரைப் பறிக்கக்கூடிய அம்புகளை பீமன்மீது எய்வதற்குக் கர்ணனுக்குப் பல வாய்ப்புகள் கிடைத்தன. ஆனால், பீமனுடைய புஜங்களையும் தொடைகளையும் தவிர அவனுடைய உடலின் வேறு எந்தப் பகுதியையும் குறி வைப்பதைக் கர்ணன் வேண்டுமென்றே தவிர்த்தான். பல சமயங்களில் அவர்கள் இருவருமே தன்னினைவு இழந்து விழுந்தனர். அவர்களை மீண்டும் தன்னினைவு பெறச் செய்வதற்குரிய மூலிகைகளை அவர்களுடைய தேரோட்டிகள் அவர்களுடைய நாசிகளில் வைத்தவுடன், தூக்கத்திலிருந்து எழுகின்ற சிங்கங்களைப்போல அவர்கள் துள்ளியெழுந்து மீண்டும் தங்களுடைய சண்டையைத் தொடர்ந்தனர். சற்றும் களைக்காமல் இருவரும் சுமார் ஒரு மணிநேரம் சண்டையிட்டனர். இருவரில் ஒருவர்கூடத் தோல்வியை ஒப்புக் கொள்ளத் தயாராக இருக்கவில்லை. அவர்களுடைய சண்டை ஒருபோதும் முடிவடையாதுபோலத் தோன்றியது.

இதற்கிடையே, அசுவத்தாமன் தன்னுடைய தேரில் விரைந்து வந்து கர்ணனின் முன்னால் வந்து நின்றான். "கர்ணா, உன் மகன் விருசசேனன் அர்ஜுனனின் அஸ்திர வலைக்குள் சிக்கித் தவித்துக் கொண்டிருக்கிறான். அவன் நிராதரவாக இருக்கிறான். ஓடிச் சென்று அவனுக்கு உதவு!" என்று அசுவத்தாமன் கூறினான். மறுகணம், கர்ணன் விருசசேனனை மீட்பதற்காக விரைந்தான். துரியோதனனின் சகோதரர்களில் பிழைத்துக் கிடந்த இருபது அல்லது முப்பது பேர் முன்னால் வந்து பீமனோடு சண்டையிடத் தொடங்கினர்.

அந்தக் கொழகொழப்பான போர்க்களத்தில் சல்லியன் எப்படியோ சமாளித்துத் தன் தேரை லாவகமாக ஓட்டிச் சென்று, தெற்கு முனையில் விருசசேனனைச் சூழ்ந்து நின்று கொண்டிருந்த பாண்டவர்களின் அருகே தன் தேரைக் கொண்டு சென்றார்.

போர்க்களம் இப்போது இரண்டு தெளிவான பகுதிகளாகப் பிரிக்கப்பட்டிருந்தது. முதல் பகுதியில், வடக்கில் பீமன், சாத்தியகி, திருஷ்டத்யும்னன், சகாதேவன், தருமன் ஆகியோர் துரியோதனனின் சகோதரர்களோடும் கிருபரோடும் சிந்து நாட்டு அரசனோடும் சண்டையிட்டுக் கொண்டிருந்தனர். தெற்கில், விருசசேனன், அசுவத்தாமன், சகுனி, துரியோதனன் ஆகியோர், விருசசேனனைக் குறி வைத்து ஒரு வளையம்போல அவனைச் சூழ்ந்து நின்ற அர்ஜுனனோடும் நகுலன், உத்தமௌஜன், மற்றும் பிறரோடும் மோதினர். இரண்டாவது பகுதியில், அமீன மலையடிவாரத்திலிருந்து விருசசேனன் நின்று கொண்டிருந்த இடம்வரை ரத்தமும் சதையும் கலந்த கலவை தேங்கிக் கிடந்தது. அங்கு எதுவுமே நகரவில்லை.

அர்ஜுனனின் அம்பு வலையிலிருந்து தன்னுடைய மகனைக் காப்பாற்றத் துடித்தக் கர்ணன், விருசசேனனைச் சூழ்ந்திருந்த வளையத்திற்கு மிகவும் சிரமப்பட்டு வந்து சேர்ந்தான். சகுனி, அசுவத்தாமன், மற்றும் துரியோதனனுடன் சண்டையிட்டுக் கொண்டிருந்த அர்ஜுனன் திடீரென்று கர்ணனை நெருங்கி, "சூத புத்திரனே, நீ என் மகன் அபிமன்யுவைக் கொன்றதைப்போல இன்று உங்கள் எல்லோர் முன்னிலையிலும் உன் மகன் விருசசேனனை நான் கொல்லப் போகிறேன்!" என்று முழங்கிவிட்டு, நிலா வடிவ அம்பு

ஒன்றைத் தன் வில்லில் தொடுத்து எய்து விருசசேனனின் தலையைக் கொய்தான்.

எண்ணற்ற வீரர்கள் இதைக் கண்டு திகைத்தனர். கர்ணனின் மூத்த மகனான விருசசேனன் சரிந்து கீழே விழுந்தான்.

எங்களுக்குப் பின்னால் நின்ற பாண்டவப் படையினர் தங்களுடைய ஊதுகொம்புகளை ஊதி வெற்றி முழக்கமிட்டனர். அர்ஜுனனை இப்போது எதிர்கொள்ளுவது அறிவார்ந்த செயலல்ல என்பதை உணர்ந்து கொண்ட கௌரவ வீரர்கள் பயந்து பின்வாங்கத் தொடங்கினார். அவர்கள் முற்றிலுமாக ஊக்கமிழந்தனர்.

விருசசேனன் கீழே விழுந்ததைக் கண்ட கர்ணன், தன் வாழ்வில் முதன்முறையாக சிரம் தாழ்த்தினான். சல்லியன் கர்ணனின் தேரை விருசசேனனின் சடலத்தின் அருகே கொண்டு நிறுத்தினார். கர்ணன் தன்னுடைய வில்லை வீசி எறிந்துவிட்டுத் தேரிலிருந்து கீழே இறங்கினான். மாபெரும் வீரனான அவனால்கூடத் தன்னுடைய கண்ணீரைக் கட்டுப்படுத்திக் கொள்ள முடியவில்லை. அவன் விருசசேனனின் தலையைக் கையிலெடுத்தான். சூரிய பகவானுக்கு நீராஞ்சலி செய்த அவனுடைய கைகள், யாசகர்களுக்கு தாராளமாக அள்ளி அள்ளி தானம் வழங்கிய அவனுடைய கைகள், விஜய வில்லை உயர்த்திப் பிடித்த அவனுடைய கைகள் இப்போது அவனுடைய அன்பு மகனின் துண்டிக்கப்பட்டத் தலையை வருடிக் கொண்டிருந்தன.

கர்ணன் தன் மகனின் தலையை அவனுடைய உடலோடு சேர்த்து வைத்தபோது, அன்பின்மீதான நம்பிக்கையை அவன் முற்றிலுமாக இழந்தான். உலகத்தின்மீதான பாசம், சாதி வேறுபாடுகள், அகங்காரத்துடன்கூடிய லட்சியங்கள் போன்ற அனைத்தையும் துறந்தவனாக அவன் எழுந்து நின்றான்.

பிறகு, தேம்பிக் கொண்டே தன்னுடைய மகனின் சடலத்தை அவன் சுற்றி வந்தான். கர்ணனின் உடல் இப்போது ஒரு நெருப்புப் பந்தாக மாறியிருந்தது. அவனுக்குள் இருந்த மென்மைத்தன்மையை இனி எந்த வகையான பந்தபாசத்தாலும் தூண்டிவிட முடியாது. புகழாலோ அல்லது பாசத்தாலோ இனி அவன்மீது ஒருபோதும் தாக்கம் ஏற்படுத்த முடியாது. அவனுக்கு இப்போது ஒரே ஓர் உறவு மட்டுமே இருந்தது. எல்லையற்ற நீலவானமும் கொழுந்துவிட்டுப் பிரகாசமாக எரியும் சூரியனும் மட்டுமே அவனுடைய ஒரே உறவாக இருந்தன.

கர்ணன் மீண்டும் ஒரு முறை கீழே குனிந்து தன்னுடைய மகனின் கிரீடத்தை முகர்ந்து பார்த்துவிட்டு, "தாக்குங்கள்!" என்று தன் வீரர்களைப் பார்த்துக் கத்தினான்.

12

அர்ஜுனனின் தாக்குதலுக்கு பயந்து பின்வாங்கிச் சென்று கொண்டிருந்த வீரர்கள் கர்ணனின் உத்தரவைக் கேட்டு அப்படியே உறைந்து நின்றனர். புதுப்பிக்கப்பட்டப் புத்துணர்ச்சியுடன் பாண்டவர்களைத் தாக்க அவர்கள் தயாராயினர்.

கௌரவப் படையில் எஞ்சியிருந்தோரை மீண்டும் அணிவகுத்து,

அவர்களை எங்களுடைய தேரை நோக்கிக் கர்ணன் வழிநடத்தினான். அன்றைய நாளின் மூன்றாவது பகுதி தொடங்கியிருந்தது. ரத்தமும் சதையும் கலந்த புதைநிலத்தின் வழியாக மட்டுமே சல்லியன் தன் தேரை ஓட்டி வர வேண்டியிருக்கும்படியாக நான் ஒரு குறிப்பிட்ட இடத்தில் எங்கள் தேரைக் கொண்டு நிறுத்தினேன். சாதுரியம் மிக்க சல்லியன், அந்தப் புதைநிலத்தில் ஏதேனும் காய்ந்த நிலப்பகுதி இருந்ததா என்று தேடினார். அப்படி எதுவும் இல்லாததைக் கண்டுகொண்ட அவர், பரிதவிப்புடன் கர்ணனைப் பார்த்து, "ராதேயனே, அர்ஜுனனுடன் சண்டையிடுவதற்கான சரியான நேரம் இதுவல்ல. இந்தப் புதைநிலத்தின் ஊடாகத் தேரை ஓட்டிச் செல்லுவதில் பெரும் ஆபத்து இருக்கும் என்று நான் உறுதியாக நம்புகிறேன்," என்று கூறினார்.

கர்ணன் இதைக் கேட்டுச் சிரித்தான். அவன் தொடர்ந்து சிரித்துக் கொண்டே இருந்தான். ஒரு வார்த்தைகூடப் பேசாமல், தன்னுடைய விரலால் முன்னோக்கிச் சுட்டிக்காட்டி, அந்தப் புதைநிலத்தின் ஊடாகத் தேரை ஓட்டிச் செல்லும்படி சல்லியனுக்கு அவன் மௌனமாகக் கட்டளையிட்டான்.

எங்களுடைய தேர் அவர்களுடைய தேரை எதிர்கொண்டிருந்தது.

நான் எங்கள் தேரிலிருந்து கீழே இறங்கி, அதன் சக்கரங்களில் ஓர் அடர்த்தியான படலமாக எண்ணெய்ப் பசையைத் தேய்த்தேன். ஒருவேளை நாங்கள் அப்புதைநிலத்தின் வழியாகச் செல்ல வேண்டியிருந்தால் எங்கள் தேரின் சக்கரங்கள் அந்நிலத்தில் சிக்கிக் கொள்ளாதபடி இந்தப் பசை பார்த்துக் கொள்ளும் என்பதற்காக நான் அவ்வாறு செய்தேன். பிறகு அந்த எண்ணெய்ப் பசை அடங்கிய குப்பியை நான் என் கையில் ஏந்தியபடி எங்கள் தேரில் ஏறி, அதை உள்ளே வைத்துவிட்டு என் சாட்டையைக் கையிலெடுத்தேன்.

உற்சாகமடைந்திருந்த பாண்டவப் படையினரும் கௌரவப் படையினரும் தங்களுடைய தேர்களில் தொங்கவிடப்பட்டிருந்த மலர்மாலைகளிலிருந்து மலர்களைப் பிடுங்கித் தத்தம் முதன்மைத் தளபதிகள்மீது தூவினர். ஒருவன் வீசிய மலர்மாலை நேராகக் கர்ணனின் கழுத்தில் போய் விழுந்தது. நான் என் கழுத்தில் அணிந்திருந்த நீலத் தாமரை மலர்களால் ஆன மாலையைக் கழற்றி அர்ஜுனனின் கழுத்தைச் சுற்றி அதை அணிவித்தேன். இன்று எனக்கும் ஒரு சோதனை நேரம்தான். ஆமாம், அமிலப் பரிசோதனை நேரம் அது.

அந்த சோதனை இதுதான்: உன்னதமான கொள்கைகளைக் கொண்டிருந்த, குந்தியின் மூத்த மகனான கர்ணன் உயிருடன் இருப்பதை நான் உறுதி செய்ய வேண்டுமா, அல்லது பாண்டவச் சகோதரர்கள் ஐவரின் உயிரையும் நான் பாதுகாத்து நடைமுறைக்கு ஒத்துப் போகின்ற விதத்தில் நடந்து கொள்ள வேண்டுமா? நடைமுறைக்கு ஒத்துப் போவதை நான் தேர்ந்தெடுத்தேன். ஏனெனில், அர்ஜுனன் இறந்துவிட்டால் மற்ற நால்வரும் நிச்சயமாக இறந்துவிடுவர்.

நான் என்னுடைய தாய்வழி மாமாவான கம்சனைக் கொன்றபோது என் கைகள் நடுங்கவில்லை, என் மனம் தடுமாறவில்லை. தந்தவக்கிரன், விதூரதன், சுருகாலன், சால்வன், பவுண்டரகன் ஆகியோரை நான் தண்டித்தபோது என் இதயம் பதறவில்லை. என்னுடைய ஒன்றுவிட்ட சகோதரனான சிசுபாலன்மீது என்னுடைய சக்ராயுதத்தை நான்

விடுவித்தபோது என் கண்கள் ஈரமாகவில்லை. ஆனால் இன்று, நான் என் கைகளில் உறுதியாகப் பிடித்திருந்த கடிவாளங்கள் நடுங்கிக் கொண்டிருந்ததை என்னால் உணர முடிந்தது. ஏனெனில், அந்த தானவீரன் கர்ணன், தான் அனுபவித்தக் கொடூரமான அவமானங்களின் விளைவாக பீஷ்மரையும் அர்ஜுனனையும் பீமனையும் திரௌபதியையும் தன்னுடைய மிக மோசமான பகைவர்களாகக் கருதியபோதிலும், அவன் என்மீது மிக ஆழமான, உறுதியான பக்தி கொண்டிருந்தான் என்பதை நான் அறிந்திருந்தேன். முன்பு நானும் அவனும் தனியாக சந்தித்துக் கொண்ட நேரத்தில் அவன் தன்னைக் கட்டுப்படுத்திக் கொள்ள முடியாமல் அழுதபோது, அவனுடைய கண்ணீர் என் முதுகின்மீது வழிந்தோடியபோது அவனுடைய பக்தியை நான் அனுபவபூர்வமாக உணர்ந்தேன். அவனுக்கும் ராஜமாதா குந்தி தேவிக்கும் இடையேயான மௌனமான உறவைப் பற்றி நான் முழுமையாக அறிந்திருந்தேன். என் ஒட்டுமொத்த வாழ்வில் என் தாயார் தேவகி, ராஜமாதா குந்தி தேவி, கர்ணன், கோகுலத்து ராதை ஆகிய நால்வர்மீது மட்டுமே நான் மிகுந்த அன்பும் அர்ப்பணிப்பும் கொண்டிருந்தேன்.

பல்வேறு எண்ணங்களால் பந்தாடப்பட்டுக் கொண்டிருந்த என்னுடைய மனத்தை அமைதிப்படுத்துவதற்காக நான் என்னுடைய சங்கை எடுத்துச் சத்தமாக ஊதினேன்.

சந்தனம் தடவப்பட்டத் தங்களுடைய புஜங்கள்மீது ஓங்கி அடித்துக் கொண்டு, கண்களில் கோபக் கனல் தெறிக்க, கர்ணனும் அர்ஜுனனும் தங்கள் சங்குகளை எடுத்து ஊதினர். பாண்டவப் படையினரும் கௌரவப் படையிரும் தங்களுடைய ஊதுகொம்புகளை எடுத்து ஊதியபோது உண்டான உரத்தச் சத்தத்தில் அருகிலிருந்த குன்று நடுங்கியது. கர்ணனும் அர்ஜுனனும் இமயத்தின் உயரமான இரண்டு பனிச்சிகரங்களைப்போல எதிரெதிரே நின்றனர். எதிரியினுடைய கையின் மிக லேசான அசைவைக் கொண்டே அவன் எந்த அஸ்திரத்தை எய்யவிருந்தான் என்பதைக் கண்டுபிடித்துவிட முடியும் என்பதால், கர்ணனின் பார்வை அர்ஜுனனின் புஜத்தின்மீதும், அர்ஜுனனின் பார்வை கர்ணனின் புஜத்தின்மீதும் நிலைத்திருந்தன. போரின்போது முழங்கப்படும் பல்வேறு வகையான முரசுகள் மற்றும் மத்தளங்களால் உருவான சத்தம் விண்ணைப் பிளப்பதாக இருந்தது. கர்ணன் ஒரு கணம் தன் கண்களை மூடிக் கொண்டு சூரிய பகவானுக்குரிய ஒரு சுலோகத்தைக் கூறினான். அர்ஜுனன் தன் கண்களை மூடி, என்னுடைய வழிபாட்டிற்குரிய ஒரு சுலோகத்தை முணுமுணுத்தான். பிறகு அவர்கள் இருவரும் தங்களுடைய சங்குகளை அவற்றுக்குரிய மரப் பெட்டிகளில் வைத்துவிட்டுச் சண்டைக்குத் தயாராயினர்.

கணநேர அமைதிக்குப் பிறகு, அவர்கள் இருவரும் மற்றவர்களுடைய காதுகள் செவிடாகும் அளவுக்கு ஆக்ரோஷமாக உறுமிக் கொண்டு ஒருவர்மீது ஒருவர் அம்பு மழை பொழிந்தனர். அவர்களுடைய அம்புகள் வானத்தைக் கிழித்துக் கொண்டு போனதைக் கண்ட இருதரப்பு வீரர்களும், வானம் தன்னுடைய ஒட்டுமொத்த நட்சத்திரக் கூட்டங்களுடன் இடிந்து தங்கள் தலைமீது விழுந்துவிடுமோ என்று பயந்தனர். இத்தகைய ஒரு பயங்கரமான அம்பு மழையை, கடந்த பதினாறு நாட்களில் நான்கூடப் பார்த்திருக்கவில்லை. இவ்விரு

மாவீரர்களுக்கும் இடையே நடைபெற்றச் சண்டை, பீஷ்மர், துரோணர், அபிமன்யு ஆகியோருடைய மோதல்களைவிட மிகமிகக் கொடூரமானதாக இருந்தது. இச்சண்டை எல்லோரையும் ஆச்சரியத்திலும் அதிர்ச்சியிலும் ஆழ்த்தியது.

குதிரை லாயங்களின் கதவுகள் திறக்கப்பட்டவுடன் உள்ளேயிருந்து உற்சாகமாக வெளியே பாய்ந்தோடி வருகின்ற பல வண்ணக் குதிரைகளைப்போல, பல்வேறு வகைப்பட்ட அம்புகள் அவர்கள் இருவருடைய நாண்களிலிருந்தும் வேகவேகமாகப் பாய்ந்தன. அவர்களுடைய கூர்மையான அம்புகள் பட்டு எண்ணற்ற வீரர்கள் மடிந்தனர். கோடைக்காலத்தில் உருகுகின்ற இமயத்துப் பனிபோல இருதரப்புப் படையினரின் எண்ணிக்கையும் குன்றத் தொடங்கியது. அம்புகள் எங்கிருந்து தங்களை நோக்கி வந்தன என்பது தெரியாமல் வீரர்கள் குழப்பமடைந்தனர்.

கர்ணனுடைய தேரோட்டியைச் செயலிழக்கச் செய்வதற்காக அர்ஜுனன் சல்லியனின் குதிரைகளை நோக்கி என் தலைக்கு மேலாக அடுத்தடுத்துப் பல அம்புகளை எய்தான். ஆனால் சல்லியன் ஒரு கைதேர்ந்த தேரோட்டியாக இருந்தார். அவர் தன் கையிலிருந்த கடிவாளங்களை வேகமாக ஆட்டியபோது, அவருடைய ஐந்து குதிரைகளும் கணநேரத்தில் மண்டியிட்டுக் கீழே உட்கார்ந்தன. அவர் இன்னொரு முறை அக்கடிவாளங்களை ஆட்டியபோது, மறுகணம் அவை அத்தேரின் கொடிக்கம்பத்தின் அடிப்பகுதிவரை துள்ளி எழுந்தன. சில சமயங்களில், சல்லியன், பல்வேறு ஆயுதங்களுடன்கூடிய தன்னுடைய தேரை மிக லாவகமாகத் திருப்பியபோது, அர்ஜுனனின் அம்புகள் தம்முடைய இலக்குகளைத் தாக்கத் தவறின. மாறாக, அவை கர்ணனுடைய தேரின் பின்பக்கத்தின்மீது பட்டு பலத்தச் சத்தத்தை உண்டாக்கின.

கர்ணனின் தேரைச் சுற்றிலும் எங்களுடைய தேரைச் சுற்றிலும் இருந்த, ரத்தமும் சதையும் கலந்த கொழகொழப்பான மண் மேலும் அதிகக் கொழகொழப்பாக ஆகியிருந்ததால், அதன் ஊடாகத் தேர்களை ஓட்டிச் செல்லுவது இயலாத காரியமாக ஆகியது. தத்தம் முதன்மைத் தளபதிகளை ஊக்குவிப்பதற்காக இருதரப்பு வீரர்களும் அவர்களுடைய பெயர்களைச் சொல்லித் தொடர்ச்சியாக வெற்றி முழக்கமிட்டனர். அவர்களுடைய கோஷங்கள் விண்ணைத் தொட்டன. கர்ணனும் அர்ஜுனனும் சுமார் ஒரு மணிநேரம் ஒருவர்மீது ஒருவர் அம்புகளை எய்து கொண்டே இருந்தனர். அந்த அம்புகள் அவர்களுடைய மார்புக் கவசங்கள்மீது பட்டபோது அவற்றின் முனைகள் மழுங்கின. ஆனால் அவர்களுடைய கைகளில் ஏற்பட்டிருந்த காயங்களிலிருந்து ரத்தம் தொடர்ந்து வழிந்து கொண்டிருந்தது. ஆனால் அதை கவனிப்பதற்கு அவர்களுக்கு நேரம் இருக்கவில்லை. அவர்கள் இருவருடைய ரத்தமும் ஒன்றுதான் என்றபோதிலும், கர்ணன் கோபத்தில் குமுறிக் கொண்டிருந்ததால், அர்ஜுனனுக்கும் தனக்கும் இடையேயான உறவுகூட அவனுக்கு நினைவிருக்கவில்லைபோலத் தோன்றியது.

மத்சயம், பாஞ்சாலம், சைந்தவம், காந்தாரம் ஆகிய நாடுகளைச் சேர்ந்த நூற்றுக்கணக்கான வீரர்கள் மடிந்து விழுந்து கொண்டிருந்ததைக் கண்டபோது, பாண்டவப் படையையும் கௌரவப் படையையும் சேர்ந்த

ஏனைய வீரர்கள் தங்களுடைய சண்டையை நிறுத்தினர். இப்போது அந்த ஒட்டுமொத்தப் போர்க்களத்தில் கர்ணனும் அர்ஜுனனும் மட்டுமே சண்டையிட்டுக் கொண்டிருந்தனர். மற்றவர்கள் அவர்களைச் சுற்றி நின்று, தங்கள் கண்களை அகலமாக விரித்து, அச்சண்டையை அமைதியாக வேடிக்கைப் பார்த்துக் கொண்டிருந்தனர்.

கர்ணனும் அர்ஜுனனும் இப்போது தங்களுடைய தெய்விக அம்புகளைப் பயன்படுத்தத் தயாராயினர். ராஜமாதா குந்தி தேவி இப்போது அங்கு வந்து அவ்விருவரையும் பார்த்தால், அவர்கள் உடன்பிறப்புகள் என்று அவரால்கூட ஊகித்திருக்க முடியாது. அவர்கள் இருவரும் இப்போது எதிரெதிர்த் துருவங்களாக நின்றனர். தன் எதிராளியைக் கொல்லுவது மட்டுமே இப்போது அவர்கள் ஒவ்வொருவருடைய ஒரே நோக்கமாக இருந்தது. அவர்கள் சுயபிரக்ஞையை இழந்திருந்ததைப்போலக் காணப்பட்டனர்.

சந்தனப் பொடியில் முக்கி எடுக்கப்பட்ட முனையைக் கொண்ட, ஒரு நாகத்தின் வாயைப் போன்ற வடிவம் கொண்ட ஓர் அம்பை, தங்கத்தாலான தன்னுடைய அம்பறாத்தூணியிலிருந்து கர்ணன் வெளியே எடுத்தான். அது ஒரு நாகத்தின் சக்தி ஏற்றப்பட்டிருந்த அம்பு என்பதை அவன் அறிந்திருக்கவில்லை. அவன் ஒரு மந்திரத்தைச் சொல்லி அர்ஜுனனின் தலையைக் குறி வைத்து அந்த பயங்கரமான அம்பைத் தன்னுடைய நாணிலிருந்து விடுவித்தான். அந்த அஸ்திரம் தன் கழுத்தைக் குறி வைத்துக் காற்றின் வேகத்தில் தன்னை நோக்கி வந்து கொண்டிருந்தது பற்றி அர்ஜுனனுக்கு எந்த யோசனையும் இருக்கவில்லை.

நான் என் குதிரைகளின் கடிவாளங்களை பலமாக ஒரு முறை குலுக்கினேன். என்னுடைய ஐந்து குதிரைகளும் திடீரென்று பக்கவாட்டில் திரும்பிக் கீழே உட்கார்ந்துவிட்டன. அதன் விளைவாகத் தேர் சற்றுத் தாழ்ந்தது. எனவே, அர்ஜுனனின் தலையைக் குறி வைத்து வந்த அந்த அம்பு, அவனுடைய சிறிய மகுடத்தின்மீது பட்டு அதைக் கீழே தள்ளியது. அது சத்தம் ஏற்படுத்தியபடி போர்க்களத்தில் உருண்டு சென்றுவிட்டது. அந்த மகுடத்தின் கீழே அர்ஜுனன் அணிந்திருந்த தலைக்கவசமும் அவனுடைய தலையிலிருந்து நழுவித் தேருக்குள் விழுந்தது. அர்ஜுனன் நிம்மதிப் பெருமூச்செறிந்தான். அவனுடைய அடர்நீலச் சுருட்டை முடி இப்போது அவிழ்ந்து சுதந்திரமக அசைந்தாடியது. நான் அவனை ஏறிட்டுப் பார்த்துவிட்டுச் சிரித்தேன். அவன் தன்னுடைய இடுப்பில் கட்டியிருந்த பட்டுத் துணியைக் கழற்றி அதைத் தன் நெற்றியைச் சுற்றி ஒரு தலைப்பாகைபோலக் கட்டினான்.

அர்ஜுனன் ஓர் அருவிபோலத் தொடர்ச்சியாக அம்புகளை எய்து, கர்ணனின் தேரோட்டியான சல்லியன் அசைய முடியாதபடி அவரை முடக்கினான். சல்லியன் இப்போது ஒரு கூட்டுப் பறவையைப்போல ஆனார். திறமை வாய்ந்த அந்தத் தேரோட்டியால் இப்போது எந்தத் திசையிலும் நகர முடியவில்லை. கர்ணனின் ஜைத்ர ரதம் இப்போது எங்களுக்கு நேர் முன்னால் நிலத்தின்மீது உறுதியாக நின்றது.

கர்ணனின் சிறப்பு அஸ்திரங்கள் என்னுடைய மகுடத்தையொட்டி வேகமாகப் பாய்ந்து சென்றன. இவ்வளவு நேரம் நடைபெற்று வந்திருந்த பயங்கரமான சண்டையில், என்மீது தவறுதலாகக்கூட எந்தவோர்

அம்பும் பட்டுவிடாதபடி அவன் பார்த்துக் கொண்டான். அதில் அவன் மிகுந்த கவனத்துடன் செயல்பட்டான்.

அர்ஜுனன் தன்னுடைய தலைப்பாகையைச் சரி செய்துவிட்டு, அக்னியாஸ்திரத்தை ஏவுவதற்கு முன்பு கூறப்பட வேண்டிய மந்திரத்தைக் கூறத் தொடங்கினான். புதிதாக உத்வேகம் பெற்ற அவன் இப்போது நிமிர்ந்து நின்றான். அவனுடைய முகம் தெய்விகமாகப் பிரகாசித்தது. அவனுடைய காண்டீபத்திலிருந்து புறப்பட்ட அக்னியாஸ்திரங்கள் நெருப்பை உமிழ்ந்தபடி என் தலையைக் கடந்து வேகமாகச் சென்று தம்முடைய இலக்குகளைத் தாக்கின. ஒட்டுமொத்தப் பிரபஞ்சமும் ஏதோ ஒரு வேள்விக் குண்டமாக ஆகியிருந்ததோ என்று பயந்தபடியே கௌரவ வீரர்கள் தப்பி ஓடினர். சூரியன் உருகித் தங்களுடைய உடல்கள்மீது விழுந்துவிட்டது என்று நினைத்து பயந்து, அந்த பயத்தினால் பலர் மயங்கிக் கீழே விழுந்தனர்.

அர்ஜுனனின் அக்னியாஸ்திரங்களை முறியடிப்பதற்காகக் கர்ணன் தன் தேரில் மண்டியிட்டு அமர்ந்து, தன் கண்களை மூடிக் கொண்டு, தெய்விகமான வருணாஸ்திரத்தை எய்வதற்குரிய மந்திரங்களைக் கூறினான். இத்தனை ஆண்டுகளாக அவன் செய்து வந்திருந்த நீராஞ்சலியின்போது அவனுடைய கைகளிலிருந்து வழிந்த நீர் இப்போது ஒரு விசுவாசமான சேவகனைப்போல மழைமேகங்களின் வடிவில் அவனுடைய உதவிக்கு வந்தது. யானைகளின் காதுகளைப் போன்ற பெரிய தோலிறகுகளைக் கொண்ட பயங்கரமான அம்புகளை அவன் தேர்ந்தெடுத்து, அடர்த்தியாக அவற்றைத் தொடுத்து, குருச்சேத்திரத்தில் காற்றின் ஓட்டத்தையே முற்றிலுமாகத் தடுத்தான். ஒரு நொடியில், அடுத்தக் கட்டக் கருமேகங்கள் போர்க்களத்தின் மேலாக வட்டமாகச் சூழ்ந்தன. அர்ஜுனனின் அக்னியாஸ்திரங்கள் இப்போது முறியடிக்கப்பட்டன. மேலேயிருந்து கொட்டிய கனமழையாலும் இடி முழக்கத்தாலும் அவனுடைய அம்புகள் முற்றிலுமாகச் செயலிழந்தன. தானவீரன் கர்ணன் இந்த மழையைப் பரிசாகக் கொடுத்து, கடுமையான காயங்களுடன் உயிருக்குப் போராடிக் கொண்டிருந்த எண்ணற்ற வீரர்களின் உயிரைக் காப்பாற்றினான்.

ஆனால், அவன் தன் சொந்த வருணாஸ்திரங்களைக் கொண்டு வரவழைத்திருந்த மழையின் விளைவாக, அவனுடைய தேரைச் சுற்றிலும் இருந்த கொழகொழப்பான சேறு மேலும் அதிகக் கொழகொழப்பாக ஆகிக் கொண்டிருந்ததை அவன் அறியவில்லை.

கர்ணனின் வருணாஸ்திரங்கள் உருவாக்கியிருந்த மழைமேகங்களைக் கலைப்பதற்காக அர்ஜுனன் வாயுவாஸ்திரங்களைப் பயன்படுத்தினான். அவை 'விர்'ரென்று சத்தமிட்டுக் கொண்டே தம்முடைய இலக்குகளை நோக்கி வேகமாகச் சென்று மேகங்களைத் துளைத்து அவற்றைப் பிளந்தன. சூரியனின் ஒளிக்கதிர்கள் குருச்சேத்திரத்தின்மீது மீண்டும் ஒளிர்ந்தன. அர்ஜுனனின் வாயுவாஸ்திரங்கள் பிற தேர்களில் ஏற்றப்பட்டிருந்த போர்க்கொடிகளை அடித்துச் சென்றன. இதனால் உற்சாகமடைந்த அர்ஜுனன், தன்னுடைய வஜ்ராயுதத்தை எடுத்து, அதற்குரிய மந்திரங்களைச் சொல்லி அதை எறிந்தான். அது எண்ணற்றக் கூர்மையான அம்புகளுடன் கர்ணனை நோக்கி விரைந்தது. பல்வேறு வடிவங்களில் பல விநோதமான ஆயுதங்கள் தன்னை நோக்கி விரைந்து

வந்து கொண்டிருந்ததை கவனித்தக் கர்ணன், சற்றும் கலங்காமல், மகேந்திர மலையில் தான் பெற்ற தெய்விகமான பார்கவாஸ்திரத்தைக் கொண்டு அவற்றை முறியடித்தான். வஜ்ராயுதமும் பார்கவாஸ்திரமும் ஒன்றோடொன்று கடுமையான சத்தத்துடன் மோதின. அவற்றிலிருந்து மழைபோல நெருப்புப் பொறிகள் தெறித்துக் கீழே விழுந்தன.

அடுத்து, அனைத்தையும் ஆட்கொண்ட பிரம்மாஸ்திரத்தை அர்ஜுனன் எய்தான். கர்ணன் அதை மிகத் திறமையாகத் தடுத்தான். அதோடு, அவன் எங்களுடைய தேரின்மீது அம்பு மழை பொழிந்து எங்கள் போர்க்கொடியை நார்நாராகக் கிழித்தான். அவன் எங்கள் தேரின் சக்கரங்களைக் குறி வைத்து எய்த அம்புகள் எங்கள் தேரைத் துளைத்தன. இரண்டு வீரர்களுமே பல்வேறு வகையான ஆயுதங்களைப் பரஸ்பரம் அடுத்தவர்மீது பயன்படுத்தினர். இவ்வளவு நேரம் சண்டையிட்டும்கூட அவர்களில் ஒருவர்கூடக் களைப்படையவில்லை. அச்சண்டையில் யார் வெற்றி பெற்றார்கள் என்பதைத் தீர்மானிக்க முடியவில்லை. அன்றைய நாளின் மூன்றாவது பகுதி நிறைவடைந்தது. சூரிய பகவான் மேற்கில் மறையத் தொடங்கினார்.

இந்திரன்–பாலி, நகுஷன்–இந்திரன், ஜராசந்தன்–பீமன் ஆகியோருக்கு இடையே நடைபெற்ற ஒற்றைக்கு ஒற்றைச் சண்டைகளைவிட, அர்ஜுனனுக்கும் கர்ணனுக்கும் இடையே நடைபெற்ற ஒற்றைக்கு ஒற்றைச் சண்டை அதிக பயங்கரமானதாக இருந்தது. ரத்தத்தை உறைய வைத்த ஒரு காட்சி அது. ஒவ்வொரு கணமும் அது அதிகத் தீவிரமடைந்து கொண்டிருந்தது.

அந்த ஒட்டுமொத்தப் போர்க்களம் நெடுகிலும் பல்வேறு வகையான அம்புகள் குவியல் குவியலாகக் கிடந்தன. மற்ற வீரர்களைக் கொல்லும் நோக்கம் கர்ணனுக்கும் அர்ஜுனனுக்கும் இருக்கவில்லை என்றாலும், அவர்களுக்கு இடையே நடைபெற்றச் சண்டையின் விளைவாக எண்ணற்ற வீரர்கள் இறந்தனர். இப்போது பாண்டவப் படையிலும் கௌரவப் படையிலும் சில ஆயிரம் வீரர்கள் மட்டுமே எஞ்சியிருந்தனர். இரு படையினரும் செய்திருந்த பயங்கரமான படுகொலைகளின் விளைவு அது. இப்போரில் இருதரப்பினரில் யாரும் பின்வாங்கவில்லை, யாரும் ஒரு கணம்கூடக் களைப்படையவில்லை. இன்றைய ஒரு நாளின் சண்டை, கடந்த பதினாறு நாட்கள் நடைபெற்ற அனைத்துச் சண்டைகளிலும் அதிகக் கோரமானதாக இருந்தது.

இறுதியில், மிகவும் கஷ்டப்பட்டு மகேந்திர மலையில் பரசுராமரிடமிருந்து தான் பெற்றிருந்த ஆதர்வண அஸ்திரத்தைக் கர்ணன் அர்ஜுனன்மீது எறிந்தான். அந்த ஆயுதத்தின் பாதையைவிட்டு விலகுவதற்காக, நான் என்னுடைய குதிரைகளை இருந்த இடத்திலேயே வேகமாக ஒரு முழு வட்டம் சுற்றி வரச் செய்தேன். அதன் விளைவாக, எங்கள் தேர் சிறிது தூரம் வழுக்கிச் சென்று, ரத்தமும் சதையும் கலந்த அந்தச் சகதியில் மாட்டிக் கொண்டது. இவ்வாறு நிகழக்கூடும் என்று முன்கூட்டியே நான் எதிர்பார்த்ததால்தான், எங்களுடைய தேர்ச் சக்கரங்களில் நான் எண்ணெய்ப் பசையைத் தடவி வைத்தேன். கர்ணன் வீசிய ஆதர்வண அஸ்திரம் தன் குறியைத் தவறவிட்டிருந்தது.

எங்களுடைய தேரின் பின்பக்கத்தைத் தான் எதிர்கொண்டிருந்ததைக் கண்ட சல்லியன் தன் உதடுகளைக் கடித்துக் கொண்டு, ரத்தமும்

சதையும் கலந்திருந்த சகதியில் சிக்கியிருந்த தன்னுடைய தேரை நகர்த்த முயன்றார். ஆனால் அவர் ஓர் அம்புக் கூண்டுக்குள் சிக்கியிருந்ததால் அவரால் அசைய முடியவில்லை. ஆனாலும், அவர் தன் குதிரைகளை அவற்றின் கடிவாளங்களைக் கொண்டு அடித்து, தொடர்ந்து அவற்றை உந்தித் தள்ளினார். அக்குதிரைகள் தம்முடைய குளம்புகளை அந்தச் சகதியில் ஆழமாக ஊன்றி, தம்முடைய வலிமை முழுவதையும் ஒன்றுதிரட்டி அத்தேரைத் திருப்ப முயற்சித்தன, ஆனால் அது ஓர் அங்குலம்கூட நகரவில்லை. அது இனி ஒருபோதும் நகரப் போவதில்லை என்பதை நான் அறிந்தேன்.

சுமார் அரை மணிநேரத்திற்கு அது அப்படியே அந்தச் சகதியில் சிக்கி நின்றது. அதன் சக்கரங்களைச் சுற்றிலும் இருந்த சகதி, வெயிலில் இறுகத் தொடங்கியது. விரைவில், அது அச்சக்கரங்களை இறுக்கமாகப் பிடித்துக் கொண்டது. தன் மகன் மேலும் அவமானப்படுவதை சூரிய பகவான் விரும்பவில்லைபோலும். அவர் அவனை அவனுடைய நிரந்தரமான ஓய்விடத்திற்கு அழைத்துச் செல்ல விரும்பினாரா?

களைத்துப் போயிருந்த சல்லியன், அம்புகளையும் அம்பறாத்தூணிகளையும் தவிரத் தங்கள் தேரிலிருந்த கனமான ஆயுதங்கள் அனைத்தையும் வெளியே எறிந்துவிடும்படி கர்ணனுக்கு அறிவுறுத்தினார். பிறகு அவர் தானே அவற்றை ஒவ்வொன்றாக வெளியே வீசியெறியத் தொடங்கினார். கர்ணனின் குதிரைகளுடைய வாய்களிலிருந்து நுரை வழிந்து கொண்டிருந்தது. வழுக்கலான அந்தச் சகதியில் அவை தம்முடைய குளம்புகளை ஊன்றி உறுதியாக நிற்கப் போராடின, ஆனால் கர்ணனின் தேர் லேசாகக்கூட அசைய மறுத்தது. தேரின் இடது சக்கரம் விடுவிக்கப்பட முடியாத அளவுக்கு ஆழமாகச் சிக்கியிருந்தது.

நான் எங்கள் தேரைக் கர்ணனுடைய தேரைச் சுற்றி ஓட்டினேன். அவன் தொடர்ந்து அம்புகளை எய்தான்.

பயந்து போயிருந்த சல்லியன் கர்ணனிடம், "அங்க நாட்டு அரசே, நம்முடைய தேர் ஓர் அங்குலம்கூட அசைய மறுக்கிறது. இடது சக்கரம் முழுவதுமாக நிலத்தில் புதைந்து கிடைக்கிறது," என்று கத்தினான்.

"மத்ர நாட்டு அரசரே, கவலைப்படாதீர்கள். நான் அந்தச் சக்கரத்தை வெளியே எடுக்கிறேன்," என்று கூறிவிட்டு அவன் தன்னுடைய வில்லைக் கையிலேந்திக் கொண்டு தன்னுடைய தேரிலிருந்து கீழே இறங்கினான்.

என் மனத்தில் ஏகப்பட்ட எண்ணங்கள் ஓடின. அவன் சூத புத்திரனா, அங்க நாட்டு அரசனா, திக்விஜய வீரனா, தான வீரனா, வெல்லப்பட முடியாத வில்லாளியான கர்ணனா, அல்லது குந்தியின் மகனா...மூத்தப் பாண்டவனா?

கர்ணன் தன்னுடைய வலது கையை இடது சக்கரத்தின் குறுக்குக் கம்பிகளில் ஒன்றின் அடியில் நுழைத்து, தன்னுடைய வலிமை முழுவதையும் ஒன்றுதிரட்டித் தன் தேரை விடுவிக்க முயன்றான். அவனுடைய புஜங்கள் இறுக்கமடைந்தன. அவனுடைய நெற்றியின்மீது வியர்வை முத்துக்கள் அரும்பின. அவன் எவ்வளவோ முயன்றும் அச்சக்கரம் வெளியே வர மறுத்தது. அந்தக் குறுக்குக் கம்பி ஒடிந்து அவன் கையிலேயே விழுந்தது.

கர்ணனின் வில் இன்னும் அவனுடைய கையில் இருந்ததைக் கண்ட

அர்ஜுனன் தொடர்ந்து அம்புகளை எய்தான். அவை கர்ணனின் வெற்று புஜங்களைத் துளைத்தன. அந்தத் தாக்குதலில் கர்ணன் கீழே உட்கார்ந்துவிட்டான். பிறகு அவன் தன்னுடைய வில்லை நிலத்திற்குள் ஆழமாகத் தள்ளி, அதை உறுதியாகவும் நேராகவும் நிற்க வைத்துக் கொண்டு, உட்கார்ந்தபடியே அம்பு எய்யத் தொடங்கினான்.

அவன் தன்னுடைய இடது கையால் தன்னுடைய அம்பறாத்தூணியிலிருந்து அம்புகளை எடுத்து, ஒரு கையால் அவற்றைத் தன்னுடைய விஜய வில்லில் தொடுத்தான். பிறகு அந்த வில்லின் நாணனைத் தன் பற்களுக்கு இடையே இறுக்கமாகப் பிடித்துக் கொண்டு, தன் வலிமை முழுவதையும் ஒன்றுதிரட்டி அதைப் பின்னால் இழுத்து, துல்லியமாக அர்ஜுனன்மீது அவற்றை எய்தான். அதே சமயத்தில், அவன் தன்னுடைய வலது கையால் தன் தேர்ச் சக்கரத்தை விடுவிக்கக் கடுமையாக முயன்றான். இன்னும் இரண்டு மூன்று குறுக்குக் கம்பிகள் உடைந்தன, ஆனால் அச்சக்கரம் ஓரங்குலம்கூட அசையவில்லை. கர்ணன் மீண்டும் ஒரே கையால் ஓர் அம்பைப் பொருத்தி, அதை அர்ஜுனன்மீது எய்து அவனைத் தன்னினைவு இழக்கச் செய்தான். அர்ஜுனன் மயங்கி விழுந்ததைக் கண்டவுடன் அவன் தன் வில்லைக் கீழே வைத்துவிட்டு இரண்டு கைகளையும் அந்தச் சகதிக்குள் திணித்து, சிக்கிக் கிடந்த சக்கரத்தை வெளியே தள்ளக் கடுமையாக முயன்றான்.

அன்று காலையிலிருந்து அந்த ஒரு முறை மட்டுமே கர்ணனின் வில் அவனுடைய கையில் இல்லாமல் இருந்தது. ஒரே ஒரு கணம் மட்டுமே அது அவன் கையில் இருக்கவில்லை. அந்த ஒரு கணம் கடந்துவிட்டால், பிறகு...

சில மூலிகை மருந்துகள் அடங்கிய ஒரு நாணல் குழலை அர்ஜுனனின் மூக்கின் அருகே நான் வைத்தேன். மறுகணம் அவன் விழித்தெழுந்து நின்றான்.

கர்ணன் நிராயுதபாணியாக இருந்ததைக் கண்டவுடன் அர்ஜுனனும் தன்னுடைய காண்டீபத்தைக் கீழே வைத்தான். ஏனெனில், போர் விதிமுறைப்படி நிராயுதபாணியாக இருக்கின்ற ஓர் எதிராளியைத் தாக்க முடியாது.

என் மனத்தில் ஏகப்பட்ட எண்ணங்கள் ஓடின. நான் என் குதிரைகளை அவற்றின் கடிவாளங்களைக் கொண்டு தொடர்ந்து அடித்துக் கொண்டே இருந்தேன், ஆனால் எனக்கு எந்தத் திட்டமும் தோன்றவில்லை. ஒரே ஒரு கணம்தான், இல்லாவிட்டால்...அந்த மாவீரன் தன் தேரின் சக்கரத்தை விடுவித்துவிட்டு மீண்டும் எங்களைத் தாக்குவான்.

என் கையில் ஐந்து கடிவாளங்கள் இருந்தன, ஆனால் ஒரே ஒரு சாட்டைதான் இருந்தது. ஒன்றா அல்லது ஐந்தா? கடிவாளங்களா அல்லது சாட்டையா? ஐந்தா அல்லது ஒன்றா? எனக்கு எல்லாமே குழப்பமாக இருந்தது! பிறகு திடீரென்று என் மனத்தில் ஒரு மின்னல் பளிச்சிட்டது. நடைமுறைக்கு உகந்த ஒரு யோசனை எனக்குத் தோன்றியது.

கடிவாளங்கள் குதிரைகளை நிற்கச் செய்கின்றன, சாட்டைகள் அவற்றை ஓடச் செய்கின்றன. மறுகணம் நான் என் வலது கையிலிருந்த சாட்டையை அதன் உறைக்குள் திணித்துவிட்டு, கடிவாளங்களால் என்

குதிரைகளை அடித்தேன். பிறகு, என் வலது கையின் சுட்டுவிரலால் கர்ணனைச் சுட்டிக்காட்டி, அர்ஜுனனைப் பார்த்து, "அர்ஜுனா, அரை நிலவு பாணமான ஆஞ்சலிகாஸ்திரம் ஒன்றை எடு," என்று கூறினேன்.

"ஆனால்...அவன் நிராயுதபாணியாக அல்லவா இருக்கிறான்? அவன் கீழே நிலத்தின்மீது நின்று கொண்டிருக்கிறான், நான் ஒரு தேரில் நின்று கொண்டிருக்கிறேன்," என்று கூறி அர்ஜுனன் தயங்கினான்.

நான் என் நெற்றியைச் சுருக்கிக் கொண்டு, ஒரு கடுமையான குரலில், "அர்ஜுனா, இது என் கட்டளை!" என்று கூறினேன்.

மறுகணம், அர்ஜுனன் ஓர் ஆஞ்சலிகாஸ்திரத்தைத் தன்னுடைய அம்பறாத்தூணியிலிருந்து வெளியே எடுத்தான். பிறகு தன்னுடைய வில்லின் நாணை ஒரு முறை இழுத்துப் பார்த்து, அது உறுதியாக இருந்ததா என்று அவன் சோதித்தான். அவன் அந்த நாணை இழுத்தச் சத்தம் கேட்டுக் கர்ணன் உடனடியாக எங்களை நோக்கித் திரும்பினான். அர்ஜுனன் தன்னைக் குறி பார்த்துக் கொண்டிருந்ததை கவனித்த அவன், தன்னுடைய இடது கையை ஆவேசமாக ஆட்டி, "அர்ஜுனா, சற்றுப் பொறு! நான் நிராயுதபாணியாக இருக்கிறேன். நான் கீழே நின்று கொண்டிருக்கிறேன். நிராயுதபாணியாகக் கீழே இருக்கின்ற ஓர் எதிராளியைத் தாக்குவது ஒரு தேர் வீரனின் தர்மத்திற்கு எதிரானது. நீ ஒரு வீரன், ஒரு சத்திரியன்," என்று கத்தினான். மகேந்திர மலையில் தான் கைவசப்படுத்தியிருந்த பிரம்மாஸ்திரத்தைப் பயன்படுத்துவதற்கான மந்திரத்தை அவன் தன் நினைவுக்குக் கொண்டுவருவதில் தன் மன ஆற்றல் முழுவதையும் ஒன்றுகுவிக்க முயற்சித்துக் கொண்டிருந்ததை நான் உணர்ந்தேன். ஆனால் அந்த மந்திரம் அவனுடைய நினைவுக்கு வர மறுத்தது.

சாவின்மீது அவனுக்கு எந்தவித பயமும் இருக்கவில்லை என்பதை நான் அறிவேன். அந்த பிரம்மாஸ்திரத்தைப் பெறுவது மட்டுமே அவனுடைய ஒரே விருப்பமாக இருந்தது. அதைப் பெற்றவுடன், மரணத்தை மட்டுமே அவன் எதிர்பார்த்திருந்தான். ஆனால் அதுகூட இப்போது அவனுடைய தலையெழுத்தாக இருக்கவில்லை. இது நியாயமில்லைதான், ஆனால் அதுதான் யதார்த்தமாக இருந்தது.

அவன் கோரிக்கை விடுத்த விதத்தைக் கண்டு அர்ஜுனனின் மனம் இளகியது. அவன் இப்போது ஓர் இக்கட்டான நிலையில் இருந்தான். காண்டீபத்தைப் பிடித்திருந்த அவனுடைய கை தளர்ந்தது. அவன் இருதலைக் கொள்ளி எறும்பாகத் தவித்துக் கொண்டிருந்தான் என்பது வெளிப்படையாகத் தெரிந்தது. அவனுடைய உதடுகள் வறண்டன.

கர்ணனை இன்னும் ஒரு நொடிகூட உயிரோடு விட்டுவைப்பதில் இப்போது எந்தப் பயனும் இருக்கவில்லை. ஏனெனில், அவனுடைய வாழ்வின் உண்மைகளை, அவனுடைய பிறப்பின் ரகசியத்தைப் பற்றி இதன் பிறகு யாருக்கும் தெரிய வராது. எனவே, அர்ஜுனனின் மனத்தை திடப்படுத்துவதற்காக, நடைமுறை ஞானத்தின் முக்கியத்துவத்தை மீண்டும் நான் அவனுக்கு எடுத்துரைக்க வேண்டியிருந்தது. கடந்தகால நிகழ்வுகளை அவனுக்கு நினைவுபடுத்தியதன் மூலம், கர்ணன் வலியுறுத்திய அதே சத்திரிய தர்மத்தின் கொள்கைகளை கர்ணனின் வாழ்விலேயே பொருத்திக் காட்டி, அர்ஜுனனின் மனத்தை நான் திடப்படுத்தினேன்.

நான் கர்ணனைப் பார்த்து, “தர்மமா? ராதேயனே, தர்மத்தைப் பற்றி உனக்கென்ன தெரியும்? சூத புத்திரனே, கௌரவர்களின் அரசவையில் திரௌபதியை ஒரு விபச்சாரி என்று நீ இகழ்ந்தபோது உன்னுடைய தர்மம் எங்கே போயிற்று? குந்தி தேவி தன்னுடைய ஐந்து மகன்களுடனும் வெற்றுக் கால்களுடனும் வனவாசத்திற்குப் புறப்பட்டுச் சென்றபோது உன்னுடைய தர்மம் எங்கே காணாமல் போயிற்று? வாரணாவதக் காட்டில் ஓர் அரக்கு மாளிகையில் பாண்டவர்கள் உயிரோடு எரிக்கப்பட்டுச் சாம்பலாக்கப்பட்டிருந்தனர் என்ற செய்தையை நீ கேள்விப்பட்டபோது உன்னுடைய தர்மம் ஏன் அதற்கு எதிர்ப்புத் தெரிவிக்கவில்லை? சூத புத்திரனே, ஒரு பதினாறு வயதுச் சிறுவனான அபிமன்யுவை நீங்கள் ஆறு பேர் சேர்ந்து சூழ்ந்து கொண்டு அவனைக் கொன்றபோது இதே தர்மம் ஏன் உன் நினைவுக்கு வரவில்லை?” என்று கேட்டுவிட்டு, “அர்ஜுனா, அவனைக் குறி வை!” என்று கூறி, கர்ணனின் தொண்டையை நான் என் சுட்டுவிரலால் சுட்டிக்காட்டினேன்.

அப்போதுகூடக் கர்ணன் புன்னகை புரிந்தான். அவன் தன்னுடைய இரண்டு கைகளையும் குவித்து என்னை வணங்கினான். அது அவன் அடிபணிந்ததற்கான அடையாளமல்ல, மாறாக, எனக்கு அவன் தன் மரியாதையைத் தெரிவித்துக் கொண்டிருந்தான். என் ஒருவனால் மட்டுமே அதைப் புரிந்து கொள்ள முடிந்தது. போர்க்களத்தில் அவனுடைய அந்தக் கடைசி வணக்கம் அவனுடைய அமைதியான கண்களிலிருந்து வழிந்து கொண்டிருந்தது!

அர்ஜுனன் விடுத்த ஆஞ்சலிகாஸ்திரம் கர்ணனின் கழுத்தை மூடியிருந்த கவசத்தைக் கிழித்துக் கொண்டு அவனுடைய தொண்டைக்கு அருகே தன்னை ஆழமாகப் பதித்துக் கொண்டது. அந்த மாவீரன் தன்னுடைய தேரின் சக்கரத்திற்குப் பக்கத்தில் அந்தச் சகதியில் சுருண்டு விழுந்தான். அவனுடைய வில் சற்றுத் தள்ளிக் கிடந்தது. அச்சக்கரத்தை வெளியே இழுக்க அவன் போராடியதில் அவனுடைய அங்கவஸ்திரம் முழுவதிலும் அந்தச் சகதி ஒட்டியிருந்தது. அவன் வலி தாளாமல் அந்தச் சக்கரத்தை இறுக்கமாகப் பிடித்தபோது, அது உடைந்து கையோடு வந்துவிட்டது. “கர்ணன் காயப்பட்டுள்ளார்! கர்ணன் வீழ்ந்துவிட்டார்!” கர்ணன் வீழ்ந்து கிடந்த செய்தி எட்டியவுடன் இருதரப்பு வீரர்களும் தங்களுடைய ஆயுதங்களைக் கீழே போட்டனர். அச்செய்தியை அவர்களால் நம்ப முடியவில்லை. ஒவ்வொரு வீரனும் தன்னுடைய சக வீரனிடம், “என்ன நிகழ்ந்தது? இது எப்படிச் சாத்தியம்?” என்று கேட்டான்.

ஒரு கடினமான தீர்மானத்தைச் செயல்படுத்துவதற்காக இறுதியில் கர்ணனை “சூத புத்திரன்!” என்று நான் அழைத்தபோது என் மனத்தைத் துளைத்துச் சென்ற வேதனையை நான் மட்டுமே அறிவேன். நான் என் குதிரைகளின் கடிவாளங்களைக் கைவிட்டேன். சமுதாயம் ஒழுங்குடன் செயல்படுவதற்காக உருவாக்கப்பட்டக் கொள்கைச் சுவர்கள் அனைத்தும் இடித்துத் தரைமட்டமாக்கப்பட்டிருந்தன.

நான் என் தேரிலிருந்து கீழே குதித்து, “ராதேயா!” என்று கத்திக் கொண்டே கர்ணனை நோக்கி ஓடினேன். தன் உயிரினும் மேலாக அவனை நேசித்த அசுவத்தாமன் ஏற்கனவே அங்கு வந்து அவனுக்குப்

பக்கத்தில் உட்கார்ந்திருந்தான். கர்ணன் வீழ்ந்துவிட்டச் செய்தியைக் கேட்டதும் அதிர்ச்சியடைந்த துரியோதனன், போரைத் தற்காலிகமாக நிறுத்த உத்தரவிட்டான். பிறகு அவன் மயங்கித் தன் தேரிலிருந்து கீழே விழுந்தான்.

அசுவத்தாமனும் ஆஜானுபாகுவான உடலைக் கொண்ட ஐந்து வீரர்களும் சேர்ந்து, காயப்பட்டிருந்த தங்கள் முதன்மைத் தளபதியை அங்கிருந்து தூக்கிச் சென்று, ஒரு கூடாரத்திற்கு அருகே ஒரு காய்ந்த நிலத்தின்மீது படுக்க வைத்தனர். கர்ணனின் கழுத்திலிருந்து ரத்தம் பீறிட்டு வெளிவந்து அவனுடைய மார்புக் கவசத்தை நனைத்தது.

பாதி மூடியிருந்த அவனுடைய நீலநிறக் கண்கள் நீலவானத்தின்மீது நிலைத்திருந்தன. அசுவத்தாமன் அவனுடைய முகத்திற்கு அருகே தன் முகத்தைக் கொண்டு சென்றபோது, கர்ணன் மிகவும் சிரமப்பட்டுத் தன் கண்களைத் திறந்தான். அசுவத்தாமன் தன் தலையைச் சுற்றி அணிந்திருந்த துணியை அவன் உற்றுப் பார்த்துவிட்டு, “அசுவத்தாமா...” என்று நிறுத்தி நிறுத்திப் பேசினான். அவனுடைய உதடுகள் துடித்தன.

அசுவத்தாமன் எல்லாவற்றையும் மறந்துவிட்டு ஓடி வந்து தன் பக்கத்தில் அமர்ந்திருந்தான் என்ற உண்மை மாவீரன் கர்ணனை மகிழ்ச்சியில் திக்குமுக்காட வைத்திருந்ததால் அவனால் பேச முடியவில்லை. கர்ணனின் மனத்தில் ஓடிக் கொண்டிருந்த எண்ணத்தை அசுவத்தாமனால் அறிந்து கொள்ள முடிந்தது. மறுகணம், அவன் தன் தலையைச் சுற்றி அணிந்திருந்த துணியின் முடிச்சை அவிழ்த்து அத்துணியைக் கழற்றினான். அவனுடைய தலையின்மீது விலையுயர்ந்த செந்நிறக் கல் ஒன்று இருந்தது. கர்ணன் கவச குண்டலங்களுடன் பிறந்திருந்ததைப்போல அவன் அக்கல்லுடன் பிறந்திருந்தான். அவர்கள் இருவரையும் தவிர வேறு யாரும் பிறவியிலேயே அப்படிப்பட்ட தெய்விகப் பரிசுகளைப் பெற்றிருக்கவில்லை.

திடீரென்று, இறந்து கொண்டிருந்த கர்ணனின் வலது கையைத் தூக்கி அசுவத்தாமன் தன் தலையின்மீது இருந்த அந்தக் கல்லின்மீது வைத்தான். கர்ணனின் கை அக்கல்லைத் தொட்டவுடன், தான் தானம் கொடுத்திருந்த தன்னுடைய சொந்தக் கவச குண்டலங்களின் நினைவு அவனுக்கு வந்தது. அவனுடைய கண்கள் முழுமையாகத் திறந்தன. இரண்டு வீரர்களும் தங்களுக்கிடையே ஒரு வார்த்தைகூடப் பேசிக் கொள்ளவில்லை. அசுவத்தாமனின் கண்ணீர் கர்ணனின் கண்ணீருடன் ஒன்றுகலந்தது. வெகுதூரத்தில் தெரிந்த திருஷத்வதி ஆற்றின் கரையின்மீது சில மழைத்துளிகள் பனித்துளிகளைப்போல ஒளிர்ந்து கொண்டிருந்ததை நான் கண்டேன். கர்ணன் பயன்படுத்தியிருந்த வருணாஸ்திரத்தால் உருவான மழையின் எச்சங்கள் அவை.

தருமன், அர்ஜுனன், பீமன், நகுலன், சகாதேவன், மற்றும் பல வீரர்கள் ஓர் எறும்புகூட உள்ளே நுழைய முடியாதபடி கர்ணனை நெருக்கமாகச் சூழ்ந்து நின்றனர்.

அவனுடைய மகன் சித்திரசேனன் கண்ணீர் மல்க அவனுக்குப் பக்கத்தில் அமர்ந்திருந்தான். எல்லோரும் ஊமையாகியிருந்ததுபோலத் தோன்றியது. திறந்து கொண்டும் மூடிக் கொண்டும் இருந்த அவனுடைய கண்கள் அங்கிருந்த எல்லோரையும் பார்வையிட்டன. அவன் துரியோதனனைத் தேடியதுபோலத் தெரிந்தது. ஆனால் அங்கு

துரியோதனனை அவனால் பார்க்க முடியவில்லை.

அவன் என்னை கவனித்தபோது, அந்தக் கொடுமையான நிலையிலும் ஒரு லேசான புன்னகை அவனுடைய முகத்தின்மீது அரும்பியது. அவன் மிகவும் சிரமப்பட்டுத் தன் கண்களை முழுமையாகத் திறந்தான். பிறகு, தன்னுடைய கைகளை மெதுவாகத் தன் தலைக்குக் கொண்டு சென்று தன்னுடைய கிரீடத்தைக் கழற்றி, அதை என் பாதங்களுக்கு அருகே வைத்தான்.

இந்திரப்பிரஸ்தத்தில் ராஜசூய வேள்வி நடைபெற்ற அரங்கத்தில் அவன் தன் தலையில் கிரீடமின்றி உட்கார்ந்து கொண்டிருந்ததை நான் பார்த்தபோது, நான்தான் அந்தக் கிரீடத்தை அசுவத்தாமனிடம் கொடுத்து அவனுடைய தலையின்மீது அணிவிக்கச் செய்திருந்தேன். இப்போது அவன் அதே அமைதியான விதத்தில் எல்லையற்ற பக்தியுடன் அதை என் பாதங்களில் சமர்ப்பித்திருந்தான்.

நான் கீழே குனிந்து அந்தக் கிரீடத்தை எடுத்தேன். என் கண்களில் முதன்முறையாகக் கண்ணீர் நிரம்பியது. இப்போது அந்தக் கிரீடத்தின்மீது கர்ணனுக்கு எந்த உரிமையும் இல்லை. அந்தக் கிரீடத்தில் ஒட்டியிருந்த தூசியை நான் என்னுடைய மஞ்சள்நிற அங்கவஸ்திரத்தால் துடைத்தேன். இதைக் கண்ட பாண்டவர்களும் மற்றவர்களும் வியப்புற்றனர். அவர்களுக்கு என்ன தெரியும்? அவர்கள் எப்படி அதை அறிவர்?

எல்லா இடங்களிலும் அமைதி சூழ்ந்தது. சித்திரசேனன் தன்னுடைய கண்ணீரைக் கட்டுப்படுத்திக் கொண்டு, புனித நதிகளிலிருந்து கொண்டுவரப்பட்ட நீரைக் கர்ணனின் வாயில் ஊற்றினான். கர்ணன் தன் மூச்சை அடக்கிக் கொண்டு, அறுபட்டத் தன் தொண்டை வழியாக அதைக் கஷ்டப்பட்டு விழுங்கினான். கர்ணனைப் பார்த்தபடி எல்லோரும் சிலைகளைப்போல நின்றனர். கங்கையில் பக்தியோடு நீராஞ்சலி செய்தவன் இப்போது அதே கங்கை நீரைப் பருகிக் கொண்டிருந்தான்.

13

“இவ்வுலகில் இன்று ஒரு தானவீரன்கூட இல்லையா?” என்று கேட்ட ஒரு வயதான குரல் அங்கு நிலவிய அமைதியைக் குலைத்தது. அக்குரல் வந்த திசையை நோக்கி எல்லோரும் ஆச்சரியத்தோடு திரும்பினர்.

போர்க்களத்தில் தன்னுடைய மகனின் சடலத்தைக் கண்டுபிடித்திருந்த வயதான பிராமணர் ஒருவருடைய குரல் அது. அவர் தனியாகவும் ஏழையாகவும் இருந்ததால், தன் மகனின் இறுதிச் சடங்கைச் செய்வதற்குப் போதிய பணம்கூட அவரிடம் இருக்கவில்லை. அவர் பரிதாபகரமாக அழுது கொண்டே அந்தப் போர்க்களம் நெடுகிலும் கையேந்தி நடந்து சென்று, யாரேனும் தனக்கு ஏதேனும் கொடுக்க முடியுமா என்று, உயிரோடு இருந்த வீரர்களிடமும் காயப்பட்ட வீரர்களிடமும் கேட்டிருந்தார். அந்தப் போர் ஒட்டுமொத்த மனிதத்தன்மையையும் காவு வாங்கியிருந்ததைப்போலத் தோன்றியது.

அவருடைய கெஞ்சலை எந்தவொரு வீரனும் கண்டுகொள்ளவில்லை. நாங்கள் எல்லோரும் கூடியிருந்ததைக் கண்டவுடன் அவர் நம்பிக்கையோடு அங்கு வந்திருந்தார். அங்கே மரணப் படுக்கையில் இருந்தது யார் என்பதை அவர் அறியாததால், அக்கூட்டத்தின் விளிம்பில் நின்று அவர் குரல் கொடுத்துக் கொண்டிருந்தார்.

"இவ்வுலகில் இன்று ஒரு தானவீரன்கூட இல்லையா?" அவருடைய கழுத்து நடுங்கிக் கொண்டிருந்தது. அவருடைய கைத்தடியும் நடுங்கிக் கொண்டிருந்தது. அவருடைய பரிதாபக் குரல், அரை மயக்க நிலையில் இருந்த கர்ணனின் காதுகளை எட்டியது. அவனுடைய ஒட்டுமொத்த உடலும் ஓர் அசாதாரணமான விதத்தில் துடித்தது. தன்னுடைய கழுத்து அறுபட்டிருந்ததால் தான் அனுபவித்துக் கொண்டிருந்த மரண வேதனையையும் மீறி, கர்ணன் சித்திரசேனனைப் பார்த்து, "சி–த்–தி–ர–சே–னா–யா–ச–க–ர்..." என்று தெளிவாகக் கூறியதைக் கேட்டு நான் வியந்தேன்.

சித்திரசேனன் உடனடியாக எழுந்து அக்கூட்டத்தின் ஊடாக விரைந்து அந்த பிராமணரிடம் சென்று, அவருடைய கையைப் பிடித்துக் கர்ணனிடம் அழைத்து வந்தான். அந்த முதியவரின் தலை நரைத்திருந்தது. அவருடைய கண்கள் குழி விழுந்திருந்தன. அவருடைய முகம் சுருக்கங்களால் நிறைந்திருந்தது. அவருடைய கழுத்து நடுங்கியது.

"பி–ரா–ம–ண–ரே, வரம்...வி–ரு–ப்–ப–ம்..." தன் முன்னே கை நீட்டி நின்று கொண்டிருந்த அந்த முதியவரைப் பார்த்தபோது, இறந்து கொண்டிருந்த கர்ணனின் உதடுகள் நடுங்கின.

அவனுடைய கழுத்திலிருந்து ரத்தம் பீறிட்டு வந்து கொண்டிருந்ததைக் கண்டபோது, அந்த முதியவர் தன்னுடைய சொந்த மகனின் மரணத்தையும் மறந்துவிட்டு, "அங்க நாட்டு அரசரே, எனக்கு எதுவும் தேவையில்லை," என்று பணிவோடு கூறினார். இதற்கு முன்பு அவர் கர்ணனிடமிருந்து ஏகப்பட்ட அன்பளிப்புகளைப் பெற்றிருந்தார். இப்போது மரணப் படுக்கையில் இருந்த கர்ணனிடம் அவரால் என்ன கேட்க முடியும்?

மூத்தப் பாண்டவனான கர்ணனின் உண்மையான அடையாளத்தை அங்கு நின்ற மற்ற ஐந்து பாண்டவர்களிடமும் வெளிப்படுத்த அக்கணத்தை நான் பயன்படுத்தியிருந்திருக்கலாம். துல்லியமாக அக்கணத்தில், பாண்டவர்களுக்கு லௌகிக விழுமியங்களையும் கர்ணனுக்கு தெய்விக விழுமியங்களையும் என்னால் எடுத்துரைத்திருக்க முடியும்.

நான் முன்னால் சென்று கர்ணனின் காதுகளில் இவ்வாறு மென்மையாகக் கூறினேன்: "இறந்து போன தன்னுடைய மகனுக்குரிய இறுதிச் சடங்கைச் செய்வதற்குக்கூடப் பணம் இல்லாத அளவுக்கு இந்த முதியவர் கடும் ஏழ்மையில் இருக்கிறார். அதனால்தான் அவர் ஒரு தான வீரனைத் தேடிக் கொண்டிருக்கிறார்."

"தா–ன–வீ–ர–ன்!" என்று கர்ணன் முணுமுணுத்தது எனக்கு சரியாகக் கேட்கவில்லை. அவன் மீண்டும் தன் கண்களை மூடிக் கொண்டான். அவன் தன்னுடைய கைகளையும் கால்களையும் ஆக்ரோஷமாக உதறினான். வலி தாளாமல் அவன் தன் முஷ்டிகளை இறுக்கமாக மூடினான். இந்த நிலையில் அந்த முதியவருக்கு அவனால்

என்ன கொடுக்க முடியும்? தீர்க்கப்பட முடியாத ஒரு பிரச்சனை அது. அவனுடைய மார்புக் கவசம் வேகமாக மேலும் கீழும் ஏறி இறங்கத் தொடங்கியது.

அவன் இப்போது என்ன செய்ய வேண்டும்? தான வீரன் என்று அவன் பெற்றிருந்த புகழுக்கு இப்போது ஆபத்து வந்திருந்தது. தன்னுடைய மார்புக் கவசத்தையும் ஆயுதங்களையும் தவிர ஒரு வீரனிடம் வேறு எதுவும் இருப்பதில்லையே! தங்கக் கிரீடங்கள் எஞ்சியிருந்தன, ஆனால் அவை பாண்டவர்களின் தலைகள்மீது இருந்தன.

கர்ணனின் கைகளும் கால்களும் திடீரென்று தம்முடைய அசைவை நிறுத்தின. அவனுக்கு ஏதோ யோசனை தோன்றியிருந்ததுபோலும். அவன் பாதி மூடியிருந்த தன்னுடைய கண்களைத் திறந்தான். அவை நம்புதற்கரிய விதத்தில் ஒளிர்ந்தன.

"சி–த்–தி–ர–சே–னா! க–ல்!" என்று சித்திரசேனனுக்கு அவன் உத்தரவிட்டான். சித்திரசேனன் எழுந்து அங்கிருந்து ஓடிச் சென்று தூரத்திலிருந்து ஒரு கல்லைக் கொண்டு வந்தான். கர்ணன் தன்னுடைய சக்தி முழுவதையும் ஒன்றுதிரட்டி வேகவேகமாகப் பேசினான். "சித்திரசேனா...அந்தக் கல்...என்னுடைய தங்கப் பல்...உடைத்து... அவருக்குக் கொடு..." பேசியதால் ஏற்பட்டக் களைப்பு அவனை மீண்டும் மௌனமாக்கியது. அவனுடைய தொண்டையை ஆழமாகத் துளைத்திருந்த அம்பினால் அவனுக்கு ஏற்பட்டிருந்த கடுமையான வேதனை, அவன் தன் கண்களை இறுக்கமாக மூடிக் கொள்ளும்படி செய்தது.

சித்திரசேனன் நடுங்கியபடி அங்கு நின்றான். அவன் தன் தந்தையை மிகவும் நேசித்தான். இறந்து கொண்டிருந்த தன்னுடைய தந்தையின் பாதங்களில் மலர்களை அர்ப்பணிப்பதற்கு பதிலாக, அவருடைய பற்களை ஒரு கல்லைக் கொண்டு உடைக்க வேண்டிய நிலை அவனுக்கு ஏற்பட்டிருந்தது. அவனால் அதை எப்படிச் செய்ய முடியும்? இருபத்தைந்து வயது இளைஞனான அவன் செய்வதறியாது குழம்பி நின்றான். அவனுடைய நெற்றியின்மீது வியர்வை அரும்பியது.

"சித்திரசேனா!" இரும்பாலான ஒரு மார்புக் கவசத்தை ஓர் அம்பு தாக்கியதைப்போலக் கர்ணனின் குரல் கடுமையாக ஒலித்தது.

"இது...கௌரவ...முதன்மைத் தளபதியின்..உத்தரவு!" கர்ணனின் குரலில் அதிகாரம் தொனித்தது. அவனுடைய கட்டளையை எந்தவொரு வீரனாலும் மறுக்க முடியாது. கர்ணனுடைய இந்தக் கட்டளையைக் கேட்டபோது, அங்கு நின்று கொண்டிருந்த வீரர்களால் தங்கள் காதுகளை நம்ப முடியவில்லை.

அவர்களுடைய கண்ணீர் நிரம்பிய கண்கள் சித்திரசேனனின் பக்கம் திரும்பின. அவன் இன்னும் நடுங்கிக் கொண்டிருந்தான். அன்றைய நாள் முழுவதும் அப்போர்க்களத்தில் ஒரு சிங்கத்தைப்போலச் சண்டையிட்டிருந்த அந்த வீரன் இப்போது ஒரு முயலைப்போல நடுங்கிக் கொண்டிருந்தான். அவனுடைய புருவத்திலிருந்து வழிந்த கண்ணீர் அவனுடைய கையிலிருந்த கல்லின்மீது விழுந்தது.

"சி–த்–தி–ர–சே–னா!" கர்ணனின் உதடுகள் துடித்தன. அவனுடைய கண்கள் நெருப்பை உமிழ்ந்தன. அவன் தன் மகனைக் கோபத்துடன்

பார்த்தான். கீழ்ப்படிய மறுத்த ஒரு வீரனை அவனுடைய முதன்மைத் தளபதி கோபத்துடன் பார்ப்பதைப்போல இருந்தது அது.

சித்திரசேனன் திடீரென்று மின்னல் தாக்கியதைப்போல வேகமாக முன்னால் வந்தான். என்ன இருந்தாலும் அவன் கர்ணனின் மகனல்லவா! சித்திரசேனன் தன்னருகில் வந்ததைக் கண்டவுடன் கர்ணனின் முகம் மலர்ந்தது. மறுகணம் அவன் தன் கண்களை இறுக்கமாக மூடிக் கொண்டு, தன்னுடைய முஷ்டிகளை இறுக்கமாக மடக்கி, தன்னுடைய பல் உடைக்கப்படும்போது தனக்கு ஏற்படவிருந்த, தாங்கிக் கொள்ளப்பட முடியாத வலியை அவன் எதிர்பார்த்திருந்தான். அவனுடைய கண்களைச் சுற்றிலும் இருந்த தோல், வெட்டி வெட்டி இழுத்தது. இத்தனைக் காலமாக சூரிய பகவானுக்குரிய மந்திரங்களைச் சொல்லி வந்திருந்த தன்னுடைய வாயை அவன் மெதுவாகத் திறந்தான். முழுதாக மலர்ந்திருந்த ஒரு சூரியகாந்தி மலரைப்போல அது இருந்தது. அவனுடைய பற்கள் வரிசையாகவும் அழகாகவும் இருந்தன. அவற்றில் இரண்டு பற்கள் தங்கத்தால் ஆனவை. அவை மஞ்சள் நிறத்தில் மினுமினுத்தன.

சித்திரசேனன் தன்னுள் எழுந்த தீவிர உணர்ச்சியைக் கட்டுப்படுத்திக் கொண்டு தன் கையிலிருந்த கல்லை உயர்த்தினான். பலர் தங்கள் கண்களை மூடிக் கொண்டனர். எந்தவொரு போர்க்களத்திலும் நிகழ்ந்திராத ஏதோ ஒன்று இன்று இந்தக் குருச்சேத்திரத்தில் நிகழ்த்தப்பட்டுக் கொண்டிருந்தது.

சித்திரசேனன் அந்தக் கல்லால் தன் தந்தையின் இரண்டு தங்கப் பற்களையும் ஓங்கித் தட்டி உடைத்துவிட்டு அக்கல்லை தூரத்தில் வீசியெறிந்தான். தான் அழுதால் தன் தந்தை வருந்துவார் என்று நினைத்த அவன், அங்கு கூடி நின்ற வீரர்களை விலக்கிக் கொண்டு ஓர் அம்பைப்போல வேகமாக வெளியே பாய்ந்தான்.

உடைக்கப்பட்டப் பற்கள் இரண்டும் கர்ணனின் வாய்க்குள் விழுந்தன. அவனுடைய ஈறுகளிலிருந்து வெளியேறிய ரத்தம் அவனுடைய கழுத்துக் காயத்திலிருந்து வெளியேறிய ரத்தத்துடன் கலந்து, சொட்டுச் சொட்டாக நிலத்தின்மீது விழுந்தது. கூடியிருந்த அத்தனை வீரர்களின் கண்களிலிருந்தும் தாரைதாரையாகக் கண்ணீர் வழிந்தது. கர்ணன் தன்னுடைய கடுமையான வலியைப் பொறுத்துக் கொண்டு தன்னுடைய பற்களைத் தன் கையில் தாங்கினான். அவனுடைய கண்களில் ஒரு விநோதமான பிரகாசம் தெரிந்தது.

அவன் நடுங்கிக் கொண்டே, “பிராமணரே...ரத்தம் தோய்ந்த...இந்தப் பரிசை...நான் எப்படி...உங்களுடைய...தூய கைகளில்...வைப்பது?” என்று திக்கித் திக்கிக் கேட்டான். எல்லோரும் ஆச்சரியத்தில் வாய் பிளந்து நின்றனர். அவர்களுடைய உடல்கள் மயிர்க்கூச்செறிந்தன. அவனுடைய வாழ்க்கைத் தத்துவத்தை என்னைத் தவிர வேறு யாரும் அறிந்திருக்கவில்லை. அதை யாரேனும் எப்படியோ கண்டுபிடித்தாலும், அவர்கள் நிச்சயமாக அதை நம்பியிருக்க மாட்டார்கள்.

தன்னுடைய பற்களிலிருந்த ரத்தக் கறையைப் போக்குவதற்கு எந்த வழியையும் அவனால் சிந்திக்க முடியாமல் போனதால், அவன் மீண்டும் நிராதரவாக உணர்ந்தான். அவனுடைய கண்களிலிருந்து தொடர்ந்து கண்ணீர் வழிந்து கொண்டிருந்தது. அமீன மலைக்குப் பின்னால்

மறைந்து கொண்டிருந்த சூரியனை அவன் கண்கொட்டாமல் பார்த்துக் கொண்டிருந்தான்.

மறுகணம், அவனுக்குள் திடீரென்று ஒரு யோசனை முளைத்தது. அதை உள்நோக்கு என்று கூறுவது அதிகப் பொருத்தமானதாக இருக்கும். அவன் தன் வாழ்நாள் முழுவதுமே ஒவ்வொரு விஷயத்தையும் இத்தகைய திடீர் உள்நோக்குகளைக் கொண்டே கையாண்டிருந்தான்.

தன் கண்களிலிருந்து வழிந்து கொண்டிருந்த கண்ணீர் தன் கையிலிருந்த பற்கள்மீது விழும்படி அவன் அவற்றைத் தாங்கிப் பிடித்தான். கண்ணீர் தொடர்ந்து வழிய வழிவகுக்கும் பொருட்டு அவன் தன் பார்வையைச் சூரியன்மீது குவித்து, இமைக்காமல் அதை வெறித்துப் பார்த்தான். அந்த நேரத்தில் எத்தகைய குழப்பமும் பயமும் அவனுடைய மனத்தைக் கவ்விப் பிடித்திருந்திருக்கும் என்பதைக் கற்பனை செய்வது சாத்தியமற்றதாக இருந்தது.

அப்பற்கள்மீது படிந்திருந்த ரத்தக் கறையை அவனுடைய கண்ணீர் கழுவியது. அவை சூரிய ஒளியில் பிரகாசமாக ஒளிர்ந்தன. இதைக் கண்டவுடன் அவனுடைய கண்கள் மகிழ்ச்சியாலும் மனநிறைவாலும் ஒளிர்ந்தன.

அவன் தன் கையில் அணிந்திருந்த, நசுங்கிப் போயிருந்த புரசு மலர்மாலையிலிருந்து ஒரு மலரை எடுத்து, அதை அந்தப் பற்கள்மீது வைத்து, அந்த அன்பளிப்பைத் தன்னுடைய பரந்த நெற்றியின் அருகே கொண்டு சென்று, ஒரு கணம் தன் கண்களை மூடிப் பிரார்த்தனை செய்துவிட்டு, அழகான ஒரு புன்னகையுடன் அவற்றை அந்த பிராமணரிடம் நீட்டினான். இந்தக் கடைசி நிமிடத்தில்கூட அவன் தன் சம்பிரதாயங்களை ஒழுங்காகக் கடைபிடித்தான்.

இவ்வுலகில் பலர் பல்வேறு விதமான பரிசுகளை வழங்கியுள்ளனர். ஆனால், இதயத்தை நெகிழச் செய்யக்கூடிய, முழுமையான, ஈடு இணையற்ற ஒரு பரிசை, மரணத்தின் வாசலில் நிற்கும்போது எப்படிக் கொடுக்க வேண்டும் என்பதை தான வீரனும் சூரிய புத்திரனும் குந்தியின் மைந்தனுமான கர்ணன் ஒருவன் மட்டுமே அறிந்திருந்தான்.

அவன் அவ்வாறு தானம் வழங்கிய மறுகணம், கூடி நின்ற அனைவரும் உணர்ச்சிவசப்பட்டு, "தான வீரன் கர்ணன் புகழ் வாழ்க! தான வீரன் கர்ணன் புகழ் வாழ்க!" என்று முழங்கினர்.

அந்த முதிய பிராமணர் நடுங்கிக் கொண்டே முன்னால் வந்தார். இப்போது அப்பரிசை ஏற்றுக் கொள்ளுவதைத் தவிர அவருக்கு வேறு எந்த வழியும் இருக்கவில்லை. நடுங்கிய கைகளுடன் அவர் அவற்றைப் பணிவோடு பெற்றுக் கொண்டார். அவருள் பொங்கிய நன்றியுணர்வு அவருடைய கண்ணீரின் வடிவில் வெளிப்பட்டது. கர்ணன் அவருக்கு வணக்கம் கூறி மரியாதை செலுத்துவதற்காகத் தன் தலையைத் தாழ்த்த முயன்றான். ஆனால் அவனுடைய தொண்டையில் குத்தியிருந்த அம்பு அவ்வாறு செய்ய விடாமல் அவனைத் தடுத்தது. இதற்கு மேலும் அந்த முதியவரால் தன்னுடைய உணர்ச்சிகளைக் கட்டுப்படுத்திக் கொள்ள முடியவில்லை. "தான வீரனே! கர்ண மாமன்னரே! உன்னைப் பெற்றத் தாய் ஆசீர்வதிக்கப்பட்டவள்! உன்னுடைய விசாலமான இதயத்தையும் உன்னுடைய விசாலமான உடலையும் பேணி வளர்த்த இந்த பூமி ஆசீர்வதிக்கப்பட்டது! தான வீரனே, இத்தகைய அர்ப்பணிப்புடன்

தானம் செய்யக்கூடிய ஒருவர் இந்த ஒட்டுமொத்த ஆரியவர்த்தத்தில் உன்னைத் தவிர வேறு எவரும் இல்லை!" என்று அவர் கூறினார். அவருடைய வார்த்தைகளில் வேதனை மிகுந்திருந்தது.

நடுங்கிய கழுத்துடனும் கண்களில் கண்ணீருடனும், அந்த முதியவர், தனக்குக் கிடைத்திருந்த ஒப்பற்றப் பரிசை எடுத்துக் கொண்டு தன்னுடைய மகனின் சடலத்தை நோக்கிச் செல்லலானார்.

அவர் மனநிறைவுடன் திரும்பிச் சென்றதைக் கண்ட கர்ணன் மரணத்தின் விளிம்பில் இருந்தும்கூட, அவனுடைய உதடுகள்மீது ஒரு லேசான புன்முறுவல் மலர்ந்தது. அந்தப் புன்னகைக்கு என்ன பொருள்? எல்லோராலும் அதைப் புரிந்து கொள்ள முடியாது.

அர்ஜுனனின் கையிலிருந்த அம்பும் பீமனின் தோளிலிருந்த கதாயுதமும் நடுங்கத் தொடங்கின. கர்ணன் உடல்ரீதியாக இவ்வளவு வேதனையைத் தாங்கிக் கொள்ளக்கூடிய சக்தி படைத்தவனாக இருந்ததை நேரில் கண்ட பிறகும்கூட, கர்ணன் ஒரு சூத புத்திரனாக இருக்க முடியாது என்ற எண்ணம் அவர்கள் இருவருக்கும் தோன்றவே இல்லை.

அவன் சூரிய புத்திரன். குந்தியின் மூத்த மகன். ஆனால் அவர்களுக்கு இவை எதுவும் தெரியாது.

கர்ணனின் கண்கள் யாரையோ தேடியதை நான் கண்டேன். அவன் துரியோதனனைத் தேடிக் கொண்டிருந்தான்.

இதற்கிடையே, துரியோதனனுக்கு சுயநினைவு திரும்பியது. அவன், "க–ர்–ணா!" என்று கத்திக் கொண்டே கூட்டத்தினரை விலக்கிக் கொண்டு கர்ணனை நோக்கி வேகமாக ஓடி வந்தான். அவனுடைய வாழ்வில் முதன்முறையாக அவனுடைய கண்களில் கண்ணீர் முட்டிக் கொண்டு நின்றது. அவனுடைய சகோதரர்களில் எண்பது பேர் அந்தப் போர்க்களத்தில் இறந்திருந்தனர், ஆனால் அவர்களைக் குறித்து அவன் இவ்வளவு துயரம் கொள்ளவில்லை.

தன் அருகே வரும்படி கர்ணன் துரியோதனனைத் தன் கண்களால் அழைத்தான். அவன் இப்போது உச்சகட்டப் பரிசைக் கொடுக்கத் தயாராகிக் கொண்டிருந்தான். அவன் தன்னுடைய எண்ணங்களையும் யோசனைகளையும் தன் உயிரினும் மேலான நண்பன் துரியோதனனுக்குப் பரிசளிக்க விரும்பினான். அந்த மாபெரும் பரிசை இந்நாள்வரை அவன் துரியோதனனுக்காகப் பாதுகாத்து வந்திருந்தான்.

"நண்பா...என்னுடைய மரணத்துடன் சேர்த்து...இந்த பயங்கரமான போரை...நிறுத்திவிடு," என்று கர்ணன் திக்கித் திக்கிக் கூறினான். அவனுடைய அகம் உண்மையிலேயே மிகவும் ஆழமானதுதான்.

"இல்லை, கர்ணா! என் உயிர் நண்பனே! அங்க நாட்டு அரசனே! உன்னைப் போன்ற புகழ்மிக்க மாவீரன் எனக்காக உயிரைக் கொடுக்கும்போது, நான் மட்டும் மரணத்தைக் கண்டு பயந்து சமாதானம் செய்து கொள்ளுவதா? முடியாது, கர்ணா! அது எனக்கு மிகப் பெரிய அவமானம். பிதாமகர் பீஷ்மரையும் குருதேவர் துரோணரையும் உன்னையும் மரணத்தால் ஆட்கொள்ள முடியும் என்றால், நான் மட்டும் எந்த விதத்தில் வேறுபட்டவன்? எவனும் நிரந்தரமாக வாழப் போவதில்லை. இந்தப் போர் முடியாது. அது தொடர்ந்து நடைபெறும். உனக்காக அது தொடர்ந்து நடைபெறும்!"

என்று முழங்கிய துரியோதனன் என்னையும் அர்ஜுனனையும் நோக்கி ஒரு கோபப் பார்வையை வீசினான். அவனுடைய கண்களில் அனல் பறந்தது. பிறகு அவன் மண்டியிட்டுக் கீழே அமர்ந்து, கர்ணனின் கையை எடுத்துத் தன் கைகளுக்குள் பொதிந்து கொண்டு அழலானான். அவனுடைய அழுகை சித்திரசேனனின் அழுகையைவிட அதிகப் பரிதாபகரமாக இருந்தது. கர்ணன் தன்னுடைய இன்னொரு கையால் துரியோதனனின் முதுகைத் தட்டிக் கொடுத்து அவனைத் தேற்ற முயன்றான். கர்ணன் இவ்வுலகை முற்றிலுமாகத் துறக்கும் நிலையை எட்டியிருந்தான். அவனுடைய வாயிலிருந்தும் கழுத்திலிருந்தும் ஏகப்பட்ட ரத்தம் வெளியேறியிருந்ததால் அவன் இப்போது மிகவும் பலவீனமாக ஆகியிருந்தான். அசுவத்தாமன் அவனருகே வந்து அமர்ந்து கொண்டு, அவனுடைய தலையைத் தன் மடியின்மீது கிடத்தி அன்பாக அதை வருடினான். கர்ணன் இப்போது ஒரு கிறக்க நிலையில் இருந்தான். அவனுடைய கண்கள் கனத்திருந்தன.

கர்ணனின் கடைசி விருப்பம் என்ன என்று துரியோதனன் எப்போது அவனிடம் கேட்பான் என்று நான் யோசித்துக் கொண்டிருந்தேன். ஆனால் அவன் மிகுந்த துயரத்தில் ஆழ்ந்திருந்ததால், அவனுக்கு அது முற்றிலுமாக மறந்து போயிருந்தது. துரியோதனனின் வாழ்க்கை இப்போது அச்சாணி இல்லாத ஒரு தேர்ச் சக்கரத்தைப்போல ஆகியிருந்தது. அது தன் நோக்கத்தை இழந்திருந்தது.

தான வீரன் கர்ணனுக்கு இப்போது மூச்சுத் திணறல் ஏற்பட்டது. அவனுடைய கண்கள் சூரியனைப்போல அஸ்தமிக்கத் தொடங்கின. அவை சூரியனோடு ஐக்கியமாயின. அவனுடைய வசீகரமான உடல் மெல்ல மெல்லத் தன் அசைவை நிறுத்தத் தொடங்கியது. அவனுடைய பரந்த மார்பைக் கவ்வியிருந்த கவசம், குறைந்து கொண்டே போன அவனுடைய சுவாசத்திற்கு ஏற்ப லேசாக ஏறி இறங்கியது.

அவனுடைய கடைசி விருப்பம் என்ன என்பதை அவனிடம் கேட்க வேண்டியது இப்போது என்னுடைய கடமையாக ஆகியிருந்தது. அது 'என்னுடைய' கடமை மட்டுமே!

நான் கர்ணனை நோக்கி முன்னால் சென்று, அவனுடைய காதிற்கு அருகே என் முகத்தைக் கொண்டு சென்று, "குந்தியின் மைந்தனே, உன் கடைசி விருப்பம் என்ன?" என்று கேட்டேன்.

அவன் கிறங்கிக் கொண்டிருந்த தன்னுடைய கண்களைக் கஷ்டப்பட்டுத் திறந்தான். அவற்றில் கண்ணீர் நிரம்பி நின்றதை நான் கண்டேன். அந்தக் கண்ணீருக்கு என்ன காரணம்? துயரமா அல்லது பின்வருத்தமா? இல்லையில்லை, நன்றியை வெளிப்படுத்திய கண்ணீர் அது! நான் அவனைக் 'குந்தியின் மைந்தன்' என்று அழைத்திருந்ததால், தனக்குக் கிடைத்த அந்த அங்கீகாரத்திற்காக அவன் தன் கண்ணீரின் வடிவில் நன்றி தெரிவித்துக் கொண்டிருந்தான். "துவாரகையின் அரசனே...என்னுடைய கடைசி விருப்பம்...ஒரு தரிசு நிலத்தில்... நீங்கள்...என்னுடைய இறுதிச் சடங்கை...நடத்த வேண்டும்." அவன் மிக மென்மையாகப் பேசியதால், அவனுடைய வார்த்தைகள் சரியாக என் காதுகளில் விழுந்தனவா என்பது எனக்கு உறுதியாகத் தெரியவில்லை.

எனவே, நான் அவனிடம் என் சந்தேகத்தைக் கேட்டேன். "தரிசு நிலமா? அதற்கு என்ன பொருள்?"

"ஆமாம், தரிசு நிலம்தான்...அங்கு ஒரு புல்கூட... வளர்ந்திருக்கக்கூடாது...இனி ஒருபோதும் வளரவும் கூடாது...என்னுடைய துயரங்கள்...இந்த நிலையற்ற உலகில்...மீண்டும் ஒருபோதும் என் வடிவத்தில்... பிறவி எடுக்காமல் இருக்கட்டும்... அதனால்தான்...என்னுடைய ஐம்பூதங்களும்...இந்தத் தரிசு நிலத்தில்...ஒன்றிணைய வேண்டும்...என்று நான் விரும்புகிறேன்."

அவனுடைய குரல் தேய்ந்து கொண்டே போனது. அவனுடைய விநோதமான கடைசி விருப்பத்தைக் கேட்டு நான் பிரமித்தேன். அவனுடைய உதடுகள் இன்னும் எதையோ முணுமுணுத்துக் கொண்டிருந்ததைக் கண்ட நான், அவன் வேறு ஏதேனும் சொல்ல விரும்பினானா என்பதைத் தெரிந்து கொள்ளுவதற்காக என்னுடைய காதை அவனுடைய வாயின் அருகே கொண்டு சென்று கூர்ந்து கேட்டேன்.

ஆனாலும் அவன் கூறியது தெளிவாக எனக்குக் கேட்கவில்லை. "லீ...தீ...மாதா...மாதா...நா...நா..."

அவன் கூறியதன் பொருள் யாருக்கும் புரியவில்லை. அவன் "விருசாலி" என்று கூறினானா அல்லது "திரௌபதி" என்று கூறினானா? ஒருவேளை, அவன் "ராதா மாதா" அல்லது "குந்தி மாதா" என்று கூறினானோ? அல்லது "ஷோன்" என்றோ, அல்லது "அர்ஜுனன்" என்றோ கூறினானா? அதை உறுதியாகச் சொல்லுவது கடினமாக இருந்தது.

பிறகு அவனுடைய முணுமுணுப்பும் நின்றுவிட்டது. ஆனால் அவனுடைய உதடுகள் அசைந்து கொண்டிருந்தன. சூரியனின்மீது நிலைத்திருந்த அவனுடைய கண்கள் தம் அசைவை நிறுத்தின. ஆனால் அவனுடைய உதடுகளின் அசைவைக் கூர்ந்து கவனித்ததன் மூலம், அவன் என்ன சொல்லிக் கொண்டிருந்தான் என்பதை நான் அறிந்து கொண்டேன். தன் வாழ்நாள் முழுவதும் சூரிய பகவானுக்கு தினமும் நீராஞ்சலி செய்து வந்திருந்த அந்த சூரிய புத்திரனின் கடைசி வார்த்தைகள் அவை. அவன் காயத்திரி மந்திரத்தைச் சொல்லிக் கொண்டிருந்தான்.

பிறகு திடீரென்று அந்த உதடுகளும் அசைவற்றுப் போயின. எல்லோரும் மூச்சுவிட மறந்து நின்றனர். கர்ணனின் சுவாசம் முற்றிலுமாக அடங்கியது. அவனுடைய மார்புக் கவசத்தின் அசைவும் நின்றது. மறுகணம், எல்லோருக்கும் திகைப்பும் ஆச்சரியமும் ஏற்படுத்திய மிகப் பிரகாசமான ஓர் ஒளிக்கதிர் அவனுடைய இதயத்திலிருந்து வெளிப்பட்டு, அமீன மலையின் மேலாக மேற்குத் தொடுவானத்தில் மெல்ல நகர்ந்து கொண்டிருந்த சூரியனின் செந்நிறப் பந்தை நோக்கி விரைந்தது. மறுகணம், கண்ணைப் பறிக்கும் விதத்தில் மின்னிய அந்த ஒளிக்கதிர், அச்சூரியனின் பொன்னிறக் கருவறைக்குள் ஐக்கியமாயிற்று. அக்காட்சியைக் கண்டு எல்லோரும் பிரமித்தனர்.

மரணத்தை வென்ற அந்த மாவீரன் இறுதியில் தன்னுடைய உன்னதமான முக்தியை அடைந்திருந்தான்.

14

கர்ணன் இறந்த கணத்தில், அமீன மலையின் மேலாக மேற்கில் அஸ்தமனமாகிக் கொண்டிருந்த சூரியன் திடீரென்று ஒருசில கணங்கள் அதிகப் பிரகாசமாக ஒளிர்ந்து, சற்றும் தாமதிக்காமல் தொடுவானத்திற்கு அப்பால் சென்று மறைந்தது. ஒட்டுமொத்த மேற்குப் பகுதியும் மங்கலாகியது. நான்கு திசைகளும் இருண்டன. பூமி களையிழந்தது.

அசுவத்தாமன் விரைந்து முன்னால் வந்து கர்ணனை உச்சி முகர்ந்தான். துரியோதனன் கர்ணனின் கையை உயர்த்தித் தன் தலையின்மீது வைத்தான். சித்திரசேனன் கர்ணனின் சுத்தமான, அழகான வடிவம் கொண்ட பாதங்களில் விழுந்து வணங்கினான்.

கர்ணனின் ஒளிமயமான ஆன்மா முதலில் எங்கிருந்து வந்திருந்ததோ, இப்போது அதே பிரகாசமான, நிரந்தரமான உறைவிடத்திற்குத் திரும்பிச் சென்று அதனோடு ஒன்றரக் கலந்தது. ஆனாலும் கர்ணனின் உடல் பொன்போல ஒளிர்ந்தது. அவன் உயிரோடு இருந்ததுபோலத் தோன்றியது. சிறிது நேரத்திற்கு முன்பு அவன் என் பாதங்களில் சமர்ப்பணம் செய்த கிரீடத்தை நான் மீண்டும் அவனுடைய பொன்னிறச் சுருள்முடியின்மீது வைத்தேன்.

கௌரவர்களின் மூன்றாவது முதன்மைத் தளபதி இப்போது நிரந்தரமாக இளைப்பாறிக் கொண்டிருந்தான்.

அவனுடைய தொண்டையில் குத்தியிருந்த அம்பை அசுவத்தாமன் வெளியே எடுத்துவிட்டு, தான் எப்போதும் தன்னுடைய தலையைச் சுற்றி அணிந்திருந்த வெள்ளைத் துணியைக் கொண்டு கர்ணனின் வட்டமான, சூரியனைப் போன்ற முகத்தை மூடினான்.

நான் பாண்டவர்கள் புடைசூழ என்னுடைய கூடாரத்தை நோக்கி நடந்தேன். சூழல் அச்சுறுத்துவதாகவும் கொடூரமானதாகவும் இருந்தது. எல்லோரும் அமைதியாக இருந்தனர். எல்லா இடங்களிலும் மயான அமைதி நிலவியது. தொலைவில் ஒரு கௌதாரி தீய சகுனத்தை உணர்த்துவதைப்போல ஓலமிட்டுக் கொண்டிருந்தது. நான் பாண்டவர்களுடன் அர்ஜுனனின் கூடாரத்திற்குள் நுழைந்தேன். நான் யாரிடமும் எதுவும் பேசாமல் இருந்தேன். அப்போது ராஜமாதா அங்கு வந்தார். வாசலில் நின்ற அவரைப் பார்த்தவுடன் என் முகம் மேலும் வெளிறியது. தன் தாயார் கர்ணனின் தோல்வியையும் மரணத்தையும் பற்றிய செய்தியைக் கேள்விப்பட்டு, அதனால் மகிழ்ச்சியடைந்து தன்னுடைய கூடாரத்திற்கு வந்திருந்ததாக அர்ஜுனன் நினைத்தான்.

அவன் உடனே அவரிடம் விரைந்து சென்று, அவருடைய பாதங்கள்மீது தலை வைத்து வணங்கி, "அம்மா, என்னை ஆசீர்வதியுங்கள்!" என்று அகங்காரத்துடன் கூறினான்.

அங்கு போதிய வெளிச்சம் இல்லாததால், தன் தாயார் தன்னுடைய முந்தானையால் தன் முகத்தை மூடியிருந்ததை அர்ஜுனன் கவனிக்கவில்லை. அர்ஜுனன் இயல்பாகவே அடுத்தவர்களுடைய உணர்வுகளைப் புரிந்து கொள்ள முடியாதவனாக இருந்தான். எனவே, தன் தாயார் தன் முகத்தை மூடியிருந்ததை அவன் கவனித்திருந்தாலும், அதனால் எந்தப் பயனும் இருந்திருக்காது.

ராஜமாதாவின் உடல் நடுங்கிக் கொண்டிருந்தது. நான் அவரைத் தேற்றும் விதமாக அவருடைய முதுகின்மீது என் கையை வைத்து அவரை உள்ளே அழைத்து வந்து, அங்கு எந்த நாடகமும் அரங்கேறாமல் பார்த்துக் கொண்டேன்.

அவரும் நானும் பாண்டவர்களும் ஒருசில கணங்கள் மட்டுமே அங்கு ஒன்றாகக் கூடியிருந்தோம். பிறகு பாண்டவர்கள் உடை மாற்றிக் கொள்ளுவதற்காக அங்கிருந்து வெளியேறினர். இப்போது நானும் ராஜமாதாவும் மட்டும் அங்கு இருந்தோம். கர்ணனின் மரணச் செய்தி கேட்டு முற்றிலுமாக நொறுங்கிப் போயிருந்த அவர் இப்போது தன் கட்டுப்பாட்டை இழந்து அழத் தொடங்கினார்.

"கிருஷ்ணா...அவனைக் கடைசியாக ஒரு முறை நான் பார்க்க வேண்டும்..." அவருக்குத் தொண்டை அடைத்தது. அவர் தன் முகத்தைத் தன்னுடைய கைகளில் தாங்கிக் கொண்டு, குனிந்த தலை நிமிராமல் தேம்பினார்.

"ராஜமாதா, நீங்கள் துணிச்சலானவர். உங்கள் துயரத்தைக் கட்டுப்படுத்திக் கொள்ளுங்கள். ஒருவன் இறந்துவிட்டான், ஆனால் எஞ்சியுள்ள ஐவரை இழந்துவிடாதீர்கள். இன்று நள்ளிரவில் அவனைப் பார்க்க நான் உங்களை அழைத்துச் செல்லுகிறேன். குறைந்தபட்சம் இப்போதைக்கு இந்த ரகசியம் தொடர்ந்து ஒரு ரகசியமாகவே இருக்கட்டும்."

அவர் தன் கண்களைத் துடைத்துக் கொண்டார்.

தன் வாழ்வில் ஏகப்பட்ட இன்னல்களை அனுபவித்திருந்த அந்த வீரத் தாய், நள்ளிரவில் கர்ணனின் சடலம் இருந்த இடத்தை அடைந்தபோது, அவருடைய உடல் பயங்கரமாக நடுங்கியது. அவருடைய பாதங்கள் பூமிக்குள் ஆழமாகப் பதிந்திருந்ததுபோல எனக்குத் தோன்றியது. அவரால் ஓரடிகூட முன்னே எடுத்து வைக்க முடியவில்லை. நான் அவருடைய கையைப் பிடித்து, சூரிய புத்திரனான கர்ணனின் உடலருகே அவரை இழுத்து வந்தேன். தன் மகனின் சடலத்தைப் பார்ப்பதற்கான துணிச்சல் அவருக்கு இருக்கவில்லை. அவர் தன் கைகளால் தன் முகத்தை மூடிக் கொண்டார்.

கர்ணனின் முகத்தை மூடியிருந்த துணியை நான் அகற்றினேன். கர்ணன் அமைதியாக தூங்கிக் கொண்டிருந்ததுபோலத் தெரிந்தான். தீப்பந்தங்களின் மங்கலான வெளிச்சத்தில்கூட அவனுடைய பொன்னிறச் சடலம் ஒளி வீசியது.

ராஜமாதா மிகவும் போராடித் துணிச்சலை வரவழைத்துக் கொண்டு தன் முகத்தின்மீதிருந்து தன் கைகளை விலக்கித் தன் தலையை நிமிர்த்தினார். மறுகணம் அவர் பெரிதாக அலறினார்.

"என் மகனே! என் கண்ணே!" என்று அழைத்தபடியே அவர் கீழே விழவிருந்தார். நான் அவரைப் பிடித்துக் கொண்டேன். அவரை கவனித்துக் கொள்ளுவதற்கு அவருக்கு என்னைத் தவிர இப்போது வேறு யார் இருந்தார்கள்?

15

பதினெட்டாம் நாள் போர் நிறைவடைந்தது. பீமன் துரியோதனனின் தொடையைத் தன் கதாயுதத்தால் அடித்துப் பிளந்து, கௌரவ அரசவையில் தான் மேற்கொண்ட சபதத்தை நிறைவேற்றினான். பத்தொன்பதாம் நாளின் மாலைநேரத்து நீண்ட நிழல்கள் போர்க்களத்தில் அங்குமிங்கும் சாய்ந்து விழுந்தன. அந்த ஒட்டுமொத்தப் போர்க்களமும் சடலங்களால் நிறைந்திருந்தது. அமீன மலையில் சலடங்கள் இல்லாத இடமே இருக்கவில்லை. தூரத்தில் ஒரு வெள்ளைக் குதிரை தெரிந்தது, ஆனால் அது உட்கார்ந்திருந்தது.

ஆர்வம் மேலிட நான் அக்குதிரையை நோக்கி நடந்தேன். நான் அக்குதிரையை நெருங்கியபோது ஆச்சரியமும் அதிர்ச்சியும் அடைந்தேன். என் சந்தேகம் உறுதியாயிற்று. அது வாயுஜித், கர்ணனின் குதிரை. அது தன் எஜமானனின் சடலத்தின் அருகே உட்கார்ந்து கொண்டு, தன்னுடைய வாலால் அவனுடைய முகத்தை விசிறிக் கொண்டிருந்தது. அக்காட்சி என் இதயத்தைக் கசக்கிப் பிழிந்தது. அந்த வாயில்லா ஜீவனை நான் கண்ணீர் மல்கப் பார்த்தேன். பாண்டவர்களுக்குக் கிடைத்திருந்த வெற்றியால் ஏற்பட்டிருந்த கொஞ்சநஞ்ச மனநிறைவும் இப்போது காணாமல் போயிற்று. இயற்கையின் வழிகள் குறித்த வியப்பு மட்டுமே இப்போது மிஞ்சியது.

நான் முன்னால் சென்று அதனுடைய முதுகின்மீது அன்பாகத் தட்டினேன். உடனே அதன் உடல் சிலிர்த்தது. ஒரு தேரோட்டியாக நான் பெற்றிருந்த கொஞ்சநஞ்ச அனுபவத்தின் நோக்கம் இப்போது நிறைவேறியிருந்தது. நான் கொடுத்தச் சமிக்கையை அது புரிந்து கொண்டு, தன் வலிமையை முழுவதையும் ஒன்றுதிரட்டி, தன்னுடைய குளம்புகளை நிலத்தில் பதித்து எழுந்து நின்றது. நான் அதன் எஜமானுடைய பொன்னிற உடலைத் தூக்கி அதன் பெரிய முதுகின்மீது வைத்தேன். தன் எஜமானின் கடைசிப் பயணம் வசதியானதாகவும் பாதுகாப்பானதாகவும் இருக்க வேண்டும் என்று அக்குதிரை நினைத்ததுபோலும். ஏனெனில், அது மெதுவாக நடந்து சென்றது. நாங்கள் அமீன மலையைக் கடந்து செல்ல வேண்டியிருந்தது.

வழியில் கிருபரின் கூடாரத்திலிருந்து ஒரு தீப்பந்தத்தை நான் எடுத்துக் கொண்டேன்.

நானும் வாயுஜித்தும் அமீன மலையின்மீது ஏறினோம். துல்லியமாக அக்கணத்தில் மேற்குத் தொடுவானத்தில் சூரிய பகவான் மறைந்தார்.

இந்த மலையின் மண் கருப்பு நிறத்திலும் பாறைகள் நிரம்பியதாகவும் இருந்தது. கர்ணனின் உடலை எரிப்பதற்குத் தேவையான எல்லாவற்றையும் நான் தயாராக வைத்திருந்தேன். அங்கிருந்த ஒரு தரிசு நிலத்தின்மீது சந்தனக் கட்டைகளால் ஆன ஒரு சிதை உருவாக்கப்பட்டிருந்தது.

நான் கர்ணனின் உடலை வாயுஜித்தின் முதுகிலிருந்து கீழே இறக்கி அச்சிதையின்மீது கொண்டு வைத்தேன். என் கையில் தீப்பந்தத்துடன் அவனுடைய முகத்தை வேகமாக ஒரு முறை பார்த்துவிட்டு நான் அச்சிதையை மூட்டினேன். என் கைகள் நடுங்கின. அச்சிதையின் நெருப்பு

மஞ்சள் நிறத்திலும் செந்நிறத்திலும் தகதகவெனக் கொழுந்துவிட்டு எரிந்தது. அப்போது வாயுஜித் கனைத்துக் கொண்டு துள்ளியது. நான் என் கையிலிருந்த தீப்பந்தத்தைக் கர்ணனின் சிதைக்குள் வீசி எறிந்துவிட்டு வாயுஜித்தை நோக்கிச் சென்றேன். அதற்கும் கவனிப்பு அவசியமாக இருந்தது. நான் அதன் பிடரி மயிரை வருடினேன். என் மனம் மெதுவாக உணர்ச்சியிழந்தது. நான் வாயுஜித்தின் பிடரி மயிரை வருடிக் கொடுத்தபடியே கர்ணனின் சிதையை வெறித்துப் பார்த்தேன்.

திடீரென்று அக்குதிரையின் உடல் நடுங்கியது, அதன் காதுகள் குத்திட்டன. நாங்கள் அந்த மலையில் ஏறி வந்த பாதையின் திசையில் அது தன் கழுத்தைத் திருப்பியது. தூய வெள்ளை ஆடை அணிந்த ஒரு பெண் மெதுவாக எங்களை நோக்கி நடந்து வந்து கொண்டிருந்தாள். நான் பெரும் அதிர்ச்சியடைந்தேன். அது விருசாலி!

அவள் உறுதியாகவும் கண்ணிமைக்காமலும் நடந்து வந்து கொண்டிருந்தாள். அவளுடைய ஈர ஆடை அவளுடைய உடலை இறுக்கமாகப் பற்றியிருந்தது. அவள் மெல்ல மெல்ல அடியெடுத்து வைத்து வந்தாள். அவள் தன் கைகளைக் கூப்பியிருந்தாள். பார்ப்பதற்கு ஒரு வெண்ணிறக் கற்சிலையைப்போலத் தெரிந்த அவள், ஒருமித்த கவனத்துடன் கர்ணனின் சிதையை நோக்கி நடந்து சென்றாள். தன்னுடைய சால்வை தன்னுடைய தோளிலிருந்து நழுவியிருந்தது பற்றிய பிரக்ஞைகூட அவளுக்கு இருக்கவில்லை. அவள் என்னைக் கடந்து சென்று, திடீரென்று அச்சிதைக்குள் நுழைந்தாள். நான் அதிர்ச்சியில் உறைந்து போனேன்.

உண்மை எனக்கு உறைத்தபோது, நான் விருசாலிக்காக மௌனமாக வருந்தினேன். கீழே விழுந்து கிடந்த சால்வையை நான் என் சாட்டையின் கைப்பிடியால் எடுத்து அச்சிதைக்குள் போட்டேன். அந்த சால்வையின் ஓரத்தில் ஒரு முடிச்சு இருந்ததை அப்போதுதான் நான் கவனித்தேன். எனவே, நான் உடனடியாக அந்த சால்வையை அந்த நெருப்பிலிருந்து வெளியே எடுத்தேன்.

விருசாலி தன் கணவனோடு நிரந்தரமாக ஒன்றிணைந்து இருப்பதற்காக அவனுடைய சிதையில் ஏறித் தன் உயிரை மாய்த்திருந்தாள். அத்தகையவள் அப்படி என்னதான் அந்த சால்வையில் முடிந்து வைத்திருந்தாள் என்று யோசித்தபடியே நான் அந்த முடிச்சை அவிழ்த்தேன். உடைந்து போன ஒரு பானையிலிருந்து சிதறிய ஒரு துண்டு அது. அதைக் கண்டு நான் ஆச்சரியமடைந்தேன்.

அந்தப் பானைத் துண்டை நான் அச்சிதைக்குள் வீசி எறிவதற்காக என் கையை உயர்த்தினேன். ஆனால், என் மனத்தை மாற்றிக் கொண்டு, கர்ணனின் இறுதிச் சடங்கின் ஒரு நினைவாகவும் விருசாலியின் அர்ப்பணிப்பின் ஒரு நினைவாகவும் நான் அதை பத்திரமாக வைத்துக் கொள்ள விரும்பினேன். நான் அந்தப் பானைத் துண்டை என்னுடைய மஞ்சள்நிற அங்கவஸ்திரத்தின் முனையில் முடிந்து வைத்தேன்.

நான் என் தோளின்மீது என் சாட்டையுடனும் வாயுஜித்தின் கழுத்துப் பட்டியைப் பிடித்துக் கொண்டும் அங்கிருந்து திரும்பி, அந்த மலையிலிருந்து கீழே இறங்கத் தொடங்கினேன். இதற்கிடையே, என்னைத் தேடிக் கொண்டிருந்த பாண்டவர்கள், கர்ணனின் சிதையினுடைய தீயைப் பார்த்துவிட்டு, அந்த மலையின்மீது ஓடி

வந்தனர். அவர்களை என்னால் தெளிவாகப் பார்க்க முடிந்தது. ஐந்து தீப்பந்தங்கள் விட்டுவிட்டு எரிந்து கொண்டிருந்தன. அவை பாண்டவர்களின் தீப்பந்தங்கள்.

ஆனால் அவர்கள் வருவதற்குள் காலம் கடந்திருந்தது!

நாகலட்சுமி சண்முகம்

மொழிபெயர்ப்பாளர்

கடந்த ஒன்பது ஆண்டுகளில் 80க்கும் மேற்பட்ட நூல்களை நாகலட்சுமி மொழிபெயர்த்துள்ளார். இவருடைய மொழிபெயர்ப்புக்குக் கிடைத்துள்ள அங்கீகாரங்களில் 2014ல் திருப்பூர் தமிழ்ச் சங்கம் அளித்த 'தமிழ் மொழிபெயர்ப்புத் துறைக்கான சிறப்பு விருதும்,' இவர் மொழிபெயர்த்த 'இறுதிச் சொற்பொழிவு' நூலுக்கு 2014ல் வழங்கப்பட்ட 'நல்லி திசை எட்டும் மொழியாக்க விருதும்' அடங்கும். 2017 மே மாதம் தமிழக அரசு சிறந்த மொழிபெயர்ப்பாளருக்கான விருதை நாகலட்சுமிக்கு வழங்கி கௌரவித்துள்ளது.

நாகலட்சுமி ஒரு மிகச் சிறந்த ஊக்குவிப்புப் பேச்சாளரும்கூட. அமெரிக்காவின் தலைசிறந்த பேச்சாளர்களில் ஒருவரும், 'சிக்கன் சூப் ஃபார் த சோல்' புத்தக வரிசையை உருவாக்கியவருமான ஜாக் கேன்ஃபீல்டின் 'வெற்றிக் கொள்கைகள்' பயிலரங்கை நடத்துவதற்கு அவரிடம் நேரடியாகப் பயிற்சி பெற்றவர் இவர்.

தமிழ் நாடகத் துறையின் முன்னோடி மேதைகளான டி.கே. எஸ். சகோதரர்களில் ஒருவரான திரு. டி.கே. முத்துசாமி அவர்களின் பேத்திகளில் ஒருவர் இவர்.

சிவாஜி சாவந்த்

மராத்தி மூல நூலாசிரியர்

சிவாஜி சாவந்த் (1940-2002), மராத்திய இலக்கிய உலகின் ஜாம்பவான்களில் ஒருவர். அவருடைய மிகச் சிறந்த புத்தகங்களில் ஒன்றுதான் கர்ணனின் பார்வையில் எழுதப்பட்ட மகாபாரதக் கதையான 'மிருத்யுஞ்சய்' நாவல். இந்த நாவல் மலையாளம், இந்தி, குஜராத்தி, கன்னடம், வங்காளம் மற்றும் ஆங்கிலத்தில் மொழிபெயர்க்கப்பட்டுள்ளது. இந்த நாவலின் மலையாள மொழிபெயர்ப்புக்குக் கேரள சாகித்திய அகாதமி விருது வழங்கப்பட்டது. அவர் வேறு பல வரலாற்று நாவல்களும் எழுதியுள்ளார். அவற்றில் கிருஷ்ணரின் கதையைக் கூறும் 'யுகாந்தர்' என்ற நாவலும் அடங்கும்.

மிகவும் மதிப்புக்குரியதாகக் கருதப்படுகின்ற, ஞானபீட அமைப்பால் வழங்கப்படுகின்ற மூர்த்திதேவி விருதை வென்ற முதல் மராத்தி நாவலாசிரியர் இவர். இது தவிர வேறு பல விருதுகளையும் அவர் தன் படைப்புகளுக்காக வென்றுள்ளார். முதலில் ஆசிரியராகப் பணியாற்றிய சாவந்த், பின்னர் எழுத்தாளராகப் பரிணமித்து, இறுதியில் மகாராஷ்டிர சாகித்தியப் பரிஷத்தின் தலைவராகப் பதவி வகித்தார்.